NGUYỄN - VĂN - KHÔN

VIỆT-ANH TỪ-ĐIỂN

VIETNAMESE ENGLISH DICTIONARY

SỐNG MỚI

PREFACE

This Vietnamese-English Dictionary has been compiled to meet the needs of students of English. I hope that this volume will be useful, not only for those who are learning English as a foreign language in Vietnam, but also for foreigners who are learning Vietnamese.

I should indeed be very grateful if the inevitable errors which arise in this book could be brought to my attention; I should gladly welcome any suggestions which might improve the dictionary.

Saigon, April 10th 1966
NGUYỄN-VĂN-KHÔN

ABBREVIATIONS

(Agr) Agriculture
(Alg) Algebra
(Anat) Anatomy
(Ann) Annelidd
(Artil) Artillery
(Astr) Astronomy
(Astrol) Astrology
(Aut) Automobilism
(Av) Aviation
(Biol) Biology
(Bot) Botany
(Box) Boxing
(Cer) Ceramics
(Ch) Chemistry
(Cin) Cinematography
(Com) Commerce
(Const) Constructing
(Cryst) Crystallography
(Cy) Cycle ; cycling
(Dent) Dentistry
(Ecc) Ecclesiastical
(Echin) Echinodermata
(e.g.) For example
(El) Electricity
(El.-Ch) Electro-Chemistry
(Ent) Entomology
(Exp) Explosives
(Fb) Football
(Fig) Figuratively
(Fung) Fungi
(Geog) Geography
(Geol) Geology
(Geom) Geometry
(Gram) Grammar
(Hort) Horticulture
(Ich) Ichthyology
(Ind) Industry
(Journ) Journalism
(Jur) Jurisprudence ; law
(Ling) Linguistics

(Math) Mathematics
(Mch) Machines
(Meas) Weights and Measures
(Mec) Mechanics
(Mec. E) Mechanical Engineering
(Med) Medicine
(Metall) Metallurgy
(Mil) Military
(Miner) Mineralogy
(Moll) Molluscs
(Mus) Music
(Nau) Nautical
(Nav) Navigation
(Obs) Obsolete
(Opt) Optics
(Orn) Ornithology
(Ph) Physics
(Pharm) Pharmacy
(Phil) Philosophy
(Phot) Photography
(Physiol) Physiology
(Pol) Politics
(Pol. Ec) Political Economy
(Post) Postal Service
(Pros) Prosody
(Prot) Protozoa
(Rail) Railways
(Rept) Reptilia
(Sch) Schools
(Ten) Tennis
(Tex) Textiles
(Th) Theatre
(Tp) Telephony
(Typ) Typography
(U.S.A.) United States of America
(Vet) Veterinary Science
(W. Tel) Wireless, Telephony and Telegraphy
(Z) Zoology.

PRONUNCIATION

Pronunciation is shown by means of the symbols adopted by the International Phonetic Association. Key words for phonetic symbols are shown below.

1.— TONES

Level tone	(unmarked)	*as in*	[la]
Rising tone	(´)	*as in*	[lá]
Falling tone	(`)	*as in*	[là]
Falling rising tone	(?)	*as in*	[lả]
Low rising tone	(~)	*as in*	[lã]
Low constricted tone	(.)	*as in*	[lạ]

2.— CONSONANTS

[b]	b	*as in* ba	[ba]	
[c]	k	*as in* ca	[ka]	
[ch]	c	*as in* cha	[ca]	
[d]	z	*as in* da	[za]	
[đ]	d	*as in* đi	[di]	
[g, gh]	g	*as in* ga	[ga], ghe [gɛ]	
[gi]	ʒ	*as in* gia	[ʒa]	
[h]	h	*as in* ha	[ha]	
[k]	k	*as in* ke	[kɛ]	
[kh]	x	*as in* kha	[xa]	
[l]	l	*as in* la	[la]	
[m]	m	*as in* ma	[ma]	

[n]	n	*as in* na	[na]	
[ng, ngh]	ŋ	*as in* nga	[ŋa], nghe [ŋɛ]
[nh]	ɲ	*as in* nha	[ɲa]	
[ph]	f	*as in* pha	[fa]	
[qu]	kw	*as in* qua	[kwa]	
[r]	r	*as in* ra	[ra]	
[s]	ʃ	*as in* sa	[ʃa]	
[t]	t	*as in* ta	[ta]	
[th]	θ	*as in* tha	[θa]	
[tr]	tr	*as in* tra	[tra]	
[v]	v	*as in* va	[va]	
[x]	s	*as in* xa	[sa]	

3.— VOWELS, DIPHTHONGS, SEMIVOWELS AND FINAL CONSONANTS

[a]	a	as in	ta	[ta]	[ênh]	eiɲ	as in tênh	[teiɲ]
[ac]	ak	as in	bac	[bak]	[êp]	ep	as in nêp	[nep]
[ach]	aik	as in	tach	[taik]	[êt]	et	as in têt	[tet]
[ai]	ai	as in	hai	[hai]	[êu]	eu	as in nêu	[neu]
[am]	am	as in	lam	[lam]	[i]	i	as in ni	[ni]
[an]	an	as in	nan	[nan]	[ia]	iə	as in lia	[liə]
[ang]	aŋ	as in	bang	[baŋ]	[ich]	ik	as in thich	[θik]
[anh]	aiɲ	as in	tanh	[taiɲ]	[iêc]	irk	as in tiêc	[tirk]
[ao]	au	as in	hao	[hau]	[iêm]	iem	as in niêm	[niemɣ]
[ap]	ap	as in	tap	[tap]	[iên]	ien	as in biên	[bien]
[at]	at	as in	mat	[mat]	[iêng]	ieŋ	as in riêng	[rieŋ]
[au]	au	as in	lau	[lau]	[iêp]	iep	as in hiêp	[hiep]
[ay]	ay	as in	hay	[hay]	[iêt]	iet	as in tiêt	[tiet]
[ăc]	aɯk	as in	bắc	[baɯk]	[iêu]	ieu	as in tiêu	[tieu]
[ăm]	aɯm	as in	năm	[naɯm]	[im]	im	as in rim	[rim]
[ăn]	aɯn	as in	lăn	[laɯn]	[in]	in	as in tin	[tin]
[ăng]	aɯŋ	as in	răng	[raɯŋ]	[inh]	iɲ	as in linh	[liɲ]
[ăp]	aɯp	as in	nắp	[naɯp]	[ip]	ip	as in hip	[hip]
[ăt]	aɯt	as in	bắt	[baɯt]	[it]	it	as in tit	[tit]
[âc]	ək	as in	bâc	[bək]	[iu]	iu	as in riu	[riu]
[âm]	əm	as in	mâm	[məm]	[o]	ɔ	as in lo	[lɔ]
[ân]	ən	as in	lân	[lən]	[oa]	wa	as in loa	[lwa]
[âng]	əŋ	as in	tâng	[təŋ]	[oac]	wak	as in hoac	[hwak]
[âp]	əp	as in	nâp	[nəp]	[oach]	waik	as in hoach	[hwaik]
[ât]	ət	as in	bât	[bət]	[oai]	wai	as in khoai	[xwai]
[âu]	əu	as in	nâu	[nəu]	[oam]	wam	as in ngoam	[ŋwam]
[ây]	ei	as in	tây	[tei]	[oan]	wan	as in loan	[lwan]
[e]	ɛ	as in	me	[mɛ]	[oang]	waŋ	as in choang	[cwaŋ]
[ec]	ɛk	as in	mec	[mɛk]	[oanh]	waiɲ	as in toanh	[twaiɲ]
[em]	ɛm	as in	tem	[tɛm]	[oat]	wat	as in loat	[lwat]
[en]	ɛn	as in	len	[lɛn]	[oay]	wai	as in xoay	[swai]
[eng]	ɛŋ	as in	keng	[kɛŋ]	[oăc]	waɯk	as in hoăc	[hwaɯk]
[eo]	ɛu	as in	neo	[nɛu]	[oăm]	waɯm	as in hoăm	[hwaɯm]
[ep]	ɛp	as in	mep	[mɛp]	[oăn]	waɯn	as in loăn	[lwaɯn]
[et]	ɛt	as in	tet	[tɛt]	[oăng]	waɯŋ	as in loăng	[lwaɯŋ]
[ê]	e	as in	rê	[re]	[oăt]	waɯt	as in choăt	[cwaɯt]
[êch]	eik	as in	têch	[teik]	[oc]	ɔk	as in moc	[mɔk]
[êm]	em	as in	nêm	[nem]	[oe]	wɛ	as in loe	[lwɛ]
[ên]	en	as in	lên	[len]	[oen]	wɛn	as in hoen	[hwɛn]
					[oet]	wɛt	as in toet	[twɛt]
					[oi]	ɔi	as in moi	[mɔi]

[om]	ɔm	as in	nom	[nɔm]	[uôi]	uəi	as in	muôi	[muəi]
[on]	ɔn	as in	bon	[bɔn]	[uôm]	uəm	as in	muôm	[muəm]
[ong]	ɔŋ	as in	mong	[mɔŋ]	[uôn]	uən	as in	tuôn	[tuən]
[op]	ɔp	as in	bop	[bɔp]	[uông]	uəŋ	as in	tuông	[tuəŋ]
[ot]	ɔt	as in	rot	[rɔt]	[uôt]	uət	as in	buôt	[buət]
[ô]	o	as in	nô	[no]	[uơ]	wə	as in	thuơ	[θwə]
[ôc]	ok	as in	bôc	[bok]	[up]	up	as in	nup	[nup]
[ôi]	oi	as in	tôi	[toi]	[ut]	ut	as in	lut	[lut]
[ôm]	om	as in	nôm	[nom]	[uy]	wi	as in	tuy	[twi]
[ôn]	on	as in	nôn	[non]	[uya]	wiə	as in	khuya	[xwiə]
[ông]	oŋ	as in	bông	[boŋ]	[uyên]	wien	as in	khuyên	[xwien]
[ôp]	op	as in	tôp	[top]	[uyêt]	wiet	as in	huyêt	[hwiet]
[ôt]	ot	as in	môt	[mot]	[uynh]	wiɲ	as in	huynh	[hwiɲ]
[ơ]	ə	as in	bơ	[bə]	[uyt]	wit	as in	huyt	[hwit]
[ơi]	əi	as in	rợi	[rəi]	[uyu]	wiu	as in	huyu	[hwiu]
[ơm]	əm	as in	nơm	[nəm]	[ư]	ɯ	as in	lư	[lɯ]
[ơn]	ən	as in	tơn	[tən]	[ưa]	ɯə	as in	mưa	[mɯə]
[ơp]	əp	as in	hợp	[həp]	[ưc]	ɯk	as in	mưc	[mɯk]
[ơt]	ət	as in	bợt	[bət]	[ưng]	ɯŋ	as in	lưng	[lɯŋ]
[u]	u	as in	lu	[lu]	[ươc]	ɯərk	as in	lược	[lɯərk]
[ua]	wə	as in	đua	[dwə]	[ươi]	ɯəi	as in	mươi	[mɯəi]
[uân]	wən	as in	huân	[hwən]	[ươm]	ɯəm	as in	tươm	[tɯəm]
[uât]	wət	as in	khuât	[xwət]	[ươn]	ɯən	as in	bươn	[bɯən]
[uâng]	wəŋ	as in	khuâng	[xwəŋ]	[ương]	ɯəŋ	as in	tương	[tɯəŋ]
[uây]	wei	as in	khuây	[xwei]	[ươp]	ɯəp	as in	mướp	[mɯəp]
[uc]	uk	as in	luc	[luk]	[ươt]	ɯət	as in	rượt	[rɯət]
[uê]	we	as in	huê	[hwe]	[ươu]	ɯəu	as in	mượu	[mɯəu]
[uêch]	weik	as in	tuêch	[tweik]	[ưt]	ɯt	as in	mứt	[mɯt]
[uên]	wen	as in	tuyên	[twien]	[ưu]	ɯu	as in	lưu	[lɯu]
[uênh]	weiɲ	as in	huênh	[hweiɲ]	[y]	i	as in	ly	[li]
[ui]	ui	as in	lui	[lui]	[yêm]	iem			
[um]	um	as in	xum	[sum]	[yên]	ien			
[un]	un	as in	run	[run]	[yêng]	ieŋ			
[ung]	uŋ	as in	tung	[tuŋ]	[yêt]	iet	as in	quyêt	[kwiet]
uôc]	wɔrk	as in	luôc	[lwɔrk]	[yêu]	ieu			

IRREGULAR VERBS

INFINITIVE	PAST TENSE	PAST PART.	NGHĨA
abide	abode	abode	ở
arise	arose	arisen	đứng dậy
awake	awoke	awoke	thức dậy
be	was	been	là, ở
bear	bore	borne	chịu đựng, chở
bear	bore	born	sinh đẻ
beat	beat	beaten	đánh đập
become	became	become	thành, trở nên
begin	began	begun	bắt đầu
behold	beheld	beheld	trông thấy, ngắm
bend	bent	bent	uốn cong
bereave	bereft	bereft	làm cho mất, lấy đi
bespeak	bespoke	bespoken	đặt trước
beseech	besought	besought	van xin
bid	bade, bid	bid, bidden	ra lệnh
bind	bound	bound	buộc, trói
bite	bit	bit, bitten	cắn
bleed	bled	bled	chảy máu
blow	blew	blown	thổi
break	broke	broken	làm vỡ
breed	bred	bred	nuôi
bring	brought	brought	mang, đem
build	built	built	xây dựng
burn	burnt	burnt	đốt, cháy
burst	burst	burst	vỡ, nổ
buy	bought	bought	mua
cast	cast	cast	ném
catch	caught	caught	bắt
chide	chid	chidden	quở mắng
choose	chose	chosen	chọn
cleave	cleft	cleft, cloven	chẻ, tách
cleave	clave	cleaved	dính vào, sát vào
cling	clung	clung	quyến luyến, bám
clothe	clothed	clothed, clad	mặc
come	came	come	tới, đến
cost	cost	cost	đáng giá
creep	crept	crept	bò
cut	cut	cut	cắt, chặt

dare	durst	dared	dám
deal	dealt	dealt	buôn-bán, đối-phó
die	died	died	chết
dig	dug	dug	đào
do	did	done	làm
draw	drew	drawn	kéo, vẽ
dream	dreamt	dreamt	mơ-màng
drink	drank	drunk	uống
drive	drove	driven	đưa, dắt, điều-khiển
dwell	dwelt	dwelt	ở
eat	ate	eaten	ăn
fall	fell	fallen	ngã, té, rơi
feed	fed	fed	nuôi, cho ăn
feel	felt	felt	cảm thấy
fight	fought	fought	đánh nhau
find	found	found	tìm thấy
flee	fled	fled	trốn, chạy
fling	flung	flung	ném, liệng
fly	flew	flown	bay
forbear	forbore	forborne	kiêng
forbid	forbade	forbidden	cấm
foresee	foresaw	foreseen	đoán trước
foretell	foretold	foretold	nói trước
forget	forgot	forgotten	quên
forgive	forgave	forgiven	tha-thứ
forsake	forsook	forsaken	bỏ
forswear	forswore	forsworn	thề bỏ
freeze	froze	frozen	đông lại, lạnh buốt
get	got	got	được, mua
gild	gilt	gilt	mạ vàng
gird	girt	girt	cuốn xung - quanh
give	gave	given	cho
go	went	gone	đi
grind	ground	ground	xay, nghiền
grow	grew	grown	mọc lên, lớn lên
hang	hung	hung	treo
have	had	had	có
hear	heard	heard	nghe
heave	hove	heaved	nhắc lên, nâng lên
hew	hewed	hewn	gọt, cắt
hide	hid	hid, hidden	nấp, giấu đi
hit	hit	hit	đánh trúng, đụng, chạm

hold	held	held	cầm, giữ
hurt	hurt	hurt	làm đau
keep	kept	kept	giữ
kneel	knelt	knelt	quỳ gối
knit	knit	knit	đan
know	knew	known	biết
lade	laded	laden	chất, chở
lead	led	led	giắt, dẫn
lay	laid	laid	đẻ, đặt
lean	leant	leant	dựa, chống đỡ
leap	leapt	leapt	nhảy
learn	learnt	learnt	học, được tin
leave	left	left	đề, rời đi
lend	lent	lent	cho vay, cho mượn
let	let	let	đề, cho; cho mướn
lie	lay	lain	nằm
light	lit	lit	đốt, thắp sáng
lose	lost	lost	mất ; thua ; lỗ
make	made	made	làm
mean	meant	meant	nghĩa là; muốn nói
meet	met	met	gặp, đối-phó
mistake	mistook	mistaken	nhầm
mislead	misled	misled	làm lạc đường
mow	mowed	mown	cắt bằng cái hái
outdo	ouldid	outdone	vượt trên
outgo	outwent	outgone	vượt qua, lấn
overcast	overcast	overcast	làm cho u-ám
overcome	overcame	overcome	vượt trên, thắng
overdo	overdid	overdone	làm thái quá
overdrive	overdrove	overdriven	bắt làm quá
overhear	overheard	overheard	nghe lỏm
pay	paid	paid	giả, trả tiền
put	put	put	đề
read	read	read	đọc
rend	rent	rent	làm rách
rid	rid	rid	trừ bỏ
ride	rode	ridden	cưỡi ngựa
ring	rang	rung	rung chuông
rive	rived	riven	chẻ, tách
rise	rose	risen	đứng dậy, thức dậy
run	ran	run	chạy

saw	sawed	sawn	cưa
say	said	said	nói
see	saw	seen	xem, thấy
seek	sought	sought	tìm
seethe	sod	sodden	đun sôi
sell	sold	sold	bán
send	sent	sent	gửi, phái đi
set	set	set	đề, lập
shake	shook	shaken	lắc, lung lay
shear	sheared	shorn	gọt ; cắt
shed	shed	shed	đổ
shine	shone	shone	chói lọi, chiếu
shoe	shod	shod	đi giày
shoot	shot	shot	bắn
show	showed	shown	tỏ bày, cho xem
shred	shred	shred	chặt, chia đoạn
shrink	shrank	shrunk	làm cho co lại
shrive	shrove	shriven	thú, xưng
shut	shut	shut	đóng
sing	sang	sung	hát
sink	sank	sunk	đắm, chìm
sit	sat	sat	ngồi, họp
slay	slew	slain	giết
sleep	slept	slept	ngủ
slide	slid	slid	lướt, trượt
slink	slunk	slunk	lủi đi
slit	slit	slit	sẻ, bổ
smell	smelt	smelt	ngửi thấy
smite	smote, smit	smitten	đánh, đấm, đá
sow	sowed	sown	gieo hạt
speak	spoke	spoken	nói
speed	sped	sped	làm nhanh
spell	spelt	spelt	đánh vần
spend	spent	spent	tiêu, qua
spill	spilt	spilt	đổ vãi
spin	spun	spun	kéo sợi
spit	spat	spat	nhổ, khẹo
split	split	split	bổ, sẻ
spread	spread	spread	dài, duỗi ra
spring	sprang	sprung	nhảy, nảy lên
stand	stood	stood	đứng
steal	stole	stolen	ăn trộm

A

a Exclamation of sorrow, regret, surprise, contemp, delight, etc... according to the manner of utterance.

a Sickle.

a To dash, to rush. *A vào người nào* : To dash at someone.

A-căn-đình [a kaɯn dịɲ] (Geog) Argentina, the Argentine. *Nước Cộng-Hòa A-căn-đình* : The Argentine Republic.

a-dua [a zwə] To follow.

a-giao [a ʒau] Glue, gelatin(e).

a-hoàn [a hwàn] Maid-servant.

a-phiền [a fién] Opium. *A-phiến-trắng* : Morphia, morphine.

A-phú-hãn [a fú hãn] (Geog) Afghanistan. *Người A-phú-hãn* : Afghan.

a-tòng [a tòŋ] To come round to someone's way of thinking.

Á [á] (Geog) Asia. *Tiểu Á-Tế-Á* : Asia Minor.

á [á] Exclamation of pain, surprise.

Á-châu [á cəu] (Geog) Asia. *Người Á-châu* : Asiatic. *Đông-Nam Á-châu* : South-East Asia.

Á-đông [á doŋ] (Geog) East Asia.

á-khẩu [á xʒu] Dumb.

á-khè-ước [á xé ứrk] (Phil. Jur) Quasi-contract, implied contract.

á-khôi [á xoi] Second in an examination.

á-kim [á kim] (Ch) Metalloid, non-metal.

á-nam-nữ [á nam nữ] (Phil) Hermaphrodite, hermaphroditic.

á-nguyên [á ŋwiɛn] Second in an examination.

Á-Phi [á fi] Afro-Asian. *Hội nghị đoàn kết Á-phi* : Afro-Asian solidarity conference.

á-phiện [á fiɛn] Opium. *Tiệm á-phiện* : Opium den. *Người ghiền á-phiện* : Opium-fiend. *Người hút á-phiện* : Opium-smoker. *Chứng trúng độc á-phiện* : Opium-poisoning. *Cảnh sát ra lịnh tịch thâu á-phiện* : The police ordered the seizure of the opium.

Á-rập [á rəp] (Geog) Arabia. *Số Á-rập* : The arabic numerals. *Vịnh Á-rập* : The Arabian gulf. *Người Á-rập* : Arabian. *Tiếng Á-rập* : Arabic. *Kiểu vẽ, chạm theo cách Á-rập* : Arabesque. *Người nghiên-cứu lịch-sử, chế-độ, ngôn-ngữ nước Á-rập* : Arabist.

Á-Tế-Á [á té á] Asia. *Tiểu Á-Tế-Á* : Asia Minor.

á-thánh [á θáiɲ] Saint of second degree.

á-tinh [á tiɲ] Crystalloid.

à [à] Exclamation of surprise. *Thế à ?* : Is that so ? *Anh không đi à ?* : You're not going ?, aren't you going ?

ả [ả] Appellation common to woman or girl.

à-đào [à dàu] Songtress.

à giang-hồ [à ʂaŋ hò] Prostitute, street-walker, whore, harlot.

à bằng [à hàuŋ] (Poet) Phoebe, the moon-goddess ; the moon.

à phù-dung [à fù : u‚] Opium.

ạ [a] Polite particle added to the end of a reply addressed to a superior. Vâng ạ : Yes, sir.

ác [ák] Cruel, wicked, bad ; wrong, evil. Người ác : Bad man, male-factor. Điều ác : Mischief. Trò chơi ác : Mischievous act. Làm điều ác : To do mischief. Tánh ác : Maleficence, wickedness, cruelty. Lấy thiện trả ác : To return, repay, render, good for evil. Việc ác : Evil-doing, ill-deed, malpractice. Người làm điều ác : Evil-doer. Có ác-tâm : Evil-minded. Thiện và ác : Right and wrong. Tiếng ác đồn xa : Ill news runs apace, flies apace. Người thiện và người ác : The good and the bad. Biết phân biệt thiện và ác : To know good from evil. Ở với người ác cũng phải ác : To howl with the pack.

ác (Orn) Crow, raven.

ác báo [ák báu] Ác giả ác báo: As a man sows, so shall he reap.

ác cảm [ák kảm] Antipathy (to, against, for, someone, something), repugnance (of, to, someone, something), aversion (for, from, to, someone, something), enmity, animosity, spite. Có ác cảm với người nào : To have a spite against someone ; to take, conceive, a dislike, an aversion, to someone. Làm người nào sanh ác cảm với người nào : To indispose someone towards someone.

ác-chiến [ák ciến] Fierce fighting.

ác-danh [ák zaịp] Bad renown, evil repute.

ác-điểu [ák điểu] Bird of prey.

ác-độc [ák dọk] Devilish, devil-like, devilishly. Tánh ác độc : Devilism, malice. Nó không ác-độc : He is without malice.

ác-hiểm [ák hiểm] Devil-like, devilish, diabolic(al), malicious. Tánh ác-

hiểm : Malice.

ác-kế [ák ké] Devilish plot. Một ác-kế để hai anh : A devilish plot to ruin you.

ác-là [ák là] (Orn) Pagpie.

ác-liệt [ák liệt] Violent, fierce (encounter).

ác-ma [ák ma] Cacodemon, evil spirit.

ác-mó [ák mó] (Orn) Parrot.

ác-mộng [ák mọŋ] Nightmare.

ác-nghiệt [ák ŋiệt] Wicked, cruel, diabolic(al). Số-phận ác-nghiệt : Cruel fate.

ác-nhân [ák ɲan] Malefactor, evil-doer, wrong-doer.

ác-phụ [ák fụ] Wicked woman.

ác-quỷ [ák kwỉ] Cacodemon.

ác-tà [ák tà] Sunset.

ác-tâm [ák tam] Ill-will, malevolence. Có ác-tâm : Mischevious, malevolent. Người có ác-tâm : Ill-wisher.

ác-tập [ák tập] Bad habit ; abuse.

ác-tật [ák tật] Incurable disease.

ác-thú [ák θú] Wild beast.

ác-tinh [ák tiŋ] Malice, cruelty, brutality. Có ác-tinh : Malicious.

ác-tưởng [ák tưởŋ] Evil thought.

ác-vàng [ák vàŋ] (Poet) Sun.

Ác-xiên-luận [ák siea lwạn] (Phil) Achilles.

ác-ý [ák í] Ill intent, ill-will, malevolence, malice. Vì ác-ý : Out of malice. Không có ác-ý : With no ill intent, without evil-intent.

ác-ý Ill-affected, malicious.

acetal (Ch) Acetal.

acetaldehid (Ch. Bot) Acetaldehyde.

acetat (Ch) Acetate. Acetat chì : Lead acetate, sugar of lead.

acetic (Ch) Acetic. Acid acetic : Acetic acid.

acetilen (Ch) Acetylene.

aceton (Ch) Acetone.

acid (Ch) Acid. Kháng acid : Antiacid, antacid. Ống đo acid : Acid hydrometer, acidimeter. Tính acid, độ acid : Acidity, sourness, sharpness, tartness. Sulfat acid : Sulphate acid.

acid-hóa (Ch) To acidify, to sour. *Sự acid-hóa* : Acidification.

acid benzoic (Ch) Benzoic acid.

acid béo (Ch) Fatty acid.

acid boric (Ch) Boric, boracid, acid.

acid bromhidric (Ch) Hydrobromic acid.

acid bromic (Ch) Bromic acid.

acid butiric (Ch) Butyric acid.

acid capric (Ch) Capric acid.

acid caprilic (Ch) Caprylic acid.

acid caproic (Ch) Caproic acid.

acid carbamic (Ch) Carbamic acid.

acid cianhidric (Ch) Hydrocyanic, cyanhydric acid.

acid cianic (Ch) Cyanic acid.

acid clorhidric (Ch) Hydrochloric acid.

acid fluorhidric (Ch) Hydrofluoric, acid.

acid iodic (Ch) Iodic acid.

acid iodo (Ch) Iodous acid.

acid lactic (Ch) Lactic acid.

acid loãng (Ch) Delute, weak acid.

acid manganic (Ch) Manganic acid.

acid mật (Anat) Biliary acid.

acid nitric (Ch) Nitric acid. *Acid nitric bốc hơi* : Fuming nitric acid.

acid percloric (Ch) Perchloric acid.

acid phosphoric (Ch) Phosphoric acid.

acid picric (Ch) Picric acid.

acid sulfhidric (Ch) Hydrogen sulphide, sulphuretted hydrogen.

acid sulfuric (Ch) Sulphuric acid. *Acid sulfuric bốc hơi* : Fuming sulphuric acid.

acid sulfuro (Ch) Sulphurous acid.

ách [áik] 1) Yoke. *Buộc bò vào ách* : To yoke the oxen.

2) Yoke. *Ách thực dân, ách nô lệ* : The yoke of colonialism, of slavery. *Thoát ách, thoát khỏi sự áp bức* : To cast off, to throw off, the yoke. *Cởi ách nô lệ* : To disenslave. *Cởi ách cho một dân-tộc* : To unyoke a people. *Rên siết dưới ách chuyên chế* : To groan under the yoke of tyranny.

3) Calamity, misfortune, disaster, scourge. *Giải ách trừ tai* : To deliver from misfortune, to get rid of disasters.

ách Ace. *Ách cơ* : Ace of hearts. *Ách rô* : Ace of diamonds. *Ách chuồn* : Ace of clubs. *Ách phích* : Ace of spades.

ách *No phát ách* : Sated, surfeited.

ách vận [áik vận] Ill luck, bad luck, misfortune.

ạch [ạik] Flop, flump. *Té cái ạch* : To fall flop, to flump down. *Nó té xuống nghe cái ạch* : Down he went with a flop.

aconitin (Bot) Aconitin(e).

actinium (Ch) Actinium.

adrenaline (Med) Adrenalin(e).

ai [ai] Who, whom, whoever, everyone, someone, anybody, anyone. *Ai gọi đó ?* : Who is calling ? *Ai đó ?* : Who is there ? *Quyển sách nầy của ai ?* : Whose book is this ? *Tới phiên ai ?* : Whose turn is it ? *Anh thấy ai ?* : Whom have you seen ? *Anh nói ai đó ?* : Of whom are you speaking ? *Ai nữa ?* : Who else ? *Có ai đến không ?* : Had anyone called ? *Chúng ta không ai thiếu ai cả* : Now we are quits. *Nhà nầy chưa có ai ở bao giờ* : This house has never been occupied. *Dù anh là ai, cứ nói đi* : Whoever you are, speak. *Cô là con (gái) của ai ?* : Whose daughter are you ? *Đi qua không ai thấy* : To pass unnoticed. *Anh đi tìm ai tùy ý anh* : Go and fetch whoever you like. *Nếu không ai cần dùng tôi ở đây nữa, tôi đi về* : If nobody wants me, my assistance, here, I am going home. *Ai sẽ trả tiền đây ?* : Who is going to stand treat ? *Ai lo phận nấy* : Everyone for himself. *Hòn đảo chưa ai viếng, chưa ai ghé vào* : Unvisited island. *Ai giặt quần áo cho anh ?* : Who does your washing ? *Ai giống nhau thường gặp nhau* : Like will to like. *Nhà vô địch chưa ai thắng nổi* : Unbeaten champion. *Kỷ lục chưa ai phá nổi* : Unbeaten record. *Không biết chắc ai sẽ thắng* : It's uncertain who will win. *Ai có sở thích nấy* :

Everyone has his hobby. *Ai cũng biết nó cả* : He is known to everyone. *Chúng nó giống nhau đến đổi tôi không phân biệt được ai là ai* : They are so alike I can never tell which is which. *Như ai nấy đều biết* : As everyone knows. *Không có ai cả* : Not anybody, not anyone. *Ai cũng tưởng nó điên cả* : Anyone would think him mad. *Ai đụng vào đó thì sẽ hối hận* : Meddle and smart for it. *Không ai bằng nó, không ai như nó* : There is not such another man. *Tôi không làm hại ai cả* : I am not doing anybody any harm. *Chết không ai nhìn đến* : To die in total neglect.

ai ai [ai ai] Everyone, everybody. *Ai ai cũng biết tiếng nó* : He is known to everyone.

ai-ca [ai ka] Elegy, lament.

Ai-cập [ai kập] (Geog) Egypt. *Người Ai-cập* : Egyptian. *Ai-cập cổ-vật-học* : Egyptology. *Nhà khảo cứu về Ai-cập* : Egyptologist.

ai đấy [ai đéi] Who is there ?

ai-điếu [ai diéu] Condolence.

ai đó [ai dó] Who is there ?

ai hoài [ai hwai] Sad souvenir.

Ai-lao [ai lau] (Geog) Lao. *Người Ai-lao* : Laotian.

ai nấy [ai néi] Everybody. *Ai nấy đều biết việc ấy* : Everybody know it.

ai-oán [ai wán] Plaintive. *Lời ai-oán* : Lament. *Giọng ai-oán* : Plaintive voice.

ai-tín [ai-tín] Obituary, death notice, announcement of death.

ái [ái] Exclamation of pain or surprise.

ái To love. *Biển ái* : Ocean of love, sea of passion.

ái ân [ái ən] Love.

ái-chà [ái cà] Well, well !

ái-hối [ái hói] Contrition, penitence.

ái-hữu [ái hữu] Close friend, bosom friend. *Hội ái-hữu* : Friendly society.

ái-hữu hội [ái hữu họi] Friendly society.

ái khanh [ái xaiɲ] My darling, my sweetheart.

ái kỷ [ái ki] Egoist, egoistic(al) ; selfish.

Ái kỷ tính : Egoism, selfishness.

ái lang [ái laŋ] Darling.

ái-lực [ái lɯk] (Ch. Phil) Affinity.

ái-lực tính [ái lɯk tiɲ] (Phil) Amativeness.

ái-mộ [ái mọ] To attach. *Lòng ái-mộ* : Attachment. *Ái-mộ người nào* : To attach oneself to someone.

ái nam ái nữ [ái nam ái nữ] Hermaphrodite ; bisexual. *Ái nam ái nữ tính* : Hermaphroditism.

ái ngại [ái ɲại] To feel sorry for, to show great concern about.

ái ngại Worried, uneasy, ill at ease about.

ái nhân chủ nghĩa [ái ɲən củ ɲiɜ] Philanthropism.

Ái-nhĩ-lan [ái ɲi lan] (Geog) Ireland. *Người Ái-nhĩ-lan* : Irishman.

ái-nữ [ái nữ] Daughter.

ái-nương [ái nɯɜŋ] My darling, my sweetheart.

ái-phi [ái fi] Favorite queen.

ái quốc [ái kwók] Patriotic. *Nhà ái quốc* : Patriot. *Lòng ái quốc* : Patriotism.

ái tha [ái θa] Altruistic. *Ái tha chủ nghĩa* : Altruism.

ái thiếp [ái θiép] Concubine.

ái-tình [ái tìɲ] Love, passion. *Thuộc về ái-tình* : Passional. *Không nên đùa giỡn với ái-tình* : Never trifle with love. *Dây ái-tình* : Love-bond. *Nàng sống không ái-tình, thiếu thốn ái-tình* : She lived loveless. *Nó không biết ái-tình là gì ; nó không thạo về ái-tình* : He does not know what love is ; he has no experience of love.

ải [ải] Rotten. *Thừng ải* : Rotten rope.

ải Pass, defile.

ải-quan [ải kwan] Frontier pass.

ải sát [ải ʃát] To kill (someone) by hanging.

albumin (Ch. Biol. Bot) Albumin.

albuminat (Ch) Albuminate.

albuminoid (Ch) Albuminoid.

alcali (Ch) Alkali.

alcaloid (Bot. Ch) Alkaloid.

alcol Alcohol. *Alcol kế :* Alcohol(o)-meter.

alcolat Alcoholate.

algol (Astr) Algol ; the Demon star.

alơron (Bot) Aleurone ; proteid grains.

alpha Alpha.

alumin (Miner) Alumina.

aluminat (Miner. Ch) Aluminate.

aluminium Aluminium, (U. S.) aluminum.

am [am] Small pagoda.

am hiểu [am hiểu] To know well, to understand thoroughly, to be adept in a subject. *Sự am hiểu :* Grasp. *Am hiểu cặn kẽ việc gì :* To know something inside out. *Am hiểu tường tận một vấn đề :* To have a good grip of a subject.

am luyện [am lwiện] Experienced, practised.

am-thiền [am θiền] Small pagoda.

am-thục [am θụk] To be conversant with (something), to know perfectly.

am-tự [am tự] Small pagoda.

am-tường [am tườŋ] To know perfectly.

amiant (Miner) Asbestos, amiant(h)us. *Bìa amiant :* Asbestos board, asbestos-sheet.

amid (Ch) Amide.

amil (Ch) Amyl. *Thuộc về amil :* Amyl(ic). *Rượu amil, alcol amil :* Amyl alcohol.

amip (Prot) Amoeba. *Bịnh trùng amip :* (Med) Amoebiasis.

ammoniac (Ch) Ammonia. *Có ammoniac, có tính ammoniac :* Ammoniacal. *Dung dịch ammoniac :* Ammonia.

ammonium (Ch) Ammonium.

ampère (El. Meas) Ampere.

ampère-giờ (El. Meas) Ampere-hour.

ampère-kế (El) Ammeter, amperemeter.

ampère-kế anten Aerial ammeter.

ampère-kế điện động lực học Electrodynamic(al) ammeter.

ampère-kế điện tử Electro-magnetic ammeter.

ampère-kế động điện Electro-dynamic(al) ammeter.

ampère-kế không lắc Dead-beat ammeter.

ampère-kế nhiệt Hot-wire ammeter.

ampère-kế vô định hướng Astatic ammeter.

ampère quốc tế International ampere.

ám [ám] 1) To possess, to obsess. *Bị quỷ ám :* To be possessed by the devil.

2) To darken, to blacken. *Trần nhà ám khói :* Smoke-blackened ceiling. *Trời u ám :* Darkened sky. *Tương lai mờ ám :* Dark future.

3) To bother.

ám ảnh [ám ảip] To haunt, to prepossess ; to possess, to obsess. *Bị những kỷ niệm ám ảnh :* To be haunted by memories. *Bị ma quỷ ám ảnh :* To be possessed by the devil. *Bị một tư tưởng ám ảnh :* To be obsessed with an idea. *Tư tưởng ấy ám ảnh tôi :* The thought weighs upon my mind. *Ý nghĩ ấy luôn luôn ám ảnh tôi :* The thought keeps running through my head. *Ý nghĩ nó có thể mất việc ám ảnh nó :* The idea that he might lose his position obsessed him.

ám ảnh (sự) Haunting, obsessing.

ám chi [ám cì] To allude to, to hint at, to refer to, to insinuate, to imply. *Tôi không ám chi người nào cả :* I am not alluding to anybody in particular. *Có phải anh muốn ám chi tôi không? :* Are you speaking at me ?, are you talking at me ? *Chính anh là người bị ám chi :* That's a hit at you. *Ám chi người nào :* To throw out innuendoes against someone. *Ám chi việc gì :* To make an allusion, some allusion, to something. *Có ý ám chi :* Allusive. *Lời ám chi :* Allusion, hint, insinuation, innuendo.

ám chi [ám cì] Allusive, implicit, implicative.

ám-điểm [ám điểm] (Med) Scotoma.

ám hại [ám hại] To harm secretly.

ám-hiệu [ám hiệu] Cipher, code ; secret signal.

ám-hiệu bản đồ [ám hiệu bản đồ] Map code.

ám-hiệu thường [ám hiệu θườη] Non secret code.

ám-hiệu tọa độ bản đồ [ám hiệu twạ dọ bản dò] Map coordinate code.

ám khói [ám xói] Smoky.

ám lịnh [ám lịη] Secret order.

ám muội [ám muội] Suspicious, fishy, dark, shady, underhand, doubtful, clandestine, deep-laid. *Sổ sách ám-muội* : Fishy account. *Hành động ám-muội* : To act in an underhand manner. *Dự định ám-muội* : Deep scheme. *Có sự ám-muội trong việc ấy* : There's something fishy about it, there's something shady in the business. *Sống một cách ám-muội* : To live on shifts. *Không có điều gì ám-muội trong ấy đâu* : It is all fair and above board.

ám-nghĩa [ám ηiə] Ambiguity.

ám-ngữ [ám ηữ] Patter.

ám sát [ám ʃát] To assassinate, to murder. *Kẻ ám sát* : Assassin, murderer. *Vụ ám-sát* : Assassination, murder.

ám sồ [ám ʃó] Code.

ám-tả [ám tả] Dictation. *Hôm nay chúng ta có ám-tả* : We have dictation today. *Trong bài ám-tả của anh, có bao nhiêu lỗi ?* : How many spelling mistakes are there in your dictation.

ám-tàng [ám tàη] To imply.

ám-tàng Implicit.

ám-thị [ám θị] Suggestion, insinuation. *Dễ ám-thị* : Suggestible. *Thôi miên ám-thị* : Hypnotic suggestion. *Tự-kỷ ám-thị* : Self-suggestion.

ám-thị-tính [ám θị tíη] Suggestibility.

ám-thính [ám θíη] Interception.

ám-trợ [ám trợ] To aid secretly, to give secret help to (someone).

ảm đạm [ảm dạm] Gloomy, sombre, dull, dark, overcast, dismal, dreary.

an [an] Peace, tranquility, safety, security. *Vấn an người nào* : To inquire after someone's health.

An-ba-ni (Geog) Albania.

an-bần [an bần] To be happy in poverty.

an-bum Album. *An-bum tem* ; Stamp-album.

an cư [an kư] To live in peace. *An cư lạc nghiệp* : To live in peace and be content with one's occupation.

an dân [an zən] To calm, quiet, the population.

an dưỡng [an zưởη] To rest, to take a rest.

an-định [an dịη] (Ch) Stable, firm. *Tính an-định* : Stability. *Sự an-định* : Stabilization. *Làm an-định* : To stabilize ; stabilizing. *Chất an định* : Stabilizing ; stabilizing substance.

an giấc [an zák] To be fast sleep. *An giấc ngàn thu* : To lie in the churchyard. *Nơi an giấc ngàn thu* : Last resting-place.

an hưởng [an hưởη] To enjoy (something) in peace. *An hưởng phú quí* : To enjoy abundance and honours in peace.

an lạc [an lạk] Comfort, welfare (of population, etc..) ; comfortable.

an lòng [an lòη] Comfortable ; to calm, to ease one's mind about something ; to have peace of mind. *Anh hãy an lòng về việc ấy* : Make yourself comfortable about that. *Làm người nào an lòng* : To set someone at ease, to make someone comfortable, to relieve someone's mind, to ease someone's anxiety.

an nhàn [an nàn] Easy. *Đời sống an nhàn* : An easy life.

an - ninh [an niη] Security, safety, peace. *An ninh công cộng* : Public welfare.

an-ninh hóa-học [an niη hwá họk] Chemical security.

an-ninh kỹ-nghệ [an niη kĩ ηẹ] Industrial security.

an-ninh sở tại [an niη ʃở tại] Local security.

an - ninh thực - thể [an niη θựt θể] Physical security.

an-ninh truyền-tin [an niη trwièn tin] Transmission security, communication security.

an phận [an ʃən] To be content with one's lot. *An phận hơn giàu có* : Contentment is better than riches.

an táng [an táŋ] To bury, to inter. *Sự an táng* : Burial, interment.

an tâm [an təm] Assurance, peace. *Làm an tâm* : To tranquillize. *See* an lòng.

an thần [an θən] Quiet, tranquil.

an tĩnh [an tịŋ] Calm, quiet, tranquillity, quietness, quietude, serenity.

an tọa [an twạ] Seated in one's place.

an toàn [an twàn] Safety, security. *Kiến an toàn* : Safety-glass.

an toàn Safety, in security. *An toàn bên sườn* : Flank security. *An toàn lúc di chuyển* : Security on the march. *An toàn mặt trước* : Frontal security. *Nắp hơi an toàn* : Safety-valve. *Ống khóa an toàn* : Safety lock. *Ở một chỗ an toàn* : In a place of safety.

an-trí [an trí] *Đưa (người nào) đi an trí* : To send (someone) to a concentration camp.

an tức hương [an túk huəŋ] Gun benzoin.

an ủi [an ủi] To console, to mitigate, to comfort, to ease, to assuage, to alleviate, to relieve, to solace. *An ủi người nào* : To cheer someone up, to pour comfort into someone's heart.

an ủi (sự) Consolation, comfort, solace, assuagement. *Những lời an ủi* : Words of consolation, words of cheer. *Giải an ủi* : Consolation prize, consolation stakes. *Trận đấu an ủi* : Consolation match. *Đó cũng là một sự an ủi* : That's one consolation. *Không thể an ủi được* : Inconsolable, unconsolable, irrelievable. *Một chút an ủi* : Mite, grain, crumb, of consolation ; grain of comfort. *Nàng là nguồn an ủi duy nhất của tôi* : She is my only solace. *Tìm sự an ủi trong việc gì* : To find solace in something. *Vài lời an ủi* : A few words of comfort. *Là nguồn an ủi của người nào* : To be a comfort to someone.

an vị To be in place.

án Small table. *Hương án* : Altar.

án Judgment, sentence, verdict. *Lời tuyên án* : Award. *Sự kết án* : Condemnation, conviction. *Lên án, tuyên án* : To pass, give, deliver, judgment ; to pass, proclaim, a sentence. *Hủy án* : To cast a verdict. *Giao vụ án cho tòa khác xử* : To change the venue of a trial. *Y án* : To confirm a sentence, a judgment. *Bác án* : To annul, quash, a sentence, a judgment. *Không bị kết (kêu) án* : Uncondemned, unconvicted. *Kết án người nào một tháng tù* : To sentence someone to a month's imprisonment. *Nó bị kết án tử hình* : He is adjudged to die. *Bị kết án một tháng tù* : To receive thirty days. *Nó bị án khổ sai chung thân* : He was given a lifer. *Cho người nào chống án* : To grant someone new trial. *Kết án tử hình người nào* : To condemn someone to death. *Sự cho trắng án* : Acquittal.

án To screen ; to stall. *Mặt trời bị mây án* : The sun was screened (hidden) by the clouds. *(Trọng tài) Bị một cầu thủ án không thấy banh* : (Of umpire) To be unsighted by a player.

án khổ sai chung thân [án xỏ ʃai cuŋ θən] Lifer, penal servitude for life.

án khuyết-tịch [án xwiét tịk] Judgment by default.

án lệ [án lệ] (Jur) Jurisprudence.

án mạng [án mạŋ] Murder, homicide. *Một vụ án mạng* : A case of murder.

án ngữ [án ŋử] To obstruct (someone's path), to put obstacles in (someone's way).

án phí [án fí] Court costs, court expenses, law costs.

án quyết [án kwiét] Judgment. *Án quyết phải chấp hành* : Enforceable judgment.

án sát [án ʃát] Provincial judge.

án tạm [án tạm] Provisional judgment.

án treo [án trɛu] Suspended sentence. sentence with reprieve.

án tử hình [án tử hịŋ] Sentence of death, death-sentence, death penalty. *Bị kết án tử hình* : To be under sentence of death.

án vắng mặt [án váuŋ mạuɯ] Judgment by default.

án-văn [án vauɯ] Sentence.

án-văn công bình [án vauɯ koŋ bìŋ] Just sentence.

án-văn đơn-giản [án vauɯ dən sản] Simple sentence.

án-văn hoàn-kết [án vauɯ hwàn két] Definitive sentence.

án-văn hỗn-hợp [án vauɯ hỗn hợp] Mixed sentence.

án-văn hợp-thức [án vauɯ hợp θức] Legitimate sentence.

án-văn thành-sự [án vauɯ θàiŋ ʃɯ] Valid sentence.

án-văn trung-đoán [án vauɯ truŋ dwán] Interlocutory sentence.

án-văn tuyên-cáo [án vauɯ twien káu] Declaratory sentence.

án-văn xử phạt [án vauɯ sử fạt] Condemnatory sentence.

áng [áŋ] 1) Work; working. Áng văn-chương : Literary work. Một áng văn tuyệt tác : An excellent literary work.
2) Cluster (of clouds).

áng chừng [án cừŋ] About, approximatively.

áng mây [án mei] Cluster of clouds.

áng văn-chương [án vauɯ cɯəŋ] Literary work.

Anh [aiŋ] (Geog) England, Great Britain, the United Kingdom. Người Anh : English, English-man. Tiếng Anh : English language. Liên-hiệp Anh : The British Commonwealth. Học tiếng Anh : To study English. Thân Anh : Anglophil(e), pro-English. Bài Anh : Anglophobic. Nói tiếng Anh : To speak English. Lịch sử nước Anh : English history. Ở nước Anh : In England. Ông ấy là người Anh : He is an Englishman. Nhập tịch dân Anh : To become a naturalized Englishman. Cái nầy gọi tiếng Anh là gì ? : What is this called in English ? Nó giỏi tiếng Anh : He has a good command of English. Tôi biết chút ít tiếng Anh : I know a little English. Nó nói giỏi tiếng Anh : He speaks English well. Ở Anh, xe cộ chạy bên trái : In England, traffic keeps to the left. Ở Anh các cửa hàng không mở cửa ngày chúa nhựt : In England, the shops do not open on Sundays.

anh [aiŋ] Elder brother. Đàn anh : Elders. Tình anh em : Brotherhood. Nhận người nào là anh của mình : To acknowledge someone as one's brother.

anh You. Anh rất tử tế : You are very kind. Phiền anh dịch bức thơ nầy ra Anh-văn : I will trouble you to translate this letter into English. Anh làm gì đó ? : What are you about ? Tôi cam đoan anh sẽ thích việc ấy : I undertake that you will like it. Anh không biết điều chút nào cả : You are most unreasonable. Tôi vừa gặp một người giống anh như đúc : I have just met a man who is your very image. Anh có thể hoặc đi hoặc ở lại tùy ý anh : You may either go or stay, according as you decide. Vì anh tôi mới làm việc ấy : I did it on your account. Anh nói trước đi rồi tôi sẽ nói sau : You speak first, I shall speak after. Tôi đã nói với anh việc ấy nhiều lần rồi : I have told you that time after time. Nó có một đứa con gái bằng tuổi anh : He has a daughter your age. Tôi bằng lòng những điều kiện của anh : I agree to your conditions. Nếu anh sáng suốt một chút thì anh nhận thấy rằng... : If you have any intelligence at all, you can see that... Tôi công nhận anh có lý : I allow that you are right. Tôi sẽ không để anh bị ngược đãi đâu : I will not allow you to be ill-treated. Tôi muốn nói riêng với một mình anh thôi : I want to speak you alone. Chỉ có một mình anh có thể giúp tôi thôi : You alone can help me. Đó là tại anh : It's all along of you. Tôi sẽ không cho anh vật gì nữa cả : I shall not give you anything at all. Anh làm tôi sợ gần chết : You frighten me to death.

anh ách [aiɲ aĭk] *Tức anh ách :* To feel oppressed. *No anh ách :* Surfeited, sated, satiated.

anh ánh [aiɲ aiɲ] Brilliant, shining.

anh cả [aiɲ kả] Eldest brother.

Anh-cát-lợi [aiɲ kát lợi] (Geog) England.

anh chị [aiɲ cị] Brother and sister.

anh chồng [aiɲ còŋ] Brother-in-law (the elder brother of one's husband).

anh dũng [aiɲ zũŋ] Brave, valiant, bravely. *Anh dũng bội tinh :* Cross of gallantry, gallantry cross. *Chống cự một cách anh dũng :* To put up a stout resistance.

anh đào [aiɲ dàu] Cherry. *Gỗ anh đào :* Cherry-wood. *Cây anh đào :* Cherry-tree. *Hột anh đào :* Cherry-stone. *Anh đào hoang :* Wild cherry (-tree). *Rượu anh đào :* Cherry-liqueur. *Vườn trồng anh đào :* Cherry-orchard, cherry-garden. *Hoa anh đào :* Cherry blossom.

anh em [aiɲ ɛm] Brothers. *Tình anh em :* Brotherhood. *Anh em cùng mẹ khác cha :* Uterine brother. *Anh em cùng cha khác mẹ hay cùng mẹ khác cha :* Half-brother. *Anh em cùng vú nuôi :* Foster-brother. *Anh em, chị em sanh đôi :* Twin (-brother), (-sister). *Tội giết anh chị em của mình :* Fraticide.

anh em bạn [aiɲ ɛm bạn] Comrades, friends, companions.

anh em cột chèo [aiɲ ɛm kọt cểu] Brothers-in-law.

anh em đồng hao [aiɲ ɛm dòŋ hau] Brothers-in-law.

anh em họ [aiɲ ɛm họ] Cousins.

anh em rể [aiɲ ɛm rể] Brothers-in-law (whose wives are sisters).

anh em ruột [aiɲ ɛm ruọt] Whole brother, full brother.

anh em sanh đôi [aiɲ ɛm ʃaiɲ doi] Twin-brother.

anh hài [aiɲ hài] New-born child.

anh hào [aiɲ hàu] Hero.

anh họ [aiɲ họ] (Male) cousin. *Đây là anh họ của anh phải không? :* This will be your cousin ?

anh hoa [aiɲ hwa] Radiant beauty.

Anh-hóa [aiɲ hẃa] To Anglicize.

anh hồn [aiɲ hòn] Hero's soul.

anh hùng [aiɲ hùŋ] Hero. *Chết một cách anh hùng ; chết như một người anh hùng :* To die like a hero. *Nữ anh hùng :* Heroine. *Đóng vai anh hùng :* To play the hero's part. *Lịch sử Việt-Nam đầy những vị anh hùng :* The history of Viet-Nam is full of heroes. *Nó sẽ được ghi nhớ trong lịch sử như một vị anh hùng :* He will go down in history as a hero. *Họ xem nó như một vị anh hùng :* They regard him as a hero.

anh hùng ca [aiɲ hùŋ ka] Epos, epic poem.

anh hùng rơm [aiɲ hùŋ rơm] Bully, swashbuckler.

anh hùng thi [aiɲ hùŋ θi] Heroics.

anh kiệt [aiɲ kiệt] Hero.

anh linh [aiɲ liŋ] Supernatural power.

anh nhi [aiɲ ɲi] Baby, infant.

Anh-ngữ [aiɲ ŋũ] English.

anh nhuệ [aiɲ ɲwe] Intelligent, clever.

anh nuôi [aiɲ nuəi] Foster-brother.

anh-quân [aiɲ kwən] Eminent king.

Anh-quốc [aiɲ kwók] (Geog) England. *Láng giềng gần nhứt của Anh quốc là nước Pháp :* England's nearest neighbour is France.

anh rể [aiɲ rể] Brother-in-law (one's elder sister's husband, the husband of one's elder sister).

anh ruột [aiɲ ruọt] Blood brother, sibling brother, own brother.

anh tài [aiɲ tài] Remarkable talent.

anh-thư [aiɲ θư] Heroine.

anh trai [aiɲ trai] Elder brother, older brother.

anh tú [aiɲ tú] Elegant and clever.

anh tuấn [aiɲ twón] Eminent person.

anh vợ [aiɲ vợ] Brother-in-law (the brother of one's wife).

anh vũ [aiɲ vũ] (Orn) Kind of parrot.

ánh [aiɲ] 1) Ray, beam, light

reflected light or image.

2) Glittering, glaring, shining.

ánh đèn [aiɲ dɛn] Lamplight.

ánh đèn điện [aiɲ dɛn diện] Electric light.

ánh lửa [aiɲ ɫửə] Fire-light.

ánh nắng [aiɲ náɯŋ] Sunlight, sunbeam, sunshine, sun-ray. *Có ánh nắng* : Sunny. *Phép chữa bịnh bằng ánh nắng* : Sun-ray treatment. *Ánh nắng lóng lánh trên mặt nước* : Sunlight playing on the water.

ánh sáng [aiɲ ʃáŋ] Light, beam of light, ray of light ; flashing, shine, lustre, glint. *Dưới ánh sáng mặt trời* : By the light of the sun. *Thành phố ánh sáng* : The City of Light ; Paris. *Ngồi xoay lưng ra ánh sáng* : Seated with one's back to the light. *Sự tắm ánh sáng* : Light-bath. *Phòng có cửa để ánh sáng vao ở ba phía* : Room with lights on three sides. *Ánh sáng lóng lánh dưới nước* : The light glints in the water. *Ánh sáng lóng lánh của nữ trang* : Play of light on a jewel. *Ánh sáng không lọt vao được* : Light tight. *Đưa việc gì ra ánh sáng* : To bring something to light ; to bring something forward, under the public eye. *Áng sáng rực của lửa:* Flashing of fire. *Ánh sáng của lẽ phải* : The light of reason. *Bao quanh bằng ánh sáng* : Circumfused with light. *Che ánh sáng* : To shade a light. *Không cho ánh sáng lọt vào* : To shut out the light. *Vòng ánh sáng chung quanh mặt trời* : Sun-glow.

ánh sáng ban ngày [aiɲ ʃáŋ ban ŋày] Daylight.

ánh sáng chập chờn [aiɲ ʃáŋ cợp cờn] Unsteady light.

ánh sáng chói [aiɲ ʃáŋ cói] Bright light, strong light, glare. *Ánh sáng chói lọi* : Very bright light. *Ánh sáng chói của mặt trời trên mặt nước* : The glare of the sun on the water.

ánh sáng của đuốc [aiɲ ʃáŋ kửə dwórk] Torch-light.

ánh sáng của sao [aiɲ ʃáŋ kửə ʃau] Starlight.

ánh sáng của lửa [aiɲ ʃáŋ kửə ɫửə]

Fire-light.

ánh sáng dịu [aiɲ ʃáŋ ziu] Soft light. *Ngọn đèn tỏa ra một ánh sáng dịu* : The lamp shed a soft light.

ánh sáng dưỡng khinh [aiɲ ʃáŋ zuởŋ xiɲ] Limelight.

ánh sáng đèn [aiɲ ʃáŋ dèn] Lamplight.

ánh sáng đèn cầy [aiɲ ʃáŋ dèn kầi] Light of a candle, candle-light. *Ánh sáng đèn cầy bị mặt trời làm mờ đi* : The light of a candle is dimmed by the sun.

ánh sáng đơn sắc [aiɲ ʃáŋ dơn sáɯk] Monochromatic light.

ánh sáng hoàng đới [aiɲ ʃáŋ hwàn dới] Zodiacal light.

ánh sáng khúc xạ [aiɲ ʃáŋ xúk sạ] Refracted ray.

ánh sáng khuệch tán [aiɲ ʃáŋ xwéik tán] Flood-lighting, indirect lighting.

ánh sáng lờ mờ [aiɲ ʃáŋ lờ mờ] Half-light, glimmer, weak light.

ánh sáng mặt trời [aiɲ ʃáŋ mạɯt trời] Sunlight, sunbeam, sunshine. *Phòng dưỡng bịnh bằng ánh sáng mặt trời* : Solarium. *Phép chữa bịnh bằng ánh sáng mặt trời* : Sun-ray treatment, sunlight treatment, sunshine treatment.

ánh sáng mờ [aiɲ ʃáŋ mờ] Diffused light.

ánh sáng nhân tạo [aiɲ ʃáŋ ɲən tạu] Artificial light.

ánh sáng nhiễu xạ [aiɲ ʃáŋ ɲiễu sạ]. Diffracted light.

ánh sáng phản chiếu [aiɲ ʃáŋ fản ciếu] Gleam light (reflected from something bright).

ánh sáng phân cực [aiɲ ʃáŋ fən kɯk] Polarized light.

ánh sáng rạng đông [aiɲ ʃáŋ rạŋ doŋ] First glimmer of dawn.

ánh sáng tới [aiɲ ʃáŋ tới] (Opt) Incident ray.

ánh sáng vị sắc [aiɲ ʃáŋ vị sáɯk] Heterochromous light.

ánh trăng [aiɲ traɯŋ] Moonlight, moonshine. *Sự đi dạo dưới ánh trăng* : Moonlight walk. *Dưới ánh trăng* :

By the light of the moon. *Ánh trăng chiếu vào phòng* : The moonlight shone into the room. *Ánh trăng lấp lánh trên mặt nước* : Moonlight shimmering on the water.

ánh trăng nhân tạo [aɩɲ trauŋ ɲən tạṳ] Artificial moonlight.

ảnh [aɩɲ] Photograph, image, picture. *Chụp ảnh* : To photograph, to take a shot. *Ăn ảnh* : To be photogenic. *Máy chụp ảnh* : Camera. *Nhà nhiếp ảnh, thợ chụp ảnh* : Photographer. *Thợ khắc ảnh (trên bản kẽm)* : Photo-engraver. *Phim ảnh* : Film. *Thuật chụp ảnh bằng quang tuyến X* : X-ray photograph. *Nó không nghĩ đến hình ảnh của nàng nữa* : He dismissed her image from his thoughts.

ảnh ảo [aɩɲ ảṳ] (Opt) Virtual image.

ảnh ăn [aɩɲ ăn] Photolithography.

ảnh biến dạng [aɩɲ biến zạṇ] Distortion of photographic image.

ảnh chụp lẹ [aɩɲ cụp lẹ] Snap-shot.

ảnh chụp nửa mặt [aɩɲ cụp nửa mạʊt] Side-face photograph.

ảnh chụp xa [aɩɲ cụp sa] Telephotograph.

ảnh đồ [aɩɲ dò] Photo map.

ảnh giả [aɩɲ sả] (Opt) Virtual image.

ảnh hưởng [aɩɲ hʊảṇ] Influence, consequence, effect. *Khu vực ảnh hưởng* : Sphere of influence. *Cái đó có ảnh hưởng đến sức khỏe của nó* : It tells upon his health. *Khiến người nào chịu ảnh hưởng ; có ảnh hưởng với người nào* : To exert, exercise an influence, to bring influence, to bear, on someone. *Gây ảnh hưởng đến tâm trí của người nào* : To produce an effect on someone's mind. *Ảnh hưởng của nó bành trướng thêm* : His influence grew. *Ảnh hưởng xấu* : Evil influence, bad influence, baleful influence. *Chịu ảnh hưởng của người nào* : To come under someone's influence.

ảnh hưởng To influence, to affect. *Việc ấy ảnh hưởng đến tương lai của nó* : That influences his future

Không chịu ảnh hưởng của người nào : To remain uninfluenced by someone.

ảnh hí [aɩɲ hí] Cinema, movies.

ảnh in [aɩɲ in] Print.

ảnh kính [aɩɲ kíɲ] (Phot) Transparency, transparent positive.

ảnh nghiệm [aɩɲ ɲiệm] (Phot) View-finder.

ảnh ngược [aɩɲ ŋʊɹk] Inverted, reversed, image.

ảnh niệm [aɩɲ ɲiệm] (Phil) Species.

ảnh nổi [aɩɲ nổi] *Phép chụp ảnh nổi* : Stereophotography.

ảnh quang tuyến X [aɩɲ kwaŋ twiến] X-ray photograph.

ảnh thuật [aɩɲ θwạt] Art of photography.

ảnh thứ [aɩɲ θử] (Phot) Print. *Ảnh thứ nghịch* : Negative.

ảnh thực [aɩɲ θʊk] (Phot) Real image.

ảnh tượng [aɩɲ tʊạṇ] Image, picture.

ảnh tượng chung loại [aɩɲ tʊạṇ cuŋ lwại] Generic image.

ảnh tượng tâm linh [aɩɲ tʊạṇ təm liɲ] Mental image.

ảnh tượng tiếp hậu [aɩɲ tʊạṇ tiếp hậu] Consecutive image.

ảnh tượng tình cảm [aɩɲ tʊạṇ tìɲ kảm] Affective image.

ảnh tượng xúc giác [aɩɲ tʊạṇ súk sák] Tactile image.

anhidrid (Ch) Anhydride. *Anhidrid carbonic* : (Ch) Carbonic anhydride. *Anhidrid phosphoric* : Phosphoric anhydride.

anilin (Ch.Dy) Aniline.

anion (Ph.El) Anion.

anod (El) Anode, positive pole.

anten [antɛn] (W.Tel) Aerial, antenna. *Dây anten* : Aerial wire.

anten cần [antɛn kần] Whip antenna.

anten dây [antɛn zei] Wire antenna.

anten định hướng [antɛn dịɲ hʊớṇ] Directional aerial.

anten gập [antɛn gập] Telescopic aerial.

anten hình bầu dục [antɛn hìɲ bầṳ zụk] Disk shape antenna.

anten **hướng sóng** [antɛn huɰə̆ ʃɔ̆ŋ] Directional aerial, directional antenna.

anten **kép** [antɛn kɛ́p] Doublet ; doublet antenna.

anten **khung** [antɛn xuŋ] Frame antenna.

anten **nửa sóng** [antɛn nửə ʃɔ̆ŋ] Half wire aerial, half wire antenna.

anten **phát** [antɛn fát] Sending out aerial, transmitting aerial.

anten **thâu** [antɛn θəu] Receiving aerial.

anten **treo** [antɛn trɛu] Trailing antenna.

anticatod Anticathode.

antimon (Ch) Antimony. *Có antimon* : Antimoniated.

antimoniat (Ch) Antimon(i)ate.

antimonim (Ch) Antimonide.

argentan German silver, nickel silver, argentan.

arsen (Ch) Arsenic. *Có arsen* : (Ch) Arseniuretted ; (Miner) Arseniferous.

arsen trắng (Ch) Arsenious oxide, white arsenic, flaky arsenic, flowers of arsenic.

ao [au] Pond.

ao **cá** [au ká] Fish-pond.

ao **chuôm** [au cuəm] Pond and pool.

ao **nuôi cá** [au nuəi ká] Fish-pond.

ao **tù** [au tù] Pond with stagnant water, inactive water.

ao **ước** [au ứrk] To long for, to covet, to wish, to desire, to yearn for, after, to be eager for, to hanker after, to crave for, after. *Ao ước vật gì* : To long, to wish for something ; to be anxious for something ; to hunger after, for, something. *Anh ao ước cái gì ?* : What do you wish (for) ? *Nó ao ước được đi* : He has a great wish to go. *Tôi ao ước ở vào địa vị của anh* : I wish I were in your place. *Tỏ lòng ao ước* : To express a wish.

Áo [áu] (Geog) Austria. *Người Áo* : Austrian.

áo 1) Coat, dress. *Áo cổ thấp* : Low-

necked dress. *Tay áo* : Sleeve. *Áo mới may* : New-made coat. *Áo cổ cao* : High-necked dress. *Mặc áo trái* : To wear a coat (the) wrong side out. *Mặc áo lại* : To put one's coat again. *Cởi áo ra* : To take off one's coat. *Lót áo bằng lông* : To cover, coat, line, a garment with fur. *Kéo tay áo của người nào* : To pluck (at) someone's sleeve, to pluck someone by the sleeve. *Áo mặc dài tới đầu gối* : Garment carried down to the knee. *Mặc áo cũ đến mòn cả chỉ ra* : To wear one's coat threadbare. *Chúng lột cả cái áo lót của nó* : They take the very shirt off his back. *Nuôi ong tay áo* : To cherish a snake in one's bosom, to set the fox to keep the geese. *Tốt danh hơn lành áo* : A fair name is better than riches.

2) Cover, envelope.

áo **bà ba** [áu bà ba] Blouse.

áo **bành tô** [áu bàiɲ to] Paletot.

áo **ca pha** [áu ka fa] (Ecc) Cope.

áo **cà sa** [áu kà ʃa] Buddhist priest's dress.

áo **cánh** [áu káiɲ] See áo bà ba.

áo **cẩm bào** [áu kầm bàu] Royal coat.

áo **choàng** [áu cwàŋ] Overcoat, great-coat, cloak, top-coat. *Áo choàng bằng lông thú* : Furcoat. *Áo choàng không tay* : Mantle. *Áo choàng mặc trước hoặc sau khi tắm* : Bath-robe.

áo **cổ cao** [áu kỏ kau] High-necked dress.

áo **cổ thấp** [áu kỏ θấp] Low-necked dress.

áo **cộc** [áu kọk] Coatee.

áo **dài** [áu zài] Dress. *Áo dài bèo nhèo* : Tousled dress, tumbled dress. *Làm nhàu áo dài* : To muss up a dress. *Áo dài kéo lết dưới đất* : The dress is trailing on the ground. *Tròng áo dài qua đầu* : To slip a dress over one's head. *Làm nhăn áo dài của người nào* : To tumble, to wrinkle someone's dress. *Áo dài rách tét xuống tới lưng* : Dress that has slit down the back. *Khoét cổ áo dài* : To slope (out) the neck of a dress.

áo dù [áu zù] Umbrella-covering.

áo đan cổ hở [áu đan kỏ hở] Pull-over.

áo đi mưa [áu đi mưə] Rain-coat.

áo ghè [áu gé] Antimacassar.

áo gi-lê [áu ʒi le] Waiscoat, (U. S. A.) vest.

áo giáp [áu ʒáp] Cuirass, coat of mail, breastplate. *Mặc áo giáp : Clad in mail.*

áo gối [áu gói] Pillow-case, pillow-slip.

áo hở cổ [áu hở kỏ] Low-necked dress.

áo hở lưng [áu hở lưŋ] Dress cut low in the back.

áo khoác [áu xwák] Pall. *Áo khoác ngoài mặc làm việc : Blouse.*

áo lá [áu lá] Under-vest, waistcoat.

áo lặn [áu lặun] Diving-suit, diving-dress.

áo lễ ngoài [áu lễ ŋwài] (Ecc) Chasuble.

áo mặc khiêu vũ [áu mặuk xieu vũ] Ball-dress.

áo măng-tô [áu mauŋ to] Cloak, coat, great-coat. *Áo măng tô có lót lông thú : Furlined coat.*

áo mưa [áu mưə] Raincoat.

áo nịt [áu nịt] Jacket. *Áo nịt ngực của đàn bà : Corset, stays. Áo nịt bằng len (mặc sau khi tập thể thao hoặc phòng sự cảm hàn) : Sweater.*

áo nịt tắm [áu nịt táʉm] Skin-tight bathing-costume.

áo ngắn [áu ŋáʉn] Coatee.

áo ngoài [áu ŋwài] Great-coat, overcoat, cloak.

áo ngủ [áu ŋủ] Night-dress.

áo nhung [áu ɲuŋ] Velvet coat.

áo quan [áu kwan] Coffin.

áo quần [au kwờn] Attire, dress, clothes, garment. *Áo quần đàn bà : Female attire. Áo quần rách tả tơi : Garment in tatters.*

áo rách [áu ráik] Ragged coat.

áo ren vẫn gập [áu rɛn váʉn gớp] (Ecc) Surplice.

áo ren vẫn Giám mục [áu rɛn váʉn ʒám mụk] (Ecc) Rochet.

áo sặc sỡ [áu ʃạʉk sở] Coat of many colours.

áo sắt [áu ʃáʉt] Cuirass.

áo sơ mi [áu ʃə mi] Shirt. *Áo sơ mi mặc ngủ : Night-shirt. Áo sơ mi màu : Coloured shirt. Thợ may sơ mi : Shirt-maker. Tay áo sơ mi : Shirt sleeve. Nút áo sơ mi : Shirt button. Thay áo sơ mi : To put on a clean shirt.*

áo thánh tẩy [áu θáiɲ tẻi] (Ecc) Chrisom-cloth, chrisom-robe.

áo thầy tu [áu θềi tu] Cassock, frock, monk's robe.

áo thụng [áu θụ ŋ] Ceremonial robe with large sleeves.

áo tông phó tề [áu toŋ fỏ té] (Ecc) Tunicle.

áo xống [áu sóŋ] See áo quần.

ào [àu] To flock, to come together in great numbers. *Các trẻ con ào đến chung quanh thầy chúng nó : The children flocked round their teacher.*

ào ào [àu àu] To rush, to roar. *(Gió) Thổi ào ào : (Of wind) To roar.*

ào vào [àu vàu] To pour in, to come pouring in.

ảo [ảu] 1) False, illusive, illusory ; (Ph) imaginary. *Ký hiệu ảo : Imaginary notation.*

2) Virtual. *Ảnh ảo : Virtual image. Tiêu điểm ảo : Virtual focus.*

ảo ảnh [ảu ảiɲ] Virtual image ; (Phil) phantasm.

ảo cảnh [ảu kảiɲ] Mirage.

ảo giác [ảu ʒák] Illusion. *Thị ảo giác : Optical illusion.*

ảo huyễn [ảu hwiễn] Unreal.

ảo mộng [ảu mọŋ] Illusion. *Sống trong ảo mộng : To be under an illusion.*

ảo não [ảu nãu] Sorrowful.

ảo nhựt [ảu ɲựt] Parhelion, sun-dog, mock sun (in solar halo). *Thuộc về ảo nhựt : Parheliacal, parhelic.*

ảo thị [ảu θị] Optical illusion.

ảo thuật [ảu θwạt] 1) Prestidigitation, sleight of hand, legerdemain. 2) Magic.

ảo tưởng [ảu tưởn] Illusion ; (Phil) hallucination, delusion.

ảo tưởng luận [ảu tưởn lwận] Illusionism.

ảo tưởng tâm giác [ảu tưởn tâm ɜák] (Phil) Psycho-sensorial hallucination.

ảo tưởng tâm linh [ảu tưởn tâm liŋ] (Phil) Psychic(al) hallucination.

ảo tượng [ảu tượŋ] Illusion.

áp [áp] 1) To approach, to get close ; to rush (at, on someone, something). *Áp tai xuống đất* : To put one's ear to the ground. *Mặt nàng áp vào kiếng:* Her face was glued to the window. 2) To oppress. 3) To board, to get board ; to come alongside. 4) To affix (a seal).

áp bức [áp búik] To oppress, to grind. *Áp bức kẻ nghèo* : To grind (down) the poor, to grind the faces of the poor. *Sự áp bức* : Oppression, grinding, pressure, tyranny. *Áp bức người nào:* To bring pressure, to bear, to put pressure, on someone. *Chánh phủ áp bức* : Heavy-handed government.

áp chế [áp cé] To oppress, to tyrannize. *Áp chế người nào* : To bring someone to heel, to tyrannize someone, to tyrannize over someone ; to bring, put, pressure on someone. *Nó áp chế vợ con của nó* : He tyrannizes his family. *Sự áp chế* : Oppression, tyranny, pressure.

áp chót [áp cót] The last but one, the second last.

ảp chúy thú [áp cwi θú] Water-mole.

áp dụng [áp zụŋ] To apply, to use, to put (something) into practice ; to be in force. *Sự áp dụng* : Application. *Áp dụng luật* : To put the law into force, to carry out the law. *Không được áp dụng* : Unapplied. *Những phương pháp đang được áp dụng* : The methods in force. *Không thể áp dụng được* : Impracticable, inapplicable. *Áp dụng lý thuyết* : To put theories into practice. *Áp dụng những chiến thuật mới* : To resort to new tactics.

áp dụng hỏa lực [áp zụŋ hwả lựk] Application of fire.

áp đảo [áp đảu] To overwhelm.

áp điện [áp diện] Piezo-electricity.

áp điệu [áp diệu] To conduct (a prisoner, etc..) under police custody.

áp giải [áp ɜải] See áp điệu.

áp kế [áp ké] Manometer, pressure-gauge. *Thuộc về áp kế* : Manometric(al). *Huyết áp kế* : (Med) Kymograph.

áp kế dầu [áp ké zòu] Oil pressure-gauge.

áp ký [áp ki] To countersign. *Chữ áp ký* : Countersign, counter-signature.

áp lễ [áp lễ] (Ecc) Vigil(s) (fast on eve of festival).

áp lực [áp lựk] Pressure ; (El) tension.

áp lực cao [áp lựk kau] High pressure.

áp lực dầu [áp lựk zòu] Oil pressure.

áp lực kế [áp lựk ké] (Med) Sphygmomanometer.

áp lực không khí [áp lựk xoŋ xi] Atmospheric pressure.

áp lực mạch [áp lựk mạik] Blood pressure.

áp lực nước [áp lựk núrk] Water pressure.

áp lực thấp [áp lựk θấp] Low pressure.

áp lực trung bình [áp lựk truŋ bìŋ] Mean effective pressure.

áp phục [áp fụk] To make submissive.

áp suất [áp ʃwất] Pressure. *Áp suất cực đại của hơi nước* : Maximum pressure of the water vapour.

áp suất hơi [áp ʃwất hơi] Pressure of steam.

áp suất không khí [áp ʃwất xoŋ xi] Air pressure, atmospheric pressure.

áp suất nước [áp ʃwất núrk] Hydraulic pressure.

áp suất tĩnh điện [áp ʃwất tịŋ diện] Electrostatic(al) pressure.

áp suất thẩm thàu [áp ʃwất θầm θòu] Osmotic pressure.

áp tải [áp tải] To escort, to convoy.

áp tới [áp tói] To dash forward.

áp triện [áp triện] To seal, to affix a seal.

áp út [áp út] *Ngón áp út* : Ring-finger.

argon (Ch) Argon.

át [át] To stifle (cry), to damp (sound), to drown out (noise). *Tiếng ồn ào át cả tiếng la* : The hubbub drowns out the cry. *Làm át mùi (bằng cách cho phát ra một mùi khác)* : To disguise a smell. *Những tiếng ồn ào ngoài đường át tiếng của thầy giáo* : The noises in the streets drowned the teacher's voice.

atropin (Ch) Atropin(e).

áy náy [áy náy] Anxious, disquiet, unquiet, uneasy, troubled, restless. *Sự, tình trạng áy náy* : Disquietude, restlessness, anxiety. *Áy náy cho người nào, việc gì* : To fear for someone, something. *Tôi rất áy náy vì lòng tốt của ông* : I am overwhelmed by your kindness.

azoic Azoic. *Phẩm nhuộm azoic* : (Ch. Ind) Aniline dyes.

ĂM ẤP [aɯm áɯp] *Đầy ăm ấp :*
Overflowing, full to the brim.

ẩm [āɯn] To carry (baby) in one's
arms. *Nàng đang ẩm đứa bé trên
tay :* She is carrying the baby in
her arms.

ăn [aɯn] 1) To eat. *Ăn mau :* To eat
quickly. *Không có gì ăn cả :* To have
nothing to eat. *Ăn ngấu nghiến :* To
eat away steadily. *Ăn hết vật gì làm
một miếng, ăn vật gì một miếng một :*
To eat something up at one bite.
Suốt ngày tôi chưa ăn gì cả : I haven't
had a bite all day. *Nó ăn không bao
nhiêu :* He is not a big eater. *Chỉ ăn
một chút cháo :* To take just a
mouthful of soup. *Nó ăn tràn họng
rồi :* He is stuffed full. *Từ ba ngày
nay nó không có ăn một món nào cả :*
He has not tasted food for three days.
Anh ăn đã no chưa ? : Have you had
sufficient ? *Nó ăn rất ít :* He eats
very little. *Ăn cao lương mỹ vị :* To
keep a good table. *Cho người nào ăn
nhiều quá :* To feed someone up. *Nó
không có ăn một chút nào cả :* He had
left the food untouched. *Ăn ngon miệng :*
To eat with zest. *Ăn chung một bàn :*
To eat at the same table. *Nó ăn thả
cửa :* He has eaten to his heart's
content. *Ăn hai cái một lần :* To eat
two at a time. *Ăn hết đồ ăn trong đĩa :*
To scrape one's plate. *Làm người nào
ăn mất ngon :* To spoil, take away,
someone's appetite. *Ăn thấy ngon lại :*
To recover one's appetite. *Cóc mò cò*

ăn : To pull the chesnuts out of the
fire for someone. *Nhịn ăn :* To go
without food. *Không lẽ anh đễ tôi ăn
một mình :* You won't leave me to
have my dinner alone ? *Nó không
muốn ăn mà cũng không muốn uống nữa :*
He will neither eat nor drink. *Đã ba
ngày tôi không ăn gì cả :* I ate nothing
for three days. *Muốn ăn phải lăn vào
bếp :* You cannot make an omelet
without breaking eggs ; no gains
without pains. *Ở nhà vườn ăn cau
sâu :* The shoemaker's wife is always
the worst shod. *Chúng ta ăn đễ mà
sống chớ không phải sống đễ mà ăn :*
We eat (in order) to live, not live to
eat. *Đứa bé không thể ăn một mình
được :* The baby can't feed itself yet.
Đã ba ngày rồi nó không có ăn gì cả :
He hasn't had anything for three
days. *Càng ăn càng thấy ngon :* Much
will have more.

2) To earn, to win. *Kiếm ăn, làm ăn:*
To earn, win, gain, one's living ; to
get, earn, gain, make, a livehood.
Làm việc đễ kiếm ăn : To work for
one's living, for a living.

3) To win, to gain. *Mỗi lần đánh bạc
là nó ăn :* He won every time he
played. *Được ăn cả ngã về không :* It
is neck or nothing.

4) To gain. *Không có gì ăn trong việc
nầy đâu :* There is nothing to be
gained by this business.

5) To feed. *Ăn cỏ ở một cánh đồng :*
To feed down, feed off, a meadow,

to feed a meadow bare.

6) To bite, to swallow (the bait). *Cá ăn mồi* : The fish bites.

7) To work. *Thắng ăn không ?* : Are the brakes in working order ? *Thắng không ăn* : The brakes refuse to act, the brakes are not working, fail to work ; the brakes don't grip properly. *Bánh xe không ăn xuống mặt đường* : The wheels are not gripping.

8) To suit. *Màu nầy không ăn với da của cô* : That colour doesn't suit your complexion. *Màu ăn nhau (xứng nhau)* : Colours to match. *Vớ ăn với màu áo* : Stockings to go with the dress. *Màu không ăn nhau (không hợp nhau)* : Clashing colours. *Hai màu nầy ăn nhau không ?* : Do these two colours go well together ?

9) To mesh, to gear. *Các bánh xe ăn khớp nhau* : Wheels that mesh with one another ; wheels that gear with each other.

10) (Of roots) To strike (into something).

11) To earn dishonestly, to take a bribe. *Cho người nào ăn đề khỏi nói* : To stop someone's mouth with a bribe.

12) To conform with, to agree with, to harmonize.

13) (Of rust) To eat into (iron, etc..); (of acid) to attack, eat into, bite into (metal). *Sét ăn sắt* : The rust has eaten into the iron. *Bị sét ăn* : Eaten away with rust ; rust eaten.

14) *Bị nắng ăn* : Sunburnt.

15) *Gỗ bị mọt ăn* : Unsound wood.

16) *Cá năm ăn một* : To bet five to one.

ăn [aɯn] Eating. *Ăn và uống* : Eating and drinking. *Phòng ăn* : Dining-room. *Giờ ăn* : Dinner-hour. *Người ăn ít* : Small eater. *Người ăn nhiều, người mạnh ăn* : Heavy eater, great eater, heavy feeder. *Không thể ăn được* : Uneatable, unfit to eat. *Thiếu ăn* : Under-nourished. *Bữa ăn thanh đạm* : Slight repast. *Ăn rất khó, kén ăn* : To be particular about one's food. *Món ăn tinh thần* : Mental pabulum ; mental, intellectual, food. *Đồ ăn dư (thừa)* : Remain, leaving scraps, uneaten food. *Ăn và mặc* : Food and clothing.

ăn ảnh [aɯn aiɲ] Photogenic. *Mặt ăn ảnh* : Photogenic face or figure.

ăn bám [aɯn bám] To sponge on ; to live at someone's expenses ; to live on, to feed on. *Ăn bám vào họ hàng* : To live on one's relations.

ăn banh [aɯn baiɲ] Failure, trouble, breakdown. *Bị ăn banh* : To break down, to have a breakdown, to have engine trouble. *Máy ăn banh* : The engine failed.

ăn báo [aɯn báu] To live at someone's expenses. See ăn bám.

ăn bận [aɯn bạn] To dress.

ăn bốc [aɯn bók] To eat with the fingers.

ăn bớt [aɯn bót] To make dishonest profits in marketing, etc...; to make a bit, to get pickings ; to get more than the market penny.

ăn bữa trưa [aɯn bɯa trɯa] To lunch, to eat lunch. *Chúng tôi ăn bữa trưa tại nhà hàng* : We lunch at the restaurant.

ăn cá [aɯn ká] To gain a wager, to win a bet.

ăn cá Ichthyophagous ; piscivorous, fish-eating.

ăn cánh [aɯn káiɲ] To take sides with someone, to side with someone ; to be in confederation with someone ; to be hand and glove, hand in glove, with someone. *Chúng nó ăn cánh với nhau* : They are in confederacy.

ăn cắp [aɯn kắɯp] To steal, to rob, to filch, to purloin. *Người ăn cắp* : Robber, stealer. *Đồ ăn cắp* : Stolen goods. *Ăn cắp vật gì của người nào* : To steal something from someone, to rob someone of something. *Ăn cắp một quyển sách của thư viện* : To filch a book out of a library. *Nó ăn cắp của nàng mười đồng* : He stole ten piastres from her. *Ăn cắp quen tay ngủ ngày quen mắt ; ăn cắp quen tay* *ăn mày quen thói* : He that will steal a pin will steal a pound ; once a thief always a thief ; once a gambler always a gambler. *Ăn cắp một đoạn văn của một tác giả khác* : To lift a passage from an author. *Nhiều đoạn văn đời trong sách nó đã ăn cắp của những tác giả khác* : Long passages in his book have been lifted from other authors.

ăn cắp vặt [aɯn kǎɯp vạɯt] To pilfer. *Sự ăn cắp vặt* : Pilferage, petty thieving. *Người ăn cắp vặt* : Pilferer, sneak-thief.

ăn chay [aɯn cay] To be on a vegetarian diet ; to abstain from meat. *Phép ăn chay* : Vegetable diet. *Người ăn chay* : Vegetarian. *Thuyết ăn chay* : Vegetarianism.

ăn chắc [aɯn cǎɯk] To be on sure, firm, ground ; to be sure on one's ground, to have a firm footing.

ăn chận [aɯn cạn] See ăn bớt.

ăn chịu [aɯn cịu] To eat (something) on credit.

ăn cho đã [aɯn cɔ dã] To eat one's fill, to eat to repletion.

ăn chơi [aɯn cɔi] 1) To amuse oneself ; to lead a life of pleasures. *Người ăn chơi* : A playboy, fast-liver, man of pleasure. *Ăn chơi đúng điệu* : To live in style. *Ăn chơi phóng đãng* : To live fast, riotously, to fall into dissipated ways. *Ăn chơi trụy lạc* : To whore, to play the whore. *Giới ăn chơi* : The fast set. *Món ăn chơi* : Hors d'oeuvre, side-dish. *Xã hội ăn chơi* : Fast society.

2) To eat for fun.

ăn chung [aɯn cuŋ] To live together.

ăn chực [aɯn cɯk] To sponge on. *Người ăn chực* : Sponger.

ăn cỏ [aɯn kɔ] Herbivorous, grass-feeding.

ăn cỏ (Of cattle) To graze, to browse the grass, to eat the grass on (a pasture). *Ăn cỏ ở một cánh đồng* : To graze on a field ; to feed down, feed off, a meadow ; to feed a meadow bare.

ăn cỗ [aɯn kỗ] To feast, to attend a banquet.

ăn cơm [aɯn kəm] To have a meal, to take a meal. *Ăn cơm ở nhà* : To dine in. *Ăn cơm với người nào* : To meal with someone, to eat someone's mutton. *Đang ăn cơm* : To be at dinner. *Trong, vào giờ ăn cơm* : At mealtime. *Đi ăn cơm khách* : To go out to dinner. *Giờ ăn cơm* : Mealtime, dinner-time, dinner-hour. *Mấy giờ anh ăn cơm ?* : What is your dinner-time ? *Chúng tôi ăn cơm lúc bảy giờ* : We eat at seven. *Ăn cơm ở nhà người nào* : To dine at someone's house. *Đừng chờ tôi ăn cơm* : Don't wait dinner for me. *Mời người nào đến ăn cơm* : To have someone in to dinner. *Khi tôi đến chúng nó đang ăn cơm* : They were in the middle of dinner when I called. *Đến giờ ăn cơm* : It's time for dinner. *Anh đã ăn cơm chưa ?* : Have you had dinner yet ?

ăn cơm tháng [aɯn kəm θǎŋ] To board. *Người ăn cơm tháng* : Boarder. *Tôi ăn cơm tháng ở nhà bà X.* : I board at Mrs X.

ăn cơm tiệm [aɯn kəm tiệm] To dine out, to dine at a restaurant.

ăn cơm trưa [aɯn kəm trɯə] To lunch, to eat lunch. *Người ta mời tôi ở lại ăn cơm trưa* : I was asked to stay for a luncheon.

ăn cuộc [aɯn kwək] To win a bet, to gain a wager.

ăn cưới [aɯn kɯới] To participate in a wedding banquet.

ăn cướp [aɯn kɯớp] To rob, to loot, to pillage, to plunder. *Sống bằng nghề ăn cướp* : To live by rapine. *Ăn cướp biển* : Sea-robber, sea-rover, pirate. *(Ăn cướp) Chận xe lửa lại đề ăn cướp* : (Of bandits) To hold up a train. *Bị ăn cướp chận đường* : To be hold up by brigands. *Bị ăn cướp* : To be victim of a robbery.

ăn cướp đường [aɯn kɯớp dɯəŋ] Highwayman.

ăn da [aɯn za] (Ch) Caustic. *Sự, tính ăn da* : Causticity.

ăn dè [aɯn zɛ̀] To eat sparingly.

ăn dè bữa [aɯn zɛ̀ bữə] To have not finished one's meal.

ăn đám [aɯn dám] To attend a banquet.

ăn đất [aɯn dất] (Fig.) To die.

ăn đêm [aɯn dem] 1) *Chim ăn đêm :* Nocturnal birds.

2) See **ăn sương**.

ăn đến chán [aɯn dén cán] To eat one's fill, to eat to repletion.

ăn điểm tâm [aɯn diảm tɘm] To breakfast, to have breakfast, to eat one's breakfast. *Tôi chưa ăn điểm tâm :* I have not yet had my breakfast. *Ăn điểm tâm, anh uống trà hay cà phê ? :* Do you have tea or coffee for breakfast ?

ăn đút [aɯn dút] To take a bribe.

ăn được [aɯn dɯrk] Comestible, eatable, edible. *Tính ăn được :* Edibility.

ăn đường [aɯn dɯờŋ] To eat while travelling.

ăn đứt [aɯn dứt] To prevail over, to get the better (of something, someone).

ăn ghẹ [aɯn gɛ] See **ăn khín**.

ăn ghém [aɯn gém] To eat greens.

ăn giá [aɯn ʒá] To agree, settle with (someone) as to the price ; to agree on a price.

ăn giải [aɯn ʒải] To win a prize.

ăn gian [aɯn ʒan] To cheat, to defraud.

ăn giỗ [aɯn ʒỗ] To attend a feast on the occasion of the anniversary of someone's death.

ăn gỗ [aɯn gỗ] Xylophagous. *Giống sâu bọ ăn gỗ :* Xylophagan, xylophage.

ăn gửi nằm nhờ [aɯn gửi nàɯm ɲờ] To live at someone's expenses.

ăn gương ảnh [aɯn gɯəŋ ảɲ] To produce an image on (sensitized paper, etc...).

ăn hại [aɯn hại] To feed on, to live at someone's expense. *Đồ ăn hại :* Good-for-nothing. *Ăn hại người nào :* To feed on someone.

ăn hết [aɯn hét] 1) To eat up.

2) (Gaming) To sweep the board. *Ăn hết tiền nhà cái :* To break the bank.

ăn hiếp [aɯn hiép] To domineer, to bully. *(Vợ) Ăn hiếp chồng :* (Of wife) To wear the pants. *Bị vợ ăn hiếp :* Henpecked, domineered over by one's wife. *Chồng bị vợ ăn hiếp :* Henpecked husband. *Các trẻ lớn đôi khi ăn hiếp em trai và em gái của mình :* Big boys sometimes domineer over their younger brothers and sisters.

ăn hoa hồng [aɯn hwa hòŋ] To receive a commission. *Sự bán ăn hoa hồng :* Sale on commission.

ăn hỏi [aɯn hỏi] To celebrate a betrothal.

ăn hối lộ [aɯn hói lọ] To take, receive, a bribe.

ăn hột [aɯn họt] Granivorous.

ăn ít [aɯn ít] To eat little. *Người ăn ít :* Small eater. *Nó ăn rất ít, ăn như mèo ăn :* He eats very little, he is small eater ; he doesn't eat enough to keep a sparrow alive.

ăn khao [aɯn xau] To celebrate some happy event by throwing a banquet.

ăn khách [aɯn xáik] To have plenty of customers.

ăn kham khổ [aɯn xam xổ] To fare badly, to be on short commons.

ăn khem [aɯn xɛm] To be on diet.

ăn khín [aɯn xín] To sponge on (someone).

ăn khỏe [aɯn xwẻ] To eat very much. *Người ăn khỏe :* Great eater, heavy eater.

ăn khoét [aɯn xwét] (Med) Phagedenic, phagedaenic. *Ung ăn khoét :* Phaged(a)ena.

ăn không [aɯn xoŋ] 1) To eat without paying.

2) *Ăn không ngồi rồi :* To loaf (about, around). *Người ăn không ngồi rồi :* People of leisure.

ăn không ngon [aɯn xoŋ ŋon] To be off one's food.

ăn khớp [aɯn xớp] To mesh, to gear, to cog, to enmesh, to interlock, to tooth, to pitch, to fit together. *Các bánh xe ăn khớp nhau* : Wheels that mesh with one another ; wheels that gear wih each other.

ăn kiến [aưn kién] Myrmecophagous.

ăn kiêng [aưn kieŋ] To be on a diet.

ăn lãi [aưn lãi] To make profits.

ăn lại [aưn lại] To regain.

ăn lan [aưn lan] To enlarge, to spread.

ăn lạt [aưn lạt] To be on a vegetarian diet ; to abstain from meat.

ăn lận [aưn lận] To defraud, to cheat.

ăn lâu tiêu [aưn lâu tieu] To be a bad digester.

ăn lên [aưn len] 1) To have an increase in salary.

2) (Of silkworms) To eat mulberry leaves rapidly and in large quantity. *Ăn như tằm ăn lên* : To eat quickly and very much.

ăn lời [aưn lời] *Người cho vay ăn lời*: Money-lender.

ăn lủng [aưn lủŋ] To corrode. *Sự ăn lủng*: Corrosion. *Không thể ăn lủng được* : Incorrodible. *Chỗ bị ăn lủng trên kim thuộc* : Corroded spot on metal.

ăn lương [aưn lưaŋ] To be remunerated, to receive one's salary. *Những ngày nghỉ ăn lương* : Holidays with pay.

ăn lường [aưn lườŋ] To eat without paying.

ăn mau [aưn mau] To eat quickly.

ăn mày [aưn mày] To beg, to go about begging. *Người ăn mày*: Beggar.

ăn mặc [aưn mặk] To dress, to attire. *Cách ăn mặc* : Mode of dressing. *Ăn mặc giống nhau* : Dressed alike. *Người ăn mặc rách rưới, tả tơi* : Tatterdemalion. *Ăn mặc tề chỉnh* : Neatly attired. *Ăn mặc lịch sự* : To dress up smartly. *Ăn mặc tồi* : Badly dressed. *Người ăn mặc đúng mốt, lịch sự* : A man of fashion.

ăn mặn [aưn mặn] To eat flesh, to eat a meat diet. *Đời cha ăn mặn, đời con khát nước* : Miserly father, spendthrift son.

ăn hết ngon [aưn mất ŋon] To lack

appetite. *Bịnh ăn mất ngon* : Anorexia, anorexy, loss of appetite, lack of appetite. *Làm người nào ăn mất ngon:* To spoil, take away, someone. appetite.

ăn mòn [aưn mòn] To corrode, to erode, to eat away, to etch away ; (of acid) to attack, eat into, bite into (metal). *Ăn mòn kim khí* : To gnaw into a metal. *Kim khí không bị acid ăn mòn* : Metal unacted upon by acid. *Sét ăn mòn sắt* : Rust attacks iron. *Acid ăn mòn thép* : Acid bites steel. *Acid ăn mòn kim thuộc* : Acid that burns into a metal, acid that acts on metal.

ăn mòn Corrosive, erosive, mordant, caustic. *Không bị ăn mòn* : Uncorroded. *Chất ăn mòn* : Corrodent. *Không thể ăn mòn được* : Incorrodible. *Sự ăn mòn* : Corrosion, erosion, mordancy, mordacity. *Chỗ bị ăn mòn trên kim thuộc* : Corroded spot on metal.

ăn mồi [aưn mồi] (Of fish) To swallow the bait. *Chim ăn mồi (loại mãnh cầm)* : Birds of prey.

ăn mừng [aưn mừŋ] To celebrate some happy event by giving a banquet. *Ăn mừng thăng cấp bực* : To wet one's stripes.

ăn nằm [aưn nàưm] To live together as husband and wife, to live maritally.

ăn năn [aưn nawn] To repent, to rue. *Sự ăn năn* : Repentance, rue, compunction, penitence, remorse. *Ăn năn việc gì* : To repent oneself of something. *Làm người nào ăn năn* : To make someone repent.

ăn năn Repentant, penitent. *Không ăn năn* : Uncontrite, unmorseful.

ăn ngay ở thật [aưn ŋay ở thật] To be sincere.

ăn ngon [aưn ŋon] Good to eat ; to have a good feed ; to keep a good table. *Cá nầy ăn ngon lắm* : This fish is very good eating.

ăn ngon miệng [aưn ŋon mieŋ] To eat with (an) appetite, to eat with zest, to eat with great relish. *Ăn thấy* *ngon miệng lại :* 'To recover one's appetite. *Ăn vật gì rất ngon miệng :* To eat something with relish.

ăn ngồn [aшn ŋón] To gobble ; to eat gluttonously, greedily ; to eat away steadily.

ăn nhậu [aшn ɲɐu] To eat and drink.

ăn nhiều [aшn piều] To eat largely. *Người ăn nhiều :* Great eater, big eater, large eater. *Ăn nhiều quá :* To overeat, eat too much. *Những người ăn nhiều không bao giờ bị bón :* Large eaters are never constipated.

ăn nhiều (Z. Med) Polyphagous.

ăn nhín [aшn pin] To eat sparingly.

ăn nhịn để dành [aшn pin dè zàip] To stint, to live economically.

ăn nhịp [aшn pịp] Rhythmically.

ăn nhờ [aшn pɔ̀] To live at someone's expense.

ăn như heo [aшn pш hɛu] To eat like a pig (greedy).

ăn no [aшn nɔ] Surfeited, sated. *Ăn no đến chán :* To eat one's fill.

ăn nói [aшn nói] To speak. *Cách ăn nói :* Manner of speaking. *Có tài ăn nói :/* To have a glib tongue, to have the gift of the gab. *Khéo ăn nói, ăn nói nhã nhặn, lịch sự :* Well spoken, fair-spoken, fine-spoken, clean-tongued. *Ăn nói lỗ mãng :* Abusive, foul-mouthed, foul-spoken.

ăn non [aшn nɔn] To leave the (gaming-) table when one is in pocket ; to leave off playing when winning ; to quit gambling as soon as one has won.

ăn nóng [aшn nóŋ] *Món nầy ăn nóng với bơ :* It is eaten hot with butter.

ăn ở [aшn ɔ̉] To behave, to comport oneself, to conduct oneself ; to live. *Cách ăn ở :* Manner of life, mode of living, line of conduct, comportment. *Chỉ cách ăn ở cho người nào :* To lay down a line of conduct to someone. *Ăn ở hòa thuận với người nào :* To live in amity with someone. *Ăn ở đứng đắn, ngay thẳng :* To walk uprightly. *Ăn ở với nhau như vợ chồng :* To live as husband and wife. *Ăn ở*

ra người hảo hiệp : To behave like a gentleman. *Ăn ở không đứng đắn :* To misbehave. *Ăn ở cực khổ :* To lead a miserable existence. *Sửa đổi cách ăn ở :* To mend one's ways. *Ăn ở bất hòa, lục đục :* To lead a cat-and-dog life. *Ăn ở hòa thuận với nhau :* To live together in unity.

ăn phàm [aшn fàm] To gobble, to gluttonize, to guzzle, to eat gluttonously.

ăn qua loa [aшn kwa lwa] To take, have, a snack.

ăn quá nhiều [aшn kwá pièu] To overeat, to eat too much.

ăn quà [aшn kwà] To eat between meals.

ăn quen bén mùi [aшn kwɛn bén mùi] Much will have more.

ăn quịt [aшn kwịt] To eat without paying.

ăn ráo [aшn ráu] To eat up.

ăn rau [aшn rau] To eat on vegetables.

ăn rập [aшn rập] To be in accord.

ăn rễ [aшn rễ] (Of plant) To take root, strike root. *Ăn rễ cây :* Root-eating, rhizophagous.

ăn riêng [aшn rieŋ] To live apart (from).

ăn sáng [aшn sáŋ] To breakfast, to have breakfast, to eat one's breakfast. *Bữa ăn sáng :* Breakfast. *Giờ ăn sáng :* Breakfast-time. *Sửa soạn ăn bữa sáng :* To get the breakfast (ready). *Tôi chưa ăn sáng :* I have not yet had my breakfast. *Tôi làm vài việc trước khi ăn sáng :* I did some work before breakfast.

ăn sâu bọ [aшn sɐu bɔ] Insectivorous, entomophagous, vermivorous. *Loài ăn sâu bọ :* Insectivore, insect-eater.

ăn sâu vào [aшn sɐu vàu] (Of feelings, emotions, etc...) To become established, deeply rooted. *Thói quen ăn sâu vào :* Ingrown habit. *Tư tưởng ăn sâu vào óc :* Idea deep-rooted in the mind. *Làm một tư tưởng ăn sâu vào trí người nào :* To plant an idea in someone's mind.

ăn sỉ [aшn ʃi] To buy wholesale.

ăn sống [aшn sốŋ] To eat uncooked

foods ; (of animal) to devour.

ăn sung mặc sướng [aɯn ʃuŋ maɯk ʃuɔ́ŋ] To be in affluence, to be in easy circumstance, to have a sufficiency.

ăn sương [aɯn ʃɯəŋ] To walk the streets ; to loiter with ill intent at night.

ăn tái [aɯn tái] To eat nearly raw meat.

ăn tạp [aɯn tạp] To gobble.

ăn tân gia [aɯn tɑn ȝa] House-warming, celebration of entrance into new house ; to give a party after moving into a new house.

ăn Tết [aɯn tét] To celebrate the New Year.

ăn tham [aɯn θam] Greedy, gluttonous.

ăn theo thuở, ở theo thì [aɯn θɛu θwɔ̉ ȝ θɛu θì] When at Rome, do as the Romans do.

ăn thề [aɯn θè] To swear.

ăn thịt [aɯn θịt] To eat meat. Ăn thịt sống : Meat-eating, flesh-eating, omophagic, omophagous. Ăn thịt động vật : Zoophagous. Ăn thịt người : Man-eating ; anthropophagous.

ăn thông [aɯn θoŋ] Hồ chứa (nước) ăn thông với một hồ khác : Tank in connection with another.

ăn thua [aɯn θwə] 1) To win or lose. Không ăn thua gì : In vain, useless, of no result.

2) To concern, to regard. Việc nầy không ăn thua gì đến tôi cả : This does not regard me at all. Việc ấy không ăn thua gì đến anh : That is nothing to do with you, that is nothing to you, that does not concern you. Dầu anh tán thành hay không, việc ấy không ăn thua gì đến tôi cả : I am not interested in whether you approve or not.

ăn thúng [aɯn θúŋ] See ăn lúng.

ăn thử [aɯn θử] To sample food.

ăn thừa [aɯn θɯ̀ə] To eat remains (of a meal) ; to live off scraps. Đồ ăn thừa : Broken meat. Tôi tìm thấy chút ít đồ ăn thừa trên bàn : I found a few remnants of food on the table.

ăn thừa tự [aɯn θɯ̀ə tɯ] To inherit.

ăn tiệc [aɯn tịrk] To attend a banquet to feast, to participate in a banquet·

ăn tiền [aɯn tiền] 1) To take a bribe. Làm việc không ăn tiền: To do something for nothing. Chơi ăn tiền : To play for money. Không ăn tiền : Gratis. Việc làm không ăn tiền (làm để mua vui) : Labour of love.

2) (Fig.) To be successful.

ăn tiền giờ [aɯn tiền ȝɔ̀] To be paid by time.

ăn tiền ngày [aɯn tiền ŋ̀ày] To be paid by the day. Nó ăn tiền ngày : He's paid by the day.

ăn tiêu [aɯn tiêu] To spend money. Ăn tiêu xa xỉ : To live in style, to live extravagantly.

ăn to [aɯn tɔ] To eat very much.

ăn trái [aɯn trái] Carpophagous, fruit-eating. Trồng cây ăn trái trên một miếng đất : To plant land with fruit-trees.

ăn trầu [aɯn trầu] To chew betel.

ăn trọ [aɯn trɔ] To board. Tiền ăn trọ : Board.

ăn trộm [aɯn trộm] Thief, burglar. Phạm tội ăn trộm : Guilty of theft. Một lũ ăn trộm : Set of thieves, pack of thieves. Ăn trộm ! : Stop thief ! Tội ăn trộm có cầm khí giới : Robber with violence. Ăn trộm ngựa : Horse-thief. Ăn trộm súc vật : Cattle-lifter. Có ăn trộm vào nhà phải không ? tôi nghe có tiếng cọt kẹt trên thang gác : Is there a burglar in the house ? I heard a creak on the stairs.

ăn trộm To thieve. Ăn trộm nhà người nào : To break into someone's house.

ăn trớt [aɯn trớt] In vain, of no result.

ăn trợt [aɯn trợt] See ăn trớt.

ăn trưa [aɯn trɯə] Bữa ăn trưa : Lunch, luncheon. Giỏ đựng đồ ăn trưa : Luncheon-basket.

ăn uống [aɯn uốŋ] Eating and drinking, food and drink. Ăn uống có điều độ : To eat and drink in moderation. Ăn uống đầy đủ : Well-fed. Ăn uống cho khỏe lại (sau một trận đau): To feed up (after illness). Cho người nào *ăn uống* : To give someone something to eat, to drink. *Bắt người nào phải ăn uống kiêng cử* : To put someone on a diet.

ăn và ở [aɯn và ɜ̌] *Ăn và ở năm trăm đồng một tháng* : Five hundred piastres a month with board and lodging.

ăn vã [aɯn vã] To eat (meat, fish, etc..) without rice.

ăn vạ [aɯn vạ] To make a scene with someone in order to obtain something from him.

ăn vay [aɯn vay] To live on loans.

ăn vặt [aɯn vạɯt] To eat often and little at a time.

ăn vận [aɯn vạn] To dress, to attire.

ăn về [aɯn về] To depend, to belong to.

ăn vội [aɯn vội] To bolt, to swallow (food) quickly. *Chúng tôi ăn vội vài miếng đoạn chạy đi cho kịp chuyến xe lửa* : We bolt a few mouthfuls of food and then ran to catch the train.

ăn vụng [aɯn vụŋ] To eat stealthily, to eat on the sly. *Ăn vụng vẫn ngon* : Stolen kisses are sweet.

ăn xác chết [aɯn sák cét] Necrophagous.

ăn xài [aɯn sài] To spend. *Ăn xài quá sức mình* : To live beyond one's means. *Ăn xài lãng phí* : To lash out into expenditures. *Ăn xài xa xỉ* : To live in (grand, great) style.

ăn xén [aɯn sén] To graft.

ăn xin [aɯn sin] To beg. *Người ăn xin* : Beggar.

ăn xổi [aɯn sổi] To take, have, a snack.

ăn xổi ở thì [aɯn sổi ɜ̌ θì] To live from day to day with no thought of tomorrow.

ăn xúp [aɯn súp] To eat, drink, one's soup. *Ăn xúp bằng muỗng* : To spoon (up) one's soup.

ăn ý [aɯn í] To understand one another, to be in accord, to be of one mind with someone, to get along well together.

ảng ảng [ảɯŋ àɯŋ] (Of dogs) To yelp, to yap.

ắp [áɯp] Full up, full to the brim. *Đầy ắp* : Chock-full.

ắt [áɯt] Surely, certainly.

Â

ÂM [əm] Sound, voice; tone. *Bát âm*: The eight sounds used in music, produced from silk, bamboo, stone, wood, metal, earthenware, leather and gourd. *Cách phát âm*: Pronunciation. *Máy vi âm*: Microphone. *Bán mẫu âm*: Semivowel. *Chủ âm*: Tonic tone. *Mẫu âm*: Vowel. *Khẩu-cái-âm*: Palatal. *Khẩu-cái-mạc âm*: Velar. *Nhị-trùng-âm*: Diphthong. *Ngữ âm học, phát âm học*: Phonetics. *Siêu âm*: Ultrasound, ultra-son. *Phụ âm*: Consonant. *Dây phát âm*: Vocal cords. *Vận tốc âm*: Velocity of sound. *Máy địa âm*: Sound-detector.

âm 1) Negative. *Âm-bản*: Negative proof.

2) Secret, hidden.

3) Female principle, negative principle; minus.

4) Lunary. *Âm-lịch*: Lunar calendar.

âm ầm [əm ầm] Lukewarm, tepid(water).

âm-ba [əm ba] Sound-wave.

âm-bản [əm bản] (Phot) Negative, negative proof.

âm-hộ [əm hộ] Vulva, the external parts of the female genital organs.

âm-cách [əm káik] (Poet) Measure.

âm-công [əm koŋ] Unostentatious virtue.

âm-cộng [əm koŋ] Additional sound.

âm-cung [əm kuŋ] Hell, Hades.

âm-cực [əm kựk] (El) Cathode; (Pb) platinode. *Tia âm-cực*: Cathode rays. *Ánh sáng âm-cực*: Cathodic light. *Đối*

âm-cực: Anticathode.

âm-dung [əm zuŋ] Voice and countenance.

âm-dương [əm zwəŋ] Female principle and male principle; heaven and earth; life and death; negative and positive. *Âm dương cách biệt*: The separation between life and death.

âm-đạo [əm dạu] (Anat) Vagina. *Thuộc về âm đạo*: Vaginal. *Ở trong âm-đạo*: Intra-vaginal. *Âm đạo-viêm, chứng sưng âm-đạo*: Vaginitis. *Thuộc về tử-cung và âm-đạo*: Utero-vaginal.

âm-địa [əm dịə] 1) Shaded place.

2) Tomb, grave, sepulchre.

âm-điện [əm dịen] (El) Electronegative.

âm-điệu [əm dịeu] Tune, air; melody.

âm-độ [əm dộ] Tonality, pitch.

âm-đức [əm dứk] Unostentatious virtue, hidden virtue.

âm-giai [əm ʒai] (Mus) Musical scale. *Bán âm-giai*: Chromatic scale. *Toàn âm-giai*: Diatonic scale. *Âm-giai trưởng*: Major scale. *Âm-giai thứ*: Minor scale.

âm-gian [əm ʒan] Hell.

âm-hạch [əm hạik] (Anat) Clitoris.

âm-hành [əm hàŋ] (Anat) Menis, the male organ of copulation.

âm-hao [əm hau] News, tidings.

âm-hiểm [əm hiểm] Secret mischievousness; snaky (person); sneaking.

âm-hiệu [əm hiệu] 1) (Mus) Note, musical note.
2) Acoustic signal.

âm-học [əm hɔk] Acoustics, (science of) sound. *Thuộc về âm-học :* Acoustical.

âm-hộ [əm họ] (Anat) Vulva. *Thuộc về âm-hộ :* Vulval. *Chứng rút gân âm-hộ :* Vulvismus. *Bịnh sưng âm-hộ :* Vulvitis. *Bịnh sưng âm-hộ và âm-đạo :* Vulvo - vaginitis. *Phép cắt âm-hộ :* Colpotomy.

âm-hồn [əm hòn] Manes.

âm-hưởng [əm hưởng] Echo, sonority.

âm-hưởng-học [əm hưởng hɔk] Acoustics.

âm-ỉ [əm ỉ] To smoulder. *Lửa cháy âm ỉ :* The fire is smouldering.

âm-kè [əm kẻ] Secret plans, schemes.

âm-kè (Ph) Sonometer.

âm-lịch [əm lịk] Lunar calendar.

âm-luậ-học [əm lwạt hɔk] Prosody.

âm-lượng [əm lượng] (Mus) Volume.

âm-mao [əm mau] Pubic hair of man and woman.

âm-môn [əm mon] (Anat) Vulva. *Bịnh sưng âm-môn :* Vulvitis.

âm-mưu [əm mưu] Plot, conspiracy, intrigue, scheme, machination. *Bị liên can trong một cuộc âm-mưu :* To be concerned in a plot. *Một cuộc âm-mưu đang được trù tính :* A plot is brewing. *Có âm-mưu gì đây :* There is some treachery afoot. *Tiết lộ một cuộc âm-mưu :* To unmask a conspiracy. *Sắp đặt một cuộc âm-mưu :* To lay a scheme, to weave a plot, to knit up a plot. *Làm hỏng một cuộc âm-mưu ngay khi mới manh nha :* To kill a plot in the egg. *Một cuộc âm-mưu lật đồ chánh-phủ :* A conspiracy to overthrow the government. *Phòng trước một cuộc âm-mưu :* To forestall a plot. *Ngầm ngầm trù tính một cuộc âm-mưu :* To hatch a plot.

âm-mưu To plot, to intrigue, to machinate, to scheme, to conspire. *Âm-mưu với người nào :* To intrigue with someone. *Âm-mưu làm việc gì :*

To conspire to do something. *Âm-mưu chống người nào :* To conspire, be in conspiracy, against someone.

âm-nang [əm naŋ] (Anat) Scrotum. *Thuộc về âm-nang :* Scrotal. *Giống hình âm-nang :* (Bot) Scrotiform. *Âm-nang thủy thũng :* Hydrocele.

âm nghĩa [əm ŋĩa] Pronunciation and signification (of a word).

âm nhạc [əm ŋạk] Music. *Giáo-sư âm nhạc :* Music-master. *Dạ-hội âm-nhạc :* Musical evening. *Thích, mê âm-nhạc.* To be fond of music, to love music, to be musical. *Người thích âm-nhạc :* Music-lover. *Người ghét âm-nhạc :* Music-hater. *Nó có khiếu về âm-nhạc :* He has an instinct for music, he has taste in music, he has a turn for music. *Âm-nhạc làm êm tai :* Music that pleases, charms, the ear. *Cái mà tôi thích là âm-nhạc :* What I like is music. *Âm-nhạc do gió hiu hiu đưa tới :* Music wafted on the breeze. *Nó rất mê âm-nhạc :* He is crazy about music. *Nàng biết chút ít âm-nhạc :* She knows a little music. *Tôi không thích âm-nhạc. I have no ear for music. *Người tàn-tật tìm an-ủi trong âm-nhạc :* The invalid found solace in music. *Chương-trình âm-nhạc dưới đây sẽ được ban nhạc quân-đội diễn tấu :* The following programme of music will be rendered by the military band. *Khi nó nghe âm-nhạc thì nó chẳng biết trời đất gì nữa :* When he is listening to music he is lost to the world.

âm-nhạc hiệu [əm ŋạk hiệu] Musical note.

âm - nhạc viện [əm ŋạk viện] Conservatoire, conservatory of music.

âm-nhai [əm ŋai] Deep abyss.

âm - pháp [əm fáp] (Mus) Mode. *Trường âm-pháp :* Major mode. *Đoản âm-pháp :* Minor mode.

âm-phần [əm fən] Grave, tomb.

âm-phong [əm fɔŋ] Cold wind.

âm-phù [əm fù] Musical notes.

âm-phủ [əm fủ] Hell, Hades, the Shades, the other world. *Thế giới âm-phủ :* Underworld.

âm-sang [əm ʃaŋ] (Med) Fistula.

âm-sắc [əm ʃáɯk] 1) Timbre.
2) Tone-colour.

âm-sự [əm ʃɯ] Secret matters.

âm-tần [əm tən] Audible frequency, audio frequency.

âm-thanh [əm θaiɲ] Sound, tone, voice. *Phim có âm-thanh :* Film with sound-effects. *Môn học về âm-thanh :* The science of sound. *Không khí là môi-vật của âm-thanh :* Air is the vehicle of sound.

âm-thanh-học [əm θaiɲ hɔk] Phonetics.

âm-thầm [əm θə̀m] Quietly, secretly, in silence. *Âm thầm làm việc gì :* To do something on the sly. *Chịu âm thầm đau khổ :* To suffer in silence, silently.

âm-thần [əm θə̀n] 1) Goddess, female spirit.
2) (Anat.) Labia. *Đại âm-thần (mép ngoài) :* Labia majora. *Tiểu âm-thần (mép trong) :* Labia minora.

âm-thất [əm θất] Private apartment.

âm-thiên [əm θien] Gloomy weather.

âm-thỏ [əm θɔ̉] Moon.

âm-thoa [əm θwa] (Mus) Diapason, pitch.

âm-ti [əm ti] Hell.

âm-tiết [əm tiét] Musical accent.

âm-tín [əm tin] News, tidings.

âm-tinh [tịɲ] Acoustics. *Âm-tinh một phòng :* Acoustics of a room.

âm-tơ [əm tə] Vocal cord.

âm-tố [əm tó] Sound elements.

âm-trạch [əm trạik] Grave, tomb.

âm-trấn [əm trə̀n] News, tidings.

âm-trình [əm trịɲ] (Mus) Interval. *Âm-trình bất hòa :* Discordant interval.

âm-trở [əm trə̉] (El) Impedance. *Âm-trở riêng :* Specific impedance.

âm-trợ [əm trə̣] To aid secretly, to give secret help to (someone).

âm-trợ Secret assistance, hidden help.

âm-trường [əm trừəŋ] (Mus) Time value.

âm-u [əm u] Dull, overcast, clouded (sky) ; cloudy, dull, dark (weather) ; nebulous. *Trời âm-u :* Clouded sky, murky sky.

âm-úy [əm wỉ] (Med) Impotence, impotency.

âm-ước [əm ứrk] Secret agreement.

âm-vân [əm vən] Dark clouds.

âm-vận [əm vận] Rhyme.

âm-vật [əm vật] Woman's genital organ.

ấm [ə́m] 1) Tepid, warm, lukewarm. *Ấm hơn nhiều lắm :* Very much warmer. *Sưởi cho ấm :* To warm oneself at the fire. *Cái mền nầy ấm vì nó dày :* This blanket is warm because of its thickness. *Nếu bớt đi vài cửa sổ, nhà sẽ ấm hơn :* With a few less windows the house would be warmer. 2) Mild, soft. *Giọng ấm :* Soft voice.

ấm Kettle, pot. *Quai ấm :* Pot ear. *Nắp ấm :* Pot-lid, lid of a kettle. *Ấm pha trà :* Tea-kettle. *Ấm kêu :* The kettle sings, the kettle was on the sing. *Nước sôi trong ấm :* The water sings in the kettle. *Ấm nước bắt đầu chảy :* The kettle is beginning to run.

ấm á [ə́m á] See ấm ớ.

ấm áp [ə́m áp] Mild, cosy, thawy. *Khí trời ấm áp :* The weather is mild.

ấm ấm [ə́m ə́m] Warm, lukewarm. *Nước ấm ấm :* Warm water.

ấm cật [ə́m kật] To have enough, to live in ease.

ấm chén [ə́m cɛ́n] Tea-service, tea-set.

ấm cúng [ə́m kúɲ] Cosy. *Căn-phòng yên tĩnh và ấm cúng :* Quiet and cosy room.

ấm lạnh [ə́m lạiɲ] Tepid and cold, (Fig) health.

ấm no [ə́m nɔ] To be at ease, in easy circumstances.

ấm ớ [ə́m ə́] To mumble, to speak indistinctly.

ầm [ə̀m] Noisy, rumbling, roaring. *La ầm lên :* To kick up a din.

ầm ầm [ə̀m ə̀m] Clamorous, roaring. *Tiếng súng ầm ầm :* The roar of gunfire.

ầm ỹ [ə̀m ỉ] Dull and prolonged noise.

ầm ỹ [ə̀m ỉ] Clamorously, noisily, loudly. *Cãi nhau ầm ỹ* : To quarrel noisily. *Làm ầm ỹ lên* : To kick up a racket. *Tiếng ầm ỹ của thác nước* : Loudness of waterfall.

ẩm [ə̀m] Moist, humid, damp, wet ; (Ph) hygrometric(al). *Trời ẩm* : Wet weather. *Hơi ẩm* : Wettish. *Hút ẩm* : Hygroscopic(al). *Độ ẩm* : Hygrometric (al) degree. *Trạng thái ẩm* : Hygrometric(al) state.

ẩm hận [ə̀m hạn] To drown one's anger in drink.

ẩm kế [ə̀m ké] (Ph) Hygrometer. *Ẩm kế tóc* : Hair-hygrometer.

ẩm lệ [ə̀m lẹ] To hold back one's tears.

ẩm-liệu [ə̀m liệu] Beverage, drink.

ẩm-nhiệt-kế [ə̀m niẹt ké] Psychrometer.

ẩm-thấp [ə̀m θə́p] Humid, damp. *Nhà nầy ẩm-thấp* : This house is damp. *Đừng ngồi trên đất ẩm thấp* : Don't sit in the damp.

ẩm-thấp-kế [ə̀m θə́p ké] Hygrometer.

ẩm-thấp-kế ngưng hơi [ə̀m θə́p ké ŋɯŋ hɔi] Dew-point hygrometer.

ẩm-thấp-nghiệm [ə̀m θə́p ŋiệm] (Ph) Hygroscope.

ẩm-thực [ə̀m θɯk] Eating and drinking, food and drink.

ẩm-ướt [ə̀m ɯə́t] Humid, damp, wet. *Tình trạng ẩm ướt* : Humidity, moistness, wetness. « *Ký ẩm ướt* » : « To be kept dry ».

ân [ən] Favour, grace, gratitude. *Sự vong ân* : Ingratitude. *Vong ân người nào* : To repay someone with ingratitude. *Dĩ ân báo oán* : To return good for evil.

ân ái [ən ái] 1) Love, affection. 2) Sexual intercourse, sexual connexion.

ân ái To have sexual intercourse with (someone).

ân bổng [ən bổŋ] (Ecc) Benefice. *Ân bổng bất khả tương hợp* : Incompatible benifice.

ân bổng dòng [ən bổŋ zòŋ] Regular benefice.

ân bổng đơn [ən bổŋ dən] Simple benefice.

ân bổng kép [ən bổŋ kép] Double benefice.

ân bổng tạm thời [ən bổŋ tạm θời] Temporary benefice.

ân bổng tranh tụng [ən bổŋ traip tụŋ] Litigious benefice.

ân bổng triều [ən bổŋ triều] Secular benefice.

ân bổng vĩnh viễn [ən bổŋ vĩp viễn] Perpetual benefice.

ân cần [ən kờn] Thoughtful, obliging. *Ân cần tiếp đãi người nào* : To give someone a hearty welcome, to receive, greet, someone with open hands.

ân cỏ [ən kó] Grace, gratitude.

ân đức [ən dứk] Grace, favour, kindness.

ân gia [ən ʒa] Foster-father.

ân hận [ən hạn] To repent, to regret. *Ân hận đã làm việc gì* : To repent having done something. *Tôi ân hận đã nói xấu nó* : It repents me that I spoke ill of him.

ân hận (sự) Repentance, remorse, penitence.

ân huệ [ən hwẹ] Favour, grace. *Thừ oán nhớ lâu, ân huệ mau quên* : Eaten bread is soon forgotten.

ân mẫu [ən mõu] Foster-mother.

ân miễn [ən miễn] To exempt.

ân nghĩa [ən ŋiə] Kindness and affection.

ân nhân [ən pən] Benefactor.

ân nhi [ən pi] Foster-child, adopted child.

ân oán [ən wán] Gratitude and resentment.

ân phú [ən fú] Prosperous and wealthy.

ân phụ [ən fụ] Foster-father.

ân súng [ən ʃủŋ] Favour, kindness, grace.

ân thưởng [ən θɯəŋ] Reward, recompense, remuneration.

ân tình [ən tìŋ] Grace and feeling.

ân tứ [ən tứ] (Grace, etc...) Granted by the king.

ân xá [ən sá] 1) Amnesty, general pardon. Lịnh ân xá : Amnesty ordinance. 2) (Ecc) Indulgence.

ân xá To amnesty.

ân xá quyền [ən sá kwiền] Power of pardon.

Ấn [ấn] (Geog) India. Người Ấn : Indian. Ấn-độ dương : Indian Ocean.

ấn To press, to push, to crush, to force (something into something). Ấn ngón tay lên vết thương : To press one's finger on a wound. Ấn chuông : To push the button. Ấn nắp hộp xuống để đậy hộp lại : To force down the lid of a box. Ấn vật gì vào hộp : To crush, jam, something into a box. Ấn nhẹ lên vật gì : To give something a slight press.

ấn (Not used alone) To print.

ấn Seal. Treo ấn từ quan : To resign office, to resign one's post.

ấn chỉ [ấn cỉ] Printed form, printed matters, printed paper.

ấn chương [ən cɯəŋ] Seal. Ấn chương học : Sigillography. Nhà ấn chương học : Sigillographer.

ấn định [ấn dịŋ] To fix, to appoint, to settle. Ấn định ngày họp : To fix a date for a meeting. Ngày và giờ họp chưa được ấn định : The time and date of the meeting have not yet been set.

Ấn độ [ấn dọ] (Geog) India. See Ấn.

Ấn độ giáo [ấn dọ záu] Hinduism.

ấn hành [ấn hàih] To print, to publish. Quyền sách chỉ ấn hành có 500 bản : Only 500 copies of the book were printed.

ấn loát [ấn lwát] To print. Thuật ấn loát : Art of printing, typography. Sự ấn loát : Printing, impression, edition.

ấn loát phẩm [ấn lwát fẩm] Printed matter.

ấn phù [ấn fù] Talisman.

ấn quán [ấn kwán] Printing - house,

printing-office, printing-shop, printing-works. Ấn quán quân đội : Army printing plant.

ấn tích [ấn tík] Imprint of a seal.

ấn tín [ấn tín] Official seal.

ấn triện [ấn triẹn] Seal.

ấn tự điện tín thuật [ấn tự diẹn tín θwạt] Typotelegraphy.

ấn tượng [ấn tɯợŋ] Impression. Ấn tượng chủ nghĩa : Impressionism.

ấn tỷ [ấn tỉ] Signet.

ẩn [ẩn] To hide. Ở ẩn : To live retired, to live in retirement. 1) Hidden. 2) Latent, delitescent. Ẩn nhiệt : Latent heat. 3) Inconspicuous (flower, etc...).

ẩn bóng [ẩn bóŋ] To take shelter (Fig) to be under someone's protection.

ẩn cư [ẩn kɯ] To dwell in seclusion, in retirement ; to live in seclusion.

ẩn danh [ẩn zaih] To conceal one's name.

ẩn dật [ẩn zạt] To retire from the world, to live in retirement, to seclude oneself from society, to live out of the world.

ẩn hoa [ẩn hwa] (Bot) Gemmiflorate.

ẩn khuất [ẩn xwất] Hidden, concealed.

ẩn lánh [ẩn láih] To retire from sight.

ẩn lậu [ẩn lạu] To hide, to conceal.

ẩn lực [ẩn lɯk] Mystic power, hidden force.

ẩn mang [ẩn maŋ] (Zoo) Cryptobranchiate.

ẩn mặt [ẩn mạɯt] To hide from (someone).

ẩn mình [ẩn mìh] To hide oneself ; to keep, lie, close.

ẩn náu [ẩn náu] To refuge, to hide oneself, to take shelter. Chỗ ẩn náu : Refuge, shelter, asylum, harbour. Cho người nào ẩn náu : To afford asylum to someone. Cho một tội nhân ẩn náu : To give harbour to a criminal.

ẩn nặc [ẩn nạɯk] To hide, to conceal.

Ẩn ngữ [ẩn ŋữ] Slang, cant.

Ẩn nhẫn [ẩn ɲẩn] To suffer in silence, to eat one's heart out.

Ẩn nhiệt [ẩn ɲiệt] Latent heat.

Ẩn núp [ẩn núp] To hide, to refuge, to take cover, to shelter, to take shelter, to lie, remain, hidden. *Chỗ, nơi ẩn núp*: Hiding-place, refuge. *Ẩn núp dưới gốc cây*: To shelter (oneself) under a tree.

Ẩn sĩ [ẩn ʃĩ] Retired scholar.

Ẩn tàng [ẩn tàŋ] To imply, to hide, to conceal.

Ẩn tàng Implicit, hidden, concealed. *Hàm số ẩn tàng*: Implicit function.

Ẩn thân [ẩn θận] To hide oneself.

Ẩn tình [ẩn tìɲ] Hidden part, secret feeling; mystery, shady side. *Biết rõ ẩn tình của một việc*: To know the inside of an affair.

Ẩn trừ [ẩn trừ] Restriction, reservation.

Ẩn vi [ẩn vi] Mysterious.

Ẩn ý [ẩn ʃ] 1) Dissembled thought, mental reservation, idea at the back of one's mind. *Tìm ẩn ý trong lời nói của người nào*: To go behind someone's word.

2) Mental restriction, mental reservation.

Ấp [ấp] Hamlet. *Ấp chiến lược*: Strategic hamlet. *Ấp tân sinh*: New life hamlet.

Ấp 1) (Of a bird) To brood, sit on (eggs); to incubate, hatch out (eggs).

2) To warm up.

Ấp lạnh [ấp lạiɲ] To warm up when it is cold.

Ấp lẫm [ấp lẫm] A good deal, a great deal, many, a great many, a good many.

Ấp trứng [ấp trứŋ] To brood, to incubate, to hatch out eggs. *Máy ấp trứng*: Incubator.

Ấp ú [ấp ủ] To brood over, to meditate (schemes of vengeance, etc..).

Ấp úng [ấp ủŋ] To mumble, to speak indistinctly.

Ấp vào [ấp vàu] To burst into, to rush into.

Âu [âu] Europe. *Người Âu*: European. *Đông Âu*: Eastern Europe. *Tây Âu*: Western Europe. *Âu Á*: Europe and Asia.

âu [âu] *Lo âu*: To care, to be anxious, to be concerned about, to be worried about.

Âu châu [âu cậu] Europe. *Người Âu châu*: European.

âu dược [âu zựrk] European medicines.

âu hẳn [âu hẳun] Certainly, surely.

Âu hóa [âu.hửa] To europeanize. *Sự âu hóa*: Europeanization.

âu là [âu là] Or else.

Âu Mỹ [âu mĩ] Europe and America; the West, the Occident.

âu phục [âu fụk] European clothes, western clothes.

âu sầu [âu ʃầu] Sad, grieved, sorrowful.

Âu Tây [âu tei] European, Occidental.

âu yếm [âu iếm] 1) To cuddle.

2) To love, to adore.

Ấu [ấu] (Not used alone) Young. *Thời kỳ thơ ấu*: Childhood, boyhood, girlhood, young days. *Lớp đồng ấu*: First grade.

Ấu Cây ấu, trái ấu: Water caltrop.

Ấu căn [ấu kaun] (Bot) Radicle.

Ấu học [ấu họk] Elementary education.

Ấu nha [ấu ɲa] (Bot) Gemmule; plumule.

Ấu nhi [ấu ɲi] Infant, baby, child.

Ấu thời [ấu θời] Childhood, infancy, child-life.

Ấu trĩ [ấu trĩ] 1) Childish, in infancy.

2) Inexperienced.

Ấu trĩ viên [ấu trĩ vien] Kindergarten.

Ấu trùng [ấu trùŋ] Larva, grub.

Ẩu [ẩu] Careless, negligent. *Công việc làm ẩu*: Careless work.

Ẩu đả [ẩu dả] To fight, to have an affray. *Cuộc ẩu đả*: Fight.

Ấy [ấi] That, those. *Khi ấy, lúc ấy*: In that moment. *Vì việc ấy mà tôi đến ;*

That is what I have come for. *Mọi người đều đồng ý về điểm ấy :* Everybody is agreed on that point. *Trong trường hợp, trong tình trạng ấy :* Under these conditions. *Việc ấy rất dễ hiểu:* That's easily understood. *Tôi cam đoan anh sẽ thích việc ấy :* I undertake that you will like it. *Việc ấy không thuộc phạm vi hoạt động của tôi :* That does not come within my activities. *Ngoài số tiền ấy ra, nó còn thiếu tôi ba trăm đồng :* In addition to that sum he still owes me three hundred piastres. *Không ai nhận đã làm việc ấy cả :* No one would admit having done it. *Việc ấy chắc chắn, không còn nghi ngờ gì nữa cả :* It admits of no doubt. *Nó phải khó nhọc lắm mới làm được việc ấy :* He had much ado to get through that work. *Việc ấy không đúng với chuyện nó nói :* That does not agree with what he said. *Tôi được phép làm việc ấy, người ta cho phép tôi làm việc ấy :* I am allowed to do it. *Tôi biết việc ấy từ lâu rồi :* I knew that all along. *Anh là người thứ hai đã hỏi tôi việc ấy :* You are the second to ask me that. *Cô ấy đẹp nhưng không có xu :* She has looks but no money. *Tôi không thể làm việc ấy trong một thời gian ngắn như thế :* I can't do it at such short notice. *Nó biết con đường ấy nguy hiểm nhưng nó vẫn đi :* He knows the road is dangerous but takes it notwithstanding. *Tôi mong rằng việc ấy sẽ không xảy ra nữa :* I hope it will not occur again. *Ở đây không có người nào tên ấy cả:* No person of that name is here. *Việc ấy xảy ra đã mười năm rồi :* It took place ten years ago. *Việc ấy sẽ làm anh ở tù :* That will land you in prison.

B

ba [ba] Three. *Thứ ba* : Third. *Ngày thứ ba* : Tuesday. *Tháng ba* : March. *Mười ba* : Thirteen. *Ba chục, ba mươi:* Thirty. *Tôi ở số ba* : I live at number three. *Xếp tờ giấy lại làm ba* : To fold a sheet of paper in(to) three. *Phép chụp ảnh ba màu* : Three–colour-(ed) process. *Cuộc bàn cãi giữa ba người* : Three-cornered discussion. *Máy bay ba động cơ* : Three-engined aeroplane. *Phòng chật hết ba phần tư* : The room was three-quarter full. *Ba lần trong một năm:* Three times a year.

ba Father. *Nó bị ba nó phạt* : He was punished by his father.

ba Bar. *Nó không còn lui tới các ba nữa:* He no longer frequents bars. *Đừng để các nữ chiêu đãi viên đẹp cám dỗ vào các ba* : Don't be allured into bars by the pretty waitresses.

barit (Ch) Baryta.

barium (Ch) Barium.

bauxit (Miner) Bauxite.

baz (Ch) Base (of salt, etc...).

ba ba (Zoo) Turtle.

ba bảy [ba bảy] Three and seven, several. *Đời sống đầy cảnh ba chìm bảy nổi* : Life is full of ups and downs. *Có ba bảy đường làm* : There are several ways to do.

ba bị [ba bị] Three bags. *Ông ba bị* : Bogy, bagey.

ba bó một giạ [ba bɔ́ mọt ʒɑ] A sure thing, a dead cert.

ba cánh [ba káiɲ] Three–bladed (propeller).

ba chân [ba cɔn] Three-legged (chain).

ba chân bốn cẳng [ba cɔn bốn kảɯɳ] At top speed, at full speed. *Chạy ba chân bốn cẳng* : To run at top (full) speed.

ba chìm bảy nổi [ba cim bảy nổi] The vicissitudes, the ups and downs (of life). *Đời sống đầy cảnh ba chìm bảy nổi* : Life is full of ups and downs.

ba chớp ba nhoáng [ba cɔ́p ba ɲwáɲ] Untidy, slovenly, slipshod ; untidily, in a slipshod manner. *Làm ba chớp ba nhoáng* : Done in a slovenly way.

ba cọc ba đồng [ba kɔk ba dòŋ] Fixed wage.

ba dây (El) Triphase, three–phase (current).

ba-dô-ca [ba zo ka] (Mil) Bozooka.

ba-dờ [ba zɔ̀] (Ch) Base.

ba đào [ba dàu] Great waves, (fig) unforeseen dangers.

ba đông [ba doŋ] Three winters, (fig) three years. *Thấm thoát đã ba đông* : Three years. have passed by since.

ba động [ba dọŋ] Undulatory movement.

ba động cơ [ba dọŋ kɔ] Three-engined (aeroplane).

ba đời [ba dɔ̀i] Three generations, three ages. *Giàu có ba đời* : To be rich for three generations.

ba họ [ba họ] Three generations.

ba hoa [ba hwa] To boast, to brag.

ba hồi [ba hòi] At one time, at another time ; now.., now ; sometimes... sometimes. *Ba hồi buồn, ba hồi vui :* Now sad, now gay.

ba hồn chín vía [ba hòn cin vía] The three souls and nine vital spirits. *Ba hồn chín vía lên mây :* To be in a (blue) funk, to be frightened to death.

ba kè [ba ké] (1) (Ph) Cymometer (2) Wavemeter.

ba khía [ba xía] (Crust) Kind of small crab.

Ba-lan [ba lan] (Geog) Poland. *Người Balan :* Polish.

ba lăng nhăng [ba lauŋ ɲauŋ] Undisciplined, unorganized, disordered; confusedly, without organization. *Nói ba lăng nhăng :* To speak at random.

Ba lê [ba le] Paris. *Người Ba-lê :* Parisian.

ba-lô (Mil) Kit-bag, field bag.

ba-lông [ba loŋ] Balloon ; football.

ba mặt một lời [ba mạut mọt lời] Face to face, facing one another, in view of one another.

ba mươi [ba mươi] Thirty. *Ba mươi sáu chước :* Thirty-six ways, many ways (to do something).

Ba-nhĩ-cán [ba-ɲi-kán] (Geog) The Balkans.

ba phải [ba fải] One who says yes to everything.

ba quân [ba kwən] The whole army.

ba que [ba kwɛ] Rogue, rascal.

ba sinh [ba siɲ] Three lives (the past, present and future lives).

ba tao [ba tau] Three-stranded (rope).

ba tăng [ba tauŋ] License (to exercise a trade or profession). *Ba-tăng bán rượu :* Liquor license, license for the sale of drink.

Ba-tây [ba tei] (Geog) Brazil. *Người Ba-tây :* Brazilian.

ba thu [ba θu] Three autumns, (fig) three years.

ba-toong [ba tɔŋ] Stick, cane ; walking stick. *Đánh người nào bằng ba-toong :* To strike someone with one's cane.

ba trăng [ba trauŋ] Three moons, (fig) three months. *Thấm thoát đã ba trăng :* Three months fly by.

ba-tui [ba tui] Patrol.

Ba-tư [ba tư] (Geog) Persia. *Người Ba-tư :* Persian.

ba-xa [ba sa] Brassard.

bá [bá] 1) (Not used alone) One hundred.

2) (Not used alone) To spread, to disperse.

bá (Bot) Cypress (-tree), cedar (-tree).

bá To put one's arms around ; to encircle with one's arms.

bá âm [bá əm] To broadcast. *Đài bá âm :* Broadcasting station, radio station.

bá cáo [bá káu] To publicize, to publish, to proclaim.

bá chú [bá củ] Lord, ruler, dominator.

bá chủ quyền [bá củ kwièn] Suzerainty.

bá cổ [bá kỏ] To put one's arms round someone's neck.

bá hộ [bá họ] A moneyed man.

bá-lan [bá lan] Capstan. *Tay quây bá-lan :* Capstan-bar, capstan spoke.

Bá-linh [bá liɲ] (Geog) Berlin.

bá mẫu [bá mẫu] Aunt (wife of one's father's elder brother).

bá phụ [bá fụ] Uncle (brother of one's father).

bá quan [bá kwan] All officials in the court.

bá quyền [bá kwièn] Hegemony.

bá súng [bá ʃúŋ] (Mil) Butt of rifle.

bá tánh [bá táiɲ] The people, the population.

bá tước [bá túrk] Count, earl. *Bá tước phu nhân :* Countess. *Phong cho người nào làm bá tước :* To create someone an earl.

bá vai [bá vai] To put one's arm on someone's shoulder.

bá vơ [bá vɔ] Stupidly, foolishly.

bá xàm bá láp [bá sàm bá láp] *Nói bá xàm bá láp :* To speak at random, without rhyme or reason.

bà [bà] (1) Grandmother (the mother of

either of one's parents.

(2) Lady, madam, mistress, Mrs. *Thưa qui bà, qui ông* : Ladies and gentlemen.

(3) She. *Tôi đoán rằng bà ấy là mẹ ɪ* I guessed that she was the mother.

bà bóng [bà bóŋ] Beldam(e).

bà chẳng [bà càuŋ] Ogress.

bà chú [bà củ] (1) Mistress. *Bà chủ nhà :* Housewife, mistress of a house, mistress of a family. *(Nói với người làm) Bà chủ chị có ở nhà không ? Bà chủ tôi không có ở nhà :* (To servant) Is your mistress at home ? My mistress is not at home.

(2) (Com) Mistress. *Hãy nói với bà chú :* Speak to the mistress.

bà con [bà kɔn] Related. *Bà con với người nào :* To be related, akin, to someone, to be of kinship with someone. *Nó bà con với chúng tôi :* He is related to us. *Chúng nọ bà con gần với nhau :* They are near relatives, they are nearly, closely, related ; they are near in blood, they are next of kin, they are near of kin. *Tôi không có bà con gì với nó cả :* I am not related to him in any way. *Nó có bà con với anh không ? :* Is he any relation to you ? *Nó không có bà con với tôi :* He is no relation to me, he is no relation of mine. *Chúng nó không bà con :* They are not related.

bà con Relative, relation, kindred, connection. *Bà con gần :* Near relation, next of kin. *Bà con bên ngoại :* Relation on the mother's side. *Bà con xa :* Distant relation. *Nó là một người bà con của tôi :* He is a connection of mine. *Người bà con gần hơn hết của nó :* His next of kin. *Hầu hết bà con của nó vẫn còn ở Pháp :* Most of his kindred are still living in France. *Mặc dầu chúng tôi là bà con nhưng tôi chưa bao giờ gặp nó cả :* Though we are relations I have never seen him.

bà cô [bà ko] Great aunt, grand-aunt (the aunt of one's father).

bà cố [bà kó] Great grand mother (the mother of one's grandparent).

bà cốt [bà kót] Sorceress, medium, witch.

bà cụ [bà kụ] Old lady, old woman.

bà dì [bà zì] Grand aunt (the aunt of one's mother).

bà đồng [bà dòŋ] Beldam(e), enchantress

bà đỡ [bà dở] Midwife.

bà gia [bà ʒa] Mother-in-law.

bà già [bà ʒà] Old lady, old woman. *Nó nhường chỗ nó lại cho bà già :* He gave up his seat to the old woman.

bà giáo [bà ʒáu] Mistress.

bà la môn [bà la mon] Brahman, brahmin. *Bà la môn giáo:* Brahminism.

bà lão [bà lãu] See bà già.

bà mụ [bà mụ] Midwife.

bà ngoại [bà ŋwại] Maternal grandmother.

bà nhạc [bà ɲạk] Mother-in-law.

bà nội [bà nội] Paternal grandmother (the mother of one's father).

bà phước [bà fúʳk] Sister, nun, sister of mercy, sister of charity, woman of religious order.

bà sơ [bà sơ] (1) Great-great-grand mother (the mother of one's great grandmother).

(2) See bà phước.

bà trùng học [bà trùŋ họk] Herpetology. *Nhà bà trùng học :* Herpetologist.

bà trùng loại [bà trùŋ lwại] Reptile.

bà vãi [bà vãi] Buddhist nun.

bả [bả] (1) Bait.

(2) Poisoned food.

bả vai [bả vai] Shoulder blade.

bã [bã] (Ch) Residue, residuum ; marc (of grapes, olives etc...), marc, rape (of grapes).

bã bọt mép [bã bọt mép] To speak in vain.

bã mía [bã mía] Bagasse, megass. See xác mía.

bạ (1) [bạ] (Not used alone) At random, haphazardly. *Nói bậy nói bạ :* To speak at random.

(2) Whatever, whoever, wherever. *Bạ cái gì cũng ăn :* To eat whatever comes to hand.

bạ ai [bạ ai] Any one (at all), no matter who.

bác [bák] Uncle (father's elder brother).

bác You.

bác To reject, to disallow. *Bác một đề nghị* : To reject an offer. *Quan tòa bác lời yêu cầu của nó* : The judge disallowed his claim.

bác ái [bák ái] Philanthropy. *Chủ nghĩa bác ái* : Philanthropism. *Người có lòng bác ái* : Philanthropist. *Có lòng bác ái* : Philanthropic(al).

bác án [bák án] (Jur) To quash a verdict.

bác bẻ [bák bẻ] To criticize.

bác bỏ [bák bỏ] To reject.

bác cổ [bák kỏ] Archaeologic(al). *Bác cổ học* : Archaeology.

bác đoạt [bák dwạt] To take by force.

bác đơn [bák dơn] To reject a request.

bác gái [bák gái] Aunt.

bác học [bák họk] Erudite, learned. *Nhà bác học* : A learned man, a scholar, a scientist.

bác luận [bák lwận] To object, to oppose.

bác nghị [bák ŋị] See bác luận.

bác ngữ học [bák ŋũ họk] Philology, linguistics.

bác nhã [bák ɲã] Well-read, learned.

bác ruột [bák rwột] Uncle (father's elder brother).

bác sĩ [bák ʃĩ] Doctor. *Y-khoa bác sĩ* : Physician, doctor (of medicine). *Nó nhứt định mời bác sĩ đến* : He was all for calling a doctor. *Tôi muốn đau, làm ơn gọi bác sĩ giùm tôi* : I feel ill ; please call a doctor. *Chắc chắn nó sẽ chết nếu anh không mời bác sĩ đến* : He will certainly die if you don't get a doctor. *Bác sĩ đã chạy, đã hết hy vọng chữa bịnh cho nó* : The doctor has condemned him. *Bác sĩ bảo tôi phải bỏ hẳn thuốc lá* : The doctor said I must cut tobacco right out. *Các bác sĩ đều chạy bịnh của nó* : The doctors say his case is hopeless. *Tôi

sẽ hỏi ý kiến bác sĩ của tôi* : I shall seek my doctor's advice.

bác tạp [bák tạp] Mixed.

bác tập [bák tập] To collect several elements together.

bác trai [bák trai] Uncle (father's elder brother).

bác vật [bák vật] Engineer.

bác vật học [bák vật họk] Natural history. *Nhà bác vật học* : Naturalist.

bạc [bạk] Silver. *Muỗng bạc* : Silver-spoon. *Đồng tiền bằng bạc* : Silver coin. *Mạ bạc, bịt bạc* : Silver-plated ; to silver. *Có bạc* : Argentiferous. *Thợ mạ bạc* : Silver–plater. *Nghề làm đồ bạc* : Silver–work. *Thợ bạc* : Silver-smith, jeweller. *Đồ dùng bằng bạc :* Silverware. *Lóng lánh như bạc, (tiếng) trong như tiếng bạc* : Silvery.

bạc Money, cash. *Giấy bạc* : Banknote, bill. *Đồng bạc* : Piastre. *Tiền bạc :* Money, currency, coinage. *Túi bạc* : Money-bag. *Bạc giả* : Counterfeit money, bad money, base money. *Thì giờ là tiền bạc* : Time is money. *Lãng phí tiền bạc* : It is money thrown away. *Tiền bạc đối với nó không có nghĩa lý gì cả* : Money means nothing to him.

bạc (Of black cloth) Discoloured, rusty faded. *Áo bạc màu* : Discoloured dress.

bạc (Of colours) To fade.

bạc Ungrateful.

bạc *Sòng bạc, nhà chứa bạc* : Gambling-den, gambling-house. *Chủ sòng bạc* : Keeper of a gambling-den.

bạc bẽo [bạk bẽu] Ungrateful, thankless.

bạc đãi [bạk dãi] To ill-treat, to maltreat, to deal badly.

bạc đạn [bạk dạn] (Aut) Ball-bearing.

bạc đầu [bạk dầu] Hoary-headed, white-headed. *Thuở bạc đầu* : Old age.

bạc đen [bạk dɛn] White and black, (fig) changing, inconstant.

bạc đồng [bạk dòŋ] Silver coin of one piastre.

bạc giả [bạk ʒả] Counterfeit money. *Người làm bạc giả* : Counterfeiter.

bạc giầy [bɔk ʒéi] Bank-note, bill.

bạc hà [bạk hà] (Bot) Mint ; peppermint. *Dầu bạc hà* : Peppermint oil. *Rượu bạc hà* : Peppermint liquor.

bạc hạnh [bạk hạiɲ] Bad luck, ill luck.

bạc hoa râm [bạk hwa rəm] Hoary (hair).

bạc lẻ [bạk lɛ̌] Small change.

bạc mạng [bạk mạŋ] Bad destiny.

bạc màu [bạk màu] (Of black cloth) Discoloured, rusty.

bạc mặt [bạk mɯt] Ready money, cash (in hand).

bạc nén [bạk nɛ́n] Silver bar.

bạc nghệ [bạk ŋẹ] Thankless job.

bạc nghĩa [bạk ɲìa] Ungrateful, thankless, unthankful.

bạc nhạc [bạk ɲạk] Beef of poor quality with membrane and tendon.

bạc nhược [bạk ɲɯrk] Caducuous, weak. *Tính bạc nhược* : Weakness.

bạc phau [bạk ʃau] Very white.

bạc phận [bạk ʃạn] Unhappy fate, misfortune. *Kẻ bạc phận* : Unfortuned person.

bạc phếch [bạk ʃéik] Discoloured, faded.

bạc phơ [bạk ʃə] White haired.

bạc phước [bạk ʃứrk] Unhappy lot, poor fate. *Người bạc phước đang an giấc ngàn thu* : The poor man is now at rest.

bạc ròng [bạk rɔ̀ŋ] Pure silver.

bạc tạng [bạk tạŋ] *Người bạc tạng* : Albino. *Chứng bạc tạng* : Albinism.

bạc thếch [bạk θéik] Discoloured, faded.

bạc tình [bạk tịɲ] Faithless, unfaithfull.

bách [báik] (Not used alone) To force, to oppress, to coerce.

bách One hundred.

bách bộ [báik bọ] To walk, to go for a walk.

bách chu niên [báik cu nien] Centenary (anniversary).

bách hoa [báik hwa] Hundred flowers.

bách hợp [báik hợp] (Bot) Lily.

bách kế [báik ké] Hundred of expedients, of all schemes.

bách khoa [báik xwa] Encyclopaedic.

bách khoa toàn thư [báik xwa tⱳàn θɯ] Encyclop(a)edia, cyclopaedia.

bách khoa tự điển [báik xwa từ diển] Encyclop(a)edia.

bách nghệ [báik ŋẹ] All crafts, all careers.

bách nhật [báik ɲạt] Hundred days.

bách niên [báik nien] Hundred years.

bách niên giai lão [báik nien ʒai lău] (A wish to newly-married couple) To live together one hundred years old.

bách phát bách trúng [báik ʃát báik trúŋ] To hit the mark on every shot, to be good marksman.

bách phân [báik ʃən] Centesimal (fraction, scale, etc...).

bách phân Centigrade.

bách quan [báik kwan] All officials in the court.

bách thảo [báik θảu] Botanical. *Vườn bách thảo* : Botanical garden.

bách thú [báik θú] Zoological. *Vườn bách thú* : Zoo, zoological garden.

bách tính [báik tíɲ] The people, the population, the public.

bạch [báik] 1) (Not used alone) White. 2) Bare, empty ; vain, useless. 3) Clear.

bạch câu [bạik kəu] White horse.

bạch chủng [bạik củŋ] The white race.

bạch cốt [bạik kót] Bones of the dead.

bạch cúc [bạik kúk] (Bot) Common daisy.

Bạch Cung [bạik kuŋ] The White House.

bạch dịch [bạik zịk] (Ph) Lymph. *Bạch dịch bào* : Lymphocyte. *Thuộc về bạch dịch* : Lymphatic.

bạch diên [bạik zien] Ceruse, white-lead. *Bạch diên khoáng* : Cerusite.

bạch diện [bạik zịẹn] 1) Pale-faced (fig) student. 2) Inexperienced. *Bạch diện thư sinh* : Inexperienced student.

bạch dương [bạik zưɔŋ] (Bot) Poplar.

bạch đái hạ [bạik dái hạ] (Med) Leucorrhoea ; whites.

bạch đàn [bạik dàn] (Bot) Santal. *Cây bạch đàn* : Santal tree.

bạch đinh [bạik diŋ] Commoner.

bạch đới [bạik dới] See bạch đái hạ.

bạch hổ [bạik hổ] 1) White tiger.
2) Evil genius.

bạch hùng [bạik hùŋ] Polar bear.

bạch huyết [bạik hwiét] (Ph) Lymph. *Bạch huyết bào* : Lymphocyte. *Mạch bạch huyết* : Lymphatics. *Thuộc về bạch huyết* : Lymphatic.

bạch huyết cầu [bạik hwiét kầu] Leucocyte.

bạch khê [bạik xê] Signature to a blank document; paper signed in blank.

bạch kim [bạik kim] Platinum. *Bột bạch kim* : Platinum sponge. *Bột đen bạch kim* : Platinum black. *Mạ bạch kim* : To platinize, to plate with platinum.

bạch lục thạch [bạik lụk θạik] Chrysoprase.

bạch nga [bạik ŋa] *Người Bạch Nga* : White Russian.

bạch ngọc [bạik ŋɔk] Diamond-spar.

bạch nhật [bạik ɲạt] In broad, full, daylight.

Bạch ốc [bạik ók] The White House.

bạch phát [bạik fát] White-headed.

bạch sĩ [bạik ʃĩ] Poor student.

bạch tạng [bạik tạŋ] *Người bạch tạng* : Albino. *Chứng bạch tạng* : Albinism.

bạch thỏ [bạik θỏ] White hare, (fig) the moon.

bạch thư [bạik θư] White paper.

bạch tùng du [bạik tùŋ zu] Colophony.

bạch tuộc [bạik twɔk] (Zoo) Poulp(e), argonaute.

bạch tuyết [bạik twiét] White snow.

bạch văn [bạik vaun] (Message) In plain, in clear. *Công điện bạch văn* : Message in plain, in clear (i. e. not in cipher).

bạch vân thạch [bạik vɔn θạik] (Miner) Dolomite (marble).

bái [bái] (Not used alone) To bow, to kotow ; to pay hommage to.

bái ân [bái ɔn] To thank for.

bái biệt [bái biẹt] To take leave respectfully.

bái chào [bái càu] To salute.

bái đáp [bái dáp] To answer respectfully.

bái hạ [bái hạ] To congratulate.

bái hỏa giáo [bái hwả ʒáu] Zoroastrianism.

bái kiến [bái kién] To pay a visit to a superior.

bái nghinh [bá ŋiŋ] To welcome respectfully.

bái phục [bái fụk] To admire, to bow in admiration.

bái tạ [bái tạ] To thank respectfully.

bái thọ [bái θɔ] To congratulate someone on his birthday.

bái từ [bái từ] To take leave respectfully

bái vật giáo [bái vạt ʒáu] Fetishism.

bái xái [bái sái] *Mệt bái xái* : Tired out, tired to death.

bái yết [bái iét] Audience.

bái yết To visit respectfully.

bài [bài] 1) Lesson, exercise, task. *Dàn bài* : Outline. *Bài học tiếng Pháp* : French lesson. *Bắt đọc bài* : To hear the lessons. *Bài tập viết* : Written exercise. *Cho học trò một bài làm* : To set a boy a task. *Làm bài* : To do one's lessons, to do one's home-work. *Tôi chưa làm bài* : I haven't done my home-work yet. *Sự học bài* : The learning of the lessons. *Nó đang bận làm bài ngày mai* : He's busy doing his lessons for to-morrow.

2) Article (in newspaper). *Bài xã thuyết* : Leader, leading article. *Cắt một bài trong báo* : To cut an article out of the paper.

3) Card, playing-card. *Ván bài* : Game of cards. *Bộ bài, cỗ bài* : Pack, deck, of cards. *Đánh bài* : To play cards. *Người chia bài* : Card-dealer. *Người đánh bài* : Card-player. *Sự đánh bài* : Card-playing. *Người đánh bài gian ɛ*

Card-sharper. *Bàn để đánh bài* : Card-table.

4) Tablet, signboard.

bài [bài] To be against.

bài bác [bài bák] To criticize, to object to.

bài báo [bài báu] Newspaper article. *Đăng lại trọn một bài báo*: To reproduce an article entire.

bài ca [bài ka] Song.

bài cái [bài kái] Original (text, manuscript).

bài cộng [bài kọŋ] To be anti-communist.

bài dầu [bài zầu] Bum—card.

bài diễn văn [bài ziễn vaưn] Speech, address. *Bài diễn văn có soạn trước* : Set speech. *Đọc một bài diễn văn ngắn* : To deliver a short address, to make, deliver, a short speech. *Bài diễn văn khai mạc* : Opening address. *Bài diễn văn của nó được hoan nghinh hơn những bài diễn văn trước (của nó)* : His speech was more acceptable than those that had come before. *Bài diễn văn của Tổng Thống được định vào ngày thứ năm tới* : The President's speech is scheduled for next Thursday.

bài hát [bài hát] Chant.

bài học [bài họk] Lesson. *Bài học tiếng Pháp* : French lesson. *Những bài học kinh nghiệm*: The lessons of experience. *Anh thiếu tất cả mấy bài học?* : How many lessons have you missed ? *Rút được một bài học về việc gì* : To draw a lesson from something. *Cho người nào một bài học* : To give someone a lesson, to read someone a lesson. *Cho, dạy người nào một bài học về phép lịch sự* : To teach someone manners.

bài lá [bài lá] Playing-card.

bài làm [bài làm] Task, home-work; exercise. *Cho học trò một bài làm* : To give a boy a task. *Bài làm đầy lỗi* : Exercise full of mistakes.

bài luận [bài lwọn] Essay, theme, composition, thesis.

bài ngà [bài ŋà] Ivory tablet.

bài ngoại [bài ŋwại] Xenophobe. *Tính*

bài ngoại : Xenophobia.

bài quốc ca [bài kwók ka] National anthem.

bài ra [bài ra] Terms. *Bài ra của một bài toán đố* : Terms of a problem.

bài sanh ý [bài ʃaịn í] License (to exercise a trade or profession).

bài tán ca [bài tán ka] Doxology.

bài tập [bài tọp] Exercise. *Bài tập viết* : Written exercise.

bài tập chiến thuật [bài tọp ciến θwọt] Tactical exercise.

bài tập tác chiến [bài tọp ták ciến] Combat exercise, combat drill.

bài tập trên bản đồ [bài tọp tren bản dò] Map exercise.

bài thi [bài θi] Examination paper. *Trả lời được tất cả các câu hỏi một bài thi* : To clear an examination paper. *Góp bài thi của các thí sinh lại* : To collect the candidate's papers. *Thầy giáo phát bài thi* : The teacher give out the examination papers. *Làm bài thi* : To sit for an examination paper.

bài thơ [bài θơ] Poem, piece of poetry. *Bài thơ châm chích* : Epigram.

bài thuốc [bài θwók] Medicinal prescription.

bài tiết [bài tiết] To excrete, to defecate, to eject, to eliminate, to evacuate.

bài tiết *(Sự)* Excretion, ejection, elimination, evacuation. *Chất bài tiết* : Excreta.

bài tiết Ejective, evacuant.

bài toán [bài twán] Problem. *Thầy giáo cho học trò của ông một bài toán khó* : The teacher set his boys a difficult problem.

bài trí [bài trí] To decorate, to ornament, to dispose.

bài trừ [bài trừ] To get rid of (something).

bài tựa [bài tựa] Preface, foreword.

bài văn [bài vaưn] Literary composition.

bài vị [bài vị] Ancestral tablet.

bài vở [bài vở] Lesson, home-work.

bài xã thuyết [bài sã θwiét] Leader, leading article, editorial.

bài xích [bài sík] To boycott.

bải hoải [bài hwài] Exhausted, worn-out.

bãi [bãi] Flat expanse, ground, field, stretch (of grass etc...).

bãi To stop, to cease, to cancel.

bãi biển [bãi biển] Shore, beach, sea-shore.

bãi binh [bãi biṇ] 1) To cease fighting. 2) To disband troops.

bãi bỏ [bãi bỏ] To abolish, to repeal, to annul; to avoid. Sự bãi bỏ: Abolition, abolishment, avoidance.

bãi cát [bãi kát] Sand-bank.

bãi chiến [bãi ciến] To cease fighting, to cease fire.

bãi chiến trường [bãi ciến trườŋ] Battlefield.

bãi chức [bãi cúk] To dismiss, to revoke, to discharge, to deprive, to remove (official) from office.

bãi cỏ [bãi kỏ] Lawn, green, meadow; grass-land, grass-plat, grass-plot. Khiêu vũ trên bãi cỏ: To dance on the green.

bãi công [bãi koŋ] To strike, to go on strike, to come out (on strike). Sự bãi công: Strike (of workmen); walk out.

bãi dâu [bãi zəu] A field of mulberry trees.

bãi dịch [bãi zịk] To dismiss, to discharge, to deprive, to remove (official) from office.

bãi đá bóng [bãi đá bóŋ] Soccer field, football ground.

bãi đất hoang [bãi đốt hwaŋ] Waste land.

bãi học [bãi họk] Student strike.

bãi khóa [bãi xwa] See bãi học.

bãi lầy [bãi lèi] Fen, bog.

bãi lệ [bãi lệ] To abolish a habit.

bãi luật [bãi lwạt] To abrogate, annul, repeal, rescind, a law.

bãi miễn [bãi miễn] To revoke, to dismiss, to discharge, to deprive, to remove (official) from office.

bãi mìn [bãi min] Mine-field. Bãi mìn chống chiến xa: Antitank mine-field. Bãi mìn giả: Dummy minefield.

bãi nại [bãi nại] To desist from, to withdraw (an action). Sự bãi nại: Confession of defence, of plea, confession and avoidance.

bãi quan [bãi kwan] To dismiss, to remove (official) from office.

bãi sa mạc [bãi ʃa mạk] Desert.

bãi tha ma [bãi θa ma] Cemetery, graveyard, burial-ground, burying-ground.

bãi thị [bãi θị] (Of market vendors) To strike.

bãi trường [bãi trườŋ] The long vacation, the summer holidays.

bại [bại] To lose (a battle), to be defeated. Bại trận: To suffer, sustain, a defeat. Làm thất bại kế hoạch của người nào: To defeat someone of his plans. Quân đội của chúng ta chưa bao giờ bại trận: Our army has never been beaten yet. Sự thất bại hoàn toàn: A dead failure. Đánh bại: To beat, to defeat.

bại Paralysed. Bị bại: Paralytic(al), stricken with paralysis. Bị bại một chân; cả hai chân: Paralysed in one leg, in both legs. Bịnh bại: Paralysis.

bại binh [bại biṇ] Defeated army, routed army.

bại hoại [bại hwai] Corrupted.

bại huyết [bại hwiét] (Med) Anaemia.

bại liệt [bại liệt] Paralysed.

bại lộ [bại lọ] Revealed, disclosed.

bại luân [bại lwən] Immoral.

bại phong [bại foŋ] To corrupt customs and manners.

bại quân [bại kwən] See bại binh.

bại sản [bại ʃản] Ruined. Khuynh gia bại sản: To be ruinous.

bại sự [bại ʃự] Failure, miscarriage, failed affair.

bại tẩu [bại tầu] In rout, routed.

bại thoái [bại θwái] (Mil) Retreat.

bại trận [bại trạn] To be defeated, to

lose a battle, to lose the field. *Sự bại trận*: Defeat. *Địch bại trận chạy tán loạn*: The enemy were defeated and fled in disorder.

bại tục [bại tục] Corrupted morals.

bại tướng [bại tưởŋ] Defeated general.

bại vong [bại vɔŋ] Lost. *Sự bại vong*: Loss.

bám [bám] To cling to, to clutch at, to stick, to hang on. *Bám lấy vật gì*: To clutch at something, to clutch hold of something. *Bám sát không rời*: To hang on by the skin of one's teeth. *Ăn bám người nào*: To sponge on someone, to live at someone's expense. *Bám lấy người nào*: To grip hold of someone.

bám chặt [bám cạnt] To hang on. *Bám chặt không rời*: To hang on by the skin of one's teeth. *Bám chặt như đỉa đói*: To hold on like grim death. *Cây bám chặt vào tường*: Plant that clings to the walls.

bám lầy [bám lẩi] To hold grip (of someone, something), to clutch at, to cling to. *Bám lấy vật gì*: To clutch at something, to clutch hold of something. *Đứa bé bám lấy tay mẹ nó*: The child clung to its mother's arm.

bám riết [bám riết] To tread on, upon, someone's heels. See **bám chặt**.

bám vào [bám vàu] To adhere, to stick, to cling (to the fingers, etc...).

ban [ban] 1) Section, committee, board, commission. *Ban giám đốc, ban quản trị*: Board of directors, of managers. *Ban nhạc*: Band, orchestra.
2) (Mil.) Section. *Ban bảo trì*: Maintenance section. *Ban điện ảnh*: Film section.

ban To confer, to give, to grant, to endow, to award, to bestow. *Ban cho người nào một ân huệ*: To give someone a favour. *Vua ban ơn phóng thích tù nhân*: The king granted that the prisoner should be freed. *Cầu trời ban cho!*: God grant it! *Trời đã ban cho nó nhiều tài năng*: Nature had endowed him with great talents.

ban Section of time.

ban 1) (Med) Fever.
2) See **banh**.

ban ân [ban ən] To favour, to grant a boon, a favour.

ban bằng [ban bàɯŋ] To deliver a diploma.

ban bố [ban bó] To promulgate, to enact (laws, regulations).

ban chẩn [ban cẩn] (Med) Dermographia, dermographism.

ban chiều [ban ciều] In the afternoon.

ban cho [ban cɔ] To bestow, to endow.

ban công [ban koŋ] (Arch) Balcony.

ban cua [ban kwə] (Med) Typhoid fever.

ban đầu [ban dầu] At first, at the beginning, at the outset. *Mới ban đầu*: From the outset.

ban đêm [ban dem] By night, nightly, during the night, in the night time; at night. *Làm việc ban đêm*: To work by night. *Trốn giữa ban đêm*: To escape by night. *Chúng ta làm việc ban ngày và ngủ ban đêm*: We work during the day and sleep during the night. *Ban ngày chúng tôi đi và ban đêm chúng tôi nghỉ ở khách sạn*: We travelled by day and stayed at hotels every night.

ban đỏ [ban dỏ] (Med) Measles.

ban giác [ban ʒák] (Med) Sandy (-fever), dengue (-fever).

ban giám đốc [ban ʒám dók] Board of directors.

ban giám khảo [ban ʒám xảu] Examining body.

ban hành [ban hàiŋ] To promulgate, to enact, to enforce (laws, regulations).

ban khen [ban xɛn] To felicitate, to compliment, to praise, to congratulate.

ban mai [ban mai] In the early morning.

ban nãy [ban nãy] Just now, a short while ago, a few minutes ago.

ban ngày [ban ŋày] In the day-time, during the day, in the course of the day, by day; day-time. *Giữa ban ngày*: In broad day-light. *Rõ như ban ngày*: As clear as day-light, as plain as your nose on your face. *Ban ngày cũng như ban đêm*: By day as well as by night.

ban ơn [ban ən] To favour, to grant a boon, a favour.

ban phát [ban fát] To distribute.

ban phước [ban fúrk] To bless. *Lạy Thượng-Để ban phước cho anh !* : God bless you l.

ban quản lý [ban kwản lĭ] The management, board of directors.

ban quản trị [ban kwản trị] Board of directors.

ban quân nhạc [ban kwən ɲạk] Army band.

ban sáng [ban ʃáŋ] This morning, in the morning.

ban sơ [ban ʃə] At first, at the start, at the outset, at the begining.

ban sớm [ban ʃớm] Early in the morning.

ban tặng [ban tạŋ] To gratify.

ban thưởng [ban θửởŋ] To recompense, to reward.

ban tối [ban tối] During the evening, in the evening.

ban trị sự [ban trị ʃự] Board of directors.

ban trưa [ban trưə] At noon.

bán [bán] To sell ; (of tradesman) to set, supply (someone with goods). *Bán vật gì cho người nào* : To sell someone something. *Bán lợi* : To sell back, to resell. *Khó bán* : Difficult to sell. *Hàng hóa bán chạy, dễ bán* : Goods that sell well, easily, goods easily disposed of. *Đất bán* : Land to sell, to be sold. *Bán hết hàng hóa dự trữ* : To sell out. *Giá bán* : Selling price. *Bán lương tâm, danh dự của mình* : To sell one's conscience, one's honour. *Nó không muốn bán đất* : He doesn't want to dispose of the land. *Cái nhà nầy bán phải không ?* : Is this house for sale ?. *Không có ai trong cửa hàng bán cho tôi cả* : There was no one in the shop to serve me. *Bán cho người nào một ki lô bơ* : To serve someone with a kilo of butter.

bán Half, semi, demi. *Lũy bán nguyệt* : Demilune. *Hình bán nguyệt* : Half circle.

bán ảnh [bán ảiɲ] Penumbra.

bán âm [bán əm] (Mus) Semitone.

bán âm giai [bán əm ʒai] (Mus) Chromatic scale.

bán buôn [bán buən] To sell whole-sale. *Người bán buôn* : Wholesaler. *Hàng hóa bán buôn* : Wholesale goods.

bán bưng [bán bưŋ] To peddle, to hawk.

bán cắt cổ [bán kắɯt kổ] To sell dear, at a high price. *Nhà buôn bán cắt cổ khách hàng của mình* : Shopkeeper who fleeces his customers.

bán cắt [bán kắt] To sell wholesale.

bán cầu [bán kàu] 1) Hemisphere. *Bắc, Nam bán cầu* : The northern, southern, hemisphere. *Thuộc về bán cầu* : Hemispheric(al).
2) Semi-globe.

bán chác [bán cák] To trade, to deal.

bán chạy [bán cạy] To sell well. *Sự bán chạy* : Quick sale. *Hàng hóa bán chạy* : Good easily disposed of. *Món hàng này bán không chạy* : This article is not moving.

bán chánh thức [bán cáiɲ θứk] Semi-official.

bán chịu [bán cịu] To sell on credit. *Sự bán chịu* : Credit sale.

bán công [bán koŋ] See bán công khai.

bán công khai [bán koŋ xai] Semi-official.

bán cú [bán kú] (Pros.) Hemistich.

bán dạ [bán zạ] Midnight.

bán danh [bán zaiɲ] To disgrace one's name, to lose one's reputation.

bán danh dự [bán zaiɲ zự] To sell one's honour.

bán dạo [bán zạu] To peddle, to hawk. *Người bán dạo* : Pedlar, hawker.

bán diện [bán ziện] Profile.

bán diện Hemihedron.

bán diện Hemihedral, hemihedric,

bán diện tính [bán ziện tíɲ] Hemihedrism.

bán đảo [bán đàu] Peninsula. *Thuộc về bán đảo* : Peninsular.

bán đắt [bán dắwt] 1) To sell dear, to overcharge, to sell at a high price.
2) To sell well. *Bán đắt như tôm tươi:* To sell like hot cakes.

bán đầu giá [bán dấu 3á] To sell by auction. *Bán đấu giá vật gì:* To sell something by auction. *Đem vật gì bán đấu giá:* To put something up, to, for auction. *Bị đem ra bán đấu giá:* To come under the hammer. *Phòng bán đấu giá:* Auction-room. *Người bán đấu giá:* Auctioneer.

bán đổ, bán tháo [bán dồ, bán θáu] To undersell for a clearance, to have a clearance sale ; to sell at a loss, under cost price.

bán đồng [bán dốŋ] To sell (something) in a lump.

bán dứt [bán dứt] To sell definitively.

bán ế [bán é] That is not selling well.

bán góp [bán góp] Instalment plan, hire-purchase, purchase by instalments.

bán gọp [bán gɔp] To sell in bulk.

bán hạ giá [bán hạ 3á] To sell (something) at a discount, at a reduced price. *Bán đại hạ giá:* Sale at greatly reduced price.

bán hàng [bán hàŋ] To sell goods. *Người bán hàng:* Saleman.

bán hớ [bán hó] To undersell something when one can sell it at a higher price.

bán kết [bán két] Semi-final.

bán khai [bán xai] Semi-civilized.

bán kính [bán kíp] Radius (of a circle).

bán lại [bán lại] To resell, to sell back.

bán lẻ [bán lẻ] To sell by retail. *Người bán lẻ:* Retailer, retail dealer. *Giá bán lẻ:* Retail price. *Bán hàng lẻ:* To sell goods (by) retail.

bán lén [bán lén] To sell under the counter.

bán lỗ [bán lỗ] To sell at a loss, under cost price ; to chaffer away. *Sự bán lỗ:* Sale at a loss. *Bán lỗ vật gì:* To sell something at a loss.

bán lưu động [bán lưu dọŋ] Semi-mobile.

bán manh [bán maip] (Med) Hemianopsia.

bán mão [bán mãu] To sell in bulk.

bán mắc (đắt) [bán máwk] To sell dear, at a high price. *Mua hàng hóa rẻ và bán mắc:* To buy goods cheap and sell them dear.

bán mặt [bán mạwt] To sell for cash.

bán mẫu âm [bán mẫu əm] Semi vowel.

bán mình [bán mìp] To sell oneself.

bán mớ [bán mó] To sell (something) in the lump.

bán mở hàng [bán mỏ hàŋ] First sale of the day.

bán nam bán nữ [bán nam bán nũ] Bisexual.

bán nguyệt [bán ŋwiẹt] 1) Semicircular, semi-lunar. *Hình bán nguyệt:* Crescent (-shaped) semicircle, semi-lune.
2) Half-moon.

bán nguyệt Semi-monthly, fortnightly, half-monthly, bi-monthly (periodical, etc...).

bán nguyệt san [bán ŋwiẹt ʃan] Biweekly magazine.

bán niên [bán nien] Half-year ; semester.

bán niên Semi-annual.

bán nước [bán núrk] To betray one's country, to sell one's country.

bán phần buôn hương [bán fón buən hưəŋ] To prostitute oneself.

bán phước thiện [bán fúrk θiẹn] Fancy fair.

bán quân sự [bán kwən ʃự] Semi-military, paramilitary.

bán rao [bán rau] 1) To peddle, to hawk.
2) To sully someone's reputation.

bán rẻ [bán rẻ] To undersell, to sell cheap.

bán rong [bán rɔŋ] To peddle, to hawk. *Người bán rong:* Pedlar, hawker.

bán sỉ [bán ʃỉ] To sell by whole sale (U.S.A. at wholesale).

bán sống bán chết [bán ʃốŋ bán cét]

(To run) For one's life.

bán sử [bán ʃử] Semi-historic.

bán tháo [bán θáu] To undersell for a clearance, to have a clearance sale, to sell at a lower price.

bán thân [bán θən] To sell oneself ; to prostitute oneself. *Bán thân nuôi miệng* : To sell oneself with the purpose of living.

bán thân 1) Breast.

2) Half of the body.

bán thân bất toại [bán θəu bất twại] (Med) Hemiplegia.

bán thầu minh [bán θốn miɲ] Translucent, semi-transparent.

bán thề [bán θế] Half of life.

bán thịt [bán θịt] To sell meat. *Nghề bán thịt* : Butchery. *Người bán thịt* : Butcher.

bán tiền mặt [bán tiền mặtt] To sell for cash. *Sự bán tiền mặt* : Cash sale.

bán tín bán nghi [bán tín bán ɲi] To remain undecided, to be doubtful, dubious.

bán tống [bán tốŋ] To have a clearance sale, to undersell for a clearance.

bán trôn [bán tron] To prostitute oneself.

bán tứ [bán tử] Son-in-law.

bán tự động [bán tự dọŋ] Semi-automatic.

bán viên hình [bán vien hìɲ] Hemicycle.

bán vốn [bán vốn] To sell at a cost price.

bàn [bàn] Table, board, desk. *Bàn dài bao nhiêu ?* : How long is the table ? *Bàn kéo dài ra được* : Telescope table, extension table, draw table. *Bàn nhiều cái lồng vào một* : Nest of tables. *Dao bàn* : Table knife. *Đặt bàn, dọn bàn* : To lay, set, the table. *Bàn dọn cho mười hai người ăn* : Table laid for twelve. *Khăn phủ bàn ăn* : Table cover. *Mặt bàn có thể lật lên bỏ xuống* : Table-flap. *Một bàn đầy* : Tableful. *Nó đứng gần bàn* :

He was standing near to the table. *Cái bàn choán mất nửa căn phòng* : The table occupies half the room space. *Đấm mạnh xuống bàn* : To bring one's fist down heavily on the table. *Cái bàn nầy trống chứ ?* : Is this table free ?

bàn [bàn] To discuss. *Bàn tới một vấn-đề* : To approach a question. *Bàn sơ qua một vấn đề* : To glance off, from a subject.

bàn [bàn] Game. *Thắng bốn bàn trong ván đầu* : To win four games in the first set. *Ba bàn không gỡ, ba bàn trắng* : Three goals to nil.

bàn Hand (in a game of cards). *Chúng ta đánh một bàn nữa* : We'll play one more hand.

bàn ăn [bàn aưn] Dining table.

bàn bạc [bàn bạk] To discuss, to consult, to counsel, to hold a consultation. *Bàn bạc với nhau* : To consult together, to take counsel together. *Bàn bạc với người nào* : To take counsel with someone.

bàn bi—da [bàn bi za] Billiard table.

bàn cãi [bàn kãi] To discuss, to debate ; to deliberate, to contest, to talk over. *Bàn cãi việc gì với người nào* : To dispute, to debate with someone about, on something.

bàn cãi (sự) Discussion, deliberation, dispute, debate.

bàn chải [bàn cải] Brush. *Bàn chải quần áo* : Clothes-brush. *Bàn chải tóc* : Hairbrush. *Bàn chải đánh răng* : Toothbrush. *Bàn chải ngựa* : Horse-brush. *Người làm hoặc bán bàn chải* : Brushmaker. *Nghề làm, xưởng làm bàn chải* : Brush - making, brush - manufacture. *Bàn chải chùi dầu* : (Mil) Slush brush. *Bàn chải thông nòng (súng)* : Cleaning slush.

bàn chân [bàn cən] Foot, (pl) feet.

bàn cờ [bàn kờ] Chess-board, chequerboard, checker-board.

bàn đạp [bàn đạp] Pedal (of cycle) ; treadle. *Bàn đạp ga* : Foot accelerator. *Bàn đạp của máy may* : Treadle of a sewing-machine.

bàn đèn [bàn dèn] Opium set.

bàn định [bàn dịn] To discuss, to consult.

bàn ép [bàn ɛ́p] Pressing machine.

bàn ghè [bàn gế] Furniture. *Bàn ghế dùng trong phòng ăn* : Set of dining-room furniture. *Người buôn bán bàn ghế cũ* : Furniture-broker. *Đổi chỗ bàn ghế* : To shift furniture. *Chúng nó bỏ tất cả bàn ghế cũ và mua đồ mới* : They made a clean sweep of their old furnitures and bought new things.

bàn giao [bàn ʃau] To change over. *Lễ bàn giao* : Change over ceremony.

bàn giầy [bàn ʃéi] 1) Office ;
2) Desk, bureau.

bàn là [bàn là] See bàn úi.

bàn luận [bàn lwọn] To discuss, to dispute. *Sự bàn luận* : Discussion.

bàn mổ [bàn mỏ] (Med) Operating-table.

bàn nạo [bàn nạu] Scraper. *Bàn nạo dừa* : Coconut-scraper.

bàn soạn [bàn swạn] To discuss, to consult.

bàn tán [bàn tán] To discuss and comment.

bàn tay [bàn tay] Hand. *Lòng bàn tay* : Palm of hand. *Học lớp săn sóc bàn tay và móng tay* : To have a course in manicure. *Bắt đầu từ hai bàn tay trắng* : To rise from nothing.

bàn thạch [bàn θajk] Dolmen.

bàn thắng [bàn θaúŋ] (Fb) Goal. *Ghi một bàn thắng* : To score a goal.

bàn thăm [bàn θɔ́m] Hand blotter.

bàn thờ [bàn θờ] Altar. *Đặt bàn thờ* : To set up an altar. *Khăn trải bàn thờ* : Altar cloth. *Phía trước bàn thờ* : Altar-facing, altar-frontal. *Hậu bộ của bàn thờ* : Altar-screen. *Bàn thờ tổ tiên* : Ancestral altar.

bàn tiện [bàn tiện] Lathe, turning-lathe.

bàn tính [bàn tín] Abacus.

bàn tính To arrange.

bàn tĩnh [bàn tĩn] Opium-smoker's tray.

bàn trang điểm [bàn traŋ diểm]

Dressing-table.

bàn tròn [bàn tròn] Round table. *Hội nghị bàn tròn* : Round table conference.

bàn úi [bàn ủi] Iron, flat-iron. *Bàn úi điện* : Electric iron.

bàn viết [bàn viết] Bureau.

bàn xếp được [bàn sép dượk] Folding-table.

bàn xoay [bàn sway] Pedestal table.

bản [bản] 1) Root, base, origin, source. *Căn bản* : Base, background.
2) Piece, copy. *Một bản đàn* : A piece of music. *Quyển sách chỉ in có 500 bản* : Only 500 copies of the book were printed.

bản Proper ; original. *Bản in đầu tiên* : Original edition.

bản án [bản án] Judgment. *Thi hành một bản án* : To execute a judgment.

bản bạch văn [bản bạik vaun] Plain text.

bản báo cáo [bản báu káu] Report.

bản cáo trạng [bản káu trạŋ] Charge sheet.

bản chánh (chính) [bản cáin] Original (text, manuscript).(Typewrite)top copy. (Law) script. *Đây không phải là bản chánh, nó chỉ là bản sao* : This is not the original ; it's only a copy.

bản chất [bản cót] Essence ; nature.

bản chép [bản cép] Copy, transcript.

bản chụp [bản cụp] Photocopy.

bản chức [bản cúk] I, me (term used by the administration authorities when addressing the people).

bản dinh [bản zin] Headquarters.

bản doanh [bản zwain] See bản dinh.

bản đàn [bản dàn] Piece of music.

bản đánh máy [bản dáin máy] Typed copy.

bản địa [bản dịa] Aboriginal.

bản đồ [bản dò] Map, chart. *Bản đồ của một thành phố* : Map of a town.

bản đồ bình diện [bản dò bỉn ziện] Planimetric map.

bản đồ cao độ [bản dò kau dọ] Hypsographic map.

bản đồ căn bản [bản dò kawn bản] Base map.

bản đồ chiến lược [bản dò ciến lựrk] Strategic map.

bản đồ chiến thuật [bản dò ciến θwạt] Tactical map.

bản đồ chính xác [bản dò cíp sák] Controlled map.

bản đồ địa hình [bản dò dịạ hịp] Topographic map.

bản đồ đường sá [bản dò dườɲ sá] Road map.

bản đồ hàng không [bản dò hàŋ xoŋ] Aerial map, aeronautical chart, planning chart.

bản đồ hành quân [bản dò hàip kwơn] Operation map.

bản đồ lưu thông [bản dò lưu θoŋ] Traffic map.

bản đồ nổi [bản dò nổi] Relief map.

bản đồ quân sự [bản dò kwơn sụ] Military map, military chart.

bản đồ tác xạ [bản dò ták sạ] Firing chart.

bản đồ tình báo [bản dò tịp báu] Intelligence situation map.

bản đồ tình hình [bản dò tịp hịp] Situation map.

bản đồ tổng quát [bản dò tổŋ kwát] General map.

bản đồ tỷ lệ lớn [bản dò tỉ lẹ lớn] Large scale map.

bản đồ tỉ lệ nhỏ [bản dò tỉ lẹ ɲɔ̃] Small scale map.

bản đồ tỉ lệ trung bình [bản dò tỉ lẹ truŋ bịp] Medium-scale map.

bản đồ vòng cao độ [bản dò vòɲ kau dọ] Contour map.

bản động [bản dọŋ] Natural movement.

bản gươm [bản gươm] Flat side of a sword.

bản hai [bản hai] Duplicate.

bản hát [bản hát] Chant, song.

bản in [bản in] Printing-block.

bản in đúc [bản in dúk] Stereotype, cliché.

bản in thử [bản in θửi] Proof.

Bản in thử cuối cùng : Brush-proof, final proof (of a newspaper).

bản kẽm [bản kẽm] Zincograph, stereotype-plate. In bằng bản kẽm : To zincograph. Thuật in bản kẽm : Zincography.

bản kê [bản ke] Inventory.

bản khai giá [bản xai Ꝫá] Estimate (of work to be done).

bản kịch [bản kịk] Play, drama.

bản kim [bản kim] Capital, fund.

bản lãnh [bản lãɲ] Fundamental ability, capacity, capability. Người bản lãnh cao cường : Very able man.

bản lề [bản lè] Hinge. Chốt bản lề : Hinge-pin. Lắp, ráp bản lề : To hinge. Cửa có bản lề : Hinged door. Các bản lề của cửa này hơi xệ : The hinges of this door seem to have dropped slightly.

bản lĩnh [bản lịp] See bản lãnh.

bản lợi [bản lợi] Principal and interest.

bản mỏng [bản mỏŋ] Thin sheet or plate (of iron, etc...).

bản mô phỏng [bản mo fỏŋ] Facsimile.

bản năng [bản nawŋ] Instinct. Theo bản năng : By instinct, from instinct. Hành động theo bản năng : To act on instinct. Có bản năng bảo tồn : To have the instinct of self-preservation

bản ngã [bản ɲã] Ego, self.

bản nghĩa [bản ɲiã] Original meaning (of a word).

bản nghiệp [bản ɲiẹp] Original occupation.

bản nguyên [bản ɲwien] Origin, source.

bản nháp [bản ɲáp] First draft, rough draft, rough copy.

bản phận [bản fạn] See bổn phận.

bản phúc trình [bản fúk trịp] Report. Làm một bản phúc trình về tình trạng của đường xá : To make a report on the state of roads.

bản quán [bản kwán] One's native land.

bản quốc [bản kwók] One's native country.

bản quyền [bản kwièn] Copyright.

bản quyền sở-hữu [bản kwièn ʃở hữu] All rights reserved.

bản ráp [bản ráp] See **bản nháp**.

bản sao [bản ʃau] Copy. *Bản sao chánh thức :* Certified copy. *Bản sao đúng nguyên – văn :* Certified truth copy. *Bản sao y theo bản chánh :* Copy corresponding to the original.

bản sắc [bản ʃáuk] Characteristic.

bản sinh [bản ʃiŋ] (Bot) Balisar.

bản số [bản ʃó] Cardinal number.

bản thảo [bản θảu] Draft, rough copy.

bản thể [bản θẻ] Essence.

bản thể học [bản θẻ hɔk] Ontology. *Nhà bản thể học :* Ontologist.

bản thông cáo [bản θoŋ káu] Bulletin.

bản thúy [bản θwỉ] The beginning.

bản tiên đoán thời tiết [bản tien dwán θời tiét] Weather forecast.

bản tiền [bản tièn] Capital, fund.

bản tính [bản tíŋ] Nature, natural disposition.

bản tóm tắt [bản tỏm táuct] Synopsis, summary, outline (of a book, play, etc...).

bản trích lục [bản trík lụk] 1) Extract. 2) Certificate. *Bản trích lục khai–sanh :* Certificate of birth, birth-certificate.

bản tức [bản tức] Principal and interest.

bản văn [bản vauin] Text.

bản vị [bản vị] Standard. *Bản vị vàng, kim bản vị :* The gold standard. *Bản vị bạc, ngân bản vị :* The silver standard. *Bản vị tiền tệ :* Currency.

bản viết tay [bản viét tay] Manuscript.

bản xứ [bản sứ] Local, native.

bản ý [bản í] One's idea.

bạn [bạn] Friend, comrade, companion, fellow. To make friends with someone, to be friends with someone, to pal up with someone, to make a pal of someone, to chum up with someone, (fig) to marry. *Tình bè bạn :* Comradeship, companionship, fellowship, friendship. *Làm bạn, kết bạn với người nào :* To form a friendship with someone. *Bạn trai :* Boy-friend, man-friend, gentleman friend. *Những bạn gái của nàng :* Her lady friends. *Nó là bạn của tôi :* He's a friend of mine. *Bạn thân, bạn tâm giao :* Bosom friend. *Một người bạn của nó, một trong những người bạn của nó :* A friend of his, one of his friends. *Có hoạn nạn mới biết ai là bạn thân :* A friend in need is a friend indeed. *Nước bạn :* Friendly nation. *Không có bạn, lẻ bạn :* Friendless, mateless. *Làm bạn với người nào, ở với người nào cho có bạn :* To bear, keep someone company. *Đi với người nào cho có bạn :* To go with someone for company. *Chúng tôi là bạn thân với nhau :* We are great pals. *Xem người nào như bạn :* To consider someone as a friend. *Đây là bạn tôi vừa ở Saigon về :* Here is my friend, just back from Saigon. *Tối nay tôi sẽ ở nhà với anh cho có bạn :* I'll stay at home this evening and keep your company. *Các bạn nó lần lần bỏ nó :* His friends dropped off one by one. *Bạn bè phải thành thật với nhau :* Friends should stick together (i.e. remain loyal or faithful to one another).

bạn bè [bạn bè] Friends, comrades.

bạn cố tri [bạn kó tri] Old friend.

bạn cũ [bạn kũ] Old friend. *Nó xa lánh tất cả những bạn cũ của nó :* He broke away from all his old friends. *Thình lình gặp một người bạn cũ :* To encounter an old friend. *Các bạn cũ của nó bỏ nó khi nó nghèo :* His old friends forsook him when he became poor. *Tình cờ gặp một người bạn cũ :* To run into an old friend.

bạn cùng bàn [bạn kùŋ bàn] Messmate.

bạn cùng giường [bạn kùŋ ʒười̯ŋ] Bedfellow.

bạn đi đường [bạn di dười̯ŋ] Fellow-traveller.

bạn đọc [bạn dɔk] Reader. *Bạn đọc thân mến :* Gentle reader.

bạn đồng chí [bạn dòŋ cí] Comrade, fellow partisan.

bạn đồng đội [bạn dòŋ dọi] Companion in arms, comrade in arms, compeer in arms, fellow soldier.

bạn đồng giường [bạn dòŋ ʒɯờŋ] Bedfellow.

bạn đồng hành [bạn dòŋ hàiɲ] Fellow traveller.

bạn đồng học [bạn dòŋ họk] Schoolfellow, schoolmate, class-fellow, class-mate, fellow-student.

bạn đồng hương [bạn dòŋ hɯơŋ] Compatriot, fellow-citizen, fellow-countryman.

bạn đồng liêu [bạn dòŋ lieu] Colleague.

bạn đồng nghiệp [bạn dòŋ ŋiẹp] Colleague.

bạn đồng niên [bạn dòŋ nien] Fellow of the same age.

bạn đời [bạn dời] Husband or wife, partner in life.

bạn đường [bạn dɯờŋ] Fellow traveller.

bạn gái [bạn gái] Female companion, girl friend, lady friend, woman friend.

bạn già [bạn ʒà] Friend, companion in old age.

bạn hàng [bạn hàŋ] Customers.

bạn học [bạn họk] Schoolfellow, schoolmate, class-fellow, class-mate, fellow-student.

bạn hữu [bạn hữu] Friends.

bạn lang [bạn laŋ] Best man, groomsman.

bạn loan [bạn lwan] Married person; husband or wife.

bạn loạn [bạn lwạn] To revolt, to rebel (against).

bạn nỗi khổ [bạn nói xó] Intimate friend.

bạn nương [bạn .ɯơŋ] Maid of honour, bridesmaid.

bạn sinh tử [bạn siɲ tử] Unflinching, faithful friend.

bạn tâm tình [bạn tɔm tìɲ] Confidant.

bạn thân [bạn θɔn] Intimate friend, bosom friend, close friend, familiar friend. *Chúng tôi là bạn thân với nhau :*

We are great pals. *Nó có rất ít bạn thân :* He has very few intimate friends.

bạn thiết [bạn θiét] See bạn thân.

bạn trai [bạn trai] Boy friend, gentleman friend, man-friend.

bạn trăm năm [bạn trawm nawm] Spouse, mate.

bạn tri kỷ [bạn tri kỉ] Confidant.

bạn vàng [bạn vàŋ] Lover.

bang [baŋ] 1) (Not used alone) State, country, nation.
2) Congregation.

bang gia [baŋ ʒa] State, nation, country.

bang giao [baŋ ʒau] International relations, relations between nations.

bang hộ [baŋ họ] To help, to aid, to assist.

bang tá [baŋ tá] Assistant.

bang trợ [baŋ trợ] To aid, to help.

bang trưởng [baŋ trửơŋ] Chief of congregation.

báng [báŋ] 1) (Of bull) To gore, to pierce with horns. *Bị báng chết :* Gored to death.
2) To butt.

báng To speak ill of, to detract, to defame, to slander, to vilify. *Nhạo báng :* To ridicule, to mock, to laugh at. *Phỉ báng :* To detract, to slander, to sneer.

báng bổ [báŋ bổ] To curse, to blaspheme. *Có hàm ý báng bổ :* Blasphemous.

báng bổ Cursing, blasphemy.

báng súng [báŋ fúŋ] Butt, stock, butt-end (of rifle).

bàng [bàŋ] (Not used alone) Near, neighbouring.

bàng (Bot) Arjun.

bàng cận [bàŋ kɔn] Near, neighbouring, adjoining.

bàng dương [bàŋ zɯơŋ] Immense, vast.

bàng đà [bàŋ dà] Heavy rain.

bàng hoàng [bàŋ hwàŋ] Confused, perplexed.

bàng nhân [bàŋ ɲɔn] Bystander.

bàng quan [bằŋ kwan] Spectator, looker-on.

bàng quang [bàŋ kwaŋ] (Anat) Bladder.

bàng quang viêm [bàŋ kwaŋ viem] (Med) Cystitis, inflammation of the bladder.

bàng thính [bàŋ θíŋ] To audit (class, course).

bàng thính viên [bàŋ θíŋ vien] Non-credit student, student merely attending lectures.

bảng [bằŋ] Board, bulletin, notice.

bảng biểu xích [bàŋ biều sík] Range table.

bảng cắt gác [bảŋ kắwt gák] Guard roster.

bảng cấp phát [bàŋ kấp fát] Table of allowance.

bảng cấp số [bàŋ kấp số] Table of organization and equipment. *Bảng cấp số cố định* : Fixed of organization and equipment. *Bảng cấp số đặc biệt* : Special organization and equipment. *Bảng cấp số linh động* : Flexible table of organization and equipment.

bảng chỉ đường [bàŋ cỉ dườŋ] Direction-board, direction plate.

bảng chỉ hướng [bàŋ cỉ hướŋ] Direction-board.

bảng danh dự [bàŋ zaiŋ zụ] Honours list.

bảng dụng cụ [bàŋ zụŋ kụ] Instrument board.

bảng đá [bàŋ đá] Slate (used by small children for writing on). *Cọ viết bảng đá* : Slate-pencil.

bảng đen [bàŋ đen] Blackboard.

bảng hiệu [bàŋ hiệu] Sign plate, shop sign.

bảng vàng [bảŋ vàŋ] Golden paper in which are listed the names of successful examinees.

banh [baiŋ] (Aut.) Breakdown, failure, trouble. *Bị banh* : To have a breakdown. *Chúng tôi bị banh* : We've had a breakdown.

banh Ball. *Sân banh* : Football ground. *Chận banh lại* : To stop, block, the

ball. *(Tay) Đựng banh* : To handle the ball. *Trái banh trúng trán nó làm nó té xuống ngay* : The ball hit him on the forehead and he curled up at once. *Bắt banh một cách vụng về* : To fumble the ball.

banh To open.

banh cao-su [baiŋ kau ʃu] Rubber ball.

banh điện [baiŋ diện] Failure of the electric light.

banh máy [baiŋ máy] Engine trouble, engine failure.

banh xăng [baiŋ sawŋ] Failure of engine through shortage of petrol ; breakdown through shortage of petrol.

banh ten-nít [baiŋ ten nít] Tennis ball. *Mùa hè banh ten-nít bán chạy hơn hết* : Tennis balls sell best in the summer.

bánh [báiŋ] 1) Cake, pie. *Tôi cắt cái bánh ra làm hai* : I cut the cake in two. *Chia cái bánh ra nhiều phần* : To divide a cake into portions, to share out a cake. *Bánh mới ra lò* : Cakes hot from the oven.

2) Wheel. *Bánh trước* : Front wheel. *Bánh sau* : Back wheel. *Xe bốn bánh* : Four wheeler. *(Xe) Hai bánh, ba bánh* : Two-wheeler, three-wheeler.

bánh bít-quy [báiŋ bit kwi] Biscuit.

bánh chè [báiŋ cè] (Anat) *Xương bánh chè* : Knee-cap, knee- pan ;patella.

bánh dầu [báiŋ zầu] Oil-cake (food for cattle).

bánh dầy [báiŋ zèi] Kind of cake made of sticky rice.

bánh đa [báiŋ da] Girdle-cake (of rolled-out flaky pastry).

bánh đúc [báiŋ dúk] Rice-cake made of rice flour and lime water.

bánh kẹp [báiŋ kẹp] Pancake.

bánh khô [báiŋ xo] Biscuit.

bánh lái [báiŋ lái] Rudder, helm, steering wheel; fan (of a wind mill). *Tay bánh lái* : Tiller.

bánh mật [báiŋ mụt] Comb, honey comb.

bánh mì [báiŋ mì] Bread. *Bánh mì*

hầm : Brown bread. *Bánh mì sốt :* New bread. *Bánh mì nguội :* Stale bread, old bread. *Một ổ bánh mì :* A loaf of bread. *Lát bánh mì phất bơ :* Slice of bread and butter. *Cạt, thẻ mua bánh mì :* Bread-card. *Ruột bánh mì :* Bread-crumb. *Dao cắt bánh mì :* Bread-cutter, bread-knife, bread-slicer. *Xúp bánh mì :* Bread-soup. *Người làm và bán bánh mì :* Baker. *Nghề làm, bán bánh mì :* Baker's trade. *Bánh mì mới ra lò :* The bread was fresh from oven.

bánh ngọt [báiɲ ŋɔt] Cake. *Tiệm bán bánh ngọt :* Cake-shop. *Bánh ngọt nhỏ :* Cakelet. *Giống bánh ngọt :* Caky. *Mùi bánh ngọt :* Caky smell. *Bánh ngọt để lạnh :* Iced cake.

bánh răng cưa [báiɲ ratuŋ kɯɐ] Cog-wheel, toothed wheel.

bánh tâm sai [báiɲ tɔm ʃai] (Mec) Eccentric.

bánh tây [báiɲ tei] See **bánh mì**.

bánh thánh [báiɲ θáiɲ] Consecrated bread, holy bread.

bánh trái [báiɲ trái] Cakes and fruits.

bánh tráng [báiɲ tráŋ] Girdle-cake.

bánh trớn [báiɲ trón] Fly-wheel.

bánh xà phòng [báiɲ sà fòŋ] Cake of soap.

bánh xe [báiɲ sɛ] Wheel. *Bánh xe trước :* Front wheel. *Bánh xe sau :* Back wheel. *Ghế có bánh xe cho phế nhân :* Wheel-chair. *Hình giống bánh xe :* Wheel-shaped. *Dấu bánh xe :* Wheel-track. *Thợ đóng, làm bánh xe :* Wheeler, wheelwright. *Cho, vô dầu vào bánh xe :* To lubricate the wheels. *Bánh xe quây tròn :* The wheel goes round. *Thọc gậy vào bánh xe người nào :* To put a spoke in someone's way.

bánh xe bò [báiɲ sɛ bɔ̀] Cart wheel.

bánh xe khía [báiɲ sɛ xiɐ] Toothed wheel, cog-wheel, rack wheel.

bánh xe phòng hờ [báiɲ sɛ fòŋ hɔ̀] Spare wheel.

bánh xe nước [báiɲ sɛ nɯ́rk] Water-wheel.

bánh xơ cua [báiɲ sɔ kwɐ] Spare wheel.

bành [bàiɲ] Bale. *Bành chỉ :* Bale of cotton. *Sự đóng hàng hóa thành bành :* Baling.

bành To open, to widen, to broaden.

bành nhỏ [bàiɲ ɲɔ̉] Ballot, small bale.

bành ra [bàiɲ ra] To open.

bành trướng [bàiɲ trɯ́ɐŋ] To expand. *Sự bành trướng :* Expansion. *Ảnh hưởng của nó bành trướng thêm :* His influence grew.

bành trướng chủ nghĩa [bàiɲ trɯ́ɐɲ củ ɲiɐ] Expansionism.

bành voi [bàiɲ vɔi] Howdah.

bảnh [bảiɲ] Well-dressed.

bảnh bao [bảiɲ bau] Well-dressed. *Người ăn mặc bảnh bao, đáng mốt :* Dandy. *Một anh chàng bảnh bao, phong nhã :* A clinking good fellow. *Ăn mặc bảnh bao :* Elegantly dressed.

bao [bau] Bag, envelope, case ; sack. *Bao bằng giấy :* Paper bag. *Bỏ vật gì vào bao :* To bag (up) something, to put something in a bag. *Giống hình cái bao :* Bag-shaped. *Bao kiếng :* Spectacle-case. *Bao bài :* Card-case. *Bao than, bao bột :* Sack of coal, of flour. *Bỏ vào bao, vô bao :* To sack. *Một bao, bao đầy :* Sackful. *Nhiều bao đầy bạc :* Whole sackfuls of money. *Cuộc đua nhảy bao :* Sack race (a race in which each competitor has his legs in a sack, and moves by short jumps). To coat, cover (something) with, wrap (something) in, a protecting envelope ; to envelop. *Bao một quyển sách :* To cover a book, to wrap up a book.

bao (Anat) Bursa. *Bao hoạt-dịch (hoạt-dịch-nang) :* Synovial bursae.

bao To stand, to treat, to pay for ; to keep, to maintain. *Bao người nào coi hát :* To treat someone to the theatre. *Nó bao tôi xem hát bóng :* He paid for me at the pictures. *Bao người nào uống :* To stand someone a drink, to treat someone. *Nó thích mời và bao người ta chớ không thích người ta mời và bao nó :* He likes to invite people and to pay for them, and he dislikes being invited and paid for.

bao biếm [bau biếm] To praise and to blame.

bao bọc [bau bɔk] 1) To envelop. *Sự bao bọc* : Envelopment.
2) (Fig) To protect.

bao bọc phần [bau bɔk fə́n] (Bot) Anther.

bao bột [bau bọt] Sack of flour.

bao chầy [bau cềi] How long ?

bao diêm [bau ziem] Box of matches.

bao dù [bau zù] Umbrella-cover(ing), umbrella-sheath.

bao dung [bau zuŋ] To tolerate. **bao dung** Tolerant.

bao đạn [bau dạn] Cartouche.

bao đĩ [bau dĩ] To maintain a prostitute.

bao gạo [bau gau] Bag of rice.

bao giầy [bau ʒéi] Paper bag. *Bao giấy đựng cát chớ không thể đựng nước được* : Paper bag will hold sand but it won't hold water.

bao giờ [bau ʒɔ̀] 1) When, what time ? *Không bao giờ* : Never, at no time. *Anh ấy đi bao giờ ?* : When did he go ? *Bao giờ cũng được* : Any time. *Một việc như thế sẽ không bao giờ xảy ra nữa* : Such a thing will never happen again. *Chúng tôi không bao giờ nghi ngờ sự thành công của anh cả* : We never doubted of your success. *Bức thơ nầy không bao giờ tới tay nó* : This letter never reached him. *Nó đi không bao giờ trở lại* : He has gone never to return. *Tôi không bao giờ thấy một người như nó* : I never saw such a one as him.
2) Ever. *Anh có trễ xe lửa bao giờ chưa ?* : Do you ever miss the train ? *Anh có gặp nó bao giờ chưa ?* : Have you ever met him ? *Khi ở Luân-đôn có bao giờ anh gặp nó không ?* : Did you ever meet him while you were in London ?

bao gồm [bau gòm] To comprise, to include, to embrace, to encompass.

bao hàm [bau hàm] To comprise, to comprehend, to contain, to include, to cover.

bao hàm Comprehensive.

bao hoa [bau hwa] (Bot) Bract. *Thuộc về bao hoa* : Bracteal. *Bao hoa*

nhỏ : Bracteole.

bao kiến [bau kiến] Spectacle-case.

bao la [bau la] Vast, immense.

bao lan [bau lan] See bao lơn.

bao lát [bau lát] Rush sack.

bao lần [bau lần] Many times, how many times.

bao lâu [bau lɔu] How long ? *Nó ở đây bao lâu rồi ?* How long has he been here ?

bao lơn [bau lən] Balcony.

bao-mô [bau mo] (Bot) Indusium (of frond, etc...).

bao nả [bau nả] How many.

bao nài [bau nài] See bao quản.

bao nhiêu [bau ɲieu] How much, how many. *Bao nhiêu tất cả ?* : How much altogether ? *Vật ấy giá bao nhiêu ?* : How much does it cost ?. *Bao nhiêu cũng được* : Any quantity will do. *Không bao nhiêu* : It is not worth much. *Không biết bao nhiêu lần* : Again and again, time and again. *Anh có bao nhiêu tiền ?* : How much money have you ?

bao nhỏ [bau ɲỏ] (Anat) Cyst.

bao nhụy [bau ɲwi] (Bot) Perianth.

bao phần [bau fə́n] (Bot) Anther. *Bao phấn khí (chứa phấn trùng) của những cây ẩn-hoa* : Antheridium.

bao phần nhão [bau fə́n ɲãu] (Med) Atheroma.

bao phủ [bau fủ] To cover, to wrap, to envelop. *Núi bị sương mù bao phủ* : Mountain wrapped in mist.

bao quản [bau kwản] To make light of something, not to mind any difficulty etc...

bao quanh [bau kwaiɲ] To circle, to encircle, to encompass.

bao quát [bau kwát] To include, to embrace, to comprehend.

bao súng [bau ʃúŋ] Rifle scabbard. *Bao súng lục* : Pistol-case.

bao tay [bau tay] Glove. *Bao tay bằng da thuộc* : Tanned leather glove.

bao than [bau θan] Sack of coal.

bao thầu [bau θɔ̀u] To tender for, put in a tender for (public works, etc...).

bao thơ [bau ɵə] Envelope. Bao thơ có keo : Adhesive envelope.

bao thuốc lá [bau ɵwórk lá] Pack of cigarettes.

bao thừ [bau ɵwỏ] When ? at which time ?.

bao thư [bau ɵш] See bao thơ.

bao trùm [bau trùm] To cover, to embrace. Bao trùm bí mật : Wrapped in mystery.

bao tử [bau tử] Stomach. Chứng đau bao tử : Stomach-ache. Đau bao tử : To have a stomach-ache. Đồ ăn làm nặng bao tử : Dishes that lie heavy upon the stomach.

bao vây [bau vei] To circle, to encircle ; to close about, to surround, to beset, to besiege, to beleaguer, to lay siege to. Bao vây chung quanh người nào : To close about, round someone. Bao vây một đạo binh : To close about an army. Thành Troy bị quân Hi-lạp bao vây trong mười năm : Troy was besieged by the Greeks for ten years. Bao vây mộ. thành phố : To lay siege to a town. Bị địch bao vây : To be hemmed in by the enemy. Chúng nó ném đá xuống những người bao vây nó : They throw down stones on the besiegers.

bao viêm [bau viem] (Med) Bursitis.

bao xa [bau sa] How far ?

báo [báu] Newspaper. Nhựt báo, báo xuất bản hằng ngày : Daily, daily newspaper. Tuần - báo : Weekly newspaper. Người, nhà viết báo : Newspaperman, news-writer. Giấy in báo : News-print. Tờ báo : News sheet. Gian hàng bán báo : News-stall, news-stand. Người bán báo : News dealer, news-man, news-agent. Đứa nhỏ bán báo : News-boy. Viết báo : Write for the press. Người ta thường đăng báo để tìm người làm : People often advertise for servants in the newspapers. Cắt một tấm hình trong báo ra : To cut a picture out of a newspaper. Tờ báo nầy đăng nhiều tin tức ngoại quốc hơn tin tức trong nước : This newspaper provides more foreign news than domestic news. Đăng quảng cáo trên báo : To put an advertisement in the paper. Mua báo dài hạn : To subscribe to a newspaper.

báo Panther, leopard.

báo To announce, to inform, to apprise, to advertise, to report, to warn, to notify, to advise, to give notice. Báo cho người nào hay biết việc gì : To inform, to notify, to advise someone of something. Báo cho cảnh sát hay : To inform, to warn the police. Báo nguy, báo tin nguy-cấp cho người nào : To give the alarm to someone. To inform someone on, about, something, to give someone information, on something, to apprise someone of something, to give someone notice of something. Được báo trước một việc gì : To be apprised of a fact. Báo cho người nào biết trước một sự nguy hiểm : To warn someone of a danger, to give warning of danger to someone. Báo cho cảnh sát cuộc hay : To send a warning to the police. Báo cho người nào biết ngày mình đến thăm : To notify someone of the day of one's visit. Báo cho cảnh sát hay một tai nạn : To report an accident to the police. Yêu cầu ông báo cho chúng tôi biết khi hàng hóa đến ông : Please advise us when the goods reach you.

báo To give back, to return, to give tit for tat.

báo ân [báu ən] To return thanks, to render thanks (to).

báo cáo [báu káu] To report, to announce. Báo cáo với người nào : To report to someone. Báo cáo dự án một đạo luật : To report to a bill. Báo cáo việc gì : To report on, upon something. Không có gì đáng báo cáo cả : Nothing to report.

báo cáo Report, statement.

báo cáo canh phòng [báu káu kaịṇ fòṇ] Guard report.

báo cáo hằng ngày [báu káu hàṃ ṇày] Daily report.

báo cáo hằng tuần [báu káu ł̵ằṃ twòṇ] Weekly report.

báo cáo quân y [báu káu kwɔn i] Sanitary report.

báo cáo tạm thời [báu káu tạm θɔ̀i] Interim report.

báo cáo thanh tra [báu káu θaiɲ tra] Inspection report.

báo cáo tình báo [báu káu tìɲ báu] Intelligence report.

báo cáo tổn thất [báu káu tổn θất] Battle casualties report.

báo cáo viên [báu káu vien] Reporter.

báo chí [báu cí] Press (newspapers collectively) ; the Fourth Estate. *Ảnh hưởng của báo chí* : Influence of the press. *Quyền tự do báo chí* : Liberty of the press.

báo chương [báu cɯɔŋ] Newspapers.

báo cô [báu ko] To live at someone's charge ; to live on, to sponge on someone.

báo cừu [báu kừu] To be avenged, to revenge oneself (upon), to have one's revenge, to take vengeance (upon).

báo đáp [báu dáp] To compensate, to recompense.

báo đền [báu dèn] See báo đáp.

báo động [báu dọŋ] Alert, alarm ; (air-raid) warning. *Chuông báo động* : Alarm-bell. *Báo động giả* : Mock alarm, false alarm. *Thổi kèn báo động* : To sound the alarm. *Hiệu hết báo động* : Raiders past signal.

báo động To give the alarm to.

báo giới [báu ʑới] The press.

báo hại [báu hại] To disserve. *Báo hại người nào* : To do someone a disservice.

báo hiếu [báu hiếu] To fulfil one's duty of filial piety.

báo hiệu [báu hiệu] To sign, to signal, to give a signal, a sign. *Báo hiệu trước khi ngừng* : To signal before stopping. *Báo hiệu cho người nào ngừng lại* : To signal someone to stop. *Binh sĩ báo hiệu bằng cờ* : Soldiers signal with flags.

báo hỷ [báu hỉ] Wedding announcement. *Thiếp báo hỷ* : Wedding card.

báo hỷ To announce good news.

báo mộng [báu mọŋ] To warn in a dream.

báo nghĩa [báu ɲiə] To return thanks, to render thanks to (someone).

báo nguy [báu ŋwi] To alarm.

báo oán [báu wán] To avenge, to revenge.

báo ơn [báu ən] To return thanks, to render thanks.

báo phục [báu fuk] To retaliate ; to return like for like (good for good, evil for evil).

báo quán [báu kwán] Newspaper office.

báo quốc [báu kwók] To fulfil one's duty towards one's country.

báo tang [báu taŋ] To announce a death.

báo thù [báu θừ] To be revenged, to revenge oneself (upon), to have one's revenge, to take one's vengeance (upon), to avenge.

báo thức [báu θɯ́k] To awake, to rouse, to wake up. *Đồng hồ báo thức* : Alarm-clock.

báo tin [báu tin] To announce, to inform.

báo tri [báu tri] To inform.

báo trước [báu trɯ́k] To foretell, to forewarn, to predict ; to foreshadow, to augur. *Báo người nào biết trước để phòng việc gì* : To forewarn someone against something.

báo trước Precursory, premonitory. *Điềm báo trước* : Premonitory signs.

báo ứng [báu ứŋ] Automatic recompense (for evil and rarely for good).

bào [bàu] Plane. *Lưỡi bào* : Plane-iron. *Dăm bào, vỏ bào* : Shavings.

bào 1) To plane (wood).

2) To shave off. *Bào một lát mỏng vật gì* : To shave off a slice of something.

bào ảnh [bàu ảiɳ] Form and shadow, (fig) illusion.

bào ảo [bàu ảu] Illusory, fanciful, visionary.

bào chẻ [bàu cẻ] To dispense. *Sự bào chế thuốc* : Pharmacy.

bào chẻ sư [bào cẻ ʃɯ] Dispenser, apothecary, druggist, pharmaceutist, pharmacist, (pharmaceutical) chemist.

bào chuốt [bàu cuốt] To praise (goods).

bào chữa [bàu cửa] To excuse, to exculpate.

bào đệ [bàu dẹ] Younger brother.

bào ghép [bàu ghép] Jointing-plane.

bào huynh [bàu hwiɳ] Elder brother.

bào ngư [bàu ŋɯ] Abalone.

bào phòng [bàu fɔ̀ŋ] (Bot) Conceptacle.

bào thai [bàu θai] (Biol) Foetus.

bào tử [bàu tử] (Bot) Spore. *Có bào tử* : Sporiferous. *Sự bào tử sinh* : Sporation.

bào tử nang [bàu tử naŋ] Spore-case, sporangium. *Có bào tử nang* : Spored.

bào-tử-phòng [bàu tử fɔ̀ŋ] (Bot) Sporocyst.

bào tử trùng [bàu tử trùŋ] *Loại bào tử trùng* : Sporozoon.

bào tử thực vật [bàu tử θɯk vạt] (Bot) Sporophyte.

bào xoi [bàu sɔi] Fillister.

bảo [bảu] To order, bid, tell (someone to do something). *Bảo đi tìm người nào, vật gì* : To send for someone, something. *Bảo nó lại đây* : Tell him to come. *Bảo người nào đem bỏ cái thơ nầy ở nhà dây thép* : Tell someone to take this letter to the post. *Tôi đã bảo nó đừng trở lại nữa* : I told him not to come again. *Bảo nó chờ* : Tell him to wait. *Người ta bảo chúng tôi đi* : We have been told to leave. *Bảo nó vào* : Bid him come in. *Bảo người nào im* : To bid someone be silent. *Tôi đã bảo nó đừng đi* : I told him not to go.

bảo an [bảu an] To insure, to preserve security, peace. *Hội đồng Bảo an* : The Security Council.

bảo anh [bàu aiɳ] To care for, to protect children.

bảo anh Children protection.

bảo ấn [bàu ấn] Precious seal (stamp).

bảo bối [bàu bối] Precious, valuable object.

bảo chủng [bàu củŋ] To preserve the race.

bảo chứng [bàu cứŋ] To guarantee, to warrant.

bảo chứng Guaranty, guarantee, warranty. *Tiền bảo-chứng* : Bail, security. *Hiện kim bảo chứng* : Guarantee-fund. *Không tiền bảo chứng* : No effects.

bảo chứng kim [bàu cứŋ kim] Bail.

bảo chứng nhân [bàu cứŋ ɳɔn] Guarantee.

bảo chứng thư [bàu cứŋ θɯ] Deed of security.

bảo chưởng [bàu cɯởŋ] To preserve and protect.

bảo dục [bàu zục] To nourish and care for.

bảo dưỡng [bàu zɯởŋ] See bảo dục.

bảo đảm [bàu dảm] To guarantee, to warrant, to assure, to secure, to ensure. *Bảo đảm việc gì cho người nào* : To secure someone from something. *Tôi bảo đảm với anh việc ấy* : I'll go bait for that ! *Gởi một bức thơ bảo đảm* : To register a letter. *Thơ bảo đảm* : Registered letter (mail). *Đồng hồ bảo đảm trong hai năm* : Watch guaranteed for two years.

bảo đảm Guarantee, warranty, security, insurance, assurance. *Đồng hồ có bảo đảm trong hai năm* : Clock with guarantee for two years. *Đứng bảo đảm cho người nào* : To go guarantee for someone, to stand as guarantor for someone, to stand, become, security for someone, to answer for someone. *Người đứng bảo đảm* : Guarantor, warrantor. *Tiền bảo đảm* : Earnest money. *Vật bảo đảm* : Security. *Sự bảo đảm một số nợ* : Security for a debt. *Gởi một bức thơ* bảo đảm : To register a letter.

bảo điện [bảu diẹn] Imperial palace.

bảo đồng [bảu dòŋ] To care for, to protect children.

Bảo gia lợi [bảu ʒa lợi] (Geog) Bulgaria. Người Bảo gia lợi : Bulgarian.

bảo hiểm [bảu hiẻm] To assure, to insure. Bảo hiểm sanh mạng của mình : To assure, insure, one's life.

bảo hiểm Assurance, insurance. Công ty bảo hiểm : Insurance company. Người có bảo hiểm : Assured, insurant. Người bảo hiểm (cho người khác) : Assurer, insurer. Khế ước bảo hiểm : Insurance-policy.

bảo hiểm hàng hải [bảu hiẻm hàŋ hải] Marine insurance.

bảo hiểm hỏa hoạn [bảu hiẻm hwa hwạn] Fire-insurance.

bảo hiểm nhân mạng [bảu hiẻm ɲən mạŋ] Life-insurance, life-assurance.

bảo hiểm sanh mạng [bảu hiẻm ʃaiɲ mạŋ] Life-assurance, life-insurance.

bảo hiểm tai nạn [bảu hiẻm tai nạn] Accident-insurance.

bảo hiểm xã-hội [bảu hiẻm sã họi] Social insurance.

bảo-hòa [bảu hwa] Saturated (solution) ; saturating, saturant. Hơi nước bảo-hòa : Saturated vapour. Làm bảo-hòa : To saturate (solution, acid).

bảo-hòa (sự) Saturation. Bảo hòa điểm : Saturation point.

bảo hoàng [bảu hwàŋ] Royalist, monarchist. Đảng (phái) bảo hoàng : The Royalist Party, the monarchist party. Bảo hoàng hơn vua : More royalist than king.

bảo hoàng chủ nghĩa [bảu hwàŋ củ ɲiɔ̃] Royalism.

bảo hộ [bảu họ] To protect, to safeguard. Nước bị bảo hộ : A protected country.

bảo hộ (sự) Protection, safeguard. Dưới sự bảo hộ của người nào : Under someone's protection. Người bảo hộ : Protector. Chế độ bảo hộ : Protectorate.

bảo kê [bảu ke] To assure, to insure.

See bảo hiểm.

bảo kê Assurance, insurance. Hãng bảo kê : Insurance company. See bảo hiểm.

bảo kê sanh mạng [bảu ke ʃaiɲ mạŋ] To assure one's life.

bảo kiềm [bảu kiẻm] Precious sword.

bảo lãnh [bảu lãiɲ] To guarantee. Bảo lãnh người nào : To answer for someone. Đứng bảo lãnh cho người nào : To stand, become, security for someone, to stand as guarantor for someone, to go guarantee for someone. Bảo lãnh một số nợ : To guarantee a debt. Người đứng bảo lãnh : Guarantor, surety.

bảo mật [bảu mạt] Preservation of secrecy.

bảo mẫu [bảu mẫu] Foster-nurse, foster-mother.

bảo mệnh [bảu mẹiɲ] Life insurance, life-assurance.

bảo ngọc [bảu ŋɔk] Precious gem.

bảo nhân [bảu ɲən] Guarantor.

bảo phí [bảu fi] Insurance premium.

bảo quản [bảu kwản] To conserve. Người bảo quản một viện bảo tàng : Conservator of a museum.

bảo quán [bảu kwán] Conservation, conservancy.

Bảo Quốc Huân Chương [bảu kwók hwən cuɔŋ] National order (decorations).

bảo quyền [bảu kwiẻn] Your (honourable) family.

bảo tàng [bảu tàŋ] 1) Place in which are preserved precious objects. 2) Precious book.

bảo tàng viện [bảu tàŋ viẹn] Museum.

bảo thạch [bảu θaik] Precious stone.

bảo thọ [bảu θɔ] Life-insurance, life-assurance book.

bảo thủ [bảu θủ] Conservative. Đảng bảo thủ : The Conservative Party. Người theo đảng bảo thủ, đảng viên bảo thủ : Conservative.

bảo thú To keep, to maintain, to

safeguard, to conserve.

bảo thủ chủ nghĩa [bầu thủ củ ŋĩɜ] Conservatism.

bảo toàn [bầu twàn] To keep, to preserve intact.

bảo tồn [bầu tòn] To conserve, to preserve, to maintain. *Bảo tồn tánh mạng của mình :* To preserve one's life.

bảo tồn (sự) Conservation, preservation, maintenance. *Các phương pháp để bảo tồn :* Measures of conservation. *Để bảo tồn :* Conservative.

bảo trì [bầu trì] To maintain. *Sự bảo trì :* Maintenance. *Bảo trì phòng ngừa :* Preventive maintenance.

bảo trợ [bầu trợ] Auspices, patronage, protection. *Làm việc gì dưới sự bảo trợ của người nào :* To do something under someone's patronage, under the auspices, under the aegis, of someone. *Hội bảo trợ nhi đồng :* Society for the protection of children.

bảo trợ To patronize, to protect, to aid, to help.

bảo trước [bầu trúrk] To warn, to forewarn, to apprise.

bảo vật [bầu vʌt] Precious object.

bảo vệ [bầu vẹ] To protect, to defend ; to conserve.

bảo vệ Protection, defence. *Xin pháp luật bảo vệ :* To claim the protection of the law. *Chế độ bảo vệ mậu ! dịch :* Protectionism. *Dưới sự bảo vệ của một số binh sĩ :* Under the protection of a number of soldiers. *Dưới sự bảo vệ của pháp luật :* Under the protection of the law. *Bổn phận của một binh sĩ là bảo vệ tổ quốc của mình :* The duty of a soldier is to defend his country.

bảo vệ cá nhân [bầu vẹ ká ɲən] Individual protection.

bảo vệ nội bộ [bầu vẹ nọi bọ] Local protection.

bão [bầu] Typhoon, storm, tempest, hurricane. *Bị bão tố làm ngã :* Tempest-beaten. *Bị bão tố quét sạch, phá hại :* Tempest-swept. *Bị bão tố*

làm lung lay :* Tempest-tossed, tempest-blown. *Gió thổi như bão :* It was blowing a hurricane. *Thuộc về bão tố :* Tempestuous. *Đèn bão :* Tornado-lamp. *Bão đã dứt :* The storm has blown over. *Sáu cây đã bị gió thổi ngã trong trận bão :* Six trees were blown down in the storm.

bão rớt [bầu rớt] Remains of typhoon.

bão táp [bầu táp] Typhoon, storm, tempest, hurricane.

bão tuyết [bầu twiết] Snowstorm. *Mối liên lạc với miền Bắc đã bị ngưng trệ vì bão tuyết :* All communication with the north bas been stopped by the snowstorm.

bạo [bạu] Fearless, daring.

bạo bịnh [bạu bịɲ] Fatal illness.

bạo chính [bạu cịɲ] Tyranny.

bạo chúa [bạu cứɜ] Tyrant, despot.

bạo dạn [bạu zạn] Fearless. *Ra mặt bạo dạn, liều lĩnh :* To put a bold face on the matter.

bạo động [bạu dọŋ] Violence, riot.

bạo động To commit violence.

bạo hành [bạu hàɲ] Cruel acts.

bạo hành See bạo động.

bạo hoành [bạu hwàɲ] Wicked.

bạo khách [bạu xáik] Robber, bandit.

bạo khốc [bạu xók] Tyrannical, cruel.

bạo lực [bạu lụrk] Violence, tyranny.

bạo ngược [bạu ŋɯrk] Tyrannical, despotic.

bạo phát [bạu fát] Sudden wealth.

bạo phong [bạu fɔŋ] Violent wind.

bạo phu [bạu fu] Brutal person.

bạo quân [bạu kwən] Tyrant, despot.

bạo thương [bạu θɯəɲ] Suddenly wounded.

bạo tử [bạu tử] Sudden death.

bạo vũ [bạu vũ] Sudden and violent rain.

bát [bát] Bowl. See chén.

bát Eight. *Nhị thập bát tú :* Twenty-eight stars. *Thơ lục bát :* The poem in which verses are alternatively of six and eight feet.

bát âm [bát əm] The eight sounds used in music, produced from silk, bamboo, stone, wood, metal, earthenware, leather and gourd.

bát cơm [bát kəm] Bowl of rice. *Một bát cơm đầy*: A bowlful of rice.

bát cú [bát kú] (Pros) Octave, octet.

bác diện [bát ziện] Eight faces.

bát diện hình [bát ziện hình] (Geom) Octahedron.

bát độ [bát dọ] (Mus) Octave.

bát giác [bát sák] (Geom) Octagon.

bát giác (Geom) Octagonal.

bát hương [bát hương] Incense-burner, incense bowl.

bát ngát [bát ŋát] Immense, vast.

bát phụ [bát fụ] Cruel woman.

bát quái [bát kwái] The Eight Diagrams.

bát tiết [bát tiết] Eight festivals.

bát tuần [bát twần] Octogenarian.

bát via hè [bát viə hè] To pound the asphalt.

bạt chúng [bạt cúŋ] Eminent.

bạt kiềm [bạt kiếm] To unsheathe, to draw sword.

bạt mạng [bạt mạŋ] To risk one's life.

bạt mạng Reckless, rash, at all risks and perils.

bạt sơn [bạt sən] To uproot a mountain; (fig) extraordinary strength.

bạt tai [bạt tai] To slap, to cuff, to smack someone's face ; to box someone's ears. *Bạt tai người nào*: To slap someone's face, to box someone's ears ; to catch someone a smack on the cheek.

bạt tai Slap in the face, smack in the face, box on the ear.

bạt thành [bạt θàiŋ] To capture a town.

bạt thân [bạt θən] To flee, to run away.

bạt tục [bạt tụk] Out of the common, out of the ordinary run.

bạt tụy [bạt twị] Eminent.

báu [báu] *Quý báu*: Precious.

báu vật [báu vặt] Precious thing.

bàu [bàu] Pond.

bàu To elect. *Bàu người nào giữ chức tổng thống*: To elect someone to the presidency.

baum (Bot.) Balm, balsam.

bay [bay] 1/ To fly, to float, to soar. *Bay rất mau*: To fly swiftly. *Bắn một con chim đang bay*: To shoot a bird flying. *Bắt, chụp vật gì đang bay*: To catch something flying. *Bay cao*: To fly high. *Bay lộn ngược đầu*: To fly upside down. *Bay ngang sa-mạc*: To fly across a desert. *Bay trên thành phố Saigon*: To fly over Saigon. *Bay ngang Thái-Bình-Dương*: To fly the Pacific. *Bay lên, bay đi*: To fly away. *Bay chỗ này chỗ nọ*: To fly about. *Bay ra*: To fly out. *Bắn (chim v.v...) đang bay*: To take a flying shot at something. *Những hột bụi bay lơ lửng trên không*: Floating particle of dust. *Bay liệng trên không*: To float about in the air.

2/ To fly. *Người bị tìm bắt đã cao bay xa chạy*: The bird has flown.

3/ To flee. *Lá bay trước gió*: Leaves fleeing before the wind.

4/ (Hoa) *Bay mùi thơm*: (Of flower) To breathe forth perfume.

bay Flight. *Bay lên*: To wing, to take its flight. *(Phi cơ) Chuyến bay thử*: Trial flight. *Sự đi máy bay lần đầu*: First flight. *Cuộc bay xa*: Long-distance flight. *Đường bay*: Flight path. *Chim bay xa*: Long-flight bird.

bay You.

bay Trowel.

bay biến [bay biến] To disappear, to vanish.

bay bướm [bay bướm] Flowery (style).

bay chuyền [bay cwiền] *Bay chuyền cây nầy qua cây khác*: To fly from tree to tree.

bay đi [bay di] (Of bird) To fly away, to fly off ; to take flight.

bay hơi [bay hơi] (Of liquids, perfumes

etc...) To evaporate. *Làm một chất lỏng bay hơi* : To evaporate, dry off, a liquid. *Làm bay hơi* : Evaporative.

bay là là [bay là là] To soar, to hover.

bay lật úp (sự) [bay lật úp] Inverted flight.

bay lên [bay lên] (Of bird) To fly away, to fly off, to take flight, to take wing ; (of aeroplane) to take off, to fly off ; (of gas, etc...) to exhale, to ascend. *Khói bay lên trời* : Smoke that ascends to heaven. *Tôi nhìn khói bay lên* : I watched the ascending smoke.

bay liệng [bay liệng] To soar, to hover, to float. *Bay liệng trên không* : To float about in the air. *Bay liệng trên thành phố* : To hover above the town.

bay lướt qua [bay lướt kwa] To fly by.

bay màu [bay màu] To fade, to lose colour. *Vải nầy mau bay màu* : The colour soon comes out of this material.

bay mùi [bay mùi] *Làm bay mùi* : To deodorize. *Bay mùi thơm* : Odoriferous.

bay nhảy [bay nảy] To fly about.

bay phất phơ [bay fất fə] To flap.

bay phất phơ Flying.

bay ra [bay ra] To emit, give off (vapour, smell) ; to exhale (odour, etc...).

bay sà [bay sà] To skim (along, over). *Bay sà trên mặt đất* : To skim (along, over) the ground. *Bay sà trên mặt nước* : To skim over the surface of the water.

bay thao dượt (sự) [bay θau zượt] Maneuvering flight.

bay thấp (sự) [bay θấp] Flight at lower altitude.

bay thử (cuộc) [bay θử] Test flight.

bay vòng quanh [bay vòŋ kwaiɲ] Contour flying.

bày [bày] To expose, to display, to exhibit, to show, to set out. *Bày hàng hóa để bán* : To expose goods for sale. *Chưng bày hàng hóa trong tủ kiếng, cửa hàng* : To exhibit goods in shop windows. *Bày hàng hóa* : To show

one's wares.

bày biện [bày biện] To dispose, to set out, to arrange.

bày binh bố trận [bày biɲ bố trận] (Mil) Disposal, disposition, arrayment.

bày binh bố trận (Mil.) To array.

bày chuyện [bày cwiện] To make up stories.

bày đặt [bày đặt] To invent, to forge, to frame, to contrive, to make up.

bày đặt (sự) Invention, contrivance ; fiction. *Chuyện bày đặt* : Fable.

bày giải [bài dải] To set forth, to set out.

bày hàng [bày hàŋ] To show, to set out one's wares ; to expose, to lay out, to display goods (for sale).

bày ra [bày ra] To expose, to display, to show, to exhibit ; to fabricate, to cook up, to contrive.

bày tỏ [bày tỏ] To state, to enounce, to express ; to expose, to avow, to set forth.

bày trò [bày trò] See **bày chuyện**.

bày vẽ [bày vẽ] See **bày chuyện**.

bảy [bảy] Seven. *Thứ bảy* : Seventh. *Ngày thứ bảy* : Saturday. *Mười bảy* : Seventeenth. *Tháng bảy* : July. *Một trăm bảy chục* : One hundred and seventy. *Một trăm lẻ (linh) bảy* : One hundred and seven.

bảy chục [bảy cụk] Seventy.

bảy mươi [bảy mươi] See **bảy chục**.

bắc [báuk] North. *Phương bắc, hướng bắc* : The north. *Đông-bắc* : North-east. *Tây-bắc* : North-west. *Thuộc về phương bắc, hướng bắc* : Northern, septentrional, boreal, arctic. *Thuộc về bắc Mỹ* : North American. *(Xe lửa v.v...) Chạy về hướng bắc* : North-bound. *(Gió) Xoay về hướng đông-bắc* : (Of wind) To veer to the north-east. *Gió đông-bắc* : North-easter, nor'easter. *Hướng đông-bắc* : North-Eastward. *(Gió) Xoay về hướng Tây-bắc* : (Of wind) To veer to the north-west. *Hướng tây-bắc* : North-westward. *Gió bắc* : Norther, the north wind. *Hướng bắc* : Northward. *Nhà xoay về hướng* *bắc :* House facing (the) north. *Nhìn, quay về hướng bắc :* To look to the north. *(Gió) Xoay về hướng bắc :* (Of wind) To veer (to the) north. *Đi về hướng bắc :* To go north. *Gió từ hướng bắc thổi lại :* The wind blows north.

bắc Ferry, ferry-boat. See **phà**.

bắc To build (bridge). *Bắc cầu qua một con con sông :* To throw a bridge across a river. *Cầu bắc ngang qua sông :* The bridge that crosses the river.

bắc bán cầu [báɯk bán kɔu] Northern hemisphere.

bắc băng dương [báɯk baɯŋ zɯəŋ] (Geog) Arctic Ocean.

Bắc bộ [báɯk bọ] (Geog) North Vietnam ; the northern part.

bắc cầu [báɯk kɔu] To bridge. *Bắc cầu ngang một con sông :* To bridge (over) a river. *Sự bắc cầu :* Bridging, bridge-building.

Bắc cực [báɯk kɯk] (Geog.) North Pole. *Bắc cực quang :* Aurora borealis, northern lights.

bắc đẩu [báɯk dɔu] (Astr) Great Bear, Ursa Major.

bắc đẩu bội tinh [báɯk dɔu bọi tiɲ] Legion of Honour Medal.

Bắc đại tây-dương [báɯk dại tei zɯəŋ] (Geog) North Atlantic Ocean. *Tổ chức hiệp ước Bắc đại tây dương :* The North Atlantic Treaty Organization (NATO).

Bắc địa bàn [báɯk dịə bàn] Compass north, magnetic north.

bắc địa dư [báɯk dịə zɯ] Geographic north, true north.

bắc đông bắc [báɯk doŋ báɯk] North-north-east.

Bắc-hà [báɯk hà] (Geog) North Vietnam.

Bắc-Hàn [báɯk hàn] (Geog) North Korea.

Bắc kỳ [báɯk ki] (Geog) North Viet-Nam.

Bắc-Mỹ [báɯk mĩ] (Geog) North America.

Bắc-Nam [báɯk nam] North and South.

bắc nước [báɯk nɯrk] To put the kettle on the fire.

Bắc phần [báɯk fən] (Geog) The northern part (of VietNam).

Bắc Phi [báɯk fi] (Geog) North Africa

Bắc phong [báɯk foŋ] North wind.

Bắc phương [báɯk fɯəŋ] In the north.

Bắc sử [báɯk ʃɯ] Chinese history, history of China.

bắc tây bắc [báɯk tei báɯk] North-north-west.

Bắc thuộc [báɯk θwərk] Chinese domination.

Bắc vĩ tuyến [báɯk vi twién] North parallel.

Bắc Việt [báɯk vịęt] (Geog) North VietNam.

băm [baɯm] Thirty (Contraction of *ba mươi*) *Băm hai :* Thirty two.

bặm môi [baɯm moi] To bite one's lips (in order not to laugh, etc...).

băn khoăn [baɯn xwaɯn] Worried, anxious, uneasy, restless, disquiet. *Hết sức băn khoăn :* Very anxious, extremely anxious. *Sự, lòng băn khoăn :* Worry, scruple, anxiety, uneasiness, restlesness, disquietude.

băn khoăn To worry. *Làm băn khoăn :* To disquiet, to discompose.

bắn [báɯn] 1/ To shoot, to discharge, to fire, to let off (a gun etc...). *Bắn vào người nào, vật gì :* To shoot at someone, at something. *Đừng bắn :* Don't shoot. *Nó bắn súng lục giỏi :* He shoots well with a revolver. *Bắn người nào một phát súng lục :* To shoot, to fire at someone with a revolver. *Bị bắn :* To be shot at. *Bị bắn ở tay :* To be shot in the arm. *Bắn người nào bị thương ở chân :* To shoot someone in the leg. *Bắn người nào chết tươi, chết tốt :* To shoot someone death (to death). *Bắn vào đầu người nào :* To shoot someone through the head. *Bắn chim se sẻ :* To shoot sparrows. *Dự một cuộc thi bắn :* To shoot a match.

Bắn hết đạn dược : To shoot away all one's ammunition. Bắn vột gì văng đi : To shoot something away. Bắn người nào : To fire at, on, someone.

2) To splash, to spatter ; to spout. Làm bắn nước lên : To splash water about. Làm bắn bùn vào người nào : To spatter someone with mud, to spatter mud over someone. Chiếc xe chạy ngang làm bắn bùn lên chúng tôi : The car spattered us with mud as it passed. Bắn một con chim đang bay : To shoot a bird flying, to take a flying shot bird. Nó bắn trúng con cọp ngay phát đầu : He got (hit) the tiger first shot. Bắn chim vừa bay lên : To shoot a bird on the rise. Bắn rớt một chiếc phi cơ : To shoot down, bring down, an aeroplane. Cánh chim vẫn còn đập sau khi bị bắn rớt : The wing of the bird still fluttered after it had been shot down. Tôi bắn trật con sư tử, nó nhảy và biến mất vào giữa đám cây : I fired my gun at the lion and missed ; with one bound it disappeared among the trees. Tự bắn vào đầu : To blow out one's brains. Bắn vỡ óc người nào : To blow someone's brains out.

bắn Shooting, fire, firing. Cuộc thi bắn : Shooting-match, shooting competition. Đi săn bắn : To go shooting. Mùa săn bắn : The shooting season. Cuộc săn bắn : Shooting-party. Đồng tập bắn : Shooting-ground, shooting-range. Sự bắn tùy ý : Individual fire, fire at will. Bắn, nổ súng : To open fire. Ngưng bắn : To cease fire. Bị quân địch bắn : To come under the fire of the enemy. Bị bắn hai mặt : To be between two fires. Đường bắn : Firing-line. Súng bắn một phát, hai phát : Single-fire, double-fire. Bia đề bắn : Target.

bắn bia [báɯn biə] To shoot, fire, at the target.

bắn bia (sự) Target practice.

bắn chận [báɯn cạn] To barrage. Sự bắn chận : Barrage fire.

bắn chiều sáng [báɯn ciếu ʃáŋ]

Illuminating fire.

bắn chết [báɯn cét] To shoot (someone) death.

bắn chỉ thiên [báɯn ci θien] To shoot into the air.

bắn dọc [báɯn zɔk] (Mil) To enfilade.

bắn đạn [báɯn dạn] To play marbles. Trò bắn đạn : A game of marbles. See đánh bi.

bắn điều chỉnh [báɯn dièu ciɲ] Ranging fire, fire for adjustment.

bắn hơi [báɯn hai] To make something known through someone.

bắn hụt [báɯn hụt] To miss one's shot, to miss the mark, to fluff a shot, to miss one's aim.

bắn phá [báɯn fá] To strafe.

bắn quạt [báɯn kwạt] Sweeping fire, traversing fire. Bắn quạt luân chuyển : Alternate traversing fire.

bắn rớt [báɯn rớt] To shoot down, to bring down.

bắn sát đất [báɯn ʃát dất] Grazing fire.

bắn súng [báɯn ʃúŋ] Gunfire. Bắn súng chào : Personal salute, gun salute.

bắn tập [báɯn tập] Practice fire.

bắn thử [báɯn θử] Trial fire.

bắn tia [báɯn tiə] To eradiate, (of sparks) to fly, (of light) to flash. Bắn tia sáng ra : To flash, to flash over.

bắn tin [báɯn tin] To spread the news, to start a rumour.

bắn trật [báɯn trạt] See bắn **hụt.**

bắn tréo [báɯn tréu] Cross fire.

bắn trúng [báɯn trúŋ] To hit the mark.

bắn tùy thích [báɯn tùi θík] Fire at will.

bắn tùy ý [báɯn tùi i] See bắn **tùy thích.**

bắn từng loạt [báɯn từŋ lwạt] Salvo fire.

bắn từng tràng [báɯn từŋ tràŋ] Volley fire.

bắn vòng cầu [báɯn vòŋ kầu] High angle fire.

băng [baɯŋ] 1) Ice. Đóng, kết thành

băng : To freeze. *Cục băng (trên sông v.v...)* : Broken ice (on river etc...). *Tàu phá băng* : Ice-breaker. *Vùng đóng băng, dải băng* : Ice-field. *Một lối chơi quần trên băng* : Ice-hockey. *Khối băng* : Ice-pack.

2) Band, bandage, ribbon, tape ; (Med) fillet. *Băng giấy* : Paper band. *Băng tang* : Crepe band (round arm). *Băng nhương chân ngựa* : Horse bandage. *Băng bó cho người nào* : To put a bandage on someone. *Cột tóc lại bằng băng* : To tie up one's hair with a ribbon. *Dây băng (đánh máy chữ)* : Inking ribbon.

3) Bank. *Chủ nhà băng* : Banker. *Tiền để trong nhà băng* : Sum at the bank.

4) Bench, settle, form.

băng 1) To band, to bandage, to bind, to dress (a wound). *Băng vết thương* : To apply a wound. *Băng lại vết thương* : To bind (up) a wound.

2) (Astr) (Of star) To fall.

băng To come over, to cross, to go across. *Rẽ một con đường băng qua đám đông* : To press one's way through the crowd.

băng Straight. *Thẳng băng, ngay băng* : Perfectly straight.

băng To die (said of a king).

băng bó [baɯŋ bɔ́] To bandage, bind (up), dress, tie up (a wound). *Băng bó cho người nào* : To put a bandage on someone. *Băng cánh tay bị thương* : To tie up a wounded arm.

băng ca [baɯŋ ka] Stretcher. *Khiêng người nào trên băng-ca* : To carry someone on a stretcher.

băng cột tóc [baɯŋ kɔt tɔ́k] Bandeau.

băng dã [baɯŋ zã] Ice-field.

băng dương [baɯŋ zɯəŋ] Glacial ocean. *Bắc băng dương* : Arctic ocean. *Nam-băng-dương* : Antarctic ocean.

băng dính [baɯŋ zíɲ] (Med) Adhesive tape.

băng điểm [baɯŋ diểm] Freezing-point.

băng đồng [baɯŋ dòŋ] Cross-country. *Cuộc chạy băng đồng* : Cross-country running. *Người dự cuộc chạy băng*

đồng : Cross-country runner.

băng-hà [baɯŋ hà] Ice-flow, glacier. *Băng hà thời đại* : Ice-age, glacial period. *Thuộc về băng-hà* : Glacial. *Có băng-hà* : Glaciated.

băng hà (Of king) To die.

băng hài [baɯŋ hài] Skate.

băng huyệt [baɯŋ hwiét] (Med) Haemorrhage. *Thuộc về chứng băng huyết* : Haemorrhagic.

băng huyệt (Med) (Of woman) To flood.

băng keo [baɯŋ kɛu] (Med) Sticking-plaster.

băng kỳ [baɯŋ ki] Glacial period.

băng ngàn [baɯŋ ŋàn] To go up hill and down dale.

băng ngang [baɯŋ ŋaŋ] To cross, to go across, step across (a street, etc...).

băng nhân [baɯŋ pən] Marriage go-between.

băng nhựa [baɯŋ pɯə] Tape.

băng phiến [baɯŋ fién] Camphor, naphthaline, naphthalene.

băng sơn [baɯŋ ʃən] Iceberg.

băng sương [baɯŋ ʃɯəŋ] Ice and dew, (fig) purity.

băng thạch [baɯŋ θaik] (Miner) Cryolite.

băng tang [baɯŋ taŋ] Mourning-band.

băng tay [baɯŋ tay] Brassard.

băng tuyệt [baɯŋ twiét] Ice and snow, (fig) purity.

bằng [bàɯŋ] Level, equal, flat, even, plane. *Chặng đường bằng* : Level run, level stretch. *Bằng với, ngang với mặt nước* : Level with the water. *Nó cho mỗi người một số tiền bằng nhau* : He gave each of them an equal sum of money. *Mọi vật đều bằng nhau* : All things being equal. *Nóc bằng* : Flat roof. *Đồng bằng* : Flat country. *Cuộc đua đường bằng* : Flat race. *Làm cho vật gì bằng mặt* : To beat, make, something flat. *Bằng, ngang vật gì* : To be even with something. *Làm mực nước trong hai cái bình bằng nhau* : To make the water-level in two containers even. *Lượng bằng nhau :* (Math) Equals. *Tốc độ ở đường bằng :* Speed on the level. *Bằng nhau :* On a footing of equality, on an equality. *Trong trường hợp bằng điểm nhau :* In case of equality of points. *Mặt bằng của cái đe :* Flat of an anvil.

bằng To level, to equalize, to flat, to flatten. *San bằng một thành phố, một tòa nhà :* To level a town, a building.

bằng Diploma, degree, certificate. *Cấp bằng :* To confer, to bestow a diploma.

bằng 1) Made of. *Bánh mì làm bằng lúa mì :* Bread is made of corn. *Vật này làm bằng gì ? :* What is it made of. *Làm bằng tay :* Made by hand. *Làm bằng máy :* Made by machinery. 2) By, with, in, by means of. *Bằng đường bộ và đường thủy :* By land and sea. *Đến bằng xe lửa, xe hơi :* To come by train, by car. *Phải làm chuyện ấy bất cứ bằng cách nào :* By any means it must be done. *Bằng cách này hay cách khác :* By some means or other. *Viết bằng tay trái :* To write with the left hand. *Bị giết bằng lưỡi lê :* Killed with a bayonet. *Cắt vật gì bằng dao :* To cut something with a knife. *Viết bằng tiếng Việt :* To write in Vietnamese. *Viết bằng viết mực, viết chì :* To write in ink, in pencil. *Tôi sẽ gởi hàng hóa bằng xe lửa :* I will send the goods by rail. 3) *Dài bằng hai vật gì :* To be double the length of something. *Tôi bằng hai tuổi anh :* I am double your age, I am twice your age.

bằng an [bàɯŋ an] Well, safe.

bằng bạc [bàɯŋ bạk] (Of articles) Made of silver.

bằng bụng [bàɯŋ bụŋ] Content, satisfied.

bằng cấp [bàɯŋ kə́p] Diploma, degree.

bằng chế tạo [bàɯŋ cé tạu] Patent.

bằng chứng [bàɯŋ cứŋ] Proof, evidence, witness ; token. *Không có bằng chứng :* Proofless. *Đưa ra một cái bao tay để làm bằng chứng :* To show a glove for a token.

bằng cớ [bàɯŋ kớ] Proof.

bằng đất [bàɯŋ ɗə́t] Earthen. *Nồi bằng đất :* Earthen pot.

bằng đồng [bàɯŋ đòŋ] Made of copper.

bằng đường bộ [bàɯŋ dưò̀ŋ bộ] By land, overland.

bằng đường thủy [bàɯŋ dưò̀ŋ θ̓wi] By sea, by water, overseas. *Đi du lịch bằng đường bộ và đường thủy :* To travel by land and by sea, to travel overland and overseas.

bằng gỗ [bàɯŋ gỗ] Made of wood, wooden.

bằng hữu [bàɯŋ hữu] Friend, compeer, comrade, companion. *Tình bằng hữu :* Friendship, amity.

bằng khoán [bàɯŋ xwán] Title deed, title to property.

bằng không [bàɯŋ xoŋ] If not, as if nothing has happened.

bằng lái xe [bàɯŋ lái sɛ] Driving licence, driver's permit, driver's licence. *Bị rút bằng lái xe :* To forfeit one's driving licence. *Rút bằng lái xe :* To revoke a driving licence.

bằng liêu [bàɯŋ lieu] Colleague.

bằng lòng [bàɯŋ lòŋ] Content, glad, pleased, agreeable, acquiescent, satisfied. *Bằng lòng làm việc gì :* To be content, agreeable, to do something. *Tôi không bằng lòng sự giải thích của anh :* I am not content with your explanation. *Bằng lòng việc gì :* To be pleased with something, to be agreeable to something.

bằng lòng To agree, to content, to consent, to approve, to assent, to acquiesce, to accede, to please, to satisfy. *Bằng lòng với một điều gì, một vật gì :* To content oneself with something. *Không có gì làm cho nó bằng lòng cả :* Nothing pleases him. *Bằng lòng giảm giá :* To consent to a reduction in price. *Bằng lòng cho làm việc gì :* To consent to something being done. *Chúng nó bằng lòng giá cả rồi :* They have agreed about the prices. *Bằng lòng làm việc gì :* To agree, to be agreeable, to do something ; to be content to do something. *Tôi bằng lòng những điều* kiện của anh : I agree to your conditions. *Bằng lòng việc gì* : To approve of something. *Anh có bằng lòng cho nó đi không?* : Do you approve of his going away? *Cha nàng sẽ không bao giờ bằng lòng cho nàng lấy một người nghèo như thế* : Her father will never approve of her marrying such a poor man. *Cha nàng sẽ không bằng lòng cho nàng ở một mình trong một thành phố lớn* : Her father would not consent to her living alone in a big city. *Nó xin cưới cô gái và nàng bằng lòng* : He asked the girl to marry him and she consented. *Im lặng tức là bằng lòng* : Silence gives consent.

bằng lòng Contentment, satisfaction. *Bằng lòng đã làm được việc gì* : To have the satisfaction of doing something. *Do hai bên bằng lòng* : By mutual consent. *Nó gật đầu tỏ ý bằng lòng* : He signified his acquiescence by a nod.

bằng máy [bàɯ̆ŋ máy] Machine-made. *Vớ của anh đan bằng tay hay bằng máy?* : Are your socks knitted by hand (hand - made) or machine-made?

bằng môn [bàɯ̆ŋ mon] School fellow.

bằng nhau [bàɯ̆ŋ ɲau] Equal. *Mọi vật đều bằng nhau* : All things being equal. *Nó cho mỗi người một số tiền bằng nhau* : He gave each of them an equal sum of money. *Em tôi và tôi cao bằng nhau* : My brother and I are of equal height.

bằng nhau Equality, evenness; on the same footing. *Trong trường hợp bằng điểm nhau* : In case of equality of points.

bằng nhau *Làm bằng nhau* : To equalize, to even.

bằng như [bàɯ̆ŋ ɲɯ] If.

bằng phẳng [bàɯ̆ŋ fằɯ̆ŋ] Flat, even, level, flush. *Bàn bi-da phải thật bằng phẳng* : A billiard-table must be perfectly even.

bằng thẳng [bàɯ̆ŋ θằɯ̆ŋ] See bằng phẳng.

bằng thép [bàɯ̆ŋ θép] Steely, made of steel.

bằng thừa [bàɯ̆ŋ θừə] In vain, as if nothing has happened.

bằng trạc [bàɯ̆ŋ trạk] At the same (age, etc...).

bằng trung học [bàɯ̆ŋ trɯŋ hɔk] High school diploma.

bằng vai [bàɯ̆ŋ vai] Equal to, of the same social rank.

bằng [bāɯ̆ŋ] Completely, entirely, absolutely. *Quên bằng đi* : To forget completely.

bằng tin [bāɯ̆ŋ tin] To have no more news of someone.

bắp [báɯ̆p] (Bot) Maize, indian corn, (U.S.A.) corn.

bắp cải [báɯ̆p kải] Cabbage.

bắp cày [báɯ̆p kày] Beam of the plough.

bắp chân [báɯ̆p cən] (Anat) Calf.

bắp chuối [báɯ̆p cuối] Flower of the banana tree.

bắp đùi [báɯ̆p đùi] Thigh. *Xương bắp đùi* : Thigh-bone.

bắp tay [báɯ̆p tay] Forearm muscle.

bắp thịt [báɯ̆p θịt] Muscle. *Bắp thịt chắc* : Hard muscles.

bắp vế [báɯ̆p vé] Thigh. *Xương bắp vế* : Thigh-bone.

bắt [báɯ̆t] 1) To seize, to catch, to arrest, to capture, to take up, to apprehend. *Bắt người nào* : To seize (hold of) someone. *Binh sĩ bắt hai người và mang họ đi* : The soldiers seized the two men and carried them off. *Mèo bắt chuột* : Cats catch mice. *Tôi ném trái banh và nó bắt lấy* : I threw the ball and he caught it. *Nó bị bắt về tội giết người* : He was arrested on a charge of murder. *Bắt một chiếc tàu địch* : To arrest an enemy ship. *Bị lính cảnh sát bắt* : To be caught by the police. *Cảnh sát bắt tên trộm và giam hắn vào khám* : The police arrested the thief and put him in prison. *Nó đã bị cảnh sát bắt* : He was taken up by the police.

2) To catch. *Bắt được người nào đang làm việc gì, bắt được quả tang* : To catch someone doing something. *Bắt*

được người nào đang phạm lỗi : To catch someone in fault.

3) To force, to constrain, to enforce, to enjoin. *Bắt người nào giữ lời hứa :* To nail someone down to his promise. *Bắt người nào làm việc gì :* To force, constrain, compel someone to do something. *Bắt người nào phải xin lỗi :* To compel someone to beg pardon. *Bắt người nào làm thinh :* To enjoin, impose silence on someone. *Bắt người nào uống rượu :* To force drink upon someone. *Bắt người nào phải nhận vật, việc gì :* To force something (up) on someone. *Bắt phục tùng pháp luật, bắt phải tôn trọng pháp luật :* To enforce the law.

4) To bind. *Bắt, gắn vật gì vào vật gì :* To bind something (down) to, on, something.

5) (Ph) To capture.

bắt (sự) Seizure, catch, arrest, capture. *Trát bắt :* Warrant of arrest.

bắt banh [báuɪt baiɲ] (Football) To catch a ball.

bắt bẻ [báuɪt bẻ] To criticize ; to find fault with.

bắt bẻ (sự) Criticism.

bắt bén [báuɪt bɛn] To get accustomed, to get acquainted with.

bắt bí [báuɪt bí] To force, compel (someone to do something) on account of the circumstances.

bắt bóng [báuɪt bɔ́ŋ] To grasp the shadow. *Thả mồi bắt bóng :* To cast, drop, throw away the substance for the shadow.

bắt bớ [báuɪt bớ] To arrest.

bắt buộc [báuɪt bwərk] To constrain, to compel, to oblige, to force, to coerce, to drive, to enforce, to bind. *Bắt buộc người nào làm việc gì :* To constrain someone to do something, to force someone into doing something ; to bind someone down to do something ; to make it binding on someone to do something. *Bị bắt buộc làm việc gì :* To be bound, obliged, compelled to do something. *Tôi bị bắt buộc phải*

xin thôi : I was driven to resign. *Bắt buộc người nào theo ý mình :* To enforce one's will on someone. *Bắt buộc người nào phải vâng theo :* To bind someone to obedience. *Bắt buộc người nào phải trả nợ :* To bind someone to pay a debt. *Bắt buộc người nào phải có mặt khi tòa đòi hầu :* To bind someone over to appear when called upon. *Bổn phận của anh bắt buộc anh phải làm việc ấy :* You are in duty bound to do it. *Bắt buộc người nào làm việc gì :* To make someone do something by force. *Bị bắt buộc làm việc gì :* To be under compulsion to do something, to be under an obligation to do something. *Lương tâm của nó bắt buộc nó phải thú nhận :* His conscience compelled him to confess. *Vì bịnh nó bắt buộc phải bỏ học :* He was compelled by illness to give up his studies. *Pháp luật bắt buộc cha mẹ phải cho con đi học :* The law obliges parents to send their children to school.

bắt buộc Compulsory, obligatory. *Bắt buộc người nào làm việc gì :* To make it obligatory on, upon, someone to do something.

bắt cá [báuɪt ká] To catch fish. *Bắt cá bằng lưới :* To net fish. *Bắt cá hai tay :* To play a double game ; to hold with the hare and run with the hounds ; to run with the hare and hunt with the hounds.

bắt cháy [báuɪt cáy] To catch fire.

bắt chẹt [báuɪt cɛt] To take advantage of someone in difficult circumstances.

bắt chợt [báuɪt cɛt] Suddenly, unexpectedly, unawares.

bắt chuột [báuɪt cuɛt] To mouse. *Con mèo của tôi bắt chuột giỏi :* My cat mouses well.

bắt chước [báuɪt cứrk] To imitate, to copy ; to mimic. *Nó bắt chước tiếng và điệu bộ của thầy giáo rất giống :* He mimicked the teacher's voice and gestures very well. *Bắt chước dáng đi của người nào :* To copy someone's walk.

bắt chước Imitation, copy.

bắt cóc [báɯt kɔ́k] To kidnap, to abduct, to take away by force. *Sự bắt cóc*: Kidnapping, abduction. *Người bắt cóc (người nào)*: Kidnapper, abductor.

bắt dính vào [báɯt zíp vàu] To fasten.

bắt đăng [báɯt daɯŋ] To catch fish with bamboo heck.

bắt đầu [báɯt dồu] To begin, to commence, to start ; to take the first step ; to enter upon, to attack. *Bắt đầu làm việc* : To attack a task. *Bắt đầu làm việc gì* : To begin, commence, to do something ; to begin, commence, start, doing something. *Bắt đầu từ tôi trước* : Begin with me. *Nó bắt đầu làm bác sĩ* : He has started as a doctor. *Bắt đầu câu chuyện* : To enter upon a conversation. *Anh bắt đầu học tiếng Anh hồi nào?* : When did you begin learning English ? *Bông bắt đầu nở* : The flowers are starting to open. *Mùa mưa đã bắt đầu* : The rainy season has set in. *Trời bắt đầu tối* : It began to grow dark. *Công việc đã bắt đầu nhưng chưa hoàn thành* : The work is in hand but not finished. *Mùa đông bắt đầu* : Winter is setting in. *Trời bắt đầu mưa* : Rain is setting in, it is setting in for a wet day, it has begun to rain, it came on to rain. *Nước bắt đầu lớn* : The tide is setting in.

bắt đầu Beginning, commencement, start.

bắt đền [báɯt dèn] To demand a restitution, a compensation ; to claim damages.

bắt điện [báɯt diện] To electrify.

bắt được [báɯt dɯrk] 1) To capture, to catch. *Bắt được người nào đang làm việc gì* : To catch someone doing something. *Bắt được người nào đang phạm lỗi* : To catch someone in fault. 2) To hit upon, come across (something) ; to find (something) out accidentally.

bắt ép [báɯt ɛp] To force, to compel, to constrain, to coerce. See **bắt buộc**.

bắt gặp [báɯt gaɯp] 1) To catch (someone) in the act. *Tôi bắt gặp vài đứa trẻ ăn cắp hoa trong vườn tôi* : I caught some boys stealing flowers from my garden. 2) To meet by surprise, to come across.

bắt giam [báɯt ʃam] To incarcerate, to imprison, to confine, to put into prison, to take into custody. *Bắt giam người nào* : To take someone into custody.

bắt giam (sự) Incarceration, imprisonment, confinement, custody.

bắt giữ [báɯt ʃứ] To arrest, to effect an arrest. *Bắt giữ người nào* : To take someone into custody.

bắt hôi [báɯt hoi] To catch fishes left unintentionally by the fishermen.

bắt hơi [báɯt həi] See **đánh hơi**.

bắt hụt [báɯt hụt] To fail to catch. *Bắt hụt trái banh* : To muff a ball.

bắt kịp [báɯt kịp] To catch, to overtake, to catch up with, to gain on (upon), to come up with. *Bắt kịp chiếc xe khác* : To catch up with another car. *Tôi đi chuyến xe sau và đến Sàigòn thì bắt kịp những người kia* : I took the next car and caught the others at Saigon. *Bắt kịp người lội đầu trong cuộc lội đua* : To catch up with the swimmer leading in a race. *Bắt kịp những người chạy đua khác* : To gain on the other runners in a race.

bắt lại [báɯt lại] To recapture. *Bắt lại một tù nhân đã trốn thoát* : To recapture an escaped prisoner.

bắt làm [báɯt làm] To force, constrain, compel (someone) to do (something).

bắt lấy [báɯt léi] To clutch at (something) ; to apprehend (someone). *Nó bắt lấy sợi dây chúng tôi ném cho nó* : He clutched at the rope we threw to him.

bắt lính [báɯt líp] To recruit soldiers by force.

bắt lỗi [báɯt lỗi] *Hay bắt lỗi :*

Captious.

bắt lửa [báɯt lửa] To catch fire. *Giấy dễ bắt lửa* : Paper catches fire easily.

bắt mạch [báɯt maik] To take the pulse, to feel someone's pulse ; (fig) to sound someone's intentions.

bắt nạt [báɯt nạt] To bully, to domineer. *(Vợ) Bắt nạt chồng* : (Of wife) To wear the pants. *Các trẻ lớn đôi khi bắt nạt em trai và em gái của mình* : Big boys something domineer over their youngers brothers and sisters.

bắt nọn [báɯt nọn] To blackmail.

bắt nợ [báɯt nợ] To seize something as a payment of debt, to seize something in lieu of payment of a debt.

bắt ốc [báɯt ók] To screw, to screw down, to screw up (something).

bắt phải [báɯt fài] To compel, to entail, to exact. *Bắt người nào phải xin lỗi* : To compel someone to beg pardon.

bắt phạt [báɯt fạt] To punish ; to penalize, to fine.

bắt phu [báɯt fu] To recruit coolies by force.

bắt quả tang [báɯt kwả taŋ] To catch in the act, in a fact, red-handed. *Bắt được người nào quả tang* : To catch someone in the hop, to catch someone in the (very) act.

Bị bắt quả tang : To be caught red-handed.

bắt rận [báɯt rận] To delouse.

bắt sâu [báɯt ʃəu] To clear (fruit trees, etc..) of caterpillar.

bắt sống [báɯt ʃóŋ] To catch alive.

bắt tại trận [báɯt tại trận] To catch out. See **bắt quả tang**.

bắt tay [báɯt tay] 1) To shake hands. *Bắt tay người nào* : To shake someone by the hand, to shake hands with someone, to clasp someone's hand.
2) To begin, to set (to work etc...).

bắt thăm [báɯt θaɯm] To draw lots, to cast lots ; to draw by chance. *Bắt thăm vật gì* : To draw, cast, lots for something.

bắt thường [báɯt θừəŋ] To demand a restitution, a compensation.

bắt tin [báɯt tin] To time on the radio for the news.

bắt tội [báɯt tọi] To penalize, to punish.

bắt tréo [báɯt tréu] To cross, to crisscross.

bắt vạ [báɯt vạ] To impose a fine.

bặt [bạɯt] Entirely, absolute, completely. *Im bặt* : Completely silent.

bặt (Of noise) To die down.

bặt hơi [bạɯt həi] Without a breath, silent, (fig) leaving no news.

bặt tăm [bạɯt taɯm] Without news from someone, no news.

bặt thiệp [bạɯt θiẹp] Courteous, mannerly.

bặt tiếng [bạɯt tiéŋ] Soundless.

bặt tin [bạɯt tin] See **bặt tăm**.

bấc [bók] 1) (Bot) Pith. *Nhẹ như bấc* : Light as pith.
2) (Bot) Cork oak.
3) Wick (of candle, lamp etc.). *Kéo cắt bấc đèn* : Wick-trimmer. *Bấc đèn cầy (nến)* : Candle-wick.

bấc North. *Gió bấc* : North wind.

bậc [bọk] 1) Degree, rank, grade, echelon.
2) Step, stair (of stairs), rung (of ladder).

bấm [bóm] To press one's finger on.

bấm bụng [bóm bụŋ] To hold oneself in ; to contain, to control oneself. *Bấm bụng cười thầm* : To hold back, control, one's laughter.

bấm chân [bóm cən] To grip one's feet when walking on slippery ground.

bấm chuông [bóm cuəŋ] To ring the bell.

bầm [bầm] Livid ; (Med) ecchymosed.

bầm *Vết bầm, chỗ bầm* : Contusion, bruise, ecchymosis. *Mình nó đầy vết bầm* : He was covered with bruises. *Nó bị bầm chân khi nó té* : He is bruised his leg when he fell. *Thịt trẻ con dễ bị bầm* : A child's flesh bruises easily.

băm gan tím ruột [bòm gan tím ruʔt] Very angry.

bẩm [bòm] 1) Polite particle addressed to a superior.
2) To report.

bẩm bạch [bòm bạik] To report clearly.

bẩm báo [bòm báu] To inform respectfully.

bẩm chất [bòm cót] Nature, disposition.

bẩm phú [bòm fú] To be endowed with, to be gifted with (quality, knowledge, etc...).

bẩm sinh [bòm ʃiŋ] Congenital, inborn, natural.

bẩm sinh Existing from birth.

bẩm tính [bòm tíŋ] Nature, disposition.

bần [bón] (Not used alone) Short of money. *Túng bấn* : To be hard up (for money), to be hard pushed.

bần [bòn] (Not used alone) Poor ; needy, in want.

bần bạch [bòn bạik] Poor but honest.

bần bật [bòn bạt] *Sợ run bần bật* : To tremble with fear.

bần cùng [bòn kùŋ] 1) Destitute, down-at-heel ; to be hard up for money, to be hard pushed.
2) To be at the end of one's resources, on one's last legs, on one's beam-ends, to be at one's wits end.

bần đạo [bòn dạu] I (a poor monk).

bần hàn [bòn hàn] Poor and miserable.

bần huyết [bòn hwiét] (Med) Anaemia.

bần nhân [bòn ɲən] Poor man.

bần nhi viện [bòn ɲi viện] Infant's nursery, day-nursery.

bần sĩ [bòn ʃi] Needy scholar.

bần tăng [bòn tauŋ] See **bần đạo.**

bần thần [bòn θòn] Indisposed, uncomfortable, out of sorts.

bần tiện [bòn tiện] Despicable, vile, mean. *Lợi dụng người nào một cách bần tiện* : To take a mean advantage of someone.

bẩn [bòn] 1) Dirty, filthy, unclean.

Bàn tay bẩn : Dirty hands.
2) Avaricious, miserly, stingy.

bẩn To dirty, to defile, to begrime, to besmirch, to blot, to sully.

bẩn chật [bòn ʔʔt] To be in want.

bẩn mình [bòn miɲ] To have monthlies.

bẩn quặng [bòn kwạuŋ] (Miner) Gangue.

bẩn thỉu [bòn θỉu] Dirty, filthy, unclean. *Làm bẩn thỉu* : To contaminate.

bận [bọn] Busy, occupied, engaged. *Nó còn bận* : He is still busy. *Tôi rất bận việc* : I am very busy, full of business. *Bận làm việc gì* : To be busy doing something, to be employed in doing something. *Bận việc gì* : To be busy at, with, over something. *Tôi đang bận* : I'm busy at the moment, I'm busy just now. *Nó bận trồng khoai tây* : He was busy setting potatoes. *Chúng tôi rất bận việc* : We are swamped with work.

bận Time, occasion.

bận To dress, to wear. See **mặc.**

bận bịu [bọn bịu] Busy, occupied.

bận lòng [bọn lɔ̀ŋ] Worried.

bận rộn [bọn rọn] Busy, occupied.

bận tâm [bọn tòm] See **bận lòng.**

bận việc [bọn vịrk] Busy, occupied, engaged. *Vào lúc mà tôi bận việc nhứt* : When I was busiest of all. *Rất bận việc* : Very busy, busy as a bee, to have one's hand full. *Bận việc gì* : To be busy at, with, over, something. *Tôi rất bận việc* : My hands are full, I have my hands full, I am fully occupied, I am very much taken up.

bâng khuâng [bəŋ xwəŋ] Melancholic, gloomy.

bâng quơ [bəŋ kwə] Vague, indefinite.

bâng [bóŋ] See **bứng.**

bấp bênh [bóp beiɲ] Uncertain, insecure, unstable, precarious.

bập bẹ [bạp bẹ] To babble. *Tiếng bập bẹ (của trẻ con)* : Babble.

bập bênh [bạp bèiŋ] To float, to bob.

bàt [bót] (Not used alone) Not to be.

bàt Kind of card game.

bàt bạo động [bót bạu dọŋ] Non-violence.

bàt biên [bót bién] Fixed, constant, unchanging, changeless, invariable.

bàt bình [bót biŋ] Discontented, displeased, vexed. *Sự bất bình* : Discontent, displeasure, vexation.

bàt bình đẳng [bót biŋ dảuŋ] Un-equal. *Hiệp ước bất bình đẳng* : Un-equal treaty. *Sự bất bình đẳng* : Une-quality.

bàt can thiệp (sự) [bót kan θiệp] Non-intervention, non-interference.

bàt cầu [bót kàu] No matter, never mind.

bàt chấp [bót cấp] Regardless.

bàt chiên [bót cién] Non-combatant.

bàt chính [bót cíŋ] Unrighteous ; disloyal, dishonest, devious, crooked, unfair. *Những phương pháp bất chính* : Crooked means. *Sự cạnh tranh bất chính* : Unfair competition.

bàt chuyển [bót cwièn] Immovable.

bàt công [bót koŋ] Unjust, unfair. *Sự bất công* : Injustice. *Tôi không thích những sự bất công* : I don't like injustice. *Bất công đối với người nào* : To be unjust to someone.

bàt cộng đái thiên [bót kọŋ dái θien] *Thù bất cộng đái thiên* : To be deadly enemy.

bàt cộng tác [bót kọŋ ták] Non-co-operation.

bàt cứ [bót kứ] Any. *Bất cứ lúc nào* : Any time. *Hãy đến bất cứ ngày nào trừ ngày mai* : Come any day but to-morrow.

bàt di bàt dịch [bót zi bót zịk] Irre-movable.

bàt dịch [bót zịk] Unchanging, fixed ; immutable, unalterable.

bàt diệt [bót ziẹt] Eternal, immortal, undying, everlasting, endless, date-less, deathless ; imperissable. *Tên*

của nó sẽ bất diệt : His name will live.

bàt dung [bót zuŋ] Intolerant, un-pardonable, inexcusable.

bàt đắc chí [bót dấuk cí] Discontent, displeased.

bàt đắc dĩ [bót dấuk zĩ] Unwilling-ly, reluctantly, grudgingly.

bàt đắc kỳ tử [bót dấut kì tử] To die suddenly due to unknown cause.

bàt đẳng [bót dảuŋ] Unequal.

bàt đề kháng [bót dè xáŋ] Non resis-tance.

bàt điều [bót dièu] (Math) Anharmonic. *Bất điều tỷ lệ, tỷ số bất điều* : An-harmonic ratio.

bàt định [bót dịŋ] Undecided, uncer-tain, undetermined.

bàt đoạn [bót dwạn] Perpetual.

bàt đồ [bót dò] Unexpectedly, suddenly.

bàt đối [bót dói] Asymmetrical, dissym-metrical. *Tính bất đối* : Asymmetry, dissymetry.

bàt đồng [bót dòŋ] Different, divergent, disharmonious.

bàt đồng Difference, divergence, divergency, disharmony, dissimilitude, discordance. *Những sự bất đồng về tư tưởng* : Differences of opinion. *Sự bất đồng ý kiến* : Dissidence, discordance of opinions.

bàt động [bót dọŋ] Motionless, unmoved, immobile, immovable.

bàt động sản [bót dọŋ ʃản] Real estate, real property, fixed property, immo-vable possessions.

bàt giác [bót ʃák] Unconsciously, unknowingly.

bàt hạnh [bót hạiŋ] Unfortunate.

bàt hảo [bót hảu] Bad, undesirable. *Phần tử bất hảo* : Undesirable element.

bàt hiếu [báu hiéu] Ungrateful towards one's parents.

bàt hòa [bót hwà] To discord, to disaccord, to disagree, to fall out. *Chúng nó luôn luôn bất hòa với nhau* : They quarrel like cat and dog.

bàt hòa (sự) Discord, disaccord,

disagreement, dissension, difference, dissidence, estrangement, breach, break, disunion, faction. *Sự bất hòa giữa hai người bạn* : Break between two friends. *Gieo mối bất hòa* : To sow dissension. *Giải quyết một mối bất hòa* : To settle a difference. *Gieo mối bất hòa trong một gia đình* : To bring discord into a family. *Những vấn đề chánh trị thường gây sự bất hòa* : Political questions often cause dissension.

bất hòa Discordant, not in agreement, not in harmony, at variance (with). *Bất hòa với người nào* : To be at variance with someone. *Làm hai người bất hòa với nhau* : To set two people at variance. *Chúng nó bất hòa với nhau đã nhiều năm rồi* : They have been at variance for years.

bất hợp [bất hợp] Unfit, not suitable.

bất hợp cách [bất hợp káik] Not responding to required conditions.

bất hợp lý [bất hợp li] Unreasonable, irrational, illogical.

bất hợp pháp [bất hợp fáp] Illegal, illegitimate, illicit, unlawful.

bất hợp tác [bất hợp ták] Non-co-operation.

bất hợp thời [bất hợp θời] Inopportune.

bất hủ [bất hủ] Immortal ; undecayed.

bất khả [bất xả] Impossible.

bất khả kháng [bất xả xán] Absolute necessity. *Trường hợp bất khả kháng* : Case of absolute necessity.

bất khả tri luận [bất xả tri lwện] Agnosticism.

bất khả xác tri luận [bất xả sák tri lwện] (Phil) Acatalepsy.

bất khả xâm phạm [bất xả sâm fạm] Inviolable. *Tính bất khả xâm phạm* : Inviolability.

bất kham [bất xam] Unbearable, unendurable ; restive. *Ngựa bất kham* : Stubbornly disobedient horse.

bất khuất [bất xwất] Unyielding.

bất kính [bất kíp] Disrespectful. *Sự bất kính* : Disrespect.

bất kỳ [bất kì] 1) Unexpected,

unforeseen, sudden.

2) Without distinction. Unexpectedly, suddenly, accidentally.

bất lão [bất lãu] To remain ever young.

bất lịch sự [bất lịk sự] Discourteous, indecorous.

bất lợi [bất lợi] Disadvantageous, unfavourable, prejudicial. *Sự bất lợi* : Disadvantage.

bất luận [bất lwận] Regardless of, without distinction.

bất lực [bất lưk] 1) Unable, powerless, helpless, inefficient.

2) (Of men) Impotent, without sexual power, disabled, unqualified.

bất lực 1) Inefficiency ; disqualification, disability (to do, for doing something). *Bất lực hoàn toàn tạm thời* : Temporary total disability. *Bất lực hoàn toàn vĩnh viễn* : Permanent total disability.

2) (Med) Impotence.

bất lực *Làm bất lực* : To disqualify. *Sự nhút nhát làm cho nó bất lực khi thi hành một chức vụ ; tánh nhút nhát làm cho nó trở nên bất lực đi làm một nghề gì* : His timidity disqualified him for a profession.

bất lương [bất lương] Dishonest. *Người bất lương* : Dishonest person, wrong-doer. *Làm việc bất lương* : To do dishonest things. *Anh lấy lý do gì mà cho nó bất lương ?* : What reason have you for thinking that he is dishonest ?. *Nó dùng biện pháp nghiêm nhặt đối với bọn bất lương* : He took severe measures against the wrongdoers.

bất mãn [bất mãn] Dissatisfied, discontented, displeased, disgruntled, disagreeable.

bất mãn To dissatisfy, to discontent, to displease. *Nó hết sức bất mãn* : He was greatly chagrined. *Sự bất mãn* : Dissatisfaction, discontent, displeasure. *Bất mãn về việc gì* : To be put out about something.

bất mục [bất mục] Disagreement, discord.

bất nghi [bất ŋi] Not suitable, unbecoming.

bất nghĩa [bất ŋiə] Faithless, ungrateful, ingrate.

bất ngờ [bất ŋə̀] Casual, accidental, unexpected. *Biện pháp đưa đến những kết quả bất ngờ* : Measure attended by unexpected consequences.

bất nhã [bất ɲã] Discourteous, unhandsome, coarse, curt. *Sự bất nhã* : Discourtesy.

bất nhân [bất ɲən] Inhuman.

bất nhất [bất ɲất] Inconstant, inconsistent, fickle.

bất nhị [bất ɲị] Unique in its kind.

bất nhiễm chất [bất ɲiễm cất] (Phisiol) Achromatin.

bất phân [bất fən] Without distinction. *Trận đánh bất phân thắng bại* : Drawn battle.

bất phục [bất fụk] Unsubmissive.

bất quá [bất kwá] At most, only.

bất tài [bất tài] Feckless, untalented.

bất tận [bất tạn] Inexhaustible, unfailing.

bất tất [bất tất] Unnecessary.

bất tham chiến [bất θam ciến] Non-belligerent.

bất thành [bất θàiɲ] Resultless.

bất thần [bất θə̀n] Eventual; unexpectedly, unawares. *Tính bất thần* : Eventuality. *Sự đến bất thần* : Chance coming.

bất thích nghi [bất θík ɲi] Not suitable.

bất thình lình [bất θìɲ lìɲ] Suddenly, unexpectedly, abruptly.

bất thường [bất θừəɲ] 1) Extraordinary, irregular, abnormal. 2) Fitful. *Những số chi tiêu bất thường* : Contingent expenses.

bất tiện [bất tiện] Inconvenient, incommodious, disagreeable, awkward. *Thật rất bất tiện, khó chịu* : It is very inconvenient. *Bàn nhỏ viết bất tiện* : Small table awkward for writing at.

bất tỉnh [bất tỉɲ] Unconscious, in a dead faint, senseless.

bất tỉnh To lose consciousness, to fall senseless, to swoon, to faint. *Cú đánh làm nó bất tỉnh* : The blow caused him to lose consciousness. *Sau tai nạn nó bất tỉnh tới hai tiếng đồng hồ* : He did not recover (regain) consciousness until two hours after the accident.

bất tỉnh nhân sự [bất tỉɲ ɲən ʃɯ] To faint (away), to be in a (dead) faint, to fall down in a faint, to fall into a state of insensibility.

bất toàn [bất twàn] Imperfect, faulty, defective.

bất trắc [bất trắk] Emergency. *Dự phòng mọi sự bất trắc* : To provide for emergency.

bất trị [bất trị] Incurable ; incorrigible.

bất trung [bất truŋ] Faithless, unfaithful, disloyal.

bất tuân [bất twən] Disobedient ; non-observant.

bất tuân (sự) [bất twən] Disobedience ; non-observance.

bất tuân To desobey.

bất túc [bất túk] Insufficient, not enough.

bất tuyệt [bất twiệt] 1) Interminable, endless, eternal. 2) Perpetual. *Chuyển động bất tuyệt* : Perpetual motion.

bất tử [bất tử] Immortal, deathless, undying, imperishable.

bất tường [bất từəɲ] Bad, unlucky. *Điểm bất tường* : Unlucky omen.

bất ý [bất í] By accident.

bất xứng [bất sứɲ] Asymetry, dissymetry.

bật [bật] To fly back. *Nhánh cây bật trở lại* : The branch flew back.

bật bông [bật boŋ] To card cotton.

bật cười [bật kừəi] To burst into laughter, to burst out laughing, to explode with laughter, to burst into a laugh.

bật đèn [bật dèn] To light up, to switch on the light.

bật gốc [bật gók] Uprooted.

bật khóc [bɐt xɔ́k] To burst into tears.

bật lên [bɐt len] To bounce.

bật lửa [bɐt lửə] Cigarette lighter.

bật lửa To spark.

bâu [bəu] (Of flies) To cluster ; to flock. *Ruồi bâu đầy trên bánh* : The flies cluster on the cake. *Bâu chung quanh người nào* : To flock about someone.

bâu Collar.

bầu [bəu] 1) To scratch, to claw.

2) To pinch, to nip, to tweak.

3) To cling, to hold fast to, to stick to.

bầu lầy [bɔ́u léi] To cling.

bầu [bəu] (Bot) Gourd, calabash. *Cây bầu* : Calabash-tree.

bầu To elect, to vote. *Bầu người nào giữ chức chủ tịch, tổng thống* : To elect someone to the presidency. *Bầu người nào làm đại diện để làm việc gì* : To depute someone to do something. *Bầu người nào* : To give one's suffrage to someone. *Được bầu làm chủ tịch* : To be voted into the chair.

bầu 1) (Đàn bà) *Có bầu* : To be pregnant, to be with child. *Nàng có bầu đã được ba tháng* : She has been pregnant for three months ; she is three months in pregnancy.

2) Chubby. *Má bầu* : Chubby cheek.

bầu Globe ; atmosphere. *Một bầu không khí thân mật* : A friendly atmosphere.

bầu bạn [bəu bạn] Friends, comrades.

bầu bí [bəu bí] *Giống bầu bí* : Cucurbitaceae ; the gourd family.

bầu bĩnh [bəu bịp] Pudgy, chubby.

bầu cử [bəu kử] To elect, to vote.

bầu diều [bəu ziều] Craw, crop.

bầu dục [bəu zụk] Oval, elliptic, elliptical. *Hình bầu dục* : Ellipse. *Mặt, khối bầu dục* : Ellipsoid.

bầu đèn [bəu dèn] Globe.

bầu gánh [bəu gáiɲ] Manager of theater.

bầu hát [bəu hát] See **bầu gánh**.

bầu nhiệt huyết [bəu ɲiệt hwiết] Enthusiasm, zeal.

bầu noãn [bəu nwãn] (Bot) Ovary.

bầu nước [bəu núrk] Water gourd.

bầu rượu [bɔ̀u rɯəu] Wine-gourd.

bầu sữa [bəu ʃữə] Feeding-bottle.

bầu tâm sự [bəu tɐm ʃự] Heart. *Dốc bầu tâm sự* : To open one's heart.

bầu trời [bəu trời] Firmament, sky, vault of heaven.

bây [bei] You.

bây bẩy [bei bẩi] *Run bây bẩy* : To tremble (with fear or cold). *Chối bây bẩy* : To deny firmly.

bây giờ [bei ɟờ] Now, at present, at the present time, for the time being. *Việc ấy bắt đầu ngay bây giờ* : It is going to begin now. *Đó là tất cả những gì tôi có thể làm bây giờ* : That's all I can do for the time being. *Bây giờ mới là lúc mà tôi cần nó hơn lúc nào cả* : Now is when I need him most.

bấy [bới] *Cua bấy* : Soft-shelled, or soft-shell, crab.

bấy chầy [bới cèi] Since a long time.

bấy giờ [bới ɟờ] At that time, at that moment. *Lúc bấy giờ tôi ở Saigon* : I was then living at Saigon.

bấy lâu [bới ləu] So long, since then, since a long time.

bấy nay [bới nai] Since then, from that time.

bấy nhiêu [bới ɲieu] As much, so much, as many, so many.

bầy [bèi] Herd, flock, pack, shoal.

bầy cá [bèi ká] Shoal of fish.

bầy chó săn [bèi cɔ́ ʃaɯn] Pack of staghound.

bầy chó sói [bèi cɔ́ ʃɔ́i] A pack of wolves.

bầy đàn thê-tử [bèi dàn θe tử] A large family.

bầy đặt [bèi dɐut] See **bày đặt**.

bầy hầy [bèi hèi] Dirty.

bầy kiến [bèi kiến] Colony of ants.

bầy ong [bèi ɔŋ] Swarm of bees.

bẩy tôi [bèi toi] Subject (of a king).

bẩy trừu [bèi trừu] Herd of sheep.

bẩy voi [bèi vɔi] Herd of elephants.

bẩy [bɔi] To pry. Cây đòn bẩy : Lever. Bẩy vật gì lên : To lever something up, to lift something up with a lever.

bẫy [bēi] Trap, snare, pitfall. Con chuột bị mắc bẫy : The rat was caught in the trap. Bỏ mồi, móc mồi vào bẫy : To bait a trap. Mắc bẫy : To be trapped, to be caught in a trap, to fall into a trap. Gài bẫy, đặt bẫy : To lay, set, a snare, to set a trap. Bẫy chim : To lay snares. (Thỏ, v.v...) Bị mắc bẫy : (Of rabbit, etc...) To be caught in a snare. Người gài bẫy, đặt bẫy : Snarer. Nhử chim vào bẫy : To entice a bird into a trap.

bẫy To trap, to set a trap.

bẫy bắt mèo [bēi báwt mèu] Cat-trap.

bẫy bắt ruồi [bēi báwt ruòi] Fly catcher, fly trap.

bẫy chiến xa [bēi cién sa] Tank trap.

bẫy chim [bɔi cim] Bird snare.

bẫy chuột [bēi cuọt] Mousetrap, rat-trap.

bẫy lừa địch [bēi lừə dịk] Decoy.

bẫy nổ [bēi nỏ] Booby-trap.

bậy [bɛi] Wrong. Nói bậy nói bạ : To talk nonsense. Ăn ở bậy bạ : To behave badly.

be [bɛ] To embank.

be be [bɛ bɛ] (Of sheep) To bleat.

be bét [bɛ bét] Say be bét : As drunk as a fiddler, as a lord. Sai be bét : Completely wrong.

be bờ [bɛ bò] To dam (a river).

bé [bɛ] 1) Small, young, little, tiny, minute. Thằng bé : The little boy. Con bé : The little girl.

　2) Lower, inferior. Vợ bé : Concubine, mistress.

bé bỏng [bɛ bỏŋ] Small, little.

bé con [bɛ kɔn] Little child.

bé gái [bɛ gái] Little girl.

bé hạt tiêu [bɛ hạt tieu] Young but cunning.

bé họng [bɛ hɔŋ] Narrow throat. (fig) uninfluential, powerless.

bé miệng [bɛ miẹŋ] Small mouth (fig) uninfluential, powerless.

bé nhỏ [bɛ ɲỏ] Small, little.

bé tí [bɛ tí] Very small, tiny, minute.

bè [bè] 1) Raft, float. Bè cao su : Pneumatic raft. Tàu bè : Boats, ships.

　2) Clique, party, faction.

bè bạn [bè bạn] Friends, comrades.

bè đảng [bè dảŋ] Clique, party, clan, faction.

bè gỗ [bè gỗ] Timber raft, timber float, wooden float.

bè lũ [bè lũ] Clique.

bẻ [bẻ] To break, to split. Bẻ vật gì ra làm hai : To break in two. Bẻ cái bánh ra nhiều miếng : To split (up) a cake into parts.

bẻ To pick, to pluck, to gather (flowers, fruits).

bẻ To criticize.

bẻ cổ áo [bẻ kỏ áu] To fold back a collar.

bẻ cong [bẻ kɔŋ] To bend, to curve, to crook ; (Anat) to flex.

bẻ gãy [bẻ gãy] To break, to break off.

bẻ ghi [bẻ gi] (Rail) To shunt, to switch off, to turn off (train). Bẻ ghi cho một chiếc xe lửa chạy vào đường ngánh : To shunt, to switch a train on to a branch line. Người bẻ ghi : Pointsman, pointboy, pointman, switchman.

bẻ hành bẻ tỏi [bẻ hàiŋ bẻ tỏi] To criticize.

bẻ lái [bẻ lái] To steer.

bẻ vụn [bẻ vụn] To crumb, to crumble.

bẽ [bɛ̃] To be ashamed.

bẽ bàng [bɛ̃ bàŋ] See bẽ.

bẽ mặt [bɛ̃ mạut] See bẽ.

bẹ [bẹ] (Bot) Spathe, ocrea.

bẹ hoa [bẹ hwa] (Bot) Bract.

bẹ lá [bẹ lá] (Bot) Sheath, ocrea (round stem).

bẻm [bẻm] Người bẻm mép : A brilliant talker.

bẽm miệng [bɛm miẹŋ] See bẽm.

benzaldehid (Ch) Benzaldehyde.

benzen (Ch) Benzene.

benzoat (Ch) Benzoate.

benzoin (Ch) Benzoin.

benzyl (Ch) Benzyl.

bén [bɛn] Sharp, keen, cutting. *Bén như dao cạo*: As keen as a razor. *Dao lưỡi bén*: A knife with a keen edge. *Dao nầy không bén*: This knife does not cut well. *Dao bén cắt tốt hơn dao lụt*: A sharp knife cuts better than a blunt one. *Làm, mài cho bén*: To sharpen. *Giũa cho bén*: To sharpen with a file. *Bề lưỡi sắc, bén*: Fine edge.

bén gót [bɛn gɔt] Close, near. *Theo người nào bén gót*: To follow hard, close (up) on someone; to follow someone closely; to follow on someone's heels; to dog someone's footsteps; to tread on, upon, someone's heels; to tag at someone's heels, to tag along, after someone.

bén hơi [bɛn hɔi] To grow accustomed to, to become habituated to.

bén lửa [bɛn lửa] To take fire, to catch fire.

bén mảng [bɛn mảŋ] To approach, to come close to.

bén mùi [bɛn mùi] To have a liking to.

bén rễ [bɛn rễ] To take root, to strike root.

bén tiếng [bɛn tiéŋ] To be used to a voice, to be accustomed to a sound.

bèn [bɛn] Then.

bẽn lẽn [bɔn lɔn] Bashful, timid, shy, coy. *Nàng bẽn lẽn nhìn xuống khi tôi nói tới nàng*: She was shy and looked down when I spoke to her.

bẹn [bɛn] (Anat) Groin. *Bị thương ở bẹn*: Wounded in the groin.

beo [bɛu] (Zoo) Panther.

béo bɛu] Fat, stout (person), (of dish) greasy. *Béo phì, béo như heo*: As fat as a pig, as a monk. *Béo ra*: To grow stout. *Nuôi cho béo*: To fatten.

béo To pinch.

béo bệu [bɛu bẹu] Obese but weak, fat but not solid.

béo bở [bɛu bở] Advantageous, profitable.

béo lùn [bɛu lùn] Tubby.

béo ra [bɛu ra] To fatten, to put on flesh.

béo tốt [bɛu tót] Healthy, in good health.

béo tròn [bɛu tròn] Tubby.

bèo [bɛu] (Bot) Duckweed, marsh-lentil. *Rẻ như bèo*: Very cheap.

bèo bọt [bɛu bọt] Lentil and foam. (fig) unstable; humble, modest.

bèo giâu [bɛu ɟɔu] (Bot) Azolla.

bèo mây [bɛu mei] Lentil and cloud, (fig) unstable.

bèo tấm [bɛu tám] (Bot) Duckweed, lemna.

bẹo [bɛu] To pinch. *Cha nó bẹo má nó*: His father pinched his cheek, gave his cheek a little squeeze.

bép xép [bép sɛp] (Person) Giving to blabbing. *Người hay bép xép*: Blabber.

bẹp [bɛp] Squashed, crushed. *Làng bẹp*: (Fig) Opium smokers. *Đè bẹp*: To crush, to squash.

bẹp dí [bɛp zi] Completely squashed.

bẹp dúm [bɛp zúm] See bẹp dí.

bẹp tai [bɛp tai] Squashed ears (fig) opium smoker.

beril (Miner) Beryl.

berilium (Ch) Beryllium.

bét [bɛt] To be the last, the lowest. *Hạng bét*: The last class. *Đứng hạng bét trong lớp*: At the bottom of the class. *Nát bét*: To be beaten to a pulp. *Hỏng bét*: To fail completely. *Sai bét*: Completely wrong. *Say bе bét*: As drunk as a fiddler, as a lord.

bét nhè [bét pɛ] To be dead drunk.

bê [be] Calf. *Thịt bê*: Veal.

bê To carry (something) with two hands.

bê bết [be bét] Full of dirty things.

bê rê [be re] Beret.

bê tha [be θa] *Sống bê tha*: To lead a fast life.

bê tông [be toŋ] Concrete, beton. Bê tông cốt sắt : Reinforced concrete, ferro-concrete, armoured concrete.

bê trễ [be trẽ] Late, tardy. Sự bê trễ bổn phận của mình : Laxity in one's duty.

bế [bế] To carry (a child) in one's arms.

bế con [bế kɔn] To carry one's child in one's arms.

bế hội [bế hội] To conclude a session, to bring a session to a close.

bế kinh [bế kiŋ] (Med) Amenorrhoea.

bế mạc [bế mạk] To close, to conclude (session), to bring (session etc...) to a close.

bế môn [bế mon] To close the doors.

bế mục [bế mụk] To close the eyes.

bế nguyệt tu hoa [bế ŋwiẹt tu hwa] (Fig) Pearless beauty (that causes the moon to hide her face and the flower to blush, that put the rose to shame).

bế quan [bế kwan] To close all communications at the frontiers. Chánh sách bế quan toả cảng : The closed-door policy.

bế tắc [bế tắɯk] Obstructed, blocked. Làm bế tắc : To obstruct, to block, to congest, to choke. Con đường chính bị bế tắc nên chúng tôi phải quẹo đi ngả khác : The main road was blocked so we had to make a detour.

bế tắc (sự) 1) Chokage, obstruction. Sự bế tắc của ruột : Obstruction of the bowels. Chiến lược bế tắc : Obstructionism.
2) Standstill, deadlock. Đi đến chỗ bế tắc : To come to (be at) a standstill. Hội nghị đi đến chỗ bế tắc : The conference has come to a standstill : Hai bên đi đến chỗ bế tắc : The two parties are at a deadlock.

bề [bề] Side. dimension, edge. Đành chịu một bề : To submit to the only choice.

bề bộn [bề bọn] Much, a great deal, a lot. Sự bề bộn : Bulk, bulkiness.

bề cao [bề kau] Height ; altitude (of star, etc...) ; depth. Bề cao của răng (bánh xe) : Depth of tooth. Bề cao hai thước : Five meters high.

bề dài [bề zài] Length. Cái nhà hai chục thước bề dài và sáu thước bề ngang : The house is twenty metres in length and six metres in breadth.

bề dày [bề zài] Thickness (of wall, etc...), depth (of layer). Cái bàn nẫy hai thước bề dài, một thước bề ngang và bốn phân bề dày : This table is two metres in length, one metre in width and four centimetres in thickness.

bề dọc [bề zɔk] Length.

bề dưới [bề zưới] 1) Lower part, underpart (of something).
2) Inferior. Kẻ bề dưới của người nào : To be someone's inferior.

bề đứng [bề dứɳ] See bề cao.

bề khổ [bề xổ] Width.

bề lưỡi [bề lɯỡi] Edge (of a knife).

bề mặt [bề mạɯt] 1) Area. Nếu một cái phòng đo 4 thước bề ngang và 6 thước bề dài thì bề mặt của nó là 24 thước vuông : If a room measures 4 by 6 metres, its area is 24 square metres (it is 24 square metres in area).
2) Right side; obverse (of a coin) Bề mặt của vải : The right side of a material. Bề mặt, bề trái : Right side, wrong side (of something). Bề mặt, mặt phải của huy chương : Obverse (side) of a medal. Bên nào là bề mặt của vải nẫy ? : Which is the right side of this cloth ?.

bề ngang [bề ŋaŋ] Breadth, width. Bề ngang bằng ngón tay : Finger's breadth. Bề ngang (của cánh chim xòe ra, cánh phi-cơ) : Breadth of wings (of bird, aeroplane). Tấm thảm rộng năm thước bề ngang : The carpet is five metres in breadth. Cái phòng mười thước bề dài và sáu thước bề ngang : The room is ten metres in length and six metres in breadth.

bề ngoài [bề ŋwài] 1) Appearance, look,

external ; semblance. *Không nên xét đoán bề ngoài* : One should not judge by appearances. *Bề ngoài của thành-phố hoàn toàn thay đổi* : The appearance of the town is quite changed. *Theo bề ngoài* : To, by, all appearance(s). *Xét theo bề ngoài* : To judge by appearances, to judge by look, to judge by externals. *Xét bề ngoài thì* : By the look(s) of it. *Bề ngoài thơn thớt nói cười, bề trong nham hiểm giết người không dao* : To draw in its claws. *Không nên xét người theo bề ngoài* : It is not the coat that makes the man.

2) Exterior, outside, surface.

bề ngửa [bè ŋửə] Obverse (of a coin).

bề phải [bè fải] Right side.

bề rộng [bè rọŋ] Breadth, width, amplitude ; extensiveness.

bề sấp [bè ʃấp] Reverse (of a coin).

bề sâu [bè ʃəu] Depth, profoundness, profundity (of river, well, etc...).

bề thâm [bè θɔm] See **bề sâu**.

bề thế [bè θế] Influence.

bề tôi [bè toi] Subject (of a king).

bề trái [bè trái] Wrong side, reverse, back (of material, etc...). *Bề trái của mề đay* : The reverse of a medal. *Bề trái của đời* : The seamy side of life. *Bề trái của vải* : The wrong side of a material. *Đây là bề trái của vải* : This is the wrong side of the cloth.

bề trên [bè tren] 1) Upper part. 2) Superior. *Đức Cha bề trên* : The Father Superior. *Ông ấy là bề trên của anh* : He is your superior.

bề trong [bè troŋ] Inside, inner.

bề [bè] *See* **biển**.

bể Cistern.

bề 1) To break, to burst. *Nếu anh làm rớt cái tách nầy, nó sẽ bề* : If you drop this cup it will break. *Nếu anh ăn nhiều thêm nữa, anh sẽ bề bụng* : If you eat much more, you'll burst. *Đập bề vật gì ra từng mảnh* : To break something (in)to pieces. *Làm bề nhọt* : To break an abscess. *Làm bề một lỗ lớn trên tường* : To break through a wall.

Vật dễ bề : Breakables. *Đồ bề* : Breakages. *Đền tiền đồ bề* : To pay for breakages.

2) (Of the voice) To crack, to break suddenly, to become harsh (e.g. to change that occurs in a boy's voice when he is reaching manhood). *Tiếng của nó bắt đầu bề* : His voice is beginning to crack (to break). *Sự bề tiếng* : Breaking of the voice.

bể ái [bè ái] Love, passion. *Thuyền tình bể ái* : The boat of love on the sea of passions.

bể bơi [bè bơi] Swimming - bath, swimming-pool.

bể cả [bè kả] Open sea.

bể cạn [bè kạn] Aquarium ; tank.

bể dâu [bè zəu] (Fig) Vicissitudes, ups and downs of life.

bể khơi [bè xəi] Open sea.

bể nước [bè nứrk] Cistern.

bể nghé [bè ŋè] Tired out.

bễ [bẽ] Bellows, fanner.

bệ [bẹ] 1) Estrade, dais, footstall, seat. 2) Throne.

bệ cửa [bẹ kửə] Doorstep.

bệ hạ [bẹ hạ] Sire.

bệ kiến [bẹ kiến] Audience.

bệ ngọc [bẹ ŋɔk] Throne.

bệ rạc [bẹ rạk] Wretched, deplorable.

bệ rồng [bẹ ròŋ] Throne.

bệ vệ [bẹ vẹ] Majestically.

bệch [bẹik] *Trắng bệch* : Whitish.

bên [ben] Side. *Bên mặt, bên trái* : Right side, left side. *Bên cạnh người nào* : By the side of someone. *Cả hai bên* : On both sides. *Ở phía bên nầy sông* : On this side (of) the river. *Đề vật gì qua một bên* : To put something on one side. *Cửa vô ở bên hông* : Side entry, side entrance. *Đụng bên hông vật gì* : To collide side-on with something, to have a side-on collision with something.

bên At, on, *Ở bên cạnh tôi* : At my side. *Bên mặt, bên trái* : On the right, no the left. *Bên nầy* : On this side.

bên bị [ben bị] (Law) Accused.

bên cạnh [ben kạiɲ] Next, near, alongside. *Đi bên cạnh người nào :* To walk alongside of someone. *Nó đứng bên cạnh tôi :* He stood alongside of me. *Tôi ngồi bên cạnh nó :* I was sitting next him. *Gần bên cạnh :* Near at hand.

bên cạnh Contiguous, neighbouring. *Nhà bên cạnh :* Neighbouring house. *Nó ngồi bên cạnh tôi :* He is sitting by my side.

bên chẵn [ben cẵɯn] Even side.

bên dưới [ben zɯới] Inferior side.

bên giáo [ben ʃáu] Christian.

bên hông [ben hoɲ] Side. *Đau bên hông :* To have a pain in the side.

bên hữu [ben hữu] Right side.

bên kia [ben kiə] Across. *Nó ở bên kia đường :* He lives across the street.

bên lẻ [ben lẻ] Odd, uneven side.

bên lương [ben lɯəɲ] Pagan.

bên mặt [ben mặɯt] Right side. *Đám đông tản mác phía bên mặt và bên trái :* The crowd divided right and left.

bên ngoài [ben ŋwài] Exterior, outside, outward.

bên ngoại [ben ŋwại] Maternal side ; on the mother's side, on the distaff side.

bên nguyên [ben ŋwien] Accuser, plaintiff, complainant. *Bên nguyên và bên bị :* Accuser and accused.

bên nội [ben nội] Paternal side ; on the father's side.

bên phải [ben fải] Right side. *Bên phải, quay ! :* Right, face !.

bên tả [ben tả] Left side.

bên trái [ben trái] Left side, near side (of a road, etc...). *Ở Anh xe cộ chạy bên trái của đường, không phải bên mặt như ở Việt-Nam :* In England traffic keeps to the left side of the road, not to the right as in Viet-Nam.

bên trong [ben trɔŋ] Inner. *Hải cảng bên trong :* Inner harbour.

bền đò [bén dò] Ferry-landing.

bền phà [bén fà] See **bền đò**.

bền tàu [bén tàu] 1) Port, harbour. 2) Quay, dock. *Bến-đò nổi :* Floating dock.

bền xe [bén ʃɛ] Car-park, parking place. *Bến xe tắc-xi :* Taxi-rank.

bền [bèn] Durable, lasting, stable (building; etc..) ; lasting (friendship, peace).

bền chặt [bèn cặɯt] Solid, durable, fast.

bền chí [bèn ci] Persevering, patient. *Sự, tánh, lòng bền chí :* Perseverance, patience.

bền dai [bèn zai] Durable.

bền gan [bèn gan] Persevering, patient.

bền lòng [bèn lɔ̀ŋ] See **bền gan**.

bền màu [bèn màu] Durable, lasting, colour.

bền mùi [bèn mùi] Lasting smell.

bền vững [bèn vữŋ] Durable, solid, lasting, enduring, fast, firm.

bện [bẹn] To plait (hair, straw, etc...) ; to braid (yarn, etc...) ; to entwine, to enwreathe, to wattle.

bênh [beiɲ] To defend, to take side (with).

bênh vực [beiɲ vựk] To defend, to shield, to advocate, to stand up for (someone). *Bênh vực kẻ yếu :* To protect the weak.

bênh bồng [bèiɲ bòŋ] Floating.

bệnh [bẹiɲ] See **bịnh**.

bếp [bép] Kitchen. *Làm bếp :* To cook. *Nhà bếp :* Cook-room, cook-house. *Anh bếp :* Cook. *Đồ dùng về nhà bếp :* Cooking utensils. *Muốn ăn phải lăn vào bếp, hay ăn thì lăn vào bếp :* No gains without pains ; you cannot make an omelet without breaking eggs. *Anh bếp dọa xin thôi (không làm nữa) :* The cook has threatened to leave (us).

bếp núc [bép núk] Cooking, cookery.

bếp nước [bép núrk] See **bếp núc**.

bệt [bét] Tired, exhausted, worn out.

bệt To coat, to daub.

bệt [bẹt] *Ngồi bệt xuống đất :* To sit down on the ground.

bêu [beu] To display, to expose, to exhibit, to show.

bêu đầu [beu dòu] To expose the head (of a decapited person).

bêu riếu [beu riếu] See bêu xấu.

bêu xấu [beu sấu] To dishonour, to disgrace, to humiliate, to discredit.

bệu [bệu] *Mập bệu* : Obese but weak.

bi [bi] Marble. *Đánh bi :* To play marbles.

bi ai [bi ai] Woeful, sorrowful.

bi ca [bi ka] Elegy.

bi cảm [bi kảm] Moving, touching.

bi chí [bi cí] Epitaph.

bi da [bi za] Billiard. *Banh bi da :* Billiard-ball. *Bàn bi da :* Billiard-table. *Người đánh bi da :* Billiard player. *Chơi, đánh bi da :* To play billiards. *Nó chơi bi da giỏi :* He plays a good game of billiards.

bi đát [bi dát] Tragic.

bi hài kịch [bi hài kịk] Comedy-tragedy, tragi-comedy.

bi hoan [bi hwan] Grief and joy.

bi khổ [bi xổ] Deplorable.

bi khúc [bi xúk] Dramatic poem.

bi kịch [bi kịk] Tragedy. *Diễn một vở bi-kịch :* To play a tragedy.

bi lăng [bi lauŋ] Balance. *Làm bi-lăng :* To strike a balance. *Bản bi-lăng :* Balance-sheet.

bi minh [bi miɲ] Epitaph, epigraph.

bi quan [bi kwan] Pessimistic. *Bi quan chủ nghĩa :* Pessimism.

bi sầu [bi ʃầu] Sad, grievous, melancholy.

bi-tâm [bi tậm] Compassion, pity.

bi thảm [bi ɵảm] Deplorable, tragic(al), mournful. *Việc bi thảm :* Drama.

bi thương [bi ɵɯəŋ] Mournful and pitiful.

bi tráng [bi tráŋ] Dramatic.

bi văn [bi vauŋ] Epitaph.

bí [bí] (Bot) Pumpkin, cucurbit, gourd. *Giống bầu bí :* The gourd family.

bí 1) Obstructed, constipated.

2) Too difficult to understand. *Một trong những câu hỏi bài thi làm tôi hoàn toàn bí :* One of the examination questions baffled me completely.

bí ẩn [bí ẩn] Hidden, concealed, mysterious, occult. *Lời bí-ẩn :* Enigma.

bí danh [bí zaɲ] Secret name.

bí đại tiện [bí dại tiện] Constipation.

bí hiểm [bí hiểm] Cryptic, cabalistic ; mysterious and dangerous.

bí học [bí hɔk] Occult science ; occultism.

bí kế [bí ké] Secret plan, scheme.

bí mật [bí mật] Secret, mysterious, obscure, cryptic, confidential ; backstair. *Việc bí mật :* A mysterious business.

bí mật Secret, mystery, confidence. *Nó không thể giữ điều bí mật được :* He can't keep a secret. *Khám phá điều bí-mật :* To find out a secret. *Việc bí mật mà ai cũng biết :* An open secret. *Bao trùm sự bí-mật :* Wrapped in mystery. *Làm cho việc gì ra vẻ bí mật :* To make a mystery of something. *Tôi không thấy chuyện ấy có gì là bí mật cả :* I see no mystery about it. *Hết sức bí mật :* In strict confidence. *Tiết lộ một điều bí mật :* To let the cat out of the bag. *Được dự vào những điều bí mật của người nào :* To be in someone's confidence. *Tôi nói với anh việc nầy hết sức bí mật, anh không được nói lại với ai cả :* I'm telling you this in strict confidence ; you must never speak of it to anyone.

bí mưu [bí mɯu] Secret plan, scheme.

bí ngô [bí ŋo] (Bot) Pumpkin.

bí ngữ [bí ŋữ] Secret language.

bí quyết [bí kwiét] Secret method. *Bí quyết ngoại giao :* The cobwebs of the diplomacy.

bí thuật [bí ɵwật] Magic art.

bí thư [bí ɵɯ] Private secretary, confidential clerk (secretary).

bí tì [bí tì] *Say bí tì :* To be dead drunk, to be drunk as a lord.

bí tích [bí tík] Secret vestige.

bí truyền [bí trwiền] Esoteric(al).

bí tử [bí tử] (Bot) Angiosperm.

bí văn [bí vaưn] Secret document.

bí yếu [bí iếu] Secret and important.

bì [bì] 1) Envelope. *Bỏ thơ vào phong bì :* To put a letter in an envelope. 2) Skin, derm. 3) Tare, wrapping. *Sự trừ bì :* Allowance for tare. *Trừ bì :* Not counting the wrapping, excluding the weight of wrapping. *Cân bì :* To tare.

bì To compare. *Không thể bì kịp :* Incomparable.

bì bịnh học [bì bịn họk] (Med) Dermatology. *Nhà bì bịnh học :* Dermatologist.

bì bõm [bì bõm] Plashing.

bì khồn [bì xón] Very tired, worn out.

bì kịp [bì kịp] Comparable.

bì phạp [bì fạp] Very tired, exhausted, worn out.

bì phu [bì fu] Derm, derma, cutis, true skin. *Thuộc về bì phu :* Dermal, dermic.

bì viêm [bì viem] (Med) Dermatitis.

Bỉ [bỉ] (Geog) Belgium. *Người Bỉ :* Belgian.

bỉ dã [bỉ zã] Rustic, boorish.

bỉ lận [bỉ lận] Stingy, miserly, niggardly.

bỉ lậu [bỉ lậu] Vile, coarse, abject.

bỉ mặt [bỉ mặưt] To despise, to scorn.

bỉ nhân [bỉ nận] I, me (modest term).

bỉ ỏi [bỉ ỏi] Contemptible, shabby.

bỉ sự [bỉ sự] Trifle, bagatelle.

bỉ tiện [bỉ tiện] Base, low.

bỉ cực thái lai [bỉ kực thái lai] *Hết cơn bỉ cực đến hồi thái lai :* After a storm comes a calm; every cloud has a silver lining.

bỉ thái [bỉ thái] Misfortune and fortune.

bỉ vận [bỉ vận] Ill luck, bad luck, misfortune.

bị [bị] Bag, sack, hand-bag, knapsack.

bị To be; to suffer something unpleasant or disastrous. *Bị lính cảnh sát bắt :* To be caught by the police. *Nó bị giết :*

He was killed. *Nó sẽ bị treo cổ :* He is to be hanged. *Địch bị thiệt hại nặng :* The enemy suffered heavy casualties.

bị án [bị án] Condemned.

bị bắt [bị bắưt] Captive. *Tình trạng bị bắt :* Captive state.

bị bịnh [bị bịn] To fall ill, to be taken ill, to be affected with a disease, to be attacked by a disease.

bị cảm [bị kảm] To have a cold, to catch cold.

bị cáo [bị káu] Defendant, accused, culprit. *Tha bổng một bị cáo :* To acquit, discharge, an accused person.

bị cáo nhân [bị káu nận] Defendant.

bị chôn sống [bị con sốn] To be buried alive.

bị động [bị dộn] Passive.

bị gạt [bị gạt] Swindled, tricked. *Tôi sợ anh bị gạt :* I'm afraid you've been had (tricked). *Tôi không dễ bị gạt đâu :* I am not so easily swindled.

bị giam [bị sam] To be confined, incarcerated, taken into custody. *Bị giam hãm trong bốn bức tường :* Confined within four walls.

bị giày [bị séi] Paper bag.

bị lao [bị lau] To go into consumption.

bị lên sởi [bị len sởi] To have measles.

bị loại [bị lwại] (Sport) To be knocked out (in a tournament).

bị lừa [bị lừa] To be tricked, swindled. *Bị người nào lừa đảo :* Victim of someone's trickery.

bị mất tích [bị mốt tík] (Mil) Missing in action.

bị nạn [bị nạn] Victim (of an accident, etc); to suffer a misfortune or an accident.

bị oan [bị wan] To be an victim of an injustice.

bị ốm [bị ốm] To fall ill, to be taken ill.

bị phạt [bì fạt] To be fined.

bị thiêu sống [bị thieu sốn] To be burnt alive.

bị thịt [bị θịt] (Fig) Useless man, good-for-nothing.

bị thương [bị θửəŋ] Hurt, injured, wounded; to get hurt. *Bị thương ở vai*: Wounded in the shoulder. *Bị thương nặng*: Seriously wounded, badly wounded. *Những người bị thương được mang đi*: The wounded men were carried away. *Nó bị thương ở lưng khi nó té*: He hurt his back when he fell. *Làm người nào bị thương*: To wound someone, to inflict a wound on someone.

bị tình nghi [bị tịŋ ŋi] *Người bị tình nghi*: A suspected person.

bị trộm [bị trộm] To be stolen.

bị tử trận [bị tử trận] (Mil) Killed in action.

bia [biə] Stele.

bia Target. *Bắn bia*. To shoot, fire, at the target. *Các mũi tên cắm vào bia*: The arrows stick in the target. *Bắn một viên đạn trúng vào bia*: To lodge a bullet on the target.

bia Beer. *Thùng rượu bia*: Beer-barrel. *Ly uống bia*: Beer-glass.

bia bắn [biə bắn] Target.

bia đá [biə đá] Stele.

bia hình [biə hịŋ] Silhouette target.

bia kéo [biə kéu] Towed target.

bia kỷ niệm [biə kỉ niệm] Cenotaph; monument.

bia miệng [biə miệŋ] Public opinion, public judgment.

bìa [bìə] 1) Covering, cover. *Bìa sách*: Book-cover. *Bìa đựng giấy má*: Folder. 2) Border, margin.

bìa rừng [bìə rừŋ] Edge of a forest, skirt of forest.

bịa [bịə] To invent, to concoct, to fabricate, to forge, to coin, to make up. *Tôi không biết ai đã bịa ra chuyện ấy*: I don't know who coined that story.

bịa Invention, fabrication, coinage.

bịa đặt [bịə đặt] To fabricate, to forge, to make up. *Sự bịa đặt*: Fabrication. *Người bịa đặt*: Fabricator. *Chuyện bịa đặt*: Made up story.

bịa chuyện [bịə cwiện] To make up story.

bích báo [bík báu] Newspaper posted on the wall.

bích chương [bík cửəŋ] Poster.

bích họa [bík hwạ] Fresco, wall paintings, mural paintings.

bích hoàn [bík hwàn] To give back (to the owner).

bích hổ [bík hổ] Lizard.

bích không [bík xoŋ] Azure.

bích kích pháo [bík kík fáu] (Mil) Mortar.

bích ngọc [bík ŋọk] Emerald.

bích thanh [bík θaiŋ] Deep sky-blue.

bích thủy [bík θw̉i] Greenish water.

bích tiêu [bík tieu] Azure.

bích vân [bík vən] Azure clouds.

bịch [bịk] Sound made by a thing falling heavily. *Té (kêu) cái bịch*: To fall flop, to flump down, to fall with a thud.

biếc [birk] Azure, green.

biếm [biém] 1) To damn, to crab, to decry. 2) To reduce to a lower rank.

biên [bien] To record, to enter, to write down, to note down, to jot down. *Biên tôi năm chục đồng*: Put my name (put me) down for fifty piastres (write down my name as being willing to subscribe 50, e.g. to a charity).

biên Edge. *Vô biên*: Boundless, without limit.

biên bản [bien bản] Report, minutes (of a meeting). *Lập biên bản*: To draw up a report, to report.

biên cảnh [bien kảiŋ] Border, boundary, frontier, limit.

biên chép [bien cép] To write, to copy, to transcribe.

biên chú [bien cú] To note.

biên cương [bien kửəŋ] Frontier, border, boundary.

biên dịch [bien zịk] To translate.

biên đình [bien điŋ] See **biên cảnh**.

biên giới [bien ʒɨ́i] Bound, boundary, frontier, border. *Biên giới chạy dài từ nam chí bắc*: The frontier ranges from north to south. *Vượt biên giới*: To escape over the border.

biên lai [bien lai] Receipt, quittance, discharge.

biên nhận [bein pạn] See biên lai.

biên niên [bien nien] Year-book.

biên phòng [bien fɔ̀ŋ] Frontier guard.

biên soạn [bien ʃwạn] To compile. *Sự biên soạn*: Compilation.

biên sổ [bien ʃỏ] To enter, to enrol (l), to register. *Biên, vô sổ một bản án*: To enter a judgment. *Biên tên vào sổ*: To enter a name on a list ; to register a name.

biên tập [bien tạp] To compile. *Người biên tập*: Compiler. *Bộ biên tập*: The editorial staff.

biên tập viên [bien tạp vien] 1) Draftsman (in government offices). 2) Member of the editorial staff.

biên tên [bien ten] To register a name.

biên thùy [bien θwì] Border, boundary, frontier.

biến [bién] 1) To disappear, to vanish; to fade (away, out) ; to evaporate. *Biến mất trong đám đông*: To disappear, in, into the crowd. *Lúc có sự hiểm nguy thì nó biến mất*: At the moment of danger he vanished, made off, slipped away, made himself scarce. *Giờ khắc qua mau như biến*: The hours vanish away. *Làm biến mất vật gì của người nào*: To conjure something away from someone. *Con ma đã biến mất trước mắt chúng tôi*: The ghost vanished before our eyes. *Khi cảnh sát đến thì nó đã biến mất rồi*: When the police arrived he had faded away. *Nó biến mất trong khoảng không*: He vanished into the void.

biến [bién] To change. *Biến sắc mặt*: To change countenance.

biến ảo [bién ảu] To change.

biến báo [bién báu] To inform everywhere.

biến cải [bién kải] To change, to

transform.

biến canh [bién kaiɲ] To modify.

biến chất [bién cất] To transform, to fade. *Làm biến chất*: To denaturize, to falsify.

biến chế [bién cé] (Mil) To embody.

biến chủng [bién củŋ] Variety.

biến chuyển [bién cwiẻn] To change. *Sự biến chuyển*: Drift, fluctuation, variation ; flux. *Sự biến chuyển của dư luận*: Variation in public opinion.

biến chứng [bién cứŋ] (Med) Complication.

biến cố [bién kó] Event, happening, occurence. *Những biến cố quan trọng*: Important happenings, events of great significance.

biến dạng [bién zạŋ] To transfigure, to transform.

biến dịch [bién zịk] To transmute (into).

biến điệu (sự) [bién diệu] Modulation. *Biến điệu tần số*: Frequency modulation.

biến đổi [bién dỏi] To change, to transform, to alter, to vary. *Sự thành công và giàu có đã biến đổi tánh của nó*: Success and wealth transformed his character. *Hay biến đổi*: Alterable, changeable, variable ; capricious, faddy. *Sự biến đổi*: Change, transformation, alteration, variation, variability.

biến động [bién dọŋ] Earthquake, crisis.

biến hình [bién hịɲ] To transform, to metamorphose, to transfigure. *Sự biến hình*: Transformation, metamorphosis, transfiguration.

biến hình động vật [bién hịɲ dọŋ vạt] Zoomorphism.

biến hình luận [bién hịɲ lwạn] Transformism.

biến hoá [bién hwá] To transform, to metamorphose.

biến hoá (sự) Transformation, metamorphosis, conversion.

biến hoá luận [bién hwá lwạn] Transformism ; evolutionism.

biến huyết sắc [bién hwiét ʃáɯk]

(Med) Haematosis.

biến lần [biến lần] Evanescent.

biến loạn [biến lwạn] Revolt, rebellion.

biến luận [biến lwận] Transformism.

biến lưu cơ [biến lưu cơ] Transformer.

biến mất [biến mất] See biến.

biến nguyên chất [biến ŋwien cất] To transmute.

biến sinh [biến ʃiŋ] (Bot) Campylotropous.

biến số [biến ʃố] (Math) Variable. *Biến số phụ thuộc* : Dependent variable. *Biến số độc lập* : Independent variable.

biến sự [biến ʃư] Event.

biến thái [biến θái] Metamorphosis ; metabolic.

biến thành [biến θàiŋ] To become, to change into.

biến thể [biến θể] Variant, (Biol) variation ; transubstantiation.

biến thiên [biến θien] Change, variation. *Những nỗi biến thiên* : Chops and changes.

biến thiên To change.

biến tính [biến tíŋ] Devolution, (Med) degeneration. *Làm biến tính* : To denature, to denaturize.

biến trở [biến trở] (El) Rheostat.

biến tượng [biến tượŋ] Phase ; (Astr) phasis. *Biến tượng của bịnh* : Phase of an illness.

biến biệt [biến biệt] *Đi biến biệt* : To leave without giving news.

biển [biển] Sea, ocean. *Dưới đáy biển* : At the bottom of the sea. *Bằng đường biển* : By sea. *(Tàu) Chạy ra biển* : (Of ship) To put (out) to sea. *Thành phố ở bờ biển* : Seaboard town. *Tàu đi biển* : Ocean-going ship, steamer ; sea-going ship. *Nó nhảy xuống biển* : He jumped into the sea. *Gió biển* : Sea-air, sea-breeze. *Chim biển* : Sea-bird. *Đáy biển* : Sea-bottom. *Cá biển* : Sea-fish. *Bọt nước biển* : Sea-foam. *Nước biển* : Sea-water.

biển Sign, sign-board.

biển bức [biển bức] *Loại biển bức* : (Z) Chiroptera.

biển cả [biển ka] Ocean.

biển động [biển dọn] Rough sea, heavy sea, high sea, strong sea.

biển giác loại [biển ʃák lwại] (Ent) Lamellicorn.

biển khơi [biển xơi] Open sea, high sea.

biển lặng [biển lặŋ] Quiet sea, smooth sea.

biển lận [biển lận] Avaricious, miserly, stingy, mean.

biển sâu [biển ʃau] Deep sea.

biển sầu [biển ʃầu] Deep sorrow.

biển thủ [biển θủ] To embezzle, to defalcate, to peculate, to appropriate the funds.

biện bác [biện bák] To confute, to refute. *Sự biện bác* : Confutation, refutal, refutation.

biện bạch [biện bạik] To expose clearly.

biện biệt [biện biệt] To distinguish, to discern, to discriminate, to differentiate (right and wrong).

biện chứng [biện cứŋ] To prove, to argue.

biện chứng pháp [biện cứŋ fáp] Dialectic.

biện giải [biện ʃải] To explain ; to excuse, to apologize, to exculpate, to palliate. *Biện giải cho người nào* : To apologize for someone.

biện giải (sự) Excuse, apology, exculpation, palliation. *Người biện giải* : Apologist.

biện hộ [biện họ] To plead, to defend, to apologize, to champion, to exculpate, to argue. *Biện hộ cho người nào* : To speak in defence of someone ; to plead someone's cause. *Khi nó bị vu cáo ăn cắp, nó tìm một trạng sư giỏi nhứt ở Saigon để biện hộ cho nó* : When he was falsely accused of stealing, he got the best advocate in Saigon to defend him.

biện hộ sĩ [biện họ ʃi] (Law) Barrister (-at-law), advocate.

biện liệu [biện liệu] To make arrangements for.

biện luận [biện lwận] To confute, to discuss, to controvert.

biện lý [biện lĩ] Attorney, prosecutor.

biện mạc [biện mạk] (Anat) Valvula. *Thuộc về biện mạc* : Valvular. *Có biện mạc, liên quan đến biện mạc* : Valvulate.

biện mạc viêm [biện mạk viem] (Med) Valvulitis, valvular disease.

biện minh [biện miɲ] To explain, to elucidate, to enucleate. *Biện minh một vấn đề* : To enucleate a problem.

biện oan [biện wan] To exculpate. See **minh oan**.

biện pháp [biện fáp] Measure. *Biện pháp đề phòng* : Measure of precaution. *Biện pháp cương quyết* : Strong measure. *Biện pháp đưa đến những kết quả bất ngờ* : Measure attended by unexpected consequenses. *Anh đề nghị biện pháp nào ?* : What measure do you propose ? *Nó dùng biện pháp nghiêm nhặt đối với bọn bất lương* : He took severe measures against the wrongdoers. *Dùng những biện pháp cương quyết, quyết liệt* : To take drastic measures. *Biện pháp nầy được áp dụng cho tất cả công chức dầu đang tại chức hay đã về hưu* : This measure is applicable to all public servants whether still on duty or in retirement.

biện sĩ [biện ʃi] See **biện hộ sĩ**.

biện sự [biện ʃự] To work.

biện thuyết [biện θwiét] See **biện luận**.

biện tội [biện tọi] To punish, to chastise.

biếng nhác [biếɲ ɲák] Lazy, idle, indolent.

biết [biết] To know, to be aware of. *Không biết gì cả* : Not to know A from B. *Biết rõ từ đầu đến cuối* : To know from A to Z. *Biết phân biệt thiện ác* : To know good from evil. *Khi tôi mới biết nó* : When I first know him. *Biết rõ người nào* : To know someone like a book. *Ở một nơi có nhiều người mà mình quen biết* : To be in surroundings one knows. *Nó không biết sợ là gì* : He knows no fear. *Biết làm việc gì* : To know how to do

something. *Nếu mà tôi biết được* : Had I known. *Như ai cũng biết, như mọi người đều biết* : As every one knows. *Việc mà ba người biết thì ai ai cũng biết (muốn giữ kín điều gì đừng nên cho người thứ ba biết)* : What three people know the whole world know. *Nó không biết gì hết* : He doesn't know chalk from cheese. *Anh nên biết rằng...* : I would have you know that ; be it known to you that... *Ai nói với anh, làm thế nào anh biết là nó sẽ đến ?* : How do you know (that) he will come ? *Tôi không biết nó có đồng ý với tôi hay không ?* : I don't know whether he agrees with me (or not). *Nó biết rõ tình hình* : He knows what's what. *Người ta không biết nhà của nó ở đâu* : He is not known to have any place of abode. *Theo tôi biết, đó là lần thứ nhứt nó làm như vậy* : I have never known him (to) do it before. *Tôi biết nó không khi nào nói láo* : I have never known him tell a lie. *Anh làm thế nào biết được việc ấy ?* : How did you get to know that ? *Tôi rất vui lòng được biết việc ấy* : I am glad to know it. *Tôi không muốn người ta biết việc ấy* : I don't want it known. *Biết một người đàn bà (về xác thịt)* : To know a woman. *Tôi biết còn nhiều hơn việc ấy* : It know better (than that). *Được biết, biết rõ việc gì* : To know about something. *Nó không biết tí gì về việc ấy cả* : He knows nothing at all about it. *Không người nào biết chút gì về việc ấy cả* : Nobody knows anything about it. *Anh biết việc ấy hồi nào ?* : When did you know of it ? *Ai ai cũng biết tiếng nó, đâu đâu cũng biết nó cả* : He is known to everyone, known every-where. *Nơi (chỉ) có một mình tôi biết thôi* : A place known to me (alone). *Được biết việc gì* : To get knowledge of something. *Tôi được biết rằng...* : It has come to my knowledge that... *Giấu không cho người nào biết việc gì* : To keep something from someone's knowledge. *Làm sao (làm thế nào) anh biết được việc ấy* : How do you come to know that ? *Thiên hạ đều biết rõ rằng* : It is a matter of common knowledge that. *Mọi người đều biết* : To the knowledge of everyone, to everyone's knowledge. *Tôi không biết* : Without my knowledge. *Theo tôi biết* : To my knowledge, to the best of my knowledge, as for as my knowledge goes. *Biết nhiều thứ tiếng* : To have a knowledge of several languages. *Biết rõ tường tận một vấn đề* : To have a thorough knowledge of a subject. *Biết ắt là làm được* : Knowledge is power. *Biết việc gì* : To be aware of something. *Biết trước việc gì* : To be aware of something a long way off. *Tôi biết rõ việc tôi làm* : It am quite aware, well aware, of what I am doing. *Cho người nào biết việc gì* : To make someone aware of something. *Tôi biết mặt nó nhưng chưa bao giờ nói chuyện với nó* : I know him by sight but have never spoken to him. *Tôi biết nó hồi nó còn nhỏ* : I' ve known him since he was a child. *Tôi biết nó đã sáu năm rồi* : I have known him these six years, for the last six years.

biết cư xử [biét kɯ sử] To know to behave.

biết đâu [biét dəu] 1) Who knows ?. 2) Not to know.

biết điều [biét diều] Reasonable. *Anh không biết điều chút nào cả* : You are most unreasonable. *Coi, anh phải biết điều chứ* : Come. listen to reason, be reasonable.

biết ơn [biét ən] Grateful, thankful. *Tỏ lòng biết ơn người nào* : To show gratitude to someone. *Biết ơn người nào đã làm việc gì* : To be grateful to someone for having done something. *Biết ơn người nào về việc gì* : To be thankful to someone for something.

biết phải chăng [biét fải caɯŋ] Reasonable.

biết thân [biét θən] To know one's weakness.

biết trước [biét trɯŕk] To foreknow, to know beforehand. *Nếu tôi đến, tôi sẽ cho anh biết trước* : If I come I

shall let you know beforehand. *Yêu cầu cho biết trước ba tháng* : To require three month's notice. *Đuổi người nào không báo trước* : To dismiss someone at a moment's notice. *Báo người mướn nhà biết trước phải dọn đi* : To give a tenant notice to quit, to serve notice upon a tenant. *Người ta bảo cho nó biết trước phải dọn đi trong hai mươi bốn tiếng đồng hồ* : He received notice to remove his belongings within twenty four hours.

biết việc [biét vịrk] To know all about, be conversant with, the matter.

biết ý [biét í] To guess someone's intentions, to conjecture someone's purpose.

biệt [biệt] To disappear without trace ; to leave without giving news.

biệt châu (chu) [biệt cɔu] (Bot) Dioecious.

biệt cư [biệt kɯ] To live apart. *Sự biệt cư và biệt sản* : Separation from bed and board.

biệt dạng [biệt zạŋ] To be out of sight, to be seen no longer ; to disappear without trace.

biệt danh [biệt zaiɲ] Nickname, agnomen.

biệt đãi [biệt dãi] To treat exceptionally well. *Sự biệt đãi* : Distinction.

biệt điện [biệt diẹn] Personal palace.

biệt đội [biệt dọi] (Mil) Detachment. *Biệt đội an ninh* : Security detachment. *Biệt đội quân y* : Medical detachment. *Biệt đội tiền tuyến* : Advance detachment.

biệt động đội [biệt dọŋ dọi] (Mil) Raiding party.

biệt động quân [biệt dọŋ kwən] (Mil) Ranger.

biệt hiệu [biệt hiẹu] Pen-name, pseudonyme.

biệt kích [biệt kik] Commando, (U.S.A.) ranger.

biệt lập [biệt lập] Independent, separate.

biệt ly [biệt li] Separated.

biệt ly Separation. *Sầu biệt ly:* The sorrow of separation.

biệt phái [biệt fái] To detach. *Biệt phái một đại đội của tiểu đoàn:* To detach a company from a battalion. *Công chức biệt phái cho một sở khác:* Official temporarily attached to another department.

biệt sồ [biệt ʃó] (Math) Discriminant.

biệt tài [biệt tài] Special talent, characteristic ability. *Người có biệt tài:* Man of distinction.

biệt tăm [biệt taɯm] Without news, without tidings.

biệt thị [biệt θị] See biệt đãi.

biệt thự [biệt θɯ] Villa, country-house.

biệt tích [biệt tɪk] See biệt tăm.

biệt tịch [biệt tịk] Deserted, forlorn, secluded.

biệt tin [biệt tin] Without news, without tidings.

biệt tự [biệt tụ] Pseudonym.

biệt vô âm tín [biệt vo ǝm tín] Without news.

biệt xứ [biệt sứ] To be exiled, banished.

biệt xứ (Jur) Prohibition from entering certain towns or areas.

biếu [biếu] To donate, to offer. *Biếu vật gì cho người nào:* To offer someone something. *Quà biếu, vật biếu:* Gift, present.

biểu [biểu] See bảo.

biểu Index.

biểu âm pháp [biểu ǝm fáp] Phonetics.

biểu bạch [biểu bạik] To bring to light.

biểu bì [biểu bì] (Anat) Epidermis, cuticle.

biểu chương [biểu cɯɔŋ] To state, to enounce, to express, to unfold, to expose, to avow, to set forth, to demonstrate, to enunciate.

biểu diễn [biểu ziễn] To exhibit, to parade.

biểu diện [biểu ziện] 1) Appearance, look, external ; semblance.

2) Exterior, outside, surface.

biểu dương [biểu zɯɔŋ] To display, to show. *Sự biểu dương lực lượng:* Show of force.

biểu đồ [biểu dò] Chart, graph. *Biểu đồ lý thuyết:* Theorical graph. *Biểu đồ tổ chức:* Organization chart.

biểu đồng tình [biểu dòn tịŋ] To express agreement, to show sympathy, to agree with, to be in accord with.

biểu hiệu [biểu hiệu] Emblem, symbol, ensign. *Cờ trắng là biểu hiệu của sự đầu hàng:* A white flag is a token of surrender.

biểu lộ [biểu lọ] To manifest, to demonstrate, to show. *Biểu lộ rõ ràng ý muốn của mình:* To give clear indication of one's intentions.

biểu minh [biểu miŋ] To declare clearly.

biểu ngữ [biểu ŋữ] Banner, slogan.

biểu quả bì [biểu kwả bì] (Bot) Epicarp.

biểu quyết [biểu kwiết] To decide by a vote. *Biểu quyết bằng cách dơ tay lên:* To vote by show of hands.

biểu thị [biểu θị] To express, to signify, to denote, to manifest, to evince, to show. *Trán cao biểu thị sự thông minh:* A broad forehead signifies intelligence.

biểu thị Expression, denotation, notice.

biểu tình [biểu tìŋ] To demonstrate. *Cuộc biểu tình:* Demonstration. *Người dự cuộc biểu tình:* Demonstrator. *Công nhân diễn hành qua các đường phố với cờ và biểu ngữ biểu tình chống việc tăng giá sanh hoạt:* The workers marched through the streets with flags and banners demonstrating against the rising cost of living. *Cuộc biểu tình đã diễn ra trong vòng trật tự:* The demonstration passed off without disorder.

biểu tự [biểu tụ] Pseudonym.

biểu tượng [biểu tụɔŋ] To emblem, to symbolize.

biểu tượng Emblem, symbol.

bím tóc [bím tók] Braid, plait, tress of hair.

bìm bìm [bìm bìm] (Bot) Bindweed, convolvulus.

bịn rịn [bịn rịn] To be attached (to). *Bịn rịn gia đình* : Attached to the family.

binh [bịn] To defend, to support. *Nó luôn luôn binh anh nó* : He always defends his brother, he always takes his brother's part.

binh Soldier, private. *Bộ binh* : Infantry.

binh bị [bịn bị] Military.

binh biến [bịn biến] Military revolt.

binh chế [bịn cế] Military regime.

binh chủng [bịn cùn] Arm, branch, service arm. *Binh chủng hỗn hợp* : Combined arms. *Binh chủng chiến đấu (tác chiến)* : Combat arm. *Binh chủng phụ* : Auxiliary arm. *Anh định vào binh chủng nào ?* : Which branch of the service do you expect to enter ?

binh cơ [bịn kə] Strategy, tactics.

binh dịch [bịn zịk] Military service.

binh dịch cưỡng bách [bịn zịk kưɔ̃n báik] Compulsory military service.

binh đao [bịn dau] 1) Arms, weapons. 2) War, warfare, hostilities.

binh đoàn [bịn dwàn] Troop unit.

binh đội [bịn dọi] Troops.

binh gia [bịn ʒa] Military.

binh giáp [bịn ʒáp] Armature, armour.

binh giới [bịn ʒói] See **binh khí**.

binh khí [bịn xi] Arms, weapons, war material. *Binh khí cá nhân* : Individual arms, small arms. *Cấp binh khí cho người nào* : To provide someone with arms.

binh khoa [bịn xwa] Military science.

binh khố [bịn xó] Arms warehouse.

binh lính [bịn lịn] Soldiers, troops.

binh lực [bịn lựk] Military power, military strength.

binh lửa [bịn lửə] War.

binh lược [bịn lưɾk] Strategy, tactics.

binh mã [bịn mã] Troops (and horses), army.

binh ngũ [bịn ŋũ] Troops, army.

binh nhì [bịn nì] Private, private soldier.

binh nhu [bịn ɲu] Military supplies.

binh nhung [bịn ɲuŋ] Arms, munitions.

binh nhứt [bịn ɲứt] Private first class.

binh pháp [bịn fáp] Strategy, tactics.

binh phí [bịn fí] Military expenses.

binh quyền [bịn kwièn] Military right.

binh sĩ [bịn ʃĩ] Soldier, combatant, fighter ; enlisted man, serviceman. *Trái bom nổ giữa một đám binh sĩ* : The bomb burst in the middle of a group of soldiers. *Binh sĩ tiếp tục bắn đến hết đạn* : The soldiers fired away until they had no ammunition left. *Nếu một binh sĩ làm trái lịnh thì hắn bị trừng phạt nặng nề* : If a soldier acts in defiance of orders (:if he does something that he has been ordered not to do), he is severely punished. *Binh sĩ của chúng ta đang hành quân ở những vùng mà trước đây họ chưa bao giờ để chân đến* : Our troops are operating in areas where they never set foot before.

binh sổ [bịn ʃó] Service number.

binh thế [bịn θế] 1) War situation. 2) Military power.

binh thư [bịn θɯ] Military manual.

binh tình [bịn tịn] Army situation.

binh vận [bịn vạn] Propaganda with the troops.

binh vụ [bịn vụ] Military matters, military affairs.

binh vực [bịn vựk] To defend, to champion, to advocate, to stand up for (someone). *Khi nó bị vu cáo ăn cắp, nó tìm một trạng sư giỏi nhứt để binh vực cho nó* : When he was wrongly accused of stealing, he got the best advocate to defend him. *Binh vực quyền lợi của mình* : To assert one's rights.

binh xưởng [bịn sưɔ̃n] Arsenal.

bính [bịn] Third letter of the decimal cycle.

bình [bìn] Vase, pot, jar, carafe, pitcher ;

urn. *Bình hoa* : Flower vase. *Bình trà* : Tea-pot. *Bình có quai* : Pitcher. *Chắp các miếng bể của cái bình lại* : To piece a broken vase together.

bình an [bìɲ an] Safe, peaceful. *Chúng tôi đến bến được bình an* : We got safe into port. *Trở về bình an* : To come safe home again. *Chúng tôi đến được bình an* : We arrived safely.

bình an Peace.

bình an vô sự [bìɲ an vo ʃɯ] Safe and sound, safe in life and limb.

bình ắc-quy [bìɲ áɯk kwi] Storage battery.

bình bồng [bìɲ bòɲ] Floating.

bình chè [bìɲ cè] Teapot.

bình chú [bìɲ cú] Comment and annotate.

bình chứa điện [bìɲ cứə diện] See bình ắc-quy.

bình chữa lửa [bìɲ cửə lửə] Fire-extinguisher, fire-sprinkler.

bình dân [bìɲ zən] Commoner, common people.

bình dân Popular. *Không bình dân* : Unpopular. *Chỗ ngồi bình dân (trong rạp hát v.v...)* : Cheap seats (in theatre, etc...).

bình dân học vụ [bìɲ zən họk vụ] Mass education.

bình dầu [bìɲ zòu] 1) Oil-can, oiler. 2) Reservoir of an oil lamp.

bình dị [bìɲ zị] Simple, easy, plain. *Đời sống bình dị* : Simple life. *Sống một cách bình dị* : To live in a plain way.

bình diện [bìɲ ziện] Plane. *Bình diện kỷ hà học* : Plane geometry.

bình đán [bìɲ dán] Dawn, daybreak, aurora, at early dawn, at the first streak of dawn.

bình đẳng [bìɲ dàɯŋ] Equal, equalitarian, on the same level. *Người chủ trương bình đẳng* : Equalitarian.

bình đẳng chú nghĩa [bìɲ dàɯŋ củ ɲĩə] Equalitarianism.

bình đặt [bìɲ dọt] Crock, cruse.

bình địa [bìɲ dịə] Level ground.

bình điện [bìɲ diện] Storage battery.

bình định [bìɲ dịɲ] To pacify. *Sự bình định* : Pacification.

bình hành [bìɲ hàiɲ] Parallel. *Hình bình hành* : Parallelogram.

bình hành diện thể [bìɲ hàiɲ ziện θể] Parallelepiped.

bình hành tuyến [bìɲ hàiɲ twién] Parallels, parallel lines.

bình hoa [bìɲ hwa] Flower-vase, flower-pot.

bình hoành [bìɲ hwàiɲ] Balanced, in equilibrium.

bình hoạt [bìɲ hwạt] Flat, even, level.

bình khang [bìɲ xaŋ] Peaceful, tranquil.

bình khang *Xóm bình khang* : The licensed quarters.

bình không [bìɲ xoŋ] All of a sudden, without rhyme or reason.

bình loạn [bìɲ lwạn] To quell, put down, a revolt.

bình luận [bìɲ lwạn] To comment, to criticize. *Sự bình luận* : Comment, criticism. *Bài bình luận* : Critical treatise. *Nhà bình luận* : Commentator, critic.

bình minh [bìɲ miɲ] Sunrise, dawn, daybreak, break of day.

bình mực [bìɲ mụk] Inkpot, ink-bottle.

bình nghị [bìɲ ɲị] To deliberate, to debate.

bình nguyên [bìɲ ŋwien] Plain.

bình nhựt [bìɲ ɲụt] Usually, ordinarily, daily.

bình phẩm [bìɲ fẩm] To criticize. *Sự bình phẩm* : Criticism.

bình phân [bìɲ fən] To divide equally.

bình phong [bìɲ fɔŋ] Screen, draught-screen, folding screen.

bình phóng [bìɲ fɔ́ŋ] Spittoon.

bình phục [bìɲ fụk] To recover, to convalesce, to recuperate, to get well again ; to recover health and strength after an illness ; to pull round, to get over an illness, to recover from illness, to rally from an illness. *Sự bình phục* : Recovery, convalescence, recuperation.

bình phương [bịp fươŋ] (Math) Square.

bình quân [bịp kwɔn] Equilibrium, balance, aplomb.

bình quyền [bịp kwièn] Equal rights, equality of rights. *Nam nữ bình quyền :* Equal rights between men and women, equality of men and women.

bình săng [bịp ʃawŋ] Carburetter, carburettor.

bình sinh [bịp ʃịp] In one's lifetime, during one's lifetime.

bình sữa [bịp ʃửa] Feeder, feeding-bottle.

bình tâm [bịp tɔm] Easy.

bình thản [bịp θàn] Uneventful, level, even.

bình thanh [bịp θaịp] Even tone.

bình thề [bịp θế] Time of peace.

bình thơ [bịp θə] To declaim verses, to recite poems.

bình thời [bịp θèi] Daily, ordinarily, usually.

bình thúy [bịp θửi] Thermos flask, thermos bottle.

bình thường [bịp θừaŋ] Ordinary, common.

bình tích [bịp tík] Teapot.

bình tĩnh [bịp tịp] Calm, unruffled, placid, cool, collected, composed, easeful, level, self-possessed, dispassionate, cold-blooded. *Nó luôn luôn bình tĩnh trước sự nguy hiểm :* He was always cool in the face of danger. *Giữ bình tĩnh :* To remain calm and collected, to retain one's composure, to keep one's temper, to keep cool (and collected), to keep a level head.

bình tĩnh (sự) Composure, coolness, evenness, self-possession, aplomb. *Mất bình tĩnh :* To lose one's self-control, one's self-possession, one's temper.

bình tĩnh To compose, to have ballast. *Anh hãy bình tĩnh lại :* Compose yourself.

bình trà [bịp trà] Teapot. *Bình trà rớt xuống và bể ra từng mảnh :* The teapot fell and was broken to pieces.

bình trị [bịp trị] To coerce.

bình văn [bịp vawn] To recite literary pieces.

bình vôi [bịp voi] Pot of slaked lime.

bình xịt [bịp sịt] Washing-bottle, wash-bottle ; vaporizer, atomizer.

bình yên [bịp ien] See **bình an**.

binh bút [bịp bút] Editor.

binh công [bịp koŋ] Just.

binh quyền [bịp kwièn] To wield power.

bịnh [bịp] Disease, sickness, ailment, illness, complaint. *Chết vì bịnh :* To die of disease. *Giường bịnh :* Bed of sickness, sick-bed. *Chữa bịnh, trị bịnh :* To treat, to cure a disease. *Danh sách bịnh nhân :* Sick - list. *Phòng bịnh :* Sick - room. *Bịnh đau gan :* Liver complaint. *Những bịnh của trẻ con :* Childish complaints. *Bịnh ở ngoài da :* Skin-disease. *Bịnh gì cũng có thể chữa được, chỉ có cái chết là vô phương :* There is a cure for everything but death. *Vì bịnh nó bắt buộc phải bỏ học :* He was compelled by illness to give up his studies. *Tôi nghe ông A nói anh bịnh :* I heard through, from, Mr A that you were ill. *Những - chứng bịnh tinh thần :* Diseases of the mind.

bịnh Sick, ill, faint, indisposed, unwell. *Một người bịnh :* A sick man. *Bị bịnh :* To fall ill, get ill ; to be taken ill, to be affected with a disease, to be attacked by a disease. *Nó bịnh hơn anh :* He is more ill than you.

bịnh ăn mất ngon [bịp awn mớt ŋon] (Med) Anorexia, anorexy, loss of appetite, lack of appetite.

bịnh bạch niệu [bịp bạik niệu] (Med) Albuminuria.

bịnh căn [bịp kawn] Cause of illness.

bịnh chứng [bịp cứŋ] Symtom, sign of illness.

bịnh cùi [bịp kùi] Leprosy. *Ông ấy nói bịnh cùi ít lây hơn bịnh lao và dễ chữa hơn :* He said that leprosy is less communicable than tuberculosis and easily curable.

bịnh cúm [bịp kúm] Influenza. *Nó bị bịnh cúm :* He is down with influenza.

bịnh dịch [bịɲ zịk] Epidemic, plague, pestilence.

bịnh dịch tả [bịɲ zịk tả] Cholera.

bịnh đái đường [bịɲ đái đườɲ] Diabetes. *Người mắc bịnh đái đường* : Diabetic.

bịnh đan độc [bịɲ dan độk] Erysipelas.

bịnh đau cuống phổi [bịɲ dau kuốɲ fổi] Bronchitis. *Thuộc về bịnh đau cuống phổi* : Bronchitic.

bịnh đau khớp xương [bịɲ dau xớp sươɲ] (Med) Arthralgia.

bịnh đau mắt hột [bịɲ dau mắưt hột] (Med) Trachoma, granular conjuntivitis.

bịnh đau mí mắt [bịɲ dau mí mắưt] Blepharitis.

bịnh đau ruột dư [bịɲ dau ruột zư] (Med) Appendicitis.

bịnh đau tim [bịɲ dau tim] (Med) Heart-disease.

bịnh gan cứng [bịɲ gan kứɲ] (Med) Cirrhosis.

bịnh hạ cam [bịɲ hạ kam] Chancre.

bịnh hen [bịɲ hɛn] Asthma.

bịnh hoa liễu [bịɲ hwa liễu] Venereal disease.

bịnh hoạn [bịɲ hwạn] Illness, sickness.

bịnh hoạn Ill, sick.

bịnh hoàng đản [bịɲ hwàɲ đản] Jaundice.

bịnh học [bịɲ họk] Pathology.

bịnh húi [bịɲ hủi] Leprosy.

bịnh kiết [bịɲ kiết] Dysentery.

bịnh lao [bịɲ lau] Tuberculosis, phthisis.

bịnh lây [bịɲ lei] Contagious, infectious, communicable disease.

bịnh lậu [bịɲ lậu] Blennorrhagia, gonorrhoea. *Bịnh lậu lâu ngày* : Blennorrhoea. *Thuộc về bịnh lậu* : Gonorrhoeal.

bịnh lòi tỷ [bịɲ lòi tỉ] Haemorrhoids.

bịnh lý học [bịɲ lí họk] Pathology. *Nhà bịnh lý học* : Pathologist. *Thuộc về bịnh lý học* : Pathological.

bịnh lỵ [bịɲ lị] Dysentery.

bịnh mắt đục [bịɲ mắưt dụk] Cataract.

bịnh nặng [bịɲ nặưɲ] Serious illness, severe illness.

bịnh ngặt nghèo [bịɲ ɲặưt ɲèu] Serious illness.

bịnh ngoài da [bịɲ ɲwài za] Skin-disease. *Nhà thương chữa bịnh ngoài da* : Skin-hospital.

bịnh nghiệm học [bịɲ ɲiệm họk] Clinic.

bịnh nhặm mắt [bịɲ ɲặưm mắưt] Conjuntivitis.

bịnh nhân [bịɲ ɲân] Patient, sick person. *Bịnh nhân dưỡng sức* : Convalescent patient. *Bịnh nhân trả tiền* : Pay patient.

bịnh nhẹ [bịɲ ɲẹ] Benign illness.

bịnh nhiễm bạc [bịɲ ɲiễm bạk] Argyria.

bịnh oải hoàng [bịɲ wải hwàɲ] Chlorosis.

bịnh phì [bịɲ fì] Obesity.

bịnh phong [bịɲ fɔɲ] See bịnh cùi.

bịnh phong thấp [bịɲ fɔɲ θấp] Rheumatism. *Bịnh phong thấp khớp cấp* : Rheumatism in the joints.

bịnh phong tình [bịɲ fɔɲ tìɲ] Venereal disease.

bịnh phù [bịɲ fù] (Med) Beriberi.

bịnh phung [bịɲ fuɲ] Leprosy.

bịnh sốt rét [bịɲ ʃốt rét] (Med) Malaria, marsh fever, paludism.

bịnh suy nhược [bịɲ ʃwi ɲụ. (Med) Cachexy.

bịnh suyễn [bịɲ ʃwiễn] Asthma. *Mắc bịnh suyễn* : To suffer from asthma. *Người mắc bịnh suyễn* : Asthmatic.

bịnh sưng hạch [bịɲ ʃưɲ hạik] (Med) Adenitis.

bịnh sưng khớp xương [bịɲ ʃưɲ xớp sươɲ] (Med) Arthritis.

bịnh sưng màng óc [bịɲ ʃưɲ màɲ ɔ́k] Meningitis.

bịnh sưng óc [bịɲ ʃưɲ ɔ́k] Encephalitis.

bịnh sưng qui đầu [bịɲ ʃưɲ kwi dầu] (Med) Balanitis.

bịnh sưng ruột [bịɲ ʃưɲ ruột] (Med) Enteritis.

bịnh sưng tim [bịɲ ʃɯɳ tim] (Med) Carditis.

bịnh tả [bịɲ tả] Cholera. *Người mắc bịnh tả* : A cholera patient.

bịnh táo [bịɲ táu] Constipation.

bịnh tật [bịɲ tʌt] Disease ; illness and infirmity.

bịnh tê [bịɲ te] (Med) Analgesia.

bịnh tê bại [bịɲ te bại] (Med) Paralysis.

bịnh thán thư [bịɲ θán θɯ] (Med) Anthrax.

bịnh thần kinh [bịɲ θần kiɲ] Nervous disorder.

bịnh thiếu máu [bịɲ θiếu máu] (Med) Anaemia. *Thuộc về bịnh thiếu máu :* Anaemic.

bịnh thiếu tinh trùng [bịɲ θiếu tịɲ trùɲ] (Med) Azoospermia, azoospermatism.

bịnh thũng [bịɲ θũɳ] (Med) Beri-beri.

bịnh thương hàn [bịɲ θɯəɳ hàn] (Med) Typhoid (fever), enteric fever.

bịnh tình [bịɲ tịɲ] 1) Patient's condition, ailment's evolution.

2) Venereal disease.

bịnh toét mắt [bịɲ twét mắɯt] (Med) Blepharitis.

bịnh tràng nhạc [bịɲ tràɳ ɲạk] Scrofula.

bịnh trẻ con [bịɲ trẻ kɔn] Infantile diseases.

bịnh trĩ [bịɲ trĩ] Haemorrhoids. *Thuộc về bịnh trĩ :* Haemorrhoidal.

bịnh truyền nhiễm [bịɲ trwiền ɲiễm] Contagious, infectious, communicable disease. *Khi một người bị bịnh truyền nhiễm thì họ thường được cho ở riêng :* When a person has an infectious disease, he is usually isolated.

bịnh ung thư [bịɲ uɳ θɯ] (Med) Cancer. *Người mắc bịnh ung thư :* Cancer patient.

bịnh viện [bịɲ viện] Clinic, hospital. *Bịnh viện đồn trú :* Station hospital. *Bịnh viện lưu động :* Mobile hospital. *Bịnh viện Đô thành :* City Hospital. *Bịnh viện phí :* Subsistence charge. *Nó ở bịnh viện về hôm qua :* He was discharged from hospital yesterday. *Đưa người nào vào bịnh viện :* To send someone to hospital. *Nó vẫn còn ở trong bịnh viện :* He's still in hospital.

bịnh xá [bịɲ sá] Dispensary ; (Navy) sick-bay.

bịnh yết hầu [bịɲ iét hầu] Croup.

bịp [bịp] To cheat, to deceive.

bít [bít] To close up, to fill up, to occlude, to plug, to clog, to caulk, to choke, to dam. *(Cống nước) Bị bít, bị nghẹt :* (Of pipe) To get plugged up, to get chocked up. *Bít ống :* To choke (up) a pipe.

bít Occlusion, chokage ; (med) atresia.

bít đường [bít dɯờɳ] To stop the way.

bít mút [bít mút] Bismuth.

bít-tất [bít tất] Socks, stockings. *Bít tất tay :* Gloves.

bít-tết [bít tét] Beefsteak.

bít-tông [bít toɳ] Piston.

bịt [bịt] 1) To close up, to stop. *Bịt tai lại :* To stop one's ears.

2) To crown, to plate.

bịt bạc [bịt bạk] To silver, to cover or coat with silver.

bịt bạc Coated with silver.

bịt đầu [bịt dầu] To cover the head.

bịt khăn [bịt xawn] To cover the head with a turban. *Khăn bịt đầu :* Turban.

bịt mắt [bịt mắɯt] To blindfold, to blind the eyes. *Bịt mắt người nào :* To cover (up) someone's eyes with a bandage, to blindfold someone.

bịt miệng [bịt miệɳ] To gag. *Bịt miệng người nào lại :* To stop someone's mouth. *Bịt miệng báo chí :* To gag the press.

bịt mũi [bịt mũi] To hold the nose.

bịt răng vàng [bịt rawɳ vàɳ] To fill teeth with gold.

bịt tai [bịt tai] To stop one's ear ; to refuse to hear.

bịt vàng [bịt vàɳ] (Of tooth) Gold-filled.

bíu [bíu] To cling to, to hold to.

bìu dái [bìu zái] (Anat) Scrotum, cod.

bìu môi [bìu moi] To purse (up) one's lips, to pout one's lips, to shoot out one's lips, to curl up one's lips. *Bìu môi khinh bỉ* : With a curl of the lips.

bó [bɔ́] Faggot, bundle, bunch, bottle, truss, cluster. *Một bó hoa* : A bouquet, bunch of flowers. *Bó rơm*: Bundle of hay.

bó To faggot, to bunch, to bottle, to bind. *Bó măng tây lại thành bó*: To bind asparagus into bundles. *Băng bó*: To bandage, to dress (a wound).

bó buộc [bɔ́ bwʌrk] To bind, to chain, to enfetter.

bó cẳng [bɔ́ kàɯŋ] Bound legs, (fig) to be bound, not to be free.

bó chân [bɔ́ can] See **bó cẳng**.

bó củi [bɔ́ kủi] Faggot, bundle of firewood.

bó đuộc [bɔ́ dwɔ́rk] Torch, link.

bó giáp [bɔ́ ʒáp] (Fig) To surrender.

bó gối [bɔ́ gói] To be unable to act freely.

bó hoa [bɔ́ hwa] Bouquet, bunch of flowers, sheaf of flowers.

bó lúa [bɔ́ lwə] Sheaf of corn.

bó lúa To sheaf the corn.

bó rọ [bɔ́ rɔ] To be connected, to be bound.

bó tay [bɔ́ tay] To have one's arms tied, (fig) to be reduced to inaction.

bó tên [bɔ́ ten] Sheaf of arrows.

bó thân [bɔ́ θən] To deprive oneself of liberty.

bò [bò] (Of animal or person) To creep, to crawl, to scramble, to walk on all fours, to crawl on one's hands and knees; (of plant) to creep. *Bò vào, bò ra* : To crawl in, out. *Bò lại cửa* : To creep, crawl, to the door. *Bò xuống hố* : To creep along the ditch on all fours. *Bò sát đất* : To crawl flat on the ground. *Bò lên đồi* : To scramble up a hill. *Bò qua vật gì* : To scramble through something. *Cây bò khắp nơi* : Plants sprawling all over the place.

bò Ox. *Bò sữa* : Milking cow. *Thịt bò* :
Beef. *Thịt bò quay* : Roast beef. *Thịt bò con* : Veal. *Xe bò* : Ox-cart. *Da bò* : Oxhide. *Trận đấu bò*: Bull-fight. *Người đấu bò* : Bull-fighter. *Cuộc đấu bò* : Bull - fighting. *Bò có chửa* : Cow in, with, calf.

bò cái [bò kái] Cow. *Bò cái tơ* : Heifer, young cow. *Cho bò mộng nhảy (phủ) bò cái* : To put bull to cow.

bò cạp [bò kạp] (Arach) Scorpion.

bò cạp *Đánh bò cạp* : To chatter one's teeth.

bò chửa [bò cửə] Cow in, with, calf.

bò con [bò kɔn] Calf. *Đầu bò con* : Calf's head.

bò đực [bò dựk] Bull. *Bò đực con* : Bull-calf. *Bò đực thiến* : Bullock.

bò la bò lết [bò la bò lét] To crawl along.

bò lạc [bò lạk] Stray ox.

bò lan ra [bò lan ra] (Of plants) To sprawl.

bò lên [bò len] To creep up, to scramble up.

bò lết [bò lét] To crawl with difficulty.

bò mộng [bò mɔŋ] Bull ; gelded, castrated ox. *Nó có cổ lớn như bò mộng* : He has a neck like a bull. *Con bò mộng xông vào nó* : The bull rushed at him.

bò non [bò nɔn] Calf.

bò rống [bò róŋ] *Tiếng bò rống* : Low, bellow.

bò rừng [bò rừŋ] Urus; wild ox.

bò sát [bò ʃát] *Loài bò sát* : Reptile, crawler.

bò sữa [bò ʃữə] Milking cow, milch cow.

bò tót [bò tót] Wild ox.

bò tơ [bò tə] Calf.

bò u [bò u] Zebu.

bò [bò] 1) To put. *Đem quần áo bò giặt* : To put out one's washing.

2) To abandon, to give up, to get out, to leave, to forsake, to reject, to cast aside ; to cancel, to annul, to dismiss, to discontinue, to desist, to extrude,

to fling over, to abrogate, to revoke, to nullify, to condemn. *Bỏ tất cả hy vọng thành công :* To abandon all hope of success. *Bỏ một đứa bé mới sanh ngoài đường :* To abandon a new-born infant (in a public place). *Bỏ tất cả vật gì của mình có :* To give up all one possesses. *Tôi đã bỏ nàng :* I gave her up. *Bỏ hút thuốc :* To give up, leave off, smoking. *Anh phải bỏ thói quen ấy đi :* You should drop that habit. *Các bạn nó lần lần bỏ nó :* His friends dropped off one by one. *Bỏ quên viết máy ở nhà :* To leave one's fountain pen at home. *Nó bỏ cái nón của nó trên bàn :* He left his hat on the table. *Bỏ lại một vợ và ba con :* To leave a wife and three children. *Chúng ta hãy bỏ vấn đề ấy đi, đừng nói đến nữa :* Let us dismiss the subject. *Bỏ một thói quen :* To discontinue a habit. *Bỏ, không theo đuổi việc gì :* To desist from something.

3) To draw away. *Bỏ xa một địch thủ :* To draw away from a competitor.

4) *Nó bỏ vạt áo sơ-mi của nó trong quần :* He tucked his shirt in (i.e. put the lower part into his trousers).

bỏ Abandonment, forsaking, desertion.

bỏ bẵng [bɔ̌ băⱳ] To abandon, give up for a long time.

bỏ bậy [bɔ̌ bɛi] To leave in disorder.

bỏ bê [bɔ̌ be] To leave, to abandon.

bỏ bớt [bɔ̌ bɔ́t] To cut out, to excise. *Sự bỏ bớt :* Dropping.

bỏ bùa [bɔ̌ bwə] To bewitch, to charm, to enchant.

bỏ bừa bãi [bɔ̌ bừə bãi] To leave in disorder.

bỏ cuộc [bɔ̌ kwɤrk] To throw up the game, throw up the sponge, to give up (the race). *Sự bỏ cuộc :* (Sp) Giving up, retiral (from race).

bỏ dở [bɔ̌ zɔ̌] To leave something unfinished. *Công việc bỏ dở :* Unfinished work. *Bỏ dở một công việc :* To fling up a task.

bỏ đảng [bɔ̌ dăⱳ] To renounce, to desert one's party. *Sự bỏ đảng :* Desertion of one's party.

bỏ đạo [bɔ̌ dạu] To forsake one's religion.

bỏ đi [bɔ̌ di] To abandon, to forsake.

bỏ đói [bɔ̌ dɔ́i] To famish (someone). *Bỏ đói người nào :* To deprive someone of food.

bỏ đời [bɔ̌ dɔ̀i] To die, to pass away.

bỏ đứt [bɔ̌ dứt] To give up.

bỏ hẳn [bɔ̌ hă␣n] See bỏ đứt.

bỏ hoang [bɔ̌ hwaⱳ] 1) Uninhabited. *Nhà bỏ hoang :* Uninhabited house.

2) Uncultivated. *Đất bỏ hoang :* Waste land, waste ground.

bỏ hút thuốc [bɔ̌ hút θwɔ́rk] To cut out smoking.

bỏ lại [bɔ̌ lại] To leave behind.

bỏ lẫy [bɔ̌ lẽi] To leave in anger.

bỏ liều [bɔ̌ lièu] To abandon, to neglect, to let things go their own way.

bỏ lơ [bɔ̌ lə] To desert, to abandon, to forsake, to neglect. *Nó bỏ lơ gia đình nó :* He utterly neglected his family. *Sự bỏ lơ :* Dereliction.

bỏ lỡ [bɔ̌ lɔ̃] To neglect, to overlook. *Bỏ lỡ một cơ hội :* To neglect an opportunity. *Đừng bỏ lỡ cơ hội :* Don't let the opportunity slip.

bỏ lửng [bɔ̌ lửⱳ] To abandon, to forsake.

bỏ mạng [bɔ̌ mạⱳ] To die, to pass away.

bỏ mặc [bɔ̌ mạưk] To abandon.

bỏ mất [bɔ̌ mất] To chuck away, to waste, to lose (a chance, etc..).

bỏ mình [bɔ̌ mìⱪ] To die, to pass away. *Bỏ mình vì nước :* To die for one's country.

bỏ mũ [bɔ̌ mũ] To take off one's hat.

bỏ mứa [bɔ̌ mứə] To desire more than one requires.

bỏ neo [bɔ̌ nɛu] To anchor; to cast, drop, anchor.

bỏ ngỏ [bɔ̌ ⱳɔ̃] To leave, keep a door open.

bỏ ngoài tai [bɔ̌ ⱳwài tai] To pay no attention to.

bỏ nhà [bɔ̌ pà] To desert the home.

bỏ phân [bɔ̉ fən] To dung, to manure (land, etc..).

bỏ phế [bɔ̉ fế] To neglect, to break off. *Nó bỏ phế công việc của nó để lo công việc của người khác*: He neglects his own business to look after other people's.

bỏ phí [bɔ̉ fi] To waste. *Bỏ phí tuổi xuân*: To waste one's youth.

bỏ phiếu [bɔ̉ fiếu] To vote, to ballot, to cast a vote.

bỏ qua [bɔ̉ kwa] 1) To let go, to throw away. *Bỏ qua một cơ hội*: To throw away a chance. *Chúng ta hãy bỏ qua việc ấy*: We must let it blow over. *Bỏ qua những điều lầm lỗi của người nào*: To shut one's eyes to someone's faults. *Bỏ qua việc gì*: To pass over something in silence.

2) To pass by, to overlook, to pardon, to excuse. *Chúng ta có thể bỏ qua các chi tiết*: We may pass over the details.

bỏ quá [bɔ̉ kwá] To excuse, to pardon.

bỏ quên [bɔ̉ kwen] To leave; to leave behind. *Bỏ quên cây viết máy ở nhà*: To leave one's fountain pen at home. *Anh còn bỏ quên cái gì nữa không?*: Have you left anything behind? *Tôi bỏ quên cuốn sách của tôi trên bàn*: I left my book on the table.

bỏ ra [bɔ̉ ra] To eliminate.

bỏ riêng [bɔ̉ rieŋ] To put (something) aside.

bỏ rơi [bɔ̉ rai] 1) To abandon, to desert, to bilk, to drop, to forsake. *Nó đã bỏ rơi chúng ta*: He bilked us. *Bỏ rơi người nào*: To drop, someone, to give someone the chuck, to fall from someone. *Nó đi Sàigòn và bỏ rơi gia đình của nó*: He went to Saigon and deserted his family (i.e. left them without support or money). *Sau khi hứa hôn được hai năm, nó bị (vị hôn thê của nó) bỏ rơi*: After being engaged for two years, he was jilted. *Nàng bỏ rơi chàng khi chàng hết tiền*: When he lost his money she jilted him.

2) To let fall inadvertently.

bỏ sót [bɔ̉ ʃót] To omit, to miss out, to leave out, to drop out. *Bỏ sót một chữ, một hàng*: To miss (out) a word, a line. *Bỏ sót những chi tiết*: To leave out the details. *Sự bỏ sót*: Omission.

bỏ thăm [bɔ̉ θaɯm] To ballot. *Bỏ thăm chống người nào*: To ballot against someone. *Bỏ thăm cho người nào*: To ballot for someone.

bỏ thây [bɔ̉ θei] To die.

bỏ thầu [bɔ̉ θầu] To tender for, to put in a tender for (public works, etc). *Sự bỏ thầu*: Tender, bid. *Bỏ thầu để làm công việc gì*: To make, put in, send in a tender for something. *Người bỏ thầu*: Tenderer.

bỏ thòng [bɔ̉ θɔ̀ŋ] To hang down.

bỏ thõng [bɔ̉ θɔ̃ŋ] See bỏ thòng.

bỏ thơ [bɔ̉ θə] To drop a letter in the letter-box. *Làm ơn bỏ cái thơ nầy vào thùng thơ nào gần nhứt*: Please drop this letter in the nearest letter-box.

bỏ thuốc độc [bɔ̉ θwᵒ́k dọk] To poison.

bỏ thừa [bɔ̉ θừə] See bỏ mứa.

bỏ trắng [bɔ̉ tráɯŋ] To leave a blank (page).

bỏ trốn [bɔ̉ trón] To decamp, to run away, to bolt. *Vợ nó bỏ trốn lấy theo tất cả tiền bạc của nó*: His wife bolted with all his money.

bỏ trống [bɔ̉ tróŋ] To leave, keep (a door) open.

bỏ tù [bɔ̉ tủ] To imprison (someone), to incarcerate, to put (someone) in prison. *Bỏ tù người nào*: To throw, cast someone into prison.

bỏ việc [bɔ̉ vịɐk] To abandon, quit, one's post.

bỏ vốn [bɔ̉ vón] To finance, to invest capital, to put capital into (a business). *Sự bỏ vốn*: Investment, investing of capital. *Bỏ vốn ở ngoại quốc*: To invest capital abroad.

bỏ vợ [bɔ̉ vợ] To repudiate, divorce, one's wife.

bỏ xác [bɔ̉ sák] To die.

bỏ xa [bɔ̉ sa] To outdistance, to leave

far behind (in a race, etc).

bỏ xó [bỏ só] To leave (something) in a corner.

bỏ xụi [bỏ sụi] To abandon, give up completely.

bỏ xứ [bỏ sứ] To fly one's country.

bõ [bõ] Old servant.

bõ 1) To be worth (one's) while. 2) To satisfy.

bõ công [bõ koŋ] To be worth the trouble.

bõ cơn giận [bõ kən ʒạn] To satisfy one's anger.

bọ [bọ] Insect, bug.

bọ (Z) Cavy.

bọ ban miêu [bọ ban mieu] (Ent) Cantharis.

bọ cà niễng [bọ kà niễŋ] (Ent) Dytiscus, diving-beetle.

bọ cánh cam [bọ káiɲ kam] (Ent) Cetonia.

bọ cạp [bọ kạp] (Arach) Scorpion.

bọ chét [bọ cɛ́t] Flea.

bọ chó [bọ có] Tick.

bọ hung [bọ huŋ] Cockchafer, dor-beetle, dung-beetle.

bọ ngựa [bọ ŋɯə] (Ent) Praying mantis.

bọ rầy [bọ rềi] May-bug, cockchafer.

bóc [bók] To peel, to pare, to skin.

bóc lột [bók lột] To sweat (labour); to flay, to fleece; to rob, to plunder; to exploit; to take advantage of (someone). Bóc lột giai cấp thợ thuyền : To exploit the working classes. Bóc lột người nào : To clean someone out.

bóc thơ [bók θə] To open a letter.

bóc tem [bók tɛm] To unglue a post-stamp.

bóc vảy [bók vảy] To desquamate.

bóc vỏ [bók vỏ] To peel, to pare, to skin (a fruit).

bọc [bọk] Bag, pack. Bọc đựng nước mắt : Tear bag. Bọc đựng nọc (rắn) : Poison bag.

bọc To cover, to envelop, to enwrap, to case, to encase, to enfold. Bọc chai bằng bao rơm : To case a bottle with wicker. Bọc vật gì trong giấy : To fold something in paper.

bọc chung quanh [bọk cuŋ kwaiɲ] To embosom, to enclose, to fence.

bọc da [bọk za] Covered with leather.

bọc kẽm [bọk kẽm] To zinc, to cover with zinc.

bọc lại [bọk lại] To cover up, to enswathe.

bọc sách [bọk ʃáik] To cover a book.

bọc sắt [bọk ʃắɯt] To armour, to case with iron plates.

bọc sắt Armoured, armour-clad, armour-plated. Xe bọc sắt : Armoured car.

bọc thép [bọk θɛ́p] Steel-plated, armoured.

bọc vải [bọk vải] Fabric-covered.

bói [bói] To divine, to practise devination, to augur. Thầy bói : Diviner, soothsayer, fortune-teller. Xem bói : To consult a fortune-teller.

bói bài [bói bài] Cartomancy.

bói cá [bói ká] Chim bói cá : Kingfisher.

bói toán [bói twán] Divination.

bom [bɔm] Bomb. Thả một trái bom : To release a bomb. Phi cơ liệng bom : Bomb-carrier, bombing plane. Người hoặc phi cơ liệng bom : Bomber, bombardier. Ném bom, liệng bom, thả bom : To bomb. Sự ném bom, liệng bom : Bombing, bombardment. Trái bom nổ giữa một đám binh sĩ : The bomb burst in the middle of a group of soldiers.

bom bay [bɔm bay] Flying bomb.

bom cháy [bɔm cáy] See bom lửa.

bom chiếu sáng [bɔm ciếu ʃáŋ] Illuminating bomb.

bom hóa học [bɔm hwá hɔk] Chemical bomb.

bom hơi ngạt [bɔm həi ŋạt] Gas bomb.

bom khinh khí [bɔm xiɲ xí] Hydrogen bomb.

bom không nổ [bɔm xoŋ nổ] Unexploded bomb.

bom lửa [bɔm lửɐ] Incendiary bomb, fire bomb.

bom ngạt [bɔm ŋạt] Gas bomb.

bom nguyên tử [bɔm ŋwien tử] Atom bomb, A bomb.

bom ngọt [bɔm ŋʌt] To coax, to wheedle.

bom nổ chậm [bɔm nổ cậm] Delayed-action bomb, time-bomb.

bom phá hủy [bɔm fá hwỉ] Demolition bomb.

bom sáng chụp ảnh [bɔm ʃáŋ cụp ảip] Photoflash bomb.

bom truyền đơn [bɔm trwièn đɔn] Leaflet bomb.

bỏm bẻm [bɔ̉m bẻm] Nhai bỏm bẻm : To chew (betel) with a full mouth.

bõm [bɔ̃m] Plop.

bon bon [bɔn bɔn] (Of vehicles) To run fast.

bón [bɔ́n] Constipated, costive. Chứng bón : Constipation, costiveness. Làm bón : To constipate. Bị bón : To be bunged up.

bón phân [bɔ́n fɐn] To manure. Bón phân một cái vườn : To manure a garden.

bòn [bɔ̀n] To amass parsimoniously.

bòn bon [bɔ̀n bɔn] Bonbon.

bòn chèn [bɔ̀n cèn] Churlish.

bòn đãi [bɔ̀n dãi] To screen, to sift.

bòn mót [bɔ̀n mót] To glean.

bòn rút [bɔ̀n rút] Bòn rút tiền của người nào : To get, squeeze, money out of someone.

bòn xẻn [bɔ̀n sẻn] Avaricious, stingy.

bọn [bọn] Crew, crowd, brood, gang, company. Tôi không phải ở trong bọn ấy đâu : I don't belong to that crowd. Cả bọn : The whole gang.

bong [bɔŋ] To come off. Làm bong ra : To unstick, to unglue.

bong bóng [bɔŋ bɔ́ŋ] 1) Bubble (of air, water, etc...).
2) Vesica. Bong bóng cá : Vesica natatoria, swim(ming) bladder.
3) Toy balloon.

bong bóng đái [bɔŋ bɔ́ŋ dái] (Anat) Bladder, vesica.

bong gân [bɔŋ gɐn] To strain.

bong vụ [bɔŋ vụ] Spinning top.

bóng [bɔ́ŋ] 1) Shadow. Thả mồi bắt bóng : To drop the substance for the shadow. Chạy theo bóng, bắt bóng : To catch a shadow, to run after a shadow. Nó sợ cả bóng của nó : He's afraid of his own shadow, Theo người nào như bóng với hình : To stick to someone like his shadow. Chúng nó như bóng với hình : They are inseparable.
2) Dark, shade. Bóng của một bức họa : Darks of a picture.
3) Shade. Bóng cây : The shade of a tree. Nghỉ dưới bóng một bức tường : To rest under, in, the shade of a wall.
4) Image, reflection. Thấy bóng mình dưới nước : To see one's reflection in the water.

bóng Ball, football. Đá bóng : To play football, to play soccer.

bóng Lustrous, glazed, glossy, shiny, polished (marble etc...), buffed (metal), burnished (metal etc...). Đánh bóng : To polish, to burnish, to buff, to furbish, to smooth. Nước bóng : Lustre, gloss, polish, burnish. Vàng không bóng : Dead gold. Ghế bóng vì thường dùng : Chair shiny with use.

bóng Figuratively, in the figurative sense. Nghĩa bóng : Figurative meaning.

bóng ác [bɔ́ŋ ák] Sunlight, sunshine.

bóng bàn [bɔ́ŋ bàn] Ping-pong, table-tennis.

bóng bảy [bɔ́ŋ bảy] Flashy. Đồ vật bóng bảy : Fandangle.

bóng cá [bɔ́ŋ ká] Swim(ming) bladder.

bóng câu [bɔ́ŋ kɐu] Shadow of a white colt (fig) rapidity of time.

bóng cây [bɔ́ŋ kei] Shade of a tree. Dưới bóng cây : In the shade of a tree. Đi dạo dưới bóng cây : To walk under the shady trees.

bóng chuyền [bɔ́ŋ cwièn] Volley ball.

bóng dài [bɔ́ŋ zài] Rugby football.

bóng dáng [bɔ́ŋ záŋ] Figure; appearance.

bóng đè [bɔ́ŋ đè] Incubus, nightmare.

bóng đen [bɔ́ŋ dɛn] Shadow.

bóng đèn Lamplight. *Đọc sách dưới bóng đèn :* To read by the light of a lamp, by lamp-light.

bóng đèn [bɔ́ŋ dɛ̀n] Incandescent lamp, electric bulb. *Làm cháy bóng đèn :* To burn out an incandescent lamp. *Đuôi bóng đèn :* A socket for an electric bulb

bóng gió [bɔ́ŋ ʒɔ́] Allusive. *Nói bóng gió việc gì :* To hint, to make an allusion, some allusion, to something. *Lời nói bóng gió :* Allusion, hint.

bóng láng [bɔ́ŋ láŋ] Lustrous.

bóng mát [bɔ́ŋ mát] Shade (out the sun). *Cây che bóng mát cho đường :* Trees shade the street. *Bốn chục độ trong bóng mát :* Forty degrees in the shade.

bóng mặt trời [bɔ́ŋ mặɯt trời] Sunshade.

bóng mây [bɔ́ŋ mei] Shade of a cloud.

bóng mượt [bɔ́ŋ mɯ̣ợt] Lustrous and shiny.

bóng nắng [bɔ́ŋ náɯŋ] Sunshine, sunlight.

bóng nhoáng [bɔ́ŋ ɲwáŋ] Shiny, glossy.

bóng quang âm [bɔ́ŋ kwaŋ əm] Sunlight, sunshine.

bóng quáng [bɔ́ŋ kwáŋ] Dazzling, blinding light.

bóng râm [bɔ́ŋ rəm] Shade.

bóng rổ [bɔ́ŋ rổ] Basket-ball. *Hội bóng rổ của chúng tôi chưa bao giờ thua :* Our basket-ball has never yet suffered defeat (never been defeated).

bóng rợp [bɔ́ŋ rợp] Shade.

bóng tà [bɔ́ŋ tà] Sunset.

bóng thỏ [bɔ́ŋ θỏ] Moonlight, moonshine.

bóng tối [bɔ́ŋ tói] Shadow, shade, darkness, gloom, obscurity, dusk. *Sống trong bóng tối :* To live in obscurity. *Bóng tối ban đêm :* The shades of night, the shades of evening. *Ở, núp trong bóng tối :* To keep in the shade. *Đứng trong bóng tối của cánh cửa :* To stand in the shadow of a doorway. *Đừng để trẻ con một mình trong bóng tối :* Don't leave the child alone in the dark. *Con*

dao của nó lấp lánh trong bóng tối : His knife gleamed in the dark.

bóng trăng [bɔ́ŋ traɯŋ] Moonlight, moonshine.

bóng tròn [bɔ́ŋ tròn] Soccer, football. *Hội bóng tròn Việt-Nam :* The Vietnamese Soccer Federation. *Mùa bóng tròn đã chấm dứt mà mùa quần vợt chưa bắt đầu :* Football is over and tennis is't in.

bóng vía [bɔ́ŋ viá] Soul, spirit.

bóng xế [bɔ́ŋ sế] Sunset (fig) decline of life.

bóng xế chiều [bɔ́ŋ sế ciều] Evening twilight ; dusk, gloaming.

bòng [bòŋ] (Bot) Grapefruit.

bòng bong [bòŋ boŋ] *Rối bòng bong :* Entangled.

bồng [bòŋ] See phòng.

bõng [bõŋ] *Lõng bõng :* Watery.

bọng đái [bọŋ dái] (Anat) Vesica. *Thuộc về bọng đái :* Vesical.

boong [boŋ] Deck (of a ship). *Ở trong phòng nóng quá, ta hãy lên boong :* It's very hot in the cabin ; let's go on deck.

bóp [bóp] To press with one's hand. *Nó bóp lấy tay tôi :* He pressed my hand in his. *Sự thoa bóp, đấm bóp :* Massage. *Sự thoa bóp, đấm bóp bằng tay :* Hand massage.

bóp Purse ; handbag. *Bóp có gương bên trong :* Handbag with mirror inside.

bóp bẹp [bóp bẹp] To flatten, to squash.

bóp bụng [bɔ́p bụŋ] To endure, to bear (something).

bóp chặt [bɔ́p cáɯt] Parsimonious, stingy, avaricious.

bóp chặt [bɔ́p cạwt] To constrict.

bóp chẹt [bɔ́p cẹt] To force, to compel (someone to do something) on account of the circumstances.

bóp cò [bɔ́p kɔ̀] To press the trigger of a gun.

bóp còi [bɔ́p kɔ̀i] To hoot ; to sound, blow the horn, to honk the horn.

bóp cổ [bɔ́p kổ] To strangle, to throttle, to choke, to squeeze the throat of.

bóp hầu [bɔ́p hầu] See bóp cổ.

bóp họng [bɔ́p hoŋ] See bóp cổ.

bóp kèn [bɔ́p kèn] See bóp còi.

bóp lại [bɔ́p lại] To constrict.

bóp mũi [bɔ́p mũi] To lead someone by the nose.

bóp nghẹt [bɔ́p ŋẹt] To strangle ; to suffocate, smother, choke. *Bóp nghẹt báo chí* : To strangle the press.

bóp phanh [bóp faiŋ] To clap on the brake.

bóp sữa [bɔ́p ʃữa] To draw the milk ; to do the milking.

bóp thắng [bɔ́p θắɯŋ] See bóp phanh.

bóp vụn [bɔ́p vụn] To crumb, to crumble.

bót [bɔ́t] 1) Police station. *Dẫn, dắt, đem người nào lại bót cảnh sát* : To take someone to the police station. 2) (Mil) Post.

bọt [bọt] Bubble (of air, water), foam, froth (of beer, sea, etc.) ; head (on glass of beer) ; lather (on soap), scum, skim, spume ; air-hole (in casting). *Nước bọt* : Saliva. *Nổi bọt lên* : To bubble, to foam, to froth, to scum, to skim, to spume. *Lớp bọt* : Sheet of foam. *Những lượn sóng có bọt trắng xóa* : Waves white with foam.

bọt biển [bọt biển] 1) Sea-foam, sea-froth. 2) Sponge. *Vắt nước ở bọt biển ra* : To screw water out of a sponge, to squeeze the water out of a sponge. *Bọt bạch kim* : Platinum sponge.

bọt đèn [bọt dèn] Brothel.

bọt mép [bọt mép] Foam, froth. *Con ngựa của nó sùi bọt mép* : His horse is in a foam. *Giận sùi bọt mép* : To foam (with rage), to be on the froth. *Nó sùi bọt mép* : He was frothing at the mouth.

bọt miềng [bọt miéŋ] Foam.

bọt xà bông [bọt sà boŋ] Soap bubble. *Thổi bọt xà bông* : To blow soap-bubbles. *Chỉ một cái đung nhẹ bọt xà bông cũng bể* : Even the slightest touch will break a soap-bubble.

bô [bo] Chamber-pot.

bô bá [bo bá] To flee.

bô bô [bo bo] *Nói bô bô* : To speak loudly and inconsiderately.

bô đào [bo dàu] To run away, to flee.

bô lão [bo lãu] Village elder.

bô-rát (Ch) Borate.

bố [bố] Father. See cha.

bố Canvas. *Bố trong vỏ xe* : Canvas of a tyre.

bố To sweep off, carry off (contents of a house, etc..) ; (of police) to raid, to make a raid on or into. *Bố bắt tất cả một bọn trộm* : To make a clean sweep of a gang of thieves.

bố Raid, comb-out (by the police).

bố Great, large. *Chai bố* : Large bottle.

bố cảnh [bố kảiŋ] To stage.

bố cảnh Staging, (stage-) setting (of a play).

bố cáo [bố káu] To publish, to proclaim ; to make (something) public, to make known, to give (something) out. *Sự bố cáo* : Publication, publishing.

bố chồng [bố còŋ] Father-in-law, husband's father (father of one's husband).

bố con [bố kɔn] Father and child.

bố cục [bố kục] Disposition. *Cách bố cục một bài thơ* : Conduct of a poem.

bố cục To construct.

bố đạo [bố dạu] To preach a religion.

bố đẻ [bố dẻ] Father.

bố đức [bố dứk] To make virtues.

bố ghẻ [bố gẻ] Foster-father, stepfather.

bố kinh [bố kiŋ] (Fig) Economical wife.

bố mẹ [bố mẹ] Parents (father and mother).

bố nuôi [bố nuəi] See bố ghẻ.

bố thí [bố θí] To give alms. *Của bố thí* : Alms, charity. *Xin người nào bố thí* : To ask an alms of someone. *Sống nhờ của bố thí* : To live on charity. *Túi đựng tiền để bố thí* : Alms-bag, alms-purse. *Người phát của bố thí* : Alms-giver.

bố trận [bố trận] To array, to set to battle.

bố trí [bố trí] To dispose, to deploy. *Sự bố trí* : Disposition.

bố vợ [bố vợ] Father-in-law, wife's father (father of one's wife).

bồ [bồ] Large basket.

bồ Friend, pal, chum.

bồ (Bot) Kind of rush.

bồ cào [bồ kàu] Rake.

bồ cắt [bồ káuk] (Orn) Sparrow-hawk.

bồ câu [bồ kɤu] (Orn) Pigeon, dove. *Chuồng bồ câu* : Pigeon-cote, pigeon-house, pigeonry ; dove-house, dovecot, dovecote. *Mắt bồ câu* : Dove-eyed. *Cửa chuồng bồ câu*: Pigeon-hole. *Người thích nuôi bồ câu* : Pigeon-breeder, pigeon - fancier.

bồ câu con [bồ kɤu kɔn] Young pigeon.

bồ câu đi thơ [bồ kɤu di θə] Carrier-pigeon, homing pigeon, homer.

bồ câu liên lạc [bồ kɤu lien lạk] See bồ câu đi thơ.

bồ câu mái [bồ kɤu mái] Hen-pigeon.

bồ câu trống [bồ kɤu trón] Cock-pigeon.

bồ côi [bồ koi] See mồ côi.

bồ công anh [bồ kɔŋ aiɲ] (Bot) Dandelion.

bồ đào [bồ dàu] Wine.

Bồ đào nha [bồ dàu pa] (Geog) Portugal. *Người Bồ-đào-nha* : Portuguese.

bồ hòn [bồ hòn] (Bot) Soapberry (-tree). *Ngậm bồ hòn* : To suffer in silence, silently.

bồ hóng [bồ hóŋ] Soot.

bồ hôi [bồ hoi] See mồ hôi.

bồ liễu [bồ liễu] Name of two plants having slender stalks (fig) delicate constitution of a woman or a girl.

bồ nhìn [bồ ɲìn] Puppet. *Chánh phủ bồ nhìn* : Puppet government.

bổ [bổ] To split, to cleave. *Bổ củi* : To chop sticks.

bổ To strike, to hit.

bổ Analeptic, restorative. *Thuốc bổ* : Tonic, analeptic, restorative medicine.

bổ To appoint, to name, to designate (someone to an office or post).

bổ chính [bổ cíɲ] To compensate ; to complete and correct.

bổ chứng [bổ cứŋ] *Tế bổ chứng* : To

fall backwards.

bổ củi [bổ kủi] To split, to cleave, to chop sticks. *Con bổ củi* : Elater.

bổ cứu [bổ kứu] To complete and remedy.

bổ di [bổ zi] To complete.

bổ dụng [bổ zụŋ] To name (someone to an office).

bổ dược [bổ zụrk] Tonic.

bổ dưỡng [bổ zuɯ̃ŋ] Nourishing.

bổ dưỡng To nourish.

bổ huyết [bổ hwiét] Blood-tonic.

bổ ích [bổ ík] Useful, serviceable.

bổ khỏe [bổ xwɛ] Wholesome. *Tính cách bổ khỏe* : Wholesomeness.

bổ khuyết [bổ xwiét] To complete, to complement, to supply. *Sự bổ khuyết* : Completion.

bổ khuyết Complementary.

bổ máu [bổ máu] See bổ huyết.

bổ nhào [bổ ɲàu] (Av) To dive, to nose down, to nose-dive.

bổ nhiệm [bổ ɲiệm] To appoint, to designate, to assign, to name, to nominate. *Bổ nhiệm người nào làm thị trưởng* : To appoint someone (to be) mayor. *Mới được bổ nhiệm* : Newly appointed. *Bổ nhiệm người nào vào một chức vụ gì* : To name someone to an office, to nominate someone to, for, a post.

bổ nhiệm Appointment, assignment, nomination. *Sự bổ nhiệm người nào vào một chức vụ gì* : Appointment, assignment, of someone to a post.

bổ nhoài [bổ ɲwài] To throw oneself forward.

bổ phẩm [bổ fẩm] Tonic products.

bổ phổi [bổ fổi] Lung-tonic.

bổ sung [bổ ʃuŋ] To complete, to replace, to make good. *Bổ sung hàng ngũ* : To make good the casualties.

bổ sung quân số [bổ ʃuŋ kwən ʃó] Replacement of personnel.

bổ sung tổn thất [bổ ʃuŋ tổn θất] Loss replacement.

bổ tâm [bổ təm] To fortify the heart.

bổ thận [bổ θận] To fortify the kid-

bộ thẻ [bộ θẻ] (Biol) Complement.

bộ thường [bộ θừəŋ] To compensate.

bộ trợ [bộ trợ] To assist, to help, to aid.

bộ túc [bộ túk] To complete, to complement, to supplement.

bộ túc Complementary, supplementary, additional.

bộ túc từ [bộ túk từ] Complement.

bộ tỳ [bộ tỉ] To fortify the spleen.

bộ vây [bộ vei] To besiege, to encircle, to surround.

bộ vị [bộ vị] To fortify the stomach.

bộ [bộ] Air. Làm bộ : To give oneself airs, to put on airs.

bộ Set, service, collection.

bộ Government, department, ministry, office.

bộ bài [bộ bài] Pack of cards, set of cards, deck of cards. Bộ bài nầy có đủ không ? : Is the pack complete ?

bộ biên tập [bộ bien tập] Editorial staff.

bộ binh [bộ bịŋ] Infantry. Bộ binh cơ vận : Motorized infantry. Bộ binh và kỵ binh : Infantry and cavalry, foot and horse.

bộ canh nông [bộ kaịŋ noŋ] Department of Agriculture.

bộ cánh [bộ káịŋ] Parade dress.

bộ chỉ huy [bộ cỉ hwi] Headquarters ; command post.

bộ chỉ huy công binh [bộ cỉ hwi koŋ bịŋ] Engineer command.

bộ chỉ huy đại đội [bộ cỉ hwi dại dọi] Company headquarters.

bộ chỉ huy pháo binh [bộ cỉ hwi fáu bịŋ] Artillery command.

bộ chỉ huy tiền tuyến [bộ cỉ hwi tièn twién] Advance headquarters.

bộ chỉ huy trung đội [bộ cỉ hwi truŋ dọi] Platoon headquarters.

bộ chìa khóa [bộ cià xẅa] Set of spanners.

bộ chiến tranh [bộ cién traịŋ] The war department.

bộ công chánh [bộ koŋ cáịŋ] Ministry, Board, Department of Publics Works.

bộ dạng [bộ zạŋ] Bearing, manner.

bộ điệu [bộ diệu] Attitude, gesture ; action.

bộ đồ [bộ dò] Suit of clothes. Bộ đồ may khéo, cắt khéo : Well-cut suit. Mỗi ngày nó mặc một bộ đồ mới : He wears a new suit everyday.

bộ đồ trà [bộ dò trà] Tea service, tea-set.

bộ đội [bộ dọi] Troops, army.

bộ đội bạn [bộ dọi bạn] Friendly troops.

bộ đội đổ bộ [bộ dọi dổ bộ] Landing troops.

bộ đội nhảy dù [bộ dọi ɲảy zù] Parachute troops, paratroops.

bộ đội sơn cước [bộ dọi ʃơn kứrk] Mountain troops.

bộ đội tác chiến [bộ dọi ták cién] Combat troops.

bộ đội trợ chiến [bộ dọi trợ cién] Combat support troops.

bộ đội trừ bị [bộ dọi trừ bị] Reserve troops.

bộ đội xung kích [bộ dọi suŋ kík] Shock troops.

bộ giao thông và công chánh [bộ ʒau θoŋ và koŋ cáịŋ] Publics works and communications department. Ông Bộ Trưởng Giao Thông và Công Chánh đã ký nghị định tăng giá vé hành khách và giá hàng hóa chở bằng xe lửa lên ba phần trăm : The Public Works and Communications Secretary has signed an order increasing by three per cent all railway passengers fares and freight rates.

bộ giáo dục [bộ ʒáu zụk] Department of education, ministry of education. Ông đề nghị Bộ Giáo dục áp dụng sự kiểm soát chặt chẽ hơn trong việc lựa chọn và bổ nhiệm các giáo viên : He suggested that the Department of Education exercise stricter control in the selection and assignment of school teachers.

bộ hạ [bộ hạ] Subordinates.

bộ hải quân [bộ hải kwən] Department of the Navy, ministry of Marine.

bộ hành [bọ hàiŋ] 1) Pedestrian, foot-passenger.
2) Passenger.

bộ hình [bọ hìŋ] Department of Justice.

bộ không lực [bọ xoŋ lụk] Department of Air force.

bộ không quân [bọ xoŋ kwən] See **bộ không lực**.

bộ kinh tế [bọ kiŋ té] Department of Economy.

bộ kỹ nghệ [bọ kI ŋẹ] Department of Industry.

bộ lạc [bọ lạk] Tribe. *Cách tổ chức từng bộ lạc :* Tribalism.

bộ lao động [bọ lau dọŋ] Department of Labour, Labour Department.

bộ lục quân [bọ lụk kwən] Department of the Army.

bộ máy [bọ máy] 1) Apparatus, system. *Bộ máy tiêu hóa :* The digestive apparatus.
2) Mechanism. *Bộ máy nhà nước :* The mechanism of government.

bộ máy cảm giác [bọ máy kảm sák] Sensorial apparatus.

bộ máy hô hấp [bọ máy ho hấp] Breathing apparatus.

bộ máy tiêu hóa [bọ máy tieu hwa] Digestive apparatus, digestive system.

bộ máy tuần hoàn [bọ máy twền hwàn] Circulating system.

bộ máy thanh âm [bọ máy θaiŋ əm] Vocal organs, vocal apparatus.

bộ máy thần kinh [bọ máy θền kiŋ] Nervous system.

bộ máy tư pháp [bọ máy tư fáp] Judicial body.

bộ mặt [bọ mạut] Looks, physiognomy. *Bộ mặt đưa đám ma :* Woe-begone face.

bộ ngoại giao [bọ ŋwại sau] The Foreign office, the State Department, the ministry of foreign affairs.

bộ ngựa [bọ ŋựa] Plank-bed, camp-bed. *Ngủ trên bộ ngựa :* To sleep on a plank-bed.

bộ nhũ loại [bọ nũ lwại] (Z) Mammal

bộ nội vụ [bọ nội vụ] Home office, Department of Interior, Interior Department.

bộ phản [bọ fản] Plank-bed.

bộ phận [bọ fạn] Part, piece. *Những bộ phận của thân thể :* The parts of the body. *Máy nầy có thể tháo ra từng bộ phận không?:* Does this machine take to pieces ?. *Tháo, mở một cái máy ra từng bộ phận :* To take a machine to pieces. *Tất cả bộ phận của những máy nầy đều có thể thay đổi lẫn nhau được :* All parts of these machines can be interchanged.

bộ phận đáp [bọ fạn dáp] Landing gear (of a plane).

bộ phận rời [bọ fạn rời] Spare parts.

bộ phận làm nổ [bọ fạn làm nổ] Detonator.

bộ quần áo [bọ kwền áu] Suit of clothes. *Phải mất năm thước vải mới may một bộ quần áo cho nó :* It takes five metres of cloth to make a suit of clothes for him.

bộ quốc gia giáo dục [bọ kwók sa sáu zụk] Department of national education.

bộ quốc phòng [bọ kwók fòŋ] Department of defence.

bộ răng [bọ raŋ] Denture, set of teeth.

bộ sách [bọ sáik] Set of books.

bộ tài chánh [bọ tài cáiŋ] Department of Finance.

bộ tham mưu [bọ θam mưu] (Mil) Staff. *Bộ tổng tham mưu :* Joint general staff. *Bộ chỉ huy tiểu đoàn gồm có chỉ huy trưởng và bộ tham mưu của ông :* Battalion headquarters consists of the commanding officer and his staff.

bộ tham mưu đặc biệt [bọ θam mưu dạuk biẹt] Special staff.

bộ tham mưu liên quân [bọ θam mưu lien kwən] Joint staff.

bộ tham mưu lục quân [bọ θam mưu lụk kwən] Army staff.

bộ thông tin [bọ θoŋ tin] Department of Information, Information Bureau.

bộ thương mại [bọ θươŋ mại] Department of Commerce, Board of Trade.

bộ tịch [bọ tịk] Attitude, action.

bộ tộc [bọ tọk] Tribe.

bộ tổng tư lịnh [bọ tổŋ tɯ lịp] General staff.

bộ trình kế [bọ trịp ké] Pedometer.

bộ trưởng [bọ trɯởŋ] Minister, secretary. *Bộ trưởng bộ Lục quân:* Secretary of the Army. *Bộ trưởng ngoại giao :* Foreign Secretary, minister for Foreign Affairs, (in U.S.A.) Secretary of State. *Bộ trưởng nội vụ :* Home Secretary. *Bộ trưởng phụ tá quốc phòng :* Secretary of State assistant for national defence. *Bộ trưởng tài chánh :* Minister of Finance, the Chancellor of the Exchequer.

bộ tư lịnh [bọ tɯ lịp] Headquarters; command. *Bộ tư lịnh hợp nhứt :* Unified command. *Bộ tư lịnh tiểu khu :* Subdistrict headquarters.

bộ tư pháp [bọ tɯ fáp] Department of Justice.

bộ ván [bọ ván] Camp-bed.

bộ xã hội [bọ sã hội] Department of Social affairs.

bộ xã lao [bọ sã lau] Department, Bureau of Labour and Social Affairs.

bộ xương [bọ sɯơŋ] Skeleton.

bộ y tế [bọ i té] Department of Public Health, the ministry of Health, Health department. *Bộ y tế yêu cầu tất cả dân chúng ở trong những vùng bị bịnh chích thuốc ngừa :* The Health department urged all inhabitants of the affected areas to get immunization shots.

bốc [bók] 1) To take (something) with the fingers. *Ăn bốc :* To eat with the fingers. 2) To exhale, to emanate.

bốc To discharge, to unload (goods) from a ship. See **cắt**.

bốc Handful.

bốc Boxing. *Đánh bốc :* To box.

bốc bài [bók bài] To draw, to take a card.

bốc cháy [bók cáy] To burn up.

bốc chiêm thuật [bók ciɛm θwạt] Augury. angural science.

bốc cơm [bók kɔm] To take rice with one's fingers.

bốc hơi [bók hɔi] To evaporate, to dry off (out). *Làm bốc hơi :* To emit, to evaporate.

bốc khói [bók xói] To smoke.

bốc mả [bók mả] To exhume, to disinter.

bốc mồ (mộ) [bók mồ] See **bốc mả**.

bốc phệ [bók fệ] Divination.

bốc ra [bók ra] To emit, give off (vapour, smell) ; to exhale (odour, etc..).

bốc rời [bók rời] To squander, to waste.

bốc sư [bók ʃɯ] Diviner, soothsayer, fortune-teller.

bốc thuốc [bók θwók] To prescribe medicine.

bộc bạch [bọk bạik] To effuse, to open, to reveal. *Sự bộc bạch :* Effusion.

bộc lộ [bọk lộ] Exposed, disclosed, uncovered. *Sự bộc lộ :* Divulgation.

bộc lộ To divulge, to expose, to disclose.

bộc phát [bọk fát] To explode, to break out suddenly.

bôi [boi] 1) To efface, to expunge ; to blot out, to rub out, to obliterate, to strike off. *Bôi tên trong sổ :* To strike off a name from a list, to strike a name off a list. *Tên ông đã bị bôi trong sổ :* Your name has been struck off the list.

2) To coat, to smear, to apply (pomade etc..).

bôi bẩn [boi bẩn] To blur.

bôi bỏ [boi bỏ] To delete, to cross off (out), to cancel (a word). *Nhiều chữ bị kiểm duyệt bôi bỏ :* Several words had been deleted by the censor.

bôi bột [boi bột] To flour.

bôi dầu [boi zầu] To anoint.

bôi đen [boi đɛn] To black.

bôi kem [boi kɛm] To cream.

bôi lọ [boi lọ] To dishonour, to discredit, to besmirch.

bôi trơn [boi trɔn] To lubricate ; to grease or oil (machinery).

bối cảnh [bói kảip] Scene (on the stage of a theatre).

bối loại học [bói lwại họk] Conchology.

Nhà bối loại học : Conchologist.

bối rối [bối rối] Disconcerted, bewildered, embarrassed, abashed. *Công việc bối rối :* Embarrassed business. *Hai có vẻ bối rối khi nó thấy các câu hỏi bài thi :* Hai looked bewildered when he saw the examination questions. *Làm người nào bối rối :* To bring someone into difficulties, to put someone out of countenance. *Tin ấy làm tôi hết sức bối rối :* I was greatly dashed at the news, I was greatly put out by the news. *Bức thơ nầy làm tôi bối rối :* This letter puzzles me.

bối [bồi] Boy, waiter. *Bồi khách sạn :* Boy -servant.

bồi To bank up with earth. *Đất bồi :* Alluvial soil, alluvium, accreted land.

bồi bàn [bồi bàn] Waiter.

bồi bổ [bồi bổ] To enrich.

bồi dưỡng [bồi zưởng] To bring up, to rear.

bồi hoàn [bồi hwàn] To restore (to), to make restitution of (something).

bồi hồi [bồi hồi] Anxious, uneasy, worried.

bồi khoản [bồi xwản] Indemnity, indemnification, compensation (for loss sustained).

bồi phòng [bồi fòng] Hotel page, (slang) bell-hop.

bồi tàu [bồi tàu] Steward.

bồi thẩm [bồi thẩm] Assessor, juror. *Bồi thẩm đoàn :* Jury.

bồi thường [bồi thưởng] To compensate, to make up for, to recoup, to indemnify, to make good. *Tôi sẽ bồi thường cho anh:* I will make it good to you. *Bồi thường vật gì cho người nào :* To compensate someone for something. *Chủ phải bồi thường thiệt hại cho nhân công của mình (nếu họ bị thương trong lúc làm việc) :* Employers should compensate their workmen for injuries (if they are hurt during their work). *Bồi thường những tồn thất :* To make up for one's losses. *Bồi thường thiệt hại cho người nào:* To recoup someone (for) his losses. *Tôi sẽ bồi thường bất cứ số tiền nào mà anh đã xài khi làm việc thay tôi :* I will indemnify you for any expenses you incur while working on my behalf.

bồi thường Compensation, indemnification. *Bồi thường bằng tiền mặt :* To pay someone compensation in cash. *Luật bồi thường những tai nạn lao động :* Workmen's Compensation Act.

bội [bội] Dry sprigs (twigs).

bội [bội] (Hen) Coop.

bội ân [bội ân] Ungrateful, unthankful, thankless, ingrate. *Sự bội ơn :* Ingratitude, thanklessness.

bội bạc [bội bạk] Ungrateful ; false-hearted.

bội bạn [bội bạn] To revolt, to rebel.

bội đạo [bội đạu] To abjure. *Sự bội đạo :* Abjuration.

bội giác [bội sák] Magnification.

bội giáo [bội sáu] To abjure, to apostatize. *Sự bội giáo :* Abjuration, apostasy. *Người bội giáo :* Apostate.

bội lễ [bội lễ] Impolite.

bội lệ [bội lệ] To revolt, to rebel. Contrary to the rule.

bội lý [bội lí] Absurd, opposed to dogma.

bội nghĩa [bội niə] Ungrateful, unthankful, thankless. *Sự bội nghĩa :* Ungratitude, thanklessness.

bội nghịch [bội ɲik] To revolt, to rebel.

bội nhật tính [bội ɲạt tiɲ] (Bot) Apheliotropism.

bội ơn [bội ən] See bội ân.

bội phản [bội fản] To betray, to fall off. *Bội phản người nào :* To play someone false.

bội phần [bội fần] Many, extremely.

bội số [bội số] (Math) Multiple. *Bội số chung nhỏ nhứt :* Least common multiple.

bội thệ [bội thệ] To break one's oath.

bội thực [bội thưk] To have an indigestion.

bội tín [bội tin] Breach of trust.

bội tinh [bội tiɲ] Medal. *Bắc tẩu bội tinh :* Legion of Honor Medal.

bội ước [bọi ựrk] To break one's word, one's promise; to break faith with (someone).

bôm [bom] (Bot) Apple. *Cây bôm :* Apple-tree. *Vườn bôm :* Apple-orchard. *Ruột trái bôm :* Apple-core. *Bôm hai chục đồng một ki lô :* Apples twenty piastres a kilogram. *Thằng bé ham ăn chọn trái bôm lớn nhứt trong dĩa :* The greedy boy chose the biggest apple in the dish.

bôn ba [bon ba] To roam, to wander, to run after (honour, etc.). *Bôn ba nơi hải ngoại :* To roam in overseas countries.

bôn bắc [bon bắuk] Defeated, routed.

bôn cạnh [bon kạịn] To vie, to compete for honour.

bôn đào [bon dàu] To flee, to fly, to run away.

bôn phóng [bon fóŋ] To speed, to bolt.

bôn tẩu [bọn tẩu] To run after (something).

bốn [bón] Four. *Ở nhà số bốn :* To live at number four. *Mùng bốn tháng tám :* The fourth of August. *Mười bốn :* Fourteen.

bốn bánh [bón báịn] Four - wheel(ed). *Xe bốn bánh :* Four–wheeler.

bốn biển [bón biển] Four oceans. *Khắp bốn biển :* All over the world, throughout the world.

bốn chân [bón cơn] *Thú bốn chân :* Quadruped. *Có bốn chân :* Four-footed, tetrapod.

bốn chèo [bón cều] Four-oared. *Thuyền bốn chèo :* Four–oar.

bốn cạnh [bón kạịn] Tetragonal. *Hình bốn cạnh :* Tetragon.

bốn chục [bón cụk] Forty.

bốn động cơ [bón dọŋ kơ] (Av) Four-engined.

bốn góc [bón gók] 1) Four-cornered. 2) Tetragonal. *Hình bốn góc:* Tetragon.

bốn kỳ [bón kì] Four-cycle, four-stoke.

bốn máy [bón máy] (Av) Four-engined.

bốn mặt [bón mạụt] Tetrahedral. *Hình*

bốn mặt : Tetrahedron.

bốn mùa [bón mwə] The four seasons.

bốn mươi [bón mưəi] Forty.

bốn ngựa [bón ŋựa] Four-horse(d). *Xe bốn ngựa:* Four-in-hand.

bốn phía [bón fíə] Four sides ; in all directions.

bốn phương [bón fưəŋ] Four cardinal points (East, West, South and North); all over the world, throughtout the world. *Rải rác khắp bốn phương :* Scattered to the four corners of the earth.

bốn số [bón fó] 1) Four-speed. 2) Four-figure.

bốn tăng [bón tauŋ] Four-cycle, four-stroke.

bốn tốc lực [bón tók lựk] Four-speed.

bồn [bòn] 1) Vase, vessel, basin. *Cái bồn chảy :* Vessel that runs. 2) (Flower) Bed.

bồn binh [bòn bịn] Public square.

bồn chồn [bòn còn] Anxious, worried, uneasy.

bồn chồn To burn with impatience; to be on the gridiron.

bồn hoa [bòn hwa] Flower bed.

bồn rửa mặt [bòn rửə mạụt] Basin, lavatory-basin.

bồn tắm [bòn tắum] Bath, bathtub. *Mỗi phòng trong khách sạn nầy đều có bồn tắm riêng :* Every room in this hotel has a private bath.

bổn phận [bổn fạn] Duty, business, obligation. *Làm tròn bổn phận :* To do one's duty. *Bổn phận của một binh sĩ là bảo vệ xứ sở của mình :* A soldier's business is to defend his country. *Đừng bao giờ quên bổn phận của anh đối với cha mẹ anh :* Never forget your duty to your parents. *Bổn phận của mỗi công dân là giúp đỡ trong thời chiến tranh :* It is the duty of every citizen to help in time of war.

bộn [bọn] Much, many.

bộn bàng [bọn bàŋ] Numerous.

bông [boŋ] Flower, bloom, blossom, ear, head (of grain), spike. *Bó bông :* Bunch of flowers. *Chợ bán bông :* Flower market. *Trổ bông :* To burst into flower, to blossom. *Sự trổ bông :*

Blossoming. *Giỏ bông* : Flower-basket. *Thùng trồng bông* : Flower-box. *Vườn bông* : Flower-garden. *Bình bông* : Flower-pot. *Có nhiều bông* : Many-flowered. *Cây có bông trắng* : White-flowered plant. *Cây trỗ bông sớm* : Early flowerer. *Vải bông* : Flowered material. *Đang trỗ bông* : Flowering.

bông Cotton. *Cây bông* : Cotton-plant. *Hột bông* : Cotton-seed. *Sự trồng bông* : Cotton growing. *Sợi bông* : Cotton yarn. *Vải bông* : Cotton cloth, cotton goods, stuffs. *Vải bông* : Printed cotton. *Máy tỉa hột bông* : Cotton-gin. *Xưởng làm bông* : Cotton-mill. *Nơi trồng bông* : Cotton-plantation.

bông [boŋ] Order, voucher.

bông búp [boŋ búp] (Bot) Bud. *Bông búp nhỏ* : Budlet. *Có bông búp* : Budded. *Các bông búp đều bắt đầu nở* : The buds are all bursting.

bông bụp [boŋ bụp] (Bot) Hibiscus.

bông cái [boŋ kái] (Bot) Female flower.

bông cải [boŋ kải] (Bot) Cauliflower.

bông đá [boŋ đá] Coral. *Giống hình bông đá* : Coralliform.

bông đeo tai [boŋ đɛu tai] Ear-ring.

bông đùa [boŋ dwə] To joke, to jest.

bông đực [boŋ dɯk] (Bot) Male flower.

bông gạo [boŋ gạu] Kapok.

bông giấy [boŋ ʒéi] Confetti.

bông gòn [boŋ gòn] 1) Kapok. 2) Cotton-wool. *Bông gòn thấm nước, bông gòn hút nước* : Absorbent cotton-wool.

bông hoa [boŋ hwa] Flower.

bông hường [boŋ hùəŋ] (Bot) Rose. *Bông hường trỗ hoa suốt mùa hè* : The roses have been blooming all summer.

bông lông [boŋ loŋ] Vague, uncertain.

bông lông đèn [boŋ lòŋ dèn] (Bot) Hibiscus.

bông lơn [boŋ lɔn] Facetious, joking.

bông lơn To joke, to jest.

bông lúa [boŋ lúə] Spike, ear, head of corn.

bông phèng [boŋ fɛŋ] See bông dùa.

bông súng [boŋ ʃúŋ] (Bot) Water-lily.

bông tai [boŋ tai] Ear-ring, ear-pendant.

bông tòn ten [boŋ tòn tɛn] Dangles.

bông vải [boŋ vải] Cotton.

bông vang [boŋ vaŋ] (Bot, Dy) Sapan-wood.

bông vụ [boŋ vụ] Top. *Đánh bông vụ, xoay bông vụ* : To spin a top. *Xoay tròn như bông vụ* : To spin like a top.

bồng [bòŋ] To carry (a child) in one's arms. *Nàng đang bồng đứa bé trên tay* : She is carrying the baby in her arms.

bồng bè [bòŋ bé] See bồng.

bồng bột [bòŋ bột] Effervescent, ebullient, elate. *Sự bồng bột* : Effervescence, ebullience, ebulliency, elation, fermentation.

bồng bột To effervesce, to elate ; to ferment.

bồng con [bòŋ kɔn] To carry one's child in one's arms.

bồng đảo [bòŋ dảu] See bồng lai.

bồng lai [bòŋ lai] Fairyland.

bồng súng [bòŋ ʃúŋ] To present arms.

bổng [bỏŋ] High in the air.

bổng Salary, pay, wage.

bổng cấp [bỏŋ káp] Emoluments, salary, pay, wage.

bổng lộc [bỏŋ lọk] See bổng cấp.

bổng trầm [bỏŋ tròm] Up and down. *Cuộc đời lên bổng xuống trầm*. The ups and downs of life. *(Tiếng) Lên bổng xuống trầm* : (Of sound) To rise and fall gently.

bỗng [bõŋ] Suddenly. *Bỗng chốc, bỗng dưng, bỗng đâu, bỗng không, bỗng nhiên* : Suddenly, all of a sudden.

bỗng *Nhẹ bỗng* : Very light. *Nhấc bỗng lên* : To lift off the ground.

bộng cây [bọŋ kei] Hollow in a tree-trunk.

bốp [bóp] Sound of a clap. *Cái bốp* : Clout.

bốp tai [bóp tai] To slap, to smack someone's face ; to box someone's ears ; to give someone a thick ear. *Cái bốp tai* : Slap, smack in the face, box on the ear.

bộp chộp [bọp cọp] Inconsiderate, thoughtless.

bột [bọt] 1) Flour, farina, meal. *Bột đề làm bánh mì* : Flour for bread. *Bôi bột, rắc bột, thoa bột lên vật gì* : To cover, dust, something with flour. *Làm dính bột cùng mình* : To get covered with flour ; to get all over flour. *Bình rắc bột* : Flour-box, flour-dredger. *Cối xay bột* : Flour - mill. *Nghề xay bột* : Flour-milling. *Nhà máy xay bột* : Flour-mill, flour-milling works. *Có chất bột* : Starchy, farinaceous. *Như bột, có rắc bột* : Farinose. *Thùng đựng bột* : Meal-chest. *Sâu bột* : Meal-worm. *Khoai tây nhiều bột* : Mealy potatoes. 2) (Chem) Flower. 3) Starch. *Bột gạo* : Rice starch.

bột báng [bọt bán] Tapioca.

bột bắp [bọt báump] Cob-meal, corn-flour.

bột gạo [bọt gạu] Rice flour, rice starch.

bột khoai mì [bọt xwai mì] Cassava-flour.

bột khoai tây [bọt xwai tei] Potato-starch, potato-flour.

bột lọc [bọt lọk] Best flour.

bột mì [bọt mì] Wheat flour.

bột nếp [bọt nép] Sticky rice flour.

bột ngô [bọt ŋo] See bột bắp.

bột nhồi [bọt nòi] Batter, paste.

bột ống [bọt óŋ] Macaroni.

bột phát [bọt fát] (Of revolution) To blaze forth, (of war) to burst out.

bột sắn [bọt ʃáumn] Cassava-flour.

bơ [bə] Butter. *Bơ lạt, bơ mặn* : Fresh butter, salt butter. *Phết bơ, trét bơ* : To butter. *Bánh ngọt có bơ* : Butter biscuit. *Kỹ nghệ làm bơ* : Butter-industry. *Có bơ, giống bơ* : Buttery. *Bơ có thể đề lâu được* : Butter that will keep.

bơ lạt [bə lạt] Fresh butter, unsalted butter.

bơ mặn [bə mạumn] Salt butter.

bơ phờ [bə fə̀] Tired, exhausted, worn out.

bơ thờ [bə θə̀] Indifferent, unconcerned.

bơ vơ [bə və] Helpless, abandoned, forsaken.

bờ [bà] Bank, shore, border. *Khi thuyền chìm, chúng nó lội vào bờ* : When the boat sank they swam to the bank. *Gần bờ* : In shore. *Trên bờ* : Ashore, on shore, on the land. *Ở trên bờ* : To be ashore. *Bị trôi giạt vào bờ* : To be driven ashore. *Trôi giạt vào bờ* : To drift on shore. *Nhảy lên bờ* : To jump on to the shore. *Dòng nước chảy vào bờ* : The current sets in towards the shore.

bờ bến [bà bén] Limit. *Không bờ bến* : Without limit.

bờ biển [bà biển] Seashore, sea-coast, seaside ; coast, coast-line. *Bờ biển dốc đứng* : Abrupt coast.

bờ cõi [bà kõi] Confines, limit, frontier.

bờ đường [bà dưə̀ŋ] Driftway, roadside, wayside, sidewalk, footpath-walk.

bờ đê [bà de] Dyke, dike, dam.

bờ giếng [bà siéŋ] Lip of a well.

bờ hồ [bà hò] Border, edge, of a lake.

bờ lũy [bà lŵi] Rampart, battlements, bulward.

bờ mẫu [bà mỗu] Bank. *Ruộng lúa thường thường ngăn cách nhau bằng bờ mẫu* : Rice - fields are usually divided by banks of earth.

bờ rô-mic (Ch) Bromic.

bờ rô-muya (Ch) Bromide.

bờ rôm (Chem) Bromine.

bờ rôm mat (Ch) Bromate.

bờ sông [bà ʃoŋ] River embankment, river bank, bank of a river. *Đi dạo dài theo bờ sông* : To walk along a river's bank. *Thành phố nằm trên bờ sông bên trái* : The town stands on the left bank of the river. *Giữ một đứa bé không cho lại gần bờ sông* : To keep a child away from the water 's edge. *Cứ theo dọc bờ sông* : To keep along the river.

bờ [bà] Crumbly, friable.

bở Profitable, gainful, advantageous.

bỡ ngỡ [bỡ ŋỡ] 1) To be inexperienced. 2) To feel strange, like a fish out of water, not to feel at home, to feel out of one's element. *Nó có vẻ bỡ ngỡ :* He seemed at a loss.

bợ [bợ] 1) To flatter.

bợ đỡ [bợ dỡ] To flatter. *Bợ đỡ người nào quá đáng :* To flatter someone excessively.

bợ ngợ [bợ ŋợ] Awkward.

bơi [bơi] To swim. *Bơi đua :* To swim a race. *Bơi ngang sông :* To swim across the river.

bơi To paddle, to row. *Bơi thuyền qua sông :* To row over the river.

bơi đua [bơi dwə] Swimming race.

bơi đứng [bơi dứŋ] To tread water.

bơi lội [bơi lội] Swimming.

bơi lội To swim.

bơi ngửa [bơi ŋửə] To float, to swim, on one's back.

bơi sải [bơi sải] (Swim) To swim hand over hand. *Cách bơi sải :* Stroke.

bơi thi [bơi θi] See bơi đua.

bơi thuyền [bơi θwièn] To paddle, to oar a boat. *Người bơi thuyền :* Oarsman. *Thuật bơi thuyền :* Oarsmanship.

bơi xuồng [bơi suồŋ] To canoe. *Bơi xuồng đến một nơi nào :* To canoe to a place.

bới [bới] To excavate, to dig with fingers or paws.

bới To dig up, to invent, to make up (story etc...).

bới lông tìm vết [bới loŋ tìm vét] To pick holes, to be over-particular, to be over-critical.

bới móc [bới mók] To dig up (fig) to denounce.

bới tóc [bới tók] To fasten up, put up, do up, bind (up) one's hair. *Bới tóc lại :* To fasten up one's hair. *Bới tóc vội vàng :* To bundle up one's hair.

bởi [bởi] By, because of, on account of.

bởi đâu [bởi dəu] Why ?, for what ?, for what reason ?

bởi đó [bởi dó] Whereby ; consequently.

bởi lẽ ấy [bởi lẽ ấi] Therefore, for this reason.

bởi sao [bởi sau] Why ?, for what reason?

bởi thế [bởi θé] Consequently, therefore, because of that.

bởi vậy [bởi vội] See bởi thế.

bơm [bəm] To pump (water, air) ; to distend, to blow up. *Bơm nước ra, bơm nước lên :* To pump (out, up) water. *Bơm cạn một cái giếng :* To pump a well dry, to pump out a well. *Bơm nước vào nồi súp-de :* To pump water into the boiler. *Bơm không khí vào phổi người chết đuối :* To pump air into the lungs of a drowned man. *Bơm nước một chiếc thuyền :* To pump out a boat. *Bơm hầm mỏ bị lụt :* To pump out a flooded mine.

bơm Pump. *Bơm bị nghẹt :* The pump is foul.

bơm bánh xe [bəm báip sɛ] Tyre-inflator.

bơm chữa lửa [bəm cửə lửə] Fire-engine.

bơm dùng thúy ngân [bəm zùŋ θwi ŋən] Mercurial air-pump.

bơm đẩy [bəm dẩi] Force-pump, forcing-pump.

bơm hơi [bəm həi] Air-pump.

bơm hút [bəm hút] Suction pump.

bơm hút và đẩy [bəm hút và dẩi] Lift-and-force pump.

bơm ly tâm [bəm li təm] Centrifugal pump.

bơm máy [bəm máy] Power pump, mechanical pump.

bơm mỡ [bəm mỡ] Grease-gun.

bơm hơi nước [bəm həi nứrk] Steam-pump.

bơm săng [bəm saŋ] Petrol pump.

bơm tay [bəm tay] Hand-pump.

bơm xe đạp [bəm sɛ dạp] Bicycle-pump.

bơm vỏ [bəm vỏ] To pump air into a tyre.

bơm vòi rồng [bəm vòi ròŋ] Fire-engine.

bờm [bờm] Mane (of horse, lion).

bờm xờm [bờm sờm] Dishevelled, ruffled, rumpled, tousled (hair).

bợm [bợm] Rogue. Tay bợm có tiếng : Arrant rogue.

bỡn [bỡn] Đùa bỡn : To joke, to trifle.

bỡn cợt [bỡn kợt] To trifle. Không nên bỡn cợt với ái tình : Do not trifle with love.

bớp tai [bớp tai] See bộp tai.

bớt [bớt] Birth mark.

bớt To diminish, to decrease, to reduce ; to lessen, to abate; to dock (a workman's wages). Gió đã dịu bớt : The wind abated. Làm ốm bớt : To reduce one's weight. Anh muốn ốm bớt không ? : Do you wish to reduce ?. Bớt tốc lực của một chiếc tàu : To ease (down) the speed of a boat. Bớt tốc lực : To reduce speed. (Ngựa, nài) Được bớt năm ki-lô: (Of horse, jockey) To have an allowance of five kilogrammes. Bớt giá một món đồ : To make an allowance on an article. Bớt số chi phí : To axe expenditure. Bớt một số sĩ quan : To axe a number of officers.

bớt giận [bớt sận] To remit one's anger.

bớt lần [bớt lần] To be on the decrease.

bớt tiêu [bớt tieu] To reduce expenses.

bu [bu] 1) (Of flies) To cluster, to flock. (2) To swarm, to gather. Ruồi bu đầy trên bánh : The flies cluster on the cake. Bu chung quanh người nào : To flock about someone. Trẻ con bu chung quanh mẹ nó : The children clustered round their mother. Một đám đông bu chung quanh ngay : A crowd soon gathered round. Đám đông người bu lại nhà ga : The crowd swarmed the railway station. Những người ăn xin bu lại chung quanh các nhà du lịch giàu có : Beggars swarmed round the rich tourists. Các trẻ con bu chung quanh thầy giáo chúng nó : The children flocked round their teacher.

bu Mother.

bu-di [bu zi] Sparking-plug.

bu gà [bu gà] Chicken coop.

bú [bú] (Of infant) To suck. Cho bú : To nurse, feed (child) at the breast. Cho đứa bé bú : To give a child suck, to suckle a child, to give suck to a child, to give a child the breast, to give the breast to a child. Thôi cho bú : To wean. Trẻ con còn bú : Child at the breast. Đứa bé vẫn còn bú ngón tay cái : The baby still sucks its thumb.

bú chùn chụt [bú cùn cụt] To suck noisily.

bú chực [bú cực] To suck milk from another woman than one's mother.

bú dù [bú zù] Monkey.

bú nhờ [bú nờ] See bú chực.

bú tay [bú tay] To suck one's fingers.

bù [bù] To compensate for, to make up. Bù vật gì cho người nào : To compensate someone for something. Bù vào cho đủ số tiền : To make up the even money.

bù (sự) Compensation, amends. Để bù lại lỗi ấy : As amends for this wrong.

bù đắp [bù dắp] See bù.

bù ệt [bù ệt] Wheelbarrow.

bù hao [bù hau] To compensate, to supply a loss.

bù lại [bù lại] To recover, to make up for. Bù lại thì giờ đã mất : To recover lost time.

bù lon [bù lon] Bolt. Đầu bù lon : Bold-head. Bù lon bắt nhịp : Spring center bolt. Bù lon đầu giẹp : Flat head pin. Bù lon ráp : Through bolt. Bù lon sáu cạnh : Hexagon bolt.

bù lu bù loa [bù lu bù lwa] Khóc bù lu bù loa : To cry, to moan, to wail.

bù nhìn [bù nìn] Puppet, tool. Chánh phủ bù nhìn : Puppet government.

bù xù [bù sù] Untidy, unkempt (hair).

bù trừ [bù trừ] To compensate. Sự bù trừ : Compensation. Quỹ bù trừ : Equalization fund.

bụ [bụ] Plumb, chubby.

búa [bwá] Hammer. Đập bằng búa : To hammer. Đóng đinh bằng búa : To hammer in a nail. Đập sắt bằng búa :

To hammer iron. *Tán đầu một cây đinh tán bằng búa :* To hammer down a rivet.

2) Axe. *Búa đốn cây :* Woodman's axe, felling axe. *Giống hình cái búa :* Axe-shaped.

búa bửa củi [bwə bửə kủi] Wood-chopper.

búa chày [bwə cày] Power-hammer.

búa đóng đinh [bwə dóŋ đip] Hammer.

búa rìu [bwə rìu] Hammer and hatchet.

búa tán đinh [bwə tán đip] Riveting-hammer.

búa thợ rèn [bwə θợ rèn] Sledge, sledge-hammer.

bùa [bwə] Charm, amulet, talisman.

bùa cầu tài [bwə kầu tài] Talisman for money.

bùa hộ mạng [bwə họ mạŋ] Talisman for self-protection.

bùa mê [bwə me] Charm.

bùa yêu [bwə ieu] Love - philtre, love potion.

bục [bục] Dais, stage.

búi tó [búi tó] See búi tóc.

búi tóc [búi tók] Bun, chignon.

bùi [bùi] Tasty.

bùi ngùi [bùi ŋùi] Sad, melancholy.

bùi nhùi [bùi pùi] German tinder, touchwood, punk.

bùi tai [bùi tai] Pleasant to hear.

bụi [bụi] Dust. *Làn bụi cuốn :* Storm of dust, dust-storm. *Máy hút bụi :* Dust-exhauster. *Đầy bụi, nhiều bụi :* Dusty. *Thổi bụi trên quyển sách :* To blow the dust off a book. *Thổi bụi bay đi :* To blow away the dust. *Bụi đóng ngay nếu một cái phòng không được quét mỗi ngày :* Dust soon collects if a room is not swept every day. *Quần áo của nó đầy bụi :* His clothes were covered with dust. *Tôi bị một hột bụi vô mắt :* I've got a speck of dust in my eye. *Gió cuốn bụi lên :* The wind raises the dust.

bụi Bush. *Chúng nó chạy trốn trong bụi :* They ran away and hid in the bushes.

bụi bặm [bụi bạɯm] Dust. *Không khí đầy bụi bặm :* The air is thick with dust.

bụi gai [bụi gai] Bush of thorn.

bụi rậm [bụi rạm] Undergrowth, brushwood. *Nó chui ngang qua bụi rậm :* He wormed his way (himself) through the undergrowth.

bụi than đá [bụi θan dá] Coal-dust. *Tay đóng đầy bụi than đá :* Hands ingrained with coal-dust.

bụi vàng [bụi vàŋ] Gold-dust.

bụm miệng [bụm mieŋ] To gag.

bụm mũi [bụm mũi] To hold the nostrils.

bún [bún] Vermicelli. *Mềm như bún :* Very soft, tender.

bún tàu [bún tàu] Chinese vermicelli.

bùn [bùn] Mud, mire, ooze, dirt; slime, sludge. *Bùn lên tận đầu :* To be covered in mud, to be all over mud, mudded all over. *Bãi bùn :* Mud-bank, mud-flat. *Xáng vét bùn :* Mud-dredger. *Lấm bùn, vấy bùn :* Mud-stained, mudded. *Sự tắm bùn để trị bịnh :* (Med) Mud-bath. *Chân dính chắc dưới bùn :* Feet fast in the mud. *Có một đốm bùn trên áo của anh :* There's a splash of mud on your dress.

bùn lầy [bùn lèi] Muddy. *Đường bùn lầy :* Muddy road. *Chúng tôi vội vàng đi mặc dầu trời tối và đường bùn lầy :* We cut on (:hurry) in spite of the darkness and the muddy roads.

bùn non [bùn nɔn] Mud, silt, alluvion (on river-banks, etc.)

bủn rủn [bủn rủn] To be paralyzed.

bủn xỉn [bủn sỉn] Stingy, mean, miserly, parsimonious. *Người bủn xỉn :* Stingy fellow.

bung ra [buŋ ra] To untretch, to unwind.

bung xung [buŋ suŋ] Puppet, scarecrow.

búng [búŋ] To flip, to flick, to fillip, to flirt, to crack. *Búng tai người nào :* To flip someone on the ear, to flip (at) someone's ear. *Búng cho tàn thuốc rớt khỏi điếu thuốc :* To flip the ash off one's cigarette. *Nó búng con ruồi văng ra khỏi tay áo nó :* He flicked a fly off his sleeve.

búng *Một búng cơm:* A mouthful of rice.

búng tay [búŋ tay] Flip, flick, fillip.

bùng cháy [bùŋ cáy] To flame up, to go up in flames. *Bùng cháy thình lình :* To flare up.

bùng nổ [bùŋ nổ] To break out, to blaze out. *Cuộc cách mạng bùng nổ :* The revolution blazed out. *Chiến tranh bùng nổ :* War broke out.

búng [bùŋ] Flabby, limp, flaccid.

bụng [bụŋ] 1) Abdomen, belly, stomach. *Bụng trống rỗng (không có gì ăn) :* To have an empty belly. *Chứng đau bụng:* Belly-ache. *Đau bụng :* To have the belly-ache.

2) Bulge, belly (of wase, bottle).

bụng chân [bụŋ cən] (Anat) Calf (of leg).

bụng chứa [bụŋ cửa] Pregnant, with child, great with child.

bụng dạ [bụŋ zạ] Heart.

bụng dưới [bụŋ zưới] Abdomen.

bụng đói [bụŋ đói] Empty-stomach.

bụng không [bụŋ xoŋ] See bụng đói.

bụng mang dạ chứa [bụŋ maŋ zạ cửa] See bụng chứa.

bụng ỏng [bụŋ ỏŋ] Big-belly, pot-belly. *Bịnh ỏng bụng :* Visceroptosis.

bụng phệ [bụŋ fẹ] Abdominous, big-bellied, pot-bellied.

bụng phệ Big-belly, pot-belly, fat-guts, ventricose.

bụng rộng rãi [bụŋ rọŋ rãi] Bountiful, generous.

bụng thụng [bụŋ θụŋ] Ample.

bụng to [bụŋ tɔ] 1) Pregnant, with child.

2) See bụng phệ.

bụng tốt [bụŋ tót] Good heart. Good-hearted.

bụng trống [bụŋ trốŋ] Empty stomach. *Uống lúc bụng trống :* To drink on an empty stomach.

buộc [bwərk] To fasten, to fasten up, to chain, to bind, to tie, to tie up, to attach, to truss, to buckle, to lash, to enlink. *Buộc vết thương lại :* To

bind (up) a wound. *Buộc tóc lại :* To fasten up one's hair. *Buộc vật gì bằng sợi dây :* To bind something with a rope. *Buộc dây giày :* To tie, knot, one's shoe-laces.

buộc To oblige, to constrain, to compel, to bind, to force. *Buộc người nào làm việc gì:* To constrain someone to do something. *Buộc người nào phải xin lỗi :* To compel someone to beg pardon. *Buộc người nào phải vô, ra khỏi phòng :* To force someone into the room, out of the room. *Buộc điều kiện với người nào :* To impose conditions on someone ; to lay down conditions to someone.

buộc boa [bwərk bwa] Gratuity, tip. *(Trong tiệm ăn) Không phải cho buộc boa:* No gratuities.

buộc chặt [bwərk cặt] To bind tightly.

buộc dây [bwərk zei] To bind with a rope.

buộc gút [bwərk gút] To tie a knot.

buộc lòng [bwərk lɔ̀ŋ] Obliged, bound, compelled (to do something).

buộc tội [bwərk tội] To accuse, to criminate, to indict. *Sự buộc tội :* Charge. *Tự đưa bằng chứng ra để buộc tội mình :* To criminate oneself. *Buộc tội người nào :* To charge someone with a crime, to charge a crime upon someone. *Nó bị buộc tội giết người :* He was charged with murder. *Bị buộc tội đồng lõa :* Indicted for complicity, indicted on a charge of complicity.

buổi [buổi] Half a day, period of time. *Cả hai buổi :* Morning and afternoon, all day.

buổi chầu [buổi cầu] Audience.

buổi chiều [buổi ciều] Afternoon, evening. *Buổi chiều không gió :* Breathless evening.

buổi chợ [buổi cợ] Market-day, market time.

buổi giao thời [buổi ʒau θời] Period of transition, transitory period.

buổi hầu [buổi hầu] Office hours, work hours.

buổi họp [buổi họp] Session, meeting

seminar. *Buổi họp bế mạc lúc tám giờ* : The meeting closed at eight o'clock. *Buổi họp được định vào ngày thứ hai 15 tây* : The meeting is fixed (set down) for monday the 15 th. *Nó không có mặt trong buổi họp* : He didn't show up at the meeting. *Buổi họp chấm dứt lúc mười giờ* : The meeting terminated at ten o'clock.

buổi làm [buổi làm] Work hours.

buổi lễ [buổi lễ] Ceremony.

buổi mai [buổi mai] Morning.

buổi sáng [buổi sáŋ] Morning, forenoon. *Trời mưa suốt buổi sáng nhưng trời trở nên tốt vào buổi chiều* : It rained all the morning but turned fine in the afternoon.

buổi sơ khai [buổi ʃə xai] Beginning.

buổi sớm mai [buổi ʃóm mai] Morning.

buổi thiều thời [buổi θiều θời] Early youth.

buổi tối [buổi tối] Evening. *Suốt buổi tối* : All the evening. *Chúng ta sẽ đến Saigon vào buổi tối* : We shall reach Saigon in the evening.

buổi trưa [buổi trưa] Noon, midday. *Bóng buổi trưa* : Shadow at noon.

buổi xế [buổi xế] Afternoon.

buồm [buồm] Sail. *Trương buồm, hạ buồm* : To hoist, lower, a sail. *Trương buồm thêm* : To make more sail. *Thợ làm buồm* : Sail - maker. *Kim của thợ may buồm* : Sail-needle. *Thượng buồm chạy thẳng về hải cảng:* To sail towards the harbour. *Tàu buồm, thuyền buồm:* Sailer. *Vải buồm:* Sailcloth.

buồm (Fig) To flee, to fly, to run away.

buôn [buən] To trade, to deal.

buôn bán [buən bán] To trade, to traffic, to deal with. *Buôn bán lớn* : To do big business. *Buôn bán với các nước khác* : To traffic with other countries. *Buôn bán với người nào* : To deal with someone. *Buôn bán da* : To deal in leather. *Nó buôn bán len* : He's in the wool business. *Buôn bán dễ kiếm tiền hơn làm ruộng* : It's easier to make money from business

than from farming.

buôn bán Trade, business, trading, traffic, dealing. *Buôn bán trà:* To be in the tea trade. *Sự buôn bán dọc theo bờ biển* : Coasting trade. *Thành phố buôn bán* : Trading town. *Người buôn bán:* Trader, tradesman. *Sự buôn bán rượu:* Dealing in wines. *Người buôn bán ngựa* : Horse-dealer. *Người buôn bán sỉ, lẻ* : Wholesale, retail, dealer.

buôn bán lẻ [buən bán lẻ] Retail trade.

buôn bán sỉ [buən bán ʃi] Wholesale trade.

buôn lậu [buən lậu] To smuggle, to engage in smuggling, to deal in smuggled goods.

buôn lậu Contraband, smuggling. *Tàu buôn lậu:* Contraband vessel. *Người buôn lậu* : Contrabandist, smuggler.

buôn người [buən ŋười] To buy and sell slaves.

buôn son bán phần [buən ʃon bán fón] To sell one's charms, to prostitute oneself. *Nàng làm nghề buôn son bán phấn* : She earns her money on her back.

buôn thần bán thánh [buən θần bán θáiɲ] To earn a living from religion.

buôn thúng bán mẹt [buən θúŋ bán mẹt] To be a small vendor or merchant.

buồn [buồn] Sad, doleful (person, face, etc...) ; melancholy (news). *Tin buồn:* Doleful, melancholy news ; black tidings. *Có vẻ buồn:* To look sad. *Nó lấy làm buồn vì đã làm việc ấy* : He is sorry he did it, sorry to have done it. *Tôi lấy làm buồn mà nghe nói rằng...* : I am sorry to hear that... *Ở đây buồn chết được* : It is deadly dull here, this is a deadly dull hole. *Sao trông anh buồn thế?* : Why are you looking so dismal ?. *Chúng ta làm sao cho nàng hết buồn (làm cho nàng vui lại)?:* What can we do to chase her gloom away (i.e. make her cheerful again)?. *Nó buồn vì con chó của nó đã chết* : He is sad because his dog has died. *Tôi lấy làm buồn nghe tin mẹ anh chết* : I am sorry to hear that your mother is dead.

buồn Ticklish.

buồn To desire, to want, to have a mind (to do something).

buồn bã [buồn bã] Sad, dreary, disconsolate, dismal.

buồn bực [buồn bực] Doldrums, boredom, ennui.

buồn chân buồn tay [buồn cơn buồn tay] Not to know what to do with one's hands.

buồn cười [buồn kười] Funny. *Câu chuyện rất buồn cười làm thính giả cười ngất* : The story was so funny that the audience fell into a convulsion of laughter.

buồn cười To want to laugh.

buồn đái [buồn dái] To want to make water, to need to urinate, to want to pass water (urine).

buồn đi giải [buồn di giải] See **buồn đái.**

buồn đi ngoài [buồn di ngwài] To want to go to stool, to need to go to stool.

buồn hiu [buồn hiu] Sad.

buồn ỉa [buồn iả] See **buồn đi ngoài.**

buồn mửa [buồn mửa] Nauseous, nauseating, inclined to vomit.

buồn mửa To desire to vomit.

buồn nản [buồn nản] Discouraged.

buồn ngủ [buồn ngủ] To want to sleep; to be, feel, drowsy; sleepy. *Làm người nào buồn ngủ* : To make someone drowsy (sleepy). *Dáng, vẻ buồn ngủ* : Sleepy look. *Nó buồn ngủ đử rồi*: He is ready to drop with sleep.

buồn nôn [buồn non] See **buồn mửa.**

buồn phiền [buồn fiền] Chagrined.

buồn rầu [buồn rầu] Sad, sorrowful, dismal, doleful, woeful, disconsolate.

buồn rầu To grieve, to feel grief. *Đừng nên buồn rầu như vậy* : Do no grieve so.

buồn rười rượi [buồn rười rượi] Very sad.

buồn tẻ [buồn tẻ] Dull, humdrum. *Đời buồn tẻ* : Dull life. *Công việc buồn tẻ*: Humdrum work.

buồn teo [buồn tru] Extremely sad.

buồn tênh [buồn teip] See **buồn teo.**

buồn thảm [buồn thảm] Dismal.

buồn thiu [buồn thiu] Very sad.

buồn xo [buồn xo] Very sad.

buông [buông] To release, let go, one's hold. *Buông tôi ra !* : Let me go ! *Buông thắng* : To release the brake.

buông cương [buông kương] To slacken the rein; to give a horse free rein, to give rein to a horse, (fig) to give someone more liberty (than usual).

buông chèo [buông chèu] To stop rowing.

buông dây [buông zei] To let go a rope, to loose a rope. *Nó buông dây ra* : He let go the rope.

buông lời [buông lời] To utter words.

buông màn [buông màn] To lower the curtain or the mosquito-net.

buông mành [buông màiṇ] To lower the blind.

buông ra [buông ra] To let go, to release, to unloosen one's hold.

buông rèm [buông rèm] See **buông mành.**

buông tay [buông tay] To drop one's arms.

buông tên [buông ten] To loose an arrow.

buông tha [buông tha] To release, to set free; to disengage.

buông thả [buông thả] See **buông tha.**

buông tiếng [buông tiếṇ] See **buông lời.**

buồng [buồng] Chamber, room, cabinet; cabin, cage. *Buồng của thang máy* : Lift-cage. *Buồng của người lái xe điện* : Driver's cabin.

buồng ăn [buồng ann] Dining-room.

buồng chuối [buồng cuối] Whole stem of bananas.

buồng giấy [buồng giấy] Office, bureau.

buồng hoa [buồng hwa] (Bot) Capitulum.

buồng học [buồng học] Classroom; study room.

buồng khách [buồng xáik] Living-room, drawing room, parlor.

buồng lái [buồng lái] Driver's cabin.

buồng ngủ [buồng ngủ] Bedroom.

buồng phổi [buồng fổi] Lungs.

buồng tắm [buồŋ tắưm] Bathroom.

buồng the [buồŋ θɛ] Lady's room (chamber).

buồng trò [buồŋ trò] Coulisse.

buồng trứng [buồŋ trứŋ] Ovary (of women).

buốt [buốt] Sharp, biting. *Lạnh buốt :* Ice-cold.

buột [buột] To slip, to slide, to get loose.

buột miệng [buột miệŋ] To make a slip of the tongue.

buột tay [buột tay] To slip from the hand.

búp [búp] (Bot) Bud.

búp bê [búp bê] Doll, dolly. *Con bé không thích được vuốt ve nhưng nó thích vuốt ve búp bê của nó :* The baby doesn't like being cuddled herself but she likes to cuddle her doll.

búp hoa [búp hwa] Button.

búp măng [búp mắưŋ] (Bot) Bamboo sprout. *Ngón tay búp măng :* Tapering fingers, slender fingers.

bút [bút] Pen.

bút chì [bút cì] Pencil.

bút chiến [bút cién] Polemic, controversy. *Nhà bút chiến:* Polemist. *Thuộc về cuộc bút chiến :* Polemic, polemical.

bút cứ [bút kứ] Handwriting proof (evidence).

bút đàm [bút dàm] Pen conversation, conversation by writing.

bút đề [bút dề] Writing.

bút ký [bút kí] Note.

bút máy [bút máy] Fountain pen. See viết máy.

bút mặc [bút mặưk] Pen and ink (fig) literature.

bút nghiên [bút ŋiên] Pen and ink-slab (fig) studies.

bút pháp [bút fáp] Style of handwriting.

bút sắt [bút sắưt] Pen.

bút tháp [bút θáp] Obelisk.

bút toán [bút twán] Book-keeping, accountancy.

bút toán viên [bút twán vien] Bookkeeper, accountant.

bút vẽ [bút vẽ] Paint-brush.

bút tướng pháp [bút tướŋ fáp] Graphology.

bụt [bụt] Buddha. *Lành như bụt :* As gentle as a lamb. *Gần chùa gọi bụt bằng anh:* Familiarity breeds contempt.

bư [bư] Silly, stupid.

bứ [bứ] Sated, surfeited.

bự [bự] Great, big.

bự phần [bự fốn] *Mặt bự phấn :* Over made-up face.

bừa [bừa] To harrow, to bush, to drag. *Cái bừa :* Harrow, drag.

bừa 1) At random; careless. *Nói bừa :* To speak at random.

2) In disorder.

bừa bãi [bừa bãi] Cluttered, in huggermugger, in disorder, untidy. *Để giấy má bừa bãi :* To leave one's papers lying about.

bừa cào [bừa kàu] Rake.

bửa [bửa] To split, to cleave, to chop. *Bửa một khúc gỗ ra làm hai :* To cleave a block of wood in two.

bửa củi [bửa kủi] To chop sticks. *Con bửa củi :* Elater.

bữa [bữa] 1) Day, daytime. *Mấy bữa rày :* These few days.

2) Meal, repast.

bữa ăn [bữa ăưn] Meal, repast, dinner. *Bữa ăn sáng :* Breakfast. *Bữa ăn tối :* Supper. *Bữa ăn trưa:* Lunch. (*Thuốc*) *Dùng sau những bữa ăn chánh :* To be taken after meals.

bữa ấy [bữa ếi] That day.

bữa chén [bữa cén] Banquet, feast.

bữa cơm [bữa kơm] Meal, repast. *Bữa cơm trưa:* Midday meal, lunch, dinner.

bữa đó [bữa đó] That day.

bữa hổm [bữa hổm] See bữa đó.

bữa kia [bữa kia] Two days after, after tomorrow.

bữa kịa [bữa kịa] Three days after.

bữa nay [bữa nay] Today.

bữa nọ [bữa nọ] The other day.

bữa qua [bữa kwa] Yesterday.

bữa sau [bử⌐ sau] The next day.

bữa tiệc [bử⌐ tịrk] Banquet, feast.
Tôi định đãi chúng nó một bữa tiệc :
I thought of giving them a banquet.

bữa trước [bử⌐ trúrk] The other
day, eve.

bựa [bự⌐] (Dent) Tartar (on teeth).

bức [búrk] Hot, sultry, torrid.

bức ảnh [búrk ảiŋ] Picture, image.

bức bách [búrk báik] To force, to
compel.

bức di [búrk di] (Sp) To outdistance,
to leave far behind (in a race, etc..),
to walk away from (a competitor).

bức hiếp [búrk hiếp] To oppress.

bức họa [búrk hwạ] Picture.

bức hôn [búrk hon] To force into
marriage ; forced marriage.

bức màn [búrk màn] Curtain. *Bức
màn sắt :* The iron curtain.

bức thơ [búrk θ⌐] Letter. *Gởi gấp một
bức thơ :* To express a letter. *Bức thơ
nầy không thể để vào bao thơ nhỏ nầy
được :* This letter won't go into this
small envelope. *Tôi rất vội vàng khi
viết thơ nầy :* I was hurried when I
wrote that letter. *Bức thơ nầy chứng
tỏ rằng nó còn sống :* This letter
proves him to be still alive. *Bức thơ
nầy không bao giờ tới tay nó :* This
letter never reached him. *Cho tôi xem
lại bức thơ ấy :* Let me see that letter
again. *Tôi sẽ viết cho chúng nó một
bức thơ :* I shall write to them a letter.
Phiền anh dịch giùm tôi bức thư nầy :
I will trouble you to translate this
letter. *Nó giấu bức thơ trong túi nó :*
He tucked the letter into his pocket.

bức thư [búrk θɯ] See bức thơ.

bức tranh [búrk traiŋ] Painting, picture.
*Nhiều bức tranh quí giá bị lửa làm hư
hại :* Several valuable pictures were
damaged by fire. *Bức tranh nầy tả
một cảnh săn bắn :* This picture
represents a hunting scene.

bức tường [búrk tɯ⌐ŋ] Wall. *Bức
tường Ô nhục :* Wall of Shame.
Bức tường âm thanh : Sonic wall,
sound barrier. *Phái đoàn Đức đệ*

trình một quyết nghị đòi phá hủy « *Bức
tường Ô nhục* » : The German delega-
tion had submitted a resolution
calling for the destruction of the « Wall
of Shame ».

bức vẽ [búrk vẽ] Image, picture.

bức xạ [búrk sạ] Radiation.

bực [bựk] Displeased, vexed.

bực 1)Degree, grade, rank, echelon, estate.
2)Step, stair (of stairs), rung (of ladder).

bực bội [bựk bọi] Discomfort. *Làm
bực bội :* To discomfort.

bực ba [bựk ba] (Mth) Cubic. *Phương
trình bậc ba :* Cubic equation. *Căn số
bực ba :* Cubic root.

bực dọc [bựk zọk] See bực bội.

bực mình [bựk mịŋ] Vexed, annoyed.
Làm bực mình : Vexing, disagreeable,
displeasing.

bực thang [bựk θaŋ] Rung of ladder.

bực trung [bựk truŋ] Average.

bực tức [bựk tứk] Excited. *Làm bực
tức :* To enrage.

bưng [bɯŋ] 1) To carry with both hands.
Bưng khay : To carry a tray.
2) Maquis. *Đi bưng :* To take the
maquis.

bưng Very dark. *Tối như bưng :* It is
pitch-dark.

bưng To hide, to stop, to cover.

bưng biền [bɯŋ biền] Maquis.

bưng bít [bɯŋ bit] To hide, to cover up.

bưng mắt [bɯŋ mắɯt] To blindfold,
to blind the eyes.

bưng miệng [bɯŋ miệŋ] To stop one's
mouth.

bưng tai [bɯŋ tai] To stop one's ear.

bứng [búrŋ] To unroot, to uproot.

bứng cây [búrŋ kei] To uproot a tree.

bứng rễ [búrŋ rẽ] To disroot, to uproot.

bừng [bừŋ] To open suddenly ; to
blaze up.

bừng bừng [bừŋ bừŋ] *Bừng bừng nổi
giận :* Ablaze with anger.

bừng mắt [bừŋ mắɯt] To open
suddenly the eyes.

bừng mặt [bừŋ mạt] **Comb.**

bước [bứrk] Step, pace ; gait. *Đi một bước* : To take a step. *Lui một bước* : To step back a pace, to take a step back. *Tới một bước* : To take a step forward. *Từng bước một* : Step by step. *Cứ mỗi bước* : At every step. *Bước ngắn* : Short step. *Xa chừng mười bước* : Ten paces off. *Bước chậm* : At a slow pace. *Đi bước thường* : At a walking pace, at (a) foot pace. *Rảo bước* : To walk at a rapid pace ; to quicken, hasten, the pace, one's pace. *Bước đi không vững* : Unsteady gait. *Bước tới hai bước* : To advance two steps, two paces. *Không lùi một bước* : Not to yield an inch, not to give way an inch.

bước To step, to pace. *Bước lại đây* : Step this way. *Đếm bước để đo một đoạn đường* : To step (off, out) a distance. *Bước tới hai bước* : To advance two steps, two paces. *Bước chân trái trước* : To step off with the left foot. *Bước cao lên* : To step high (to raise one's feet in taking steps).

bước chậm [bứrk cậm] Slow pace.

bước chân [bứrk cân] Step, pace.

bước dài [bứrk zài] To stride. *Bước dài tới người nào* : To stride up to someone.

bước dài Stride. *Đi bước dài* : To walk with big strides.

bước đầu [bứrk dầu] Début.

bước đi [bứrk di] 1) Gait, step. *Bước đi không vững* : Unsteady gait. *Bước đi nhẹ nhàng* : Light step.

2) Go away! begone! scram!

bước đường [bứrk dừrŋ] Way.

bước lên [bứrk len] To step up.

bước lui [bứrk kui] To step back. *Bước lui lại một bước* : To step back a pace.

bước mau [bứrk mau] To quicken, hasten, one's pace, to go quickly, to go at a good pace. *Bước mau* : Quick step. *Nó đi bước mau* : He was walking with quick step.

bước một [bứrk mọt] Step by step.

bước ngang qua [bứrk ŋaŋ kwa] To step over.

bước ngắn [bứrk ŋắm] To step short.

bước ngắn Short step.

bước nhảy vọt [bứrk ŋảy vọt] By leap and bound. *Tiến bộ bằng những bước nhảy vọt* : To advance, progress, by leaps and bounds.

bước qua [bứrk kwa] To step over, to stride over.

bước ra [bứrk ra] To step out.

bước sải [bứrk ʃải] To stride. See **bước qua**.

bước tới [bứrk tới] To step forward.

bước thập bước cao [bứrk θấp bứrk kau] To limp, to hobble.

bước thong thả [bứrk θoŋ θả] Leisurely pace.

bước vào [bứrk vàu] To step in.

bước xuống [bứrk suốŋ] To step down.

bươi [bɯai] To scratch. *Gà con bươi tìm trùn* : The chickens were scratching for earthworms.

bưởi [bửai] (Bot) Grape-fruit, pomelo.

bươm bướm [bɯəm bướm] (Ent) Butterfly.

bướm [bướm] (Ent) Butterfly. *Bướm bay lượn chung quanh hoa* : Butterflies playing among the flowers.

bướm ong [bướm ɔŋ] Butterfly and bee. (Fig) Flirtation. *Thả lời bướm ong* : To flirt.

bướm tằm [bướm tàɯm] Bombyx.

bướng [bướŋ] Stubborn, dogged, obstinate, contumacious, wilful, pig-headed, bull-headed. *Chỉ vì bướng* : Out of pure, sheer cussedness.

bướng bỉnh [bướŋ bỉŋ] See **bướng**.

bươu đầu [bɯəu dầu] To have a bump on the head.

bươu trán [bɯəu trán] To have a bump on the forehead.

bướu [bướu] Hump (of camel etc), hump ; (bot) gnarl ; (Med) growth, tumor (tumour).

bướu càng tôm [bướu kàŋ tom] (Med) Cheloid, cheloma.

bướu cổ [bướu kỏ] (Med) Goitre.

bướu lưng [bướu kɯŋ] Hump.

bướu ngoài xương [buɔ́u ŋwài suɔŋ] (Med) Exostosis.

bướu nham [buɔ́u ɲam] (Med) Carcinoma.

bướu nham thượng bì [buɔ́u ɲam θuɔ̣ŋ bì] (Med) Epithelioma.

bướu sụn [buɔ́u ʃụn] (Med) Chondroma.

bướu thịt ở cổ [buɔu θịt ɔ̉ kỏ] (Med) Bronchocele.

bứt [bứt] To tear (out), to pluck out.

bứt rứt [bứt rứt] Uneasy; to have the fantads, to be in a fantigue. Tình trạng bứt rứt : Uneasiness.

bứt tóc [bứt tók] To tear (out) one's hair.

bưu chính [buu cíɲ] Postal service.

bưu cục [buu kục] Post-office.

bưu điện [buu diện] Post, telegraph and telephone. Nha bưu điện : Post-office. Tiếp tục đi thẳng đến khi nào anh gặp nhà bưu điện : Keep straight on until you get to the post-office.

bưu kiện [buu kiện] Parcel post, postal parcel.

bưu phí [buu fí] Postage, mailing cost.

bưu phiếu [buu fiếu] (Post) Money order.

bưu tá [buu tá] Postman.

bưu thiệp [buu θiệp] Post cards. Sự trao đổi bưu thiệp gia đình : Exchange of family post cards.

bưu tín viên [buu tín vien] Mail clerk.

bửu [bửu] See bảo.

C

CA [ka] To sing. *Ca đúng điệu :* To sing in tune. *Bài ca :* Song. *Tình-ca:* Love-song. *Khải hoàn ca :* Song of triumph.

ca Case. See trường hợp.

ca-bản [ka bản] Song-book.

ca-bô [ka bo] (Aut) Bonnet (of car).

ca-cao [ka kau] (Bot) Cacao. *Hột ca-cao :* Cacao-seed. *Cây ca-cao :* Cacao-tree. *Trái ca-cao :* Cacao-nut, cacao-pod. *Bột ca-cao :* Cocoa. *Cối xay ca-cao :* Cacao-mill. *Vườn trồng ca-cao :* Cacao-plantation.

ca công [ka koŋ] Singer.

ca dao [ka zau] Popular song, folk song.

ca hát [ka hát] To sing.

ca khúc [ka xúk] Song.

ca kịch [ka kịk] Opera.

ca kỹ [ka kỉ] Songstress.

ca lâu [ka lɔu] Café-concert.

ca-lo-mèl (Ch) Calomel.

ca lô [ka lo] Forage-cap.

ca ngâm [ka ŋəm] To sing poems.

ca ngợi [ka ŋợi] To congratulate. *Lời ca ngợi :* Congratulation. *Để ca ngợi :* Congratulatory.

ca nhạc [ka ŋạk] Music and song.

ca nô [ka no] (Open) Boat, speed-boat.

ca-ra [ka ra] Carat.

ca-ri [ka ri] (Cu) Curry powder. *Cà-ri gà :* Chicken curry. *Ăn rất nhiều ca-ri :* To eat too much curry. *Ca-ri nầy cay quá :* This curry is too hot.

ca rốt [ka rốt] (Bot) Carrot.

ca sĩ [ka ʃi] Singer. *Nữ ca sĩ :* Female singer.

ca tụng [ka tụŋ] To compliment, to laud, to commend, to congratulate, to praise, to belaud. *Lời ca tụng :* Compliment, laud, commendation, congratulation, praise.

ca uống nước [ka uốŋ núrrk] Canteen cup.

ca vũ [ka vũ] Song and dance.

ca xướng [ka suɤɔŋ] To sing.

cá [ká] Fish. *Nước là thế giới của cá :* Water is the element of the fish. *Ở trong hoàn cảnh thuận tiện như cá gặp nước :* To be in one's element. *Sọt đựng cá :* Fish-basket. *Xương cá :* Fish – bone. *Nghề nuôi cá :* Fish-breeding. *Ăn cá :* Fish-eating. *Cây nọc xâm cá :* Fish-gig. *Keo làm bằng bong bóng cá :* Fish-glue. *Chợ cá :* Fish-market. *Ao, đầm nuôi cá:* Fish-preserve, fish-pond. *Da cá :* Fish-skin. *Đuôi cá :* Fish-tail. *Thùng đựng cá :* Fish-tank. *Câu cá :* To fish. *Đánh cá trong một con sông :* To fish a river. *Sự, nghề đánh cá, câu cá :* Fishery. *Nghề đánh cá ở ngoài khơi :* High-sea(s) fishery, great fishery, deep-sea fishing. *Nghề đánh cá ven bờ biển :* Coast fishery, inshore fishery. *Đi câu cá, đánh cá :* To go fishing. *Tàu, thuyền đánh cá :* Fishing-boat. *Chỗ đánh cá :* Fishing-ground. *Dây câu cá :* Fishing-line. *Cần câu cá :* Fishing-rod. *Lưới đánh cá :* Fishing-net. *Chị bán cá :* Fishwife. *Đồ *đánh cá* : Fishing - tackle. *Cá lớn nuốt cá bé* : The big traders cut out the small. *Anh thích cá không ?* : Do you like fish ?. *Con cá tuột khỏi tay tôi* : The fish slipped through (out of) my fingers.

cá To bet, to wager, to lay a bet. *Tôi cá với anh rằng* : I'll bet you that. *Tôi cá một đồng với anh là Ba sẽ thắng cuộc đua* : I bet you a piastre that Ba will win the race. *Cá một trăm ăn một* : To bet, lay, a hundred to one. *Tôi cá anh thua* : I bet you lose it ; you'll lose it, I'll be bound.

cá biển [ká biển] Sea-fish, salt-water fish.

cá cháy [ká cáy] Alose.

cá chép [ká cếp] Carp. *Cá chép con* : Young carp.

cá con [ká kɔn] Young fish.

cá dầy [ká zềi] Barbel.

cá đồng [ká dòŋ] Fresh - water fish, river fish.

cá đuối [ká duối] (Ich) Ray, skate.

cá gỗ [ká gỗ] Wooden fish (fig) miserly.

cá hộp [ká hộp] Canned fish, tinned fish.

cá kho [ká xɔ] Fish cooked with fish sauce.

cá khô [ká xo] Dried fish.

cá kình [ká kình] Cetacean. *Loại cá kình* : Cetacea.

cá lưỡi trâu [ká lưỡi trâu] Sole.

cá mặn [ká mạɯn] Salted fish.

cá mập [ká mập] (Ich) Shark.

cá mè [ká mè] Tench.

cá mòi [ká mòi] Sardine. *Chặt như cá mòi trong hộp* : Packed like sardines in a box.

cá muối [ká muối] Salted fish.

cá ngựa [ká ŋựa] Hippocampus.

cá nháy [ká náy] Toad-fish.

cá nhân [ká pɔn] Individual, personal, private. *Sự tự do cá nhân* : Personal liberty. *Làm việc gì với tư cách cá nhân* : To do something in a private capacity. *Vũ khí cá nhân* : Individual weapon.

cá nhân Individual.

cá nhân chủ nghĩa [ká pɔn củ ɲia] Individualism. *Người theo cá nhân chủ nghĩa* : Individualist.

cá nhân hóa [ká pɔn hwá] To individualize. *Sự cá nhân hóa* : Individualization.

cá nóc [ká nɔ́k] Globe-fish.

cá nước mặn [ká nứrk mạɯn] Salt-water fish.

cá nước ngọt [ká nứrk ŋɔt] Fresh-water fish.

cá nược [ká nựrk] See cá ông.

cá ông [ká oŋ] Whale. *Thuyền đánh cá ông* : Whale-boat. *Dầu cá ông* : Whale-oil. *Răng cá ông* : Whalebone. *Tàu đánh cá ông* : Whaling ship. *Cuộc đánh cá ông* : Whaling. *Vùng thường có cá ông* : Whaling-ground. *Thuyền trưởng đánh cá ông* : Whaling-master.

cá ông cái [ká oŋ kái] Cow whale.

cá ông đực [ká oŋ dụk] Bull whale.

cá ông con [ká oŋ kɔn] Whale-calf.

cá sấu [ká sấu] Crocodile. *Nước mắt cá sấu* : Crocodile tears.

cá sông [ká soŋ] Fresh water fish, river fish.

cá sống [ká sốŋ] Raw fish, uncooked fish.

cá thể [ká thể] Individuality.

cá thể phát sinh [ká thể fát siŋ] (Biol) Ontogeny.

cá thu [ká thu] Cod. *Cá thu tươi* : Fresh cod.

cá tính [ká tíŋ] Individuality, personality, personal character.

cá tính hóa [ká tíŋ hwá] To individualize, to individualate.

cá trê [ká tre] Silure.

cá tươi [ká tươi] Fresh fish.

cá ươn [ká ươn] Spoiled fish.

cá vàng [ká vàŋ] Gold-fish.

cá voi [ká vɔi] See cá ông.

cà [kà] (Bot) Egg-fruit. *Xốt cà* : Tomato sauce.

cà [kà] To rub, to grind.

cà chua [kà cwa] (Bot) Tomato. *Hột cà chua* : Tomato seeds. *Tôi ghét cà chua hơn hết* : Tomatoes are my pet aversion.

cà cuồng [kà kuɔ́ŋ] Coleopter (used as condiment).

cà dược [kà zựrk] (Bot) Datura, belladona.

cà độc dược [kà dọk zựrk] See cà dược.

cà kê [kà ke] To drag out.

cà khẳng [kà xăɯŋ] Tall and skinny.

cà kheo [kà xɛu] See cà khêu.

cà khêu [kà xeu] Stilt. Sự đi cà khêu : Stilting. Đi cà khêu : To stilt.

cà khịa [kà xịə] To pick a quarrel with (someone).

cà lăm [kà laɯm] To stammer, to stutter. Sự, tật nói cà lăm, nói lắp : Stammer, stutter. Người nói cà lăm : Stammerer, stutterer.

cà na [kà na] (Bot) Canna.

cà nhắc [kà ɲăɯk] Limping, hobbling. Đi cà nhắc : To limp, to have a limp, to walk lamely, to walk with a limp ; to hobble, to have a hobble in one's gait, to walk with a hobbling gait.

cà phê [kà fe] Coffee. Trái cà phê : Coffee-berry. Hột cà phê : Coffee-bean. Cây cà phê : Coffee - shrub, coffee-tree. Xay cà phê : To grind coffee. Bã cà phê : Coffee-grounds. Tách uống cà phê : Coffee-cup. Đồ rang cà phê : Coffee-burner, coffee-roaster. Tiệm cà phê : Coffee-house. Cối xay cà phê : Coffee-mill. Bộ đồ uống cà phê : Coffee-set. Phin cà phê : Coffee percolator. Muống cà phê : Coffee - spoon. Màu cà phê (sữa) : Coffee-coloured, coffee - tinted ; café-au-lait. Bịnh trúng độc cà phê : Caffeihism, caffeism. Một tách cà phê : A cup of coffee. Nó thổi cho nguội cà phê : He was blowing his coffee to make it cool. Tôi không thích cà phê nhưng tôi rất thích trà : I don't like coffee but I do like tea. Cà phê phải uống khi còn nóng : Coffee ought to be drunk hot.

cà phê bột [kà fe bọt] Ground coffee.

cà phê đá [kà fe dá] Iced coffee.

cà phê đậm [kà fe dặm] Strong coffee.

cà phê đen [kà fe dɛn] Black coffee.

cà phê loãng [kà fe lwãŋ] Weak coffee.

cà phê rang [kà fe raŋ] Roasted coffee.

cà phê sồng [kà fe ʃồŋ] Unroasted coffee.

cà phê sữa [kà fe ʃữə] White coffee, coffee with milk.

cà phê tinh [kà fe tiɲ] Caffeine.

cà phê xay [kà fe say] Ground coffee.

cà phê phin [kà fe fin] Percolated coffee.

cà rả [kà rà] To loiter.

cà rá [kà rá] (Jewelled) Ring. Đeo cà rá (nhẫn) : To ring. Hộp đựng cà rá : Ring-case. Cà rá vàng : Gold ring. Cà rá hột xoàn : Diamond ring.

cà ràng [kà ràŋ] Kind of earthen stove.

cà rem [kà rɛm] Ice-cream. Trẻ con thích ăn cà rem : The child likes ice-cream.

cà ròn [kà ròn] Rushy-bag.

cà-rốt [kà rốt] (Bot) Carrot.

cà rỡn [kà rỡn] To jest, to joke.

cà sa [kà ʃa] Áo cà sa : Buddhist priest's dress.

cà tong cà teo [kà tɔŋ kà tɛo] Very skinny.

cà vạt [kà vạt] Necktie, tie. Đeo cà vạt : To wear a necktie. Thắt cà vạt : To tie one's necktie, to put on one's tie. Kim gài cà vạt : Tie - pin. Sửa cà vạt lại cho ngay : To set, put one's tie straight; to adjust, straighten, one's tie.

cả [kà] All, at all. Tất cả người khác : All the others. Tất cả chúng tôi : All of us. Tất cả chỉ trừ nó : All but he. Tất cả những việc mà tôi đã làm : All (that) I did. Tôi không có nói gì cả : I dit not speak at all. Không có gì cả : Not at all. Cả anh lẫn tôi đều không biết : Neither you nor I know.

cả All. Việc ấy không có gì khó khăn cả : It's all clear sailing. Mọi việc đều hỏng cả : The game is up, it's all up. Tôi không có nói gì cả : I did not speak at all.

cả Eldest Anh cả : Eldest brother. Con cả : Eldest child.

cả cười [kà kùơi] To burst out laughing, to roar with laughter.

cả đêm [kà dəm] All night.

cả đến [kà dén] Even. Cả đến trẻ con

cũng đã biết việc ấy nữa : Even the children knew.

cả đống [kả dóŋ] In heaps.

cả đời [kả dòi] The whole life.

cả gan [kả gan] To dare. *Dám cả gan làm việc gì :* To dare to do something.

cả gan Daring, audacious, courageous.

cả giận [kả ʒɐn] Very angry, very furious.

cả hai [kả hai] Both. *Cả hai chúng nó đều chết :* Both of them are dead. *Cả hai đều bị trừng phạt :* Both were punished. *Cả hai chúng nó đều thấy tôi :* Both of them saw me. *Nó có hai cái nhà, cả hai đều trống (bỏ không) :* He has two houses, both of which are vacant.

cả hoàn cầu [kả hwàn kòu] The whole world.

cả làng [kả làŋ] The whole village.

cả lo [kả lɔ] Very worried.

cả lũ [kả lũ] The whole gang.

cả mừng [kả mừŋ] Joyful.

cả năm [kả naɯm] All the year round.

cả nể [kả nể] Complaisant, compliant.

cả ngày [kả ŋày] All day, all day long; day long. *Làm việc cả ngày :* To work all day long.

cả nghe [kả ŋɛ] Credulous, gullible.

cả nhà [kả ɲà] The whole family.

cả nói [kả nói] To talk very much.

cả quyết [kả kwiết] Resolute, decided, determined. See **quả quyết**.

cả sợ [kả ʃ̣ợ] Fearful.

cả thảy [kả ɵảy] All, the whole.

cả thế giới [kả ɵế ʒới] The whole world.

cả trường [kả trừɐŋ] The whole of the school.

cạ [kạ] To rub. *Bánh xe cạ vào thùng xe :* The wheel is rubbing against the body. *Đứa bé té và cạ đầu gối dưới đá :* The boy fell and scraped his knees on the gravel.

các [kák] Every, all. *Các hạng :* Every category.

cách [káik] Manner, means, way, fashion,

style. *Nó trả lời một cách khác :* He answered in a different manner. *Đó là một cách nói :* It is a manner of speaking. *Tôi sẽ dạy nó cách cư xử :* I'll teach him manners. *Tìm cách làm việc gì :* To find (a) means to do something. *Phải làm chuyện ấy bất cứ bằng cách nào :* By any means it must be done. *Bằng cách ấy :* By this (that) means. *Tôi sẽ làm việc ấy theo cách riêng của tôi :* I shall do it (in) my own way. *Bằng cách nầy hay cách khác :* By some means or other. *Cách làm việc gì :* Way of doing something. *Cách đi :* Way of walking. *Tôi không thích cách cư xử của nó :* I don't like his ways. *Anh có thể làm việc ấy bằng cách nầy hay cách khác :* You can do it either way. *Mỗi người có mỗi cách làm việc của mình :* Everybody has a way of his own. *Nói một cách thô lỗ :* To speak in a rude fashion. *Làm việc gì một cách thong thả :* To do something in a leisurely fashion. *Tìm cách làm việc gì :* To seek some expedient to do something. *Cách đánh dương cầm của nó :* His style of playing the piano.

cách Distant. *Cách ba dặm :* Three miles distant, at a distance of three miles. *Thành phố ở cách xa năm dặm :* The town is five miles distant. *Chúng nó cách nhau một dặm :* They are a mile apart. *Cách đây mười phút đi bộ :* (At) Ten minutes walking distance from here. *Đứng cách xa (không dám lại gần) :* To keep one's distance. *Khoảng cách của đường rầy :* Distance between rails. *Chúng tôi ở cách ga năm cây số :* We are five kilometers away from the station. *Cách xa đây không ? :* Is it far from here ?

cách To separate. *Nước Anh cách nước Pháp một cái biển :* England is separated from France by the sea.

cách ăn mặc [káik aɯn mạɯk] Mode of dressing.

cách ăn nói [káik aɯn nói] Way of speaking.

cách ăn ở [káik aɯn ɔ̉] Line of conduct, mode of life, style of living. *Chỉ cách ăn ở cho người nào :* To lay down a line of conduct to someone.

cách biệt |káik biệt| Distant, separate.

cách cảm |káik kảm| Telepathy. *Thuộc về cách cảm :* Telepathic.

cách cấu tạo |káik kȃu tạu| Structure.

cách chính |káik cịn| To rectify.

cách chức |káik cứk| To dismiss, to discharge ; to fire, to deprive of office, (Mil) to cashier.

cách cư xử |káik kɯ sử| Dealing, behaviour.

cách dùng |káik zùn| Manner of using (something) ; « directions for use ».

cách đi |káik đi| Gait, walk, step.

cách đi đứng |káik đi đứn| See cách đi.

cách điện |káik điẹn| Insulated (cable etc...). *Làm cách điện :* To insulate, to isolate. *Sự làm cách điện :* Insulation, isolation. *Vật cách điện:* Insulator, isolator.

cách điện 1) Attitude. 2) Style.

cách đoạn |káik dwan| Separate, interrupted.

cách đối đãi |káik đói dãi| See cách cư xử.

cách hành động |káik hàin dọn| Doings.

cách khoảng |káik xwản| To space. *Trụ đặt cách khoảng năm thước :* The posts are spaced five meters apart.

cách ly |káik li| Insulating. *Chất cách ly :* Insulating substance.

cách mạc |káik mạk| (Anat, Bot) Dissepiment.

cách mạng |káik mạn| Revolution. *Tư tưởng cách mạng :* Revolutionary ideas. *Nhà cách mạng :* Revolutionary, revolutionist. *Phong trào cách mạng quốc-gia :* The National Revolutionary movement. *Cuộc cách mạng thành công không đổ máu :* The revolution was carried through without bloodshed. *Trước cuộc cách mạng tháng tám năm 1945, Việt-Nam là một thuộc địa của Pháp :* Prior to the august 1945 Revolution, Viet-Nam was a French colony.

cách mạng gia đình |káik mạn ʒa địn| Domestic revolution.

cách mạng kinh tế |káik mạn kịn té| Economic revolution.

cách mạng kỹ nghệ |káik mạn kĩ ŋɛ| Industrial revolution.

cách mạng thế giới |káik mạn θé ʒ̃ới| World revolution.

cách mạng văn học |káik mạn vaɯn họk| Literary revolution.

cách mạng vô sản |káik mạn vo fản| Proletarian revolution.

cách mạng xã hội |káik mạn sã họi| Social revolution.

cách mệnh |káik mẹin| See cách mạng.

cách mô |káik mo| (Anat) Diaphragm. *Thuộc về cách mô :* Diaphragmatic.

cách ngoại |káik ŋwai| Exceptional.

cách ngôn |káik ŋon| Maxim, aphorism, proverb, adage.

cách nhựt |káik pưt| Alternate days. *Sốt cách nhựt :* Intermittent fever, fever and ague.

cách nhau |káik pau| Separated from each other.

cách nói |káik nói| Way of speaking, manner of speech.

cách sống |káik fón| Way of living, manner of life. *Nếu anh không thay đổi cách sống của anh thì anh sẽ không bao giờ thành công trong đời :* If you don't alter your way of living, you will never succeed in life.

cách tân |káik tən| To innovate.

cách thể di truyền |káik θé zi trwièn| Atavism.

cách thúy |káik θửi| *Nấu cách thủy :* To steam.

cách thức |káik θứk| Method, process, formula. *Cách thức tiến hành :* Operating process.

cách trí |káik trí| Natural science.

cách trở |káik trở| Hindered, separated by an obstacle.

cách vách |káik váik| Separated by a wall.

cách xa |káik sa| Distant. *Thành phố*

ở cách xa năm dặm : The town is five miles distant. *Đứng cách xa* : To keep one's distance. *Cách xa ba dặm* : At a distance of three miles. *Cách xa đây không ?* : Is it far from here ? *Giữ vật gì cách xa vật khác* : To hold something away from something.

cai [kai] To refrain, to give up, to abstain from (something).

cai (Mil) Corporal.

cai Foreman.

cai á-phiện [kai á-fiện] To give up, to abstain from smoking opium.

cai quản [kai kwản] To direct, to manage, to govern. *Sự cai quản* : Direction.

cai quát [kai kwát] To include, to comprise.

cai sữa [kai ʃửə] To wean (child). *Sự cai sữa* : Weaning.

cai thợ [kai θợ] Boss.

cai tổng [kai tổŋ] Chief of canton.

cai trị [kai trị] To administer, to govern, to rule. *Sự cai trị* : Administration, governance.

cái [kái] 1) Word denoting inanimate things. *Cái nầy* : This one. *Cái nào ?* : Which one ?. *Mấy cái ?* : How many ?. *Cái nầy là cái gì ?* : What is this ?. *Anh muốn cái nào ?* : Which one will you have ?. *Hai cái bàn giống nhau, nhưng cái nầy mới và cái kia cũ* : The two tables are very much alike, but this is new and that is old. *Anh muốn cái nầy hay cái kia ?* ; *cái nào cũng được* : Will you have this or that ?, do you want this one or that one ?. Either.

2) Piece. *Từng cái một* : Piece by piece. *Bán vật gì từng cái* : To sell something by the piece. *Trả tiền cho công nhân tính từng cái, từng món (làm khoán)* : To pay workmen by the piece.

cái Female (animal, etc...) ; she-(animal). *Gấu cái* : She-bear. *Lừa cái* : She-ass. *Mèo cái* : She-cat. *Voi cái* : She-elephant. *Bò cái* : Cow. *Chó cái* : Bitch. *Hươu cái* : Cow-giraffe. *Một lừa ba chó con, một đực và hai cái* : Litter of

three pups, one he and two shes.

cái Main, principal, large. *Rễ cái* : Main root. *Đường cái* : Main road, highway. *Ngón tay cái* : Thumb.

cái *Người làm cái, chủ cái* : (Cards) Banker.

cái dừa nạo [kái zừə nạu] Coconut kernel. *Cái dừa khô* : Copra.

cái đó [kái dỏ] Coop.

cái gì đó ? [kái ʒì dỏ] What's the matter ?.

cái lờ [kái lỏ] Coop.

cái kiện [kái kiện] Shuttle-cock.

cái nhiên [kái ɲien] Probable.

cái nhiên thuyết [káik ɲien θwiết] Probabilism. *Người theo cái nhiên thuyết* : Probabilist.

cái nhiên tính [kái ɲien tíɲ] Probability.

cái thể anh hùng [káik θế aɲ hùŋ] A hero over the world.

cài [kài] To fasten.

cài áo [kài áu] To fasten (up) a garment.

cài cúc [kài kúk] To button.

cài cửa [kài kửə] To bar, to bolt the door.

cài ghim [kài gim] To pin, to fasten (something) with a pin.

cài khuy áo [kài xwi áu] To button.

cài nút [kài nút] See cài áo.

cải [kải] To change, to reform.

cải Mustard.

cải ác [kải ák] *Cải ác tùng thiện* : To correct oneself ; to leave the evil and follow the good.

cải bắp [kải bắʉp] (Bot) Cabbage.

cải biến [kải biến] To change.

cải bỏ [kải bỏ] To amend.

cải cách [kải káik] To reform, to renovate. *Cải cách điền địa* : Land reform. *Cải cách xã hội* : Social reform.

cải chính [kải cíɲ] To contradict, to give a lie to.

cải củ [kải kủ] (Bot) Turnip, colerape.

cải dạng [kải zạŋ] To disguise oneself. *Cải dạng một thầy tu* : To get oneself up as a monk.

cải danh [kải zaiɲ] To change one's name.

cải dung [kải zuŋ] To change one's countenance.

cải đạo [kải dạu] To change its course.

cải đính [kải díɲ] To rectify.

cải giá [kải ʒá] (Of widow) To remarry, to marry again, to get married for the second time. See tái giá.

cải họ [kải họ] To change the family name.

cải hoa [kải hwa] (Bot) Cauliflower.

cải hóa [kải hẃa] To change, to alter, to convert.

cải hoạch [kải hwạik] To change a plan.

cải hoán [kải hwán] To change.

cải hối [kải hói] To repent, to rue.

cải lão hoàn đồng [kải lãu hwàn dòŋ] To rejuvenate.

cải lương [kải lɯəŋ] To ameliorate, to reform, to amend, to improve. *Sự cải lương*: Amelioration, reform, amendment, improvement. *Hát cải lương*: Renovated theater, modern theater.

cải mã [kải mả] To reinter a body.

cải nhậm [kải ɲậm] To transfer, to move (a civil servant etc...) to another place.

cải nhiệm [kải ɲiệm] See cải nhậm.

cải nối [kải nòi] (Bot) Cabbage. *Súp cải nổi*: Cabbage-soup.

cải quá [kải kwá] To reform, to mend, to amend, to ameliorate.

cải tà [kải tà] *Cải tà quy chánh*: To mend one's ways; to give up wrong ways and return to the right.

cải táng [kải táŋ] To reinter a body. See cải mả.

cải tạo [kải tạu] To reconstruct; to reorganize. *Sự cải tạo*: Reconstruction.

cải tên [kải ten] To change one's name.

cải thiện [kải θiện] To reform, to amend, to ameliorate, to improve. *Sự cải thiện*: Reform, amendment, amelioration, improvement.

cải tiền [kải tiến] To change for better prospects.

cải tính [kải tíɲ] To alter, to change one's character.

cải tổ [kải tỏ] To reorganize. *Sự cải tổ*: Reorganization.

cải trang [kải traŋ] To disguise oneself.

cải tử hoàn sinh [kải tử hwàn ʃiɲ] To resuscitate, to restore to life.

cải xà-lách-xon [kải sà láik son] (Bot) Cress.

cãi [kãi] 1) To contradict, to argue, to dispute, to quarrel; to defend, to plead for (someone).
2) To deny. *Không thể chối cãi rằng*: There's no denying that.

cãi bướng [kãi bɯəŋ] To argue obstinately. *Đừng cãi bướng nữa*: I want none of your back-chat.

cãi cọ [kãi kọ] To contend, to dispute, to quarrel, to bicker.

cãi lại [kãi lại] To rejoin, to answer back. *Đừng cãi lại nữa!*: Give me no back-chat!

cãi lẫy [kãi lẽi] To squabble, to quarrel, to brawl. *Cãi lẫy với người nào*: To pick a quarrel with someone.

cãi lẽ [kãi lẽ] To argufy. *Sự cãi lẽ*: Argumentation. *Hay cãi lẽ*: Argumentative.

cãi liều [kãi liều] See cãi bừa.

cãi lộn [kãi lộn] To quarrel. *Đừng cãi lộn nữa*: Leave off quarrelling, leave your quarrelling. *Cãi lộn với người nào*: To come to loggerheads with someone, to be at loggerheads with someone, to squabble with someone, to bandy words with someone.

cãi nhau [kãi ɲau] To quarrel, to dispute, to altercate. *Cãi nhau vì chuyện chẳng ra gì*: To quarrel about nothing. *Cãi nhau về việc gì*: To altercate about something. *Nhiều cặp vợ chồng luôn luôn cãi nhau*: Some husbands and wifes are always disputing. *Chuyện gì cũng cãi nhau cả*: To find quarrels in a straw. *Cãi nhau với người nào*: To pick a quarrel with someone. *Nó cãi nhau với cha nó và bỏ nhà ra đi*: He has had a quarrel with his father and has left home.

cãi vã [kãi vã] To arguйy.

cãi vặt [kãi vạшt] To bicker.

cam [kam] Orange. *Cây cam* : Orange-tree. *Bông hoa cam* : Orange-blossom, orange-flower. *Mứt cam* : Orange marmalade. *Vườn cam* : Orangery. *Màu da cam* : Orange-coloured. *Nước cam* : Orangeade. *Người bán cam* : Orange-seller.

cam chịu [kam cịu] To reconcile, to resign oneself to, to be content with. *Cam chịu số phận của mình* : To resign oneself to one's fate ; to accept one's fate with resignation ; to reconcile oneself to one's lot.

cam cúc [kam kúk] (Bot) Camomile.

cam cửu [kam kửu] To recognize one's fault.

cam du [kam zu] (Ch) Glycerin(e).

cam dành [kam dàịn] See cam chịu.

cam đoan [kam dwan] To guarantee, to ensure, to assure, to undertake. *Tôi cam đoan với anh nó sẽ đến* : He will come, I guarantee. *Tôi cam đoan anh sẽ thích việc ấy* : I undertake that you will like it.

cam đường tô [kam dшòịn tó] Glycogen.

cam kết [kam két] To engage oneself, to pledge one's word (to do something).

cam khổ [kam xổ] Sweet and bitter, (fig) happiness and unhappiness.

cam lạc [kam lạk] Happy.

cam lòng [kam lòịn] To resign oneself.

cam lòng Satisfied, content, pleased.

cam lộ [kam lọ] Sweet dew, (fig) auspices, fortunate omen.

cam ngôn [kam ọon] Fair words.

cam nhông [kam ọoịn] Truck, lorry.

cam phận [kam fận] To be content with one's lot ; to resign oneself to one's fate.

cam quyết [kam kwiét] To affirm.

cam tâm [kam tạm] To resign oneself.

cam thảo [kam θảu] (Bot) Liquorice, licorice.

cam thọ [kam θọ] See cam chịu.

cam toan [kam twan] See cam khổ.

cam tuyến [kam twièn] Spring of sweet water.

cam vũ [kam vũ] Timely rain (after long drought).

cám [kám] Bran. *Nước cám*: Bran-water.

cám ân [kám ən] See cảm ơn.

cám cảnh [kám kảịn] Touched by a spectacle.

cám dỗ [kám zỗ] To seduce, to tempt, to allure, to ensnare. *Dễ bị cám dỗ* : To allow oneself to be tempted. *Sự cám dỗ* : Seduction, temptation, allurement. *Không chống nổi sức cám dỗ* : To yield to temptation. *Chống lại sự cám dỗ* : To wrestle with temptation.

cám ơn [kám ən] To thank. *Tôi thành thật cám ơn anh* : I thank you from the bottom of my heart. *Cám ơn người nào về việc gì* : To thank someone for something, to be thankful to someone for something. *Tôi rất cám ơn lòng tốt của ông* : I greatly appreciate your kindness. *Cám ơn vô cùng !* : Thanks awfully !

cảm [kảm] *Dễ cảm* : Sentimental, easily moved to pity, sympathy, etc. *Tình cảm* : Sentiment.

cảm To have a cold. *Bị cảm (bị nhức đầu, sổ mũi)* : To catch (a) cold, to take cold. *Bị cảm lại* : To catch cold again. *Cảm sổ mũi* : Head cold, cold in the head. *Tôi không tài nào chữa khỏi chứng cảm của tôi được* : I can't get rid of my cold. *Nó không đi học được vì bị cảm* : He stayed away from school because he had a cold. *Phân nửa học sinh trong trường nghỉ học vì bị cảm* : Half of boys in the school were absent with colds.

cảm To feel. *Cảm thấy vật gì dưới chân* : To feel something under one's foot. *Cảm thấy mệt* : To feel tired. *Tôi cảm thấy hoàn toàn bình phục* : I feel quite myself again. *Tôi cảm thấy trẻ lại mười tuổi* : I feel ten years younger. *Cảm thấy khó chịu* : To have a sensation of discomfort.

cảm To fall in love with (someone). *Mới trông thấy nàng nó đã cảm* rồi : He fell in love with her at first sight.

cảm ân [kằm ən] See cảm ơn.

cảm ân Thankful, grateful. *Cảm ân người nào về việc gì* : To be thankful to someone for something. *Tôi rất cảm ân ông đã báo cho tôi biết trước* : I am grateful to you for giving me a warning.

cảm cảnh [kằm kảiɲ] Touched by a spectacle.

cảm điện [kằm diẹn] (Phys) Inductive. *Phần cảm điện* : Inductor. *Dòng cảm điện, mạch cảm điện* : Inductive current, circuit. *Cuộn dây cảm điện* : Induction coil.

cảm đoán [kằm dwán] To decide.

cảm động [kằm dọŋ] Affected (by emotion), moved, touched. *Tất cả chúng tôi đều rất cảm động* : We were all deeply moved, deeply affected. *Bài diễn văn cảm động* : An emotional speech. *Người đàn bà hay cảm động* : An emotional woman. *Sự cảm động làm nó không nói được* : Emotion left him speechless.

cảm động Emotion, feeling, sensation. *Điềm nhiên, không cảm động chút nào cả* : Without showing the least emotion. *Vô tình, không cảm động* : To have no feelings. *Làm cảm động* : To create, make, cause, a sensation. *Làm cho người nào cảm động* : To move someone's heart. *Nói một cách cảm động* : To speak feelingly. *Giọng cảm động* : Voice touched with emotion. *Việc ấy làm tôi rất cảm động* : It touched me to the heart. *Nói một giọng rất cảm động* : To speak in tones of deep emotion. *Làm người nào cảm động đến ứa nước mắt* : To move someone to tears.

cảm giác [kằm ʃák] Feeling, sense, sensation, sensibility, consciousness, apprehension. *Cảm giác nóng* : A sense of warmth. *Cảm giác gần như sợ* : Feeling akin to fear. *Nó mất hết cảm giác của chân trái nó* : He had lost all feeling in the left leg.

cảm giác gia [kằm ʃák ʃa] Sensualist.

cảm giác khí [kằm ʃák xí] Organs of sense.

cảm giác luận [kằm ʃák lwən] Sensualism.

cảm gió [kằm ʃɔ] To catch cold.

cảm hàn [kằm hàn] Chill. *Bị cảm hàn* : To have a chill, to catch a chill.

cảm ho [kằm hɔ] Chest cold, cold on the chest.

cảm hóa [kằm hwá] To convert. *Cảm hóa người nào* : To convert someone to one's ways.

cảm hoài [kằm hwài] Moving remembrance.

cảm hứng [kằm húŋ] To inspire. *Trong một lúc cảm hứng* : In an inspired moment.

cảm hứng Inspiration, verve, vein. *Đang cảm hứng muốn làm việc gì* : To be in the vein of doing something.

cảm kích [kằm kík] To be affected, to be touched. *Làm cảm kích* : To touch, to move, to electrify ; to create, make, cause, a sensation. *Sự, mối cảm kích* : Affection, sensation, emotion.

cảm lạnh [kằm lạiɲ] See cảm hàn.

cảm lãm [kằm lãm] *Cây cảm lãm* : Oleaster, olive-tree. *Màu cảm lãm* : Olive-coloured, olive-hued. *Đất, vườn trồng cảm lãm* : Olive-garden, olive-yard, olive-wood, olive-grove. *Mùa cảm lãm, sự hái cảm lãm* : Olive-harvest, olive-crop, olive season. *Dầu cảm lãm* : Olive-oil. *Sở ép dầu cảm lãm* : Olive-oil factory. *Gỗ cảm lãm* : Olive-wood. *Giống hình trái cảm lãm* : Olive-shaped. *Đá cảm lãm* : Olivin, olivine.

cảm mạo [kằm mạu] To catch cold.

cảm mến [kằm mén] To feel affection for.

cảm mộ [kằm mọ] See cảm mến.

cảm nắng [kằm náɯŋ] Sunstroke.

cảm nặng [kằm nạɯŋ] To have a heavy cold.

cảm ngẩn [kằm ŋẩn] (Med) Trance, ecstasy.

cảm nhạc [kằm ɲạk] To have a feeling for music.

cảm nhiễm [kằm ɲiễm] To catch a disease.

cảm ơn [kảm ən] To thank. See cảm ơn.

cảm phong [kảm fɔŋ] To catch cold.

cảm phục [kảm fuk] To be struck with admiration.

cảm quan [kảm kwan] Organs of sense.

cảm quyệt [kảm kwiết] Daring, bold, audacious, fearless.

cảm tạ [kảm tạ] To thank.

cảm thấy [kảm θéi] To feel (pain, hunger, cold, joy, sorrow, etc...). Cảm thấy vật gì dưới chân : To feel something under one's foot. Tôi cảm thấy hoàn toàn bình phục : I feel quite myself again. Cảm thấy mệt : To feel tired. Tôi cảm thấy trẻ lại mười tuổi : I feel ten years younger. Cảm thấy khó chịu : To have a sensation of discomfort. Cảm thấy sự nguy hiểm : To sniff danger. Tôi cảm thấy đau khắp cả mình : I feel rather achy.

cảm thứ [kảm θứ] See cảm năng.

cảm thương [kảm θɯəŋ] Sentiment. To commiserate (someone, with someone).

cảm thương Moved to commiseration, touched to pity.

cảm tình [kảm tịŋ] Sympathy, affection. Chiếm được cảm tình của người nào : To gain someone's sympathy. Có cảm tình với người nào : To feel a sympathy for someone.

cảm tử [kảm tử] Fearless before death.

cảm tưởng [kảm tɯởŋ] Impression. Cảm tưởng tốt, xấu : Good, bad, impression. Hãy nói cho tôi biết những cảm tưởng của anh : Tell me your impressions. Tôi có cảm tưởng như đã gặp nó rồi : I fancy I have seen him before, I seem to have seen him before, I have got an idea I have seen him before.

cảm ứng [kảm ứŋ] (Phys) Induction. Cảm ứng từ : Magnetic induction.

cảm vi [kảm vi] To make someone bold as to do (something).

cảm xúc [kảm súk] Strongly affected, very much impressed.

cạm bẫy [kạm bẽi] Trap, snare ; lure. Bị dụ vào cạm bẫy : To be lured into the trap.

can [kan] 1) To dissuade. Can người nào đừng làm việc gì : To dissuade someone from doing something.

2) To part, to separate (two fighters). Can hai võ sĩ ra : To separate two boxers. Chúng tôi cố can hai người đánh nhau ra : We tried to part (=separate) the two fighters.

can Walking-stick, cane.

can án [kan án] To be condemned, convicted.

can chi [kan ci] It does not matter. Can chi mà sợ : No need to be afraid.

can chính [kan cịŋ] To interfere in politics.

can chứng [kan cứŋ] Witness.

can cớ [kan kớ] See can chi.

can cứu [kan kứu] To perpetrate a crime.

can dữ [kan zử] To interfere, to meddle, to intervene.

can dự [kan zự] To take part, to participate in, to interfere, to meddle, to intervene.

can đảm [kan đảm] Brave, courageous, bold, valiant, fearless, doughty, dauntless. Người can đảm nhứt trong những người can đảm : The bravest of the brave. Người can đảm : Man of spirit. Tỏ ra can đảm : To show spirit. Chúng nó không can đảm : They have no spirit. Nó tỏ ra rất can đảm : He showed, displayed, great courage.

can đảm Bravery, courage, boldness, valiancy, back bone. Có can đảm làm việc gì : To have the courage to do something. Thâu (lấy) hết can đảm : To take, pluck up, screw up, muster up, courage ; to summon up one's courage. Can đảm lên ! : Courage ! keep up your courage ! Muốn được tình yêu phải có can đảm : None but the brave deserve the fair. Nó thiếu can đảm : He is lacking courage. Tôi không có can đảm để nói chuyện ấy với nó : I could not summon up courage to tell him about it.

can gì [kan ʒì] It does not matter.

can gián [kan ʒán] To dissuade, to expostulate. *Gan gián người nào bỏ qua việc gì, đừng làm việc gì* : To dissuade someone from something, from doing something. *Can gián người nào* : To expostulate with someone.

can gián Dissuasion, expostulation.

can hệ [kan hệ] 1) Implicated, involved (in).
2) Important.

can lạc tồ [kan lạk tó] (Ch) Casein.

can liên [kan lien] To implicate, to involve.

can liên Implicated, involved in.

can ngăn [kan ŋaɯn] To prevent, to hinder.

can phạm [kan fạm] 1) Breach of the law.
2) Culprit.

can phụ [kan fụ] Foster father.

can qua [kan kwa] Shield and spear (fig) war, hostilities

can thiệp [kan θiệp] To intervene, to interfere, to meddle. *Can thiệp để bình vực người nào* : To intervene in someone's defence. *Can thiệp vào một cuộc cãi lộn* : To intervene in a quarrel. *Đừng can thiệp vào việc gì không quan hệ đến anh* : Don't interfere with, in, what does not concern you. *Dầu có phải là vua hay không, nó cũng không có quyền can thiệp vào* : King or no king, he has no right to interfere. *Nó đã hứa không can thiệp vào* : He had promised not to interfere.

can trường [kan trɯờŋ] Liver and intestine, (fig) courage, bravery.

cán [kán] Handle (of hammer, etc...). *Tra cán mới vào một dụng cụ* : To fix a new handle on a tool. *Tháo cán một dụng cụ* : To remove the handle of a tool.

cán 1) To run over. *Nó bị xe cán* : He has been run over ; he was run over by a motor-car. *Chiếc xe cán qua chân nó* : The car ran over his legs. *Bị chiếc xe cán và bỏ chạy luôn* : Run over by a non-stop car.
2) To laminate, roll, make thinner ;

to press. *Thép dễ cán* : Steel that rolls well. *Cán giẹp vật gì* : To roll something flat.

cán bộ [kán bộ] Cadre. *Cán bộ chính trị* : Political cadre. *Cán bộ quân-sự* : Military cadre. *Cán bộ tuyên truyền* : Propaganda cadre. *Cán bộ thông tin* : Information cadre. *Cán bộ chỉ huy* : Managing cadres. *Cán bộ nòng cốt* : Hard core cadre. *Cán bộ nằm vùng* : Left–behind cadre.

cán búa [kán bwə] Handle of hammer.

cán cân [kán kən] Beam, arm of balance, weigh-beam.

cán chổi [kán cổi] Broomstick.

cán cờ [kán kờ] Staff of flag.

cán dao [kán zau] Knife handle.

cán gươm [kán gwəm] Hilt of sword, sword-cane, sword-stick.

cán khoan [kán xwan] Bit-holder.

cán luyện [kán lwiện] Experienced.

cán mai [kán mai] Helve of spade.

cán mỏng [kán mỏŋ] To laminate, flat(ten), roll (metal). *Máy cán mỏng*: Flatting-mill, rolling mill.

cán phôi [kán foi] (Bot) Funicle, funiculus.

cán quay [kán kway] Crank.

cán sự [kán ʃɯ] Technician. *Cán sự y tế* : Health technician.

cán sừng [kán ʃừŋ] Horn handle, handle of horn. *Dao cán sừng* : A knife with a horn handle.

cán viết [kán viết] Penholder.

càn [kàn] Inconsiderately.

càn dỡ [kàn zỡ] Inconsiderate, thoughtless.

càn quét [kàn kwét] Mopping – up operations.

càn rỡ [kàn rỡ] See càn dỡ.

cản [kản] To check, to detain, to close; (Fb) to block, to collar.

cản (Aut) Fender, bumper. *Cản trước, cản sau* : Front bumper, rear bumper.

cản đường [kản đưởŋ] To bar (someone's) way.

cản lại [kản lại] To contain, to block.

cản trở [kản trở] To stop, to prevent, to impede, to hinder, to check, to balk, to bar, to trammel, to contravene, to encumber. *Không có gì cản trở nó được :* Nothing will stop him. *Không có gì cản trở chúng ta làm thế cả :* There is nothing to prevent our doing so.

cạn [kạn] 1) Shallow. *Sông cạn :* Shallow river.

2) Dry. *Giếng cạn :* Well run dry. *Các sông đều cạn :* The rivers are running dry (i.e. there is little or no water in them).

3) On land, on shore. *Lên cạn :* To go ashore, to land.

cạn (Of pond, etc...) To go dry.

cạn To empty. *Nó cạn ly một hơi một :* He emptied the glass at a draught. *Nó uống cạn ly :* He emptied the glass to the last drop. *Quỹ của hội quần vợt chúng ta gần cạn rồi :* The treasury of our tennis club is almost empty.

cạn chén [kạn cến] To drink up, to empty one's cup.

cạn lời [kạn lời] To have no more to say.

cạn tiền [kạn tiền] Short of money.

cạn túi [kạn túi] To be penniless.

cạn xu [kạn su] See cạn tiền.

cáng [káŋ] 1) Palankeen, palanquin.

2) Stretcher, litter.

cáng đáng [káŋ dáŋ] To undertake, to assume, to take change of something.

càng [kàŋ] Claw, nipper, pincers (of crab, etc...).

càng The more... *Càng uống càng thấy khát :* The more you drink the more thirsty you feel. *Càng biết nó nhiều, tôi càng mến nó thêm :* The more I know him the better I like him.

càng cua [kàŋ kwə] Claw, nippers, pincers of a crab. *Bịnh càng cua :* Felon.

càng hay [kàŋ hay] So much the better; that's all to the good ! *Nhiều ý kiến càng hay :* Two heads are better than one.

càng ngày càng khá [kàŋ ŋày kàŋ xá] Better and better.

càng ngày càng tệ [kàŋ ŋày kàŋ tẹ] Worse and worse.

càng tôm [kàŋ tom] Pincers, claws. of a lobster.

càng tốt [kàŋ tốt] See càng hay.

cảng [kảŋ] Harbour, port.

canh [kaiŋ] Soup. *Canh thịt :* Meat soup. *Canh rau :* Vegetable soup. *Canh đầu trừu với lúa mạch và rau :* Scotch broth. *Tìm đựng canh :* Soup-tureen. *Vá, muỗng lớn để múc canh :* Soupladle.

canh To watch (over). *Canh một :* First watch (of the night). *Chòi canh :* Watchhouse.

canh Chock, block, wedge. *Lấy, rút canh ra :* To withdraw the chock.

canh To chock (up), wedge up, pack, steady (piece of furniture); to scotch (wheel), to jam (valve). *Canh bánh xe :* To lock the wheels.

canh ba [kaiŋ ba] Third watch.

canh cải [kaiŋ kải] To change, to alter, to reform.

canh cánh [kaiŋ káiŋ] Anxious, troubled, uneasy.

canh chầy [kaiŋ cềi] Long vigil, far into the night.

canh chính [kaiŋ cíŋ] To rectify.

canh chức [kaiŋ cứk] Ploughing and weaving.

canh chừng [kaiŋ cừŋ] To keep a lookout for warning.

canh cổ [kaiŋ kổ] Vigil drum.

canh cửi [kaiŋ kửi] Weaving.

canh dài [kaiŋ zài] See canh chầy.

canh địa [kaiŋ dịə] Arable land.

canh điền [kaiŋ diền] To plough a field.

canh gác [kaiŋ gák] To watch, to mount guard, to go on guard, to be on watch. *Sự canh gác :* Watch, sentry, guard. *Đang canh gác :* To be on sentry duty; to be on guard (duty).

canh giữ [kaiŋ ʒữ] To guard. *Canh giữ một tù nhân :* To guard a prisoner.

canh hai [kaiŋ hai] Second watch.

canh khuya [kaiŋ xwiə] Far, late into the night.

canh một [kaiŋ mọt] First watch.

canh mục [kaiɲ mụk] Ploughing and breeding.

canh năm [kaiɲ nauɯm] Fifth watch.

canh nông [kaiɲ noŋ] Agriculture. *Kỹ sư canh nông*: Agricultural engineer.

canh phòng [kaiɲ fɔŋ] To watch. *Sự canh phòng không trung*: Air surveillance.

canh phu [kaiɲ fu] Night-watchman.

canh rau [kaiɲ rau] Vegetable soup.

canh sự [kaiɲ ʂụ] Experienced.

canh tác [kaiɲ ták] To cultivate. *Sự canh tác*: Cultivation, culture.

canh tàm [kaiɲ tàm] Farming and sericulture.

canh tàn [kaiɲ tàn] End of vigil.

canh tang [kaiɲ taŋ] See canh tàm.

canh tân [kaiɲ tən] To reform, to innovate, to renovate, to modernize. *Sự canh tân*: Reform, innovation, renovation, modernization.

canh thịt [kaiɲ θịt] Meat soup.

canh thú [kaiɲ θú] To guard, to watch over.

canh tuần [kaiɲ twɔ̀n] To watch and patrol.

cánh [káiɲ] 1) Wing (of bird, insects); wing (of aeroplane, of building); wing, flank (of army); vane (of wind pumping-engine); wing, sail, whip (of windmill); blade (of propeller, of turbine); feather (of arrow); float (-bard) (of a hydraulic wheel). *Cất cánh bay*: To take wing. *Có cánh*: Winged. (Chim) *Bị thương ở cánh*: (Of bird) To be winged. *Giống hình cánh*: Wing-shaped. *Cái vỗ cánh*: Wing-stoke. *Đầu cánh*: Wing-tip. *Lông cánh*: Wing-quill. (Phi cơ) *Cất cánh, hạ cánh*: (Of a plane) To take off, to land. 2) (Bot) Petal (of a flower). *Hoa không cánh*: Apetalous flower.

cánh [káiɲ] Wing (of political party). *Ăn cánh với người nào*: To take sides with someone, to side with someone. *Chúng nó ăn cánh với nhau*: They are in confederacy.

cánh bèo [káiɲ bèu] (Bot) Duckweed (fig) little things.

cánh buồm [káiɲ buồm] Sail.

cánh chân vịt [káiɲ cɔn vịt] Propeller blade.

cánh chong chóng [káiɲ cɔŋ cɔ́ŋ] Blade of a propeller.

cánh chuồn [káiɲ cuồn] Dragon-fly's wing (fig) mandarinate. *Mũ cánh chuồn*: Hat worn by the mandarin.

cánh cửa [káiɲ kửɔ] Door, door-leaf. *Cánh cửa tủ*: Doors of a wardrobe. *Hai cánh cửa cân xứng nhau một cách lạ làng*: The two doors are in admirable proportion. *Nó núp sau cánh cửa*: He was hiding behind the door.

cánh cứng [káiɲ kứŋ] Elytron.

cánh danh [káiɲ zaiɲ] To change one's name.

cánh đồng [káiɲ dòŋ] Field. *Một cánh đồng chạy dài trước mặt chúng tôi*: A vast field lay before us.

cánh gà [káiɲ gà] 1) Chicken wing. 2) Two pieces of cloth covering the two sides of a jeep.

cánh gián [káiɲ ʒán] Cockroach's wing. *Màu cánh gián*: Colour of the wings of the cockroach (red-brown colour).

cánh hoa [káiɲ hwa] Petal. *Có dạng cánh hoa*: Petaloid.

cánh hồng [káiɲ hòŋ] Wild goose's wing (fig) young girl.

cánh kiền [káiɲ kién] *Màu cánh kiến*: Cochineal-(purple). *Nhuộm vải màu cánh kiến*: To dye a tissue with cochineal.

cánh khuỷu [káiɲ xwỉu] Elbow.

cánh máy bay [káiɲ máy bay] Wing of an aeroplane. *Cánh máy bay sút ra và động cơ rơi mạnh xuống đất*: The wing of the aeroplane came off and the machine (was) hurtled to the ground.

cánh môi [káiɲ moi] (Bot) Label(lum), lip (of orchids).

cánh mũi [káiɲ mũi] (Anat) Ala.

cánh phi cơ [káiɲ fi kɔ] Wing of an aeroplane.

cánh phiên [káiɲ fien] In turn, by roster.

cánh quạt gió [káiɲ kwạt ʒó] Fan blade.

cánh sen [káiɲ ʃɛn] 1) Lotus petal. 2) Pink colour.

cánh sinh [káiɲ ʃiɲ] To come to life again, to restore to life.

cánh tả [káiɲ tả] Left wind (of an army).

cánh tay [káiɲ tay] Arm. *Cánh tay trước* : Forearm. *Cánh tay bị nghiền nát* : To get one's arm mashed up, to have one's arm crushed to pulp.

cánh tay mặt [káiɲ tay mạut] Right-hand man.

cánh thành [káiɲ θàiɲ] To succeed in finishing. *Hữu chí cánh thành* : Where there's a will there's a way.

cánh xếp [káiɲ sép] Fold (of a draught screen).

cành [kàiɲ] Branch, bough, limb (of tree). *Con chim đậu trên cành* : The bird alighted, settled, on a branch.

cành cây [kàiɲ kei] Branch of a tree. See nhánh cây.

cành giâm [kàiɲ ʃəm] (Bot) Cutting

cành hông [kàiɲ hoɲ] *Giận cành hông* : Very angry.

cành nanh [kàiɲ naiɲ] Jealous.

cảnh [kàiɲ] Scene, scenery, landscape. *Cảnh đẹp không thể tả được* : The scenery is beautiful beyond description. *Cảnh bày ra trước mắt chúng ta* : The landscape unfolds (itself), stretches out, before us.

cảnh báo [kàiɲ báu] Alert, alarm.

cảnh báo To alarm.

cảnh bị [kàiɲ bị] To take precautions, to prevent, to guard.

cảnh binh [kàiɲ biɲ] Policeman.

cảnh cáo [kàiɲ káu] To caution, to warn, to give a caution to. *Tôi cảnh cáo nó không được đi trễ* : I cautioned him against being late. *Quan tòa cảnh cáo tù nhân và trả tự do cho hắn* : The judge gave the prisoner a caution and set him free.

cảnh cáo (lời) Warning. *Quên những lời cảnh cáo* : Unmindful of the warnings.

cảnh đẹp [kàiɲ đẹp] Charming scenery, lovely landscape, fine sight, beautiful scenery. *Một cảnh đẹp bày ra trước*

mắt tôi : A fine sight presented itself to my eyes.

cảnh giác [kàiɲ ʃák] Vigilance. *Để cao cảnh giác* : To heighten vigilance.

cảnh giới [kàiɲ ʃói] Boundary, frontier, limit.

cảnh giới 1) To counsel. 2) To put on guard.

cảnh huống [kàiɲ huóɲ] Circumstance, situation, condition.

cảnh nên thơ [kàiɲ nen θə] Poetic scene.

cảnh ngoại [kàiɲ ɲwại] The outside world.

cảnh ngộ [kàiɲ ɲọ] Conjuncture, case, circumstance. *Ở vào một cảnh ngộ khó khăn* : To be in a fix.

cảnh nhiên [kàiɲ ɲien] Disillusioned.

cảnh sát [kàiɲ ʃát] Police. *Bót cảnh sát* : Police station. *Dẫn, dắt, đem người nào lại bót cảnh sát* : To take someone to the police station. *Bị lính cảnh sát bắt* : To be caught by the police. *Không đầy mười phút cảnh sát đã có mặt tại chỗ* : The police were on the spot within ten minutes. *Sở cảnh sát từ chối không can thiệp* : The police declined to act. *Cảnh sát chưa bắt được tên trộm* : The police have not captured the thief yet. *Cảnh sát đang tìm bắt anh ; vậy anh chuồn đi* : The police are after you ; you'd better clear out at once.

cảnh sát cuộc [kàiɲ ʃát kwọrk] Police station.

cảnh sát viên [kàiɲ ʃát vien] Policeman. *Nó bị một cảnh sát viên chận lại hỏi tên và địa chỉ* : He was stopped by a policeman who demanded his name and address. *Cảnh sát viên ghi mỗi lời nó nói* : The policeman noted down every word he said. *Hỏi đường một cảnh sát viên* : To ask, enquire, one's way of a policeman.

cảnh sắc [kàiɲ ʃáwk] Aspect, spectacle.

cảnh tinh [kàiɲ tiɲ] To disillusion.

cảnh trạng [kàiɲ trạɲ] Circumstance, situation, condition.

cảnh trí [kảiɲ trí] Aspect, landscape, sight, view, scenery.

cảnh tượng [kảiɲ tɯəŋ] Spectacle, sight. *Cảnh tượng bi thống* : Sad sight. *Cảnh tượng đau lòng* : Sight that goes to one's heart, cuts to the heart, makes one's heart ache. *Cảnh tượng làm anh đau lòng* : Sight that cuts you to the heart.

cảnh vật [kảiɲ vạt] Scene.

cảnh xuân [kảik swən] Spring landscape.

cạnh [kạiɲ] Edge, side, angle. *Bên cạnh người nào* : By the side of someone.

cạnh Next. *Tôi ngồi bên cạnh nó* : I was sitting next him. *Cô gái (nhà) ở bên cạnh* : The girl from next door. *Ở bên cạnh người nào* : To live next door to someone. *Nó ở bên cạnh trường học* : He lives next to the school.

cạnh khóe [kạiɲ xwɛ́] *Nói cạnh nói khóe* : To hint at, to allude.

cạnh mại [kạiɲ mại] Sale by auction, auction sale.

cạnh tẩu [kạiɲ tẩu] Foot-race.

cạnh tồn [kạiɲ tòn] To struggle for existence (life).

cạnh tranh [kạiɲ traiɲ] To contend, to compete. *Sự cạnh tranh* : Contention, competition. *Óc cạnh tranh* : Competitive spirit. *Sự cạnh tranh bất chánh* : Unfair competition. *Sự cạnh tranh giữa hai hãng xe buýt làm giá xe sụt xuống* : The competition between the two bus companies caused fares to be cut. *Hàng hóa không sợ cạnh tranh* : Goods that defy competition. *Sự cạnh tranh thương mại giữa hai nước* : Trade competition between two countries (i.e. each country trying to sell more goods than the other in foreign countries).

cao [kau] 1) High, tall ; lofty. *Anh cao bao nhiêu ?* : How tall are you ? what is your height ? *Tôi cao 1 thước 60* : I'm 1 m 60 tall. *Nó cao hơn tôi* : He is taller than I. *Cái áo dài nầy làm cho cô thấy cao hơn* : This dress makes you look taller. *Nó cao hơn tôi một cái đầu* : He was taller by a head than I ; he stood a (whole) head taller than I.

Nhà nầy cao hơn nhà tôi : That house is taller than mine. *Núi cao* : High mountain. *Tường cao sáu thước* : Wall six meters high, wall six meters in height. *Nó cao hơn em nó* : He is taller than his brother. *Nàng mang (giày) gót cao để làm cho nàng trông có vẻ cao hơn* : She wears high heels to make herself look taller. *Cao hơn người nào một cái đầu* : To be a head taller than someone. *Ít lắm nó cũng cao bằng anh* : He is at least as tall as you. *Hai đã cao mà em nó còn cao hơn nó nữa* : Hai is tall but his brother is taller still (still taller). *Mặt trời lên cao hơn* : The sun is getting higher. *Đi đâu ngẩng lên cao* : To walk with one's head high. 2) High. *Chức vụ cao* : High position. *Công chức cao cấp* : High official, higher-grade officials. *Tinh thần cao thượng* : High mind. *Tiếng, giọng cao* : High voice. *Chim đậu ở trên cao* : Bird perched on high. *Càng ngày càng cao thêm* : Higher and higher. *Cao hơn* : Higher up. *Nhắm cao, bay cao* : To aim, fly, high. *Trán cao* : High-browed. *Bay cao* : High-flying. *Tần số cao* : High-frequency. *Giọng cao* : High-keyed. *Áo cổ cao* : High-necked dress. *(Tiếng) Trong mà cao* : (Of voice) High-pitched. *Vùng cao nguyên* : Highland. *Bề cao, chiều cao, độ cao* : Height. *Tầm cao trung bình* : Of average height. *Độ cao từ mặt biển lên* : Height, elevation above sea level. *Máy đo cao độ* : Height gauge.

cao Cataplasm, unguent.

cao áp [kau áp] High-pressure, heavy-pressure.

cao ẩn [kau ẩn] To retire from sight, to retire from the world.

cao bay xa chạy [kau bay sa chạy] To flee, to fly, to run away. *Kẻ sát nhân còn đang cao bay xa chạy* : The murderer is still at large.

cao bồi [kau bòi] Cow-boy.

cao cả [kau kả] Eminent, lofty, great, noble. *Linh hồn cao cả* : Lofty soul. *Nhiệm vụ cao cả* : Lofty mission. *Tư tưởng cao cả* : Great thoughts.

cao cấp [kau kớp] High rank. *Công chức cao cấp* : High official, highly-placed official.

cao chí [kau cí] High-minded will.

cao chót vót [kau cót vót] Very high.

cao cờ [kau kò] Skilful at chess.

cao cư [kau kɯ] To live retired, to live in retirement, secluded from the world.

cao cường [kau kừəŋ] Superior in strength.

cao danh [kau zaiɲ] Eminent reputation.

cao dày [kau zày] Heaven and earth.

cao diệu [kau ziệu] Eminent, sublime.

cao dư [kau zɯ] Fertile land.

cao dược [kau zɯứk] Unguent, cataplasm.

cao đài [kau dài] Caodaism.

cao đạo [kau dạu] See cao ẩn.

cao đẳng [kau dẳ̆ŋ] Higher level. *Trường Cao đẳng Sư phạm* : Higher School of Pedagogy, Teachers College.

cao độ [kau dọ] Height, altitude. *Cao độ kế* : Altimeter, height gauge.

cao độ oanh tạc [kau dọ waiɲ tạk] Bombing altitude.

cao độ phi hành [kau dọ fi hàiɲ] Flight altitude.

cao độ thả dù [kau dọ θả zù] Drop altitude.

cao đường [kau dừəŋ] Father and mother, parents.

cao giá [kau ɟá] Costly.

cao học [kau họk] Higher studies.

cao hơn [kau hən] 1) To dominate. *Pháo đài cao hơn cả thành phố* : The fortress dominates the town.

(2) To overtop. *Chẳng bao lâu nó sẽ cao hơn cha nó* : He will soon have overtopped his father.

cao hơn Taller. *Nó cao hơn tôi* : He is taller than I. *Nó cao hơn em nó một cái đầu* : He is taller than his brother by a head. *Cao hơn người nào một cái đầu* : To stand a head taller than someone, to top someone by a head.

cao hứng [kau hứŋ] Inspired.

cao hứng Animation.

cao kè [kau kẻ] Altimeter, (Phys) hypsometer.

cao khí [kau xí] See cao chí.

cao khiết [kau xiết] Ethereal, etherial.

cao kiến [kau kiến] Deep knowledge.

cao kỳ [kau kì] Extraordinary.

cao lâu [kau ləu] Restaurant.

cao lớn [kau lớn] High, tall. *Người cao lớn* : Tall man. *Tôi cũng cao lớn như nó* : I am as tall as he.

Cao ly [kau li] (Geog) Korea.

cao lương mỹ vị [kau lɯəŋ mĩ vị] Savoury dishes, exquisite dishes.

Cao miên [kau mien] (Geog) Cambodia. *Người Cao miên* : Cambodian.

cao minh [kau miɲ] Erudite and clairvoyant.

cao ngạo [kau ŋạu] Proud, haughty, arrogant.

cao ngắt [kau ŋốt] Very high.

cao nguyên [kau ŋwien] High plateau.

cao nhã [kau ɲã] Eminent, fine, lofty, noble, sublime, elevated. *Văn cao nhã* : Elevated style.

cao nhân [kau ɲən] Magnanimous man.

cao nhòng [kau ɲòŋ] (Of person) Tall.

cao niên [kau nien] Aged, old.

cao quý [kau kwi] Noble, fine; eminent. *Tình cảm cao quý* : Noble sentiments.

cao ráo [kau ráu] High and dry.

cao sang [kau ʃaŋ] Noble; eminent.

cao sâu [kau ʃəu] High and deep, elevated and profound, (fig) heaven and earth.

cao sĩ [kau ʃĩ] Learned man.

cao siêu [kau ʃieu] Sublime.

cao sơn [kau ʃən] High mountain.

cao su [kau ʃu] (India-) rubber, rubber, caoutchouc. *Cây cao su* : Rubber-tree. *Cao su cứng* : Hard rubber. *Banh cao su* : Rubber ball. *Vải có tráng một lớp cao su* : Rubber-cloth, fabric. *Tuy-dô cao su, găng cao su* : Rubber hose, rubber gloves.

cao tăng [kau tawŋ] Venerable buddhist.

cao tần [kau tồn] High frequency.

cao thâm [kau θəm] High and deep, elevated and profound, (fig) heaven and earth. *Học vấn cao thâm* : Deep knowledge.

cao thế [kau θé] High tension ; high voltage.

cao thủ [kau θủ] Clever, smart person.

cao thượng [kau θɯɔ̆ŋ] 1) Noble, lofty, fine. *Tình cảm cao thượng* : Noble, lofty, fine, sentiments. *Tinh thần cao thượng* : High mind. 2) Magnanimous.

cao tiết [kau tiét] Lofty virtue.

cao tổ]kau tổ] Great great grandfather.

cao trào [kau trầu] High tide (fig) apogee of a commotion.

cao úy [kau wỉ] High commissioner. *Cao úy phủ* :High commissioner's office.

cao vòi vọi [kau vòi vọi] Lofty, very high.

cao vọng [kau vɔŋ] High ambition.

cao vút [kau vút] Very high.

cao xa [kau sa] Very high ; far-reaching, exalted.

cao xạ [kau sạ] Anti-aircraft. *Súng cao xạ* : Anti-aircraft gun.

cao xanh [kau saiɲ] Sky, heaven.

cáo [káu] Fox. *Một con cáo già (người quỉ quyệt)* : An old fox.

cáo bạch [káu bạik] Handbill, leaflet, announcement, advertisement.

cáo biệt [káu biệt] To take leave. *Cáo biệt người nào* : To bid someone adieu.

cáo bịnh [káu bịɲ] To sham sickness, to feign sick, to feign illness.

cáo cấp [káu kấp] To alarm.

cáo chung [káu cuŋ] To announce the end. *Sự cáo chung* : Consummation.

cáo cùng [káu kùŋ] To adjudicate bankruptcy.

cáo dã [káu zã] To apply for leave of absence.

cáo già [káu zà] An old dodger, old fox.

cáo giác [káu sák] To denounce. *Cáo giác người nào* : To inform against someone. *Người cáo giác* : Informer, denouncer.

cáo gian [káu san] To accuse falsely (unjustly, wrongly).

cáo giới [káu sối] To caution.

cáo khước [káu xɯŕk] To refuse, to decline (something) ; to turn down (offer).

cáo lão [káu lãu] To resign under pretence of advanced age.

cáo lỗi [káu lỗi] To apologize, to excuse oneself.

cáo mật [káo mạt] Secret report.

cáo phát [káu fát] To denounce. *Người cáo phát* : Denouncer, informer.

cáo phó [káu fɔ́] Death notice, obituary, announcement of death. *Chuông cáo phó* : Passing-bell.

cáo thác [káu θák] To make excuses, to apologize for (someone).

cáo thành [káu θàiɲ] To announce the completion (of something).

cáo thị [káu θị] Notice, announcement. *Cáo thị đấu thầu* : Invitation to bid.

cáo thỉnh [káu θỉɲ] To invite.

cáo thoái [káu θwái] To ask to retire, to withdraw.

cáo tố [káu tố] To sue ; to action (someone), to bring an action against (someone). *Cáo tố yếu kiện* : Count of an indictment.

cáo tội [káu tội] To recognize one's fault.

cáo trạng [káu trạŋ] Bill of indictment.

cáo tri [káu tri] To notify, to inform, to announce.

cáo trình [káu trìɲ] To expose, to present.

cáo từ [káu từ] To take leave.

cào [kàu] Rake.

cào 1) To rake, to hoe. *Cào lá cây lại (thành đống)* : To rake the leaves (up, together). 2) To claw, to clapper claw, to scratch. *Cào một cái lỗ bằng móng* : To scratch a hole.

cào cào [kàu kàu] Grasshopper.

cào cấu [kàu kấu] To claw, to scratch.

cào bản [kàu bản] Manuscript.

cảo phục [kảu fụk] White dress.

cảo tỏ [kảu tỏ] See cảo phục.

cạo [kạu] 1) To shave (someone's head, beard etc...). Dao cạo : Razor. Cạo đầu người nào : To shave someone's head. Thợ cạo : Barber, haircutter.

2) To scrape. Cạo sơn : To scrape paint (from a door). Cạo sét : To scrape all the rust off.

3) To erase, to rub.

4) (Colloq) To scold, to reprimand, to reprove.

cạo giấy [kạu zéi] Bureaucrat.

cạo râu [kạu rậu] To shave (oneself), to have a shave. Cạo râu mép : To shave off, take off, one's moustache. Anh cạo râu tính bao nhiêu ? : How much do you charge for a shave ? Nó bị đứt khi cạo râu : He cut himself while shaving. Khi anh cạo râu nhớ coi chừng đứt mặt : Mind you don't cut your face when you are shaving.

cáp [káp] Cable.

cáp chạn [káp cạn] To compare the stature, the size of the game-cock.

cáp độ [káp dộ] See cáp chạn.

cạp [kạp] To chew (maize).

cạp chiều [kạp ciẻu] To edge a mat.

cát [kát] Sand. Bãi cát : Sand-bank. Bãi cát ở biển : Sand beach. Lớp cát : Sand-bed. Đụn cát : Sand-hill. Đất cát : Sandy ground. Lấp một cái lỗ đầy cát : To fill a hole with sand. Đống cát : Sand pile. Dấu giày trên cát : Impression of boots in the sand. Cát có dấu chân in lên : Sand imprinted with footmarks.

cát cánh [kát káiṇ] (Bot) Campanula.

cát đằng [kát dàuṇ] (Fig) Concubine.

cát động [kát dộṇ] Drift-sand, quicksand.

cát hung [kát huṇ] Good and bad, lucky and unlucky.

cát lễ [kát lễ] Circumcision.

cát lũy [kát lũi] See cát đằng.

cát nhân [kát ṇân] Good man.

cát nhựt [kát ṇựt] Lucky day.

cát tịch [kát tịk] To break off (with someone).

cát tịch Lucky night.

cát tín [kát tin] Good news.

cát triệu [kát triệu] Fortunate omen.

cát tuyền [kát twiến] Secant.

cát tường [kát tưởṇ] Favorable, good omen.

cạt te [kạt te] Chain-case, chain-guard (of a bicycle).

cạt tông [kạt toṇ] Cardboard. Hộp cạt tông : Carton, cardboard box.

cau [kau] (Bot) Areca palm-tree. Trái cau : Betel nut, areca-nut. Ở nhà vườn ăn cau sâu : The shoemaker's wife is always the worst shod.

cau có [kau kỏ] Fractious, scowling.

cau già [kau zà] Old (hard) areca-nut.

cau khô [kau xo] Dry areca-nut.

cau mày [kau mày] To frown ; to pucker (up) one's brows ; to gather one's eyebrows.

cau non [kau nọn] Tender areca-nut.

cau tấm vụn [kau tầm vụn] Ripe areca-nut.

cau tươi [kau tươi] Fresh areca-nut.

cáu [káu] Angry. Hay cáu : To be chippy. Phát cáu : To get angry.

cáu Dirt.

cáu bẩn [káu bẩn] Dirty.

cáu ghét [káu gét] Dirt. Tay đóng cáu ghét : Hands ingrained with dirt.

cáu kỉnh [káu kỉṇ] Angry.

cáu rượu [káu rượu] Tartar.

cáu tiết [káu tiét] Furious.

càu nhàu [kàu ṇàu] To grumble, to croak ; to be out of humour.

cay [kay] Hot, piquant, pungent, peppery. Nước xốt cay : Piquant sauce. Ca-ri nầy cay quá : This curry is too hot. Tiêu làm cay lưỡi : Pepper bites the tongue.

cay đắng [kay dáuṇ] Peppery and bitter. Làm cay đắng : To embitter, to empoison. Những sự cay đắng ở đời : The gall of life.

cay độc [kay dọk] Cruel ; piquant and poisonous.

cay mắt [kay mắuk] To sting the eyes. *Khói làm cay mắt* : Smoke that stings the eyes, that makes the eyes smart. *Khói làm cay mắt tôi* : The smoke irritated my eyes.

cay nghiệt [kay ŋiệt] Cruel and wicked.

cáy [káy] Kind of crab. *Nhát như cáy*: Shy as a deer.

cày [kày] Plough. *Trục cày* : Plough-beam. *Ngựa cày* : Plough-horse. *Đất cày* : Plough-land. *Cán cày* : Plough-tail. *Giống hình cái cày* : Plough-shaped. *Lưỡi cày* : Ploughshare. *Đường cày, luống cày* : (Open) furrow. *Thợ cày, dân cày* : Ploughman.

cày To plough, to furrow.

cày bừa [kày bừa] To farm.

cày cấy [kày kéi] To cultivate, to farm. *Sự cày cấy* : Culture.

cày cục [kày kụk] *Chúng tôi cày cục mãi mới thấy đường* : We had great difficulty in finding the way.

cạy [kạy] To pry. *Cạy miệng con ngựa ra* : To pry a horse's mouth open.

cạy cửa [kạy kửa] To force open a door.

cạy khóa [kạy xửa] To pick a lock.

cắc kè [káuk kè] Gecko.

cặc [kạuk] (Not in decent use) Penis.

căm [kaum] Spoke (of a wheel).

căm To bear a grudge against (someone).

căm căm [kaum kaum] *Rét căm căm* : Biting cold, very cold.

cam giận [kaum ʒận] To be furious.

căm hờn [kaum hờn] Enmity.

căm thù [kaum θù] Hatred and indignation. *Gây căm thù* : To rouse hatred and indignation.

cảm [káum] See giặt.

cảm trại [káum trại] 1) To camp. *Chúng tôi cắm trại trong rừng* : We camped out in the woods. 2) (Mil) To encamp.

cằm [kàum] Chin. *Nước lên tới cằm* : To be up to the chin, chin-deep, in water. *Nó tống địch thủ của nó một thoi vào cằm* : He dealt his enemy a blow on the chin. *Nó kéo mền lên tới cằm* : He drew the blanket up to the chin. *Nó đánh vào cằm tôi* : He struck me on the chin.

cằm lẹm [kàum lẹm] Chinless, retreating chin.

cằm vuông [kàum vuəŋ] Square-chin.

cặm [kạum] 1) To fix, to plant. 2) *Chứng lông cặm* : (Med) Entropion.

cặm cụi [kạum kụi] Absorbedly.

căn [kaun] Compartment.

căn bản [kaun bản] Principle, groundwork. *Làm một việc không có căn bản vững chắc* : To build upon sand.

căn bản Fundamental, basic, radical, basal. *Nguyên lý căn bản* : Radical principle.

căn bịnh [kaun bịɲ] Cause of illness. *Căn bịnh học* : Aetiology.

căn bổn [kaun bổn] See căn bản.

căn cái [kaun kái] Main root.

căn cơ [kaun kə] Root and base ; foundation.

căn cứ [kaun kứ] 1) Base. *Một phi cơ Mỹ có căn cứ ở Anh* : An U. S. aircraft based in Great Britain. *Sau khi oanh tạc các vị trí của địch, phi cơ chúng ta trở về căn cứ vô sự* : After bombing the enemy's positions, our aeroplanes returned to their base safely. 2) Foundation, basis. *Vô căn cứ* : Baseless. *Tin đồn vô căn cứ* : Rumour without foundation. *Căn cứ vào việc gì* : To bottom (up) on something.

căn cứ To base, to found, to bottom, to build. *Căn cứ vào việc gì* : To base oneself on something, to bottom (up) on something. *Anh căn cứ vào đâu mà nói thế ?* : What grounds have you for saying that ?

căn cứ chuyển vận [kaun kứ cwiẻn vận] Transportation office.

căn cứ hải quân [kaun kứ hải kwən] Naval base.

căn cứ hành quân [kaun kứ hàɲ kwən] Base of operations.

căn cứ hỏa lực [kaun kứ hửa lụk] Base of fire.

căn cứ không quân [kaun kứ xoŋ kwən] Air base, aviation base.

căn cứ quân sự [kaun kứ kwən ʃụ] Military base.

căn cứ tiền tuyến [kaun kứ tiền

twiên) Advanced base-

căn cước [kawn kúrk] Identity. *Giấy căn cước* : Identity card. *Không có manh mối gì về căn cước của tên sát nhân cả* : There is no clue to the identity of the murderer.

căn cứu [kawn kúru] To go thoroughly into (something), to sift (something).

căn dặn [kawn zạwn] To remind many times.

căn do [kawn zɔ] Cause, origin, source.

căn duyên [kawn zwien] Cause.

căn để [kawn dẻ] 1) Foot of a tree. 2) Principle, ground work.

căn đinh [kawn dịɲ] (Bot) Basifixed.

căn hành [kawn hàiɲ] (Bot) Phizome.

căn khuẩn [kawn xwẩn] (Fung) Mycorrhiza.

căn nguyên [kawn ŋwien] Cause, source, origin.

căn nhà [kawn ɲà] Compartment, house.

căn phòng [kawn fòŋ] Room. *Sắp đặt thứ tự một căn phòng* : To tidy up a room. *Tôi cần phải quét dọn căn phòng*: I need to clean the room. *Căn phòng nóng như trong lò* : Room as hot as an oven. *Cái bàn choáng mất nửa căn phòng* : The table occupies half the room space.

căn phố [kawn fố] Compartment.

căn quan [kawn kwan] (Bot) Calyptra.

căn số [kawn số] (Math) Root. *Căn số bậc hai, bậc ba* : Square root, cube root.

căn thức [kawn θức] (Math) Radical.

căn tính [kawn tíɲ] Natural disposition.

cắn [kắwn] 1) To bite. *Chó cắn chân nó* : The dog bites him in the leg. *Cắn đứt sợi dây* : To bite through a rope. *Tôi bị muỗi cắn quá* : I was badly bitten (= stung) by mosquitoes. *Khi chó cắn lộn, chúng cắn nhau* : When dogs fight, they bite each other. *Con chó quay lại và cắn tôi* : The dog turned on me and bit me. *Con chó tấn công tôi và cắn tôi* : The dog set upon me and bit me. *Đừng cắn móng tay nữa* : Leave off biting your nails. 2) To bark, to bay. See **súa**.

cắn câu [kắwn kəu] To take, rise to, nibble at, the bite.

cắn cỏ [kắwn kɔ] To bite grass.

cắn lộn [kắwn lộn] Fight (between two dogs). *Chó hay cắn lộn nhau* : Dogs sometimes fight.

cắn lưỡi [kắwn lưỡi] To bite one's tongue. *Cắn lưỡi tự tử* : To commit suicide by cutting one's tongue with one's teeth.

cắn môi [kắwn moi] To bite one's lip.

cắn mồi [kắwn mòi] See cắn câu.

cắn răng [kắwn rawŋ] 1) To clench one's teeth. 2) To bear, to endure. *Cắn răng mà chịu* : To suffer in silence.

cắn rứt [kắwn rứt] To sting, to twinge, to stab. *Lương tâm nó cắn rứt nó*: His conscience stings him ; his conscience twinges ; his conscience pricked, smote, stabbed, him. *Lương tâm tôi không có gì cắn rứt* : My conscience is clear of all reproach.

cắn trộm [kắwn trộm] (Of dog) To bite unnoticed.

cắn xé [kắwn sé] To devour, to tear with the teeth.

cằn cỗi [kằwn kỗi] Stunted.

cằn nhằn [kằwn ɲằwn] To grumble, to growl. *Cằn nhằn về đồ ăn* : To grumble about, over, the food. *Cằn nhằn người nào* : To grumble at someone.

cằn rằn [kằwn rằwn] See cằn nhằn.

cặn [kạwn] Deposit, dregs, sediment, lee, draff ; (Ch) faeces. *Lắng cặn, đóng cặn* : To deposit, to form a deposit. *Cặn trong ly* : The dregs of the cup. *Uống hết cả cặn* : To drink the cup to the dregs. *Uống không chừa cặn* : To drink drain, the cup to the lees. *Thuộc về cặn* : Faecal. *Đầy cặn, nhiều cặn* : Dreggy. *Sự lắng cặn, đóng cặn* : Deposition.

cặn bã [kạwn bã] Dregs, lees. *Cặn bã của dân chúng* : The scum of the people, the very dregs of the population. *Cặn bã của xã hội* : The scum (dregs, lees) of society (i.e. the lowest and most worthless class of people, thieves, murderers and other criminals).

cặn kẽ [kạum kẽ] Detailed, through. *Biết cặn kẽ mọi việc*: To know the ins and outs of a matter.

căng [kaưŋ] Tense, strained, tight, stretched ; (Anat) tensor. *Dây căng*: Tight-rope. *Sức căng của sợi dây*: The strain on the rope.

căng To stretch, to outstretch, to strain, to spread. *Căng mặt trống*: To brace (the skin of) a drum. *Sức căng của mặt ngoài*: Surface tension. *Cây căng vải (để phơi)*: Tension-frame. *Cơ căng*: (Anat) Tensor.

căng da [kaưŋ za] To stretch a skin.

căng dây [kaưŋ zei] To stretch a rope.

căng thẳng [kaưŋ θẳưŋ] Tense ; tight. *Tình thế căng thẳng*: Tense situation. *Trạng thái, tình trạng căng thẳng*: Tenseness, tension. *Tình hình bớt căng thẳng*: The situation has eased ; the situation is easing, is a little easier.

cẳng đẳng [káưŋ dáưŋ] *Chúng nó cẳng đẳng với nhau như mèo với chó*: They quarrel like cat and dog.

cẳng [kảưŋ] Foot, leg. *Tôi chạy ba chân bốn cẳng*: I ran as fast as my legs would carry me. *Nhảy một cẳng (nhảy cò cò)*: To jump on one leg.

cẳng cây [kảưŋ kei] Wooden leg.

cẳng chân [kảưŋ cơn] Leg.

cẳng sau [kảưŋ ʃau] Hind-leg.

cẳng tay [kảưŋ tay] Arm, forearm.

cẳng trước [kảưŋ trứrk] Forefoot.

cắp [káưp] To carry (something) under one's arms.

cắp To steal, to rob. *Kẻ cắp*: Thief. *Ăn cắp vặt*: To pilfer.

cặp [kạưp] Satchel.

cặp Pair, couple, brace. *Một cặp bò*: Pair of oxen. *Mười cặp ra sàn nhảy*: Ten couples took the floor (i.e. went out into the middle of the room to dance). *Cặp bồ câu (trống và mái)*: Pair of pigeons (cock and hen). *Hai cặp chim đa-đa*: Two brace of partridges. *Sắp đặt, để có cặp*: Arranged in pairs. *Từng cặp*: Paired.

cặp bến [kạưp bén] (Nau) To board, to berth, to come on board, to come, draw alongside (the quay).

cặp đôi [kạưp doi] To couple, to pair.

cặp kè [kạưp kè] *Đi cặp kè*: To walk with one's hand on someone's shoulder.

cặp nách [kạưp náik] To carry under one's arms.

cặp rằng [kạưp raừŋ] Boss.

cặp tay [kạưp tay] *Đi cặp tay nhau*: To walk arm in arm.

cặp vợ chồng [kạưp vợ cồŋ] Married couple.

cắt [káưt] 1) To cut, to carve, to chop, to ampute, to clip. *Cắt móng tay*: To cut one's nails. *Vải dễ cắt*: Cloth that cuts easily. *Cắt nhỏ vật gì*: To chop something to pieces. *Cắt hàng rào*: To clip a hedge. *Dao cắt bén như dao cạo*: Knife that cuts like a razor. *Làm ơn cắt cho tôi một miếng (lát) bánh*: Please cut a slice of cake for me, please cut me a slice of cake. *Cắt một bài trong báo ra*: To cut an article out of a newspaper.

2) To assign, to designate, to appoint.

cắt áo [káưt áu] To cut out a coat.

cắt bỏ [káưt bỏ] To exscind (tumor, etc...), (Med) to amputate.

cắt bớt [káưt bót] To curtail, to excise (a newspaper, report, etc...). *Cắt bớt số chi tiêu*: To cut down expenses.

cắt cỏ [káưt kỏ] To cut grass.

cắt cổ [káưt kỏ] To cut the throat. *Nó tự tử bằng cách cắt cổ nó*: He committed suicide by cutting his throat. *Cắt cổ người nào*: To slit someone's throat. *Cắt cổ gà*: To bleed a chicken.

cắt cụt [káưt kụt] To cut short.

cắt cử [káưt kử] To delegate. *Sự cắt cử*: Delegation.

cắt đặt [káưt dạưt] To assign, to allot (a task) to someone.

cắt đầu [káưt dồu] To behead, to decapitate. *Cắt đầu một người*: To cut off someone's head.

cắt may [káưt may] To confection, to cut (a garment).

cắt ngang [káɯt ŋaŋ] To cross-cut ; to cross-section.

cắt ngắn [káɯt ŋáɯŋ] 1) To shorten (dress, etc...), to curtail, to cut short (speech, visit, etc..,).
2) To crop, dock (tail of horse, dog). *Nếu anh cắt ngắn đuôi ngựa thì nó không thể đuổi ruồi được* : If you crop a horse's tail, it can't brush the flies off.

cắt nghĩa [káɯt ŋĩə] To explain, to expound, to explicate. *Sự cắt nghĩa* : Explanation, exposition, explication.

cắt người [káɯt ŋɯời] To assign (to a specific job).

cắt phiên [káɯt fien] To assign on a rotation basis.

cắt quần áo [káɯt kwồn áu] To cut out a garment.

cắt ruột [káɯt ruạt] (Anat) Enterotomy.

cắt thuốc [káɯt θwốrk] To prescribe medicine.

cắt tiết [káɯt tiét] To bleed, stick (a pig), to bleed (a chicken).

cắt tóc [káɯt tɔ́k] To cut, clip the hair ; to have a hair cut. *Đi cắt tóc* : To have one's hair cut, to get a hair cut.

cắt tréo [káɯt tréu] To intersect.

cắt trụi [káɯt trụi] To cut close.

cắt tua [káɯt twə] See **cắt phiên**.

cắt xén [káɯt sén] To clip, to cut.

cắt xéo [káɯt séu] To cross-cut, to cut across.

câm [kəm] Arm, spoke (of wheel).

câm Dumb, mute. *Tuồng câm* : Dumb-show performance. *Tiếng câm (không dội lại)* : Dead sound. *Câm như hến* : As dumb (mute) as a fish, as an oyster. *Điếc và câm* : Deaf and dumb. *Câm từ lúc mới sanh ra* : Born dumb. *Chữ câm* : Mute letter. *Chữ H câm* : H mute. *Người câm* : Mute. *Tật câm* : Dumbness, muteness.

câm đi [kəm di] Hold your tongue ! be quiet !

câm họng [kəm hɔŋ] To shut up, to hold one's tongue.

câm miệng [kəm miẹŋ] See **câm họng**.

cấm [kɔ́m] To forbid, to prohibit, to interdict, to ban, to debar, to defend.

Cấm hút thuốc : Smoking forbidden, no smoking, smoking is prohibited. *Cấm người nào làm việc gì* : To forbid someone to do something ; to prohibit (to interdict, to debar) someone from doing something. *Nó bị cấm không được làm một việc gì trong văn phòng cả* : He was forbidden to do any office work. *Bác sĩ cấm nó uống rượu* : The doctor has forbidden him wine. *Nó bị cấm không được ra ngoài* : It has been forbidden him to go out ; he has been forbidden to go out. *Của cấm là của ngon* : Stolen kisses are sweet. *Tôi bị cấm không được hút thuốc* : I am interdicted from smoking, I am forbidden to smoke.

cấm bóp còi [kɔ́m bóp kòi] No horn-blowing.

cấm chế [kɔ́m cé] To interdict.

cấm chỉ [kɔ́m cỉ] To defend, to ban, to bar, to interdict.

cấm chợ [kɔ́m cợ] To forbid to go to market.

cấm cung [kɔ́m kuŋ] Forbidden palace.

cấm cung (Of girl) To shut oneself up in one's room.

cấm cửa [kɔ́m kửə] To forbid (someone) one's house.

cấm dạ [kɔ́m zạ] To forbid walking at night.

cấm dán giấy [kɔ́m zán 3éi] Stick no bills, post no bills, billposting prohibited.

cấm dục [kɔ́m zụk] Ascetic. *Cấm dục chủ-nghĩa* : Ascetism.

cấm đạo [kɔ́m dạu] No thoroughfare.

cấm đậu xe [kɔ́m dạu sɛ] No parking. *Cấm đậu xe tại đây* : Parking prohibited, « no parking here ».

cấm địa [kɔ́m dịə] Forbidden area.

cấm điện [kɔ́m diẹn] Royal palace.

cấm đoán [kɔ́m dwán] To interdict, to forbid, to prohibit.

cấm đổ rác [kɔ́m dổ rák] Shoot no rubbish.

cấm dứt [kɔ́m dứt] To forbid absolutely.

cấm giới [kɔ́m 3ói] Abstention.

cầm hẩn [kə́m hẩɯn] See **cầm đứt.**

cầm hút thuốc [kə́m hút θwɔ́rk] No smoking allowed, smoking forbidden, no smoking, smoking is prohibited. *Ở đây cấm hút thuốc* : Smoking is not allowed here.

cầm khạc nhổ [kə́m xạk ɲɔ̉] No spitting.

cầm khẩu [kə́m xɔ̀u] Speechless due to chock of accident.

cầm khu [kə́m xu] Restricted area.

cầm kỵ [kə́m kị] To abstain. *Điều cấm kỵ* : Taboo.

cầm lịnh [kə́m lịɲ] Prohibition.

cầm ngặt [kə́m ŋạɯt] See **cầm nhặt.**

cầm ngôn [kə́m ŋon] Silence.

cầm nhặt [kə́m ɲạɯt] Strictly forbidden, strictly prohibited. *Cấm nhặt hút thuốc* : Smoking strictly prohibited.

cầm phòng [kə́m fɔ̀ŋ] To shut oneself up in one's room.

cầm qua mặt [kə́m kwa mạɯt] « Overtaking and passing forbidden ».

cầm sữa [kə́m ʃữə] To wean. *Cấm sữa một đứa bé* : To wean a baby from the breast.

cầm thành [kə́m θàiɲ] Royal palace.

cầm tiệt [kə́m tiệt] See **cầm đứt.**

cầm trại [kə́m trại] Confined to barracks.

cầm tuyệt [kə́m twiệt] See **cầm đứt.**

cầm uyển [kə́m wiển] Royal garden.

cầm vào [kə́m vàu] No admittance, no entry.

cầm vệ [kə́m vệ] Royal guard.

cầm vượt qua [kə́m vɯợt kwa] See **cầm qua mặt.**

cầm [kə̀m] To pawn, to pledge, to gage (jewellery, etc...); to mortgage (property); to secure (debt) by mortgage. *Cầm tài sản* : To pledge one's property. *Đất có thể cầm, thế được* : Land that may be mortgaged. *Đem cầm đồng hồ* : To put one's watch in pawn (pledge). *Chuộc lại (ra) vật gì đã cầm:* To take something out of pawn (pledge). *Đồng hồ của tôi cầm rồi* : My watch is in pawn. *Cầm vật gì* : To put something in pledge.

cầm 1) To hold, to detain, to retain.

Cầm vật gì trong tay : To hold something in one's hand. *Nó cầm quyền sách trong tay* : He was holding a book in his hand.

2) To check, to hold back. *Cầm nước mắt* : To check, restrain, one's tears, to choke back one's tears. *Nó không cầm được nước mắt* : He found it difficult to refrain from tears.

cầm bằng [kə̀m bàɯŋ] To consider as.

cầm ca [kə̀m ka] To play music and sing.

cầm cái [kə̀m kái] To be a banker in games.

cầm canh [kə̀m kaiɲ] To be on guard, on duty.

cầm cày [kə̀m kày] To guide the plough.

cầm cân nẩy mực [kə̀m kən nẩi mựk] To direct.

cầm cập [kə̀m kập] *Run cầm cập* : To tremble, to quiver.

cầm chắc [kə̀m cáɯk] 1) To be dead (quite) sure, to hold (something) for certain.

2) To hold fast.

cầm chừng [kə̀m cừɯŋ] To while away the time for work's sakes.

cầm cố [kə̀m kó] To mortgage (property); to secure (debt) by mortgage.

cầm cờ [kə̀m kờ] To carry a flag.

cầm cự [kə̀m kự] To hold out against (attack).

cầm cương [kə̀m kɯəŋ] To hold the reins.

cầm đầu [kə̀m đầu] To captain; to lead, to head.

cầm đồ [kə̀m đò] To pawn, to pledge, to put in pawn. *Tiệm cầm đồ* : Pawn-shop, pawn-office. *Giấy cầm đồ* : Pawn-ticket. *Người cầm đồ* : Pawnbroker, pledgee, pledge holder. *Người đi cầm đồ* : Pledger.

cầm giá [kə̀m ʒá] To maintain the price.

cầm giữ [kə̀m ʒữ] To hold on.

cầm hãm [kə̀m hãm] To retain, to hold back, to restrain.

cầm hơi [kə̀m həi] To hold one's breath.

cẩm khách [kɔ̀m xáik] To keep guest.

cầm kỳ [kɔ̀m kì] Music and chess, (fig) friendship.

cầm lái [kɔ̀m lái] To drive, to steer, to take the helm, to be at the wheel (at the helm).

cầm lại [kɔ̀m lại] To contain, to control, to hold in ; to restrain, to keep back.

cầm lầy [kɔ̀m lếi] To hold.

cầm lòng [kɔ̀m lɔ̀ŋ] To hold back one's emotion, to restrain one's feeling ; to hold oneself in.

cầm lòng không đậu [kɔ̀m lɔ̀ŋ xoŋ dậu] Moved, affected (by emotion).

cầm lòng [kɔ̀m lɔ̀ŋ] To hold loose.

cầm lửa [kɔ̀m lửə] To keep the fire alive, to keep the fire in.

cầm máu [kɔ̀m máu] To staunch, to stanch. *Cầm máu một vết thương :* To stanch a wound.

cầm nhà [kɔ̀m pà] To mortgage one's house.

cầm như [kɔ̀m pɯ] To consider as.

cầm nước mắt [kɔ̀m nứrk mắɯt] To keep back, check, restrain, control, one's tears.

cầm quân [kɔ̀m kwən] To command troops.

cầm quyền [kɔ̀m kwièn] To govern, to rule, to be in power. *Nhà cầm quyền quân sự :* The military authorities.

cầm sắt [kɔ̀m ʃắɯt] Guitar and lute (fig) conjugal love.

cầm tay [kɔ̀m tay] To hold the hand. *Tay cầm tay :* Hand in hand.

cầm tay bánh [kɔ̀m tay báiɲ] See cầm lái.

cầm tay lái [kɔ̀m tay lái] See cầm lái.

cầm thẻ [kɔ̀m θé] To hypothecate, to pledge, to mortgage.

cầm thú [kɔ̀m θú] Birds and beasts ; beasts, animals.

cầm tù [kɔ̀m tù] To detain, to imprison. *Cầm tù người nào :* To keep someone in prison.

cẩm [kɔ̀m] Police.

cẩm bào [kɔ̀m bàu] Royal brocaded cloak.

cẩm chướng [kɔ̀m cɯớŋ] (Bot) Pink.

cẩm nang [kɔ̀m naŋ] An embroidered bag with secret in it.

cẩm nhung [kɔ̀m ɲuŋ] Embroidered velvet.

cẩm thạch [kɔ̀m θạik] Marble.

cẩm tú [kɔ̀m tú] Embroidery (fig) very beautiful.

cẩm y [kɔ̀m i] Brocaded garment.

cân [kən] Balance. *Cán cân, đòn cân :* Balance-beam. *Làm cân nghiêng :* To turn the balance. *Trái cân, quả cân :* Weight. *Cân nầy đúng không : ?* Do these scales balance ?. *Sụt cân, xuống cân :* To lose weight. *Lên cân :* To gain weight. *Đòn cân mậu dịch :* Trade balance. *Đòn cân lực lượng :* Balance of power. *Bán cân thiếu :* To give short weight. *Cái cân dùng để cân vật dụng :* A balance is used for weighing things. *Ở Anh, bôm bán cân và chuối bán tính trái :* In England apples are sold by weight and bananas at so much apiece.

cân To weigh, to balance. *Cân nặng :* To weigh heavy. *Nó cân nặng bằng hai anh (nó nặng gấp đôi anh) :* He is twice your weight. *Gói nầy cân nặng bao nhiêu ? :* How much does this parcel weigh ?. *Tôi cân cục đá trên tay tôi :* I weighed the stone in my hands. *Tôi cân nặng 60 ki-lô :* My weight is 60 kilogrammes. *Hai đứa bé cân nặng bằng nhau :* The two boys are of the same weight. *Hai vật cân nhau :* The two things balance.

cân bàn [kən bàn] Weigh-bridge.

cân bằng [kən bàɯŋ] Equilibrium, balance, equipoise ; stability (of aeroplane) ; poise (of mind). *Làm cân bằng :* To equipoise.

cân chính xác [kən cịp sắk] Analytical balance.

cân công lý [kən koŋ lí] The scales of justice.

cân cốt [kən kót] Tendons and bones (fig) strength, force, vigour.

cân đai [kən dai] Turban and belt.

cân đối [kən dói] To counterbalance, to counterpoise.

cân đối Symmetrical, commensurate, proportioned.

cân đúng [kən dúŋ] Accurate scales.

cân già [kən ɟà] To give correct weight.

cân La mã [kən la mã] Steelyard.

cân lực [kən lựk] Muscular strength.

cân lường [kən luờŋ] Weights and measures.

cân mạc [kən mạk] (Anat) Aponeurosis.

cân mậu dịch [kən mụu zịk] Trade balance.

cân não [kən nãu] Nerves and brain. *Chiến tranh cân não* : War of nerves.

cân nặng [kən nặŋ] To weigh heavy. *Gói này cân nặng bao nhiêu ?* : How much does this parcel weigh ?

cân nhau [kən ɲau] Balanced, equal. *Làm cân nhau* : To balance, to equipoise, to equilibrate.

cân nhạy [kən ɲạy] Sensible balance, sensitive scales.

cân nhắc [kən ɲáuk] To weigh, to balance, to consider carefully, to deliberate. *Cân nhắc lợi hại* : To weigh the pros and cons.

cân nhẹ [kən ɲẹ] To give short weight.

cân nhục [kən ɲụk] (Anat) Muscle. *Cân nhục tổ chức học* : Sarcology.

cân phân [kən fən] Equal, like, similar.

cân quắc [kən kwáuk] Woman's turban (fig) woman, girl. *Cân quắc anh hùng:* Heroine.

cân ta [kən ta] Roman balance.

cân tây [kən tei] Steelyard.

cân thiều [kən θiéu] To give short weight.

cân thường [kən θuờŋ] Household scales.

cân tiểu ly [kən tiểu li] Analytical balance.

cân trừ bì [kən trừ bì] To tare.

cân xứng [kən súŋ] Proportioned ; commensurate. *Làm cân xứng* : To proportion. *Sự thành công (của nó)*

không cân xứng với những cố gắng của nó : His success was not commensurate with his efforts. *Hình phạt không cân xứng với tội trạng* : Punishment out of all proportion to the crime. *Hai cánh cửa cân xứng nhau một cách lạ lùng* : The two doors are in admirable proportion.

cẩn [kón] Pregnant, big with child.

cẩn nợ [kón nợ] To deduct the debtor's account of another for paying a debt.

cẩn thai [kón θai] To be pregnant.

cẩn [kòn] Lever.

cẩn Need, necessity. *Khi cần đến, nếu cần đến, gặp lúc cần* : If need be, if needs be, in case of need ; in case of necessity. *Không cần phải...* : There is no need to... *Cần gì phải đi* : What need is there to go. *Cần làm việc gì* : To have need (to) do something. *Cần vật gì* : To have need, stand in need, be in need, of something. *Nhà cần phải sửa lại* : House in great need, badly in need, of repairs. *Một ngày kia anh sẽ phải cần đến tôi* : You will have need of me some day. *Anh không cần phải đến* : There is no necessity for you to come.

cẩn Necessary, essential. *Nếu cần* : If necessary. *Cần phải làm việc gì* : It is necessary to do something.

cẩn To need, to want, to require, to demand. *Tôi không cần* : I don't care. *Tôi cần anh* : I need you. *Đất cần có mưa* : The soil needs rain. *Khỏi cần nói* : That needs no saying. *Cần phải làm việc gì* : To need to do something. *Tôi không cần người ta phải nhắc lại tôi chuyện ấy* : I did not need to be reminded of it. *Nó có cần phải đi không?, cần nó đi không ?* : Need he go ?. *Tôi cần phải quét dọn lại căn phòng* : I need to clean the room. *Nó không cần phải viết thơ cho tôi* : He need not write to me. *Công việc này cần phải khéo lắm mới làm được* : It needs much skill for this work. *Cần nghỉ ngơi* : To want rest. *Công việc ấy cần ở sự nhẫn nại rất nhiều* : That work wants a lot of patience. *Thơ này cần phải trả lời* ngay : This letter demands an immediate answer. *Nó căn anh gấp lắm* : He has instant need of you. *Nó đến hay không tôi cũng không căn* : I don't care whether he comes or not ; it is nothing to me whether he comes or not. *Anh căn gì không ?* : Are you in want of anything ? *Tôi luôn luôn căn tiền* : I'm always in want of money. *Nhà căn phải sửa* : The house is in want of repair (i.e. needs to be repaired). *Căn dùng : một người bếp cho gia đình ít con* : Wanted : a cook for a small family.

căn cấp [kɔ̀n kấp] Urgent, pressing.

căn câu [kɔ̀n kəu] Fishing-rod.

căn cù [kɔ̀n kù] Laborious, assiduous, hard-working, industrious.

căn dùng [kɔ̀n zùŋ] Indispensable, necessary. *Sự căn dùng* : Need, want.

căn dùng To need, to want. *Nếu không có ai căn dùng tôi ở đây nữa, tôi đi về* : If nobody wants me, my assistance here, I'm going home. *Rất căn dùng vật gì* : To want something badly.

căn gấp [kɔ̀n gấp] Urgent, pressing.

căn gì [kɔ̀n ɕì] What does it matter ?.

căn ích [kɔ̀n ík] Useful, serviceable.

căn kiệm [kɔ̀n kiệm] Economical, thrifty, sparing. *Sự căn kiệm*: Economy.

căn kíp [kɔ̀n kíp] Urgent, pressing.

căn lao [kɔ̀n lau] Laborious. *Giai cấp căn lao* : The labouring class, the working class.

căn mẫn [kɔ̀n mẫn] Diligent, assiduous, industrious. *Sự, tánh căn mẫn* : Diligence, industry, assiduity.

căn thiết [kɔ̀n θiết] Essential, indispensable, necessary. *Đồ vật căn thiết cho người đi du lịch* : Travel necessaries. *Những vật căn thiết* : Indispensable articles, articles of indispensable use. *Không khí, đồ ăn và nước rất căn thiết cho đời sống* : Air, food and water are indispensable to life.

căn trục [kɔ̀n trục] Derrick, crane. *Căn trục nổi* : Floating crane.

căn vương [kɔ̀n vɯəŋ] Devoted to the king.

căn yếu [kɔ̀n iếu] Important, essential.

căn xé [kɔ̀n sế] Pannier.

cẩn [kɔ̀n] To incrust, to encrust, to inlay; to enchase. *Cẩn xa cừ vào gỗ mun* : To encrust ebony with mother of pearl. *Bàn cẩn ốc xa cừ* : Table inlaid with mother of pearl.

cẩn bạch [kɔ̀n bạik] To inform respectfully.

cẩn cáo [kɔ̀n káu] See cẩn bạch.

cẩn chính [kɔ̀n cíp] Cautious and decent.

cẩn khải [kɔ̀n xải] See cẩn bạch.

cẩn kính [kɔ̀n kíp] Respectful.

cẩn mật [kɔ̀n mật] Circumspect, watchful, vigilant, cautious. *Sự cẩn mật* : Circumspection.

cẩn phòng [kɔ̀n fòŋ] Vigilant.

cẩn thẩm [kɔ̀n θẩm] To examine carefully.

cẩn thận [kɔ̀n θận] Careful, cautious, canny, prudent. *Làm việc gì cẩn thận*: To be cautious in doing something. *Sự, tánh cẩn thận* : Care, prudence. *Làm việc gì hết sức cẩn thận* : To something with great care ; to do something with great caution. *Cẩn thận làm việc gì* : To take (good) care to do something ; to be cautious in doing something. *Hành động cẩn thận* : To act prudently. *Cẩn thận kẻo cháy thịt* : Be careful not to burn the meat. *Sự xem xét cẩn thận một vấn đề* : Careful examination of a question. *Anh sẽ bị tai nạn nếu anh không cẩn thận* : You will have an accident if you're not careful. *Khi đi ngang qua một con đường nhiều xe, anh phải cẩn thận* : When you cross a busy street, you should use caution.

cẩn thủ [kɔ̀n θủ] To keep carefully.

cẩn trọng [kɔ̀n trọŋ] Prudent, cautious.

cận [kạn] 1) Adjacent, near, neighbouring.
2) Adjacent, contiguous (to), adjoining; bordering (on).

cận chiến [kạn ciến] Close combat, hand-to-hand fight (ing), hand-to-hand combat. *Bộ binh là một binh chủng cận chiến*: The infantry is an arm of close combat.

cận dụng [kʒn zʊŋ] Immediate use.

cận đại [kʒn dại] Modern times.

cận địa điểm [kʒn dịa diểm] (Astr) Perigee.

cận điểm [kʒn diểm] (Astr) Anomalistic. *Tháng cận điểm* : Anomalistic month.

Cận Đông [kʒn doŋ] (Geog) The Near East. *Vấn đề Cận Đông* : The Near-Eastern question.

cận huống [kʒn huấŋ] Recent situation.

cận kim [kʒn kim] Modern. *Cận kim thời đại* : Modern times.

cận lai [kʒn lai] Recently.

cận lợi [kʒn lợi] Immediate interest.

cận nhân [kʒn pɔn] Immediate cause.

cận nhựt [kʒn nʊt] Recent day.

cận phòng [kʒn fòŋ] Close defence.

cận sử [kʒn ʃửʃ] Modern history.

cận thám [kʒn θám] (Mil) Close reconnaissance.

cận thân [kʒn θơn] Near relation.

cận thần [kʒn θồn] Courtier.

cận thế [kʒn θế] Modern times.

cận thị [kʒn θị] Short-sighted, near-sighted, myopic. *Tật cận thị* : Short-sightedness, near-sightedness, myopia. *Người cận thị* : Myope.

cận tiếp [kʒn tiếp] Near to, close to.

cận tình [kʒn tịŋ] Recent situation.

cận trạng [kʒn trạŋ] See cận huống.

cận trợ [kʒn trợ] Close support.

cận vệ [kʒn vệ] Imperial guard.

cấp [kấp] Class, degree, grade, rank, gradation, echelon. *Tỷ – giảo cấp* : Degree of comparison. *Cấp đại úy* : Rank of captain. *Cấp thiếu tá là một cấp cao hơn đại úy* : The rank of major is one grade higher than that of captain.

cấp To provide for, to furnish, to equip, to supply, to grant, to bestow, to confer, to accommodate, to allow. *Cấp vật gì cho người nào* : To furnish, accommodate, equip, someone with something. *Cấp cho người nào mười ngàn đồng mỗi năm* : To allow someone ten thousand piastres a year.

cấp To issue.

cấp bách [kấp báik] Urgent, pressing. *Sự cần dùng cấp bách* : Urgent need.

cấp báo [kấp báu] To warn urgently.

cấp bằng [kấp bằ̆wŋ] Diploma, degree. *Lễ trao cấp bằng* : Graduation ceremony. *Trường đại học đã phát cấp bằng cho 200 sinh viên năm rồi* : The university graduated 200 students last year.

cấp bậc [kấp bʒk] Degree, grade, rank.

cấp bậc giả định [kấp bʒk ʃả dịŋ] Brevet rank.

cấp bậc tạm thời [kấp bʒk tạm θời] Temporary grade.

cấp bậc thực thụ [kấp bʒk θụk θụ] Permanent grade.

cấp bậc tương đương [kấp bʒk tưⱥŋ dưⱥŋ] Relative rank.

cấp cấp [kấp kấp] Urgent.

cấp chỉ huy [kấp ci hwi] Command echelon.

cấp chiến đấu [kấp ciến dấu] Combat echelon.

cấp cho [kấp cɔ] To endow, to bestow, to endue; to furnish, to allow, to provide for. *Cấp vật gì cho người nào* : To furnish someone with something. *Cấp cho mẹ một năm mười ngàn đồng* : To make one's mother an allowance of ten thousand piastres a year.

cấp cự [kấp kự] Urgent, pressing.

cấp cứu [kấp kứu] To give emergency aid, first-aid. *Cấp cứu pháp* : First-aid method.

cấp dưỡng [kấp zưấŋ] To support, to provide for, to maintain, to keep (a family, a mistress, etc...). *Cấp dưỡng một gia đình* : To support a family. *Tiền cấp dưỡng* : Pension. *Cấp dưỡng cho vợ* : To provide one's wife with alimony.

cấp giả định [kấp ʃả dịŋ] (Mil) Brevet rank.

cấp hiệu [kấp hiệu] Insignia.

cấp khoản [kấp xwản] Allowance.

cấp lương [kấp lưⱥŋ] To supply provision.

cấp phát [kấp fát] To distribute.

cấp phí [kấp fí] Subsidy.

cấp số [kấp số] (Math) Progression. *Cấp số cộng* : Arithmetical progression. *Cấp số nhân* : Geometrical progression. *Cấp số điều hòa* : Harmonic progression.

cấp tá [kấp tá] (Mil) Field grade.

cấp thiết [kấp θiết] Urgent, pressing.

cấp thời [kấp θời] Immediately, at once.

cấp tiến [kấp tiến] Rapid advance.

cấp tiến Radical. *Đảng cấp tiến* : Radical, the Radical Party, the Progressive Party. *Chủ nghĩa cấp tiến* : Radicalism, progressionism. *Người theo chủ nghĩa cấp tiến, đảng viên đảng cấp tiến* : Progressionist.

cấp tính [kấp tíṇ] Urgency.

cấp tốc [kấp tốk] Rapid, speedy; at once, immediately.

cấp trí [kấp trí] Quick-witted.

cấp trí Presence of mind.

cấp trên [kấp tren] (Mil) Higher echelon; one's superior in rank.

cấp túc [kấp túk] Sufficient.

cấp tứ [kấp tứ] See cấp cho.

cấp úy [kấp wí] Junior grade.

cấp vụ [kấp vụ] Urgent business.

cấp yiểm trợ [kấp iểm trợ] (Mil) Support echelon.

cập đệ [kập dệ] To pass an examination.

cập kê [kập ke] Nubile, marriageable. *Đến tuần cập kê* : To reach marriageable age, to reach the age of marriage.

cập thì [kập θì] On time, timely.

cập thời [kập θời] See cập thì.

cất [kất] To elevate, to lift.

cất To build, to construct, to establish, to rear, to raise. *Đất cất nhà* : Building ground, building land. *Nhà đang cất* : House in course of building, building in progress of construction. *Vật liệu cất nhà* : Building materials. *Lô đất cất nhà* : Building state.

cất To discharge, to unload (goods from a ship). *Cất hàng ở chiếc tàu lên* : To unload a ship.

cất To distil(l) (spirits, etc...).

cất 1) To keep, to take away, to put away. *Nó cất thơ trong tủ khóa kỹ lại* : He keeps his letters under lock and key.

2) To deposit, lodge (something) in a safe place.

cất binh [kất bịṇ] To raise an army.

cất cánh [kất káiṇ] (Of bird) To fly away, to fly off ; to take flight, to take wing ; (of aeroplane) to take off, to fly off, to take its flight. *Chiếc phi cơ lớn cất cánh một cách dễ dàng* : The big plane took off easily. *Chúng tôi sẽ cất cánh từ phi trường Tân Sơn Nhứt* : We shall take off from Tan-Son-Nhut airport.

cất chức [kất cứk] To dismiss, to discharge.

cất công [kất koṇ] To trouble oneself (to do something).

cất dọn [kất zọn] To arrange, to put in order.

cất đám [kất dám] To proceed to the burial.

cất đặt [kất dặtt] To dispose, to arrange.

cất đầu [kất dầu] To lift up one's head.

cất đi [kất di] To put away, to take away.

cất gánh [kất gáiṇ] To put down, lay down a burden.

cất giấu [kất ʒấu] To hide.

cất hàng [kất hàṇ] 1) To buy goods.

2) To buy wholesale.

3) To unload. *Tàu đang cất hàng* : The ship is unloading.

cất lén [kất lén] On the sly, on the quiet, secretly.

cất lên [kất len] To elevate, to lift. *Máy trục (khỉ trọng) có thể cất lên hai chục tấn* : Crane to lift twenty tons.

cất mả [kất mả] To exhume, to disinter. *Sự cất mả* : Exhumation, disinterment.

cất mình [kất mìṇ] To spring. *Cất mình vọt tới* : To spring, bound, dash, shoot, forward.

cất mũ [kất mũ] To take off one's hat.

cất nhà [kất pà] To build a house. *Đất cất nhà* : Building ground, building land. *Vật liệu cất nhà* : Building materials. *Thầu khoán cất nhà* : Building contractor.

cất nhắc [kất ɲắuk] To raise (to a position, etc...).

cất phần [kất fần] To put aside (some food etc..., for someone).

cất quân [kất kwən] See **cất binh**.

cất rượu [kất rɯợu] To distil alcohol.

cất tiếng [kất tiếŋ] 1) To raise one's voice.

2) To take the floor.

cật [kật] (Anat) Kidney.

cật gian [kật ʒan] To grill a malefactor.

cật khuất [kật xwất] Obscure, incomprehensible.

cật ruột [kật ruợt] Near relations.

cật tội [kật tợi] To question prisoners.

cật trách [kật tráik] To blame, to reproach.

cật tre [kật tre] The exterior part of a bamboo stalk.

cật vấn [kật vốn] To interrogate, to grill, to cross-examine (someone).

câu [kəu] Sentence, phrase, clause. *Làm câu* : To make a sentence. *Hỏi người nào một câu* : To put a question to someone. *Nó không trả lời một câu nào cả* : He answered never a word. *Nàng ngừng lại ở giữa câu* : She stopped in mid-sentence.

câu To angle, to fish.

câu ảnh [kəu ảiɲ] Shadow of a colt (fig) rapidity of time.

câu áp [kəu áp] To arrest, to apprehend, to seize.

câu cá [kəu ká] To fish, to angle (with rod and line).

câu chấp [kəu cốp] Obstinate.

câu chuyện. [kəu cwiẹn] Story, talk, conversation. *Kể một câu chuyện* : To tell a story. *Đó là một câu chuyện khác* : That is quite another story. *Câu chuyện thân mật* : An intimate talk. *Bắt đầu câu chuyện* : To enter upon a conversation. *Tiếp tục câu chuyện* : To carry on a conversation. *Câu chuyện thương tâm của nó làm mọi người nghe phải rơi lụy* : His pitiful story drew tears from all who heard it. *Một câu chuyện mà nó quên*

rằng nó đã thuật rồi : A story which he forgot he had already told. *Không có một chút sự thật nào trong câu chuyện của nó cả* : There's not an iota of truth in his story. *Chỉ có một phần câu chuyện của nó là thật* : Only (a) part of his story is true. *Câu chuyện buồn làm chúng tôi ứa lệ* : The sad story moved us to tears. *Xoay câu chuyện sang vấn đề khác* : To turn the talk into other channel. *Làm câu chuyện có vẻ thật* : To give a spice of versimilitude to the story.

câu đố [kəu dó] Conundrum, riddle.

câu đối [kəu dói] Pair of verse lines which correspond to each other.

câu giam [kəu ʒam] To imprison, to put in prison.

câu hỏi [kəu hỏi] Question, demand. *Câu hỏi khó trả lời* : Question difficult to answer. *Còn một câu hỏi nữa là tôi làm xong* : One more question and I have, əm, done. *Những câu hỏi nào đã cho trong kỳ thi ?* : What questions were set in the examination ?.

câu khách [kəu xáik] To try to attract customers.

câu khóa [kəu xwá] Key phrase.

câu lạc bộ [kəu lạk bọ] Club, mess, casino. *Câu lạc bộ hàng không* : Flying club.

câu lạc bộ sĩ quan [kəu lạk bọ ʃi kwan] Officers mess.

câu lạc bộ hạ sĩ quan [kəu lạk bọ hạ ʃi kwan] Non commissionned officers' mess.

câu liêm [kəu liem] Long handled sickle.

câu lơn [kəu lớn] Balustrade.

câu lưu [kəu lɯu] To arrest, to confine, to detain. *Sự câu lưu* : Arrest.

câu lươn [kəu lɯơn] To fish for eel.

câu nệ [kəu nệ] Finical, to stick too much to the formalities.

câu ngăm [kəu ŋồm] *Sự câu ngăm* : Drail.

câu nhắp [kəu ɲốp] To dap.

câu phiếu [kəu fiéu] Warrant of arrest.

câu quản [kɔu kwản] To confine, to control.

câu rê [kɔu rê] To skitter.

câu thai [kɔu θai] Conundrum, riddle. *Đoán một câu thai* : To guess a riddle.

câu thơ [kɔu θɔ] Verse, line of poetry.

câu thúc [kɔu θúk] To constrain, to bind.

câu trả lời [kɔu trả lời] Answer. *Anh có chắc câu trả lời của anh đúng không* : Are you certain (that) your answer is right ? *Câu trả lời của nó không có vẻ thành thật* : His answer did not ring true.

câu văn [kɔu vaưn] Phrase.

cấu [kɔ́u] To nip, to pinch. *Cấu người nào* : To give someone a nip.

cầu binh [kɔ́u biɲ] To provoke war.

cầu hấn [kɔ́u hấn] To provoke conflict.

cầu hòa [kɔ́u hwà] To reconcile, to negotiate peace.

cấu hợp [kɔ́u hợp] (Physiol) Copulation.

cấu mãi [kɔ́u mãi] To buy, to purchase goods. *Cấu mãi lực* : Purchasing power.

cấu tạo [kɔ́u tạu] To construct. *Cách cấu tạo một bài diễn văn* : Texture of a speech.

cấu thành [kɔ́u θàiɲ] To form.

cấu tinh [kɔ́u tiɲ] To copulate.

cấu véo [kɔ́u véu] To nip, to pinch.

cấu xé [kɔ́u sɛ́] To tear.

cầu [kɔu] Bridge. *Sự bắc cầu, làm cầu:* Bridging, bridge-building. *Không có cầu* : Bridgeless. *Đồn đầu cầu* : Bridge-head. *Bắc cầu ngang một con sông* : To bridge (over) a river. *Đi qua cầu* : To go across a bridge, to cross a bridge. *Hành khách không được đi trên cầu* : Passengers are not allowed on the bridge. *Lính cảnh sát không cho ai lên cầu cả* : The police would not let anyone on the bridge. *Nước lụt đã cuốn cái cầu đi* : The flood swept away the bridge.

cầu 1) To desire, to wish for. *Cầu trời ban phước cho anh* : May God bless you. 2) To evoke.

cầu Globe. *Hình cầu :* Globular.

cầu Shuttlecock.

cầu an [kɔ̀u an] To wish for peace.

cầu ân [kɔ̀u ɔn] To ask a favour.

cầu bàn [kɔ̀u bàn] Billiards.

cầu bơ cầu bất [kɔ̀u bɔ kɔ̀u bất] Vagrant, homeless.

cầu cạn [kɔ̀u kạn] Viaduct.

cầu cạnh [kɔ̀u kạiɲ] To request (someone).

cầu chì [kɔ̀u cì] (El) Fuse, fuse-wire. *Làm nổ cầu chì :* To blow a fuse. *Cầu chì nổ làm nhà tối đen :* The fuse blew out and the house was in darkness.

cầu chúc [kɔ̀u cúk] To wish. *Tôi cầu chúc anh thành công :* I wish you may succeed.

cầu chứng [kɔ̀u cứɳ] Registered (pattern). *Sự đem cầu chứng một nhãn hiệu:* Registration of a trade-mark.

cầu con [kɔ̀u kɔn] To pray for a son.

cầu cống [kɔ̀u kốɳ] Bridges and locks. *Kỹ sư cầu cống :* Civil engineer.

cầu cung [kɔ̀u kuɳ] Demand and supply.

cầu cứu [kɔ̀u kứu] To ask for help, to apply for succour. *Cầu cứu người nào :* To invoke someone's aid.

cầu danh [kɔ̀u zaiɲ] To seek after honours.

cầu dây [kɔ̀u zei] Rope bridge.

cầu duyên [kɔ̀u zwien] To pray for a beloved.

cầu đá [kɔ̀u dá] Stone bridge.

cầu đảo [kɔ̀u dảu] To pray for (rain, etc...).

cầu giải [kɔ̀u sải] 1) To ask for help. 2) To beg for escape from something.

cầu hàng [kɔ̀u hàɳ] To surrender, to yield.

cầu hàng không [kɔ̀u hàɳ xoɳ] Airlift.

cầu-hành [kɔ̀u hàiɲ] (Bot) Bulbil, bulblet.

cầu hình [kɔ̀u hìɲ] (Math) Sphere.

cầu hòa [kɔ̀u hwà] To sue for peace.

cầu hôn [kɔ̀u hon] To propose marriage to a lady (on one's own behalf); to propose ; to ask the hand of, in marriage, to make formal proposals of marriage on behalf of one's son (to the parents of the lady); to sue for a woman's hand; to ask a woman's hand in marriage.

cầu hồn [kɔ̀u hɔ̀n] 1) To call up a spirit; to raise a spirit. *Cầu hồn người nào về*: To call up someone's spirit. 2) To pray for the soul of the dead. *Lễ cầu hồn*: Requiem mass.

cầu kề [kɔ̀u ké] Spherometer.

cầu khẩn [kɔ̀u xɔ̀n] To beseech, to adjure, to implore, to supplicate, to ask earnestly. *Cầu khẩn người nào làm việc gì*: To adjure, supplicate, someone to do something.

cầu khi [kɔ̀u xi] Foot-bridge.

cầu khuẩn [kɔ̀u xwɔ̀n] Coccus.

cầu kinh [kɔ̀u kiɲ] To say one's prayers.

cầu kỳ [kɔ̀u kì] Affected; formal, dandified (style).

cầu lợi [kɔ̀u lợi] To seek profits, to aim at interest.

cầu may [kɔ̀u may] To chance one's luck, to try one's luck.

cầu mưa [kɔ̀u mɯɹ] To pray for rain.

cầu nguyện [kɔ̀u ŋwiɛn] To pray. *Chúng nó cúi đầu cầu nguyện*: They bowed their heads in prayers.

cầu nổi [kɔ̀u nổi] Float-bridge, floating-bridge.

cầu phao [kɔ̀u fau] See cầu nổi.

cầu phương [kɔ̀u fɯɹŋ] Quadrature. *Cầu phương của hình tròn*: Quadrature of the circle.

cầu quây [kɔ̀u kwei] Swing-bridge, swivel-bridge, pivot-bridge, turn-bridge.

cầu rút [kɔ̀u rút] Drawbridge. *Hạ cầu rút xuống*: To let down a drawbridge.

cầu sắt [kɔ̀u ʃắɯt] Iron bridge.

cầu tài [kɔ̀u tài] To wish for wealth.

cầu tạm [kɔ̀u tạm] Emergency bridge.

cầu tàu [kɔ̀u tàu] 1) Landing jetty. 2) Pontoon-bridge, bridge of boats.

cầu thang [kɔ̀u θaŋ] Staircase.

cầu thân [kɔ̀u θən] 1) To court. 2) To propose.

cầu thỉnh [kɔ̀u θỉɲ] To claim, to demand, to entreat.

cầu thủ [kɔ̀u θủ] Footballer, football player. *Cầu thủ chạy góc trái, góc mặt*: Outside left, outside right. *Cầu thủ nhà nghề*: Professional footballer. *Đặt một cầu thủ trở lại chỗ cũ*: To put a player back to his former position. *Thủ-tướng trò chuyện thân mật với các cầu thủ và chụp với họ một tấm ảnh*: The Prime Minister cordially talked with the footballers and posed a photo with them.

cầu thực [kɔ̀u θɯk] To earn one's living.

cầu tiêu [kɔ̀u tiɛu] Water-closet, lavatory, public convenience, (Mil) latrine.

cầu toàn [kɔ̀u twàn] To wish for perfection.

cầu tre [kɔ̀u trɛ] Bamboo bridge.

cầu treo [kɔ̀u trɛu] Suspension-bridge, chain-bridge.

cầu trường [kɔ̀u trɯɹ̀ŋ] Football ground, soccer ground.

cầu tự [kɔ̀u tự] To pray for a son.

cầu tướng [kɔ̀u tɯɹ́ŋ] Footballer.

cầu vai [kɔ̀u vai] (Mil) Shoulder loop, shoulder strap.

cầu vi khuẩn [kɔ̀u vi xwɔ̀n] Coccus.

cầu viện [kɔ̀u viɛn] To ask for reinforcement.

cầu vồng [kɔ̀u vòŋ] Rainbow.

cầu xí [kɔ̀u si] Water-closet, lavatory.

cầu xin [kɔ̀u sin] To supplicate, to conjure.

cẩu [kɔ̀u] (Not used alone) Dog.

cẩu đạo [kɔ̀u dạu] Robber, thief.

cẩu hợp [kɔ̀u hợp] Illicit sexual intercourse.

cẩu ngôn [kɔ̀u ŋon] Careless speech.

cẩu thả [kɔ̀u θả] Careless, neglectful, slipshod. *Sự cẩu thả*: Carelessness. *Sự cẩu thả thường thường là nguyên nhân của những vụ cháy nhà*: Carelessness is often the cause of fires. *Sách viết cẩu thả*: Book written in a slipshod manner. *Làm một cách cẩu thả*: Done in a slovenly way.

cậu [kɔ̀u] 1) Uncle, mother's brother, uncle on the mother's side.

2) Father.

3) Young man.

cậu ruột [kʒu ruʒt] Mother's younger brother.

cây [kei] 1) Tree, plant. *Cụm cây, chòm cây* : Clump of trees. *Leo, trèo lên cây* : To climb a tree. *Thân cây* : Tree-trunk. *Nghề trồng cây* : Tree-culture: *Trụi cây, không có cây* : Treeless. *Loài động vật sống trên cây* : Tree-dweller. *Trồng cây ăn trái trên một miếng đất* : To plant land with fruit-tree. *Cây sinh nhiều trái* : Tree that bears a great deal of fruit, tree that produces a large quantity of fruit : *Ánh sáng mặt trời làm cây mau lớn* : The sun is bringing on the plants. *Cây bị mưa làm ngã* : Plants dashed by the rain: *Một cây làm chẳng nên non ba cây dụm lại nên hòn núi cao* : Unity is strength. (*Chim*) *Bay nhảy, chuyền từ cây nầy sang cây khác* : (Of bird) To flit from tree to tree. *Cây chậm* (*lâu*) *lớn* : Trees of slow growth: 2) Wood: *Hộp làm bằng cây* : Box made of wood.

cây ăn trái [kei aʉn trái] Fruit-tree. *Trồng cây ăn trái trên một miếng đất* : To plant land with fruit-trees.

cây bàng [kei bàŋ] (Bot) Arjun.

cây bò [kei bɔ̀] (Bot) Creeping plant, rambling plant:

cây bông [kei boŋ] 1) (Bot) Cotton plant. 2) Fireworks:

cây bút [kei bút] 1) Pen; painbrush. 2) Writer.

cây cam tùng hương [kei kam tũŋ huʒŋ] (Bot) Aspic.

cây cảnh [kei kảiŋ] Ornamental tree.

cây chầm nước [kei cốm nʉ́rk] Blende.

cây cỏ [kei kỏ] Trees. vegetation. *Đất có thể trồng cây cỏ được* : Vegetable soil.

cây còi [kei kɔ̀i] Dwarfed, stunted plant.

cây con [kei kɔn] Sapling, young tree, young plant. *Những cây con phải trồng cách quãng năm phân* : The young plant should be set (out) at intervals of five

centimetres.

cây cỏi [kei kói] Vegetation, trees.

cây cỏi xay [kei kói say] (Bot) Abutilon.

cây cột [kei kọt] Column, pillar.

cây dẻ rừng [kei zẻ rừŋ] (Bot) Acorn.

cây dù [kei zù] Umbrella. *Tôi lấy lộn cá, dù của anh* : I took your umbrella by mistake. *Tôi đã gởi trả lại cây dù* : I have sent back the umbrella. *Người nào đã lấy cây dù của tôi* : Someone has walked off with my umbrella.

cây dương mai [kei zuʒŋ mai] (Bot) Arbus.

cây đa [kei da] Banian-tree.

cây đàn [kei dàn] Musical instrument.

cây đèn [kei dèn] Lamp, oil-lamp.

cây đờn [kei dờn] See cây đàn.

cây đuôi chồn [kei duʒi còn] (Bot) Fern.

cây gài cửa [kei gài kửʒ] Bar of a door.

cây gậy [kei gẹi] Stick.

cây hối hương [kei hồi huʒŋ] (Bot) Anise.

cây keo [kei kɛu] (Bot) Acacia.

cây leo [l i lɛu] (Bot) Climbing plant.

cây mắc cở [kei mắʉk kở] (Bot) Sensitive plant.

cây môn nước [kei mon nʉ́rk] (Bot) Arum.

cây mồng gà [kei mồŋ gà] (Bot) Amarant( ).

cây nến [kei nén] Wax candle.

cây nêu [kei neu] Pole set up in front of the house during the lunar New Year's Festival.

cây nước [kei nʉ́rk] Warterspout, column of water.

cây phong [kei fɔŋ] (Bot) Birch. *Gỗ cây phong* : Birch wood.

cây rơm [kei rəm] Rick of hay, hay-rick.

cây sào [kei ʃàu] (Naut) Long pole.

cây săng [kei ʃaʉŋ] Gas-station, filling station.

cây sắt [kei ʃáʉt] Bar iron.

cây sên [kei ʃen] (Bot) Acorn.

cây số [kei ʃó] Milestone, kilometre. *Năm chục cây số một giờ* : Fifty kilometers an hour. *Tôi đã đi bộ năm cây số* : I tramped five kilometres.

cây tai mèo [kei tai mèu] (Bot) Abroma.

cây thanh hao [kei θaiɲ hau] (Bot) Abrotanum.

cây thông nòng [kei θoŋ nòŋ] (Mil) Ramrod.

cây trái [kei trái] Fruit-tree.

cây tràng hạt [kei tràŋ hạt] (Bot) Azedarach.

cây trụi lá [kei trụi lá] Naked tree.

cây vải [kei vải] Roll of cloth.

cây viết [kei viét] Pen. *Cây viết chì* : Pencil. *Ai lấy cây viết của tôi?* : Who's collared my pen? (colloq) who's taken my pen ? *Nó lấy cây viết của tôi và cây viết của nó* : He took my pen and his.

cây xà bông [kei sà boŋ] Bar of soap.

cây xiêm gai [kei siem gai] (Bot) Acacia.

cây xương rồng [kei swəŋ ròŋ] (Bot) Cactus.

cấy [kéi] To prick out, transplant (seedlings).

cấy (Biol) Culture.

cầy [kèi] Dog. *Ngu như cầy* : Very stupid.

cầy Seg cày.

cầy hương [kèi hwəŋ] Civet-cat.

cậy [kẹi] To rely, lean on (someone for aid, support etc...).

cậy của [kẹi kwə] To rely on one's wealth.

cậy mình [kẹi mìɲ] To rely on one's might.

cậy tài [kẹi tài] To rely on one's talent.

cậy thế [kẹi θé] To rely on one's position or standing.

co [kɔ] To contract, to shrink. *Làm co lại* : To constrict, to shrivel. *Chứng co bắp thịt* : Cramp. *Nó co chân lại và đạp ra (khi lội)* : He doubled up his legs and kicked out (when swimming).

co dãn [kɔ zãn] 1) (Med) Clonic. *Chứng động kinh co dãn* : Clonic spasms.

2) Elastic, springy.

co duỗi [kɔ zuỗi] To contract and to stretch out.

co đầu rút cổ [kɔ dầu rút kổ] To hunch, to bend the back and draw the shoulders up.

co kéo [kɔ kéu] To contract and to pull.

co lại [kɔ lại] Contracted, astringent, astrictive. *Tính co lại* : Astringency.

co lại To contract, to shrink.

co quắp [kɔ kwắɯp] (Med) Clonic. *Chứng co quắp giựt* : Clonic spasms.

co quắp To curl oneself up. *Co quắp mình lại trong ghế bành* : To curl (oneself) up in an arm-chair.

co ro [kɔ rɔ] Shrivelled up by (cold).

co rúm [kɔ rúm] Shrivelled, curled up, coiled up. *Ngồi co rúm trong ghế bành* : To coil (oneself) up in an arm-chair.

co rút [kɔ rút] Contractive. *Có thể co rút lại được* : Contractable.

có [kɔ́] To have, to possess, to exist. *Cửa không có chìa khóa* : The door has no key to it. *Một tuần lễ có bảy ngày* : A week has seven days. *Tôi không có việc gì làm cả* : I have nothing to do. *Có việc lôi thôi với người nào, có việc dính dáng đến người nào* : To have someone to deal with. *Nàng đã có mấy đứa con rồi ?* : How many children has she had ?. *Có vài quyền hạn* : To possess certain rights. *Thành phố có nhiều chỗ đáng quan tâm* : Town possessed of many objects of interest.

có ăn [kɔ́ aɯn] To live in easy circumstances.

có bụng tốt [kɔ́ bụŋ tót] Kind.

có chí [kɔ́ cí] To have patience, to be patient. *Có chí thì nên* : Everything is possible to him who has the will.

có chồng [kɔ́ còŋ] Married (said of a woman).

có chửa [kɔ́ cửɯ] 1) To be pregnant, with child, to carry a child. *Nàng có chửa được ba tháng* : She has been pregnant for three months. *Trong lúc nàng có chửa đứa còn thứ ba* : While she was carrying her third child. *Nàng có chửa với ông chủ của nàng* : She was in child to, by, her master. *Nàng đã có chửa nhưng chúng tôi không biết ai là cha đứa bé ấy* : She is in the family, but we do not know who the man is.

2) (Of animals) Full, big (with young); pregnant. *Chó, mèo, ngựa, trừu, bò cái có chửa* : Bitch in pup, cat with kittens, mare in foal, ewe with lamb, cow with calf.

có chừng [kɔ́ cừⁿ] Temperate (person).

có con [kɔ́ kɔn] To have children.

có công [kɔ́ koŋ] To have patience, to be patient.

có của [kɔ́ kwə̀] Rich, wealthy.

có danh [kɔ́ zaɲ] Famous, renowned, far-famed.

có danh tiếng [kɔ́ zaɲ tiéŋ] Celebrated.

có đầu nhọn [kɔ́ đə̀u ɲɔn] Acuminate.

có gia đình [kɔ́ ʒa dìɲ] Married. *Nó chưa có gia đình* : He has not yet married.

có giang [kɔ́ ʒaŋ] To hitch-hike.

có gồng [kɔ́ gòŋ] Invulnerable.

có hạn [kɔ́ hạn] Limited. *Sức hiểu biết, sức của nó chỉ có hạn* : He has his limitations.

có hay không [kɔ́ hay xoŋ] Yes or no.

có hiếu [kɔ́ hiếu] To be grateful to one's parents.

có ích [kɔ́ ik] Useful, advantageous. *Quyển sách nầy rất có ích cho tôi* : This book was very useful to me. *Hoa đẹp nhưng không có ích* : Flowers are beautiful but not useful.

có khi [kɔ́ xi] Sometimes.

có không [kɔ́ xoŋ] Yes or no.

có lẽ [kɔ́ lẽ] Possible, likely, possibly; perhaps; it may be. *Có lẽ tôi sẽ không gặp nó nữa* : It is not likely that I shall see him again. *Ngày mai có lẽ chúng tôi sẽ trở lại* : Perhaps we shall return to-morrow. *Có lẽ nó không đói* : He may not be hungry.

có lòng [kɔ́ lɔ̀ŋ] Kind, generous. *Có lòng tốt* : Kind-hearted. *Có lòng tốt với người nào* : To be kind to someone.

có lỗi [kɔ́ lỗi] To be wrong. *Nó sẽ không bao giờ nhận là nó có lỗi cả* : He will never admit that he is wrong.

có lợi [kɔ́ lợi] Profitable, benificial. *Bán vật ấy đi chúng ta sẽ có lợi hơn* : It is more profitable to us to sell it.

có lý [kɔ́ lí] Reasonable ; to be right. *Nó có lý* : He is right.

có mã [kɔ́ mã] To have a fine appearance.

có mang [kɔ́ maŋ] To be pregnant, with child, big with child.

có màu [kɔ́ màu] Colourful, coloured.

có máu mặt [kɔ́ máu mạɯt] Rich, wealthy, opulent, well-off.

có mặt [kɔ́ mạɯt] Present. *Chỉ có một trăm người có mặt* : There were scarcely a hundred people present. *Nó không có mặt ở buổi họp* : He didn't show up at the meeting.

có một [kɔ́ mọt] Unique.

có mùi [kɔ́ mùi] To have a bad odour, to smell bad, to smell, to have a smell, an odour of something. *Không có mùi* : Odourless.

có năng lực [kɔ́ naɯŋ lɯk] Able, efficient.

có nghĩa [kɔ́ ɲĩə] Loyal, faithful.

có nghĩa To signify, to mean. *Chữ ấy có nghĩa là gì?* : What does that word mean ? .

có nhiều [kɔ́ ɲiều] Abundant. *Có nhiều cớ chứng rằng* : There is abundant proof that. *Có nhiều thì giờ* : To have plenty of time.

có nhiều [kɔ́ ɲiều] To abound

có phép [kɔ̀ fép] Authorized, permitted.

có phước [kɔ́ fứrk] Happy.

có quyền [kɔ́ kwièn] To have the right. *Tôi có quyền sống* : I have a right to live. *Anh có quyền gì buộc tôi phải nín?* : What right have you bid me be silent?. *Có quyền làm việc gì* : To have a right, the right, to do something ; to have the right of doing something.

có râu [kɔ́ rəu] Bearded (man). *Để râu, có râu* : To have a beard.

có sẵn [kɔ́ sãɯn] On hand, in hand, available. *Tôi có sẵn một cái nhà trống* :

I have an empty house on hand (I own one and must find someone who will rent it). *Có sẵn nhiều tiền :* To have so much money in hand. *Hàng hóa có sẵn trong kho :* Stock in hand. *Chúng tôi có sẵn vài hàng hóa mới :* We have some new goods on hand (i.e. have them in the shop, warehouse).

có số [kɔ ʃo] Predestined ; foredoomed.

có tài [kɔ tài] To have a talent. *Người có tài :* Man of talent, talented man. *Nó có tài đánh dương cầm :* His talent as a pianist, for the piano. *Kêu gọi những kẻ có tài :* To call upon all the talents, to form an administration of all the talents.

có tài Talented. *Nhà văn có tài :* A talented writer. *Không có tài :* Talentless.

có tật [kɔ tật] To have a trick (of doing something).

có tật Crippled.

có thai [kɔ θai] Pregnant, with child, big with child.

có thể [kɔ θè] Able, capable ; can, could, may, might ; possible, likely. *Có thể làm việc gì :* To be able to do something. *Tôi có thể làm được việc ấy :* I can do it. *Điều ấy không thể có được :* That cannot be. *Việc ấy không thể làm được :* It cannot be done. *Chừng nào tôi có thể dọn vô ? :* When can I move in ?. *Nếu nó muốn, nó đã có thể làm được việc ấy :* He could have done it if he had wanted to. *Có thể nó đã làm mất vật ấy :* He may have lost it. *Có thể rằng.. :* It may, might be that... *Nó có thể đến đúng giờ nếu nó chạy mau hơn :* He might have arrived in time if he had run quicker. *Việc ấy có thể xảy ra không biết ngày nào :* That may happen any day. *Anh có thể thành công :* You have a good chance of success. *Tôi có thể vào được không ? :* May I come in? *Có thể được :* It is possible. *Rất có thể được :* That's quite possible. *Cái gì cũng có thể làm được khi người ấy muốn :* Everything is possible to him who has the will. *Chuyện có thể có thật :* A likely story. *Rất có thể trời*

mưa, trời có lẽ mưa : It is likely to rain. *Rất có thể xảy ra :* It is very likely to happen. *Kế hoạch nầy có thể thành công hơn hết :* This plan is most likely to succeed. *Tôi có thể chờ được :* I can afford to wait.

có tiếng [kɔ tiến] Famous, celebrated, renowned, well-known, noted. *Người có tiếng :* Man of note.

có tình [kɔ tịn] Loving, affectionate. *Có tình với người nào :* To be in love with someone.

có tội [kɔ tội] Culpable, guilty. *Người có tội :* Guilty person. *Tuyên bố người nào có tội :* To find someone guilty.

có tuổi [kɔ tuổi] Aged.

có vân [kɔ vən] Watered, moiré (silk, etc).

có vẻ [kɔ vẻ] To seem, to appear, to look. *Có vẻ mệt nhọc :* To seem tired. *Có vẻ buồn :* To appear sad. *Nó có vẻ dự dự :* He appeared to hesitate. *Có vẻ sung sướng :* To look happy, to look to be happy. *Nàng có vẻ mệt nhọc :* She looks tired. *Có vẻ đau ốm, mạnh khỏe :* To look ill, well. *Có vẻ muốn làm việc gì :* To look like doing something. *Nó có vẻ mạnh khỏe nhưng thật ra nó bịnh :* He appears to be well but really he is ill. *Nàng có vẻ buồn :* She looks sad. *Nàng có vẻ độ hai mươi tuổi :* She seemed, appeared, to be about twenty, she was seemingly about twenty. *Điện thoại chiều nay, nó có vẻ giận :* On the telephone, this evening, he sounded furious.

có vợ [kɔ vợ] Married (said of a man).

có ý [kɔ í] To intend. *Có ý định làm việc gì :* To intend doing something ; to intend to do something. *Tôi không có ý muốn làm nhục anh đâu :* I did not intend to insult you.

cò [kɔ] Stamp. *Tập cò :* Stamp-album. *Người sưu tập cò :* Stamp-collector. *Người bán cò :* Stamp-dealer. *Dán cò* To stamp.

cò (Zoo) Stock, heron.

cò Police chief.

cò (súng) [kɔ (ʃún)] Trigger. *Bóp cò* To press the trigger.

cò cò [kɔ̀ kɔ̀] To hop. *Cò cò xỉu :* Hopscotch (a children's game).

co kè [kɔ kɛ̀] To bargain, to haggle.

cò mồi [kɔ̀ mồi] Decoy.

cò súng [kɔ̀ ʃúŋ] Trigger, firing-key.

cỏ [kɔ̀] Herb, weed, grass. *Cọng cỏ, ngọn cỏ :* Blade of grass. *Cắt cỏ :* To cut grass. *Thả ngựa cho ăn cỏ :* To turn, put, send, a horse out to grass. *Bỏ đất cho cỏ mọc, để cho cỏ mọc :* To put land under grass. *Xin đừng đi lên cỏ :* Do not walk on the grass ; please keep off the grass. *Ăn cỏ :* Grass - feeding. *Nhiều cỏ, cỏ mọc đầy :* Grass-covered, grass - grown, grassy. *Xanh màu cỏ :* Grass-green. *Đồng cỏ, bãi cỏ :* Grass-land. *Bãi cỏ (ở trong vườn) :* Grass-plat, grass-plot. *Hột cỏ :* Grass-seed.

cỏ cây [kɔ̀ kei] Vegetation.

cỏ hoang [kɔ̀ hwaŋ] Weed. *Vườn mọc đầy cỏ hoang :* The garden is overrun with weeds.

cỏ khô [kɔ̀ xo] Hay.

cỏ vệ [kɔ̀ ve] Fatigue (duty). *Làm cỏ vệ :* To be on fatigue (duty).

cọ [kɔ] To rub, to scrape. *Bánh xe cọ vào thắng :* The wheel rubs, grinds, against the brake. *Bánh xe cọ vào thùng xe:* The wheel is rubbing against the body. See **cạ**.

cọ quậy [kɔ kwęi] To toss about.

cọ xát [kɔ sát] Friction. *Sự cọ xát lúc máy đang chạy :* Friction of motion. *Sự cọ xát lúc máy bắt đầu chạy :* Friction of repose.

cọ vẽ [kɔ vẽ] Paint-brush.

cóc [kɔ́k] (Zoo) Toad. *Ngọc cóc :* Toadstone.

cóc biết [kɔ́k biết] To know nothing (whatsoever), absolutely nothing, nothing about anything.

cóc cần [kɔ́k kần] *Tôi cóc cần :* I don't care a rap, a hang.

cóc khô [kɔ́k xo] *Không có cóc khô gì cả :* There is nothing at all.

cóc nhái [kɔ́k nái] *Loài cóc nhái :* Batrachia(ns).

cóc vàng [kɔ́k vàŋ] Golden toad, (fig) wealthy person but stupid.

cọc [kɔk] 1) Stake, pile, picket. 2) Pile (of coins).

cọc cằn [kɔk kằɯn] Rude, rough.

cọc chèo [kɔk cều] Thole-pin.

cocain (Pharm) Cocaine.

coi [kɔi] 1) To see, to look at, to watch, to mind. *Coi đây ! :* Look here !. *Coi đồng hồ :* To look at one's watch.
2) To regard, to consider, to treat. *Họ coi nó như một vị anh hùng :* They regard him as a hero. *Coi người nào như trẻ con :* To treat someone as if he were a child. *Nó coi tôi như rác vậy :* He treats me like the dirt under his feet. *Coi người nào như bạn :* To consider someone as a friend. *Coi người nào không ra gì :* To treat someone with contempt. *Coi việc gì là quan trọng :* To attach importance to something.

coi bộ [kɔi bộ] To seem, to look. *Coi bộ nó ra sao ? :* How did he look ?.

coi chừng [kɔi cừŋ] To watch, to watch out ; to mind, to pay attention to. *Coi chừng một đứa bé :* To watch over a child. *Coi chừng té ! :* Watch your step! mind you don't fall! beware lest you fall !. *Hãy coi chừng việc anh đang làm :* Mind what you are doing. *Đi coi chừng, có bực lên ! :* Mind the step! *Coi chừng sơn ướt ! :* Mind the paint! *Coi chừng móc túi ! :* Beware of pickpockets !. *Coi chừng chó :* Beware of the dog. *Luôn luôn đề ý coi chừng :* To keep a bright look-out. *Coi chừng bị xe đụng khi đi ngang qua đường :* Take care (that) you don't get knocked down when you cross the road. *Anh làm ơn coi chừng quần áo giùm tôi khi tôi lội :* Will you watch (over) my clothes (i.e. see that nobody steals them) while I have a swim ?.

coi hát [kɔi hát] To go to the theater. *Bao người nào coi hát :* To treat someone to the theatre. *Chúng tôi rất ít khi đi coi hát :* We hardly ever go to the theatre. *Tôi sẽ đến anh lúc sáu giờ và chúng ta sẽ cùng nhau đi coi hát* : I'll call you at six o'clock and we'll go to the theatre together.

coi mạch [kɔi mạik] To take the pulse, to feel (someone's) pulse.

coi mòi [kɔi mòi] To look.

coi nhà [kɔi ɲà] To look after, mind, the house.

coi rẻ [kɔi rẻ] To defy. *Coi rẻ người nào* : In defiance of someone. *Coi rẻ vật gì* : To set a low value on something.

coi sóc [kɔi ʃɔ́k] To supervise, to administer, to oversee, to look after. *Coi sóc việc nhà* : To do the housekeeping, to look after the house. *Sự coi sóc* : Superintendence. *Người coi sóc* : Superintendent, overseer.

coi thường [kɔi θɯờŋ] To disregard, to despise. *Sự coi thường* : Disregard, contempt. *Nó coi thường những lời báo trước của tôi nên đã bị tai nạn* : He disregards my warnings and met with an accident. *Những đứa trẻ nói dối và gian lận khi thi đều bị bạn chúng nó coi thường* : Boys who tell lies and cheat at the examination are despised by their classmates.

cói [kɔ́i] (Bot) Rush. *Chiếu cói*: Rush mat.

còi [kɔ̀i] 1) Stunted, ill-thriven, dwarfed (plant). *Cây còi* : Dwarf tree.
2) Abortive.

còi Hooter, horn, whistle, siren. *Bóp còi*: To hoot; to blow, sound, one's horn. *Tiếng còi* : Horn-blowing. *Người thổi còi* : Horn-blower. *Thổi còi* : To blow a whistle, to whistle, to blow the siren. *Cấm bóp còi* : No horn-blowing. *Chúng nó ngưng làm việc khi còi hụ* : They quit work when the siren sounds.

còi báo động [kɔ̀i báu dọŋ] Alarm signal.

còi cọc [kɔ̀i kɔk] Abortive. *Tình trạng còi cọc* : Abortion.

còi điện [kɔ̀i diẹn] Horn, howler.

còi hơi [kɔ̀i hơi] Steam-whistle.

còi máy [kɔ̀i máy] Siren.

còi tàu [kɔ̀i tàu] Ship's siren.

cõi [kɔ̃i] Region, area.

cõi đời [kɔ̃i dời] World. *Ở cõi đời này* : In this world. *Từ giã cõi đời* : To die.

cõi mộng [kɔ̃i mọŋ] Cloud-land, cloud-world, dreamland.

cõi nầy [kɔ̃i nầi] This world.

cõi tiên [kɔ̃i tien] Fairyland.

cõi trần [kɔ̃i trần] World.

com-pa Compasses, (pair of) compasses. *Com-pa tỷ-lệ* : Proportional compasses. *Com-pa vẽ bầu dục* : Trammel, elliptic compasses. *Vẽ một vòng tròn rất dễ nếu anh có một com-pa* : It is easy to describe a circle if you have a pair of compasses.

cóm róm [kɔ́m rɔ̀m] To cower, to cringe.

còm [kɔ̀m] Stooping, bent, round-shouldered (person). *Lưng còm* : Hunched back. *Gầy còm* : Lean, skinny.

cọm [kɔm] *Già cọm* : Senile, old, aged.

con [kɔn] Child, son; family. *Không con*: Childless. *Nàng đã có mấy con rồi ?* : How many children has she had ? *Chúng tôi có bốn đứa con* : We have four children. *Nhận người nào là con của mình* : To recognize someone as one's son. *Con nhà tông không giống lông cũng giống cánh* : Breed will tell. *Trong nhà thương nầy con của anh sẽ được săn sóc cẩn thận hơn* : Your child will have the best of care in this hospital. *Nó đã có con chưa ?* : Has he any family (any children) ?. *Nó rất đông con* : He has a large family. *Hai là đứa con lớn nhất* : Hai is the eldest of the family. *Thương con cho roi cho vọt* : Spare the rod and spoil the child. *Các con anh đó phải không ?* : Are those your children ?. *Đây là các con của tôi* : These are my children. *Chúng nó không muốn có con* : They don't want to have any children.

con Small, young. *Chó con* : Pup. *Mèo con* : Kitten. *Heo con* : Piglet. *Bàn con* : Small table.

con Appellative particle for living creatures and moving things. *Con* *ngựa* : A horse. *Con dao* : A knife. *Con đường* : A road. *Ba chục con bò* : Thirty head of oxen.

con Term used to refer to women.

con bạc [kɔn bạk] Gambler, player, hand.

con bé [kɔn bé] Little girl.

con bê [kɔn be] Calf.

con bịnh [kɔn bịɲ] Patient, sick person (man).

con cà con kê [kɔn kà kɔn ke] *Kể con cà con kê* : To relate endless (story).

con cả [kɔn kả] First child, first-born child, oldest child.

con cái [kɔn kái] Children, family, offspring. *Nó có con cái gì không ?* : Has he any children ?, has he any family ?

con cháu [kɔn cháu] 1) Descendants, offspring, issue. *Chết không có con cháu để nối dòng* : To die without issue ; to leave no descendants.
2) Sons and nephews.

con chó [kɔn có] 1) Dog. *Nó ném cục đá vào con chó* : He threw a stone at the dog.
2) (Mec) Click.

con cô con cậu [kɔn ko kɔn kạu] Cousin german, first cousin, full cousin.

con côi [kɔn koi] Orphan.

con cờ [kɔn kờ] Chess-man.

con cù [kɔn kù] Fizgig.

con cưng [kɔn kɯŋ] Pampered child, spoiled child.

con dại [kɔn zại] Baby, infant.

con dao [kɔn zau] Knife. *Con dao nầy lụt* : This knife has no edge. *Làm lụt một con dao* : To take the edge off a knife, to turn the edge of a knife. *Con dao của nó lấp lánh trong bóng tối* : His knife gleamed in the dark. *Con dao tuột khỏi tay nó* : The knife slipped from his hand. *Con dao sứt ra làm đứt tay tôi* : The knife slipped and cut my hand.

con dâu [kɔn zâu] Daughter-in-law.

con dấu [kɔn zấu] Stamp, seal. *Đóng*

con dấu lên khằng : To impress a seal upon (= on) wax.

con đầu lòng [kɔn đầu lòŋ] First child, first-born child. *Đứa con đầu lòng của nó là con gái* : His first child was a girl.

con đẻ [kɔn đẻ] Blood child, legitimate child, one's own child. *Con đẻ hoang* : Bastard, by-blow.

con đĩ [kɔn đĩ] Prostitute, whore.

con điếm [kɔn điếm] See **con đĩ**.

con đội [kɔn đội] Jack, screw jack.

con đỡ đầu [kɔn đỡ đầu] Godson, god-child, goddaughter.

con đường [kɔn đười] Road. *Nó biết con đường ấy nguy hiểm nhưng nó vẫn đi* : He knows the road is dangerous but takes it notwithstanding.

con gái [kɔn gái] Daughter, girl. *Đứa bé gái kia là con gái của tôi* : That little girl is my daughter. *Nó có một con gái bằng tuổi anh* : He has a daughter your age. *Gia đình của nó thêm được một đứa con gái* : His family was augmented by a daughter. *Chúng nó có hai đứa con trai và một đứa con gái* : They have two sons and one daughter. *Ông ấy cưới vợ và đã có hai đứa con gái với bà nầy* : He married a wife, by whom he had two daughters. *Đứa con đầu lòng của nó là con gái* : His first child was a girl. *Tên hồi còn con gái* : Maiden name. *Tôi sẽ gả con gái của tôi cho anh* : I will give you my daughter to wife. *Hứa gả con gái cho người nào* : To promise someone one's daughter in marriage. *Con gái anh không giống anh chút nào cả* : Your daughter does not take after you in any way. *Anh có dám cho các con gái của anh đi ra ngoài một mình ban đêm không ?* : Do you trust your daughters to go out alone at night ?.

con ghẻ [kɔn ghẻ] Stepson.

con hà [kɔn hà] (Zoo) Borer.

con hát [kɔn hát] Songstress.

con hầu [kɔn hầu] Servant.

con hoang [kɔn hwaŋ] Bastard, illegitimate child.

con hư [kɔn hɯ] Spoilt child.

con ky [kɔn ki] Ninepin (a game).

con ma [kɔn ma] Ghost. *Con ma lướt ra khỏi phòng* : The ghost glided out of the room. *Con ma biến mất trước mắt chúng tôi* : The ghost vanished before our eyes.

con mắt [kɔn máɯt] Eye.

con mẹ [kɔn mẹ] Contemptuous term for woman.

con mọn [kɔn mọn] Baby, infant, little child.

con mồi [kɔn mòi] Decoy, stool-pigeon (of conjuror, card - sharper, etc...). *Người làm con mồi* : Decoy-duck.

con một [kɔn mọt] Only son.

con ngoại tình [kɔn ŋwại tịŋ] Love-child.

con ngươi [kɔn ŋɯơi] (Anat) Pupil.

con người [kɔn ŋɯời] Man.

con nhà [kɔn ɲà] Child of good family.

con niêm [kɔn niem] Fee stamp.

con nít [kɔn nít] Boy, infant, child, baby. *Con nít mau quên đòn* : To a boy beating is soon forgotten. *Ngay những đứa con nít cũng biết chuyện ấy* : The very children knew of it.

con nuôi [kɔn nuôi] Adopted child, adoptive child; foster-child.

con ông cháu cha [kɔn oŋ cáu ca] Young man with an influential father.

con ở [kɔn ở] Maid, servant.

con quay [kɔn kway] Top.

con rạ [kɔn rạ] All the children of a family, excepting the eldest child.

con rể [kɔn rẻ] Son-in-law.

con riêng [kɔn rieŋ] Step child.

con rơi [kɔn rơi] Abandoned child.

con ruột [kɔn ruọt] Own son. *Con ruột của nó* : His own son. *Ông ấy thương tôi cũng như con ruột* : He loves me next his own son.

con sen [kɔn ʃɛn] Maid, servant.

con sinh ba [kɔn ʃiŋ ba] Triplet.

con sinh đôi [kɔn ʃiŋ doi] Twin. *Anh em, chị em sanh đôi* : Twin (-brother)

(-sister). *Con sanh đôi giống nhau đến nỗi khó mà phân biệt được người nầy với người kia* : The twins were so much alike that it was impossible to distinguish one from the other.

con sinh năm [kɔn ʃiŋ namm] Quintuplet.

con sinh tư [kɔn ʃiŋ tɯ] Quadruplet.

con so [kɔn ʃɔ] First-born child; son or daughter born before any other children in the family.

con số [kɔn ʃó] Number.

con Tạo [kɔn tạu] The Creator, the Maker.

con thảo [kɔn θảu] Dutiful son. *Đứa con thảo không bao giờ từ chối làm việc gì mẹ nó bảo nó làm* : A dutiful son never declines to do what his mother asks him to do.

con thịt [kɔn θịt] Game. *(Chó săn) Đánh hơi con thịt* : (Of hound) To get on the scent, to pick up the scent, to scent (out) game.

con thơ [kɔn θơ] Young child.

con thú [kɔn θú] Animal. *Bẻ gảy sừng một con thú* : To break the horns of an animal.

con thứ [kɔn θứ] 1) Second-born child.
2) All the children of a family, excepting the eldest child.

con thừa tự [kɔn θừa tự] Heir.

con tin [kɔn tin] Hostage. *Giữ người nào làm con tin* : To hold someone as hostage, to keep, detain, someone as a hostage. *Bọn cướp giữ một trong những người chúng bắt làm con tin* : The bandits kept one of their prisoners as a hostage.

con trai [kɔn trai] Boy, son. *Nàng sanh một đứa con trai* : She gave birth to a son. *Đây là con trai tôi* : This is my boy. *Trường học con trai*: Boys' school.

con trẻ [kɔn trẻ] See con mọn.

con trưởng [kɔn trɯởŋ] First-born child, eldest child.

con tư sinh [kɔn tɯ ʃiŋ] Illegitimate child.

con út [kɔn út] Youngest child, last-born child.

con vật [kɔn vặt] Animal. *Những con vật này sống với nhau thành bầy :* These animals are gregarious.

con vụ [kɔn vụ] Fizgig.

còn [kɔn] Still, yet. *Nó còn ở đây :* He is still here. *Tôi còn năm đồng :* I have still five piastres. *Chúng ta còn mười phút nữa :* We have ten minutes yet. *Nó còn bận :* He is still busy. *Ngoài số tiền ấy ra, nó còn thiếu tôi hai trăm đồng :* In addition to that sum he still owes me two hundred piastres. *Nàng vẫn còn giữ những tàn tích của sắc đẹp :* She still shows the remains of beauty.

còn To remain, to be left. *Tôi chỉ còn một cách là :* Nothing was left to me but, nothing remains for me but to... *Tôi thích cà phê, còn anh ? :* I like coffee; do you ?. *Tôi không thích trà, còn anh ? :* I don't like tea ; do you ?.

còn dư [kɔn zɯ] To be left. *Còn dư bao nhiêu ? :* How much is left over.

còn hơn [kɔn hơn] Than. *Chậm còn hơn không :* Better late than never. *Tôi thà chết đói còn hơn là xin tiền nó :* I had (would) rather starve than ask him for money.

còn lại [kɔn lại] To remain, to be left. *Còn lại rất nhiều việc phải làm nữa :* Much yet remains to be done. *Còn lại một điều chắc chắn là :* One thing remains certain. *Còn lại ba chai :* There are three bottles left. *Bảy trừ ba còn lại bốn :* Three from seven leaves four. *Việc, vật còn lại :* Rest, remainder, remains. *Làm việc còn lại :* To do the rest. *Khoảng đời còn lại của nó :* The remainder of his life.

còn nguyên [kɔn ŋwien] Intact, undamaged, unbroken.

còn như [kɔn nɯ] As to, as for, as regards. *Còn như tôi :* For my part, as for me.

còn nữa [kɔn nữa] More. *Anh còn muốn nữa không ? :* Do you want (any) more, some more ?. *Không còn gì nói nữa :* There is nothing more to be said. *Còn nhiều người khác bị*

giết nữa : Many more were killed. *Anh giàu nhưng nó còn giàu hơn anh nữa :* You are rich but he is more so. *Tôi không còn tiền nữa :* I have no more money. *Nó không còn ở Việt-Nam nữa :* He is no more in Viet-Nam. *Cái nhà không còn nữa :* The house is no more.

còn sống [kɔn ʃóŋ] Alive, living, not dead. *Lúc còn sống :* While alive. *Nó vẫn còn sống :* He is still alive.

còn tiếp [kɔn tiếp] To be continued.

còn trinh [kɔn triɲ] Virgin, chaste, sexually pure.

còn con [kɔn kɔn] Small, little, minute. *Vấn đề được giải quyết không gây ra một sự phản đối cỏn con nào :* The question was solved without anyone taking exception to the decision.

cong [kɔŋ] Curved, bent (line, etc.); crooked. *Đường cong :* Curve.

cong To curve, to bend. *Anh có thể khum xuống đụng ngón chân mà không cong đầu gối không ? :* Can you bend down and touch your toes, but without bending your knees ?.

cong (Anat) Circumflex.

cong cong [kɔŋ kɔŋ] Slightly curved.

cong đuôi [kɔŋ đuơi] (Of animal) To curve the tail. *Chạy cong đuôi :* To run at full speed.

cong lưng [kɔŋ lɯŋ] To bend, curve, the back.

cong môi [kɔŋ moi] To purse (up) one's lips.

cong queo [kɔŋ kwɛu] Flexuous ; serpentine, winding, sinuous.

cong vòng [kɔŋ vòŋ] Curved.

cong vào [kɔŋ vàu] Incurved, curved inwards.

cóng [kɔ́ŋ] Numb. *Tay lê cóng vì lạnh :* Hands numb with cold.

cóng Phial.

còng [kɔ̀ŋ] Curved, bent.

còng Kind of small crab.

còng Irons, fetters, shackles. *Bị còng :* To be in irons. *Tay chân nó đều bị* *còng* : His hands and feet were fettered.

còng chân [kɔ̀ŋ cən] Fetters.

còng chân To fetter.

còng cọc [kɔ̀ŋ kɔk] (Zoo) Cormorant.

còng lại [kɔ̀ŋ lại] To shackle, to iron. *Bị còng lại* : Fettered. *Còng người nào lại* : To put a man in irons.

còng lưng [kɔ̀ŋ lɯŋ] To bend the back.

còng tay [kɔ̀ŋ tay] Handcuffs, manacles.

còng tay To handcuff, to manacle. *Còng tay người nào* : To handcuff someone.

cõng [kɔ̃ŋ] To carry on the back, to carry pick-a-back. *Cõng một đứa bé trên lưng* : To give a child a ride on one's back. *Tôi đã cõng nó qua sông* : I carried him pick-a-back across a river. *Cõng rắn cắn gà nhà* : To bring the enemy home.

cọng [kɔŋ] (Bot) Blade.

cọng See **cộng**.

cọng cỏ [kɔŋ kɔ̉] Blade of grass.

cóp [kɔ́p] 1) To copy, to crib. *Cóp bài của bạn* : To crib an exercise from another boy.

2) To transcribe, to imitate, to reproduce.

cóp nhặt [kɔ́p ɲặt] To amass, to gather, to collect.

cọp [kɔp] Tiger. *Cọp cái* : Tigress. *Bò ăn cỏ nhưng cọp và sư tử là loài thú ăn thịt* : Cows eat grass but tigers and lions are flesh-eating animals. *Nó bắn trúng con cọp ngay phát đầu* : He got (hit) the tiger first shot. *Con cọp đập đuôi nó một cách giận dữ* : The tiger lashed its tail angrily.

cọp dê [kɔp ze] To copy, to crib. *Nó bị phạt vì đã cọp dê trong lúc thi* : He was punished for copying during the examination. *Cọp dê bài của bạn* : To crib an exercise from another boy.

cót két [kɔ́t kɛ́t] *Tiếng cót két* : Grinding sound.

cọt kẹt [kɔt kẹt] *Tiếng cọt kẹt* : Creak. *Có ăn trộm vào nhà phải không ?* tôi *nghe có tiếng cọt kẹt trên thang gác* : Is there a burglar in the house ? I heard a creak on the stairs.

cọt xê [kɔt se] Corset, stays.

cô [ko] 1) Appellative designing young or unmarried woman. Miss. *Cô Hai* : Miss Hai.

2) Aunt, father's sister (the sister of one's father).

cô ân [ko ən] Ingrate.

cô cửu [ko kửu] Cousin.

cô dâu [ko zəu] Bride. *Chúng tôi vố-g rượu mừng cô dâu với chú rễ* : We drank a toast to the bride and bridegroom.

cô đào [ko dàu] Actress.

cô độc [ko dọk] 1) Solitary, lonely, lonesome (person, life). *Cảm thấy cô độc* : To feel very lonely, to fell lonesome. *Nó sống cô độc* : He lives (all) alone.

2) (Bot) Solitary. *Hoa cô độc* : Solitary flower. *Đời sống cô độc* : A solitary life.

cô đỡ [ko dỡ] Midwife.

cô đơn [ko dən] Alone, solitary. *Sống trong cảnh cô đơn* : To live in solitude.

cô giáo [ko záu] School mistress; governess. *Cô giáo đến nhà dạy* : Visiting governess, daily governess.

cô hồn [ko hòn] Forsaken spirits.

cô lập [ko lập] Isolated. *Chánh sách cô lập* : Isolationism. *Cô lập-ngữ* : Isolating languages.

cô lập (El.E.) To insulate, (Ch) to isolate (element, etc).

cô nhi [ko ɲi] Orphan.

cô nhi viện [ko ɲi viện] Orphanage, orphan home, orphan asylum.

cô phù [ko fu] Husband of one's parental aunt.

cô quả [ko kwả] Orphan and widow.

cô quạnh [ko kwạɲ] Solitary.

cô ruột [ko ruột] Father's younger sister.

cô sương [ko ʃɯəŋ] See **cô quả**.

cô thân [ko θən] Lonely, solitary.

cô thôn [ko θon] Isolated hamlet.

cô tịch [ko tịk] Solitary.

cổ [kỏ] Great grandfather or mother.

cỗ To mortgage (property); to secure (debt) by mortgage.

cỗ To try, to endeavour, to make an effort. *Cố đừng quên nhé !* : Try not to forget, mind you don't forget.

cỗ cập [kó kɔp] To deign.

cỗ chấp [kó cáp] Persistent, obstinate, stubborn, hard to grant pardon.

cỗ chí [kó cí] Resolved, determined, decided (to do something).

cỗ công [kó koŋ] To endeavour, to strive, to do one's utmost.

cỗ cựu [kó kụu] Old acquaintance, old friends.

cỗ đạo [kó dạu] Catholic priest, missionary.

cỗ định [kó dịŋ] Fixed. *Tổ cố định :* Fixed team. *Tính cố định :* Fixity.

cỗ đô [kó do] Ancient, old capital.

cỗ gắng [kó gáɯŋ] To endeavour, to exert, to strive, to strain, to do one's utmost, to make every effort, to make every endeavour (to do something). *Cố gắng để đạt mục đích :* To strive for, after, an end. *Hết sức cố gắng để làm việc gì :* To strain to do something. *Nếu anh cố gắng trong việc học hành thì anh sẽ thành công :* If you show application in your studies, you will succeed. *Cố gắng làm việc gì :* To exert oneself to do something. *Tôi sẽ hết sức cố gắng để giúp anh :* I will make every effort to help you. *Tôi đã cố gắng giúp nó nhưng vô ích :* I vain tried to help him.

cỗ gắng (sự) Effort, exertion. *Những cố gắng vô ích :* Vain efforts. *Việc ấy cần phải có một sự cố gắng lớn lao :* It required considerable effort.

cỗ giao [kó ɟau] Old acquaintance, old relations.

cỗ gượng [kó gɯɔŋ] To force oneself.

cỗ hương [kó hɯɔŋ] Native land.

cỗ hữu [kó hữu] Old friend.

cỗ hữu Natural, innate.

cỗ lý [kó lí] Native land.

cỗ nài [kó nài] To insist.

cỗ nhân [kó nɔn] Old friend.

cỗ nhiên [kó ɲien] Naturally, of course.

cỗ phạm [kó fạm] To transgress intentionally.

cỗ quận [kó kwɔn] Native land.

cỗ quốc [kó kwók] Native country.

cỗ sát [kó ʃát] *Tội cố sát :* Wilful homicide, voluntary homicide.

cỗ sức [kó ʃúk] To endeavour, to strive, to do one's utmost. *Cố sức làm việc gì :* To strive to do something.

cỗ tập [kó tɔp] Inveterate habit.

cỗ tâm [kó tɔm] Designedly.

cỗ tật [kó tạt] Chronic disease.

cỗ thổ [kó θỏ] Native country.

cỗ thú [kó θủ] To defend while being besieged.

cỗ tình [kó tịŋ] See cỗ ý.

cỗ tri [kó tri] Old acquaintance.

cỗ trước [kó trứrk] (Ch) Fixation, fixity.

cỗ từ [kó từ] To refuse categorically.

cỗ vấn [kó vón] Adviser, counsellor. *Cố vấn chánh trị :* Political counsellor, political adviser. *Cố vấn kỹ thuật :* Technical adviser. *Cố vấn pháp luật :* Legal adviser, law adviser. *Cố vấn trưởng :* Senior adviser.

cỗ vị [kó vị] To cling to one's position.

cỗ ý [kó í] Purposely, deliberately, intentionally.

cỗ [kỏ] Neck (of person, animal, bottle, etc..) *Có tật vẹo cỗ :* To have a stiff neck. *Ngóng (nghền) cỗ lên để nhìn vật gì :* To crane one's neck to see something. *Bóp cỗ, vặn cỗ người nào:* To strangle someone, to wring someone's neck. *Nắm cỗ người nào :* To seize someone by the collar. *Khăn choàng cỗ :* Lace collar, neckcloth. *Người cỗ ngắn :* Short-necked man.

cỗ Ancient, old, antique, archaic.

cỗ áo [kỏ áu] Collar. *Vì gió quá lạnh nên nó bẻ cỗ áo của nó lên :* The wind was so cold that he turned his coat collar up. *Bẻ cổ áo xuống:* To turn down one's coat collar.

cổ bẻ xuống [kỏ bẻ suốŋ] Turn-down collar, turned-down collar.

cổ cánh [kỏ káiɲ] To be influential.

cổ chai [kỏ cai] Bottle-neck, neck of a bottle.

cổ cứng [kỏ kứŋ] Stiff collar.

cổ điển [kỏ diển] Classics.

cổ điển Classic, classical.

cổ đồ [kỏ dồ] Ancient picture.

cổ đông [kỏ doŋ] Shareholder.

cổ động [kỏ dọŋ] To launch a propaganda.

cổ đứng [kỏ dứŋ] Stand-up collar, stick-up collar.

cổ giả [kỏ ɟả] (Detachable) Collar.

cổ học [kỏ họk] Archaeology.

cổ họng [kỏ họŋ] Throat, gullet, oesoph-agus.

cổ hủ [kỏ hủ] Old-fashioned.

cổ hũ [kỏ hũ] Neck of a jar.

cổ kim [kỏ kim] Past and present, ancient and modern.

cổ kính [kỏ kíɲ] Ancient.

cổ lai [kỏ lai] From ancient times.

cổ lễ [kỏ lẽ] Ancient rites.

cổ lệ [kỏ lẹ] Ancient custom.

cổ lệ To exhort, to stimulate.

cổ lỗ [kỏ lỗ] Rustic, coarse as the ancients.

cổ lục [kỏ lụk] Book of ancient histories.

cổ mạc [kỏ mạk] (Anat) Tympan.

cổ mạc viêm [kỏ mạk viem] (Med) Tympanitis.

cổ mềm [kỏ mèm] Soft collar.

cổ mộ [kỏ mọ] Antique tomb.

cổ ngạn [kỏ ŋạn] Old proverb.

cổ ngữ [kỏ ŋữ] Archaism, ancient language.

cổ nhân [kỏ ɲən] The ancients, the people of the very distant past.

cổ phần [kỏ fần] Share, stock, holding. *Ký danh cổ phần:* Registered share, personal share. *Vô danh cổ phần:* Transferable share. *Hưởng thụ cổ phần:* Dividend share. *Nó có cổ phần trong nhiều*

công ty: He has holdings in several companies. *Những cổ phần sanh lời năm phần trăm:* Shares that produce five per cent.

cổ phiếu [kỏ fiếu] Compon, share-certificate.

cổ phong [kỏ foŋ] Ancient custom, old tradition.

cổ quái [kỏ kwái] Bizarre, strange.

cổ rễ [kỏ rẽ] (Bot) Neck, collar (of mushroom, etc.).

cổ sinh vật học [kỏ ʃiɲ vạt họk] Palaeontology.

cổ sơ [kỏ ʃə] Ancient times.

cổ sử [kỏ ʃử] Ancient history.

cổ tay [kỏ tay] Wrist. *Cổ tay áo:* Cuff, wristband. *Xương cổ tay:* Wrist-bone. *Khớp xương cổ tay:* Wrist-joint.

cổ thạch khí thời đại [kỏ θạik xi θời dại] Palaeolithic.

cổ thấp [kỏ θấp] Low collar.

cổ thi [kỏ θi] Ancient poetry.

cổ thụ [kỏ θụ] Secular tree, century-old tree.

cổ thư [kỏ θɯ] Ancient books.

cổ tích [kỏ tík] 1) Antique vestiges.
2) *Truyện cổ tích:* Legend, old story.

cổ tích học [kỏ tík họk] Archaeology. *Thuộc về cổ tích học:* Archaeologic(al).

cổ truyền [kỏ trwiền] Traditional.

cổ truyện [kỏ trwiẹn] Legend, old story.

cổ trướng [kỏ trướŋ] (Med) Hydropsy.

cổ tục [kỏ tụk] Ancient custom.

cổ tự [kỏ tự] Ancient writing.

cổ tượng [kỏ tɯợŋ] Mammoth.

cổ văn [kỏ vaɯn] Ancient literature.

cổ vật [kỏ vạt] Antiquities.

cổ vật học [kỏ vạt họk] Archaeology.

cổ võ [kỏ võ] To excite, to exhort, to cheer.

cổ xúy [kỏ xwí] See cổ võ.

cổ xướng [kỏ suốŋ] To take the initiative (in doing something).

cỗ [kỗ] Set, suite.

cỗ Banquet, feast. *Ăn cỗ:* To attend a banquet.

cỏ áo quan [kŏ áu kwan] Coffin.

cỗ bài [kŏ bài] Pack of cards, set of cards, deck of cards.

cỗ bàn [kŏ bàn] Feast.

cỗ cưới [kŏ kưới] Wedding feast.

cỗ quan tài [kŏ kwan tài] Coffin.

cỗ ván [kŏ ván] A set of boards.

cốc [kók] To hit someone's head with the knuckles.

cốc (Zoo) Cormorant. Cốc mò cò ăn (đớp): To be someone's cat's-paw.

cốc Glass, tumbler, chalice. Cốc uống rượu : Wine glass. Chạm cốc : To have a glass together.

cốc See cùng cốc.

cốc Ravine.

cốc đề [kók dé] Big cormorant. Già cốc đế : Very old.

cốc loại [kók lwại] Cereal.

cộc [kọk] Brief, short. Áo cộc : Short-sleeved shirt.

cộc cằn [kọk kằưn] Rude, rough, uncivil, coarse. Lời nói cộc cằn : Rough words.

cộc lốc [kọk lók] Curt, brief. Trả lời cộc lốc : To give a curt answer.

côi [koi] Orphaned. Mồ côi cha : Fatherless. Mồ côi mẹ : Motherless.

côi cút [koi kút] Orphaned.

cối [kói] Mortar. Cối và chày : Mortar and pestle. Súng cối : Mortar.

cối đá [kói dá] Mortar.

cối kê [kói ke] Account.

cối xay [kói say] Mill. Cối xay bột : Flour-mill. Cối xay cà–phê : Coffee-mill, coffee grinder. Cối xay tiêu : Pepper-mill, pepper-quern. Súng cối xay : Machine-gun.

cối [kòi] Black head.

cởi [kỏi] To throw off, to draw off, to get off. Nàng cởi găng tay ra : She drew off her gloves. Cởi quần áo : To throw off one's garments, to get off one's clothes. Tôi không thể cởi chiếc cà rá của tôi ra được : I can't get my ring off.

cởi áo [kỏi áu] To take off, pull off, one's coat. Giúp người nào cởi áo ra : To assist, help, someone off with his coat.

cởi nút [kỏi nút] To unbutton (garment).

cởi quần áo [kỏi kwờn áu] To undress (oneself), to throw off one's garments, to take off, strip off, one's clothes.

cởi ra [kỏi ra] To undo, to unbind.

cởi trần [kỏi trần] Half naked.

cởi trói [kỏi trói] To unbind. Cởi trói cho người nào : To loose someone from his bounds.

cởi truồng [kỏi truồŋ] Naked, unclothed.

cội [kội] Root, origin.

cội Stunted.

cội gốc [kội gók] Root, origin.

cội ngọn [kội ŋọn] Root and top.

cội rễ [kội rễ] See cội gốc.

cội [kọi] Root, origin.

cờm [kóm] Grilled rice.

cốm cộm [kòm kọm] Bulging.

cộm [kọm] Bulging.

cộm To bulge.

côn [kon] Club, stick, cudgel.

côn Glue.

côn đệ [kon dẹ] Brothers.

côn đồ [kon dò] Ruffian, hoodlum, hooligan.

côn quyền [kon kwiền] Stick and fist.

côn trùng [kon trùŋ] Insect. Nhà côn trùng học : Insect collector, entomologist. Loại côn trùng : Insecta.

côn trùng cánh cứng [kon trùŋ káiŋ kứŋ] Coleopter. Loại côn trùng cánh cứng : Coleoptera.

côn trùng học [kon trùŋ họk] Insectology, entomology.

côn trùng viện [kon trùŋ viện] Insectarium.

cồn [kòn] Alcohol.

cồn Hillock.

cồn cát [kòn kát] Sand–bank.

cồn bào [kòn bàu] Imperial robe.

công [koŋ] (Zoo) Peacock. Công con : Pea-chick. Công mái : Peahen.

công 1) Public, common. *Trường công* : Public school. *Của công* : Public property.

2) Fair, equitable. *Bất công* : Unfair.

công 1) Labour, work. *Bãi công, đình công* : To strike, to strike work ; to go, come out, on strike. *Thủ công* : Handicraft. *Luống công vô ích* : To have one's pains for nothing.

2) *Trả công cho người nào* : To pay someone for his services.

công an [koŋ an] Public security. *Công an viên* : Security agent.

công an cuộc [koŋ an kwɔrk] Security service.

công báo [koŋ báu] The official gazette.

công bằng [koŋ bàɯŋ] See công bình.

công binh [koŋ biɲ] (Mil) Engineer.

công binh xưởng [koŋ biɲ suɔɲ] Arsenal.

công bình [koŋ bìɲ] Just, equitable, fair, impartial. *Theo lẽ công bình, phải như vậy mới công bình* : As was only just (fair). *Không có gì công bình hơn* : Nothing can be fairer.

công bố [koŋ bó] To publish, to promulgate, to make public.

công bộc [koŋ bọk] Public servant.

công cán [koŋ kán] Official mission.

công cán úy viên [koŋ kán wi vien] Chargé de mission.

công chính [koŋ ciɲ] Public works.

công chính Just, fair, equitable.

công chúa [koŋ cwʼa] Princess.

công chúng [koŋ cúŋ] The public. *Được công chúng tán thành* : To earn the approbation of the public. *Tôi không thích nói trước công chúng* : I don't like speaking in public.

công chuyện [koŋ cwiện] Work, business, occupation.

công chức [koŋ cức] Public servant, civil servant, government official, government employee. *Công chức hưu trí* : Retired civil servant. *Tiểu công chức* : Minor official, minor civil servant. *Biện pháp này được áp dụng cho tất cả công chức dầu đang tại chức hay đã về hưu* : This measure is applicable to all public servants whether still on duty or in retirement.

công chức cao cấp [koŋ cức kau kấp] Higher officials, high civil servants.

công chứng [koŋ cúŋ] To attest, to certify.

công chứng viên [koŋ cúŋ vien] Notary.

công cốc [koŋ kók] Vain, useless, fruitless.

công cộng [koŋ kọŋ] Common, public : collective.

công cụ [koŋ kụ] Tools of labour.

công cuộc [koŋ kwɔrk] Task, business, work.

công cử [koŋ kử] To elect.

công danh [koŋ zaɲ] Position and fame.

công dân [koŋ zən] Citizen, subject. *Quyền và bổn phận của một công dân* : Citizenship. *Công dân thế giới* : Citizen of the world. *Quyền công dân*: Civil rights. *Bổn phận công dân* : Civil duty. *Tất cả chúng ta đều có quyền và bổn phận của công dân* : We all have civil rights and civil duties. *Nhiều người Việt-Nam ở California đã trở thành công dân Mỹ* : Many of the Vietnamese in California have become American citizens. *Một trong những công dân lỗi lạc nhứt hiện tại* : One of the foremost citizens of the day. *Một người công dân tốt luôn luôn sẵn sàng phụng sự tổ quốc của mình* : A good citizen is always ready to serve his country.

công dân danh dự [koŋ zən zaɲ zụ] Honorary citizen.

công dân giáo dục [koŋ zən sáu zụk] Civics, civic education.

công dụng [koŋ zụŋ] 1) Effect.

2) Utility, use.

công đạo [koŋ dạu] Justice, fairness.

công điền [koŋ dièn] Village - owned rice-fields.

công điện [koŋ diện] Official telegram, message. *Công điện bạch văn* : Message in plain language, in clear (i.e. not in cypher).

công điệp [[koŋ điẹp] Diplomatic note.

công đoán [koŋ dwán] Arbitration.

công đoán nhân [koŋ dwán pən] Arbiter, arbitrator.

công đoàn [koŋ dwàn] Trade(s)-union.

công đồng [koŋ dòŋ] Commun together.

công đức [koŋ dứk] 1) Civil virtues. 2) Merit.

công đường [koŋ dừờŋ] Public office.

công giáo [koŋ sáu] Catholicism.

công giáo Catholic.

công giới [koŋ sới] Working class.

công hàm [koŋ hàm] Diplomatic note.

công hãm [koŋ hãm] To attack violently, to assault.

công hầu [koŋ hòu] Duke and marquis.

công hiệu [koŋ hiệu] Efficient, effectual; efficacious. *Sự công hiệu:* Efficiency, efficacy, virtue. *Thuốc nầy không công hiệu chút nào cả:* There is no virtue in this drug.

công huân [koŋ hwən] Exploit, great merit.

công hữu [koŋ hữu] Public property.

công ích [koŋ ík] Public (or common) interest, public utility, public benefit, public good.

công kênh [koŋ keip] To carry (someone) astride on one's shoulders.

công khai [koŋ xai] Public, open, on view, in public, publicly.

công khổ [køŋ xó] Public treasury.

công kích [koŋ kík] 1) To attack, to assail, to assault.

2) To criticize, to attack. *Công kích người nào:* To attack someone, to make an attack upon someone. *Những đề nghị của thủ tướng bị báo chỉ công kích:* The prime minister's proposals were attacked in the newspapers. *Công kích người nào trên báo:* To go for someone in the papers.

công kích Attack.

công lao [koŋ lau] Merit, credit.

công lập [koŋ lập] Public. *Trường*

công lập: Public school.

công lệ [koŋ lệ] Common rule, public law.

công lợi [koŋ lợi] Public interest.

công luận [koŋ lwận] Public opinion.

công lực [koŋ lụk] Police force.

công lý [koŋ lí] Justice. *Lôi, đưa người nào ra trước công lý (tòa):* To bring someone to justice *Quân đội chúng ta chiến đấu vì công lý:* Our army is fighting in the cause of justice.

công minh [koŋ miɲ] Just and clairvoyant.

công môn [koŋ mɔn] Public office.

công nghệ [koŋ ŋẹ] Craft, handicraft; industry.

công nghĩa [koŋ ŋĩə] Social duty.

công nghiệp [koŋ ŋiệp] 1) Exploit, achievement.

2) Work.

công nhân [koŋ pən] Worker, workman, employee, hand.

công nhận [koŋ pận] To acknowledge, to allow, to recognize, to concede, to consecrate. *Công nhận việc gì đúng sự thật:* To allow something to be true. *Người ta công nhận nó có tài:* He is allowed to have genius. *Tôi công nhận anh có lý:* I allow that you are right.

công nhiên [koŋ pien] Publicly, openly; declared.

công nhựt [koŋ pựt] Daily pay, salary. *Thợ công nhựt:* Dataller, day-taler, workman paid by the day.

công nho [koŋ po] Public funds.

công nông [koŋ noŋ] Worker and cultivator.

công nợ [koŋ nợ] Debt.

công nương [koŋ nưəŋ] Daughter of a high mandarin.

công ơn [koŋ ən] Merit.

công phá [koŋ fá] To attack.

công pháp [koŋ fáp] Public law.

công phạt 1) To repress, to suppress to quell.

2) (Med) To have violent after-effects

công phẫn [koŋ fẳn] Public indignation.

công phẫn Indignant.

công phí [koŋ fí] Public expenditure.

công phu [koŋ fu] Labour, toil.

công quả [koŋ kwả] Effect, efficacy ; fruit, result.

công quản [koŋ kwản] 1) State control, supervision.

2) Pool. *Công quản quân xa :* Motor pool.

công quỹ [koŋ kwĩ] Public funds.

công quyền [koŋ kwièn] Civil rights.

công sản [koŋ sản] Public property.

công sảnh [koŋ sảiɲ] Public buildings.

công sở [koŋ sở] Government office, the Civil Service. *Nó có một chỗ làm tốt trong công sở nhờ sự giới thiệu của các bạn (nó) :* He got a good position in a government office through (by) the agency of friends.

công sứ [koŋ sứ] Ambassador, envoy. *Công sứ quán :* Embassy, legation.

công sự [koŋ sự] Public affair.

công tác [koŋ ták] 1) Task, work.

2) Mission. *Bộ trưởng công tác đặc biệt tại Ba-lê :* Minister on (a) special mission to Paris. *Nó được giao cho một công tác quan trọng :* He was charged with an important mission.

công tắc [koŋ tắk] Contact (-piece).

công tâm [koŋ tɔm] Sense of justice.

công thải [koŋ θải] Government loan, national debt.

công thành [koŋ θàiɲ] Accomplished work, achieved task.

công thành To make an assault on a fort.

công thê [koŋ θé] Offensive.

công thổ [koŋ θổ] Village owned land, public land.

công thợ [koŋ θợ] Worker's salary.

công thú [koŋ θủ] Offensive and defensive, attack and defence.

công thự [koŋ θự] Public building, government building.

công thức [koŋ θức] (Math, Ch) Formula.

công thương [koŋ θɯɔŋ] Industry and trade.

công toi [koŋ tɔi] Labour in vain.

công trái [koŋ trái] Public debt, government bond.

công trạng [koŋ trạŋ] Merit, credit. *Hưởng công trạng của người khác :* To get credit for another's work.

công trình [koŋ trìɲ] Work.

công trồng [koŋ trốŋ] Peacock.

công trung [koŋ truŋ] Upright and loyal.

công trường [koŋ trɯờŋ] 1) Square. 2) Work camp.

công tư [koŋ tɯ] Public and private.

công tư Worker's salary.

công tử [koŋ tử] Noble's son, mandarin's son.

công tước [koŋ tɯ́rk] Duke.

công ty [koŋ ti]. Company, society, corporation. *Công ty hữu hạn :* Limited (liability) responsibility company.

công ty thủy điện [koŋ ti θwỉ diẹn]. Water and electricity company.

công văn [koŋ vaɯn] Official correspondence, official letter (or document). *Công văn đến :* Incoming correspondence.

công việc [koŋ vịrk] Affair, business, task, job. *Đó là cả một công việc (quan hệ) :* It is quite a (big) business. *Công việc nặng nhọc, khó nhọc :* Arduous task, irksome task. *Chăm chú làm một công việc :* To apply oneself to a task. *Công việc là công việc :* Business is business. *Công việc làm khoán, ăn công từng cái :* Task-work, job-work. *Anh đi Saigon chơi hay có công việc ? :* Are you in Saigon on pleasure or on business ?. *Làm hư, làm hỏng một công việc :* To make a bad job of something. *Công việc chạy không ?, không tệ lắm :* How's business ? not so bad. *Đi công việc :* To go out on business. *Hãy lo công việc của anh*

đi : Go about your business (i.e. do your own work ; don't interfere with mine!). *Công việc lút (ngập) đầu:* To have hundred and one things to do. *Giỏi công việc nhà :* To be good at house-keeping. *Khi tôi vắng mặt thì công việc vẫn chạy như thường :* When I am away things go on just the same. *Không phải công việc của chúng nó :* It is no business of theirs.

công việc nhà [koŋ vịrk ɲà] House-work, household affairs. *Bà X không có người làm nhưng chồng bà không bao giờ chịu giúp bà làm công việc nhà :* Mrs. X. has no servant but her husband will never condescend to help her with the housework.

công việc trí óc [koŋ vịrk trí ók] Brain—work.

công viên [koŋ vien] Public garden, public park.

công voa [koŋ vwa] Convoy.

công vụ [koŋ vụ] Public service ; government service. *Mỗi người có tất cả ba chục năm công vụ :* Each man has a total of thirty years of govern-ment office to his credit.

công xa [koŋ sa] Government car.

công xã [koŋ sã] Commune. *Ba-lê công xã :* The Commune of Paris.

công xích [koŋ sík] Meter.

công xơn [koŋ sən] (Arch) Bracket.

công xuất [koŋ swớt] On mission.

công xưởng [koŋ sưởɲ] Shop, work-shop.

cống [kóŋ] Drain, sewer. *Mùi cống:* Smell of drains. *Hơi lỗ cống :* Sewer gases. *Chuột cống :* Sewer rat. *Phu vét cống:* Sewerman. *Dội cống :* To flush (out) a drain.

cống To offer as a tribute. *Nạp cống :* To pay tribute. *Bắt một nước nào phải nạp cống :* To lay a nation under tribute. *Phải nạp cống :* Tributary.

cống hiến [kóŋ hiến] To offer.

cống lễ [kóŋ lễ] Tribute. *Nạp cống lễ :* To pay tribute.

cống nước [kóŋ núrk] Drain, sewer, aqueduct.

cống phẩm [kóŋ fầm] Tribute.

cống rãnh [kóŋ rãịn] Sewer and gutter.

cống vật [kóŋ vạt] See **cống phẩm.**

cồng [kòŋ] Gong.

cồng kềnh [kòŋ kèịn] Bulky, cumber-some.

cổng [kỏŋ] 1) Gate, entrance. *Người gác cổng:* Gatekeeper. *Giữ cổng, gác cổng :* To guard the gate. *Nhảy qua cổng :* To jump over a gate. *Người gác cổng chận nó lại và hỏi nó muốn gì :* The gatekeeper stopped him and demanded his business (asked him what he wanted). *Xe hơi đụng vào cổng một cái rầm :* The car crashed into the gate.

2) (Rail) Barrier, gate, level-crossing. *Tại ga xe lửa, anh trình vé ở cổng trước khi lên xe :* At the railway station, you show your ticket at the barrier before you get to the train.

cổng chào [kỏŋ càu] Triumphal arch.

cổng xe lửa [kỏŋ sɛ lửɑ] Level-crossing.

cộng [kọŋ] (Bot) Petiole, stem.

cộng To add. *Toán cộng :* Addition. *Cộng số :* To cast (up) figures. *Cộng lại :* To cast (up) the total. *Máy cộng :* Adding machine. *Cộng mười số lại :* To add (up, together) ten numbers. *Cộng sáu với tám :* To add six to eight. *Cộng một hàng số :* To add up a column of figures. *Nếu anh cộng năm với năm, anh được mười :* If you add five to five, you get ten.

cộng cỏ [kọŋ kỏ] Blade of grass.

cộng đồng [kọŋ dòŋ] Common, collective. *Phát triển cộng đồng :* Community development.

cộng đồng tác dụng [kọŋ dòŋ ták zụŋ] (Biol) Synergia.

cộng hòa [kọŋ hwà] Republican. *Nước, chánh thể cộng hòa :* Republic. *Cộng hòa chủ nghĩa :* Republicanism. *Việt-Nam Cộng hòa :* Republic of Viet-Nam.

cộng hưởng [kọŋ hưởŋ] To enjoy to-gether.

cộng hữu [kọŋ hữu] Common property.

cộng lá [kọŋ lá] (Bot) Petiole, leaf-stalk.

cộng lao [kọŋ lau] To collaborate, to work together.

cộng phạm tội [kọŋ fạm tọi] Accomplice, fellow-delinquent.

cộng sản [kọŋ ʃản] 1) Common property.

a) Communist. *Chủ nghĩa cộng sản:* Communism. *Thuộc về chủ nghĩa cộng sản:* Communistic.

cộng sản đảng [kọŋ ʃản dảŋ] Communist party.

cộng sinh [kọŋ ʃiŋ] (Biol) Symbiosis.

cộng sự [kọŋ ʃɯ] To work together, to collaborate, to contribute. *Người cộng sự:* Collaborator. *Cộng sự với một tờ báo:* To contribute to a newspaper, to write for a paper.

cộng tác [kọŋ ták] To cooperate, to collaborate, to work together. *Sự cộng tác:* Cooperation, collaboration.

cộng thêm [kọŋ θem] To add.

cộng tồn [kọŋ tòn] To coexist. *Sự cộng tồn:* Coexistence.

cộng tồn Coexistent.

cốt [kót] Bone. *Hài cốt:* Bones, remains.

cốt Essence. *Phần cốt:* Main part.

cốt cách [kót káik] 1) Skeleton.

2) Character.

cốt cách chí [kót káik cí] Osteography.

cốt cách hình thành học [kót káik hiŋ θàiŋ hɔk] Osteogenesis.

cốt cách học [kót káik hɔk] Osteology. *Nhà cốt cách học:* Osteologist.

cốt cán [kót kán] Hard core cadre.

cốt để [kót dẻ] With the object of, intention of, with a view to (do something).

cốt đột [kót dót] Foot of a tree.

cốt học [kót hɔk] Osteology.

cốt là [kót là] The essential is.

cốt luận [kót lwạn] Osteography.

cốt lực [kót lɯk] Robust.

cốt mìn [kót mìn] Dynamite. *Kho cốt*

mìn: Dynamite store, magazine. *Xưởng làm cốt mìn:* Dynamite factory. *Bắn cốt mìn:* To dynamite. *Người làm cốt mìn:* Dynamiter.

cốt mô [kót mo] (Anat) Periosteum, periost.

cốt mô viêm [kót mo viem] (Med) Periostitis.

cốt nhục [kót ɲuk] Bone and flesh, (fig) consanguinity, blood relationship. *Cốt nhục thũng:* (Med) Osteosarcoma.

cốt nhục tương tàn [kót ɲuk tɯɯŋ tàn] Inter-familial quarrel, quarrel between brothers.

cốt nhuyễn [kót ɲwiến] (Med) Osteomalacia.

cốt nhứt [kót ɲứt] Mainly, above all.

cốt oa [kót wa] (Anat) Cotyle.

cốt phôi bào [kót foi bàu] (Med) Osteoblast.

cốt sắt [kót ʃắɯt] Steel framework. *Bê-tông cốt sắt:* Reinforced concrete, armoured concrete.

cốt thũng [kót θũŋ] (Med) Osteoma.

cốt truyện [kót trwiẹn] Framework. *Cốt truyện một quyển tiểu thuyết:* Framework of a novel.

cốt tủy [kót tửi] 1) Marrow. *Cốt tủy viêm:* Osteomyelitis.

2) Quintessence, essence.

cốt tử [kót tử] 1) Skeleton.

2) Essential part.

cốt yếu [kót iếu] Essential, crucial, vital, capital, cardinal, dominant. *Điều cốt yếu:* The essential thing.

cột [kọt] 1) Column, pillar, pole, post. *Dãy cột, hàng cột:* Colonnade. *Cột chống hay đỡ một cái máy:* Colums of a machine. *Cột thủy ngân:* Column of mercury. *Cây cột này chống đỡ sức nặng của cả tòa nhà:* This pillar supports, bears the weight of the whole building. *Các cây cột đỡ sức nặng của mái nhà:* The pillars support the weight of the roof.

2) Column (in a newspaper). *Có hai cột trên mỗi trang của quyển tự điển*

nầy ; anh đang đọc cột bên tay trái : There are two columns on each page of this dictionary ; you are now reading the left-hand column.

cột [kọt] To tie, to bind, to fasten, to truss. *Cột chung lại* : To tie together. *Cột ngựa vào gốc cây* : To tie a horse to a tree. *Cột dây giày* : To tie one's shoes laces. *Cột người nào vào gốc cây* : To rope someone to a tree.

cột báo [kọt báu] Column of a news-paper.

cột buồm [kọt buòm] Mast. *Cột buồm nhỏ* : Small mast, hand-mast. *Cột buồm sau* : After-mast. *Đầu cột buồm* : Mast-head. *Chân, bệ cột buồm* : Mast-heel. *Đèn treo trên cột buồm* : Mast-light. *Thừng to để dựng cột buồm* : Mast-rope. *Tàu có ba, bốn cột buồm* : Three - masted, four - masted, ship ; three – master, four master. *Tàu có nhiều cột buồm* : Heavily masted ship.

cột buồm cái [kọt buòm kái] Main-mast.

cột buồm chánh [kọt buòm cáiɲ] Mainmast.

cột buồm mũi [kọt buòm mũi] Foremast.

cột cái [kọt kái] Main, principal, column.

cột cây số [kọt kei ʃó] Milestone.

cột chỉ đường [kọt cỉ dườɳ] Road sign.

cột chỉ hướng [kọt cỉ hướɳ] Direction post.

cột con [kọt kɔn] Small post.

cột cờ [kọt kờ] Flagpole, flagstaff.

cột cửa [kọt kửɑ] Door pillar.

cột chặt [kọt caut] To bind tightly.

cột chèo [kọt cèu] Thole-pin.

cột chữ [kọt cữ] Column (of a news-paper).

cột dây thép [kọt zei θép] Telegraph pole. *Chiếc xe hơi đụng ngã cột dây thép* : The car brought down the telegraph pole.

cột đèn điện [kọt dèn diện] Electric wire pole.

cột lỏng [kọt lỏɳ] To bind loosely.

cột nhà [kọt pà] Column of a house.

cột nhỏ [kọt pỏ] Colonnette, small post.

cột trụ [kọt trụ] Main pillar, chief stay. *Cột trụ gia-đình* : Bread-winner ; man who has a family entirely depen-dent upon him. *Tuy còn nhỏ nhưng nó là cột trụ của gia đình nó* : Although he is young he is the chief stay of his family.

cơ [kə] Heart. *Lá ách cơ* : The ace of hearts. *Lá đầm cơ* : Queen of hearts. *Anh có cơ không ?* : Have you any hearts ?

cơ Occasion, opportunity, circumstances. *Thừa cơ* : To seize an opportunity. *Tùy cơ ứng biến* : To adapt oneself to circumstances. *Nguy cơ* : Danger.

cơ (Bill) Cue.

cơ bẩm [kə bầm] Breech.

cơ bản [kə bản] Base, foundation, groundwork.

cơ bản thao diễn [kə bản θau ziễn] Close order drill.

cơ bần [kə bần] Misery, poverty.

cơ biến [kə biến] To adapt oneself to circumstances.

cơ bổn [kə bổn] See cơ bản.

cơ cấu [kə kấu] Structure.

cơ co [kə kɔ] (Anat) Constrictor.

cơ cùng [kə kùɳ] Starvation and misery.

cơ cực [kə kụk] Ravenous.

Cơ-đốc [kə dók] Christ. *Cơ đốc giáo* : Christianity. *Tín đồ Cơ đốc giáo* : Christian.

cơ gập [kə gạp] (Anat) Flexor.

cơ giới [kə ʃói] Machine ; mechanism. *Cơ giới học* : Mechanics.

cơ giới hóa [kə ʃói hwá] To mechanize.

cơ hàn [kə hàn] Hungry and cold.

cơ hoang [kə hwaɳ] Starvation.

cơ học [kə họk] Mechanics.

cơ hồ [kə hò] Almost, very nearly, well-nigh.

cơ hội [kə họi] Opportunity, occasion, chance. *Có nhiều cơ hội để làm việc gì* : To have, get, many opportunities for doing something. *Không nên để mất cơ hội* : Strike while the iron is hot. *Thừa cơ hội, nắm lấy cơ hội :* To take an opportunity, to catch at an opportunity. *Thừa, nhân, tóm lấy cơ hội làm việc gì :* To avail oneself of, to take, the opportunity to do something. *Vì cơ hội xui làm bậy :* Opportunity makes the thief. *Bỏ lỡ, bỏ mất, bỏ qua một cơ hội :* To miss, throw away, let slip, an opportunity. *Nhân cơ hội :* To profit by the occasion. *Thừa cơ hội để làm việc gì :* To take occasion to do something. *Chờ cơ hội tốt :* To wait for the right moment. *Tôi không khi nào có cơ hội gặp nó :* I never chanced to meet him. *Lợi dụng cơ hội để làm việc gì :* To avail oneself of the opportunity to do something. *Nắm chắc lấy cơ hội :* To take the occasion by the forelock. *Đây là một cơ hội tốt để hội bóng tròn Việt-Nam và Trung-Hoa học hỏi kinh nghiệm lẫn nhau :* This is a good opportunity for the Vietnamese and Chinese soccer teams to learn experiences from each other. *Đừng bỏ lỡ cơ hội :* Don't let the opportunity slip.

cơ hội nguyên nhân [kə họi ŋwien nən] Occasional cause.

cơ hội nguyên nhân luận [kə họi ŋwien nən lwən] Occasionalism.

cơ hữu [kə hữu] Organic. *Sư đoàn bộ binh có một đại đội quân y cơ hữu :* The infantry division has an organic medical company.

cơ khát [kə xát] Hungry and thirsty.

cơ khí [kə xí] Mechanism, machinery.

cơ khổ [kə xỏ] Hungry and unhappy.

cơ kim [kə kim] Capital, fund.

cơ lược [kə lược] Scheme and strategy.

cơ man [kə man] Innumerable, countless, numberless.

cơ mật [kə mạt] Important and secret.

cơ mật phí [kə mạt fí] Secret expenses.

cơ mẩu [kə mầu] Secret, mysterious.

cơ mưu [kə mưu] Ruse.

cơ năng [kə naŋ] 1) Function.

2) (Anat) Elevator.

cơ nghiệp [kə ŋiệp] Fortune. *Một cơ nghiệp khó ước lượng được :* A for-

tune impossible to estimate.

cơ nhục [kə nụk] (Anat) Muscle.

cơ nhục học [kə nụk họk] Myology. *Thuộc về cơ nhục học :* Myologic(al).

cơ nội chuyển [kə nội cwiển] (Anat) Adductor, adducent muscle.

cơ phu [kə fu] Skin and flesh.

cơ quan [kə kwan] 1) Organ, organization. *Nghị viện là một cơ quan chính của chánh phủ :* Parliament is the chief organ of government.

2) Organism.

3) Apparatus ; action (of a watch).

cơ quan ngôn luận [kə kwan ŋon lwən] Organ of public opinion (i. e. newspapers).

cơ quan hô hấp [kə kwan ho hấp] Respiratory track, breathing apparatus.

cơ quan tiêu hoá [kə kwan tieu hwá] Digestive track.

cơ quan từ thiện [kə kwan từ điện] Charity, charitable establishment, charitable institution. *Nó để tất cả tiền của nó lại cho các cơ quan từ thiện :* He left all his money to charities.

cơ quyền [kə kwiền] To adapt oneself to circumstances.

cơ số [kə số] (Math) Base.

cơ sở [kə sở] Installation, establishment.

cơ thể [kə thể] Organism.

cơ thể học [kə thể họk] Anatomy.

cơ thũng [kə thũŋ] (Med) Myoma.

cơ triệu [kə triệu] Presage, omen, augury.

cơ trữ [kə trữ] Loom.

cơ trưng [kə trưŋ] See cơ triệu.

cơ vận [kə vận] Destiny.

cơ vụ [kə vụ] Important matters.

cơ xảo [kə sảo] Skilful, cute.

cơ xưởng [kə sưởŋ] Shop, workshop.

cơ yếu [kə iếu] Important.

cố [kố] Cause, reason, excuse, motive, pretext, ground, colour. *Có cớ để tỏ sự bất bình :* To have cause for dissatisfaction. *Tìm cớ để từ chối :* To find a pretext for refusing, for refusal. *Lấy cớ làm việc gì :* Under colour of doing something.

cờ chi [kɔ̀ ci] For what reason ?, on what account ?, why ?.

cờ gì [kɔ̀ gì] See cờ chi.

cờ sao [kɔ̀ ʃau] Why ?, for what reason ?.

cờ sự [kɔ̀ ʃɯ] Cause.

cờ [kɔ̀] Flag, colours, banner, ensign. *Cờ hồng thập tự* : Red – cross flag. *Dựng cờ, kéo cờ lên* : To fly (hoist) a flag, to show, display one's colours. *Hạ cờ (đầu hàng)* : To lower one's flag. *Treo cờ trước nhà, trên tàu* : To deck a house, a ship, with flags. *Hạ cờ (để ra hiệu khởi hành)* : To drop the flag. *Phất cờ đỏ để ra hiệu cho xe lửa ngừng* : To wave a red flag to stop a train. *Phòng treo đầy cờ* : The room was hung with flags.

cờ Chess. *Đánh cờ, chơi cờ* : To play (at) chess. *Bàn cờ* : Chess - board. *Con cờ, quân cờ* : Chess - men. *Cao cờ* : To be a good chess–player.

cờ bạc [kɔ̀ bạk] Gamble, gambling, play. *Mê cờ bạc* : To go on the gamble, to have a passion for gambling. *Người cờ bạc* : Gambler. *Nợ cờ bạc* : Gambling–debts, play-debt. *Phá sản vì cờ bạc* : To game away a fortune. *Cờ bạc đã làm tiêu hết tài sản của nó* : Gambling has consumed his fortune. *Bị sạt nghiệp vì cờ bạc* : To be ruined by play.

cờ bạc To gamble, to game, to play.

cờ bạc bịp [kɔ̀ bạk bịp] To cheat at cards.

cờ bạc là bác thằng bần [kɔ̀ bạk là bák θàuŋ bần] Gambling leads to misery.

cờ biển [kɔ̀ biển] Banner.

cờ đam [kɔ̀ dam] Checkers, draughts. *Bàn cờ đam* : Checker-board, draught-board.

cờ đen [kɔ̀ dɛn] Black flag (one used by sea–robber ; one used at prisons to show that a man has been put to death).

cờ đuôi leo [kɔ̀ duoi lɛu] Pennon.

cờ gian bạc lận [kɔ̀ ʃan bạk lận] To rook, to cheat at cards.

cờ lịnh [kɔ̀ lịŋ] Control flag.

cờ rũ [kɔ̀ rũ] Flag flown at half staff.

cờ tam sắc [kɔ̀ tam ʃáuk] The French flag, the Tricolor, flag of three colours.

cờ tam tài [kɔ̀ tam tài] See cờ tam sắc.

cờ tang [kɔ̀ taŋ] Flag furled and craped.

cờ trắng [kɔ̀ tráuŋ] The white flag, the flag of truce.

cờ tướng [kɔ̀ tɯớŋ] Chess.

cờ xí [kɔ̀ sí] Flag, banner.

cỡ [kɔ̃] 1) Caliber, calibre (of a gun or rifle, or of a bullet or shell).

2) Size. *Một người cỡ tôi* : A man of my build. *Đủ cỡ* : Of all sorts of size. *Một đứa bé cao cỡ nó* : A child of his size. *Cả hai chúng nó cùng một cỡ* : They're both of a size. *Ông muốn cỡ nào ?* : What size do you want ?.

cơi [kɔi] Tray.

cơi trầu [kɔi trầu] Betel-tray.

cởi [kɔ̉i] See cổi.

cởi To disengage.

cởi giày [kɔ̉i ʒày] To take off one's shoes.

cởi mở [kɔ̉i mở] To affranchise. *Cởi mở lời thề cho người nào* : To affranchise someone from an oath.

cởi trói [kɔ̉i trói] To untie.

cỡi [kɔ̃i] To straddle, to sit astride, to ride. *Cỡi ngựa* : To get astride a horse, to ride a horse. *Anh biết cỡi ngựa không ?* : Can you ride ?. *Nó đi bộ hay c i ngựa đến ?* : Did he ride or walk ?.

cỡi cổ [kɔ̃i kổ] To sit astride the neck, (fig) to oppress (someone).

cỡi đầu [kɔ̃i dầu] See cỡi cổ.

cỡi hạc [kɔ̃i hạk] To die.

cỡi ngựa [kɔ̃i ŋɯạ] To ride a horse, to get astride a horse.

cỡi xe máy [kɔ̃i sɛ máy] To ride a bicycle.

cơm [kɔm] Cooked rice, meal, repast, food. *Ăn cơm* : To eat, to have a meal. *Bữa cơm* : Meal, repast. *Giờ ăn cơm* : Meal-time. *Ăn cơm với người nào* : To meal with someone. *Làm cơm* : To cook, to prepare a meal.

Thổi cơm, nấu cơm : To cook rice. *Hông cơm, quán cơm* : Restaurant, eating-house. *Anh dùng cơm ở đâu ?* : Where do you have your meals ?. *Nó đang ăn cơm* : He is having his dinner. *Không cơm phải ăn cháo* : Beggars can't be choosers ; we must put up with what we can get ; half a loaf is better than no bread.

cơm Flesh, pulp (of fruit).

cơm áo [kəm áu] Food and clothing.

cơm bữa [kəm bʉa] Daily meal. *Như cơm bữa* : Often, frequently.

cơm chay [kəm cay] Vegetarian repast.

cơm cháy [kəm cáy] Burnt rice adhering to the pot ; burnt rice at the bottom of the pot.

cơm chim [kəm cım] Rice for the birds. *Ăn cướp cơm chim* : To extort money out of the poor.

cơm chiên [kəm cien] Fried rice.

cơm chín [kəm cin] Cooked rice.

cơm dưa [kəm zʉa] Frugal meal.

cơm dừa khô [kəm zừa xo] Copra.

cơm đen [kəm dɛn] (Fig) Opium.

cơm hẩm [kəm həm] Inferior quality rice.

cơm hấp [kəm həp] Warmed up rice.

cơm hớt [kəm hớt] Rice at the top of the pot.

cơm khét [kəm xét] Burnt rice.

cơm khê [kəm xe] See cơm khét.

cơm khô [kəm xo] Dried rice.

cơm không lành canh không ngon (ngọt) [kəm xoŋ làiŋ kaiŋ xoŋ ŋon] Family squabbles.

cơm mắm [kəm máɯm] Rice served exclusively with salt-fish.

cơm muối [kəm muối] Rice served exclusively with salt.

cơm nát [kəm nát] See cơm nhão.

cơm nắm [kəm naɯm] Rice balls.

cơm nếp [kəm nép] Glutinous rice, sticky rice.

cơm nguội [kəm ŋuội] Cold rice.

cơm nhão [kəm ɲãu] Pasty rice.

cơm nuôi [kəm nuội] Food supplied by the employer (to the employee).

cơm nước [kəm nʉrk] Food, meal.

cơm rang [kəm raŋ] Fried rice.

cơm sốn sốn [kəm sồn sồn] Underdone rice.

cơm sống [kəm sóŋ] Undercooked rice.

cơm tây [kəm tɐi] French food.

cơm tẻ [kəm tɛ] Ordinary rice.

cơm thầy cơm cô [kəm θɐi kəm ko] (Fig) Servants.

cơm thiu [kəm θiu] Stale rice.

cơm toi [kəm tɔi] In vain, uselessly.

cơm trưa [kəm trʉa] Lunch, dinner, midday meal.

cơm vắt [kəm váɯt] Compressed rice.

cơn [kən] Fit, flush, attack, outburst. *Qua cơn khủng hoảng* : To pass through a crisis. *Cơn giận dữ* : Fit of rage.

cơn dông [kən zoŋ] Storm.

cơn điên [kən dien] Fit of madness.

cơn giận [kən ʒən] Outburst of temper (passion) ; access of rage ; tantrum, gust, fit, of anger (temper). *Trong cơn giận* : In a fit, a moment, of anger.

cơn gió [kən ʒɔ] Gust, or blast of wind.

cơn ho [kən hɔ] Fit of coughing, attack of coughing.

cơn hoạn nạn [kən hwạn nạn] Period of misfortunes.

cơn mưa [kən mʉa] Squall of rain.

cơn sốt [kən sót] Attack of fever, bout of fever, access of fever, fit of fever.

cớn [kən] See động cớn.

cợn [kợn] See lợn cợn.

cợt [kợt] To trifle. *Không nên bỡn cợt với ái tình* : Do not trifle with love.

cu [ku] Turtle-dove.

cu Penis, male organ (vulgar term).

cu-li [ku li] Coolie, cooly.

cu lọa [ku lwa] Corridor.

cu lô [ku lo] Body (of a sparking-plug).

cu-lông [ku loŋ] (Phys) Coulomb.

cú [kú] (Zoo) Owl. *Ổ chim cú* : Owlery. *Tiếng cú kêu* : Hoot. *Chim cú con* :

Owlet. *Thuộc về chim cú* : Owlish.
Xấu như cú : Very ugly. *Hôi như cú* :
Stinky.

cú (Pros) Verse, line (of poetry). *Thơ
bát cú* : Eight-line poem.

cú Blow.

cú To hit someone's head with the
knuckles.

cú đánh [kú dáiɲ] Blow. *Cú đánh ngã* :
Knock-out blow. *Cú đánh làm nó sụm
xuống (và lăn lộn đau đớn)* : The blow
curled him up completely.

cú đánh trái [kú dáiɲ trái] Back-hand
blow, back-hander, back-stroke.

cú đấm móc [kú dɤ́m mɔ́k] (Boxing)
Hook. *Cú đấm móc bên mặt, bên trái* :
Right hook, left hook.

cú đầu [kú dɤ̀u] To clout someone on,
over the head; to clump someone's head,
to give someone a clump on the head.

cú pháp [kú fáp] Syntax.

cú triu [kú triu] Drive (in tennis).

cú vọ [kú vɔ] Barn-owl.

củ [kủ] To tickle, to titillate.

củ cưa [kủ kuɤ] To drag out.

củ đinh thiên pháo [kủ diɲ θien fáu]
Inveterate syphilis.

củ lao [kủ lau] 1) Island. *Lội chung
quanh cù lao*: To swim round the island.
2) (Fig) Painful task, hard labour.

củ lao cúc dục [kù lau kúk zuk]
Parents' painful task of rearing children.

củ léc [kù lɛ́k] To tickle, to titillate.

củ nôn [kù non] See cù léc.

củ [kủ] (Bot) Bulb, tuber.

củ cải [kủ kải] (Bot) Beet. *Củ cải
trắng* : Turnip. *Lấy chất đường ở trong
củ cải ra* : To obtain sugar from beet.

củ chính [kủ cíɲ] To rectify.

củ chuối [kủ cuối] Bulb of banana-tree.

củ gừng [kủ gừŋ] Root of ginger.

củ hành [kủ hàiɲ] (Bot) Onion. *Vỏ củ
hành* : Onion-skin.

củ hợp [kủ hợp] To assemble, to unite.

củ kết [kủ két] To league.

củ khiên [kủ xien] To correct errors.

củ khoai [kủ xwai] *Củ khoai lang* :

Sweet potato. *Củ khoai tây* : Potato.

củ mật [kủ mặt] To examine carefully.

củ mâu [kủ mau] See củ khiên.

củ phần [kủ fɤn] In confusion, disorderly.

củ sát [kủ fát] To re-examine.

củ sắn [kủ fắwn] (Bot) Manioc, cassava.

củ soát [kủ swát] To check.

củ tắc [kủ táwk] Rule.

củ tập [kủ tɤp] See củ hợp.

củ tỏi [kủ tỏi] (Bot) Bulb of garlic.

củ tròn [kủ tròn] (Bot) Bulb.

củ vấn [kủ vɤ́n] To examine, to question.

cũ [kũ] Ancient, old, former, used,
second-hand, out-of-date. *Quần áo cũ* :
Old clothes, used clothes. *Bánh mì
cũ* : Old bread, stale bread. *Học trò
cũ* : Old boy, old pupil. *Những học trò
cũ của tôi* : My former pupils. *Xe cũ* :
Used car, second-hand car. *Sách cũ* :
Second-hand book. *Như cũ*: As usual,
as before. *Có mới nới cũ* : To leave
an old thing for a new one.

cũ kỹ [kũ kĩ] Old, out of date.

cũ mềm [kũ mềm] Very old.

cũ rích [kũ rík] See cũ mềm.

cụ [kụ] 1) Term of address to elderly
people. Old, aged or honorable
person. *Ông cụ* : Old man.
2) Great grandparents.
3) Parents. *Hai cụ nhà có mạnh không?* :
Have your parents been well ?.

cụ bà [kụ bà] Great grandmother (the
mother of one's grandfather).

cụ bị [kụ bị] To prepare, to get ready.

cụ ky [kụ kị] Ancestors, forefathers.

cụ ngoại [kụ ŋwại] Maternal great
grandparents.

cụ nội [kụ nội] Paternal great grand-
parents.

cụ ông [kụ oŋ] Great grandfather (the
father of one's grandfather).

cụ thể [kụ θể] Concrete. *Danh từ cụ
thể* : Concrete term.

cụ thể hóa [kụ θể hwá] To concrete,
to corporealize.

cua [kwɤ] Crab. *Càng cua* : Nippers,
pincers.

cua Turn, corner. *Cua khó quẹo :* Awkward corner. *Quẹo cua :* To turn a corner.

cua bầy [kwə béi] See cua lột.

cua biển [kwə biển] Sea-crab, salt water crab.

cua đồng [kwə dòŋ] Fresh water crab.

cua lột [kwə lọt] Soft-shelled crab, soft-shell crab.

cua rẽ [kwə rẽ] See cua lột.

của [kwə] Riches, wealth, property.

của 1) To belong (to), to appertain. *Quyển sách nầy của tôi :* That book belongs to me. *Việc ấy thuộc về bồn phận của tôi :* That belongs to my duties. *Đó là hành động của một người vô giáo dục :* It is the act of an ill-breed person.

2) To own. *Đất nầy của ai ? :* Who owns this land ?. *Con chó mà không ai nhận là của mình cả :* Dog nobody will own. *Nhận người nào là anh của mình :* To own someone as one's brother.

của Of, possessive case. *Quyển sách của tôi :* My book. *Nó là bạn của tôi :* He is my friend, a friend of mine.

của báu [kwə báu] Precious things.

của bố thí [kwə bó θí] Alms.

của cải [kwə kải] Fortune, wealth, riches, havings.

của chìm [kwə cìm] Hidden wealth.

của chung [kwə cuŋ] Common property. *Những công viên trong thành phố là của chung :* Parks in the town are common property.

của đút [kwə dút] Bribe.

của gian [kwə ɟan] Stolen things.

của hiếm [kwə hiếm] Rare thing.

của hối lộ [kwə hói lọ] Bribe.

của hồi môn [kwə hòi mọn] Dower, dowry, dot ; marriage-portion ; marriage settlement in favour of daughter. *Thuộc về của hồi môn :* Dotal. *Nàng không có của hồi môn :* She is portionless.

của hương hỏa [kwə hɯəŋ hwa] Entail, entailed estate.

của lạ [kwə lạ] Rare thing.

của nổi [kwə nổi] Real estate ; material wealth.

của phi nghĩa [kwə fi ŋiə] Ill-gotten gains. *Của phi nghĩa bất phú :* Ill-gotten gains seldom prosper.

của quý [kwə kwí] Precious thing.

của rẻ là của ôi [kwə rẻ là kwə oi] Things bought cheaply are valueless.

của riêng [kwə rieŋ] Private property. *Nó không có gì là của riêng nó cả :* He has nothing of his own. *Ở đây không có vật gì là của riêng tôi cả :* There's not a thing here that I can call my own.

của rơi [kwə rəi] Object that somebody has dropped.

của thiên trả địa [kwə θien trả diə] Ill-gotten, ill spent.

của tư hữu [kwə tɯ hữu] Personal property.

cúc [kúk] (Bot) Chrysanthemum.

cúc Button.

cúc cung [kúk kuŋ] To bow down. *Cúc cung tận tụy :* To do one's best, one's possible, one's utmost.

cúc dục [kúk zục] To bring up, to rear, to feed, to nurture.

cúc hoa [kúk hwa] (Bot) Chrysanthemum.

cúc thạch [kúk θạik] Ammonite.

cục [kục] Piece, flock, lump, clot.

cục Bureau, office. *Bưu cục :* Post-office. *Phân cục :* Branch office.

cục bướu [kục bɯớu] Excrescence.

cục cà rem [kục kà rɛm] Brick of ice-cream.

cục cằn [kục kằn] Rough.

cục cựa [kục kựa] To budge.

cục diện [kục ziện] Situation ; complexion.

cục đá [kục dá] Piece of stone. *Chà hai cục đá vào nhau :* To rub two stones together.

cục đất [kục dất] Lump of earth.

cục đường [kục dɯờŋ] Lump of sugar.

cục gạch [kục gạik] Piece of brick.

cục huyết [kục hwiết] Clot of blood.

cục kịch [kục kịk] To budge.

cục lượng [kụk lượn] Generous.

cục máu [kụk máu] Clot of blood.

cục mịch [kụk mịk] Rough, clumsy.

cục ngoại nhân [kụk ŋwại ɲən] Bystander.

cục sở [kụk sɔ̀] Government office.

cục tác [kụk ták] (Of hen) To cackle.

cục tẩy [kụk tẻi] Eraser.

cục thịt [kụk θịt] A piece of meat.

cúi [kúi] To bend, to bow, to incline.

cúi See con cúi.

cúi chào [kúi càu] To bow to someone.

cúi đầu [kúi dầu] To bow, to bend one's head. *Chúng nó cúi đầu cầu nguyện*: They bowed their heads in prayer. *Nó cúi đầu cảm ơn*: He bowed his thanks. *Nó cứ cúi đầu xuống*: He bent his head down.

cúi lạy [kúi lạy] To prostrate oneself (before someone).

cúi lưng [kúi lưŋ] To curve one's back.

cúi mặt [kúi mạt] To cast down one's eyes, to look down.

cúi mình [kúi mìɲ] To bend down, to bow down.

cúi xuống [kúi suốŋ] To stoop, to bend forwards. *Nó cúi xuống mới lên xe được*: He had to stoop in order to get into the car. *Nó cúi xuống lượm cây kim gút lên*: He stooped to pick up the pin.

cùi [kùi] Counterfoil (of a postal order etc.).

cùi 1) Blackhead.

2) (Bot) Pulp.

cùi Leprous. *Bịnh cùi*: Leprosy. *Người cùi*: Leper. *Nhà thương cùi*: Leper-hospital.

cùi chỏ [kùi cɔ̉] Elbow. *Chống cùi chỏ lên vật gì*: To rest one's elbow on something. *Nó thúc cùi chỏ vào hông tôi*: He jabbed his elbow into my side.

cùi cụi [kùi kụi] *Mập cùi cụi*: Fat and robust.

cùi dừa [kùi zừa] Copra.

cùi hủi [kùi hủi] Leprous.

cùi ngân phiếu [kùi ŋən fiéu] Counterfoil of a cheque.

cùi tay [kùi tay] Elbow.

củi [kủi] Wood, firewood. *Lượm củi*: To gather sticks. *Củi khô dễ cháy*: Dry wood burns easily. *Chở củi về rừng*: To carry coals to Newcastle. *Bỏ thêm củi vào lửa*: Put some more wood on the fire.

củi khô [kủi xo] Dry wood.

củi quế gạo châu [kủi kwé gạu câu] Firewood and rice are as expensive as cinnamon bark and pearls respectively, (fig) high prices.

củi tươi [kủi tươi] Green wood.

cũi [kũi] Kennel.

cũi chó [kũi có] Dog-kennel.

cụi [kụi] See cặm cụi.

cúm [kúm] (Med) Influenza. *Cả nhà đều bị cúm*: The whole house was down with influenza. *Có năm người bị cúm*: There were five cases of influenza (five persons suffering from influenza).

cúm núm [kúm núm] Timorous, fearful.

cùm [kùm] Fetters.

cụm [kụm] Grove, tuft, cluster.

cun cút [kun kút] (Zoo) Quail. *Cun cút con*: Young quail. *Bẫy, lưới để bắt chim cun cút*: Quail-net.

cùn [kùn] Blunt, blunt-pointed. *Dao cùn*: Blunt knife. *Anh không thể cắt được với cái dao cùn*: You can't cut well with a blunt knife.

cùn nhụt [kùn ɲụt] Dull, blunt.

cung [kuŋ] Palace, temple, dwelling. *Hoàng cung*: Imperial palace. *Hậu cung*: Queen's palace.

cung Bow. *Giương cung*: To draw a bow. *Người bắn cung*: Bowman, archer. *Thuật bắn cung*: Archery. *Dây cung*: Bowstring.

cung To supply. *Luật cung cầu*: Laws of supply and demand.

cung cấm [kuŋ kɔ́m] Forbidden palace.

cung cấp [kuŋ kɔ́p] To supply, to furnish, to provide ; to equip. *Cung cấp lương thực cho một thành phố :* To supply, furnish, a town with provisions. *Cung cấp vật gì cho người nào :* To supply someone with something.

cung cầu [kuŋ kɔ̀u] Supply and demand. *Luật cung cầu :* Laws of supply and demand.

cung chiêu [kuŋ cieu] To confess to a crime.

cung chúa [kuŋ cwɔ̉a] Princess.

cung chúc [kuŋ cúk] To wish respectfully, to address respectful wishes.

cung chúc tân xuân [kuŋ cúk tɔn swɔn] New Year's wishes.

cung dụng [kuŋ zụŋ] To supply for use.

cung dưỡng [kuŋ zɯɔ̃ŋ] To support.

cung đao [kuŋ dau] Bow and sword.

cung điện [kuŋ diẹn] 1) Palace. 2) Imperial palace, royal palace.

cung đình [kuŋ dịŋ] Imperial palace.

cung đồn [kuŋ dón] To arrange.

cung hạ [kuŋ hạ] To congratulate.

cung hành [kuŋ hàịŋ] To do (something) by oneself.

cung hiến [kuŋ hiến] To offer.

cung hỷ [kuŋ hỉ] To congratulate.

cung khai [kuŋ xai] To depose, to confess. *Sự, lời cung khai :* Deposition.

cung kiếm [kuŋ kiém] Bow and sword.

cung kính [kuŋ kịŋ] Respectful, deferential, reverent.

cung lượng [kuŋ lɯợŋ] Capacity, efficiency, flow.

cung miếu [kuŋ miéu] Royal temples.

cung môn [kuŋ mon] Door of the imperial palace.

cung nga [kuŋ ŋa] Imperial maid, maid-servant of the queen.

cung nhân [kuŋ pɔn] See cung nữ.

cung nỏ [kuŋ nɔ̉] Bow and cross-bow.

cung nữ [kuŋ nữ] Imperial maid.

cung phi [kuŋ fi] Imperial concubine.

cung phụng [kuŋ fụŋ] To offer.

cung quảng [kuŋ kwả̉ŋ] Palace in the moon.

cung quăng [kuŋ kwauŋ] Mosquito larva.

cung quê [kuŋ kwé] Room of the imperial concubines.

cung tần [kuŋ tần] See cung nữ.

cung tên [kuŋ ten] Bow and arrow.

cung tiễn [kuŋ tiễn] See cung tên.

cung ứng [kuŋ ứŋ] To equip, to supply, to furnish.

cung vĩ cầm [kuŋ vi kɔ̀m] Fiddle-bow.

cúng [kúŋ] To make offerings (to). *Đồ cúng :* Offerings.

cúng tổ [kúŋ tỏ] To worship ancestors.

cùng [kùŋ] Together. *Cùng với :* Together with. *Cùng một tuổi :* Of the same age. *Cùng nhau hành động :* To act together. *Cùng một lúc :* At the same time. *Tam cùng :* Three togethers (eat together, live together, work together). *Cùng xảy ra một lúc :* To happen at the same time ; to coincide. *Có nhiều người cùng một tên :* There are different people with the same name.

cùng End, extremity. *Kỳ cùng, đến cùng :* Until the end, to the last.

cùng (Not used alone) Poor, destitute.

cùng chung [kùŋ cuŋ] In common.

cùng cốc [kùŋ kók] Deep, chasm.

cùng cực [kùŋ kɯk] 1) Extreme. 2) In wretched poverty.

cùng dân [kùŋ zɔn] The poor, poor people.

cùng đàng [kùŋ dàŋ] See cùng đường.

cùng đinh [kùŋ diŋ] The needy.

cùng đồ [kùŋ dồ] Impasse, cul-de-sac ; to be in a fix.

cùng đường [kùŋ dɯɔ̀ŋ] To be on one's beam-ends, to be helpless ; to be at one's last shift.

cùng kè [kùŋ ké] To be at one's wit end.

cùng khổ [kùŋ xổ] Poor and miserable.

cùng khốn [kùŋ xón] See cùng khổ.

cùng kiệt [kùŋ kiệt] To be at the end of one's resources.

cùng một lúc [kùŋ mọt lúk] At the same time.

cùng một ngày [kùŋ mọt ŋày] On the same day. *Chúng nó chết cùng một ngày* : They died on the same day.

cùng một tuổi [kùŋ mọt tuổi] Of the same age. *Nó cùng một tuổi với tôi* : He is of the same age as, myself.

cùng nhau [kùŋ ɲau] Together.

cùng nhân [kùŋ ɲən] Poor man.

cùng phương [kùŋ fwəŋ] See **cùng kiệt**.

cùng quảng [kùŋ kwàwŋ] To flounce.

cùng quẫn [kùŋ kwɔ̃n] Destitute. *Tình trạng cùng quẫn* : Destitution.

cùng tận [kùŋ tận] In the end, at last.

củng [kủŋ] To hit someone's head with the knuckles.

củng cố [kủŋ kó] To consolidate (position, etc). *Sự củng cố* : Consolidation. *Củng cố một vị trí quân sự* : To consolidate a military position. *Củng cố địa vị của mình* : To consolidate one's position.

cũng [kũŋ] 1) Also, too. *Nó cũng trông thấy vật ấy vậy* : He saw it also. *Tôi cũng muốn có* : I too want some.

2) As.. as. *Ban ngày cũng như ban đêm* : By day as well as by night. *Nó cũng cao bằng tôi* : He is as tall as I.

3) Same. *Tôi cũng nghĩ như thế* : I think the same. *Nó lúc nào cũng thế* : He is always the same. *Ngày nào nó cũng đi xi-nê* : He goes to the movies every day. *Cái gì nó cũng ăn* : He eats everything. *Rốt cuộc cũng thế cả* : It amounts to the same thing. *Ai cũng biết nó cả* : He is known to everyone. *Đâu nó cũng đi* : He goes everywhere.

4) *Tôi cũng nghĩ như anh* : I think like you.

5) Either. *Anh muốn cái nầy hay cái kia ? Cái nào cũng được* : Do you want this one or that one ? Either.

cụng ly [kụŋ li] . To clink glasses, to touch glasses (before drinking). *Cụng ly với người nào* : To take (a glass of) wine with someone, to have a glass together.

cuốc [kwɔ́k] Hoe, grub hoe. *Cuốc nhỏ* : Small hoe.

cuốc To hoe.

cuốc Ride (in rickshaw, taxi).

cuốc bộ [kwɔ́k bọ] To walk.

cuốc cuốc [kwɔ́k kwɔ́k] (Zoo) Moor-hen.

cuộc [kwək] Party, game, meeting, action. *Tổ chức một cuộc đi săn bắn* : To get up a shooting party. *Cuộc đi chơi* : Excursion. *Cuộc đua đủ hạng* : Open race. *Người trong cuộc* : The person concerned. *Người ngoài cuộc* : The third person.

cuộc To bet, to wager, to lay. *Tôi cuộc với anh rằng* : I'll bet you that. *Cuộc một trăm ăn một* : To bet, lay, a hundred to one. *Được cuộc* : To win a bet.

cuộc biểu tình [kwək biểu tìɲ] Demonstration.

cuộc chơi [kwək cəi] Pleasure party.

cuộc diện [kwək ziện] Situation.

cuộc đấu gươm [kwək dɔ́u gwəm] Duel with swords.

cuộc đấu súng lục [kwək dɔ́u ʃúŋ lụk] Pistol duel.

cuộc đấu trí [kwək dɔ́u trí] Duel o wits, intellectual contest.

cuộc đấu vòng loại [kwək dɔ́u vòŋ lwại] (Sp) Preliminary, qualifying, eliminating, heats.

cuộc đi chơi [kwək di cəi] Excursion pleasure party, outing.

cuộc điều tra [kwək dièu tra] Inquiry investigation. *Mở một cuộc điều tra về việc gì* : To hold, institute, set up, conduct, an inquiry, to make investigation, regarding something ; to inquire into something.

cuộc đời [kwək dòi] Life, existence. *Nó không thích sống một cuộc đời như thế* : He cares little for such a life. *Sống một cuộc đời nguy hiểm* : To lead a dangerous existence.

cuộc đua nhảy rào [kwək dwə ɲảy ràu] Hurdle-race.

cuộc nói chuyện [kwək nói cwiện] Conversation. *Làm cuộc nói chuyện* *thêm đậm đà, vui vẻ* : To breathe new life into a conversation.

cuộc tiêu khiển [kwɔrk tieu xiển] Pleasure party.

cuộc vui [kwɔrk vui] Entertainment, pleasure party.

cuối [kuối] End, extremity, close. *Từ đầu đến cuối* : From the beginning to the end. *Nhà cuối đường* : The end house of the street. *Đến cuối tháng* : At the end of the month. *Những ngày cuối tháng ba* : The closing days of March.

cuối cùng [kuối kùŋ] Final, last, ultimate ; finally, at last, after all, in the end, ultimately. *Hy vọng cuối cùng của tôi* : My last hope. *Quyết định cuối cùng* : Ultimate decision. *Cố gắng lần cuối cùng* : To make a final effort. *Kỳ hạn cuối cùng (phải trả)* : Final date (for payment). *Đồng bạc cuối cùng của tôi* : My bottom piastre.

cuối gió [kuối ƺɔ] Down wind.

cuối mùa [kuối mwờ] The (fag-) end of the season.

cuối năm [kuối naɯn] End of the year.

cuối tháng [kuối θáŋ] End of the month. *Nàng đoán sẽ sanh vào cuối tháng năm* : She expects to be confined about the end of May.

cuối trang [kuối traŋ] Foot, bottom, of a page. *Ở cuối trang* : At the foot of a page.

cuối tuần [kuối twần] Week-end. *Anh có thể ở lại hết cuối tuần nầy không ?* : Can you stay over the week-end ?

cuối vần [kuối vần] End spell.

cuối [kuồi] Stub, stump, butt (of cheque, ticket).

cuội [kuội] *Đá cuội* : Pebble.

cuội *Người nói dối như cuội* : A colossal liar.

cuỗm [kuỗm] To steal, to filch, to rob, to swipe.

cuốn [kuốn] 1) To coil, to wind (cable, etc..); to curl, to roll up (a map etc...), to wrap up (in). *Cuốn mình trong mền* : To wrap oneself (up) in a blanket. *(Rắn) Cuốn tròn lại* : To coil (itself)

up. *Con chó cuốn tròn ở một góc* : The dog curled itself up in a corner. *Cuốn chỉ vào ống chỉ* : To wind thread on to a reel. *Nó cuốn cây dù của nó lại* : He rolled up (=furled) his umbrella. *Cuốn bản đồ lại* : To roll up a map. 2) To sweep. *Nhiều cầu bị nước cuốn đi* : Many bridges were swept away by the floods. *Dòng nước cuốn các súc gỗ theo* : The current swept the logs along. *Một ngọn sóng cuốn nó xuống biển* : A wave swept him over-board. *Chúng tôi suýt bị sóng cuốn đi* : We were almost swept off our feet by the waves. *Nước lụt đã cuốn cái cầu đi* : The flood swept away the bridge. 3) (Of water, air, etc.) To swirl.

cuốn Tome, volume, copy. *Sách nầy chỉ in có năm trăm cuốn* : Only 500 copies of the book were printed.

cuốn buồm [kuốn buồm] To take in, clew (up), brail (up) the sail.

cuốn chiếu [kuốn ciếu] To roll up a mat.

cuốn chiếu (Zoo) Millepede.

cuốn gói [kuốn gói] To scoot (off, away), to clear out, to pack off.

cuốn lại [kuốn lại] To curl.

cuốn sách [kuốn ʃáik] Book, volume. *Đem trả cuốn sách lại người nào* : To take a book back to someone.

cuốn vó [kuốn vó] To run away.

cuốn cuộn [kuồn kuộn] To curl. *Khói cuồn cuộn bay lên* : The smoke curls upwards.

cuộn [kuộn] Bale, roll, reel (of paper etc...), spool (of thread), coil (of rope, wire), scroll (of parchment, etc...).

cuộn To coil (a rope). *Con rắn cuộn tròn quanh nhánh cây* : The snake coiled itself round the branch.

cuộn chi [kuộn ci] Spool of thread, ball of thread.

cuộn dây [kuộn zei] Coil of rope.

cuồng [kuốŋ] (Bot) Stem, stalk, peduncle.

cuồng Coupon.

cuồng chân [kuốŋ cən] *Sợ cuồng chân* : Paralysed with fear.

cuồng cuồng [kuồŋ kuồŋ] To lose one's head, to be at a loss.

cuống họng [kuồŋ họŋ] (Anat) Oesophagus; throat. *Thuộc về cuống họng*: Oesophaged. *Phép mổ cuống họng*: Oesophagotomy. *Bịnh đau cuống họng*: Sore throat. *Đau cuống họng*: To have a sore throat.

cuống lá [kuồŋ lá] Petiole, leaf-stalk.

cuống nhánh [kuồŋ ɲáɲ] Rachis.

cuống phổi [kuồŋ fổi] (Anat) Bronchus. *Phép khám nghiệm cuống phổi*: Bronchoscopy. *Thuật cắt cuống phổi*: Bronchotomy. *Thuộc về cuống phổi*: Bronchial. *Bịnh đau cuống phổi*: Bronchitis. *Bịnh sưng cuống phổi và phế bào*: Bronchio-pneumonia.

cuống quít [kuồŋ kwit] See **cuống cuồng**.

cuống rún (rốn) [kuồŋ rún] The umbilical cord, navel-string.

cuống sổ [kuồŋ sổ] Talon of sheet of coupons.

cuồng [kuồŋ] Mad, crazy, insane. *Phát cuồng*: To go mad, crazy. *Kế hoạch điên cuồng*: A mad plan.

cuồng ẩm [kuồŋ ẩm] To drink like a fish.

cuồng bạo [kuồŋ bạu] Mad and cruel.

cuồng đãng [kuồŋ đãŋ] Profligate.

cuồng hoảng [kuồŋ hwảŋ] Panic-stricken.

cuồng lan [kuồŋ lan] Violent waves.

cuồng loạn [kuồŋ lwạn] Distracted. *Sự cuồng loạn*: Frenzy, distraction.

cuồng ngôn [kuồŋ ŋon] Foolish talk.

cuồng nhiệt [kuồŋ ɲiệt] Excessive enthusiasm.

cuồng phong [kuồŋ fɔŋ] Squall, gust of wind.

cuồng tín [kuồŋ tin] Fanatic. *Lòng cuồng tín*: Fanaticism. *Làm trở nên cuồng tín*: To fanaticize. *Người cuồng tín*: Fanatic.

cuồng túy [kuồŋ twí] Dead drunk, as drunk as a lord.

cuồng vọng [kuồŋ vọŋ] Crazy ambition, foolish hope.

cúp [kúp] Pick, pickaxe.

cúp 1) To cut, to disconnect. *Cúp không cấp lương thực cho người nào*: To cut off someone's supplies. *Cúp luồng điện*: To cut off the current. *Bị cúp khi đang nói điện thoại*: To be cut off while talking by telephone.

2) (Of motor-cars, etc...) To cut in, to pass one motor-car when meeting another. *Nhiều tai nạn xảy ra do những tài xế cố cúp (qua mặt) một chiếc xe khi gặp một chiếc khác chạy lại*: Accidents are often caused by drivers who try to cut in.

cúp (Sport) Cup. *Cúp Davis*: The Davis cup. *Đoạt cúp*: To win a cup. *Cúp vàng*: Gold cup. *Cúp bạc*: Silver cup. *Cúp sẽ tranh vào ngày mai*: The cup will be competed for to-morrow.

cúp Cut (of a habit): *Tôi không thích cái cúp của áo nầy*: I don't like the cut of this coat.

cúp banh [kúp baɲ] (Ten) To chop, cut, slice, a ball.

cúp điện [kúp diện] To break contact, to cut off the electricity, to switch off the current.

cúp hơi [kúp hơi] To turn off the gas.

cúp lương [kúp lươŋ] To stop (someone's) wages.

cúp tóc [kúp tók] To get one's hair cut. *Thợ cúp tóc*: Hairdresser.

cụp [kụp] To close, to shut.

cụp dù [kụp zù] To close, shut an umbrella.

cụp tai [kụp tai] Flapped ears.

cút [kút] To clear out, to decamp. *Cút đi !*: Scram! go, be gone !; get along (away) with you !; go away.

cút kít [kút kít] *Xe cút-kít*: Wheelbarrow.

cụt [kụt] Short, cutty.

cụt chân [kụt cơn] Lame, crippled. *Người cụt chân*: Legless cripple.

cụt đầu [kụt đầu] Beheaded, headless.

cụt đuôi [kụt đuôi] Dock-tailed. *Ngựa cụt đuôi*: Dock-tailed horse.

cụt hứng [kụt hứiŋ] (Of poet) To lack inspiration.

cụt ngủn [kụt ŋủn] Very short; curt (answer). *Trả lời cụt ngủn* : To give a curt answer.

cụt tay [kụt tay] One-armed, one-handed (person). *Nó cụt tay trái* : He has lost his left hand (or arm).

cư [kɯ] To dwell, to reside, to live. *Tản cư* : To evacuate. *Dân cư* : Inhabitant, population.

cư dân [kɯ zən] Inhabitant, population.

cư gia [kɯ ʒa] At home.

cư gian [kɯ ʒan] Intermediary.

cư lưu [kɯ lɯu] To stay, to sojourn, to reside (in a place).

cư ngụ [kɯ ŋụ] To reside, to dwell.

cư nhiên [kɯ ɲien] Naturally, of course.

cư sĩ [kɯ ʃi] A retired scholar.

cư tang [kɯ taŋ] To be in mourning.

cư trú [kɯ trú] To dwell, to reside, to live.

cư xử [kɯ sử] To behave, to comport, to conduct oneself. *Biết cách cư xử* : To know how to behave. *Cách cư xử* : Behaviour, conduct, comportment. *Cách cư xử đối với người nào* : Conduct towards someone. *Chỉ cách cư xử, cách ăn ở cho người nào* : To lay down a line of conduct to someone. *Cách cư xử của nó đối với tôi tỏ ra rằng nó không ưa tôi* : His behaviour towards me shows that be doesn't like me.

cứ [kứ] To continue, to keep on. *Cứ nói đi !* : Keep talking ! *Cứ đi đi !* : Go ahead !. *Cứ đi thẳng* : Keep straight on. *Chẳng cứ, không cứ* : Not only, not necessarily. *Cứ đội nón* : Keep your hat on. *Nó cứ nói chuyện mặc kệ con nó khóc* : She goes on talking in spite of her baby's crying.

cứ điểm [kứ diểm] Important base.

cứ làm [kứ làm] To keep on doing (something), to continue doing (something).

cứ như [kứ ɲɯ] According to.

cứ nói [kứ nói] Keep talking.

cứ thật [kứ θật] Really, in reality.

cứ theo [kứ θɛu] According to. *Cứ theo ý tôi* : In my opinion.

cứ tự tiện [kứ tụ tiện] Please do just as at home.

cử [kừ] Stake.

cử Eminent, excellent, outstanding ; smart. *Nó có hai bộ đồ cừ lắm* : He has two very smart suits.

cử khôi [kừ xoi] Leader, chief.

cử khôi Excellent, outstanding. *Nó ta một tay buôn lậu cừ khôi* : He is a notorious smuggler.

cử [kử] To delegate, to depute. *Cử người nào làm việc gì* : To delegate someone to do something. *Cử, bầu người nào làm đại diện để làm việc gì* : To depute someone to do something.

cử To raise, to lift up, to elevate.

cử To begin, to start ; to move. *Nhứt cử lưỡng tiện* : To kill two birds with one stone.

cử binh [kử biɲ] To raise an army.

cử bôi [kử boi] To raise one's glass.

cử cân [kử kən] (Anat) Elevator.

cử chỉ [kử ci] Gesture, deportment, demeanour, doings, manner. *Tôi không thể chịu được những cử chỉ thô lỗ của nó* : I cannot brook his rude manners.

cử động [kử dọŋ] To move, to budge, to stir. *Trong nhà không ai cử động cả* : Nobody was stirring in the house.

cử gia [kử ʒa] All the family.

cử hành [kử hàiɲ] 1) To celebrate (a ceremony).

2) To begin to do (something).

cử lễ [kử lễ] To celebrate, to begin to celebrate.

cử nhạc [kử ɲạk] To play music.

cử nhân [kử ɲən] Bachelor. *Cử nhân luật* : Bachelor of Laws.

cử quốc [kử kwớk] All the country, the whole nation.

cử sự [kử ʃụ] To begin doing (something).

cử tạ [kử tạ] To lift a weight.

cử thế [kử θế] Throughout one's life, during one's whole life.

cử tọa [kử twa] Audience, hearer. *Cử tọa gồm hầu hết là phụ nữ:* The audience was composed almost entirely of ladies.

cử tri [kử tri] Elector, voter. *Mỗi cử tri có hai phiếu:* Each elector has two votes.

cử tử [kử tử] Candidate.

cữ [kử] To abstain from. *Bắt người nào ăn uống phải kiêng cữ:* To put someone on a diet. *Cữ rượu:* To forbear wine, to forbear to drink wine.

cữ Period, time, epoch.

cữ ăn [kử awn] To be on a diet.

cữ rét [kử rét] Access of fever.

cữ sốt [kử sốt] See **cữ rét**.

cữ thịt [kử θịt] To abstain from flesh.

cự [kụ] To scold.

cự To resist, to oppose. *Chống cự:* To withstand.

cự cản [kụ kản] To oppose, to resist.

cự công [kụ koŋ] Great exploit.

cự danh [kụ zaɲ] Great renown.

cự đại [kụ dại] Colossal, huge.

cự địch [kụ dịk] To withstand an enemy.

cự khoản [kụ kwản] Great sum of money.

cự lại [kụ lại] To resist.

cự lợi [kụ lợi] Large profit.

cự nông [kụ noŋ] Big landowner.

cự nự [kụ nụ] To resist, to show fight.

cự phách [kụ fáik] Eminent person, prominent figure.

cự phí [kụ fi] Great expenses.

cự phú [kụ fú] Enormously rich.

cự thương [kụ θươŋ] Big merchant.

cự tuyệt [kụ twịet] To refuse, to decline. *Bị cự tuyệt việc gì:* To be refused something.

cưa [kưa] 1) Saw. *Lưỡi cưa:* Saw-blade. *Răng cưa:* Saw-tooth. *Mạt cưa:* Sawdust. *Thợ cưa:* Sawyer. *Trại cưa, xưởng cưa, nhà máy cưa:* Sawmill. 2) Amputation.

cưa 1) To saw. *Gỗ (cây) dễ cưa:* Wood that saws well.
2) To take off, to amputate. *Nó bị cưa chân mặt:* His right leg was amputated. *Nhà giải phẫu cưa chân nó:* The surgeon took off (amputated) his leg.

cưa lưỡi tròn [kưa lưỡi tròn] Circular saw, (US) buzz-saw.

cưa máy [kưa máy] Power-saw, sawing-machine.

cưa tay [kưa tay] Hand-saw.

cưa xẻ [kưa sẻ] Buck-saw.

cứa [kứa] To cut with a blunt (dull) knife.

cửa [kửa] Door. *Ngạch cửa:* Door-sill, threshold. *Khuôn cửa:* Door-case, door-casing, door-frame. *Quả đấm cửa:* Door-knob. *Người giữ cửa:* Doorman, door-keeper. *Tiền vô cửa:* Door-leaf. *Đặt, kê lỗ tai vào cửa:* To put one's ear to the door. *Tôi để nó đứng ngoài cửa:* I left him standing at the door. *Đóng cửa không cho người nào vào:* To close the door to, against, someone. *Cửa khóa và chúng tôi không thể ra được:* The door was locked and we couldn't get out. *Nếu cửa gãy thì anh té:* If the door gives, you will fall. *Cửa không có chìa khóa:* The door has no key to it. *Ai để cửa kia mở vậy?:* Who left that door open ?. *Cửa mở ra vườn:* Door that opens into, on to, the garden. *Ngân hàng mở cửa vào tám giờ:* The bank opens at eight.

cửa ải [kửa ải] Frontier passage.

cửa cái [kửa kái] Main entrance, front door, principal door.

cửa cấm [kửa kấm] Forbidden door.

cửa chính [kửa cíɲ] Main entrance, front-door; main gate (of exhibition, etc...).

cửa chồng [kửa cốŋ] Lifting door.

cửa công [kửa koŋ] Court, tribunal.

cửa cổng [kửa kốŋ] Water-gate, dock-gate, lock-gate.

cửa cuốn [kửa kuốn] Arcade.

cửa đập [kửa dập] Gate in a boom.

cửa đẩy [kửa dẩi] Sliding door.

cửa đền [kửa dèn] Temples.

cửa địa ngục [kửa địa ŋụk] The gate(s) of hell.

cửa đóng [kừa dóŋ] Closed door.

cửa giả [kừa sà] Blind door.

cửa gió [kừa só] Swing-door, self-closing door, swinging door.

cửa hàng [kừa hàŋ] Store, shop. *Trông cửa hàng* : To look after the shop. *Không có ai trong cửa hàng bán cho tôi cả* : There was no one in the shop to serve me. *Khi nó bị gọi nhập ngũ, vợ nó phải trông nom cửa hàng* : When he was called to the army, his wife had to mind the shop.

cửa hiệu [kừa hiệu] See cửa hàng.

cửa hông]kừa hoŋ] Side-door.

cửa hở [kừa hở] Half-open door. *Để cửa hở* : To leave, let the door ajar.

cửa không [kừa xoŋ] Pagoda.

cửa Khổng [kừa xôŋ] The Confucianist School.

cửa kiền [kừa kién] Glass door.

cửa kính [kừa kíŋ] See cửa kiền.

cửa lò [kừa lò] Fire-door, fire-hole.

cửa mình [kừa mìŋ] (Anat) Vulva.

cửa ngách [kừa ɲáik] Side-door.

cửa ngõ [kừa ŋɔ̃] Gate. *Nó xô cửa ngõ* : He pushed the gate.

cửa nhà [kừa ɲà] House.

cửa nước [kừa nuɨ́rk] Tide-gate.

cửa ô [kừa o] City gate, gate of a town.

cửa Phật [kừa fạt] Pagoda.

cửa quan [kừa kwan] 1) Frontier passage.

2) Court, tribunal.

cửa ra [kừa ra] Exit.

cửa sau [kừa ʃau] Back-door. *Ngay khi tôi vào nhà tên trộm vội chạy trốn ra cửa sau* : As soon as I entered the house the burglar bolted through the back door.

cửa sắt [kừa ʃáɨt] Steel door.

cửa sập [kừa ʃạp] Trap-door, flap-door.

cửa sổ [kừa ʃỏ] Window. *Khuôn cửa sổ* : Window-frame. *Cửa sổ trên mái nhà* : Dormer-window, skylight. *Kiếng cửa sổ* : Window-glass. *Gió ở cửa sổ*

thổi vào : The wind blows in at the window. *Nhìn ra cửa sổ* : To look out of the window. *Việc làm trước hết của tôi là mở cửa sổ* : My first act was open the window. *Cửa đã khóa nhưng nó cũng vào được ở cửa sổ* : The door was locked but he got in through the window. *Cửa sổ mở ra vườn* : The window opens into the garden, the window looks (out) on the garden. *Nếu bớt đi vài cửa sổ, nhà sẽ ấm hơn* : With a few less windows the house would be warmer. *Tôi mở cửa sổ có làm phiền anh không?* : Do you mind if I open the window?. *Ném vật gì qua cửa sổ* : To throw something out of the window. *Cửa sổ mở ra ngoài* : The window open to the outside. *Anh có muốn tôi mở cửa sổ không?* : Shall I open the window?.

cửa sổ giả [kừa ʃỏ sà] Blank window, blind window, false window.

cửa sông [kừa ʃoŋ] Estuary, mouth of a river.

cửa thánh [kừa θáiŋ] Temple.

cửa thành [kừa θàiŋ] Gate of a town.

cửa thần [kừa θàn] See cửa thánh.

cửa thiên dàng [kừa θien dàŋ] The gate(s) of heaven.

cửa thiền [kừa θièn] Pagoda.

cửa thông hơi [kừa θoŋ hơi] Air gate.

cửa tiệm [kừa tiệm] Store, shop.

cửa tò vò [kừa tò vò] Arcade.

cửa trước [kừa truɨ́rk] Front door (of a house).

cửa tủ [kừa tủ] Doors of a wardrobe.

cửa vào [kừa vàu] Entrance door, way in.

cửa vòng nguyệt [kừa vɔ̀ŋ ŋwiệt] Arcade.

cửa xe [kừa ʃɛ] Carriage window. *Lỗ đầu ra ngoài cửa xe* : To put one's head out of the window carriage.

cựa [kụ̀a] To budge, to stir, to move, to agitate.

cựa Spur (of cock).

cựa cạy [kụ̀a kạy] See cựa quậy.

cựa gà [kụ̀a gà] Cock spur.

cựa quậy [kɯə kwẹi] To move, to budge, to stir. *Nó trói tôi đến nỗi không cựa quậy được :* He tied me up so that I could not move.

cực bì động vật [kɯ́k bì dọn vạt] (Zoo) Echinoderm.

cực [kɯk] 1) Pole. *Nam cực :* South pole. *Bắc cực :* North pole. 2) (Phys) Pole. *Dương cực :* Positive pole, anode. *Âm-cực :* Negative pole, cathode. *Đơn cực :* Unipolar.

cực Extreme, utmost, very. *Cực khó :* Extremely difficult.

cực chẳng đã [kɯk càɯn dã] Against one's will, reluctantly.

cực điểm [kɯk diểm] Maximum, extreme, climax, apogee, acme, utmost, summit. *Đến cực điểm :* To the utmost.

cực đoan [kɯk dwan] Extreme. *Chủ nghĩa cực đoan :* Extremism. *Người theo chủ nghĩa cực đoan :* Extremist.

cực đoan chủ nghĩa [kɯk dwan củ ŋĩa] Extremism. *Tự do cực đoan :* Ultra-liberal.

cực độ [kɯk dọ] Highest degree, extreme degree. *Nóng cực độ :* Extreme heat.

cực Đông [kɯk doŋ] The Far East, the Orient.

cực hàn [kɯk hàn] Extremely cold.

cực hình [kɯk hìŋ] Death penalty, capital punishment.

cực hóa [kɯk hwa] To polarize. *Sự, cách, tính cực hóa :* Polarization.

cực hữu [kɯk hữu] Extreme right.

cực khổ [kɯk xổ] Utterly miserable, extremely miserable. *Sự cực khổ :* Hardship. *Quen cực khổ :* To be inured to hardships.

cực kỳ [kɯk kì] Extremely.

cực lạc [kɯk lạk] Extreme happiness ; paradise.

cực lòng [kɯk lòŋ] Despair. *Nó là mối cực lòng cho cha mẹ nó, cha mẹ nó cực lòng vì nó :* He is the despair of his parents.

cực lực [kɯk lɯk] Energetically, strongly.

cực ngôn [kɯk ŋon] To have no more to say.

cực nhỏ [kɯk ɲɔ̉] Infinitesimal ; evanescent.

cực nhọc [kɯk ɲɔk] (To work) Hard. *Tôi làm việc cực nhọc suốt ngày :* I've been working hard all day.

cực quang [kɯk kwaŋ] Aurora borealis.

cực tả [kɯk tả] Extreme left.

cực tiểu [kɯk tiểu] See **cực nhỏ**.

cực tuyển [kɯk twiển] To select, to choose carefully.

cửi [kửi] *Khung cửi :* Loom.

cưng [kɯŋ] To pamper. *Quá cưng con, cưng con như trứng mỏng :* To bring up a child in cotton-wool.

cưng cứng [kɯŋ kứŋ] Rather hard, stiffish.

cứng [kứŋ] Hard, stiff, rigid, tough. *Cứng như hột xoàn (kim cương) :* As hard as adamant, hard as a diamond, as adamant. *Làm cho vật gì cứng hơn, cứng thêm :* To make something harder. *Bàn chảy cứng :* Stiff brush. *Sách đóng bìa đứng :* Book bound in stiff cover. *Xác chết đã cứng đơ :* The body was already stiff, the body had stiffened. *Làm lò xo (giàn dưới xe hơi) cứng thêm :* To stiffen the springs.

cứng (Of cement) To set, to harden, (in warm weather). *Xi măng lâu cứng :* Slow-setting cement.

cứng cấp [kứŋ kấp] Vigorous, robust, strong.

cứng chắc [kứŋ cáɯk] Hard.

cứng còi [kứŋ kɔ̀i] Inflexible; unbinding, unyielding (character, temper, etc...).

cứng cỏ [kứŋ kỏ] Obstinate, stubborn, mullish.

cứng cứng [kứŋ kứŋ] Stiffish.

cứng đầu [kứŋ dɔ̀u] Stubborn, obstinate, head-strong, stiff-necked, pertinacious, pigheaded, mullish. *Rất cứng đầu :* As stubborn as a mule, as a donkey, obstinate as a mule.

cứng đơ [kứŋ də] Stiff. *Xác chết đã cứng đơ :* The body was already stiff, the body had stiffened.

cứng đờ [kứŋ dờ] See **cứng đơ**.

cứng họng [kứŋ họŋ] To remain silent, to be speechless.

cứng khớp xương [kứŋ xɔ́p sɯɔ̆ŋ] *Bịnh cứng khớp xương* : (Med) Anchylosis.

cứng lại [kứŋ lại] To become, get, hard ; (of cement) to set.

cứng lưỡi [kứŋ lɯ̆ỡi] To be speechless.

cứng miệng [kứŋ miện] See **cứng họng**.

cứng ngắt [kứŋ ŋắɯk] Very hard.

cứng rắn [kứŋ rắɯn] Rigid.

cước [kứrk] Foot.

cước Transportation charges.

cước chú [kứrk cú] Foot-note.

cước khí [kứrk xi] (Med) Beriberi.

cước phí [kứrk fí] Postage, postal-fees.

cước tích [kứrk tík] Foot print.

cưới [kɯɔ́i] To marry, to wed (a woman). *Đám cưới* : The wedding-festivities, wedding - procession. *Lễ cưới* : Wedding-ceremony. *Tiệc cưới* : Wedding banquet. *Bánh cưới*: Wedding cake. *Thiệp cưới* : Wedding-card. *Ngày cưới, lễ kỷ niệm ngày cưới* : Wedding-day. *Khách dự lễ cưới* : Wedding-guest. *Vật tặng trong cuộc lễ cưới* : Wedding - present. *Nhẫn cưới* : Wedding-ring. *Ăn cưới* : To attend a wedding. *Áo cưới* : Wedding-dress. *Nó cưới vợ trễ* : He married late in life. *Nó cưới vợ sớm* : He married early in life. *Nó đã cưới vợ, có một trai và hai gái* : He has married and has one son and two daughters. *Nó chán ăn cơm thắng nên quyết định cưới vợ và có một nhà riêng của mình* : He was tired of boarding so he decided to marry and have a home of his own. *Nó tiếp tục ở với cha mẹ nó sau khi cưới vợ* : He continued to live with his parents after his marriage.

cưới chạy tang [kɯɔ́i cạy taŋ] A wedding that takes place earlier than scheduled because somebody in either family is going to die.

cưới vợ [kɯɔ́i vợ] To marry, to get married.

cười [kɯɔ̀i] To laugh. *Mỉm cười* : To smile. *Gượng cười* : To force a smile.

Mỉm cười với người nào : To smile (up) on, at, someone. *Cười chuyện gì* : To laugh at, over, something. *Cười vào mặt người nào* : To laugh in someone's face. *Ốm bụng mà cười, cười đau cả bụng* : To laugh till one's side ache. *Vừa khóc, vừa cười, dở khóc, dở cười* : To laugh and cry at the same time. *Cười lắm khóc nhiều* : Laugh to-day and cry to-morrow ; laugh on Friday, cry on Sunday. *Cười người chớ khá cười lâu, cười người hôm trước hôm sau người cười* : He laughs best who laughs last. *Không có gì đáng cười cả* : There is nothing to laugh at ; it is no laughing matter. *Nó làm chúng tôi cười chảy nước mắt* : He made us cry with laughing. *Tôi thấy không có gì đáng cười cả* : I don't see the humour of it. *Chúng tôi cười muốn chết* : We almost died with laughter.

cười *Sự cười, tiếng cười* : Laughter, laughing. *Nụ cười* : Smile. *Gân cười, cơ cười* : Laughing–muscle. *Người hay cười* : Laugher. *Trò cười* : Laughing-stock. *Làm trò cười cho thiên hạ, tự làm cho người ta cười mình* : To make a laughing-stock of oneself. *Tiếng cười vang, cười rân* : Peals of laughter. *Cái cười như điên, cười không nín được* : Uncontrollable fit of laughter. *Nụ cười khinh bỉ* : To give a faint smile. *Mặt hớn hở, tươi cười* : Face wreathed in smiles. *Chào đón người nào bằng một nụ cười* : To smile a welcome to someone. *Bắt người nào làm việc gì bằng một nụ cười* : Tos mile someone into doing something.

cười ầm lên [kɯɔ̀i ə̀m len] To guffaw.

cười bò ra [kɯɔ̀i bò ra] To be convulsed, to split, with laughter.

cười chảy nước mắt [kɯɔ̀i cảy nứrk máɯt] To laugh till one cries, till the tears come. *Nó làm chúng tôi cười chảy nước mắt* : He made us cry with laughter.

cười chê [kɯɔ̀i ce] To make fun of.

cười chua chát [kɯɔ̀i cwə cát] To

laugh grimly, to laugh a bitter laugh. *Nụ cười chua chát* : Grim smile.

cười chúm chím [kɯời cúm cím] To smile.

cười cợt [kɯời kợt] To joke, to jest.

cười đau bụng [kɯời đau bụŋ] To burst one's sides with laughing (laughter).

cười đứt ruột [kɯời đứt ruột] To hold one's sides with laughter ; to double up with laughter.

cười gằn [kɯời gàɯn] To laugh sarcastically.

cười gượng [kɯời gɯợŋ] To force a smile, to force a laugh, to give a forced laugh. *Mỉm cười gượng* : To give a faint smile. *Nụ cười gượng* : Forced laugh, constrained smile.

cười ha hả [kɯời ha hả] To roar with laughter.

cười híp mắt lại [kɯời híp mắɯt lại] To laugh with eyes closed.

cười khanh khách [kɯời xaiɲ xáik] To laugh heartily ; to roar, shout, scream, with laughter.

cười khinh bỉ [kɯời xiɲ bỉ] To laugh scornfully, to smile contemptuously.

cười khúc khích [kɯời xúk xík] To chortle.

cười lả lơi [kɯời lả lơi] To laugh lasciviously.

cười lăn cười lộn [kɯời laɯn kɯời lộn] To be convulsed, to split, with laughter.

cười lén [kɯời lén] To snigger, to laugh in the sly, to laugh slyly, secretly.

cười miếng chi [kɯời miếŋ ci] To smile.

cười một mình [kɯời mọt mìɲ] To laugh quietly to oneself.

cười múm mỉm [kɯời mùm mỉm] See **cười tủm tỉm**.

cười ngạo [kɯời ŋạu] Grating laugh.

cười ngặt nghẽo [kɯời ŋặɯt ŋẽu] To choke with laughter ; to be convulsed with laughter.

cười ngặt [kɯời ŋắt] To laugh con-

sumedly ; to choke with laughter ; to be convulsed with laughter.

cười nhạo [kɯời ɲạu] To fleer, to deride, to laugh derisively, to laugh at (someone).

cười nôn ruột [kɯời non ruột] To double up with laughter, to shake with laughter.

cười nụ [kɯời nụ] To smile.

cười om sòm [kɯời ɔm ʃɔm] To laugh loudly, to scream with laughter, to laugh very noisily, to give a loud laugh.

cười phá lên [kɯời fá len] To laugh heartily ; to roar, shout, scream, with laughter.

cười rấn [kɯời rần] To explode with laughter.

cười rộ [kɯời rộ] To burst out laughing ; to break (out) into a laugh ; to burst into a (loud) laugh ; to explode with laughter ; to roar, shout, "scream", with laughter. *Nó làm mọi người trong phòng cười rộ lên* : He set the room in a roar. *Những lời pha trò của nó làm cả phòng cười rộ lên* : His jokes set the whole room in a roar.

cười rũ ra [kɯời rũ ra] To split, die, with laughter.

cười sằng sặc [kɯời ʃàɯŋ ʃaɯk] To choke with laughter.

cười thắt ruột [kɯời θắɯt ruột] To split, die, with laughter ; to be convulsed, to shake, to rock, to double up, with laughter.

cười thầm [kɯời θầm] To chuckle, to laugh quietly to oneself. *Nó cười thầm chuyện nó đang đọc* : He was chuckling to himself over what he was reading.

cười toét miệng [kɯời twét miệŋ] To grin ; to break into, give, a broad grin. *Đứa bé cười toét miệng ra khi tôi cho nó trái bôm* : The boy grinned from ear to ear when I gave him the apple.

cười tủm tỉm [kɯời tủm tỉm] To smile.

cười vỡ bụng [kɯɔ̀i vɔ̃ buŋ] To be convulsed, to shake, to rock, to split, to double up, with laughter; to be seized with convulsion of laughter.

cưỡi [kɯɔ̃i] See cỡi.

cườm [kɯɔ̀m] Glass bead.

cườm chân [kɯɔ̀m cən] Ankle.

cườm tay [kɯɔ̀m tay] Wrist. *Xương cườm tay*: Wrist-bone.

cương [kɯəŋ] Bridle, reins. *Dây cương nhỏ*: Bridoon. *Gò cương*: To draw reins; to rein in a horse. *Thả lỏng cương, nới cương*: To give a horse free rein, the reins.

cương 1) Swollen.

2) (Biol) Erectile.

cương cương [kɯəŋ kɯəŋ] Recently.

cương cường [kɯəŋ kɯə̀ŋ] Callous, forcible.

cương đoán [kɯəŋ dwán] Determined, decided, firm, energetic.

cương giới [kɯəŋ ʒɔ́i] Boundary, frontier.

cương kiện [kɯəŋ kiện] Vigorous, robust.

cương lên [kɯəŋ len] 1) (Biol) Erectile. *Sự cương lên*: Erection.

2) (Med) Turgid.

cương lĩnh [kɯəŋ lĩŋ] Fundamental.

cương mủ [kɯəŋ mủ] (Of an abscess) To gather, to form pus.

cương mục [kɯəŋ muk] Summary, outline.

cương ngọc [kɯəŋ ŋɔk] Diamond-spar.

cương ngọc thạch [kɯəŋ ŋɔk θaik] Corundum.

cương ngựa [kɯəŋ ŋɯa] Bridle, reins. *Gò cương ngựa*: To rein in a horse.

cương nhu [kɯəŋ ɲu] Hard and soft.

cương quyết [kɯəŋ kwiét] Determined, decided, dynamic, energetic, firm. *Với một giọng cương quyết*: In a decided tone. *Nó không cương quyết*: He has no backbone, he wants backbone. *Người cương quyết*: Man of energy. *Biện pháp cương quyết*: Strong measures.

cương thổ [kɯəŋ θỏ] Territory.

cương thường [kɯəŋ θɯə̀ŋ] Constant obligations of morality.

cương tỏa [kɯəŋ twả] (Fig) Cramp, chain, bonds. *Thoát khỏi vòng cương tỏa*: To break from one's bonds.

cương trực [kɯəŋ truk] Upright.

cương trường [kɯəŋ trɯə̀ŋ] Territory.

cương yếu [kɯəŋ iéu] Essential, fundamental.

cường [kɯə̀ŋ] Strong, vigorous.

cường bạo [kɯə̀ŋ bạu] Fierce, violent.

cường chí [kɯə̀ŋ cí] 1) Strong will.

2) Retentive, strong memory.

cường dũng [kɯə̀ŋ zũŋ] Strong and brave.

cường đại [kɯə̀ŋ dại] Strong and big.

cường đạo [kɯə̀ŋ dạu] Bandit.

cường độ [kɯə̀ŋ dọ] Intensity, strength. *Cường độ của dòng điện*: Strength of a current.

cường hạn [kɯə̀ŋ hạn] Obstinate, stubborn.

cường hào [kɯə̀ŋ hàu] Man of influence in a village.

cường kiện [kɯə̀ŋ kiện] Robust, strong.

cường ký [kɯə̀ŋ ki] Retentive, strong memory.

cường lực [kɯə̀ŋ lɯk] Force, strength.

cường ngạnh [kɯə̀ŋ ŋaiɲ] Stubborn.

cường nhược [kɯə̀ŋ ɲɯrk] Strong and weak.

cường phong [kɯə̀ŋ fɔŋ] A very violent wind.

cường phú [kɯə̀ŋ fú] Rich and mighty.

cường quốc [kɯə̀ŋ kwók] Power, great nation. *Các cường quốc Âu châu*: The European Powers. *Các cường quốc đồng minh trong trận chiến tranh thế giới gồm có Anh, Pháp, Nhựt Bổn, Ý, và Hoa-Kỳ,*: The allied Powers in the World War included Great Britain, France, Japan, Italy and the United States.

cường quyền [kɯə̀ŋ kwièn] Might,

force. *Cường quyền thắng công lý :* Might is right. *Chịu thua cường quyền :* To yield to force.

cường thịnh [kɯờŋ θịŋ] Prosperous.

cường toan [kɯờŋ twan] (Ch) Acid.

cường tráng [kɯờŋ tráŋ] Vigorous, robust, forceful.

cưỡng [kɯỡŋ] To compel, to force.

cưỡng bách [kɯỡŋ báik] To coerce, to force. *Cưỡng bách người nào làm việc gì :* To force someone to do something, into doing something.

cưỡng bách Compulsory. *Cưỡng bách giáo dục :* Compulsory education. *Cưỡng bách quân dịch :* Compulsory military service.

cưỡng bức [kɯỡŋ búk] To force. *Cưỡng bức người nào làm việc gì :* To make someone do something by force.

cưỡng chẻ [kɯỡŋ cé] To coerce. *Sự cưỡng chế :* Coercion, compulsion.

cưỡng chiếm [kɯỡŋ ciém] To extort.

cưỡng dâm [kɯỡŋ zəm] To rape, to violate (a woman or girl).

cưỡng đoạt [kɯỡŋ dwạt] To extort, to carry off by force.

cưỡng gian [kɯỡŋ san] See **cưỡng dâm**.

cưỡng hành [kɯỡŋ hàiŋ] To enforce.

cưỡng hiếp [kɯỡŋ hiép] To force, to compel.

cưỡng lại [kɯỡŋ lại] To resist, to stand up against.

cưỡng mãi [kɯỡŋ mãi] Forced purchase.

cưỡng mại [kɯỡŋ mại] Forced sale.

cưỡng miễn [kɯỡŋ miễn] Reluctant. See **miễn cưỡng**.

cướp [kɯớp] To rob, to deprive, to plunder, to pillage, to despoil, to take by force. *Cướp vật gì của người nào :* To deprive someone of something. *Kẻ cướp :* Robber, bandit. *Cướp hết tiền bạc của người nào :* To strip someone of his money. *Người ta đã cướp đứa con của nàng :* Her child had been torn from her.

cướp biển [kɯớp biển] Pirate, sea-robber.

cướp bóc [kɯớp bók] To pillage, to plunder, to despoil. *Cướp bóc vật gì của người nào :* To despoil someone of something.

cướp chánh quyền [kɯớp cáiŋ kwièn] To seize power.

cướp đoạt [kɯớp dwạt] To rob, to plunder, to despoil. *Cướp đoạt vật gì của người nào :* To despoil someone of something.

cướp giựt [kɯớp sựt] See **cướp bóc**.

cướp lời [kɯớp lời] To interrupt. See **ngắt lời**.

cướp ngôi [kɯớp ŋoi] To usurp the throne.

cướp phá [kɯớp fá] To pillage, to plunder.

cứt [kút] Excrement, dejecta, faeces; dung.

cứt bò [kút bò] Cow-dung.

cứt đái [kút dái] Dirty things.

cứt giun đất [kút sun dất] See **cứt trùn**.

cứt ngựa [kút ŋɯạ] Horse-dung.

cứt ráy [kút ráy] Ear-wax, cerumen.

cứt ruồi [kùt ruồi] Fly-speck, fly-spot.

cứt sắt [kút sáɯt] Dross, scoria, slag, cinder.

cứt tai [kút tai] See **cứt ráy**.

cứt trùn [kút trùn] Worm-cast.

cứt xu [kút su] New-born's faeces.

cưu [kɯu] 1) To help, to aid.

2) To assemble.

cưu hợp [kɯu hợp] To collect, to assemble.

cưu mang [kɯu maŋ] 1) To bear, to keep up.

2) To be pregnant.

cứu [kúɯu] To save, to rescue, to deliver. *Cứu mạng người nào :* To save someone's life. *Cứu người nào thoát khỏi nguy hiểm :* To save, rescue someone from a danger. *Cứu người nào thoát chết :* To save, rescue, deliver, someone from death. *Cứu một người thoát khỏi bọn cướp :* To rescue a man from bandits. *Nó rán hết sức để cứu chúng nó :* He tried his best to save them. *Nhảy xuống nước cứu người* nào: To plunge into the water, to jump in, in order to save someone.

cứu bần [kứu bòn] To relieve, assist, the poor.

cứu binh [kứu biṇ] (Mil) Reinforcement.

cứu bịnh [kứu bịṇ] (Of doctor) To attend a patient.

cứu cảnh [kứu káiṇ] Finality; object.

cứu cấp [kứu kớp] To give first aids.

cứu giải [kứu sải] To deliver.

cứu giúp [kứu súp] To aid, to help, to relieve.

cứu hỏa [kứu hwà] To put out a fire. Đột lính cứu hỏa: Fire brigade. Lính cứu hỏa: Fireman, fire - fighter. Sự diễn tập cách cứu hỏa: Fire-drill. Bơm nước cứu hỏa: Fire engine. Thang cứu hỏa: Fire-escape. Sự cứu hỏa: Fire-fighting. Tàu cứu hỏa: Fire-float. Ống nước cứu hỏa: Fire-hose. Thang cứu hỏa: Fire-ladder.

cứu khỏi [kứu xỏi] To deliver. Cứu người nào khỏi chết: To deliver someone from death.

cứu khổ [kứu xổ] To save from unhappiness.

cứu khổn [kứu xổn] To save from misfortune.

cứu mạng [kứu mạṇ] To save (someone's) life.

cứu nạn [kứu nạn] To save from danger.

cứu nguy [kứu ṇwi] To save from peril.

cứu quốc [kứu kwók] To save one's country from danger.

cứu sát [kứu sát] To look into.

cứu sinh [kứu ʃiṇ] See cứu mạng.

cứu sống [kứu sóṇ] To save (someone's) life.

cứu tế [kứu té] To aid, to relieve. Sự cứu tế: Aid, relief. Quỹ cứu tế: Relief fund, charity fund.

cứu thế [kứu θé] To save, redeem the world. Chúa Cứu Thế: The Saviour, the Redeemer. Các tu sĩ Dòng Chúa Cứu Thế: The Redemptorists.

cứu thoát [kứu θwát] To rescue, to save. Cứu người nào thoát chết: To rescue, save, someone from death.

cứu thương [kứu θuaṇ] Trạm cứu thương: Aid station.

cứu tinh [kứu tiṇ] Salvation. Trần-Hưng-Đạo là cứu tinh của Việt-Nam: Tran-Hung-Dao was the salvation of Viet-Nam.

cứu tỉnh [kứu tịṇ] To save to regain consciousness.

cứu trợ [kứu trợ] To relieve, to help. Ủy ban cứu trợ: Relief committee.

cứu tử [kứu tử] To save, rescue from death.

cứu vãn [kứu vãn] To save. Cứu vãn tình thế: To save the situation (deal successively with a situation which seems hopeless).

cứu vấn [kứu vón] To question, to interrogate.

cứu viện [kứu viện] To relieve, to rescue.

cứu vớt [kứu vót] To rescue, to save. Cứu vớt một linh hồn: To save a soul.

cứu xét [kứu sét] To consider.

cừu [kừu] (Zoo) Sheep. Thịt cừu: Mutton. Mỡ cừu: Mutton fat. Da cừu thuộc: Basan. Đùi cừu: Leg of mutton.

cừu cái [kừu kái] Ewe. Cừu cái con: Ewe lamb.

cừu con [kừu kon] Lamb. Da cừu con: Persian lamb.

cừu địch [kừu dịk] Enemy, adversary; hostile.

cừu đực [kừu dụk] Ram, male sheep.

cừu hận [kừu họn] Animosity.

cừu nhân [kừu ṇơn] Enemy.

cừu quốc [kừu kwók] Hostile nation.

cừu thị [kừu θị] To regard as an enemy.

cừu thiến [kừu θién] Wether, castrated male sheep.

cừu thù [kừu θù] Enemy, adversary.

cửu [kừu] (Not used alone) Nine.

cửu biệt [kửu biệt] Long separation.

cửu chương [kửu cươɳ] Multiplication table.

cửu hạn [kửu hạn] Long period of drought.

cửu nguyên [kửu ɳwien] Hell.

cửu trùng [kửu trùɳ] Heaven (fig) king's throne.

cửu tuyền [kửu twiền] The nine springs, (fig) hell, hades.

cửu [kửu] Mother's brother.

cửu chử [kửu cử] Mortar and pestle.

cựu [kụu] Old, former, ancient. *Cựu-ước-kinh:* The old Testament.

cựu binh sĩ [kụu bịɳ ʃĩ] Demobilized military man, old soldier.

cựu chiến binh [kụu cién bịɳ] Ex-service men, veteran.

cựu hữu [kụu hửu] Old friend.

cựu kháng chiến [kụu xáɳ cién] Former resistance member.

cựu lệ [kụu lệ] Tradition.

cựu nghị [kụu ɳị] Old friendship.

cựu thẻ giới [kụu θé ǯói] The old world.

cựu thời [kụu θòi] Olden time, former time.

cựu triều [kụu triều] 1) Former, ancient dynasty.
2) Old regime.

cựu truyền [kụu trwiền] Tradition.

cy-men (Ch) Cymene.

CH

cha [ca] 1) Father. *Nó giống cha nó như đúc* : He is a chip of the old block ; he's the express image of his father. *Theo ý muốn của cha tôi* : By my father's wish. *Không cha, mồ côi cha* : Fatherless. *Cha nào con nấy* : Like father like son ; blood will tell ; as the father is, so as the son. *Cha chung không ai khóc* : What is everybody's business is nobody's business. *Nàng có thai nhưng tôi không biết cha đứa bé đỏ là ai* : She is in the family way, but I don't know who the father is. *Nàng muốn đi nhưng cha nàng không cho (nàng đi)* : She wanted to go but her father wouldn't let her. *Ông ấy không phải cha của tôi mà là cha của anh* : He is not my father but yours. *Nó không giống cha nó chút nào cả* : He has nothing of his father in him. *Cha tôi không có ở nhà* : My father is out. *Từ cha đến con* : From father to son, from generation to generation.

2) (Ecc) Father.

cha chồng [ca còŋ] Father-in-law, husband's father (the father of one's husband).

cha chú [ca cú] Father and uncle.

cha con [ca kɔn] Father and child.

cha đẻ [ca dẻ] Father.

cha đỡ đầu [ca dɔ̃ dồu] Godfather.

cha ghẻ [ca gẻ] Stepfather (second or later husband of one's mother).

cha mẹ [ca mẹ] Parents, father and mother. *Người giết cha mẹ, tội giết cha mẹ* : Parenticide. *Không có cha mẹ* : Parentless. *Tư cách, quan hệ cha mẹ với con* : Parenthood. *Cha mẹ và con cái bị chiến tranh làm xa lìa nhau* : Parents and children were driven asunder by the war. *Nó ở với cha mẹ nó* : He lives with his parents.

cha nuôi [ca nuəi] Foster-father.

cha ruột [ca ruət] Father.

cha sở [ca ʃɔ̀] (Ecc) Vicar.

cha truyền con nối [ca trwièn kɔn nói] Hereditary.

cha vợ [ca vợ] Father-in-law (the father of one's wife).

chà [cà] 1) To rub. *Chà hai cục đá vào nhau* : To rub two stones together. *Chà vật gì cho khô* : To rub something dry. *Chà xà bông vào tay* : To rub one's hands with soap.

2) To crush, to grind. *Chà nát vật gì dưới gót chân* : To grind something under one's heel. *Nó lấy chân nó đè lên đầu con rắn và chà lên* : He put his foot on the head of the snake and crushed it.

chà là [cà là] *Trái chà là* : Date. *Cây chà là* : Date-palm.

chà xát [cà sát] To rub. *Chà xát tay*

lên vật gì : To rub one's hand against, on, over, something. *Sự chả xát*: Friction.

chả [cả] Pie. *Chả cá*: Fish-pie. *Chả thịt* : Meat-pie.

chả Not. See chẳng, không.

chả giò [cả ʒɔ̀] Meat roll.

chạ [ca] See chung chạ, lang chạ.

chác [cák] See đổi chác.

chạch [cạik] Dike, levee.

chạch (Zoo) Small eel.

chai [cai] Bottle, flask. *Chai nước* : Bottle of water. *Cổ chai* : Bottle-neck. *Màu xanh ve chai* : Bottle-green. *Pha lê làm chai*: Bottle-glass. *Vô chai, đóng chai* : To bottle. *Nút chai* : Cork. *Người vô chai, đóng chai*: Bottler. *Mở nút chai* : To draw the cork of a bottle. *Đóng nút một cái chai lại* : To cork (up) a bottle. *Máy đóng nút chai* : Bottle corking machine.

chai Glass. *Người thổi chai* : Glass-blower. *Sự thổi chai* : Glass-blowing.

chai Pitch.

chai Corn (on the toe, on sole of foot); callosity (on hand). *Chỗ chai của da, cục da chai* : Callus. *Dao cắt chai chân* : Corn-knife, corn-razor, corn-cutter.

chai Callous, horny (hand, etc...).

chai Brazen, impudent.

chai bồ [cai bỏ] Large bottle.

chai chân [cai cən] Corn on sole of foot.

chai da [cai za] Callus.

chai không [cai xoŋ] Empty bottle.

chai rượu [cai rượu] Wine bottle, bottle of wine. *Nó chỉ được uống mỗi ngày một chai rượu mà thôi* : He is restricted to one bottle of wine per day.

chai sữa [cai ʃữa] Feeder, feeding-bottle.

chai tay [cai tay] Callosity on hand.

chai thuốc [cai θwɔ́rk] Bottle of medicine. *Lắc chai thuốc* : To shake up a bottle of medicine. *Nó chưa (bao giờ) uống chai thuốc nào cả* : He has never had a bottle of medicine.

chai vuông [cai vuɔŋ] Case-bottle.

chái [cái] Penthouse, pentice, lean-to.

chài [cài] Casting-net.

chài lưới [cài lưới] Casting-net and fishing-net.

chải [cải] To brush, to clean (something) with a brush; to comb. *Chải sạch vật gì* : To brush something clean. *Chải len*: To brush up wool. *Chải bụi vật gì* : To brush the dust off something. *Máy chải len* : Combing-machine. *Xưởng chải len*: Combing-works. *Bàn chải* : Brush.

chải chuốt [cải cuốt] Spruce, neat, meticulous (about dressing).

chải đầu [cải dầu] To comb, brush, do, one's hair.

chải ngựa [cải ŋựa] To comb down a horse.

chải quần áo [cải kwền áu] To brush clothes.

chải tóc [cải tɔ́k] To dress, comb, brush, one's hair.

chàm [càm] Indigo, anil. *Cây chàm* : Indigo-plant. *Màu chàm* : Indigo-blue, dark blue.

chạm [cạm] To cut, engrave, carve, sculpt ; to chase, to enchase. *Chạm trên gỗ* : To engrave on wood. *Thuật chạm trổ* : Engraving, carving, sculpture. *Thợ chạm* : Engraver, carver, sculptor.

chạm 1) To collide, to run against. *Đụng, chạm vào vật gì* : To collide with something. *Hai chiếc xe hơi chạm nhẹ nhau* : The two cars had a slight collision. *Chạm, cụng ly* : To clink glasses. *Chạm đến quyền lợi của người nào* : To collide with someone's interests, to come into collision with someone's interests. *Việc nầy chạm đến quyền lợi của tôi* : This runs against my interests.

2) To wound, to injure. *Chạm đến lòng tự ái của người nào* : To wound, injure, someone's pride.

chạm chìm [cạm cìm] Sunk carving.

chạm cốc [cạm kók] To clink glasses, to touch glasses.

chạm mặt [cạm mạɯt] To meet. *Lễ chạm mặt* : Pre-engagement ceremony.

chạm ngõ [cạm ŋɔ̃] See chạm mặt.

chạm nổi [cạm nổi] To emboss.

chạm qua [cạm kwa] To brush.

chạm súng [cạm ʃúŋ] To skirmish.
chạm súng (Mil) Skirmish.

chạm trán [cạm trán] See chạm súng.

chạm trổ [cạm trỏ] To engrave, to sculpt.

chan canh [can kaiɲ] To pour broth (on the rice).

chan chứa [can cứa] Overflowing, plentiful, full, abundant.

chan chứa To exuberate; to bubble over.

chán [cán] Sated, surfeited, tired, bored, fed up. Chán không muốn làm bạn với người nào : To tire of someon's company. Ăn no đến chán : To eat one's fill. Nó chán đời : He fell a distate for life. Chán hết muốn làm việc gì : To get, grow, tired of doing something, to weary of doing something. Tôi đã chán tành bất thường của nó lắm rồi : I'm tired of his vagaries. Chán vật gì : To grow weary of something, to have one's fill of something. Những khoái lạc mà người ta không bao giờ chán : Delights that never cloy. Làm cho người nào chán không muốn làm việc gì: To put someone off doing something.

chán chê [cán ce] Satiated. Vui chơi thỏa thích đến chán chê : To take one's fill of pleasures.

chán đời [cán đời] To have a distate for life, to be tired of the world, to be tired of living, to be tired of life. Nó chán đời : He fell a distate for life.

chán ghét [cán ɣét] To disrelish, to dislike. Làm chán ghét : To disgust, to disaffect.

chán ghét Disgusted.

chán nản [cán nản] Discouraged, depressed, despondent, cast down, downhearted, dejected, broken-spirited, dispirited, downcast. Làm chán nản : To discourage, depress, dishearten, dispirit, disappoint. Sự chán nản : Discouragement. Làm người nào chán nản : To put someone out of courage, to damn someone's spirits.

chán ngán [cán ŋán] To be tired of.

Chán ngán hết muốn làm việc gì : To get, grow, tired of doing something.

chán ngắt [cán ŋáʈt] Wearisome, tedious, tiresome ; disgusted.

chán phè [cán fè] See chán ngắt.

chán vạn [cán vạn] Many, a great many.

chặn [cạn] Stature, height (of person).

chang bang [caŋ baŋ] Bụng chang bang : Big-bellied.

chang chang [caŋ caŋ] Nắng chang chang : Scorching sun.

cháng hai [cáŋ hai] Crotch. Nàng ngồi trên cháng hai của cây : She was sitting in the crotch of a tree.

cháng váng [cáŋ váŋ] Giddy, dizzy. Nó thấy cháng váng khi nhìn từ nóc nhà thờ xuống : He felt giddy in looking down from the roof of the church. Nếu anh xoay tròn nhanh ba chục lần thì anh thấy cháng váng : If you turn round quickly thirty times, you may feel giddy.

chàng [càŋ] Young man, he, him. Chàng và nàng : He and she. Chàng tuổi trẻ : A young man. Chàng xin cưới nàng và nàng đã nhận lời : He asked her to marry him and she accepted him. Chàng cưới nàng làm vợ : He made her his wife. Nàng đã có một đứa con với chàng : She had a child by him. Chàng là người chồng lý tưởng của nàng : He was the husband of her dreams.

chàng hảng [càŋ hảŋ] To straddle. Đứng chàng hảng : To straddle (out) one's legs. Chân đứng chàng hảng : Straddle-legged.

chàng hiu [càŋ hiu] Tree-frog.

chàng nạng [càŋ nạŋ] Fork.

chàng rể [càŋ rể] Son-in-law.

chạng vạng [cạŋ vạŋ] Evening twilight, dusk, gloaming. Lúc chạng vạng : At dusk, at the close of the day.

chanh [caiɲ] Lemon. Cây chanh : Lemon-tree. Nước chanh : Lemonade (a drink made from lemon juice, sugar and water). Vắt (ép) một trái chanh : To squeeze the juice out of a lemon, to squeeze out the juice of a lemon.

chánh [cáiɲ] Chief. Mục đích chánh :

Chief object. *Kỹ sư chánh* : Chief engineer. *Vai chánh trong một vở kịch* : Principal part in a play. See **chính**.

chánh án [cáiɲ án] Presiding judge.

chánh chủ khảo [cáiɲ củ xảu] Chairman of the examining board.

chánh phạm [cáiɲ fạm] Principal author of a crime.

chánh phú [cáiɲ fủ] See **chính phú**.

chánh quyền [cáiɲ kwièn] See **chính quyền**.

chánh sự vụ [cáiɲ sự vụ] Division chief.

chánh tổng [cáiɲ tỏŋ] Chief of canton.

chánh văn phòng [cáiɲ vaʊn fòːŋ] Chief of cabinet.

chạnh lòng [cạiɲ lòŋ] Moved, affected.

chao [cau] To wash, to rinse.

chao To swing.

cháo [cáu] Rice gruel. *Thuộc như cháo* : To know by heart. *Sống bữa cơm bữa cháo* : To live in privation, in want.

chào [càu] To salute, to bow to (someone), to greet, to hail. *Chào người nào* : To bow to someone. *Chào người nào bằng nụ cười* : To salute someone with a smile. *Đưa tay lên chào người nào* : To salute someone with the hand. *Bắn hai chục phát súng chào* : To salute with twenty guns. *Tôi dở nón chào nàng và nàng cúi đầu chào lại* : I raised my hat to her and she bowed in return. *Chào lại người nào* : To bow back to someone. *Chào cảm ơn người nào* : To bow one's thanks to someone. *Chào người nào đề đi* : To bow oneself out. *Gật đầu chào người nào* : To greet someone with a nod. *Bắn một loạt súng để chào người nào* : To fire a salute in honour of someone. *Chào trả lại* : To return, acknowledge, a salute. *Gởi lời chào người nào* : To send one's greetings to someone. *Chào tất cả mọi người ! gởi lời chào tất cả mọi người !* : Greetings to all !.

chào cờ [càu cò] To salute the flag.

chào đời [càu dòi] To be born, to come into the world.

chào hàng [càu hàŋ] To offer one's goods for sale.

chào mào [càu mầu] *Mũ chào mào* : Forage-cap.

chào mời [càu mòi] To invite.

chảo [càu] Frying-pan.

chão [cãu] Cable, rope.

chão chuột [cãu cuạt] Bullfrog.

chạo [cạu] (Of crow) To caw.

chạp [cạp] *Tháng chạp* : The twelfth month of the lunar year; december. *Chậm chạp* : Slow.

chất [cát] Acrid.

chất tai [cát tai] Ear-piercing, ear-splitting, strident. *Làm chất tai* : To deafen.

chau mày [cau mày] To frown, to knit the brows.

cháu [cáu] 1) Grandchild (a child of one's son or daughter).

2) Nephew, niece. *Con cháu* : Offspring, descendant.

cháu chắt [cáu cắɯt] Grandchildren and great grandchildren.

cháu đích tôn [cáu dík ton] First paternal grandson.

cháu gái [cáu gái] 1) Niece (a daughter of one's brother or sister, or of one's wife's or husband's brother or sister).

2) Granddaughter (a daughter of one's son or daughter).

3) Grand-niece (a daughter of one's nephew or niece).

cháu ngoại [cáu ŋwại] Daughter's child, maternal grandchild (the child of one's daughter).

cháu nội [cáu nọi] Son's child, paternal grandchild (the child of one's son).

cháu ruột [cáu rụạt] Nephew, niece (children of one's brother or sister).

cháu trai [cáu trai] 1) Nephew (a son of one's brother or sister).

2) Grandson, grandchild (a son or child of one's son or daughter).

3) Grand-nephew (a son of one's nephew or niece).

chay [cay] *Ăn chay* : To be on a vegetarian diet, to keep Lent, to fast i

Lent ; to abstain from meat. *Phép ăn chay* : Vegetable diet. *Người ăn chay* : Vegetarian. *Thuyết ăn chay:* Vegetarianism.

cháy [cáy] To burn, to blaze, to catch fire, to burst into flame. *Lửa cháy* : Fire burns. *Cháy như cây diêm quẹt* : To burn like matchwood. *B cháy thành than* : To be burnt beyond recognition. *Cả làng đều cháy* : The whole village was burning. *Căn nhà thình lình bắt cháy* : The house burst into flames. *Cây đèn cầy cháy đến hết* : The candle has burnt itself out. *Đám cháy* : Fire. *Một cái rừng bị cháy* : A forest on fire. *Lửa cháy đổ dầu thêm* : To add fuel to the fire. *Nó làm đổ cái đèn dầu và trong một phút cả phòng đều cháy* : He upset the oil-lamp and in a minute the whole room was in a blaze. *Nó thức dậy thấy cái đèn còn cháy* : He woke to find the lamp still burning.

cháy Burnt rice at the bottom of the pot.

cháy âm i [cáy əm ì] (Of fire) To smoulder.

cháy bùng [cáy bùŋ] To burst into flame, to blaze, to deflagrate.

cháy da [cáy za] Sunburnt skin.

cháy được [cáy dựrk] Combustible, inflammable.

cháy khét [cáy xét] Empyreumatic. *Mùi cháy khét* : Empyreuma.

cháy lan [cáy lan] (Of fire) To spread. *Lửa cháy lan qua các nhà bên cạnh* : The fire spread to the neighbouring houses.

cháy nám [cáy nám] Scorched.

cháy nắng [cáy náuŋ] Sunburnt.

cháy nhà [cáy nà] Fire, conflagration. *Những người bị cháy nhà* : The sufferers from the fire.

cháy ra tro [cáy ra trɔ] To reduce (a town etc...) to ashes. *Đốt cháy vật gì ra tro* : To burn something to ashes.

cháy riu riu [cáy riu riu] (Of fire) To smoulder.

cháy rụi [cáy rụi] Burnt down to the ground. *Đốt cháy rụi một cái nhà* :

To burn a house to the ground.

cháy sém [cáy ʃɛm] (Of fire) To scorch.

chày [cày] Rammer, pestle. *Vắt cổ chày ra nước* : Stingy, miserly.

chảy [cảy] 1) (Of liquids) To run, flow ; to set ; to discharge. *Sông chảy ra biển:* River that pours itself into the sea ; river running into the sea. *Dòng nước chảy mạnh* : The tide runs strong. *Phún thạch từ trên núi chảy xuống* : Lava that flows down the mountain. *Sông chảy dọc theo một cánh đồng cỏ:* River flowing along the meadow. *Máu chảy dồn lên đầu* : Blood flowing to the head. *Máu chảy trong huyết quản:* The blood courses through the veins. *Sông Nile chảy vào Địa Trung Hải* : The Nile discharges itself into the Mediterranean. *Nước mắt chảy dài xuống má nàng* : The tears ran down her cheeks. *Ai để nước chảy đây ?* : Who has left the water (the tap) running ?. *Máu chảy như xối* : Blood ran in torrents. *Dòng nước chảy vào bờ* : The current sets in towards the shore. *Mồ hôi chảy xuống trán nó* : Sweat trickles, runs, down his forehead.

2) To run, to leak. *Cái bồn nước chảy* : Vessel that runs. *Ấm nước bắt đầu chảy* : The kettle is beginning to run. *Nồi súp de chảy* : The boiler is leaking.

3) (Of metal) To fuse, to flux, to pour. *Kim thuộc dễ chảy* : Metal that pours well.

4) To melt. *Bơ để ngoài nắng chảy* : Butter melts in the sun.

5) (Of salts, sugar, etc...) To melt, dissolve.

6) (Ch) To deliquesce.

7) (Of fabrics) To stretch.

chảy máu [cảy máu] To bleed.

chảy máu cam [cảy máu kam] To have a nose-bleed. *Nó chảy máu cam* : He is bleeding at the nose, his nose is bleeding. *Làm người nào chảy máu cam* : To make someone's nose bleed.

chảy mủ [cảy mủ] (Of wound, sore) To suppurate, run. *Sự chảy mủ* :

Suppuration, running (of sore, etc...).

chảy nước miếng [cảy nứrk miến] To slaver, to let saliva run from the mouth; to slobber, to dribble.

chảy ra [cảy ra] (Of water) To escape, to flow out. *Khoét một cái lỗ để cho nước chảy ra* : Make a hole and let the water escape.

chảy ruột [cảy ruọt] *Bịnh chảy ruột, trụt ruột* : Enteroptosis.

chảy từng giọt [cảy tửng ɟọt] To drip.

chảy xuồng [cảy suốn] To run down. *Mồ hôi chảy xuống trán của nó* : The sweat ran down his forehead. *Nước mắt chảy đầm đìa xuống gò má nàng* : Tears ran down her cheeks.

chạy [cạy] ı) To run. *Chạy hết sức* : To run as hard as one can. *Chạy đi cứu người nào* : To run to help someone. *Chạy gấp lên thang lầu* : To run upstairs. *Nó chạy đến* : He came up at a run. *Bắt đầu chạy* : To break into a run. *Chạy đi đón người nào* : To run to meet someone. *Tôi không thể chạy nữa* : There was no run left in me. *Chúng tôi được tự do chạy nhảy trong vườn* : We have the run of the garden. *Bắt người nào chạy mệt quá đến quỵ xuống* : To run someone hard, close, off his legs.

2) (Of trains, etc...). To move, travel, go, run ; (of ship) to sail, to proceed. *(Tàu) Chạy hết tốc lực* : (Of ship) To proceed at full speed. *Xe cộ chạy suốt ngày đêm* : The traffic runs day and night. *Xe hơi chạy sáu chục cây số một giờ* : The car was doing (i.e. travelling at) sixty kilometres an hour. *Các chuyến xe lửa đều ngưng chạy* : The trains are not running. *Tàu chạy vào lúc mười giờ* : The boat sails at ten o'clock. *Tàu chạy Hong-Kong* : The ship was bound for Hong-Kong.

3) (Of machine, etc...) To run, to go, to work ; to drive. *Máy đang chạy* : The engine is running. *Nhà máy đã ngưng chạy* : The works has ceased running. *Máy nầy chạy bằng hơi nước* : This machine is driven by steam. *Đồng hồ của tôi đã ngưng chạy, đã hư* ; tôi không thể nào làm nó chạy được : My watch has stopped, is out of order; I can't get it to go. *Thang máy không chạy* : The lift is not working. *Những máy nầy chạy suốt ngày đêm* : This machinery operates night and day. *Tôi cho xe chạy năm chục cây số một giờ* : I was driving along at fifty kilometres an hour. *Xe buýt chạy mỗi mười phút một chuyến* : The buses run every ten minutes. *Xe điện chạy trên đường rầy* : Trams run on rails. *Đem một chiếc xe buýt ra chạy* : To put a bus into service.

4) To run. *Dãy núi chạy từ bắc chí nam* : Chain of mountain that runs from north to south. *Thung lũng chạy dài về hướng nam* : The valley stretches southward. *Cánh đồng chạy dài về hướng bắc* : The plain sweeps (away) towards the north. *Biên giới chạy dài từ nam chí bắc* : The frontier ranges from south to north. *Con đường chạy vòng quanh hồ* : The road sweeps round the lake.

5) To fly, to flee, to run away.

6) To give up, to give over, to condemn. *Bác sĩ đã chạy nó (hết hy vọng chữa bịnh cho nó)* : The doctor has condemned him. *Các bác sĩ đều chạy nó* : The doctors have given him up ; he had been given over by the doctors (i.e., they no longer hoped to cure him).

7) *Công việc chạy không ?; việc ấy chạy không ?* : Are you getting along all right ?. *Công việc chạy lắm, không có gì trở ngại* : We're getting along nicely. *Công việc đều chạy* : Everything went with a run.

chạy ăn [cạy aưn] To earn one's living.

chạy ba chân bốn cẳng [cạy ba cạn bốn kảưn] To run off as fast as his legs could carry him, to run at full speed.

chạy buồm [cạy buồm] To sail.

chạy chết [cạy cét] To run for one's life.

chạy chọt [cạy cọt] To take steps.

chạy chữa [cạy cửə] To cure.

chạy đổ [cạy dỗ] To save the furniture etc... (from fire).

chạy đua [cạy dwə] To run a race. *Cuộc chạy đua* : Running match, foot racing, foot-race.

chạy gạo [cạy gạu] See chạy ăn.

chạy giấy [cạy sếi] To deliver letters, messages, etc...

chạy lui [cạy lui] (Of car) To run back(wards).

chạy lúp xúp [cạy lúp súp] To trot, to run slowly.

chạy mau [cạy mau] To run fast. *Chạy mau hơn* : To outrun, to run faster than. *(Đồng hồ) Chạy mau năm phút mỗi ngày* : (Of clock) To gain five minutes a day.

chạy mất [cạy mất] To run away, to take to one's legs.

chạy ngược chạy xuôi [cạy ŋựrk cạy suơi] To run in all directions.

chạy như bay [cạy ɲɯ bay] To run at full speed. *Tôi chạy mau như bay* : I ran as fast as my legs would carry me.

chạy nước bền (cuộc) [cạy nứrk bền] Long-distance run.

chạy nước kiệu [cạy nứrk kiệu] (Of horse) To trot, to amble. *Cho ngựa chạy nước kiệu* : To make a horse amble, to trot out, a horse.

chạy nước rút [cạy nứrk rút] To sprint. *Cuộc chạy nước rút* : Sprint.

chạy ra [cạy rá] To run out.

chạy sớm [cạy sốm] *Đồng hồ chạy sớm một phút mỗi ngày* : Watch that gains a minute a day. *Đồng hồ của anh chạy sớm mười phút* : Your watch is ten minutes fast.

chạy tang [cạy taŋ] *Cưới chạy tang* : Wedding which takes place earlier than scheduled because somebody in either family is going to die.

chạy tắt [cạy tấwt] To cut across, to take a short cut. *Chúng nó vội nên chúng nó chạy tắt qua đồng* : They are in a hurry so they cut across the fields.

chạy theo [cạy θɛu] To run after.

chạy thoát [cạy θwát] To have a narrow escape.

chạy thuốc [cạy θwốrk] To go for the doctor.

chạy thử [cạy θử] (Aut) Trial run.

chạy tính giờ [cạy típ sờ] Time-race.

chạy tới chạy lui [cạy tới cạy lui] (Of person) To run backwards and forwards, to and fro.

chạy trốn [cạy trốn] To run away, to take to flight ; to take to one's heels; to show a clean pair of heels ; to find safety in flight, to betake oneself to flight. *Chúng nó chạy trốn trong bụi* : They ran away and hid in the bushes. *Ngay khi chúng tôi nổ súng thì địch chạy trốn* : As soon as we fired, the enemy ran. *Bọn cướp chạy trốn trong núi* : The robbers took to the mountains.

chạy trơn máy [cạy trơn máy] Running-in (of engine).

chạy vát [cạy vát] (Navy) To fetch about ; to go on the batter ; to make a board ; to beat to windward, against the wind, off the wind.

chạy vào [cạy vàu] To run in. *Chạy vào thăm người nào* : To run in to see someone.

chạy vùn vụt [cạy vùn vụt] To run at full speed.

chắc [cắɯk] Sure, certain. *Anh có chắc câu trả lời của anh đúng không ?* : Are you certain (that) your answer is right ?. *Chắc thế nào nó cũng đến* : He is sure to come. *Tôi chắc thế nào nó cũng đến* : I am sure that he will come. *Không chắc gì nó đến* : There is no probability of his coming. *Tôi không chắc tôi có thể làm việc ấy* : I am not certain whether I can do it.

chắc [cắɯk] Firm, solid, strong (body, food, earth, etc..) ; compact, secure, firmly fastened. *Nắm chắc vật gì* : To take a firm hold of something. *Cột thuyền cho thật chắc* : Make the boat fast. *Cái thang nầy chắc không ?* : Is this ladder secure ? *Thịt chắc* : Firm flesh. *Vải chắc* : Strong cloth. *Gậy* *chắc*: Strong stick (not easily broken). *Đồ sứ chắc* : Strong china.

chắc ăn [cắưk aưn] To be on the safe side. *Mặc dầu trời nắng tôi cũng đem theo cây dù cho chắc ăn* : Although the sun is shining, I shall take an umbrella so as to be on the safe side.

chắc bụng [cắưk bụŋ] See **chắc ăn**.

chắc chắn [cắưk cắưn] 1) Sure, secure, confident, assured ; certain, doubtless. *Việc chắc chắn* : Sure thing, certainty. *Chắc chắn ngày mai* : To - morrow for sure. *Chắc chắn nó sẽ đến* : He is sure (certain) to come, he will surely come, he will come for certain. *Tôi chắc chắn rằng anh lầm* : I am sure (that) you are mistaken. *Sự thành công chắc chắn* : A certain success, an assured success. *Biết việc gì chắc chắn* : To know something for certain. *Chắc chắn nó sẽ chết nếu anh không mời bác sĩ đến* : He will certainly die if you don't get a doctor. *Chắc chắn một trăm phần trăm*: It's a dead certainty. *Chắc chắn sẽ thành công* : Confident of success. *Hy vọng chắc chắn* : Confident hope. *Ngựa chắc chắn thắng cuộc đua* : Horse which is a safe winner, which is safe to win. *Nó chắc chắn sẽ thất bại* : He will surely fail. *Nó làm việc chậm nhưng chắc chắn* : He was working slowly but surely. *Chắc chắn nó sẽ đến* : He is sure to come, he will surely come.

2) Reliable, trusty.

3) Firm, solid, steady, stable, fast. *Tình trạng chắc chắn* : Assurance. *Tôi chắc chắn rằng* : I have every assurance that. *Để cho chắc chắn thêm* : (In order) to make assurance double sure. *Giá cả đều lên, đó là một việc chắc chắn* : Prices have gone up, that's a certainty.

chắc dạ [cắưk zạ] Sure, assured.

chắc hẳn [cắưk hẳưn] Sure, certain.

chắc lưỡi [cắưk lưỡi] To click, smack, the tongue. *Nó chắc lưỡi* : He clicked his tongue. *Tiếng chắc lưỡi* : Click of the tongue.

chắc mẩm [cắưk mẩm] Absolutely certain, quite sure.

chắc mẻm [cắưk mẻm] See **chắc mẩm**.

chắc nịch [cắưk nịk] Sure, certain.

chắc thật [cắưk θạt] Authentic.

chắc ý [cắưk í] Sure.

chăm [caưm] Studious, hard-working, to apply oneself to.

chăm chăm [caưm caưm] *Cái nhìn chăm chăm* : Stare, gaze. *Nhìn chăm chăm vào người nào* : To give someone a stare. *Nhìn chăm chăm vào mặt người nào* : To stare someone in the face, to stare in someone's face.

chăm chỉ [caưm cỉ] Studious, laborious, hard-working. *Chăm chỉ làm việc gì* : Studious to do something, of doing something.

chăm chú [caưm cú] To apply oneself to, to become absorbed in (something). *Chăm chú vào một công việc* : To address oneself to a task. *Chăm chú vào việc gì, làm việc gì* : To concentrate on something, on doing something. *Chăm chú nhìn vật gì* : To gaze at something absorbedly. *Chăm chú nhìn người nào* : To rivet one's eyes on someone. *Tất cả mọi người đều chăm chú nhìn nó* : All eyes are focused on him. *Chăm chú nhìn vật gì* : To bend one's gaze on something. *Bao nhiêu mắt đều chăm chú nhìn nàng*: All eyes were bent on her.

chăm chút [caưm cút] To look after.

chăm học [caưm họk] To attend to one's studies ; to addict oneself, to be addicted to study ; studious, fond of study.

chăm lo [caưm lɔ] To apply one's thoughts to, to attend to (something), to keep oneself busy. *Chăm lo việc gì* : To busy oneself with doing something ; to employ oneself in doing something.

chăm nom [caưm nɔm] To look after, to take care of, to care for, to attend to (something). *Chăm nom người nào* : To take charge of someone, to attend to someone.

chăm sóc [caưm ʃɔ́k] To take care of.

chằm [càưm] To tack, to baste.

chằm chặp [càưm cạưp] *Nhìn chằm*

chộp vào mặt người nào : To stare someone in the face.

chặm [cặmm] 1) To blot (up) the ink ; to sop up. *Nó chặm nước bằng khăn bàn :* He sopped up the water with a towel. *Giấy chặm (giấy thấm) :* Blotter, blotting-paper.

2) To dab. *Chặm mắt bằng khăn tay :* To dab one's eyes with a handkerchief.

chăn [cawn] 1) Blanket. *Đắp chăn :* To cover with a blanket ; to blanket.

2) Sa-rong.

chăn To tend, to herd. *Người chăn bò :* Oxherd, cowherd, cowboy. *Nghề chăn nuôi :* Animal husbandry.

chăn bông [cawn bon] Wadded quilt, quilted blanket.

chăn chiếu [cawn ciếu] Blanket and mat, (fig) to live as husband and wife.

chăn dạ [cawn zạ] Woollen blanket.

chăn dắt [cawn zắnt] To lead, conduct.

chăn giữ [cawn sữ] To watch over, to look after (a herd).

chăn gối [cawn gói] Blanket and pillow, (fig) to live as husband and wife.

chăn len [cawn lɛn] Woollen blanket.

chăn nuôi [cawn nuai] Breeding, rearing (of stock). *Nghề chăn nuôi :* Animal husbandry, stock farming.

chăn nuôi To bring up, raise (stock), to breed (cattle).

chắn [cắwn] To bar, to obstruct (the way) ; to block (up), to close (road). *Kính chắn gió :* Windshield.

chắn Sort of card game.

chắn bùn [cắwn bùn] Mudguard (of bicycle, car).

chắn đường [cắwn dườn] To block up a road.

chắn lại [cắwn lại] To stop.

chắn ngang [cắwn ŋaŋ] To barricade (street, etc...).

chằn [cằwn] Ogress.

chằn miệng ra [cằwn miệŋ ra] To stretch one's mouth.

chằn tinh [cằwn tiŋ] See chằn.

chẵn [cãwn] 1) Even. *Số chẵn :* Even

number. *Một ngàn đồng chẵn :* Just one thousand piastres.

2) Exactly. *Năm tuổi chẵn :* Exactly five years old. *Nó hai mươi tuổi chẵn :* He has completed his twentieth year. *Đã hai mươi năm chẵn :* That is a good twenty years ago.

chẵn lẻ [cãwn lẻ] Even and odd. *Đánh chẵn lẻ :* To play at odd or even.

chặn [cặwn] See chận.

chăng [cawŋ] (Interrogative particle) *Có được chăng ? :* Is it possible ?. *Anh có biết chăng ? :* Do you know it ? are you aware of it ?

chăng To stretch, to strain, to spread (net, etc...). *Chăng một sợi dây ngang qua phòng :* To stretch a rope across the room.

chăng Interrogative particle denoting doubt). *Anh ấy đau chăng ? :* Could he be sick ?

chăng bẫy [cawŋ bẽi] To set a trap.

chăng dây [cawŋ zei] To stretch a rope.

chăng lưới [cawŋ lưới]To spread a net.

chăng màn [cawŋ màn] To hang a mosquito net.

chằng [càwŋ] To tie up, to bind.

chằng chịt [càwŋ cịt] Interlaced, intertwined.

chằng dây [càwŋ zei] To stretch a rope.

chẳng [cẳwŋ] (Negative particle) Not to be, not to do. *Tôi chẳng biết :* I don't know. *Chẳng nên đi :* Do not go, it is not convenient to go. *Anh chẳng nên làm việc đó :* You must not do it.

chẳng bao giờ [cẳwŋ bau sờ] Ever, never.

chẳng bao lâu [cẳwŋ bau lâu] Soon, before long.

chẳng bõ [cẳwŋ bõ] Not to be worthwhile.

chẳng cùng [cẳwŋ kùŋ] Endless.

chẳng cứ [cẳwŋ kứ] Not only, not necessarily.

chẳng hạn [cẳwŋ hạn] For example, for instance.

chẳng khi nào [cảͷŋ xi nàu] Never, ever.

chẳng may [cảͷŋ may] Unfortunately.

chẳng nệ [cảͷŋ nẹ] To spare no pains.

chẳng những [cảͷŋ ɲửͷ] Not only.

chẳng qua [cảͷŋ kwa] Only, merely.

chẳng quản [cảͷŋ kwản] See **chẳng nệ**.

chẳng thà [cảͷŋ θà] Would be preferable, it would have been better.

chặng [cạͷŋ] 1) Stage, hop. *(Phi cơ) Bay từ Bá–linh đến Đông–kinh làm ba chặng :* (Of plane) To fly from Berlin to Tokio in three hops.
2) Range (of mountains).

chắp [cắͷp] To join, to add, to connect, to join up; to couple; to append. *Chắp nối ống :* To connect pipes. *Nối hai đầu ống lại :* To join up two pipes (end to end). *Chắp hai đầu xương gãy với nhau :* To bring the ends of a broken bone into apposition. *Chắp những miếng bề của cái bình lại :* To piece a broken vase together.

chắp đôi [cắͷp doi] To double (a thread).

chắp nhặt [cắͷp ɲạͷt] To collect, to gather.

chắp nối [cắͷp nói] To connect, to join.

chắp tay [cắͷp tay] To join one's hands.

chặp [cạͷp] 1) Moment, instant. *Chặp tối :* At nightfall. *Tôi đi bộ một chặp đoạn lên xe buýt :* I walked for a short moment and then took the bus.
2) Volley. *Đánh người nào một chặp :* To give someone a sound drubbing (thrashing). *Ba nó vừa cho nó một chặp :* His father just gave him a sound drubbing.

chắt [cắͷt] Great grand-child, great-granddaughter.

chắt To drain off, strain off.

chắt bóp [cắͷt bɔ́p] Thrifty, stingy.

chắt lưỡi [cắͷt lu͞ỗi] To smack, click one's tongue.

chắt mót [cắͷt mɔ́t] See **chắt bóp**.

chắt nước [cắͷt nứrk] To drain off water.

chặt [cạͷt] To chop, to cut. *Chặt để vạch một con đường băng qua :* To chop one's way through. *Chặt vật gì làm đôi :* To cut something in two. *Chặt đầu người nào :* To cut off someone's head.

chặt Tight, close, fast ; solid, strong. *Nút dính chặt trong miệng chai :* The cork was tight in the bottle. *Kéo cho chặt những vòng dây cột thuyền :* To heave tight the turns of a seizing. *Nắm, cầm chặt vật gì :* To hold something tight, to have fast hold of something. *Siết chặt một con tán :* To screw a nut up tight. *Thắt chặt tình hữu nghị giữa hai nước :* To tighten the friendship between the two countries. *Đóng chặt cửa lại :* To make fast the doors.

chặt cây [cạͷt kei] To chop down a tree.

chặt chẽ [cạͷt cẽ] Tight, close.

chặt đầu [cạͷt dầu] To behead, to decapitate. *Chặt đầu người nào :* To chop off someone's head, to cut off someone's head, to cut someone's head off. *Nó bị bọn khủng bố giả dạng dân làng chặt đầu một cách dã man khi nó đang ngủ trưa :* He was savagely beheaded while taking his siesta by terrorists disguised as villagers.

chặt ngắn [cạͷt ɲắͷn] To cut short.

chặt ngọn [cạͷt ŋɔn] To obtruncate.

chặt nhánh [cạͷt ɲáiɲ] To disbranch, to strip of branches.

châm [cəm] To replenish (a lamp).

châm To light, to kindle.

châm biếm [cəm biếm] Ironic(al).

châm chế [cəm cế] To excuse, to pardon.

châm chích [cəm cík] Caustic.

châm chọc [cəm cɔk] To tease.

châm chước [cəm cứrk] See **châm chế**.

châm cứu [cəm kứu] (Med) Acupuncture.

châm đèn [cəm dèn] To light a lamp.

châm khoa [cɔm xwa] (Med) Acupuncture.

châm lửa [cɔm lửa] To light a fire.

châm ngôn [cɔm ŋon] Precept, maxim.

châm pháp [cɔm fáp] See **châm khoa**.

châm qui [cɔm kwi] To advise against (something).

châm thuật [cɔm θwʂt] See **châm cứu**.

chấm [cɔ́m] Dot, point, period, spot. *Dấu hai chấm*: Colon. *Móc chấm*: Dotted quaver. *Lông có chấm đen*: Feathers dotted with black (spots).*Chấm và gạch*: Dots and dashes. *Chúng tôi nhìn chiếc tàu đến khi nó chỉ còn là một chấm đen ở chân trời*: We watched the ship until it was a mere dot on the horizon.

chấm To punctuate; to put a dot, period.

chấm To select, to choose, to pick.

chấm To correct, to mark (a exercise).

chấm To reach. *Áo dài chấm gót chân nó*: Coat that reached (to) his heels.

chấm To dip, to soak. *Chấm viết vào mực*: To dip one's pen in the ink. *Chấm bánh mì vào sữa*: To soak bread in milk.

chấm bài [cɔ́m bài] To correct an exercise.

chấm câu [cɔ́m kɔu] To stop.

chấm chấm [cɔ́m cɔ́m] To dot.

chấm điểm [cɔ́m diểm] To mark (an exercise).

chấm dứt[cɔ́m zứt]To conclude; to end, finish; to close, bring (speech, etc...) to an end, to a conclusion; to put an end, to make an end of. *Chấm dứt việc gì*: To put down, to put an end, a stop, to something. *Chánh phủ quyết định chấm dứt tình trạng khó chịu nầy*: The Government is determined to put an end to this intolerable situation. *Chấm dứt sự khủng hoảng*: To end a crisis. *Tình trạng nầy phải được chấm dứt*: This state of things must end.

chàm đất [cɔ́m dất] Down to the ground.

chấm hết [cɔ́m hét] Full stop.

chấm mút [cɔ́m mút] To dip something and suck it, (fig) to make petty profits.

chấm mực [cɔ́m mụk] To dip one's pen in the ink.

chấm phẩy [cɔ́m fèi] Semicolon.

chấm phết [cɔ́m fét] See **chấm phẩy**.

chấm thi [cɔ́m θi] To serve on an examination board; to correct examination-paper. *Hội đồng chấm thi*: Examining body.

chậm chậm [cɔm cɔm] Slowly.

chậm rãi [cɔm rãi] Slow; (Mus) adagio.

chậm [cɔm] 1) Slow; tardy, sluggish. *Sông nước chảy chậm*: Sluggish river. *Mạch nhảy chậm*: Sluggish pulse. *Bước chậm*: Slow, steps. *Cây chậm lớn*: Trees of slow growth. *Nó nói chậm*: He was a slow speaker. *Sự chậm tiêu*: Slow, sluggish digestion. *Tim đập chậm*: Slow heart. *Đồng hồ anh chạy chậm năm phút*: Your watch is five minutes slow. *Phim quay chậm*: Slow-motion film. *Sự trả lời chậm*: Slowness to answer. *Đồng hồ chạy chậm*: The clock goes slow. *Đi rất chậm, đi chậm như rùa*: To go at a snail's pace.

2) Late. *Chậm còn hơn không*: Better late than never. *Việc ấy không chậm được*: The matter brooks no delay.

chậm bước [cɔm bứrk] Slow steps.

chậm chạp [cɔm cạp] Slow, languid, dull, dilatory, tardy. *Người chậm chạp*: Dullard, slow-coach. *Thì giờ chậm chạp trôi qua*: Time passes slowly, time hangs heavy on his hands.

chậm chậm [cɔm cɔm] Slowly.

chậm chân [cɔm cɔn] To be late.

chậm hiểu [cɔm hiểu] Slow to understand, slow in understanding.

chậm lại [cɔm lại] (Of speed) To fall off.

chậm rãi [cɔm rãi] Slow, tardy.

chậm rỉ [cɔm rỉ] Very slow.

chậm tiến [cạm tiến] To be behind, to retard progress. *Sự chậm tiến* : Slow progress. *Những nước chậm tiến* : Backward countries. *Nước nầy vẫn còn chậm tiến ; không có xe lửa hoặc xa-lộ và điện* : This country is still backward ; there are no railways or motor–roads and no electricity.

chậm trễ [cạm trễ] Dilatory ; tardy. *Sự chậm trễ* : Arrearage.

chân [cạn] 1) Foot, leg. *Dấu chân, vết chân* : Foot–mark. *Thắng (phanh) chân* : Foot–brake. *Xương ống chân* :Leg–bone. *Lẹ chân* : Swift of foot. *Dưới chân* : Under foot, underfoot. *Chân nó không có mang giày* : He had no shoes to his feet. *Đặt chân lên một hòn đảo* : To set foot on an island. *Tôi không bao giờ đặt chân, bước chân đến nhà nó* : I have never set foot, put my foot, inside his house. *Từ đầu đến chân* : From head to foot, from top to toe. *Ướt từ đầu đến chân* : Soaked from head to foot. *Lấy chân đẩy vật gì qua một bên* : To push something aside with one's foot. *Giậm chân* : To stamp one's foot. *Tôi sẽ không giờ đặt chân đến nhà nó nữa* : I shall never set foot in his house again. *Hỏng chân, hụt chân (khi tắm)* : To lose one's footing, to lose one's foothold, to go beyond, get out of, one's depth (in bathing). *Bước hụt chân* : To miss one's footing. *Một ngọn sóng làm nó hụt chân* : A wave carried him off his feet. *Tôi chạy ba chân bốn cẳng* : I ran as fast as my legs would carry me. *Đứng một chân* : To stand on one's leg. *Chân như que củi, như ống sậy* : To have legs like matchsticks. *Duỗi chân, ngay chân ra (cho khỏi tê)* : To stretch one's legs. *Chân tôi bị lột da nhiều chỗ* : My foot was skinned in several places.

2) Foot. *Chân trước, chân sau của ngựa* : Forefeet, hind feet, of a horse. *Thú bốn chân* : Four-footed animals.

3) Leg (of insect). *Chân ruồi* : Fly's leg. *Chân nhện* : Spider's leg.

4) Foot (of wall, mountain) ; foot (of wine–glass) ; leg (of chair, piano) ; stand (for telescope, camera).

5) (Pros) Foot.

chân Member. *Có chân trong đảng Dân-chủ* : To be a member of the Democratic Party. *Người có chân trong hội* : Club-man.

chân True, real, sincere. *Phân biệt chân giả* : To distinguish truth from falsehood.

chân bàn [cạn bàn] Leg of a table. *Bàn ba chân* : Three-legged table.

chân bì [cạn bì] Derm.

chân chính [cạn cín] True, genuine, legitimate.

chân chó [cạn có] Dog's paw.

chân cong [cạn koŋ] Bandy legs.

chân dung [cạn zuŋ] Portrait. *Chân dung thật giống* : The portrait is a good likeness. *Vẽ chân dung người nào* : To make, paint, a portrait of someone ; to draw a likeness of someone.

chân đèn [cạn dèn] Lamp-stand, lamp-standard.

chân ghế [cạn ghé] Leg of a chair.

chân giá trị [cạn zá trị] True value.

chân giả [cạn zả] True and false. *Phân biệt chân giả* : To distinguish truth from falsehood.

chân giả Artificial leg.

chân giường [cạn zườŋ] Leg of a bed.

chân không [cạn xoŋ] Barefooted, bare-legged. *Đi chân không* : To go barefooted, bare-legged.

chân không Bare legs, bare feet.

chân không (Phys) Vacuum.

chân khuỳnh [cạn xwìŋ] Baker-legged.

chân lá [cạn lá] (Bot) Axil. *Thuộc về chân lá* : Axile, axillary.

chân lắm tay bùn [cạn lắm tay bùn] Dusty feet and muddy hands, (fig) hard toil.

chân lý [cạn lí] Truth. *Chân lý khoa học* : Scientific truth. *Chân lý hoàn toàn* : Genuine truth.

chân nam đá chân siêu [cạn nam dá cạn fieu] (Of drunkard) To stagger, to reel.

chân ngôn [cạn ŋon] Precept.

chân ngụy [cạn ŋwi] True and false.

chân núi [cạn núi] Foot of a mountain, bottom of a mountain, root of a mountain. *Khi chúng tôi xuống tới chân núi thì trời đã tối :* When we reached the bottom of the mountain, it was quite dark.

chân phúc [cən fúk] Beatitude.

chân phương [cən fưɔŋ] Clear ; right, honest.

chân què [cən kwè] Lame, game, leg.

chân queo [cən kwẹu] Club-foot.

chân quỳ [cən kwì] Cantiveler.

chân răng [cən rauŋ] Root of the tooth.

chân sau [cən ʃau] Hind legs, hind feet.

chân tài [cən tài] Real talent.

chân tay [cən tay] Limb, (fig) henchman.

chân tâm [cən təm] Sincerity.

chân thành [cən θàiɲ] Loyal, sincere.

chân thật [cən θət] Honest, frank, sincere, true ; genuine, faithful.

chân thiện mỹ [cən θiện mỹ] The truth, the good, the beautiful.

chân thọt [cən θɔt] Club-foot.

chân thực [cən θɯk] See **chân thật**.

chân tình [cən tìɲ] Sincere sentiment.

chân tóc [cən tók] Root of a hair.

chân trạng [cən trạŋ] True aspect.

chân trời [cən trời] Horizon, sky-line. *Ở chân trời :* On the horizon, on the sky-line. *Mặt trời lặn dưới chân trời :* The sun sank, dipped, below the horizon. *Chiếc tàu chỉ còn là một chấm đen ở chân trời :* The ship was but a speck on the horizon. *Một hòn đảo hiện ra ở chân trời :* An island loomed upon the horizon.

chân truyền [cən trwiền] Orthodox.

chân trước [cən trúrk] (Zoo) Forefoot, foreleg. *Hai chân trước của ngựa :* Forefeet of a horse.

chân tu [cən tu] Devout person.

chân tướng [cən tướŋ] True physiognomy ; true face, true identity. *Lộ chân tướng :* To show one's true colours.

chân tượng [cən tượŋ] Real image.

chân ướt chân ráo [cən ướt cən ráu] Newly arrived.

chân vị [cən vị] Authentic taste.

chân vịt [cən vịt] 1) Duck's foot.

2) (Nau, Screw-)propeller.

chân ý [cən í] Sincerity.

chấn áp [cớn áp] To oppress.

chấn chinh [cớn ciɲ] To reorganize.

chấn cụ [cớn kụ] Frightened.

chấn dao [cớn zau] To shake, to agitate.

chấn động [cớn dọŋ] 1) To vibrate, to convulse ; to perturb. 2) To move, to shake, to agitate. *Tin đồn làm chấn động cả một nước :* Rumour that throws a country into a state of upheaval.

chấn hãi [cớn hãi] Frightened.

chấn hưng [cớn hưŋ] To develop ; to prosper.

chấn kinh [cớn kiɲ] Frightened.

chấn nghiệm [cớn ŋiệm] *Máy chấn nghiệm :* Vibroscope.

chấn nhiếp [cớn ɲiếp] To intimidate.

chấn nộ [cớn nọ] Towering rage.

chấn phát [cớn fát] To vivify ; to encourage, to excite.

chấn song [cớn ʃɔŋ] Balustrade.

chấn tạo [cớn tạu] Terror-stricken.

chấn tâm [cớn təm] Epicentre, epicentrum.

chấn thúy [cớn θửi] Pit of the stomach.

chần [cần] To parboil, to pour boiling water on, to dip, to half cook in boiling water. *Thịt tái chần :* Half-cooked meat.

chần chờ [cần cờ] Hesitant, undecided.

chần ngần [cần ŋần] Motionless, still, unmoved. *Đứng chần ngần :* To stand stock-still.

chẩn [cẩn] To help, to relieve, to bring relief to the distressed. *Phát chẩn :* To distribute relief goods.

chẩn (Med) Meales.

chẩn bần [cần bần] To help the needy, to relieve the poor.

chẩn bịnh [cần bịɲ] To auscultate, to diagnose, to examine a disease.

chẩn cấp [cần kớp] To bestow, to give, to grant (relief).

chẩn cứu [cần kứu] To rescue from peril.

chẩn đoán [còn dwán] (Med) To diagnose. *Phép chẩn đoán* : Diagnosis.

chẩn mạch [còn mạik] To feel the pulse. *Chẩn mạch người nào* : To feel someone's pulse.

chẩn mật [còn mạt] Discreet, careful, cautious.

chẩn mộng [còn mọŋ] To interpret, explain a dream.

chẩn quyên [còn kwien] To subscribe to the relief-fund.

chẩn tai [còn tai] To relieve, to help the victim of a disaster.

chẩn tế [còn té] To bring relief to the needy.

chẩn thí [còn θi] See **chẩn cấp**.

chẩn y viện [còn i viện] Dispensary.

chận [cạn] 1) To stop, to stem, to bar, to block, to close, to intercept ; to detain. *(Bóng tròn) Chận một địch thủ lại* : To stop, collar an opponent (holding ball). *Chận banh lại* : To stop, block, field the ball. *Chận một cú đánh* : To stop a blow. *Chận cửa không cho người nào vào* : To bar the door against someone ; to bar someone out. *Chận đường người nào* : To block someone's way. *Chận đường rút lui của người nào* : To intercept, cut off, someone's retreat. *Một phần lương của nó đã bị các chủ tiệm mà nó thiếu tiền chận trước* : Part of his salary was attached by shopkeepers to whom he owed money. *(Ăn cướp) Chận xe lửa để ăn cướp* : (Of bandits) To hold up a train. *Nó bị một cảnh sát viên chận lại hỏi tên và địa chỉ* : He was stopped by a policeman who demanded his name and address. *Người gác cổng chận nó lại và hỏi nó muốn gì* : The gatekeeper stopped him and demanded his business. *Các phi cơ chiến đấu của ta chận phi cơ oanh tạc của địch* : Our fighter planes intercepted the enemy's bombers. *Chận đứng một cuộc tấn công của địch* : To stem the enemy's attack.

2) To prop. *Dùng ghế nầy chận cho cửa mở ra* : Use this chair to prop the door open.

chận cửa [cạn kủⱬ] To bar the door. *Chận cửa không cho người nào vào* : To bar the door against someone, to bar someone out.

chận đứng [cạn dúŋ] To arrest, check (a disease) ; (mil) to stop, check (attack).

chận đường [cạn dưⱬŋ] To bar, obstruct, the way. *Bị ăn cướp chận đường* : To be held up by bandits. *Chận đường người nào* : To bar someone's way.

chận hậu [cạn hậu] To cut off the enemy's retreat.

chận lại [cạn lại] To stop, to arrest, to block, to contain. *(Bóng tròn) Chận một địch thủ lại* : To stop an opponent. *Chận banh lại* : To stop, block the ball. *Đội quân để chận quân địch lại* : Containing force.

chận lương [cạn lưⱬŋ] To stop (someone's) wages ; to freeze wages.

chấp [cấp] To take no notice of. *Đừng chấp nó* : Take no notice of him. *Xin miễn chấp* : Please, excuse (me).

chấp To agree, to accept.

chấp To handicap, to give odds, to give an advantage (as a headstart). *Tôi chấp anh hai trái* : I'll give you two points as a headstart. *Tôi chấp anh đi trước* : I'll let you go first.

chấp chính [cấp ciŋ] To assume power.

chấp đơn [cấp dⱬn] To allow a request.

chấp hành [cấp hàiŋ] Executive. *Ủy ban chấp hành* : Executive committee. *Sự chấp hành di chúc* : Execution of a will.

chấp hữu [cấp hữu] Intimate, close, confidential friend.

chấp lễ [cấp lễ] To observe the politeness.

chấp nệ [cấp nệ] Finical, persistent.

chấp nghiệp [cấp ŋiep] To assume, undertake, take upon oneself duties.

chấp nhận [cấp nận] To accept, to admit.

chấp nhứt [cấp nứt] Obstinate.

chấp pháp [cấp fáp] To keep (to), comply with laws.

chập quyền [cấp kwiẻn] To be in power.

chập thủ [cấp thủ] To shake hands.

chập thuận [cấp thwạn] To grant. *Những lời yêu cầu của công nhân không được chủ chấp thuận* : The workers' demands have not been granted by the employer.

chập trách [cấp tráik] To take the responsibility of (something), to accept responsibility for (something).

chập ủy [cấp wi] Member of executive committee.

chập chỏa [cợp cwả] Cymbal.

chập choạng [cợp cwạn] 1) To know imperfectly.

2) To stagger.

chập choạng At dusk, at nightfall, twilight.

chập chồng [cợp còn] To pile up.

chập chờn [cợp còn] To flicker, (of lights esp. when they are long way off), to wave, to blink, to shine in an unsteady or irregular way ; to float. *Những ảo tưởng chập chờn trước mắt nó* : Visions floated before his eyes.

chập chờn Flickering. *Ngủ chập chờn* : To doze, to sleep drowsily, to sleep with one eye open. *Giấc ngủ chập chờn* : Dog-sleep. *Ánh sáng chập chờn* : Unsteady light.

chập chững [cợp cửn] To stagger, to totter. *Đứa bé đi chập chững ngang qua phòng* : The baby tottered across the room.

chập tối [cợp tối] Nightfall, twilight.

chập vào [cợp vàu] To unite, to join together.

chất [cất] Matter, substance, essence. *Chất thịt ép* : Meat essence.

chất To pile up, to heap up, to accumulate, to amass.

chất bổ [cất bổ] Tonic substance, sustenance. *Trà không có chất bổ* : There is no sustenance in tea. *Ca cao có chất bổ hơn trà* : There's more sustenance in cocoa than in tea.

chất chứa [cất cứa] To accumulate, to cumulate, to amass ; to gather (together).

chất cất [cất kất] Extract.

chất đặc [cất dạưk] Solid.

chất độc [cất dọk] Toxic, poison.

chất đồng [cất dốn] To pile up, to heap up, to bulk, to cumulate. *Chất thành đống* : Heaped.

chất ép [cất ép] Extract. *Chất thịt ép* : Meat extract.

chất kháng độc [cất xán dọk] (Med) Antitoxin.

chất khí [cất xi] Gas.

chất khử trùng [cất xử trùn] Decontaminating material.

chất kiềm [cất kiềm] (Ch) Alkali.

chất keo [cất kɛu] (Ch) Colloid.

chất kích thích [cất kik thík] Stimulant. *Cà-phê và bia là chất kích kích* : Coffee and beer are stimulants.

chất ky hỏa [cất kị hwả] Fire-proof or fire-proofing material.

chất lên [cất len] To pile up, to heap up.

chất liệu [cất liệu] Raw materials.

chất lỏng [cất lỏn] Liquid, fluid.

chất men [cất mɛn] (Ch) Enzym, enzyme.

chất ngôn [cất ŋon] Sincere talk.

chất nhựa [cất ɲựɜ] (Ch) Colloid.

chất nổ [cất nổ] Explosive.

chất nước [cất nứrk] Liquid.

chất phác [cất fák] Ingenuous, innocent. *Giọng chất phác* : Broad accent, speech.

chất rắn [cất rắn] Solid (body).

chất sắc [cất ʃắưk] Pigment.

chất sừng [cất ʃừn] Ceratin. *Sanh ra chất sừng* : Ceratogenous. *Giống chất sừng* : Ceratoid.

chất thơm [cất thɜm] Fragrant, aromatic substance.

chất thực [cất thưk] Simple and sincere.

chất tinh [cất tịn] Essence, extract.

chất tư dưỡng [cất tư zưõn] Alimentary substances.

chất vấn [cất vấn] To question, to examine, to heckle. *Cái nhìn chất vấn* : Look of question. *Chất vấn người* *nào :* To ask someone a question ; to ask a question of someone ; to put a question to someone. *Nhìn người nào bằng một cặp mắt chất vấn :* To give someone a questioning look. *Nó bị chất vấn trước một số đông người :* He was questioned in the presence of a large number of people.

chật [cợt] Tight (boots, clothes, etc...); compact, narrow, confined. *Rất chật :* Too tight. *Hơi chật :* Narrowish. *Giày chật :* Tight shoes. *Áo của anh chật quá :* Your coat fits you too tight. *(Áo) Tay chật :* Tight-sleeved. *Giày chật ở mũi :* Shoes narrow at the toe(s). *Giày nầy chật quá, tôi không thể mang được :* These boots are too tight ; I can't get into them (put them on). *Hộc tủ nầy chật quá tôi mở ra không được :* This drawer is so tight that I cannot open it.

chật chội [cợt cọi] Narrow, confined.

chật hẹp [cợt hẹp] Cramped, narrow, confined. *Chỗ chật hẹp :* Confined space.

chật như nêm [cợt pư nem] Tight-paced, thronged. *Nhà chật như nêm :* House full to overflowing.

chật ních [cợt ník] Compact, thronged, overcrowded. *Đường chật ních người :* The streets were thronged with people. *Phòng chật ních những người :* The hall was crowded with people.

chật vật [cợt vợt] Hard, difficult ; narrow. *Sống chật vật :* To live in narrow circumstances.

châu [cơu] Continent. *Năm châu :* The five parts of the world.

châu Á [cơu á] Asia.

châu Âu [cơu ơu] Europe.

châu bảo [cơu bảu] Precious thing.

châu chầu [cơu cồu] Grasshopper.

châu đáo [cơu dáu] Circumspect. See chu đáo.

châu lệ [cơu lệ] Tears.

châu mày [cơu mày] To frown.

châu Mỹ [cơu mĩ] North and South America.

châu ngọc [cơu ɲɔk] Precious, valu-able things.

châu Phi [cơu fi] Africa.

châu rơi [cơu rơi] To weep.

châu sa [cơu ʃa] Vermillion.

châu thành [cơu θàiɲ] Town, city, capital.

châu toàn [cơu twàn] To aid, help.

châu Úc [cơu úk] Australia.

châu vi [cơu vi] Perimeter.

chầu [cồu] To attend, to assist. *Phiên chầu :* (Imperial) Audience. *Sân chầu :* Court.

chầu Party, round. *Đãi một chầu :* To stand a round (of drinks), to pay for, stand, drinks all round.

chầu chực [cồu cợk] To attend, to wait upon ; to wait long (to get some paper, to see someone). *Chầu chực người nào :* To wait upon someone.

chầu hát [cồu hát] A singing party at the songtress' house.

chầu Phật [cồu fợt] To die, to pass away.

chầu rìa [cồu rìa] To be present at a gambling without taking part in it.

chầu trời [cồu trời] To die, to pass away.

chẩu chuộc [cồu cwợrk] Tree-frog.

chậu [cợu] Wash-basin, wash-bowl, basin.

chầy [cồi] Head louse.

chầy [cồi] Late, tardy. *Không chóng thì chầy, chẳng sớm thì chầy :* Sooner or later, early or late, soon or late.

che [cɛ] To cover, to overlay, to screen (with) ; to hide, to secure (someone, something); to conceal (one's face, etc..) from view ; to shield, to protect, to shade, to screen, to shelter. *Che, giấu không cho thấy vật gì :* To screen something from view. *Cây che bóng mát cho đường :* Trees shade the street. *Che một góc phòng bằng bình phong :* To screen off a corner of the room. *Che gió cho cây :* To screen plants from the wind. *Lấy tay che mặt :* To bury one's face in one's hand.

che ánh sáng [cɛ áiɲ ʃáŋ] To shade light.

che chở [cɛ cở] To protect, to shield, to defend, to guard. *Che chở người nào khỏi bị việc gì :* To protect someone from something. *Đội kỵ binh che chở cho cuộc rút lui :* The cavalry covered the retreat. *Che chở một tội nhân :* To act as a screen for a criminal. *Sự che chở :* Protection. *Dưới sự che chở của người nào :* Under someone's protection. *Xin pháp luật che chở, bảo vệ :* To claim the protection of the law.

che dù [cɛ zù] To be under an umbrella.

che đậy [cɛ dẹi] To smother, to camouflage, to cloak. *Che đậy một chuyện xấu :* To smother up a scandal. *Che đậy sự thật :* To camouflage the truth.

che giấu [cɛ ʒáu] To hide, to cover. *Nàng cười đề che giấu sự nhút nhát của nàng :* She laughed to cover her nervousness.

che khuất [cɛ xwất] To eclipse, to hide, to screen. *Những đám mây che khuất mặt trời :* Clouds hit the sun. *Mặt trời bị mây che khuất :* The sun was screened by clouds. *Cái nhà bị cây cối che khuất :* A house shut in by trees.

che kín [cɛ kín] To cover, to shield.

che lấp [cɛ lấp] 1) See **che khuất**.

2) (Astr) To occult.

che mắt [cɛ mắt] *Che mắt người nào :* To blind someone to the facts ; to throw dust in someone's eyes ; to bluff someone. *Lấy tay che mắt (vì bị chói mắt) :* To shade one's eyes with one's hand.

che mặt [cɛ mặt] To hide one's face. *Che mặt bằng màng :* To veil one's face. *Nàng lấy tay che mặt lại :* She hid her face in her hands.

che mưa [cɛ mưə] To shelter from the rain.

che nắng [cɛ nắŋ] To shelter from the sun's rays.

che ô [cɛ o] See **che dù**.

che phú [cɛ fủ] To cover. *Đỉnh núi bị mây che phủ :* The top of the mountain was covered by a cloud.

ché [cé] Vase.

chè [cè] Kind of sweet used as dessert made of green peas and sugar.

chè Tea. See **trà**.

chè chén [cè cén] To drink. *Chè chén bê tha :* Addicted to drink.

chè tàu [cè tàu] Chinese tea.

chẻ [cẻ] To split, to cleave, to chop, to cut (up), to slit, to rive (wood) ; to rip up.

chẻ củi [cẻ kủi] To chop sticks.

chẻ đôi [cẻ doi] To cleave (a block of wood) in two.

chém [cém] To cut, to chop. *Máy chém:* Guillotine.

chém đầu [cém dầu] To decapitate, to behead, to cut off the head of, to cut the head from. *Chém đầu người nào :* To strike off someone's head.

chém giết [cém ʒiết] To butcher. *Cuộc chém giết :* Carnage.

chen [cɛn] To crowd, to jostle, to thread. *Chen vào một đám đông :* To crowd into a thronged place. *Chen, lấn người nào trong đám đông :* To jostle against, with, someone in a crowd. *Chen ngang qua đám đông :* To thread one's way through a crowd, to squeeze through the crowd. *Các cầu thủ chen nhau giành trái banh :* The players scrambled for the ball (to get the ball).

chen chúc [cɛn cúk] Crowded.

chen chúc To crowd (together). *Ba gia đình chen chúc nhau trong một căn buồng nhỏ :* Three families crowded into one small room.

chen lấn [cɛn lấn] To hustle, to crush, to jostle, to crowd. *Người ta chen lấn nhau lên xe ô-tô-buýt :* People were crowding to board the bus. *Chen lấn nhau :* To hustle one another. *Chúng tôi bị chen lấn (ép) gần nghẹt thở :* We were nearly crushed to death.

chen nhau [cɛn ɲau] To squeeze up (together).

chen vai [cɛn vai] To rub shoulders with. *Chen vai thích cánh với đời :* To rub shoulders with other people, to meet and mix with other people.

chén [cén] Bowl. *Chén cơm :* Bowl of

rice. *Chén rượu* : Cup of wine. *Cạn chén* : To empty one's cup of wine.

chén To eat and drink.

chén cơm [cến kəm] Bowl of rice. *Bữa ăn sáng anh ăn mấy chén cơm ?* : How many bowls of rice did you eat at breakfast ?. *Hất chén cơm của người nào* : To take the bread out of someone's mouth.

chèn [cèn] To chock (up) ; to force (one's opponent) out of his path.

chẽn [cẽn] Tight (clothing).

chẹn [cẹn] To bar, obstruct (the way).

chẹn cồ [cẹn kỏ] To strangle, to throttle (someone).

cheo [cɛu] Betrothal, engagement fee. *Nộp cheo* : To pay the engagement fee to the village.

cheo leo [cɛu lɛu] Perilous, dangerous. *Bờ biển cheo leo* : Foul coast.

chéo [cếu] Diagonal. See **tréo.**

chéo áo [cếu áu] Corner of a coat.

chèo [cèu] Oar. *Người chèo giỏi* : Good oar. *Người chèo thuyền* : Oarsman, oarswoman. *Thuật chèo thuyền* : Oarsmanship. *Thuyền bốn chèo* : Four-oared boat. *Thuyền tám chèo* : Boat that pulls eight oars, eight-oared boat.

chèo [cèu] To oar, to row, to paddle, to pull (at the oar). *Chèo thuyền tới* : To oar a boat. *Chèo lại vật gì* : To oar one's way towards something. *Chèo riết* : To row hard. *Chèo xuồng qua sông* : To row over the river. *Chèo mau* : To row a fast stroke. *Chèo vài cái* : To row a few strokes. *Chèo vào bờ* : To pull ashore. *Chèo quanh đảo* : To row round the island. *Anh biết chèo thuyền không ?* : Can you row a boat ?.

chèo Comedy.

chèo chống [cèu cóŋ] To row and punt.

chèo đôi [cèu doi] Scull. *Chèo thuyền tới bằng chèo đôi* : To scull a boat.

chép [cếp] To copy, to note, to write down, to transcribe, to jot down. *Chép một đoạn sách* : To copy out a passage from a book. *Chép vào sổ những việc đã xảy ra* : To note events

in one's book. *Chép (để nhớ) việc gì* : To jot something down. *Tôi chép không sót một chữ* : I have copied every word of it.

chép *Cá chép* : Carp.

chép bài [cếp bài] To copy a lesson.

chép lại [cếp lại] To recopy.

chép miệng [cếp miệŋ] To smack one's lips (on seeing or tasting good food or drink).

chép môi [cếp moi] See **chép miệng.**

chét [cét] See **trét.**

chét hoa [cét hwa] (Bot) Floret, floscule. *Những chét hoa ở phía trong* : Florets of the disk. *Những chét hoa ở phía ngoài* : Florets of the ray. *Có nhiều chét hoa* : Floscular, flosculous.

chẹt [cẹt] To crush, to run over. *Chết chẹt* : To be run over ; to be caught between two fires. *Bắt chẹt người nào* : To take advantage of someone in difficult circumstances.

chê [ce] To belittle, to blame, to disapprove, to find fault with.

chê bai [ce bai] To denigrate.

chê bỏ [ce bỏ] To reject, to turn up one's nose at.

chê chán [ce cán] Satiated.

chê cười [ce kười]To ridicule, to mock, to laugh at.

chê trách [ce tráik] To blame, to reprimand.

chế [cé] To mock, make fun of, make game of, laugh at, to deride ; to jeer at.

chế To pour (out, forth).

chế To be in mourning.

chế To mix, prepare and give out (medicine, etc...).

chế biến [cé biến] To adapt.

chế chỉ [cé cỉ] To prevent.

chế dâm [cé zəm] Preventive of venereal desire. *Chế dâm dược* : Antaphrodisiac.

chế dục [cé zụk] To temper, restrain one's desire.

chế định [cé địŋ] To provide, to stipulate, to regulate.

chế độ [cé dọ] Regime, system. *Chế độ cũ* : Old regime.

chế độ cộng hòa [cé dọ kọŋ hwa] Republic.

chế độ dân chủ [cé dọ zən củ] Democracy.

chế độ cộng sản [cé dọ kọŋ ʃản] Communistic regime.

chế độ độc tài [cé dọ dọk tài] Dictatorial regime.

chế độ lưỡng bản vị [cé dọ lữŋ bản vị] Bimetaliism.

chế độ lưỡng viện [cé dọ lữŋ viện] The double chamber system.

chế độ phát xít [cé dọ fát sít] Fascist regime.

chế độ phong kiến [cé dọ fɔŋ kiến] Feudal system.

chế độ quý tộc [cé dọ kwí tọk] Aristocracy.

chế độ thuế má [cé dọ θwé má] Tax system.

chế độ tiền tệ [cé dọ tiền tệ] Coinage, monetary system. *Chế độ tiền tệ của một nước* : Coinage of a country.

chế độ tư bản [cé dọ tư bản] Capitalism, capitalist regime.

chế giễu [cé ʃễu] To deride, to make fun of, to jeer at. *Chế giễu người nào:* To make fun of, poke fun at someone; to make game of someone.

chế hóa [cé hwa] To fabricate, to manufacture.

chế ngự [cé ŋự] To control, to restrain, to dominate, to constrain, to enchain; to conquer (one's desire).

chế nhạo [cé ɳạu] To mock, to jeer at, to deride, to laugh at. *Nụ cười chế nhạo:* Derisive laughter. *Chế nhạo người nào bằng cách xòe tay ra, ngón cái chống lên mũi:* To cock, make, cut, a snook at someone. *Chế nhạo người nào:* To mock, jeer, laugh, at someone.

chế pháp [cé fáp] Laws, regulations.

chế phẩm [cé fẩm] Manufactured articles, manufactured goods.

chế phục [cé fụk] To control, to bring under, to master.

chế phục Mourning clothes.

chế ra [cé ra] To invent.

chế rượu [cé rượu] To alcoholize.

chế tác [cé ták] To create, to invent.

chế tạo [cé tạu] To manufacture. *Nhà chế tạo:* Manufacturer. *Xưởng chế tạo:* Factory.

chế tạo phẩm [cé tạu fẩm] See chế phẩm.

chế thuốc [cé θwɔ́rk] To mix, prepare and give out medicines ; to dispense. *Chế thuốc theo toa:* To fill a prescription.

chế trà [cé trà] To brew tea.

chế trị [cé trị] To dominate, to rule.

chếch [céik] Oblique, inclined, tilted, slanting, sloping.

chêm [cem] 1) To chock (up); to fix (a wheel); to pack. *Chêm một chân bàn:* To pack (up) the short leg of a table.

2) To add, to break in.

chễm chệ [cễm cệ] *Ngồi chễm chệ:* To sit in a solemn, haughty manner.

chênh [ceiŋ] Tilted, slanting, sloping.

chênh chếch [ceiŋ céik] Oblique, tilted, slanting.

chênh chênh [ceiŋ ceiŋ] Slanting.

chênh lệch [ceiŋ lẹik] Disproportionate; unequal.

chênh vênh [ceiŋ veiŋ] Unstable

chênh choáng [céiŋ cwáŋ] To be slightly drunk, to be hazy.

chểnh mảng [cểiŋ mảŋ] Neglectful, negligent, careless. *Nó mất việc vì chểnh mảng bổn phận:* He lost his position owing to neglect of duty.

chệnh choạng [ceiŋ cwạŋ] To reel, to stagger.

chết 1) To die, to pass away ; to expire; to breathe one's last ; to pay the debt of nature, pay one's debt to nature. *Nó chết hồi nào ?* : When did he die?. *Nó chết hôm qua:* He died yesterday. *Gần chết, sắp chết:* To be dying. *Giường chết:* Dying bed. *Đến ngày chết:* To one's dying day. *Tôi sẽ nhớ việc ấy tới chết* : I shall remember in my dying day. *Nó đã chết trong đêm* : He passed away in the night. *Nàng chết trên tay tôi* : She passed away in my arms. *Nó chết để lại một vợ và ba con* : He leaves a wife and three sons. *Nó chết chỉ để lại nợ* : He died leaving nothing but debts. *Nó chết để tất cả tiền bạc của nó lại cho cơ quan từ thiện* : He left all his money to charity. *Nó chết đã lâu rồi* : He died long since, long ago. *Shakespeare chết năm 1616* : Shakespeare died in 1616. *Hoa sẽ chết nếu không có nước* : Flowers soon die if they don't get water. *Tôi nhớ hình như nó đã chết rồi* : I have a vague idea that he was dead. *Nó chết lúc bảy giờ, trên tay tôi* : He died at seven o'clock, in my arms. *Chết vì tổ quốc* : To die for one's country.

2) (Of timepiece, machine) To stop; to be out of order. *Đồng hồ tôi chết rồi* : My watch has stopped.

chết Dead, breathless. *Người chết* : The dead man. *Đánh, giết người nào chết tươi* : To strike, kill, someone (stone) dead. *Nó đã chết mất đất rồi* : He is dead and buried. *Thiệt chết, chết thật rồi* : Dead as a doornail, dead as mutton. *Thành phố chết (không có vẻ hoạt động)* : Dead city. *Làm cho người chết sống lại* : To rise from the dead. *Ngủ như chết* : Dead asleep. *Nàng chết đã ba giờ rồi* : She has been dead for three hours (=she died three hours ago). *Người ta nói rằng nó đã chết rồi* : It was given out that he was dead, he was given out to be dead, he is reported to be dead.

chết Death. *Lúc gần chết* : In the hour of death, in the death struggle. *Đến chết* : Till death. *Trung thành đến chết* : Faithful unto death. *Giết chết (xử tử) người nào* : To put someone to death. *Đau gần chết* : To be sick (un)to death. *Anh làm tôi sợ gần chết* : You frighten me to death. *Gần chết* : To be at death's door. *Ngủ mê như chết* : Deathlike sleep. *Khi nó sắp chết* : When he was about to die. *Cái chết sắp đến, gần kề* : The approach of death. *Sống sao chết vậy* : As we live so shall we end. *Làm chết gần một cái răng* :

To kill the nerve of a tooth.

chết bệnh [cét bẹin] To die of disease (sickness, illness).

chết cháy [cét cáy] To be burnt to death. *Một đứa bé bốn tuổi bị chết cháy và một thiếu phụ chết tại bệnh viện* : A child aged of four was burnt to death and a young woman died at the hospital. *Nhiều trẻ con bị chết cháy trong đám lửa* : Several children were burnt to death in the fire.

chết chìm [cét cìm] To be drowned. *Nó suýt bị chết chìm* : He was nearly drowned.

chết chóc [cét cɔk] To die, to pass away.

chết chưa [cét cưa] Oh, my gosh !.

chết dở [cét dở] To be between life and death ; to have (financial) trouble.

chết điếng [cét diếŋ] To be frightened to death.

chết đói [cét dói] To die of starvation, to die of famine, to starve to death, to die from (=of) hunger, to be starving. *Lương chết đói* : Starvation wages. *Sắp chết đói* : Ready to die with hunger.

chết đuối [cét duối] To be drowned. *Người chết đuối* : A drowned man, a drowning man. *Nó suýt bị chết đuối* : He was nearly drowned. *Cứu người nào khỏi chết đuối* : To save someone from drowning. *Nó té xuống biển và bị chết đuối* : He fell into the sea and was drowned. *Nó nhảy xuống sông cứu người chết đuối lên* : He jumped into the river and saved the drowning man.

chết đứng [cét dứŋ] To stand transfixed with amazement, etc....

chết già [cét sà] To die of old age, to die of age, to die full of years.

chết giấc [cét sɔk] To faint, to swoon, to lose consciousness. *Cú đánh làm nó chết giấc* : The blow caused him to lose consciousness.

chết hụt [cét hụt] To escape death very narrowly.

chết khát [cét xát] To die of thirst. *Bị lạc trong sa mạc, nó chết khát* : Lost in the desert, he died of thirst.

chết lạnh [cét lạin] To die of cold.

Nhiều người bị chết lạnh : Several of the men froze to death.

chết mê chết mệt [cét me cét mẹt] To become enamoured of ; to fall head over ears in love with ; to be madly in love with.

chết mòn [cét mòn] To die gradually.

chết ngạt [cét ŋạt] To be asphyxiated, suffocated.

chết ngất [cét ŋất] To swoon, to faint, to lose consciousness.

chết ngộp [cét ŋọp] See **chết ngạt**.

chết non [cét nɔn] To die early, to die young.

chết oan [cét wan] To die innocently, unjustly.

chết rét [cét rét] To die of cold.

chết rũ [cét rũ] To die of starvation, to starve to death.

chết sống [cét ʃóŋ] Life and death ; serious matter. *Đó là một vấn đề chết sống* : It's a matter of life and death.

chết sớm [cét ʃớm] To die early, to die young, to die before one's time.

chết thiệt [cét θiệt] Dead as a door-nail.

chết thiêu [cét θieu] Burnt to death.

chết trôi [cét troi] Drowned.

chết tự nhiên [cét tụ ɲien] To die a natural death. *Nó mong được chết tự nhiên* : He hopes to die a natural death (to die as the result of old age or disease, not by violence, accident or poison).

chết tươi [cét tɯəi] To die on the spot. *Giết người nào chết tươi* : To kill someone outright.

chết yểu [cét iểu] To die early, to die young, to have a short life, to die before one's time.

chết yểu Short-lived, having a short life.

chết vì sợ [cét vì ʃợ] To die of fright.

chết vì tổ quốc [cét vì tổ kwók] To die for one's country.

chết vì bịnh [cét vì bịɲ] To die of disease.

chi [ci] To pay, to disburse, to spend.

chi What ?, anything, something, everything. *Ông muốn chi ?* : What do you want ?. *Nếu muốn chi, anh cứ bảo tôi* : If you want something just tell me. *Không can chi* : It doesn't matter. *Anh làm chi đó ?* : What are you doing ? *Nói chi nó cũng cười* : He laughs at everything. *Không có chi là lạ cả* : That isn't to be wondered at.

chi Branch ; limb. *Tứ chi* : The four limbs.

chi bằng [ci bàɯŋ] Wouldn't it be better to.. ; it would be better to.

chi biện [ci biện] To spend, expend.

chi cấp [ci cóp] To subsidize, to grant.

chi chít [ci cít] Compact, serried, dense.

chi dụng [ci zụŋ] To spend.

chi điểm [ci diểm] Agency, branch (establishment).

chi đó [ci dɔ́] What is it ?.

chi độ [ci dọ] To spend.

chi hội [ci họi] Branch (of association, society).

chi kháng [ci xáɲ] To resist.

chi li [ci li] To separate.

chi li Stingy.

chi lộ [ci lọ] Branch-road.

chi lưu [ci lɯu] Tributary, affluent (of river).

chi nhánh [ci ɲáiɲ] Branch office, agency. *Nhà buôn có nhiều chi nhánh* : Firm with multiple shops. *Có một chi nhánh bưu-điện rất gần đây* : There is a branch post-office quite near. *Công ty Ford có chi nhánh khắp thế giới* : The Ford Company has agencies all over the world.

chi phận [ci fạn] To share, to divide.

chi phí [ci fi] Expenditure, expenses. *Chi phí vặt* : Petty expenses. *Bớt số chi phí* : To axe expenditure. *Chi phí bất thường* : Contingent expenses.

chi phiếu [ci fiéu] Cheque, check. *Lãnh chi phiếu* : To cash a cheque.

chi phối [ci fói] 1) To distribute 2) To direct, to control.

chi quán [ci kwán] See chỉ điểm.

chi thâu [ci θəu] Expenditures and receipts.

chi thể [ci θẻ] The members and the body.

chi thu [ci θu] See chi thâu.

chi thuộc [ci θwặrk] Relatives, collaterals.

chi tiết [ci tiét] Details, particular. *Đi quá sâu vào chi tiết* : To go too deeply into details. *Cho đầy đủ chi tiết việc gì* : To give a detailed, circumstantial, account of something ; to relate something in detail ; to go into details of something ; to go circumstantially into a matter ; to give particulars of something. *Quên những chi tiết* : To leave out the details. *Xin cho tôi tất cả chi tiết* : Please give me all the details. *Đừng bỏ quên một chi tiết nhỏ nhặt nào* : Don't omit a single detail. *Nói vắn tắt cho tôi biết việc đã xảy ra ; đừng đi sâu vào chi tiết* : Tell me what happened in a few words ; don't go into details. *Kế đó nó cho tôi biết tất cả chi tiết* : He went on to give me all the details. *Chúng ta có thể bỏ qua các chi tiết* : We may pass over the details. *Cho tất cả chi tiết* : To enter, go, into all the details, to give full particulars. *Đi quá sâu vào chi tiết* : To go too deeply into details.

chi tiêu [ci tieu] To spend, to expend.

chi tử [ci tử] 1) The second-born child.

2) All the children of a family, excepting the eldest child.

chí [cí] Head-louse.

chí Will. *Thiện chí* : Goodwill. *Tỏ thiện chí* : To show good will. *Hữu chí cánh thành* : Where there is a will there is a way.

chí Very, quite, most. *Chí lý* : Quite right.

chí To arrive, to reach. *Từ Nam chí Bắc* : From the South to the North. *Từ đầu chí cuối* : From begining to end.

chí ác [cí ák] Very wicked.

chí cao [cí kau] Very, extremely high.

chí chết [cí cét] To death, to the utmost. *Làm chí chết* : To work very hard.

chí công [cí koŋ] Very just.

chí đại [cí dại] Huge, very big.

chí đức [cí dúk] High virtues.

chí giao [cí ʒau] Closest, most intimate.

chí hạnh [cí hạiɲ] Good behaviour.

chí hiếu [cí hiéu] Very pious.

chí hướng [cí huớŋ] Inclination, tendency.

chí khí [cí xi] Energy, will.

chí khõ [cí xó] Pawnshop.

chí khổ [cí xỏ] Unfortunate, unhappy.

chí kim [cí kim] Until now, up to now.

chí lý [cí li] Most reasonable, quite right.

chí mạng [cí mạŋ] To death, to the utmost.

chí nguyện [cí ŋwiện] Aim ; will, desire.

chí nguyện quân [cí ŋwiện kwən] Volunteer.

chí nhựt [cí nựt] Solstices.

chí phải [cí fải] Quite right.

chí sĩ [cí ʃi] Determined man.

chí tài [cí tài] High talented.

chí tâm [cí təm] Heartily, with a will.

chí thành [cí θàiɲ] Very sincere.

chí thân [cí θən] Familiar, very close, intimate (friend).

chí thiết [cí θiét] See chí thân.

chí thú [cí θú] Firm intention to work and save money.

chí tình [cí tịɲ] 1) Very sincere.

2) With all one's heart, with heart and soul.

chí tôn [cí ton] Supreme.

chí tuyến [cí twién] (Astr) Tropic.

chí tử [cí tử] To death, until death.

chí tử Hostage. See con tin.

chí ư [cí ɯ] As to, with regard to.

chí yếu [cí iéu] Most important.

chì [cì] Lead. *Dây chì* : Lead wire. *Đạn chì* : Lead shot. *Viết (bút) chì* : Pencil. *Có bọc chì* : Lead coated. *Có chất chì* :

Lead - bearing, plumbiferous (Ch), plumbous. *Da chì* : Leaden complexion. *Cầu chì*: Fuse. *Dây chì (dò nước)*: Plumb-line. *Cục chì (cột vào dây chì, dây câu)* : Plummet. *Chứng ngộ độc chì*: (Med) Plumbism. *Hóa hợp với chì*: (Ch) Plumbic. *Xưởng, thuật, nghề đúc, hàn chì*: Plumbery. *Thợ hàn chì*: Worker in lead, plumber.

chỉ [cỉ] 1) Thread. *Nhỏ như sợi chỉ* : Thread like. *Kim chỉ*: Needle and thread. *Chỉ may máy* : Sewing thread. *Ống chỉ, suốt chỉ*: Bobbin. *Máy cuốn chỉ*: Bobbin-frame. *Tôi muốn loại chỉ mịn hơn; thứ nầy to quá* : I want some finer thread; this is too thick. *Tánh mạng của nó như chỉ mành treo chuông* : His life hung by a thread, by a hair.

2) *Đường chỉ (của đinh ốc)*: Thread. *Máy khoan bắt chỉ ốc* : Thread-cutter. *Lỗ khoan có bắt chỉ ốc* : Threaded hole.

chỉ To show, to point out, to direct, to indicate, to teach. *Chỉ đường cho người nào* : To show, teach someone the way ; to point, guide the way to someone. *Chỉ, dạy người nào đọc* : To show someone how to read. *Chỉ chỗ ngồi cho người nào* : To show someone to his seat. *Chỗ chỉ trên bản địa đồ* : Place shown on the map. *Chỉ vật gì cho người nào (bằng ngón tay)* : To point out something to someone (with one's finger). *Kim chỉ hai giờ* : The hands indicate two o'clock. *Chỉ vật gì bằng ngón tay* : To indicate something with the hand. *Chỉ đường người nào đi đến ga* : To direct someone to, towards, the station. *Chỉ tôi cách làm cái ấy* : Show me how to do it (how it is done).

chỉ Only, merely, simply, but. *Chỉ có chúng tôi biết việc ấy thôi* : We are the only people that know it. *Không phải chỉ có một mình anh* : You are not the only one. *Nó chỉ có một mình anh (em) thôi* : He has only one brother. *Chỉ nửa giờ thôi* : Only half an hour more. *Chỉ một người mà thôi* : One man only. *Chỉ có năm người còn sống* : Only five men remained alive. *Quyền*

sách ấy rất hay, chỉ hiềm hơi dài quá một chút : The book is interesting, only rather too long. *Nó chỉ là một đứa bé* : He's a mere boy, he is but a child. *Nó chỉ là một học sinh* : He is nothing but a student. *Chúng nó chỉ có mười một người* : They are only eleven. *Chỉ có nó biết việc ấy* : None but he knew of it. *Nó chỉ đi vô và đi ra, không làm việc gì cả* : He does nothing but go in and out. *Tôi chỉ gặp nó có một lần đó thôi* : I only saw him that once. *Một chỗ chỉ có tôi biết* : A place known to me alone. *Chỉ có chúng tôi biết việc ấy thôi* : We are the only people who know of it.

chỉ bảo [cỉ bảu] To direct, to teach, to advise. *Đúng theo lời chỉ bảo* : As directed.

chỉ dạy [cỉ zạy] See **chỉ bảo**.

chỉ dẫn [cỉ zỗn] To show, to explain.

chỉ dụ [cỉ zụ] Royal edict, imperial decree. *Ủy ban chỉ đạo* : Steering committee.

chỉ đạo [cỉ dạu] To guide, lead, conduct, show, the way.

chỉ điểm [cỉ dièm] To augur, to foretell, to foretoken.

chỉ điểm viên [cỉ dièm viên] Informer.

chỉ định [cỉ dịn] To designate, to assign, to name, to nominate. *Hai học sinh được chỉ định quét lớp học* : Two pupils were assigned to sweep the classroom. *Viên sĩ quan chỉ định ba binh sĩ đi gác cầu* : The officer detailed three men to guard the bridge. *Chỉ định người nào vào một chức vụ gì* : To nominate someone to, for, a post.

chỉ đường [cỉ dường] To show, teach, point out the way.

chỉ giáo [cỉ záu] To teach, to instruct, to show.

chỉ huy [cỉ hwi] To command, to control, to direct, to conduct. *Một sĩ quan phải biết thế nào là chỉ huy binh sĩ* : An officer must know how to handle men. *Chỉ huy một đội quân* : To be in, to assume, command, of a troop.

chỉ huy phó [cỉ hwi fɔ́] Assistant commandant.

chỉ huy trưởng [cỉ hwi trɯɜ̌ŋ] Commandant, commander, commanding officer. *Chỉ huy trưởng tổng hành dinh* : Headquarters commandant.

chỉ huyết [cỉ hwiết] (Med) Haemostatic.

chỉ nam [cỉ nam] To indicate the south. *Sách chỉ nam* : Guide (-book), handbook.

chỉ nẻo [cỉ nɛ̉u] See **chỉ đường**.

chỉ rõ [cỉ rɔ̃] To denote, to enumerate.

chỉ rối [cỉ rói] Tangled thread.

chỉ số [cỉ ʃó] Index.

chỉ tay [cỉ tay] Lines of the hand. *Thuật xem chỉ tay* : Hand-reading. *Xem chỉ tay của người nào* : To read someone's hand.

chỉ tay năm ngón [cỉ tay naɯm ŋón] To do nothing but give orders.

chỉ tệ [cỉ tệ] Bank-note, bank-bill, money-paper.

chỉ tên [cỉ ten] To denominate.

chỉ thảo [cỉ θảʊ] (Bot) Papyrus.

chỉ thị [cỉ θị] Instructions, order. *Chúng tôi chờ chỉ thị của ông* : We wait your instructions. *Chỉ thị cho người nào đến sớm* : To give a person instructions to arrive early.

chỉ thiên [cỉ θien] To point to heaven. *Bắn chỉ thiên* : To shoot into the air.

chỉ thống [cỉ θóŋ] (Med) Calmative, sedative, demulcent, soothing, anodyne.

chỉ tơ [cỉ tə] Silk yarn.

chỉ trích [cỉ trik] To criticize ; to censure, to pass censure on, find fault with (someone, something) ; to comment. *Chỉ trích việc gì một cách gắt gao* : To criticize something severely. *Chỉ trích hạnh kiểm của người nào* : To comment on someone's behaviour. *Sự chỉ trích kịch liệt* : Diatribe.

chỉ trỏ [cỉ trɔ̃] To show.

chỉ trước [cỉ trúrk] To betoken.

chỉ vẽ [cỉ vẽ] See **chỉ bảo**.

chỉ vọng [cỉ vʲŋ] To hope.

chị [cị] 1) Elder sister. *Chị tôi không ưa nó* : My sister did not like him. 2) Familiar appellative of young woman.

chị cả [cị kả] Eldest sister.

chị chồng [cị còŋ] Sister-in-law (the elder sister of one's husband).

chị dâu [cị zəu] Sister-in-law (the wife of one's elder brother).

chị em [cị ɛm] Sister. *Chị em cùng cha khác mẹ hay cùng mẹ khác cha* : Half-sister. *Tất cả đàn bà là chị em* : All women are sisters.

chị em bạn [cị ɛm bạn] Girl friends.

chị em họ [cị ɛm hɔ] Female cousins.

chị em nuôi [cị ɛm nuəi] Foster-sisters.

chị gái [cị gái] Elder sister.

chị hằng [cị hằɯŋ] The moon.

chị họ [cị hɔ] Female cousin.

chị ruột [cị ruʊt] Blood sister, sibling sister, full sister.

chị vợ [cị vợ] Sister-in-law (the elder sister of one's wife).

chia [ciə] 1) To divide, to share, to separate, to distribute; to parcel out, to apportion (property, spoils, work, etc..); to share out (loot, etc..). *Chia làm hai* : To divide in two. *Chia tiền lời* : To divide the profits. *Các sinh viên chia ra làm ba toán* : The students split (up) into three groups. *Đảng chia ra ba nhóm* : The party split up into three groups. *Chia vật gì với người nào* : To share something with someone. *Nó chia vui xẻ cực với tôi* : He shares (in) my troubles as well as my pleasures. *Chia vật gì ra nhiều phần* : To separate something into parts. *Chia hàng hóa ra từng lô* : To parcel out goods. *Chia một số tiền cho nhiều người* : To apportion (out) a sum among several people.

2) (Math) To divide. *Toán chia* : Division. *Số chia* : Divisor. *Số phải chia* : Dividend. *Chia một số cho một số khác* : To divide one number by another. *Mười hai có thể chia cho ba* : Twelve divides by three.

3) To deal (cards). *Người chia bài*

Dealer. *Ai chia bài ?* : Who dealt the cards ?.

4) (Gram) To conjugate (a verb). *Sự, cách chia động từ :* Conjugation of verb.

chia bài [ciə bài] To deal cards. *Ai chia bài ?* : Who dealt the cards ?. *Tới phiên ai chia ?* : Whose deal is it ?, Whose turn is it to give out the cards ?.

chia buồn [ciə buồn] To share (in) someone's grief, to offer one's condolences to. *Lời chia buồn* : Condolence. *Thơ chia buồn* : Letter of condolence. *Chia buồn với người nào* : To offer someone one's condolences.

chia đôi [ciə doi] To divide in two.

chia lìa [ciə liə] To separate.

chia lời [ciə lời] To divide the profits.

chia ly [ciə li] To disunite, to dissociate.

chia ổ [ciə ổ] (Of bees) To cast, to cast a swarm.

chia phần [ciə fən] To share out.

chia phôi [ciə foi] To separate.

chia ra [ciə ra] To divide, to part ; to compart, to diverge.

chia rẽ [ciə rẽ] To divide, to disunite, to sever, to separate, to split. *Xin đừng để một việc nhỏ mọn như thế chia rẽ chúng ta* : Please don't let such a small matter divide us.

chia rẽ (sự) Division, cleavage. *Gây sự chia rẽ trong một gia đình* : To bring discord, division, into a family, to set a family at variance. *Vấn đề Việt-Nam gây sự chia rẽ trong chánh phủ* : The government split on the Vietnamese question.

chia tay [ciə tay] To separate. *Chúng tôi trò chuyện đến khuya đoạn chia tay nhau* : We talked until midnight and then separated.

chia uyên rẽ thúy [ciə wien rẽ θwí] To separate two lovers.

chia vui xẻ cực [ciə vui sẻ kụk] *Nó chia vui xẻ cực với tôi* : He shares (in) my troubles as well as my pleasures.

chia vụn [ciə vụn] To break up.

chia xẻ [ciə sẻ] To partake, share (trouble, pleasures, etc...) ; to divide up, to dismember ; to partition (empire, country). *Chia xẻ việc gì với người nào* : To participate something with someone. *Chia xẻ sự đau đớn với người nào* : To feel for, with, someone in his sorrow.

chìa [ciə] To hold out.

chìa khóa [ciə xwá] Key. *Chìa khoá đặc* : Pin-key. *Chìa khóa ống, hổng :* Piped key. *Đút chìa khóa vào ổ khóa:* To put the key in the lock. *Mỏ chìa khóa* : Key-bit. *Bảng đề móc chìa khóa:* Key-rack. *Khâu, vòng đề xỏ chìa khóa:* Key-ring. *Chìa khóa mất đã tìm lại được* : The lost key has been found. *Đưa chìa khóa của anh cho tôi* : Let me have your key. *Chúng nó đã đem chìa khóa theo* : They took the keys away with them.

chìa ra [ciə ra] To extend, to hold out, to stretch out.

chìa tay [ciə tay] To hold out one's hand.

chìa vôi [ciə voi] Stick used to spread lime on betel leaf.

chĩa [ciə] Fork. *Chĩa hai :* Two-pronged fork, pitch-fork. *Chĩa ba :* Three-pronged fork ; trident.

chĩa To point. *Chĩa súng vào người nào:* To aim, point, a gun at someone ; to level one's gun at, against, someone.

chích [cík] 1) To prick, to sting, to bite. *Bị ong vò vẽ chích :* To be stung by a wasp. *Con ong chích ngón tay tôi :* A bee has stung my finger.

2) To inject, inoculate, to give an injection. *Ống chích :* Syringe. *Sự chích dưới da :* Subcutaneous injection, hypodermic injection. *Chích người nào một mũi thuốc dưới da:* To give someone a hypodermic injection. *Bộ Y tế yêu cầu tất cả dân chúng ở trong những vùng bị bịnh chích ngừa :* The Health department urged all inhabitants of the affected areas to get immunization shots.

3) To prick, to puncture (a balloon, an abcess, etc.). *Chích mụt nhọt cho mủ chảy ra :* To tap an abcess.

chích ảnh [cík ảiɲ] Lonely shadow.

chích chòe [cík cừɛ] (Zoo) Black-bird.

chích gân [cík gɔn] Intravenous injection.

chích máu [cík máu] To bleed. *Chích máu ở cánh tay người nào :* To bleed someone on the arm.

chích ngừa [cík ɲừɔ] To inoculate, to get immunisation shot. *Chích ngừa trái giống :* To be inoculated against smallpox. *Chích ngừa trước khi đi ngoại quốc :* To get inoculated before going abroad.

chích thịt [cík θịt] Intramuscular injection.

chích thuốc [cík θwɔ́rk] To give, to get an injection ; to inject a drug into (the body).

chiếc [cirk] Alone, solitary, lonely. *Hoa chiếc :* Solitary flower.

chiếc One ; one of a pair. *Một chiếc giày :* One shoe. *Chiếc nào ? :* Which one ?.

chiếc bóng [cirk bɔ́ɲ] Lonely shadow.

chiếc chiều [cirk ciếu] A mat.

chiếc đũa [cirk dữɔ] A chopstick.

chiếc giày [cirk ɟày] A shoe. *Chiếc giày của tôi chật quá :* My shoe is too tight

chiếc hàng không mẫu hạm [cirk hàɲ xoɲ mẫu hạm] (Navy) Aircraft carrier.

chiếc nhẫn [cirk ɲɔ̃n] Ring. *Người đầy tớ vội vàng trao lại những chiếc nhẫn đã ăn cắp :* The servant promptly delivered up the stolen rings.

chiếc tàu [cirk tàu] A ship.

chiếc thuyền [cirk θwiền] A boat.

chiếc xe [cirk se] A vehicle.

chiếc xuyến [cirk swiến] Bracelet.

chiêm [ciem] To divine, to augur.

chiêm [ciem] To look up (to), to admire, to observe.

chiêm bái [ciem bái] To adore.

chiêm bao [ciem bau] To dream. *Chiêm bao thấy người nào :* To dream of, about, someone. *Đêm qua anh chiêm bao thấy cái gì đó ? :* What did you dream about last night. ? *Nằm chiêm bao :* To have a dream, to dream a dream. *Chiêm bao thấy vật, việc gì :* To see something in a dream.

chiêm bốc [ciem bók] To divine.

chiêm nghiệm [ciem ɲiệm] To experiment.

chiêm ngưỡng [ciem ɲwɔ̃ɲ] To revere, to worship.

chiêm tinh [ciem tiɲ] To observe the stars. *Nhà chiêm tinh :* Astrologer.

chiêm tinh thuật [ciem tiɲ θwạt] Astrology.

chiêm [ciếm] 1) To seize, take possession of (town, fort), to capture (a town). *Các binh sĩ xông tới chiếm vị trí địch :* The soldiers rushed forward and carried the enemy's position. *Ồ ạt chiếm lấy một cái đồn :* To take a fortress by storm. *Nó chiếm tất cả giải trong trường :* He captured all the prizes at school, he carried off all the prizes at school.
2) To capture, to win (a prize).
3) To occupy, to tenant.
4) To gain. *Chiếm được cảm tình của người nào :* To gain someone's sympathy.
5) To fill, take up (time, space).

chiêm cứ [ciếm cứ] To occupy forcibly, take possession of.

chiêm đoạt [ciếm dwạt] To appropriate, to usurp ; to dispossess, to despoil. *Chiếm đoạt vật gì của người nào :* To despoil, dispossess someone of something.

chiêm đóng [ciếm dɔ́ɲ] To occupy (enemy's territory). *Sự chiếm đóng :* Occupation. *Quân đội chiếm đóng :* Army of occupation, occupation troops. *Sự chiếm đóng một vị trí :* Occupation of position. *Nó được thả dù xuống nước Pháp lúc bị chiếm đóng :* He was dropped by parachute in France during the occupation.

chiêm giải [ciếm ɟải] To win a prize.

chiêm giữ [ciếm ɟữ] To withhold. *Chiếm giữ tài sản :* To withhold property.

chiêm hữu [ciếm hữu] To possess, to appropriate.

chiên [cien] To fry. *Chiên cá* : To fry fish. *Khoai tây chiên* : Fried potatoes.

chiên Sheep, lamb.

chiên ghẻ [cien gẻ] Scably sheep ; black sheep (of a family, etc...).

chiên khoai [cien xwai] To fry potatoes.

chiến [ciến] To fight ; to contest. *Hải chiến* : Naval action. *Ngưng chiến* : To break off the action. *Tuyên chiến* : To declare war. *Kháng chiến* : Resistance. *Đình chiến* : Armistice. *Hiếu (hảo) chiến* : Warlike, war-loving. *Khai chiến* : To come into action.

chiến First-rate, bully, clinking.

chiến bại [ciến bại] Vanquished. *Kẻ chiến bại* : Vanquished person.

chiến báo [ciến báu] War report, report of war.

chiến bào [ciến bàu] War dress.

chiến bắc [ciến báɯk] See chiến bại.

chiến binh [ciến biɲ] Combatant, fighting man. *Cựu chiến binh* : Veteran; ex-service man.

chiến công [ciến koŋ] Feat of arms.

chiến cụ [ciến kụ] War material.

chiến cuộc [ciến kwɔ̆k] War situation.

chiến dịch [ciến zịk] (Mil) Operation, military action ; campaign. *Chiến dịch chống nạn mù chữ* : Anti-illiteracy campaign. *Chiến dịch tố cộng* : Anti-communist campaign.

chiến dụng [ciến zụŋ] War material.

chiến đấu [ciến dấu] To fight, to struggle, to combat, to contend, to strive, to battle ; to wrestle (with). *Chiến đấu đến cùng* : To fight out the battle to the end. *Chiến đấu với tử thần* : To struggle with death. *Chiến đấu với dục vọng của mình* : To contend with one's passions. *Chiến đấu với việc gì* : To strive with, against, something. *Chiến đấu với những sự khó khăn* : To wrestle with difficulties. *Chúng nó chiến đấu với sóng và gió* : They battled with the waves and winds.

chiến đấu (cuộc) Fight, struggle,

combat, battle, contest, engagement, action. *Nó đầu hàng mà không chiến đấu* : He gave in without a struggle. *Không chiến đấu được* : Out of action.

chiến đấu cơ [ciến dấu kɔ] Fighter, battle-plane, fighter airplane. *Chiến đấu cơ của ta hạ được 20 phi cơ địch* : Our fighters shot down 20 enemy aircraft.

chiến địa [ciến dịa] Battlefield.

chiến đoàn [ciến dwàn] (Mil) Battle group. *Chiến đoàn có thể hoàn toàn lưu động nếu có một đại đội vận tải* : The battle group can be completely mobile if it receives one truck company.

chiến hạm [ciến hạm] Battleship, warship.

chiến hào [ciến hàu] Fighting trench, shelter-trench, shelter-pit.

chiến hậu [ciến họu] After-war.

chiến hòa [ciến hwà] War and peace.

chiến họa [ciến hwạ] The scourge of war.

chiến hữu [ciến hữu] Comrade in arms, companion in arms.

chiến khu [ciến xu] War zone ; maquis.

chiến lợi phẩm [ciến lợi fẩm] Booty, trophy of war.

chiến lũy [ciến lũi] Fortress, fortification. *Chiến lũy Maginot* : The Maginot line.

chiến lược [ciến lɯɤk] Strategy.

chiến lược Strategic(al) (point, line, etc.). *Ấp chiến lược* : Strategic hamlet. *Điểm chiến lược* : Strategic point.

chiến lược gia [ciến lɯɤk ʒa] Strategist.

chiến mưu [ciến mɯɯ] Stratagem.

chiến phạm [ciến fạm] War criminal.

chiến pháp [ciến fáp] Tactics.

chiến quốc [ciến kwɔ̆k] Belligerent nation.

chiến sĩ [ciến ʃi] Fighter, combatant, warrior, fighter man, soldier. *Chiến sĩ tiền-tuyến* : Front-line soldiers. *Chiến sĩ vô danh* : The unknown warrior.

chiến sử [ciến ʃử] History of a war.

chiến sự [ciến ʃự] Hostilities, war, warfare.

chiến thắng [ciến θắɯŋ] Victory.

chiến thời [cién θài] War-time, time of war.

chiến thuật [cién θwạt] Tactics. *Thuộc về chiến thuật :* Tactical. *Nhà chiến thuật :* Tactician. *Áp dụng những chiến thuật mới :* To resort to new tactics.

chiến thuật gia [cién θwạt ʒa] Tactician.

chiến thuật biển người [cién θwạt bién ŋuài] Human wave tactics.

chiến thuật hỏa lực [cién θwạt hửa lưk] Tactics of fire.

chiến thuật quấy rối [cién θwạt kwéi rái] Harassing tactics.

chiến thuật tác xạ [cién θwạt ták sạ] Tactics of fire.

chiến thuyền [cién θwièn] Warship.

chiến thư [cién θư] Ultimatum, declaration of war.

chiến tích [cién tík] Exploit of arms.

chiến tình [cién tìp] War situation.

chiến tranh [cién traip] War. *Trong thời kỳ chiến tranh :* In war-time, in time of war. *Thần chiến tranh :* War god. *Thế giới chiến tranh :* The world war, the great war. *Mệt mỏi vì chiến tranh :* War-weary. *Bị tàn phá, bị hao mòn vì chiến tranh :* War-worn. *Chiến tranh chỉ đem đến cảnh tàn phá và nghèo khổ :* The war brought nothing but desolation and destitution. *Chiến tranh thường có nghĩa là phá hoại chứ không phải kiến thiết :* War usually means destruction, not construction. *Những sự hiểu lầm giữa các nước có thể đưa đến chiến tranh :* Misunderstandings between nations may lead to war. *Nếu anh muốn hòa bình hãy chuẩn bị chiến tranh :* If you want peace prepare for war.

chiến tranh cân não [cién traip kən nãu] War of nerves.

chiến tranh chính trị [cién traip cíp trị] Political warfare.

chiến tranh du kích [cién traip zu kík] Guerilla war(fare).

chiến tranh điện tử [cién traip diẹn tử] Electronic warfare.

chiến tranh giải phóng [cién traip ʒài fɔ́ŋ] War of liberation.

chiến tranh hao mòn [cién traip hau mòn] War of attrition.

chiến tranh hóa học [cién traip hửa họk] Chemical warfare.

chiến tranh hơi độc [cién traip hơi dọk] Gas warfare.

chiến tranh kinh tế [cién traip kip té] Economic warfare.

chiến tranh lạnh [cién traip lạip] Cold war.

chiến tranh nguội [cién traip ŋuại] Cold war.

chiến tranh nguyên tử [cién traip ŋwien tử] Atomic warfare.

chiến tranh nóng [cién traip nɔ́ŋ] Hot war.

chiến tranh rừng rú [cién traip rừŋ rú] Jungle warfare.

chiến tranh tâm lý [cién traip təm lí] Psychological warfare. *Chiến tranh tâm lý chiến lược :* Strategical psychological warfare. *Chiến tranh tâm lý chiến thuật :* Tactical psychological warfare. *Chiến tranh tâm lý quân-sự :* Military psychological warfare.

chiến tranh thế giới [cién traip θé ʒài] World war.

chiến tranh thuộc địa [cién traip θwək diạ] Colonial war.

chiến tranh toàn diện [cién traip twàn ziẹn] Total war(fare).

chiến tranh tôn giáo [cién traip ton ʒáu] Religious war.

chiến tranh vi trùng [cién traip vi trùŋ] Germ warfare.

chiến tranh xâm lược [cién traip səm lược] Aggressive war.

chiến trận [cién trạn] Battle.

chiến trường [cién trưàŋ] Battlefield, battle-ground, field (of battle), field of honour, theater of operations. *Rút lui khỏi chiến trường :* To withdraw from the field.

chiến tuyến [cién twién] Front, line of battle, fighting line, front line, battle line.

chiến tướng [cién tưáŋ] 1) Front-line general.

2) Player, competitor.

chiến xa [cién sa] Tank. *Chống chiến xa* : Anti-tank. *Chiến xa có thể chạy mau trên đường tốt* : Tank can travel fast on good road.

chiến xa hạng nặng [cién sa hạn nạưn] Heavy tank.

chiến xa hạng nhẹ [cién sa hạn nẹ] Light tank.

chiến xa hạng trung [cién sa hạn trun] Medium tank.

chiến xa hỏng [cién sa hỏn] Disabled tank.

chiến xa lội nước [cién sa lội nứrk] Amphibious tank.

chiến xa xung phong [cién sa sun fon] Assault tank.

chiêng [cien] Gong.

chiêng [cién] 1) First-rate, fine. *Trai tử chiếng* : Adventurer.
2) First time. *Có trái chiếng* : (Of fruit tree) To have fruits first time.

chiết [ciét] To graft.

chiết To deduct, to take off, to reduce.

chiết bán [ciét bán] To divide in two.

chiết đoạn [ciét dwạn] To break off.

chiết hoa [ciét hwa] To pluck a flower, (fig) to deflower (maiden).

chiết khẩu [ciét xấu] To discount.

chiết ma [ciét ma] Misfortune.

chiết quang [ciét kwan] (Phys) Refringent, refractive. *Sự, tính chiết quang* : Refraction, refringency.

chiết quang học [ciét kwan họk] Dioptrics.

chiết quế [ciét kwé] To pluck the casssia, (fig) to pass an examination.

chiết tồn [ciét tồn] To cause damage.

chiết trung [ciét trun] Eclectic. *Chiết trung chủ nghĩa* : Eclecticism.

chiết tự [ciét tự] Graphology.

chiêu [cieu] To evoke ; to call.

chiêu an [cieu an] To summon, to call upon to surrender.

chiêu bài [cieu bài] Label. *Chiêu bài tôn giáo đã được dịch hoàn toàn lợi dụng từ lâu* : The religious label has long been thoroughly exploited by the enemy.

chiêu binh [cieu bịn] To recruit soldiers.

chiêu cung [cieu kun] To admit one's fault.

chiêu dụ [cieu zụ] To invite, to reassure.

chiêu đãi [cieu dãi] To receive, to entertain.

chiêu đãi viên [cieu dãi vien] A person who receives and entertains guests. *Nữ chiêu đãi viên* : Hostess.

chiêu hàng [cieu hàn] To summon (the enemy) to surrender.

chiêu hồn [cieu hồn] To evoke, call forth, summon, conjure up, raise, call up a spirit. *Thuật, phép chiêu hồn* : Necromancy.

chiêu khách [cieu xáik] To invite the customers.

chiêu luyện [cieu lwiẹn] To recruit and to train.

chiêu minh [cieu mịn] Clear, evident.

chiêu mộ [cieu mọ] To recruit, to enlist.

chiêu nạp [cieu nạp] To admit.

chiêu tập [cieu tạp] To summon, call together, convoke, convene.

chiếu [ciéu] Mat, reed mat. *Chăn chiếu* : Blanket and mat, (fig) to live as husband and wife. *Trải chiếu* : To spread a mat. *Cuốn chiếu* : To roll up a mat.

chiếu To shine ; to flash. *Mặt trời chiếu thẳng xuống đầu chúng tôi* : The sun beats down upon our heads. *Chiếu đèn vào mặt người nào* : To flash a light in a person's face.

chiếu To conform to ; considering, seeing.

chiếu (Of chess) To check.

chiếu ánh [ciéu áin] Reflex.

chiếu ảnh [ciéu ảin] See chiếu bóng.

chiếu bí [ciéu bí] (In chess) To checkmake, to mate.

chiếu bóng [ciéu bón] Movie, cinema, moving pictures.

chiều chỉ [ciếu cỉ] Imperial decree.

chiều cố [ciếu kó] To deign, condescend ; to patronize.

chiều diệu [ciếu zịẹu] Brilliant, dazzling.

chiều điện [ciếu diẹn] To radiograph.

chiều khán [ciếu xán] Visa.

chiều lại [ciếu lại] To image, to reflect, to reverberate (as in a mirror).

chiều lệ [ciếu lẹ] 1) For form's sake, as a matter of form. *Làm việc gì chiếu lệ :* To do something for form's sake, as a matter of form.

(2 According to the customs.

chiều luật [ciếu lwạt] According to the laws ; by course of laws.

chiều manh [ciếu maịnh] Mat of small size.

chiều mệnh [ciếu mẹịnh] Imperial order.

chiều sáng [ciếu ʃáŋ] 1) To illuminate, to light up (a room, etc...).

2) To shine. *Mắt mèo chiếu sáng trong bóng tối :* A cat's eyes shine in the dark.

3) (Of jewels) To blaze, sparkle, glitter, flash ; (of diamonds, star, etc.) to sparkle, glitter, gleam.

chiều theo [ciếu θeu] According to, seeing that, conforming to.

chiều thường [ciếu θườŋ] As usual.

chiều xạ [ciếu sạ] To (ir)radiate.

chiều [ciều] Evening. *Chiều mai :* Tomorrow evening. *Chiều hôm sau :* On the evening of the next day. *Mỗi buổi chiều :* Every evening. *Báo xuất bản buổi chiều :* Evening paper. *Đến chiều nó mới được cho biết tin :* The news was not told to him till the evening.

chiều Direction. *Ngược chiều :* In the opposite direction. *Đường một chiều :* One-way street.

chiều To condescend, to treat with kindness and consideration ; to please (customer etc.) ; to indulge, to humour (someone). *Khi một đứa bé bị bịnh, nó thường được người ta chiều :*

When a child is ill he often has to be humoured (his wishes have to be granted even if they are foolish). *Chiều theo ý muốn của người nào :* To yield to someone's wishes, to comply with someone's wishes.

chiều (Not used alone) Dimension.

chiều cao [ciều kau] Height. *Chiều cao góc :* Angular height.

chiều chuộng [ciều cuọŋ] To coddle ; to treat with kindness.

chiều con [ciều kɔn] To pamper, indulge one's child.

chiều dài [ciều zài] Length.

chiều dọc [ciều zɔk] Length.

chiều đãi [ciều dãi] To cosher ; to treat kindly with consideration, respect.

chiều gió [ciều ʒɔ́] Direction of the wind.

chiều hôm [ciều hom] Evening.

chiều khách [ciều xáik] To please one's customers.

chiều ngang [ciều ŋaŋ] Breadth, width.

chiều rộng [ciều rọŋ] See chiều ngang.

chiều sâu [ciều ʃɔu] Depth. *Chiều sâu hữu hiệu :* Effective depth.

chiều theo [ciều θeu] To yield, to defer, to comply. *Chiều theo ý muốn của người nào :* To yield to someone's wishes. *Anh có luôn luôn chiều theo ý muốn của cha mẹ anh không ? :* Do you always defer to your parents' wishes ?.

chiều tối [ciều tói] Evening. *Tối sẽ làm công việc ấy ngay chiều tối nay :* I shall do it this very evening.

chiều xuân [ciều suơn] Spring evening.

chiều ý [ciều í] To defer, to yield. *Chiều ý người nào :* To yield to someone's will.

chiểu chi [ciểu ci] Considering that, seeing that.

chim [cim] Bird. *Lồng chim :* Bird-cage. *Ổ (tổ) chim :* Bird's-nest. *Người đánh (bẫy) chim :* Bird-catcher. *Nghề nuôi chim :* Bird-fancying. *Nhựa bẫy chim :* Bird-lime. *Bắn chim vừa bay lên :* To shoot a bird on the rise. *Chim xòe cánh ra* : The bird spread its wings *Chim đậu trên cành* : The bird settled on a branch. *Bắn chim đang bay* : To shoot a bird on the wing.

chim To court, to flirt.

chim ăn đêm [cim aưn dem] Nightbird.

chim chìa vôi [cim cìə voi] Wagtail.

chim chóc [cim cók] Birds.

chim chuột [cim cuạt] To flirt.

chim con [cim kɔn] Little bird, young bird.

chim cú [cim kú] Owl. *Ổ (tổ) chim cú* : Owlery. *Chim cú con* : Owlet.

chim cút [cim kút] Quail. *Chim cút con* : Young quail. *Lưới bắt chim cút* : Quail-net.

chim én [cim én] Swallow. *Chim én liệng trên không* : Swallows were darting through the air.

chim gái [cim gái] To flirt with a girl.

chim gáy [cim gáy] Turtle-dove.

chim lồng [cim lòŋ] Caged bird, a bird kept prisoner in a cage.

chim mái [cim mái] Hen bird.

chim mẹ [cim mẹ] Mother bird.

chim mồi [cim mòi] Call-bird.

chim muông [cim muəŋ] Birds and beasts.

chim ó [cim ɔ́] Falcon.

chim sẻ [cim ʃɛ̉] Sparrow. *Chim sẻ mái* : Hen sparrow. *Những con chim sẻ nhảy lại gần chúng tôi* : The sparrows come hopping up to us.

chim trĩ [cim trĩ] Pheasant. *Chim trĩ mái* : Hen-pheasant, pheasant-hen.

chim trống [cim tróŋ] Male bird.

chim ưng [cim ưŋ] Eagle. *Chim ưng con* : Eaglet.

chím [cím] *Cười chúm chím* : To smile.

chìm [cìm] 1) (Of ship) To sink, go down ; to be submerged. *Cứu một chiếc tàu khỏi chìm* : To save a ship from wreck. *Chiếc tàu chìm xuống đáy* : The ship sank to the bottom.

2) To sink. *Gỗ xuống nước không chìm*

nhưng nó nổi : Wood does not sink in water but it floats.

chìm 1) Hidden, concealed. *Của chìm* : Hidden wealth.

2) Sunk. *Chạm chìm* : Sunk carving.

chìm [cìm] *Ba chìm bảy nổi* : Ups and downs. *Đời sống đầy cảnh ba chìm bảy nổi* : Life is full of ups and downs.

chìm đắm [cìm dáɯm] Engulfed, sunk. *Chìm đắm trong tư tưởng* : Sunk, immersed, in thought ; wrapped in meditation, in thought. *Chìm đắm trong bóng tối* : Plunged in darkness.

chìm lim [cìm lim] (Of ship) To sink, to disappear completely into the water.

chín [cín] Nine. *Gấp chín lần* : Ninefold. *Mười chín* : Nineteen. *Chín phần mười* : Nine times out of ten.

chín 1) Cooked. *Cơm chín* : Cooked rice. *Quá chín* : Overdone. *Không được chín* : Underdone. *Vừa chín tới* : Done to a turn., to a nicety. *Thịt chín chưa ?* : Is the meat done yet ?. *Thịt vừa chín* : The meat is done to a turn.

2) Ripe, mature. *Lúa chín, trái cây chín* : Ripening rice, ripe fruit. *Sau khi nghĩ chín* : After due consideration.

chín bảy [cín béi] Overdone ; over-ripe, too ripe (fruit).

chín bỏ làm mười [cín bɔ̉ làm mɯài] To tolerate.

chín bói [cín bɔ́i] See **chín cây**.

chín cạnh [cín kạiŋ] (Geom) Enneagon.

chín cây [cín kei] (Of fruit) Ripened on the tree.

chín chắn [cín cáɯn] 1) Mature. *Sau khi suy nghĩ chín chắn* : After close, due, ripe, mature consideration.

2) Serious, reserved.

chín chục [cín cụk] Ninety.

chín góc [cín gɔ́k] (Geom) Enneagon.

chín khúc [cín xúk] The nine portions (of intestines).

chín muối [cín muài] Cherry-ripe.

chín mươi [cín mɯəi] Ninety. *Hơn chín mươi tuổi* : To be in the nineties.

chín nhừ [cín ɲừ] Overdone (beef, etc...).

chín rục [cín rục] Too ripe, over-ripe (fruit).

chín sớm [cín ʃớm] Soon ripe.

chín suối [cín ʃuối] The nine springs, (fig) hades, hell.

chín tới [cín tới] Done to a turn, to a nicety.

chin e [cin ɛ] For fear (that).

chinh [cíɲ] (Not used alone) War. *Thân chinh* : To direct the war in person. *Tòng chinh* : To enlist. *Quân đội viễn chinh* : The Expeditionary Force.

chinh Inclined.

chinh chiến [cíɲ cién] War, warfare.

chinh phạt [cíɲ fạt] To send a punitive expedition against. *Cuộc chinh phạt* : Expedition.

chinh phu [cíɲ fu] Warrior, fighter, fighting man.

chinh phụ [cíɲ fụ] Warrior's wife.

chinh phục [cíɲ fục] To conquer, to subdue, to subjugate. *Sự chinh phục* : Conquest, subdue. *Chinh phục được người nào, được người nào yêu, thương* : To make a conquest of someone, of someone's heart.

chinh thu [cíɲ θu] To collect, levy taxes.

chinh thuế [cíɲ θwé] See **chinh thu**.

chính [cíɲ] Essential, principal, main, capital, chief ; proper. *Điểm chính* : The essential point. *Vai chính trong một vở kịch* : Principal part in a play. *Mệnh đề chính* : Principal clause. *Nghĩa chính của một chữ* : Proper sense of a word.

chính 1) Just. *Chính tại đây* : Just here. *Chính mắt tôi thấy* : With my (own) proper eyes. *Chính tại chỗ nầy* : This is the very spot. *Chính trong phòng nầy* : In this very room. *Chính ngay lúc ấy* : At that very moment. *Đó chính là những lời của nó nói* : These are his very words. *Chính tôi viết thơ cho nó* : It was I who wrote to him. *Chính nó bằng xương bằng thịt* : It is he in flesh and blood. *Chính nó nói thế* : It is he who said so. *Chính mắt tôi thấy việc ấy* : I saw it with

my own eyes. *Chính tôi đem tin lại cho nó* : It was I who took the news to him.

2) Right, upright, just. *Ngay chính giữa* : Right in the middle.

chính bản [cíɲ bản] Original.

chính biến [cíɲ bién] Political crisis, political upheaval, political changes.

chính bính [cíɲ bíɲ] Political power.

chính chuyên [cíɲ cwien] Virtuous (wife).

chính công [cíɲ kóŋ] Real.

chính cung [cíɲ kuŋ] The queen.

chính cuộc [cíɲ kwộk] Political situation.

chính cương [cíɲ kwơŋ] Political conspectus.

chính danh [cíɲ zaɲ] True name.

chính diện [cíɲ ziện] Face, front.

chính đại [cíɲ đại] Straightforward, upright. *Chính đại quang minh* : Upright and clear.

chính đáng [cíɲ đáŋ] Righteous, rightful, legitimate, honest, fair ; duly. *Sự giận chính đáng* : Righteous anger. *Bằng những thủ đoạn chính đáng* : By fair means. *Phương pháp chính đáng* : Honest means. *Lý do chính đáng* : Legitimate reason.

chính đảng [cíɲ đảŋ] Political party.

chính đạo [cíɲ đạu] The right way, the correct way ; the true doctrine.

chính đạo (Astr) Deferent.

chính đính [cíɲ đíɲ] Correct, irreproachable.

chính đồ [cíɲ đồ] The right way.

chính giác [cíɲ ɠák] (Geom) Right angle.

chính giáo [cíɲ ɠáu] 1) Orthodox religion.

2) Politics and education.

chính giáo The State and the Church.

chính giới [cíɲ ɠới] Political circle, political sphere ; government circles.

chính giữa [cíɲ ɠữa] In the middle. *Ngay chính giữa* : Right in the middle.

chính góc [cíɲ gók] Right angle.

chính hậu [ciɲ hʌu] The queen.

chính hiến [ciɲ hién] Political constitution.

chính hiệu [ciɲ hiệu] Real; registered trade mark.

chính khách [ciɲ xáik] Politician, statesman. *Chính khách giải trí bằng cách đọc truyện trinh thám*: The statesman unbends his mind by reading detective stories.

chính kiến [ciɲ kién] Political views.

chính lập [ciɲ lʌp] To stand upright.

chính lộ [ciɲ lọ] The right way.

chính luận [ciɲ lwʌn] Political discussion.

chính lý [ciɲ li] Reason.

chính mình [ciɲ mìɲ] Oneself.

chính nghĩa [ciɲ ɲìa] 1) Justice.
2) Orthodox principle.
2) Just, righteous cause.

chính ngọ [ciɲ ɲɔ] Midday, noon.

chính ngôn [ciɲ ɲon] Straight talk.

chính nguyệt [ciɲ ɲwiệt] The first lunar month.

chính nhân [ciɲ ɲʌn] 1) Upright, straightforward person.
2) Principal cause.

chính phạm [ciɲ fạm] Principal, author of a crime. *Chính phạm và tòng phạm*: Principal and accessory to a crime.

chính pháp [ciɲ fáp] Politics and legislation.

chính phi [ciɲ fi] The queen.

chính phủ [ciɲ fủ] Government. *Tình trạng vô chính phủ*: Anarchy. *Tuần tới chính phủ sẽ từ chức*: The government will resign next week. *Tờ báo ủng hộ chính phủ*: Newspaper that supports the government. *Có nhiều sự trao đổi ý kiến giữa hai chính phủ*: There have been numerous exchanges of views between the two governments.

chính phủ bù nhìn [ciɲ fủ bù ɲìn] Puppet government. *Chúng nó lập một chính phủ bù nhìn trong lãnh thổ bị xâm chiếm*: They set up a puppet government in the conquered territory.

chính phủ chuyên chế [ciɲ fủ cwien cế] Autocracy.

chính phủ dân chủ [ciɲ fủ zʌn củ] Democratic government.

chính phủ đại nghị [ciɲ fủ đại ɲị] Representative government.

chính phủ lâm thời [ciɲ fủ lʌm θời] Provisional government.

chính phủ liên hiệp [ciɲ fủ lien hiệp] Coalition government.

chính phủ lưu vong [ciɲ fủ lɯu vɔŋ] Government in-exile.

chính phủ nhân dân [ciɲ fủ ɲʌn zʌn] Popular government.

chính phụ [ciɲ fụ] Principal and accessory.

chính phương [ciɲ fɯɔŋ] (Math) Square. *Số chính phương*: Perfect square.

chính quy [ciɲ kwi] Regular. *Quân đội chính quy*: Regular army.

chính quyền [ciɲ kwièn] Political power; power. *Lên nắm chính quyền*: To come into power, to assume power, to attain power.

chính sách [ciɲ ʃáik] Policy. *Bắt đầu một chính sách mới*: To initiate a new policy. *Chính sách khôn ngoan*: A judicious policy.

chính sách can thiệp [ciɲ ʃáik kan θiệp] Policy of interference. *Không thể chối cãi rằng chính sách can thiệp nầy là nguyên nhân chính của tình hình nguy hiểm hiện nay tại Lào*: It is indeniable that this policy of interference is the main cause of the present dangerous situation in Laos.

chính sách chờ xem [ciɲ ʃáik cờ sem] Wait-and-see policy.

chính sách cởi mở [ciɲ ʃáik kởi mở] Open arms policy.

chính sách đàn áp [ciɲ ʃáik đàn áp] Policy of oppression.

chính sách đối ngoại [ciɲ ʃáik đối ŋwại] Foreign policy.

chính sách đối nội [ciɲ ʃáik đối nội] Home policy.

chính sách mềm dẻo [cín ʃáik mềm zừu] Flexible policy.

chính sách phá hoại [cíɲ ʃáik fá hwại] Destructive policy.

chính sách phản động [cíɲ ʃáik fản dọɲ] Reactionary policy.

chính sách sống chung hòa bình [cíɲ ʃáik ʃóŋ cuɲ hwà bìɲ] Peaceful coexistence policy.

chính sách tự tử [cíɲ ʃáik tự tử] Suicidal policy.

chính sách xâm lược [cíɲ ʃáik ʃəm lựrk] Aggressive policy.

chính sách xây dựng [cíɲ ʃáik sei zựɲ] Constructive policy.

chính sắc [cíɲ ʃắuk] (Phot) Orthochromatic.

chính sự [cíɲ ʃự] Political affairs, politics, government affairs.

chính tà [cíɲ tà] True and false, legitimate and illegitimate.

chính tả [cíɲ tả] Orthography, dictation.

chính tâm [cíɲ təm] Straightness, straightforwardness.

chính thật [cíɲ θất] First rank wife, lawful wife, legitimate wife.

chính thê [cíɲ θe] See chính thất.

chính thể [cíɲ θẻ] Policy, regime, form of government.

chính thể chuyên chế [cíɲ θẻ cwien cế] Absolutism, autocracy, despotism.

chính thể cộng hòa [cíɲ θẻ kọɲ hwà] Republican regime.

chính thể dân chủ [cíɲ θẻ zən củ] Democracy. Người theo chính thể dân chủ : Democrat.

chính thể quân chủ [cíɲ θẻ kwən củ] Monarchy. Chính thể quân chủ chuyên chế : Absolute monarchy. Chính thể quân chủ ôn hòa : Limited monarchy. Chống chính thể quân chủ : Antimonarchical.

chính thị [cíɲ θị] Precisely, exactly.

chính thị Anastigmatic. Kiến chính thị : Anastigmat.

chính thông [cíɲ θóɲ] Orthodox.

chính thuật [cíɲ θwạt] Political art.

chính thuế [cíɲ θwé] Principal tax.

chính thức [cíɲ θứk] Official (statement, source) ; formal, legal. Bán chính thức : Semi-official. Chứng thư chính thức : Authentic act. Tin tức không chính thức : The news is not official.

chính tình [cíɲ tìɲ] Political situation.

chính tông [cíɲ toɲ] Authentic, genuine, real.

chính tràng thạch [cíɲ tràɲ θạik] (Min) Orthoclase.

chính trị [cíɲ trị] Politics. Nhà chính trị : Politician, statesman. Khoa học chính trị : Political science. Không quan tâm đến chính trị : To take no interest in politics.

chính trị Political.

chính trị cách mạng [cíɲ trị káik mạɲ] Political revolution.

chính trị gia [cíɲ trị ʃa] Politician, statesman. Chính trị gia kia luôn luôn đi hàng hai : That politician is always trimming.

chính trị hoạt động [cíɲ trị hwạt dọɲ] Political activities.

chính trị học [cíɲ trị họk] Political science.

chính trị kinh tế [cíɲ trị kiɲ té] Political economy.

chính trị phạm [cíɲ trị fạm] Political prisoner.

chính trị viên [cíɲ trị vien] Political commissar.

chính trung [cíɲ truɲ] Right in the middle.

chính truyền [cíɲ trwièn] Orthodox.

chính trực [cíɲ trựk] Right, righteous, rightful, upright.

chính tuyến [cíɲ twién] (Mil) Principal line.

chính vụ [cíɲ vụ] Political affairs.

chính xác [cíɲ sák] Accurate, exact. Sự chính xác : Accuracy.

chính yếu [cíɲ iéu] Important.

chính [cíɲ] Correct, right, straight.

chính To arrange, to adjust, to set in order.

chỉnh bị [cịn bị] To make ready, to get ready.

chính cả [cịn ká] The whole.

chỉnh chện [cịn cẹn] Correct, straight.

chỉnh dạ [cịn zạ] All night, the whole night (long).

chỉnh đốn [cịn dón] To reorganize.

chỉnh hình [cịn hịn] *Thuật chỉnh hình :* Orthopaedy. *Chỉnh hình y-sĩ:* Orthopaedist.

chỉnh huấn [cịn hwón] *Lớp chỉnh huấn:* Reeducation course.

chỉnh lưu [cịn lưu] (Phys) To rectify. *Máy chỉnh lưu :* Commutator.

chỉnh lý [cịn lí] To readjust, to arrange again.

chỉnh số [cịn ʃó] Whole number.

chỉnh sức [cịn ʃúk] To reorganize, to arrange.

chỉnh tề [cịn tè] Correct, well–groomed, well–arranged.

chỉnh thiên [cịn θien] All day.

chỉnh [cịn] Jar. *Chuột sa chỉnh gạo :* To get a windfall (like a mouse falling into a jar of rice).

chíp [cíp] To keep.

chíp To tighten.

chíp miệng [cíp miẹŋ] To tighten one's lips.

chít [cít] To wrap around.

chít chít [cít cít] *Kêu chít chít :* To squeak, to cheep. *Tiếng kêu chít chít (của chuột) :* Squeak. *Tiếng kêu chít chít (của chim con) :* Cheep.

chít khăn [cít xaun] To wrap a turban around one's head.

chịt [cịt] Strongly. *Giữ chịt lấy nó :* To hold him back strongly.

chịu chít [cịu cít] Laden. *Cây chịu chít những quả:* Trees laden with fruits.

chịu [cịu] 1) To bear, to endure, to stand (hardship, treatment etc...), to undergo, to tolerate to suffer, to stand, to put up with (pain, fatigue, cold, loss, insult, etc...). *Dễ chịu :* Comfortable ; to feel fine. *Khó chịu :* Uncomfortable ; to feel unwell. *Chịu*

không nổi, không thể chịu được : Unbearable, unendurable (pain), intolerable (conduct), insufferable (person, arrogance). *Chịu trách nhiệm về việc gì :* To bear the responsibility of something. *Chịu một sự thay đổi hoàn toàn :* To undergo a complete change. *Dân chúng chịu một sự thử thách lớn lao :* People undergoing a great trial. *Chịu mổ :* To undergo an operation. *Tôi không chịu được nó :* I can't tolerate him. *Tính không thể chịu được một thứ thuốc :* Inability to tolerate a remedy. *Tôi không thể chịu được nó :* I can't abide him. *Thấy trẻ con đói, tôi không chịu được :* I can't bear to see the children going hungry. *Tôi không thể chịu được người đó :* I can't endure that man, I can't stand that man. *Anh có thể chịu đau không ? :* Can you stand the pain ?. *Tôi không thể chịu được nữa :* I can't stick it (out) any longer.

2) To support. *Chiếc cầu nầy có đủ sức chịu những xe vận tải hạng nặng không ? :* Is this bridge strong enough to support heavy lorries ?.

3) To accept, to agree. *Chúng nó chịu (bằng lòng) giá cả rồi :* They have agreed about the prices.

chịu On credit, on trust, on tick. *Mua, bán chịu vật gì :* To buy, sell something on credit, on tick. *Mua chịu của người nào, bán chịu cho người nào :* To tick with someone.

chịu chết [cịu cét] To suffer death.

chịu cực [cịu kựk] To labour, to take pain. *Chịu cực để đoạt được vật gì :* To labour for something.

chịu đau [cịu dau] To suffer.

chịu đau đớn [cịu dau dón]. To bear up against pain.

chịu đầu hàng [cịu dòu hàŋ] To give in, to cave in.

chịu đền [cịu dèn] To consent, agree to compensate.

chịu đói [cịu dói] To suffer hunger.

chịu đực [cịu dựk] Covering by male.

chịu đựng [cịu dựŋ] To endure, to

stand, to withstand, to support, to suffer, to hold on. *Sức chịu đựng* : Endurance. *Chịu đựng cho địch quân bắn* : To stand fire. *Anh chịu đựng được bao lâu nữa ?* : How long can you hold on ?. *Binh sĩ chịu đựng đến lúc hết đạn được* : The troops stood out until their ammunition was exhausted. *Chịu đựng sức nóng* : To withstand the heat. *Chiu đựng một trận tấn công* : To withstand an attack. *Tôi không thể chịu đựng được nữa* : I can't bear it, stand it, any longer. *Tôi không thể chịu đựng cử chỉ thô lỗ của nó được* : I can't stand put up with, his rude manners. *Chịu sở phí việc gì* : To bear the cost of something.

chịu được [cịu dược] To endure, to tolerate. *Chịu được rượu* : To carry one's liquor well.

chịu hàng [cịu hàn] To give in.

chịu khó [cịu xó] To labour, to take pain. *Chịu khó để đoạt vật gì* : To labour for something.

chịu khó To take pains, take troubles to do (something). *Chịu khó một chút, anh sẽ được như ý, anh sẽ thành công* : With a little painstaking you will manage it. *Rất chịu khó* : To take great pains.

chịu khuất phục [cịu xwất fụk] To give in, to cave in.

chịu lạnh [cịu lạin] To stand cold.

chịu lời [cịu lòi] To agree to pay an interest.

chịu lửa [cịu lửa] Fire-proof.

chịu miệng [cịu miện] To give one's word.

chịu nhục [cịu ɲụk] To pocket an affront.

chịu nóng [cịu nón] (Ch) Refractory.

chịu nổi [cịu nổi] I) To endure. *Sự chịu nổi* : Endurance. *Nó không thể chịu nổi nữa* : He came to the end of his endurance.

2) To sustain. *Liệu cái kệ nầy chịu nổi (sức nặng của) tất cả sách nầy không ?* : Will this shelf sustain (the weight of) all these books ?.

chịu oan [cịu wan] To suffer an injustice.

chịu ơn [cịu ơn] To be grateful, to be thankful.

chịu phần [cịu fần] To contribute.

chịu tang [cịu tan] To get into mourning (for someone).

chịu thiệt hại [cịu θiệt hại] To bear a loss.

chịu thua [cịu hwa] To yield, to give in ; to acknowledge oneself beaten, to acknowledge defeat ; to chuck one's hand in ; (of boxer) to throw up the sponge. *Chịu thua trước sức mạnh* : To yield to force.

chịu tội [cịu tọi] To plead guilty.

cho [co] I) To give, to bestow, to offer, to endow. *Cho người nào vật gì* : To give something to someone ; to give someone something. *Cho sớm thì qui gấp đôi* : He gives twice who gives without delay. *Đặt tên cho một đứa bé* : To give a child a name. *Anh để cho tôi vật ấy bao nhiêu ?* : What will you give me for it ?. *Tống cho người nào một thoi* : To give someone a blow. *Nó đã sang bịnh cảm cho tôi* : He gave me his cold. *Cho vay lấy lời* : To bestow one's money. *Biếu vật gì cho người nào* : To offer someone something. *Không có gì làm cho nó bằng lòng cả* : Nothing pleases him. *Làm ơn cho tôi biết mấy giờ rồi* : Please to tell me the time. *Người ta cho tôi biết nó ở bên nước Anh* : I understand he is in England. *Xin ông hiểu cho* : Please understand. *Để cho người nào làm việc gì, cho phép người nào làm việc gì* : To let someone do something. *Không khi nào người ta để cho tôi được chạy tự do cả* : I was never let to run wild. *Cho người nào biết việc gì* : To let someone know something, about something. *Lính cảnh sát không cho người nào lên cầu cả* : To police would not let anyone on the bridge. *Đừng để cho tôi thấy mặt anh ở đây nữa* : Don't let me see you here again. *Nhà cho mướn* : House to let. *Để cho người nào vô nhà* : To let someone into the house. *Cho người nào biết một điều bí mật* :

To let someone into a secret. *Tôi tha cho anh lần nầy* : I'll let you off this time. *Giao người nào cho pháp luật* : To hand someone over to justice. *Nhượng tài sản của mình lại cho người nào* : To hand over one's property to someone. *Nó viết thế cho tôi* : He is writing for me.

2) To set. *Cho một bài toán* : To set a problem. *Cho bài làm ngày mai* : To set the lesson for to-morrow. *Những câu hỏi nào đã cho trong kỳ thi ?* : What questions were set in the examination ?.

3) *Tôi cho nó là người Pháp* : I put him down as, for, a Frenchman. *Chúng tôi cho nó là thằng ngu* : We put him down as (for) a fool.

cho ăn [ɔ aɯn] To feed.

cho biết [ɔ biết] To announce, to make known. *Nó cho tôi biết ý muốn của nó* : He announced his intentions to me. *Báo cho người nào biết việc gì* : To apprise someone of something.

cho bú [ɔ bú] To suckle, to give suck to (a child).

cho đến [ɔ dén] Till, until. *Tôi sẽ ngủ cho đến khi xe trở lại* : I will sleep till the car returns. *Cho đến nay* : Till now, up to the present (time).

cho hay [ɔ hay] To inform, to let know, to announce, to notify, to intimate (something to someone). *Cho người nào hay việc gì đã xảy ra* : To keep someone informed of what is happening. *Tôi lấy làm vui mừng cho ông hay rằng* : I am pleased to inform you that. *Có tin cho hay là tháng tới ông A. và cô B. sẽ lấy nhau* : It has been announced that Mr. A and Miss B will be married next month. *Người ta cho nó hay phải dọn nhà đi trong hai mươi bốn tiếng đồng hồ* : He received notice to remove his belongings within twenty four hours.

cho không [ɔ xoŋ] To give (something) free, to give gratuitously.

cho là [ɔ là] To think, to consider, to credit, to presume. *Tự cho mình là anh hùng* : To think oneself a hero.

Tự cho là sung sướng : To consider oneself happy. *Người ta cho là nó có thiên tài* : He is credited with genius. *Cho người nào là vô tội* : To presume someone innocent.

CH

cho mướn [ɔ muɯ́n] To hire out, to let (out) ; to rent. *Xe máy (đạp) cho mướn* : Bicycles for hire. *Nhà cho mướn* : House to let. *Cho mướn vật gì bằng khế ước* : To let out something on contract. *Giá cho mướn* : Letting value.

cho mượn [ɔ muɯ̣n] To lend, to loan. *Cho người nào mượn vật gì* : To lend something to someone, someone something. *Cho người nào mượn tiền trước* : To advance someone money.

cho nên [ɔ nen] For that reason, that is why ; thus, so.

cho phép [ɔ fép] To permit, to allow, to authorize, to empower, to enable, to let. *Cho phép người nào làm việc gì* : To allow, authorize, empower, enable, someone to do something ; to give someone authority to do something ; to give, grant, someone have, permission to do something. *Người ta cho phép nó viếng xưởng chế tạo* : They let him over the factory.

cho quyền [ɔ kwièn] To empower, to enable.

cho rằng [ɔ ràɯŋ] To admit that.

cho thêm [ɔ θem] To add. *Cho thêm nước* : To add, put some water.

cho thuê [ɔ θwe] See **cho mướn**.

cho vay [ɔ vay] To lend. *Cho vay tiền có lời* : To lend money at interest. *Cho vay có đồ bảo đảm, có thế đồ* : To lend against security. *Cho vay cắt cổ* : To lend money at an excessive rate of interest.

chó [có] Dog. *Cũi chó, chuồng chó* : Dog-kennel. *Xe kéo bằng chó* : Dog-cart. *Vòng cổ chó* : Dog-collar. *Dây xích chó* : Dog-lead. *Răng chó* : Dog-tooth. *Da chó* : Dog-skin. *Chết như chó (không ai nhìn đến)* : To die live a dog, to die a dog's death. *Thà làm chó sống còn hơn sư tử chết* : A live dog is better than a dead lion. *Chó sủa không hay cắn* :

Barking dogs seldom (don't) bite. *Coi chừng chó dữ* : Beware of dogs !. *Đồ chó !* : What a dog !. *Nó lượm một cục đá và ném mạnh vào con chó của tôi* : He picked up a stone and let fly at my dog.

chó cái [cɔ́ kái] Bitch.

chó chăn trừu [cɔ́ cauͩn trừu] Sheep dog.

chó chết [cɔ́ cét] Dead dog. *Đồ chó chết* : Term of insult (dead dog).

chó cò [cɔ́ kɔ̀] White dog.

chó con [cɔ́ kɔn] Puppy, pup, young dog.

chó dại [cɔ́ zại] Mad dog.

chó đưa thơ [cɔ́ dưa θơ] (Mil) Messenger dog.

chó đực [cɔ́ dụk] Bull-dog.

chó giữ nhà [cɔ́ ʃɯ̃ ɲà] Watchdog, house-dog.

chó hoang [cɔ́ hwaŋ] Ownerless dog.

chó lửa [cɔ́ lửa] Revolver, bull-dog.

chó luốt [cɔ́ luốt] Grey dog.

chó má [cɔ́ má] Scoundrel, cad.

chó mực [cɔ́ mụk] Black dog.

chó săn [cɔ́ ʃauͩn] Sporting dog, hunting dog ; police-dog.

chó sói [cɔ́ ʃói] Wolf. *Chó sói cái* : She-wolf, wolf-bitch, bitch-wolf. *Chó sói con* : Wolf-cub. *Cuộc săn chó sói* : Wolf-hunt.

chó vô chú [cɔ́ vô củ] Ownerless dog.

chò hỏ [cɔ̀ hɔ̉] *Ngồi chò hỏ* : (Of dog) Sitting on its haunches.

chõ [cɔ̃] Pan with holed bottom used to steam glutinous rice.

chõ miệng (mõm, mốm) [cɔ̃ miệŋ] To poke one's nose in (someone's business).

chóa mắt [cwá máuͩt] Glaring.

choạc [cwạk] To open wide.

choạc chân [cwạk cən] To straddle (out) one's legs.

choán [cwán] To fill, to occupy, to take up (time, space). *Cái bàn nầy choán hết chỗ trong phòng* : This table fills the whole room. *Chỗ nầy đã có người choán rồi* : This seat is occupied.

Choán mất nửa căn phòng : To occupy half the room space. *Choán rất nhiều chỗ* : To take up a great deal of room, to take up too much room. *Dương cầm nầy choán rất nhiều chỗ* : This piano takes too much space. *Cái bàn choán rất nhiều chỗ* : The table takes up too much room.

choang [cwaŋ] *Sáng choang* : Bright, dazzling ; brightly lit.

choáng mắt [cwáŋ máuͩt] Dazzling.

choáng óc [cwáŋ ɔ́k] Deafening.

choáng váng [cwáŋ váŋ] To feel dizzy, to be, feel, turn, giddy; to come over giddy ; to have fits of giddiness; to swim. *Làm người nào choáng váng* : To make someone dizzy, to make someone's head swim.

choàng [cwàŋ] To drape, to cover a piece of clothing etc... around one's neck or on one's shoulders. *Choàng khăn chung quanh cổ* : To wear a muffler round one's neck.

choàng Suddenly, abruptly. *Mở choàng mắt ra* : To open one's eyes suddenly.

choàng cổ [cwàŋ kỏ] (Bot) Involucre (of umbelliferae) ; annulus (of mushroom).

choảng [cwảŋ] To beat, to hit, to come to blows.

choắt [cwáuͩt] To become dwarfed, stunted.

chọc [cɔk] 1) To bait, to tease, annoy, bother; to irritate, to provoke; to worry or annoy in order to make angry; to torment (helpless person) with jeers, etc... *Đừng chọc tôi cười* : Don't make me laugh. *Nó có vẻ rất thích khi chọc em gái nó* : He seems to take great pleasure in teasing his little sister.

2) To rouse, to irritate, to tease.

chọc To pierce, to puncture, to perforate.

chọc chó [cɔk cɔ́] To provoke, tease dog. *Đừng chọc chó* : Don't tease the dog.

chọc cười [cɔk kười] To cause laughter. *Đừng chọc tôi cười* : Don't make me laugh.

chọc gái [cɔk gái] To flirt with a woman.

chọc ghẹo [cɔk gẹu] To tease.

chọc giận [cɔk ʒạn] To irritate, to anger, to make angry. *Chọc giận người nào* : To provoke someone to anger, to make someone angry, to stir someone's bile.

chọc huyết [cɔk hwiẹt] To bleed (a pig).

chọc léc [cɔk lẹk] To titillate, to tickle.

chọc thúng [cɔk θủŋ] To pierce, to perforate.

chọc tiết [cɔk tiẹt] To bleed (a pig).

chọc trời [cɔk trời] *Chọc trời khuấy nước* : Daring, bold. *Nhà chọc trời* : Skyscraper.

chọc tức [cɔk túk] To annoy, to irritate. *Chọc tức người nào* : To make someone angry, to stir someone's bile.

choé [cwé] A big jar.

choé *Đỏ choé* : Bright red.

chói [cói] To shine, to glitter, to sparkle, to glisten.

chói lọi [cói lọi] Vivid, blinding, bright, splendid. *Việc làm chói lọi* : Splendid action.

chói mắt [cói mắut] To dazzle, blind, the eyes. *Mặt trời làm chói mắt nó* : The sun blinds his eyes. *Ánh sáng chói của xe hơi trên những con đường tối ở nhà quê làm chói mắt tôi* : The bright lights of the motor - car on the dark country roads dazzled me (dazzled my eyes).

chói sáng [cói ʃáŋ] Brilliant, dazzling.

chói sáng (Of diamond) To flash ; (of sun) to beam ; (of light) to blaze, to shine brightly.

chói tai [cói tai] Deafening ; disharmonious, (Mus) dissonant. *Làm chói tai* : To deafen.

chòi [còi] Hut, shanty, cabin ; bothie, bothy ; cabin (on river barge). *Chòi lá* : Thatch hut.

chòi canh [còi kaịn] (Mil) Sentry-box, watchtower, look-out turret.

chòi gác [còi gák] See **chòi canh**.

chõi [cõi] 1) To resist, to oppose.
2) To support.

chọi [cọi] To throw, to shy. *Chọi đá vào*

người nào : To shy a stone at someone.

chọi 1) To oppose, to equal. *Câu đối chọi nhau từng chữ* : Perfect parallelism of parallel sentences.
2) To rival, to fight, to compete. *Gà chọi* : Fighting cock, game-cock. *Cuộc chọi gà* : Cock-fighting.

chòm [còm] Tuft (of hair), cluster (of houses), clump (of trees), cluster (of stars).

chòm [còm] Summit, peak, top, crest, ridge (of mountain etc...).

chòm đầu [còm dầu] Brain-cap, tuft of hair grown on shaven head of a boy. *Thời để chỏm, lúc còn để chỏm* : Childhood, babyhood.

chọn [cọn] To choose, to select, to pick; to adopt, to cull; to designate, to appoint; to embrace (a career). *Chọn người nào lên làm vua* : To choose someone (for a) king. *Không được lựa chọn gì cả* : You have no choice in the matter. *Vật phẩm lựa chọn kỹ* : Choice article. *Chọn lời rất kỹ lưỡng* : To pick one's words carefully. *Đã đi xin thì đừng kén chọn* : Beggars cannot be choosers. *Chọn người nào làm kế thừa* : To designate someone as, for, one's successor. *Chọn người nào vào một chức vụ* : To designate someone to an office. *Chọn người nào làm việc gì* : To appoint someone to do something. *Đứa bé ham ăn chọn trái bôm lớn nhứt trong dĩa* : The greedy boy chose the biggest apple in the dish. *Anh muốn chọn vợ lấy hay để cha mẹ của anh chọn cho anh ?* : Do you want to choose your own wife or to have your wife choosen for you by your parents ?. *Chọn giữa hai việc* : To choose, decide, to make one's option, between two things.

chọn lọc [cọn lɔk] To select, to choose.

chọn lựa [cọn lựa] See **chọn**.

chọn nghề [cọn ŋề] To adopt a career.

chọn sân [cọn ʃận] (Sport) To toss for sides.

chong [cɔŋ] To keep (lamp) lighted.

chong chóng [cɔŋ cóŋ] Screw, (screw-) propeller. *Chong chóng quay để xem chiều gió* : Weathercock, (wind-, weather-) van.

chong chóng phi cơ [ɔŋ cɔ̌ŋ fi kə] Air-screw.

chong đèn [ɔŋ dèn] To keep the lamp lit through the night. *Chong đèn suốt đêm* : To keep a lamp lit all night long.

chóng [cɔ́ŋ] Quick, fast, rapid, speedy, prompt, swift. *Không chóng thì chầy* : Sooner or later.

chóng chầy [cɔ́ŋ cèi] Sooner or later. *Tôi chắc chắn chóng hay chầy gì chúng ta cũng thành công* : I am sure that sooner or later we shall succeed.

chóng mặt [cɔ́ŋ mặưt] To feel dizzy, to be, feel, turn, giddy; to swim. *Nó chóng mặt* : A fit of dizziness come over him. *Tôi chóng mặt* : My head is swimming. *Làm người nào chóng mặt*: To make someone dizzy. *Nếu anh quây tròn thật mau ba chục lần, anh sẽ chóng mặt* : If you turn round quickly thirty times, you may feel giddy.

chóng tàn [cɔ́ŋ tàn] Ephemeral ; transitory, fleeting, passing.

chóng vánh [cɔ́ŋ váiɲ] Rapid, prompt, quick, speedy.

chòng [cɔ̀ŋ] See chọc.

chòng chành [cɔ̀ŋ càiɲ] (Nav) Cranky, shaky, not steady.

chòng chọc [cɔ̀ŋ cɔk] *Nhìn chòng chọc vào mặt người nào* : To stare in someone's face. *Nhìn chòng chọc người nào* : To fasten one's eyes on someone.

chòng ghẹo [kɔ̀ŋ gẹu] To tease, to bosh.

chòng cẳng [cɔ̀ŋ kảưŋ] *Nằm chòng cẳng* : To lie with one's legs in the air.

chõng [cɔ̃ŋ] Bamboo bench, bamboo bed.

chóp [cɔ́p] Summit, peak, top.

chóp bu [cɔ́p bu] Head, chief, top man.

chóp chép [cɔ́p cép] Noise made when chewing. *Nhai chóp chép* : To chew noisily.

chóp núi [cɔ́p núi] Summit of a mountain.

chóp rễ [cɔ́p rẽ] (Bot) Coif, calyptra.

chót [cɔ́t] 1) End, last. *Giờ chót* : The last hour, the last minute. *Hàng chót*: The last row. *Toa xe chót* : The end carriage. *Áp chót, kế chót* : The last but one, the second last. *Vào giờ chót* : At the last moment. *Ngày chót của tuần, tháng, năm* : The last of the week, month, year. *Lần sau chót tôi gặp nó* : Last time I saw him. *Đó là lần chót mà tôi gặp nó* : That is the last I saw of him. *Đứng chót trong lớp* : To tail the class.

2) Tip, crest (of mountain).

chót lưỡi [cɔ́t luʔi] Tip of one's tongue.

chót mũi [cɔ́t mũi] Tip of one's nose.

chót vót [cɔ́t vɔ́t] *Cao chót vót* : Very tall, towering.

chổ [cồ] *Chuồng, chổ, nhà chổ* : Latrine, water closet, privy.

chỗ [cõ] 1) Place, spot, seat. *Trước khi tôi từ giã (rời) khỏi chỗ nầy* : Before I leave this place. *Khắp chỗ* : In all place. *Thay đổi chỗ luôn* : To move from place to place. *Không đầy mười phút cảnh sát đã có mặt tại chỗ* : The police were on the spot within ten minutes. *Mỗi chỗ mỗi vật và vật nào chỗ nấy* : A place for everything and everything in its place. *Không có chỗ cho anh* : There is no place for you. *Nhưng tôi đã dặn một chỗ rồi* : But I had booked a place. *Chỗ nầy đã có người rồi, đã có người choán rồi* : This seat is engaged, this seat is occupied. *Chúng nó đổi chỗ lẫn nhau* : They changed places with each other. *Đổi chỗ với người nào* : To change places with someone. *Hãy để cho nó đổi chỗ nếu nó cần* : Let him change his place, and need be. *Trường chỉ có thể lấy ba chục chỗ cho học trò mới nhưng đã có một trăm đơn xin* : The school could take only thirty new pupils but there were a hundred applicants. *Thức uống dùng (uống) tại chỗ trong cửa hàng* : Drink to be consumed on the premises.

2) Room, space. *Nhường chỗ ch người nào* : To give up one's seat to someone. *Choán rất nhiều chỗ*

To take up a great deal of room. *Còn chỗ trống trong thùng* : There is still room in the case. *Có nhiều chỗ cho tất cả các anh trong xe* : There's ample (plenty of) room for all of you in the car. *Dương cầm nầy choán rất nhiều chỗ* : This piano takes up too much space. *Mỗi vật mỗi chỗ* : Each thing, everything, has its place.

chỗ ẩn núp [cõ ẩn núp] Coverture, shelter.

chỗ bà con [cõ bà kɔn] Relatives, relation.

chỗ bè bạn [cõ bè bạn] Friend, comrade.

chỗ bể [cõ bể] Break, broken place.

chỗ cạn [cõ kạn] Shallow, shoal (in a river).

chỗ cư trú [cõ kɯ trú] Abode, dwelling, dwelling-place.

chỗ đánh cá [cõ dáiɲ ká] Fishing-ground.

chỗ đau [cõ dau] Sore place. *Đề ngón tay lên chỗ đau* : To put one's finger on the sore place.

chỗ hũng [cõ hũŋ] Hollow place, depression. *Trời mưa lớn và các chỗ hũng trên đường đều đầy nước* : It rained heavily and every depression in the road was filled with water.

chỗ làm [cõ làm] Situation, job, employment, berth. *Xin một chỗ làm* : To apply for a job. *Kiếm được chỗ làm* : To get a situation. *Mất chỗ làm* : To lose one's job. *Tìm, kiếm chỗ làm cho người nào* : To find employment for someone, to find a post for someone. *Người xin chỗ làm* : Applicant to a place. *Chỗ làm vẫn còn trống* : The job is still open. *Tôi không muốn thế chỗ làm của nó* : I should not like to be in his shoes.

chỗ mẻ [cõ mẻ] Chip. *Có một chỗ mẻ ở miệng dĩa nầy* : There's a chip in the edge of this plate.

chỗ nào [cõ nàu] Where ?.

chỗ ngồi [cõ ŋòi] Seat. *Chỗ ngồi danh dự* : Place, seat of honour (at dinner party, etc...). *Xe hơi có bốn chỗ ngồi* :

Car with four seats. *Chỗ ngồi phía trước, phía sau (trong xe)* : Front seat, back seat (in carriage). *Số chỗ ngồi của một chiếc xe, một cái phòng* : Seating capacity of a car, of a hall. *Giá chỗ ngồi* : Fares, prices of admission. *Người chỉ chỗ ngồi (cho khán giả trong rạp hát)* : Seat attendant.

chỗ nối [cõ nói] Join. *Hai mình được ráp lại với nhau khéo đến nỗi không thấy chỗ nối* : The two pieces were put together so cleverly that the join could not be seen.

chỗ nối đầu dây [cõ nói dàu zei] Eye-splice.

chỗ ở [cõ ở] Abode, dwelling, domicile. *Sự đổi, dời chỗ ở* : Change of abode. *Tôi đã đổi chỗ ở* : I've changed my address.

chỗ nứt [cõ nứt] Crack. *Cái tách nầy có hai chỗ nứt* : This cup has two cracks in it.

chỗ quen thuộc [cõ kwɛn θwɤk] Acquaintances.

chỗ quẹo [cõ kwẹu] Turning, bend (of road, river).

chỗ sưng [cõ ʃɯŋ] Swell (swollen place on the body, e.g. the result of a knock, a blow or the toothache).

chỗ tâm giao [cõ tɤm ʒau] Intimate friend, bosom friend.

chỗ thân thuộc [cõ θɤn θwɤk] Relative, relation.

chỗ thân tình [cõ θɤn tìɲ] Intimate friend, bosom friend.

chỗ tối [cõ tói] Darkness.

chỗ trọ [cõ trọ] Boarding-house.

chỗ trốn [cõ trón] Concealment, place of hiding. *Tìm được chỗ trốn* : To find a place of concealment.

chỗ trống [cõ tróŋ] 1) Vacancy. *Chỗ trống đã có người làm rồi* : The vacancy has already been filled.

2) Empty space, void. *Lấp chỗ trống* : To fill the void. *Trám những chỗ trống bằng gạch vụn* : To fill the empty spaces with rubble.

chỗ trú ẩn [cõ trú ẩn] Asylum.

chỗ trũng [cõ trũŋ] Depression, hollow place. *Nước chảy vào chỗ trũng* : The rich get richer.

chỗ vỡ [cõ võ] Break, fracture, crack, broken place.

chốc [cók] (Med) Scabies.

chốc Instant, moment. *Chờ một chốc* : Wait a moment, one moment, half a moment. *Bỗng chốc* : Suddenly. *Phút chốc* : In a jiffy.

chốc chốc [cók cók] (Every) Now and then, (every) now and again, from time to time.

chốc lát [cók lát] Instant, moment, short moment ; transient, temporary. *Làm cho người bịnh đỡ đau trong chốc lát* : To give temporary relief to a sick person.

chốc lở [cók lỏ] (Med) Scabs.

chốc nữa [cók nửa] Presently, in a few minutes.

chối [cói] To deny, to unsay. *Chối không có làm việc gì* : To deny having done something. *Chối không có ý định làm việc gì* : To disclaim all intention of doing something.

chối To be gorged with.

chối cãi [cói kãi] To deny, to gainsay. *Những việc không thể chối cãi được* : Facts that cannot be gainsaid.

chối từ [cói từ] To refuse, to decline.

chồi [còi] (Bot) Bud, flush.

chồi mầm (phôi) [còi mầm] (Bot) Gemmule.

chồi rễ [còi rễ] (Bot) Sucker.

chổi [còi] Broom. *Chổi nhỏ* : Small broom. *Cán chổi* : Broom-stick. *Tra cán chổi* : To fit a handle to a broom.

chổi chà [còi cà] Kind of broom made of leaves of areca palm-tree.

chổi lông [còi loŋ] Feather-broom, feather-brush, feather-dust.

chổi quét vôi [còi kwét voi] Whitewash brush, distempering brush.

chỗi [cỗi] *Chỗi dậy* : To rise, to get up.

chồm [còm] 1) (Of horse etc,...) To rear ; to jump. *(Chó) Chồm vào người nào* : (Of dog) To jump (up) at someone.

2) To stand out.. *Nhà của nó chồm tới trước* : His house stands out from the others.

chồm chỗm [còm cỗm] See chồm hỗm.

chồm hỗm [còm hỗm] *Ngồi chồm hỗm* : To squat (down), to squat oneself (down) ; to sit on the heels.

chổm [cổm] *Chổm dậy* : To rise, to get up.

chôn [con] To bury, to inhume, to inter, to entomb, to hide, put (something) in the ground. *Chôn sống người nào* : To bury someone alive. *Phần dưới cây cột được chôn dưới đất* : The lower part of the post was buried in the soil.

chôn cất [con kất] To bury, to inhume, to inter, to entomb. *Sự chôn cất* : Burial, inhumation, interment. *Chỗ chôn cất* : Burial-place.

chôn chân [con cən] To stand stock-still.

chôn nhau cắt rún [con ɲau kắʌt rún] *Nơi chôn nhau cắt rún* : Birth place.

chôn sống [con ʃóŋ] To bury alive. *Bị chôn sống* : To be buried alive. *Chôn sống người nào* : To bury someone alive.

chôn vùi [con vùi] To bury.

chốn [cón] Place, spot.

chồn [còn] Fox. *Hang chồn* : Fox-burrow, fox-earth, fox-hole ; fox's hole, earth. *Đuôi chồn* : Fox-brush, fox-tail. *Chó săn chồn* : Fox-hound. *Sự săn chồn* : Fox-hunt, fox-hunting. *Người săn chồn* : Fox-hunter. *Da chồn* : Fox-skin. *Bẫy bắt chồn* : Fox-trap. *Con chồn nhả, bỏ lại miếng mồi rồi chạy mất* : The fox delivered up its prey and fled.

chồn Tired, exhausted.

chồn chân [còn cən] Tired of (with) standing.

chồn cái [còn kái] Vixen, she-fox, bitch-fox.

chồn con [còn kon] Young fox, fox-cub.

chồn dạ [còn zạ] Discouraged, dejected.

chồn đèn [còn dèn] Ferret.

chồn gối [còn gói] Tired, worn-out, exhausted.

chồn hôi [còn hoi] Foumart, fitchew.

chồn lòng [còn lòng] See **chồn dạ**.

chông [coŋ] Stakes, spikes.

chông gai [coŋ gai] Spikes and thorns, (fig) difficulties, dangers. *Đời đầy chông gai* : Life bristles with difficulties.

chống [cóŋ] 1) To oppose, to resist ; to contravene ; to struggle ; to withstand (temptation, etc...). *Tốt hơn đừng chống lại* : It's best not to resist. *Tiến lên chống địch:* To march against the enemy. *Chống những kế hoạch của người nào:* To contravene someone's plans. *Chống nạn mù chữ* : To struggle against illiteracy. *Chống lại việc gì* : To find, make, an objection to something. *Không chống lại việc gì* : To make no objection to, against, something. *Nó chống lại đề nghị* : He set his face against the proposal. *Chống lại một kế hoạch, một cuộc hôn nhân* : To set oneself, one's face, against, to stand in the way of, a scheme, a marriage. *Chống chỏi với nghịch cảnh* : To be struggling with adversity. *Chống chỏi với tử thần* : To struggle with death.

2) To support, to sustain, to bolster ; to shore (up), prop (up) (joist, wall, etc...), to prevent (something) from falling ; to support oneself on.

3) To lean on, to rest, to support by. *Chống cằm vào lòng bàn tay* : With his chin cupped in his hand. *Chống cùi chỏ lên bàn* : To lean one's elbows on the table.

chồng To pole, punt (a boat).

chống Hostile. *Những báo chống chánh phủ* : The papers opposed, adverse, to the government.

chống án [cóŋ án] (Law) To appeal. *Chống án lên tòa phá án* : To appeal to the Supreme Court. *Có thể chống án được* : Appealable. *Người chống án* : Appellant.

chống báng [cóŋ báŋ] To resist, to oppose.

chống cằm [cóŋ kằɯm] With one's chin in one's hand.

chống chế [cóŋ cế] To defend oneself.

chống chiến xa [cóŋ cién sa] Anti-tank. *Tiểu đội chống chiến xa được trang bị súng 106 không giựt lùi* : The anti-tank squads are equipped with 106 recoilless rifles.

chống chỏi [cóŋ cỏi] To resist, to stand up against, to struggle.

chống chọi [cóŋ cọi] See **chống chỏi**.

chống cộng [cóŋ kọŋ] To oppose communism.

chống cùi chỏ [cóŋ kùi cỏ] To lean on one's elbow(s). *Chống cùi chỏ lên bàn:* To lean one's elbow(s) on the table.

chống cùi tay [cóŋ kùi tay] See **chống cùi chỏ**.

chống cự [cóŋ kụ] To resist, to fight, to stand up against, to withstand, to cope with. *Toan chống cự* : To attempt resistance. *Không chống cự* : To offer no resistance. *Chống cự lại người nào* : To cope with someone. *Chống cự đến cùng* : To resist to the bitter-end. *Tôi sẽ chống cự đến hơi thở cuối cùng* : I will resist to my last breath.

chống đỡ [cóŋ dỡ] To hold up, to support, to bear up.

chống gậy [cóŋ gậi] To lean on a stick.

chống giữ [cóŋ ʒử] To defend (military position). *Chống giữ một pháo đài* : To hold a fortress.

chống lại [cóŋ lại] To resist, to oppose.

chống nạnh [cóŋ nạɲ] With arms akimbo ; with the hands on one's hip ; with the hands on the sides and the elbows bent (turned) outwards.

chống nạnh To put one's hands on one's hip.

chống ngư lôi [cóŋ ŋɯ loi] Anti-torpedo.

chống phát xít [cóŋ fát sit] Anti-fascist.

chống phi cơ [cóŋ fi kə] Anti-aircraft ; anti-aircraft defense.

chống sào [cóŋ ʃàu] To pole, to push (off, away, etc...) with a pole.

chống tay [cóŋ tay] To lean on one's elbows.

chống tôn giáo [cóŋ ton sáu] Anti-religions.

chống trả [cóŋ trả] To hold out, to resist. *Chống trả một trận tấn công :* To hold out against an attack.

chống tường [cóŋ tưầŋ] To shore up a wall.

chống với [cóŋ vói] To confront, to face. *Chống với quân địch :* To confront the enemy.

chống xe tăng [cóŋ sɛ tauŋ] Anti-tank.

chồng [còŋ] Husband. *Vợ chồng :* Husband and wife. *Cặp vợ chồng mới cưới :* Newly married couple, the bride and bridegroom. *Mẹ chồng :* The mother of one's husband. *Cha chồng :* The father of one's husband. *Tình vợ chồng :* Married love. *Ăn ở với nhau như vợ chồng :* To live as husband and wife. *Sự có hai chồng hoặc hai vợ cùng một lúc :* Bigamy.

chồng Pile (of coins, etc...). *Một chồng sách :* A pile of books.

chồng To pile up, make into a pile.

chồng chất [còŋ cót] To pile up, to stack up, to gather ; to accumulate, to conglomerate.

chồng chung [còŋ cuŋ] Common husband (said of several women married to the same man).

chồng chưa cưới [còŋ cưa kưới] Betrothed, fiancé.

chồng đống [còŋ dóŋ] See **chồng chất**.

chồng ngổng [còŋ ŋổŋ] Tall.

chồng sách [còŋ ʃáik] Pile of books.

chồng tiền [còŋ tièn] To pay.

chổng [cỏŋ] To point up ward.

chổng bồn vó [cỏŋ bón vó] *Té (ngã) chồng bốn vó lên trời :* To fall backwards with one's legs in the air.

chổng gọng [cỏŋ gɔŋ] *Té (ngã) chồng gọng :* To fall on one's back.

chổng kềnh [cỏŋ kèiŋ] See **chổng gọng**.

chộp [cóp] To swipe, steal. *Đồng hồ của tôi đã bị chộp mất :* My watch

has flown. *Ai chộp cây viết của tôi ? :* Who's collared my pen ?. *Không biết người nào đã chộp cái đồng hồ của tôi :* Somebody swiped my watch.

chộp [cọp] To seize, to grab, to catch, to nab.

chốt [cót] Bolt, pin, peg, axle, gudgeon, a fastening for a door or window. *Mở chốt cửa :* To shoot the bolt. *Đóng chặt cửa lại bằng chốt :* To fasten a door with a bolt. *Gài chốt tất cả cửa và cửa sổ trước khi anh đi ngủ :* Bolt all the doors and windows before you go to bed. *Cửa đóng chốt phía trong :* The door was bolted on the inside.

chốt Pawn (in the game of chess).

chốt bản lề [cót bản lè] Hinge-pin (of door).

chột dạ [cọt zạ] To blench, to shrink back in fear.

chột mắt [cọt máưt] Blind in one eye.

chơ vơ [cɔ vɔ] Abandoned, forlorn.

chớ [cớ] Do not, let us not. *Chớ nói :* Don't speak.

chớ chi [cớ ci] Would it be.

chớ đi [cớ di] Do not go.

chớ đừng [cớ dừŋ] One must not.

chớ hề [cớ hè] Never.

chớ nên [cớ nen] See **chớ đừng**.

chờ [cò] To wait for, to await, to expect, to watch for. *Chờ một chút, một lát :* Wait a moment, wait a bit. *Chờ người nào :* To wait for someone. *Anh chờ gì đó ? :* What are you waiting for ?. *Chờ dịp tốt :* To bide one's time. *Anh chờ bao lâu rồi :* How long have you been waiting ?. *Chúng tôi chờ để xem việc gì sẽ xảy ra :* We waited (in order) to see what would happened. *Bắt người nào chờ lâu :* To keep someone waiting. *Đứng chờ lâu một chỗ :* To wait about, to wait around. *Lúc nào nó cũng để người ta chờ nó :* He always has to be waited for. *Hãy chờ đến ngày mai :* Wait till to-morrow. *Chờ người nào đến ăn cơm :* To wait a meal for someone. *Đứng chờ người nào :* To wait up for someone. *Chúng tôi phải chờ rất lâu tại nhà ga :* W had a long wait at the station. *Chờ người nào dùng cơm:* To expect someone to dinner. *Chờ, rình người nào :* To watch for someone. *Chờ người nào làm việc gì :* To wait for someone to do something. *Nóng ruột chờ việc gì :* To be on the tiptoe of expectation. *Các bà vợ hay bắt chồng chờ :* Wives often keep their husbands waiting. *Đừng chờ tôi ăn cơm :* Don't wait dinner for me. *Tôi đã chờ anh hơn một giờ rồi :* I've been waiting for you for over an hour.

chờ chết [cờ cét] To await death.

chờ cơ hội [cờ kơ hội] To watch one's opportunity, one's time. *Nó chờ cơ hội :* He was watching for the opportunity to occur.

chờ dịp [cờ zịp] To watch one's opportunity.

chờ đợi [cờ dợi] To wait for, to expect. *Chờ đợi việc gì :* To be expectant of something. *Trong khi chờ đợi :* Meanwhile, in the meantime. *Một cuộc tiếp rước niềm nở đang chờ đợi anh :* A hearty welcome awaits you.

chờ lâu [cờ lâu] To wait for a long time, to wait long.

chờ xem [cờ sɛm] Wait and see. *Chánh sách chờ xem :* Wait-and-see policy.

chở [cờ] To transport, to convey, to remove, to transfer, to carry (goods, troops, etc... from one place to another). *Chở người nào vào nhà thương :* To carry, convey, take, someone to the hospital. *Xe nó chở được bảy người :* His car carries seven people. *Xe lửa và tàu chở hàng hóa :* Railways and ships carry goods. *Chở củi về rừng :* To carry coals to Newcastle. *Xe nầy có thể chở được sáu người :* This car can accommodate six persons. *Chở hàng hóa bằng đường hàng không :* To carry goods by air. *Máy bay được dùng để chở thơ từ :* Aeroplanes are used for the transport of mail. *Xe chở hành khách :* Public conveyance.

chở chuyên [cờ cwien] Transport, conveyance, carriage (of goods, passengers). See **chuyên chở.**

chở hàng hóa [cờ hàŋ hwá] To carry, transport, goods.

chở khách [cờ xáik] To carry passengers.

chợ [cợ] Market. *Phiên chợ :* Market-day. *Đi chợ :* To go to market ; to go marketing. *Hội chợ, chợ phiên :* Fair. *Anh bếp đi chợ mua đồ ăn cho gia đình :* The cook went to market to buy food for the family.

chợ cá [cợ ká] Fish-market.

chợ đen [cợ dɛn] Black market.

chợ phiên [cợ fien] Fair.

chợ trời [cợ trời] Open-air market.

chơi [cơi] 1) To play, to amuse oneself. *Giờ chơi :* Playtime, break. *Vườn chơi :* Pleasure-ground, amusement ground. *Đồ chơi :* Plaything, toy. *Trò chơi :* Game, diversion, pastime. *Sân chơi :* Playground. *Đi chơi :* To take, have a walk, go for a walk. *Đến chơi :* To come for a visit, come and visit. *Nói chơi :* To say in jest ; to fun, jest, joke ; it was spoken in jest. *Điều, lời nói chơi :* Fun, jest, joke, waggery. *Hay nói chơi :* Waggish. *Để chơi, để cười chơi :* For fun, in fun, for a joke. *Dễ như chơi :* As easy as ABC, as easy as shelling peas, as easy as falling off a fog, as easy as winking. *Chơi dao có ngày đứt tay :* Everything has its day.
2) To play. *Chơi dương cầm :* To play (on) the piano. *Chơi một bản nhạc :* To play a piece. *Hội chơi với ba người phòng hờ :* The team were playing three reserves. *Chơi thành thật :* To play fair. *Chơi dở hơn ngày thường :* To be off one's game.
3) To lead a life of pleasures. *Làng chơi :* Pleasure world. *Gái làng chơi :* Prostitute. *Khách làng chơi :* Bawdy-house customer.

chơi ác [cơi ák] To play (someone) a nasty trick.

chơi ăn chơi [cơi awn cơi] To play (card game) for fun, not to play for money.

chơi ăn tiền [cơi awn tiền] To play for money. *Nếu anh chơi dã cầu ăn tiền (như một nhà nghề) thì anh sẽ bị loại không được chơi tại Hội Thế Vận :* If you play baseball for money (as a professional player), you will be disqualified from playing in the Olympic Games.

chơi bài [cɔi bài] To play cards.

chơi bi [cɔi bi] To play marbles.

chơi bi-da [cɔi bi za] To play (at) billiards. *Nó chơi bi-da giỏi :* He plays a good game of billiards.

chơi bóng rổ [cɔi bɔ́ŋ rỏ] To play basketball.

chơi bời [cɔi bài] To have a debauch, to lead a gay life.

chơi chữ [cɔi cữ] To play on words.

chơi cờ [cɔi kɔ̀] To play (at) chess.

chơi dữ [cɔi zữ] (Foot ball) To play rough.

chơi dương cầm [cɔi zwɔŋ kầm] To play (on) the piano.

chơi đàn [cɔi dàn] To play a musical instrument.

chơi đáo [cɔi dáu] To play hopscotch.

chơi đều [cɔi dều] To play foul. *Chơi đều người nào :* To play someone foul, to play someone a scurvy trick.

chơi đĩ [cɔi dĩ] To frequent prostitutes.

chơi đùa [cɔi dwà] To amuse oneself.

chơi gái [cɔi gái] To indulge in sensual pleasure.

chơi giỡn [cɔi ɟỡn] To dally, to dawdle. *Chơi giỡn dọc đường :* To dawdle on the way.

chơi họ [cɔi hɔ] Tontine.

chơi hụi [cɔi hụi] See chơi họ.

chơi khăm [cɔi xawm] To play (someone a nasty trick; to serve (someone) a trick, to play a trick on (someone).

chơi lan [cɔi lan] To collect orchids.

chơi lông bông [cɔi loŋ boŋ] To amuse oneself.

chơi lu bù [cɔi lu bù] To enjoy oneself (to the full), to have a good time.

chơi nhảm [cɔi ɲảm] To fool about, around.

chơi phiếm [cɔi fiếm] To ramble.

chơi trèo [cɔi trèu] To keep company with older or wealthier people.

chơi vơi [cɔi vɔi] Dangerous, perilous.

chơi xỏ [cɔi ʃỏ] To play a trick on (someone), to play a hoax on (someone).

chới với [cấi vải] To flounder. *Chới với ở dưới nước :* To flounder, to splash (about) in the water.

chơm bơm [cɔm bɔm] Dishevelled, ruffled, rumpled, tousled (hair).

chơm chởm [cɔm cởm] Bristling.

chởm [cởm] To start to, to begin to, to be about to.

chởm nở [cởm nở] (Of flowers) To open, to blossom (out), to bloom, blow; (of buds) to burst. *Hoa hồng chởm nở :* Fresh-blown roses. *Tình yêu chởm nở :* Fresh love.

chờm [cờm] (Of horse etc...) To rear.

chởm lên [cởm len] To bristle.

chơn [cɔn] See chân.

chơn chất [cɔn cất] Simple-hearted, frank.

chớn [cớn] Limit.

chớn chở [cớn cở] Sheer.

chờn vờn [cờn vờn] To flutter about.

chớp [cớp] Lightning, bolt. *Một tia chớp :* A flash of lightning. *Chớp ngoằn ngoèo :* Forked lightning. *Mau như chớp :* As quick as lightning, quick as lightning, as thought.

chớp To project, to show.

chớp bóng [cớp bɔ́ŋ] To project movies.

chớp bóng Cinema, moving pictures, movies. *Ngôi sao chớp bóng :* Movie star. *Phim chớp bóng :* Cinema-film. *Rạp chớp bóng :* Cinema(-hall). *Nếu anh muốn thi đậu, anh không thể nào có thì giờ để xem chớp bóng cả :* If you want to pass the examination, you can't afford time for moving pictures.

chớp cánh [cớp káiɲ] (Of bird) To flutter its wings.

chớp chớp [cớp cớp] To flicker. *Ngọn đèn cầy (nến) chớp chớp rồi tắt luôn :* The candle flickered and then went out.

chớp mắt [cớp mắɯt] To blink, to wink. *Trong chớp mắt :* In a wink, in the twinkling of an eye, in a trice, in a jiffy, in a flash. *Cái chớp mắt :* Blink(ing), wink(ing). *Không chớp mắt :* Unwinking.

chớp nháng [cɕp ɲáŋ] See chớp nhoáng.

chớp nhoáng [cɕp ɲwáŋ] With lightning speed. *Chiến tranh chớp nhoáng:* Lightning war. *Sự tiến bộ chớp nhoáng :* Lightning progress. *Mau như chớp nhoáng :* As swift as an arrow, as swift as thought.

chợp mắt [cʑp máɯt] To shut one's eyes ; to doze, to nap. *Suốt đêm tôi không chợp mắt :* I have not slept a wink all night, I didn't have a wink of sleep all night.

chớt nhả [cɕt ɲà] To make coarse jokes.

chợt [cʑt] Suddenly, all of a sudden ; alternatively. *Cửa chợt mở :* Suddenly the door opened. *Chợt nói chợt cười :* Alternatively talking and laughing. *Chợt biết được một điều bí mật :* To come upon a secret.

chợt Scratched.

chợt da [cʑt za] *Vết chợt da :* Chafe, scratch. *Làm chợt da :* To chafe, scratch, excoriate.

chợt nghe [cʑt ŋɛ] To overhear.

chợt nhớ [cʑt ɲɕ] To remember suddenly.

chợt tỉnh giấc xuân [cʑt tiɲ ɟɕk swən] To awake ; to wake (up).

chu [cu] See châu.

chu báo [cu báu] Weekly (paper).

chu bì [cu bì] (Bot) Periderm.

chu cấp [cu cɕp] 1) To support. *Chu cấp một gia đình :* To support a family. 2) To help, to assist.

chu chéo [cu céu] To yell, to cry out.

chu chí [cu cì] Careful.

chu chuyển viên [cu cwiển vien] (Astr) Epicycle.

chu du [cu zu] To travel (around). *Chu du khắp nước :* To travel around the country.

chu đáo [cu dáu] Circumspect.

chu kỳ [cu kì] Cycle, period. *Chu kỳ hai thì :* Two stroke cycle. *Chu kỳ bốn thì :* Four stroke cycle.

chu mật [cu mạt] Careful, secret.

chu niên [cu nien] A full year, a whole

year. *Lễ chu niên :* Anniversary.

chu san [cu ʃan] Weekly magazine.

chu tất [cu tɕt] Perfect, accomplished, completed.

chu tề [cu té] To relieve.

chu thị [cu θi] To look round.

chu toàn [cu twàn] Perfect, complete.

chu toàn To aid, to help.

chu tri [cu tri] Circular letter.

chu trình [cu trìɲ] (Phys) Cycle. *Chu trình thuận nghịch :* Reversible cycle.

chu tuất [cu twɕt] To relieve.

chu tuế [cu twé] A whole year.

chu tuyền [cu twiến] Circle.

chu vi [cu vi] Circumference (of circle, ellipse), (Geom) perimeter, periphery.

chú [cú] Uncle (father's younger brother).

chú *Bùa chú :* Incantation.

chú bác [cú bák] Father's brothers (the elder and the younger).

chú cước [cú kúrk] Explanatory notes, marginal notes.

chú dẫn [cú zɕn] To note and explain.

chú giải [cú ʑài] To annotate, to note, to explain and comment. *Lời chú giải:* Annotation.

chú minh [cú miɲ] To annotate clearly.

chú mục [cú mụk] To stare, to gaze absorbedly at ; to pay attention to.

chú rể [cú rẻ] Bridegroom, son-in-law.

chú ruột [cú ruʈ] Father's younger brother.

chú sách [cú ʃáik] To register.

chú tâm [cú təm] To concentrate on, to heed, to pay attention to.

chú thị [cú θi] See chú mục.

chú thích [cú θik] To annotate. *Lời chú thích :* Annotation.

chú tiểu [cú tiểu] Novice (in Buddhist temple).

chú trọng [cú trɔŋ] To attach importance to.

chú tượng [cú tuʑŋ] To cast a statue (in bronze etc...).

chú văn [cú vaɯn] Commentary, annotation.

chú ý [cú í] To pay attention to, pay heed to, take care, take notice of, to note, to mind (someone, something). *Chú ý đến việc gì :* To pay attention to something ; to give, pay heed to something. *Chú ý làm việc gì :* To take (good) care, to take heed, to be careful to do something. *Sự chú ý :* Attention. *Làm người nào chú ý :* To catch, take up, engross, someone's attention. *Công việc của nó bắt nó phải chú ý :* His work engrosses him.

chú ý Attentive, careful, alive to. *Chú ý đến quyền lợi của mình :* To be alive to one's interests.

chù ụ [cù ụ] *Mặt chù ụ :* Long face.

chủ [củ] 1) Master, mistress (of house) ; employer (of labour) ; chief, head, owner (of firm, of business) ; proprietor (of hotel). *Gia chủ :* Head, chief of the family. *Địa chủ, điền chủ :* Landlord, landowner. *Chủ khách sạn :* Proprietor of a hotel. *Nghiệp chủ :* Property owner. *Thân chủ :* Client. *Khổ chủ :* Victim (of robbery, accident). *Tự chủ :* Independent. *Làm chủ lấy mình :* To be master of oneself. *Làm chủ tình thế :* To be master of the situation. *Làm chủ một lò đúc v.v...:* To be master of a foundry etc... *Chủ nào tớ nấy :* Like master like man. *Chủ và thợ :* The master and the men. *Tiền sửa chủ chịu :* Repairs chargeable on the owner. *Tài sản đã nhiều lần đổi chủ :* The property has often changed hands. *Ai làm chủ nhà này ? :* Who's the owner of this house ?. *Chủ phải bồi thường thiệt hại cho nhân công của mình (nếu họ bị thương trong lúc làm việc) :* Employers should compensate their workmen for injuries (if they are hurt during their work). *Nó xin chủ nó tăng lương :* He asked his employer a rise. *Khách sạn đã đổi chủ :* The hotel has changed hands.

chủ bộc [củ bọk] Master and servant.

chủ bút [củ bút] Editor.

chủ cách [củ káik] Subjective ; the subjective case.

chủ cái [củ kái] Bank, banker. *Ăn hết tiền chủ cái :* To break the bank.

chủ chiến [củ ciến] Advocate of war.

chủ danh [củ zaịn] (Law) Principal culprit.

chủ đất [củ dất] Landowner, landlord, owner of the land. *Không có sự phản đối của chủ đất :* There was no objection on the part of the owner of the land.

chủ đề [củ dề] Main subject, main topic.

chủ đích [củ dík] Chief object.

chủ điệu [củ diệu] (Mus) Principal.

chủ định [củ dịṇ] Design.

chủ đồn điền [củ dòn diền] Planter.

chủ động [củ dọṇ] 1) Author, agent. 2) Hero (of a story), principal part (in a play).

chủ giác [củ ʒák] Principal part in a play.

chủ giáo [củ ʒáu] Bishop.

chủ hòa [củ hwà] Advocate of peace.

chủ hôn [củ hon] To conduct a wedding ceremony.

chủ khách [củ xáik] Host and guest.

chủ khảo [củ xảu] Head examiner, president of the examining body.

chủ lực [củ lụk] Main force, main body, powerful force. *Phần chủ lực của quân đội :* The main body of an army.

chủ lý [củ lí] Rationalist. *Chủ lý luận :* Rationalism.

chủ mẫu [củ mẫu] Mistress of the house.

chủ mưu [củ mưu] Instigator.

chủ não [củ nãu] Essential, vital.

chủ ngã [củ ŋã] Egoist, selfish. *Chủ ngã chủ nghĩa :* Egoism.

chủ nghĩa [củ ŋĩə] Doctrine. *Chủ nghĩa có khuynh hướng xã hội :* Doctrine that tends towards socialism.

chủ nghĩa bảo thủ [củ ŋĩə bảu thủ] Conservatism.

chủ nghĩa bi quan [củ ŋĩə bi kwan] Pessimism.

chủ nghĩa cá nhân [củ ŋĩə ká ŋən] Individualism.

chủ nghĩa cấp tiến [củ ŋiə kɐ́p tiến] Radicalism.

chủ nghĩa chuyên chế [củ ŋiə cwien cế] Despotism.

chủ nghĩa cộng hòa [củ ŋiə kọŋ hwà] Republicanism.

chủ nghĩa cộng sản [củ ŋiə kọŋ ʃản] Communism. *Người theo chủ nghĩa cộng sản* : Communist.

chủ nghĩa đế quốc [củ ŋiə dế kwók] Imperialist.

chủ nghĩa hòa bình [củ ŋiə hwà bìɲ] Pacifism.

chủ nghĩa lạc quan [củ ŋiə lạk kwan] Optimism.

chủ nghĩa phát xít [củ ŋiə fát sít] Fascism.

chủ nghĩa quân phiệt [củ ŋiə kwən fiẹt] Militarism.

chủ nghĩa thực dân [củ ŋiə θɯk zən] Colonialism. *Chủ nghĩa thực dân kiểu mới* : Neo-colonialism.

chủ nghĩa tư bản [củ ŋiə tɯ bản] Capitalism.

chủ nghĩa vị tha [củ ŋiə vị θa] Altruism.

chủ nghĩa vô chính phủ [củ ŋiə vo cíɲ fủ] Anarchism.

chủ nghĩa xã hội [củ ŋiə sã họi] Socialism. *Chủ nghĩa xã hội cơ đốc* : Christian socialism.

chủ nhà [củ ɲà] 1) Host, master of the house ; house owner. *Vắng chủ nhà gà vọc niêu tôm* : When the cat's away the mice will play. *Chúng ta sáu người kể cả chủ nhà* : We were six including our host.

2) House-owner.

chủ nhân [củ ɲən] Master, owner, propietor, boss, chief.

chủ nhân công [củ ɲən koŋ] Principal part in a play or novel.

chủ nhật [củ ɲạt] Sunday.

chủ nhiệm [củ ɲiẹm] 1) Person responsible for something.

2) Director, editor.

chủ nợ [củ nợ] Creditor. *Bị chủ nợ thúc hối* : To be pressed by one's creditors. *Trốn các chủ nợ* : To avoid one's creditors, to give one's creditors the slip ; to evade, elude, one's creditors.

chủ phạm [củ fạm] (Law) Principal.

chủ phụ [củ fụ] Mistress of the house.

chủ quan [củ kwan] Subjective. *Tính chủ quan* : Subjectivity. *Chủ quan luận, chủ quan chủ nghĩa* : Subjectivism.

chủ quán [củ kwán] Innkeeper.

chủ quyền [củ kwièn] 1) Sovereignty.

2) Command. *Chủ quyền trên mặt biển* : Command of the seas.

chủ soái [củ ʃwái] Commander-in-chief.

chủ sự [củ ʃụ] Chief of a bureau, chief clerk, head clerk.

chủ tang [củ taŋ] Chief mourner.

chủ tâm [củ təm] Intention, design.

chủ tể [củ tẻ] Lord, master.

chủ tệ [củ tẹ] Standard currency.

chủ thầu [củ θầu] Contractor.

chủ tịch [củ tịk] Chairman, president. *Chức chủ tịch* : Chairmanship, presidentship. *Phó chủ tịch:* Vice-chairman, vice-president. *Bà chủ tịch* : Chairwoman. *Được bầu làm chủ tịch* : To be voted into the chair. *Ngồi ghế chủ tịch* : To take the chair. *Chủ tịch ủy ban thường trực quốc hội* : Chairman of the national assembly standing committee.

chủ tịch đoàn [củ tịk dwàn] Presidium.

chủ tịch sáng lập [củ tịk ʃáŋ lạp] President-founder.

chủ tình [củ tìɲ] Sentimental.

chủ tỉnh [củ tỉɲ] Province chief.

chủ tọa [củ twa] 1) To preside, take the chair, act as chairman ; to be in the chair ; to occupy, fill, the chair.

2) To take the place of authority; to sit at the head of the table. *Dưới quyền chủ tọa của ông X.* : Mr. X in the chair.

chủ trại [củ trại] Chief of a farm.

chủ trì [củ trì] 1) To direct, to manage.

2) To advocate.

chủ trương [củ trɯəŋ] To allege, to

support. *Tôi chủ trương rằng :* My contention is that.

chú từ [củ từ] (Gram) Subject.

chú tướng [củ tuớŋ] Chief of an army.

chú xướng [củ suớŋ] To advance, to put forward.

chú ý [củ í] Main idea, chief purpose.

chú ý To mind; to pay attention to, pay heed to, take notice of. *Những việc đáng chú ý :* Things worthy of remark. *Chúng tôi thấy không có gì đáng chú ý cả :* We saw nothing worthy of remark. See **chú ý**.

chú yếu [củ iếu] Essential, crucial, principal, capital, vital, cardinal, central, dominant, most important.

chua [cwə] To note, to annotate.

chua Acid, sour, sharp, tart. *Trái chua :* Acid, tart, fruit. *Rượu hơi chua :* Slightly acid wine. *Sanh chất chua :* Acidiferous. *Tính chua, vị chua :* Acidity. *Có mùi chua :* To smell sour. *Nửa chua nửa ngọt :* Sour-sweet. *(Đồ ăn, v.v...) Trở nên chua :* (Of food, etc...) To turn sour. *Tôi không thích đồ chua :* I don't like sour things.

chua cay [cwə kay] Acid, bitter, acrid, mordant, pungent, poignant, acrimonous, aculeate, incisive.

chua chát [cwə cát] Tart, sharp (tone).

chua chua [cwə cwə] Acidulent, acidulous, bitter-sweet, somewhat acid.

chua lét [cwə lét] Very sour.

chua lòm [cwə lòm] See **chua lét**.

chua ngoa [cwə ŋwa] Talkative.

chua xót [cwə sót] Smarting, painful. *Làm chua xót :* To embitter. *Nhìn thấy việc gì mà chua xót :* To be grieved to see something.

chúa [cwə] 1) Lord, prince. *Vua chúa :* King and prince. *Công chúa :* Princess. 2) God, the Lord. *Ngày của Chúa :* The Lord's Day.

chúa (Not used alone) Very, extremely.

chúa chồm [cwə cồm] *Nợ như chúa chồm :* To be head over ears, up to the eyes, in debt.

chúa nhựt [cwə nụt] Sunday. *Chúng tôi đi học mỗi ngày trừ chúa nhựt :* We come to school every day except Sunday. *Anh không cần đi học ngày chúa nhựt :* It is not necessary for you to come to school on Sunday. *Anh có thể ở lại hết ngày chúa nhựt không ? :* Can you stay over Sunday ?.

chúa sơn lâm [cwə ʃən ləm] The king of the jungle (forest) ; the tiger.

chúa tể [cwə tể] Chief, master.

chúa thượng [cwə θuạŋ] The king.

chúa xuân [cwə swən] God of spring.

chùa [cwə] Pagoda, Buddhist temple. *Thầy chùa :* Monk. *Gần chùa gọi bụt (Phật) bằng anh :* Familiarity breeds contempt.

chùa chiền [cwə ciền] Pagodas.

chuẩn [cwẩn] To approve, to agree, to grant, to allow. *Phê chuẩn :* To grant.

chuẩn *Tiêu chuẩn :* Standard.

chuẩn bị [cwẩn bị] To prepare ; to make ready, get ready ; to take the preliminary steps for (the establishment of something, etc...). *Không có chuẩn bị trước :* Unprepared. *Chuẩn bị xạ kích :* Ready to shoot. *Nếu anh muốn hòa bình hãy chuẩn bị chiến tranh :* If you want peace prepare for war.

chuẩn chấp [cwẩn cấp] To accept, to agree, to comply.

chuẩn chi [cwẩn ci] To order a payment.

chuẩn đích [cwẩn dík] Norm, goal, aim.

chuẩn định [cwẩn dịŋ] 1) To decide, to fix, to settle. 2) (Ch) To normalize, to standardize.

chuẩn độ [cwẩn dọ] Title (of alloy). (Ch. Miner) content ; criterion.

chuẩn hứa [cwẩn hứa] To admit, to allow, to grant.

chuẩn lệ [cwẩn lệ] According to custom.

chuẩn miễn [cwẩn miễn] To exempt.

chuẩn nhận [cwẩn nạn] To accept, to agree ; to confirm.

chuẩn phê [cwẩn fe] To ratify, to approve.

chuẩn tắc [cwẩn tákk] Regulation.

chuẩn tàu [cwэ̀n tɔ́u] According to custom.

chuẩn trình [cwэ̀n trịɲ] Rule.

chuẩn trực [cwэ̀n trṵk] (Phys) Collimate. *Ống chuẩn trực :* Collimator, collimating lens.

chuẩn tướng [cwэ̀n tɯɔ́ŋ] Aspirant-general.

chuẩn úy [cwэ̀n wi] Chief warrant officer, aspirant (the rank of an officer immediately below a second-lieutenant) ; (Navy) commissioned warrant officer.

chuẩn xác [cwэ̀n sák] Sure, certain ; accurate.

chuẩn ý [cwэ̀n i] To approve, to accept.

chúc [cúk] To wish. *Tôi chúc anh thành công :* I wish you may succeed. *Những lời chúc năm mới :* New year's wishes. *Chúc người nào được may mắn :* To wish someone good luck.

chúc To bend, to incline, to slant.

chúc Torch, candle.

chúc dữ [cúk zṵ̃] To anathematize. *Lời chúc dữ :* Anathema.

chúc đài [cúk dài] Candelabrum, candelabra.

chúc hạ [cúk hạ] To congratulate.

chúc mục [cúk mṵk] To keep one's eye on.

chúc mừng [cúk mừɲ] To congratulate. *Chúc mừng năm mới :* Happy New Year.

chúc ngôn [cúk ŋon] (Law) Will, testament. *Làm tờ chúc ngôn :* To make one's will.

chúc phó [cúk fɔ́] To trust, entrust.

chúc phúc [cúk fúk] To wish happiness.

chúc quốc [cúk kwók] Colony.

chúc tán [cúk tán] To congratulate.

chúc Tết [cúk tét] To wish a happy New Year.

chúc thác [cúk θák] See chúc phó.

chúc thọ [cúk θɔ̣] To wish a long life.

chúc thư [cúk θɯ] Will, testament, last will and testament. *Chết không để lại chúc thư :* To die intestate.

chúc tụng [cúk tụŋ] To congratulate, to compliment, to praise.

chúc từ [cúk từ] 1) Congratulations, compliments.
2) Speech.

chúc ý [cúk i] To pay attention to, pay heed to.

chục [cụk] Ten, group of ten. *Hai chục :* Twenty. *Hàng chục, từng chục :* By tens.

chục đủ đầu [cụk dủ dầu] Dozen.

chục rưỡi [cụk rɯɔ̃i] Fifty.

chuê bút [cwé bút] Postscript.

chui [cui] 1) To creep in, to get in through a narrow opening. *Chui vào một cái lỗ :* To creep into a hole.
2) To cede (a card).

chúi [cúi] 1) To bend, incline.
2) To be absorbed in, to be deep in, to bury (one's nose, head in some business).

chúi đầu [cúi dầu] *Té chúi đầu :* To fall head first. *Chúi đầu vào sách :* To be absorbed in studies.

chùi [cùi] To wipe (away, out) ; to efface, blot out, erase, clean out, to scour. *Chùi soong :* To scour out a saucepan.

chùi nước mắt [cùi nɯŕk mǎɯt] To dry, wipe away one's tears.

chum [cum] Earthen jar swollen out in the middle.

chúm [cúm] Pinch. *Chúm muối :* Pinch of salt.

chúm chím [cúm cím] *Cười chúm chím :* To smile.

chúm miệng [cúm miẹŋ] To purse (up) one's lips.

chúm môi [cúm moi] See chúm miệng.

chùm [cùm] Bunch, bundle, cluster, tuft ; (Elect) brush ; (Bot) floccus, raceme.

chùm chìa khóa [cùm cə̀ xwa] Bunch of keys.

chùm hoa [cùm hwa] Cluster of flowers.

chùm nho [cùm ɲɔ] Bunch, cluster, of grapes.

chũm cau [cũm kau] Button-shaped part cut off from an areca–nut.

chũm chọe [cũm cwɛ] Cymbal.

chụm [cụm] To assemble, to join.

chụm lửa [cụm lửə] To bream.

chun [cun] See thun.

chùn [cùn] Tired, exhausted.

chùn chụt [cùn cụt] Noisily. Hôn, bú chùn chụt : To kiss, suck noisily.

chung [cuŋ] Common. Của chung : Common property. Kẻ thù chung : Common enemy. Bức tường chung : Common wall. Danh từ chung : Common noun. Ước số chung : Common divisor. Đời sống chung : Communal life. Thuộc về của chung : Communal. Ở chung : To live, room together ; to cohabit. Có chung vật gì với người nào : To have something in common with someone. Người ta nói chúng nó ở chung với nhau (lấy nhau) : People say they are living together. Góp tiền để xài chung : To club one's resources (together). Chồng là người Pháp, vợ người Đức và người làm là người Ý ; nhưng họ có tiếng Anh là tiếng chung (nhưng họ nói tiếng Anh) : The husband is French, the wife German and the servant Italian ; but they have English as a common language (they all use English).

chung The end.

chung Bell.

chung ái [cuŋ ái] To love ardently.

chung cánh [cuŋ káiɲ] Final, last.

chung chạ [cuŋ cạ] In common.

chung chè [cuŋ cɛ̀] To go out of mourning.

chung chăn gối [cuŋ cauŋ gói] To cohabit, to live together as husband and wife.

chung chỉ [cuŋ cỉ] To finish.

chung cổ [cuŋ kổ] Bell and drum.

chung cuộc [cuŋ kwộrk] Final, end, ending.

chung dạ [cuŋ zạ] All night, the whole night (long).

chung đúc [cuŋ đúk] To amalgamate, merge.

chung đụng [cuŋ dụŋ] To share, to have in common.

chung góp [cuŋ gɔ́p] To club together.

chung gối [cuŋ gói] To share the same bed.

chung kết [cuŋ két] Final, conclusion. Các trận đấu vào chung kết : Finals. Đấu thủ được vào chung kết, đấu thủ trong trận chung kết : Finalist.

chung kiếp [cuŋ kiếp] Throughout one's life.

chung kỳ [cuŋ kì] Expired term.

chung lộn [cuŋ lọn] Tính chung lộn, ăn chung ở lộn : Promiscuity.

chung nhật [cuŋ ɲạt] All day, the whole day.

chung niên [cuŋ nien] Throughout the year.

chung quanh [cuŋ kwaiɲ] Around, about. Những cụm rừng chung quanh : The woods (all) around. Nó nhìn chung quanh nó : He looked about him. Những ngọn đồi chung quanh thành phố : The hills (round) about the town. Choàng khăn chung quanh cổ : To wear a muffler round one's neck.

chung quy [cuŋ kwi] Finally, in the result.

chung sinh [cuŋ ʃiɲ] Throughout one's life.

chung sức [cuŋ ʃứk] To unite efforts. Chung sức với người nào để làm việc gì : To team up with someone in order to do something.

chung tang [cuŋ taŋ] To go out of mourning.

chung tất [cuŋ tất] Finished, completed.

chung thẩm [cuŋ θảum] (Law) Final judgment.

chung thân [cuŋ θən] Throughout one's life, in perpetuity. Khổ sai chung thân : Penal servitude for life. Nó bị án khổ sai chung thân : He was given a lifer. Án khổ sai chung thân, người bị tù khổ sai chung thân : Lifer.

chung thế [cuŋ θế] Throughout one's life

chung thiên [cuɲ θien] See chung thể.

chung thúy [cuɲ θwi] The end and the beginning; constancy, faithfulness.

chung tiền [cuɲ tièn] To pool money, to club together. *Chung tiền đề mua vật gì* : To club together to purchase something. See góp tiền.

chung tình [cuɲ tìɲ] Steadfast, loyal, faithful in love.

chung tú [cuɲ tú] Very beautiful, beautiful beyond description.

chung vồn [cuɲ vón] To put one's funds in common.

chúng [cúɲ] People. *Công chúng* : The public. *Dân chúng, quần chúng* : The people, the multitude, the masses. *Giữa công chúng* : In public. *Ra mắt công chúng* : To appear a public appearance. *Đại chúng* : The populace. *Xuất chúng* : To rise above the crowd. *Phần đông dân chúng* : The great mass of the people.

chúng bạn [cúɲ bạn] Friends, comrades.

chúng bây [cúɲ bei] You (from superior to inferiors).

chúng cháu [cúɲ cáu] We (your grand children, your nephews, your nieces).

chúng con [cúɲ kɔn] We (your children).

chúng dân [cúɲ zən] The people.

chúng em [cúɲ εm] We (your young brothers or sisters).

chúng khẩu đồng từ [cúɲ xău dòɲ từ] Unanimous.

chúng luận [cúɲ lwən] Public opinion.

chúng mầy [cúɲ mèi] You (from superior to inferior).

chúng mình [cúɲ mìɲ] We.

chúng nghị viện [cúɲ ɲị viện] The house of representatives.

chúng nó [cúɲ nɔ́] They, them. *Chúng nó làm gì đó?* : What are they doing?. *Chúng tôi cũng giàu như chúng nó* : We are as rich as they. *Nếu tôi là chúng nó* : If I were they. *Anh có thấy chúng nó không?* : Have you seen them?. *Tôi sẽ viết cho chúng nó một* bức thơ : I shall write to them a letter. *Chúng nó đã đem chìa khóa theo* : They took the keys away with them. *Cả hai đứa chúng nó đều thấy tôi* : Both of them saw me. *Chúng nó cả thảy có ba đứa* : They were three of them. *Chúng nó kìa, chúng nó đó* : It's them. *Đây là sách của tôi, sách của chúng nó ở trên bàn* : Here are my books, theirs are on the table. *Nhà này là nhà của chúng nó* : This house is theirs. *Không phải công việc của chúng nó* : It is no business of theirs. *Cha mẹ chúng nó* : Theirs father and their mother. *Nước lên tới đầu gối chúng nó* : The water reached above their knees.

chúng sinh [cúɲ ʃiɲ] All living creatures.

chúng ta [cúɲ ta] We. *Chúng ta đi đâu bây giờ?* : Where shall we go?. *Không phải việc của chúng ta* : It is no business of ours. *Vì anh chưa sẵn sàng, chúng ta không thể đi được* : As you are not ready, we cannot go.

chúng tôi [cúɲ toi] We. *Chúng tôi và chúng nó* : We and they. *Chúng nó không giàu bằng chúng tôi* : They are not as rich as we. *Nhà của anh lớn hơn nhà của chúng tôi* : Your house is larger than ours. *Chúng tôi đồng một ý* : We are of a mind. *Chúng tôi không có thì giờ để đi xem nhà thờ* : There is no time for us to see the church. *Chúng tôi rất ít khi đi coi hát* : We hardly ever go to the theatre.

chùng [cùɲ] 1) Loose, slack. *Dây chùng*: Slack-rope.

2) Stealthily, furtively.

chủng [củɲ] Race. *Bạch chủng* : The white race. *Hoàng chủng* : The yellow race. *Hắc chủng* : The black race. *Truyền chủng* : To propagate. *Diệt chủng* : To exterminate a race.

chúng To sow.

chúng bá [cúɲ bá] To scatter.

chúng bào [cùɲ bàu] (Bot) Ascus.

chủng biệt [củɲ biệt] Different races.

chúng chỉ [cùŋ cí] To follow up ; to follw hard, close (up) on (someone) ; to follow closely.

chúng đậu [cùŋ dậu] To vaccinate. *Sự, phép chủng đậu* : Vaccination. *Người chủng đậu* : Vaccinator.

chúng đức [cùŋ dức] To cultivate virtue.

chúng loại [cùŋ lwại]Kind, type, species.

chúng thực [cùŋ θụk] To sow.

chúng tộc [cùŋ tộk] Race.

chúng viện [cùŋ viện] Seminary.

chuộc [cwớk] 1) To incur, to bring upon oneself (worry etc...).

2) To pour wine, liquor ; to invite (someone) to drink.

chuộc lầy [cwớk lầy] See chuộc.

chuộc rượu [cwớk rượu] To pour out wine.

chuộc [cwợrk] 1) To repurchase, buy back, get back, by expending money or effort; to redeem (pledge, mortgage); to take (something) out of pawn ; to ransom, set free by payment ; to save a person's life by ranson (payment). *Chuộc đồng hồ ra* : To take one's watch out of pawn, to redeem one's watch. *Chuộc một tù nhân* : To redeem, ransom, a prisoner.

2) To make up for, to expiate, to make amend for. *Chuộc lỗi* : To redeem a fault, to atone (for) a fault (in doing something).

chuộc *Mua chuộc* : To buy over, to bribe.

chuộc danh dự [cwợrk zaiŋ zụ] To retrieve one's honour.

chuộc đồ [cwợrk dò] To take something out of pawn.

chuộc lại [cwợrk lại] To repurchase, to buy back, to redeem. *Chuộc lại thì giờ đã mất* : To redeem the time.

chuộc lỗi [cwợrk lỗi] To redeem a fault. *Chuộc lại lỗi của mình* : To make up for one's faults.

chuộc tội [cwợrk tội] To atone for one's sins.

chuôi [cuợi] Handle. *Nắm đằng chuôi* :

To have an advantage over someone.

chuôi dao [cuợi zau] Handle of knife, knife-handle.

chuối [cuối] (Bot) Banana. *Cây chuối* : Banana tree. *Buồng chuối* : Stem of bananas. *Nải chuối*: Cluster of bananas. *Trồng chuối* : To stand on one's head. *Trợt vỏ chuối* : To slip on a banana skin ; to fail in an examination.

chuỗi [cuỗi] String (of beads) ; necklace ; chain (of events) ; file, series, succession.

chuỗi hạt [cuỗi hạt] Chaplet, rosary, string of beads for counting prayers.

chuỗi hạt trai [cuỗi hạt trai] Pearl necklace.

chuỗi ngày [cuỗi ŋày] Succession of days. *Một chuỗi ngày đằng đặc* : A succession of long days.

chuỗi tràng hạt [cuỗi tràŋ hạt] Rosary, chaplet.

chuội [cuội] To whiten, to bleach (raw silk).

chuội tơ [cuội tə] To whiten, bleach raw silk.

chuôm [cuəm] Small pond.

chuồn [cuồn] Club. *Lá bốn chuồn* : The four of clubs.

chuồn 1) To make off, to clear out ; to slip away, off ; to steal off, to make oneself scarce, to take French leave ; (when trouble is impending) to get out of the rain.

2) To decamp, to run away, to be off, to abscond, to flee, to absquatulate. *Chỉ còn có cách chuồn đi* : There is nothing for it but to run.

chuồn chuồn [cuồn cuồn] 1) (Ent) Dragonfly, flying-adder, adder-fly, libellula.

2) Thumb-crew. *Tay bắt chuồn chuồn*: (Med) Carphology, floccillation.

chuồn êm [cuồn em] To fade away, to make a fade-away, to slip away quietly.

chuông [cuəŋ] 1) Bell. *Thợ đúc chuông*: Bell founder. *Người treo chuông*: Bell-hanger. *Sự treo chuông*: Bell-hanging.

Người giựt chuông : Bell-ringer. *Lầu chuông, gác chuông* : Bell-tower, belfry. *Giống hình chuông* : Bell-shaped ; campanulate. *Hoa hình chuông* : Bell-shaped flowers. *Lắc chuông, rung chuông* : To set the bell a ringing. *Giựt chuông*: To pull the bell. *Kéo chuông, giựt chuông* : To ring the (door-) bell. *Kéo chuông nhà thờ* : To ring church bells. *Rung chuông hạ màn* : To ring down the curtain (i.e. at the theatre). *Rang chuông kéo màn lên* : To ring up the curtain.

2) (Fixed) bell (with striking hamm•; gong (of clock). *Nhận chuông* : To ring the bell. *Nhận chuông gọi tớ gái* : To ring for the maid. *Đánh chuông báo cấp* : To ring the alarm. *Tiếng chuông* : Ring. *Tiếng chuông reo* : Ringing. *Có tiếng chuông ngoài cửa* : There is a ring at the door. *Tôi nhận biết tiếng chuông của nó* : I recognize his ring. *Tiếng chuông điện thoại reo* : Ring on the telephone. *Đánh nhạc chuông* : To chime the bells.

chuông báo động [cuɜŋ báu dɔ̣ŋ] Alarm-bell. *Nếu có cháy, anh nhận chuông báo động* : In case of fire, ring the alarm-bell.

chuông báo hiệu [cuɜŋ báu hiệu] Alarm gong.

chuông bấm [cuɜŋ bấm] Electric bell·

chuông cáo phó [cuɜŋ káu fɔ̉] Death-bell, passing-bell. *Đánh chuông cáo phó* : To toll someone's death.

chuông điện [cuɜŋ diẹn] Electric bell, electric gong. *Nút chuông điện* : Bell-push. *Chuông điện reo* : The electric bell rang.

chuông điện thoại [cuɜŋ diẹn θwại] Telephone bell.

chuông đồng hồ [cuɜŋ dòŋ hò] Alarm-clock.

chuông gọi [cuɜŋ gɔi] Call-bell.

chuông kêu [cuɜŋ keu] See **chuông reo.**

chuông nhà thờ [cuɜŋ pà θờ] Bell of church.

chuông nhỏ [cuɜŋ pɔ̉] Small bell, hand-bell.

chuông reo [cuɜŋ reu] The bell is ringing.

chuông tay [cuɜŋ tay] Hand-bell.

chuồng [cuɜ̀ŋ] Stable, shed, cage. *Chuồng chỉ vừa đủ chỗ nhốt bốn con ngựa* : The stable admits only four horses. *Con sư tử thoát ra khỏi chuồng* : The lion got out of its cage.

chuồng bò [cuɜ̀ŋ bɔ̀] Cow-house.

chuồng bồ câu [cuɜ̀ŋ bɔ̀ kɜu] Pigeon-house, dove-cote, pigeonry.

chuồng chó [cuɜ̀ŋ cɔ́] Dog–kennel.

chuồng chồ [cuɜ̀ŋ cò] Latrine, privy.

chuồng cừu [cuɜ̀ŋ kừu] Sheep-fold.

chuồng dê [cuɜ̀ŋ ze] Goat-fold.

chuồng gà [cuɜ̀ŋ gà] Hen-house, hen-coop, hen-roost, hen-cote ; poultry-house, fowl-house. *Lúc gà vào chuồng*: At nightfall.

chuồng heo [cuɜ̀ŋ hɛu] Pigery, pigsty, sty.

chuồng khi [cuɜ̀ŋ xi] Cage of monkeys.

chuồng lợn [cuɜ̀ŋ lɜ̣n] See **chuồng heo.**

chuồng ngựa [cuɜ̀ŋ ŋừɜ] Stable.

chuồng phân [cuɜ̀ŋ fɜn] Dunghill, manure heap.

chuồng thỏ [cuɜ̀ŋ θɔ̉] Rabbit-hutch.

chuồng tiêu [cuɜ̀ŋ tieu] Latrine, privy.

chuồng trâu [cuɜ̀ŋ trɜu] Buffalo stable.

chuồng trừu [cuɜ̀ŋ trừu] Sheep–fold.

chuồng xí [cuɜ̀ŋ sí] See **chuồng tiêu.**

chuộng [cuɜ̣ŋ] To be fond of, to esteem ; to love, to like, to appreciate. *Chiều chuộng* : To coddle. *Chuộng của lạ* : To like exotic things.

chuốt [cuột] To whittle ; to sharpen, to point (pencil). *Chuốt viết chì* : To sharpen, point a pencil, to give a point to a pencil.

chuột [cuột] Rat, mouse. *Bẫy chuột* : Rat-trap, mousetrap. *Thuốc giết chuột*: Rat-poison. *Ổ chuột* : Rat's nest. *Người bắt chuột* : Rat-catcher. *Sự, nghề bắt chuột* : Rat – catching. *Bị chuột ăn, chuột gặm* : Rat–eaten, rat-gnawed. *Hang chuột* : Mouse-hole. *Ướt như* *chuột lột* : To be wet through, wet to the skin, dripping wet, as wet as a drowned rat, drenched to the skin.

chuột Biceps.

chuột bạch [cuạt bạik] Guinea-pig.

chuột cái [cuạt kái] Female of the rat, she-rat.

chuột chù [cuạt cù] Musk-rat, musquash.

chuột chũi [cuạt cũi] Mole.

chuột con [cuạt kɔn] Little mouse, young mouse.

chuột cống [cuạt kóŋ] Sewer-rat.

chuột đất [cuạt dót] Field-mouse.

chuột đồng [cuạt dòŋ] Meadow-mouse, field-mouse.

chuột gặm [cuạt gạɯm] Rat-eaten, rat-gnawed.

chuột lắt [cuạt lắɯt] Mouse.

chuột nhắt [cuạt ɲắɯt] Mouse.

chuột nước [cuạt nɯ́rk] Water-rat, water-vole.

chuột rút [cuạt rút] (Med) Cramp.

chuột tàu [cuạt tàu] Guinea-pig.

chuột xạ [cuạt sạ] Musk-rat, musquash.

chụp [cụp] To catch, to seize, to grab, to grasp, to snatch. *Chụp lấy cơ hội làm việc gì* : To avail oneself of, seize, grasp, snatch at, leap at, the opportunity to do something. *Chụp lẹ vật gì* : To make a grab at something. *Nó chụp cây súng lục đề trên bàn* : He seized, grabbed, snatched up, a revolver off the table.

chụp ảnh [cụp ảiɲ] To photograph, to take a photograph (of) ; to have one's photo(graph) taken. *Máy chụp ảnh* : Camera. *Người, thợ chụp ảnh* : Photographer. *Sự, cách, thuật chụp ảnh*: Photography. *Thuật chụp ảnh xa* : Telephotography. *Máy chụp ảnh xa*: Telephote, telecamera. *Ảnh chụp xa* : Telephotograph. *Thuật chụp ảnh màu*: Photochromy, photochrome, colour photography. *Thuật chụp ảnh trên đồ gốm* : Photo-ceramics. *Chụp ảnh người nào* : To take someone's photograph, to take a photograph of someone.

chụp bóng [cụp bóŋ] See chụp ảnh.

chụp đèn [cụp dèn] Lamp-shade.

chụp hình [cụp hìɲ] See chụp ảnh.

chụp lấy [cụp léi] To seize, to grab, to grasp, to clutch, to seize, to embrace, to snatch. *Chụp lấy cơ hội (làm việc gì)* : To seize, grasp, avail oneself of, snatch at, leap at, the opportunity (to do something). *Nó chụp lấy sợi dây tôi ném cho nó* : He clutched at the rope I threw to him.

chụp xòa [cụp swà] Cymbal.

chút [cút] *Một chút* : A little, a bit, a taste, a tick, a dash, a thought. *Một chút xíu* : A tiny bit. *Một chút nữa* : A little more. *Đợi, chờ một chút* : Wait a little!, half a tick ! (Hải) *Về phía tay mặt một chút* : Starboard a little. *Hơi ngọt một chút*: A thought too sweet. *Dài hơn một chút*: A shade longer, a thought longer. *Nó không may chút nào cả* : He hasn't the least chance. *Hôm nay không có một chút gió nào cả* : There isn't the least wind to-day. *Ở lại với tôi một chút* : Please stay with me a little while. *Cho tôi một chút phó mát* : Give me a taste of cheese. *Chút nữa tôi sẽ đến* : I am coming in a tick, in two ticks, in half a tick. *Không có chút nguy hiểm nào cả* : Not the slightest danger. *Xin anh vui lòng đứng xa ra một chút* : Please stand a little farther away. *Tôi đến trễ một chút* : I am a bit late. (Nói điện thoại) *Xin chờ một chút !*: Hold on a minute! one minute, please !.

chút đỉnh [cút dỉp] A little bit, a tiny bit.

chút ít [cút ít] A little. *Nàng biết chút ít âm nhạc* : She knows a little music.

chút lòng [cút lòŋ] The least feeling, the minimum of feeling.

chút nào [cút nàu] *Nó không may chút nào cả* : He hasn't the least chance. *Tôi không mệt chút nào cả* : I'm not in the least tired.

chút nữa [cút nữa] All but. *Thiếu chút nữa tôi té rồi* : I all but fell. *Chút nữa tôi đến* : I am coming in a tick.

chút phận [cút fạn] Modest condition.

chút tình [cút tìn] The minimum of feeling.

chút xíu [cút síu] A dash, a tiny bit. *Thêm chút xíu chanh*: Add a dash of lemon. *Chút xíu giấm*: A drop, a few drop, of vinegar.

chụt [cụt] *Bú, hôn chùn chụt*: To suck, kiss, noisily.

chuy [cwi] See truy.

chùy [cwì] 1) Club. *Chùm hoa hình chùy*: Panicle. *Có hoa hình chùy*: Panicled, paniculate.
2) Club.

chùy cột [cwì kót] Spine, backbone, vertebral column.

chuyên [cwien] To transfer, to transfuse (liquid).
2) To transfer (money, etc..) secretly.

chuyên 1) Studious, industrious.
2) Without asking for permission.

chuyên To concentrate on, to specialize in.

chuyên cần [cwien kằn] Industrious, studious, diligent, assiduous. *Sự chuyên cần*: Industry, diligence, assiduity.

chuyên chế [cwien cé] Absolute, arbitrary, autocratic. despotic, dictatorial. *Chánh thể chuyên chế*: Absolutism, autocracy, despotism. *Chánh thể quân chủ chuyên chế*: Absolute monarchy.

chuyên chính [cwien cín] Absolutism, despotism.

chuyên chở [cwien cờ] To transport, to carry, to remove, to transfer, to convey (goods, etc... from one place to another). *Sự chuyên chở*: Transport, conveyance, carriage (of goods, passengers). *Sự chuyên chở hàng hoá*: Transport of goods, carrying trade.

chuyên chú [cwien cú] To apply oneself.

chuyên chú [cwien cú] Attentive (to), heedful (of).

chuyên chữa [cwien cứə] (Med) Specialist in.

chuyên dân [cwien zən] Law-abiding citizens.

chuyên đoán [cwien dwán] Absolute, autocratic; exclusive.

chuyên gia [cwien za] Specialist, technician.

chuyên khoa [cwien xwa] Specialty, spaciality; special study. *Sự chuyên khoa*: Specialization.

chuyên luật [cwien lwạt] Special law.

chuyên mại [cwien mại] To monopolize. *Chuyên mại quyền*: Monopoly.

chuyên môn [cwien mon] To specialize in. *Chuyên môn về một vấn đề gì*: To specialize in a subject. *Sự chuyên môn*: Specialization. *Nhà chuyên môn*: Expert, technician, specialist. *Những nhà chuyên môn*: The experts. *Chuyên môn về việc gì*: To become a specialist in something. *Thầy thuốc chuyên môn chữa bịnh đau tim*: Heart specialist. *Danh từ chuyên môn*: Technical terms. *Tính cách chuyên môn*: Technicality. *Không chuyên môn*: Unspecialized. *Chánh phủ gồm toàn những nhà chuyên môn*: Technocracy. *Về phương diện chuyên môn*: From the technical point of view.

chuyên môn Expert. *Chuyên môn về kinh tế học*: Expert in economics.

chuyên nghiệp [cwien ŋiệp] Professional.

chuyên nhượng [cwien ɳɯəŋ] Concession.

chuyên nhứt [cwien ɳứt] Devoted to one thing.

chuyên quyền [cwien kwièn] Despotism, autocracy.

chuyên sứ [cwien ʃứ] Envoy.

chuyên tay [cwien tay] To pass from hand to hand.

chuyên tâm [cwien təm] To apply oneself to, to concentrate on, to give all one's attention to. *Chuyên tâm vào việc gì*: To apply one's mind to something. *Sự chuyên tâm*: Application, attention.

chuyên thành [cwien θàin] See chuyên tâm.

chuyên tinh [cwien tìn] To become a specialist in, to become skilled in.

chuyên trách [cwien tráik] To be responsible. *Nhà chuyên trách*: Responsible authorities.

chuyên trị [cwien trị] (Med) Specialist in.

chuyên viên [cwien vien] Expert, specialist. *Chuyên viên quân sự :* Military specialist.

chuyến [cwién] Trip, voyage, journey; time, round. *Đi cùng một chuyến :* To travel together. *Mấy chuyến ? :* How many times?, how many rounds ?. *Nhiều chuyến :* Many times.

chuyến bay [cwién bay] Flight.

chuyến đi [cwién đi] Outward journey, trip.

chuyến nấy [cwién nèi] This time.

chuyến sau [cwién ʃau] Next time.

chuyến tàu [cwién tàu] *Chuyến tàu đêm :* The night train.

chuyến trước [cwién trướk] Last time.

chuyến về [cwién về] Homeward journey, trip.

chuyến xe lửa [cwién sɛ lừə] Train. *Chuyến xe lửa năm giờ :* The five o'clock train.

chuyền [cwièn] To pass on. *Đọc cái nầy rồi chuyền đi cho người khác :* Read this and passed it on.

chuyền tay [cwièn tay] To pass from hand to hand.

chuyển [cwièn] 1) To transmit, to transfer ; to pass on, convey (message, order, etc...) ; to change (direction) ; to convey, remove (someone, something) from one place to another.
2) To transfer, convey, make over (property, privileges).

chuyển biến [cwièn bién] To change.

chuyển bụng [cwièn bụ,] (Of woman) To labour with child, to have labour fains.

chuyển cú pháp [cwièn kú fáp] Enallage.

chuyển dạ [cwièn zạ] See chuyển bụng.

chuyển di [cwièn zi] To move, to transfer, to displace ; to devolute. *Sự chuyển di :* Devolution.

chuyển dịch [cwièn zịk] To transliterate.

chuyển đạt [cwièn đạt] To convey, to transmit.

chuyển đệ [cwièn đệ] To transmit, forward (to one's superiors).

chuyển điệu [cwièn diệu] (Mus) Mutation.

chuyển động [cwien độ,] To move, stir; to agitate. *Làm chuyển động :* To disturb. *Sự chuyển động :* Motion, stir, agitation. *Làm chuyển động vật gì :* To put, set, something in motion.

chuyển giao [cwièn ʒau] To hand over, to transfer.

chuyển hóa [cwièn hwá] (Ch) To derive.

chuyển hóa vật [cwièn hwá vạt] (Ch) Derivative.

chuyển hoán [cwièn hwán] To commute.

chuyển hồi [cwièn hồi] 1) Transmigration.
2) Conversion.

chuyển hướng [cwièn hướ,] To change one's direction.

chuyển lộ khí [cwièn lọ xí] (Phys) Commutator.

chuyển mại [cwièn mại] To resell.

chuyển mưa [cwièn mưə] (Of the sky) Watery, suggesting rain.

chuyển nhãn [cwờn ɲãn] To wink.

chuyển nhượng [cwièn ɲươ,] To transfer, to deliver over. *Có thể chuyển nhượng được :* Transferable. *Sự chuyển nhượng :* Transference. *Người chuyển nhượng :* Transferor. *Chuyển nhượng tài sản cho con trai :* To deliver over an estate to one's son.

chuyển tả [cwièn tả] To transcribe. *Sự chuyển tả :* Transcription.

chuyển tiếp [cwièn tiếp] Transition. *Thời gian chuyển tiếp :* Period of transition.

chuyển tống [cwièn tố,] To transmit.

chuyển vận [cwièn vạn] 1) To transport, to carry, to convey.
2) To revolve, to turn around.

chuyển vận công ty [cwièn vạn koɲ ti] Carrying company, forwarding company.

chuyển vị [cwièn vị] To transpose. *Sự chuyển vị :* Transposition. *Có thể chuyển vị :* Transposable.

chuyển ý [cwiển í] To change, alter, one's mind.

chuyện [cwiện] 1) Story, tale. *Người kể chuyện* : Story-teller, tale-teller. *Nó nghe tôi kể chuyện* : He listened to my tale. *Kể một câu chuyện* : To tell a story. *Chuyện dài lắm* : It's a long story. *Đó là một câu chuyện khác* : That is quite another story, that's quite another matter. *Không có một chút sự thật nào trong câu chuyện nầy cả* : There is not a particle of truth, in this story. *Các trẻ con đang đọc chuyện tìm thấy nước Mỹ* : The children are reading the story of the discovery of America.

2) Talk. *Đó là chuyện mà mọi người đang bàn tán* : It is the talk of the town. *Chuyện xấu ấy làm cho người ta bàn tán xôn xao* : This scandal was the talk of the town. *Đang nói chuyện nầy bắt sang chuyện khác, đang chuyện nọ rọ chuyện kia* : To jump, kip from one subject to another.

3) Sự, cuộc nói chuyện, trò chuyện : Talk, conversation, chat. *Hay nói chuyện* : Talkative. *Nói chuyện, chuyện trò với người nào* : To talk, have a talk with, to, someone, to hold a conversation with someone, to converse with someone, to have a chat with someone. *Câu chuyện thân mật* : An intimate talk. *Nói về chuyện gì* : To talk of, about, something. *Về chuyện ấy* : Talking of that. *Nói chuyện tầm phào* : To talk one thing and another, of this and that. *Nói qua chuyện khác* : To change the conversation. *Dự vào cuộc nói chuyện* : To take part, to join, in the conversation. *Trò chuyện với người nào về việc gì* : To converse with someone on, about, something. *Bắt đầu câu chuyện* : To enter upon a conversation. *Cãi nhau vì chuyện chẳng ra gì* : To quarrel about nothing. *Nói là một chuyện còn làm là một chuyện khác* : Talking is one thing, doing is another.

4) Fuss, quarrel, trouble. *Sinh chuyện* : To make a fuss. *Chuyện gì om sòm đó* ? : What's all this fuss about ?.

Chuyện không ra gì mà cũng om sòm : A lot of fuss over a trifle, about nothing. *Chuyện gì cũng cãi nhau* : To find quarrels in a straw. *Hay gây chuyện cãi nhau* : To be bent on quarrelling.

chuyện bá láp [cwiện bá láp] Fribble.

chuyện bịa đặt [cwiện bịa dạwt] Made-up story. *Đó là một chuyện hoàn toàn bịa đặt* : It's all a made-up story.

chuyện đời xưa [cwiện dời ʃwɔ] Old story.

chuyện ma [cwiện ma] Ghost story. *Anh có thích chuyện ma không* ? : Do you like ghost story ?. *Câu chuyện ma làm mọi người rùng mình* : The ghost story made everyone creepy.

chuyện ngắn [cwiện ŋáwn] Short story.

chuyện phiếm [cwiện fiém] Idle talk.

chuyện phim [cwiện fim] Film story, movie story, screen play, scenario.

chuyện thân mật [cwiện θən mạt] Intimate talk.

chuyện thần tiên [cwiện θồn tien] Fairy-story, fairy-tales.

chuyện tình [cwiện tịp] Love story.

chuyện trò [cwiện trò] To converse, talk, chat. *Chuyện trò với người nào* : To converse, hold a conversation with someone.

chuyện vãn [cwiện vãn] See **chuyện trò**.

chuyện tục tĩu [cwiện tục tĩu] Obscene talk.

chuyệt [cwiết] Awkward.

chuyệt công [cwiết koŋ] Tinker.

chuyệt liệt [cwiết liệt] Awkward, clumsy, unskilful.

chư [cw] All, every.

chư hầu [cw hồu] All the vassals. *Nước chư hầu* : Satellite state.

chư ông [cw oŋ] Gentlemen, sirs.

chư quân [cw kwən] See **chư ông**.

chư tăng [cw tawŋ] All the monks.

chư tướng [cw twɔ̆ŋ] All the generals.

chư vị [cw vị] Gentlmen, sirs.

chứ [cú] 1) Not, but not. *Tôi là người Việt-Nam chứ không phải người Tàu* :

I am Vietnamese, not Chinese.
2) *Có thế chứ* : I expect that. *Có chứ!* : Sure, of course, certainly ; yes, indeed. *Khẽ chứ !* : Gently ! not so loud !. *Anh cũng đi chứ ?* : You're coming along, aren't you?. *Chúng ta đi ăn chứ ?*: Let's go and eat, shall we ?.

chứ ai [cứ ai] Who else ?.

chứ gì [cứ ʒì] What else ?.

chứ lị [cứ lị] Naturally, of course ; surely, certainly.

chứ sao [cứ ʃau] Sure, how else ?.

chừ [cừ] Now, at present, at the present time.

chữ [cữ] Letter, word, character. *Hay chữ* : Lettered, literate, well-read. *Không biết chữ* : Illiterate. *Ống khóa chữ* : Letter-lock. *In chữ vàng* : Gilt-lettered. *Sự dịch từng chữ một* : Word for word translation. *Nó không biết một chữ La-tin nào cả* : He doesn't know a word of Latin.
2) Type. *In bằng chữ lớn :* To print in large type. *Sắp chữ* : To set type. *Bát chữ* : Packet of type. *Thợ sắp chữ:* Type-setter. *Sự sắp chữ:* Type-setting. *Máy sắp chữ:* Type-setting, type setting machine. *Thợ đúc chữ:* Type-caster, type-founder. *Quyển sách in chữ lớn :* The book is printed in large type. *Anh muốn chữ đứng hay chữ nghiêng ?:* Do you want roman or italic type ?.
3) Hand, handwriting. *Nó viết chữ tốt :* He writes a good hand. *Viết chữ nhỏ* : To write (in) a small hand. *Có chữ tốt :* To have a fine hand.

chữ áp ký [cữ áp kí] Counter-signature.

chữ cái [cữ kái] Capital letter ; alphabet.

chữ đậm [cữ dậm] Fat, heavy, bold-faced, type.

chữ đẹp [cữ dẹp] Good handwriting, beautiful handwriting. *Viết chữ đẹp :* To write a good hand.

chữ hán [cữ hán] Chinese characters. *Người Nhựt dùng chữ hán :* The Japanese use Chinese characters.

chữ hoa [cữ hwa] Capital letter.

chữ in [cữ in] Type, character.

chữ ký [cữ kí] Signature, hand. *Dấu khắc chữ ký :* Stamped signature. *Tài liệu có chữ ký của anh :* The document bears your signature. *Không nhìn nhận chữ ký của mình :* To deny, disown, one's signature. *Không cần chữ ký của người chứng :* To dispense with the signature of a witness.

chữ La-mã [cữ la mã] Roman characters.

chữ lớn [cữ lớn] Capital letter ; large type. *In bằng chữ lớn :* To print in large type.

chữ nghĩa [cữ ɲĩa] Literary knowledge.

chữ nho [cữ ɲɔ] Chinese characters.

chữ như gà bới [cữ ɲɯ gà bói] Horrible handwriting.

chữ nổi [cữ nổi] 1) Braille.
2) Raised letter.

chữ nôm [cữ nom] Demotic script.

chữ thảo [cữ θảu] Cursive, running handwriting ; running hand.

chữ tháu [cữ θáu] See **chữ thảo**.

chữ tắt [cữ táʉt] Abbreviation.

chữ thập [cữ θập] Cross. *Chỗ chôn kho tàng có đánh dấu chữ thập trên bản đồ :* The place where the treasure was buried was marked on the map with a cross. *Nếu anh không thể ký tên, hãy làm dấu chữ thập :* If you can't sign your name, make a cross. *Khối đá có chữ thập chạm chìm :* Stone with incised cross.

chữ tốt [cữ tót] Beautiful handwriting.

chữ trinh [cữ trịn] Virginity, conjugal fidelity.

chữ vạn [cữ vạn] Swastika, fylfot.

chữ viết [cữ viét] Hand, handwriting. *Chữ viết nguệch ngoạc :* Scrawling handwriting. *Chữ viết thảo :* Running hand. *Chữ nó viết rất dễ đọc:* His handwriting is very readable.

chữ xấu [cữ sấu] Bad, poor handwriting.

chữ xiên [cữ sien] Italics, italicized words. *In bằng chữ xiên :* To italicize, to print in italics.

chưa [cɯa] Yet, not yet. *Nó đã đến chưa ?* : Has he arrived yet ?. *Anh đã ăn cơm chưa? chưa, tôi chưa ăn:*

Have you eaten yet?—not yet, I haven't eaten yet. *Đến nay người ta cũng chưa làm gì cả* : As yet nothing has been done. *Nó chưa đến bốn mươi tuổi* : He is on the right side of forty, he his not yet turned forty. *Khi tôi đến, nó chưa thức dậy* : He had not yet get up when I called. *Tôi chưa ăn sáng* : I had not yet had my breakfast.

chưa bao giờ [cɯə bau ʒɔ] Never. *Tôi chưa bao giờ thấy* : I have never yet seen...

chưa có [cɯə kɔ́] Not yet.

chưa hề [cɯə hè] See **chưa bao giờ**.

chưa rồi [cɯə ròi] Unfinished, not yet finished.

chưa sao [cɯə ʃau] It does not hurt yet.

chưa từng [cɯə từŋ] Never.

chưa xong [cɯə sɔŋ] See **chưa rồi**.

chưa việc gì [cɯə vịrk ʒì] It does not matter yet.

chứa [cứə] 1) To contain, to hold, to store, to receive ; to conceal (stolen goods); to shelter, to harbour (criminal). *Thùng chứa nước* : Reservoir. *Đá chứa nhiều chất sắt* : Rock that contains a high percentage of iron. *Thùng chứa được hai chục lít* : Barrel that holds twenty litres. *Chứa điện* : To store up electricity.

2) To harbour, to shelter (a criminal). *Nó chứa một tù vượt ngục* : He sheltered an escaping prisoner.

3) To hold, to accommodate. *Phòng nầy chứa được năm trăm người* : This room can hold five hundred persons. *Khách sạn có thể chứa được hai trăm khách* : The hotel can accommodate two hundred guests. *Sức chứa của một toa xe lửa* : Accommodation of a railway carriage.

chứa *Nhà chứa*. Brothel.

chứa bạc [cứə bạk] To keep a gambling-den.

chứa bài [cứə bài] See **chứa bạc**.

chứa chan [cứə can] Full, abundant, overflowing, plentiful. *Chứa chan hy vọng* : To be full of hope.

chứa chấp [cứə cấp] To conceal, to

harbour, to hide (a criminal). *Anh có thể bị trừng phạt nếu anh chứa chấp một gián điệp* : You may be punished if you harbour a spy.

chứa chất [cứə cất] To amass, to accumulate, to pile up.

chứa cờ bạc [cứə kɔ̀ bạk] To keep a gambling-den.

chứa đầy [cứə dèi] To fill.

chứa đựng [cứə dụŋ] To comprise.

chứa đĩ [cứə dĩ] To keep a brothel.

chứa đồ ăn cắp [cứə dò aɯn kắɯp] To conceal stolen goods.

chứa gá [cứə gá] To keep a gambling-den.

chứa nước [cứə nứrk] To keep water (in a tank etc..).

chứa thổ [cứə θỏ] To keep a brothel. *Chứa thổ đổ hồ* : To keep a brothel and run a gambling-den.

chứa trọ [cứə trọ] To keep a boarding house.

chừa [cừə] 1) To break oneself of (a habit etc..), to give up, to abstain from, to forbear. *Chừa một tật xấu* : To throw off a bad habit. *Làm người nào chừa một thói xấu* : To break someone of a bad habit. *Đến chết nó cũng không chừa* : He will never alter, he cannot change his skin.

2) To set aside, to cast aside, to save, to reserve, to put in reserve. *Chừa một chỗ cho người nào* : To reserve a seat for someone.

chừa bỏ [cừə bɔ̉] To abstain from.

chừa lại [cừə lại] To set aside ; to put, lay (something) by.

chửa [cửə] 1) (Of a female) With child, with young, pregnant ; great, big with child. *Sự có chửa* : Pregnancy. *Người đàn bà chửa* : Expectant mother. *Nàng đã có chửa được ba tháng* : She has been pregnant for three months ; she is three months gone. *Nàng có chửa nhưng tôi không biết cha đứa bé ấy là ai* : She is in the family way, I don't know who the father is.

2) In calf, with-calf. *Bò có chửa* : Cow in, with calf.

chửa con rạ [cửa kɔn rạ] To be pregnant with one's second etc... time.

chửa con so [cửa kɔn ʃɔ] To be pregnant with one's first child, for the first time.

chửa hoang [cửa hwaŋ] To be pregnant without being married.

chửa rồi [cửa ròi] Not yet finished.

chửa vượt mặt [cửa vượt mạɯt] To be very big with child.

chửa xong [cửa sɔŋ] See chửa rồi.

chữa [cửa] 1) To repair, to mend (shoe, bridge, machine, etc...) ; to correct (exercise).

2) To cure, heal (someone) ; to treat. *Có thể chữa được* : Curable. *Không thể chữa được* : Unredeemable. *Lợn lành chữa thành lợn què* : To go from bad to worse. *Bịnh gì cũng chữa được chỉ có cái chết là vô phương* : There is a cure for everything but death.

chữa bài [cửa bài] To correct exercise.

chữa bịnh [cửa bịn] To cure, treat, a patient. *Chữa bịnh cho ngươi nào* : To cure someone of an illness. *Phòng bịnh hơn chữa bịnh* : Prevention is better than cure.

chữa cháy [cửa cáy] To put out a fire, to fight a fire.

chữa chạy [cửa cạy] To try to save (a situation etc...).

chữa lỗi [cửa lỗi] To excuse.

chữa lửa [cửa lửa] To fight a fire, to put out a fire. *Sự chữa lửa* : Firefighting. *Dụng cụ dùng chữa lửa* : Fire-apparatus. *Thùng chữa lửa* : Fire-bucket. *Lính chữa lửa* : Fire-fighter, fireman. *Tàu chữa lửa* : Fire-float. *Ống nước chữa lửa* : Fire-hose. *Trại lính chữa lửa* : Fire-station. *Đội chữa lửa được gọi đến hai lần tối hôm qua* : The fire brigade was called out twice last night.

chữa máy [cửa máy] To repair and set going (broken down engine, car, etc..).

chữa thẹn [cửa θẹn] *Nói để chữa thẹn* : To save one's face by saying something.

chữa trị [cửa trị] To cure, to treat.

chức [cứk] Office, duty, title. *Nhậm chức* : To take office, to come into office; to enter on, upon, take up, one's duty. *Từ chức* : To leave office. *Cách chức* : To dismiss, to fire. *Thăng chức* : To promote. *Giáng chức* : To demote. *Công chức* : Official, civil servant. *Được thăng, lên chức* : To be promoted to the rank of. *Phong chức cho người nào* : To give someone a title.

chức To weave.

chức chế [cứk cé] Statute of the officials.

chức dịch [cứk zịk] Village notable.

chức hàm [cứk hàm] Honorary title.

chức nghiệp [cứk ŋiẹp] Career, occupation, profession.

chức phận [cứk fạn] Duty, office.

chức quản [cứk kwản] Manager, director.

chức quyền [cứk kwièn] Right of one's office ; competence.

chức thành [cứk θàiŋ] To make up, to invent.

chức trách [cứk tráik] Responsibility of one's office. *Nhà chức trách* : Authorities.

chức tử [cứk tử] To die in the exercise, discharge, of one's duties.

chức tước [cứk túrk] Title.

chức vị [cứk vị] Office and position, rank and function.

chức viên [cứk vien] Employee ; official.

chức vụ [cứk vụ] Function, duty, office, charge. *Làm tròn chức vụ* : To discharge one's functions.

chực [cụk] To be on the point of, be about to.

chực To wait, await, watch for.

chực sẵn [cụk ʃãɯn] To be ready.

chửi [cửi] To curse, to imprecate, to call (someone) names, to use abusive language to (someone) ; to revile. *Nó chửi om sòm* : He cursed loudly.

chửi bới [cửi bói] See chửi.

chửi lộn [cửi lọn] To quarrel.

chửi mắng [cửi mắŋ] To revile.

chửi rủa [cửi rửa] To curse, to revile.

chửi thề [cùi θè] To swear at; to bounce out, let out, rap out, slip out, an oath; to use bad language. *Đừng dạy con vẹt của tôi chửi thề:* Don't teach my parrot to swear, please.

chưn [cưn] See chân.

chưng [cưng] 1) To distil. *Cách chưng phân biệt:* Fractional distillation.

2) To steam; to cook in a double saucepan.

chưng To display, to exhibit.

chưng bày [cưng bày] To show, exhibit, display. *Chưng bày hàng hóa trong tủ kiếng:* To exhibit goods in shop windows.

chưng diện [cưng ziện] To dress up.

chưng hoa [cưng hwa] To flower. *Phòng có chưng hoa:* The room was decked with flowers.

chưng hửng [cưng hửn] Dumfounded, astound, struck all of a heap. *Làm chưng hửng:* To amaze, to astonish greatly.

chưng kế [cưng ké] Evaporimeter.

chưng khí [cưng xi] Vapour, steam.

chưng phát [cưng fát] Evaporation.

chưng phát kế [cưng fát ké] Admidometer, admometer.

chứng [cứn] Proof, evidence, witness. *Nhân chứng:* The proof witness. *Khẩu chứng:* Oral evidence. *Người chứng tai nghe:* Auricular witness. *Thư chứng:* Written evidence, documentary evidence, evidence in writing. *Ngụy chứng:* False evidence. *Giác chứng:* The evidence of the senses. *Chứng buộc tội:* The evidence for the prosecution, hostile witness. *Dẫn người nào, lấy người nào ra làm chứng:* To call, take, someone to witness. *Chứng gỡ tội:* The evidence, witness for the defence. *Người chứng thứ nhứt là vợ của bị cáo:* The first witness was the wife of accused. *Người chứng xác nhận rằng..:* Witness asserted that... *Làm chứng cho người nào:* To witness for someone, to testify in someone's favour. *Kêu người nào làm chứng việc gì:* To call someone to witness something *Làm*

chứng chuyện gì: To bear testimony to something.

chứng Vice. *Sanh chứng, giở chứng:* To become vicious, wicked. *Nó vẫn chứng nào tật ấy:* He remains incorrigible.

chứng (Med) Vice. *Triệu chứng:* Symptom. *Chứng giựt gân:* Stable vice, tic. *Chứng hoàng thị:* Xanthopsy.

chứng (Of a horse) Vicious.

chứng bại nửa người [cứn bại nửa nười] (Med) Hemiplegia.

chứng bán manh [cứn bán main] (Med) Hemianopsia.

chứng bán thân bất toại [cứn bán θan bát twai] (Med) Hemiplegia.

chứng bán thị [cứn bán θị] (Med) Hemiopia.

chứng bí đái [cứn bí đái] (Med) Anuresis, anuria.

chứng bí tiểu tiện [cứn bí tiểu tiện] See chứng bí đái.

chứng bịnh [cứn bịn] Disease, illness, sickness, complaint. *Những chứng bịnh về tinh thần:* Diseases of the mind.

chứng chắc [cứn cáwk] To ascertain.

chứng chỉ [cứn ci] 1) Certificate. *Chứng chỉ giải ngũ:* Discharge certificate, certificate of discharge. *Chứng chỉ khả năng:* Certificate of proficiency. *Chứng chỉ năng lực:* Certificate of capacity. 2) Reference; chit, chitty.

chứng co quắp [cứn ko kwáup] (Med) Convulsion.

chứng cớ [cứn kó] Evidence, proof, witness, testimony. *Chứng cớ phụ:* External evidence. *Chứng cớ rõ ràng, hiển nhiên:* Positive proof, proof positive. *Có nhiều chứng cớ rằng:* There is abundant proof that. *Anh dựa vào những chứng cớ nào đâu?:* What evidence are you going on?. *Không có chứng cớ thì nó được xem như vô tội:* In the absence of proof he must be assumed to be innocent.

chứng cứ [cứn kứi] See chứng cớ.

chứng dẫn [cứn zấn] To cite, to quote; to adduce, produce, proof or evidence.

chứng động mạch lưu [cứŋ dɔŋ maịk lưu](Med) Aneurism, aneurysm.

chứng động kinh [cứŋ dɔŋ kiɲ] (Med) Convulsion. *Chứng động kinh của trẻ con :* Infantile convulsion.

chứng giải [cứŋ ʒải] To demonstrate, to prove.

chứng giám [cứŋ ʒám] To be a witness.

chứng giám áp lực [cứŋ ʒàm áp lụk] (Med) Hypotension.

chứng gian [cứŋ ʒan] False witness, false evidence. *Làm chứng gian :* To bear false witness.

chứng giựt gân chân [cứŋ ʒựt gən cən] (Med) Clonus.

chứng khiều kém [cứŋ xiếu kém] (Med) Anosmia.

chứng khó đái [cứŋ xó dái] (Med) Dysuria, dysury.

chứng khó thở [cứŋ xó θở] (Med) Dyspnoea.

chứng khó tiêu [cứŋ xó tiêu] (Med) Dyspepsia.

chứng kiến [cứŋ kiến] To behold, to witness, to testify.

chứng loạn thị [cứŋ lwạn θị] (Med) Astigmatism.

chứng lưỡng liệt [cứŋ lưɔ̃ŋ liệt] (Med) Diplegia.

chứng mất ngủ [cứŋ mất ŋủ] (Med) Insomnia.

chứng minh [cứŋ miɲ] To prove, to demonstrate ; to certify, to attest. *Chứng minh thư :* Certificate.

chứng mồ hôi [cứŋ mò hoi] (Med) Bromidrosis.

chứng mờ mắt [cứŋ mờ mắɯt] (Med) Amblyopia.

chứng mù [cứŋ mù] (Med) Amaurosis.

chứng mù sắt [cứŋ mù sắɯt] Achromatopsy.

chứng nào tật ấy [cứŋ nàu tật ấi] Incorrigible. *Nó vẫn chứng nào tật ấy:* He remains incorrigible.

chứng nghiệm [cứŋ ŋiệm] To verify.

chứng nhân [cứŋ ɲən] Witness.

chứng nhận [cứŋ ɲận] To certify, to attest. *Chứng nhận việc gì có thật :* To certify that something is true.

chứng phụ [cứŋ fụ] (Med) Epiphenomenon.

chứng quáng [cứŋ kwáɲ] (Med) Amblyopia.

chứng rõ [cứŋ rõ] To demonstrate.

chứng rụng tóc [cứŋ rụŋ tók] (Med) Alopecia.

chứng sắc-manh [cứŋ sắɯk maiɲ] Achromatopsy.

chứng sổ mũi [cứŋ sổ mũi] (Med) Coryza.

chứng sổ mũi (Med) Catarrh.

chứng sợ không khí [cứŋ sợ xoŋ xi] Aerophobia.

chứng sũng nước [cứŋ sũŋ nứɯk] Dropsy.

chứng suy nhược toàn thân [cứŋ suy ɲứɯk toàn θən] (Med) Adynamia.

chứng tá [cứŋ tá] Witness. *Chứng tá phụ :* Adminicle.

chứng tăng áp lực [cứŋ tauŋ áp lụk] (Med) Hypertension.

chứng tắt giọng (tiếng) [cứŋ tắɯt ʒɔŋ] (Med) Aphonia.

chứng thất thanh [cứŋ θất θaiɲ] (Med) Aphonia.

chứng thật [cứŋ θật] To certify; (Law) to aver, to prove.

chứng thúy thũng [cứŋ θwỉ θũŋ] (Med) Dropsy.

chứng thũng toàn [cứŋ ɲũŋ toàn] (Med) Anasarca.

chứng thư [cứŋ θɯ] Certificate; diploma.

chứng tỏ [cứŋ tỏ] To prove, to demonstrate, to denote ; to argue. *Chứng tỏ thiện ý của mình :* To prove one's goodwill. *Bức thư nầy chứng tỏ rằng nó còn sống :* This letter proves him to be still alive. *Giọng của ông ấy chứng tỏ ông là người ngoại quốc :* His accent argues him to be a foreigner. *Việc ấy chứng tỏ rằng nó nói dối :* This is proof that he is lying. *Nét mặt chứng tỏ người có khí lực :* Face that denotes energy. *Việc ấy chứng tỏ nó rất hèn nhát :* It argues great cowardice in him. *Cử chỉ của nó chứng tỏ nó là*

C

người đứng đắn : His manners stamp him a gentleman. *Hành động của nó chứng tỏ nó là một người khôn ngoan:* His actions stamp him as a wise man. *Giọng nói nhừa nhựa của nó chứng tỏ là nó đã say :* The thickness of his speech showed that he was drunk.

chứng tống biệt [cứ̀ŋ tồ̀ŋ biệt] Diaplegia.

chứng treo dáng [cứ̀ŋ trɛu záŋ] (Med) Catalepsy.

chứng tri [cứ̀ŋ tri] To understand.

chứng trú manh [cứ̀ŋ trú maiɲ] Day-blindness.

chứng trúng phong [cứ̀ŋ trúŋ fɔŋ] (Med) Apoplexy. *Bị trúng phong :* Apolectic.

chứng xương mục [cứ̀ŋ sɯɜŋ mụk] (Med) Caries.

chừng [cừ̀ŋ] Measure. *Sự có chừng:* Temperance. *Có chừng :* Moderate, sober, temperate. *Quá chừng:* Beyond measure ; excessively. *Làm việc gì cũng có chừng đỗi :* To do everhing in, with, due measure. *Không biết chừng:* Perhaps.

chừng About, approximately, around. *Đoán chừng :* To guess. *Ông ấy độ chừng sáu mươi tuổi:* He is about sixty. *Sự ước chừng, phỏng chừng, độ chừng :* Approximation. *Ý chừng, nghe chừng :* It seems that. *Mua cho tôi vật gì chừng mười đồng :* Buy me something approaching ten piastres. *Chừng một triệu :* Around a million. *Chúng tôi chờ chừng hai mươi phút :* We waited some twenty minutes. *Cái hộp nầy nặng chừng hai ki-lô :* This box weights two kilos or thereabouts.

chừng đỗi [cừ̀ŋ dỗi] Measure. *Làm việc gì cũng có chừng đỗi :* To do everything in, with, due, measure.

chừng mực [cừ̀ŋ mực] Moderation, temperance, measure.

chừng nào [cừ̀ŋ nàu] When ?. *Chừng nào anh đi ? :* When will you go ?. *Anh có thể ở lại tới chừng nào ? :* Till when can you stay ?. *Vậy chừng nào nó đến ? :* When ever will he come ?.

Chừng nào nó về ? : When will he be back ?. *Chừng nào anh có thể đến ? :* When can you come ?. *Tôi không biết chừng nào mới có thể làm việc ấy :* I don't know when I can do it.

chừng nầy [cừ̀ŋ nếi] That quantity, that amount.

chừng nấy [cừ̀ŋ nềi] 1) This time.

2) This quantity, that amount.

chứng [cứ̀ŋ] To fall backwards, to fall on one's back.

chững [cứ̀ŋ] *Chập chững :* To stagger, to totter.

chững chạc [cứ̀ŋ cạk] Correct, proper.

chước [cứrk] Ruse, expedient, stratagem. *Bắt chước :* To imitate.

chước cơ [cứrk kɜ] Guillotine.

chước định [cứrk dịɲ] To deliberate and decide.

chước đoạt [cứrk dwạt] See **chước định**.

chước kiên [cứrk kién] Initiative.

chước lượng [cứrk lɯɜ̀ŋ] To ponder, to weigh.

chước miễn [cứrk miễn] To dispense, excuse (from).

chước minh [cứrk miɲ] Clear.

chước thước [cứrk θứrk] Resplendent, shining.

chước tửu [cứrk tửu] To pour wine.

chười [cɯ̀ɜi] See **chửi**.

chương [cɯɜŋ] Chapter (of book).

chương minh [cɯɜŋ miɲ] Clear.

chương não [cɯɜŋ nãu] (Ch) Camphor.

chương trình [cɯɜŋ trìɲ] Program(me), project, plan, platform (of a party); bill. *Chương trình buổi hát :* Play-bill. *Đổi chương trình :* To change the bill.

chương trình chánh trị [cɯɜŋ trìɲ cáiɲ trị] Political programme.

chương trình đua ngựa [cɯɜŋ trìɲ dwɜ ŋɯɜ] Race-card.

chương trình giáo dục [cɯɜŋ trìɲ sáu zục] Curriculum, program of studies.

chương trình hành động [cɯɜŋ trìɲ hàiɲ dɔŋ] Action programme.

chương trình phát thanh [cɯəŋ trìŋ fát θaiŋ] Broadcast programme, radio programme.

chương trình nghị sự [cɯəŋ trìŋ ŋị sɯ] Agenda. *Ghi một vấn đề vào chương trình nghị sự* : To place a question on the agenda. *Đọc lớn tiếng chương trình nghị sự* : To read out the agenda.

chương trình thi [cɯəŋ trìŋ θi] Programme, syllabus of an examination.

chương trình trung học [cɯəŋ trìŋ truŋ họk] High school curriculum.

chương trình vô tuyến truyền hình [cɯəŋ trìŋ vo twién trwién hìŋ] Television programme.

chưởng [cɯỏŋ] 1) Fantastic, shocking. 2) Rebellious.

chướng khí [cɯỏŋ xí] Miasma.

chướng mắt [cɯỏŋ mắt] Unpleasant to the eyes. *Làm chướng mắt* : To offend the eye.

chướng ngại [cɯỏŋ ŋai] Obstacle, obstruction. *Cuộc chạy đua có chướng ngại* : Obstacle-race.

chướng ngại vật [cɯỏŋ ŋai vật] Obstacle, balk, barricade, barrier, hindrance.

chướng tai [cɯỏŋ tai] Unpleasant to the ears. *Lời nói chướng tai* : Word offensive to the ear, word that grates on the ear.

chưởng [cɯỏŋ] To appear.

chưởng [cɯỏŋ] (Not used alone) To manage.

chưởng ấn [cɯỏŋ ấn] Keeper of the seals.

chưởng bạ [cɯỏŋ bạ] Registrar.

chưởng khế [cɯỏŋ xé] Notary, notary public.

chưởng lý [cɯỏŋ lí] Attorney-general, public prosecutor.

chưởng mộng [cɯỏŋ mọŋ] To explain, interpret dream.

da [za] 1) Skin, derm. *Bịnh ngoài da* : Skin–disease. *Bịnh viện chữa bệnh ngoài da* : Skin-hospital. *Lớp da ngoài* : Outer skin. *Nó ốm quá chỉ còn xương với da thôi* : He is nothing but skin and bone, he is a regular skeleton. *Chân tôi bị lột da nhiều chỗ* : My foot was skinned in several places. *(Vết thương) Kéo, lên da non* : (Of wound) To skin over, to heal (up). *Sự kéo da non* : Healing. *Nước da* : Complexion. *Nước da ngăm ngăm* : To be dark complexioned.

2) Skin, leather ; hide, pelt, fell, fur. *(Rắn) Lột da* : (Of snake) To cast its slough, its skin. *Nghề làm da* : Skins. *Người bán da lông* : Skin–dealer. *Nghề làm da lông* : Skin-dressing. *Người lột da thú* : Skinner. *Giày da* : Leather shoes. *Bao bằng da đễ đựng nước* : Leather bottle. *Bao tay bằng da* : Hand-leather. *Vải sơn giả da* : American leather. *(Ghế) Mặt bọc da* : Leather-bottomed. *(Sách) Đóng bằng da* : Leather - bound. *Thợ thuộc da* : Leather-dresser, tanner. *Giống như da* : Leather - like, leathery. *Xưởng, nhà máy thuộc da* : Tannery.

da bò [za bɔ̀] Ox-hide. *Da bò con thuộc* : Calf-skin.

da bọc qui đầu [za bɔk kwi dàu] (Anat) Foreskin.

da bọc xương [zɔ bɔk sɯəŋ] To be nothing but skin and bones, but a bag of bones.

da cá [za ká] Fish-skin.

da cam [za kam] Orange skin. *Màu da cam* : Orange-coloured.

da che mắt ngựa [za cɛ mắɯt ŋɯə] Blinder.

da che trán ngựa [za cɛ trán ŋɯə] Brow-band.

da chì [za cì] Livid complexion.

da chưa thuộc [za cɯə θɯək] Green hide, raw skin.

da cừu [za kừu] Sheepskin.

da dẻ [za zẻ] Skin ; complexion.

da dê con [za ze kɔn] Kid.

da đầu [za dàu] Scalp.

da gà [za gà] Fowl-skin. *Việc ấy làm nổi da gà* : It makes one's flesh creep.

da heo [za hɛu] Pigskin.

da hoẵng thuộc [za hwãɯŋ θɯək] Buckskin.

da hồng hào [za hòŋ hàu] Ruddy skin.

da láng [za láŋ] Patent, enamelled, japanned, leather.

da liếc dao cạo [za lɩrk zau kạu] Strop.

da linh [za lɩɲ] Wash-leather, chamois leather, shammy (leather).

da lông [za loŋ] Fur. *Nghề làm da lông* : Fur-making, furriery. *Người làm da lông* : Fur-maker. *Nghề buôn bán da lông thú* : Fur-trade. *Người làm hoặc mua bán da lông thú* : Furrier.

da lột [za lọt] Cast, exuviae.

da lợn [zʌ lợn] Pigskin.

da lươn [za luʌn] Eel-skin.

da mặt [za mʌt] Complexion.

da mỏng [za mỏŋ] Membrane.

da mồi [za mòi] Wrinkled skin. *Tóc bạc da mồi* : Having white hair and wrinkled skin.

da ngoài [za ŋwài] (Anat) Epidermis.

da ngựa [za ŋựa] Horse-hide. *Da ngựa bọc thây* : (Fig) Dead on the battleground.

da người [za ŋười] Human skin.

da nhám [za ñám] Rough skin.

da non [za non] Tender, sensitive skin.

da qui đầu [z. kwi đầu] (Anat) Foreskin, prepuce.

da sóc [za sók] Calabar.

da sống [za soŋ] Green hides, raw skins.

da thiết bì [za θiét bì] Iron-grey complexion.

da thịt [za θịt] Skin and flesh. *Có da có thịt lại* : To put on flesh again.

da thỏ [za θỏ] Rabbit skin.

da thú [za θú] Hide, fell, fur.

da thuộc [za θwʌrk] Prepared hide, leather.

dạ trâu [za trʌu] Buffalo-hide. *Da trâu thuộc* : Buff.

dạ trống [za trốŋ] Drum-head.

da trừu [za trừu] Sheepskin.

dã [zã] Savage, wild ; rustic, uncouth. *Thôn dã* : Countryside.

dã To neutralize (alcohol, poison).

dã ca [zã ka] Pastoral song.

dã cầm [zã kầm] Wild birds.

dã cầu [zã kầu] Baseball. *Anh có nghe phát thanh trận dã cầu không ?* : Did you listen to the broadcast of the baseball match ?.

dã chiến [zã ciến] Field combat.

dã dao [zã zau] See dã ca.

dã dân [zã zʌn] Peasant, rustic, country people.

dã diễm [zã ziễm] Very beautiful.

dã dượi [zã zượi] Tired, worn out.

dã độc [zã đọk] To neutralize, counteract a poison.

dã hạc [zã hạk] Wild crane, (fig) a recluse.

dã kê [zã ke] Cock of the wood.

dã khách [zã xái k] See dã dân.

dã lậu [zã lậu] Rustic.

dã man [zã man] Barbarous, barbaric, savage, uncivilized, rude. *Tánh dã man* : Barbarity. *Tình trạng dã man* : Barbarism, savageness, savagery. *Những dân tộc còn dã man* : People still in a rude state of civilization.

dã miêu [zã miêu] Wild cat.

dã nhân [zã nʌn] 1) Rustic.

2) (Zoo) Gorilla, orang-utang.

dã nhân sâm [zã nʌn sʌm] (Bot) Barberry.

dã phường [zã fường] Foundry.

dã rượu [zã rượu] To sober.

dã sử [zã sử] Unofficial history.

dã tâm [zã tʌm] Bad ambition.

dã thú [zã θú] 1) Country pleasure.

2) Wild beast.

dã thuốc độc [zã θwốk đọk] To neutralize poison.

dã tràng [zã tràŋ] Little crab which carries sand on the beach.

dã tường vi [zã tường vi] (Bot) Briar, wild rose.

dã yên thảo [zã ien θảu] (Bot) Petunia.

dã yến [zã iến] Picnic.

dạ [zạ] (Not used alone) Night.

dạ Yes.

dạ Felt.

dạ Stomach, abdomen ; heart, feeling. *Bụng mang dạ chửa* : To be pregnant, big with child. *Hả dạ* : Content, satisfied. *Chắc dạ, vững dạ* : Sure, assured. *Sáng dạ* : Intelligent. *Gan dạ* : Brave. *Ghi lòng tạc dạ* : To remember for ever. *Trẻ người non dạ* : Young and immature.

dạ bán [zạ bán] Midnight.

dạ ca [zạ ka] Song sung outdoors at night.

dạ chiến [zạ ciến] Night combat.

dạ con [zạ kon] (Anat) Uterus, womb.

dạ dày [zạ zày] Stomach. *Túi thứ nhứ của dạ dày loài nhai lại* : First stomach

dạ dĩ kế nhựt [zạ zĭ ké nụt] From day to night.

dạ du [zạ zu] Night walk(ing).

dạ dưới [zạ zưới] Lower part of the abdomen.

dạ đài [zạ dài] Hell, hades.

dạ điểu [zạ diểu] Nocturnal birds; nocturnals.

dạ gian [zạ ӡan] By night, during the night.

dạ hành [zạ hàịn] Night trip, night journey.

dạ học [zạ họk] Evening class.

dạ hội [zạ hội] Evening party.

dạ hương lan [zạ hươn lan] (Bot) Hyacinth.

dạ khách [zạ xáik] Night visitor, night guest, (fig) thief, burglar.

dạ lữ viện [zạ lữ viện] Night-shelter, doss-house. *Ngủ ở dạ lữ viện* : To sleep in a doss-house.

dạ minh châu [zạ mịn cẩu] Precious stone shining brightly at night.

dạ phân [zạ fạn] Midnight.

dạ quảng [zạ kwan] Fire-fly, glow-worm.

dạ sắc [zạ ʃắưk] Night landscape.

dạ tác [zạ ták] To work at night.

dạ vũ [zạ vũ] Nocturnal rain.

dạ yến [zạ iến] Night feast.

dai [zai] 1) Tough, leathery. *Thịt dai* : Tough meat.

2) Lasting, persistent ; hard, grasping (person) ; tenacious. *Trận mưa dai* : Persistent rain. *Nhà toán học nầy có trí nhớ dai* : That mathematician has a tenacious memory. *Ngựa có sức chạy dai* : Horse with a good bottom. *Chứng ho dai có thể là triệu chứng của bịnh lao* : A persistent cough may be a symptom of tuberculosis. *Trí nhớ dai* : Tenacious, strong, retentive, memory.

dai dẳng [zai zảưn] Long lasting, which last a long time.

dai nhách [zai páik] Very tough, leathery.

dái [zái] *Hòn dái, trứng dái* : Testicle, testis. *Bìu dái* : Scrotum.

dài [zài] Long. *Chiều dài, bề dài* : Length. *Dài hai thước* : To be two metres long, two metres in length. *Bàn dài bao nhiêu ?* : How long is the table ?. *Kéo dài vật gì, làm vật gì dài thêm* : To make something longer. *Bài diễn văn hơi dài* : Somewhat lengthy speech. *Nàng quyết định để tóc dài (không cắt ngắn nữa)* : She has decided to let her hair grow (i.e. not to have it cut short). *Phòng nầy dài năm thước* : This room is five metres long. *Râu ông ấy dài tới ngực* : His beard falls over his chest.

dài giòng [zài ӡòn] Prolix diffuse, diffusive, long-winded, lengthy, verbose, wordy, windy.

dài lê thê [zài le θe] Very long.

dài lưng [zài lưn] (Fig) Lazy, idle.

dài lượt thượt [zài lượt θượt] Very long.

dài theo [zài θɛu] Along. *Đi dài theo bãi biển* : To walk along the shore.

dải [zải] Belt, band, ribbon.

dải đất [zải dất] Belt of land, strip of land.

dải đồi [zải dồi] Belt of hills.

dải núi [zải núi] Chain of mountains.

dãi [zãi] Saliva.

dại [zại] Stupid, fatuous, blundering, unwise ; wild, feral. *Hóa dại* : To become insane. *Chó dại* : Mad, rabid dog. *Bịnh chó dại* : Rabies.

dại dột [zại zọt] Foolish, stupid.

dại gái [zại gái] To be seduced easily by a woman.

dại mưa [zại mưa] Exposed to the rain.

dại nắng [zại nắưn] Exposed to the sun.

dám [zám] To dare, venture. *Dám làm việc gì* : To dare, venture to do something. *Có ai dám nói như vậy không ?* : Does anybody dare to say so ?. *Nó không dám cãi lại tôi* : He dared not to contradict me. *Không ai dám đề nghị việc ấy* : No one dared to propose it. *Nó không dám nói với tôi* : He dare not speak to me. *Nếu nó dám đi một mình* : If he dares to go alone.

Nếu nó dám thì để cho nó làm : Let him do it if he dares. *Tôi dám chắc rằng* : I dare say that. *Dám đưa ra một ý kiến* : To venture an opinion. *Sợ không dám làm việc gì* : To be afraid to do, of doing something. *Không dám* : Don't mention it, not at all, you're welcome. *Anh dám nhảy từ trên đầu tường kia xuống không ?* : Dare you jump from the top of that wall ?. *Chúng nó không dám đến* : They dared not come, they did not dare to come. *Sao anh dám nói một việc như thế !* : How dare you say such a thing!. *Nàng không dám nói* : She dared not open her mouth (to speak).

dạm [zạm] 1) To sound out, to offer. 2) To propose, offer marriage.

dạm bán [zạm bán] To offer for sale.

dạm hỏi [zạm hỏi] To propose, offer marriage.

dạm mua [zạm mwɔ] Offer of purchase.

dạm vợ [zạm vợ] To propose, offer marriage.

dan [zan] To extend.

dan díu [zan zíu] To be on intimate terms with someone; to be in love with someone.

dan nắng [zan náɯŋ] Exposed to the sun.

dan ra [zan ra] Clear the way !, stand clear !.

dan tay [zan tay] To hold hands.

dán [zán] To paste, stick, glue (to, on). *Dán hai tờ giấy lại* : To stick two sheets of paper together. *Dán ảnh vào một quyển an-bum* : To stick photographs in an album. *Tem dán không dính:* The stamp won't stick. *Dán vật ấy ở đâu cũng được* : Stick it down any where. *Dán tem lên một bao thơ* : To stick a postage stamp on an envelope. *Dán phong bì lại* : To stick down an envelope. *Dán mũi vào cửa kiếng* : To press, glue one's nose to the window-pane. *Cấm dán giấy* : Stick no bills. *Dán tem* : To affix a stamp. *Dán giấy lên tường* : To hang paper on the wall,

dán yết thị [zán iét θị] To stick (up) a bill, a notice. *Dán yết thị lên tường:*

To stick a bill on a wall.

dàn [zàn] 1) To display, to put in order. 2) To arrange.

dàn bài [zàn bài] Outline (of a composition etc...).

dàn binh [zàn bịŋ] To deploy troops.

dàn cảnh [zàn kảiŋ] To stage. *Sự dàn cảnh* : Staging, production, (stage-) setting (of a play). *Thuật dàn cảnh* : Stage-craft. *Nhà dàn cảnh* : Producer.

dàn hòa [zàn hwà] To conciliate, reconcile (two parties, etc...).

dàn quân [zàn kwɔn] See dàn binh.

dàn trận [zàn trặn] To deploy troops for a battle.

dàn xếp [zàn sếp] To settle (quarrel, matter etc...); to compose (quarrel).

dạn [zan] Daring, bold, brazen. *Mặt dày mày dạn* : Brazen, shameless, impudent. *Lúc đầu các người khách rụt rè nhưng sau khi uống một ly bia thì họ dạn ra* : At first the visitors were shy, but after drinking a glass of beer they thawed.

dạn dĩ [zạn zĩ] Fearless, dauntless.

dạn mặt [zạn mặưt] Brazen, shameless.

dang [zaŋ] To extend, to stretch out, to spread out.

dang cây [zaŋ kei] Facies of trees.

dang dở [zaŋ zở] Unfinished, uncompleted.

dáng [záŋ] Air; shape. *Làm dáng* : To give oneself airs and graces; to be coquettish. *Trông có dáng* : To look well.

dáng bộ [záŋ bộ] Attitude.

dáng chừng [záŋ cừŋ] It seems that, it appear that, it look as if.

dáng đi [záŋ di] Gait, step, walk. *Dáng đi đứng* : Deportment, way of walking and standing. *Nhận biết dáng đi của người nào* : To recognize someone by his walk.

dáng điệu [záŋ dịệu] Air, appearance, look ; attitude, bearing.

dáng người [záŋ ŋười] Body form.

dạng [zạŋ] Form, shape.

danh [zaiɲ] Name; reputation, fame, renown. *Có danh, nổi danh :* Famous, celebrated. *Vô danh :* Unknown, unnamed, anonymous, nameless. *Biệt danh :* Alias. *Điểm danh :* To call the roll. *Làm ô danh :* To besmirch one's name. *Tốt danh hơn lành áo :* A fair name is better than riches.

danh biểu [zaiɲ biểu] List of names.

danh bộ [zaiɲ bộ] Roll.

danh bút [zaiɲ bút] 1) Famous writer, well-known author.
2) Excellent literary work.

danh ca [zaiɲ ka] Famous singer, famous songstress.

danh cầm [zaiɲ kầm] Famous musician.

danh công [zaiɲ koɲ] Famous craftsman.

danh dự [zaiɲ zư] Honour. *Ngồi ghế danh dự :* Occupying the seat of honour. *Món nợ danh dự :* Debt of honour. *Lời nói danh dự :* Word of honour. *Bảng danh dự :* Honours list. *Vấn đề danh dự (cuộc đấu gươm vì danh dự) :* Affair of honour. *Sự làm tổn thương danh dự :* Attack of honour.

danh dự Honorary. *Chủ tịch danh dự :* Honorary president.

danh đô [zaiɲ do] Famous city.

danh gia [zaiɲ ʒa] Famous family.

danh giá [zaiɲ ʒá] Honour, reputation. *Làm mất danh giá :* To dishonour, to disgrace. *Làm giảm danh giá của người nào :* To blow upon someone's reputation.

danh hiền [zaiɲ hiền] Famous sage.

danh hiệu [zaiɲ hiệu] Appellation.

danh họa [zaiɲ hwạ] 1) Famous painting.
2) Famous painter.

danh lam [zaiɲ lam] Famous temple. *Danh lam thắng cảnh :* Beautiful landscapes.

danh lợi [zaiɲ lợi] Fame and wealth.

danh môn [zaiɲ moɲ] Famous family.

danh mục [zaiɲ mục] Nomenclature.

danh nghĩa [zaiɲ ɲĩə] Name, title. *Lấy danh nghĩa gì ? :* By what right ? upon what score ? upon what grounds ? in what name ?. *Theo danh nghĩa hữu thường :* By onerous title.

danh ngôn [zaiɲ ɲon] Apophthegm, famous words.

danh nhân [zaiɲ ɲən] Celebrity, famous man, great name. *Những danh nhân của lịch sử :* The great names of history.

danh nho [zaiɲ ɲɔ] Famous scholar.

danh pháp [zaiɲ fáp] Nomenclature.

danh phẩm [zaiɲ fẩm] Famous literary work.

danh phận [zaiɲ fận] Honour and position.

danh quân [zaiɲ kwən] Name and address.

danh sách [zaiɲ ʃáik] Roll, roster, list of names of persons. *Danh sách nhân viên :* Personnel roster.

danh sĩ [zaiɲ ʃi] Famous scholar.

danh sơn [zaiɲ ʃən] Famous, celebrated mountain.

danh sư [zaiɲ ʃɯ] 1) Famous teacher.
2) Famous, well-known physician.

danh tác [zaiɲ ták] See **danh phẩm.**

danh tài [zaiɲ tài] Person of famous talent.

danh thanh [zaiɲ θaiɲ] Renown, celebrity, reputation.

danh thắng [zaiɲ θắɯɲ] Famous site.

danh thần [zaiɲ θền] Distinguished mandarin.

danh thiếp [zaiɲ θiếp] Visiting card, calling-card, card. *Để danh thiếp lại nhà người nào :* To leave a card on someone. *Ông Ba không có ở nhà nên tôi để danh thiếp lại :* Mr. Ba was out so I left my card.

danh thơm [zaiɲ θəm] Good reputation, good name.

danh tịch [zaiɲ tịk] Roll, list of names.

danh tiếng [zaiɲ tiếɲ] Renown, name, reputation, fame, celebrity. *Làm mất danh tiếng của người nào :* To bring someone into disrepute.

danh tiếng Renowned, famous.

đanh tiết [zaiɲ tiét] Reputation, moral integrity.

danh tổ [zaiɲ tổ] Eponym.

danh trứ [zaiɲ trứ] Famous literary work.

danh trước [zaiɲ trướk] See danh trứ.

danh từ [zaiɲ từ] Noun, substantive; vocable, word, term. *Danh từ học* : Terminology. *Danh từ chung, phổ thông danh từ* : Common noun. *Tập hợp danh từ* : Collective noun. *Danh từ trừu tượng* : Abstract noun. *Danh từ y học* : Medical terms.

danh tướng [zaiɲ tướɲ] Famous, celebrated general.

danh viên [zaiɲ vien] Famous park.

danh vọng [zaiɲ vọɲ] Fame, celebrity, reputation, glory. *Theo đuổi danh vọng* : To hunt after glory. *Những người có danh vọng* : Prominent people.

danh xưng [zaiɲ sưɲ] Appellation.

danh y [zaiɲ i] Famous, well-known physician.

dành [zàiɲ] 1) To reserve; to design, to engage, to save, to economize; to set aside, put aside. *Để dành một chỗ ngồi cho người nào* : To reserve, engage, a seat for someone. *Để dành từ đồng* : To save little by little. *Dành riêng một món quà v.v... cho người nào* : To design a gift etc... for someone. *Dành sức để dùng ở nước rút* : To save oneself for the come-in.
2) To devote (one's holidays to study, etc...).

dành dành [zàiɲ zàiɲ] (Bot) Gardenia.

dành dụm [zàiɲ zụm] To save, to economize, to husband.

dành phần [zàiɲ fần] To reserve a share.

dành riêng [zàiɲ rieɲ] Reserved. *Chỗ ngồi dành riêng* : Reserved seats. *Đường dành riêng cho những người đi xe máy dầu* : Track reserved for motor-cycle riders.

dao [zau] Knife. *Hộp đựng dao* : Knife-box. *Bề lưỡi của dao* : Knife-edge. *Du liếc dao, que sắt hay sắt để liếc dao* : Knife-sharpener. *Sự mài, liếc dao* : Knife-sharpening. *Thợ mài dao* :

Knife-grinder. *Giá gác dao* : Knife-rest. *Giỏ đựng dao* : Knife-basket. *Dao hai lưỡi* : Double-bladed knife. *Phấn chùi dao* : Knife-polish. *Chơi dao có ngày đứt tay* : Everything has its day; the pitcher goes so often to the well that at last it breaks.

dao [zau] *Dao động* : To oscillate.

dao ăn đét-xe [zau aun dét sɛ] Dessert-knife.

dao bàn [zau bàn] Table-knife.

dao bầu [zau bầu] Chopper.

dao bén [zau bén] Sharp knife, good knife, knife that cuts well.

dao bỏ túi [zau bỏ túi] Clasp-knife, jack-knife.

dao bửa củi [zau bửa kủi] Cleaver.

dao cạo [zau kạu] Razor. *Lưỡi dao cạo* : Razor blade. *Bén như dao cạo* : As keen as a razor.

dao cày [zạu kày] Coulter.

dao cắt thịt [zau káwt θịt] Freshing-knife.

dao cầu [zau kầu] Apothecary's chopper.

dao cùn [zau kùn] Blunt knife.

dao chạm [zau cạm] Engraver.

dao dao [zau zau] 1) Oscillating.
2) Distant, far-away, far-off.

dao díp [zau zíp] See dao nhíp.

dao động [zau dộɲ] To oscillate, to swing, to shake, to agitate. *Sự dao động* : Oscillation. *Máy dao động* : Oscillator. *Dao động đồ* : Oscillogram. *Dao động ký* : Oscillograph.

dao găm [zau gawm] Dagger, poniard. *Nó đâm tôi bằng dao găm của nó* : He stabbed me with his dagger. *Đâm sâu dao găm vào tim người nào* : To plunge a dagger into someone's heart. *Miệng nam mô, bụng một bồ dao găm* : An iron hand in a velvet glove.

dao khắc [zau xáwk] Chisel.

dao khúc [zau xúk] Popular song.

dao lụt [zau lụt] Blunt-knife. *Dao bén cắt tốt hơn dao lụt* : A sharp knife cuts better than a blunt one.

dao mẻ [zau mẻ] Jagged knife.

dao mỏ [zau mỏ] Bistoury, lancet.

dao ngôn [zau ŋon] Rumour.

dao nhíp [zau ɲíp] Penknife, pocketknife. *Đâm dao nhip vào vật gì :* To jab a penknife into something.

dao nhỏ [zau ɲỏ] Penknife.

dao phay [zau fay] Chopping-knife.

dao phú [zau fú] Fairyland.

dao quắm [zau kwáuɯm] Bushwhacker.

dao rọc giầy [zau rɔk ʒéi] Paper-knife.

dao sắc [zau ʃáuɯk] Sharp knife.

dao săn [zau sauɯn] Hunting-knife, bowie-knife.

dao trổ [zau trỏ] Chisel.

dao xếp [zau sép] Clasp-knife, jack-knife.

dao yểm [zau iém] Broad-bladed knife.

dạo [zạu] Time, period.

dạo To stroll, take a walk. *Đi dạo ngoài đường :* To stroll the streets. *Đi dạo một vòng :* To go for a walk, to have a walk. *Dắt người nào đi dạo :* To take someone for a walk. *Đi dạo một vòng cho nguôi giận, cho tiêu cơm :* To walk off one's anger, one's lunch. *Đi dạo chỗ nầy chỗ nọ :* To stroll about.

dạo ấy [zạu éi] At that time, at that period.

dạo chơi [zạu cɔi] To go for a walk, to have a walk.

dạo đàn [zạu dàn] To play music.

dạo mát [zạu mát] To take an airing.

dạo nầy [zạu nèi] These days.

dạo nọ [zạu nɔ] At that time, at that period.

dạo trước [zạu trúrk] Previously, some time ago.

dát [zát] To laminate, make thinner.

dát mỏng [zát mɔ̃ŋ] To laminate, flat(ten).

day [zay] 1) To turn. *Nó day lại để nhìn cô ấy :* He turned (round) to look at her. *Day lại thình lình :* To turn short. *Day lưng lại người nào, vật gì :* To turn one's back on someone, on something.

a) To face, to front. *Nhà day phía sau ra đường cái :* The house backs on the high road. *Nhà day mặt về phía Bắc :* The house faces North. *Cửa sổ day mặt ra đường :* The window faces the street.

dày [zày] 1) Thick, dense. *Bề dày :* Thickness. *Tường dày :* Thick wall. *Bức tường dày hai tấc :* Wall that is two decimetres thick. *Nước đá dày hai chục phân :* The ice is twenty centimetres thick. *Bàn đóng một lớp bụi dày :* Table covered thick with dust. *Cắt bánh mì thành lát dày :* To cut the bread thick.

2) Close (texture). *Vải dệt dày :* Closely woven fabric.

dày cộm [zày kọm] Very thick.

dày công [zày koŋ] Many efforts; with great efforts.

dày dạn [zày zạn] *Mặt dày mày dạn :* Brazen, shameless.

dày đặc [zày dạuɯk] Dense. *Sương mù dày đặc :* Dense fog.

dãy [zãy] Row, chain, range.

dãy cột [zãy kọt] Colonnade.

dãy ghế [zãy gé] Tier of seats.

dãy nhà [zãy ɲà] Row of houses.

dãy núi [zãy núi] Chain of mountains, range of mountains, mountain range, mountain chain. *Dãy núi chạy dài từ bắc chí nam :* Chain of mountains that runs from north to south.

dãy phố [zãy fó] See **dãy nhà**.

dãy xe [zãy sɛ] Row of cars.

dạy [zạy] To teach, to instruct, to train. *Dạy người nào việc gì :* To teach, someone something. *Dạy trẻ con học :* To teach, give lessons to, children. *Dạy người nào làm việc gì :* To teach, instruct, train, someone to do something. *Nó dạy dương cầm :* He teaches the piano. *Dạy văn phạm cho trẻ con :* To instruct children in grammar. *Ai dạy anh làm cái nầy vậy ? :* Who put you up to that dodge ? *Dạy con từ thuở còn thơ, dạy vợ từ thuở bơ vơ mới về :* We must strike while the iron is hot, we must make hay while the sun shines.

dạy bảo [zạy bảu] To elevate, to bring up, to rear.

dạy biểu [zạy biểu] See **dạy bảo.**

dạy dỗ [zạy zỗ] To educate, instruct, teach.

dạy hát [zạy hát] To teach singing.

dạy học [zạy họk] To teach. *Nó sống bằng nghề dạy học* : He teaches for a living (makes a living by teaching).

dạy riêng [zạy rieŋ] To give private lessons. *Dạy riêng một học sinh để đi thi* : To coach a pupil for an examination.

dạy tư [zạy tư] To teach privately.

dạy vợ [zạy vợ] To tame a wife.

dăm [zaɯm] Five; about five; a few. See **năm.**

dăm Chip (of wood).

dăm bào [zaɯm bàu] (Wood) Shavings.

dằm [zàɯm] Splinter.

dặm [zạɯm] Mile; road. *Dặm Anh* : English mile. *Cách, xa ba dặm* : At a distance of three miles. *Xe lửa chạy năm chục dặm một giờ* : Train running at fifty miles an hour. *Thành phố ở cách xa năm dặm* : The town is five miles distant. *Đường có trồng cây hai bên suốt hai dặm* : The road is lined with trees for two miles. *Chúng tôi đi sáu dặm đường mà không thấy một cái nhà nào cả* : We did not see a house for six miles.

dặm To paint in water colours.

dặm mặt [zạɯm mạɯt] To paint one's face.

dẵn [dàɯn] 1) To slap down, to put down, lay down, violently. *Nó dẵn quyển sách xuống bàn* : He slap the book down on the table.

2) To restrain, to contain (oneself). *Có thể dẵn lại* : Containable.

3) To press.

dẵn giấy [zàɯn zấi] Paper-weight.

dẵn lại [zàɯn lại] To contain (oneself).

dẵn lòng [zàɯn lòŋ] To hold oneself in, to control one's temper. *Nó không thể dẵn lòng được* : He could not contain himself. *Anh phải rán dẵn lòng* : You must try to control your temper. *Tôi khuyên nó dẵn lòng* : I advised him to control his temper.

dặn [zạɯn] To advise, to enjoin, to recommend ; to bespeak, book (seats). *Lời dặn* : Recommendations. *Người ta dặn tôi đến hỏi ông* : I have been refered to you.

dặn bảo [zạɯn bảu] To advise, counsel.

dặn chỗ trước [zạɯn cỗ trúrk] To book (seats), to reserve (a room at a hotel, etc..). *Anh có dặn chỗ trước không ?* : Have you made your reservations ?.

dặn dò [zạɯn zò] To recommend strongly.

dặn đi dặn lại [zạɯn di zạɯn lại] To recommend over and over again.

dẵng [zàɯŋ] 1) To pull.

2) To drag on, drag out.

dẵng co [zàɯŋ ko] To pull about.

dẵng dai [zàɯŋ zai] To drag out.

dẵng dặc [zàɯŋ zạɯk] *Dài dẵng dặc* : Very long.

dặng [zạɯŋ] To clear one's voice.

dắt [zắɯt] To conduct, to guide ; to lead (horse, blind man, etc...), to guide (child's first steps, etc...) ; to bring along. *Dắt người nào đi* : To lead someone by the hand. *Anh có thể dắt theo người nào tùy ý* : You may bring along any person you like.

2) To tow (a damaged ship, etc...).

dắt díu [zắɯt zíu] To go together.

dâm [zəm] Lustful, lewd. *Cưỡng dâm, hiếp dâm* : To rape, to violate. *Thủ dâm* : To masturbade.

dâm bôn [zəm bon] To commit adultery.

dâm bụt [zəm bụt] (Bot) Hibiscus.

dâm dật [zəm zật] Lascivious, lustful.

dâm dục [zəm zụk] Lewd, lustful, concupiscent.

dâm đãng [zəm dãŋ] Lascivious, lewd, lustful, debauched, licentious.

dâm đạo [zəm dạu] Licentious ways.

dâm hành [zəm hàiɲ] Licentious acts

dâm hạnh [zəm hại̯ɲ] Licentious conduct.

dâm loạn [zəm lwạn] Incestuous. *Tội dâm loạn*: Incest.

dâm mỹ [zəm mi] Voluptious beauty.

dâm nghiệp [zəm ɲiệp] Prostitution.

dâm ô [zəm o] Obscene, lewd.

dâm phong [zəm fɔŋ] Dissolute customs.

dâm phóng [zəm fɔ́ŋ] See **dâm đãng**.

dâm phụ [zəm fụ] Adulteress.

dâm thư [zəm θɯ] Sexy books.

dấm [zə̀m] *Đái dầm*: To wet the bed.

dấm To macerate, to soak, to steep, to drench.

dấm dế [zə̀m zè] Soaked, drenched.

dấm mưa [zə̀m mɯə] To work, walk in the rain; exposed to the rain.

dấm sương [zə̀m ʃwəŋ] To work, walk in the dew; exposed to the dew.

dân [zən] Citizen, people, subject. *Công dân*: Citizen. *Lương dân*: Law-abiding citizen. *Nhân dân*: Peoples. *Tứ dân*: The four classes (scholars, farmers, artisans, merchants).

dân biểu [zən biểu] Deputy, assemblyman, representative of the people.

dân ca [zən ka] Folk-song.

dân chính [zən cíɲ] Civil administration.

dân chủ [zən củ] Democratic. *Chánh thể dân chủ*: Democracy. *Đảng dân chủ*: Democratic party. *Đảng viên đảng dân chủ*: Democrat. *Chánh phủ dân chủ*: Democratic government.

dân chủ hóa [zən củ hwá] To democratize.

dân chúng [zən cúŋ] People, country. *Tất cả dân chúng đều chống lại kế hoạch tăng thuế*: All the country opposed the plan to increase taxes. *Phần lớn dân chúng thích hòa bình hơn chiến tranh*: The majority of people prefer peace to war. *Dân chúng nổi lên chống lại những người cai trị mình*: The people revolted against their rulers. *Dân chúng đang chịu một sự thử thách*

lớn lao: People undergoing a great trial.

dân công [zən koŋ] Laborer.

dân cư [zən kɯ] Inhabitants, population.

dân đen [zən dɛn] Commoner.

dân đức [zən dúk] Public virtue.

dân hữu [zən hữɯ] Common property of the people.

dân khí [zən xi] People's energy.

dân làng [zən là̯ŋ] Villager.

dân lành [zən là̯i̯ɲ] Law-abiding citizen, honest citizen, peaceful inhabitant.

dân luật [zən lwạt] Civil law.

dân lực [zən lự̯k] Strength of the people.

dân lương thiện [zən lwəŋ θiện] Good citizen, honest people.

dân nguyện [zən ŋwiện] Wishes, aspirations of the people, people's aspirations.

dân nhà quê [zən ɲà kwe] Country people.

dân phong [zən fɔŋ] Popular customs.

dân phu [zən fu] Coolie.

dân quân [zən kwən] Militiaman.

dân quần [zən kwə̀n] The people.

dân quê [zən kwe] Country - folk, peasant.

dận quốc [zən kwớk] Democracy.

dân quyền [zən kwiền] Civic rights.

dân sinh [zən ʃiɲ] Livelihood of the people.

dân số [zən ʃó] Population. *Làm giảm dân số*: To depopulate. *Dân số tăng lên*: The population increase. *Chiến tranh và bịnh tật đã làm giảm bớt dân số*: War and disease thinned (down) the population.

dân sự [zən ʃɯ] Civilian. *Dân sự vụ*: Civil affairs.

dân sự nguyên cáo [zən ʃɯ ŋwien káu] *Đứng dân sự nguyên cáo*: To assume the role of indicter.

dân tài [zən tài] People's property.

dân tản cư [zən tản kɯ] Evacuee.

dân tặc [zən tạuk] Enemy of the nation.

dân tâm [zən təm] The mind of the people.

dân thanh [zən θaip] The voice of the people.

dân thợ [zən θợ] Workmen.

dân tị nạn [zən tị nạn] Refugee.

dân tình [zən tìp] Situation of the people.

dân tộc [zən tọk] People. *Dân tộc thiểu số* : Ethnic minority. *Dân tộc bạn* : Brothers people. *Một kẻ thù của dân tộc* : An enemy of the people. *Quyền dân tộc tự quyết* : Right of self-determination. *Dân tộc yêu chuộng hoà bình* : Peace-loving people.

dân trí [zən tri] Intellectual standard of the people.

dân trị [zən trị] Politics by the people.

dân tục [zən tụk] Customs of the people.

dân ty nạn [zən tị nạn] Refugee. *Một công nhân xưởng máy từ Trung Cộng, một trong số cả ngàn dân ty nạn đồ xô sang Hồng Kong đã tả tình trạng đói và thất nghiệp khiến hắn tìm nơi lánh nạn ở Hồng-Kong* : A factory worker from communist China, one of the thousands of refugees who have rushed into HongKong, has described the conditions of hunger and unemployment that forced him to seek refuge in HongKong.

dân tuyển [zən twiển] Elected by the people.

dân vận [zən vận] Propaganda with the population.

dân vọng [zən vọŋ] Aspirations of the people.

dân ý [zən i] Will of the people, people's will.

dần [zẵn] 1) (Not used alone) To embark ; to throw oneself. *Dấn thân vào đời* : To launch out into the sea of life.

2) To endeavour, strive, do one's utmost, make every effort, make every endeavour.

dần [zần] The third Earth's Stem.

dần To beat. *Đau như dần* : To suffer as if one had been beaten.

dần dà [zần zà] Slowly, little by little.

dần dần [zần zần] Gradually, little by little.

dẫn [zẵn] 1) To conduct, lead, guide. *Dẫn người nào về* : To conduct someone back.

2) (Phys) To conduct. *Chất dẫn điện, dẫn nhiệt* : Substance that conducts electricity, heat. *Ai dẫn đi đâu nó đi theo đó* : He is easily led.

dẫn banh [zẵn baip] To dribble.

dẫn chứng [zẵn cứp] To cite ; to adduce, produce, bring forward, proof.

dẫn cưới [zẵn kưởi] To carry wedding presents.

dẫn dâu [zẵn zâu] To accompany the bride.

dẫn dụ [zẵn zụ] To allure, court, lead, seduce. *Sức dẫn dụ* : Allurement.

dẫn đạo [zẵn zạu] To conduct, lead, guide, show the way. *Ủy ban dẫn đạo* : Steering committee.

dẫn đầu [zẵn zầu] To lead ; to come foremost. *Con ngựa nào đang dẫn đầu đó?* : Which horse is leading (e.g. in a race)?.

dẫn đèn [zẵn dén] To conduce.

dẫn điện [zẵn diện] To conduct electricity ; conductor of electricity. *Tính dẫn điện* : Electric conductivity. *Đồng dẫn điện hơn các kim khí khác* : Copper conducts electricity better than other metals.

dẫn độ [zẵn dọ] To extradite. *Sự dẫn độ* : Extradition.

dẫn đường [zẵn dưồŋ] To lead, guide, the way. *Dẫn đường cho người nào* : To guide the way for someone.

dẫn giải [zẵn zải] To explain and comment.

dẫn hỏa [zẵn hwả] Inflammable.

dẫn kiến [zẵn kién] To introduce, to present.

dẫn lộ [zẵn lọ] See dẫn đường.

dẫn lực [zẵn lực] Attraction. *Dẫn lực của từ thạch* : Attraction of a magnet *Phân tử dẫn lực* : Molecular attraction

dẫn nhiệt [zɔ̄n niett] To conduct heat; conductor of heat. *Không dẫn nhiệt*: Athermic, athermanous. *Tính không dẫn nhiệt*: Athermancy.

dẫn quyết [zɔ̄n kwiét] To commit suicide.

dẫn sách [zɔ̄n ʃáik] To cite, quote from a book.

dẫn suất (sự) [zɔ̄n ʃwɔ́t] (Ph, Ch) Conductivity.

dẫn thân [zɔ̄n θɔn] To come in person.

dẫn thoái [zɔ̄n θwái] To retire.

dẫn thủy nhập điền [zɔ̄n θwi nɔp diền] To irrigate. *Sự dẫn thủy nhập điền*: Irrigation.

dẫn tiến [zɔ̄n tién] To introduce, to present.

dẫn xác [zɔ̄n sák] To come in person.

dâng [zɔŋ] 1) To offer, to present.
2) (Of water) To rise.

dấp [zɔ́p] To falter, to speak in a hesitating way.

dập [zɔp] 1) To cushion, to burke (complaints, etc...).
2) To bury, inter, cover.

dập dìu [zɔp zìu] To come in great number.

dập liễu vùi hoa [zɔp liễu vùi hwa] (Fig) To brutalize a woman.

dập tắt [zɔp táwt] To extinguish, stamp out (fire).

dập vùi [zɔp vùi] (Fig) To ill-treat, maltreat.

dật [zɔt] To live in retirement, in seclusion.

dật 1) Debauched, dissolute, licentious. *Dâm dật*: Lascivious, lustful.
2) Abundant, overflowing.

dật ác [zɔt ák] Very cruel.

dật cư [zɔt kɯ] To live in retirement, in seclusion; to live retired.

dật dân [zɔt zɔn] Retired people.

dật dục [zɔt zuk] Sensual.

dật hạ [zɔt hạ] Unoccupied.

dật hứng [zɔt hứŋ] Enthusiastic.

dật mỹ [zɔt mĩ] Very beautiful.

dật nữ [zɔt nữ] Beautiful woman.

dật quần [zɔt kwòn] Eminent, transcendent, outstanding.

dật sĩ [zɔt ʃi] Retired scholar.

dật sử [zɔt ʃử] Missing history.

dâu [zɔu] Daughter-in-law, son's wife bride. *Phù dâu, dâu phụ*: Bridesmaid. *Đón dâu, rước dâu*: To meet the bride and bring her home. *Đưa dâu*: To accompany the bride to the home of her husband.

dâu (Bot) Mulberry. *Cây dâu*: Mulberry-tree.

dâu gia [zɔu ʒa] Related family (by marriage).

dâu phụ [zɔu fụ] Bridesmaid.

dấu [zɔ́u] 1) Accent.
2) Sign, mark, impression. *Người câm nói ra dấu*: The dumbs talk by signs. *Ra dấu cho người nào*: To make a sign to someone. *Đánh dấu một chỗ trên địa đồ*: To mark a place on the map. *Đề dấu lại trên vật gì*: To leave one's mark upon something. *Ra dấu chỏ người nào làm việc gì*: To sign to someone to do something. *Có dấu bị đánh*: To bear the mark of blows. *Dấu giày trên cát*: Impression of boots in the sand. *Dấu của con dấu trên khằng*: Impression of a seal on wax. *Con ngựa có dấu trắng trên đầu*: A horse with a white mark on its head. *Dấu của vết thương còn không?*: Does the mark of the wound still show?.
2) Trace, trail, track. *Cảnh sát theo dấu tên trộm*: The police traced the thief. *Theo dấu chân của người nào*: To trace someone's footsteps. *Dấu vết của một nền văn minh cổ tìm thấy trong sa mạc*: Traces of an ancient civilization have been found in the desert. *Cảnh sát đang theo dấu tên trộm*: The police are on the track of the thief. *Dấu của bánh xe*: The track of a wheel.
3) Stamp, seal. *Dấu cao su*: Rubber stamp. *Dấu chữ ký*: Signature stamp. *Dấu ghi ngày*: Date-stamp. *Dấu mực*: Pad stamp. *Đóng dấu vào một chứng thư*: To append a seal to an act.

Đóng dấu lên khằng : To stamp, impress, a seal upon wax.

4) Stamp. *Đánh dấu một thiên tài* : To bear the stamp of genius.

dấu âm [zấu əm] Plus sign.

dấu bánh xe [zấu báin sɛ] The track, trace of a wheel.

dấu chấm [zấu cấm] Full stop.

dấu chấm phẩy [zấu cấm fɛi] Semicolon.

dấu chấm than [zấu cấm θan] Exclamation mark, exclamation point.

dấu chân [zấu cən] Footprint, footstep, footmark, imprint of the foot. To follow the footprints. *Dấu chân Theo dấu chân : trên cát* : Footprints on the sand. *Theo dấu chân của người nào* : To follow someone's footsteps. *Cát có dấu chân in lên* : Sand imprinted with footmarks.

dấu chữ thập [zấu cữ θập] Mark, cross (made in place of signature by illiterate person). *Nó không biết viết nên nó làm dấu chữ thập* : He cannot write, he makes his mark.

dấu cộng [zấu kọŋ] Plus sign.

dấu dương [zấu zɯəŋ] Positive sign.

dấu đánh [zấu dáin] Mark of a blow.

dấu hai chấm [zấu hai cấm] Colon.

dấu hiệu [zấu hiệu] 1) Mark, gesture, token ; symptom. *Dấu hiệu báo nguy* : Alarm-signal. *Đưa ra một cái bao tay để làm dấu hiệu* : To show a glove for a token.

2) Badge.

3) Signal. *Đèn đỏ là dấu hiệu nguy hiểm* : A red light is a signal of danger.

dấu hình sao [zấu hìn ʃau] Asterisk.

dấu huyền [zấu hwièn] Grave accent, low tone.

dấu khằng [zấu xàɯŋ] Wax impression.

dấu móc [zấu mók] Square-bracket.

dấu mũ [zấu mũ] Circumflex accent.

dấu nặng [zấu nạɯŋ] Drop tone.

dấu ngã [zấu ŋã] Tilde.

dấu ngoặc [zấu ŋwặɯk] Parenthesis.

dấu ngoặc đôi [zấu ŋwặɯk doi] Inverted commas, quotation marks. *Mở, đóng dấu ngoặc đôi ở đầu, ở cuối một đoạn văn* : To put in the quotationmarks at the beginning, at the end, of a passage.

dấu niêm [zấu niem] Seal. *Mở dấu niêm một bức thư* : To break the seal of a letter.

dấu nối [zấu nói] Hyphen.

dấu phẩy [zấu fɛi] Comma.

dấu phệt [zấu fét] Comma.

dấu sắc [zấu ʃáɯk] Acute accent, hightone.

dấu sỉ nhục [zấu ʃì ɲụk] Brand stigma. *Đóng dấu sỉ nhục lên mình người nào* : To brand someone with infamy..

dấu tay [zấu tay] Finger-print.

dấu than [zấu θan] Exclamation mark.

dấu thánh giá [zấu θáin ʒá] Sign of the cross. *Làm dấu thánh giá* : To make the sign of the cross.

dấu tích [zấu tík] Trace.

dấu trừ [zấu trừ] Minus sign.

dấu vết [zấu vét] Trace, vestige.

dấu viết lược [zấu viét lɯɯk] Apostrophe.

dầu [zầu] Oil. *Giếng dầu* : Oil-well. *Bánh dầu* : Oil cake. *Đèn dầu* : Oil-lamp. *Thùng dầu* : Oil-can. *Bình dầu ăn* : Oil-cruet. *Máy chạy bằng dầu* : Oil - engine. *Bình đồ dầu vào máy* : Oil-feeder. *Vải dầu* : Oil-cloth ; oilskin. *Xì dầu* : Soja sauce. *Vô dầu* : To oil. *Người bán dầu* : Oil-merchant, oilman. *Bức tranh sơn dầu* : Oil-painting. *Giấy dầu* : Oil-paper. *Máy ép dầu* : Oil-press. *Sanh dầu* : Oil-producing. *Bơm dầu* : Oil-pump. *Bình dầu* : Oiler. *Tàu dầu* : Oil-ship. *Bể chứa dầu* : Oil-tank. *Sự xịt dầu, bơm dầu* : Oil-bath. *Sanh dầu, có dầu* : (Bot) Oil-bearing ; oleaginous. *Vẽ, họa bằng sơn dầu* : Painting in oil. *Ống đo tỷ trọng của dầu* : Oleometer. *Thuật in tranh dầu* : Oleograh. *Lửa cháy đỏ* *dầu thêm* : To take oil to extinguish a fire ; to add oil (fuel) to the flames. *Vô dầu bánh xe* : To oil the wheels. *Dầu luôn luôn nổi trên mặt (nước)* : Oil always comes to the top. *Dầu dùng để đốt đèn* : Oil used for lighting. *Đèn rất hao dầu* : Lamp that burns a great deal of oil. *Thoa dầu vào chân* : To rub one's leg with oil.

dầu Though, although, even if, even though ; however, whatever ; notwithstanding. *Mặc dầu* : In spite of ; despite of, in despited of. *Dầu đường có xa đi nữa* : What though the way be long!. *Dầu tội anh có lớn đi nữa* : Though your crime be ever so great. *Mặc dầu chúng tôi là bà con nhưng tôi không bao giờ thấy nó* : Though we are relations I have never seen him. *Mặc dầu không đẹp, cô ấy cũng có sức quyến rũ* : Though not handsome, she was attractive. *Dầu có thất bại đi nữa* : Even if, even though, he failed. *Dầu vậy đi nữa nó cũng không muốn tin tôi* : Even then he wouldn't believe we. *Dầu thế nào đi nữa* : Whatever it may be, however that may be, howe'er it be, cost what it may. *Dầu ít thế nào đi nữa* : However little. *Dầu nó có tinh ranh đến thế nào* : How artful he may be. *Dầu có nghe điều gì anh cũng không nên nói cả* : Whatever you hear, say nothing. *Dầu nó có thất bại* : Albeit that he failed, albeit he failed. *Dầu cho nó có phạm những lỗi lầm nào* : Whatever mistakes he has committed. *Mặc dầu chúng tôi can gián nó cũng cứ đi* : He went notwithstanding our remonstrances.

dầu ăn [zə̀u aɯn] Table oil, salad-oil. *Dầu nấu ăn* : Cooking-oil.

dầu bạc hà [zə̀u bạk hà] Peppermint oil, oil of peppermint.

dầu bóng [zə̀u bɔ́ŋ] Furniture-polish.

dầu cá [zə̀u ká] Fish-oil. *Dầu cá thu* : Cod-liver oil.

dầu cặn [zə̀u kạɯn] Fuel oil, oil fuel.

dầu chổi [zə̀u cỏi] Camphor-oil.

dầu dừa [zə̀u zừ̖ə] Coconut-oil.

dầu đậu phộng [zə̀u dạu fɔ̣ŋ] Peanut-oil, earth-nut oil.

dầu động vật [zə̀u dọŋ vạt] Animal oil.

dầu đốt [zə̀u dót] Burning oil, lamp oil.

dầu gió [zə̀u 3ɔ́] Eucalyptus oil. *Cây dầu gió* : Eucalyptus.

dầu hắc [zə̀u háɯk] Tar. *Thùng đựng dầu hắc* : Tar bucket. *Có thoa dầu hắc* : Tar-lined. *Chổi quét dầu hắc* : Tea-mop. *Chất làm tan dầu hắc* : Tar-remover. *Chỗ chế dầu hắc* : Tar-works. *Tráng, bôi, thoa, sơn dầu hắc* : To tar.

dầu hỏa [zə̀u hwả] Petroleum, mineral oil. *Tàu chở dầu hỏa* : Oil-ship. *Kỹ nghệ dầu hỏa* : The oil industry. *Vua dầu hỏa* : Oil-king, oil magnate.

dầu hôi [zə̀u hoi] See dầu hỏa.

dầu khuynh diệp [zə̀u xwiɲ ziẹp] Eucalyptus oil.

dầu lạc [zə̀u lạk] Peanut-oil, earth-nut oil.

dầu lửa [zə̀u lừ̖ə] See dầu hỏa.

dầu mà [zə̀u mà] Although, though, even though, even if.

dầu máy [zə̀u máy] Engine-oil.

dầu măng [zə̀u maɯŋ] See dầu bạc hà.

dầu mè [zə̀u mè] Gingili oil.

dầu mỏ [zə̀u mɔ̉] Mineral oil.

dầu mỡ [zə̀u mỡ] Lubricating oil, machine oil.

dầu phộng [zə̀u fɔ̣ŋ] Peanut-oil, earth-nut oil.

dầu rằng [zə̀u ràɯŋ] Although, though, even though, in spite of.

dầu sao [zə̀u ʃau] Anyhow, in any case. *Dầu sao đi nữa ngày mai tôi cũng phải đi* : Anyhow I must be off to-morrow.

dầu săng [zə̀u ʃaɯŋ] Petrol, gasoline, gasolene.

dầu ta [zə̀u ta] National oil.

dầu tây [zə̀u tei] Kerosene.

dầu thánh [zə̀u θáiɲ] The holy oil (for the administration of extreme unction, etc).

dầu thầu dầu [zə̀u θə̀u zə̀u] Castor-oil.

dầu thông [zə̀u θoŋ] Oil of turpentine.

dầu thù đủ [zə̀u θù dủ] See dầu thầu dầu.

dầu thảo mộc [zòu tiu mọk] Vegetable oil.

dầu thơm [zòu θəm] Perfume, scent. *Chai dầu thơm* : Bottle of scent, scent-bottle. *Nàng bôi chút dầu thơm vào khăn tay của nàng* : She put some scent on her handkerchief.

dầu thực vật [zòu θựk vật] See dầu thảo mộc.

dầu vậy [zòu vệi] In spite of that.

dẫu [zòu] Though, although, in spite of, even if, even though. *Dẫu đường có xa đi nữa* : What though the way be long.

dậu [zậu] The tenth Earth's Stem.

dây [zei] 1) Rope, cord ; string, wire. *Thang dây* : Rope-ladder. *Người đi dây* : Acrobat, rope-dancer. *Người làm dây* : Rope-maker. *Cột, trói, buộc bằng dây* : To rope, to cord. *Có hình dây* : Cord-shaped. *Cuộn dây nhỏ* : A ball of string. *Nhạc khí có dây*: The strings. *Nhảy dây* : To skip. *Buông dây* : To let go a rope. *Giữ chặt dây* : To keep hold of, to hold on to, the rope.

2) (Anat) Chord, cord. *Dây tủy* : The spinal chord. *Dây thanh đới* : The vocal cord.

dây ăng-ten [zei aưŋ tɛn] Aerial, antenna.

dây băng [zei baưŋ] 1) Tape (used of tying up parcels, etc...).

2) Ribbon.

dây bìm bìm [zei bìm bìm] (Bot) Bindweed.

dây buồm [zei buồm] Bolt–rope.

dây cao su [zei kau ʃu] Elastic.

dây cáp [zei káp] Cable.

dây câu cá [zei kəu ká] Fishing-line.

dây chỉ [zei cỉ] 1) (El) Fuse.

2) Plumb, plumb–line.

dây chuyền [zei cwièn] Chain ; necklace. *Dây chuyền vàng* : Gold chain.

dây chun [zei cun] Elastic.

dây cột thuyền [zei kọt θwièn] Moor.

dây cu-roa [zei ku rwa] Belt.

dây dùn [zei zùn] Slack rope.

dây cung [zei kuŋ] Bowstring.

dây cương [zei kưəŋ] Bridle. *Dây cương nhỏ* : Bridoon.

dây dò nước [zei zò nứrk] Lead-line, sounding-line.

dây dụi [zei zụi] Wire. *Chính nó là người giựt dây dụi* : It is he who pulls the wire.

dây dứa [zei zưa] To drag on, drag out.

dây đắt [zei dốt] Earth-cable, earth–wire.

dây điện [zei diện] Electric wire.

dây đồng [zei dòŋ] Brass wire.

dây đồng hồ [zei dòŋ hò] Watch-chain.

dây đờn [zei dền] String of an instrument. *Lên dây đờn* : To key (up) the strings of an instrument.

dây gai [zei gai] Hemp rope.

dây giày [zei zài] Shoe-lace, shoe-string.

dây kẽm gai [zei kẽm gai] Barbed wire. *Hàng rào dây kẽm gai* : Barbed wire fence.

dây leo [zei lɛu] (Bot) Liana, creeper.

giây lèo [zei lèu] (Naut) Halyard.

dây lò xo [zei lò sɔ] Coil-spring.

dây luột [zei luột] Coconut fibre string.

dây lưng [zei lưŋ] Waistband (of a pair of trousers) ; girdle, belt.

dây nhau [zei ɲau] The umbilical chord.

dây nhợ [zei ɲợ] String. *Một cuộn dây nhợ* : A ball of string.

dây nịt [zei nịt] Belt, girdle. *Siết dây nịt (khi đói bụng)* : To tighten one's belt (when hungry).

dây nón [zei nón] Chin-chain.

dây phát âm [zei fát əm] (Anat) Vocal cords.

dây phơi quần áo [zei fɔi kwần áu] Clothes-line.

dây ruột mèo [zei ruột mèu] Catgut.

dây sắt [zei sấưt] Iron wire.

dây thanh đới [zei θaip dới] The vocal cord.

dây thắt cổ [zei θấưt kỏ] Halter.

dây thắt mạch [zei θấưt mạik] (Med) Garrot.

dây thép [zei θếp] 1) Steel wire.

2) Telegraph wire; wire cable, telegrame. *Đánh dây thép cho người nào*: To send someone a wire, to wire to someone. *Sự trả lời bằng dây thép*: Reply by wire. *Đánh dây thép*: To send a telegram. *Nhà dây thép*: Post-office. *Măng-đa dây thép*: Telegraph(ic) money order. *Đường dây thép*: Telegraph line. *Cột dây thép*: Telegraph–pole, telegraph - post. *Đánh dây thép gọi người nào đến*: To telegraph someone to come, to wire for someone. *Nó đánh dây thép cho biết nó sẽ tới vào buổi trưa*: He telegraphed that he would arrive about midday.

dây thiều [zei θièu] Spring (of a watch). *Đồng hồ hết dây thiều*: The clock is down, has run down.

dây thu lôi [zei θu loi] Lightning-rod.

dây thun [zei θun] Elastic, rubber band. *Nó kéo sợi dây thun cho đến khi nó đứt cái bựt*: He stretched the rubber band till it snapped.

dây thừng [zei θừŋ] Rope.

dây tơ hồng [zei tơ hòŋ] Marriage bond, marriage tie.

dây trân [zei trơn] Belt. *Dây trân chạy vòng tròn*: Endless belt, continuous belt.

dây trời [zei trời] Aerial, antenna. *Dây trời định hướng*: Directional aerial.

dây túy [zei twỉ] The spinal chord (cord).

dây xà tích [zei sà tík] Silver chain.

dây xích [zei sík] Chain. *Dây xích đo đất*: Surveyor's chain, land–chain, measuring-chain. *Mở, tháo dây xích cho chó*: To loose a dog from its chain.

dây binh [zéi biɲ] To raise troops.

dây loạn [zéi lwạn] To revolt, to rebel, to rise in revolt in (rebellion). *Sự, cuộc dấy loạn*: Revolt, rebellion, rising.

dây quân [zéi kwơn] See dầy binh.

lấy [zèi] See dày.

lẩy dụa [zẽi zựə] *Nàng hết sức dẩy*

dụa: She fought like a wild cat.

dậy [zẹi] To rise (early, late), get up (from bed). *Dạy sớm*: To get up early. *Đứng dậy*: To rise to one's feet, to stand up. *Nó dậy rất sớm*: He rises very early. *Ông X dậy chưa?*: « *Dạ ông ấy dậy rồi và ở dưới (lầu)* »: Is X. up yet? « Yes, he is up and down ». *Dậy mặc quần áo mau lên*: Get up and dress quickly.

dậy dất [zẹi dất] (Of loud noise) To resound.

dậy men [zẹi mɛn] (Of noise) To ferment.

dậy sớm [zẹi ʃấm] To get up early, to rise early, to rise with the sun, to get up at dawn.

dậy thì [zẹi θì] (Of girl) To arrive at puberty. *Tuổi dậy thì*: Puberty. *Con gái đến tuổi dậy thì*: Girl who has arrived at puberty, attained puberty.

dậy trưa [zẹi truə] To get up late, to raise late.

dè [zè] To economize. *Ăn dè*: To eat sparingly.

dè To expect. *Ai dè?*: Who would think that?. *Không dè*: Unexpectedly. *Tôi không dè nó đã đến*: I did not anticipate that he would come.

dè dặt [zè zạit] Cautious, careful; prudent, discreet. *Đăng tin tức với tất cả sự dè dặt*: To publish news with all reserves, to publish a piece of news without vouching for its accuracy.

dè dụm [zè zụm] To save.

dè trước [zè trứrk] To foresee; to anticipate.

dè xẻn [zè sẻn] To save little by little.

dẻ [zẻ] Chestnut-tree.

dẻo [zẻu] Flexible; soft. *Dẻo như sáp*: As soft as wax.

dẻo dai [zẻu zai] Resistant, tough.

dẻo sức [zẻu ʃứk] Untiring, indefatigable, tireless.

dép [zếp] Sandal. *Dép cao su*: Rubber sandals. *Đi dép, mang dép*: To wear sandal.

dẹp [zẹp] 1) To repress, to quell, to put down (revolt). *Dẹp một cuộc nổi loạn :* To put down, quell, a rebellion. 2) *Dọn dẹp :* To arrange, tidy, put in order.

dẹp bỏ [zẹp bỏ] To disembarrass.

dẹp đường [zẹp dường] To clear the way. *Cảnh sát dẹp đường trước khi vua đi ngang qua thành phố :* Before the king went through the city the police cleared the streets of traffic.

dẹp loạn [zẹp lwạn] To quell a revolt.

dẹp tan [zẹp tan] To crush out. *Dẹp tan một cuộc nổi loạn :* To crush out a revolt.

dẹp yên [zẹp ien] To pacify.

dê [ze] Goat. *Chuồng dê :* Goat-fold. *Da dê :* Goat skin. *Chòm râu dê :* Goatee. *Người chăn dê :* Goatherd.

dê Lustful, lewd, lascivious.

dê cái [ze kái] She-goat.

dê con [ze kɔn] Kid, young goat.

dê đực [ze dụk] He-goat, billy-goat.

dê già [ze ɟà] 1) Old (he-) goat. 2) Lustful old man.

dè [zé] (Ent) Cricket.

dè đồng [zé dòŋ] Field-cricket.

dè nhủi [zé ɲủi] Mole-cricket.

dè [zẻ] *Khi dè :* To despise, misprize.

dè ngươi [zẻ ŋwəi] To disregard.

dễ [zē] Easy, facile. *Công việc dễ :* Easy task. *Nói dễ hơn làm :* Easier said than done ; it is more easily said than done. *Việc ấy dễ như chơi :* It's as easy as anything. *Việc dễ làm :* Thing easy to do, easily done. *Không phải dễ đâu :* It takes a lot of doing. *Nó dễ bị cám dỗ :* He is accessible to bribery.

dễ bảo [zē bảu] Docile, obedient.

dễ bẻ [zē bẻ] Fragile, brittle, easily broken, apt to break.

dễ biểu [zē biểu] See dễ bảo.

dễ cảm [zē kảm] Emotional.

dễ cháy [zē cáy] Inflammable, ignitable, easily set on fire.

dễ cầm [zē kầm] Handy, easily handed (tool, etc...).

dễ chịu [zē cịu] Comfortable, cosy. *(Người bịnh) Thấy trong mình dễ chịu :* To be comfortable. *Ở đây dễ chịu :* It is cosy here.

dễ có [zē kó] Easy to have.

dễ coi [zē kɔi] Agreeable to see.

dễ dãi [zē zãi] Easy, easy-going, accommodating, facile, compliant.

dễ dàng [zē zàŋ] Easy, with ease ; fluent. *Làm việc gì rất dễ dàng :* To do something with great ease (facility).

dễ dạy [zē zạy] Docile, easily taught. *Đứa bé dễ dạy :* A docile child.

dễ dọn [zē zɔn] (Of land) Free-working.

dễ ghét [zē ɡét] Abominable, execrable.

dễ giận [zē ɟạn] To be easily roused to anger.

dễ hiểu [zē hiểu] Easy to understand, easily understood. *Việc ấy rất dễ hiểu :* That is easily understood.

dễ khiến [zē xién] See dễ bảo.

dễ làm [zē làm] 1) Easy to do. *Việc dễ làm :* Thing easy to do, easily done. 2) (Of land) Free-working.

dễ như chơi [zē ɲw cɔi] As easy as A.B.C, as easy as shelling peas, as easy as winking.

dễ ợt [zē ợt] Very easy.

dễ tánh [zē táɲ] Easy, complaisant, indulgent, accommodating, easy-going.

dễ thầy [zē θéi] Conspicuous, easily seen.

dễ thương [zē θwəŋ] 1) Amiable, agreeable, pleasant, sympathetic ; kind, nice. *Làm bộ dễ thương :* To do the agreeable. 2) Lovely, lovable.

dễ thường [zē θwờŋ] Perhaps, maybe.

dễ tin [zē tin] Credulous.

dễ tính [zē tíɲ] See dễ tánh.

dễ tiêu [zē tieu] Assimilative, easy of digestion.

dễ tới gần [zē tới gần] Accessible.

dện [zẹt] See nhện.

dệt [zẹt] To weave. *Thợ dệt :* Weaver. *Khung dệt :* Loom. *Thêu dệt :* To fabricate, invent (story). *Kỹ nghệ dệt :*

Textile industry. *Nguyên liệu đễ dệt :* Textile materials. *Sự, cách dệt dày, dệt thưa của một thứ vải :* Close texture, loose texture, of a material. *Vải dệt bằng tay :* Clóths woven by hand.

dệt gấm [zẹt gốm] To brocade.

di [zi] (Not used alone) To leave behind.

di To move.

di bút [zi bút] Posthumous writing.

di cảo [zi kảu] Posthumous manuscript.

di chiều [zi ciéu] Imperial will, testament (left by a dead king).

di chúc [zi cúk] Will, testament. *Làm tờ di-chúc :* To make one's will (testament). *Chết không đễ lại di chúc :* To die intestate. *Nó chết không đễ lại di chúc :* He died without making a will.

di chuyển [zi cwiẻn] To displace, to transfer, to move. *Có thễ di chuyển được :* Transferable. *Phi cơ của chúng ta báo cáo nhiều lực lượng địch đang di chuyển :* Our aeroplanes reported that large enemy forces were on the move.

di chuyển Movement. *Di chuyển nội địa :* Internal movement.

di cư [zi kư] To migrate, emigrate. *Sự di cư :* Exodus, migration. *Dân di cư :* Refugee.

di dạ [zi zạ] Midnight.

di dân [zi zən] Emigrant, immigrat. *Tàu chở di dân :* Emigrant ship.

di dịch [zi zịk] See di chuyển.

di diên [zi zien] Slow, languid, dull.

di do [zi zɔ] Hesitating, wavering.

di dưỡng [zi zưỡŋ] To nourish.

di độc [zi dọk] To transmit germs.

di động [zi dọŋ] Mobile, ambulatory.

di giá [zi ʒá] (Of king) To move, travel.

di giáo [zi ʒáu] Instruction left by someone at one's last gasp.

di hài [zi hài] Remains of the dead human body.

di hám [zi hám] Unsatisfied.

di hận [zi hạn] A regret that one can do nothing with.

di hình [zi hịŋ] Dead body.

di họa [zi hwa] To bring about disastrous consequences.

di huân [zi hwón] See di giáo.

di lậu [zi lạu] To omit, miss out, leave out.

di lịnh [zi lịŋ] Order left by a deceased person.

di lưu [zi lưu] To leave to posterity.

di mãn [zi mãn] Complete, adequate, sufficient.

di mạng [zi mạŋ] Last wishes, will.

di mẫu [zi mẫu] Mother's sister.

di nghiệp [zi ŋiệp] Heritage, inheritance.

di ngôn [zi ŋon] Last words, wishes.

di nhan [zi ɲan] Cheerful countenance.

di phương [zi fưəŋ] To leave a good name for posterity.

di sản [zi ʃản] Heritage, inherited property.

di sắc [zi ʃámk] See di nhan.

di táng [zi tán] To move a corpse from one tomb to another.

di tặng [zi tạuŋ] To give a legacy to (someone). *Của, vật di tặng :* Legacy.

di tệ [zi te] Corrupt practice left to posterity.

di thất [zi θất] To omit, miss out, leave out.

di thể [zi θe] Flight.

di thực [zi θưk] To migrate.

di tích [zi tík] Vestiges, remains, trace (of former habitations, etc...).

di tiếu [zi tiéu] To be a laughing-stock for posterity.

di tinh [zi tiŋ] Nocturnal emission of sperm.

di tồn [zi tòn] To survive.

di trú [zi trú] 1) To change one's address.
2) To immigrate, to migrate, to emigrate.

di truyền [zi trwiẻn] Hereditary, trans-

missible. *Di-truyền thuyết* : Hereditism.
Tính, sự di truyền : Heredity, atavism.

di truyền To transmit to posterity.

di truyền học [zi trwiền họk] Genetics.

di truyền thuyết [zi tiwiền θwiét]
Heriditism.

di từ [zi từ] See di ngôn.

di tượng [zi tmựŋ] Portrait of a deceased person.

di văn [zi vzuιn] Posthumous writings.

di vật [zi vựt] Relic.

di vong [zi vɔŋ] To omit.

di xú [zi sú] To leave a bad name for posterity.

di nát [zi nát] To grind. *Di nát vật gì dưới gót chân* : To grind something under one's heal.

dì [zì] 1) Aunt (mother's sister, the sister of one's mother). *Bà ấy không phải là mẹ của tôi mà là dì của tôi* : She is not my mother but my aunt.

2) Wife's sister (the sister of one's wife).

dì ghẻ [dì gẻ] Under one's heal.

dì phước [zì fúrk] Sister of Mercy.

dì ruột [zì ruột] Mother's younger sister.

dỉ [zỉ] To whisper. *Không dỉ hơi* : To keep one's mouth shut.

dỉ tai [zỉ tai] To whisper ; to say in a low, soft voice.

dĩ [zĩ] (Not used alone) To take ; to use, employ.

dĩ ân báo oán [zĩ ən báu wán] To return good for evil.

dĩ hậu [zĩ hậu] Hereafter, from now on.

dĩ nhiên [zĩ ɲien] Of course, naturally, as is natural.

dĩ oán báo oán [zĩ wán báu wán] To return evil for evil.

dĩ vãng [zĩ vãŋ] The past, former times. *Hãy quên đi dĩ vãng* : Let bygones be bygones. *Nhớ lại dĩ vãng* : To go back to the past. *Làm quên dĩ vãng* : To obliterate the past.

dị [zị] (Not used alone) 1) Different.

2) Extraordinary, strange.

dị bang [zị baŋ] Foreign country.

dị bào [zị bàu] Stepbrother.

dị bẩm [zị bẩm] Extraordinary nature.

dị cảnh [zị kảiɲ] Foreign land.

dị chất [zị cất] Different nature.

dị chúng [zị củŋ] Foreign race.

dị cước [zị kúrk] (Zoo) Amphipod.

dị dạng [zị zạŋ] Strange form.

dị đẳng [zị dẳŋ] To have exceptional ability.

dị địa [zị dịa] Foreign land.

dị điểm [zị diểm] Point of divergence.

dị đoan [zị dwan] Superstitious. *Sự dị đoan* : Superstition.

dị đồng [zị dòŋ] Different. *Sự, tính dị đồng* : Difference.

dị giản [zị ʒản] Easy.

dị giáo [zị ʒáu] Heresy.

dị hình [zị hìɲ] Strange shape.

dị hình Heteromorphous, heteromorphic.

dị hướng [zị hướŋ] *Tính dị hướng* : Acolotropy.

dị kỳ [zị kì] Strange, extraordinary.

dị loại [zị lwại] Different species, different class.

dị năng [zị nauŋ] Extraordinary talent, exceptional ability.

dị nghị [zị ɲị] Objection.

dị nhân [zị ɲən] Singular man, extraordinary man.

dị nhựt [zị ɲựt] Other day.

dị phương (sự) [zị fwəŋ] (Ph) Anisotrophy.

dị quốc [zị kwók] Foreign nation ; other country.

dị sự [zị ʃự] Extraordinary fact.

dị tài [zị tài] Extraordinary talent, exceptional ability.

dị thuyết [zị θwiét] Strange doctrine.

dị thường [zị θường] Strange, extraordinary, unnatural ; exceptional, fantastic.

dị tính [zị tíɲ] Different sex.

dị tộc [zị tọk] Different race, foreign race.

dị tướng [zị tuón] Strange physiognomy.

dị vật [zị vạt] Strange thing, object.

dị ý [zị í] Contrary opinions.

dĩa [zia] 1) Saucer, plate, dish. *Dĩa thịt* : Plate of meat. *Dĩa đựng xà-bông* : Soap dish. *Làm rớt một cái dĩa* : To let fall a plate. *Đứa bé ham ăn chọn trái bôm lớn nhất trong dĩa* : The greedy boy chose the biggest apple in the dish. *Xem chúng ta có bao nhiêu dĩa và tách, nhưng đừng tính những cái nứt* : See how many saucers and cups we have, but don't count in the cracked ones. 2) Discus. *Môn ném dĩa* : The discus throw (one of the contests in the Olympic Games). 3) Disk, disc, gramophone record.

dĩa bay [zia bay] Flying saucer.

dĩa cân [zia kən] Scale. *Để vật gì lên dĩa cân* : To throw something into the scale.

dĩa hát [zia hát] Disk, disc, gramophone record. *Trời nắng các dĩa hát cong* : Gramophone records warp in hot weather.

dịch [zịk] To translate, to turn. *Dịch một câu tiếng Anh ra tiếng Việt* : To translate, turn a sentence from English into Vietnamese. *Có thể dịch được* : Translatable. *Dịch từng chữ một* : To translate word for word. *Dịch không trôi chảy* : To flounder through a translation. *Anh có thể dịch đoạn này ra tiếng Việt không?* : Can you turn (=translate) this passage into Vietnamese ?.

dịch To move, displace.

dịch (Med) Epidemic.

dịch Liquid, fluid, juice. *Dung dịch* : Solution.

dịch Service. *Quân dịch, binh dịch* : Military service.

dịch âm [zịk əm] To transliterate. *Sự dịch âm* : Transliteration.

dịch bản [zịk bản] Translation.

dịch cây [zịk kei] (Bot) Epiphytatism.

dịch đậu [zịk đạu] Epidemic of variola.

dịch gia súc [zịk ʒa súk] Epizooty.

dịch giả [zịk ʒả] Translator.

dịch hạch [zịk hạik] (Med) Plague, bubonic plague.

dịch hóa [zịk hwá] To liquefy; to reduce (gas) to the liquid state.

dịch hoán [zịk hwán] To change.

dịch khí [zịk xí] Strong smell of armpits.

dịch lệ [zịk lệ] (Med) An epidemic disease ; any wide-spread, infectious disease.

dịch phẩm [zịk fỏm] Translation.

dịch sát nghĩa [zịk ʃát ŋĩa] To translate closely. *Sự dịch sát nghĩa* : The closeness of the translation.

dịch tả [zịk tả] (Med) Cholera.

dịch từng chữ [zịk tùŋ cữ] To translate literally, word for word.

dịch thể [zịk θể] Liquid, fluid.

dịch thoát [zịk θwát] To translate freely, to give a free translation.

dịch thuật [zịk θwạt] To translate. See dịch.

dịch trạng thủy [zịk trạŋ θwỉ] (Anat) Aqueous humour.

dịch văn [zịk vaun] Translation.

dịch vị [zịk vị] Gastric juice.

diệc [zírk] See nhiệc.

diệc [zírk] Heron.

diêm [ziem] Match. *Bao diêm* : Matchbox. *Gỗ để làm diêm* : Matchwood. *Que diêm* : Match stick. *Đánh diêm, quẹt diêm* : To strike a match. *Chân như que diêm* : To have legs like matchsticks.

diêm Sulphur ; salt.

diêm cơ [ziem kə] (Ch) Base.

diêm đài [ziem dài] Hell, Hades.

diêm điền [ziem diền] Salt-field.

diêm hóa [ziem hwá] To salify.

diêm la [ziem la] See diêm đài.

diêm phú [ziem fủ] Hell.

diêm sanh [ziem ʃaiŋ] (Ch) Sulphur, brimstone.

diêm thuế [ziem θwé] Salt tax, gabelle.

diêm thương [ziem θuəŋ] Salt merchant.

diêm vương [ziem vươŋ] King of hell.

diễm [ziễm] (Not used alone) Pretty, beautiful.

diễm ca [ziễm ka] Love song.

diễm dương [ziễm zươŋ] Spring sky.

diễm lệ [ziễm lẹ] Charming, lovely.

diễm phúc [ziễm fúk] Felicity.

diễm sắc [ziễm fáwk] Great beauty.

diễm thê [ziễm θe] Beautiful wife.

diễm thi [ziễm θi] Love poem.

diễm tình [ziễm tìŋ] Love.

diễm tuyệt [ziễm twiệt] Very beautiful, very pretty.

diên [zien] (Not used alone) To prolong, lengthen.

diên kỳ [zien kì] To adjourn, to defer.

diên thinh [zien θiŋ] To invite.

diên thọ [zien θọ] To prolong, lengthen, life.

diên trì [zien trì] To delay, to linger.

diễn [ziễn] 1) To perform, to impersonate, to act (a part in a play). *Diễn đến hết tuồng:* To act the play out.

2) To take place. *Cuộc biểu tình diễn ra trong vòng trật tự :* The demonstration took place without disorder.

diễn âm [ziễn əm] To transliterate, transcribe phonetically.

diễn binh [ziễn biŋ] To parade. *Cuộc diễn binh :* A review of troops, military parade.

diễn dật [ziễn zạt] Overflowing.

diễn dịch [ziễn zịk] Deductive. *Diễn dịch pháp :* Deductive method.

diễn dụ [ziễn zụ] To advise, to persuade.

diễn đài [ziễn dài] Tribune, rostrum, platform.

diễn đàn [ziễn dàn] Platform.

diễn đạt [ziễn dạt] To express.

diễn giả [ziễn ʒả] Speaker, orator. *Diễn giả được hoan hô vang dậy :* The speaker was cheered loudly. *Ông chủ tịch giới thiệu diễn giả với thính giả :* The chairman introduced the speaker to the audience.

diễn giải [ziễn ʒải] To explain.

diễn giảng [ziễn ʒảŋ] To explain.

diễn hành [ziễn hàiŋ] To pass in review.

diễn kịch [ziễn kịk] To present a play ; to enact a play.

diễn nghĩa [ziễn ŋĩə] To explain.

diễn tả [ziễn tả] To describe, to express. *Diễn tả dễ dàng bằng tiếng Việt:* To express oneself in Vietnamese with ease.

diễn tấu [ziễn tấu] To execute, perform, play.

diễn thuyết [ziễn θwiết] To make, deliver, a speech ; to give a lecture. *Diễn thuyết trước một đám đông :* To address a crowd.

diễn tiến [ziễn tiến] To progress, evolve.

diễn tuồng [ziễn tuồŋ] To act a play.

diễn từ [ziễn từ] Speech. See diễn văn.

diễn văn [ziễn vawn] Speech, address. *Bài diễn văn từ giã :* Farewell speech. *Bài diễn văn của nó được hoan nghinh hơn những bài diễn văn trước :* His speech was more acceptable than those that had come before. *Đọc một bài diễn văn ngắn :* To deliver a short address. *Thâu ngắn một bài diễn văn :* To cut a speech short, to curtail a speech. *Bối rối, lúng túng trong một bài diễn văn:* To flounder in a speech. *Ngưng thình lình giữa bài diễn văn :* To stop short in the middle of a speech. *Tôi phải cắt ngắn bài diễn văn của tôi :* I must cut my speech short.

diễn viên [ziễn vien] Actor. *Nữ diễn viên :* Actress. *Các diễn viên đã thuộc hết vai tuồng của họ chưa ? :* Do the actors all know their parts yet ?.

diện [ziện] Dressy, well-dressed.

diện (Not used alone) Face, surface.

diện bộ [ziện bọ] Looks, appearance.

diện cụ [ziện kụ] Mask.

diện đàm [ziện dàm] To speak face to face.

diện đồ [ziện dò] (Math) Elevation.

diện hội [ziện họi] To meet.

diện kiến [ziện kiến] To see in person.

diện mạo [ziện mạu] Countenance,

appearance, aspect. *Sửa diện mạo cho ra vẻ nghiêm trang, đứng đắn* : To compose one's countenance. *Người diện mạo hung dữ* : Man of ferocious aspect. *Diện mạo hung ác của những tên cướp làm trẻ con sợ hãi* : The fierce aspect of the robbers frightened the children.

diện mục [zien mụk] Physiognomy, appearance.

diện ngộ [ziện ŋọ] To meet.

diện sắc [ziện ʃáwk] Countenance.

diện tích [ziện tik] Area. *Nếu một cái nhà đo 4 thước bề ngang và 20 thước bề dài thì diện tích của nó là 80 thước vuông* : If a house measures 4 by 20 metres, its area is 80 square metres.

diện tích kê [ziện tik ké] Planimeter.

diện tiền [ziện tièn] In front of.

diện trình [ziện trìn] To report in person.

diệp [ziẹp] (Not used alone) Leaf. See lá.

diệp-hoàng-tố [ziẹp hwàŋ tó] Xanthophyll, xerophilous.

diệp lục chất [ziẹp lụk cát] Chlorophyl(l).

diệp nhục (tố) [ziẹp ɲụk (tó)] (Bot) Mesophyll(um).

diệp-tự-học [ziẹp tự hɔk] (Bot) Phyllotaxis.

diệt [ziẹt] (Not used alone) To exterminate, to destroy, to annihilate. *Bất diệt* : Immortal, undying, everlasting.

diệt chủng [ziẹt củŋ] To exterminate, wipe out, blot out, a race. *Sự diệt chủng:* Extermination, extinction of a race.

diệt cộng [ziẹt kọŋ] To exterminate communists.

diệt khuẩn [ziẹt xwẩn] To sterilize. *Sự diệt khuẩn:* Sterilization.

diệt liệt [ziẹt liẹt] To destroy.

diệt một [ziẹt mọt] To exterminate.

diệt ngư lôi đỉnh [ziẹt ŋư loi đỉɲ] Destroyer.

diệt trùng [ziẹt trùŋ] To sterilize. *Sự diệt trùng:* Sterilization.

diệt tuyệt [ziẹt twiẹt] To destroy completely.

diệt vong [ziẹt vɔŋ] To perish. *Sự diệt vong:* Perdition.

diêu mẫu [ziêu mẫu] Ferment.

diêu [ziêu] Crop.

diều 1) (Zoo) Kite.

2) (Paper-) Kite. *Thả diều:* To fly, send up, a kite. *Sự thả diều:* Kite-flying.

diều giấy [ziều ʃéi] Paper-kite.

diều hâu [ziều hâu] Hawk. *Mắt sắc như diều hâu:* To have eyes like a hawk.

diễu binh [ziễu biɲ] To parade.

diễu diễu [ziễu ziễu] Tiny; very far.

diệu [ziệu] *Kỳ diệu:* Marvelous.

diệu bút [ziệu bút] A talented writer.

diệu cảnh [ziệu kảɲ] Charming scenery.

diệu diệu [ziệu ziệu] Brilliant, clear.

diệu dược [ziệu zựrk] Efficacious medicine.

diệu kê [ziệu ké] Subtle stratagem.

diệu lược [ziệu lựrk] See **diệu kê**.

diệu thú [ziệu θủ] Skilful.

diệu thuyết [ziệu θwiẹt] Marvelous doctrine.

diệu toán [ziệu twán] Subtle stratagem.

diệu tuyệt [ziệu twiẹt] Excellent, admirable.

diệu tướng [ziệu twướŋ] Excellent appearance.

diệu vợi [ziệu vợi] Far-away; difficult, complicated.

dìm [zìm] 1) To hush up, to stifle, to suppress, cushion, (complaints, etc). *Dìm một việc xấu:* To hush up, to stifle, a scandal.

2) To drown, to submerge.

dinh [ziɲ] 1) Palace. *Dinh Độc lập:* Independence Palace.

2) Military camp.

dinh cơ [ziɲ kə] Palaces.

dinh dưỡng [ziɲ zưỡŋ] Nutritious. *Sự dinh dưỡng:* Nutrition. *Chất dinh dưỡng:* Nutritive.

dinh điền [ziɲ dièn] To cultivate new lands.

dinh liệu [ziɲ liệu] To cure, treat, a disease.

dinh thất [ziɲ θất] Building.

dinh thự [ziɲ θụ] Palace.

dinh trại [ziɲ trại] Barracks.

dính [ziɲ] Sticky, glutinous, tacky, gummy, gluey, adhesive; (Bot) connected; (Ch) colloidal.

dính To stick, to glue, to cling, to adhere, to conglutinate, to agglutinate, to coalesce; to bind. *Đá dính với nhau bằng xi măng :* Stones bound together with cement. *Dính vào lưỡi:* To adhere to the tongue. *Quần áo ướt dính sát vào người :* Wet clothes cling to the body. *Những con tem nầy dính nhau :* These stamps have stuck (together). *Tem dán không dính :* The stamp won't stick. *Tóc dính máu :* Hair matted with blood. *Đeo dính người nào như đỉa :* To stick like a leech to someone.

dính chặt [ziɲ cặut] To adhere, to cling. *Mưa suốt ngày và sình dính chặt vào giày tôi :* It had rained all day and the mud adhered to my shoes.

dính dáng [ziɲ záŋ] (Law) Connected; concerned in. *Việc ấy không dính dáng gì đến anh cả :* It's not your business; it's none of your business; this does not concern you at all.

dính dáng To concern. *Việc ấy không dính dáng gì đến anh :* That does not concern you, that is nothing to do with you.

dính dập [ziɲ zập] See dính dáng.

dính khắn [zíɲ xắɯn] To adhere.

dính lại [zíɲ lại] To conglutinate.

dính liền [ziɲ liền] To connect, to cohere, to stick together.

dính líu [zíɲ líu] To involve, to concern.

dính trết [zíɲ trết] Cohesive, sticky. *Sức dính trết :* Cohesion.

dĩnh [zĩɲ] (Bot) Glume.

dĩnh ngộ [zĩɲ ŋọ] Intelligent.

dĩnh quả [zĩɲ kwả] (Bot) Caryopsis.

díp [zíp] Jeep.

díp See nhíp.

dịp [zịp] See nhịp.

dịp Occasion, chance, opportunity. *Lỡ dịp :* To miss the opportunity. *Nếu có dịp :* If there is occasion; should the occasion arise, should the case occur. *Nhân dịp :* On the occasion of. *Trong một dịp khác :* On another occasion. *Thừa dịp làm việc gì :* To avail oneself of, to take, the opportunity to do something ; to take occasion to do something. *Chờ dịp tốt :* To bide one's time.

dịp may [zịp may] Chance. *Bỏ lỡ một dịp may :* To miss a chance.

díu [zíu] See nhíu.

dìu [zìu] To lead by the hand.

dìu dắt [zìu zắut] To guide, to conduct, to lead.

dìu dịu [zìu zịu] To calm down.

dịu [zịu] Soft, sweet. *Ánh sáng dịu :* Soft light.

dịu (Of wind) To fall, die down.

dịu bớt [zịu bớt] To abate, to drop. *Gió đã dịu bớt :* The wind abated, the wind has dropped.

dịu dàng [zịu zàŋ] Sweet, graceful.

dịu giọng [zịu ʒọŋ] To lower one's tone, to lower one's voice.

do [zɔ] By; because of, due to. *Nguyên do :* Cause.

do To derive (from). *Chữ do tiếng Latinh mà ra :* Word derived from Latin. *Hằng ngàn chữ Anh do tiếng La-tin mà ra :* Thousands of English words are derived from (derive from) Latin.

do dự [zɔ zụ] To hesitate, to waver, to halt; to be, hang, in the balance. *Do dự khi làm việc gì :* To hesitate to do something. *Sự do dự:* Hesitation. *Không một chút do dự :* Without (the slightest) hesitation. *Do dự giữa hai ý kiến :* To weaver, halt, between two opinions.

do đó [zɔ đó] To ensue.

Do-thái [zɔ θái] Isreal. *Người Do-thái:* Isrealite, Jew.

Do thái giáo [zɔ θái ʒáu] Judaism.

do thám [zɔ θám] To spy.

dó [zɔ́] (Bot) Plant whose bark is used to make paper.

dò [zɔ̀] To collate, compare (two written documents). *Dò một bản sao với bản chánh :* To check, verify, a copy with the original.

dò 1) (Nau) To sound, to fathom. *Dò bờ biển :* To make soundings along the coast. *Dây dò bề sâu :* Sounding-line. *Máy dò :* Sounding-machine. *Ống dò :* Sounding-pipe. *Khí cầu thả để dò xem khí tượng :* Sounding-balloon. *Khó dò, không thể dò được :* Soundless, bottomless.

2) (Med) To sound, to probe (wound, patient). *Lấy ngón tay dò vết thương :* To probe a wound with one's finger.

dò hỏi [zɔ̀ hɔ̉i] To seek information, to make inquiries about, to inquire into.

dò la [zɔ̀ la] To get information.

dò lại [zɔ̀ lại] To check, to read over.

dò ra [zɔ̀ ra] To detect.

dò thăm [zɔ̀ θaɯm] To make an inquiry about.

dò xét [zɔ̀ sét] To investigate, to inquire into (something). *Cái nhìn dò xét :* Inquisitive look.

dọ [zɔ] To seek information, to inquire into.

dọa [zwạ] To menace, threaten, intimidate. *Dễ dọa :* Easily intimidated. *Đưa nắm tay lên dọa người nào :* To shake one's fist at someone. *Dọa kiện người nào :* To threaten someone with legal proceedings. *Ông ấy dọa đuổi nó :* He threatened him with dismissal. *Điều dọa không :* Idle threat.

dọa nạt [zwạ nạt] To threaten, to browbeat.

doãn hứa [zwãn hứa] To authorize.

doanh [zwaiɲ] Full, abundant.

doanh dật [zwaiɲ zạt] Overflowing.

doanh doanh [zwaiɲ zwaiɲ] Very beautiful.

doanh hoàn [zwaiɲ hwàn] World.

doanh lợi [zwaiɲ lợi] Profit, gain.

doanh mãn [zwaiɲ mãn] Plentiful, overflowing.

doanh nghiệp [zwaiɲ ŋiệp] Trade, business.

doanh sinh [zwaiɲ ʃiɲ] To make

one's living.

doanh thương [zwaiɲ θɯɜŋ] Trade, business.

doanh trại [zwaiɲ trại] Billet, barrack.

dóc [zɔ́k] Size, stature (of a person).

dóc *Nói dóc :* To lie.

dọc [zɔk] Along, alongside. *Theo chiều dọc :* Lengthwise, longitudinally. *Xe đậu dọc theo lề đường :* The car stopped alongside of the kerb. *Cây mọc dài theo bờ sông :* Trees along the river.

dọc đường [zɔk dɯɜ̀ŋ] On the way.

dọc ngang [zɔk ŋaŋ] To be all-powerful ; to rule the roost ; to rule the roast.

dọc theo [zɔk θɛu] Along, alongside. *Đi dọc theo bãi biển :* To walk along the shore. *Cây mọc dài theo bờ sông :* Trees along the river. *Xe đậu dọc theo lề đường :* The car stopped alongside of the kerb. *Cây mọc cách khoảng đều nhau dọc theo đường :* Trees growing at regular intervals along the road.

dọi [zɔi] Promontory, headland.

dõi [zɔ̃i] (Not used alone) To follow, to pursue.

dom [zɔm] (Anat) Rectum. *Bịnh lòi dom :* Prolapsus of the rectum.

dòm [zɔ̀m] To look. *Ống dòm :* Binoculars.

dòm chừng [zɔ̀m cừŋ] To watch.

dòm dò [zɔ̀m zɔ̀] To watch, to spy.

dòm lén [zɔ̀m lén] To look furtively, to look slyly, to peep. *Nhìn lén qua lỗ khóa :* To peep through the keyhole.

dòm ngó [zɔ̀m ŋɔ́] To look at.

dón [zɔ́n] See nhón.

dòn [zɔ̀n] Brittle, crisp, easily broken. *Dòn như thủy tinh :* To be as brittle as glass.

dọn [zɔn] To clear, to arrange, to put in order ; to cultivate, break up land and prepare it for crops. *Dọn chén dĩa sau một bữa ăn :* To clear away a meal.

dọn bàn [zɔn bàn] 1) To lay (=set) the table.

2) To clear the table.

dọn cơm [zɔn kɜm] To make the meal ready.

dọn dẹp [zɔn zɛp] To arrange, to tidy (up), to set (=put) in order. *Dọn dẹp đồ đạc lại chỗ cũ* : To tidy things up. *Dọn dẹp một căn phòng* : To tidy up a room.

dọn đi [zɔn di] To move out. *Tôi có ở Ba-lê thật nhưng tôi đã dọn đi rồi* : I did live in Paris but I have removed. *Người ta báo cho nó biết trước phải dọn đi trong hai mươi bốn tiếng đồng hồ* : He received notice to remove his belongings within twenty four hours.

dọn đường [zɔn dưừɳ] To open up, clear, a path.

dọn hàng [zɔn hàɳ] To display one's goods.

dọn nhà [zɔn ɲà] To move house, to remove, to flit, to move out.

dọn ra [zɔn ra] To move out. *Chúng tôi dọn ra hôm qua và người mướn mới đang dọn vào hôm nay* : We moved out yesterday and the new tenant is moving in to-day.

dọn sạch [zɔn ʃaik] 1) To clean up.
2) To strip (a house) bare. *Ăn trộm đã dọn sạch đồ đạc trong nhà* : Thieves have stripped the house bare.

dọn vào [zɔn vàu] To settle in, to move in (to a new house). *Chừng nào tôi dọn vô được ?* : When can I move in ?.

dong [zɔɳ] See dung.

dong dỏng [zɔɳ zɔɳ] Slender.

dòng [zɔɳ] Current, stream (of water). *Lội ngược dòng nước* : To swim against the stream. *Đi ngược dòng* : To go against the current. *Đi theo dòng nước* : To go with the stream. *Một dòng máu từ trong vết thương chảy ra* : A stream of blood flowed from the wound.

dòng Line. *Trang 5, dòng 4* : Page 5, line 4.

dòng 1) Line, lineage, strain, descent. *Nó thuộc dòng quý tộc* : He was of noble strain. *Không có con cháu để nối dòng* : To leave no descendants.
2) Religious order. *Nhà dòng* : Monastery. *Thầy dòng* : Friar. *Dòng Chúa Cứu Thế* : The Redemptorists.

dòng 1) To lower (a rope).
2) (Nau) To tow.

dòng dây [zɔɳ zei] To lower a rope. *Dòng dây thả người nào xuống* : To lower someone on a rope.

dòng dõi [zɔɳ zɔi] Lineage, race, descent, strain, stock, descendant. *Dòng dõi quý tộc, quý phái* : To be of good stock, of noble birth, of noble race, of noble strain. *Dòng dõi Tôn thất* : Descendant of the royal family. *Dòng dõi chánh thống* : Lineal descendant.

dòng đích [zɔɳ dik] Direct line.

dòng điện [zɔɳ diện] Electric current. *Dòng điện một chiều* : Direct current. *Dòng điện xoay chiều* : Alternating current.

dòng giống [zɔɳ ʃɔɳ] See dòng dõi.

dòng họ [zɔɳ hɔ] Family.

dòng nước [zɔɳ nứrk] Current of water. *Sức mạnh của dòng nước* : Strength of a current. *Dòng nước ngược* : Back current, reverse current, counter-current. *Tuy là một người lội giỏi, nó vẫn bị dòng nước cuốn đi* : Although he was a strong swimmer, he was swept away by the current. *Thả gỗ cho trôi theo dòng nước* : To float wood downstream. *Dòng nước chảy vào bờ* : The current sets in towards the shore.

dòng sang [zɔɳ ʃaɳ] Nobility, aristocracy.

dòng thuyền [zɔɳ θwièn] To tow a boat.

dõng [zɔɳ] See dũng.

dõng dạc [zɔɳ zạk] Sedately.

dót [zɔt] Cupel.

dỗ [zɔ] To coax, to soothe. *Dụ dỗ* : To seduce. *Dạy dỗ* : To teach, instruct. *Dỗ một đứa bé uống thuốc* : To coax a child to take its medicine. *Rán dỗ giấc ngủ* : To try to get to sleep. *Dỗ đứa bé đang khóc* : To soothe a crying baby. *Dỗ cho người bịnh ăn* : To tempt a patient to eat. *Nàng dỗ đứa bé ăn thêm chút ít* : She tempted the child to have a little more dinner.

dỗ dành [zɔ zàiɳ] To coax.

D

dỗ ngọt [zỗ ŋọt] To beguile by sweet promises.

dốc [zók] To slope, to dip. *Đường hơi dốc :* The road dipped a little.

dốc Slope, incline, gradient. *Đường dốc :* Sloping street, street on the slope. *Độ dốc của một đường cong :* Slope of a curve. *(Ngồi trên xe đạp) Thả dốc :* To coast, to go downhill on a bicycle ; to bicycle downhill without pedalling. *Đường dốc lên :* Upward gradient. *Đường dốc xuống :* Downward gradient. *Tốc độ lên dốc :* Speed on a gradient.

dốc Sloping.

dốc 1) To empty.

2) To devote oneself to. *Dốc bầu tâm sự với người nào :* To unbosom oneself to someone.

dốc chí [zók cí] To do one's utmost, with all one's heart.

dốc đứng [zók dứŋ] Steep slope.

dốc lên [zók len] Upward slope.

dốc lòng [zók lòŋ] See dốc chí.

dốc ống [zók óŋ] To empty one's money-box.

dốc thoai thoải [zók θwai θwải] Slight slope, gradual slope.

dốc xuống [zók suóŋ] Declivity, downward slope.

dối [zói] To lie. *Nói dối như cuội :* To lie like a lawyer. *Giả dối :* False, deceitful, truthless. *Lừa dối :* To deceive. *Làm dối :* To do something in a sloppy manner.

dối trá [zói trá] False, deceitful.

dồi [zòi] Sausage.

dồi dào [zòi zàu] Abundant, plentiful ; copious, exuberant. *Có sức khỏe dồi dào :* To be in the full flush of health.

dội [zọi] To pour (water). *Dội cống :* To flush (out) a drain.

dội (Of ball) To bounce, bound, rebound. *Trái banh đụng vào tường và dội lại tôi :* The ball struck the wall and bounded. *Trái banh từ cây vợt của nó dội vào lưới :* The ball rebounded from his racket into the net. *Chụp, bắt trái banh đang dội lên :* To catch the ball on the bounce, at the rebound.

dội To resound, to echo, to resonate, to reverberate, to re-echo.

dội To kick. *Súng dội lại vai tôi :* The gun kicked my shoulder.

dội Time.

dội cầu [zọi kầu] To flush the pan (in a W.C. by pulling the chain).

dội lại [zọi lại] (Of gun) To recoil ; (of rifle) to kick.

dội lên [zọi len] (Of ball) To bounce, to bound. *Sự dội lên :* Bounce.

dồn [zòn] 1) To accumulate, to cumulate, to gather. *Hỏi dồn :* To press with questions. *Tính dồn :* To sum up.

2) To crowd, flock, throng (to a place).

3) To fill tightly, to cram, to jam, to stuff. *Dồn lập xưởng :* To fill sausages. *Dồn quần áo đầy rương (hòm) :* To cram, jam, stow, clothes into a trunk. *Dồn lông vô một cái bao :* To stuff feathers into a bag.

dồn dập [zòn zập] (Of works, etc.). To accumulate.

dông [zoŋ] Storm.

dông dài [zoŋ zài] Prolix, lengthy, wordy.

dông tố [zoŋ tó] Storm. *Đời đầy dông tố :* A stormy life.

dộng [zọŋ] To turn something upside down.

dộng To drive in (pile) ; to bump ; to batter.

dộng cừ [zọŋ kừ] To drive in a pile.

dộng cửa [zọŋ kửə] To batter at the door.

dốt [zót] Ignorant, unlettered, illiterate, uninstructed. *Người dốt :* Ignoramus. *Nó là một thằng dốt :* He is an ignoramus. *Hai người dốt khen nhau :* One fool praises another.

dốt đặc [zót dặɯk] Completely ignorant. *Sự dốt đặc :* Absolute, dense, abysmal, ignorance. *Dốt đặc cán mai :* Not to know A from B.

dốt nát [zót nát] Ignorant. *Trạng thái dốt nát :* Ignorance, dark. *Bị bỏ dốt nát :* To be (kept) in the dark.

dột [zọt] (Of roof) To leak. *Chỗ dột*

trên mái nhà : A leak in a roof (allowing the rain to enter). *Nhà dột từ trên nóc dột xuống* : The rain is leaking from the roof ; (fig) abuses come from the chiefs. *Trời mưa dột qua chỗ nứt trên mái nhà* : The rain is leaking in through a crack in the roof. *Trời mưa dột qua mái nhà làm ướt trần của căn phòng* : The rain has soaked through the roof and has made the ceiling of the room damp.

dơ [zə] Dirty, unclean, filthy, foul. *Tay dơ* : Dirty hands. *Lưỡi dơ* : Unclean tongue. *Làm dơ* : To soil, dirty.

dơ To raise (hand, etc.).

dơ bẩn [zə bẩn] Dirty, unclean.

dơ dáng [zə záŋ] Shameless, unblushing.

dơ dáy [zə záy] Dirty, filthy ; nasty, smutty.

dơ mắt [zə mắwt] Unpleasant to the eye.

dơ tay lên [zə tay len] To raise one's hand. *Dơ tay lên trời* : To raise one's hands to heaven. *Biểu quyết bằng cách dơ tay lên* : To vote by show of hands.

dở dẩn [zở zẩn] Silly, cretinous.

dở [zở] 1) To open (a book, etc...).
2) To raise, to lift up.

dở To show.

dở 1) Busy, engaged.
2) Unfinished, half-done, uncompleted. *Bỏ dở* : To leave unfinished. *Dở ông dở thằng* : To have no defined status.

dở 1) Bad. *Đồ ăn dở* : Bad food. *Nó nói tiếng Việt dở* : He speaks Vietnamese badly.
2) Incapable, unskilful.

dở bữa [zở bữə] Said of a man who has not ended his meal.

dở chừng [zở cừŋ] Half-done, unfinished, uncompleted.

dở dạ [zở zạ] (Of pregnant woman) To start to have labor.

dở dang [zở zaŋ] Unfinished, uncompleted.

dở hơi [zở hơi] Cracked. *Tánh dở hơi* : To have bats in the belfry.

dở lên [zở len] To raise, to lift up.

dở nắp [zở nắwp] To lift the lid.

dở người [zở ŋười] Cracked.

dở nón [zở nón] To take off one's hat, to raise one's hat. *Dở nón chào người nào* : To lift, raise, one's hat to someone. *Chúng nó dở nón chào nhau* : They saluted each other by raising their hats.

dở ra [zở rả] To evolve.

dở sách [zở sáik] To open a book.

dở tay [zở tay] Busy, engaged.

dở trời [zở trời] (Of weather) To change.

dở việc [zở vịrk] Busy doing something.

dỡ [zỡ] 1) To unroof (a house).
2) To unload, discharge (goods) from a ship.

dỡ cơm [zỡ kəm] To take cooked rice from the pot.

dỡ hàng [zỡ hàŋ] To unload, discharge goods.

dỡ ngói [zỡ ŋói] To untile (a house).

dỡ nhà [zỡ nà] To dismantle. *Nhà dỡ hết nóc* : Houses dismantled of their roofs.

dơi [zəi] Bat, flittermouse. *Loài dơi* : Chiroptera, cheiropteran.

dời [zời] To displace, to move, to transfer. *Dời nhà* : To move house. *Dời vật gì từ nơi nầy đến nơi khác* : To transfer something from one place to another. *Văn phòng đã được dời từ Saigon đến Cholon* : The office has been transferred from Saigon to Cholon. *Dời ghế đi chỗ khác* : To move one's chair.
2) To adjourn, to put off, to postpone. *Dời việc gì lại ngày khác* : To postpone, defer, something until later, to a later date.

dời chỗ [zời cỗ] To move, to change the place.

dời đổi [zời dổi] To change, to move.

dời nhà [zời nà] To move house.

dời lại [zời lại] To postpone, to hold over, to stand over, to put off, to adjourn (meeting, decision, journey, etc..). *Dời việc gì lại ngày hôm sau* ;

To adjourn something to, till, the next day.

dợn [zợn] Wavy, waved (hair). *Có tóc dợn tự nhiên* : To have a natural wave in one's hair. *Uốn tóc dợn* : To get, have, one's hair waved.

dợn sóng [zợn sóŋ] Undulatory, wavy, undulous, undulate(d). *Tóc quăn dợn sóng* : Wavy hair, waved hair.

dợn sóng To wave ; to ripple, undulate. *Tóc tôi dợn sóng tự nhiên* : My hair waves naturally.

dớp [zớp] Bad luck, ill luck.

dợt [zợt] 1) (Of color) Faded, washed-out, light, pale.

2) (Of tea) Weak. *Tôi thích trà hơi dợt* : I like tea rather weak.

du [zu] (Not used alone) To walk, to stroll. *Du lịch* : To travel.

du cách [zu káik] Distant.

du cách To surpass.

du côn [zu kon] Corner-boy, hooligan. *Giọng du côn* : Language of the gutter.

du cửu [zu kửu] Lasting, durable, endurable.

du dân [zu zợn] Nomad.

du dương [zu zươŋ] Melodious, musical, harmonious, sweet—sounding.

du đãng [zu dãŋ] Vagrant. *Tội du đãng* : (Law) Vagrancy.

du đạo [zu dạu] Highwayman.

du hành [zu hàiŋ] To travel.

du hiệp [zu hiệp] Knight-errant.

du học [zu họk] To go abroad to study.

du hứng [zu hứŋ] Pleasure of traveling.

du hý [zu hi] Amusement, pleasure, entertainment.

du kế [zu ké] Oleometer.

du khách [zu xáik] Tourist, traveller. *Nó dọn đồ ăn và đồ uống cho du khách* : He set food and drink before the travellers.

du khoái [zu xwái] Delightful, happy.

du kích [zu kik] Gue(r)rilla. *Chiến tranh du kích* : Guerilla war.

du kích quân [zu kik kwơn] Guerilla man, bush-fighter.

du ký [zu ki] Travelling notes.

du lãm [zu lãm] To excursionize. *Cuộc du lãm* : Excursion.

du lịch [zu lịk] To travel. *Khách du lịch*: Tourist. *Thích du lịch* : To be fond of travel. *Sở du lịch* : Travel agency. *Du lịch bằng đường biển* : To travel by sea. *Du lịch vòng quanh thế giới* : To travel round the world. *Nó du lịch nhiều* : He has been a great traveller. *Đi du lịch chỗ nầy chỗ nọ* : To travel around. *Nó du lịch khắp thế giới* : He has travelled in every quarter of the globe, he has travelled all over the world. *Nha quốc gia du lịch* : National Office of Tourism, National Tourism Office.

du mị [zu mị] To flatter, adulate.

du mục [zu mụk] Nomadic shepherd.

du ngoạn [zu ŋwan] *Đi du ngoạn* : To make an excursion.

du nhập [zu nợp] To import.

du nịnh [zu nịŋ] To flatter, adulate.

du sơn [zu sơn] Excursion in the mountain.

du thuyền [zu θwiền] Yatch.

du thuyết [zu θwiết] To go about to talk or to make propaganda.

du thưởng [zu θwởŋ] See **du ngoạn**.

du tiên [zu tien] To die.

du tinh [zu tiŋ] Planet.

du tử [zu tử] Tourist.

du xích [zu sík] Slidex card.

du xuân [zu swơn] To enjoy the spring.

dù [zù] 1) Umbrella ; sunshade, parasol. *Sườn dù, gọng dù* : Umbrella-frame. *Thợ làm sườn dù* : Umbrella-frame maker. *Bao dù* : Umbrella-sheath. *Gid đề dù* : Umbrella-stand. *Hình giống cây dù* : Umbrella-shaped. *Áo dù, vải bọc dù* : Umbrella-cover(ing). *Cán dù* : Umbrella-stick. *Giương dù lên* : To put up, raise, one's umbrella. *Xếp, cụp dù xuống* : To take down, to fold (up), shut, close, one's umbrella. *Tôi phải đem trả những cây dù mà chúng nó đã cho chúng tôi mượn* : I must carry back the umbrellas they lent us. *Trời có thể mưa, tốt hơn anh đem dù theo*: It may rain, you'd better take an umbrella in case. *Anh lấy cây dù của tôi để làm gì ?* : What did you do with my umbrella ?. *Nếu anh có dù, cho tôi đi với* : If you have an umbrella, let me share it with you.

2) (Mil) Parachute. *Lính nhảy dù* : Parachutist.

dù *Dù sao* : Anyhow, anyway. See dấu.

dù bụng [zù bùŋ] Chest-pack parachute.

dù ghế [zù gé] Seat-pack parachute.

dụ [zụ] To entice, to lure, to allure. *Dụ người nào làm việc gì* : To entice someone to do something ; to decoy, trepan, someone into doing something. *Bị dụ vào cạm bẫy* : To be lured into the trap. *Dụ người nào vào đảng* : To allure someone (in)to a party.

dụ Ordinance, decree.

dụ dỗ [zụ zõ] To entice, to seduce, to decoy. *Dụ dỗ đàn bà và con gái* : To entice, seduce, women and girls. *Dụ dỗ gái tơ* : To decoy a girl under age.

dụ dự [zụ zụ] To falter, to hesitate.

dụ địch [zụ dịk] To decoy one's enemy into (a place).

dụ hoặc [zụ hwặuk] To fascinate, to entice.

đua nịnh [zwə nịɲ] To flatter, to adulate.

dùa [zwə] To gather together.

dục [zục] Desire, want.

dục To bring up, to rear. *Giáo dục* : To educate. *Thể dục* : Physical culture. *Trí dục* : Intellectual culture.

dục anh [zục aiɲ] To bring up children. *Viện dục anh* : Crèche.

dục cúc [zục kúk] To bring up.

dục đức [zục dứk] To nourish one's virtue.

dục giới [zục ɟới] Passions.

dục hải [zục hải] The sea of passion.

dục thành [zục θàiɲ] To bring forth, to create.

dục tình [zục tìɲ] Passion.

dục tốc bất đạt [zục tók bất dạt] More haste, less speed (the more you hurry, the less real progress you are likely to make).

dục vọng [zục vọŋ] Desire, lust, passions. *Kiềm chế dục vọng* : To put bridle on one's passions, to command one's passions.

duệ triết [zwệ triét] Intelligent.

dùi [zùi] Bludgeon, club, cudgel.

dùi cui [zùi kui] Club, bludgeon. *Dùi cui của cảnh sát viên* : Policeman's club.

dùi trống [zùi tróŋ] Drumstick.

dụi tắt [zụi táɯt] To stub out. *Dụi tắt điếu thuốc* : To stub out one's cigarette.

dụm [zụm] *Dành dụm* : To save, to economize, to husband.

đun rủi [zun rủi] To push, to shove, to cause, to bring about.

dùn [zùn] Slack, not taud. *Dây dùn* : Slack rope. *Dây sên dùn* : Slack chain. *Làm dùn sợi dây* : To slacken a rope.

dùn (Of rope) To slack, to become loose.

dung ẩn [zuŋ ɔ̉n] To hide, to conceal; to dissemble, to cover up, to camouflage.

dung dị [zuŋ zị] Easy.

dung dịch [zuŋ zịk] Solution.

dung điểm [zuŋ điểm] (Ch) Melting-point.

dung giải [zuŋ ɟải] To dissolve.

dung giải điểm [zuŋ ɟải điểm] See dung điểm.

dung hòa [zuŋ kwà] To harmonize.

dung hợp [zuŋ hợp] To fit. *Sự dung hợp* : Solvation. *Chất dung hợp* : Solvate.

dung hứa [zuŋ hứə] To permit, allow.

dung lạn [zuŋ lạn] Lazy, idle, slothful.

dung lượng [zuŋ lượŋ] Content, capacity.

dung lưu [zuŋ lưu] To allow to remain.

dung mạo [zuŋ mạu] Countenance, face, figure.

dung môi [zuŋ moi] (Ch) Solvent.

dung nạp [zuŋ nạp]To accept, to admit.

dung ngôn [zuŋ ŋon] Trivial words.

dung nhan [zuŋ ɲan] Countenance.

dung nhân [zuŋ ɲən] Generous, magnanimous.

dung nọa [zuŋ nwa] Lazy, idle, slothful.

dung phu [zuŋ fu] Common man.

dung quang [zuŋ kwaŋ] Good looks.

dung sai [zuŋ ʃai] (Mec) Tolerance.

dung tha [zuŋ θa]To pardon, to forgive, to excuse, to tolerate.

dung thân [zuŋ θən] To take refuge.

dung thứ [zuŋ θứ] To pardon, to excuse.

dung tích [zuŋ tik] Capicity, content.

dung túng [zuŋ túŋ] To wink at, to tolerate (evil doings).

dung xả [zuŋ sá] To absolve, to condone.

dùng [zùŋ] To employ, to use, to exert, to utilize, to make use of (something). *Dùng thì giờ của mình làm việc gì :* To employ, spend, one's time in doing something. *Anh dùng con dao nầy không ? :* Are you using this knife?. *Dầu dùng để đốt đèn :* Oil used for lighting. *Chữ không dùng nữa :* Word no longer used. *Tôi dùng vật ấy để làm búa :* I use that as a hammer. *Dùng hết đồ để dành :* To use up all one's provisions. *Dùng được nhiều việc :* To answer several purposes. *Anh dùng cơm ở đâu ? :* Where do you have your meals ?. *Máy dùng đã mười năm rồi :* Machine that has been in use for ten years. *Máy còn dùng được:* The machine is still fit for use. *Những găng tay nầy trông như đã dùng rồi :* These gloves look as though they had already be worn. *Anh còn dùng quyền từ điển nầy không ? :* Are you using this dictionary ?. *Dụng cụ nầy dùng để làm gì ? :* What's this tool used for ?.

dùng dằng [zùŋ zàɯŋ] Undecided, wavering, hesitant.

dùng sức [zùŋ ʃúk] To use force.

dũng [zũŋ] (Not used alone) Brave, courageous.

dũng cảm [zũŋ kảm] Courageous, brave, bold, fearless, valiant. *Lòng dũng cảm :* Courage, bravery.

dũng khí [zũŋ xi] Courage.

dũng lực [zũŋ luk] Force, vigour.

dũng mãnh [zũŋ mãɲ] Brave and strong.

dũng sĩ [zũŋ ʃi] Valiant man.

dũng tâm [zũŋ təm] Courage, bravery

dụng [zụŋ] To use, to employ. *Vô dụng:* Useless. *Thông dụng :* Usual. *Hữu dụng :* Useful. *Lợi dụng :* To exploit ; to take advantage of. *Lạm dụng :* To abuse.

dụng công [zụŋ koŋ] To work steadily.

dụng cụ [zụŋ kụ] Instrument, tool, implement, equipment ; materials, appliances. *Dụng cụ văn phòng :* Office supplies, office materials. *Dụng cụ nầy không dùng được việc gì cả :* This tool is of no service.

dụng ích [zụŋ ik] *Quyền dụng ích :* Usufruct, usufructuary right.

dụng lực [zụŋ lụk] To use force.

dụng quyền [zụŋ kwièn] To use one's authority.

dụng tâm [zụŋ təm] Intentionally, purposely, deliberately.

dụng tâm [zụŋ təm] Intentional, deliberate.

dụng tình [zụŋ tiɲ] See **dụng ý**.

dụng vũ [zụŋ vũ] To use force.

dụng ý [zụŋ i] Intentionally, purposely, deliberately.

duỗi [zuỗi] To stretch, to extend. *Duỗi tay ra :* To stretch out one's hand. *Sự duỗi ra :* Stretch, extension. *Sự duỗi tay ra :* Stretch, extension, of the arm.

duy [zwi] Only, sole.

duy cảm chủ nghĩa [zwi kảm củ ŋĩə] Sensualism.

duy danh luận [zwi zaɲ luạn] (Phil) Nominalism.

duy độc [zwi dọk] Unique.

duy kỷ [zwi ki] Egoistic, selfish.

duy linh luận [zwi liŋ luạn] (Phil) Spiritualism.

duy lý luận [zwi li luạn] Rationalism.

duy mỹ chủ nghĩa [zwi mi củ ŋĩə] Aestheticism.

duy ngã [zwi ŋã] See **duy-kỷ**.

duy nhứt [zwi nứt] Only, sole, unique. *Đứa con duy nhứt* : Only son, only child ; only-begotten son. *Người duy nhứt được thừa hưởng* : Sole legatee. *Cơ hội duy nhứt* : A unique opportunity, a most unique opportunity. *Nàng là người an ủi duy nhứt của tôi* : She is my only solace.

duy tâm thuyết [zwi təm θwiết] Idealism.

duy tân [zwi tən] Reform.

duy tha [zwi θa] Altruist. *Duy tha chủ nghĩa* : Altruism.

duy thần luận [zwi θồn lwợn] Spiritualism.

duy trì [zwi trì] To maintain.

duy vật [zwi vợt] Materialism. *Duy vật biện chứng pháp* : Dialectic materialism. *Duy vật sử quan* : Historical materialism.

duyên [zwien] 1) Charm, grace. *Có duyên* : Charming, cute ; engaging. *Nàng không có duyên* : She is devoid of charm. 2) Predestined affinity.

duyên cở [zwien kó] See **duyên cớ**.

duyên cớ [zwien kố] Cause, reason.

duyên dáng [zwien záŋ] Charming, graceful.

duyên do [zwien zɔ] Cause, reason.

duyên hải [zwien hải] Coast, sea-shore, sea-coast. *Tàu phòng thủ duyên hải* : Coast-defence ship. *Núi ở miền duyên hải* : Coastal-mountains.

duyên hải [zwien hải] Littoral, coastal (region, etc..).

duyên khởi [zwien xởi] Source, cause.

duyên kiếp [zwien kiếp] Predestined affinity.

duyên nợ [zwien nợ] See **duyên phận**.

duyên phận [zwien fận] Fate has brought two persons together.

duyên sồ [zwien ʃố] See **duyên kiếp**.

duyệt [zwiệt] To examine, to inspect, to review.

duyệt báo [zwiệt báu] To read the newspapers.

duyệt binh [zwiệt biŋ] To review troops.

duyệt lạc [zwiệt lạk] Pleasant.

duyệt lãm [zwiệt lãm] To read over.

duyệt lịch [zwiệt lịk] Experienced.

duyệt mục [zwiệt mục] Pleasant to the eye.

duyệt nhĩ [zwiệt ɲi] Pleasant to the ear.

duyệt tâm [zwiệt təm] Content, satisfied.

duyệt y [zwiệt i] To approve.

dư [zɯ] Residual, superfluous ; spare. *Số dư* : Surplus, excess. *Trọng lượng dư* : Excess weight. *Còn dư* : Remnant ; residual. *Tôi còn dư hai thước dây* : I have two meters of spare rope.

dư âm [zɯ əm] Echo.

dư dật [zɯ zật] Plentiful. *Nó có tiền dư dật* : He has money and to spare.

dư dụ [zɯ zụ] Rich, wealthy.

dư dụng [zɯ zụŋ] Superfluous.

dư đảng [zɯ dảŋ] Remnants of a party.

dư địa [zɯ địa] Empty land.

dư đồ [zɯ dò] Map.

dư giả [zɯ ʒả] Plentiful.

dư hạ [zɯ hạ] Spare time.

dư hưởng [zɯ hưởŋ] Last echo.

dư khoản [zɯ xwản] Surplus of money.

dư lợi [zɯ lợi] Surplus income.

dư luận [zɯ lwợn] Public opinion. *Dư luận chống lại đề nghị* : Public opinion is setting against the proposal.

dư lực [zɯ lưk] Excess of strength.

dư nghị [zɯ ɲị] Public opinion.

dư nghiệp [zɯ ɲiệp] Inheritance.

dư niên [zɯ nien] Declining years of one's life.

dư sồ [zɯ ʃố] Remainder.

dư sự [zɯ ʃɯ] Unnecessary affair.

dư thặng [zɯ θạwŋ] Superfluous.

dư-vật [zɯ vợt] Rest, remnant.

dư vĩ độ [zɯ vi dọ] Co-latitude.

dư vị [zɯ vị] After-taste.

dứ [zứ] 1) Very tired. 2) Dead drunk ; as drunk as a lord.

dử [zừ] See **nhử**.

dứ [zừ] See **nhứ**.

dứ [zử] Gum (in the eyes).

dữ [zữ] 1) Wicked, fierce. *Thú dữ:* Wild beast.

2) Bad, unlucky. *Điềm dữ:* Bad omen. *Tin dữ:* Bad news.

dữ dội [zữ zọi] Violent, terrible. *Một trận hỏa hoạn dữ dội thiêu hủy sáu căn nhà:* A terrible fire destroyed six houses.

dữ đòn [zữ dòn] To love to use corporal punishment.

dữ tợn [zữ tợn] Violent, cruel, fierce, ferocious.

dữ kiện [zữ kiện] Data.

dự [zự] To participate, to take part; to assist, to attend. *Dự vào cuộc nói chuyện:* To participate, take part, in the conversation. *Dự vào, có mặt trong một buổi lễ:* To assist at a ceremony.

dự án [zự án] 1) Draft. *Dự án ngân sách quốc gia năm 1964:* National craft budget of 1964.

2) Project.

dự bị [zự bị] To prepare, to make ready, to elaborate.

dự bị Preparatory.

dự bị quân [zự bị kwən] (Mil) The reserves.

dự cảm [zự kảm] To have a presentiment, a foreboding, a forewarning, of (something).

dự cảm Presentiment, foreboding, forewarning; consciousness.

dự cáo [zự káu] To warn; to bode.

dự cảo [zự kảu] Draft.

dự chiến [zự ciến] To take part in the fighting.

dự định [zự dịn] Project.

dự định To design, to plan, to project. *Dự định làm việc gì:* To design to do, doing something; to contemplate doing something.

dự đoán [zự dwán] To predict, to forecast, to foresee.

dự giác [zự sák] Consciousness, forewarning.

dự khuyết [zự xwiết] Substitute.

dự kiến [zự kiến] Preconceived idea.

dự liệu [zự liệu] To foresee, to forecast. *Sự dự liệu:* Prevision.

dự luật [zự lwật] (Draft) bill.

dự mưu [zự mưu] Scheme conceived beforehand.

dự ngôn [zự ŋon] Prediction, prophecy.

dự phân [zự fən] To have a share (in).

dự phòng [zự fòŋ] To prevent, to take precautions, to take preventive measures.

dự thảo [zự θảu] Draft letter, suggested letter.

dự thẩm [zự θẩm] Investigation magistrate.

dự thi [zự θi] To go up, sit, enter, for an examination.

dự thính [zự θịn] To attend (lecture).

dự tính [zự tịn] To plan.

dự toán [zự twán] To calculate in advance.

dự tri [zự tri] Foreknowledge.

dự trù [zự trù] To provide for. *Kinh phí có dự trù trong ngân sách:* Expenses provided for in the budget.

dự trữ [zự trữ] To stock.

dự ước [zự ứrk] Preliminary agreement.

dự vào [zự vàu] To participate, to take part, to concern, to associate. *Dự vào việc gì:* To concern oneself with, about, in, something. *Dự vào một cuộc nói chuyện:* To take part in the conversation.

dưa [zưə] 1) Melon.

2) Salted vegetables.

dưa bở [zưə bở] Melon.

dưa cải [zưə kải] Salted cabbage.

dưa chuột [zưə cuột] Cucumber, gherkin. *Ngâm dưa chuột trong giấm:* To soak gherkins in vinegar.

dưa đắng [zưə dáwŋ] (Bot) Colocynth, bitter-apple.

dưa đỏ [zưə dỏ] Watermelon.

dưa gang [zưə gaŋ] Melon.

dưa giá [zưə sá] Pickled bean sprouts.

dưa hành [zưə hàin] Pickled scallions.

dưa hấu [zưə hấu] Watermelon.

dưa leo [zưə lɛu] Cucumber.

dứa [zɯ́ə] (Bot) Ananas, pine-apple.

dừa [zừə] Coconut. *Cây dừa* : Coconut-tree, coconut-palm. *Trái dừa* : Coconut. *Nước dừa* : Coconut milk. *Dầu dừa* : Coconut oil. *Cùi dừa* : Copra. *Cái dừa* : Coconut-kernel. *Vỏ dừa* : Coconut husk. *Sọ dừa* : Coconut-shell. *Gáo dừa* : Coconut-shell ladle. *Bửa, (bổ) dừa* : To split open a coconut. *Nạo dừa* : To scrape and get coconut shavings.

dừa khô [zừə xo] Dry coconut.

dừa tươi [zừə tuơi] Fresh coconut.

dựa [zɯə] To lean on, against (something). *Dựa vật gì vào một vật khác* : To lean something (with its back) against something. *Dựa lưng vào tường* : To lean one's back against the wall. *Để cái thang dựa vào tường* : To lean a ladder against the wall. *Để vật gì dựa vào tường* : To place something (with the back) against a wall. *Dựa vào vật gì* : Backed on to something.

dựa lưng [zɯə luɳ] Back to back. *Dựa lưng vào vật gì* : Backed on to something, with one's back against something.

dựa trên [zɯə tren] To found on.

dực [zɯk] (Not used alone) Wing, flank. *Hữu dực* : Right wing. *Tả dực* : Left wing.

dực nhựt [zɯk nᵽt] To-morrow.

dực tán [zɯk tán] To help, to assist, to aid.

dưng [zɯɳ] 1) To offer, to proffer. 2) (Of water) To rise.

dưng Strange. *Người dưng* : A stranger. *Bỗng dưng* : All of a sudden, suddenly, unexpectedly.

dưng *Ăn dưng ngồi rồi* : To be idle.

dừng [zừɳ] To stop, to halt.

dừng To compart.

dừng bút [zừɳ bút] To stop writing.

dừng bước [zừɳ búrk] To stop walking.

dừng chân [zừɳ cɔn] See **dừng bước**.

dừng lại [zừɳ lại] To halt, to come to a halt.

dứng [zừɳ] To erect, to raise.

dửng dưng [zửɳ zưɳ] Indifferent.

dửng mỡ [zửɳ mỡ] To be stirred up.

dựng [zᵽɳ] To erect, to raise, to found, to set up, to put up (ladder). *(Chuyện) Làm dựng tóc gáy* : (Of story) To make one's hair stand on end.

dựng bia [zᵽɳ biə] To set up a stele.

dựng cột [zᵽɳ kột] To set up columns.

dựng cờ [zᵽɳ kờ] To raise a flag. *Dựng cờ khởi nghĩa* : To raise the standard of revolt.

dựng đứng [zᵽɳ dứɳ] To raise up; (fig) to make up, to fabricate (story).

dựng đứng On end. *Dựng đứng một cái hộp* : To set a box on (its) end.

dựng nước [zᵽɳ nứrk] To found a nation.

dược [zᵽrk] Medicine. *Độc dược* : Poison.

dược hoàn [zᵽrk hwàn] Pill.

dược học [zᵽrk hɔk] Pharmacy, pharmaceutics.

dược khoa [zᵽrk xwa] Pharmacy.

dược liệu [zᵽrk liệu] Medicine, drug.

dược lý học [zᵽrk li hɔk] Pharmacology.

dược phẩm [zᵽrk fẩm] See **dược liệu**.

dược phòng [zᵽrk fɔ̀ɳ] Pharmacy, drug-store, chemist's and druggist's shop.

dược sĩ [zᵽrk ʃi] Pharmacist, chemist, druggist.

dược sư [zᵽrk ʃɯ] See **dược sĩ**.

dược thảo [zᵽrk θảu] Medicinal plants, medicinal herbs.

dược thư [zᵽrk θɯ] Pharmacopoeia.

dược tửu [zᵽrk tửu] Medicinal wine.

dược vật [zᵽrk vật] Pharmaceutical product.

dược vật học [zᵽrk vật hɔk] Pharmacology. *Nhà dược vật học* : Pharmacologist.

dưới [zɯới] 1) Under, below, beneath, underneath. *Tòa dưới* : The court below ; lower court. *Như dưới đây*

D

As under. *Ghi dưới đây :* Under-mentioned. *Môi dưới :* Under lip, lower lip, nether lip. *Bán dưới giá :* Sold (at) under its value. *Nó dưới ba mươi tuổi :* He is under thirty. *Những trẻ con dưới mười tuổi :* Children under ten. *Không có người nào dưới chức đại úy cả :* Nobody under captain. *Xin ghi ở dưới :* Please state below. *Ở dưới đầu gối :* Below the knee. *Dưới số trung bình :* Below the average. *Mười độ dưới không độ :* Ten degrees below zero. *Dưới năm mươi tuổi :* To be on the right side of 50, to be below 50 years of age.

2) Under. *Ở dưới quyền chỉ huy của người nào :* To be under someone. *Dưới sự kiểm soát của chánh phủ :* Under government control.

dưới bên mặt [zɯới ben mặt] Bottom right.

dưới bên trái [zɯới ben trái] Bottom left.

dưới biển [zɯới biển] In the sea, on the sea. *Dưới đáy biển :* At the bottom of the sea.

dưới chân [zɯới cơn] At the foot of. *Làng nằm ở dưới chân núi :* The village lies under the mountain. *Đạp, giày xéo vật gì dưới chân :* To trample something under one's feet.

dưới da [zɯới za] Subcutaneous, under the skin. *Sự chích, tiêm dưới da :* Subcutaneous injection.

dưới đất [zɯới dất] Under ground, on the ground. *Ngủ dưới đất :* To sleep on the (bare) ground. *Ngồi dưới đất :* To sit down on the ground.

dưới nước [zɯới nướk] Under water. *Ở dưới nước trong hai phút :* To stay under water for two minutes.

dưới sông [zɯới ʃoŋ] In the river, on the river.

dưới trần [zɯới trần] Here below (in this world).

dương [zɯəŋ] (Bot) Poplar.

dương Male or positive principle.

dương Ocean. *Xuất dương :* To go abroad. *Đông dương :* Indochina. *Nam*

dương : Indonesia. *Ấn độ dương :* The Indian Ocean. *Bắc băng dương :* The Arctic Ocean. *Đại tây dương :* The Atlantic Ocean. *Nam băng dương :* The Antarctic Ocean. *Thái bình dương :* The Pacific Ocean.

dương Sun.

dương Goat.

dương bản [zɯəŋ bản] Positive photograph.

dương cầm [zɯəŋ kầm] Piano. *Người đánh dương cầm :* Pianist. *Đánh, dạo dương cầm :* To finger the piano. *Thưa ông, ông muốn để dương cầm chỗ nào ? :* Where do you want the piano to go, sir ?. *Các ngón tay của nó lướt lẹ trên phiếm dương cầm :* His fingers ran over the keys of the piano. *Cái dương cầm nầy choán rất nhiều chỗ :* This piano takes up too much space.

dương cực [zɯəŋ kựk] Anode, positive pole.

dương điện [zɯəŋ diện] Positive electricity.

dương đông kích tây [zɯəŋ dơŋ kík tei] To draw the enemy's attention from one place by a sudden or unexpected attack at another place. *Phép dương đông kích tây :* Diversion, feint.

dương gian [zɯəŋ ʃan] World.

dương hải [zɯəŋ hải] Ocean and sea.

dương hóa [zɯəŋ hửa] Foreign goods.

dương lịch [zɯəŋ lịk] Solar calendar.

dương liễu [zɯəŋ liễu] (Bot) Willow.

dương lượng [zɯəŋ lượŋ] Positive quantity.

dương mai [zɯəŋ mai] (Med) Syphilis.

dương minh [zɯəŋ miŋ] The sun.

dương nhân [zɯəŋ pơn] Stranger.

dương nhựt [zɯəŋ pựt] The sun.

dương nuy [zɯeŋ nwi] (Med) Impotence, impotency.

dương ô [zɯəŋ o] The sun.

dương thanh [zɯəŋ θaip] Clear voice.

dương thế [zɯəŋ θế] World.

dương tính [zɯəŋ típ] Male nature.

dương vật [zwɔŋ vʳt] Penis, viril number.

dường [zwɔ̀ŋ] To seem, to appear.

dường ấy [zwɔ̀ŋ éi] Like that.

dường nào [zwɔ̀ŋ nàu] How much. *Đẹp biết dường nào!* : How beautiful :. *Khéo biết dường nào :* How clever !.

dường như [zwɔ̀ŋ ɲɯ] It seems that, it appears that. *Dường như tôi có nghe tên nó :* I seem to have heard his name. *Dường như nó không hiểu :* It seems that he does not understand. *Dường như có vài sự khó khăn :* There seems to be some difficulty. *Dường như không ai biết việc gì xảy ra :* It seems that nobody knew what had happened. *Dường như nó đi rồi :* It looks like as though he had gone. *Nó đưa tay lên dường như để dở nón chào:* He raised his hand as though to take off his hat.

dưỡng [zwɔ̃ŋ] To nourish, to foster.

dưỡng bịnh [zwɔ̃ŋ bịŋ] To convalesce, be in convalescence. *Đang dưỡng bệnh :* Convalescent.

dưỡng dục [zwɔ̃ŋ zụk] To bring up, to nourish.

dưỡng đường [zwɔ̃ŋ dwɔ̀ŋ] Hospital, clinic.

dưỡng già [zwɔŋ ɟà] To spend one's remaining days.

dưỡng khí [zwɔ̃ŋ xí] (Ch) Oxygen.

dưỡng lão [zwɔ̃ŋ lãu] To spend one's remaining days.

dưỡng mẫu [zwɔ̃ŋ mẫu] Foster mother, adoptive mother.

dưỡng nữ [zwɔ̃ŋ nữ] Foster daughter, adoptive daughter, adopted daughter.

dưỡng phụ [zwɔ̃ŋ fụ] Foster father, adoptive father.

dưỡng sinh [zwɔ̃ŋ ʃiŋ] To rear, to nourish, to bring up.

dưỡng sức [zwɔ̃ŋ ʃúk] 1) To convalesce.

2) To take care of one's health ; to husband one's health.

dưỡng thân [zwɔ̃ŋ θɐn] To nourish one's parents.

dưỡng trấp [zwɔ̃ŋ trɐ̆p] Chyle. *Có dưỡng trấp :* Chyliferous. *Hóa thành dưỡng trấp :* To chylify.

dưỡng tử [zwɔ̃ŋ tử] Foster son, foster child, adoptive son, adopted son.

dượng [zwɔ̣ŋ] 1) Husband of one's aunt.

2) Husband of one's sister.

dượt [zɯ̣ʳt] To drill, to practise ; (Sp) to train (athlete), to coach (team). *Dượt để đua :* To train for a race.

dứt [zứt] To cease, to end. *Không dứt:* Never ceasing. *Chấm dứt cuộc khủng hoảng :* To end a crisis. *Nói không dứt :* To speak without a break.

dứt bịnh [zứt bịŋ] To be cured, to recover.

dứt giá [zứt ɟá] To fix the last price.

dứt khoát [zứt xwát] To settle (question) out of hand, once and for all.

dứt lời [zứt lời] So saying, upon these words.

dứt sữa [zứt ʃữa] To wean, to ablactate. *Sự dứt sữa :* Ablactation. See cầm sữa.

dứt phép thông công [zứt fép θoŋ koŋ] To anathematize.

dứt tình [zứt tịŋ] To break off (friendship, relationship, love affair).

đa [da] Much, many. *Tối đa* : Maximum. *Bánh đa* : Girdle – cake. *Cây đa* : Banyan-tree, banian-tree.

đa âm [da ɔm] Polysyllabic ; polyphonic. *Đa âm ngữ* : Polysyllabic language. *Tính đa âm* : Polyphony.

đa cảm [da kảm] Sentimental, sensitive, emotional.

đa cồ [da kó] (Đl) Many dangers.

đa cực [da kụk] Multipolar.

đa dâm [da zɔm] Lewd, lascivious, lustful.

đa dục [da zụk] Sensual.

đa đa [da da] Partridge. *Chim đa đa con* : Partridge poult. *Lưới đánh chim đa đa* : Partridge-net.

đa đa ích thiện [da da ik θiện] Store is no sore.

đa đoan [da dwan] Complicated affairs.

đa giác [da sák] Polygonal.

đa hình [da hìŋ] Polymorphous, polymorphic. *Sự đa hình* : Polymorphism.

đa hôn [da hon] Polygamous. *Chế độ đa hôn* : Polygamy.

đa hùng [da hùŋ] Polyandrous.

đa mang [da maŋ] To be occupied with many things at the same time, to have too many irons in the fire, to have too many plans or undertakings to be done at the same time.

đa nghi [da ŋi] Distrustful, suspicious.

đa ngôn [da ŋon] Loquacious.

đa nguyên luận [da ŋwien lwận] (Phil) Pluralism.

đa phu [da fu] Polyandrous. *Chế độ đa phu* : Polyandry.

đa phúc [da fúk] To have many blessings.

đa sầu [da sầu] Sad.

đa số [da só] Majority, generality. *Đa số tuyệt đối* : Absolute majority. *Đa số tương đối* : Relative majority. *Đa số dân chúng thích hòa bình hơn chiến tranh* : The majority of people prefer peace to war. *Nói đa số học sinh đều lười biếng là sai phải không ?* : Is it wrong to say that the generality of school-boys are lazy ?.

đa sự [da sụ] Meddling.

đa tạ [da tạ] Very grateful.

đa tài [da tài] To have many talents, be versatile.

đa thần giáo [da θần sáu] Polytheism.

đa thê [da θe] Polygamous. *Chế độ đa thê* : Polygamy.

đa thể [da θẻ] Polyadelphous.

đa thức [da θứk] (Alg) Polynomial, multinomial.

đa tình [da tìŋ] Sentimental ; amorous.

đa túc loại [da túk lwại] Myriapoda ; centipedes and millipedes.

đa tướng [da twớŋ] Polyphase, multiphase (current, system).

đa vị tướng [da vị twớŋ] (Đl) Polyphase.

đá [dá] Stone ; rock. *Thợ đẽo đá* : Stone-cutter. *Tường đá* : A stone wall. *Bủa đập đá : Stone-hammer. *Đống đá :* Stone-heap. *Hầm đá :* Stone-quarry. *Màu đá :* Stone-colour. *Máy nghiền đá :* Rock-breaker. *Máy khoan đá :* Rock-drill. *Liệng, ném đá vào người nào :* To throw, cast, hurl, stones at someone. *Nhà ở đục trong đá :* Dwelling cut in the rock. *Tấm lòng cứng rắn như đá :* Heart of flint. *Nước chảy đá mòn :* Constant dripping wears away the stone.

đá To kick, to give a kick. *Đá đit người nào :* To kick someone's bottom. *Đá trả lại người nào :* To kick someone back. *Đá vào ống quyền người nào :* To back someone's shin. *Đá trả banh lại người nào :* To kick a ball back someone. *(Bóng tròn) Đá thêm giờ :* To play extra time.

đá banh [dá baɲ] To play football. *Sân đá banh :* Football ground.

đá bóng [dá bóŋ] See đá banh.

đá bọt [dá bọt] Pumice-stone.

đá bồ tát [dá bò tát] (Miner) Feldspar, felspar. *Đá bồ-tát xanh :* Amazonite.

đá bùn [dá bùn] Schist.

đá cẩm thạch [dá kầm θaik] Marble. *Có vân như đá cầm thạch :* Marbled

đá cầu [dá kầu] To play at shuttlecock.

đá cuội [dá kuọi] Cobble, pebble.

đá dăm [dá zaɯm] Broken stones.

đá đen [dá dɛn] (Miner) Slate. *Màu đá đen :* Slate-coloured, slate-grey. *Hầm đá đen :* Slate-quarry. *Đất sét có chất đá đen :* Slate-clay. *Nghề bán đá đen :* The slate trade. *Mái nhà lợp bằng đá đen :* Slated roof.

đá đẽo [dá dẽu] Freestone.

đá đit [dá dit] To kick (someone's) bottom, to kick (someone's) posterior

đá gà [dá gà] *Cuộc đá gà :* Cock-fighting.

đá hoa [dá hwa] Marble.

đá hùng hoàng [dá hùŋ hwàŋ] Realgar.

đá huy thạch [dá hwi θaik] (Miner) Pyroxene, augite.

đá kết [dá két] (Geol) Conglomerate.

đá khỏi [dá xỏi] Ashlar, freestone.

đá kim sa [dá kim ʃa] Aventurin, aventurine.

đá lót đường [dá lót dưòŋ] Road-metal.

đá lửa [dá lửə] Flint, silex. *Đá lửa đen :* Rock flint.

đá mã não [dá mã nãu] Agate.

đá mài [dá mài] Whetstone, grindstone. *Đá mài dao cạo :* Razor-stone.

đá minh ngọc [dá miɲ ŋọk] Alabaster.

đá móng [dá móŋ] Corner-stone, foundation-stone.

đá nam châm [dá nam cəm] Magnet, loadstone, lodestone. *Đá nam châm hình móng ngựa, hình chữ U :* Horseshoe magnet, U-shaped magnet. *Đá nam châm hút sắt :* A magnet attracts iron. *Đá nam châm có đặc tính hút sắt :* A magnet has the property of attracting iron.

đá nền [dá nèn] Corner-stone.

đá ngâm [dá ŋèm] Aqueous rock.

đá nhám [dá ɲám] Emery.

đá nổi [dá nổi] Pumice-stone.

đá ong [dá ɔŋ] Laterite.

đá phèn [dá fèn] (Miner) Alunite.

đá phiến ma [dá fiến ma] Gneiss.

đá phượng hoàng [dá fưọŋ hwàŋ] Eagle-stone.

đá sạn [dá ʃạn] Gravel.

đá sỏi [dá ʃỏi] Cobble, gravel.

đá tảng [dá tảŋ] Corner-stone, foundation-stone.

đá thủy-tinh [dá θwi tiŋ] Rock-crystal; quartz.

đá thử vàng [dá θử vàŋ] Touchstone.

đá trầy [dá trầi] Quarry-stone, ashlar.

đá vàng [dá vàŋ] Stone and gold.

đá vân mẫu [dá vən mẫu] Mica.

đá vôi [dá voi] Limestone.

đá vụn [dá vụn] Broken stone.

đà [dà] Run. *Lấy đà :* To take a run. *Nhảy không lấy đà, nhảy có đà :* Standing jump, running jump. *Nó lấy đà và nhảy :* He took a run and jumped.

đà (Const) Beam, girder. *Đà nhỏ :* Small girder.

đà bồi [đà bủi] Bent back.

đà dọc [đà zɔk] (Const) Longitudinal beam.

đà điểu [đà diểu] (Z) Ostrich. *Lông đà điểu:* Ostrich-feather, ostrich-plume. *Trại nuôi đà điểu:* Ostrich-farm. *Sự, nghề nuôi đà điểu:* Ostrich-farming.

đà ngang [đà ŋaŋ] (Const) Cross-beam; main joist, binding joist.

đà tứ [đà tử] Hunchback, humpback.

đả [đả] To hit, to strike, to beat. *Ẩu đả:* To scuffle.

đả ban [đả ban] To disguise.

đả đảo [đả đảu] To demolish; to knock down; down with. *Đả đảo những tên phản quốc!:* Down with the traitors!.

đả động [đả đọŋ] To touch on, to mention. *Tôi không dám đả động gì đến chuyện ấy:* I didn't dare to mention the matter.

đả kích [đả kík] To criticize, to attack.

đả kim tượng [đả kim tɯợŋ] Goldsmith.

đả ngân tượng [đả ŋən tɯợŋ] Silversmith.

đả phá [đả fá] To strike, to break. *Đả phá kỷ lục:* To beat the record.

đả thiệt sấn nhiệt [đả θiét ʃấn ɲiệt] We must strike while the iron is hot, we must make hay while the sun shines.

đả thiệt tượng [đả θiét tɯợŋ] Smith.

đả thương [đả θɯəŋ] To wound.

đả tiêu [đả tieu] To annihilate, to abolish, to annul, to nullify.

đả tử [đả tử] To beat to death.

đả tự cơ [đả tự kə] Typewriter.

đả tự viên [đả tự vien] Typist. *Người ta cần rất nhiều đả tự viên nhưng cần rất ít thơ ký:* There's a great demand for typists but a poor demand for clerks.

đã [đã] 1) Already. *Mặt trời đã mọc:* Already the sun is rising. *Đã trưa rồi:* It's already late. *Cực chẳng đã:* Reluctantly, against one's will. *Đã ba ngày rồi nó không có ăn gì cả:* He hasn't had anything for three days. *Tôi đã mời chúng nó vào uống một tách trà:* I had them in for a cup of tea. *Việc ấy xảy ra như tôi đã nói với anh:* It happened as I told you. *Tôi ở đây đã ba ngày rồi:* I have been here for three days. *Tôi đã ở đó rồi nên tôi không muốn đi nữa:* I've been there already, so I don't want to go again.

2) First. *Chúng ta hãy ăn đã:* Let's eat first.

3) *Ăn cho đã:* To eat one's fill, to eat to satiety. *Cho đã thèm:* To satisfy one's appetite. *Cho đã đời:* Until full satisfaction, to satiety.

đã dành [đã dàɲ] Of course.

đã đời [đã đời] Completely satisfied.

đã giận [đã ʒận] To appease one's temper.

đã khát [đã xát] To slake one's thirst. *Uống đã khát:* To drink to repletion, to drink one's fill, to slake one's thirst.

đã lâu [đã ləu] Long ago, a long time ago, a long while ago. *Tôi biết X. đã lâu trước khi biết anh:* I knew X. long before I knew you.

đã qua [đã kwa] Bygone.

đã rồi [đã rồi] Accomplished. *Một việc đã rồi:* An accomplished fact.

đã thèm [đã θèm] Sated, surfeited.

đã vậy [đã vậi] If so, if it is

đác [đák] *Lác đác:* Scattered, spattered.

đạc [đạk] To measure.

đạc chừng [đạk cừŋ] Approximately, about.

đạc điền [đạk diền] To measure, survey land. *Sự đạc điền:* Cadastral survey. *Đạc điền học:* Land-measuring, land-surveying. *Địa đồ đạc điền:* Cadastral map.

đai [dai] To bear.

đai Belt, hoop, band. *Đai vô tận:* Endless belt, continuous belt.

đai chuyển [dai cwiền] Driving-band, driving-belt.

đai dù [dai zù] Parachute harness.

đai ngựa [dai ŋɯə] Belly-band.

đai nhíp [dai ɲíp] (Mech) Spring clip.

đai nổi [dai nổi] Life-belt.

đai thùng [dai θùŋ] Cask-hoop.

đai vô tận [dai vo tận] Endless belt.

đai xương hông [dai sưəŋ hoŋ] (Anat) Pelvic girdle, hip girdle.

đai xương vai [dai sưəŋ vai] (Anat) Pectoral girdle, shoulder girdle.

đái [dái] To urinate, to make water, to pass urine, (of animals) to stale. *Nước đái* : Urine. *Nước đái của súc vật* : Stale. *Nước đái quỷ* : Ammonia. *Nín đái* : To retain the urine as long as possible.

đái Band.

đái dầm [dái zầm] To wet the bed.

đái đường [dái dưừŋ] (Med) Diabetes.

đái láu [dái láu] To dribble, to be constantly making water.

đái ra máu [dái ra máu] To pass blood with the urine.

đái són [dái són] To wet the pants through fright, etc...

đái vãi [dái vãi] To wet one's pants.

đái vắt [dái váưt] See đái láu.

đài [dài] 1) Estrade, stage; tower; stand. 2) Monument. 3) *Võ đài* : Ring.

đài bá âm [dài bá əm] Broadcasting station.

đài các [dài kák] Aristocratic, noble.

đài gương [dài gưəŋ] Lady's dressing-table, (fig) a beautiful woman.

đài hoa [dài hwa] (Bot) Calyx, flower-cup. *Đài hoa phụ* : Calycle.

đài khí tượng [dài xi tưəŋ] Weather station, observatory.

đài không sát [dài xoŋ sát] Aer a (air) observation post.

đài kiểm soát [dài kiểm swát] (Av) Control tower.

đài kỷ niệm [dài ki niệm] Memorial monument.

Đài loan [dài lwan] (Geog) Formosa.

đài nhận [dài ɲận] Addressee station.

đài phát thanh [dài fát θaiŋ] Broadcasting station.

đài phụ [dài fụ] (Bot) Calicle, caliculus.

đài quả [dài kwả] (Bot) Cupule, cupula.

đài quan sát [dài kwan sát] Observation station.

đài ra đa [dài ra-da] Radar station.

đài sen [dài sɛn] Lotus throne. *Hình của đức Phật trên đài sen* : A figure of Buddha on a lotus throne.

đài tải [dàit ải] To carry, to transport, to convey.

đài thiên văn [dài θien vaưn] Meteorological observatory.

đài thọ [dài θọ] To bear. *Việc xây cất đã bắt đầu hồi tháng 9 năm 1960 và mọi phí tổn do ngân sách quốc gia đài thọ* : Construction began in September 1960 with all costs borne by the National Budget.

đài tiếp vận [dài tiếp vận] Relay station, linking station.

đài trang [dài traŋ] See đài gương.

đài trùng loại [dài trùŋ lwại] (Zoo) Bryozoa.

đài vô tuyến điện [dài vo twién diện] Wireless station.

đài vô tuyến truyền hình [dài vo twién trwiền hìŋ] Television station.

đãi [dãi] To wash, to pan, to sift by action of water.

đãi To entertain, to feast, to treat.

đãi bôi [dãi boi] To invite for form's sake.

đãi cát [dãi kát] To wash sand.

đãi công [dãi koŋ] To go on a slowdown strike.

đãi đằng [dãi dàưŋ] To treat.

đãi gạo [dãi gau] To wash rice.

đãi khách [dãi xáik] To entertain guests, to give a party.

đãi ngộ [dãi ŋọ] To behave, to treat.

đãi nọa [dãi nwa] Lazy.

đãi thời [dãi θời] To bide one's time, to wait for a favorable opportunity.

đãi vàng [dãi vàŋ] To wash out the gold, to wash (sand or gold-bearing gravel) to separate gold. *Sự đãi vàng*: Gold-washing. *Người đãi vàng*: Gold-washer.

đại [dại] (Not used alone) 1) Big, great.

2) Very, much.

đại [dại] (Not used alone) Generation.

đại *Làm đại* : To act rashly. *Trả lời đại* : To answer at a. venture.

đại ác [dại ák] Very cruel.

đại ân [dại ən] Great favour.

đại bác [dại bák] Gun, cannon. *Đạn đại bác* : Cannon-ball. *Phát súng đại bác* : Cannon - shot. *Vừa tầm đại bác* : Within cannon - shot. *Một loạt đại bác* : Cannonade. *Lính bắn đại bác* : Cannoneer. *Đại bác bảy mươi lăm ly* : Seventy-five millimetre gun.

đại bác không giật [dại bák xoŋ ʒặt] Recoiless rifle.

đại bác phòng không [dại bák fòŋ xoŋ] Anti–aircraft gun.

đại bại [dại bại] To suffer a heavy defeat.

đại bản dinh [dại bản ziŋ] General headquarters.

đại bào tử [dại bàu tử] (Bot) Macro-spore. *Đại–bào tử–nang* : Macrospo-rangium.

đại biến [dại biến] Great change.

đại biểu [dại biểu] Representative, delegate, deputy.

đại binh [dại biŋ] A great army.

đại bợm [dại bợm] Great impostor.

đại châu [dại cɔu] Continent.

đại chỉ [dại cỉ] Leading idea.

đại chiến [dại cién] World war, great war.

đại chúng [dại cúŋ] The people, the masses.

đại chúng hóa [dại cúŋ hwá] To popularize, to put within reach of the masses.

đại cao tần [dại kau tần] Very high frequency.

đại cỗ [dại kổ] 1) Great change.
2) Deep mourning.
3) Dire disaster.

đại công [dại koŋ] Very just, fair, impartial.

đại công Great merit.

đại cuộc [dại kwộk] 1) General situation.
2) Great work.

đại cương [dại cɯəŋ] General idea, outline ; conspectus, generalities.

đại danh [dại zaiŋ] Great fame, great name.

đại danh từ [dại zaiŋ từ] Pronoun *Thuộc về đại danh từ* : Pronominal.

đại diện [dại ziện] To represent, stand for, act for (someone). *Chúng tôi đại diện cho X. và công ty* : We are agents for, we represent, Messrs X & Co.

đại diện Representative, delegate. *Nước không có đại diện trong một hội nghị* : Nation unrepresented at a conference.

đại diện báo chí [dại ziện báu cí] Representatives of the press.

đại dinh [dại ziŋ] Headquarters.

đại dương [dại zɯəŋ] Ocean. *Đại dương châu* : Oceania.

đại đa số [dại da ʃó] Great majority, overwhelming majority, vast majority.

đại đảm [dại dảm] Courageous, brave.

đại đạo [dại dạu] 1) Fundamental doctrine.
2) Highway, thoroughfare.

đại đăng khoa [dại dauŋ xwa] To pass an examination successfully.

đại đế [dại dé] God.

đại để [dại dể] In general, in the main. *Đại để mà nói* : Roughly speaking.

đại địa chủ [dại dịə củ] Big land-owner, great landowner.

đại điền chủ [dại dièn củ] See **đại địa chủ**.

đại điển [dại diển] Great ceremony.

đại điện [dại diện] Royal court-room.

đại đình [dại diŋ] Imperial court.

đại đô [dại do] Large city.

đại đô đốc [dại do dók] Fleet admiral.

đại độ [dại dộ] Magnanimous, high-souled, generous.

đại đội [dại dội] (Mil) Company. *Đại đội vũ khí nặng* : Heavy weapons company.

đại đội khinh binh [dại dội xiŋ biŋ] Rifle company.

đại đội quân y [dại dội kwən i] Medical company.

D

đại đội súng cối nặng [dại dọi ʃúŋ kối nạựŋ] Heavy-mortar company.

đại đội trợ chiến [đại dọi trợ ciến] Combat support company.

đại đội trưởng [dại dọi trưởŋ] (Mil) Company commander.

đại đồng [dại dòŋ] Universal concord, harmony. *Chủ nghĩa đại đồng* : Universalism.

đại động mạch [dại dọŋ mạịk] Aorta.

đại đởm [dại dởm] Courageous.

đại gia [dại ʃa] 1) Illustrious family.
2) Great scholar.

đại gian [dại ʃan] Great impostor.

đại hải [dại hải] Ocean. *Văn trường giang đại hải* : Long-winded style.

đại hàn [dại hàn] Very cold.

Đại hàn (Geog) Korea.

đại hạn [dại hạn] Drought.

đại hạn *Năm đại hạn* : The climacteric year, the grand climacteric, 63 rd year (critical period in life).

đại hạnh phúc [dại hạịn ʃúk] Felicity.

đại hiền [dại hiền] Great sage.

đại hiếu [dại hiếu] Very pious towards one's parents.

đại hình [dại hịŋ] Penalty of more than five year's imprisonment (with or without hard labour), or deportation to a penal settlement, or death. *Tòa Đại hình* : Criminal Court. *Đại hình học* : Criminology.

đại họa [dại hwạ] Crusher.

đại học [dại họk] Higher education. *Trường đại học* : University. *Giáo sư đại học* : University professor.

đại học đường [dại họk dưởŋ] University, faculty.

đại học khoa trưởng [dại họk xwa trưởŋ] Dean (in a university).

Đại Hồi [dại hòi] (Geog) Pakistan.

đại hội [dại hội] Congress, general assembly.

đại hội đồng [dại hội dòŋ] General assembly.

đại hồng phúc [dại hòŋ fúk] Great happiness.

đại hồng thủy [dại hòŋ θwi] Deluge, flood.

đại hùng tinh [dại hùŋ tịŋ] Ursa major.

đại huynh [dại hwịŋ] You (my elder brother, my friend).

đại hỷ [dại hỉ] Great joy (marriage, wedding).

đại khái [dại xái] In general, in the main.

đại khối [dại xối] Heaven and earth.

đại kích [dại kík] (Bot) Spurge.

đại lãn [dại lãn] Very lazy.

đại lễ [dại lễ] Great, big ceremony.

đại liên [dại lien] (Mil) Heavy machine gun.

đại loại [dại lwại] In general.

đại loạn [dại lwạn] Conflagration.

đại loạt [dại lwạt] In general.

đại lộ [dại lọ] Boulevard, avenue.

đại luận [dại lwận] Leading article.

đại lục [dại luk] Continent, mainland. *Đại lục Âu châu* : The Continent.

đại lược [dại lựrk] Abstract, summary.

đại lượng [dại lựợŋ] Magnanimous, tolerant, generous, munificent.

đại lý [dại li] Agent, factor, representative. *Đại lý độc quyền* : Sole agent.

đại ma [dại ma] (Bot) Hemp.

đại mạc [dại mạk] Great desert.

đại mạch [dại mạịk] Barley.

đại minh [dại mịŋ] Sun.

đại mội [dại mọi] Turtle.

đại nạn [dại nạn] Great calamity.

đại náo [dại náu] To stir.

đại não [dại nãu] Brain.

đại nghị [dại ŋị] Parliamentary. *Chế độ đại nghị* : Parliamentary regime.

đại nghĩa [dại ŋịa] Great cause; high duty.

đại nghịch [dại ŋịk] High treason.

đại nghiệp [dại ŋịẹp] Big property.

đại ngôn [dại ŋon] Grandiloquent.

đại nguyên soái [dại ŋwien ʃwái] Generalissimo.

đại nhiệm [dại ŋiẹm] Heavy responsibility.

đại nho [đại pɔ] Great scholar.

đại nộ [đại nọ] Great, hot anger.

đạ i phàm [đại fàm] All, the whole.

đại phản [đại fỏn] High treason.

đại pháo [đại fáu] Cannon.

đại phong [đại fɔŋ] Typhoon.

đại phong cầm [đại fɔŋ kɔ̀ m] (Mus) Orga n.

đại phú [đại fú] Very rich.

đại phúc [đại fúk] Great hap piness.

đại quân [đại kwɔn] Great ar my.

đại quy mô [đại kwi mo] In large; colossal ; large (great, grand) scale. *Sự tấn công đại quy mô :* Attack on a large scale.

đại số học [đại ʃ ó họk] Algebra. *Nhà đại số học :* Alge br(a)ist. *Tôi không biết một chút gì về đại-số-học cả :* I don't know a thing about algebra.

đại suất [đại swɔ́t] See **đại khái**.

đại súy [đại ʃwí] Generalissimo.

đại sư [đại ʃɯ] 1) Great master. 2) Grea t bonze.

đại sứ [đại ʃɯ́] Ambassador. *Tòa đại sứ:* Embassy. *Đại sứ lưu động :* Am bassador at-large. *Đại sứ được Hoàng đế tiếp kiến :* The ambassador was received in audience by the Emperor.

đại sứ quán [đại ʃɯ́ kwán] Embassy.

đại sự [đại ʃɯ] Important matter, big affai r.

đại tá [đại tá] Colonel. *Đại tá hải quân (Anh, Mỹ):* Captain. *Đại tá không quân (Anh) :* Group Captain (RAF). *Đại tá là một sĩ quan chỉ huy một trung đoàn:* A colonel is an officer who comm ands a re giment.

đại tác [đại ták] Work of value, valu able work.

đại tài [đại tài] Great talent.

đại tang [đại taŋ] Deep m ourning.

đại tật [đại tạt] Gra ve illness.

Đại tây dương [đại tei zɯən] The Atlantic Ocean. *Tổ chức minh ước Bắc Đại tây axong :* North Atlantic Treaty Organization.

đại thánh [đại θáiɲ] Great saint.

đại thắng [đại θắuŋ] Great victory.

đại thẩm viện [đại θɔ̀m viện] Supreme court.

đại thần [đại θòn] High dignitary high-ranking mandarin.

đại thế [đại θé] Great power.

đại thể [đại θẻ] Conspectus.

đại thi hào [đại θi hàu] Great poet. *Được sắp vào hàng những đại thi hào:* To range with the great poets.

đại thống [đại θóŋ] Imperial throne.

đại thống lãnh [đại θóŋ lãiɲ] President (of a republic).

đại thử [đại θử] Dog days.

đại thử (Zoo) Kangaroo.

đại thương [đại θɯəŋ] Big business. *Đại thương gia :* Great tradesman.

đại tiện [đại tiện] To go to stool, to have a clear-out.

đại tĩnh mạch [đại tiɲ mạik] (Anat) Vena cava.

đại toàn [đại twàn] Perfect.

đại trạch [đại trạik] Heaven and earth.

đại tràng [đại tràŋ] Large intestine.

đại trí [đại trí] Great mind.

đại triết [đại triét] Great philosopher.

đại triều [đại triều] Great audience.

đại trước [đại trứrk] Work of value, valuable work.

đại trường [đại trɯờŋ] See **đại tràng**.

đại trượng phu [đại trɯəŋ fu] Great man.

đại tư bản [đại tɯ bản] Great capitalist.

đại tướng [đại tɯớŋ] Lieutenant-general. *Đại-tướng không quân (Anh):* Air marshal (RAF).

đại úy [đại ẃi] Captain. *Đại úy Hải quân (Anh, Mỹ) :* Lieutenant. *Đại úy không quân (Anh) :* Flight Lieutenant (Great Britain RAF). *Đại úy không quân (Mỹ) :* Captain (USAF). *Được thăng chức đại úy :* To obtain one's captaincy, to be promoted (to be) captain.

đại văn hào [đại vaun hàu] Great writer. *Sắp người nào vào hàng những đại văn hào :* To rank someone among the great writers. *Kể người nào vào số những nhà đại văn hào :* To reckon someone among the great writers.

đại vương [dại vưɔŋ] Emperor ; sire.

đại xá [dại sả] General amnesty.

đại xảo [dại sảu] Very skilful.

đại ý [dại í] Gist, general idea ; design (of a novel).

đại yếu [dại iếu] Essential.

đam mê [dam me] To have an intense desire for ; to have a passion for ; to give oneself up to.

đam ngộ [dam ŋọ] To be mistaken.

đam nhậm [dam ɲạm] To bear the responsibility (to do something).

đam tập [dam tập] To give oneself up to study.

đám [dám] Crowd, throng (of people) ; flock, group.

đám bạc [dám bạk] Group of gamblers.

đám bụi [dám bụi] Chester of dust. *Chiếc xe tung lên một đám bụi khi chạy qua đường :* The motor-car raised a chester of dust as it went along the road.

đám cháy [dám cáy] Fire. *Một đám cháy lớn đã xảy ra đêm 24 tháng Giêng trên từng lầu hai của một nhà hàng, làm hai người chết và sáu người bị thương :* A serious fire broke out on the night of January 24 on the second floor of a restaurant, killing two persons and injuring six. *Cảnh sát đang điều tra nguyên nhân của đám cháy :* The police are investigating the source of the fire.

đám cỏ [dám kỏ] Lawn.

đám cưới [dám kưới] Wedding ; bridal procession. *Chừng nào làm đám cưới ? :* When does the wedding come off (= take place) ?.

đám đông [dám doŋ] Flock ; crowd, throng (of people). *Tôi thoáng thấy nó trong đám đông :* I caught sight of him in the crowd. *Tôi không thể nhận ra nó trong đám đông :* I could not distinguish him among the crowd. *Một trái bom rớt xuống giữa đám đông :*

A bomb dropped among the crowd. *Đám đông rẽ ra cho nó đi :* The crowd made way for him. *Rẽ đám đông mà đi :* To make one's way through the crowd ; to work, force, one's way through the crowd. *Một đám đông người xúm lại chung quanh nó :* A large crowd pressed round him. *Đám đông xúm lại xem việc gì đã xảy ra :* The crowd pressed forward (round) to see what was happening. *Đứa bé bị lạc mất trong đám đông :* The boy was lost in the press (=crowd). *Tìm người nào trong đám đông :* To search, hunt, for someone in a crowd. *Đám đông tản mác phía bên mặt và bên trái :* The crowd divided right and left. *Tôi nhận ngay ra nó trong đám đông :* I spotted him right away among the crowd. *Nó ra khỏi đám đông và đứng lại trước mặt tôi :* He emerged from the crowd and stood before me. *Nó lẫn mất trong đám đông :* He vanishes in the crowd. *Lẫn vào đám đông :* To mingle with the crowd.

đám ma [dám ma] Funeral, funeral procession, burial procession. *Đi đưa đám ma người nào :* To attend someone's funeral, to go to someone's funeral.

đám mây [dám mei] Mass of clouds. *Có nhiều đám mây đen trên trời :* There were masses of dark clouds in the sky.

đám rước [dám rứrk] Procession. *Đi đầu một đám rước :* To head a procession.

đám tang [dám taŋ] See đám ma.

đàm [dàm] Phlegm, sputum.

đàm đạo [dàm dạu] To converse, to talk.

đàm luận [dàm luạn] To discuss, to converse. *Đàm luận với người nào ?* To hold a conversation with someone.

đàm phán [dàm fán] To negotiate. *Cuộc đàm phán :* Negotiation, parley, conference. *Đàm phán với người nào:* To hold a parley (conference) with someone. *Cuộc đàm phán đang tiếp diễn :* The negotiations are now proceeding, the negotiations are in progress.

đảm suyễn [dảm ʃwiễn] (Med) Asthma.

đàm thoại [dàm θwại] To converse, to talk.

đàm tiếu [dàm tiếu] To ridicule, to mock, to laugh at.

đảm [dảm] Capable.

đảm To bear (the responsibility).

đảm bảo [dảm bảu] To guarantee, to warrant.

đảm cảm [dảm kảm] Brave, audacious.

đảm dịch [dảm zịk] Bile.

đảm dịch chất [dảm zik cất] Courage, bravery.

đảm đại [dảm đại] Brave, courageous.

đảm đương [dảm đưəng] To take on, to undertake, to take upon oneself.

đảm hà [dảm hà] To bear the responsibility.

đảm khí [dảm xí] Courage, bravery.

đảm khiếp [dảm xiếp] Coward.

đảm khuẩn [dảm xwẩn] (Fung) Basidiomycetes.

đảm lực [dảm lựk] Courage, bravery.

đảm lượng [dảm lwəng] See đảm lực.

đảm nang [dảm nang] Gall-bladder.

đảm nhận [dảm nận] To assume, to take on, to undertake, to take upon oneself, to shoulder (a responsibility etc...). Đảm nhận quyền hành để làm việc gì: To take upon oneself the right to do something.

đảm nhiệm [dảm niệm] To shoulder the responsibility.

đảm phụ [dảm fụ] To undertake, to assume, to take on, to shoulder.

đảm trấp [dảm trấp] Bile.

đạm bạc [đạm bạk] Insipid; simple, frugal, not costing much. Bữa ăn đạm bạc : Frugal meal; homely dinner.

đạm khí [đạm xí] (Ch) Nitrogen. Đạm-khí-kế : Azotometer.

đạm mạc [đạm mạk] Cold, indifferent, unconcerned.

đạm nhã [đạm nã] Courteous, elegant.

đạm nhiên [đạm nien] Indifferent, cold, unconcerned.

đạm sắc [đạm ʃăuk] Light, pale color.

đạm thúy [đạm θwi] Fresh colour.

đạm tình [đạm tịng] Indifference.

đạm tố [đạm tố] (Ch) Azote.

dan [đan] 1) To knit. Kim đan : Knitting-needde. Máy đan : Knitting-machine. Vớ (bít-tất) của anh đan bằng tay hay bằng máy ? : Are your socks knitted by hand (= hand-made) or machine-made ?. Tôi không thể đan như mẹ tôi : I cannot knit like mother does. 2) To weaver (basket).

dan See đơn.

dan chiếu [dan ciếu] Imperial edict.

dan dược [dan zưrk] Pill.

dan độc [dan độk] (Med) Erysipelas.

dan lưới [dan lưới] To weave a (fish) net.

Đan mạch [dan mạik] (Geog) Denmark.

dan quế [dan kwế] Red cinnamon, (fig) the moon.

dan rổ [dan rổ] To weave a basket.

dan tâm [dan tâm] Fidelity.

dan thanh [dan θaịng] Red and green, painting; beautiful painting.

dan thành [dan θàịng] Fidelity.

dan trì [dan trì] Imperial palace.

đán [dán] Dawn, morning. Tết Nguyên-đán : New Year's day, New Year's Festival.

đán tịch [dán tịk] Morning and evening (short period of time).

đàn [dàn] Flock, herd, drove, troop, flight, pack, cluster. Đàn bò : Drove of oxen.

đàn Musical instrument.

đàn To play music.

đàn Altar. Diễn đàn : Tribune.

đàn anh [dàn aịng] Elders, person of greater age ; person advanced in life ; person who desserves respect because of age and experience. Lời khuyên của đàn anh chúng ta có đáng được luôn luôn noi theo không ? : Is the advice of our elders always worth following ?.

đàn áp [dàn áp] To repress, to suppress, to quell, to squelch, to put down (by force). Đàn áp một cuộc nổi loạn : To put down a rebellion. Đàn áp một phong trào cách mạng : To close down on a revolutionary movement. *Sự đàn áp đẫm máu* : Bloody repression.

đàn bà [dàn bà] Woman, women, lady. *Tiếng đàn bà* : Woman's voice, female voice. *Theo tán một người đàn bà* : To pay one's addresses to a lady. *Tôi không muốn có đàn bà xen vào* : I don't want the women meddling.

đàn bà đẻ [dàn bà dẻ] Woman in childbed.

đàn chim [dàn cim] Flock of birds.

đàn cừu [dàn kùu] Flock of sheep.

đàn địch [dàn dịk] To play musical instruments.

đàn độc huyền [dàn dọk hwièn] One-stringed musical instrument.

đàn em [dàn ɛm] Younger('s rank).

đàn hạch [dàn hạik] To question severely.

đàn hặc [dàn hạwk] To censure, to incriminate.

đàn hòa theo [dàn hwà θɛu] (Mus) To accompany. *Người đàn hòa theo* : Accompanist.

đàn hương [dàn hươŋ] (Bot) Sandalwood.

đàn ong [dàn ɔŋ] Swarm of bees.

đàn ông [dàn oŋ] Male ; man, men. *Trại đàn ông (trong nhà thương)* : Male ward (in a hospital). *Thuộc về đàn ông* : Virile, masculine.

đàn tính [dàn tíŋ] Elasticity.

đàn ty [dàn ty] (Bot) Elater (of livewort, etc...).

đản [dản] Birthday. *Phật-đản* : Buddha's Birthday.

đản bạch chất [dản bạik cất] Albumin.

đản nhựt [dản nựt] Birthday.

đản-bạch-quang [dản bạik kwaŋ] Opalescence.

đạn [dạn] 1) Ball (in a ball-bearing). 2) Cartridge. *Dây lưng đạn* : Cartridge belt. *Đạn bắn không lủng* : Bullet-proof. *Đạn súng trường* : Rifle bullet. *Lỗ đạn* : Bullet-hole. *Bị đạn* : To stop a bullet, to be hit by a bullet. *Không tốn một viên đạn (không bắn một phát súng nào)* : Without firing a shot. *Đạn rớt xuống chúng tôi như mưa* : Bullets were hailing on us. 3) Marble. *Bắn đạn (đánh bi)* : To play marbles.

đạn chì [dạn cì] Sporting shot, dust-shot.

đạn chiếu sáng [dạn ciéu ʃáŋ] Illuminating shell.

đạn dược [dạn zựrk] Ammunition. *Thùng đạn dược* : Ammunition-box. *Binh sĩ chịu đựng đến lúc hết đạn dược* : The troops stood out until their ammunition was exhausted.

đạn đại-bác [dạn dại bák] Cannon-ball.

đạn đạo [dạn dạu] Trajectory, flight.

đạn đạo cao [dạn dạu kau] High trajectory.

đạn đạo tiêu chuẩn [dạn dạu tiau cwởn] Standard trajectory.

đạn đạo trung bình [dạn dạu truŋ bìŋ] Mean trajectory.

đạn đum đum [dạn dum dum] Dumdum bullet.

đạn giả [dạn zả] Dummy ammunition.

đạn không nổ [dạn xoŋ nổ] Blind shell.

đạn mã-tử [dạn mã tử] Blank ammunition.

đạn ria [dạn riə] Dust-shot.

đạn súng [dạn ʃúŋ] Bullet, shot.

đạn thật [dạn θạt] Live ammunition.

đạn trái phá [dạn trái fá] Shell.

đạn vạch sáng [dạn vạik ʃáŋ] Tracer.

đạn xuyên phá [dạn swien fá] Armor-piercing bullet.

đang [daŋ] To be busy, engaged in (doing something) ; to be in the act of (doing something). *Nó đang viết* : He is writing. *Nó đang làm việc* : He is at work. *Đang tìm việc làm* : To be after a job. *Nhà đang cất* : House in the course of building. *Nó đang ăn cơm* : He is having his dinner. *Bệnh nhân đang được điều trị* : Patient under treatment.

đang cất [daŋ kất] Under construction.

đang đêm [daŋ dem] By night, in the middle of the night.

đang khi [daŋ xi] While.

đang lúc [daŋ lúk] While.

đang sửa [daŋ ʃửə] Under repair.

đang tay [daŋ tay] To have the heart to (do something).

đang tâm [daŋ tɔm] See đang tay.

đang thời [daŋ θɔ̀i] At that time, at that moment.

đang tồn tại [daŋ tòn tại] Existent.

đáng [dáŋ] To deserve, to merit. *Nó đáng bị phạt* : He deserves to be punished. *Đáng bị treo cổ* : To deserve hanging.

đáng Worth, worthy, deserving. *Nó đáng bị trừng phạt* : He is worthy of punishment, of being punished. *Người đáng kính trọng* : A worthy man. *Cuốn tiểu thuyết nầy không đáng đọc* : This novel is not worth reading. *Việc ấy không đáng tôi để ý* : It is beneath my notice. *Nó không đáng sống* : He is not fit to live. *Sách đáng đọc* : Book worth reading.

đáng chê [dáŋ ce] Blamable, blameworthy.

đáng chết [dáŋ cét] Worthy of death.

đáng đời [dáŋ dòi] To deserve well.

đáng ghét [dáŋ gét] Abominable, damnable, hateful.

đáng giá [dáŋ ʒá] Valuable, to be worth.

đáng kể [dáŋ kẻ] (Person, thing) Of some account. *Những địch thủ không đáng kể* : Competitors of little account.

đáng khen [dáŋ xɛn] Laudable, praiseworthy, worthy of praise; commendable, meritorious.

đáng khiển trách [dáŋ xiẻn tráik] Censurable.

đáng khinh [dáŋ xiŋ] Despicable, contemptible, deserving to be despised.

đáng kiếp [dáŋ kiép] To deserve well.

đáng kính [dáŋ kiŋ] Worthy of respect, respectable.

đáng lẽ [dáŋ lẽ] Instead of. *Đáng lẽ anh phải nói trước như thế với tôi mới phải* : You should have told me so before.

đáng mặt [dáŋ mɑ̰t] Worthy of (being something).

đáng ngờ [dáŋ ŋɔ̀] Fishy, doubtful.

đáng phạt [dáŋ fɑ̰t] Punishable, worthy of punishment. *Nếu anh làm quấy, anh đáng bị phạt* : If you go wrong, you deserve punishment (deserve to be punished).

đáng sợ [dáŋ ʃɵ] Awesome. *Lửa và khói trong miệng núi lửa là một cảnh đáng sợ* : The fire and smoke in the crater of the volcano were an awesome sight.

đáng thương hại [dáŋ θɯɔŋ hɑ̰i] Piteous, pitiful, pitiable.

đáng tiền [dáŋ tiền] To be worth of it's price.

đáng tin [dáŋ tin] Trustworthy, credible, to be believed.

đáng tội [dáŋ tội] To deserve punishment.

đáng trách [dáŋ tráik] Blameworthy.

đáng trọng [dáŋ trɔ̰n] Respectable, worthy of respect.

đàng [dàŋ] See đường.

đảng [dảŋ] Party ; gang, band. *Bỏ đảng* : To desert one's party. *Nó đã bỏ đảng nó và theo đảng khác* : He has gone over to the other party (left his own and joined the other).

đảng Bảo thủ [dảŋ bảu θủ] The Conservative Party. *Theo đảng bảo thủ* : To follow the conservative party.

đảng bộ [dảŋ bộ] Committee of a party.

đảng Cách mạng [dảŋ káik mạŋ] The Revolutionary Party.

đảng Cấp xã [dảŋ kấp sã] The Radical Socialist Party.

đảng Cấp tiến [dảŋ kấp tiến] The Radical Party.

đảng chương [dảŋ cɯɔŋ] Party program-(me).

đảng Cộng hòa [dảŋ kộŋ hwà] The Republican Party. *Đảng Cộng Hòa nắm chánh quyền* : The Republican Party was in.

đảng Cộng sản [dảŋ kộŋ ʃản] The Communist Party.

đảng Dân chủ [dảŋ zɔn củ] The Democratic Party. *Đảng viên đảng Dân chủ* : Democrat.

đảng đối lập [dảŋ dói lɑ̰p] The party in opposition.

đảng hữu [dảŋ hữu] Comrade.

đảng khôi [dàŋ xoi] Party leader, party head.

đảng kỳ [dàŋ kì] The political party's flag.

đảng Lao động [dàŋ lau doŋ] The Labour Party.

đảng nhân [dàŋ ɲan] Member of a party.

đảng phái [dàŋ fái] Party and faction. *Trận giặc đảng phái* : Party warfare. *Óc đảng phái* : Party-spirit, partisanship. *Có óc đảng phái* : Party-spirited.

đảng tranh [dàŋ traɲ] Party struggle.

đảng trí [dàŋ trí] Absent-minded.

đảng trưởng [dàŋ trưởŋ] Party leader, party head.

đảng ủy [dàŋ wi] Committee of a party.

đảng viên [dàŋ vien] Party member, member of a party.

đãng phụ [dãŋ fụ] Loose woman, dissolute woman.

đãng tính [dãŋ tíŋ] Forgetful, absent-minded.

đãng tử [dãŋ tử] Libertine.

đanh [daiɲ] See đinh.

đanh đá [daiɲ dá] Shrewish (woman).

đanh thép [daiɲ θɛ́p] Energetic, forceful.

đánh [dáiɲ] 1) To beat, to hit, to strike, to thrash ; to combat, to fight. *Đánh người nào bằng gậy* : To beat someone with a stick. *Đánh người nào nhừ tử* : To beat someone black and blue. *Đánh tháo lui* : To beat a retreat. *Đánh kẻ địch* : To beat the enemy. *Đánh vào mặt người nào* : To hit, strike someone in the face. *Đánh địch thủ đại bại* : To give one's opponent a sound thrashing. *Đánh nhau với người nào* : To fight against someone. *Đánh trả lại* : To hit, strike, back. *Ai đánh trước (ai gây sự trước)* ?: Who struck the first blow (i.e. who began the quarrel or fight) ?. *Cây nầy bị sét đánh* : This tree was struck by lightning. *Nó đánh vào cằm tôi* : He struck me on the chin. *Nó vớ lấy cây gậy và đánh tôi* : He seized a stick and struck at me.

2) To play (one's cards). *Ai đánh trước* : Who plays first ?.

đánh bả [dáiɲ bả] To poison.

đánh bạc [dáiɲ bạk] To gamble.

đánh bài [dáiɲ bài] To play cards.

đánh bại [dáiɲ bại] To defeat. *Chúng tôi đánh bại địch ở mặt trận* : We defeated the enemy in the battle.

đánh bạn [dáiɲ bạn] To make friends (with someone), to strike up an acquaintance, a friendship (with someone).

đánh banh [dáiɲ baiɲ] To play tennis.

đánh bạo [dáiɲ bạu] To venture, make bold (to do something) ; to pluck up courage ; to throw off one's shyness ; to take one's courage in both hands.

đánh bật [dáiɲ bật] To dislodge, to drive, to force out. *Binh sĩ của ta đã đánh bật dễ dàng địch ra khỏi các vị trí của chúng* : Our soldiers easily dislodged the enemy from their positions.

đánh bẫy [dáiɲ bẽi] To trap, to ensnare, to set a trap.

đánh bẻ [dáiɲ bẻ] To break.

đánh bi [dáiɲ bi] To play marbles. *Trò đánh bi* : A game of marbles.

đánh bò cạp [dáiɲ bò kạp] *Nó đánh bò cạp* : His teeth chattered (=he was trembling, either from cold or fear).

đánh bọc hậu [dáiɲ bọk hậu] To attack from behind, from the rear, in the rear.

đánh bóng [dáiɲ bóŋ] 1) To polish, rub up (steel, marble, wood) ; to brighten (something) (up) ; to burnish, buff (metal, etc...).

2) To stump, shade (a drawing).

đánh bóng chuyền [dáiɲ bóŋ cwièn] To play volley-ball.

đánh bừa [dáiɲ bừa] To deal out indiscriminate blows.

đánh cá [dáiɲ ká] 1) To fish. *Đánh cá trong một con sông* : To fish a river.

2) To bet, to wager ; to make, lay, a bet. *Cuộc đánh cá* : Bet. *Người đánh cá* : Better, bettor. *Đánh cá với người nào* : To bet with someone.

đánh cá ông [dáiɲ ká oŋ] To hunt whales.

đánh cắp [dáiɲ káwp] To prig, to pinch.

đánh chàm [dáiɲ càm] Hopscotch (a children's game).

đánh chẵn lẻ [dáiɲ cẵn lẻ] To play at odd or even.

đánh chén [dáiɲ cén] To drink alcohol

đánh chết [dáiɲ cét] To beat to death.

đánh chim [dáiɲ cim] To catch bird. *Người đánh chim* : Bird-catcher.

đánh chìm [dáiɲ cìm] To sink, to scuttle (a ship).

đánh chơi [dáiɲ cɔi] To play for love (i.e. for pleasure, not for money).

đánh cờ [dáiɲ kɤ̀] To play (at) chess.

đánh cuộc [dáiɲ kwɔk] To bet, to wager. *Đánh cuộc với người nào :* To bet with someone. *Người đánh cuộc :* Better, bettor.

đánh dấu [dáiɲ zɤ́u] 1) To mark. *Đánh dấu một chỗ trên địa đồ :* To mark a place on the map. *Đánh dấu tên người nào :* To put a tick against someone's name.

2) To accent.

đánh dây thép [dáiɲ zei θép] To telegraph, to wire, to send a telegram. *Đánh dây thép cho người nào :* To wire to someone. *Đánh dây thép kêu người nào đến :* To telegraph someone to come. *Nó đánh dây thép cho biết nó sẽ đến vào buổi trưa :* He telegraphed that he would arrive about midday.

đánh dẹp [dáiɲ zẹp] To repress, to quell, to suppress.

đánh diêm [dáiɲ ziem] To strike a match.

đánh đàn [dáiɲ dàn] To play the piano.

đánh đàng xa [dáiɲ dàŋ sa] To swing one's arms. *Tay nó đánh đàng xa khi nó đi :* His arms swing as he walked.

đánh đáo lạc [dáiɲ dáu lạk] To play at chucks.

đánh đắm [dáiɲ dáɯm] To sink. *Đánh đắm một chiếc tàu :* To sink a ship, to send a ship to the bottom, to scuttle a ship.

đánh đập [dáiɲ dẹp] To beat, to hit.

đánh đĩ [dáɲ dĩ] To prostitute oneself.

đánh điện [dáiɲ diện] To telegraph, to wire. *Đánh điện bảo người nào đến:* To wire for someone.

đánh địt [dáiɲ dịt] To break wind, to fart, to let a fart.

đánh đòn [dáiɲ dɔ̀n] To whip, to flog, to thrash. *Đánh đòn một đứa bé :* To give a boy the stick. *Đánh đòn người nào :* To tan someone's hide, to give someone a good beating.

đánh đổ [dáiɲ dỏ] To knock over, to throw over ; to subvert, to overthrow, to demolish (a theory).

đánh đổi [dáiɲ dổi] To exchange, to barter, to swap.

đánh đơn [dáiɲ dɤn] (In tennis) To play a single. *Đánh đơn đàn ông :* Men's singles.

đánh đu [dáiɲ du] To swing.

đánh đúa [dáiɲ dwə] Stick games.

đánh đùng [dáiɲ dùŋ] Suddenly, all of a sudden.

đánh đuổi [dáiɲ duổi] To chase, to expel.

đánh ghen [dáiɲ gɛn] To make a scene of jealousy.

đánh giá [dáiɲ ʒá] To estimate, to value, to appraise ; to assess. *Đánh giá hàng hóa :* To value goods, to make a valuation of the goods. *Đánh giá công việc đã làm :* To value work done. *Đánh giá sự tổn thất :* To assess the damage. *Đánh giá tài sản để đánh thuế :* To assess a property for taxation. *Sự đánh giá :* Estimation, appraisal, appraisement.

đánh gianh [dáiɲ ʒaiɲ] See đánh tranh.

đánh giày [dáiɲ ʒày] To polish shoes, to shine shoes. *Bàn chải đánh giày :* Shoe-brush. *Người đánh giày :* Shoeblack, bootblack.

đánh giặc [dáiɲ ʒaɯk] To make war.

đánh gió [dáiɲ ʒó] To rub out a cold.

đánh gốc [dáiɲ gók] To stub up, to grub up, the stumps of trees from land.

đánh gỡ [dáiɲ gỡ] (Games) To play the return game.

đánh gươm [dáiɲ gɯəm] To fence, to fight with swords. *Tập đánh gươm :* To practise fencing.

đánh hỏng [dáiɲ hỏŋ] To fail (a candidate). See đánh rớt.

đánh hôi [dáiɲ hoi] To beat someone who has been beaten by another.

đánh hơi [dáiɲ hɔi] To scent, smell (out), nose out (game, etc...) ; to wind. (*Chó săn*) *Đánh hơi con thịt* : (Of dog) To nose out the game. *Con chó đánh hơi con chuột* : The dog nosed out a rat. *Chó săn đánh hơi con chồn* : The hounds winded the fox.

đánh hụt [dáiɲ hụt] To miss one's blow.

đánh kiếm [dáiɲ kiém] To fence.

đánh láng [dáiɲ láŋ] To polish.

đánh lén [dáiɲ lén] See đánh trộm.

đánh liều [dáiɲ liều] To risk, to take a chance. *Đánh liều làm việc gì* : To adventure to do something.

đánh loạn xạ [dáiɲ lwan sạ] To hit out right and left, to hit out a random.

đánh lộn [dáiɲ lộn] To fight, to exchange blows, to come to blow (with someone). *Không thích gì hơn thích đánh lộn* : To like nothing as much as fighting.

đánh lông mày [dáiɲ loŋ mày] To trim one's eyebrows.

đánh lớn [dáiɲ lớn] (Games) To play deep, to play high, to play for high stakes.

đánh lui [dáiɲ lui] To fight off. *Đánh lui quân địch* : To fight off, beat back, the enemy. *Đánh lui một trận tấn công* : To beat off an attack.

đánh luồng [dáiɲ luồŋ] To furrow, to ridge.

đánh lừa [dáiɲ lừa] To deceive, to cheat ; to hoax. *Đánh lừa người nào* : To play a hoax on someone ; to impose on, upon, someone. *Tôi lấy làm tiếc đã đánh lừa nó* : I regret having deceived him.

đánh lưới [dáiɲ luới] To catch with a net.

đánh má hồng [dáiɲ má hòŋ] To rouge one's cheeks.

đánh máy (chữ) [dáiɲ máy] To type, to typewrite. *Máy đánh chữ* : Typewriter. *Người đánh máy chữ* : Typist. *Thuật đánh máy chữ* : Type-

writing. *Đánh máy một bức thơ* : To type a letter.

đánh mất [dáiɲ mất] To lose. *Tôi đã đánh mất chìa khóa rương của tôi rồi* : I've lost the key of my trunk.

đánh móng tay [dáiɲ móŋ tay] To buff one's fingernails.

đánh mùi [dáiɲ mùi] To smell.

đánh ngã [dáiɲ ŋã] To down, to bring down, to strike down, to knock down (an opponent). *Nó đánh ngã địch thủ của nó* : He knocked his enemy down.

đánh nhau [dáiɲ ɲau] To fight. *Đánh nhau với kẻ thù* : To fight against, with, the enemy. *Chúng nó bắt đầu đánh nhau ngay* : They set about each other at once (they began exchanging blows). *Cũng vì chuyện nầy mà chúng nó đánh nhau* : It was for this that they fought.

đánh nhịp [dáiɲ ɲịp] To beat time.

đánh nhỏ [dáiɲ ɲỏ] To play low (in gambling).

đánh nhừ tử [dáiɲ ɲừ tử] To batter about. *Đánh người nào nhừ tử* : To beat someone black and blue.

đánh phá [dáiɲ fá] To attack.

đánh phần [dáiɲ fón] To make oneself up, to paint one's face, to powder, to put powder on one's face. *Mặt đánh phấn* : Made-up face.

đánh phèn [dáiɲ fèn] To clear (water) with alum.

đánh quần [dáiɲ kwèn] To play tennis

đánh quyền [dáiɲ kwièn] To box. *Thuật đánh quyền* : Boxing.

đánh rắm [dáiɲ ráum] To break wind, to fart, to let a fart.

đánh răng [dáiɲ rauŋ] To brush one's teeth. *Đánh răng bằng bàn chải (đánh răng)* : To brush one's teeth with tooth-brush.

đánh rơi [dáiɲ rɔi] To drop.

đánh rớt [dáiɲ rớt] To fail, to pluck (candidate). *Các giám khảo đánh rớt phân nửa số thí sinh* : The examiners failed half the candidates.

đánh sáp [dáiɲ fáp] To beeswax.

đánh sắp ngửa [dáiɲ fóp ŋửa] To toss heads or tails.

đánh số [dáiɲ ʃó] To number. *Đánh số trang* : To page, paginate (book).

đánh sổng [dáiɲ ʃỏŋ] To let escape.

đánh tan [dáiɲ tan]1) To defeat (an army). 2) To divert (a doubt).

đánh tập hậu [dáiɲ tập hụ] To attack from behind, from the rear, in the rear.

đánh té [dáiɲ té] To down, to bring down (an opponent). *Đánh người nào té xuống đất* : To fell someone to the ground.

đánh thác lác [dáiɲ θák lák] To play of ducks and drakes.

đánh tháo [dáiɲ θáu] To rescue (captive, etc...). *Đánh tháo lui* : To beat a retreat.

đánh tháo lui [dáiɲ θáu lui] To beat a retreat.

đánh thia lia [dáiɲ θiə liə] See đánh thác lác.

đánh thuế [dáiɲ θwé] To tax, to impose, lay, levy a tax on (something). *Đánh thuế vật gì* : To lay, levy, a tax on something. *Sự đánh thuế* : Taxation. *Đánh thuế nặng nhà giàu* : To tax the rich heavily. *Đánh thuế đường* : To impose a tax on sugar. *Đánh thuế nặng trà và cà phê* : To lay heavy taxes on tea and coffee.

đánh thuốc độc [dáiɲ θwóɾk dọk] To poison.

đánh thức [dáiɲ θúk] To awake, to awaken, to wake, to waken (someone); to wake (someone) up ; to rouse (someone) ; to arouse (someone) from his sleep. *Đánh thức người nào* : To wake someone (up), to rouse someone (from sleep). *Đánh thức tôi lúc bảy giờ* : Call me, give me a call, a knock, at seven o'clock ; knock me up at seven o'clock. *Đừng đánh thức đứa bé* : Don't wake the baby. *Anh muốn đánh thức mấy giờ ?* : What time do you want to be waked ?.

đánh to [dáiɲ tɔ] See đánh lớn.

đánh trái [dáiɲ trái] *Cú đánh trái* : Back-hand blow.

đánh trả lại [dáiɲ trả lại] To hit back, strike back. *Nếu người nào đánh tôi thì tôi đánh trả lại* : If anyone hits

me, I hit back ; if anyone strikes me I strike back.

đánh tràm [dáiɲ tràm] Hopscotch (a children's game).

đánh tranh [dáiɲ traiɲ] To weave grass together.

đánh tráo [dáiɲ tráu] To exchange a small one for the big one.

đánh trận [dáiɲ trận] To join battle (with) ; to give battle (to).

đánh trật [dáiɲ trật] To miss one's blow.

đánh trộm [dáiɲ trộm] To hit someone when his back is turned.

đánh trống [dáiɲ tróŋ] To beat a drum.

đánh trống lảng (lặp) [dáiɲ tróŋ lảŋ (lặp)] To evade a subject, to divert by speaking another subject.

đánh trứng [dáiɲ trúŋ] To whip eggs, to beat (up) eggs.

đánh trước [dáiɲ trúɾk] (In card games) To lead, to have the lead. *Ai đánh trước ?* : Whose lead is it ?.

đánh úp [dáiɲ úp] To attack by surprise. *Đánh úp địch quân* : To attack the enemy by surprise.

đánh vảy [dáiɲ vảy] To scale (a fish).

đánh vần [dáiɲ vòn] To spell (a word).

đánh vật [dáiɲ vật] To wrestle.

đánh võ [dáiɲ võ] To box.

đánh vòng [dáiɲ vòŋ] To drive a hoop.

đánh vỡ [dáiɲ võ] 1) To break, to shatter. 2) To beat in (door, etc...).

đánh xáp lá cà [dáiɲ sáp lá kà] To struggle hand to hand. *Trận đánh xáp lá cà* : Hand-to-hand fight.

đánh xe [dáiɲ sɛ] To drive a carriage.

đánh xoáy [dáiɲ swái] To steal.

đành [dàiɲ] To acquiesce ; to resign oneself (to something).

đành hanh [dàiɲ haiɲ] Wicked, naughty.

đành lòng [dàiɲ lòŋ] Satisfied, contented (with).

đành phận [dàiɲ fận] To resign oneself to one's fate.

đành rành [dàiɲ ràiɲ] Clear, evident, plain, manifest, obvious.

đành rằng [dàiɲ ràɯŋ] Although, though.

đảnh [dàiɲ] See đỉnh.

đao [dau] Knife.

đao kiếm [dau kiếm] Knife and sword, weapons. .

đao phú thủ [dau fú θủ] Executioner, headsman.

đáo [dáu] To attain, to reach, to arrive at.

đáo đầu [dáu dòu] To arrive at a conclusion.

đáo để [dáu dẻ] 1) Terrible.
2) Excessively, extremely.

đáo kỳ [dáu kì] To fall due.

đáo lý [dáu lí] Reasonable, logical.

đào [dàu] 1) To unearth, to dig up. *Đào khoai tây lên* : To dig (up) potatoes. *Đào một cái hang* : To burrow a hole. *Đào một cái lỗ* : To dig a hole. *Chúng nó đào hai chục thước mới tìm thấy nước* : They dug twenty metres and then found water. *Đào một con đường dưới đất* : To burrow one's way underground. *Nó đào một lỗ sâu dưới đất* : He dug a deep hole in the ground.
2) To unearth. *Anh đào cái nón kia ở đâu ra ?* : Where ever did you unearth that hat ?.

đào Peach. *Cây đào* : Peach-tree. *Hoa đào* : Peach-blossom. *Màu hoa đào* : Peach-colour, peach-blow.

đào To escape, to flee.

đào Actress.

đào binh [dàu biɲ] Deserter.

đào chớp bóng [dàu cớp bɔ́ŋ] Movie star.

đào chú [dàu cú] To form, to create.

đào danh [dàu zaiɲ] To avoid fame.

đào dưỡng [dàu zɯɔ̃ŋ] To cultivate.

đào đất [dàu dớt] To dig, to scoop out the ground. *Đào đất tìm vàng* : To dig for gold.

đào độn [dàu dọn] To evade, to flee.

đào giếng [dàu ʒiéŋ] To dig, bore, sink, a well.

đào hang [dàu haŋ] To burrow, to make a burrow, to dig a hole into the ground.

đào hào [dàu hàu] To dig a ditch.

đào hát [dàu hát] Actress. *Nó đang theo sát một cô đào hát* : He is dangling after, about, round, an actress.

đào hầm [dàu hòm] To dig a trench. *Đào hầm để núp* : To dig oneself in.

đào hoa [dàu hwa] Peach-blossom, (fig) to be lucky in love.

đào học [dàu hɔk] To play truant, to play hooky, to play (the) wag from school.

đào huyệt [dàu hwiẹt] To dig the grave.

đào kép [dàu kɛ́p] Actress and actor.

đào khoai [dàu xwai] To lift potatoes.

đào kiểm [dàu kiểm] Rosy cheeks, (fig) pretty girl.

đào kim [dàu kim] To wash (sand or gold-bearing gravel) to separate gold.

đào kinh [dàu kiɲ] To cut a canal.

đào lên [dàu len] To dig out ; to exhume, to disinter (body).

đào lỗ [dàu lỏ] To dig, mine, a hole.

đào lộn hột [dàu lọn họt] (Bot) Cashew. *Trái đào lộn hột* : Cashew-nut.

đào luyện [dàu lwiẹn] To train, to turn out. *Trường đại học nầy đã đào tạo nhiều người giỏi* : This university has turned out good men. *Trường đã đào tạo nhiều lực sĩ* : School that had turned out a great deal of athletes.

đào lý [dàu lí] Peach and plum.

đào mả [dàu mả] To rifle a tomb.

đào mỏ [dàu mỏ] 1) To work, open up a mine.
2) (Fig) To marry for money. *Người đào mỏ* : Fortune-hunter.

đào mồ [dàu mò] See đào mả.

đào mương [dàu mɯɔŋ] To dig ditch.

đào nạn [dàu nạn] To ward off a danger.

đào nặc [dàu nauk] To take refuge.

đào ngũ [dàu ŋũ] To desert. *Lính đào ngũ* : Deserter. *Đào ngũ sang quân địch* : To go over the enemy.

đào nguyên [dàu ŋwien] Fairyland.

đào non [đàu nɔn] Young peach, (fig) young girl.

đẫu quân [đàu kwɔıı] Deserter.

đào sinh [đàu ʃiɲ] To flee for one's life.

đào sâu [đàu ʃəu] To deepen (a canal, etc...). *Chúng tôi phải đào sâu để tìm nước :* We had to dig deep to find water.

đào tạo [đàu tạu] To form, to create. *Giáo sư nẫy đào tạo được nhiều học sinh giỏi :* This master produces, turns out, good pupils.

đào tẩu [đàu tẩu] To flee, to fly, to run away, to take one's heels; to show a clean pair of heels ; to take to flight, to find safety in flight, to betake oneself to flight.

đào thải [đàu θải] To eliminate, to select. *Sự đào thải :* Elimination, selection. *Sự đào thải tự nhiên :* Natural selection.

đào thế [đàu θế] To retire from the world.

đào thoát [đàu θwát] To escape, to get away.

đào tịch [đàu tịk] To take French leave.

đào tơ [đàu tə] Young girl.

đào tử [đàu tử] Peach.

đào vong [đàu vɔŋ] To flee, to run away.

đào yêu [đàu ieu] Young peach, (fig) marriageable, nubile, girl.

đảo [đảu] Island, isle. *Bán đảo :* Peninsula. *Quần đảo :* Archipelago. *Ở trên đảo :* To live on an island.

đảo 1) To overturn, to turn over. 2) Contradictory.

đảo To pray, to beg, to implore.

đảo bế [đảu bế] (Com) To go bankrupt.

đảo các [đảu kák] To overthrow the government.

đảo cáo [đảu káu] To supplicate, to beseech, to conjure.

đảo chánh [đảu cáiɲ] To overthrow a state. *Cuộc đảo chánh :* Coup d'état.

đảo điên [đảu dien] Upside down, topsy-turvy.

đảo hoang [đảu hwaŋ] Desert island.

Các thủy thủ bị trôi giạt vào một đảo hoang : The sailors were wrecked on a desert island.

đảo loạn [đảo lwạn] In confusion, in disorder ; upside down.

đảo lộn [đàu lọn] To upset, to overthrow, to turn upside down.

đảo ngược [đàu ŋuɽk] To reverse. *Đảo ngược một chánh sách :* To reverse a policy. *Tình trạng của chúng nó bây giờ bị đảo ngược ; An thì nghèo còn Ba thì giàu:* Their positions are now reversed; An is poor and Ba is rich.

đảo trương [đàu truaŋ] (Com) To bankrupt, to fail ; to break, to go to smash.

đảo vận [đàu vạn] Bad luck.

đảo vũ [đàu vũ] To pray for rain.

đạo [đạu] (Not used alone) To steal, to rob.

đạo 1) Road, way. *Dẫn đạo :* To guide, to lead, to show the way.
2) Duty. *Đạo làm con :* Child's duty.
3) Doctrine, religion,

đạo binh [đạu biɲ] Army.

đạo dẫn [đạu dẫn] To guide, to lead, to steer.

đạo diễn [đạu ziễn] Producer, stage-manager.

đạo dụ [đạu zụ] Decree.

đạo đạt [đạu dạt] To express one's opinion

đạo đức [đạu dúk] Virtue, morals, morality. *Đạo đức không nghiêm :* Lax morals. *Đạo đức học :* Ethics. *Giả đạo đức :* Hypocritical. *Làm bộ đạo đức, lên mặt đạo đức :* To play the hypocrite.

đạo gia [đạu ʒa] Taoist.

đạo Gia tô [đạu ʒa to] Catholicism.

đạo giáo [đạu ʒáu] 1) Taoism.
2) Doctrine, religion.

đạo hàm [đạu hàm] (Math) Derivative.

đạo hạnh [đạu hạiɲ] Thought and behaviour.

đạo hữu [đạu hửu] Co-religionist.

đạo Khổng [đạu xổŋ] Confucianism.

đạo Lão [đạn lãu] Taoism.

đạo lộ [đau lọ] Road, way.

đạo luật [đạu lwặt] Law. Đạo luật nầy chỉ có hiệu lực về sau nầy : This law is only prospective.

đạo lý [đạu lí] Dogma, doctrine, principle, belief.

đạo mạo [đạu mạu] Serious, solemn.

đạo nghĩa [đạu ŋiə] Moral principle.

đạo ngôn [đạu ŋon] Preface.

đạo nhân [đạu ɲən] Taoist priest.

đạo nho [đạu ɲɔ] Confucianism.

đạo Phật [đạu fặt] Buddhism. Người theo đạo Phật : Buddhist. Tín đồ đạo Phật : Buddhist believers.

đạo quản [đạu kwản] (Bot) Air-vessel.

đạo quân thứ năm [đạu kwən θứ naum] Fifth column (body of persons to work within a country in time of war on behalf of its enemy). Hoạt động của đạo quân thứ năm : Fifth-column activities.

đạo sĩ [đại ʃi] Taoist.

đạo sư [đạu ʃɯ] Master.

đạo tạ [đạu tạ] To express one's thanks.

đạo tặc [đạu tạwk] Burglars and bandits.

đạo tâm [đạu təm] Religious faith.

đạo thể [đạu θể] Conductor of heat and electricity.

đạo Thiên Chúa [đạu θien cwə]Catholicism.

đạo thống [đau θốŋ]System of a religion.

đạo Tin lành [đạu tin làɲ]Protestantism·

đạo tỳ [đạu ti] Mute.

đạo văn [đạu vaun] To plagiarize.

đạo viện [đạu vien] Monastery, cloister.

đáp [đáp] To answer, to reply. Câu đáp, lời đáp : Answer, reply. Hỏi gì nó đáp nấy, hỏi đâu nó đáp đấy : He has an answer to everything. Đáp lời người nào : To make a reply to someone. Đề đáp lại sự mong mỏi của mình : To answer one's expectations.

đáp To take (train, plane).

đáp 1) (Of bird) To alight.

2) (Of plane) To alight, to land ; to drop to earth, to come to ground. Sự

đáp xuống : Landing, alighting, coming to ground.

đáp biện [đáp biện] To refute.

đáp lại [đáp lại] To answer; to respond. Nó không đáp lại : He made no response. Đề đáp lại sự mong mỏi của mình : To answer one's expectations.

đáp lễ [đáp lễ] To return call (visit, etc..).

đáp phúc [đáp fúk]To answer, to reply.

đáp tàu [đáp tàu] Tôi đáp chuyến tàu sau và đến Sài-gòn thì bắt kịp những người kia : I took the next boat and caught the others at Saigon.

đáp từ [đáp từ] Response, reply.

đáp ứng [đáp ứŋ] To answer.

đáp xuống [đáp suốŋ] 1) (Of bird) To alight. Con bươm bướm đáp xuống hoa : The butterfly alighted on a flower. 2) (Of plane) To alight, to land ; to drop to earth, to come to ground. Cho phi cơ đáp xuống đất : To land an aeroplane. Sân tàu đề phi cơ đáp xuống (trên hàng không mẫu hạm) : Landing-deck (of aircraft carrier).

đạp [đạp] 1) To trample, stamp, on (something) ; to trample down ; to tread (something) under foot ; to tread on with the feet ; to crush under the feet. Đạp lên vật gì: To trample, stamp, tread, on something. Đạp lên cỏ : To trample down the grass. Đạp vật gì dưới chân : To tread something under foot. Bị voi đạp chết : Trodden to death by the elephants. 2) To push away with the sole of one's foot.

đạp đổ [đạp đổ] To destroy.

đạp gai [đạp gai] To run a thorn into one's foot.

đạp lên [đạp len] To trample on.

đạp mái [đạp mái] (Of cock) To tread, copulate with (hen). Sự đạp mái : Tread, copulation.

đạp nguyệt [đạp ŋwiệt] To walk in the moonlight.

đạp thanh [đạp θaiɲ] To walk on the green grass.

đạp thắng [đạp θắuŋ] To put, step, on the brake.

đạt [đạt] To reach, to attain. *Đạt được hạnh phúc :* To attain happiness. *Đạt mục đích :* To bring home the bacon, to succeed in one's undertaking, to effect one's purpose. *Mục đích dễ, khó đạt:* End easy, difficult, of attainment.

đạt đến [đạt dén] To accede, to attain.

đạt lý [đạt li] To penetrate, to understand thoroughly the principles.

đạt thấu [đạt θẩu] To fathom, to penetrate, to comprehend.

đạt tôn [đạt ton] Respectable, worthy of respect.

đạt trí [đạt tri] Enlightened mind.

đạt truyền [đạt trwiền] To transmit.

đạt vận [đạt vạn] To be in luck, in luck's way.

đau [đau] Aching; sore, tender. *Mắt đau :* Sore eyes. *Tôi cảm thấy đau khắp cả mình :* I feel rather achy. *Đau khi đụng đến :* Tender, sore, to the touch. *Tôi đau ở cuống họng :* I have a sore throat. *Để ngón tay lên chỗ đau :* To put one's finger on the sore place. *Chân nó vẫn còn đau :* His foot is still sore, tender. *Đau ở đầu :* To have a pain in the head, to suffer from pain in the head. *Làm bớt đau, làm dịu cơn đau :* Pain-killing. *Răng đau :* Aching tooch ; carious, decaying, diseased, tooth.

đau To ache. *Tôi đau khắp mình mẩy :* I am aching all over.

đau Ill, sick, diseased. *Nó đau rất nặng nhưng một bác sĩ giỏi đã chữa nó hết bịnh :* He was very ill but a good doctor brought him through. *Nó đau đến nỗi không làm việc được :* He is so ill that he is unfit to work.

đau âm ỷ [đau əm ỉ] Dull ache.

đau bao tử [đau bau tử] Stomach-ache; to have a stomach-ache.

đau bão [đau bãu] To have an attack of colic.

đau bụng [đau bụŋ] To have the belly-ache.

đau bụng đẻ [đau bụŋ dẻ] Labour. *Đàn bà đang đau bụng đẻ :* Woman in labour.

đau buồn [đau buồn] Distressed, desolate.

Đau buồn mà chết : **To die of grief.**

đau chân [đau cən] Footsore.

đau cuồng họng [đau kuồŋ họŋ] To have a sore throat.

đau dạ dày [đau zạ zày] To have a stomach-ache.

đau đấu trung [đau dầu truŋ] (Med) Whitlow.

đau đẻ [đau dẻ] (Med) Labour, travail. *Người đàn bà đang đau đẻ :* Woman in labour, woman in travail.

đau đớn [đau dớn] Suffering, painful, sorrowful, dolorous, grievous. *Rất đau đớn vì cái chết của anh mình :* To be badly cut up by the death of one's brother. *Nó đau đớn đến nỗi không thể ngủ được :* He suffers to such a degree that he can't sleep. *Chồng nàng vừa mới chết nên nàng rất đau đớn :* Her husband has just died and she is in great distress. *Đau đớn tinh thần và xác thịt :* Pains of the mind and the body.

đau gan [đau gan] Liver complaint.

đau khổ [đau xỏ] To suffer. *Sự đau khổ :* Suffering, pain, anguish. *Làm người nào đau khổ :* To cause someone anguish. *Chìm đắm trong sự đau khổ :* Plunged in grief. *Âm thầm đau khổ :* To suffer in silence. *Mặt đầy nét đau khổ :* A face that bears the stamp of suffering. *Làm sao anh lại vô tình trước những đau khổ của các trẻ con nầy thế ? :* How can you be so indifferent to the sufferings of these children ?.

đau lại [đau lại] To fall ill again.

đau lậu [đau lụu] (Med) Blennorrhagia, gonorrhoea.

đau khắp mình [đau xấup mịŋ] To be sore, aching, all over. *Tôi đau khắp mình mẩy :* I ache everywhere.

đau lòng [đau lòŋ] Heart-rending, heart-broken, broken-hearted. *Làm người nào đau lòng :* To break someone's heart. *Việc ấy làm tôi đau lòng :* It makes my heart ache, it rives my heart. *Nó đau lòng khi nghĩ đến sự thất bại :* His heart sank at the thought of failure. *Tôi đau lòng lắm :* My heart is broken

đau lưng [dau luɯŋ] Backache

đau mắt [dau mắut] Conjunctivitis.
Bịnh đau mắt hột : Trachoma.

đau nặng [dau nawŋ] Seriously ill. *Nó
đau nặng đến nỗi không nói được* : He
is so ill that he cannot speak.

đau như dần [dau ɲu zàn] To suffer
as if one had been beaten.

đau ốm [dau óm] Sick, ill.

đau phổi [dau fỏi] Lung trouble, lung-
disease.

đau răng [dau zawŋ] Toothache. *Bị
đau răng* : To have toothache. *Anh
đau răng nào ?* : Which toothaches ?.
Đau răng dùng rất tốt : Very good for
toothache.

đau ruột [dau ruột] To have pain in
the intestines.

đau thương [dau θuɯɔŋ] Dolorous, sor-
rowful.

đau tim [dau tim] Heart-disease, heart
complaint.

đau xót [dau sót] To sorrow.

đau yếu [dau iếu] Sick, ill.

đay [day] (Bot) Jute.

đay nghiến [day ɲiến] To grumble, to
complain in a sullen, bad-tempered
way.

đáy [dáy] 1) Bottom. *(Tàu) Chìm tận
đáy* : (Of ship) To go to the
bottom. *Không đáy* : Bottomless. *Hộp
hai đáy* : Box with a false bottom.
Hai đáy : Double-bottomed. *Tàu hai
đáy* : Flat-bottomed boat.
2) Seat (of trousers). *Quần lủng đáy* :
Trousers torn in the seat.

đáy biển [dáy biển] Bottom of the sea.
Mò kim đáy biển : To look for a needle
at the bottom of the sea.

đáy chai [dáy cai] Base of a bottle.

đáy giếng [dáy ʑiếŋ] Bottom of a well.
Nó té xuống đáy giếng : He fell to
the bottom of the well.

đáy hồ [dáy hò] Bottom of a lake. *Bọt
từ đáy hồ nổi lên* : Bubbles rose from
the bottom of the lake.

đáy hộp [dáy họp] Bottom of a box.

Đánh lủng đáy hộp : To knock the
bottom out of a box.

đáy lòng [dáy lɔ̀ŋ] Bottom of one's
heart. *Tự đáy lòng* : From the very
bottom of the heart, in the depth of
the heart. *Lời nói thốt tự đáy lòng* :
Words from the heart.

đáy ly [dáy li] Bottom of a glass.

đáy quần [dáy kwɔ̀n] Seat of trousers.
Thay đáy quần : To reseat a pair of
trousers.

đáy sông [dáy ʃoŋ] Bottom of a river.

đáy tách [dáy táik] Bottom of a cup.
Có vài lá trà ở đáy tách : There were
some tea-leaves in the bottom of the
cup.

đáy tàu [dáy tàu] Bottom of a boat.

đáy thùng [dáy θùŋ] Bottom or head
of a cask. *Ở dưới đáy thùng* : At the
bottom of the cask.

đày [dày] To exile, to banish, to transport,
to deport. *Đày người nào* : To send
someone into exile, to banish someone.

đày đọa [dày dwa] To ill-treat, to mal-
treat, to misuse.

đày tớ [dày tó] Servant, domestic.

đãy [dãy] Bag, sack.

đãy mật [dãy mật] (Anat) Cholecyst.
Thuật mổ đãy mật : Cholecystostomy.

đắc [dắuk] (Not used alone) To obtain,
to get.

đắc cách [dắuk káik] Dismissed.

đắc chí [dắuk ci] Satisfied, content,
pleased.

đắc cử [dắuk kử] Chosen, elect ; suc-
cessful (candidate).

đắc dụng [dắuk zụŋ] To be useful.

đắc đạo [dắuk dạu] To enter into Nir-
vana, to attain Nirvana.

đắc kế [dắuk ké] Successful scheme,
good scheme.

đắc khách [dắuk xáik] To have plenty
of clients, to have many customers.

đắc lợi [dắuk lợi] Profitable, advan-
tageous.

đắc lực [dắuk lựk] Able, capable.

đắc nghi [dɯk ŋi] Opportune, appropriate, suitable.

đắc nhân tâm [dáɯk ɲən təm] To win the hearts of the people.

đắc sách [dáɯk ʃá ik] Successful scheme.

đắc súng [dáɯk ʃùɲ] To win (someone's) love.

đắc thắng [dáɯk θáɯɲ] To be victorious ; to achieve victory.

đắc thất [dáɯk θất] Gain and loss, success and failure.

đắc thể [dáɯk θể] To have the advantage.

đắc thời [dáɯk θài] To have the opportunity.

đắc tội [dáɯk tội] To be guilty.

đắc ý [dáɯk í] Satisfied, content.

đặc [dạɯk] 1) Solid. *Đặc lại* : To become solid. *Khi nước đặc lại thì ta gọi là nước đá* : When water becomes solid, we call it ice.

2) Thick, semi-solid, not watery, stiff. *Xúp đặc* : Thick soup.

3) Strong (tea, coffee). *Pha cà phê đặc thêm một chút* : To make the coffee a little stronger.

4) Condensed. *Sữa đặc* : Condensed milk.

5) Solid, not hollow. *Vỏ đặc* : Solid tyre.

đặc Special.

đặc ân [dạɯk ən] Special favour.

đặc biệt [dạɯk biệt] Characteristic, special, distinctive ; extraordinary ; specific. *Đặc biệt phí* : Extraordinary expenditures. *Giá đặc biệt* : Special price. *Công tác đặc biệt* : Special mission.

đặc cách [dạɯk káik] As an exception.

đặc chất [dạɯk cất] Peculiar matter.

đặc dị [dạɯk zị] Distinctive ; particular, peculiar.

đặc đãi [dạɯk dãi] To treat exceptionally well.

đặc điểm [dạɯk diểm] Characteristic, special mark.

đặc gật [dạɯk gật] Very dense.

đặc giá [dạɯk sá] Exceptional price.

đặc huệ [dạɯk hwệ] Special favour.

đặc hứa [dạɯk hưá] Patent.

đặc khóa [dạɯk xwá] Special examination.

đặc lại [dạɯk lại] To freeze ; to coagulate. *Dầu đặc lại* : The oil is freezing.

đặc nhiệm [dạɯk ɲiệm] Special mission.

đặc phái [dạɯk fái] To send on a special mission.

đặc phái viên [dạɯk fái vien] Special correspondent. *Báo chí gởi đặc phái viên ra mặt trận lúc có chiến tranh* : Newspapers send special correspondents to the front in time of war.

đặc phí [dạɯk fí] Extraordinary expenditures.

đặc quánh [dạɯk kwáiɲ] Compact.

đặc quyền [dạɯk kwiền] Privilege, prerogative, special right. *Cho người nào vài đặc quyền* : To grant someone certain privileges. *Tôi sẽ không nhường lại một chút đặc quyền nào của tôi cả* : I shall not yield one iota of my privileges.

đặc sai [dạɯk ʃai] To send on a special mission. Envoy.

đặc sắc [dạɯk ʃáɯk] Characteristic, distinctive, outstanding.

đặc sệt [dạɯk ʃẹt] Very thick.

đặc sinh [dạɯk ʃiɲ] (Med) Cryptogenetic.

đặc sứ [dạɯk ʃứ] Special envoy, ambassador extraordinary. *Sáng thứ Hai, ông X, Đặc sứ toàn quyền của Hoa-Kỳ đã trình ủy nhiệm thơ cho Quốc-Trưởng tại Dinh Gia-Long* : Mr X, Ambassador Extraordinary and Plenipotentiary of the United States, Monday morning presented his credentials to the Head of State at Gia-Long Palace.

đặc tài [dạɯk tài] Exceptional talent, exceptional ability.

đặc thù [dạɯk θù] Characteristic, special.

đặc tính [dạɯk tíɲ] Attribute ; characteristic, nature, property. *Tiếng nói là đặc tính của con người* : Speech is a attribute of man. *Đặc tính của cá là lội* : The nature of fish is to swim. *Đá nam châm có đặc tính hút sắt* : A magnet has the property of attracting iron.

đặc tính kỹ thuật [dạuk tíṗ ki θwʔt] Technical characteristics.

đặc tính quân sự [dạuk tíṗ kwən ʃɯ] Military characteristics.

đặc tính thể chất [dạuk tíṗ θè cót] Physical characteristics.

đặc trưng [dạuk trɯŋ] Speciality.

đặc trường [dạuk trɯờn] Special forte, strong point.

đặc ước [dạuk ứrk] Special contract.

đặc viên [dạuk vien] Special agent.

đặc vụ [dạuk vụ] Special function.

đặc xá [dạuk sá] Special amnesty.

đăm chiêu [dạɯm cieu] Anxious.

đăm đăm [dạɯm dạɯm] Nhìn đăm đăm : To gaze at, to stare at, to look hard at.

đẵm [dáɯm] (Of ship) To sink, to suffer shipwreck.

đẵm To wallow in, to give oneself up completely to.

đẵm đuổi [dáɯm duối] Distractedly, passionately. Yêu người nào một cách say mê, đẵm đuổi : To love someone to distraction ; to love someone wildly and passionately.

đẵm nguyệt say hoa [dáɯm ŋwiệt ʃay hwa] To wallow in pleasures.

đẵm Calm, deep.

đẵm thẳm [dàɯm θảɯm] Profound.

đẵm [dāɯm] To wallow in (water or mud).

đẵm Mắt đẵm lệ : Eyes swimming with tears, eyes full of tears.

đắn đo [dáɯn dɔ] To consider carefully, to deliberate, to ponder, to weigh. Đắn đo lợi hại : To weigh the pros and cons. Đắn đo lời nói : To measure, weigh, one's words. Lời nói đắn đo, cẩn thận : Measured language.

đẵn [dāɯn] To cut down, to chop down (tree).

đăng [dạɯŋ] (Not used alone) Lamp, light. Hải đăng : Lighthouse.

đăng 1) (Not used alone) To ascend, to mount.

2) To register, to record.

đăng To insert, to put (an advertisement in a paper). Đăng quảng cáo trên báo : To advertise in a paper ; to put an advertisement in the paper.

đăng Heck.

đăng bạ [dạɯŋ bạ] To register.

đăng báo [dạɯŋ báu] To insert (an advertisement) in a paper. Người ta thường đăng báo tìm người làm : People often advertise for servants in the newspapers.

đăng cực [dạɯŋ kɯk] To ascend (accede to, come to) the throne ; to mount the throne. Lễ đăng cực : Coronation, enthronement.

đăng đài [dạɯŋ dài] To mount the stage.

đăng đàn [dạɯŋ dàn] To ascend the pulpit.

đăng đồ [dạɯŋ dò] To start on one's way, to set out.

đăng hiệu [dạɯŋ hiệu] Signal-lamp.

đăng hoa [dạɯŋ hwa] Lamp-wick.

đăng hỏa [dạɯŋ hwả] Lamp and fire, (fig) studies.

đăng khoa [dạɯŋ xwa] To pass an examination.

đăng ký [dạɯŋ ki] To register.

đăng lâm [dạɯŋ ləm] To walk in the wood.

đăng lâu [dạɯŋ ləu] To go, walk, upstairs.

đăng lính [dạɯŋ líṗ] To enlist, to join up ; to enroll (oneself) in the army, to join the army. Sự đăng lính : Enlistment.

đăng lục [dạɯŋ lụk] To register.

đăng lục (Mil) To land.

đăng quang [dạɯŋ kwaŋ] Coronation, enthronement.

đăng quang Lamplight.

đăng sơn [dạɯŋ ʃơn] To ascend a mountain.

đăng tải [dạɯŋ tải] To insert in a paper.

đăng tâm [dạɯŋ təm] Lamp-wick.

đăng tâm thảo [dạɯŋ təm θảu] (Bot) Pith.

đăng ten [ɗaɯŋ tɛn] Lace. *Nhà làm đăng-ten:* Lace-manufacture. *Người làm đăng-ten:* Lace-maker. *Nghề làm đăng-ten:* Lace-making. *Gối có viền đăng-ten:* Lace-pillow. *Cửa sổ có treo màn đăng-ten:* Windows hung with lace curtains.

đăng tên [ɗaɯŋ ten] To put down one's name. *Sự đăng tên:* Entry. *Có hai chục đấu thủ đăng tên:* There are twenty entries.

đăng thiên [ɗaɯŋ θiɛn] To go to haven, (fig) difficult thing.

đăng thời [ɗaɯŋ θ ə̀i] Immediately.

đăng tiên [ɗəɯŋ tien] To go up to Fairyland, (fig) to die, to pass on.

đăng trình [ɗaɯŋ triŋ] To set out, to start on one's way.

đăng vị [ɗaɯŋ vị] To ascend (accede to, come to) the throne; to mount the throne.

đắng [ɗáɯŋ] Bitter (taste). *Vị đắng:* Bitterness. *Đắng như bồ hòn:* As bitter as wormwood. *Miệng tôi đắng:* I have a bitter taste in my mouth.

đắng cay [ɗáɯŋ kay] Bitter and peppery; painful.

đắng đắng [ɗáɯŋ ɗáɯŋ] Rather bitter.

đắng miệng [ɗáɯŋ miẹŋ] To have a bitter taste in one's mouth.

đắng nghét [ɗáɯŋ ŋét] Very bitter.

đằng [ɗàɯŋ] Direction. *Đằng nào?:* Which direction?, which way?.

đằng ấy [ɗàɯŋ ấi] Over there.

đằng đẵng [ɗàɯŋ ɗáɯŋ] For a long time.

đằng hắng [ɗàɯŋ háɯŋ] To clear one's throat.

đằng kia [ɗàɯŋ kiə] Over there.

đằng la [ɗàɯŋ la] Climbing plants, (fig) concubine.

đằng lục [ɗàɯŋ lụk] To recopy.

đằng nầy [ɗàɯŋ nầi] Here, over here.

đằng vân [ɗàɯŋ vən] (Of supernatural beings) To fly.

đằng xa [ɗàɯŋ sa] In the distance, far away. *Thấy vật gì ở đằng xa:* To see something in the distance. *Chúng tôi thấy một người đằng xa:* We saw a man in the distance. *Nhà có cây cối chung quanh nên đằng xa không thể thấy được:* The house has trees round it and cannot be seen from a distance.

đẳng [ɗàɯŋ] Rank, degree, grade, class. *Sơ đẳng:* Elementary.

đẳng áp [ɗàɯŋ áp] Constant pressure.

đẳng bào-tử [ɗàɯŋ bàu tử] (Bot) Isosporous.

đẳng biên [ɗàɯŋ biên] (Geom) Equilateral.

đẳng cấp [ɗàɯŋ kớp] Grade, rank.

đẳng chu [ɗàɯŋ cu] Isoperimetric(al).

đẳng giác [ɗàɯŋ ʝák] 1) (Geom) Equiangular.

2) Isogonal, isogonic.

đẳng hạng [ɗàɯŋ hạŋ] Category, rank.

đẳng khuynh [ɗàɯŋ xwiŋ] Isoclinal. *Đường đẳng khuynh:* Isoclinal line.

đẳng liệt [ɗàɯŋ liệt] See **đẳng cấp**.

đẳng lượng [ɗàɯŋ lwəŋ] Isodynamic.

đẳng nhiệt [ɗàɯŋ ɲiệt] Isothermic, isothermal, isothermous. *Đường đẳng nhiệt:* Isothermal line.

đẳng phương [ɗàɯŋ fwəŋ] (Ch, Ph) Isotropic. *Tính đẳng phương:* Isotropy, isotropism.

đẳng sắc [ɗàɯŋ ʃáɯk] Isochromatic.

đẳng thể [ɗàɯŋ θé] (Ph) Equipotential.

đẳng thời [ɗàɯŋ θ ə̀i] Isochronic, isochronous, isochronal.

đẳng thứ [ɗàɯŋ θứ] Rank, order.

đẳng trật [ɗàɯŋ trạt] Grade, rank.

đặng [ɗạɯŋ] See **được**.

đặng *Đặng hắng:* To clear one's throat.

đắp [ɗáɯp] 1) To embank, to bank (up) (road, etc...).

2) To cover with.

đắp bờ [ɗáɯp b ə̀] To embank, to bank (a river).

đắp chăn [ɗáɯp caɯn] To cover with a blanket.

đắp chiếu [ɗáɯp ciếu] To cover with a mat.

đắp đập [ɗáɯp ɗạp] To dam up.

đắp đất [đáưp đất] To earth up, to cover (roots of plants) with earth. *Đắp đất rễ cây* : To earth up the roots of a tree. *Đắp đất chung quanh gốc cây* : To bank up the foot of a tree.

đắp đê [đáưp đe] To embank.

đắp điếm [đáưp điếm] To cover, to protect.

đắp đổi [đáưp đổi] *Sống đắp đổi qua ngày* : To live from day to day, from hand to mouth.

đắp đường [đáưp đưầŋ] To embank a road.

đắp lũy [đáưp lwĩ] To entrench.

đắp mền [đáưp mèn] To cover with a blanket.

đắp nền [đáưp nèn] To lay the foundation (of a building).

đắt [đáưt] Expensive, dear, costly, high-priced. *Bán đắt :* 1) To sell dear, at a high price. 2) To sell well.

đắt To be in great demand. *Bán đắt như tôm tươi* : To sell like hot cakes.

đắt chồng [đáưt còŋ] (Of young girl) To have many suitors.

đắt đỏ [đáưt đỏ] Dear, expensive. *Đời sống ở Saigon rất đắt đỏ* : The cost of living is very high in Saigon.

đắt hàng [đáưt hàŋ] To have considerable custom, a large connection ; to have plenty of business. *Dạo nãy có đắt hàng không ?* : How is business these days ?.

đắt khách [đáưt xáik] To have a large custom. *Cửa hàng đắt khách* : Shop with a large custom, does a thriving business.

đắt lời [đáưt lời] To be listened to.

đắt như tôm tươi [đáưt ɲư tom tươi] To sell like hot cakes.

đắt vợ [đáưt vợ] (Of young man) Highly eligible.

đặt To place, to put, to lay, to set, to fix, to depose. *Bị đặt vào một tình thế khó khăn* : To be awkwardly placed. *Đặt một cái hôn lên tay người nào* : To set a kiss upon someone's hand. *Đặt người bịnh nằm dài trên giường* : To lay a sick man (at full length) on a bed. *Đặt tai vào*

cửa : To put one's ear to the door. *Đặt người nào một câu hỏi* : To put, propound, a question to someone. *Đặt tất cả hy vọng của mình vào người nào, việc gì* : To set all one's hopes on someone, on something. *Đặt một cái hôn lên trán người nào* : To impress a kiss on someone's forehead. *Nó đặt tay nó lên vai tôi* : He laid his hand on my shoulder. *Đặt quyền lợi tối cao của Tổ quốc và Dân tộc lên trên hết* : To place the highest interest of the Fatherland and of the People above all consideration.

đặt [đạưt] To bespoke, to order in advance. *Giày đặt* : Bespoken shoes. *Quần áo đặt may* : Tailor-made clothes, made-to-measure clothes, (U.S.A.) custom clothes.

đặt To command, order (something). *Đặt một bữa ăn, một cái áo mới* : To order a dinner, a new coat. *Bộ quần áo đặt* : Bespoke suit. *Tác phẩm do nhà xuất bản đặt trước* : Work commissioned by the publisher.

đặt [đạưt] To invent, to coin, to fabricate (story, new word).

đặt (Of gambling) To stake. *Đặt lớn* : To stake heavily. *Đặt hai chục đồng* : To stake twenty piastres. *Đặt hết tiền* : To stake one's all.

đặt bàn [đạưt bàn] To lay, set, the table. *Đặt bàn cho ba người ăn* : To lay for three. *Nàng đặt bàn cho năm người ăn* : She set the table for five people.

đặt bày [đạưt bày] To invent, to fabricate, to make up.

đặt câu [đạưt kâu] To construct, to construe, a sentence.

đặt chuyện [đạưt cwiện] To invent, to make up, to concoct, to fabricate, to feign.

đặt cọc [đạưt kọk] To pay a deposit, to give an earnest. *Đặt cọc cho người nào* : To give an earnest to someone. *Đặt cọc một ngàn đồng* : To leave a thousand piastres as deposit. *Đặt cọc để mua hàng hóa* : To pay a deposit on goods. *Tiền đặt cọc* : Earnest (money), deposit.

đặt để [đạưt để] To invent, to fabricate.

đặt điều [dạưt diều] To forge, to fabricate, to make up (stories).

đặt đít [dạưt đít] To sit down.

đặt lưng [dạưt lưŋ] To lie down.

đặt mình [dạưt mìɲ] To lie down.

đặt mua [dạưt mwə] To order. Đặt mua hàng hóa ở Việt-nam : To order goods from Viet-nam. Đặt mua trước một quyển sách sắp xuất bản : To subscribe for a book.

đặt ra [dạưt ra] 1) To invent, to fabricate, to coin; to create. Đặt ra một mốt mới : To create a fashion. Tôi không biết ai đã đặt ra chuyện ấy : I don't know who coined that story.

2) To mint, to invent. Đặt ra một chữ mới : To mint a new word.

đặt rượu [dạưt rượu] To distil spirit.

đặt tên [dạưt ten] To name, to give a name. Đặt tên cho một đứa bé : To give a child a name.

đặt tiền trước [dạưt tiền trứrk] To advance money (to someone).

đặt trước [dạưt trứrk] 1) To bespeak, to order in advance; to ask for something to be kept or make ready.

2) To deposit, to pay a deposit. Tôi muốn ông đặt trước một phần tư số tiền : I should like you to deposit a quarter of the price.

đâm [dəm] To prick, to stab, to stick, to thrust. Đâm lủng trái banh : To prick a balloon. Đâm một lỗ vào vật gì : To prick a hole in something. Bị đâm ở ngón tay : To prick one's finger. Đâm lén người nào : To stab someone in the back. Đâm chết người nào : To stab someone to death. Đâm gươm xuyên qua mình người nào : To run a sword through someone's body; to run someone through the body with a sword. Nó bị lưỡi lê đâm xuyên qua : He was run through by a bayonet. Đâm dao nhíp vào vật gì : To jab a penknife into something. Đâm kim gút xuyên qua vật gì : To stick a pin through something. Đâm người nào bằng lưỡi lê : To stick someone with a bayonet. Cây kim đâm vào tay tôi :

The needle stuck in my finger. Đâm dao găm vào lưng người nào : To thrust a dagger into someone's back. Nó đâm dao găm vào tim kẻ thù : He thrust a dagger into his enemy's heart.

đâm To pound, to bray.

đâm bị thóc, chọc bị gạo [dəm bị ɲɔk, cɔk bị gạu] To set someone against someone.

đâm bổ [dəm bổ] To dive down. Đâm bổ xuống quân địch : To dive down on an enemy.

đâm bông [dəm boŋ] To flower, to bloom, to blossom.

đâm chết [dəm cét] To stab to death. Ông ấy bị đâm chết : He was stabbed to death.

đâm chói [dəm còi] (Bot) To shoot, to bud; to come out (in bud); to flush.

đâm cuồng [dəm kuồŋ] To go crazy, to go mad.

đâm đầu [dəm dầu] To throw oneself (into).

đâm gạo [dəm gạu] To pound rice.

đâm hoa [dəm hwa] To flower, to bloom, to blossom.

đâm hoảng [dəm hwảŋ] To fall into a panic.

đâm họng [dəm hɔŋ] To stab someone's throat.

đâm khùng [dəm xùŋ] To go crazy, to go mad.

đâm lao [dəm lau] To throw the javelin. Đâm lao thì phải theo lao : We must go through with it; the thing is done and we must face the consequences.

đâm lén [dəm lén] To stab (someone) in the back.

đâm liều [dəm liều] To become bold.

đâm lo [dəm lɔ] To become worried.

đâm lủng [dəm lủŋ] To perforate, to make a hole, an opening, in (something).

đâm lười [dəm lười] To become lazy.

đâm mầm [dəm mầm] (Bot) To bud.

đâm mộng [dəm mọŋ] (Bot) (Of seeds) To germinate, to sprout.

D

đâm nhỏ [dəm ɲɔ̉] To bray ; to pound, beat small.

đâm ra [dəm ra] Đâm ra ưa vật gì : To take a liking to, for, something.

đâm rễ [dəm rẽ] To root, to take root, strike root. Cây đâm rễ dưới đất : The plant strikes its roots into the soil.

đâm sầm [dəm sầm] To run into.

đấm [dɔ̌m] To punch, to strike hard with the fist. Quả đấm, cú đấm : Punch, blow, thump, buffet. Đấm vào mặt người nào : To punch someone's face ; to give someone a punch in the face. Tống cho người nào một đấm : To strike out at someone, to deal a blow at someone, to deal someone a blow. Đấm mạnh xuống bàn : To thump (on) the table. Nó đấm mạnh xuống bàn : He banged his fist on the table, he struck the table a heavy blow.

đấm bóp [dɔ̌m bɔ̌p] To massage. Sự đấm bóp bằng tay : Hand massage.

đấm đá [dɔ̌m dá] To fight, to come to blows and kicks.

đấm họng [dɔ̌m hɔ̌ŋ] To bribe.

đấm mồm [dɔ̌m mòm] To bribe, to stop (someone's) mouth.

đấm ngực [dɔ̌m ŋɯk] To beat one's breast.

đấm thèm [dɔ̌m θèm] To disdain.

đầm [dəm] Pond.

đầm French lady. Nhảy đầm : To dance.

đầm Rammer.

đầm ấm [dəm ɔ̌m] Sweet, happy.

đầm đất [dəm dɔ̌t] To ram earth.

đầm đìa [dəm dìə] Suffused, deluged (with tears). Đầm đìa nước mắt : Deluged with tears. Má đầm đìa nước mắt : Cheeks suffused with tears. Mặt đầm đìa nước mắt : Face bathed in tears. Mình nó đầm đìa mồ hôi : He was running with sweat.

đầm lầy [dəm lèi] Bog, marsh.

đầm [dɔ̌m] Wet (with). Cỏ đẫm sương : The grass was wet with dew.

đẫm máu [dɔ̌m máu] Sanguinary, bloody. Trận đánh đẫm máu : A sanguinary battle. Sự đàn áp đẫm máu : Bloody repession.

đậm [dəm] 1) Dark, deep (colour). Màu xanh đậm : Dark blue, deep blue. Áo dài màu đậm : A dark - coloured dress. 2) Strong (coffee, tea). Pha cà phê đậm thêm một chút : To make the coffee a little stronger. 3) Heavy, fat, bold faced, fat–faced (type). 4) Very. Thua đậm : To lose heavily.

đậm đà [dəm dà] Warm, friendly, charming. Làm cuộc nói chuyện thêm đậm đà : To liven up the conversation.

đần [dòn] Silly, stupid, foolish.

đần độn [dòn don] Foolish, stupid, block-headed.

đấng [dɔ̌ŋ] Đấng anh hùng : A hero. Đấng tạo hóa : The Creator.

đập [dəp] Dam, barrage. Có nhiều đập ngang sông Nile : There are several dams across the Nile.

đập 1) To beat, to thrash, to smash ; to flutter. Đập người nào bằng gậy : To beat someone with a stick. Cá đập nước bằng đuôi : Fish that thrashes the water with its tails. Làm trái tim người nào đập mạnh : To make some-one's heart flutter. Đập mạnh vào cửa : To batter at the door. Mưa đập vào cửa kiếng : The rain was beating against the window-panes. Nó sợ quá nên hai đầu gối nó đập vào nhau : He was so much afraid that his knees knocked together.

2) (Of the heart, pulse, etc...) To throb, to beat.

đập bể [dəp bẻ] To break, to smash. Đập bể vật gì ra từng mảnh : To smash something to pieces ; to break some-thing in (to) pieces. Đập bể cửa : To smash the door open.

đập bụi [dəp bụi] To beat the dust from (carpet, clothes, etc...). Đập bụi vật gì : To beat out the dust from some-thing.

đập cánh [dəp káiɲ] (Of bird) To beat its wings.

đập lúa [dạp lwɔ] To thresh corn. *Sân đập lúa* : Threshing-floor. *Người đạp lúa* : Thresher. *Máy đập lúa* : Threshing machine, thresher.

đập vỡ [dạp vỡ] To break, to smash, to shatter.

đất [dất] Earth, soil, ground, land. (*Phi cơ*) *Hạ xuống đất* : To drop to earth. *Ngồi xuống đất* : To sit down on the ground. *Ngủ dưới đất* : To sleep on the (bare) ground. *Đặt, áp tai xuống đất* : To put one's ear to the ground. *Dưới đất, trong lòng đất*: Underground. *Sợi dây đứt và nó té xuống đất* : The rope broke and he fell to the ground. *Chặt, đốn cây sát mặt đất* : To cut a tree to the ground. *Đất có thể cày cấy được* : Arable land. *Đất nào cây dẻ gai cũng sống được* : The beech adapts itself to any soil. *Nằm dài dưới đất* : To lie down on the ground. *Nó đớng cây nọc xuống đất* : He set the stake in the ground.

đất bán [dất bán] Land to sell, to be sold.

đất bằng [dất bàuŋ] Level, even ground.

đất bỏ hoang [dất bỏ hwaŋ] Waste land, waste ground.

đất bồi [dất bồi] Alluvium, alluvial soil, accreted land.

đất cát [dất kát] 1) Sandy soil.

2) Land.

đất đai [dất dái] Ground, land.

đất gò [dất gɔ] Stubborn soil (difficult to plough).

đất hoang [dất hwaŋ] Waste ground, waste land. *Bỏ đất hoang* : To lay land fallow.

đất hưu canh [dất hưu kaiŋ] Fallow ; land that is allowed to rest.

đất khách [dất xáik] Foreign land.

đất lạ [dất lạ] Foreign land.

đất lầy [dất lầi] Curragh, marshy land.

đất liền [dất liền] Mainland, continent.

đất mùn [dất mùn] Humus.

đất phân [dất fən] (Hort) Humus, leaf mould, vegetable mould.

đất nước [dất núrk] Country, land.

đất phì nhiêu [dất fi. ɲieu] Fertile land, fertile soil.

đất phù sa [dất fù ʃa] Alluvium, alluvial soil.

đất sét [dất ʃét] Clay, argil. *Có đất sét* : Clay-bearing, argilliferous. *Chỗ lấy đất sét* : Clay-field. *Đất sét chịu nóng* : Fire-clay.

đất sét trắng [dất ʃét tráuŋ] (Cer) Kaolin, porcelain clay, china clay.

đất sình [dất ʃiŋ] Watery land.

đất sỏi [dất ʃɔi] Gravelly soil.

đất Thánh [dất θáiŋ] 1) Holy Land.

2) Graveyard, cemetery.

đất thổ [dất θổ] Clay.

đất tốt [dất tót] Fertile land, fertile soil.

đất trống [dất tróŋ] Vacant land.

đất ướt [dất uất] Wet land.

đất xấu [dất ʃấu] Poor land.

đất xốp [dất ʃốp] Light soil, loose soil, loose-earth, open soil.

đâu [dəu] Where, somewhere, anywhere, everywhere. *Nó ở đâu ?* : Where does he live ?. *Anh đi đâu đó ?* : Where are you going ?. *Anh muốn đi đâu thì đi* : Go where (anywhere) you like. *Để đâu cũng được* : Put it down anywhere. *Tôi không biết nó ở đâu* : I don't know where he lives. *Anh đọc cái đó ở đâu ?* : Where did you read that ?.

đâu Not, not at all. *Tôi không đi đâu* : I'm not going. *Tôi sẽ không để anh bị ngược đãi đâu* : I will not allow you to be ill-treated.

đâu dám [dəu zám] To dare not. *Nó đâu dám cãi lại tôi* : He dared not contradict me.

đâu đâu [dəu dəu] Everywhere.

đâu đây [dɔu dei] Somewhere, some place around here, not far from here. *Tôi chắc nó còn trốn đâu đây* : I am sure he is hiding somewhere.

đâu đấy [dəu déi] See **đâu đây**.

đâu đó [dəu dɔ́] Somewhere.

đâu mặt [dəu mạʊt] To confront, to stand opposite to. *Nhà đâu mặt với nhà tôi chúng* : The house opposite to ours.

Nhà tôi đâu mũt với nhà anh : My house confronts with yours.

đâu nào [dɔu nàu] Where ?.

đâu ra đây [dɔu ra đéi] In order.

đâu [đóu] Bushel, peck ; a measure used for dry goods.

đâu To battle, to fight. *Trận quyền thuật đã đấu hôm qua :* The boxing match was fought yesterday.

đâu To accuse, to denounce in public trial.

đâu bò [đóu bò] Bull-fight.

đâu bút [đóu bút] To polemize.

đâu chí [đóu cí] Fighting spirit.

đâu chiên [đóu cién] To fight, to battle, to combat.

đâu cụ [đóu kụ] Arms.

đâu diễm [đóu ziễm] Beauty competition.

đâu dịu [đóu zịu] To give up one's previous position after a quarrel.

đâu giá [đóu ɟá] *Bán đấu giá :* To sell by auction. *Cuộc bán đấu giá :* Auction sale, (sale by) auctio﹒. *Người bán đấu giá :* Auctioneer. *Phòng bán đấu giá :* Auction-room. *Bán đấu giá vật gì :* To sell something by auction. *Đem vật gì bán đấu giá :* To put something, up, to, for auction.

đâu gươm [đóu gươm] To fence, to fight with swords. *Thuật đấu gươm :* Fence, fencing.

đâu hạm [đóu hạm] Warship.

đâu khẩu [đóu xɔu] To quarrel, to squabble, to wrangle, to dispute. *Cuộc đấu khẩu :* Quarrel, dispute.

đâu kiếm [đóu kiếm] To fight with swords.

đâu lực [đóu lựk] To compete (with someone) in strength.

đâu lý [đóu lí] To reason. *Cuộc đấu lý :* Duel of reason.

đâu quả [đóu kwả] (Bot) Cupule.

đâu quyền [đóu kwièn] To box, to fight with the fists. *Trận đấu quyền :* Boxing-match.

đâu súng [đóu ʃúŋ] Fight with pistols. *Cuộc đấu súng :* Pistol duel.

đâu thầu [đóu θɔu] To contract, to bid. *Cuộc đấu thầu :* Bid, contract. *Người đấu thầu :* Contractor. *Đấu thầu để cung cấp than :* To make a contract for a supply of coal. *Cáo thị đấu thầu :* Invitation to bid. *Hãng quyết định đấu thầu xây cất cái cầu mới :* The firm decided to bid on the new bridge.

đâu thú [đóu θủ] Competitor, rival, opponent.

đâu tố [đóu tố] To accuse, to denounce in public trial.

đâu tranh [đóu traɲ] To struggle.

đâu trí [đóu trí] To match wits. *Cuộc đấu trí :* Combat of wits, duel of wits, intellectual contest.

đâu trường [đóu trườŋ] Place where public trials are held.

đâu vật [đóu vạt] To wrestle. *Trận đấu vật :* A wrestling-match. *Người đấu vật :* Wrestler.

đâu võ [đóu võ] To box. *Trận đấu võ :* Boxing-match.

đâu xạ [đóu sạ] Shooting-match, shooting-competition.

đâu xảo [đóu sảu] *Cuộc đấu xảo :* Competitive show.

đâu [đòu] Head. *Nhức đâu :* To have a headache, to have a bad head, to have a head on one. *Từ đầu đến chân :* From head to foot, from head to toe, all over the body. *Nó cao hơn em nó một cái đầu :* He is taller than his brother by a head. *(Ngựa đua) Thắng, hơn một đầu ngựa :* (Of horse) To win by a head. *Con ngựa thắng một cái đầu :* The horse won by a head. *Chém đầu người nào :* To strike off someone's head. *Nó gật đầu tỏ vẻ bằng lòng :* He signified his acquiescence by a nod. *Đánh vào đầu nó :* Hit him on the head. *Nợ lút đầu :* Head over heels in debt. *Đụng đầu vào cửa :* To run one's head against the door. *Nó cao hơn tôi một cái đầu :* He is a head taller than I am ; he is taller than I by a head.

đâu Beginning ; end. *Lúc đầu, ban đầu*

ngay lúc đầu : From the outset. *Từ đầu đến cuối :* From beginning to end, from start to finish ; from end to end. *Tôi đã đọc quyền sách từ đầu đến cuối :* I' ve read the book from beginning to end. *Vào đầu thế kỷ thứ 19 :* In the early nineteenth century. *(Cua rơ) Bứt dẫn đầu :* To draw ahead. *Dẫn đầu tốp :* To be ahead of the brunch.

đầu Extremity, end (of rope, etc...) ; tip (of finger, wing, etc...) ; point (of needle, billiard cue, etc...).

đầu bạc [dɔu bạk] White-haired. *Ông già đầu bạc :* White-haired old man.

đầu bài [dɔu bài] Terms (of a problem, etc...).

đầu bàn [dɔu bàn] Head of a the table. *Ngồi ở đầu bàn :* To sit at the head of a table.

đầu bầy [dɔu bèi] Head of a herd.

đầu bếp [dɔu bép] Chef, head-cook, cook. *Người đầu bếp giỏi :* First-rate cook.

đầu bò [dɔu bò] Bull-headed, stubborn.

đầu cái [dɔu kái] Cranium, epicranium. *Đầu cái học :* Craniology.

đầu cánh [dɔu káiɲ] Pinion (of bird) ; wing-tip.

đầu cáo [dɔu káu] To make, lodge, a complaint against.

đầu cân [dɔu kən] Turban.

đầu cầu đồ bộ [dɔu kɔu dỏ bọ] (Mil) Beach-head.

đầu cầu hàng không [dɔu kɔu hàŋ xoŋ] (Mil) Air-head.

đầu cột [dɔu kọt] Capital, top part of a column.

đầu cơ [dɔu kɔ] To speculate. *Sự đầu cơ :* Speculation. *Người đầu cơ :* Speculator. *Đầu cơ cao-su :* To speculate in rubber. *Mua vật gì đề đầu cơ :* To buy something on speculation. *Đầu cơ lên giá :* To speculate on the rise.

đầu dây [dɔu zei] Extremity, end of rope. *Tìm được đầu dây của việc gì :* To get, find, the clue to something. *(Về điện thoại) Xin lỗi, ai ở đầu dây?:* (Tp) Who is there? who is speaking?.

đầu đàn [dɔu dàn] Head of a herd.

đầu đạn [dɔu dạn] Bullet.

đầu đảng [dɔu dảŋ] Leader (esp of a band of robbers.)

đầu đanh [dɔu daiɲ] See **đầu đinh**.

đầu đế [dɔu dè] Topic, subject (of conversation).

đầu đinh [dɔu diɲ] 1) Head of a nail. 2) (Med) Boil.

đầu độc [dɔu dọk] To poison ; to corrupt. *Đầu độc thanh niên :* To corrupt youth.

đầu đơn [dɔu dɔn] To present a request.

đầu đuôi [dɔu duơi] Head and tail ; the beginning and the end.

đầu đường [dɔu dшòŋ] Top of a street. *Ở đầu đường :* At the top of the street.

đầu giường [dɔu ʒшòŋ] Bed-head, bedside. *Quyền sách đầu giường :* Bedside book.

đầu gối [dɔu gói] Knee. *Quần cụt tới đầu gối :* Knee-breeches. *Sâu tới đầu gối :* Knee-deep. *Cao tới đầu gối :* Knee-high. *Khớp đầu gối :* Knee-joint. *Tóc nàng dài tới đầu gối :* Her hair came down to her knees. *Kẹp vật gì ở đầu gối :* To hold something on one's knees. *Thúc đầu gối cho ngựa chạy tới :* To knee a horse on. *Nước lên tới đầu gối chúng nó :* The water reached above their knees. *Nó sợ quá nên hai đầu gối của nó đập vào nhau :* He was so much afraid that his knees knocked together. *Quần nó lủng ở đầu gối :* His trousers are through at the knees.

đầu gối tay ấp [dɔi gói tay ấp] Conjugal affection.

đầu hàng [dɔu hàŋ] To capitulate, to surrender, to submit, to give in, to deliver (oneself) up, to lay down one's arms, to yield. *Đầu hàng vô điều kiện :* To surrender unconditionally, to surrender at discretion, to surrender without making terms. *Sự đầu hàng vô điều kiện :* Unconditional surrender. *Địch rốt cuộc bắt buộc phải đầu hàng :* The enemy were at last forced to give in. *Chúng tôi không bao giờ đầu hàng :* We shall never surrender. *Chúng tôi khuyên bọn cướp đầu hàng cảnh sát :* We advised the bandits to surrender (themselves) to the police.

đầu hỏa tiễn [dʒu hwa tiễn] Rocket head.

đầu hồi [dʒu hồi] Gable.

đầu lâu [dʒu lɔu] Skull, death's head. *Đầu lâu và hai ống xương tréo lại :* Skull and cross-bones.

đầu lòng [dʒu lɔŋ] First-born.

đầu lụy [dʒu lỵi] To submit, to surrender.

đầu lưỡi [dʒu lɯói] Tip of the tongue.

đầu mùa [dʒu mwo] *Trận mưa đầu mùa và trận mưa cuối mùa :* The former and the latter rain.

đầu mỗi [dʒu mối] Clue.

đầu mục [dʒu mụk] Leader of a group of people.

đầu mút [dʒu mút] Extremity.

đầu não [dʒu nãu] Head and brain, (fig) leader.

đầu năm [dʒu naɯm] Beginning of the year. *Vào đầu năm :* At the beginning of the year.

đầu Ngô mình Sở [dʒu ŋo mìɲ ʃở] (Fig) Incoherent.

đầu nhụy [dʒu ɲỵi] (Bot) Stigma.

đầu phiếu [dʒu fiếu] To vote, to ballot. *Bí mật đầu phiếu, công khai đầu phiếu :* Secret vote, open vote. *Quyền đầu phiếu:* Right to vote. *Có quyền đầu phiếu :* To have the vote.

đầu phục [dʒu fụk] To surrender, to submit.

đầu quân [dʒu kwən] To enlist, to enrol (oneself) in the army, to join the army.

đầu rỗng [dʒu rỗŋ] Empty-headed.

đầu sỏ [dʒu ʃỏ] Chief, leader.

đầu tay [dʒu tay] First.

đầu tắt mặt tối [dʒu táɯt maɯt tói] (Fig) To toil hard, to work hard.

đầu tên [dʒu ten] Leader, instigator.

đầu thai [dʒu θai] To reincarnate. *Sự đầu thai :* Reincarnation.

đầu tháng [dʒu θáŋ] The first (day) of the month.

đầu thống [dʒu θóŋ] (Med) Headache.

đầu thú [dʒu θú] To confess and surrender.

đầu thừa đuôi thẹo [dʒu θừə duoi θẹu] Odds and ends, remains.

đầu tiên [dʒu tien] First, original; early, aboriginal, at first.

đầu tóc [dʒu tɔk] Chignon, coil of hair, knot of hair. *Bới gấp đầu tóc :* To bundle up one's hair.

đầu trang [dʒu traŋ] Head of a page.

đầu trần [dʒu trần] Bare-heahed, to wear nothing on one's head. *Đi để đầu trần :* To go without a hat.

đầu trọc [dʒu trɔk] Close-shaven head.

đầu túc loại [dʒu túk lwại] Cephalopoda.

đầu tư [dʒu tɯ] To invest capital. *Ông khen ngợi những cố gắng của Chánh phủ nhằm nâng cao mực sống bằng cách khuyến khích việc buôn bán và đầu tư :* He commended efforts by the Government to raise the standard of living by encouraging trade and investments.

đầu vị [dʒu vị] (Anat) Cardia.

đầu xanh [dʒu ʃaiɲ] Youth.

đầu xe lửa [dʒu ʃɛ lửə] Locomotive.

đầu xương [dʒu ʃɯəŋ] (Anat) Capitulum.

đậu [dʒu] (Of candidate) To pass an examination.

đậu 1) (Of birds) To perch, to settle, to alight. *(Chim) Đậu trên cành :* (Of bird) To alight, perch, settle, on a branch.

2) (Of cars) To park (in street; etc..). *Chỗ đậu xe :* Parking place (in street, etc.), motor-car park. *« Cấm đậu xe »:* « No parking ». *Xe đang đậu :* Stationary car, car drawn up at the kerb. *Mình đậu xe ở đâu ? :* Where can we park (the car) ?. *Cấm đậu từ 9 giờ sáng đến 6 giờ chiều :* No parking between 9

a.m. and 6 p.m. *Xe đậu dọc theo lề đường* : The car stopped alongside of the kerb. *Không có một chiếc tắc xi nào đậu tại ga cả* : There were no cabs in attendance at the station.

3) (Of ships) To be on station. *Tàu đậu cặp với nhau* : The ships lay alongside of each other.

Đậu (Med) Smallpox, variola. *Chủng đậu* : To vaccinate. *Sự chủng đậu* : Vaccination.

Đậu (Bot) Bean, pea. *Sâu đậu, mọt đậu* : Pea-bettle, pea-bug. *Hoa đậu* : Pea-flower. *Vỏ đậu* : Pea-pod, pea-shell. *Xúp đậu, canh đậu* : Pea soup. *Giống hình hột đậu* : Pea-shaped.

Đậu đen [dạu dɛn] Black beans.

Đậu đũa [dạu dwɔ] String-beans.

Đậu hòa lan [dạu hwà lan] Green peas.

Đậu hũ [dạu hũ] Soya cake.

Đậu khầu [dạu xỗu] (Bot) Nutmeg. *Cây đậu khấu* : Nutmeg-tree.

Đậu khô [dạu xo] Dried peas.

Đậu lào [dạu làu] (Med) Typhoid fever.

Đậu mùa [dạu mwɔ] (Med) Smallpox.

Đậu nành [dạu nàiɲ] Soy-bean, soya-bean.

Đậu phộng [dạu fɔŋ] (Bot) Pea-nut, earth-nut, ground-nut.

Đậu phụ [dạu fụ] Soya cake.

Đậu que [dạu kwɛ] French beans.

Đậu trắng [dạu trɑ̆ŋ] Bush-bean.

Đậu tương [dạu tɯɔŋ] Soy ; sauce made from soya-beans.

Đậu văn đáp [dạu vón dáp] To pass the oral.

Đậu việt [dạu viết] To pass the written examination.

Đậu xanh [dạu saiɲ] Green peas.

Đây [dei] Here. *Đây đó* : Here and there. *Lại đây* : Come here. *Nó ở gần đây* : He lives hereabouts. *Nó ở đây* : This is where he lives. *Tại đây* : This is the place. *Tôi đi đây* : I'm living now, I'm going now. *Nón của ông đây* : Here's your hat.

Đấy [đéi] There. *Ai đấy?* : Who is there?. *Từ đấy trở đi* : From that time onwards. *Anh làm gì đấy?* : What are you doing?.

Đầy [dèi] Within. *Không đầy một giờ* : Within an hour. *Không đầy một năm trước khi nó chết* : Within a year of his death.

Đầy Full ; filled, replete (with). *Đầy hy vọng* : To be full of hope. *Túi đầy tiền* : Pockets full of money. *Mắt đầy lệ* : Eyes full of tears, eyes brimming (over) with tears. *Bài làm đầy lỗi* : Exercise full of mistakes. *Nhồi thuốc đầy ống điếu* : To fill one's pipe. *Viết thêm cho đầy trang* : To fill up a page. *Mình mẩy nó đầy máu và mồ hôi* : He was all blood and sweat. *Đồ đạc đầy bụi bặm* : Furniture covered with dust. *Đầy ánh sáng* : Suffused with light. *Mặt đầy nước mắt* : Face bathed in, suffused with, streaming with, tears.

Đầy ắp [dèi áwp] Full to overflowing, full to the brim.

Đầy bọt [dèi bɔt] Foamy.

Đầy bùn [dèi bùn] Muddy.

Đầy bụng [dèi bụŋ] *Ăn đầy bụng* : To eat one's full, to repletion.

Đầy dẫy [dèi zɛ̃i] Full of.

Đầy đặn [dèi dặn] Full (face). *Mặt mày đầy đặn* : Full-faced.

Đầy đủ [dèi dủ] Complete, sufficient, adequate. *Ăn uống đầy đủ* : Well-fed. *Bữa ăn đầy đủ* : Full meal. *Đợi đến khi biết tin tức đầy đủ hơn* : Until fuller information is available.

Đầy ngập [dèi ŋɐp] Full up. *Đầy ngập công việc* : Full up with business.

Đầy nghẹt [dèi ŋɛt] Chock-full. *Căn phòng đầy nghẹt khán giả* : Room chock-full of spectators.

Đầy nhóc [dèi ɲɔk] Full up ; full to the brim, full to overflowing.

Đầy tớ [dèi tớ] Servant, domestic. *Đầy tớ gái* : Woman servant, maid.

Đầy tràn [dèi tràn] Full to overflowing, overflowing.

Đầy [dèi] To push, to shove, to thrust

Đẩy xe bù–ệt : To push a wheel-barrow. *Đẩy qua một bên* : To push aside, to shove aside. *Cảnh sát đẩy tên trộm vào chiếc xe của họ* : The police hustled the thief into their car. *Đẩy một chiếc thuyền xuống nước* : To shove a boat into the water. *Anh kéo, tôi đẩy* : You pull and I'll shove.

đẩy đi [đẻi đi] To push away, to shove away.

đẩy lui [đẻi lui] To push back, to shove back, to thrust back. *Đẩy lại, đánh lui quân địch* : To fight off the enemy, to fling back the enemy. *Đẩy lui một trận tấn công* : To beat off an attack. *Đẩy lui trận tấn công của địch* : To stem the enemy's attack.

đẩy ngã [đẻi ngã] To push down.

đẩy tới [đẻi tới] To push forward, to shove forward.

đẩy ra [đẻi ra] To push out, to shove out. *Đẩy thuyền ra* : To shove off a boat.

đẩy xuống [đẻi suống] To shove down, to thrust down.

đẫy [đẻi] Fat.

đẫy đà [đẻi đà] Corpulent, big and fat.

đậy [đẹi] To cover ; to shut down (lid). *Đậy hộp kia lại* : Close that box (= put the lid on).

đe [đɛ] Anvil. *Đe có hai đầu nhọn* : Two-horned anvil, two-beaked anvil. *Mũi đe* : Anvil-beak. *Đế đe* : Anvil-bed, anvil-block. *Trên búa dưới đe* : To be between the devil and the deep blue sea ; to be in a dilemma.

đe *Chưa đỗ ông nghè đã đe hàng tổng* : Don't halloo till you are out of the wood.

đe dọa [đɛ zwa] To threaten, to menace.

đe nhỏ [đɛ nhỏ] Small anvil, hand anvil.

đè [đè] To press, to bear. *Đè ngòi viết xuống* : To press on one's pen. *Nếu anh đè mạnh đầu viết chì của anh thì nó gẫy* : If you bear (= press) too hard on the point of your pencil, it may break. *Nó lấy chân nó đè lên đầu con rắn và chà lên* : He put his foot on the head of the snake and crushed it.

đè bẹp [đè bẹp] To crush (one's enemy).

đè đấu [đè đầu] To oppress, to crush (down) (a people, the weak, etc...).

đè ép [đè ép] To crush, to oppress.

đè nát [đè nát] To crush.

đè nặng [đè nặng] 1) To press down heavily. *Thuế đè nặng lên dân chúng* : Taxes that press down heavily on the people.

2) To weigh. *Sự yên lặng bắt đầu đè nặng chúng tôi* : The silence began to weigh on us.

đè nén [đè nén] To command, to control, to contain, to restrain. *Nó không thể đè nén được* : He could not contain himself. *Đè nén dục vọng* : To command one's passions.

đè nhẹp [đè nhẹp] See đè bẹp.

đẻ [đẻ] 1) To bring forth, to give birth to (child). *Ngày sanh tháng đẻ* : Date of birth. *Nó được đẻ vào nơi phú quý* : He was born with a caul, he was born with a silver spoon in his mouth.

2) (Of animals) To bring forth, to throw, to drop (young) ; (of deer) to fawn ; (of mare, she-ass) to foal ; (of birds) to lay (eggs) ; (of cow) to calve ; (of bitch, she-wolf, she-bear) to whelp ; (of sow) to farrow ; to breed. *Thỏ đẻ mau* : Rabbits breed quickly. *Chim đẻ từ bốn tới sáu trứng* : The bird lays from four to six eggs.

đẻ muộn [đẻ muộn] To give birth at an old age.

đẻ non [đẻ non] (Of a woman) To miscarry, to give birth to a child before the right time. *Sự đẻ non* : Premature birth, premature delivery, premature confinement, premature birth, untimely birth.

đẻ rơi [đẻ rơi] To give birth on route to the hospital.

đem [đɛm] To bring, to carry. *Đem tin* : To bring news. *Đem điều rủi cho người nào* : To bring someone ill luck. *Đem trả quyển sách mượn* : To bring back a borrowed book. *Vấn đề được đem ra thảo luận trong buổi họp cuối cùng* : The matter was brought forward at the last meeting. *Đem một số tiền (sang trang khác)* : To bring forward an amount. *Tôi không có đem tiền theo* : I have no money about me. *Tôi không bao giờ đem nhiều tiền theo* : I never carry much money about me.

đem đến [đɛm đén] To bring, to bring along.

đem đi [đɛm đi] To bring away; to take away.

đem lại [đɛm lại] To bring back, to take back. *Đem cuốn sách trả lại cho người nào* : To take a book back to someone.

đem lên [đɛm len] To bring up. *Đem vật gì trở lên* : To bring something up (again).

đem qua [đɛm kwa] To bring over. *Những nỉ nầy từ Việt-Nam đem qua* : These cloths are brought over from Viet-Nam.

đem ra [đɛm ra] To bring out. *Đem vật gì (trong hộp v.v...) ra* : To bring something out (of a box, etc...). *Đem một vấn đề ra thảo luận* : To bring on a subject for discussion.

đem sang [đɛm ʃaŋ] To carry forward (to the next page) ; (book-keeping) to carry out.

đem theo [đɛm θɛu] To carry about. *Tôi không có đem tiền theo* : I have no money about me.

đem tin [đɛm tin] To bring news. *Chính tôi đem tin lại cho nó* : It was I who took the news to him.

đem vào [đɛm vàu] To bring in, to take in. *Đem vào một cái ghế nữa* : Bring in another chair.

đem về [đɛm về] To take in.

đem xuống [đɛm suốŋ] To bring down, to take down. *Đem bức tranh xuống* : To take down a picture.

đen [đɛn] 1) Black. *Áo đen* : Black coat. *Người da đen* : Dark-skinned person. *Giống da đen* : The black races. *Đàn bà da đen* : Black woman. *Đen như lọ nồi* : As black as ebony, inky-black, coal-black.

2) Unlucky. *Vận đen* : Bad luck, ill luck.

đen bạc [đɛn bạk] Ungrateful.

đen đen [đɛn đɛn] Blackish.

đen đỏ [đɛn đỏ] Black and red, (fig) bad luck and good luck.

đen đúi [đɛn đủi] Unlucky.

đen huyền [đɛn hwiền] Jet-black.

đen kịt [đɛn kịt] Inky-black.

đen lánh [đɛn láɲ] Brilliant black.

đen thui [đɛn θui] Coal-black, very black.

đen tối [đɛn tói] Dark. *Tư tưởng đen tối* : Dark thought. *Có tư tưởng đen tối* : To be in the blues.

đèn [đèn] 1) Lamp. *Khói đèn* : Lampblack. *Ống khói đèn* : Lamp-chimney. *Cột đèn* : Lamp-post. *Chụp đèn* : Lampshade. *Tim đèn, bấc đèn* : Lamp-wick. *Chân đèn* : Lamp-standard. *Ánh sáng đèn* : Lamplight. *Dầu đốt đèn* : Lamp-oil. *Treo đèn lên trần nhà* : To hang a lamp from the ceiling.

2) Light. *Bật đèn* : To switch, turn on the light. *Thắp đèn* : To light the lamp. *Tắt đèn* : To switch, turn off, the light ; to put out (extinguish) the lamp. *Đèn nhà ai nấy sáng, việc nhà ai nấy biết* : Everyone knows best where his own shoe pinches. *Để đèn sáng* : To leave the light on. *Tắt đèn rồi thì nhà ngói cũng như nhà lá* : When candles are away all cats are grey.

đèn báo hiệu [đèn báu hiệu] Direction indicator light.

đèn bão [đèn bãu] Hurricane-lamp, tornado-lamp.

đèn bấm [đèn bấm] Flash-light, electric torch.

đèn bin [đèn bin] See **đèn bấm**.

đèn cầy [đèn kèi] Candle. *Chụp đèn cầy* : Candle-shade. *Xưởng chế tạo đèn cầy* : Candle-works. *Cây đèn cầy cháy đến hết* : The candle has burnt itself out.

đèn chong [đèn cɔŋ] Night-light.

đèn chớp [đèn cớp] (Aut) Winker, winking-light direction indicator.

đèn cồn [đèn kòn] Spirit-lamp.

đèn dầu [đèn zòu] Oil-lamp. *Nó làm đổ đèn dầu và trong một phút cả phòng đều cháy*: He upset the oil-lamp and in a minute the whole room was in a blaze.

đèn đất [đèn đất] Acetylene lamp.

đèn điện [đèn điện] Electric lamp, electric light. *Bóng đèn điện*: Electric-light bulb. *Nhà thắp đèn điện*: House lighted by electricity. *Nhà có đèn điện khắp nơi*: House with electric light throughout. *Vô đèn điện một cái nhà*: To wire a house for electric lighting.

đèn giọi [đèn ɠọi] Taper, dip (candle).

đèn hàn [đèn hàn] Blow-lamp, soldering-lamp.

đèn hậu [đèn hậu] See đèn lái.

đèn hiệu [đèn hiệu] Signal-lamp.

đèn hồ quang [đèn hò kwaŋ] Arc-light.

đèn hông [đèn hoŋ] Sidelight (of a motor-car).

đèn khí [đèn xi] Gas-filled lamp.

đèn lái [đèn lái] Tail-light (of motor-car); rear lamp, rear-light.

đèn ló [đèn ló] Lantern, bull's eye lantern.

đèn lồng [đèn lòŋ] Lantern.

đèn pha [đèn fa] (Nau, Av) Beacon; lighthouse; (Aut) head-light, head-lamp. *Ánh sáng chói của đèn pha xe hơi*: The glaring headlights of a motor-car.

đèn phun [đèn fun] Aeolipyle, aeolipile.

đèn pin [đèn pin] Flash-lamp.

đèn rọi [đèn rọi] Searchlight.

đèn sách [đèn sáik] Lamp and books.

đèn sáp [đèn sáp] Wax candle.

đèn sau [đèn sau] See đèn lái.

đèn trần xe [đèn trần sɛ] Dome-light, dome-lamp.

đèn treo [đèn trɛu] Hanging lamp.

đèn trước [đèn trúrk] Headlight (of a motor-car).

đèn vách [đèn ꞁʌik] Bracket-lamp.

đèn [đèn] Kind of snake.

đẹn [đẹn] (Med) Thrush.

đeo [đɛu] To carry, to wear; to put on. *Tay đeo đẩy hột xoàn*: Hands loaded with diamonds.

đeo bông tai [đɛu boŋ tai] To wear ear-rings.

đeo cà rá [đɛu kà rá] To wear a ring.

đeo dính [đɛu zín] To follow up; to stick (to someone). *Đeo dính theo người nào*: To stick like a leech to someone.

đeo đẳng [đɛu đẳŋ] To pursue steadily.

đeo đồng hồ [đɛu dòŋ hò] To wear a wrist-watch.

đeo đuổi [đeo đuỏi] To pursue, to follow up, to prosecute (one's studies, etc...). *Đeo đuổi việc học tới cùng*: To pursue one's studies to the end. *Đeo đuổi kế hoạch nầy là một việc tự tử*: Pursuance of this plan would have been suicidal.

đeo gươm [đɛu gươm] To wear, to carry a sword; to gird (on) one's sword.

đeo hoa tai [đɛu hwa tai] To wear ear-rings.

đeo kiền [đɛu kiến] To wear glasses, spectacles; to put on one's spectacles.

đeo kính [đɛu kín] See đeo kiền.

đeo mặt nạ [đɛu mạwt nạ] To wear a mask.

đeo nhẫn [đɛu ɲẫn] To wear a ring. *Đeo nhẫn vào ngón tay*: To wear a ring on one's finger.

đeo theo [đɛu θɛu] To glue. *Tại sao anh đeo theo tôi hoài vậy?*: Why must you always remain glued to me?

đéo [đéu] (Not in decent use) To copulate, to unite sexually.

đèo [đèu] Col, pass, gorge.

đèo To carry (on one's bicycle).

đèo bòng [đèu bòŋ] To have great expectation.

đẽo [đẽu] 1) To cut (timber, stone). 2) To squeeze (money). *Đẽo tiền của người nào*: To squeeze money out of someone.

đẹp [đẹp] Beautiful, handsome, fair ; pretty. *Một người đẹp trai* : A handsome man. *Một người đàn bà đẹp* : A beautiful woman, a fine-looking woman. *Sắc đẹp, vẻ đẹp* : Beauty. *Phái đẹp* : The fair sex. *Đẹp không thể tả được* : Too beautiful for words. *Đứa bé càng lớn càng đẹp* : The child grows handsomer as he grows older. *Những người đàn bà đẹp hơn hết* : The best looking women. *Nàng đẹp làm sao !* : How pretty she is !. *Nàng đẹp nhưng không có tiền* : She has looks but no money.

đẹp duyên [đẹp zwien] To marry.

đẹp đẽ [đẹp dẽ] Fine, beautiful.

đẹp đôi [đẹp doi] Well-assorted couple.

đẹp giai [đẹp zai] See đẹp trai.

đẹp lòng [đẹp lòŋ] Content, satisfied.

đẹp mắt [đẹp máwt] Pleasant to the eye.

đẹp mặt [đẹp mạwt] To do honour to.

đẹp ra [đẹp ra] To grow handsome.

đẹp trai [đẹp trai] Handsome man.

đẹp tuyệt [đẹp twiệt] Very beautiful.

đét [đét] To whip.

đét Dried up. *Gầy đét* : To be nothing but skin and bone.

đẹt [đẹt] Rachitic.

đê [de] Thimble.

đê Dike, dyke, dam, embankment. *Có rất nhiều đê ngang sông Nile* : There are several dams across the Nile. *Một số đê đã bị vỡ sau những trận mưa to ở tỉnh Hưng yên* : A number of dykes have collapsed following heavy rains in the province of Hung Yen.

đê hèn [de hèn] Base, vile, abject, mean.

đê mạt [de mạt] Vile, abject.

đê tiện [de tiện] Mean, ignoble.

đế [dé] Base, foot ; stand ; bottom.

đế Emperor, king.

đế chế [dé cé] Monarchy.

đế đô [dé do] Capital.

đế giày [dé zày] Shole of shoes.

đế kinh [dé kiŋ] See đế đô.

đế nghiệp [dé ŋiệp] Emperorship, kingship.

đế quốc [dé kwók] Empire. *Đế quốc chủ nghĩa* : Imperialism.

đế quyền [dé kwièn] Power of a king.

đế vị [dé vị] Royalty.

đế vương [dé vɯɔŋ] Emperor, king.

đề [dè] Subject. *Luận đề* : Thesis. *Nhập đề* : To come to one's subject. *Lạc đề* : To wander from the subject.

đề To writer.

đề án [dè án] Proposal.

đề bạt [dè bạt] To raise, promote to a higher position or rank.

đề bình [dè bìŋ] To criticize.

đề cao [dè kau] To heighten. *Đề cao cảnh giác* : To heighten one's vigilance.

đề cập [dè kạp] To mention, to touch on, to speak of or about, to refer to, to advert. *Đề cập đến một vấn đề* : To touch on a subject. *Đề cập đến việc gì* : To advert to something.

đề cử [dè kử] To nominate.

đề cứu [dè kứu] To study.

đề danh [dè zaŋ] To inscribe one's name ; to sign.

đề đạt [dè dạt] To recommend.

đề đốc [dè dók] Rear admiral.

đề hôn [dè hon] To marry.

đề huề [dè hwè] Concord, harmony. *(Vợ chồng) Sống đề huề* : (Of a married couple) To live in harmony.

đề khởi [dè xởi] To propose take the initiative (in doing something) ; to initiate, to take the preliminary steps (in a scheme or undertaking).

đề lao [dè lau] 1) Jail, prison.

2) Warder.

đề mục [dè mụk] Subject, text, theme. *Đó là đề mục bài diễn văn của nó* : That was the text of his speech. « *Sự chuyên cần* » *là đề mục của bài diễn văn* : « Diligence » was the theme of the speech.

đề ngày [dè ŋày] To date. *Không có đề ngày* : Dateless, undated (letter). *Bức thơ đề ngày 12 tháng sáu* : The letter dated 12th of June. *Bức thơ đề ngày ở Luân-đôn* : Letter dated.

from London. *Đừng quên đề ngày các thơ của anh* : Don't forget to date your letters.

đề nghị [dè ŋi] To propose, to suggest. *Tôi đề nghị lên đường sớm* : I propose to start early.

đề nghị Offer, proposal, proposition, suggestion, overture. *Đề nghị hòa bình* : Peace overtures, overtures of peace, proposal of peace. *Dư luận chống lại đề nghị* : Public opinion is setting against the proposal. *Nó có nói gì về đề nghị của tôi không ?* : What did he say to my suggestion ?. *Xem xét, nghiên cứu một đề nghị* : To consider a proposal. *Đề nghị được tán thành* : The proposal was approved of.

đề phòng [dè fɔ̀ŋ] To prevent, to take precautions. *Sự đề phòng* : Precaution. *Đề phòng một tai nạn* : To prevent an accident. *Biện pháp đề phòng* : Measure of precaution. *Họ đã đề phòng một cuộc tấn công* : They had taken precautions in contemplation of an attack. *Đề phòng một sự nguy hiểm* : To provide against a danger.

đề tài [dè tài] Subject (of speech etc..), topic (of conversation), theme (of discussion etc...).

đề tạo [dè tạu] To form ; to establish.

đề tặng [dè tặŋ] To dedicate.

đề tên [dè ten] To inscribe one's name.

đề thi [dè θi] To compose verses.

đề từ [dè tù] Preface, foreword.

đề tựa [dè tựə] To write a preface.

đề xuất [dè swất] To propose, to suggest. *Đề xuất một tu chính án* : To move an amendment.

đề xướng [dè swớŋ] To initiate, to make the fast move, to take the initiative. *Người đề xướng* : Promoter. *Đề xướng làm việc gì* : To take the initiative in doing something.

để [dè]ı) To place, to put, to set, to stand. *Để quyển sách lại trên bàn* : To place a book back on the table. *Để cái ly của mình trên bàn* : To set one's glass on the table. *Để vật gì vào một xó* : To stand something in a corner.

2) To let, to allow ; to leave. *Để người nào làm việc gì* : To let someone do something. *Tôi để mặc chúng nó nói* : I let them talk away. *Tôi sẽ không để anh bị ngược đãi đâu* : I will not allow you to be ill-treated. *Không bao giờ người ta để cho tôi được chạy tự do cả* : I was never let to run wild. *Để tôi yên coi nào !* : Let me be !. *Để cho lửa tàn* : To let the fires down. *Để cho người nào vào nhà* : To let someone into the house. *Để tiền bạc lại cho người nào* : To leave one's money to someone. *Để người nào tự do làm việc gì* : To leave someone free to do something. *Không lẽ anh để tôi ăn một mình ?* : You won't leave me to have my dinner alone ?. *Để cho nó làm* : Leave him do himself. *Để người nào làm việc gì* : To leave someone to do something. *Tôi để cho anh quyết định* : I leave it to you to decide.

3) To leave, keep (someone or something in a certain state). *Ai để cửa kia mở vậy ?* : Who left that door open ?. *Để cửa sổ mở* : To leave, keep the window open. *Để trắng một trang giấy* : To leave a page blank. *Để người nào chờ ngoài cửa* : To keep someone waiting at the door.

4) To leave (someone or something somewhere). *Để lại một vợ góa và ba con* : To leave a widow and three children. *Đi không để lại địa chỉ* : To depart without leaving one's address.

để For, so that, so as, in order. *Để làm gì ?* : What for ?. *Nó tránh qua một bên để cho tôi đi vô* : He stepped aside so that I might enter (so I might enter). *Nó đứng dậy để dễ thấy hơn* : He stood up so as to see better. *Chúng tôi lật đật để khỏi (đến) trễ* : We hurried so as not to be late. *Người ta ăn để mà sống* : One must eat to live. *Tôi nói với anh như thế để anh đề phòng* : I am telling you that in order that you may be on your guard. *Tôi đến để thăm anh* : I came here specially to see you. *Nó hạn chế (sữa) các con nó để mua bia cho nó* : He stints his children (of milk) in order to buy beer for himself.

để To resign. *Tôi sẽ để vật ấy lại cho anh một trăm đồng :*I will let you have it for a hundred piastres. See **nhường**.

để áp [dẻ áp] To hypothecate, to mortgage.

để bỏ [dẻ bỏ] To repudiate (wife).

để bụng [dẻ bụŋ] To harbour, to hold in the mind.

để chậm [dẻ cậm] To delay.

để chẽ [dẻ cẻ] 1) To boycott.
2) To be in mourning for (someone).

để chồng [dẻ còŋ] To divorce one's husband.

để dành [dẻ zàiŋ] 1) To save, to economize (money, time) ; to set (something) aside ; to save (something) up ; to keep (something) back ; to keep, to put, lay, aside; to put by, to husband (resources, strength, etc...). *Để dành từ đồng :* To save little by little. *Để dành vật gì:* To lay in a store of something, to keep something in reserve, in store, to store something (up). *Để dành tiền :* To lay, set, money by. *Để dành vật gì cho người nào:* To set something apart for someone. *Nó có để dành chút ít tiền cho tuổi già:* He has put by some money for his old age. *Nó luôn để dành các thơ cũ:* He always keeps old letters.
2) To reserve, to lay by, to set by, to save for future use. *Để dành chỗ ngồi cho người nào:* To reserve a seat for someone.

để đang [dẻ daŋ] To pawn, to pledge (jewellery, etc...); to mortgage (property) ; to secure (debt) by mortgage.

để địch [dẻ địk] To resist the enemy.

để dương [dẻ dưəŋ] Balanced, equal.

để hở [dẻ hở] (Box) To leave oneself wide-open.

để kháng [dẻ xáŋ] To resist, to offer resistance. *Tiêu cực để kháng :* Passive resistance. *Để kháng xâm lược :* To resist an invasion.

để lạc [dẻ lạk] To mislay.

để lại [dẻ lại] 1) To bequeath, to leave behind or hand down to people who come after. *Vật để lại :* Bequest.

2) To put back, to replace. *Để quyển tự điển lại trên kệ :* Put the dictionary back on the shelf.

để lạnh [dẻ lạiŋ] 1) To chill.
2) Chilled, icy, cold.

để lộ [dẻ lộ] To display.

để một bên [dẻ mọt ben] To put on one side.

để nguội [dẻ ŋuội] To let (one's tea, etc...) get cold.

để phần [dẻ fần] To set a share aside. *Để phần cơm cho người nào :* To save some food for someone.

để râu [dẻ rậu] To grow a beard.

để riêng [dẻ riəŋ] To set apart, to set aside. *Để riêng vật gì cho người nào :* To set something apart for someone. *Để đàn bà riêng với đàn ông :* To set the women apart from the men. *Để riêng những trái bôm tốt qua một bên :* To set the best apples aside. *Để riêng tình cảm cá nhân :* To set aside any personal feeling.

để tang [dẻ taŋ] To be in mourning.

để tâm [dẻ tậm] To hold in the mind.

để thi hành [dẻ θi hàŋ] For compliance, for action.

để thường [dẻ θườŋ] To compensate, to indemnify, to reimburse.

để tiếng [dẻ tiéŋ] To leave one's reputation.

để tóc [dẻ tók] To let one's hair grow. *Nàng quyết định để tóc (không cắt ngắn nữa) :* She has decided to let her hair grow (i.e. not to have it cut short).

để tôi làm [dẻ toi làm] Let me do.

để trở [dẻ trở] To be in mourning (for someone).

để vợ [dẻ vợ] To divorce one's wife.

để xuống [dẻ suốŋ]To put down, to set down, to lay down. *Để vật ấy xuống chỗ nào cũng được :* Put it down anywhere. *Để cây súng kia xuống ngay :* Put that gun down at once. *Để vật gì xuống đất :* To put something down on the ground. *Chiếc xe lửa ngừng lại ở ga để ba hành khách xuống :* The train stopped at the station to set down three passengers.

để ý [đề í] To pay attention, to regard, to take notice of. *Không ai để ý đến những lời nói của tôi cả* : No attention was paid to my words. *Cha mẹ phải để ý đến sự giáo dục con cái của mình:* Parents must attend to the education of their children. *Để ý đến việc gì* : To pay attention to something, to take something into consideration ; to take notice of something, to have, pay, respect to something, to give, pay heed to something. *Đừng để ý đến chúng nó:* Pay no heed to them. *Nó không bao giờ để ý đến những lời khuyên bảo* : He was always heedless of advice. *Tôi có mặt ở đó nhưng không ai để ý đến tôi cả* : I was there but nobody took any notice of me. *Chuyện ấy không đáng để ý* : It is not worth notice, it is beneath notice. *Làm cho người ta để ý đến mình* : To get oneself noticed. *Anh có để ý sự giống nhau giữa chúng nó không?:* Did you remark the similarity between them ?. *Dường như không có ai để ý cả* : Nobody seems to mind, nobody seems to take any notice.

để yên [đề ien] To leave (someone, something) alone. *Để tôi yên* : Let me alone ; let me be.

đề [đề] See hiểu đề.

đệ [đệ] To submit, to lay (a request etc.).

đệ Younger brother.

đệ Order. *Đệ nhứt tham vụ* : First secretary (of embassy).

đệ bát [đệ bát] Eighth.

đệ bẩm [đệ bẩm] To lay (a request etc...) to one's superior.

đệ cửu [đệ kửu] Ninth.

đệ đơn [đệ đơn] To lay a petition. *Đệ đơn kiện* : To lay a complaint.

đệ giảm [đệ 3ảm] To diminish gradually.

đệ giao [đệ 3au] To transmit, to give.

đệ ký [đệ kí] To submit (something to someone) for signature.

đệ lục [đệ lục] Sixth.

đệ ngũ [đệ ŋũ] Fifth.

đệ nhứt [đệ nứt] First. *Đệ nhất cấp* : First degree. *Đệ nhứt quốc tế* : The First International.

đệ nhị [đệ ɲị] Second. *Đệ nhị cấp* : Second degree. *Đệ nhị quốc tế* : The Second International.

đệ niên [đệ nien] Annually.

đệ tam [đệ tam] Third. *Đệ tam quốc tế* : The Third International.

đệ tăng [đệ tăŋ] To augment gradually.

đệ thất [đệ θất] Seventh.

đệ trình [đệ trìɲ] To lay, put (plans, etc...). *Đệ trình một kế hoạch lên hội đồng thành phố* : To submit a plan to a city council.

đệ tứ [đệ tứ] Fourth. *Đệ tứ quốc tế* : The Fourth International.

đệ tử [đệ tử] Disciple.

đếch [đếik] (Slang) No, not. *Tôi đếch cần gì cả* : I don't care.

đêm [đem] Night. *Nửa đêm* : Midnight. *Chim ăn đêm* : Night-bird. *Hộp đêm* : Night-club. *Hoa nở ban đêm* : Night-flower. *Ban đêm* : Night-time, by night. *Giữa ban đêm* : In the night-time. *Suốt đêm* : Night-long ; all night, the whole night (long). *Thức suốt đêm làm việc* : To sit up all night doing something. *Đêm không ngủ* : Sleepless, wakeful, night ; restless night. *Mười giờ đêm* : Ten o'clock at night. *Suốt đêm tôi không ngủ được ; tôi thức suốt đêm* : I never slept the whole night through. *Làm việc ngày đêm* : To work day and night. *Làm việc ban đêm* : To work by night. *Trốn giữa ban đêm* : To escape by night. *Đêm 6 rạng 7 tháng nầy* : On the night between the 6th and 7th of this month.

đêm dài [đem zài] All night, the whole night (long).

đêm đêm [đem đem] Every night.

đêm đông [đem đoŋ] Winter night.

đêm hôm [đem hom] During the night.

đêm hôm qua [đem hom kwa] Last night. *Đêm hôm qua tôi không ngủ được chút nào cả* : I slept none last night.

đêm khuya [đem xwiə] The far-gone night. *Giữa đêm khuya* : In the deep of night.

đêm lạnh [đem lạɲ] Cold night. *Ở*

gần lò sưởi trong đêm lạnh : To hang over the fire on a cold night.

đêm nay [dem nay] To-night. *Đêm nay tôi sẽ ngủ ngon* : I shall sleep well to-night. *Đêm nay có trăng* : There is a moon to-night.

đêm ngày [dem ŋày] Day and night. *Làm việc đêm ngày* : To work day and night.

đêm sau [dem ʃau] The night after.

đêm tân hôn [dem tɔn hon] Wedding night.

đêm thu [dem θu] Autumn night.

đêm tối [dem tói] Night. *Thừa đêm tối:* Under the cope of night. *Đêm tối như mực* : The night was inkly black.

đêm trăng [dem trawŋ] Moonlight (= moonlit) night.

đêm trước [dem trúrk] The night before.

đêm trường [dem truờŋ] The whole night, all night.

đêm xuân [dem swɔn] Spring night.

đếm [dếm] To count (up); to number; to enumerate. *Nó chưa học đếm* : He hasn't learnt to count yet. *Đếm tới mười* : To count up to ten. *Thật thà như đếm* : Very honest. *Đếm không xiết* : Countless, innumerable.

đếm xia [dếm siɔ] To pay attention to; to take notice or account of ; to take into account, to take into consideration. *Không đếm xia đến* : To disregard, to ignore, to pay no attention to, treat as of no importance, to take no notice or account of. *Không đếm xia đến việc gì:* To make little account of something.

đệm [dệm] (Mus) To accompany. *Tiếng hát có dương cầm đệm theo* : A song with a piano accompaniment.

đệm *Vùng đệm* : Buffer zone. *Nước đệm* : Buffer state.

đệm chùi chân [dệm cùi cɔn] Door-mat, door-scraper, shoes-scraper, boot-scraper.

đến [dến] To arrive, to come, to get in. *Chúng tôi đến hồi ba giờ* : We arrived at three o'clock. *Nó mới vừa đến* : He has just arrived. *Đến thình lình :*

To arrive unexpectedly. *Thì giờ đã đến:* The time was arrived. *Nếu tôi đến, tôi sẽ cho anh biết trước* : If I come I shall let you know beforehand. *Tôi tin rằng ngày mai nó sẽ đến* : I expect he'll get here to-morrow. *Nó luôn luôn đến trễ* : He always turns up late. *Đi đến một nơi nào* : To come to a place. *Nó vừa ở Ba-lê đến* : He has just come from Paris. *Nó đến kìa !* : Here he comes !. *Đến kiếm người nào, vật gì* : To come for someone, for something. *Anh ở đâu đến ?* : Where have you come from ?, where have you been ?. *Gọi người nào đến* : To send for, call in, summon, fetch, someone. *Có ai đến không ?:* Has anyone called ?, has anybody been ?. *Chúng ta sẽ đến Sài-gòn vào buổi tối* : We shall reach Saigon in the evening. *Chúng tôi đến Ba-lê và từ đó sang Luân-đôn* : I go to Paris and from there to London. *Nó đến bằng xe hơi* : He arrived in a motor car. *Chừng nào xe lửa nó đến* : What time does his train get in (= arrive)?. *Nếu xe lửa đến đúng giờ...:* If the train gets in up to time... *Tôi sẽ đến tìm anh, đến rước anh lúc chín giờ* : I will call for you at nine. *Tôi sẽ đến anh lúc sáu giờ và chúng ta sẽ cùng nhau đi coi hát* : I'll call for you at six o' clock and we'll go to the theatre together. *Xe lửa sẽ đến vào lúc hai giờ* : The train is due at two o'clock. *Anh đến đậy hồi mấy giờ ?* : What time did you get here ?. *Ai mà biết nó đến hay không ?* : Who knows but that he may come ?. *Hỏi nó chừng nào nó đến ?* : Ask him when he will come ?.

đến 1) To reach, to attain. *Đến tháng giêng nó được mười tuổi* : He will be ten come January. *Đến chỗ hoàn thiện:* To reach perfection, to attain to perfection. *Đưa đến sự thỏa thuận :* To reach an agreement.

2) Till. *Cười đến chảy nước mắt* : To laugh till one cries.

đến bây giờ [dến bei ʒờ] Till now.

đến cùng [dến kùŋ] Till the end.

đến đâu [dến dɔu] How far ?, until

where ? *Đến đâu hay đó :* To have everything to chance.

đến đây [dén dei] To arrive here.

đến đỗi [dén dõi] To such a pass, to such a pitch, so much so, that... *Nó giàu đến đỗi nó không biết nó có bao nhiêu tiền :* He is so rich that he doesn't know what he is worth. *Nó không đến đỗi ngu để tin chuyện ấy đâu :* He is not so foolish as to believe it.

đến gần [dén gòn] To approach, to come near, to come close to, to go near (someone, something).

đến giờ [dén ʒò] It's time. *Đã đến giờ thức dậy :* It's time to get up.

đến khi [dén xi] Till, until. *Tôi ngủ cho đến khi xe trở lại :* I will sleep till the car returns.

đến lúc [dén lúk] See **đến khi**.

đến nay [dén nay] Up to now ; till now, up to the present (time).

đến nỗi [dén nõi] So... that. *Nàng không đến nỗi xấu lắm :* She's not too bad-looking. *Nó nghèo đến nỗi phải đi xin ăn :* He was so poor that he had to beg for food. *Nó có nhiều tiền đến nỗi không biết để làm gì :* He has more money than he knows what to do with. *Nó đau đến nỗi không làm việc được :* He is so ill that he is unfit to work.

đến nơi [dén nɔi] To reach the place.

đến nơi đến chốn [dén nɔi dén cón] Thoroughly, carefully.

đến sau [dén ʃau] To come after.

đến tuổi [dén tuồi] To come of age. *Đến tuổi lập gia đình :* To be of an age to marry. *Cái nón nầy đến tuổi rồi (cũ quá) :* This hat has done, served, its time.

đền [dèn] Temple. *Người nào vào đền ấy thì chết ngay :* It was death to enter the temple.

đền To compensate for, to make up for, to make good (a loss, etc...). *Đền vật gì cho người nào :* To compensate someone for something, to make amends to someone for something. *Đền lại những sự tổn thất :* To make up for one's losses.

đền bối [dèn bòi] See **đền bù**.

đền bù [dèn bù] To compensate for, to indemnify. *Đền bù bằng tiền mặt :* To pay someone compensation in cash. *Đền bù vật gì cho người nào :* To compensate someone for something.

đền chùa [dèn cwò] Temples and pagodas.

đền công [dèn koŋ] To requite (someone's) service.

đền mạng [dèn maŋ] To pay one's life in return for.

đền ơn [dèn ən] To render thanks, to return a favour. *Đền ơn người nào :* To render thanks to someone.

đền thờ [dèn θò] Temple.

đền tội [dèn tọi] To pay for one's sin.

đền vua [dèn vwɔ] Imperial palace.

đều [dèu] Even, regular, steady. *Nhiệt độ đều :* Even temperature. *Bước đều :* Even, steady pace. *Mạch nhảy đều :* Regular, steady pulse. *Máy chạy đều :* The engine fires evenly.

đều [dèu] All.

đều cạnh [dèu kạịp] Equilateral.

đều đặn [dèu dặɯn] Regular. *Người có những thói quen đều đặn :* Man of regular habits. *Hình nhiều góc đều đặn:* Regular polygon.

đều đều [dèu dèu] Uniform, regular. *Đời sống đều đều :* Uniform, regular life. *Nói một giọng đều đều :* To speak in a monotone.

đều góc [dèu gɔ́k] Equiangular.

đều nhau [dèu pau] Equal.

đều [dèu] Ill-bred, vulgar.

đi [di] 1) To go, to walk ; to depart, to set out. *Đi Saigon :* To go to Saigon. *Đi đến một nơi nào :* To go to a place. *Đi qua đi lại :* To come and go, to go to and fro. *Chúng ta đi đâu ?:* Where are we going ?. *Đi đưa đám ma người nào :* To go to someone's funeral. *Đi du lịch :* To go (on) a journey. *Đi với người nào cho có bạn:* To go with someone for company. *Đi đường tắt :* To go the shortest way. *Đi mười dặm một giờ :* To go (at) ten miles an hour. *Đi thăm người nào* : To go to see someone ; to go and see someone. *Đi dạo một vòng cho tiêu cơm:* To walk off one's lunch. *Đi tìm người nào :* To set out in search of someone. *Đám rước đi đường Cống Quỳnh :* The procession took the Cong Quynh street. *Đi xa về tha hồ nói khoác :* Every cock crows on its own dunghill.

2) To go, to leave. *Chúng tôi đến hồi sáu giờ và đi hồi chín giờ :* We came at six and went at nine. *Nó đi không bao giờ trở lại:* He is gone for good. *Tuần tới chúng tôi đi Nữu-Ước :* We're leaving for New-York next week. *Đã đến giờ chúng tôi đi :* It is time for us to leave, it is time we left. *Ngày mai tôi sẽ đi và nó sẽ đến :* To-morrow I shall go and he will arrive.

3) To lead. *Đường đi tới thành phố :* Road that leads to the town. *Đường nầy đi đâu ? :* Where does this road lead ?.

4) To march. *Hôm nay chúng nó đã đi ba chục cây số :* They have marched thirty kilometres to-day.

5) To play. *Đi con chốt :* To play a pawn (in chess). *Đứa trẻ chưa biết đi :* Infant not old enough to walk.

đi bách bộ [di báik bọ] To go for a walk.

đi bát phở [di bát fó] To pound the asphalt, to prowl the streets.

đi bắn [di báun] To go hunting (or shooting).

đi biệt [di biệt] To leave for good, to depart for ever.

đi bón [di bón] Constipated, costive.

đi bộ [di bọ] To go on foot, to walk. *Đi bộ suốt ba dặm :* To cover three miles on foot. *Chẳng tôi trễ chuyến xe lửa chót nên phải đi bộ về :* We missed the last train and had to walk home. *Anh muốn đi bộ hay đi xe ? :* Will you walk or drive ?. *Anh thích đi bộ không? :* Are you fond of walking ?. *Tôi thích đi bộ hơn đi xe đạp :* I prefer walking to cycling. *Anh đủ sức đi bộ mười dặm không :* Are you good for a ten-mile walk ?.

đi cà nhắc [di kà páuk] To limp, to hobble, to walk lamely, to have a hobble in one's gait, to walk with a hobbling gait, to walk with a limp, to have a limp. *Ông già chống gậy đi cà nhắc :* The old man hobbled along with the help of a stick.

đi câu [di kau] To angle (with rod and line) ; to go fishing.

đi chân [di cơn] To go on foot. *Đi chân không :* To go barefooted.

đi chập choạng [di cợp cwạn] To feel groggy, to be a bit groggy about legs.

đi chập chững [di cợp cửn] To toddle, to walk with short and steady steps (as a baby does).

đi chợ [di cợ] To market, to go marketing, to go shopping.

đi chơi [di cơi] To stroll.

đi chung [di cun] To go together.

đi dạo [di zạu] To go for a walk, to have a walk, to take a walk. *Đi dạo mát :* To take an airing. *Đi dạo chơi :* To go for a ramble. *Đi dạo một vòng :* To go for a good round. *Đi dạo một vòng trong vườn :* To take a turn in the garden. *Đi dạo một vòng cho người giận :* To walk off one's anger. *Đi dạo một vòng cho tiêu cơm :* To walk off one's lunch. *Anh có thường đi dạo không ? :* Do you often go for walks ?.

đi dông dài [di zọn zài] To divagate.

đi du lịch [di zu lịk] To go (on) a journey, to take a journey, to set out on a journey. *Đi du lịch vòng quanh thế giới :* To go for a trip round the world.

đi đái [di dái] To urinate, to make water.

đi đại tiện [di dại tiện] To go to stool, to have a clear-out.

đi đạo [di dạu] To be a catholic.

đi đất [di dót] To go barefooted (bare-legged).

đi đêm [di dem] To go about at night. *Đi đêm có ngày gặp ma :* Everything has its day ; the pitcher goes so often to the well that at last it breaks.

đi đi [di di] Go away, go along with you, away with you ! *Đem vật ấy đi đi ! :* Away with it !

đi đi lại lại [đi đi lại lại] To go to and fro.

đi đò [đi đò] To ferry across, over (the river).

đi đón [đi đón] To meet, to go to meet (someone). *Đi đón người nào tại nhà ga :* To meet someone at the station.

đi đồng [đi đồŋ] To go to stool.

đi đời [đi đời] Lost, finished, done for.

đi đứng [đi đứŋ] *Dáng đi đứng :* Deportment, way of walking and standing.

đi đường tắt [đi đường tắt] To go the shortest way.

đi đứt [đi đứt] Lost, finished.

đi ên [đi en] To go alone.

đi giải [đi giải] To urinate, to make water.

đi hàng đôi [đi hàŋ đoi] To walk two and two.

đi hàng hai [đi hàŋ hai] To play a double game ; to trim ; to run with the hare and hunt with the hounds. *Chánh trị gia kia luôn luôn đi hàng hai :* That politician is always trimming.

đi học [đi họk] To go to school, to attend school. *Tất cả trẻ con trên sáu tuổi phải đi học :* All children over six must attend school.

đi hứng gió [đi hứŋ gió] To take an airing, to go for a blow.

đi ia [đi iə] To go to stool.

đi kéo lê kéo lết [đi kéu le kếu lét] To walk with a drag, to drag one's feet ; to shuffle.

đi khập khểnh [đi xập xểŋ] To limp, to halt, to hobble. See **đi cà nhắc**.

đi kiết [đi kiét] To suffer from dysentery.

đi khỏi [đi xỏi] Absent.

đi lạc [đi lạk] To lose one's way, to go astray ; to wander away. *Vài con trừu đã đi lạc :* Some sheep have wandered away.

đi lại [đi lại] To come and go, to go to and fro.

đi làm [đi làm] To go to work, to go to business. *Mỗi sáng mấy giờ anh đi làm ? :* At what time do you go to business every morning ? *Viện cớ ốm để không đi làm :* To allege illness as a reason for not going to work.

đi lảo đảo [đi lầu đầu] To feel groggy, to be a bit groggy about the legs, to stagger along, to lurch along. *Người say rượu đi lảo đảo :* The drunken man lurched along. *Đi lảo đảo như người say rượu :* To reel to and fro like a drunken man.

đi lén [đi lén] To go in secret.

đi lệch [đi lệik] (Of bullet, etc...) To glance aside, glance off.

đi lên [đi len] To go up.

đi liền [đi liền] To go immediately.

đi lính [đi líŋ] To go into the army ; to join the army, to go for a soldier ; to do one's military service.

đi loạng choạng [đi lwạŋ cwạŋ] See **đi lảo đảo**.

đi lui [đi lui] To walk backwards.

đi lúi thúi [đi lủi θủi] To go alone.

đi lụm cụm [đi lụm kụm] To dodder, to walk in a shaky way (as from old age).

đi luôn [đi luạn] *Nó đi luôn :* He is gone for good.

đi lượn [đi lượn] To wander, to bum.

đi mau [đi mau] To go fast, to go quickly, to go at a good pace. *Vì đã lớn tuổi nên ông ấy không thể đi mau như những người khác :* Because of his great age he could't walk so fast as the others.

đi mò [đi mò] To grope (in the dark) ; to feel one's way (along).

đi mót [đi mót] To glean (a field).

đi nằm [đi nàɯm] To go to bed.

đi ngay [đi ŋay] To go immediately.

đi ngang qua [đi ŋaŋ kwa] To pass ; to go, walk, across ; to come through. *Đi ngang qua nhà người nào :* To pass someone's house. *Đi ngang qua đám đông :* To make one's way through the crowd. *Đi ngang qua một con đường :* To walk across a street. *Không bao giờ đi ngang qua đó mà tôi không nghĩ đến anh*

I never pass there but I think of you. *Đi ngang qua rừng:* To go through the wood. *Tôi vừa gặp nó đi ngang qua đường:* I have just come upon him as he was crossing the street.

đi nghều nghển [di ŋều ŋến] To wander. *Đi nghều nghển ngoài đường:* To wander about the streets.

đi nghỉ [di ŋỉ] To go to rest, to go to bed.

đi ngoài [di ŋwài] To go to stool. *Anh có đi ngoài đều không ?:* Do you clear your bowels regularly ? are your bowels regular ?.

đi ngú [di ŋủ] To go to bed, to seek one's bed, to get into bed, to go, retire, to bed, to go between the sheets.

đi ngựa [di ŋựə] To rode, to go on horseback.

đi nhà thờ [di ŋà θờ] To go to church.

đi nhè nhẹ [di ŋè ŋẹ] To go softly.

đi nhón gót [di ŋón gót] To tiptoe, to walk on tiptoe.

đi nhờ xe [di ŋờ sε] To accompany someone in a car.

đi ở [di ờ] To be in service, to live oneself out as a servant. *Cô ấy đi ở trước khi (cô ấy) lấy chồng:* She was in service before her marriage. *Đi ở với người nào:* To take service with someone, to enter someone's service.

đi phép [di fép] To be on leave, on pass.

đi qua [di kwa] 1) To pass, to go by, to get by. *Không đủ chỗ để đi qua:* There was not enough room to get by. *Xin cho tôi đi qua:* Please let me get by (= please move, or stand aside, so that I may pass).

2) To cross, to go over. *Đi qua cầu:* To cross a bridge. *Đi qua đường xích đạo:* To cross the line.

đi qua đi lại [di kwa di lại] To go to and fro, to come and go.

đi ra [di ra] To go out. *Đi ra đi !:* Out you go !. *Nó đi ra vừa lúc tôi vào:* He went out (just) as I came in.

đi riết [di riết] To go quickly, to go fast.

đi rón rén [di rón rén] To walk on tiptoe, to walk with cathke tread.

đi rón [di rón] To patrol. *Người gác dan đêm đi rón một vòng:* The nightwatchman was going his round, was on his round.

đi rước [di rước] To meet, to go to meet (someone).

đi sau [di ʃau] To go, walk, after. *Đi sau người nào:* To walk after someone.

đi săn [di ʃăn] To go hunting, to go shooting. *Chúng nó đi săn:* They are out shooting.

đi se sẽ [di ʃε ʃẽ] To walk softly.

đi song song [di ʃɔŋ ʃɔŋ] To walk abreast.

đi tả [di tả] To suffer from diarrhoea.

đi táo [di táu] Constipated, costive.

đi tàu [di tàu] To go by boat, to take ship.

đi tắm [di tắm] To take a bath.

đi tắt [di tắt] To go in the shortest way to.

đi tiêu [di tieu] To go to stool. *Anh đi tiêu thường không ?:* Are your bowels regular ?.

đi thẳng [di θẳŋ] To go straight, to go right on. *Cứ đi thẳng:* Keep straight on. *Chúng nó đi thẳng tới trước:* They went straight ahead. *Đi thẳng qua đường:* To go straight across the road. *Hãy đi thẳng đến chừng nào anh thấy nhà dây thép:* Go right (straight) on until you see the post-office. *Đi thẳng hết con đường nầy đoạn quẹo tay trái:* Go right to the end of this road and then turn left. *Tôi đi thẳng về nhà:* I am going right home.

đi thăm [di θăm] To go to see (someone), to go and see (someone) ; to go round, to pay a visit to. *Đi thăm người nào:* To go round to see someone. *Tôi đi thăm nó tối hôm qua:* I went round to see him yesterday evening.

đi theo [di θεu] To accompany, to go, come, with (someone). *Đi theo tôi:* Come along with me. *Anh đi theo tôi không ?:* Are you coming with me ?.

Anh đi một mình hay có ai đi theo ? : Are you alone or is there anyone with you ?. *Anh muốn tôi đi theo anh hay không ?* : Would you like me to go with you ?.

đi thi [di θi] To present oneself for, go in for, go up for, sit for, an examination. *Học rút, học gạo đề đi thi* : To grind for an exam. *Dạy người nào đề đi thi* : To prepare someone for an examination.

đi thong thả [di θoŋ θả] To walk leisurely.

đi thụt lùi [di θụt lùi] To walk backwards.

đi tiểu [di tiểu] To urinate, to make water.

đi tìm [di tìm] To go for, to fetch (a doctor, etc...).

đi tới đi lui [di tới di lui] To go to and fro, to walk up and down.

đi tới trước [di tới trước] To go on before ; to go, move, forward.

đi tu [di tu] To enter religion, to become a monk. *Nó nhứt định từ bỏ sự giàu sang và đi tu* : He decided to divest himself of his wealth and become a monk.

đi tròn [di tròn] To flee, to fly.

đi tuần [di twần] To patrol, to go the rounds.

đi tứ tán [di tứ tán] To dispart, to go in different directions.

đi tướt [di tướt] (Of baby) To have diarrhoea.

đi trước [di trước] To go first, to go before, to go in front, to lead the way. *Đi trước đi !* : After you ! (= will you please go first !). *Anh đi trước và tôi sẽ theo (anh)* : You go first and I will follow (you).

đi vào [di vàu] To go in, to enter.

đi văng [di vauŋ] Divan, couch.

đi vắng [di váuŋ] Absent. *Nó đi vắng*: He is absent (away) from home. *Tôi sẽ đi vắng trong một thời gian* : I shall be away some while. *Tốt hơn hết là anh nên đi vắng trong một thời gian* : The best plan will be for you to go away for a time.

đi về [di về] To go back.

đi vòng [di vòŋ] To go round, to come round. *Tài xế tắc xi chở chúng tôi đi vòng*: The taxi-driver brought us a long way round. *Đi vòng quanh thế giới* : To tour (all over) the world. *Anh phải đi vòng* : You'll have to go round. *Con đường đang sửa chữa nên chúng tôi phải đi vòng*: The road was under repair so we had to go round. *Đi vòng quanh thành phố* : To go round the town. *Anh có thể nhảy ra rào không ? Nếu không, anh phải đi vòng*: Can you jump over the hedge ? If not, you must go round.

đi vô [di vo] To go in, to enter. *Nó tránh qua một bên đề tôi đi vô*: He stepped aside so that I might enter (so I might enter). *Nó chỉ đi vô và đi ra, không làm việc gì cả* : He does nothing but go in and out.

đi xe [di se] To go by car.

đi xe lửa [di se lửa] To go by train. *Chúng ta đi xe lửa hay đi tàu ?* : Shall we go by train or by steamer ?.

đi xem lễ [di sem lễ] To go to church.

đi xin [di sin] To beg. *Đã đi xin thì không được kén chọn* : Beggars cannot be choosers.

đi xồng [di soŋ] To go to stool.

đi xuồng [di suồŋ] To descend, to go down, to come down, to get down.

đi xe đạp [di se dạp] To ride on a bicycle. *Ông X bị đụng lật nhào khi ông ấy đi xe đạp*: Mr. X was knocked down while riding a bicycle.

đì [dì] (Slang) To reprimand, to blame.

đĩ (Anat) Scrotum. *Bịnh sa đĩ* : Orchitis.

đĩ [dĩ] Prostitute, courtesan, harlot, whore, street-walker. *Sự làm đĩ* : Prostitution. *Làm đĩ* : To prostitute herself, to play the harlot.

đĩ có giấy [dĩ kó sếi] Registered prostitute, open prostitute.

đĩ đực [dĩ dựk] Male prostitute.

đĩ lậu [dĩ lậu] Clandestine prostitute, concealed prostitute.

đĩ rạc [dĩ rạk] Reformed prostitute.

đĩ thõa [dĩ θwã] Wanton.

đỉa [ḍiə] Many. *Nợ đỉa ra :* To be head over ears, up to the eyes, in debt.

đỉa Pond.

đỉa [ḍiə] Leech, blood–sucken. *Nghề nuôi đỉa :* Leech-breeding. *Dai như đỉa:* To stick like a leech ; very persistent, difficult to get rid of.

đỉa [ḍiə] See dĩa.

đỉa [ḍiə] Land, ground. *Lục địa :* Continent.

địa bạ [ḍiə bạ] Cadastral register.

địa bàn [ḍiə bàn] Compass.

địa bàn điện tử [ḍiə bàn diện tử] Electronic compass.

địa bàn độ khuynh [ḍiə bàn dọ xwiɲ] Dipping needle.

địa bàn không lắc [ḍiə bàn xoɲ lắɯk] Aperiodic compass.

địa bàn lăng kính [ḍiə bàn laɯɲ kíɲ] Prismatic compass.

địa bàn phương giác [ḍiə bàn fɯɤɲ sák] Azimuth compass.

địa cầu [ḍiə kòu] Globe, earth. *Địa cầu đồ :* Planisphere. *Vỏ địa cầu :* The earth's crust. *Đi vòng quanh địa cầu :* To go round the globe.

địa chấn [ḍiə cấn] Earthquake, seism. *Phép ghi địa chấn :* Seismography. *Người khảo sát, nghiên cứu về địa chấn:* Seismologist.

địa chấn biểu [ḍiə cấn biểu] Seismograph, seismometer.

địa chấn học [ḍiə cấn họk] Seismology. *Thuộc về địa chấn học :* Seismological.

địa chấn ký [ḍiə cấn kí] Seismograph.

địa chất [ḍiə cất] Nature of the soil.

địa chất học [ḍiə cất họk] Geology. *Nhà địa chất học :* Geologist. *Thuộc về địa chất học :* Geological.

địa chỉ [ḍiə cỉ] Address ; directions, destination. *Viết tên và địa chỉ của mình :* To put down one's name and address. *Địa chỉ không thể đọc được :* Illegible address. *Viết địa chỉ trên bao thơ :* To write the address on the envelope. *Nó có địa chỉ của tôi :* He has my address. *Cho tôi biết nếu anh đổi địa chỉ :* Let me know if you change

your address. *Tôi đã đổi địa chỉ rồi :* I've changed my address. *Anh ở bao lâu tại địa chỉ hiện nay ? :* How long have you been living at the present address ?. *Đi không để lại địa chỉ (đi luôn):* To depart without leaving one's address. *Bưu kiện được trả về người gởi vì địa chỉ thiếu :* The parcel was returned to the sender because the directions were insufficient. *Anh có thể cho tôi biết địa chỉ của ông B. không?:* Can you give me the address of Mr. B ?. *Viên cảnh sát ghi vội địa chỉ của tôi :* The policeman jotted down my address. *Xin anh cho tôi biết địa chỉ của anh khi anh đã có chỗ ở yên rồi :* Please let me have your address as soon as you are settled.

địa chỉ cũ [ḍiə cỉ kũ] Old address.

địa chỉ tạm [dị cỉ tạm] Temporary address.

địa chỉ thường trực [ḍiə cỉ θɯɤ̀ɲ trụk] Permanent address.

địa chủ [ḍiə củ] Landowner, landlord, landed proprietor.

địa danh [ḍiə zaɲ] Place name.

địa dịch quyền[ḍiə zịk kwièn]Easement.

địa diện [ḍiə ziện] Surface of the earth.

địa dư [ḍiə zɯ] Geography. *Địa dư hình thể :* Physical geography.

địa đái [ḍiə dái] Terrestrial zone.

địa đạo [ḍiə dạo] Underground, subterranean passage.

địa-diện [ḍiə diện] Facies, aspect, appearance (of plant, person, etc...).

địa điểm [ḍiə diểm] Point, location.

địa đồ [ḍiə dò] Map, plan. *Giá để lấy địa đồ :* Map-board. *Người vẽ địa đồ:* Map-maker. *Phép vẽ địa đồ :* Map-making. *Địa đồ thành phố :* Street plan. *Đánh dấu một chỗ trên địa đồ :* To mark a place on the map.

địa động [ḍiə dọɲ] Earthquake, seism.

địa giới [ḍiə sɤ́i] Frontier, border ; boundary, limit.

địa hạt [ḍiə hạt] Province, domain, realm. *Việc ấy không thuộc địa hạt của tôi :* That is not within my province.

địa hiệp [dịə hiệp] (Geog) Isthmus.

địa hình [dịə hìn] Topography.

địa hướng động [dịə hướn dộn] (Bot) Geotropism.

địa khí [dịə xỉ] Climate of a region.

địa khoán [dịə xwán] Title-deed, title of property.

địa lôi [dịə loi] (Mil) Mine, land mine, ground mine. *Địa lôi chống người* : Antipersonnel mine. *Địa lôi hóa học* : Chemical land mine.

địa lợi [dịə lợi] 1) Geographical advantage.

2) Produce of the land.

địa lý [dịə lí] Geomancy.

địa ngục [dịə ŋuk] Hell. *Trên thiên đàng và dưới địa ngục* : In heaven and hell. *Chết và xuống địa ngục* : To die and go to hell. *Nhà này là địa ngục ở trần gian* : This house is a hell upon earth.

địa nguyên học [dịə ŋwien họk] Geogeny.

địa nhiệt [dịə ɲiệt] Geothermy ; internal heat of the earth.

địa ốc [dịə ók] Real estate. *Địa ốc ngân hàng* : Land-bank.

địa phận [diə fọn] Territory.

địa phú [dịə fú] Hell.

địa phương [dịə fưɵŋ] Locality ; region, district. *Óc địa phương* : Regionalism. *Giờ địa phương* : Local time. *Màu sắc địa phương* : Local colour. *Nhà chức trách địa phương* : Local authorities.

địa sát [dịə ʃát] Ground observation.

địa tằng [dịə tàɯŋ] Stratum, terrane. *Địa tằng học* : Stratigraphy.

địa tâm [diə təm] Center of the earth, earth's center.

địa thám [dịə θám] Ground reconnaissance.

địa thể [dịə θế] (Mil) Terrain, ground.

địa tiền [dịə tiền] (Bot) Hepatica.

địa tô [dịə to] Land rent.

địa trục [dịə trụk] Axis of the earth.

Địa Trung Hải [dịə truŋ hải] The Mediterranean.

địa vật lý học [dịə vật lỉ họk] Geophysics

địa vị [dịə vị] Position, degree, rank (in society) ; place. *Ở địa vị cao* : In a high position. *Đạt đến một địa vị cao sang* : To attain to a high place. *Ở vào địa vị anh, tôi sẽ không làm việc ấy* : I shouldn't do if I were you. *Anh hãy thử ở vào địa vị tôi* : Put yourself in my position. *Người đàn bà có địa vị cao* : A lady of high degree. *Nó giữ một địa vị quan trọng trong Bộ Giáo dục* : He occupies an important position in the ministry of Education. *Ở địa vị tôi, anh sẽ làm gì ?* : Put yourself in my place and what would you do ?.

địa vọng [dịə vɔŋ] Position and fame.

địa vực [dịə vɯk] District, region.

địa-y [dịə i] (Bot) Lichen.

đích [dík] Mark (to aim at) ; target, aim, object, butt.

đích danh [dík zaiɲ] Real name.

đích đáng [dík dáŋ] Right, just, proper, appropriate.

đích nhiên [dík ɲien] Certain.

đích thân [dík θən] In person, personally.

đích thân Near relation.

đích thật [dík θọt] Authentic.

đích thê [dík θe] First rank wife ; lawful wife, legitimate wife.

đích thị [dík θị] Exactly ; that's it.

đích thực [dík θɯk] Authentic.

đích tín [dík tín] Reliable information.

đích tôn [dík ton] The eldest son of one's eldest son.

đích tử [dík tử] Son of the first rank wife.

đích xác [dík sák] Sure, certain.

địch [dịk] Flute.

địch Enemy, adversary, foe. *Vùng bị địch chiếm đóng* : Enemy-occupied territories. *Hạm đội địch* : Enemy fleet. *Địch bị thiệt hại nặng* : The enemy suffered heavy casualties. *Địch bị tiêu diệt* : The enemy were cut to pieces. *Địch bắt buộc phải rút lui* : The enemy were forced to retreat. *Tuy địch đông hơn nhưng tôi vẫn chống giữ từng tấc đất* : Although the enemy out-numbered us, we disputed every inch of the ground (i.e. fought hard to prevent the enemy from advancing). *Địch rốt cuộc bắt buộc phải đầu hàng* : The enemy were at last forced to give in. *Các phi cơ chiến đấu của ta chận phi cơ oanh tạc địch* : Our fighter planes intercepted the enemy's bombers. *Sa vào tay địch, bị địch bắt* : To fall into the hands of the enemy. *Ngay khi chúng tôi nổ súng, thì địch bỏ chạy* : As soon as we fired, the enemy ran.

địch To resist, to fight.

địch binh [địk biɲ] Enemy troops.

địch đảng [địk đảŋ] The party in opposition.

địch kháng [địk xáŋ] To resist, to fight.

địch khu [địk xu] Enemy zone.

địch quân [địk kwən] Enemy troops.

địch quốc [địk kwók] Enemy nation.

địch quốc phú [địk kwók fú] Extremely rich.

địch thù [địk θù] Enemy.

địch thủ [địk θủ] Adversary, competitor, opponent, rival. *Những địch thủ không đáng kể* : Competitors of little account. *Nó đã gặp một địch thủ xứng đáng* : He has found a foe worthy of his steel. *Địch thủ của nó bám chặt lấy chân nó* : His opponent fastened on to his leg. *Nó không thể nào đuổi kịp địch thủ của nó được* : He could not reach his adversary. *Khinh thường địch thủ* : To underrate one's opponent.

địch tình [địk tìɲ] Enemy situation.

địch vận [địk vən] Propaganda with the enemy.

điếc [dirk] 1) Deaf. *Tật điếc* : Deafness. *Điếc và câm* : Deaf and dumb. *Tật điếc và câm* : Deaf-dumbness. *Điếc một tai* : Deaf in one ear. *Giả bộ điếc* : To turn a deaf ear to. *Nói với người điếc còn dễ hơn nói với người cố ý không muốn nghe* : There are none so deaf as those that will not hear. *Người điếc* : Deaf man. *Người điếc và*

câm : Deaf-mute, deaf and dumb person.

2) Dull, muffled (noise).

điếc đặc [dirk dạuk] As deaf as a post, as an adder. *Nó điếc đặc* : He is as deaf as an adder.

điếc óc [dirk ók] Ear-splitting.

điếc tai [dirk] Deafening. *Làm điếc tai* : To deafen.

điếm [diếm] Prostitute.

điếm canh [diếm kaiɲ] Watch-house, guard room.

điếm nhục [diếm ɲuk] Dishonour, shame.

điếm ô [diếm o] See điếm nhục.

điềm [dièm] Augury, omen, presage, portent; foretoken, prognostic. *Có điềm tốt* : Under favourable auspices.

điềm báo trước [dièm báu trứrk] Forerunner. *Chim én, điềm báo trước mùa xuân sắp đến* : Swallows, the forerunners of spring. *Có phải tin nầy là điềm báo trước sắp có chiến tranh một ngày gần đây không?* : Does this news augur war in the near future ?.

điềm chỉ [dièm cỉ] To inform. *Điềm-chỉ-viên* : Informer.

điềm dữ [dièm zữ] Bad omen, bad augury.

điềm đạm [dièm dạm] Quiet, calm, sedate.

điềm gở [dièm gở] Bad omen.

điềm lạ [dièm lạ] Strange omen.

điềm lành [dièm làiɲ] Good omen.

điềm nhiên [dièm ɲien] Indifferent.

điềm tĩnh [dièm tiɲ] Calm, dispassionate; serene, unruffled, cool, untroubled, settled, composed (person, manner). *Giữ điềm tĩnh* : To keep one's head, to keep calm, to keep cool, to keep a cool head. *Nó luôn luôn điềm tĩnh trước sự nguy hiểm* : He was always cool in the face of danger. *Nó rất điềm tĩnh* : He has a very cool head.

điềm tốt [dièm tót] Good omen.

điềm xấu [dièm sấu] Bad omen.

điểm [diểm] 1) Point, spot. *Ưu điểm* : Strong point. *Nhược điểm* : Weakness.

Khuyết điểm : Lacuna. *Yếu điểm* : Essential point. *Điểm khởi hành, khởi điểm* : Point of departure, starting point. *Giao điểm* : (Point of) intersection. *Phương điểm* : The cardinal points. *Địa điểm* : Point, location. *Quan điểm* : Point of view, view-point. *Cực điểm* : Maximum, extreme, climax. *Không đồng ý nhau về một điểm* : To differ on a point. *Nêu rõ một quan điểm*: To make a point. *Yếu điểm của một lý luận* : The chief point of an argument. *Chúng tôi không đồng ý về điểm ấy* : We are not in agreement hereupon. *Các sử gia đều không đồng ý về điểm nầy* : Historians are at variance on this point.

2) (Games) Point, score. *(Quyền thuật) Thua điểm* : (Box) Beaten on points. *Thắng điểm người nào* : To win someone on points. *Ghi điểm* : To keep the score.

3) (Ch) Point. *Băng điểm* : Freezing-point. *Dung điểm* : Melting point.

4) Mark. *Nó được sáu điểm* : He gained six marks. *Chấm điểm một bài làm* : To mark an exercise. *Thầy giáo trừ bớt hai điểm vì chữ xấu* : The teacher deducts two marks for bad handwriting. *Nó được chín mươi lăm điểm về địa dư* : He got 95 marks out of 100 for geography.

điểm 1) To check, to count. *Kiểm điểm* : To check, to tally. *Tô điểm* : To beautify, to adorn; to embellish. *Trang điểm* : To deck oneself, to adorn oneself.

2) *Điểm mấy hạt mưa* : A few drops of rain are falling.

điểm bạc [điểm bạk] Turning grey, going grey; touched with grey ; grizzled.

điểm binh [điểm biŋ] To review troops.

điểm canh [điểm kaiŋ] To sound the various periods of night watches.

điểm cận nhật [điểm kạn ɲạt] Parhelion, mock sun.

điểm cận viễn nhật [điểm kạn viễn ɲạt] (Astr) Apsis.

điểm chỉ [điểm cɪ] To press one's finger.

điểm chỉ Informer.

điểm danh [điểm zaiŋ] To call the roll, to call over the names.

điểm duyệt [điểm zwiệt] To check and examine.

điểm đăng [điểm dauŋ] To light a lamp.

điểm đầu [điểm dầu] To nod (one's head).

điểm huyệt [điểm hwiệt] 1) (Chinese boxing) To hit a mortal point.

2) To point out the burial place.

điểm khởi hành [điểm xỏi haiɲ] Point of departure.

điểm-lệ [điểm lẹ] (Anat) Dacryon.

điểm mặt [điểm mạurt] To shake one's finger at someone's face.

điểm mục tiêu [điểm mụk tiêu] Reference mark, guide mark.

điểm ngừng [điểm ŋừŋ] Stopping place, stop-point.

điểm nhắm [điểm ɲắum] Aiming point.

điểm quan sát [điểm kwan ʃát] Observing point.

điểm sôi [điểm ʃoi] Boiling point.

điểm sơ khởi [điểm ʃɤ xỏi] Initial point.

điểm tâm [điểm tɤm] To breakfast, to have breakfast, to eat one's breakfast.

điểm tiếp tế [điểm tiếp tế] Supply point. *Điểm tiếp tế đạn dược* : Ammunition supply point.

điểm trang [điểm traŋ] To adorn oneself.

điểm tựa [điểm tựɤ] Strong point.

điểm vành [điểm vàiɲ] (Anat) Areola.

điểm viễn địa [điểm viễn địɤ] (Astr) Apogee.

điểm viễn nhật [điểm viễn ɲạt] (Astr) Aphelion.

điểm xuất phát [điểm suất fát] Point of departure, departure point.

điểm xuyết [điểm xwiết] To adorn.

điên [diên] Mad, insane, crazy, demented. *Phát điên* : To go mad, to go crazy. *Chó điên* : Mad dog. *Làm người nào phát điên* : To drive someone mad.

Đêm khủng khiếp ấy làm nàng phát điên : That dreadful night had driven her out of her mind. *Anh làm tôi phát điên* : You are driving me mad, you drive me to distraction. *Nhà thương điên* : Insane, lunatic, asylum. *Điên lên vì đau đớn* : Crazy with grief.

điên cuồng [dien kuɔ̀ŋ] Crazy, mad, distracted, demented. *Kế hoạch điên cuồng* : A mad plan.

điên dại [dien zại] Foolish, stupid.

điên dâm [dien zɔm] Erotomania.

điên đảo [dien đàu] Upside down.

điên điển [dien dièn] (Bot) Cork.

điên khùng [dien xùŋ] Crazy, raving mad.

điên rồ [dien rò] Foolish.

điên tiết [dien tiét] Furious.

điền [dièn] Field, ricefield ; land. *Đồn điền* : Concession. *Sự đạc điền* : Cadastral survey.

điền To fill in, to fill up, to complete (a form, etc...).

điền bổ [dièn bỏ] To complete.

điền chủ [dièn củ] Landowner, landlord.

điền dã [dièn zã] Country.

điền địa [dièn địə] Land, ricefield.

điền giả [dièn zà] Cultivator, agriculturist.

điền hộ [dièn họ] Tenant–farmer.

điền kê [dièn ke] Frog.

điền khách [dièn xáik] Tenant-farmer.

điền khí [dièn xi] Agricultural implements, farming implements, farm-equipment.

điền khuyết [dièn xwiét] To fill a blank.

điền kinh [dièn kiŋ] Athletics.

điền lạp [dièn lạp] To go hunting (or shooting).

điền phu [dièn fu] Cultivator, agriculturist.

điền sản [dièn ʃàn] Landed property.

điền tang [dièn taŋ] Agriculture and seri(ci)culture.

điền thổ [dièn θỏ] Ricefield and land.

điền thử [dièn θử] (Zoo) Meadow mouse.

điền tô [dièn to] Ground rent.

điền trạch [dièn trạik] Ricefields and houses.

điền viên [dièn vien] Fields and gardens. *Thú điền viên* : Pleasures of the country life.

điển [dièn] Code. *Cổ điển* : Classic(al). *Từ điển* : Dictionary.

điển chế [dièn cé] Rule, law.

điển chương [dièn cwɔŋ] See **điển chế**.

điển cố [dièn kó] Historical references.

điển điển [dièn dièn] (Bot) Cork.

điển đương [dièn dwɔŋ] To pawn, to pledge ; to mortgage.

điển hình [dièn hìŋ] Typical.

điển hình Example, pattern.

điển khí [dièn xi] Electricity.

điển lễ [dièn lẽ] 1) To deal with ceremonial.

2) One who deal with ceremonial.

điển lễ ty [dièn lẽ ti] Branch (of the Foreign Office) dealing with ceremonial.

điển lệ [dièn lệ] Rule, law, regulation.

điển mại [dièn mại] Sale subject to right of vendor to repurchase, with privilege of repurchase.

điển phạm [dièn fạm] Example, pattern.

điển pháp [dièn fáp] Rule, law.

điện [dịen] Palace ; temple.

điện 1) Electricity. *Thợ điện* : Electrician. *Sóng điện* : Electric wave. *Đèn điện* : Electric light. *Động cơ chạy bằng điện* : Electric motor. *Máy phát điện* : Dynamo. *Máy biến điện* : Transformer. *Quạt điện* : Electric fan. *Bàn ủi điện* : Electric iron. *Cúp điện, mở điện* : To break, open, the circuit. *Máy nầy chạy bằng điện* : This machine goes by electricity.

2) Telegram. *Đánh điện* : To telegram, to wire. *Công điện* : Official telegram.

điện ảnh [dịen àiŋ] Movies, cinematography.

điện áp [dịen áp] Voltage, tension. *Điện áp biểu* : Voltameter.

điện âm [diện əm] Negative electricity.

điện ba [diện ba] Electric wave.

điện bản [diện bản] Electrotype.

điện báo [diện báu] Telegraphy. *Máy điện báo*: Telegraph. *Máy điện báo tự ký*: Recording telegram. *Ngân phiếu điện báo*: Telegraph money order.

điện cao tần [diện kau tần] High-frequency current.

điện cơ [diện kə] Electric motor.

điện cực [diện kựk] Electrode.

điện dung [diện zuŋ] Electric capacity.

điện dương [diện zươŋ] Positive electricity.

điện đồ thuật [diện dò θwạt] Galvanoplasty.

điện động [diện dọŋ] Electromotive.

điện động cơ [diện dọŋ kə] Electromotor.

điện động học [diện dọŋ họk] Electrokinetic.

điện động lực [diện dọŋ lựk] Electromotive force.

điện động lực học [diện dọŋ lựk họk] Electrodynamics.

điện giải [diện sải] Electrolysis. *Máy điện giải*: Electroliser. *Chất bị điện giải*: Electrolyte.

điện giải To electrolize.

điện giựt [diện sựt] Shock. *Nếu anh sờ vào sợi dây có điện anh sẽ bị điện giựt*: If you touch a live wire, you will get a shock. *Nó bị điện giựt tại nhà nó đêm thứ năm*: He was electrocuted at his house on Thursday night.

điện hạch [diện hạik] Electron.

điện hóa học [diện hwả họk] Electrochemistry. *Thuộc về điện hóa học*: Electro-chemical.

điện hoại [diện hwại] See điện thoại.

điện học [diện họk] Electricity (science of static electricity or of electric currents; branch of physics which treats the laws and phenomena of electricity).

điện kế [diện kế] (El) Galvanometer. *Thuộc về điện kế*: Galvanometric.

điện kế chần động [diện kế cần dọŋ] Vibration galvanometer.

điện kế có gương [diện kế kó gươŋ] Mirror galvanometer.

điện kế dây xoắn [diện kế zei swáum] Torsion galvanometer.

điện kế hai dây [diện kế hai zei] Dual wire galvanometer.

điện kế không lắc [diện kế xoŋ láwk] Dead-beat galvanometer, aperiodic galvanometer.

điện kế không quay [diện kế xoŋ kway] Moving frame galvanometer.

điện kế phản xạ [diện kế fản sạ] Reflexion galvanometer.

điện kế xung kích [diện kế suŋ kík] Ballistic galvanometer.

điện kháng [diện xáŋ] (El. E) Reactance.

điện khí [diện xí] Electricity.

điện lãng [diện lãŋ] Electric wave.

điện liệu [diện liệu] (Med) To cure diseases by electrical treatment.

điện liệu pháp [diện liệu fáp] (Med) Electro-therapy, electro-therapeutics.

điện linh [diện liŋ] Electric bell.

điện lô [diện lo] (Ph) Electric circuit.

điện luyện [diện lwiện] Electric-metallurgy. *Thuộc về điện luyện*: Electro-metallurgic.

điện lực [diện lựk] Electric power.

điện lực học [diện lựk họk] Electrodynamics.

điện lực kế [diện lựk kế] Electrodynamometer.

điện lượng kế [diện lượŋ kế] Electricmeter.

điện lưu [diện lưu] Electric current.

điện lưu kế [diện lưu kế] Galvanometer.

điện năng [diện nauŋ] Electric energy.

điện nghiệm [diện ŋiệm] Electroscope.

điện phân [diện fân] (Ph) Electrophorus.

D

điện phong phiên [diện fɔŋ fién] Electric fan.

điện quang [diện kwaŋ] Electric light.

điện quang học [diện kwaŋ hɔk] Electro-optics.

điện quang quản [diện kwaŋ kwản] Neon tube.

điện sinh lý học [diện ʃiɲ li hɔk] Electro–physiology.

điện tâm động đồ [diện tɔm dɔŋ dò] (Med) Electro-cardiogram.

điện thạch [diện θạik] Calcium carbide.

điện thẩm [diện θɔ̀m] Electro-osmosis.

điện thế [diện θé] Voltage.

điện thế kế [diện θé ké] Potentiometer.

điện thị [diện θị] Television.

điện thoại [diện θwại] Telephone, phone. *Thuộc về điện thoại*: Telephonic. *Máy điện thoại*: Telephone. *Chuông điện thoại*: Telephone bell. *Phòng điện thoại*: Telephone-box, telephone booth. *Đường dây điện thoại*: Telephone-line. *Dây điện thoại*: Telephone wire. *Số điện thoại*: Telephone number. *Nói điện thoại, gọi điện thoại*: To telephone. *Anh có điện thoại không?*: Are you on the (tele)phone. *Có người hỏi ông ở máy điện thoại*: You are wanted on the telephone. *Tôi nói chuyện với nó bằng điện thoại*: I spoke to him over the telephone. *Gọi điện thoại người nào*: To call up, ring up, someone (on the telephone). *Nói chuyện với người nào bằng điện thoại*: To speak to someone on the telephone. *Tôi sẽ gọi điện thoại cho anh*: I'll give you a ring, a call; I'll ring you up, I'll call you up. *Ngày nay chúng ta có thể giao thiệp với người ở Âu châu và Mỹ châu bằng điện thoại*: We can now communicate with people in Europe and America by telephone. *Tôi đã gọi điện thoại cho nó sáng nay*: I was on to him on the phone this morning. *Có nhiều người dùng điện thoại ở Hoa Kỳ hơn bất cứ nước nào khác*: There are more telephone users in the U.S.A. than in any other country.

điện thoại niên giám [diện θwại nien jám] Telephone book, telephone directory.

điện thoại tự động [diện θwại tự dɔŋ] Automatic telephone, dial-telephone.

điện thoại viên [diện θwại vien] Telephonist, telephone operator. *Nữ điện thoại viên*: Telephone girl.

điện tích [diện tik] Electrolysis.

điện tín [diện tín] Telegram, telegraph message. *Đánh điện tín*: To send a telegram, to wire, to telegraph. *Vô tuyến điện tín*: Wireless telegram, radio telegram. *Điện tín viên*: Telegraph-operator. *Sở điện tín*: Telegraph office. *Anh có nhận được điện tín của tôi không?*: Did you get my telegram?. *Tôi gởi điện tín ngay khi nhận được tin*: Immediately upon (the) receipt of the news I sent a telegram.

điện trì [diện trì] Accumulation, battery.

điện trở [diện trở] (Phys) Resistance.

điện-trở-suất [diện trở ʃwót] (El) Resistivity.

điện trường [diện trɯɔ̀ŋ] Electric field.

điện tuyến [diện twién] Electric wire.

điện từ [diện từ] Electro-magnetic. *Điện từ học*: Electro-magnetism.

điện tử [diện tử] Electron. *Thuộc về điện tử*: Electronic.

điện văn [diện vaɯn] Telegram. *Anh nhận được điện văn hồi nào?*: When did you receive the telegram?.

điếng [diéŋ] Stunning; shocking.

điếng hồn [diéŋ hòn] *Làm người nào sợ điếng hồn*: To frighten someone out of his wits.

điếng người [diéŋ ŋɯɔ̀i] *Sợ điếng người*: To be frightened to death, dumb with fear.

điệp khúc [diệp xúk] Refrain, burden (of a song).

điệp văn [diệp vaɯn] Dispatch, message.

điêu [dieu] See điêu khắc.

điêu False, lying. *Nói điêu* . To lie.

điêu ác [dieu ák] False and wicked.

điêu bạc [dieu bạk] Deceitful.

điêu đứng [dieu dứṇ] Miserable, unfortunate.

điêu giảo [dieu ʒảu] Cheating, knavish, double-dealing.

điêu **khắc** [dieu xáưk] To sculpt, to engrave, to carve. *Nhà điêu khắc :* Sculptor. *Thuật điêu khắc :* Sculpture.

điêu linh [dieu liṇ] See điêu đứng.

điêu luyện [dieu lwiẹn] Accomplished, perfect.

điêu ngoa [dieu ŋwa] Lying, false.

điêu tàn [dieu tàn] Ruined, desolate.

điêu trá [dieu trá] Deceitful.

điêu xảo [dieu ʒảu] See điêu trá.

điêu [diêu] Tobacco-pipe ; water-pipe. *Ống điếu :* Pipe.

điếu cảnh [diếu kảiṇ] To hang oneself.

điếu lợi [diếu lợi] To seek interests.

điếu phúng [diếu fúṇ] To offer (wreath, etc...) to a deceased person.

điếu tang [diếu taṇ] To pay a visit of condolence.

điếu thuyền [diếu θwièn] Fishing-boat.

điếu thuốc lá [diếu θwớrk lá] Cigarette. *Thảy, quăng cho tôi một điếu thuốc lá :* Chuck me over a cigarette.

điếu thuốc xì gà [diếu θwớrk si gà] Cigar.

điếu văn [diếu vaưn] Funeral oration.

điều [diều] 1) Article, clause.

2) Word. *Lắm điều :* Too talkative.

3) Thing, matter. *Điều ấy rất dễ hiểu:* That is very easy to understand. *Đắn đo, cân nhắc tất cả mọi điều :* Taking all things into consideration.

điều bí mật [diều bi mạt] Secret. *Tiết lộ điều bi mật :* To let the cat out of the bag.

điều binh [diều biṇ] To arrange troops (for battle etc...).

điều canh [diều kaiṇ] To flavour, season soup.

điều chè [diều cé] To compound.

điều chỉnh [diều cịṇ] 1) To adjust. *Sự điều chỉnh :* Adjustment. *Có thể điều chỉnh được :* Adjustable.

2) To set in order.

điều dụng [diều zụṇ] To use reasonably.

điều dưỡng [diều zướĩṇ] 1) To take care of oneself.

2) To look after, to take care of (someone).

điều dưỡng [diều zướĩṇ] Hospital attendant. *Nữ điều dưỡng :* Nurse.

điều đình [diều dịṇ] To arrange, to settle, to compose, to arbitrate, to compromise. *Điều đình một vụ kiện :* To settle a law suit amicably. *Điều đình với đối phương :* To treat with the enemy. *Điều đình với nhau hơn là đi kiện nhau :* To come to an agreement is better than going to law. *Sự điều đình :* Arrangement, arbitration.

điều độ [diều dọ] Moderate, temperate, sober. *Sự điều độ :* Moderation. *Bác sĩ khuyên phải ăn uống điều độ hơn :* The doctor advised more moderation in eating and drinking.

điều động [diều dọṇ] To maneuver, to move.

điều giải [diều ʒải] To mediate.

điều hại [diều hại] Evil. *Trước hai điều hại, nên chọn điều hại ít hơn :* Of two evils one must choose the lesser.

điều hành [diều hàiṇ] To handle.

điều hoà [diều hwà] 1) To harmonize ; to tune (with).

2) To reconcile.

điều hoán [diều hwán] To exchange.

điều khiển [diều xiền] To command, to conduct, to direct, to control ; to lead. *Ai điều khiển buổi hoà nhạc hôm qua ? :* Who directed at yesterday's concert ?.

điều khiển Command, control, conduct. *Dưới quyền điều khiển của ... :* Under (the) command of...

điều khiển chiến thuật [diều xiền cién θwạt] Tactical control. *Điều khiển chiến thuật tác xạ* : Tactical fire control.

điều khiền hành quân [dièu xièn hàip kwɔn] Operational control.

điều khiền hỏa lực [dièu xièn hwả lựk] Fire direction.

điều khiền tác xạ [dièu xièn ták sạ] Fire control.

điều khoản [dièu xwàn] Clause, article. *Những điều khoản của một khế ước* : The articles of a contract.

điều kiện [dièu kiện] Condition, stipulation, term ; (Jur) clause. *Đưa điều kiện cho người nào* : To impose conditions on someone, to lay down conditions to someone. *Đầu hàng vô điều kiện* : To surrender unconditionally. *Với điều kiện đó, tôi nhận* : On that condition, I accept. *Lời hứa của tôi còn tùy theo điều kiện* : My promise was conditional. *Với điều kiện là... :* On condition that . . ., on the stipulation that... *Điều kiện mướn một chiếc tàu* : Terms under which a ship is chartered. *Những điều kiện bất lợi cho chúng tôi* : Conditions are against us. *Tài năng là một trong những điều kiện đề thành công* : Ability is one of the conditions of success. *Cha mẹ nàng cho phép nàng đi với điều kiện là nàng phải về nhà trước mười giờ* : Her parents allowed her to go but made it a condition that she should get home by ten o'clock. *Nó được phép đi bơi với điều kiện là nó phải ở gần các trẻ khác* : He was allowed to go swimming on condition that he kept near the other boys. *Những điều kiện của một giao kèo* : Terms, articles, of a contract.

điều kiện cách [dièu kiện káik] Conditional mood.

điều kiện chú nghĩa [dièu kiện củ ɲɪə] Conditionalism.

điều kiện sách [dièu kiện ʃáik] The conditions of contract.

điều kiện tiên quyết [dièu kiện tien kwiét] Precondition.

điều kinh [dièu kiɲ] To regulate the menses.

điều lệ [dièu lệ] Regulation, rule ; statutes (of university etc...). *Điều lệ của một công-ty* : The rules of a society.

điều lý [dièu lí] To look after, to take care of, to attend to.

điều tể [dièu tể] To mix medicines.

điều tiết [dièu tiết] To harmonize and to moderate.

điều tra [dièu tra] To investigate, to hold an inquiry, to make investigations. *Cảnh sát đang điều tra nguyên nhân cuộc hỏa hoạn* : The police are investigating the source of the fire.

điều tra (cuộc) Inquiry, investigation. *Ủy ban điều tra* : Investigation committee. *Mở cuộc điều tra về việc gì* : To inquire into something ; to hold, institute, set up, conduct, an inquiry, to make investigations, regarding something. *Cuộc điều tra đang tiếp diễn* : The investigation is continuing.

điều trần [dièu trần] To expose in detail.

điều trị [dièu trị] To cure, to treat (a patient). *Bịnh nhân đang được điều trị* : Patient under treatment.

điều ước [dièu úrk] Treaty, compact, agreement. *Trọng tài điều ước* : Arbitration treaty.

điều vị [dièu vị] To season, to flavour.

điều xử [dièu sử] To settle (a quarrel).

điểu [dièu] (Not used alone) Bird.

điểu loại học [dièu lwại hɔk] Ornithology. *Nhà điểu loại học* : Ornithologist.

điểu noãn học [dièu nwãn hɔk] Oology.

điệu [diệu] To take (someone) away.

điệu Air, tune. *Tôi thích hút gió điệu đó* : I like to whistle that tune.

điệu bộ [diệu bọ] Gesture. *Nó bắt chước tiếng và điệu bộ của thầy giáo rất giống* : He mimicked the teacher's voice and gestures very well.

điệu ca [diệu ka] (Mus) Air.

điệu hát [diệu hát] See điệu ca.

đinh [diɲ] Nail. *Đinh nhỏ đầu bằng* : Tack. *Đinh đầu lớn* : Clout nail, spike-nail. *Đinh mất đầu, đinh tà đầu :*

Brad. *Hộp đinh:* Nail-box. *Kềm nhổ đinh:* Nail-claw, nail-drawer, nail-extractor. *Người buôn bán đinh :* Nail-dealer. *Lỗ đinh :* Nail-hole. *Thợ làm đinh :* Nail-maker, nail-smith, nail-manufacturer. *Nghề làm đinh :* Nail-making. *Xưởng làm đinh :* Nailery. *Dùi để tống đinh :* Nail-set. *Đóng đinh :* To nail, to fasten with nails. *Đóng đinh vào tường :* To drive a nail into the wall. *Nhổ đinh ra :* To draw, take out, a nail. *Áo của nàng bị đinh móc :* Her dress caught, hitched, on a nail.

đinh ba [diɲ ba] Trident, three-pronged fork.

đinh chốt [diɲ cót] Forelock.

đinh cúc [diɲ kúk] Pin.

đinh ghim [diɲ gim] Pin.

đinh hương [diɲ hươŋ] (Bot) Clove.

đinh mũ [diɲ mũ] Clinch-nail.

đinh ninh [diɲ niɲ] 1) To be sure, certain.
2) To recommend strongly.

đinh ốc [diɲ ók] Screw. *Sự bắt đinh ốc :* Screwing. *Xưởng làm đinh ốc:* Screw-cutting industry.

đinh tà đầu [diɲ tà dầu] Brad.

đinh tán [diɲ tán] Clinch-nail.

đính [díɲ] To enclose, to attach. *Đính theo đây :* Enclosed herewith. *Mẫu (hàng) đính theo thơ của ông :* (Com) The sample attached to your letter.

đính Bar (of gold, etc...).

đính chánh [díɲ cáiɲ] 1) To contradict, to belie, to give the lie to. *Sự đính chánh :* Contradiction. *Đính chánh một lời tuyên bố :* To contradict a statement. *Cực lực đính chánh một lời nói:* To give the lie direct to an assertion. 2) To rectify.

đính định [díɲ diɲ] See đính ước.

đính giao [díɲ ɟau] To form a friendship, make friends (with someone).

đính hoà [díɲ hwà] To reconcile.

đính hôn [díɲ hon] To promise to marry, to betroth; to be engaged, to become engaged. *Lễ đính hôn :* Bethrothal.

đính kèm [díɲ kèm] To enclose. *Bức thơ đính kèm theo đây :* The letter

enclosed herein. *Một ngân phiếu 5.000 đồng đính kèm :* A cheque for $5,000 is enclosed. *Tài liệu đính kèm :* Attached document.

đính kết [díɲ két] See đính giao.

đính theo [díɲ θɛu] To enclose, to attach. *Giấy tờ đính theo :* Enclosures. *Mẫu đính theo thơ của ông :* The sample attached to your letter.

đính phôi [díɲ foi] (Bot) Placentation.

đính ước [díɲ úrk] To contract ; to promise.

đình [diɲ] Communal house in the village.

đình 1) To stop, to stay.
2) To delay, adjourn, postpone, put off (meeting, decision, etc...). *Đình vụ kiện lại một tuần :* To put off a case for a week.

đình án [diɲ án] (Law) To suspend a judgment.

đình bãi [diɲ bãi] To annul, to cancel.

đình bản [diɲ bản] To suspend the publication of a newspaper. *Đình bản một tờ báo :* To suspend a newspaper.

đình bổ [diɲ bổ] To suspend the nomination.

đình bộ [diɲ bọ] Halt !; to stop walking.

đình chỉ [diɲ cỉ] To cease, to stop, to suspend.

đình chiến [diɲ cién] To stop fighting for a time. *Cuộc đình chiến :* Armistice. *Lễ đình chiến :* Armistice Day.

đình công [diɲ koŋ] (Of workers) To strike, to go out ; to go, come out, on strike. *Ra lịnh đình công :* To call a strike. *Bãi bỏ lệnh đình công :* To call off a strike. *Thợ thuyền đình công:* The workmen are out. *Cuộc đình công của tài xế xe buýt :* A strike of bus-drivers.

đình công (cuộc) Strike. *Đình công cảnh cáo :* Token strike.

đình đốn [diɲ dón] To stagnate. *Sự đình đốn :* Stagnation.

đình hoãn [diɲ hwãn] To postpone, to put off, to adjourn, to defer (meeting, decision, journey, etc...). ; to delay (plan).

đỉnh lưu [dịp lưu] To stop, to stay.

đình thí [dịp θí] Examination held at the imperial court.

đình thủy [dịp θwi] Stagnant water.

đình thực [dịp θưk] To go on hunger-strike.

đình trệ [dịp trẹ] In abeyance. *Công việc đình trệ:* Work in abeyance.

đỉnh [dịp] Top, summit, peak, pinnacle, tip; vertex, apex, cusp (of angle, curve); crown (of the head); (Arch) acroterium.

đỉnh Incense burner. *Đỉnh chung:* Incense burner and bell, (fig) wealth.

đỉnh đầu [dịp dầu] Crown, top of the head.

đỉnh đồi [dịp dồi] Crest of hill, hilltop. *Chúng nó đứng dọc theo đỉnh đồi:* They ranged themselves along the hill-top.

đỉnh núi [dịp núi] Peak, top, summit, of a mountain.

đỉnh [dịp] Small boat. *Tiềm thủy đỉnh:* Submarine.

định [dịp] 1) To fix, to appoint, to determine; to set, to settle; to assess, to assign. *Định trú sở:* To fix one's residence. *Định ngân-sách:* To fix the budget. *Chính phủ đã định thuế lợi-tức là...:* The government has fixed the income-tax at... *Ngày khởi-hành của nó đã định vào ngày thứ hai:* His departure was fixed for Monday. *Định ngày gặp nhau:* To appoint a day to meet. *Vào giờ đã định:* At the appointed time. *Buổi họp được định vào ngày thứ hai 15 tây:* The meeting is set down for Monday the 15th. *Ngày và giờ họp chưa được định:* The time and date of the meeting have not yet been set. *Định tiền phạt:* To assign a fine. *Định số tiền bồi thường thiệt hại:* To assess the damages. *Định giá tài-sản để đánh thuế:* To assess a property for taxation. *Vật định dùng vào việc gì:* Object assigned to a certain use. *Định giờ, định một nơi nào:* To assign an hour, a place. *Định người nào làm việc gì:* To appoint someone to do something.

2) To intend, to expect; to think of, about. *Định làm việc gì:* To intend, expect, to do something; to intend doing something; to purpose doing something. *Chúng tôi không bao giờ biết nó định làm gì:* We never knew what he purposed to do. *Chúng tôi định cho con làm trạng sư:* We intend our son for the bar. *Tôi định ngày mai đi:* I think of going to-morrow. *Anh có định ở lại lâu không?:* Do you mean to stay long?. *Tôi định đãi chúng nó một bữa:* I thought of giving them a banquet. *Nó định năm tới sẽ trở về Saigon:* He contemplates going back to Saigon next year. *Anh định làm gì?:* What do you mean to do?. *Tôi không định làm hại nó:* I mean him no harm.

3) To evaluate, to put. *Tôi đã bảo nó định giá sơn:* I asked him to put a price on painting.

định Appointed, fixed, settled.

định ảnh [dịp ảip] To fix a photograph

định bụng [dịp bụp] To intend (to do something).

định căn [dịp kawn] (Bot) Tap-root.

định chất [dịp cất] Solid (body).

định chế [dịp cế] Determined regime.

định chí [dịp cí] To decide, to make up one's mind.

định chỗ [dịp cỗ] To appoint the place.

định chuẩn [dịp cwẩn] Criterion.

định chừng [dịp cừp] To estimate.

định chương [dịp cưəp] Settled programme.

định cư [dịp kư] Fixed residence, fixed home.

định cư To settle, to make one's home permanently; to establish, or be established, in a place, district, etc...

định đề [dịp dề] Postulate.

định điểm [dịp d`iềm] Fixed point.

định đoạt [dịp dwạt] To decide, to determine.

định giá [dịp zá] Fixed price.

định giá To fix a price. *Định giá vốn một món hàng:* To cost an article.

định giới [dịn ʒɔ́i] To delimit, to demarcate, to define; to mark the boundaries of (territory).

định hạn [dịn hạn] To fix the limit.

định hình [dịn hìn] Determined form.

định hoá [dịn hwá] Deposit, earnest (money).

định hôn [dịn hon] To promise marriage.

định hỗn [dịn hòn] To collect one's wits.

định hướng [dịn hướn] To orient.

định kiến [dịn kién] Fixed idea.

định kỳ [dịn kì] To fix the limit.

định kỳ Fixed limit, fixed period; periodical, recurrent.

định lệ [dịn lệ] Determined regulation.

định liệu [dịn liệu] To make arrangements.

định luật [dịn lwọt] Law. Định luật thiên nhiên : Law of nature. Những định luật của trọng lực : The laws of gravity.

định lượng [dịn lượn] Fixed quantity. Phép phân tích định lượng : Quantitative analysis.

định lý [dịn lí] Theorem, axiom. Thuộc về định lý : Axiomatic, axiomatical.

định mạng [dịn mạn] Destiny, predestination, fate. Thuyết định mạng : Determinism.

định ngày [dịn ŋày] To appoint, set, name, a day; to fix the day for an event (esp. of a woman fixing the day of her marriage). Định ngày cưới : To fix the nuptial day.

định nghĩa [dịn ŋĩɔ] To define, to explain the meaning of. Sự định nghĩa: Definition.

định nhựt [dịn nụt] Fixed date.

định phương [dịn fwơn] Determined method.

định qui [dịn kwi] Statute.

định rõ [dịn rɔ̃] To define, to determine.

định số [dịn ʃó] 1) Fixed number, fixed quantity.

2) Destiny, fate, predestination. Định

số luận : Determinism.

định sở [dịn ʃɔ̀] Fixed address.

định tâm [dịn tɔm] To intend (to do something).

định thần [dịn thòn] To calm down the mind.

định thể [dịn thể] Fixed form.

định thức [dịn thức] Formula ; fixed pattern.

định tinh [dịn tin] Fixed star.

định tính [dịn tín] Qualitative. Phép định tính : Qualitative analysis.

định tội [dịn tội] To determine the punishment.

định trú sở [dịn trú ʃɔ̀] To fix one's residence.

định trước [dịn trướk] To foreordain, to predestinate, to appoint beforehand. Sự định trước : Foreordination, predestination.

định túc số [dịn túk ʃó] Quorum.

định vị trí [dịn vị trí] (Mil) To locate.

đít [dit] Posterior, backside, bottom. Lỗ đít : Anus. Đá đít người nào : To kick someone's bottom, to kick someone's posterior.

địt [dit] 1) (Not in decent use) To break wind, to fart, to let a fart. See đánh rắm.

2) (Not in decent use) To copulate.

đìu hiu [dìu hiu] Gloomy.

đo [dɔ] To measure (dimensions), to measure up (wood, land), to measure off (cloth, etc...), to measure out (tennis-court) ; to gauge. Đo đất (té nằm dài dưới đất): To measure one's length on the ground. Đo một miếng đất : To measure a piece of ground. Đơn vị đo chiều dài : Measure of length, linear measure, long measure. Đơn vị đo thể tích : Cubic measure, square measure. Đo kích tấc của người nào : To take someone's measurements, to measure someone, to size someone up. (Thợ may) Đo cho một khách hàng : (Of tailor) To take the measurements of a customer. Đo một khúc vải : To measure a piece of cloth. Thợ may đo tôi để may m bộ **đồ mới** : The tailor measured me for a new suit of clothes.

đo lường [đɔ lɯờŋ] To measure.

đo máu [đɔ máu] To test the blood-pressure.

đo ván [đɔ ván] Knock-out (blow).

đo ván (In boxing). *Nó bị đo ván ở hiệp đầu* : He was outed in the first round. (*Võ sĩ*) *Bị đo ván trong bảy giây* : (Of boxer) To be out for seven seconds.

đó [đɔ] Fish-pot.

đó That, there ; those. *Người đó* : That one. *Đứng đó* : Stay there. *Cuốn sách đó* : That book. *Trong thời kỳ đó* : In those days. *Tôi chỉ gặp nó có một lần đó thôi* : I only saw him that once. *Người mà tôi đang nói đó* : The man (that) I am speaking of, about. *Đó là hành động của một người vô giáo dục* : It is the act of an ill-bred person. *Những đứa trẻ mà anh thấy đó* : The children that you see. *Đưa cái đó cho tôi* : Give me that. *Cái gì đó ?* : What is that ?. *Ai đó ?* : Who is that (there) ?. *Các con anh đó phải không ?* : Are those your children ?. *Đó là ý kiến của tôi* : That is my opinion. *Sau đó, trước đó* : After that, before that. *Anh muốn nói gì đó ?* : What do you mean by that ?. *Cũng vì chuyện đó mà chúng nó đánh nhau* : It was for this that they fought. *Chỗ đó có nhiều đá* : There there are rocks. *Anh đang làm gì đó ?* : What are you doing there ?. *Tôi đi qua Ba-lê và từ đó sang Luân-đôn* : I go to Paris and from there to London. *Tôi không thích cái đó ; tôi lấy cái nầy* : I don't like that one ; I'll take this. *Trong lúc đó cửa mở* : At that moment the door opened. *Đó là người tôi muốn gặp* : That is the man I wanted to see. *Đó là chuyện khác* : That is quite another matter.

đó đây [đɔ đei] Here and there, hither and thither.

đò [đɔ] Ferry, ferry-boat. *Lái đò* : Ferryman. *Qua đò* : To cross the ferry. *Thuế qua đò* : Ferry-dues. *Sự qua đò* : Ferrying across. *Qua sông bằng đò, sang*

đò ngang : To ferry across, over, the river. *Chở người nào qua sông bằng đò* : To ferry someone across, over the river.

đỏ [đɔ] 1) Red. *Đỏ như máu* : Blood-red. *Thẹn đỏ mặt* : To be red, blushing with shame. *Sắc hơi đỏ* : Colour bordering on red. *Đỏ như tôm luộc* : As red as a boiled lobster.
2) Lucky. *Vận đỏ* : Good luck.

đỏ da thắm thịt [đɔ za θǎɯm θịt] To be glowing with health.

đỏ đậm [đɔ đặm] Crimson, deep red.

đỏ gay [đɔ gay] Flushed. *Mặt đỏ gay vì uống rượu* : Face flushed with drink.

đỏ mặt [đɔ mǎɯt] To blush, to flush, to colour. *Thẹn đỏ mặt* : To blush for shame. *Làm người nào thẹn đỏ mặt* : To put someone to the blush. *Việc ấy làm tôi đỏ mặt* : It makes me blush, puts me to the blush. *Làm người nào đỏ mặt* : To bring blushes to someone's cheeks. *Nó đỏ bừng mặt* : His face flushed, he flushed up. *Nó đỏ mặt tía tai* : He flushes up to the ears. *Nó giận đỏ mặt* : He flushes an angry red. *Nàng đỏ mặt mỗi khi tôi nói với nàng* : She blushed every time I spoke to her. *Cô gái đỏ mặt khi tôi nói với cô ấy* : She flamed up when I spoke to her. *Những lời ấy làm nó đỏ mặt* : Those words brought a flush to his face.

đỏ thắm [đɔ θǎɯm] Carmine. *Môi đỏ thắm* : Carmine lips.

đỏ tươi [đɔ tɯəi] Scarlet.

đọ [đɔ] To compare ; to compete.

đọ sức [đɔ ʃɯk] To measure one's strength with (someone).

đọ tài [đɔ tài] To measure one's ability with (someone).

đóa hoa [đwá hwa] Flower.

đọa đày [đwạ đày] To ill-treat, maltreat.

đọa lạc [đwạ lạk] Decadent.

đoái đến [đwái dén] To deign.

đoái hoài [đwái hwài] To remember, to think of.

đoái hoán [đwái hwán] To exchange.

đoái thương [dwái θшơŋ] To have mercy, pity, on (someone).

đoái tưởng [dwái tшởŋ] To think of (someone).

đoan [dwan] Custom. *Nhà đoan :* Custom-house.

đoan chính [dwan cín] Serious, decorous, decent.

đoan kết [dwan két] To engage (oneself), to pledge oneself (to do scmething).

đoan nghiêm [dwan ŋiem] Solemn, serious, severe, grave.

đoan trang [dwan traŋ] Decent, decorous.

đoan ước [dwan úrk] To unite.

đoán [dwán] 1) To divine, to practise divination.

2) To guess, to conjecture, to surmise (riddle, secret, etc...) ; to predict (the future) ; to read (someone's character). *Tôi có thể đoán câu trả lời của anh :* I can guess your answer. *Đoán bề dài của vật gì :* To guess (at) the length of scmething. *Anh đoán trúng đấy :* That's a good guess. *Đoán tương lai :* To read the future. *Đoán ý nghĩ, lòng dạ của người nào :* To read scmeone's thoughts, scmeone's heart. *Người ta đoán ông ấy chừng sáu mươi tuổi :* He is assumed to be sixty. *Anh có thể đoán tôi nặng bao nhiêu không ? :* Can you guess my weight (how much I weigh, what my weight is) ?... *Tôi không biết và cũng không thể đoán được nữa :* I do not know, nor can I guess. *Tôi đoán trước anh sẽ thành công :* I prophesy that you will succeed. *Tôi đoán rằng bà ấy là mẹ :* I guessed that she was the mother. *Việc ấy đúng như tôi đã đoán :* It was just as I conjectured. *Anh đoán trúng :* You are right in your surmise.

đoán án [dwán án] To judge.

đoán bài [dwán bài] *Phép đoán bài :* Cartomancy.

đoán chừng [dwán cừŋ] To guess, to assume, to conjecture. *Người ta đoán chừng nó giàu lắm :* He was assumed to be wealthy. *Tôi đoán chừng nó sẽ*

đến : 1 assume that he will come.

đoán định [dwán địŋ] To decide.

đoán đúng [dwán dúŋ] To guess right. *Nó đoán đúng lần đầu tiên :* He guessed right first time.

đoán mộng [dwán mọŋ] To read, interpret a dream. *Người đoán mộng :* Dream-reader.

đoán sai [dwán ʃai] To guess wrong.

đoán trật [dwán trạt] See **đoán sai.**

đoán trúng [dwán trúŋ] To guess right, to be right in one's surmises. *Anh đoán trúng đấy :* That's a good guess, you are right is your surmises.

đoán trước [dwán trúrk] To foretell, to foresee, to divine, to anticipate, to prophesy. *Đoán trước tương lai của một người :* To foresee a man's future. *Đoán trước ý muốn của người nào :* To anticipate someone's wishes. *Tôi đoán trước anh sẽ thành công :* I prophesy that you will succeed.

đoàn [dwàn] 1) Band, group, party, troop ; bevy (of girls, etc...). *Từng đoàn :* In troops. *Các trẻ con từ trong trường ra từng đoàn :* The children trooped out of school.

2) Corps. *Quân đoàn :* Army corps. *Ngoại giao đoàn :* The diplomatic corps.

đoàn kết [dwàn két] To unite, to combine, to conjoin. *Sự đoàn kết :* Union. *Chúng ta phải đoàn kết với nhau :* We must hold together. *Đoàn kết thì sống, chia rẽ thì chết :* United we stand, divided we fall.

đoàn thể [dwàn θể] Society, community. *Trục xuất người nào ra khỏi đoàn thể :* To proscribe someone from a society.

đoàn trưởng [dwàn trшởŋ] Chief of a troop.

đoàn tụ [dwàn tụ] To bring together, to gather.

đoàn tùy tùng [dwàn twì tùŋ] Suite train. *Đoàn tùy tùng của vua :* The king's train.

đoàn viên [dwàn vien] Member (of trade unions).

đoàn viên See đoàn tụ.

đoàn xe [dwàn sɛ] Motor convoy.

đoản chí [dwản cí] Weak will.

đoản chiết [dwản ciét] To die young, to die early.

đoản kiếm [dwản kiém] Bayonet.

đoản kiến [dwản kiɛn] Superficial knowledge.

đoản kỳ [dwản ki] Short term.

đoản mạng [dwản mạɳ] Short life.

đoản mệnh [dwản mẹɲ] See đoản mạng.

đoản qui [dwản kwi] See đoản kẻ.

đoản sồ [dwản ʃó] Short life ; to die young, to die early.

đoản thẻ [dwản θé] See đoản sồ.

đoản thiên [dwản θien] Short literary work. *Đoản thiên tiêu thuyết* : Short story, novelette.

đoản trường [dwản truὸɳ] Short and long ; bad and good.

đoạn [dwạn] Section ; part, portion, fragment, piece, passage, paragraph. *Những đoạn của bài diễn văn* : Parts of speech. *Trích một đoạn trong quyển sách* : To extract a passage from a book.

đoạn To cut. *Gián đoạn* : To interrupt.

đoạn Then. *Đoạn nàng chạy mất* : Then she ran away. *Chúng tôi trò chuyện đến khuya đoạn chia tay nhau* : We talked until midnight and then separated.

đoạn cắt [dwạn kắmt] Cut. *Có nhiều đoạn cắt trong phim* : There were several cuts in the film.

đoạn chót [dwạn cót] The last paragraph.

đoạn cuối [dwạn kuối] See đoạn chót.

đoạn dây [dwạn zei] A piece of string.

đoạn đầu [dwạn dòu] The first paragraph.

đoạn đầu To decapitate, to behead.

đoạn đầu cơ [dwạn dòu kə] Guillotine.

đoạn đầu đài [dwạn dòu dài] Scaffold. *Lên đoạn đầu đài* : To go to, to mount, the scaffold.

đoạn đường [dwạn dmὸɳ] Stage. *Theo, đưa người nào một đoạn đường* : To bring someone on his way. *Anh còn phải đi một đoạn đường khá dài nữa* : You still have a good way to go.

đoạn hậu [dwạn hậu] The last part.

đoạn khí [dwạn xi] To die.

đoạn mại [dwạn mại] To sell definitively.

đoạn mãi [dwạn mãi] To buy definitively.

đoạn mệnh [dwạn mẹɲ] To die.

đoạn nhiệt [dwạn piẹt] (Phys) Adiabatic.

đoạn sách [dwạn ʃáik] Passage of a book.

đoạn tang [dwạn taɳ] To go out of mourning.

đoạn trích [dwạn trik] Extract (from a book).

đoạn trường [dwạn trmὸɳ] Painful.

đoạn trường Pains, misfortunes.

đoạn tuyệt [dwạn twiệt] To break off. *Chàng đoạn tuyệt với nàng* : He broke off all relations with her.

đoảng [dwảɳ] Useless, worthless.

đoành [dwàiɲ] Bang !.

đoạt [dwạt] To snatch, to grab, to bereave, to seize ; to usurp ; to win ; to take by force. *Đoạt vật gì trên tay người nào* : To snatch something out of someone's hands.

đoạt chức [dwạt cứk] To dismiss, to discharge (someone) ; to remove (official) from office.

đoạt cúp [dwạt kúp] To win a cup.

đoạt giải (thưởng) [dwạt ʒải (θmὸɳ)] To carry off the prize.

đoạt lấy [dwạt léi] To take by force.

đoạt mục [dwạt mụk] Very beautiful, very pleasant to the eyes.

đoạt ngôi [dwạt ɳoi] To usurp the throne.

đoạt quyền [dwạt kwiền] To usurp power.

đoạt vị [dwạt vị] To usurp the throne.

đốc họng [dók họɳ] (Anat) Uvula.

đọc [dọk] 1) To read, to pronounce. *Bạn đọc* : Reader. *Đọc lớn tiếng* : To read aloud. *Tập đọc* : To learn to read. *Chăm chú đọc một bức thơ* : To peruse a letter. *Đọc để dỗ giấc ngủ* : To read oneself to sleep. *Đọc nhiều* : To be well read, deeply read. *Đã đọc và ưng thuận :* Read and approved. *Bắt đầu đọc một quyển sách :* To begin to read a book. *Dạy người nào đọc :* To teach someone to read. *Khó đọc, không thể đọc được :* Illegible. *Đọc lớn tiếng chương trình nghị sự :* To read aloud the agenda. *Đã đọc rất nhiều :* To have immense reading. *Tôi không thích cách nó đọc :* I don't like his reading. *Chữ nó viết rất dễ đọc :* His handwriting is very readable. *Nó là một người đọc sách nhiều :* He is a great reader. *Tôi đã đọc qua phân nửa cuốn sách nầy :* I am half through this book. *Bây giờ tới phiên anh đọc :* It's your turn to read now.

2) To deliver (a speech).

đọc bài [dɔk bài] To say a lesson.

đọc báo [dɔk báu] To read a newspaper. *Đọc báo khình của người bên cạnh :* To look over one's neighbour's newspaper.

đọc kinh [dɔk kiɲ] To say, recite, one's prayers.

đọc sách [dɔk ʃáik] To read a book. *Dùng thì giờ để đọc sách :* To put in one's time reading. *Nó là người đọc sách nhiều :* He is a great reader. *Nó đang ngồi đọc sách :* He is sitting reading.

đọc thầm [dɔk θə̀m] To read to oneself.

đọc thuộc lòng [dɔk θwɐ̰k lɔ̀ŋ] To say by heart.

đói [dɔ́i] To be hungry. *Nạn đói :* Famine. *Chết đói :* To starve (to death), to be starving, to die of starvation, to die of famine. *Lương chết đói :* Starvation wages. *Đói lắm, đói cào ruột :* To be ravenously hungry, as hungry as a hunter. *Bỏ đói người nào đến phải phục tùng :* To hunger someone into submission. *Đói ăn gì cũng ngon :* Hunger is the best sauce. *Làm việc để khỏi chết đói :* To work to keep body and soul together. *Bụng đói thì đầu gối phải bò :* Necessity has no law, knows no law. *Không có thực phẩm và mọi người đều đói :* There was no food and everyone was hungry.

đói bụng [dɔ́i buŋ] To be, suffer, feel, hungry. *Chúng nó đều đói bụng nên bắt đầu ăn ngay :* They were all hungry and at once set to (i.e. began eating).

đói kém [dɔ́i kɛ́m] Famine.

đói khát [dɔ́i xát] To be hungry and thirsty.

đói khó [dɔ́i xɔ́] Needy, necessitous.

đói lả [dɔ́i là] To be sharp-set, to have a twist.

đói lòng [dɔ́i lɔ̀ŋ] See đói bụng.

đói như cào [dɔ́i ɲɯ kàu] To be sharp-set, to be ravenously hungry, as hungry as a hunter.

đói rã ruột [dɔ́i rã ruɐ̰t] To have a twist.

đói rách [dɔ́i ráik] Poor, miserable.

đói xiu [dɔ́i siu] To faint from hunger.

đòi [dɔ̀i] 1) To claim (something) back, to demand (something) back, to ask, to require, to insist upon (something). *Đòi người nào trả lại vật gì :* To claim something back from someone. *Đòi quyền lợi của mình :* To put in a claim, to claim one's right. *Đòi tiền bồi thường thiệt hại :* To make, put in, a claim for damages. *Có ai đòi cây dù nầy không ? :* Does anyone claim this umbrella ?. *Đòi tiền bảo hiểm sau một tai nạn :* To put in a claim after an accident. *Đòi vật gì mười đồng :* To ask ten piastres for something. *Đòi việc gì với người nào :* To demand something of, from, someone. *Đòi người nào làm việc gì :* To require (of) someone to do something. *Nó đến nhà tôi và đòi tôi phải giúp nó :* He came to my house and demanded that I should help him. *Nó đòi phải trả ngay :* He demands immediate payment.

2) To summon (someone before the court), to subpoena (witness). *Gởi trát đòi người nào hầu toà :* To serve a summons on someone.

đòi Maid, servant.

đòi cơn [dɔ̀i kən] On several occasions.

đòi đến [đòi dén'] To convoke.

đòi đoạn [đòi dwạn] Several pieces.

đòi hỏi [đòi hỏi] To demand, to exact. *Đòi hỏi người nào quá nhiều* : To be exacting with someone, to ask someone more than he can answer.

đòi nằng nặc [đòi nàwŋ nawk] To stick out for. *Nằng nặc đòi vật gì* : To stick out for something.

đòi nợ [đòi nợ] To exact payment of a debt, to demand payment of a debt. *Người đòi nợ* : Dun, debt-collector.

đòi phen [đòi fɛn] On several occasions.

đòi thuế [đòi θwé] To exact a tax.

đòi tiền [đòi tièn] To demand the return of one's money.

đòi [đòi] Chain of iron.

đọi [đọi] Bowl.

đom đóm [đɔm đóm] (Ent) Luciola, fire-fly, glow-worm.

đóm lửa [đɔm lủə] Spark, flake of fire.

đòm [đòm] *Làm đòm* : To coquet(te) ; to deck oneself out.

đon đả [đɔn đả] Readily, with alacrity, willingly.

đón [đɔn] To meet, to go to meet, to receive and welcome (someone). *Tiếp đón* : To receive. *Anh đón xe lửa phải không ?* : Shall you meet the train ?. *Chạy đi đón người nào* : To run to meet someone. *Anh khỏi đến ga đón tôi* : Don't trouble to meet me at the station. *Anh có đến trường đón trẻ con không?* : Will you fetch the children from school?.

đón dâu [đɔn zâu] To meet the bride and bring her home.

đón đường [đɔn đưàŋ] To bar the way. *Đón đường người nào* : To bar someone's way.

đón rước [đɔn rứrk] To receive, to welcome.

đón tiếp [đɔn tiếp] To receive. *Sự đón tiếp* : Reception. *Đón tiếp người nào một cách niềm nở* : To receive someone with open arms ; to give someone a warm reception. *Sự đón tiếp lãnh*

đạm : Dry reception.

đòn [đòn] Lever.

đòn *Trận đòn* : Beating, thrashing, licking, drubbing, lathering, flogging, whipping. *Nó muốn đòn* : He's asking for a thrashing. *Mày sẽ bị đòn* : You're in for a good thrashing. *Đánh người nào một trận đòn nên thân* : To give someone a good licking. *Đánh đòn người nào* : To lather someone ; to give someone a beating, a thrashing, a licking. *Con nít mau quên đòn* : To a boy a beating is soon forgotten.

đòn bản [đòn bảwn] See đòn bẩy.

đòn bẩy [đòn bẩi] Lever. *Nâng vật gì lên bằng đòn bẩy* : To lever something up.

đòn cân [đòn kən] Balance-beam, weigh-beam, beam of balance ; arm, beam, bar of a balance.

đòn chận [đòn cạn] Cleat.

đòn chêm [đòn cɛm] Cleat.

đòn chí tử [đòn cí tủ] Death-blow.

đòn đông [đòn zoŋ] Ridge-board, ridge-bar, ridge-piece.

đòn gánh [đòn gáiɲ] Yoke, shoulder-piece (for carrying buckets, etc...).

đòn ghen [đòn gɛn] Thrashing given by a jealous woman to her rival.

đòn ngang [đòn ŋaŋ] Cross-arm.

đòn tay [đòn tay] Rafter.

đòn trí mạng [đòn trí mạŋ] Death-blow.

đòn vọt [đòn vọt] Thrashing, licking, lathering.

đòn xóc [đòn sók] Stick pointed at both ends.

đong [đɔŋ] 1) To measure out (corn, etc...).

2) To buy (rice, paddy, etc..).

đóng [đóŋ] To close, to shut. *Đóng cửa sổ* : To close the window. *Rạp hát sẽ đóng cửa trong một tháng* : The theatre will close for a month. *Đóng kín* : Close shut. *Đóng cửa không tiếp người nào* : To shut the door against someone, on someone, in someone's face ; to deny the door to someone. *Thấy đóng cửa* : To find the door shut. *Đóng cửa hàng (ngưng bán)* : To shut up shop ; to put up the shutters of a shop. *Đóng cửa không cho người nào vào* : To shut someone out (of doors). *Cửa đóng lại ngay* : The door shut, closed, at once.

đóng To act, play, the part of (in a play) ; to impersonate. *Đóng một vai quan trọng trong một việc* : To play a prominent part in an affair. *Nó đóng vai Hamlet rất hay* : He does Hamlet very well. *Nó rất mê minh tinh màn ảnh ấy và đi xem tất cả phim nào có nàng đóng* : He's crazed about that film star and goes to see every picture in which she appears. *Đóng hai vai (trong một tuồng)* : To double parts.

đóng To bind (book). *Đóng hai quyển sách làm một* : To bind up two volumes in one.

đóng To build.

đóng 1) To drive (in) (pile, nail). *Đóng đinh vào tường* : To drive a nail into the wall.

2) To fix, set (up). *Đóng một cây nọc xuống đất* : To drive, stick, a stake in the ground ; to set a stake.

đóng ăn [dɔ́ŋ ăn] To affix a seal.

đóng bản lề [dɔ́ŋ bản lè] To hinge ; to attach, fasten with a hinge.

đóng bè [dɔ́ŋ bè] To form into a raft.

đóng bìa [dɔ́ŋ bìə] To bind (book). *Sách đóng bìa cứng* : Book bound in stiff cover.

đóng binh [dɔ́ŋ biŋ] (Mil) To encamp.

đóng bít [dɔ́ŋ bit] Close shut

đóng bộ [dɔ́ŋ bọ] To be dressed up.

đóng cáu [dɔ́ŋ káu] To foul ; to get foul, to soot up. *Làm đóng cáu ống nồi súp-de* : To foul up the boiler tubes.

đóng cặn [dɔ́ŋ kặn] (Of liquid) To deposit ; to form a deposit.

đóng chai [dɔ́ŋ cai] To bottle.

đóng chặt [dɔ́ŋ cặt] To secure. *Nó đóng chặt cửa và cửa sổ* : He secured the doors and windows.

đóng chêm [dɔ́ŋ cem] To wedge.

đóng cọc [dɔ́ŋ kɔk] To drive a stake into (the ground as a boundary mark, a support for plants or young trees, etc...). *Đóng cọc xuống đất* : To fix a stake into the ground.

đóng cục [dɔ́ŋ kụk] To curdle ; to form into curds.

đóng cửa [dɔ́ŋ kửə] To close the door. *Đóng cửa sổ* : To close the window. *Đóng cửa không tiếp người nào* : To shut the door against someone, on someone, in someone's face ; to deny the door to someone. *Nó bảo tôi đóng cửa lại, một việc mà tôi đã làm rồi* : He told me to shut the door, which I had already done. *Các cửa hàng đều đóng cửa* : All the shops were closed. *Ở Sài-gòn phần lớn các cửa hàng đều đóng cửa ngày chúa nhựt* : In Saigon most of the shops are closed on Sundays. *Rạp hát sẽ đóng cửa trong một tháng* : The theatre will close for a month.

đóng cương [dɔ́ŋ kwəŋ] To bridle (horse).

đóng dấu [dɔ́ŋ zấu] 1) To stamp, to affix a stamp, to imprint. *Đóng dấu tên nhà chế tạo lên hàng hóa của mình* : To stamp a manufacturer's name on one's goods.

2) To deface, to cancel (a stamp).

đóng dinh [dɔ́ŋ ziŋ] To encamp.

đóng đai [dɔ́ŋ dai] To hoop.

đóng đinh [dɔ́ŋ diŋ] To nail (something) (up, down) ; to fasten (something) with nails. *Đóng một cây đinh vào tường* : To drive a nail into the wall.

đóng ghe [dɔ́ŋ gɛ] To build a boat.

đóng giày [dɔ́ŋ jày] To make shoes. *Thợ đóng giày* : Shoemaker. *Nghề đóng giày* : Shoemaking. *Thợ đóng giày thường đi giày xấu* : The shoemaker's wife is always the worst shod.

đóng góp [dɔ́ŋ gɔ́p] To contribute. *Sự đóng góp* : Contribution.

đóng gông [dɔ́ŋ goŋ] To fetter.

đóng khố [dɔ́ŋ xố] To wear a loin-cloth.

đóng khung [dɔ́ŋ xuŋ] To frame, to enframe.

đóng khuông [dɔ́ŋ xuəŋ] See đóng khung.

đóng kín [dɔ́ŋ kín] Close shut ; to close up, to shut completely.

đóng meo [dɔ́ŋ mɛu] To go mouldy.

đóng móng [dɔ́ŋ mɔ́ŋ] To shoe (a horse).

đóng nêm [dɔ́ŋ nem] To wedge.

đóng niền [dɔ́ŋ nièn] To hoop.

đóng nọc [dɔ́ŋ nɔk] To fix a stake (into the ground).

đóng nút [dɔ́ŋ nút] To cork (a bottle).

đóng quân [dɔ́ŋ kwən] (Mil) To quarter.

đóng sách [dɔ́ŋ ʃáik] 1) To bind a book. *Người đóng sách* : Book-binder. *Thuật đóng sách* : Bookbinding. *Nhà đóng sách* : Bookbindery.
2) To shut a book.

đóng song [dɔ́ŋ ʃɔŋ] To grate, bar (window).

đóng tàu [dɔ́ŋ tàu] To build a ship.

đóng thuế [dɔ́ŋ θwé] To pay taxes. *Anh đóng thuế lợi tức bao nhiêu ?* : How much income tax do you pay ?.

đóng thuyền [dɔ́ŋ θwièn] To build a boat.

đóng trại [dɔ́ŋ trại] To camp, to quarter.

đóng trăng [dɔ́ŋ trauŋ] To fetter.

đóng trò [dɔ́ŋ trɔ̀] To act.

đóng tuồng [dɔ́ŋ tuə̀ŋ] To act.

đóng vai [dɔ́ŋ vai] To play a part ; to impersonate. *Đóng vai Hamlet* : To act Hamlet. *Đóng vai anh hùng* : To play the hero's part. *Đóng một vai tuồng* : To fill a part. *Đóng vai Macbeth* : To play, take the part of, impersonate, Macbeth. *Đóng vai đàn bà, trẻ con* : To play women's parts, children's parts. *Đóng một vai tuồng quan trọng trong một việc* : To play, take, a prominent part in an affair.

đọng [dɔŋ] (Of water, trade) To stagnate. *Nước đọng* : Stagnant water.

đọng lại [dɔŋ lại] In abeyance, in suspense. *Việc còn đọng lại* : Work awaiting performance.

ót [dɔ́t] Cigarette-holder.

đọt [dɔt] Young shoot, sprout, braird. *Đọt non* : Browse.

đô [do] Capital, chief city of a country. *Cố đô* : Ancient capital.

đô chính [do ciŋ] *Toà Đô chính* : City hall.

đô đốc [do dók] Admiral. *Phó đô đốc* : Vice-admiral.

đô hộ [do họ] To dominate ; to rule, to control. *Sự đô hộ* : Domination. *Đô hộ một dân tộc* : To dominate (over) a people. *Giải phóng một nước khỏi sự đô hộ của ngoại bang* : To liberate a country from foreign domination.

đô hội [do họi] Metropolitis.

đô sảnh [do ʃàiŋ] City hall.

đô thành [do θàiŋ] City. *Nhà thương đô thành* : City hospital. *Sân vận động đô thành* : City stadium.

đô thị [do θị] City, town. *Bộ Kiến thiết và thiết kế Đô thị* : Department of Reconstruction and Town Planning.

đô trưởng [do trưở̀ŋ] Mayor. *Phó đô trưởng* : Deputy mayor.

đô vật [do vật] Wrestler.

đố [dó] To defy. *Câu đố* : Riddle. *Bài toán đố* : Problem.

đố chữ [dó cữ] To play on words.

đố kỵ [dó kị] To envy. Envious, jealous. *Lòng, sự đố kỵ* : Envy, jealousy.

đồ [dò] Thing, object, article, utensil, tool, gear. *Đồ đánh cá* : Fishing gear. *Đồ tắm* : Swimming things.

đồ To trace (from) ; to make, take a tracing of (drawing) ; to transfer (design). *Sự đồ lại* : Tracing. *Giấy mỏng để đồ lại* : Tracing-paper.

đồ ăn [dò auŋ] Food, aliment. *Đồ ăn và quần áo* : Food and clothing. *Đồ ăn không đủ* : Insufficient food. *Đồ ăn và đồ uống* : Food and drink. *Đồ ăn dở* : Bad food. *Đồ ăn ngon* : Good food. *Đồ ăn tráng miệng* : Dessert. *Chúng ta có đủ đồ ăn cho mười người ăn không ?* : Have we sufficient food for ten people ?. *Chúng nó có đem đồ ăn theo* : They have taken food with them.

đồ ăn cắp [dò aưm kắtp] Stolen good. *Oa trữ đồ ăn cắp* : To receive stolen goods.

đồ ăn giặm [dò aưm zaưm] Side-dish.

đồ ăn nguội [dò aưm ŋưội] Cold dishes.

đồ ăn thừa [dò aưm thừa] Leavings, remains, remnants, scraps. *Cho chó đồ ăn thừa* : Give the leavings to the dog. *Tôi thấy còn chút ít đồ ăn thừa* : I found a few remnants of food.

đồ ày [dò éi] That sort of person.

đồ bá [dò bá] To aspire to the throne.

đồ bản [dò bản] Map. *Phép vẽ đồ bản:* Cartography.

đồ bể [dò bể] Breakage. *Đền tiền đồ bể:* To pay for breakages.

đồ biểu [dò biểu] Diagram.

đồ binh [dò bịɳ] Unarmed soldier.

đồ cầm [dò kầm] Gage.

đồ cần dùng [dò kần zùɳ] Fixings.

đồ chạm nổi [dò cạm nổi] Anaglyph.

đồ châu báu [dò câu báu] Jewel. *Đồ châu báu của Hoàng-gia* : The jewels of the Crown.

đồ chế [dò cế] Mourning clothes.

đồ chế tạo [dò cế tạu] Manufactured goods.

đồ chơi [dò cơi] Toy, plaything. *Người bán đồ chơi* : Toy-dealer. *Hộp đựng đồ chơi* : Toy-box. *Nghề buôn bán đồ chơi* : Toy-trade. *Tiệm, cửa hàng bán đồ chơi* : Toy-shop.

đồ chua [dò cưa] Pickle.

đồ cổ [dò kổ] Antique, antiquities. *Người buôn bán đồ cổ* : Antiques dealer. *Sự buôn bán đồ cổ* : Trade in antiques. *Hàng bán đồ cổ* : Antiquarian's shop.

đồ dùng [dò zùɳ] Utensil, tool, instrument, implement, gear, article. *Đồ dùng trong nhà* : Household utensil, household gear. *Đồ dùng trong bếp* : Kitchen utensil, kitchen implements. *Đồ dùng hằng ngày*: Articles in daily use.

đồ đạc [dò đạk] 1) Furniture, furnishings. *Cho mướn nhà có đồ đạc* : To let furnished apartments. *Đồ đạc đầy bụi bặm* : Furniture coated with dust. *«Phòng có đồ đạc cho mướn»* : «Furnish-ing rooms », «apartments to let». *Chúng đã lấy tất cả đồ đạc trong nhà đi* : They stripped the house of all its furnishings.
2) Effect. *Chủ khách sạn xiết đồ đạc của nó vì nó không trả tiền phòng* : The hotel-keeper seized his personal effects because he did not pay his bill.

đồ đánh cá [dò dáɳ ká] Fishing apparatus.

đồ đệ [dò đệ] Disciple.

đồ đồng [dò dòɳ] Brass-ware.

đồ gia vị [dò sa vị] Condiment, seasoning. *Muối và tiêu là đồ gia vị* : Salt and pepper are seasonings.

đồ giả [dò sả] Forgery, fake.

đồ giải [dò sải] To explain a map.

đồ gian [dò san] Stolen goods.

đồ gỗ [dò gỗ] Furniture.

đồ gốm [dò góm] Pottery, earthenware, crockery.

đồ hành [dò hàɳ] To go on foot.

đồ hình [dò hịɳ] 1) (Law) Hard labour. 2) Diagram.

đồ họa [dò hwa] Drawing, figure, painting.

đồ hộp [dò họp] Canned foods, tinned foods. *Kỹ nghệ đồ hộp*: Cannery.

đồ khổ [dò xổ] Miserable.

đồ khai vị [dò xai vị] Appetizer.

đồ khui hộp [dò xui họp] Can-opener.

đồ kiểu [dò kiểu] China; china-ware.

đồ lạc son [dò lạk sɔn] Bric-a-brac.

đồ làm vườn [dò làm vườn] Garden tools, gardening tool, gardening implements.

đồ lễ [dò lễ] Implement, utensil.

đồ lễ [dò lễ] Gifts, presents.

đồ mưu [dò mưu] To plot, to conspire, to scheme.

đồ nấu [dò nấu] Article of prepared food.

đồ nhắm [dò ɲắm] Finger-food.

đồ nữ-trang [dò nữ traɳ] Jewel.

đồ phụ tùng [dò fụ tùɳ] Accessory appurtenance, fitting, attachment (for machine, etc...).

đồ sành [dò sàɳ] Crockery, glazed earthenware.

đồ sứ [dò ʃúi] China. *Người bán đồ sứ* : China-dealer.

đồ tang [dò taŋ] Mourning clothes, mourning apparel.

đồ tể [dò tể] Butcher.

đồ thảm [dò θám] Miserable, wretched.

đồ thành [dò θàiŋ] To massacre the inhabitants of a town.

đồ thị [dò θị] Diagram, graph.

đồ thiết bị [dò θiết bị] Appliance.

đồ thủ [dò θủ] Empty hands.

đồ thư quán [dò θư kwán] Library.

đồ thường [dò θưàŋ] *Mặc đồ thường:* To wear one's everyday clothes.

đồ trang-sức [dò traŋ ʃứk] Jewel.

đồ tráng miệng [dò tráŋ miệŋ] Dessert.

đồ uống [dò uáŋ] Beverage, drink. *Trà, cà-phê, rượu, bia và sữa là đồ uống:* Tea, coffee, wine, beer and milk are beverages.

đồ vàng [dò vàŋ] Things of gold.

đồ vật [dò vạt] Commodities.

đồ vương [dò vươŋ] To aspire to the throne.

đồ xi [dò si] Plated ware.

đồ xưa [dò sưa] Antique, antiquities. *Người buôn bán đồ xưa* : Antique dealer.

đổ [dò] To pour (out, forth) (liquid, etc...) ; to spill. *Đổ nước sốt lên* : To pour on the sauce. *Đổ gạo vào bao* : To pour rice into a sack. *Không làm đổ một giọt* : Without spilling a drop. *Nó làm đổ nước trên sàn* : He has spilt water on the floor. *Nói như nước đổ lá môn (khoai), nước đổ đầu vịt* : To talk to a brick wall.

đổ *Một bức tường đổ* : A tumble-down wall.

đổ (Of ministry) To fall. *Chánh phủ đã đổ* : The Government has fallen.

đổ To fall, to topple (down, over) ; (of building, roof, bridge, etc...) to collapse, fall in, give way, fall to pieces, tumble down ; to crash. *Đổ xuống* : To fall in a heap ; to topple (down, over). *Làm đổ vật gì* : To topple something down, over. *Làm vật gì đổ*

(tập) *xuống* : To cause something to collapse. *Mái nhà đổ sập xuống* : The roof crashed in.

đổ To throw, to shift ; to ascribe, to attribute, to impute. *Đổ trách nhiệm về việc gì cho người nào* : To throw, shift, the responsibility of something upon someone. *Đổ tội cho người nào:* To attribute a crime to someone ; to lay a crime at someone's door, to someone's charge ; to fasten a crime on someone.

đổ bác [dò bák] Gambling.

đổ bể [dò bể] To be revealed.

đổ bộ [dò bộ] To land, disembark, go ashore (from boat).

đổ dồn [dò dòn] To pour (rice, etc...) together.

đổ đầy [dò dèi] To fill. *Đổ đầy tràn cái bình* : To fill a jug full to overflowing.

đổ đất [dò dát] To fill (up), pack with earth.

đổ đi [dò di] To throw away ; throw it away.

đổ đom đóm [dò dɔm dóm] To see stars.

đổ đố [dò dò] Gamblers.

đổ đốn [dò dón] To go to the bad.

đổ đồng [dò dòŋ] On an average.

đổ gục [dò gụk] To break down.

đổ hào quang [dò hàu kwaŋ] To see stars.

đổ hồi [dò hòi] *Trống đổ hồi* : A roll of drum.

đổ khí [dò xí] Angry.

đổ khùng [bò xùŋ] To lose one's temper.

đổ khuông [dò xuơŋ] To cast.

đổ lỗi [dò lỗi] To throw, shift, cast, lay, the blame on (someone). *Đổ lỗi về việc gì cho người nào* : To blame something on someone. *Đổ lỗi cho người nào* : To father the fault on someone ; to impute a fault on someone, to lay a charge at someone's door, to lay the blame on someone's shoulders. *Đổ lỗi một tai nạn cho người nào* : To attach blame to someone for an accident.

D

đổ lộn [đỏ lọn] To blend (tea, wines, etc...).

đổ lông [đỏ loŋ] (Of wool material, etc..) To lose, shed, its fluff; to become fluffy. *Không đổ lông* : Fluffless.

đổ máu [đỏ máu] To shed, spill, blood. *Cuộc đổ máu* : Bloodshed, spilling of blood. *Một cuộc thắng trận không phải đổ máu* : Bloodless victory. *Cuộc cách mạng thành tựu không đổ máu* : The revolution was carried through without bloodshed. *Có rất nhiều cuộc đổ máu ở Ba-lê trong cuộc Cách mạng năm 1789* : There was a great deal of bloodshed in Paris during the Revolution in 1789.

đổ mồ hôi [đỏ mò hoi] To perspire, to sweat. *Sự đổ mồ hôi* : Perspiration. *Đổ mồ hôi đầm dề* : To sweat profusely. *Chỉ nhìn thấy những dụng cụ về mổ xẻ tôi cũng đổ mồ hôi rồi* : Only to look at surgical instruments makes me sweat.

đổ mưa [đỏ mưa] To rain. *Trời đổ mưa* : It started to pour down.

đổ nát [đỏ nát] Decayed, dilapidated; falling to pieces; in a state of ruin or decay.

đổ nát [đỏ nát] To tremble, lie, in ruin. *Bị đổ nát* : To go to ruin. *Căn nhà đổ nát* : The building is in ruin.

đổ nền [đỏ nèn] To fill (up), pack a basement.

đổ nước [đỏ nướk] To pour water. *Đổ nước trong lọ ra* : To pan out the water from a vase.

đổ qua [đỏ kwa] To pour water from (a bottle etc...) into another.

đổ oan [đỏ wan] To accuse falsely.

đổ quạu [đỏ kwạu] To get angry.

đổ ra [đỏ ra] To pour out.

đổ rác [đỏ rák] To shoot rubbish.

đổ sụp [đỏ ʃụp] (Of building, bridge, roof, etc...) To collapse, fall in, give way; to crumble.

đổ tội [đỏ tọi] To attribute a crime to (someone). *Đổ tội cho người nào* : To lay a charge at someone's door, to fasten a crime on someone; to attribute, impute, a crime to someone.

đổ thừa [đỏ fừa] To blame, to ascribe. *Thợ vụng thường đổ thừa dụng cụ xấu* : Bad workmen often blame their tools. *Đổ thừa việc gì cho người nào* : To blame something on someone.

đổ trúc [đỏ trúk] To upset.

đổ trường [đỏ trườŋ] Gambling-den, gambling-house.

đổ úp [đỏ úp] Overturned, upset.

đổ vạ [đỏ vạ] See đổ tội.

đổ vào [đỏ vàu] To pour in.

đổ xô [đỏ so] To rush, to make a rush (at, upon) ; to flock. *Người ta đổ xô ra bờ biển* : People flock to the seaside.

đổ xuống [đỏ suốŋ] To collapse, to crumble.

đỗ [đỏ] (Of candidate) To pass an examination.

đỗ To stop. *(Xe hơi) Đỗ lại bên lề đường* : (Of car) To stop at the kerb.

đỗ (Of bird) To perch, to alight (on a branch).

đỗ quyên [đỏ kwien] (Zoo) Water-rail.

đỗ tùng [đỏ tùŋ] (Bot) Savin(e).

độ [độ] 1) Degree (of circle, latitude, heat). *Góc 30 độ* : Angle of 30 degrees. *Hàn thử-biểu ghi 15 độ* : The thermometer registers, stands at, fifteen degrees. *Nó nóng đến 40 độ* : He has a temperature of 40 degrees.

2) Measure. *Có tiết độ, điều độ* : Moderate, temperate. *Quá độ* : Beyond measure.

độ About, approximately. *Ông ấy độ sáu mươi tuổi* : He is about sixty. *Chúng tôi chờ độ hai chục phút* : We waited some twenty minutes.

độ ẩm [độ ɔm] Humidity, damp(ness), moisture, wetness.

độ bao nhiêu [độ bau ɲieu] How much approximately.

độ cao [độ kau] Altitude, height above sea-level. *Độ cao trên mặt biển* : Elevation above sea-level.

độ chừng [độ cừŋ] About, nearly, approximately. *Ông ấy độ chừng bốn mươi tuổi* : He is forty or so, or thereabouts; he is about forty. *Độ* *chừng một trăm người :* About a hundred people.

độ dẫn [dọ zẵn] (El) Conductance ; conductivity.

độ gia tốc [dọ ʒa tók] Acceleration.

độ hội tụ [dọ họi tụ] Convergence, convergency.

độ khách [dọ xáik] To ferry someone across, over the river.

độ khẩu [dọ xɔ̀u] To live.

độ lệch [dọ lẹik] Deviation.

độ lớn [dọ lɔ́n] Amplitude.

độ lượng [dọ lɯɔ̣ŋ] Generous, magnanimous. *Tính độ lượng :* Generosity, magnanimity.

độ nghiêng [dọ ɲieŋ] Dip (of magnetic needle).

độ nhật [dọ nạt] To live from hand to mouth, to live from day to day.

độ nọ [dọ nọ] Lately.

độ sinh [dọ ʃiŋ] To relieve the living beings.

độ thân [dọ θɔn] To earn one's living; to earn, gain a livelihood ; to get, make, a livelihood.

độ thân [dọ θɔn] To assist one's parents.

độ thế [dọ θế] To help mankind.

độ thiên [dọ θien] Variation. *Độ-thiên địa-từ :* Magnetic variation.

độ trì [dọ trì] To help, to assist.

độ vong [dọ vɔŋ] To conduct a requiem mass.

đốc [dók] See đốc học.

đốc biện [dók biẹn] To direct, to administer.

đốc công [dók koŋ] Foreman.

đốc học [dók họk] Headmaster (of a primary school).

đốc lý [dók li] Mayor.

đốc suất [dók swɔ́t] To superintend, to direct.

đốc tật [dók tạt] Serious illness.

đốc thành [dók θàiɲ] Frank, candid.

đốc thúc [dók θúk] To encourage, to urge. *Đốc thúc một công việc :* To push on with an affair.

đốc tơ [dók tə] Doctor, physician.

độc [dọk] 1) Toxic, poisonous ; venomous, noxious. *Hơi độc :* Poisonous gas, poison-gas. *Chất độc, thuốc độc :* Toxicant, poison. *Tính độc :* Toxicity. *Có chất độc :* Poison-bearing. *Hạch độc :* Poison-gland. *Bỏ, đánh thuốc độc, đầu độc :* To poison. *Nọc độc :* Venom. *Thuốc giải độc :* Antidote.

2) Injurious, harmful, deleterious, hurtful, noxious. *Khí hậu độc :* Wicked climate.

độc To read.

độc Alone, solitary ; only.

độc ác [dọk ák] Cruel, wicked, malignant; venomous. *Tánh độc ác :* Cruelty. *Miệng lưỡi độc ác :* Venomous tongue. *Người độc ác :* Viper.

độc âm [dạk əm] Monosyllabic. *Độc âm ngữ :* Monosyllabic language.

độc ấm bình [dọk ə̀m bìɲ] Little teapot for a single drinker.

độc bản [dọk bản] Reader (book).

độc bình [dọk bìɲ] Large vase.

độc bụng [dọk bụŋ] Wicked, cruel.

độc chất [dọk cɔ́t] Toxicant, poison. *Độc chất học :* Toxicology.

độc chiếc [dọk círk] Single, alone.

độc chiếm [dọk ciém] To corner, to monopolize ; exclusive.

độc chúc [dọk cúk] To pronounce a funeral oration.

độc cước [dọk kɯ́rk] One-legged.

độc dữ [dọk zữ] Wicked.

độc dược [dọk zɯ̣rk] Poison. *Cây cà độc dược :* Belladonna.

độc đắc [dọk dáɯk] First prize (at a lottery). *Trúng độc đắc :* To draw the first prize.

độc địa [dọk dịə] Unhealthy (person, climate).

độc đinh [dọk diɲ] Only son, only child.

độc đoán [dọk dwán] Arbitrary, dogmatic. *Độc đoán chủ nghĩa, độc đoán luận :* Dogmatism.

độc giả [dọk ʒả] Reader, audience (of a book).

độc hại [dọk hại] Harmful, baneful.

độc học [dọk họk] Self-cultured, self-taught.

độc huyền cầm [dọk hwiền kồm] (Mus) Monochord.

độc huyết [dọk hwiét] (Med) Toxaemia, blood-poisoning.

độc hữu [dọk hữu] Exclusive.

độc kê [dọk ké] Wicked scheme.

độc khí [dọk xi] Poisonous gas ; unhealthy climate.

độc lập [dọk lập] Independent. *Nền độc lập* : Independence. *Dinh Độc lập* : Independence Palace. *Khi anh bắt đầu kiếm được tiền thì anh có thể sống một cuộc đời độc lập* : When you begin to earn money, you can live a life of independence.

độc mộc [dọk mọk] *Thuyền độc mộc* : Pirogue, piragua, periagua.

độc ngữ [dọk ngữ] Monologue, soliloquy.

độc nhãn [dọk ɲãn] One-eyed, blind in one eye.

độc nhứt [dọk ɲứt] Unique, sole, only.

độc phụ [dọk fụ] Wicked woman.

độc quyền [dọk kwiền] 1) Monopoly. *Người chiếm độc quyền* : Monopolist. *Chiếm độc quyền* : To monopolize.

2) Sole rights, exclusive rights (in).

độc quyền [dọk kwiền] Exclusive, sole (right, etc...). *Đại lý độc quyền* : Sole agent.

độc sát [dọk ʃát] To poison.

độc tài [dọk tài] Dictatorial. *Nhà độc tài* : Dictator.

độc tâm [dọk tồm] Malignity.

độc tấu [dọk tốu] (Mus) To play solo.

độc thảo [dọk θảu] Venomous plants.

độc thân [dọk θồn] Unmarried, single, celibate (man, woman). *Sống độc thân* : To remain unmarried ; to lead a single life. *Cảnh độc thân* : Celibacy.

độc thần giáo [dọk θồn ʃáu] Monotheism.

độc-tính [dọk tíɲ] Toxicity, poisonousness.

độc tố [dọk tố] (Phisiol) Toxin.

độc trùng [dọk trùŋ] Venomous, poisonous insects.

độc vật học [dọk vật họk] Toxicology.

độc xà [dọk sà] Viper.

độc xướng [dọk swướŋ] To sing a solo.

đôi [doi] Two ; pair, double, couple. *Xấp đôi, gấp đôi* : Twofold. *Chia đôi* : To divide in two. *Sanh đôi* : Twin-born. *Đôi vớ* : Pair of stockings. *Trả gấp đôi giá tiền* : To pay double the value. *Chèo đôi* : To double-scull. *Một đôi vợ chồng* : The married couple. *Vợ chồng xứng đôi* : Well assorted couple.

đôi ba [doi ba] Two or three ; a few. *Đôi ba ngày* : Two or three days.

đôi bạn [doi bạn] A married couple. *Ông đã có đôi bạn chưa ?* : Are you married yet ?.

đôi bên [doi ben] The two parties, the two sides.

đôi co [doi kɔ] To contend, to spat.

đôi đường [doi dướŋ] The two ways.

đôi giày [doi ʒày] Pair of shoes.

đôi hồi [doi hồi] To explain oneself.

đôi khi [doi xi] Sometimes. *Đôi khi nó về trễ* : He is sometimes late.

đôi lứa [doi lứa] A married couple.

đôi mươi [doi mươi] Twenty (years of age).

đôi ta [doi ta] The two of us (man and woman).

đôi tám [doi tám] Sixteen (years of age).

đôi vớ [doi vớ] Pair of stockings.

đối [dối] 1) Contrary to, opposite to. *Cân đối* : Well-proportioned. *Tuyệt đối* : Absolute. *Tương đối* : Relative. *Phản đối* : To oppose.

2) Against. *Năm nay có ba người chết đối với ba mươi người năm 1934* : Three deaths this year as against thirty in 1934.

đối án [dối án] Counter-proposal, counter-proposition.

đối âm cực [dối ồm kực] Anticathode.

đối cảnh [dối kảɲ] To be before landscape.

đối chất [đối cất] To confront; to bring (prisoner) face to face (with). *Sự đối chất*: Confrontation, confronting (of accused person with witness). *Cho hai người chứng đối chất*: To confront two witnesses. *Đối chất người nào với những người chứng*: To confront someone with witnesses.

đối chích điểm [đối cík điểm] Antipodes.

đối chiếu [đối ciếu] To compare, to confront, to collate. *Sự đối chiếu*: Comparison, confrontation.

đối chọi [đối cọi] 1) To struggle; to face (up). *Đối chọi với người nào*: To face up to someone.

2) In contrast. *Cho màu sắc đối chọi nhau*: To put colours in contrast.

đối chứng [đối cứn] To confront witnesses.

đối chứng trị liệu [đối cứn trị liệu] (Med) Allopathy.

đối diện [đối ziện] Face tò face, opposite.

đối diện To confront. *Đối diện với người nào*: To confront with someone. *Nhà tôi đối diện với nhà anh*: My house confronts yours.

đối đãi [đối dãi] To treat; to act, behave towards (someone). *Cách đối đãi*: Treatment. *Đối đãi tử tế với người nào*: To treat someone well. *Cách đối đãi của nó đối với bạn*: His treatment of his friends. *Nó đối đãi với vợ con nó rất tệ*: He treats his wife and children badly, he has behaved shamefully his wife and children. *Người ta đối đãi với tôi rất tử tế*: I have been very well used. *Anh đối đãi với tôi rất tốt*: You have treated me very kindly, very well. *Đối đãi một cách rộng lượng với người nào*: To deal leniently with someone. *Đối đãi với người nào như người lạ*: To treat someone as a stranger. *Đối đãi người nào tùy theo giá trị của người ấy*: To treat someone according to his merits.

đối đàm [đối dàm] To converse.

đối đáp [đối dáp] To answer, to reply.

Nó đối đáp lanh lợi: He's always got an answer.

đối đẳng [đối dẳn] Equal, equalitarian, on the same level.

đối đấu [đối dồu] To face, to oppose.

đối đích [đối dík] Relative.

đối địch [đối dịk] To face one's enemy.

đối điểm [đối diểm] Antipodal.

đối đinh giác [đối dịn sák] Vertically opposite angle.

đối giác tuyền [đối sák twiến] Diagonal (line).

đối khám [đối xám] To confront; to bring (someone) face to face (with).

đối kháng [đối xán] To resist, to fight, to hold out, to cope with, to stand up against.

đối kháng (Ch) Antagonistic, opposed.

đối lại [đối lại] To oppose.

đối lập [đối lập] In opposition; antagonistic, opposite, contrary. *Đảng đối lập*: The party in opposition, the opposition party. *Sự đối lập*: Opposition, antagonistism.

đối lập Opponent, adversary, antagonist.

đối liên [đối liên] Distich.

đối lực [đối lựk] Counterbalance.

đối lưu [đối lưu] (Phys) Convection.

đối mặt [đối mạut] Face to face.

đối nại [đối nại] To confront; to bring (someone) face to face (with).

đối ngạn [đối nạn] The opposite banks (of a river).

đối ngẫu [đối nồu] To couple. The married couple.

đối ngoại [đối nwại] Foreign. *Chánh sách đối ngoại*: Foreign policy.

đối ngữ [đối nũ] Correlate; correlative.

đối nhau [đối nau] To correspond.

đối nội [đối nọi] Domestic, home (administration, etc...). *Chánh sách đối nội*: Home politics, policy. *Chánh sách đối nội của nước Pháp*: The home policy of France.

đối phó [đối fó] To face, to cope, to deal with. *Đối phó với những sự khó khăn*: To cope with difficulties.

đối phương [đói fwɤŋ] The adverse party.

đối sinh [đói ʃiɲ] (Bot) Didymous, bifarious. *Lá đối sinh:* Opposite leaves.

đối số [đói ʃó] Logarithm. *Thuộc về đối số:* Logarithmic. *Đối số biểu:* Logarithmic table.

đối thoại [đói θwại] Dialogue.

đối thủ [đói θủ] Rival, competitor.

đối trạng [đói trạŋ] Defence.

đối trọng [đói trɔŋ] Equipoise, counterbalance, counterpoise.

đối tượng [đói tɯɤŋ] Object ; external thing.

đối vị học [đói vị hɔk] (Mus) Counterpoint.

đối với [đói vói] Towards, with. *Cử chỉ của nó đối với tôi:* His attitude towards me. *Nó rất nghiêm khắc đối với con nó :* He is very severe with his children.

đối xử [đói sử] To behave, to conduct oneself ; to treat ; to act towards (someone).

đối xứng [đói sứŋ] Symmetrical. *Sự, tính đối xứng:* Symmetry. *Trục đối xứng:* Symmetric axis. *Làm cho đối xứng:* To symmetrize. *(Thực) Không đối xứng:* (Bot) Anisomerous. *Tình trạng không đối xứng:* Asymmetry.

đồi [đòi] Hill. *Ngọn đồi, đỉnh đồi:* Hilltop. *Đồi trọc:* Bald hill. *Những ngọn đồi chung quanh thành phố:* The hills (round) about the town. *Tôi thấy nó leo lên đồi:* I saw him coming up the hill.

đồi bại [đòi bại] Corrupt, debauched, depraved. *Sự, tình trạng đồi bại:* Corruption, depravity. *Làm đồi bại:* To corrupt, to debauch, to deprave.

đồi hoại [đòi hwại] Ruined ; decayed, destroyed.

đồi hú [đòi hủ] See **đồi hoại**.

đồi luân [đòi lwɤn] Ruined ; to fall in(to) ruin(s).

đồi mồi [đòi mòi] Turtle, tortoise. *Lược đồi mồi:* Tortoise shell comb.

đồi nhỏ [đòi ɲɔ] Hillock.

đồi phế [đòi fé] Ruined and abandoned.

đối phong [đòi fɔŋ] Immoral ; depraved customs.

đối tệ [đòi tẹ] Corrupt, depraved, debauched.

đối trọc [đòi trɔk] Bald hill.

đối vận [đòi vạn] Misfortune.

đổi [đòi] 1) To change, to exchange ; to alter. *Đổi giấy bạc :* To change a bank-note. *Tôi đã đổi bao tay của tôi để lấy một đôi lớn hơn:* I changed my gloves for a larger pair. *Đổi vật gì để lấy vật khác:* To change one thing for another. *Đổi cách sống của mình:* To change one's way of living. *Đổi chỗ vật gì:* To alter the place of something. *Phòng khách đổi thành phòng làm việc :* The drawing-room was altered to a study. *Đổi chỗ ở:* To alter one's address. *Đổi ý kiến:* To alter one's mind.

2) To convert. *Đổi sắt ra thép:* To convert iron into steel.

3) To transfer. *Nó được đổi từ hải quân đến không quân:* He has transferred from the navy to the air force.

đổi chác [đòi cák] To exchange, to barter.

đổi chỗ [đòi cõ] To displace, to remove, to change, one's place. *Chúng nó đổi chỗ với nhau:* They changed places with each other. *Đổi chỗ ngồi với người nào:* To change seats with someone ; to swap places with someone. *Hãy để cho nó đổi chỗ nếu nó cần:* Let him change his place and need be.

đổi chủ [đòi củ] To change hands, to pass into someone else's possession. *Khách sạn đã đổi chủ:* The hotel has changed hands. *Tài sản đã nhiều lần đổi chủ:* The property has often changes hands.

đổi dời [đòi zòi] To change.

đổi gió [đòi ɟó] To take a change of air. *Bác sĩ bảo nó phải đi đổi gió:* The doctor ordered him a change of air.

đổi giọng [đòi ɟɔŋ] To change one's note, one's tune.

đổi tánh [đòi táɲ] To change one's character. *Đến chết nó cũng không đổi tánh:* He cannot change his skin.

đổi tay [đổi tay] To change hands, to use the other hand.

đổi thay [đổi θay] To change.

đổi tiền [đổi tiền] To change money. *Nó đổi tiền của nó trước khi rời Việt-Nam* : He changed his money before leaving Viet-Nam.

đổi ý [đổi í] To change one's mind, alter one's opinion. *Tôi nhận thấy rằng anh đã đổi ý kiến* : I see that you have changed your mind. *Việc ấy làm tôi đổi ý kiến* : That has changed my ideas.

đỗi [đỗi] Space, distance ; measure. *Quá đỗi* : Excessively. *Rất đỗi* : Very. *Đến đỗi* : To such a pass, to such a pitch, so much so that...

đỗi đường [đỗi đưὸŋ] Bit of the way. *Đưa người nào một đỗi đường* : To go a bit of the way with someone.

đội [đọi] To carry on one's head.

đội Team. *Đại đội* : Company. *Trung đội* : Platoon. *Tiểu đội* : Squad. *Tinh thần toàn đội* : Team spirit.

đội Sergeant.

đội Jack.

đội To jack. *Đội xe lên và thay hai bánh sau* : Jack (up) the car and change the back tyres.

đội To wear. *Nó đội một cái nón lớn* : He was wearing a large hat. *Không có đội gì cả* : To wear nothing on one's head. *Nàng không đội nón* : She wore no hat.

đội banh [đọi baiŋ] Football team.

đội banh To head the ball (in football), to strike the ball with the head.

đội cầu [đọi kầu] Soccer team.

đội hình [đọi hìŋ] (Mil) Formation.

đội hình bay [đọi hìŋ bay] Flight formation.

đội hình chiều sâu [đọi hìŋ ciều ʃâu] Formation in depth.

đội hình hàng dọc [đọi hìŋ hàŋ zɔk] Column formation.

đội hình hàng ngang [đọi hìŋ hàŋ ŋaŋ] Line formation, formation in width.

đội hình phân tán [đọi hìŋ fən tán] Dispersed formation.

đội hình quả trám [đọi hìŋ kwả trám] Diamond formation.

đội hình tác chiến [đọi hìŋ ták ciến] Combat formation, battle formation.

đội hình tấn công [đọi hìŋ tấn koŋ] Attack formation.

đội lốt [đọi lốt] To disguise oneself ; to pretend to be, to pose as. *Đội lốt thầy tu* : To get oneself up as a monk.

đội mũ [đọi mũ] See đội nón.

đội ngũ [đọi ŋũ] Army ranks.

đội nón [đọi nón] To wear a hat ; to put on one's hat. *Nàng có đội nón không ?* : Had she a hat on ? was there a hat on her head ?, was she wearing a hat ?. *Nó đội nón và vội vàng ra đi* : He put on his hat and hurried off.

đội ơn [đọi ɔn] To be grateful, to be thankful. *Đội ơn người nào đã làm việc gì* : To be grateful to someone for something, for having done something.

đội sổ [đọi ʃổ] To be at the bottom of a list.

đội xếp [đọi sép] Policeman.

đốm [đóm] Spot (of grease, mud, etc...); blob (of colour, grease) ; fleck. *Đốm nhỏ* : Speck, speckle. *Đốm mực nhỏ* : Speck of ink. *Đốm đen trên trái cây* : Spots on fruit. *Đốm nhỏ trên lông chim* : Speckles on bird's feathers.

đôn đốc [đon đók] To push, to urge, to hasten, to hurry, to bustle.

đốn [đón] To cut down, chop down, bring down, fell (a tree). *Tôi muốn đốn cây đó* : I want that tree cut down.

đốn *Đồ đốn* : Wretched, miserable.

đốn cây [đón kei] To cut down, chop down, hew down, fell, a tree.

đốn củi [đón kủi] To cut wood. *Người đốn củi* : Wood-cutter.

đốn đời [đón đời] Degrading life.

đốn kiếp [đón kiếp] See đốn đời.

đồn [đòn] Post. *Tiền đồn :* Outpost, advanced post.

đồn To rumour, to get about. *Tin đồn, tiếng đồn :* Rumour. *Tin đồn rằng..., người ta đồn rằng.., có tin đồn rằng :* Rumour has it that.., it is rumoured that... *Có tin đồn rằng sẽ có sự thay đổi trong Nội các :* Rumour has it that there will be a change in the Cabinet. *Có tin đồn rằng mai là ngày nghỉ :* It is rumoured that there will be a holiday to-morrow. *Tôi không muốn tin ấy đồn ra :* I don't want it to get about. *Có tin đồn nó cưới cô X : :* It's getting about that he is marrying miss X. *Tin thất trận tuy bị kiểm duyệt nhưng nó vẫn được đồn đi :* The news of the defeat was censured but it soon got about. *Tin đồn đi rất mau :* The news ran like wild fire.

đồn ải [đòn ải] Frontier post.

đồn binh [đòn bịn] Military post.

đồn đãi [đòn đãi] To spread a rumour ; to set a rumour afloat.

đồn đại [đòn đại] See **đồn đãi.**

đồn điền [đòn diền] Plantation. *Đồn điền cao su :* Rubber plantation. *Tài sản của nó gồm có ruộng (lúa) và đồn điền cao su :* His fortune consisted of riceland and rubbers plantations.

đồn huyễn [đòn hwiễn] To spread a false rumour.

đồn lũy [đòn lũi] Fortifications.

đồn lương [đòn lương] To lay in provisions.

đồn thú [đòn θú] Frontier post soldier.

đồn tích [đòn tík] To stock, to store up, to hoard up.

đồn tiền tuyến [đòn tiền twiến] Outpost, advanced post.

đồn tin [đòn tin] To blaze a rumour abroad ; to set a rumour about, afloat; to spread (abroad) a report.

đồn trú [đòn trú] To camp, to encamp.

độn [dọn] To pad, to fill, to stuff. *Độn vai áo :* To pad the shoulders of a coat.

độn giác [dọn ʒák] Obtuse angle.

độn tàng [dọn tàn] To hide.

độn tẩu [dọn tẩu] To run away, to slip away.

độn thổ [dọn θổ] To vanish under ground.

độn tích [dọn tík] 1) To stock, store. 2) To evade, to flee.

độn ty [dọn tị] To evade, to flee.

đông [dọŋ] East, orient. *Cận đông :* The Near East. *Trung đông :* The Middle East. *Viễn đông :* The Far East. *Gió thổi từ hướng đông :* The wind blows east. *Thành phố ở về phía đông sông Rhin :* The town lies east of the Rhine.

đông Winter. *Mùa đông :* The winter season.

đông (Of blood, etc...). To congeal, to coagulate, to clot ; (of milk) to curdle; to freeze (up).

đông Numerous, crowded ; superior, great in numbers. *Đám đông :* Crowd *Gia đình đông :* Numerous family. *Mỗ bữa ăn đông khách :* A numerous dinners *Đường đông người :* The street wa, alive with people. *Đông hơn địch quân :* To be superior in numbers to the enemy. *Rẽ đám đông mà đi :* To force one's way through the crowd. *Những thành phố đông đúc :* Crowded cities. *Đường phố đông như kiến cỏ :* The streets were crowded. *Chen vào một đám đông :* To crowd into a thronged place.

Đông Á [dọŋ á] East Asia, Eastern Asia.

Đông Âu [dọŋ âu] East Europe, Eastern Europe.

đông bắc [dọŋ bắuk] North-east. *(Gió, Xoay về hướng đông bắc :* (Of wind, To veer to the north-east. *Gió từ đôn; bắc thổi đến :* The wind sets from th north-east.

đông bào tử [dọŋ bàu tử] (Bot, Teleutospore, teliospore.

đông chí [dọŋ cí] Winter solstice.

đông cung [dọŋ kuŋ] Crown prince' palace.

Đông dương [dọŋ zương] Indo-Chin.

đông đảo [dọŋ dảu] Crowded.

đông đặc [doŋ dạɯk] 1) To solidify. *Sự làm đông đặc lại* : Solidification. 2) (Ch) To congeal ; to freeze (up).

đông đú [doŋ dủ] Complete, full.

đông đúc [doŋ dúk] Dense. *Dân số đông đúc* : Dense population.

Đông Đức [doŋ dứk] East Germany.

đông hải [doŋ hải] Eastern sea, China Sea.

đông kẹt [doŋ kẹt] (Chem) To coagulate, to congeal.

Đông Kinh [doŋ kiŋ] Tokio, Tokyo.

đông lại [doŋ lại] To coagulate, to congeal. *Sự đông lại* : Coagulation.

Đông nam [doŋ nam] South-east. *Đông Nam Á Châu* : South-East Asia. *Tổ chức Hiệp ước Liên phòng Đông Nam Á* : South East Asia Treaty Organization.

đông như kiền [doŋ ɲɯ kiến] Very crowded.

đông phong [doŋ foŋ] The east wind.

Đông phương [doŋ fɯəŋ] The Orient, the East. *Đông phương học* : Orientalism, Easternism.

đông sàng [doŋ ʃàŋ] Son-in-law.

đông tây [doŋ tei] East and west, orient and occident.

đông thiên [doŋ θien] The winter season.

đông thồng [doŋ θốŋ] To suffer.

đông tiết [doŋ tiết] Winter solstice.

đông y [doŋ i] Sino-Vietnamese medecine; oriental medecine.

đồng [dóŋ] Heap, pile (of stones, mud, wood, etc...). *Chất thành đống* : To heap up, pile up ; to collect into heaps. *Một đống sách trên bàn* : A heap of books on the table.

đồng cát [dóŋ kát] Heap of sand, sand heap.

đồng củi [dóŋ kủi] Heap of wood.

đồng đá [dóŋ dá] Stone-heap.

đồng lúa [dóŋ lwə] Stook, shock, of corn.

đồng rác [dóŋ rák] Rubbish-heap.

đồng rơm [dóŋ rəm] Hay-cock.

đồng [dòŋ] Copper, brass, bronze. *Dây đồng* : Copper wire. *Bảng đồng* : Brass plate. *Đồ đồng* : Copper-ware, brass-ware. *Thợ đúc đồ đồng* : Copper-smith. *Thợ làm đồ đồng* : Brazier. *Xưởng đúc đồ đồng* : Copper-work, brass-work. *Ten đồng* : Verdigris. *Vững như đồng* : Steadfast.

D

đồng Piastre. *Ba đồng* : Three piastres. *Anh có thể cho tôi mượn một trăm đồng không ?* : Can you spare me a hundred piastres ?. *Đồng năm xu* : A five-cent piece.

đồng Medium, sorcerer.

đồng Field. *Đi dạo ngoài đồng* : To go, walk, a field.

đồng *Chúng tôi đồng một ý* : We are of a mind.

đồng áng [dòŋ áŋ] Agricultural. *Công việc đồng áng* : Agricultural labour.

đồng âm [dòŋ əm] (Ling) Homophonic, homophonous. *Chữ đồng âm* : Homophone. *Đồng âm dị nghĩa* : Homonymous. *Chữ đồng âm dị nghĩa* : Homonym. *Tính đồng âm dị nghĩa* : Homonymy.

đồng ấu [dòŋ ấu] Child.

đồng bạc [dòŋ bạk] Piastre.

đồng ban [dòŋ ban] Compatriot.

đồng bàn [dòŋ bàn] To dine at the same table.

đồng bào [dòŋ bàu] 1) Compatriot. 2) Blood brother.

đồng bằng [dòŋ bàɯŋ] Plain, flat country, level tract of country, a large area of flat, level country. *Con đường chạy ngang qua đồng bằng nhiều dặm* : For several miles the road runs across a plain.

đồng bịnh [dòŋ bịŋ] To have the same illness ; to be in the same case. *Đồng bệnh tương lân* : Birds of a feather flock together.

đồng bóng [dòŋ bóŋ] Medium.

đồng cách [dòŋ káik] Apposition. *Đồng cách ngữ* : Words in apposition.

đồng canh [dòŋ kaiŋ] Of the same age.

đồng cân [dòŋ kən] Of the same weight.

đồng chất [dòŋ cất] Homogeneous.

đồng chí [dòŋ cí] Comrade.

đồng chúng [dòŋ củŋ] 1) (Biol) Congener, congeneric.
2) Of the same race.

đồng cỏ [dòŋ kỏ] Prairie.

đồng cột [dòŋ kót] Medium.

đồng cư [dòŋ kɯ] To cohabit (with) ; to live together.

đồng cực [dòŋ kɯk] (El) Homopolar.

đồng dạng [dòŋ zạŋ] Of the same shape.

đồng dao [dòŋ zau] Children's song.

đồng dụng [dòŋ zụŋ] (Anat) Congenerous.

đồng đảng [dòŋ dảŋ] Of the same party.

đồng đạo [dòŋ dạu] Of the same doctrine.

đồng đẳng [dòŋ dẳŋ] Coequal.

đồng đều [dòŋ dều] Equal.

đồng điệu [dòŋ diệu] In the same situation.

đồng đội [dòŋ dọi] Bạn đồng đội : Comrades in arms, companion–in–arms.

đồng hạng [dòŋ hạŋ] Được sắp đồng hạng : Bracketed equal (in competition). Giải nhứt đồng hạng : First prize divided.

đồng hành [dòŋ hàiŋ] To go in company, together (with).

đồng hình [dòŋ hìŋ] Isomorphous, isomorphic.

đồng hóa [dòŋ hwả] To class as, to put in the same category.

đồng hoài [dòŋ hwài] Blood brothers.

đồng học [dòŋ họk] Fellow student, schoolfellow, schoolmate.

đồng hồ [dòŋ hò] Watch, clock. Dây đồng hồ : Watch–chain. Đồng hồ tôi chạy đúng : My watch is right, my watch goes well, keeps good time. Đồng hồ của nó chạy không bao giờ đúng : His watch is never right. Sửa đồng hồ lại cho đúng : To set one's watch right. Sửa đồng hồ cho đúng theo tiếng súng đại bác : To set one's watch by the gun. Đồng hồ tôi chạy sớm (nhanh) năm phút : My watch is five minutes fast. Tôi đã đợi, chờ suốt hai giờ đồng hồ : I waited two full hours. Anh có thể sửa đồng hồ chạy lại không ? : Can you get the clock going again ?. Đồng hồ có bảo đảm trong hai năm : Watch with guarantee for two years ; watch guaranteed for two years. Tôi bị mất cắp một cái đồng hồ : I had my watch stolen. Đồng hồ ngưng chạy (hết dây thiều) : The clock is running down, the clock has run down. Đồng hồ của nó chậm mười phút : His watch is ten minutes slow. Tôi đặt đồng hồ của tôi vào tai tôi xem nó có chạy không : I put my watch to my ear to find out if it was ticking.

đồng hồ báo thức [dòŋ hò báu θứk] Alarm–clock.

đồng hồ đeo tay [dòŋ hò dɛu tay] Wrist–watch, bracelet watch.

đồng hồ điện [dòŋ hò diện] Electric-meter.

đồng hồ nước [dòŋ hò nứrk] Water-clock, water meter.

đồng hồ quả lắc [dòŋ hò kwả lắɯk] Pendulum–clock.

đồng hồ quả quít [dòŋ hò kwả kwít] Pocket watch.

đồng hồ reo [dòŋ hò rɛu] Alarm clock.

đồng hồ treo [dòŋ hò trɛu] Hanging clock, wall-clock.

đồng huyệt [dòŋ hwiệt] To be buried in the same grave.

đồng hương [dòŋ hɯəŋ] Compatriot, fellow-countryman.

đồng khí [dòŋ xí] Of the same character, of the same will.

đồng khí Copper–ware, brass–ware.

đồng khí thời đại [dòŋ xí θời dại] The bronze age.

đồng khoa [dòŋ xwa] To pass the same examination.

đồng khóa [dòŋ xwả] Of the same promotion.

đồng không mông quạnh [dòŋ xoŋ moŋ kwạiŋ] Desert place.

đồng lãm [dòŋ lãm] To examine together.

đồng lầy [dòŋ lềi] Swamp, marsh.

đồng liêu [dòŋ lieu] Colleague.

đồng lõa [dòŋ lǔa] Accomplice ; to be party to, accessory to (a crime). *Sự, tội đồng lõa* : Complicity. *Bị buộc tội đồng lõa* : Indicted for complicity ; indicted on a charge of complicity. *Đương sự đã thú nhận, khai nhiều đồng lõa và sẽ bị đưa ra trước tòa án quân sự* : The person concerned has confessed and denounced numerous accomplices and will be tried before the military court. *Nó bị đồng lõa của nó phản* : He was betrayed by an accomplice.

đồng loại [dòŋ lwại] Of the same race·

đồng lòng [dòŋ lòŋ] Unanimous ; unanimity. *Chúng nó đồng lòng buộc tội anh* : They are unanimous in accusing you. *Nhân dân đồng lòng ủng hộ chánh sách của chánh phủ* : The country is unanimous in its support of the government's policy.

đồng lục [dòŋ lục] Verdigris.

đồng minh [dòŋ miŋ] Allied (nation, etc...). *Nước đồng minh* : Allies nations. *Lực lượng đồng minh* : The allied forces. *Các cường quốc đồng minh trong trận Thế giới chiến tranh gồm có Anh, Pháp, Nhựt bổn, Ý và Hoa kỳ* : The allied Powers in the world war included Great Britain, France, Japan, Italy and the United States.

đồng môn [dòŋ mon] *Bạn đồng môn* : Fellow – student, schoolfellow, classmate.

đồng mưu [dòŋ mưu] To conspire.

đồng nam [dòŋ nam] Little boy.

đồng nghĩa [dòŋ ŋia] Synonymous. *Chữ đồng nghĩa* : Synonym.

đồng nghiệp [dòŋ ŋiẹp] Of the same profession. *Bạn đồng nghiệp* : Colleague, co-worker.

đồng nhứt [dòŋ nứt] Identical, the very same.

đồng niên [dòŋ nien] Coeval, of the same age. *Đồng niên lợi tức* : Annual income.

đồng nội [dòŋ nọi] Field ; country.

đồng nữ [dòŋ nứ] Little girl ; maiden ; virgin.

đồng phạm [dòŋ fạm] Accomplice ; partner in crime.

đồng phục [dòŋ fụk] Uniform. *Cảnh sát viên không mặc đồng phục khi mãn gác* : A policeman does not wear uniform while off duty.

đồng quan đồng quách [dòŋ kwan dòŋ kwáik] In the same coffin.

đồng quận [dòŋ kwạn] (To live) In the same district.

đồng quy [dòŋ kwi] Convergent.

đồng ruộng [dòŋ rụạn] Field.

đồng sàng [dòŋ ʃàŋ] In the same bed.

đồng sắc [dòŋ ʃáwk] (Opt. Phot.) Isochromatic.

đồng sinh [dòŋ ʃiŋ] To live together. *Đồng sinh đồng tử* : To live and to die together.

đồng song [dòŋ ʃɔŋ] Fellow-student, schoolfellow, classmate.

đồng số [dòŋ ʃó] Of the same number.

đồng sự [dòŋ ʃư] 1) Colleague, co-worker.

2) Collaborator.

đồng sức [dòŋ ʃứk] Of equal strength.

đồng tài [dòŋ tài] Of equal ability.

đồng tâm [dòŋ tạm] 1) (Geom, etc...) Concentric, homocentric. *Vòng tròn đồng tâm* : Concentric circles.

2) Unanimous, with one accord.

đồng thanh [dòŋ θaiŋ] Unanimously, with one voice ; in chorus. *Chúng nó đồng thanh từ chối* : They refused with one voice.

đồng thanh tương ứng [dòŋ θaiŋ tưạn ứŋ] Birds of a feather flock together.

đồng thau [dòŋ θau] Brass.

đồng thân [dòŋ θạn] Of the same parents.

đồng thất [dòŋ θất] 1) To live under the same roof.

2) Husband and wife.

đồng thời [dòŋ θời] At the same time ; simultaneous, coeval ; contemporary, contemporaneous.

đồng tịch [dòŋ tịk] To sit on the same mat.

đồng tiền [dòŋ tién] Collective advance.

đồng tiền [dòŋ tién] 1) Money.

2) Dimple (in the cheeks). *Má núng đồng tiền của nàng* : Her dimpled cheeks.

đồng tiêu [dòŋ tieu] (Ph) Homofocal.

đồng tính [dòŋ tíŋ] Of the same sex.

đồng tình [dòŋ tìŋ] Unanimity. *Biểu đồng tình* : Unanimously, with one consent.

đồng tộc [dòŋ tọk] Of the same family.

đồng tôn [dòŋ ton] Of the same family.

đồng tồn [dòŋ tòn] To coexist.

đồng tông [dòŋ toŋ] See đồng tôn.

đồng trinh [dòŋ triŋ] Virgin, maiden.

đồng trông [dòŋ trón] Open field, expanse of open country.

đồng trường [dòŋ truờŋ] (Bot) Accrescent.

đồng tuế [dòŋ twé] Of the same age.

đồng tử [dòŋ tử] 1) (Anat) Pupil, apple (of the eye).

2) Little boy. *Đồng tử quân* : Boy scout.

đồng văn [dòŋ vaưn] Of the same language.

đồng xu [dòŋ su] Cent, penny. *Tôi không thiếu ai một đồng xu nào cả* : I don't owe any man a penny. *Nó không có đồng xu nào cả* : He hasn't any money.

đồng ý [dòŋ i] To agree, to concur, to assent. *Đồng ý với người nào* : To agree with someone's opinion ; to be in agreement with someone ; to come to, arrive at, an agreement with someone ; to be of someone's mind, to be of the same mind as someone, to be of a mind with someone. *Mọi người đều đồng ý về điểm ấy* : Everybody is agreed on that point, all are unanimous on this point. *Về điểm ấy tôi không đồng ý với anh* : There (i.e. on that point) I disagree with you. *Không đồng ý với người nào* : To disagree with someone, to differ (in opinion) from, with, someone, to be in dis-

agreement with someone, to dissent from someone's opinion. *Tôi hoàn toàn không đồng ý với anh* : I differ with (from) you entirely. *Tôi rất tiếc không đồng ý với anh* : I'm sorry to differ from you. *Chúng nó không đồng ý nhau về điểm này* : They differ on this point. *Tôi không đồng ý với anh về điểm ấy* : I can't go with you in that point. *Tất cả chúng tôi đều đồng ý với các đề nghị của anh* : We are all in sympathy with your proposals. *Nó hoàn toàn đồng ý với anh* : He entirely agrees with you. *Chúng nó không đồng ý với nhau* : They cannot agree. *Tôi đồng ý với anh* : I concur in your opinion, I concur with you. *Chúng tôi không đồng ý với nhau chút nào cả* : We don't get on at all.

đồng [dòŋ] Indirectly.

đồng lý văn phòng [dòŋ li vaưn fòŋ] Cabinet Director, Director of cabinet. *Đồng lý văn phòng Phủ Tổng Thống* : Presidency Cabinet Director.

động [dọŋ] Cavern.

động To move. *Động đậy* : To stir. *Biển động* : The sea is rising.

động Kinetic, motive (energy, etc...).

động To touch ; to collide. *Động đến quyền lợi của người nào* : To collide with someone's interests, to come into collision with someone's interests.

động Rough, boisterous, heavy. *Biển động* : Rough sea.

động bào tử [dọŋ bàu tử] (Biol) Zoospore, swarm-spore. *Động bào-tử-nang* : Zoosporangium, zoosporange.

động binh [dọŋ biŋ] To mobilize. *Sự động binh* : Mobilisation.

động công [dọŋ koŋ] To begin a work.

động cơ [dọŋ kơ] Motor, engine *Động cơ bốn thì* : Four-stroke motor (engine). *Động cơ hai thì* : Two-stroke motor (engine). *Động cơ đốt trong* Internal-combustion engine. *Động cơ dầu xăng* : Petrol engine. *Động cơ mười mã lực* : Ten-horse engine. *Máy bay ba động cơ* : Three engined aeroplane.

động cơ điện [dọŋ kə diện] Electric motor.

động cơ nổ [dọŋ kə nổ] Internal combustion engine.

động cỡn [dọŋ kỡn] Rut, heat (of animals).

động cỡn (Of male) To rut, (of female) to be in heat.

động dao [dọŋ zau] To agitate, to oscillate.

động dung [dọŋ zuŋ] To change one's countenance.

động dụng [dọŋ zụŋ] To use, to employ; to begin to use.

động đất [dọŋ dất] Earthquake, seism.

động đậy dọŋ dệi] To move, to stir.

động đến [dọŋ dến] To touch. *Đừng động đến nó* : Don't touch him.

động đĩ [dọŋ di] See **động cỡn**.

động điện [dọŋ diện] Dynamical electricity.

động đực [dọŋ dục] (Of female) To be in rut.

động học [dọŋ họk] Dynamics.

động khí [dọŋ xí] To get angry, to lose one's temper, to be in a rage, to fly into a passion; to be, get, waxy, to be in a wax, to get into a wax.

động kinh [dọŋ kiŋ] (Med) Convulsion· *Chứng động kinh của trẻ con* : Infantile convulsions.

động lòng [dọŋ lòŋ] Affected, moved, touched. *Động lòng thương* : To take pity on (someone).

động lực [dọŋ lục] Motive, moving, propelling, force ; motive power. *Thuyết động lực* : Dynamism. *Động lực học* : Dynamics. *Đơn vị động lực* : Dynamic unit. *Động lực kế* : Dynamometer.

động mạch [dọŋ mạik] (Anat) Artery. *Thuộc về động mạch* : Arterial. *Bịnh sưng động mạch* : Arteritis. *Động mạch nhỏ* : Small artery, arteriole. *Bịnh cứng động mạch, bịnh động mạch có kết* : Arteriosclerosis. *Phép chích động mạch để lấy máu* : Arteriotomy. *Máu chảy trong động mạch* : The blood flows, circulates, through the arteries.

động mạch cổ [dọŋ mạik kổ] (Anat) Carotid.

động mạch xuất huyết [dọŋ mạik swất hwiết] Arterial haemorrhage.

động mạch viêm [dọŋ mạik viem] (Med) Arteritis.

động năng [dọŋ naɯŋ] Kinetic energy, active energy.

động nứng [dọŋ nứŋ] In heat.

động phách [dọŋ fáik]Scared, frightened.

động phòng [dọŋ fòŋ] Nuptial chamber.

động sản [dọŋ ʃản] Movables ; chattels, personalty ; personal estate, property.

động tác [dọŋ ták] Act, action ; work.

động tâm [dọŋ təm] Affected, touched.

động thể [dọŋ θể] Fluid.

động thủy học[dọŋ ɓwi họk]Hydraulics.

động tĩnh [dọŋ tịŋ] Movement and rest.

động từ [dọŋ từ] (Gram) Verb.

động vật [dọŋ vật] Animal. *Động vật có vú* : Mammal. *Động vật giới* : The animal kingdom. *Động vật từ khí* : Animal magnetism.

động vật bịnh lý học [dọŋ vật bịŋ lí họk] Zoonosology.

động vật chí [dọŋ vật cí] Zoography.

động vật địa lý học [dọŋ vật địə lí họk] Zoogeography.

động vật giải phẫu học [dọŋ vật ʃải fỡu họk] Zootomy. *Nhà động vật giải phẫu* : Zootomist.

động vật hóa học [dọŋ vật hwa họk] Zoochemistry.

động vật hình thể học [dọŋ vật hìŋ θể họk] Zoomorphy.

động vật hóa thạch [dọŋ vật hwa θạik] Zoolite.

động vật học [dọŋ vật họk] Zoology. *Nhà động vật học* : Zoologist. *Thuộc về động vật học* : Zoological.

động vật nhỏ [dọŋ vật ɲỏ] Animalcule. *Thuộc về động vật nhỏ* : Animalcular.

động vật phân loại học [dọŋ vật fən lwại họk] Zootaxy.

động vật sinh học [dọŋ vạt ʃiɲ hɔk] Zoobiology.

động vật sinh lý học [dọŋ vạt ʃiɲ lí hɔk] Zoonomy.

động vật sinh thành học [dọŋ vạt ʃiɲ θàiɲ hɔk] Zoogeny.

động viên [dọŋ vien] 1) To mobilize (troops).

2) To mobilize, to get ready for use; to bring into a state of readiness. *Động viên tất cả tài nguyên của một nước* : To mobilize all the resources of a country.

động viên Mobilization. *Tổng động viên* : General mobilization. *Động viên kinh tế* : Economic mobilization. *Động viên kỹ nghệ* : Industrial mobilization. *Động viên quân sự* : Military mobilization.

đốt [dót] To burn; to light (lamp, fire, pipe); to kindle, fire, ignite, set fire to (something). *Đốt cháy sạch, đốt cháy ra tro* : To burn something to ashes. *Đốt thuốc ở cây đèn cầy* : To light one's cigarette from the candle.

đốt To prick, to sting, to bite. *Bị ong vò vẽ đốt* : To be stung by a wasp. *Con ong đốt ngón tay nó* : A bee stung his finger, stung him on the finger. *Tôi bị muỗi đốt* : I was bitten (stung) by mosquitoes.

đốt (Bot) Internode; (Anat) internode; phalanx.

đốt cháy [dót cáy] To fire (something); to set fire to (something); to set (forest, etc...) on fire. *Đốt cháy rụi một cái nhà* : To burn a house to the ground.

đốt đèn [dót dèn] To light a lamp. *Đến giờ đốt đèn* : It's time to light up.

đốt hương [dót hươŋ] To burn incense.

đốt lửa [dót lửa] To light fire.

đốt nến [dót nén] To burn the candle.

đốt ngón chân [dót ŋón cɔn] Toe-joint.

đốt ngón tay [dót ŋón tay] Finger-joint.

đốt nhà [dót ɲà] To set a house on fire. *Sự đốt nhà* : Arson.

đốt nhang [dót ɲaŋ] To burn incense.

đốt pháo [dót fáu] To light, shoot fire-crackers.

đốt ra tro [dót ra trɔ] To incinerate, to burn to ashes.

đốt rừng [dót rừŋ] To set a forest on fire.

đốt thuốc [dót θwɔ́rk] To light a cigarette.

đột [dọt] To sew, stitch. *Đột máy* : Machine sewn.

đột (To act, etc...) Suddenly, unexpectedly, abruptly.

đột See **đột đầu gối**.

đột biến [dọt bién] To transform suddenly.

đột đầu gối [dọt dầu gói] To knock someone's knee with the knuckles. .

đột khởi [dọt xởi] To break out suddenly.

đột kích [dọt kik] To attack suddenly. *Trận đột kích* : Sudden, attack, surprise attack.

đột ngộ [dọt ŋọ] To awake suddenly.

đột ngột [dọt ŋọt] Suddenly, abruptly, unexpectedly.

đột nhập [dọt ɲập] To break into, to burst into.

đột nhiên [dọt ɲien] Suddenly, unexpectedly.

đột phá [dọt fá] To strike.

đột tập [dọt tập] To attack suddenly.

đột xuất [dọt swất] To burst out of (the room, etc...).

đơ [dɔ] *Cứng đơ* : Stiff.

đơ mặt [dɔ̃ mạɯt] Dumfounded.

đơ người [dɔ̃ ŋười] See **đờ người**.

đờ [dɔ̀] Motionless. *Cứng đờ* : Stiff a a poker.

đờ đẫn [dɔ̀ dẫn] Stupid.

đờ người [dɔ̀ ŋười] Dumb with amazement.

đỡ [dɔ̃] To parry, to ward off, to tur aside (blow, thrust). *Đỡ một cú đánh* To ward off a blow.

đỡ To prop, to hold up; to support to relieve. *Đỡ một cây đà* : To reliev the strain on a beam.

đỡ To deliver (a woman). *Cô đỡ, bà đỡ :* Midwife.

đỡ Temporarily, provisionally, for the time being, in the meantime. *Làm cho người bịnh đỡ đau trong chốc lát :* To give temporary relief to a sick person.

đỡ To stay, to satisfy for a time. *Ăn một miếng xăng quít cho đỡ đói :* To eat a sandwich to stay one's hunger.

đỡ dậy [đɔ̃ zẹi] To help (someone) to rise to his feet (again) ; to aid (someone) to get up from his knees ; to pick (someone) up. *Đỡ người nào dậy :* To set someone on his feet.

đỡ đần [đɔ̃ đần] To help, to assist, to aid.

đỡ đầu [đɔ̃ đầu] To sponsor. *Cha đỡ đầu :* Godfather, sponsor. *Đỡ đầu cho một đứa trẻ :* To stand godfather to a child.

đỡ đẻ [đɔ̃ đẻ] To deliver (a woman) ; to assist in childbirth. *Sự đỡ đẻ :* Delivery. *Đỡ một sản phụ đẻ :* To deliver a woman (of a child).

đỡ đói [đɔ̃ đɔ́i] *Làm đỡ đói :* To allay, appease, hunger.

đỡ đòn [đɔ̃ đɔ̀n] To ward off a blow.

đỡ lời [đɔ̃ lɔ̀i] To reply on behalf of (someone).

đỡ nhẹ [đɔ̃ ɲẹ] *Đỡ nhẹ túi tiền của người nào :* To relieve someone of his purse.

đợ [đə] To pledge. *Đợ con :* To pledge one's child.

đời [đɔ̀i] 1) Life, existence ; world. *Chán đời :* Tired of life, world-weary. *Qua đời :* To die, pass away. *Từ giã cõi đời nầy :* To depart this life. *Đời là thế đấy ! :* Such is life. *Cả một đời sung sướng :* A lifetime of happiness. *Cả đời, suốt đời, trọn đời :* Throughout one's life. *Thạo đời :* World-wise. *Trọn đời nó :* All his life. *Bề trái của đời :* The seamy side of life. *Người kinh nghiệm việc đời :* Man of the world. *Nó không có chút kinh nghiệm nào về việc đời cả :* He knows nothing of the world. *Sống một cuộc đời cực*

khổ : To lead a miserable existence. *Nó sống suốt đời ở Luân-đôn :* He lived all his life in London. *Trên đời việc gì cũng có thể cả :* Life is full of possibilities. *Đời của nó trôi qua một cách yên tỉnh :* His life runs smoothly. *Mới ra đời :* To be on threshold of life. *Thành công trên đời :* To get on in life.

2) Times. *Đời nay :* In our times. *Ở vào đời Lê-Lợi :* In the time of Le-Loi.

3) Descent, generation. *Miếng đất nầy thuộc về chúng nó đã bốn đời rồi :* This land was theirs during four descents. *Từ đời nầy sang đời khác :* From generation to generation. *Nếu anh cưới vợ và có con và nếu cha mẹ và ông bà của anh ở với anh thì có bốn đời trong nhà anh :* If you are married and have children, and if your parents and your grand parents live with you, there are four generations in your home. *Bịnh truyền từ đời nầy sang đời khác :* Disease propagated from generation to generation.

đời Laic.

đời đời [đɔ̀i đɔ̀i] Eternally, perpetually, for ever.

đời nay [đɔ̀i nay] In our time ; to-day, nowadays ; the present age. *Những người của đời nay và của đời xưa :* The men of to-day, and those of long ago.

đời nầy [đɔ̀i nèi] In our days, these days.

đời nào [đɔ̀i nàu] Never. *Không đời nào ! :* Not on your life !.

đời người [đɔ̀i ɲuɔ̀i] Man's life, person's life. *Đời người thường được ví như cây đèn cầy :* Man's life is often compared to a candle. *Những giờ cuối cùng của một đời người :* The last hours of a person's life.

đời sau [đɔ̀i ʃau] Future generations, after-ages.

đời sống [đɔ̀i ʃóŋ] Life, existence, living. *Đời sống hằng ngày :* Every day life. *Đời sống của động vật :* Animal life. *Đời sống xa hoa* : High life. *Đời sống đắt đỏ* : High cost of living. *Đời sống ở nhà quê* : Living in the country. *Đời sống ăn không ngồi rồi, không có mục đích gì cả* : An aimless sort of life. *Đời sống không phải hoàn toàn sung sướng đâu* : Life isn't roses all the way. *Đời sống mắt mỏ vậy chúng ta phải tiết kiệm* : Living is dear so we must economize. *Đời sống đầy cảnh ba chìm bảy nổi* : Life is full of ups and downs.

đời tư [dòi tư] Private life.

đời xưa [dòi sưa] Ancient times.

đợi [dọi] To wait for (someone, something); to await (someone, something); to expect. *Phòng đợi* : Waiting-room. *Đợi người nào* : To wait for someone. *Anh đợi gì đó ?* : What are you waiting for ?. *Lúc nào nó cũng để người ta đợi nó* : He always has to be waited for. *Đợi trời quang mây tạnh* : To await the clearing of the weather. *Tôi đã đợi suốt hai giờ đồng hồ* : I waited two full hours. *Đợi đúng hai giờ* : To wait two good hours.

đợi chờ [dọi cò] To expect.

đợi thời [dọi thòi] To bide one's time.

đơm [dơm] To fill (bowl with rice).

đơm cơm [dơm-kơm] To fill bowl with rice.

đơm cúc [dơm kúk] See đơm nút.

đơm đặt [dơm dặtk] To fabricate, to make up (stories).

đơm nút [dơm nút] To sew buttons (on a coat). *Đơm tất cả nút đã mất* : To sew all the buttons that have come off.

đờm [dòm] Sputum, phlegm. See đàm.

đởm [dỏm] See đảm.

đờm khuẩn [dòm xwền] (Bot) Basidiomycetes.

đờm tử tế bào [dòm tử té bàu] (Bot) Basidium.

đơn [dơn] Application, petition, request. *Đơn xin chỗ làm* : Application for a job. *Làm đơn xin việc gì* : To make an application for something. *Viên giám đốc nhận được hai chục đơn xin chỗ làm* : The manager received twenty

applications for the position. *Gởi, đệ đơn đến người nào để xin việc gì* : To make application to someone for something. *Đơn xin phải nạp trước mùng mười tháng chín* : Applications should be sent in before September the tenth.

đơn [dơn] Single, alone.

đơn âm [dơn ơm] Monosyllabic. *Đơn âm ngữ* : Monosyllabism. *Tiếng đơn âm* : Monosyllable.

đơn bạc [dơn bạk] Fragile.

đơn bản vị [dơn bản vị] (Pol.Ec) Monometallism.

đơn bào [dơn bàu] (Biol) Unicellular.

đơn cánh [dơn káip] (Bot) Monopetalous, unipetalous.

đơn chất [dơn cất] (Ch) Simple body.

đơn chiếc [dơn cirk] Simple ; sole.

đơn cử [dơn kử] To cite (an example).

đơn cực [dơn kựk] (El) Unipolar, homopolar, single-pole (dynamo, switch, etc...).

đơn đài [dơn dài] (Bot) Unisepalous.

đơn độc [dơn dọk] Alone, isolated, solitary.

đơn giản [dơn sản] Simple.

đơn hàng [dơn hàŋ] Invoice.

đơn khiếu nại [dơn xiếu nại] Complaint.

đơn kiện [dơn kiẹn] (Law) Complaint.

đơn liên [dơn lien] (Bot) Monadelphous.

đơn sắc [dơn ʃắưk] Monochromatic.

đơn số [dơn ʃó] Odd number, uneven number.

đơn sơ [dơn ʃơ] Simple. *Nó ăn mặc đơn sơ* : He is simple in his apparel.

đơn thân [dơn thơn] 1) Single; alone. 2) (Bot) Uniaxial.

đơn thể hùng nhụy [dơn thể hùŋ ŋwị] (Bot) Monadelphous.

đơn thuốc [dơn thwức] Prescription *Viết đơn thuốc cho người nào* : To write (out), make out, a prescription for someone.

đơn thuần [dơn thwền] Pure, unmixed not containing any other substance

đơn tính [dơn tíŋ] (Biol, Bot) Unisexual unisexed.

đơn thức [dən θúɪk] (Alg) Monomial, single term.

đơn trị [dən trị] (Ch) Monavalent, univalent.

đơn trục [dən truᴋ] (Cryst) Uniaxial.

đơn từ [dən tùɪ] Requests and petitions.

đơn tử diệp [dən tủ ziệp] (Bot) Monocotyledon.

đơn-tướng [dən tuɪɔ́ŋ] (El.E) Monophase, monophasic. *Dòng điện đơn-tướng*: Single-phase, uniphase current.

đơn vị [dən vị] Unit. *Đơn vị chiến thuật*: Tactical unit. *Vec-tơ đơn-vị*: Unit-vector.

đơn vị bán lưu động [dən vị bán luɪu dọŋ] Semi-mobile unit.

đơn vị biệt phái [dən vị biệt fái] Detached unit.

đơn vị cố định [dən vị kó dịŋ] Fixed unit.

đơn vị cơ giới [dən vị kə ʒɔ́i] Mechanized unit.

đơn vị cơ vận [dən vị kə vận] Motorized unit.

đơn vị đặc biệt [dən vị dạɪk biệt] Special unit.

đơn vị gốc [dən vị gók] Parent unit.

đơn vị hỏa lực [dən vị hᴕa lựk] Fire unit, unit of fire.

đơn vị huấn luyện [dən vị hwón lwiện] Training unit.

đơn vị lưu động [dən vị luɪu dọŋ] Mobile unit.

đơn vị nhảy dù [dən vị pảy zù] Airborne unit.

đơn vị quản trị [dən vị kwản trị] Administrative unit.

đơn vị tác chiến [dən vị ták cién] Combat unit.

đơn vị tự trị [dən vị tự trị] Separate unit.

đơn vị yểm trợ [dən vị iểm trợ] Supporting unit. *Đơn vị yểm trợ trực tiếp*: Direct support unit.

đớn hèn [dón hèn] Vile.

đờn [dən] See đàn.

đớp [dóp] (Of bird, etc...) To snatch, snap up, seize, catch (insects, etc...); to bite. (Chim) *Đớp côn trùng*: (Of bird) To snatch insects. *Cá đớp mồi*: The fish bites.

đớt [dót] *Nói đớt*: To lisp.

đợt [dợt] Wave. *Bộ binh tấn công từng đợt*: The infantry attacked in waves.

đợt sóng [dợt ʃɔ́ŋ] Wave.

đợt tấn công [dợt tón koŋ] Attack wave.

đợt xung phong [dợt suŋ foŋ] Assault wave.

đu [du] 1) Swing (of something having one end fixed and the other parts free).
2) See-saw, teeter.

đu 1) To swing, sway or move steadily backwards and forwards.
2) To sea-saw, to teeter, to move up and down.

đu bay [du bay] Flying trapeze.

đu đủ [du dủ] (Bot) Papaw, papaya. *Cây đu đủ*: Papaw-tree.

đu đưa [du duɪə] To swing, to sway, to rock; to dandle, to nod. *Nhánh cây đu đưa trước gió*: The branches of the trees swayed in the wind.

đu lộn [du lộn] Trapeze. *Chơi đu lộn*: To perform on the trapeze.

đú mỡ [dú mỡ] To jest.

đủ [dủ] Sufficient, enough, adequate. *Có vừa đủ nước đề uống*: There was just sufficient water for drinking. *Đủ rồi, thế là đủ*: That's enough for me. *Anh có đủ tiền trả không?*: Have you enough to pay the bill?. *Có đủ đồ ăn cho mười người*: There is enough food for ten people. *Thêm cho đủ số tiền*: To make up the even money. *Chúng tôi còn thiếu năm trăm đồng nữa đề có đủ số tiền cần thiết*: We still need $500 to make up the required sum.

đủ ăn [dủ aɪn] To have enough to eat; to be well-off, in easy circumstances.

đủ dùng [dủ zùŋ] Sufficient, enough.

đủ khả năng [dủ xả naɪŋ] Capable, efficient.

đủ mặt [dủ maưt] Everybody, everyone.

đủ rồi [dủ rồi] That's enough. *Lời hứa của anh đủ rồi* : Your word will suffice. *Một bữa cơm mỗi ngày cho nó cũng đủ rồi* : One meal a day suffices him.

đủ sồ [dủ ʃố] Complete.

đủ sức [dủ ʃúk] Able, competent. *Không đủ sức* : Not very able.

đủ tài [dủ tài] Able, competent, fit. *Không đủ tài* : Not very able. *Tôi đang tìm một người quản-lý có đủ tài* : I am looking for a competent manager. *Đủ tài làm việc gì* : Fit to do something.

đủ tư cách [dủ tư káik] Qualified. (to do something).

đụ [dụ] (Not in decent use) To copulate, to unite sexually.

đua [dwə] To compete (in a race).

đua bơi [dwə bəi] Swimming race.

đua chạy bộ [dwə cạy bộ] Foot race.

đua chen [dwə cɔn] To compete (with someone).

đua đòi [dwə đòi] To copy, to imitate.

đua ngựa [dwə ŋưə] Horse-race. *Trường đua ngựa* : Race-course. *Cuộc đua ngựa* : Horse racing.

đua nhảy rào [dwə ɲảy ràu] Hurdle-race, obstacle race.

đua sức [dwə ʃúk] To vie (with some-one) in strength.

đua tài [dwə tài] To compete (with someone) in talent.

đua thuyền [dwə θwièn] Boat-race, boat racing. *Cuộc đua thuyền sẽ đua vào ngày chúa nhật* : The boat-race will be held (= rowed) on Sunday.

đua tranh [dwə traɲ] To compete.

đua xe đạp [dwə ʃɛ đạp] Cycle race, bicycle race. *Cuộc đua xe đạp vòng quanh nước Việt-Nam* : Cycle race all round Viet-Nam.

đua xe hơi [dwə ʃɛ həi] Auto race.

đùa [dwə] To joke, to jest, to amuse oneself. *Tôi không đùa đâu* : I'm not joking. *Nửa đùa, nửa thật* : Half in jest, half in earnest. *Nói chuyện gì, làm việc gì để đùa chơi* : To say, do, something for a joke, by

way of a joke. *Nó hay nói đùa* : He must have his little joke.

đùa *Lá bị gió đùa* : Leaves fleeing before the wind.

đùa bỡn [dwə bỡn] To trifle. *Đùa bỡn với một người đàn bà* : To trifle with a woman. *Không nên đùa bỡn với ái tình* : Do not trifle with love.

đùa cợt [dwə kợt] To joke, to jest.

đùa nghịch [dwə ŋịk] To play.

đũa [dwə] Chopstick.

đũa bếp [dwə bếp] Great flat chopsticks used in stirring and serving rice.

đũa cả [dwə kả] See đũa bếp.

đũa khuảy (quậy) [dwə xwéi] (Ch) Stirring-rod, glass rod.

đũa ngà [dwə ŋà] Ivory chopsticks.

đũa thần [dwə θần] Magic wand.

đúc [dúk] To cast, to found (bell, gun, etc.). *Đúc tượng bằng đồng* : To cast a bronze statue, to cast a statue in bronze. *Kim thuộc dễ đúc* : Metal that casts well. *Đúc vật gì* : To take a cast of something.

đúc To be (a)like. *Chúng nó giống nhau như đúc* . They are very much alike; they are as like as two peas. *Nó giống cha nó như đúc* : He is a chip of the old block, he is the dead spit of his father.

đúc chì [dúk cì] To melt lead.

đúc chuông [dúk cuəŋ] To cast, found a bell.

đúc súng [dúk ʃúŋ] To cast, found, a gun.

đúc tượng [dúk tưəŋ] To cast a statue.

đục [dụk] 1) Muddy, miry, turbid, cloudy, troubled (liquid). *Câu nước đục, chờ nước đục thả câu* : To fish in troubled waters.

2) Dim, dull, boomy (sound).

3) Dim (glasses, light, eyes).

đục Chisel, gouge. *Mài đục* : To set chisel. *Cái đục để đục mộng* : Mortise heading, chisel.

đục To chisel, to carve; to chase. *Đục một khối đá thành hình sư tử* : To carve a rock into the shape of a lion.

đục chạm [dụk cạm] To carve.

đục khoét [dụk xwét] 1) To hollow out. 2) (Fig) To extort money.

đục ngầu [dụk ngầu] Turbid, muddy, cloudy, dirty (water).

đục nước béo cò [dụk núrk béu kò] To fish in troubled waters.

đui [dui] Blind, sightless, eyeless. *Một người đui* : A blind man. *Thằng đui dắt thằng mù đi* : It is a case of the blind leading the blind.

đui một mắt [dui mọt mắut] Blind in one eye. *Nó đui một mắt* : He was blind in one eye.

đùi [đùi] Thigh. *Quần đùi* : Short, knee-breeches. *Xương đùi* : Thigh-bone.

đùi gà [đùi gà] Leg of chicken.

đùi heo [đùi hɛu] Pig's trotter.

đùi trừu [đùi trừu] Leg of mutton, sheep's trotter.

đùm [đùm] Hub (of bicycle-wheel); nave, (pipe-) box (of cart-wheel, etc..). *Đùm sang số* : Change-speed hub. *Thắng đùm* : Hub-brake. *Bọc đùm* : Hub-cap.

đùm To wrap, to envelope.

đùm bọc [đùm bọk] To envelope, to cover; (fig) to protect, to help, to assist.

đun [đun] To push, to shove, to thrust, to propel.

đun To heat, to warm, to boil.

đun bếp [đun bép] To light the kitchen stove.

đun nấu [đun nấu] To cook, to prepare meals.

đun nước [đun núrk] To boil water. *Đun nước đề pha trà* : To boil water for tea.

đùn [đùn] To push back.

đùn việc [đùn vịrk] To get other people to do one's work.

đụn [đụn] Heap, hill.

đụn cát [đụn kát] Sand-hill ; dune (near the seashore).

đụn rơm [đụn rəm] Rick of hay, hay-rick.

đúng [đúng] Just, exact, accurate, right,

correct, precise. *Đúng ngọ, đúng mười hai giờ* : It is just twelve o'clock. *Hãy làm đúng như người ta đã bảo anh làm* : Do it just as you were shown. *Tôi không thể nói đúng nó đã đến vào lúc nào* : I cannot say just when he arrived. *Thiệt đúng có bao nhiêu ?* : Just how many are there ?. *Đồng hồ tôi chạy đúng* : My watch is right. *Cân đúng* : Accurate scales. *Nó làm toán lẹ và đúng* : He is quick and accurate at figures. *Nhắm đúng* : To take accurate aim. *Đến đúng giờ* : To arrive on the stroke of time. *Đúng như thế* : That is so ! that's right ! quite so. *Sự dùng đúng chữ* : The right use of words. *Trả lời đúng* : To give the right answer. *Sửa đồng hồ lại cho đúng* : To set one's watch right. *Đúng người, đúng chỗ* : The right man in the right place. *Chữ đúng* : The right word. *Đúng hai giờ* : It is just two o'clock. *Xe lửa chạy đúng năm giờ* : The train left at five o'clock to the minute. *Đúng bốn giờ* : At four o'clock sharp. *Đồng hồ của tôi chạy không đúng* : My watch is wrong. *Chuyện ấy không đúng với việc nó nói* : That does not agree with what he said. *Câu trả lời đúng* : A correct answer. *Đợi đúng hai giờ* : To wait two good hours.

đúng giờ [dúng sờ] Precise time. *Đến đúng giờ* : To arrive on the stroke of time. *Tôi không thể nào đến đúng giờ được* : I can't by any possibility be in time.

đúng lệ [dúng lẹ] In due form.

đúng lúc [dúng lúk] Right moment, right time. *Anh đến thật đúng lúc* : You came at the right moment, at the right time.

đúng mốt [dúng mót] To be in fashion, in vogue, up to date fashionable. *Người ăn mặc đúng mốt* : A man of fashion.

đúng ngọ [dúng ngọ] Just twelve o'clock.

đúng người đúng chỗ [dúng ngừời dúng cồ] The right man in the right place.

đúng phép [dúng fép] In due form.

đúng với [dúng vói] Correspondent,

corresponding ; to correspond. *Đúng với vật gì :* To be correspondent to, with something. *Đúng với bản chánh :* Corresponding to the original. *Đúng với kiểu mẫu :* To correspond to sample.

đùng [dùŋ] Suddenly. *Lăn đùng ra chết:* To die suddenly.

đùng đùng [dùŋ dùŋ] Violently.

đủng đỉnh [dŭŋ dỉŋ] Slowly, leisurely.

đũng quần [dŭŋ kwɔ̀n] Seat (of trousers). *Đũng quần đùi :* Seat of a pair of breeches.

đụng [dụŋ] 1) To collide, to hit, to come into collusion ; to hurtle ; to knock (against), to run, dash, against, to run into ; to strike against (someone, something) ; to touch to bump against. *Hai xe hơi đụng nhau :* The two cars collided. *Hai chiếc tàu đụng nhau :* The two ships ran foul of one another. *Đụng đầu vào tường :* To run, strike one's head against . a wall. *Đụng phải vật gì :* To strike (against), something, to hurtle into something. *Đụng nhẹ người nào :* To touch someone slightly. *(Tàu) Đụng nhằm đá :* To touch a rock. *Đừng đụng đến tôi :* Don't touch me. *Chiếc tàu bị một chiếc khác đụng vào :* Ship that has been in collision with another. *Phòng tối đen như mực làm tôi đụng đầu vào cửa :* The room was quite dark and I bumped against the door. *(Xe hơi) Đụng lề đường :* (Of car) To bump against the kerb. *(Xe lửa, xe hơi) Đụng với chiếc khác :* (Of train, car) To bump into another train or car. *Đụng đầu vào vật gì :* To dash one's head against something. *(Xe) Đụng vào tường :* (Of car) To dash into a wall. *Đụng đầu vào cột :* To hit one's head on (against) a post. *Nó bị chiếc xe hơ đụng té :* He was knocked down by a motor-car. *Thầy giáo đụng đầu hai đứa bé vào nhau:* The teacher knocked the two boys' heads together.

2) To touch. *Một trong những nhành cây đụng nước :* One of the branches is touching the water. *Nước không sâu, tôi có thể đụng đáy :* The water is not

deep ; I can touch (the) bottom (i.e. with the toes). *Các núi trông như có vẻ đụng mây :* The mountains seem to touch the clouds. *Nó không có đụng tới đồ ăn (nó không có ăn một chút nào cả) :* He had left the food untouched.

đụng To live (as husband and wife).

đụng chạm [dụŋ cạm] To collide, to hurtle. *Khi quyền lợi đụng chạm nhau :* When interests conflict.

đụng đáy [dụŋ dáy] (Of a ship) To touch ground, to strike the bottom.

đụng đầu [dụŋ dòu] To run, strike one's head against (a wall, etc..). *Đụng đầu vào người nào, vật gì :* To butt into, against, someone, something. *Đụng đầu vào cửa :* To run one's head against the door.

đụng nhau [dụŋ ɲau] To collide. *Hai chiếc tàu đụng nhau :* The two ships ran foul of one another.

đụng mìn [dụŋ mìn] (Of ship) To strike a mine.

đụng nhằm [dụŋ ɲàɯm] To strike. *Tàu đụng nhằm đá :* Ship strikes on rock.

đụng phải [dụŋ fải] To strike, to hurtle. *Đụng phải vật gì :* To strike (against), something ; to hurtle into something)

đuốc [dwók] Torch. *Người cầm đuốc :* Torch-bearer. *Ánh sáng của đuốc :* Torch-light.

đuôi [duɔi] 1) Tail. *Chó vẫy đuôi :* The dog wags his tail. *Không có đuôi :* Tailless. *Có đuôi dài :* Long-tailed. *Lông đuôi :* Tail-feather. *Vảy cả ở đuôi :* Tail-fin. *Cắt đuôi ngựa, cắt đuôi trừu :* To dock, bob a horse, a horse's tail ; to tail a lamb. *Ngựa cụt đuôi :* Dock-tailed horse. *Ngựa đuôi dài :* Long-tailed horse. *Ngựa đuôi ngắn :* Bobtail horse. *Con chó chỉ còn một chút đuôi ngắn:* The dog has only a stub of a tail.

2) Tail, file (of people). *Nối đuôi, đứng nối đuôi nhau :* To form a queue, to stand in a line, in a queue ; to queue up, line up, form up.

3) End ; tail. *Đầu đuôi :* Head and tail, top and bottom.

đuôi áo [duɔi áu] Train, tail of a dress.

đuôi cá [duɔi ká] Fish-tail.

đuôi chồn [duɔi còn] Fox-brush.

đuôi chuột [duɔi cwʂt] Rat's tail, rat-tail.

đuôi diều [duɔi zièu] Tail of kite.

đuôi đám rước [duɔi dám rúɾk] Tail, end of a procession.

đuôi gà [duɔi gà] Pig-tail, queue (of hair).

đuôi mắt [duɔi mắɯt] The tail of one's eye.

đuôi ngựa [duɔi ŋɯ̵a] Horse-tail.

đuôi sam [duɔi ʃam] Pigtail.

đuôi sao chổi [duɔi ʃau cỏi] Train, tail of comet.

đuôi phi cơ [duɔi fi kɔ] Tail-plane.

đuôi phướn [duɔi fɯɔ́n] Fanon.

đuối [duối] Tired, exhausted.

đuối Chết đuối : To be drowned.

đuối hơi [duối hɔi] Out of breath, short of breath.

đuối sức [duối ʃúk] Exhausted, spent, worn out.

đuổi [duɔ̀i] 1) To dismiss, to discharge; to turn off, to fire (servant) ; to drive (someone) out, away ; to evict, expel, (a tenant) ; to turn, chase (someone) out (of doors) ; to eject, to expel (someone from school, club, etc...) ; to cast out (devils). Đuổi một học sinh ra khỏi trường : To expel a boy from school. Đuổi người nào ra khỏi nhà : To drive someone from, out of, the house ; to turn, chase someone out of the house. Người ở bị đuổi vì không ngay thẳng : The servant was discharged for being dishonest. Đuổi người nào ra khỏi cửa: To turn someone out of doors. Đuổi người mướn phố, đuổi người làm : To turn out a tenant, a servant. Đuổi người nào ra khỏi nhà : To chase someone out of the house. Chúng nó bị đuổi ra vì chúng nó không trả tiền phố : They were ejected because they did not pay the rent. Đuổi ruồi không cho lại gần mặt người nào : To keep the flies away from someone's face. Đuổi người nào không báo trước : To dismiss someone at a moment's notice. Đứa bé ngỗ nghịch bị đuổi ra khỏi phòng: The disobedient boy was ordered out of the room. Nó bị đuổi ra khỏi lớp học vì lười biếng : He was put out of the classroom for being lazy. Tôi đã đuổi nó rồi : I sent him to the right-about. Bị đuổi : To be dismissed from the service. Nó hăm đuổi tôi : He threatened me with dismissal. Đuổi người nào ra khỏi nước : To drive, expel, someone, from the country. 2) To chase, to pursue ; to drive away (animals or birds). Đuổi chó đi : To chase away a dog. Nó không thể đuổi kịp địch thủ của nó được : He could not reach his adversary.

đuổi bắt [duɔ̀i bắɯt] To chase, to run after.

đuổi cổ [duɔ̀i kỏ] To drive, turn (someone) out. Đuổi cổ người nào ra khỏi nhà : To drive, turn, chase, someone out of the house.

đuổi đi [duɔ̀i di] To dismiss, to turn out, to drive out, away ; to expel.

đuổi giặc [duɔ̀i ʃặɯk] To chase, pursue the enemy.

đuổi kịp [duɔ̀i kịp] To catch, to overtake, to come up with.

đuổi ra [duɔ̀i ra] To turn, chase (someone) out.

đuổi theo [duɔ̀i θɛu] To pursue, to chase, to cut after. Địch bắt đầu chạy và chúng tôi đuổi theo chúng : The enemy began to run and we cut after them.

đuông [duɔŋ] (Ent) Palm-grub, palm-worm.

đúp [dúp] 1) Double, duplicate, twofold. 2) To repeat a class, to fail to get one's remove.

đụp [dụp] To patch up.

đút [dút] To insert, put (key in lock, etc...). Đút đầu qua cửa sổ : To put in one's head at the window. Đút chìa khóa vào ổ khóa : To put the key in the lock, to introduce, get, the key into the lock. Đút vật gì vào tay người nào : To put something into someone's hand. *Đút tay vào túi :* To put one's hands in one's pockets.

đút cơm [dút kəm] To put rice (in someone's mouth).

đút lẽ [dút lẽ] To bribe.

đút lót [dút lót] To bribe (someone) ; to buy over ; to oil, grease (someone's palm) ; to square (someone).

đút mồi [dút mòi] (Of bird) To feed (nestling).

đút nhét [dút ɲét] To put in.

đút nút [dút nút] To cork (a bottle).

đút tiền [dút tiền] See **đút lót.**

đụt [dut] To take cover or shelter, to shelter (from). *Trời mưa lớn, chúng ta phải mau kiếm chỗ đụt :* It's raining hard ; we must get under cover quick!.

đụt mưa [dụt mưə] To shelter from the rain ; to take shelter from the rain. *Kiếm chỗ đụt mưa :* To seek shelter from rain.

đụt nắng [dụt nắɯŋ] To shelter from sunlight.

đừ [dừ] *Mệt đừ :* Exhausted, worn out.

đưa [dɯə] To conduct ; to escort, see (someone) home ; to accompany, take, bring (someone) back (to a place) ; to see, show (someone) out ; to see (someone) off. *Đưa đường cho người nào :* To conduct someone. *Tôi sẽ đưa anh đến tận nhà :* I will escort you home. *Tôi không thể ra phi trường đưa nó được vì tôi sẽ vắng mặt ở Saigon ngày nó lên đường :* I will not be able to see him off at the airport as I will be out of Saigon on the day of his departure. *Đưa người nào về nhà :* To see someone home. *Tôi đã đưa nó về :* I took him home. *Đưa người nào ra tận cửa :* To accompany, see someone to the door. *Tôi sẽ đưa anh đến ga :* I will see you to the station. *Theo đưa người nào một đỗi đường :* To go a bit of the way with someone, to bring someone on his way. *Để tôi đưa anh về :* Let me see you home. *Nàng từ chối không chịu người ta đưa về :* She refused to be seen home. *Nó say rồi, tốt hơn chúng ta*

đưa nó về nhà : He's drunk ; we'd better get him home. *Nàng đưa tôi đi xem cái vườn của nàng :* She took me off to see her garden.

đưa 1) To give, to pass, to hand. *Đưa vật gì tận tay người nào :* To give something into someone's hands. *Đưa tay giúp người đàn bà bước lên xe, xuống xe :* To hand a lady into, out of, a carriage. *Làm ơn đưa tôi quyển sách kia :* Please hand me that book.

2) To present (a petition). *Nó đã đưa đơn xin thôi :* He has handed in his resignation.

đưa *Bị đưa ra trước tòa đại hình :* To be brought before the assizes. *Bị đưa ra tòa án quân sự :* To be tried by court-martial. *Đưa người nào ra tòa :* To proceed against someone.

đưa To rock, to swing (someone in a hammock, etc...). *Đưa (ru) một đứa nhỏ ngủ :* To rock a child. *Đưa võng:* To give a hammock a swing. *Đưa một đứa bé :* To rock a baby (in a cradle), to dandle a baby (in one's arms).

đưa chân [dɯə cən] 1) To see (someone) off.

2) To take one's steps towards, (fig) to venture, to hazard.

đưa dâu [dɯə zəu] To accompany the bride (to the home of her husband).

đưa đà [dɯə dà] To take a run.

đưa đám [dɯə dám] To attend, take part in (someone's) funeral. *Theo đưa đám táng của người nào :* To follow someone to his grave.

đưa đến [dɯə dén] To conduce, to lead, to engender, to produce, to result, to bring about. *Sức khỏe đưa đến hạnh phúc :* Health is conducive to happiness. *Đưa đến một kết quả tốt đẹp :* To conduce, lead to a good result. *Đưa đến sự thỏa thuận :* To reach an agreement. *Thuật ngoại giao của chúng nó đưa đến chiến tranh :* Their diplomacy resulted in war. *Bịnh tật đưa đến sự thiếu thốn :* Disease brings want in its train. *Ai biết được tương lai sẽ đưa đến những* gì ? : Who knows what the future will bring forth ?.

đưa đò [đưɔ đò] To ferry (someone) across, over the river. *Người đưa đò* : Ferryman.

đưa đơn [đưɔ đơn] To present a petition.

đưa đường [đưɔ đườŋ] To guide, show the way.

đưa khách [đưɔ xáik] To accompany a guest to (the door).

đưa ma [đưɔ ma] To follow the funeral procession ; to take part in, attend (someone's) funeral. *Vẻ mặt đưa ma* : A funeral face.

đưa mắt [đưɔ máưt] To cast an eye, a glance at (someone).

đưa tay [đưɔ tay] To hand about. *Đưa tay lên !* : Hands up !. *Đưa tay lên* : To put up one's hands. *Đưa tay giúp người nào lên xe, xuống xe* : To hand someone into, out of, a carriage. *Đưa tay lên trời* : To raise one's hands to heaven.

đưa tận tay [đưɔ tận tay] *Đưa vật gì tận tay người nào* : To give something into someone's hands.

đưa thơ [đưɔ θɔ] To deliver, hand, a letter.

đưa tiễn [đưɔ tiễn] To see (someone) off.

đưa tin [đưɔ tin] To bring news. *Đây là người đã đưa tin lại* : This is he that brought the news.

đưa tình [đưɔ tìɲ] To ogle, to make eyes (at).

đưa võng [đưɔ võŋ] To swing, rock (someone in) a hammock.

đứa [đứɔ] Individual. *Đứa học trò ngoan ngoãn nhứt trong lớp* : The best-behaved boy in the class.

đứa bé [đứɔ bé] A child, a boy. *Ẵm một đứa bé trên tay* : To carry a child in one's arms. *Hãy dắt đứa bé đi và cho nó uống nước* : Bring the child and give it a drink. *Hát cho đứa bé ngủ* : To sing a child to sleep.

đứa cháu [đứɔ cáu] A nephew, a niece.

đứa con [đứɔ kɔn] A child. *Chúng tôi có bốn đứa con* : We have four children.

đứa nào [đứɔ nàu] Who, whoever. *Đứa nào gọi đó ?* : Who is calling ?.

đứa ở [đứɔ ở] (Domestic) servant. *Đứa ở gái* : Woman-servant. *Đứa ở trai* : Man-servant.

đứa trẻ [đứɔ trẻ] A child, a boy. *Đứa trẻ khắc tên nó trên thân cây* : The boy carved his name on a tree.

Đức [đứk] (Geog) Germany. *Người Đức:* German. *Tiếng Đức:* The German language. *Đại sứ Đức:* The German ambassador. *Đông Đức* : East Germany. *Tây Đức* : West Germany. *Ai dạy anh tiếng Đức ?:* Who taught you German ?

đức Virtue. *Có đức* : Virtuous. *Thất đức* : To have done a reprehensible thing.

đức dục [đứk zụk] Moral education, ethical instruction.

đức độ [đứk độ] Virtuous and generous.

đức Giám Mục [đứk ʃám mụk] (Ecc) Bishop.

đức Giáo Hoàng [đứk ʃáu hwàŋ] (Ecc) Pope.

đức hạnh [đứk hạɲ] Virtue ; virtuous.

đức mỏng [đứk mỏŋ] See **đức bạc.**

đức môn [đứk mon] Virtuous family.

đức Phật [đứk fạt] Buddha.

Đức quốc [đứk kwók] (Geog) Germany.

đức tháo [đứk θáu] Virtue.

đức tin [đứk tin] Faith.

đức tính [đứk tíɲ] Virtue, quality. *Công nhận một đức tính của người nào* : To credit someone with a quality. *Nó có nhiều đức tính tốt* : He has many good qualities.

đức trạch [đứk traịk] Favour, grace.

đực [đụk] 1) Male (flower) ; cock (bird) ; buck (rabbit, antelope, etc...) ; dog (fox, wolf) ; bull (elephant, etc...) ; he (cat, etc...). *Thỏ đực* : Buck rabbit. *Chồn đực* : Dog-fox. *Voi đực* : Bull elephant. *Mèo đực* : He-cat. *Gấu đực* : He-bear. *Dê đực* : He-goat. *Lừa đực* : He-ass.

2) Masculine. *Danh từ giống đực* : Masculine noun.

3) (Bot) Acarpous, not producing fruit.

đực mặt [dựk mawt] Astounded, stupefied, astonished.

đực người [dựk ŋười] See **đực mặt**.

đứng [dứŋ] 1) To stand ; to be standing. *Đứng lại, đứng dậy* : Stand !. *Đứng trước người nào, vật gì* : To stand before someone, something. *Nó yếu quá không thể đứng được* : He is too weak to stand. *Nó ra khỏi đám đông và đứng trước mặt tôi* : He emerged from the crowd and stood before me. *Đứng qua một bên cho người nào đi qua* : To stand on one's side, draw aside, in order to let someone pass. *Đừng đứng ngoài mưa* : Don't stand in the rain. *Tôi sẽ đứng đây* : I'll stand here. *Chúng nó kiệt sức quá không thể đứng được* : They are too exhausted to keep his legs. *Tôi để nó đứng ngoài cửa* : I left him standing at the door. *Ở đây hình như nước đứng* : The water appears to stand here.

2) To set. *Con mắt của nó đứng rồi* : His eyes set (i.e. because motionless, as in death or during a swoon).

đứng Dựng đứng, để đứng vật gì : To stand something up (right), on end ; to put, set, something upright. *Dựng đứng các cây ky lại* : To set the ninepins up again. *Pho tượng đứng* : Standing statue. *Khán giả đứng* : Standing spectator. «Chỉ còn chỗ đứng thôi» : «Standing room only». *Có chỗ đứng cho hai chục người, hai chục người có thể đứng được* : There is standing room for twenty people, twenty people can stand there.

đứng bảo lãnh [dứŋ bảu lãiŋ] To guarantee. *Đứng bảo lãnh người nào* : To stand, become, security for someone ; to stand, go, surety for someone.

đứng bóng [dứŋ bóŋ] Midday, noon, twelve o'clock. *Mặt trời đứng bóng* : The midday sun, noonday sun, noontide sun.

đứng chàng hảng [dứŋ càŋ hảŋ] To bestride, to straddle, to stand astride, to stand with one's feet wide apart.

đứng chống nạnh [dứŋ cóŋ nạiŋ] To stand with one's hands on one's hips.

đứng chực [dứŋ cực] To wait for, to await.

đứng dậy [dứŋ zệi] To stand up, get up ; to rise to, get on to, one's feet (again) ; to pick up, raise oneself after a fall. *Đứng dậy thình lình* : To start up. *Đứng dậy !* : Stand !. *Mọi người đều đứng dậy khi Vua vào* : Everyone stood (up) when the King came in. *Khi ông ấy vào chúng tôi đứng dậy* : When he appeared we rise to our feet. *Nó đứng dậy tiếp tôi* : He rose (from his seat) to welcome me. *Nó đứng dậy để dễ thấy hơn* : He stood up so as to see better. *Nó té nhưng đứng dậy ngay được* : He fell but at once picked himself up.

đứng đắn [dứŋ đắwn] Serious, correct. *Người đàn bà không đứng đắn* : Light woman. *Họ toàn là những người đứng đắn cả* : They are quite decent people. *Nó đứng đắn hơn anh* : He's more of a gentleman than you. *Một người đứng đắn không cư xử như thế* : No gentleman would act in such a manner. *Cử chỉ của nó chứng tỏ nó là một người đứng đắn* : His manners stamp him a gentleman. *Làm việc một cách đứng đắn* : To work in real, good, earnest.

đứng đầu [dứŋ đòu] To head, to be chief of, to be at the head of. *Đứng đầu sổ* : To be at the head of the list. *Đứng đầu lớp học* : To head one's class.

đứng đờ ra [dứŋ đờ ra] Astounded, stupefied.

đứng giá [dứŋ đá] Stationary price.

đứng giạng chân [dứŋ đạŋ cơn] See **đứng chàng hảng**.

đứng gió [dứŋ đó] Windless.

đứng giữa điều đình [dứŋ đửơ diè diŋ] To come between.

đứng im [dứŋ im] To stand stock-still.

đứng không nhúc nhích [dứŋ xo núk nik] To remain motionless.

đứng lại [dúŋ lại] Stand ! Halt !. *Đáng lẽ đứng lại bắt tay, nàng chỉ lạnh lùng gật đầu với chàng (chỉ xem chàng như một người quen thay vì người bạn)* : Instead of stopping to shake hands, she gave him only a distant nod (i.e. nodded to him as if he were only an acquaintance instead of a friend).

đứng lên [dúŋ len] To rise, stand up, get up (after sitting, lying or kneeling) ; to get on one's feet.

đứng mũi [dúŋ mũi] *Đứng mũi chịu sào* : To assume all the responsibility of.

đứng nghiêm [dúŋ ŋiem] (Mil) To stand at attention.

đứng ngọ [dúŋ ŋọ] In the blaze of day.

đứng ngoài [dúŋ ŋwài] *Tôi để nó đứng ở ngoài cửa* : I left him standing at the door. *Một người đứng ở ngoài cửa:* A man stood on the doorway. *Đừng đứng ngoài mưa* : Don't stand in the rain.

đứng ngồi [dúŋ ŋòi] *Đứng ngồi không yên* : To be like a cat on hot bricks.

đứng nhón gót [dúŋ ɲón gót] To stand on tiptoe.

đứng nối đuôi [dúŋ nối đuơi] To form a queue, to stand in a queue, to stand in a line.

đứng sắp hàng [dúŋ ʃắưp hàŋ] To stand in a line.

đứng sững [dúŋ ʃữŋ] To remain motionless.

đứng thẳng [dúŋ θẳưŋ] To stand straight (upright), to hold oneself upright, to be on one's feet. *Không đứng thẳng* : Out of upright.

đứng trân trân [dúŋ trơn trơn] See **trơ trơ**.

đứng trơ trơ [dúŋ trơ trơ] To remain motionless.

đứng tuổi [ɗúŋ tuổi] To be middle-aged. *Người đàn bà đứng tuổi* : Middle-aged woman. *Bà ấy đã đứng tuổi* : She has arrived at middle age.

đứng vững [ɗúŋ vữŋ] To keep one's foothold, to be steady on one's legs.

Kế hoạch không đứng vững : The scheme hasn't a leg to stand on. *Lý thuyết không thể đứng vững được* : Theory that does not hold water.

đứng xa [dúŋ sa] To stand away. *Xin anh vui lòng đứng xa ra một chút* : Please stand a little farther away.

đứng yên [dúŋ ien] To keep still, to stand still, to stand motionless. *Đứng yên trong lúc tôi chụp ảnh anh* : Keep still while I take your photograph.

đừng [dừŋ] Do not. *Đừng nói !* : Don't speak !. *Đừng sợ !* : Don't be afraid. *Không đừng được* : Not to be able to hold oneself back. *Đừng vội mừng một việc chưa thành* : Don't count your chickens before they are hatched. *Đừng nói đến việc ấy nữa* : Say no more about it. *Đừng bước chân đến nhà tôi nữa !* : Never darken my doors again !. *Đừng làm cái gì mà mình không muốn người khác làm cho mình* : Do as you would be done by. *Đừng đụng tay vào !* : Keep your hands off !. *Tốt hơn anh đừng xen vào việc cãi lẫy của chúng nó* : You'd better keep out of their quarrels. *Đừng để ý tới nó* : Never mind him. *Đừng để ý đến lời nói của nó* : Never mind what he says. *Đừng nói gì về chuyện ấy cả* : Say nothing about it. *Đừng cho nó ra* : Don't let him out. *Đừng xét người theo bề ngoài* : Don't judge a man from his outside. *Đừng nói chuyện với người cầm lái* : Do not speak to the man at the wheel. *Đừng nói gì về chuyện ấy* : Don't say a word about it.

đựng [dựŋ] To contain, to hold, to have the capacity for. *Cái hộp nầy đựng gì ?*. What does this box contain ?. *Cái chai nầy có thể đựng được bao nhiêu ?*: How much will this bottle contain ?. *Thùng đựng được hai chục lít* : Barrel that holds, will hold, capable of holding twenty litres. *Bao giấy đựng cát chớ không thể đựng nước* : A paper bag will hold sand but it won't hold water.

được [dụrk] To obtain, get (answer, permission, favour, result, satisfaction). *(Bóng tròn) Được banh* : To obtain the ball. *Đạt được mục đích :* To obtain one's object. *Tôi được phép thăm ông ấy :* I obtained permission to see him. *Được tiếng tốt :* To get fame. *Được phép người nào cho làm việc gì :* To get leave of, out of, from, someone to do something. *Tôi được thơ trả lời của nó sáng nay :* I got his answer this morning.

được To win, gain (hearts, esteem, etc...). *Được người nào tin cậy :* To win someone's confidence. *Được người nào yêu :* To win someone's love. *Được lòng tất cả mọi người :* To win all hearts.

được Possible ; able. *Có thể được :* It is possible. *Rất có thể được :* That's quite possible. *Cái gì cũng có thể làm được khi người ấy muốn :* Everything is possible to him who has the will. *Hôm nay tôi không thể đến được :* I shall not be able to come to day.

được To be allowed to. *Tôi được phép uống rượu :* I am allowed wine.

được bầu [dựrk bầu] Elect.

được chấm [dựrk cấm] Selected.

được chọn [dựrk cọn] Chosen.

được cuộc [dựrk kwợrk] To win a bet.

được giải [dựrk zải] To carry off the prize.

được kiện [dựrk kiện] To win one's case.

được lòng [dựrk lòŋ] To win (someone's) heart. *Được lòng tất cả mọi người :* To win (over) all hearts.

được mùa [dựrk mừə] To have a good harvest.

được phép [dựrk fếp] Allowed, permitted. *Tôi được phép làm việc ấy :* I am allowed to do it. *Tôi được phép viếng xưởng :* I was permitted to visit the works.

được quyền [dựrk kwiền] To have a right (to do something).

được tha [dựrk θa] Exempt.

được thua [dựrk θwə] To win or lose.

đười ươi [dười ươi] Orang-outang, orang-utan.

đương [dưəŋ] See đang.

đương cuộc [dưəŋ kwợrk] Authorities.

đương đầu [dưəŋ dầu] To face, to confront, to cope with. *Người lính phải đương đầu với sự nguy hiểm và cái chết :* A soldier has to confront danger and death. *Đương đầu với quân địch :* To confront the enemy. *Đương đầu với người nào :* To cope with someone. *Đương đầu với những sự khó khăn và nguy hiểm :* To take the bull by the horns. *Luôn luôn sẵn sàng đương đầu với sự nguy hiểm :* Always ready to face danger.

đương đối [dưəŋ dối] Symmetrical.

đương kim [dưəŋ kim] Actual, now.

đương nhiên [dưəŋ ɲien] Naturally.

đương sơ [dưəŋ ʃə] Beginning. commencement.

đương sự [dưəŋ ʃự] Interested party, person concerned. *Đương sự đã thú nhận và khai (tố cáo) nhiều đồng lõa và sẽ bị đưa ra trước tòa án quân sự* The person concerned has confessed and denounced numerous accomplices and will be tried before the military court.

đương thì [dưəŋ θì] In full youth. *Sắc đẹp đương thì :* Blooming beauty, ripe beauty.

đương thời [dưəŋ θời] At that time, at that moment.

đương trường [dưəŋ trườŋ] In public, publicly.

đường [dườŋ] 1) Road, street, route, way. *Ở bên kia đường :* Over the way, across the way, across the road. *Đường đi Luân-Đôn :* The road to London. *Lên đường :* To take the road, to start on one's way. *Chận đường người nào :* To obstruct someone's road, to stand in someone's way. *Công cuộc làm đường :* Road-making. *Lề đường :* Road — bank, roadside. *Mốc chỉ đường :* Street-guide. *Bảng chỉ đường :* Street-plate. *Vòi máy nước ở lề đường :* Street fountain. *Đi lang thang ngoài đường :* To walk the streets. *Bản đồ đường sá :* Road-map, route-map. *Chỉ đường cho người nào :* To show someone the way. *Con đường* dẫn đến nhà ga : The way to the station. *Đường đi được không? (có an ninh, v.v... không?)* : Is the road clear ?. *Đường không cho xe hơi chạy* : Road closed to motor traffic. *Đường vạch trắng (cho người đi bộ đi ngang qua)* : Street crossing, zebra crossing. *Lạc đường* : To lose one's way. *Lầm đường* : To go the wrong way, to mistake the way. *Dọc đường* : By the way ; on the way. *Dẫn người nào vào con đường chánh* : To set someone in the way. *Anh biết đường ra không?* : Can you find your way out ?. *Rẽ đám đông mà đi, rẽ một con đường qua đám đông* : To make one's way, a way, through the crowd. *Cái bàn này cản hết đường đi* : This table is in the way. *Tránh đường cho người nào đi* : To get, go, out of someone's way. *Đưa người nào một đoạn đường* : To accompany someone a little way. *Những tàu chỉ chạy có một đường* : Ship going the same way. *Tránh đường cho một chiếc xe chạy* : To get out of the way of a car. *Nó ngừng lại ở dọc đường* : He stopped by the way. *Đi theo con đường của mình* : To take a line of one's own, to take one's own line.

a) Line. *Gạch một đường* : To draw a line.

đường Sugar. *Người làm đường* : Sugar-maker. *Người bán đường* : Sugar merchant. *Kỹ nghệ làm đường* : The sugar industry. *Đồ đựng đường* : Sugar-basin. *Củ cải đường* : Sugar-beet. *Bánh đường* : Sugar-loaf. *Bánh có rắc đường* : Sugary cakes. *Bánh bỏ đường quá nhiều* : Cake with too much sugar in it. *Nêm đường vào một món ăn* : To sweeten a dish with sugar.

đường bán kính [dɯə̀ŋ bán kíŋ] Radius (of a circle).

đường bắn [dɯə̀ŋ báɯn] Firing-line.

đường bệ [dɯə̀ŋ bẹ] Majestically, stately ; august.

đường biển [dɯə̀ŋ biẻn] By sea. *Cuộc du lịch bằng đường biển* : Sea-voyage.

đường bộ [dɯə̀ŋ bọ] By land, over land.

Bằng đường bộ và đường thủy : By land and sea. *Anh đi bằng đường bộ hay đường thủy ?* : Are you going by land or by sea ?.

đường bùn lầy [dɯə̀ŋ bùn lèi] Muddy road.

đường cái [dɯə̀ŋ kái] High road, main road. *Nhà dạy phía sau ra đường cái* : The house backs on the high road. *Con đường nhỏ này chạy thông tới đường cái* : This path leads into the high road.

đường canh [dɯə̀ŋ kaiŋ] Abb, weft.

đường cát [dɯə̀ŋ kát] Castor sugar.

đường cát tuyến [dɯə̀ŋ kát twién] (Geom) Secant.

đường cày [dɯə̀ŋ kày] Furrow.

đường cấm [dɯə̀ŋ kǎm] No entry ; no thoroughfare », « road blocked ».

đường cầu [dɯə̀ŋ kầu] Corridor.

đường chân [dɯə̀ŋ cən] Base (of a triangle).

đường chân trời [dɯə̀ŋ cən trời] Sky-line.

đường chéo [dɯə̀ŋ cếu] (Geom) Diagonal.

đường chỉ [dɯə̀ŋ cỉ] 1) Stitch.

2) Thread (of a screw).

đường chỉ lược [dɯə̀ŋ ci lɯrk] **Tack.** *Rút đường chỉ lược ra* : To take out the tack.

đường chính [dɯə̀ŋ cíŋ] Right way. *Dẫn người nào vào con đường chính* : To set someone in the way.

đường chu vi [dɯə̀ŋ cu vi] Circumference, perimeter.

đường chuẩn [dɯə̀ŋ cwẻn] (Geom) Directrix.

đường cong [dɯə̀ŋ kɔŋ] Curve, curved line.

đường công danh [dɯə̀ŋ kɔŋ zaiŋ] Path of glory.

đường củ cải đỏ [dɯə̀ŋ kủ kải đỏ] Beet sugar.

đường cục [dɯə̀ŋ kụk] Lump sugar.

đường cùng [dɯə̀ŋ kùŋ] Cul-de-sac, blind-alley, impasse. *Dồn người nào* *vào đường cùng* : To drive someone to the wall.

đường dài [dɯə̀ŋ zài] Long way, a considerable distance.

đường danh lợi [dɯə̀ŋ zaiŋ lợi] Path of wealth and fame.

đường dây [dɯə̀ŋ zei] Line. *Đường dây bận !* : Line engaged ! (in U.S.A) line busy ! (used of a telephone line already in use).

đường dây điện thoại [dɯə̀ŋ zei diện θwại] Telephone-line.

đường dây thép [dɯə̀ŋ zei θép] Telegraph-line.

đường dốc [dɯə̀ŋ zók] Street on the slope.

đường đáy [dɯə̀ŋ đáy] Base (of a triangle).

đường đi [dɯə̀ŋ di] Road, way.

đường đột [dɯə̀ŋ đọt] Abruptly, suddenly, unexpectedly.

đường đời [dɯə̀ŋ đời] Path of life.

đường đua [dɯə̀ŋ đwə] Track. *Đường đua xe hơi* : Motor-racing track. *Đường đua xe đạp* : Bicycle-track.

đường đường [dɯə̀ŋ dɯə̀ŋ] Majestic, stately.

đường gạch bóng [dɯə̀ŋ gạik bóŋ] Hatch, hachure.

đường giốc [dɯə̀ŋ 3ók] Slope. *Đường giốc lên, đường giốc xuống* : Way up, way down.

đường hai chiều [dɯə̀ŋ hai ciều] Street with two-way traffic.

đường hàng không [dɯə̀ŋ hàŋ xoŋ] Air line. *Chở hàng hóa bằng đường hàng không* : To carry good by air.

đường hầm [dɯə̀ŋ hầm] Tunnel. *Đào đường hầm ngang qua núi* : To tunnel a mountain ; to drive a tunnel through a mountain. *Xe lửa chạy vào đường hầm* : The train entered a tunnel.

đường hẻm [dɯə̀ŋ hẻm] Alley, lane.

đường hóa [dɯə̀ŋ hwá] To saccharify.

đường hỏa xa [dɯə̀ŋ hwả sa] Railroad, railway.

đường hoàng [dɯə̀ŋ hwàŋ] Openly, in the open.

đường hoàng đạo [dɯə̀ŋ hwàŋ đạu] (Astr) Ecliptic.

đường hột [dɯə̀ŋ họt] Granulated sugar.

đường huyền [dɯə̀ŋ hwiền] (Geom) Hypotenuse.

đường kẻ [dɯə̀ŋ kẻ] Saccharimeter.

đường khổ [dɯə̀ŋ xổ] Abb, weft.

đường kinh [dɯə̀ŋ kiŋ] (Phisiol) Menstrua, menses, periods.

đường kinh [dɯə̀ŋ kiŋ] (Geom) Diameter.

đường làng [dɯə̀ŋ làŋ] Village road.

đường lòng súng [dɯə̀ŋ lòŋ ʃúŋ] Bore.

đường lộ [dɯə̀ŋ lọ] Road, way.

đường lối [dɯə̀ŋ lối] 1) Road.

2) Policy.

đường lún [dɯə̀ŋ lún] Sunk road.

đường mật [dɯə̀ŋ mặt] Sugar and honey. *Những lời đường mật* : Sugary words.

đường mía [dɯə̀ŋ mía] Cane-sugar.

đường mòn [dɯə̀ŋ mòn] Path, foot path, trodden path, beaten track. *Con đường mòn nằm dọc theo bờ sông* : The path verges on the edge of the river.

đường một chiều [dɯə̀ŋ mọt ciều] One-way street.

đường mương [dɯə̀ŋ mɯəŋ] Ditch, dike, dyke.

đường nào [dɯə̀ŋ nàu] Which way.

đường nẻ [dɯə̀ŋ nẻ] Cleft, crack.

đường ngay [dɯə̀ŋ ŋay] (Mth) Abscissa, absciss.

đường ngấn nước [dɯə̀ŋ ŋấn nɯrk] Floating-line ; water-line ; plane, line of flo(a)tation.

đường ngôi [dɯə̀ŋ ŋôi] Parting (of the hair). *Đường ngôi ở giữa* : Parting in the middle. *Đường ngôi bên trái* Parting on the left. *Rẽ đường ngôi một bên* : To part one's hair on the side.

đường nghiêng [dɯə̀ŋ ŋiêŋ] Slan slanting line.

đường phân điểm [dɯə̀ŋ fən điển Equinoctial.

đường phân giác [dɯə̀ŋ fən ʒá (Geom) Bisectrix.

đường phân giới [dɯờŋ fən zới] Line of demarcation, demarcation line.

đường phân thủy [dɯờŋ fən θwi] Divide.

đường phèn [dɯờŋ fèn] (Sugar.) Candy.

đường quan sát [dɯờŋ kwan ʃát] Line of observation.

đường quanh co [dɯờŋ kwaiɲ kɔ] Winding road.

đường ra [dɯờŋ ra] Exit road.

đường rải đá [dɯờŋ rải đá] Macadam road.

đường rãnh [dɯờŋ rãiɲ] Groove, slot, rabbet.

đường rầy [dɯờŋ rèi] Rail, metals. *(Xe lửa) Trật đường rầy :* (Of train) To run off, leave, jump, the metals (rails). *Xe lửa trật đường rầy :* The train run off the metals. *Làm chiếc xe lửa trật đường rầy :* To throw a train off the rails.

đường răng lá [dɯờŋ rauŋ lá] (Bot) Dentation.

đường rẽ tóc [dɯờŋ rẽ tɔ́k] Parting of the hair.

đường riêng [dɯờŋ rieŋ] Private road.

đường rút lui [dɯờŋ rút lui] Retreat. *Chận đường rút lui của địch :* To cut off an enemy's retreat.

đường sanh mạng [dɯờŋ ʃaiɲ mạŋ] Line of life, life line (on the palm of the hand).

đường sá [dɯờŋ ʃá] Roads, ways.

đường sắt [dɯờŋ ʃáɯt] Railroad, railway. *Nhà cất dọc theo đường sắt :* Houses that range along the railway.

đường sình lầy [dɯờŋ ʃìɲ lèi] Heavy road, muddy and sticky road.

đường song song [dɯờŋ ʃɔŋ ʃɔŋ] Parallel.

đường tắt [dɯờŋ táɯt] Short cut. *Đi đường tắt :* To take the short cut, to go the shortest way.

đường thám sát [dɯờŋ θám ʃát] Scouting line.

đường thẳng [dɯờŋ θẳŋ] ɪ) Straight line. *Đường thẳng đứng :* Vertical. *Đường thẳng góc :* Perpendicular. *Theo*

đường thẳng : In the straight line, as the crow flies.

đường thân khai [dɯờŋ θən xai] (Geom) Evolvent.

đường thẻ [dɯờŋ θẻ] Raw sugar.

đường thủy [dɯờŋ θwi] By sea. *Bằng đường bộ và đường thủy :* By land and sea.

đường tiệm cận [dɯờŋ tiệm kận] Asymptote.

đường tiếp tế [dɯờŋ tiếp tế] Supply road.

đường trải đá [dɯờŋ trải đá] Metalled road.

đường tráng nhựa [dɯờŋ tráŋ ɲɯə] Asphalt road.

đường ⁺réo [dɯờŋ tréu] (Geom) Diagonal.

đường tròn [dɯờŋ tròn] Circumference, circle.

đường trống [dɯờŋ trốŋ] Open road ; empty street.

đường trơn [dɯờŋ trơn] Greasy road.

đường trung đoạn [dɯờŋ truŋ dwạn] (Geom) Apothem.

đường trường [dɯờŋ trɯờŋ] Long road. *Có chạy đường trường mới biết ngựa hay :* The proof of the pudding is in the eating.

đường về [dɯờŋ vè] Way home. *Tôi gặp nó trên đường về :* I saw him on his way home.

đường viền [dɯờŋ vièn] Edging, fringe ; border.

đường vôi biên [dɯờŋ voi bien] Touch-line (of a field of play).

đường xâm nhập [dɯờŋ səm ɲəp] Route of infiltration.

đường xấu [dɯờŋ ʃáu] Bad road.

đường xe lửa [dɯờŋ ʃɛ lửa] Railroad, railway. *Chỗ đường xe lửa cắt ngang qua đường bộ :* Level crossing (=U.S.A grade crossing).

đường xích đạo [dɯờŋ ʃík dạu] Equator.

đường xoắn ốc [dɯờŋ swáɯn ốk] Spiral.

đường xoi [đườŋ soi] Groove, channel, furrow, rabbet.

đứt [đứt] 1) To break, to give way. *Sợi dây đứt và nó té xuống đất* : The rope broke and he fell to the ground. *Chúng tôi kéo rất mạnh làm sợi dây đứt:* We tugged so hard that the rope broke. *Nó bám chặt đến khi sợi dây đứt và nó té xuống đất một cái bịch:* He hung on until at last the rope broke and he crashed to the ground. *Nó kéo sợ dây thun cho đến khi nó đứt cái bựt* : He stretched the rubber band till it snapped. *Kéo sợi dây cho tới đứt* : To strain a rope to breaking-point. *Nếu anh lên dây vĩ cầm nầy thêm thì nó sẽ đứt* : If you increase the tension of that violin string it will break.

2) To cut. *Khi anh cạo râu nhớ coi chừng đứt mặt* : Mind you don't cut your face when you are shaving. *Nó bị đứt khi cạo râu* : He cut himself while shaving. *Chỗ đứt trên mặt (sau khi cạo)* : Cuts on the face (after shaving). *Chỗ đứt tay* : Cut in one's finger.

đứt dây [đứt zei] The rope gives way (=breaks).

đứt tay [đứt tay] To cut one's finger. *Chơi dao có ngày đứt tay* : The pitcher goes so often to the well that at last it breaks ; everything has its day.

dy-na-mit [di na mit] Dynamite.

dy-na-mô [di na mo] Dynamo.

E

e [ε] To be afraid, to fear. *Tôi e nó chết*: I am afraid he will die. *Tôi e nó không đến*: I fear (that) he will not come. *Tôi e rằng không*: I fear not.

e dè [ε zè] To fear.

e lệ [ε lệ] Bashful, shy, coy.

e ngại [ε ŋai] To fear. *E ngại rằng*: For fear of...

e rằng [ε ràɯŋ] It is to be feared that..

e sợ [ε ʃợ] To be afraid.

em [εm] 1) Younger brother or sister. *Anh em*: Brothers. *Chị em*: Sisters. *Có ba người em trai*: To have three younger brothers.

2) a] I (used by younger sibling to elder brother or elder sister, by young lady to her sweetheart or by wife to her husband).

b] You (used by elder brother or elder sister to younger sibling, by young man to his sweetness or by husband to his wife.

c] You (used to young child).

em chồng [εm còŋ] Husband's younger brother or sister.

em dâu [εm zεu] Younger brother's wife (the wife of one's younger brother).

em gái [εm gái] Younger sister.

em họ [εm họ] Cousin (of the inferior branch).

em nhỏ [εm ɲɔ̉] Child.

em nuôi [εm nuɔi] Foster-brother.

em rể [εm rể] Younger sister's husband (the husband of one's younger sister).

em ruột [εm ruột] Younger brother, younger sister, own brother, own sister.

em trai [εm trai] Younger brother, little brother.

em út [εm út] Youngest brother or sister.

em vợ [εm vợ] The wife's younger brother or sister.

ém [έm] To hush up, to smother up. *Ém một chuyện xấu*: To hush up, smother up a scandal.

ém To compress, to cram (something) together; to ram, to pack, to tamp.

ém nhẹm [έm ɲεm] To hush up, to smother up.

én [έn] (Orn) Swallow. *Én biển*: Sea-swallow. *Một con én không thể kéo lại mùa xuân*: One swallow does not make a summer.

eo [εu] Waist. *Tới eo lưng*: Down to the waist, up to the waist.

eo biển [εu biển] Strait, channel. *Eo biển Gibraltar*: The Straits of Gibraltar.

eo đất [εu đất] (Geog) Isthmus. *Thuộc về eo đất*: Isthmian.

eo hẹp [εu hẹp] Want, financial embarrassment; tight, not easily obtained. *Tiền bạc eo hẹp*: To be in financial difficulties: to be straitened, reduced. embarrassed, circumstances; to be in want. to be badly off, hand up. *Năm nay tiền bạc eo hẹp*: Money is tight this year.

eo lưng [ɛu luɯŋ] Waist. *Eo lưng ong :* Wasp waist.

éo le [ɛu lɛ] Unstable, (fig) tricky, troublesome.

èo uộc [ɛu wɔrk] Sickly, frequently ill, apt to be ill ; often in bad health. *Đứa trẻ èo uộc :* A sickly child.

èo lả [ɛu là] Slender, thin ; puny.

ép [ɛp] To force, to compel, to oblige. *Ép người nào làm việc gì :* To force, compel someone to do something, to bind someone down to do something. *Ép người nào nhận vật biếu :* To press a gift on, upon, someone.

ép To squeeze, to squash, to press ; to extract, to crush out, to compress, to express (juice, air). *Ép một trái chanh :* To squeeze, squash, press the juice from, out of, a lemon ; to squeeze out the juice of a lemon. *Ép một trái cam để lấy nước :* To force juice out of an orange. *Chúng tôi bị ép gần nghẹt thở :* We were nearly crushed to death. *(Xe hơi) Ép người nào vào lề đường :* (Of car) To push someone in. *Bơm ép :* Compression—pump. *Sức ép :* Compressive stress.

ép To choke down (one's feelings etc..).

ép buộc [ɛp bwɔrk] To constrain, to coerce, to force, to compel, to impel, to oblige. *Ép buộc người nào làm việc gì :* To constrain, force, someone to do something. *Sự ép buộc :* Constraint, coercion, compulsion.

ép dầu [ɛp zɒu] To extract oil.

ép duyên [ɛp zwien] To compel a girl to marry someone ; to force a girl to marry against her will.

ép làm [ɛp làm] To force, compel (someone) to do something.

ép liễu nài hoa [ɛp liễu nài hwa] To commit a rape on a woman, to ravish a woman.

ép lòng [ɛp lɔŋ] To force oneself, to constrain oneself.

ép nài [ɛp nài] To insist (someone to do something).

ép tình [ɛp tiŋ] See ép duyên.

ép uổng [ɛp uɔŋ] To force, to constrain, to compel, to oblige.

ẹp [ɛp] Crushed, flattened.

ergotin (Pharm) Ergotin(e).

ét [ɛt] Driver's assistant.

ét-xăng [ɛt sauŋ] Gasoline, petrol.

eucaliptol (Ch) Eucalyptol.

ê [e] Ashamed. *Ê quá !:* What a shame ! ê Numb.

ê a [e a] To read loudly and unceasingly.

ê ẩm [e ɔm] *Đau ê ẩm :* A dull pain, ache.

ê chề [e cè] Shameful, worn out by shame.

ê hề [e hè] Abundant.

ê-ke [e kɛ] Set-square.

ê mặt [e mạut] Shameful.

ê mình [e miŋ] Aching all over.

ê quá [e kwá] What a shame, very ashamed.

ê răng [e rauŋ] To feel one's teeth on edge.

ê tay [e tay] Tired hand.

ê tô [e to] Vice.

ế [é] (Of goods) Not saleable.

ế ẩm [é ɔm] See ê.

ế chồng [é còŋ] (Of woman) To be on the shelf, to be unwanted.

ế hàng [é hàŋ] To have very few customers.

ế vợ [é vợ] (Of man) To be unwanted.

ể mình [ẻ miŋ] Unwell, indisposed.

ếch [éik] Frog. *Trứng ếch :* Frog-spawn. *Giống hình con ếch :* Frog-like. *Chụp ếch :* To catch a frog, (fig) to fall on one's face. *Tiếng ếch kêu :* Croak.

êm [em] Sweet, smooth, soft ; calm, still. *Tiếng êm :* Sweet voice ; soft, gentle, sound. *Gối êm :* Soft pillow. *Xe chạy êm :* Smooth-running car. *Ngòi viết êm :* Smooth pen, pen that writes smoothly.

êm ả [em à] Serene, calm.

êm ái [em ái] Sweet, melodious, tuneful, soft ; mild. *Với một giọng êm ái :* In a gentle voice.

êm ấm [em ɔm] Peaceful, calm, tranquil.

êm dịu [em zịu] Canorous, melodious.

êm đềm [em dèm] Serene, calm, peaceful, tranquil; fond, pleasant. *Giữ một kỷ niệm êm đềm của người nào:* To keep a fond, pleasant, memory of someone.

êm gió [em ʒó] Not windy.

êm tai [em tai] Melodious, sweet-sounding, musical, harmonious, tuneful; agreeable, pleasant, to the ear. *Âm nhạc làm êm tai :* Music that pleases the ear.

êm thầm [em θầm] Amicable, peaceful; amicably. *Dàn xếp cuộc cãi vả một cách êm thấm :* To settle a quarrel amicably.

ếm [ém] To bewitch.

ênh ương [ẽiŋ ɯɔŋ] Bull-frog.

E

G

someone.

ga [ga] Station, railway-station, (U.S.A) depot. *Ga hành khách:* Passenger station. *Ga hàng hóa :* Goods station, (U.S.A) freight depot. *Xếp ga :* Station-master. *Xe lửa vào ga :* The tram steams into the station, pulls in. *Xe lửa đang ở trong ga :* The train is in. *Chúng tôi ở cách ga năm cây số :* We are five kilometers away from the station. *Xe lửa ngừng lại tất cả các ga :* The train calls at every station. *Nhà ga ở gần đây :* The station is no distance at all. *Tôi sẽ đưa anh tận ga :* I'll see you to the station. *Chiếc xe lửa ngừng lại ở nhà ga để ba hành khách xuống :* The train stopped at the station to set down three passengers. *Ga ở cách nhà tôi không bao xa :* The station is only a short walk from my house. *Đường nào đi ra ga ? :* What is the way to the station ?. *Đường này đi ra ga :* This road leads to the station.

ga (Aut) Accelerator, throttle. *Đạp, nhấn ga :* To accelerate.

ga ra [ga ra] Garage. *Chủ ga-ra :* Garage keeper, garage proprietor.

ga chót [ga cót] Home station, terminal.

gá [gá] To pawn, to pledge.

gá bạc [gá bạk] To keep a gambling-house. *Gá thổ đổ hổ:* To keep a bawdy-house and a gambling-house.

gá nghĩa kim bằng [gá ŋĩa kim bàuŋ] To form, strike up, a friendship with (someone) ; to become intimate with (someone).

gá nghĩa vợ chồng [gá ŋĩa vợ còŋ] To marry, to get married.

gá thổ [gá tổ] To keep a bawdy-house.

gà [gà] Fowl, cock, chicken. *Chuồng gà :* Fowl-house, hen-house. *Gà mái đẻ trứng :* Hen lays eggs. *Trứng gà :* Egg. *Lồng gà :* Hen-coop. *Tiếng gà gáy :* Crowing of the cock. *Cuộc đá (chọi) gà :* Cock-fighting. *Lúc gà gáy :* At cock-crow, at early dawn. *Lúc gà vào chuồng:* At nightfall. *Đuổi gà cho vợ :* To sponge on one's wife. *Trông gà hóa quốc :* To believe the moon is made of green cheese.

gà To help, to aid, to assist.

gà ấp [gà ấp] Brood-hen, clocking-hen.

gà chọi [gà cọi] Fighting-cock, game-cock. *Cuộc chọi gà :* Cock-fighting.

gà con [gà kɔn] Chick, chicken, young chicken. *Ba gà con nở hôm nay :* Three chickens hatched today.

gà cồ [gà kò] Big cock.

gà đá [gà dá] See gà chọi.

gà gáy [gà gáy] *Tiếng gà gáy :* Crowing of the cock. *Lúc gà gáy :* At cock-crow, at early dawn.

gà giò [gà ɟò] Chicken.

gà gô [gà go] Young-partridge.

gà lôi [gà loi] Turkey. *Gà lôi trống* Turkey-cock. *Gà lôi mái :* Hen turkey, turkey-hen. *Gà lôi con :* Turkey-poult, young turkey.

gà mái [gà mái] Hen. *Gà mái ấp*

Brood-hen. *Gà mái đẻ trứng :* Hens lay eggs.

gà mái tơ [gà mái tɔ] Young hen, pullet.

gà mẹ [gà mẹ] Mother hen.

gà mên [gà men] Mess kit.

gà mờ [gà mờ] Dim, obscure. *Mắt gà mờ :* Dim-sighted.

gà nòi [gà nòi] Pure-bred cock.

gà nước [gà nứrk] Moor-hen.

gà rằng [gà ràwŋ] (Orn) Guinea-fowl, galeeny.

gà rừng [gà rừŋ] Cock of the wood.

gà sao [gà ʃau] (Orn) Guinea-fowl, galeeny. *Gà sao trống :* Guinea-cock. *Gà sao mái :* Guinea-hen. *Gà sao con :* Guinea-poult.

gà sống [gà ʃóŋ] See gà trống.

gà tây [gà tei] See gà lôi.

gà thiến [gà θién] Capon.

gà tơ [gà tɔ] Cockerel ; pullet, young hen.

gà trống [gà tróŋ] Cock, rooster. *Gà trống thiến :* Capon, castrated cock. *Gà trống tơ :* Cockerel.

gả [gả] To give (one's daughter, etc...) in marriage, to marry one's daughter. *Hứa gả con gái cho người nào :* To promise someone one's daughter in marriage. *Con gái chưa gả được :* Daughter still undisposed of. *Tôi sẽ gả con gái của tôi cho anh :* I will give you my daughter to wife. *Bà có ba con gái gả chồng :* She has three daughters to marry off.

gả chồng [gả còŋ] *Dựng vợ gả chồng :* To give in marriage ; to find a husband, a wife, for (someone).

gả con [gả kɔn] To give one's daughter in marriage ; to get one's daughter off (one's hands) ; to espouse one's daughter (someone). *Nó gả con gái của nó cho một người giàu có :* He married his daughter to a rich man. *Bà đã gả tất cả con gái của bà :* She has married off all her daughters. *Nó gả con gái của nó cho con trai lớn của tôi :* He married his daughter to my eldest son.

gả ép [gả ép] To coerce a girl into marrying someone ; to compel a girl to marry someone ; to force a girl to marry against her will.

gã [gã] Individual, young man.

gạ [gạ] To coax, to cajole, to wheedle (into doing something).

gạ gái [gạ gái] To court a young girl

gạ gẫm [gạ gẫm] See gạ.

gác [gák] To put, to place, to set on. *Gác chân lên bàn :* To put one's legs on the table.

gác Story, storey. *Trên gác :* Upstairs. *Thang gác :* Stairs, staircase. *Chạy lên xuống thang gác :* To run up, down, the stairs.

gác To guard, to keep, to watch over. *(Quân) Đang canh gác :* To be on guard (duty). *Toán lính đến đổi phiên gác :* New guard, relieving guard. *Toán lính gác được đổi phiên :* Old guard. *Cho gác một căn nhà, một cái cầu :* To set a guard on a house, on a bridge. *Một cảnh sát viên không được hút thuốc khi đang gác :* A policeman must not smoke (while he is) on duty. *Tôi gác từ 8 giờ sáng đến 4 giờ chiều hôm nay :* I'am on duty from 8 a.m. to 4 p.m. to-day. *Nó gác hồi 8 giờ sáng và mãn gác lúc 5 giờ chiều :* He goes on duty at 8 a.m. and comes off duty at 5 p.m.

gác bỏ [gák bɔ] To put, set, aside. *Gác bỏ ngoài tai :* Not to listen, to pay no attention to, to take no notice.

gác bút [gák bút] To put one's pen on a pen holder, (fig) to cease, stop writing.

gác chuông [gák cwɔŋ] Bell-tower, belfry, church tower, steeple.

gác cửa [gák kửɔ] To guard, keep the gates.

gác cổng [gák kỏŋ] See gác cửa.

gác dan [gák zan] Watchman. *Người gác dan đêm đi kiểm soát mỗi giờ một vòng :* The night watchman makes his rounds every hour.

gác thượng [gák θɯɔŋ] Upper story, top floor.

gạc [gạk] Antlers. *Gạc hươu :* Antlers

of a deer. *Có gạc* : Antlered. *Gạc hươu hai tuổi* : First antler.

gạc nai [gạk nai] Horn of a stag, stag-horn.

gạch [gạik] 1) To rule, to make line (on paper, etc...). *Gạch một đường bằng thước* : To rule a line.

2) To scrath (glass, plate, etc...) ; to score (cylinder, etc...). *Gạch đít một đoạn trong quyển sách* : To score a passage in a book.

3) To strike off, cross out, scratch out (word, line, etc..). *Người ta đã gạch tên anh trong bản danh sách* : Your name has been struck off the list. *Gạch bỏ một chữ* : To cross out a word.

gạch 1) Ruled, lined (paper, etc..). *Giấy gạch hàng* : Ruled, lined, paper.

2) Scratched (glass, etc . . .) ; scored (cylinder, etc...).

gạch Brick. *Nhà gạch* : Brick house. *Đất sét làm gạch* : Brick-lay. *Lò gạch* : Brick-kiln. *Chỗ làm gạch* : Brick-field. *Tường gạch* : Brick wall. *Đỏ như gạch* : Brick-red. *Người làm gạch* : Brickmaker. *Sự làm gạch* : Brickmaking. *Sự lót gạch, xây gạch* : Brickmaking. *Lót gạch, lát gạch* : To brick ; to pave or force (something) with bricks. *Thợ lót gạch* : Bricklayer, brick-setter.

gạch bỏ [gạik bỏ] To cancel, to delete, to expunge, to strike out, to cross out, to line through. *Gạch bỏ một đoạn trong sách* : To strike a passage out of a book. *Gạch bỏ tên trong bản danh sách* : To strike off a name from a list, to strike a name off a list. *Nhiều chữ bị kiểm duyệt gạch bỏ* : Several words had been deleted by the censor.

gạch chịu nóng [gạik cịu nóŋ] Fire-brick.

gạch chữ thập [gạik cữ θập] To make a cross. *Nếu anh không biết (không thể) ký tên thì gạch chữ thập* : If you can't sign your name make a cross.

gạch cua [gạik kwə] Crab-roe.

gạch đặt [gạik dạưt] Solid brick.

gạch đít [gạik dit] To underline, under-score (word, passage).

gạch hàng [gạik hàŋ] To rule, line (a paper). *Giấy gạch hàng* : Ruled, lined, paper.

gạch hầm [gạik hầm] Burnt brick.

gạch ống [gạik óŋ] Hollow brick.

gạch phơi nắng [gạik fəi nắuŋ] Sun-dried, air-dried, brick ; adobe.

gạch tên [gạik ten] To strike off a name (from a list).

gạch tôm [gạik tom] Tomalley.

gai [gai] 1) Thorn, prickle. *Có gai, đầy gai* : Thorny, prickly. *Không có gai* : Thornless. *Hàng rào có gai* : Thorn-hedge. *Tôi bị gai đâm ngón tay* : I've got a prick in my finger. *Hồng nào lại chẳng có gai* : There's no rose without a thorn ; no rose without a thorn. *Bị gai đâm vào ngón tay* : To run a thorn into one's finger. *Bị gai đâm vào chân* : To run a thorn into one's foot.

2) Barb. *Dây kẽm gai* : Barbed wire.

3) Tread (of the tyre).

gai (Bot) Flax. *Hột gai* : Flax-seed.

gai To offend, shock (someone).

gai mắt [gai mắưt] To offend, shock the eye. *Không có gì gai mắt cả* : There is nothing in it to offend the eye ; it has nothing to offend the eye.

gai góc [gai gók] Thorny, prickly, (fig) difficulties, obstacles.

gai ốc [gai ók] Goose-flesh, goose-skin.

gai thịt [gai θịt] See **gai ốc**.

gái [gái] Girl. *Trai gái* : Boy and girl. *Nhà gái* : The bride's family. *Con gái* : Daughter. *Em gái* : Younger sister. *Mê gái* : Madly in love with a girl. *Con gái nhỏ* : Little girl, young girl. *Hồi tôi còn con gái* : When I was a girl. *Hồi nàng còn con gái* : In her girlhood. *Chúng nó có hai trai và một gái* : They have two sons and one daughter. *Đứa con đầu lòng của nó là gái* : His first child was a girl. *Lan là tên con gái* : Lan is a girl's name.

gái đẹp [gái dẹp] Pretty girl.

gái điếm [gái diếm] Prostitute, street-walker, whore, courtesan.

gái đồng trinh [gái đồŋ triŋ] Virgin, maiden.

gái ế chồng [gái ế còŋ] Unwanted girl.

gái già [gái zà] Old maid.

gái giang hồ [gái zaŋ hồ] See gái điếm.

gái góa [gái gŵa] Widow.

gái lỡ thời [gái lỡ θời] Old maid.

gái nhảy [gái ɲảy] Taxi-girl.

gái tân [gái tan] Virgin, maiden.

gái tơ [gái tơ] Young girl, girl under age. Dụ dỗ gái tơ : To decoy a girl under age.

gài [gài] To bolt, to fasten. Hãy gài tất cả cửa và cửa sổ trước khi anh đi ngủ : Bolt all the doors and windows before you go to bed.

gài bẫy [gài bẫi] To lay a snare, to set a trap. Ông chủ gài bẫy tên trộm bằng cách để tiền có làm dấu trong hộc tủ : The employer set a trap for the thief by putting marked money in the drawer.

gài chốt [gài cốt] To bolt (door, window). Cửa gài chốt ở trong : The door was bolted on the inside.

gài cúc [gài kúk] See gài nút.

gài cửa [gài kửa] To bolt a door.

gài khuy [gài xwi] See gài cúc.

gài nút [gài nút] To button (up) (coat, dress, etc...).

gài then [gài θɛn] See gài cửa.

gãi [gãi] To scratch. Gãi đúng vào chỗ ngứa : To touch the right chord. Gãi chỗ muỗi cắn (đốt) : To scratch mosquito bites.

gãi đầu [gãi dầu] To scratch one's head, to give one's head a scratch (to show signs of being puzzled).

gãi tai [gãi tai] To scratch one's ear.

gại [gại] To sharpen, to whet (knife, etc..).

gam [gam] Gram.

gan [gan] Liver. Bịnh đau gan : Liver complaint.

gan Courageous, brave, daring, audacious. Nhát gan : Shy, coward. Làm gan (=ra mặt bạo dạn) : To run one's face ; to take one's courage in both hands.

gan bàn chân [gan bàn cən] Sole of the foot.

gan bàn tay [gan bàn tay] Palm of the hand.

gan cóc tía [gan kók tía] Greatly daring.

gan cùng mình [gan kùŋ mìŋ] See gan cóc tía.

gan dạ [gan zạ] Brave, valiant, venturesome, fearless, dauntless. Người gan dạ : Man of great enterprise. Tỏ ra gan dạ : To show enterprise.

gan góc [gan gók] Bold, daring, audacious.

gan lì [gan lì] See gan góc.

gan liến [gan liền] See gan góc.

gan liều Daring, courageous.

gán [gán] To foist. Gán hàng hóa không giá trị cho một khách hàng : To foist worthless goods to a customer. Đem nhà gán nợ : To give up one's house to discharge one's debt.

gàn [gàn] Crazy, cracked, dotty. Nó hơi gàn : He is a bit off his head, he is a bit dotty, he is a little mad, he seems to be slightly touched.

gàn To prevent, to hinder, to impede.

gàn gàn [gàn gàn] To be a bit off one's head, to be a little mad.

gàn quải [gàn kwải] To dissuade.

gàn trở [gàn trở] To prevent, to impede.

gạn cặn [gạn kặn] To decant.

gạn đục lóng trong [gạn dụk lóŋ troŋ] To decant and purify.

gạn hỏi [gạn hỏi] To press with questions.

gang [gaŋ] 1) Span (the distance between the tip of the thumb and the tip of the middle finger when the hand is spread out).
2) (Fig) Short distance ; short period of time.

gang Cast iron.

gang tay [gaŋ tay] Span, (fig) short distance.

gang tấc [gaŋ tấk] Very short distance.

gàng [gàŋ] See gọn gàng.

G

ganh [gaịɲ] See ganh đua.

ganh đua [gaịɲ dwə] To rival, to vie, to compete with (someone). *Sự ganh đua* : Rivalry, competition. *Sự ganh đua ráo riết* : Keen competition. *Tôi không muốn ganh đua với anh* : I don't want to enter, to come, into competition with you.

ganh ghét [gaịɲ gét] Jealous. *Ganh ghét người nào* : To be jealous of someone.

ganh tị [gaịɲ tị] To envy (someone) ; to be jealous of (someone). *Tôi ganh tị nó bao nhiêu thì nó ganh tị tôi bấy nhiêu* : He envies me as much as I do him.

gánh [gáiɲ] To shoulder ; to bear a charge, a responsibility. *Gánh trách nhiệm* : To shoulder the responsibility, to take a responsibility on one's shoulders. *Gánh chịu tất cả trách nhiệm* : To bear all the responsibilities.

gánh Charge.

gánh hát [gáiɲ hát] Troupe, theatrical company, theatre company. *Gánh hát đang lưu diễn* : Theatrical company on tour.

gánh nặng [gáiɲ nạuɲ] Burden, heavy load. *Gánh nặng trên vai* : A heavy load on one's shoulders. *Là một gánh nặng cho người nào (bất nuôi nấng v.v..)* : To be a burden to someone, to be an encumbrance to someone, to be a tax on someone. *Làm cho nhẹ bớt gánh nặng gia đình* : To lighten housekeeping burdens. *Trút được gánh nặng* : To ease oneself of a burden.

gánh sầu [gáiɲ fầu] Burden of sorrow.

gánh vác [gáiɲ vák] To shoulder, to take on (a responsibility etc...).

gáo [gáu] Dipper. *Gáo dừa* : Dipper made of coconut shell.

gào [gàu] To cry, to shout, to scream. *Kêu gào* : To cry out for.

gào thét [gàu θét] See gào.

gạo [gạu] Raw rice, uncooked rice. *Gạo chưa xay* : Rough rice. *Gạo xay rồi* : Husked rice. *Bột gạo* : Ground rice. *Nhà máy gạo* : Rice-mill. *Vo gạo* : To wash rice. *Học gạo* : To study hard. *Kiếm gạo* : To earn one's living.

gạo (Vet) Measly.

gạo (Slang) To slave, to work very hard. *Gạo toán học* : To slave at mathematics.

gạo ba trăng [gạu ba trauŋ] Three-month rice.

gạo chà [gạu cà] Polished rice.

gạo chiêm [gạu ciem] Summer rice.

gạo giã [gạu ʒã] Husked rice.

gạo mùa [gạu mwə] Autumn rice.

gạo nát [gạu nát] Broken rice.

gạo nếp [gạu nép] Uncooked sticky rice.

gạo tẻ [gạu tẻ] Ordinary rice.

gạo trắng [gạu trauŋ] Milled, whitened, rice.

gạo xay [gạu say] Polished rice.

gạt [gat] To dupe. to beguile, to cheat. to cozen, to deceive ; to fool, to trick, to take in. *Gạt người nào* : To gull, diddle, someone ; to take someone in. to do someone. *Gạt lấy vật gì của người nào* : To trick, cheat, chouse, cozen, someone out of something, to juggle something out of someone. *Nó gạt tôi lấy tiền* : He cheated me out of my money. *Bị gạt làm việc gì* : To be fooled into doing something. *Anh đã gạt tôi một lần rồi ; tôi không thể tin cậy anh nữa* : You have deceived me one ; I cannot now trust you again. *Tôi không dễ bị gạt đâu* : I am not easily swindled. *Gạt lấy tiền người nào* : To swindle someone out of his money, to swindle money out of someone. *Nó gạt tôi lấy hết hai nghìn đồng* : He has done me out of two thousand piastres.

gạt 1) To reject.

2) To ward off, to turn aside (a blow).

gạt gẫm [gạt gẫm] To take in, to dupe.

gạt lệ [gạt lệ] To wipe away one's tears.

gạt nợ [gạt nợ] To give security for a debt.

gạt nước mắt [gạt núrk máɯt] See gạt lệ.

gàu [gàu] Scurf, dandruff (among the hair).

gàu Bail, bucket, bailer (for drawing water).

gàu dai [gàu zai] Bucket with long ropes, operated by two persons.

gàu nan [gàu nan] Bucket made of woven bamboo strips.

gàu sòng [gàu sòŋ] Bucket with a long handle, hung from a tripod and operated by one person.

gay cắn [gay kắn] Thorny, ticklish, knotty. Vấn đề gay cấn: Thorny matter.

gay gắt [gay gắt] Acrimonious, bitter, acid. Tính gay gắt: Acerbity.

gay go [gay go] Keen, terrible, desperate; tense, severe. Cuộc thử thách gay go: Severe trial. Cuộc tranh đấu gay go: Keen, desperate, conflict. Tình thế gay go: Tense situation. Trải qua một cuộc thử thách gay go: To go, pass, through a terrible ordeal.

gáy [gáy] Nape (back of the neck); (Anat) nucha. Túm gáy (cổ) người nào: To catch hold of someone by the scruff of the neck. Làm rợn tóc gáy: To make one's hair stand on end.

gáy (Of cock) To crow; (of turtle-dove) to coo; (of cricket) to chirp. Tiếng gà gáy: Crowing of the cock. Lúc gà gáy: At cock-crow, at early dawn.

gáy ngựa [gáy ŋựa] Mane of a horse.

gáy sách [gáy sáik] Back of a book.

gảy đờn [gảy đờn] To twang (a string instrument).

gãy [gãy] To break (asunder); (of branch) to snap, to break off; to be broken. Nhánh cây gãy: The branch broke. Nhánh cây oằn xuống nhưng không gãy: The branch bent but didn't break. Khi tôi đánh nó, cây gậy của tôi gãy làm hai: When I struck him, my stick broke in two. Đừng làm gãy nhánh cây đó: Don't break that branch off. Ghế gãy làm nó té xuống đất: The chair was broken and let him down.

gãy chân [gãy chân] To break one's leg. Nó bị gãy chân: He had his leg broken. Nó té và bị gãy chân: He fell and broke his leg.

gãy cổ [gãy kổ] To break one's neck.

gãy đổ [gãy đổ] To collapse, to fall in.

gãy góc [gãy gók] Dog-eared (page).

gãy gọn [gãy gọn] Concise.

gãy tay [gãy tay] To break one's arm.

gắm [gắm] To pin; to fasten, hold or attach with a pin. Dao gắm: Dagger. Kim gắm: Pin.

gắm ghé [gắm ghé] To aim at, take aim at (something). Gắm ghé của hồi môn: To have one's eye on a dowry.

gắm đầu [gắm đầu] To bend one's head.

gặm [gặm] To gnaw, to nibble. Gặm vật gì: To gnaw (at, into) something. Gặm bánh: To have a nibble at the cake.

gặm cỏ [gặm kỏ] To graze.

gặm hàm thiếc [gặm hàm thiếk] To champ the bit.

gặm nhấm [gặm nhấm] Rodent. gnawing (animal). Loại gặm nhấm: Rodent.

gặm xương [gặm xương] (Of dog) To gnaw a bone; (of person) to pick a bone. Con chó đang gặm xương: The dog is gnawing (at) a bone.

gắn [gắn] To bind, to glue, to fasten, to stick. Gắn vật gì vào vật gì: To bind something (down) to, on, something. Gắn lại một vật bể (vỡ): To glue up a broken object.

gắn bó [gắn bó] To become fond of, to be attached to (someone), to be bound together.

gắn huy chương [gắn hwi chương] To decorate (someone).

gắn xi [gắn si] To seal (up) with sealing wax.

găng [găng] Tense, taut. Tình hình bớt găng: The situation has eased.

găng Glove; boxing gloves. Mang găng: To pull on, draw on, one's gloves. Người làm găng: Glove-maker. Nghề làm găng: Glove-making. Hàng bán găng: Glove-shop. Tôi đổi găng tay của tôi để lấy một đôi lớn hơn: I changed my gloves for a larger pair.

găng cao su [gaʊŋ kau ʃu] Rubber gloves.

gắng [gáʊŋ] To endeavour, strive, do one's utmost, make every effort, make every endeavour (to do something). *Cố gắng để đạt mục đích* : To strive for, after, an end.

gắng công [gáʊŋ koŋ] See gắng.

gắng gượng [gáʊŋ gʊʔŋ] Unwillingly, reluctantly, (be)grudgingly, against one's wishes.

gắng sức [gáʊŋ ʃúk] To make every effort, do one's best, make every endeavour (to do something). *Gắng sức làm việc gì* : To make an effort to do something.

gắp [gáʊp] To pick up with chopsticks.

gắp cá [gáʊp ká] A skewer of fish.

gắp đạn [gáʊp dạn] Ammunitor clip.

gắp đồ ăn [gáʊp dò aʊn] To pick up food with chopsticks.

gắp thăm [gáʊp θaʊm] To draw lots.

gặp [gaʊp] 1) To meet ; to see, to face, to encounter ; to find. *Gặp người nào ở thang lầu* : To meet someone on the stairs. *Hãy lại gặp tôi trước khi anh đi* : Come and see me before you leave. *Gặp một chiếc xe khác* : To meet another car. *Hẹn gặp người nào* : To arrange to meet someone. *Chúng tôi gặp nhau ở Ba lê* : We meet in Paris. *Tôi không khi nào có cơ hội để gặp nó* : I never chanced to met him. *Tôi vừa gặp nó đi ngang qua đường* : I have just come upon him as he was crossing the street. *Nó không dám gặp mặt tôi* : He dared not face me. *Đã mười lăm ngày rồi tôi không gặp nó* : It is a fornight since I saw him. *Anh muốn gặp nó để làm gì ?* : What's your business with him ?. *Gặp phải sự khó khăn* : To be faced with a difficulty ; to encounter a difficulty ; to come up against a difficulty. *Đây là chỗ đường lộ và đường xe lửa gặp nhau* : Here the road meets the railway. *Tôi có gặp nó trước rồi* : I have seen him before. *Có người muốn gặp ông* : You are wanted, somebody wants to see you. *Thình lình gặp người nào, vật gì* :

To come upon someone, something. *Tôi chắc không bao lâu nữa sẽ gặp nó ; tôi chắc sẽ gặp nó một ngày gần đây* : I have no doubt I shall see him before long. *Gặp những sự khó khăn và nguy hiểm* : To encounter difficulties and dangers. *Gặp thình lình một người bạn cũ* : To encounter an old friend. *Tôi tình cờ gặp nó tại một khách sạn ở Ba lê* : I fell in with him at a hotel in Paris. *Đã lâu rồi tôi không gặp nó* : It is a long time since I saw him. *Tôi gặp nó ngoài đường* : I met him in the street. *Tình cờ gặp một người bạn trên xe lửa* : To meet with a friend in the train. *Tôi lấy làm vui lòng được gặp lại ông* : I shall have great pleasure in seeing you again. *Anh đừng nói đến việc ấy khi anh gặp nó* : You mustn't allude to it when you meet him. *Chúng tôi mong sẽ có cơ hội gặp lại anh* : We shall hope to see you again. *Chúng tôi mong thỉnh thoảng gặp lại anh* : We hope to see something of you (i.e. meet you sometimes). *Tôi không có ý định gặp anh ở đây* : I have no thought of meeting you here.

2) To find. *Gặp người nào ở nhà* : To find someone at home. *Tôi gặp nàng hái hoa* : I found her gathering flowers.

3) To meet. *Gặp (tìm thấy) vật gì* : To meet with something.

gặp dịp [gaʊp zịp] To find the favourable occasion.

gặp đâu nói đó [gaʊp dạu nói đó] To talk inconsiderately, thoughtlessly

gặp gỡ [gaʊp gỡ] To meet. *Sự gặp gỡ* : Meeting.

gặp may [gaʊp may] To be lucky, fortunate, to be in luck, in luck's way ; to get a bit of fat. *Gặp chuyện không may* : T be down on one's luck. *Lúc nào tôi cũn gặp may, tôi đã luôn luôn gặp may* I always had the best of luck.

gặp nạn [gaʊp nạn] To be in danger to meet with an accident.

gặp nhau [gaʊp ɲau] To meet or another. *Mắt chúng nó gặp nhau* Their eyes met.

gặp thình lình [gaʊp θìŋ lìŋ] To r

across, to meet accidentally, to fall in with.

gặp vận may [gạup vận may] See gặp may.

gặp vận rủi [gạup vận rủi] To be down on one's luck.

gắt [gáut] 1) Strong, violent; intense. *Sự nóng gắt* : Intense heat.

2) Hard, severe, difficult. *Hay gắt* : Churlish, bad-tempered.

3) Abrupt. *Đường nhiều khúc quẹo gắt rất nguy hiểm cho xe cộ* : The road is full of abrupt turns and is dangerous for motor-cars.

gắt To chide, to scold.

gắt gao [gáut gau] Severe, hard.

gắt gỏng [gáut gỏŋ] Churlish, grouchy, bad-tempered ; to be out of humour.

gặt [gạut] To reap, to havest, to cut. *Sự gặt, mùa gặt* : Reaping, harvest. *Thợ gặt* : Reaper, harvester. *Máy gặt* : Reaping-machine, harvester. *Gieo gì gặt nấy* : As a man sows, so shall he reap. *Gieo gió gặt bão* : Sow the wind and reap the whirlwind. *Lúa đã gặt chưa ?* : Has the rice cut yet ?.

gặt lúa [gạut lwə] To harvest rice.

gấm [gốm] Brocade, embroidered silk.

gấm vóc [gốm vók] Brocade and satin.

gầm [gồm] To roar. *Tiếng gầm của cọp* : The roars of a tiger.

gầm Below, beneath, under(neath) ; underpart.

gầm bàn [gồm bàn] Underpart of a table.

gầm giường [gồm ʒɯờŋ] Underpart of a bed.

gầm mặt xuống [gồm mạut suốŋ] To bow one's head, to dare not looking up, to appear to be ashamed.

gầm thét [gồm θét] To roar.

gầm trời [gồm trời] In this world.

gẫm [gỗm] To ponder.

gẫm lại [gỗm lại] See gẫm.

gẫm thế sự [gỗm θế ʃɯ] To ponder the affairs of the world.

gậm [gậm] Underpart. *Gậm giường :*

Underpart of a bed.

gân [gɔn] (Anat) Nerve ; sinew, tendon, ligament, (Anat. Bot) vein. *Lá có hai đường gân bằng nhau* : Equally nerved leaves. *Không có gân* : Sinewless. *(Thịt) Có nhiều gân* : (Of meat) Sinewy, having many sinews. *Nổi gân* : Veinous. *Thuật cắt gân* : Tenotomy. *Dao cắt gân* : Tenorome.

gân cánh côn trùng [gɔn káiɲ kon trùŋ] (Z) Nervure, vein, ribs of an insect's wing.

gân cổ [gɔn kỏ] The cervicals, the cervical nerves. *Cứ gân cổ lên mà cãi* : To disprove obstinately.

gân cốt [gɔn kốt] Tendons and bones.

gân đá [gɔn dá] Vein in stone.

gân guốc [gɔn gwók] To be all thews and sinew.

gân lá [gɔn lá] (Bot) Nervure, vein, ribs of a leaf.

gần [gồn] 1) Near, close ; adjacent ; beside. *Tới gần, đến gần* : To come near, draw near. *Nhà tôi ở gần sông* : My house is near the river, my house is beside the river. *Đem vật gì lại gần* : To bring something nearer. *Tôi ở gần chúng nó* : I live near to them. *Nó đứng gần cửa* : He was standing near, close, to the door. *(Vật) Gần bên cạnh* : Near at hand. *Nó ở gần đây* : He lives close to here ; he lives quite near, close by, hard by, near by, close at hand. *Hãy ngồi gần tôi* : Sit by me. *Hai nhà ở gần nhau* : The two houses adjoin.

2) Close, near, nearly ; about, almost, approximately. *Chúng nó là bà con gần* : They are near of skin. *Gần đến giờ* : The time is drawing near, the hour is near, the hour is at hand. *Gần sáu giờ rồi* : The time is near upon six o'clock ; it is nearly, close on, six, it is going on for six o'clock. *Cô ấy gần hai mươi tuổi* : She is very nearly twenty, she's going on for twenty, she's almost twenty years old. *Gần mười năm rồi* : Nearly ten years ago ; close on, not far short of, ten years ago. *Chúng nó gần bị phá sản :*

They were on the verge of ruin. *Cha tôi gần tám mươi tuổi* : My father is on the verge of eighty. *Nó gần chết* : He is nearing his end. *Đau gần chết* : To be sick (un)to death. *Anh làm tôi sợ gần chết* : You frighten me to death. *Gần một trăm người* : About a hundred people. *Việc làm gần xong* : The work's about done. *Tuồng hát gần vãn* : The play was all but ended. *Gần mười hai giờ trưa, gần đúng ngọ* : It is almost noon. *Ổng ấy gần bốn mươi tuổi* : He is approaching forty. *Nó gần như là chủ ở đây* : He is almost master here. *Lúc gần chết* : In the death struggle. *Gần mực thì đen, gần đèn thì sáng* : A man is known by the company he keeps.

gần chết [gàn cét] Near death ; at, on, the point of death, about to die ; to be at death's door ; to have one foot in the grave ; to have an earthy smell ; to be between life and death.

gần đất xa trời [gàn dớt sa trời] To be at death's door, to have one's foot in the grave.

gần đây [gàn dei] 1) Recently, lately, of late.

2) At hand. *Nó ở gần đây* : He lives close at hand. *Các kỳ thi sẽ mở một ngày gần đây* : The examinations are at hand.

gần đến [gàn dén] *Gần đến giờ* : The hour is drawing near, the hour is near, the hour is at hand ; it is about time.

gần đó [gàn dó] Thereabout(s). *Nó ở Saigon hay ở gần đó* : He lives in Saigon or thereabouts.

gần đúng [gàn dúŋ] About right. *Gần đúng như vậy đó* : That's about right.

gần gũi [gàn gũi] Close by, close to (someone).

gần già [gàn zà] To reach old age.

gần kề [gàn kè] Close by, close at hand; contiguous. *Gần kề miệng lỗ* : To be at death's door ; to have one foot in the grave.

gần miền [gàn miền] To have reached the end of life.

gần ngày [gàn ŋày] (Of a woman) Soon to give birth to a child, near her time.

gần sập [gàn sạp] (Of building) Crazy, ready to fall to pieces.

gần tới [gàn tới] Forthcoming ; about to come forth.

gần xa [gàn sa] Everywhere.

gần xong [gàn sọŋ] (Of work) About done. *Việc làm gần xong* : The work's about done.

gần xuống lỗ [gàn suốŋ lỗ] Very old ; at, on point of death, about to die.

gấp [gấp] 1) To fold. *Gấp bức thơ* : To fold a letter (before putting it in an envelope).

2) To close, to shut (a book).

gấp Urgent, pressing. *Có gấp không?* : Is there any hurry?. *Không gấp* : There's no hurry. *Nó cần anh gấp lắm* : He has instant need of you. *Tôi gấp đi* : I am in haste to leave. *Về gấp* : To hasten, hurry, back. *Lên gấp, xuống gấp* : To hasten up, down. *Tôi gấp lắm* : I am much pressed, in a great hurry. *Gấp đi* : In a hurry to go, anxious to start.

gấp -fold. *Gấp tư* : Fourfold. *Gấp mười* : Tenfold. *Gấp ba* : Threefold.

gấp ba [gấp ba] Treble, threefold, triple. *Nó lãnh gấp ba lương của tôi* : He earns treble my salary. *Giá cả năm nay lên gấp ba* : Prices have trebled this year.

gấp bảy [gấp bảy] Sevenfold.

gấp bội [gấp bọi] To multiply.

gấp bốn [gấp bón] Fourfold. *Trả lại người nào gấp bốn lần* : To repay someone fourfold.

gấp đôi [gấp doi] Double, duplicative to double. *Gấp đôi một tờ giấy* : To fold a sheet double. *Trả gấp đôi giá tiền* : To pay double the value.

gấp lại [gấp lại] To double over, up.

gấp mười [gấp mười] Decuple, tenfold. *Tăng gấp mười* : To decuple. *Làm tăng lên gấp mười* : To increase tenfold.

gâp năm [gə́p nawm] Fivefold. *Nhơn gấp năm lần* : To increase fivefold.

gâp nếp [gə́p nép] To crease.

gâp rút [gə́p rút] Urgent, pressing. *Công việc gấp rút, tôi phải đến đúng giờ* : The matter was urgent, I must arrive in time.

gâp sách [gə́p ʃáik] To close, shut a book.

gâp sáu [gə́p ʃáu] Sixfold.

gâp tám [gə́p tám] Eightfold.

gâp trăm [gə́p trawm] Centuple centuplicate. *Làm gấp trăm, tăng gấp trăm* : To centuple.

gâp tư [gə́p tɯ] Fourfold.

gâp [gə̂p] To fold.

gâp ghênh [gə̂p gèiɲ] Broken, uneven, rough, bumpy.

gật [gə̂t] To nod. *Ngủ gật* : To nod (when sleepy or when falling asleep).

gật đâu [gə̂t də̀u] To nod. *Tôi hỏi nó có thể đi được không và nó gật đầu* : I asked him if he could come and he nodded. *Gật đầu tỏ ý bằng lòng, tán thành* : To give a nod of assent. *Trả lời bằng một cái gật đầu* : To answer with a nod. *Gật đầu chào người nào* : To greet someone with a nod. *Nó gật đầu chào tôi khi nó đi ngang* : He gave me a nod as he passed.

gật gù [gə̂t gù] To nod repeatedly.

gâu [gəu] The barking of a dog.

gâu [gə́u] (Z) Bear. *Hang gấu* : Bearpit. *Mỡ gấu* : Bear's-grease. *Ăn như gấu* : To eat gluttonously. *Hỗn như gấu* : Very impolite.

gâu [gə́u] Hem.

gâu cái [gə́u kái] She-bear.

gâu con [gə́u kɔn] Young bear, bear's cub.

gâu [gə̀u] Scurf, dandruff.

gâu [gə̃u] To join in the conversation.

gây [gei] To excite ; to cause; to create, to foment (disorder, rebellion, a riot, etc...). *Gây cuộc hỏa hoạn* : To cause a fire. *Gây ra những sự khó khăn cho người nào* : To create difficulties for someone, to put difficulties in someone's way.

gây To quarrel. *Gây nhau vì chuyện chẳng ra gì* : To quarrel over a mere trifle.

gây dựng [gei zɯŋ] To establish.

gây giòng [gei ʒɔ́ŋ] To cross-breed.

gây gổ [gei gỗ] To pick a quarrel. *Hay gây gổ* : Contentious, quarrelsome. *Tánh hay gây gổ* : Quarrelsomeness. *Gây gổ với người nào* : To have a dust-up with someone, to pick a quarrel with someone. *Chúng nó luôn luôn gây gổ với nhau* : They quarrel like cat and dog.

gây hân [gei hə́n] To provoke hostilities.

gây loạn [gei lwạn] To rise in rebellion.

gây lộn [gei lọn] To bicker, to dispute, to quarrel, to exchange words. *Gây lộn với người nào* : To have words with someone.

gây men [gei mɛn] To ferment.

gây nên [gei nen] To create, to cause, to bring forth.

gây nợ [gei nợ] To run into debt.

gây oán [gei wán] To create, stir up, hatred.

gây ra [gei ra] To cause, to engender, to bring about. *Gây ra tai nạn* : To bring about an accident.

gây rượu [gei rɯợu] To brew.

gây sự [gei ʃɯ] To try to pick a quarrel with (someone).

gây thù [gei θù] To create enemies.

gây vốn [gei vón] To raise capital.

gây [gèi] Thin, spare, skinny, gaunt, lean. *Mặt gầy* : Thin face. *Gầy đi* : To grow, to become, thinner. *Gầy như ma* : As thin as a lath, as a rake, as a shotten-herring. *Mặt nàng hơi gầy* : She is rather thin in the face.

gây còm [gèi kɔ̀m] Very thin, skinny.

gây đét [gèi dét] As thin as a lath.

gây đi [gèi di] To grow, to become, thinner ; to fall away in flesh.

gây gò [gèi gɔ̀] Thin, skinny.

gây mòn [gèi mɔ̀n] To grow thin, to lose flesh.

gãy yếu [gẻi iếu] Sickly.

gậy [gẹi] Stick, staff, cane, rod. *Đánh người nào bằng gậy* : To strike someone with one's cane, to beat someone with a stick. *Thọc gậy vào bánh xe của người nào* : To put a spoke in someone's wheel ; to crab someone something ; to put grit in the bearings. *Gậy ông lại đập lưng ông* : To be hoist with one's own petard. *Nó có cây gậy trong tay* : He had a stick in his hand.

gậy bịt sắt [gẹi bịt ʃáuʈ] Iron-shod stick.

gậy đánh quần [gẹi dáiɲ kwừn] Crosse.

gậy gộc [gẹi gọk] Sticks.

gậy tre [gẹi ʈrɛ] Bamboo cane.

ghe [gɛ] Boat.

ghe câu [gɛ kɔu] Fishing-boat.

ghe chài [gɛ cài] Junk.

ghe phen [gɛ fɛn] Many times.

ghé [gɛ́] 1) To look in, to drop in. *Ngày mai tôi sẽ ghé lại* : I shall look in again to morrow. *Tôi chỉ ghé vào rồi đi ngay* : I just looked in. *Tôi chỉ ghé qua thăm anh* : I just drop in to see you.

2) To approach ; to come, draw, alongside.

ghé bên [gɛ́ bɛ́n] To come alongside (the quay).

ghé bờ [gɛ́ bờ] To come on board.

ghé lại [gɛ́ lại] To accost.

ghé miệng [gɛ́ miệŋ] To approach one's mouth.

ghé tai [gɛ́ tai] To lean one's ear to.

ghé tạt vào [gɛ́ tạt vàu] To drop in (on), to look in. *Ghé tạt vào nhà người nào* : To look in (up) on someone, at someone's house.

ghé vào [gɛ́ vàu] To drift in (someone's house).

ghè [gɛ̀] To strike, to hit.

ghè Small jar.

ghẻ [gɛ̉] (Med) Itch, scabies.

ghẻ chốc [gɛ̉ cók] See ghẻ.

ghẻ lạnh [gɛ̉ lạiɲ] Indifferent.

ghẻ lở [gɛ̉ lở] Itch, scabies.

ghẻ ngứa [gɛ̉ ŋứa] (Med) Prurigo.

ghẻ tàu [gɛ̉ tàu] (Med) Syphilis.

ghẹ [gɛ̣] At someone's expense. *Ăn ghẹ của người nào* : To sponge on someone.

ghẹ Sentinel-crab.

ghém [gɛ́m] Salad.

ghen [gɛn] Jealous, envious. *Sự, tánh ghen* : Jealousy, envy. *Máu ghen* : Jealousy. *Ghen với người nào* : To be jealous, envious, of someone. *Người vợ hay ghen* : A jealous wife. *Nếu anh có ghen thì đừng để lộ ra (cho người ta thấy)* : If you are jealous, don't let it appear.

ghen bóng [gɛn bóŋ] Jealous of an imaginary motive.

ghen ghét [gɛn gét] Jealous, envious. *Sự, tánh, lòng ghen ghét* : Jealousy, envy. *Ghen ghét người nào* : To be jealous, envious, of someone.

ghen ghét To envy, to begrudge. *Thà để người ta ghen ghét mình còn hơn thương hại mình* : It is better to be envied than pitied. *Trong nụ cười của nó có vẻ ghen ghét* : In his smile there was just a tinge of jealousy.

ghen gió [gɛn ɟ̃ɔ] See ghen bóng.

ghen tuông [gɛn tuɔŋ] Jealous (in love). *Sự ghen tuông* : Jealousy. *Án mạng vì ghen tuông* : Crime due to jealousy.

ghen tức [gɛn túk] Jealous. *Làm người nào tái đi vì ghen tức* : To make someone green with jealousy.

ghen tương [gɛn tuɔŋ] Jealous (in love).

ghèn [gɛ̀n] Matter, gum (in the eyes).

ghẹo [gɛ̣u] To tease.

ghẹo gái [gɛ̣u gái] To flirt girls.

ghép [gɛ́p] 1) To connect, couple, group (batteries, etc...).

2) (Arb. Hort. Surg) To graft.

ghép giống [gɛ́p ɟɔ́ŋ] (Bot) To cross-fertilize. *Sự ghép giống* : Cross-fertilization.

ghép mộng [gɛ́p mọŋ] To splice.

ghét [gɛ́t] To detest, to hate ; to loathe, to abhor, to abominate ; to dislike, to disrelish. *Ghét người nào đã làm* việc gì : To hate someone for doing something. *Ghét làm việc gì :* To hate to do something ; to loathe, abhor, abominate, dislike, doing something ; to feel aversion to doing something. *Ghét vật gì :* To have, hold, something in detestation ; to be averse to something. *Bị người nào ghét :* To be abhorrent to someone ; to be held in abhorrence by someone ; to be abominated by someone. *Ghét người nào :* To take, conceive, a dislike to someone ; to feel take, conceive, an aversion to someone. *Đáng ghét, dễ ghét :* Detestable, hateful, hateable, abhorrent, abominable. *Thương cho roi cho vọt, ghét cho ngọt cho bùi :* Spare the rod and spoil the child. *Ghét người nào như ghét hủi :* To hate someone like poison, like the plague. *Bị người nào ghét :* To be in disfavour with someone. *Anh thương nó bao nhiêu thì nó ghét anh bấy nhiêu :* He hates you as much as you like him.

ghét Dirt, filth.

ghét bỏ [gét bỏ] To disgrace.

ghét cay ghét đắng [gét kay gét-dắuŋ] To hate like poison, like the plague. *Ghét cay ghét đắng người nào :* To hate someone like poison.

ghê [ge] To have a horror (of something); horribly, awfully, dreadfully, terribly. *Khó ghê :* Extremely difficult.

ghê gớm [ge gớm] Awful, frightful, formidable, terrible, horrible, redoubtable, fearsome. *Cái chết ghê gớm :* Terrible death.

ghê người [ge ŋười] Frightful, awful.

ghê răng [ge rauŋ] To set one's teeth on edge.

ghê rợn [ge rợn] Dreadful.

ghê sợ [ge ʃợ] Frightful, awful, dreadful, terrible, horrible.

ghê tởm [ge tởm] Hideous, sickening, disgusting.

ghê [gé] Chair, seat. *Ghế có tay dựa :* Arm-chair. *Lưng ghế :* Chair-back. *Người làm ghế :* Chair-maker. *Mặt ghế (bằng) mây :* Cane seat. *Nhắc ghế lại gần lò sưởi :* To approach a chair

to the fire. *Cái ghế ở ngoài vườn ; ra lấy giùm vào đây :* The chair is in the garden ; please fetch it in. *Dời ghế đi chỗ khác :* To move one's chair. *Nhắc ghế lại gần lửa :* To move one's chair near the fire. *Không còn cái ghế nào cả vậy anh dùng cái thùng kia để ngồi vậy :* There are no more chairs so you must use that box as a seat. *Ghế nầy không phải để ngồi :* These chairs are not to be sat on.

ghế bành [gé bành] Arm-chair, easy-chair. *Ngồi vào một cái ghế bành :* To install oneself in an arm-chair ; to settle oneself down in an armchair.

ghế bố [gé bố] Folding-bed. *Ghế bố nhỏ :* Truckle-bed.

ghế dài [gé zài] Bench, seat ; form.

ghế danh dự [gé zaɲ zư] Seat of honour. *Ngồi ghế danh dự :* Occupying the seat of honour.

ghế dựa [gé zưə] Chair (wit a back).

ghế đẩu [gé dấu] Stool, tabouret.

ghế điện [gé diện] (Jur) Electric chair.

ghế mây [gé mei] Cane chair.

ghế ngựa [gé ŋựə] Camp-bed.

ghế phụ [gé fụ] Lift-up seat.

ghế trường kỷ [gé trừŋ kỉ] Couch, sofa.

ghế vải [gé vải] Folding-chair.

ghế xếp [gé sép] Folding-chair, folding-seat, camp-chair, camp-stool.

ghế xích đu [gé sik du] Rocking-chair.

ghế xoay tròn [gé swai tròn] Revolving chair.

ghếch [géik] To lean on, to rest on. *Ghếch chân lên bàn :* To put one's feet up on a table.

ghềnh [gèiɲ] Fall, waterfall, cataract. *Lên thác xuống ghềnh :* Up hill and down dale.

ghết [gét] Gaiter. *Ghết ngắn :* Short gaiters. *Người làm ghết, đóng ghết :* Gaiter-maker. *Mang ghết :* To put on one's gaiters. *Mang ghết cho người nào :* To put gaiters on someone.

ghi [gi] To note, to record ; to inscribe ; to put down, to jot down. *Đáng ghi* *nhớ* : Noteworthy. *Ghi vào sổ những việc đã xảy ra* : To note events in one's books. *Ghi lời nói của người nào* : To mark someone's words. *Ghi việc gì* : To jot down something. *Viên cảnh sát ghi vội địa chỉ của tôi* : The policeman jotted down my address. *Ghi việc gì vào quyền sổ tay* : To make, take, a note in one's pocket-book. *Ghi một bàn thắng* : To score a goal.

ghi [gi] (Rail) Switch. *Bẻ ghi* : To shunt, switch off, turn off (train).

ghi chép [gi cóp] To inscribe, to write down, to make a note of something.

ghi dạ [gi zạ] See **ghi lòng tạc dạ.**

ghi đông (xe đạp) [gi đoŋ] Handle-bar.

ghi khắc [gi xáwk] To engrave, to impress deeply.

ghi lấy [gi léi] To note, to mark. *Hãy ghi lấy những lời tôi nói* : Mark my words.

ghi lòng tạc dạ [gi lòŋ tạk zạ] To engrave, to impress deeply on one's memory ; to fix in one's memory ; to remember for ever.

ghi nhận [gi pạn] 1) To note, to record. 2) To acknowledge (receipt of something).

ghi nhớ [gi pó] To engrave, to impress deeply (on the memory).

ghi sê [gi ʃe] Booking-office.

ghi tạc [gi tạu] To engrave.

ghi tên [gi ten] To put down, set down, one's name. *Ghi tên người nào vào sổ*: To enrol(l) a person's name on a list. *Có hai chục đấu thủ ghi tên* : There are twenty entries.

ghi xê [gi se] Booking-office.

ghì [gì] To tighten, to hold fast, to hold tight. *Ôm ghì (người nào) vào lòng*: To embrace, to clasp (someone) to one's breast, to one's heart.

ghiếc [girk] See **gớm ghiếc.**

ghiến [giền] To be addicted to ; to give oneself up to something. *Người ghiền cô-ca-in* : Cocaine addict.

ghiến chè tàu [giền cè tàu] To be addicted to tea.

ghiến nặng [giền nạwŋ] To be addicted to opium. *Người ghiền nặng* : Inveterate (opium) smoker.

ghiến rượu [giền ruựu] To be addicted to drink.

ghiến thuốc [giền θwórk] To be addicted to smoking.

ghiến thuốc lá [giền θwórk lá] To be addicted to cigarette. *Người ghiền thuốc lá* : Inveterate cigarette smoker.

ghiến thuốc phiện [giền θwórk fiện] To be addicted to opium. *Người ghiền thuốc phiện* : Opium-addict.

ghiến trà tàu [giền trà tàu] See **ghiến chè tàu.**

ghim [gim] Pin. *Bao đựng ghim* : Pin-case. *Đầu ghim* : Pin-head.

ghim To pin, to fasten (something) with a pin ; to enclose. *Ghim các giấy tờ lại* : To pin papers together. *Ghim vật gì vào bức thơ* : To enclose something in a letter.

ghim bạc [gim bạk] File of banknote. *Năm ghim* : Five thousands piastres.

ghim băng [gim bawŋ] Safety pin.

ghim theo [gim θeu] To enclose. *Ghim theo đây* : Enclosed herewith.

ghìm [gìm] To pull. *Ghìm ngựa lại* : To pull a horse (i.e. to prevent a horse from winning a race).

ghính [gip] See **gánh.**

ghình [gìp] See **gành.**

ghỉnh [gỉp] Numerous ; full of (something).

gì [ʒì] What. *Anh làm gì đó ?* : What are you about ?. *Anh đọc báo gì ?* : What paper do you read ?. *Nó làm nghề gì ?* : What trade is he ?. *Chuyện gì xảy ra đó ?* : What has happened ?. *Anh đến đây làm gì ?* : What on earth are you doing here ?. *Cái gì đó ?* : What is the matter ? *Gì đó ?* : What is it ?. *Nó tên gì ?* : What is his name ?. *Anh muốn gì ?* : What do you want ?. *Để làm gì ?* : What (on earth) for ?. *Tôi không biết anh muốn gì* : I don't know what you want. *Những gì ở trên* bàn đó ? : What are those things on the table ?. *Không có gì để ăn cả ? :* There is not a thing (= nothing) to eat. *Anh có hy vọng gì không ? :* Have you any hope ?.

gì Whatever. *Tất cả những gì mà anh muốn :* Whatever you like. *Dầu có nghe điều gì anh cũng không nên nói :* Whatever you hear, say nothing.

gì nữa [ʒì nửə] What else ?

gì thế [ʒì θế] What's the matter ?, what is it ?.

gia [ʒa] To increase, to add, to augment.

gia ân [ʒa ən] To grant a favour.

gia bảo [ʒa bảu] Family treasure, treasure of the family.

gia biến [ʒa biến] Family disaster.

gia bộc [ʒa bọk] Domestic, servant.

gia bội [ʒa bội] To multiply ; to intensify.

gia cảnh [ʒa kảịp] Family circumstance, family condition, situation of the family.

gia cầm [ʒa kồm] Poultry, fowls.

gia cấp [ʒa kấp] Allowance, grant.

gia chánh [ʒa cáịp] House keeping, domestic economy.

gia chú [ʒa củ] Head of the family, householder, head of the household.

gia công [ʒa koŋ] 1) To endeavour, to strive, to do one's utmost, to make every effort, to make every endeavour (to do something).

2) To do (something) carefully.

gia cư [ʒa kư] Habitation, dwelling, abode.

gia dĩ [ʒa zĩ] In addition, besides, moreover, furthermore.

gia dụng [ʒa zụŋ] Family use.

gia đạo [ʒa dạu] Family situation.

gia đinh [ʒa dịp] Servant.

gia đình [ʒa dịp] Family, household, home. *Gia đình đông con :* Large family, quiverful of children. *Tiền phụ cấp gia đình :* Family allowance. *Bỏ gia đình ra đi :* To leave home. *Gia đình của nó thêm được một đứa con gái :* His family was augmented by a

daughter. *Gieo mối bất hòa trong một gia đình :* To bring discord into a family. *Sanh trong một gia đình lương thiện :* To come of a good family, to issue from a good family.

gia đồng [ʒa dòŋ] Young servant.

gia đường [ʒa dường] Ancestral altar.

gia giảm [ʒa ʒảm] To increase and decrease, to augment and diminish.

gia giáo [ʒa ʒáu] Family education.

gia hại [ʒa hại] To conspire.

gia hàm [ʒa hàm] To advance, to promote.

gia hạn [ʒa hạn] To extend, to prolong (time-limit).

gia hào [ʒa hàu] Exquisite food.

gia hệ [ʒa hệ] Genealogy.

gia hiến [ʒa hiến] Family rules.

gia hình [ʒa hịp] To execute (criminal).

gia huấn [ʒa hwốn] See gia giáo.

gia hương [ʒa hương] Native land.

gia kế [ʒa kế] Means of subsistence of of the family.

gia khánh [ʒa xáịp] Family joy.

gia lễ [ʒa lễ] 1) Family rites.

2) Marriage service.

gia mẫu [ʒa mỗu] My mother.

gia miện [ʒa miện] To crown. *Lễ gia miện :* Crowning, coronation (of king).

gia miếu [ʒa miếu] Family temple.

Gia-nã-Đại [ʒa nã dại] (Geog) Canada. *Người Gia-nã-Đại :* Canadian. *Ở Gia-nã-Đại :* In Canada.

gia ngẫu [ʒa ŋỗu] Well-matched, well-assorted.

gia nghiêm [ʒa ŋiem] My father.

gia nghiệp [ʒa ŋiệp] Family property, property of the family.

gia nhân [ʒa ɲən] Servants.

gia nhập [ʒa ɲộp] To adhere, to join, to accede. *Gia nhập một đảng phái chánh trị :* To adhere, accede, to a political party.

gia nô [ʒa no] Servant.

gia phả [ʒa fả] Family register.

gia pháp [ʒa fáp] Family rules.

gia phong [ʒa fɔŋ] Family customs.

gia phong To advance, to promote.

gia phổ [ʒa fô] Family register.

gia phụ [ʒa fụ] My father.

gia quân [ʒa kwɔn] My father. See gia nghiêm.

gia quyến [ʒa kwién] Family. *Đối đãi người nào như người trong gia quyến :* To treat someone as one of the family.

gia sản [ʒa ʃản] 1) Family property ; patrimony.

2) Private property.

gia sinh [ʒa ʃiɲ] Means of subsistence of the family.

gia súc [ʒa ʃúk] Domestic animals. *Ngựa, bò và heo là gia súc :* Horses, cows and pigs are domestic animals.

gia sự [ʒa ʃự] Family matter.

gia sứ [ʒa ʃừ] Family register.

gia sức [ʒa ʃứk] To endeavour, to strive, to do one's utmost, to make every effort, to make every endeavour (to do something).

gia tài [ʒa tài] Patrimony, inheritance ; family inheritance.

gia tăng [ʒa tawŋ] To add, to increase, to augment.

gia tâm [ʒa tɔm] To apply one's mind to (something).

gia tẩu [ʒa tẩu] My sister-in-law (wife of one's elder brother).

gia tế [ʒa té] Family ceremony.

gia thanh [ʒa θaiɲ] Family honour, reputation.

gia thặng [ʒa θawŋ] Family register.

gia thất [ʒa θất] Family, household. *Thành gia thất :* To get married.

gia thể [ʒa θé] Genealogy ; family situation.

gia thúc [ʒa θúk] My uncle.

gia thuộc [ʒa θwợk] Parents, relatives.

gia tiên [ʒa tièn] Ancestors, forefathers.

gia tiểu [ʒa tiểu] Woman and children (of a family).

gia tổ [ʒa tỏ] My grand father.

gia tốc [ʒa tók] To accelerate. *Gia tốc*

khí : Accelerator. *Độ gia tốc :* Acceleration.

gia tốc kế [ʒa tók ké] Accelerometer.

gia tộc [ʒa tọk] Family. *Hội đồng gia tộc :* Family council.

gia tội [ʒa tội] To aggravate a crime.

gia tôn [ʒa ton] My father.

gia trạch [ʒa traik] House, dwelling, domicile, abode.

gia trọng [ʒa trọŋ] To aggravate a penalty. *Gia trọng tình trạng :* Aggravating circumstance.

gia truyền [ʒa trwièn] Hereditary ; transmitted from one generation to another ; coming from one's ancestors; passed on from parent to child.

gia trưởng [ʒa trwởŋ] Chief, head, of the family.

gia tư [ʒa tɯ] Family fortune.

gia từ [ʒa từ] My mother.

gia ước [ʒa ứrk] Family rules.

gia vị [ʒa vị] To season, to flavour, to spice. *Đồ gia vị :* Condiment, seasoning, spice. *Thịt nầy phải gia vị với muối và hột cải :* This meat should be seasoned with salt and mustard.

gia vinh [ʒa viɲ] Family honour.

gia vụ [ʒa vụ] Family matters.

giá [ʒá] Racket (for light luggage in a railway carriage, bus, etc...).

giá Bean sprouts.

giá Easel ; stand (for lamp etc...), mount (of photograph).

giá To raise, lift, one's hand against (someone), to offer to strike (someone), to threaten to strike (someone). *Nó dưa tay lên giá đánh tôi :* He lifted his hand as if to strike me.

giá Coach.

giá Frost. *Cỏ phủ đầy giá :* The grass was covered with frost.

giá Price, cost, charge ; value. *Nguyên giá :* Manufacturer's price. *Giá tiền mặt (trả ngay) :* Cash price, price for cash. *Cửa hàng bán giá duy nhất :* One price store. *Bất cứ với giá nào :* At a costs. *Vật nầy giá bao nhiêu ? :* Wha:

price is that article?. *Vô giá, không thể đánh giá được* : Above price, beyond price, without price. *Việc nầy phải làm với bất cứ giá nao* : This must be done at any price. *Tăng giá, lên giá hàng hóa* : To enhance the price of goods. *Mất giá, giảm giá trị* : To lose value ; to fall in value. *Giá sụt xuống, hạ xuống* : Prices are coming down. *Sự mất giá* : Loss of value, fall in value. *Cũng đáng giá, có chút ít giá trị* : To have a certain value. *Định giá, đánh giá vật gì* : To set a value on something. *Đánh giá, định giá vật gì quá cao* : To set too high a value on something. *Mua quyển sách nầy mười đồng thật vừa giá* : This book is quite good for ten piastres. *Giá của anh mắc quá* : Your charges are too high. *Đánh giá, định giá hàng hóa* : To value goods. *Đánh giá công việc đã làm xong* : To value work done. *Giá của những hàng hóa nầy đều có ghi rõ ràng* : The prices of these goods are all clearly marked on them. *Đề giá một món hàng* : To mark (the price of) an article. *Tôi sẽ đề cho anh vật ấy với một giá phải chăng?* : I will let you have it on easy terms. *Giữ vững giá* : To keep one's prices steady, to keep up one's prices.

giá [ʒá] To cost, to be worth. *Vật ấy giá bao nhiêu?* : How much does it cost?. *Vải giá mười đồng một thước* : Material that is worth ten piastres a metre. *Hai nhà giá một trăm ngàn đồng* : Two houses worth one hundred thousand piastres.

giá áo [ʒá áu] Coat-rack, coat-stand. *Giá áo túi cơm* : Good-for-nothing.

giá bán [ʒá bán] Selling price, sale price.

giá bán buôn [ʒá bán buən] Whole-sale price.

giá bán lẻ [ʒá bán lẻ] Retail price.

giá biểu [ʒá biểu] Tariff ; price-list.

giá bình dân [ʒá bìn zòn] Popular price.

giá buôn [ʒá buən] 1) Purchase price. 2) Wholesale price.

giá buốt [ʒá buốt] Biting cold.

giá cả [ʒá kả] Price, cost.

giá cao [ʒá kau] High price, stiff price.

giá chánh thức [ʒá cáin θức] Official price.

giá chót [ʒá cót] Bottom price. *Giá chót bao nhiêu?* : What is your bottom price?.

giá chợ [ʒá cợ] Market price, current price.

giá chợ đen [ʒá cợ dɛn] Black market price.

giá cũ [ʒá kũ] Old price. *Giữ giá cũ* : To maintain old prices.

giá dụ [ʒá zụ] For example, for instance; suppose that.

giá đặc biệt [ʒá daɯk biệt] Exceptional price.

giá giảm [ʒá ʒàm] Cut price, reduced price.

giá gương [ʒá gɯəŋ] Mirror-stand.

giá hạ [ʒá hạ] Low price.

giá hiện hành [ʒá hiện hàin] Price-current.

giá hòm [ʒá hòm] Bier.

giá khoán [ʒá xwán] Transferable securities ; stocks and shares.

giá lạnh [ʒá lạin] Biting cold.

giá lẻ [ʒá lẻ] Retail price.

giá mà [ʒá mà] See giá dụ.

giá móc nón [ʒá mók nón] Hat-rack.

giá mua [ʒá mwə] Purchase price.

giá mục [ʒá muk] Tariff, price-list.

giá nguyên [ʒá ŋwien] Cost price; manufacture's price.

giá ngự [ʒá ŋɯ] To control, to dominate, to constrain.

giá như [ʒá ɲɯ] See giá dụ.

giá nhứt định [ʒá ɲứt dịn] Fixed price, set price.

giá nón [ʒá nón] Hat-stand.

giá phải chăng [ʒá fải caɯŋ] Moderate price, fair price, reasonable rate, reasonable price, moderate terms. *Bán vật gì với giá phải chăng* : To sell something at a reasonable rate, at a fair rate.

giá phòng [ʒá fɔ̀ŋ] See giá dụ.

giá rẻ [ʒá rɛ̀] Cheap price, cheap rate. *Mua vật gì với giá rẻ* : To buy something on the cheap. *Định một giá rẻ cho hàng hóa trong kho* : To set a low value on the stock.

giá rét [ʒá rɛ́t] Frosty.

giá sách [ʒá ʃáik] Bookshelves, bookcases.

giá sanh hoạt [ʒá ʃaŋ hwạt] Cost of living. *Giá sanh hoạt hiện nay rất cao so với giá sanh hoạt cách đây ba năm*: The cost of living is much higher than it was three years ago.

giá si [ʒá ʃì] Wholesale price.

giá súng [ʒá ʃúŋ] Arm–rack.

giá thăp [ʒá θấp] Low price. *Giá thấp nhứt* : Rock-bottom price, lowest price.

giá thể [ʒá θẻ] If, for example.

giá thị trường [ʒá θị trưàŋ] Market price, market value, market rate.

giá thú [ʒá θú] Marriage. *Giấy giá thú*: Marriage certificate.

giá thứ [ʒá θừ] For example.

giá thường [ʒá θưàŋ] Current price, market price.

giá tị [ʒá tị] (Bot) Teak.

giá tiền [ʒá tièn] Price. *Giá tiền mặt* : Cash-price, price for cash. *Giá tiền các bài học của ông là bao nhiêu ?* : What are your terms of lessons ?. *Giá tiền ở khách sạn nầy là ba trăm đồng mỗi ngày* : The terms of that hotel are there hundreds piastres a day.

giá trị [ʒá trị] Value, worth. *Có giá trị*: To be of value. *Không có giá trị* : Of no value, worthless. *Không có món nào có giá trị cả* : It is nothing of any value. *Giảm giá trị* : To lose value, to fall in value. *Có chút ít giá trị* : To have a certain value. *Hình như nó không biết giá trị của thì giờ* : He doesn't seem to know the value of time. *Xem vật gì có giá trị* : To set value upon something, to attach value to something. *Thặng dư giá trị* : Increase in value. *Có giá trị, ít giá trị, không có giá trị* : Of great, little, no, worth. *Người không có giá trị* : A

man of no worth. *Đối đãi người nào tùy theo giá trị của người ấy* : To treat someone according to his merits. *Vé có giá trị trong một tháng* : Ticket valid for one month.

giá trung bình [ʒá truŋ bìŋ] Average price.

giá tư [ʒá tư] Dowry, dower.

giá vẽ [ʒá vẽ] Easel.

giá võng [ʒá vɔ̃ŋ] Hammock frame.

giá vốn [ʒá vón] Cost price, manufacturing (manufacturer's) cost, prime cost.

giá xôn [ʒá son] Bargain-price.

già [ʒà] Old, aged, senile ; advanced in years. *Ông bạn già của tôi* : My old comrade, my old friend. *Một ông già* : An old man. *Tuổi già* : Old age. *Thành già, trở nên già, già đi* : To grow old. *Tôi thấy nó già nhiều* : I found him greatly aged. *Nó không già đến thế* : He is not so very old. *Nó có vẻ già* : He is beginning to look old.

già cả [ʒà kả] Aged, old, very old. *Những người già cả* : The aged.

già cắc [ʒà kák] Very old.

già cằng [ʒà kəŋ] Very old.

già chác [ʒà cák] Aged, very old.

già chuyện [ʒà cwiện] Conversational, talkative, loquacious, garrulous.

già cõm [ʒà kɔ̃m] Worn–out, broken-down, with old age.

già cốc đế [ʒà kók dé] Very old.

già đi [ʒà di] To become, grow, get, old.

già giặn [ʒà ʒăn] Experienced, skilled, mature.

già hàm [ʒà hàm] Talkative. *Người đàn bà đó thật là già hàm !* : What a talker that woman is !, how fond she is of talking !.

già háp [ʒà háp] (Of young man) To look older than one is.

già họng [ʒà hɔŋ] See già hàm.

già khẳn [ʒà xăn] Very old.

già khọm [ʒà xɔm] See già cõm.

già khú [ʒà xú] Very old.

già lam [ʒà lam] Pagoda.

già nắng [ʒà náɯŋ] Well-dried in the sun.

già néo đứt dây [ʒà néu dứt zɛɪ] Everything has its breaking point.

già nua [ʒà nwɔ] Old, aged, advanced in years.

già sọm [ʒà ʃɔm] Very old.

già yếu [ʒà iếu] Decrepit, senile.

giả [ʒà] False, sham, artificial, fictitious, forged, spurious, not genuine or real. *Răng giả, tóc giả* : False, artificial, teeth, hair. *Gỗ giả* : Artificial wood. *Chân giả* : Artificial leg. *Nước mắt giả* : Artificial tears. *Bạc giả* : Counterfeit, spurious, coin. *Đồ nữ trang giả* : Imitation jewellery. *Cửa sổ giả* : Blind, blank, dead, window. *Làm giả* : To falsify, to counterfeit, to fake. *Tên giả* : Assumed name.

giả 1) To pretend, to feign, to sham. *Giả đau* : To pretend to be ill.
2) To disguise. *Nó giả làm cảnh sát viên* : He disguised himself as a policeman. *Nó giả làm đàn bà* : He disguised himself as a woman (in a woman's clothes).

giả To give back. See **trả.**

giả bộ [ʒà bọ] To pretend, to affect, to assume, to sham, to feign, to simulate. *Giả bộ dốt nát* : To pretend ignorance. *Nó không đau, nó chỉ giả bộ* : He is not ill ; he is only shamming. *Giả bộ làm việc gì* : To pretend to do something, to make pretence of doing something.

giả bộ điếc [ʒà bọ dírk] To turn a deaf ear to, to shed one's ears to (all requests for help, etc...).

giả cách [ʒà káik] To dissimulate, to pretend.

giả cây [ʒà kèi] Pork stew.

giả chết [ʒà cét] To sham, counterfeit, death ; to pretend, feign, to be dead.

giả chước [ʒà cứrk] See **giả cách.**

giả dại [ʒà zại] To pretend ignorance ; to play the ass, the fool, the idiot. *Giả dại để thực hiện mục đích của mình* :

To pretend ignorance in order to achieve one's end.

giả dạng [ʒà zạŋ] To disguise oneself, to make up ; disguised, in disguise. *Giả dạng thầy tu* : To get oneself up as a monk. *Nó bị bọn khủng bố giả dạng dân làng chặt đầu một cách dã man khi nó đang ngủ trưa* : He was savagely beheaded while taking his siesta by terrorists disguised as villagers.

giả danh [ʒà zaiŋ] To call oneself, to pose as.

giả diện [ʒà ziện] Mask.

giả dối [ʒà zối] False, deceitful ; insincere. *Tất cả sự ân cần của nó chỉ là giả dối* : All his cordiality is a sham, a make-believe.

giả đạo đức [ʒà đạu đứk] Hypocritical. *Người giả đạo đức* : Hypocrite.

giả đau [ʒà đau] To feign sick ; to pretend to be ill ; to sham, pretend, sickness, to sham illness ; to malinger (esp. in order to escape duty).

giả điếc [ʒà dírk] To turn a deaf ear to, to shut one's ears to (appeals for helf, etc...).

giả điên [ʒà dien] To feign oneself mad.

giả định [ʒà dịŋ] For example.

giả định (Mil) Brevet. *Cấp giả định* : Brevet rank. *Đại úy giả định* : Brevet captain.

giả đò [ʒà dɔ̀] To feign, to pretend, to assume, to sham, to dissemble, to simulate.

giả hiệu [ʒà hiệu] Imitating trade-mark.

giả hình [ʒà hìŋ] To disguise oneself, to make up.

giả khóc [ʒà xɔ́k] To feign to weep.

giả lại [ʒà lại] See **trả lại.**

giả lờ [ʒà lɔ̀] To feign, to simulate.

giả lời [ʒà lɔ̀i] See **trả lời.**

giả mạo [ʒà mạu] To falsify, to counterfeit, to forge, to fake. *Giả mạo chữ ký* : To forge a signature. *Phạm tội giả mạo* : To be guilty of forgery.

giả ngu [ʒà ŋu] To play the fool, to affect stupidity. See **giả dại.**

giả như [ʒả ɲɯ] Supposing that.

giả nhược [ʒả ɲɯɾk] See giả như.

giả quả [ʒả kwả] Pseudocarp.

giả sơn [ʒả ʃơn] Rockery, rock-garden.

giả sử [ʒả ʃử] Supposing that.

giả tảng [ʒả tảŋ] To feign, to pretend, to sham.

giả tạo [ʒả tạu] To falsify.

giả tạo Fictitious.

giả thác [ʒả θák] To allege as a pretext, to pretext, to plead.

giả thiết [ʒả θiét] Suppose that.

giả thù [ʒả θù] See trả thù.

giả thuyết [ʒả θwiét] Hyppothesis, assumption, supposition. Giả thuyết của nó cho rằng chiến tranh sẽ chấm dứt trong sáu tháng là sai : His assumption that the war would end in six months proved wrong. Tôi căn cứ theo giả thuyết ấy: I went on that supposition.

giả thứ [ʒả θử] Supposing that.

giả trá [ʒả trá] False, deceitful.

giả trang [ʒả traŋ] To disguise oneself, to make up ; disguised, in disguise.

giả vờ [ʒả vờ] To feign, to pretend, to make believe, to dissemble, to feint, to sham, to simulate. Giả vờ làm việc gì: To feign, pretend, make believe, to be doing something ; to make a pretence of doing something. Giả vờ đánh tay mặt và đánh tay trái : To feint with the right hand and strike with the left.

giã [ʒã] To grind, to bray, to crush, to pound.

giã To neutralize.

giã ân [ʒã ən] To thank.

giã độc [ʒã dọk] To neutralize the effects of poison.

giã gạo [ʒã gạu] To husk rice.

giã nát [ʒã nát] To pound, to grind.

giã nhân [ʒã pən] Gorilla.

giã nhỏ [ʒã pỏ] See giã nát.

giã ơn [ʒã ơn] To thank.

giã rượu [ʒã rɯɾu] To make one sober.

giã từ [ʒã tử] To take leave of.

giạ [ʒạ] Measure weighing about thirty kilograms of grain.

giác [ʒák] To cup (patient). Ống giác : Cupping-glass. Giác cho người nào : To cup someone.

giác 1) Horn. Con tê giác : Rhinoceros. 2) Angle.

giác chất [ʒák cót] Keratin, ceratin.

giác chùy [ʒák cùi] Pyramid.

giác đỉnh [ʒák dỉn] Vertex, apex of angle.

giác kế [ʒák ké] Goniometer, angle-gauge.

giác-kế vô-tuyền [ʒák ké vo twiền] (W. Tel) Radiogoniometer, direction-finder, directional receiving apparatus.

giác mô [ʒák mo] (Anat) Cornea. Thuộc về giác mô : Corneal.

giác ngộ [ʒák ŋọ] To awake(n), to rouse ; to understand, to come to reason.

giác quả [ʒák kwả] (Bot) Siliqua, silique.

giác quan [ʒák kwan] Sense, sense-organ, organ of the senses.

giác thư [ʒák θɯ] Diplomatic memo-randum.

giác tinh [ʒák tịn] To awake(n), to come to, to come round.

giác tố [ʒák tó] (Ch) Eutomolin.

giác trụ [ʒák trụ] (Geom) Prism.

giác trắc kế [ʒák trắɯk ké] Panto-meter.

giạc [ʒạk] Stature, height (of person).

giạc chừng [ʒạk cừŋ] About.

giai [ʒai] See trai.

giai âm [ʒai əm] Good news.

giai cảnh [ʒai kảɲ] Charming scenery.

giai cấp [ʒai kóp] Class, grade. Những giai cấp xã hội : Classes of society. Giai cấp thượng lưu : The upper class. Giai cấp trung lưu : The middle class. Những người thuộc đủ giai cấp trong xã hội : Persons of every grade of society.

giai cấp cần lao [ʒai kóp kền lau] The working class.

giai cấp đấu tranh [ʒai kóp dớ traɲ] Class struggle.

giai cấp lao động [ʒai kɤ́p lau dɔŋ] See giai cấp cần lao.

giai cấp thợ thuyền [ʒai kɤ́p θɤ̀ θwièn] See giai cấp cần lao.

giai cấp trí thức [ʒai kɤ́p trí θứk] Intelligentsia.

giai cấp vô sản [ʒai kɤ́p vo ʃản] Proletariat.

giai cấp xã hội [ʒai kɤ́p xã họi] Social class.

giai đoạn [ʒai dwạn] Stage, period, phase. *Đến giai đoạn khó* : To reach a critical stage. *Những giai đoạn của sự tiến hoá* : The stages of an evolution. *Những giai đoạn của một chứng bịnh* : Periods of a disease. *Bước vào một giai đoạn mới* : To enter upon a new phase.

giai đoạn chiếm đóng [ʒai dwạn ciếm dɔ́ŋ] Occupation phase.

giai đoạn chiến đấu [ʒai dwạn ciến dấu] Combat phase.

giai đoạn lịch sử [ʒai dwạn lịk ʃử] Phase of the history.

giai đoạn tấn công [ʒai dwạn tấn koŋ] Phase of the attack.

giai đoạn xung phong [ʒai dwạn suŋ fɔŋ] Assault phase.

giai gái [ʒai gái] Boy and girl.

giai hào [ʒai hàu] Exquisite food.

giai kỳ [ʒai kì] Lucky day, favourable day.

giai lão [ʒai lãu] To live together till the old age. *Bách niên giai lão* : To live together for a hundred years.

giai lệ [ʒai lẹ] Pretty, beautiful.

giai ngẫu [ʒai ŋỗu] Well assorted couple.

giai nhân [ʒai ɲən] Beautiful girl, exquisite woman.

giai phẩm [ʒai fỏm] Fine literary work.

giai tác [ʒai.ták] See giai phẩm.

giai tầng [ʒai tàuŋ] Men of the same class.

giai tế [ʒai té] Good son-in-law.

giai thanh [ʒai θaɲ] Distinguished, smart young man.

giai thoại [ʒai θwại] Beautiful story.

giai thừa [ʒai θừa] Factorial.

giai tiết [ʒai tiét] Auspicious day, favourable day.

giai vị [ʒai vị] Exquisite food, taste.

giái [ʒái] See giới.

giải [ʒải] Prize, award. *Giựt giải, chiếm giải* : To carry off the prize. *Người giựt giải* : Prize-winner. *Nó chiếm tất cả giải trong trường* : He captured all the prizes at school ; he carried off all the prizes at school ; at school he carried all before him.

giải To deliver, to conduct (a prisoner, etc...) under escort.

giải See trải.

giải (Math) To answer ; to solve. *Giải một bài toán* : To answer a problem. *Giải một phương trình* : To solve an equation.

giải To find out (a riddle, etc...).

giải ách [ʒải áik] To save from a danger.

giải an ủi [ʒải an ủi] Consolation prize.

giải bày tâm sự [ʒải bày təm ʃụ] To open one's heart.

giải binh [ʒải biɲ] To disband.

giải buồn [ʒải buồn] To divert, to relieve the tedium.

giải cầu [ʒải kɤ̀u] To meet unexpectedly, to encounter by surprise.

giải chiều [ʒải ciếu] To spread a mat.

giải chức [ʒải cứk] To dismiss.

giải cổ [ʒải kổ] To explain old writing.

giải cứu [ʒải kứu] To save, to rescue, to deliver. *Giải cứu người nào khỏi bị cầm giữ* : To deliver someone from, out of, captivity.

giải di [ʒải zi] To smile.

giải dịch [ʒải zịk] To dismiss.

giải đãi [ʒải dãi] Lazy, idle.

giải đáp [ʒải dáp] To answer, to reply.

giải đấu [ʒải dɤ̀u] First on the list for the second degree examination.

giải đoán [ʒải dwán] To interpret (a dream, etc...).

giải đoán (sự) Interpretation. *Sự giải*

đoán không-ảnh : Interpretation of aerial photographs.

giải độc [ʒài đọk] To detoxicate, to be antidotal. *Thuốc giải độc* : Antidote, antipoison.

giải giới [ʒài ʒɤ́i] To disarm. *Trên một ngàn binh sĩ địch bị bắt và giải giới* : Over a thousand enemy soldiers were captured and disarmed. *Sự giải giới* : Disarmament.

giải hòa [ʒài hwà] To conciliate, to reconcile, to make peace. *Có thể giải hòa được* : Reconcilable. *Sự giải hòa* : Conciliation, reconcilement. *Giải hòa với người nào* : To reconcile oneself with, to, someone.

giải hướng [ʒài hwɤ́ŋ] (Mil) To escort provisions.

giải kết [ʒài két] To untie.

giải khát [ʒài xát] To slake, to quench, one's thirst ; to have a drink ; to have some refreshment. *Đồ giải khát* : Refreshments.

giải khuây [ʒài xwei] To alleviate, to allay one's sorrow.

giải khuyên [ʒài xwièn] To comfort, to console.

giải lao [ʒài lau] To repose, to take relaxation, to take rest.

giải lương [ʒài lɯəŋ] To supply with provisions.

giải minh [ʒài miɲ] To explain clearly.

giải muộn [ʒài muộn] To divert, to relieve the tedium.

giải nạn [ʒài nạn] To deliver from a danger.

giải nạp [ʒài nạp] To deliver to the authorities.

giải nghệ [ʒài ɲẹ] To leave the profession.

giải nghĩa [ʒài ɲĩə] To explain, to interpret, to expound, to elucidate. *Sự giải nghĩa* : Explanation, elucidation.

giải ngộ [ʒài ŋọ] To clear up a misunderstanding.

giải ngũ [ʒài ŋũ] To demobilize, to discharge, to release from military service. *Khi chiến tranh chấm dứt, quân đội được giải ngũ* : When the war ended,

the army was demobilized.

giải ngũ (sự) Demobilization, discharge. *Sau khi được giải ngũ, hắn di-cư sang Gia-nã-Đại* : After his discharge from the army, he emigrated to Canada.

giải nguy [ʒài ŋwi] *Giải nguy cho người nào* : To get someone out of a fix.

giải nguyên [ʒài ŋwien] First on the list for the second degree examination.

giải nhiệt [ʒài ɲiệt] Febrifugal, antipyretic. *Thuốc giải nhiệt* : Febrifuge, antifebrile, antipyrin(e).

giải oan [ʒài wan] To clear of an unjust charge.

giải phạm [ʒài fạm] To deliver prisoners under escort.

giải pháp [ʒài fáp] Solution. *Giải pháp chánh trị* : Political solution.

giải phẫu [ʒài fɤu] To dissect, to anatomize. *Sự giải phẫu* : Dissection, anatomy. *Nhà giải phẫu* : Dissector, anatomist, surgeon.

giải phiền [ʒài fièn] See **giải muộn**.

giải phóng [ʒài fɔ́ŋ] To liberate, to free, to emancipate, to affranchise. *Sự giải phóng* : Liberation, emancipation. *Vùng giải phóng* : Liberated area.

giải phóng quân [ʒài fɔ́ŋ kwən] Liberation troops.

giải quán quân [ʒài kwán kwən] Championship.

giải quyết [ʒài kwiét] To solve, to resolve, to clear up (a difficulty) ; to settle (a question) ; to disentangle ; to decide. *Vấn đề chưa giải quyết được* : Problem not yet solved. *Các anh hãy giải quyết với nhau tùy ý các anh* : Settle it among yourselves, settle it any way you like. *Những vấn đề chưa giải quyết* : Questions not yet settled. *Giải quyết một sự khó khăn* : To put the axe in the helve. *Vấn đề được giải quyết không gây ra một sự phản đối còn con nào* : The question was solved without anyone taking exception to the decision.

giải rõ [ʒài rõ] To elucidate, to enucleate. *Giải rõ một vấn đề* : **To enucleate a problem.**

giải sầu [ʒài ʃồu] **To relieve the tedium.** *Uống rượu giải sầu :* **To drown one's sorrow in drink.**

giải tán [ʒài tán] **To dissolve, to disperse, to break up, to disband, to dismiss ; (of crowd, assembly, etc...) to break up, disperse.** *Cảnh sát giải tán đám đông :* **The police dispersed the crowd.** *Đám đông giải tán khi cảnh sát đến :* **The crowd dispersed when the police came.** *Quân đội bị giải tán khi chiến tranh chấm dứt :* **The army was disbanded when the war came to an end.** *Cuộc mết tinh bị cảnh sát giải tán :* **The meeting was broken up by the police.** *Cảnh sát dùng lựu đạn cay và gậy ngắn đề giải tán những người biểu tình :* **The police used tear gas grenades and batons to disband the demonstrators.**

giải thế [ʒài θể] **To dissolve.**

giải thích [ʒài θik] **To explain, to interpret, to expound, to construe.** *Giải thích một chúc ngôn thảo không được rõ ràng :* **To construe an unskilfully drawn will.** *Anh có thể hiểu đoạn nầy mà không cần giải thích không ? :* **Can you understand this passage without explanation ?.** *Không cần giải thích thêm nữa :* **Not much explanation will be needed.** *Ống đại sứ sẽ giải thích quan điểm của chánh phủ ông về việc nầy :* **The ambassador will explain the sentiments of his government in this matter.**

giải thoát [ʒài θwát] **To liberate, to emancipate, to free, to deliver.** *Giải thoát những thành kiến ở trong tâm trí :* **To liberate the mind from prejudice.** *Giải thoát người nào khỏi đời sống nô lệ :* **To free someone from a life of servitude.**

giải thuyết [ʒài θwiét] **To explain, to interpret, to expound.**

giải thưởng [ʒài θưởng] **Prize, award.** *Giải thưởng Nobel :* **The Nobel Prize.** *Tranh một giải thưởng :* **To compete for a prize.** *Treo giải thưởng bắt hoặc*

giết người nào : **To set a price on someone's head.**

giải tích [ʒài tik] **To analyse.** *Hình học giải tích :* **Analytic geometry.**

giải tỏa [ʒài tủa] 1) **To release (funds).** 2) **To raise the blockade.**

giải tổ [ʒài tổ] **To dissolve all organizations.**

giải tống [ʒài tống] **To conduct (prisoner) under escort.**

giải trí [ʒài trí] **To relax ; to amuse, divert, oneself.** *Sự giải trí :* **Entertainment, distraction.** *Tôi đọc sách đề giải trí :* **I read to relax my mind.** *Làm việc gì đề giải trí :* **To do something for amusement.** *Đóng sách đề giải trí :* **To do book-binding for a hobby.** *Nó giải trí bằng cách đọc truyện trinh thám :* **He unbends his mind by reading detective stories.**

giải trí trường [ʒài trí trưồng] **Amusement park.**

giải trừ [ʒài trừ] (Law) **To determine ; to emancipate ; to annul.**

giải ưu [ʒài ưu] **See giải buồn.**

giải vây [ʒài vei] **To raise the siege.**

giãi bày [ʒãi bày] **To make known one's feelings or thoughts.** *Giãi bày tâm sự :* **To open one's heart, to disembosom oneself.**

giãi lòng [ʒãi lòng] **To show one's feelings.**

giãi nắng [ʒãi náuŋ] **To expose to the sun.**

giãi tỏ [ʒãi tỏ] **To manifest, to show, to expose clearly.**

giam [ʒam] **To imprison, to detain, to confine, to put (someone) in prison.** *Trại giam :* **Concentration camp, detention camp.** *Nhà giam :* **Prison, house of detention.** *Bắt giam người nào :* **To take someone into custody.**

giam **To pay the winner.**

giam cầm [ʒam kồm] **See giam cấm.**

giam cấm [ʒam kồm] **To detain, to imprison.** *Sự giam cấm :* **Detention, detainment.**

giam hãm [ʒam hãm] **To confine.** *Bị giam hãm trong bốn bức tường :* **Confined within four walls.**

giam lòng [ȝam lɔ̀ŋ] To keep a close watch on (someone), to prevent from going out of a limit.

giam ngục [ȝam ŋụk] Prison, gaol, jail, house of detention.

giam thất [ȝam θất] See giam ngục.

giám [ȝám] (Not used alone) To examine, to control.

giám biên [ȝám bien] (In football) Line-man, lines-man.

giám biệt [ȝám biệt] To examine and to discern.

giám chỉnh [ȝám cỉɲ] To examine and to correct.

giám định [ȝám dịɲ] To examine and to decide; to appraise, value, estimate. *Giám định những thiệt hại :* To appraise the damage.

giám định viên [ȝám dịɲ vien] Expert.

giám đốc [ȝám dók] Director, manager, supervisor. *Ban giám đốc :* Board of directors. *Bà giám đốc :* Manageress. *Tôi muốn nói chuyện với bà giám đốc :* I want to speak to the manageress.

giám đốc To direct, to supervise, to manage.

giám học [ȝám họk] Vice-principal (of high school).

giám hộ [ȝám họ] (Law) Guardian; tutor (of a minor).

giám khảo [ȝám xảu] Examiner. *Các giám khảo đánh rớt phân nửa số thí sinh :* The examiners failed half the candidates.

giám mục [ȝám mụk] Bishop. *Tổng giám mục :* Archbishop.

giám quốc [ȝám kwók] President of a Republic.

giám sát [ȝám sát] To supervise.

giám thị [ȝám θị] Proctor; supervisor, superintendent.

giảm [ȝảm] To lessen, to diminish, to reduce, to decrease. *Giảm điện thế :* To reduce the voltage. *Giá giảm :* Reduced price. *Giảm lần :* To be on the decrease. *Giảm số chi tiêu :* To curtail, cut down, reduce, expenses. *Làm giảm thế lực của người nào :* To lessen, detract from, someone's authority.

Giảm tốc lực : To slow down, to reduce speed. *Nếu anh gian lận trong các kỳ thi và nói láo thì anh tự làm giảm giá trị của anh :* If you cheat at examinations and tell lies, you degrade yourself.

giảm bớt [ȝảm bót] To diminish, to decrease, to lessen; (of fever, heat etc...) to abate, to subside; to grow less; (of profits) to fall off, to decline. *Giảm bớt tốc lực :* To slow down, to reduce speed.

giảm giá [ȝảm ȝá] To reduce, lessen, bring down, prices. *Làm giảm giá :* To devalorize. *Làm giảm giá trị :* To debase, to degrade, to depreciate.

giảm hình [ȝảm hỉɲ] To extenuate an offence.

giảm khinh [ȝảm xiɲ] To attenuate, to mitigate, to extenuate, to palliate. *Trường hợp giảm khinh :* Extenuating, palliating, circumstances.

giảm phạt [ȝảm fạt] To mitigate a penalty.

giảm sức [ȝảm ʃúk] To diminish in strength.

giảm thiểu [ȝảm θiểu] To diminish, to lessen, to reduce, to decrease.

giảm thọ [ȝảm θọ] To shorten the life.

giảm thuế [ȝảm θwé] To reduce taxes. *Sự giảm thuế :* Reduction in taxation.

giảm tô [ȝảm to] To reduce taxes.

giảm tội [ȝảm tội] To mitigate a penalty.

giạm [ȝạm] To sound out. *Giạm hỏi :* To sound out with a question.

gian [ȝan] Apartment, compartment, room ; interval.

gian Dishonest, tricky, shifty, disloyal. *Ăn gian :* To cheat. *Nói gian :* To lie, to slander.

gian Hard, difficult.

gian ác [ȝan ák] Dishonest and wicked.

gian dâm [ȝan zâm] To commit adultery, to be adulterous. *Tội gian dâm :* Adultery.

gian dối [ȝan zối] Dishonest, deceitful

gian giảo [ʒan ʒàu] Shifty, cheating.

gian hàng [ʒan hàŋ] 1) Stand, stall (at exhibitions, etc...). *Gian hàng trái cây* : Fruit-stand.

2) Department (in a very big shop). *Gian hàng bán bóp đầm* : The ladies' hand-bag department. *Gian hàng bán thực phẩm* : The food department. *Gian hàng bán quần áo đàn ông* : The men's clothing department.

gian hiểm [ʒan hiểm] 1) Snaky, wily.

2) Laborious and dangerous.

gian hoạt [ʒan hwạt] Sly, wily, cunning.

gian hùng [ʒan hùŋ] Scoundrel.

gian khổ [ʒan xỏ] Hardship.

gian lao [ʒan lau] See gian khổ.

gian lận [ʒan lận] To cheat, to trick, to swindle, to defraud. *Người gian lận* : Swindler. *Có mục đích gian lận* : With intent to defraud. *Người ta có thể làm tiền rất nhiều bằng cách gian lận* : One can make a lot of money by fiddling.

gian lậu [ʒan lậu] Clandestine.

gian nan [ʒan nan] Hand, laborious, difficult.

gian nguy [ʒan ŋwi] Hard and dangerous, perilous, dangerous.

gian nhà [ʒan ɲà] Compartment.

gian nhân [ʒan ɲən] Wrongdoer, malefactor.

gian ninh [ʒan niɲ] Wily flatterer.

gian phi [ʒan fi] Wrongdoer.

gian phu [ʒan fu] Adulterer. *Gian phu dâm phụ* : Adulterer and adulteress.

gian phụ [ʒan fụ] Adulteress, loose woman.

gian quyệt [ʒan kwiệt] Shifty, cheating, cunning.

gian tà [ʒan tà] Perfidious, treacherous.

gian tặc [ʒan tạwk] Brigand, bandit.

gian tế [ʒan tế] Spy.

gian tham [ʒan θam] Greedy.

gian thần [ʒan θền] Traitor (subject who betrays his king).

gian thông [ʒan θoŋ] Adulterous.

gian trá [ʒan trá] Deceptive, crafty, fraudulent.

gian truân [ʒan trwən] Hard and miserable.

gian xảo [ʒan sàu] Artful, crafty, designing.

gián [ʒán] (Ent) Cockroach, black beetle.

gián cách [ʒán káik] Separated.

gián điệp [ʒán diệp] Spy; espionage. *Phản gián điệp* : Counter-espionage. *Nếu anh chứa chấp một gián điệp, anh có thể bị trừng phạt* : You may be punished if you harbour a spy. *Tên gián điệp bị giam năm năm rồi bị đày đi* : The spy was imprisoned for five years and then deported.

gián đoạn [ʒán dwạn] Interrupted, broken off, discontinuous. *Làm gián đoạn* : To interrupt, to break off, to discontinue.

gián hoặc [ʒán hwạuk] Perhaps, may be.

gián thu [ʒán θu] Indirect (tax).

gián tiếp [ʒán tiếp] Indirect; indirectly. *Bổ từ gián tiếp* : Indirect object.

giàn [ʒàn] Frame; frame-work (where plants or shrubs are growing over).

giàn đờn [ʒàn dòn] Band, orchestra.

giàn nhạc [ʒàn ɲạk] Band, orchestra. *Một trung đoàn thường có một giàn nhạc riêng* : A regiment of soldiers often has its own band.

giản biên [ʒản bien] Ancient books.

giản dị [ʒản zị] Easy, simple, plain. *Đời sống giản dị* : The simple life. *Không có gì giản dị hơn* : Nothing could be simpler. *Sống một cách giản dị* : To live in a plain way.

giản dị hóa [ʒản zị hwá] To simplify.

giản đồ [ʒản dò] Diagram.

giản đơn [ʒản dơn] Simple.

giản hốt [ʒản hót] Careless.

giản lậu [ʒản lậu] Rudimentary.

giản lược [ʒản lựrk] Summary, concise.

giản minh [ʒản miɲ] Concise.

giản phác [ʒản fák] Easy, plain, simple.

giản tả [ʒản tả] To abbreviate.

giản thuần [ʒản θwền] Simple.

giản tiện [ʒản tiện] Easy, simple and

practical. *Phương pháp giản tiện* : Easy method.

giản ước [ʒàn úrk] Concise.

giản yếu [ʒàn iéu] Simple and essential.

giãn [ʒãn] To slacken, to relax, to loosen (something that is taut) ; to stretch. *Làm giãn ra* : To ease ; to dilate. *Sợi dây giãn rất nhiều* : The rope has given a good deal. *Cao su giãn ra nhưng len không giãn* : Rubber will stretch but wool won't stretch.

giang [ʒaŋ] River. *Quá giang* : To cross a river.

giang biên [ʒaŋ bien] River-bank.

giang hà [ʒaŋ hà] Rivers.

giang hồ [ʒaŋ hò] Rivers and lakes. *Gái giang hồ* : Prostitute, whore, harlot.

giang khẩu [ʒaŋ xòu] Mouth of a river.

giang khê [ʒaŋ xe] River and stream.

giang mai [ʒaŋ mai] (Med) Syphilis.

giang môn [ʒaŋ mon] 1) (Anat) Anus. *Thuộc về giang môn* : Anal.

2) Mouth of a river.

giang sơn [ʒaŋ ʃɔn] 1) Rivers and mountains, (fig) country, nation. *Giang sơn cẩm tú* : Fine country, beautiful country.

2) Burden.

giáng [ʒáŋ] To descend, to lower.

giáng cấp [ʒáŋ kớp] To demote, to reduce to a lower rank ; (Navy) to disrate ; (Mil) to demote.

giáng châu [ʒáŋ cəu] Mangosteen.

giáng chỉ [ʒáŋ ci] (Of emperor) To issue a decree.

giáng chiếu [ʒáŋ ciéu] See giáng chỉ.

giáng chức [ʒáŋ cứrk] To degrade, to demote. to reduce to a lower rank or grade. *Giáng chức một hạ sĩ quan xuống binh nhì* : To reduce to the ranks. (to make a non-commissioned officer a private soldier again).

giáng hạ [ʒáŋ hạ] To descend, to come down (from heaven).

giáng hiện [ʒáŋ hiện] To appear in this world.

giáng họa [ʒáŋ hwạ] To bring disaster.

giáng lâm [ʒáŋ ləm] To descend from the heaven.

giáng phàm [ʒáŋ fàm] See giáng lâm.

giáng phước [ʒáŋ fúrk] To bless. *Lạy Thượng đế giáng phước cho anh* : God bless you !.

giáng sinh [ʒáŋ ʃiŋ] To incarnate. *Lễ Thiên Chúa Giáng sinh* : Christmas.

giáng thế [ʒáŋ θé] See giáng sinh.

giáng trần [ʒáŋ tròn] See giáng sinh.

giáng trật [ʒáŋ trʐt] To reduce to a lower rank.

giáng thun [ʒàŋ θun] Catapult.

giảng [ʒảŋ] 1) To explain, to interpret, to expound.

2) To teach, to lecture. *Giảng sử ký* : To lecture on history.

3) To preach.

giảng bài [ʒảŋ bài] To explain a lesson.

giảng cầu [ʒảŋ kòu] To study a doctrine.

giảng dạy [ʒảŋ dạy] To teach, to instruct.

giảng đạo [ʒảŋ dạu] To preach a religion.

giảng đường [ʒảŋ dwòn] Amphitheater Auditorium, lecture-room, lecture-hall

giảng giải [ʒảŋ ʒài] To explain, to interpret, to expound.

giảng hòa [ʒảŋ hwà] To reconcile, to conciliate ; to make peace, to negotiate for peace.

giảng khoa [ʒảŋ xwa] Course of study

giảng luận [ʒảŋ luʐn] To explain and to discuss ; to dissert.

giảng minh [ʒảŋ miŋ] To explain charly

giảng nghĩa [ʒảŋ ŋĩə] To explain, interpret.

giảng sư [ʒàŋ ʃɯ] Professor (in university).

giảng thuật [ʒàŋ θuʐt] To expose, and to explain.

giảng thuyết [ʒàŋ θwiét] To give lecture ; to make, deliver, a speech

giảng viên [ʒàŋ vien] Lecturer. *Giảng viên chỉ nói sơ qua vấn đề* : The lecturer merely scratched the surface of the subject.

giạng chân [ʒaŋ cən] *Đừng giạng chân :*
To straddle.

gianh [ʒaiɲ] (Bot) Thatch. See tranh.

giành [ʒàiɲ] 1) To dispute. *Hai con chó
giành nhau cục xương :* Two dogs
fighting over a bone.

2) To secure. *Giành những chỗ tốt :*
To secure the best seats.

giành giựt [ʒàiɲ ʒựt] See giành.

giành tai [ʒàiɲ tai] To cock one's ears,
to prick up one's ears, to strain one's
ears.

giao [ʒau] To deliver, to hand over
(goods, etc..). *Giao người nào cho
quân địch :* To deliver someone into
the hands of the enemy. *Giao vật gì
cho người nào giữ :* To deliver some-
thing into someone's charge. *Giao vật
gì đến tận nhà người nào :* To deliver
something at someone's house. *Giao
vật gì tận tay người nào :* To give
something over to someone. *Hàng
hóa giao tận nhà :* Goods delivered at
any address. *Giao người nào cho pháp
luật :* To hand someone over to justice.
Tên trộm được giao cho cảnh sát : The
thief was turned over to the police.

giao [ʒau] 1) To entrust, to commit ; to
consign. *Giao việc gì cho người nào :*
To entrust someone with something.
2) To assign. *Giao một công việc cho
người nào :* To assign a task to some-
one. *Giao quyền lại cho người nào :* To
assign a right to someone. *Giao công
việc lại cho người dưới quyền :* To
devolve work on a subordinate.
*Giao vật gì cho người nào trông nom,
săn sóc :* To put, place, something, in,
under, the care of someone ; to com-
mit something to the care of some-
one. *Nó được giao cho một công tác
quan trọng :* He was charged with an
important mission.
3) To allot. *Giao một phần lương cho
người bà con :* To allot a portion of
pay to a relative.

giao banh [ʒau baiɲ] (In tennis) To
serve the ball.

giao binh [ʒau biɲ] To fight (against).

giao cảm [ʒau kàm] Sympathetic. *Thần
kinh giao cảm :* The sympathetic
nerve.

giao cấu [ʒau kə̀u] To copulate, to
couple, to conjugate, to unite sexually ;
to have sexual intercourse. *Sự giao
cấu :* Sexual copulation, sexual union,
coition.

giao chiến [ʒau ciến] To fight a battle,
to fight (against) ; to engage (with
the enemy). *Hai đạo quân giao chiến
nhau :* The two armies fought a
battle.

giao dịch [ʒau zịk] To trade, to deal,
to exchange ; to buy and sell. *Giao
dịch với người nào:* To deal with
someone. *Sự giao dịch :* Exchange ;
relation. *Phái đoàn giao dịch với Ủy Hội
Quốc tế :* Mission in charge of relations
with the International Commission.

giao du [ʒau zu] To frequent, to com-
pany. *Giao du với người nào :* To
frequent someone, to company with
someone. *Giao du với bọn hạ lưu :* To
keep low company.

giao du thân mật [ʒau zu θən mặt]
Liaison (illicit intimacy between a
man and a woman).

giao điểm [ʒau diểm] (Geom) Point of
intersection ; (Anat) commissure.

giao điện [ʒau diện] *Máy giao điện :*
Alternator.

giao giữ [ʒau ʒữ] *Giao vật gì cho người
nào giữ :* To deliver something into
someone's charge.

giao hàng [ʒau hàŋ] To deliver goods.
Sự giao hàng : Delivery of goods.
Người giao hàng : Delivery – man,
delivery-boy, delivery-girl. *Giấy giao
hàng :* Delivery note.

giao hảo [ʒau hảu] To be on friendly
terms with ; to entertain friendly
relations with. *Tình giao hảo giữa hai
nước :* Friendly relations between two
nations.

giao hẹn [ʒau hẹn] To agree.

giao hiếu [ʒau hiếu] See giao hảo.

giao hoà [ʒau hwà] To be on friendly
terms with.

giao hoan [ʒau hwan] To rejoice to-gether, to enjoy together.

giao hoán [ʒau hwán] To exchage, to barter, to commute. *Thuộc về sự giao hoán* : Commutative. *Giao hoán khế ước* : Commutative contract. *Sự giao hoán* : Exchange, commutation.

giao hoàn [ʒau hwàn] To give back, to restore, to return.

giao hỗ [ʒau hỗ] Reciprocal, mutual.

giao hội [ʒau họi] (Astr) Conjunction.

giao hợp [ʒau họp] To copulate, to couple, to unite sexually ; to have sexual intercourse.

giao hữu [ʒau hữu] Amicable relations; friendship. *Trận đấu giao hữu* : Friendly match.

giao kèo [ʒau kèu] Contract, agreement, convention, bond. *Cam kết bằng giao kèo* : To bind oneself by contract. *Các điều kiện theo giao kèo* : Conditions as per contract. *Sự hủy một giao kèo* : Breach of contract. *Sự phạt vạ vì không thi hành đúng theo giao kèo* : Penalty for non-fulfilment of contract. *Ký giao kèo làm công việc gì* : To contract to do something. *Ký giao kèo với người nào* : To enter into, conclude, an agreement with someone.

giao kết [ʒau két] To agree.

giao lại [ʒau lại] To devolve, to depute, to transfer. *Giao công việc lại cho người dưới quyền* : To devolve work on a subordinate.

giao lưu [ʒau lưu] Alternating current.

giao nạp [ʒau nạp] 1) To deliver.

2) To pay.

giao ngân [ʒau ŋɤn] *Lãnh hóa giao ngân* : Cash on delivery (C.O.D.).

giao phó [ʒau fó] To entrust, to trust, to confide, to commit. *Giao phó việc gì cho người nào* : To entrust, trust, someone with something. *Giao phó cho người nào thi hành một kế hoạch* : To confide the execution of a plan to someone. *Giao phó việc gì cho người trọng tuổi* : To entrust something to a man of age. *Tôi giao phó những công việc của tôi cho một luật sư kinh nghiệm* :

I trust my affairs to an experienced lawyer.

giao phong [ʒau fɔŋ] To engage, to join battle.

giao phối [ʒau fói] To marry.

giao tế [ʒau té] Relation, connection.

giao thế [ʒau θé] To substitute.

giao thiệp [ʒau θiệp] To be in contact, to enter into relations with (someone) ; to associate. *Giao thiệp với người nào* : To be in contact with someone ; to enter into relations with someone ; to be in relationship with someone ; to associate with someone ; to form a connection with someone, to have dealings with someone. *Tôi khuyên anh đừng giao thiệp với một người như thế* : I advise you to have no dealings with such a fellow. *Giao thiệp với đời* : To rub shoulders with other people.

giao thiệp (sự) Relation, connection, dealings. *Tránh tất cả những sự giao thiệp với người ngoại quốc* : To avoid all relations with strangers.

giao thiệp rộng [ʒau θiệp rộŋ] To have a wide circle of acquaintances, a wide acquaintance.

giao thoa [ʒau θwa] 1) To (inter) cross; (Ph) (of light-waves, etc...) to interfere. *Sự giao thoa* : Interference.

2) (Ph) Interfering, interferential.

giao thoa kế [ʒau θwa ké] (Ph) Interferometer.

giao thông [ʒau θoŋ] To communicate. *Sự giao thông* : Communication. *Đường giao thông* : Lines of commu-nication.

giao thông hào [ʒau θoŋ hàu] Communicating trench, connecting trench.

giao thời [ʒau θời] Period of transition, transition period.

giao thừa [ʒau θừa] New Year's Eve, the transition hour between the old year and the new year.

giao tiền [ʒau tiền] To hand money to.

giao tiếp [ʒau tiếp] To be in contact.

giao tình [ʒau tỉɲ] Amity, friendship, companionship.

giao trạng [ʒau traɳ] (Bot) Colloidal.

giao tranh [ʒau traiɲ] To fight.

giao tục [ʒau tục] (Of widower) To marry again.

giao ước [ʒau ɯ́rk] To promise, to pledge oneself (to). *Lời giao ước:* Promise.

giao vĩ [ʒau vĩ] To mate, to couple, to pair (male and female).

giáo [ʒáu] Lance, spear.

giáo To teach, to instruct.

giáo Doctrine, religion, cult.

giáo chủ [ʒáu củ] Founder of a religion; leader of a sect. *Hồng Y Giáo chủ:* Cardinal.

giáo dân [ʒáu zɔn] To educate the people.

giáo dân The catholic population.

giáo dục [ʒáu zục] Education, bringing up. *Có giáo dục:* Well-bred, well-educated. *Vô giáo dục:* Ill-bred. *Người vô giáo dục:* A man without education. *Bộ Quốc gia Giáo dục:* Ministry, Department of National Education. *Sự giáo dục được miễn phí và bắt buộc tới mười bốn tuổi:* Education is free and compulsory up to the age of fourteen.

giáo dục To bring up, to educate. *Tất cả trẻ con đều phải được giáo dục để kính trọng và vâng lời cha mẹ và thầy học của chúng nó:* All children should be brought up to respect and obey their parents and teachers.

giáo đầu [ʒáu dầu] To begin, to start. *Lời giáo đầu:* Prologue.

giáo điều [ʒáu diều] Dogma, commandment.

giáo đình [ʒáu dỉɲ] Papal court.

giáo đồ [ʒáu dò] Disciple.

giáo đường [ʒáu dɯờɲ] Church; place of worship.

giáo giở [ʒáu ʒɔ̉] Perfidious, treacherous.

giáo giới [ʒáu ʒɔ́i] Educational world.

giáo hoá [ʒáu hwá] To educate; to civilize.

Giáo hoàng [ʒáu hwàɳ] Pope.

giáo học [ʒáu hɔk] Schoolmaster, teacher.

giáo hồi [ʒáu hồi] To elevate, to rear, to bring up.

giáo hội [ʒáu hội] Church; congregation. *Anh quốc giáo hội:* The Church of England.

giáo huấn [ʒáu hwʔn] To educate, to teach, to instruct, to enlighten, to indoctrinate. *Trại giáo huấn:* Indoctrination camp.

giáo hữu [ʒáu hữu] Co-religionist.

giáo khoa [ʒáu xwa] Subject of study. *Sách giáo khoa:* Textbook.

giáo khu [ʒáu xu] Diocese.

giáo lễ [ʒáu lễ] Religious rites.

giáo lịnh [ʒáu ịɲ] Instructions, directions.

giáo luyện [ʒáu lwiện] To train, to drill.

giáo lý [ʒáu lí] Dogma, doctrine.

giáo nghĩa [ʒáu ɲɪ̃ɜ] Doctrine.

giáo phái [ʒáu fái] Religious sect.

giáo quy [ʒáu kwi] Regulations of a religion.

giáo sĩ [ʒáu ʃi] Missionary.

giáo sinh [ʒáu ʃiɲ] Student-teacher.

giáo sư [ʒáu ʃɯ] Professor, lecturer (at a university); teacher. *Giáo sư Pháp văn:* Professor of French. *Giáo sư trường đại học:* University professor.

giáo tài [ʒáu tài] Educational documents.

giáo thất [ʒáu θất] Classroom.

giáo thụ [ʒáu θụ] 1) Professor, teacher. 2) To teach.

giáo thuyết [ʒáu θwiét] Religious theory.

giáo viên [ʒáu vien] Primary school teacher.

giáo vụ [ʒáu vụ] Educational work.

giảo [ʒàu] To hang (a criminal).

giảo hình [ʒàu hỉɲ] Hanging.

giảo hoạt [ʒàu hwạt] Crafty, artful, cunning, wily.

giảo lục [ʒàu lục] To kill by hanging.

giảo nguy [ʒàu ɳwi] Deceitful.

giảo nha thiết xỉ [ʒàu ɳa θất sỉ] To

grind, grit, gnash, one's teeth, (fig) very angry.

giảo quyết [ʒiảu kwiết] To hang (a criminal).

giảo quyệt [ʒảu kwiệt] Artful, crafty, cunning, deceitful.

giảo trá [ʒảu trá] Double - dealing, knavish.

giáp [ʒáp] The first Heaven's Stem.

giáp Cycle of twelve years.

giáp Bordering, near, adjacent.

giáp bào [ʒáp bảu] Amour, cuirass.

giáp binh [ʒáp biɲ] Armed soldier wearing a cuirass.

giáp che ngực [ʒáp cɛ ŋựk] Breast-plate.

giáp chiến [ʒáp ciến] To fight hand-to-hand.

giáp giới [ʒáp ʒới] Limitrophe, adjacent (to); abutting (on), bordering (on).

giáp giới To abut, to border. *Giáp giới với một nước khác :* To border on another country. *Gáp giới với một nơi nào :* To abut something ; to abut on, against, something.

giáp lá cà [ʒáp lá kà] Hand-to-hand. *Trận đánh giáp lá cà :* Hand-to-hand fight.

giáp mặt [ʒáp mặut] Face to face. *Cho người nào giáp mặt với người nào :* To bring someone face to face with someone.

giáp nhau [ʒáp ɲau] Contiguous.

giáp nhựt [ʒáp ɲựt] Two consecutive days.

giáp quả [ʒáp kwả] (Bot) Pod, shell, husk (of peas, etc...).

giáp sĩ [ʒáp ʃi] Soldier wearing a cui-rass.

giáp trận [ʒáp trạn] To join battle.

giáp trận Hand-to-hand fight.

giáp trùng [ʒáp trùŋ] (Ent) Beetle.

giáp xác loại [ʒáp sák lwại] (Z) Crus-tacea.

giát giường [ʒát ʒɯờŋ] Frame of a bed.

giạt [ʒạt] To drift ; to be driven. *Bị đánh giạt vào bờ :* To be driven ashore.

Trôi giạt theo giòng nước : To drift down-stream. *Trôi giạt vào bờ :* To drift on shore. *Sóng đánh giạt tàu vào các mỏm đá :* The waves drove the ship upon the rocks.

giàu [ʒàu] Rich, wealthy. *Nhà giàu, người giàu có :* A rich man, a man of wealth. *Trở nên giàu có :* To grow rich. *Nó rất giàu :* He's rolling in cash, he has no end of money, he has loads of money. *Người mới giàu :* The new, newly, rich. *Giàu như Thạch Sùng, rất giàu có :* As rich as Croesus, as a Jew. *Anh giàu nhưng nó còn giàu hơn anh nữa :* You are rich but he is more so. *Người ta đoán chừng nó giàu lắm :* He was assumed to be wealthy. *Nó giàu nhưng không hạnh phúc :* He is rich but not happy. *Nó không giàu như anh tưởng đâu :* He is not so rich as you imagine. *Làm giàu :* To achieve wealth. *Ham làm giàu, chỉ nghĩ đến việc làm giàu mà thôi :* Devoted to the acquisition of wealth. *Nó giàu đến nỗi nó không biết nó có bao nhiêu tiền bạc :* He is so rich that he doesn't know what he is worth. *Không ai giàu ba họ, không ai khó ba đời :* Good luck, ill luck, cannot last for ever.

giàu có [ʒàu kɔ́] Rich, wealthy. *Sự giàu có :* Wealth. *Người giàu có :* A rich man, a man of fortune. *Sự giàu có thường không đem lại hạnh phúc :* Wealth does not always conduce to happiness. *Chúng nó rất giàu có :* They've got oceans of money. *Làm cho người ta tưởng mình là người giàu có :* To put oneself forward as a wealthy man. *Người ta nói nó rất giàu có :* People say (that) he is very wealthy. *Nó rất giàu có :* He is rolling in wealth, he's wallowing in money.

giàu con [ʒàu kɔn] To have many children.

giàu của [ʒàu kwə̀] Wealthy.

giàu lòng từ thiện [ʒàu lòŋ từ θiện] Charitable.

giàu sang [ʒàu ʃaŋ] Rich, wealthy. *Sự giàu sang :* Wealth. *Sống trong cảnh* *giàu sang*: To live in affluence, to live in opulence.

giẩu [ʒầu] To pout (one's lips).

giạu [ʒạu] See giậu.

giày [ʒầy] Shoe. *Dây giày*: Shoe-lace. *Da đóng giày*: Shoe-leather. *Bàn chải đánh giày*: Shoe-brush. *Hộp đựng giày*: Shoe-box. *Thợ đóng giày*: Shoe-maker. *Một đôi giày*: A pair of shoes. *Giày da*: Leather shoes. *Mang giày*: To put on one's shoes. *Cởi giày ra*: To take off one's shoes. *Thợ đóng giày thường đi giày xấu*: The shoe-maker's wife is always the worst shod. *Chỉ có người đi giày mới biết mình đau chỗ nào*: Everyone knows best where his own shoe pinches. *Giày rẻ mang mau hư*: There is no wear in cheap shoes. *Giày nầy còn mang được*: These shoes still have wear in them. *Người đánh giày*: Boot-black.

giày To trample, to tread (something) under foot. *Bị voi giày chết*: Trodden to death by the elephants.

giày đặt [ʒầy dặut] Bespoke shoes.

giày ống [ʒầy óŋ] Boot.

giày trượt trên nước đá [ʒầy trượt tren núrk dá] Skate.

giày vò [ʒầy vò] To torment, to worry.

giày xéo [ʒầy séu] To trample, to tread under foot. *Giày xéo lên vật gì*: To stamp on something, to trample something down under foot.

giãy [ʒẫy] To struggle, to strive.

giãy chết [ʒẫy cét] To convulse just before death.

giãy giụa [ʒẫy ʒwạ] To struggle.

giặc [ʒặuk] Pirate, invader. *Trận giặc*: War. *Đánh giặc*: To make war.

giặc biển [ʒặuk biển] Corsair, sea pirate.

giặc giã [ʒặuk ʒã] War, hostilities.

giẫm [ʒẫmm] To crush, to trample, to tread; to stamp (on). *Giẫm lên vật gì*: To stamp on something, to trample, tread, something underfoot. *Giẫm lên cỏ*: To trample down the grass.

giẫm bùn [ʒẫmm bùn] To drabble through the mud.

giẫm chân [ʒẫmm cən] To trample on someone's foot.

giặm [ʒặmm] To supply, make up, make good, what is lacking. *Vì không có nhiều thịt, tôi phải ăn giặm thêm rau*: As there wasn't much meat I had to make up with vegetables.

giẩn [ʒẫun] *Giỏi giẩn*: Capable, clever.

giẵn [ʒẫun] To put (something) down heavily.

giặn [ʒặun] *Già giặn*: Experienced.

giặng [ʒặuŋ] See trăng.

giăng 1) To spread, to extend, to stretch. *Giăng một sợi dây ngang qua phòng*: To stretch a rope across the room.

2) To spin. *Nhện giăng tơ*: Spiders spin webs.

giăng dây [ʒauŋ zei] To stretch a rope.

giăng lưới [ʒauŋ luói] To spread a net, to set a net.

giăng màn [ʒauŋ màn] See giăng mùng.

giăng mùng [ʒauŋ mùŋ] To spread, suspend, hang up, put up, a mosquito-net.

giăng tay [ʒauŋ tay] To stretch out, reach out, one's arms.

giăng tơ [ʒauŋ tə] (Of spider) To spin its web.

giăng võng [ʒauŋ vɔ̃ŋ] To sling, lash, a hammock.

giẳng [ʒẫuŋ] To pull.

giẳng co [ʒẫuŋ kɔ] To pull about.

giắt [ʒắut] To stick. *Giắt hoa hường ở khuy áo*: To stick a rose in one's button hole. *Nó giắt cây viết chì bên tai nó*: He stuck his pencil behind his ear. *Nàng giắt hoa trên tóc nàng*: She stuck the flower in her hair.

giặt [ʒặut] To wash. *Thợ giặt đàn ông*: Laundryman. *Tiệm giặt*: Laundry. *Hàng vải có thể giặt (bằng xà bông) được*: Material that washes well. *Vải không thể giặt được*: Material that won't wash. *Giặt sạch một vết dơ*: To wash off a stain. *Màu (hàng vải) giặt* bay, giặt không được : Colour that won't stand any washing. Giặt quần áo : To do the washing. Tiền giặt tính luôn : Washing is included. Ai giặt quần áo cho anh ?, anh bỏ giặt quần áo ở tiệm nào ? : Who does your washing ?. Đem bỏ giặt quần áo : To send clothes to the wash, to put out one's washing. Trả tiền giặt quần áo trong tuần : To pay for the week's wash. Máy giặt quần áo : Washing-machine. Bỏ một bộ quần áo cho thợ giặt : To send a suit to the cleaner. Vải nầy giặt được không ? : Will this material wash ?.

giặt ủi [ʒɯ̃ɯ ủi] To launder (clothes). Thợ giặt ủi đàn ông : Laundryman. Thợ giặt ủi đàn bà : Laundress. Tiệm giặt ủi : Laundry.

giấc [ʒɔ́k] Sleep, slumber. Ngủ ngon giấc : To have a good sleep. Ngủ quá giấc : To oversleep. Ngủ luôn một giấc : To sleep without waking, without a break ; to sleep the night through. Yên giấc ngàn thu : To die.

giấc điệp [ʒɔ́k diệp] See giấc.

giấc mộng [ʒɔ́k mọŋ] Dream.

giấc ngủ [ʒɔ́k ŋủ] Sleep, slumber. Giấc ngủ say sưa : Sound sleep. Giấc ngủ không yên : Uneasy sleep. Giấc ngủ mê : Dead sleep, heavy sleep. Rán dỗ giấc ngủ : To try to get to sleep. Đọc sách để dỗ giấc ngủ : To read oneself to sleep. Giấc ngủ ngàn thu : The last sleep, the sleep that knows no waking, the sleep of death, of the tomb. Phá giấc ngủ của người nào : To disturb, break in, upon, someone's slumber. Nó mớ (nói mê) trong giấc ngủ : He talks in his sleep.

giấc ngủ ngắn [ʒɔ́k ŋủ ŋắrn] Nap.

giâm [ʒɤm] To raise (young trees and plants).

giấm [ʒɔ́m] Vinegar. Nghề làm giấm : Vinegar trade. Giấm rượu : Vine-vinegar. Nước xốt giấm : Vinegar sauce. Chai đựng giấm (ở bàn ăn) : Vinegar-cruet. Ngâm dưa chuột trong giấm : To soak gherkins in vinegar.

giấm giúi [ʒɔ́m ʒúi] To slip, to give (something) on the sly, on the quiet,

in an underhand manner.

giấm mật [ʒɔ́m mạt] Honey vinegar.

giấm thanh [ʒɔ́m θaiɲ] Vinegar of rice alcohol.

giầm [ʒɔ̀m] Paddle.

giậm [ʒɤm] To stamp. Giậm chân : To stamp one's foot, to tap with one's foot. Giậm chân vì tức giận : To stamp one's foot with anger, to stamp with rage.

giần [ʒɔ̀n] Sieve.

giần To sieve.

giận [ʒɤn] To be angry, in a temper. Tức giận, nổi giận : To be out of temper, to get angry, to be in a temper, to lose one's temper, to fly into a rage, a passion, a temper. Hay giận : Inclined to be angry. Nó giận lắm : He is very angry. Giận người nào : To get angry with someone. Giận đỏ mặt : To get properly angry. Giận tái mặt : To become livid with anger. Nó hay giận : He is easily angered. Chọc giận người nào, làm người nào tức giận : To get someone's temper up, to put someone in a temper ; to make someone angry ; to provoke someone to anger ; to try someone's temper ; to put someone into a passion. Làm người nào bớt giận : To appease, soothe, someone's anger. Nó giận xanh mặt, tím mặt : He was black in the face with rage. Nó có vẻ giận : He looks very cross. Nó giận đỏ mặt : He flushes an angry red. Cơn giận : Fit of passion. Nó mỗi chút mỗi giận ; hơi một chút nó cũng nổi giận rồi : He flies into a passion for the least thing. Giận sùi bọt mép : To foam with rage. Nó không thể nén giận được : He couldn't keep down his anger. Nó giận quá nên không nói được : He couldn't speak, he was so angry ; he was so angry that he couldn't speak.

giận căm gan [ʒɤn kawm gan] Boiling with anger.

giận dỗi [ʒɤn zỗi] To get angry.

giận dữ [ʒɤn zữ] To lose one's temper, to fly into a passion, to get, fly, into a rage. Nó nhìn tôi một cách giận dữ : He threw an angry look at me.

giảng [ʒɔ̆ŋ] To stand up. *Làm giàng tóc gáy* : Hair-raising ; to make one's hair stand on end.

giắp trầu (giầu) [ʒɔ̆p trồu] (Bot) Betel.

giập [ʒɤ̆p] Bruised (fruit). *Làm giập* : To bruise. *Trái giập* : Bruised fruit. *Gói mấy trái đào cẩn thận kẻo giập* : Pack the peaches carefully so that they don't bruise (get bruised).

giâu [ʒɤu] (Bot) Mulberry. *Cây giâu* : Mulberry-tree, mulberry-bush.

giật [ʒɤ̆t] See giựt.

giật lùi [ʒɤ̆t lùi] To move back, to draw back.

giâu [ʒɤ́u] To hide, conceal, dissemble, dissimulate (one's feelings, etc...). *Giấu những khuyết điểm của mình* : To hide one's faults. *Giấu tài của mình* : To conceal one's talents. *Giấu việc gì không cho người nào biết* : To hide, conceal, something from someone. *Tôi sẽ không giấu anh chuyện gì cả (tôi sẽ nói tất cả với anh)* : I will keep back nothing from you (I will tell you everything).

giâu đầu lòi đuôi [ʒɤ́u dồu lòi duôi] Obvious tricks, tricks easily seen through.

giâu giếm [ʒɤ́u ʒiém] To hide, to conceal, to dissemble.

giâu mặt [ʒɤ́u mɐ̆t] To hide one's face.

giâu tài [ʒɤ́u tài] To conceal one's talents.

giâu tên [ʒɤ́u ten] Anonymous ; to remain anonymous, to retain one's anonymity.

giấu [ʒồu] See giàu.

giậu [ʒɤ̆u] Hedge, fence.

giây [ʒei] Second, 1/60 of a minute ; moment, a very short period of time. *Vài giây nữa tôi sẽ trở lại* : I'll be back in a moment.

giây lát [ʒei lát] Instant, moment, awhile. *Nó ngừng lại trong giây lát để nghe* : He stood awhile listening.

giây phút [ʒei fút] See giây lát.

giầy [ʒéi] Paper. *Giấy làm bằng tay* : Hand - made paper. *Giấy làm bằng máy* : Machine-made paper. *Tờ giấy* : Sheet of paper. *Kẹp giấy* : Paper-clamp. *Dao rọc giấy* : Paper-cutter, paper-knife. *Kỹ nghệ làm giấy* : Paper-industry. *Người làm giấy* : Paper-maker. *Nghề làm giấy* : Paper-making, paper-manufacturing. *Người buôn bán giấy* : Paper-merchant. *Xưởng làm giấy* : Paper-mill. *Nghề buôn bán giấy* : Paper-trade. *Vật chận giấy* : Paper-weight.

giấy ảnh [ʒéi ảiŋ] Printing-out paper.

giấy bác sĩ [ʒéi bák ʃĭ] Health certificate, doctor's certificate, medical certificate.

giấy bạc [ʒéi bạk] Bank-note, (U.S.A.) bank-bill. *Nó bị bắt giữ vì đã lưu hành giấy bạc giả* : He was arrested for passing forged (counterfeit) bank-notes.

giấy bán [ʒéi bán] Bill of sale.

giấy bản [ʒéi bản] Rice-paper.

giấy báo [ʒéi báu] News-print.

giấy bắt ruồi [ʒéi bɐ̆t ruồi] Fly-paper.

giấy bìa [ʒéi bìɐ] Cardboard.

giấy biên lai (nhận) [ʒéi bien lai] Receipt.

giấy bóng [ʒéi bɔ́ŋ] Glossy, glazed, paper.

giấy bồi [ʒéi bồi] See giấy cạt tông.

giấy cạt tông [ʒéi kạt toŋ] Cardboard. *Hộp giấy cạt tông* : A cardboard box.

giấy căn cước [ʒéi kaɯn kứrk] Identity card, identification card. *Giấy căn cước bọc nhựa* : Plastic laminated identity card. *Trình giấy căn cước* : To submit proofs of identity.

giấy chặm [ʒéi cɐ̆m] Blotting-paper. *Mực lem nếu anh dùng giấy chặm xấu* : Ink smudges if you use bad blotting-paper.

giấy chứng chỉ (nhận) [ʒéi cứŋ ci] Certificate.

giấy cứng [ʒéi kứŋ] Cardboard.

giấy da [ʒéi za] Leatherette.

giấy dán tường [ʒéi zán tɯồŋ] Wall-paper.

giẩy dầu [ʒéi zɔ̀u] Oil-paper.

giẩy dấy [ʒéi zèi] Thick paper.

giẩy đá banh [ʒéi đá baiɲ] Ticket for the football game.

giẩy đánh máy [ʒéi đáiɲ máy] Type-writing paper, copying paper.

giẩy đòi [ʒéi dɔ̀i] Summons.

giẩy đồ [ʒéi dò] Tracing paper.

giẩy gạch hàng [ʒéi gaik hàn] Lined paper, faint-ruled paper. *Giấy gạch ô vuông* : Quadrillé paper, squared paper.

giẩy giá thú [ʒéi ʒá θú] Marriage certificate.

giẩy giao kèo [ʒéi ʒau kèu] Contract, agreement.

giẩy giao hàng [ʒéi ʒau hàn] Delivery order.

giẩy gói [ʒéi gói] Packing paper, wrapping paper.

giẩy hát [ʒéi hát] Ticket for the theatre.

giẩy hát bóng [ʒéi hát bón] Ticket for the movies.

giẩy hôn thú [ʒéi hon θú] Marriage certificate.

giẩy hợp đồng [ʒéi họp dòn] See giẩy giao kèo.

giẩy l út thuốc [ʒéi hút θwórk] Cigarette paper.

giẩy in [ʒéi in] Printing-paper. *Giấy in báo* : News-print. *Giấy in rô-nê-ô* : Mimeograph paper.

giẩy kẻ [ʒéi kẻ] Lined, ruled, paper. *Giấy kẻ ô vuông* : Quadrillé paper, squared paper.

giẩy khai sanh [ʒéi xai ʃaiɲ] Birth-certificate.

giẩy khai tử [ʒéi xai tửi] Death certificate.

giẩy khám bịnh [ʒéi xám biɲ] Health certificate.

giẩy kiểm tra [ʒéi kiểm tra] Census-paper, census card.

giẩy láng [ʒéi lán] Surface-coated paper.

giẩy lọc [ʒéi lɔk] Filter paper.

giẩy lộn [ʒéi lọn] Old papers.

giẩy má [ʒéi má] Papers, documents. *Những giấy má nằm trên bàn* : The

papers lay on the table.

giẩy màu [ʒéi màu] Coloured paper.

giẩy mỏng [ʒéi mɔ̀n] Flimsy.

giẩy mời [ʒéi mòi] Invitation card ; free tickets (for a theatre).

giẩy nhạc [ʒéi ɲak] Music paper.

giẩy nhám [ʒéi ɲám] Emery-paper, glass-paper, sand-paper.

giẩy nhựt trình [ʒéi ɲựt triɲ] News-print.

giẩy nợ [ʒéi nọ] Bill of debt.

giẩy phép [ʒéi ʃép] Permit, licence. *Giấy phép mang vũ khí* : Permit for carrying fire-arms. *Giấy phép xuất cảng* : Export licence. *Giấy phép nhập cảng* : Import licence. *Giấy phép chôn cất* : Permission to dispose of a body. *Giấy phép cho bán vật gì* : Licence to sell something.

giẩy quyến [ʒéi kwién] Tissue paper.

giẩy rời [ʒéi ròi] Loose sheet, fly-sheet.

giẩy sáp [ʒéi ʃáp] Stencil.

giẩy tánh hạnh [ʒéi táiɲ haiɲ] Good conduct certificate, certificate of good character.

giẩy tập nã [ʒéi tạp nã] Warrant of arrest.

giẩy than [ʒéi θan] Carbon-paper.

giẩy thấm [ʒéi θấm] Blotting-paper.

giẩy thông hành [ʒéi θon hàiɲ] Passport.

giẩy tín chỉ [ʒéi tín cỉ] Stamp-paper.

giẩy tồng giam [ʒéi tón ʒam] Order to confine prisoner.

giẩy tờ [ʒéi tò] Papers, documents. *Giấy tờ của một hãng buôn* : Papers of a business concern. *Đem chứng nhận giấy tờ* : To have one's paper visaéd. *Đừng đụng tới giấy tờ của tôi* : Don't meddle with my paper, don't touch my paper.

giẩy trắng [ʒéi tráun] White paper, blank paper.

giẩy ủy nhiệm [ʒéi wỉ ɲiệm] Credentials.

giẩy ủy quyền [ʒéi wỉ kwièn] (Com. Jur) Procuration, proxy, power of attorney.

giầy vẽ [ʒéi vẽ] Drawing paper.

giầy vệ sinh [ʒéi vẹ ʃiŋ] Toilet-paper.

giầy viết thơ [ʒéi viét θɔ] Letter-paper. *Hộp giầy viết thơ và bì thơ* : A box of stationery.

giầy vụn [ʒéi vụn] Waste paper.

giẩy [ʒèi] See giầy.

giẩy [ʒẽi] To struggle, to strive.

giẩy cỏ [ʒẽi kɔ̌] To weed (the garden). *Bận giẩy cỏ* : To be busy weeding.

giẩy giụa [ʒẽi ʒwẹ] To struggle.

gic [ʒɛ] Projecting, prominent, protuberant, jutting out (roof, cornice, balcony, etc...).

giẻ [ʒɛ́] Ear (of grain). *Giẻ hoa* : Spikelet, spicule.

giẻ [ʒɛ̀] Rag, cloth, clout. *Lau, chùi vật gì bằng nùi giẻ* : To clean something with a rag. *Lau khô vật gì bằng giẻ* : To dry something with a cloth.

giẻ lau [ʒɛ̃ lau] Clout.

gièm [ʒɛ̀m] To disparage, to vilify, to decry, to denigrate, to backbite, to speak ill of (someone).

gièm pha [ʒɛ̀m fa] To backbite, to denigrate, to blacken.

gieo [ʒɛu] To sow, to spread. *Mùa gieo giống* : Sowing-time. *Máy gieo giống* : Sowing-machine. *Gieo rải, gieo tung lên* : To sow broadcast. *Gieo từng lỗ* : To sow in holes. *Gieo lúa mì trên một miếng đất* : To sow land with wheat. *Gieo thành hàng* : To sow in rows, in drills. *Gieo mối bất hòa, sự kinh khủng* : To spread, sow discord, terror. *Gieo gì gặt nấy* : As a man sows, so shall he reap. *Gieo gió gặp bão* : Sow the wind and reap the whirlwind. *Gieo sự bất mãn* : To sow the seeds of discontent. *Gieo mối bất hòa trong một gia đình* : To bring discord into a family.

gieo cầu [ʒɛu kầu] (Of princess) To throw a ball to choose one's husband.

gieo giồng [ʒɛu ʒốŋ] To sow seeds.

gieo kinh khủng [ʒɛu kiŋ xủŋ] To sow, spread, terror.

gieo mạ [ʒɛu mạ] To sow rice seeds.

gieo mình [ʒɛu mìɲ] To throw oneself.

Gieo mình xuống sông : To throw oneself into the river.

gieo rắc [ʒɛu rắuk] To scatter, to disseminate, to spread abroad (false doctrine, etc..).

gieo tung lên [ʒɛu tuŋ len] To sow broadcast.

gieo vạ [ʒɛu vạ] To put the blame upon (someone).

gieọ [ʒɛu] Oblique.

giẹp [ʒɛp] Flat, flattened. *Làm giẹp, đập giẹp* : To flat, to flatten. *Đập giẹp đầu mũi kim* : To flatten the head of the needles.

giẻ [ʒɛ̀] See trẻ.

giêng [ʒieŋ] The first month of the lunar year. *Tháng giêng* : January.

giếng [ʒiéŋ] Well. *Nước giếng* : Wellwater. *Sự đào giếng* : Well-boring. *Người đào giếng* : Well-digger, wellsinker. *Giếng sâu bao nhiêu ?* : What is the depth of the well ?. *Nhìn vào trong giếng* : To look into the well. *Bơm cạn một cái giếng* : To pump out a well.

giếng dầu [ʒiéŋ zầu] Oil-well.

giếng khơi [ʒiéŋ xɔi] A deep well.

giếng mạch [ʒiéŋ mạik] Artesian well (a well made by digging so deep that water presses itself up from below).

giết [ʒiét] 1) To kill, to murder ; to slay, to make away with (someone) ; to destroy, to dispatch. *Kẻ giết người* : Killer, murderer. *Người bị giết* : Murdered person. *Võ khí giết người* : Murderous weapons. *Phạm tội giết người* : To commit (a) murder, to do murder. *Kêu la như bị giết* : To cry blue murder. *Giết người nào* : To kill someone, to make away with someone, to take someone's life. *Nó xuýt bị giết* : He was within an ace of being killed. *Còn nhiều người khác bị giết nữa* : Many more were killed. *Giết người nào chết tươi* : To kill someone outright.

2) To slaughter, to butcher (animals).

giết chết [ʒiét cét] To kill, to murder.

giết người [ʒiét ŋười] To murder, to

make away with someone. *Trừ việc giết người ra nó có thể làm bất cứ việc gì :* Short of murder he would do anything. *Tuần nãy ở Saigon có hai vụ giết người :* There have been two murders in Saigon this week.

giết thì giờ [ʒiết ɤi ʒɤ] To kill, while away, time.

giết thịt [ʒiết ɤịt] To butcher, to kill animals for food.

giễu [ʒiễu] To joke, to jest, to banter, to tease.

giễu cợt [ʒiễu kợt] To tease, to joke, to make fun of.

gìn [ʒin] To keep, to preserve.

gìn giữ [ʒin ʒữ] To conserve, to keep, to preserve ; to take care of.

gio [ʒɔ] Ashes, cinders. See **tro.**

gio See **gie.**

gió [ʒɔ] Wind, air. *Gió thổi mạnh :* High wind. *Liệu gió bỏ buồm :* To see how the wind blows, to find out which way the wind blows. *Đi ngược gió :* To have the wind in one's face. *Đi mau như gió :* To go like the wind. *Gieo gió gặt bão :* To sow the wind and reap the whirlwind. *(Tàu) Chạy gió xuôi :* To sail before the wind. *Bị gió cuốn đi :* Wind-driven. *Kiếng chắn gió (của xe hơi) :* Wind-shield. *Kín gió, gió không thể vào được :* Wind-tight. *Ngày có gió :* Windy, gusty, day. *Cơn gió mạnh :* Gust of wind, squall.

Gió thổi mạnh từng cơn : Gusty wind, the wind blows in squalls. *Hàng rào bị gió thổi sập :* The palisade was blown over, blown down. *Chỗ trống gió :* Windy place. *Phía dưới gió :* Lee-side. *Ra ngoài đề hứng gió :* To go out to take the air. *Hứng gió :* To enjoy the fresh air. *Gió chiều nào che chiều nấy :* To adapt oneself to circumstances. *Thừa gió bẻ măng :* To avail oneself of, to take, the opportunity to do something. *Khi trái gió lúc trở trời :* Changes of weather. *Đi mây về gió :* (Of gods, of opium smoker) To fly on the air. *Ngược gió :*

Against the wind, in the teeth of the wind. *Gió ở cửa sổ thổi vào :* The wind blows in at the window. *Gió cuốn nón của nó đi :* The wind has blown his hat off. *Không có một chút gió nào cả :* There is not a breath of wind. *Gió thổi tan mây :* The wind has cleared the weather. *Gió đã dịu bớt :* The wind has dropped. *Gió từ hướng nào thổi lại ? :* What quarter is the wind in ? ; from what quarter does the wind blow ?. *Gió từ hướng nam thổi lại :* The wind blows south.

gió bắc [ʒɔ bắk] North wind.

gió biển [ʒɔ biển] Sea-wind, sea-breeze, sea air.

gió cuồn [ʒɔ kuồn] Cyclone.

gió đông [ʒɔ đoŋ] East wind.

gió hiu hiu [ʒɔ hiu hiu] Breeze ; zephyr.

gió lạnh [ʒɔ lạiŋ] Icy wind, cold wind. *Gió lạnh thổi từ hướng bắc :* A cold wind was blowing from the north.

gió lốc [ʒɔ lók] Whirlwind.

gió lùa [ʒɔ lừə] Draught.

gió mạnh [ʒɔ mạiŋ] High wind.

gió mát [ʒɔ mát] Fresh air, cool wind.

gió mùa [ʒɔ mừə] Monsoon.

gió mưa [ʒɔ mưə] Wind and rain.

gió nam [ʒɔ nam] South wind.

gió ngược [ʒɔ ŋɯk] Adverse, contrary, wind ; head-wind. *Tàu bị trễ vì gió ngược :* The ship was delayed by contrary winds.

gió nồm [ʒɔ nồm] South wind.

gió phản [ʒɔ fản] Anticyclone.

gió rét [ʒɔ rét] Icy wind.

gió táp [ʒɔ táp] Squall, gust of wind.

gió tây [ʒɔ tei] West wind.

gió thoảng [ʒɔ ɤwảŋ] Breeze.

gió thổi [ʒɔ ɤổi] The wind blows, it is blowing. *Gió thổi mạnh :* It is blowing hard ; high wind.

gió xuôi [ʒɔ suɔi] Favourable wind, prosperous wind.

giò [ʒɔ] Foot, leg.

giò Pie. *Giò heo :* Pork-pie.

giò gà [ʒɔ gà] Leg of chicken.

giỏ [ʒɔ̉] Basket. *Giỏ hoa* : Flower-basket. *Giỏ dựng quần áo dơ* : Laundry basket. *Lớn quá không thề bỏ vào giỏ được* : Too big to go into the basket.

giỏ giày [ʒɔ̉ ʒéi] Waste-basket.

giỏ miệng [ʒɔ̉ miẹŋ] To poke one's nose in (someone's business).

gióc [ʒɔ́k] To plait (hair).

gióc bín (bím) [ʒɔ́k bín] To plait; to make, form, hair, into a plait.

gióc lòng [ʒɔ́k lɔ̀ŋ] With heart and hand, with heart and soul.

gioèn [ʒwèn] Matter, gum (in the eyes) See ghèn.

giòi [ʒɔ̀i] Maggot.

giỏi [ʒɔ̉i] Good (at), clever, skilled, adept, capable ; well, fine. *Giỏi tiếng La-tinh* : Good at Latin. *Giỏi tiếng Anh* : Strong in English. *Môn thề thao nào nó cũng giỏi cả* : He is good at all sports. *Nhảy giỏi, khiêu vũ giỏi* : To be good at dancing. *Nó chỉ giỏi vẽ môn quần vợt thôi* : He was good at nothing except tennis. *Giỏi toán* : Clever at mathematics. *Thợ giỏi* : Skilled workman. *Làm việc giỏi* : To work well. *Nó viết giỏi cũng như anh* : He writes as well as you. *Rất giỏi* : Very well. *Mạnh giỏi* : To be well, in good health. *Người giỏi về kiếm thuật* : Fine swordsman. *Giỏi hơn người nào về hóa học* : To beat someone in chemistry. *Nó là đứa bé giỏi nhứt trong lớp* : He is the brightest boy in the class, he's the best in his class.

giỏi giang [ʒɔ̉i ʒaŋ] Capable, clever.

giỏi toán [ʒɔ̉i twán] Clever at mathematics, good at figures (= arithmetic). *Anh có giỏi toán không ?* : Are you good at figures ?.

giọi [ʒɔ̣i] To knock someone's head with the knuckle of one's fingers. *Giọi đầu người nào* : To clout someone on, over, the head ; to clump someone's head ; to give someone a clump on the head.

giọi To dart, to shine, to flash. *Mặt trời giọi ánh sáng vào* : The sun darts its beams, the sun flashes.

giòn [ʒɔ̀n] 1) Brittle, fragile (china, etc); crisp, crispy (biscuit, etc). *Giòn như thủy tinh* : As brittle as glass.

2) *Tiếng cười giòn* : Tinkling laughter.

giòn tan [ʒɔ̀n tan] Very crispy.

giong [ʒɔŋ] To run fast ; to hurry, to hasten.

giong đèn [ʒɔŋ dèn] To keep a lamp lit. *Giong đèn suốt đêm:* To keep a lamp lit all night long.

giong ruổi [ʒɔŋ ruỏi] To hasten.

gióng [ʒɔ́ŋ] 1) To sound.

2) To exhort, to cheer.

gióng Bamboo frame used to hold loads at the ends of a yoke.

giòng [ʒɔ̀ŋ] To raise.

giòng tai [ʒɔ̀ŋ tai] To prick up, cock, one's ears.

giọng [ʒɔ̣ŋ] 1) Accent. *Có giọng Đức* : To have a German accent. *Nói tiếng Pháp giọng Anh* : To speak French with an English accent.

2) Tone, intonation ; voice. *Đổi giọng* : To alter, change one's tone ; to begin to sing another tune, to sing to another tune, to change one's tune. *Với một giọng thấp* : In a low tone. *Nói giọng dịu dàng, êm ái* : To speak gently, in a gently tone. *Lên giọng* : To raise (the tone of) one's voice. *Nói giọng cứng cỏi* : To speak in a hard voice, harshly. *Công nhân nói giọng ông chủ* : The employees take their tone from the chief. *Nói giọng mũi* : To speak through the nose. *Nó nói với anh bằng một giọng như thế à !* : Is that the way he speaks to you !.

giọng bể [ʒɔ̣ŋ bẻ] Broken voice.

giọng miễn cưỡng [ʒɔ̣ŋ miẽn kɯɔ̃ŋ] Constrained voice.

giọng nói [ʒɔ̣ŋ nói] Accent.

giọng say rượu [ʒɔ̣ŋ ʃay rɯợu] Voice thick with drink, with wine.

giọng thấp [ʒɔ̣ŋ θáp] Low voice.

giọng tự nhiên [ʒɔ̣ŋ tụ nien] Natural tone of voice.

giọt [ʒɔ̣t] Drop (of liquid). *Từng giọt* : Drop by drop. *Chảy, nhỏ, rỏ từng*

G

giọt : To drip, to trickle, to flow in drops. *Đó chỉ là giọt nước bỏ biển* : It's only a drop in the bucket, in the ocean. *Uống đến giọt cuối cùng (uống cạn ly)* : To drink to the last drop. *Nhỏ dầu từng giọt vào vật gì* : To drop oil into something. *Nước nhỏ từng giọt theo thang lầu xuống* : The water was dripping down the stairs. *Mồ hôi trên trán của nó nhỏ giọt xuống* : The perspiration was dripping from his forehead. *Máu từ vết thương chảy ra từng giọt* : Blood trickled from the wound. *Mồ hôi đọng trên trán nó* : Sweat stood in beads on his brow ; beads of perspiration stood on his brow.

giọt châu [ʒɔt cəu] Tear - drop. *Giọt châu lã chã* : To weep copiously, bitterly.

giọt lệ [ʒɔt lệ] Tears, tear-drop, drop of tear. *Mắt đẫm đìa giọt lệ* : Eyes dewed with tears.

giọt máu [ʒɔt máu] Drop of blood. *Nó chích ngón tay của nó và vài giọt máu chảy ra* : He pricked his finger and a few drops of blood came out.

giọt mồ hôi [ʒɔt mò hoi] Beads of perspiration.

giọt mưa [ʒɔt mưə] Rain-drop, drop of rain. *Có vài giọt mưa* : There were a few drops of rain.

giọt nước [ʒɔt nứrk] Drop of water. *Đó chỉ là giọt nước bỏ biển* : It is only a drop in the ocean.

giọt nước mưa [ʒɔt nứrk mưə] Rain-drop.

giọt sương [ʒɔt ʃưəŋ] Dewdrop, drop of dew, beads of dew. *Giọt sương lấp lánh* : Glistening dewdrops.

giô [ʒo] See *nhô*.

giỗ [ʒò] (Of dog) To rush out.

giỗ [ʒỗ] See *nhỗ*.

giỗ [ʒỗ] Anniversary of death.

giỗ đầu [ʒỗ dàu] The first anniversary of someone's death.

giỗ tết [ʒỗ tét] Anniversaries and festivals.

giỗ [ʒọ] To threaten, to menace.

giỏi [ʒói] See *trời*.

giỏi [ʒòi] To polish, to burnish, to buff.

giỏi bóng [ʒòi bóŋ] To burnish, to buff.

giỏi mài [ʒòi mài] To polish.

giỏi phần [ʒòi fấn] To make (oneself) up (one's face), to paint one's face.

giội [ʒọi] To pour, dash (water). *Giội vào* : To pour in, to come pouring in. *Giội một thùng nước trên sân đầy bùn này* : Dash a bucketful of water over this muddy floor.

giông [ʒoŋ] Unlucky ; ill luck, bad luck.

giông giống [ʒoŋ ʒóŋ] Somewhat similar, alike.

giống [ʒóŋ] Kind, sort ; race, breed, strain. *Một vật gì giống như vậy* : Something of that sort, something of the sort. *Nó là con dòng cháu giống* : He belongs to a good breed. *Con nhà tông không giống lông cũng giống cánh* : Breed will tell. *Nòi nào giống nấy* : What's bred in the bone will come out in the flesh.

giống Similar, like, alike ; same. *Trường hợp anh giống như trường hợp của tôi* : Your case is similar to mine. *Bức họa thật giống* : The portrait is very like. *Chúng nó giống hệt nhau, giống nhau như đúc, như hai giọt nước* : They are as like as two peas ; they are very much alike. *Tôi muốn kiếm một cái giống như vậy* : I want to find one like it. *Hai trường hợp giống nhau* : Two like cases. *Không có vật gì giống như vậy cả* : There is nothing like it. *Giống người nào, vật gì* : To be alike someone, something. *Chúng nó rất giống nhau* : There's a close resemblance between them (= they're very much alike). *Nó rất giống cha nó* : He's the very image of his father. *Tôi vừa gặp một người giống anh như đúc* : I have just met a man who is your very image. *Nó và em nó rất giống nhau* : He and his brother are very like each other. *Chúng nó giống nhau đến đỗi không phân biệt được ai và ai* : They are so alike I can never tell which is which. *Nó giống ai ?* : Whom is he like ?, who is he like ?. *Giống cha* : To be like one's father. *Tôi chưa bao giờ thấy một vật giống như vậy* : I never saw anything like it. *Ai giống nhau thường gặp nhau* : Like will to like. *Lập lại hai lần những chữ giống nhau* : To repeat the same words twice.

giống [ʒóŋ] To resemble, to take after, to look like. *Giống nhau* : To resemble one another. *Bức chân dung nãy giống anh* : This portrait is like you. *Nó giống con chim cú* : He looks like an owl. *Đứa con giống cha hơn* : The child favours its father (i. e. more like its father than its mother). *Con gái anh không giống anh chút nào cả* : Your daughter does not take after you in anyway.

giống (Gram) Gender.

giống bọ chét [ʒóŋ bọ cét] Aphis.

giống cái [ʒóŋ kái] Feminine. *Về giống cái* : In the feminine gender ; in the feminine. *Chữ nãy thuộc về giống cái* : This word is feminine.

giống đực [ʒóŋ dựk] Masculine. *Về giống đực* : In the masculine gender ; in the masculine. *Danh từ giống đực* : Masculine noun.

giống hệt [ʒóŋ hẹt] To be as like as two peas, to be very much alike ; to be exactly like. *Nó giống hệt cha nó* : He's the express image of his father.

giống hình cánh [ʒóŋ hìn káin] Aliform, wing-shaped.

giống người [ʒóŋ ŋười] Human race.

giống nhau [ʒóŋ ɲau] To be (a) like, to resemble one another. *Chúng nó giống nhau như hai giọt nước* : They are as like as two peas, they are very much alike. *Ăn mặc giống nhau* : Dressed alike.

giống nhau Similar, analogous.

giống như [ʒóŋ ɲư] To resemble. *Giống như tạc* : To be very much alike.

giống nòi [ʒóŋ nòi] Race.

giống vật [ʒóŋ vạt] Animal.

giống [ʒóŋ] See trồng.

giộp [ʒọp] To blister. *Nắng làm giộp sơn* : The sun has blistered the paint.

giơ [ʒɔ] To show, to raise. *Biểu quyết bằng cách giơ tay lên* : To vote by show of hands. *Giơ tay hăm dọa người nào* : To shake one's fist at someone.

giờ [ʒɔ̀] 1) Hour. *Một giờ rưỡi* : An hour and a half. *Nửa giờ* : Half an hour. *Ngày (làm việc) tám giờ* : Eight-hour day. *Đi bộ năm dặm một giờ* : To walk (at the rate of) five miles an hour, per hour. *Vào, lúc, hồi bảy giờ* : At the hour of seven. *Nó sẽ có mặt tại đây trước ba giờ* : He will be here by three o'clock. *Ngủ và thức đúng giờ* : To keep regular hours. *Vào mười một giờ, vào giờ chót* : At the eleventh hour. *Một sự thay đổi chương trình vào giờ chót* : An eleventh-hour change in the programme. *Nó có thể đến đúng giờ nếu nó chạy mau hơn* : He might have arrived in time if he had run quicker. *Bây giờ đứa bé biết xem giờ* : The child can now tell the time. *Tôi đã chờ anh hơn một giờ rồi* : I've been waiting for you for over an hour.

2) Time. *Mấy giờ rồi ?* : What time is it ?. *Đúng giờ rồi !* : Time's up !. *(Bóng tròn) Đá thêm giờ* : To play extra time. *Đến giờ hẹn* : At the time fixed, at the appointed time. *Không bao giờ* : At no time. *Ngày mai vào giờ nãy* : This time to-morrow. *Giờ Ba-lê* : Paris time. *Đồng hồ đi đúng giờ* : Watch that keeps (good) time. *Bất kỳ vào giờ nào trong ngày* : At any time of the day. *Tôi phải đến chỗ đó đúng giờ* : I must be there at the right time. *Tới trước giờ* : To be before (one's) time. *Đến đúng giờ* : To arrive up to time, on time. *Đến giờ nó xuống* : It is time he came down.

giờ ăn [ʒɔ̀ ɑ̈wn] Dinner-hour, dinner-time. *Giờ ăn sáng* : Breakfast-time.

giờ chánh thức [ʒɔ̀ cáin θứk] Official time.

giờ chơi [ʒɔ̀ cɔi] (Sch) Playtime, play-hour, break ; interval, recess.

giờ coi mạch [ʒɔ̀ kɔi maik] Consulting-hours.

giờ địa phương [ʒɔ̀ địə fɯɔŋ] Local time.

giờ đúng [ʒɔ̀ dúŋ] Right time.

giờ giấc [ʒɔ̀ ʒɔ́k] Time; schedule.

giờ giới nghiêm [ʒ̀ ʒɔ́i ŋiem] Curfew.

giờ học [ʒɔ̀ hɔk] School hours.

giờ khám bịnh [ʒɔ̀ xǎm bịɲ] Consulting-hours.

giờ khắc [ʒɔ̀ xǎɯk] Time.

giờ làm thêm [ʒɔ̀ làm tem] Extra work, overtime. *Anh sẽ lãnh thêm tiền về giờ làm thêm :* You will receive extra pay for extra work.

giờ làm việc [ʒɔ̀ làm vịɛk] Office hours, working hours, work hours. *Tôi làm việc nầy ngoài giờ làm việc :* I do this work out of hours.

giờ lâu [ʒɔ̀ ləu] For a long time.

giờ ngủ [ʒɔ̀ ŋủ] Bedtime. *Đã đến giờ ngủ :* It is bedtime.

giờ rảnh [ʒɔ̀ rǎiɲ] Spare time.

giờ tiêu chuẩn [ʒɔ̀ tieu cwɔ̀n] Standard time.

giờ xem mạch [ʒɔ̀ sɛm mạik] Consulting-hours.

giờ xúp [ʒɔ̀ súp] See **giờ làm thêm**.

giờ [ʒɔ̀] See **trở**.

giới [ʒɔ́i] 1) Circle, world, set. *Trong giới cải lương :* In theatrical circles. *Văn giới :* The world of literature, of letters ; the literary world, the literary set.

2) (Vegetable) Kingdom.

giới ăn chơi [ʒɔ́i ɑɯn cɔi] The fast set.

giới bị [ʒɔ́i bị] To take precautions.

giới chánh trị [ʒɔ́i cáiɲ trị] Political milieu. *Khách mời đại diện cho tất cả các giới chánh trị :* The guests were drawn from every political milieu.

giới chức [ʒɔ́i cứk] Authority.

giới định [ʒɔ́i dịp] To limit ; to set a limit or boundary to.

giới hạn [ʒɔ́i hạn] Bound, limit ; term, end. *Vượt quá giới hạn :* To go be-

yond all bounds, to pass all bounds, to know no bounds. *Không giới hạn :* Without limit. *Đặt giới hạn :* To set a limit, limits, to (something). *Định giới hạn :* To delimit.

giới hạn Limited, restricted.

giới khu [ʒɔ́i xu] Restricted area.

giới kịch trường [ʒɔ́i kịk trɯɔ̀ŋ] Theatrical circle.

giới luật [ʒɔ́i luạt] Commandment.

giới nghiêm [ʒɔ́i ŋiem] Curfew.

giới quan lại [ʒɔ́i kwan lại] Official-dom.

giới sang [ʒɔ́i ʃaŋ] (Mɛd) Scabies.

giới sát [ʒɔ́i ʃát] To obtain from kill-ing.

giới sắc [ʒɔ́i ʃǎɯk] To abstain from sexual relations.

giới thể thao [ʒɔ́i θɛ̀ θau] The sport-ing world.

giới thiệu [ʒɔ́i θiệu] To present, to introduce. *Giới thiệu người nào với người nào :* To introduce, present, someone to someone. *Tự giới thiệu với người nào :* To introduce oneself to someone. *Tôi sẽ giới thiệu anh với nàng :* I shall introduce her to you. *Sau vài lời giới thiệu :* After a few introductory words. *Có ông giám đốc ở đó. Tại sao anh không tự giới thiệu với ông ấy ? :* There's the manager. Why don't you make yourself know to him ?. *Tôi sẽ giới thiệu nó với anh :* I shall introduce him to you. *Nó được một chỗ làm tốt trong công sở nhờ sự giới thiệu của các bạn (nó) :* He got a good position in a government office through (by) the agency of friends.

giới thương mãi [ʒɔ́i θɯɔŋ mãi] Busi-ness circle.

giới tuyến [ʒɔ́i twién] 1) Demarcation line, line of demarcation.

2) Boundary.

giới tuyến quân sự tạm thời [ʒɔ́i twién kwən ʃự tạm θɔ̀i] Provision-al military demarcation line.

giới tửu [ʒɔ́i tửu] To abstain from wine.

giới ý [ʒɤ́i i] 1) Anxious, uneasy. 2) To pay attention to.

giới yên [ʒɤ́i ien] To forbid opium smoking.

giời [ʒɤ̀i] See trời.

giợm [ʒɤ̀m] To sound out.

giợm đánh [ʒɤ̀m dáip] To attempt to hit.

giợm nhảy [ʒɤ̀m pày] To attempt to jump.

giờn [ʒɤ̀n] To wander.

giờn gai ốc [ʒɤ̀n gai ɔ́k] To make one's flesh creep.

giờn tóc gáy [ʒɤ̀n tɔ́k ´gáy] (Of hair) To stand on end. Việc ấy làm tôi giờn tóc gáy : It made my hair stand on end.

giỡn [ʒɤ̄n] To tease ; to play, to joke.

giợn [ʒɤ̀n] See rợn.

giợn tóc gáy [ʒɤ̀n tɔ́k gáy] See giờn tóc gáy.

giợt [ʒɤ̀t] See dợt.

giú [ʒú] To force ripe.

giũ [ʒũ] To shake. Giũ mền : To shake down a blanket.

giũa [ʒw̄ɤ] File. Giũa êm, giũa cầm : Dead-smooth file. Sự giũa : Filing. Mạt giũa : Filings. Máy giũa : Filing-machine.

giũa 1) To file, to make smooth with a file. Giũa lại vật gì : To file something again.

2) (Fig) To file, to elaborate to perfection (esp. literary work). Mỗi câu đã được gọt giũa kỹ lưỡng : Each sentence has been carefully fined.

giũa cưa [ʒw̄ɤ kɯɤ] To set a saw.

giũa móng tay [ʒw̄ɤ mɔ́ŋ tay] To file one's finger nails.

giũa móng tay Nail-file.

giụa [ʒwɤ] See giãy giụa.

giục [ʒuk] To push, to urge ; to press, to hasten, to hurry. Giục người nào làm việc gì : To push someone on to do something, to press someone to do something. Giục một công việc : To urge on, forward, a piece of work.

giục chó [ʒuk cɔ́] To push the dogs.

giục giã [ʒuk ʒã] See giục.

giục giặc [ʒuk ʒaɯk] Undecided, irresolute.

giục ngựa [ʒuk ŋɯɤ] To push on a horse.

giúi [ʒúi] To slip, to slide. Giúi vật gì vào tay người nào : To slip, slide something into someone's hand.

giúi To push.

giùi [ʒùi] Awl (a tool for making holes in leather of wood).

giúi [ʒùi] To conduce, to lead.

giũi [ʒũi] See giỗi.

giụi mắt [ʒui máɯt] To rub one's eyes.

giúm [ʒúm] See chúm.

giúm môi [ʒúm moi] To purse (up) one's lips. See chúm môi.

giùm [ʒùm] To help, to aid.

giụm [ʒụm] To join. Giụm chân : To join one's feet.

giun [ʒun] Earthworm.

giúp [ʒúp] To help, to assist, to aid. Anh có muốn tôi giúp anh không ? : Will you have me to help you ?. Giúp người nào mặc quần áo : To help someone on with his clothes. Nó hứa giúp tôi nhưng đến phút chốt nó từ chối : He had promised to help me but at the last moment he drew back. Tôi sẽ rán hết sức để giúp anh : I shall help you as far as I can. Giúp người nào làm việc gì : To help, aid, someone to do something ; to assist someone in doing something. Phải tự giúp mình trước, trời sẽ giúp mình sau : God helps him who helps himself. Giúp người nào cởi áo choàng ra : To assist, help, someone off with his overcoat. (Rượu) Giúp cho sự tiêu hóa được mau lẹ : (Of wine) To assist digestion. Giúp người nào trong cơn hoạn nạn : To assist someone in misfortune. Giúp tiền cho người nào : To aid someone with money. Buổi trình diễn giúp những người nghèo : Performance in aid of the poor. Giúp người nào mặc quần áo : To help someone on with his clothes. Nếu anh muốn, tôi sẽ giúp anh : If you wish, I will help you. Giúp

người nào việc gì : To render, do,
someone a service. Tôi đã cố gắng giúp nó
nhưng vô ích : I vain tried to help him.
Tôi sẽ cố hết sức của tôi để giúp anh :
I shall help you as far as I can, as
far as possible, to the best of my ability.

giúp đỡ [ʒúp dỡ] To aid, to assist, to
help, to back (up). Giúp đỡ lẫn nhau :
To aid, assist, help one another ; to be
mutually assistant. Giúp đỡ người nào
làm việc gì : To aid someone to do
something. Được người nào giúp đỡ :
To be backed up by someone. Nó
không muốn gì hơn là được giúp
đỡ anh : He is only too glad to help
you. Giúp đỡ người nào : To give
someone one's support ; to give, ren-
der, lend, someone assistance ; to come
to someone's help ; to back (up) some-
one ; to give a helping hand to some-
one ; to bear, lend, give, someone's
hand ; to go to someone's relief. Nó
thường hay giúp đỡ tôi : He has done
me many a good turn, he has often
helped me.

giúp đỡ (sự) Aid, assistance, help. Nhờ
sự giúp đỡ của người nào : With, by,
the aid of someone. Với sự giúp đỡ
của một người bạn : With the help of
a friend.

giúp giùm [ʒúp ʒùm] To help, to assist.

giúp ích [ʒúp ík] To be of service to ;
to render, do, a service. Việc ấy giúp
ích tôi rất nhiều : I found it a great
boon.

giúp một tay [ʒúp mọt tay] To help,
to give (a person) a hand.

giúp nhau [ʒúp ɲau] To aid, assist,
one another.

giúp sức [ʒúp ʃứk] To help, to assist.
See giúp đỡ.

giúp việc [zúp vịrk] To assist, to aid.
to collaborate.

giữ [ʒữ] To keep, to guard, to protect ;
to retain ; to hold, to maintain. Giữ
sổ sách : To keep the books. Đê để
giữ nước lại : Dyke to retain the
water. Gạch giữ hơi nóng : A brick is a
retainer of heat. Giữ lời hứa của
mình : To hold to one's promise. Giữ

người nào dưới đất : To hold a man
down. Giữ người nào làm con tin :
To hold someone as hostage. Bắt buộc
người nào giữ lời hứa : To hold some-
one to his promise. Giữ một vị trí :
To hold a position. Không có cách nào
giữ nó lại được : There was no hold-
ing him. Giữ vững ý kiến của mình :
To hold by, to, one's opinion. Giữ
hoà thuận với người nào : To hold
in with someone. Giữ người nào :
To have hold of someone. Để
một số tiền cho người nào giữ : To
leave a sum of money in someone's
custody. Giữ vật gì riêng cho mình :
To keep something to oneself (to re-
fuse to share it ; to keep it for one's
own use). Giữ một chức vụ quan trọng :
To occupy, fill, an important post.
Giữ người nào ở lại : To detain
someone ; to prevail on someone to
remain, to keep hold of someone.
Giữ người nào ở lại ăn cơm :
To keep someone to dinner, to make
someone stay to dinner. Giữ tốc lực
60 cây số một giờ : To maintain, keep
up, a speed of 60 kilometres an hour.

giữ bình tĩnh [ʒữ bịɲ tĩɲ] To keep
one's composure, to govern one's
temper.

giữ chỗ [ʒữ cỗ] To book seats. Giữ
chỗ trước ba tháng : To book seats
three months ahead.

giữ chừng [ʒữ cừŋ] To keep an eye
upon.

giữ cửa [ʒữ kửɔ] To guard the gates.
Người gác cửa (ở khách sạn, rạp hát
bóng v.v...) : Commissioner.

giữ độc quyền [ʒữ dọk kwièn] To
monopolize.

giữ giá [ʒữ ʒá] To maintain prices.

giữ gìn [ʒữ ʒìn] To guard, to maintain
to conserve, to preserve ; to be careful
Giữ gìn lời nói : To govern one'
tongue, to guard one's words. Giữ
gìn sức khỏe : To take care of one'
health.

giữ gôn [ʒữ gon] To keep (the) goal

giữ khư khư |ʒữ xɯ xɯ| To keep (something) to oneself.

giữ kín |ʒữ kin| To hide, to keep secret. *Giữ kín việc gì:* To keep something dark. *Tin nầy phải được giữ kín:* This news must be kept secret.

giữ lại [ʒữ lại] 1) To keep; to retain, to contain; to hold (someone, something) back; to hold up, keep back (from falling, etc...). *Tôi giữ nó lại khi nó gần té:* I caught him in his fall. *Giữ người nào ở lại ăn cơm:* To keep someone to dinner, to make someone stay to dinner.

2) To detain (lazy boys at school etc...).

giữ lầy [ʒữ lẻi] To keep.

giữ lời hứa [ʒữ lời hứa] To keep one's promise, to abide by a promise, to stand to one's promise. *Nó không giữ lời hứa:* He has broken his word.

giữ miếng [ʒữ miếŋ] To stand on one's guard.

giữ miệng [ʒữ miệŋ] To hold one's tongue.

giữ mình [ʒữ mịɲ] To be on one's guard.

giữ nhà [ʒữ ɲà] To keep house, to take care of the house.

giữ sổ sách [ʒữ ʃỏ ʃáik] To keep the books.

giữ sức khỏe [ʒữ ʃứk xwɛ̀] To take care of one's health.

giữ thân [ʒữ thən] See giữ mình.

giữ thể diện [ʒữ thẻ ziện] To keep up appearances.

giữ trật tự [ʒữ trật tự] To maintain order.

giữ trước [ʒữ trúrk] To bespeak, to book (a room, etc...). *Mỗi phòng trong khách sạn nầy đều đã được giữ trước:* Every room in this hotel is already bespoken.

giữ vẹn [ʒữ vẹn] To keep intact.

giữ vững [ʒữ vữŋ] To hold fast; to hold one's ground. *Giữ vững ý kiến của mình:* To hold by, to, one's

opinion. *Giữ vững đến cùng:* To hold on to the end.

giữa [ʒữə] 1) Middle, midst; among. *Ngồi giữa các con nàng:* Seated among her children. *Thụy sĩ nằm giữa Pháp, Ý, Áo và Đức:* Switzerland lies between France, Italy, Austria, and Germany. *Giữa mùa đông:* In the midst of winter. *Ở giữa đám đông:* Among the crowd, amid the throng. *Bị đánh ngay giữa trán:* Struck right on the forehead. *Nhà cất ở giữa những cây cối:* House standing among trees. *Ngay giữa đường:* Right in the middle of the street. *Ở giữa rừng:* In the heart of the forest. *Giữa thế kỷ:* Middle of the century. *Ngồi ở bàn giữa:* Seated at the middle table.

2) Between. *Giữa hai hàng rào:* Between two hedges. *Khoảng cách năm dặm giữa hai thành phố:* Distance of five miles between two towns. *Giữa hai và ba (giờ):* Between two and three. *Giữa anh và tôi:* Between you and I.

giữa ban ngày [ʒữə ban ɲày] In broad daylight.

giữa biển [ʒữə biển] In the open sea.

giữa dòng [ʒữə zɔ̀ŋ] Midstream.

giữa đường [ʒữə duừŋ] In the middle of the street.

2) Half way, midway, on the way.

giữa khơi [ʒữə xɔi] 1) In the open sea.

giữa mùa [ʒữə mừə] In the height of the season.

giữa rừng [ʒữə rừŋ] In the heart of the forest.

giữa tàu [ʒữə tàu] Amidship.

giữa thành phố [ʒữə thàiɲ fó] Right in the town.

giữa thế kỷ [ʒữə thé ki] Middle of the century.

giữa trời [ʒữə trời] In the open air.

giữa trưa [ʒữə trưə] Noon, midday, the middle of the day.

giương [ʒɯəŋ] To spread.

giương buồm [ʒɯəŋ buồm] To spread the sails.

giương cánh [ʒɯəŋ káiɲ] To spread its wings.

giương cung [ʒɯəŋ kuŋ] To draw a bow, to stretch a bow.

giương dù [ʒɯəŋ zù] To put up one's umbrella.

giương mắt [ʒɯəŋ máɯt] To look at (something) with wide open eyes.

giương ô [ʒɯəŋ o] See giương dù.

giường [ʒɯəŋ] Bed. *Làm giường :* To make the bed. *Đầu giường :* Bed-head. *Giường trẻ con :* Cot. *Quyển sách đầu giường :* Bed-book. *Vải trải giường :* Bed-linen. *Phòng một giường, phòng hai giường :* Single-bedded, double-bedded room. *Giường một người nằm, giường hai người nằm :* Single bed, double bed. *Tôi muốn một cái phòng có hai giường :* I want a room with two beds. *Nằm dài trên giường :* To lie down on one's bed. *Giường không có người ngủ đã mấy tháng rồi :* The bed has not been slept in for months. *Đã làm giường thì cứ nằm (dù hay dù dở, việc mình làm thì mình chịu) :* We made our bed so we must lie. *Giường ngủ (dưới tàu) :* Bunk, sleeping-berth.

giường bịnh [ʒɯəŋ bịɲ] Sick-bed, bed of sickness.

giường cặp [ʒɯəŋ kặɯp] Twin beds.

giường lò xo [ʒɯəŋ lò so] Spring-bed.

giường người chết [ʒɯəŋ ŋɯời cót] Death-bed.

giường xếp [ʒɯəŋ sép] Folding-bed.

giựt [ʒɯt] 1) To pull, to pull off.

2) To wrench, to wrest, to snatch ; to jerk. *Giựt vật gì của người nào :* To wrench, snatch, something from someone. *Giựt vật gì trong tay người nào :* To jerk something out of someone's hand. *Giựt lấy con dao trong tay đứa bé :* To take away a knife from a child. *Giựt lấy cây gươm trong tay người nào :* To wrest a sword out of a person's hand. *Người ta giựt đứa bé trên tay nàng :* They tore the child from her child.

3) (Of eyes) To twitch.

giựt chuông [ʒɯt cuəŋ] To pull the bell.

giựt dây [ʒɯt zei] To pull the strings. *Giựt dây dụi :* To pull wires (to influence people secretly).

giựt giải [ʒɯt ʒải] To carry off the prize, to win the prize, to bear away the prize, to take away.

giựt lùi [ʒɯt lùi] To recoil, to move back. *Súng không giựt lùi :* Recoilless rifle.

giựt mình [ʒɯt mìɲ] To start ; to give a start. *Tiếng nổ làm nó giựt mình :* The report made him start. *Giựt mình thức dậy :* To start up from, start out of, one's sleep ; to wake with a start. *Làm người nào giựt mình thức dậy :* To startle someone out of his sleep.

giựt nẩy mình [ʒɯt nẩi mìɲ] To jump; to give a jump ; to gasp. *Nó giựt nẩy mình khi nghe có tiếng gõ cửa :* He gave a gasp on hearing a knock.

go [gɔ] Woof, weft.

gò [gɔ] Mound, knoll.

gò To bend, to curve.

gò bó [gɔ bó] Affected. *Văn gò bó :* Affected style.

gò cương [gɔ kɯəŋ] To draw rein, to draw in the rein, to pull in the rein. *Gò cương ngựa :* To rein in a horse.

gò đất [gɔ dót] Knoll, mound.

gò gẫm [gɔ gẫm] Laboured (style, writing).

gò lưng [gɔ lɯŋ] To bend one's back.

gò má [gɔ má] Cheek. *Xương gò má :* Cheek-bone.

gò mối [gɔ mối] Termitarium, termitary; nest of termites.

gò vai [gɔ vai] (Anat) Acromion.

gõ [gɔ] To knock, to drum ; (of clock) to chime, to strike. (Đồng hồ) *Gõ giờ :* (Of clock) To chime the hour. *Đồng hồ gõ mười hai giờ khuya :* The clock chimed midnight. *Đồng hồ vừa gõ sáu tiếng :* The clock has just struck six ; it has just gone six. *Gõ cho tàn thuốc trong ống điếu rớt ra :* To knock out the ashes from one's pipe. *Bảo người làm sáu giờ gõ cửa gọi tôi dậy* : Tell the servant to knock me up at six o'clock. *Đồng hồ nãy gõ giờ. Nó vừa gõ bốn tiếng* : This clock strikes the hours. It has just struck four. *Đồng hồ sắp gõ chín giờ* : The clock is on the stroke of nine. *Gõ cửa một cách rụt rè* : To give a timid tap at a door. *Nó gõ liên tiếp các ngón tay của nó trên bàn* : He beat a tattoo on the table with his fingers. *Gõ ba tiếng vào cửa* : To give three knocks, three raps, on the door.

gõ cửa [gɔ kửɔ] To knock at the door, to beat on the door, to tap at (on) the door. *Có tiếng gõ cửa* : There was a knock (at the door), a knock came at the door. *Có người gõ cửa* : Somebody is knocking at (on) the door.

gõ đầu trẻ [gɔ dầu trẻ] To teach.

gõ kiến [gɔ kiến] *Chim gõ kiến* : Woodpecker.

gõ mõ [gɔ mɔ] To beat gong.

gõ nhịp [gɔ ɲịp] To beat time.

goá [gwá] Widowed. *Nàng còn ở goá* : She remained a widow. *Cảnh ở goá* : Widowhood.

goá chồng [gwá còɲ] Widow. *Nàng goá chồng sớm* : She was widowed early. *Nàng goá chồng lúc ba mươi tuổi* : She was left a widow at thirty. *Các người láng giềng của nàng đều tưởng nàng goá chồng* : All her neighbours supposed her to be (supposed that she was) a widow.

goá phụ [gwá fụ] Widow.

goá vợ [gwá vợ] Widower.

góc [gɔ́k] 1) (Math) Angle.

2) Corner, angle (of wall, room, etc...). *(Nhà) Ở góc đường* : (Of house) To stand at an angle to the street. *Phạt đứa trẻ ở một góc* : To put a child in the corner. *(Bóng tròn) Cú đá phạt góc* : Corner-kick. *Ba góc* : Three-cornered. *Theo đường chéo góc* : Cornerwise. *Bẻ góc một tấm danh thiếp* : To turn down the corner of a visiting card. *Có một cái ghế ở góc phòng* : There was a chair in the corner of the room.

3) Portion, fraction (of a cake, etc...).

góc an toàn [gɔ́k an twàn] Angle of safety, safety angle.

góc bắn [gɔ́k báʉn] (Artil) Angle of departure.

góc đối đỉnh [gɔ́k dói dịɲ] Vertically opposite angles.

góc đường [gɔ́k dưừɲ] Angle of the street.

góc hội tụ [gɔ́k họi tụ] Angle of convergence.

góc kề [gɔ́k kè] Adjacent angle.

góc nhọn [gɔ́k ɲɔn] Acute angle.

góc tới [gɔ́k tói] Striking angle, angle of incidence, angle of attack.

góc trong [gɔ́k trɔɲ] Interior angle.

góc tù [gɔ́k tù] Obtuse angle.

góc tư [gɔ́k tʉ] Fourth.

góc vuông [gɔ́k vuɔɲ] Right angle.

gói [gɔ́i] Parcel, package, pack, packet, bundle. *Gói quần áo* : Bundle of linen. *Gói sách* : Parcel of books. *Trà gói* : Packet teas. *Gói thuốc lá* : Pack of cigarettes.

gói To pack (something); to make (something) into a parcel; to parcel (something) up; to do (something) up into a parcel, into parcels; to wrap up, do up (articles in paper, etc...); to bundle (up). *Gói hàng hóa* : To pack up one's wares. *Gói lại* : To pack up again. *Gói lại thành gói* : To make, do up, a parcel. *Gói vật gì trong giấy* : To wrap something (up) in paper. *Gói vật gì chung quanh vật gì* : To wrap something round something. *Làm ơn gói các quyển sách nầy và đem lại anh Ba* : Please do up these books and take them to Mr. Ba.

gói ghém [gɔ́i gém] See gói.

gỏi [gɔ̉i] Dish made of raw fish and vegetables. *Ăn như ăn gỏi* : (Fig) To win easily, without difficulty.

gọi [gɔị] 1) To call, to hail; to summon. *Gọi người nào đứng lại* : To call (out) to someone to stop. *Gọi xe tắc-xi* : To call a cab. *Gọi bác sĩ đến:* To call (in) the doctor. *Sáu giờ gọi tôi dậy:* Call me at six o'clock. *Bị gọi ra ngoài:* To be called away. *Gọi điện thoại nói chuyện với người nào:* To summon someone by telephone. *Gọi người nào trở lại:* To call someone back. *Gọi người nào tỉnh lại:* To recall someone to life.

2) To call (by name), to name; to term. *Người ta gọi nó là Ba:* He is called, named, Ba. *Vật nầy gọi là gì?:* What's this thing called?.

gọi Call. *Đáp lời kêu gọi của người nào:* To answer someone's call. *Gọi người nào thức dậy:* To give someone a call. *Tiếng gọi của lương tâm:* The call of conscience.

gọi cổ phần [gọi kỏ fẩn] To call upon shareholders.

gọi cửa [gọi kửa] To knock at a door.

gọi điện thoại [gọi diện θwại] To call up, to telephone to. *Tôi sẽ gọi điện thoại anh chiều nay:* I'll call you up this evening. *Gọi điện thoại nói chuyện với người nào:* To summon someone by telephone.

gọi đồ ăn [gọi dò ănn] To order dishes.

gọi hồn [gọi hồn] To evoke, call forth, raise, a spirit.

gọi là [gọi là] To be called, named, termed.

gọi tên [gọi ten] To name, to call; to denominate.

gọi về [gọi vè] To recall (an ambassador).

gọi vốn [gọi vốn] To call for funds, to call up capital.

gom [gɔm] To gather (something) together; to collect, to gather (different things). *Gom bài:* To gather up the cards.

gom góp [gɔm góp] To collect, to scrape (together, up). *Gom góp một số tiền:* To scrape (together, up) a sum of money. *Gom góp tàn quân:* To collect, to get together the fragments of one's army.

gom tiền [gɔm tiền] To collect money, to scrape money together.

gòn [gòn] 1) Kapok.

2) Cotton-wool. *Gòn hút nước:* Absorbent cotton-wool.

gọn [gọn] Concise (style).

gọn gàng [gọn gàng] Clean-limbed.

gọng [gọng] Frame, framework. *Té chổng gọng:* To fall on one's back.

gọng dù [gọng zù] Umbrella-frame.

gọng kềm (kìm) [gọng kềm] *Thế gọng kềm:* Two-pronged attack, two-way attack.

gọng kiền [gọng kiền] Frame of a pair of spectacles, spectacles rims.

gọng kính [gọng kịn] See **gọng kiền**.

gọng ô [gọng o] See **gọng dù**.

gọng xe [gọng se] Shaft of a carriage.

gọng yếm [gọng iếm] Busk.

goòng [gɔòng] Wa(g)gon.

góp [góp] To collect; to contribute, to concentrate. *Góp bài thi của các thí sinh:* To collect the candidate papers. *Trả góp:* To pay in instalments.

góp chuyện [góp cwiện] To participate in the conversation.

góp gió thành bão [góp zó θàip bãu] Little and often fills the purse; little strokes fell great oaks.

góp mặt [góp mặtt] To participate in.

góp nhặt [góp nặtt] To collect. *Sự góp nhặt:* Collection.

góp phần [góp fẩn] To contribute. *Sự góp phần:* Contribution.

góp sức [góp súk] To collect, gather, all one's strength.

góp tiền [góp tiền] To club together. *Góp tiền để mua vật gì:* To club together to purchase something. *Các học sinh trong lớp nầy góp tiền mua một trái banh:* The boys in this class clubbed together to buy a football. *Tất cả dân trong làng góp tiền giúp anh nông dân bị cháy nhà:* All the people in the village clubbed together to help the farmer whose house had been burnt down.

góp vốn [góp vốn] To join capital in a business.

gót [gót] Heel (of foot, shoe). *Giày có gót* : Heeled shoes. *Giày cao gót* : High-heeled shoes. *Thợ làm gót giày* : Heel-maker. *Theo người nào bén gót* : To tread on, upon, someone's heels ; to follow close behind someone, close on someone's heels ; to dog someone's footsteps ; to tag at someone's heels.

gót báng súng [gót bán ʃún] Heel of a rifle-butt.

gót chân [gót cɔn] Heel of foot. *Chà nát vật gì dưới gót chân* : To grind something under one's heel. *Bị dày xéo dưới gót chân quân xâm lược* : To be under the heel of the invader. *Nó không bằng gót chân của anh nó* : He is not to be named in the same breath with his brother.

gót giày [gót ɟày] Heel of shoe.

gót son [gót ʃɔn] (Fig) Pretty girl.

gọt [gɔt] 1) To whittle (a piece of wood). 2) To sharpen ; to peel (carrot, etc...) with knife.

gọt giũa [gɔt ɟũə] To file, to elaborate to perfection (esp. literary work). *Mỗi câu đã được gọt giũa kỹ lưỡng* : Each sentence has been carefully fined.

gọt viết chì [gɔt viét cì] To sharpen, point, a pencil.

gò [gɔ] *Gà gò* : Partridge. *Trói gò lại* : To tie up.

gồ [gò] Prominent, protruding, protuberant.

gồ ghề [gò gè] Uneven, rough, unlevelled, unsmooth. *Đường gồ ghề* : A rough road.

gỗ [gõ] See ganh gỗ.

gỗ Wood, timber. *Than gỗ* : Wood-coal. *Thợ chạm gỗ* : Wood-carver, wood-engraver. *Mọt gỗ* : Wood-eater. *Đống gỗ* : Wood-pile. *Cưa đề cưa gỗ* : Wood-saw. *Thợ xẻ gỗ* : Wood-sawyer. *Bằng gỗ* : Wooden. *Hộp làm bằng gỗ* : Box made of wood. *Đốn gỗ* : To cut down, fell, timber. *Cầu bằng gỗ* : Timber bridge. *Gỗ mới đốn* : Rough (- hewn) timber. *Chân gỗ* : Wooden leg. *Bè gỗ* : Float, raft, of timber. *Gỗ nổi trên mặt nước* : Wood floats on water.

gỗ cứng [gò kứn] Hard wood.

gỗ dác [gò zák] Alburn(um).

gỗ giả [gò ɟà] Artificial wood.

gỗ mềm [gò mèm] Soft-wood.

gỗ mun [gò mun] Ebony. *Cẩn xa-cừ vào gỗ mun* : To encrust ebony with mother of pearl.

gốc [gók] Foot ; origin. *Tiền gốc* : Capital, principal. *Người Việt gốc Hoa* : Vietnamese of Chinese descent.

gốc (Chem) Radicle, radical.

gốc cây [gók kei] Foot of a tree. *Đắp đất chung quanh gốc cây* : To bank up the foot of a tree. *Ngồi dưới gốc cây* : To sit down under a tree.

gốc gác [gók gák] Origin.

gốc lãi [gók lãi] Principal and interest.

gốc ngọn [gók ŋɔn] From the beginning to the end.

gốc rễ [gók rễ] Origin.

gốc tích [gók tík] Origin.

gộc [gọk] (Slang) Big, huge, large.

gối [gói] Pillow ; cushion. *Gối ngang* : Bolster. *Áo gối* : Pillow-case, pillow-slip. *Gối hơi* : Air-cushion. *Ngủ lấy tay làm gối, ngủ gối đầu trên tay* : To pillow one's head on one's arms.

gối *Đầu gối* : Knee. *Quỳ gối* : To kneel down ; to go down, fall, drop, on one's knees. *Bắt người nào quỳ gối* : To bring someone to his knees. *Mỏi gối* : To be tired out (after walking). *Bó gối* : To be at a loss, not to know how to manage.

gội [gọi] To wash (one's hair). *Tắm gội* : To bathe. *Gội đầu* : To shampoo one's hair, to wash one's hair.

gôm [gom] Eraser. *Gôm mực* : Ink-eraser. *Gôm chì* : Pencil-eraser.

gôm To erase, to rub out to, expunge. *Có thể gôm được* : Erasable. *Gôm dấu viết chì* : To rub out pencil marks. *Gôm bỏ một chữ* : To rub out a word.

gôm Gum. *Gôm Á-rập* : Gum-arabic. *Gôm cánh kiến* : Shellac.

gốm [góm] *Đồ gốm* : Pottery, earthenware.

gồm [gòm] To comprise, to consist of, to include, to embrace, to cover ; to contain, to comprehend.

gồm có [gòm kɔ́] To consist of, to include, to embrace, to comprise. *Tài sản của nó gồm có ruộng lúa và đồn điền cao-su* : His fortune consisted of riceland and rubber plantations. *Lớp học của nó gồm có Anh, Pháp và toán* : His course of study comprises English, French and mathematics.

gôn [gon] Goal. *Giữ gôn* : To keep goal. *Người giữ gôn* : Goal-keeper. *Cột gôn* : Goal-post. *Đứa bé đá trái banh vô gôn* : The boy kicked the football through the goal.

gông [goŋ] Cang, cangue, stocks.

gông cùm [goŋ kùm] Yoke, slavery.

gống [gòŋ] Invulnerable ; that cannot be wounded or injured.

gồng gánh [gòŋ gáiŋ] To shoulder.

gộp vào [gộp vàu] To add. *Tính gộp vào* : To total up.

gột [gɔt] 1) To clean.
2) To produce, to create, to make. *Không có bột sao gột nên hồ* : There is no smoke without fire.

gột rửa [gɔt rɯà] To clean and to wash, to cleanse.

gỡ [gɔ̃] Ill, ominous.

gỡ 1) To disengage, to disentangle, to unravel.
2) To pick, to detach. *Gỡ thịt ở xương ra* : To pick a bone.
3) To take up, to take off, to remove. *Gỡ đường rầy* : To take up rails.

gỡ đầu [gɔ̃ dàu] To comb out one's hair.

gỡ gạc [gɔ̃ gạk] To profit, to take advantage of.

gỡ mìn [gɔ̃ mìn] To remove mine.

gỡ nợ [gɔ̃ nọ] To get clear of one's debts.

gỡ rối [gɔ̃ rói] To disentangle, to disembroil. *Gỡ rối cho người nào* : To get someone out of a fix, to get someone out of a scrape.

gỡ tóc [gɔ̃ tók] See gỡ đầu.

gỡ tội [gɔ̃ tọi] To exculpate.

gỡ thịt [gɔ̃ θịt] See gỡ xương.

gỡ xương [gɔ̃ ʂɯəŋ] To bone ; to take the bones out of, to take out the bones from (meat, fish), to pick a bone. *Gỡ xương cá* : To bone a fish.

gởi [gɔ̃i] 1) To send, to dispatch, to direct, to forward ; to consign. *Gởi một bức thơ cho người nào* : To send someone a letter. *Gởi thơ tay* : To send a letter by hand. *Gởi một điện tín* : To dispatch a telegram. *Thơ gởi cho người nào* : Letter directed to someone. *Hàng hóa được gởi bằng xe lửa* : The goods have been consigned by rail. *Tôi có một điện tín phải gởi đi* : I have a telegram to send. *Gởi thơ theo một địa chỉ mới* : To forward letters to a new address. *Gởi hàng hóa cho một khách hàng* : To forward goods to a customer. *Chúng tôi sẽ gởi hàng hóa bằng xe lửa* : We will send the goods by rail. *Gởi hàng hóa cho người nào bán* : To send someone goods on consignment. *Chúng tôi đã nhận được sách của ông gởi bán* : Your consignment of books has duly come to hand.

2) To lodge, to deposit, to put (somewhere) for safety. *Gởi tiền cho người nào* : To lodge money with someone. *Gởi tiền trong một ngân hàng* : To deposit money with a bank. *Gởi tiền và đồ quý giá trong ngân hàng* : To lodge one's money and valuables in the bank. *Nó luôn luôn gởi nửa số tiền lương của nó trong ngân hàng* : He always deposits half his salary in the bank. *Cảnh sát khuyên chúng tôi gởi nữ trang của chúng tôi trong ngân hàng trong lúc chúng tôi vắng nhà* : The police advised us to deposit our jewels in the bank while we were away from home.

gởi bảo đảm [gɔ̃i bảu dàm] To register (a letter).

gởi gắm [gɔ̃i gắm] To recommend. *Sự gởi gắm* : Recommendation.

gởi gấp [gɔ̃i gấp] To express (a letter).

gởi lại [gɔ̃i lại] To send back.

gởi lời [gɔ̃i lời] To drop a line.

gởi rể [gɔ̃i rẻ] (Of a son-in-law) To live in his wife's family.

gởi thơ [gὸi θǝ] To send a letter.

gởi tiền [gὸi tièn] 1) To remit money.
2) To deposit money.

gởi trả lại [gὸi trả lại] To send back.
Tôi đã gởi trả lại cây dù : I have sent
back the umbrella. *Trong trường hợp
không giao được, gởi trả lại cho người
gởi* : In case of non-delivery, return
to the sender.

gợi [gǝi] To rouse, to revive, to evoke
(memories of the past, etc...) ; to pro-
voke, arouse, awaken, stir up (envy,
curiosity, etc...) ; to excite, to whet
(desires). *Gợi tánh tò mò của người
nào* : To excite someone's curiosity.
Gợi đống tro tàn : To rake over the
ashes of the past.

gợi chuyện [gǝi cwiẹn] To strike up
a conversation.

gợi lại [gǝi lại] To call up, to bring
back to the mind.

gợi thèm [gǝi θèm] To edge the appe-
tite.

gớm [gớm] Disgusting, loathsome,
averse ; dreadful, horrible.

gớm To disgust.

gớm ghiếc [gớm girk] Atrocious.

gờm [gờm] To be afraid of, scared of.

gợn [gǝn] Wavy, rippled. *Làm gợn mặt
nước* : To ruffle the surface of the
water.

gợn sóng [gǝn ſɔ́ŋ] Ripple.

gợn sóng Wavy, undulating.

gợt [gǝt] To skim, to scum.

gu–bi [gu-bi] (Mec) Stop–bolt.

gù [gù] To coo.

gù *Người gù* : Hump–back, hunch-back.

gù lưng [gù lưŋ] Hunch-backed, hump-
backed (person).

gục [gụk] To bend down. *Ngủ gục* : To
nod.

gục đầu [gụk dầu] To bend, to droop,
one's head. *Gục đầu xuống ngực* : To
sink one's head on one's chest.

gục xuồng [gụk suɔ́ŋ] To fall in a
heap ; to collapse.

gùi [gùi] Dosser.

gũi [gũi] See gần gũi.

guốc [gwɔ́rk] Wooden shoe, wooden clog,
sabot. *Mang guốc cao gót* : To wear
high heeled wooden clogs.

guộc [gwǝrk] *Gầy guộc* : Thin, skinny.

guồng [guɔ̀ŋ] Reel, reeling-machine.

guồng máy [guɔ̀ŋ máy] Machinery.
Guồng máy của chánh phủ : The ma-
chinery of government. *Guồng máy
hành chánh* : The administrative ma-
chinery. *Guồng máy cai trị* : The
ruling machinery.

guột [guǝt] To tie, to tighten.

gút [gút] Knot. *Gút chặt* : Tight knot.
Thắt gút : To knot, to tie a knot. *Mở
gút* : To undo, untie, a knot. *Thắt gút
sợi chỉ* : To make, tie, a knot in a
piece of string. *Gút hai sợi dây lại* :
To knot together two ropes. *Có nhiều
gút* : Knotty. *Thắt gút khăn tay* : To
tie a knot in one's handkerchief.

gừ [gừ] (Of dog) To snarl.

gứi [gửi] See gởi.

gừng [gừŋ] (Bot) Ginger. *Rễ gừng* :
Ginger-race. *Có mùi gừng* : Gingery.

gươm [gwǝm] Sword. *Gươm hai lưỡi* :
Two-edged sword. *Đeo, mang gươm* :
To wear, carry, a sword. *Đánh gươm* :
To fight with the sword. *Rút gươm
ra* : To draw one's sword. *Tra gươm
vào vỏ* : To put up the sword. *Đai
đeo gươm* : Sword-belt. *Lưỡi gươm* :
Sword-blade. *Cán gươm* : Sword-
cane, sword–stick. *Người rèn gươm* :
Sword-cutler. *Cuộc đánh gươm* : Sword-
fight. *Đâm gươm xuyên qua mình
người nào* : To run a sword through
someone, to run someone through
the body with a sword. *Lưỡi bén hơn
gươm* : The tongue is sharper than
any sword.

gươm trần [gwǝm trần] Naked sword
(i.e. out of its sheath).

gượm [gwǝm] To stop, to wait a while.

gương [gwǝŋ] Mirror, looking-glass,
glass. *Tủ gương* : Mirror wardrobe.
Xưởng làm gương, nghề bán gương :
Mirror manufacture, mirror trade.
Người làm gương : Looking-glass

maker. *Gương mờ* : Frosted glass, ground glass. *Gương quang học* : Optical glass. *Sửa tóc trước gương* : To do one's hair before the glass. *Nàng đứng ngắm mình trong gương* : She stood contemplating herself in the mirror.

gương Example, pattern, model. *Làm gương* : To give, set, an (the) example. *Theo gương người nào* : To take pattern by someone ; to follow some-one's example ; to take a leaf out of someone's book ; to follow in a person's step. *Lấy người nào làm gương* : To hold someone up as an example, to quote someone as an example. *Nêu gương đức hạnh* : To be a pattern of virtue. *Để làm gương* : Exemplary.

gương ảnh [gɯəŋ ảip] Photographic plate, sensitive plate.

gương đức hạnh [gɯəŋ dứk hạiŋ] Paragon of virtue, pattern of virtue.

gương lõm [gɯəŋ lõm] (Opt) Concave mirror.

gương lồi [gɯəŋ lồi] (Opt) Convex mirror.

gương lưỡng chất [gɯəŋ lɯỡŋ cất] Catadioptric(al).

gương mắt [gɯəŋ mắwt] Spectacles.

gương mặt [gɯəŋ mặwt] Appearance.

gương mẫu [gɯəŋ mẫu] Exemplary.

Một người chồng gương mẫu : An exemplary husband. *Người vợ gương mẫu* : A pattern wife.

gương phản chiều [gɯəŋ fản ciều] Reflector, reflecting mirror.

gương sáng [gɯəŋ sáŋ] Brilliant example.

gương sen [gɯəŋ sɛn] Lotus seed-pod.

gương soi [gɯəŋ sɔi] Mirror, looking-glass.

gương tốt [gɯəŋ tốt] Good example.

gương xấu [gɯəŋ sấu] Bad example.

gượng [gɯəŋ] Forced, unnatural, constrained, strained, far-fetched ; reluctantly. *Nụ cười gượng* : Forced, unnatural, constrained, strained smile.

gượng 1) To make efforts, to strain.
2) *Gượng lại được (khi gần té)* : To recover one's legs.

gượng cười [gɯəŋ kɯời] To force a smile, to try to smile. *Nó gượng cười* : He did his best, he try to smile ; he forced a smile.

gượng dậy [gɯəŋ zẹi] To try to get up, to pick up, to raise oneself after a fall. *Nó té và gượng dậy ngay* : He fell but at once picked himself up.

gượng ép [gɯəŋ ép] Forced, constraint.

gượng gạo [gɯəŋ gạu] Constraint ; reluctantly, unwillingly, grudgingly.

H

ha ! [ha] Exclamation of joy.

há [há] To open.

há How ? What ?, is it ?.

há chẳng [há cảuŋ] Why... not ?.

há dám [há zám] How dare I ?.

há dễ [há zẽ] Is it possible ?.

há họng [há hᴐŋ] To open the mouth.

há hốc [há hók] To gape, to open the mouth wide, to open wide one's mouth. *Đứng miệng há hốc trước việc gì* : To stand with open mouth before something.

há miệng [há miệŋ] To open the mouth. *Há miệng vì kinh ngạc* : Mouth agape with astonishment.

há mồm [há mòm] See há miệng.

há nỡ [há nỡ] How should ?, how could ?.

há phải [há fải] Is it ?.

hà [hà] To breathe.

hà (Moll) Teredo, ship-worm, borer.

hà River. *Sông Hồng Hà* : The Red River.

hà Why ?.

Hà Bá [hà bá] The God of Water.

hà biên [hà bien] River-bank.

hà cận [hà kᴐn] Far and near.

hà chính [hà cín] Very harsh policy.

hà cớ [hà kó] Why ? for what reason ?.

hà cứ [hà kứ] See hà cớ.

hà diệp [hà ziệp] Lotus leaf.

hà đãi [hà dãi] To treat harshly.

hà hiếp [hà hiếp] To oppress, to domi-

neer. *Hà hiếp người nào* : To domineer over someone.

hà hơi [hà hᴐi] To breathe, to blow. *Hà hơi vào ngón tay* : To breathe, blow, on one's fingers.

hà khắc [hà xáɯk] Very harsh, very severe.

hà khẩu [hà xᴐ̀u] Mouth of river.

hà khốc [hà xók] Harsh, cruel.

hà lịnh [hà lịŋ] Severe order.

hà lưu [hà lɯu] Course of river.

hà mã [hà mã] (Z) Hippopotamus.

hà ngạn [hà ŋạn] River-bank.

hà nguyên [hà ŋwien] River—head.

hà ngược [hà ŋɯrk] Harsh and tyrannical.

hà nhạc [hà ŋạk] River and mountain.

hà pháp [hà fáp] Despotic law.

hà tất [hà tốt] Why ?, what need ?, what is the use of ?, what is the good of ?.

hà tật [hà tạt] Serious illness.

hà thanh [hà θaiŋ] Clear water of a river, (fig) rare opportunity.

hà tiện [hà tiện] Miserly, stingy. *Người hà tiện* : Miser. *Cha hà tiện thì con hoang phí* : Miserly father, spendthrift son. *Hà tiện lời nói* : To be sparing of one's words ; to chary of one's words. *Nó có tiếng là người hà tiện* : People has credited him with being a miser.

hà tỉnh hóa [hà tịŋ hwá] (Cb) To causticize.

hà vận [hà vận] River navigation.

hà vực [hà vựk] Basin (of a river).

hả [hả] Interrogative particle.

hả Satisfied, content. *Anh đã hả chưa ?* : Are you satisfied ?. *Nó đập bể chén dĩa cho hả cơn giận* : He found a vent for his anger in smashing the crockery.

hả To open.

hả dạ [hả zạ] Content, satisfied.

hả giận [hả ʒận] To give way to anger.

hả hê [hả he] Satisfied.

hả hơi [hả hơi] To lose flavor or perfume.

hả lòng [hả lɔŋ] See hả dạ.

hả miệng [hả miệŋ] To . open the mouth.

hạ Summer.

hạ [hạ] 1) To lower, to let down. *Hạ cầu rút xuống* : To let down a drawbridge. *Hạ cột buồm xuống* : To strike a mast.

2) To lower (shelf, one's voice); to reduce, lower, lessen (price, coat, pressure, etc...). *Hạ thấp sườn xe xuống* : To lower the chassis.

3) To humble, to bring low, to abase. *Hạ tánh kiêu căng của người nào* : To break, humble, bring down, someone's pride.

4) To down; to bring down; to drop; to fall. *Hạ một con số* : To bring down a figure. *Tôi hạ được hai con voi* : Two elephants fell to my gun. *Bảy con sư tử đã bị nó hạ trong một ngày* : Seven lions fell to his rifle in one day.

hạ bào tử [hạ bàu tử] (Fung) Uredospore.

hạ bì [hạ bì] Hypoderm(a).

hạ bộ [hạ bộ] Lower part of the abdomen.

hạ bớt [hạ bớt] To diminish.

hạ buồm [hạ buầm] To lower a sail, to settle a sail.

hạ bút [hạ bút] To begin to write.

hạ cam [hạ kam] (Med) Chancre. *Hạ cam cứng* : Hard chancre. *Hạ*

cam mềm : Soft chancre. *Có tính cách hạ cam* : Chancrous.

hạ cánh [hạ káiŋ] (Av) To land ; to drop to earth, to come to ground.

hạ cánh bắt buộc [hạ káiŋ bắut bwạrk] Emergency landing.

hạ cánh ở bụng [hạ káiŋ ở bụŋ] Belly landing.

hạ cấp [hạ kấp] Lower class, lower rank.

hạ cây [hạ kei] To bring down, cut down, chop down, hew down, a tree.

hạ chi [hạ ci] Legs.

hạ chí [hạ cí] Summer solstice.

hạ chỉ [hạ ci] (Of king) To decree.

hạ cố [hạ kó] To deign ; to condescend. *Sự hạ cố* : Condescension.

hạ cờ [hạ kờ] To lower (=strike) one's flag, one's colours (as a sign of surrender).

hạ du [hạ zu] Delta.

hạ đẳng [hạ dằuŋ] Inferior rank.

hạ đệ [hạ dệ] To fail, to be ploughed, plucked, at an examination.

hạ địa [hạ diạ] (Bot) Hypogeal, hypogean.

hạ địch thủ [hạ dịk θủ] To down, overthrow, lay low, an opponent.

hạ giá [hạ ʒá] To lower, abate, the prices ; to reduce, bring down, prices. *Hạ giá một món hàng* : To mark down the price of an article. *Sự hạ giá* : Lowering of prices, dropping of prices, cut in prices.

hạ giọng [hạ ʒɔŋ] To lower, depress, one's voice.

hạ giới [hạ ʒới] This world.

hạ hộ [hạ họ] Poor men.

hạ hồi [hạ hồi] Next scene.

hạ huyệt [hạ hwiệt] To lower the coffin into the grave.

hạ lấn [hạ lần] Decrescent.

hạ lịnh [hạ lịŋ] To decree, to order, to command.

hạ lưu [hạ lưu] Downstream. *Đi về miền hạ lưu* : To go, drift, drop downstream.

hạ lưu Low class.

hạ ly [hạ lị] (Med) Dysentery.

hạ mã [hạ mã] To dismount, to get off one's horse.

hạ màn [hạ màn] To lower the curtain.

hạ mình [hạ mỉp] To demean, humble, oneself, to condescend, to stoop. *Hạ mình trước người nào* : To crawl to, before, someone. *Hạ mình xuống làm việc gì* : To demean oneself so far, to stoop so low, as to do something ; to condescend to do something. *Hạ mình xuống ngang hàng với người nào để làm việc gì* : To descend to someone's level to doing something. *Tôi không thể hạ mình để làm việc ấy* : I cannot go so low as to do that. *Bà X. không có người làm nhưng chồng bà không bao giờ hạ mình xuống giúp đỡ công việc nhà cho bà* : Mrs X. has no servant but her husband will never condescend to help her with the housework.

hạ một con số [hạ mọt kɔn ʃó] To bring down a figure.

hạ nang [hạ·naŋ] (Anat) Scrotum.

Hạ nghị viện [hạ ɲị viện] Lower Chamber, Lower House, House of Representatives (in U.S.A.).

hạ ngọ [hạ ŋɔ] Afternoon.

hạ ngục [hạ ŋụk] To imprison ; to put in prison. *Hạ ngục người nào* : To send someone to prison ; to put, throw, someone into prison.

hạ nhựt [hạ ɲựt] Summer day.

hạ phương [hạ fɯɔŋ] This world.

hạ rộng [hạ rọŋ] To lower the coffin into the grave.

hạ sĩ [hạ ʃĩ] (Mil) Corporal. *Giáng chức một hạ sĩ xuống binh nhì* : To reduce a corporal to the ranks.

hạ sĩ quan [hạ ʃĩ kwan] (Mil) Non-commissioned officer, (Navy) petty officer.

hạ tầng cơ sở [hạ tàɯŋ kɔ ʃɔ̉] Substructure, understructure.

hạ tễ [hạ tễ] (Med) Purgative.

hạ thành [hạ θàiɲ] To take a town.

hạ thân [hạ θɔn] See hạ mình.

hạ thần [hạ θɔ̀n] I (your humble subject)..

hạ thế [hạ θé] This world.

hạ thể [hạ θẻ] Lower part of the abdomen.

hạ thổ [hạ θỏ] To bury, to inter.

hạ thủ [hạ θủ] To lay hands on someone.

hạ thủy [hạ θwỉ] To launch (a ship).

hạ thư [hạ θɯ] (Bot) Hypogynous.

hạ tiện [hạ tiện] Base, vile, mean, ignoble.

hạ trại [hạ trại] (Mil) To encamp.

hạ tuần [hạ twần] Last decade of a month.

hạ xuống [hạ suóŋ] 1) To lower (shelf, one's voice). *Sự hạ xuống* : Lowering. 2) (Of prices) To fall, to come down. *Giá các nhà này đã hạ xuống* : The value of these houses has gone down, these houses have gone down in value.

hạc [hạk] (Orn) Crane, (fig) longevity.

hạc phát [hạk fát] White hair.

hách [háik] Authoritative, authoritarian.

hách dịch [háik zịk] See hách.

hạch [hạik] 1) (Anat) Gland, ganglion ; (Biol) nucleus. *Có hình hạch* : Gangliform. *Thuộc về hạch* : Ganglionary, nuclear. *Có hạch* : Nucleate. *Hạch thần kinh* : Ganglion-cell.
2) (Med) Bubo.

hạch To examine ; to demand satisfaction.

hạch cổ [hạik kỏ] Tonsil. *Bịnh sưng hạch cổ* : Tonsillitis.

hạch hỏi [hạik hỏi] To question, to ask.

hạch miệng [hạik miệŋ] To examine. *Kỳ thi hạch miệng* : Oral examination.

hạch nhân [hạik ɲɔn] (Biol) Nucleolus, nucleole.

hạch sách [hạik ʃáik] To demand satisfaction ; to insist upon.

hạch tử [hạik tử] Nucleus.

hai [hai] 1) Two. *Hai đứa trẻ* : Two children. *Hai với ba là năm* : Two and three are five. *Ngày hai tháng tám :* (On) The second of august. *Số hai :* Number two. *Hai lần hai là bốn :* Twice two is four. *Hai bờ sông :* On either side, on both sides, of the river. *Mỗi hai ngày :* Every other day ; on alternate days. *Bẻ, đập bẻ vật gì ra làm hai :* To break something in two. *Đi hàng hai :* To walk two and two, in pairs. *Vào hai người một :* To come in by twos, in twos, two by two.

2) Double. *Cằm hai ngấn :* Double chin. *Hai nghĩa :* With a double meaning. *Bắt cá hai tay :* To play a double game. *Xếp tờ giấy làm hai :* To fold a sheet double, in two ; to double a sheet. *Trả gấp hai giá tiền :* To pay double the value. *Dài bằng hai vật gì :* To be double the length of something. *Tôi bằng hai tuổi anh :* I am double your age. *Nhìn vật gì thành hai :* To see double. *Ngủ hai người một giường :* To sleep double.

hai buồm [hai buồm] Two-masted.

hai cánh [hai káiɲ] Two-winged.

hai cẳng [hai kẳuŋ] Two-footed, two-legged.

hai dây [hai zei] Two-phase, biphase.

hai đầu [hai dầu] Two-headed ; double-headed. *Xe lửa có hai đầu máy :* Double-headed train.

hai đường [hai dườəŋ] Two-way.

hai giường [hai ʒườəŋ] Double-bedded (room).

hai lòng [hai lòŋ] 1) Two - barrelled, double-barrelled (gun).

2) Double-faced, two-faced. *Người hai lòng :* Double-dealer.

hai lưỡi [hai lưỡi] Two-edged, double edged.

hai màu [hai màu] Two-colour.

hai mắt [hai máut] Two-eyed.

hai mặt [hai mạut] Two-faced, double-faced. *Người hai mặt :* Double-dealer.

hai mặt lõm [hai mạut lõm] Double-concave, biconcave.

hai mặt lồi [hai mạut lồi] Biconvex.

hai mươi [hai muəi] Twenty.

hai ngã [hai ŋã] Two-way.

hai nghĩa [hai ŋiə] Double-meaning.

hai nhụy đực [hai ɲwi duk] (Bot) Two-stamened.

hai quai [hai kwai] Two-handled, double-handed.

hai sổ [hai ʃó] Double-geared.

hai tay [hai tay] Two-handed.

hai tăng [hai tauŋ] Two-stroke.

hai thân [hai θən] Parents.

hai thì [hai θì] See hai tăng.

hai tốc lực [hai tók lựk] Two-speed.

hai từng [hai từŋ] Two-storied, two-story (house).

hai vợ chồng [hai vợ còŋ] The married couple.

hái [hái] To gather, to pick, to pluck (flowers, fruit, etc...). *Người hái (hoa v.v...) :* Gatherer, picker. *Lưỡi hái :* Sickle. *Tôi gặp nàng đang hái hoa :* I found her gathering flowers.

hái hoa [hái hwa] To gather flowers, to pick flowers, to pluck flowers.

hài [hài] Infant.

hài Bones, remains. *Di hài :* Mortal remains.

hài Shoes.

hài cốt [hài kót] Bones. *Tro hài cốt :* Bone-ash, bone-earth.

hài đàm [hài dàm] Humorous talk.

hài đồng [hài dòŋ] Baby, infant.

hài hước [hài hứrk] Comic, funny and amusing.

hài kịch [hài kịk] Comedy. *Nó thích hài kịch hơn bi kịch :* He prefers comedy to tragedy.

hài lòng [hài lòŋ] Satisfied, content. *Tôi rất hài lòng về sự tấn phát của nó :* I am satisfied with his progress

hài nhi [hài ɲi] Newly-born infant.

hài văn [hài vauŋ] Humorous literature.

hải [hài] (Not used alone) Sea, ocean *Địa-trung-Hải :* The Mediterranean *Hắc-Hải :* Black Sea.

hải âu [hải ɘu] (Orn) Gull, seamew.

hải bách hợp loại [hải báik hợp lwại] (Echin) Crinoidea.

hải báo [hải báu] (Z) Seal.

hải cảng [hải kảŋ] Harbour, port. *Hải cảng cấm* : Close-harbour. *Hải cảng tự do* : Free port. *Vào hải cảng* : To enter harbour. *Rời hải-cảng* : To clear the harbour. *Những nhà ở sau hải cảng* : The houses back of the harbour.

hải cẩu [hải kẻu] (Z) Sea-dog, seal.

hải chiến [hải ciến] Sea—fight, naval battle, naval action.

hải dương học [hải zɯɘŋ hɔk] Oceanography. *Nhà hải-dương-học* : Oceanographer.

hải đài [hải dài] (Bot) Alga, seaweed.

hải đảo [hải dảu] Island. *Sống trên một hải đảo* : To live on an island.

hải đạo [hải dạu] Sea route, seaway, maritine line.

hải đăng [hải dawŋ] Lighthouse.

hải điện tín [hải diện tin] Cablegram.

hải điểu [hải diểu] Sea-bird.

hải đồ [hải dò] Sea-chart.

hải đội [hải dọi] Flottilla.

hải đờm [hải dờm] (Z) Echinus.

hải giới [hải ɉới] Sea frontier.

hải hà [hải hà] Sea and river, (fig) magnanimity, generosity.

hải hàm [hải hàm] Magnanimity, generosity.

hải hóa [hải hwa] Marine products.

hải học [hải hɔk] Oceanography. *Hải-học viện* : Oceanographic institute.

hải khẩu [hải xẻu] Mouth of the sea.

hải kim sa [hải kim ʃa] Sea-sand.

hải loan [hải lwan] Gulf, bay.

hải luật [hải lwẹt] Navigation laws.

hải, lục, không quân [hải, lụk, xoŋ kwɘn] Navy, army and air force.

hải lực [hải lụk] Sea forces.

hải lưu [hải lɯu] Sea current.

hải ly [hải li] (Z) Beaver.

hải lý [hải li] Nautical mile.

hải mã [hải mã] (Z) Hippocampus.

hải nga [hải ŋa] (Z) Albatros.

hải ngạn [hải ŋạn] Sea-coast, sea-shore, seaboard, sea-side.

hải ngoại [hải ŋwại] Overseas, abroad, in a foreign country.

hải nội [hải nọi] Inland.

hải phận [hải fận] Territorial waters. *Hải phận khu phi quân sự* : Territorial waters of the demilitarized zone.

hải phỉ [hải fỉ] Pirate, corsair.

hải phòng [hải fòŋ] Coast-defence.

hải quan [hải kwan] Custom-house.

hải quân [hải kwɘn] Navy, naval forces, marine forces. *Căn cứ hải quân* : Naval base. *Sĩ quan hải quân* : Naval officer.

hải sản [hải ʃản] Marine products, sea products.

hải sâm [hải ʃɘm] (Z) Holothurian.

hải tảo [hải tảu] (Bot) Alga.

hải tặc [hải tạɯk] Pirate.

hải thương [hải θɯɘŋ] Sea-borne trade.

hải tiêu [hải tieu] Beacon.

hải triều [hải triều] The ebb and flow.

hải trình [hải triŋ] Sea route ; maritime line ; voyage by sea.

hải trư [hải trɯ] (Z) Porpoise, sea-hog.

hải tùng [hải tùŋ] (Bot) Pinaster.

hải tượng [hải tɯợŋ] (Z) Morse, walrus.

hải vận [hải vận] Sea-borne transport.

hải vật [hải vạt] Sea products.

hải vị [hải vị] Sea food.

hải vương [hải vɯɘŋ] God of the sea.

hãi [hãi] To dread, to fear, to be afraid of .

hãi hùng [hãi hùŋ] Dreadful, frightful.

hại [hại] Hurtful, damaging, detrimental, harmful, deleterious, injurious, deteriorative. *Những tiếng đồn có hại* : Hurtful rumours. *Làm hại* : To harm, to injure, to hurt, to wrong, to damage. *Việc ấy hại nhiều lợi ít* : That will do more harm than good. *Những tin đồn có hại* : Hurtful rumours. *Có hại cho sức khoẻ* : Hurtful to the health. *Nước nhiều quá làm hại* cây : Too much water hurts plants. *Thuốc làm hại sức khoẻ :* Drugs deteriorative to health.

hại sức khoẻ [hại ʃúk xwẻ] Injurious, harmful to health. *Rượu làm hại sức khoẻ :* Alcohol is injurious to health.

ham [ham] Greedy, eager, keen, intensely desirous ; wanting too much.

ham ăn [ham aưn] Gluttonous, greedy; very eager (for food) ; wanting to eat too much.

ham chơi [ham cəi] Eager for amusement, fond of amusement.

ham chuộng [ham cuọŋ] To love, to esteem. *Ham chuộng hoà bình :* Pacific, loving peace, peace-loving.

ham của [ham kwỏ] Greedy of money.

ham danh [ham zaịŋ] Greedy for (after) fame.

ham giàu [ham ʒàu] Greedy of wealth.

ham học [ham kɔk] To like to learn, to be addicted to study. *Nó rất ham học :* He is very eager in his studies.

ham làm tiền [ham làm tiền] To be keen after money-making.

ham lợi [ham lợi] Greedy of gain. *Lòng ham lợi :* Greed of gain.

ham mê [ham me] To be passionately fond of. *Sự ham mê :* Passion. *Ham mê làm việc gì :* To have a passion for doing something. *Tánh ham mê âm nhạc :* Passion for music.

ham muốn [ham muốn] To desire, to covet.

ham thích [ham θik] To like, to love, to desire, to be fond of.

ham tiền [ham tiền] Greedy of money.

ham uống [ham uốŋ] Wanting to drink too much.

ham vui [ham vui] To devote oneself to pleasures, to indulge in pleasures.

hám [hám] Greedy for.

hám danh [hám zaịŋ] Greedy for fame.

hám lợi [hám lợi] Greedy of gain.

hàm [hàm] Jaw. *Xương hàm :* Jawbone. *Hàm trên :* Upper jaw. *Hàm dưới :* Lower jaw.

hàm To hold in one's mouth.

hàm Honorary. *Chức hàm:* Honorary title.

hàm ân [hàm ən] Grateful.

hàm chí [hàm ci] Firm will.

hàm dưới [hàm zưởi] Lower jaw.

hàm hận [hàm hạn] To control one's anger.

hàm hồ [hàm hò] Ambiguous, inconsiderate. *Ăn nói hàm hồ :* To speak inconsiderately.

hàm răng [hàm raưŋ] Denture set of teeth. *Hàm răng khít :* Close-set teeth. *Có hàm răng đẹp :* To have a fine set of teeth.

hàm răng giả [hàm raưŋ ʒả] Denture, set of false teeth.

hàm số [hàm ʃó] (Math) Function. *Thuộc về hàm số :* Functional.

hàm súc [hàm ʃúk] To contain, to hold.

hàm thiếc [hàm θirk] Bit.

hàm thụ [hàm θụ] Correspondence course.

hàm thúy [hàm θủi] Salt water.

hàm tiếu [hàm tiếu] To smile.

hãm [hãm] To rape, to ravish, to violate (a woman or girl).

hãm To harass. *Công hãm :* To attack, to assault.

hãm To stop, to arrest; to brake, to put on the brake.

hãm hại [hãm hại] To harm, to hurt, to injure.

hãm hiếp [hãm hiếp] To rape, to violate, to ravish (a woman or girl).

hãm máy [hãm máy] To stop a machine.

hãm phanh [hãm faịŋ] To put on the brake.

hãm tài [hãm tài] *Mặt hãm tài :* Unpleasant face.

hãm thành [hãm θàịŋ] To attack a town.

hạm [hạm] Battleship. *Tuần dương hạm :* Cruiser. *Khu trục hạm :* Destroyer.

hạm đội [hạm dọi] Fleet. *Hạm đội thứ 7 :* The 7th Fleet. *Hạm đội chiến đấu :* Battle fleet.

han [han] *Hỏi han :* To inquire, to ask. *Hỏi han sức khoẻ của người nào :* To inquire, ask, after someone's health.

han Verdigris.

hán [hán] Chinese. *Chữ hán :* Chinese characters.

hán học [hán họk] Chinese studies ; sinology. *Nhà hán học :* Sinologist.

hán tự [hán tụ] Chinese characters.

hán văn [hán vaɯn] Chinese literature.

hàn [hàn] 1) To solder, to weld. *Mối hàn :* Soldered joint. *Đèn hàn :* Blow-lamp, soldering-lamp. *Thợ hàn :* Solderer, welder. *Không có hàn :* Solderless. *Mỏ hàn :* Soldering-bit, soldering-copper, soldering-iron. *Cách hàn liền :* Autogenous welding, (oxy-) acetylene welding. *Cách hàn điện :* Electric welding.

hàn (Not used alone) 1) Cold.

2) (Not used alone) Poor, needy.

Hàn (Geog) Korea. *Bắc Hàn, Nam-Hàn:* North Korea, South Korea. *Đại Hàn Dân Quốc :* The Republic of Korea.

hàn độ biểu [hàn dọ biểu] Cryometer.

hàn gắn [hàn gaɯn] To heal. *Thời gian hàn gắn mọi vết thương lòng :* Time heals all sorrows.

hàn gia [hàn ʒa] Needy family.

hàn huyên [hàn hwien] Cold and warm, (fig) to inquire, ask, after someone's health.

Làn kể [hàn ké] Cryometer.

hàn khổ [hàn xổ] Poor and unhappy.

Hàn lâm viện [hàn ləm viện] Academy. *Được nhận vào Hàn—lâm viện :* To be admitted to the academy.

hàn mặc [hàn mauk] Pen and ink, (fig) literature.

hàn môn [hàn mon] Needy family.

hàn nhân [hàn pɔn] A poor man.

hàn nhiệt [hàn piệt] (Med) Fever.

hàn nhiệt văng lai [hàn piệt văŋ lai] (Med) Intermittent fever.

hàn nho [hàn pɔ] A poor, needy scholar.

hàn nồi [hàn nồi] To solder a cooking-pot.

hàn nữ [hàn nữ] A poor girl.

hàn ôn [hàn on] See hàn huyên.

hàn phong [hàn fɔŋ] Cold wind.

hàn qua [hàn kwa] (Bot) Water-melon.

hàn sĩ [hàn ʃĩ] A poor student.

hàn thau [hàn θau] To braze.

hàn the [hàn θɛ] (Ch) Borax.

hàn thiếc [hàn θirk] To sweat, to soft-solder. *Sự hàn thiếc :* Sweating, soft-soldering.

hàn thử biểu [hàn θử biểu] Thermometer. *Hàn thử biểu chỉ 30 độ :* The thermometer reads, records 30° . *Hàn thử biểu xuống không độ đêm hôm qua :* The thermometer fell to zero last night.

hàn tính [hàn tíɲ] Cold, frigid, temperament.

hàn trần [hàn trần] Destitute.

hàn tuyến [hàn twiến] Cold spring.

hàn vi [hàn vi] Poor and humble.

hàn xì [hàn sì] To weld.

hản [hản] See hắn.

hãn [hãn] To perspire, to sweat.

hãn cách [hãn káik] To prevent, to hinder, to obstruct.

hãn châu [hãn cau] Beads of perspiration.

hãn chỉ [hãn ci] See hãn cách.

hãn dịch [hãn zịk] Sweat, perspiration.

hãn hạ [hãn hạ] To sweat, to perspire.

hãn hải [hãn hải] Desert.

hãn hữu [hãn hữu] Rare, scarce.

hãn ngạnh [hãn ŋaiɲ] Stubborn.

hãn ngữ [hãn ŋữ] To resist.

hãn quản [hãn kwản] Pore.

hãn trở [hãn trở] To prevent, to hinder, to obstruct.

hãn tuyền [hãn twiến] Sweat-gland.

hãn vệ [hãn vệ] To defend, to resist.

hạn [hạn] Term ; limit. *Hạn cuối cùng :* Final date. *Không giới hạn :* Without limit.

hạn Drought.

hạn chế [hạn cế] To bound ; to limit, to set bounds, limits, to (someone's power, rights, etc...) ; to restrict, to restrain. *Hạn chế sự sản xuất :* To restrain production. *Hạn chế sự hoạt động của người nào* : To put restraint on someone's activity. *Hạn chế sự tiêu thụ rượu* : To restrict the consumption of alcohol. *Hạn chế quyền hạn của người nào* : To restrict, limit, someone's authority.

hạn chế (sự) Limitation, restriction. *Điều khoản hạn chế* : Limitative clause.

hạn chỉ [hạn cỉ] To stop.

hạn chót [hạn cót] Deadline.

hạn định [hạn dịp] To fix a limit ; to limit.

hạn độ [hạn dọ] Bound, term, limit.

hạn giới [hạn ɠói] Boundary ; bourn(e).

hạn hán [hạn hán] Drought. *Hạn hán làm cạn các giếng trong làng* : The drought dried up all the wells in the village. *Hạn hán đã làm đất nứt ra* : The drought has cracked, fissured, the ground.

hạn kỳ [hạn kì] Term, limit.

hạn lượng [hạn luợn] To estimate.

hạn số [hạn ʃó] Fixed number.

hạn tai [hạn tai] Drought.

hạn tuổi [hạn tuởi] Age limit. *Đến hạn tuổi* : To reach, attain, the age limit.

hang [haŋ] 1) Den, cave, cavern ; lair, earth. *Gấu ở hang* : Cave-bear. *Cá ở hang* : Cave-fish. *Người ở hang* : Cave-man. *Có nhiều hang* : Cavernous. *Tối như ở trong hang* : Cavernous darkness. (*Chồn*) *Núp trong hang* : (Of fox) To go to earth.
2) Hole, burrow. *Như chuột trong hang* (*chỗ không thể thoát ra được*) : Like a rat in a hole (in a place from which escape is impossible).

hang chồn [haŋ còn] Fox-hole, fox-burrow, fox-earth.

hang chuột [haŋ cuột] Mouse's hole, mouse-hole.

hang hốc [haŋ hók] Cave, hollow.

hang hùm [haŋ hùm] The tiger's den.

hang ngách [haŋ ŋáik] Secret exit.

hang sâu [haŋ ʃâu] Abyss, chasm.

hang thú [haŋ θú] Den, cave.

háng [háŋ] (Anat] Groin.

hàng [hàŋ] Row, line (of trees, seats, columns, etc...) ; (Mil) column. *Hàng cây* : Row of trees. *Đứng sắp hàng* : To stand in a line. *Sắp hàng* : To fall into line, to form line. *Hàng tư* : Column of four. *Đi thành hai hàng dọc* : To march, move, in two columns.

hàng To surrender, to yield, to give in. *Tôi thà chết còn hơn chịu hàng* : I will die before I yield.

hàng Merchandise, goods, wares. *Chánh phủ yêu cầu dân chúng mua hàng nội hóa thay vì hàng ngoại quốc* : The government urged the people to buy domestic goods, not foreign goods. *Tàu chở hàng* : Cargo-boat.

hàng ba [hàŋ ba] Veranda(h).

hàng chữ [hàŋ cũ] Line (of letters).

hàng cột [hàŋ kọt] Colonnade, a row of columns.

hàng cơm [hàŋ kəm] Restaurant.

hàng dọc [hàŋ zọk] File. *Đi theo một hàng dọc* : To walk in single file.

hàng đầu [hàŋ dầu] To surrender, to give in, to yield.

hàng đọng [hàŋ dọŋ] Unsold merchandises.

hàng ế [hàŋ é] Unsaleable merchandises.

hàng giải khát [hàŋ ɠải xát] Refreshment bar, snack-bar.

hàng hải [hàŋ hải] To navigate ; navigation. *Nhà hàng hải* : Navigator. *Công ty hàng hải* : Shipping company.

hàng họ [hàŋ họ] Business, trade.

hàng hóa [hàŋ hwá] Goods, merchandise. *Hàng hóa chở trên tàu* : Cargo. *Chở hàng hóa bằng đường hàng không* : To carry goods by air. *Hàng hóa được chở bằng xe lửa* : The goods have been consigned by rail. *Hàng hóa gởi đi các tỉnh và ngoại quốc* : Goods for consignment to the provinces and abroad. *Hàng hóa giao tận nhà mọi người* : Goods delivered at any address. *Ông lấy hàng hóa luôn hay chúng tôi gởi đến nhà ông* : Will you take the goods with you or shall we deliver them to your house ?. *Hàng hóa nầy ít người* tiêu thụ, bán không chạy : There is little demand for these goods. *Hàng hóa bán chạy, dễ bán* : Goods easily disposed of. *Hàng hóa nhập cảng* : Imported goods. *Đem hàng hóa bán đấu giá* : To put goods up for auction. *Hàng hóa bán không chạy, khó bán* : Goods of slow sale. *Bản khai hàng hóa chở trên tàu* : Manifest. *Tôi sẽ gởi hàng hóa bằng xe lửa* : I will send the goods by rail.

hàng không [hàŋ xoŋ] *Thuật hàng không* : Aviation, aeronautics. *Đường hàng không* : Air-line. *Công ty hàng không* : Air-line company.

hàng không mẫu hạm [hàŋ xoŋ mẫu hạm] Aircraft-carrier.

hàng không quân sự [hàŋ xoŋ kwən ʃụ] Military aviation.

hàng lậu [hàŋ lậu] Contraband goods.

hàng ngoại quốc [hàŋ ŋwại kwók] Foreign goods. *Cửa hàng nầy không mua bán hàng ngoại quốc* : This shop does not handle foreign goods.

hàng ngũ [hàŋ ŋũ] Rank, line. *Ra khỏi hàng ngũ* : To break rank. *Siết chặt hàng ngũ* : To close the ranks. *Ra ngoài hàng ngũ* : To fall out the line.

hàng nhập cảng [hàŋ ɲập kảŋ] Imported goods.

hàng nội hóa [hàŋ nội hwa] Domestic goods.

hàng phục [hàŋ fụk] To surrender, to yield to, to give in ; to lay down one's arms.

hàng quán [hàŋ kwán] Store, shop.

hàng rào [hàŋ ràu] Fence ; hedge, enclosure. *Hàng rào dây kẽm gai* : Barbed-wire fence. *Hàng rào cây tươi* : Green enclosure, quickset hedge.

hàng rào quan thuế [hàŋ ràu kwan θwé] Tariff-walls.

hàng rong [hàŋ rɔŋ] *Người bán hàng rong* : Hawker, pedlar.

hàng sách [hàŋ ʃáik] Bookshop.

hàng tạp hóa [hàŋ tạp hwa] Small-ware dealer.

hàng thịt [hàŋ θịt] Butcher's shop.

hàng tỉnh [hàŋ tỉp] Provincial. *Hội đồng hàng tỉnh* : Provincial councillor.

hàng tổng [hàŋ tổŋ] Cantonal.

hàng xã [hàŋ sã] Communal.

hàng xén [hàŋ sén] Grocery.

hàng xóm [hàŋ sɔ́m] Neighbouring. *Tình hàng xóm* : Neighbourhood.

hàng xũ [hàŋ sũ] Coffin-maker.

hãng [hãŋ] Firm, company.

hãng buôn [hãŋ buən] Commercial firm, business house, business establishment.

hãng bảo kê [hãŋ bảu ke] Insurance company.

hãng tàu [hãŋ tàu] Shipping company.

hạng [hạŋ] Class, kind, rank, category ; grade, quality. *Vé hạng nhứt* : First-class ticket. *Phân hạng* : To class, to classify, to arrange in classes. *Anh cho tôi là hạng người nào ?* : What kind of man do you take me for ?. *Sắp, liệt người nào vào hạng đại văn hào* : To rank someone among the great writers. *Nó đã gặp và giao thiệp với tất cả hạng người* : He has to do with all sorts of peoples. *Kể vào hạng giỏi nhứt* : To rank among the best. *Thượng hảo hạng* : Top-grade quality. *Chúng nó thuộc về hạng nào ?* : Under what category do they belong ?.

hạng ba [hạŋ ba] Third class.

hạng bét [hạŋ bét] Lowest class. *Học sinh hạng bét trong lớp* : Bottom boy of the class.

hạng bình [hạŋ bịp] Second class honours. *Hạng bình thứ* : Third-class honours. *Đậu hạng bình* : To get second-class honours.

hạng chót [hạŋ cót] See hạng bét.

hạng gà [hạŋ gà] (Box) Bantam-weight.

hạng lông [hạŋ loŋ] (Box) Feather-weight.

hạng nặng [hạŋ nạɯŋ] (Box) Heavy-weight.

hạng người [hạŋ ŋɯời] Kind of man, sort of person. *Nó là hạng người nào ?* : What is he like ? What sort of person is he ?. *Những hạng người như anh* :

Fellows like you. *Anh cho tôi là hạng người nào ? :* What kind of man do you take me for ?.

hạng nhì [hạŋ ɲì] Second class, second rate. *Chạy về hạng nhì :* To run second. *Vé hạng nhì :* A second-class ticket. *Đi hạng nhì :* To travel second class. *Tay lội người Anh về hạng nhì :* The English swimmer came (in) second.

hạng nhứt [hạŋ ɲứt] First class, first-rate. *Nó nói láo hạng nhứt :* He's a first-class liar. *Anh đi hạng nhứt, hạng nhì hay hạng ba ? :* Do you travel first-class, second-class or third-class ?. *Tôi muốn một buồng hạng nhứt dưới tàu :* I want a first-class cabin on the steamer. *Tôi luôn luôn đi hạng nhứt :* I always travel first.

hạng ruồi [hạŋ ruồi] (Box) Fly-weight.

hạng thượng lưu [hạŋ θɯợŋ lɯu] People of high class.

hạng trung [hạŋ truŋ] (Box) Middle weight.

hạng tuổi [hạŋ tuổi] Age limit.

hạng ưu [hạŋ ɯu] First-class honours.

hanh [haiɲ] Hot and dry (weather).

hanh thông [haiɲ θoŋ] Easy, flowing.

hành [hàiɲ] Onion. *Có mùi hành :* Oniony. *Vỏ củ hành :* Onion-skin. *Có nhiều hành trong xà-lách quá :* There's too much onion in the salad.

hành To perturb (someone). *Bịnh nhân bị cơn sốt hành :* Patient restless with fever.

hành binh [hàiɲ biɲ] (Mil) Operation.

hành chánh [hàiɲ cáiɲ] Administration. *Học viện quốc gia Hành chánh :* National Institute of Administration.

hành cước [hàiɲ kứrk] To walk, to go on foot.

hành dinh [hàiɲ ziɲ] Headquarters.

hành động [hàiɲ dọŋ] To act. *Hành động ngay :* To act without loss of time. *Hành động cẩn thận :* To act prudently. *Hành động thay mặt người nào :* To act for someone. *Hành động theo tư cách người bạn :* To act like a friend. *Toàn quyền hành động :* To act with full powers. *Cho người nào*

tự do hành động : To leave someone to act unfettered. *Hành động theo tư cách người quân tử :* To act the part of an honest man. *Hành động vội vàng, không suy nghĩ kỹ càng :* To act without due consideration. *Được tự do, được toàn quyền hành động :* To have full discretion to act. *Nó không được tự do hành động :* He is not free to act. *Tôi cho anh toàn quyền hành động:* I give you full liberty to act. *Tự do hành động :* To have free, full, scope to act. *Hành động không suy nghĩ :* To act without thinking.

hành động Act, deed, action. *Đó là hành động của một người vô giáo dục :* It is the act of an ill-bred person. *Tự do hành động :* Liberty of action. *Hành động hợp với luật pháp :* Action consistent with the law. *Hành động can đảm :* Brave deed.

hành giáo [hàiɲ sáu] To preach.

hành hạ [hàiɲ hạ] To maltreat, to ill-treat, to ill-use ; to treat badly (by word or deed) ; to handle roughly ; to batter about.

hành hạt [hàiɲ hạt] To inspect.

hành hình [hàiɲ hìɲ] To execute, to put (a prisoner) to death.

hành hung [hàiɲ huŋ] To act with violence. *Phạm tội hành hung :* (Law) To commit acts of violence.

hành hương [hàiɲ hɯơŋ] To go on a pilgrimage.

hành khách [hàiɲ xáik] Passenger. *Xe chở hành khách :* Passenger-carriage. *Xe lửa chở hành khách :* Passenger-train. *Hành khách trong xe :* The passengers in the car. *Toa chở hành khách :* Passenger-car. *Hành khách hạng nhứt :* First-class passenger, cabin passenger. *Hành khách không được đi trên cầu :* Passengers are not allowed on the bridge. *(Xe) Bỏ hành khách xuống :* (Of vehicle) To discharge passengers. *Xe lửa ngừng để chở hành khách :* The train stopped to pick up passengers.

hành khất [hàiɲ xất] To beg. *Người hành khất :* Beggar, mendicant.

hành khúc [hàiɲ xúk] March.

hành lạc [hàiɲ lạk] To rejoice.

hành lang [hàiɲ laŋ] Corridor, gallery; passage-way.

hành lễ [hàiɲ lễ] To celebrate.

hành lữ [hàiɲ lữ] To travel.

hành lý [hàiɲ lí] Luggage, baggage. *Hành lý nặng, kềnh càng:* Heavy luggage. *Hành lý xách tay:* Hand-luggage. *Hành lý đem theo khỏi trả tiền:* Free allowance of luggage. *Hành lý đem theo:* Luggage travelling with the passenger. *Lấy hành lý ra:* To take out luggage, to check out luggage.

hành nghề [hàiɲ ɲề] To practise (medicine, etc...), to work at or follow a profession. *Phép hành nghề bác sĩ:* A licence to practise as a doctor.

hành pháp [hàiɲ fáp] Executive.

hành phạt [hàiɲ fạt] To punish.

hành quân [hàiɲ kwən] (Mil) Operation. *Cuộc hành quân tảo thanh, càn quét:* Mopping-up operation.

hành quân (Of an army) To operate. *Một đạo quân đang hành quân đại quy mô:* An army operating on large scale. *Binh sĩ của ta đang hành quân ở những vùng mà trước đây họ chưa bao giờ bước chân đến:* Our troops are operating in areas where they never set foot before.

hành quân chiến thuật [hàiɲ kwən ciến θwạt] Tactical operation.

hành quân đặc biệt [hàiɲ kwən dạɯk biệt] Special operation.

hành quân miền núi [hàiɲ kwən miền núi] Mountain operation.

hành quân nhảy dù [hàiɲ kwən ɲảy zù] Airborne operation.

hành quân trong rừng rậm [hàiɲ kwən trɔŋ rừŋ rạm] Jungle operation.

hành quyết [hàiɲ kwiét] To execute (a prisoner).

hành sai [hàiɲ ʃai] To go on mission.

hành sử [hàiɲ ʃử] To use, to make use of, to utilize.

hành sự [hàiɲ ʃɯ] To act.

hành ta (Bot) Welsh onion, scallion,

stone-leek. *Hành tây:* Onion.

hành thích [hàiɲ θík] To assassinate.

hành thiện [hàiɲ θiện] To do good.

hành tinh [hàiɲ tiɲ] Planet. *Hành tinh nhỏ:* Platenoid. *Hành tinh hệ:* Planetarium. *Thuộc về hành tinh:* Planetary.

hành tội [hàiɲ tội] To persecute (someone).

hành trang [hàiɲ traŋ] Luggage, baggage.

hành trạng [hàiɲ trạŋ] Act, action; deportment, demeanour.

hành trình [hàiɲ triɲ] Itinerary.

hành trung [hàiɲ truŋ] Track, trail.

hành văn [hàiɲ vaɯn] To compose.

hành vi [hàiɲ vi] Act, action, deed.

hành viện [hàiɲ viện] Brothel.

hành xác [hàiɲ sák] To mortify one's body. *Sự hành xác:* The mortification of the body (e.g. by going without food or eating very simple food only).

hãnh diện [hãiɲ ziện] To bridle (up); to be proud.

hạnh [hạiɲ] (Bot) Apricot-tree.

hạnh Conduct, behaviour.

hạnh đào [hạiɲ dàu] (Bot) Apricot-tree.

hạnh kiểm [hạiɲ kiểm] Conduct, behaviour. *Hạnh kiểm tốt:* Right conduct, good conduct. *Hạnh kiểm xấu:* Bad conduct. *Có hạnh kiểm xấu:* To lead a loose life, to be given over to evil courses, to misbehave. *Ở các trường Anh thường có một phần thưởng về hạnh kiểm tốt:* In English schools there is often a prize for good conduct.

hạnh ngộ [hạiɲ ŋọ] A happy meeting.

hạnh nhân [hạiɲ ɲən] (Bot) Almond.

hạnh phúc [hạiɲ fúk] Happiness. *Đại hạnh phúc:* Bliss felicity. *Đạt được hạnh phúc:* To attain happiness. *Tiền không thể mua hạnh phúc được:* Money cannot buy happiness. *Sự giàu có thường không đem lại hạnh phúc:* Wealth does not always conduce to happiness. *Nó hoàn toàn hạnh phúc:* His cup of happiness was full. *Đâu là hạnh phúc ? :* Where does happiness lie ?. *Không có hạnh phúc nào được hoàn toàn cả :* There is no such thing as perfect bliss.

hạnh phùng [hạip fùŋ] See hạnh ngộ.

hạnh thần [hạip θòn] Favorite subject.

hạnh vận [hạip vạn] Good luck, good fortune.

hao [hau] To waste.

hao giảm [hau 3ảm] To diminish, to lessen, to decrease ; to grow less.

hao hơi uổng tiếng [hau hoi uòŋ tiéŋ] To waste one's words.

hao hụt [hau hụt] Lessened, diminished.

hao mòn [hau mòn] To wear oneself out, to waste away.

hao mòn Worn out. *Sự hao mòn :* Attrition. *Chiến tranh hao mòn :* War of attrition.

hao phí [hau fï] To waste ; to expend.

hao sức [hau ʃứk] To wear out.

hao tài [hau tài] Costly, to spend much money.

hao tiền [hau tiền] See **hao tài.**

hao tồn [hau tón] Costly ; consumptive. *Công việc hao tốn quá nhiều thì giờ :* Work too consumptive of time.

hao tổn [hau tồn] To waste ; to spend much money.

háo [háu] Greedy, eager.

háo chiến [háu cién] Bellicose, combative, warlike, fond of fighting.

háo danh [háu zaip] To aspire to honours ; to thirst after honours ; eager for, after, fame.

háo hức [háu hứk] Enthusiastic.

háo thắng [háu θauíŋ] See **hiếu thắng.**

hào [hàu] Dime (a silver coin worth 10 cents).

hào Ditch, dike, dyke. *Nhảy qua hào :* To leap over a ditch. *Thúc ngựa nhảy qua hào :* To leap a horse over a ditch.

hào cầu [hàu kầu] Trench.

hào đào [hàu dàu] To cry bitterly, copiously.

hào gia [hàu 3a] Influential family.

hào hiệp [hàu hiệp] Chivalrous, gallant.

hào hoa [hàu hwa] Liberal, generous. *Hào hoa phong nhã :* Distinguished.

hào hoạt [hàu hwạt] Very active.

hào hùng [hàu hùŋ] Hero.

háo hứng [hàu hứŋ] To be exciting.

hào khí [hàu xi] Courage, bravery.

hào kiệt [hàu kiệt] Hero.

hào loạn [hàu lwạn] Confused, mixed·

hao lũy [hàu lũi] Fortifications.

hào môn [hàu mon] See hào gia.

hào mục [hàu mụk] Dominant personality in a village.

hào nhãng [hàu nắŋ] Gaudy, showy, tawdry.

hào nhoáng [hàu nwáŋ] See hào nhãng.

hào phóng [hàu fóŋ] Generous, openhanded.

hào phú [hàu fú] Rich and puissant.

hào quang [hàu kwaŋ] Halo, nimbus.

hào tạp [hàu tạp] Mixed.

hào tính [hàu típ] Generosity.

hào trưởng [hàu trưởŋ] See hào mục.

hảo [hàu] (Not used alone) Good, kind ; beautiful.

hảo âm [hàu əm] Good news, good tidings.

hảo cầu [hàu kầu] Well-matched couple.

hảo hán [hàu hán] Brave, courageous man.

hảo hạng [hàu hạŋ] Good quality.

hảo hiệp [hàu hiệp] To be in accord, to be in agreement.

hảo hớn [hàu hớn] See hảo hán.

hảo hợp [hàu hạp] See hảo hiệp.

hảo sắc [hàu ʃwák] Beauty, loveliness, handsomeness.

hảo sự [hàu ʃɯ] A good business.

hảo tâm [hàu təm] Kindness, kind heart.

hảo vị [hàu vị] Exquisite dishes.

hảo ý [hàu í] Good intention.

hão [hãu] Vain, empty. *Những lời hứa hão :* Vain promises. *Điều dọa hão :* Empty threats.

hão huyền [hãu hwiền] Vain, unreal,

chimerical. *Hy vọng hão huyền* : To build castles in the air.

hạo hạo [hau hau] Immense.

hạo nhiên [hau nien] Straight, upright.

hạo thiên [hau θien] Summer weather.

hạp [hạp] To suit, to agree. *Khí hậu nầy không hạp với tôi* : This climate does not agree with me. *Tôm hùm không hạp với tôi* : Lobster does not agree with me. See hợp.

hạp nhau [hạp nau] (Of two persons) To click, to get along well together.

hạp quả [hạp kwả] (Bot) Pyxidium, pyxia.

hát [hát] To sing. *Bài hát, bản hát* : Song. *Rạp hát* : Theater. *Kép hát* : Actor. *Đào hát* : Actress. *Máy hát* : Phonograph. *Dĩa hát* : Record. *Đi coi hát, xem hát* : To go to the theater. *Hát đúng điệu, hát sai điệu* : To sing in tune, to sing out of tune. *Hát nho nhỏ* : To sing in a bass voice. *Nghe người nào hát* : To listen to someone singing. *Hát cho đứa bé ngủ* : To sing a child to sleep.

hát bóng [hát bóŋ] Cinema, movies, moving pictures. *Tôi không thích hát bóng* : I don't care for moving pictures. *Anh thường đi xem hát bóng không ?* : How often do you go to the movies ?.

hát cải lương [hát kải luʌŋ] Modern theater.

hát xiệc [hát sịrk] Circus.

hạt [hạt] 1) Grain, corn. *Hạt nhỏ* : Granule. *Hạt lúa mì* : Grain of wheat.

2) Bead. *Tràng hạt* : String of beads.

hạt bụi [hạt bụi] Speck, particle, of dust.

hạt cát [hạt kát] Grain of sand.

hạt gạo [hạt gạu] Grain of rice.

hạt giống [hạt jóŋ] Seed.

hạt kim cương [hạt kim kuʌŋ] Diamond.

hạt lệ [hạt lệ] Tears.

hạt muối [hạt muối] Grain of salt.

hạt mưa [hạt mưʌ] Drop of rain.

hạt ngọc [hạt ŋɔk] Precious stone.

hạt nổ [hạt nổ] Detonator.

hạt sen [hạt sɛn] Lotus seed.

hạt sương [hạt suʌŋ] Dew-drop.

hạt tiêu [hạt tieu] Peppercorn.

hạt trai [hạt trai] Pearl. *Hạt trai thật* : Real pearl. *Hạt trai giả* : Sham pearl, imitation pearl. *Chuỗi hạt trai* : String of pearls. *Màu hạt trai* : Pearl-grey. *Người vớt hạt trai* : Pearl-diver, pearl-fisher.

hạt xoàn [hạt swàn] Diamond. *Hạt xoàn chưa mài* : Rough, uncut diamond. *Có hạt xoàn* : Diamond-bearing, diamond-yielding. *Mỏ hạt xoàn* : Diamond-mine. *Sự khai mỏ hạt xoàn* : Diamond-mining. *Sự mài hạt xoàn* : Diamond-cutting. *Người buôn bán hạt xoàn* : Diamond merchant. *Nhẫn, cà rá nhận hạt xoàn* : Diamond ring. *Tay đeo đầy hạt xoàn* : Hand loaded with diamonds. *Đeo hạt xoàn* : To diamond oneself. *Nhận hạt xoàn* : To set with diamonds. *Có nhận hạt xoàn* : Set with diamonds.

hạt xoàn thiệt [hạt swàn θiệt] Real diamond.

hau háu [hau háu] *Nhìn hau háu* : To devour (someone) with one's eyes, to gaze intently on (someone).

háu ăn [háu aʌn] Gluttonous, very greedy (for food).

háu đói [háu đói] Ravenous, voracious, very hungry.

hàu [hàu] Oyster. *Đầm nuôi hàu* : Oyster-bank, oyster-bed. *Người nuôi hàu* : Oyster-breeder. *Sự, nghề nuôi hàu* : Oyster-breeding. *Người bán hàu* : Oyster-dealer. *Chỗ nuôi hàu* : Oyster-farm. *Sự, nghề bắt hàu* : Oyster fishing. *Dao mở hàu* : Oyster-knife, oyster-opener. *Vỏ hàu* : Oyster-shell.

hay [hay] 1) Or. *Trong một hay hai ngày* : In a day or two. *Nó đến ba hay bốn lần mỗi ngày* : He comes three or four times a day. *Nó hay em nó sẽ giúp anh* : He or his brother will help you.

2) Whether. *Dù anh có tán thành hay không, việc ấy cũng không can dự gì*

đến tôi : I am not interested in whether you approve or not. *Tôi không biết nó có đồng ý với tôi hay không* : I don't know whether he agrees with me (or not).

hay To learn, hear of, come to know of, get to know of (piece of news, etc...).

hay Good, well, interesting. *Quyển sách nầy rất hay chỉ hơi dài một chút* : This book is interesting only rather too long.

hay To be in the habit of (doing something). *Hay làm việc gì* : To make a habit, to be in the habit, of doing something.

hay Bravo !.

hay bắt lỗi [hay báwt lỗi] Captious.

hay biết [hay biết] To know. *Không hay biết việc gì* : To be unaware of something. *Làm việc gì không ai hay biết gì cả* : To do something unbeknown to anyone.

hay cáu [hay káu] Irascible, irritable, testy, easily angered, quick-tempered.

hay chữ [hay cữ] Lettered, literate.

hay dở [hay zở] Good and bad.

hay đau [hay dau] Sickly, frequently ill, often in bad health. *Đứa bé hay đau* : A sickly child.

hay gắt [hay gáwt] Quick-tempered.

hay gây [hay gei] Cantankerous.

hay giận [hay jợn] Quick - tempered, hot-tempered, short tempered, swift of anger, irascible ; choleric, often angry. *Tánh hay giận* : Quickness of temper.

hay giận To have a short temper, to become angry quickly.

hay hay [hay hay] Fair, good enough, quite good, rather good-looking.

hay ho [hay hɔ] Interesting.

hay là [hay là] Or, or else.

hay lây [hay lei] Contagious.

hay mưa [hay mwə] Rainy.

hay nói [hay nói] Talkative. *Người hay nói* : Talker. *Những người hay nói thường ít làm* : Great talkers are lit-

tle doers.

hay ốm [hay óm] Sickly.

hay quên [hay kwen] To be apt to forget.

hay sao [hay ʃau] Isn't it ?.

báy [háy] To look askance at (someone) ; to look black at (someone) ; to give (someone) a black look. *Háy người nào* : To look askance at someone, to skew at someone.

hãy [hãy] Still, yet. *Hãy lo việc của anh đi !* : Mind your own business.

hãy còn [hãy kɔn] Up to now, still, yet.

hắc [haúk] (Not used alone) Black.

hắc ám [haúk ám] Dark.

hắc bạch [haúk bạik] Black and white.

hắc bảng [haúk bản] Blackboard.

hắc chủng [haúk củń] Black race.

hắc ín [haúk in] Tar.

hắc lào [haúk làu] (Med) Dartre.

hắc mễ [haúk mễ] Opium.

hắc nô [haúk no] Black slave.

hắc thị [haúk θị] Black market. See *chợ đen*.

hắc tinh tinh [haúk tiɲ tiɲ] Chimpanzee.

hắc vận [haúk vận] Ill-luck.

hặc [hạuk] To criticize ; to find fault with.

hăm [hawm] To intimidate, to threaten. *Nó hăm đuổi tôi* : He threatened me with dismissal.

hăm Contraction of *hai mươi*. *Hăm ba* : Twenty-three.

hăm dọa [hawm zwa] To threaten, to menace, to intimidate.

hăm dọa (sự) Threat, menace, intimidation. *Thơ hăm dọa* : Threatening letter *Cuộc hăm dọa đình công ấy không thành* The threatened strike did not come off *Phạm tội hăm dọa* : Guilty of intimidation.

hăm he [hawm hɛ] Menacing, threatening, ready to act.

hăm hở [hawm hở] With zeal, with fervour.

hầm hầm [hawm hawm] Furious, angr

hằm hè [haừm hẻ] Aggressive.

hằm hừ [haừm hừ] Furious.

hắn [haứn] He, him. *Chính hắn nói thế* : It is he who said so. *Tôi cũng cao lớn như hắn* : I am as tall as he. *Hắn đấy* : It's him. *Người đó không ưa tôi, hắn luôn luôn nói xấu tôi* : That man doesn't like me ; he's always running me down.

hằn [haừn] Trace.

hằn học [haừn họk] To bear a grudge. *Vô, ra một cách hằn học* : To flounce in, out.

hẳn [haửn] Surely, certainly ; definitely, completely, for good. *Ở hẳn* : To stay permanently. *Đi hẳn* : To go for good. *Từ chối hẳn:* To refuse something point-blank, to give a flat refusal. *Ngừng hẳn* : To stop dead, to come to a dead stop.

hẳn hoi [haửn hoi] Properly, correctly.

hăng [hauŋ] 1) Fresh, frisky (horse).

2) Acrid (smell).

hăng hái [hauŋ hái] Ardent, eager, enthusiastic, fiery, spirited, fervent.

hăng hái (sự) Eagerness, ardour, fervour. *Làm việc gì một cách hăng hái* : To do something fervently, earnestly, with zeal.

hăng máu [hauŋ máu] Furious, in a fit of anger.

hăng tiết [hauŋ tiết] See hăng máu.

hẳng [haửŋ] *Đằng hẳng* : To clear one's throat.

hằng [haừŋ] *Hằng ngàn* : Thousands. *Hằng ngàn người qua cầu mỗi ngày* : Thousands of people cross the bridge daily. *Hằng ngàn chữ Anh do La tinh mà ra* : Thousands of English words are derived from (derive from) Latin.

hằng Always, often, habitually.

hằng (Poet) The moon.

hằng cửu [haừŋ kửu] Lasting, eternal.

hằng hà sa số [haừŋ hà ʃa ʃó] Numberless, incalculable, countless.

hằng lệ [haừŋ lệ] Usually ; habit, custom.

hằng năm [haừŋ naưm] Annual, yearly, every year.

Hằng nga [haừŋ ŋa] The moon.

hằng ngày [haừŋ ŋày] Daily, everyday. *Công việc hằng ngày* : Daily task, daily round. *Đời sống hằng ngày* : Everyday life. *Báo hằng ngày* : Daily paper, newspaper. *Việc xảy ra hằng ngày* : Thing of daily occurence. *Hầu hết các báo xuất bản hằng ngày* : Most newspapers appear daily.

hằng sản [hàưŋ ʃản] Real estate.

hằng số [hàưŋ ʃó] (Math) Constant.

hằng tâm [hàưŋ tâm] Kindhearted. *Hằng tâm hằng sản* : Generous.

hằng tháng [hàưŋ θáŋ] Monthly, every month.

hằng tinh [hàưŋ tiŋ] Permanent star.

hằng tuần [hàưŋ twần] Weekly. *Báo cáo hằng tuần* : Weekly report.

hẳng [hâưŋ] First, firstly.

hắt [hắưt] To dash, throw (water). *Hắt nước vào vật gì, người nào* : To dash water over something, at someone.

hắt hơi [hắưt hơi] To sneeze. *Sự hắt hơi* : Sneeze, sneezing. *Thuốc bột làm hắt hơi* : Sneezing powder. See nhảy mũi.

hắt hiu [hắưt hiu] (Of wind) To blow lightly. *Ngọn gió hắt hiu* : A light breeze.

hắt hơ hắt hải [hắưt hơ hắưt hải] Panic-stricken.

hắt hủi [hắưt hủi] To neglect.

hâm [hâm] To warm up ; to warm (something) again, to make (something) hot again. *Hâm canh* : To warm up the soup.

hâm hấp [hâm hấp] Warm.

hâm lại [hâm lại] To heat up (some cold meat).

hâm mộ [hâm mộ] To have admiration ; to like, to be fond of.

hầm [hầm] 1) (Mil) Trench.

2) Cellar, vault. *Hầm rượu* : Wine-cellar.

hầm To stew, to braise, to simmer ; to cook by slow boiling.

hầm To burn, bake, fire, kiln (bricks, pottery, etc...).

hầm See gầm.

hầm Hot. *Căn phòng hầm như trong lò :* Room as hot as an oven.

hầm bí mật [hòm bi mạt] Underground hide-out.

hầm chông [hòm coŋ] Blind ditch.

hầm chứa nước [hòm cửa nứrk] Cistern.

hầm gạch [hòm gạik] To bake, burn, fire bricks.

hầm hầm [hòm hòm] Furious. *Cái nhìn hầm hầm :* Furious look.

hầm mộ [hòm mọ] Catacomb.

hầm núp [hòm núp] Shelter-pit, shelter-trench, dug-out.

hầm rượu [hòm rɯạu] Wine-cellar, wine-vault.

hầm tàu [hòm tàu] Hold.

hầm thịt [hòm θịt] To stew, boil down, meat.

hầm trú ẩn [hòm trú ẩn] See hầm núp.

hầm vũ khí [hòm vũ xi] Dump of arms and munitions.

hẩm [hòm] Musty ; smelling or tasting sour or stale.

hẩm hiu [hòm hiu] Unlucky, unfortunate. *Số phận hẩm hiu :* Unfortunate destiny.

hậm hực [họm hụrk] Displeased.

hân hạnh [hơn hạiɲ] Honour ; to be honoured. *Tôi lấy làm hân-hạnh mà..:* I have the honour to... *Tôi được hân hạnh tiếp chuyện với ai đây ? :* To whom have I the honour of speaking?. *Tôi không được hân hạnh biết ông ấy :* I have not the pleasure of knowing him.

hân hoan [hơn hwan] Merry, mirthful, joyful.

hấn [hớn] *Gây hấn :* To provoke hostilities.

hận [họn] Rancour, resentment, hatred.

hâng [hòŋ] See hứng.

hẩng [hòŋ] See hừng.

hẳng [hòŋ] See hửng.

hẳng hờ [hòŋ hò] See hửng hờ.

hằng [hɔ́ŋ] See hửng.

hấp [hớp] 1) To steam, to bake, to braise (food) ; to cure, to burn.

2) To dry-clean (clothes).

hấp To inhale, to absorb. *Hô hấp :* To breathe, respire.

hấp dẫn [hớp zẫn] To attract, to allure, to tempt ; to draw. *Sự, sức hấp dẫn :* Attraction, allure, gravitation. *Để hấp dẫn khách hàng :* In order to draw customers. *Có sức hấp dẫn :* Attractive.

hấp háy [hớp háy] (Of eyes) To wink, to blink.

hấp hối [hớp hói] To be dying, at the point of death, at one's last gasp, at the death's door. *Lúc hấp hối :* In the death struggle. *Sự hấp hối :* Death agony, death-struggle.

hấp hơi [hớp hơi] Stuffy, stifling, suffocating.

hấp khô [hớp xo] To dry, to heat, to steam.

hấp lực [hớp lụrk] Attraction.

hấp nhiệt [hớp ɲiệt] (Ch) Endothermic.

hấp tấp [hớp tớp] Hasty, hurried, in a hurry. *Làm việc gì quá hấp tấp :* To be over-hasty in doing something. *Sự hấp tấp :* Hurry. *Hấp tấp ra đi :* To go out in a hurry.

hấp thụ [hớp θụ] To absorb ; to take in, to receive. *Sự hấp thụ :* Absorption. *Có thể hấp thụ được :* Absorbable. *Bình hấp thụ :* Absorber.

hấp thụ kế [hớp θụ kế] (Ch) Absorption-meter.

hất [hớt] To raise.

hất 1) (Of horse) To fling.

2) To push, to throw. *Hất chén cơm của người nào :* To take the bread out of someone's mouth ; to deprive someone of his means of livelihood.

hất cẳng [hớt kaửŋ] 1) To trip, to trip up. *Hất cẳng người nào :* To trip someone up.

2) To oust (a man from office).

bất hàm [hất hàm] To raise one's chin (as a signal).

bất hủi [hất hủi] To neglect.

hầu [həu] See diều hâu.

hấu [hòu] Dưa hấu : Water-melon.

hầu [hòu] Almost, nearly.

hầu [hòu] Monkey.

hầu Marquis.

hầu In order to.

hầu To serve (someone). Nàng hầu : Concubine.

hầu (Anat) Fauces. Thuộc về hầu : Faucal, guttural. Bịnh yết hầu : Diphtheria.

hầu âm [hòu əm] Faucal, guttural.

hầu bao [hòu bau] Purse.

hầu cận [hòu kạn] An attendant or follower attached to a prince or other person of importance. Sĩ quan hầu cận : Aide-de-camp.

hầu chuyện [hòu cwiẹn] To entertain, hold conversation with someone.

hầu đấu [hòu dòu] (Anat) Larynx.

hầu hạ [hòu hạ] To attend (someone), to attend on, upon (someone). Hết tiền thì hết người hầu hạ : Nothing for nothing.

hầu hết [hòn hết] Almost, nearly.

hầu kiện [hòu kiẹn] To appear before a court.

hầu non [hòu nɔn] Young concubine.

hầu quốc [hòu kwók] Satellite.

hầu sáng [hòu ʃán] Waiter (in a chinese restaurant).

hầu thống [hòu θóŋ] (Med) Diphtheria.

hầu tòa [hòu twa] To appear before a court of justice.

hầu tước [hòu túrk] Marquis, marquess. Hầu tước phu nhân : (ở Anh) Marchioness, (ở Mỹ) marquise.

hẩu [hòu] Good, nice, kind ; exquisite, delicious.

hậu [hạu] Back, behind, rear ; future, posterior.

hậu Generous.

hậu Queen, empress. Hoàng hậu : Queen. Hoàng thái hậu : Queen mother.

hậu bị [hạu bị] (Mil) Reserve (army).

hậu bị quân [hạu bị kwən] Reserve man.

hậu binh [hạu biŋ] (Mil) Rear guard.

hậu bối [hạu bói] 1) Future generations, posterity.

2) (Med) Anthrax in the back.

hậu chiến [hạu ciến] After-war.

hậu côn [hạu kon] Descendants, progeny.

hậu cung [hạu kuŋ] 1) Inside of a temple.

2) Palace of the queen.

hậu cứu [hạu kúu] To be examined later. Tại ngoại hậu cứu : Freed on bail.

hậu duệ [hạu zwẹ] Descendants.

hậu đãi [hạu dãi] To treat well.

hậu đại [hạu dại] Posterity, future generations.

hậu đình [hạu dìŋ] A rear building.

hậu đội [hạu dọi] (Mil) Rear-guard.

hậu đường [hạu dườŋ] Interior of a house.

hậu hình [hạu hiŋ] Generous, liberal.

hậu hối [hạu hói] To regret.

hậu lai [hạu lai] Future, the time to come.

hậu lộc [hạu lọk] Big salary.

hậu lợi [hạu lợi] Great gain.

hậu mẫu [hạu mõu] Stepmother.

hậu môn [hạu mon] 1) Back-door.

2) (Anat) Anus. Thuộc về hậu môn : Anal.

hậu phi [hạu fi] Wifes of the king.

hậu phu [hạu fu] Stepfather.

hậu phương [hạu fươŋ] Rear. Ở hậu phương : In the rear.

hậu quả [hạu kwả] Consequence. Chịu những hậu quả của một sự lầm lỗi : To suffer the consequences of a mistake.

hậu quân [hạu kwən] Rear-guard.

hậu sản [hạu ʃản] Illness developed after childbirth, illness following childbirth.

hậu sinh [hậu ʃiɲ] Posterity, younger generations.

hậu suất [hậu ʃwɔ́t] (Math) Consequent.

hậu tạ [hậu tạ] To reward liberally.

hậu tẩm [hậu tɔ̀m] Apse.

hậu tập [hậu tập] To take (a position) in reverse, in the rear.

hậu thất [hậu θɔ́t] Second wife.

hậu thê [hậu θi] See hậu thất.

hậu thế [hậu θé] Posterity, future generations ; after-ages, after-world.

hậu thiên [hậu θien] The day after tomorrow.

hậu thuẫn [hậu θwɔ̃n] Support, backing. Nó có quân đội làm hậu thuẫn : He has the support of the army.

hậu tiến [hậu tién] Backward, underdeveloped.

hậu trạch [hậu trạik] Great favour.

hậu trường [hậu trɯə̀ŋ] Backstage.

hậu tuyền [hậu twién] Back line.

hậu tuyển [hậu twiẻn] Candidate for an election.

hậu vận [hậu vận] Future, futurity. Nghĩ đến hậu vận : To think of the future.

hậu vệ [hậu vẹ] (Fb) Back.

hậu vị [hậu vị] Good taste.

hậu vọng [hậu vɔ̀ŋ] Full of hope.

hậu vương [hậu vɯə̀ŋ] King.

hậu ý [hậu i] Good intent.

hây hây [hei hei] 1) Gentle, light. Gió hây hây thổi : The wind blows gently, lightly. Gió hây hây : Gentle wind.

2) Rosy. Má đỏ hây hây : Rosy cheeks.

hẩy [hèi] To push.

he [hɛ] (Ich) Fish of carp family.

hé [hɛ́] To half-open.

hé cửa [hɛ́ kɯ̀ə] To half-open the door, to set the door ajar.

hé mắt [hɛ́ mắɯt] To half-open the eyes.

hé môi [hɛ́ moi] To open one's lips, to utter a word. Không dám hé môi : Not to dare to open one's lips. Nó không bao giờ hé môi : He never opened his lips.

hé mở [hɛ́ mɔ̀] To half-open.

hé răng [hɛ́ rawŋ] See hé môi.

hè [hɛ̀] Summer. Về mùa hè : In summer. Kỳ nghỉ hè : The summer holidays. Thuộc về mùa hè : Summery.

hè Sidewalk, footway, footpath, pavement.

hẹ [hẹ] (Bot) Shallot, scallion.

hem [hɛm] Hom hem : Decrepit, emaciated, thin, skinny.

hèm [hɛ̀m] Draff.

hẻm [hɛ̉m] Alley, lane. Hẻm núi : Defile, gorge.

hen [hɛn] (Med) Asthma.

hèn [hɛ̀n] Base, vile.

hèn chi [hɛ̀n ci] That is why.

hèn gì [hɛ̀n ʒi] See hèn chi.

hèn hạ [hɛ̀n hạ] Vile, base, mean, despicable. Làm thành hèn hạ : To render vile. Xuất thân hèn hạ : Of mean birth.

hèn mạt [hɛ̀n mạt] Base, vile.

hèn mọn [hɛ̀n mọn] Humble, mean, base. Tâm địa hèn mọn : Base soul.

hèn nào [hɛ̀n nàu] That is why.

hèn nhát [hɛ̀n ɲát] Cowardly, dastardly. Kẻ hèn nhát : A coward, a dastard.

hẹn [hẹn] To promise, to appoint ; to fix, settle, make, an appointment. Hẹn ngày gặp nhau : To appoint a day to meet. Đến giờ hẹn : At the appointed time. Có hẹn với người nào : (U.S.A.) To have a date with someone. Nơi hẹn, chỗ hẹn : Appointment. Hẹn gặp người nào : To make, fix, an appointment with someone ; to arrange to meet someone. Sai hẹn, lỗi hẹn : To break an appointment. Tôi có hẹn với bác sĩ của tôi chiều nay : I have an appointment with my doctor this afternoon. Hẹn gặp người nào vào ba giờ : To make, accept, an appointment with someone for three o'clock. Đúng hẹn : To keep an appointment. Nó đúng hẹn, nó giữ lời hẹn : He kept his appointment.

hẹn hò [hẹn hɔ̀] To make, fix, an appointment.

hất hàm [hất hàm] To raise one's chin (as a signal).

hất hủi [hất hủi] To neglect.

hầu [hɔu] See diều hâu.

hấu [hấu] Dưa hấu : Water-melon.

hầu [hɔu] Almost, nearly.

hầu [hɔu] Monkey.

hầu Marquis.

hầu In order to.

hầu To serve (someone). Nàng hầu : Concubine.

hầu (Anat) Fauces. Thuộc về hầu : Faucal, guttural. Bịnh yết hầu : Diphtheria.

hầu âm [hɔu əm] Faucal, guttural.

hầu bao [hɔu bau] Purse.

hầu cận [hɔu kən] An attendant or follower attached to a prince or other person of importance. Sĩ quan hầu cận : Aide-de-camp.

hầu chuyện [hɔu cwiện] To entertain, hold conversation with someone.

hầu đấu [hɔu đầu] (Anat) Larynx.

hầu hạ [hɔu hạ] To attend (someone), to attend on, upon (someone). Hết tiền thì hết người hầu hạ : Nothing for nothing.

hầu hết [hɔn hết] Almost, nearly.

hầu kiện [hɔu kiện] To appear before a court.

hầu non [hɔu nɔn] Young concubine.

hầu quốc [hɔu kwók] Satellite.

hầu sáng [hɔu ʃán] Waiter (in a chinese restaurant).

hầu thống [hɔu θóŋ] (Med) Diphtheria.

hầu tòa [hɔu twà] To appear before a court of justice.

hầu tước [hɔu túrk] Marquis, marquess. Hầu tước phu nhân : (ở Anh) Marchioness, (ở Mỹ) marquise.

hậu [hɔu] Good, nice, kind ; exquisite, delicious.

hậu [hậu] Back, behind, rear ; future, posterior.

hậu Generous.

hậu Queen, empress. Hoàng hậu : Queen. Hoàng thái hậu : Queen mother.

hậu bị [hậu bị] (Mil) Reserve (army).

hậu bị quân [hậu bị kwən] Reserve man.

hậu binh [hậu biɲ] (Mil) Rear guard.

hậu bối [hậu bói] 1) Future generations, posterity.

2) (Med) Anthrax in the back.

hậu chiến [hậu ciến] After-war.

hậu côn [hậu kon] Descendants, progeny.

hậu cung [hậu kuŋ] 1) Inside of a temple.

2) Palace of the queen.

hậu cứu [hậu kứu] To be examined later. Tại ngoại hậu cứu : Freed on bail.

hậu duệ [hậu zwẹ] Descendants.

hậu đãi [hậu đãi] To treat well.

hậu đại [hậu đại] Posterity, future generations.

hậu đình [hậu điɲ] A rear building.

hậu đội [hậu đọi] (Mil) Rear-guard.

hậu đường [hậu đưɔ̀ŋ] Interior of a house.

hậu hình [hậu hiɲ] Generous, liberal.

hậu hối [hậu hói] To regret.

hậu lai [hậu lai] Future, the time to come.

hậu lộc [hậu lọk] Big salary.

hậu lợi [hậu lợi] Great gain.

hậu mẫu [hậu mɔu] Stepmother.

hậu môn [hậu mon] 1) Back-door.

2) (Anat) Anus. Thuộc về hậu môn : Anal.

hậu phi [hậu fi] Wifes of the king.

hậu phu [hậu fu] Stepfather.

hậu phương [hậu fwɔŋ] Rear. Ở hậu phương : In the rear.

hậu quả [hậu kwả] Consequence. Chịu những hậu quả của một sự lầm lỗi : To suffer the consequences of a mistake.

hậu quân [hậu kwən] Rear-guard.

hậu sản [hậu ʃản] Illness developed after childbirth, illness following childbirth.

hậu sinh [họu ʃip] Posterity, younger generations.

hậu suất [họu ʃwất] (Math) Consequent.

hậu tạ [họu tạ] To reward liberally.

hậu tầm [họu tầm] Apse.

hậu tập [họu tạp] To take (a position) in reverse, in the rear.

hậu thất [họu θất] Second wife.

hậu thê [họu θi] See hậu thất.

hậu thế [họu θế] Posterity, future generations ; after-ages, after-world.

hậu thiên [họu θien] The day after to-morrow.

hậu thuẫn [họu θwẫn] Support, back-ing. Nó có quân đội làm hậu thuẫn : He has the support of the army.

hậu tiến [họu tiến] Backward, under-developed.

hậu trạch [họu trạik] Great favour.

hậu trường [họu trườŋ] Backstage.

hậu tuyền [họu twiến] Back line.

hậu tuyển [họu twiển] Candidate for an election.

hậu vận [họu vận] Future, futurity. Nghĩ đến hậu vận : To think of the future.

hậu vệ [họu vệ] (Fb) Back.

hậu vị [họu vị] Good taste.

hậu vọng [họu vọŋ] Full of hope.

hậu vương [họu vươŋ] King.

hậu ý [họu i] Good intent.

hây hây [hei hei] 1) Gentle, light. Gió hây hây thổi : The wind blows gently, lightly. Gió hây hây : Gentle wind.
   2) Rosy. Má đỏ hây hây : Rosy cheeks.

hẩy [hẩi] To push.

he [hɛ] (Ich) Fish of carp family.

hé [hế] To half-open.

hé cửa [hế kửa] To half-open the door, to set the door ajar.

hé mắt [hế mắmt] To half-open the eyes.

hé môi [hế moi] To open one's lips, to utter a word. Không dám hé môi : Not to dare to open one's lips. Nó không bao giờ hé môi : He never opened his lips.

hé mở [hế mở] To half-open.

hé răng [hế raŋ] See hé môi.

hè [hè] Summer. Về mùa hè : In summer. Kỳ nghỉ hè : The summer holidays. Thuộc về mùa hè : Summery.

hè Sidewalk, footway, footpath, pavement.

hẹ [hẹ] (Bot) Shallot, scallion.

hem [hɛm] Hom hem : Decrepit, emaciated, thin, skinny.

hèm [hèm] Draff.

hẻm [hẻm] Alley, lane. Hẻm núi : Defile, gorge.

hen [hɛn] (Med) Asthma.

hèn [hèn] Base, vile.

hèn chi [hèn ci] That is why.

hèn gì [hèn ʒi] See hèn chi.

hèn hạ [hèn hạ] Vile, base, mean, despicable. Làm thành hèn hạ : To render vile. Xuất thân hèn hạ : Of mean birth.

hèn mạt [hèn mạt] Base, vile.

hèn mọn [hèn mọn] Humble, mean, base. Tâm địa hèn mọn : Base soul.

hèn nào [hèn nàu] That is why.

hèn nhát [hèn ɲát] Cowardly, dastardly. Kẻ hèn nhát : A coward, a dastard.

hẹn [hẹn] To promise, to appoint ; to fix, settle, make, an appointment. Hẹn ngày gặp nhau : To appoint a day to meet. Đến giờ hẹn : At the appointed time. Có hẹn với người nào : (U.S.A.) To have a date with someone. Nơi hẹn, chỗ hẹn : Appointment. Hẹn gặp người nào : To make, fix, an appointment with someone ; to arrange to meet someone. Sai hẹn, lỗi hẹn : To break an appointment. Tôi có hẹn với bác sĩ của tôi chiều nay : I have an appointment with my doctor this afternoon. Hẹn gặp người nào vào ba giờ : To make, accept, an appointment with someone for three o'clock. Đúng hẹn : To keep an appointment. Nó đúng hẹn, nó giữ lời hẹn : He kept his appointment.

hẹn hò [hẹn hò] To make, fix, an appointment.

heo [hɛu] Pig, swine, hog. *Bầy heo* : Herd of swine. *Thịt heo* : Pork, pig-meat. *Ăn như heo* : To eat like a pig. *Trại nuôi heo* : Pig farm. *Như heo, giống như heo* : Pig-like. *Máng cho heo ăn* : Pig-trough. *Chuồng heo* : Swinery, piggery, pigsty. *Người chăn heo* : Swine-herd, pigman. *Da heo* : Pigskin. *Đã cho heo ăn chưa?*: Have the pigs been fed yet?. *Trong người chúng ta, ai cũng có một con heo* : Our body shelters both a soul and a pig.

heo cái [hɛu kái] Sow ; a female pig. *Heo cái đẻ một lứa mười lăm con* : Sow that has had fifteen pigs at one farrow.

heo con [hɛu kɔn] Piggy, piglet, pigling, porket, porkling ; young pig.

heo cúi [hɛu kúi] See **heo**.

heo đực [hɛu dɯk] Boar ; a male pig.

heo nái [hɛu nái] Sow raised for breeding.

heo quay [hɛu kway] Roast pork. *Da dòn heo quay* : Crackling ; crisp skin of roast pork.

heo rừng [hɛu rừŋ] Wild boar, wild pig. *Chó săn heo rừng* : Boar-hound.

heo sống [hɛu ʃóŋ] Live hogs.

heo sữa [hɛu ʃɯ̃ə] Suckling-pig.

heo thiến [hɛu θién] Hog.

héo [hɛu] Faded, withered, dead. *Hoa héo* : Sear(ed), withered flowers. *Vứt những hoa nầy đi, nó héo rồi* : Throw those flowers out ; they're dead.

héo (Of flower) To fade, to wither, to flag, to droop. *Hoa héo vì thiếu nước*: The flowers were drooping for want of water.

héo hắt [hɛu háʉt] To fade, to wither.

héo queo [hɛu kwɛu] To shrivel up.

héo tàn [hɛu tàn] To fade, to wither.

hèo [hɛu] Cudgel.

hẻo lánh [hɛu láiɲ] Remote, deserted, retired, solitary, sequestered, secluded, (place).

hẹp [hɛp] Narrow, confined, strait (space). *Cửa hẹp* : The strait gate. *Đường hẹp* : The strait way, the narrow way. *(Đường) Hẹp dần, hẹp lần lại* : To grow narrow. *Theo nghĩa hẹp nhứt* : In the narrowest sense. *Ăn ở chật hẹp*:

To live in narrow circumstances.

hẹp bụng [hɛp bụŋ] Not generous, ungenerous.

hẹp dạ [hɛp zạ] See **hẹp bụng**.

hẹp hòi [hɛp hòi] Narrow. *Trí óc hẹp hòi* : Narrow mind.

hẹp lượng [hɛp lɯợŋ] Ungenerous, illiberal.

hét [hét] To cry, to yell, to scream, to shriek, to roar. *Hét lớn lên* : To cry aloud. *Hét lên hết sức lớn* : To shriek at the top of one's voice. *Hét lên vì đau đớn* : To roar with pain.

hề [hè] Clown, buffoon, funny-man. *Trò hề* : Clownery, buffoonery. *Làm hề* : To act, play, the buffoon.

hề *Chưa hề, không hề, chẳng hề* : Never. *Tôi chưa hề gặp nó* : I have never met him. *Có hề chi không ?* : Doesn't it hurt ? : *Không hề gì* : It does not matter. *Tôi không hề trách nó chút nào cả* : I didn't reproach him in the slightest.

hề hả [hè hả] Content, satisfied.

hễ [hẽ] If, each time, whenever.

hệ luận [hệ lwận] (Mth) Corollary.

hệ lụy [hệ lụi] 1) To be bound ; to be entangled in, involved in.
2) Wife and children.

hệ số [hệ ʃó] Coefficient ; factor.

hệ thống [hệ θóŋ] 1) System, net, network. *Làm, lập thành hệ thống* : To systematize. *Có hệ thống* : Systematic. 2) (Geol) Formation.

3) Hierarchy, channel. *Theo hệ thống*: Through the official channel, through the usual channel.

hệ thống báo động [hệ θóŋ báu dọŋ] Warning net.

hệ thống điều khiển tác xạ [hệ θóŋ diều xiển ták sạ] Fire control system.

hệ thống đường sá [hệ θóŋ dưòŋ ʃá] Road net.

hệ thống hóa [hệ θóŋ hwá] To systematize. *Sự hệ thống hóa* : Systematization.

hệ thống liên lạc [hệ θóŋ liên lạk]

Liaison net.

hệ thống quản trị [hẹ θốŋ kwản trị] Administrative net.

hệ thống quân giai [hẹ θốŋ kwən ʃai] Military channel, command channel, chain of command.

hệ thống tọa độ [hẹ θốŋ twa dọ] Coordinate system.

hệ thống truyền tin [hẹ θốŋ trwiền tin] Signal system.

hệ thống vô tuyến [hẹ θốŋ vo twiến] Radio net.

hệ trọng [hẹ trɔŋ] Important, vital, capital.

hếch [hếik] To raise, to lift up. *Mũi hếch* : Up-turned nose.

hên [hen] To be lucky, in luck (at cards, etc...) ; to be in luck's way. *Đánh bài hên* : Lucky at cards. *Giữ vật gì để lấy hên* : To keep something for luck. *Anh hên quá !* : You are lucky !. *Tôi luôn luôn hên* : I always had the best of luck.

hên xui [hen sui] Lucky and unlucky.

hến [hến] (Zoo) Mussel. *Câm như hến* : (As) Dumb, mute as a fish ; dumb as a fish, as an oyster.

hênh [heiɲ] *Hớ hênh* : Careless, inattentive, heedless, unobservant.

hểnh hảng [hểiɲ hảŋ] Negligent.

hết [hết] To finish, to end, to cease ; (of a period of time) to expire, to come to an end. *Khi hết đau* : When the pain has ceased. *Tôi hết nhức đầu rồi* : My headache is passing off, my headache has passed off. *Nó đã hết giận rồi* : His anger soon passed, cooled. *Đã hết đau chưa?* : Has the pain pass off yet ?.

hết *Thế là hết, hết cả rồi* : It is all over. *Trước hết* : First of all, first and foremost. *Người đến trước hơn hết là ông X* : The first to arrive was Mr. X. *Mười một người được cứu sau hết* : The last eleven to be rescued. *Nó đến sau hết* : He was the last to arrive. *(Việc) Hết sức quan trọng* : To be of the last importance. *Đó không phải là giá thấp hơn hết của nó* : That isn't

his last price. *Hết phương kế* : To be at the end of one's resources.

hết bịnh [hết bịɲ] To recover one's health ; to be cured, restored to health ; to recover.

hết cả [hết kả] 1) All.

2) All finished.

hết cách [hết káik] To be at the end of one's resources, to be on one's beamends.

hết dạ [hết zạ] Heartily, with all one's heart.

hết gân [hết gən] To be at the end of one's tether.

hết hạn [hết hạn] (Of a period of time) To expire, to come to an end ; to fall in ; (of lease) to run out.

hết hơi [hết hɔi] To be out of breath, short of breath, blown, winded ; to lose one's breath. *Nó hết hơi* : He is soon at the end of his tether.

hết hy vọng [hết hi vɔŋ] To despair, to lose all hope. *Các bác sĩ hết hy vọng cứu sống nàng* : The doctors despair of saving her life.

hết kế [hết ké] To be at the end of one's resources.

hết lòng [hết lòŋ] Heartily, with all one's heart ; with heart and hand, with heart and soul. *Hết lòng thương yêu người nào* : To love someone with all one's heart. *Để hết lòng làm việc gì* : To have set one's heart on doing something. *Hết lòng làm việc* : To have one's heart in one's work. *Hết lòng làm việc gì* : To do something with one's whole heart.

hết mưa [hết mưə] The rain is over.

hết nhẵn [hết ɲaữn] All finished.

hết nói [hết nɔi] To find nothing more to say.

hết nợ [hết nợ] To be out of debt.

hết phương [hết fưɔŋ] To be at the end of one's resources, to be on one's beam-ends.

hết ráo [hết ráu] All finished.

hết rồi [hết ròi] Finished.

hết sạch [hết ʃaik] All finished.

hết săng [hết ʃauŋ] Short of petrol.

hết sức [hét ʃúk] 1) To be exhausted, at the end of one's tether ; to have no strength left. *Nó đã dùng hết sức của nó rồi* : He had used up all his strength. 2) With all one's might, with might and main. *Làm việc gì hết sức mình* : To do something to the best of one's ability. *Hết sức làm việc gì* : To work with all one's might, with might and main.

hết sức Very, extremely. *Hết sức tốt* : Very good. *Nó hết sức giàu* : He is extremely rich. *Tôi hết sức ân hận* : I am awfully sorry.

hết tang [hét taŋ] To go out of mourning.

hết thảy [hét θảy] As a whole : everyone, without exception.

hết thể [hét θé] To be at the end of one's resources.

hết thở [hét θỏ] To die.

hết thời [hét θời] To be on the down-grade. *Nó đã hết thời rồi* : His star is on the wane.

hết tiệt [hét tiệt] All finished.

hết trọi (trụi) [hét trọi] All finished.

hết trở [hét trở] See **hết tang**.

hệt [hẹt] Identical. *Sự giống hệt* : Close resemblance.

hêu [heu] High and unstable.

hếu [héu] *Trắng hếu* : Very white.

hí [hí] (Of horse) To whinny, to neigh. *Tiếng (ngựa) hí* : Whinnying, neighing; whinny, neigh.

hí hoáy [hí hwáy] To be busy with, absorbed in.

hí hởn [hí hởn] Joyfully, full of joy.

hỉ mũi [hỉ mũi] To blow one's nose.

hia [hiə] Mandarin's boots.

hích [hik] To jostle.

hịch [hịk] Proclamation.

hidrogen Hydrogen.

hiếm [hiém] 1) Rare, scarce, uncommon, singular. 2) Many, numerous.

hiếm có [hiém kó] Singular, rare, scarce, uncommon. *Lòng can đảm hiếm có* : Rare, singular courage.

hiếm con [hiém kon] To have few or no children.

hiếm hiệm [hiém hiệm] Many, numerous.

hiếm hoi [hiém hoi] (Of woman) Barren, unable to have children.

hiếm người [hiém ŋười] Short of help.

hiềm [hiềm] 1) To suspect, to doubt. 2) To dislike, to hate.

hiềm Discontented, displeased, dissatisfied.

hiềm khích [hiềm xik] To detest, to hate.

hiềm nghi [hiềm ŋi] To suspect.

hiềm oán [hiềm wán] To bear, owe (someone) a grudge ; to have, nurse, keep up, a grudge against (someone).

hiềm thù [hiềm θù] See **hiềm oán**.

hiềm vì [hiềm vì] Unfortunately, because of.

hiểm [hiểm] Dangerous, perilous.

hiểm ác [hiểm ák] Wicked.

hiểm địa [hiểm địa] Dangerous area.

hiểm độc [hiểm độk] See **hiểm ác**.

hiểm họa [hiểm hwạ] Danger, peril.

hiểm hóc [hiểm hók] Dangerous.

hiểm nghèo [hiểm ŋèu] Perilous, dangerous.

hiểm trở [hiểm trở] Perilous, full of obstacles.

hiểm yếu [hiểm iéu] Dangerous (area).

hiệm [hiệm] *Hiếm hiệm* : Many, numerous.

hiên [hien] Penthouse.

hiên ngang [hien ŋaŋ] Proud, haughty.

hiến [hién] To offer ; to consecrate, to devote.

hiến binh [hién biɲ] Gendarme, constable (a member of a military force performing many of the duties of the police). *Ty hiến binh* : The county constabulary.

hiến chính [hién cíɲ] Constitutional government.

hiến chương [hién cưəŋ] Charter. *Hiến chương Liên hiệp Quốc* : Charter of the United Nations.

H

hiến cống [hiến kóŋ] To offer gifts.

hiến kế [hiến kế] To offer a scheme.

hiến máu [hiến máu] To donate blood. *Người hiến máu* : Donor of blood, blood-giver.

hiến mình [hiến mìɲ] To offer oneself ; to consecrate one's life. *Nó hiến mình nó cho tổ quốc* : He consecrated his life to the service of the country.

hiến mưu [hiến mưu] See hiến kế.

hiến pháp [hiến fáp] Constitution. *Trái với hiến pháp, phản hiến pháp* : Anti-constitutional.

hiến tắc [hiến táŋk] Constitutional rules.

hiến thân [hiến θən] To dedicate oneself, one's life ; to offer oneself. *Hiến thân cho người nào* : To dedicate, consecrate, one's life to someone.

hiến ước [hiến ứrk] Charter.

hiền [hiền] Meek ; gentle, virtuous. *Vợ hiền* : Virtuous wife.

hiền đệ [hiền dẹ] Dear brother.

hiền điệt [hiền diệt] Dear nephew.

hiền đức [hiền dứk] Virtuous.

hiền hạnh [hiền hạɲ] Meek and virtuous.

hiền hậu [hiền hậu] Meek and loyal, kind, benevolent.

hiền hòa [hiền hwà] Meek and affable.

hiền huynh [hiền hwiɲ] Dear (elder) brother.

hiền lành [hiền làɲ] Meek, gentle. *Rất hiền lành*. Gentle as a lamb.

hiền lương [hiền lươŋ] Honest.

hiền mẫu [hiền mẫu] Virtuous mother.

hiền năng [hiền nauŋ] Virtuous and talented.

hiền nhân [hiền ɲən] Virtuous man.

hiền sĩ [hiền ʃi] Talented and virtuous man.

hiền tài [hiền tài] See hiền năng.

hiền tế [hiền tế] Dear son-in-law.

hiền thần [hiền θən] Virtuous and talented subject.

hiền thê [hiền θe] Virtuous wife.

hiền thục [hiền θụk] Honest.

hiền triết [hiền triết] Sage, philosopher.

hiền từ [hiền từ] Indulgent.

hiền tỷ [hiền ti] Dear (elder) sister.

hiển ảnh [hiển àiɲ] To develop (a photograph).

hiển đạt [hiển dạt] To succeed brilliantly.

hiển hách [hiển háik] Brilliant, glorious, splendid. *Chiến công hiển hách* : Brilliant feat of arms.

hiển hiện [hiển hiện] To appear clearly.

hiển linh [hiển liɲ] (Of something supernatural) To appear.

hiển minh [hiển miɲ] 1) Clear, brilliant. 2) Sunrise.

hiển nhiên [hiển ɲien] Evident, obvious, manifest, plain, clear, patent ; conspicious. *Sự thật hiển nhiên* : Evident, obvious truth. *Nhìn nhận sự hiển nhiên của một việc* : To acknowledge the evidence of a fact.

hiển sĩ [hiển ʃi] Famous scholar.

hiển thánh [hiển θáiɲ] To sanctify.

hiển trứ [hiển trứ] Clear, obvious, manifest.

hiển vi [hiển vi] To magnify small objects. *Kiến hiển vi* : Microscope.

hiển vinh [hiển viɲ] Brilliant and honourable.

hiện [hiện] 1) To appear, to rise, to become visible, to come into sight. *Hiện ra trong trí* : Present to the mind. *Một hình ảnh hiện ra trong trí tôi* : A picture rises in my mind. *Một căn nhà hiện ra trước mắt* : A building rose to view. *Chiếc tàu hiện ra ở chân trời* : The ship is rising on the horizon. 2) (Of a ghost) To appear, to manifest.

hiện có [hiện kó] Existent.

hiện dịch [hiện zịk] (Mil) Active service. *Sĩ quan hiện dịch* : Regular officer.

hiện diện [hiện ziện] Present. *Sự hiện diện* : Presence.

hiện đại [hiện dại] Present times, contemporary period.

hiện giờ [hiện ʒờ] Now, at present, a the present time. *Hiện giờ nó khôn có ở nhà* : He's away from home now. *Hiện giờ tôi đã hoàn toàn bình phục :* I'm all right again now.

hiện hành [hiện hàjŋ] In force, in operation.

hiện hình [hiện hìŋ] To appear ; to manifest.

hiện hữu [hiện hữu] Existent, existing, on hand.

hiện lên [hiện len] To manifest ; to appear.

hiện nay [hiện nay] At present, now, at the present time. *Hiện nay nó đã có vợ khác :* He now has another wife.

hiện ra [hiện ra] To appear, to come out, to become visible, to come into sight. *Chiếc tàu hiện ra :* The ship hove in sight. *Một chiếc tàu hiện ra trong sa mù :* A ship loomed up out of the fog.

hiện tại [hiện tại] Present, existing ; at present, at the present time. *Thì hiện tại :* The present time. *Chánh phủ hiện tại :* The present government. *Hiện tại nối liền với quá khứ :* The present is bound up with the past.

hiện thân [hiện θɔn] To incarnate. *Sự hiện thân :* Incarnation.

hiện thật [hiện θɐt] Real, actual.

hiện thể [hiện θé] 1) Present time. 2) Present situation.

hiện thời [hiện θɜi] Now, at present, at the present time.

hiện thực [hiện θɯk] See **hiện thật**.

hiện tình [hiện tìŋ] Present situation.

hiện trạng [hiện trạŋ] Status quo ; present condition, real situation.

hiện tượng [hiện tɯʔŋ] Phenomenon. *Những hiện tượng của vũ trụ :* The phenomena of nature.

hiện tượng luận [hiện tɯʔŋ lwʔn] Phenomenalism.

hiện vật [hiện vɐt] Things in nature.

hiếng [hiéŋ] Cross-eyed, squint-eyed. *Mắt hiếng :* Squint eyes.

hiếng [hièŋ] See **bộ hành**.

hiếng lửa [hièŋ lửɔ] To dry at the fire.

hiếp [hiép] To oppress. *Hăm hiếp :* To rape.

hiếp bách [hiép báik] To oppress, to force, to compel.

hiếp chế [hiép cé] To compel and to bridle.

hiếp dâm [hiép zɔm] To violate, to ravish, to rape (a woman or girl!). *Sự hiếp dâm :* Violation, rape.

hiếp đáp [hiép dáp] To oppress.

hiếp tróc [hiép trɔ́k] See **hiếp đáp**.

hiệp [hiệp] To unite, to join ; united.

hiệp 1) (Box) Round. *Một trận đánh mười hiệp :* A fight of ten rounds. 2) (Foot-ball) Half. *Hiệp đầu :* The first half.

Hiệp chúng quốc Mỹ [hiệp cúŋ kwɔ́k mĩ] The United States of America.

hiệp định [hiệp dịŋ] Agreement, convention.

hiệp đoàn [hiệp dwàn] To incorporate.

hiệp đồng [hiệp dòŋ] Contract. See **hợp đồng**.

hiệp hòa [hiệp hwà] To be in accord.

hiệp hội [hiệp họi] Association.

hiệp khách [hiệp xáik] Knight.

hiệp lực [hiệp lɯk] To join force with. *Hiệp lực với người nào để làm việc gì :* To join forces, to join oneself, with someone in doing something.

hiệp nghị [hiệp ŋị] Agreement, convention.

hiệp nữ [hiệp nữ] Heroine.

hiệp sĩ [hiệp ʃĩ] Knight.

hiệp sức [hiệp ʃứk] To join forces with.

hiệp thương [hiệp θɯʔŋ] To negotiate.

hiệp trợ [hiệp trợ] To join forces and help each other.

hiệp ước [hiệp ứrk] Agreement, convention, treaty, compact, pact. *Người ký tên một hiệp ước :* Signatory of an agreement. *Sự giải thích nầy không đúng với tinh thần của hiệp ước :* This interpretation does not correspond with the spirit of the treaty.

hiều [hiếu] To like, to love, to be fond of.

hiều Pious.

hiều Mourning.

hiều chiền [hiếu ciến] Warlike, fond of war, fond of fighting, combative, bellicose.

hiều danh [hiếu zaiɲ] Eager for, after, fame.

hiều dâm [hiếu zəm] Lewd, lustful.

hiều dị [hiếu zị] 1) To be curious. 2) To appreciate novelty.

hiều dưỡng [hiếu zưỡɳ] To nurse one's parents.

hiều đạo [hiếu dạu] Filial piety.

hiều đễ [hiếu dễ] Dutiful to one's parents and submissive to one's elder brothers.

hiều động [hiếu dọɳ] Active, lively, restless.

hiều giao [hiếu ʒau] Sociable, friendly.

hiều hạnh [hiếu hạiɲ] See hiều thảo.

hiều hoài [hiếu hwài] Peace-loving.

hiều học [hiếu hɔk] Studious, fond of study.

hiều kỳ [hiếu kì] 1) To appreciate novelty.
2) To be curious, eager to learn or know ; inquisitive. Tánh hiều kỳ : Curiosity. Gợi tánh hiều kỳ của người nào : To goad someone's curiosity.

hiều lộng [hiếu lọɳ] Eager for amusement.

hiều nữ [hiếu nũ] Pious girl.

hiều phục [hiếu fụk] Mourning dress.

hiều sắc [hiếu ʃaức] To have a weakness for women.

hiều sinh [hiếu ʃiɲ] To love life.

hiều sự [hiếu ʃụ] To make a fuss about nothing.

hiều thảo [hiếu θảu] Pious. Đứa con hiếu thảo : A pious son.

hiều thắng [hiếu θáưɳ] Ambitious.

hiều thuận [hiếu θwợn] Pious and submissive.

hiều thượng [hiếu θưưɳ] To love, to desire.

hiều trung [hiếu truɳ] Piety and loyalty.

hiều tử [hiếu tủ] Pious son.

hiều [hiếu] To understand, to comprehend, to apprehend, to grasp. Hiều rõ việc gì : To understand something. Hiều người nào : To comprehend someone. Tôi không hiều tiếng Anh : I don't understand English. Tôi không hiều gì cả : I am at a loss to understand it, I can't make it out. Việc ấy rất dễ hiều : That's easily understood, that is understandable. Có thể hiều được : Comprehensible, understandable. Việc ấy ở ngoài sự hiều biết của tôi : It's above, beyond, my comprehension ; it passes my comprehension. Chậm hiều: Lacking in understanding ; to be slow of apprehension. Lý lẽ khó hiều : Argument difficult to grasp. Hiều rõ sự quan trọng của việc gì : To grasp the importance of something. Tôi không hiều nó nói gì : I didn't quite grasp what he said. Không có người nào mà không hiều việc ấy cả : There is no one but understands this. Nó nói mau quá nên tôi không thể hiều nó nói gì : He spoke so fast that I couldn't follow him (what he said). Tôi không hiều một tí gì về chuyện ấy cả : I can make nothing, nothing at all, of it. Nó nói thế nào mà tôi không hiều gì cả : He speaks in such a way that I don't understand him. Hiều rõ ý nghĩa của việc gì : To seize the meaning of something.

hiều biết [hiếu biết] To understand.

hiều biết (sự) Knowledge, understanding. Theo sự hiều biết của tôi : To my knowledge. Đến tuổi hiều biết : To have reached the age of understanding.

hiều dụ [hiếu zụ] To advice clearly.

hiều lầm [hiếu lầm] To misunderstand, to misapprend, to misconceive. Sự hiều lầm : Misunderstanding. Hiều lầm người nào : To take someone in the wrong way. Những ý định của nó bị hiều lầm : His intentions were misunderstood. Những sự hiều lầm giữa các nước có thể đưa đến chiến tranh :

Misunderstandings between nations may lead to war. *Mối bất hòa do ở sự hiểu lầm* : The quarrel originated in a misunderstanding. *Việc ấy có thể gây nhiều sự hiểu lầm* : It would give rise to misunderstandings. *Anh đã hiểu lầm những lời tôi nói* : You have taken me up wrongly. *Làm tiêu tan sự hiểu lầm* : To clear up a misunderstanding.

hiểu ngầm [hiểu ngầm] To understand through hints, read between the lines.

hiểu rõ [hiểu rõ] To understand clearly.

hiểu thấu [hiểu thấu] To understand thoroughly.

hiểu ý [hiểu i] To know someone's intention, to know the intention of somebody.

hiệu [hiệu] *Học hiệu* : School.

hiệu 1) Shop, store.
2) Emblem, ensign.

hiệu Sign, signal ; mark. *Ra hiệu* : To signal, to give the signal. *Ra hiệu trước khi ngừng lại* : To signal before stopping. *Ra hiệu cho người nào ngừng lại* : To signal to someone to stop. *Chuông báo hiệu* : Signal bell. *Cờ hiệu* : Signal flag. *Đèn hiệu* : Signal-lamp. *Nhãn hiệu* : Trade-mark.

hiệu (Com) Name, style (of a firm) ; trade name.

hiệu Make. *Tôi có ba hiệu xe* : I have three makes of cars. *Xe đạp hiệu tốt nhứt* : Bicycle of the best make. *Cửa hàng nhỏ hiệu " Hàng Hoa "* : Small shop styled " Hàng Hoa ".

hiệu báo động [hiệu báu dọn] Alert, warning signal. *Hiệu báo động phòng không* : Air alert warning.

hiệu chính [hiệu cín] To regulate, to rectify ; to adjust, to revise. *Hiệu chính một cái đồng hồ* : To regulate a watch.

hiệu đăng [hiệu dauŋ] Signal-lamp.

hiệu đính [hiệu dín] To revise.

hiệu hữu [hiệu hữu] Schoolfellow, schoolmate.

hiệu kỳ [hiệu kì] Signal-flag.

hiệu lịnh [hiệu lịn] (Mil) Order, command.

hiệu lực [hiệu lựk] Effective, efficient, effectual, efficacious, available. *Sự hiệu lực* : Effect, efficacity, efficiency. *Có hiệu lực* : To take effect. *Không hiệu lực* : Of no effect. *Giao kèo còn hiệu lực* : The contract stands. *Những vé này có hiệu lực trong ba ngày* : These tickets are available for three days. *Vé mất hiệu lực vì quá kỳ hạn* : Ticket no longer available. *Luật vẫn còn hiệu lực* : The law is still in effect.

hiệu lực Validity, effect, efficiency.

hiệu lực hồi tố [hiệu lựk hồi tố] Retroactive, retrospective (law, etc...) ; ex-post facto.

hiệu lực tác xạ [hiệu lựk ták sạ] Fire effect.

hiệu năng [hiệu nauŋ] Capacity, competence ; efficacy, efficiency.

hiệu nghiệm [hiệu ŋiệm] Effective, efficient, efficacious.

hiệu quả [hiệu kwả] Effect, result. *Vô hiệu quả* : Without result, without avail. *Lời khuyên của tôi vô hiệu quả* : My advice was of no avail. *Phương pháp hiệu quả nhứt để làm việc gì* : The most effective method of doing something.

hiệu quả Efficacious, effective, effectual.

hiệu qui [hiệu kwi] School regulations.

hiệu số [hiệu số] (Math) Difference.

hiệu suất [hiệu swất] Output, efficiency.

hiệu triệu [hiệu triệu] To appeal.

hiệu trưởng [hiệu trưởŋ] Head-master, principal (most English schools use head-master or head instead of principal). *Tôi đã nói chuyện nhiều lần với ông hiệu trưởng về con trai tôi* : I've had several talks with the head-master about my boy. *Ông X. là hiệu trưởng lúc tôi học* : Mr. X was head of the school in my time (i.e. when I was there).

hiệu ứng [hiệu ứŋ] Efficacious ; (Phys) effect.

hình [hìŋ] Penalty, punishment, sentence. *Tử hình* : The death penalty ; capital punishment ; sentence of death, death-sentence. *Thể hình* : Corporal punishment. *Hành hình* : To execute.

hình Form, figure, shape. *Thành hình :* To take form. *Nó vẽ hình một con mèo :* He drew the figure of a cat. *Nón nó hình gì :* What shape is his hat ?. *Vườn hình tam giác :* Garden in the shape of a triangle. *Biến hình :* To get out of shape, to lose shape.

hình 1) Photograph, portrait. *Chụp hình người nào :* To take a photograph of someone.

2) Picture. *Sách hình :* Picture-book. *Cắt một tấm hình trong báo ra :* To cut a picture out of a newspaper.

3) Effigy, portrait or image in stone, wood, etc... of a person.

hình [hìn] Appearance, aspect.

hình án [hìn án] Penal case.

hình ảnh [hìn ảin] Picture, image ; photograph. *Nó không nghĩ đến hình ảnh của nàng nữa :* He dismissed her image from his thoughts. *Một hình ảnh hiện ra trong trí tôi :* A picture rises in my mind.

hình bán nguyệt [hìn bán ŋwiệt] Demi-cercle.

hình bát giác [hìn bát ʒák] Octagon. *Thuộc hình bát giác :* Octagonal.

hình bảy góc [hìn bảy gɔ́k] Heptagon.

hình bầu dục [hìn bầu zụk] Ellipse. *Thuộc hình bầu dục :* Elliptic, elliptical.

hình bình hành [hìn bìn hàin] Parallelogram.

hình bốn cạnh [hìn bón kạin] Quadrilateral, tetragon ; quadrangle.

hình bốn góc [hìn bón gɔ́k] See hình bốn cạnh.

hình bốn mặt [hìn bón mạut] Tetrahedron. *Thuộc về hình bốn mặt :* Tetrahedral.

hình cầu [hìn kầu] Sphere. *Có hình cầu :* Spherical.

hình chạm nổi [hìn cạm nổi] Bas-relief.

hình chén [hìn cén] (Bot) Calciform, cup-shaped.

hình chuông [hìn cuɔŋ] (Bot) Campa-nulate, bell-shaped.

hình chóp [hìn cɔ́p] Pyramid. *Có hình chóp :* Pyramidal.

hình chung thân [hìn cuŋ θân] Imprisonment for life.

hình chữ nhựt [hìn cữ nựt] Rectangle; rectangular.

hình chữ vạn [hìn cữ vạn] Swastika, fylfot.

hình cụ [hìn kụ] Instruments of torture.

hình cung [hìn kuŋ] 1) (Geom) Arc. 2) (Arch.) *Hình cung nhọn :* Pointed, segmental arch.

hình dáng [hìn záŋ] Appearance, aspect, form. *Hình dáng của nó hiện ra trong trí tôi :* His form rose before my mind.

hình dạng [hìn zạŋ] *Anh có thể cho tôi biết hình dạng của tên trộm không ? :* Can you give me a description of the thief ?.

hình dung [hìn zuŋ] Appearance. *Không nên xem mặt mà bắt hình dung :* One should not judge by appearances.

hình dung To figure ; to imagine, to fancy.

hình dung từ [hìn zuŋ từ] Adjective, attribute.

hình hạ [hìn hạ] Concrete.

hình hài [hìn hài] Body and skeleton.

hình học [hìn hɔk] Geometry. *Hình học phẳng :* Plane geometry.

hình hộp [hìn hộp] Parallelepiped.

hình khổ sai [hìn xổ ʃai] Penal servi-tude. *Hình khổ sai chung thân :* Penal servitude for life.

hình khối [hìn xói] Cube. *Có hình khối :* Cubic. *Hình khối có sáu mặt :* A cube has six surfaces.

hình lá [hìn lá] Foliaceous, leaf-like.

hình lăng trụ [hìn lauŋ trụ] Prismatic.

hình lập phương [hìn lập fưɔŋ] Cube. *Có hình lập phương :* Cubic.

hình luật [hìn lwạt] Criminal law, penal code.

hình lục giác [hìn lụk ʒák] Hexagon

hình lục lăng [hìn lụk lauŋ] Hexagon

hình mạo [hìn mạu] Face, appearance countenance.

hình môi [hìɲ moi] (Bot) Labiate, lipped.

hình múa rồi [hìɲ mwɔ́ rói] Puppet, marionette.

hình mười góc [hìɲ mwɔ̀i gɔ́k] Decagon. *Thuộc về hình mười góc :* Decagonal.

hình mười lăm góc [hìɲ mwɔ̀i lawm gɔ́k] Quindecagon.

hình mười mặt [hìɲ mwɔ̀i mạɯt] Decahedron.

hình năm góc [hìɲ nawm gɔ́k] Pentagon. *Thuộc về hình năm góc :* Pentagonal.

hình nhân [hìɲ ɲən] Effigy in paper burned in rituals.

hình nhi hạ [hìɲ ɲi hạ] Concrete.

hình nhi thượng [hìɲ ɲi θɯạŋ] Abstract. *Hình nhi thượng học :* Metaphysics. *Thuộc về hình nhi thượng học :* Metaphysical.

hình nhiều góc [hìɲ ɲièu gɔ́k] Polygon.

hình như [hìɲ ɲɯ] To seem, to appear. *Hình như có vài sự khó khăn :* There seems to be some difficulty. *Hình như tôi có nghe tên nó :* I seem to have heard his name. *Hình như nó không hiểu :* It seems that he does not understand. *Hình như có một sự lầm lẫn :* There appears to be a mistake.

hình nón [hìɲ nɔ́n] Cone, conicity.

hình nón Conical, cone-shaped, coniform, conic.

hình nộm [hìɲ nọm] Mannequin.

hình ống [hìɲ ɔ́ŋ] Cylinder. *Thuộc về hình ống :* Cylindrical. *Có hình ống :* Cylindriform.

hình pháp [hìɲ fáp] Criminal law.

hình phạt [hìɲ fạt] Penalty, punishment. *Hình phạt nhẹ :* Light punishment. *Hình phạt khổ sai :* Penal servitude. *Hình phạt khổ sai chung thân :* Penal servitude for life. *Sự giảm một hình phạt :* Commutation. *Đổi một hình phạt nầy sang một hình phạt khác (nhẹ hơn) :* To commute a penalty into, for another.

hình sáu góc [hìɲ ʃáu gɔ́k] Hexagon.

hình sợi [hìɲ ʃợi] (Bot) Filiform, thread-like.

hình sự [hìɲ ʃɯ] Criminal affair. *Hình sự pháp :* Criminal law. *Hình sự tố tụng :* Criminal action. *Việc kiện về hình sự :* Criminal trial.

hình tam giác [hìɲ tam ʒák] Triangle. *Hình tam giác thẳng góc :* Right-angled triangle. *Vẽ hình tam giác trên một đường :* To describe a triangle upon a line. *Vườn hình tam giác :* Garden in the shape of a triangle.

hình tam giác (Bot) Deltoid(al) (leaf, etc...).

hình tám góc [hìɲ tám gɔ́k] Octagon.

hình tấn [hìɲ tɔ́n] Torture.

hình thái [hìɲ θái] Form.

hình thang [hìɲ θaŋ] Trapezium.

hình thân [hìɲ θɔn] (Bot) Cauliform.

hình thập [hìɲ θəp] Cruciform, cross-shaped.

hình thập giác [hìɲ θập ʒák] Decagon.

hình thế [hìɲ θé] 1) Figuration, conformation. *Hình thế của đất :* The conformation of the land.

2) (Astr) Configuration.

hình thể [hìɲ θè] 1) Form, figure.

2) Conformation, structure.

hình thoi [hìɲ θɔi] Rhomb(us) ; diamond, diamond-shaped. *Cửa kiến hình thoi :* Diamond panes.

hình thù [hìɲ θù] Shape, form.

hình thuẫn [hìɲ θwɔ̀n] Ellipse.

hình thức [hìɲ θɯ́k] Form, formality ; likeness. *Cái nghèo với đủ mọi hình thức của nó :* Poverty under every form. *Đó là một hình thức của bệnh :* It is a form of disease. *Hình thức và nội dung :* The form and the substance. *Một kẻ thù dưới hình thức một người bạn :* An enemy in the likeness of a friend. *Chúng nó không có quyền, bất cứ dưới hình thức nào, can thiệp (= xen) vào công việc của chúng ta :* They have no right, under whatever forms, to poke their nose to our affair.

hình thượng [hìɲ θɯạŋ] Abstract.

hình tích [hìɲ tík] Trace, vestige.

hình trái xoan [hìp trái swan] Oval.

hình trạng [hìp trạŋ] Form ; figuration.

hình tròn [hìp tròn] Circle.

hình trụ [hìp trụ] Cylinder. *Thuộc về hình trụ* : Cylindrical. *Có hình trụ* : Cylindriform. *Hình trụ thẳng* : Right cylinder. *Hình trụ xiên* : Oblique cylinder.

hình trứng [hìp trứŋ] Oval.

hình tượng [hìp tựŋ] Likeness, figure.

hình vẽ [hìp vẽ] Figure.

hình vóc [hìp vɔ́k] Stature.

hình vụ [hìp vụ] Criminal affair.

hình vuông [hìp vuɔŋ] Square.

hình [hìɲ] To turn up (one's nose). *Mũi nó hình lên* : His nose turns up.

hình mũi [hìɲ mũi] To distend one's nose ; to turn up one's nose.

híp [híp] (Of eyes) To be swollen.

híp To close.

híp mắt [híp maúrt] To close the eyes.

hít [hít] To inhale, to inspire, to breathe, to sniff, to snuff, to take snuff. *Hít (hửi) bông hường* : To take a sniff at a rose ; to sniff (at) a rose. *Hít không khí mát mẻ* : To get a sniff of fresh air. *Hít gió biển* : To sniff the sea–air. *Hít không khí buổi sáng* : To suck in the morning air.

hiu hắt [hiu haúrt] (Of wind) To blow lightly.

hiu hiu [hiu hiu] (Of wind) To blow very lightly. *Gió hiu hiu* : Breeze.

hiu quạnh [hiu kwạɲ] Deserted, lonely.

ho [hɔ] To cough. *Nó ho để báo cho tôi* : He gave a cough to warn me. *Sự ho, chứng ho* : Cough. *Cơn ho* : Fit of coughing. *Chứng ho ngứa trong cổ* : Tickling cough. *Anh phải đi bác sĩ nếu còn ho* : You ought to see a doctor if that cough continues.

ho đàm [hɔ dàm] Loose cough ; coughing up of phlegm ; to cough up phlegm.

ho gà [hɔ gà] (Med) Whooping-cough, hooping-cough.

ho gió [hɔ ʒɔ́] To have a slight cough.

ho he [hɔ hɛ] To speak up, to move, to stir. *Không ai dám ho he* : Nobody dares to speak up.

ho hen [hɔ hɛn] Cough and asthma.

ho khan [hɔ xan] Dry cough.

ho khúc khắc [hɔ xúk xắmk] To cough slightly.

ho lao [hɔ lau] Tuberculosis, phthisis, consumption.

ho sù sụ [hɔ ʃù ʃụ] To cough loudly and repeatedly.

hó hé [hɔ́ hé] See ho he.

hò [hò] To call, to hail. *Reo hò* : To acclaim.

hò hét [hò hét] To shout, to yell.

hò reo [hò rɛu] To acclaim.

hò [hò] *Ngồi chò hò* : To sit with one's legs stretched out.

họ [họ] Family name, last name. *Tôi họ Nguyễn* : My family name is Nguyen.

họ *Có họ* : To be related (to). *Anh họ, chị họ* : Male cousin, female cousin.

họ They. *Họ nói rằng* : They say that. *Họ đến chưa ?* : Have they arrived yet ?.

họ Tontine. *Chơi họ* : To participate in a tontine.

họ hàng [họ hàŋ] Relation, relatives. *Họ hàng gần* : Near relation. *Ăn bám vào họ hàng* : To live on one's relations. See **bà con**.

họ ngoại [họ ŋwại] Relation on the mother's side.

họ nội [họ nọi] Relation on the father's side.

hoa [hwa] Flower, bloom ; blossom (of a fruit-tree). *Bó hoa* : Bunch of flowers. *Trồng hoa* : To grow flowers. *Giỏ hoa* : Flower-basket. *Nụ hoa* : Flower-bud. *Đài hoa* : Flower–cup, calyx. *Cánh hoa* : Petal. *Vườn hoa* : Flower-garden. *Chợ bán hoa* : Flower market. *Cô gái bán hoa* : Flower-girl. *Bình hoa* : Flower-pot. *Cửa hàng hoa* : Flower-shop. *Có nhiều hoa* : Many-flowered. *Cây có hoa trắng* : White-flowered plant. *Cây trổ hoa sớm* :

Early flowerer. *Cây có nhiều hoa :* Prolific flowerer. *Cuộc triển lãm hoa :* Flower show. *Kết hoa, chưng hoa ở vật gì :* To deck something with flowers. *Đang mùa hoa :* In full bloom. *Nở hoa :* To burst into flower. *Vải hoa :* Flowered material. *Hoa đề chưng :* Cut flowers, flowers cut for decoration (contrasted with growing flowers or flowers with roots in pots, etc...). *Hoa vừa mới hái :* Fresh-cut flowers.

hoa [hwa] (Med) Small-pox.

hoa bào [hwa bàu] (Bot) Calyx, flower-cup.

hoa biện [hwa biện] (Bot) Petal.

hoa chân múa tay [hwa cən mwə tay] To gesticulate.

hoa dại [hwa zại] Wild flowers.

hoa đăng [hwa daʊŋ] Flowered lantern.

hoa đèn [hwa dèn] Lamp wick.

hoa giáp [hwa ɟáp] 1) Period of sixty years.

2) To be sixty years old.

hoa hậu [hwa hậu] The queen of beauty, beauty queen.

hoa hòe Florid, flowery.

hoa hồng [hwa hòŋ] Rose. *Cây hoa hồng :* Rose-bush. *Vườn trồng hoa hồng :* Rose-garden. *Người trồng hoa hồng :* Rose-grower. *Lá, cành hoa hồng :* Rose-leaf. *Giống như hoa hồng :* Rose-like. *Môi đỏ như hoa hồng :* Rose-lipped. *Đỏ như hoa hồng :* Rose-red. *Có mùi hoa hồng :* Rose-scented. *Cây hoa hồng :* Rose-plant. *Nụ hoa hồng :* Rosebud.

hoa hồng Commission ; trade allowance. *Sự bán ăn hoa hồng:* Sale on commission. *Hoa hồng hai phần trăm :* Commission of two per cent.

hoa khôi [hwa xoi] 1) The queen of beauty, beauty queen ; belle.

2) The most beautiful flower.

hoa kiều [hwa kiều] Chinese emigrants.

hoa kỳ [hwa kì] (Geog) America, the United States of America. *Người Hoa kỳ :* American. *Tiếng nói Hoa kỳ :* The Voice of America. *Ở Anh xe cộ chạy bên trái của đường, không phải*

bên mặt như ở Hoa kỳ : In England traffic keeps to the left side of the road, not to the right as in America.

hoa lài [hwa lài] (Bot) Jasmin(e), jessamin(e).

hoa lệ [hwa lệ] Exquisite, resplendent.

hoa liễu [hwa liễu] Flowers and willow-trees, (fig) brothel. *Bịnh hoa liễu :* Venereal disease.

hoa lợi [hwa lợi] 1) Income. *Sống bằng hoa lợi của mình :* To live on one's income. *Thuế hoa lợi :* Income–tax. *Hoa lợi của nó gần năm ngàn đồng :* His income approximates to five thousand piastres.

2) Agricultural produce ; yield.

hoa mào gà [hwa màu gà] (Bot) Amarant(h).

hoa mắt [hwa máʊt] To be dazzled.

hoa mật [hwa mặt] Nectar.

hoa mẫu [hwa mẫu] Agricultural produce.

hoa muộn [hwa muộn] Late flower.

hoa mỹ [hwa mĩ] Fine, beautiful, splendid ; florid, flowery (style).

hoa ngôn [hwa ŋon] Fine, flowery words.

hoa nguyệt [hwa ŋwiệt] Flower and moon, (fig) love, flirtation.

hoa nhài [hwa ɲài] See **hoa lài**.

hoa niên [hwa nien] Heyday of youth.

hoa nô [hwa no] Maid servant.

hoa nương [hwa nwəŋ] Prostitute, whore.

hoa phát [hwa fát] White hair, hoary hair.

hoa phần [hwa fən] (Bot) Pollen, anther-dust.

hoa quả [hwa kwả] Flower and fruit ; fruits.

hoa râm [hwa rəm] Grey (hair). *Tóc hoa râm :* Hair flecked, touched, with grey. *Thành hoa râm :* To turn grey, go grey. *Mới ba mươi tuổi tóc nó đã hoa râm :* At thirty he was quite grey. *Tóc bắt đầu điểm hoa râm :* Hair just turning grey.

hoa rữa [hwa rữə] Faded flower.

hoa sen [hwa ʃɛn] Lotus bloom.

hoa tai [hwɐ tai] Ear-ring.

hoa tàn [hwa tàn] Faded flower.

hoa tay [hwa təy] Skilled hands.

hoa tiêu[hwa tieu]Expenditure, expenses.

hoa tiêu   Pilot ; navigator.

hoa tình [hwa tìɲ] Love affair.

hoa tự [hwa tụ] (Bot) Inflorescence.

hoa tươi [hwa tɯɐi] Fresh flowers.

hoa tỳ [hwa tì] Maid servant.

hoa trái [hwa trái] Flowers and fruits.

hoa viên [hwa vien] Flowers garden.

hóa [hwá] To become, to get, to grow ; to change, to transform. *Đồng hóa* : To assimilate. *Giáo hóa* : To educate. *Văn hóa* : Culture.

hóa *Hàng hóa* : Goods, merchandise.

hóa chất [hwá cớt] Chemicals.

hóa công [hwa koŋ] The Creator, God.

hóa đại [hwá zại] To go mad, to become mad.

hóa đặc [hwá dɐuk] Concrescence, concretion.

hóa độ [hwá dọ] To save, to rescue.

hóa độc [hwá dọk] To neutralize.

hóa đơn [hwá dən] (Com) Invoice, bill (of sale). *Làm hóa đơn* : To make out an invoice. *Giá theo hoá đơn* : Invoice price. *Hóa đơn năm bao đường* : Invoice for five bags of sugar.

hóa giá [hwá ʒá] Price. *Hội đồng hóa giá* : Price control committee.

hóa già [hwá ʒà] To become old.

hóa học [hwá họk] Chemistry. *Nhà hóa học* : Chemist. *Giỏi hơn người nào về hóa học* : To beat someone in chemistry.

hóa học hữu cơ [hwá họk hữu kə] Organic chemistry.

hóa học lập thể [hwá họk lập θể] Stereochemistry.

hóa học ứng dụng [hwá họk ứŋ zụŋ] Applied, practical, chemistry.

hóa học vật lý [hwá họk vật li] Physical chemistry.

hóa học vô cơ [hwá kɔk vo kə] Inorganic chemistry.

hóa hợp [hwa họp] To synthetize, to coalesce, to combine. *Sự hóa hợp* : Synthesis, coalescence, combination. *Hoá hợp với* : To come into combination with. *Chất đạm (nit-tơ) hóa hợp với dưỡng khí* : Nitrogen in combination with oxygen. *Sự hóa hợp hai nguyên tố với nhau* : The combination of two elements with one another.

hóa hướng động [hwá hưɐŋ dọŋ] Chemotropism.

hóa lỏng [hwá lỏŋ] To liquefy ; to reduce (gas, etc...) to the liquid state.

hóa lộ [hwá lọ] To bribe.

hóa-lục [hwá lụk] (Bot) Virescence.

hóa nghiệm [hwá ŋiệm] (Ch) Chemical experiment.

hóa nhi [hwá ɲi] The Creator.

hóa phẩm [hwá fởm] Goods, merchandise.

hóa phân [hwá fɔn] (Ch) Chemical analysis.

hóa quang kế [hwá kwaŋ ké] (Ch) Actinometer.

hóa ra [hwá ra] To become.

hóa tệ [hwá tệ] Currency.

hóa thạch [hwá θɐik] Fossil. *Sự hóa thạch* : Fossilation, fossilization. *Làm hóa thạch* : To fossilize. *Có lộn vật hóa thạch* : Fossiliferous.

hóa thành [hwá θàiɲ] To change into, to transform into.

hóa thân [hwá θɔn] To embody.

hóa trang [hwá traŋ] To camouflage ; to disguise oneself. *Hóa trang đàn ông ra đàn bà* : To disguise a man as a woman.

hóa trị [hwá trị] Valence, valency. *Hóa trị một* : Univalent, monovalent. *Hóa trị hai* : Bivalent, divalent. *Hóa trị ba* : Tervalent, trivalent. *Hóa trị bốn* : Tetravalent, quadrivalent. *Hóa trị năm* Pentavalent, quinquivalent.

hóa vật [hwá vật] Goods, merchandise commodity.

hòa [hwà] To mix, to mingle.

hòa Draw, tie, equality of scores. *Mù này hội banh chúng tôi thắng năm trậ* và hòa hai : Our football team has had five wins and two draws this season. Trận đấu kết thúc hòa 2-2 : The game ended in a tie 2-2. Trận đấu hòa nhau: The game ended in a draw. Trận đấu hòa nhau 0-0 : The game ended in a pointless draw.

hòa (Sp) To draw, to tie, to be game all, to be game and game ; to make the same score as, to be equal in score. Hai hội hòa nhau : The two teams drew, the two teams tied.

Hòa 1) (Not used alone) Peace. Hiếu hoà : Peace-loving. Cầu hoà : To sue for peace.
2) Harmony, accord.

hòa âm [hwà əm] (Mus) Chord, harmony, consonance.

hòa bình [hwà bịn] Peace. Chủ nghĩa hòa bình : Pacifism. Ham chuộng, ưa chuộng hòa bình : Peace-loving. Nếu anh muốn hòa bình, hãy chuẩn bị chiến tranh : If you want peace prepare for war.

hòa điệu [hwà diẹu] Diapason.

hòa giải [hwà giải] To conciliate, to mediate, to reconcile, to make it up (between two persons) ; to heal the breach (between two persons). Hòa giải một việc không cần đến pháp luật : To settle a matter without going to law. Hòa giải với nhau còn hơn đi kiện nhau : To come to an arrangement is better than going to law.

hòa giải (sự) Conciliation, mediation, reconcilement, compromise. Người hòa giải, hòa giải viên : Conciliator, mediator, reconciler. Tòa hòa giải : Court of conciliation. Sự hoà giải không thỏa mãn của thợ lẫn chủ : The compromise satisfied neither the workers nor the employers.

hòa giải Conciliatory, mediatory.

hòa gian [hwà gian] Adultery.

hòa hảo [hwà hảu] Concord, agreement.

hòa hoãn [hwà hwãn] To temper, to moderate.

hòa hội [hwà họi] Peace conference.

hòa hợp [hwà họp] To concord ; to be in accord (with).

hòa khí [hwà xí] Concord, harmony, atmosphere of harmony.

hòa lạc [hwà lạk] Peaceful joy.

Hòa lan [hwà ian] (Geog) Holland, the Netherlands. Thuộc về nước Hòa-lan : Dutch. Người Hòa lan : Dutchman. Chánh phủ Hòa lan : The Dutch government.

hòa lẫn [hwà lỗn] To mix, to mingle to blend (tea, wines, etc...).

hòa lộn [hwà lọn] See hòa lẫn.

hòa mục [hwà mụk] Concord, harmony.

hòa nghị [hwà ŋị] To negotiate for peace.

hòa nhã [hwà ɲã] Affable.

hòa nhạc [hwà ɲạk] Concert, musical entertainment. Phòng hoà nhạc : Concert-hall. Ai điều khiển buổi hòa nhạc hôm qua ? : Who directed at yesterday's concert ?.

hòa sắc [hwà ʃắɯk] To mix colours.

hòa tan [hwà tan] (Phys, Chem) To dissolve ; to render (something) soluble. Sự hoà tan : Dissolution.

hòa thỏa [hwà θwả] See hòa thuận

hòa thuận [hwà θuọn] To concord ; to be in accord (with). Chúng nó không hòa thuận với nhau : They cannot agree. Ăn ở hòa thuận với nhau : To live together in unity. Chúng nó rất hòa thuận với nhau : They get along very well.

hòa thượng [hwà θɯọŋ] Buddhist monk.

hòa ước [hwà ứrk] Peace treaty, treaty of peace.

hòa vốn [hwà vốn] To recover one's capital (in commerce or after a game).

hỏa [hwả] Fire. Phát hỏa : To catch fire. Phóng hỏa : To set on fire. Cứu hỏa : To put out a fire. Lính cứu hỏa : Fireman, fire-fighter. Dụng cụ cứu hỏa : Fire-apparatus. Đội lính cứu hỏa : Fire-brigade. Thùng cứu hỏa : Fire-bucket. Bơm nước cứu hỏa: Fire-engine. Thang cứu hỏa : Fire-ladder. Tàu cứu hỏa : Fire-float. Ống nước cứu hỏa : Fire-hose.

hỏa bài [hwa bài] Urgent order.

hỏa bạn [hwa bạn] Colleague.

hỏa cấp [hwa kấp] Very urgent, most immediate.

hỏa châu [hwa cau] Flare. *Phi công thả một hỏa châu trên chiến hào địch :* The airman dropped a flare over the enemy trenches.

hỏa châu báo hiệu [hwa cau báu hiệu] Signal flare.

hỏa châu có dù [hwa cau kó zù] Parachute flare.

hỏa châu thám thính [hwa cau thám θin] Reconnaissance flare.

hỏa công [hwa koŋ] To use fire to attack one's enemy.

hỏa diệm sơn [hwa ziệm ʃơn] Volcano. *Thuộc về hỏa diệm sơn :* Volcanic.

hỏa du [hwa zu] Petroleum.

hỏa điện [hwa diện] Pyroelectricity.

hỏa giáo [hwa ʑáu] Parseeism.

hỏa hại [hwa hại] Fire.

hỏa hiểm [hwa hiểm] Fire-insurance.

hỏa hình [hwa hìŋ] Punishment by burning.

hỏa hỏa [hwa hwả] To incinerate.

hỏa hoạn [hwa hwạn] Fire. *Gây cuộc hỏa hoạn :* To cause a fire. *Nạn nhân của cuộc hỏa hoạn :* The sufferers from the fire. *Bảo hiểm hỏa hoạn :* Fire-insurance. *Sau cuộc hỏa hoạn, nhà chỉ còn cái sườn :* After the fire only the shell was left. *Anh có bảo hiểm hỏa hoạn không ? :* Have you insured (your house) against fire ?. *Cảnh sát đang điều tra nguyên nhân của trận hỏa hoạn :* The police are investigating the source of the fire.

hỏa khí [hwa xí] Fire-arms, guns.

hỏa lò [hwa lò] Stove.

hỏa luân [hwa lwơn] Train.

hỏa lực [hwa lựk] Fire power.

hỏa lực bảo vệ [hwa lựk bảu vẹ] Covering fire.

hỏa lực cận-phòng [hwa lựk kận fòŋ] Close defense fire.

hỏa lực cận-trợ [hwa lựk kận trợ] Close support(ing) fire.

hỏa lực hội tụ [hwa lựk hội tụ] Converging fire.

hỏa lực liên tục [hwa lựk lien tục] Continuous fire.

hỏa lực phân kỳ [hwa lựk fơn ki] Diverging fire.

hỏa lực quấy rối [hwa lựk kwéi rói] Harassing fire.

hỏa lực tổng trợ [hwa lựk tổŋ trợ] General support(ing) fire.

hỏa lực trực trợ [hwa lựk trựk trợ] Direct support(ing) fire.

hỏa lực yểm trợ [hwa lựk iểm trợ] Support(ing) fire. *Hỏa lực yểm trợ tổng quát :* General support(ing) fire. *Hỏa lực yểm trợ trực tiếp :* Direct support(ing) fire. *Đại-đội trợ chiến cung cấp hỏa lực yểm trợ cho chiến đoàn :* The combat support company furnishes supporting fire to the battle group.

hỏa pháo [hwa fáu] Fuze. *Hỏa pháo cực nhạy :* Supersensitive fuze. *Hỏa pháo nổ chậm :* Delay fuze, time fuze, delayed action fuze.

hỏa sài [hwa ʃài] Match.

hỏa sơn [hwa ʃơn] Volcano.

hỏa tai [hwa tai] Fire. *Hỏa tai bảo hiểm :* Fire-insurance.

hỏa táng [hwa táŋ] To cremate. *Sự hỏa táng :* Cremation. *Lò hỏa táng :* Crematorium, crematory.

hỏa thạch [hwa θạik] Silex.

hỏa thiêu [hwa θieu] See hỏa táng.

hỏa thuyền [hwa θwiền] Steamship, steamer.

hỏa tiễn [hwa tiễn] Rocket, missile. *Hỏa tiễn chống chiến xa :* Antitank rocket. *Hỏa tiễn liên lục địa :* Intercontinental ballistic missile. *Hỏa tiễn vô tuyến điều khiển :* Guided missile.

hỏa tiêu [hwa tieu] (Ch) Saltpetre.

hỏa tinh [hwa tiŋ] The planet mars.

hỏa tính [hwa tiŋ] Ardent temperament.

hỏa tốc [hwa tók] Flash, very urgent, most immediate.

hỏa-tuyến [hẁa twiẻn] Line of fire.

hỏa xa [hẁa sa] Train. *Đường hỏa xa:* Railway, railroad.

họa [hẁa] (Mus) To accompany.

họa Misfortune. *Họa vô đơn chí:* Misfortunes never come singly.

họa To delineate; to draw, to paint. *Phác họa:* To sketch. *Họa sĩ:* Painter.

họa báo [hẁa báu] Pictorial, illustrated paper, pictorial paper.

họa bất đơn hành [hẁa bốt đɔn hàiɲ] Misfortunes never come singly.

họa cảo [hẁa kảu] Sketch.

họa căn [hẁa kaɯn] Seeds of misfortune.

họa chăng [hẁa caɯŋ] Maybe, perhaps.

họa công [hẁa koŋ] Drawer, painter.

họa đồ [hẁa dò] Plan. *Vẽ họa đồ một cái nhà:* To trace out the plan of a house.

họa hại [hẁa hại] Misfortune.

họa hình [hẁa hìɲ] To draw a portrait. *Họa hình lõa thể:* To paint nude figures.

họa hoãn [hẁa hwaừn] Rarely.

họa lớn ra [hẁa lɔ́n ra] To enlarge (a photograph etc.).

họa may [hẁa may] Rarely.

họa mi [hẁa mi] Nightingale.

họa phẩm [hẁa fảm] Painting.

họa phước [hẁa fúᵣk] Misfortune and happiness.

họa sĩ [hẁa ʃi] Artist, painter. *Nữ họa sĩ:* Woman artist. *Tác phẩm của một họa sĩ:* Works of a painter.

họa thai [hẁa θai] Seeds of misfortune.

họa thủy [hẁa θửi] See họa căn.

họa trương [hẁa ɯɔŋ] Misfortune.

họa viên [hẁa vien] Draftsman, draughts-man.

họa vô đơn chí [hẁa vo dɔn ci] Misfortunes never come singly.

hoác [hwák] *Mở hoác:* Wide open.

hoạc [hwạk] *Mở toàng hoạc:* To open wide.

hoạch định [hwạik dịɲ] To form; to define, to determine. *Hoạch định một chương trình:* To form a program.

hoạch sách [hwạik ʃáik] Plan.

hoài [hwài] Always, continually, incessantly, endlessly.

hoài bão [hwài bãu] To cherish; to keep, hold, in one's heart.

hoài cổ [hwài kỏ] To remember things in the past.

hoài của! [hwài kwɔ] What a pity!.

hoài cựu [hwài kɯu] To remember.

hoài dựng [hwài zɯŋ] Pregnant.

hoài đức [hwài dứk] Virtuous.

hoài hận [hwài hạn] To harbour resentment, to bear a grudge.

hoài hoài [hwài hwài] Always, continually, endlessly.

hoài hơi [hwài hɔi] To waste one's breath.

hoài hương [hwài hɯɔŋ] Anxious to return home.

hoài nghi [hwài ɲi] To doubt; doubtful, sceptical, incredulous.

hoài niệm [hwài niệm] To think of.

hoài thai [hwài θai] Pregnant.

hoài thổ [hwài θỏ] See hoài hương.

hoài vọng [hwài vɔŋ] To hope.

hoại [hwại] (Bot) Abortive.

hoại thân [hwại θân] To kill oneself, to disfigure oneself.

hoại thể [hwại θẻ] See hoại thân.

hoại thư [hwại θɯ] (Med) Gangrene; (Bot) canker (in wood).

hoan hân [hwan hân] Merry, mirthful, joyous.

hoan hô [hwan ho] To cheer, to shout hurrah, to acclaim. *Diễn giả được hoan hô vang dậy:* The speaker was cheered loudly.

hoan hỷ [hwan hi] Delighted, joyful, full of joy.

hoan lạc [hwan lạk] See hoan hỷ.

hoan nghinh [hwan ɲiɲ] To welcome; to applaud. *Bài diễn văn của nó được hoan nghinh hơn những bài diễn văn trước:* His speech was more acceptable than those that had come before.

hoán bỏ [hwán bỏ] To transfer, to move (a civil servant).

hoán cải [hwán kải] To change.

hoán chuyển [hwán cwiển] To exchange post (with colleague).

hoán dịch [hwán zik] To exchange.

hoán khởi [hwán xởi] To excite, to stir up.

hoán tân [hwán tơn] To renew.

hoán tỉnh [hwán tỉṇ] To awake(n), to wake up, to rouse, to arouse.

hoán vị [hwán vị] To permute. Sự, phép hoán vị : Permutation.

hoàn [hwàn] (Pharm) Pill.

hoàn To return, to restore, to give back. Hoàn lại vật gì cho người nào : To restore something to someone.

hoàn bị [hwàn bị] Perfect, complete.

hoàn bích [hwàn bik] 1) To restore something to someone. 2) Excellent.

hoàn cảnh [hwàn kảṇ] Atmosphere, element, environment, circumstances, surroundings. Ở vào hoàn cảnh thuận tiện : To be in one's element. Việc ấy hoàn toàn tùy ở hoàn cảnh : It entirely depends upon circumstances. Dù ở trong hoàn cảnh nào một bình sĩ cũng không được rời bỏ đồn của mình : In no circumstances must a soldier leave his post.

hoàn cầu [hwàn kầu] The world. Khắp hoàn cầu : All over the world. Nổi tiếng khắp hoàn cầu : Famous all over the world.

hoàn công [hwàn koṇ] Finished work.

hoàn diệp lão [hwàn diẹp lãu] (Bot) Aspen. Lá của cây hoàn diệp lão : Aspen leaf. Đất trồng hoàn diệp lão : Aspen grove.

hoàn dược [hwàn zươk] Pill.

hoàn giảm [hwàn ɣảm] To amortize.

hoàn hải [hwàn hải] The world, the universe.

hoàn hảo [hwàn hảu] Perfect, excellent.

hoàn hồn [hwàn hòn] To come to oneself again ; to recover, regain, consciousness ; to come to.

hoàn hương [hwàn hươṇ] To return home.

hoàn kế [hwàn ké] Perfect plan.

hoàn kết [hwàn két] Perfect result.

hoàn lại [hwàn lại] 1) To give back, to return, to restore (what has been lost, stolen, etc...). Hoàn lại vật gì cho người nào : To restore something to someone.

2) To reimburse (to pay back to a person what he has spent on ore's behalf).

hoàn lương [hwàn lươṇ] To change one's life to a respectable citizen.

hoàn mỹ [hwàn mi] Perfectly beautiful.

hoàn nguyện [hwàn ṇwiẹn] Completely satisfied.

hoàn phúc [hwàn fúk] Perfect happiness.

hoàn sinh [hwàn ʃiṇ] To resuscitate, to revive, to come to life again ; to return from the dead.

hoàn tán [hwàn tán] Medicine in pills and in powder.

hoàn tất [hwàn tất] Finished.

hoàn thành [hwàn θàṇ] Accomplished, finished, ended, achieved.

hoàn thành To accomplish, to complete, to finish, to end, to achieve. Sự hoàn thành : Accomplishment, completion, finish, end.

hoàn thiện [hwàn θiẹn] Perfect, excellent. Sự hoàn thiện : Perfection.

hoàn toàn [hwàn twàn] Perfect, impeccable, clean, complete, entire ; faultless, flawless ; perfectly, entirely, completely ; altogether. Không có hạnh phúc nào được hoàn toàn cả : Ther is no such thing as perfect bliss. Ha ý kiến hoàn toàn mâu thuẫn nhau : Two opinions at complete variance with on another. Kỹ thuật hoàn toàn : Flawles technique. Được người nào hoàn toà tín nhiệm : To enjoy someone's entir confidence. Tôi không hoàn toàn đồn ý : I don't altogether agree. Tôi hoà toàn quên việc ấy : I clean forgot abo it. Đến chỗ hoàn toàn : To attain perfection, to reach perfection. Nó một người hoàn toàn lạ đối với tôi : He a complete stranger to me. Việc hoàn toàn tùy nơi anh : That depen entirely on you. Được người nào ho toàn tín nhiệm: To enjoy someone's entire confidence. *Hoàn toàn không biết việc gì đã xảy ra* : To be in entire ignorance of what happened. *Chúng tôi hoàn toàn không biết các kế hoạch của nó* : We are in complete ignorance of his plans. *Nó là một người hoàn toàn lương thiện* : He's an honest man through and through. *Chịu một sự thay đổi hoàn toàn* : To undergo a complete change.

hoàn trái [hwàn trái] To pay one's debt.

hoàn trùng loại [hwàn trùŋ lwại] Annelid.

hoàn tụ [hwàn tụ] To unite together.

hoàn tục [hwàn tụk] (Of monk) To give up the frock, to return to the secular life.

hoàn vũ [hwàn vũ] The universe.

hoãn [hwãn] To postpone, to put off, to defer, to delay, to suspend, to adjourn. *Hoãn lại một công việc* : To defer something to a later date. *Hoãn việc gì lại ngày hôm sau* : To adjourn something to, till, the next day ; to put off, defer, a matter till the morrow.

hoãn binh [hwãn biɲ] To postpone, delay (military) action.

hoãn bộ [hwãn bộ] To walk slowly.

hoãn dịch [hwãn zịk] To defer military service.

hoãn hình [hwãn hìɲ] (Law) Suspended sentence, sentence with reprieve.

hoãn hình (Law) To reprieve.

hoãn lại [hwãn lại] To postpone, to defer, to adjourn, to delay, to stand over to hang up, to put off to a later time. *Hoãn lại việc gì* : To defer something to a later date. *Hoãn lại một kế hoạch*: To hang up a plan. *Việc trả tiền được hoãn lại đến tuần tới* : Payment has been deferred until next week. *Hoãn lại một vấn đề* : To let a question stand over, to allow a question to stand over.

hoãn quyết [hwãn kwiét] To postpone a capital punishment.

hoãn xung [hwãn suŋ] Buffer. *Hoãn*

xung địa giới : Buffer zone. *Hoãn xung quốc* : Buffer state.

hoạn [hwạn] To castrate, to emasculate, to evirate, to geld. See **thiến.**

hoạn bịnh [hwạn bịɲ] To fall ill, get ill, be taken ill.

hoạn đồ [hwạn dò] Official career.

hoạn họa [hwạn hwạ] Misfortune.

hoạn lộ [hwạn lọ] Official career.

hoạn nạn [hwạn nạn] Calamity, misfortune, disaster. *Giúp người nào trong cơn hoạn nạn* : To assist someone in misfortune. *Nó vẫn bị hoạn nạn mãi* : His ill-luck continues. *Bỏ rơi người nào trong lúc hoạn nạn* : To fail someone in his need. *Có hoạn nạn mới biết ai là bạn thân* : A friend in need is a friend indeed.

hoạn quan [hwạn kwan] Eunuch.

hoang [hwaŋ] Uncultivated (land); uninhabited (house); virgin (forest).

hoang dã [hwaŋ zã] Uncultivated tract.

hoang dâm [hwaŋ zɤm] Lustful.

hoang đàng [hwaŋ dàŋ] See **hoang đường.**

hoang đảo [hwaŋ dảu] Unexplored island.

hoang địa [hwaŋ dịə] Uncultivated land, waste land.

hoang điền [hwaŋ diền] Uncultivated rice-field.

hoang đồn [hwaŋ dón] Uncultivated; uninhabited.

hoang đường [hwaŋ dɯờŋ] Fabulous; hard or impossible to believe.

hoang không [hwaŋ xoŋ] Empty.

hoang lương [hwaŋ lɯəŋ] Solitary, lonely.

hoang mang [hwaŋ maŋ] Confused.

hoang ngôn [hwaŋ ŋon] Lie, falsehood.

hoang nhàn [hwaŋ ɲàn] Uncultivated, uninhabited.

hoang phè [hwaŋ fé] 1) In ruin. 2) Uncultivated.

hoang phí [hwaŋ fí] To waste, squander (money) ; to blue (money).

hoang phí Extravagant. *Hoang phí tiền*

bạc : To squander one's money. Sự hoang phí : Extravagance. Sự hoang phí của vợ nó làm nó sạt nghiệp : His wife's extravagance ruined him.

hoang sơ [hwaŋ ʃə] Neglected.

hoang tàn [hwaŋ tàn] Devastated, in ruins.

hoang thai [hwaŋ θai] Illegitimate pregnancy.

hoang thổ [hwaŋ θổ] Uncultivated land.

hoang thôn [hwaŋ θon] Deserted hamlet.

hoang vắng [hwaŋ váwŋ] Deserted.

hoang vu [hwaŋ vu] Desolate, desert, wild. Xứ hoang vu : Wild country.

hoàng [hwàŋ] Female phoenix.

hoàng Yellow.

hoàng Emperor, king. Nhựt Hoàng : The Emperor of Japan. Anh-Hoàng : The King of England. Nữ Hoàng Anh : The Queen of England.

hoàng anh [hwàŋ aip] (Orn) Oriole.

hoàng ân [hwàŋ ən] Imperial favour.

hoàng bì thư [hwàŋ bì θɯ] Yellow-book.

hoàng chủng [hwàŋ củŋ] The yellow races.

hoàng cung [hwàŋ kuŋ] Imperial palace, royal palace.

hoàng cực [hwàŋ kɯk] Throne, royal seat.

hoàng diệp liễu [hwàŋ ziẹp liễu] (Bot) Aspen.

hoàng đản [hwàŋ dản] (Med) The yellow.

hoàng đạo [hwàŋ dạu] (Astr) The zodiac. Thuộc về hoàng đạo : Zodiacal. Hoàng đạo quang : Zodiacal light. Ngày hoàng đạo : Lucky day, auspicious day.

hoàng đế [hwàŋ dé] Emperor. Đại sứ được Hoàng đế tiếp kiến : The ambassador was received in audience by the Emperor.

hoàng điện [hwàŋ diẹn] Imperial palace, royal palace.

hoàng điểu [hwàŋ diểu] (Orn) Oriole.

hoàng đồng [hwàŋ dòŋ] Brass.

hoàng đới [hwàŋ dới] Zodiacal. Ánh sáng hoàng đới : Zodiacal light.

hoàng gia [hwàŋ ʒa] Royal family. Chánh phủ hoàng gia Cao-miên : Royal government of Cambodia.

hoàng giáp [hwàŋ ʃáp] Doctor's degree.

hoàng hậu [hwàŋ họu] Empress, queen.

hoàng hoặc [hwàŋ hwạuk] To fear and to doubt.

hoàng hôn [hwàŋ hon] Evening twilight, dusk, gloaming, sunset. Lúc hoàng hôn : At nightfall.

hoàng kim [hwàŋ kim] Gold.

hoàng ly [hwàŋ li] (Orn) Oriole.

hoàng ngọc [hwàŋ ŋɔk] (Miner) Topaz.

hoàng oanh [hwàŋ waip] (Orn) Oriole.

hoàng phái [hwàŋ fái] Royal family.

hoàng phụ [hwàŋ fụ] Emperor's father.

hoàng thái hậu [hwàŋ θái họu] Queen-mother.

hoàng thái tử [hwàŋ θái tử] Crown prince.

hoàng thành [hwàŋ θàip] Imperial, royal city.

hoàng thân [hwàŋ θən] Prince ; the king's relatives.

hoàng thất [hwàŋ θất] Imperial, royal family.

hoàng thích [hwàŋ θík] Relatives of the king on the maternal side.

hoàng thiên [hwàŋ θien] God, Heaven.

hoàng thống [hwàŋ θốŋ] Descendant of the royal family ; royal genealogy.

hoàng thượng [hwàŋ θɯợŋ] Sir ; His Majesty.

hoàng tịch [hwàŋ tịk] Deceased husband.

hoàng tinh [hwàŋ tip] Arrow-root.

hoàng tộc [hwàŋ tọk] Imperial, royal family.

hoàng triều [hwàŋ triều] Reigning dynasty. Hoàng triều cương thổ : Crown lands, estates.

hoàng trùng [hwàŋ trùŋ] Grasshopper.

hoàng tuyến [hwàŋ twièn] Hades, hell.

hoàng tử [hwàŋ tử] Prince ; the son a king or emperor.

hoàng yến [hwàn iến] (Orn) Canary.

hoàng [hwàn] Panic-stricken; to be frightened out of one's wits; to be in (a state of) terror.

hoàng hồn [hwàn hòn] See hoảng vía.

hoàng hốt [hwàn hốt] Dismayed, panic-stricken. Hoảng hốt trước một tin gì : To be struck with dismay at a piece of news.

hoàng sợ [hwàn sợ] Filled with terror, panic-stricken.

hoàng vía [hwàn vía] To be frightened out of one's wits.

hoāng [hwàn] Fallow deer.

hoành bình [hwàin binh] Just, equitable, fair.

hoành cách mạc [kwàin káik mạk] (Anat) Diaphragm.

hoành chinh [hwàin cin] To overtax.

hoành chính [hwàin cin] Despotic policy.

hoành đại [hwàin dại] Immense.

hoành hành [hwàin hàin] To do whatever one likes (esp. in a wrong way).

hoành lệ [hwàin lệ] Spacious and beautiful.

hoành phong [hwàin fon] Rich, wealthy.

hoành tài [hwàin tài] Great talent.

hoành tráng [hwàin tráin] On a large scale.

hoành tuyền [hwàin twiến] Abscissa.

hoành tuyền chi phiều [hwàin twiến ci fiếu] Crossed cheque.

hoành tuyệt [hwàin twiệt] Huge.

hoành [hwàin] Ráo hoành : Completely, entirely dry.

hoạnh phát [hwạin fát] Ill-gotten.

hoạnh tài [hwạin tài] Ill-gotten gains. Hoạnh tài bất phú : Ill-gotten gains seldom prosper.

hoạnh tử [hwạin tử] To die innocently.

hoạt ảnh [hwạt ảin] Moving pictures.

hoạt bát [hwạt bát] Fluent; active, brisk, agile. Ăn nói hoạt bát : To be a fluent speaker, to have the gift of the gab.

hoạt củ [hwạt củ] Easy, flowing, style.

hoạt đầu [hwạt dầu] Weathercock, inconstant person. Chánh khách hoạt đầu : Opportunist politician.

hoạt động [hwạt dọn] Action, activity. Trong phạm vi hoạt động của tôi : In my sphere of action. Người ưa hoạt động : Man of activity. Việc ấy không thuộc về phạm vi hoạt động của tôi : That does not come within my activities. Hoạt động chính trị : Political activities. Hoạt động xã hội : Social activities.

hoạt động Active. Người hoạt động : Active man.

hoạt họa [hwạt hwa] 1) Caricature. 2) Living picture.

hoạt kê [hwạt ke] Comic, humorous.

hoạt kế [hwạt ké] Livelihood.

hoạt khẩu [hwạt xẩu] To be a fluent speaker.

hoạt khí [hwạt xi] Animation, vitality.

hoạt kịch [hwạt kịk] Animated scene.

hoạt lực [hwạt lụk] Vitality. Hoạt lực luận : Vitalism.

hoạt ngữ [hwạt ngữ] Living language.

hoạt Phật [hwạt fạt] Living Buddha.

hoạt tặc [hwạt tạuk] Cunning person.

hoạt thạch [hwạt thạik] Talc.

hoạt thủy [hwạt thwi] Living water, running water.

hoạt trạch [hwạt trạik] Smooth, slippery.

hoặc [hwáuk] Very. Xấu hoặc : Very ugly. Thúi hoặc : Very fetid.

hoặc loạn [hwáuk lwạn] (Med) Cholerine.

hoặc [hwạuk] Or ; either. Trong một hoặc hai ngày : In a day or two. Anh có thể làm việc ấy bằng cách này hoặc cách khác : You can do it either way. Hoặc anh hay chị của anh : Either you or your sister. Anh phải hoặc nói sự thật hoặc không nói gì cả : You must either tell the truth or say nothing.

hoặc chí [hwạuk cí] Suspicion.

hoặc chúng [hwạuk cún] To deceive the public.

hoặc giả [hwạuk sả] Or, or else ; maybe, perhaps.

hoặc là [hwạuk là] Perhaps, maybe.

hoặc nhiên [hwạɯk ɲien] Possible, perhaps, maybe.

hoặc thuật [hwạɯk θwạt] Art of deceiving.

hoắm [hwáɯm] Very. *Sâu hoắm :* Very deep, very profound.

hoẵng [hwãɯŋ] Fallow deer.

hoắt [hwáɯt] *Nhọn hoắt :* Very pointed.

hóc [hók] Corner, angle.

hóc To have (bone) stuck in one's throat.

hóc búa [hók bwɔ] Very difficult, very hard. *Câu hỏi hóc búa :* Floorer ; a puzzling question ; question hard to answer.

hóc hiểm [hók hiểm] Dangerous, perilous.

học [hɔk] 1) To study (language, music, etc...); to learn ; to read (law, medicine). *Trường học :* School. *Dạy học :* To teach. *Đi học :* To go to school. *Chăm học, hiếu học :* Studious. *Trốn học :* To play truant. *Thầy học :* Teacher. *Khoa học :* Science. *Toán học :* Mathematics. *Nó tự học, nó học một mình :* He is self-educated. *Động vật học :* Zoology. *Niên học :* School year, academic year. *Học làm việc gì :* To learn (how) to do something. *Nó học âm nhạc :* He was trained in music. *Ở tuổi nào học cũng được :* It is never too late to learn. *Nó học riết để đi thi :* He is reading for his examination. *Nó học suốt ngày :* He studies all the time, he devotes all his time to study. *Anh học tiếng Anh bao lâu ? :* How long have you been learning English ?. *Trong khi ở đây nó học rất nhiều :* While he was here (while here) he studied a great deal. 2) To repeat.

học Educated. *Người ít học :* Man of small attainments, who has had little schooling.

học bạ [hɔk bạ] School-record.

học bổng [hɔk bỏŋ] Scholarship.

học chế [hɔk cế] Educational system.

học chính [hɔk cíɲ] Educational service.

học cụ [hɔk kụ] School furniture.

học đòi [hɔk dòi] To copy, to imitate, to follow.

học đồ [hɔk dồ] Apprentice.

học đường [hɔk dwờŋ] School.

học gạo [hɔk gạu] To study hard, to grind, to mug. *Học gạo để đi thi :* To cram, to mug up, for an examination ; to grind for an exam.

học giả [hɔk šả] Scholar, learned man, literary man. *Nó là một nhà học giả uyên thâm :* He is no mean scholar.

học giới [hɔk šới] Educational circle.

học hành [hɔk hàɲ] To study ; to study and to practice. *Việc học hành :* Study. *Tiến tới trong việc học hành :* To make progress in one's studies, to progress with one's studies.

học hạnh [hɔk hạɲ] Instruction and behaviour.

học hiệu [hɔk hiệu] School.

học hỏi [hɔk hỏi] To study, to learn, to educate oneself. *Đây là một cơ hội tốt để hội bóng tròn Việt-Nam và Trung-Hoa học hỏi kinh nghiệm lẫn nhau :* This is a good opportunity for the Vietnamese and Chinese soccer teams to learn experiences from each other.

học kỳ [hɔk kì] Term of study.

học lại [hɔk lại] To repeat, to report, to tell tales. *Nó học lại tất cả cho thầy giáo :* He repeats everything to the master.

học lấy [hɔk lếi] To educate oneself. *Đứa bé nghèo học lấy ban đêm sau khi xong việc :* The poor boy had to educate himself in the evenings after finishing work.

học lỏm (lóm) [hɔk lỏm] To learn by hearsay, to learn merely by listening and observing.

học luật [hɔk lwạt] To read law, to read for the Bar, for the law, to study law, to study for the Bar.

học lực [hɔk lựk] Capacity (of a student).

học mót [hɔk mót] To imitate, to copy.

học nghề [hɔk ɲề] To learn a trade. *Người học nghề :* Apprentice. *Cho người nào học nghề với người nào :* To apprentice someone to someone. *Học nghề với người nào :* To serve one's apprenticeship with someone.

học niên (hɔk nien) School year, academic year.

học ôn [hɔk on] To review one's lessons.

học phái [hɔk fái] School. Học phái Plato : The Platonic school.

học phí [hɔk fí] School fees. Học phí ở Anh rất cao : School fees are high in England. Đóng học phí : To pay the school fees.

học rộng [hɔk rɔŋ] Learned, erudite, scholarly.

học rút [hɔk rút] To grind, to study hard. Học rút đề đi thi : To grind for an exam.

học sĩ [hɔk ʃí] High school graduate.

học sinh [hɔk ʃiŋ] Schoolboy, schoolgirl, pupil. Học sinh ngoại trú : Dayboy. Các học sinh viết theo lời thầy giáo đọc : The pupils wrote at the teacher's dictation.

học tập [hɔk tập] To study, to learn.

học thuốc [hɔk θwɔ́rk] To study medicine.

học thuộc lòng [hɔk θwɔrk lɔ̀ŋ] To learn by heart, to memorize, to commit to memory.

học thuật [hɔk θwật] Education ; studies.

học thuyết [hɔk θwiét] Doctrine ; teaching(s). Học thuyết Plato: The teaching(s) of Plato. Học thuyết của Khổng Tử : The teaching(s) of Confucius.

học thức [hɔk θức] Knowledge, learning ; attainment. Học thức rộng : Wide knowledge, deep knowledge. Người có học thức : Educated man, learned man. Vô học thức: Uneducated. Có học thức : Well-educated.

học thức uyên thâm [hɔk θức wien θəm] Deep learning, profound learning.

học trò [hɔk trɔ̀] Pupil, schoolboy, schoolgirl. Học trò cũ : Old pupil, old boy (of a school). Chúng tôi không có học trò quá mười sáu tuổi : We have no pupils upwards of sixteen. Trường nhận học trò sáu tuổi trở lên : The school take pupils from six years upwards.

học vấn [hɔk vốn] Instruction, education. Bà đã hy sinh của cải của bà vèo sự học vấn của anh : She gave up her fortune to your education.

học vẽ [hɔk vẽ] To learn drawing.

học vị [hɔk vị] Degree.

học việc [hɔk vịrk] See học nghệ.

học viên [hɔk vien] Trainee. Trường vô tuyến viễn thông sẽ có máy móc tối tân và chứa được 250 học viên : The telecommunication school will have modern equipment and accommodate 250 trainees.

học viện [hɔk viện] Institute. Học viện Quốc gia Hành chánh : National Institute of Administration.

học vụ [hɔk vụ] Educational affairs, educational matters.

học xá [hɔk sá] Boarding-school.

hòe [hwè] (Bot) Sophora japonica.

hoen [hwɛn] Hoen ố : Blemished, flyblown. Làm hoen ố : To defile.

hoẻn [hwẻn] Chen hoẻn : Alone.

hoét [hwɛ́t] A whistling sound.

hoi hóp [hɔi hóp] (To breathe) Weakly. Thở hoi hóp : To be at one's last gasp.

hoi sữa [hɔi ʃứɔ] To smell of milk.

hói [hói] Bald. Đầu hói : Bald head.

hỏi [hɔ̉i] To ask, to inquire, to interrogate, to question. Hỏi giờ : To ask the time. Hỏi người nào việc gì : To ask someone (for) something. Người ta hỏi tên của chúng tôi : We were asked our names. Hỏi thăm việc gì : To ask, inquire, about something. Nó có hỏi thăm tôi không : Did he ask after me ?. Hỏi giá của vật gì : To inquire the price of something. Hỏi khó một thí sinh : To pluck, plough, a candidate.

hỏi Những hàng hóa nhập cảng này được nhiều người hỏi : These imported goods are in great request.

hỏi cung [hɔ̉i kuŋ] To interrogate, to question.

hỏi dò [hɔ̉i zɔ̀] To make inquiries.

hỏi dọ [hɔ̉i zɔ] Sec hỏi dò.

hỏi dồn [hɔ̌i zòn] To ply (someone) with questions. *Hỏi dồn người nào :* To put a rapid fire of questions to someone, to bombard someone with questions.

hỏi giá [hɔ̌i ʒá] To ask the price.

hỏi han [hɔ̌i han] To ask, to inquire.

hỏi mượn [hɔ̌i muʒn] To borrow.

hỏi nhỏ [hɔ̌i ɲɔ̌] To whisper a question.

hỏi nợ [hɔ̌i nʒ] To borrow money (of, from someone).

hỏi thăm [hɔ̌i θaɯm] To ask, inquire about (someone, something). *Hỏi thăm sức khỏe của người nào :* To ask after someone ; to ask, inquire, after someone's health. *Nó có hỏi thăm tôi không ? :* Did he ask after me ?. *Tất cả mọi người đều hỏi thăm nàng :* Everybody is inquiring about her.

hỏi tiền [hɔ̌i tiền] To ask for money.

hỏi tội [hɔ̌i tọi] To make one account for his fault.

hỏi vay [hɔ̌i vay] To borrow money.

hỏi vặn [hɔ̌i vaɯn] To question (someone) closely, to ply (someone) with questions.

hỏi vợ [hɔ̌i vʒ] To propose marriage to a lady (on one's own behalf) ; to propose. *Hỏi vợ cho con :* To make formal proposals of marriage on behalf of one's son (to the parents of the lady).

hom hem [hɔm hɛm] Decrepit, emaciated.

hóm [hɔ́m] Mischievous, malicious.

hóm hỉnh [hɔ́m hỉɲ] See hóm.

hòm [hɔ̀m] 1) Trunk. *Người ta quên đem hòm nó xuống tàu :* His trunk has missed being put on board.

2) Coffin, (U.S.A.) casket.

hõm [hɔ̃m] *Sâu hõm :* Very deep.

hõm [hɔ̃m] Deep-set, sunken (eyes) ; hollow. *Má hõm :* Hollow cheeks.

hon [hɔn] *Tí-hon :* Tiny.

hòn [hɔ̀n] Ball, piece.

hòn bi [hɔ̀n bi] Marble.

hòn dái [hɔ̀n zái] (Anat) Testicle. *Thuộc về hòn dái :* Testicular. *Có hòn dái :* Testiculate.

hòn đá [hɔ̀n đá] Piece of stone.

hòn đảo [hɔ̀n dảu] Island. *Đặt chân lên một hòn đảo, ghé vào một hòn đảo :* To set foot on an island. *Hòn đảo hiện ra trong sa mù :* The island loomed out of the fog.

hòn gạch [hɔ̀n gạik] Piece of brick.

hòn máu [hɔ̀n máu] Clot of blood.

hòn núi [hɔ̀n núi] Mountain.

hong [hɔŋ] To dry (something).

hóng gió [hɔ́ŋ ʒɔ́] To take the air. *Ra ngoài đề hóng gió :* To go out to take the air.

hóng mát [hɔ́ŋ mát] To go outdoors for fresh air, to take fresh air.

hòng [hɔ̀ŋ] To expect, to hope.

hỏng [hɔ̌ŋ] To fail, to miscarry, to come to grief ; to miss, to break down ; (of plans) to go all awry. *Thi hỏng :* To fail, to be ploughed, plucked, at an examination ; to fail in an examination. *Làm hỏng một kế hoạch :* To bring about the failure of a plan, to render a plan abortive, to wreck a plan. *Làm hỏng kế hoạch của người nào :* To balk someone's plan, to bring someone's plan to nought. *Kế hoạch của chúng tôi hỏng :* Our plans have gone awry, our plans broke down. *Máy hỏng :* The machinery broke down.

hỏng chân [hɔ̌ŋ cən] To lose, miss, one's footing. *Nó hỏng chân :* He misses his footing.

hỏng máy [hɔ̀n máy] Out of order machine. *Làm hỏng máy :* To put a machine out of order. *Máy hỏng :* Machine that is out of order.

hỏng việc [hɔ̌ŋ vịrk] To fail in an affair.

họng [hɔ̣ŋ] Throat. *Bóp họng người nào :* To grip, pin, someone by the throat. *Cắt họng người nào :* To cut someone's throat. *Bịnh đau cuống họng :* Sore throat. *Câm họng ! :* Shut up !.

hóp [hɔ́p] Hollow, sunken. *Má hóp :* Hollow, sunken cheeks. *Má nàng hóp vào :* She has sunken cheeks.

họp [hɔp] To meet, to gather, to convene, to assemble, to reunite, to unite. *Họp lại chung quanh người nào* : To gather round someone. *Phiên họp* : Meeting. *Cuộc họp báo* : Press conference.

họp sức [họp ʃúk] To join forces.

hót [hót] (Of birds) To sing. *(Chim) Hót líu lo* : (Of birds) To twitter, warble, chirp. *Chim hót suốt ngày* : The birds make music all (the) day. *Nghe chim hót* : To listen to the birds singing.

hót To flatter.

hót See hốt.

hồ [ho] *Răng hồ* : Buck-teeth, prominent teeth. *Người răng hồ* : A man with prominent teeth.

hô To cry out. *Hoan hô* : To cheer, to shout hurrah.

hô hào [ho hàu] To call, to appeal.

hô hấp [ho hấp] To breathe, to respire. *Sự hô hấp* : Breathing, respiration. *Cơ quan hô hấp* : Breathing apparatus.

hô hoán [ho hwán] To cry out, to shout.

hố [hó] Hole ; grave, tomb. *Hố sâu* : Chasm. *Sa hố* : To be, find oneself, in a hole. *Làm người nào sa hố* : To put, get, someone into a hole. *Gần tới ngày xuống hố* : To have one foot in the grave.

hố cá nhân [hó ká ɲən] Foxhole.

hố chống chiến xa [hó cóŋ cién sa] Antitank ditch.

hồ [hò] Lake. *Hồ Giơ neo* : The lake of Geneva. *Hồ có nhiều cá* : The lake was alive with (= full of) fish. *Sông chảy vào hồ* : The river disembogues its waters, itself, into the lake. *Đi chơi vòng quanh hồ* : To go for a trip round the lake.

hồ Paste. *Lọ hồ* : A bottle of paste.

hồ Starch-paste.

hồ To starch ; to stiffen with starch, to make stiff with starch ; to clear-starch, to blue. *Hồ quần áo* : To blue linen.

hồ (Const) Mortar. *Thợ hồ* : Mason. *Trét hồ, tô hồ* : To mortar. *Bàn xoa của thợ hồ* : Mortar-board. *Thùng đựng*

hồ : Mortar-trough.

hồ cầm [hò kòm] A kind of violin.

hồ điệp [hò diẹp] (Ent) Butterfly.

hồ đồ [hò dò] Vague, obscure ; doubtful.

hồ hải [hò hải] Lake and sea, (fig) chivalrous.

hồ khẩu [hò xǒu] 1) To make, earn one's living.
2) To cadge, to sponge upon, to live at someone's expense.

hồ lì [hò lì] Croupier (at a gambling table).

hồ loạn [hò lwạn] To disturb, to agitate.

hồ lô [hò lo] (Bot) Calabash-tree (whose shell serve for holding liquid).

hồ lơ [hò lɔ] (Laundry-) blue.

hồ ly [hò li] Fox.

hồ ma [hò ma] (Bot) Sesame.

hồ mỵ [hò mị] To impassion.

hồ nghi [hò ɲi] To doubt, to suspect, to discredit. *Sự hồ nghi* : Doubt, suspicion, discredit.

hồ ngôn loạn ngữ [hò ŋon lwạn ŋũ] To speak at random.

hồ quần áo [hò kwòn áu] To blue linen.

hồ sơ [hò ʃɔ] File ; record (of official, prisoner, etc...). *Hồ sơ của một việc* : File relating to a business. *Có hồ sơ rất xấu* : To have a very bad record.

hồ tắm [hò táum] Swimming-pool. *Phóng xuống hồ tắm* : To take a header into a swimming-pool. *Hồ tắm công cộng ngoài trời* : Lido.

hồ thi [hò θi] Bow and arrows (man's ambition).

hồ tiêu [hò tieu] (Bot) Pepper.

hồ vải [hò vải] To stiffen a material.

hồ xú [hò sú] Strong smell of armpits.

hổ [hổ] Tiger. *Hổ cái* : Tigress. *Hổ không ăn thịt con* : There is honour among thieves.

hổ cốt [hồ kót] Tiger's bones.

hổ cứ [hò kứ] Crouching tiger, (fig) dangerous area.

hồ huyệt [hồ hwiệt] Den, lair, of tiger.

hồ khẩu [hồ xẩu] Mouth of a tiger, (fig) dangerous spot.

hồ lốn [hồ lốn] Gallimaufry.

hồ ngươi [hồ ŋuai] Ashamed, shameful.

hồ phách [hồ fấik] Amber. *Hoàng hồ phách* : Yellow amber.

hồ phách kim [hồ fấik kim] Electrum.

hồ phận [hồ fận] To be ashamed of one's condition.

hồ thẹn [hồ θẹn] Ashamed, shameful. *Điều hồ thẹn* : Shame. *Đỏ mặt vì hồ thẹn* : To blush for shame. *Làm người nào hồ thẹn* : To put someone to shame. *Lấy làm hồ thẹn vì thi rớt* : To feel shame at having failed in an examination. *Làm việc gì không biết hồ thẹn* : To be unashamed of doing something, to do something.

hồ cạnh [hồ kạiŋ] To compete together.

hồ giá [hồ ʒá] To fix, set, a price.

hồ giá To escort the imperial carriage.

hồ giá viên [hồ ʒá vien] Auctioneer.

hồ tòng [hồ tòŋ] To follow.

hồ trợ [hồ trợ] To help one another. *Sự hỗ trợ* : Mutual aid.

hồ tương [hồ tươŋ] Reciprocal, mutual; correlative. *Công ty hỗ tương bảo hiểm* : Mutual assurance company.

hồ tương tác dụng [hồ tươŋ ták zụŋ] Interaction.

hộ [họ] For. *Nó viết hộ tôi* : He is writing for me.

hộ chiếu [họ ciếu] Pass, permit.

hộ đê [họ de] To protect the dikes.

hộ giá [họ ʒá] To escort the imperial carriage.

hộ hoán [họ hwán] To exchange, to barter.

hộ khẩu [họ xẩu] Population, number of inhabitants.

hộ lại [họ lại] Official in charge of the register of births, marriages, and deaths.

hộ pháp [họ fáp] Giant, colossus.

hộ quốc [họ kwók] Colony.

hộ sản [họ ʃản] See **hộ sinh**.

hộ sinh [họ ʃiŋ] To deliver (a woman); to assist in childbirth. *Nhà hộ sinh* : Maternity hospital. *Nữ hộ sinh* : Midwife. *Khoa hộ sinh* : Midwifery, obstetrics. *Trường nữ hộ sinh* : School of midwifery.

hộ tất [họ tất] See **hộ giá**.

hộ thành [họ θàiŋ] To defend a city.

hộ thân [họ θận] To defend oneself.

hộ thú [họ θủ] To keep.

hộ tịch [họ tịk] Civil status. *Giấy tờ hộ tịch* : Certificates of births, marriages, deaths. *Sổ hộ tịch* : The registers of births, marriages and deaths.

hộ tinh [họ tiŋ] (Astr) Satellite.

hộ tống [họ tóŋ] To escort, to convoy; to accompany. *Người, đoàn hộ tống* : Escort. *Tàu hộ tống* : Escort vessel, escort ship. *Đoàn hộ tống bị tiềm thủy đỉnh địch tấn công* : The convoy was attacked by enemy submarines.

hộ tống hạm [họ tóŋ hạm] Escort-vessel.

hộ trợ [họ trợ] To help one another.

hộ vệ [họ vệ] To guard. *Đi theo hộ vệ người nào về tận nhà* : To guard someone to his home.

hốc [hók] Hollow. *Hang hốc* : Cave and hollow.

hốc *Há hốc* : To gape, to open the mouth wide; open-mouthed.

hốc hác [hók hák] Gaunt, haggard. *Mặt hốc hác* : Gaunt face.

hộc [họk] To vomit. *Hộc máu* : To vomit blood.

hộc Unit of dry measure.

hộc đích [họk dík] Aim, goal, purpose, objective.

hộc máu [họk máu] To vomit blood.

hộc tốc [họk tók] 1) To hurry, to hasten.

2) To fear, to dread, to be afraid.

hộc tủ [họk tủ] Drawer. *Nhét giấy đầy hộc tủ* : To cram papers into a drawer. *Tên trộm lục soát tất cả hộc tủ* : The thief rifled every drawer. *Hộc tủ này chật quá tôi mở ra không được* :

This drawer is so tight that I cannot open it.

hôi [hoi] Bad—smelling, ill—smelling, malodorous. *Mùi hôi :* Strong smell. *Bơ hôi :* Strong butter.

hôi To stink, to smell bad. *Hôi tỏi :* To smell, stink, of garlic.

hôi To gather what is left.

hôi *Đánh hôi :* To beat someone who has been beaten by another.

hôi hám [hoi hám] Fetid.

hôi khói [hoi xói] To smell of smoke.

hôi miệng [hoi miệŋ] Strong breath. *Nó hôi miệng :* His breath smells ; his breath is bad ; he suffers from halitosis.

hôi nách [hoi náik] Strong smell of armpits.

hôi như cú [hoi pɯ kú] To stink like a goat.

hôi rình [hoi rìŋ] Very stinking.

hôi tanh [hoi taiŋ] Stinking and nauseating.

hôi thúi [hoi θúi] Fetid, stinking.

hối [hói] To repent, to regret, to rue (something). *Hối đã làm việc gì :* To repent, regret, having done something.

hối To press, to urge ; to hurry, to hasten. *Hối người nào làm việc gì :* To press someone to do something. *Bị chủ nợ thúc hối :* Pressed by one's creditors. *Thúc hối một công việc :* To urge on, forward, a piece of work. *Đừng hối tôi :* Don't hurry me.

hối cải [hói kải] To show repentance and to mend one's ways.

hối đoái [hói dwái] Exchange. *Sở hối đoái :* Foreign exchange office.

hối hả [hói hả] To hurry. *Nàng hối hả về nhà :* She hurried home. *Viết hối hả :* To write in a hurry. *Hối hả ra đi :* To go out in a hurry.

hối hận [hói hạn] To repent, to regret, to rue. *Sự hối hận :* Repentance, regret, rue. *Hối hận đã làm việc gì :* To repent, rue regret doing, having done, to have done, something. *Tôi hối hận đã nói xấu nó :* It repents me that I spoke ill of him. *Làm người nào hối*

hận : To make someone repent. *Hối hận việc gì :* To repent oneself of something. *Tôi lấy làm hối hận đã đánh lừa nó :* I regret having deceived him. *Anh sẽ hối hận về việc ấy :* You shall rue it.

hối lộ [hói lọ] To bribe, to corrupt (a civil servant). *Sự hối lộ :* Bribery, corruption. *Ăn hối lộ :* To receive a bribe. *Dễ hối lộ :* Open to bribery. *Hối lộ người nào :* To oil someone's palm, someone's hand. *Các quan tòa trong xứ nầy không thể hối lộ phải không ? :* Judges in this country cannot be corrupted, can they ?. *Hối lộ cảnh sát viên Anh là một việc làm vô ích :* It is no use offering a bribe to an English policeman.

hối minh [hói miŋ] Night and day.

hối phiếu [hói fiếu] Bill of exchange.

hối quá [hói kwá] To regret one's faults.

hối suất [hói ʃwát] Rate of exchange.

hối tâm [hói tәm] Regret.

hối thúc [hói θúk] To press, to urge. *Bị chủ nợ hối thúc :* Pressed by one's creditors.

hối tội [hói tọi] To repent of one's sin.

hồi [hòi] 1) Time, period. *Hồi đám cưới của nó :* At the time of his marriage. *Hồi hai giờ :* At two o'clock. *Hồi tôi đến :* On my arrival. *Hồi tháng bảy :* In the month of July. *Hồi sáng nầy tôi gặp nó :* I saw him this morning.

2) (Th) Act. *Kịch năm hồi :* Five acts play.

3) Chapter (of a novel).

hồi To cancel.

hồi âm [hòi әm] To answer a letter.

hồi âm Echo.

hồi ấy [hòi éi] At that time.

hồi báo [hòi báu] To give someone tit for tat, to pay someone out, to pay someone back in his own coin.

hồi binh [hòi biŋ] To bring back the troops.

hồi cố [hòi kó] To look back.

hồi cư [hòi kɯ] To return to the city after an evacuation.

hồi dương [hồi zɯɔŋ] See **hồi sinh**.

hồi đáp [hồi đáp] To answer, to reply, to respond.

hồi gia [hồi ʒa] To go home.

Hồi giáo [hồi ʒáu] Mohammedanism, Islamism.

hồi hên [hồi hen] A run of luck.

hồi hoảng [hồi hwàŋ] To fear, to dread.

Hồi hồi giáo [hồi hồi ʒáu] See **Hồi giáo**.

hồi hộp [hồi họp] To flutter ; to tremble with excitement.

hồi huyệt quản [hồi hwiết kwản] (Anat) Vein.

hồi hương [hồi hɯɔŋ] To repatriate, to return to one's native land.

hồi hưu [hồi hɯu] To retire on a pension.

hồi kinh [hồi kiɲ] (Of official) To come back to the capital.

hồi ký [hồi kí] Memoir.

hồi loan [hồi lwan] (Of king) To return to the palace.

hồi môn [hồi mon] (Of married girl) To return to her home after the marriage service.

hồi môn Dowry, dower, marriage portion; marriage settlement in favour of daughter. *Nàng không có của hồi môn :* She is portionless.

hồi nào [hồi nàu] When ?. *Anh gặp nó lần đầu hồi nào ? :* When did you first see him ?.

hồi nãy [hồi nãy] Just now, a few minutes ago, presently, a little while ago.

hồi nầy [hồi nầy] These days.

hồi nọ [hồi nɔ] Recently.

hồi phong [hồi fɔŋ] Whirlwind.

hồi phục [hồi fụk] 1) To recover, to recuperate, to set up again. *Hồi phục sức khỏe :* To recover one's health. 2) To restore.

hồi qui [hồi kwi] To return, to go back.

Hồi quốc [hồi kwók] (Geog). Pakistan.

hồi sinh [hồi ʃiɲ] To resuscitate, to come to life again, to restore to life, to arise from the death.

hồi sinh (Bot) Reviviscent.

hồi tâm [hồi təm] 1) To regret, to repent.

2) To reflect, to ponder.

hồi thoại [hồi θwai] To answer, to reply.

hồi tín [hồi tín] See **hồi âm**.

hồi tinh [hồi tiɲ] To recover, regain consciousness ; to come to ; to come round ; to come to oneself again ; to become conscious.

hồi tố [hồi tó] Retroactive (law).

hồi trống [hồi tróŋ] Roll of drum (quick continuous beating of drum).

hồi trước [hồi trɯ́rk] Formerly, previously. *Nó viết khá hơn hồi trước :* He writes better than he did.

hồi tưởng [hồi tɯở͗ŋ] To remember, to recall, to recollect. *Hồi tưởng lại việc gì :* To recall something (to mind), to call something to remembrance. *Sự hồi tưởng :* Recollection.

hồi ty [hồi tị] To declare oneself incompetent to judge.

hồi ức [hồi ứk] See **hồi ký**.

hồi xuân [hồi swɔn] 1) To return to the spring.

2) To rejuvenate ; to grow young again ; to be restored to youth ; to get younger.

hồi xui [hồi sui] A run of ill luck, a run of misfortune.

hồi xưa [hồi sɯɔ] Once, in former time, of old.

hồi [hồi] *Nóng hồi :* Hot.

hội [họi] To reunite, to meet, to assemble.

hội 1) Assembly, association, society, company ; club. *Hội phước thiện :* Charitable society. *Hội tương tế :* Mutual aid society. *Văn học hội :* Literary club. *Vào hội :* To affiliate (oneself) to, with, a society. *Bị trục xuất, bị khai trừ ra khỏi hội :* To be shut from society.

2) Team. *Hội nhà :* Home team. *Hai hội huề nhau :* The two teams drew. *Hội chúng tôi thắng năm trận trong mùa hè nầy :* Our team has had five wins this summer. *Mùa nầy hội banh của*

chúng tôi thắng năm trận và huề hai : Our football team has had five wins and two draws this season.

hội ái hữu [hội ái hữu] Friendly society.

hội âm [hội əm] (Anat) Perineum.

hội ẩm [hội ǝm] To drink together.

hội binh [hội biɲ] To assemble the troops.

hội bóng tròn [hội bóŋ tròn] Soccer federation.

hội buôn [hội buən] Company, firm.

hội chợ [hội cợ] Fair.

hội diện [hội ziện] To meet face to face.

hội đàm [hội dàm] To converse, to engage in colloquy. *Cuộc hội đàm :* Conversation, colloquy.

hội đồng [hội dòŋ] Assembly, meeting, council.

hội đồng an ninh quốc gia [hội dòŋ an niɲ kwók ʒa] National security council.

Hội đồng Bảo an [hội dòŋ bảu an] Security Council.

Hội đồng chánh phủ [hội dòŋ cáɲ fủ] The Cabinet.

hội đồng gia tộc [hội dòŋ ʒa tộk] Family council, board of relations (in family matters).

hội đồng hàng tỉnh [hội dòŋ hàŋ tỉɲ] Provincial council.

hội đồng hương chính [hội dòŋ hương cíɲ] Village council, communal council. *Thây của nạn nhân được phát giác sáng hôm qua cách văn phòng hội đồng hương chính năm thước :* The corpse of the victim was discovered yesterday morning five metres from the village council office.

hội đồng nhân sĩ [hội dòŋ ɲan ʃĩ] Council of notables.

hội đồng nội các [hội dòŋ nọi kák] Cabinet council.

hội đồng quản hạt [hội dòŋ kwản hạt] Colonial council.

hội đồng quản trị [hội dòŋ kwản trị] Board of directors.

hội đồng quân nhân cách mạng [hội dòŋ kwən ɲan káik mạŋ] Military revolutionary council. *Quyền của Quốc Trưởng sẽ do Chủ tịch Hội đồng quân nhân Cách mạng đảm nhiệm hoặc ủy nhiệm cho một nhân vật do Hội đồng Cách mạng chỉ định :* The authority of the Chief of State will be assumed by the Chairman of the Military Revolutionary Council or delegated to a personality by the Revolutionary Council.

hội đồng quốc gia [hội dòŋ kwók ʒa] National assembly.

hội đồng thành phố [hội dòŋ θàiɲ fó] Town-council, city-council, municipal council. *Kế hoạch phải được hội đồng thành phố chấp thuận :* The plan must go through the town council. *Những sửa chữa theo lời yêu cầu của hội đồng thành phố :* Repairs executed under the requisition of the town council.

hội đồng trọng tài [hội dòŋ trọŋ tài] Conciliation board (in industrial board).

hội đồng tư vấn [hội dòŋ tư vấn] Advisory council.

hội hè [hội hè] Festival.

hội họa [hội hwa] Painting.

hội hồng thập tự [hội hòŋ θəp tư] Red Cross Society. *Hội đồng thập tự đã giúp đỡ nhiều gia đình nghèo khổ :* The Red Cross Society helped several destitute families.

hội họp [hội họp] To gather, to meet. *Cuộc hội họp :* Meeting.

hội khách [hội xáik] Host team, visiting team, guest team.

hội kiến [hội kién] To interview ; to meet face to face. *Cuộc hội kiến :* Interview.

hội kín [hội kin] Secret society.

hội nghị [hội ɲị] Conference, congress, meeting. *Nhiều hội nghị quốc tế đã họp tại Genève :* Many international conferences have been held at Geneva. *Hội nghị đi đến chỗ bế tắc :* The conference has come to a standstill.

hội nghị bàn tròn [hội ɲị bàn tròn] Round-table conference.

hội nghị giáo dục [hội ŋị ʒáu zụk] Educational conference.

hội nghị quốc tế [hội ŋị kwók té] International conference.

hội nghị tài binh [hội ŋị tài biŋ] Disarmament conference.

hội ngộ [hội ŋọ] To meet. *Cuộc hội ngộ* : Meeting.

hội nhà văn Việt Nam [hội ɲà vaɯn vietnam] Vietnamese Writers' Association. *Hội Nhà Văn Việt Nam vừa được thành lập và đặt trụ sở tại số 138 đường Tự Do* : The Vietnamese Writers' Association was organized recently and has set up its headquarters at 138 Tu-Do Street.

hội phụ nữ quốc tế [hội fụ nữ kwók té] International Women's Association. *Chủ tịch danh dự Hội Phụ nữ quốc tế* : Honorary President of the International Women's Association.

hội phước thiện [hội fúrk θiện] Benevolent society.

hội quán [hội kwán] Head office (of company).

hội quốc liên [hội kwók lien] League of nations.

hội rồng mây [hội ròŋ mei] Happy meeting.

hội sở [hội ʃở] See **hội quán.**

hội tán [hội tán] (Mil) To rout.

hội tập [hội tập] To assemble, to gather.

hội thẩm [hội θẩm] Judge of appeal.

Hội Thể Vận [hội θé vận] The Olympic Games. *Ở Hội Thể Vận, các đại diện của ta đã tranh đua với những tay lội giỏi nhứt ở khắp nơi trên thế giới* : At the Olympic Games our representatives were in competition with the best swimmers from every part of the world. *Nhiều kỷ lục bị phá ở Hội Thế Vận* : Several records were broken at the Olympic Games.

hội thương [hội θɯɔŋ] To meet and to negotiate.

hội trường [hội trườŋ] Conference hall,

hội trưởng President, chairman (of a society, association).

hội tụ [hội tụ] To converge (lines, etc..).

hội tụ Convergent, converging. *Sự, tính hội tụ* : Convergence, convergency. *Làm hội tụ* : To converge. *Cấp số hội tụ* : Convergent series. *Thấu kinh hội tụ* : Converging lens.

hội túc cầu [hội túk kầu] Association football.

hội tương tế [hội tɯɔŋ té] Mutual aid society.

hội tuyển [hội twiển] (Ft. ball). Selected team. *Hôm qua hội banh Hồng-Kông đã đấu trận thứ ba tại miền Nam Việt Nam với hội tuyển Saigon và thua 1-3* : The Hong-Kong soccer team yesterday played its third match in South Viet-Nam with the selected team of Saigon to which it lost 1 to 3.

hội viên [hội vien] Associate, member. *Hội viên sáng lập* : Foundation member. *Trở thành hội viên của một hội* : To become a member of an association. *Hội viên danh dự* : Honorary member (of an association, of a club).

hội ý [hội i] To understand, to comprehend.

hôm [hom] Day. *Tôi ở đây đã ba hôm rồi* : I have been here for three days.

hôm ấy [hom éi] The other day.

hôm kia [hom kiɔ] The day before yesterday. *Tôi đã gặp nó hôm kia* : I saw him the day before yesterday.

hôm kìa [hom kìɔ] Three days ago.

hôm nay [hom nay] To day, this day. *Nó đến hôm nay* : He arrives to-day. *Hôm nay là Chúa nhật* : To day is Sunday. *Đến hôm nay tôi vẫn còn nhớ việc ấy* : I remember it to this day. *Kể từ hôm nay* : From this day forth. *Anh đã đọc báo hôm nay chưa ?* : Have you seen to-day's newspaper ?. *Hôm nay chúng tôi căn dùng nó* : To-day we cannot spare him. *Nếu hôm nay là thứ tư thì hôm kia là thứ hai và ngày kia là thứ sáu* : If to-day is wednesday, the day before yesterday was Monday and the day after to-morrow will be Friday. *Hôm nay ngoài chợ có bán nhiều trứng* : There are plenty of eggs in the market to-day. *Hôm nay tôi không thể tiếp nó được*: I cannot see him today.

hôm nào [hom nàu] :) Some day. *Mới hôm nào : Lately, recently.*

2) When? Which day ?.

hôm nọ [hom nọ] The other day. *Hôm nọ tôi gặp nó : I saw him the other day.*

hôm qua [hom kwa] Yesterday. *Sáng hôm qua* : Yesterday morning. *Chiều hôm qua:* Last night. *Báo hôm qua:* Yesterday's paper. *Nó đến đây hôm qua :* He came here yesterday. *Nó chết hôm qua:* He died yesterday. *Tôi đến nhà nó hôm qua nhưng không gặp nó :* I called at his house yesterday, but missed him. *Mười người chết trong vụ xe lửa đụng hôm qua :* Ten people were killed in a collision on the railway yesterday. *Tôi đã viết thơ cho nó hôm qua :* I wrote to him yesterday.

hôm sau [hom sau] The next day, the following day ; on the following day. *Sáng hôm sau :* The next morning, the morning after.

hôm trước [hom trước] The day before, the other day. *Hôm trước hôm sau, nó đã nổi danh :* He awoke to find himself famous. *Hôm trước tôi có gặp nó :* I saw him the other day. *Cười người chớ khá cười lâu, cười người hôm trước hôm sau người cười :* He laughs best who laughs last.

hôm vừa rồi [hom vừa rồi] A few days ago.

hôm [hòm] To be ready (to do something).

hổm [hổm] Contraction of « hôm ấy » : The other day.

hổm *Ngồi chồm hổm:* To squad (down), to squad oneself (down), to sit down on one's heels.

hôn [hon] To kiss. *Cái hôn :* Kiss. *Hôn má người nào :* To kiss someone on the cheek. *Chúng nó hôn nhau :* They kissed (each other). *Hôn chân của Giáo hoàng :* To kiss the Pope's toe. *Hôn người nào để từ giã :* To kiss

someone good-bye. *Hôn trán người nào :* To kiss someone's forehead, to kiss someone on the forehead. *Hôn người nào :* To give someone a kiss. *Hôn trộm, hôn lén người nào :* To steal a kiss from someone. *Cái hôn hòa giải :* Kiss of peace. *Cái hôn từ giã :* Parting kiss. *Hôn người nào nghe cái chut :* To give someone a good smack. *Đặt một cái hôn lên tay người nào :* To set a kiss upon someone's hand. *Chàng gởi nàng một cái hôn :* He threw her a kiss (i.e. kissed his own hand and then waved it to her).

hôn chế dị tộc [hon cế zị tộk] Exogamy.

hôn giá [hon zá] (Of woman) To marry, to get married.

hôn hắc [hon hắk] Dark night.

hôn hít [hon hít] To kiss.

hôn kỳ [hon kì] Wedding-day.

hôn lễ [hon lễ] The wedding ceremony, wedding, nuptials, marriage ; the marriage service. *Hôn lễ sẽ cử hành tại Saigon :* The marriage will be celebrated at Saigon.

hôn má [hon má] To kiss on the cheek.

hôn mê [hon me] To swoon, to faint, to lose consciousness ; to be in a (dead) faint, to fall down in a faint. *Sự hôn mê :* Faint.

hôn mê Stupid, foolish.

hôn miệng [hon miệŋ] To kiss on the mouth.

hôn môi [hon moi] To kiss on the lips.

hôn muội [hon muội] Stupid.

hôn ngu [hon ŋu] Stupid.

hôn nhân [hon nân] Marriage. *Cuộc hôn nhân đăng đối, môn đăng hộ đối :* Marriage of convenience. *Ngăn cản một cuộc hôn nhân :* To prevent, put a stop to, a marriage.

hôn phối [hon fối] See **hôn nhân**.

hôn phu [hon fu] Bridegroom. *Vị hôn phu :* Fiancé.

hôn quân [hon kwân] Debauched king.

hôn sự [hon sự] Marriage.

hôn thê [hon θe] Bride. *Vị hôn thê :* Fiancée.

hồn thú [bon θứ] 1) Marriage.

2) Marriage certificate, certificate of marriage, marriage lines.

hồn thụy [hon θwi] Lethargic(al). *Trạng thái hồn thụy* : Lethargy.

hồn thư [hon θư] Marriage certificate, marriage lines.

hồn trấm [hon trầm] To lose consciousness.

hồn ước [hon ứrk] Engagement, promise, of marriage.

hồn [bồn] Soul, spirit, ghost. *Chiêu hồn, cầu hồn* : To raise, call up, a spirit ; to raise a ghost. *Gọi hồn người chết về* : To conjure up the spirits of the dead. *Làm hồn ra khỏi xác* : To disembody the soul.

hồn bay phách lạc [hòn bay fáik lạk] Panic-stricken, terror-stricken.

hồn bất phụ thể [hòn bất fụ θể] See hồn bay phách lạc.

hồn hào [hòn hàu] In confusion, in disorder.

hồn kinh phách lạc [hòn kiŋ fáik lạk] See hồn bay phách lạc.

hồn nhiên [hòn nien] Natural, unaffected, spontaneous.

hồn via [hòn via] Soul and vital spirits.

hồn hển [hòn hển] *Thở hồn hển* : To pant, to gasp for breath.

hỗn [hỗn] Impolite, insolent, rude.

hỗn chiến [hồn cién] Dog-fight.

hỗn đấu [hồn dấu] See hỗn chiến.

hỗn độn [hồn dọn] Chaostic, confused, disordered. *Sự hỗn độn* : Chaos, confusion, disorder.

hỗn đồng [hỗn dọŋ] To unite, to unify.

hỗn hào [hồn hàu] 1) Impolite, rude.

2) Confused, chaostic, disordered.

hỗn hòa [hỗn hwà] To mix, to mingle, to combine.

hỗn hồng [bồn hốŋ] 1) To amalgamate

2) To combine, to mix, to unite.

hỗn hống Amalgam. *Máy hỗn hống* : Amalgamator.

hỗn hợp [hồn hợp] Joint, mixed. *Ủy*

ban hỗn hợp trung ương : Central joint commission.

hỗn hợp To mix, to combine, to mingle.

hỗn láo [hồn láu] Insolent, impertinent.

hỗn loạn [hồn lwạn] Chaostic, confused, disordered ; pell-mell. *Sự hỗn loạn* : Chaos, confusion, disorder.

hỗn luân [hồn luan] See hỗn loạn.

hỗn mang [hồn maŋ] See hỗn độn.

hỗn nguyên [hồn ŋwien] Universe.

hỗn nhứt [hồn ɲứt] To unite, to unify.

hỗn phân [hồn fơn] (Bot) Anisomerous.

hỗn tạp [hồn tạp] Mixed, pell-mell.

hỗn trọc [hồn trọk] Troubled, turbid, muddy (liquid).

hỗn xược [hồn sựrk] Insolent.

hông [hoŋ] 1) Hip ; side. *Xương hông* : Hip-bone. *Đứng hai tay để hai bên hông (đứng chống nạnh)* : To stand with one's hands on one's hips. *Nó thúc cùi chỏ vào hông tôi* : He jabbed his elbow into my side.

2) Flank, side. *Tấn công bên hông* : To attack on the flank. *Tấn công bên hông địch* : To take the enemy in flank. *Mũi tên đâm vào hông nó* : The arrow pierced his side.

hống hách [hốŋ háik] To domineer, to use authority in a wrong way ; to show one's power.

hống hợp [hốŋ hợp] (Ch) Amalgam.

hống hợp hóa [hốŋ hợp hwá] (Ch) To amalgamate. *Sự hống hợp hóa* : Amalgation.

hồng [hoŋ] Pink, rosy. *Má hồng* : Pink, rosy, cheeks. *Màu hồng* : Rose-colour.

hồng (Bot) Persimmon.

hồng ân [hòŋ ơn] Great favour.

hồng binh [hòŋ biŋ] Red army.

hồng chí [hòŋ cí] Great will.

hồng chung [hòŋ cuŋ] Great bell.

hồng chúng [hòŋ cùŋ] The red race.

hồng danh [hòŋ zaiŋ] Great fame.

hồng diệp [hòŋ ziệp] Red leaf, (fig) marriage go-between.

hồng đồ [hòŋ dò] Great plan.

hổng động [hòŋ dọŋ] Great cave.

hồng đơn [hòŋ dơn] See **hồng đan**.

hồng hào [hòŋ hàu] Ruddy, rosy. *Da hồng hào* : Ruddy skin. *Có nước da hồng hào* : To have a rosy complexion.

hồng hộc [hòŋ họk] *Thở hồng hộc* : To pant.

hồng hoang [hòŋ hwaŋ] (Bot) Briar, wild rose.

hồng hồng [hòŋ hòŋ] Rosy, slightly rose.

hồng ích [hòŋ ík] Great use, great utility.

hồng kiểm [hòŋ kiểm] Rosy cheeks.

hồng kỳ [hòŋ kì] Red flag.

hồng lâu [hòŋ lɔu] Pleasure house.

hồng leo [hòŋ lɛu] (Bot) Climbing rose.

hồng lệ [hòŋ lẹ] Red tear (tear mixed with blood).

hồng mao [hòŋ mau] Feather of a wild goose, (fig) very light thing.

Hồng mao (Geog) England.

hồng ngoại [hòŋ ŋwại] (Ph) Ultra-red, (Opt) infra-red.

hồng ngọc [hòŋ ŋɔk] Carbuncle, ruby.

hồng nhan [hòŋ ɲan] Rosy face, rosy cheeks ; beautiful woman, beautiful girl.

hồng nhan bạc phận [hòŋ ɲan bạk fạn] Beautiful woman often have tragedy in their lives.

hồng nhan đa truân [hòŋ ɲan da trwơn] Beautiful women often have many misfortunes.

hồng phúc [hòŋ fúk] Great happiness.

hồng quân [hòŋ kwôn] Red army.

hồng quần [hòŋ kwồn] Red trousers, (fig) women of rich families.

hồng thập tự [hòŋ θập tự] Red Cross. *Xe Hồng thập tự* : Red Cross ambulance.

hồng thủy [hòŋ θwi] Flood, deluge.

hồng tích tầng [hòŋ tík tầuŋ] (Geol) Diluvium.

hồng trần [hòŋ trồn] Red dust, (fig) universe, world.

hồng vận [hòŋ vạn] Good luck, good fortune.

hồng y [hòŋ i] Red dress. *Hồng y Giáo chủ* : Cardinal.

hổng [hòŋ] Hollow. *Lỗ hổng* : Hole, cavity, aperture.

hộp [họp] Box, can, case, tin. *Hộp không* : Empty box. *Hộp gỗ* : Wooden box. *Hộp bằng sắt tây* : Tin box or can. *Đồ hộp* : Tinned, canned, foods. *Vô hộp* : To box (goods), to tin (sardines). *Với lấy cái hộp trên kệ* : To reach for a box on a shelf. *Để vật gì trong hộp* : To put something into a box. *Sữa nầy mười sáu đồng một hộp ; nếu anh mua cả thùng thì giá chỉ có mười lăm đồng một hộp* : This milk is sixteen piastres a tin. If you buy it by the case, the price is only fifteen piastres a tin.

hộp cá mòi [họp ká mòi] Tin of sardines.

hộp chè [họp cè] Tea-caddy, tea-canister.

hộp diêm [họp ziem] Box of matches.

hộp đêm [họp dem] Night-club, all-night resort.

hộp đựng đồ mổ xẻ [họp dựŋ dò mổ sẻ] Case of surgical-instruments.

hộp đựng đồ nữ trang [họp dựŋ dò nữ traŋ] Jewel-case.

hộp đựng đồ trang điểm [họp dựŋ dò traŋ diểm] Dressing-case.

hộp đựng thuốc lá [họp dựŋ θwók lá] Cigarette-case.

hộp không [họp xoŋ] Empty box. *Ném một cái hộp không* : To chuck away an empty box.

hộp quẹt [họp kwẹt] *Người nào đã ăn cắp hộp quẹt của tôi* : Someone has pinched my matches.

hộp quẹt máy [họp kwẹt máy] Strike-a-light.

hộp số [họp ʃó] (Auto) Gear-box.

hộp sơn [họp ʃơn] Box of paints.

hộp sữa [họp ʃữa] Milk-can. *Để hộp sữa không ra ngoài* : To set out the empty milk-can.

hộp thơ [họp θơ] Post-office box.

hộp trà [họp trà] Tea-caddy, tea-canister.

hộp vận tốc [họp vạn tók] Gear-box

hốt [hốt] To take up with two hands; to shovel.

hốt hoảng [hốt hwảŋ] To be frightened out of one's wits; to be in (a state of) terror.

hốt nhiên [hốt ɲien] Suddenly, unexpectedly.

hốt rác [hốt rák] To collect garbage.

hốt thuốc [hốt θwɔ́rk] To prepare the medicines.

hột [họt] Seed.

hột cải [họt kải] Mustard. *Thịt nầy phải gia vị với muối và hột cải* : This meat should be seasoned with salt and mustard. *Hột cải nầy nồng lắm* : This mustard is very hot.

hột xoài [họt swài] Door-handle. See **quả đấm cửa.**

hột xoàn [họt swàn] Diamond. *Những hột xoàn kia thật hay chỉ là đồ giả ?* : Are those real diamonds or only shams?.

hơ [hə] To dry (at the fire).

hơ hải [hə hải] To hurry. *Nó đội nón và hơ hải ra đi* : He put on his hat and hurried off.

hơ hớ [hə hɔ́] Young, in the springtime of life.

hơ lửa [hə lửə] 1) To dry at the fire. 2) To warm oneself at the fire.

hơ nắng [hə nắuŋ] To dry in the sun.

hớ [hɔ́] To blunder. *Mua hớ* : To buy (something) at an unfair price.

hớ hênh [hɔ́ heɲ] Careless, inattentive, heedless, unobservant.

hờ [hə̀] Reserved, kept for future use. *Vai phòng hờ* : Reserve.

hờ hững [hə̀ hửŋ] Careless, negligent; indifferent, apathetic, disinterested, coolish. *Sự tiếp đãi hờ hững* : A coolish reception.

hở [hở] Gaping, yawning; open, uncovered. *Kẽ hở, khe hở* : Gap. *Khe hở giữa răng bánh xe* : Gaps between the teeth of a pinion.

hở Uncovered. *Áo hở cổ và vai* : Dress leaving the neck and shoulders uncovered.

hở hang [hở haŋ] Uncovered.

hở môi [hở moi] To open one's lips. *Không dám hở môi* : Not to dare to open one's lips. *Đừng hở môi về chuyện ấy* : Don't breathe a word of it. *Tôi không có hở môi* : I did not open my lips, did not utter a word.

hở răng [hở rauŋ] See **hở môi.**

hơi [hai] 1) Gas, steam, vapour, air. *Hơi ngạt* : Asphyxiating gas. *Sự xì hơi, ra hơi* : Escape of steam. *Chạy bằng hơi* : To work by steam, steam-driven. *Hơi ướt* : Wet steam. *Hơi khô* : Dry steam. *Sự nấu bằng hơi* : Steam cooking. *Thắng hơi* : Steam brake, air-brake. *Xả hơi, xì hơi* : To let off steam. *Than đốt để lấy hơi* : Steam-coal. *Máy chạy bằng hơi* : Steam-engine. *Ống dẫn hơi* : Steam-pipe. *Sức ép của hơi* : Steam-pressure. *Hơi không lọt qua được* : Steam-tight. *Còi hơi* : Steam-whistle. *Bốc hơi* : To steam away. *Tàu chạy bằng hơi nước* : Steamboat, steamship. *Nước hóa thành hơi* : The water resolves itself into vapour. *Xúp lên hơi trên bàn* : The soup steams on the table. *Bốc hơi* : To vapour. *Bay hơi, đi hơi* : To evaporate. *Sự tắm hơi* : Vapour-bath. *Nệm hơi* : Air-bed. *Ống thông hơi* : Air-channel, air-pipe. *Vòi xả hơi* : Air-cock. *Gối hơi* : Air-cushion. *Máy hút hơi* : Air-exhauster. *Cửa thông hơi* : Air-gate. *Súng hơi* : Air-gun. *Lỗ thông hơi* : Air-hole. *Ống bơm hơi* : Air-pump.

2) Breath. *Lấy hơi lại* : To take breath; to get, recover, one's breath. *Tắt hơi, thở hơi cuối cùng* : To draw, breathe, one's last breath. *Hết hơi* : To lose one's breath; out of breath. *Hà hơi vào tay* : To breathe on one's hand. *Cầm hơi, nín hơi* : To hold one's breath.

3) Odour, smell. *Đánh hơi* : To smell out, to scent. *Đánh hơi vật gì* : To take a smell at something. *(Chó săn) Đánh hơi con thịt* : (Of hound) To get on the scent, to pick up the scent.

4) Draught, gulp. *Một hơi* : At one gulp, at a draught, at one go. *Uốn*

một hơi cạn ly : To empty a glass at one gulp.

5) Stretch. *Một hơi :* At one stretch. *Viết một hơi hai đoạn :* To write two chapters at one stretch, at one sitting.

hơi A little, somewhat, enough, slightly, rather. *Tôi hơi sợ :* I am a little afraid. *Hơi khó :* It is somewhat difficult. *Hơi thất vọng, hơi ngã lòng :* Somewhat disappointed. *Đến hơi trễ :* To arrive somewhat late. *Nó hơi nhút nhát :* He is somewhat of a coward. *Nhà hơi tiện nghi :* The house is comfortable enough. *Tôi có một cái răng hơi nhức :* One of my teeth is rather achy. *Rượu hơi chua:* Slightly acid wine. *Cái bao nầy hơi nặng :* This bag is a trifle (too) heavy. *Áo dài hơi cụt một chút :* The dress is a trifle (too) short.

hơi chua [həi cwə] Acidulent, acidulous ; somewhat acid.

hơi đâu [həi dəu] What is the use of.

hơi đen [həi dɛn] Blackish.

hơi điên [həi dien] Crack-brained ; to be a bit cracky.

hơi độc [həi dọk] Poisonous gas, poison-gas ; foul gas.

hơi đồng [həi dòŋ] Smell of brass, (fig) money.

hơi gió [həi ɹɔ́] Breath.

hơi hám [həi hám] Smell.

hơi hướng [həi huɯɔ́ŋ] See hơi hám.

hơi lớn [həi lớn] Biggish.

hơi mát [həi mát] Coolish. *Sáng nay trời hơi mát :* It is coolish this morning.

hơi mặn [həi mạɯn] Brackish, slightly salt.

hơi men [həi mɛn] Smell of alcohol, (fig) drunk, tipsy.

hơi ngạt [həi ŋạt] Asphyxiating gas, poisonous gas. *Bom hơi ngạt :* Gas-bomb. *Mặt nạ phòng hơi ngạt :* Gas-mask. *Sự tấn công bằng hơi ngạt :* Gas-attack.

hơi lạnh [həi lạiŋ] Chilly, rather cold. *Trời bắt đầu hơi lạnh :* It is getting chilly.

hơi lé [həi lɛ́] To have a cast in one's eyes. *Mắt trái hơi lé :* To have a cast in one's left eye.

hơi nước [həi nɯ́rk] Vapour, steam. *Tàu nầy chạy bằng hơi nước :* This ship was driven by steam.

hơi say [həi ʃay] Hazy, slightly drunk.

hơi sức [həi ʃúrk] Force, strength.

hơi thở [həi θɔ̉] Respiration, breath, breathing. *Tôi sẽ chống cự đến hơi thở cuối cùng:* I will resist to my last breath.

hơi thúi [həi θúi] Nasty smell, foul smell.

hơi to [həi tɔ] Biggish.

hơi xanh [həi saiŋ] Bluish ; greenish.

hời [hɔ̀i] Cheap, inexpensive.

hời hợt [hɔ̀i hạt] Lightly, without due consideration.

hởi dạ [hɔ̉i zạ] Content, satisfied. See hả dạ.

hởi lòng [hɔ̉i lɔ̀ŋ] See hởi dạ.

hỡi [hɔ̃i] (Exclamation used in formal address). *Hỡi đồng bào thân mến !:* Dear compatriots !.

hỡi ôi ! [hɔ̃i ɔi !] Alas !.

hợi [hại] The twelfth Earth's Stem.

hòm sẵn [hòm ʃãɯn] Ready. *Hòm sẵn để nổ súng :* Ready to fire.

hợm [hạm] Conceited, bumptious.

hơn [hən] 1) More than. *Chúng nó còn đông hơn nhiều :* They are far more numerous. *Nó cao hơn tôi :* He is taller than I. *Cô ấy chăm chỉ hơn anh:* She is more attentive than you. *Nó có tánh nhẫn nại hơn tôi :* He has more patience than I. *Tôi muốn một cái nhà hai lần lớn hơn cái nầy :* I want a house twice as large as this. *Tôi được nhiều hơn anh :* I earn more than you. *Hơn mười người :* More than ten men. *Hơn phân nửa :* More than half. *Bài diễn văn của nó được hoan nghinh hơn những bài diễn văn trước :* His speech was more acceptable than those that had come before. *Hơn một giờ :* For over an hour. *Tôi không thể cho nhiều hơn :* I cannot give more. *Nó biết chuyện ấy nhiều* hơn anh: He knows more about it than you. *Nó ba mươi tuổi hay lớn hơn*: He is thirty and more. *Nó cao hơn tôi một cái đầu*: He is taller by a head than I. *Cái áo dài nầy làm cố thấy cao hơn*: This dress makes you look taller. *Nhà kia cao hơn nhà tôi*: That house is taller than mine. *Dễ hơn nữa*: More easily. *Hoặc hơn hoặc kém*: More or less. *Anh giàu nhưng nó còn giàu hơn anh nữa*: You are rich but he is more so. *Tôi không thể làm hơn nữa*: I can do no more. *Nó đứng dậy để dễ thấy hơn*: He stood up so as to see better. *Tôi thà chết đói còn hơn là xin tiền nó*: I had, would, rather starve than ask him for money.

2) Better. *Chậm còn hơn không hẳn*: Better late than never. *Anh có thể nào làm hơn thế không?*: Can you go one better?, can you better that?. *Thà đi còn hơn ở lại*: It is better to go away than stay. *Tốt hơn anh hãy ở lại*: You had better than stay. *Tôi biết việc ấy hơn anh*: I know that better than you. *Tốt hơn. anh đừng nói gì cả*: You had better not have said anything.

hơn [hən] To surpass, to outdo, to transcend, to exceed. *Nó hơn tất cả những địch thủ của nó*: He outdid all his rivals. *Thông minh hơn người nào*: To surpass someone in intelligence. *Có tài hơn người nào*: To transcend, surpass, someone in talent.

hơn bù kém [hən bù kɛm] Taking all in all.

hơn cả [hən kả] See **hơn hết**.

hơn hết [hən hét] The best, the most. *Cái nón đẹp hơn hết của tôi*: My best hat. *Người ăn mặc đẹp hơn hết*: The best dressed man. *Quyển sách được biết nhiều hơn hết*: The best known book. *Những người đàn bà đẹp hơn hết*: The best looking women. *Nó có quyền hơn hết*: He has the most power. *Cái mà tôi ao ước hơn hết*: What I desire most. *Đứa trẻ thông minh hơn hết*: The most intelligent child. *Người đàn bà đẹp hơn hết*: The most beautiful

woman. *Những người trả lời trúng hơn hết*: Those who have answered most accurately.

hơn kém [hən kɛm] More and less.

hơn nữa [hən nửa] Furthermore ; farther, moreover.

hơn thiệt [hən θiệt] Pros and cons, advantages and disadvantages.

hơn thua [hən θwa] To win or to lose.

hớn hở [hớn hở] Merry, gay, effulgent, radiant (face). *Mặt hớn hở*: Beaming face, face beaming with joy.

hớn hở (Of face) To beam, to brighten (up).

hờn duyên [hờn zwien] To sulk, to be sullen.

hờn giận [hờn ʒận] To be in sulks. *Hờn giận người nào*: To be sulky, in the sulks, with someone.

hờn giỗi [hờn ʒỗi] See **hờn giận**.

hởn [hởn] *Hí hởn*: Joyfully, full of joy.

hớp [hớp] To sip, to drink a very small quantity each time. *Một hớp*: A sip, a draught.

hớp nước [hớp nứrk] A draught of water.

hớp rượu [hớp rượu] A draught of wine.

hợp [hợp] Suitable, conformable, consistent ; agreeing with ; in accordance with. *Hợp với lẽ phải*: Conformable to reason. *Hành động hợp với luật pháp*: Action consistent with the law.

hợp 1) To suit, to fit, to comport, to accord. *Khí hậu ở đây hợp với anh không?*: Does this climate suit you (your health)?. *Khí hậu ở đây không hợp với tôi*: This climate does not suit me. *Màu nầy không hợp với da của cô*: This colour does not suit your complexion. *Chọn màu cho hợp nhau*: To assort colour. *Giày vàng (nâu) không hợp với đồ đen*: Brown shoes don't go with a black suit.

2) (Of opinions, etc...) To coincide, to agree ; to be in harmony with. *Những thói quen của nó hợp với thói quen của vợ nó*: His habits coincide with those

of his wife. *Việc nầy không hợp với chuyện anh đã nói với tôi hôm qua* : This is not consistent with what you told me yesterday.

hợp ca [hꞵp ka] To sing together, to sing in concert.

hợp cách [hꞵp káik] Correct. *Tính hợp cách* : Correctitude.

hợp cánh [hꞵp káiɲ] (Bot) Gamopetalous.

hợp cảnh [hꞵp kảiɲ] Appropriate to (= for) the scene.

hợp cẩn [hꞵp kȯn] (Of newly-married couple) To share the wine cup at the wedding night ceremony.

hợp chất [hꞵp cɤt] Compound (body).

Hợp chúng quốc [nꞵp cúŋ kwók] (Geog) The United States (of America).

hợp chưởng [hꞵp cửꞵŋ] To join one's hand.

hợp cổ [hꞵp kỏ] To join capitals.

hợp dụng [hꞵp zụŋ] Applicable ; suitable and proper to be used.

hợp đài [hꞵp dài] (Bot) Gamosepalous.

hợp điểm [hꞵp diểm] (Bot) Chalaza.

hợp đồng [hꞵp dòŋ] Contract. *Cam kết bằng hợp đồng* : To bind oneself by contract. *Ký hợp đồng để cho người nào thầu một công việc* : To place, give out, the contract for an undertaking. *Các điều kiện theo hợp đồng* : Conditions as per contract. *Sự hủy một hợp đồng* : Penach of contract. *Sự phạt vạ vì không thi hành đúng theo hợp đồng* : Penalty for non-fulfilment of contract.

hợp hòa [hꞵp hwà] To be in accord.

hợp hội [hꞵp hội] Association.

hợp kim [hꞵp kim] Alloy.

hợp lại [hꞵp lại] To coalesce ; to come together. *Sự hợp lại* : Coalescence.

hợp lẽ [hꞵp lẽ] Conformable to reason.

hợp lễ [hꞵp lễ] Decent, decorous.

hợp lệ [hꞵp lệ] Conformable to regulations in force ; conformable to rules and regulations.

hợp lực [hꞵp lụk] To combine forces, to join forces.

hợp lưu [hꞵp lưu] Confluence.

hợp lý [hꞵp li] Reasonable, rational, logical.

hợp mưu [hꞵp mưu] To plot, to conspire, to intrigue.

hợp nghi [hꞵp ɲi] Suitable, fitting, appropriate.

hợp nhau [hꞵp ɲau] To correspond, to be in agreement or harmony with.

hợp nhứt [hꞵp ɲứt] To unite, to unify to coalesce.

hợp pháp [hꞵp fáp] Legal, lawful ; permitted, allowed, or required, by the law.

hợp phù [hꞵp fù] Identical, the very same.

hợp quần [hꞵp kwȧn] To unite, to join.

hợp sinh [hꞵp ʃiɲ] Coalescent. *Sự hợp sinh* : Coalescence.

hợp sức [hꞵp ʃứk] To join forces, to combine forces. *Chúng ta hợp sức lại để đánh bại kẻ thù của chúng ta* : We combined forces in order to defeat our enemies.

hợp tác [hꞵp ták] 1) To collaborate, to cooperate.

2) To collaborate, to work traitorously with the enemy.

hợp tác (sự) Collaboration, cooperation. *Những hiểu lầm do sự thiếu hợp tác giữa các bộ* : Misunderstandings due to lack of co-operation between the ministries.

hợp tác giả [hꞵp ták ʒả] Co-author.

hợp tác xã [hꞵp ták sã] Cooperative society ; (Mil) post exchange.

hợp tấu [hꞵp tấu] Concert, musical entertainment.

hợp thành [hꞵp θàiɲ] Component. *Sức hợp thành* : Component forces.

hợp thành To compose, to form.

hợp thời [hꞵp θời] 1) Timely, opportune, seasonable. *Hợp thời trang* : Fashionable.

2) Up to date.

hợp thức [hꞵp θứk] Correct, in due form.

hợp thức hóa [hạp θứk hw'a] To regularize.

hợp tồ [hạp tố] Compound, composite.

hợp tư [hạp tư] To join capitals.

hợp tứ [hạp tử] (Biol) Zygote.

hợp vật [hạp vạt] Compound, composite.

hợp xướng [hạp swởŋ] To choir, to sing together.

hợp ý [hạp í] Content, satisfied, agreeable. *Sự hợp ý* : Agreement.

hớt [hớt] To cut, to clip (hair, horse, hedge), to crop (cloth), to shear (cloth, sheep). *Hớt cánh một con chim* : To clip the wings of a bird. *Hớt lông một con ngựa* : To clip a horse's hair. *Hớt ngọn cây* : To top a plant.

hớt To skim, to remove (scum, etc..). *Hớt kem ở sữa ra* : To skim the cream from the milk. *Hớt bớt mỡ trong xúp ra* : To skim the fat off the soup.

hớt cá [hớt ká] To catch fish with basket.

hớt tóc [hớt tók] To cut the hair. *Hớt tóc và cạo, 20 đồng* : Hair cut and shave, 20 piastres. *Hớt tóc người nào* : To cut, clip, someone's hair.

hợt [hạt] See hời hợt.

hu hu [hu hu] *Khóc hu hu* : To weep noisily.

hú [hú] To howl. *Chúng tôi nghe tiếng chó sói hú đằng xa* : We heard wolves howling in the distance.

hú hí [hú hí] To amuse, enjoy, oneself. *Hú hí với vợ con* : To enjoy oneself with one's wife and children.

hú họa [hú hwạ] By accident, by chance ; at, by, haphazard.

hú hồn [hú hòn] To call back a soul.

hú tim [hú tim] Hide-and-seek (a children's game in which some hide and others try to find them).

hủ bại [hủ bại] Corrupt, depraved.

hủ hỉ [hủ hỉ] To amuse, enjoy, oneself.

hủ lậu [hủ lạu] Old-fashioned. *Người hủ lậu* : Fogy, fogey. *Nó hơi hủ lậu* : He is a bit of an old fogy.

hủ nho [hủ nọ] Old-fashioned scholar ; cracked scholar.

hủ tệ [hủ tệ] See hủ lậu.

hủ tục [hủ tục] Depraved customs.

hũ [hũ] Jar. *Hũ mứt dâu tây* : A jar of strawberry jam. *Nó uống (rượu) như hũ chìm* : He drinks like a fish.

hũ mứt [hũ mứt] Jam-pot, jam-jar.

hụ [hụ] (Of a steam-whistle, etc...) To hoot, sound. *Chúng tôi ngưng làm việc khi còi hụ* : We quit work when the siren sounds.

hùa [hwạ] To follow. *Hùa theo, vào hùa, về hùa* : To side with (someone).

huân chương [hwən cwʼəŋ] Medal, decoration.

huân công [hwən koŋ] Meritorious exploit.

huân nghiệp [hwən ŋiệp] See huân công.

huân phong [hwən foŋ] South-east wind.

huân thiên [hwən θien] Far-reaching influence.

huấn [hwớn] (Not used alone) To teach, to instruct. *Sự chỉnh huấn* : Reeducation.

huấn chính [hwớn cíp] Political education.

huấn dục [hwớn zục] To educate.

huấn đạo [hwớn dạu] Educational officer in a district.

huấn giới [hwớn zới] To counsel, to advise.

huấn lịnh [hwớn lịp] Order, instruction, direction.

huấn luyện [hwớn lwiện] To train, to drill, to teach, to instruct ; to coach ; to discipline. *Huấn luyện binh sĩ sử dụng lưỡi lê* : To drill soldiers in the use of the bayonet.

huấn luyện (sự) Drill, training.

huấn luyện cá nhân [hwớn lwiện kạ pạn] Individual training.

huấn luyện cao cấp [hwớn lwiện kạ kớp] Advanced training.

huấn luyện căn bản [hwớn lwiện kaw

bản] Basic training. *Huấn luyện căn bản quân sự* : Basic military training.

huẫn luyện chiến thuật [hwân lwiện ciến ʈwɔt] Tactical training.

huẫn luyện kỹ thuật [hwân lwiện ki θwɔt] Technical training.

huẫn luyện thể dục [hwân lwiện θể zụk] Physical training.

huẫn luyện tu nghiệp [hwân lwiện tu ŋiẹp] Refresher training.

huẫn luyện viên [hwân lwiện vien] 1) (Mil) Trainer, drill master, instructor. *Huấn luyện viên nhảy dù* : Jump master.

2) (Sports) Coach. *Huấn luyện viên dã cầu* : Baseball coach.

huẫn thị [hwân θị] Instructions, directions, orders.

huẫn từ [hwân từ] Instructions.

húc [húk] To butt ; to collide, to run into. *Cái húc* : Butt. *Hai con dê húc nhau* : The two goats came full butt at each other. *(Dê) Húc người nào* : (Of goat) To butt at someone. *Húc vào cây* : To run, butt, against a tree. *Húc vào bụng người nào* : To butt a man in the stomach.

hục hặc [hục hặuk] To nag, to quarrel.

huê [hwe] See hoa.

huế [hwè] See hòa.

huệ [hwẹ] (Bot) Lily.

huệ chính [hwẹ cịŋ] Humanitarian policy.

huệ cố [hwẹ kó] To deign.

huệ lan [hwẹ lan] (Bot) Lily and orchid.

huệ phong [hwẹ fɔŋ] Fresh air.

huệ tứ [hwẹ tứ] To favour, to grant a boon, a favour.

huênh hoang [hweɲ hwaŋ] Bombastic.

húi [húi] To cut, to clip. *Húi tóc người nào* : To cut, clip, someone's hair.

húi [hủi] Leprous. *Bịnh húi* : Leprosy. *Người húi* : Leper.

hụi [hụi] See hội.

hum húp [hum húp] *Sưng hum húp* : Swollen.

hùm [hùm] Tiger. *Hùm không ăn thịt*

con : There is honour among thieves ; dog doesn't eat dog.

hun [hun] To kiss. Se hôn.

hun To fumigate, to smoke out.

hun đúc [hun đúk] To forge, to form, to train.

hun hít [hun hit] To kiss.

hun khói [hun xói] To fill (room, etc.) with smoke, to smoke out (room) ; to smoke out (bees, animal from his lair, etc..).

hùn [hùn] To club together, to join together for a common cause or purpose ; to contribute (money) to common stock.

hùn phần [hùn fân] To contribute one's share.

hùn vốn [hùn vón] To join capitals, to put capital into (a business).

hung [huŋ] (Of hair) Reddish.

hung ác [huŋ ák] Cruel, atrocious, ferocious.

hung bạo [huŋ bạu] Fierce, ferocious, brutal, atrocious. *Sự, tánh hung bạo*: Ferocity, brutality, atrocity.

hung dữ [huŋ zữ] Ferocious, fierce, cruel. *Người đàn bà hung dữ* : Tigress.

Hung gia lợi [huŋ ʒa lợi] (Geog) Hungary. *Người Hung-gia-lợi* : Hungarian.

hung hãn [huŋ hãn] Fiery, ardent.

hung hăng [huŋ hauŋ] Impetuous, fiery.

hung hiểm [huŋ hiểm] Wicked.

hung hoài [huŋ hwài] To keep in the heart.

hung hung [huŋ huŋ] *Hung hung đỏ* : Brunet.

hung lễ [huŋ lễ] Funeral, obsequies.

hung liệt [huŋ liệt] Ferocious.

hung mãnh [huŋ mãɲ] See hung liệt.

hung nhân [huŋ pɔn] Wicked person.

hung nhựt [huŋ pựt] Unlucky day.

hung niên [huŋ nien] Famine year.

hung phạm [huŋ fạm] Murderer.

hung phục [huŋ fụk] Mourning apparel, mourning clothes.

hung sự [huŋ ʃự] Funeral ; disastrous affairs.

hung tàn [huŋ tàn] Cruel, brutal.

hung táng [huŋ táŋ] First burial.

hung thần [huŋ θàn] Evil genius.

hung thủ [huŋ θù] Murderer.

hung tín [huŋ tín] Bad news, evil tidings.

hung tinh [huŋ tiŋ] Unlucky star.

hung tợn [huŋ tợn] Fierce, cruel.

hung triệu [huŋ triệu] Bad omen, evil-boding, evil omen.

hùng biện [hùŋ biện] Eloquent. *Tài hùng biện* : Eloquence.

hùng cơ [hùŋ kə] (Bot) Antheridium.

hùng cứ [hùŋ kứ] To occupy (an area).

hùng cường [hùŋ kườŋ] Powerful, strong.

hùng dũng [hùŋ zũŋ] Martial. *Vẻ hùng dũng* : Martial bearing.

hùng đởm [hùŋ đởm] Bear gall.

hùng hào [hùŋ hàu] Chivalrous.

hùng hậu [hùŋ hậu] (Of forces) Strong, powerful.

hùng hoàng [hùŋ hwàŋ] *Đá hùng hoàng* : Realgar.

hùng hổ [hùŋ hổ] Tiger, strong tiger.

hùng hổ Violent, vehement.

hùng hồn [hùŋ hòn] (To speak) Fluently and forcefully.

hùng khí [hùŋ xi] Force, strength, might, vigour.

hùng kiện [hùŋ kiện] Ardent and strong.

hùng kiệt [hùŋ kiệt] Hero.

hùng mạnh [hùŋ mạiŋ] Strong. *Một quân đội hùng mạnh* : A strong army.

hùng nhị [hùŋ ɲị] (Bot) Stamen.

hùng quốc [hùŋ kwók] Strong nation.

hùng thắng [hùŋ θắɯŋ] Dangerous area.

hùng tráng [hùŋ tráŋ] 1) Strong, mighty, powerful.

2) Grand, grandiose. *Giọng văn hùng tráng* : Grand style.

hùng trần [hùŋ tròn] See hùng thắng.

hùng tú [hùŋ tú] Grand and magnificent.

hùng văn [hùŋ vaɯn] Vigorous, grand-style.

hùng vĩ [hùŋ vĩ] Imposing.

húng [hùŋ] To cave in.

húng xuống [hùŋ suóŋ] Concave.

huông [huoŋ] Run of ill-luck.

huống [huóŋ] *Trạng huống, cảnh huống* : Circumstance.

huống chi [huóŋ ci] Much less.

huống hồ [huóŋ hò] See huống chi.

húp [húp] To drink (soup, etc...).

húp *Sưng húp* : Swollen.

húp canh [húp kaiɲ] To drink one's soup from a spoon, etc...

hụp [hụp] To dive under the water.

hụp xuống [hụp suóŋ] To duck (to stoop or bend down suddenly and quickly as if to avoid being hit or to escape from being seen).

hút [hút] 1) To inhale, to suck (air, tobacco, smoke, etc...).

2) To absorb, to take up (water). *Giấy hút mực gọi là giấy chậm* : Paper that absorbs ink is called « blotting-paper ». *Cát khô hút mực* : Dry sand absorbs water. *Giấy chậm hút mực* : Blotting-paper soaks up ink, blotting-paper takes up ink. *Bọt biển hút nước* : Sponges absorb, soak in, soak up, water.

3) To attract. *Đá nam châm hút sắt* : A magnet attracts iron. *Sự, sức hút* : Attraction. *Có sức hút* : Attractive, attractile. *Có thể hút lại được* : Attractable. *Sức hút phân tử* : Molecular attraction. *Sức hút của từ thạch* : Attraction of a magnet. *Đá nam châm có đặc tính hút sắt* : A magnet has the property of attracting iron.

hút *Mất hút* : To lose the trail.

hút gió [hút ɟɔ] To hiss. *Con rắn ngóc đầu lên và hút gió* : The snake raised its head and hissed.

hút máu [hút máu] To suck out blood.

hút mật [hút mạt] (Of bee) To gather honey (from the flowers).

hút nước [hút nứrk] To absorb water, to soak in water.

hút thuốc [hút θwórk] To smoke. *Cấm*

hút thuốc : No smoking. *Anh hút thuốc không ?* : Will you have a smoke ?. *Phòng hút thuốc* : Smoking-room, smoking-saloon. *Nó được phép hút thuốc* : He is allowed to smoke. *Người hút thuốc liền liền (hết điếu này mồi liền điếu khác)* : Chain-smoker. *Bỏ hút thuốc* : To cut out, give up, smoking ; to give up tobacco. *Anh phải bỏ hút thuốc và (bỏ) uống rượu* : You should give up (= stop) smoking and drinking. *Nhiều người nói rằng hút thuốc là một thói xấu* : Many people say that smoking is a bad habit. *Tôi hút thuốc có làm phiền anh không?* : Do you mind if I smoke ? do you mind my smoking ? you don't mind my smoking ?.

hụt [hụt] Deficient, short, not having enough. *Sự hụt* : Deficiency, deficit, shortage.

hụt To miss. *Đánh hụt* : To miss one's blow. *Bắn hụt* : To miss one's shot. *Nó cố bắt trái banh nhưng bắt hụt* : He tried to catch the ball but missed it.

hụt chân [hụt cơn] To miss, lose one's footing (in bathing, etc...) ; to lose one's foothold ; to get out of one's depth (in bathing). *(Sóng đánh) Làm cho người nào hụt chân* : To bear someone off his feet.

hụt tiền [hụt tiền] To be short of money.

huy chương [hwi cưɔŋ] Decoration, medal. *Bề trái của huy chương* : The reverse of the medal.

huy độ [hwi dọ] (Opt) Brilliancy.

huy động [hwi dọŋ] To mobilize. *Huy động lục quân và hải quân* : To mobilize the army and navy.

huy hiệu [hwi hiệu] Insignia, badge.

huy hiệu không quân [hwi hiệu xoŋ kwən] Aviation badge.

huy hiệu lục quân [hwi hiệu lục kwən] Ground badge.

huy hiệu quân y [hwi hiệu kwən i] Medical badge.

huy hoàng [hwi hwàŋ] Splendid, resplendent, magnificent.

huy hoắc [hwi hwáuk] To waste, to squander (money).

huy thạch [hwi θạik] *Đá huy thạch* : Pyroxene, augite.

húy [hwi] To shun, to avoid.

húy danh [hwi zaịn] Name of a dead man.

húy nhựt [hwi nhụt] Anniversary of death.

hủy [bwi] 1) To destroy.
2) To annul, to cancel (a stamp, etc...).
3) To disaffirm, to reverse. *Hủy một bản án của toà dưới* : To reverse the decision of a lower court.

hủy báng [hwi báŋ] To defame, to denigrate, to slander, to calumniate. *Sự hủy báng* : Defamation.

hủy bỏ [hwi bỏ] To annul, to cancel, to abolish.

hủy diệt [hwi ziệt] To destroy completely.

hủy hoại [hwi hwại] To destroy, to demolish, to devastate.

hủy nhục [hwi nhục] To dishonour, to disgrace ; to bring dishonour, disgrace, upon (someone).

hủy phá [hwi fá] To destroy, to demolish.

huỵch [hwik] Sound of a heavy thing falling down.

huyên đình [hwien dịp] (Fig) Mother.

huyên đường [hwien dưɔ̀ŋ] See huyên đình.

huyên hàn [hwien hàn] Hot and cold.

huyên huyên [hwien hwien] Urgent, pressing.

huyên lương [hwien lưɔŋ] See huyên hàn.

huyên náo [hwien náu] Noisy, loud, clamorous.

huyên thiên [hwien θien] To brag, to boast, to talk big.

huyền [hwièn] Jet. *Đen huyền* : Jet-black. *Đôi mắt huyền* : Jet-black eyes.

huyền *Dấu huyền* : Grave accent.

huyền án [hwièn án] (Law) Suspended sentence, sentence with reprieve.

huyền ảo [hwièn ảu] Mysterious.

huyền bí [hwièn bí] Occult, hidden,

mysterious. *Huyền bí học :* Occultism, the occult sciences.

huyền chức [hwièn cứk] To suspend an official.

huyền cơ [hwièn kɔ] Great mystery.

huyền diệu [hwièn ziệu] Marvelous, mysterious.

huyền hoặc [hwièn hwạuk] Legendary.

huyền hư [hwièn huɯ] Mysterious, illusive.

huyền không [hwièn xoɳ] Suspended in space, (fig) proofless.

huyền khuyết [hwièn xwiét] Vacant.

huyền kim [hwièn kim] Price on some-one's head.

huyền mệnh [hwièn mẹiɲ] Uncertain life.

huyền môn [hwièn mon] Taoism.

huyền niệm [hwièn niệm] Worried, anxious, uneasy.

huyền phách [hwièn fáik] (Miner) Jet.

huyền tâm [hwièn tɔm] Anxiety, unea-siness.

huyền thù [hwièn θù] Different.

huyền thưởng [hwièn θuɯởɳ] To set a price (on someone's head).

huyền tôn [hwièn ton] Great grandson.

huyền tuyệt [hwièn twiệt] Very far, distant.

huyền tưởng [hwièn tuɯởɳ] See huyền niệm.

huyền vi [hwièn vi] Subtle.

huyền vũ nham [hwièn vũ ɲam] Basalt. *Bằng huyền vũ nham :* Basaltic.

huyễn [hwièn] False. *Tin huyễn :* False news.

huyễn hoặc [hwièn hwạuk] Deluding, deceiving.

huyễn mộng [hwièn mọɳ] Vain dream.

huyễn thuật [hwièn θwạt] Magic.

huyện [hwiện] District.

huyện đường [hwiện duɯởɳ] Office of district chief.

huyện nha [hwiện ɲa] See huyện đường.

huyện quan [hwiện kwan] District chief.

huyện trưởng [hwiện truɯởɳ] See huyện quan.

huyết [hwiét] Blood. *Lưu huyết :* Bloody. *Thổ huyết :* To vomit blood.

huyết áp [hwiét áp] Blood pressure.

huyết bạch [hwiét bạik] (Med) Leucorrhoea.

huyết băng [hwiét bawɳ] (Med) Haemorrhage.

huyết cầu [hwiét kòu] Blood globules, blood corpuscles.

huyết cầu tố [hwiét kòu tó] Haemoglobin.

huyết chiến [hwiét ciến] Bloody battle, sanguinary battle.

huyết hãn [hwiét hãn] Blood and sweat, (fig) to toil.

huyết hư [hwiét huɯ] (Med) Anaemia.

huyết khuẩn nhiễm [hwiét xuởn ɲiềm] (Med) Septicaemia, sepsis ; blood-poisoning.

huyết khuy [hwiét xwi] See huyết hư.

huyết lao [hwiét lau] (Med) Tuber-culosis.

huyết lệ [hwiét lẹ] Bitter tears, tears of blood, (fig)) extreme grief.

huyết lộ [hwiét lọ] Bloody road, road of blood.

huyết luân [hwiét luɔn] See huyết cầu.

huyết mạch [hwiét mạik] Vein, artery, blood-vessel, (fig) wealth, money.

huyết nhục [hwiét ɲụk] Blood and flesh, consanguinity, blood-relationship.

huyết quản [hwiét kwản] Blood-vessel.

huyết sắc tố [hwiét ʃắuk tó] Haemoglobin.

huyết tắc [hwiét tắuk] (Med) Embolism.

huyết thạch [hwiét θạik] Blood-stone.

huyết thanh [hwiét θaɲ] Serum. *Huyết thanh học :* Serology.

huyết thanh liệu pháp [hwiét θai liệu fáp] (Med) Serotherapy.

huyẹt thành [hwiét θàiɲ] Sincerity; enthusiasm.

huyẹt thống [hwiét θóɳ] Consanguinity.

huyẹt thư [hwiét θɯ] Letter written with blood.

huyẹt tộc quan hệ [hwiét tọk kwan hẹ] Consanguinity.

huyẹt tương [hwiét tɯəɳ] (Biol) Plasma.

huyệt [hwiệt] (Bot) Cry,ọt.

huyệt Cave, den; grave. Đào huyệt : To dig a grave. Hạ huyệt: To lower the coffin into the grave. Cái huyệt được lấp đất lại rất mau : The grave was quickly covered in.

huynh [hwiɲ] Elder brother. Phụ huynh: Father and elder brother. Gia huynh : My elder brother.

huynh đệ [hwiɲ dẹ] Brothers. Tình huynh đệ : Brotherhood, fraternity.

huynh trưởng [hwiɲ trɯởɳ] Elders; person of greater age; person advanced in life ; person who deserves respect because of age and experience.

huỳnh [hwiɲ] See hoàng.

huỳnh quang [hwìɲ kwaɳ] Fluorescence. Có huỳnh quang : Fluorescent. Phát huỳnh quang : To fluoresce.

huỳnh quang kính [hwìɲ kwaɳ kiɲ] Fluoroscope.

huỳnh thạch [hwìɲ θạik] Fluor-spar.

huýt [hwit] To whistle. Huýt sáo cả ngày : To whistle one's time away.

huýt gió (sáo) To whistle. Huýt gió kêu tắc-xi : To whistle for a taxi. Tiếng huýt gió : Whistling sound.

hư [hɯ] 1) Corrupt, decayed, rotten ; spoiled. Dễ hư : Corruptible. Răng hư: Decayed teeth. Đứa con hư : A spoiled child. Làm hư : To corrupt, to decay, to decompose, to empoison. Khi răng của anh bắt đầu hư anh phải đi nha sĩ ngay : When your teeth begin to decay, you should go to a dentist at once.

2) Out of repair.

hư False, unreal, vain.

hư ảo [hɯ ảu] Vain, unreal, visionary, chimerical.

hư báo [hɯ báu] To report falsely.

hư danh [hɯ zaiɲ] Vainglory.

hư dự [hɯ zự] See hư danh.

hư đản [hɯ dản] Lie, falsehood.

hư đời [hɯ dòi] Spoilt life.

hư hại [hɯ hại] Damaged. Làm hư hại: To endamage, to damage.

hư hao [hɯ hau] See hư hại.

hư hoại [hɯ hwại] Damaged.

hư hỏng [hɯ hỏɳ] 1) Corrupt ; spoilt. Đứa con hư hỏng : Spoilt child.

2) Broken down, out of repair.

hư không [hɯ xoɳ] Empty, nil, vain, chimerical.

hư nát [hɯ nát] Decayed.

hư ngôn [hɯ ɳon] False word.

hư ngụy [hɯ ɳwi] False, deceitful, deceptive.

hư nhược [hɯ ɳɯɯk] Feeble, weak.

hư sinh [hɯ ʃiɲ] Useless life.

hư số [hɯ ʃó] Abstract number.

hư sự [hɯ ʃɯ] Untrue thing.

hư sức [hɯ ʃúk] Florid.

hư tệ [hɯ tẹ] See hư hỏng.

hư thai [hɯ θai] To miscarry.

hư thanh [hɯ θaiɲ] Vainglory.

hư thân [hɯ θən] Corrupt, depraved.

hư thực [hɯ θɯk] False or true.

hư trương [hɯ trɯəɳ] To parade, to show off, to make a display of.

hư từ [hɯ từ] Expletive.

hư vinh [hɯ viɲ] Vainglory.

hư vô [hɯ vo] Nil, nihility, nothingness. Hư vô chủ nghĩa : Nihilism.

hứa [hứə] To promise ; to engage. Hứa việc gì với người nào : To promise someone something, to promise something to someone. Hứa gả con gái cho người nào : To promise someone one's daughter in marriage. Hứa (người nào) làm việc gì : To promise (someone) to do something. Lời hứa không đi đôi với việc làm : It is one thing to promise and another to perform ; saying and doing are different things. Giữ lời hứa : To

H

keep one's promise. *Không giữ lời hứa* : To break one's promise. *Lời hứa hão* : Empty promises. *Sự hứa hôn* : Promise of marriage. *Hứa dùng cơm với người nào* : To engage oneself for dinner. *Nó hứa viết thơ cho tôi mỗi tuần* : He promised to write (to) me every week. *Chúng nó hứa trả lời ngay* : They promised an immediate reply. *Nó hứa (với tôi) sẽ có mặt tại đây lúc sáu giờ* : He promised (me) to be here (that he would be here) at six o'clock. *Tôi không thể hứa với anh việc ấy* : I cannot promise you that.

hứa chuẩn [hɯɔ́ cwɔ̀n] To approve.

hứa hão [hɯɔ́ hãu] To promise the moon and stars.

hứa hão (lời) Empty promises.

hứa hẹn [hɯɔ hẹn] To promise. *Đầy hứa hẹn* : Promising. *Đứa trẻ có tương lai đầy hứa hẹn* : Child who gives promise of a fine future. *Thanh niên đầy hứa hẹn (về tương lai)* : Promising young man.

hứa hôn [hɯɔ́ hon] To betroth, to affiance, to engage, to promise to marry. *Sự hứa hôn* : Promise of marriage. *Chúng nó đã hứa hôn với nhau chưa ?* : Are they engaged yet ?.

hứa lời [hɯɔ lɔ̀i] To give one's word, to give one's faith.

hứa nguyện [hɯɔ ŋwiẹn] To vow, to make a vow.

hứa phối [hɯɔ fói] To promise to marry.

hứa suông [hɯɔ ʃuɔŋ] Empty promises.

hửi [hɯ̉i] To smell, to sniff. See **ngửi**.

hưng [hɯŋ] *Sự phục hưng* : Renaissance.

hưng binh [hɯŋ biɲ] To raise troops.

hưng đức [hɯŋ dɯ̉k] To promote virtue.

hưng khởi [hɯŋ xɔ̉i] To rise.

hưng loạn [hɯŋ lwạn] To rebel, to revolt.

hưng long [hɯŋ lɔŋ] Prosperous, thriving, flourishing.

hưng nghiệp [hɯŋ ɲiẹp] To develop the professions.

hưng nhung [hɯŋ ɲuŋ] See **hưng binh**.

hưng phát [hɯŋ fát] To prosper.

hưng phấn [hɯŋ fớn] To excite.

hưng phấn (Med) Erethism.

hưng phế [hɯŋ fé] Prosperity and decadence.

hưng phục [hɯŋ fụk] Renaissance.

hưng quốc [hɯŋ kwók] To build, found the nation.

hưng suy [hɯŋ ʃwi] See **hưng phế**.

hưng sư [hɯŋ ʃɯ] See **hưng binh**.

hưng thịnh [hɯŋ θịɲ] Prosperous. *Sự hưng thịnh* : Prosperity.

hưng vong [hɯŋ vɔŋ] To prosper and to perish.

hưng vượng [hɯŋ vɯɔ̣ŋ] Prosperous.

hứng [hɯ́ŋ] Inspiration. *Thi hứng* : Poetic inspiration.

hứng To catch a falling object.

hứng chí [hɯ́ŋ cí] To have a fancy for (something).

hứng gió [hɯ́ŋ ɟɔ́] To take the air, to enjoy the fresh air. *Đi hứng gió* : To go outdoors for fresh air ; to have, go for, a blow. *Chúng ta hãy đi ra đồng hứng gió* : Let's go for a blow in the country.

hứng khởi [hɯ́ŋ xɔ̉i] To encourage, to excite, to exalt.

hứng nước mưa [hɯ́ŋ nɯ́rk mɯɔ] To catch the rain-water.

hứng thú [hɯ́ŋ θú] Interesting, pleasant; amenity, interest. *Làm cậu chuyện mất hứng thú* : To cast a chill over a conversation.

hứng tình [hɯ́ŋ tịɲ] Inspiration.

hứng vị [hɯ́ŋ vị] See **hứng thú**.

hừng đông [hɯ̀ŋ doŋ] Dawn, daybreak aurora.

hừng hực [hɯ̀ŋ hụk] Very hot.

hửng sáng [hɯ̉ŋ ʃáŋ] At early dawn, at the first streak of dawn.

hững hờ [hɯ̉ŋ hɔ̀] Indifferent, cold.

hước [hɯ́rk] *Hài hước* : Comic, funny

hượm [hɯɔ̣m] See **gượm**.

hườn [hɯờn] (Pharm) Pill.

hương [hɯəŋ] Incense. *Lư hương, bình hương* : Incense-burner.

hương Perfume, fragrancy.

hương Village, country. *Quê hương* : Native village.

hương án [hɯəŋ án] Altar. *Đặt hương án* : To set up an altar.

hương ẩm [hɯəŋ ỏm] Village feast.

hương chính [hɯəŋ cíŋ] Village matters.

hương chức [hɯəŋ cứrk] Village authorities.

hương cống [hɯəŋ kóŋ] Master's degree.

hương hiệu [hɯəŋ hiệu] Village school.

hương hoa [hɯəŋ hwa] 1) Incense and flowers ; offerings.

2) Fragrant, sweet-smelling flower.

hương hỏa [hɯəŋ hwả] Incense and fire. *Của hương hoả* : Entail.

hương học [hɯəŋ hɔk] Village school.

hương hộ [hɯəŋ họ] Number of houses in a village.

hương hồn [hɯəŋ hòn] Soul of the dead person.

hương khách [hɯəŋ xáik] Pilgrim.

hương khói [hɯəŋ xói] Incense and smoke ; cult, ancestor worship.

hương lão [hɯəŋ lãu] Village elders.

hương lệ [hɯəŋ lẹ] Village custom.

hương liệu [hɯəŋ liệu] Spice, condiment. *Bỏ hương liệu* : To spice. *Hộp đựng hương liệu* : Spice-box.

hương lý [hɯəŋ li] Village.

hương phần [hɯəŋ fón] Perfume and powder ; sweet-smelling powder.

hương phong [hɯəŋ fɔŋ] Village customs.

hương quan [hɯəŋ kwan] Native village.

hương sư [hɯəŋ ʃɯ] Village teacher.

hương thân [hɯəŋ θɔn] Compatriot.

hương thí [hɯəŋ θí] Regional examination.

hương thôn [hɯəŋ θon] Village and hamlet.

hương thơm [hɯəŋ θɔm] Perfume, fragrance.

hương thục [hɯəŋ θụk] Village private school.

hương tục [hɯəŋ tuk] Village customs.

hương ước [hɯəŋ ứrk] Village regulations.

hương vị [hɯəŋ vị] Aromatic flavour; taste, flavour.

hướng [hɯớŋ] Direction, way. *Về hướng Saigon* : In the direction of Saigon. *Ngược hướng* : In the opposite direction. *Về hướng nào ?* : In which direction ?. *Đi về hướng Cholon* : To go in the direction of Cholon. *Phi cơ bay về hướng Bắc* : The aeroplane was flying in a northerly direction. *Nhà xoay về hướng nào ?*: Which way does the house look ?.

hướng 1) To direct. *Đi về hướng* : To direct one's course, one's steps, towards. 2) To orientate.

hướng bắc [hɯớŋ báwk] North. *Nhà xoay về hướng bắc* : House facing (the) north. *Nhìn về hướng bắc* : To look to the north. *(Gió) Xoay về hướng bắc* : (Of wind) To veer (to the) north. *Gió từ hướng bắc thổi lại* : The wind blows north.

hướng dẫn [hɯớŋ zỏn] To guide, to conduct, to direct, to lead.

hướng dẫn (sự) Guidance, conduct, direction. *Dưới sự hướng dẫn của người nào* : To be under the conduct of someone.

hướng đạo [hɯớŋ dạu] To lead, to show the way.

hướng đạo sinh [hɯớŋ dạu ʃiŋ] Boy-scout.

hướng đạo viên [hɯớŋ dạu vien] Guide.

hướng đông [hɯớŋ doŋ] East. *Núi chạy dài từ hướng đông qua hướng tây* : Mountains that go from east to west.

hướng động lực [hɯớŋ dɔŋ lụk] Determination.

hướng hồi [hướŋ hồi] Sunset.

hướng minh [hướŋ miɲ] Sunrise.

hướng mộ [hướŋ mọ] Inclined to.

hướng nam [hướŋ nam] South. *Nhìn về hướng nam* : To look to the south. *Đi du lịch về hướng nam* : To travel south. *Gió từ hướng nam thổi lại* : The wind blows south (southerly). *Nhà đây mặt nhìn về hướng nam* : The house looks towards the south.

hướng ngọ [hướŋ ŋọ] Midday, noon.

hướng tâm [hướŋ tɔm] Centripetal (force). *Sức hướng tâm* : Centripetal force.

hướng tây [hướŋ tei] West. *Hãy nhìn về hướng tây* : Look towards the west. *Gió từ hướng tây thổi lại* : The wind blows from the west, westerly wind. *(Tàu) Chạy về hướng tây* : To sail due west.

hướng thần [hướŋ θɔn] At early dawn.

hướng thiện [hướŋ θiện] Inclined to the good.

hướng thượng [hướŋ θượŋ] Ascendant, ascendent. *Sự hướng thượng* : Ascension.

hướng về [hướ, về] To direct, guide·

hưởng [hưởŋ] See hồng.

hưởng [hưởŋ] To enjoy, to taste ; to inherit, to come into (a fortune, etc). *Hưởng hạnh phúc* : To taste happiness, to taste of happiness. *Hưởng sự nghỉ ngơi* : To enjoy rest. *Hưởng sức khỏe tốt* : To enjoy good health ; to be in the enjoyment of good health. *Hưởng gia tài* : To inherit a fortune.

hưởng dụng [hưởŋ zụŋ] To use (something) ; to make use of (something).

hưởng hoa lợi [hưởŋ hwa lợi] To enjoy an income.

hưởng lợi [hưởŋ lợi] To enjoy the benefits.

hưởng phúc (phước) [hưởŋ fúk] To enjoy happiness.

hưởng thanh [hưởŋ θaiɲ] Echo.

hưởng thọ [hưởŋ θọ] To enjoy longevity ; to die at the age of...

hưởng thụ [hưởŋ θụ] To enjoy.

hưởng ứng [hưởŋ ứŋ] To echo ; to respond, to answer. *Hưởng ứng lời kêu gọi của tổ quốc* : To answer the call of one's country. *Nhiều người đã hưởng ứng lời kêu gọi của nó* : Many persons answered to his appeal.

hượt thạch [hượt θạik] (Miner) Talc.

hươu [hươu] (Z) Stag. *Con hươu làm mồi cho sư tử* : The stag fell a prey to a lion.

hưu [hưu] (Not used alone) To rest ; to retire. *Cho người nào về hưu* : To put, place, someone on the retired list.

hưu bổng [hưu bổŋ] Retired pay, retiring pension.

hưu canh [hưu kaiɲ] *Đất hưu canh* : Fallow.

hưu chiến [hưu cién] Truce. *Địch yêu cầu chúng tôi một cuộc hưu chiến mười hai tiếng đồng hồ để chôn những người tử trận* : The enemy asked us for a twelve hours' truce in which to bury the dead.

hưu hạ [hưu hạ] To rest.

hưu kim [hưu kim] See hưu bổng.

hưu hại [hưu hại] (Law) To desist from, to withdraw (an action).

hưu quan [hưu kwan] Retired mandarin.

hưu thẩm [hưu θɔủm] (Law) *Kỳ hưu thẩm* : Vacation.

hưu tranh [hưu traiɲ] Disputes.

hưu trí [hưu trí] To retire on a pension. *Tiền hưu trí* : Retired pay, retiring pension. *Cho người nào hưu trí* : To put, place, someone on the retired list. *Công chức hưu trí* : Retired civil servant. *Xin hưu trí* : To apply to be retired on a pension. *Nó sẽ hưu trí trong lúc sáu mươi tuổi* : He will retire on a pension at sixty.

hữu [hữu] (Not used alone) To have, to possess, to own.

hữu Right.

hữu ái [hữu ái] Dear, beloved.

hữu bang [hữu baŋ] Friendly nation.

hữu biên [hữu bien] (Fb) Outside right.

hữu chí cánh thành | hửu cỉ káip θàip]
Where there's a will there's a way;
everything is possible to him who has
the will.

hữu cơ [hửu kə] Organic. *Hữu cơ vật* :
Organic beings. *Hóa học hữu cơ* :
Organic chemistry.

hữu danh [hửu zaip] Celebrated,
famous.

hữu danh vô thực [hửu zaip vo θʊ̯k]
Merely nominal. *Vua hữu danh vô thực*:
King in name rather than in fact.

hữu dụng [hửu zʊ̯p] Useful, serviceable.

hữu dực [hửu zʊ̯k] Right wing (of an
army).

hữu hạn [hửu hạn] Limited, finite.
Hữu hạn công ty : Limited company.

hữu hiệu [hửu hiệu] Efficient, effective;
valid.

hữu hình [hửu hìp] Material, visible,
tangible. *Thế giới hữu hình* : The tangi-
ble world. *Động sản hữu hình* : Tangible
personal property.

hữu ích [hửu ík] Useful, profitable.

hữu ngạn [hửu ŋạn] Right bank (of a
river).

hữu nghị [hửu ŋị] Friendship. *Siết chặt
tình hữu nghị giữa hai nước* : To tighten
the bonds of friendship between the
two countries.

hữu nhân [hửu ŋən] Friend.

hữu nội [hửu nội] (Fb) Inside right.

hữu sản [hửu sản] Wealthy.

hữu sắc vô hương [hửu ʃaʊ̯k vo hwəŋ]
Beautiful but charmless girl.

hữu sinh [hửu ʃiɲ] Friend, comrade.

hữu sinh To give birth.

hữu sồ [hửu ʃó] Predestined, fore-
doomed.

hữu sử dĩ tiền [hửu ʃử zĩ tiền] Pre-
historic.

hữu tài [hửu tài] To be talented. *Hữu
tài vô hạnh* : To be talented but bad-
mannered.

hữu tâm [hửu təm] 1) Intentionally,
deliberately, purposely.

hữu tiết [hửu tiét] (Z) *Loại hữu tiết* :
Articula.

hữu tình [hửu tịɲ] Charming.

hữu ứng [hửu ứŋ] (Fb) Right back.

hữu vị [hửu vị] Pleasant ; sapid.

hữu xạ tự nhiên hương [hửu sạ
tự ɲien hwəŋ] Good wine needs no
bush.

hữu ý [hửu í] Intentional, wilful, deli-
berate ; intentionally, wilfully, delibe-
rately.

hy di [hi zi] Merry, joyous.

hy hãn [hi hãn] Rare, scarce, uncom-
mon.

hy hữu [hi hửu] Rare ; seldom.

hy kỳ [hi kỉ] Rare.

Hy lạp [hi lạp] (Geog) Greece. *Theo
kiểu Hy lạp* : In the Grecian style.
Người Hy lạp : Greek.

hy sinh [hi siɲ] To sacrifice, to give up;
to sacrifice oneself. *Người, vật hy
sinh* : Sacrifice ; victim. *Thắng trận
với nhiều sự hy sinh lớn lao* : To win
a battle at a great sacrifice of life.
Làm vật hy sinh cho người nào : To
be the victim of someone. *Hy sinh vì
nghĩa vụ (chết vì chức vụ)* : To fall a
victim to one's duty. *Hy sinh rất nhiều
để đạt mục đích* : To make sacrifices
to obtain one's end. *Bà đã hy sinh
của cải của bà vào sự học vấn cho anh*:
She sacrificed, gave up, her fortune
to your education. *Hy sinh tánh mạng
của mình* : To lay oneself down. *Nó
hy sinh tánh mạng của nó để cứu đứa
bé* : He sacrificed his life to save the
drowning child. *Nàng đã hy sinh cho
anh* : She sacrificed herself for you.

hy vọng [hi vɔ̯ŋ] Hope. *Đầy hy vọng,
hy vọng tràn trề* : To be full of hope.
Hy vọng vào tương lai : To put one's
hope in the future. *Đặt tất cả hy vọng
của mình vào người nào, vật gì* : To set
all hopes on someone, on something ;
to pin one's faith on someone, on
something ; to centre one's hopes in
someone, in something. *Anh có hy
vọng gì không ?* : Have you any hope ?.
Bao nhiêu hy vọng đều đặt cả vào nó :

He had become the centre of every hope. *Hy vọng cuối cùng của tôi* : My last hope. *Làm tiêu tan hy-vọng của người nào* : To dash someone's hopes to the ground ; to frustrate someone's hopes ; to defeat someone of his hopes. *Hy vọng làm việc gì* : To have hopes of doing something. *Nuôi hy vọng làm việc gì* : To set one's hopes on doing something. *Tôi đặt hy vọng vào nó* : He was the anchorage of my hopes. *Nó ít hy vọng thành công* : He has little chance of succeeding. *Người ta hết hy vọng cứu sống nó* : His life is despaired of. *Làm người nào hết hy vọng* : To drive someone to despair. *Các bác sĩ hết hy vọng cứu sống nàng* : The doctors despair of saving her life. *Nó có vài hy vọng thành công* : He has some hope(s) of success. *Không hy vọng thỏa hiệp* : No prospect of agreement. *Không một chút hy vọng nào thành công cả* : Without the remoted chance of succeeding.

hy vọng To hope, to expect and desire. *Hy vọng việc gì* : To hope for something. *Hy vọng vào người nào, việc gì* : To hope, trust, in someone, in something.

hý đàm [hí dàm] To jest, to joke.

hý họa [hí hwa] Caricature, cartoon.

hý hởn [hí hởn] Merry. *Lúc nào cũng hý hởn* : To be always merry and bright.

hý hước [hí hức] To joke.

hý kịch [hí kịk] Comedy.

hý lộng [hí lọŋ] To joke, to jest.

hý ngôn [hí ŋon] Joke, jest.

hý trường [hí trừəŋ] Theater, theatre.

hý viện [hí viện] Big theater.

hỷ hoan [hỉ hwan] Joyful, delighted.

hỷ kịch [hỉ kịk] Comedy.

hỷ nộ [hỉ nọ] Joy and anger.

hỷ sự [hỉ ʃụ] Happy occasion.

hỷ tín [hỉ tín] Good news (marriage, childbirth).

hỷ triệu [hỉ triệu] Good omen.

I

i-tờ [i tờ] To have just begun to learn the alphabet.

ì [ì] Immobile, motionless ; stubborn, obstinate. *Ngồi ì một chỗ* : Seated motionless.

ì ạch [ì ạik] With difficulty.

ì [ì] Damp, moist, slightly wet, rather wet.

ia [iə] *Đi ia* : To shit, to go to stool, to go to the lavatory.

ia chảy [iə cảy] Diarrhoea ; looseness of the bowels. *Bị ia chảy* : To have an attack of diarrhoea.

ia đái [iə dái] To shit and to piss ; to make a mess.

ia đùn [iə dùn] (Of a child) To shit in its pants.

ích [ík] *Có ích* : Useful, profitable, serviceable. *Vô ích* : Useless. *Quyển sách nầy rất có ích cho tôi* : This book is very useful to me.

ích dụng [ík zụŋ] Useful.

ích hữu [ík hữu] Useful friend.

ích kỷ [ík kỉ] Selfish, self-seeking. *Sự, tánh, lòng ích kỷ* : Selfishness, egoism.

ích lợi [ík lợi] Serviceable, useful. *Làm việc ấy được ích lợi gì* : What's the good of that ?.

ích quốc lợi dân [ík kwók lợi zən] Useful to the country and to the people.

im [im] Silent, calm, quiet, still. *Im !* : Silence !. *Đứng im* : To keep still. *Bắt người nào im* : To reduce someone to silence.

im ả [im ả] Quiet, calm.

im bằng [im baừŋ] See **im bặt**.

im bặt [im baựt] Completely silent.

im hơi lặng tiếng [im hơi lặŋ tiếŋ] *Sau ba năm im hơi lặng tiếng* : After three years' silence.

im im [im im] Very silent.

im lặng [im lặŋ] Silent, quiet. *Sự im lặng* : Silence. *Sự im lặng không phải luôn luôn có nghĩa là bằng lòng* : Silence must not always be read as consent. *Nó im lặng nghe* : He listened in silence. *Im lặng tức là bằng lòng* : Silence gives consent (if nothing is said against a suggestion, it may be considered to be accepted). *Phá tan sự im lặng* : To break silence. *Im lặng tốt hơn nói* : Speech is silver but silence is gold. *Anh nên im lặng là hơn* : You would do well to be quiet.

im lìm [im lìm] Dormant, quiet.

im như tờ [im ɲư tờ] Very quiet.

im phăng phắc [im faừŋ faúk] Dead silence, flat calm, blank silence, unbroken silence.

im thin thít [im θin θít] To keep silent.

ỉm [im] To hush up ; to hugger-mugger ; to blanket, to stifle, to burke. *Ỉm một việc xấu* : To hush up a scandal. *Tiền ưất lót để người ta ỉm một việc xấu* : Hush-money.

ỉm *Im ỉm* : Very silent.

in [in] 1) To print, to strike off. *Máy in* : Printing-machine. *Nhà in* : Printing-office, printing-house. *Giấy để in :* Printing paper. *In báo :* To print (off) a newspaper. *Quyển sách đã in xong :* The book is printed off. *(Tác giả) Đem in một quyển sách :* (Of author) To print a book, to have a book printed. *Quyển sách đang in :* The book is now printing ; the book is now in the press. *Đồ in :* Printed matters. *In quyển sách một ngàn bản :* To strike off 1,000 copies of a book.

2) To print, to impress, to imprint ; to grave, to engrave. *In dấu chân trên cát :* To print one's footsteps on the sand. *In vật gì lên vật gì :* To impress something on, upon, something. *In sâu việc gì trong trí :* To impress something upon the mind, to fix something in one's memory ; to sink something into the memory, into the mind. *Cát có dấu chân in lên :* Sand imprinted with footmarks. *In sâu vào trí nó :* Graven on his memory. *Những lời của nó in sâu vào trí tôi :* His words are strongly impressed in my memory.

inh ỏi [iŋ ɔi] Noisy, loud, tumultuous.

inh tai [iŋ tai] Deafening.

inh [iŋ] To swell.

inh [iŋ] Pregnant.

ít [it] Little, few. *Ít hơn :* Fewer. *Ăn ít :* To eat little. *Ít được biết :* Little known. *Ít lắm :* Very little. *Rất ít người :* Very few people. *Vấn đề ít quan trọng hơn :* Question of less (er) importance, of minor importance. *Năm ít hơn bảy :* Five is less than seven. *Ít thì giờ hơn :* Less time. *Hãy ăn ít thịt hơn :* Eat less meat. *Chọn*

điều hại ít hơn trong hai điều hại : To choose the lesser of two evils.

ít hơn [it hɔn] Fewer, least, less. *Nó thiếu nợ ít hơn anh :* He has fewer debts (than you). *Người khổ ít hơn hết :* The least unhappy.

ít khi [it xi] Rarely, seldom. *Nó ít khi đi ra ngoài :* He seldom goes out.

ít lắm [it laŭm] At least. *Ít lắm nó cũng cao bằng anh :* He is at least as tall as you. *Ít lắm cũng một trăm ki lô :* A hundred kilos at the (very) least.

ít lâu nay [it lɔu nay] Lately.

ít nhứt [it ɲứt] At least. *Vật ấy nó phải trả ít nhứt là một trăm :* It costs him at least a hundred. *Anh phải đọc ít nhứt là một cuốn sách mỗi tháng :* You should read at least one book every month.

ít nhiều [it ɲiều] A little.

ít nói [it nɔi] Telling little, speaking very little ; (man) of few words, close-mouthed, close-tongued. *Nó ít nói :* He says little. *Nó là một người ít nói :* He's a man of few words. *Người ít nói là người đáng sợ nhất :* Still waters run deep. *Nó ít nói nhưng suy nghĩ nhiều :* He does not say much but he thinks a lot.

ít nữa [it nữə] At least.

ít ỏi [it ɔi] Very little.

ít quá [it kwá] Too little.

ít ra [it ra] At least. *Ít ra anh cũng phải cho tôi biết trước :* You should at least have warned me.

íu [iu] Sodden, soggy.

K

ke [kɛ] (Dent) Tartar (on teeth).

ke Quay, wharf, dock.

ké [kɛ́] To join one's money with that of another gambler.

kè [kɛ̀] (Bot) Palm-tree.

kè kè [kɛ̀ kɛ̀] Close at hand, close by.

kẻ [kɛ̉] To line; to draw (a line). *Kẻ lông mày* : To pencil one's eyebrows. *Thước kẻ* : Ruler. *Giấy kẻ hàng* : Lined paper. *Giấy kẻ ô vuông* : Quadrillé paper, squared paper.

kẻ Individual, man, person.

kẻ cả [kɛ̉ kả] Elder, senior.

kẻ cắp [kɛ̉ káɯp] Thief. *Kẻ cắp gặp bà già* : Set a thief to catch a thief.

kẻ chợ [kɛ̉ cợ] City, town.

kẻ cướp [kɛ̉ kɯɔ́p] Robber.

kẻ địch [kɛ̉ dịk] Enemy.

kẻ nào [kɛ̉ nàu] Whoever.

kẻ qua đường [kɛ̉ kwa dɯɔ̀ŋ] Passersby.

kẻ sát nhân [kɛ̉ ʃát pɔn] Murderer. *Theo dấu kẻ sát nhân* : To trail a murderer. *Kẻ sát nhân còn đang cao bay xa chạy* : The murderer is still at large. *Ty cảnh sát đã lùng bắt được kẻ sát nhân* : The police hunted down the murderer.

kẻ thù [kɛ̉ θù] Enemy, adversary. *Trở nên kẻ thù của người nào* : To become someone's enemy. *Người không có kẻ thù* : Man without an enemy. *Kẻ thù của kỷ luật* : To be the enemy to discipline. *Người thành công thường có*

nhiều kẻ thù : A successful man often has many enemies. *Nó nhảy tới kẻ thù với con dao trong tay* : He leapt on his enemy with a knife in his hand. *Nó ném kẻ thù của nó xuống đất* : He dashed his enemy to the ground. *Một kẻ thù của dân tộc* : An enemy of the people.

kẻ trộm [kɛ̉ trộm] Burglar, thief. *Kẻ trộm làm được một mẻ lớn* : The thief made a good haul (i.e. stole valuable goods).

kẻ vạch [kɛ̉ vạik] To get one into trouble.

kẽ [kɛ̃] Crevice.

kẽ hở [kɛ̃ hở] Interstice, split, slit, fissure, aperture.

kẽ nẻ [kɛ̃ nẻ] Crevice.

kẽ nứt [kɛ̃ nứt] Slit, fissure.

kẽ tóc chân tơ [kɛ̃ tɔ́k cɔn tɔ] In detail.

kem [kɛm] 1) Cream; ice-cream. *Gạn kem ở sữa ra* : To take the cream off the milk; to cream (off). *Màu kem* : Cream-coloured. *Anh muốn dùng gì, sữa hay kem?* : Which will you take, milk or cream?.
2) *Kem thoa mặt* : Cold-cream.

kem đánh giày [kɛm dáiɲ ʒày] Shoe-polish.

kem đánh răng [kɛm dáiɲ raɯŋ] Tooth paste.

kém [kɛ́m] Less. *Kém quan trọng* : Of less importance. *Không kém một đồng xu* : Not a penny less. *Không kém* :

Nothing less than. *Ba giờ kém năm:* Five to three.

kém Weak, feeble, dim. *Trí nhớ kém:* Weak memory. *Mắt kém:* Weak, dim eyes. *Thị lực kém:* Weak-sighted.

kèm [kèm] To go along with, to accompany, to escort.

2) To enclose. *Kèm theo đây:* Enclosed herewith. *Kèm trẻ con học:* To help a child with his homework.

kẽm [kẽm] Zinc. *Kẽm lá:* Zinc-plate. *Thợ làm đồ kẽm:* Zinc-worker. *Đồ bằng kẽm:* Zinc-ware. *Xưởng chế đồ kẽm:* Zinc-works. *Nghề bán đồ bằng kẽm:* Zinc-trade. *Có, chứa chất kẽm:* Zinc-bearing, zinciferous. *Sự bọc kẽm, mạ kẽm:* Covering, coating, with zinc. *Bản kẽm:* Zincograph. *Thuật in bản kẽm:* Zincography.

kẽm gai [kẽm gai] Barbed wire.

kén [kén] Cocoon, follicle.

kén To choose, to select.

kén ăn [kén ăn] To be fastidious about one's food.

kén chọn [kén chọn] To choose, to select. *Sự kén chọn:* Choice, selection. *Đã đi xin thì đừng kén chọn:* Beggars cannot be choosers.

kén chồng [kén còn] To choose a husband.

kén rể [kén rẻ] To choose a husband for one's daughter.

kén vợ [kén vợ] To choose a wife.

kèn [kèn] 1) Trumpet, bugle, clarion. *Thổi kèn:* To sound a trumpet.

2) Horn. *Bóp kèn:* To sound, blow one's horn.

kèn cựa [kèn kựa] To haggle about, over (the price of something).

kèn kẹt [kèn kẹt] Creak. *Kêu kèn kẹt:* To creak. *Phải vô dầu bản lề cổng, mỗi khi mở, nó kêu kèn kẹt:* The hinge of the gate needs oiling; it creaks every time it's opened.

kẻng [kẻng] Smart.

keo [keu] 1) Gum. *Thoa keo lên chỗ dán phong bì thơ:* To gum down the flap of an envelope.

2) Glue, gelatine.

keo (Box) Round. See **hiệp**.

keo bẩn [keu bẩn] Stingy, miserly, parsimonious.

keo cú [keu kú] See keo bẩn.

keo kiệt [keu kiệt] See keo bẩn.

keo sơn [keu sơn] Close, intimate.

kéo [kéu] Scissors. *Bao đựng kéo:* Scissor-case. *Thợ mài kéo:* Scissor-grinder. *Chúng tôi cắt giấy bằng kéo:* We cut paper with scissors.

kéo 1) To pull. to strain, to drag, to draw, to haul, to tug. *Kéo một sợi dây:* To pull at a rope. *Đầu máy kéo hai mươi lăm toa xe:* The engine was pulling twenty-five trucks. *Kéo vật gì ra khỏi vật khác:* To pull something off something. *Kéo thẳng tay:* To pull up the brake. *Đi kéo lê kéo lết:* To drag one's feet ; to walk with a drag. *(Tàu) Kéo neo trôi đi:* (Of ship) To drag her anchor. *Đi kéo lê kéo lết ngoài đường:* To drag about the streets. *Hãy kéo ghế anh lại gần bàn:* Draw your chair nearer to the table. *Kéo mạnh chuông:* Pull the bell hard. *Kéo sợi dây cho tới đứt:* To strain a rope to breaking-point. *Kéo chiếc xe hơi về nhà:* To tow a motor-car home. *Kéo tàu, kéo xe:* To take a boat, a car, in tow. *Xe bốn ngựa kéo:* Coach drawn by four horses. *Kéo một điếu:* To take a pull at one's pipe. *Kéo neo lên:* To weigh anchor. *Voi kéo súc trong rừng ra:* Elephants hauling logs from a forest. *Kéo vĩ cầm:* To play on the violin. *Kéo ngựa lại:* To pull a horse (i.e. check the horse by pulling the reins and thus prevent it from winning a race). *Đứa bé kéo chiếc xe (đồ chơi) của nó bằng sợi dây:* The child trailed his toy cart on a piece of string. *Đứa bé kéo con chó to chung quanh vườn:* The child tugged the big dog round the garden. *Chúng tôi kéo mạnh đến đỗi sợi dây đứt:* We tugged so hard that the rope broke.

2) To pull out, lengthen (out), stretch.

kéo bè [kéu bè] To form a party.

kéo bông [kɛ́u boŋ] To spin cotton.

kéo buồm [kɛ́u buə̀m] To trice (up), hoist (up), a sail.

kéo cánh [kɛ́u káiɲ] See kéo bè.

kéo cắt móng tay [kɛ́u kắut mɔ́ŋ tay] Nail-scissors.

kéo co [kɛ́u kɔ] To pull about.

kéo cờ [kɛ́u kɔ̀] To fly a flag ; to hoist a flag, to run a flag.

kéo cưa [kɛ́u kɯɔ] To saw.

kéo chi [kɛ́u cì] To spin cotton.

kéo chuông [kɛ́u cuəŋ] To pull the bell.

kéo da non [kɛ́u za nɔn] (Of wound) To heel (up), skin over, scar over.

kéo dài [kɛ́u zài] To stretch, to lengthen, to elongate, to extend ; to draw out, to drag on, to drag out, to dally. *Kéo dài một cuộc đời khốn khổ* : To drag on a miserable existence. *Thì giờ kéo dài* : Time drags on. *Trận giặc kéo dài đến năm sau* : The war was carried on until the following year. *Kéo dài một công việc* : To drag out, spin out an affair ; to dally over a work. *Những bài diễn văn kéo dài vô tận* : The speeches drew out endlessly. *Việc ấy không thể kéo dài đâu* : It could not last long.

kéo dây [kɛ́u zei] To give a pull at a rope. *Trò kéo dây* : A tug of war.

kéo đến [kɛ́u dén] To crowd.

kéo lại [kɛ́u lại] 1) To attract. 2) To make up, to recover. *Kéo lại thì giờ đã mất* : To make up for lost time ; to recover lost time.

kéo lê [kɛ́u le] To drag. *Kéo lê vật gì phía sau* : To have something dragging behind one.

kéo lên [kɛ́u len] To pull up, to hoist up ; to draw up, to drag up. *Nó kéo mền lên tới cằm* : He drew the blanket up to his chin.

kéo lết [kɛ́u lét] To trail. *Đi kéo lết* : To trail away, off. *Áo dài kéo lết dưới đất* : The dress is trailing on the ground. *Đi kéo lê kéo lết* : To drag one feet ; to walk with a drag.

kéo lôi [kɛ́u loi] To drag on.

kéo lui [kɛ́u lui] To draw back.

kéo lưới [kɛ́u lɯɔi] To draw up, in, a net.

kéo mũi tròn [kɛ́u mũi trɔn] Scissors with blunt ends.

kéo neo [kɛ́u nɛu] To weigh anchor.

kéo qua một bên [kɛ́u kwa mọt ben] To draw aside.

kéo ra [kɛ́u ra] To pull out ; to draw out, to drag out ; to educe. *Kéo người nào ra khỏi cơn bối rối* : To pull someone out of a hole.

kéo sợi [kɛ́u ʃợi] To spin cotton.

kéo theo [kɛ́u θɛu] To draw, trail, haul, drag along. *Đầu máy kéo theo hai mươi lăm toa xe* : The locomotive was hauling twenty five trucks.

kéo xuống [kɛ́u suɔ̌ŋ] To pull down, to draw down, to drag down. *Kéo nón sụp xuống mắt* : To pull down, draw down, one's hat over one's eyes ; to pull one's hat over one's eyes.

kéo vào [kɛ́u vàu] To pull in. *Ngư phủ kéo lưới vào* : The fisherman drew his net in.

kèo [kɛ̀u] Rafter.

kèo nài [kɛ̀u nài] To insist.

kẻo [kɛ̉u] Lest, for fear that, otherwise, or else.

kẽo kẹt [kɛ̃u kẹt] Sound of the creaking of door or wheel.

kẹo [kẹu] Sweet, candy, sweetmeat. *Hàng kẹo* : Sweet shop. *Đứa bé bị nhức răng vì ăn quá nhiều kẹo* : The boy had toothache from eating too many sweets. *Nàng rất thích kẹo* : She's too fond of sweet things (i.e. sweet food).

kẹo Near, stingy, close-fisted. *Nó rất kẹo* : He's very near with his money.

kẹo cao su [kẹu kau ʃu] Chewing-gum.

kép [kɛ́p] 1) (Ch) Composite ; double. *Muối kép* : Double salt. 2) Compound. *Chữ kép* : Compound word. 3) Lined. *Áo kép* : Lined coat.

kép Actor.

kép hát [kép hát] (Th) Artiste (of variety stage).

kép lẻ [kép lẻ] (Bot) Imparipinnate.

kẹp [kẹp] Clip, clamp. *Kẹp đạn* : Cartridge clip.

kẹp 1) To clip, to hold together ; to grip tightly. *Kẹp tóc* : To pin up one's hair. *Kẹp những tờ giấy lại* : To clip papers together. *Kẹp vật gì trong nách* : To carry something under one's arm. 2) (Of crab) To nip. *Con cua kẹp ngón chân tôi khi tôi đang tắm* : A crab nipped my toe while I was bathing.

kẹp cà vạt [kẹp kà vạt] Tie-pin.

kẹp giấy [kẹp ʒéi] Paper-clip, paper-clamp.

kẹp phơi đồ [kẹp fɔi dò] See kẹp phơi quần áo.

kẹp phơi quần áo [kẹp fɔi kwɜ̀n áu] Clothes-pin, clothes-peg.

kẹp tóc [kẹp tók] Hair-pin.

két [két] (Orn) Parrot. *Két mái* : Hen-parrot. *Nó nói như két* : He's a mere parrot.

két Cash ; cashier's desk. *Tủ két* : Cash-box. *Sổ két* : Cash book. *Người giữ két* : Cash-clerk, cash-keeper, cashier. *Giữ két* : To keep the cash. *Xin trả tiền ở két* : Please pay at the cashier's desk.

kẹt [kẹt] 1) To jam, to nip, to catch, to shut, to pinch. *Tôi bị kẹt ngón tay trong cửa* : I caught my finger in the door. *Thắng kẹt và xe đụng vào tường* : The brakes jammed and the car went into a wall. *Bị kẹt ngón tay trong cửa* : To nip, catch, squeeze, one's finger in the door. *Áo của tôi bị kẹt trong cửa* : My dress caught in the door. *Nó bị kẹt ngón tay trong cửa* : He nipped his finger in the door. *Làm kẹt tay trong cửa* : To shut one's finger in the door. 2) To stick. *Chìa khóa kẹt trong ổ khóa* : The key stuck in the lock. *Cánh cửa kẹt (không thể mở được)* : The door has stuck (i.e. cannot be opened).

kẹt đường [kẹt dɯɜ̀ŋ] Traffic jam.

kê [ke] To chock (up), to prop (up).

kê (Bot) Millet.

kê To assort.

kê cứu [ke kửu] To research, to study.

kê gian [ke ʒan] To practise sodomy. *Sự kê gian* : Sodomy, paederasty. *Người kê gian* : Sodomite, paederast, bugger.

kê khai [ke xai] To enumerate ; to make up a list.

kê sát [ke ʃát] To research.

kê [ké] Stratagem, scheme.

kê Then. *Kế đó nó cho tôi biết tất cả chi tiết* : He went on to give me all the details.

kê bên [ké ben] Close by, close at hand. *Nhà tôi ở kế bên nhà thờ* : My house is close to the church.

kê cận [ké kạn] Neighbouring.

kê chân [ké cạn] To succeed.

kê hoạch [ké hwaik] Plan, scheme, project, design. *Làm hỏng một kế hoạch* : To render a plan abortive ; to wreck a plan ; to bring about the failure of a plan. *Tất cả kế hoạch của nó đều hỏng* : All his plans came to nothing ; all his plans failed. *Kế hoạch của chúng tôi gặp rất nhiều khó khăn* : Our plans were attended with many difficulties. *Kế hoạch khó khăn và nguy hiểm nhưng chúng tôi vẫn thành công* : The plan was difficult and risky, but we pulled it off. *Nha Tổng giám đốc kế hoạch* : Directorate general of Planning. *Kế hoạch có nhiều hy vọng thành công* : Plan likely to succeed. *Kế hoạch của nó thất bại* : His plan did not work, broke down. *Kế hoạch không thành tựu* : The scheme have come to nothing. *Tôi không biết gì về kế hoạch của nó cả* : I am in complete darkness as to his plans. *Làm hỏng kế hoạch của người nào* : To defeat someone of his plans, to spoil someone's game. *Chúng tôi hoàn toàn không biết những kế hoạch của nó* : We are in complete ignorance of his plans. *Kế hoạch có thể sửa đổi* : Plan liable to modifications.

kê hoạch bảo trì [ké hwaik bảu trì] Maintenance plan.

kề hoạch chiến lược [ké hwạik ciến lɯrk] Strategic plan.

kề hoạch chiến thuật [ké hwạik ciến θwạt] Tactical plan.

kề hoạch chiến tranh [ké hwạik ciến traip] War plan. *Kế hoạch chiến tranh căn bản:* Basic war plan. *Kế hoạch chiến tranh tâm lý:* Psychological warfare plan.

kề hoạch động viên [ké hwạik dọŋ vien] Mobilization plan.

kề hoạch hành quân [ké hwạik hàip kwən] Operation plan.

kề hoạch hỏa lực [ké hwạik hwa lɯrk] Fire plan.

kề hoạch hoạt động [ké hwạik hwạt dọŋ] Plan of action.

kề hoạch lưu thông [ké hwạik lɯu θọŋ] Traffic plan.

kề hoạch phòng thú [ké hwạik fòŋ θù] Defense plan, plan of defense.

kề hoạch quản trị [ké hwạik kwản trị] Administrative plan.

kề hoạch quân cụ [ké hwạik kwən kụ] Ordnance plan.

kề hoạch quân y [ké hwạik kwən i] Medical plan.

kề hoạch tác xạ [ké hwạik ták sạ] Fire plan.

kề hoạch tấn công [ké hwạik tón koŋ] Plan of attack.

kề hoạch tình báo [ké hwạik tìp báu] Intelligence plan.

kề mẫu [ké mẫu] Stepmother.

kề nghiệp [ké ŋiẹp] To succeed, to come after; to take over a business. *Nó muốn con nó kế nghiệp nó:* He wants his son to take over the business.

kề phòi [ké fòi] Second wife.

kề phụ [ké fụ] Stepfather.

kề sách [ké ʃáik] Stratagem.

kề sinh nhai [ké ʃip ṇai] Means of subsistence.

kề thật [ké θát] Second wife.

kề thông [ké θóŋ] To carry on the lineage.

kề thừa [ké θừə] To inherit. *Kế thừa vật gì của người nào:* To inherit something from someone. *Quyền kế thừa:* Right of inheritance. *Người kế thừa:* Inheritor. *Người kế thừa pháp định:* Heir-at-law, rightful heir.

kề tiếp [ké tiếp] To succeed; to follow, to continue. *Những năm kế tiếp nhau:* The years follow one another.

kề toán [ké twán] Book-keeping, accountancy. *Kế toán đơn:* Singly-entry book-keeping. *Kế toán kép:* Double-entry book-keeping. *Sổ sách kế toán:* Account book. *Giữ việc kế toán cho một hãng buôn:* To keep the books, the accounts, of a firm.

kề toán viên [ké twán vien] Book-keeper, accountant.

kề tục [ké tụk] To continue, to follow.

kề vị [ké vị] To succeed to the throne, to the crown.

kề [kè] Close to, near to. *Nó luôn luôn có một nữ điều dưỡng ở kề một bên:* He always has a nurse with him, at hand, in his service.

kề nhau [kè ṇau] Adjacent. *Góc kề nhau:* Adjacent angle.

kề vai [kè vai] To put, set, one's shoulder to (something).

kể [kẻ] To enumerate, to count; to mention. *Ở đó có bốn chục người, không kể trẻ con:* There were forty people, not counting the children. *Kể người nào trong số những người bạn của mình:* To count someone among one's friends. *Kể người nào như đã chết rồi:* To count someone as dead. *Được kể trong số những hội viên:* To be counted as a member. *Đừng kể tôi vào:* Don't count me in. *Kể ở trên:* Above - mentioned. *Không kể đến việc gì:* To make little account of something.

kể To tell, to relate, to narrate, to recount (tale, fact, adventures). *Tôi sẽ kể tất cả chuyện ấy với anh sau nầy:* I shall tell you all about it later. *Kể lại chuyện gì một lần nữa:* To relate something again.

kề To include, to reckon, to number. *Chúng ta sáu người kề cả chủ nhà :* We are six including our host. *Năm người kề cả người lái xe :* Five inclusive of the driver. *Chúng ta tất cả mười người trong nhà, kề cả bốn người làm :* There are ten of us in the house, including four servants. *Kề người nào trong số các bạn của mình :* To number someone among one's friends. *Kề người nào vào số những nhà đại văn hào :* To reckon someone among the great writers. *Tôi kề nó vào số những bạn của tôi :* I reckon him among my friends.

kể chi [kẻ ci] No need to mention, to speak of.

kể chuyện [kẻ cwiện] To tell a story.

kể lể [kẻ lẻ] To tell stories.

kể như [kẻ ɲɯ] To regard, to consider.

kể trên [kẻ tren] Above - mentioned, above-named.

kể tường tận [kẻ tɯờŋ tận] To go, enter, into all the details.

kệ [kệ] Shelf. *Đem vật gì trên kệ xuống :* To pass something down from a shelf. *Anh có thể với tới cái kệ trên cùng không ? :* Can you reach the top shelf?. *Với lấy cái hộp trên kệ :* To reach for, get at, a box on a shelf.

kệ So much the worse. *Thây kệ nó :* So much the worse for him.

kệ sách [kệ ʃáik] Book-shelf.

kệch sù [kéik ʃù] Huge, very large.

kềm [kèm] Pincers. See **kiềm**.

kên kên [ken ken] Vulture.

kền [kèn] Nickel. *Có chất kền :* Nickeliferous. *Mạ kền :* To nickel, to nickel-plate.

kênh [keɲ] Canal. *Kênh Suez, kênh Panama :* The Suez canal, the Panama canal.

kềnh [kèiɲ] To lie flat. *Lăn kềnh ra :* To fall flat.

kềnh càng [kèiɲ kàŋ] Bulky. *Hành lý kềnh càng :* Bulky articles of luggage.

kết [két] 1) To braid, to plait, to weave (hair, etc...) ; to enwreathe ; to affix, to append, to attach.

2) To join, to connect.

kết án [két án] To condemn, to convict, to sentence, to pass judgment on (criminal, etc...). *Kết án tử hình người nào :* To condemn someone to death. *Nó bị kết án tử hình :* He is under sentence of death. *Kết án người nào ba tháng tù :* To pass sentence of three month's imprisonment on someone. *Kết án người nào một tháng tù :* To sentence someone to a month's imprisonment.

kết án (sự) Condemnation, conviction, sentence. *Để kết án :* Condemnatory. *Người bị kết án :* Convict ; condemned, man, woman.

kết bạn [két bạn] To make friends, to be friends, with someone ; to form a friendship with someone ; to companion with someone. *Kết bạn trăm năm :* To marry.

kết băng [két bauŋ] To braid.

kết cấu [két kấu] To frame, to construct. *Cách kết cấu :* Structure.

kết cuộc (cục) [két kwərk] At last, in the end, finally, after all.

kết cuộc To end.

kết duyên [két zwien] To marry, to get married.

kết đề [két dè] Apodosis.

kết đôi [két doi] To couple.

kết giải [két ʒài] To braid.

kết giao [két ʒau] To form, strike up, a friendship with someone.

kết hoa [két hwa] Decked with flowers.

kết hôn [két hon] To marry, to get married. *Kết hôn với người nào :* To lead someone to the altar, to take someone in marriage. *Kết hôn với người nào vì tiền :* To marry someone for his money.

kết hợp [két hợp] 1) To unite, to associate ; to combine, to conjoin.

2) To couple ; to get married.

kết hợp (sự) (Bot) Cohesion, cohesiveness. *Sức kết hợp :* Cohesive force.

kết khối [két xói] (Geol, Miner) Agglomerate.

kết liên [két lien] To ally, to unite, to league.

kết liễu [két liễu] To conclude, to finish, to end, to close. *Chiến tranh vừa kết liễu* : The war was just over. *Tôi không biết những việc ấy sẽ kết liễu ra sao* : I don't know how things will end. *Nó quyết định kết liễu đời nó bằng cách tự tử* : He resolved to put an end to his days (= life) by committing suicide. *Trận giặc chưa kết liễu* : The war hasn't finished yet.

kết luận [két luận] To conclude, to end. *Sau khi đọc bài luận của Ba, thầy nó kết luận là nó không bao giờ viết giỏi tiếng Anh được* : After reading Ba's composition, his teacher concluded that he would never write English well. *Nếu anh thấy bác sĩ ra khỏi một nhà nào thì anh có thể kết luận rằng có người bịnh trong nhà ấy* : If you see a doctor leaving a house, you may deduce (the fact) that someone in the house is ill.

kết luận (sự) Conclusion.

kết nạp [két nạp] To admit.

kết nghĩa [két ŋĩa] To make friends, to be friends, with someone ; to form, strike up, a friendship with someone. *Kết nghĩa dải vàng* : To marry, to get married.

kết nút [két nút] To sew a button on.

kết oán [két wán] To create enemies.

kết quả [két kwả] Result, outcome, effect. *Làm việc có kết quả tốt đẹp* : To work with good result. *Không có kết quả* : Without result. *Có kết quả* : To have a favourable result. *Đưa đến kết quả* : To conduce to a result. *Nó bị bịnh và kết quả là nó bị mất việc* : He fell ill and the consequence was that he lost his position. *Kết quả của mười năm làm việc* : The produce of ten years' work. *Biện pháp đưa đến những kết quả bất ngờ* : Measure attended by unexpected consequences.

kết tập [két tập] To agglomerate, to aggregate.

kết tập Accustomed.

kết thác [két θák] To entrust, to trust, to confide, to commit.

kết thạch [két θạik] Concretion. *Kết thạch ở mật* : Biliary concretions.

kết thân [két θân] To ally, join (families) by marriage.

kết thúc [két θúk] To conclude, to end, to close. *Sự kết thúc* : Conclusion.

kết tinh [két tịp] To crystallize. *Sự kết tinh* : Crystallization. *Kết tinh học* : Crystallogenesis.

kết tóc xe tơ [két tók sɛ tɔ] To get married.

kết tội [két tọi] To accuse ; to charge a crime upon (someone).

kết trường [két truờŋ] (Anat) Colon.

kết tụ [két tụ] To conglomerate, to agglomerate.

kết tủa [két twɔ] (Ch) To precipitate. *Sự kết tủa* : Precipitation. *Chất làm kết tủa* : Precipitator. *Chất kết tủa* : Precipitate. *Có thể kết tủa* : Precipitable.

kết ước [két ứrk] To contract.

kêu [keu] 1) To call, to cry, to shout, to appeal. *Kêu tên* : To call the roll. *Kêu đứng lại* : To call a halt. *Kêu người nào trở lại* : To call someone back. *Kêu người nào làm việc gì* : To call to someone to do something. *Kêu tắc-xi* : To call a cab. *Sáu giờ kêu tôi dậy* : Call me at six o'clock. *Kêu người nào đứng lại* : To call (out) to someone to stop. *Kêu to để xin vật gì* : To cry out for something.

2) (Of mouse, etc) To squeak ; (of door, axle, etc...) to creak, squeak.

3) To knock. *Máy của chiếc xe cũ nầy kêu quá* : The engine of this old motorcar is knocking badly.

4) To sound. *Kêu như trống* : To sound like a drum. *Kêu tiếng nghe trống rỗng* : To sound hollow.

kệu *Tiếng kêu* : Call, appeal, cry, shout. *Kêu người nào thức dậy* : To give someone a call. *Tiếng kêu giết giặc* : War-cry.

kêu án [keu án] To condemn, to convict, to sentence. *Nó bị kêu án tử hình* : He is under sentence of death.

kêu ẳng ẳng [keu ẳ̆ŋ ẳ̆ŋ] (Of dog) To yelp. *Con chó kêu ẳng ẳng khi tôi đạp lên chân nó* : The dog gave a yelp when I stepped on its foot.

kêu ca [keu ka] To complain, to make complaint, to grumble.

kêu cầu [keu kầu] To claim.

kêu chít chít [keu cít cít] (Of mouse) To squeak.

kêu cứu [keu kứu] To call, cry, bawl, shout, for help ; to cry out.

kêu đau [keu dau] To shout with pain.

kêu gào [keu gàu] To cry out for.

kêu gọi [keu gọi] To appeal (to), to call (upon). *Sự kêu gọi* : Appeal, call. *Kêu gọi lòng nhân từ của người nào* : To make an appeal to someone's generosity. *Đáp lời kêu gọi của người nào* : To answer someone's call.

kêu la [keu la] To yell, to cry, to shout ; to clamour. *Kêu la đòi vật gì* : To clamour for something.

kêu nài [keu nài] To beseech, to entreat; to ask very earnestly ; to demand urgently.

kêu lạo xạo [keu lạu sạu] To crunch.

kêu leng keng [keu lɛŋ kɛŋ] To jingle. *Tiền kêu leng keng trong túi nó* : The money jingled in his pocket.

kêu lẻng kẻng [keu lẻŋ kẻŋ] To clank.

kêu oan [keu wan] To claim one's innocence.

kêu ọc ọc [keu ɔk ɔk] To gurgle (bubbling sound made as when water flows out of a bottle with a narrow neck).

kêu ột ột [keu ọt ọt] (Of pigs) To grunt.

kêu rắc rắc [keu rắɯk rắɯk] (Of dried leaves, etc...) To crackle. *Bẻ ngón tay kêu rắc rắc* : To crack one's finger-joints.

kêu rêu [keu reu] To backbite.

kêu róc rách [keu rók ráik] (Of stream) To gurgle.

kêu trổng [keu trổŋ] To call someone's name impolitely.

kêu van [keu van] To implore, to beseech, to entreat.

kêu vang [keu vaŋ] To clang.

kêu xin [keu sin] To entreat.

kêu xột xạt [keu sọt sạt] (Of silk dress, etc) To swish.

kêu ỳ ọp [keu ì ọp] To croak.

kí cóp [ki kóp] To save every penny one can.

kí lô [ki lo] Kilogram. *Hai chục đồng một ki lô* : At twenty piastres a kilogram.

kí lô mét [kí lo mét] Kilometer, kilometre.

kì [kì] To rub (dirt) off, to rub out.

kì cọ [kì kọ] See kì.

kì kèo [kì kèu] To argue about the price.

kia [kiə] Over ; that. *Ở bên kia biên giới* : Over the border. *Ở phía bên kia sông* : To live over the river. *Cái nầy mới và cái kia cũ* : This is new and that is old. *Tôi thích cái nầy hơn cái kia* : I prefer this to that. *Cái ghế nầy và cái bàn kia* : This here chair and that there table. *Hôm kia* : The day before yesterday. *Ngày kia* : The day after to—morrow. *Một ngày kia* : Some day.

kia kìa [kiə kìə] There, over there. *Nó đến kia kìa* : There he comes.

kìa [kìə] There. *Nó đến kìa* : There he comes. *Hôm kìa* : Three days ago.

kích [kík] Size, measure, measurement.

kích Bill, halberd.

kích To ambush ; to attack.

kích áo [kík áu] Size of dress.

kích bác [kík bák] To criticize, to find fault with.

kích cảm [kík kảm] Affected (by emotion), moved.

kích cổ [kík kổ] To beat a drum.

kích dương [kík zuəŋ] To excite.

kích động [kík dọŋ] See kích cảm.

kích khuyến [kík xwién] To encourage to excite, to hearten, to stimulate.

kích kiếm [kík kiém] To fence.

kích lệ [kík lệ] To stimulate, to excite to incite, to encourage.

kích liệt [kík liệt] Violently.

kích lưu [kík lưu] Swift current.

kích niệu [kík niệu] Diuretic.

kích phát [kík fát] To incite, to stimulate.

kích tắc [kík tǒk] See kích thước.

kích thích [kík θík] To excite, to encourage, to rouse, to stimulate. *Chất kích thích* : Stimulant.

kích thích tính [kík θík tín] Excitability.

kích thích tình dục [kík θík tìn zụk] Aphrodisiac.

kích thích tố [kík θík tó] Hormone.

kích thước [kík θứrk] Measure, measurement, size, dimension. *Quần áo đặt may theo kích thước* : Bespoke garment, bespoke suit ; suit made to measure, to order. *Thợ may may theo kích thước* : Bespoke tailor. *Đo kích thước của người nào* : To take someone's measurements. *Thợ may có đo kích thước bộ đồ mới nãy của anh không ?* : Has the tailor taken your measurements for that new suit ?.

kịch [kịk] Play, drama. *Hài kịch* : Comedy. *Bi kịch* : Tragedy. *Bi hài kịch* : Comedy-tragedy. *Đóng kịch trước người nào* : To act a part before someone.

kịch bản [kịk bản] Drama, play.

kịch chiến [kịk cién] Fierce fighting.

kịch cợm [kịk kợm] Tall (man).

kịch gia [kịk ʒa] Dramatist.

kịch liệt [kịk liệt] Violent, fierce, vehement.

kịch nghệ [kịk ŋệ] The drama.

kịch sĩ [kịk ʃi] Actor ; comedian (who plays comic parts in plays).

kịch tác gia [kịk tác ʒa] See kịch gia.

kịch trường [kịk trườŋ] Theater, theatre.

kịch vui [kịk vui] Comedy.

kịch xã [kịk ɕã] Theatrical troupe.

kiêm [kiem] *Kiêm nhiều chức vụ* : To hold a plurality of offices.

kiêm lãnh [kiem lãiɲ] To hold several positions at the same time.

kiêm nhiệm [kiem ɲiệm] Concurrently.

kiêm thôn [kiem θon] To annex.

kiêm toàn [kiem twàn] Complete ; perfect.

kiếm [kiếm] Sword. *Đeo kiếm* : To wear, carry, a sword. *Đánh kiếm* : To fight with the sword. *Rút kiếm ra* : To draw one's sword. *Lưỡi kiếm* : Sword-blade. *Cuộc đánh kiếm* : Sword-fight. *Nó ném cây kiếm gãy của nó xuống và lượm lên một cây khác* : He dashed down his broken sword and picked up another one.

kiếm To search for, look for (someone, something) ; to seek ; to find. *Đi kiếm người nào* : To go and seek someone. *Đi kiếm việc làm* : To seek employment. *Kiếm vật gì* : To try to find something. *Kiếm chỗ làm cho người nào* : To find a post for someone. *Người ta kiếm anh khắp nơi* : They are looking for you all over the place. *Nó rán kiếm một chỗ làm* : He endeavoured to procure employment. *Quyển sách này rất khó kiếm* : This book is difficult to procure.

kiếm ăn [kiếm awn] To earn, make, one's living ; to earn a livelihood, (of animal) to search for food.

kiếm cách [kiếm káik] To find a means, a way, to contrive, to manage (to do something). *Kiếm cách đề làm việc gì* : To cast about how to do something ; to contrive a means to do something ; to manage to do something. *Nó kiếm cách trốn thoát* : He cast about for means of escape. *Nếu tôi có thể kiếm được cách làm việc ấy* : If I can see how to manage it.

kiếm chác [kiếm cák] To make profit.

kiếm chồng [kiếm còŋ] To seek a husband, to angle for a husband.

kiếm chuyện [kiếm cwiện] To seek, pick, a quarrel with ; to bring about a quarrel intentionally ; to find or invent some cause, for beginning a quarrel. *Không phải tôi đã kiếm chuyện* : The quarrel was not, was none, of my seeking. *Kiếm chuyện với người*

K

nào vì việc chẳng ra gì : To pick a quarrel with someone over nothing.

kiềm cong [kiếm koŋ] Back-sword.

kiềm cớ [kiếm kɔ́] To find a pretext. *Kiếm cớ đề từ chối* : To find a pretext for refusing. for refusal.

kiềm củi [kiếm kủi] To gather sticks (for firewood).

kiềm cung [kiếm kuŋ] Sword and bow.

kiềm đạo [kiếm dạu] Fencing.

kiềm hiệp [kiếm hiệp] Knight-errant.

kiềm khách [kiếm xáik] See kiềm hiệp.

kiềm mồi [kiếm mồi] (Of lion, etc...) To go on the prowl.

kiềm thê [kiếm θế] See kiềm cách.

kiềm thuật [kiếm θwạt] Fencing ; the art of fighting with swords.

kiềm tiền [kiếm tièn] To find, raise, obtain, money ; to make money. *Tôi biết kiếm tiền nhưng tôi không biết giữ tiền* : I can make money but I cannot keep it.

kiềm việc [kiếm vịrk] To look for, seek, a situation ; to be after a job, to look for a job.

kiềm vợ [kiếm vợ] To seek a wife.

kiềm [kiếm] 1) Pincers, pliers.

2) (Ch) Alkali. *Thuộc về chất kiềm* : Alkaline. *Làm thành chất kiềm* : To alkalize.

kiềm càng cua [kiếm kàŋ kwɔ] Pincers.

kiềm chề [kiếm cế] To subdue, overcome, master (one's passions) ; to restrain, temper, check, moderate, hold back ; to bridle, to curb, to control, to govern ; to dominate. *Tự kiềm chế được* : To dominate one's passions. *Kiềm chế dục vọng* : To put bridle on one's passions, to command one's passions.

kiềm danh [kiếm zaịn] To sign.

kiềm hãm [kiếm hãm] To check.

kiềm hóa [kiếm hẃa] (Ch) To alkalinize.

kiềm nhỏ đinh [kiếm pỏ diŋ] Nail-claw, pincers.

kiềm tính [kiếm tíŋ] (Bot) Alkalinity.

kiềm tỏa [kiếm twả] To restrain, to bind.

kiềm [kiếm] To count, to control, to verify, to check.

kiềm Cheek. *Đào kiềm* : Rosy cheeks, (fig) pretty girl.

kiềm ba [kiếm ba] To detect.

kiềm duyệt [kiếm zwiệt] To censor (film etc...). *Ty kiềm duyệt*: The censorship. *Báo chí bị kiềm duyệt* : Papers under censorship. *Tin thất trận tuy bị kiềm duyệt nhưng nó vẫn được đồn đi* : The news of the defeat was censured but it soon got about.

kiềm điểm [kiếm điểm] To tally, count. *Sự kiềm điểm* : Census.

kiềm đốc [kiếm dók] To manage, to supervise.

kiềm giá [kiếm ɟá] Price control.

kiềm giá To control the prices.

kiềm học [kiếm hɔk] Primary school inspector.

kiềm khán [kiếm xán] To examine.

kiềm lâm [kiếm lɔm] *Sở kiềm lâm* : Forest-administration.

kiềm nhận [kiồm pạn] To endorse, to visa, to visé.

kiềm sát [kiềm ʃát] See kiềm soát.

kiềm soát [kiếm ʃwát] To control, to examine.

kiềm soát (sự) Control. *Dưới sự kiềm soát của chánh phủ* : Under government control. *Trường nầy có dưới quyền kiềm soát của Bộ giáo dục không ?* : Is this school under the control of the Department of Education ?.

kiềm soát kỹ nghệ [kiếm ʃwát kĭ pệ] Industrial control.

kiềm soát phẩm chất [kiềm ʃwát fɔ̀m cát] Quality control.

kiềm soát tiếp tế [kiềm ʃwát tiếp té] Supply control.

kiềm soát viên [kiềm ʃwát vien] Controller. *Kiềm soát viên không lưu* : Air traffic controller. *Kiềm soát viên phòng không* : Air defense controller.

kiềm thảo [kiếm θảu] To take stock

kiểm thị [kiểm θị] To examine, to inspect.

kiểm tra [kiểm tra] To control, to inspect, to examine ; to take a census. *Sự kiểm tra :* Census. *Giấy kiểm tra :* Census-paper.

kiệm [kiệm] *Tiết kiệm :* To economize, to save (money, time).

kiên chặp [kien cộp] Consistent, keeping to one's principles.

kiên chí [kien cí] Patient, persevering, constant.

kiên cỏ [kien kó] Solid, strong. *Thành kiên cố :* Strong fort.

kiên định [kien dịn] To be determined.

kiên gan [kien gan] Patient, persevering.

kiên khổ [kien xỏ] Patient of misfortune.

kiên nhẫn [kien ɲỏn] Persevering, constant, patient. *Sự, tánh kiên nhẫn :* Perseverance, constancy, patience.

kiên quyệt [kien kwiét] Determined, firm.

kiên tâm [kien tɔm] Patient. *Sự kiên tâm :* Patience.

kiên thú [kien θủ] To hold fast ; to hold one's ground.

kiên trí [kien trí] To hold strongly.

kiên trinh [kien trịn] Loyal, faithful.

kiên [kiến] (Ent) Ant. *Ổ kiến, tổ kiến :* Ant–hill, ant's nest. *Trứng kiến :* Ant-eggs, ants-eggs. *Kiến bò bụng :* Very hungry. *Kiến tha lâu đầy ổ (tổ) :* Little and often fill the purse ; little strikes fell great oaks ; many a little makes a mickle.

kiến 1) Glass. *Kiến an toàn :* Safety-glass. *Kiến để làm cửa sổ :* Window glass, sheet glass. *Hàng hóa chưng bày trong tủ kiến :* Articles shown under glass. *Kiến dễ bể (vỡ) :* Glass breaks easily.

2) Glasses, eyeglasses, spectacles. *Mang kiến, đeo kiến :* To wear glasses ; to put on one's spectacles. *Mặt kiến :* Spectacle-glass. *Bao kiến :* Spectacle-case. *Gọng kiến :* Spectacle-frame. *Không kiến, nó không thể đọc được :* He can't read without his glasses.

kiến ảnh [kiến ảiɲ] Photographic plate.

kiến cánh [kiến káiɲ] Winged ant, ant-fly.

kiến cận thị [kiến kạn θị] Near-sighted, short-sighted glasses.

kiến chiếu hậu [kiến ciếu hụu] Rear-view mirror, driving mirror.

kiến chính thị [kiến cíɲ θị] Anastigmat.

kiến chứng [kiến cứɲ] Eyewitness.

kiến dâm [kiến zam] Dark glasses.

kiến già [kiến ʑà] Presbyopic glasses, long-sighted glasses.

kiến giải [kiến ʑải] To comprehend ; understanding, comprehension.

kiến gọng vàng [kiến gọɲ vàɲ] Gold-rimmed spectacles.

kiến hiển vi [kiến hiển vi] Microscope. *Sự dùng đến kiến hiển vi :* Microscopy. *Kiến hiển vi lưỡng-thị :* Binocular miscroscope. *Có thể trông thấy bằng kiến hiển vi :* Visible under the microscope.

kiến hiệu [kiến hiệu] Effective, efficacious, effectual. *Sự kiến hiệu :* Effect, efficacy.

kiến lão [kiến lãu] See **kiến già**.

kiến lập [kiến lọp] To found, to establish, to erect, to build.

kiến lúp [kiến lúp] Magnifying glass.

kiến lửa [kiến lửɜ] Red ant.

kiến lưỡng năng [kiến lɯõ̆ɲ nauɲ] Biprism.

kiến mát [kiến mát] Dark glasses.

kiến một mắt [kiến mọt máɯt] Monocle.

kiến nghị [kiến ɲị] Motion. *Đưa ra một kiến nghị :* To propose, move, bring forward, a motion. *Đem biểu quyết một kiến nghị :* To put the motion. *Kiến nghị được chấp thuận :* The motion was carried. *Ủng hộ một kiến nghị :* To support for the motion, to support the motion. *Chống lại một kiến nghị :* To speak against the motion.

kiến quốc [kiến kwók] To found, build up, a state.

kiến râm [kiến rɜm] Dark glasses.

kiền siêu vi [kiến ʃieu vi] Ultramicroscope.

kiền soi hấu đấu [kiến ʃɔi hòu dòu] (Med) Laryngoscope.

kiền soi tai [kiến ʃɔi tai] (Med) Otoscope.

kiền tạo [kiến tạu] To build, to erect, to construct.

kiền thị [kiến θị] To visa.

kiền thị Seen, visé, visaed.

kiền thiềt [kiến θiết] To construct, to build.

kiền thủy [kiến θwi] To begin to build.

kiền thức [kiến θức] Knowledge, learning. *Kiến thức rộng* : Wide, extensive, knowledge. *Khoe khoang kiến thức của mình* : To air one's knowledge.

kiền thực thể [kiến θực θể] (Opt) Stereoscope.

kiền trắc tinh [kiến trắuk tịɲ] (Astr) Astrolabe.

kiền trúc [kiến trúk] To construct, to build, to erect. *Sự kiến trúc* : Construction, building. *Thuật kiến trúc* : Architecture. *Kiến trúc theo kiểu mẫu* : Constructed after model.

kiền trúc sư [kiến trúk ʃư] Architect.

kiền vạn hoa [kiến vạn hwa] Kaleidoscope.

kiền văn [kiến vặn] Experience ; knowledge, learning.

kiền viễn vọng [kiến viễn vọɲ] Telescope.

kiền xe [kiến ʃɛ] Carriage window.

kiện [kiện] Bale, parcel, package. *Kiện bông* : Bale of cotton. *Bưu kiện* : Parcelpost.

kiện [kiện] To sue ; to bring, enter, an action, to institute proceedings against (someone). *Vụ kiện* : Law-suit case. *Thầy kiện* : Lawyer. *Kiện người nào* : To sue someone at law ; to bring an action, a law-suit, against someone, to bring someone up before the court ; to proceed against someone. *Kiện về tội phỉ báng* : To sue for libel. *Kiện người nào đòi bồi thường thiệt hại* : To sue someone for damages ; to bring an

action for damages against someone. *Được kiện, thắng kiện* : To win, gain, one's case. *Thất kiện, thua kiện* : To lose one's case. *Hòa giải với nhau còn hơn đi kiện nhau* : To come to an agreement is better than going to law.

kiện bông [kiện boɲ] Bale of cotton.

kiện cáo [kiện káu] Lawsuit ; case, action.

kiện khang [kiện xaɲ] To be in good health.

kiện lực [kiện lực] Force.

kiện ngược [kiện ɲược] To countercharge.

kiện nhi [kiện ɲi] Strong man.

kiện nhỏ [kiện ɲỏ] Ballot, small bale.

kiện thưa (việc) [kiện θưa] Case, law-suit.

kiện toàn [kiện twàn] Healthy.

kiện tụng [kiện tụɲ] See kiện thưa.

kiện tướng [kiện twướɲ] 1) Strong general.

2) (Fb) Good player.

kiêng [kieɲ] To abstain from, to forbear, to eschew. *Kiêng rượu* : To forbear wine, to forbear to drink wine. *Ăn kiêng* : To be on a diet.

kiêng cữ [kieɲ kữ] Abstinence, forbearance.

kiêng dè [kieɲ zè] 1) To economize, to spare, to save.

2) To respect.

kiêng khem [kieɲ xɛm] See kiêng.

kiêng ky [kieɲ kị] See kiêng.

kiêng nề [kieɲ nề] To respect, to have regard and consideration for.

kiêng thịt [kieɲ θịt] To abstain from eating meat.

kiêng chân [kieɲ cơn] To stand on tiptoe.

kiếp [kiếp] Life, generation.

kiếp đoạt [kiếp dwạt] To take by force.

kiếp kiếp [kiếp kiếp] Three generations.

kiếp lược [kiếp lược] To pillage, to plunder, to despoil.

kiếp nầy [kiếp nèi] Present life.

kiếp sau [kiếp ʃau] After–life, future life, life after death, the beyond.

kiếp số [kiếp ʃó] Destiny, fate, lot.

kiếp trước [kiếp trɯ́rk] Past life, past generation.

kiệt [kiét] (Slang) Poor, penniless.

kiệt (Med) Dysentery.

kiệt ly [kiét lị] See kiệt.

kiệt xác [kiét sák] Very poor.

kiệt cầu [kiệt kɔ́u] Masterpiece.

kiệt cùng [kiệt kùŋ] Exhausted.

kiệt liệt [kiệt liệt] Illustrious, famous.

kiệt lực [kiệt lɯk] To be exhausted, to be at the end of one's tether.

kiệt quệ [kiệt kwẹ] Exhausted. *Làm kiệt quệ tài nguyên của một nước :* To drain the wealth of a country.

kiệt sức [kiệt ʃɯ́k] To be worn out. *Làm kiệt sức chống cự của địch quân :* To wear down the enemy's resistance. *Tôi đã kiệt sức rồi :* My strength was giving out. *Làm cho người nào kiệt sức :* To drain someone of his strength.

kiệt tác [kiệt ták] Masterpiece.

kiệt xuất [kiệt swɔ́t] Outstanding, out of the ordinary, out of the common; to rise above the crowd.

kiêu [kieu] Arrogant, proud, haughty.

kiêu binh [kieu biɲ] Proud soldiers.

kiêu căng [kieu kauŋ] Proud, haughty. *Tánh kiêu căng :* Pride, arrogance. *Làm bớt tánh kiêu căng của người nào :* To break someone's pride. *Bỏ tánh kiêu căng :* To lay aside one's arrogance.

kiêu dũng [kieu zũŋ] Brave, courageous

kiêu hãnh [kieu hãiɲ] Proud, haughty.

kiêu hùng [kieu hùŋ] Ardent and strong.

kiêu ngạo [kieu ŋạu] Arrogant, haughty, proud (in a bad sense). *Làm người nào sanh ra kiêu ngạo :* To inflate someone with pride. *Chỉ vì kiêu ngạo mà nàng từ chối :* It is just out of pride that she refuses.

kiêu xa [kieu sa] Proud and luxurious; showy, sumptuous.

kiều [kiều] 1) To excuse oneself.

2) To refuse, to decline.

kiều [kiều] (Not used alone) Bridge.

kiều bào [kiều bàu] Emigrant.

kiều cư [kiều kɯ] To live abroad.

kiều dân [kiều zən] Immigrant.

kiều diễm [kiều ziẽm] Charming, graceful.

kiều lộ [kiều lọ] Bridges and roads.

kiều mỹ [kiều mĩ] See kiều my.

kiều my [kiều mị] Beautiful.

kiều nhi [kiều ɲi] Beloved daughter.

kiều nữ [kiều nũ] See kiều nhi.

kiều nương [kiều nɯɯŋ] Beautiful girl.

kiều trang [kiều traŋ] To disguise oneself, to make up ; disguised, in disguise.

kiểu [kiểu] Model, pattern, design ; copy, sample. *Chiến hạm nhiều kiểu khác nhau :* Battleships of different designs. *Gởi vật gì để làm kiểu :* To send something as a sample.

kiểu cách [kiểu káik] To stand (up) on ceremony. *Sự kiểu cách :* Ceremony. *Không kiểu cách :* Without ceremony.

kiểu chính [kiểu cíɲ] To correct, to amend, to rectify. *Sự kiểu chính :* Correction, amendment.

kiểu đầu tiên [kiểu dɔ̀u tien] Prototype.

kiểu mẫu [kiểu mɔ̃u] Model, sample, copy, example, pattern, standard. *Đúng với kiểu mẫu :* Up to standard. *Kiến trúc theo kiểu mẫu :* Constructed after model. *Không đúng với kiểu mẫu :* Not to be up to pattern.

kiểu sao [kiểu ʃau] To choose, to select.

kiểu sức [kiểu ʃɯ́k] Artificial ; affected. *Văn chương kiểu sức :* Artificial, affected, style.

kiểu tinh bột [kiểu tiɲ bọt] Amyloid.

kiệu [kiệu] Palankeen, palanquin ; sedan chair ; litter.

kiệu *Nước kiệu của ngựa :* Trot. *Nước kiệu nhỏ :* Gentle trot. *Nước kiệu lớn :* Full trot. *Cho ngựa chạy nước kiệu :* To trot out a horse.

kim [kim] 1) Needle. *Nghề bán kim :*

Needle trade. *Xưởng làm kim* : Needle factory. *Nghề làm kim* : Needle-making. *Ống kim* : Needle-case. *Nhọn như mũi kim* : Needle-pointed. *Giống hình cây kim* : Needle-shaped. *Hộp đựng kim (hát máy)* : Needle-box. *Lỗ kim* : Eye of a needle. *Xỏ chỉ một cây kim* : To thread a needle. *Cây kim đâm vào tay tôi* : The needle stuck in my finger. *Mò kim đáy biển* : To look for a needle in a bundle of hay, in a haystack. *Kim chỉ tốc độ từ từ lên tới 80* : The speedometer needle crept up to 80.

2) Hand. *Kim chỉ giờ* : Hour-hand. *Kim chỉ giờ nhỏ hơn kim chỉ phút* : The hour-hand is smaller than the minute-hand.

3) Sting (of a bee, etc...).

kim 1) Metal. *Kỹ nghệ luyện kim* : The metal industries.

2) Gold. *Bạch kim* : Platinium.

kim Modern, present.

kim ba [kim ba] Moonlight.

kim bản vị [kim bản vị] Gold standard.

kim bảng [kim bảŋ] Golden paper in which are listed the names of successful examiners.

kim băng [kim bauŋ] Pin.

kim bằng [kim bàuŋ] Truth friend.

kim cầu học [kim kẩu họk] Metallography.

kim chi [kim ci] Gold branch.

kim chi ngọc diệp [kim ci ŋọk ziệp] Gold branches and jade leaves, (fig) children of noble family.

kim chỉ [kim cỉ] Needle and thread, needlework.

kim chỉ giây [kim cỉ ʒei] Centre-seconds hand (of watch).

kim chỉ giờ [kim cỉ ʒờ] Hour-hand.

kim chỉ nam [kim ci nam] Magnetic needle.

kim chỉ phút [kim cỉ fút] Minute-hand. *Kim chỉ giờ nhỏ hơn kim chỉ phút* : The hour-hand is smaller than the minute-hand.

kim chích [kim cik] Needle. *Kim chích*

---

dưới da : Hypodermic needle.

kim cổ [kim kỏ] The present and the past.

kim cương [kim kươŋ] Diamond. *Kim cương sắc đen* : Black diamond. *Người mài kim cương* : Diamond cutter. *Mỏ kim cương* : Diamond-mine. *Có kim cương* : Diamond-bearing, dia mond-yielding. *Tay đeo đầy kim cương* : Hands loaded with diamonds. *Kim cương thiệt* : Real diamond.

kim dài [kim zài] Minute-hand.

kiêm diệp [kim ziệp] Gold-leaf.

kim đan [kim dan] Knitting needle.

kim đan Ambrosia ; elixir of life.

kim đồng hồ [kim dòŋ hò] Hand of watch (clock).

kim gài cà vạt [kim gài kà vạt] Breast-pin, tie-pin, stick-pin.

kim găm [kim gaum] Pin. *Đầu kim găm* : Pin-head.

kim giờ [kim ʒờ] Hour-hand.

kim gút [kim gút] Pin. *Đầu kim gút* : Pin-head. *Đâm kim gút xuyên qua vật gì* : To stick a pin through something. *Yên lặng đến nỗi anh có thể nghe cây kim gút rớt xuống đất* : It was so quiet you might have heard a pin drop.

kim hậu [kim hậu] Henceforward, henceforth, from now on(wards) ; hereafter.

kim hóa học [kim hwa họk] Chemistry of metals.

kim hoàn [kim hwàn] *Thợ kim hoàn* : Goldsmith.

kim hôn [kim hon] Golden wedding. *Làm lễ kim hôn* : To celebrate one's golden wedding.

kim khâu [kim xâu] Sewing needle.

kim khí [kim xí] Metal. *Cái nầy làm bằng gỗ hay kim khí ?* : Is it made of wood or of metal ?.

kim khoáng [kim xwáŋ] Ore.

kim khố [kim xố] Treasure.

kim lai [kim lai] The present and the future.

kim liên [kim lien] Gold lotus bloom, (fig) heels of a beautiful girl.

kim loại [kim lwại] Metal. *Kim loại qui* : Precious metals, noble metals. *Có chứa kim loại* : Metal-bearing. *Giống như kim loại* : Metal-like. *Tác dụng của sức nóng đối với kim loại* : The effect of heat upon metals.

kim lục thạch [kim lục θạik] Chrysolite.

kim may [kim may] Sewing needle.

kim môn [kim mon] Golden door, (fig) noble family.

kim ngân [kim ŋən] Gold and silver.

kim ngân hoa [kim ŋən hwa] (Bot) Honeysuckle.

kim ngọc [kim ŋɔk] Gold and jade.

kim ngôn [kim ŋon] Golden words.

kim nhật [kim nạt] Today.

kim niên [kim nien] This year.

kim ô [kim o] Golden crow, (fig) sun.

kim phần [kim fən] (Bot) Pollen.

kim phong [kim fɔŋ] Autumn wind.

kim sét [kim ʃét] Rusty needle.

kim sinh [kim ʃiŋ] The present life.

kim tây [kim tei] Safety pin.

kim thạch [kim θạik] Gold and stone, (fig) durable thing.

kim thanh [kim θaiŋ] Metallic voice.

kim thế [kim θé] The present world.

kim thoa [kim θwa] Gold hairpin.

kim thời [kim θời] Present time.

kim thuộc [kim θwɔrk] Metal. *Thuộc về kim thuộc* : Metallic. *Có kim thuộc* : Metalliferous. *Giống kim thuộc* : Metalliform. *Kim thuộc học* : Metallography. *Thuộc về kim thuộc học* : Metallographic. *Bọc một lớp kim thuộc* : To metallize ; to cover, coat, a surface with metal. *Hàn kim thuộc* : To braze, to hard-solder.

kim thượng [kim θượŋ] His majesty.

kim tiến [kim tiền] Money.

kim tinh [kim tiŋ] (Astr) Venus.

kim toan diêm [kim twan ziem] (Ch) Aurate.

kim tuyền [kim twiền] Gold thread.

kim tự tháp [kim tụ θáp] Pyramid.

kim văn [kim vawn] Modern literature.

kìm [kìm] Pincers, pliers.

kín [kín] 1) Secret, confidential, private. *Hội kín* : Secret society. *Giữ kín việc gì* : To keep something secret. *Tin này phải được giữ kín* : This news must be kept secret. *Giữ kín một việc* : To keep a matter private.

2) Tight. *Đóng kín* : To close tight.

kín đáo [kín dáu] Secret, close. *Tin cậy vào sự kín đáo của người nào* : To rely on someone's secrecy.

kín hơi [kín hại] Air-tight.

kín miệng [kín mieŋ] Discreet.

kín mít [kín mít] 1) Tight. *Đóng kín mít* : To close tight. *(Cửa) Đóng kín mít* : (Of door) Shut tight, tight shut.

2) Tight, not leaky.

kinh [kiŋ] Prayer ; prayer-book, the Prayer-Book, the Book of Common Prayer ; the Bible. *Đọc kinh, cầu kinh* : To say one's prayers.

kinh Canal. *Đào kinh* : To canal, to canalize.

kinh bang [kiŋ baŋ] To govern the state. *Kinh bang tế thế* : To govern the state and to save the world.

kinh cầu nguyện [kiŋ kầu ŋwiện] Breviary.

kinh cụ [kiŋ kụ] To fear, to dread, to stand in awe of, be afraid of ; afraid, frightened.

kinh dị [kiŋ zị] Frightened.

kinh dinh [kiŋ ziŋ] See kinh doanh.

kinh doanh [kiŋ zwaiŋ] To carry on business. *Công việc kinh doanh* Business, undertaking. *Có tài kinh doanh* : To have a genius for business. *Bỏ vốn vào công việc kinh doanh* : To find the money for an undertaking.

kinh đào [kiŋ dàu] Canal.

kinh điển [kiŋ diển] Canon.

kinh đô [kiŋ do] Capital, capital city.

kinh độ [kiŋ dọ] (Geog) Longitude. *Kinh độ đông* : East longitude.

kinh động [kiŋ dọŋ] Afraid, frightened. *Làm kinh động* : To convulse.

kinh giá [kiṇ ʃá] Cost price, prime cost.

kinh giản [kiṇ ʃản] (Med) Epilepsy.

kinh giới [kiṇ ʃói] (Bot) Marjoram.

kinh hãi [kiṇ hãi] To be frightened.

kinh hoàng [kiṇ hwàŋ] Frightened, scared, terrified, consternated. *Gieo sự kinh hoàng cho người nào* : To strike someone with consternation, to cause great consternation to someone.

kinh hoảng [kiṇ hwảŋ] See kinh hoàng.

kinh hoặc [kiṇ hwạuk] To fear and to suspect.

kinh hồn [kiṇ hòn] Frightened out of one's wits.

kinh kệ [kiṇ kẹ] Prayers.

kinh khủng [kiṇ xủŋ] Frightened, scared, dire, dreadful, fearful.

kinh kỳ [kiṇ kì] Capital.

kinh kỳ (Physiol) Menses, periods, monthlies.

kinh lịch [kiṇ lịk] Experienced.

kinh luân [kiṇ lwən] To manage, to administer.

kinh luyện [kiṇ lwiẹn] Tested, tried.

kinh lý [kiṇ lí] To inspect. *Đi kinh lý* : To make a tour of inspection.

kinh mạch [kiṇ mạik] (Phisiol) Pulse.

kinh ngạc [kiṇ ŋạk] Stupefied, consternated, amazed, aghast, astounded ; taken aback. *Làm kinh ngạc* : To amaze, to astound, to astonish. *Sự kinh ngạc:* Stupefaction, consternation, amazement, astonishment. *Hết kinh ngạc* : To recover from one's amazement. *Há miệng vì kinh ngạc* : Mouth agape with astonishment. *Làm người nào hết sức kinh ngạc* : To take someone's breath away. *Mắt trợn lên vì kinh ngạc* : Eyes wide open with surprise.

kinh nghi [kiṇ ŋi] To fear and to suspect.

kinh nghiệm [kiṇ ŋiẹm] Experience. *Có nhiều kinh nghiệm* : To have much experience. *Nó kinh nghiệm về vấn đề ấy* : He has experience of these questions. *Có kinh nghiệm về việc gì* : To have experience of, in, something ; to

be experienced in something. *Người kinh nghiệm việc đời* : Man of the world. *Kinh nghiệm hơn học giỏi* : A burnt child dreads the fire. *Nó có kinh nghiệm việc đời* : He is a man of the world. *Nó không có chút kinh nghiệm nào về việc đời cả* : He knows nothing of the world. *Dạy khôn người có nhiều kinh nghiệm hơn mình* : To teach one's grandmother to suck eggs(to give advice to a person with more experience than oneself). *Đây là một cơ hội tốt cho hội bóng tròn Việt-Nam và Trung-Hoa học hỏi những kinh nghiệm lẫn nhau* : This is a good opportunity for the Vietnamese and Chinese soccer teams to learn experiences from each other.

kinh nghiệm Experienced. *Thiếu, chưa kinh nghiệm* : Unexperienced, unpractised, unskilled, callow. *Tài xế chưa kinh nghiệm* : Inexperienced driver.

kinh nghiệm luận [kiṇ ŋiẹm lwận] Empiricism.

kinh nguyệt [kiṇ ŋwiet] (Physiol) Menses, periods, monthlies. *Thuộc về kinh nguyệt:* Menstrual. *Chứng kinh nguyệt ra nhiều quá* : Menorrhagia. *Chứng kinh nguyệt không đều* : Dysmenorrhoea.

kinh niên [kiṇ nien] Chronic ; confirmed; lasting for a long time.

kinh phí [kiṇ fí] The Estimates ; expenditures.

kinh phong [kiṇ foŋ] (Med) Convulsion.

kinh quá [kiṇ kwá] To undergo.

kinh quốc [kiṇ kwók] To govern a state.

kinh sợ [kiṇ ʃợ] To dread, to fear ; to be afraid, frightened.

kinh sư [kiṇ ʃɯ] Capital.

kinh tâm [kiṇ təm] To mind; to pay attention to, pay heed to, take notice of.

kinh tế [kiṇ té] Economy. *Chính sách kinh tế của chánh phủ* : The government's economic policy.

kinh tế chỉ huy [kiṇ té ci hwi] Planned economy.

kinh tế chính sách [kiṇ té cíṇ ʃáik] Economic policy.

kinh tế chính trị [kiṇ té cíṇ trị] Political economy.

kinh tế học [kiɲ té hɔk] Economics, political economy. *Nhà kinh tế học:* Political economist. *Khi người ta bắt đầu nói về kinh tế học thì tôi không hiểu gì cả:* When people begin talking about economics, I'm out of my depth. *Chuyên môn về kinh tế học:* Expert in economics.

kinh tế khủng hoảng [kiɲ té xủɲ hwảɲ] Economical crisis.

kinh tế tự túc [kiɲ té tự túk] Self-sufficient economy, self-supporting economy.

Kinh thánh [kiɲ θáiɲ] The Bible.

kinh thành [kiɲ θàiɲ] Capital.

kinh thế [kiɲ θế] Experienced in life.

kinh thiên động địa [kiɲ θien dọɲ dịa] To convulse the world.

kinh thương [kiɲ θɯəɲ] To carry on business.

kinh thường [kiɲ θɯờɲ] Every day.

kinh tinh [kiɲ tiɲ] Fixed star.

kinh tởm [kiɲ tởm] To have horror.

kinh tuyến [kiɲ twién] Meridian. *Kinh tuyến gốc:* Zero meridian, first meridian. *Độ cao của một vì sao trên kinh tuyến:* Meridian altitude.

kinh viện [kiɲ viện] Scholastic. *Kinh viện triết học:* Scholasticism.

kính [kiɲ] To respect. *Cung kính:* Respectful, deferential. *Đáng kính:* Respectable.

kính See kiền.

kính ái [kíɲ ái] To respect and to love.

kính ảnh [kíɲ ảiɲ] Photographic plate.

kính biểu [kíɲ biểu] To offer respectfully.

kính cáo [kíɲ káu] To report respectfully.

kính cẩn [kíɲ kổn] Respectful, deferential.

kính chiếu hậu [kíɲ ciếu hộu] Driving mirror, rear-view mirror.

kính chúc [kíɲ cúk] To wish respectfully.

kính chuộng [kíɲ cuộɲ] To venerate, to reverence, to revere.

kính dâng [kíɲ zəɲ] To present respectfully.

kính đồng hồ [kíɲ dòɲ hồ] Watch glass.

kính hiển vi [kíɲ hiển vĩ] Microscope. *Kính hiển-vi phân-cực:* Polarizing microscope.

kính huỳnh quang [kíɲ hwìɲ kwaɲ] Fluoroscope.

kính lão [kíɲ lãu] To respect the aged.

kính mến [kíɲ mén] To esteem. *Sự, lòng kính mến:* Esteem. *Rất kính mến người nào:* To hold someone in high esteem.

kính mộ [kíɲ mộ] To revere and to admire.

kính mời [kíɲ mời] To invite respectfully.

kính nể [kíɲ nể] To have regard for, to have consideration for.

kính nhật nghiệm [kíɲ ɲọt ɲiệm] (Astr) Helioscope.

kính nhìn nổi [kíɲ ɲìn nổi] (Opt) Stereoscope.

kính phân cực [kíɲ fən kựk] (Opt) Analyser (of polariscope).

kính phục [kíɲ fụk] To admire. *Sự kính phục:* Admiration. *Tỏ lòng kính phục người nào:* To render homage to someone.

kính quang phổ [kíɲ kwaɲ fổ] (Opt) Spectroscope. *Kính quang phổ nhìn trực tiếp:* Direct-vision spectroscope.

kính râm [kíɲ rəm] Dark glasses.

kính siêu hiển vi [kiɲ ʃieu hiển vi] Ultramicroscope.

kính sợ [kíɲ ʃợ] To awe.

kinh tạ [kiɲ tạ] To thank respectfully.

kính tặng [kíɲ tặɲ] To offer respectfully.

kính tiềm-vọng [kíɲ tiềm vọɲ] Periscope.

kính thân [kíɲ θən] To respect one's parents.

kính thỉnh [kíɲ θỉɲ] To invite respectfully.

kính thờ [kíɲ θờ] To venerate.

kính thưa [kíɲ θɯə] To report respectfully.

kính tìm [kíɲ tìm] (Phys) Finder.

kính trắc tinh [kíɲ tráɯk tiɲ] (Astr) Astrolabe.

kính trắc viễn [kíɲ tráɯk viễn] Telemeter.

kính trình [kíɲ trìɲ] To report respectfully.

kính trọng [kíɲ trɔŋ] To respect, to venerate. *Đáng kính trọng* : Respectable. *Kính trọng người nào* : To look up to someone. *Mọi người đều kính trọng nó* : Everybody looks up to him. *Tôi kính trọng hắn tuy tôi không ưa hắn* : I respect him though I don't like him.

kính vạn hoa [kíɲ vạn hwa] Kaleidoscope.

kính vâng [kíɲ vəŋ] To obey respectfully.

kính vì [kíɲ vì] To show regard to.

kính viễn thị [kíɲ viễn θị] Hypermetropic glasses.

kính viễn vọng [kíɲ viễn vɔŋ] Telescope. *Thuộc về kính viễn vọng* : Telescopic. *Sao phải dùng kính viễn vọng mới thấy được* : Telescope stars.

kính viếng [kíɲ viéŋ] To pay one's respects to a dead person.

kính ý [kíɲ i] Respectful regards.

kính yêu [kíɲ ieu] To respect and to love.

kình [kìɲ] See **kình chồng**.

kình Whale.

kình càng [kìɲ kàŋ] Bulky.

kình chồng [kìɲ cóŋ] To compete, to contend.

kình địch [kìɲ địk] See **kình chồng**.

kình lạp [kìɲ lạp] (Ch) Spermaceti.

kíp [kíp] Urgent, pressing. *Không kíp thì chầy* : Sooner or later.

kíp nổ [kíp nổ] Detonator.

kịp [kịp] In time. *Bắt kịp, theo kịp, đuổi kịp người nào* : To overtake, to catch someone up ; to catch up on (with) someone ; to come up with someone.

kịp thời [kịp θòi] In time.

kịt [kịt] *Đen kịt* : Very black, very dark.

ký [kí] To sign. *Chữ ký* : Signature. *Ký một bản hợp đồng* : To sign a contract. *Ký tên vào một bức thơ* : To put one's signature to a letter. *Ký chữ thập* : To sign with a cross.

ký bạ [kí bạ] To register, to record.

ký chú [kí cú] To inscribe, to write down, to make a note of something.

ký cư [kí kɯ] To lodge temporarily.

ký danh [kí zaɲ] Nominal. *Ký danh chứng khoán* : Registered securities. *Ký danh cổ phần* : Nominal share.

ký giả [kí ʒả] Journalist, pressman, reporter, newsman.

ký hiệu [kí hiệu] Symbol, notation ; mark, sign.

ký ảo [kí ảu] Imaginary notation.

ký kết [kí két] To contract, to conclude (an agreement with someone).

ký lục [kí lụk] To copy, to transcribe, to record.

ký lục Secretary, clerk.

ký lực [kí lɯk] Memory, power of remembering.

ký mạng [kí mạŋ] To entrust one's life.

ký ngụ [kí ŋụ] To lodge temporarily.

ký nhận [kí ɲận] To acknowledge (receipt of something).

ký nhi viện [kí ɲi viện] Day nursery.

ký niệm [kí niệm] To remember.

ký-ninh [kí niɲ] Quinine.

ký phụ [kí fụ] Foster-father.

ký quỹ [kí kwĩ] To deposit security. *Tiền ký quỹ* : Earnest money.

ký sinh [kí ʃiɲ] Parasitic (plant).

ký sinh trùng [kí ʃiɲ trùŋ] Parasite. *Ký sinh trùng học* : Parasitology.

ký sự [kí sɯ] Chronicle.

ký táng [kí táŋ] To bury temporarily abroad.

ký tên [kí ten] To sign. *Ký tên vào một văn kiện* : To sign a document ; to put or set one's name to a document ; to set one's hand to a document. *Ký* tên vào một bức thơ : To put one's signature to a letter.

ký thác [kỉ θák] To trust, to entrust, to commit ; to confide. *Ký thác việc gì cho người nào :* To trust, entrust, someone with something. *Ký thác một chuyện bí mật cho người nào :* To confide a secret to someone.

ký thành sự thật [kỉ θàip ʃɯ θʐt] Accomplished fact.

ký thê thác tử [kỉ θe θák tɯ̉] To entrust one's wife and one's children o (someone).

ký thực [kỉ θɯk] To cadge, to live at someone's expense.

ký tính [kỉ típ] Memory.

ký túc [kỉ túk] To board.

ký túc sinh [kỉ túk ʃip] Boarder.

ký túc xá [kỉ túk sá] Dormitory. *Trường có ký túc xá :* Boarding–school.

ký ức [kỉ ɯ́k] Memory. *Ký ức chắc chắn :* Faithful memory.

ký vãng [kỉ vãŋ] Bygone.

kỳ [kỉ] 1) Term, period, epoch, fixed date. *(Đàn bà) Đến kỳ sanh đẻ, đến kỳ mãn nguyệt khai hoa :* (Of woman) To have reached her term. *Trả đúng kỳ :* To pay at fixed dates.
2) Instalment. *Trả từng kỳ :* To pay in, by, instalments. *Trả làm hai kỳ :* Payable in two instalments. *Truyện in ra từng kỳ :* A story that appears in instalments.

kỳ Flag, colours, banner. (See *cờ*).

kỳ Chess. (See *cờ*).

kỳ Extraordinary ; eccentric. *Hiếu kỳ :* Curious.

kỳ an [kỉ an] To pray for peace.

kỳ án [kỉ án] Extraordinary ease.

kỳ bãi trường [kỉ bãi trɯờŋ] Long vacation.

kỳ chiền [kỉ cién] To play (at) chess.

kỳ chính [kỉ cíp] Strange policy.

kỳ công [kỉ koŋ] Wonderful, marvellous, exploit.

kỳ cục [kỉ kụk] Funny, droll, odd, strange, grotesque, baroque. *Ý nghĩ kỳ cục :* A funny idea. *Rất kỳ cục là*

chúng ta lại gặp nhau cùng một chỗ : It seems odd that we should meet again in the same place.

kỳ cùng [kỉ kùŋ] To the end.

kỳ cựu [kỉ kụu] Old people.

kỳ dị [kỉ dị] Odd, strange, bizarre, fantastic(al).

kỳ diệu [kỉ zịeu] Marvellous, wonderful.

kỳ duyên [kỉ zwien] Strange coincidence.

kỳ dư [kỉ zɯ] Besides, thereto ; beyond.

kỳ đà [kỉ dà] (Rept) Iguana.

kỳ đài [kỉ dài] Flag-pole.

kỳ đảo [kỉ dảu] To pray.

kỳ đặc [kỉ dặuk] Original, extraordinary.

kỳ đức [kỉ dứk] Virtuous old man.

kỳ gian [kỉ ʃan] Space ; period of time.

kỳ hạm [kỉ hạm] Flagship.

kỳ hạn [kỉ hạn] Date, term, period. *Kỳ hạn chót :* Final term. *Kỳ hạn của một khế ước cho mướn :* Term of a lease. *Sự trả trước kỳ hạn :* Redemption before due date.

kỳ hẹn [kỉ hẹn] See **kỳ hạn**.

kỳ hiệu [kỉ hịeu] Signal flag, semaphore.

kỳ hình [kỉ hìp] Strange form.

kỳ kế [kỉ ké] Strange stratagem.

kỳ khôi [kỉ xoi] Extraordinary, strange, unusual.

kỳ khu [kỉ xu] Broken, uneven, rough (road).

kỳ lạ [kỉ lạ] Strange, extraordinary.

kỳ lão [kỉ lãu] Old people.

kỳ lân [kỉ lən] Unicorn.

kỳ lệ [kỉ lẹ] Very beautiful.

kỳ mưu [kỉ mɯu] See **kỳ kế**.

kỳ nghỉ hè [kỉ ŋỉ hè] Summer vacation.

kỳ ngộ [kỉ ŋọ] Chance meeting, unexpected meeting.

kỳ nhật [kỉ ŋʐt] Fixed date.

kỳ nho [kỉ ŋɔ] Old learned man.

kỳ nhông [kỉ ŋɔŋ] Chameleon.

kỳ phùng [kỉ fùŋ] Extraordinary meeting.

kỳ phùng địch thủ [kỉ fùŋ dịk θủ] Rivals of equal skill.

K

kỳ quái [kì kwái] Bizarre, strange, queer, peculiar, fantastic(al).

kỳ quan [kì kwan] Wonder, strange thing. *Bảy kỳ quan trên thế giới :* The seven wonders of the world.

kỳ quặc [kì kwặuk] Old, strange.

kỳ san [kì ʃan] Periodical publication.

kỳ sự [kì ʃự] Strange affair.

kỳ tài [kì tài] Extraordinary talent.

kỳ thánh [kì θáiɲ] Expert at chess.

kỳ thật [kì θật] In reality, really, actually, as a matter of fact.

kỳ thi [kì θi] Examination. *Kỳ thi tuyền:* Competitive examination. *Kỳ thi viết :* Written examination. *Kỳ thi vấn đáp :* Viva voce examination. *Một kỳ thi tuyền đề chọn mười lăm sinh viên năm thứ nhứt trường Quốc gia Bưu điện và Viễn thông sẽ tồ chức vào ngày 5 tháng sáu :* A competitive examination will be held June 5 to select 15 first-year students for the National Posts and Telecommunications School.

kỳ thị [kì θị] To discriminate, to distinguish. *Lên án chánh sách kỳ thị chủng tộc tại Hoa kỳ :* To condemn the policy of racial discrimination in the United States of America.

kỳ thiệt [kì θiệt] See **kỳ thật**.

kỳ thú [kì θú] Particularly interesting.

kỳ thuật [kì θwật] Strange method.

kỳ thúy [kì θwỉ] At the beginning, at the very start.

kỳ thực [kì θựk] See **kỳ thật**.

kỳ tích [kì tík] Exploit.

kỳ tuyệt [kì twiệt] Very strange.

kỳ ước [kì ứrk] To promise.

kỳ văn [kì vaɯn] Strange news.

kỳ vĩ [kì vĩ] Gigantic, colossal.

kỳ vọng [kì vọŋ] To hope, to desire.

kỳ yên [kì ien] To pray for peace.

kỳ cương [kì kɯəŋ] Rules, laws.

kỳ hà [kì hà] How much.

kỳ hà học [kì hà họk] Geometry.

kỳ luật [kì lwật] Discipline. *Kỳ luật sắt :* Iron discipline. *Có kỳ luật :* Disciplined. *Bắt người nào theo một*

kỳ luật nghiêm khắc : To bend someone to a strict discipline. *Bắt người nào theo kỳ luật :* To keep, bring someone under discipline. *Sự bất tuân kỳ luật :* Breach of discipline. *Bắt trẻ con tuân theo kỳ luật :* To put, keep, the children under discipline. *Binh sĩ có rất nhiều can đảm (rất can đảm) nhưng rất ít kỳ luật :* The soldiers had plenty of courage but very little discipline. *Anh nghĩ hiện nay kỳ luật hoặc tự do, cái nào cần hơn ? :* Which do you think is more necessary to day ; discipline or liberty ?. *Kỳ luật là linh hồn của quân đội :* Discipline is the soul of the army.

kỳ luật đi đường [kì lwật di dɯờŋ] Road discipline.

kỳ luật nhà binh [kì lwật ɲà biɲ] Military discipline. See **quân kỳ**.

kỳ luật nhà trường [kì lwật ɲà trɯờŋ] School discipline.

kỳ luật quân sự [kì lwật kwɔn ʃự] See **kỳ luật nhà binh**.

kỳ luật tác xạ [kì lwật ták sạ] Fire discipline.

kỳ lục [kì lụk] (Sp) Record. *Kỳ lục thế giới :* World record. *Phá kỳ lục :* To break, cut, beat, the record. *Nhiều kỳ lục bị phá ở Hội Thế Vận :* Several records were broken at the Olympic Games. *Kỳ lục chưa bị phá :* Unbeaten record, record still unbroken. *Giữ kỳ lục :* To hold a record. *Người giữ kỳ lục :* Record holder. *Kỳ lục chạy mau :* Speed record. *Hai kỳ lục bị phá :* Two records fell. *Lập một kỳ lục :* To achieve a record. *Sức sản xuất kỳ lục :* Record output.

kỳ nguyên [kì ŋwien] Era, epoch. *Kỳ nguyên Cơ-đốc :* The Christian era. *Mở một kỳ nguyên mới :* To mark, make, inaugurate, a new era (epoch).

kỳ niệm [kì niệm] To commemorate. *Đề kỳ niệm người nào, việc gì :* In remembrance of someone, of something. *Lễ kỳ niệm :* Commemoration. *Đài kỳ niệm :* Memorial (monument).

kỳ niệm Memory, remembrance, token of remembrance, keepsake, souvenir

Những kỷ niệm thời thơ ấu : Childhood memories. *Giữ mãi một kỷ niệm :* To keep a memory alive. *Nơi nhắc nhở những kỷ niệm xưa :* Spot that conjures up old memories. *Những kỷ niệm lúc nhỏ :* Early remembrances. *Một kỷ niệm thoáng qua trong trí nó :* A memory flitted across his mind. *Những kỷ niệm hãy còn nóng hổi :* Memories still green.

kỷ niệm bia [kì niệm biɔ] Cenotaph.

kỷ niệm đài [kì niệm dài] Memorial monument.

kỷ niệm tượng [kì niệm tɯɔ̀ŋ] Memorial statue.

kỷ sự [kì sɯ̀] Chronicle.

kỷ thuật [kì θwɔt] To narrate, to relate.

kỷ yếu [kì iếu] To record the important facts.

kỹ [kì] Carefully.

kỹ càng [kì kàŋ] Elaborate, thorough, careful, carefully, with great care.

kỹ lưỡng [kì lɯɔ̃ŋ] Carefully, thoroughly. *Chọn lời rất kỹ lưỡng :* To pick one's words carefully.

kỹ lưỡng Most immediate.

kỹ nghệ [kì ŋẹ] Industry, manufacture. *Những khu kỹ nghệ của một nước :* The industrial areas of a country. *Kỹ nghệ đang phát triển :* Industry in progressing.

kỹ nghệ dệt [kì ŋẹ zẹt] Textile industry.

kỹ nghệ gia [kì ŋẹ ʒa] Industrialist, manufacturer.

kỹ nghệ hóa [kì ŋẹ hwá] To industrialize. *Sự kỹ nghệ hóa :* Industrialization.

kỹ nghệ lạnh [kì ŋẹ lạiɲ] Refrigeration, refrigerating, industry.

kỹ nghệ nặng [kì ŋẹ nạɯ̀ŋ] Heavy industry.

kỹ nghệ nhẹ [kì ŋẹ ɲẹ] Light industry.

kỹ nữ [kì nữ] Prostitute.

kỹ sư [kì sɯ] Engineer.

kỹ sư canh nông [kì sɯ kaiɲ noŋ] Agricultural expert.

kỹ sư cầu cống [kì sɯ kầu kóŋ] Bridge and road engineer, civil engineer.

kỹ sư công chánh [kì sɯ koŋ cáiɲ] Public works engineer.

kỹ sư cơ khí [kì sɯ kɔ xí] Mechanical engineer.

kỹ sư điện [kì sɯ diện] Electrical engineer.

kỹ sư hầm mỏ [kì sɯ hầm mỏ] Mining engineer.

kỹ sư kiều lộ [kì sɯ kiều lọ] See kỹ sư cầu cống.

kỹ thuật [kì θwɔt] 1) Technique. *Kỹ thuật lái xe :* The technique of driving. *Thuộc về kỹ thuật :* Technical. *Kỹ thuật hoàn toàn :* Flawless technique. 2) Science. *Về nhu đạo, kỹ thuật quan trọng hơn sức mạnh :* In jiu-jitsu, science is more important than strength.

kỹ thuật chí [kì θwɔt ci] Technography. *Thuộc về kỹ thuật chí :* Technographic.

kỹ thuật gia [kì θwɔt ʒa] Technician, expert.

kỹ thuật học [kì θwɔt hɔk] Technics, technology. *Thuộc về kỹ thuật học :* Technological. *Nhà kỹ thuật học :* Technologist.

kỹ viện [kì viện] Brothel.

kỹ xảo [kì sảu] Skilled, skilful, adroit.

ky [kị] Anniversary of death.

ky To fear, to be afraid.

ky Great-great-grandfather, great-great-grandmother.

ky binh [kị biɲ] (Mil) Cavalry, horse. *Khinh kỵ binh :* Light cavalry. *Trọng kỵ binh :* Heavy cavalry. *Kỵ binh và bộ binh :* Cavalry and infantry, horse and foot.

ky hổ nan hạ [kị hổ nan hạ] To be on a tiger's back.

ky húy [kị hwí] To avoid.

ky khắc [kị xáɯk] Incompatible, disagreeing.

kỳ mã [kị mã] To ride a horse, to ride on horseback.

kỳ nhật [kị ŋʌt] Anniversary of death.

kỳ nhau [kị ɲau] Not to stand each other.

kỳ nóng [kị nɔ́p] To be kept in a cool place.

kỳ nước [kị nɯ́rk] (Med) Hydrophobic.

kỳ sĩ [kị ʃi] Cavalryman ; cavalier, horseman.

kỳ thê [kị θe] Jealous wife.

kỳ thúy [kị θwi] (Med) Hydrophobic.

kỳ tốt [kị tốt] See kỳ sĩ.

KH

kha khá [xa xá] Enough. *Nàng coi kha khá* : She is good-looking enough.

khá [xá] Enough ; rather, fairly, tolerably, passably. *Nàng khá đẹp* : She is rather pretty, passably good-looking. *Tôi hơi khá* : I am pretty well. *Càng ngày càng khá* : Better and better. *Nó bịnh nhưng bây giờ thì khá rồi* : He has been ill but is getting better now.

khá giả [xá ʒả] To be well off.

khá khá [xá xá] Enough, fair, passable, tolerable. *Một bữa ăn khá khá* : A tolerable lunch.

khá tốt [xá tót] Passable good.

khả [xả] (Not used alone) Possible, able, capable.

khả ái [xả ái] Lovable, lovely, nice, likable.

khả dĩ [xả zĩ] Capable, possible, susceptible.

khả kham [xả xam] Supportable.

khả kính [xả kíɲ] Respectable, venerable.

khả năng [xả naɯŋ] Ability, efficiency, capability, competence. *Tuy không có khả năng lắm nhưng nàng có nhiều hảo ý* : She is not very efficient, but she is ready.

khả nghi [xả ɲi] Doubtful, suspicious. *Có một người khả nghi rình trong bóng tối* : There is a suspicious man lurking in the shadows.

khả nhiên tính [xả ɲien tíɲ] Inflammability.

khả ố [xả ó] Detestable, damnable.

khả phục [xả fụk] Admirable.

khả quan [xả kwan] Good, favorable, satisfactory.

khả thụ [xả θụ] (Bot) Fertile.

khả tiếu [xả tiếu] Laughable, ridiculous.

khả vọng [xả vọŋ] That may be hoped for.

khác [xák] Other, another, otherwise, further. *Khoai tây và các thứ rau khác* : Potatoes and (some) other vegetables. *Tài sản của người khác* : Other people's property. *Tôi không còn bạn nào khác* : I have no other friend. *Không có người nào khác hơn nó biết việc ấy* : No one other than he knows it. *Còn những người khác đâu ?* : What about the others ?. *Tôi không còn cái nào khác* : I have no other. *Không có người nào khác hơn nó* : No other than he. *Tôi không thể nào làm khác hơn là* : I could not do other than, I could do no other than. *Hãy làm cho kẻ khác những gì chúng ta muốn kẻ ấy làm cho chúng ta* : Let us do unto others as we would be done by. *Một ngày khác* : Another day. *Khuyết điểm của những người khác* : The failings of others. *Ngoài nó ra còn nhiều người khác nữa* : There are others besides him. *Lấy cái tách nầy đi và đem cho tôi một cái khác* : Take this cup away and bring me another (one). *Nó không thể nào làm gì khác hơn là vâng lời* : He could not do otherwise, could no do any otherwise, could do no otherwise, than obey. *Anh có thể làm việc ấy bằng cách nầy hoặc cách khác :* You can do it either way. *Một lý lẽ khác nữa :* A further reason. *Lần khác, khi khác :* Another time. *Bằng cách nầy hay cách khác :* One way or another. *Hiện nay nó đã có vợ khác :* He now has another wife. *Đó là một chuyện khác :* That's quite a different matter, that is (quite) another matter. *Tôi thấy khác hẳn :* I feel another man. *Bất cứ người nào khác :* Anyone else, anybody else. *Anh còn việc gì khác để làm không ? :* Have you anything else to do ?.

khác To differ, to disagree. *Khác tuổi với người nào :* To differ from someone in age.

khác nhau [xák ɲau] Different, various, unlike, dissimilar. *Sự khác nhau :* Difference, disparity. *Sự khác nhau về tuổi tác :* Disparity of age, in age, in years. *Nhiều thứ khác nhau :* Various kinds. *Vi nhiều lý lẽ khác nhau :* For various reasons.

khác thường [xák θuờ̀ɳ] Extraordinary, unusual, out of the ordinary.

khạc [xạk] To spit (out) (saliva, blood), to expectorate, to hawk. *Khạc vật gì ra :* To spit something out, to cough out something. *Khạc vào mặt người nào :* To spit in someone's face, to spit at someone. *Khạc ra máu :* To cough up blood, to spit blood. *Đừng khạc nhổ trên xe buýt :* Don't spit in the bus.

khạc đờm [xạk dờ̀m] To hawk.

khạc nhổ [xạk nỏ] See khạc.

khách [xáik] Visitor, caller, guest. *Phòng khách :* Drawing-room, guest-room. *Khách ngoại quốc :* Foreign guest. *Tiếp khách :* To receive visitors. *Khách danh dự :* Honoured guest, guest of honour. *Tôi đã đích thân tiếp 300 khách trong một tuần :* I personally received 300 callers in one week. *Làm khách :* To stand on ceremony. *Đất khách :* Foreign land. *Hành khách :* Passenger. *Chúng tôi đang chờ khách đến :* We are expecting company. *Tất*

cả khách đều đến : The whole company has arrived. *Khách sạn không khách :* Hotel bare of guests. *Khách đều về hết :* The guests were all gone. *Tôi chắc chắn rằng hai người khách chỉ là một :* I am sure the two visitors are one. *Nó là một trong những người khách quen của tôi :* He is one of my frequent visitor.

khách bộ hành [xáik bọ hàiɲ] Foot-passenger.

khách dân [xáik zən] Foreigner.

khách địa [xáik dịə] Foreign land.

khách điếm [xáik diém] Hotel.

khách đường [xáik duờ̀ɳ] Drawing-room, guest-room.

khách hàng [xáik hàɳ] Customer, client (at a shop).

khách huyết [xáik hwiét] To cough up blood.

khách khí [xáik xi] Ceremony.

khách khứa [xáik xứə] Guests, visitors.

khách mời [xáik mời] Guest, invited guest.

khách ngụ [xáik ɳụ] Hotel.

khách qua đường [xáik kwa duờ̀ɳ] Passer-by, stranger.

khách quan [xáik kwan] Objective. *Thực tế khách quan :* Objective reality. *Tính khách quan :* Objectiveness, objectivity. *Làm thành khách quan :* To objectify.

khách quen [xáik kwɛn] Frequent visitor ; habitual guest.

khách sạn [xáik ʃạn] Hotel. *Khách sạn có thể chứa được năm trăm người :* The hotel can accommodate five hundred persons. *Khách sạn day mặt ra biển :* The hotel fronts the sea.

khách sáo [xáik ʃáu] Ceremonious. *Sự khách sáo :* Ceremony. *Không cần phải khách sáo giữa bạn với nhau :* There is no need for ceremony between friends.

khai [xai] To declare. *Khai tên những đồng lõa của mình :* To reveal, disclose, the names of one's accomplices. *Nó khai không thấy gì cả :* He declared that he had seen nothing. *Ông có gì khai không ? :* (Cust) Have you anything to declare, anything liable to duty ?. *Khai hàng hóa :* To manifest a cargo.

khai To smell of ammonia.

khai ân [xai ən] To do a favour.

khai báo [xai báu] To declare.

khai bút [xai bút] To write the first time on New Year's Day.

khai canh [xai kaiɲ] To clear land for cultivation, to bring land into cultivation.

khai chiến [xai ciến] To start the fight ; to come into action, to take up arms, to rise up in arms.

khai cơ [xai kə] To found an enterprise.

khai diễn [xai ziễn] To begin to perform.

khai đạo [xai dạu] To guide.

khai giảng [xai ʒảŋ] To begin to teach.

khai hấn [xai hốn] To start the fight.

khai hoa [xai hwa] 1) (Bot) To flower, to blown.

2) To bear, to bring forth, to give birth to.

khai hóa [xai hwa] To civilize. *Sự khai hóa :* Civilization, culture. *Chưa được khai hóa :* Uncivilized, barbarous.

khai hỏa [xai hwa] To open fire.

khai hoang [xai hwaŋ] To clear waste land.

khai hội [xai hội] To open a meeting.

khai huyệt [xai hwiệt] To dig the grave.

khai khẩn [xai xẩn] To clear waste land for cultivation. *Khai khẩn một miếng đất :* To bring land into cultivation.

khai khẩu [xai xẩu] To begin to speak.

khai khoáng [xai xwảŋ] To open up a mine.

khai lập phương [xai lập fwəŋ] (Math) To extract a cube root.

khai liệt [xai liệt] To enumerate.

khai lý lịch [xai lí lịk] To declare one's identification.

khai mạc [xai mạk] 1) To raise the curtain.

2) To open (a meeting); to begin to do something. *Bài diễn văn khai mạc :* Opening address, inaugural, inaugural address. *Lễ khai mạc :* Opening ceremony.

khai mỏ [xai mɔ̉] To mine. *Khai mỏ than đá :* To mine (for) coal.

khai mương [xai muɐŋ] To dig a ditch.

khai ngầy [xai ɲéi] To smell of ammonia.

khai nghiệp [xai ɲiệp] To found an enterprise.

khai nguyên [xai ŋwien] To mark an era.

khai nhãn [xai ɲãn] To open one's eyes.

khai niên [xai nien] New Year's Day.

khai phá [xai fá] 1) To discover, to find out, to detect.

2) To reclaim, to clear waste land.

khai phát [xai fát] To develop ; to educate, to instruct.

khai phóng [xai fɔ́ŋ] To emancipate.

khai phục [xai fụk] To reinstate.

khai phương [xai fwəŋ] (Math) To extract a root.

khai quật [xai kwạt] To exhume, to disinter (corpse). *Sự khai quật :* Exhumation, disinterment.

khai quốc [xai kwók] To found a nation.

khai sáng [xai ʃáŋ] To found.

khai sanh [xai ʃaiɲ] To declare a childbirth, to notify a birth. *Giấy khai sanh :* Birth certificate.

khai sơn [xai ʃən] To pierce a mountain.

khai tâm [xai təm] To initiate.

khai thác [xai θák] To exploit, to develop. *Có thể khai thác được :* Exploitable. *Sự khai thác :* Exploitation. *Khai thác tài nguyên thiên nhiên của một nước :* To exploit the natural resources of a country.

khai thích [xai θík] (Jur) To release, to free, to emancipate.

khai thiên tích địa [xai θien tík dịa] To create the world.

KH

khai thông [xai θoŋ] 1) To develop, to expand. *Khai thông đạo lộ* : To develop a road.

2) To remove obstructions from (something) ; to clear, free, (something) of obstructions ; to clear (pipe, etc . . .). *Thuốc khai thông* : Desobstruant.

khai thủ [xai θủ] To begin, to start.

khai thủy [xai θửi] See khai thủ.

khai tịch [xai tịk] To create.

khai tiêu [xai tieu] To spend, to expend.

khai triển [xai triển] (Math) To expand, (Geom) to develop. *Sự khai triển* : Development.

2) To enlarge, to develop.

khai trừ [xai trừ] 1) (Ecc) To excommunicate.

2) To purge, to exclude.

khai trương [kai trưэŋ] To open a business, to open a shop.

khai trường [xai trườŋ] The reopening of school, the beginning of term.

khai tuế [xai twế] New Year's Day.

khai tử [xai tử] To declare a death, to notify a death. *Giấy khai tử* : Death certificate.

khai vị [xai vị] Appetizing. *Đồ khai vị* : Appetizer.

khai xuân [xai swэn] The beginning of spring.

khái hận [xái hận] Angry, furious.

khái huyết [xái hwiét] To cough up blood.

khái huống [xái huốŋ] General situation.

khái luận [xái lwận] General discussion.

khái lược [xái lược] Summary, abstract ; in general.

khái niệm [xái niệm] Concept, conception, notion, general idea. *Thuộc về khái niệm* : Conceptional.

khái niệm luận [xái niệm lwận] Conceptualism. *Thuộc về khái niệm luận* : Conceptual.

khái nộ [xái nộ] Irritated angry.

khái phẫn [xái fẫn] See khái nộ.

khái quan [xái kwan] General situation.

khái quát [xái kwát] To generalize.

khái thuyết [xái θwiét] To explain summarily.

khái toán [xái twán] To calculate approximately.

khái tức [xái tứk] To lament, to complain.

khái tượng [xái tưэŋ] See khái niệm.

khái yếu [xái iếu] Conspectus.

khải bế [xải bế] To open and to shut.

khải ca [xải ka] Song of triumph.

khải cáo [xải káu] To report.

khải đạo [xải dạu] To open the way.

khải hành [xải hàiŋ] To set out, to start away, to start off, to start on one's way.

khải hoàn [xải hwàn] Triumphal return.

khải hoàn ca [xải hwàn ka] Song of triumph.

khải hoàn môn [xải hwàn mon] Triumphal arch.

khải minh [xải miŋ] 1) To expose clearly.

2) To lighten.

khải mông [xải moŋ] To develop intelligence.

khải phát [xải fát] To develop.

khải trí [xải trí] To develop intelligence.

khải triển [xải triển] See khải hoàn.

kham [xam] To endure, to suffer, to bear. *Không kham nổi* : Unendurable, unbearable.

kham khổ [xam xổ] Hard, austere. *Ăn nống kham khổ* : To be on short, commons. *Sống kham khổ* : To live in narrow circumstances.

khám [xám] 1) To search ; to make, conduct a search ; to examine. *Khám người nào* : To search someone ; to go through someone's pockets. *Khám rương (hòm) người nào* : To go through someone's trunk, to search someone's trunk. *Khám một chiếc tàu* : To search a ship. *Khám một cái nhà* : To search a house. *Chận và khám một chiếc tàu* : To stop and examine a ship.

2) To diagnose, to overhaul. *Khám một người bịnh* : To overhaul a patient, to

go over a patient. *Cho bác sĩ khám bịnh :* To get overhauled by a doctor.

khám Search. *Sự khám nhà :* Search of a house, house-search. *Quyền khám : (một chiếc tàu) :* Right for search.

khám Prison, gaol, jail.

khám bịnh [xám bịṇ] To examine a patient. *Phòng khám bịnh :* Consulting-room. *Sự khám bịnh :* Medical examination.

khám đường [xám dườɳ] Prison, jail.

khám nghiệm [xám ɳiệm] To examine.

khám nhà [xám ɲà] To search a house.

khám phá [xám fá] To discover, to find out (plot, etc...). *Sự khám phá :* Discovery.

khám sát [xám ʃát] See khám xét.

khám sức khỏe [xám ʃức xwẻ] Medical examination.

khám thương [xám θɯɔɳ] To examine a wound.

khám xét [xám ʃét] To examine, to search, to investigate.

khảm [xàm] To encrust, to inlay, to enchase. *Khảm xa cừ vào gỗ mun :* To encrust ebony with mother of pearl. *Bàn khảm ốc xa cừ :* Table inlaid with mother of pearl. *Sự khảm :* Crustation.

khảm khả [xảm xả] 1) Difficult. 2) Broken, uneven, rough.

khan [xan] Hoarse, husky, raucous. *Bị khan tiếng :* To be hoarse. *Giọng khan :* Raucous voice.

khan Rare, scarce.

khan (Ch) Anhydrous.

khan cổ [xan kỏ] See khan giọng.

khan giọng [xan ʒɔɳ] Husky voice.

khan hiếm [xan hiếm] Scarceness, scarcity, dearth.

khan nhà [xan ɲà] The housing shortage.

khan nước [xan nứrk] (Ch) Anhydrous.

khan tiền [xan tiền] To be scarce of money.

khan tiếng [xan tiếɳ] Husky voice. *Bị khan tiếng :* To be hoarse. *La khan tiếng :* To roar oneself hoarse. *Khan*

tiếng vì la :* To shriek oneself hoarse. *Nói đến khan tiếng :* To talk oneself hoarse.

khán [xán] To see, to look.

khán bịnh [xán bịṇ] To examine a patient.

khán đài [xán dài] Stand, grand stand.

khán giả [xán ʒả] Spectator, onlooker ; audience. *Có rất nhiều khán giả trong rạp hát :* There was a large audience at the theatre. *Vở kịch làm khán giả hồi hộp :* Play that grips the audience.

khán hộ [xán họ] To look after, to take care of, to care for.

khán hộ Male nurse, hospital nurse. *Nữ khán hộ :* Nurse.

khán quan [xán kwan] To see.

khàn [xàn] Raucous. *Giọng khàn :* Raucous voice.

khàn khàn [xàn xàn] Hoarse, husky. *Tiếng khàn khàn :* Husky voice.

khản [xản] To become hoarse.

khản cổ [xản kỏ] See khản tiếng.

khản tiếng [xản tiếɳ] Hoarse, husky, voice. *La đến khản cả tiếng :* To shout oneself hoarse.

khang an [xaɳ an] Gay and calm.

khang cường [xaɳ kɯờɳ] To be in good health ; vigourous, healthy.

khang kiện [xaɳ kiện] Healthy. *Khang kiện chứng thư :* Bill of health.

khang niên [xaɳ nien] Year of abundance.

khang ninh [xaɳ niṇ] To be in good health.

khang phú [xaɳ fú] Healthy and rich.

khang phục [xaɳ fụk] To recover, to get well again.

khang trang [xaɳ traɳ] Vast.

kháng [xáɳ] (Ch) Coercive (measure, force of magnet).

kháng (Not used alone) To resist ; to protest. *Phản kháng :* To protest.

kháng acid Antiacid, antacid.

kháng án [xáɳ án] (Jur) To appeal (to a court) against a decision.

kháng cáo [xáɳ káu] See kháng án.

K

kháng chiến [xáŋ ciến] To resist. *Sự kháng chiến* : Resistance. *Cựu kháng chiến* : Former resistance member.

kháng cự [xáŋ kɯ] To resist, to show fight, to offer resistance. *Không kháng cự* : To offer no resistance.

kháng địch [xán dịk] To struggle against the enemy.

kháng độc [xáŋ dọk] (Med) Antitoxic.

kháng độc tố [xáŋ dọk tố] (Med) Antitoxin.

kháng huyết tinh [xáŋ hwiết tịŋ] (Med) Antiserum.

kháng mệnh [xáŋ mẹiŋ] To oppose an order.

kháng nghị [xáŋ ŋị] 1) To protest. *Sự kháng nghị* : Protest. *Kháng nghị việc gì* : To make a protest against something.
2) To oppose an order.

kháng nghịch [xáŋ ŋịk] To struggle against the enemy.

kháng sinh [xáŋ ʃiŋ] Antibiotic.

kháng thể [xáŋ θể] (Physiol) Anti-body.

kháng tuyến [xáŋ twiến] Line of resistance. *Kháng-tuyến chính* : Main line of resistance.

kháng từ [xáŋ từ] Coercive. *Sức kháng từ* : Coercive force.

khảng khái [xảŋ xái] Brave, chivalrous.

khanh khách [xaiŋ xáik] See *cười khanh khách.*

khanh sát [xaiŋ ʃát] To bury alive.

khánh [xáiŋ] Musical stone.

khánh chúc [xáiŋ cúk] To congratulate.

khánh đản [xáiŋ dản] Birthday.

khánh điếu [xáiŋ diếu] Congratulations and condolences.

khánh hạ [xáiŋ hạ] To celebrate a happy event by throwing a banquet.

khánh kiệt [xáiŋ kiệt] All spent ; exhausted, quite used up.

khánh tận [xáiŋ tạn] Bankrupt. See **khánh kiệt.**

khánh thành [xáiŋ θàiŋ] To inaugurate (building etc...); to open (building, etc..) for public use. *Sự khánh thành* : Inauguration, opening.

khánh thọ [xáiŋ θọ] To congratulate on the occasion of a birthday.

khánh tiết [xáiŋ tiết] Ceremony, festival.

khảnh [xảiŋ] (Not used alone) Dainty, delicate.

khảnh ăn [xảiŋ awŋ] To be fastidious about one's food.

khao [xau] Hoarse, husky, raucous (voice).

khao To feast, to give a feast. *Khao được lên cấp bậc* : To wet one's stripes.

khao binh [xau biŋ] To feast after a battle.

khao khát [xau xát] To thirst for (after); to long for, to crave for, to covet, to aspire. *Khao khát việc gì* : To thirst, sigh, crave, after, for, something ; to long for something ; to aspire to, after, something ; to hanker after something, to hunger after, for, something ; to set one's mind on something. *Khao khát làm việc gì* : To thirst to do something. *Lòng khao khát* : Thirst, thirsting, desire, craving. *Lòng khao khát làm việc gì* : The thirst to do something.

khao khát Covetous, desirous, avid, eager for. *Cái nhìn khao khát* : Covetous glance, eager glance. *Khao khát vật gì, muốn làm việc gì* : To be desirous of something, of doing something. *Khao khát danh vọng* : Eager for, after, fame. *Khao khát làm việc gì* : To be eager to do something.

khao quân [xau kwən] See **khao binh.**

khao thưởng [xau θɯởŋ] To reward with a feast.

kháo [xáu] To spread.

khảo [xảu] (Not used alone) To examine, to test. *Giám khảo* : Examiner.

khảo To torture. *Ai khảo mà lại xưng* : Excuses always proceed from a guilty conscience.

khảo cổ [xảu kỏ] To study antiquities, ancient things (esp. old buildings, monuments and other remains).

khảo cổ học [xảu kỏ họk] Archaeology. *Nhà khảo cổ* : Archaeologist.

khảo của [xảu kwə] To torture to get money.

khảo cứu [xảu kứu] To study, to research.

khảo đả [xảu dả] To torture.

khảo giá [xảu zá] To inquire the price of (something).

khảo giáo [xảu záu] To examine and compare.

khảo hạch [xảu hạik] To test (a pupil in order to find out how much he knows).

khảo hạch (cuộc) Test. *Khảo hạch kiến thức tổng quát* : General educational development test.

khảo khoa [xảu xwa] Examination.

khảo nghiệm [xảu ŋiệm] To examine thoroughly.

khảo quan [xảu kwan] Examiner.

khảo sát [xảu ʃát] To examine. *Sự khảo sát* : Examination.

khảo thí [xảu θí] To examine. *Sự khảo thí* : Examination.

khảo xét [xảu ʃét] To examine thoroughly.

khạp [xạp] Large glazed earthenware jar. *Khạp nước* : Jug holding water.

khát [xát] To be thirsty. *Giải khát* : To have a drink. *Đồ giải khát* : Refreshments. *Uống cho đã khát* : To drink one's fill ; to drink to repletion ; to slake, quench, one's thirst. *Tôi khát quá* : I'm very thirsty, I'm dying for a drink. *Đã khát* : To slake one's thirst.

khát khao [xát xau] See khao khát.

khát máu [xát máu] Bloodthirsty, thirsting, thirsty, for blood ; to thirst for blood, to be a thirst for blood.

khát nước [xát nứrk] To be thirsty, to feel dry, to desire to drink.

khát vọng [xát vọŋ] To thirst for, after; to aspire, to long for.

kháu [xáu] Pretty (baby).

khay [xay] Tray. *Khay trà* : Tea tray, *Một khay đầy* : A trayful.

kháy [xáy] To hint.

khảy [xảy] To scrape with a fingernail.

khắc [xáɯk] To cut, to engrave; to carve (material, or design on material). *Khắc trên gỗ* : To engrave on wood. *Khắc*

trên cẩm thạch : To carve on, in, marble. *Đứa nhỏ khắc tên nó lên thân cây* : The boy carved his name on a tree.

khắc Quarter of an hour, short moment.

khắc bác [xáɯk bák] To flay, to fleece; to exploit, to plunder.

khắc bạc [xáɯk bạk] Unkind, hard.

khắc bia [xáɯk biə] To engrave on a stele.

khắc chế [xáɯk cé] To repress, to fight down.

khắc chữ [xáɯk cử] To engrave letters.

khắc cốt minh tâm [xáɯk kót miŋ tơm] To engrave on one's memory.

khắc đồng [xáɯk dòŋ] To engrave on copper. *Thuật khắc đồng* : Chalcography. *Thợ khắc đồng* : Chalcographer.

khắc hoạch [xáɯk hwạik] To engrave carefully.

khắc khoải [xáɯk xwải] Worried, anxious.

khắc khổ [xáɯk xổ] Harsh, austere. *Sống khắc khổ* : To live a hard life.

khắc kỳ [xáɯk kì] Fixed term.

khắc kỷ [xáɯk kỉ] Stoical. *Chủ nghĩa khắc kỷ* : Stoicism.

khắc lậu [xáɯk lạu] Clepsydra.

khắc nghiệt [xáɯk ŋiệt] Severe, stern, strict.

khắc phục [xáɯk fụk] 1) To control, to master, to overcome, to subdue. 5) To recapture a fallen area.

khăm [xaɯm] *Chơi khăm người nào* : To serve someone a trick, to play a trick on someone.

khăm khẳm [xaɯm xáɯm] Ill-smelling.

khẳm [xáɯm] Ill-smelling.

khẳm [xàɯm] Laden, loaded. *Tàu chở khẳm* : Fully laden ship, heavily laden ship.

khăn [xaɯn] Towel.

khăn áo [xaɯn áu] Clothes.

khăn ăn [xaɯn aɯn] Serviette, napkin.

khăn bàn [xaɯn bàn] 1) Table-cloth, table-cover.

a) Towel.

khăn bịt đầu [xaɯn bịt đầu] Kerchief.

khăn choàng cổ [xaɯn cwàɲ kổ] Scarf, muffler.

khăn chùi [xaɯn cùi] See khăn lau.

khăn đóng [xaɯn đóŋ] Turban. Có bịt khăn đóng : Turbaned.

khăn lau [xaɯn lau] Duster.

khăn lau chén [xaɯn lau cén] Dish-cloth.

khăn liệm [xaɯn liệm] Winding-sheet, grave-clothes.

khăn mặt [xaɯn mạɯt] Towel.

khăn mùi soa [xaɯn mùi ʃwa] Hand-kerchief. See khăn tay.

khăn ngang [xaɯn ŋaŋ] Mourning turban.

khăn quàng [xaɯn kwàŋ] Shawl, scarf.

khăn tàn ong [xaɯn tàn ɔŋ] Honey-comb towel.

khăn tay [xaɯn tay] Handkerchief. Khăn tay vấy máu : Blood-stained handkerchief. Chạy lên lầu lấy cho tôi một cái khăn tay : Nip upstairs and fetch me a handkerchief. Về khăn tay, tôi có rất nhiều : As for handkerchiefs, I have any amount. Lục trong túi để tìm khăn tay : To delve into one's pocket for one's handkerchief. Để khăn tay vào túi : To put one's hand-kerchief in one's pocket.

khăn tắm [xaɯn tắɯm] Bath towel.

khăn thánh [xaɯn θáiɲ] (Ecc) Corporal.

khăn trắng [xaɯn tráɯŋ] White tur-ban (to be in mourning for someone).

khăn vuông [xaɯn vuəŋ] Kerchief.

khăn xếp [xaɯn sếp] Turban.

khắn [xáɯn] To bind, to glue, to fasten, to stick. See gắn.

khản [xàɯn] Stunted.

khản [xàɯn] Churlish, grouchy, bad-tempered.

khăng [xaɯŋ] Cat (used in tipcat).

khăng khăng [xaɯŋ xaɯŋ] To persist, to cling to, to stick out for. Khăng khăng giữ ý kiến : To cling to an opinion. Khăng khăng đòi việc gì : To stick out for something.

khăng khăng Persistent, opiniated.

khăng khít [xaɯŋ xít] To be attached, devoted to. Khăng khít nhau : To cling together to one another. Chúng nó rất khăng khít nhau : They are very much bound up in each other.

khẳng khít [xáɯŋ xít] See khăng khít.

khẳng [xàɯŋ] Sealing-wax. Cây khẳng : Stick of sealing-wax. Đóng con dấu lên khẳng : To impress a seal upon (= on) wax.

khẳng niêm [xàɯŋ niem] See khẳng.

khẳng định [xàɯŋ địɲ] To affirm, to assert ; affirmative.

khẳng kheo (khiu) [xảɯŋ xɛu] Thin, skinny.

khắp [xáɯp] All over. Khắp thế giới : All over the world. Khắp mọi nơi : Everywhere. Khắp trong nước : Throughout the country. Các bạn của tôi ở rải rác khắp trong nước : My friends are spread all over the country.

khắp nơi [xáɯp nơi] Everywhere, on all sides, in every direction. Tìm người nào khắp nơi : To look everywhere for someone. Nước chảy vào khắp nơi : The water had got in everywhere. Nhà cửa mới đang được cất lên khắp nơi : New buildings are going up everywhere. Tìm vật gì khắp nơi : To hunt high and low for something, to look for something high and low, in every corner ; to look for something up and down. Địch gặp sự chống cự khắp nơi : The enemy met with opposition everywhere.

khắt khe [xáɯt xe] Austere, stern, severe, strict.

khắc [xák] Notch, nick.

khâm bái [xɔm bái] To salute respectfully.

khâm hầu [xɔm hầu] (Anat) Pharynx.

khâm kính [xɔm kíɲ] To respect, to venerate.

khâm liệm [xɔm liệm] To enshroud.

khâm mệnh [xɔm mệiɲ] Imperial order.

khâm phục [xɔm fụk] To admire. Sự khâm phục : Admiration.

khâm sùng [xɔm ʃùŋ] To honour.

khảm yếu [xəm iéu] Important strategic point.

khăn [xɔn] To pray.

khăn khứa [xɔn xứɔ] See **khăn**.

khăn vái [xɔn vái] To pray and to make obeisances. *Khấn vái lầm thầm :* To mumble a prayer.

khẩn [xɔn] Urgent, pressing. *Thượng khấn :* Most immediate, extremely urgent.

khẩn To clear land.

khẩn cấp [xɛn kóp] Urgent, pressing. *Trường hợp khần cấp :* Urgent case.

khẩn cầu [xɔn kɔu] To entreat, to implore. *Khần cầu người nào làm việc gì :* To entreat someone to do something. *Lời khần cầu :* Entreaty. *Cái nhìn khần cầu :* Look of entreaty.

khẩn đất [xɔn dót] To clear land.

khẩn hoang [xɔn hwaŋ] To clear waste land.

khẩn khoản [xɔn xwản] To insist.

khẩn phòng [xɔn fɔ̀ŋ] To take precautions against (something).

khẩn thiết [xɔn θiét] Sincere.

khẩn thinh [xɔn θiŋ] See **khẩn khoản**.

khẩn trương [xɔn truɔŋ] Tense. *Sự, tình trạng khần trương :* Tension, tenseness (of relations, etc...). *Tình thế khần trương :* Tense situation. *Tình thế bớt khần trương :* The situation has eased.

khẩn yếu [xɔn iéu] Urgent and important.

khắp [xóp] (Not used alone) To weep.

khập khểnh [xɔp xếiŋ] Rough, rugged, uneven.

khập khởi [xóp xɔ̉i] *Mừng khấp khởi :* Transported with delight, beside one-self with joy.

khập khểnh [xɔp xếiŋ] See **khập khiễg**.

khập khiễng [xɔp xiễŋ] *Đi khập khiễng :* To limp, to hobble, to cripple along.

khất [xót] To ask for a delay.

khất cái [xót kái] To beg.

khất nợ [xót nɔ̣] To ask for a delay to pay one's debts.

khất thải [xót θải] To ask for a loan.

khất thực [xót θṳk] To beg for food.

khật khùng [xʐt xừŋ] Silly, foolish, rather mad.

khâu [xɔu] To sew. *Máy khâu :* Sewing machine.

khâu Ring. *Khâu sắt :* Ferrule, thimble (of tool-handles, of walking-stick, etc.). *Khâu nhỏ :* Annulet, small ring.

khâu lược [xɔu lʊrk] To baste.

khâu sắt [xɔu ʃáɯt] Ferrule (placed on a stick or handle to make it stronger).

khâu vá [xɔu vá] Sewing, needlework.

khâu chiết [xɔ́u ciét] To deduct.

khâu đấu [xɔ́u dɔ̀u] To bow down to the ground.

khâu giảm [xɔ́u ʒảm] To diminish, to deduct.

khâu lưu [xɔ́u lɯu] To detain.

khâu môn [xɔ́u mon] To knock at the door.

khâu tạ [xɔ́u tạ] To bow one's thanks to (someone).

khâu tặc [xɔ́u tạɯk] Bandit.

khâu thủ [xɔ́u θủ] See **khâu đấu**.

khâu trừ [xɔ́u trừ] To deduct, abate, take off (sum from total). *Sự khấu trừ :* Deduction. *Khấu trừ 5 phần trăm tiền lương :* To deduct 5% from the wages.

khẩu [xɔ́u] Mouth. *Nhân khần :* Number of inhabitants of any place.

khẩu âm [xɔ́u əm] Voice.

khẩu bi [xɔ́u bi] Public opinion, public judgment.

khẩu cái [xɔ́u kái] Palate, roof of the mouth.

khẩu cầm [xɔ́u kɔ̀m] Harmonica, mouth-organ.

khẩu cung [xɔ́u kuŋ] Deposition.

khẩu đại bác [xɔ́u dại bák] (Mil) Cannon, gun. *Sáu liên thinh và ba khầu đại bác :* Six machine-guns and three cannon.

khẩu hiệu [xɔ́u hiệu] 1) Slogan.

2) Password, countersign, watchword.

khẩu khí [xɔu xi] Tone, manner of speaking.

khẩu kính [xɔu kiɲ] Diameter, caliber, calibre (of a gun, etc...).

khẩu lịnh [xɔu lịɲ] Password.

khẩu phần [xɔu fən] Ration. *Khẩu phần căn bản* : Basic ration.

khẩu phật tâm xà [xɔu fət təm sà] Good words but wicked heart (false appearance of fine speech).

khẩu phú [xɔu fú] Capitation.

khẩu tài [xɔu tài] Eloquence.

khẩu tâm như nhất [xɔu təm pɯ pót] Sincere.

khẩu thần [xɔu θən] Mouth and lips.

khẩu thí [xɔu θi] Oral, oral examination.

khẩu thị tâm phi [xɔu θị təm fi] Insincere.

khẩu thiệt [xɔu θiệt] Mouth and tongue; discussion.

khẩu truyền [xɔu trwièn] To transmit by mouth.

khẩu xà tâm phật [xɔu sà təm fệt] Barking dogs seldom bite.

khe [xɛ] Interstice, slit, chink.

khe cửa [xɛ kửa] Chink in a door.

khe hở [xɛ hɔ] Split, gap, crack, crevice. *Khe hở giữa răng bánh xe* : Gaps between the teeth of a pinion.

khe khắt [xɛ xắut] Austere, severe, strict, stern.

khe khẽ [xɛ xẽ] Softly, gently.

khe núi [xɛ núi] Mountain cleft.

khè [xè] *Vàng khè* : Very yellow.

khẽ [xẽ] Gently, without noise ; (to speak, sing) softly ; (to speak) gently.

khem [xɛm] *Kiêng khem* : To abstain from. *Ăn khem* : To be on a diet.

khen [xɛn] To congratulate, to compliment, to felicitate, to pay (someone) a compliment ; to praise, to laud, to commend. *Đáng khen* : Praiseworthy. *Khen người nào can đảm* : To commend someone for his bravery. *Khen người nào đã làm việc gì* : To congratulate, compliment someone on having done something. *Nó không ưa người ta khen*

nó : He loathes being praised. *Khen người nào quá sức* : To laud, praise, someone to the skies. *Lời khen* : Congratulation, compliment, praise.

khen chê [xɛn ce] To praise and to blame.

khen ngợi [xɛn ŋợi] To compliment, to felicitate, to congratulate, to praise. *Lời khen ngợi* : Compliment, felicitation, praise. *Khen ngợi người nào* : To pay a compliment to someone. *Khen ngợi người nào đã làm việc gì* : To congratulate someone on having done something. *Không tiếc lời khen ngợi* : To be profuse in one's praise.

kheo [xɛu] *Cà kheo* : Stilt.

khéo [xéu] Dexterous, skilful, clever. *Tài khéo làm việc gì* : Skill in doing something. *Thợ khéo* : Fine, skilled, clever workman.

khéo Be careful ! take care ! have a care !. *Khéo ngã* : Be careful ! you may fall down.

khéo chân (tay) [xéu cən] See **khéo tay.**

khéo léo [xéu léu] Skilled, deft, skilful, adroit, dexterous, clever ; tactful. *Không khéo léo* : Skilless. *Sự khéo léo* ; Skill, dexterity. *Khéo léo trong một nghề* : Clever at a trade. *Tỏ ra khéo léo* : To show tact.

khéo nói [xéu nói] Fine-spoken, good talker.

khéo tay [xéu tay] Handy, clever with the hands. *Một người khéo tay có thể làm bất cứ việc gì* : A handy man can turn his hand to anything.

khép [xép] 1) To shut, to close.

2) To condemn, to sentence. *Bị khép án tử hình* : To be sentenced to death.

khép cửa [xép kửa] To close the door.

khép nép [xép nép] Cringing ; subservient. *Vào, ra một cách khép nép* : To sidle in, out.

khép tội [xép tội] To charge (someone) with a crime.

khét [xét] (Of burning thing) To smell, (of rice) to be burnt. *Mùi khét* :

Burnt smell, smell of burning. *Tôi ngửi có mùi khét* : I could smell burning.

khét lẹt [xɛ́t lẹt] See **khét nghẹt**.

khét nghẹt [xɛ́t ŋẹt] Strong smell of burning.

khét tiếng [xɛ́t tiế̆ŋ] Famous, celebrated ; well known.

khê [xe] (Of rice) To be burnt. *Cơm khê* : Burnt rice. See **khét**.

khế [xé] (Bot) Carambola.

khế ước [xé ʉ́ɾ̆] Contract, agreement, bond. *Ký kết một khế ước với người nào* : To enter into, conclude, an agreement with someone.

khề khà [xè xà] To drawl (over one's drink).

khệ nệ [xẹ nẹ] To struggle with a heavy thing.

khênh [xeiŋ] See **khiểng**.

khểnh [xẻiŋ] *Khấp khềnh* : Rough, uneven.

khềnh [xềiŋ] Idle, unemployed. *Nằm khềnh* : To be idle.

khệnh khạng [xẹiŋ xặŋ] 1) Slowly. *Đi khệnh khạng* : To walk slowly (like an important person).

2) Conceited.

khêu [xeu] To extract, to raise.

khêu gợi [xeu gợi] 1) Sex-appeal, sexy.

2) Attractive, coquettish.

khêu gợi To excite, to arouse, to provoke.

khêu lửa [xeu lửa] To brisk up a fire.

khêu [xèu] To tease.

khi [xi] Time, case. *Nhiều khi* : At various times. *Đôi khi* : At times, sometimes. *Không khi nào* : At no time. *Khi thì... khi thì...* : At one time... at another time. *Khi cần* : In case of need. *Một đôi khi nó về trễ* : He is sometimes late.

khi When. *Khi tôi vào phòng* : When I entered the room. *Tôi sẽ nói với nó việc ấy khi tôi gặp nó* : I'll mention it to him when I see him. *Khi nó sắp chết* : When he was about to die. *Nói với anh có ích gì khi mà anh không*

muốn nghe tôi ? : What is the good of telling you when you won't listen to me ?.

khi To despise, to contemn, to misprize, to scorn ; to hold (someone) in contempt.

khi ấy [xi ɛ́i] Then, at that time, at the time. *Khi ấy anh làm gì ?* : What were you doing then, at that time ?.

khi cần [xi kờ̆n] In case of need.

khi dễ [xi zẽ] To despise, to misprize, to contemn.

khi khác [xi xák] Another time.

khi khu [xi xu] 1) Rough, uneven.

2) Hard, difficult.

khi mạn [xi mạn] To scorn, to despise, to contemn.

khi nào [xi nàu] When.

khi nãy [xi nãy] Just now, a few minutes ago.

khi phụ [xi fụ] To offend, to insult.

khi quân [xi kwɔn] Impolite to one's king. *Tội khi quân* : Lese-majesty.

khi tâm [xi tɔm] To deceive oneself.

khi trá [xi trá] False, deceitful.

khi trước [xi trʉ́ɾk] Formerly, before.

khí [xí] Gas. *Không khí* : Air ; atmosphere. *Dưỡng khí* : Oxygene. *Khinh khí* : Hydrogen. *Khí thắp đèn* : Lighting gas. *Khí ao đầm* : Marsh-gas.

khí A little ; enough. *Khí dài* : A little too long.

khí áp [xí áp] Atmospheric pressure, air-pressure.

khí áp biểu [xí áp biểu] Barometer.

khí-áp nghiệm [xí áp ŋiệm] Baroscope.

khí bào [xí bàu] Air-bladder, aerocyst.

khí cách [xí káik] Dignity.

khí cầu [xí kờ̆u] Balloon, air-balloon. *Khí cầu máy* : Airship, dirigible, dirigible balloon. *Khí cầu nhỏ* : Small balloon. *Khí cầu thả lỏng* : Free balloon.

khí cầu học [xí kờ̆u họk] Aerostatics.

khí chất [xí cɔ́t] Temper, disposition, temperament.

khí cốt [xí kót] Strength of character.

K

khí cơ [xỉ kə] Steam-engine.

khí cụ [xỉ kụ] Tool, instrument, implement, utensil.

khí cười [xỉ kɯời] Laughing gas.

khí điểm [xỉ diểm] Eagerness, ardour, fervour.

khí dụng [xỉ zụŋ] See khí cụ.

khí đạo [xỉ dạu] Respiratory tract.

khí địch [xỉ dík] Siren.

khí độc [xỉ dọk] Filthy gas.

khí động lực học [xỉ dọŋ lụk họk] Aerodynamics.

khí giới [xỉ ʃới] 1) Arm, weapon. Nước mắt của đàn bà có phải là khí giới không? : Are tears a woman's weapon ? Binh sĩ của ta có rất nhiều khí giới : Our soldiers had plenty of arms.

2) Tool, instrument.

khí giời [xỉ ʃời] Atmosphere.

khí hậu [xỉ hậu] Climate, weather. Khí hậu học : Climatology, climatography. Quan hệ về khí hậu, thuộc về khí hậu học : Climatological. Khí hậu không hạp (hợp) với nó : The climate disagrees with him. Khí hậu ở đây không hợp với tôi : This climate does not suit me. Khí hậu hại sức khỏe : Climate not good for the health.

khí hậu trị liệu [xỉ hậu trị liệu] Air-cure.

khí hóa [xỉ hwa] To evaporate.

khí huyết [xỉ hwiét] Blood.

khí kẽ [xỉ ké] (Ph) Aerometer, air-poise.

khí khá [xỉ xá] Passable.

khí khái [xỉ xái] Unyielding.

khí khó [xỉ xó] Difficult enough.

khí lạnh [xỉ lạịŋ] Cold air.

khí lực [xỉ lụk] 1) Strength.

2) Energy.

khí lượng [xỉ lɯợŋ] Magnanimity, generosity.

khí-lượng-kẽ [xỉ lɯợŋ ké] Gas-meter.

khí mát [xỉ mát] Cool, cool air.

khí ngạt [xỉ ŋạt] Asphyxiating gas.

khí nhiên kẽ [xỉ ɲien ké] (Ch) Eudiometer.

khí oa [xỉ wa] Boiler.

khí phách [xỉ fáik] Strong character.

khí phụ [xỉ fụ] Divorced woman.

khí quan [xỉ kwan] Organ. Thuộc về khí quan : Organic.

khí quản [xỉ kwản] (Anat) Trachea, windpipe ; air-passages. Thuộc về khí quản : Trachean. Bịnh sưng khí quản : Tracheitis. Bướu hơi khí quản : Tracheocele. Phép soi khí quản : Tracheoscopy. Thuật cắt khí quản : Tracheotomy.

khí quyền [xỉ kwiền] Atmosphere.

khí sắc [xỉ ʃáuk] Appearance, air, figure.

khí số [xỉ ʃó] Destiny, fate.

khí thắp đèn [xỉ θáup dèn] Lighting gas.

khí thê [xỉ θe] Divorced wife.

khí thể [xỉ θể] To die.

khí thể [xỉ θể] Gas.

khí thể học [xỉ θể họk] Aerology.

khí thể phân tích pháp [xỉ θể fən tík fáp] Atmolysis.

khí thũng [xỉ θũŋ] (Med) Emphysema. Mắc bệnh khí thũng : Emphysematous.

khí tiết [xỉ tiét] Strength of character.

khí tĩnh học [xỉ tịŋ họk] Aerostatics.

khí trời [xỉ trời] Atmosphere.

khí tượng [xỉ tɯợŋ] Meteor. Bản tin tức khí tượng : Weather report, weather forecast. Đài khí tượng : Weather – station.

khí tượng học [xỉ tɯợŋ họk] Meteorology. Nhà khí tượng học : Meteorologist. Thuộc về khí tượng học : Meteorogical.

khí tượng kẽ [xỉ tɯợŋ ké] Meteorograph.

khí vật [xỉ vật] Waste, refuse.

khỉ [xỉ] Monkey. Chuồng khỉ : Monkey-house. Khỉ không đuôi : Ape, tailess monkey.

khỉ cái [xỉ kái] Female monkey, she-monkey.

khỉ già [xỉ ʒà] Old monkey (insult addressed to old people).

khía [xia] Angle. Có khía : Angulate ; (Bot) crenate, crenated.

khía cạnh [xiɔ kạiɲ] Angle, aspect. *Vấn đề nầy đã được thảo luận dưới mọi khía cạnh* : This question has been discussed from every angle.

khía răng cưa [xiɔ rawŋ kɯɔ] Crenation.

khja [xjɔ] *Cà khja* : To pick a quarrel with (someone).

khích [xík] *Khuyến khích:* To encourage.

khích bác [xík bák] To criticize, to find fault with. *Khích bác người nào* : To make an attack upon someone.

khích động [xík dọŋ] To excite.

khích lệ [xík lẹ] To encourage, to enliven.

khiêm [xiem] Modest.

khiêm cung [xiem kuŋ] Modest and respectful.

khiêm nhã [xiem ɲã] Humble and courteous.

khiêm nhường [xiem ɲɯờŋ] Humble, modest ; unpresumptuous.

khiêm nhượng [xiem ɲɯợŋ]See khiêm nhường.

khiêm tồn [xiem tốn] Modest ; humble.

khiếm [xiém] (Not used alone) To owe, to be deficient.

khiếm an [xiém an] Indisposed, unwell.

khiếm diện [xiém ziện] Absent. *Tình trạng khiếm diện:*Default.*Xử khiếm diện:* To deliver judgment by default. *Đến trình diện với quan tòa sau khi bị án khiếm diện* : To surrender oneself to the law after being sentenced in one's absence.

khiếm điểm [xiém diểm] Fault, defect, deficiency, imperfection.

khiếm khuyết [xiém xwiét] Insufficient, deficient.

khiếm nhã [xiém ɲã] Uncivil, discourteous, rude, impolite, immodest.

khiếm phạp [xiém fạp] To be embarrassed for money.

khiếm trái [xiém trái] In debt.

khiên [xien] Buckler, shield.

khiên chế [xien cế] To subdue, to overcome, to master.

khiên chương [xien cɯɔŋ] Epaulet(te).

khiên diên [xién zien] To prolong ; to protract, to extend.

khiên liên [xien lien] Implicated, involved.

khiến [xién] To bid, to order. *Có ai khiến anh làm việc ấy đâu* : Nobody asked you to do that.

khiển muộn [xiển muọn] To divert, to relieve the tedium.

khiển sai [xiển ʃai] To command, to order.

khiển trách [xiển tráik] To blame, to reproach, to reprimand, to scold, to rebuke, to chide. *Lời khiển trách:* Blame, reprimand. *Đáng khiển trách* : To deserve blame, blamable, blameworthy. *Khiển trách người nào về việc gì:* To blame someone for something.*Không thể khiển trách được:* Beyond, above, reproach. *Khiển trách người nào đã làm việc gì* : To reproach someone for, with, doing something, for having done something. *Bị người nào khiển trách vì đã làm việc gì* : To be reprimanded by someone for having done something.

khiêng [xieŋ] (Of two or more persons) To carry (a heavy thing). *Nó khiêng cái thùng trên vai* : He was carrying a box on his shoulder.

khiếp [xiép] To tear, to dread, to be afraid.

khiếp đảm [xiép dảm] Scared, consternated, frightened out of one's wits. *Làm người nào khiếp đảm* : To strike someone with consternation, to cause great consternation to someone.

khiếp nhu [xiép ɲu] Shy, timid.

khiếp nhược [xiép ɲɯợk] Cowardly. *Người khiếp nhược* : A coward. *Các anh là những người khiếp nhược* : You are cowards.

khiếp nọa [xiép ɲwa] Lazy.

khiếp sợ [xiép ʃợ] To be frightened, to be afraid.

khiếp vía [xiép viɔ] To be terrified out of one's wits.

khiết bạch [xiét bạik] Pure and white; chaste.

khiết liêm [xiết liem] Uncorrupted.

khiết thành [xiết θàiɲ] Pure and sincere.

khiêu chiến [xieu ciến] To challenge, provoke, to a fight.

khiêu dâm [xieu zəm] Sexy, sex-appeal, suggestive, exciting or intended to excite sexual desire.

khiêu gợi [xieu gợi] See khêu gợi.

khiêu khích [xieu xík] To provoke, to arouse. Sự khiêu khích : Provocation.

khiêu vũ [xieu vũ] To dance. Nhạc khiêu vũ : Dance music. Cuộc khiêu vũ : Ball ; dancing-party. Phòng khiêu vũ : Dancing-hall, ball-room. Chúng nó tiếp tục khiêu vũ đến quá nửa đêm : They went on dancing till after midnight.

khiếu [xiếu] Gift, talent, bent, instinct. Có khiếu học tiếng ngoại quốc : To have a talent for foreign languages. Nàng có khiếu về may vá : She has a natural bent for sewing. Có khiếu về âm nhạc : To have an instinct for music, to have taste in music. Nó có khiếu về toán : He has a natural gift, a turn, for mathematics ; he has a bent on mathematics.

khiếu nại [xiếu nại] To complain.

khiếu nhận thức [xiếu ɲạn θức] Cognition.

khiếu oan [xiếu wan] To claim one's innocence.

khiếu thông minh [xiếu θoŋ miɲ] Intelligence.

khiếu tố [xiếu tố] To sue ; to bring, enter an action, to institute proceedings against (someone).

khín [xín] Ăn khín : To sponge on (someone).

khinh [xiɲ] To disdain, to scorn, to misprize, to despise, to hold (someone, something) in contempt. Những trẻ con hay nói dối và gian lận khi thi bị các bạn học của chúng khinh : Boys who tell lies and cheat at examinations are despised by their classmates.

khinh bạc [xiɲ bạk] Careless, thoughtless.

khinh bỉ [xiɲ bỉ] To despise, to mis-

prize, to disdain, to scorn. Tỏ vẻ khinh bỉ người nào : To show contempt for someone.

khinh binh [xiɲ biɲ] Rifleman.

khinh bộ binh [xiɲ bọ biɲ] Light infantry.

khinh cấm [xiɲ kấm] (Mil) Arrest without confinement.

khinh dễ [xiɲ zễ] To scorn, to disdain.

khinh hình [xiɲ hìɲ] Light punishment.

khinh hốt [xiɲ hốt] To make light of (something).

khinh khi [xiɲ xi] To despise, to contemn, to misprize, to scorn.

khinh khí [xiɲ xí] (Ch) Hydrogen. Bom khinh khí : Hydrogen bomb. Hơi khinh khí : Hydrogen gas.

khinh khí cầu [xiɲ xí kə̀u] Hydrogen balloon.

khinh khinh [xiɲ xiɲ] Disdainful, scornful.

khinh khoái [xiɲ xwái] Airy, agile ; easy.

khinh kỵ binh [xiɲ kị biɲ] Light cavalry.

khinh mạn [xiɲ mạn] To slight.

khinh miệt [xiɲ miệt] To scorn, to disdain, to despise. Khinh miệt người nào ra mặt, khinh miệt hẳn người nào : To treat someone with crushing contempt.

khinh phong [xiɲ foŋ] Light breeze.

khinh rẻ [xiɲ rẻ] To despise, to scorn, to disregard. Khinh rẻ người nào : To hold someone in contempt. Bị người nào khinh rẻ : To incur someone's contempt.

khinh suất [xiɲ ʃwất] Inattentive, thoughtless, unthinking.

khinh thạch [xiɲ θạik] Pumice-stone.

khinh thị [xiɲ θị] To despise, to disdain.

khinh thường [xiɲ θườŋ] To despise ; to feel contempt for. Khinh thường việc gì : Contemptuous of something to have a contempt for something Khinh thường pháp luật : In defianc of the law.

khinh tội [xiɲ tçi] Minor offence, trifling offence.

khinh trọng [xiɲ trɔŋ] Light and heavy ; worthless and valuable.

khinh tử [xiɲ tửi] To make light of death.

khinh ư hồng mao [xiɲ ɯ hồŋ mau] Light as a feather, very light.

khinh [xiɲ] *Khinh khỉnh* : Disdainful, scornful.

khít [xɪt] I) Tight ; close (texture) ; compact, serried, dense (ranks). *Răng khít* : Close-set teeth. *Giày vừa khít* : Tight shoes. *Lỗ mộng lắp không khít* : The mortise is not tight. *(Mắt) Nhắm khít lại* : Shut tight, tight shut. *Vải dệt khít* : Closely woven fabric. *Hàm răng khít* : Close-set teeth.

2) Close by, next to. *Ngồi, đứng khít nhau* : To sit, stand close together. *Nhà tôi ở khít bên nhà thờ* : My house is close to the church. *Dồn khít hàng lại, đứng khít hàng lại* : To close the ranks. *Hai nhà ở khít vách nhau* : The two houses adjoin. *Vừa khít với vật gì* : To fit exactly to something.

khít hàng [xɪt hàŋ] Close-ranked.

khít nhau [xɪt ɲau] (Of trees) Close-set.

khịt mũi [xɪt mũi] To snort, to sniff, to snuffle.

khiu [xiu] *Khẳng khiu* : Thin, skinny.

khiu [xɪu] See **khuỷu**.

kho [xɔ] Store, warehouse, storehouse, depository, (Mil) dump, depot. *Người coi kho* : Storeman, stock-keeper, storekeeper, warehouseman. *Hàng hóa trong kho* : Stock in hand, stock-in-trade. *Kho chứa bàn ghế* : Furniture depository. *Có sẵn vật gì trong kho* : To have something in stock.

kho [xɔ] To cook with brine.

kho bạc [xɔ bạk] Treasury.

kho cá [xɔ ká] To cook fish with fish sauce. *Cá kho* : Fish cooked with fish sauce.

kho hàng [xɔ hàŋ] Warehouse, storehouse.

kho lúa [xɔ lừə] Granary.

kho quân cụ [xɔ kwən kụ] Ordnance depot.

kho quân nhu [xɔ kwən ɲu] Quartermaster depot.

kho tàng [xɔ tàŋ] Treasure.

kho thóc [xɔ θ5k] See **kho lúa**.

kho vàng [xɔ vàŋ] Treasure. *Tình cờ tìm thấy một kho vàng* : To find a treasure by accident.

khó [x5] 1) Difficult, hard ; delicate. *Câu hỏi khó trả lời* : Question difficult to answer. *Công việc hơi khó* : Rather difficult work, work of some difficulty. *Lý luận khó theo* : Argument that is difficult, hard, to follow. *Vật phẩm khó bán* : Article that is hard to sell. *Câu hỏi khó* : Hard question, hard nut to crack. *Rất khó* : Beastly difficult, very difficult.

2) Difficult to get on with, hard to please, particular. *Nó ăn rất khó* : He is particular, fastidious, about his food. *Tánh khó* : Difficult temper.

3) Arduous.

khó bảo [x5 bảu] Indocile, disobedient, intractable, unmanageable.

khó biểu [x5 biểu] See **khó bảo**.

khó chịu [x5 cịu] 1) Unendurable ; intolerable (conduct) ; insufferable (person); uncomfortable ; painful. *Nghe nó nói thật khó chịu* : It is painful to hear him. *Gặp nó, tôi khó chịu lắm* : It pains me to see him. *Làm người nào khó chịu về chuyện gì* : To bother someone about something.

2) Indisposed, unwell, ill at ease. *Thấy khó chịu trong mình* : To come over funny, queer. *Tôi thấy khó chịu* : I feel very queer. *Cảm thấy khó chịu* : To have a sensation of discomfort.

khó coi [x5 kɔi] Shocking.

khó dạy [x5 zạy] Undisciplined, indocile, disobedient, intractable, unmanageable.

khó dò [x5 zɔ̀] Unfathomable, fathomless.

khó hiểu [x5 hiểu] Unintelligible, incomprehensible, difficult to understand, abstruse.

khó khăn [xɔ́ xaɯn] Difficult, hard, delicate. *Việc ấy không khó khăn gì cả* : There's nothing difficult in that. *Công việc khó khăn* : Hard work. *Trong tình thế khó khăn* : In trying circumstances. *Vấn đề khó khăn* : Delicate question.

khó khăn (sự) Difficulty. *Vượt qua nỗi khó khăn* : To surmount, get over, overcome, a difficulty. *Công việc của chúng ta đầy những khó khăn* : Our work bristles with difficulties. *Những khó khăn lúc ban đầu* : The initial difficulties. *Hình như có vài sự khó khăn* : There seems to be some difficulty. *Gây khó khăn cho người nào* : To create difficulties for someone, to put difficulties in someone's way. *Tôi đương đầu (gặp) rất nhiều khó khăn* : I am confronted by many difficulties. *Chúng tôi nhận thấy rằng việc tìm người ở rất khó khăn* : We find it very difficulty to get servants. *Những sự khó khăn có thể xảy ra* : Difficulties are liable to occur. *Gặp tình cảnh khó khăn* : To be in a quagmire, to be in a quandary.

khó lắm [xɔ́ láɯm] Very difficult.

khó lòng [xɔ́ lɔ̀ŋ] Difficult, hard.

khó nghe [xɔ́ ɲɛ] Difficult to hear.

khó nhọc [xɔ́ ɲɔk] Hard, laborious, toilsome, painful. *Sự khó nhọc* : Pain. *Công việc khó nhọc* : Hard work. *Chịu khó nhọc lắm* : To take great pains. *Làm khó nhọc cho người khác hưởng* : To pull the chestnuts out of the fire for someone. *Làm việc khó nhọc để nuôi gia đình* : To toil hard to maintain one's family. *Lên đồi một cách khó nhọc* : To toil up a hill.

khó ở [xɔ́ ɔ̉] Indisposed, unwell. *Nó nhức đầu và hơi khó ở* : He has a headache and is rather indisposed. *Sáng nay nó thấy hơi khó ở* : He feels rather poorly this morning.

khó sanh khéo [xɔ́ saiɲ xɛ́u] Necessity is the mother of invention.

khó tánh [xɔ́ táiɲ] Hard to please, particular, fastidious, cantankerous. *Đừng khó tánh quá mà* : Don't be too par-

ticular ; don't be so fastidious. *Người khó tánh* : Cranky individual.

khó thở [xɔ́ θɔ̉] To have difficulty in breathing.

khó tiêu [xɔ́ tieu] Indigestible.

khó tin [xɔ́ tin] Difficult to believe.

khó xử [xɔ́ sử] To be in a dilemma.

khò khè [xɔ̀ xɛ̀] *Thở khò khè* : To wheeze. *Tiếng khò khè trong cổ họng người sắp chết* : Death-rattle.

khò khò [xɔ̀ xɔ̀] *Ngáy khò khò* : To snore noisily.

khoa [xwa] Subject of study. *Y-khoa* : Medicine.

khoa Examination.

khoa bảng [xwa bảŋ] List of laureates.

khoa chân khoa tay [xwa cən xwa tay] To gesticulate.

khoa cử [xwa kử] Examination. *Chế độ khoa cử* : Examination system.

khoa đại [xwa đại] To brag, to boast.

khoa đầu tiền túc [xwa đầu tiền túk] Bare-headed and bare-footed.

khoa đẩu [xwa đẩu] Tadpole.

khoa học [xwa hɔk] Science. *Khoa học tinh xác* : The exact sciences. *Khoa học thực nghiệm* : The applied sciences. *Thuộc về khoa học* : Scientific. *Nhà khoa học* : Scientist. *Khoa học giúp chúng ta giải quyết những bí mật của tạo hóa* : Science helps us to solve the secrets of nature.

khoa hộ sanh [xwa hɔ ʃaiɲ] Obstetrics.

khoa tán [xwa tán] To praise, to commend, to laud.

khoa thí [xwa θí] Examination.

khoa trương [xwa trɯaŋ] To boast, to brag.

khoa trưởng [xwa trɯɔ̉ŋ] Dean (of faculty).

khoa tưởng [xwa tɯɔ̉ŋ] To praise and to encourage.

khóa [xwá] Lock ; padlock. *Khóa có lò xo* : Spring-lock. *Chìa khóa* : Key. *Ổng khóa an toàn* : Safety lock. *Chìa khóa mở được tất cả mọi khóa* : Passe partout, master-key, pass-key. *Lỗ* *khóa vào cửa* : To put a lock on a door. *Lỗ khóa* : Key-hole. *Khóa kỹ* : Under lock and key. *Đút chìa khóa vào lỗ khóa* : To put the key in the lock. *Thợ làm và sửa ống khóa* : Locksmith.

khóa 1) To lock, to fasten (a door, box, etc...) with a lock. *Tất cả rương nầy đều khóa* : All these trunks locked. *Khóa bỏ người nào trong phòng* : To lock someone in a room. *Anh đã khóa các cửa và cửa sổ chưa ?* : Have you fastened all the doors and windows ?. *Cửa đã khóa nhưng nó cũng vào được ở cửa sổ* : The door was locked but he got in through the window. *Cửa khóa nên chúng tôi không thể ra được* : The door was locked and we couldn't get out. *Nó khóa các bánh của chiếc xe lại sợ bị kẻ trộm lấy mất* : He locked the wheels of the car to prevent it from stolen. *Cửa không khóa* : The door is unlocked.

2) To turn off (water, gas).

khóa Session, term.

khóa an toàn [xwa an twàn] Safety lock.

khóa bản [xwa bản] Textbook.

khóa chữ [xwa cũ] Combination-lock.

khóa cửa [xwa kửɔ] To lock a door.

khóa dây nịt [xwa zei nịt] Belt buckle.

khóa hạc [xwa hạk] To die.

khóa học [xwa họk] Course.

khóa hòm [xwa hòm] To lock a trunk.

khóa mã [xwa mã] To ride a horse.

khóa mật mã [xwa mạt mã] Cipher key, coding key.

khóa miệng [xwa miẹŋ] To muzzle.

khóa nước [xwa nửrk] (Stop-)Cock, tap, faucet.

khóa nước To turn off, shut off, the water.

khóa sinh [xwa ʃiŋ] Graduate, scholar.

khóa sổ [xwa ʃổ] To close a list.

khóa tay [xwa tay] Handcuffs.

khóa trình [xwa trìŋ] Curriculum, course of study (in a school or university).

khóa văn [xwa vaɯn] Lesson.

khóa đạt [xwa dớt] To cover the surface of the ground, to level the ground.

khóa lấp [xwa lớp] To forget.

khóa nước [xwa nửrk] To clear the surface of the water.

khóa thân [xwa θơn] Naked, nude. *Thuyết, chủ nghĩa khỏa thân* : Nudism.

khỏa tử [xwa tử] (Bot) Gymnospermous.

khoác [xwák] (Not used alone) To put on. *Nàng khoác lấy cánh tay tôi* : She linked her arm in mine.

khoác *Nói khoác* : To boast, to brag. *Người nói khoác* : Boaster.

khoác áo [xwák áu] To put a coat over one's shoulders.

khoác lác [xwák lák] To brag, to boast. *Hay khoác lác* : Braggart.

khoác tay nhau [xwák tay ɲau] Arm in arm. *Đi khoác tay nhau* : To walk arm in arm.

khoai [xwai] (Bot) Batata ; sweet potato.

khoai lang [xwai laŋ] Sweet potato, batata, Spanish potato.

khoai mì [xwai mì] Manioc, cassava.

khoai môn [xwai mon] Taro.

khoai sọ [xwai ʃọ] Taro.

khoai tây [xwai tei] Potato. *Tán khoai tây* : To mash potatoes. *Khoai tây tán:* Mashed potatoes. *Khoai tây chiên :* Fried potatoes. *Bao đầy khoai tây* Sack bulging with potatoes.

khoái [xwái] Pleased, satisfied ; joyful, gay.

khoái cảm [xwái kảm] Pleasant feeling.

khoái chá [xwái cá] See khoái trá.

khoái chí [xwái cí] Satisfied, content, glad.

khoái hoạt [xwái hwạt] Comfortable, cosy, cheerful.

khoái khẩu [xwái xỏu] Pleasant to the taste.

khoái lạc [xwái lạk] Pleasure ; delight. *Khoái lạc nhục dục* : Sensual delight. *Chủ nghĩa khoái lạc* : Hedonism. *Những khoái lạc mà người ta không bao giờ chán* : Delights that never cloy.

khoái mắt [xwái mᴧɯt] Pleasant to the eye.

khoái tai [xwái tai] Pleasant to the ear.

khoái tâm [xwái təm] Pleased, content.

khoái trá [xwái trá] Content, satisfied.

khoái ý [xwái í] Satisfied.

khoải [xwải] Khắc khoải : Worried, anxious.

khoan [xwan] Drill, auger, borer, brace. Máy khoan : Drilling-machine, boring-machine. Cán khoan : Drill – holder. Khoan mũi vụm : Shell auger, spoon auger.

khoan To perforate ; to bore (through); to drill.

khoan ái [xwan ái] Philanthropic, merciful.

khoan bác [xwan bák] Generous ; magnanimous.

khoan dung [xwan zuŋ] Tolerant, lenient. Sự, lòng khoan dung : Tolerance, toleration, lenience, leniency. Lòng khoan dung của tôn giáo : Religious tolerance. Tỏ ra khoan dung : To show great tolerance.

khoan dung To tolerate.

khoan đã ! [xwan đã] Wait a minute !, just a minute !.

khoan đãi [xwan đãi]To treat generously.

khoan đại [xwan đại] Liberal, generous, large.

khoan hậu [xwan hậu] Liberal, generous.

khoan hoành [xwan hwàiŋ] See khoan đại.

khoan hoẳng [xwan hwẳɯŋ] Liberal.

khoan hồng [xwan hồŋ] Clement. Sự, lòng khoan hồng : Clemency.

khoan khoái [xwan xwái] Comfortable, cosy.

khoan lượng[xwan lɯợŋ]Magnanimous.

khoan thai [xwan θai] Slowly.

khoan thư [xwan θɯ] Leisured.

khoan thứ [xwan θứ] To forgive.

khoan từ [xwan từ]. Liberal and generous.

khoan xá [xwan sá] To remit, to forgive (sins).

khoán [xwán] Làm khoán : To do by the piece. Công việc làm khoán : Taskwork.

khoán cứ [xwán kứ] See khoán khế.

khoán khế [xwán xế] Contract, agreement.

khoán thư [xwán θɯ] See khoán khế.

khoản [xwản] Item ; article, clause, term.

khoản đãi [xwản đãi] To entertain.

khoản hoài [xwản hwài] Sincere.

khoản khách [xwản xáik] To feast one's guests.

khoản khoản [xwản xwản] (To go) Slowly.

khoản ngữ [xwản ŋũ] To open oneself, to open one's heart.

khoản tiếp [xwản tiếp] To welcome.

khoang [xwaiŋ] Hold (of boat).

khoang Ring.

khoáng chất [xwáŋ cất] Mineral.

khoáng chất học [xwáŋ cất hᴐk] Mineralogy.

khoáng chức [xwáŋ cứk]To be negligent of one's duties.

khoáng dã [xwáŋ zã] Vast field.

khoáng dật [xwáŋ zật] Leizured.

khoáng diễn [xwáŋ ziễn] Vast, immense.

khoáng đãng [xwáŋ đãŋ] Immense, vast.

khoáng đạt [xwáŋ đạt] Free.

khoáng địa [xwáŋ địə] Vacant land.

khoáng độ [xwáŋ độ] Magnanimous, generous.

khoáng hóa [xwáŋ hửa] To mineralize. Sự khoáng hóa : Mineralization. Chất khoáng hóa : Mineralizer. Có thể khoáng hóa : Mineralizable.

khoáng khiềm [xwáŋ xiếm] To fail in one's duty.

khoáng khóa [xwáŋ xửa] To play truant, to play (the) wag from school.

khoáng khoái [xwáŋ xwái] Unoccupied.

khoáng mạch [xwáŋ mạik] (Miner) Vein.

khoáng nguyên [xwáŋ ŋwien] See khoáng dã.

khoáng nhật [xwáŋ ɲət] To waste one's time.

khoáng phề [xwáŋ fé] To neglect, to take no care of.

khoáng phóng [xwáŋ fɔ́ŋ] Liberal, free.

khoáng sản [xwáŋ ʃản] Minerals.

khoáng thạch [xwáŋ θaik] Ore.

khoáng tuyến [xwáŋ twièn] Mineral spring.

khoáng vật [xwáŋ vət] Mineral. Khoáng vật học : Mineralogy. Nhà khoáng vật học : Mineralogist.

khoáng vật giới [xwáŋ vət ʒɔ́i] The mineral kingdom.

khoáng viễn [xwáŋ viễn] Distant, immense.

khoảng [xwảŋ] Interval, distance (between two things) ; space, compass, interval (of time). Cây mọc cách khoảng đều nhau dọc theo đường : Trees growing at regular intervals along the road. Trong khoảng một năm : In the space of a year ; within the space, course, compass, of a year. Khoảng rào kín : Enclosed space. Khoảng đất rộng : Vast extent of ground.

khoảng Vào khoảng : About, approximately. Ông ấy vào khoảng bốn chục tuổi : He is forty or so, or thereabouts ; he is about forty. Vào khoảng mười đồng : Something approaching ten piastres.

khoảng cách [xwảŋ káik] Distance, space. Khoảng cách của đường rày : Distance between rails. Khoảng cách giữa hai nơi : Distance from one place to another, between two places.

khoảng cách khít nhau [xwảŋ káik xík ɲau] Close interval.

khoảng cách thời gian [xwảŋ káik θời ʒan] Time distance.

khoảng cách yểm trợ [xwảŋ káik iểm trợ] Supporting distance.

khoảng khoát [xwảŋ xwát] Commodious. Căn nhà khoảng khoát : A commodious house.

khoảng không [xwảŋ xoŋ] Space, vacancy. Nhìn vào khoảng không : To stare, gaze, into vacancy.

khoảng rộng [xwảŋ rộŋ] Expanse, broad extent or area.

khoảng trống [xwảŋ trốŋ] Empty space, open space, vacant space, unoccupied space, blank space (on a page of a book or sheet of paper).

khoanh [xwaiɲ] Slice (of bread, etc...).

khoanh To coil, to curl.

khoanh tay [xwaiɲ tay] To fold one's arms ; with arms entwined. Đứng khoanh tay : To stand with arms folded. Khoanh tay trước ngực : To fold one's arms across one's breast.

khoanh tròn [xwaiɲ tròn] To coil, curl up. (Rắn) Khoanh tròn lại : (Of snake) To coil (itself) up.

khoảnh đất [xwảiɲ dốt] Piece of land.

khoảnh khắc [xwảiɲ xáɯk] Short space of time ; instant, moment, short moment.

khoát [xwát] Dứt khoát : (To settle a question) out of hand, once and for all.

khoát lược [xwát lɯrk] Summary.

khoăn [xwauɯn]-Băn khoăn : Worried, anxious, uneasy, disquiet.

khoăn khoái [xwauɯn xwái] Comfortable, cosy.

khoản [xwáɯn] Khỏe khoản : To be in good heath.

khoảng [xwảɯŋ] To stir, (Slang) to steal, to swipe.

khoắt [xwáɯt] See ngoắt.

khóc [xɔ́k] To weep, to shed tears, to cry (over, for). Tôi gần muốn khóc : I came near to crying. Khóc đòi vật gì : To cry for something. Mừng phát khóc : To cry for joy. Dở khóc, dở cười : Half crying half laughing. Làm người nào phát khóc : To bring tears to someone's eyes. Đứa bé khóc đòi thêm bánh : The boy was crying for some more cake.

khóc dai [xɔ́k zai] To cry long.

khóc lóc [xɔ́k lɔ́k] To cry, to weep.

khóc mướn [xɔ́k mɯɔ́n] *Người · khóc mướn* : Weeper, hired mourner at funeral.

khóc như mưa [xɔ́k ɲɯ mɯɔ] See khóc sướt mướt.

khóc nức nở [xɔ́k nɯ́k nɔ̉] To sob.

khóc oà [xɔ́k wà] To burst into tears.

khóc om sòm [xɔ́k om sɔ̀m] To blubber, to weep aloud, to cry or weep noisily.

khóc sụt sùi [xɔ́k sụt sùi] To weep.

khóc sướt mướt [xɔ́k sɯɔ́t mɯɔ́t] To weep or cry bitterly, copiously ; to cry one's eyes out. *Nàng khóc sướt mướt* : She was in a passion of tears, she was sobbing her heart out.

khóc than [xɔ́k θan] To bewail, to whine. *Khóc than số phận* : To bewail one's lot.

khóc thầm [xɔ́k θə̀m] To cry in silence, to weep silently.

khoe [xwɛ] To boast, to brag, to show off. *Nó khoe nó là người chơi bi da giỏi nhứt trong tỉnh* : He boasts that he is (boasts of being) the best billiard – player in the province. *Đeo (mang) đồng hồ vàng chỉ để khoe* : To wear a gold wrist-watch just for swank.

khoe danh [xwɛ zaɲ] To brag of one's honours ; to display.

khoe khoang [xwɛ xwaŋ] To boast, to brag, to show off. *Người hay khoe khoang* : Boaster, braggart, boastful person. *Nhiều người thích khoe khoang học thức của mình* : Some people like to make a display of their knowledge.

khoe mình [xwɛ mìɲ] To boast, to bounce.

khoe tài [xwɛ tài] To brag of one's ability, to show off one's ability, to boast of one's ability.

khóe [xwɛ́] Canthus, corner (of eyes). *Nói cạnh nói khóe* : To hint.

khỏe *Mánh khóe* : Trick, ruse.

khóe mắt [xwɛ́ mắt] Canthus, corner of the eye, angle of the eye.

khóe môi [xwɛ́ moi] Corner of the lips.

khỏe [xwɛ̉] Strong, in good health.

khỏe khoắn [xwɛ̉ xwắn] To be in good health.

khỏe mạnh [xwɛ̉ maɲ] Strong-bodied, vigorous, sound, healthy. *Thân thể khỏe mạnh* : Sound body. *Người khỏe mạnh* : Well-built man. *Cả hai mẹ con đều khỏe mạnh* : Mother and child are both doing very well.

khoen [xwɛn] Ring. *Khoen để treo màn* : Curtain-ring.

khoét [xwɛ́t] To pierce, to broach, to bore. *Khoét vật gì* : To bore through something. *Khoét cổ áo dài* : To slope (out) the neck of a dress. *Đục khoét tiền của người nào* : To squeeze, extort money out of someone.

khoét lỗ [xwɛ́t lỗ] To pierce, make, a hole. *Khoét một cái lỗ cho nước chảy ra* : To make a hole and let the water escape.

khói [xɔ́i] Smoke. *Bom khói* : Smoke-bomb. *Máy hút (trừ) khói* : Smoke-consumer. *Hút khói, trừ khói* : Smoke-consuming. *Trừ khói, trục khói* : Smoke-preventing. *Sanh khói* : Smoke-producing. *Ống khói* : Smoke - stack. *Lên khói* : To smoke, to emit smoke. *Nhiều khói, đầy khói, ám khói* : Smoky. *Không khói* : Smokeless. *Than không khói* : Smokeless coal. *Xông khói* : To fumigate. *Đèn nhiều khói* : Smoky lamp. *Trần ám khói* : Smoky ceiling. *Bột khói* : Smoke-black. *Những điều mơ tưởng của tôi tiêu tan theo mây khói* : My dreams end in smoke. *Không có lửa sao có khói* : There is no smoke without fire ; no smoke without fire ; no effect without cause. *Tôi nhìn khói bay lên* : I watched the ascending smoke. *Thổi khói vào mặt người nào* : To puff smoke into someone's face. *Khói làm xốn mắt* : The smoke makes the eyes smart. *Khói đặc làm tôi chảy nước mắt* : The thick smoke made my eyes water.

khói ám [xɔ́i ám] Smoky.

khói đèn [xɔ́i dèn] Lamp-smoke, lamp-black.

khói hiệu [xɔ́i hiệu] Signaling smoke.

khói lửa [xɔ́i lửɔ] War, warfare.

khỏi [xɔ̉i] *Trốn khỏi, thoát khỏi* : To escape. *Tránh khỏi* : To avoid. *Rời* *khỏi* : To leave. *Nó đi khỏi* : He is away. *Anh khỏi đến ga đón tôi* : Don't trouble to meet me at the station.

khỏi bịnh [xỏi bịɲ] To recover, to recover one's health ; to be cured, restored one's health.

khỏi nói [xỏi nói] That needs no saying.

khỏi sốt [xỏi ʃót] To get over, recover from, fever.

khỏi trả tiền [xỏi trả tièn] Free.

khom [xɔm] To bend, to bow. *Nó khom xuống nói với đứa bé* : He bent down to speak to a little boy.

khom khom [xɔm xɔm] Slightly bent.

khom lưng [xɔm lɯŋ] To curve one's back.

khom xuồng [xɔm suốŋ] To crouch (e. g. to avoid a blow or in order not to be seen).

khóm [xóm] Clump, cluster, tuft.

khòm lưng [xòm lɯŋ] To curve one's back.

khọm [xɔm] *Già khọm* : Worn-out, broken-down, with age.

khòng [xɔ̀ŋ] *Lỏng khỏng* : Slender, gracile.

khô [xo] Dry ; dried (raisins, etc). *Thấy khô cổ* : To be, feel, dry. *Khô lắm* : As dry as a chip, as a bone, a tinder. *Phơi khô* : To dry.

khô cốt [xo kốt] Dry bones.

khô đét [xo đét] Very dry, withered. *Cành cây khô đét* : Withered, sapless, branch. *Cánh tay khô đét* : Withered, wasted, arm.

khô héo [xo héu] Withered, faded.

khô héo To wither, to fade, to wilt. *Những sầu muộn làm khô héo tâm can nó* : Griefs have withered his heart.

khô khan [xo xan] (Of soil) Dry, arid, barren ; bald ; droughty.

khô khốc [xo xók] Very dry.

khô lâu [xo lɔu] Cranium.

khô mực [xo mụk] Dried cuttlefish.

khô queo [xo kwɛu] Dry, arid.

khô rang [xo raŋ] See khô queo.

khô ráo [xo ráu] Dry, arid.

khô rom [xo rɔm] Very dry.

khố [xó] Loin-cloth. *Đóng khố* : To wear a loin-cloth. *Kẻ khố rách áo ôm* : Ragged, destitute person.

khổ [xổ] Unhappy, wretched, miserable. *Khổ hơn nữa là chồng nàng lại chết* : On the back of that her husband died.

khổ Width (of a piece of material).

khổ chiếc [xổ círk] Single width. *Vải khổ chiếc hay khổ đôi ?* : Is the material single width or double width ?.

khổ chủ [xổ củ] Sufferer (from a disaster), victim (of robbery).

khổ công [xổ koŋ] To take great pains ; hard work.

khổ cực [xổ kụk] Miserable. *Sự khổ cực* : Hardship.

khổ dịch [xổ zịk] See khổ công.

khổ đôi [xổ doi] Double-width. *Vải khổ đôi* : Double-width cloth.

khổ hải [xổ hải] Sea of troubles.

khổ hạnh [xổ hạɲ] Ascetic ; austere. *Sống khổ hạnh* : To lead an austere life.

khổ hình [xổ hìɲ] Severe corporal punishment.

khổ huống [xổ huốŋ] Miserable situation.

khổ khắc [xổ xáwk] Harsh, austere.

khổ kiếp [xổ kiếp] Damnation.

khổ lý [xổ li] Heart-broken.

khổ mệnh [xổ mẹɲ] Unhappy destiny.

khổ nạn [xổ nạn] Calamity.

khổ não [xổ nãu] To be in anguish. *Sự khổ não* : Anguish.

khổ người [xổ ŋɯời] Stature, height (of person). *Khổ người cao lớn* : To be very tall. *Khổ người trung trung* : To be of middle height.

khổ nhục [xổ ɲụk] Severe bodily pain.

khổ sai [xổ ʃai] Hard labour, penal servitude. *Năm năm khổ sai* : Five years' penal servitude. *Hình khổ sai chung thân* : Penal servitude for life. *Bị kết án mười năm khổ sai* : To be sentenced to ten years' imprisonment with hard labour.

KH

khổ sở [xổ ʃɔ̌] Miserable, wretched, unhappy. *Không có ai khổ sở mãi:* Every dog has his day. *Cái chết của vợ nó làm nó rất khổ sở:* His wife's death has made him very unhappy. *Thấy nàng khổ sở như thế, tôi rất đau lòng:* To see her so unhappy is very painful to me.

khổ tâm [xổ təm] Broken-hearted, crushed by grief.

khốc [xốk] *Thảm khốc:* Tragic, terrible.

khốc hại [xók hại] Calamitous, disastrous.

khốc liệt [xók liệt] Fierce, violent, raging.

khôi dị [xoi zị] Extraordinary.

khôi hài [xoi hài] Humorous, comic, funny. *Lời khôi hài:* Jest, joke.

khôi hài To jest, to joke.

khôi hùng [xoi hùŋ] Tall and strong.

khôi kiệt [xoi kiệt] See **khôi hùng.**

khôi ngô [xoi ŋo] (Of a man) Handsome, good-looking.

khôi phục [xoi fụk] 1) To reconquer. 2) To restore.

khôi trần [xoi trần] Ash and dust.

khôi vĩ [xoi vĩ] Tall.

khối [xói] Bloc. *Khối cộng sản:* Communist bloc.

khối Block, mass, bulk. *Thước khối:* Cubic metre. *Vàng khối:* Massive gold.

khối Many, a lot of; to have plenty of. *Nó có khối tiền:* He is rolling in money.

khối bảy mặt [xói bảy mạɯt] Heptahedron.

khối cơ bẩm [xói kə bẩm] Breech-block.

khối lăng trụ [xói laɯŋ trụ] Prism.

khối nhiều mặt [xói niều mạɯk] Polyhedron.

khối óc [xói ɔ́k] Brain.

khối sáu mặt [xói ʃáu mạɯt] Hexahedron.

khối tám mặt [xói tám mạɯt] Octahedron.

khối thuốc nổ [xói θwórk nổ] Explosive charge.

khối tình [xói tịŋ] Love.

khôn [xon] Wise, sage.

khôn bì [xon bì] Incomparable.

khôn biết [xon biét] Difficult to know.

khôn cùng [xon kùŋ] Very poor, poor as a church mouse, as poor as Job.

khôn hỏn [xon hòn] Prudent, wise.

khôn kể [xon kẻ] Innumerable, numberless, countless.

khôn khéo [xon xéu] Cute, clever, diplomatic. *Phải một người khôn khéo mới làm được việc ấy:* It takes a clever man to do that. *Cách xử sự khôn khéo:* Tact and address. *Không khôn khéo:* To be wanting in tact.

khôn lanh [xon laiŋ] Cunning, sharp.

khôn lớn [xon lón] Adult.

khôn lường [xon lɯòŋ] Unsoundable.

khôn ngoan [xon ŋwan] Prudent, wise, judicious, sagacious, astute, diplomatic. *Trở nên khôn ngoan:* To get, grow, wiser. *Chính sách khôn ngoan:* A judicious policy. *Những hành động của nó chứng tỏ nó là một người khôn ngoan:* His actions stamp him as a wise man. *Hành động khôn ngoan:* To act wisely.

khôn ranh [xon raiŋ] Knowing, cute.

khôn thiêng [xon θiêŋ] (Of spirits) To have supernatural power.

khôn xiết [xon siét] *Đếm khôn xiết:* Numberless.

khốn [xón] Poor and miserable.

khốn ách [xón áik] Distress.

khốn bách [xón báik] To be in great want; to be badly off, hard up.

khốn cùng [xón kùŋ] Extremely poor.

khốn cực [xón kựk] Utterly miserable.

khốn đốn [xón dón] Difficult; to be in a very bad situation.

khốn khổ [xón xổ] Utterly miserable, wretched.

khốn kiệt [xon kiệt] See **khốn cùng.**

khốn nạn [xón nạn] Wretched, miserable.

khốn nỗi [xón nỗi] Unfortunately.

khốn quẫn [xón kwãn] To be badly off, hard up; to be in great want.

khốn quyện [xón kwiện] Very tired.

khốn thay [xón θay] Unfortunately.

không [xoŋ] No, not, nothing, without. *Nó không trả lời* : He made no reply. *Không có ý định gì để...* : To have no intention to... *Không người nào có thể làm được việc ấy một mình cả* : No one man could have done it. *Thơ không đề ngày* : Letter of no date. *Với vẻ không bằng lòng* : With no pleased air. *Tuyệt không, không có chút nào* : No such thing. *Cô ấy không đẹp chút nào cả.* : She is no beauty. *Dầu có phải là vua hay không, nó cũng không có quyền can thiệp vào* : King or no king, he has no right to interfere. *Không có cách nào làm cho nó vừa lòng được* : There is no pleasing him. *Không thể nào ra khỏi chỗ đó được, không thể nào thoát khỏi việc đó được* : There is no getting out of it. *Anh muốn vật ấy hay không ?* : Do you want it or no ?. *Tôi không giàu hơn nó* : I am no richer than he. *Nó không còn ở đây nữa* : He is no longer here. *Anh có thấy nó không ?* : Have you seen him ?. *Tôi trả lời không* : My answer is no. *Nó sẽ không đến* : He will not come. *Tôi không thể trả lời được* : I cannot answer. *Anh giận phải không ?* : You are angry, aren't you ?. *Tại sao không ?* : Why not ?. *Nó đến hay không tôi cũng không cần:* I don't care whether he comes or not, it is nothing to me whether he comes or not. *Tôi e rằng không* : I fear not. *Bài không thuộc* : Lesson not known. *Không có tội* : Not guilty. *Không đếm xỉa đến việc gì* : To make little account of something. *Tôi mong rằng không* : I hope not. *Nó nói không* : He says not. *Vì không muốn người ta thấy nên tôi kéo màn xuống* : Not wishing to be seen, I drew the curtain. *Không phải không có lý* : Not without reason. *Bà ấy không phải là mẹ của tôi mà là dì của tôi* : She is not my mother but my aunt. *Không có một con chó nào sủa nó cả* : Not a dog would bark at him. *Đã ba ngày tôi không ăn gì cả* : I ate nothing for three days. *Không có gì giản dị hơn nữa* : Nothing could be simpler.

Không biết gì hết : To know nothing, absolutely nothing, nothing about anything. *Không liều thì không được gì cả* : Nothing venture, nothing win. *Không có gì mới cả* : Nothing new. *Không còn chuyện gì đáng nói nữa* : There is nothing more to be said. *Tôi không có việc gì để làm* : I have nothing to do. *Việc ấy không dính dáng (ăn thua, quan hệ) gì đến anh* : That is nothing to do with you, that is nothing to you. *Không có cái gì đáng cười cả* : There is nothing to laugh at. *Nó không giống cha nó chút nào cả* : He has nothing of his father in him. *Anh cần dùng vật gì khác nữa không ?* : Do you require nothing else ?. *Không thể làm gì khác hơn nữa* : Nothing else could be done. *Nó chỉ đi vô đi ra, không làm việc gì cả* : He does nothing but go in and out. *Không quan tâm đến việc gì* : To make, think, nothing of something. *Kế hoạch không thành tựu* : The scheme has come to nothing. *Không một chút khó khăn nào cả* : Without any difficulty. *Không bao giờ hết* : Without end. *Không có bạn bè* : To be without friends. *Không có kết quả* : To come to naught. *Một việc như thế sẽ không bao giờ xảy ra nữa* : Such a thing will never happen again. *Tài sản không còn gì hết* : Fortune reduced to nought. *Không đếm xỉa đến lời khuyên* : To set advice at naught. *Tôi không dám nói với nó* : I dare not speak to him. *Tôi không thể hứa với anh việc ấy* : I cannot promise you that. *Tôi không biết nó đến không* : I don't know if he will come. *Đã sáu tháng rồi tôi không gặp nó* : It is now six months since I saw him ; I have not seen him for six months.

không [xoŋ] 1) Empty. *Chai không* : Empty bottle. *Tay không* : Empty-handed. *Đi về tay không* : To return empty-handed.

2) Bare. *Chân không* : Bare legs. *Đánh nhau bằng tay không (không mang găng)* : To fight with bare hands. *Khách sạn không khách* : Hotel bare of guests.

không Air. *Bay liệng trên không* : To float about in the air. *Bụi bay trên không* : Dust floats in the air.

không Nil. *Kết quả trận đấu là 3-0* : The result of the game was 3-0 (read «three nil» or «three nothing»).

không ai [xoŋ ai] Nobody. *Ai đó? Không ai cả* : Who is there ? nobody. *Không ai bị giết cả* : There's nobody killed. *Không ai đến gặp tôi cả* : Nobody came to meet me. *Không ai ở đó cả* : There was nobody there. *Không ai biết cả* : Nobody knows.

không ảnh [xoŋ àiŋ] Aerial photograph.

không ảnh nghiêng [xoŋ àiŋ ŋieŋ] Oblique aerial photograph.

không ảnh nổi [xoŋ àiŋ nổi] Overlapping aerial photograph.

không ảnh thẳng đứng [xoŋ àiŋ θảuŋ dứŋ] Vertical aerial photograph.

không ảo [xoŋ àu] Illusory, unreal.

không ăn thua [xoŋ auŋ θwə] To lead, come, to nothing. *Việc ấy không ăn thua gì đến anh* : That is nothing to you; that is nothing to do with you.

không ăn tiền [xoŋ auŋ tiền] For nothing, without payment. *Làm việc gì không ăn tiền* : To do something for nothing.

không bán [xoŋ bán] No sale.

không bao giờ [xoŋ bau ʒờ] Never, ever. *Tôi không bao giờ thức dậy trước tám giờ*: I never get up before eight o'clock. *Nó không bao giờ trở lại nữa* : He never came back. *Tôi không bao giờ nghĩ đến việc ấy* : I never thought of it, about it. *Nó không bao giờ nghĩ đến mẹ nó* : He never thinks of his mother. *Mặc dầu chúng tôi là bà con, nhưng tôi không bao giờ gặp nó* : Though we are relations I have never seen him. *Nó không bao giờ nghe những lời người ta nói với nó* : He never hears what is said to him. *Không bao giờ đi ngang qua đó mà tôi không nghĩ đến anh* : I never pass there but I think of you. *Một việc làm như thế không bao giờ xảy ra nữa* : Such a thing will never happen again. *Chúng*

tôi không bao giờ nghi ngờ sự thành công của anh cả : We never doubted of your success.

không bắt lửa [xoŋ bắut lửə] Non-inflammable, uninflammable, fire-proof.

không cảng [xoŋ kảŋ] Air-port, aerial station.

không cánh [xoŋ káiŋ] (Bot) Apetalous.

không cân xứng [xoŋ kən sứŋ] Asymmetric(al), unsymmetrical. *Tình trạng không cân xứng* : Asymmetry.

không cần [xoŋ cần] Unnecessary.

không cháy được [xoŋ cáy dược] Incombustible, uninflammable.

không chăm chỉ [xoŋ caum ci] Inattentive.

không chiến [xoŋ cién] Dogfight, a fight between aircraft.

không chú ý [xoŋ cú í] Inattentive.

không có chi [xoŋ kɔ́ ci] Don't mention it, you're welcome.

không có gì [xoŋ kɔ́ ʒì] There's nothing. *Không có gì cả* : Nothing at all. See **không có chi**.

không dám [xoŋ zám] Don't mention it.

không dám To dare not. *Nó không dám nói với tôi* : He dare not-daren't, speak to me. *Nó không dám cãi lại tôi* : He dared not contradict me ; he did not dare to contradict me. *Chúng nó không dám đến* : They dared not come, they did not dare to come. *Không ai dám đề nghị việc ấy cả* : No one dared to propose it.

không dãn được [xoŋ zãn dược] Inextensible, non-stretching.

không danh [xoŋ zaiŋ] Vainglory.

không dẫn điện [xoŋ zẫn diện] Non-conducting, non-conductive. *Vật không dẫn điện* : Non-conductor.

không dẫn nhiệt [xoŋ zẫn ɲiệt] Athermanous.

không dứt [xoŋ zứt] Endless, incessant, unceasing, ceaseless, never-ending, constant, continuous.

không đàm [xoŋ dàm] Idle talk, empty talk.

không đáng [xoŋ dáŋ] Unworthy.

không đâu [xoŋ dəu] Not at all.

không đầy [xoŋ dèi] In less than...
Không đầy một năm, Nả-phả-Luân mất hết tất cả những đất đai chiếm được :
In less than a year Napoleon lost all his acquisitions.

không để ý [xoŋ dẻ í] Inattentive.

không đồ [xoŋ dò] (Mil) Aeronautical chart.

không đối xứng [xoŋ dói súŋ] Asymmetric(al), unsymmetrical.

không-đội [xoŋ dọi] Aerial fleet.

không đủ sức [xoŋ dủ ʃúk] Incompetent (to do something). *Nó không đủ sức dạy tiếng Anh :* He is incompetent to teach English.

không đủ tài [xoŋ dủ tài] Incompetent. See **không đủ sức.**

không đừng được [xoŋ dùŋ dựːk] No to be able to hold oneself back.

không gian [xoŋ ʒan] Space. *Không gian vô hạn :* Infinite space. *Phi thuyền không gian :* Spacecraft.

không giới [xoŋ ʒói] Firmament, sky, vault of heaven.

không giựt (giật) lùi (hậu) [xoŋ ʒựt (ʒạt) lùi (hạu)] Recoilless (rifle).

không hạ [xoŋ hạ] Spare time.

không hóa hợp [xoŋ hwa họp] (Ch) Free.

không huyễn [xoŋ hwièn] Unreal, illusory.

không hư [xoŋ hư] Nothingness.

không kể [xoŋ kẻ] No counting, not including. *Ở đó có bốn chục người, không kể trẻ con :* There were forty people there, not counting the children.

không khi nào [xoŋ xi nàu] Never, ever. *Không khi nào nó làm được việc lớn cả :* He will never amount to much, he will never come to much. *Tôi không khi nào có cơ hội để gặp nó :* I never chanced to meet him.

không khí [xoŋ xi] Air, atmosphere. *Không khí trong sạch :* Pure air. *Không khí không qua được :* Air-tight. *Không có không khí :* Airless. *Áp lực không khí :* Atmospheric pressure. *Thuật nghiên cứu không khí :* Aeroscopy. *Điều*

kiện không khí rất quan trọng đối với các phi công : Atmospheric conditions are very important to flyers. *Tạo một không khí vui vẻ :* To create an atmosphere of cheerfulness. *Không khí khó thở :* Choky atmosphere. *Không khí không trong sạch của một thành phố lớn :* The impure air of a big city. *Một tiếng la xé không khí :* A cry rent the air.

không khí ép [xoŋ xi ɛ́p] See **không khí nén.**

không khí luận [xoŋ xi lwạn] Aerography. *Người nghiên cứu về không khí luận :* Aerographer.

không khí nén [xoŋ xi nén] Compressed air. *Chạy bằng không khí nén :* Driven by compressed air.

không khí trị liệu học [xoŋ xi trị liệu họk] (Med) Aerotherapy.

không khoáng [xoŋ xwáŋ] Empty; spacious, vast.

không khoát [xoŋ xwát] See **không khoáng.**

không không [xoŋ xoŋ] Sincere.

không-kích [xoŋ kík] Air-raid.

không láng [xoŋ láŋ] Mat.

không lấy tiền [xoŋ léi tiền] Gratis.

không lời [xoŋ lòi] Wordless.

không-lực [xoŋ lựk] Air force. *Không-lực chiến thuật :* Tactical air force.

không mạch lạc [xoŋ mạik lạk] Disconnected, incoherent.

không may [xoŋ may] Unfortunately.

không mất tiền [xoŋ mất tiền] Free.

không môn [xoŋ mon] Pagoda.

không nao [xoŋ nau] Unflinching.

không nên [xoŋ nen] *Nhiều điều thật không nên nói ra :* All truths will not bear telling.

không nghiệm [xoŋ ŋiệm] Inefficacious.

không ngờ [xoŋ ŋò] Accidental, casual, adventitious.

không ngớt [xoŋ ŋớt] Continual, incessant, constant, ceaseless, never-ending.

không ngừng [xoŋ ŋừŋ] Continuous.

không nhà [xoŋ ɲà] Homeless, having

no home. *Những kẻ không nhà :* The homeless.

không nhàn [xoŋ ɲàn] Unoccupied.

không nhúc nhích [xoŋ ɲúk ɲík] To stand still.

không những [xoŋ ɲũŋ] Not only.

không phai [xoŋ fai] Unfaded.

không-phận [xoŋ fʂn] Airspace. *Vi phạm không phận khu Phi quân sự :* To violate the airspace of the Demilitarized zone.

không phúc [xoŋ fúk] Empty stomach.

không-quân [xoŋ kwɔn] Air force. *Không-quân Việt-Nam :* Viet-Nam air force.

không quen [xoŋ kwɛn] 1) Unused, unaccustomed. *Không quen làm việc gì:* Unaccustomed to doing something. 2) Unacquainted. *Không quen biết người nào :* To be unacquainted with someone.

không sao [xoŋ ʃau] Don't mention it, you're welcome.

không-sát [xoŋ ʃát] Aerial observation.

không sắc [xoŋ ʃáưt] Achromatous, achromous.

không sét [xoŋ ʃét] Unoxidable, rustproof.

không tan [xoŋ tan] Indissoluble.

không tản [xoŋ tản] Air evacuation.

không tập [xoŋ tʂp] Air strike, air attack.

không tên [xoŋ ten] Anonymous, having no name.

không thám [xoŋ θám] Air reconnaissance.

không thấy [xoŋ θéi] No to see. *Nó làm bộ không thấy :* He pretended not to see.

không thể [xɔŋ θể] Impossible ; unable. *Tôi không thể nào làm khác hơn được :* It would be impossible for me to do otherwise. *Chúng tôi không thể giúp anh được :* We are unable to help you. *Những điều kiện mà chúng tôi không thể nhận được :* Conditions unaccepted to us. *Luật nầy không thể áp dụng với trường hợp nầy được :* This rule is inapplicable to this case. *Gần như*

không thể được : All but impossible. *Không thể quên được :* Never to be forgotten.

không thể đồng hóa được [xoŋ θể dòŋ hwa dựrk] Inassimilable.

không thể nghe được [xoŋ θể ŋe dựrk] Inaudible.

không thích đáng [xoŋ θík dáŋ] Inappropriate ; inapt.

không thích hợp [xoŋ θík hʂp] Inappropriate ; incompatible, inconsistent.

không thời hạn [xoŋ θòi hạn] Sine die.

không thủ [xoŋ θủ] Empty hand.

không tiến tức là lùi [xoŋ tién túk là lùi] There is no standing still.

không tiền [xoŋ tièn] Without precedent.

không tiền bảo chứng [xoŋ tièn bảu cứʼŋ] «No effects» (written on a cheque for which there is no money in the bank).

không tiền khoáng hậu [xoŋ tièn xwáŋ hʂu] Unprecedent, unique.

không tiền tuyệt hậu [xoŋ tièn twiệt hʂu] See không tiền khoáng hậu.

không trợ [xoŋ trʂ] Air support. *Không trợ sát gần :* Close air support. *Không trợ tổng quát :* General air support.

không trung [xoŋ truŋ] *Ở trên không trung :* In the air, in mid-air.

không truyền nhiễm [xoŋ trwièn ɲièm] Non-contagious.

không tự nhiên [xoŋ tự ɲien] Affected.

không tưởng [xoŋ tưɔŋ] Chimera, chimaera, idle fancies.

không vận [xoŋ vạn] Air movement. *Không vận đổ bộ :* Air-landed. *Không vận nhảy dù :* Air-borne.

không vực [xoŋ vựk] Air area. *Không-vực nguy hiểm :* Airspace danger area.

khống [xóŋ] *Cho vay khống :* To lend money without security.

khống cáo [xóŋ káu] (Jur) To appeal.

khống chế [xóŋ cé] To control, to restrain, to dominate.

khống ngự [xóŋ ŋụ] See khống chế.

khống tố [xóŋ tó] See khống cáo.

Khổng đạo [xỏŋ dʂu] Confucianism.

Khổng giáo [xổŋ ʒáu] See **Khổng đạo.**

khổng lồ [xổŋ lồ] Colossal, huge, gigantic; enormous (sum of money). *Con thú khổng lồ* : A huge animal (e. g. the elephant).

Khổng Mạnh [xổŋ maịɲ] Confucius and Mencius.

Khổng miếu [xổŋ miếu] Temple of Confucius.

Khổng tử [xổŋ tử] Confucius.

khổng-tước-thạch [xổŋ tú'rk θaik] (Miner) Malachite.

khờ [xờ] Credulous, unwise.

khờ dại [xờ zại] Stupid, brainless.

khờ khạo [xờ xạu] See **khờ.**

khơi [xəi] 1) To enlarge, to widen. 2) To dig.

khơi Open sea, high sea. *(Tàu) Chạy ra khơi* : (Of ship) To put (out) to sea.

khơi chuyện [xəi cwiẹn] To broach a subject.

khởi [xởi] To begin, to start.

khởi binh [xởi biɲ] To raise troops.

khởi chiến [xởi ciến] To open hostilities.

khởi công [xởi koŋ] To begin, set to work, to attack a task, to set work going.

khởi đầu [xởi dầu] To commence, to begin, to start. *Vạn sự khởi đầu nan* : Only the beginning is difficult.

khởi điểm [xởi diểm] Starting point, initial point.

khởi động [xởi dọŋ] To begin to move or to do something.

khởi hành [xởi hàɲ] To start away, to start off, to start on one's way. *Xe lửa khởi hành vào mười giờ* : The train starts at ten. *Tôi khởi hành ngay khi nhận được tin anh* : I started as soon as your message get through to (= reached) me. *Sự khởi hành* : Starting, departure. *Điểm khởi hành* : Starting-point. *Nó nhứt định khởi hành sớm* : He resolved (up) on walking an early start.

khởi hấn [xởi hấn] To open the hostilities.

khởi kiến [xởi kiến] First idea.

khởi lập [xởi lập] To rise, to stand up.

khởi loạn [xởi lwạn] To rebel, revolt (against); to rise (in revolt).

khởi nghĩa [xởi ŋĩa] (Of revolution) To set up, to start.

khởi nghịch [xởi ŋik] See **khởi loạn.**

khởi ngụy [xởi ŋwi] See **khởi loạn.**

khởi nguyên [xởi ŋwien] Source, origin. *Khởi nguyên của vũ trụ* : The origin of the universe.

khởi phát [xởi fát] To begin, to start.

khởi phục [xởi fụk] To restore, to reinstate.

khởi sắc [xởi ʃáuk] To prosper, to thrive.

khởi sơ [xởi ʃə] To begin, to start.

khởi sự [xởi ʃɯ] To commence, to set in, to start, to begin a work.

khởi thảo [xởi θảu] To draft.

khởi thủy [xởi θwỉ] To start, to begin.

khởi tố [xởi tố] To sue ; to bring, enter, an action, to institute proceedings against (someone) ; to bring a lawsuit against (someone).

khởi tố nhân [xởi tố ɲɔn] Accuser, indicter, impeacher, plaintiff, prosecutor.

khởi trình [xởi trìɲ] To start away, to start off, to start or one's way.

khởi xướng [xởi sɯớŋ] To take the initiative (in doing something).

khớp [xớp] To have stage fright.

khớp [xớp] (Anat, etc) Articulation, joint. *Sai khớp, trật khớp* : Out of joint. *Ăn khớp* : To mesh, to gear. *Các bánh xe ăn khớp nhau* : Wheels that mesh one another; wheels that gear with each other.

khớp xương [xớp sɯəŋ] Joint, arthrosis. *Bịnh cứng khớp xương* : Anchylosis. *Làm cứng khớp xương* : To anchylose. *Thuật mổ khớp xương* : Arthrotomy. *Khớp xương cùi chỏ* : Elbow-joint.

khớp xương tròn [xớp sɯəŋ tròn] (Anat) Enarthrosis.

khu [xu] Bottom.

khu Zone, district, sector, area, quarter. *Khu Trung–Hoa ở Cựu Kim Sơn :* The Chinese quarter in San Francisco.

khu biệt [xu biẹt] To divide into zones.

khu bưu chính [xu bưu cíp] Postal sector.

khu chiến thuật [xu cién θwạt] Tactical zone.

khu dành riêng [xu zàip riep] Reserved area.

khu đặc biệt [xu dặuk biẹt] Special area.

khu giải phóng [xu sài fóp] Liberated zone (= area).

khu hạ cánh [xu hạ kảip] Landing zone, landing area.

khu hoạch [xu hwạik] To separate.

khu khiển [xu xiển] To command, to rule.

khu phi chiến [xu fi cién] No man's land.

khu phi quân sự [xu fi kwǝn ʃṳ] Demilitarised zone.

khu quân sự [xu kwǝn ʃṳ] Military area.

khu sách [xu ʃáik] To urge.

khu suất [xu ʃwót] To superintend, to direct.

khu sử [xu ʃử] To command, to order, to enjoin.

khu tà [xu tà] To exorcize ; to drive out, cast out devils.

khu trù mật [xu trù mạt] Agroville.

khu trục [xu trụk] To chase, to drive away.

khu trục cơ [xu trụk kǝ] Fighter, fighter plane, pursuit plane.

khu trục hạm [xu trụk hạm] Destroyer.

khu trừ [xu trừ] To eliminate, to get rid of.

khu vực [xu vụk] Area, zone, district, sector.

khu vực ảnh hưởng [xu vụk ảip hưởp] Sphere of influence.

khu vực bị chiếm đóng [xu vụk bị ciém dóp] Occupied area.

khu vực đổ bộ [xu vụk dổ bọ] Landing zone.

khu vực nhảy dù [xu vụk pảy zù] Jump area.

khu vực phòng không [xu vụk fòp xop] Air defence area.

khu vực phòng thủ tiền tuyến [xu vụk fòp θủ tièn twién] Forward defence area.

khu vực quan sát [xu vụk kwan ʃát] Observing sector.

khu vực quân sự [xu vụk kwǝn ʃṳ] Military area.

khu vực tác chiến [xu vụk ták cién] Combat area.

khu vực tản quân [xu vụk tản kwǝn] Dispersal area.

khu vực tập trung [xu vụk tập trup] Concentration area.

khu vực tiền đồn [xu vụk tièn dòn] Out-post area.

khu vực trách nhiệm [xu vụk tráik piẹm] Area of responsibility.

khu vực trú ẩn [xu vụk trú ẳn] Shelter area.

khu vực yểm trợ tác xạ [xu vụk iểm trợ ták sạ] Fire support area.

khú [xú] (Of salted vegetables) To smell bad.

khú *Già khú :* Very old.

khù khờ [xù xờ] Stupid, idiot.

khụ [xụ] *Già khụ :* Very old.

khua [xwǝ] To strike, to beat.

khua chuông [xwǝ cwɔp] To toll a bell.

khua môi múa mép [xwǝ moi mứ mép] To move the lips and the mouth, (fig) to boast, to brag.

khua trống [xwǝ tróp] To beat a drum.

khuân [xwǝn] To carry (a heavy thing). *Phu khuân vác :* Porter.

khuâng [xwǝp] *Bâng khuâng :* Melancholic.

khuẩn [xwẩn] See **quẩn**.

khuẩn *Vi khuẩn :* Bacterium, microbe.

khuẩn bách [xwẩn báik] To be in (great, dire) straits ; to be hard up (for money) khuẩn-học [xwồn họk] (Bot) Myc(et)-ology, fungology.

khuẩn-ty-thể [xwồn ti θể] (Bot) Mycelium (of fungus).

khuất [xwất] 1) Hidden. *Những đám mây che khuất mặt trời* : Clouds hid the sun.

2) Dead, deceased.

khuất To give in, to cave in ; to yield, to submit.

khuất bóng [xwất bỏŋ] 1) (Of sun) To decline, to set, to go down, to sink. *Mặt trời đã khuất bóng* : The sun was sunk. *Mặt trời khuất bóng dưới chân trời* : The sun sinks below the horizon.

2) To die.

khuất chiết [xwất ciết] To bend, to curve.

khuất gió [xwất zó] Sheltered from the wind.

khuất khúc [xwất xúk] Crooked, sinuous, tortuous.

khuất lập [xwất lập] Dissimulating, dissembling.

khuất mắt [xwất mắtt] Out of sight.

khuất mặt [xwất mặtt] Absent. *Những kẻ khuất mặt* : The dead, the departed.

khuất nẻo [xwất nẻu] Retired, remote, solitary, sequestered, secluded place.

khuất nhân [xwất nạn] Victim of an injustice.

khuất nhục [xwất nụk] To pocket an affront.

khuất núi [xwất núi] Hidden behind the mountains, (fig) deceased.

khuất phục [xwất fụk] To yield, to submit, to give in. *Sự khuất phục* : Submission.

khuất tất [xwất tất] To kneel down, (fig) to crawl to, before (someone).

khuất thân [xwất θạn] To stoop ; to abase, humble oneself.

khuất tùng [xwất tùŋ] See khuất phục.

khuây [xwei] *Làm cho khuây* : To relieve, to allay, to alleviate. *Làm cho khuây nỗi buồn* : To relieve boredom.

khuây khỏa [xwei xwả] *Khuây khoả cho qua thì giờ* : To relieve the time.

khuây lảng [xwei lảŋ] To forget.

khuấy [xwéi] 1) To stir, to move around. *Khuấy một tách cà phê* : To stir a cup of coffee.

2) (Ch) To stir (mixture).

khuấy rối [xwéi rói] (Mil) To harass.

khúc [xúk] Section, piece ; clump, chunk, chump (of wood). *Khúc vải* : Piece of cloth.

khúc cá [xúk ká] Slice of fish.

khúc cây [xúk kei] Clump, lump, chunk of wood.

khúc chiết [xúk ciết] 1) Sinuous, winding, tortuous, circuitous.

2) Clear, precise.

khúc củi [xúk kủi] Piece of wood. *Khúc củi cháy dở* : Brand, piece of burning wood.

khúc cuộn [xúk kuợn] (Anat) Circumvolution. *Những khúc cuộn não* : The circumvolutions of the brain.

khúc dây [xú zei] Piece of cord.

khúc gỗ [xúk gỗ] Log. *Đứng trơ trơ như khúc gỗ* : To stand like a log.

khúc khích [xúk xík] *Cười khúc khích* : To chortle. *Tiếng cười khúc khích* : Chortle.

khúc khuỷu [xúk xwỉu] Tortuous, winding, sinuous.

khúc nhôi]xúk noi] See khúc nôi.

khúc nôi [xúk noi] Situation.

khúc quanh [xúk kwaïn] Turning, bend (of road, river). *Những khúc quanh của lịch sử* : The turning-points of history.

khúc quẹo [xúk kwẹu] Turn, corner, turning. *Đường nhiều khúc quẹo gắt và rất nguy hiểm cho xe cộ* : The road is full of abrupt turns and is dangerous for motor-cars.

khúc trực [xúk trụk] Curved and straight ; wrong and right.

khúc tuyền [xúk twiến] Curve.

khúc vải [xúk vải] Piece of cloth.

khúc xạ [xúk sạ] (Ph) To refract, bend (rays, etc...). *Sự khúc xạ* : Refraction, bending.

khúc xạ kế [xúk sạ ké] Refractometer.

Khúc xạ kế những chìm : Immersion refractometer, dipping refractometer.

khuê các [xwe kák] Room of a maiden.

khuê khổn [xwe xổn] See khuê các.

khuê ly [xwe li] Separated.

khuê môn [xwe mon] Door of a maiden chamber.

khuê nữ [xwe nữ] Young woman (not yet married).

khuê phòng [xwe fòŋ] Woman's apartment.

khuê tảo [xwe tảu] (Algae) Diaton.

khuếch âm [xwéik əm] To make the sounds loud. *Khuếch âm cơ* : Loudspeaker.

khuếch đại [xwéik đại] To amplify; to enlarge, to expand; (Opt) to magnify. *Sự khuếch đại* : Amplification. *Máy khuếch đại* : Amplifier.

khuếch đại cao tần [xwéik đại kau tần] High frequency amplification, radio frequency amplification.

khuếch đại hạ tần [xwéik đại hạ tần] Low frequency amplification, audio frequency amplification.

khuếch đại trung tần [xwéik đại truŋ tần] Medium frequency amplification, intermediate frequency amplification.

khuếch khai [xwéik xai] To enlarge, to expand.

khuếch khoác [xwéik xwák] To boast, to brag.

khuếch nhiên [xwéik ɲien] Spacious, roomy ; extensive.

khuếch sung [xwéik ʃuŋ] To expand, to extend, to broaden, to widen.

khuếch tán [xwéik tán] To diffuse, to spread (light). *Sự khuếch tán* : (Phys) Diffusion. *Có thể khuếch tán* : Diffusible. *Khuếch tán ánh sáng* : To diffuse, spread light.

khuếch trương [xwéik truəŋ] To develop, to expand, to extend, to enlarge. *Sự khuếch trương* : Development, expansion, extension.

khui [xui] To unpack (goods, cases).

khum [xum] Curved, bent, arched ; bulging. *Đường khum, mặt khum* : Arching.

khum khum [xum xum] Slightly arched.

khum lưng [xum luŋ] To curve one's back.

khúm núm [xúm núm] To cower, to cringe. *Khúm núm trước người nào* : To cower before someone.

khung [xuŋ] Frame (of picture, door, etc...), frame (work) (of bicycle, etc..).

khung ảnh [xuŋ ảɲ] Frame of picture.

khung cảnh [xuŋ kảɲ] Setting. scenery.

khung cửa [xuŋ kửa] Door-frame, door-case. *Khung cửa sổ* : Window-frame, frame of a window.

khung cửi [xuŋ kửi] Loom.

khung tò vò [xuŋ tò vò] Arch. *Một hàng khung tò vò* : Row of arches. *Khung tò vò thấp* : Obtuse, depressed, arch. *Khung tò vò cao* : Raised arch.

khung vòm [xuŋ vòm] Vault.

khung xe đạp [xuŋ sɛ đạp] Frame (work) of bicycle.

khung xe hơi [xuŋ sɛ hơi] (Aut) Frame, chassis.

khùng [xùŋ] Crazy, cracked, dotty. *Nó hơi khùng* : He is a bit off his head, he is a bit dotty. *Tôi xem nó như thằng khùng* : I consider him (to be) crazy. *Anh có khùng không?* : Have you taken leave of your senses?.

khúng [xúŋ] See khúng bố.

khủng bố [xủŋ bó] To terrorize, to fill with terror by threats or acts of cruelty. *Sự khủng bố* : Terrorism, terrorization. *Kẻ khủng bố* : Terrorist. *Nó bị bọn khủng bố giả dạng dân làng chặt đầu một cách dã man khi nó đang ngủ trưa* : He was savagely beheaded while taking his siesta by terrorists disguised as villagers.

khủng bố trắng [xủŋ bó trắŋ] The white terror.

khủng cụ [xủŋ kụ] Terrified.

khủng hách [xủŋ háik] To intimidate, to frighten.

khủng hoảng [xủŋ hwảŋ] Crisis ;

critical time, turning point.ﾟ *Qua cơn khủng hoảng* : To pass through a crisis, to go through a critical time. *Chấm dứt một cuộc khủng hoảng* : To end a crisis. *Ông từ chối không phê bình gì về cuộc khủng hoảng hiện nay tại Ấn-độ* : He declined to comment on the current crisis in India.

khủng hoảng chánh trị [xủŋ hwảŋ cáiŋ trị] Political crisis.

khủng hoảng kinh tế [xủŋ hwảŋ kiŋ té] Economical crisis.

khủng hoảng nội các [xủŋ hwảŋ nọi kák] Cabinet crisis.

khủng hoảng tài chánh [xủŋ hwảŋ tài cáiŋ] Financial crisis.

khủng hoảng tinh thần [xủŋ hwảŋ tiŋ θần] Mental crisis.

khủng khiếp [xủŋ xiép] Frightened, dreadful.

khủng khinh [xủŋ xịŋ] To be on bad terms with.

khuôn [xuən] Mould, pattern ; shape.

khuôn đúc [xuən dúk] Die.

khuôn khổ [xuən xỏ] Shape and size.

khuôn linh [xuən liŋ] The Creator.

khuôn mặt [xuən mạɯt] (Shape of) Face.

khuôn mẫu [xuən mẫu] Example, model, pattern.

khuôn phép [xuən fếp] Discipline.

khuôn rập [xuən rập] Mould.

khuôn thiêng [xuən θieŋ] The Creator.

khuôn tiện [xuən tiện] Lathe, turning-lathe. *Khuôn tiện bắt chỉ đinh ốc* : Screw-cutting lathe.

khuôn trăng [xuən traɯŋ] Moon-shaped (face).

khuôn xanh [xuən saiŋ] Sky, heaven.

khuông [xuəŋ] See khung.

khuông chính [xuəŋ cíŋ] To right.

khuông nhương [xuəŋ ɲɯəŋ] Urgent.

khuông phò [xuəŋ fò] To help, to assist.

khuông phù [xuəŋ fù] See khuông phò.

khuông phụ [xuəŋ fụ] See khuông phò.

khuông phục [xuəŋ fụk] To reconquer.

khuông tế [xuəŋ té] To aid, to relieve.

khuy [xwi] 1) Button. *Móc gài khuy* : Button-hook. *Cài khuy* : To button. See nút.

2) Button-hole. *Giắt hoa hường ở khuy áo* : To stick a rose in one's button-hole.

khuy bấm [xwi bấm] Press-button, press–stud.

khuy chiết [xwi ciét] Expensive, costly.

khuy cổ [xwi kỏ] Collar-stud.

khuy hao [xwi hau] See khuy chiết.

khuy khuyết [xwi xwiét] To lack, want, be short of (something) ; to be wanting, deficient.

khuy tổn [xwi tỏn] Costly, expensive.

khuya [xwiə] Late at night, midnight. *Rất khuya* : Very late at night. *Thức khuya* : To sit up, stay up, late. *Nó thức rất khuya* : He sat up very late. *Làm việc tới khuya* : To work deep into the night. *Nó về rất khuya* : He comes home in the small hours. *Chúng tôi trò chuyện đến khuya đoạn chia tay nhau* : We talked until midnight and then separated (i. e. went in different ways).

khuya khoắt [xwi xwáɯt] Late at night.

khuya sớm [xwi sớm] *Thức khuya dậy sớm* : To sit up late and get up early.

khuyên [xwien] To advise, to recommend, to counsel, to admonish, to give advice to. *Khuyên người nào làm việc gì* : To advise, recommend, counsel, someone to do something. *Tôi khuyên anh đừng giao thiệp với một người như thế* : I advise you to have no dealings with such a fellow. *Khuyên người nào không nên làm việc gì* : To advise someone against something, against doing something, to dissuade someone from something, from doing something. *Lời khuyên* : Advice, counsel. *Nghe theo lời khuyên của người nào* : To take someone's advice. *Nếu ông không*

K

được mạnh, tôi khuyên ông nằm nghỉ :
If you don't feel well, I advise you
to stay in bed. *Tôi khuyên anh tránh
nó, đừng giao thiệp với người đó :* I
advise you to have nothing to do with
that fellow. *Tôi khuyên anh nên làm
theo lời nó nói :* I recommend you to
do what he says. *Tôi khuyên anh hãy
cần thận :* I recommend you to be
prudent.

khuyên Circle, ring.

khuyên bảo [xwien bảu] To counsel,
to advise, to give advice.

khuyên can [xwien kan] To dissuade,
to advise against. *Khuyên can người
nào đừng làm việc gì :* To dissuade
someone from something, from doing
something.

khuyên giải [xwien 3ải] To console, to
solace, to comfort.

khuyên lơn [xwien lơn] See **khuyên
giải.**

khuyên ngăn [xwien ŋawn] To dissuade,
to advise against.

khuyên nhủ [xwien nủ] See **khuyên
bảo.**

khuyên răn [xwien rawn] To admonish.

khuyến [xwién] To advise, to counsel.

khuyến cáo [xwién káu] To recommend.
Lời khuyến cáo : Recommendation.

khuyến dụ [xwién zụ] To counsel.

khuyến giới [xwién 3ới] To admonish.

khuyến học [xwién họk] To encourage
learning. *Hội khuyến học :* Association
for the Encouragement of Learning.

khuyến hối [xwién hối] To admonish.

khuyến khích [xwién xík] To encourage,
to hearten, to stimulate. *Khuyến khích
người nào làm việc gì :* To stimulate
someone to do something.

khuyến lệ [xwién lệ] See **khuyến
khích.**

khuyến miễn [xwién miễn] To stimulate,
to encourage.

khuyến nông [xwién noŋ] To encourage
agriculture.

khuyến tán [xwién tán] To advise and
to help.

khuyến thiện [xwién θiện] To encourage
(someone) in well-doing.

khuyến tưởng [xwién tưởŋ] To en-
courage, to stimulate, to hearten.

khuyến [xwiển] Dog.

khuyển mã [xwiển mã] Dog and horse.

khuyết [xwiét] Wanting, lacking, defi-
cient, missing ; vacant. *Trăng khuyết :*
Moon on the wane, waning moon.
Khiếm khuyết : Insufficient, deficient.

khuyết [xwiét] Button-hole.

khuyết điểm [xwiét điểm] Defect,
deficiency, imperfection, fault, gap,
failure, vice.

khuyết điểm Defective, deficient,
imperfect, faulty.

khuyết hãm [xwiét hãm] Deficient.

khuyết phạp [xwiét fạp] To lack, to
want.

khuyết tịch [xwét tịk] Absent. *Tình
trạng khuyết tịch :* Absence, default.

khuynh [xwiɲ] Inclined.

khuynh diệp [xwiɲ ziệp] (Bot)
Eucalyptus.

khuynh đảo [xwiɲ đảu] To overthrow,
to subvert, to topple.

khuynh gia bại sản [xwiɲ 3a bại fản]
To ruin a family.

khuynh hãm [xwiɲ hãm] To harm
(someone).

khuynh hướng [xwiɲ hướŋ] Inclination,
tendency, vocation ; bent, propensity,
trend, turn. *Một khuynh hướng ngày
càng rõ ràng thêm :* A growing tendency.
*Khuynh hướng của những vật thể vào
một trung tâm điểm :* Tendency of
bodies (to move) towards a centre.
Khuynh hướng về văn chương : Vocation
for literature. *Khuynh hướng chánh trị
của một tờ báo :* The political colours
of a journal.

khuynh hướng To incline, to tend. *Có
khuynh hướng khoan dung :* To incline
to (towards) indulgence. *Chủ nghĩa
có khuynh hướng xã hội :* Doctrine
that tends towards socialism.

khuynh hữu [xwiɲ hữu] Rightist.

khuynh phúc [xwiɲ fúk] To upset, to overturn.

khuynh tà trắc lượng khí [xwiɲ tà trắuk lɯ̛ɔ̣ŋ xi] Eclimeter.

khuynh tả [xwiɲ tả] Leftist.

khuynh tâm [xwiɲ təm] Heartily, with all one's heart.

khuynh tâm (Ph) Metacentre.

khuynh thành [xwiɲ θàiɲ] Sắc đẹp khuynh thành : Striking, devastating, beauty.

khuỷu [xwiu] Elbow. Khuỷu sông : Bend of a river.

khuỷu tay [xwiu tay] Elbow.

khuyu [xwiu] To collapse.

khư khư [xɯ xɯ] Giữ khư khư : To keep tight hold of, a firm hold on (something).

khứ [xứ] To go. Quá khứ : The past.

khứ hồi [xứ hồi] To go and to come back. Vé khứ hồi : Return ticket, round trip ticket.

khứ niên [xứ nien] Last year.

khứ thế [xứ θé] To die.

khử [xử] 1) To deprive, to reduce ; to eliminate.

2) To remove, to eliminate.

khử các bon [xử kák bɔn] To decarbonize. Sự khử các bon : Decarbonization, decarbonizing.

khử cực [xử kɯ̣k] (Phys) To depola-

rize. Chất khử cực : Depolarizer. Sự khử cực : Depolarization.

khử độc [xử dọk] To decontaminate.

khử nước [xử nứrk] To deshydrate.

khử thiếc [xử θiék] To detin.

khử trùng [xử trùŋ] To sterilize. Sự khử trùng : Sterilization. Bác sĩ khử trùng các dụng cụ của ông rất cẩn thận: The doctor carefully sterilized his instruments.

khử trừ [xử trừ] To eliminate, to remove.

khử từ [xử từ] To demagnetize. Sự khử từ : Demagnetization, demagnetizing.

khứa [xứə] To cut slightly, to cut little by little.

khứa Slice. Khứa cá : Slice of fish.

khứng [xứŋ] To consent, to agree, to accept.

khước [xứrk] Từ khước : To refuse, to decline.

khước bộ [xứrk bọ] To step back.

khước hôn [xứrk hon] To refuse a marriage.

khước lập [xứrk lɔ̣p] To stand back.

khước từ [xứrk từ] To refuse, to decline.

khướt [xɯɔ́t] Say khướt : Dead drunk.

khướu [xɯɔ́u] Blackbird.

khứu [xứu] To smell. Khứu giác : (Sense of) Smell.

L

la [la] To cry, to call, to shout. *La lớn* : To cry aloud. *Chưa động đến, nó đã la lên rồi* : He cries out before he is hurt. *La để phản đối người nào, việc gì* : To cry out against someone, something. *La lớn đòi vật gì* : To call out for something. *Rán sức kêu la* : To shout at the top of one's voice. *Tiếng la* : Cry, call, shout. *La lên một tiếng* : To give, set up, raise, utter, a cry. *La cho người nào nín* : To clamour someone down.

la To reprimand, to scold.

la Mule. *La đực* : He-mule. *La cái* : She-mule. *Con ngựa dễ sai khiến hơn con la* : A horse is more tractable than a mule.

la bàn [la bàn] Compass. *La bàn hàng hải* : Mariner's compass. *La bàn hồi chuyển* : Gyroscopic compass.

la cà [la kà] To loaf, to loiter. *Đi la cà ở dọc đường* : To loiter on the way.

la cầu cứu [la kòu kứu] To shout for call, help.

la châm [la cɔm] Compass.

la đà [la dà] (Of branches) To sway.

la hét [la hét] To clamour, to shout, to roar, to set up a shout. *La hét vì đau đớ* : To roar with pain. *Khan tiếng vì la hét* : To roar oneself hoarse. *La hét bắt người nào nín* : To roar someone down.

la kính [la kíŋ] Compass.

la lên [la len] To cry out, to burst out. *Chưa động đến nó đã la lên rồi* : He cries out before he is hurt.

la liệt [la liệt] Everywhere. *Bày hàng hoá la liệt* : To display, expose one's goods everywhere.

la lối [la lói] To shout, to yell.

la mắng [la máɯŋ] To rebuke, to scold. *La mắng người nào* : To give someone beans.

la ó [la ɔ́] To jeer, to boo.

la rầy [la rèi] To scold.

lá [lá] 1) Leaf (of plant). *Lá rụng* : Fallen leaves. *Giống hình lá* : Leaf-like. *Cuống lá* : Leaf-stalk. *Không lá, trụi lá* : Leafless. *Nhiễu lá* : Leafy. *(Cây) Mọc lá, sanh lá* : (Of plants) To put out leaves. *Mùa lá rụng* : Fall of the leaf. *Lá cuốn* : Reflexed leaf. *Lá hình mũi tên* : Sagittate, arrow-shaped leaf. *Lá hình tam giác* : Deltoid(al) leaf. *Lá kép lẻ* : Imparipinnate leaf. *Lá kép chẵn* : Paripinnate leaf. *Lá hình chân vịt* : Palmate leaf. *Lá mọc đối* : Opposite leaves, bifarious leaves. *Lá mọc xen* : Alternate leaf. *Lá không cuốn* : Sessile leaf. *Lá mọc vòng* : Verticillate, whorled leaf. *Lá răng cưa* : Dentate leaf. *Lá thon* : Lanceolate, spear-shaped leaf. *Trời lạnh làm lá trở nên đỏ* : The cold weather has turned the leaves red. *Lá thuốc bao chung quanh điếu xi-gà* : Outer leaf of a cigar. *Run như tàu lá* : To tremble like a leaf; to be all of a tremble, all in a tremble.

2) Sheet (of metal etc...) ; leaf. *Vàng lá* : Gold-leaf, gold-foil.

lá ách [lá áik] Ace. *Lá ách cơ* : The ace of hearts.

lá bài [lá bài] Playing-card. *Rút một lá bài ra (ở trong một bộ bài)* : To draw a card (from a pack).

lá buồm [lá buồm] Sail.

lá cà [lá kà] *Giáp lá cà* : Hand-to-hand (fight).

lá cải [lá kải] Rag (a newspaper which one holds in contempt). *Tôi không đọc tờ lá cải ấy đâu* : I don't read that rag.

lá cây [lá kei] Leaf (of plant). *Màu xanh lá cây* : Leaf-green.

lá chét [lá cét] Foliole, leaflet.

lá chuồn [lá cuồn] Club. *Lá bốn chuồn* : The four of club.

lá cơ [lá kơ] Hearts. *Lá ba cơ* : The three of hearts. *Lá đầm cơ* : The queen of hearts.

lá cờ [lá kờ] Flag.

lá đơn [lá đơn] Petition, application.

lá gan [lá gan] Liver.

lá giầu [lá sầu] See lá trầu.

lá hình [lá hìn] Face-card.

lá khô [lá xo] Dead leaves. *Mặt đất đầy lá khô* : The ground was covered with dead leaves. *Chúng tôi đốt tất cả lá khô trong vườn* : We burnt up all the dead leaves in the garden.

lá mầm [lá mầm] (Bot) Cotyledon. *Thuộc về lá mầm* : Cotyledonary. *Có lá mầm* : Cotyledonous.

lá nhíp [lá níp] (A ut) Spring leaf.

lá phích [lá fík] Spade. *Lá hai phích* : The two of spades.

lá phổi [lá fồi] (Anat) Lung.

lá phụ [lá fụ] Leaflet, foliole.

lá rô [lá ro] Diamond. *Lá ba rô* : The three of diamonds.

lá rụng [lá rụŋ] The leaves are falling.

lá sen [lá sɛn] Lotus leaf.

lá thăm [lá θawm] Ballot, ballot-paper, voting-paper.

lá trầu [lá trầu] (Bot) Betel.

lá số tử vi [lá ʃó tử vi] Horoscope.

là [là] To iron (clothes, etc...). *Bàn là* : Iron.

là Fine silk.

là To be. *Thì giờ là tiền bạc* : Time is money. *Nó là người Anh* : He is an Englishman. *Ba với hai là năm* : Three and two are five. *Ngày mai là thứ sáu* : To-morrow is Friday. *Đó là tất cả những gì chúng tôi có thể làm bây giờ* : That's all we can do for the time being. *Hai lần hai là bốn* : Twice two is four.

là là [là là] *Bay là là trên mặt đất* : To skim (along, over) the ground.

là [là] Exhausted, worn out ; weak. *Mệt là* : Dead tired. *Đói là* : To be sharp-set, to have a twist.

là lơi [là lơi] 1) (Of girl) To play around with another man.
2) (Of flowers on their stalks) To nod, to bend backwards and forwards (in a breeze).

là tả [là tả] Incoherent.

lã [lã] *Nước lã* : (Fresh) Water.

lã chã [lã cã] *Lụy rơi lã chã* : To cry copiously.

lạ [lạ] 1) Strange, foreign ; fresh. *Người lạ* : A strange man ; stranger. *Chữ mới và lạ* : New and strange words. *Đối đãi với người nào như người xa lạ* : To make a stranger of someone. *(Bóng tròn) Chơi trên sân lạ* : To play on a strange ground. *Gặp những người lạ mặt* : To meet fresh faces. *Tư tưởng mới lạ* : Fresh idea.

2) Not to know, not to be familiar to.

lạ đời [lạ đời] Strange, queer.

lạ kỳ [lạ kì] Curious, strange, unusual.

lạ lùng [lạ lùŋ] Extraordinary, strange.

lạ mặt [lạ mawt] Unknown, strange. *Người lạ mặt* : Stranger, unknown person.

lạ thường [lạ θươŋ] Unusual, extraordinary.

lắc [lák] (Med) Dartre.

lắc (Bot) Rush. *Chiếu lắc* : Rush-mat. *Đệm lắc* : Rush-bed.

lác Squinting. *Lác mắt* : Squint-eyed, cross-eyed. *Mắt lác* : Squint eyes. *Người mắt lác* : Squinter. *Tật lác mắt* : Squinting, cross-eye.

lác đác [lák dák] Scattered, spattered. *Mưa rơi lác đác xuống dù tôi* : The rain spattered down on my umbrella.

lác mắt [lák máwt] 1) Squint-eyed, cross-eyed.
2) To be amazed, full of admiration.

lạc [lạk] 1) To get lost, to stray, to lose one's way, to go astray, to lose one's path. *Đứa bé bị lạc mất trong đám đông* : The boy was lost in the crowd.
2) (Of a letter, parcel, etc...) To miscarry, to fail to reach a destination.

lạc Stray, lost (sheep, traveller, etc...). *Mèo lạc* : Stray cat. *Đạn lạc* : Stray bullets.

lạc Peanut, earth-nut, ground-nut. *Dầu lạc* : Peanut oil. *Lạc rang* : Roasted peanuts.

lạc cảnh [lạk kảiɲ] Eden, paradise.

lạc chiều [lạk ciều] Setting sun, sunset.

lạc đà [lạk dà] Camel. *Lạc đà cái* : She-camel. *Lạc đà con* : Young camel, camel colt. *Lông lạc đà* : Camel's hair. *Lạc đà một bướu* : Arabian camel, one humped camel, dromedary. *Lạc đà hai bướu* : Bactrian camel, two-humped camel. *Người chăn lạc đà* : Cameleer, camel-driver. *Đồ vật chở trên lưng lạc đà* : Camel-load.

lạc đàng [lạk dàŋ] See lạc đường.

lạc đề [lạk dề] To digress, to divagate, to depart from a subject, to wander away from the main subject (in speaking or writing). *Sự lạc đề* : Digression, divagation.

lạc đề [lạk dề] Digressive.

lạc đệ [lạk dẹ] To fail, to be ploughed, plucked, at an examination.

lạc đởm [lạk dỏm] Frightened.

lạc đường [lạk dườŋ] To lose one's way, to lose oneself, to go astray, to get lost; to be lost, to lose one's bearings, to be out of one's bearings. *Làm người nào lạc đường* : To make someone lose his bearings.

lạc hậu [lạk hạu] To be behind. *Những người lạc hậu* : People behind the times.

lạc hoa sinh [lạk hwa ʂiɲ] (Bot) Peanut.

lạc huy [lạk hwi] Light of the setting sun.

lạc lạc [lạk lạk] Bright, brilliant, clear.

lạc lạc đại phương [lạk lạk dại fwəŋ] Clear and righteous.

lạc loài [lạk lwài] Stray, lost.

lạc lõng [lạk lõŋ] Lost, stray. *Nó có vẻ lạc lõng* : He seems lost, looks lost. *Các đường phố đều vắng vẻ trừ vài chiếc xe tắc-xi lạc lõng* : The streets were empty except for a few stray taxis.

lạc lối [lạk lối] To go astray. See lạc đường.

lạc mạc [lạk mạk] Quiet, tranquil.

lạc mịch [lạk mịk] See lạc mạc.

lạc nạn [lạk nạn] To meet with an accident.

lạc nghiệp [lạk ɲiệp] To enjoy one's work.

lạc nhật [lạk ɲạt] Setting sun.

lạc phách [lạk fáik] Frightened.

lạc quan [lạk kwan] Optimistic ; sanguine (disposition). *Người lạc quan* : Optimist.

lạc quan chủ nghĩa [lạk kwan củ ɲĩa] Optimism.

lạc quần [lạk kwồn] Sociable.

lạc quyên [lạk kwien] To subscribe. *Sự lạc quyên* : Subscription, collection ; offertory.

lạc thai [lạk θai] To cause abortion.

lạc thổ [lạk θỏ] Paradise.

lạc thú [lạk θú] Pleasure, delight ; comforts. *Những lạc thú ở đời* : The comforts of life.

lạc triều [lạk triều] Ebb-tide, falling tide.

lạc tục [lạk tục] Uninterrupted.

lạc viên [lạk vien] Eden, paradise.

lách [láik] *Lá lách* : Spleen.

lách 1) To make, work one's way. *Lách mình đi qua một đám đông* : To make one's way through the crowd; to work one's way through the crowd.

2) To dodge, to swerve. *Chiếc xe lách (quà một bên) đề tránh đứa bé :* The car swerved to avoid knocking the boy.

lách cách [láik káik] *Kêu lách cách :* To click. *Tiếng lách cách :* Click-clack.

lách khỏi [láik xɔ̀i] To dodge.

lách tách [láik táik] *Nổ lách tách :* To crackle.

lạch [lạik] Canal, waterway.

lạch bạch [lạik bạik] *Đi lạch bạch :* To waddle.

lai [lai] Half-bred, cross-bred; mongrel (dog). *Người, thú hoặc cây lai :* Half-breed.

lai Hem.

lai áo [lai áu] Hem of coat.

lai cái [lai kái] Bisexual, hermaphrodite.

lai cảo [lai kảu] Article to be inserted in a paper.

lai căn [lai kawn] Half-bred.

lai do [lai zɔ] Origin, source.

lai đáo [lai dáu] To arrive, come.

lai đồng [lai dòŋ] To meet.

lai hàng [lai hàŋ] To submit, to give in, to yield.

lai hoàn [lai hwàn] To give back, to return, to restore.

lai hồi [lai hòi] To go and to return. *Lai hồi phiếu :* Return ticket.

lai láng [lai láŋ] 1) (Of liquid) To spill, to pour out, to run out, to run over. *Rượu chảy lai láng trên bàn :* The wine ran (all) over the table.

2) (Of feelings) To be overflowing.

lai lịch [lai lịk] Past record; antecedents, past history (of someone).

lai nguyên [lai ŋwien] Source, origin; reason, cause.

lai nhật [lai ŋạt] 1) To-morrow.

2) From now (on).

lai niên [lai nien] Next year.

lai rai [lai rai] To drag on.

lai sinh [lai ʃiŋ] After-life, future life; the life to come.

lai thề [lai θề] See **lai sinh.**

lai tinh [lai tiŋ] To regain, recover, consciousness; to come round.

lai văng [lai vàŋ] The coming and the going.

lai vãng To frequent (a place).

lái [lái] Rudder, helm, wheel, steering-wheel. *Đừng nói chuyện với người cầm lái :* Do not speak to the man at the wheel.

lái 1) To drive, to steer. *Lái xe chở người nào đến nơi nào :* To drive someone to a place. *Lái chậm chậm nếu không thì anh bị tai nạn bây giờ :* Drive slower or you will come to grief.

2) To pilot, to steer. *Lái theo chiều gió :* To steer by the wind. *Người lái tàu :* Steerman.

lái *Từ mũi đến lái :* (Nav) Fore and aft.

lái buôn [lái buən] Merchant, dealer.

lái đò [lái dɔ̀] Boatman, bargee.

lái gỗ [lái gō] Lumberman.

lái heo [lái hɛu] Pig seller.

lái ngựa [lái ŋɯə] Horse-dealer.

lái tàu [lái tàu] To steer a ship.

lái thuyền [lái θwièn] See **lái đò.**

lái trâu [lái trəu] Buffalo seller.

lái xe [lái sɛ] To drive, steer, a motor-car. *Anh biết lái xe không ? :* Can you drive a car ?. *Nó đang học lái xe :* He's learning to drive. *Nó lái xe giỏi :* He is a good driver.

lài [lài] (Bot) Jasmin(e), jessamin(e).

lài Slightly sloped.

lải [lải] Worm. *Con chó có lải :* The dog has worms.

lải kim [lải kim] Oxyuris, pin-worm.

lãi [lãi] Interest; profit. *Số tiền cho vay lãi 5 phần trăm :* Sum invested at 5% interest. *Cho vay lấy lãi :* To put one's money out at interest. *Tiền cho vay có lãi :* Loan bearing interest. *Vay có lãi : .*To borrow at interest. *Bán vật gì có lãi :* To sell something at a profit.

lại [lại] To arrive, to come. *Chúng tôi lại hồi ba giờ* : We arrived at three o'clock. *Nó vừa mới lại* : He has just arrived. *Lại thình lình* : To arrive unexpectedly, to arrive upon the scene. *Nó lại kìa !* : Here he comes !. *Đi qua đi lại* : To come and go. *Tỉnh trí lại, trấn tĩnh lại* : To come to oneself.

lại Again. *Làm lại* : To do again. *Bắt đầu lại* : To begin again.

lại cái [lại kái] Bisexual, hermaphrodite.

lại đây [lại dei] Come here !.

lại gần [lại gần] To approach, to come near, to draw on, to go near, to walk up, to come close to (someone, something). *Đừng lại gần tôi* : Don't come near me. *Đem ghế lại gần lò sưởi* : To approach a chair to the fire. *Nó lại gần tôi* : He walked to me.

lại học [lại học] To play truant, to play (the) wag from school.

lại nọa [lại nwa] Lazy.

lại sức [lại sứk] To recover one's strength.

lại tính [lại tíɲ] Laziness.

lam [lam] Indigo-blue, dark-blue, deep blue.

lam bảo thạch [lam bảu θạik] Sapphire.

lam cầu [lam kầu] Basket-ball.

lam chướng [lam cứơŋ] Miasma.

lam khí [lam xi] See lam chướng.

lam lũ [lam lũ] 1) Tattered, ragged, shabby, poory dressed, in rags, in tatters.

2) Ragged coat.

làm [làm] 1) To do. *Anh làm gì đó ?* : What are you doing ?, what are you about ?, what are you up to ?. *Nó không làm gì cả* : He did nothing. *Có gì làm không ?* : What is there to do ?. *Ở đây không có gì làm cả* : There is nothing to do here. *Nó không làm gì hết* : He doesn't do anything. *Không có gì làm* : There is nothing to be done, there's no help for it. *Làm tròn, làm xong bổn phận* : To do one's duty. *Anh làm thế nào để có nước ?* : What, how, do you do for water ?. *Còn một câu hỏi nữa là tôi làm xong* : One more question and I have, am, done. *Tại sao anh làm như vậy ?* : Why act as you do ?. *Tại sao anh không làm việc ? Có chớ !* : Why don't you work ? I do work !. *Đừng làm cái gì mà mình không muốn người khác làm cho mình !* : Do as you would be done by. *Làm sao bây giờ ?* What is to be done ?. *Đó là tất cả những gì tôi có thể làm bây giờ* : That's all I can do for the time being. *Anh lấy cây dù (ô) của tôi để làm gì ?* : What did you do with my umbrella ?. *Tôi không làm chánh trị nữa* : I have done with politics. *Anh phải bắt nó làm việc ấy* : You should make him do it. *Làm bộ làm việc gì* : To make as if, as though, to do something. *Nó nói nó sẽ làm việc ấy* : He says he will do it. *Anh phải làm việc ấy lập tức* : You should do it at once. *Anh nói anh sẽ không làm việc ấy, nhưng tôi bảo anh phải làm việc ấy* : You say you will not do it, but I say you shall do it.

2) To make. *Vật nầy làm bằng gì ?* : What is it made of ?. *Bánh mì làm bằng lúa mì* : Bread is made of corn. *Bàn làm bằng gỗ* : The table is made of wood. *Tượng làm bằng đá cẩm thạch* : Statue cut, made, out of marble. *Làm sữa thành bơ* : To make milk into butter. *Những câu làm sẵn* : Ready-made phrases, set phrases.

3) To make. *Làm tờ di chúc* : To make one's will. *Làm một đạo luật* : To make a law. *Làm một bài diễn văn* : To make a speech.

4) To make. *Quyển sách nầy làm nó nổi tiếng* : This book made him. *Làm cho người nào sung sướng* : To make someone happy. *Người ta cử nó lên làm thủ lãnh* : They made him their leader. *Nhận người nào làm thừa tự* : To make someone one's heirs. *N định cho con nó làm trạng sư* : He intends to make his son a barrister. *Làm cho người nào giàu có* : To make someone rich.

5) To concoct, prepare (a dish).

6) *Thảo một văn kiện làm hai bản* : To make out a document in duplicate

Chia làm ba : To divide by three.

7) **To be.** *Cha nó làm trạng sư* : His father is a barrister. *Một cây làm chẳng nên non, ba cây dụm lại nên hòn núi cao* : Unity is strength.

8) *Nàng làm với tôi đã mười năm rồi:* She was in our service for ten years.

làm 1) Doing, make, act. *Làm và nói khác nhau xa* : There is a great difference between doing and saying. *Nói là một chuyện và làm là một chuyện khác* : Talking is one thing, doing is another. *Nói nhiều mà không làm gì cả:* All talk and no do.

2) *Vật nầy phải của chính anh làm không ?* : Is this your own make ?.

3) *Việc làm trước hết của tôi là mở cửa sổ* : My first act was to open the window.

làm ác [làm ák] To do evil.

làm ăn [làm auun] To earn, make, one's living ; to earn, gain, a livelihood ; to get, make, a livelihood. *Làm ăn thất bại* : To fail in business.

làm ẩu [làm ɔu] To do (something) in a careless way.

làm bài [làm bài] To do one's lessons. *Nó đang bận làm bài ngày mai* : He's busy doing (= preparing) his lessons for to-morrow.

làm bạn [làm bạn] 1) To make friends. *Làm bạn với người nào* : To make friends with someone; to form, strike up. a friendship with someone. *Tôi làm bạn với cha nó* : I have made friends with his father.

2) To marry, to get married, to wed.

làm bằng [làm bàuuɲ] To serve as evidence.

làm bằng máy [làm bàuuɲ máy] Made by machinery, machine-made.

làm bằng tay [làm bàuuɲ tay] Made by hand, hand-made.

làm bậy [làm bẹi] To do silly things. *Nếu nó làm bậy, đó là tại nó không biết* : If he did wrong, it was from (through) ignorance.

làm bế tắc [làm bé táuuk] To obstruct (a road, pipe, etc...).

làm bếp [làm bếp] To cook, to prepare food. *Người đàn bà nào cũng phải học làm bếp cả :* Every woman should learn to cook.

làm biếng [làm biéɲ] To idle, to loaf.

làm biếng Lazy, idle, slothful, slack, sluggish, indolent. *Làm biếng thức dậy:* Lazy, slack, about getting up. *Làm biếng học bài* : Lazy over one's lessons. *Làm biếng làm việc gì :* To be slack in, about, doing something. *Người làm biếng* : Lazy person, sluggard, lazy bones. *Chỉ vì làm biếng* : Out of sheer laziness.

làm bò [làm bɔ] To slaughter, knock down, an ox.

làm bộ [làm bọ] 1) To put on an affected air ; to mince ; to affect reluctance ; to attitudinize ; to make a fuss. *Đừng có làm bộ !* : Don't be a prig !. *Đừng có làm bộ quá mà* : Don't make so much fuss.

2) To feign, to simulate, to pretend, to assume, to sham. *Làm bộ ngủ :* To sham sleep. *Làm bộ làm việc gì:* To feign, pretend, to do something ; to make a pretence of doing something. *Nó làm bộ không thấy :* He pretended not to see. *Làm bộ chết* : To sham death, to pretend, feign, to be dead. *Làm bộ ngu* : To affect stupidity. *Làm bộ dốt* : To affect ignorance. *Làm bộ không nghe:* To pretend not to hear ; to turn a deaf ear. *Nó làm bộ ngây thơ :* He put on an air of innocence. *Hôm qua gặp tôi ngoài đường nó làm bộ như không thấy tôi :* He gave me the go-by in the street yesterday.

làm bớt đau [làm bớt dau] (Med) Soothing, demulcent.

làm bớt đau To relieve pain, to lessen pain, to deaden pain, to soothe, to make less painful.

làm bớt sợ [làm bớt ʃɔ] To still (someone's) fear.

làm cách điện [làm káik diẹn] To insulate. *Sự làm cách điện* : Insulation.

làm cái [làm kái] (Gaming) To bank, to hold table fund. *Người làm cái :* Banker.

làm càn [làm kàn] To do without thought of the possible results.

làm cao [làm kau] To give oneself airs, to put on airs ; to mount (ride, be on) the high horse, to get on one's high horse.

làm cay [làm kay] To bite. *Tiêu làm cay lưỡi* : Pepper bites the tongue. *Khói làm cay mắt* : The smoke make the eyes smart.

làm cầm chừng [làm kồm cừŋ] To work at a slow pace, to take one's time, to prolong the job.

làm cẩu thả [làm kòu θả] To do (something) as a matter of form, for form's sake.

làm chay [làm cay] To celebrate an expiatory mass.

làm choáng váng [làm cwáŋ váŋ] To stun. *Cú đánh làm tôi choáng váng*: The blow stunned me.

làm chóng mặt [làm cóŋ mặut] To make dizzy.

làm chung [làm cuŋ] To collaborate, to work together with (someone).

làm chứng [làm cứŋ] To witness, to be the witness. *Làm chứng cho người nào* : To witness for someone. *Kêu người nào làm chứng việc gì* : To call someone to witness something. *Sự làm chứng* : Witness. *Dẫn, lấy người nào ra làm chứng* : To call, take, someone to witness.

làm co lại [làm kɔ lại] To constrict.

làm cong lại [làm kɔŋ lại] To shrivel, to wither, to curl up through heat, dryness, cold, etc...

làm cỏ [làm kỏ] 1) To weed (garden, etc...).

2) To massacre, to exterminate, to slaughter.

làm cỗ [làm kỗ] To make ready, get ready, feast. *Làm cỗ sẵn cho người nào ăn*: To be someone's cat's-paw.

làm công [làm koŋ] To work (for another). *Người làm công* : Employee.

làm cơm [làm kəm] To cook, to do the cooking, to prepare a meal.

làm dáng [làm záŋ] To adorn oneself ; to give oneself airs and graces ; to be coquettish.

làm dấu [làm zóu] To mark ; to sign. *Làm dấu một chỗ trên địa đồ* : To mark a place on the map. *Làm dấu thánh giá* : To sign oneself ; to make the sign of the cross.

làm dấu bài [làm zóu bài] To mark playing-cards.

làm dùn [làm zùn] To slack, to make loose (a rope).

làm duyên [làm zwien] To give oneself airs and graces.

làm đĩ [làm di] To prostitute oneself.

làm điếc tai [làm dírk tai] To deafen.

làm đỏm [làm dỏm] To adorn oneself, to deck oneself out.

làm đường [làm dưəŋ] To make a road, to build a road.

làm eo [làm ɛu] To make difficulties, to give rise to difficulties.

làm ên [làm en] To do by oneself.

làm gan [làm gan] To pluck up courage ; to throw off one's shyness.

làm gấp [làm góp] To do (something) in haste.

làm gì [làm ʒì] *Để làm gì ?*: What for?.

làm giả [làm ʒả] To counterfeit. *Người làm (bạc) giả* : Counterfeiter.

làm giàu [làm ʒàu] To enrich oneself ; to grow rich, to make money ; to make a fortune, to coin money. *Đang làm giàu* : To be coining money.

làm giặc [làm ʒauk] To revolt, to rebel.

làm giấu [làm ʒòu] See làm giàu

làm giùm [làm ʒùm] To render, do (someone) a service.

làm giúp [làm ʒúp] To give a hand.

làm giường [làm ʒwàŋ] To make the bed.

làm gương [làm gwəŋ] To give, set, an (the) example. *Đưa người nào ra để làm gương* : To hold someone up as an example.

làm gượng [làm gwəʒŋ] To be reluctant to do (something).

làm hại [làm hại] To harm, to damage, to injure. *Làm hại sức khỏe :* To injure, undermine, one's health. *Làm hại đến quyền lợi của người nào :* To injure someone's interests.

làm hiệu [làm hiệu] To signal.

làm hỏng [làm hỏŋ] To baffle, to foil, to wreck, to thwart, balk (a plan, attempt, attack, etc...). *Làm hỏng kế hoạch của người nào :* To thwart, wreck, someone's plans.

làm hớt trước [làm hót trứrk] To forestall.

làm hư [làm hư] To spoil, to corrupt, to vitiate, to injure.

làm khách [làm xáik] To be formal, to stand on ceremony.

làm khó [làm xó] To make, raise, difficulties ; to give rise to difficulties. *Cha nàng làm khó nàng khi nàng nói nàng muốn lấy chồng người ngoại quốc :* Her father raised (made) difficulties when she said she wanted to marry a foreigner.

làm khoán [làm xwán] To do job-work. *Công việc làm khoán :* Job-work, work by contract, contract work, work by the job, task-work, piece-work, jobbing-work. *Thợ làm khoán :* Jobbing workman, piece-worker.

làm khoán To work by the job.

làm khổ [làm xỏ] To torture.

làm khôn [làm xon] To act as a wise man.

làm không [làm xoŋ] To work for love, to work for nothing.

làm lạc mất [làm lạk mót] To mislay.

làm lại [làm lại] To do again. *Phải làm lại :* It will have to be done (over) again.

làm lành [làm làiɲ] To make it up with (someone) ; to reconcile.

làm lành To do good. *Mọi tôn giáo đều dạy tín đồ của mình làm lành lánh dữ :* Every religion teaches its believers to do good and avoid evil.

làm lấy [làm léi] To do (something) by oneself. *Tôi có thể làm lấy việc ấy:* I can do it by myself.

làm lấy có [làm léi kó] To do (something) as a matter of form, for form's sake.

làm lấy lệ [làm léi lẹ] See **làm lấy có**.

làm lén [làm lén] To do (something) on the sly, on the quiet.

làm lễ [làm lẽ] To celebrate.

làm loạn [làm lwạn] To revolt, to rebel. *Người làm loạn :* Revolter.

làm lộn [làm lọn] To jumble, to mix in a confused way. *Làm lộn giấy tờ :* To jumble up one's papers.

làm lông [làm loŋ] To pluck.

làm lơ [làm lơ] To wink at (abuses, etc...) ; to dissemble ; to pretend not to see ; to ignore on purpose (an error, piece of misconduct, etc..,) ; to affect not to notice, connive at. *Làm lơ trước một sự lạm dụng :* To connive at an abuse.

làm luật [làm luạt] To make laws, to legislate. *Nhà làm luật :* Legislator.

làm lụng [làm lụŋ] To toil, to labour.

làm lụt [làm lụt] To flood.

làm ma [làm ma] To give a funeral. *Làm ma cho người nào :* To give someone a funeral.

làm mai [làm mai] To arrange marriages. *Làm mai người nào với người nào :* To match someone with someone.

làm mất [làm mót] To lose. *Tánh xấc láo của nó đã làm nó mất địa vị :* His insolence lost him his position. *Lỗi lầm ấy đã làm nó mất việc :* That mistake lost him his job.

làm mẫu [làm mẫu] To serve as a model.

làm mẻ [làm mẻ] To chip. *Ai làm mẻ cái ly nầy ? :* Who has chipped the edge of this glass ?.

làm mê [làm me] To bewitch, to fascinate. *Nàng nhảy giỏi đến nỗi làm mê tất cả thanh niên :* She danced so well that she bewitched all the young men.

làm mích lòng [làm mík lòŋ] To hurt someone's feeling.

làm một mình [làm mọt miɲ] To do

by oneself. *Không người nào có thể làm được việc ấy một mình cả* : No one man could have done it.

làm mủ [làm mủ] (Of a cut or wound) To suppurate, to gather, to fester, to form pus. *Sự làm mủ* : Suppuration. *Nếu anh để một chỗ bị đứt hay một vết thương bẩn thì chắc chắn nó sẽ làm mủ* : If you allow a cut or a wound to get dirty, it will probably fester.

làm ngã lòng [làm ngã lòng] To discourage, to dishearten ; discouraging. *Sự làm ngã lòng*. Discouragement.

làm nghẽn tắc [làm nghẽn táuk] To obstruct (a road, path, pipe, etc...).

làm nghẹt thở [làm ngẹt thở] To suffocate.

làm nghề [làm ngè] To exercise a profession, to follow as one's profession. *Chúng nó cùng làm một nghề với nhau* : They follow the same profession. *Làm nghề viết báo* : To exercise the profession of journalism.

làm nghiêm [làm ngiem] To keep a straight face.

làm ngộp [làm ngọp] To smother, to suffocate, to stifle. *Bị khói làm ngộp* : To be smothered by smoke.

làm ngơ [làm ngơ] 1) To connive, to wink at, to take no notice of wrong-doing ; to keep one's eyes closed to (a fault, etc) ; to give secret approval to (a wrong action). *Làm ngơ trước một sự lạm dụng* : To connive at an abuse. *Làm ngơ trước lỗi lầm của người nào* : To shut one's eyes to someone's faults.

2) To shut one's ears to, to turn a deaf ear to (requests for help, etc...).

làm ngược [làm ngược] To put the cart before the horse, to do things in the wrong order, to start (something) at the wrong end.

làm người [làm người] To be a man ; to behave like a human being (e. g. not like an animal).

làm nhà [làm pà] To make a house.

làm nhàu [làm nàu] To crumple, to crush. *Làm nhàu quần áo* : To crumple one's clothes.

làm nhăn [làm nhăn] See **làm nhàu**.

làm nhục [làm nhục] To affront, to insult. *Làm nhục người nào* : To let someone down, to put an affront on someone, to snub someone. *Bị làm nhục* : To suffer an affront. *Tôi không có ý định làm nhục anh đâu* : I did not intend to insult you.

làm nổ [làm nổ] To fire, to cause (an explosive) to go off. *Làm nổ một trái mìn* : To fire a mine.

làm nổi bật [làm nổi bật] To set off, to make more striking.

làm nốt [làm nốt] To finish (a work).

làm nũng [làm nũng] To spoil.

làm ô danh [làm o zaip] To besmirch one's name.

làm ổ [làm ổ] (Of bird) To build a nest, to nest. *(Chim) Làm ổ trên cây* : (Of bird) To build its nest in a tree.

làm ồn [làm ồn] To make a noise. *Làm ồn ào* : To kick up a row.

làm ở nhà [làm ở pà] Home-made. *Bánh mì làm ở nhà* : Home-made bread.

làm ơn [làm ơn] To do a favour.

làm phách [làm fáik] To put on airs.

làm phải [làm fải] To do right.

làm phiền [làm fiền] To disturb, to trouble, to annoy. *Tôi sợ làm phiền anh*: I am afraid of disturbing you. *Nếu việc ấy không làm phiền anh* : If it is not troubling you, if it is quite convenient to you, if I am not intruding upon you. *Tôi không thích làm phiền nó* : I don't like troubling him. *Ngày mai tôi trở lại có làm phiền anh không ?* : Would it annoy you for me to come back to-morrow ?. *Tôi mở cửa sổ có làm phiền anh không ?* : Do you mind if I open the window ?. *Tôi hút thuốc có làm phiền anh không?*: You don't mind my smoking ? do you mind if I smoke ? you do mind my smoking ?. *Tánh lười biếng của anh làm phiền cha mẹ anh* : Your laziness pains your parents.

làm phồng lên [làm fồng len] To inflate (a balloon).

làm phúc [làm fúk] To give (something) out of charity; to do good.

làm phước [làm fứrk] See làm pħúc.

làm quen [làm kwɛn] To make the acquaintance of. *Làm quen với người nào:* To strike up an acquaintance with someone; to make acquaintance with someone; to become, make oneself acquainted with someone.

làm quên lãng [làm kwen lãŋ]] To distract (one's mind from sorrow ætc.).

làm reo [làm rɛu] To strike, to be on strike.

làm rể [làm rè] To be a son-in-law.

làm rộn [làm rọn] To disturb, to trouble. *Tôi ghét người ta làm rộn tôi lắm:* I hate to be disturbed, I hate being disturbed.

làm rộng ra [làm rọŋ ra] To widen.

làm rời ra [làm rời ra] To disconnect, to separate.

làm rớt [làm rót] To let fall (a plate).

làm ruộng [làm ruọŋ] To farm. *Theo nghề làm ruộng:* To follow the plough.

làm sao [làm ʃau] How. *Tôi không biết việc ấy xảy ra làm sao:* I don't know how it happened. *Nàng đẹp làm sao!:* How pretty she is. *Làm sao anh biết tôi ở đây?:* How did you get to know (=learn) that I was here?.

làm tan [làm tan] 1) To dispel, to drive away, to cause to disappear (doubts, fears, etc...).
2) To dissolve, to melt (salt in water).

làm tắt lửa [làm táut lửə] To smother a fire. *Làm tắt lửa bằng cát:* To smother a fire with sand.

làm teo [làm tɛu] To constrict.

làm tê [làm te] (Med) Analgesic, analgetic.

làm thăng bằng [làm θauŋ bàuŋ] To stabilize (a ship, etc...).

làm thất kinh [làm θót kiɲ] To dismal, to appal, to terrify.

làm thất lạc [làm θót lạk] To mislay.

làm thêm giờ [làm θem ʒò] To work overtime, to be on overtime.

làm thí công [làm θi koŋ] To do

something for nothing, to work for nothing.

làm thinh [làm θiɲ] To hold one's tongue, to hold one's peace, to keep silent, to keep a still tongue in one's head, to be silent; not to say a single word. *Sự làm thinh:* Silence. *Bắt người nào làm thinh:* To silence someone; to put, reduce, someone to silence; to enjoin, impose, silence on someone, to shut someone's mouth. *Làm thinh tức là bằng lòng:* Silence gives consent. *Thà làm thinh còn hơn nói bậy:* Least said soonest mended. *Tôi làm thinh vì nó:* I keep silent for his sake.

làm thịt [làm θịt] To kill animals for food.

làm thơ [làm θə] To compose, make, indite, a poem; to write, make, poetry.

làm thuê [làm θwe] To work (for another.

làm tiền [làm tièn] To blackmail, to squeeze. *Bị làm tiền:* To be blackmailed. *Người làm tiền:* Blackmailer. *Làm tiền người nào:* To squeeze money out of someone.

làm tiêu tan [làm tieu tan] To dispel, to drive away (doubts, fears, etc...).

làm tỉnh [làm tiɲ] To keep a straight face (to prevent oneself from laughing, etc...). *Một tách cà phê làm tỉnh người:* A cup of coffee clears the head.

làm tỏ [làm tỏ] See làm ỏ.

làm trầy [làm trèi] 1) To abrade, gall, graze, rub off (the skin).
2) To scrape, scratch (furniture, wall).

làm trộm [làm trọm] To do on the sly, on the quiet.

làm trở ngại [làm trở ɲại] To obstruct. *Làm trở ngại sự lưu thông:* To obstruct the traffic. *Làm trở ngại sự thi hành phận sự của người nào:* To obstruct someone in the execution of his duty.

làm trung gian [làm truŋ ʒan] To mediate, to intermediate.

làm trước [làm trúrk] To anticipate,

to forestall, to do (something) before (another person).

làm việc [làm vịrk] To work. *Làm việc khổ nhọc* : To work hard. *Làm việc vặt* : To do odd jobs. *Làm việc cho ốm bớt* : To work off one's fat. *Làm việc cho mình* : To work for oneself, on one's own account. *Làm việc khó nhọc để nuôi gia đình* : To toil hard to maintain one's family. *Đang làm việc* : To be at work. *Làm việc không có kết quả* : To work to little avail. *Làm việc trước thành sau, sau thành trước* : To put the cart before the horse. *Làm việc như trâu* : To drive away at one's work. *Nàng làm việc đã hai chục năm rồi* : She has been in service for twenty years. *Làm việc luôn mười giờ liên tiếp* : To work ten hours without a let-up. *Làm việc từ sáng đến tối* : To work from morning till night; to work morning, noon and night. *Làm việc mười năm* : To have ten years' service. *Làm việc mười lăm giờ liên tiếp* : To work fifteen hours without stopping. *Nó đau đến nỗi không làm việc được* : He is so ill that he is unfit to work.

làm vội [làm vụi] To do (something) in a hurry.

làm vụng về [làm vụŋ vè] To bungle, to do badly or unskilfully.

làm xao lãng [làm sau lãŋ] To distract (one's wind from sorrow, etc...).

làm xốn [làm sốn] *Khói làm xốn mắt* : The smoke make the eyes smart.

làm xong [làm sɔŋ] To finish, to draw to a close, to come to an end. *Làm xong việc gì* : To draw something to a close. *Anh đã làm xong việc của anh chưa?* : Are you through with your work ?.

làm nhảm [làm ɲảm] *Nói làm nhảm* : To mumble.

lãm [lãm] To contemplate, to observe. *Cuộc triển lãm* : Exhibition.

lãm duyệt [lãm zwịet] To examine.

lãm quan [lãm kwan] To observe.

lạm dụng [lạm zụŋ] To abuse, to misuse. *Sự lạm dụng* : Abuse, misuse.

Lạm dung lòng tốt của người nào : To impose upon someone's kindness, to abuse someone's good nature.

lạm phát [lạm fát] (Finance) To inflate. *Lạm phát tiền tệ* : To inflate the currency. *Tiền lạm phát* : Inflated currency. *Sự lạm phát* : Inflation. *Sự lạm phát giấy bạc* : Inflation of the currency.

lạm quyền [lạm kwièn] To abuse, misuse authority ; to override one's commission ; to exceed, go beyond, one's powers. *Sự lạm quyền* : Abuse of authority, misuse of authority.

lạm tiêu [lạm tieu] To misappropriate.

lan [lan] To spread, to run. *Lửa cháy lan qua nhà bên cạnh* : The fire spread to next house. *Ngăn ngừa lửa cháy lan ra* : To prevent the fire from spreading. *Mực không lan ra* : Ink that will not run. *(Màu) Lan ra khi giặt* : (Of dye) To run in the wash. *Ngăn một bịnh truyền nhiễm khỏi lan ra* : To stem an epidemic.

lan (Bot) Orchid. *Loài lan* : Orchidaceae, orchideae. *Cây mộc lan* : Magnolia.

lan can [lan kan] Banister, hand-rail (of a staircase).

lan đác [lan dàu] Great wave.

lan hoa [lan hwa] Orchid flower.

lan khách [lan xáik] Good friend.

lan khoa [lan xwa] (Bot) Orchidaceae, orchideae, orchids.

lan ra [lan ra] (Of water, fire) To spread. See **lan**.

lan rộng [lan rộŋ] (Of a disease, etc..) To rage, to be widespread and difficult to stop. *Bịnh trái giống (đậu mùa) lan rộng khắp thành phố* : Smallpox raged throughout the city.

lan tràn [lan tràn] (Of disease) To spread.

làn [làn] Hand-basket.

làn bụi cuốn [làn bụi kuốn] Storm of dust, dust-storm.

làn gió [làn ɟɔ́] Gust of wind.

làn khói [làn xɔ́i] Trail of smoke.

làn mây [làn mei] Trail of cloud.

làn sóng [làn ʃɔ́ŋ] Wave. *Làn sóng xung phong* : Storming wave.

làn sóng điện [làn ʃɔn diện] Wavelength.

làn sóng người [làn ʃɔ́ŋ ŋuời] Stream of people (in the street).

lần công [lần koŋ] To drag out the work.

lần nọa [lần nwa] Lazy.

lang [laŋ] Piebald, roan.

lang bang [laŋ baŋ] *Đi lang bang* : To roam, ramble, rove, wander (about).

lang bạt [laŋ bạt] To wander.

lang băm [laŋ bawm] Charlatan, quack. *Gọi người nào là lang băm* : To dub someone a quack.

lang ben [laŋ bɛn] (Med) Tetter.

lang chạ [laŋ cạ] Mixed.

lang lỗ [laŋ lỗ] Piebald.

lang quân [laŋ kwən] My husband.

lang thang [laŋ θaŋ] *Đi lang thang* : To wander. *Đi lang thang ngoài đường* : To wander about the streets.

lang vườn [laŋ vườn] Quack, charlatan.

láng [láŋ] Glossy, smooth. *Chải cho láng tóc* : To give one's hair a smooth

láng bóng [láŋ bɔ́ŋ] Smooth and shiny.

láng giềng [láŋ ɟiềŋ] Neighbouring. *Nước láng giềng* : Neighbouring countries. *Bạn láng giềng* : Neighbour. *Láng giềng gần nhứt của Anh quốc là nước Pháp* : England's nearest neighbour is France.

láng mướt [láŋ mướt] See láng.

làng [làŋ] 1) Village. *Dân làng, người ở làng* : Villager. *Lệ làng* : Village customs. *Nó mới từ dưới làng lên* : He was green from his village. *Những nhà tai mắt trong làng* : The important men of the village. *Làng bị ngập khi nước lớn* : The village was overwhelmed when the floods came. *Chiếc xe chạy ngang qua làng mau như chớp* : The car whisked through the village.

    2) World, circle.

làng báo [làŋ báu] Press circle.

làng chiến đấu [làŋ ciến dấu] Fighting village.

làng mạc [làŋ mạk] Village.

làng văn [làŋ vaun] Literary circle.

làng xóm [làŋ sɔ́m] Village and hamlet.

lảng [lảŋ] To sneak away, to slip away, to back out of. *Nói lảng* : To turn, change, the conversation.

lảng đi [lảŋ di] To slip away, to flick out of sight.

lảng quên [lảŋ kwen] To forget. *Rơi vào sự lảng quên* : To sink, fall, into oblivion.

lảng tai [lảŋ tai] To be hard of hearing.

lảng tránh [láŋ tráip] To evade.

lảng trí [lảŋ trí] Absent-minded, woolgathering.

lảng vảng [lảŋ vảŋ] To prowl about.

lãng dụng [lãŋ zụŋ] To waste, to squander.

lãng mạn [lãŋ mạn] Romantic. *Lãng mạn phái* : The romantic school. *Chủ nghĩa lãng mạn* : Romanticism.

lãng nhân [lãŋ ɲɔn] Vagabond.

lãng phí [lãŋ fí] To waste, to squander. *Lãng phí tiền của* : To squander one's money, to fritter, frivol, away one's money, to spend money with both hands. *Lãng phí thì giờ* : To waste one's time, to chaffer, frivol, dawdle, away one's time, to fritter time away. *Sự lãng phí thời giờ* : Waste of time.

lãng quên [lãŋ kwen] Oblivion. *Rơi vào sự lãng quên* : To fall into oblivion.

lãng sĩ [lãŋ ʃí] See lãng nhân.

lãng tử [lãŋ tử] Vagabond.

lãng uyển [lãŋ wiển] Fairyland.

lạng [lạŋ] To cut into thin slices.

lạng Tael.

lanh [laiɲ] Quick, smart. *Lanh quá !* : What a flow of words !.

lanh lảnh [laiɲ lảiɲ] Shrill (voice).

lanh lẹ [laiɲ lẹ] Smart, quick, agile, alert, active. *Dáng đi lanh lẹ* : Smart pace. *Đứa bé lanh lẹ* : A quick child. *Trí lanh lẹ* : Alert mind. *Còn lanh lẹ* : To be still active. *Mặc dầu què, nó cũng vẫn lanh lẹ như thường* : Though lame, he is none the less active.

lanh lợi [laiɲ lợi] Brisk, clever, brainy.

lanh miệng [laiɲ miệŋ] To have a glib tongue.

lanh tay [laiɲ tay] Swift-handed.

lanh trí [laiɲ trí] Quick wits, quick mind, swift of wit. *Sự lanh trí* : Presence of mind.

lánh [láiɲ] To avoid, to shun ; to give (someone) a wide berth. *Lánh dữ* : To avoid evil.

lánh mặt [láiɲ mạɯt] To hide. *Lánh mặt người nào* : To hide away from someone. *Cảnh sát đang nghi ngờ anh ; vậy anh nên lánh mặt trong vài tuần* : The police are suspicious of you ; you'd better lie low for a few weeks.

lánh mình [láiɲ miɲ] See lánh mặt.

lánh nạn [láiɲ nạn] To shun danger. *Dân lánh nạn* : Refugee.

lánh xa [láiɲ sa] To draw aside, to keep away.

lành [làiɲ] 1) Good, happy (news, omen, etc...) ; gentle, meek, mild. *Không có tin tức gì tức là tin lành* : No news is good news. *Lành như bụt* : Gentle as a lamb.

2) (Of food) Good to eat, healthy.

lành Intact, unbroken.

lành (Of wound) To heal (up), to skin over. *Vết thương chưa lành* : The wound has never healed yet. *Cánh tay tôi lành lần lần* : My arm is slowly mending, healing, getting better. *Vết thương lâu lắm mới lành* : The wound took a long time to heal.

lành Untorn (clothes).

lành bịnh [làiɲ bịɲ] To recover one's health ; to be cured, restored to health.

lành dữ [làiɲ zữ] Good and bad.

lành lạnh [làiɲ lạiɲ] A little chilly, coldish. *Trời hơi lành lạnh* : It's coldish.

lành lặn [làiɲ lạɯn] Intact, unbroken.

lành mạnh [làiɲ mạiɲ] Healthy, sound.

lãnh [lãiɲ] Satin.

lãnh To receive, to get (letter, salary, etc...). *Lãnh chi phiếu* : To cash a cheque. *Tôi chưa lãnh lương* : I was not yet in receipt of my salary.

lãnh cảng [lãiɲ kảŋ] To pilot ; to guide a ship safely into a harbour.

lãnh canh [lãiɲ kaiɲ] (Of farmer) To pay rent in kind.

lãnh chiến [lãiɲ ciến] Cold war.

lãnh chịu [lãiɲ cịu] To accept.

lãnh đạm [lãiɲ đạm] Cold, indifferent, frigid, chilly ; unconcerned, apathetic. *Lãnh đạm với người nào* : To be cold with someone, to give someone the cold shoulder. *Người lãnh đạm* : Frigid person. *Sự, tánh lãnh đạm* : Indifference, chilliness, apathy.

lãnh đạo [lãiɲ đạu] To guide, to lead, to conduct, to direct. *Lãnh đạo một đảng phái* : To lead a party. *Người lãnh đạo* : Leader. *Sự lãnh đạo* : Leadership. *Dưới sự lãnh đạo của người nào* : To be under the leadership of someone. *Nó không có tài của một nhà lãnh đạo* : He is not cut out to be, for, a leader.

lãnh địa [lãiɲ địə] Territory, domain.

lãnh giải [lãiɲ ʒải] To understand clearly.

lãnh giáo [lãiɲ ʒáu] To receive instruction ; to obey.

lãnh hải [lãiɲ hải] Territorial waters.

lãnh hành [lãiɲ hàiɲ] To make contracts, e. g. to carry out certain work or to supply goods.

lãnh hóa giao ngân [lãiɲ hwá ʒau ŋən] Payment on delivery, cash on delivery, C.O.D.

lãnh hội [lãiɲ họi] To understand, to comprehend, to digest. *Sự lãnh hội* : Comprehension, digestion.

lãnh khí [lãiɲ xí] Cold air.

lãnh khốc [lãiɲ xók] Very harsh.

lãnh không [lãiɲ xoŋ] Air space.

lãnh lạc [lãiɲ lạk] Lonely, deserted, gloomy.

lãnh lược [lãịn lươk] To comprehend, to understand.

lãnh lương [lãịn lươŋ] To draw, receive, one's salary. *Tôi lãnh lương ngày thứ năm* : I am paid on Thursday.

lãnh mạng [lãịn mạŋ] To receive an order.

lãnh ngộ [lãịn ŋọ] To understand clearly.

lãnh nhãn [lãịn ɲãn] To look coldly at (something) ; to look coldly on.

lãnh nhận [lãịn ɲạn] To accept.

lãnh sự [lãịn ʃự] Consul. *Tổng lãnh sự:* Consul general. *Phó lãnh sự :* Vice-consul. *Tòa lãnh sự :* Consulate.

lãnh sự quán [lãịn ʃự kwán] Consulate.

lãnh tâm [lãịn təm] Cold heart ; composure.

lãnh thổ [lãịn θồ] Territory, domain. *Lãnh thổ bị chiếm đóng :* Occupied territory.

lãnh thổ quyền [lãịn θồ kwièn] Territorial right.

lãnh thụ [lãịn θụ] To receive, to accept.

lãnh tịch [lãịn tịk] Deserted, solitary.

lãnh trưng [lãịn trưŋ] To demise.

lãnh tụ [lãịn tụ] Leader, chief.

lãnh vực [lãịn vựk] Territory, domain.

lạnh [lạịn] Cold. *Hơi lạnh :* Coldish, chilly, rather cold. *Trời lạnh :* It is cold. *Gió lạnh :* Icy wind. *Buồng lạnh:* Cold room. *Tay tôi lạnh :* My hands are cold. *Người có bàn tay lạnh thì rất đa tình :* Cold hands, warm heart. *Trời bắt đầu hơi lạnh :* It is getting chilly. *Việc ấy làm tôi lạnh xương sống :* It sent cold shivers down my back. *Trời hơi lành lạnh :* It is coldish. *Chịu lạnh được :* Cold-proof. *Chất sanh lạnh, phát lạnh:* Cold-producing substance. *Đừng để cây ở ngoài trời lạnh :* Don't leave the plants in the cold. *Trời lạnh buốt:* It is bitterly cold, it is freezing hard. *Tôi lạnh run :* I'm freezing, I am shivering with cold. *Lạnh chết được :* To freeze to death.

lạnh buốt [lạịn buốt] Icy, bitterly cold. *Lạnh buốt xương :* Chilled to the bone, frozen to the marrow.

lạnh cóng [lạịn kóŋ] Chilled to the bone.

lạnh lẽo [lạịn lẽu] Cold.

lạnh lùng [lạịn lùŋ] Frigid, cold, chilly, distant, indifferent. *Câu trả lời lạnh lùng :* Frigid answer. *Văn lạnh lùng :* Frigid style.

lạnh ngắt [lạịn ɲắɯt] Very cold.

lạnh nhạt [lạịn ɲạt] Cold, cool, frigid, frosty. *Câu trả lời lạnh nhạt :* Frosty answer. *Nụ cười lạnh nhạt ;* Wintry smile. *Tiếp đãi người nào một cách lạnh nhạt :* To cold-shoulder someone, to give someone the cold shoulder, to give someone a very cool reception. *Lạnh nhạt với người nào :* To be cold towards someone ; to treat someone coolly, distantly.

lạnh như cắt [lạịn ɲɯ kắɯt] Very cold.

lạnh như đồng [lạịn ɲɯ dòŋ] Very cold.

lạnh run [lạịn run] To shiver with cold.

lao [lau] 1) Javelin ; dart. *Phóng lao :* Javelin throwing.

2) Harpoon.

lao To throw, to dart, to hurl, to fling; to plunge. *Lao mình vào người nào :* To hurl oneself at someone. *Lao mình xuống biển :* To plunge into the sea.

lao (Med) Tuberculosis. *Bịnh lao phổi, ho lao :* Tuberculosis of the lungs, (pulmonary) consumption.

lao Jail, prison.

lao công [lau koŋ] Labourer.

lao dịch [lau xịk] Hard work.

lao đao [lau dau] Unstable, unsteady, rocky.

lao động [lau dọŋ] Labour. *Người lao động :* Labourer, labouring man, worker, workman. *Giai cấp lao động :* The labouring class, the working classes. *Đảng Lao động :* The Labour Party. *Bộ Lao động :* The Ministry of Labour.

lao hạch [lau hạik] (Med) Scrofula.

lao hình [lau hiṇ] Sentence of imprisonment.

lao hộ [lau họ] Jail, prison.

lao khổ [lau xỏ] Hard and miserable.

lao ngục [lau ŋụk] Prison, jail.

lao nông [lau noŋ] Workmen and farmers.

lao phí [lau fi] To waste one's energy.

lao sầu [lau fòu] Sad, sorrowful, dismal.

lao sinh [lau fiṇ] Toilsome life.

lao tao [lau tau] Discontented, displeased, vexed.

lao tâm [lau təm] Broken – hearted, crushed by grief.

lao thao [lau ɵau] To sleep soundly.

lao thương [lau ɵɯɤŋ] (Med) Tuberculosis.

lao tổn [lau tồn] To be tired out, worn out.

lao trái [lau trái] (Med) Tuberculosis.

lao tù [lau tù] Prison, jail.

lao tư [lau tɯ] Workers and capitalists. *Lao tư hợp tác*: Collaboration between workers and capitalists. *Lao tư xung đột*: Conflict between workers and capitalists.

lao tử [lau tử] To die in prison.

lao xá [lau sá] Prison, jail.

lao xao [lau sau] *Tiếng lao xao*: Hubbub.

láo [láu] Insolent, impertinent.

láo *Nói láo*: To lie. *Mày thật là láo tồ!*: You are a precious liar!.

láo lều [láu léu] 1) Impertinent, insolent. 2) Careless.

láo nháo [láu ɲáu] Badly mixed.

láo xược [láu sɯɤk] Insolent, impertinent.

Lào [làu] (Geog) Lào. *Người Lào*: Laotian. *Không thể chối cãi rằng chánh sách can thiệp nầy là nguyên nhân chính của tình hình nguy hiểm hiện nay tại Lào*: It is indeniable that this policy of interference is the main cause of the present dangerous situation in Laos.

lào xào [làu sàu] To whisper, to rustle.

lảo đảo [lảu đảu] To stagger, to totter, to reel ; to be unsteady (on one's legs). *Đi lảo đảo*: To stagger along.

Cú đánh làm nó lảo đảo: He was staggered by the blow. *Đi lảo đảo như người say rượu*: To reel to and fro like a drunken man.

lảo đảo Staggering, reeling ; unsteady. *Bước chân lảo đảo*: Staggering, tottering, unsteaday, footsteps.

lão [lãu] Old.

lão âu [lãu ȃu] Old and young.

lão ấu [lãu ȃu] Old woman.

lão bà [lãu bà] Old woman.

lão bịnh [lãu bịṇ] Sickness of old age.

lão bộc [lãu bọk] Old servant.

lão công công [lãu koŋ koŋ] Old man.

lão đại [lãu đại] Old.

lão gia [lãu ʒa] I, me (old man addressing others).

Lão giáo [lãu ʒáu] Taoism.

lão hạng [lãu hạŋ] Class of old man.

lão hủ [lãu hủ] Old and useless (man).

lão kiện [lãu kiện] Old but healthy.

lão lạt [lãu lạt] See lão luyện.

lão luyện [lãu lwiện] Experienced, expert.

lão mại [lãu mại] Decrepit, senile.

lão mạo [lãu mạu] 1) Old. 2) Old and dim-sighted.

lão mẫu [lãu mȃu] Old mother.

lão nhân [lãu ɲən] Old man.

lão nhược [lãu ɲɯɤk] Old man weak, senile.

lão nô [lãu nô] Old servant.

lão nông [lãu noŋ] Old farmer.

lão ông [lãu oŋ] Old man.

lão phụ [lãu fụ] Old woman.

lão suy [lãu fwi] Senile, decrepit. *Thời kỳ lão suy*: Decrepitude, senility.

lão thành [lãu ɵàiṇ] Experienced old man.

lão thiểu [lãu ɵiểu] Old and young.

lão tiều [lãu tiều] Old, woodcutter, old woodsman.

lạo xạo [lạu sạu] *Tiếng lạo xạo của đá sỏi dưới bánh xe*: The crush of the gravel under the wheels.

lạp chúc [lạp cúk] Wax-candle.

lạp hộ [lạp hộ] Hunter.

lạp khuyển [lạp xwiển] Hunting-dog.

lạp nguyệt [lạp ŋwiệt] Twelfth month of lunar year.

lạp-thể [lạp ħể] (Bot) Leucite, leucoplast.

lạp xưởng [lạp swởŋ] Chinese sausage. *Nhồi, dồn lạp xưởng :* To fill sausages.

lát [lát] (Bot) Rush. *Bao lát :* Rush sack.

lát Slice. *Lát (thịt, v.v...) mỏng :* Thin slice (of meat, etc...). *Cắt từng lát mỏng :* To slice. *Cắt bánh mì ra từng lát mỏng :* To cut the bread in slices. *Lát bánh ngọt dày :* Slab of cake.

lát Instant, moment. *Lát nữa tôi sẽ lại:* I will come in a moment.

lát To pave (with slabs, flagstones, etc.). *Sự lát đường :* Pavement. *Đá để lát :* Paving-block, paving-stone. *Gạch để lát :* Paving-brick.

lát gạch [lát gạik] To tile. *Sự lát gạch:* Tiling.

lát gừng [lát gừŋ] Disconnected (conversation).

lát nữa [lát nữə] By and by, later on, before long. *Lát nữa tôi sẽ lại :* I will come in a moment, I am coming in a tick.

lát mỏng [lát mỏŋ] Chip, slice (of potato, etc...). *Cắt bánh mì ra từng lát mỏng :* To cut the bread in slices.

lạt [lạt] 1) Insipid, flat, flavourless.

2) Not salted ; not sweet enough.

lạt Bamboo string.

lạt lẽo [lạt lẽu] 1) Vapid, insipid, flavourless, tasteless (dish, etc...).

2) Insipid, flat; vapid, colourless, uninteresting (conversation, etc...).

3) Cool, chilly, distant, apathetic. *Tiếp đãi người nào rất lạt lẽo :* To give someone a very cool reception.

lạt lòng [lạt lòŋ] Moved, touched.

Lạt ma [lạt ma] Lama. *Lạt ma giáo :* Lamaism.

lạt nan [lạt nan] String made of bamboo.

lau [lau] To wipe (dishes, etc...) ; to wipe (something) clean ; to wipe up, mop up (water, etc...). *Lau tay :* To wipe, dry, one's hands. *Lau trán (bằng khăn tay) :* To mop one's brow (with one's handkerchief). *Lau nước mắt cho người nào :* To wipe away someone's tears. *Lau lên nước mắt :* To brush away a tear. *Lau nước mắt :* To dry one's eyes. *Lau khô vật gì bằng giẻ :* To dry something with a cloth.

lau (Bot) Reed. *Bãi lau :* Reed-bed.

lau bụi [lau bụi] To dust. *Lau bụi cái bàn :* To dust a table.

lau chùi [lau cùi] To clean, to wipe clean. *Lau chùi vật gì :* To wipe something clean.

lau mặt [lau mạuk] To wipe one's face.

lau tay [lau tay] To wipe one's hands.

lau trán [lau trán] To mop one's brow (e.g. by wiping away sweat with a handkerchief).

láu [láu] (Of children) Artful, clever.

láu *Đái láu :* To dribble, to be constantly making water.

láu ăn [láu aʉn] Greedy, gluttonous. *Tánh láu ăn :* Gluttony. *Người láu ăn :* Glouton.

láu cá [láu ká] Smart, sharp, cunning.

láu linh [láu lịn] Roguish, mischievous.

láu táu [láu táu] To play the busybody; to buzz about, around.

làu [làu] *Thuộc làu :* To know by heart.

lầu [lầu] *Lầu thông :* Versed, well up (in).

lay [lay] To shake.

lay chuyển [lay cwiển] To shake ; to convulse, to concuss. *Khó lay chuyển :* Unshakeable. *Dễ lay chuyển :* Easily shaken or moved. *Sự lay chuyển :* Convulsion, concussion.

lay động [lay dọŋ] To move, to stir. *Trời êm lặng và không một lá cây lay động :* It was calm and not a leaf moved. *Gió lay động lá cây :* The wind stirred the leaves. *Không một chút gió lay động lá cây :* Not a breath stirs the leaves.

láy [láy] To repeat, to reiterate.

láy mắt [láy mắut] To look with an icy stare.

lảy [lảy] To pluck off (leaves).

lảy cò [lảy kò] To press the trigger.

lạy [lạy] 1) To prostrate oneself (before); to ko(w)tow ; to bow down (before). *Lạy người nào* : To prostrate oneself before someone.

2) To pray. *Tôi lạy ông, xin ông tha cho tôi* : I pray you to forgive me.

lạy lục [lạy lục] To prostrate oneself, to kowtow.

lạy ông [lạy oŋ] Good morning (evening) sir.

lạy Phật [lạy fặt] To pray to Buddha.

lạy trời [lạy trời] To pray to God.

lắc [lámk] (Paint) Lake.

lắc 1) To shake, to wag. *Lúc lắc* : To move, to sway. *Quả lắc* : Pendulum. *Đồng hồ quả lắc* : Pendulum-clock. *Lắc người nào thức dậy* : To shake someone out of his sleep.

2) (Of car) To bump (along a rough road) ; to shake, to jog. *Chiếc tàu lắc quá* : The ship rolled badly.

lắc chai [lámk cai] To shake a bottle. *lắc chai thuốc* : To shake up a bottle of medicine.

lắc chuông [lámk cuəŋ] To ring a bell.

lắc đầu [lámk dầu] To shake, wag one's head. *Nó lắc đầu để trả lời câu hỏi của tôi* : He shook his head in answer to my question.

lắc đuôi [lámk duəi] (Of dog) To wag its tail.

lắc lẻo [lámk lẻu] Shaky (bridge).

lắc lư [lámk lư] To oscillate, to swing, to sway.

lắc qua lắc lại [lámk kwa lámk lại] To flicker, to shake to and fro.

lặc cốt [lạmk kót] (Anat) Rib.

lặc lệnh [lạmk lệiɲ] To compel, to force.

lặc quyên [lạmk kwien] To subscribe. *Sự, cuộc lặc quyên* : Subscription, collection.

lăm [laɯm] *Cà lăm* : To stammer, to stutter.

lăm Five (when preceded by a numeral in the ten-order). *Mười lăm* : Fifteen. *Hai mươi lăm* : Twenty-five.

lăm lăm [laɯm laɯm] See lăm le.

lăm le [laɯm lɛ] To attempt, to try, to intend, to mean.

lắm [láɯm] Much, many, a great deal, a lot ; very. *Không quan hệ gì lắm* : It doesn't matter much. *Bằng lòng lắm* : Much pleased. *Lắm người quá* : Too much people. *Lắm lần* : Many times. *Ở đấy không có nhiều người lắm* : There were not a great many people there. *Nó mến ông lắm* : He is very fond of you. *Tốt lắm* : Very good. *Nó không được lễ phép lắm* : He is not very polite. *Không giàu lắm* : Not very rich. *Ấm hơn nhiều lắm* : Very much warmer. *Tôi thích anh ấy lắm* : I like him very much.

lắm con [láɯm kɔn] To have many children.

lắm của [láɯm kwả] To have a great deal of money, lots of money, a deal of money, heaps of money.

lắm điều [láɯm dièu] To talk a great deal ; to be talkative, garrulous.

lắm kẻ [láɯm kẻ] Many people.

lắm khi [láɯm xi] Many times.

lắm lắm [láɯm láɯm] Very much.

lắm lần [láɯm lần] Many times.

lắm lúc [láɯm lúk] See lắm khi.

lắm mồm [láɯm mồm] Talkative, garrulous.

lắm người [láɯm ŋười] Many people.

lắm phen [láɯm fɛn] Many times.

lắm tiền [láɯm tièn] To have a great deal of money, heaps of money, lots of money ; to be rolling in wealth.

lằm bằm [làɯm bàɯm] To mumble, to mutter.

lăm [lạɯm] Very, much.

lăn [laɯn] 1) To roll (cask, etc...) ; to roll (over, along, about) ; to turn over and over (in the grass, etc...) ; to turn over from one side to the other. *L dưới đất :* To roll over on the ground. *Lăn xuống giốc :* To roll down a slope. *Cái thùng bắt đầu lăn :* The barrel started rolling. *Trái banh lăn dưới bàn :* The ball rolls under the table. *Lăn xuống thang lầu :* To roll downstairs. *Nước mắt lăn xuống đôi má của nó :* The tears rolled down his cheeks. *Muốn ăn phải lăn vào bếp :* You cannot make an omelet without breaking eggs.

2) To wallow, to roll about (in mud, dirty water, sand, etc...). *Heo thích lăn trong bùn :* Pigs like to wallow in mud.

lăn bột [laưn bọt] To flour. *Lăn bột trước khi chiên :* To flour before frying.

lăn chiêng [laưn cieŋ] To fall flat.

lăn củ [laưn kủ] To roll off.

lăn đùng [laưn dùŋ] To collapse, to fall suddenly.

lăn kềnh [laưn kềiɲ] See lăn chiêng.

lăn lóc [laưn lók] To experience hardships.

lăn lộn 1) To toss about, to throw oneself about. *Lăn lộn trên giường :* To toss (about) in bed, to turn over in bed. *Lăn lộn (trằn trọc) trong giấc ngủ :* To toss in one's sleep. *Nó lăn lộn trên giường :* He rolled over in bed. *Người bịnh lăn lộn trên giường :* The sick man tossed and tumbled in his bed.

lăn lông lóc [laưn loŋ lók] To roll over. *Lăn lông lóc dưới đất :* To roll over on the ground.

lăn mình tới (vào) [laưn mìɲ tói] To rush, dash at (someone, something) ; to hurl oneself at (someone).

lăn tay [laưn tay] To press one's fingerprint on (a smooth surface, etc...).

lăn tăn [laưn tawn] (Of surface of water) To ripple.

lăn vào [laưn vàu] To roll in.

lăn xả vào [laưn sả vàu] To rush, dash at ; to hurl, fling oneself at.

lăn xuống [laưn suốŋ] To roll down. *Lăn xuống giốc :* To roll down a slope.

lằn [laừn] Fold, wrinkle, crinkle.

lằn *Thằn lằn :* (Zoo) Lizard.

lằn biên [laừn bien] Touch-line.

lằn gợn [laừn gợn] Ripple, ruffle (on the surface of water).

lằn nhăn [laừn ɲawn] Pucker (of cloth, of the forehead).

lằn roi [laừn rɔi] Wale, weal.

lằn xếp [laừn sép] Crease, fold.

lẳn [laửn] Solid. *Béo lẳn :* Chubby but solid.

lặn [laựn] 1) To dive, to go, swim under water ; (of submarine) to submerge. *Lặn tìm vật gì :* To dive for something. *Chuông lặn :* Diving-bell. *Áo lặn :* Diving-dress, diving-suit. *Thợ lặn :* Diver. *Thợ lặn mò hột trai :* Pearl-diver. *Nó lặn giỏi :* He's a clever diver.

2) (Of sun, stars) To set, go down, decline, sink. *Mặt trời lặn :* The sun is down. *Chúng tôi thấy mặt trời lặn :* We saw the sun set. *Mặt trời lặn rồi :* The sun is down. *Trời sẽ mát hơn khi mặt trời lặn :* It will be cooler when the sun has (is) set. *Mặt trời lặn ở phía tây :* The sun was sinking in the west.

3) (Of meales) To clear up, to disappear.

lặn hụp [laựn hụp] To duck (as a duck does).

lặn lội [laựn lội] To dive and to swim, (fig) up hill and down dale ; to go through a lot of trouble.

lăng [laưŋ] Royal tomb, imperial tomb.

lăng căng [laưŋ kawŋ] To hasten, to hurry.

lăng chùy thể [laưŋ cừi θể] Pyramid.

lăng kính [laưŋ kíɲ] (Opt) Prism. *Lăng kính đảo lại :* Reversing prism, erecting prism. *Lăng kính phản chiếu toàn phần :* Total reflection prism.

lăng loàn [laưŋ lwàn] (Of woman) To be impolite.

lăng loạn [laưŋ lwạn] See lăng loàn.

lăng mạ [laưŋ mạ] To revile.

lăng mạn [laưŋ mạn] To scorn, to disdain.

lăng miệt [lauɲ miẹt] To despise, to contemn, to misprize, to scorn.

lăng miếu [lauɲ miếu] Royal tomb and temple.

lăng mộ [lauɲ mọ] Royal tomb, imperial tomb.

lăng ngược [lauɲ ɲɯrk] To disdain and to maltreat.

lăng nhăng [lauɲ ɲauɲ] Irresponsible; purposeless, aimless.

lăng nhục [lauɲ ɲuk] To insult.

lăng phạm [lauɲ fạm] To violate.

lăng quăng [lauɲ kwauɲ] Mosquito larva.

lăng tẩm [lauɲ tȧm] Imperial tombs, royal tombs.

lăng trì [lauɲ trì] Penalty of the dissection till death.

lăng trụ thể [lauɲ trụ θẻ] (Math) Prism.

lăng vân [lauɲ vən] To reach the clouds.

lăng viên [lauɲ vien] Royal tombs, imperial tombs.

lăng việt [lauɲ việt] By turn, in turn, by roster, alternately.

lăng xăng [lauɲ sauɲ] To bustle. Chúng nó ra vào lăng xăng lắm : They bustle in and out. Hỏi người nào lăng xăng : To assail someone with question.

lắng [láuɲ] (Of liquid) To deposit.

lắng cặn [láuɲ kạun] To deposit sediment, to form a deposit.

lắng tai [láuɲ tai] To listen to; to cock one's ears. Lắng tai nghe : To listen with all one's ears, with both ears. Lắng tai nghe đồng hồ nhà thờ gõ : To listen for the strike of the church clock.

lắng xuống [láuɲ suốɲ] 1) (Ch) To precipitate.
2) (Of dregs, sediment, etc...) To settle.

làng [làuɲ] Bluebottle.

làng nhàng [làuɲ ɲàuɲ] To drag on.

lảng lặng [làuɲ lạuɲ] To keep silent, quiet.

lẳng lơ [làuɲ lɔ] Light, gay, immoral. Người đàn bà lẳng lơ : Light woman, gay woman, woman of immoral character.

lẳng [lãuɲ] Basket. Lẳng hoa : Flower basket.

lặng [lạuɲ] Silent, calm, quiet, tranquil, still. Lặng thinh : To keep quiet, silent. Bước chân êm lặng : Silent steps. Biển lặng : Quiet sea, calm sea. Sự im lặng : Silence. Phá tan sự im lặng : To break silence. Làm lặng gió : To still the winds.

lặng gió [lạuɲ ʒɔ] Windless. Làm lặng gió : To still the winds. Cơn lặng gió : Period of calm.

lặng im [lạuɲ im] To keep quiet, silent.

lặng lẽ [lạuɲ lẽ] Quietly, silently.

lặng ngắm [lạuɲ ɲȧum] To contemplate.

lặng ngắt [lạuɲ ɲȧut] Dead silence, blank silence, unbroken silence.

lặng nghe [lạuɲ ɲɛ] To listen in silence.

lặng như tờ [lạuɲ ɲɯ tờ] See lặng ngắt.

lặng thinh [lạuɲ θiɲ] To keep quiet, silent. Chúng tôi lặng thinh để cho nó ngủ : We kept silent (in order) that he might sleep.

lặng trang [lạuɲ traɲ] Quiet, tranquil.

lặng trời [lạuɲ trời] Serene, calm, sky (weather).

lặng yên [lạuɲ ien] To keep silent; quiet; tranquil.

lắp [láup] To assemble, join, fit together (machine, etc). Lắp một cái máy : To fit a machine. Lắp ống khóa vào cửa : To put a lock on a door. Sự lắp một cái máy : Fitting (up, together) of a machine. Sự lắp vật gì lên vật gì : Fitting of something on something. Sự lắp lốp xe hơi vào bánh : Fitting on of a tyre.

lắp [láup] To repeat.

lắp Nói lắp : To stammer, to stutter.

lắp bắp [láup baúp] To mumble.

lắp đạn [láup dạn] To load a gun.

lắp kiến [láup kiến] To glaze, to fi

with glass. *Lắp kiến cửa sổ :* To glaze in a window.

lắp máy [lắup máy] To fit a machine.

lắp mộng [lắup mộŋ] To mortise.

lặp lại [lạup lại] To repeat. *Lặp lại hai lần những chữ giống nhau :* To repeat the same words twice.

lắt [lắưt] To cut. *Lắt túi người nào :* To cut someone's pocket.

lắt léo [lắưt lɛu] Intricate, involved, complicated.

lắt lẻo [lắưt lɛu] Winding, tortuous.

lắt nhắt [lắưt ɲắưt] Tiny, minute.

lặt rau [lạưt rau] To clean vegetables.

lặt vặt [lạưt vạưt] Sundry. *Đồ lặt vặt :* Sundries; odds and ends; various small articles. *Phí tồn lặt vặt :* Sundry expensives.

lắc cắc [lặk kặk] Impertinent, insolent.

lắc khắc [lặk xặk] See lắc cắc.

lâm [ləm] Forest, woods. *Trường Nông Lâm mục :* School of Agriculture, Forestry and animal Husbandry.

lâm ba [ləm ba] Lymph.

lâm bệnh [ləm bệɲ] To fall ill, to be taken ill.

lâm biệt [ləm biệt] On the point of parting.

lâm bồn [ləm bòn] About to give birth.

lâm chiều [ləm ciều] To deign, to condescend.

lâm chung [ləm cuŋ] To be about to die. *Lúc lâm chung :* In the hour of death. *Những nỗi đau đớn lúc lâm chung :* The throes of death.

lâm dâm [ləm zəm] See lâm râm.

lâm học [ləm họk] Sylviculture, forestry.

lâm kỳ [ləm kì] When the time comes.

lâm lậu [ləm lậu] (M:d) Blennorrhagia, gonorrhoea.

lâm lụy [ləm lụi] Implicated.

âm ly [ləm li] Moving.

âm măng [ləm măŋ] Thick forest.

âm minh [ləm miɲ] See lâm chung.

âm nạn [ləm nạn] To fall into calamity.

âm nguy [ləm ŋwi] To be in danger.

lâm râm [ləm rəm] *Mưa lâm râm :* To drizzle.

lâm sản [ləm ʃản] Forest products.

lâm sự [ləm ʃự] On the point of doing something.

lâm thời [ləm ɵời] Provisional, provisory, temporary; for the time being; intended to serve for a short time. *Chánh phủ lâm thời :* Provisional government.

lâm trận [ləm trận] In battle, in combat.

lâm triều [ləm triều] (Of king) To give an audience.

lâm tuyển [ləm twiền] Forest and stream.

lấm [ləm] Soiled, sullied, smeared (with).

lấm bê bét [ləm bɛ bét] Dirty, smeared.

lấm bùn [ləm bùn] Mud-stained; smeared, soiled with mud. *Quần áo lấm bùn :* Mud-stained clothes.

lấm chấm [ləm cấm] Specked, speckled, spotted. *Làm lấm chấm :* To speck, to speckle, to spot.

lấm la lấm lét [ləm la ləm lét] To glance furtively.

lấm lem [ləm lɛm] Sullied, smeared.

lấm lét [ləm lét] To glance, look, slyly.

lấm mem [ləm mɛm] Soiled, sullied.

lấm tấm [ləm tấm] See lấm chấm.

lấm tấm *Mưa lấm tấm :* To drizzle.

lầm [lềm] 1) To be mistaken, to be wrong, to make a mistake; to confound, to confuse. *Lầm người nào với người nào :* To mistake someone for someone. *Hiểu lầm ý của người nào :* To be mistaken regarding someone's intentions. *Nếu tôi không lầm :* If I am not mistaken, if I mistake not. *Tôi lầm nó với anh nó :* I confound, confuse, him with his brother. *Tôi nhận thấy rằng tôi đã lầm :* I find that I was mistaken. *Thánh nhân cũng có khi lầm :* It's a good horse that never stumbles. *Tôi chắc chắn anh lầm :* I am sure (that) you are mistaken.

2) To delude oneself. *Những lời hứa của nó làm chúng tôi phải lầm :* His promises delude us.

lầm dầm [làm zàm] See lầm thầm.

lầm đường [làm duờŋ] To mistake one's way; to take the wrong road.

lầm lạc [làm lạk] To be wrong, in the wrong.

lầm lầm [làm làm] To look stern, to look severe.

lầm lẫn [làm lẫn] To be mistaken, to be wrong; to confound, to confuse.

lầm lỗi [làm lỗi] To be mistaken, to be at fault; (of woman) to go wrong, fall into sin. Điều lầm lỗi : Fault. Bắt được người nào lầm lỗi : To find, catch, someone in fault, at fault. Nhắm mắt trước những điều lầm lỗi của người nào : To shut one's eyes to someone's faults.

lầm lộn [làm lộn] To confound, to confuse.

lầm lỡ [làm lỡ] To be at fault, to be mistaken.

lầm rầm [làm ràm] See lầm thầm.

lầm than [làm θan] Miserable, wretched.

lầm thầm [làm θàm] To mumble. Khấn vái lầm thầm : To mumble a prayer.

lẩm bẩm [làm bàm] To mumble.

lẩm cẩm [làm kàm] Doting. Tình trạng lầm cầm : Dotage.

lẩm nhẩm [làm ɲàm] To mumble.

lẫm lẫm [làm làm] To tremble with cold, (fig) imposing, stately.

lẫm lật [làm lật] To tremble with fear.

lẫm liệt [làm liệt] Imposing, stately.

lẫm lúa [làm lửa] Granary.

lân [làn] (Myth) Unicorn.

lân (Ch) Phosphorus.

lân ái [làn ái] To love, to cherish.

lân bang [làn baŋ] Neighbouring country.

lân bàng [làn bàŋ] Adjoining, neighbouring.

lân biên [làn bien] Neighbouring, adjacent.

lân cận [làn kận] Near, next to, contiguous, neighbouring, adjoining. Người lân cận : Neighbours. Làng lân cận :

Neighbouring village. Nó làm trò cười cho người lân cận : He's the jest of his neighbours.

lân chất [làn cất] (Ch) Phosphorus.

lân cư [làn kư] Neighbouring.

lân giác [làn ʒák] (Geom) Adjacent angle.

lân hành [làn hàɲ] (Anat) Bulb.

lân la [làn la] To come near, to get near.

lân lý [làn li] Hamlet and village.

lân phụng [làn fụŋ] 1) Female unicorn and phoenix, (fig) rare thing.

2) Extraordinary man.

lân quang [làn kwaŋ] Phosphorescence, (U.S) fox-fire. Phát lân quang : To phosphoresce ; phosphorescent. Máy thử lân quang : Phosphoroscope.

lân quốc [làn kwók] Neighbouring country.

lân tinh [làn tiŋ] Phosphorous.

lân toan [làn twan] Phosphoric acid.

lân tuân [làn twân] Very deep.

lân tuất [làn twất] To pity ; to have mercy, pity on.

lân xá [làn sá] Neighbouring house.

lấn [lẫn] To encroach, to infringe, to trespass (on, upon).

lấn To nudge.

lấn đất [lẫn dất] To encroach (up) on someone's land.

lấn quyền [lẫn kwièn] To encroach (up) on someone's authority.

lần [làn] Time. Năm lần : Five times. Ba lần trong một tuần : Three times a week. Lần khác : Another time. Bốn lần liên tiếp : Four times running. Nhiều lần : Times out of number, times without number, time and time again, time after time. Tôi đã nói với anh nhiều lần rồi : I have told you so a hundred times. Lần nầy tôi tha cho anh : This time I will forgive you. Bốn lần hai là tám : Four times two is eight. Lần nào nó cũng thành công : He succeeds every time. Một lần nữa : Once again. Tôi lên dây đồng hồ của tôi mỗi ngày một lần : I wind up my watch once a day. *Tôi đã đọc quyển sách nầy hai lần rồi* : I have read this book twice.

lẫn To grope.

lẫn bước [lần búrk] To grope, fumble along.

lẫn chuỗi hạt [lần cuỗi hạt] To tell one's beads.

lẫn hạt [lần hạt] See **lẫn chuỗi hạt.**

lẫn hối [lần hồi] Little by little, from day to day, gradually.

lẫn khác [lần xák] Another time.

lẫn lần [lần lần] Little by little ; gradually, gradual. *Sự tăng lần lần giá sanh hoạt* : The gradual increase in the cost of living.

lẫn lửa [lần lửa] To dally, to delay, to linger, to loiter.

lẫn lựa [lần lựa] See **lẫn lửa.**

lẫn lượt [lần lượt] In turn, by turn, by roster.

lẫn mò [lần mò] To fumble, grope (in the dark), to feel one's way. *Lần mò đề đút chìa khoá vào lỗ khoá* : To fumble with the key at the key-hole.

lẫn nẩy [lần nèi] This time. *Lần nẩy tôi tha cho anh* : This time I will forgive you. *Lần nẩy không được !* : No this bout !.

lẫn theo [lần θɛu] To feel one's way.

lẫn [lần] To slip away, to make oneself scarce, to take French leave, to steal off. *Lần vào đám đông* : To slip through a crowd.

lẫn khéo [lần xéu] To elude.

lẫn lút [lần lút] To hide, to shelter oneself, to conceal oneself.

lẫn mặt [lần mạưt] To keep out of sight.

lẫn mẫn [lần mần] To potter.

lẫn mất [lần mất] To disa, pear, to vanish, to evaporate. *Nó lần mất trong đám đông* : He disappears, vanishes in the crowd.

lẫn quẩn [lần kwần] 1) To follow, to hover. *Lần quẩn bên mình người nào:* To follow someone about, to hover about someone. *Vòng lần quẩn* : Vi-

cious circle. *Ý nghĩ ấy lần quẩn mãi trong trí tôi* : The thought keeps running through my head.

2) To beat about the bush.

lẫn quất [lần kwất] To conceal oneself, to shelter oneself.

lẫn thẫn [lần θần] 1) Dotty, cracked.

2) Doting. *Tình trạng lần thần:* Dotage.

lẫn tránh [lần tráip] To flick out of sight.

lẫn trốn [lần trón] To slip away. *Lần trốn người nào* : To give someone the slip.

lẫn vào [lần vàu] To get in. *Lần vào đám đông* : To mingle, mix, with the crowd.

lẫn [lần] To confound, to be mistaken, to make a mistake.

lẫn Forgetful, doting. *Người già hay lẫn:* Old people are sometimes forgetful.

lẫn Confused, mixed-up.

lẫn With, together with, and.

lẫn lộn [lần lọn] Confused, mixed. *Làm lẫn lộn* : To confuse, mix up. *Sự lẫn lộn* : Confusion. *Sự lẫn lộn nhiều thứ tiếng* : The confusion of tongues.

lẫn nhau [lần ɲau] Each other, one another. *Chúng nó sợ lẫn nhau* : They are afraid of each other. *Yêu lẫn nhau* : To love one another. *Giúp đỡ lẫn nhau:* To help one another.

lận [lận] *Ăn lận* : To cheat, to defraud. *Gian lận* : To swindle.

lận To stick ; to stuff.

lận đận [lận dận] Unsuccessful.

lâng láo [lơŋ láu] Impertinent, insolent.

lâng lâng [lơŋ lơŋ] Very light, airy.

lẵng [lỡŋ] See **lửng.**

lấp [lớp] To occlude, to fill up, to stop (gap, etc..) ; to fill (in) (well, ditch, etc). *Lấp một cái lỗ* : To stop (up), to plug, block up, a hole. *Lấp một cái cửa sổ* : To build in a window.

lấp đất [lớp đất] To cover in, to fill (a hole, etc...) with earth. *Cái huyệt được lấp đất lại rất mau* : The grave was quickly covered in.

lấp đầy [lǒp dèi] To fill in. *Lấp đầy một cái lỗ :* To fill in a hole.

lập lánh [lǒp láip] To sparkle, to wink, to twinkle, to skimmer, to scintillate; to flash, to glitter, to gleam. *Sao lấp lánh trên trời :* Stars are twinkling in the sky, stars glittering in the sky. *Chúng tôi thấy ánh sáng của chiếc tàu lấp lánh ngoài khơi :* We saw the lights of a ship blinding out at sea. *Con dao của nó lấp lánh trong bóng tối :* His knife gleamed in the dark. *Ánh sáng lấp lánh dưới nước :* The lights glint in the water. *Ánh trăng lấp lánh trên mặt hồ :* Moonlight skimmering on the lake.

lấp ló [lǒp ló] To appear and disappear alternately.

lập lỗ [lǒp lỗ] To fill up, stop up, a hole.

lập [lǒp] 1) To establish, to set up ; to form (ministry, etc...); to found, to erect. *Lập một ủy ban :* To appoint a committee. *Lập một chánh phủ mới :* To erect a new government.

2) To make out (a list).

lập ấp [lǒp óp] To found a domain.

lập cập [lǒp kǒp] *Run lập cập :* To tremble, quiver, shake, shiver, quake with (cold, fear). *Chân nó run lập cập :* He is quaking at the knees.

lập chí [lǒp cí] To make up one's mind.

lập công [lǒp koŋ] To accomplish a feat, to acquire merit.

lập danh [lǒp zaiŋ] To win fame.

lập dị [lǒp zi] Eccentric.

lập đảng [lǒp dǎŋ] To form a party.

lập đông [lǒp doŋ] Winter begins.

lập gia đình [lǒp ʒa diŋ] To marry, to get married, to wed, to enter on married life. *Lập gia đình với người nào :* To marry someone. *Anh (chị) ấy chưa lập gia đình :* He (she) had remained single.

lập hạ [lǒp hạ] Summer begins.

lập hiến [lǒp hién] To establish a constitution.

lập hiến Constitutional. *Đảng lập hiến :* Constitutional party. *Chánh thể lập hiến :* Constitutional regime. *Quân chủ lập hiến :* Constitutional monarchy.

lập hiến quốc [lǒp hién kwók] Constitutional government.

lập hội [lǒp hội] To found a society.

lập kế [lǒp ké] To engineer a scheme.

lập khắc [lǒp xáuk] Immediately, at once.

lập khởi [lǒp xỏi] 1) To get up, stand up.

2) To begin to work at once.

lập kỷ lục [lǒp ki lụk] To achieve a record.

lập lệ [lǒp lẹ] To establish a custom.

lập loè [lǒp lwè] To flash, to twinkle, to sparkle, to blink.

lập luận [lǒp lwận] To argue, to reason.

lập mẹo [lǒp mẹu] See lập mưu.

lập mưu [lǒp mưu] To draw up a scheme.

lập nghiêm [lǒp ŋiem] To preserve one's gravity, to keep one's countenance, to keep a straight face.

lập nghiệp [lǒp ŋiẹp] To establish, found, one's business. *Đến lập nghiệp tại một nơi nào :* To settle (down) in a locality.

lập pháp [lǒp fáp] To legislate, to make laws. *Sự lập pháp :* Legislation. *Nhà lập pháp :* Legislator. *Thuộc về sự lập pháp :* Legislative. *Quyền lập pháp :* Legislative power. *Cơ quan lập pháp :* Legislature.

lập pháp cơ quan [lǒp fáp kə kwan] Legislature.

lập pháp quyền [lǒp fáp kwièn] Legislative power.

lập phương [lǒp fưəŋ] *Hình lập phương :* Cube. *Có hình lập phương :* Cubic.

lập quốc [lǒp kwók] To found a nation.

lập tâm [lǒp tǎm] To make up one's mind, to be determined (to do something).

lập thành [lǒp θàiŋ] To constitute, to establish.

lập thân [ləp θən] To establish oneself in life.

lập thất [ləp θất] To marry, to get married.

lập thể [ləp θể] Solid. *Hóa học lập thể* : Stereochemistry.

lập thể Cubism. See *phái lập thể*.

lập thệ [ləp θệ] To take an oath, to swear.

lập trại [ləp trại] To fix a camp.

lập trận [ləp trận] To dispose troops in position for fighting.

lập trường [ləp truờŋ] Standpoint, view-point, point of view.

lập tự [ləp tụ] To institute, appoint, one's heir.

lập tức [ləp tứk] Right away, immediately, at once, without delay. *Làm việc gì lập tức* : To do something right away, right off.

lạt [lát] See *lây lạt*.

lật [lət] 1) To capsize (boat), to overturn, to turn upside down, to turn over, to upset ; to overthrow, subvert (a state). *Lật vật gì trở lại* : To turn something about. *Lật một trang giấy* : To turn (over) a page. *Cái cày lật đất lên* : The plough turned up the soil. *Con mèo lật đổ ly sữa* : The cat has upset a glass of milk. *Tôi sợ gió lật úp chiếc thuyền* : I'm afraid the wind will upset the boat. 2) (Of carriage, etc..) To overturn, to upset ; (of boat) to capsize, turn turtle, upset. *Đây là chỗ mà xe nó đã lật* : This is the spot where his carriage overturned.

lật bật [lət bật] Quickly, rapidly, speedily.

lật đật [lət dật] Pressed, hurried ; in a hurry. *Lật đật ra đi* : In a hurry to go, anxious to start.

lật đật To hurry, to hasten. *Nó lật đật về nhà* : He hurried home. *Lật đật mặc quần áo* : To hurry into one's clothes.

lật đổ [lət dổ] To overthrow, to subvert, to topple. *Lật đổ một chánh phủ* : To overthrow a government, to bring a government toppling down.

lật lại [lət lại] To turn round, to turn over.

lật mặt nạ [lət mạwt nạ] To unmask. *Lật mặt nạ kẻ lường gạt* : To expose, to show up, an impostor.

lật ngửa [lət ŋửə] (Of carriage) To overturn, upset.

lật ngược [lət ŋưrk] (Of car) To turn over.

lật sấp [lət sấp] See *lật úp*.

lật tẩy [lət tẩi] To unmask.

lật trút [lət trút] See *lật úp*.

lật úp [lət úp] 1) (Of boat, ect..) To capsize, turn turtle, upset.

2) To overturn, upset (a pail, etc..) ; to capsize, turn over (a boat), to keel (a ship) ; to turn upside-down. *Lật úp một cái thùng* : To tip up a barrel. *Chiếc xe bị lật úp* : The car (was) turned over. *Nó nhảy làm chiếc thuyền lật úp lại* : He jumped about and overturned the boat.

lâu [ləu] Long ; a long time ; for a long stretch, span, of time. *Anh ở đấy đã lâu chưa ?* : Have you been here long?. *Tôi đợi nó đã lâu* : I have long been expecting him. *Bao lâu ?* : How long ?. *Anh nghỉ phép được bao lâu ?* : How long does your leave last ?. *Sống lâu hơn người nào* : To last someone out. *Không lâu* : Not long ago. *Tôi chỉ có thể chờ lâu lắm là ba ngày* : I can wait only three days at (the) longest. *Nó chết đã lâu rồi* : He died long since, long ago. *Quên đã lâu* : Long-forgotten. *Sống lâu* : Long-lived. *Người sống lâu*: Long-liver. *Mất đã lâu* : Long-lost. *Lâu rồi tôi không gặp nó* : It is a long time since I saw him. *Nó đi đã lâu rồi* : He has been gone a long time. *Đã lâu, từ lâu rồi* : Long ago, a long time ago, a long while ago. *Chờ lâu* : To wait long, to wait for a long time. *Ba ngày là lâu nhất* : Three days at the longest. *Nói chuyện với người nào rất lâu* : To have a long talk with someone. *Không lâu đâu* : It will not take long. *Người ta tưởng nó chết đã lâu rồi* : For a long time he was thought to be dead.

lâu dài [ləu zài] Lasting, durable, endurable, enduring.

lâu đài [ləu dài] Palace ; castle. *Lâu đài cổ nầy nghe nói có ma :* This old castle is said to be haunted. *Lâu đài ở trên ngọn đồi và làng ở dưới :* The castle is at the top of the hill with the village below (it).

lâu đời [ləu dời] Since several generations, since centuries, a long time ago, ages ago.

lâu la [ləu la] Subordinates in a gang of bandits.

lâu lâu [ləu ləu] Now and then.

lâu nay [ləu nay] For a long time.

lâu năm [ləu nawm] *Bạn lâu năm :* Friend of long standing.

lâu phai [ləu fai] Fast (colour).

lầu [ləu] Story, storey ; floor (of building). *Nhà có lầu :* One-storied house, house on two floors. *Lầu ba :* Third floor. *Trên lầu :* Upstairs. *Trên lầu ba :* Three flights up, on the third floor, (U.S.) on the fourth story. *Lên lầu :* To go, walk, upstairs. *Gọi người nào lên lầu :* To call someone upstairs. *Có một người muốn nói chuyện với anh ở dưới lầu :* There's an individual downstairs who would like to speak to you. *Các phòng ngủ ở trên lầu và phòng ăn ở dưới lầu :* The bedrooms are upstairs and the dining-room is downstairs.

lầu chuông [ləu cuəŋ] Belfry, bell-tower, church tower, steeple, campanile.

lầu xanh [ləu saiɲ] Brothel.

lậu [ləu] (Med) Blennorrhagia, gonorrhoea. *Bịnh lậu lâu ngày :* Blennorrhoea.

lậu *Sự buôn lậu :* Contraband, smuggling. *Hàng lậu :* Contraband goods, smuggled goods. *Tàu buôn lậu :* Contraband vessel. *Người buôn lậu :* Contrabandist, smuggler. *Buôn lậu :* To smuggle. *Đem lậu vào, ra khỏi một nước :* To smuggle into, out of, a country.

lậu *Tiết lậu :* To disclose, to divulge, to reveal.

lậu thoát [ləu θwát] To omit, to miss out.

lậu thuế [ləu θwé] *Hàng lậu thuế :* Contraband goods.

lây [lei] Contagious, infectious, communicable ; catching (disease, etc...). *Sự lây :* Contagion, infection. *Bịnh hay lây :* Contagious, infectious, communicable, disease.

lây To infect, to communicate, to spread. *Lây bịnh cho người nào :* To infect someone with a disease. *Ông nói bịnh cùi ít lây hơn bịnh lao và lại dễ chữa hơn :* He said that leprosy is less communicable than tuberculosis and easily curable.

lây *Vạ lây :* Involved in an offense. *Thơm lây :* To be honoured through someone.

lây bịnh [lei bịɲ] To infect (someone) with a disease, to convey a disease to (someone).

lây lất [lei lất] To last. *Sống lây lất qua ngày :* To live from day to day.

lây nhây [lei ɲei] To drag.

lấy [léi] 1) To take. *Lấy vật gì trong ngăn kéo ra :* To take something from, out of, a drawer. *Xin lỗi ông có lấy lộn cái nón của tôi không ? :* Excuse me, but haven't you taken my hat ?. *Lấy vật gì bằng cái kẹp :* To take up, size, something with a pair of tongs. *Thí dụ lấy ở Thánh kinh ra :* Example taken from the Bible. *Lấy vật gì trên bàn :* To take something from the table. *Lấy hũ mứt trên kệ xuống :* To take down a pot of jam from the shelf. *Lấy vật gì ở dưới ghế ra :* To take something from under a chair. *Lấy người nào làm thơ ký :* To take someone as (one's) secretary. *Lấy người nào làm gương :* To take someone as an example.

2) To obtain, to extract. *Lấy chất đường ở trong củ cải tla ra :* To obtain sugar from beet.

3) To abstract (metal from ore).

4) To extract. *Lấy những căn số của một phương trình :* To take the roots of an equation. *Lấy đạn trong vết thương ra :* To extract a bullet from a wound.

5) To marry, to wed, to get married. *Nó lấy nàng vì tiền :* He married her for money. *Nàng đã đến tuổi lấy chồng*

She is of a marriageable age. *Nó muốn lấy cô ấy làm vợ*: He wants her for his wife. *Người ta nói chúng nó đã lấy nhau*: People say they are living together. *Lấy nhau vì tình*: To marry for love. *Lấy người nào làm vợ*: To take someone to wife. *Nàng lấy một người Pháp*: She married a Frenchman.

6) To have sexual intercourse with (someone).

7) To pull, draw, take out; to withdraw (something). *Lấy tiền ở ngân hàng ra*: To withdraw one's money from a bank. 8) To steal, to carry out, to walk off with (something). *Người nào đã lấy cây dù của tôi*: Someone has walked off with my umbrella.

lấy *Làm lấy việc gì*: To do something by oneself. *Tôi lái xe lấy*: I drive the car myself. *Giựt lấy con dao trong tay đứa bé*: To take away a knife from a child. *Hãy nhận lấy những gì tôi biếu anh*: Take what I offer you.

lấy chồng [léi cò̞ŋ] (Of woman) To marry, to get married. *Bổn phận của một người đàn bà là lấy chồng và sanh con*: It is the duty of a woman to marry and bear children. *Nàng đã đến tuổi lấy chồng*: She is of a marriageable age. *Nàng lấy chồng người Pháp*: She married a Frenchman.

lấy cỏ [léi kó] For form's sake, as a matter of form.

lấy cớ [léi kớ] To pretext, to plead, to allege as a pretext. *Lấy cớ làm việc gì*: Under colour of doing something.

lấy cung [léi cuŋ] To examine, to interrogate.

lấy đà [léi dà] To take off (for a spring). *Nhảy không lấy đà, nhảy lấy đà*: Standing jump, running jump. *Lùi lại lấy đà để nhảy*: To step back in order to have a better take-off.

lấy đi [léi di] To take away, to clear away (plate, dishes, etc... from a table after a meal).

lấy giống [léi ɕó̞ŋ] To cross (animals).

lấy hơi [léi hɔi] To take, gather, breath.

lấy lại [léi lại] To retake, to take back, to

get back. *Lấy lại lời hứa*: To take back one's word. *Lấy lại một thành phố đã bị địch chiếm*: To retake, recapture, a town from the enemy.

lấy lẽ [léi lẽ] To marry a married man.

lấy lén [léi lén] To take secretly.

lấy lệ [léi lẹ] For form's sake, as a matter of form.

lấy lòng [léi lò̞ŋ] To try to please (someone).

lấy lộn [léi lọn] To take wrongly, to take by mistake. *Tôi lấy lộn cây dù của anh*: I took your umbrella by mistake. *Người nào đã lấy lộn cái nón của tôi*: Someone has taken my hat (e.g. by mistake). *Xin lỗi ông, ông có lấy lộn cái nón của tôi không ?*: Excuse me, but haven't you taken my hat ?.

lấy mất [léi mốt] To take away.

lấy nhau [léi ɲau] (Of a couple) To be married. *Có tin là ông A và cô B sẽ lấy nhau tháng tới*: It has been announced that Mr. A and Miss B will be married next month.

lấy ra [léi ra]ɪ) To take out, to pull out, to get out, to draw out. *Lấy vật gì trong vật gì ra*: To get something out of something. *Lấy đồ dùng ra*: To get out one's tools. *Lấy tiền ở ngân hàng ra*: To draw out money from the bank.

2) To deduct, set apart (portion or share from whole) in advance.

lấy sức lại [léi ʃứk lại] To gather strength, to regain strength.

lấy thủy [léi θwi] To take (someone's) temperature.

lấy trớn [léi trớn] See lấy đà.

lấy vợ [léi vợ] (Of man) To get married, to take a wife, to take (woman) to wife. *Nó chưa lấy vợ*: He has not taken wife. *Tại sao anh không lấy vợ ?*: Why don't you take a wife ?.

lấy xuống [léi suó̞ŋ] To take down. *Lấy bức tranh xuống*: To take down a picture.

lầy [lèi] Swampy, boggy. *Bãi lầy*: Bog. *Đầm lầy*: Swampy, marsh. *Sa lầy*: To bog down. *Xe bò mắc lầy*: Cart caught in a bog. *Tàu mắc lầy :* Ship fast in the mud.

lầy bùn [lềi bùn] Muddy, miry, marshy.

lầy lội [lềi lọi] Muddy.

lầy nhầy [lềi ɲềi] Sticky, viscous, gluey.

lầy [lềi] To pluck off (leaves).

lầy bẩy [lềi bẻi] *Run lầy bầy :* To tremble, to shake, to shiver.

lầy lừng [lềi lừɳ] Famous, well-known.

le [lɛ] (Of dog) To loll (its tongue). *Lưỡi con chó le ra :* The dog's tongue lolled out.

le *Lấy le, làm le :* To show off.

le le [lɛ lɛ] (Orn) Teal.

le lói [lɛ lɔ́i] Flickering, unsteady (light, etc...).

le lưỡi [lɛ lưɔ̉i] To put out one's tongue, to stick out one's tongue, to shoot out one's tongue, to thrust out one's tongue, to protrude one's tongue ; (of dog) to hang out its tongue, to loll out its tongue. *Con rắn le lưỡi ra :* The snake darted its tongue, the snake shot out its tongue. *Le lưỡi ra tôi xem :* Show me, put out, your tongue.

le te [lɛ tɛ] In a hurry.

le the [lɛ θɛ] Thin (hair).

lé [lɛ́] Squint, squinting, cock-eyed. *Mắt lé :* Squint eyes, eyes that squint. *Người mắt lé :* Squinter.

lé To squint ; to be cross eyed. *Lé mắt bên trái :* To have a cast in the left eye. *Hơi lé :* To have a cast in one's eye. *Nó hơi lé :* He has a slight squint. *Nó lé mắt bên trái :* He has a squint in his left eye.

lé mắt [lɛ́ mắɯt] Cross-eyed, squint eyed. *Tật lé mắt :* Squint.

lè lưỡi [lè lưɔ̉i] To stick out one's tongue; (of dog) to hang out its tongue, to loll out its tongue.

lè nhè [lè ɲè] To be drawling. *Giọng lè nhè :* Drawling voice.

lè tè [lè tè] *Thấp lè tè :* Very low.

lẻ [lẻ] Odd, uneven (number, etc...). *Đánh chẵn lẻ :* To play at odd or even. *Tiền lẻ:* Odd money, small change.

Chiếc giày lẻ : An odd shoe. *Thêm vào chỗ lẻ cho đủ số tiền :* To make up the odd money. *Số lẻ :* Odd number ; decimal. *Dấu phết để chỉ số lẻ :* Decimal point. *Hai trăm lẻ hai :* Two hundred and two.

lẻ đôi [lẻ doi] Odd.

lẻ loi [lẻ lɔi] Alone; lone, lonely, lonesome. *Cảm thấy lẻ loi :* To feel very lonely.

lẻ tẻ [lẻ tẻ] Scattered, sparse.

lẽ [lẽ] Reason. *Lý lẽ :* Argument. *Lấy lẽ :* To marry a married man.

lẽ dĩ nhiên [lẽ zi ɲien] Naturally.

lẽ hằng [lẽ hằɯɳ] Common sense.

lẽ mọn [lẽ mɔn] *Phận lẽ mọn :* Concubine's status.

lẽ sống [lẽ ʃɔ́ɳ] Ideal of life.

lẽ phải [lẽ fải] Reason. *Nghe theo lẽ phải :* To hear, listen, to reason. *Hợp với lẽ phải :* Conformable to reason. *Ánh sáng của lẽ phải :* The light of reason. *Những người mà ta không thể thuyết phục bằng lẽ phải được :* Men who cannot be reached by reason.

lẽ thường [lẽ θưừɳ] Common sense.

lẽ tự nhiên [lẽ tự ɲien] Naturally.

lẹ [lẹ] Rapid, swift; speedy. *Lẹ như chớp nhoáng :* As swift as an arrow, as swift as thought.

léc [lɛ́k] *Chọc (thọc, cù) léc :* To titillate, to tickle.

lem [lɛm] To smudge. *Mực lem nếu anh dùng giấy chặm (thấm) xấu :* Ink smudges if you use bad blotting-paper.

lem Dirty, soiled.

lem luốc [lɛm lwớk] Very dirty.

lém [lɛ́m] Voluble, glib. *Lém miệng :* To have a glib tongue.

lém đém [lɛ́m dẻm] To talk like a child.

lẽm [lẽm] *Sắc lẽm :* Very sharp.

lẹm [lẹm] Bodkin.

lẹm cằm [lẹm kằɯm] To have a receding chin.

len [lɛn] Wool. *Len sống :* Raw - wool. *Len đan áo :* Knitting wool. *Cuộn len :*

Ball of wool, wool – ball. *Bằng len :* Woollen. *Vải len :* Woollen cloth, wool cloth. *Hàng len :* Woollens, woollen goods. *Mền len, chăn len:* Woollen blanket. *Nghề buôn bán len :* The wool trade. *Kỹ nghệ len :* The wool industry. *Người buôn bán len :* Wool-merchant, wool-stapler. *Lược chải len :* Wool-comb. *Sự chải len :* Wool - carding, wool-combing. *Máy chải len :* Wool-combing machine. *Nó buôn bán len :* He's a wool merchant.

len To make one's way in. *Len vào một đám đông :* To crowd into a thronged place.

len lét [lɛn lét] To cringe, to cower. *Con chó len lét khi thấy cây roi :* The dog cringed at the sight of the whip. *Con chó len lét dưới gằm bàn khi thấy chủ nó đưa roi lên :* The dog cowered under the table when his master raised the whip.

len lỏi [lɛn lɔi] To work, battle one's way through difficulties.

lén [lén] Stealthily, furtively, secretly, on the sly ; furtive, stealthy ; by stealth. *Nhìn lén người nào :* To steal a glance, to peep, at someone ; to watch someone furtively. *Nàng lén nhìn tôi :* She stole a glance at me. *Lén làm việc gì :* To do something on the quiet. *Lén vào chỗ nào :* To sneak in. *Lén đem vật gì vào phòng :* To smuggle something into the room. *Nó lén đút bức thơ dưới quyền sách :* He smuggled the letter under the book.

lén đi [lén di] To steal away, to sneak away.

lén lút [lén lút] Furtively, secretly, on the sly ; stealthy. *Lén lút làm việc gì :* To do something on the sly. *Hành động lén lút :* To act in an underhand manner.

lén ra [lén ra] To steal out, to sneak out.

lén vào [lén vàu] To steal in, to sneak in, to slink in, to slip in. *Nó lén vào với mấy người khách :* He slipped in among the guests.

lén xuống [lén suɤ́ŋ] To steal down.

lèn [lèn] To stuff, to cram, to ram in.

lẻn [lẻn] To steal, sneak, slip (in, out) ; to slide. *Lẻn vào :* To worm one's way into. *Lẻn ra:* To steal out, to worm one's way out of. *Tên trộm lẻn vào phòng :* The thief slid into the room. *Nó lẻn vào với mấy người khách :* He slipped in among the guests.

lẽn [lẽn] *Bẽn lẽn :* Bashful, timid.

leng keng [lɛŋ kɛŋ] Ding-dong.

léng phéng [léŋ féŋ] To knock about. *Léng phéng trong nửa giờ :* To knock about for half an hour.

lẻng kẻng [lẻŋ kẻŋ] To clink.

leo [lɛu] 1) To climb (up), to clamber (up), to swarm, to shin. *Leo lên đỉnh vật gì :* To climb up to the top of something. *Leo lên mái nhà :* To climb on to the roof. *Khỉ leo giỏi :* Monkeys climb well. *Leo ra khỏi một cái lỗ :* To climb out of a hole.
2) (Of plants) To creep, to climb. *Cây leo :* Climber, creeper, climbing plant, creeping plant.

leo cây [lɛu kei] To climb, ascend, a tree, to shin up a tree, to swarm (up) a tree.

leo dây [lɛu zei] To climb up a rope, to swarm up a rope.

leo lẻo [lɛu lẻu] (Of water) Very limpid. *Nước trong leo lẻo :* Very limpid water. *Chối leo lẻo :* To deny stubbornly.

leo lét [lɛu lét] (Of flame, light, etc..). To flicker, to burn unsteadily.

leo lên [lɛu len] To climb (up), to clamber (up). *Leo lên ghế :* To mount (on, upon) a chair. *Leo lên tới ngọn cây :* To get to the top of a tree. *Leo lên mái nhà :* To climb on to the roof.

leo lên thang [lɛu len θaŋ] To mount a ladder.

leo núi [lɛu núi] To climb a mountain. *Việc leo núi không khó:* The ascent of the mountain was not difficult. *Anh có thích leo núi không ? :* Are you fond of mountain-climbing ?.

leo qua [lɛu kwa] To climb over. *Leo qua tường:* To climb over the wall.

leo thang [lɛu θaŋ] To climb, mount,

a ladder, to clamber up a ladder.

leo trèo [lɛu trèu] To climb. *Loài chim hay leo trèo* : Climbing bird.

leo tường [lɛu tɯờŋ] To climb (up) the wall.

leo xuống [lɛu suốŋ] To climb down, to get down from (a tree, etc...). *Leo xuống thang* : To step down a ladder.

léo nhéo [lɛu ɲɛu] To shout, to bawl.

léo xéo [lɛu sɛu] (Of voices) To be confused.

Lèo [lèu] See Lào.

lèo *Dây lèo* : Halyard.

lèo tèo [lèu tèu] Scattered, sparse.

lèo xèo [lèu sèu] *Kêu lèo xèo* : To sizzle.

lẻo [lɛ̉u] *Nước trong lẻo lẻo* : Very limpid water.

lẻo See xẻo. *Lẻo đẻo theo sau* : To follow closely.

lẽo đẽo [lɛu dɛu] *Lẽo đẽo theo người nào* : To follow closely someone.

lẹo [lɛu] (Of animals) To copulate, to mate, to pair.

lẹo *Mụt lẹo* : Stye. *Trái lẹo* : Double fruit.

lép [lɛp] 1) Undevelopped (grain). 2) Flat. *Ngực lép* : Flat-chested. *Chịu lép* : To submit, to give in.

lép bép [lɛp bɛp] Talkative.

lép kẹp [lɛp kɛp] See lép xẹp.

lép vế [lɛp vế] To be inferior.

lép xép [lɛp xɛp] To take too much.

lép xẹp [lɛp sɛp] Deflated. *Bụng lép xẹp* : Empty stomach.

lẹp xẹp [lɛp sɛp] Sound of shoes shuffling on the ground.

lẹt đẹt [lɛt dɛt] Behindhand. *Lẹt đẹt ở sau* : To fall behind, to drag behind.

lê [le] (Bot) Pear. *Cây lê* : Pear-tree.

lê To drag (one's feet). *Kéo lê vật gì ở phía sau* : To have something dragging behind one. *Đi kéo lê kéo lết ngoài đường* : To drag about the streets.

lê chân [le cɔn] To drag one's feet.

lê chúng [le cúŋ] Population, people.

lê dân [le zɔn] See lê chúng.

lê dương [le zɯɔŋ] Foreign Legion. *Lính lê dương* : Soldier of the Foreign Legion.

lê la [le la] *Bò lê bò la* : (Of children) To crawl about.

lê minh [le miɲ] Daybreak, dawn.

lê nguyên [le ŋwien] Honest citizen, law-abiding citizen.

lê thê [le θe] Dragging, trailing (on the ground). *Dài lê thê* : Very long.

lê thứ [le θứ] People.

lề [lè] 1) Edge (of road, etc...). *Sống ngoài lề xã hội* : To live on the fringe of society.

2) Margin (of book). *Lề trên* : Head of top margin. *Lề dưới* : Tail or bottom margin. *Viết việc gì ngoài lề* : To write something in the margin. *Lời chú ở lề* : Marginal note.

lề đường [lè dɯờŋ] Footpath, footway, pavement, sidewalk ; roadside, kerb. *Xe đậu dài theo lề đường* : Car drawn up at the kerb. *Đụng lề đường* : (Of car) To strike the kerb. *Hoa mọc hai bên lề đường* : Flowers were growing on the banks on each side of the road. *Nhà cất dọc theo lề đường* : Houses built along, by the edge of the road. (*Xe hơi*) *Ngừng lại bên lề đường* : (Of car) To stop at the kerb.

lề giấy [lè ʒéi] Margin of the paper.

lề lối [lè lói] Way, manner. *Lề lối làm việc gì* : Way, manner, of doing something.

lề sách [lè ʃáik] Margin of a book.

lề thói [lè θói] Custom, habit.

lể [lè] 1) To scarify. 2) To extract (splinter) with a pin or thorn.

lể gai [lè gai] To draw out a thorn.

lể ốc [lè ók] To pull out a snail from its shell.

lễ [lẽ] 1) Ceremony, feast, fête, festival. *Dự cuộc lễ* : To attend a ceremony. 2) Mass. *Đi lễ* : To go to Mass, to hear Mass.

lễ ăn hỏi [lễ ăn hỏi] Betrothal.

lễ bái [lễ bái] Worship, cult.

lễ bái đường [lễ bái dường] Church.

lễ bái nhật [lễ bái nật] Sunday.

lễ bàn giao [lễ bàn sau] Ceremony of transfer, take-over ceremony. *Lễ bàn giao đã cử hành hôm qua tại đây*: The ceromony of transfer was hold here yesterday. *Lễ bàn giao đã cử hành sáng thứ Hai*: The take-over ceremony took place Monday morning.

lễ cầu siêu [lễ kầu siêu] Requiem.

lễ chào cờ [lễ càu kờ] Flag-rising ceremony, salute of the colour(s).

lễ chu niên [lễ cu niên] Anniversary.

lễ cưới [lễ kưới] Marriage ceremony, wedding ceremony.

lễ đăng quang [lễ dăng kwan] Coronation ceremony. *Vua cởi áo ra sau lễ đăng quang*: The King disrobed after the coronation ceremony.

lễ đính hôn [lễ đín hon] Betrothal.

lễ độ [lễ đọ] Politeness, courtesy. *Có lễ độ*: Polite, courteous, courtly.

lễ đường [lễ dường] Place of worship.

lễ gia miện [lễ sa miện] Coronation.

lễ giáng phước [lễ sáng fướk] Benediction.

lễ giáo [lễ sáu] Ceremony and education.

lễ hỏi [lễ hỏi] Betrothal, engagement.

lễ kim hôn [lễ kim hon] Golden wedding. *Làm lễ kim hôn (kỷ niệm 50 năm sau ngày kết hôn)*: To celebrate one's golden wedding.

lễ kỷ niệm [lễ kỉ niệm] Commemoration, commemorative celebration, memorial celebration.

lễ khai mạc [lễ xai mạk] Opening ceremony.

lễ mãn khóa [lễ mản xwá] Graduation ceremony. *Các sinh viên sẽ lãnh cấp bằng trong một lễ mãn khóa sắp tổ chức gần đây*: The students will receive their diplomas at the graduation ceremony to be held shortly.

lễ mạo [lễ mạu] Politeness, courtesy.

lễ mễ [lễ mễ] To carry something heavily.

lễ Mi-Sa [lễ mi-sa] The Sacrifice of the Mass, the eucharistis Sacrifice.

lễ mọn [lễ mọn] Trifling gift.

lễ ngân hôn [lễ ngân hon] Silver wedding.

lễ nghi [lễ ni] Rites, rituals, ceremonies.

lễ nghĩa [lễ niã] Politeness and reason.

lễ nhạc [lễ nạk] Rite and music.

lễ nhậm chức [lễ nạm cúrk] Inauguration. *Lễ nhậm chức của Tổng-Thống Hoa-kỳ (ngày 20 tháng giêng)*: The inauguration of the President of the U.S.A. (Jan. 20th).

lễ nhượng [lễ nưượng] Polite and modest ; affable.

lễ Phật đản] [lễ fạt dản] Buddha's birth anniversary.

lễ phép [lễ fép] Politeness, courtesy. *Có lễ phép*: Polite. *Rất lễ phép với người nào*: To be very polite, very courteous, to someone.

lễ phục [lễ fụk] Full dress, formal dress, formal uniform. *Mặc lễ phục*: In full dress.

lễ rửa tội [lễ rửa tội] Baptism. *Chết không có làm lễ rửa tội*: To die unbaptized.

lễ siêu độ [lễ siêu dọ] Absolution.

lễ sinh [lễ sin] Choir-boy.

lễ sinh nhật [lễ sin nạt] Birthday.

lễ tập [lễ tạp] Tradition, custom.

lễ tế [lễ té] Sacrifices, offerings.

lễ trung điệu [lễ trung diệu] Office for the Dead.

lễ tục [lễ tụk] Ceremony and custom.

lễ tuyên thệ [lễ twien θệ] Sworn ceremony.

lễ vật [lễ vạt] Present, gift ; offering.

lễ xá tội vong nhân [lễ sá tội vong nạn] Absolution of the dead.

lễ xức dầu thánh [lễ súk zầu θáịn] Extreme Unction.

lệ [lệ] Custom. *Cổ lệ*: Old custom. *Điều lệ*: Rule, regulation. *Lấy lệ*: For form's sake, as a matter of form.

lệ Tear. *Rơi lệ :* To shed tears. *Mắt đầy lệ :* Eyes brimming with tears, eyes full of tears, eyes swimming with tears. *Mắt mờ lệ :* Tear-dimmed eyes. *Giọt lệ :* Tear-drop. *Mắt nàng đẫm lệ khi nàng bắt tay tôi :* The tears were in her eyes when she shook hands with me.

lệ án [lẹ án] Jurisprudence.

lệ cầm [lẹ kấm] Strictly forbidden.

lệ chất [lẹ cất] Loveliness of woman.

lệ châu [lẹ cəu] Tear-drop.

lệ chi [lẹ ci] (Bot) Litchi-tree.

lệ chí [lẹ cí] To endeavour, to strive.

lệ dân [lẹ zən] To tyrannize the people.

lệ điểm [lẹ điểm] (Anat) Dacryon.

lệ hà [lẹ hà] River of tears.

lệ hại [lẹ hại] Cruel.

lệ khệ [lẹ xẹ] Clumsily, heavily.

lệ làng [lẹ làŋ] Village customs.

lệ luật [lẹ lwạt] Custom and law.

lệ ngoại [lẹ ŋwại] Exception.

lệ ngôn [lẹ ŋon] Foreword.

lệ nhân [lẹ pən] Beautiful woman.

lệ phí [lẹ fi] Cost, expenses.

lệ sắc [lẹ ʃấwk] Stern and cruel countenance.

lệ thuộc [lẹ θwərk] Dependent, subordinate. *Nước lệ thuộc :* Dependency.

lệ thường [lẹ θɯờŋ] Usually, as a rule. *Theo lệ thường :* As usual. *Nó đến trễ hơn lệ thường :* He arrived later than usual.

lệ tử [lẹ tử] Litchi.

lếch thếch [léik θéik] Untidy. *Quần áo lếch thếch :* Untidy clothes. *Ăn mặc lếch thếch :* Untidily dressed.

lệch [lẹik] Awry ; crooked. *Đội nón lệch :* To cock one's hat.

lên [len] 1) To go up, to come up ; to mount, to ascend, to rise. *Lên phi cơ :* To go up in an aeroplane. *(Quần vợt) Lên lưới :* To come, go, up to the net. *Leo lên ngọn đồi :* To mount, climb, go up, to the top of a hill. *Lên lầu hai :* To go up to the second storey. *Lên đồi một cách mệt nhọc :* To toil up a hill. *Mời người nào lên :* To ask someone up (stairs), to ask someone to step up, to ask someone to walk upstairs. *Leo lên ghế :* To get on to a chair ; to mount (on, upon) a chair. *Leo lên thang :* To mount, go up, a ladder. *Nổi lên mặt nước sau khi lặn :* To come up after a dive. *Nước triều lên :* The tide is coming up. *Nước lên tới đầu gối tôi :* The water came up to my knees. *Khói bay lên trời :* Smoke that ascends to heaven. *Đi ngược lên nguồn sông :* To ascend towards the source of a river. *Tôi nhìn khói bay lên :* I watched the ascending smoke. *Nổi lên mặt nước :* To rise to the surface. *Người chết đuối nổi lên ba lần :* A drowning man rises three times. *Lên chức đại tá :* To rise to be a colonel. *Vặn đèn lên :* To turn up a lamp.

2) (Of balloon, of the sun, etc..) To rise ; (of prices, barometer, etc...) to rise, to go up ; (of tide) to flow. *Chi phí tăng lên :* The costs are mounting up. *Tổng số lên tới một trăm đồng :* The total amounts, comes, to a hundred piastres. *Chi phí lên đến một ngàn đồng :* Expenses amounting to, expenses to the tune of, one thousand piastres.

3) (Of road, etc...) To ascend, to climb.

4) *Tháng nầy tôi lên hai ki-lô :* I have gained two kilos this month.

lên án [len án] To condemn, to sentence; to pass, give, deliver, judgment. *Sự lên án :* Condemnation. *Lên án tử hình người nào :* To condemn, sentence, someone to death. *Nó bị lên án tử hình:* He is under sentence of death. *Lên án chánh sách kỳ thị chủng tộc ở Hoa Kỳ:* To condemn the policy of racial discrimination in the United States of America.

lên bọt [len bọt] (Of wine) To sparkle, to effervesce.

lên bổng xuống trầm [len bổŋ suốŋ trầm] (Of voice) To go up and down.

lên bờ [len bờ] To go ashore, to set foot on shore ; to debark, to disembark.

lên cân [len kən] To gain weight. *Lên cân lại :* To put on weight again. *Nàng lên cân* : She is gaining in weight.

lên chức [len cɯ̆k] To be promoted. *Lên chức đại tá* : To rise to be a colonel.

lên cơn [len kən] To have a fit, an attack of. *Lên cơn sốt* : To have an attack, bout, of fever.

lên dây [len zei] To tune, to attune (instrument) ; to wind up. *Lên dây vĩ cầm* : To tighten a violin string. *Lên dây đồng hồ* : To wind a clock.

lên diễn đàn [len ziẽn dàn] To mount, ascend, the pulpit.

lên đậu [len dậu] To have small-pox.

lên đèn [len dèn] To light a lamp.

lên đồng [len dòŋ] To fall into trance.

lên đường [len dɯə̀ŋ] To set out, to start on one's way, to start away, to start off ; to take one's departure. *Lên đường sang Pháp* : To set out for France. *Chúng tôi phải lên đường sớm* : We must start early. *Nó lên đường ngay khi nhận được tin* : He started as soon as he received the news.

lên giá [len ʒá] To raise, advance, price ; to appreciate. *Lên giá hàng hóa* : To raise the price of goods. *Tất cả đều lên giá* : Everything has risen in price. *Mọi vật đều lên giá trừ lương bổng* : Everything went up except salaries.

lên giọng [len ʒɔ̝ŋ] 1) To raise one's voice.

2) To put on airs.

lên giời [len ʒə̀i] See **lên trời**.

lên hơi [len həi] (Of liquids, perfumes, etc...) To evaporate ; to steam. *Làm một chất nước lên hơi* : To evaporate, dry off, a liquid.

lên khói [len xói] To smoke, to emit smoke, to give off smoke. *Đèn lên khói* : The lamp is smoking.

lên lão [len lãu] To reach the age of seventy.

lên lề [len lè] (Of car) To mount the pavement.

lên lớp [len lớp] To go up a form, to go up a higher class. *Được lên lớp* : To be moved up . *Nó thi rớt và vì thế*.

nên không được lên lớp : He has failed in the examination, and such being the case, he can't go up to a higher class.

lên lưới [len lɯới] (Tennis) To go, come, up to the net.

lên mặt [len mạut] To assume a high-and-mighty manner, to give oneself airs, to be haughty, to be high-browed.

lên men [len men] To ferment. *Làm lên men* : Fermentative. *Có thể lên men* : Fermentable.

lên meo [len mɛu] (Of bread, etc...) To go mouldy.

lên mùa [len mɯ̀ə] See **lên đậu**.

lên mười [len mɯ̀i] Aged ten, ten years old, ten years of age. *Đứa trẻ lên mười* : A ten years old boy.

lên ngôi [len ŋoi] To come, accede, to the throne ; to mount, ascend, the throne ; to come to the crown.

lên ngựa [len ŋɯə] To mount a horse, to get on a horse.

lên núi [len núi] To ascend a mountain.

lên nước [len nɯ́rk] 1) (Of furniture) To shine, be glossy.

2) See **lên mặt**.

lên phi cơ [len fi kə] To go up in an aeroplane.

lên sởi [len ʃởi] To have measles.

lên thác xuống ghềnh [len θák suɔ̝́ŋ gèiŋ] To go up hill and down dale.

lên thang [len θaŋ] To mount, go up, a ladder.

lên tiếng [len tiéŋ] To raise one's voice.

lên tới [len tới] To amount to. *Tôi không biết số nợ của tôi lên tới bao nhiêu* : I don't know what my debts amount to. *Tổng số lên tới một trăm đồng* : The sum total reaches a hundred piastres.

lên trời [len trời] To ascend to heaven. *Khói bay lên trời* : Smoke that ascends to heaven.

lên voi xuống chó [len vɔi suɔ̝́ŋ cɔ́] To go up and down.

lên xe đạp [len sɛ dạp] To mount (on, upon) a bicycle.

lên xe hơi [len sɛ hɔi] To get into a motor car.

lên xe lửa [len sɛ lửɔ] To board a train, to get into a train.

lên xe xuống ngựa [len sɛ suɔ́ŋ ŋɯɔ] To live in luxury.

lến [lèn] Very thick.

lênh đênh [leiɲ deiɲ] To drift, to float.

lênh đênh Drifting, floating.

lênh láng [leiɲ láŋ] (Of water) To run all over, to run out.

lênh bênh [lèiɲ bèiɲ] Drifting.

lênh kênh [lèiɲ kèiɲ] Cumbersome.

lênh nghênh [lèiɲ ŋèiɲ] Much, many, a great deal, a lot.

lênh láng [lèiɲ láŋ] (Of soup, etc...) Watery.

lệnh [lẹiɲ] See lịnh.

lèt [lét] To drag.

lêu lổng [leu lỏŋ] Đi lêu lổng : To vagabondize. Đi lêu lổng ngoài đường phố : To go gaping about the streets.

lêu nghêu [leu ŋeu] Lanky.

lêu láo [lêu láu] Untidy, slovenly, slipshod. Làm lếu láo : Done in a slovenly way. Sách viết lếu láo : Book written in a slipshod manner.

lều [lèu] Tent. Dựng lều : To pitch a tent. Vải bố để căng lều : Tent-cloth. Dây đề căng lều : Tent-rope. Sĩ-quan đều ăn ở trong lều cũng như binh sĩ : The officers are tented in the same manner as the men.

lều bều [lèu bèu] Floating.

lều chõng [lèu cɔ̃ŋ] Tent and camp-bed.

lều gianh [lèu ʒaiɲ] See lều tranh.

lều tranh [lèu traiɲ] Thatched hut.

lều vải [lèu vải] Tent.

lều [lèu] To transpierce. Nhọn lều : Sharp-pointed (knife, etc.).

lểu đểu [lểu dểu] See lảo đảo.

li [li] See ly.

li bì [li bì] Giấc ngủ li bì : Sound sleep.

li ti [li ti] Nhỏ li ti : Very small.

lí [lí] See lý.

lí lắc [lí lắuk] Alive. Nó hay lí lắc : He is very much alive.

lí nhí [lí ɲí] Nói lí nhí : To speak indistinctly.

lì [lì] 1) Brazen, brassy. Lùm lì : To brazen.

2) Motionless. Đứng lì một chỗ : To remain motionless. Nó đứng lì dưới đất : He stood nailed to the ground.

lì Used, worn (e.g. coins, inscriptions). Nhẵn lì : Very smooth.

lia [liɔ] Nói lia : To speak fast.

lia Đánh thia lia : To play at ducks and drakes.

lia gươm [liɔ gɯɔm] To switch a sword.

lia lịa [liɔ lịɔ] Quickly and successively, rapidly and continuously. Nói lia lịa : To speak rapidly and continuously.

lìa [liɔ] To leave ; to separate, to part (from). Mắt của nó không bao giờ lìa nàng : He never took his eyes off her. Nó không bao giờ lìa vợ nó một bước : He never left his wife out of his sight. Chúng tôi sẽ không bao giờ lìa nhau : We shall never part.

lìa bỏ [liɔ bỏ] To leave.

lìa con [liɔ kɔn] To part with one's child.

lìa khỏi [liɔ xɔi] To leave, to part.

lìa lịa [liɔ lịɔ] Quickly and successively, rapidly and continuously.

lìa nhau [liɔ ɲau] To part. Chúng tôi sẽ không bao giờ lìa nhau : We shall never part.

lìa ra [liɔ ra] To part.

lìa trăn [liɔ trằn] To die.

lịch [lịk] Calendar. Lịch vạn niên : Perpetual calendar. Âm lịch : Lunar calendar. Dương lịch, cựu lịch : The Julian, old-style, calendar. Tân lịch : The Gregorian, new-style, calendar.

lịch bản [lịk bản] Calendar.

lịch bịch [lịk bịk] Đi lịch bịch : To clump (about), to tread heavily.

lịch duyệt [lịk zwiệt] Experienced. Sự lịch duyệt : Experience.

lịch đấu [lịk dầu] Beginning of the year.

lịch lãm [lịk lãm] To look over.

lịch loạn [lịk lwạn] In disorder, out of order, in confusion, at sixes and sevens ; disorderly.

lịch luyện [lịk lwiện] Experienced.

lịch sử [lịk fử] History. *Thuộc về lịch sử* : Historical. *Lịch sử tiểu thuyết* : Historical novel. *Biến cố lịch sử* : Historical event. *Bài diễn văn lịch sử* : An historical speech. *Bài học lịch sử* : Historic lesson. *Lịch sử thế giới* : World history. *Ngày lịch sử* : Historic day. *X. chắc chắn sẽ có tên trong lịch sử* : X will certainly figure in history. *Lịch sử Việt-Nam đầy những vị anh hùng* : The history of Viet Nam is full of heroes. *Nó sẽ được ghi nhớ trong lịch sử như một vị anh hùng* : He will go down in history as a hero.

lịch sự [lịk fự] 1) Polite, civil, courteous, gallant, urbane, elegant, fine. *Bất lịch sự.* : Discourteous. *Ăn mặc rất lịch sự* : To dress with fine taste.
2) Beautiful, comely, good-looking.

lịch thiên văn [lịk θien vaưn] Ephemeris, astronomic almanac.

lịch thiệp [lịk θiệp] Experienced.

lịch thư [lịk θư] Almanac.

lịch triều [lịk triều] During the successive dynasties.

lịch trình [lịk trịp] Process.

lịch vỹ [lịk vi] End of the year.

liếc [lirk] To look askance ; to look sidelong at, to glance, look, out of the corner of one's eye. *Liếc trộm người nào* : To cast a sidelong glance on someone. *Liếc nhìn quanh mình* : To glance around oneself. *Liếc qua việc (vật) gì* : To glance one's eye over something.

liếc To strop, to set (razor) ; to sharpen on or with strop. *Da liếc dao cạo* : (Razor-) Strop. *Liếc lưỡi dao cạo* : To set (the edge of) a razor.

liếc dao cạo [lirk zau kạu] To set a razor, to strop a razor.

liếc gái [lirk gái] To ogle at girls.

liếc mắt [lirk mắưt] To cast a sidelong glance, to ogle, to make eyes (at).

Liếc mắt người nào : To cast a sidelong glance on someone ; to look at someone with a cock in one's eyes ; to cock one's eyes at someone.

liếc trộm [lirk trộm] To glance furtively at.

liếc xem [lirk sem] To glance.

liêm [liem] *Thanh liêm* : Honest, upright.

liêm bình [liem bịp] Honest (upright) and impartial.

liêm cán [liem kán] Upright and laborious.

liêm chính [liem cíp] Honest and just.

liêm giá [liem ʒá] Cheap price, cheap rate.

liêm khiết [liem xiết] Upright, honest, uncorrupted.

liêm lại [liem lại] Honest official.

liêm sát [liem fát] To examine, to investigate.

liêm si [liem fi] Sense of shame. *Vô liêm sỉ* : Brazen, brassy, barefaced, shameless, unblushing.

liêm sĩ Honest man.

liêm trực [liem trựk] Honest and righteous.

liếm [liếm] To lick, to lap. *Liếm ngón tay của mình* : To lick one's fingers. *(Chó) Liếm hết vật gì* : (Of dog) To lick someone up. *Con chó liếm tay tôi* : The dog licked my hand. *(Chó) Liếm người nào* : (Of dog) To give someone a lick. *Con chó liếm vết thương của nó* : The dog licks its wound.

liếm gót [liếm gót] To lick (someone's) boots. *Liếm gót giày của người nào* : To lick someone's boots ; to toady to someone ; to suck up to someone.

liếm môi [liếm moi] To lick one's lips, (fig) to show eagerness.

liềm [liềm] *Lưỡi liềm* : Sickle, reaping-hook. *Hình lưỡi liềm* : Crescent (-shaped). *Trăng lưỡi liềm* : Crescent moon.

liễm [liễm] *Nguyệt liễm* : Monthly dues.

liệm [liệm] To shroud (corpse), to wrap (corpse) in a shroud. *Liệm một xác chết* : To wrap a corpse in a shroud.

Sự liệm : Shrouding (of corpse).

liên ái [lien ái] To love.

liên bang [lien baŋ] Federation, union. *Liên bang Sô-Viết :* The Union of Socialist Soviet Republics (U.S.S.R).

liên bộ [lien bộ] Interministerial, interdepartmental. *Hội đồng liên bộ :* Interministerial meeting. *Ủy ban liên bộ :* Interministerial committee.

liên can [lien kan] Implicated, involved (in) ; (Law) connected.

liên can To concern. *Việc nầy không liên can gì đến anh :* This does not concern you. *Bị liên can trong một cuộc âm mưu :* To be concerned in a plot. *Những người có liên can :* The parties, persons, concerned. *Làm liên can :* To implicate, to involve. *Làm người nào liên can vào một cuộc đấu khầu :* To involve someone in a quarrel.

2) (Mil) Group. *Liên đoàn công binh chiến đấu :* Engineer combat group. *Liên đoàn công binh phi trường :* Engineer aviation group.

liên đái [lien dái] See **liên đới.**

liên đài [lien dài] Buddha's throne.

liên đoàn [lien dwàn] 1) League, syndicate. *Liên đoàn bóng tròn :* League of football. *Liên đoàn công chức cách mạng quốc gia :* National revolutionary civil servants league.

liên đới [lien dới] Jointly liable, jointly responsible. *Anh phải liên đới chịu trách nhiệm về sự thiệt hại :* You are jointly liable for the damage.

liên hệ [lien hẹ] Tie. *Liên hệ gia đình :* Family ties.

liên hệ Connected. *Có liên hệ đến việc gì :* To be connected with something.

liên hiệp [lien hiệp] To ally, to unite ; to coalesce, to fuse, to combine, to conjoin. *Sự liên hiệp :* Alliance, union, fusion, coalition. *Chánh phủ liên hiệp :* Coalition government. *Liên hiệp Anh :* The British commonwealth. *Liên hiệp Pháp :* The French Union. *Liên hiệp quan thuế :* Customs Union. *Liên hiệp Bưu chính :* Postal Union.

Liên Hiệp quốc [lien hiẹp kwók] United nations. *Tổ chức Liên Hiệp quốc :* United nations organizations (U.N.O).

liên hoa [lien hwa] Lotus flower.

liên hoàn [lien hwàn] Linked together.

liên hợp [lien hợp] Conjugate. *Tiêu điểm liên hợp :* Conjugate foci.

liên kết [lien két] To unite, to ally, to connect. *Quyền lợi chung khiến hai nước liên kết với nhau :* Common interests unite two countries. *Anh, Pháp và Ý đã liên kết với nhau trong trận đại chiến :* Great Britain, France and Italy were allied during the Great war. *Sự liên kết :* Union.

liên khu [lien xu] Interzone.

liên lạc [lien lạk] To connect, to communicate. *Liên lạc bằng điện thoại :* Connected by telephone.

liên lạc (sự) Connection, touch, connexion, liaison, communication. *Sĩ quan liên lạc :* Liaison officer. *Sự liên lạc với miền Bắc đã bị ngưng trệ vì bão tuyết :* All communication with the north has been stopped by the snow-storm. *Sự liên lạc bằng điện tín giữa Saigon và Ba-lê đã được tái lập :* Telegraphic communication between Saigon and Paris has been restored.

liên lạc chỉ huy [lien lạk ci hwi] Command liaison.

liên lạc gián tiếp [lien lạk gán tiếp] Indirect communication.

liên lạc tác chiến [lien lạk ták ciến] Combat liaison.

liên lạc trực tiếp [lien lạk trụk tiếp] Direct communication.

liên lạc viên [lien lạk vien] Liaison agent.

liên lụy [lien lưi] Implicated, involved. *Sự liên lụy :* Implication, involvement.

liên miên [lien mien] Continuous, unbroken, unceasing, ceaseless, incessant ; continuously, incessantly, ceaselessly.

liên minh [lien miŋ] To unite, to ally, to confederate. *Sự liên minh :* Union, alliance, confederation, coalition.

liên-Mỹ [lien mĩ] Pan-American.

liên phòng [lien fɔŋ] Lotus seed-pod.

liên phòng Mutual defense, common defense. *Hiệp ước liên phòng Đông Nam Á* : South East Asia treaty organization.

liên quan [lien kwan] To concern. *Việc nầy không liên quan gì đến anh* : This does not concern you, this has nothing to do with you, this does not regard you. *Không liên quan đến việc gì* : To have no concern to something. *Có liên quan đến (với)* : To have a connection with.

liên quân [lien kwən] Allied troops. *Trường Võ bị Liên quân* : Inter-Arms Military School.

liên quốc [lien kwók] Allied country.

liên thanh [lien θaiɲ] Continuous sounds, unbroken sounds. *Súng liên thanh* : Machine-gun.

liên thanh nặng [lien θaiɲ nạuŋ] Heavy machine-gun.

liên thanh nhẹ [lien θaiɲ ɲɛ] Light machine-gun.

liên thắng [lien θáuŋ] Successive victories.

liên tích [lien tík] To regret, to mourn for.

liên-tinh [lien tiɲ] (Astr) Interstellar.

liên tiếp [lien tiếp] Consecutive, continuous, successive, ceaseless, in succession, never ceasing. *Ba ngày liên tiếp* : On three consecutive days, three days running. *Trong hai năm liên tiếp* : For two years in succession. *Chúng tôi đứng đấy ba giờ liên tiếp* : We stood there for three hours on end. *Làm việc sáu giờ liên tiếp* : To work six hours without interruption. *Làm việc mười lăm giờ liên tiếp* : To work fifteen hours without stopping. *Hội của trường thắng năm bàn liên tiếp* : The school team won five successive games.

iên tinh [lien tiɲ] Interprovincial.

iên tọa [lien twa] Buddha's throne.

iên trường [lien tru̓ŋ] (Bot) Accrescent.

iên tuất [lien twát] To pity, to have

compassion.

liên tục [lien tụk] Continuous, consecutive. *Nguyên tắc liên tục* : The principle of continuity. *Hàm số liên tục* : Continuous function.

liên tục tử [lien tụk tử] (Gram) Conjunction.

liên tử [lien tử] Lotus seeds.

liên trưởng [lien tuởŋ] To associate ; to connect in ideas. *Sự liên tưởng*: Association ; connection of ideas ; mental connexion between ideas. *Liên tưởng triết học* : Associationism.

liên [lién] Voluble, fluent.

liên thoảng [lién θwáuŋ] *Đọc liến thoảng* : To read very fast.

liên xáo [lién sáu] See **liên**.

liên [liên] (Of wound) To heal.

liên Contiguous, successive. *Ba ngày liền*: Three days running. *Một hệ thống đường xe lửa nối liền Ba-lê với tất cả các thị trấn lớn* : A system of railways connects Paris with all large towns.

liên (To act, etc) Immediately, at once, directly.

liên bên [liền ben] Near at hand.

liên lại [liền lại] (Of two bones) To fuse; (of wound) to close, to coalesce.

liên liên [liền liền] Continuous, successive, consecutive, never ceasing.

liên nhau [liền ɲau] Contiguous, adjoining.

liễn [liễn] Pot.

liễn Scroll.

liêng [lieŋ] See **linh**.

liêng [liéŋ] *Vốn liếng* : Capital, funds.

liêng xiêng [liềŋ sièŋ] *Thua liềng xiêng*: To be in full flight, to suffer, sustain, a complete defeat ; (in gambling) to lose heavily.

liệng [lieŋ] To throw, to fling, to cast, to hurl, to shy, to aim (stone, etc..) ; (colloq) to chuck. *Liệng đá vào người nào*: To throw, aim, hurl, stones at someone. *Liệng vật gì lên trời* : To throw something into the air. *Liệng vật gì ra cửa sổ* : To throw something out of the window. *Chúng nó liệng đá xuống* những người bao vây : They throw down stones on the besiegers. *Nó có thể liệng xa một trăm thước* : He can throw a hundred metres. *Liệng tiền qua cửa sổ (phung phí tiền bạc)* : To fling one's money out of the window. *Liệng vật gì một lần nữa* : To cast something again. *Thử coi anh liệng trái banh được bao xa ?* : Try how far you can throw the ball.

liệng (Of bird) To soar, to hover, to dart. *Sự bay liệng* : Soaring flight. *Chim én liệng trên không* : Swallows were darting through the air.

liệng bom [liệŋ bɔm] To bomb, to throw bombs ; (of aircraft) to drop bombs.

liệng xuống [liệŋ suổŋ] To dash down.

liếp [liép] Bamboo screen.

liếp hộ [liép họ] Hunter.

liệt [liệt] Paralysed, paralytic. *Bị liệt cả hai chân* : Paralysed in both legs. *Bịnh tê liệt* : Paralysis. *Bị liệt* : Stricken with paralysis.

liệt To rank, to range, to sort, to assort. *Liệt người nào trong số những nhà đại văn hào* : To rank, set, someone among the great writers. *Được liệt vào hàng những đại thi hào* : To range with the great poets.

liệt anh [liệt aiɲ] Hero.

liệt âm [liệt əm] Frigid.

liệt bài [liệt bài] To display, to expose.

liệt bại [liệt bại] To be inferior.

liệt cường [liệt kɯờŋ] The great Powers.

liệt danh [liệt zaiɲ] To put down the names.

liệt dương [liệt zɯɔŋ] (Of men) Impotent, without sexual power. *Tinh liệt dương* : Impotence.

liệt đẳng [liệt dauŋ] Low rank, class.

liệt giường [liệt ʒɯờŋ] Bed-ridden, confined to (one's) bed. *Bịnh cúm làm nó liệt giường* : Influenza has laid him low.

liệt kê [liệt ke] To enumerate.

liệt khai [liệt xai] See liệt kê.

liệt lẫm [liệt lɜm] Imposing, stately.

liệt nhược [liệt ɲɯɜrk] Weak.

liệt nữ [liệt nữ] Heroine.

liệt phong [liệt fɔŋ] High wind.

liệt phụ [liệt fụ] Woman of virtue.

liệt quốc [liệt kwók] All nations.

liệt sĩ [liệt ʃi] Hero.

liệt thánh [liệt θáiɲ] Previous emperors.

liệt truyện [liệt trwiẹn] Biographies of the famous men.

liệt vị [liệt vị] Gentlemen.

liêu [lieu] *Đồng liêu* : Colleague.

liêu hữu [lieu hữu] See liêu bằng.

liêu khoát [lieu xwát] Immense, vast.

liêu thuộc [lieu θwɔrk] Inferior official.

liêu tịch [lieu tịk] Distant and deserted.

liêu viễn [lieu viễn] Distant, far-away, far off.

liều [lieu] To risk, to venture, to hazard. *Bỏ liều* : To abandon, to neglect, to let things go their own way. *Chúng ta phải liều đánh* : We must risk a battle. *Liều làm việc gì* : To hazard doing something ; to venture to do something ; to venture upon something. *Tôi đi liều vào* : I venture to enter. *Liều đưa ra một ý kiến* : To venture an opinion. *Liều bỏ tiền bạc của mình vào một công cuộc làm ăn* : To venture one's fortune in a enterprise. *Tôi liều năm đồng bạc* : I venture five piastres. *Phải liều một phen* : We must stake our all.

liều Hazardous, risky.

liều Dose (of medicine).

liều chết [liều cét] To court death. *Nó liều chết* : He was carrying his life in his hands.

liều hết [liều hét] To risk everything on one's throw, to stake one's all.

liều lĩnh [liều liɲ] Foolhardy, venturesome, foolishly bold, reckless, rask, bold, daring, audacious. *Ra mặt liều lĩnh* : To put a bold face on the matter. *Người liều lĩnh* : Daredevil. *Các tù nhân trở nên liều lĩnh trong khi họ toan trốn* : The prisoners became desperate in their attempts to get free. *Sự thất bại của nó làm nó liều lĩnh và nó nhứt định*

lần sau thành công hoặc chết : His fail-
ure made him desperate and he resol-
ved to succeed next time or die in the
attempt.

liễu mạng [liễu mạŋ] To risk, venture,
expose, one's life ; to risk one's skin ;
to carry one's life in one's hands. Nó
liễu mạng : He was carrying his life in
his hands. Liều mạng đề cứu con chó
chết đuối : To venture one's life to save
a dog from drowning.

liễu mình [liễu mìŋ] See liễu mạng.

liễu thân [liễu θən] See liễu mạng.

liễu thuốc [liễu θwốrk]Dose of medicine.
Liều thuốc độc : Dose of poison.

liễu [liễu] (Bot) Willow. Cây liễu : Wil-
low tree. Chỗ trồng liễu : Willow-bed,
willow-plantation. Có nhiều liễu : Wil-
lowy.Lông mày lá liễu: Eyebrows shaped
like willow leaves. Nhánh những cây liễu
ngả trên mặt nước : The branches of the
willows drooped over the water.

liễu bồ [liễu bò] Willow and rush, (fig)
the fair sex.

liễu chi [liễu ci] Willow branch.

liễu giải [liễu ʒải] To understand clearly.

liễu hoa [liễu hwa] Willow flower.

liễu kết [liễu két] To end, to finish,
to close, to conclude.

liễu my [liễu my] Eyebrows shaped
like willow leaves.

liễu nhiên [liễu ɲien] Clear.

liệu [liệu] To contrive, to manage ; to
calculate, to weigh. Liệu cách đề làm
gì : To manage to do something. Trù
liệu : To make arrangements. Liệu cơm
gắp mắm : To cut one's coat according
to one's clothes, to proportion one's
expenditures to one's gains (not to do
more than one can afford ; suit one's
expenditures to one's income). Liệu cái
kệ nầy chịu nồi (sức nặng của) tất cả
sách nầy không ? : Will this shelf
sustain (the weight of) all these books?.

liệu Vật liệu : Material. Nguyên liệu :
Raw materials. Tài liệu : Documents.

liệu bề [liệu bè] See liệu cách.

liệu cách [liệu káik] To manage, to

contrive, to find a means (to do
something). Liệu cách làm việc gì : To
manage to do something.

liệu chước [liệu cứrk] To find a means.

liệu hồn [liệu hòn] Be careful !, take
care !, look out !.

liệu lời [liệu lòi] To weigh one's words.

liệu lý [liệu li] To contrive, to arrange.

liệu nhiên [liệu ɲien] Clear.

liệu pháp [liệu fáp] (Med) Therapeutics.

liệu sức [liệu ʃứk] To estimate one's
strength.

liệu thế [liệu θé] To manage, to find
a means (to do something).

liệu trước [liệu trứrk] To take pre-
cautions against (something).

lim [lim] (Bot) Ironwood.

lim dim [lim zim] Half-closed (eyes).

lìm [lìm] Im lìm : Quiet.

lim [lìm] Chìm lim : To sink like a
stone.

lịm [lịm] To faint, to swoon, to pass out.

linh [liŋ] Con linh : Chamois.

linh Efficacious.

linh cảm [liŋ kảm] Inspiration ; afflatus.

linh cữu [liŋ kữu] Coffin.

linh dư [liŋ zư] Hearse.

linh dược [liŋ zưrk] Effective drug.

linh đan [liŋ dan] Medecine of fairy.

linh đinh [liŋ dịŋ] 1) Drifting, floating.
2) Solitary, lonely, alone, desolate.

linh đình [liŋ dịŋ] (Of banquet)
Magnificent.

linh động [liŋ dọŋ] Lively, lifelike,
full of life. Bức tranh linh động :
Picture full of life.

linh đơn [liŋ dơn] See linh đan.

linh đường [liŋ dườŋ] Ancestral temple.

linh hiệu [liŋ hiệu] Effective, effica-
cious, effectual.

linh hoạt [liŋ hwạt] Lively, vivid. Óc
tưởng tượng linh hoạt : Lively imagi-
nation. Làm linh hoạt : To enliven.

linh hồn [liŋ hòn] Soul, spirit. Linh
hồn của những người quá vãng :

Departed souls. *Linh hồn cao cả* : Lofty soul. *Cầu nguyện cho linh hồn của người nào* : To pray for someone's soul. *Nó là linh hồn của cuộc vui* : He is the life and soul of the party. *Kỷ luật là linh hồn của quân đội* : Discipline is the soul of the army.

linh hồn thuyết [liɲ hồn θwiét] Animism.

linh lợi [liɲ lợi] Clever, brainy, brisk, sagacious.

linh mẫn [liɲ mẫn] See linh lợi.

linh mục [liɲ muk] Catholic priest.

linh nghiệm [liɲ ɲiệm] Efficacious.

linh ngũ [liɲ ɲũ] Prison, jail.

linh nha lợi xỉ [liɲ ɲa lợi si] To have a glib tongue.

linh phong [liɲ fɔŋ] Zephyr.

linh phù [liɲ fù] Charm, talisman.

linh phủ [liɲ fủ] Hell, Hades.

linh sàng [liɲ sàŋ] Altar of the dead person before his burial.

linh tàn [liɲ tàn] Withered, faded.

linh thiêng [liɲ θiêŋ] To have supernatural power.

linh tiện [liɲ tiện] Convenient, suitable.

linh tiệp [liɲ tiệp] Expeditious, prompt.

linh tinh [liɲ tiɲ] Miscellaneous.

linh tính [liɲ tiɲ] Soul.

linh toái [liɲ twái] Trifling.

linh tri [liɲ tri] Perpicacious mind.

linh tuệ [liɲ twệ] Brisk and shrewd.

linh ứng [liɲ ứŋ] Efficacious.

linh xa [liɲ 'sa] Hearse.

lính [liɲ] Soldier, private. *Đăng lính* : To enlist.

lính bảo an [liɲ bảu an] Civil guard.

lính canh [liɲ kaɲ] Guard, sentry, sentinel. *Lính canh tù* : Prisoner guard.

lính cảnh sát [liɲ kảɲ sát] Policeman.

lính chữa lửa [liɲ chửa lửa] Firefighter, fireman.

lính đào ngũ [liɲ đàu ɲũ] Deserter. *Lính đào ngũ theo địch* : Deserter to the other side.

lính đoan [liɲ dwan] Customs official.

linh gác [liɲ gák] Sentry, sentinel.

lính già [liɲ ʒà] Old soldier, old campaigner.

linh hầu [liɲ hầu] Orderly.

linh kín [liɲ kín] Security agent.

linh lệ [liɲ lệ] Mandarin's orderly.

linh lưu hậu [liɲ lưu hậu] Reservist.

linh nhảy dù [liɲ ɲày zù] Parachutist, paratrooper.

linh quýnh [liɲ kwiɲ] To bungle.

linh thủy [liɲ θwỉ] Sailor, seaman.

linh tráng [liɲ tráŋ] Soldiers.

linh trơn [liɲ trơn] Private, private soldier.

lính trừ bị [liɲ trừ bị] Reservist, reserve man.

linh [liɲ] *Thình lình* : Unexpected, all in a sudden.

linh [liɲ] To slip away.

linh nghinh [liɲ ɲiɲ] Many, a lot, a great deal.

linh [liɲ] See lãnh.

lịnh [liɲ] Order, command, dictate. *Ra lịnh, truyền lịnh, hạ lịnh* : To order, to decree, to command. *Ống ấy ra lịnh cho tôi làm việc ấy* : He gave me orders to do it. *Tôi được lịnh ở lại đây* : I have orders to remain here. *Chỉ tuân theo lịnh của người nào* : To take orders only from someone. *Cho đến khi có lịnh mới* : Until further orders. *Được lịnh sửa soạn đề nhổ neo* : To be under sailing orders. *Làm theo lịnh của người nào* : To do something at, by, someone's command. *Ra lịnh cho người nào làm việc gì* : To order someone to do something. *Nó được lịnh đến trình diện ngày mai* : He is ordered to report to-morrow. *Ra lịnh điều tra* : To order an inquiry. *Tôi được lịnh đi ngoại quốc* : I was ordered abroad. *Tôi đã ra lịnh không cho nó vào* : I gave orders that he was not to be admitted. *Những lịnh của tôi phải được tuân theo* : My orders must be carried out. *Những lịnh của nó được tuân theo ngay* : His commands were quickly obeyed. *Nó ra lịnh mà không hỏi tôi* :

He gives orders over my head. *Ra lịnh bắt người nào*: To issue a summons, a warrant for the arrest of someone. *Đúng như lịnh của ông*: In obedience to, in compliance with, agreeably to your orders. *Nó ra lịnh phải bắt đầu công việc ngay*: He gave orders for the work to be started (that the work should be started) at once.

lịnh ái [lịṇ ái] Your daughter.

lịnh chỉ [lịṇ cỉ] Order given the queen-mother.

lịnh danh [lịṇ zaiṇ] Good name.

lịnh đặc biệt [lịṇ dɯk biệt] Special order.

lịnh đệ [lịṇ dệ] Your younger brother.

lịnh điệt [lịṇ diệt] Your nephew.

lịnh đường [lịṇ dɯờṇ] Your mother.

lịnh hành quân [lịṇ hàiṇ kwən] Operation order.

lịnh huynh [lịṇ hwiṇ] Your elder brother.

lịnh khổn [lịṇ xổn] Your wife.

lịnh lang [lịṇ laṇ] Your son.

lịnh mẫu [lịṇ mẫu] See lịnh đường.

lịnh muội [lịṇ muội] Your younger sister.

lịnh nghiêm [lịṇ ṇiem] Your father.

lịnh nhạc [lịṇ ṇak] Your father-in-law.

lịnh nhạc mẫu [lịṇ ṇak mẫu] Your mother-in-law.

lịnh tấn công [lịṇ tốn koṇ] Attack order.

lịnh thuyên chuyển [lịṇ θwien cwiển] Transfer order.

lịnh tôn [lịṇ ton] Your nephew.

lịnh từ [lịṇ từ] Your mother.

lịnh vua [lịṇ vwɔ] Imperial orders.

lịp [lịp] (Of wound) To heal (up), skin over.

lít [lít] (Meas) Litre, liter.

líu lo [líu lɔ] (Chim) *Hót líu lo*: (Of birds) To warble, to twitter.

líu lưỡi [líu lưỡi] Tongue-tied, unable to speak through fear.

líu quýu [líu kwíu] Embarrassed.

líu tíu [líu tíu] Indistinct, confused.

lịu [lịu] To repeat.

lo [lɔ] Anxious, concerned (about); worried, bothered.

lo To bother, to worry; to attend to. *Tôi lo cho tương lai của nó*: I am troubled about his future. *Đừng lo, chắc chắn nó sẽ đến*: Don't be anxious; he'll come without doubt. *Đừng lo! mọi việc sẽ xong*: Don't worry! Everything will be all right. *Đừng lo, cứ yên tâm đi!*: Set your heart at rest! *Nàng lo những chuyện không ra gì*: She worries about little things.

lo âu [lɔ əu] Anxious, solicitous, uneasy, disquiet, worried, troubled. *Sự lo âu*: Anxiety, disquietude, worry, trouble, concern, care. *Vẻ mặt lo âu*: Troubled countenance. *Đầy nỗi lo âu*: To be full of cares.

lo âu To worry, to be concerned. *Được tin ấy nó hết sức lo âu*: He showed steep concern at the news. *Nó có vẻ lo âu*: He looked very much concerned.

lo buồn [lɔ buồn] To be worried and sad.

lo lắng [lɔ lắṇ] Anxious, disquiet, worried, troubled. *Sự lo lắng*: Anxiety, disquietude, worry, concern, care. *Nó có vẻ lo lắng*: He looked very much concerned. *Những sự lo lắng về tiền bạc*: Money worries, troubles. *Sự lo lắng đã làm nó có vẻ già thêm mười tuổi*: Care had made him look ten years older. *Sự lo lắng của thầy giáo về sự chậm tiến của học trò mình đã làm ông thức suốt đêm*: The teacher's concern over the slow progress of his pupils kept him awake all night.

lo lắng To worry, to bother, to fear. *Lo lắng cho người nào, việc gì*: To be concerned, troubled, about someone, something; to fear for someone, something. *Lo lắng không yên*: To be, sit, on thorns. *Nó không lo lắng gì cả*: He doesn't bother anything. *Nó giàu và không lo lắng gì cả*: He was rich and free from cares of every kind.

lo liệu [lɔ liệu] To make arrangements for; to manage, to contrive; to fend for oneself. *Nay vì cha nó đã chết* nên nó phải lo liệu lấy : Now that his father is dead he must fend for himself.

lo lót [lɔ lɔ́t] To bribe. *Lo lót cho người nào* : To bribe someone ; to oil, grease, someone's palm, someone's hand ; to square someone.

lo lót (sự) Bribery. *Dễ lo lót* : Open to bribery. *Không thể lo lót được* : Not open to bribery.

lo ngại [lɔ ŋại] Anxious, uneasy, disquiet, troubled. *Sự lo ngại* : Anxiety, disquietude, concern, apprehension. *Lo ngại tương lai* : Anxious about the future.

lo ngại To worry. *Lo ngại cho người nào* : To be concerned, troubled, about someone, to be apprehensive for someone. *Làm cho người nào hết sức lo ngại* : To cause someone great anxiety. *Anh không nên lo ngại gì cả* : You have no cause of easiness. *Đừng lo ngại những việc gì không liên quan đến anh:* Don't trouble about things that don't concern you. *Tôi rất lo ngại về tương lai của xứ này* : I am very much concerned about the future of this country. *Được tin ấy nó hết sức lo ngại* : He showed deep concern at the news. *Ai nấy đều lo ngại khi hay tin tàu chìm* : Everyone was filled with concern when news came that the ship was sinking. *Tất cả chúng tôi đều lo ngại cho số phận của viên phi công mất tích* : We were all anxious about the fate of the missing airman.

lo nghĩ [lɔ ŋỉ] To worry. *Sự lo nghĩ* : Worry, trouble. *Những sự lo nghĩ về tiền bạc* : Money worries, troubles.

lo phiền [lɔ fièn] See lo nghĩ.

lo sợ [lɔ ʃợ] Anxious. *Rất lo sợ* : Very anxious, extremely anxious. *Lo sợ cho người nào* : To be anxious for someone. *Sự lo sợ* : Anxiety, apprehension.

lo sợ To fear, to be worried and afraid. *Lo sợ chết đi được* : To be in a state of mortal anxiety. *Lo sợ bị đuổi* : To stand in great fear of dismissal. *Một trong những lúc lo sợ nhứt trong*

đời nó : One of the most anxious moments of his life.

lo trước [lɔ trướk] Far-seeing, far-sighted.

lo xa [lɔ sa] Provident, careful about the future, having foresight. *Nó đã thất bại vì không biết lo xa* : He failed for want of foresight.

ló [lɔ́] To appear, to heave, to become visible, to come into sight ; to burst forth. *Chiếc tàu ló ra* : The ship hove in sight.

ló đầu ra [lɔ́ dầu ra] To stick one's head out, to put out one's head. *Nó ló đầu ra cửa sổ* : He stuck his head out of the window, he put out his head at the window.

ló ra [lɔ́ ra] To appear, to come out. *Mặt trời ló ra* : The sun shone out, burst forth. *Mặt trời vừa ló ra* : The sun is just appearing.

lò [lɔ̀] Furnace, kiln, oven. *Bánh mì mới ra lò* : The bread was fresh from the oven. *Căn phòng nóng như trong lò:* Room as hot as an oven. *Để vật gì vào lò* : To put something in the oven.

lò bánh mì [lɔ̀ báiɲ mì] Bakery ; a baker's shop.

lò bếp [lɔ̀ bếp] Kitchener, kitchen-range, cooking – range, cooking-stove.

lò cò [lɔ̀ kɔ̀] To hop.

lò dò [lɔ̀ zɔ̀] To grope, fumble one's way.

lò điện [lɔ̀ diện] Electric furnace, electric cooker.

lò đúc [lɔ̀ dúk] Foundry.

lò đường [lɔ̀ dườɲ] Sugar-refinery.

lò gạch [lɔ̀ gạik] Brick-kiln.

lò gốm [lɔ̀ gốm] Pottery–kiln.

lò hấp khô [lɔ̀ hấp xo] Drying-room, sweating-room.

lò heo [lɔ̀ hɛu] Slaughter-house, shambles.

lò hỏa táng [lɔ̀ hwa táɲ] Crematorium.

lò lợn [lɔ̀ lợn] See lò heo.

lò luyện sắt [lɔ̀ lwiện ʃắut] Blast-furnace.

lò lửa [lɔ̀ lửɔ] Furnace. *Lò lửa quạt :* Reverberatory furnace.

lò mò [lɔ̀ mɔ̀] To grope, fumble one's way.

lò rèn [lɔ̀ rèn] Forge, forging furnace, smith's hearth.

lò sát sinh [lɔ̀ sát ʃiɲ] Slaughter-house.

lò sưởi [lɔ̀ ʃưởi] Fire, fireplace. *Quây quần chung quanh lò sưởi :* Gathered round the fire (side). *Ngồi gần lò sưởi:* Sitting by the fire, seated by the fireside. *Chúng nó ngồi mỗi người một bên lò sưởi.:* They were sitting on either side the fire. *Ngồi chung quanh lò sưởi :* Seated round the fireside.

lò sưởi điện [lɔ̀ ʃưởi diện] Electric radiator, electric heater.

lò than [lɔ̀ θan] Charcoal-kiln, charcoal-pit.

lò thiêu [lɔ̀ θieu] Crematorium.

lò vôi [lɔ̀ voi] Limekiln.

lò xo [lɔ̀ sɔ] Spring. *Nệm lò xo :* Spring-mattress. *Khoá có lò xo :* Spring-lock. *Giường lò xo :* Spring-bed. *Có lò xo :* Springed. *Lò xo đồng hồ :* The spring of a watch. *Làm lò xo cứng thêm :* To stiffen the springs.

lõ [lɔ̃] 1) *Mũi lõ :* Aquiline-nose, eagle-nose. 2) *Mắt lõ ra :* With eyes agape.

lọ [lɔ] Soot.

lọ Vase; small bottle; phial; jar, pot. *Lọ hoá :* Flower vase.

lọ Queer; eccentric.

lọ hoa [lɔ hwa] Flower-vase, flower-pot.

lọ là [lɔ là] There is no need; no need, unnecessary to.

lọ lem [lɔ lem] Dirty.

lọ mực [lɔ mựk] Ink-bottle.

lọ mứt [lɔ mứk] Jam-pot, jam-jar. *Một lọ mứt dâu :* A jar of strawberry jam.

lọ nồi [lɔ nồi] Soot. *Đen như lọ nồi :* Sooty.

loa [lwa] Megaphone; horn (of gramophone). *Loa phóng thanh :* Loud-speaker.

loa lịch [lwa lịk] (Med) Scrofula.

loa triền [lwa triền] Spiral, spiralted.

lóa [lwa] To dazzle.

lóa mắt [lwa mắt] To dazzle the eyes.

lòa [lwa] Dim-sighted. *Mù lòa :* Blind.

lòa xòa [lwa swa] *Ăn mặc lòa xòa :* Untidily dressed.

lõa [lwa] Naked, nude.

lõa lồ [lwa lồ] Naked.

lõa thân [lwa θan] See **lõa thể**.

lõa thể [lwa θể] Stark naked, mother naked, naked nude. *Họa hình lõa thể :* To paint nude figures.

lõa thể họa [lwa θể hwa] To paint nude figures.

lõa trình [lwa triɲ] See **lõa thể**.

lõa tử [lwa tử] (Bot) Gymnospermous.

lõa xõa [lwa swa] (Of hair) To be flowing.

loạc choạc [lwạk cwạk] Incoherently.

loai nhoai [lwai ɲwai] To be restless to stir, to bestir oneself.

loài [lwài] Species, kind, category, sort genus; gender. *Loài chim sẻ :* The sparrow kind. *Loài người :* The human species. *Loài ngựa :* The horse species. *Đủ các loại khí giới :* Various species of weapons: weapons of various species.

loài ăn cỏ [lwài aun kɔ̃] Herbivora.

loài ăn sâu bọ [lwài aun ʃau bọ] Insectivore.

loài có vú [lwài kó vú] Mammalia.

loài côn trùng [lwài kon trùŋ] Insects

loài kim [lwài kim] Metal.

loài lưỡng thê [lwài lưỡŋ θe] Amphibia.

loài ngựa [lwài ŋựa] The horse species.

loài người [lwài ŋười] The human species, the human race, humanity, mankind.

loài nhện [lwài ɲẹn] Arachnid.

loài sứa [lwài ʃứɔ] Acaleph.

loài tôm cua [lwài tom kua] Crustacea.

loại [lwai] To eliminate, to get rid of, to weed out; to disqualify. *Loại những người bất tài :* To weed out the inefficients. *(Thể thảo)* Bị *loại* : To be knocked out (in a tournament). *Nếu anh chơi đá cầu ăn tiền (như một nhà nghề) thì anh sẽ bị loại không được chơi tại Hội Thế Vận* : If you play baseball for money (as a professional player), you will be disqualified from playing in the Olympic Games. *Cuộc tranh vòng loại* : Eliminating. qualifying, heat.

loại Sort. kind, species, category, genus. *Đây là loại cây gì?* : What kind, sort, of tree is it?. *Đủ các loại* : Of all sorts. *Loại chim sẻ* : The sparrow kind. *Nhân loại* : The human kind, humanity. *Đủ các loại khí giới* : Weapons of various species, various species of weapons.

loại châm độc [lwại cəm dọk] (Zool) Aculeata.

loại dị cước [lwại zị kứrk] Amphipod.

loại hữu tiết [lwại hữu tiét] (Zoo) Articulata.

loại ngẫu đế [lwại ŋẫu dè]. (Zoo) Artiodactyla.

loại song túc [lwại ʃoŋ túk] Amphipod.

loại thập túc [lwại θəp túk] Decapod, ten-footed crustacean.

loại tiết túc [lwại tiét túk] (Zoo) Arthropod.

loan [lwan] Phoenix.

loan báo [lwan báu] To announce, to make known.

loan giá [lwan ɟá] Impérial, royal, carriage.

loan phòng [lwan fɔŋ] Married couple's room.

loan phụng [lwan fụŋ] Well-matched couple.

loan xa [lwan sa] Royal carriage.

loán [lwán] To extend, to stretch ; to spread.

loàn [lwàn] See **loạn**.

loạn [lwạn] To be in disorder. *Sự rối loạn, hỗn loạn* : Disorder, confusion. *Làm loạn, nổi loạn, dấy loạn* : To rebel, to revolt ; to rise in revolt. *Cuộc làm loạn, dấy loạn* : Rebellion, revolt, uprising.

loạn dâm [lwạn zəm] Incestuous. *Tội loạn dâm* : Incest.

loạn dân [lwạn zən] Rebels.

loạn đảng [lwạn dảŋ] Rebels.

loạn kinh [lwạn kiŋ] Irregular menses.

loạn lạc [lwạn lạk] Trouble. *Thời loạn lạc* : Troubled times.

loạn luân [lwạn lwən] Incestuous. *Tội loạn luân* : Incest.

loạn ly [lwạn ly] Trouble.

loạn ngôn [lwạn ŋon] Foolish talks.

loạn óc [lwạn ɔ́k] To be deranged, to be mad. *Sự loạn óc* : Derangement of mind.

loạn phát [lwạn fát] Dishevelled, tousled, hair.

loạn quân [lwạn kwən] Incestuous king.

loạn quân 1) Rebels.

2) Rout ; disorderly retreat of defeated troops.

loạn sát [lwạn ʃát] To slaughter.

loạn sắc [lwạn ʃáɯk] (Med) Daltonism. *Người bị loạn sắc* : Daltonian.

loạn thân [lwan θən] Rebellious, insurgent, subject.

loạn thế [lwạn θế] Troubled time.

loạn thị [lwạn θị] (Med) Astigmatic.

loạn thị (Med) Astigmatism.

loạn thị kế [lwạn θị ké] Astigmometer.

loạn thuyết [lwạn θwiét] Foolish talks.

loạn trí [lwạn trí] To be deranged, to be mad. *Sự loạn trí* : Derangement of mind.

loạn xạ [lwạn sạ] To shoot at random, (fig) in disorder, in confusion.

loang [lwaŋ] To spread. *Như một vết dầu loang trên giấy* : As a spot of oil spreading over the paper.

loang lổ [lwaŋ lổ] Speckled, spotted.

loáng [lwáŋ] *Một loáng* : In a jiffy, in a trice.

loáng thoáng [lwáŋ θwáŋ] Vaguely.

loàng choàng [lwàŋ cwàŋ] Dizzy, giddy.

loảng choảng [lwảŋ cwảŋ] Clink (sound made by piece of metal or glass knocking together).

loàng xoàng [lwàŋ swàŋ] See loàng choảng.

loãng [lwãŋ] Watery ; diluted, weak. *Trà loãng, cà phê loãng*: Weak tea, weak coffee.

loạng choạng [lwạŋ cwạŋ] To stagger, to reel, to lurch, to totter. *Đi loạng choạng*: To stagger, lurch along. *Đi loạng choạng như người say rượu*: To reel to and fro like a drunken man. *Bước loạng choạng*: Tottering steps. *Sự đi loạng choạng*: Stagger, reel, lurch.

loanh quanh [lwaiɲ kwaiɲ] To go around, (fig) to be undecided.

loát [lwát] *Ấn loát*: To print.

loát xỉ [lwát si] To brush one's teeth.

loạt [lwạt] Series. *Loạt súng máy*: Burst of fire. *Loạt đại bác*: Battery salve. *Loạt tác xạ*: Series of fire. *Bắn một loạt*: To fire, discharge, a volley. *Sản xuất từng loạt*: Standardized production, mass production. *Xe hơi sản xuất từng loạt*: Mass-production car.

loay hoay [lwai hwai] Very busy with (something).

loăng quăng [lwaɯŋ kwaɯŋ] *Chạy loăng quăng*: To run about.

loằng ngoằng [lwàɯŋ ŋwàɯŋ] In zigzags.

loắt choắt [lwáɯt cwáɯt] *Bé loắt choắt*: (Of man) To be very small.

lóc [lɔ́k] To dissect, cut up.

lóc cóc [lɔ́k kɔ́k] To toil, to work hard.

lóc ngóc [lɔ́k ŋɔ́k] *Lóc ngóc đứng dậy*: To rise to, get on to, one's feet.

lọc [lɔk] To filter, to purify, to strain, to leach, to cleanse. *Vật để lọc*: Filter. *Bể lọc*: Filter-bed. *Cái lọc ép*: Filter-press. *Nước lọc*: Filtered water. *Chọn lọc*: To choose, to select.

lọc dầu [lɔk zầu] To filter oil.

lọc lõi [lɔk lõi] Experienced.

lọc lừa [lɔk lừə] To choose carefully.

lọc nước [lɔk nứrk] To filter water.

lọc sạch [lɔk ʃaik] (Med) To depurate.

loe loét [lwɛ lwét] Gaping (wound).

loe miệng [lwɛ miệŋ] Bell-mouthed, wide-mouthed, funnel-shaped (vessel,

etc..). *Làm loe miệng*: To bell-mouth (vessel).

lóe [lwɛ́] (Of a beam of light) To flash.

lòe [lwɛ̀] *Lập lòe*: To flash, to twinkle, to sparkle, to blink.

lòe To bluff.

lòe loẹt [lwɛ̀ lwẹt] Flashy, gaudy, tawdry, garish, showy.

loét [lwét] (Of wound) To be gaping.

loi choi [lɔi cɔi] *Nhảy loi choi*: To skip, to hop.

loi ngoi [lɔi ŋɔi] *Ướt loi ngoi*: Wet through ; wet, soaked, to the skin.

lói [lói] *Le lói*: Flickering, unsteady (light, etc).

lòi [lòi] To project, to protrude, to stick out.

lòi dom [lòi zɔm] (Med) Rectocele.

lòi đuôi [lòi duəi] To be unmasked ; to show, display, the cloven hoof.

lòi mặt thật ra [lòi mạt θạt ra] To show, display, the cloven hoof.

lòi phèo [lòi fɛ̀u] See lòi ruột.

lòi ruột [lòt ruọt] To be disemboweled.

lòi tỉ [lòi ti] See lòi dom.

lòi tiền [lòi tiền] To disburse, to shell out, (colloq) to part with one's money.

lòi tói [lòi tói] Chain of iron.

lòi xương [lòi sɯɔŋ] Skinny, very thin.

lõi bắp [lõi báɯp] Corn-cob.

lõi cây [lõi kei] Duramen, heart-wood.

lõi dứa [lõi zứə] Pine-apple core.

lõi đời [lõi dời] Experienced in life.

lõi ngô [lõi ŋo] See lõi bắp.

lom khom [lɔm xɔm] *Đi lom khom*: To walk with a stoop, to walk with bended back.

lom lom [lɔm lɔm] *Nhìn lom lom*: To look with wide-open eyes.

lóm [lɔ́m] *Học lóm*: To learn merely by listening and observing, to learn by hearsay.

lòm [lɔ̀m] Very. *Đỏ lòm*: Very red. *Chua lòm*: Very sour.

lòm [lɔ̀m] *Nghe lỏm*: To overhear, to

eavesdrop. *Học lōm :* To learn merely by listening and observing.

lōm [lʒm] 1) Concave, curved inward. *Hai mặt lōm :* Biconcave, double-concave ; concavo-concave. *Mặt lồi mặt lōm :* Concavo-convex.

2) Deep-set, sunken (eyes). *Má lōm :* Hollow-cheeked. *Má lōm đồng tiền của nàng :* Her dimpled cheeks.

lōm bōm [lʒm bʒm] *Biết lōm bōm :* To know very little.

lọm khọm [lʒm xʒm] Decrepit ; worn out, broken-down, with old age.

lon [lʒn] (Mil) Stripe, chevron. *Lon trung sĩ :* Sergeant's stripes.

lon Can. *Lon sữa :* Milk-can.

lon ton [lʒn tʒn] *Chạy lon ton :* To run with short steps.

lòn [lʒn] See luồn.

lòn đi [lʒn đi] To edge, sneak away.

lòn ra [lʒn ra] To sneak out, to edge out of, to slip out.

lòn vào [lʒn vàu] To edge into, to slip in, to sneak in. *Lòn vào phòng :* To edge (one's way) into a room. *Nó lòn vào với mấy người khách :* He slipped in among the guests.

lọn [lʒn] Curl, ringlet, lock (of hair). *Uốn tóc thành lọn :* To arrange the hair in curls.

lọn tóc [lʒn tɔ́k] Curl of hair, lock of hair.

long [lʒŋ] Loose. *Răng long :* Loose tooth.

long To get loose ; (of spring, etc) to slacken.

long ân [lʒŋ ən] Great favour.

long bào [lʒŋ bàu] Imperial robe.

long diên hương [lʒŋ zien huʒŋ] Ambergris.

long diên hương tinh [lʒŋ zien huʒŋ tiŋ] (Ch) Cetin.

long diện [lʒŋ ziện] Imperial countenance.

long đình [lʒŋ điŋ] Imperial court.

long đong [lʒŋ đʒŋ] Hard. *Số phận long đong :* Hard lot.

long đông [lʒŋ đʒŋ] Hard winter.

long giá [lʒŋ ʒá] Imperial carriage.

long hà [lʒŋ hà] Lobster.

long hàn [lʒŋ hàn] Very cold.

long hổ [lʒŋ hổ] Dragon and tiger.

long huyệt [lʒŋ hwiệt] Dragon's den.

long lanh [lʒŋ laiɲ] Sparkling, shining, glistening.

long mạch [lʒŋ mạik] Favorable geomantic features.

long não [lʒŋ nãu] Camphor. *Cây long não :* Camphor-tree. *Dầu long não :* Camphor oil, camphorated oil. *Ướp long não :* To camphorate.

long não du [lʒŋ nãu zu] Camphor oil.

long não tinh [lʒŋ nãu tiŋ] (Ch) Camphol.

long não toan [lʒŋ nãu twan] Camphoric acid.

long não toan diêm [lʒŋ nãu twan ziem] Camphorate.

long ngâm [lʒŋ ŋəm] Flute.

long nha [lʒŋ ɲa] Litchi.

long nhan [lʒŋ ɲan] Imperial countenance, face of the king.

long nhãn [lʒŋ ɲãn] Dragon's eyes.

long phi [lʒŋ fi] (Of king) To mount, ascend, the throne.

long phụng [lʒŋ fuɲ] Dragon and phoenix.

long quân [lʒŋ kwən] See long vương.

long sàng [lʒŋ ʃàŋ] King's bed, royal bed.

long thể [lʒŋ θể] The person of the king.

long thứ [lʒŋ θứ] Scorching sun.

long tu thái [lʒŋ tu θái] (Bot) Kind of seaweed.

long trọng [lʒŋ trʒŋ] Solemn ; solemnly, with ceremony. *Sự tiếp đón long trọng một ông hoàng :* State reception of a prince. *Tiếp rước đại sứ một cách long trọng :* To receive an ambassador in state.

long vân [lʒŋ vən] Dragon and clouds, (fig) happy occasion.

long vận [lʒŋ vận] Good luck.

long xa [lʒŋ sa] Imperial carriage.

long xà [lɔŋ sà] Dragon and serpent.

lóng [lɔ́ŋ] (Anat. Bot) Internode.

lóng Tiếng lóng : Slang, cant. *Người nói tiếng lóng* : Talker of slang.

lóng cặn [lɔ́ŋ kạɯn] To defecate. *Máy lóng cặn* : Defecator.

lóng chân [lɔ́ŋ cạn] Phalange of a ttoe.

lóng cóng [lɔ́ŋ kɔ́ŋ] Trembling (hamds, etc...).

lóng lánh [lɔ́ŋ láiɲ] To glint, to pilay. *Ánh sáng lóng lánh dưới nước* : The lights glint in the water. *Ánh sáng lóng lánh của đồ nữ trang* : Play of light on a jewel. *Ánh nắng lóng lánh trên mặt nước* : Sunlight playing on the water.

lóng mía [lɔ́ŋ miə] Sugar cane stem.

lóng nghe [lɔ́ŋ ɲɛ] To lend one's ear, to give ear.

lóng ngóng [lɔ́ŋ ŋɔ́ŋ] To be waiting for (something).

lóng nhóng [lɔ́ŋ ɲɔ́ŋ] See lóng ngóng.

lóng tai nghe [lɔ́ŋ tai ɲɛ] To give ear, to lend one's ear.

lóng tay [lɔ́ŋ tai] Phalange of a finger.

lóng tre [lɔ́ŋ trɛ] Bamboo stem.

lóng xuồng [lɔ́ŋ suɔ́ŋ] To settle. *Ta phải để nước có thì giờ lóng xuống* : We must allow the liquid some time to settle. *Cặn lóng xuống và rượu trong* : The dregs settled and the wine was clear.

lòng [lɔ̀ŋ] 1) Heart, mind, soul, feelings. *Sự đau lòng* : Heart-ache, heart-break. *Đau lòng* : Heart-breaking, heart-broken, heart-gripping. *Làm đau lòng, làm não lòng* : Heart-rending. *Ôm chặt người nào vào lòng* : To press, clasp, someone to one's heart. *Làm người nào đau lòng* : To break someone's heart. *Tấm lòng vàng* : Heart of gold. *Cảnh tượng làm não lòng* : Sight that goes to one's heart, cuts one to the heart, makes one's heart ache. *Học thuộc lòng điều gì* : To learn something by heart, by rote. *Hết lòng cảm ơn người nào* : To thank someone wholeheartedly. *Xa mặt, xa lòng* : Out of sight, out of mind. *Hết lòng thương*

yêu người nào : To love someone with all one's heart. *Hết lòng làm việc gì* : To have set one's heart on doing something. *Làm việc hết lòng* : To have one's heart in one's work. *Hết lòng, hết lòng hết dạ* : With heart and hand, with heart and soul, with all one's soul. *Nàng bận lòng vì việc gì* : She has something on her mind. *Lời thật hay mất lòng* : Nothing stings (hurts) like the truth. *Làm mích lòng* : Hurtful to the feelings. *Làm mích lòng người nào* : To hurt someone feelings. *Được lòng người nào* : To ingratiate oneself with someone. *Những người hy sinh vì tự do và công bằng sống mãi mãi trong lòng của dân chúng* : Those who make sacrifices for freedom and justice live for ever in the hearts of the people. *Nó đau lòng khi nghĩ đến sự thất bại* : His heart sank at the thought of failure. *Giữ kín một điều bí mật trong lòng* : To hide away a secret in one's heart. *Tôi ôm chặt nó vào lòng* : I press, clasp, hold, him to my heart.
2) Bowels, entrails, intestines, tripes.

lòng ái quốc [lɔ̀ŋ ái kwók] Patriotism. *Không nói đến lòng ái quốc, tôi muốn* : Leaving patriotism out of consideration, I should like to.

lòng ao ước [lɔ̀ŋ au úrk] Anxiety, desire.

lòng bàn chân [lɔ̀ŋ bàn cạn] Sole of the foot.

lòng bàn tay [lɔ̀ŋ bàn tay] Hollow of the hand; palm (of hand).

lòng băn khoăn [lɔ̀ŋ bạɯn xwaɯn] Anxiety.

lòng biển [lɔ̀ŋ biển] Sea bed.

lòng can đảm [lɔ̀ŋ kan dảm] Courage. *Lòng can đảm hiếm có* : Rare courage. *Việc ấy nói nhiều về lòng can đảm của anh* : That speaks much, well, for your courage. *Thử lòng can đảm của người nào* : To make trial of someone's courage, to try someone's courage.

lòng chảo [lɔ̀ŋ cảu] Hollow of a frying-pan.

lòng chận thật [lɔ̀ŋ cạn θạt] Frankness.

lòng dạ [lɔŋ zạ] Heart.

lòng dân [lɔŋ zən] Popularity, public esteem, regard of the public. *Được lòng dân :* To gain, win, popularity.

lòng dục [lɔŋ zụk] Concupiscence ; lusts of the flesh.

lòng địa cầu [lɔŋ địa kều] Entrails; inner parts of the earth.

lòng đỏ [lɔŋ dỏ] Yolk (of egg).

lòng ghen [lɔŋ gɛn] Jealousy.

lòng ham muốn [lɔŋ ham muốn] Desire, wish, appetence.

lòng hăng hái [lɔŋ hawŋ hái] Ardour, enthusiasm.

lòng heo [lɔŋ hɛu] Pig's tripes.

lòng hiếu thảo [lɔŋ hiếu θảu] Piety.

lòng hy sinh [lɔŋ hi ʃiŋ] Self-sacrifice.

lòng khiêm nhượng [lɔŋ xiem ɲɯəŋ] Modesty.

lòng lang dạ thú [lɔŋ laŋ zạ θú] Cruel, barbarous.

lòng lo lắng [lɔŋ lɔ láwŋ] Anxiety.

lòng lợn [lɔŋ lợn] See lòng heo.

lòng mộ đạo [lɔŋ mọ dạu] Devotion.

lòng muông dạ thú [lɔŋ muəŋ zạ θú] Barbarous, cruel.

lòng muỗng [lɔŋ muỗŋ] Bowl (hollow part of a spoon).

lòng nhân [lɔŋ ɲən] Charity.

lòng nhân ái [lɔŋ ɲən ái] Charity.

lòng nhân đạo [lɔŋ ɲən dạu] Humanity.

lòng nhân từ [lɔŋ ɲən tù] Humanity, clemency, mercy, compassion.

lòng nhẫn nại [lɔŋ ɲẫn nại] Patience. *Làm nản lòng nhẫn nại của người nào :* To wear out someone's patience.

lòng rộng rãi [lɔŋ rọŋ rãi] Generosity, greatness of heart.

lòng sắt đá [lɔŋ ʃawt dá] Heart of steel.

lòng son [lɔŋ ʃɔn] Faithfulness, loyalty.

lòng sông [lɔŋ ʃoŋ] River-bed.

lòng sốt sắng [lɔŋ ʃốt ʃáwŋ] Enthusiasm, ardour.

lòng súng [lɔŋ ʃúŋ] Gun-barrel.

lòng tàu [lɔŋ tàn] Garboard.

lòng tây vị [lɔŋ tei vị] Partiality.

lòng tham [lɔŋ θam] Greed, cupidity, covetousness. *Lòng tham lợi :* Greed of gain.

lòng thành [lɔŋ θàiɲ] Sincerity, honesty.

lòng thòng [lɔŋ θɔŋ] Hanging down loosely, pendulous.

lòng thòng To hang down, to dangle ; to hang loose.

lòng thương [lɔŋ θɯəŋ] Compassion, clemency, pity, sympathy.

lòng thương hại [lɔŋ θɯəŋ hại] Commiseration, compassion, pity.

lòng tin [lɔŋ tin] Faith, trust, credit; confidence.

lòng tốt [lɔŋ tốt] Kindness, kind heart. *Người có lòng tốt :* A man with a kind heart ; a kind-hearted man. *Tôi rất cám ơn lòng tốt của anh :* I am much obliged to you for your kindness. *Tôi sẽ không bao giờ quên lòng tốt của anh :* I shall never forget your kindness.

lòng trắc ẩn [lɔŋ trắwk ẩn] Compassion, commiseration, pity. *Làm động lòng trắc ẩn :* To arouse compassion.

lòng trắng [lɔŋ trắwŋ] White (of egg), glair.

lòng trắng mắt [lɔŋ trắwŋ máwt] White of eyes.

lòng trung thành [lɔŋ truŋ θàiɲ] Loyalty, faithfulness. *Lòng trung thành với đảng :* Loyalty to one's party.

lòng trung tín [lɔŋ truŋ tin] Faithfulness.

lòng từ thiện [lɔŋ tù θiện] Benevolence.

lòng tự ái [lɔŋ tự ái] Pride. *Chạm đến lòng tự ái của người nào :* To wound, hurt, injure, someone's pride. *Lòng tự ái của nó không cho nó nhận bất cứ món thù lao nào :* His pride would not allow him to accept any reward.

lòng tự tin [lɔŋ tự tin] Self-assurance.

lòng vàng [lɔŋ vàɲ] Heart of gold.

lòng vị tha [lɔŋ vị θa] Altruism.

lòng yêu nước [lɔŋ ieu nɯ́rk] Patriotism. *Bỏ tình yêu nước qua một bên, tôi muốn ... :* Leaving patriotism out of consideration, I should like to...

lòng [lɔŋ] 1) Fluid, liquid. *Tình lỏng ;*

Fluidity, liquidity. *Chất lỏng* : Liquid.
Không khí lỏng : Liquid air.
2) Watery, thin. *Xúp lỏng* : Thin soup.
3) Loose, slack ; lax, relaxed, not strict
(discipline). *Dây lỏng* : A slack rope.
(May) Lỏng ra : To work loose. *Được
thả lỏng* : To go loose. *Con bù-lon lỏng
ra* : The screw has loosened.

lỏng bỏng [lỏŋ bỏŋ] Watery.

lỏng chỏng [lỏŋ chỏŋ] In disorder, up-
side down (e.g. furniture).

lỏng chỏng To stagger, to totter.

lỏng gân [lỏŋ gən] Slack muscles.

lỏng khỏng [lỏŋ xỏŋ] Lanky, slender.
Người lỏng khỏng : Man of slight build.
Chân lỏng khỏng : Lanky legs.

lỏng lẻo [lỏŋ lẻu] Loose, slack (knot,
etc...), lax (discipline).

lỏng ra [lỏŋ ra] To come loose, to get
loose.

lõng [lõŋ] *Lạc lõng* : Removed from
one's usual surroundings, out of
one's element.

lọng [lọŋ] Parasol. *Giương lọng* : To put
up a parasol.

lóp ngóp [lóp ŋóp] *Lóp ngóp dậy* : To
get up with difficulty.

lót [lót] To line (coat, etc...) ; lining.
Lót giấy một cái hộp : To line a box
with paper. *Đút lót, lo lót* : To bribe.

lót áo [lót áu] To line a coat.

lót chiếu [lót ciếu] To spread a mat.

lót dạ [lót zạ] To breakfast, to have
breakfast, to eat one's breakfast.

lót đá [lót đá] To cover a street with
stones.

lót đường [lót đưầŋ] To pave a street.

lót gạch [lót gạik] To brick ; to cover
with bricks.

lót lòng [lót lòŋ] See **lót dạ**.

lót ổ [lót ổ] (Of bird) To nest, to build
a nest.

lót tiền [lót tiền] To bribe.

lót ván [lót ván] To board ; to board
over, to plank over (deck, etc...).

lọt [lọt] To fall into. *Lọt vào tay người
nào* : To fall into someone's hands.

Không cho ánh sáng lọt vào : To shut
out the light.

lọt lòng [lọt lòŋ] To be born, to come
into the world. *Đứa trẻ mới lọt lòng* :
Newly-born child. *Tôi biết nó hồi nó
mới lọt lòng* : I have known him from
his birth. *Từ thuở lọt lòng* : Since
one's birth, from the cradle. *Từ thuở
lọt lòng đến chết* : From the cradle to
the grave.

lô [lo] 1) Lot, portion (of land) ; lot,
parcel (of goods) ; batch (of goods,
etc...). *Từng lô một* : In lots. *Mua cả
lô* : To buy in one's lot.
2) Prize (at a lottery).

lô cốt [lo kốt] Blockhouse.

lô đất [lo đất] Portion of land.

lô độc đắc [lo đọk đắuk] First prize.
Trúng lô độc đắc : To draw the first
prize.

lô nhô [lo ɲo] Uneven.

lô tô [lo to] (Games) Lotto.

lố [ló] Dozen. *Nửa lố* : Half a dozen.
Mười hai lố : Gross. *Sáu lố khăn tay* :
Six dozen handkerchiefs. *Bán hàng
hoá từng lố* : To sell goods by the
dozen.

lố To pass the place where one ought
to have stopped.

lố bịch [ló bịk] Ridiculous.

lố lăng [ló lauŋ] See **lố bịch**.

lố mức [ló mức] Beyond measure.

lố trớn [ló trớn] To pass the place
where one ought to have stopped.

lỗ [lỗ] Loss. *Bán lỗ vật gì* : To sell
something at a loss.

lỗ lã [lỗ lã] Loss. *Những lỗ lã làm
tiêu luôn tất cả số tiền lời* : Losses that
mop up all the profits.

lỗ vốn [lỗ vốn] *Bán lỗ vốn* : To sell at
a loss.

lỗ [lỗ] Hole, breach, pit, orifice, gap,
opening, break (in wall, hedge, etc...).
Đường đầy lỗ : Road full of holes. *Lỗ
ống sáo* : Vents, ventages, of a flute.
Lỗ thông hơi : Ventilation aperture.
Đào một cái lỗ : To dig a hole. *Làm
một cái lỗ lớn hơn, rộng hơn* : To
open out, enlarge, a hole. *Lỗ trống*

trong không khí : Hole in the air. *Xoi một cái lỗ* : To bore, cut, a hole. *Lấp, bịt một cái lỗ* : To stop (up) a hole. *Giày lủng lỗ* : Shoes in holes. *Khoét lỗ, xoi lỗ vật gì* : To make a hole in something. *Khoét một cái lỗ cho nước chảy ra* : Make a hole and let the water escape.

lỗ chân lông [lõ cən loŋ] Pore (of skin).

lỗ chân răng [lõ cən rauŋ] Socket of tooth.

lỗ châu mai [lõ cəu mai] Loop-hole, embrasure.

lỗ chiếu môn [lõ ciếu mon] Peep sight.

lỗ chỗ [lõ cõ] Full of holes.

lỗ đầu [lõ dầu] To have a fractured skull.

lỗ đít [lõ dit] (Anat) Anus.

lỗ hàng rào [lõ hàŋ ràu] Breach, gap, in the hedge.

lỗ hé [lõ hé] Aperture.

lỗ hổng [lõ hổŋ] Gap ; cavity. *Vào lỗ hà ra lỗ hổng* : Easy come easy go ; light come light go (what is easily won is soon lost).

lỗ hở [lõ hở] Fissure, aperture.

lỗ khóa [lõ xwá] Keyhole. *Đặt mắt vào lỗ khóa* : To apply one's eye to the keyhole.

lỗ khu [lõ xu] (Anat) Anus.

lỗ kim [lõ kim] Eye of a needle. *Xỏ chỉ vào lỗ kim* : To pass the thread through the eye of the needle.

lỗ lù [lõ lù] Faucet.

Lỗ Ma Ni [lõ ma ni] (Geog) Rumania. *Người Lỗ Ma Ni* : Rumanian.

lỗ mãng [lõ mãŋ] 1) Careless. 2) Coarse, rude, rough-mannered ; abusive. *Trả lời lỗ mãng với người nào* : To say rude things to someone.

lỗ mộng [lõ moŋ] Mortise, mortice. *Lỗ mộng không khít* : The mortise is not tight.

lỗ mũi [lõ mũi] (Anat) Nostril. *Hốc lỗ mũi* : The nasal cavity.

lỗ rún (rốn) [lõ rủn] (Anat) Navel.

lỗ tai [lõ tai] Ear, ear-hole. *Bịnh nhức lỗ tai* : Ear-ache. *Nhức lỗ tai* : To have a

ear-ache. *Có hình lỗ tai* : Ear-shaped ; auriform. *Đặt lỗ tai vào cửa* : To put one's ear to the door. *Tập lỗ tai để phân biệt những tiếng khác nhau* : To train one's ear to distinguish various sounds.

lỗ thông hơi [lõ θoŋ həi] Air-hole.

lỗ thủng [lõ θủŋ] Hole.

lỗ trồng [lõ trốŋ] Break, gap, opening, hole (in a hedge, fence, etc...).

lộ [lọ] Road, street. *Đại lộ* : Avenue, boulevard.

lộ (Of truth) To come out, (of sun) to burst forth. *Tiết lộ* : To disclose, to reveal. *Làm lộ ra* : To divulge (a secret). *Lộ bộ mặt thật ra* : To come out in, show oneself in, one's true colours.

lộ biểu [lọ biểu] To expose, to express.

lộ chân tướng [lọ cən tướŋ] To show one's true colours.

lộ diện [lọ ziện] To show one's face.

lộ đồ [lọ dồ] Streets.

lộ hầu [lọ hầu] Adam's apple.

lộ khí [lọ xí] Fog, mist.

lộ liễu [lọ liễu] Obvious, conspicious.

lộ miên [lọ mien] To sleep out of doors, in the open, under the stars.

lộ nhãn [lọ ɲãn] Bulging eyes ; goggling eyes ; prominent, protruding, eyes.

lộ phí [lọ fí] Travelling expenses.

lộ ra [lọ ra] To appear, to come out.

lộ tẩy [lọ tẩy] To show the. true character or intentions of.

lộ thể [lọ θể] Naked, nude.

lộ thiên [lọ θien] In the open air, under the open sky, in the fresh air. *Rạp hát lộ thiên* : Open-air theatre.

lộ tình [lọ tịŋ] To disclose the situation.

lộ trình [lọ trịŋ] Itinerary, route, road. *Lộ trình rút lui* : Route of withdrawal.

lộ túc [lọ túk] To sleep out of doors, in the open, under the stars.

lộ vĩ tàn đầu [lọ vĩ tàn dầu] Obvious tricks, tricks easily seen through.

lộ xa [lọ sa] Car with folding hood.

lốc [lôk] *Giỏ lốc :* Whirlwind.

lộc [lọk] (Z) Kind of deer.

lộc (Bot) Bud. *Nảy lộc :* (Of tree) To be in bud.

lộc bổng [lọk bỏŋ] Salary.

lộc cộc [lọk kọk] The clump of wooden shoes.

lộc giác [lọk ʒák] Antlers of a deer.

lộc nhung [lọk ɲuŋ] Tender horn of a deer.

lộc trọng [lọk trọŋ] Fat salary.

lôi [loi] To drag, to pull.

lôi chân [loi cấn] To thunder.

lôi cổ [loi kỏ] To drum, to play the drum.

lôi công [loi koŋ] God of Thunder.

lôi cuốn [loi kuấn] 1)To carry along, to draw along ; to draw away. *Lôi cuốn người nào vào câu chuyện :* To draw someone into the conversation. *Lôi cuốn thính giả :* To carry one's hearers with one.

2) To lure, to attract. *Đừng để lôi cuốn vào chánh trị :* Do not let yourself be drawn, inveigled, into politics. *Đừng để đời sống ăn chơi ở thành thị lôi cuốn anh đến bỏ việc học hành :* Don't let the pleasures of city life lure you away from your studies.

lôi đả [loi đả] The lighting strikes.

lôi đỉnh [loi đỉp] (Ch) Radium.

lôi đình [loi đìp] To be in a thundering rage .

lôi thần [loi thần] God of Thunder.

lôi theo [loi θɛu] To drag along. *Lôi vật gì theo với mình :* To lug something about with one.

lôi thôi [loi θoi] Unkempt, untidy, careless, slovenly (dress). *Việc lôi thôi :* Quarrel, dispute. *Có chuyện lôi thôi với người nào :* To be at loggerheads with someone.

lối [lói] Manner, way, fashion, style. *Tôi không thích lối nói chuyện của nó :* I don't like his style of talking.

lối About, approximately. *Ông ấy lối sáu mươi tuổi :* He is about sixty. *Lối mười đồng :* Something approaching

ten piastres. *Chúng tôi về đến nhà lối nửa đêm :* We got in about twelve o'clock.

lối Path, way. *Lạc lối :* To go astray.

lối Proud, haughty.

lối chừng [lói cừŋ] About, approximately, around. *Lối chừng một triệu :* Around a million.

lối đi [lói di] Path, way.

lối sống [lói ʃóŋ] Way of living, manner of life.

lối vào [lói vàu] Entrance.

lồi [lồi] Convex ; prominent. *Hai mặt lồi :* Double convex, biconvex.

lồi To jut out, to stand out, to project, to emboss. *Lồi ra ngoài vật gì :* To jut out from something.

lồi lõm [lồi lõm] 1) Convex and concave. 2) Rough, uneven, bumpy.

lồi lên [lồi len] Bulging.

lồi mắt [lồi mắt] (Med) Exophthalmic. *Chứng lồi mắt :* Exophthalmus.

lồi ra [lồi ra] 1) (Bot) Excurrent.

2) Bulging. *Mắt lồi ra :* Bulging eyes.

lỗi [lỗi] 1) Fault. *Phạm lỗi :* To commit a fault. *Đó là lỗi của anh nếu anh không thành công :* It is your own fault that you do not succeed. *Chúng ta trễ là lỗi tại ai ? :* Whose fault is it that we are late ?. *Đó là lỗi của anh :* It's your own fault. *Không phải lỗi của tôi :* It is not my fault, I am not to blame. *Lỗi tại ai ? :* Whose fault is it ? who is to blame ?. *Lỗi tại anh, không phải tại tôi :* The fault lies with you, lies at your door, not with me. *Chàng đổ tất cả lỗi tại nàng :* He casts all the blame on her, lays the entire fault at her door. *Đổ lỗi về việc gì cho người nào :* To blame something on someone. *Lỗi tại tôi :* The blame lies with me, the blame is mine. *Phạm một lỗi nặng :* To make a serious mistake. *Lỗi về phần anh :* The fault lies with you, lies at your door.

2) Fault, mistake. *Bài luận đầy lỗi về văn-phạm :* The essay was full of faults of grammar. *Lỗi xuyết tự :* Faults of

spelling, spelling mistake, mistake in spelling.

lỗi Wrong. *Nó sẽ không bao giờ nhận là nó lỗi cả* : He will never admit that he is wrong.

lỗi đạo [lỗi dạu] To fall short of, to fail in, one's duty.

lỗi hẹn [lỗi hẹn] To break an appointment. *Lỗi hẹn với người nào* : To break one's word, one's promise, to break faith with someone ; to fail in one's promise to someone.

lỗi lạc [lỗi lạk] Remarkably talented.

lỗi lầm [lỗi lầm] Error, mistake. *Những lỗi lầm của tuổi trẻ* : Errors of youth. *Những lỗi lầm mà tuổi trẻ không thể tránh được* : The mistakes inevitable to youth.

lỗi nặng [lỗi nặŋ] Bad, gross, grave, serious, mistake.

lỗi nhẹ [lỗi ɲɛ] Slight mistake, trivial offence.

lỗi thời [lỗi θòi] Out-of-date, outmoded.

lỗi xuyệt tự [lỗi swiết tụ] Mistake in spelling, mis-spelling.

lội [lọi] 1) To swim. *Lội ngang qua sông* : To swim across the river. *Thích lội* : To enjoy swimming. *Tôi có thể lội hơn anh* : I can beat you at swimming. *Chúng ta đi lội chứ ?* : Shall we have a swim ? shall we swim ? shall we go swimming ? shall we go for a swim ?. *Tôi biết lội* : I know how to swim. *Lội quanh cù lao* : To swim round the island.

2) To wade. *Lội ngang qua một khúc sông cạn* : To wade across a stream.

lội bùn [lọi bùn] To drabble, to splash and flounder, to squelch, in the mud.

lội đua [lọi dwə] To swim a race.

lội đứng [lọi dứŋ] To tread water.

lội ếch [lọi éik] To swim the breast-stroke. *Cách lội ếch* : Breast-stroke, breast-swimming.

lội ngửa [lọi ŋửə] To swim on one's back.

lội nước [lọi núrk] To walk through water.

lội sải [lọi sải] To swim hand over hand.

lốm đốm [lốm dóm] Spotted, speckled, mottled, spotty. *Làm lốm đốm* : To spot, speckle, mottle ; to fleck. *Trời lốm đốm mây* : Sky flecked with clouds.

lổm cổm [lổm kổm] *Lổm cổm ngồi dậy* : To raise up.

lổm chổm [lổm chổm] Uneven, rough, unlevelled, unsmooth, broken.

lổm ngổm [lổm ŋổm] To crawl, to creep.

lồn [lòn] (Anat) Vagina (vulgar term).

lộn [lọn] 1) To mistake, to confuse, to confound. *Lộn giờ* : To mistake the time. *Tôi (đi) lộn nhà* : I have mistaken the house, I went to the wrong house. *Lộn ngày* : To confuse dates. *Hàng hóa gởi lộn* : Goods sent in error. *Lộn người nào với người nào* : To mistake someone for someone, to take one person for another. *Làm lộn giấy tờ* : To jumble up one's papers. *Lộn vật gì với vật khác* : To confound something with something. *Tôi lộn anh với em anh* : I confounded you with your brother, I mistook you for your brother, I was mixing you up with your brother. *Tôi thường lộn nó với em sanh đôi với nó* : I always confounded him with his twin brother.

2) To turn inside out. *Lộn áo lại* : To turn a coat inside out ; (Tail) to turn a coat. *Lộn túi anh ra* : Turn out your pockets.

3) To return, to go back.

lộn Mixed. *Dầu và nước không lộn nhau* : Oil and water do not blend.

lộn *Chúng tôi đi lộn xe lửa* : We got into the wrong train. *Uống lộn thuốc* : To drink the wrong medicine. *Làm toán lộn* : To be out in one's reckoning. *Tôi lấy lộn cây dù của anh* : I took your umbrella by mistake.

lộn bậy [lọn bẹi] In disorder, in confusion.

lộn chồng [lọn còŋ] (Of woman) To abandon one's husband and take another one.

lộn đường [lọn đườ̀ŋ] To mistake one's way, to take the wrong way. *Anh đã đi lộn đường rồi :* You have mistaken the road.

lộn giống [lọn sóŋ] Hybrid.

lộn lại [lọn lại] To return, to go back.

lộn mèo [lọn mèu] See **lộn nhào**.

lộn mửa [lọn mửə] Nauseous, nauseating.

lộn ngược [lọn ŋưrk] To overturn, to reverse, to turn over ; to turn backwards or upside down. *Chữ lộn ngược (tạm thế chữ thiểu) :* Turned letter.

lộn nhào [lọn nàu] Upside down, heels over head, head over heels. *Té lộn nhào :* To fall head first, to fall head over heels.

lộn ra [lọn ra] To turn inside out.

lộn ruột [lọn ruột] *Tức lộn ruột :* Very angry, furious.

lộn tiết [lọn tiết] Furious, angry.

lộn xộn [lọn sọn] Confused, chaotic, jumbled, muddled ; in disorder, in confusion, at sixes and sevens. *Làm lộn xộn giấy tờ :* To muddle one's papers.

lộn xộn (sự) Confusion, disorder, chaos, jumble, medley. *Tất cả mọi vật đều lộn xộn :* Everything is in confusion, in disorder, out of order, at sixes and sevens. *Thành phố ở trong tình trạng lộn xộn khi phi cơ dịch bắt đầu ném bom xuống :* The city was in confusion when the enemy aeroplanes began dropping bombs.

lông [loŋ] I) Hair, fur, coat (of animals). *Thú rụng lông :* (Of animal) To lose its hair. *Lót áo bằng lông :* To cover, coat, line, a garment with fur. *Mặc áo lông :* To put one's fur(s) ; fur-clad. *Áo choàng bằng lông thú :* Fur coat. *Nghề làm da lông :* Fur-making. *Người làm da lông :* Fur-dresser. *Cọp có lông rằn :* The tiger has a striped fur. *Thú có lông :* Fur-bearer. *(Áo choàng) Cổ bằng da lông thú :* Fur-collared. *Áo choàng lót lông thú :* Fur-lined coat.

2) (Of men) Hair (on the body). *Chân nhiều lông :* Hairy legs. *Nhổ lông người nào :* To remove someone's hair(s).

3) Feather. (Chim) *Mọc lông lại :* (Of bird) To get new feathers. *Nệm lông :* Feather - bed. *Chổi lông :* Feather-broom, feather-brush, feather-duster. *(Chim) Có chân nhiều lông :* Feather-legged. *(Quyền thuật) Hạng lông :* Feather-weight. *(Chim) Thay lông :* (Of bird) To cast its feathers. *Nhẹ như lông :* As light as a feather.

4) (Bot) Down.

5) Nap (on the surface of some kinds of cloth and other materials).

lông cánh chim [loŋ káiɲ cim] Feather of bird's wing.

lông chó [loŋ có] Hair of dog.

lông công [loŋ koŋ] Peacock's feather.

lông dê [loŋ ze] Goat's hair.

lông đuôi ngựa [loŋ đuəi ŋựə] Horse-hair.

lông gáy [loŋ gáy] Mane, horse-hair.

lông lá [loŋ lá] Hairy, shaggy.

lông lạc dà [loŋ lạk dà] Camel's hair.

lông mào [loŋ màu] (Bot) Egret, pappus.

lông mày [loŋ mày] Eyebrows. *Lông mày rậm :* Thick eyebrows. *Kẻ lông mày :* To pencil one's eyebrows.

lông măng [loŋ mawŋ] Down.

lông mặt [loŋ mạut] Down.

lông mi [loŋ mi] Eyelashes, cilia.

lông mũi [loŋ mũi] (Anat) Vibrassae.

lông nách [loŋ náik] Hair in armpit.

lông ngỗng [loŋ ŋoŋ] *Cao lông ngỗng :* Tall, lanky.

lông nheo [loŋ ɲɛu] Eyelashes, cilia.

lông nhím [loŋ ɲim] Quill, spine of porcupine.

lông nhông [loŋ ɲoŋ] Unruly.

lông tơ [loŋ tə] Down.

lông trái cây [loŋ trái kei] (Bot) Down.

lông vịt [loŋ vịt] Duck feathers.

lồng [lòŋ] Cage. *Chim lồng :* A caged

bird. *Nhốt chim vào lồng :* To cage a
bird. *Cá chậu chim lồng :* Prisoner.
Tháo cũi sổ lồng : To liberate.

lồng (Of horse) To rear, to bolt. *Ngựa
hay lồng :* Bolter. *Con ngựa lồng lên
và người đánh xe không thể kềm nó
lại :* The horse bolted and the driver
couldn't stop it.

lồng To fit into something. *Lồng vào
khuôn :* To frame.

lồng ấp [lòŋ ấp] Footwarmer.

lồng bàn [lòŋ bàn] Wire dish-cover.

lồng chim [lòŋ cim] Bird-cage.

lồng đèn [lòŋ dèn] Lantern.

lồng gà [lòŋ gà] Cage for hen.

lồng khuôn [lòŋ xuən] To enframe,
to frame (a picture, etc...).

lồng kính [lòŋ kíŋ] To glaze, to fit
with glass. *Lồng kính vào cửa sổ :* To
glaze in a window.

lồng lên [lòŋ len] (Of horse) To bolt,
run away.

lồng lộn [lòŋ lộn] To get excited
(because of jealousy).

lồng lộng [lòŋ lộŋ] High and large, im-
mense. *Cao lồng lộng :* Very high.

lồng ngực [lòŋ ŋựk] Thorax.

lồng chồng [lòŋ cồŋ] Topsy-turvy, upside
down.

lồng ngồng [lòŋ ŋồŋ] *Cao lồng ngồng :*
Very tall.

lộng [lộŋ] To fit into something. *Lộng
vào khuôn :* To frame, to enframe.

lộng (Of wind) To blow violently.

lộng *Cao lồng lộng :* Very high.

lộng kính [lộŋ kíŋ] To fit glass into
a frame.

lộng lẫy [lộŋ lẫy] Splendid, magnificent;
luxurious.

lộng nguyệt [lộŋ ŋwiệt] To enjoy the
moonlight.

lộng ngữ [lộŋ ŋữ] Pun, play on (upon)
words.

lộng quyền [lộŋ kwiền] To abuse power.

lộng tiêu [lộŋ tieu] To flute, to play
on a flute.

lốp [lốp] Tire, tyre. *Lốp cao su :* Rubber

tyre. *Lốp đặc :* Solid tyre. *Đồng hồ
thử lốp :* Tyre-gauge.

lộp cộp [lộp kộp] Clump (of shoes).

lốt [lốt] *Đội lốt :* To disguise oneself, to
make up. *Đội lốt thầy tu :* To get
oneself up as a monk.

lột [lột] 1) To skin.

2) (Of insect, reptile) To cast (off),
shed, its skin, its slough.

3) To deprive, strip, despoil; to rob
(someone) on the highway; to relieve
(someone) of his valuables; to rifle
(someone's) pockets. *Lột quần áo người
nào :* To strip, divest, someone of his
clothes. *Nó lột tôi một số tiền lớn :*
He has done me out of a large sum.
Người ta lột tất cả quần áo của nó :
They stripped him stark. *Các tên cướp
lột hết của nó :* The bandits stripped
him naked.

4) To strip, to bare. *Lột dây cáp :* To
strip a cable. *Lột đầu dây :* To bare
the end of a wire. *Lột vỏ cây :* To strip
the bark off a tree. *Cây bị lột hết vỏ :*
Trees stripped of their bark.

lột chức [lột cứk] To dismiss, to dis-
charge, to relieve (someone) ; to remove
(official) from office.

lột của [lột kwə] To rob (someone) on
the highway, to relieve (someone) of
his valuables ; to rifle (someone's)
pockets.

lột da [lột za] 1) To skin, to peel the
skin. *Chân tôi bị lột da nhiều chỗ :*
My foot was skinned in several places.
Nước sôi làm lột da chân của nó : The
boiling water has taken the skin off
his foot.

2) To flay. *Bị lột da sống :* To be
flayed alive.

3) (Of insect, reptile) To cast, throw,
shed, its skin, its slough. *Rắn lột da :*
Snakes cast (= throw off, get out of)
their skins.

lột lon [lột lon] To cashier (an officer)

lột mặt nạ [lột maut nạ] To unmask
Lột mặt nạ kẻ gian : To expose, to show
up, an impostor.

lột tiền [lọt tièn] To deprive, rob, (someone) of his money.

lột trần [lọt tràn] To strip (someone) to the waist.

lột truồng [lọt truàn] To strip, divest, (someone) of his clothes.

lột vảy [lọt vảy] To desquamate.

lột vỏ [lọt vỏ] To bark, to peel. Lột vỏ cây : To strip the bark off a tree. Lột vỏ trái cam : To peel an orange.

lơ [lɔ] To dissemble ; to pretend not to see, to ignore ; to keep one's eyes closed to (a fault, etc) ; to give secret approval to (a wrong action).

lơ Blue. Hồ lơ quần áo : To blue linen.

lơ đểnh [lɔ dễiŋ] Want of advertency.

lơ đi [lɔ di] To pretend not to see ; to keep one's eyes closed to (a fault, etc).

lơ là [lɔ là] Indifferent ; negligent.

lơ lớ [lɔ lớ] (To speak) Imperfectly, with a slight accent.

lơ lửng [lɔ lửŋ] Hanging, pendent, in mid-air. Lơ lửng trên đầu chúng tôi : Hanging over our heads.

lơ mơ [lɔ mɔ] Vague. Câu trả lời lơ mơ : Vague answer.

lơ thơ [lɔ θɔ] Sparse, thin.

lờ [lɔ̀] To cut, to pretend not to know, to refuse to acknowledge. Khi gặp tôi ngoài đường nó lờ tôi đi : When he met me in the street, he cut me dead.

lờ bắt lươn [lɔ̀ bắwt lươn] Buck.

lờ đờ [lɔ̀ dɔ̀] (Of eyes) Glassy, dull, lack-lustre. Mắt lờ đờ : Glassy eyes, lack-lustre eyes. (Nước) Chảy lờ đờ : (Of water) To flow slowly.

lờ khờ [lɔ̀ xɔ̀] Stupid.

lờ lợ [lɔ̀ lợ] Sweetish.

lờ mờ [lɔ̀ mɔ̀] Obscure, ambiguous ; vague, hazy, indistinct, dim. Văn chương lờ mờ (khó hiểu) : Obscure style. Hiểu lờ mờ : To understand dimly. Ánh sáng lờ mờ của đèn cầy : The dim light of a candle. Biết, nhớ lờ mờ việc gì : To be hazy about something.

lở [lở] (Of ground) To crumble ; (of cliff) to slip.

lỡ [lỡ] To miss, to fail, to lose (train, etc...). Lỡ xe lửa : To miss the train. Tôi mong rằng nó sẽ không lỡ xe lửa : I hope he doesn't lose his train. Một cơ hội không nên để lỡ : An opportunity not to be missed.

lỡ bước [lỡ bướk] To be in a fix.

lỡ chân [lỡ cɔn] See lỡ bước.

lỡ cỡ [lỡ kỡ] Unequal.

lỡ dịp [lỡ zịp] To lose, throw away, miss, let slip, an opportunity ; to let an opportunity go by.

lỡ đàng [lỡ dàŋ] See lỡ độ đường.

lỡ độ đường [lỡ dọ dưàŋ] To have run out of money while travelling.

lỡ lầm [lỡ lầm] To be at fault, to be mistaken.

lỡ lời [lỡ lời] To blurt out a word.

lỡ lứa [lỡ lứa] (Of marriageable girl) To miss one's chance of getting married.

lỡ miệng [lỡ miệŋ] To let slip a word.

lỡ mồm [lỡ mòm] See lỡ miệng.

lỡ tay [lỡ tay] To be clumsy with one's hands.

lỡ tàu [lỡ tàu] 1) To miss the boat. 2) To miss one's train.

lỡ thì [lỡ θì] See lỡ thời.

lỡ thời [lỡ θời] (Of woman) To have passed the marriageable age. Gái lỡ thời : Old maid.

lỡ việc [lỡ vịrk] To miss one's chance of doing business.

lợ [lợ] Lờ lợ : Sweetish.

lơi [lɔi] To loosen, slacken, ease (cord, etc).

lới [lới] Mánh lới : Trick.

lời [lời] 1) Word. Lời nói : Spoken words. Bằng lời nói : In words. Yêu cầu người nào nói vài lời : To call upon someone to say a few words. Tôi muốn nói với anh vài lời : I want (to have) a word with you. Bằng lời nói hay bằng ý nghĩ : In word or in thought. Chọn lời rất kỹ lưỡng : To pick one's words carefully. Không nói một lời : Without (saying) a word, not to say a single word. *Nó nhìn tôi không nói một lời* : He looked dumbly at me. *Anh nói uổng lời* : You are merely wasting your breath. *Ngắt lời, cướp lời người nào* : To cut someone short, to interrupt someone. *Sự cảm động làm nó không nói nên lời* : Emotion left him speechless. *Nó muốn nuốt lời* : He is trying to back out of it.

2) Word. *Nhạc của Shubert và lời của Heine* : The music is by Shubert and the words from Heine.

lời Interest ; profit. (*Vốn*) *Sanh lời* : (Of capital) To bring in interest. *Vay có lời* : To borrow at interest. *Tiền cho vay có lời* : Loan bearing interest. *Bán vật gì có lời* : To sell something at a profit. *Cho vay lấy lời* : To put one's money out at interest. *Số tiền cho vay lời năm phần trăm* : Sum invested at 5% interest.

lời an ủi [lài an ủi] Words of comfort, comforting words.

lời ăn tiếng nói [lài aun tiếŋ nói] Language ; spoken word.

lời cầu nguyện [lài kầu ŋwiện] Prayer, devotion.

lời chú thích [lài cú θik] Annotation, commentary. *Lời chú thích ở cuối trang* : Foot note.

lời dặn [lài zaưn] Instructions (how to use the medicine, etc...). *Đúng theo lời dặn của anh* : In conformity with your instructions. *Theo lời dặn của người nào* : To obey someone's instructions.

lời dịu dàng [lài zịu zàn] Fair words.

lời đường mật [lài dườŋ mặt] Honeyed word. *Dùng lời đường mật* : To speak sweetly or lovingly to.

lời hấp hối [lài hấp hối] Dying words.

lời hứa [lài hứa] Promise, faith, engagement, word. *Giữ lời hứa* : To keep one's promise, one's word ; to be as good as one's word ; to abide one's agreement ; to keep one's engagements. *Bắt buộc người nào giữ lời hứa* : To hold, keep, someone to his promise. *Nó giữ lời hứa* : He was as good as his word. *Không giữ lời hứa* :

To break one's word, one's promise. *Giữ lời hứa với người nào* : To keep faith with someone. *Nó là một người biết giữ lời hứa* : He is a man of his word ; his word is as good as his bond. *Lời hứa không đi đôi với việc làm* : It is one thing to promise and another to perform. *Lời hứa của tôi còn tùy điều kiện* : My promise was conditional. *Anh phải giữ lời hứa của anh* : You must stick to your promise. *Tôi không tin những lời nói của nó* : I have no faith in his promises. *Nó không giữ lời hứa* : He has broken his word.

lời hứa hão [lài hứa hão] Empty, airy, vain, promises.

lời kêu gọi [lài kêu gọi] Appeal. *Lời kêu gọi của nó không có tiếng dội* : There was no response to his appeal.

lời khai [lài xai] Statement.

lời khen [lài xen] Compliment.

lời khiển trách [lài xiển tráik] Word of reproach.

lời khuyên [lài xwien] Counsel, advice, admonition. *Theo lời khuyên của người nào* : To take someone's advice. *Coi lời khuyên của người nào không ra gì* : To care nothing for someone's advice. *Tôi sẽ nghe theo lời khuyên của anh* : I will be guided by your advice. *Nó không bao giờ chú ý đến lời khuyên bảo* : He was always heedless of advice.

lời lãi [lài lãi] Interest, profit.

lời lẽ [lài lẽ] Words.

lời mời [lài mời] Invitation. *Đến do lời mời của người nào* : To come at someone's invitation, at someone's request to come by invitation of someone.

lời ngọt ngào [lài ŋọt ŋàu] Soft and gentle words.

lời nguyền rủa [lài ŋwiền rủa] Curse

lời nguyện [lài ŋwiện] Collect.

lời nói [lài nói] Spoken words ; words, word of mouth. *Bằng lời nói* : In words. *Giữ gìn lời nói* : To govern one's tongue, to guard one's words. *Thận trọng lời nói* : To be guarded in one's speech. *Lời nói không thể tả được cảnh ấy* : Words cannot describe the scene. *Đừng* *đề ý đến lời nói của nó* : Never mind what he says. *Không ai đề ý đến lời nói của tôi cả* : No attention was paid to my words. *Thuật lại những lời nói của người nào* : To report someone's words. *Những lời nói cuối cùng của nó còn văng vẳng bên tai tôi* : His last words are ringing in my ears. *Chàng hiểu rõ lời nói của nàng* : He took in the full meaning of her word. *Đắn đo lời nói* : To curb, bridle, one's tongue ; to weigh one's words.

lời nói danh dự [lɞi nɔ́i zaiɲ zự] Word of honour.

lời nói đầu [lɞi nɔ́i đầu] Foreword, preface.

lời pha trò [lɞi fa trò] Joke. *Những lời pha trò của nó làm cả phòng cười rộ lên* : His jokes set the whole room in a roar.

lời phê bình [lɞi fe bìɲ] Comment. *Anh đã nghe câu chuyện của tôi ; anh có lời phê bình nào về việc nầy không ?* : You've heard my story ; have you any comments to make on it ?.

lời thăm [lɞi θaɯm] Compliments. *Gởi lời thăm người nào* : To give one's compliments to someone, to send someone greetings, one's kind regards. *Nhờ anh nói lại tôi gởi lời thăm em anh* : Give my compliments to your brother. *Xin gởi lời thăm chị* : My compliments to your wife (i.e. please give your wife a greeting from me).

lời thách đố [lɞi θáik đó] Challenge. *Nhận lời thách đố* : To accept a challenge.

lời thề [lɞi θè] Oath.

lời thô tục [lɞi θo tục] Foul language, coarse language.

lời trối [lɞi trói] Last words of a dead person.

lời tục tiu [lɞi tục tiu] Bad language.

lời từ giả [lɞi từ xà] Farewell words.

lời tựa [lɞi tựɞ] Preface, foreword, advertisement to the reader. *Viết lời tựa cho một tác phẩm của người nào* : To write a preface to, for, someone's work.

lời yêu cầu [lɞi ieu kầu] Request, desire. *Theo lời yêu cầu của ông Giám-đốc* : At the desire of the Director. *Làm việc gì theo lời yêu cầu của người nào* : To do something at someone's request. *Chúng tôi làm việc ấy theo lời yêu cầu của nó* : We did it at his request. *Cô X. sẽ hát theo lời yêu cầu của anh* : Miss X. will sing by your request.

lợi [lợi] (Anat) Gum.

lợi Gain, profit, benefit, advantage. *Tham lợi* : Eager for gain. *Muốn được lợi phải chịu khó* : No gains without pains. *Có lợi cho người nào* : To turn to someone's advantage. *Làm cho tiền của mình sanh lợi thêm* : To lay out one's money to advantage. *Làm việc không có lợi* : To work to little avail. *Bán vật gì có lợi nhiều chừng nào tốt chừng nấy* : To sell something to the best advantage. *Đề lợi cho sức khỏe của mình* : For the good of one's health.

lợi dụng [lợi zụɲ] 1) To benefit, to profit, to embrace, to take advantage of, to avail oneself of. *Lợi dụng việc gì* : To benefit, profit by something ; to turn something to profit ; to take advantage of something ; to avail oneself of something ; to turn something to account. *Lợi dụng người nào* : To take advantage of someone, to make a tool of someone. *Nó lợi dụng mọi người còn đang ngủ để trốn đi* : He took advantage of the fact that everyone was still asleep to slip away. *Lợi dụng cơ hội để làm việc gì* : To avail oneself of the opportunity to do something.

2) To exploit (the working classes). *Chiêu bài tôn giáo đã được địch hoàn toàn lợi dụng từ lâu* : The religious label has long been thoroughly exploited by the enemy.

lợi hại [lợi hại] Profit and loss, advantage and disadvantage.

lợi hại Dangerous. *Một địch thủ lợi hại* : A dangerous opponent.

lợi ích [lợi ík] Benefit, good, gain, profit. *Tôi làm thế vì sự lợi ích của anh* : I did it for your good. *Hành động* cho sự lợi ích chung : To act for the common good.

lợi khẩu [lại xồu] To have a glib tongue.

lợi khí [lại xi] I) Sharp tool.

2) Instrument, tool. *Dùng làm lợi khí để trả thù người nào :* To serve as the instrument, the tool, of someone's vengeance.

lợi kỷ [lại ki] Selfish, egoist ; thinking too much of one's own interest.

lợi kỷ chủ nghĩa [lại ki củ ŋiə] Egoism, selfishness.

lợi kim [lại' kim] Gain in money.

lợi lộc [lại lọk] Gain, profit.

lợi nhân [lại pən] To think about the happiness and well-being of others before his own.

lợi nhân chủ nghĩa [lại pən củ ŋiə] Altruism.

lợi nhuận [lại ɲwạn] Profit.

lợi nhuệ [lại ɲwệ] Sharp, keen.

lợi răng [lại rauŋ] (Anat) Gum.

lợi suất [lại ʃwốt] Rate of interest.

lợi tha [lại θa] To think about the happiness and well-being of others first.

lợi tha chủ nghĩa [lại θa củ ŋiə] Altruism.

lợi thể [lại thế] To be on the safe side.

lợi tiện [lại tiện] Convenient, comfortable, favourable.

lợi tử [lại tử] Interest, profit.

lợi tức [lại tức] Income, revenue. *Thuế lợi tức :* Income tax. *Tờ khai lợi tức :* Declaration of income.

lơm chơm [lơm cơm] See lởm chởm.

lởm chởm [lởm cởm] 1) Bristling ; brushy. *Râu lởm chởm :* Bristling moustache.

2) Rough, uneven, rugged.

lởm chởm To bristle. *Mặt trận lởm chởm lưỡi lê :* The battle-front bristled with bayonets.

lờm ['lờm] To dupe, to take in. *Mắc lờm :* To be taken in.

lợm [lợm] Nauseating.

lợm giọng [lợm ɟɔŋ] See lợm mửa.

lợm mửa [lợm mửə] To nauseate. *Sự lợm mửa :* Nausea.

lơn [lən] To flirt, to play at making love with.

lơn [lən] *Bông lơn :* To joke, to jest. *Câu lơn :* Balustrade. *Khuyên lơn :* To console, to solace, to comfort. *Van lơn :* To implore.

lớn [lớn] Large, big. *Đô thị lớn :* Large town. *Khách sạn lớn :* Big hotel. *Sông lớn :* Large river. *Người cao lớn :* Tall, great, big man. *Hơi lớn :* Biggist, fair-sized. *Tôi muốn một cái nhà lớn bằng hai cái nhà nầy :* I want a house twice as large as this. *Đường lớn :* Main road, highway. *Con ngựa lớn hơn con chó :* A horse is bigger than a dog. *Một con chó lớn bằng ba nó :* A dog three times as big as himself. *Khi nào anh lớn :* When you are grown up, when you are old enough. *Mắt mở lớn :* Wide-open eye(s). *Cửa mở lớn (rộng) ra :* Wide-open door(s). *Mắt nó mở lớn :* His eyes opened wide. *Một số tiền lớn :* A large sum. *Trận mưa lớn :* Heavy rain. *Lớn bằng hai chừng ấy :* As large again.

lớn 1) To grow. *Lớn lên :* To grow tall, to grow up. *Hết lớn :* To stop growing. *Làm lớn thêm, lớn ra :* To aggrandize *Anh mau lớn làm sao !* : How quickly you are growing !.

2) (Of tide) To flow, to set in. *Nước bắt đầu lớn :* The tide is setting in.

lớn bé [lớn bé] Big and small.

lớn con [lớn kɔn] Tall. *Người lớn con :* Tall man.

lớn gan [lớn gan] Hardy, bold, audacious.

lớn hơn [lớn hơn] Bigger than, larger than. *Nhà của anh lớn hơn nhà của chúng tôi :* Your house is larger than ours.

lớn lao [lớn lau] Big, large, considerable

lớn lên [lớn len] To grow tall, to grow up.

lớn mặt [lớn mặt] See lớn gan.

lớn người [lớn ŋười] Tall.

lớn nhỏ [lớn ɲɔ] Adults and children

lớn tiếng |lớn tiến] (To speak, etc...)
Loudly. Đọc lớn tiếng : To read aloud.

lớn tuổi [lớn tuổi] Old, aged, well on
in years, advanced in years.

lớn xương [lớn suơŋ] Big-boned.

lờn [lờn] Too familiar, disrespectful.
Lờn quá hóa khinh, thân quá hóa lờn,
dễ quá hoá lờn : Familiarity breeds
contempt.

lờn răng [lờn ramŋ] (Of screw) To jar
loose.

lờn vờn [lờn vờn] To be obsessed with,
to be haunted.

lợn [lợn] Pig, swine, hog. Thịt lợn :
Pork. Lò lợn : Slaughter house. See
heo.

lợn giống [lợn sóŋ] (Breed) Boar.

lợn lòi [lợn lòi] Wild boar.

lợn rừng [lợn rùŋ] Wild pig.

lợn sề [lợn sề] Old sow.

lợn sữa [lợn sữa] Sucking-pig.

lợn ỷ [lợn i] Fat pig.

lớp [lớp] 1) Class, form; course. Lớp
học : Classroom, schoolroom, form
room. Quan học giỏi nhứt lớp : Quan
is at the top of his class, Quan is the
best boy in the class. Học lớp chiều :
To attend evening classes. Các lớp
dưới : The lower forms. Nó giỏi nhứt
trong lớp (nó đứng đầu lớp) : He is
the first in his class. Đứa học trò giỏi
nhứt trong lớp : The best pupil in
the class.
2) (Mil) Annual contingent (of recruits).
3) Episode (in a series of events).

lớp 4) Bed, layer, stratum (of ore, sand,
etc...). Lớp cam trong hộp : Layer of
oranges in a box. Mặc nhiều lớp áo :
Wrapped up in many layers of clothing.
Các từng lớp xã hội : Social strata,
classes of society; the various strata
of society.
2) Coat, coating (of paint, tar, etc...).

lớp chinh huấn [lớp cịn hwấn] Re-
education course.

lớp chót [lớp cót] Infant class.

lớp cỏ xanh [lớp kỏ sainh] Coat of
green.

lớp da ngoài [lớp za ŋwài] (Anat)
Cuticle.

lớp dầu [lớp zồu] Film of oil. Lớp dầu
sơn : Coat of varnish.

lớp đất [lớp đất] Layer, stratum, of
earth.

lớp đất sét [lớp đất sét] Layer, bed,
of clay, hard-pan of clay. Nếu anh
đào tại đây, anh sẽ gặp một lớp đất
sét : If you dig down here, you will
come to a bed of clay.

lớp hè [lớp hè] Holiday course.

lớp học [lớp học] Class-room, school-
room.

lớp lang [lớp laŋ] In order, in proper
time. Tất cả đồ đạc đều sắp đặt có lớp
lang : Everything was in perfect trim.

lớp phân bón [lớp fan bón] Hot-bed.

lớp rong [lớp roŋ] Coat of moss.

lớp sơn [lớp sơn] Coat, coating, of
paint. Lớp sơn dầu : Priming, ground
coat, grounding of paint. Sơn một lớp
sơn lên tường : To cover a wall with
a coat of paint.

lớp than đá [lớp than đá] Coal-bed,
coal-seam.

lớp tuyết [lớp twiết] Coat of snow.

lớp tử y [lớp tử i] (Bot) Aril, arillus.
Có lớp tử-y : Arillated(d).

lớp vẹt-ni [lớp vẹt ni] Coat of varnish.

lớp vỏ ngoài [lớp vỏ ŋwài] (Bot) Cu-
ticle.

lợp [lợp] To roof, to cover. Lợp nhà :
To roof a house. Thợ lợp nhà : Roofer.

lợp lá [lợp lá] Nhà lợp lá : Thatched
house.

lợp ngói [lợp ŋói] Roofed with tiles.
Nhà lợp ngói : House roofed with
tiles, house with tiled roof.

lợp nhà [lợp nhà] To roof a house, to
cover a house.

lợp tranh [lợp trainh] Roofed with
thatch.

lợt [lợt] (Of colour) Pale.

lu [lu] Large glazed earthenware jar.

lu Fuzzy (image), dim (light). Đèn này
lu quá : This lamp give a poor light.

lu bù [lu bù] Unceasingly, incessantly, all the time. *Nó học lu bù* : He studies all the time.

lu mờ [lu mờ] (Of fame) To be on the decline. *Làm lu mờ* : To eclipse. *Nàng đẹp đến nỗi làm lu mờ tất cả những người đàn bà khác trong buổi khiêu vũ* : She was so beautiful that she eclipsed every other woman at the ball. *Sắc đẹp của nàng làm lu mờ tất cả đàn bà khác* : Her beauty threw into shade all other women.

lu mờ Dull ; faint (mark, etc...).

lú [lú] 1) Dull-brained, dull-witted. 2) Forgetful.

lú (Of bud) To sprout, begin to grow.

lú lấp [lú lấp] Forgetful.

lú nhú [lú nú] (Of bud, etc...) To begin to grow.

lù đù [lù dù] Slow. *Người lù đù* : Slow-coach.

lù khù [lù xù] See lù đù.

lù lù [lù lù] *Đứng lù lù trước mặt người nào* : To appear standing motionless before someone.

lù mù [lù mù] Dim, obscure, dimly lit. *Ánh sáng lù mù của đèn cầy* : The dim light of a candle.

lù xù [lù sù] Shaggy.

lũ [lũ] Gang, crowd, band, horde. *Cả lũ* : The whole gang.

lũ Torrential rain, tremendous downpour.

lũ giải [lũ ʒải] To explain, to interpret, to construe.

lũ khú [lũ xú] Much, many, a great deal.

lũ khũ See lụ khụ.

lũ lượt [lũ lượt] In crowds. *Lũ lượt kéo đến* : To come in a crowd, in crowds.

lũ thuật [lũ θwật] To relate carefully.

lũ thứ [lũ θứ] Many times.

lụ khụ [lụ xụ] Decrepit, weak from old age.

lúa [lwɔ́] (Bot) Rice ; paddy. *Ruộng lúa* : Rice-field.

lúa chiêm [lwɔ́ ciem] Fifth month rice.

lúa chín [lwɔ́ cín] Ripening rice.

lúa giống [lwɔ́ ʒóŋ] Seed-rice.

lúa má [lwɔ́ má] Cereals.

lúa mạch [lwɔ́ mạik] Rye.

lúa mì [lwɔ́ mì] Wheat. *Lúa mì đã gặt chưa ?* : Has the wheat cut yet ?.

lúa mùa [lwɔ́ mwɔ̀] Tenth-month rice.

lúa muộn [lwɔ́ muọn] Late rice.

lúa nếp [lwɔ́ nép] Sticky, glutinous, rice.

lúa ngô [lwɔ́ ŋo] Maize, Indian corn, (U.S) corn.

lúa sớm [lwɔ̀ ʃớm] Early rice.

lúa tẻ [lwɔ̀ tẻ] Ordinary rice.

lúa thóc [lwɔ̀ θók] Cereals.

lùa [lwɔ̀] (Of wind) To blow in. *Gió lùa vào cửa sổ* : The wind blows in at the window.

lùa To drive (cattle to graze). *Lùa súc vật tản mát lại* : To round up the scattered cattle.

lũa [lwɔ̃] Rotten.

lụa [lwɔ̣] Silk. *Lụa nhân tạo* : Artificial silk.

luân ban [lwən ban] In turn, by turns, by roster ; to alternate.

luân chủng [lwən củŋ] Rotation of crops.

luân chuyền [lwən cwiền] To rotate. *Sự luân chuyền* : Rotation.

luân đạo [lwən dạu] (El) Circuit.

luân hãm khu [lwən hãm xu] Area occupied by the enemy.

luân hoàn [lwən hwàn] To turn round

luân hồi [lwən hồi] To revolve, to turn around.

luân hồi Metempsychosis.

luân lạc [lwən lạk] To decline, to fall into something bad.

luân lưu [lwən lưu] In turn, by turns, in rotation ; turn and turn about.

luân lý [lwən lí] Morals, ethics.

luân phiên [lwən fien] Alternate, in turn, by turns, by roster, in rotation. *Sự luân phiên* : Alternation.

luân sinh [lwən ʃiŋ] (Bot) Verti

whorl. *Mọc theo luân-sinh* : Verticillate, whorled.

luân sung [lwən ʃuŋ] To relieve each other.

luân tài [lwən tài] To select talented men.

luân thế [lwən θế] To decline gradually.

luân thường [lwən θườŋ] Morals.

luân trục [lwən trục] Axle of wheel.

luân vong [lwən vɔŋ] To sink.

luân xa [lwən sa] Wheel.

luẩn quẩn [lwẩn kwẩn] To dangle, hover (after, round, about) ; (of people) to wait about or move to and fro, not going far away ; to remain near. *Luẩn quẩn bên mình người nào* : To hover about someone, to follow someone about. *Nàng luôn luôn có nửa tá đàn ông luẩn quẩn bên nàng* : She always has half a dozen men dangling round her. *Nói luẩn quẩn* :To beat about the bush. *Vòng luẩn quẩn* : Vicious circle.

luận [lwən] 1) To discuss. *Bình luận* : To comment.

2) To dissert, to dissertate. *Bài luận* : Composition, dissertation, essay.

luận án [lwən án] Thesis, dissertation.

luận bàn [lwən bàn] To discuss.

luận chính [lwən cíɲ] To discuss about politics.

luận cứu [lwən kứu] To discuss and examine thoroughly.

luận đàm [lwən dàm] To discuss, to converse.

luận đàn [lwən dàn] Tribune.

luận đề [lwən dề] Topic, subject, of discussion.

luận điệu [lwən diệu] Argument.

luận định [lwən dịɲ] To discuss and decide.

luận giả [lwən ʒả] Commentator.

luận giải [lwən ʒải] To comment and explain.

luận lý [lwən lí] To reason. *Luận lý học* : Logic ; science of reasoning.

luận lượng [lwən lượŋ] To think over, to weigh.

luận ngữ [lwən ŋữ] Name of a book of Confucius.

luận quá [lwən kwá] Fallacy.

luận thảo [lwən θảu] To debate, to discuss.

luận thuyết [lwən θwiét] Argumentation.

luận văn [lwən vaɯn] Essay, dissertation, composition.

luật [lwət] Law, rule, regulation, code ; statute. *Làm trái luật* : To run counter to the law. *Thi hành luật, áp dụng luật:* To put the law into force, to carry out the law. *Học luật* : To read, study, law. *Sách luật* : Law-book. *Đúng luật* : Lawful, legal. *Trái luật* : Illegal, unlawful. *Trường luật* : Law School. *Luật không thể áp dụng vào trường hợp đặc biệt* : Law that is inapplicable to the case in point. *Anh phải tuân theo luật của nhà trường* : You must obey the rules of the school. *Luật này được áp dụng cho mọi trường hợp* : This rule applies to all cases.

luật cung cầu [lwət kuŋ kầu] Law of supply and demand.

luật đi đường [lwət di dườŋ] Rule of the road, the highway code.

luật điển [lwət diển] Code.

luật độ [lwət dộ] Law.

luật gia [lwət ʒa] Lawyer.

luật giao thông [lwət ʒau θoŋ] Traffic regulation.

luật hành chánh [lwət hàɲ cáɲ] Administrative law.

luật hàng hải [lwət hàŋ hải] Maritime law.

luật hình [lwət hìɲ] Criminal law.

luật học [lwət hɔk] 1) Jurisprudence. 2) Law studies.

luật khoa [lwət xwa] Law. *Luật Khoa Đại học đường* : Faculty of Law, School of Law, Law School. *Sinh viên luật khoa* : Law-student.

luật khoa cử nhân [lwət xwa kử ɲən] Bachelor of Laws.

luật khoa tiến sĩ [lwət xwa tiến ʃɪ] Doctor of Laws.

luật lao động [lwət lau dộŋ] Law of the labour union.

luật lệ [lwʒt lệ] Rules and regulations.

luật nhân quả [lwʒt pən kwả] Law of causality.

luật pháp [lwʒt fáp] Law. *Tuân theo luật pháp* : To conform to the law.

luật quân sự [lwʒt kwən ʃɯ] Military law.

luật quốc tế [lwʒt kwók té] The law of nations ; international law.

luật sư [lwʒt ʃɯ] Barrister, counsel, advocate ; lawyer. *Khi nó bị vu cáo ăn cắp, nó mướn luật sư giỏi nhứt ở Saigon để biện hộ cho nó* : When he was wrongly accused of stealing, he got the best advocate in Saigon to defend him. *Tôi phải hỏi ý kiến luật sư của tôi trước khi tôi quyết định* : I must confer with my lawyers before I decide . *Tôi giao phó những công việc của tôi cho một luật sư kinh nghiệm* : I trust my affairs to an experienced lawyer.

luật tạo hóa [lwʒt tạu hwả] Natural law. *Đời sống con người tùy theo luật tạo hóa định* : Man's life is conditioned by natural laws.

luật thiên nhiên [lwʒt θien pien] Law of nature, natural law.

luật thương mãi [lwʒt θɯəŋ mãi] Commercial law, mercantile law, law merchant.

lúc [lúk] 1) Moment, instant. *Trong lúc nầy* : At this moment, at the present moment. *Học lúc rảnh rang* : To study at odd moments. *Đúng lúc* : Not an instant too soon.

2) Time. *Đôi lúc* : At times. *Giữa lúc ấy* : Between times. *Từ lúc đó* : From that time. *Làm việc gì phải lúc* : To do something when the time comes, at a suitable time. *Không phải lúc để nói chơi* : This is no time to trifle. *Ở vào lúc và nơi thích đáng* : In due time and place.

lúc When. *Lúc tôi còn trẻ* : When I was young. *Lúc còn ở trường* : When at school. *Bây giờ mới là lúc mà tôi cần nó hơn lúc nào cả* : Now is when I need him most. *Nói cho tôi biết việc ấy xảy ra lúc nào và ra làm sao* : Tell me the when and the how of it.

lúc ấy [lúk éi] Then, at that time, at the time. *Trước lúc ấy* : Before then. *Lúc ấy, chúng nó đã đi rồi* : By then they had gone. *Đến lúc ấy anh có thể làm xong không ?* : Will you have finished by then ?. *Lúc ấy anh làm gì ?* : What were you doing then, at that time ?. *Từ lúc ấy* : Since then, from that time. *Lúc ấy tôi vắng mặt* : I was absent at the time.

lúc bấy giờ [lúk béi ʒờ] Then. *Lúc bấy giờ tôi ở Saigon* : I was then living in Saigon. *Lúc bấy giờ tôi vắng mặt* : I was absent at the time.

lúc còn mồ ma của nó [lúk kòn mồ ma kủə nó] During his lifetime, in his day.

lúc đầu [lúk đầu] At the beginning. *Lúc đầu chúng tôi chỉ có sáu hội viên* : We had only six members to start with.

lúc đó [lúk đó] Then, at that time. *Từ lúc đó* : From that time. *Tôi sẽ làm xong việc ấy trước lúc đó* : I shall have finished it by then. *Tôi không có mặt trong lúc đó* : I was absent at the time.

lúc khác [lúk xák] Another time.

lúc la lúc lắc [lúk la lúk lắuk] To have a rolling gait. *Đi lúc la lúc lắc* : To dawdle, lounge, along, to waddle along.

lúc lắc [lúk lắuk] 1) To rock. *Lúc lắc cái nôi* : To rock a cradle. *Lúc lắc đứa bé trên tay* : To cradle a child in one's arms.

2) To move, to agitate, to shake. *Lúc lắc đầu* : To move one's head.

lúc lắc Dice. *Đánh lúc lắc* : To dice ; to play with dice.

lúc nào [lúk nàu] When, whenever. *Nói cho tôi biết việc ấy xảy ra lúc nào và ra làm sao* : Tell me the when and the how of it. *Anh có thể đến bất cứ lúc nào anh muốn* : You may come whenever you like.

lúc này [lúk này] At this time, at the present time, for the time being.

lúc nãy [lúk nãy] Just now, a moment ago, a few minutes ago, a little while ago.

lúc ngúc [lúk ŋúk] To crawl, swarm, be alive (with). *Phó mát lúc ngúc những giòi* : Cheese crawling, alive, with maggots. *Đất lúc ngúc những kiến* : The ground was crawling with ants.

lúc nhúc [lúk ŋúk] See lúc ngúc.

lục [lụk] To search, to rummage, to ransack. *Lục tìm trong túi* : To forage in one's pockets. *Lục trong ngăn kéo* : To forage about, around in a drawer. *Lục trong túi tìm khăn tay* : To delve into one's pocket for one's handkerchief. *Lục rương của người nào* : To go through someone's trunk.

lục Green.

lục-bào [lụk bàu] (Bot) Gonidium.

lục bếp [lụk bép] To forage (about) in the kitchen for something to eat ; to search for forage (about) in the kitchen for something to eat.

lục bì thư [lụk bì θư] Blue Book.

lục bình [lụk bình] Vase. *Lục bình bông* : Flower vase.

lục bộ [lụk bọ] The six ministries (Interior, Justice, Rites, War, Finances and Public works).

lục căn [lụk kăwn] The six roots of sensation (eye, ear, nose, tongue, body and mind).

lục cốc [lụk kók] The six cereals (glutinous rice, ordinary rice, beans, wheat, millet and corn).

lục dã [lụk zã] Green, verdant, field.

lục diện [lụk ziện] (Geom) Hexahedral.

lục diệp [lụk ziệp] Green leaves.

lục đài [lụk dài] (Bot) Green moss.

lục đạo [lụk dạu] Highway, carriageway.

lục đậu [lụk dậu] (Bot) Green peas.

lục địa [lụk địa] Mainland, continent.

lục đục [lụk dục] Disagreement, dissension, discord.

lục đục 1) To disagree (with someone). *Ăn ở lục đục* : To lead a cat-and-dog

life.

2) *Lục đục ở nhà* : To fug at home.

lục giác [lụk sák] (Geom) Hexagonal. *Hình lục giác* : Hexagon.

lục hành [lụk hàiɲ] To travel by land.

lục hạnh [lụk hạiɲ] The six obligations of conduct (filial piety, friendship, kindness, love of king, tolerance and charity).

lục huyền cầm [lụk bwièn kầm] (Mus) Guitar.

lục lạc [lụk lạk] (Small globular) Bell.

lục lạo [lụk lạu] To search, to ransack, to ferret (about). *Lục lạo trong túi:* To ferret (about...) in one's pockets.

lục lăng [lụk lăwŋ] (Geom) Hexagonal. *Hình lục lăng* : Hexagon.

lục lọi [lụk lọi] To search, to fossick, to rummage, to ransack, to fumble. *Lục lọi (trong học tủ, v.v...) để tìm vật gì* : To fumble (in a drawer, etc) for something.

lục lộ [lụk lọ] To travel by land.

lục lực [lụk lưk] To endeavour, to strive, to do one's utmost, to make every effort, to make every endeavour (to do something).

lục nghệ [lụk ŋệ] The six arts (rites, music, archery, horsemanship, writing and mathematics).

lục ngọc [lụk ŋọk] Aquamarine.

lục phủ [lụk fủ] The six internal organs.

lục quân [lụk kwɔn] Army, ground forces, land forces. *Bộ Lục quân* : Department of the Army. *Bộ Trưởng Bộ Lục quân* : Secretary of the Army. *Lục quân Việt Nam* : Viet-Nam Army.

lục soát [lụk ʃwát] To rummage, to search. *Lục soát trong các túi của mình:* To rummage in one's pockets. *Lục soát khắp nhà* : To rummage a house from top to bottom. *Lục soát một chiếc tàu* : To rummage a ship (e.g. by customs searchers, for contraband). *Tên trộm đã lục soát tất cả hộc tủ trong phòng* : The thief rifled every drawer in the room.

lục súc [lụk ʃúk] The six domestic animals (horse, ox, goat, fowl, dog and pig).

lục sự [lụk ʃư] (Jur) Clerk (of the court).

lục tảo phái [lụk tàu fái] (Bot) Chlorophyceae.

lục thao [lụk θau] The six strategic manœuvres.

lục thân [lụk θən] The six closest relatives (father, mother, elder brother, younger brother, wife and children).

lục thư [lụk θư] Blue Book.

lục tìm [lụk tìm] To search, to rummage. *Lục tìm vật gì :* To rummage for something.

lục tinh [lụk tịŋ] The six ancient provinces of South Viet-Nam; the provinces.

lục trình [lụk trìŋ] (To travel) By land.

lục tru [lụk tru] To massacre, to slaughter.

lục tuấn [lụk twừn] Sexagenarian.

lục tục [lụk tụk] Successively, in succession.

lục vân thạch [lụk vən θạik] Cipolin.

lục vấn [lụk vớn] To interrogate, to examine (witness, etc...).

lục vị [lụk vị] The six tastes.

Lục xâm Bảo [lụk sɔm bảu] (Geog) Luxembourg.

lục xét [lụk sét] To search ; to frisk.

lục xi [lụk si] Medical examination of the licensed prostitutes.

lui [lui] To move back, step back, draw back, recede ; to fall back, to retreat ; (of horse) to back ; (of car) to run back(wards) ; to retire, withdraw. *Lui lại một bước :* To fall back, step back, a pace. *Làm người nào lui lại :* To make someone fall back. *Cảnh sát đầy lui chúng tôi lại lề đường :* The police moved us back to the pavement. *Lui ngựa :* To rein back, to back, a horse. *Không thể lui nữa :* There is no going back. *Lui về phòng ngủ :* To retire to one's bedroom. *Nhảy lui lại :* To jump backwards. *Bị đầy lui lại :* To be borne backwards.

lui binh [lui biŋ] (Mil) To retreat, to withdraw. *Sự lui binh :* Retreat. *Thổi kèn lui binh :* To sound, beat, the retreat ; to sound the retire.

lui bước [lui bứrk] To flinch, to wince, to draw back. *Nó không bao giờ lui bước :* He never draws back, he never flinches. *Lui bước trước việc gì :* To draw back, shrink, from something ; to recoil, flinch, before something. *Nó không lui bước trước bổn phận của nó :* He did not flinch from his duty.

lui lại [lui lại] To step back, to move back, to draw back. *Kéo ghế lui lại :* To draw back, pull back, push back, set back, the chairs.

lui tới [lui tới] To frequent. *Thường lui tới với người nào :* To frequent someone.

lui về [lui về] To return, go back (to a place).

lúi húi [lúi húi] To be bent over one's work.

lúi xùi [lúi sùi] Untidy. *Ăn mặc lúi xùi :* To be untidily dressed.

lùi [lùi] To step back, to draw back, to fall back ; (of horse) to back ; (of car) to run back(wards) ; (of gun) to recoil. *Lùi lại một bước :* To fall back, step back, a pace. *Lùi ngựa :* To rein back, to back, a horse. *Người ta nói rằng nền văn minh đang thụt lùi :* People say civilization is going back, is on the down grade. *Không thể lùi nữa được :* There is no going back. *Nó lùi xe vào nhà xe :* He backed his car into the garage.

lùi bước [lùi bứrk] To flinch. See lui bước.

lùi lại [lùi lại] To draw back, to move back, to shrink (from something unpleasant or dangerous). *Nó lùi lạ trước sức nóng của lửa :* He shran back from the heat of the fire.

lủi [lủi] To slip away.

lủi *Mệt lủi :* Tired out, quite exhausted

lủi mất [lủi mất] To slip away.

lủi thủi [lủi θủi] Alone, lone, lonely lonesome.

lụi [lụi] To pierce, stale through.

lum khum [lum xum] Curved, arched

lùm cây [lùm kei] Chester, clump.

lủm [lủm] To eat up quickly. *Nó chỉ lủm một cái một :* He ate it all up.

lụm cụm [lụm kụm] To dodder, to walk in a shaky way (as from old age).

lun [lun] See thun.

lún [lún] To subside, to sink, to fall in, to cave in ; (of earth) to settle, to fall away ; (of roads, etc...) to delve. *Đất lún xuống :* The ground has subsided. *Nền lún xuống :* The foundations have sunk. *Tảng đá lún xuống đất :* Block of stone sunk in the ground. *Đường lún xuống :* Sunk road. *Xe bò lún xuống bùn :* Cart that has sunk into the mud. *Nền nhà lún xuống :* The foundations of the house settled.

lún phún [lún fún] Thin and short. *Râu lún phún :* Sparse beard.

lún xuồng [lún suồŋ] See lún.

lùn [lùn] Dwarf, short. *Người béo lùn :* Squat, (short and) thick-set, dumpy.

lùn cún [lùn kủn] Short.

lủn mủn [lủn mủn] Fussy ; paying too much attention to little, unimportant things. *Việc lủn mủn :* Trifles ; little, unimportant things. *Người hay lo những việc lủn mủn :* Person who sticks at trifles.

lũn [lũŋ] 1) (Bot) Decomposite. *Làm lũn :* To decompose.

2) Very soft.

lụn [lụn] To finish, to end.

lụn bại [lụn bại] To be ruined, to fall into ruin.

lung á [luŋ á] Deaf and mute.

lung cầm [luŋ kầm] Cage-bird.

lung điểu [luŋ điểu] Caged bird, bird in a cage, (fig) imprisoned person.

lung lạc [luŋ lạk] To corrupt.

lung lay [luŋ lay] To dance, to flicker, to nod, to swing ; to sway ; (of table) to wobble. *Bàn lung lay :* Rickety table. *Các chân ghế kia có vẻ lung lay :* The legs of that chair look rather groggy. *Cái bàn lung lay quá :* The table's very rocky. *Ghế lung lay :* Wobbly chair. *Địa vị của nó lung lay :* His position is insecure, shaky. *Các nhánh*

cây lung lay trước gió : The branches of the trees were swaying in the wind. *Lá lung lay trước gió :* The leaves were dancing in the wind, the leaves were flickering in the wind.

lung lay 1) Shaky, rickety, rocky, unsteady, groggy, wobbly. *Răng lung lay :* Loose tooth.

2) Flickering. *Lá lung lay trước gió :* Leaves flickering in the wind.

lung tung [luŋ tuŋ] In disorder, in confusion.

lúng búng [lúŋ búŋ] *Nói lúng búng :* To splutter, to sputter.

lúng ta lúng túng [lúŋ ta lúŋ túŋ] See lúng túng.

lúng túng [lúŋ túŋ] 1) Awkward, clumsy. 2) Embarrassed, nonplused, perplexed, puzzled, bewildered. *Nó lúng túng không biết làm gì :* He is sorely puzzled, at a loss, what to do. *Nó không bao giờ lúng túng :* He's never at a loss. *Lúng túng tìm một chữ :* To be at a loss for a word. *Tôi hơi lúng túng khi trả lời :* I was somewhat puzzled how to answer.

lúng túng *Làm lúng túng :* To embarrass, to nonplus, to perplex, to puzzle, to bewilder. *Nó hoàn toàn bị lúng túng :* He was completely nonplused. *Bức thơ nầy làm tôi lúng túng :* This letter puzzles me.

lùng [lùŋ] *Lạ lùng :* Strange, extraordinary. *Lạnh lùng :* Cold, indifferent.

lùng bắt [lùŋ bắut] To hunt down. *Lùng bắt một tên trộm :* To hunt down a thief. *Ty cảnh sát đã lùng bắt được tên sát nhân :* The police hunted down the murderer.

lùng xét [lùŋ sét] *Cảnh sát đã lùng xét khắp khu phố để tìm những tên tội phạm :* The police raked the district for the criminals.

lủng [lủŋ] 1) Pierced, bored (hole, etc,..) ; holed (chair, etc...).

2) (Of garments, shoes) In holes. *Áo lủng cùi chỏ :* Coat out at elbows, in holes at the elbows. *Quần lủng đáy :* Trousers torn in the seat. *Quần nó*

lủng ở đầu gối: His trousers are through at the knees.

lủng củng [lủŋ kủŋ] Disagreement, dissension.

lủng đáy [lủŋ dáy] Quần lủng đáy : Trousers torn in the seat.

lủng gót [lủŋ gót] (Of socks or stockings) Out of heels.

lủng lẳng [lủŋ lẳwŋ] Pendant, pendent, hanging, dangling. Lủng lẳng trên đầu chúng tôi : Hanging over our heads.

lủng lẳng (Of a weight at the end of a string) To dangle, to hang or swing loosely.

lũng [lũŋ] Thung lũng : Valley.

lũng đoạn [lũŋ dwạn] To monopolize, to corner. Lũng đoạn thị trường : To corner the market, to rig the market. Lũng đoạn thị trường lúa mì : To rig the wheat market.

lụng thụng [lụŋ θụŋ] Ample, full (garment).

luốc [lwɔ́rk] Grey. Chó luốc : Grey dog.

luốc Lem luốc : Very dirty.

luộc [lwɔ̣rk] To boil (food). Chúng tôi luộc trứng và rau : We boil eggs and vegetables. Xin luộc trứng của tôi ba phút : Please boil my egg three minutes.

luộc chín [lwɔrk cín] Hard-boiled (egg). Luộc chín trứng : To hard-boil an egg.

luổi [luỗi] Mệt luổi : Tired out, tired to death. Đói luỗi : Ravenously hungry.

luộm thuộm [luợm θuợm] Carelessly, untidily, slovenly. Ăn mặc luộm thuộm: Untidily dressed.

luôn [luən] 1) Often. Tôi thường gặp nó luôn : I often see him.

2) Ông lấy hàng hóa luôn hay chúng tôi gởi về nhà ông ? : Will you take the goods with you or shall we deliver them to your house ?.

luôn luôn [luən luən] Always, continual, eternal, incessantly. Nó thay đổi ý kiến luôn luôn : He is always chopping and changing. Nó luôn luôn nghĩ đến nó thôi : He's always thinking of « number one ». Luôn luôn đúng giờ : Always punctual.

luôn miệng [luən miẹŋ] To talk incessantly.

luôn mồm [luən mòm] See luôn miệng.

luôn tay [luən tay] Làm việc luôn tay : To work without respite, to work all the time.

luôn thể [luən θể] At the same time.

luồn [luờn] To pass through.

luồn cúi [luờn kúi] To crouch, to creep, to fawn. Luồn cúi trước người nào : To crawl to, before, someone.

luồn lỏi [luờn lỏi] To be on the good side of someone, to get into favour with someone, to get into someone's grace.

luồn lọt [luờn lọt] See luồn lỏi.

luông tuồng [luəŋ tuờŋ] 1) Unbridled, unrestrained (passion, etc...).

2) Dissolute, loose in conduct and morals.

luống cày [luốŋ kày] (Agr) Furrow.

luống công [luốŋ koŋ] Wasted effort. Luống công vô ích : To have one's pains for nothing ; the attempt has come to nothing.

luống cuống [luốŋ kuốŋ] Bewildered, embarrassed, abashed, at a loss ; to get flurred. Làm luống cuống : To bewilder, to embarrass. Đừng luống cuống ! : Don't get flurred !.

luống những [luốŋ ɲữŋ] Only.

luống tuổi [luốŋ tuổi] To be advanced in years, to be past middle age. Nó đã luống tuổi rồi : He's advanced in years (he's an old man).

luồng [luờŋ] Jet. Luồng hơi : Steam jet

luồng điện [luờŋ diẹn] Electric current Luồng điện xoay chiều : Alternating current. Luồng điện một chiều : Direc current. Luồng điện đã bị cúp : Th electric current has been shut off.

luồng gió [luờŋ ʒó] Current of ai air current ; draught. Một luồng g lạnh thổi vào khi cửa sổ được mở r A cold current of air came in whe the window was opened. Anh sẽ cảm nếu anh ngồi ngay luồng gió

You'll catch cold if you sit in a draught.

luồng sóng [luồ̀ŋ ʃɔ́ŋ] Wave.

luồng tư tưởng [luồ̀ŋ tɯ tɯở̉ŋ] Train of thought, current of ideas. *Tiếng gõ cửa cắt đứt luồng tư tưởng của tôi*: A knock at the door interrupted my train of thought.

luột [luột] *Dây luột*: Rope.

lúp [lúp] Magnifying-glass, reading-glass.

lụp xụp [lụp sụp] Low. *Nhà lụp xụp*: Low-roofed house.

lút đầu [lút dầu] *Nợ lút đầu*: To be up to the ears, over head and ears, in debt; to be head over ears in debt. *Công việc lút đầu*: To be snowed under with work, to be swamped with work.

lụt [lụt] Flooded. *Nước lụt*: Inundation, deluge, flood.

lụt 1) Blunt, dull (edge, point, tool). *Con dao nầy lụt*: This knife has no edge. *Anh sẽ làm lụt lưỡi dao nếu anh cắt gỗ bằng dao cạo*: If you cut wood with a razor, you'll dull the edge.
2) Blunted (senses, grief, etc...).

lụt bén [lụt bén] Blunt and sharp.

lụt lội [lụt lội] Flooded.

lụt ngập [lụt ŋạp] Flooded.

lũy [lwĩ] Rampart.

lũy súc [lwĩ ʃúk] To accumulate, to amass.

lũy thứ [lwĩ θứ] Many times.

lũy tích [lwĩ tík] To accumulate, to pile (up).

lũy tiền [lwĩ tiến] Progressive; graduated. *Thuế lũy tiền*: Graduated tax.

lũy tre [lwĩ tre] Bamboo hedge.

lụy [lwị] *Liên lụy*: Implicated, involved.

lụy Tears. *Rơi lụy*: To shed tears. *Làm người nào cảm động đến rơi lụy*: To move someone to tears.

lụy (Of whale) To die.

luyền ái [lwiến ái] Love.

luyền mộ [lwiến mộ] To love, be fond of.

luyền tích [lwiến tík] To regret.

luyền tử [lwiến tử] Twin.

luyện [lwiện] To practise, to train, to drill, to exercise. *Luyện lỗ tai để phân biệt những tiếng khác nhau*: To train one's ear to distinguish various sounds.

luyện [lwiện] To (re)fine (iron, gold).

luyện binh [lwiện biŋ] To drill troops.

luyện đạt [lwiện dạt] Experienced.

luyện nam châm [lwiện nam cɔm] To magnetize.

luyện nam châm Magnetization, magnetizing.

luyện nhật [lwiện ŋạt] To choose a day.

luyện tập [lwiện tạp] To drill, to exercise, to train, to practise. *Luyện tập thân thể*: To exercise oneself.

luyện thép [lwiện θép] To acierate.

luyện thi [lwiện θi] To prepare for examinations. *Luyện thi một học sinh*: To cram a pupil. *Ai luyện thi cho anh?*: Who coached you for the exam?.

lư hương [lɯ hɯəŋ] Censer, incense-burner; cassolette.

lừ đừ [lừ dừ] Slow.

lừ mắt [lừ mắut] To stare (someone) into silence etc...

lử [lử] *Mệt lử*: To be tired out, worn out.

lữ điếm [lữ diếm] Hotel, inn.

lữ đoàn [lữ dwàn] (Mil) Brigade.

lữ đoàn trưởng [lữ dwàn trɯở̉ŋ] Brigade commander, brigadier.

lữ hành [lữ hàiŋ] To travel. *Khách lữ hành*: Traveller.

lữ hoài [lữ hwài] Homesickness, nostalgia.

lữ khách [lữ xáik] Traveller.

lữ lực [lữ lựk] Force.

lữ nhân [lữ ŋạn] See **lữ khách**.

lữ phí [lữ fí] Travelling cost.

lữ quán [lữ kwán] Hotel, inn.

lữ quản [lữ kwản] (Med) Fistula.

lữ trưởng [lữ trɯở̉ŋ] Brigade commander.

lữ xá [lữ sá] See **lữ quán**.

lự [lɯ] *Tư lự* : To worry. *Lưỡng lự* : To hesitate.

lựa thưa [lɯə θɯə] Sparse, thin.

lứa [lúə] Litter, brood (of animals) ; farrow (of pigs). *Heo cái để một lứa mười lăm con* : Sow that has had fifteen pigs at one farrow.

lứa Rank, class. *Cùng một lứa* : Of the same rank. *Vợ chồng xứng đôi vừa lứa* : Well assorted couple.

lứa chó [lúə có] Litter of puppies.

lứa gà [lúə gà] Brood of chickens.

lứa heo [lúə hɛu] Litter of pigs. *Một lứa mười con heo* : Ten little pigs at a litter.

lứa mèo [lúə mèu] Litter of cats.

lừa [lừə] Donkey, ass, jackass. *Cuộc đua lừa* : Donkey-race. *Người chăn lừa* : Donkey-boy, donkey-driver, ass-driver. *Ngu như lừa* : As stupid as a donkey. *Cứng đầu như lừa* : As stubborn as an ass, a donkey.

lừa To cheat, to gull, to dupe, to deceive, to delude, to take in. *Lừa lấy vật gì của người nào* : To cheat someone out of something. *Bị lừa* : To be taken in. *Tôi không bị lừa vì những lời nói dối của anh đâu* : I'm not to be taken by your lies. *Tên trộm lừa được cảnh sát và trốn thoát* : The thief outwitted the police and escaped.

lừa banh [lừə baiɲ] (Football) To dribble.

lừa cái [lừə kái] She-ass.

lừa con [lừə kɔn] Ass's foal, ass's colt.

lừa cơ [lừə kə] See **lừa dịp**.

lừa dịp [lừə zịp] To profit by the occasion ; to improve the occasion, the opportunity.

lừa dối [lừə zói] To dupe, to deceive, to take in, to delude, to beguile, to cozen. *Đừng để những nhà chính trị ấy lừa dối anh* : Don't let yourself be taken in by these politicians.

lừa đảo [lừə dảu] To swindle, to defraud.

lừa đực [lừə dựk] Jackass, jack-ass.

lừa gạt [lừə gạt] To dupe, to take in, to fool, to diddle. *Bị lừa gạt* : To be taken in.

lừa khi [lừə xi] See **lừa dịp**.

lừa lọc [lừə lɔk] To choose, to select.

lửa [lửə] Fire. *Bốc lửa* : To catch, take, fire. *Cái bật lửa* : Cigarette lighter. *Dụng cụ dùng chữa lửa* : Fire apparatus. *Thùng chữa lửa* : Fire-bucket. *Phun lửa* : Fire-emitting (volcano). *Lựu đạn dập lửa* : Hand fire-extinguisher. *Lính chữa lửa* : Fire-fighter, fireman. *Sự chữa lửa* : Fire-fighting. *Tàu chữa lửa* : Fire-float. *Ống nước chữa lửa* : Fire-hose. *Ánh sáng của lửa* : Fire-light. *Trại lính chữa lửa* : Fire-station. *Không có lửa* : Fireless. *Nước và lửa* : Water and fire. *Lửa hạ bớt* : The fire is burning low, the fire had burned down. *Sợ vật gì như sợ lửa* : To fear something like fire, to stand in dread of something, to have a holy terror of something. *Liệng vật gì vào lửa* : To throw something into the fire. *Nấu vật gì để lửa riu riu* : To cook something on a slow fire. *Lửa cháy đổ dầu thêm* : To add fuel to the fire. *Không có lửa sao có khói* : There is no smoke without fire, no smoke without fire. *Lửa còn cháy nữa không ?* : Is the fire still in ?. *Lửa tắt vì thiếu nhiên liệu* : The fires had died out, burned out for lack of fuel.

lửa âm ỷ [lửə əm ỉ] (Of fire) To smoulder. *Lửa cháy âm ỷ dưới than* : The fire is smouldering under the embers.

lửa bắt cháy [lửə bắt cáy] The fire is catching.

lửa bén [lửə bén] See **lửa bắt cháy**.

lửa binh [lửə biɲ] War, warfare.

lửa giận [lửə ʒận] Access of anger.

lửa mừng [lửə mừŋ] Bonfire.

lửa riu riu [lửə riu riu] Smoulder, slow fire. *Nấu vật gì để lửa riu riu* : To cook something on a slow fire.

lửa tắt [lửə tắt] Dead fire.

lửa tình [lửə tịɲ] The ardour of passion.

lữa [lữə] *Lần lữa, lần lựa* : To dally.

lựa [lựa] To choose, to select, to pick.

out, to cull ; to sort. *Lựa một trái bôm trong giỏ* : To choose an apple from the basket. *Lựa khoáng chất* : To sort (over) ore. *Lựa thơ* : To sort the letters. *Lựa những cái tốt đề riêng ra với những cái xấu* : To sort out the good from the bad. *Lựa những vật xấu ra* : To sort out the bad ones. *Anh đã lựa cái nào ?* : Which have you choosen ?. *Hãy lựa cái nào mà anh thích nhứt* : Choose the one which you iike the best.

lựa (sự) Choice, selection. *Sự lựa một chiếc xe hơi* : Selection of a car.

lựa chọn [lựa cọn] To choose, to select, to pick, to sort. *Anh hãy lựa chọn lấy*: Choose for yourself. *Sự lựa chọn* : Choice, selection.

lựa giồng [lựa 3óŋ] To choose seeds.

lựa là [lựa là] What's the use of.

lựa lày [lựa léi] To choose.

lựa lọc [lựa lɔk] To choose carefully.

lựa phải [lựa fải] See lựa là.

lực [lựk] Force, strength.

lực biểu [lựk biểu](Mec) Dynamometer.

lực kê [lựk kế] See lực biểu.

lực lưỡng [lựk lưỡr,] Robust, strong, burly. *Người lực lưỡng* : Well-built man.

lực lượng [lựk lượn] Force(s), strength. *Lực lượng đồng minh* : The allied forces.

lực lượng bao vây [lựk lượn bao vei] Encircling force.

lực lượng bảo vệ [lựk lượn bảu vẹ] Covering force.

lực lượng bổ nhiệm [lựk lượn bổ niệm] Assigned forces.

lực lượng bổ sung [lựk lượn bổ suŋ] Reinforcements.

lực lượng cảnh sát [lựk lượn kảip fát] Police force.

lực lượng cầm chân [lựk lượn cầm cạn] Holding force.

lực lượng dự phòng [lựk lượn zự fòŋ] Reserve force.

lực lượng đặc nhiệm [lựk lượn dạuk niệm] Task force.

lực lượng địa phương [lựk lượn địə fươŋ] Home defence forces.

lực lượng điều động [lựk lượn điều dọŋ] Manœuvring forces.

lực lượng đổ bộ [lựk lượn đổ bọ] Landing forces.

lực lượng đồng minh [lựk lượn đòŋ miŋ] Allied forces.

lực lượng bộ tống [lựk lượn họ tóŋ] Escort forces.

lực lượng hỗn hợp [lựk lượn hỗn hợp] Mixed forces.

lực lượng không quân [lựk lượn xoŋ kwən] Air forces.

lực lượng không vận [lựk lượn xoŋ vận] Airborne force.

lực lượng lưu động cấp cứu [lựk lượn lưu dọŋ kớp kứu] Emergency mobile forces.

lực lượng ngăn chận [lựk lượn ŋăun cạn] Blocking force.

lực lượng quân sự [lựk lượn kwən sự] Military strength.

lực lượng tấn công [lựk lượn tấn koŋ] Attack force. *Lực lượng tấn công hỗn hợp*: Joint attack forces.

lực lượng tiền phong [lựk lượn tièn foŋ] Advance forces.

lực lượng trừ bị [lựk lượn trừ bị] Reserve forces.

lực lượng viễn chinh [lựk lượn viễn ciŋ] Expeditionary force.

lực lượng xâm nhập [lựk lượn səm ɲập] Infiltration force.

lực lượng xung phong [lựk lượn suŋ foŋ] Assault force.

lực sĩ [lựk fĩ] Athlete. *Trường đào tạo nhiều lực fĩ* : School that had turned out a great deal of athletes.

lưng [lưŋ] Back. *Bàn chải kỳ lưng* : Back-brush. *Đâu lưng, dựa lưng* :Back to back. *Đứng sau lưng người nào* : To be at the back of someone. *Nàng thường cay lên nàng sau lưng* : She often carries her baby on her back. *Ôm ngang lưng người nào* : To seize someone round the body. *Ngồi quay lưng lại người nào* : To sit with one's back to someone. *Tôi chỉ thấy lưng của nó thôi* : I only saw his back.

lưng Capital, funds. *Chung lưng* : To join funds.

lưng bàn tay [lɯŋ bàn tay] Back of the hand.

lưng bát [lɯŋ bát] Half a bowl (of rice).

lưng chén [lɯŋ cɛ́n] See **lưng bát**.

lưng chừng [lɯŋ cừŋ] Half-way.

lưng còm [lɯŋ kòm] Hunch-backed, humpbacked.

lưng ghề [lɯŋ gé] Chair-back.

lưng khòm [lɯŋ xòm] See **lưng còm**.

lưng ong [lɯŋ ɔŋ] Wasp-waist.

lưng quần [lɯŋ kwền] Waist. *Tới lưng quần* : Waist-deep, up to the waist.

lưng rộng [lɯŋ rọŋ] Broad-backed.

lưng tôm [lɯŋ tom] Hunch-backed, humpbacked.

lưng vồn [lɯŋ vón] Capital, funds.

lừng danh [lɯŋ zaiɲ] Famous, celebrated.

lừng khừng [lừŋ xừŋ] Hesitating, wavering, undecided (character, etc...).

lừng lẫy [lừŋ lễi] Well-known, famous, celebrated.

lừng tiếng [lừŋ tiéŋ] See **lừng danh**.

lửng [lửŋ] Half-finished. *Bỏ lửng* : To leave unfinished. *Quên lửng* : To forget completely.

lửng lơ [lửŋ lɔ] Hanging, pendent, in mid-air.

lững chững [lữŋ cửŋ] (Of baby) To toddle.

lững lờ [lữŋ lɔ̀] Wavering, hesitating, undecided.

lững thững [lữŋ θửŋ] To walk slowly.

lược [lɯrk] Comb. *Người làm lược* : Comb-maker. *Người bán lược* : Comb-seller. *Giống như cái lược* : Comb-shaped. *Bẻ răng một cái lược* : To break the teeth of a comb.

lược To baste, to tack.

lược bày [lɯrk bày] To expose briefly.

lược bí [lɯrk bí] See **lược dày**.

lược dày [lɯrk zày] Small-tooth comb,

fine-toothed comb.

lược đoạt [lɯrk dwạt] To pillage, to plunder, to despoil.

lược đồ [lɯrk dò] Sketch, diagram.

lược đồ bình diện [lɯrk dò bìp ziện] Planimetric sketch.

lược đồ đổ bộ [lɯrk dò dỏ bọ] Landing sketch.

lược đồ mạch điện [lɯrk dò mạik ziện] Circuit diagram.

lược đồ quân sự [lɯrk dò kwən ʃɯ] Military sketch.

lược đồ thám thính [lɯrk dò θám θíɲ] Reconnaissance sketch.

lược đồ toàn cảnh [lɯrk dò twàn kảiɲ] Panoramic sketch.

lược đồi mồi [lɯrk dòi mòi] Tortoise shell comb.

lược khảo [lɯrk xảu] To examine summarily.

lược sừng [lɯrk ʃừŋ] Horn comb.

lược thao [lɯrk θau] Strategy, tactics.

lược thuật [lɯrk θwạt] To relate briefly.

lược thưa [lɯrk θɯə] Large tooth(ed) comb.

lược vấn [lɯrk vón] To ask briefly.

lưới [lɯới] Net. *Giăng lưới, căng lưới* : To spread a net. *Mắc lưới* : To be caught in the net. *Người làm lưới, đan lưới* : Netter, net-maker. *Sự đánh cá bằng lưới* : Net-fishing. *Sự làm lưới, đan lưới* : Netting. *(Quần vợt) Lên lưới* : To go, come, up to the net. *Ngư phủ quăng lưới xuống nước* : The fisherman cast his net into the water.

lưới bao tóc [lɯới bau tók] Hair-net.

lưới bắt bươm bướm [lɯới báɯm bɯɔm bɯɔ́m] Butterfly net.

lưới búa [lɯới bwə] Casting-net.

lưới cá [lɯới ká] To net fish, to capture fish with a net.

lưới cá Fishing-net.

lưới cản lựu đạn [lɯới kản lựu dạ Grenade grid.

lưới cản ngư lôi [lɯới kản ŋɯ lo Torpedo-net.

lưới che súng [luɔ̌i cɛ ʃúŋ] Artillery net.

lưới chim [luɔ̌i cim] To net birds, to capture birds with a net.

lưới chống tàu lặn [luɔ̌i cóŋ tàu lạɯɯ] Antisubmarine net.

lưới đánh cá [luɔ̌i dáiɲ ká] Fishing-net.

lưới đánh thú rừng [luɔ̌i dáiɲ θú rừŋ] Game-net.

lưới kéo [iuɔ̌i kɛu] Drift-net.

lưới mũ sắt [luɔ̌i mũ ʃáɯɯt] Helmet net.

lưới nhện [luɔ̌i ɲẹn] Cobweb, spider's web.

lưới ngụy trang [luɔ̌i ŋwi traŋ] Camouflage net.

lưới pháp luật [luɔ̌i fáp luạt] Law, net of justice. *Bị rơi vào lưới pháp luật* : To be caught in the net of justice. *Tránh lưới pháp luật* : To dodge the law.

lưới rà [luɔ̌i rà] Drag-net.

lưới sắt [luɔ̌i ʃáɯɯt] Wire gauze, wire-netting.

lưới tình [luɔ̌i tìɲ] Amorous nets. *Nó đã bị vướng trong lưới tình* : He has been entangled in amorous nets.

lưới trời [luɔ̌i trời] Heaven's net, divine justice.

lưới vét [luɔ̌i vét] Drag-net, draught-net, dredge-net.

lười [luɔ̌i] Lazy, idle, indolent, sloth-ful. *Lười dậy* : Lazy, slack, about getting up. *Lười học bài* : Lazy over one's lessons. *Tính lười* : Laziness, in-dolence.

lười biếng [luɔ̌i biéŋ] Lazy, idle, in-dolent, slothful. *Người lười biếng* : Lazy person, sluggard. *Thầy giáo quở trách đứa bé lười biếng* : The teacher gave the lazy boy a good talking-to. *Nó có thói quen nói tất cả trẻ con đều lười biếng* : He was wont to say that all boys are lazy.

lười dậy [luɔ̌i zẹi] Lazy about getting up.

lười ươi [luɔ̌i ɯɔi] Orang - outang, orang-utan.

lưỡi [luɔ̌i] Tongue. *Le lưỡi* : To put out, shoot out, one's tongue ; (of dog) to hang out its tongue. *Xương lưỡi* : Tongue-bone. *Đồ dè lưỡi* : (Med) Tongue-depressor. *Giống hình cái lưỡi* : Tongue - shaped. *Chứng dính lưỡi* : (Med) Tongue-tie. *Lưỡi bén hơn gươm* : The tongue is sharper than any sword. *Có tài miệng lưỡi* : To have a glib tongue, the gift of the gab.

lưỡi Blade (of a knife sword, etc...). *Dao hai lưỡi* : Double-bladed knife.

lưỡi bào [luɔ̌i bàu] Plane-iron, iron of a plane. *Sửa lưỡi bào lại cho ngay* : To set the iron of a plane.

lưỡi cày [luɔ̌i kày] Ploughshare.

lưỡi câu [luɔ̌i kəu] Fish-hook.

lưỡi chuông [luɔ̌i cuɔŋ] Clapper ; tongue or striker of bell.

lưỡi cưa [luɔ̌i kɯɔ] Web of saw.

lưỡi dao [luɔ̌i zau] Knife blade. *Lưỡi dao cạo* : Razor blade.

lưỡi gà [luɔ̌i gà] 1) Tongue.

2) (Anat) Uvula.

lưỡi giũa [luɔ̌i ʒwɔ] Boringcutter.

lưỡi gươm [luɔ̌i gɯɔm] 1) Blade of sword, sword-blade.

2) Sword. *Lưỡi gươm sướt qua sườn của nó* : The sword glanced off his ribs.

lưỡi hái [luɔ̌i hái] Sickle.

lưỡi khoan [luɔ̌i xwan] Bit. *Lưỡi khoan vụm* : Shell-bit, gouge-bit.

lưỡi lê [luɔ̌i le] Bayonet. *Đâm bằng lưỡi lê* : To stab with a bayonet. *Nó bị lưỡi lê đâm xuyên qua* : He was run through by a bayonet. *Đâm người nào bằng lưỡi lê* : To stick someone with a bayonet.

lưỡi liêm [luɔ̌i lièm] Sickle. *Hình lưỡi liêm* : Crescent-shaped.

lưỡi rắn [luɔ̌i ráɯɯn] Tongue of a snake.

lưỡi trai [luɔ̌i trai] Peak (of cap) ; visor, vizor (of helmet).

lườm [lườm] To look askance, to scowl at (someone) ; to look black at (some-one). *Lườm người nào* : To look black on someone, to give someone a black look.

lượm [lượm] 1) To pick up, to take up. *Lượm lẹ vật gì lên* : To snatch something up. *Lượm khăn tay lên* : To pick one's handkerchief. *Lượm banh* : (Football) To gather the ball.

2) To find. *Tôi lượm được một cái đồng hồ và đem nó lại bót cảnh sát, nhưng chưa ai đến nhận cả* : I found a watch and took it to the police station, but nobody has put in a claim for it yet.

3) To collect. *Thầy giáo bảo các học sinh lượm tất cả giấy vụn và đốt đi* : The teacher told the boys to collect all the waste-paper lying about and burn it.

lượm củi [lượm kùi] To gather sticks.

lượm lặt [lượm lặt] To pick up, to collect. *Lượm lặt tin tức* : To pick up news ; to obtain, pick up, information.

lươn [lươn] (Ich) Eel. *Chỗ nuôi lươn* : Eel-bed, eel-pond, eel-preserve. *Da lươn* : Eel skin. *Chỉa xâm lươn* : Eel-prong, eel-spear. *Ống trúm bắt lươn* : Eel-basket, eel-buck, eel-trap. *Mắt lươn* : Small eyes. *Trơn như lươn* : To be as slippery as an eel.

lươn con [lươn kɔn] Grig, small eel.

lươn lẹo [lươn lẹu] Crooked.

lườn [lườn] Keel.

lượn [lượn] (Of bird) To soar ; to hover ; (Av) to glide, to volplane.

lượn gái [lượn gái] To flirt with girls.

lượn phố [lượn fó] To prowl about the streets.

lương [lương] 1) Salary, pay, wage(s). *Sổ lương* : Pay-roll, pay-bill, pay-sheet, wage(s)-sheet. *Ngày phát lương* : Pay-day. *Lương và phụ cấp* : Ordinary pay and allowances. *Những ngày nghỉ ăn lương* : Holidays with pay. *Lãnh lương*: To draw one's pay, one's salary. *Lương của nhân viên* : Salaries of staff. *Được trả lương cao* : To earn good wages.

Anh bằng lòng số lương hiện nay của anh không ? : Are you content with your present salary ?. *Sự nghỉ phép được lãnh lương đủ* : Full-pay leave. *Lên lương cho người nào* : To raise someone's salary. *Nó xin chủ nó tăng lương* : He asked his employer a rise. *Một số lương vừa đủ sống* : A bare subsistence wage.

2) Ration.

lương bằng [lương bằng] Good friend.

lương bổng [lương bổn] Salary, wage(s), pay, emolument.

lương cao [lương kau] High, good, salary. *Được trả lương cao* : To earn high salary.

lương căn bản [lương kăn bản] Basic pay, basic wage.

lương chính [lương cíp] Good policy.

lương cổ [lương kỏ] Good businessman.

lương công [lương kɔn] Good workman.

lương công nhựt [lương kɔn nựt] Daily pay, daily wages.

lương dạ [lương zạ] Good night ; midnight.

lương dân [lương zɔn] Law - abiding citizens ; good citizen.

lương duyên [lương zwien] Happy marriage.

lương dược [lương zựk] Effectual remedy, efficacious medicine.

lương gia [lương ʒa] Good family.

lương hàng năm [lương hàng nămm] Annual salary.

lương hảo [lương hảu] Good, excellent.

lương hướng [lương hướn] Provisions, supplies.

lương hưu trí [lương hưu tri] Retiring pension.

lương hữu [lương hữu] Good friend.

lương ít [lương ít] Beggarly wage, low wage.

lương kế [lương ké] Good plan.

lương khoán [lương xwán] Piece-wage(s).

lương khô [lương xo] Dry provisions.

lương lại [lương lại] Honest official.

lương lậu [lɯəŋ ləu] Salary, wage(s).

lương lớn [lɯəŋ lɔ́n] Fat, high, salary.

lương mẫu [lɯəŋ mɔ̃u] Tender mother.

lương năng [lɯəŋ nawŋ] Instinct.

lương ngày [lɯəŋ ŋày] See lương công nhựt.

lương ngọc [lɯəŋ ŋɔ̀k] Good jade.

lương nguyệt [lɯəŋ ŋwiẹt] Good month.

lương nhân [lɯəŋ ɲən] Law-abiding citizens.

lương nhật [lɯəŋ ɲət] Lucky day.

lương nhục [lɯəŋ ɲụk] Good food.

lương nông [lɯəŋ noŋ] Good cultivator.

lương ốc [lɯəŋ ốk] Fat land.

lương pháp [lɯəŋ fáp] Good method.

lương phong [lɯəŋ fɔŋ] Fresh wind.

lương phương [lɯəŋ fɯəŋ] 1) Good method.

2) Effectual remedy, efficacious medicine.

lương quân [lɯəŋ kwən] Good king.

lương sĩ [lɯəŋ ʃi] Laborious student.

lương tâm [lɯəŋ təm] Conscience. *Vô lương tâm :* To have no conscience. *Lương tâm trong sạch :* To have a good, clear, conscience. *Lương tâm cắn rứt :* To have twinges of conscience, a guilty conscience. *Lương tâm tôi không có gì cắn rứt :* My conscience is clear of all reproach. *Lương tâm của nó bắt buộc nó phải thú nhận :* His conscience compelled him to confess. *Lương tâm của nó cắn rứt nó :* His conscience smote, pricked him. *Không thẹn với lương tâm (không bị lương tâm cắn rứt) :* With a safe conscience. *Tiếng gọi của lương tâm :* The voice of conscience.

lương tháng [lɯəŋ θáŋ] Monthly wages.

lương thảo [lɯəŋ θảu] Food (for men) and forage (for horses).

lương thần [lɯəŋ θền] Faithful subjects.

lương thê [lɯəŋ θe] Good wife.

lương thiện [lɯəŋ θiẹn] Honest, good, straight. *Dân lương thiện :* Good citizen. *Sanh trong một gia đình lương thiện :* To come of a good family, to issue from a good family. *Sống một cách lương thiện :* To be on the straight, to run straight, to live an honest life. *Nó là một người hoàn toàn lương thiện :* He's an honest man through and through.

lương thực [lɯəŋ θɯk] Rations, victuals, provisions, food (supplies). *Lương thực dự phòng :* Emergency rations. *Sự cung cấp lương thực cho một thành phố :* Supply of a town with food.

lương tri [lɯəŋ tri] Instinct.

lương truy cấp [lɯəŋ trwi kə́p] Backpay.

lương tuần [lɯəŋ twền] Week's pay, week's wages, weekly wage.

lương tử [lɯəŋ tử] Good son.

lương vợ con [lɯəŋ vợ kɔn] Family allowance.

lương y [lɯəŋ i] Good physician.

lường [lɯờŋ] To measure out (corn, etc.).

lường See lường gạt.

lường gạt [lɯờŋ gạt] To cheat, to deceive, to fool, to trick, to defraud. *Lường gạt vật gì của người nào :* To defraud someone of something. *Chàng lường gạt nàng lấy tiền :* He fooled her out of her money.

lưỡng [lɯõŋ] *Kỹ lưỡng :* Carefully, thoroughly.

lưỡng bán cầu [lɯõŋ bán kầu] The two hemispheres.

lưỡng bản vị chế [lɯõŋ bản vị cế] Bimetallism.

lưỡng cáo [lɯõŋ káu] Accuser and accused.

lưỡng chiết [lɯõŋ ciét] 1) Birefringent, birefractive. *Tính lưỡng chiết :* Birefringence.

2) (Bot) Dichotomous, dichotomal.

lưỡng cực [lɯõŋ kựk] The two poles ; bipolar, dipolar, two-pole.

lưỡng diện [lɯõŋ ziẹn] Double-faced, two-faced.

lưỡng diện nhị thiệt [lɯõŋ ziẹn ɲị θiẹt] Double-faced and double-tongued.

lưỡng dực [lɯɔ̃ŋ zɯk] Two-winged.

lưỡng đạo luận pháp [lɯɔ̃ŋ dạu lwạn fáp] Dilemma.

lưỡng đầu [lɯɔ̃ŋ dầu] Two-headed, double-headed ; bicephalous.

lưỡng đoạn [lɯɔ̃ŋ dwạn] Two extremes.

lưỡng hình [lɯɔ̃ŋ hìŋ] Dimorphic, dimorphous. Tính lưỡng hình : Dimorphism.

lưỡng hùng [lɯɔ̃ŋ hùŋ] (Bot) Diandrous.

lưỡng kim chě [lɯɔ̃ŋ kim cé] Bimetallism.

lưỡng lăng [lɯɔ̃ŋ lauŋ] Kính lưỡng lăng : Biprism.

lưỡng liên [lɯɔ̃ŋ lien] (Bot) Diadelphous, diadelphian.

lưỡng liệt [lɯɔ̃ŋ liẹt] Chứng lưỡng liệt: Diplegia.

lưỡng lự [lɯɔ̃ŋ lɯ] Undecided, hesitating, wavering (character, etc...). Sự lưỡng lự : Hesitation, hesitancy, wavering. Không một chút lưỡng lự : Without (the slightest) hesitation.

lưỡng lự To hesitate, to waver, to halt. Lưỡng lự giữa hai ý kiến : To waver, halt, between two opinions. Nó vẫn còn lưỡng lự về việc đi theo đoàn thám hiểm : He's still hesitating about joining the exploration.

lưỡng mục [lɯɔ̃ŋ mụk] Binocular.

lưỡng nan [lɯɔ̃ŋ nan] Tình trạng tấn thối lưỡng nan : Dilemma ; a difficult, perplexing situation ; a situation in which one has to choose between two things, both unfavourable.

lưỡng niên [lɯɔ̃ŋ nien] Biennial.

lưỡng nguyên-tử [lɯɔ̃ŋ ŋwien tử] (Ch. Ph) Diatomic.

lưỡng phái [lɯɔ̃ŋ fái] Hermaphrodite, hermaphroditic.

lưỡng phân [lɯɔ̃ŋ fən] Dichotomal, dichotomous. Sự lưỡng phân : Dichotomy.

lưỡng phân khuyên [lɯɔ̃n fən xwien] (Astr) Colure.

lưỡng quyền [lɯɔ̃ŋ kwiền] Cheekbones. Lưỡng quyền cao : Prominent cheek-bones.

lưỡng thể [lɯɔ̃ŋ θe] 1) Amphibious (animal).

2) (Bot) Diadelphian, diadelphous.

lưỡng thể động vật [lɯɔ̃ŋ θe dọn vật] Amphibia. Thuộc loài lưỡng thể động vật : Amphibian.

lưỡng thị [lɯɔ̃ŋ θị] Binocular.

lưỡng thủy [lɯɔ̃ŋ θwi] (Bot) Bilobate, bilobed.

lưỡng tiện [lɯɔ̃ŋ tiện] Nhứt cử lưỡng tiện : To kill two birds with one stone.

lưỡng tiêu [lɯɔ̃ŋ tieu] Bifocal (lens).

lưỡng tính [lɯɔ̃ŋ tíŋ] Both sexes.

lưỡng toàn [lɯɔ̃ŋ twàn] Perfect in both respects. Tài đức lưỡng toàn : Perfect in both talent and virtue.

lưỡng trắc [lɯɔ̃ŋ trắuk] (Bot) Zygomorphous, zygomorphic.

lưỡng trục [lɯɔ̃ŋ trụk] Biaxial.

lưỡng túc [lɯɔ̃ŋ túk] Dipodous.

lưỡng tướng [tɯɔ̃ŋ tɯớŋ] Diphase, diphasic ; two-phase.

lưỡng viện [lɯɔ̃ŋ viện] Bicameral ; two chambers.

lượng [lɯợŋ] Quantity. Phẩm lượng : Quality and quantity. Độ lượng : Generous. Lực lượng : Forces.

lượng [lɯợŋ] Tael.

lượng cả [lɯợŋ kả] Generous, magnanimous.

lượng chừng [lɯợŋ cừŋ] To estimate, to evaluate.

lượng địa [lɯợŋ dịa] To measure land.

lượng giác [lɯợŋ sák] Trigonometric (al). Phép lượng giác : Trigonometry. Phép lượng giác phẳng : Plane trigonometry.

lượng khí biểu [lɯợŋ xí biểu] Air poise.

lượng lực [lɯợŋ lụk] See lượng sức.

lượng quang [lɯợŋ kwaŋ] Brilliant.

lượng sát [lɯợŋ fát] To examine carefully.

lượng sức [lɯợŋ fứk] To take stock of oneself, of one's strength.

lượng thứ [lɯợŋ θứ] To excuse, pardon, to forgive.

lượng tình [lượŋ tìŋ] To examine the situation and to excuse.

lượng tử [lượŋ tử] (Ch. Ph) Quantum.

lượng xét [lượŋ sét] To examine and to judge.

lướt [lướt] 1) To glide ; to touch or stroke lightly ; to skim (the surface of the water) ; to graze, brush (solid surface). *Đi lướt qua :* To glide past. *Lướt trên mặt nước :* To glide along over the waters. *(Người) Đi lướt qua, (chim) bay lướt qua :* To flit by. *Đi lướt qua người nào :* To brush against, by, past someone. *Bay lướt trên mặt đất :* To skim (along, over) the ground. *Con ma lướt ra khỏi phòng :* The ghost glided out of the room. *Đạn chỉ lướt qua da :* The bullet only grazed the skin. *Bàn tay của nó lướt nhẹ trên dây đờn :* His hand ran lightly over the strings. *Chiếc tàu lướt trên sóng :* The ship rides the waves. *Chiếc tàu lướt trên mặt nước :* The ship slipped through the water. *Các ngón tay của nó lướt nhẹ trên phím dương cầm :* His fingers swept the keys of the piano. 2) To pass quickly. *Bàn lướt qua một vấn đề :* To glance off, from, a subject ; to touch (lightly) on a topic. *Đọc lướt qua một quyển sách :* To look through a book.

lướt mướt [lướt mướt] Soaking wet.

lướt qua [lướt kwa] To skim ; to pass lightly over, only just touching, or not quite touching ; to graze, to brush. *Lướt qua vật gì :* To skim over something. *Đạn chỉ lướt qua da :* The bullet only grazed the skin.

lượt [lượt] Time, turn. *Lần lượt :* In turn, by turns. *Đến lượt ai ? :* Whose turn is it ?. *Tới lượt anh :* It is your turn, the ball is with you. *Nhiều lượt :* At various times, times out of number, times without number, time and time again, time after time. *Vào hai người một lượt :* To come in two at a time.

lượt To filter, strain, leach (water). *Nước lượt :* Filtered water.

lượt bượt [lượt bượt] See **lượt thượt**.

lượt là [lượt là] Silks.

lượt nước [lượt nướk] To filter water.

lượt thượt [lượt θượt] Dài lượt thượt : Dragging, trailing (on the ground). *Áo dài lượt thượt :* Trailing robe.

lưu [lưu] To stop ; to detain, to keep.

lưu lạc [lưu lạk] To drift.

lưu bố [lưu bó] To announce.

lưu bộ [lưu bọ] To stop, to come to a stop, to a standstill.

lưu cắp [lưu kớp] To stay in a form a second year.

lưu chí [lưu ci] To hold (someone) as hostage.

lưu chiều [lưu ciều] Copy of a letter after sending the original.

lưu chú [lưu cú] To pay attention, to pay heed to, to take notice of, to mind (someone, something).

lưu chuyển [lưu cwiển] To move, to change.

lưu cư [lưu kư] To stay, to stop, to sojourn (in a place).

lưu cửu [lưu kửu] Long ; a long time.

lưu danh [lưu zaiŋ] To leave a good name, to hand down a renown. *Lưu danh thiên cổ :* To leave a good name to posterity.

lưu dụng [lưu zụŋ] To maintain (retired official) in his post.

lưu đạn [lưu dạn] Stray bullet.

lưu đăng [lưu dăŋ] To vagabondize.

lưu đày [lưu dày] To exile, to banish, to deport. *Lưu đày người nào ra một hòn đảo :* To banish someone to an island. *Sự lưu đày :* Exile, banishment, deportation. *Sống lưu đày :* To live in exile.

lưu điện học [lưu diện họk] Galvanism.

lưu đồ [[lưu dò] Exile.

lưu độ [lưu dọ] Traffic density.

lưu động [lưu dọŋ] Mobile, movable ; ambulatory, not permanent.

lưu động bộ đội [lưu dọŋ bọ dội] Mobile troops.

lưu giam [lưu ʒam] To hold in prison.

lưu hạ [lưu hạ] To leave.

lưu hành [lưu hàip] (Of bank-notes) To circulate. Sự lưu hành : Circulation, currency (of bank-notes). Cho lưu hành một thứ tiền : To put a coinage into circulation. Tiền bạc đang lưu hành : Current money. Nó bị bắt giữ vì lưu hành giấy bạc giả : He was arrested for passing forged (counterfeit) notes. Cho lưu hành một quyển sách : To circulate a book, to put a book into circulation. Nhiều tiền giả đã được lưu hành : Many false coins are in circulation.

lưu hành bịnh [lưu hàip bịp] Contagious, infectious, communicable, catching, disease.

lưu hành tính cảm mạo [lưu hàip típ kàm mạu] (Med) Influenza.

lưu hoàng [lưu hwàŋ] (Med) Sulphur, brimstone. Lưu hoàng thoi : Roll-sulphur. Lưu hoàng mềm : Plastic sulphur. Phấn lưu hoàng : Flowers of sulphur.

lưu hoạt [lưu hwạt] Running, flowing.

lưu huyết [lưu hwiét] Bloody, sanguinary (battle).

lưu huỳnh [lưu hwìp] See lưu hoàng.

lưu khách [lưu xáik] To keep one's guest.

lưu ký [lưu ki] To deposit.

lưu lạc [lưu lạk] Wandering.

lưu lại [lưu lại] To stay, to stop, to sojourn (in a place). Lưu lại nơi nào vài ngày : To tarry a few days at (= in) a place.

lưu lãng [lưu lãŋ] To wander.

lưu lệ [lưu lẹ] To shed tears.

lưu loát [lưu lwát] Flowing, fluent, easy, free (style). Ăn nói lưu loát : To be a fluent speaker. Văn thể lưu loát : Easy style.

lưu luyến [lưv lwién] To be attached to, fond of.

lưu lượng [lưu lươŋ] 1) Capacity ; delivery.
2) Flow ; traffic volume.

lưu ly [lưu li] Separation, parting.

lưu ly Kind of gem.

lưu manh [lưu maip] Scoundrel.

lưu ngôn [lưu ŋon] Rumour, report.

lưu ngụ [lưu ŋụ] To sojourn.

lưu ngục [lưu ŋụk] To hold in prison.

lưu nhậm [lưu ɲạm] See lưu dụng.

lưu nhân [lưu ɲan] Exile.

lưu phóng [lưu fóŋ] (Jur) To exile, to banish.

lưu phương [lưu fưəŋ] To leave a good name, to hand down a renown.

lưu sa [lưu ʃa] Drift-sand.

lưu sản [lưu ʃản] To miscarry.

lưu tán [lưu tán] To disperse, to scatter.

lưu tàng [lưu tàŋ] To hoard and hide money, etc...

lưu tặng [lưu tạwŋ] A parting gift.

lưu tâm [lưu tɜm] To pay attention, to pay heed to, to take notice, to mind. Lưu tâm đến việc gì : To take account of something, to take something into account.

lưu thanh cơ [lưu θaip kə] Gramophone.

lưu thần [lưu θòn] See lưu tâm.

lưu thông [lưu θoŋ] To circulate.

lưu thông (sự) Circulation, traffic. Lưu thông một chiều : One-way traffic. Mở đường cho sự lưu thông : To open a road for traffic. Sự lưu thông ở những thành phố lớn được điều khiển bằng đèn xanh và đèn đỏ : Traffic in big cities is controlled by green and red lights.

lưu thúy [lưu θwi] Flowing, running, water.

lưu tinh [lưu tip] Shooting star.

lưu tồn [lưu tòn] To preserve, to conserve.

lưu trại [lưu trại] (Mil) Confined to barracks.

lưu tri [lưu tri] To maintain, to keep.

lưu trú [lưu trú] To reside, to live, to stay.

lưu truyền [lưu trwièn] To hand down, to hand on (to posterity).

lưu trữ [lưu trũ] To preserve, to conserve. Lưu trữ công văn : To keep and store government records or documents. *Sở lưu trữ công văn* : (Public) Record Office.

lưu vong [lɯu vɔŋ] In exile. *Chánh phủ lưu vong* : Government in exile.

lưu vực [lɯu vɯk] Valley, basin. *Lưu vực sông Cửu-long* : The Mekong valley.

lưu xứ [lɯu sɯ́] To banish, to exile, to deport.

lưu ý [lɯu í] To pay attention, to pay heed to. *Lưu ý đến chuyện gì, người nào* : To give, pay, heed to something, to someone.

lựu [lựu] (Bot) Pomegranate.

lựu đạn [lựu dạn] Grenade.

lựu đạn cay [lựu dạn kay] Tear gas grenade. *Cảnh sát dùng lựu đạn cay và gậy ngắn để giải tán những người biểu tình* : The police used tear gas grenades and batons to disband the demonstrators.

lựu đạn chồng chiến xa [lựu dạn cóŋ cién sa] Antitank grenade.

lựu đạn giả [lựu dạn ʒả] Practice grenade.

lựu đạn hơi ngạt [lựu dạn hɔi ŋạt] Gas grenade.

lựu đạn khía [lựu dạn xíɔ] Fragmentation grenade.

lựu đạn phòng thủ [lựu dạn fɔ̀ŋ θủ] Defensive grenade.

lựu đạn súng [lựu dạn ʃún] Rifle grenade. *Lựu đạn súng chính xác hơn lựu đạn tay* : The rifle grenades are more accurate than hand grenades.

lựu đạn tay [lựu dạn tay] Hand grenade. *Lựu đạn tay hóa học* : Chemical hand grenade.

lựu đạn tấn công [lựu dạn tấn koŋ] Offensive grenade.

lựu đạn tập [lựu dạn tạp] Practice grenade.

ly [li] Glass, cup. *Ly không chân* : Tumbler. *Ly có chân* : Stemmed glass. *Ly uống rượu* : Wine-glass. *Ly uống sâm-banh* : Champagne glass. *Ly rượu* : Glass of wine. *Uống một hơi cạn ly* : To empty a glass at one gulp. *Cụng*

ly với nhau : To have a glass together. *Ly của tôi đã đầy tràn rồi* : My cup is full, runs over. *Nó cạn ly một hơi một* : He emptied the glass at a draught. *Rót đầy ly người nào* : To fell someone's glass to the brim. *Đưa ly lên môi* : To raise, set one's glass to one's lips. *Đặt, để ly của mình trên bàn* : To set one's glass on the table.

ly Millimeter ; tiny bit.

ly biệt [li biệt] To part, to separate. *Sự ly biệt* : Separation.

ly bôi [li boi] Parting cup.

ly ca [li ka] Parting song.

ly cách [li káik] Separated.

ly chính [li cíŋ] To redress, to right.

ly chức [li cɯ́k] To resign ; to give up, relinquish one's appointment.

ly dị [li zị] To divorce. *Ly dị người nào* : To divorce someone. *Nó muốn ly dị* : He wants to be divorced, to obtain a divorce. *Chúng nó đã ly dị nhau* : They have been divorced. *Chàng muốn tôi ly dị chàng, nói rằng chàng không xứng đáng với tôi* : He wants me to get a divorce, says he's unworthy of me.

ly dị Divorce. *Xin ly dị* : To sue for a divorce. *Tờ ly dị* : Bill of divorcement.

ly đảng [li dảŋ] To renounce, to desert, one's party.

ly gia [li ʒa] To desert one's home.

ly giác [li ʒák] (Astr) Digression ; elongation.

ly gián [li ʒán] To stand between.

ly hôn [li hon] See ly dị.

ly hồn bình [li hòn bịŋ] (Med) Somnambulism.

ly hợp [li hợp] Separation and reunion.

ly hương [li hɯɔŋ] To leave one's native land ; to go abroad.

ly khai [li xai] To leave, to depart.

ly kỳ [li kì] Strange, extraordinary. *Cái nhà có một lịch sử ly kỳ* : A house with a strange history.

ly lạc [li lạk] See ly tán.

ly lạc Palisade, fence.

ly phụ [li fụ] Widow.

ly rượu [li rɯợu] Glass of wine.

ly sầu [li ʃồu] Grief of separation.

ly tán [li tán] Scattered.

ly tâm [li tɔm] Centrifugal (force, etc..). *Sức ly tâm, ly tâm lực* : Centrifugal force. *Máy ly tâm* : Centrifugal, centrifugal machine.

ly thư [li θɯ] Bill of divorcement.

ly tiết [li tiét] Virtue of a widow.

ly trần [li trồn] To die, to leave life.

ly uồng rượu [li uồŋ rɯợu] Wineglass. *Làm gãy ly uồng rượu* : To break off the foot of a wine-glass.

lý [li] Reason, ground. *Có lý, hợp lý* : Reasonable. *Vô lý, phi lý, không hợp lý* : Reasonless, absurd. *Lý của kẻ mạnh bao giờ cũng hơn* : Might is right. *Nó có lý và anh cũng có lý* : He is right and so you are.

lý dịch [li zịk] Village notables.

lý do [li zɔ] Cause, reason, ground, argument. *Lý do chánh đáng* : Good reason. *Vì lý do này hay lý do khác* : For one reason or another. *Lý do để ly dị* : Grounds for divorce. *Hỏi lý do việc gì* : To ask the reason for, of something. *Đó không phải là một lý do* : That doesn't follow. *Những lý do của chúng ta mong mỏi* : Our reasons, grounds, for hope. *Vì lý do cá nhân (riêng)* : On personal ground. *Đó là một lý do thêm để đuổi nó* : That's another argument for dismissing him. *Lý do cuộc quyết đấu không còn nữa* : There was no further object in fighting the duel ; there was no raison d'être for the duel. *Lý do tại sao nó đến* : The reason why he came. *Lý do sự vắng mặt của tôi* : The reason for my absence. *Vì những lý do mà chỉ có tôi biết thôi* : For reasons best known to myself. *Vì lý do sức khoẻ* : For reasons of health, on the score of ill health. *Tôi sẽ làm việc ấy và đây là lý do* : I shall do it and for this reason. *Lý do gia đình* : Family reasons.

lý giải [li ʃài] To comprehend. *Sự lý giải* : Comprehension.

lý hóa [li hửa] Physico-chemical ; physics and chemistry.

lý hóa – học [li hửa họk] Physical chemistry.

lý học [li họk] Physics.

lý hội [li hội] 1) To understand, to comprehend.

2) To pay attention, to pay need to something.

lý khoa [li xwa] Physics.

lý lắc [li lắuk] To be high strung.

lý lẽ [li lẽ] Argument, cause, reason, ground. *Vì những lý lẽ riêng* : On personal grounds. *Lý lẽ không vững chắc* : Argument of little substance. *Có lý lẽ xui nên sự bất bình*: To have cause for dissatisfaction. *Tìm những lý lẽ để chỉ cho biết việc gì không thể làm được* : To argue that something is impossible.

lý lịch [li lịk] Curriculum vitae. *Tư pháp lý lịch* : Records of punishments (of convict).

lý luận [li lwận] To reason, to argue.

lý luận Argument, reasoning. *Theo lý luận của người nào* : To follow someone's argument. *Hay lý luận*: Argumentative. *Lý luận quanh co* : Crooked reasoning. *Lý luận không thể đứng vững được* : Argument that won't hold water.

lý luận To argue.

lý luận học [li lwận họk] Logic.

lý ngư [li ŋɯ] (Z) Carp.

lý pháp [li fáp] In due form.

lý phát [li fát] 1) To comb one's hair.

2) To have one's hair cut.

lý quốc [li kwók] To govern country.

lý số [li ʃó] Physics and mathematics.

lý sự [li fự] To reason, to argue. *Lý sự cùn* : To argue without end.

lý tài [li tài] To manage finances.

lý thú [li θú] Interesting.

lý thuyết [li θwiét] Theory. *Lý thuyết không thể đứng vững được* : Theory that does not hold water. *Lý thuyết này đã được nhiều nhà bác học bìn* vực : This theory has been contended for by several scientists. *Các sĩ quan hải quân phải hiểu cả về lý thuyết và thực hành hàng hải* : Naval officers must understand both the theory and the practice of navigation. *Lý thuyết không đi đôi với sự kiện* : Theory at variance with the facts.

lý tính [li tín] See lý trí.

lý trí [li trí] Reason ; faculty of reasoning. *Lý trí phân biệt loài người với loài thú* : Reason distinguishes man from animals.

lý trưởng [li trưởn] Village mayor.

lý tưởng [li tưởn] Ideal. *Người lý tưởng, nhân vật lý tưởng* : Ideal personage.

lý tưởng Ideal. *Cái đẹp lý tưởng* : The ideal of beauty. *Lý tưởng tính* : Ideality.

lý tưởng chủ nghĩa [li tưởn cũ ŋĩa] Idealism.

lý tưởng hóa [li tưởn hwa] To idealize. *Sự lý tưởng hóa* : Idealization.

lý ưng [li ưŋ] Logically, rationally.

lỳ [li] See lì.

ly [li] *Bịnh ly* : Dysentery.

L

M

ma [ma] Ghost, phantom, spirit, devil.
Anh có thích chuyện ma không ?: Do you
like ghost stories ?. *Nó có vẻ như đã
gặp ma :* He looked as if he had seen
a ghost (i.e. frightened). *Ở đây có ma :*
This place is haunted. *Lâu đài cổ nầy
nghe nói có ma :* This old castle is said
to be haunted. *Nó quả quyết đã thấy
ma:*He was positive he had seen a ghost.

ma Funeral. *Đưa ma :* To attend a
funeral.

ma ám [ma ám] *Bị ma ám :* To be
possessed by the devil.

ma chay [ma cay] Funeral ceremonies.

ma cô [ma ko] Pimp, pander, procurer.

ma đạo[ma dạu] Black magic.

ma hoàng [ma hwàŋ] (Bot) Ephedra.

ma lực [ma lụk] Occult force.

ma men [ma mɛn] The demon of
drunkenness.

ma nhê tô [ma ɲe to] Magneto.

ma pháp [ma fáp] Demonry.

ma phong [ma fɔŋ] (Med) Leprosy.

ma quái [ma kwái] Ghost, devil.

ma qui [ma kwi] Spirits, ghosts and
devil. *Tin ma qui :* To believe in ghosts,
to believe in spirits.

Ma rốc [ma rók] (Geog) Morocco.
Người Ma rốc : Moroccan.

ma sát [ma ʃát] To rub.

ma thuật [ma θwụt] Magic.

ma trắc [ma tráuk] Truncheon.

ma trơi [ma trơi] Jack-o'-lantern, will-
o'-the-wisp.

ma túy [ma twí] Narcotic.

ma vương [ma vɯɤŋ] Satan, archfiend.

má [má] Cheek. *Xương gò má :* Cheek-
bone. *Má đẫm đìa nước mắt :* Cheeks
suffused with tears. *Nước mắt lăn
xuống đôi má của nó :* The tears rolled
down his cheeks. *Thoa nhẹ phấn vào
hai bên má :* To dab one's cheek with
powder.

má Mother ; mama, mamma, mummy
(used by children).

má bánh đúc [má báiɲ dúk] Chubby,
bulging cheeks. *Người má bánh đúc :*
Man with bulging cheeks.

má bầu [má bầu] See má bánh đúc.

má chín [má cin] (Com) Comprador,
middleman.

má đào [má dàu] See má hồng.

má hóp [má hóp] Hollow cheeks, sunken
cheeks, gaunt cheeks. *Người có má
hóp :* Hollow-cheek, gaunt (-faced)
person. *Bịnh đã làm má nó hóp
vào.* Sickness had hollowed his cheeks.

má hồng [má hồŋ] 1) Rosy cheeks, pink
cheeks, ruddy cheeks. *Thoa má hồng :*
To rouge one's cheeks.
2) Woman.

má núng đồng tiền [má núŋ dòŋ tiền]
Dimpled cheeks.

má phần [má fấn] Made up face,
painted cheeks. *Má phấn môi son :*
Painted cheeks and red lips.

má phị [má fị] Falling, baggy, cheeks

má thõn [má θɔn] Hollow cheeks.

má xệ [má sẹ] See má phị.

mà [mà] 1) But. *Không có người nào mà không hiểu việc ấy cả* : There is no one but understands this. *Ai mà biết nó đến hay không ?* : Who knows but that he may come ?. *Không bao giờ đi ngang qua đó mà tôi không nghĩ đến anh* : I never pass there but I think of you.

2) And. *Nó đến không có viết chì mà cũng không có viết mực* : He had come without pencil and pen.

3) Which, whichever, whom. *Những quyển sách mà tôi có* : The books which I possess. *Lựa cái nào mà anh thích nhứt* : Choose the one which you like best. *Nó bảo tôi đóng cửa lại, việc mà tôi đã làm rồi* : He told me to shut the door, which I had already done. *Cái nhà mà tôi nói đó* : The house of which I speak. *Hộc tủ mà tôi đã làm mất chìa khóa* : The drawer of which I have lost the key. *Lấy cái nào mà anh thích nhứt* : Take whichever you like best. *Người mà anh thấy* : The man whom you saw. *Người bạn mà tôi nói* : The friend of whom I speak. *Cách mà nó nhìn tôi* : The way (in which) he looked at me. *Quyển sách mà tôi cần* : The book (which, that) I want.

4) What, that. *Vì việc ấy mà tôi đến* : That is what I have come for. *Một màu khác hơn màu mà tôi đã có lúc trước* : A different colour from that which I had before. *Tất cả những gì mà tôi đã thấy* : All those that I saw. *Những đứa trẻ mà anh thấy đó* : The children that you see. *Người mà tôi đang nói đến* : The man (that) I am speaking of, about. *Bữa tối mà tôi đi xem hát* : The night (that) I went to the theatre. *Cũng vì chuyện ấy mà chúng nó đánh nhau* : It was for this that they fought. *Không có năm nào mà nó không viết thơ cho chúng tôi* : Never a year goes by that he doesn't write to us.

5) Where. *Nó đến chỗ mà tôi đã câu cá* : He came to where I was fishing.

Cái nhà nơi mà tôi được sanh ra : The house where I was born.

mà cả [mà kả] To bargain, to haggle, to dicker. *Mà cả vật gì với người nào*: To haggle, bargain, with someone over something. *Mà cả với người nào* : To haggle over the price with someone, to beat someone down. *Mà cả vật gì* : To beat down the price of something.

mả [mả] Grave, tomb. *Bới mả, đào mả, quật mả* : To rifle a tomb.

mã [mã] Appearance, plumage. *Tốt mã* : To have good appearance.

mã Horse. *Thượng mã, hạ mã* : To mount, to dismount.

mã bằng [mã bàuŋ] Stable.

mã binh [mã biŋ] Horseman, cavalryman.

mã cách khỏa thi [mã káik xwa θi] To die in battle.

mã dịch [mã zịk] To decode (message).

mã giáp [mã ʒáp] Horse cuirass.

mã hóa [mã hwa] To code (a message).

mã hoàng [mã hwàŋ] (Ann) Leech.

mã lặc [mã lạuk] Bridle.

mã lực [mã lụk] Horse-power. *Mã lực giờ* : (Mec) Metric horse-power-hour. *Xe bốn chục mã lực* : A forty horse power car, a car of forty horse-power.

mã não [mã nãu] (Miner) Agate.

mã phong [mã fɔŋ] (Ent) Hornet, wood wasp.

mã phu [mã fu] Groom, stableman, ostler, stable-boy.

mã tà [mã tà] Policeman.

mã tấu [mã táu] Scimitar, matchet, machete.

mã thuật [mã θwạt] Equitation, horsemanship, riding.

mã thượng [mã θwặŋ] 1) On horseback. 2) Immediately.

mã tiên [mã tien] Riding-whip.

mã vĩ [mã vĩ] Horse's tail.

mã yên [mã ien] Saddle.

mạ [mạ] Young rice plants, rice seedling. *Gieo mạ* : To sow rice seeds.

mạ To plate.

mạ bạc [mạ bạk] To silver, to silver-plate. *Thợ mạ bạc* : Silverer, silver-plater.

mạ bạc Silver-plated.

mạ điện [mạ diẹn] To galvanize, to electro–plate. *Thợ mạ điện* : Electro-plater.

mạ đồng [mạ dòŋ] To copper.

mạ kẽm [mạ kẽm] (Metall) To galvanize, to (electro–)plate, to zinc.

mạ kền [mạ kèn] To nickel, to nickel-plate ; nickelled, nickel-plated.

mạ vàng [mạ vàŋ] To giud. *Sự mạ vàng* : Gilding. *Đồng mạ vàng* : Gilt-bronze. *Thợ mạ vàng* : Gilder. *Mạ vàng vật gì* : To gild something over.

mác [mák] Scimitar.

mác–xít [mák sít] Marxist. *Chủ nghĩa mác-xít* : Marxism.

mạc [mạk] Curtain, screen.

mách [máik] To sneak, to tell tales. *Nó hay mách lẻo* : He is always tale-telling, talebearing, sneaking, peaching. *Mách người nào* : To sneak, tell, on someone. *Người hay mách* : Tale-bearer, tell–tale, sneak. *Mách lại việc gì với người nào* : To let on about something to someone.

mách bảo [máik bảu] To inform.

mách lẻo [máik lẻu] To tell tales.

mách quẻ [máik kwẻ] To lie, to bluff.

mạch [mạik] (El) Circuit.

mạch 1) (Physiol) Pulse. *Mạch yếu* : Low, weak, pulse. *Mạch mau* : Quick, rapid, pulse. *Mạch không đều* : Irregular pulse. *Mạch khác thường* : Pulsus paradoxus. *Mạch đều* : Equable pulse. *Bắt mạch, coi mạch* : To feel the pulse. *Mạch của bệnh nhân yếu* : The patient has a weak pulse. *Bắt mạch người nào* : To feel someone's pulse.

2) (Anat, Bot) Vessel, canal, duct.

mạch *Một mạch* : At one stretch. *Viết hai đoạn luôn một mạch* : To write two chapters at one stretch, at one sitting. *Đi một mạch ba cây số* : To

walk three kilometers at one stretch.

mạch To denounce, to expose (someone) ; to inform against (someone). *Mạch (việc gì của) người nào với cảnh sát* : To lay information against someone with the police ; to report someone to the police.

mạch áp [mạik áp] Tightening of the pulse.

mạch đồ [mạik dò] (Med) Sphygmogram.

mạch kẻ [mạik kẻ] See mạch lực kẻ.

mạch ký [mạik kí] (Med) Sphygmograph.

mạch lạc [mạik lạk] 1) Veins.

2) Cohesion, clearness, coherence, coherency. *Không mạch lạc* : Discursive, disjointed (style). *Bài diễn văn có mạch lạc* : Connected speech.

mạch lực kẻ [mạik lựk kẻ] (Med) Sphygmomanometer.

mạch máu [mạik máu] Blood-vessel. *Làm đứt mạch máu* : To rupture a blood-vessel.

mạch mỏ [mạik mỏ] (Geol) Lode, vein of ore.

mạch mộc [mạik mọk] Fine rain.

mạch nha [mạik ŋa] Malt.

mạch nước [mạik nứrk] Subterranean stream of water.

mạch quản [mạik kwản] Blood-vessel.

mạch rẽ [mạik rẽ] (El) Shunt(ing).

mạch tửu [mạik tửu] Beer.

mai [mai] Carapace (of tortoise), tortoise-shell.

mai To-morrow. *Sáng mai* : To-morrow morning. *Ngày mai là Chúa nhựt* : To-morrow is, will be, Sunday. *Chiều mai* : To-morrow evening. *Mai là ngày nghỉ* : To-morrow is a holiday. *Sáng mai hãy đến* : Come to-morrow morning. *Anh sẽ đọc chuyện ấy trong báo ngày mai* : You will read it in to-morrow's paper. *Không nên hoãn lạ ngày mai việc có thể làm hôm nay* . Never put off to-morrow what you can do to-day. *Ngày mai tôi phải lạ thăm nó* : I am to see him to-morrow

Mai gởi tiền cho tôi nhé : Let me have the money to-morrow.

mai Spade. *Cán mai :* Helve of spade.

mai *Ông (bà) mai :* Match-maker.

mai cốt [mai kót] To bury the bones, (fig) to die.

mai danh [mai zainɲ] To conceal one's name, to live in retirement.

mai hậu [mai hạu] Later, later on, in the future.

mai hương [mai hưɔŋ] To bury the perfume, (fig) death of a beautiful girl.

mai khôi hoa [mai xoi hwa] (Bot) Rose.

mai kia [mai kiɔ] Soon; in the future.

mai mốt [mai mót] Soon.

mai một [mai mọt] *Đề tài mai một :* To wrap up one's talent in a napkin.

mai phục [mai fụk] To ambush, to lie in ambush. *Cho binh sĩ mai phục :* To place troops in ambush, under cover. *Chỗ mai phục :* Ambush.

mai rùa [mai rừɔ] Carapace of tortoise, tortoise-shell.

mai sau [mai ʃau] Later, later on, in the future. *Nghĩ một cuộc đời sung sướng mai sau :* To look forward to a happy life.

mai táng [mai táŋ] To bury, to inter, to entomb. *Sự mai táng :* Burial, burying. *Chỗ mai táng :* Burial-place. *Giống mai táng trùng :* Burying-beetle.

mai tàng [mai tàŋ] To hide in the ground.

mái [mái] Large glazed earthenware jar.

mái Roof. *Mái nhà lợp bằng đá đen :* Slated roof. *Mái bằng :* Flat roof. *Nhà mái thấp :* Low-roofed house.

mái Female. *Gà mái :* Hen. *Chim mái :* Hen bird.

mái chèo [mái cừu] Oar.

mái giầm [mái ʒầm] Paddle.

mái hiên [mái hien] Veranda(h), porch roof, eaves.

mái lều [mái lèu] Fly of a tent.

mái ngói [mái ŋ ói] Tiled roof.

mái nhà [mái ɲà] Roof, house-top. *Mái nhà sập xuống :* The roof fell in. *Làm sườn mái nhà :* To frame a roof. *Mái nhà nằm trên tám cây cột :* The roof rests on eight columns.

mái rơm [mái rɔm] Straw roof.

mái tóc [mái tók] Hair. *Sửa mái tóc lại cho ngay ngắn :* To put one's hair straight.

mái tranh [mái traiɲ] Thatched roof.

mái tròn [mái trɔn] Dome.

mài [mài] To whet (scythe) ; to sharpen, set an edge on, grind (knife, etc...) ; to set (saw, razor, etc...). *Đá mài :* Whetstone.

mài dao [mài zau] To sharpen a knife, to grind a knife.

mài đục [mài dụk] To set a chisel.

mài mại [mài mại] Vaguely, dimly. *Nhớ mài mại :* To remember vaguely.

mài miệt [mài miệt] To be absorbed in, give oneself up to (something) ; to devote oneself to. *Mài miệt trong cuộc truy hoan :* To give oneself up to sensual pleasures.

mải [mải] To become absorbed, engrossed in ; to be busy with ; to give oneself up entirely. *Mải đọc sách :* To become engrossed in a book, to pore over a book. *Mải suy nghĩ :* To be lost in thought. *Mải miết làm việc gì :* To busy oneself with doing something.

mải học [mải họk] To devote oneself to study.

mải nghĩ [mải ŋĩ] To be lost in thought.

mải nhìn [mải ɲin] To let one's glance rest on (something).

mãi [mãi] (Not used alone) Continually.

mãi (Not used alone) To buy, to purchase.

mãi biện [mãi biện] Comprador.

mãi chú [mãi củ] Purchaser, buyer.

mãi danh [mãi zaiɲ] To purchase honours.

mãi dâm [mãi zɔm] To prostitute oneself.

mãi lộ [mãi lọ] Blackmail paid to highwaymen in ancient times.

mãi lực [mãi lựk] Purchasing power.

mãi mãi [mãi mãi] For ever, for ever and ever; for ever and a day; everlasting, endless, eternal. Sống mãi mãi: To live for ever.

mãi mại [mãi mại] To buy and sell.

mãi nô [mãi no] To buy slaves.

mãi tiếu [mãi tiếu] To buy a smile, (fig) to frequent prostitutes.

mại [mại] (Not used alone) To sell.

mại bản [mại bản] Comprador.

mại chú [mại củ] Seller.

mại cứ [mại kứ] Invoice, bill (of sale).

mại danh [mại zaiɲ] To parade one's renown.

mại dâm [mại zəm] To prostitute oneself. Sự mại dâm: Prostitution.

mại hôn [mại hon] To marry for money.

mại kiểm [mại kiểm] To sell one's cheeks, (fig) to prostitute oneself.

mại mãi [mại mãi] To sell and buy.

mại nô [mại no] To sell slaves.

mại quốc [mại kwók] To betray one's country, to sell one's country.

mại thanh [mại θaiɲ] To parade one's renown.

mại thân [mại θən] (Of woman) To sell her body for sexual intercourse; to prostitute oneself.

mại tiếu [mại tiếu] (Of woman) To sell one's smile, (fig) to prostitute oneself.

mại văn [mại vaɯn] To sell one's writing.

mại xuân [mại swən] To prostitute oneself.

man bất kinh tâm [man bốt kiɲ təm] Heedless, careless, taking no heed.

man di [man zi] Savage.

man diên [man zien] Continuously, incessantly, ceaselessly.

man diên To overflow, to brim over.

man han [man han] Vague, indefinite.

man mác [man mák] 1) Immense, very large.
2) Vague.

man mạc [man mạk] Immense; many.

man man [man man] 1) Lasting, durable, endurable.
2) Immense, very large.

man mát [man mát] Coolish, slightly fresh, rather cool.

man muội [man muội] False, deceitful.

man thảo [man θảu] Creeper, creeping plant.

man tộc [man tọk] Uncivilized people.

man trá [man trá] Fraudulent.

màn [màn] 1) Curtain. Dây để kéo màn: Curtain-loop. Khoen để treo màn: Curtain-ring. Cây sắt để treo màn: Curtain-rod. Kéo màn: To raise the curtains. Hạ màn: To drop the curtains. Rung chuông hạ màn: To ring down the curtain. Vì không muốn người ta thấy nên tôi kéo màn xuống: Not wishing to be seen, I drew the curtain. Nó trốn sau tấm màn: He hid behind the curtain.
2) Screen, curtain (of trees, etc.); film (of smoke etc.); veil.
3) Screen (of a play).

màn Mosquito-net. See mùng.

màn ảnh [màn ảiɲ] Screen. Chiếu một cuốn phim trên màn ảnh: To show a film on the screen. Ngôi sao màn ảnh: Screen star, film-star, movie star Nghệ thuật màn ảnh: The films.

màn bạc [màn bạk] See màn ảnh.

màn cây [màn kei] Screen of trees.

màn che [màn cɛ] (Mec) Protectiv screen.

màn cuốn [màn kuốn] Blind curtain

màn cửa sổ [màn kửa ʃỏ] Window curtains.

màn đen [màn đɛn] Black curtain.

màn giường [màn ʃɯờŋ] Bed-curtain

màn khói [màn xói] Smoke-screen, curtain of smoke, smoke-curtain.

màn muỗi [màn muỗi] Mosquito-net mosquito-curtain.

màn sắt [màn ʃáɯt] Safety-curtain. B màn sắt: The Iron Curtain.

màn sương [màn ʃɯơŋ] Curtain of mi veil of mist.

màn tre [màn trɛ] Bức màn tre : The Bamboo Curtain.

mãn [mãn] (Of term of office, etc...) To expire, to come to an end.

mãn Thỏa mãn : Satisfied.

mãn cuộc [mãn kwɔrk] The end of an affair.

mãn đời [mãn dòi] During one's life-time, to the end of one's life.

mãn hạn [mãn hạn] (Of base) To fall in, run out ; (of a period of time) to come to an end, at the end of the time allowed. Sự mãn hạn : Expiration.

mãn hạn Time-expired (soldiers and sailors).

mãn khóa [mãn xwá] Lễ mãn khóa : Graduation ceremony.

mãn kiếp [mãn kiếp] During one's life-time.

mãn kỳ [mãn ki] See mãn hạn.

mãn lính [mãn líɲ] To finish one's military service.

mãn nguyện [mãn ŋwiện] Content, satisfied, contented. Sự mãn nguyện : Contentment, satisfaction.

mãn phần [mãn fɔn] To die.

mãn phúc [mãn fúk] Complete happiness.

mãn phục [mãn fụk] See mãn tang.

mãn tang [mãn taŋ] To go out of mourning, to leave off mourning ; end of mourning.

mãn túc [mãn túk] Complete ; satisfied, content.

mãn tử [mãn tử] Youngest child, last-born child.

mãn ý [mãn i] Satisfied, contented (with).

mạn [mạn] Side (of a boat). Mạn tàu : Side of a ship.

mạn Region, area.

mạn du [mạn zu] To roam.

mạn đãi [mạn dãi] Lazy, slothful, indolent.

mạn hãn [mạn hãn] Vast, spacious.

mạn họa [mạn hwa] Caricature. Nhà mạn họa : Caricaturist.

mạn hoan [mạn hwan] To disintegrate.

mạn mạ [mạn mạ] To abuse.

mạn mạn [mạn mạn] Long and spacious ; without border.

mạn tàu [mạn tàu] Broadside, side of a ship.

mạn thế [mạn θế] To be contemptuous of the world.

mạn thuyền [mạn θwièn] Side of a boat.

mạn vũ [mạn vũ] To despise, to contemn, to scorn.

mang [maŋ] 1) To carry ; to wear. Mang mặt nạ : To wear a mask, to put on a mask. Mang bao tay vào : To pull on one's gloves.
2) Có mang : To be pregnant.

mang Gills, branchiae. Có mang : Branchiate. Không có mang : Abranchial, abranchiate.

mang bách [maŋ báik] Busy and hurried.

mang bịnh [maŋ bịɲ] To contract, catch, a disease.

mang cá [maŋ ká] Gills, branchiae. Thuộc về mang cá : Branchial.

mang cự [maŋ kụ] Pressed, hurried.

mang dương [maŋ zwơŋ] Immense.

mang đến [maŋ dén] To bring along.

mang đi [maŋ di] To carry away, to carry off, to take away. Những người bị thương được mang đi : The wounded men were carried away. Binh sĩ bắt hai người và mang họ đi : The soldiers seized the two men and carried them off.

mang điện [maŋ diện] To electrify.

mang ghệt [maŋ gét] To put on one's gaiters.

mang giày [maŋ ʒày] To wear shoes ; to put on one's shoes. Tôi mang giày tôi mòn đến lủng lỗ : I have worn my shoes into holes.

mang gươm [maŋ gwơm] To wear, carry, a sword.

mang kiến (kính) [maŋ kién] To wear spectacles ; to put on one's spectacles ; to wear glasses.

mang mang [maŋ maŋ] 1) Very far.
2) Immense, vast.

M

mang mang 1) Very busy.

2) Pressed, hurried.

mang máng [maŋ máŋ] Vaguely, dimly. *Nhớ mang máng :* To remember vaguely, dimly. *Nghe mang máng :* To hear vaguely.

mang mũi [maŋ mũi] To alae of the nose.

mang muội [maŋ muội] Obscure, not clear.

mang nặng đẻ đau [maŋ nạưŋ dẻ dau] The pains, throes, of childbirth.

mang nhiên [maŋ ɲien] Obscure, vague.

mang nợ [maŋ nợ] To get, run, into debt, to be in debt, to be indebted, to contract debts.

mang ơn [maŋ ơn] Indebted, beholden, owing thanks. *Mang ơn người nào :* To be beholden to someone, to owe a debt of gratitude to someone.

mang tật [maŋ tật] Disabled.

mang tiếng [maŋ tiếŋ] To suffer a bad reputation.

mang trục [maŋ trục] Bolster.

mang xuồng [maŋ suốŋ] To carry down.

máng [máŋ] Gutter, spout.

máng Trough. *Máng đựng · nước (cho súc vật uống) :* Drinking-trough. *Máng cho súc vật ăn :* Feeding-trough, manger.

máng To hang up (clothes etc...).

máng áo [máŋ áu] Dress-hanger, coat-hanger.

máng cỏ [máŋ kɔ] Manger.

máng xối [máŋ sói] Gutter, water-spout, watershoot.

màng [màŋ] (Only used negatively) To interest in, to take into account. *Không màng đến việc gì :* To take no (further) interest in something, to make little account of something.

màng (Anat) Membrane ; (Zoo) web (of web-footed bird).

màng bao [màŋ bau] (Anat) Envelopment.

màng bụng [màŋ bụŋ] (Anat) Peritoneum. *Thuộc về màng bụng :* Peritoneal. *Bịnh sưng màng bụng :* Peritonitis.

màng cơ [màŋ kɔ] (Anat) Fascia. *Thuộc về màng cơ :* Fascial.

màng da [màŋ za] (Anat) Frenum.

màng dện [màŋ zện] See màng nhện.

màng hột [màŋ họt] (Bot) Diaphragm.

màng mỡ [màŋ mỡ] See màng bụng.

màng nhầy trong tử cung [màŋ ɲềi trɔŋ tử kuŋ] (Anat) Endometrium.

màng nhện [màŋ ɲện] Cobweb, spider's web.

màng nhĩ [màŋ ɲĩ] Ear-drum.

màng óc [màŋ ɔk] (Anat) Meninx, meninges ; arachnoid. *Thuộc về màng óc :* Meningeal, meningle. *Mạch máu ở màng óc :* Meningeal artery. *Bịnh sưng màng óc :* Meningitis. *Vi trùng bịnh sưng màng óc :* Meningo-coccus. *Chứng xuất huyết ở màng óc :* Meningorrhagia. *Chứng mụn u màng óc :* Meningocele. *Chứng sưng tủy xương sống và màng óc :* Meningo-myelitis.

màng phổi [màŋ fổi] (Anat) Pleura. *Thuộc về màng phổi :* Pleural. *Chứng sưng màng phổi :* Pleurisy. *Chứng nhức màng phổi :* Pleurodynia. *Thuộc về chứng sưng màng phổi :* Pleuritic. *Chứng sưng màng phổi và màng tim :* Pleuropericarditis. *Bịnh sưng phổi và màng phổi :* Pleuro-pneumonia.

màng ruột [màŋ ruột] (Anat) Mesentery. *Bịnh sưng màng ruột :* Mesenteritis. *Thuộc về màng ruột :* Mesenteric.

màng tang [màŋ taŋ] (Anat) Temple. *Xương màng tang :* Temple - bone. *Gân màng tang :* Temporal muscle. *Thuộc về màng tang :* Temporal. *Bị đánh ngay màng tang :* Struck on the temple.

màng thóp [màŋ θɔp] (Anat) Caul.

màng trinh [màŋ trịɲ] Hymen.

màng trồng [màŋ trốŋ] (Anat) Ear-drum, tympanum.

màng trùm [màŋ trùm] See màng thóp.

màng xử nữ [màŋ sửŋ nửu] Hymen.

màng [màŋ] Float. See bè.

màng To be absorbed entirely in (study, etc...).

mảng Piece. *Sơn tróc ra từng mảng* : The paint is flaking off.

mãng [mãŋ] *Lỗ mãng* : Coarse.

mãng cầu [mãŋ kòu] (Bot) Custard-apple.

mãng xà [mãŋ sà] Python.

mạng [mạŋ] Veil. *Che mặt bằng mạng* : To veil one's face.

mạng To darn. *Chỗ mạng* : Darn. *Kim-mạng* : Darning-needle. *Len để mạng* : Darning-wool. *Vớ (bít-tất) của nó được mạng đi mạng lại* : His socks had been darned again and again.

mạng (= mệnh) Life. *Định mạng, số mạng* : Destiny. *Nó bán mắc mạng của nó* : He sold his life dear (e.g. when hundreds of soldiers were killed).

mạng án [mạŋ án] Murder.

mạng bạc [mạŋ bạk] Bad destiny.

mạng bít-tất [mạŋ bít-tất] To darn (a hole in) a sock.

mạng căn [mạŋ kawn] Source of life.

mạng cầu [mạŋ kòu] (Bot) Custard-apple.

mạng chung [mạŋ cuŋ] To die, to pass away.

mạng danh [mạŋ zaiŋ] To call, to name.

mạng dện [mạŋ zện] Cobweb, spider's web. See mạng nhện.

mạng đồ [mạŋ dò] Destiny, fate.

mạng hệ [mạŋ hệ] See mạng đồ.

mạng lịnh [mạŋ lịŋ] Order, command, dictate. *Mạng lịnh rõ ràng* : Distinct order.

mạng nhện [mạŋ ŋẹn] Cobweb, spider's web. *Giống mạng nhện* : Cobweb-like. *Đầy mạng nhện* : Cobwebby. *Quét sạch mạng nhện ở vật gì* : To brush, sweep, away the cobwebs from something, to clear something of cobwebs.

mạng một [mạŋ mọt] To die.

mạng phận [mạŋ fạn] Destiny, fate.

mạng phụ [mạŋ fụ] Wife of a mandarin.

mạng trời [mạŋ trời] Dispensation of Providence.

mạng vận [mạŋ vạn] Destiny, fate.

mạng vong [mạŋ voŋ] To die.

mạng ý [mạŋ í] To mind ; to pay attention to, pay heed to, take notice of.

manh [maiŋ] Piece. *Manh vải* : Piece of material.

manh *Sắc manh* : Daltonism.

manh á [maiŋ á] Blind and dumb. *Manh á học hiệu* : School for the blind and dumb.

manh áo [maiŋ áu] A coat.

manh chiều [maiŋ ciều] A mat.

manh giầy [maiŋ zếi] Quire of paper.

manh lê [maiŋ le] People.

manh mối [maiŋ mói] Clue. *Tìm ra manh mối của việc gì* : To get, find, the clue of something. *Không có manh mối gì về căn cước của tên sát nhân cả*: There is no clue to the identity of the murderer.

manh mục [maiŋ mụk] Blind.

manh nan [maiŋ nan] (Bot, Anat) Follicle, follicule.

manh nha [maiŋ ŋa] Sprout, germ.

manh nha To sprout, to germinate.

manh tâm [maiŋ tạm] To intend to, mean to.

manh tòng [maiŋ tòŋ] To follow blindly.

manh triệu [maiŋ triệu] Prognostic.

manh trường [maiŋ trườŋ] (Anat) Caecum.

mánh khoé [máiŋ xwế] See mánh lới.

mánh lới [máiŋ lới] Trick, dodge. *Mánh lới nhà nghề* : The trick of the trade. *Tìm được mánh lới để làm việc gì* : To discover the dodge of doing something.

mành mành [màiŋ màiŋ] Blind, blind curtain.

mảnh [mảiŋ] Fragment, flinders, piece, bit. *Bể ra từng mảnh* : Smashed to

M

fragments ; to break in(to) flinders. *Đập vật gì bể ra từng mảnh* : To break something into bits, into fragments ; to break, smash, something to pieces. *Quần áo của tôi rách ra từng mảnh* : My clothes are falling (coming) to pieces. *Bình trà rớt xuống và bể ra từng mảnh* : The teapot fell and was broken to pieces.

mảnh Piece. *Mảnh chiếu* : A mat. *Mảnh áo* : A coat.

mảnh dẻ [mảip zẻ] Thin, slender.

mảnh khảnh [mảip xảip] Slight, slim, slender, not stout (person).

mảnh mai [mảip mai] Slender. *Cô gái mảnh mai* : A slender girl.

mảnh tình [mảip tịp] Love.

mảnh vụn [mảip vụn] Fragment, debris, broken pieces.

mảnh vườn [mảip vươòn] A small garden.

mãnh [mãip] Strong ; cruel ; fierce.

mãnh cầm [mãip kầm] Birds of prey.

mãnh cầm loại [mãip kầm lwại] The raptores.

mãnh dũng [mãip zũŋ] Strong and courageous.

mãnh hổ [mãip hổ] Ferocious, fierce, tiger.

mãnh liệt [mãip liệt] Violent, vehement ; furious, intense, burning, fierce.

mãnh lực [mãip lụk] Force, strength..

mãnh nhân [mãip pən] Cruel man.

mãnh quyết [mãip kwiét] To decide firmly.

mãnh sĩ [mãip ʃi] Strong and courageous man.

mãnh sư [mãip ʃɯ] Ferocious lion.

mãnh thú [mãip θú] Wild beast.

mãnh tiến [mãip tién] Rapid advance.

mãnh tính [mãip típ] Violent, vehement, character.

mãnh tỉnh [mãip tỉp] To be disillusionned suddenly.

mãnh tướng [mãip tươóŋ] Courageous general.

mạnh [mạip] 1) Strong, robust. *Trở*

nên mạnh thêm : To grow stronger. *Gió thổi mạnh* : Strong wind. *Rượu mạnh* : Strong drink. *Khỏe mạnh* : Healthy. *Nó mạnh lại* : He is on his feet again, he is well again after an illness.

2) Drastic, strong (remedy, measure, etc..).

mạnh bạo [mạip bạu] Strong and brave.

mạnh cánh [mạip káip] To be influential.

mạnh chân khỏe tay [mạip cən xwẻ tay] To be well, to enjoy good health.

mạnh dạn [mạip zạn] Strong, forceful ; forcible.

mạnh giỏi [mạip zỏi] To be well, in good health ; to be in, to enjoy, the best of health.

mạnh khỏe [mạip xwẻ] Sound, strong, healthy, vigorous, athletic. *Những người mạnh khỏe* : The strong. *Anh mạnh khỏe thế nào?* : How are you ? : *Vẫn mạnh khỏe* : To keep well, in good health.

mạnh lại [mạip lại] To gain strength, to become stronger (after an illness).

mạnh mẽ [mạip mẽ] Strong, vigorous. *Thể chất mạnh mẽ* : Strong constitution. *Người mạnh mẽ* : Strong fellow. *Những người mạnh mẽ* : The strong.

mạnh rượu [mạip rượu] To carry one's liquor well.

mao am [mau am] Small thatched pagoda.

mao bộ [mau bộ] (Bot) Trichome.

mao dẫn [mau zẫn] See mao quản.

mao không [mau xôŋ] Pore.

mao lư [mau lɯ] Thatched cottage.

mao ốc [mau ók] See mao lư.

mao quản [mau kwản] Capillary. *Ống mao quản* : Capillary tube. *Mạch mao quản* : The capillary vessels, the capillaries. *Sức hút mao quản* : Capillary attraction.

mao tế quản [mau té kwản] The capillary vessels, the capillaries.

mao trạng [mau trạn] (Anat) Villus

mao xá [mau sá] Thatched cottage.

mào [màu] Comb, crest (of bird).

mào *Khai mào* : To begin, to start.

mào đầu [màu dòu] Preambule, preface.

mào gà [màu gà] Cockscomb.

mão [mãu] The fourth Earth's Stem.

mão *Bán mão* : To sell in bulk.

mạo [mạu] *Giả mạo* : To forge. *Diện mạo* : Countenance.

mạo bài [mạu bài] (Com) To infringe a patent.

mạo cáo [mạu káu] To accuse falsely; false accusation.

mạo danh [mạu zaiɲ] To assume another person's name.

mạo hiểm [mạu hiểm] To adventure, to venture, to brave danger, to run into danger, to run, incur, a risk. *Mạo hiểm vào nơi nào* : To adventure (oneself) in(to) a place. *Mạo hiểm vào một xứ lạ* : To venture into an unknown country. *Mạo hiểm đi ra ngoài* : To venture out of doors.

mạo hiểm Adventure. *Đời mạo hiểm* : Life of adventure. *Nhà thám hiểm thuật cho trẻ con nghe chuyện mạo hiểm của ông trong rừng ở Phi-Châu* : The explorer told the boys about his adventures in the African forests.

mạo lạm [mạu lạm] To counterfeit and misuse.

mạo muội [mạu muội] Temerarious, foolhardy.

mạo nhận [mạu ɲận] To assume falsely, to claim unduly; to pretend to be.

mạo phạm [mạu fạm] To offend, to give offence.

mạo tật [mạu tật] Jealous.

mạo xưng [mạu sưŋ] Self-styled.

mát [mát] Fresh, cool. *Hứng gió mát* : To enjoy the fresh air. *Trở nên mát* : To get cool. *Hơi mát* : Coolish. *Sáng nay trời hơi mát* : It is coolish this morning. *Trời sẽ mát hơn khi mặt trời lặn* : It will be cooler when the sun has (is) set.

mát lạnh [mát lạiɲ] Very fresh.

mát mẻ [mát mẻ] Cool, fresh.

mát ruột [mát ruọt] Satisfied.

mát rợi [mát rợi] Very cool.

mát tay [mát tay] Skilful (doctor).

mát tích [mát tík] Putty. *Trám một cái lỗ bằng mát-tích* : To fill a hole with putty.

mạt [mạt] Bird-mite.

mạt Very poor.

mạt cưa [mạt kưa] Sawdust. *Mạt cưa lại gặp mướp đắng* : Set a thief to catch a thief.

mạt diệp [mạt ziẹp] Last age.

mạt đời [mạt dời] The end of one's life.

mạt giũa [mạt ʃw̃ə] Filings. *Mạt giũa sắt* : Iron filings.

mạt hạng [mạt hạŋ] Lowest class.

mạt hối [mạt hòi] Last period.

mạt kiếp [mạt kiếp] Last existence.

mạt lộ [mạt lọ] Cul-de-sac, blind-alley, impasse, (fig) to be at the end of one's resources.

mạt lợi [mạt lợi] Small profit.

mạt lưu [mạt lưu] People of low class.

mạt mệnh [mạt mẹiɲ] The last will and testament.

mạt nghệ [mạt ɲẹ] Lowest trade.

mạt nghiệp [mạt ɲiẹp] See mạt nghệ.

mạt nhật [mạt ɲật] Doomsday.

mạt niên [mạt nien] Last year.

mạt sát [mạt ʃát] To disparage; to criticize too severely.

mạt sắt [mạt ʃɯt] Iron filings.

mạt thế [mạt θế] Last age.

mau [mau] Swift, rapid, speedy, quick; quickly, fast, rapidly, speedily. *Mau như chớp nhoáng* : As swift as an arrow; as quick as lightning. *Rất mau* : At full speed, at top speed. *Làm việc gì rất mau* : To do something with all speed, at speed. *Đi mau* : To walk fast. *Thì giờ qua mau* : Time passes swiftly. *Anh đi mau quá* : You are going too fast.

M

mau chân [mau cɔn] To be agile, light-footed.

mau chóng [mau cɔ́ŋ] Rapid, fast, alert, speedy.

mau lẹ [mau lẹ] See mau.

mau lên [mau len] Look sharp ! hurry up ! look alive ! be quick ! make haste ! come along !.

mau lớn [mau lɔ́n] To outgrow, to overgrow. Đức máu lớn hơn anh nó : Duc has outgrown his elder brother. Đứa bé mau lớn : An overgrown boy.

mau mắn [mau mắɯn] Agile, brisk, active.

mau miệng [mau miẹŋ] To have a glib tongue.

mau như chớp nhoáng [mau ɲu cɔ́p ɲwáŋ] As quick as lightning, like a streak of lightning.

mau như tên bay [mau ɲu ten bay] As swift as an arrow.

mau phai [mau fai] Fugitive. Màu mau phai : Fugitive colour.

mau tàn [mau tàn] (Of flower) Ephemeral.

mau tay [mau tay] Quick-handed.

mau trí [mau trí] Quick-witted.

máu [máu] Blood. Ngân hàng máu : Blood bank. Mạch máu : Blood-vessel. Đỏ như máu : Blood-red. Vết máu : Blood mark, blood-stain. Sự chích máu : Blood-letting. Dính máu, vấy máu : Blood-stained, bloody. Khát máu : Bloodthirsty. Sự chảy, đổ máu : Bloodshed, bleeding. Thú có máu nóng, máu lạnh : Warm-blooded, cold-blooded, animals. Đổ máu : To shed, spill, blood. Khạc ra máu : To spit blood. Chích máu người nào : To let blood from someone. Khăn tay vấy máu : Blood-stained handkerchief. Cuộc cách mạng thành công không đổ máu : The revolution was carried through without bloodshed. Đổ máu vì tổ quốc : To shed one's blood for one's country. Đã có máu chảy giữa chúng nó : There's blood feud between them. Cuộc thắng trận không đổ máu : Bloodless victory. Chích máu ở cánh tay người nào : To bleed

someone in the arm. Mình nó dính đầy máu : He was covered with blood. Tay đẫm máu : Bloodstained hands. Đánh (bằng roi) người nào tới chảy máu : To flog someone till one draws blood. Máu ở vết thương chảy ra : The blood trickles, flows, from the wound; blood issuing from a wound. Mua sự tự do bằng máu : To purchase freedom with one's blood. Máu chảy như xối : Blood ran in torrents. Máu ở miệng nó trào ra : Blood was streaming from his mouth.

máu cam [máu kam] Nose-bleed, nose-bleeding, bleeding at, from, the nose. Nó chảy máu cam : He is bleeding at the nose, his nose is bleeding.

máu lạnh [máu lạiɲ] Cold - blooded. Thú có máu lạnh : Cold-blooded animals.

máu mặt [máu mạɯt] Có máu mặt : Well-to-do, fairly rich.

máu me [máu mɛ] Blood. Mình nó đầy máu me : He was covered with blood.

máu mê [máu me] Passion. Máu mê cờ bạc : Passion for gambling.

máu mủ [máu mủ] Kinship.

máu nóng [máu nɔ́ŋ] Warm-blooded. Thú có máu nóng : Warm-blooded animals.

máu tham [máu θam] Cupidity.

màu [màu] Colour. Nhuộm màu : To dye. Tô màu : To colour. Cách tô, pha màu : Coloration. Không bay (phai) màu : Colour-fast. Áo nhiều màu : Coat of many colours. Tô màu bằng tay : Hand-coloured. Áo sơ-mi màu : Coloured shirt. Thuật chụp hình màu : Colour photography. Thuật in màu Colour printing. Hộp màu : Box o paints, paint-box. Máy đo màu : Colo rimeter. Những màu nầy không bền These colours do not stand. Một mà khác hơn màu mà tôi đã có lúc trước A different colour from that which had before. Anh thích màu nào hơn Which colour do you like best ?.

màu bền [màu bèn] Fast colour.

màu cánh kiến [màu káiɲ kiến] C chineal. Nhuộm vải màu cánh kiến : T dye a tissue with cochineal.

màu chàm [màu càm] Indigo-blue.

màu da [màu za] Complexion.

màu đỏ gạch [màu đỏ gaik] Brick-red.

màu đỏ máu [màu đỏ máu] Blood-red.

màu đỏ trắng [màu đỏ trắuŋ] White-head, welding heat.

màu gốc [màu gók] Primary colour (i. e. red, blue, yellow, from which all others can be obtained).

màu mè [màu mè] *Làm bộ màu mè* : To give oneself airs, to put on airs.

màu mỡ [màu mỡ] Rich, fat (land).

màu nhuộm [màu ɲuɔm] Dye.

màu nước [màu nướk] Water-colour. *Vẽ bằng màu nước* : To paint in water-colour.

màu sắc [màu ʃáuk] Colour. *Để có một màu sắc địa phương* : In order to add local colour.

màu thịt [màu θịt] Flesh-colour.

màu tòi [màu tói] Obscure colour.

màu vàng lợt [màu vàŋ lợt] Buff, brownish yellow.

may [may] To sew, to stitch. *Máy may* : Sewing - machine. *Nàng may suốt ngày* : She plies her needle all day. *May gấp quần áo* : To run up a garment. *May một vết thương* : To sew up a wound, to put stitches in a wound. *Quần áo của nó may bằng vải xấu* : His clothes were made of coarse material.

may Lucky, fortunate. *Vận may* : Good lucky; bit, piece, stroke, of luck. *Thật là may* : How lucky !. *Anh đến thật là may* : How luck you come !. *Sự không may* : Ill luck, bad luck. *Gặp chuyện không may* : To be down on one's luck. *Cầu may* : To try one's luck. *Gặp may* : To be in luck, in luck's way ; to be lucky, fortunate. *Thắng nhờ may* : To fluke a win. *Nó thành công nhờ may* : His success was due to a fluke. *Lúc nào tôi cũng gặp may* : I always had the best of luck. *May cho anh không đi trên chiếc xe lửa ấy ; phân nửa hành khách đã bị tai nạn chết* : What a blessing it is you didn't travel on that train ; half the passengers were killed in an accident. *Nó không may*

chút nào cả : He hasn't the least chance, he has no chance whatever.

may bằng máy [may bàuŋ máy] Machine-stitched.

may đột [may đọt] To back-stitch.

may lược [may lược] To baste, to tack.

may máy [may máy] Machine-stitched, machine sewn.

may mắn [may mắun] Lucky, fortunate. *Giờ may mắn* : Lucky hour. *Được may mắn* : To be lucky ; to be in luck, in luck's way. *Sự may mắn bất ngờ* : Lucky hit, shot. *Sự may mắn*. Good luck, fluke. *Chúc anh được may mắn* : Good luck to you !.

may phước [may fướk] Luckily, fortunately. *May phước là tôi còn ở đó* : It is a good thing that I was there, fortunately I was there.

may rủi [may rủi] Hazardous, fluky, risky, chancy. *Sự may rủi* : Hazard, risk, chance. *Phú cho may rủi* : To leave everything to chance.

may sao [may ʃau] Fortunately, luckily.

may so [may ʃɔ] Albata.

may tay [may tay] Hand-sewn.

may thay [may θay] See may sao.

may thưa [may θưɔ] To sew with long stitches.

may vá [may vá] To sew and mend. *Việc may vá* : Needlework. *Nàng là một người may vá khéo* : She is a good needlewoman.

may vắt [may vắut] To whip.

máy [máy] Machine, engine. *Cắt bằng máy* : Machine-cut. *Chế tạo bằng máy* : Machine-finish. *Làm bằng máy* : Machine-made. *May bằng máy* : Machine-stitched. *Dầu máy* : Engine-oil. *Hai máy* : Twin-engined. *Ba máy* : Three-engined. *Thợ máy* : Mechanic. *Quạt máy* : Electric fan. *Nhà máy* : Factory. *Thang máy* : Lift, elevator. *Máy chạy đều lại* : The engine is backing down. *Rã, tháo một cái máy* : To set a machine apart, to take down a machine. *Máy chạy hai ngàn vòng một phút* : The engine runs at two thousands revolutions a minute. *Máy đang chạy :* The engine is running. *Máy chạy tốt :* Machine that runs well. *Đừng để máy xe hơi của anh chạy không :* Don't leave the engine of your motor-car running. *Máy không chạy :* The engine won't start. *Tuy máy nầy rất cũ, nó vẫn còn dùng được :* Although this machine is very old it is still usable. *Máy nầy chạy tám chục bản một phút :* This machine runs off eighty copies a minute. *Máy không chạy :* Machine that is out of order. *Máy nầy hư rồi :* This machine is defective (= there's something wrong with it ; it doesn't work well). *Máy nầy có thể tháo ra từng bộ phận không ? :* Does this machine take to pieces ?. *Máy có thể tháo ra từng bộ phận :* Machine that takes to pieces. *Máy chạy tốt :* Machine that runs, works, well.

máy To move.

máy ảnh [máy ảịn] Camera. *Máy ảnh bỏ túi :* Pocket camera. *Máy ảnh xếp lại được :* Folding camera.

máy bay [máy bay] Plane, airplane, aeroplane, aircraft. *Máy bay dùng để chở thơ từ :* Aeroplanes are used for the transport of mail. See phi cơ.

máy biến thế [máy biến θế] Transformer. *Máy biến thế bọc sắt :* Shrouded, screened, transformer.

máy bơm [máy bơm] Pump.

máy cày [máy kày] Plough drawn by a tractor.

máy cắt [máy káứt] Cutting-machine. *Máy cắt cỏ :* Lawn-mower.

máy chải len [máy cải lɛn] Comber.

máy chẩn nghiệm [máy cẩn ŋiệm] Vibroscope.

máy chém [máy cém] Guillotine.

máy chỉnh lưu [máy cỉṇ lưu] (El. E) Rectifier.

máy chụp hình [máy cụp hịṇ] Camera. See máy ảnh.

máy chụp hoạt ảnh [máy cụp hwạt ảịn] Cine-camera, motion (–picture) camera.

máy chữ [máy cứ] Typewriter. *Ai phát minh máy chữ ? :* Who invented the typewriter ?. *Nàng ngồi vào bàn để giấy và giấy than vào máy chữ :* She seated herself at the desk and fed sheets of paper and carbon into the typewriter.

máy cưa [máy kưɔ] Power-saw.

máy dao điện [máy zau diện] (El. E) Alterning-current generator ; alternator.

máy dệt [máy zệt] Power-loom.

máy dò [máy zò] Detector ; depth-finder.

máy đánh nhịp [máy dáịṇ ṇịp] (Mus) Metronome.

máy đào đất [máy dàu dất] Excavator.

máy đẩy [máy dẩy] Propeller.

máy đếm [máy dếm] Meter, recorder, register.

máy đệm [máy dệm] Damper.

máy địa âm [máy dịɔ əm] Geophone ; sound-detector.

máy điện [máy diện] Dynamo, generator.

máy điện-thế-biến [máy diện θế biến] (El) Potentiometer.

máy điện thoại [máy diện θwại] Telephone. *Người ta gọi ông ở máy điện thoại :* You are wanted on the telephone.

máy điện tiếp [máy diện tiếp] (El) Contactor.

máy điều nhật [máy diều ṇặt] (Astr) Heliostat.

máy điều nhiệt [máy diều ṇiệt] Thermoregulator.

máy đo cưỡng áp [máy dɔ kưữŋ áp] Extensometer.

máy đo màu [máy dɔ màu] Colorimeter.

máy đo thị dã [máy dɔ θị zã] Campimeter.

máy đốt rác [máy dốt rák] Dust-destructor.

máy ép [máy ép] Compressor, press. *Máy ép hơi :* Air-compressor. *Máy ép bằng sức nước :* Hydraulic press.

máy gặt [máy gặưt] Reaping-machine.

máy ghi âm [máy gi əm] Tape recorder

máy gia tốc [máy ʒa tók] Accelerator.

máy giả [máy ʒả] Breaker.

máy giảm thế [máy ʒảm θé] (El.E) Reducing transformer, step-down transformer.

máy giao điện [máy ʒau diẹn] Alternator ; alternating-current, dynamo, generator.

máy giặt [máy ʒaʉt] Washer, washing-machine.

máy gió [máy ʒó] Aero-engine.

máy giũa [máy ʒũə] Filing-machine.

máy hát [máy hát] Gramophone. phonograph.

máy hấp [máy hớp] Autoclave.

máy hấp trấn [máy hớp trần] Aero-scope.

máy hỗn hống [máy hỗn hóɳ] Amalga-mator.

máy hơi nước [máy hơi núrk] Steam-engine.

máy hút [máy hút] Exhauster. aspirator.

máy hút bụi [máy hút bụi] Dust exhaus-ter.

máy hút hơi [máy hút hơi] Air-exhaus-ter.

máy in [máy in] Printing-machine, printing-press.

máy kéo [máy kéu] Tractor.

máy khâu [máy xəu] Sewing-machine.

máy khoan [máy xwan] Drill, drilling-machine, boring-machine, Máy khoan đất : Earth auger.

máy khuệch đại [máy xwéik đại] Am-plifier.

máy kiểm ba [máy kiểm ba] Detector.

máy ký âm [máy kí əm] Gramophone, phonograph.

máy ký phong [máy kí fɔɳ] Anemo-graph.

máy lạnh [máy lạip] 1) Air-conditioner. 2) Refrigerator.

máy lọc [máy lɔk] Filter.

máy ly tâm [máy li təm] Centrifugal machine.

máy may [máy may] Sewing-machine.

máy móc [máy mɔ́k] Machine, machi-nery.

máy môi [máy moi] To move one's lips.

máy nghiệm độ sôi [máy ɳiệm dọ ʃoi] (Ph) Ebullioscope.

máy nghiệm phỉ điểm [máy ɳiệm fỉ diểm] See máy nghiệm độ sôi.

máy nghiến [máy ɳiền] Breaker, crusher, grinder, crushing-mill. Máy nghiền đá : Stone-breaker.

máy nhau [máy ɳau] To make sign.

máy nhật quang-báo [máy. ɳət kwaɳ báu] Heliograph.

máy nhiệt [máy ɳiệt] Heat-engine.

máy nối điện [máy nọi diẹn] (El) Cir-cuit-closer ; cut-in.

máy nước [máy núrk] Hydrant (in a street from which water may be drawn).

máy phát [máy fát] Transmitter, sen-ding apparatus. Máy phát phá rối : Jamming-transmitter.

máy phát điện [máy fát diẹn] Gene-rator, dynamo. Máy phát điện quay tay : Hand generator.

máy phát thanh [máy fát θaip] Trans-mitter.

máy phân bổ [máy fən bổ] Distributor.

máy phong ký [máy fɔɳ kí] (Meteor) Anemograph.

máy phóng đại [máy fóɳ dại] (Phot) Enlarger.

máy phóng phi cơ [máy fóɳ fi kə] Catapult.

máy phóng thanh [máy fóɳ θaip] Loud-speaker.

máy phụ [máy fụ] Auxiliary machinery, assistant-engine.

máy quang-phổ-ký [máy kwaɳ fổ kí] Spectrograph.

máy quạt lúa [máy kwạt lúə] Fanner.

máy quay phim [máy kwai fim] Cine-camera.

máy quay rảy [máy kwai rảy] Centri-fugal machine.

máy rô nê ô [máy ro ne o] Memeograph.

máy sấy [máy ʃéi] (Ind) Dessiccator, dryer.

máy sắp chữ [máy ʃăɯp cữ] Type-setter, type-setting machine.

máy tán [máy tán] Breaker, crusher.

máy tăng thế [máy tauŋ θé] (El) Boos-ter, step-up transformer.

máy tắt lửa [máy tăɯt lửa] Fire-extin-guisher.

máy tẩy [máy tẻi] Cleaner.

máy thâu (thu) [máy θâu] Receiving set. Máy thâu các luồng sóng : All-wave receiver.

máy thâu phát [máy θâu ʃát] Trans-ceiver.

máy thâu thanh [máy θâu θaiɲ] Radio, radio receiver, radio receiving set. Làm ơn tắt giùm máy thâu thanh : Shut off the radio, please. Tắt máy thâu thanh : To turn off the radio.

máy tho [máy ʦɔ] Depth-finder.

máy thở dưỡng khí [máy θở zɯɤ̃ŋ xi] Oxygen breathing apparatus.

máy tia hột bông [máy tiɔ họt boŋ] Boiler.

máy tiền khuếch đại [máy tièn xwéik đại] (El) First-stage (sound) amplifier; preamplifier.

máy tiện [máy tiện] Lathe, turning-lathe.

máy tính [máy tíɲ] Calculator, arithmo-meter, calculating-machine.

máy tĩnh điện nghiệm [máy tĩɲ diện ŋiệm] Electroscope. Máy tĩnh điện nghiệm có lá vàng : Goldleaf electro-scope.

máy trộn [máy trọn] Mixing-machine.

máy trục [máy trụk] Crane.

máy trục đứng [máy trụk đứŋ] Cap-stan, windlass, winch.

máy tụ điện [máy tụ diện] Condenser.

máy tự biến thế [máy tụ biến θé] (El) Auto-transformer.

máy tự ký âm [máy tụ ki əm] Pho-nautograph.

máy vẽ truyền [máy vẽ trwièn] Panto-graph.

máy vét [máy vét] Dredge.

máy vi âm [máy vi əm] Microphone.

máy viễn ấn [máy viễn ấn] Teletype.

máy viễn ký [máy viễn kí] Teleprinter.

máy vô tuyến [máy vo twién] Radio. Máy vô tuyến điện thoại : Radiotele-phone.

máy vô tuyến truyền hình [máy vo twién trwièn hìɲ] Television set.

máy xâm [máy səm] Auger.

máy xén [máy sén] Cropper.

máy xếp (giấy) [máy sép] Folding ma-chine.

mày [mày] Lông mày : Eyebrows.

mày You (used by superior to inferior) See mấy.

mày đay [mày day] (Med) Hive.

mày ghẻ [mày gẻ] Crust.

mày mặt [mày mặɯt] Face.

mày ngài [mày ŋài] See mày tằm.

mày mạy [mày mạy] Vaguely. Nhớ mà mạy : To remember vaguely.

mày râu [mày rəu] Eyebrow and beard the male sex.

mày tao [mày tau] You and I ; to b on familiar terms with (someone).

mày tằm [mày tàɯm] Well shape eyebrows, eyebrows in form of a sil worm.

mẩy may [mẩy may] Tiny bit, little b Không có một mẩy may nào cả : N a bit, not a jot, not one jot.

mạy [mạy] Mày mạy : Vaguely. N mày mạy : To remember vaguely.

mắc [mắɯk] Busy, engaged, occupie Mắc làm việc gì : To be busy doi something. Nó mắc nói chuyện : was engaged in conversation.

mắc To suspend, to hang up ; to sli Mắc một cái võng : To sling a ha mock.

mắc To be caught in (a trap, etc Cục xương mắc trong cổ tôi : A b has stuck in my throat.

mắc áo [mắɯk áu] Coat-hanger, co rack.

mắc bận [mắɯk bạn] Busy, occup

mắc bẫy [mắɯk bẽi] To be caught trap ; to be trapped, entrapped, snared.

mắc bịnh [mấwk bịɲ] To fall ill, get ill, be taken ill.

mắc cạn [mấwk kạn] To run aground, to be stranded. *Làm chiếc tàu mắc cạn* : To run a ship aground. *Tàu bị mắc cạn trên bãi cát* : Ship aground on a sand bank.

mắc chứng [mấwk cứɲ] (Of horse) To crib.

mắc cỡ [mấwk kɔ̃] To be ashamed. *Mắc cỡ vì đã làm việc gì* : To be ashamed of having done something. *Đỏ mặt vì mắc cỡ* : To blush for shame, to blush with shame.

mắc cỡ (Bot) Mimosa, sensitive plant.

mắc kẹt [mấwk kẹt] 1) (Of machine parts, etc...) To jam, stick ; to bind. 2) To be cornered.

mắc lận [mấwk lận] To be duped, deceived.

mắc lầy [mấwk lầi] To be stuck in the mud. *Xe mắc lầy* : Carriage stuck in the mud, carriage that has sunk into the mud.

mắc lừa [mấwk lừə] To be trapped.

mắc lưới [mấwk lưới] To be caught in the net.

mắc màn [mấwk màn] See mắc mùng.

mắc mẹo [mấwk mẹu] See mắc mưu.

mắc miếng [mấwk miếŋ] To be duped, deceived.

mắc míu [mấwk míu] Busy, engaged.

mắc mớ [mấwk mɔ̃] To concern.

mắc mớp [mấwk mɔ́p] See mắc miếng.

mắc mùng [mấwk mùŋ] To suspend, spread, put up, hang up, a mosquito-net.

mắc mưa [mấwk mưə] To be caught in the rain.

mắc mưu [mấwk mưu] To be duped, deceived ; to be trapped, to be caught in a snare.

mắc nạn [mấwk nạn] To fall into misfortune ; to meet with an accident.

mắc ngải [mấwk ŋải] Bewitched ; under a spell.

mắc nghẽn [mấwk ŋẽn] Blocked, obstructed. *Làm mắc nghẽn* : To obstruct.

mắc nghẹn [mấwk ŋẹn] Choked. *Nó nuốt một hột mận và bị mắc nghẹn* : He swallowed a plum-stone and was choked. *Nó mắc nghẹn vì một miếng thịt* : He was choked by a piece of meat.

mắc nợ [mấwk nạ] To be in debt, indebted ; to involve oneself in debt. *Mắc nợ lút đầu* : Sunk in debt. *Tôi vẫn còn mắc nợ thợ may của tôi* : I'm still in debt to my tailor.

mắc ơn [mấwk ən] To be indebted, beholden. *Mắc ơn người nào* : To be beholden to someone.

mắc phải [mấwk fải] To contract (a disease).

mắc tay [mấwk tay] Busy, occupied.

mắc việc [mấwk vịrk] Busy.

mắc võng [mấwk võŋ] To sling a hammock.

mặc [mặwk] To clothe, to dress, to wear, to put on. *Mặc đồ len* : To clothe oneself in wool. *Mặc quần áo* : To dress oneself ; to put on one's clothes. *Mặc đồ đen, đồ hàng lụa* : To be dressed in black, in silk. *Ngày nào nó cũng mặc bộ quần áo ấy* : He wears the same clothes every day. *Mặc áo lại* : To put one's coat on again. *Nàng luôn luôn mặc đồ đen* : She always wears black.

mặc So much the worse. *Mặc nó* : So much the worse for him.

mặc áo [mặwk áu] To put on one's coat.

mặc bây [mặwk bei] So much the worse for you.

mặc cả [mặwk kả] To bargain, to haggle, to dicker. See mà cả.

mặc cảm [mặwk kảm] Complex. *Tự ty mặc cảm* : Inferiority complex.

mặc du [mặwk zu] Printing ink.

mặc dầu [mặwk zòu] Although, though, notwithstanding ; despite, despite of, in despite of. *Mặc dầu chúng tôi là bà con nhưng tôi chưa bao giờ gặp nó* : Though we are relations I have never seen him. *Mặc dầu không đẹp, cô ấy cũng* có sức quyến rũ : Though not hand-some, she was attractive. *Mặc dầu chúng tôi can gián, nó cũng cứ đi* : He went notwithstanding our remon-strances. *Chúng tôi vội vàng đi mặc dầu trời tối và đường bùn lầy* : We cut on in spite of the darkness and the muddy roads. *Nó đi bộ mặc dầu nó có thề đi tắc-xi* : He walks when he might take a taxi.

mặc đồ lớn [mạưk đò lớn] In full uni-form.

mặt đồ thường [mạưk đò θưởŋ] In plain clothes.

mặc hứa [mạưk hứɔ] To consent, agree, tacitly.

mặc kệ [mạưk kệ] All the worse, so much the worse (for him). *Mặc kệ nó muốn nói gì thì nói, không can hệ gì đến tôi* : I don't care what he says. *Mặc kệ lời khuyên của người nào* : To care nothing for someone's advice.

mặc khách [mạưk xáik] Writer.

mặc lễ phục [mạưk lễ ʃụk] In full uniform.

mặc khè [mạưk xé] Tacit agreement.

mặc lại [mạưk lại] Corrupt official.

mặc lòng [mạưk lòŋ] See **mặc dầu**.

mặc mặc [mạưk mạưk] Silent.

mặc ngư [mạưk ŋư] Cuttle(-fish).

mặc nhận [mạưk nận] To recognize tacitly.

mặc nhiên [mạưk niên] Tacitly.

mặc niệm [mạưk niệm] To meditate on a dead person.

mặc quần áo [mạưk kwồn áu] To dress, to put on clothes. *Dậy mặc quần áo mau lên* : Get up and dress quickly. *Anh mặc quần áo xong chưa ?* : Have you finished dressing ?. *Nàng mặc quần áo trắng* : She was dressed in white.

mặc tả [mạưk tả] To write from me-mory ; to write at dictation.

mặc tưởng [mạưk tưởŋ] To fall into deep thought ; to introvert one's thoughts.

mặc ước [mạưk ứrk] Tacit agreement.

mắm [mắưm] Salted fish. *Nước mắm* :

Fish sauce, brine.

mắm môi [mắưm moi] To bite one's lips.

mắn [mắưn] *May mắn* : Lucky. *Mau mắn* : Agile, brisk.

mẳn [mằưn] *Măn mẳn* : Saltish.

mặn [mạưn] Salt, salty (fish, butter, etc...). *Nước mặn* : Salt water. *Bơ mặn* : Salt butter. *Cá nước mặn* : Salt-water fish. *Hơi mặn* : Saltish, slightly salt.

mặn To be determined to (buy, etc.).

mặn lạt [mạư lạt] Salty and flavour-less.

mặn mà [mạưn mà] Cordial, warm, hearty.

mặn nhạt [mạưn nạt] See **mặn lạt**.

măng [mạưŋ] Bamboo shoot.

măng *Trẻ măng* : Very young, quite young.

măng cụt [mạưŋ kụt] Mangosteen. *Cây măng cụt* : Mangosteen-tree.

măng đa [mạưŋ da] Money order. *Măng đa dây thép* : Telegraphic money order.

măng sông [mạưŋ ʃoŋ] Gas-mantle.

măng sữa [mạưŋ ʃữɔ] Very young. *Thời măng sữa* : Infancy, babyhood.

măng tây [mạưŋ tei] (Bot) Asparagus. *Đọt măng tây* : Asparagus buds. *Nơi trồng măng tây* : Asparagus bed.

măng tre [mạưŋ trɛ] Bamboo shoot.

mắng [mắưŋ] To scold, to reprove.

mắng chửi [mắưŋ cửi] To scold and curse.

mắng nhiếc [mắưŋ nírk] To vituper-ate, to abuse severely.

mắt [mắưt] Eye. *Mở mắt* : To open one's eyes. *Nhắm mắt* : To close, shut, one's eyes. *Lỗ mắt* : Eyehole. *Mi mắt* : Eyelid. *Tầm mắt* : Eyesight. *Quá tầm mắt* : Out of eyeshot. *Nhà thương chữa mắt* : Ophthalmic hospital. *Phép mổ mắt* : Ophthalmotomy. *Máy soi mắt* : Ophthalmoscope. *Đột nhiên xuất hiện trước mắt* : To break upon the eye. *Mắt đầy lệ* : Eyes brimming (over) with tears, eyes full of tears. *Có vật* gì trước mắt : To have something before one's eyes. Móc mắt người nào: To put out someone's eyes. Mở mắt lớn ra : To open one's eyes wide. Làm sáng mắt, mở mắt cho người nào : To open someone's eye (to something). Trợn mắt : To show the whites of one's eyes. Nhìn với con mắt lãnh đạm: To look on with dry eyes. Việc ấy xẩy ra trước mắt tôi : It took place before my eyes. Mắt của anh đâu ? (anh có đui không?) : Where are your eyes ?. Với con mắt ganh-tị : With jealous eyes. Nó không chớp mắt : He never raised an eyebrow. Mắt thường có thề thấy được : Visible to the naked eye. Chúng ta thấy nhờ mắt : We see with our eyes. Tất cả mắt đều hướng về cửa : All eyes were directed toward the door. Nheo mắt : To screw up one's eyes. Việc xảy ra trước mắt : Thing that leaps to the eyes. Lấy mắt đo vật gì : To gauge, measure, something by eye. Vật ấy làm khoái mắt : It delights the eye. Nó làm việc ấy trước mắt tôi : He did it in my sight, under my very eyes, before my face. Khói làm cay mắt : Smoke stings the eyes. Chính mắt tôi thấy việc ấy : I saw it with my own eyes. Nếu anh nhắm mắt, anh không thấy gì cả : If you shut your eyes, you cannot see.

mắt Expensive, dear, costly. Bán mắt : To sell dear, at a high price.

mắt băng lại [mátt bauŋ lại] Blind folded eyes.

mắt bầm đen [mátt bôm dɛn] Black eyes.

mắt bồ câu [mátt bò kəu] Eyes of a pigeon, (fig) beautiful eyes.

mắt cá [mátt ká] (Anat) Ankle. Lên tới mắt cá : Ankle-deep. Áo dài tới mắt cá : Ankle-length dress. Nàng trợt vủ bị trặc mắt cá : She slipped and wrenched her ankle.

mắt cận thị [mátt kạn θị] Myopic eyes.

mắt chột [mátt cọt] One-eyed, blind in one eye.

mắt đẫm lệ [mátt dõm lệ] Tearful

eyes, eyes drowned in tears, ears swimming with tears. Mắt nàng đẫm lệ : Her eyes were drowned in tears.

mắt đẹp [mátt dẹp] Beautiful eyes.

mắt ganh tị [mátt gaiŋ tị] Jealous eyes.

mắt ghèn [mátt gèn] Gummy eyes.

mắt giận dữ [mátt sợn zũ] Angry eyes, glaring eyes.

mắt gỗ [mátt gõ] Knot, knurl (in timber).

mắt hột [mátt họt] Bịnh đau mắt hột : Trachoma.

mắt huyền [mátt hwièn] Dark-eyed.

mắt kém [mátt kém] Dull-sighted.

mắt la mày lét [mátt la mày lét] Terror-stricken eyes.

mắt lá răm [mátt lá raum] Little eyes.

mắt lanh [mátt laiŋ] Alert eyes.

mắt lác [mátt lák] See mắt lé.

mắt láo liên [mátt láu lien] Shifty eyes, eyes which do not look steadily, eyes which indicate a dishonest character.

mắt lé [mátt lé] Squint eyes.

mắt lòa [mátt lwà] Dim-sighted.

mắt lõm [mátt lõm] Deep eyes.

mắt long lanh [mátt lɔŋ laiŋ] Bright eyes.

mắt lồi [mátt lòi] Bulging eyes, protruding eyes, prominent eyes, salient eyes.

mắt lưới [mátt lưới] Mesh. Tháo mắt lưới : To undo the meshes of a net.

mắt lươn [mátt lươn] Small eyes.

mắt mỏ [mátt mỏ] Dear, expensive, costly. Sanh hoạt mắt mỏ, vậy chúng ta phải tiết kiệm : Living is dear, therefore we have to economize.

mắt mờ [mátt mờ] Dull, dim, lacklustre, lustreless, eyes.

mắt nghệ sĩ [mátt ŋệ ʃĩ] Artist's eyes. Nhìn với con mắt của nghệ sĩ : To see with an artist's eye.

mắt ốc nhồi [mátt ók ɲòi] Bulging eyes.

M

mắt phượng [mắưt fưʉ̛ŋ] Beautiful eyes.

mắt sáng [mắưt ʃáŋ] Sparkling eyes.

mắt sắc [mắưt ʃắưk] Piercing eyes.

mắt sâu [mắưt ʃəu] Deep eyes, sunken eyes. *Mắt sâu hoắm* : Cavernous eyes.

mắt thường [mắưt θưʉ̛̀n] Naked eye. *Mắt thường có thể thấy được* : Visible to the naked eye. *Xem vật gì bằng mắt thường* : To see something with the naked eye (to see it without glasses, a telescope, a microscope, etc..).

mắt ti hí [mắưt ti hí] Tiny eyes.

mắt tinh [mắưt tiŋ] Sharp eyes.

mắt trần [mắưt trần] Naked eyes.

mắt trong [mắưt trɔŋ] Clear-eyed.

mắt ướt [mắưt ưɔ́t] Watery eyes.

mắt xanh [mắưt saiŋ] Blue eyes.

mắt xếch [mạưt séik] To have slits of eyes.

mắt yếu [mắưt iếu] Dull-sighted.

mặt [mạưt] 1) Face. *Giáp mặt nhau* : Face to face. *Nó nói như thế trước mặt tôi* : He said so before me. *Người hai mặt* : Double-faced man. *Đánh vào mặt người nào* : To strike someone in the face. *Tôi sẽ nói thẳng như thế vào mặt nó* : I'll tell him so to his face. *Nó ném bình mực vào mặt tôi* : He threw the inkpot in my face. *Cho hai bên giáp mặt nhau* : To bring the two parties face to face. *Mặt đầm đìa nước mắt* : Face bathed in tears. *Úp mặt vào hai tay* : To bury one's face in one's hands. *Nó đã làm việc ấy trước mặt tôi* : He did it before my face. *Tôi biết mặt nó nhưng chưa bao giờ nói chuyện với nó* : I know him by sight but have never spoken to him. *Trước mặt nó, đừng nói gì về việc ấy cả* : Say nothing about it in his presence. *Không có người nào khác có mặt khi ấy cả* : Nobody else was present. *Nó có mặt trong buổi lễ* : He was present at the ceremony. *Đấm vào mặt người nào* : To punch someone's face, to give someone a punch in the face. *Mặt nàng hơi gầy* : She is rather thin in the face.

2) Surface. *Kiếng có mặt láng* : Glass has a smooth surface. *Hình khối có sáu mặt* : A cube has six surfaces. *Nổi lên mặt nước* : To rise to the surface of the water.

3) Side (of a paper, etc...). *Viết một mặt giấy thôi* : Write on one side of the paper only. *Trái banh có một mặt trong và một mặt ngoài* : A ball has an inner side and an outer side. *Chỉ in có một mặt* : Printed in one side only.

mặt Right (hand, side, etc...). *Về phía bên mặt* : On the right side. *Xoay bên mặt* : To turn to the right. *Giữ phía tay mặt* : To keep to the right. *Khúc quẹo đầu tiên về phía tay mặt* : First turning to the right. *Từ phía tay mặt và phía tay trái* : From right and left. *Hộc tủ bên tay mặt* : The right-hand drawer. *Đám đông tản mác về phía bên mặt và bên trái* : The crowd divided right and left. *Góc phía tay mặt của tờ giấy* : The right hand corner of the sheet. *Thuận tay mặt* : Right-handed. *Người thuận tay mặt* : Right-hander. *Sự thuận tay mặt* : Right-handedness. *Cú đánh tay mặt* : Right-handed blow, punch. *Cánh tay mặt* : Right-hand man. *Tôi là cánh tay mặt của nó* : I am his right hand. *Là cánh tay mặt của người nào* : To be someone's right-hand man.

mặt bàn [mạưt bàn] Top, upper part, of a table.

mặt biển [mạưt biển] Surface of the sea.

mặt chủ ụ [mạưt củ ụ] Long face.

mặt dày [mạưt zày] Shameless, barefaced, brazen, unblushing.

mặt dày mày dạn [mạưt zày mày zạn] See mặt dày.

mặt dưới [mạưt zưới] Lower part, bottom, underpart, underside. *Mặt dưới bàn* : Underpart of a table.

mặt đất [mạưt dất] Surface of the earth.

mặt đầy đặn [mạưt dèi dạưn] Full-faced.

mặt đỏ bừng [mạưt đỏ bừŋ] See mặt đỏ gay.

mặt đỏ gay [mạưt đỏ gay] Flushed face. Mặt đỏ gay vì uống rượu : Face flushed with drink.

mặt đồng hồ [mạưt đồŋ hồ] Face, dial(-plate) of a clock.

mặt giăng [mạưt ʃaưŋ] See mặt trăng.

mặt giấy [mạưt ʃếi] Side of a paper. Viết một mặt giấy thôi : Write on one side of the paper only.

mặt giời [mạưt ʃồi] See mặt trời.

mặt hoa [mạưt hwa] Pretty face.

mặt hốc hác [mạưt hốk hák] Gaunt face.

mặt hớn hở [mạưt hớn hở] Face aglow with delight.

mặt la bàn [mạưt la bàn] Compass dial.

mặt lạ [mạưt lạ] Unfamiliar face, strange face. Làm mặt lạ : To pretend not to know, to refuse to acknowledge.

mặt lì [mạưt lì] Unmoved face.

mặt mo [mạưt mɔ] Shameless, bare-faced, brazen.

mặt mũi [mạưt mũi]Face, physiognomy.

mặt nạ [mạưt nạ] Mask. Lột mặt nạ của người nào : To unmask someone. Rơi mặt nạ : To throw off the mask. Mang mặt nạ : To put on a mask, to mask one's face. Mang mặt nạ cho người nào : To put a mask on some-one.

mặt nạ dưỡng khí [mạưt nạ zưỡŋ xí] Oxygen mask, oxygen respirator.

mặt nạ lọc bụi [mạưt nạ lọk bụi] Dust respirator.

mặt nạ mang để đánh kiếm [mạưt nạ maŋ để dáip kiếm] Fencing-mask.

mặt nạ phòng hơi đặc biệt [mạưt nạ fòŋ hơi dạưk biệt] Special gas-mask.

mặt nạ phòng hơi ngạt [mạưt nạ fòŋ hơi nạt] Gas-mask.

mặt nghiêng [mạưt ŋiẹŋ] Inclined plane.

mặt ngoài [mạưt ŋwài] Exterior, face, outside (of building, etc..) ; outer side-

mặt nước [mạưt nứrk] Surface of the water. Nổi lên mặt nước : To rise to the surface of the water. (Tàu lặn) Chạy trên mặt nước : (Of submarine) To proceed on the surface. Chiếc tàu lặn nổi lên mặt nước : The submarine rose to the surface of the water.

mặt phải [mạưt fải] Right side.

mặt phẳng [mạưt fảưŋ] Plane. Mặt phẳng ngang : Horizontal plane.

mặt phấn [mạưt fấn] Made up, rad-dled, face.

mặt phị [mạưt fị] Moon face.

mặt rổ [mạưt rổ] Pock-marked face, face pitted with smallpox.

mặt rổ (Of person) Pock-marked.

mặt rồng [mạưt ròŋ] Dragon's face, (fig) the king's face.

mặt rộng [mạưt rộŋ] Broad face.

mặt sau [mạưt ʃau] Back-front.

mặt tiền [mạưt tiền] Front. Mặt tiền của một cái nhà : The front of a build-ing.

mặt tổ ong [mạưt tổ ɔŋ] See mặt rổ.

mặt trái [mạưt trái] Reverse, back (of material, etc..). Mặt trái của mề đay : The reverse of the medal. Mặt trái của đời : The seamy side of life. Mặt trái đồng tiền : The reverse of a coin.

mặt trái xoan [mạưt trái swan] Oval face.

mặt trăng [mạưt traưŋ] Moon. Dưới ánh sáng mặt trăng : By the light of the moon.

mặt trận [mạưt trận] Front, battle-front. Ra mặt trận : To go to the front. Binh sĩ tại mặt trận : The men at the front.

mặt trên [mạưt trẹn] Upper side (of something).

mặt tròn [mạưt tròn] Round face.

mặt trong [mạưt trɔŋ] Inner side (of a ball, etc...).

mặt trống [mạưt trốŋ] Drumhead.

mặt trời [mạưt trời] Sun. Mặt trời bị mây án : The sun was hidden (screened) by the clouds. Vòng ánh sáng chung quanh mặt trời : Sun-glow. Phép chữa bịnh bằng ánh sáng mặt trời : Sun-ray treatment. Mặt trời nhiều khi bị mây che khuất : The sun is sometimes hidden by clouds. Không có gì lạ dưới ánh mặt trời : There is nothing new under the sun. Trái đất xoay chung quanh mặt trời : The earth turns, revolves, goes, round the sun. Mặt trời rọi ánh sáng xuống : The sun pours down its light. Mặt trời lặn dưới chân trời : The sun sank, dipped, below the horizon. Mấy giờ mặt trời mọc ?: What time does the sun rise ?. Trời sẽ mát hơn khi mặt trời lặn : It will be cooler when the sun has (is) set.

mặt trời lặn [mạɯt trời lạɯn] Setting sun, sunset. Lúc mặt trời lặn : Sunset.

mặt trời mọc [mạɯt trời mɔk] Rising sun. Lúc mặt trời mọc : Sunrise.

mặt trước [mạɯt trúrk] Front (of a house).

mặt tươi [mạɯt tɯəi] Beauty face.

mặt ủ mày châu [mạɯt ủ mày cəu] Sad face.

mặt xương [mạɯt sɯəɳ] Bony face.

mâm [məm] Tray, waiter, salver.

mâm bạc [məm bạk] Silver salver.

mâm cao cỗ đầy [məm kau kỗ dèi] Copious meal.

mâm đồng [məm còɳ] Copper tray.

mâm gỗ [məm gỗ] Wooden tray.

mâm trà [məm trà] Tea-tray.

mầm [mồm] See bầm.

mầm [mồm] (Bot) Germ, bud. Mọc mầm non : (Of tree) To be in bud ; to bud. Mầm non : Sprout.

mầm Seed Mầm chia rẽ : The seeds of discord.

mẫm [mồm] Chắc mẫm : Quite sure, absolutely certain.

mẫm [mồm] Fat.

mậm [mạm] (Bot) Germ, bud.

mân [mən] To touch with the fingers.

mân mê [mən mɛ] To finger.

mẩn [mồn] (Slang) To strike.

mẩn ăn [mồn aɯn] To work, to do. See làm

mẫn thinh [mồn θiɳ] To keep quiet, to see nothing.

mẫn việc [mồn viɾk] To work.

mẫn [mồn] Mê mẫn : To be bewitched.

mẫn Minh mẫn : Discerning, perspicacious.

mẫn cán [mồn kán] Diligent, industrious, painstaking.

mẫn đạt [mồn đạt] Clairvoyant, discerning, clear-sighted.

mẫn ngộ [mồn ɳọ] Alert and clairvoyant.

mẫn nhuệ [mồn ɳwẹ] Intelligent and alert.

mẫn tiệp [mồn tiệp] Alert, smart.

mẫn tốc [mồn tók] Rapid.

mẫn trắc [mồn trăɯk] To pity, to have compassion for, to feel pity for.

mẫn trí [mồn trí] Quick mind, quick wits.

mẫn tuất [mồn twɔt] See mẫn trắc.

mẫn tuệ [mồn twẹ] See mẫn nhuệ.

mận [mạn] (Bot) Plum-tree. Trái mận : Plum. Mận tây khô : Prune, dried plum.

mẳng [mồɳ] See mừng.

mẳng [mồɳ] See mừng.

mắp [mốp] (Marking, shifting) Gauge.

mắp máy [mốp máy] (Of lips) To move gently.

mắp mé [mốp mɛ] (Of water) To reach almost up to.

mắp mô [mốp mo] (Of ground) To be uneven.

mập [mạp] Fat, stout (person) ; fat, fatted (animal) ; plump (pullet). Mập như heo (lợn) : As fat as a pig. Trở nên mập : To grow stout. Mập ra : To put on fat, to put on weight. Gà mái tơ mập : Fattened, plump, pullet. Nuôi súc vật cho mập để bán : To fat (up) animals for market. Một người mập có nhiều thịt hơn một người ốm : A fat man has much more flesh than a thin man.

mập Cá mập : Shark.

mập mạp [mập mạp] Fattish, chubby, corpulent.

mập mờ [mập mờ] 1) Loose ; dim ; faint ; foggy. *Chỉ biết mập mờ về chuyện gì* : To have only a foggy idea of something.

2) Vague. *Những câu trả lời mập mờ* : Vague answers.

mập ra [mập ra] To put on flesh, to run to fat, to put on fat. *Nó mập ra* : He's running to fat.

mất [mất] 1) To lose. *Tôi mất chìa khóa rương của tôi* : I've lost the key of my trunk. *Để mất vật gì* : To allow something to be lost.

2) To die, to lose ; to disappear, to vanish, to evanish. *Ông ấy mất hồi nào?* : When did he die ?. *Lẩn mất trong đám đông* : To disappear in, into, the crowd. *Con ma đã biến mất trước mắt chúng tôi* : The ghost vanished before our eyes. *Lúc có sự hiểm nguy thì nó biến mất* : At the moment of danger he vanished.

3) To lose, spend (time, money). *Anh chờ sẽ không mất gì* : You will lose nothing by waiting. *Tôi mất (thua) một ngàn đồng chẵn* : I lost a clear thousand piastres.

4) To take. *Chuyến đi phải mất ba tiếng đồng hồ* : The journey takes three hours.

mất bóp [mất bóp] [To lose one's purse.

mất cắp [mất kắp] To be robbed. *Tôi bị mất cắp một cái đồng hồ* : I had my watch stolen.

mất cha [mất ca] To lose one's father.

mất chỗ làm [mất cỗ làm] To lose one's job (position).

mất chỗ ngồi [mất cỗ ngồi] To lose one's seat, to have one's seat taken by some-one else.

mất công [mất kon] To lose, waste one's labour, to lose pains. *Đừng khuyên nó mất công* : All advice is lost upon him. *Mất công vô ích* : To beat the air ; the attempt has come to nothing. *Tôi đã mất công vô ích* : My labour went for nothing, I got nothing out of it.

mất cỡ [mất kỡ] To be ashamed.

mất cướp [mất kướp] To be plundered.

mất dạy [mất dạy] Ill-bred, ill-brought

up, badly brought up, ill-mannered, unmannerly ; naughty, badly behaved. *Tại sao nó lại mất dạy đến thế ?* : How comes it that he is so unmannerly ?.

mất giá [mất sá] To lose in value.

mất giống [mất sóng] To lose one's race.

mất hồn [mất hồn] *Nó như người mất hồn* : He is like a lost soul.

mất hút [mất hút] To disappear, to vanish.

mất lần [mất lần] To disappear gra-dually.

mất lòng [mất lòng] *Làm mất lòng* : To offend, to displease. *Sự làm mất lòng* : Offence. *Lời thật hay mất lòng* : No-thing stings (hurts) like the truth.

mất lợi [mất lợi] To lose in interest.

mất mát [mất mát] See mất.

mất mạng [mất mạng] To lose one's life.

mất máu [mất máu] To lose blood.

mất mặt [mất mặt] To lose face.

mất mật [mất mật] *Sợ mất mật* : Panic-stricken.

mất mùa [mất mùa] To have a poor crop. *Sự mất mùa* : Crops failure, fail-ure of crops. *Sự mất mùa thường đưa đến nạn đói* : Failure of crops often results in famine.

mất ngủ [mất ngủ] Lack of sleep.

mất nòi [mất nòi] To lose one's race.

mất nước [mất nước] To lose one's country.

mất sức [mất sức] To lose strength, to fall into a decline, to crack up, to become weak. *Người bịnh không mất sức* : The patient is holding his own.

mất tân [mất tân] (Of maiden) To be deflowered.

mất thăng bằng [mất thăng bằng] To overbalance (oneself), to lose one's balance. *Nó làm mất thăng bằng chiếc thuyền và té xuống nước* : He over-balanced the boat and fell into the river.

mất thì giờ [mất thì giờ] To lose time.

mất tích [mất tik] (Mil) Missing.

mất tiếng [mất tiến] To lose one's good name.

mất trí [mất trí] To lose one's reason, become insane. Sự hoàn toàn mất trí : Total loss of reason. Nó mất trí : He lost his reason. Làm cho người nào sợ đến mất trí : To frighten someone out of his senses.

mất trinh [mất trin] See mất tân.

mất trộm [mất trộm] To be robbed.

mất vía [mất vía] To be struck with terror.

mất việc [mất việk] To lose one's position, to lose one's job. Khi công việc buôn bán trầm trệ, nhiều người bị mất việc : When business is depressed, many men lose their positions. Nó bị bịnh và kết quả là nó mất việc : He fell ill and the consequence was that he lost his position. Ý nghĩ nó có thể mất việc ám ảnh nó : The idea that he might lose his position obsessed him. Nó bị mất việc vì lười biếng : (Colloq) He got the sack for laziness.

mật [mật] Gall, bile. Có nhiều mật : Bilious. Thuộc về mật : Biliary. Bao, túi đựng mật : Gall-bladder. Ống dẫn mật : Gall-duct, gall-pipe. Sạn kết trong mật : Gall-stone. To gan lớn mật : Greatly daring.

mật Honey. Ong mật : Honey-bee. Sanh mật, có mật : Honey-bearing. Gây mật : Honey-making. Ăn mật : Honey-eating. Mật tuyến (của hoa) : (Bot) Honey-cup. Bánh mật : Honeycomb. Có mật, ngọt như mật : Honeyed. Lời đường mật : Honeyed words. Tuần trăng mật : Honeymoon. Hưởng tuần trăng mật : To honeymoon. Chúng nó sẽ hưởng tuần trăng mật ở Nhựt : They will honeymoon in Japan. Mật ít ruồi nhiều : There are too many people plying that trade already. Khu trù mật : Agroville.

mật Secret.

mật báo [mật báu] To warn secretly.

mật bảo [mật bàu] Secret vote.

mật bò [mật bò] Ox-gall.

mật cáo [mật káu] To denounce secretly.

mật đàm [mật đàm] To talk secretly.

mật điện [mật điện] Secret telegram.

mật độ [mật độ] Density. Mật độ kế : Densimeter. Mật độ lưu thông : Traffic density.

mật gấu [mật gấu] Bear gall.

mật hiệu [mật hiệu] Code ; cypher, cipher.

mật hoa [mật hwa] Nectar ; honey. (Ong) Hút mật hoa : (Of bees) To gather honey from the flowers. Ong hút mật hoa : The bees rifle the honey from the flowers.

mật hội [mật hội] Secret society.

mật hữu [mật hữu] Intimate, close, bosom, confidential, friend.

mật kế [mật kế] Secret plan.

mật khẩu [mật xấu] Password.

mật khu [mật xu] Secret zone.

mật lạp [mật lạp] Beeswax.

mật lịnh [mật lịn] Secret order.

mật mã [mật mã] Cipher, code. Mật mã bạch văn : Plain code. Mật mã chuyển vị : Transposition cipher. Mật mã dã chiến : Field code. Mật mã phụ : Supplemental code. Mật mã tọa độ : Coordinate code. Mật mã viên : Code clerk.

mật mía [mật mía] Molasses.

mật mưu [mật mưu] Secret plot.

mật nghị [mật nghị] To talk secretly.

mật nguyệt [mật nguyệt] Honeymoon.

mật ngữ [mật ngữ] Secret language.

mật ong [mật ong] Honey.

mật phiếu [mật fiếu] Secret ballot.

mật phong [mật fon] Honey-bee.

mật phu [mật fu] Adulterer.

mật sai [mật sai] Secret messenger.

mật suất [mật swất] Density.

mật sự [mật sự] Secret matter.

mật thám [mật thám] To spy secretly detective.

mật thân [mật thân] Near relations.

mật thiết [mật thiết] Intimate, close.

mật thư [mật thư] Confidential lette[r]

mật thương [mật thươn] See mật đàm

mật tråp [mɔt tróp] Bile.

mật trí [mɔt trí] Discreet, close.

mật tự [mɔt tụ] Code word.

mật ước [mɔt úrk] Secret agreement or treaty.

mật vụ [mɔt vụ] Secret service.

mâu [mɔu] *Xà mâu* : Spear.

mâu thuẫn [mɔu θwɔ̃n] To contradict. *Sự mâu thuẫn* : Contradiction. *Các báo cáo mâu thuẫn nhau* : The reports contradict each other.

mâu thuẫn Contradictory, repugnant, opposed, inconsistent. *Lời nói và cách cư xử của nó mâu thuẫn nhau* : His words are inconsistent with his conduct.

mấu [mɔ́u] Notch; catch, tooth (of ratchet, pot-hook, etc...).

mấu xương [mɔ́u sɯɔŋ] (Anat) Apophysis.

mẫu mỡ [mɔ̀u mɔ̃] Rich, fat (land).

mầu nhiệm [mɔ̀u ɲiẹm] Miraculous, supernatural.

mẩu [mɔ̀u] Piece, bit (of bread, etc...). *Một mẩu phấn* : A piece of chalk.

mẫu [mɔu] Acre (3,600 square metres).

mẫu Model, pattern, sample, specimen. *Kiểu mẫu* : Model, pattern. *Gởi vật gì để làm mẫu* : To send something as a sample. *Trang mẫu* : Specimen page. *Đúng với mẫu* : Up to sample.

mẫu Mother.

mẫu âm [mɔu ɔm] Vowel. *Bán mẫu âm* : Semivowel.

mẫu cúc [mɔu kúk] Mother.

mẫu đạo [mɔu dạu] Mother's duty.

mẫu đơn [mɔu dɔn] (Bot) Peony.

mẫu giáo [mɔu ʒáu] Motherly instruction, maternal instruction, instruction of a mother towards one's children. *Trường mẫu giáo* : Kindergarten ; infant school.

mẫu hạm [mɔu hạm] *Hàng không mẫu hạm* : Aircraft carrier.

mẫu hậu [mɔu hậu] Queen-mother.

mẫu hệ [mɔu he] Matriarchy.

mẫu hiệu [mɔu hiệu] Kindergarten.

mẫu huynh [mɔu hwiɲ] Uterine mothers.

mẫu in [mɔu in] Form.

mẫu kê [mɔu ke] 1) Hen.

2) Mother hen.

mẫu lệ [mɔu lẹ] Oyster.

mẫu nghi [mɔu ɲi] 1) Mother's virtue.

2) Queen.

mẫu quốc [mɔu kwók] Mother country, parent state.

mẫu quyền [mɔu kwièn] Matriarchy.

mẫu số [mɔu ʃó] Denominator. *Mẫu số chung* : Common denominator.

mẫu tài [mɔu tài] Capital, funds.

mẫu tây [mɔu tei] Hectare (10,000 square metres).

mẫu tẫn [mɔu tɔ̃n] Male and female.

mẫu thân [mɔ́u θɔn] Mother.

mẫu tiền [mɔu tièn] Capital.

mẫu tính [mɔu tiɲ] Maternal.

mẫu tứ [mɔu tử] 1) Mother and child.

2) Capital and interest.

mẫu tự [mɔu tụ] Alphabet.

mậu dịch [mɔu zịk] Trade, commerce.

mậu dịch To trade, to deal.

mậu huân [mɔu hwɔn] Great merit.

mậu kiền [mɔu kién] False idea.

mậu luận [mɔu lwɔn] Fallacy.

mậu lực [mɔu lụk] To endeavour, strive, do one's utmost, make every effort, make every endeavour.

mậu ngộ [mɔu ŋọ] To be mistaken, to be wrong.

mậu niên [mɔu nien] Youth.

mậu tài [mɔu tài] Talented.

mậu thác [mɔu θák] To be mistaken.

mậu thưởng [mɔu θwɔ̃ŋ] To reward abundantly.

mây [mei] Cloud. *Không mây* : Cloudless (sky). *Trời đầy mây* : The sky was clouding over. *Những đám mây* : Masses of clouds. *Mặt trời bị mây án* : The sun was hidden by the clouds. *Những đám mây che khuất mặt trời* : Clouds hid the sun. *Không có một chút mây nào trên trời cả* : There wasn't a cloud in the sky. *Gió đã thổi tan mây* : The wind has swept away the clouds.

mây (Bot) Rattan. *Ghế mây :* Cane chairs.

mây đen [mei dɛn] Black cloud. *Những đám mây đen nầy báo trước trời sắp mưa :* Those black clouds betoken rain.

mây mưa [mei muɯə] Cloud and rain, rain-cloud ; (fig) sexual intercourse.

mây quyển tích [mei kwiển tík] Cirro-cumulus.

mây tầng [mei tồŋ] Stratus.

mây tích [mei tík] Cumulus. *Mây tích loạn :* Cumulo, nimbus. *Mây tích tầng:* Cumulo-stratus.

mây xanh [mei saip] Blue sky. *Cao tận mây xanh :* Sky-high. *Núi cao tận mây xanh :* Sky-high mountains.

mấy [méi] How much ? ; what ?. *Hôm nay là ngày mấy ? :* What day of the month is it to day ?. *Anh mấy tuổi ? :* How old are you ?.

mấy giờ [méi ɩɔ] What time is it ?

mấy lần [méi lồn] How many times ?.

mầy [mèi] You (used by superior to inferior). *Nó biết mầy không ? :* Does he know you ?. *Mầy hỏi nhiều quá :* You ask too much.

mẩy [mẻi] *Mình mẩy :* Body.

me [mɛ] Tamarind. *Cây me :* Tamarind-tree.

me A child's word for mother.

me tây [mɛ tei] Vietnamese woman married to Frenchman.

me xừ [mɛ sừ] Sir, mister.

mé [mé] To cut off. *Mé bớt một nhánh cây :* To cut off a branch from a tree.

mé Edge, border.

mé cây [mé kei] To cut away, lop off, the branches from (tree).

mé nhánh [mé ɲáip] To disbranch, to strip of branches.

mé rừng [mé rừŋ] Skirt of a forest.

mé sông [mé ʃoŋ] Edge of a river.

mè [mɛ̀] Sesame.

mè *Cá mè :* Tench.

mè Batten. *Mè lợp nhà :* Roof batten.

mè nheo [mɛ̀ ɲeu] To bother.

mè thửng [mè θửŋ] Sesame candy.

mẻ [mẻ] Chipped. *Làm mẻ :* To chip. *Đồ sứ dễ mẻ :* China that chips easily. *Vết mẻ :* Chip. *Làm mẻ một cái răng :* To break one of one's teeth. *Ai làm mẻ cái ly nầy ? :* Who has chipped the edge of this glass ?. *Tất cả tách đều mẻ :* All the cups have chipped edges. *Nếu anh không cẩn thận, các ly nầy mẻ hết :* These cups chip if you are not careful.

mẻ Haul (of fish, etc...). *Kẻ trộm làm được một mẻ lớn :* The thief made a good haul (i.e. stole valuable goods).

mẻ cá [mẻ ká] Catch of fish, good haul of fish.

mẻ đòn [mẻ dồn] Beating, thrashing.

mẽ [mẽ] Appearance.

mẹ [mẹ] Mother. *Tiếng mẹ đẻ :* Mother tongue. *Không có mẹ, mồ côi mẹ :* Motherless. *Thầy mẹ, cha mẹ :* Father and mother. *Nó rất giống mẹ nó :* He's the picture of his mother.

mẹ chồng [mẹ còŋ] Mother-in-law (the mother of one's husband).

mẹ con [mẹ kɔn] Mother and child.

mẹ đẻ [mẹ dẻ] Mother.

mẹ đỡ đầu [mẹ dỡ dồu] Godmother, god-mamma ; cummer, kimmer.

mẹ ghẻ [mẹ gẻ] Stepmother (second or later wife of one's father).

mẹ goá [mẹ gwá] Widowed mother.

mẹ mìn [mẹ mìn] Child kidnapper.

mẹ nuôi [mẹ nuoi] Foster-mother, adoptive mother.

mẹ ruột [mẹ ruʈ] Mother.

mẹ vợ [mẹ vợ] Mother-in-law (the mother of one's wife).

mẹ vua [mẹ vwə] Queen-mother.

méc [mék] To sneak, to tell tales. See mách.

mèm [mèm] *Say mèm :* Dead drunk ; as drunk as a fiddler, as a lord, as loon, as a Dutchman.

mềm [mềm] *Chắc mềm :* Absolutely certain, quite sure.

men [mɛn] Enamel. *Men răng :* Enamel of the teeth.

men (Cer) Glaze.

men Ferment (of wine, etc..), leaven (of bread, etc...) ; barm, yeast. *Lên men, dậy men* : To ferment. *Sự, cách lên men* : Fermentation.

men To approach, to come near, draw near ; to go along (a river-bank, etc...).

men bánh [mɛn báiɲ] Leaven of bread.

men bia [mɛn biə] Barn.

men cái [mɛn kái] Yeast.

men đến [mɛn dén] To approach, to come near. *Men đến người nào* : To draw, come, near (to) someone.

men lại [mɛn lại] See men đến.

men răng [mɛn rauɳ] Enamel of the teeth.

men rượu [mɛn rựəu] Ferment of wine.

men sứ [mɛn ʃứ] Glaze, varnish, enamel.

men theo [mɛn θɛu] To go along. *Men theo bờ sông* : To go along the bank. *Men theo tường* : To creep along the wall.

men tới [mɛn tới] See men đến.

meo [mɛu] Mouldy, musty.

méo [méu] Deformed, distorted, out of shape. *Làm méo* : To deform, to distort.

méo mặt [méu maut] Face contorted (with pain). *Lo méo mặt* : To worry oneself sick.

méo miệng [méu mieɳ] Mouth contorted (with pain).

méo mó [méu mó] Deformed.

mèo [mèu] Cat. *Con mèo quào tôi* : The cat scratched me. *Mèo rất sợ nước* : Cats have a great dread of water. *Nó vẽ hình một con mèo* : He drew the figure of a cat. *Mèo rút móng vô* : The cat retracts its claws. *Rình người nào như mèo rình chuột* : To watch someone like a cat watching a mouse.

mèo cái [mèu kái] She-cat.

mèo con [mèu kɔn] Kitten, catling.

mèo đực [mèu dựk] He-cat ; tom-cat, male cat.

mèo rừng [mèu rừɳ] Wild cat.

mẹo [mẹu] 1) Expedient, ruse. 2) Rule.

mẹo The fourth Earth's Stem.

mép [mép] Edge, border, fringe, margin ; (Anat) labia. *Râu mép* : Mustache.

mép bàn [mép bàn] Edge of a table.

mép ngoài [mép ŋwài] (Anat) Labia majora.

mép rừng [mép rừɳ] Fringe of a forest.

mép tai [mép tai] *Miệng nó rộng tới mép tai* : His mouth stretches from ear to ear.

mép trong [mép trɔɳ] (Anat) Labia minora.

mét [mét] Pale. *Mặt tái mét* : Pale face. *Sợ tái mét* : To turn pale with fright.

mét Metre, meter.

mét To strop, set (razor).

mét To sneak, to tell tales. See mách.

mét chằng [mét càuŋ] Pale as death, deadly pale, ghastly pale.

mẹt [mẹt] Flat basket.

mê [mɛ] To be excessively fond of, to dote upon, to be infatuated with (someone, something) ; in love, smitten with (someone, something) ; to become enamoured of (someone, something) ; to be passionately fond of, doting on (someone, something) ; to be crazy about. *Mê người nào* : To become enamoured of someone ; to fall in love with someone ; to lose one's heart to someone, to take a fancy to someone; to dote (up) on someone ; to be infatuated with someone. *Làm người nào mê ngay* : To strike someone's fancy. *Mê vật gì* : To take a fancy to something. *Nó rất mê âm nhạc* : He is crazy about music. *Mê sắc đẹp của người đàn bà* : To be enthralled by a woman's beauty.

mê To faint, to swoon ; to go off, to lose consciousness, to become unconscious. *Ngủ mê* : To sleep soundly.

mê ăn [me auɲ] Greedy.

mê âm nhạc [mɛ əm ɳạk] To be passionately fond of music; to be mad on music, to be crazy about music.

mê cờ bạc [me kờ bạk] To go on the gambling.

mê cung [me kuɣ,] See mê lộ.

mê cuồng [me kuờŋ] Crazy.

mê đồ [me dò] Path of error.

mê hoặc [me hwawk] To enchant, to entice, to charm ; to deceive.

mê hồn [me hòn] Bewitched, bewitching.

mê lộ [me lọ] 1) Maze, daedal, labyrinth. 2) Path of error.

mê lú [me lú] Forgetful.

mê ly [me li] Indistinct, obscure.

mê mải [me mải] Absorbed in.

mê man [me man] 1) Vague, indefinite. 2) To be in a coma. Trạng thái mê man : Coma.

mê mẩn [me mẩn] To be bewitched.

mê mộng [me moŋ] Dream.

mê muội [me muọi] Stupid.

mê ngữ [me ŋữ] Charade, riddle, conundrum.

mê sảng [me ʃảŋ] Delirious. Tình trạng mê sảng : Delirium.

mê than [me θan] (Ch) Formene.

mê thất [me θất] Lost.

mê tín [me tín] Superstitious. Sự mê tín : Superstition.

mề đay [mề day] Medal, decoration. Mặt trái của mề đay : The reverse of the medal.

mễ chúc [mễ cúk] Rice soup.

mễ cốc [mễ kók] Cereals, cereal plants.

mễ đột [mễ dọt] Meter, metre.

mễ khang [mễ xaŋ] Bran.

mễ lương [mễ lươŋ] (Mil) Supplies.

Mễ tây cơ [mễ tei kɔ] (Geog) Mexico. Người Mễ tây cơ : Mexican.

mễ phần [mễ fồn] Ground rice.

mễ túc [mễ túk] Rice and maize.

mếch lòng [mék lòŋ] See mích lòng.

mềm [mèm] Soft (wax, tyre, etc...) ; flaccid, flabby, tender (flesh, hand) ; limp ; lax ; flexible. Phó mát mềm : Soft cheese. Da mềm : Soft leather.

Bắp thịt mềm : Soft muscles. Gỗ mềm : Soft-wood. Xà-bông mềm : Soft-soap. Cá vỏ mềm : Soft-shelled. Hơi mềm : Softish. Thịt mềm : Tender meat. Dằn thịt cho mềm : To make meat tender. Thành ra mềm : To become limp.

mềm dẻo [mèm zẻu] Flexible ; elastic (rules, regulation).

mềm lòng [mèm lòŋ] To be moved (to pity). Mềm lòng trước cảnh nào : To be softened, touched, at the sight of something.

mềm lũn [mèm lũn] Very soft.

mềm mại [mèm mại] Supple.

mềm mỏng [mèm mỏŋ] Compliant, flexible, supple. Lời nói mềm mỏng : Flexible language. Tánh tình mềm mỏng : Flexible character.

mềm môi [mèm mɔi] Drunken.

mềm nhão [mèm ɲãu] Flabby (muscles).

mềm nhũn [mèm ɲũn] Very soft.

mềm yếu [mèm iếu] Feeble, spineless, flabby.

Mên [men] Cao-Mên : Cambodia.

mến [mén] 1) To love, to cherish, to be fond of ; to like. Yêu mến người nào : To be fond of someone. Tôi rất sung sướng được thấy anh mến nó : I am glad you like him. Nó biết cách làm mọi người đều mến nó : He knows how to endear himself to all, how to find his way to people's hearts.

2) To esteem. Rất mến người nào : To hold someone in high esteem.

mến phục [mén fụk] To love and admire.

mến vì [mén vì] To like.

mền [mèn] Blanket. Đắp mền : To blanket ; to cover with a blanket. Nàng quấn mình trong mền : She rolles herself (up) in the blanket. Cái mền nó ấm vì nó dày : This blanket is warm because of its thickness.

mênh mông [meiɲ moŋ] Vast, immense, spacious ; of wide extent. Biển mênh mông : The spacious seas.

mệnh [meiɲ] See mạng.

mệnh danh [mẹiɲ zaiɲ] To call, to name.

mệnh đế [mẹiɲ dè] (Gram) Clause.

mết tinh [mét tiɲ] Meeting.

mệt [mẹt] Tired, fatigued; jaded, weary. Nàng có vẻ mệt : She looks tired. Tôi không mệt chút nào cả : I'm not in the least tired.

mệt dừ [mẹt zừ] See mệt đừ.

mệt đừ [mẹt dừ] To be exhausted, tired out, tired to death, dead tired, dead-beat, fagged out ; to fag oneself out. Làm người nào mệt đừ : To tire someone out, to death. Bắt người nào đi mệt đừ : To walk someone off his legs.

mệt lả [mẹt lả] To be tired out, worn out, fagged out, dog-tired, dead-tired.

mệt lúi [mẹt lùi] Tired out, quite exhausted.

mệt lừ [mẹt lừ] Very tired.

mệt mỏi [mẹt mỏi] Tired. Mệt mỏi vì chạy : To run oneself tired. Sự mệt mỏi : Fatigue.

mệt nhoài [mẹt ɲwài] Tired, worn out, exhausted.

mệt nhọc [mẹt ɲɔk] Tired. Có vẻ mệt nhọc : To seem tired.

mệt nhừ [mẹt ɲừ] See mệt đừ.

mệt xiu [mẹt siu] See mệt lả.

mều [méu] To twist the face (said of a child who is going to cry).

mi [mi] Lông mi : Eye-lash.

mi You. See mầy.

mi ca [mi ka] (Miner) Mica.

mi độc [mi dọk] (Med) Syphilis.

mi khuẩn [mi xwẩn] Microbe.

mi lông đình [mi lon dìɲ] Gablet.

mi mục [mi mụk] Eyebrows and eyes, (fig) near, close.

mi nguyệt [mi ɲwiệt] Crescent (arched eyebrows).

mi nhà [mi ɲà] Fronton.

mi thọ [mi θọ] Long hair on the eyebrows, (fig) long life.

mi tiệp [mi tiẹp] Eyebrows and eyelashes, (fig) near, close.

mi tuyết [mi twiét] Snow white eyebrows, (fig) old age.

mi mắt [mi mắwt] Eyelid. Bình lộn mi mắt : Eversion of the eyelid.

mì [mi] Lúa mì : Wheat. Bánh mì : Bread. Khoai mì : Manioc.

mì Chinese noodles.

mỉ [mi] 1) Tỉ mỉ : Meticulous, fussy, finical.
2) Thoroughly.

mĩ [mi] Mĩ miều : Beautiful.

mị [mị] See my.

mía [miə] Sugar-cane. Đường mía : Cane-sugar. Nước mía : Cane-juice. Xác (bã) mía : Bagasse.

mia mai [miə mai] Ironic(al).

mích lòng [mik lɔn] Làm mích lòng người nào : To offend, to give, cause, offence to someone ; to hurt, ruffle someone's feelings.

mịch [mịk] Tĩnh mịch : Quiet, tranquil, calm.

mịch mịch [mịk mịk] Deserted, quiet.

mịch phỏng [mịk fɔn] To look for and ask about.

mịch thực [mịk θụk] To earn, gain, get, make, a livelihood.

Miên [mien] (Geog) Cambodia. Người Miên : Cambodian.

miên bạc [mien bạk] Thin, slender, slight.

miên du [mien zu] Sleep-walking, somnambulistic.

miên dương [mien zɯɔn] Sheep.

miên lực [mien lụk] Weakness.

miên man [mien man] Continual, unceasing, ceaseless ; never-ending.

miên sàng [mien ʃàn] Bed.

miên viễn [mien viễn] Distant, faraway, far-off ; lasting, durable.

miền [mién] Vermicelli.

miền Chinese vermicelli.

miền bao [mién bau] Bread.

Miến điện [mién diện] (Geog.) Burma. Người Miến điện : Burmese.

miền [mièn] Region, district ; climate. Miền rừng rú : The forest region. Miền núi : A mountainous district. *Miền xa xôi* : Remote area.

miễn [miền] To exempt, to excuse, to dispense ; to remit, to forgive. *Được miễn* : To be exempt. *Miễn quân dịch cho người nào* : To exempt someone from military service. *Miễn nợ cho người nào* : To forgive someone a debt. *Miễn cho người nào khỏi làm việc gì* : To dispense someone from doing something.

miễn chấp [miền cấp] To forgive, to excuse.

miễn cho [miền cɔ] To excuse, to dispense.

miễn chức [miền cúk] 1) To resign.

2) To dismiss, deprive, discharge, remove (official) from office.

miễn cưỡng [miền kưỡn] Unwillingly, reluctantly, (be)grudgingly, forced, unwilling, reluctant, (be)grudging. *Miễn cưỡng làm việc gì* : To be reluctant to do something, to be loath to do something, to begrudge doing something, to do something with a bad grace, to do something with reluctance. *Làm việc gì một cách miễn cưỡng* : To do something with reluctance.

miễn dịch [miền zịk] 1) (Med) To immunize, to render (someone) immune (from). *Sự miễn dịch* : Immunity.

2) To exempt (someone) from military service.

3) To exempt (someone) from fatigue.

miễn dịch tính [miền zịk tíɲ] (Med) Immunity.

miễn hành [miền hàiɲ] To endeavour, strive to do (something).

miễn khuyến [miền xwiến] To encourage.

miễn là [miền là] Provided (that), so long as ; on condition, on the understanding that. *Anh muốn làm gì thì làm miễn là anh để tôi yên* : Do what you please, so long as, if only, you leave me alone.

miễn lệ [miền lệ] To encourage, to hearten, to stimulate.

miễn lực [miền lựk] To make every effort, make every endeavour.

miễn phí [miền fi] Free of charge.

miễn quan [miền kwan] To dismiss an official.

miễn tang [miền taŋ] To go out of mourning.

miễn thuế [miền θwé] Exempt from taxes, tax-free ; free of duty, duty-free. *Hàng hóa được miễn thuế* : Goods that are free of duty. *Xin miễn thuế* : To claim immunity from taxes.

miễn thứ [miền θứ] To forgive, to excuse.

miễn tố [miền tó] To acquit, discharge (an accused person).

miễn tội [miền tọi] To pardon a fault.

miễn trách [miền tráik] To forgive.

miễn trừ [miền trừ] To exempt, to dispense.

miễn vào [miền vàu] No entrance.

miện [miện] Crown. *Lễ gia miện* : Coronation.

miếng [miếɲ] Fragment, broken piece ; morsel, piece, bit ; mouthful, bite. *Bể ra từng miếng* : Smashed to fragments. *Một miếng đất nhỏ* : A morsel of land. *Miếng thịt* : Piece of meat. *Xé vật gì ra từng miếng* : To pick something to pieces ; to tear something to bits. *Làm một miếng hết* : To swallow something at one mouthful, to make one mouthful of something. *Ăn cả vật gì một miếng một* : To eat something up at one bite. *Miếng ăn* : Mouthful.

miếng đất [miếɲ dất] Plot of land, piece of ground, piece of land. *Đo một miếng đất* : To measure a piece of ground.

miếng mỏng [miếɲ mɔ̌ɲ] Chip, thin slice (of potato etc...).

miếng thịt [miếɲ θịt] Piece of meat.

miểng [miểɲ] Fragment, splinter, broken pieces. *Miểng đạn trái phá* : Fragment, splinter, of shell.

miểng chai [miểɲ cai] Fragment of bottle.

miệng [miệɲ] 1) Mouth. *Nước súc miệng* : Mouth-wash. *Súc miệng* : T rinse one's mouth. *Bịt miệng người nào lại* : To stop someone's mouth. *Tin đồn từ miệng nầy sang miệng khác* : The news spread from mouth to mouth.

2) Mouth (of well, etc...) ; muzzle (of gun) ; slot (of money-box, etc...); orifice ; edge ; brim (of a cup, glass bowl, etc...).

miệng bình [miẹŋ bìŋ] Lip of a jug.

miệng chai [miẹŋ cai] Mouth of a bottle.

miệng chén [miẹŋ cén] Brim of a bowl.

miệng cống [miẹŋ kóŋ] Gully-hole.

miệng giếng [miẹŋ ʒién] Mouth of a well.

miệng hùm [miẹŋ hùm] Tiger's mouth. *Miệng hùm gan sứa* : Braggart, braggadocio.

miệng lò [miẹŋ lò] Lip of a furnace.

miệng ly [miẹŋ li] Brim of a glass.

miệng lưỡi [miẹŋ luõi] To be very talkative.

miệng núi lửa [miẹŋ núi lửa] Crater, mouth. opening, of a volcano.

miệng ống [miẹŋ óŋ] Slot of a money-box.

miệng rộng [miẹŋ rọŋ] To have a big mouth.

miệng súng [miẹŋ ʃúŋ] Muzzle of a gun.

miệng tách [miẹŋ táik] Brim of a cup.

miệng túi [miẹŋ túi] Mouth of a bag.

miết [miét] At a stretch, at one stretch.

miết To rub hard. See **xiết**.

miệt [miệt] Region, district. *Miệt rừng*: The forest region.

miệt See **miệt thị**.

miệt See **miệt mài**.

miệt khí [miệt xí] To forsake, desert, abandon.

miệt mài [miệt mài] To give oneself up to (something) ; to devote oneself to. *Miệt mài học* : To devote oneself to study. *Miệt mài vào công việc của mình* : To be intent on one's work.

miệt thị [miệt θị] To disdain, to despise, to scorn, to defy.

miêu duệ [mieu zwẹ] Descendants.

miêu mạt [mieu mạt] See **miêu duệ**.

miêu tả [mieu tả] To describe, to define, to depict, to represent. *Những bức họa nầy không miêu tả được gì cả* : These pictures represent nothing.

miêu tự [mieu tự] See **miêu duệ**.

miếu [miéu] Temple ; shrine. *Miếu Khổng Tử* : Temple of Confucius.

miều [mièu] *Mĩ miều* : Beautiful.

miễu [miễu] Small shrine.

mím [mím] To tighten (lips). *Môi nó mím chặt lại* : His lips tightened.

mím miệng [mím miẹŋ] See **mím môi**.

mím môi [mím moi] To tighten one's lips.

mỉm cười [mỉm kuời] To smile. *Mỉm cười với người nào* : To smile (up)on, at, someone.

mĩm [mĩm] *Mũm mĩm* : Chubby.

mìn [mìn] Mine ; dynamite. *Tàu thả mìn* : Mine-layer. *Tàu vét mìn* : Mine-dredger. *Binh sĩ phá sập cầu bằng mìn* : The soldiers blew up the bridge with dynamite. *Làm nổ một trái mìn*: To fire a mine.

mìn *Mẹ mìn* : Child kidnapper.

mìn bẫy [mìn bẫi] Trap mine, booby-trap.

mìn chạm nổ [mìn cạm nổ] Contact mine.

mìn chống chiến xa [mìn cóŋ cién sa] Anti-tank mine.

mìn chống người [mìn cóŋ ŋười] Anti-personnel mine.

mìn điều khiển [mìn dièu xién] Controlled mine.

mìn giả [mìn ʒả] Dummy mine.

mìn nhảy [mìn ɲải] Bounding mine.

mìn nổ chậm [mìn nổ cạm] Delayed action mine.

mìn nổi [mìn nổi] Buoyant mine, floating mine.

mìn tập [mìn tạp] Practice mine.

mỉn cười [mỉn kuời] To smile. *Mọi người đều mỉn cười khi ông ấy đi qua*:

Every one smiles as he passes, as he goes by.

mịn [mịn] Fine; soft. *Tôi muốn thứ chỉ mịn hơn; thứ nầy to quá : I want some finer thread; this is too thick.*

minh [mịp] *Thông minh :* Intelligent.

minh bạch [mịp bạik] Clear, explicit, apparent, manifest, evident, distinct. *Diễn tả minh bạch :* Expressed in clear terms.

minh biện [mịp biện] To distinguish clearly.

minh châu [mịp cəu] Brilliant pearl.

minh chính [mịp cíp] Clear and upright.

minh chứng [mịp cứŋ] Clear proof.

minh đạt [mịp đạt] To comprehend thoroughly.

minh đoán [mịp dwán] To judge clearly.

minh đức [mịp đúk] High virtue.

minh giải [mịp ɟải] To explain clearly.

minh hà [mịp hà] (Astr) The Milky-Way, the Galaxy.

minh hiển [mịp hiển] Clear, explicit, evident, manifest.

minh hội [mịp hội] To understand clearly.

minh hữu [mịp hữu] Sworn friends.

minh khắc [mịp xáwk] To engrave; to impress deeply (something upon one's mind).

minh kính [mịp kíp] Brilliant mirror.

minh lãng [mịp lãŋ] 1) Bright, brilliant. 2) To hear clearly.

minh liễu [mịp lieu] To understand clearly.

minh man [mịp man] Immense.

minh mẫn [mịp mẫn] Perspicacious, discerning, clairvoyant.

minh minh [mịp mịp] 1) Obscure, dark. 2) Deserted, quiet, calm.

minh mối chính thú [mịp moi cíp θú] Wedded wife.

minh mông [mịp moŋ] Immense, very large.

minh mục [mịp mụk] Bright eyes.

minh muội [mịp muội] Obscure, dark.

minh ngọc thạch [mịp ŋɔk θạik] Alabaster.

minh nguyệt [mịp ŋwiệt] Bright moon.

minh nhật [mịp ɲạt] Tomorrow.

minh niên [mịp niên] Next year.

minh oan [mịp wan] 1) Toexculpate; to say that a person is innocent. *Minh oan cho người nào :* To exculpate a person from a charge. *Sự minh oan :* Exculpation.
2) To claim one's innocence.

minh phàn [mịp fàn] Alum.

minh phủ [mịp fủ] Hades, hell.

minh quả [mịp kwả] Clear-sighted and determined.

minh quang [mịp kwaŋ] Brilliant.

minh quân [mịp kwən] Clear-sighted king.

minh sát [mịp ʃát] To examine clearly.

minh tâm [mịp təm] To engrave (something) on one's memory.

minh thệ [mịp θẹ] To swear.

minh thị [mịp θị] Explicitly, clearly.

minh thiện [mịp θiện] Clear sky.

minh thời [mịp θời] Peace time.

minh thuyết [mịp θwiét] To spreak clearly.

minh tinh [mịp tịp] Bright star. *Minh tinh màn bạc :* Film star, movie star.

minh tra [mịp tra] To examine clearly.

minh triết [mịp triét] Clear-sighted person.

minh trứ [mịp trứ] Clear, explicit, evident, manifest.

minh tuệ [mịp twẹ] Perspicacious.

minh ước [mịp ứrk] Pact, treaty. *Minh ước Bắc Đại Tây Dương :* North Atlantic Treaty. *Minh ước Đông Nam Á:* South-East Asia Treaty.

minh vương [mịp vươŋ] King of hell.

minh xác [mịp sák] To confirm clearly.

minh xương [mịp sươŋ] Explicit, clear, manifest.

mình [mìp] Body.

mình Oneself. *Không ai làm việc ở*

một mình cả : No one man can do it. *Chúng mình đi đâu bây giờ ?* : Where shall we go ?. *Mình làm mình chịu* : As you make your bed, so you must lie on it.

mình mẩy [miɲ mẻi] Body. *Mình mẩy nó đầy máu và mồ hôi* : He was all blood and sweat.

mình trần [miɲ tràn] Naked body.

mít [mit] *Kín mít* : Tight.

mít (Bot) Jack-tree. *Trái mít* : Jack-fruit.

mít đặc [mit dạɯk] Completely ignorant.

mít tinh [mit tiɲ] Meeting. *Cuộc mít-tinh bị cảnh sát giải tán* : The meeting was broken up by the police.

mịt [mịt] *Tối mịt* : Very dark, pitch-dark.

mo [mɔ] Spathe (of areca, leaf).

mó [mɔ́] To touch, to feel.

mò [mɔ̀] To grope, to fumble ; to feel about with the hand as one does in the dark. *Mò đi ra* : To grope one's way out. *Mò tìm vật gì* : To grope for, after, something. *Mò tìm lỗ khoá để tra chìa khoá vào* : To fumble with the key at the key-hole. *Mò tìm vật gì trong phòng tối* : To fumble in a dark room for something. *Mò trong bóng tối* : To feel about in the dark. *Mò trăng đáy nước* : To run one's head against a wall, to try to do something that is clearly impossible, to attempt the impossible, to attempt the impossibilities. *Nó mò hột xoài (quả đấm cửa) trong bóng tối* : He groped for the door-handle in the dark. *Mò kim đáy biển* : To look for a needle in a bundle of hay. *Mò trong túi tìm khăn tay* : To grope in one's pocket for a handkerchief.

mò mẫm [mɔ̀ mẩm] See mò.

mò nắn [mɔ̀ nắɯn] To feel.

mỏ [mɔ̉] 1) Beak, bill. *Mỏ dài, mỏ ngắn* : Long-beak, short-beak.

2) Spout, muzzle.

mỏ Mine. *Thợ mỏ* : Mine-digger, miner. *Chủ hầm mỏ* : Mine-owner. *Công việc*

đào mỏ : Mining. *Người đào mỏ (người lấy vợ giàu)* : Gold-digger.

mỏ ác [mɔ̉ ák] (Anat) Fontanel(le).

mỏ bạc [mɔ̉ bak] Silver-mine.

mỏ chì [mɔ̉ ci] Lead-mine.

mỏ chim [mɔ̉ cim] Bill of bird, bird's beak.

mỏ chó [mɔ̉ có] Muzzle of dog.

mỏ chồn [mɔ̉ còn] Muzzle of fox.

mỏ đèn hàn [mɔ̉ dèn hàn] Burner.

mỏ đồng [mɔ̉ dòŋ] Copper-mine.

mỏ gà [mɔ̉ gà] Poultry's bill.

mỏ hàn [mɔ̉ hàn] Soldering-iron sol-dering-bit, soldering-copper.

mỏ heo [mɔ̉ hɛu] Snout of a pig.

mỏ kẽm [mɔ̉ kẽm] Zinc mine.

mỏ muối [mɔ̉ muối] Salt-mine.

mỏ neo [mɔ̉ nɛu] Anchor. *Mỏ neo một ngạnh* : Anchor with only one fluke.

mỏ than [mɔ̉ θan] Coal-mine, coal-pit.

mỏ thiếc [mɔ̉ θiŕk] Tin mine.

mỏ vàng [mɔ̉ vàŋ] Gold-mine.

mỏ vịt [mɔ̉ vịt] 1) Duck's bill.

2) (Med) Speculum.

mõ [mɔ̃] Gong (of Buddhist monk).

mõ Piece of wood beaten by the village crier while making an announcement.

móc [mɔ́k] 1) Hook ; crotchet, clasp. *Đinh có móc* : Hook-nail. *Móc có vít ở đầu* : Screw-hook. *Móc để móc các toa xe lửa* : Draw-bar, draw-hook. *Móc để treo thịt* : Butcher's hook, meat hook. *Thang có móc (của lính chữa lửa)* : Hook-ladder. *Dây có móc* : Hook-rope. *Giống hình cái móc* : Hook-like. *Người móc các toa xe lửa* : Hooker.

2) (Mus) Hook (of quaver).

móc 1) To hook (on to) (something), to seize (something) with a hook, to catch (something by hooking) ; to couple. *Móc cá* : To hook a fish. *Móc phải áo vào cây đinh* : To catch one's dress on a nail. *Áo nàng bị cây đinh móc* : Her dress caught, hitched on a nail. *Móc chiếc xe vào xe lửa* : To hitch, couple, a car-riage on to the train. *Móc vào vật gì* : To grapple on to something.

M

2) To hang up, hook up (something). *Móc ống điện thoại :* To hang up the receiver. *Móc vật gì vào vật khác :* To hook something (on up) to something. *Móc màn :* To hook up a curtain. *Móc một chiếc thuyền lại :* To hook a boat. *Bị một chiếc xe chạy ngang móc phải :* To be hooked by a passing car. *Móc áo lên cây đinh :* To hang (up) one's dress on a nail.

3) To pick. *Móc túi người nào :* To pick someone's pocket. *Người móc túi :* Pickpocket.

móc To take out with fingers.

móc áo [mɔ́k áu] Coat-hook, coat-peg.

móc cổ [mɔ́k kỏ] To draw out with the finger.

móc đan [mɔ́k dan] Crochet-hook, crochet-pin.

móc gài khuy [mɔ́k gài xwi] Button-hook.

móc họng [mɔ́k hɔŋ] See móc cổ.

móc màn [mɔ́k màn] To hook up a curtain.

móc mắt [mɔ́k mắᵘt] To pluck out the eyes. *Móc mắt người nào :* To gouge out someone's eyes, to put someone's eyes out, to tear someone's eyes out.

móc mồi [mɔ́k mòi] To bait.

móc ra [mɔ́k ra] To take out with fingers.

móc sắt [mɔ́k ʃắᵘt] Crampon, cramp-iron.

móc thêu [mɔ́k θeu] Crochet-hook, crochet-pin.

móc tiền [mɔ́k tièn] To take money out of one's pocket.

móc túi [mɔ́k túi] To take (something) out of one's pocket. *Người móc túi :* Pickpocket. *Coi chừng móc túi :* Beware of pickpockets. *Móc túi người nào :* To pick someone's pocket. *Nó bị móc túi :* He had his pocket picked.

mọc [mɔk] 1) (Of plants etc...) To shoot, to grow, to come out, to burgeon; to flourish. *Cây cối mọc từ khi có chiến tranh :* The trees that have grown since the war. *Mọc được trong đất cát :* To flourish in a sandy soil. *Cây mọc mầm non lại :* The trees are coming out again. *Những hột tôi gieo tuần rồi vẫn chưa mọc :* The seeds I sowed last week haven't come up yet.

2) (Of sun, star) To rise, to come out. *Trước khi mặt trời mọc :* Before daylight. *Chúng tôi thấy mặt trời mọc :* We saw the sun rise. *Mấy giờ mặt trời mọc ? :* What time does the sun rise ?

3) (Of hair, nails) To grow.

4) *Nó bắt đầu mọc răng :* He is beginning to cut his teeth, he is cutting his teeth. *Khi răng bắt đầu mọc :* When the teeth begin to come.

mọc chồi [mɔk còi] (Of plants) To bud.

mọc da non [mɔk za nɔn] (Of wounds) To heel (up), scar over, skin over.

mọc lên [mɔk len] (Of plant) To spring up, to sprout.

mọc lông [mɔk loŋ] (Of bird) To get feathers.

mọc mầm [mɔk màm] See mọc chồi.

mọc mộng [mɔk mɔŋ] (Of seeds) To germinate; (of potatoes) to sprout.

mọc ngược [mɔk ŋɯɯrk] (Bot) Anatropous.

mọc nhánh [mɔk ɲáiɲ] To branch.

mọc răng [mɔk rawŋ] To teeth, to grow teeth, to cut teeth; to have teeth come through the gums. *Đứa trẻ đang mọc răng :* The baby is cutting its teeth ; child who is teething.

mọc râu [mɔk rɐu] To grow a beard.

mọc rễ [mɔk rễ] (Of plants) To root to take root.

mọc tóc [mɔk tɔ́k] To grow hair.

moi [mɔi] To dig ; *Moi tiền :* To extort money (out of someone).

moi lên [mɔi len] To dig out.

moi óc [mɔi ɔ́k] To puzzle, beat, rack cudgel, one's brains.

moi ruột [mɔi rʊ̵̀ʈ] To disembowell.

moi tiền [mɔi tièn] To extort money.

mòi [mòi] Sign, omen. *Có mòi :* To look to have a chance to.

mòi *Cá mòi :* Herring.

mỏi [mɔ̉i] Tired, weary. *Đứng mỏi :* Tired of (with) standing. *Tay tôi viết mỏi quá :* My hand was weary with writing.

mỏi chân [mɔ̉i cən] To be tired of walking, standing, etc...

mỏi mệt [mɔ̉i mệt] Tired, weary.

mỏi miệng [mɔ̉i miệŋ] To talk oneself tired.

mọi [mọi] Every, all. *Tôi sẽ đến thăm anh như mọi lần :* I will call on you as usual. *Tôi thức trễ hơn mọi lần :* I got up later than usual.

mọi *Tôi mọi :* Slave.

mọi người [mọi ŋui] Everyone, everybody, all men. *Mọi người đều có mặt trừ chị tôi :* Everyone was present except my sister. *Khó làm vừa lòng mọi người :* It's difficult to please everybody. *Mọi người đều đồng ý về điểm ấy :* Everybody is agreed on that point.

mọi nơi [mọi nɔi] Everywhere.

mọi vật [mọi vật] Everything. *Mọi vật đều lên giá trừ lương bổng :* Everything went up except salaries.

mọi việc [mọi viɤk] Everything. *Mọi việc đều chạy không có gì trở ngại :* Everything went like one o'clock.

móm [mɔ́m] To be toothless.

mỏm đất [mɔ̉m dát] Cape, promontory.

mõm [mɔ̃m] Muzzle, snout.

mõm *Chín mõm :* Over-ripe (fruit).

mon men lại [mɔn mɛn lại] To approach, to get near.

món [mɔ́n] Item, article ; dish (of food).

món ăn [mɔ́n ăn] Dish, food ; course (at dinner). *Món ăn tinh thần :* Mental, intellectual, food. *Món ăn chơi :* Hors-d'œuvre, side-dish.

món bở [mɔ́n bở] Interesting business.

món hàng [mɔ́n hàŋ] Merchandise, article. *Chúng tôi không còn món hàng ấy :* We are short of that article.

món nợ [mɔ́n nợ] Debt. *Món nợ danh dự :* Debt of honour.

món quà [mɔ́n kwà] Present, gift. *Tặng một món quà cho người nào :* To give a present to someone, to give someone a present, to bestow a present on someone.

món tiền [mɔ́n tiền] Sum of money.

mòn [mɔ̀n] (Of metal, stone etc...) Worn ; (of garments) shabby, threadbare ; (of rope) frayed. *Sự mòn một bên :* One-sided wear.

mòn To wear. *Không mòn được :* No subject to wear. *Vỏ xe không mòn :* Tyres that wear for ever. *Mặc áo cũ đến mòn cả chỉ ra :* To wear one's coat threadbare. *Đá bị (biển v.v...) xói mòn :* Rocks worn away by erosion. *Đi mòn gót giày :* To wear one's heels down. *Làm mòn mũi một dụng cụ :* To wear down the point of a tool. *Giày của tôi mòn rồi :* My shoes are worn out. *Chân của cả ngàn người đã làm mòn các nấc thang :* The feet of thousands of people had worn away the steps. *Chữ khắc đều mòn hết :* The inscription has worn away (i.e. can no longer be read). *Gót của các chiếc giày này đều mòn :* The heels of these shoes are worn down (are wearing down).

mòn con mắt [mɔ̀n kɔn máut] *Chờ mòn con mắt :* To be tired of waiting.

mòn mỏi [mɔ̀n mɔ̉i] Worn out. *Người mòn mỏi vì công việc :* Person worn out by work.

mòn chí [mɔ̀n cí] Discouraged, despondent, broken-spirited.

mòn dạ [mɔ̀n zạ] See mòn chí.

mòn hơi [mɔ̀n hơi] Out of breath.

mòn sức [mɔ̀n ʃúk] To wear oneself out.

mọn [mọn] Little, small. *Con mọn :* Little child. *Hèn mọn :* Humble, mean. *Nhỏ mọn :* Mean.

mong [mɔŋ] To hope, to expect and desire. *Tôi mong rằng nó sẽ không trễ xe lửa (lỡ tàu) :* I hope he doesn't lose his train. *Tôi mong gặp lại ông :* I hope to see you again. *Tôi mong rằng tất cả sẽ trôi chảy :* I hope, trust (that)

M

all will go well. *Tôi mong rằng việc ấy sẽ không tái diễn nữa* : I hope it will not be repeated. *Chúng tôi mong sẽ có cơ hội gặp lại anh* : We shall hope to see you again. *Tôi mong nhận được tin anh* : I thought to have heard from you. *Tôi không mong gì gặp nó lại* : I little thought to see him again.

mong chờ [mɔŋ cờ] To expect, to wait for.

mong đợi [mɔŋ đợi] See mong chờ.

mong manh [mɔŋ maiŋ] Faint, uncertain, slender, slim. *Hy vọng mong manh* Faint, very slight, small, slender, hope.

mong mỏi [mɔŋ mỏi] To aspire, to expect, to desire eagerly. *Sự mong mỏi:* Expectation. *Thành công quá sự mong mỏi của mình* : To succeed beyond one's expectations.

mong ước [mɔŋ úrrk] To wish, to hope. *Sự mong ước:* Wish. *Đúng theo sự mong ước của anh* : In compliance with your wishes.

móng [mɔ́ŋ] 1) Claw (of animal) ; claw, talon (of bird of prey) ; hoof (of horse, etc...). *Con mèo có thể rút móng vô và con ốc rút sừng vào* : The cat can retract its claws, and a snail its horns.
2) Nail. *Cắn móng tay* : To bite one's (finger) nails.

móng Foundation (of building).

móng chân [mɔ́ŋ cən] Toe-nail.

móng cọp [mɔ́ŋ kɔp] Claw of tiger.

móng đeo [mɔ́ŋ đɛu] Dew-claw (of dog).

móng ngựa [mɔ́ŋ ŋựa] 1) Hoof of horse.
2) Horseshoe.

móng nhà [mɔ́ŋ nà] Foundation of a house.

móng ó [mɔ́ŋ ó] Talon of hawk.

móng sư tử [mɔ́ŋ ʃɯ tử] Talon of lion.

móng tay [mɔ́ŋ tay] Finger-nail. *Cắn móng tay* : To bite one's finger-nail. *Chứng hay cắn móng tay* : (Med) Nail biting. *Giũa móng tay* : Nail-file. *Đồ cắt móng tay* : Nail-clippers. *Bàn chải đánh móng tay* : Nail-brush. *Kéo cắt móng tay* : Nail-scissors. *Cắt móng tay:*

To cut one's nails. *Đừng cắn móng tay, nữa* : Leave off biting your nail. *Ví quit dày có móng tay nhọn* : Set a thief to catch a thief.

móng tường [mɔ́ŋ tưừŋ] Foundation of a wall.

móng vuốt [mɔ́ŋ vuốt] Claws.

mòng [mɔ̀ŋ] Horse fly.

mòng đóc [mɔ̀ŋ đók] (Anat) Clitoris.

mỏng [mɔ̉ŋ] Thin, slender, slim. *Có môi mỏng* : Thin-lipped. *Có da mỏng* : Thin-skinned. *Một tờ giấy mỏng* : A thin sheet of paper. *Quần áo mỏng* : Thin clothes.

mỏng dánh [mɔ̉ŋ záiŋ] Very thin.

mỏng dính [mɔ̉ŋ zíp] See mỏng dánh.

mỏng manh [mɔ̉ŋ maiŋ] See mong manh.

mỏng mảnh [mɔ̉ŋ mảiŋ] 1) Frail, fragile.
2) Flimsy, thin, tenuous.

mỏng môi [mɔ̉ŋ moi] Thin lips, (fig) loose-tongued.

mỏng tai [mɔ̉ŋ tai] Thin ears.

mỏng tanh [mɔ̉ŋ taiŋ] Very thin.

mọng [mɔŋ] *Trái chín mọng* : Over-ripe fruit.

móp [mɔ́p] Battered.

mọp [mɔp] To bend low.

mót [mɔ́t] To glean (corn). *Mót lúa một miếng ruộng* : To glean corn a field. *Người mót lúa* : A gleaner.

mót củi [mɔ́t kủi] To gather sticks (for firewood).

mót đái [mɔ́t đải] To desire to urinate

mót ỉa [mɔ́t iả] To desire to go to stool

mót lúa [mɔ́t lwɔ́] To glean corn. *Mót lúa một miếng ruộng* : To glean a field

mọt [mɔt] (Ent) Wood-borer, wood eater.

mọt phin [mɔt fin] Morphia, morphine *Chứng ghiền mọt phin* : Morphinomania, morphiomania.

mọt sách [mɔt ʃáik] Book-worm.

mô [mo] Where ?. *Anh đi mô ?* : Where are you going ?. See đâu.

mô Mound.

mô bái [mo bái] To prostrate onese

mô đất [mo đất] Heap of earth.

mô hình [mo hìp] Clay model.

mô học [mo học] (Bot) Histology.

mô lết [mo lét] Wrench.

mô nghĩ [mo ŋĭ] To copy, to imitate.

mô phạm [mo fạm] Model, pattern, example.

mô phỏng [mo fỏŋ] To imitate, to copy.

mô tả [mo tả] To describe.

mồ [mò] Tomb, grave. *Nó mang điều bí mật của nó xuống mồ* : He carried his secret to the grave.

mồ côi [mò koi] To be orphaned. *Đứa trẻ mồ côi* : An orphan-child. *Viện mồ côi* : Orphan-home, orphanage. *Mồ côi cả cha lẫn mẹ* : Orphaned both of father and mother.

mồ côi cha [mò koi cả] Fatherless.

mồ côi mẹ [mò koi mẹ] Motherless.

mồ hóng [mò hỏŋ] Soot.

mồ hôi [mò hoi] Sweat, perspiration. *Tuyến mồ hôi* : Sweat-gland. *Chứng mồ hôi oi* : (Med) Bromidrosis. *Đổ mồ hôi* : To be sweating, in a perspiration ; to perspire: *Đẫm mồ hôi* : Bathed in perspiration, streaming with perspiration. *Sự toát mồ hôi*: To be in a sweat of fear. *Giọt mồ hôi* : Bead of perspiration. *Sự toát, ra mồ hôi* : Perspiration. *Làm toát, tháo mồ hôi* : Diaphoretic. *Chỉ trông thấy những vật dùng về mổ xẻ tôi cũng sơ toát mồ hôi rồi* : Only to look at surgical instruments makes me sweat. *Mình nó đầm đìa mồ hôi* : He was running with sweat. *Mồ hôi đọng trên trán nó* : The sweat stood on his forehead. *Bác sĩ làm bịnh nhân của ông toát mồ hôi* : The doctor sweated his patient.

mồ hôi nước mắt [mò hoi nứrk mắut] Sweat and tears. *Của mồ hôi nước mắt:* Hard-gotten fortune.

mồ mả [mò mả] Graves, tombs.

mồ vô chú [mò vo củ] Nameless, unknown, grave.

mổ [mổ] (Of bird) To peck, peck at (fruit, etc.).

mổ 1) To operate, to dissect. *Bàn mổ :*

Operating-table. *Phòng mổ :* Operating-room. *Mổ một binh nhân :* To operate on, perform an operation on, a patient. *Mổ ruột dư (thừa) :* To perform an operation for appendicitis, to operate on an appendicitis. *Các bác sĩ quyết định mổ ngay :* The doctors decided to operate at once.

2) To kill (pig etc...) for food.

mổ bò [mổ bò] To slaughter, knock down, an ox.

mổ bụng [mổ bụŋ] To disembowel, to eviscerate.

mổ cá [mổ ká] To gut a fish.

mổ thây [mổ θei] To cut up a dead body. *Sự mổ thây để khám :* Autopsy.

mổ xác [mổ sák] See mổ thây.

mổ xẻ [mổ sẻ] (Med) To operate, to dissect, to anatomize. *Sự mổ xẻ :* Operation, dissection. *Thuật mổ xẻ :* Surgery, anatomy.

mổ măng [mổ măŋ] See lỗ măng.

mộ [mộ] Grave, tomb ; sepulchre. *Mộ của chiến sĩ vô danh :* Tomb of the unknown soldier.

mộ To recruit, to enlist.

mộ bi [mộ bi] See mộ bia.

mộ bia [mộ biə] Tombstone, gravestone.

mộ binh [mộ biŋ] (Mil) To enlist recruits.

mộ dạ [mộ zạ] Evening and night.

mộ duyên [mộ zwien] (Of Buddhist priest) To collect subscriptions.

mộ đạo [mộ dạu] To be devout, devoted to religion. *Lòng mộ đạo :* Devotion.

mộ địa [mộ dịə] Cemetery, graveyard.

mộ đức [mộ dứk] To love virtue.

mộ hóa [mộ hửa] See mộ duyên.

mộ lính [mộ líŋ] See mộ binh.

mộ niên [mộ niên] Old age.

mộ phần [mộ fần] Tomb, grave.

mộ quyên [mộ kwien] To collect subscriptions.

mộ tuế [mộ twế] End of the year.

mốc [mók] Mould ; mildew ; mouldiness, mustiness.

mốc Mould, mildewy (bread, etc..); musty,

fusty (taste, smell, etc...). *Bánh mì mốc:* Mouldy bread. *Có hơi mốc, có mùi mốc:* To smell mouldy, musty. *Phó mát mốc:* Blue-moulded cheese.

mộc To mould.

mộc Landmark, boundary-mark, boundary-stone, boundary post.

mộc mẹo [mók mẹu] Mouldy, musty.

mộc [mọk] *Thợ mộc:* Carpenter.

mộc Shield.

mộc công [mọk koŋ] Carpenter.

mộc dạng [mọk zạŋ] (Bot) Dendroid, branching, tree-like.

mộc hãn [mọk hãn] Bathed in perspiration, streaming with perspiration.

mộc học [mọk họk] (Bot) Dendrology.

mộc khang [mọk xaŋ] Sawdust.

mộc lan [mọk lan] (Bot) Magnolia.

mộc mạc [mọk mạk] Simple, natural. *Ăn nói mộc mạc:* To speak with simplicity.

mộc tinh [mọk tiŋ] (Astr) Jupiter.

môi [moi] Lip. *Trề môi:* To hang one's lip. *Mím môi, cắn môi, bặm môi:* To bite one's lip. *Một nụ cười thoáng qua trên môi nó:* A smile flickered on his lips. *Một nụ cười vừa thoáng nở trên môi nàng.* A smile passed over her lips. *Đưa ly lên môi:* To raise one's glass to one's lips. *Liếm môi:* To smack one's lips over something. *Hé môi:* To open one's lips. *Nó không bao giờ hé môi:* He never opened his lips. *Môi mím chặt:* Lips firmly set.

môi Ladle. See vá (1).

môi chước [moi cứrk] See môi nhân.

môi dày [moi zài] Thick lips. *Có môi dày:* Thick-lipped.

môi du [moi zu] Petroleum.

môi dưới [moi zưới] Lower lip, under lip, nether lip.

môi điện [moi đièn] Coal-mine.

môi giới [moi zới] Intermediary, go-between; medium; agency. *Nhờ môi giới của người nào:* Through someone's agency.

môi khô [moi xo] Parched lips.

môi mỏng [moi mỏŋ] Thin lips. *Có môi mỏng:* Thin-lipped.

môi nhân [moi pân] Matchmaker.

môi nứt [moi nứt] Cracked lips.

môi son [moi ʃon] Red lips, ripe lips. *Có môi son:* Red-lipped.

môi sứt [moi ʃứt] Hare-lip.

môi trên [moi tren] Upper lip.

môi trường [moi trưởŋ] (Ph) Medium.

môi ướt [moi ướt] Moist lips.

môi vật [moi vật] Vehicle. *Không khí là môi vật của âm thanh:* Air is the vehicle of sound.

môi xệ [moi sẹ] Protruding lip.

mối [mối] (Ent) Termite, white ant. *Ổ mối, gò mối:* Termitary, termitarium.

mối End (of entangled thread).

mối Cause.

mối bất hòa [mối bất hwà] Dissension, discord. *Gieo mối bất hòa:* To sow dissension. *Gieo mối bất hòa trong gia đình:* To bring discord into a family.

mối cảm giác [mối kảm zák] Sensation.

mối chỉ [mối ci] End of entangled thread.

mối dây [mối zei] Knot.

mối hàn [mối hàn] Soldered joint.

mối hàng [mối hàŋ] Customer.

mối họa [mối hwạ] Cause of misfortune.

mối lái [mối lái] Matchmaker.

mối lo [mối lɔ] Anxiety, trouble. *Mối lo nầy làm quên mối lo trước:* One fire drives out another's burning.

mối lợi [mối lợi] Advantage.

mối nợ [mối nợ] Debt.

mối sầu [mối ʃàu] Cause of sadness.

mối thòng lọng [mối θɔŋ lɔŋ] Noose.

mối thù [mối θù] Feud. *Mối thù không đội trời chung, bất cộng đái thiên:* Deadly feud, intense hatred. *Mối thù truyền kiếp:* Vendetta. *Hai gia đình có mối thù với nhau đã nhiều đời rồi:* The two families have been at feud with each other for many generations.

mối tình [mối tiŋ] Love. *Mối tình đầu:* First love.

mỗi tương tư [mói tươŋ tư] Love-sickness.

mồi [mòi] 1) Bait, lure, decoy. Móc mồi : To bait the line. Chim mồi : Decoy (- bird). Cá ăn mồi, đớp mồi : The fish bites. Bỏ mồi bắt bóng : To cast, drop, throw away, the substance for the shadow.

2) Prey. Con chồn bỏ lại miếng mồi và chạy mất : The fox delivered up its prey and fled. Con hươu làm mồi cho con sư tử : The deer fell a prey to a lion. Con thú ăn mồi của nó : The animal was devouring its prey. (Sư tử v.v...) Đi săn mồi : (Of lion, etc...) To be on the prowl. Con ó đáp xuống vồ mồi : The eagle swooped down on its prey. Cọp núp rình mồi : Tiger lying in wait for its prey.

mỗi [mỗi] Each, every. Mỗi ngày: Each day. Mỗi người đàn ông, mỗi người đàn bà : Each man, each woman. Mỗi cử tri có hai phiếu : Every elector has two votes. Mỗi chỗ mỗi vật và vật nào chỗ nấy : A place for everything and everything in its place. Mỗi lần nó đến:Whenever, every time, he comes. Mỗi năm hay sáu bước : Every five or six paces. Những sách nầy giá năm đồng mỗi cuốn : These books cost five piastres each. Ba toán mỗi toán mười người : Three groups of ten men each. Sau khi uống mỗi người một tách cà-phê, chúng tôi lên đường : After each of us had swallowed a cup of coffee, we set out. Mỗi thứ một chút : A little of each. Mỗi hai hoặc ba ngày : Every second or third day. Mỗi lần thấy vật ấy thì tôi nhớ đến anh : Whenever I see it I think of you.

mỗi cái [mỗi kái] Apiece. Giá năm đồng mỗi cái : To cost five piastres apiece.

mỗi giờ [mỗi ʒiờ] Hourly, every hour, once every hour.

mỗi khi [mỗi xi] Every time.

mỗi lần [mỗi lần] Every time. Mỗi lần nó đến: Whenever, every time he comes. Mỗi lần thấy vật ấy thì tôi nhớ đến anh : Whenever I see it, I think of you.

you.

mỗi năm [mỗi nawm] Every year.

mỗi năm Per annum, yearly, by the year.

mỗi ngày [mỗi ŋày] Every day. Tôi ở đây một mình tôi suốt ngày và mỗi ngày : I am here by oneself all day and everyday. Bác sĩ đến mỗi ngày : The doctor comes every day.

mỗi người [mỗi ŋười] Each man, apiece. Sau khi uống mỗi người một tách cà-phê, chúng tôi lên đường : After each of us had swallowed a cup of coffee, we set out. Cho mỗi người mười đồng : To give ten piastres apiece. Lãnh mỗi người hai trái bôm : To receive two apples apiece. Người ta trao cho mỗi người trong bọn chúng nó một bó hoa : Each of them was handed a nosegay.

mồm [mòm] Mouth. See miệng.

môn [mon] 1) Subject. Môn học : Subject of study. Những môn nào bắt buộc trong trường của anh ? : Which subjects are compulsory in your school ?.

2) (In sport) Event. Môn nhảy xa : The long-jump event. Anh có ghi tên vào môn nào không ? : Have you entered your name for any of the events?.

môn bài [mon bài] 1) License (to exercise a trade or profession). Môn bài bán rượu : Liquor license, license for the sale of drink.

môn đăng hộ đối [mon dawŋ họ dói] Cuộc hôn nhân môn đăng hộ đối : Marriage of convenience, marriage of propriety.

môn đệ [mon dệ] Disciple, follower.

môn đồ [mon dò] See môn đệ.

môn hạ [mon hạ] Domestic, servant.

môn hỏa [mon hwả] To extinguish, stamp out fire.

môn hộ [mon họ] Door ; house.

môn lệ [mon lệ] Doorman, door-keeper.

môn loại [mon lwại] Species.

môn nha [mon ɲa] Incisor, incisive teeth.

môn nhảy xa [mon nảy sa] The long-jump event.

môn nhân [mon pan] Disciple, follower.

môn phái [mon fái] School, sect. *Môn phái Plato* : The Platonic school.

môn sinh [mon ʃip] Disciple.

môn tiến [mon tiền] In front of the door.

môn tốt [mon tót] Doorman, door-keeper.

môn xi [mon si] See môn nha.

mớn một [mòn mọt] *Rõ mũn một :* Very clear.

mông [moŋ] Buttock ; rump.

Mông cổ [moŋ kỏ] (Geog) Mongolia. *Người Mông cổ :* Mongol. *Nó có nét mặt của người Mông-cổ :* He showed the lineaments of a Mongol face.

mông đít [moŋ đít] Buttock.

mông khí [moŋ xi] Atmosphere.

mông lung [moŋ luŋ] Moonlight at the setting of the moon.

mông mênh [moŋ meip] Vast, immense.

mông mông [moŋ moŋ] Drizzle.

mông mông Obscure, indistinct.

mông quạnh [moŋ kwạip] Desert.

mống [móŋ] Rainbow.

mống 1) (Bot) Germ.

2) Anyone, anybody. *Không còn mống nào cả :* There is nobody left.

mống Stupid.

mống trời [móŋ trời] Rainbow.

mồng [mòŋ] Comb, crest (of bird).

mồng See mùng.

mồng gà [mòŋ gà] Cockcomb.

mổng [mỏŋ] Buttock, rump.

mộng [mọŋ] Dream. *Người đoán mộng :* Dream-reader. *Cõi mộng :* Dreamland. *Nằm mộng :* To have a dream, to dream a dream. *Nằm mộng thấy việc gì :* To see something in a dream. *Đêm qua anh nằm mộng thấy việc gì đó? :* What did you dream about last night ?. *Đoán mộng :* To interpret a dream. *Một ngày kia mộng của anh sẽ thành sự thật :* Some day your dream will come true.

mộng Tenon. *Lỗ mộng :* Mortise, mortice. *Sự đục mộng :* Mortising. *Máy đục mộng :* Mortising machine. *Lắp mộng :* To mortise.

mộng ảo [mọŋ ảu] Vision, illusion ; chimerical, visionary.

mộng di [mọŋ zi] See mộng tinh.

mộng du [mọŋ zu] Somnambulistic, sleep-walking.

mộng đực [mọŋ dựk] Tenon.

mộng đồng [mọŋ dồŋ] Stupid.

mộng kiền [mọŋ kiến] To see in a dream.

mộng my [mọŋ mị] Dream.

mộng tinh [mọŋ tip] Wet dream, noc-turnal emission of sperm.

mộng tưởng [mọŋ tưởŋ] Dream, reverie. *Ôm ấp một mộng tưởng :* To cherish a dream.

mộng yểm [mọŋ iểm] Nightmare.

mốt [mót] The day after to-morrow. *Mai mốt :* In a day a two, in a few days. *Nếu hôm nay là thứ tư thì hôm kia là thứ hai và mốt là thứ sáu :* If today is Wednesday the day before yesterday was Monday and the day after to-morrow will be Friday.

mốt One. *Hai mươi mốt :* Twenty one. *Ba mươi mốt :* Thirty one, one and thirty.

mốt Fashion, style. *Đúng mốt :* In fash-ion ; fashionable. *Quá mốt :* Out o fashion. *Người ăn mặc đúng mốt :* man of fashion. *Đặt ra một mốt mới* To create a fashion.

một [mọt] One. *Từng người (cái) một* One by one. *Những trẻ con từ một đế mười hai tuổi :* Children aged from on to twelve. *Chỉ còn lại có một :* Ther is only one left. *Phòng một giường* Single bedroom. *Một ngàn lẻ Một Đê* The Thousand and one Nights. *Sĩ hàng một :* (Mil) In single file. *Là việc từ một đến hai giờ :* To wor from one to two. *Tôi sẽ đến giữ khoảng một và hai giờ :* I shall con between one and two (o'clock). *Tra một :* Page one, first page. *Số một* Number one. *Một với một là hai :* O and one are two. *Đếm từ một đến mười* : To count from one to ten. *Một trong cả trăm người* : One man in a hundred. *Không có ai làm được việc ấy một mình cả* : No one man can do it. *Tôi chắc chắn rằng hai người khách chỉ là một* : I am sure the two visitors are one. *Cũng là một* : It's all one. *Chương một* : Chapter one. *Hàng hóa bán từng cái một* : Goods that are sold in ones. *Một trong bọn chúng nó* : One of them. *Đối đãi người nào như một người trong gia quyến* : To treat someone as one of the family. *Một người bạn của tôi, một trong những người bạn của tôi* : One of my friends. *Nó là một trong những người khách thường đến thăm tôi* : He is one of my usual visitors. *Bất cứ một người nào trong bọn chúng ta* : Any one of us. *Nó có vẻ như một người chết* : He looked like one dead. 2) (Before a consonant) A ; (before a vowel sound) an (pl. some). *Một ngày, một trái bôm, một giờ* : A day, an apple, an hour. *Một ông già* : An old man. *Một người vợ và là một người mẹ* : A wife and mother. *Bôm (táo) hai chục đồng một kí-lô* : Apples twenty piastres a kilogram. *Ba lần trong một tuần lễ, một tháng, một năm* : Three times a week, a month, a year. *Năm chục cây số một giờ* : Fifty kilometers an hour. *Tôi không có một quyển sách nào cả* : I haven't a book. *Ăn hai cái một lần* : To eat two at a time. *Vào hai người một lượt* : To come in two at a time. *Chúng tôi đồng một ý* : We are of a mind. *Nó uống cạn ly một hơi một* : He emptied the glass at a draught.

một bên [mọt ben] On the one hand.

một bên (To look, etc..) Sideways. *Nhảy qua một bên* : To jump sideways. *Tháp nghiêng qua một bên* : The tower leans sideways. *Tránh qua một bên* : To stand sideways.

một cái [mọt kái] One. *Thoi một cái vào mũi người nào* : To give someone one on the nose.

một chiều [mọt cièu] One-way street.

một chốc [mọt chók] See **một chút.**

một chút [mọt cút] Moment, instant ; a taste, small portion ; a little, a bit, a tick, a thought. *Một chút nữa* : A little more. *Đợi, chờ một chút* : Wait a little ! half a tick ! wait a moment ! one moment ! half a moment. *Tôi đến trễ một chút* : I am a bit late. *Xin anh vui lòng đứng ra xa một chút* : Please stand a little farther away. *Hơi ngọt một chút* : A thought too sweet. *Dài hơn một chút* : A thought longer. *Màu hơi tối một chút* : The colour is a thought too dark. *Tôi không tin lời nó nói một chút nào cả* : I don't believe a tithe of what he says. *Không có một chút sự thật nào cả* : Not a jot, not an atom, of truth. *Cho tôi thêm một chút* : Give me a little more, please.

một địa [mọt dịa] To bury, inter (corpse).

một đời [mọt dời] A lifetime. *Cả một đời sung sướng* : A lifetime of happiness. *Anh có thể mang (dùng) nó cả một đời* : You can wear it for a lifetime.

một hai khi [mọt hai xi] Sometimes. *Một hai khi nó về trễ* : He is sometimes late.

một hơi [mọt hơi] 1) At a stretch, at one stretch.

2) At one gulp, at one (a) draught. *Uống một hơi cạn ly* : To empty a glass at one gulp, at one (a) draught. *Uống một hơi hết chai rượu* : To drink the whole bottle at once.

một lần [mọt lần] Once, one time. *Chỉ một lần thôi* : Once only. *Đừng nói tất cả cùng một lần* : Don't all speak at once. *Làm nhiều việc cùng một lần* : To do several things at once. *Một lần không thể nào cùng làm hai việc được* : Once can't do two things at once.

một lần nữa [mọt lần nửa] Again, anew.

một loạt [mọt lwạt] Burst. *Một loạt súng* : Burst of gunfire. *Bắn một loạt súng đại-bác* : To fire a salvo.

một lứa [mọt lứa] 1) Litter, brood (of animals) ; farrow (of pigs).

2) Rank. *Cùng một lứa* : Of the same rank.

một mạch [mọt maïk] At a stretch, at one stretch. *Lái xe một mạch sáu tiếng đồng hồ* : To drive a car for six hours at a stretch.

một mắt [mọt máumt] One-eyed, blind in one eye. *Người đàn ông một mắt* : One-eyed man.

một mình [mọt mình] 1) Alone. *Nó sống một mình* : He lives (all) alone. *Chỉ có một mình nó thấy thôi* : He alone saw it. *Tôi muốn nói với một mình anh thôi* : I want to speak to you alone. *Chỉ có một mình anh có thể giúp tôi thôi* : You alone can help me. *Những thiếu nữ được xem như không thể đi ra lịch một mình* : Young ladies were not supposed to travel alone (unchaperoned, without an escort). *Tôi có một chỗ ẩn núp mà chỉ có một mình tôi biết thôi* : I have a hiding-place which I alone know. *Anh có thể tìm đường về một mình không?* : Can you find your way home alone ?. *Có phải một mình anh đâu* : You are not the only one. *Tôi không đồng ý việc cô đi ra ngoài một mình* : I do not approve of your going out alone. *Tôi ở đây một mình tôi suốt ngày và mỗi ngày* : I am here by myself all day and every day.

2) *Làm việc gì một mình* : To do something (all) by oneself, to do something unhelped (: unaided). *Tôi đã làm việc ấy một mình tôi* : I did it (by) myself, alone, single-handed. *Anh làm việc này một mình anh hay có ai phụ anh ?* : Did you do this by yourself or did someone help you ?. *Nó làm việc ấy một mình* : He did it unaided. *Nói một mình* : To speak to oneself, to talk to oneself.

3) Single, not married. *Sống một mình* : To keep bach, to live as a bachelor. *Ở một mình* : To remain single.

một nạm [mọt nạm] See một nắm.

một nắm [mọt náumm] Handful. *Một nắm giấy* : A handful of papers.

một ngày [mọt ŋày] One day. *Một ngày tám giờ* : An eight-hour day. *Một ngày kia* : One day, some day, one of these (fine) days. *Anh sẽ được tin tôi một ngày gần đây* : You shall hear from me

before long.

một ôm [mọt om] Armful.

một phần ba [mọt fần ba] Third. *Lỗ một phần ba* : To lose a third. *Ngủ một phần ba của đêm* : To sleep a third of the night.

một phần tư [mọt fần tư] Quarter, fourth part.

một phút [mọt fút] A minute. *Chờ một phút* : Wait a minute.

một tay [mọt tay] One-armed, one-handed (person).

một thể [mọt hể] Lifetime.

một thể [mọt hể] At the same time.

một tí [mọt ti] See một chút.

một vài [mọt vài] A few.

mơ [mơ] To dream.

mơ (Bot) Apricot-tree. *Trái mơ* : Apricot.

mơ hồ [mơ hồ] Vague, indefinite, dreamy; equivocal. *Trả lời một cách mơ hồ* : To give an equivocal answer.

mơ màng [mơ màn] To drowse, to sleep lightly, to doze.

mơ mộng [mơ mọn] To dream.

mơ ngủ [mơ ŋủ] To drop off to sleep; to doze off.

mơ tưởng [mơ tưởn] To dream. *Mơ tưởng những chuyện hão huyền* : To dream empty dreams.

mơ ước [mơ ứrk] To dream of.

mớ [mớ] Lot.

mớ To talk in one's sleep.

mờ [mờ] Dim, blear, blurred; opaque. *Mắt của nàng mờ lệ* : Her eyes were dim with tears.

mờ ám [mờ ám] Dark ; fishy, suspicious *Tương lai mờ ám* : Dark future.

mờ mịt [mờ mịt] Obscure.

mờ tối [mờ tối] Sombre, obscure ; dusky

mở [mở] 1) To open. *Mở cửa ra* : To open a door. *Mở rương* : To open unlock, a trunk. *Mở rộng cửa ra* : To open the door wide. *Mở hé cửa* : To half open the door. *Mở cửa hàng* : To open a shop. *Nó không bao giờ mở miệng* : He never opened his mouth. *Mở một con đường* : To open a road to break a way. *Ngân hàng mở cửa vào tám giờ* : The bank opens at eight. *(Cửa) Vui mở ra* : (Of door) To burst open. *Các cửa hàng không mở cửa những ngày lễ* : The shops do not open on holidays. *Mở một con đường mới xuyên qua rừng* : To open a new road through a forest. *Ở Anh, các cửa hàng không mở cửa ngày chúa nhựt* : In England, the shops do not open on Sundays. *Trường mở cửa lại ngày thứ hai* : School re-opens on Monday. *Các sở mở cửa từ tám đến mười hai giờ* : The offices are open from eight to twelve.

2) To open, set up (inquiry) ; to begin, to set a-going. *Mở một cuộc thẩm vấn* : To open a judicial inquiry. *Mở cuộc điều tra về việc gì* : To set up an inquiry regarding something. *Mở ban* : To open a ball. *Mở cuộc thương thuyết* : To set negotiations on foot. *Mở trường*: To start a school. *Mở cửa hàng* : To start a shop.

3) To turn on. *Mở vòi nước* : To turn on a tap. *Mở ra-đô* : To switch the radio on, to turn on the radio.

4) To open (a credit with a bank for someone). *Mở một trương mục trong một ngân hàng* : To open an account at a bank.

5) To untie, to unbind, to undo (parcel, knot, shoe, etc...) ; to unpack (trunk). *Mở gút* : To untie a knot. See thảo.

6) To cut through, open up ; to cut (something) open. *Mở vật gì bằng dao* : To cut something open. *Cắn mở vật gì ra* : To bite something open.

7) (Of door) To open. *Cửa mở ra vườn* : Door that opens into, on to, the garden.

mở Open. *Cửa mở* : Open door. *Mở hé* : Half open. *Mở ra bằng răng, cắn mở ra* : To bite open. *Cửa mở suốt đêm* : Open all night. *Giữ cửa mở* : To keep the door open. *Ai để cửa mở đây ?* : Who has left the door open ?. *Mở cho công chúng* : Open to the public.

mở chai [mɔ̉ cai] See mở nút chai.

mở cờ [mɔ̉ kɔ̉] To display the flag. *Vui như mở cờ*: Very glad.

mở cửa [mɔ̉ kửɔ] To open a door.

Mở cửa suốt đêm : Open all night. *Các sở mở cửa từ tám đến mười hai giờ* : The offices are open from eight to twelve. *Các cửa hàng không mở cửa những ngày lễ* : The shops do not open on holidays. *Ngân hàng mở cửa vào tám giờ* : The bank opens at eigth. *Người ở mở cửa và cho tôi vào* : The servant opened the door and admitted me into the house.

mở cửa hàng [mɔ̉ kửɔ hàŋ] To open a shop (to start a new business).

mở dù [mɔ̉ zù] To open an umbrella.

mở đầu [mɔ̉ dầu] To open, to begin, to commence ; to enter on, upon. *Mở đầu câu chuyện* : To open a conversation.

mở đèn [mɔ̉ dèn] To switch on the light.

mở đường [mɔ̉ dừɔŋ] To open a road ; to break a way.

mở hàng [mɔ̉ hàŋ] To be the first to buy from (shop-keeper).

mở hé [mɔ̉ hé] To set (door) ajar, to half-open, to open a little. *Mở hé cửa* : To half-open the door, to set the door ajar.

mở khóa [mɔ̉ xửa] To unlock.

mở lòng [mɔ̉ lòŋ] To open one's heart.

mở màn [mɔ̉ màn] 1) To raise the curtain.

2) To begin, to start.

mở mang [mɔ̉ maŋ] To develop ; to expand ; to extend, to enlarge (one's estate, knowledge).

mở mào [mɔ̉ màu] To begin, to start

mở máy [mɔ̉ máy] To start a machine, to set machinery going.

mở mắt [mɔ̉ mắɯt] To open the eyes.

mở miệng [mɔ̉ miệŋ] To open the mouth. *Nó không bao giờ mở miệng* : He never opened his mouth. *Nàng không dám mở miệng* : She dared not open her mouth (to speak).

mở nút ra [mɔ̉ nút ra] To uncork, unstop, open (bottle).

mở nước [mɔ̉ nửrk] To turn on water.

mở ra [mɔ̉ ra] 1) To open ; to evolve. 2) To detach.

mở rộng [mả rọŋ] To widen, to enlarge, to expand, to extend, to broaden. *Mở rộng cửa ra* : To open the door wide, to fling open the door. *Mở rộng tất cả cửa sổ ra* : To open all the windows wide. *Mở tiệm (cửa hàng)* : To set up in business ; to open a shop.

mở toang ra [mả twaŋ ra] To open wide. *Mở toang cái hộp ra* : To break open, burst open, smash open, a box.

mở trói [mả trói] To untie.

mỡ [mỡ] Grease, fat. *Vết mỡ* : Grease-spot. *Không thấm mỡ* : Grease-proof. *Vấy mỡ, dính mỡ* : Greasy.

mỡ cá voi [mả ká vɔi] Blubber, fat of whales.

mỡ đặc [mả dạuk] Set grease.

mỡ heo [mả hɛu] Fat of pigs.

mỡ nước [mả nửrk] Lard (melted fat of pigs).

mỡ sa [mả ʃa] Hog's fat.

mợ [mạ] Aunt (wife of one's mother's brother).

mơi [mɔi] To-morrow. See mai.

mới [mởi] New, recent, fresh. *Mốt mới* : New fashion. *Ăn mặc mốt mới nhứt* : Dressed in the newest fashion. *Những học sinh mới* : (Sch) The new boys. *Năm mới* : New year. *Chữ mới, tiếng mới* : New word. *Quần áo mới* : New garment. *Còn mới* : As new, in new condition. *Còn mới tinh hảo, mới nguyên xi* : Absolutely as new. *Rượu mới cất* : New wine. *Bánh mì mới ra lò* : New bread ; the bread was fresh from the oven. *Mới ở trường ra* : New from school. *Mỗi ngày nó mặc một bộ đồ mới* : He wears a new suit every day. *Gặp những người mới* : To meet fresh face. *Từ Luân đôn mới đến* : Fresh from London. *Hoa vừa mới hái* : Fresh-cut flowers. *Người mới đến* : New-comer, fresh-comer. *Mới ra đời* : To be on the threshold of life. *Nó cần một cái nón mới, một đôi giày mới và tôi không biết còn gì nữa* : He must have a new hat, new shoes and I don't know what all. *Hai cái bàn rất giống nhau, nhưng cái nầy mới cái kia cũ* : The

two tables are very much alike, but this is new and that is old.

mới Only. *Chỉ có chúng tôi mới biết việc ấy thôi* : We are the only people that know it.

mới chế tạo [mởi cế tạu] New-made.

mới cưới [mởi kưởi] New-married.

mới đầu [mởi dầu] At first, at first sight at the first blush, from the outset.

mới đây [mởi dei] Lately, recently.

mới đẻ [mởi dẻ] New-born ; new-laid (eggs).

mới đến [mởi dến] New-come. *Người mới đến* : New-comer, fresh-comer.

mới đúc [mởi dúk] New-coined (money).

mới lạ [mởi lạ] New, fresh. *Tư tưởng mới lạ* : Fresh idea.

mới làm [mởi làm] New-made.

mới may [mởi may] *Áo mới may* : New-made coat.

mới mẻ [mởi mẻ] New, recent.

mới nguyên [mởi ŋwien] Brand-new. *Còn mới nguyên* : Absolutely as new. *Cái áo mới nguyên của nó* : His brand-new coat.

mới nở [mởi nở] New-blown (flowers).

mới ra đời [mởi ra dời] To start in life.

mới ràng ràng [mởi ràŋ ràŋ] Fresh.

mới rồi [mởi rồi] Recently, lately.

mới sanh [mởi ʃaiɲ] New-born.

mới sơn [mởi ʃɔn] Fresh-painted.

mới tinh [mởi tiɲ] See mới nguyên

mời [mời] To invite. *Mời người nào vào* : To invite someone in. *Ra dấu mời người nào vào* : To beckon someone in. *Chính anh đã mời nó đến đây* It was you who asked him here. *Mời bác sĩ đến ngay* : Call in a doctor at once. *Khách mời* : The invited guests, the bidden guest ; invitee. *Mời người nào đến ăn cơm* : To have someone in to dinner. *Tôi đã ch mời bác sĩ đến* : I had the doctor in *Tôi đã mời chúng nó vào uống một tác trà* : I had them in for a cup of te *Nó không có mời tôi vào* : He didn invite me in. *Chúng tôi sẽ đến n được người ta mời* : We should come if we were invited. *Thiệp mời :* Invitation card.

mời ăn [mài auvn] To invite to dinner.

mời đến [mài dén] To convoke.

mời lơi [mài ləi] To invite for form's sake.

mời mọc [mài mɔ̀k] To invite.

mớm [mɔ́m] (Of bird) To feed (their young) ; to feed from mouth to mouth.

mớm To prompt.

mơn [mən] *Nụ cười mơn :* An engaging, winning, smile.

mơn mởn [mən mởn] Young ; tender.

mơn trởn [mən trởn] To fondle, to caress.

mớp [mɔ́p] *Mắc mớp :* To be taken in. *Bị mắc mớp khi mua cái đồng hồ :* To be taken in when buying a watch.

mu [mu] Carapace (of tortoise), tortoise-shell.

mu bàn chân [mu bàn cən] Instep.

mu bàn tay [mu bàn tay] Back of the hand.

mu lớn [mu lòn] (Anat) Pubis.

mu rùa [mu rửə] Carapace of tortoise, tortoise-shell.

mu tạt [mu tạt] Mustard. See **hột cải.**

mù [mù] Blind, eyeless, sightless. *Một người mù :* A blind man. *Đó là trường hợp thằng đui dắt thằng mù đi :* It is a case of the blind leading the blind. *Nó giúp người mù đi qua đường :* He helped the blind man across the road. *Nó mù một mắt :* He was blind in one eye.

mù chữ [mù cũ] Illiterate. *Nạn mù chữ:* Illiteracy.

mù lòa [mù lửa] Blind.

mù mắt [mù máwt] Blind.

mù mịt [mù mịt] Dark ; sombre, un-certain. *Tương lai mù mịt :* Dark future.

mù quáng [mù kwáŋ] Blind. *Mù quáng vì tức giận :* Blind with anger. *Yêu một cách mù quáng :* To love blindly. *Tin cậy người nào một cách mù quáng :* To trust someone implicitly, unreservedly.

mù tịt [mù tịt] As blind as a bat ; to ignore completely.

mú [mú] 1) (Med) Pus, matter. *Làm mú:* To exulcerate. *Đầy mú :* Pussy. *Nặn mú một vết thương :* To squeeze matter out of a wound. *(Vết thương) Chảy mú :* (Of wound) To suppurate.

2) (Bot) Sap, latex, gum. *Có mú :* Latex-bearing.

mú chảy [mú cảy] The pus is running.

mũ [mũ] Hat ; cap, bonnet. *Mũ lội :* Bathing cap. See **nón.**

mũ bình thiên [mũ bìŋ θien] Royal crown.

mũ cánh chuồn [mũ cáiŋ cuồn] Mandarin's hat.

mũ cứng [mũ kứŋ] Casque.

mũ dạ [mũ zạ] Felt hat.

mũ lưỡi trai [mũ lưởi trai] Cap.

mũ miện [mũ miện] Crown, diadem.

mũ nhựa [mũ ɲựə] Helmet liner.

mũ ni [mũ ni] Mitre of Buddhist priest.

mũ nồi [mũ nồi] Beret.

mũ rơm [mũ rəm] Straw hat.

mũ sắt [mũ ʃáwt] Helmet, steel helmet. *Lưới mũ sắt :* Helmet net.

mụ [mụ] *Bà mụ, cô mụ :* Midwife.

mụ Old woman.

mụ người [mụ ŋưởi] To become dull, besotted.

mua [mwə] 1) To buy, to purchase, to get. *Người mua :* Buyer, purchaser. *Mua vật gì :* To buy, purchase something. *Tôi mua quyển sách nầy năm đồng :* I bought this book for five piastres. *Mua vật gì của người nào :* To buy something from of, someone. *Mua vật gì với giá rẻ :* To buy something cheap, chit cheap ; to buy something on the cheap. *Tôi mua cái nhà nầy 100.000 đồng :* I bought this house for $100,000. *Tiền không thể mua hạnh phúc được :* Money cannot buy happiness. *Nhắm mắt mua càn :* To buy a pig in a poke. *Tôi phải mua một cái nón mới :* I must get (= buy) a new hat. *Tôi mua của nó mười ngàn đồng hàng tơ :* I bought ten thousand piastres' worth of silk from him. *Cha tôi*

mua cho tôi một chiếc xe đạp : My
father had bought me a bicycle. *Mua
sự tự do bằng máu* : To purchase
freedom with one's blood. *Tôi đã thôi
mua ở tiệm đó ; giá cả họ quá cao* :
I've stopped dealing at that shop ;
their prices are too high. *Mua vật gì
cho người nào* : To buy something on
someone's account, on someone's be-
half.

2) To give oneself, to incur.

mua bán [mwə bán] To trade, to buy
and sell, to handle, to deal in. *Cửa
hàng nầy không mua bán hàng ngoại
quốc* : This shop does not handle for-
eign goods.

mua buôn [mwə buən] To buy whole-
sale.

mua cả đống [mwə kả đóŋ] To buy up.

mua cả mớ [mwə kả mớ] To buy up.

mua càn [mwə kàn] To buy a pig in
a poke (to buy thing without seeing
it or knowing its value).

mua chác [mwə cák] To trade, to deal.

mua chịu [mwə cịu] To buy on credit,
(colloq) to buy on tick.

mua chuốc [mwə cwớrk] To buy. *Mua
chuốc hư danh* : To buy a false name.

mua chuộc [mwə cwợrk] To bribe, to
buy over. *Mua chuộc người nào* : To
get into someone's good graces.

mua chứng [mwə cứŋ] To buy a wit-
ness, to get at a witness.

mua đắt [mwə đáʉt] To buy dear, to
buy at a high price.

mua đi bán lại [mwə đi bán lại] To
buy and to sell.

mua đồng [mwə đóŋ] To buy (some-
thing) in the lump.

mua đứt [mwə đứt] To buy defini-
tively.

mua giùm [mwə ɟùm] To buy for (some-
one).

mua góp [mwə góp] To sell on instal-
ments.

mua gộp [mwə gọp] To buy wholesale.

mua hàng [mwə hòŋ] To buy goods.

mua hết [mwə hét] To buy up.

mua họ [mwə họ] To buy a tontine.

mua hộ [mwə họ] To buy for (some-
one).

mua hớ [mwə hớ] To buy something at
a high price when one can buy it at
a lower price.

mua hờ [mwə hờ] To buy something to
keep in reserve.

mua lại [mwə lại] To buy back, to
repurchase ; to buy second-hand. *Nó bán
cái nhà của nó và lại mua lại* : He sold
his house and then bought it back
again. *Việc bán mà người bán có quyền
mua lại* : Sale subject to right of ven-
dor to repurchase.

mua lẻ [mwə lẻ] To buy by (at) retail ;
to buy retail.

mua mão [mwə mãu] To buy in bulk.

mua mắc [mwə máɯk] To buy dear,
to buy at a high price.

mua mặt [mwə mạʉt] To buy for cash,
for ready money.

mua mớ [mwə mớ] To buy in the lump.

mua mở hàng [mwə mở hàŋ] To be
the first to buy from (shopkeeper).

mua não chuốc sầu [mwə nãu cwớrk
ʃầu] To give oneself a lot of pains.

mua rẻ [mwə rẻ] To buy cheap.

mua sầu chuốc não [mwə ʃầʉ cwớrk
nãu] See mua não chuốc sầu.

mua si [mwə ʃi] To buy wholesale, to
buy in bulk. *Người mua si* : Wholesale
buyer.

mua tất cả [mwə tất kả] To buy up.

mua thù chuốc oán [mwə θù cwớrk
wán] To incur hatred.

mua thử [mwə θử] To buy (something)
on trial.

mua tiền mặt [mwə tiền mạʉt] To
buy for ready cash, to buy for cash.

mua trâu vẽ bóng [mwə trâu vẽ bóŋ]
To buy a pig in a poke (to buy some-
thing one has not seen).

múa [mwə] To dance. *Hoa tay múa
chân* : To gesture, to gesticulate.

2) To brandish (a weapon).

múa gậy [mwə gẹi] To twirl one'

stick, to flourish one's stick, to fence one's quarterstaff.

múa gươm [mwə gươm] To flourish one's sword.

múa hát [mwə hát] To dance while singing.

múa lân [mwə lən] Chinese dragon dance.

múa men [mwə mɛn] To fling about. *Múa men như người điên* : To fling oneself about like a madman.

múa mép [mwə mép] To talk, to chatter.

múa môi [mwə moi] See múa mép.

múa quạt [mwə kwạt] Fan dance.

múa rìu qua mắt thợ [mwə riu kwa mắɯt θə] To brag.

múa tay (múa chân) [mwə tay (mwə cən)] To fling one's arms about.

múa võ [mwə võ] To shadow-box.

mùa [mwə] 1) Season, time, tide. *Bốn mùa* : The four seasons. *Mùa ong làm mật* : The honey season. *(Trái cây) Đang mùa* : (Of fruits) To be in season. *Hết mùa* : Out of season. *Đang mùa trái cây* : Fruit in its prime. *Cuối mùa* : The (fag —) end of the season. *Đang mùa rau* : Vegetables in season. *Đang mùa sò, hết mùa sò* : Oyster are in season, out of season. *Mùa bóng tròn đã mãn mà mùa quần vợt vẫn chưa bắt đầu* : Football is off and tennis is not yet on.

2) Crop. *Ruộng một mùa* : One-crop field. *Ruộng hai mùa* : Double crops field. *Nếu mùa lúa năm nay trúng* : If there is a good crop of rice this year.

mùa bóng tròn [mwə bɔ́ŋ tròn] Football season.

mùa đông [mwə doŋ] Winter. *Về mùa đông* : In winter. *Giữa mùa đông* : In the depth of winter. *Mùa đông đến* : Winter came round. *Mùa đông bắt đầu* : Winter is setting in. *Trước khi mùa đông đến* : Before winter sets in.

mùa gặt [mwə gạɯt] Harvest, reaping season.

mùa gieo giống (mạ) [mwə ʒɛu ʒǒŋ (mạ)] Sowing time.

mùa hạ [mwə hạ] Summer.

mùa hè [mwə hè] Summer. *Tôi sẽ ở lại đó suốt mùa hè* : I shall stay there all summer.

mùa hoa nở [mwə hwa nɔ̀] Florescence, flowering time.

mùa lúa [mwə lẃə] Rice crop, crop of rice.

mùa màng [mwə màŋ] Harvest, crop.

mùa mưa [mwə mɯə] Rainy season. *Mùa mưa đã bắt đầu* : The rainy season has set in.

mùa nắng [mwə náɯŋ] Dry season.

mùa nóng [mwə nóŋ] Hot season.

mùa rét [mwə rét] Cold season.

mùa săn bắn [mwə saɯn báɯn] Hunting season, shooting season.

mùa thu [mwə θu] Autumn, (U.S.A.) fall. *Mùa thu đến, lá rụng* : Autumn is coming on, the leaves are falling. *Lá rụng vào mùa thu* : The leaves fall in autumn. *Mùa thu làm lá trở nên vàng* : Autumn turns the leaves yellow.

mùa xuân [mwə swən] Spring. *Vào mùa xuân* : In spring. *Một con én không thể kéo lại mùa xuân* : One swallow does not make a summer. *Nó không thích cái lạnh của mùa đông và cái nóng của mùa hè mà chỉ ưa mùa xuân và mùa thu thôi* : He dislikes the cold of winter and the heat of summer and is happy only in spring and autumn.

múc [múk] To draw, dip, lade (water). *Múc nước ở dưới sông lên* : To draw water from the river.

mục [mụk] Item, number. *Mục chót của chương trình* : The last item, number, on the programme.

mục Rotten, decayed, carious. *Răng mục* : Decayed teeth. *Gần mục rồi* : Rot has set in. *Vải mục* : Rotten cloth. *Dây mục* : Rotten rope.

mục Column. *Mục kịch trường* : The theatrical column. *Nó giữ mục thể thao trong báo Times* : He writes the sport column in the Times.

mục ca [mụk ka] Bucolic, pastoral song.

M

mục cấu [mụk kòu] Eye-ball.

mục dân [mụk zən] To govern the people.

mục đích [mụk dik] Mark (to aim at); objective, aim, goal, purpose; design, end. *Mục đích dễ, khó đạt*: End easy, difficult, of attainment. *Đạt mục đích*: To hit the mark; to gain, achieve, effect, one's purpose; to attain, achieve one's end. *Áp dụng thủ đoạn gì cũng được miễn là đạt đến mục đích*: The end justifies the means.

mục đồng [mụk dòŋ] Herds-man.

mục hạ [mụk hạ] Before one's eyes.

mục hạ vô nhân [mụk hạ vo ɲən] Very proud; to see no man under one's eyes.

mục kích [mụk kik] To witness. *Người mục kích*: Eyewitness. *Đã mục kích nhiều trận đánh*: To have witnessed many a battle.

mục kiến [mụk kiẻn] To see with one's own eyes.

mục kính [mụk kiɲ] Spectacles, eye-glasses.

mục lục [mụk lụk] Table of content; catalogue.

mục lực [mụk lựk] Vision, sight.

mục nát [mụk nát] Decayed, rotten.

mục phiêu [mụk fieu] Objective. *Mục phiêu chiến tranh tâm lý*: Psychological warfare objective.

mục phu [mụk fu] Herds-man.

mục súc [mụk ʃúk] To breed domestic animals.

mục sư [mụk ʃɯ] Pastor, clergyman.

mục tiền [mụk tiền] Before one's eyes.

mục tiêu [mụk tieu] 1) Aim, object, purpose.
2) (Opt) Objective, object-glass.
3) (Mil) Target, objective. *Điểm mục tiêu*: Point target. *Khu mục tiêu*: Area target. *Mục tiêu ở chiến trường thường thường không được rõ*: Battlefield targets usually are not clear.

mục tiêu cố định [mụk tieu kó dịɲ] Fixed target.

mục tiêu linh động [mụk tieu liɲ dọŋ] Live target.

mục tiêu phụ [mụk tieu fụ] Auxiliary target.

mục tiêu quân sự [mụk tieu kwən ʃụ] Military objective.

mục trung vô nhân [mụk truŋ vo ɲən] Contemptuous.

mục trường [mụk trườŋ] Pasture, grazing-ground. *Mục trường chung*: Common pasture.

mui [mui] Top, roof, hood (of car). *Leo lên mui*: To climb on top. *Lợp mui xe*: To fix a hood on a car. *Xe mui sập*: Car with folding hood. *Xe mui trần*: Open car.

mui xe [mui ʃɛ] Roof of the car.

múi bưởi [múi buởi] Section of a grape-fruit.

múi cam [múi kam] Section of an orange.

múi mít [múi mít] Pod of jack-fruit.

múi tỏi [múi tỏi] Clove of garlic.

mùi [mùi] The eight Earth's Stem.

mùi 1) Odour, smell; scent (of cigar, etc.). *Tôi ngửi mùi khét*: I could smell burning. *Hoa có mùi thơm*: Sweet-smelling flowers. *Không có mùi*: Scentless. *Mùi thơm*: Fragrance, pleasant smell. *Mùi hôi*: Bad smell; reek, stench. *Mùi làm muốn mửa*: Nauseating smell; smell that makes one's gorge rise. *Mùi nhà bếp xông lên mũi tôi*: The smell of cooking came to my nostrils.

2) Taste, flavour. *Bánh mì có mùi tỏi*: The bread has a taste of garlic. *Vật ấy có mùi khét*: It has a burnt taste. *Rượu có mùi nút chai*: The wine tasted of the cork. *Thịt có mùi tỏi*: The meat tasted of garlic. *Thuốc nầy không có mùi gì cả*: This medicine has no taste.

mùi (Of abscess) To gather to a head.

mùi See màu.

mùi *Chín mùi*: Overripe (fruits). *Nhọt mui*: Ripe abscess.

mùi đời [mùi dời] Pleasures of life.

mùi hôi [mùi hoi] Bad smell, reek, stench.

mùi khai [mùi xai] Smell of ammonia.

mùi khét [mùi xét] Smell of burning, burnt smell, burnt taste. *Vật ấy có mùi khét* : It has a burning taste. *Có mùi khét:* There is a smell of burning. *Tôi ngửi có mùi khét* : I could smell burning.

mùi soa [mùi ʃwa] Handkerchief.

mùi thơm [mùi θəm] 1) Pleasant smell, fragrance, perfume. *Mùi thơm bay ra xa* : The scent was wafted abroad. *(Hoa) Tỏa mùi thơm, tiết mùi thơm, bay mùi thơm* : (Of flower) To breathe forth perfume.

2) Aroma.

mùi thúi [mùi θúi] Fetid odour, nasty smell.

mùi tỏi [mùi tỏi]Smell of garlic. *Bánh mì có mùi tỏi* : The bread has a taste of garlic.

mùi vị [mùi vị] Taste.

múi lòng [mùi lòŋ] To be moved, affected, touched.

mũi [mũi] 1) Nose ; (slang) conk. *Hỉ mũi* : To blow one's nose. *Bịt mũi* : To hold one's nose, to hold the nostrils. *Nói, hát giọng mũi* : To speak, sing, through one's nose. *Xoè bàn tay và chống ngón cái lên mũi để chế nhạo người nào* : To make a long nose at someone. *Xỏ mũi người nào* : To lead someone by the nose. *Thính mũi* : To have a good nose. *Tống một thoi vào mũi người nào*: To plant one's fist on someone's nose. *Mũi tôi bị nghẹt* : My nose is stuffed up.

2) (Geog) Cape, headland, foreland. *Mũi Hảo vọng* : The Cape of Good Hope.

3) (Navy) Fore. *Từ mũi đến lái* : Fore and aft.

mũi Point (of pin, knife, sword, etc...) ; tip, head (of arrow, lance) ; toe (of shoe).

mũi cong [mũi kɔŋ] Crooked nose, acquiline nose.

mũi dao [mũi zau] Point of a knife.

mũi dọc dừa [mũi zɔk zừə] Straight nose.

mũi đất [mũi dất] Cape, foreland, head-

land, promontory) point of land.

mũi giày [mũi ʒày] Toe of a shoe.

mũi giẹp [mũi ʒɛp] Flat nose.

mũi gươm [mũi gɯəm] Point of a sword ; stroke of sword.

mũi hếch [mũi héik] Turned up nose.

mũi hinh [mũi hip] Turned up nose.

mũi kim may [mũi kim may] Needle-point.

mũi nhọn [mũi ɲɔn] Sharp - pointed (knife, etc...).

mũi quặm [mũi kwaɯm]Crooked nose, aquiline nose, hooked nose.

mũi tàu [mũi tàu] Bow.

mũi tẹt [mũi tɛt] Flat nose.

mũi tên [mũi ten] Arrow. *Đầu mũi tên:* Arrow-head. *Hình giống mũi tên* : Arrow-shaped. *Mũi tên đâm vào hông nó:* The arrow pierced his side.

mũi thuyền [mũi θwièn] Front part of a boat.

mũi xẹp [mũi sɛp] Flat nose.

múm mỉm [mùm mỉm] To smile.

mũm mĩm [mũm mĩm]Chubby. plump.

mun [mun] *Gỗ mun* : Ebony. *Đen mun* : Very black.

mùn [mùn] (Hort) Humus, leaf mould, vegetable mould.

mủn [mủn] Disintegrated. *Mủn ra* : To crumble, to disintegrate.

mụn [mụn] (Med) Acne, pimple.

mụn Piece, bit. *Chỉ có một mụn con* : To have only one child.

mụn nhọt [mụn ɲɔt] Carbuncle.

mung lung [muŋ luŋ] Moonlight at the setting of the moon.

mùng [mùŋ] Mosquito-net, mosquito-curtain. *Giăng mùng* : To hang up, put up, spread, suspend, a mosquito-net.

mùng (Used to denote only the first ten day of the month). *Mùng một tháng giêng* : The first of January. *Mùng chín tháng năm* : The ninth of May. *Đơn xin phải nạp trước mùng mười tháng chín* : Applications should be sent in before September the tenth.

múng [mủŋ] Small bamboo basket.

muỗi [muối] Salt. *Hộp đựng muối :* Salt-box. *Ruộng muối :* Salt - marsh. *Mỏ muối :* Salt-pit. *Cá muối :* Salt-fish. *(Thịt) Thấm muối :* (Of meat) To take the salt. *Thịt đang ngâm nước muối :* Meat in salt. *Đó chỉ là hột muối bỏ biển :* It's only a drop in the bucket.

muỗi To salt, to pickle, to souse (pork, herrings, etc...) ; to salt, cure (bacon) ; to corn (beef). *Thịt bò muối :* Corned beef.

muỗi ba thắc [muối ba θảuk] Bay-salt.

muỗi biển [muối biển] Sea-salt.

muỗi bọt [muối bọt] Kitchen salt.

muỗi cá [muối ká] To salt fish.

muỗi cục [muối kuk] Bay—salt.

muỗi hột [muối họt] Bay—salt.

muỗi mỏ [muối mỏ] Rock-salt.

muỗi thịt [muối θịt] To corn meat.

muỗi tiêu [muối tieu] Salt and pepper. *Tóc muối tiêu :* Grizzly, iron—grey, hair.

muỗi vừng [muối vừŋ] Roasted sesame seeds and salt.

muỗi [muỗi] Ripe (fruit, abscess, etc.). *Trái chín muỗi :* Cherry-ripe fruit.

muỗi (Of fruit) To grow ripe ; (of abscess) to come to a head. *Làm muỗi một mụt nhọt :* To bring an abscess to a head.

muỗi Interesting.

muỗi [muối] (Ent) Mosquito. *Nốt muỗi cắn (chích, đốt) :* Mosquito-bite. *Đuổi muỗi đi :* To drive off mosquitoes. *Tôi bị muỗi cắn :* I was bitten by mosquitoes. *Nó bị muỗi cắn quá :* He was badly bitten (= stung) by mosquitoes.

muỗi cắn [muối kảum] Mosquitoes bite.

muỗi chích [muối cik] See muỗi cắn.

muỗi đốt [muối dót] See muỗi cắn.

muỗi kêu [muối keu] Mosquitoes buzz.

muỗi sốt rét [muối ʃót rét] Anopheles.

muỗi tép [muối tép] Small mosquito.

muội [muội] *Ám muội :* Dark, fishy. *Ngu muội :* Stupid.

muôn [muən] Ten thousand.

muôn dặm [muən zạum] Ten thousand miles ; great distance.

muôn dân [muən zən] All the population, all the people.

muôn đời [muən dời] Eternally.

muôn năm [muən naum] *Dân tộc Việt-Nam anh dũng muôn năm ! :* Long live the heroic Vietnamese people !.

muôn phần [muən fòn] Extremely. *Muôn phần khó khăn :* Extremely difficult.

muôn thuở [muən θwở] Eternally, for ever.

muôn vàn [muən vàn] Many, countless, numberless, innumerable.

muốn [muốn] To want, to will, to wish for, to desire, to be desirous of. *Tôi muốn nó đến :* I want him to come. *Tôi không muốn người ta biết chuyện ấy :* I don't want it known. *Nó không biết nó muốn gì :* He does not know his own mind. *Ông muốn gì ? :* What do you want ?. *Nó muốn đánh tôi :* He wanted to hit me. *Nó không muốn đi :* He was loath to go. *Tôi muốn ở vào địa vị của anh :* I wish I were in your place. *Tôi muốn có một chiếc nhẫn :* I wish I had a ring ; I should like to have a ring. *Tôi muốn anh được sung sướng :* I want you to be happy. *Anh muốn tôi làm gì ? :* What would you have me do ?, what do you expect me to do ?. *Chúng tôi không bao giờ biết n muốn làm gì :* We never knew what he purposed to do, what he meant to do. *Tôi muốn viết một quyển sách về vấn đề nầy :* I meant to have written a book on the subject. *Người ấy muốn một người v để săn sóc hắn :* That man wants a wife t look after him. *Tôi muốn gặp nó :* I wan wish, desire, to see him ; I am anxio to see him. *Tôi muốn nó đến :* I wa him to come. *Anh muốn làm gì tùy y Do as you will. *Muốn ăn phải lăn và bếp :* No gains without pains. *Tôi muố một cái nhà lớn bằng hai cái nầy :* want a house twice as large as thi *Anh muốn chọn vợ lấy hay để cha m anh chọn cho anh ? :* Do you want choose your own wife or to have yo wife chosen for you by your parents

Trước nó muốn đi nhưng sau nó lại đổi ý kiến : First he wanted to go, then he changed his mind.

muốn đau [muốn đau] Not feeling well. *Bữa nay nó muốn đau :* He is feeling rather off to-day.

muốn mưa [muốn mưa] There is a threat of rain, the sky threatens rain.

muốn mửa [muốn mửa] To nauseate, to feel squeamish, to feel sick. *Sự muốn mửa :* Nausea, squeamish, feeling.

muộn [muộn] Late, tardy. *Đến rất muộn:* To arrive too late. *Không sớm thì muộn :* Early or late, soon or late, sooner or later. *Nó về nhà rất muộn :* He came home very late. *Hơi muộn :* Rather late ; belatedly. *Tôi đi ngủ muộn :* I went to bed late ; I was late in going to bed. *Nó cưới vợ muộn :* He married late in life.

muộn *Sự sầu muộn :* Melancholy.

muộn màng [muộn màng] Late.

muông [muông] Quadruped.

muỗng [muỗng] Spoon. *Ăn bằng muỗng :* To eat with a spoon. *Một muỗng muối:* A spoonful of salt. *Ăn xúp bằng muỗng:* To spoon (up) one's soup. *Múc mực bằng muỗng :* To spoon up ink. *Những muỗng nầy bán rẻ mỗi cái hai đồng :* These spoons are going for two piastres each.

muỗng bạc [muỗng bạk] Silver spoon.

muỗng canh [muỗng kaịp] Soup spoon.

muỗng xúp [muỗng súp] Soup spoon.

muốt [muốt] *Trắng muốt :* Snow-white, very white.

mút [mút] Extremity. *Sa mạc chạy dài tới mút con mắt :* The desert continued as far as the eye could reach.

mút To suck (bone, etc...).

mút kẹo [mút kẹu] To have, take, a k at a sweet.

mút tay [mút tay] To suck one's fingers.

mụt [mụt] Pimple.

mụt cóc [mụt kók] (Med) Verruca, wart.

mụt lẹo [mụt lẹu] (Med) Sty(e).

mụt măng [mụt mawng] Bamboo shoot.

mụt mụn [mụt mụn] (Med) Acne, pimple.

mụt nhọt [mụt ŋọt] (Med) Carbuncle; furuncle, boil.

mụt ruồi [mụt ruồi] Mole, beauty spot.

mưa [mưa] To rain. *Trời mưa :* It rains, it is raining. *Trời mưa lớn :* It is raining hard, fast ; the rain is pouring down ; it is pouring (with rain); it is raining in buckets ; it is raining cats and dogs. *Trời bắt đầu mưa :* It came on to rain, it is starting, beginning, to rain, it is coming on to rain. *Trời mưa lâm râm :* It is drizzling. *Trời có thể mưa, tốt hơn anh đem dù theo :* It may rain ; you'd better take an umbrella in case. *Anh làm gì trong những ngày mưa ?:* What do you do on rainy days ?. *Đánh tới tấp như mưa vào người nào :* To rain blows on someone. *Hôn người nào như mưa :* To rain, shower, kisses, on someone. *Ngày mai chắc chắn trời sẽ mưa :* It's bound to rain tomorrow. *Trời mưa suốt buổi sáng nhưng trở nên tốt vào buổi chiều :* It rained all the morning but turned fine in the afternoon. *Trời sắp mưa :* It's going to rain. *Trời muốn mưa :* It looks like rain. *Tôi bị trời mưa ướt như chuột lột :* The rain soaked me to the skin. *Đừng đứng ngoài mưa :* Don't stand in the rain.

mưa Rain. *Mây mưa :* Rain-cloud. *Áo mưa :* Rain-coat. *Giọt mưa :* Rain-drop. *Nước mưa :* Rain-water. *Không có mưa :* Rainless. *Không thấm nước mưa :* Rainproof, raintight. *Nhiều mưa, hay mưa :* Rainy. *Mùa mưa :* Rainy season. *Mùa mưa đã bắt đầu :* The rainy season has set in. *Đạn rớt xuống chúng tôi như mưa :* Bullets were hailing on us. *Để vật gì ngoài mưa :* To expose something to the rain, to leave something in the rain. *Làm việc ngoài mưa :* To work in the rain.

mưa bay [mưa bay] Drizzle, fine rain.

mưa bụi [mưa bụi] See mưa bay.

mưa dai [mưa zai] Peristent rain, settled rain.

mưa dầm dề [muə zòm zè] Continuous rain.

mưa đá [muə đá] Hail.

mưa đạn [muə đạn] Rain of bullets.

mưa gió [muə jó] Rain and wind ; bad weather.

mưa giông [muə joŋ] Thunder-rain.

mưa lâm râm [muə ləm rəm] Drizzle, fine rain.

mưa lớn [muə lớn] Heavy rain, downpour.

mưa mây [muə mei] Fine rain.

mưa ngâu [muə ŋəu] Sudden and short shower in the seventh lunar month.

mưa nhuần [muə ɲwàn] Bountiful rain.

mưa như trút [muə ɲư trút] Torrential rain ; to rain like fury.

mưa phùn [muə fùn] Fine rain, drizzle.

mưa rào [muə ràu] Shower.

mưa tạnh [muə tạɲ] The rain has ceased, the rain is over, it has rained itself out.

mưa tầm tã [muə tòm tã] Pouring rain.

mưa tuyết [muə twiét] It is snowing.

mửa [műə] Việc làm bỏ mửa : To leave a work unfinished. Ăn bỏ mửa : To eat more than one requires.

mửa [műə] 1) To vomit, to throw up ; to bring up, spew up (food). Thuốc mửa : Vomitory. Nó mửa tất cả những đồ nó ăn : He throws up, brings up, vomits up, all he eats. Mửa đồ ăn ra : To cast up one's food.

2) To disgorge (ill-gotten gains, etc...).

mửa máu [műə máu] To vomit blood.

mửa mật [műə mạt] To vomit bile. Làm mửa mật : To labour, to toil.

mức [műk] 1) Level.

2) (Chạy đua) Tới mức bằng nhau : To finish neck and neck.

mức ăn thua [műk aɯn θwə] Finishing line.

mức sanh hoạt [műk sạɲ hwạt] Standard of living.

mực [mụk] Cuttle-fish.

mực 1) Ink. Bình mực, lọ mực : Inkbottle, inkpot. Mực còn ướt : Ink still wet. Viết bằng mực : Written in ink. Đen như mực : Inky black. Đêm tối như mực : The night was inky black. Anh còn dùng mực nữa không ? : Have you done with the ink?. Giấy chặm hút mực : Blotting paper soaks up ink. Người ta đã tốn rất nhiều mực về vấn đề này : Much ink have been spilt about this question.

2) Sepia, ink (of cuttle-fish).

mực Level, standard. Có chừng mực : Moderate. Đời sống có chừng mực : Level life.

mực đen [mụk đɛn] See mực tàu.

mực đỏ [mụk đỏ] Red ink. Viết bằng mực đỏ : To write in red ink.

mực kín [mụk kin] Invisible ink.

mực ma [mụk ma] Octopod, octopus.

mực nước [mụk nứrk] Water-level.

mực sống [mụk sóŋ] Standard of living. Mực sống cao : A high standard of living.

mực tàu [mụk tàu] Indian ink.

mực thước [mụk θứrk] Rule.

mừng [mừŋ] To congratulate ; to rejoice. Tôi mừng anh thi đậu : I congratulate you on passing the examination. Sự chúc mừng : Congratulation. Thơ mừng : Congratulatory letter. Xin mừng anh : Congratulation !

mừng Glad, happy. Tin mừng : Glad tidings. Tôi rất vui mừng được biết tin ấy : I am pleased at the news. Vui mừng : To be full of joy.

mừng cuồng [mừŋ kuòŋ] To be beside oneself with joy.

mừng khấp khởi [mừŋ xớp xởi] To be full of joy.

mừng quýnh [mừŋ kwíɲ] To exult, to rejoice greatly ; to be excited with joy ; to be overjoyed.

mừng rối rít [mừŋ rói rít] To exult.

mừng rỡ [mừŋ rỡ] See mừng quýnh.

mừng rơi nước mắt [mừŋ rơi nứrk mãɯt] To weep tears of joy.

mừng run [mừŋ run] To flutter with joy.

mừng thầm [mừŋ fâm] To rejoice inwardly.

mừng tuổi [mừŋ tuỏi] To wish a happy New Year.

mửng [mửŋ] Manner, way.

mươi [muai] Ten ; about ten. Hai mươi : Twenty. Mươi người : About ten people.

mười [muời] Ten. Số mười : Number ten. Mười năm trước : Ten years ago. Mười hai : Twelve. Mười lăm : Fifteen. Thứ mười : Tenth. Một phần mười của một ly : Tenth of a millimetre. Chín phần mười : Nine tenths. Gấp mười, xấp mười : Tenfold. Mười lần mạnh hơn : Tenfold stronger. Làm tăng lên gấp mười : To increase tenfold. Tháng mười : October.

mười lăm [muời lawm] Fifteen. Thứ mười lăm : Fiftieth. Lễ kỷ niệm mười lăm năm : A quindecennial anniversary.

mười mươi [muời muai] Surely, certainly.

mướn [muớn] 1) To hire, to rent. Nhà cho mướn : House to let. Cho mướn năm một cái nhà : To let a house by the year. Xe đạp cho mướn : Bicycles for hire. Mướn lại một cái nhà : To rent a house from the tenant. Nhà cho mướn 10.000 đồng một năm : The building rents at $10,000 a year.

2) To engage, to hire, to enroll, to employ. Mướn người nào làm thơ ký: To employ someone as secretary.

mướn lại [muớn lại] To sub-lease.

mượn [muợn] To borrow. Mượn tiền của người nào : To borrow money of, from, someone. Mượn ý của người nào : To borrow an idea from someone. Mượn tiền thế đất : To borrow money on the security of an estate. Cho mượn : To lend. Đem trả quyển sách mượn : To bring back a borrowed book. Cho người nào mượn vật gì : To lend something to someone. Cho mượn tiền có lời : To lend money at interest. Cho người nào mượn tiền trước : To advance someone money. Anh có thể cho tôi mượn cuốn tự điển của anh

không ? : May I borrow your dictionary ?. Nó té xuống sông và phải mượn quần áo mặc để về nhà : He fell into the river and had to go home in borrowed clothes. Tôi phải đem trả lại những cây dù mà chúng nó đã cho chúng tôi mượn : I must carry back the umbrellas they lent us. Nếu anh không có sách. người ta sẽ cho anh mượn vài cuốn : If you have no books someone will lent you some. Chừng nào anh trả lại (tôi) quyển sách tôi đã cho anh mượn ? : When will you return (me) the book I lent you ?.

mượn To hire (employees).

mượn đỡ [muợn dỡ] To borrow temporarily.

mượn tạm [muợn tạm] See mượn đỡ.

mượn tên [muợn ten] To assume a name.

mượn tiền [muợn tiền] To borrow money. Mượn tiền của người nào : To borrow money of, from, someone.

mương [muơŋ] Ditch, drain. Làm xe lọt xuống mương khi tập lái hoặc say rượu : To ditch one's car while learning to drive or when drunk. Tất cả chúng tôi đều văng xuống mương : We were all spilted into the ditch. Nhảy qua một cái mương : To hop a ditch, to stride over a ditch.

mường tượng [muờŋ tuợŋ] Vaguely. Nhớ mường tượng : To remember vaguely.

mường [muờŋ] See miềng.

mượng tượng [muợŋ tuợŋ] See mường tượng.

mướp [muớp] Kind of gourd. Mướp đắng : Bitter-gourd. Rách như xơ mướp: Ragged, tattered.

mướt [muớt] Smooth ; glossy, slick, sleek. Tóc mướt : Slick hair, sleek hair. Lông mướt của mèo : The cat's glossy coat.

mướt Mướt mồ hôi : Bathed in perspiration ; streaming with perspiration.

mượt [muợt] Smooth. See mướt.

mứt [mứt] Jam, preserves, sweetmeat

M

conserves, confection, preserved fruit. *Hũ mứt* : Jam-pot, jam-jar. *Người bán mứt* : Jam-seller. *Người làm mứt* : Jam-maker.

mứt gừng [mứt gừŋ] Ginger-sweet-meat.

mưu [muưu] Scheme, plot, conspiracy. *Mưu sự tại nhân thành sự tại thiên* : Man proposes, God disposes.

mưu chước [muưu cứrk] Trick, device, expedient.

mưu cơ [muưu kə] See mưu.

mưu hại [muưu hại] To conspire some-one's ruin. *Mưu hại người nào* : To attempt someone's life.

mưu kế [muưu ké] Scheme, plan, device. *Nhờ mưu kế ấy, nó làm cảnh sát phải lạc đường* : Through this device he put the police off the scent.

mưu mẹo [muưu mẹu] See mưu kế.

mưu phản [muưu fản] To plot treason.

mưu sát [muưu ʃát] To plot murder.

mưu sĩ [muưu ʃi] Advisor.

mưu sinh [muưu ʃiŋ] To make one's living.

mưu sự [muưu ʃự] To arrange. *Mưu sự tại nhân thành sự tại thiên* : Man proposes, God disposes, when Heaven appoints, man must obey.

mưu trí [muưu trí] Sagacity.

Mỹ [mi] (Geog) America. *Bắc Mỹ, Nam Mỹ* : North, South, America. *Người Mỹ* : American. *Theo lối Mỹ* : (In the) American fashion.

mỹ cảnh [mi kảiŋ] Charming scenery.

mỹ chất [mi cất] Beauty.

Mỹ châu [mi cəu] (Geog) America.

mỹ chính [mi cíŋ] Good policy.

mỹ diệm [mi ziệm] Beauty, handsome-ness, loveliness.

mỹ dung viện [mi zuŋ viện] Beauty-parlour.

mỹ hóa [mi hửa] To embellish, to beautify.

Mỹ hóa To Americanize.

mỹ học [mi họk] Aesthetics.

mỹ kim [mi kim] U.S. dollar.

mỹ lệ [mi lệ] Beautiful, lovely, charming.

mỹ mãn [mi mãn] Satisfactory.

mỹ miều [mi miều] Good-looking.

mỹ mục [mi mụk] Beautiful eyes.

mỹ nghệ [mi ŋẹ] Fine arts.

mỹ nhân [mi ɲən] Beautiful woman.

mỹ nữ [mi nử] Pretty girl.

mỹ quan [mi kwan] Beautiful looks.

Mỹ quốc [mi kwók] The United States (of America).

mỹ sắc [mi ʃáwk] Beauty, loveliness.

mỹ tài [mi tài] Exceptional talent.

mỹ thuật [mi θwật] Art. *Nhà mỹ thuật* : Artist. *Trường mỹ thuật* : Art-school. *Mỹ thuật phẩm* : Work of art.

mỹ tục [mi tụk] Good customs.

mỹ vị [mi vị] Delicacies.

mỹ ý [mi í] Good intention.

my dân [mị zən] Demagogic. *Chánh sách my dân* : Demagogy. *Chủ nghĩa my dân* : Demagogism.

my lệ [mị lệ] Luxurious.

my man [mị man] Beauty, loveliness

N

na [na] To bring, to carry.

na *Quả na* : Custard–apple.

na ná [na ná] Analogous, similar. *Trường hợp của anh na ná như trường hợp của tôi* : Your case is similar to mine.

na pan [na-pan] Napalm.

Na–uy [na-wi] (Geog) Norway. *Người Na-uy* : Norwegian.

ná [ná] Cross-bow, arbalest.

ná *Na ná* : Analogous, similar.

ná cao su [ná kau ʃu] Catapult.

nả [nả] Short period of time.

nã [nã] To hunt for (criminal). *Tầm nã* : To track down.

nã To fire at. *Nã đại bác* : To strafe, to fire at with guns.

nạ [nạ] *Mặt nạ* : Mask.

nạc [nạk] *Thịt nạc* : Lean, lean meat, meat without fat.

nách [náik] Armpit. *Ôm, cặp vật gì trong nách* : To carry something under one's arms. *Trẻ con còn ẵm nách* : Child (infant) in arms.

nách lá [náik lá] (Bot) Axil. *Thuộc về nách lá* : Axile, axillary.

nai [nai] Deer. *Gạc nai* : Stag–horn, horn of a stag. *Sự săn nai* : Stag–hunt (ing). *Mùa săn nai* : Stag (-hunting) season.

nai cái [nai kái] Doe.

nai con [nai kɔn] Fawn.

nai đực [nai dựk] Stag.

nai lưng [nai lưŋ] *Nai lưng làm việc* : To toil, to work hard.

nái [nái] Female of certain animals. *Heo nái* : Sow.

nài [nài] Jockey. *Anh nài đã cỡi ba lần trong ngày* : Jockey who has had three mounts during the day.

nài To insist.

nài Tie (attached to the fat for climbing up a tree).

nài To mind. *Không nài khó nhọc* : Not to mind hard work.

nài ép [nài ép] To insist.

nài ngựa [nài ŋựa] Jockey. *Hội nài ngựa* : Jockey-club. *Mũ nài ngựa* : Jockey-cap.

nài nỉ [nài nỉ] To beg, to insist, to adjure, to request earnestly. *Nài nỉ người nào làm việc gì* : To beg (of) someone to do something ; to adjure someone to do something.

nài vọi [nài vọi] Elephant-driver, mahout.

nài xin [nài sin] To entreat.

nải [nải] Small bag. *Tay nải* : Sack, bag.

nải *Trễ nải* : Late, tardy.

nải chuối [nài cuối] Bunch of bananas.

nại [nại] *Nhẫn nại* : Patient.

nại *Đơn khiếu nại* : Complaint.

nại chứng [nại cứŋ] To call upon witness.

nam [nam] South. *Hướng nam, phương nam* : Southward. *Về hướng nam* : To the southward. *Điểm ở hướng nam* : Southerly point. *(Tàu) Chạy về hướng nam* : To steer a southerly course. *Gió từ* hướng nam thổi lại : The wind blows south, southerly. *Thuộc về hướng nam:* Southern, austral, antarctic. *Miền đông nam :* South-east, south-eastward. *Ở đông nam :* South-eastern. *Phía nam :* South-side. *Miền tây nam :* Southwest, south-westward. *Gió nam :* The south wind. *Nhìn về hướng nam :* To look to the south. *Miền nam nước Việt-Nam :* The south of Viet-Nam. *Ở miền nam nước Việt-Nam :* To live in the south of Viet-Nam. *Bờ biển phía nam :* The south coast. *Dãy núi chạy dài từ bắc chí nam :* Chain of mountains that runs from north to south.

nam [nam] Man, male. *Nam thi sinh :* Male candidate.

nam ai [nam ai] Name of a sad piece of music.

nam bán cầu [nam bán kòu] Southern hemisphere.

nam băng dương [nam bauŋ zươŋ] Antarctic Ocean.

nam bộ [nam bọ] South Viet-Nam; Southern part.

Nam Cao [nam kau] South Korea.

nam châm [nam cəm] Magnet. *Nam châm điện :* Electro-magnet. *Nam châm hình móng ngựa :* Horse-shoe magnet.

nam cực [nam kụk] Antarctic pole, south pole.

Nam dương [nam zươŋ] (Geog) Indonesia.

nam giao [nam ʒau] Ceremony in honour of the sky and the earth.

nam giới [nam ʒói] The sterner sex.

Nam hải [nam hải] South China Sea.

nam hệ [nam hẹ] Male line (of descent).

Nam Hàn [nam hàn] (Geog) South Korea.

nam kha [nam xa] Empty dream.

Nam kỳ [nam ki] Cochinchina (obs).

Nam Mỹ [nam mĩ] South America.

nam nhân [nam pən] A man.

nam nhi [nam pi] Man, men.

nam nữ [nam nũ] Male and female, men and women. *Nam nữ thí sinh :* Male and female candidates.

nam phái [nam fái] The sterner sex.

Nam phần [nam fən] South Viet-nam ; southern part.

Nam Phi [nam fi] South Africa.

nam phong [nam foŋ] South wind.

nam phụ lão ấu [nam fụ lău ấu] Man, woman, old and young.

nam phương [nam fươŋ] South.

nam sắc [nam ʃáwk] Male beauty.

nam sinh [nam ʃiŋ] Schoolboy. *Nam sinh ngoại trú :* Day-boy.

Nam sử [nam ʃử] Vietnamese history.

nam thanh nữ tú [nam θaiŋ nũ tú] Handsome men and women.

nam tính [nam tiŋ] Male sex.

nam trang [nam traŋ] Man's clothes.

Nam tư lạp phu [nam tư lạp fu] (Geog) Jugoslavia.

nam tử [nam tử] Boy, son.

nam tước [nam tứrk] Baron. *Nam tước phu nhân :* Baroness. *Phẩm vị của nam tước :* Baronage. *Phẩm cách, tước vị của nam tước :* Baronetcy. *Lãnh địa của nam tước :* Barony. *Tự xưng là nam tước :* To give oneself out for a baron.

nam y tá [nam i tá] Male nurse.

Nam Việt [nam việt] South Viet-Nam

nám [nám] Burnt.

nám nắng [nám náwŋ] Sunburnt, tanned (face, etc...).

nạm [nạm] Handful. *Một nạm gạo :* A handful of rice.

nạm To inlay.

nan [nan] Difficult. *Tiến thoái lưỡng nan :* To be in a dilemma.

nan See nan tre.

nan đề [nan dè] Difficult question.

nan giải [nan ʒải] Difficult to explain, hard, difficult to solve.

nan kham [nan xam] Insupportable.

nan khuẩn [nan xwản] (Bot) Ascomycetes.

nan quả [nan kwả] (Bot, Anat) Follicle, follicule.

nan sự [nan ʃự] Difficult affair.

nan tre [nan trɛ] String made of bamboo.

nan trị [nan trị] Difficult to cure.

nán đợi [nán đợi] To wait.

nán lại [nán lại] To stay late.

nàn [nàn] See nạn.

nản [nản] Discouraged, despondent. Chán nản : Cast down, broken-spirited.

nản chí [nản cí] Discouraged, dispirited.

nản lòng [nản lòŋ] See nản chí.

nạn [nạn] Danger ; calamity, disaster, catastrophe. Gặp nạn, ngộ nạn : To be in danger. Những làng bị nạn : Villages that have suffered disaster. Những người bị nạn : The victims of the catastrophe. Nạn cháy lớn : Conflagration. Tàu bị nạn : Ship in distress.

nạn dân [nạn zən] Refugee.

nạn đề [nạn đè] Question difficult to solve.

nạn đói [nạn đói] Famine. Trung Hoa thường bị nạn đói : China has often suffered from famine.

nạn nhân [nạn ɲən] Victim. Nạn nhân của người nào : To be the victim of someone.

nạn thất nghiệp [nạn θất ɲiẹp] Unemployment . Nạn thất nghiệp đang tăng gia trong thành phố nầy : Unemployment is increasing in this city. Nạn thất nghiệp đang tăng gia một cách mau chóng đáng sợ : Unemployment is increasing at a fearful rate. Biện pháp ấy làm tăng gia nạn thất nghiệp : This measure increased, added to, the unemployment.

nang [naŋ] (Anat) Follicle, follicule.

nang quả [naŋ kwả] Capsular fruit.

nang quả bình [naŋ kwả bịŋ] (Bot.) Carpoplore.

nang quân [naŋ kwân] (Bot) Sorus.

nang thúng [naŋ θúŋ] (Med) Cyst.

nang viêm [naŋ viem] (Med) Folliculitis.

náng [náŋ] To stay late ; to linger.

nàng [nàŋ] She, her. Chàng và nàng : He and she. Nàng đã có mấy con rồi ? : How many children has she had ?. Tôi đã bỏ nàng : I gave her up. Nàng đứng ngắm mình trong gương : She stood contemplating herself in the mirror. Nàng có thật yêu chồng không ? : Does she really care for her husband ?. Nàng luôn luôn có nửa lố đàn ông đi theo tán nàng : She always has half a dozen men dangling round her. Nàng không thể từ chối chàng việc gì cả : She can't refuse him anything. Tôi gặp nàng đang hái hoa : I found her gathering flowers. Tôi đang nghĩ đến nàng : I am thinking of her. Song thân của nàng : Her mother and father. Mẹ của cô Lan chết nhưng cha nàng còn sống : Lan's mother is dead but her father is alive. Nàng lấy cây viết của tôi và cả của nàng : She took my pen and hers. Nàng lấy tay che mặt lại : She hid her face in her hands. Tôi sẽ giới thiệu nàng với anh : I shall introduce her to you. Nàng mến chàng chứ không yêu chàng : She likes him but she doesn't love him. Nàng từ chối không chịu nói : She refused to open her lips. Nàng có thai đã được ba tháng: He has been pregnant for three months. Nàng chạy đến đón tôi : She came running to meet me.

nàng dâu [nàŋ zəu] Daughter-in-law.

nàng hầu [nàŋ hầu] Concubine.

nàng tiên [nàŋ tien] Fairy. Các nàng tiên : The good people.

nạng [nạŋ] Fork.

nạng Crutch. Chống nạng đi : To go about, walk, on crutches. Đi bằng nạng: To walk with (the help of) crutches.

nạng cây [nạŋ kei] Crotch. Nàng ngồi trên một cái nạng cây : She is sitting in the crotch of a tree.

nanh [naɲ] Tusk. Răng nanh : Fang, canine tooth.

nanh ác [naɲ ák] Cruel, wicked.

nanh heo [naɲ hɛu] Tusk of a boar.

nanh voi [naɲ vɔi] Tusk of an elephant.

nanh vuốt [naɲ vuốt] Tusk and clutch; clutches. Ở dưới nanh vuốt của người nào : To be in someone's clutches. Thoát khỏi nanh vuốt của người nào : To get out of someone's clutches.

nành [nàiɲ] Đậu nành : Soy-bean, soya-bean.

nạnh gác [naiɲ gák] Bracket.

nao [nau] Khi nao ? : When ?. Nơi nao ?: Where ?.

nao bạt [nau bạt] Cymbal.

nao lòng [nau lòŋ] Moved.

nao nao [nau nau] To be moved, to be touched.

nao núng [nau núŋ] To flinch, to deter. Nó không nao núng trước nhiệm vụ : He did not flinch from his duty.

náo [náu] Huyên náo : Noisy, tumultuous, uproarious.

náo động [náu dọŋ] Astir. Sự náo động : Stir. Tin làm náo động cả thành phố : The news caused a stir in the town. Tất cả thành phố đều náo động: The whole town was astir.

náo loạn [náu lwạn] Làm náo loạn : To cause trouble.

náo nhiệt [náu ɲiệt] Animated. Sự náo nhiệt : Animation. Cảnh náo nhiệt của đường phố : The bustle in the streets. Nơi náo nhiệt : Place full of stir and movement.

nào [nàu] 1) Which. Anh đã lựa cái nào ? : Which have you chosen ?. Lựa cái nào mà anh thích nhứt : Choose the one which you like best. Anh thích màu nào hơn hết ?: Which colour do you like best ?. Cái nào ? vật nào ?: Which one ?. Người nào trong bọn chúng ta ? : Which one of us ?. Hãy lấy cái nào mà anh thích nhứt : Take whichever you like best.

2) What, whatever. Không có ngày nào mà không mưa : Not a day but what it rains. Dầu nó có phạm lỗi lầm nào đi nữa : Whatever mistakes he has committed. Nó không may chút nào cả: He has no chance whatever. Tôi không có một quyển sách nào cả : I have no book whatever.

3) Any. Nó không có đồng xu nào cả : He hasn't any money. Anh có thể dắt theo người nào tùy ý : You may bring along any person you like. Việc ấy có thể xảy ra không biết ngày nào : That

may happen any day. Nghề nào lương thiện cũng đáng kính cả : Any honest profession is honorable. Tôi không còn người bạn nào khác : I have no other friends.

4) Cha nào con ấy : Like father like son. Thầy nào trò nấy, rau nào sâu ấy : Like master, like man.

5) Để tôi xem nào : Let me see.

não [nàu] Draft (of a letter, etc..).

não [nàu] (Anat) Brain ; cerebrum. Thuộc về não : Cerebral. Tiểu não : Cerebellum.

não bì mạc [nàu bi mạk] (Anat) Dura-mater.

não bộ [nàu bọ] (Anat) Encephalon. Thuộc về não bộ : Encephalic.

não cái cốt [nàu kái kót] Skull, cranium.

não cân [nàu kən] Brain and nerves.

não chất [nàu cất] Brains.

não chúng [nàu cúŋ] To worry, to trouble.

não lòng [nàu lòŋ] Heart-rending.

não mạc [nàu mạk] (Anat) Meninx.

não mạc viêm [nàu mạk viem] (Med) Meningitis.

não nề [nàu nề] Agonizing, thrilling.

não nhũn [nàu ɲũn] (Med) Encephalomalacia.

não nùng [nàu nùŋ] Sad, sorrowful.

não nuột [nàu nuọt] Agonizing (cry, etc.).

não sau [nàu ʃau] (Anat) Epencephalon.

não thất [nàu θất] (Anat) Ventricle. Thuộc về não thất : Ventricular.

não viêm [nàu viem] (Med) Cerebritis; encephalitis.

não xuất huyết [nàu suất hwiét] Cerebral haemorrhage.

nạo [nạu] (Med) To scrape ; to clean clean out (chimney). Cái nạo : Scraper curette. Nạo lỗ tai : To curette the ear.

nạo (Slang) To scold, to reprimand.

nạo dừa [nều zừa] To scrape coconut

nạo óc [nạu ók] To puzzle, beat, rack cudgel, one's brains.

nạo tiền [nạu tièn] To extort money.

nạo xái [nạu sái] To clean out the dottle (from an opium pipe).

nạp [nạp] 1) To deliver. *Nạp người nào cho quân địch* : To deliver someone into the hands of the enemy.

2) To pay (in), deposit (money, etc..). *Nạp bản một quyển sách (cho chánh phủ để giữ quyền tác giả)* : To deposit duty copies of a book (for copyright).

3) To put in, submit (a claim, a document, etc...).

4) To charge, load (gun).

nạp bản [nạp bản] Copyrighting of a book by depositing duty copies.

nạp đạn [nạp đạn] To load, charge (a gun). *Nạp đạn tự động* : Self loading. *Nạp đạn vào băng* : Belt loading.

nạp điện [nạp diẹn] To charge (accumulator).

nạp súng [nạp fúŋ] To load a gun.

nạp thuế [nạp thwé] To pay taxes. *Người nạp thuế* : Tax-payer.

nát [nát] Crushed.

nát bàn [nát bàn] Nirvana.

nát bấy [nát béi] Completely crushed.

nát bét [nát bét] See nát bấy.

nát dừ [nát zừ] See nát nhừ.

nát nghiền [nát ŋién] See nát bấy.

nát nhàu [nát ɲàu] Crumpled.

nát nhừ [nát ɲừ] Boiled to shreds.

nát óc [nát ók] *Suy nghĩ nát óc* : To cudgel one's brains, to think hard (on a difficult problem or to remember something).

nát vụn [nát vụn] Smashed to bits.

nạt [nạt] *Dọa nạt* : To threaten, to menace.

nạt nộ [nạt nọ] To browbeat, to thunder.

náu [náu] *Ẩn náu* : To refuge, to take shelter.

nay [nay] Now, at present, at this time. *Đến nay* : Up to now, until now. *Hiện nay nó ở Luân-đôn* : He is now in London. *Từ nay đến ba hay bốn ngày nữa* : In three or four days from now. *Từ nay về sau* : From now (on). *Cho đến nay* : Up to, until, the

present ; up to the present time. *Hiện nay* : At present. *Tôi biết nó từ ba năm nay* : I've known him these, this, three years.

nay kính [nay kíŋ] Respectfully.

nay mai [nay mai] Soon, in a short time, in a day or two.

náy [náy] *Ấy náy* : Disquiet, uneasy, anxious.

này [này] 1) Here. *Ở thế gian này, ở hạ giới này, ở trên đời này* : Here (below). *Đây nè, lấy cái này đi* : Here (you are) ! take it !.

2) *Cái này, vật này* : This. *Cuốn sách này* : This book. *Sớm mai này* : This morning. *Ngày này năm ngoái* : This day last year. *Cái này là cái gì ?* : What is this ?. *Người này là ai ?* : Who is this?. *Chuyện xảy ra như thế này* : It was like this. *Anh muốn cái này hay cái kia ?* : Will you have this or that ?. *Hai cái bàn này rất giống nhau, nhưng cái này mới và cái kia cũ* : The two tables are very much alike, but this is new and that is old. *Tôi thích cái này hơn cái kia* : I prefer this to that.

nảy [nảy] To bounce.

nảy chồi [nảy còi] To shoot, to sprout.

nảy đom đóm [nảy đɔm đóm] To see stars.

nảy lộc [nảy lọk] See nảy chồi.

nảy lửa [nảy lửa] To throw out sparks.

nảy mầm [nảy mầm] To germinate.

nảy mộng [nảy mọŋ] See nảy mầm.

nảy nở [nảy nở] To grow, to increase. *Làm nảy nở* : To develop.

nảy ra [nảy ra] To flash. *Ý kiến nảy ra trong trí tôi:* The idea flashed through my mind. *(Ý tưởng) Nảy ra trong trí người nào* : (Of idea) To come upon someone. *Tôi nảy ra ý kiến rằng...* : It comes to my mind that... *Một ý kiến nảy ra trong trí tôi* : I struck upon an idea. *Một ý kiến thình lình nảy ra trong trí nó* : An idea suddenly struck him.

nãy [nãy] *Hồi nãy* : Just now. *Hồi nãy nó ở đây* : He was here just now.

N

nạy [nạy] To pry, to prize. *Nạy miệng con ngựa ra* : To prize a horse's mouth open. *Nạy cái nắp lên* : To prize a lid open.

nắc [náɯk] To swing, to rock.

nặc [nạɯk] (Not used alone) Hidden.

nặc danh [nạɯk zaiɲ] Anonymous. *Thơ nặc danh* : Anonymous letter. *Tình trạng nặc danh* : Anonimity.

nặc nô [nạɯk no] 1) Woman hired to collect debts.

2) Coarse-mannered woman.

nặc phục [nạɯk fụk] To ambush, to lie in ambush.

năm [naɯm] Year. *Hai lần mỗi năm* : Twice a year. *Hằng năm, từng năm* : Annual, yearly. *Mỗi năm* : Every year. *Vào năm 1964* : In the year 1964. *Tôi đã biết chuyện ấy từ ba mươi năm nay rồi* : I have known it for thirty years. *Bị xử mười năm tù* : Sentenced to ten years'emprisonment. *Cây sống một trăm năm* : A hundred year old tree. *Sinh viên năm thứ ba* : Student in his third year. *Mướn, thuê năm vật gì* : To hire something by the year. *Sự cho mướn từng năm* : A let by the year. *Trong nhiều năm liên tiếp* ỷ For several years on end. *Nợ trả góp từng năm một* : Debt redeemable by yearly payments. *Nó còn sống được mười năm nữa* : He is good for another ten years. *Làm việc mười năm* : To have ten years' service. *Tôi biết nó từ ba năm nay* : I' ve known him these three years. *Tôi không gặp anh tôi gần một năm rồi* : I have not seen my brother for nearly a twelvemonth.

năm [naɯm] Five. *Năm người* : Five men. *Trang năm* : Page five. *Thứ năm* : Thursday. *Xe năm chỗ ngồi* : A five-passenger car. *Bảy giờ năm* : Five minutes past seven. *Xấp năm, gấp năm lần* : Fivefold. *Thứ năm* : Fifth. *Nó đến hạng năm* : He arrived fifth. *Lá (bài) năm cơ* : The five of hearts. *Năm với ba là tám* : : Five and three are eight.

năm cũ [naɯm kũ] Old year.

năm châu [naɯm cɔu] The five parts of the world.

năm chục [naɯm cụk] Fifty.

năm cùng tháng tận [naɯm kùŋ θáŋ tận] End of the year.

năm góc [naɯm gók] Five-square.

năm lần [naɯm lɔ̀n] Five times. *Năm lần bảy lượt* : Many times.

năm máy [naɯm máy] Five-engined.

năm mới [naɯm mói] New year.

năm mươi [naɯm mɯəi] Fifty. *Năm mươi mốt* : Fifty one. *Trên năm mươi tuổi* : To be on the wrong side of 50, to be above 50 years of age. *Dưới năm mươi tuổi* : To be on the right side of 50, to be below 50 years of age.

năm nay [naɯm nay] This year. *Năm nay có ba người chết đối với ba mươi người năm 1934* : Three deaths this year as against thirty in 1934.

năm ngoái [naɯm ŋwái] Last year. *Năm ngoái cũng vào ngày nầy, ngày nầy năm ngoái* : This day last year.

năm nhuấn (nhuận) [naɯm ɲwɔ̀n] Leap year.

năm rồi [naɯm ròi] Last year.

năm sau [naɯm ʃau] Next year, year after. *Một năm sau* : A year after.

năm tàn [naɯm tàn] The year is drawing to an end, to a close, is nearing its end.

năm thì mười họa [naɯm θì mừəi hwạ] Rarely.

năm tới [naɯm tói] Next year ; the coming year.

năm trước [naɯm trúrk]The preceding year, the year before.

nắm [naŭm] To hold, to grasp, to seize, to grip. *Nắm vật gì trong tay* To hold something in one's hand *Nắm chặt vật gì* : To hold something tight(ly). *Nắm tay nhau (= giờ hòa)* : To hold hands. *Chúng n nắm tay nhau* : They hold each other' hands, they were holding hands, the were holding each other by the hand *Nắm cổ người nào* : To hold someon by the scruff of his neck ; to sei someone by the collar. *Chúng tôi nắ chắc sự thành công :* We have success within our grasp. *Nắm tay người nào :* To grasp someone's hand. *Nắm lấy cơ hội :* To grasp, seize the opportunity. *Nắm chặt vật gì trong tay :* To grip one's hands on to something. *Nắm người nào :* To have hold of someone. *Nắm chặt vật gì :* To keep tight hold of, a firm hold on, something. *Nắm được một sự bí mật :* To get on of a secret. *Nắm lấy người nào :* To catch hold of someone. *Nắm chặt sự thành công :* To have success within one's grasp. *Nắm vững được tình thế trong tay :* To have, get, a good grip of the situation.

nắm [náum] Handful, wisp, fistful. *Một nắm rơm :* A wisp of hay. *Tìm được chỗ nắm trên vật gì :* To get a grip on something. *Nó thọc tay vào túi và lấy ra một nắm gạo :* He dipped his hand into the bag and brought out a handful of rice.

nắm chánh quyền [náum cáiɲ kwièn] To wield power ; to come into power.

nắm chặt [náum cạʋt] To hold tight-(ly). *Nắm chặt vật gì trong tay :* To grip one's hands on to something. *Nắm chặt tay :* To clench one's hands.

nắm cổ [náum kỏ] To seize by the collar, to hold by the scruff of the neck.

nắm cửa [náum kủɔ] Knob, handle, of door, door-handle.

nắm đẳng chuôi [náum dàuɲ cuɔi] To be in an advantageous position, to have an advantage over someone.

nắm lấy [náum léi] To grasp, to clutch, to seize , to embrace (an opportunity, etc.). *Nắm lấy cơ hội :* To grasp, seize, the opportunity.

nắm tay [náum tay] Fist. *Đưa nắm tay dọa người nào :* To shake one's fist at someone.

nắm xương [náum suɔŋ] Bones, remains.

nằm [nàum] To lie down, lying down. *Đi nằm :* To go to bed. *Nằm thiu thiu ngủ :* To lie asleep.

nằm bẹp [nàum bẹp] Bed-ridden.

nằm bẹp [nàum bép] (Of woman) To give birth, to lie in, to be confined, to be in childbirth.

nằm chết [nàum cét] To lie dead.

nằm chiêm bao [nàum ciem bau] To dream, to have a dream. *Anh có nằm chiêm bao không ? :* Do you often have dream ? do you often dream ?.

nằm chổ [nàum cỏ] See nằm bẹp.

nằm co [nàum kɔ] To curl oneself up, to shuddle up, to cuddle. *Nó nằm co trên giường, đầu gối gần đụng cằm của nó :* He lay huddled up in bed, his knees almost touching his chin.

nằm cữ [nàum kữ] See nằm bẹp.

nằm dài [nàum zài] To lie down at full length, to stretch oneself out. *Nằm dài trên giường :* To lie down on one's bed. *Nó nằm dài dưới đất :* He lay stretched on the ground.

nằm dưới đất [nàum zứɔi dót] To lie on the ground.

nằm gai nếm mật [nàum gai ném mạt] To bear all kinds of misfortunes.

nằm mê [nàum me] To have a dream.

nằm mộng [nàum mɔŋ] To dream, to have a dream. *Nằm mộng thấy người nào :* To dream of, about, someone.

nằm mọp [nàum mɔp] To grovel. *Nằm mọp trước người nào :* To grovel before someone.

nằm ngang [nàum ŋaŋ] Horizontal.

nằm nghiêng [nàum ɲieŋ] To lie on one's side, to be lying on one's side.

nằm ngủ [nàum ŋủ] To lie dormant.

nằm ngửa [nàum ŋửɔ] To lie on one's back. *Nếu anh nằm ngửa, anh có thể nhìn lên trời :* If you lie on your back, you can look up at the sky. *Nằm ngửa dưới đất :* Lying face upwards on the ground.

nằm phục kích [nàum fục kík] To lie in ambush (for), to lie in wait (for). *Chúng nó nằm phục kích kẻ thù :* They were lying in wait for the enemies.

nằm sát đất [nàum ʃát dót] Lying flat on the ground.

nằm sấp [nàum ʃóp] To lie flat on

one's stomach, on one's face : to lie flat on one's belly.

nằm sóng sượt [nàwm ʃốŋ ʃươt] To lie down at full length.

nằm úp mặt xuồng [nàwm úp mawt ʃuốŋ] See nằm sấp.

nằm vạ [nàwm vạ] To throw temper tantrum.

nằm xoài [nàwm swài] To lie down at full length.

năn ni [nawn ni] To insist.

nắn [náwn] 1) To model, to mould. *Nắn một cái đầu người bằng đất sét :* To model, mould a person's head in clay. *Nắn đất thành một cái bình :* To shape the clay into an urn.

2) To set (a broken bone).

nắn nót [náwn nót] To chasten. *Viết nắn nót :* To write carefully.

nằn nì [nàwn nì] To insist.

nặn [nạwn] 1) To model, to mould.

2) To squeeze, to crush out. *Nặn mủ ở một vết thương ra :* To squeeze matter out of the wound.

nặn óc [nạwn ók] To puzzle one's brains. *Nó nặn óc tìm câu trả lời :* He puzzled his brains to find the answer.

nặn sữa [nạwn ʃữə] To milk (a cow), to draw the milk, to do the milking.

năng [nawŋ] Often, frequently ; to frequent. *Năng chịu lễ :* To frequent the sacraments.

năng (Mec) Energy. *Thế năng :* Potential energy. *Động năng :* Kinetic energy, active energy.

năng học [nawŋ họk] (Ph) Energetics.

năng lực [nawŋ lựk] Ability, capacity, competence, aptitude, capability, efficiency ; (Jur) capacity, legal competency, ability (to do something). *Một thơ ký có năng lực :* An efficient secretary. *Đủ năng lực :* Capable, able, efficient, competent ; (Jur) qualified, entitled, competent (to do something).

năng lực (Ch. Ph) Power. *Năng lực hấp thụ :* Absorbent power. *Năng lực nhiệt :* Heating value. *Năng lực phân tán :* Dispersion power.

năng lượng [nawŋ lượŋ] Energy.

năng lượng học [nawŋ lượŋ họk] (Ph) Energetics.

năng suất [nawŋ ʃuất] Efficiency. *Năng suất tối đa :* The highest efficiency.

nắng [náwŋ] Sunny. *Phơi nắng, tắm nắng :* To sun-bathe, to take the sun. *Phơi khô ngoài nắng :* Sun-dried. *Sự trúng nắng :* (Med) Sunstroke. *Bị trúng nắng :* Sunstruck. *Ngồi ngoài nắng :* To sit in the sun. *Phơi vật gì ngoài nắng :* To let something stand in the sun.

nắng ăn [náwŋ awn] Sunburnt. *Da nàng dễ bị nắng ăn :* She has a skin that burns easily. *Nó bị nắng ăn và da mặt nó tróc ra :* He got sunburnt and his face peeled.

nắng chang chang [náwŋ caŋ caŋ] See nắng gắt.

nắng gắt [náwŋ gáwt] Burning sun.

nắng nặc [nàwŋ nạwk] See nắng nắng.

nằng nằng [nàwŋ nàwŋ] To insist stubbornly.

nặng [nạwŋ] Heavy, ponderous, weighty, unwieldy (body, burden, etc...) ; grievous ; grave (mistake). *Cân nặng :* To weigh heavy. *Nặng bằng hai chừng ấy :* As heavy again. *Thể nặng :* Heavy bodies. *Bị cảm nặng :* To have a heavy cold. *Đồ ăn làm nặng bao tử :* Food that lies heavy on the stomach ; heavy food. *Thuế nặng :* Heavy tax. *Mắt nặng chìu :* Heavy eyes ; heavy-eyed. *Hạng nặng :* (Boxing) Heavyweight. *Bịnh nặng :* Serious, nasty, illness. *Lỗi nặng :* Gross, serious, grave, mistake. *Tội nặng :* Enormous crime. *Ra, vào một cách nặng nề :* To lumber in, out. *Làm bịnh nặng thêm :* To aggravate an illness. *Nó đau rất nặng, anh phải cho mời bác sĩ đến :* He is very ill ; you must send for a doctor. *Cảm thấy nặng ngực :* To feel as if one had a weight on one's chest, to feel a tightness across the chest.

nặng chìu [nạwŋ cìu] Very heavy.

nặng đầu [nạwŋ đầu] To have a bad head (after drinking).

nặng gánh [nặuŋ gáiŋ] Heavy load.

nặng mùi [nặuŋ mùi] Fetid.

nặng nề [nặuŋ nè] Heavy. Trách nhiệm nặng nề : Heavy responsibility, onerous responsibility. Tổn thất nặng nề : Heavy losses. Sự im lặng nặng nề : Heavy silence. Bước đi nặng nề : Heavy tread. Văn chương nặng nề : Heavy style. Đi một cách nặng nề : To walk heavily. Một trách nhiệm nặng nề đè lên chúng nó : A heavy responsibility rests upon them.

nặng nhọc [nặuŋ ɲɔk] Hard. Công việc nặng nhọc : Hard work.

nặng tai [nặuŋ tai] To be hard of hearing, to be dull of hearing.

nặng tình [nặuŋ tìŋ] Deep affection.

nặng trình trịch [nặuŋ trìŋ trịk] Very heavy.

nặng trĩu [nặuŋ triu] Overloaded, over-burdened.

nặng trịu [nặuŋ trịu] See nặng trĩu.

nắp [náup] Lid, cover (of box, pot, etc.). Nắp ấm : Lid of a kettle. Dở nắp ra : To take off the lid. Nắp có thể tháo ra, lấy ra được : Detachable cover. Các nắp đậy không vừa (cái nồi) : The lid won't go on (the pot). Khi nước sôi, dở nắp soong ra : When the water boils, take the cover from the saucepan.

nắp bàn [náup bàn] Table-cloth.

nắp đậy xú báp [náup đệi sú báp] Valve-cover.

nắp vòi [náup vòi] Valve-cap.

nấc [nák] 1) Step, stair (of stairs) ; rung, step (of a ladder).

2) Turn, time (in lock).

nấc cụt [nák kụt] To hiccough, hiccup.

nấc thang [nák θaŋ] 1) Rung, step of a ladder.

2) Stairs. Máu chảy từng giọt xuống nấc thang lầu : The water was trickling down the stairs.

nấm [nám] Mushroom, fungus. Chỗ trồng nấm : Mushroom bed. Người trồng nấm : Mushroom-grower. Giống đầu nấm: Mushroom-headed.Giống cây nấm: Fungoid ; fungous. Ăn nấm, sống bằng

nấm : Fungivorous. Có hình cây nấm : Fungiform. Mọc mau như nấm : To spring up like a mushroom.

nấm đất [nám đất] Mound ; small heap of earth.

nấm mồ [nám mò] Grave, tomb.

nấm mồng gà [nám mòŋ gà] Chante-relle.

nấm san hô [nám ʃan ho] Club-top mushroom.

nậm [nặm] Decanter, flask, bottle.

nần ná [nàn ná] To linger.

nần [nàn] Nợ nần : Debts.

nâng [nəŋ] To raise, lift (up) ; to ele-vate. Nâng ly lên môi : To raise one's glass to one's lips. Nâng cao tinh thần người nào : To raise someone's spirits. Nâng vật gì lên : To lift something up. Nâng người nào dậy : To lift someone up. Nâng khăn sửa túi : To look after one's husband (lit. to present the tur-ban, to tidy up the pockets (clothes).

nâng cao [nəŋ kau] To raise. Nâng cao tinh thần của người nào : To raise some-one's spirits.

nâng đỡ [nəŋ đỡ] To help, to support.

nâng lên [nəŋ len] To elevate ; to lift.

nâng niu [nəŋ niu] To pamper, to caress, to fondle. Được nâng niu : To live like a fighting-cock.

nẵng [nɔ̌ŋ] To steal.

nấp [náp] To hide, lie in hiding.

nấp bóng [náp bóŋ] To be under some-one's protection, to get under some-one's shelter.

nâu [nəu] Brown (cloth, hair, etc...).

nâu đậm [nəu đạm] Dark brown.

nâu lợt [nəu lợt] Brownish.

nâu sồng [nəu ʃòŋ] Monk's clothes dyed in brown.

nấu [náu] To cook, to boil.

nấu ăn [náu aum] To cook, to do the cooking. Sách dạy nấu ăn : Cookery-book. Nàng là một người nấu ăn khéo : She is a good cook. Nghề nấu ăn : Cookery. Người nấu ăn : Cook. Người nấu ăn khéo : First-rate cook. Người

đàn bà nào cũng phải học nấu . ăn cả :
Every woman should learn to cook.
Vợ nó nấu ăn khéo lắm : His wife's a
good cook. *Một người bạn và tôi ở chung*
với nhau, chúng tôi nấu ăn lấy : A friend
and I lived together, and cooked our
own meals.

nấu bếp [nɔ̆u bép] See **nấu ăn.**

nấu cách thúy [nɔ̆u káik θwi] To steam.

nấu cạn [nɔ̆u kạn] To boil away.

nấu chảy [nɔ̆u cảy] To found, to
smelt, to melt (metal).

nấu cơm [nɔ̆u kəm] To prepare, cook
a meal. *Ở thành phố có trường đại*
học, nhiều người sống bằng nghề nấu
cơm tháng cho sinh viên : In a uni-
versity town, many people make their
living by boarding students. *Một*
người bạn và tôi ở chung với nhau và
chúng tôi tự nấu cơm lấy : A friend
and I lived together, and cooked our
own meals.

nấu lửa riu riu [nɔ̆u lửə riu riu] To
cook (something) on a slow fire.

nấu nước [nɔ̆u nứrk] To boil water.
Nấu nước pha trà : To boil water for
tea.

nấu nướng [nɔ̆u nướŋ] See **nấu ăn.**

nấu rượu [nɔ̆u rượu] To distil spirits.

nẫu [nɔ̆u] *Trái chín nẫu :* Over – ripe
fruit.

nẫu ruột [nɔ̆u ruột] Sad, sorrowful.

nấy [néi] *Ai nấy :* Everybody. *Cha nào*
con nấy : Like father like son. *Ai lo*
phận nấy : Every man for himself.
Sớm chừng nào hay chừng nấy : As
soon as possible.

nấy [nèi] See **này.**

nẩy lên [nẻi len] To bounce. *Đứa bé*
nẩy lên nẩy xuống trên giường : The
boy was bouncing up and down on
the bed.

nẩy ra [nẻi ra] See **nẩy ra.**

né [né] To dodge, to evade ; to fend
off (a blow). *Nó né khi tôi ném quyền*
từ điển của tôi vào nó : He dodged
when I threw my dictionary at him.

nẻ [nẻ] To crack, to split ; (of hands)

to chap ; to chink.

nẻ Cracked, chapped, chappy, choppy.

nem [nɛm] Pork hash wrapped in bana-
na leaf.

ném [ném] To throw, to fling, to cast,
to chuck, to dart, to dash, to hurl.
Ném banh, ném đá : To throw, toss, a
ball ; to throw a stone. *Nó ném kẻ thù*
của nó xuống đất : He dashed his ene-
my to the ground. *Ném vật gì vào*
lửa : To throw something into the fire.
Ném một cái hộp không : To chuck
away an empty box. *Ném trái banh cho*
người nào : To toss a ball to someone.
Ném vật gì qua một bên : To toss some-
thing aside. *Ném cỏ khô lên xe bò :* To
pitch the hay on to the cart. *Ném tiền*
qua cửa sổ : To fling, throw, one's
money out of the window. *Ném vật gì*
vào đầu người nào : To throw some-
thing at someone's head. *Ném lưới :*
To cast a net. *Nét vật gì xuống đất :*
To throw something down. *Nó có thể*
ném xa một trăm thước : He can throw
a hundred meters. *Ném đá vào người*
nào : To throw, sling, stones at some-
one. *Ném vật gì ra cửa sổ :* To throw
something out of the window. *Ném vật*
gì lên trời : To toss something (up).
Nó lượm một cục đá và ném mạnh vào
con chó của tôi : He picked up a stone
and let fly at my dog. *Nó ném trái*
banh cho tôi : He threw the ball to
me. *Nó ném trái banh lên trời :* He
threw the ball up (in the air).

ném bom [ném bɔm] To drop. release,
bomb.

ném câu [ném kəu] To cast the line.

ném xuống [ném suốŋ] To dash down.
Nó ném cây kiếm gãy của nó xuống và
lượm một cây khác lên : He dashed
down his broken sword and picked
up another one.

nén [nén] 1) To restrain ; to control ; to
curb, to check, to hold back, repress
(one's anger, etc..). *Tôi không thể nén*
được một sự giận dữ : I could not
contain my fury, my fury knew no
bounds.

2) To compress, to squeeze ; to choke

nén Bullion, bar. *Vàng nén* : Gold in bar, gold bar. *Bạc nén* : Silver in bar.

nén giận [nɛ́n ʝ̣ʌn] To check, control, curb, one's anger. *Nó không thể nén giận được* : He couldn't check his anger, he couldn't keep down his anger.

nén lòng [nɛ́n lɔ̀ŋ] To control oneself, to contain oneself, to hold oneself in.

neo [nɛu] Anchor. *Thả neo, bỏ neo* : To cast, drop, anchor ; to anchor. *Kéo neo lên* : To weigh, raise an anchor.

neo To anchor. *Chỗ thả neo* : Anchorage.

neo người [nɛu ŋwə̀i] Short of help.

néo [nɛ́u] To tighten (rope). *Già néo đứt dây* : Everything has its breaking point.

nẻo [nɛu] Way, direction. *Nói một đường làm một nẻo* : To talk in one way and act in another way.

nép [nɛ́p] To crouch. *Đứng nép vào tường* : To draw back against the wall. *Đứng khép nép* : To stand aside deferentially. *Nép mình vào một xó* : To ensconce oneself in a corner.

nẹp [nɛp] Hem, rim, edge.

nét [nɛ́t] Stroke, line (of pen) ; line, lineament, feature (of face). *Nét nhỏ* : Thin stroke, up-stroke. *Nét lớn* : Down-stroke.

nét bút [nɛ́t bút] Stroke of the pen. *Luôn một nét bút, chỉ một nét bút* : With a stroke of the pen.

nét mặt [nɛ́t mʌt] Feature, lineament, of face ; facial features.

nét vẽ [nɛ́t vɛ̃] Line of drawing.

nẹt [nɛt] To menace, to threaten.

nê [ne] Pretext, excuse, plea.

nê thạch [ne θạik] (Miner) Spar.

nề [nè] *Thợ nề* : Mason.

nề hà [nè hà] To min .

nề nếp [nè nép] See nền nếp.

nể [nè] To respect, to have consideration for.

nể nang [nè naŋ] See nể.

nệ [nẹ] To persist.

nêm [nem] Wedge. *Có hình, giống hình cái nêm* : Wedge-shaped.

nêm To wedge (up).

nêm To season, to flavour (with). *Sự nêm* : Flavouring. *Gia vị để nêm canh* : Flavourings for soup.

nếm [ném] To taste (food) ; (of cook) to taste, try, sample, savour (food, drink). *Nếm một món ăn* : To try a dish.

nệm [nẹm] Mattress, bed. *Thợ làm nệm* : Mattress-maker.

nệm hơi [nẹm hɔi] Air-bed.

nệm lông [nẹm loŋ] Feather-bed.

nệm lò xo [nẹm lɔ sɔ] Spring mattress.

nệm rơm [nẹm rɔm] Straw mattress.

nên [nen] To ought to. *Anh nên đi xem cuộc Triển lãm* : You ought to go and see the Exhibition. *Trở nên* : To become. *Cho nên* : Consequently. *Tôi không biết nên đi hay nên ở lại* : I was in two minds whether to go or to remain.

nên chi [nen ci] Therefore, that is why.

nên công [nen koŋ] To succeed.

nến [nén] Candle.

nền [nèn] Foundation. *Nền nhà* : The foundation of a house. *Nền bằng đất nện* : Floor of beaten earth.

nền hòa bình [nèn hwa bìɲ] Peace. *Nền hòa bình lâu dài* : Settled peace.

nền móng [nèn mɔ́ŋ] Foundation. *Xây nền móng một cái nhà* : To lay the foundation of a house.

nền nếp [nèn nép] Good family, good stock.

nền nhà [nèn ɲà] Foundation. *Nền nhà xây trên đá* : The foundations repose upon rock. *Nền nhà lún xuống* : The foundations of the house settled.

nền tảng [nèn tảŋ] Base, foundation ; basis.

nện [nẹn] 1) To ram down.

2) To beat, to strike.

nện đất [nẹn dót] To beat down the soil.

nếp [nép] Crease, fold, pleat, crinkle. *Nếp quần* : The creases in a pair of trousers.

nếp Sticky rice, glutinous rice. *Gạo nếp* :

Uncooked sticky rice. *Cơm nếp* : Cooked sticky rice. *Rượu nếp* : Wine made of sticky rice.

nếp nhà [nếp pà] House, building.

nếp sống [nếp ʃóŋ] Life.

nết [nét] Conduct, behaviour, morals. *Có nết* : To have good conduct.

nêu [neu] Pole set up in front of the house during the Lunar New Year's Festival.

nêu To raise, bring up (a subject); to set (example). *Nêu lên một câu hỏi* : To raise a question. *Nêu một vấn đề* : To bring up a subject. *Nêu lại một vấn đề* : To bring up a subject again. *Nêu một gương tốt* : To set a good example.

nêu gương [neu gwəŋ] To set an example.

nêu lên [neu len] To bring up, raise (a question).

nếu [néu] 1) If, unless. *Nếu nó làm việc ấy, nó sẽ bị phạt* : If he does it, he will be punished. *Nếu trời tốt và (nếu) tôi rảnh, tôi sẽ đi chơi* : If the weather is fine and (if) I'm free, I shall go out. *Nếu tôi đến, tôi sẽ cho anh hay trước* : If I come I shall let you know beforehand. *Nếu có ai đến, cho tôi hay* : If anybody should call, let me know. *Nếu nó quên tôi và từ chối không tiếp tôi...* : If he has forgotten me and refuses to see me... *Tôi sẽ không đi (ra ngoài) nếu trời mưa* : I shall not go out if it rains. *Nếu không canh chừng nó sẽ trốn* : Unless watched he will escape. *Nếu không phải mày thì là anh mày* : If it is not you, then it is your brother. *Ai sẽ làm việc ấy nếu không phải tôi ?* : Who will do it unless I do ? who will do it but I ?. *Nếu tôi không làm thì...* : Unless I am mistaken... *Nói chuyện nếu thì việc gì cũng có thể được cả* : If ifs and ands were pots and pans there'd be no use, no need, no trade, for tinkers. *Nếu không có tôi (mà có việc gì xảy ra) thì anh nói em tôi giúp anh* : In case of my not being there (= if it happens that I'm not there), ask my brother to help you. *Nếu anh muốn, tôi sẽ giúp*

anh : If you wish, I will help you. *Nếu tôi quấy thì anh cũng quấy nốt* : If I am wrong, you are wrong, too. *Chúng tôi sẽ đến nếu được người ta mời* : We should come if we were invited. *Nếu anh làm việc giỏi, anh sẽ được lương cao hơn* : If you work well, you shall have higher wages.

2) In the event of. *Nếu nó không đến* : In the event of his not coming. *Nếu nó chết* : In the event of his death.

nếu cần [néu kòn] If (it is) necessary, if need be. *Tôi sẽ đến nếu cần* : I will come if need be.

nếu có thể [néu kɔ́ θẻ] If (it is) possible.

nếu được [néu dɯrk] See nếu có thể.

nếu không [néu xoŋ] If not, otherwise. *Hãy làm theo lời chúng tôi nói, nếu không thì chúng tôi sẽ đưa ông ra trước pháp luật* : Do what we tell you, otherwise we will take legal proceedings against you. *Ai sẽ làm việc ấy nếu không phải tôi ?* : Who will do it but me ?.

nếu thế [néu θé] If it is so, it that is the case.

nếu vậy [néu vẹi] See nếu thế.

ni cô [ni ko] Buddhist nun.

nỉ [nỉ] Wool, felt. *Nón nỉ* : A felt hat.

nia [niə] Large and flat basket.

nĩa [niə] Fork.

ních [ník] 1) To stuff. *Chật ních* : Crowded, thronged.

2) (Slang) To eat. *Ních đầy bụng* : To gorge (oneself).

nịch [nịk] *Chắc nịch* : Sure, certain.

nịch ái [nịk ái] To love (someone) to distraction, to be infatuated with (someone).

nịch tử [nịk tử] Drowned.

ni cô tin [ni ko tin] (Ch) Nicotine.

niêm [niem] Seal. *Hãy dấu niêm bức thơ* : To break the seal of a letter.

niêm 1) To seal.

2) To stick.

niêm-độ [niem dọ] Viscocity, viscidity.

niêm độ kế [niem dọ ké] Viscometer,

viscosimeter. *Phép dùng niêm độ kế :* Viscometry.

niêm khuẩn [niem xwɔn] (Fung) Myxomycetes.

niêm luật [niem lwət] Prosody.

niêm lực [niem lɯk] Cohesion, adhesive capacity.

niêm phong [niem fɔŋ] To seal (up). *Niêm phong một phong bì :* To seal (up) an envelope.

niêm yết [niem iét] To post (up), stick (up) a bill, a notice.

niêm [niềm] Sentiment, feeling.

niêm nở [niềm nɔ̀] Warm. *Được tiếp rước niềm nở :* To meet with a warm reception. *Đón tiếp người nào một cách niềm nở :* To receive someone open-armed, to give someone a warm reception.

niêm thương [niềm θɯəŋ] Affection.

niệm [niệm] 1) To remember.

2) To read, to recite, to say.

niệm kinh [niệm kiŋ] To read prayers.

niệm Phật [niệm fət] To pray to Buddha.

niệm thư [niệm θɯ] To read a book.

niên [niên] Year. *Kinh niên :* Chronic. *Tân niên :* New year. *Tất niên :* Year's end. *Thiếu niên, thanh niên :* Youth.

niên ấu [nien ấu] Youth, early age.

niên biểu [nien biểu] Directory.

niên bổng [nien bỏŋ] Yearly salary, annual pay.

niên canh [nien kaiɲ] Birth date.

niên giám [nien ʒám] Yearbook. *Điện thoại niên giám :* Telephone book, the phone directory.

niên hạn [nien hạn] Age limit.

niên hiệu [nien hiệu] Dynasty title.

niên học [nien hɔk] School year, academic year.

niên khóa [nien xwá] School year.

niên kim [nien kim] Annuity. *Niên kim chung thân :* Life annuity.

niên lịch [nien lịk] Almanac.

niên linh [nien liŋ] Age.

niên sử [nien ʃù] Chronicle.

niên thiếu [nien θiếu] Youth, flower of age. *Đang thời kỳ niên thiếu :* To be in the flower of one's age.

niên thủ [nien θù] Beginning of the year.

niên trưởng [nien trɯỏŋ] Dean, doyen.

niên vĩ [nien vĩ] End of the year.

niên xỉ [nien ʃỉ] Age.

niến [niền] 1) Hoop.

2) Rim (of a wheel).

niếp [niếp] See **nếp**.

Niết bàn [niết bàn] Nirvana.

niết tạo [niết tạu] To forge, to fabricate, to make up.

niết xưng [niết sɯŋ] To calumniate, to slander.

niệt [niệt] Tie, bond.

niêu [nieu] Small (cooking-) pot.

niêu đạo [niếu dạu] See **niệu đạo**.

niệu đạo [niệu dạu] (Anat) Urethra.

niệu tỏ [niệu tó] (Ch) Urea.

nín [nin] To be silent, to hold one's tongue ; to cease, stop (crying, laughing, breathing). *Anh có quyền gì bắt tôi nín ?:* What right have you bid me be silent ?.

nín bặt [nín bạɯt] To stop suddenly (talking, crying).

nín cười [nín kɯài] To refrain from laughing, to prevent oneself from laughing, to hold one's laughing. *Tôi rán hết sức để nín cười :* It was all I could do not to laugh. *Chúng tôi không thể nín cười được :* We could not help laughing. *Tôi không thể nín cười được :* I cannot refrain from laughing, I can't help laughing, I can't keep from laughing, I can't refrain from smiling.

nín đái [nín dái] To retain the urine as long as possible. *Nó mắc-tiểu và sợ không thể nín đái được :* He desired to urinate and was in fear of being unable to retain his water.

nín hẩn [nín hảɯn] See **nín bặt**.

nín hơi [nín hơi] To hold one's breath.

nin im [nín im] See nín bặt.

nin khe [nín xe] See nín bặt.

nín khóc [nín xók] To stop crying, to leave off crying. *Nín khóc và chùi nước mắt đi* : Stop crying and wipe away your tears.

nin thở [nín θỏ] To hold one's breath.

ninh [niɲ] To cook, boil on a slow fire ; to boil for a long time.

ninh *An ninh* : Security, safety.

ninh *Đinh ninh* : To recommend strongly.

ninh dân [niɲ zən] To reassure the population.

ninh lạc [niɲ lạk] Peace and joy.

ninh mông [niɲ moɲ] Lemon. *Ninh mông thụ* : Lemon-tree.

ninh tịnh [niɲ tịɲ] Calm, silent.

ninh túc [niɲ túk] See ninh tịnh.

ninh tuẻ [niɲ twé] Year of peace.

nịnh [niɲ] To flatter, to fawn upon (someone) ; to toady (to) (someone).

nịnh dân [niɲ zən] Demagogic.

nịnh hót [niɲ hót] To flatter, to adulate, to blandish. *Nịnh hót người nào quá đáng* : To flatter someone excessively, to shower fulsome flattery on someone.

nịnh thần [niɲ θần] Flatterer.

nịt [nịt] To garter.

nitrat [nitrat] (Ch) Nitrate.

nitrogen [nitrogen] (Ch) Nitrogen.

niu [niu] *Nâng niu* : To coodle, to cocker, to pamper.

níu [níu] 1) To grab, to cling, to grapple, to catch. *Níu lấy người nào* : To grab at someone. *Níu tay áo của người nào* : To pluck (at) someone's sleeve, to pluck someone by the sleeve. *Tôi níu nó lại trong lúc nó sắp té* : I caught him in his fall.

2) To pull. *Níu ngựa lại* : To pull a horse (i.e. check the horse by pulling the reins and thus prevent it from winning the race.

níu kéo [níu kéu] (Of a prostitute) To solicit, to speak to (men) in public place for immoral purposes.

no [nɔ] Gorged, surfeited. *Ăn no* : To eat one's fill.

no ấm [nɔ ấm] To be in comfort.

no chán [nɔ cán] Surfeited, sated. *Ăn đến no chán* : To eat one's fill.

no đủ [nɔ dủ] To be in easy circumstances.

no nê [nɔ ne] Full.

nó [nó] He. *Nó biết chúng tôi* : He knows us. *Không có người nào khác hơn nó, nó chớ không ai hết* : None but he. *Nó nói gì đó ?* : What did he say ?. *Nó và tôi* : He and I. *Tôi cũng cao lớn như nó* : I am as tall as he. *Chính nó nói thế* : It is he who said so. *Nếu tôi ở vào địa vị của nó* : If I were he.

2) Him. *Tôi ghét nó* : I hate him. *Nó đấy* : It's him. *Cô có yêu nó không ?* : Do you love him ?. *Nàng đã giới thiệu tôi với nó* : She introduced me to him. *Hôm trước tôi gặp nó* : I saw him the other day.

3) His. *Bạn của nó* : His friend. *Ý kiến của nó* : His opinion. *Con ruột của nó* : His own son. *Một trong những người bạn của nó* : One of his friends. *Nó lấy cây viết của tôi và cây viết của nó* : He took my pen and his. *Không phải công việc của nó* : It is no business of his.

4) It. *Hãy dắt đứa bé đi và cho nó uống nước* : Bring the child and give it a drink.

nỏ [nỏ] Arbalest, cross-bow . See ná.

nõ điếu [nõ diếu] Bowl (of a water pipe).

nọ [nɔ] Other. *Hôm nọ tôi gặp nó* : saw him the other day.

nọa độn [nwa dộn] Lazy and slow.

nọa khí [nwa xí] (Ch) Argon.

nọa tính [nwa tính] (Mec) Inertia.

noãn bạch [nwăn bạik] (Ch) Albumi

noãn bào tử [nwăn bàu tử] Oosporc oosporic.

noãn hình [nwăn hìɲ] Oviform.

noãn hoàng [nwăn hwàɲ] Vitellus. *Mà noãn hoàng* : Vitelline membrane. *Ch* noãn hoàng : (Ch) Vitellin. Thuộc về noãn hoàng : Vitelline.

noãn khuẩn [nwãn xwởn] (Fung) Oomycetes.

noãn sào [nwãn ʃàu] (Anat) Ovary.

noãn sinh [nwãn ʃiɲ] Oviparous. Sự noãn sinh : Oviparity.

noãn tâm [nwãn təm] Nucellus (of ovule).

nóc [nɔ́k] Ridge. Ngói lợp nóc : Ridge-tile.

nóc gia [nɔ́k ɟa] House.

nóc giọng [nɔ́k ɟɔ̣ŋ] Roof of the mouth.

nóc kéo [nɔ́k kɛu] (Aut) Sunshine roof.

nóc nhà [nɔ́k ɲà] Ridge of roof. Lợp nóc nhà : To ridge a roof. Nóc nhà tròn : Cupola. Dỡ nóc nhà ra : To take the roof off, to unroof, untile, a house.

nọc [nɔk] 1) Venom ; poison (of adder, etc.).

2) Dart, sting (of wasps).

nọc (At card) Stock (not yet dealt out).

nọc Stake, pile. ; (surveyor's) staff. Đóng nọc : To drive a pile. Cắm nọc, đóng nọc xuống đất : To drive, fix a stake into the ground ; to set a stake in the ground.

nọc độc [nɔk dɔk] Venom.

nọc ong [nɔk ɔŋ] Sting of wasp.

nọc rắn [nɔk ráun] Poison of adder.

noi [nɔi] To follow. Noi gương người nào : To follow someone's example, to follow in a person's steps.

nói [nɔ́i] To speak, to talk ; to say, to tell, to converse ; to address. Nói với người nào : To speak to someone. Nói một mình : To speak to oneself. Nói chuyện với người nào : To speak with someone. Nói bằng cách ra dấu, nói bằng bộ tịch : To speak by signs. Có quyền nói : To have the right to speak. Nói sự thật : To speak the truth. Không nói một tiếng nào cả : Not to speak a word. Nói thật với người nào : To speak one's mind to someone. Anh nói được tiếng Việt-Nam không ? : Do you speak Vietnamese ?. Có phải anh muốn nói tôi không ? :

Are you speaking, talking, at me ? ; do you mean me ?. Nói giùm, nói hộ cho người nào : To speak for someone. Nói xấu người nào : To speak ill of someone. Nói lớn lên ! : Speak out ! speak up !. Nói về một điểm, một vấn đề : To speak to a point, a subject. Nói nhỏ (tiếng) : To speak in a low voice. Nói lớn tiếng : To talk aloud. Nó luôn luôn nói rất mau : He always spoke very fast. Không quen nói trước công chúng : Being unaccustomed to speaking in public. Không nói gì tức là bằng lòng : Silence gives consent. Nói nghiêm trang : To speak in earnest. Anh nói thật chứ ? anh không nói chơi chứ ? : Are you in earnest ? do you really mean it ?. Để nó nói : Let him have his say. Nói để mà nói : To talk for talking's sake ; to talk for the sake of talking. Người ta nói rất ít trong buổi ăn sáng : There was very little talking over breakfast. Cách nói : Way of speaking, manner of speech. Đó là một cách nói : It's a manner of speaking. Nếu anh muốn gì thì anh cứ nói : If you want anything you have only to speak. Nói chuyện với người nào : To talk to, to converse with, someone. Chúng nó nói chuyện khi (chúng nó) gặp nhau : They speak when they meet. Chúng ta sẽ nói việc ấy sau bữa ăn trưa : We can talk it over after lunch. Chúng ta đừng nói vấn đề ấy nữa : Let us drop the subject ; let us say no more about it. Người ta đã nói nhiều về tai nạn nầy rồi : Much has been made of this accident. Tôi nghe nói rất nhiều về nó : I hear a good deal about him ; I hear him a good deal spoken of. Cha tôi không muốn nghe nói việc ấy : My father won't hear of it. Đây là lần đầu tiên mà tôi nghe nói việc ấy : This is the first I have heard of it. Tôi chưa bao giờ nghe nói đến việc ấy : I have never heard tell of it. Nói tiếng Pháp, nói tiếng lóng : To talk French, to talk slang. Tập nói : To learn to talk. Không nên nói như thế : That's no way to talk. Nói về chuyện gì : To talk of, about, something. Nói chuyện tầm phào! To talk one thing and another, of this and that. *Tôi không nói đến anh* : I'm not talking of you. *Nói vòng quanh một vấn đề* : To talk round a question. *Nó nói rất ít* : He speaks very little. *Anh cứ việc nói đi* : You have only to say the word. *Yêu cầu người nào nói ít lời* : To ask someone to say a few words. *Anh nói gì ?* : What do you say ?. *Nó không bao giờ nghe những gì người ta nói với nó*: He never heard what is said to him. *Nó nói rằng anh đã ở đây* : He said that you were here. *Như tôi đã nói trong bức thơ của tôi* : As I said in my letter. *Đừng nói nữa !* : Say no more!. *Người ta nói nó giàu* : He is said to be rich. *Nàng từ chối không chịu nói*: She refused to open her lips. *Nó nói nó sẽ làm việc ấy* : He says he will do it. *Đừng để cho tôi nói việc ấy với anh một lần nữa* : Don't let me have to tell you that again. *Nói cho tôi nghe về chuyện của nó* : Tell me about him. *Nói mất công, nói uổng tiếng, nói uổng nước miếng* : To waste one's breath. *Nhiều điều thật không nên nói ra* : Not all truths are proper to be told. *Ông A. sẽ nói vài lời* : Mr. A will say a few words (i.e. give a short address). *Yêu cầu người nào nói vài lời* : To call upon someone to say a few words. *Anh nói tôi phải không ?* : Are you speaking to me ?.

nói ấp úng [nɔ́i ấp úŋ] To sputter, to speak indistinctly.

nói bá láp [nɔ́i bả láp] To chatter, to talk foolishly.

nói bá xàm [nɔ́i bá sàm] See **nói bá láp.**

nói bậy [nɔ́i bẹi] To talk nonsense. *Lời nói bậy bạ* : Balderdash, foolish talk, nonsense.

nói bóng [nɔ́i bɔ́ŋ] To hint, to allude. *Nói bóng việc gì* : To allude to something; to make an allusion to something.

nói bỡn [nɔ́i bɔ̃n] To crack jokes.

nói cà lăm [nɔ́i kà laʊm] To stutter, to stammer. *Người nói cà lăm* : Stutterer, stammerer.

nói cản [nɔ́i kản] To talk nonsense.

nói cạnh [nɔ́i kạiŋ] To allude, to insinuate, to speak indirectly.

nói chành chạch [nɔ́i càiŋ cạik] To speak incessantly.

nói chậm chạp [nɔ́i cạm cạp] To be slow of speech.

nói chơi [nɔ́i cɔi] To joke, jest ; to speak in jest. *Nói chơi với người nào* : To have a joke with someone. *Anh không nói chơi chứ ?* : Are you in earnest ?. *Tôi không nói chơi đâu* : I am serious, in earnest ; I am not joking.

nói chớt [nɔ́i cớt]] To lisp.

nói chuyện [nɔ́i cwiẹn] To converse, to talk. *Nói chuyện với người nào* : To converse, speak, talk, with someone. *Cuộc nói chuyện* : Conversation, talk. *Người ta nói chuyện rất ít trong bữa ăn* : There was very little talking over breakfast. *Nói chuyện trời mưa trời nắng* : To talk about the weather, of one thing and the other, of nothing in particular ; to indulge in small talk. *Dự vào cuộc nói chuyện* : To take part, to join, in the conversation. *Tôi thấy nó đang nói chuyện với một người bạn* : I saw him in conversation with a friend. *Nói chuyện thì rất nhiều nhưng làm việc thì không bao nhiêu* : There's too much talk (: talking) and not enough work being done.

nói dai [nɔ́i zai] To be everlastingly repeating the same thing.

nói dài dòng [nɔ́i zài zòŋ] To expatiate, to talk af length.

nói dễ hơn làm [nɔ́i zễ hơn làm] Easier said than done, easier to talk about than to do.

nói dóc [nɔ́i zɔ́k] To tell a lie.

nói dối [nɔ́i zối] To lie, to tell lies, to tell a falsehood. *Nó thú nhận rằng nó đã nói dối* : He owns he was lying. *Việc ấy chứng tỏ rằng nó nói dối* : This is proof that he is lying. *Nó nói dối để binh vực anh nó* : He told a lie to shield his brother.

nói dông dài [nɔ́i zoŋ zài] To talk at length.

nói đớt [nói đớt] To lisp.

nói đùa [nói đùə] To kid, to joke.

nói đúng [nói dúŋ] To speak accurately,

nói gạt [nói gạt] To mislead someone by lying.

nói giả ngộ [nói ʒả ŋọ] To jest.

nói gian [nói ʒan] To lie, to slander.

nói gièm [nói ʒèm] To hint.

nói giọng mũi [nói ʒọŋ mũi] To speak through the nose, with a (nasal) twang.

nói giỡn [nói ʒỡn] To crack jokes.

nói giùm [nói ʒùm] To put in a good word for someone, to intercede on behalf of someone.

nói giúp [nói ʒúp] See nói giùm.

nói gở [nói gỡ] To talk of bad omen.

nói hành [nói hàiɲ] To backbite; to speak ill, evil of (someone).

nói hộ [nói họ] See nói giùm.

nói hớ [nói hớ] To make a slip.

nài hớt [nói hớt] To break in upon, to interrupt, to intrude in the conversation.

nói huyên thiên [nói hwien θien] To speak too much.

nói khác, làm khác [nói xák, làm xák] Talking is one thing, doing is another.

nói kháy [nói xáy] See nói cạnh.

nói khe khẽ [nói xɛ xẽ] To speak in a low voice.

nói khẽ [nói xẽ] See nói khe khẽ.

nói khích [nói xík] To boost one up, to give one encouragement.

nói khoác [nói xwák] To boast, to brag; to talk through one's hat. Đi xa về tha hồ nói khoác : Travellers from afar can lie with impunity.

nói lái [nói lái] To use slang when speaking.

nói lại [nói lại] To tell, say, again ; to repeat.

nói lảng [nói lảŋ] To divert by speaking on another subject.

nói láo [nói láu] To lie, to tell lies, to tell a falsehood. Người nói láo : Liar. Nó nói láo : He is a liar. Đồ nói láo !

mấy thằng nói láo ! : You liar !. Nói láo như cuội : To lie like a gasemeter, like a lawyer.

nói lắp [nói lắɯp] To stutter, to stammer.

nói lắp bắp [nói lắɯp bắɯp] To gabble, to splutter.

nói lấy [nói lấy] To speak, talk, in an aggressive tone.

nói lén [nói lén] To talk secretly.

nói leo [nói lɛu] To interrupt adults (in a conversation).

nói liên thoáng [nói lién θwáŋ] To speak very fast.

nói liều [nói lièu] To speak thoughtlessly, inconsiderately.

nói lịu [nói lịu] To repeat like a parrot.

nói lót [nói lót] To intercede.

nói lộn [nói lộn] To ask for the wrong thing.

nói lỡ lời [nói lỡ lời] To make a slip.

nói lớn tiếng [nói lớn tiếŋ] To talk loud, to speak aloud, to talk noisily. Anh không nên nói lớn tiếng như thế : You should not speak so loud.

nói lưỡng lự [nói lɯỡŋ lụ] To speak hesitatingly.

nói lưu loát [nói lɯu lwát] To speak fluently, glibly ; to be an easy, fluent, speaker.

nói man [nói man] To lie.

nói mát [nói mát] See nói xỏ.

nói mau [nói mau] To speak quickly, rapidly.

nói mất công [nói mất koŋ] To waste one's breath.

nói mê [nói me] See nói sảng.

nói miệng [nói miệŋ] Oral ; orally.

nói móc [nói mók] To speak indirectly.

nói mòi miệng [nói mòi miệŋ] To talk oneself tired.

nói một đường, làm một nẻo [nói mọt dɯờŋ, làm mọt nẻu] To talk in one way and act in another way.

nói một mình [nói mọt mịɲ] To speak to oneself, to talk to oneself.

N

nói năng [nɔ́i nauŋ] To speak. *Nói năng giữ gìn* : To speak restrainedly.

nói ngập ngừng [nɔ́i ŋə̀p ŋɯ̀ŋ] To speak in a hesitating way.

nói ngọng [nɔ́i ŋɔ̣ŋ] To lisp.

nói ngọt [nɔ́i ŋɔ̣t] To oil one's tongue ; to say smooth things ; to coax. *Nói ngọt đứa bé để nó uống thuốc* : To coax a child to take its medicine. *Nói ngọt với người nào* : To say sweet nothings to someone.

nói ngược [nɔ́i ŋɯ̣rk] To gainsay, to contradict.

nói nghiêm trang [nɔ́i ŋiem traŋ] To speak in earnest.

nói nhây [nɔ́i ɲei] To be everlastingly repeating the same story.

nói nhỏ [nɔ́i ɲɔ̉] To speak in a low voice ; to speak below, under, one's breath ; to speak in an undertone ; to speak in a whisper, in whispers. *Nói nhỏ vào tai người nào* : To whisper a word to someone, to drop a word in someone's ear. *Nói nhỏ với người nào* : To speak to someone in a low whisper.

nói nhừa nhựa [nɔ́i ɲɯ̀ə ɲɯ̣ə] To drawl.

nói như vẹt [nɔ́i ɲɯ vẹt] To speak like a parrot.

nói phách [nɔ́i fáik] To boast, to brag.

nói phét [nɔ́i fɛ́t] To brag, to boast, to draw the long bow.

nói phòng chừng [nɔ́i fɔ̀ŋ cừŋ] Approximately speaking.

nói phớt qua [nɔ́i fɔ́t kwa] To scratch the surface (of the subject). *Giảng viên chỉ nói phớt qua vấn đề* : The lecturer merely scratched the surface of the subject.

nói quá lố [nɔ́i kwá ló] To exaggerate. *Nếu anh luôn luôn nói quá lố, người ta sẽ không tin những gì anh nói nữa* : If you always exaggerate, people won't believe what you say.

nói quàng nói xiên [nɔ́i hwàŋ nɔ́i sien] To talk nonsense.

nói quanh [nɔ́i kwaiŋ] To beat about the bush. *Nói vòng quanh một vấn đề* : To talk round a question. *Anh không cần phải nói quanh co* : You don't need to beat around the bush.

nói ra dấu [nɔ́i ra zɔ́u] To talk by signs.

nói rỉ tai [nɔ́i rỉ tai] To whisper to (someone).

nói rõ [nɔ́i rɔ̃] To speak clearly. *Tôi không thể nói rõ hơn nữa được* : I can't speak any plainer.

nói rù rì [nɔ́i rù rì] To speak in a low, soft voice, or under the breath.

nói rủ rỉ [nɔ́i rủ rỉ] See nói rù rì.

nói sảng [nɔ́i sảŋ] To rave. *Bịnh nhân bắt đầu nói sảng lại* : The patient began to rave again.

nói sau [nɔ́i sau] To speak after. *Anh nói trước đi rồi tôi sẽ nói sau* : You speak first, I shall speak after.

nói sẽ [nɔ́i sɛ̃] To speak in a low voice.

nói sổ sàng [nɔ́i sỗ sàŋ] To speak without restraint.

nói sổng sượng [nɔ́i sỗŋ sɯ̣ŋ] To say bluntly, to speak plainly, not to mince matters one's words.

nói sơ qua [nɔ́i sə kwa] To scratch the surface. See nói phớt qua.

nói suồng sã [nɔ́i suồŋ sã] To be on familiar terms with (someone).

nói tấm bậy tấm bạ [nɔ́i tầm bẹi tầm bạ] To talk nonsense, to talk rubbish, to talk through the back of one's neck.

nói thác [nɔ́i θák] To pretext, to plead. *Nói thác vì mệt* : To plead fatigue.

nói thánh nói tướng [nɔ́i θáiŋ nɔ́i tɯɔ́ŋ] To boast, to brag, to talk big.

nói thẳng [nɔ́i θảuŋ] 1) To speak, openly, bluntly. *Nói thẳng việc gì với người nào* : To tell someone something from the shoulder.

2) To be outspoken, forthright.

nói thầm [nɔ́i θầm] 1) To whisper.

2) To speak to oneself.

nói thật [nɔ́i θạt] To speak the truth, to speak truthfully. *Nói thật với người nào* : To speak one's mind to someone. *Anh nói thật chứ ?* : Are you in earnest ?.

nói thật thà [nɔ́i θ̣ạt θ̀a] To speak
candidly.

nói thú thỉ [nɔ́i θù θỉ] To speak in a
low voice.

nói thực [nɔ́i θ̣ɯk[See nói thật.

nói tỉ mỉ [nɔ́i tỉ mỉ] To tell all the
details.

nói tỉ tê [nɔ́i tỉ te] See nói thú thỉ.

nói tiếng lóng [nɔ́i tiến lɔ́ŋ] To talk
slang.

nói to [nɔ́i tɔ] To talk loud.

nói toạc móng heo [nɔ́i twạk mɔ́ŋ hɛ́u]
To speak openly.

nói tốt [nɔ́i tót] To speak well of (some-
one). Mọi người đều nói tốt cho nó :
Everyone speaks well of him, everyone
gives him a good character.

nói trái lại [nɔ́i trái lại] To contradict.

nói trôi chảy [nɔ́i troi cảy] To speak
fluently.

nói trước [nɔ́i trɯ́rk] 1) To speak first.
Anh nói trước đi rồi tôi sẽ nói sau :
You speak first, I shall speak after.
2) To foretell, to forecast, to prophesy,
to tell beforehand, to say in advance.

nói tục tiu [nɔ́i tụk tiu] To use ob-
scene language, to talk smut.

nói uổng lời (nước miếng) [nɔ́i uởŋ
lời] To waste one's breath. Anh nói
uổng lời : You are merely wasting your
breath.

nói uổng tiếng [nɔ́i uởŋ tiéŋ] To waste
one's words.

nói ứng khẩu [nɔ́i ứŋ xởu] To speak
impromptu, to speak extempore, to
speak off-hand.

nói vắn tắt [nɔ́i vắun tắɯt] To speak
briefly.

nói với [nɔ́i vɔ́i] To speak to (some-
one). Nó nói với anh bằng giọng như
thế đó à ! : Is that the way he speaks
to you !.

nói vu [nɔ́i vu] To slander.

nói xấu [nɔ́i sɔ́u] To backbite, to
defame, to abuse, to speak ill of, to
speak evil of (a person who is absent).
Nói xấu người nào : To blacken some-
one's character. Tôi hối hận đã nói

xấu nó : It repents me that I spoke
ill of him. Người đó không ưa tôi ;
hắn luôn luôn nói xấu tôi : That man
doesn't like me ; he's always running
me down.

nói xéo [nɔ́i sɛ́u] To talk at. Nói xéo
người nào : To talk at someone.

nói xia [nɔ́i siə] To take part in the
conversation ; to chip in.

nói xiên [nɔ́i sien] See nói xéo.

nói xỏ [nɔ́i sỏ] To talk sarcastically.

nói xon xỏn [nɔ́i sɔn sɔ̀n] To speak
insolently.

nòi [nɔ̀i] Race, pure breed, pure blood ;
pure-blooded, thoroughbred. Nòi nào
giống nấy (người ta bao giờ cũng giữ
cái gốc của mình) : What's bred in
the bone will come out in the flesh.

nom [nɔm] To look, to see. Thăm nom :
To visit. Trông nom : To look after,
to watch over.

non [nɔn] 1) Young ; inexperienced.
Trí óc còn non : Young in mind.
2) Mild. Thép non : Mild steel.
3) Unripe.

non [nɔn] A little less than. Sự đẻ non :
Premature delivery, premature confine-
ment, premature birth. Da non : Sen-
sitive, tender skin. Ruột non : Small
intestine. Trăng non : Young moon.
Chết non : To die young, to die early.
Non nửa : Nearly a half.

non Núi non : Mountain.

non bộ [nɔn bọ] Rock-work.

non choẹt [nɔn cwẹt] Too young.

non gan [nɔn gan] Chicken-hearted.

non nớt [nɔn nớt] Young, fresh, inex-
perienced, green, immature.

non nước [nɔn nɯ́rk] Fatherland,
motherland.

non sông [nɔn ʃɔŋ] See non nước.

nón [nɔ́n] Hat. Khuông nón : Hat-block.
Bàn chải nón : Hat-brush. Hộp đựng
nón : Hat-box. Thợ làm nón : Hat-
maker. Nghề làm nón : Hat-making.
Giá treo nón : Hat-rack. Băng nón :
Hatband. Đội nón : To put on one's
hat. Dở nón : To take off one's hat.

Dở nón chào người nào : To raise, lift one's hat to someone. *Cái nón nầy không vừa tôi* : This hat does not suit me. *Tôi không thích cái nón nầy ; anh có thể cho tôi xem cái tốt hơn không ?* : I don't like this hat : can you show me a better one ?. *Thử xem cái nón nầy vừa anh không ?* : See if this hat suits you. *Gió thổi nón tôi bay đi* : The wind blew my hat off, the wind blew off my hat.

nón kết [nón két] Cap.

nón lá [nón lá] Hat made of latanier leaves.

nón ni [nón nì] Felt hat.

nón rơm [nón rơm] Straw hat.

nón sắt [nón sáut] (Mil) Steel helmet.

nõn [nõn] Bud, burgeon. *Trắng nõn* : Very white.

nõn nà [nõn na] White and soft.

nọn [nọn] *Bắt nọn* : To force, compel someone to do something on account of the circumstances.

nong [nọn] Large and flat basket.

nong To stretch (shoes) ; to make wider, longer by making an effort. *Nong cặp găng tay ra (cho vừa)* : To stretch a pair of leather gloves (to make them fit).

nóng [nóng] Hot, warm ; fervent. *Nước nóng* : Hot water. *Trời nóng* : Hot weather. *Rất nóng* : Very hot, piping hot. *Các xứ nóng* : Hot countries. *Hơi nóng* : Hot air. *Căn phòng nóng như trong lò* : Room as hot as an oven. *Tôi thích ăn đồ ăn nóng* : I like to eat warm food, I like my food hot. *Hôm nay trời nóng như lối* : To-day's a broiler. *Hôm nay trời không quá nóng như hôm qua* : It is not so hot to-day as (it was) yesterday. *Tôi thích đồ ăn nóng* : I like my food hot.

nóng Impatient ; unwilling to wait or delay, anxious to do things or to start.

nóng Quick tempered, hot-tempered, irascible. *Nổi nóng* : To get into a heat.

nóng bức [nóng búk] Very hot, sweltering.

nóng chảy [nóng cảy] Fusible.

nóng giận [nóng sận] Quick-tempered.

nóng hổi [nóng hổi] 1) Hot.

2) Green. *Những kỷ niệm hãy còn nóng hổi* : Memories still green.

nóng lạnh [nón lạịn] Fever. *Bị nóng lạnh* : To be in a fever, to be sick of a fever.

nóng lòng [nón lòng] Impatient, burning, anxious. *Nóng lòng trả thù* : Burning with revenge. *Nóng lòng chờ đợi việc gì* : To be, live, in anxious expectation of something. *Nóng lòng làm việc gì* : To be itching to do something, to be all agog to do something ; to be extremely fond of doing something. *Nó nóng lòng trả thù* : He is burning to take his revenge.

nóng mắt [nóng máut] Furious, angry.

nóng nảy [nóng nảy] Hot headed, impatient, burning, eager, ardent, impetuous. *Nóng nảy muốn làm việc gì* : To burn to do something, to be eager, all agog, to do something. *Tánh nóng nảy* : Volcanic nature.

nóng nực [nóng nụk] Hot.

nóng ruột [nóng ruẹt] Impatient, anxious; to be in a fidget, to have the fidgets ; to burn with impatience ; to be on the gridiron.

nóng tiết [nóng tiét] Furious, angry.

nóng tính [nóng tỉn] Quick-tempered, hot-tempered.

nòng cốt [nòn kót] *Cán bộ nòng cốt* : Hard core cadre. *Nhân viên nòng cốt* : Key personnel.

nòng nọc [nòn nọk] Tadpole.

nọng [nọn] Neck (of animals).

nóp [nóp] Kind of straw mat in form of a sack which is used by poor people to sleep in. *Nghèo chảy nóp* : Very poor.

nô [no] *Nô đùa* : To play in a gay, lively manner.

nô bộc [no bọk] Servant, domestic.

nô đùa [no dwà] To frolic.

nô en [no ɛn] Christmas. *Ông già Nô-en* : Father Christmas. *Quà Nô-en* : Christmas present. *Cây Nô-en* : Christmas-tree. *Lễ Nô-en sắp đến* : Christmas is drawing near.

nô hóa [no hwá] To enslave.

nô lệ [no lẹ] Slave. *Nô lệ tình dục :* To be the slave of, a slave to, a passion ; to be a thrall to one's passions. *Làm nô lệ cho người nào :* To be someone's slave. *Bán người nào để bắt làm nô lệ :* To sell someone into slavery. *Nó bị bán làm nô lệ :* He was sold for a slave. *Phóng thích một nô lệ :* To set a slave free. *Giải thoát người nào khỏi đời sống nô lệ :* To free someone from a life of servitude. *Thà chết còn hơn làm nô lệ :* Death sooner than slavery.

nô lệ hóa [no lẹ hửa] To enslave.

nô nức [no nứk] To show up amidst excitement.

nô tỳ [no tỉ] Maid—servant.

nổ [nổ] (Of boiler, shell, gun) To explode, to blow up, to go off, to burst, to detonate ; (of tyre) to burst ; (of mine) to explode, blow up ; (of fuse) to blow out. *Nổ tung ra từng mảnh :* To burst in pieces. *Sự nổ :* Explosion, detonation. *Làm nổ :* To cause an explosion. *Máy nổ :* Explosion engine. *Hơi nổ :* Detonating gas. *Trái bom nổ giữa một đám binh sĩ :* The bomb burst in the middle of a group of soldiers. *Nồi súp-de nổ làm nhiều người bị phỏng :* The boiler exploded and many people were injured by the hot steam. *Súng sáu bắn không nổ :* The pistol did not go off.

nổ bùng [nổ bùng] To explode ; to break out. *Chiến tranh nổ bùng :* War broke out.

nổ lách tách [nổ láik táik] To decrepitate.

nổ súng [nổ súng] To fire. *Bắt đầu nổ súng :* To open fire on (at). *Ngay khi chúng tôi nổ súng thì địch bỏ chạy :* As soon as we fired, the enemy ran.

nổ vang [nổ vang] To thunder. *Súng đại bác nổ vang như sấm :* The cannon thundered.

nỗ lực [nổ lựk] To endeavour, to strive.

nốc [nók] To drink. *Nốc một hơi cạn ly :* To empty a glass at one gulp.

nôi [noi] Cradle. *Lúc lắc cái nôi :* To rock a cradle.

nối [nói] 1) To join, to add, to unite, to connect. *Nối vật gì vào đầu của một vật khác :* To join something to the end of something. *Nối đầu dứt của một sợi dây :* To join (together) the broken ends of a cord. *Cổ nối liền đầu vào thân mình :* The neck joins the head to the body. *Đường thẳng nối liền hai điểm :* Straight line that joins two points. *Con đường nối liền Saigon với Cholon :* The road that joins Saigon to Cholon. *Một hệ thống đường xe lửa nối liền Ba-lê với tất cả các thành phố lớn :* A system of railways connects Paris with all large towns.

2) To succeed (a business, etc...).

nối dài [nói zài] To elongate.

nối đổi [nói zổi] See nối dòng.

nối dòng [nói zòng] To carry on the lineage, to propagate the lineage.

nối duyên [nói zwien] To remarry ; to marry again, a second time.

nối đuôi [nói đuoi] To form a queue ; to stand in a line.

nối gót [nói gót] To follow close on someone's heels ; to tread on, upon, someone's heels.

nối lại [nói lại] To tie (up), knot, (something) again ; to renew, resume (conversation, correspondence, etc...). *Nối lại tình bạn với người nào :* To renew one's friendship with someone.

nối liền [nói liền] To connect, to join. *Một hệ thống đường xe lửa nối liền Ba-lê với tất cả thành phố lớn :* A system of railways connects Paris with all large towns. *Hai thành phố nối liền nhau bằng một đường xe lửa :* The two towns are connected by a railway.

nối ngang [nói ngang] To cross-connect. *Sự nối ngang :* Cross-connection.

nối nghiệp [nói ngiẹp] To take over, to take up, to succeed a business. *Nó muốn cho con nó nối nghiệp nó :* He wants his son to take over his business. *Ông ấy là dược sĩ và muốn con mình nối nghiệp (mình) :* He is a chemist and wants his son to take up, to take over, the business.

nổi ngôi [nòi ŋoi] To succeed to the throne, to the crown.

nồi [nòi] Pot. *Nồi đất* : Casserole.

nồi cắt rượu [nòi kát rɯợu] Alembic.

nồi chưng [nòi cɯŋ] Autoclave.

nồi e [nòi ɛ] (Aut) Air-filter.

nồi hấp [nòi hấp] Autoclave.

nồi lớn [nòi lɔ́n] Ca(u)ldron.

nồi súp de [nòi ʃúp zɛ] Boiler. *Ống nồi súp de* : Boiler-tube. *Nồi súp-de nổ làm nhiều người bị phỏng* : The boiler exploded and many people were injured by the hot steam.

nổi [nòi] 1) To float, to emerge, to overfloat ; (of oil, etc...) to rise above, float on the top of (water, etc...). *Cái thây nổi lên mặt nước* : Corpse that floats to the surface. *Nhà hàng nổi* : Floating hotel. *Có thể nổi trên mặt nước được* : Floatable. *Lại nổi lên mặt nước* : To emerge again. *Dầu chảy ra với nước luôn luôn nổi trên mặt nước* : The oil wells up with water, which it always overfloats. *Gỗ nổi trên mặt nước* : Wood floats on water. *Dầu luôn luôn nổi trên mặt* : Oil always comes to the top.

nổi Floating, afloat. *Làm nổi vật gì trên mặt nước* : To buoy up an object. *Chiếc tàu sau khi dính chặt dưới cát khó mà làm cho nó nổi lên lại* : After the ship stuck fast on the sand, it was difficult to get it afloat again.

nổi 1) In relief. *Cách chạm nổi* : Relief, relievo. *Hình chạm nổi* : High relief. *Bản đồ nổi* : Relief map, raised map. *Làm nổi lên việc gì* : To bring, throw, something into relief. *Làm nổi bật (sắc đẹp, v.v...)* : To set off (beauty, etc...), to set (beauty, etc) off.

2) Stereoscopic. *Kính nhìn nổi* : Stereoscope.

nổi [nòi] To be able (to do something).

nổi (Of dough) To rise.

nổi bật lên [nòi bặt len] To stand out in relief.

nổi bọt [nòi bọt] To scum ; (of beer) to foam, to froth ; (of soapy water) to lather ; (of wine) to sparkle, effervesce.

nổi cáu [nòi káu] To foam with rage ; to grow angry ; to lose one's temper, to fly into a passion.

nổi cơn [nòi kơn] To have a fit of (coughing etc).

nổi da gà [nòi za gà] *Làm nổi da gà* : To make one's flesh creep.

nổi danh [nòi zaiɲ] Celebrated, famous, well-known. *Hôm trước hôm sau đã nổi danh* : To become famous in a day, to awake to find oneself famous. *Nổi danh khắp hoàn cầu* : Famous all over the world.

nổi dậy [nòi zẹi] (Of rebels) To rise up.

nổi điên [nòi dien] To have a fit of madness.

nổi ghen [nòi gɛn] To rouse one's jealousy

nổi giặc [nòi ʒauk] To rise (in rebellion) ; to revolt.

nổi giận [nòi ʒận] To grow, get angry ; to get, fly, into a rage ; to boil over with rage ; to be in a rage. *Làm người nào nổi giận* : To put someone into a passion, to rub someone the wrong way. *Nó nổi giận vì một chuyện chẳng ra gì ; hơi một chút là nó nổi giận rồi* : He fires up for the least thing. *Nó nổi giận khi nó bị cáo ăn cắp* : When he was accused of stealing, he flared up.

nổi gió [nòi ʒó] The wind is rising, is getting up, is springing up.

nổi hiệu [nòi hiệu] To give the signal, to make a signal.

nổi khùng [nòi xùŋ] To lose one's temper, to fly into a passion.

nổi lên [nòi len] To emerge, to float ; to rise. *Cái thây nổi lên mặt nước* : Corpse that floats to the surface. *(Cá) Nổi lên đớp mồi* : (Of fish) To rise to the bait. *Người chết đuối nổi lên ba lần* : A drowning man rises three times. *Nổi lên mặt nước sau khi lặn* : To come up after a dive. *Gió nổi lên* : The wind is rising. *Bọt từ dưới đáy hồ nổi lên* :

Bubbles rose from the bottom of the lake. *Nhiều sự phản đối nổi lên trong buổi họp :* Protests were raised within the meeting.

nổi lênh đênh [nổi leiɲ deiɲ] Floating.

nổi loạn [nổi lwạn] To revolt, to rebel ; to rise in insurrection. *Cuộc nổi loạn :* Rebellion, revolt, uprising. *Đàn áp một cuộc nổi loạn :* To stamp out a rebellion.

nổi nóng [nổi nóɲ] To get into a fury, to get into a heat.

nổi ốc [nổi ók] *Làm nổi ốc :* To make one's flesh creep.

nổi sóng [nổi ʃóɲ] The waves are rising.

nổi tiếng [nổi tiéɲ] Cebebrated, illustrious, famous, well-known, eminent, distinguished. *Nó nổi tiếng can đảm trong trận đánh :* He distinguished himself by his bravery in the battle.

nổi trên mặt nước [nổi tren mặut núrk] To float on the water. *Vật gì nổi trên mặt nước : ?* What is that floating on the water ?. *Gỗ nổi trên mặt nước :* Wood floats on water.

nổi trống [nổi tróɲ] To beat the drum.

nổi xung [nổi suɲ] To get into a fury ; to fly into a rage, a passion, a temper.

nỗi buồn [nỗi buồn] Feeling of sadness.

nỗi lòng [nỗi lòɲ] Sentiments, feelings.

nỗi niềm [nỗi niềm] See nỗi lòng.

nội [nọi] *Bên nội :* Paternal side ; on the father's side. *Ông nội :* Paternal grandfather. *Bà nội :* Maternal grandmother.

nội an [nọi an] Internal security.

nội bán kính [nọi bán kíɲ] (Geom) Apothem.

nội bào tử [nọi bàu tử] (Bot) Endospore.

nội bì [nọi bì] (Bot) Endoderm.

nội bộ [nọi bọ] Internal. *Sự chia rẽ nội bộ :* Internal division.

nội các [nọi kák] Cabinet. *Lập nội các :* To form a cabinet. *Cuộc khủng hoảng nội các :* Cabinet crisis. *Hội đồng nội các :* Cabinet council. *Tin đồn sẽ có sự thay đổi trong nội các :* Rumour has it that there will be a change in the cabinet.

nội chẩn [nọi cồn] *Phép nội chẩn :* Endoscopy.

nội chẩn kính [nọi cồn kíɲ] (Med) Endoscope.

nội chất [nọi cót] (Biol) Endoplasm.

nội chiến [nọi cién] Domestic warfare, civil war.

nội chính [nọi cíɲ] Domestic policy, home policy ; domestic administration.

nội chúng bì [nọi cùɲ bì] (Bot) Endopleura.

nội chuyển [nọi cwiển] (Anat) Adducent. *Cơ nội chuyển :* Adducent muscle. *Sự nội chuyển :* Adduction.

nội chuyển cân [nọi cwiển kơn] (Anat) Adductor.

nội chuyển lực [nọi cwiền lɯk] Entropy.

nội công [nọi koɲ] Fifth column.

nội cung [nọi kuɲ] Inner palace.

nội dung [nọi zuɲ] 1) Tenor, purport, terms (of document, etc..). *Nội dung bức thơ của nó :* The subject matter, tenor, of his letter.

2) (Phil) Catalepsy.

nội địa [nọi địa] Inland ; interior. *Sự di chuyển nội địa :* Internal movement.

nội giác [nọi ʒák] (Geom) Interior angle.

nội giám [nọi ʒám] Eunuch.

nội hàm [nọi hàm] (Phil) Catalepsy.

nội hóa [nọi hɯá] Home made, locally made. *Súng nội hóa :* Locally made rifle.

nội hóa Home products, domestic products, domestic goods, locally made goods. *Súng nội hóa :* Locally made rifle. *Vũ khí nội hóa :* Home made weapon.

nội hoạn [nọi hwạn] Internal danger.

nội huynh [nọi hwiɲ] Brother-in-law (the brother of one's wife).

nội hướng [nọi hɯ́ɤɲ] (Bot) Introrse.

nội khoa [nọi xwa] Therapy for internal disease.

nội ký sinh [nọi kí ʃiɲ] Endoparasite.

nội ký sinh trùng [nọi kí ʃiɲ :rùɲ] (Bot) Entophyte ; (Zoo) entozoon.

nội loạn [nọi lwạn] Civil war.

N

nội mô [nội mo] Endothelium. *Thuộc về nội mô :* Endothelial.

Nội Mông [nội moŋ] (Geog) Inner Mongolia.

nội ngoại [nội ŋwại] Interior and exterior.

nội phản [nội fản] Traitor.

nội phôi diệp [nội foi ziệp] Ectoderm.

nội phôi nhũ [nội foi ṗũ] (Bot) Endosperm. *Có nội phôi nhũ :* Endospermic.

nội quả bì [nội kwả bì] (Bot) Endocarp.

nội quan [nội kwan] Eunuch.

nội quy [nội kwi] By-laws, internal regulations.

nội sinh [nội ʃiŋ] (Bot) Endogenetic, endogenous. *Sự nội sinh :* Endogeny.

nội sinh bào tử [nội ʃiŋ bào tử] (Bot) Endospore.

nội tại [nội tại] Immanent.

nội tạng [nội tạŋ] (Anat) Viscera. *Thuộc về nội tạng :* Visceral.

nội thương [nội ɣɯəŋ] internal disease.

nội thương Internal trade, home trade, inland trade.

nội tiết [nội tiết] (Anat) Endocrine. *Nội tiết học :* Endocrinology.

nội tình [nội tìŋ] Internal situation.

nội tổ chức [nội tổ cứk] Endothelium.

nội trị [nội trị] Home policy.

nội triển [nội triển] (Anat) Adducent.

nội trợ [nội trợ] Housewife, housekeeper. *Vợ nó là một người nội trợ giỏi :* His wife is a good contriver, his wife is a good housekeeper, his wife is an excellent manager.

nội trú [nội trú] Intern.

nội tuyền [nội twiền] Traitor.

nội tướng [nội tưởŋ] See nội trợ.

nội vụ [nội vụ] Domestic affairs. *Bộ nội vụ :* The Home Office, (U.S.A.) the Department of the Interior ; Interior ministry. *Bộ Trưởng Nội Vụ :* The Home Secretary, Secretary of State for Home affairs.

nôm [nom] To marry a pregnant girl.

nôm [nòm] *Gió nồm :* South wind.

nộm [nọm] *Hình nộm :* Dummy, dress-stand ; puppet.

nôn To vomit ; to bring up, to spew up (food). *Sự buồn nôn :* Squeamish feeling ; nausea.

nôn mửa [non mửə] Nauseous.

nôn nao [non nau] Impatient, anxious.

nôn oẹ [non wẹ] To vomit.

nôn ruột [non ruột] Heave (of stomach). *Cười nôn ruột :* To double up with laughter.

nông [noŋ] Shallow, superficial, not deep.

nông cạn [noŋ kạn] Superficial, shallow. *Kiến thức nông cạn :* Superficial knowledge ; slight, shallow knowledge, a nodding acquaintance.

nông công [noŋ koŋ] Farmers and workers.

nông cụ [noŋ kụ] Agricultural implement, farming implement, farm equipment, farm implement.

nông dân [noŋ zən] Cultivator, farmer.

nông gia [noŋ ʒa] Cultivator.

nông học [noŋ họk] Agronomy. *Nhà nông-học :* Agronomist. *Thuộc về nông học :* Agronomic(al).

nông khoa [noŋ xwa] Agronomy.

nông lâm [noŋ ləm] Agriculture and sylviculture.

nông nghiệp [noŋ ŋiệp] Agriculture.

nông nô [noŋ no] Serf.

nông nổi [noŋ nổi] (To act, etc.) Lightly, thoughtlessly, without due consideration ; frivolous.

nông phu [noŋ fu] Cultivator, farmer.

nông sản [noŋ ʃản] Agricultural produce, farm produce.

nông tang [noŋ taŋ] Agriculture and sericulture.

nông thôn [noŋ θon] Rural, rustic.

nông trại [noŋ trại] Farm.

nông trường [noŋ trườŋ] Farm camp

nồng [nóŋ] Bolster.

nồng [nòŋ] Hot. *Hột cải nồng :* Mustard is hot. *Mùi nồng :* Hot scent.

nồng hậu [nòŋ hậu] Warm.

nồng nàn [nòŋ nàn] Intense, deep

profound. *Yêu người nào một cách nồng nàn :* To love someone tenderly.

nồng nặc [nòn naɯk] Strong (smell).

nồng nhiệt [nòn niẹt] Warm. *Những lời cảm tạ nồng nhiệt :* Warm thanks, *Được tiếp rước nồng nhiệt :* To meet with a warm reception.

nồng [nồn] Knoll.

nộp [nọn] See **nạp**.

nốt [nót] (Sch) Mark ; (Mus) note.

nốt 1) Spot, mark.

2) (Bot) Cecidium, gall.

nốt To finish (doing something). *Làm nốt đi ! :* Finish it !.

nốt Too. *Nếu tôi quấy thì anh cũng quấy nốt :* If I am wrong, you are wrong, too.

nốt ruồi [nót ruồi] Mole, beauty spot.

nơ [nạ] Bow. *Thắt nơ :* To tie a bow.

nở [nỏ] 1) (Offlower) To open out, blossom out, bloom, blow. *Nhiều hoa nở buổi sáng và tàn buổi tối :* Many flowers open in the morning and close at night. *Nhìn hoa nở :* To watch the opening of a flower.

2) (Of eggs) To hatch out, to be hatched. *Chừng nào các trứng nở? :* When will the eggs hatch ?. *Ba gà con nở hôm nay :* Three chickens hatched today. *Một nụ cười nở trên môi nàng :* A smile came to her lips.

3) To dilate, to expand ; to rise. *Bánh mì không nở :* The bread won't rise (i.e. the dough will not swell with the yeast).

nở dạ [nỏ zạ] Glad, content, satisfied.

nở gan [nỏ gan] Satisfied.

nở mày nở mặt [nỏ mày nỏ mạɯt] Happy, proud.

nở nang [nỏ naŋ] To develop.

nỡ [nỏ] To have the heart to (do something). *Không nỡ :* Not to have the heart to. *Nỡ lòng nào :* How would I have the heart to.

nợ [nạ] Debt. *Người mắc nợ :* Debtor. *Chủ nợ :* Creditor. *Mắc nợ :* To be in debt. *Mang nợ, gây nợ :* To run into debt. *Hết nợ :* To be out of debt, to get clear of debt. *Trả nợ :* To pay off a debt. *Nợ người ta thiếu mình :*

Debt owed to us. *Tôi hết mắc nợ anh :* I am no longer in your debt. *Thiếu nợ mười ngàn đồng :* To be ten thousand piastres in debt. *Nó mắc nợ tất cả mọi người :* He is in debt to everybody. *Thiếu nợ lút đầu :* To be head over ears in debt, to be immersed in debt. *Chúng nó theo đòi nợ nó trèo trẹo :* They kept at him for payment. *Tôi không biết số nợ của tôi lên tới bao nhiêu :* I don't know what my debts amount to.

nợ [nạ] To owe. *Nó nợ tôi một ngàn đồng :* He owes me a thousand piastres. *Nó còn nợ lại tôi mười đồng :* He still owes me, he owes me back, ten piastres. *Tôi còn nợ người thợ may của tôi :* I'm still in debt to my tailor.

nợ cờ bạc [nạ kà bạk] Gambling debts, play-debt, gaming debts.

nợ danh dự [nạ zaɲ zụ] Debt of honour.

nợ đời [nạ dòi] Debt of nature. *Trả nợ đời :* To pay the debt of nature.

nợ lút đầu [nạ lút dầu] Deep in debt, head over heels in debt, sunk in debt.

nợ nần [nạ nần] Debts. *Ở nước nầy người đàn ông có chịu trách nhiệm về những nợ nần của vợ mình không (có bị bắt buộc phải trả nợ không)? :* Is a man liable for his wife's debts in this country (i.e. can he be compelled to pay them) ?.

nợ nhà [nạ ɲà] Duty towards one's family.

nợ nước [nạ nɯrk] Duty towards one's country.

nơi [nəi] Place. *Khắp nơi :* In all places, everywhere. *Người ta tìm anh khắp nơi :* They are looking for you all over the place. *Người ta không thể ở hai nơi cùng một lúc :* One cannot be in two places at once. *Nơi an nghỉ cuối cùng (= mồ, mả) :* Last resting-place.

nơi khác [nəi xák] Elsewhere.

nơi sinh [nəi ʃiɲ] Birth-place, native place.

nới [nói] To loosen (screw) ; to ease, slacken (belt, knot) ; to make less

tight ; to relax (discipline). *Nới con
bù-lon* : To loosen the screw.

nới rộng [nới rọŋ] To broaden. *Nới
rộng một cái áo* : To let out a dress.

nơm [nəm] Fishing-tackle.

nơm nớp [nəm nớp] Fearful.

nớp [nớp] *Nơm nớp* : Fearful.

nớu răng [nớu rauŋ] (Anat) Gum.

nụ [nụ] (Bot) Bud.

nụ cười [nụ kười] Smile. *Nụ cười
khinh bỉ* : Scornful smile. *Nụ cười
gượng* : Galvanic smile, strained smile.
Nụ cười giả dối : Artificial smile.
Tiếp người nào bằng một nụ cười : To
smile a welcome to someone. *Tôi thấy
một nụ cười nở trên môi nàng* : I saw
a smile dawning on her lips. *Một nụ
cười thoáng qua trên môi nó* : A smile
flickered on his lips.

nụ hoa [nụ hwa] Flower-bud.

nua [nwə] *Già nua* : Old, aged.

núc ních [núk ník] Fat and clumsy.

núi [núi] Mountain. *Dãy núi* : Moun-
tain chain, mountain range. *Chứng say
núi* : Mountain-sickness. *Có nhiều núi* :
Mountainous. *Sóng cao như núi* :
Mountainous seas. *Miền núi* : Moun-
tainous region. *Leo, trèo núi* : To climb
(up) a mountain ; to ascend a moun-
tain. *Lúc đi xuống núi chỉ mất có hai
tiếng đồng hồ* : The descent of the
mountain took only two hours. *Núi
chạy dài từ hướng đông qua hướng
tây* : Mountains that go from east to
west. *Everest là núi cao hơn hết trên
thế giới* : Everest is the highest moun-
tain in the world. *Chúng tôi nghỉ
nhiều lần trên đường lên núi* : We had
several rests on our way up the moun-
tain. *Núi bị sương mù bao phủ* : Mountain
wreathed with mist ; the mountain
was wrapped in mist.

núi lửa [núi lửa] Volcano. *Núi lửa
đang cháy* : Active volcano. *Núi lửa
tắt* : Extinct volcano. *Lửa và khói
trong miệng núi lửa là một cảnh đáng
sợ* : The fire and smoke in the crater
of the volcano were an awesome sight.

núi non [núi non] Mountains.

núi trọc [núi trọk] Denuded mountain.

nùi [nùi] Flock. *Rối nùi* : Tangled
(skein, etc...).

nùi giẻ [nùi jẻ] Rag. *Lau, chùi vật gì
bằng nùi giẻ* : To clean something with
a rag.

núm [núm] To seize, to grab.

núm vú [núm vú] See nuốm vú.

nung [nuŋ] To burn, to fire, to bake,
to kiln (bricks, pottery, etc..) ; to heat.
Nung sắt : To burn the iron.

nung đỏ [nuŋ đỏ] Red-hot. *Nung đỏ
sắt* : To bring iron to a red heat.

nung đúc [nuŋ dúk] To form.

nung khô [nuŋ xo] (Ch) To calcine. *Sự
nung khô* : Calcination.

nung mủ [nuŋ mủ] (Of wound, sore)
To suppurate, to fester, to form pus.
Sự nung mủ : Suppuration. See làm
mủ.

nung nấu [nuŋ nấu] To heat.

núng [núŋ] Battered.

núng Staggered, disturbed, shaken.

núng đồng tiền [núŋ dòŋ tiền] To
dimple.

nùng [nùŋ] *Não nùng* : Sad, sorrowful.

nũng nịu [nũŋ nịu] To coddle oneself.

nuộc [nwək] Turn (of string).

nuôi [nuôi] To nourish ; to bring up,
nurture, rear (children, etc..) ; to
feed (people, animals) ; to foster
(hatred) ; to entertain, feed (hope) ;
to raise (stock) ; to breed (cattle,
horses, rabbits) ; to keep (bees,
poultry). *Con nuôi* : Adopted son,
adoptive son. *Nó phải nuôi cha mẹ nó* :
He has his parents to keep. *Nuôi hy
vọng làm việc gì* : To set one's hopes
on doing something. *Mướn vú nuôi
con* : To put a baby out to nurse.

nuôi dưỡng [nuôi zưỡŋ] To bring up
to rear.

nuôi nấng [nuôi nấŋ] See nuôi dưỡng

nuôi ong [nuôi oŋ] *Nghề nuôi ong*
Apiculture, bee-keeping. *Người nuôi
ong* : Bee-keeper.

nuôi tằm [nuôi tằm] To breed, raise

rear, silkworms. *Nghề nuôi tằm :* Seri-(ci)culture.

nuôi thân [nuɔi θɔn] To keep oneself.

nuôi thúc [nuɔi θúk] To cram.

nuôi vú [nuɔi vú] (Of women) To nurse (a baby). *Gởi con cho nuôi vú :* To put out a baby to nurse.

nuốm [nuóm] Button, knob.

nuốm vú [nuóm vú] (Anat) Nipple, teat, pap ; nipple (rubber mouth-piece of a baby's feeding bottle).

nuông [nuɔŋ] To pamper, indulge, spoil (one's child).

nuông chiều [nuɔŋ ciều] To indulge, to spoil. *Quen thói nuông chiều của mẹ nó :* Accustomed to be indulged by his mother.

nuốt [nuót] To swallow. *Nuốt vật gì :* To swallow something (down). *Nuốt vật gì một cái một :* To swallow something at a gulp.

nuốt giận [nuót ʒɔn] To bottle up one's anger ; to control one's anger.

nuốt lệ [nuót lẹ] To control one's tears ; to gulp down, back, one's tears.

nuốt lời [nuót lời] To swallow one's words, to break one's word, to go back on one's word.

nuốt nhục [nuót ɲụk] To eat dirt, to pocket, swallow an insult, to swallow an affront.

nuốt nước bọt [nuót nứrk bọt] See **nuốt nước miếng**.

nuốt nước miếng [nuót nứrk miến] To swallow one's saliva.

nuốt sống [nuót sóŋ] To swallow something raw.

nuốt trọng [nuót trọŋ] To swallow whole, to swallow without chewing.

nuốt trửng [nuót trửŋ] See **nuốt trọng**.

nuốt tươi [nuót tươi] See **nuốt sống**.

nuốt vội [nuót vọi] To bolt.

nuột [nuọt] *Não nuột :* Agonizing (cry, etc..).

núp [núp] To take cover or shelter. *Ẩn núp :* To shelter. *Núp bắn địch quân :*

To snipe (at) the enemy. *Núp rình người nào :* To lie in wait, to lay wait, for someone. *Cọp núp rình mồi :* Tiger lying in wait for its prey.

núp sẵn [núp sãwn] To be, lie, in ambush.

nút [nút] 1) Cork, stopper, stopple. *Mở nút :* To uncork. *Đồ mở nút :* Cork-drawer, corkscrew. *Mở nút chai :* To draw the cork of a bottle. *Sự đóng nút chai :* Corking. *Máy đóng nút chai :* Bottle corking machine. *Có mùi nút chai :* Corked. *Nút dính chặt trong miệng chai :* The cork was tight in the bottle.

2) Button (of electric bell, etc...). *Nút lên dây đồng hồ :* Button of a watch. *Gài nút vật gì lại :* To button (up) something.

nút To cork, to stopper, to stopple.

nút 1) Knot. *Thắt nút :* To tie a knot. *Thắt nút một sợi dây :* To make, tie, a knot in a piece of string. *Tháo nút :* To untie a knot.

2) Button. *Nút lên dây đồng hồ :* Button of a watch.

nút To suck (bone, etc...). *Nút nọc ở vết thương ra :* To suck out the poison from the wound.

nút áo [nút áu] Button.

nút chai [nút cai] Cork. *Mở nút chai :* To draw the cork of a bottle.

nút chuông điện [nút cuɔŋ diện] Bell-push.

nút dây [nút zɛi] Knot of a rope, rope knot.

nút thòng lọng [nút θòŋ lọŋ] Running knot, slip-not, noose.

nút thùng rượu [nút θùŋ rượu] Bung.

nữ [nũ] Female, woman. *Cung nữ :* Imperial maid. *Phụ nữ :* Woman. *Sư nữ :* Buddhist nun. *Dưỡng nữ :* Foster daughter, adopted daughter.

nữ anh hùng [nũ aiɲ hùŋ] Heroine.

nữ bác sĩ [nũ bák ʃi] Woman doctor, lady doctor.

nữ ca sĩ [nũ ka ʃi] Female singer.

nữ cán bộ [nũ kán bọ] Woman-cadre.

N

nữ cảnh sát viên [nũ kảiɲ ʃát vien] Police-woman.

nữ chiêu đãi viên [nũ cieu dãi vien]

1) Waitress, barmaid. *Đừng để các nữ chiêu đãi viên đẹp cám dỗ vào các 'ba'* : Don't be allured into bars by the pretty waitress.

2) Stewardess, hostess.

nữ chiêu đãi viên hàng không [nũ cieu dãi vien hàŋ xoŋ] Airline stewardess, air-hostess.

nữ chủ nhân [nũ củ ɲ ən] Mistress of a house.

nữ công [nũ koŋ] Housework, feminine occupations.

nữ công chức [nũ koŋ cứk] Woman civil servant.

nữ diễn viên [nũ ziễn vien] Actress.

nữ điều dưỡng [nũ dieu zưỡ ŋ]Nurse.

nữ giới [nũ ʒới] The fair, female, sex; women's world.

nữ hạnh [nũ hạiɲ] Feminine virtue.

nữ hiệu [nũ hiệu] Girl's school.

nữ hiệu trưởng [nũ hiệu trưở ɲ]Headmistress, lady principal.

nữ họa sĩ [nũ hwa ʃi] Woman artist.

nữ hoàng [nũ hwàŋ] Queen.

nữ học đường [nũ họk dưỡ ɲ] Girl's school.

nữ học sinh [nũ họk ʃiɲ] School-girl.

nữ khán hộ [nũ xán họ] Nurse.

nữ kiệt [nũ kiệt] Heroine.

nữ lang [nũ laŋ] Girl.

nữ lưu [nũ lưu] See nữ giới.

nữ nhi [nũ ɲi] Girl, woman.

nữ quyền [nũ kwièn] Women's rights.

nữ sắc [nũ ʃáwk] Erotism.

nữ sinh [nũ ʃiɲ] School-girl. *Nữ sinh ngoại trú* : Day-girl.

nữ sinh viên [nũ ʃiɲ vien]Girl student.

nữ sức [nũ ʃứk] Array.

nữ thần [nũ θền] Goddess.

nữ thi sĩ [nũ θi ʃi] Poetess.

nữ thí sinh [nũ θi ʃiɲ] Female candidate, girl candidate.

nữ tiếp đãi viên hàng không [nũ tiếp dãi vien hàŋ xoŋ] Airline stewardess, air-hostess.

nữ tính [nũ tíɲ] Femaleness.

nữ trang [nũ traŋ] Jewel.

nữ trang giả [nũ traŋ ʒả] Imitation jewellery. *Đeo nữ trang giả* : To wear imitation jewellery.

nữ trạng sư [nũ trạŋ ʃư] Barristress woman attorney.

nữ y tá [nũ i tá] Nurse, hospital nurse. *Chị nó là nữ y tá* : His sister is a hospital nurse. *Nữ y tá lấy nhiệt độ cho tất cả bệnh nhân* : The nurse took the temperatures of all the patients.

nữ văn sĩ [nũ vaưn ʃi] Woman writer.

nữ vương [nũ vưəŋ] Queen.

nửa [nửə] Kind of bamboo.

nửa [nửə] Half. *Nửa ki lô* : Half a kilogram. *Nửa lố, nửa tá* : Half a dozen. *Nửa hiệp đầu* : (Foot-ball) The first half. *Nửa cái nãy nửa cái kia* : Half-and-half. *Nửa thật nửa giả* : Half-truth. *Sắc nửa đậm nửa dợt* : Half-tint. *(Chai rượu v.v.). Hết phân nửa* : Half-empty. *Vé phân nửa tiền* : Half-fare ticket. *(Công việc) Làm xong phân nửa* : Half-finished. *Hơn nửa, già nửa* : More than a half. *Lấy phân nửa vật gì* : To take half of something. *Hai cái phân nửa* : Two halves. *Nó chỉ hiểu có phân nửa* : He only half understands. *Áo dài nửa đen nửa trắng* : Dress half black and half white. *Lớn bằng nửa chừng ấy* : Half as big. *Lỗ hết nửa tiền* : To lose half one's money. *Hơn phân nửa nhân viên bị bịnh* : A good half, fully a half, of the employees are ill. *Bán vật gì nửa giá* : To sell something at half-price. *Ngừng lại nửa đường* : To stop half-way. *Giảm phân nửa* : Reduced by half.

nửa âm [nửə əm] (Mus) Half-tone.

nửa chín nửa sống [nửə cin nửə ʃóŋ] Half-cooked.

nửa chơi nửa thật [nửə cai nửə θạt] Half in jest, half in earnest.

nửa chừng [nửə cùŋ] Half. *Làm nửa chừng* : To do thing by halves.

nửa cười nửa khóc [nửə kười nửə xók] Half laughing, half crying.

nửa đêm [nửə dem] Midnight. *Chúng tôi về đến nhà lối nửa đêm* : We got in about twelve o'clock.

nửa đời [nửə dời] Half a lifetime.

nửa đùa nửa thật [nửə dùə nửə θạt] Half in jest, half in earnest ; half-joking, half serious.

nửa đường [nửə dười] Half-way. *Quán trọ ở nửa đường* : Half-way house. *Ngừng lại nửa đường* : To stop half-way. *Chúng ta đi chưa hết nửa đường* : We are not half-way there yet.

nửa giá [nửə zá] Half-price.

nửa giờ [nửə zờ] Half-hour, half an hour. *Từng nửa giờ, mỗi nửa giờ* : Half-hourly. *Uống một muỗng mỗi nửa giờ* : A spoonful to be taken every half-hour.

nửa lố [nửə ló] Half-dozen, half a dozen.

nửa lương [nửə lưəŋ] Half-pay.

nửa năm [nửə naưm] Half-year, semester.

nửa ngày [nửə ŋày] Half day ; half-time. *Làm việc nửa ngày* : To work half-time. *Thợ làm nửa ngày* : Half timer.

nửa phần tiền [nửə fần tiền] Half-price.

nửa tá [nửə tá] Half-dozen, half a dozen.

nửa tháng [nửə θáŋ] Half-monthly ; fortnight.

nửa thức nửa ngủ [nửə θức nửə ŋủ] Drowsy.

nửa tối nửa sáng [nửə tói nửə sáŋ] Half-light.

nửa tuần [nửə twần] Half-weekly.

nửa vòng [nửə vòŋ] Half-circle ; half-turn. *Nửa vòng tròn* : Half-round.

nữa [nửə] 1) More. *Hơn nữa* : Moreover. *Còn nữa* : To be continued. *Lát nữa, chốc nữa* : In a moment, in a few minutes. *Mười đồng nữa* : Ten piastres more. *Anh còn muốn nữa không ?* : Do you want (any) more, some more ?. *Trong vài tháng nữa tôi sẽ rảnh rang* : A few more months and I shall be free. *Một công việc còn khó khăn hơn nữa* : A still more difficult task. *Tôi sẽ không nói gì nữa* : I shall say no more. *Anh còn muốn gì nữa* : What more do you want ?. *Không còn gì nói nữa* : There is nothing more to be said. *Còn nhiều người khác bị giết nữa* : Many more were killed. *Tôi không thể cho nhiều hơn nữa* : I cannot give more. *Tôi không cần nói thêm nữa* : I needn't say more. *Nó ba mươi tuổi hay lớn hơn nữa* : He is thirty and more. *Dễ hơn nữa* : More easily. *Anh giàu nhưng nó còn giàu hơn anh nữa* : You are rich but he is more so. *Một lần nữa* : Once more. *Không khi nào nữa* : Never more. *Tôi không còn tiền nữa* : I have no more money. *Tôi không thể làm hơn nữa* : I can do no more. *Nó không còn ở Việt-Nam nữa* : He is no more in Viet-Nam. *Cái nhà không còn nữa* : The house is no more. *Tôi không thể gặp nàng nữa* : I can see her no more. *Không bao giờ trở lại nữa* : To return no more.

2) Further. *Tôi không biết gì hơn nữa* : I don't know any further. *Tôi sẽ không hỏi nó thêm gì nữa* : I did not question him any further. *Một lý lẽ khác nữa* : A further reason. *Còn một hay hai chi tiết nữa* : One or two further details.

3) Besides. *Còn nhiều hơn thế nữa* : Many more besides. *Ngoài ra nó còn nhiều người khác nữa* : There are others besides him.

4) Another. *Trong ba tháng nữa* : For another three months. *Một tách trà nữa* : Another a cup of tea. *Năm chục năm nữa* : Another fifty years. *Trong mười năm nữa* : In another ten years. *Chỉ hai phút nữa là tôi trễ tàu* : Another two minutes and I should have missed the boat.

5) Else ; again. *Cái gì nữa đó ?* : What else ?, what again ?. *Ai nữa* : Who else ?. *Còn nhiều nữa* : Much else. *Anh còn muốn gì nữa ?* : What else do you want ?. *Một lần nữa* : Once

again. *Việc như thế không bao giờ xảy ra nữa* : Such a thing will never happen again.

6) Long. *Tôi không thể gặp nó được nữa* : I could no longer to see him. *Tôi không thể đợi được nữa* : I can't wait any longer. *Tôi sống không được bao lâu nữa* : I haven't much longer to live. *Nó không còn ở đây nữa* : He's no longer living here. *Nó không còn làm việc ở đây nữa* : He doesn't work here any longer (i.e. he has stopping working here).

7) *Chúng nó biết việc ấy còn ít hơn tôi nữa* : They know even less about it than I do. *Dầu nó có thất bại đi nữa* : Even though he failed.

nức [núk] *Thơm nức* : Very odorous.

nức danh [núk zaiŋ] Very famous.

nức lòng [núk lɔ̀ŋ] Enthusiastic.

nức nở [núk nở] *Khóc nức nở* : To sob.

nức tiếng [núk tiéŋ] See nức danh.

nực [nưk] Hot.

nực *Thơm nực* : Very odorous.

nực cười [nưk kưởi] Funny.

nực mùi [nưk mùi] To exhale odour.

nực nội [nưk nọi] Hot.

nưng [nưŋ] See nâng.

nưng niu [nưŋ niu] To coddle (someone).

nứng [núŋ] To be in heat, to have sexual excitement.

nựng [nưŋ] To caress (a child).

nựng niu [nưŋ niu] To caress.

nước [núrk] 1) Water. *Không thấm nước* : Waterproof. *Có chất nước, có chứa nước* : Water-bearing. *Lớp nước ở dưới đất* : Water-bearing bed. *Tàu chở nước ngọt* : Water-boat. *Bình đựng nước* : Water-bottle; water-pot. *Người gánh nước* : Water - carrier. *Thùng tròn đựng nước* : Water-cask. *Đồng hồ nước* : Water-clock. *Vòi nước* : Water-cock. *Màu nước* : Water-colour. *Bức họa vẽ bằng màu nước* : A water-colour painting. *Sơn, vẽ bằng màu nước* : To paint in water-colour. *Người tìm mạch*

nước : Water-finder. *Cửa nước* : Water-gate. *Gà nước* : Water-hen. *Lớp nước* : Water-layer. *Mực nước* : Water-level. *Máy xay nước* : Water-mill. *Đường ngấn nước, mực nước (ở thành tàu)* : Water-line. *Máy chạy bằng hơi nước* : Water-motor. *Ống nước* : Water-pipe, (Mec) water-tube. *Sức nước* : Water-power. *Máy bơm nước* : Water-pump. *Chuột nước* : Water-rat, water-vole. *Bò cạp nước* : Water-scorpion. *Nhện nước* : Water-spider. *Hệ thống dẫn nước* : Water-system. *Hồ chứa nước (ở trên cao* : Water-tower. *Bị nước xoay mòn* : Water-worn. *Bình tưới nước* : Watering-pot. *Uống nước* : To drink water. *(Tàu) Lấy nước ngọt* : To take in fresh water. *Pha nước vào rượu* : To dilute one's wine with water, to water one's wine, to put water in one's wine. *Mở nước, khóa nước* : To turn on the water, to cut off the water. *Bệnh truyền nhiễm do nước gây ra* : Epidemic due to the water supply. *Rửa vật gì hai hay ba nước* : To wash something in two or three water. *Nước sông Cửu-long* : The waters of the Mekong. *Trên bờ và dưới nước* : On land and water. *Nổi trên mặt nước* : Above water. *Nó té xuống nước và bị chết đuối* : He fell into the water and was drowned. *Tầm nước của tàu bao nhiêu ?. Tầm nước tàu ấy hai thước* : What water does the ship draws ?. She draws two meters of water. *Làm chảy nước mắt, làm cảm động đến chảy nước mắt* : To bring the water to one's eyes. *Nước lên tới đầu gối tôi* : The water came up to my knees. *Nước có pha chút ít qui-ky* : Water with a dash of whisky in it. *Pha rượu với nước lã* : To mix wine with water.

2) Tide. *Nước bắt đầu lớn* : The tide is setting in

3) Water (of a diamond). *Hột xoàn nước tốt nhứt* : Diamond of the first water

4) Coat, coating, layer (of paint).

nước [núrk] Country, nation, state. *Nhà nước* : Government. *Lòng yêu nước* : Patriotism. *Một nước giàu có* :

A rich country. *Nước có núi non hiểm trở* : Broken country, rough country. *Nó rời Ấn-độ về nước* : He left India for home. *Những nước kém mở mcng* : Under-developed countries.

nước ăn [núrk aưn] Drinking water.

nước ầm [núrk ầm] Tepid, lukewarm, water.

nước bài [núrk bài] Move (in card game).

nước bạn [núrk bạn] Friendly nation, brother country. *Tất cả báo chí đều chỉ trích ông Tổng Trưởng chiến tranh về bài diễn văn của ông công kích một nước bạn* : All the newspapers condemned the Minister of War for his speech attacking a friendly nation.

nước bể [núrk bể] See nước biển.

nước biển [núrk biển] Sea-water.

nước bóng [núrk bóṇ] Shine ; gloss, burnish. *Làm mất nước bóng của vật gì* : To take the shine off something, to take the gloss of something, to take the sheen of something.

nước bọt [núrk bọt] Saliva.

nước bùn [núrk bùn] Muddy water.

nước bước [núrk búrk] Gait, step, walk.

nước cam [núrk kam] Orange juice, orangeade.

nước cạn [núrk kạn] Shallow water.

nước canh [núrk kaiṇ] Soup.

nước chanh [núrk caiṇ] Lemon juice, lemonade.

nước chảy [núrk cảy] Living water, running water.

nước chảy chỗ trũng [núrk cảy cõ trũṇ] The rich get richer.

nước chằm [núrk cắm] Sauce.

nước chậm tiến [núrk cạm tiến] Backward country.

nước chè [núrk cè] Tea.

nước chín [núrk cin] Boiled water.

nước cốt [núrk kót] First infusion (of tea, etc...).

nước cốt dừa [núrk kót zừə] Coconut milk.

nước cờ [núrk kờ] Move (in chess).

nước da [núrk za] Complexion, colour. *Nước da ngăm ngăm* : Dark-complexioned, dark-skinned ; darkness of complexion. *Có nước da tươi tắn* : To have a fresh colour. *Nước da mịn màng* : Creamy complexion. *Màu nầy không hợp với nước da của cô* : This colour does not suit your complexion.

nước dãi [núrk zãi] Saliva.

nước dâng [núrk zơṇ] Flow.

nước dung môi [núrk zuṇ moi] Dissolvent.

nước dùng [núrk zùṇ] Soup (a liquid food made by boiling bones, meat, etc.. in water).

nước dừa [núrk zừə] Coconut water.

nước đá [núrk đá] Ice. *Túi đựng nước đá* : Ice-bag. *Thùng đựng nước đá* : Ice-box. *Lạnh như nước đá* : Like cold. *Máy làm nước đá* : Ice-mac *Cà phê nước đá* : Iced coffee. *Chân lạnh như nước đá* : My feet are like ice.

nước đái [núrk đái] Urine.

nước đái quỷ [núrk đái kwỉ] Ammonia.

nước đại [núrk đại] Full gallop. *Phi nước đại* : To gallop.

nước đệm [núrk đẹm] Buffer state.

nước đi [núrk đi] Gait (of horse).

nước địch [núrk địk] Hostile nation.

nước đọng [núrk đọṇ] Stagnant water, standing water, still water.

nước đổ lá môn (khoai) [núrk đổ lá mon] To preach to deaf ears. *Rầy nó như nước đổ lá môn* : The scolding ran off him like water off a duck's back (i.e. had no effect).

nước độc [núrk đọk] Unhealthy climate.

nước độc lập [núrk đọk lạp] Independent state.

nước đồng minh [núrk đòṇ miṇ] Allied country.

nước đục [núrk đục] Troubled water. *Câu nước đục, thừa nước đục thả câu* : To fish in troubled waters.

nước đứng [núrk đứṇ] Slack water.

nước đường [núrk dùːəŋ] Sugar and water, syrup.

nước giếng [múrk ʑiéŋ] Well-water.

nước hoa [núrk hwa] Scent, perfume. *Chai nước hoa* : Bottle of scent. *Nàng xức chất nước hoa vào khăn tay của nàng* : She put some scent on her handkerchief.

nước hột xoàn [núrk họt swàn] Water of diamond.

nước kiệu [núrk kiệu] Amble, trot. *Chạy nước kiêu* : To amble. *Cho ngựa chạy nước kiệu* : To make a horse amble ; to trot out a horse. *Nước kiệu nhỏ* : Gentle trot. *Nước kiệu lớn* : Full trot.

nước lã [núrk lã] Fresh water.

nước lạ [núrk lạ] Strange country.

nước láng [núrk láŋ] Shine, lustre, sheen. *Làm mất nước láng của vật gì* : To take the shine off something.

nước láng giềng [núrk láŋ ʑièŋ] Neighbouring country, neighbour nation. *Xen vào việc của nước láng giềng* : To intervene in the affairs of a neighbouring country.

nước lạnh [núrk lạịŋ] Cold water ; fresh water. *Nó luôn luôn tắm nước lạnh* : He always washes in cold water.

nước lèo [núrk lèu] Soup (a liquid food made by boiling bones, meat, etc... in water). See nước dùng.

nước lệ thuộc [núrk lệ θwọk] Dependency.

nước lọc [núrk lɔk] Filtered water.

nước lớn [núrk lɔ́n] Flux, flow, flood, high water. *Nước lớn và nước ròng* : Flux and reflux, flow and ebb, flood and ebb.

nước lớn The tide is rising.

nước lụt [núrk lụt] Flood, inundation.

nước mạnh [núrk mạịŋ] Strong nation.

nước mắm [núrk mắɯm] Fish sauce.

nước mặn [núrk mạɯm] Salt water.

nước mắt [núrk mắɯt] Tears. *Giọt*

nước mắt : Tear-drop. *Ống dẫn nước mắt* : Tear-duct. *Làm chảy nước mắt* : Tear-exciting. *Hơi cay làm chảy nước mắt* : Tear-gas. *Giống giọt nước mắt* : Tear-shaped. *Bom có hơi cay làm chảy nước mắt* : Tear-shell. *Nước mắt ròng ròng* : Floods of tears. *Mừng ra nước mắt* : To weep tears of joy. *Cầm nước mắt* : To keep back, check, choke back, restrain, repress, one's tears. *Làm chảy nước mắt* : To bring tears to one's eyes. *Cười đến chảy nước mắt* : To laugh till the tears come, to laugh till one cries. *Nước mắt giả dối* : Crocodile tears. *Nước mắt chảy dài xuống má nó* : The tears ran down his cheeks. *Với một giọng đầy nước mắt* : In a tearful voice. *Nước mắt chảy dài xuống má đứa bé* : Tears streamed down the child's face.

nước men [núrk mɛn] Enamel ; glaze.

nước mật [núrk mạt] Bile.

nước mía [núrk miə] Cane-juice.

nước miếng [núrk miéŋ] Saliva, spit, sputum. *Làm người nào chảy nước miếng* : To make someone's mouth water. *Vật ấy làm chảy nước miếng* : It brings the water to one's mouth.

nước mới mở mang [núrk mɔ́i mở maŋ] Newly developping country.

nước mũi [múrk mũi] Nasal mucus.

nước muối [núrk muối] Brine.

nước mưa [núrk muə] Rain-water. *Thùng đựng nước mưa* : Rain-water butt. *Hứng nước mưa* : To catch the rain-water.

nước ngoài [núrk ŋwài] Foreign country.

nước ngọt [núrk ŋɔt] Fresh water, soft water.

nước nguội [núrk ŋuội] Cold water.

nước người [núrk ŋuời] See nước ngoài.

nước nhược tiểu [núrk ɲuɾk tiểu] Small country.

nước non [núrk nɔn] Country, nation.

nước nóng [núrk nɔ́ŋ] Hot water. *Thọc tay vào nước nóng* : To plunge one's hand into hot water. *Hãy uống thuốc với nước nóng :* Take the medicine with hot water.

nước nôi [núrk noi] Water.

nước nông nghiệp [núrk noŋ ŋiẹp] Agricultural country.

nước phép [núrk ʃép] Holy water.

nước quân chú [núrk kwən củ] Monarchy.

nước rong [núrk rɔŋ] Spring-tide.

nước ròng [núrk ròŋ] Reflux, ebb, low water. *Nước lớn và nước ròng :* The flow and ebb.

nước rửa chén [núrk rửə cɛn] Dishwater.

nước sắt [núrk ʃắmt] Ferruginous water.

nước sôi [núrk ʃoi] Boiling water. *Nước sôi làm nứt ly :* Boiling water will crack a glass. *Nước sôi làm lột da chân của nó :* The boiling water has taken the skin off his foot.

nước sông [núrk ʃoŋ] River water.

nước sơn [núrk ʃən] Coat of paint.

nước suối [núrk ʃuổi] Spring water.

nước sữa [núrk ʃữə] Buttermilk.

nước tề [núrk té] Canter.

nước thánh [núrk θáiɲ] Holy water. *Nàng vào nhà thờ, nhúng tay vào nước thánh và làm dấu thánh giá :* She entered the church, dipped her fingers in the holy water and crossed herself.

nước tiểu [núrk tiểu] Urine, water.

nước trà [núrk trà] Tea.

nước trái cây [núrk trái kei] Juice of a fruit.

nước triều [núrk triều] Tide.

nước triều lên [núrk triều len] Flux, flow, flood, high water, high tide.

nước triều xuống [núrk triều suổŋ] Reflux, ebb, low water, low tide.

nước trong [núrk trɔŋ] Clear, limpid, transparent water.

nước trung lập [núrk truŋ lập] Neutral country.

nước tù [núrk tù] Stagnant water, standing water.

nước tư bản [núrk tɯ bản] Capitalistic country.

nước tương [núrk tɯəŋ] Soy, soyabean sauces.

nước uống [núrk uổŋ] Drink, drinking water. *Cho tôi một chút nước uống :* Give me a drink of water.

nước vàng [núrk vàŋ] (Med) Ichor (discharged from a wound).

nước vôi [núrk voi] Milk of lime ; whitewash, limewash.

nước xoáy [núrk swáy] *Chỗ nước xoáy :* Maelstrom, whirlpool.

nược [nɯrk] *Cá nược :* Whale.

nườm nượp [nɯờm nɯợp] *Đến nườm nượp :* To crowd, flock, throng.

nương [nɯəŋ] *Ruộng nương :* Rice fields.

nương To lean on, to depend on.

nương bóng [nɯəŋ bóŋ] To put oneself under someone's protection.

nương cậy [nɯəŋ kẹi] To depend on.

nương dựa [nɯəŋ zɯə] To lean on, depend on (someone). *Nó ra đi làm gia đình nó không nơi nương tựa :* He went away leaving his family stranded.

nương náu [nɯəŋ náu] To shelter, oneself, to take refuge. *Cho người nào nương náu ở nhà mình :* To give shelter to someone.

nương nhẹ [nɯớŋ pẹ] To use sparingly ; to treat with consideration.

nương nhờ [nɯə.ɹ pờ] To depend on.

nương sức [nɯəŋ ʃúk] To spare one's strength.

nương tay [nɯəŋ tay] To handle carefully ; to treat with consideration.

nương thân [nɯəŋ θən] To depend on.

nương tử [nɯəŋ tử] Women.

nương tựa [nɯəŋ tựa] See **nương dựa**.

nướng [nɯớŋ] To grill, to bake ; to roast. *Thịt nướng :* Grilled meat, baked meat. *Nướng bánh mì :* To bake bread. *Anh biết nướng bánh mì không ? :* Do you know how to bake . *Lát bánh nướng với bơ:* Buttered toast. *Lát bánh nướng không bơ :* Dry toast.

nướng To lose (in gambling).

nướu răng [nướu ɾawn] Gum.

nứt [nứt] To crack, to split ; (of skin, etc...) to crack ; (of hands) to get chapped, to chap. *Loại gỗ này dễ nứt :* This kind of wood splits easily.

nứt Cracked, split. *Da nứt :* Cracked skin. *Đường nứt (trên tường) :* Cranny (in a wall). *Xem chúng ta có bao nhiêu tách và đĩa, nhưng đừng tính những cái nứt :* See how many cups and saucers we have, but don't count in the cracked ones.

nứt ra [nứt ra] To split open.

ny-lông [ni lon] (Tex) Nylon.

NG

Nga [ŋa] (Geog) Russia, Union of Socialist Soviet Republics (U.S..S.R.) *Bạch Nga* : White Russia. *Người Nga* : Russian. *Nga–hóa* : To Russianize, to Russify. *Sự Nga hóa* : Russification. *Thân Nga* : Russophil(e).

ngà [ŋà] Ivory. *Thợ chạm ngà* : Worker in ivory. *Nghề chạm ngà* : Ivory work. *Người bán đồ ngà* : Ivory dealer. *Màu trắng như ngà* : Ivory-white. *Tháp ngà* : Ivory tower.

ngà ngà say [ŋà ŋà ʃay] To be slightly drunk, to be hazy, to be slightly intoxicated, to be slightly tipsy.

ngà nhân tạo [ŋà ɲɔn tạu] Ivorine.

ngà voi [ŋà vɔi] Tusks of an elephant, elephant tusks.

ngả [ŋả] Direction, way. *Về ngả...* : In the direction of. *Đi về ngả Saigon* : To go in the direction of Saigon. *Chúng nó đi mỗi người một ngả* : They departed each one his own way, they went their several ways. *Nó đi ngả nào ?* : In which direction did he go ?. *Đi Ba-lê qua ngả Vọng Các* : To go to Paris by way of Bangkok.

ngả 1) To lean, to incline, to slope ; to lay, to lodge. *Ngả ra sau* : To lean back. *Ngả người trên ghế* : To lean one's head back. *Mưa nhỏ ngả gió to* : Small rain lays great dust. *Trận mưa làm ngả lúa xuống* : The rain has beaten down, laid, lodged, the corn. *Nhiều cây ngả trong trận bão* : Many trees fell in the storm. *Mặt trời ngả về hướng tây* : The sun was sloping in the west.

2) To kill, knock down (animals).

3) To change colour.

ngả bàn đèn [ŋả bàn dèn] To display a set of opium implements.

ngả bò [ŋả bɔ̀] To kill, knock down, an ox.

ngả cây [ŋả kei] To fell, cut down, hew down a tree.

ngả lưng [ŋả lɯŋ] To rest, to lie down.

ngả mình [ŋả mìɲ] To lie down.

ngả mũ [ŋả mũ] To take off one's hat.

ngả nào ? [ŋả nàu] Which way ? which direction ?.

ngả nghiêng [ŋả ɲieŋ] To lean.

ngả nón [ŋả nɔ́n] See ngả mũ.

ngả ra [ŋả ra] Exit (e.g. a door in a theatre or other large building).

ngả thịt [ŋả θịt] To kill animals for food. See giết thịt.

ngã [ŋã] To fall, to tumble down. *Ngã xuống đất* : To fall to the ground. *Trên thang ngã xuống* : To fall off a ladder, to fall (down) from a ladder. *Ngã xuống giếng* : To fall down a well. *Ngã sóng sượt* : To fall full length.

ngã *Xô ngã vật gì* : To tumble something down. *Đánh ngã* : To bring down, strike down (someone).

ngã ba [ŋã ba] Cross-road. *Ngã ba sông* : Confluence.

ngã bỏ chứng [ŋã bỏ cửŋ] To fall head over heels.

ngã chổng kênh [ŋã cổŋ kèiŋ] To fall backwards, to fall on one's back.

ngã chúi [ŋã cúi] To fall head first.

ngã giá [ŋã ʃá] To agree on a price.

ngã gục [ŋã guk] To collapse, to drop. *Đầu nó ngã gục xuống ngực* : His head sank on his chest. *Làm việc đến lúc ngã gục xuống* : To work till one drops.

ngã khuyu [ŋã xwịu] To drop on (to) one's knees.

ngã lăn [ŋã lawn] To fall like a log.

ngã lẽ [ŋã lẽ] *Làm cho ngã lẽ ra* : To make clear.

ngã lòng [ŋã lɔ̀ŋ] Discouraged, disheartened, despondent, dejected, dispirited, down-hearted. *Sự ngã lòng* : Discouragement, disheartenment. *Nó không bao giờ ngã lòng* : He has never known discouragement. *Đừng ngã lòng* : Don't get disheartened. *Làm người nào ngã lòng* : To break, dash, someone's spirit. *Tôi không vì thất bại mà ngã lòng* : I was in no wise dashed (in spirit) by my failure. *Nó không vì thất bại mà ngã lòng* : He does not allow himself to become despondent on account of failure.

ngã lòng To lose courage, to lose heart. *Tin nầy làm chúng tôi ngã lòng* : This news unmanned us.

ngã lộn [ŋã lọn] To fall head over heels.

ngã nẫy [ŋã nèi] This way.

ngã ngũ [ŋã nũ] Settled, concluded.

ngã ngửa [ŋã ŋửə] To fall on one's back, to fall backwards, to fall flat on one's back. *Ngã ngửa xuống ghế* : To sink back in one's chair.

ngã ngựa [ŋã ŋựə] To fall off a horse.

ngã nhào [ŋã ɲàu] To tumble, topple (down, over).

ngã nhẽ [ŋã ɲẽ] See ngã lẽ.

ngã nước [ŋã núrk] To suffer from malaria.

ngã quy [ŋã kwị] To collapse, to sink on one's knees.

ngã ra ngoài [ŋã ra ŋwài] To fall out.

ngã sấp [ŋã ʃớp] To fall flat on one's face.

ngã sóng soài [ŋã ʃɔ́ŋ ʃwài] To fall full length.

ngã sóng sượt [ŋã ʃɔ́ŋ ʃượt] See ngã sóng soài.

ngã tư [ŋã tư] Cross-roads. *Tai nạn xảy ra tại ngã tư* : The accident took place at a cross-roads.

ngã xuổng [ŋã suɔ̀ŋ] To collapse, to fall in a heap.

ngạc háo [ŋak háu] Bad news.

ngạc ngư [ŋak ŋư] Crocodile.

ngạc nhiên [ŋak ɲien] To be astonished, surprised, confounded. *Sự ngạc nhiên* : Astonishment, surprise. *Đứng ngạc nhiên* : To stand in open-mouthed astonishment. *Cái nhìn ngạc nhiên* : Look of astonishment. *Tôi lấy làm ngạc nhiên mà nghe rằng* : I have heard to my astonishment that... *Làm người nào ngạc nhiên* : To give someone a surprise. *Lấy làm ngạc nhiên khi thấy vật gì* : To be astonished at seeing something, astonished to see something. *Sự không nhận tội của tù nhân làm mọi người ngạc nhiên* : The prisoner's denial of his guilt surprised everyone. *Dành cho người nào một sự ngạc nhiên* : To prepare a surprise for someone. *Tôi ngạc nhiên khi nghe tiếng của nàng ở phòng bên cạnh* : I wondered to hear her voice in the next room.

ngách [ŋáik] Back street.

ngạch [ŋaik] Cadre (of permanent officials).

ngạch cửa [ŋaik kửə] Threshold of door, door-sill.

ngai [ŋai] Throne.

ngai rồng (vàng) [ŋai ròŋ] Throne.

ngái ngú [ŋái ŋú] To be drowsy.

ngài [ŋài] You, sir.

ngài Bombyx.

ngải cứu [ŋải kúru] (Bot) Artemisia.

ngãi [ŋãi] See nghĩa.

ngại [ŋại] Worried, hesitant, fearful. *Ái ngại* : To feel sorry for, to show great concern about. *E ngại* : To fear. *Lo ngại* : To worry. *Ngần ngại* : To hesitate.

ngại To fear, to be afraid.

ngại ngùng [ŋại ŋùŋ] To hesitate, to waver.

ngám [ŋám] *Vừa ngám* : To fit exactly to (something).

ngán [ŋán] Disgusted, sick of, sick and tired of. *Ngán trứng* : To be put off eggs. *Tôi ngán trứng luộc lắm rồi* : I am tired of boiled eggs. *Chỉ ngửi mùi phó mát nầy cũng đủ làm tôi ngán rồi* : The mere smell of that cheese put me off (it).

ngàn [ŋàn] Thousand. *Một ngàn người* : A thousand men. *Ba trăm ngàn người* : Three hundred thousand men. *Nhiều ngàn dân* : Several thousand inhabitants. *Chúng nó chết cả trăm ngàn* : They died in hundreds of thousands. *Tôi đã nói với anh như thế cả ngàn lần rồi* : I have told you so a thousand times, heaps of times. *Không, không, một ngàn lần không* : No, no, a thousand times no.

ngàn Mountains and forests.

ngàn chu trình [ŋàn cu trìŋ] (Ph. El. E) Kilocycle.

ngàn năm [ŋàn naum] A thousand years, (fig) very long time.

ngàn triệu [ŋàn triệu] (In France and U. S. A.) Billion, a thousand millions.

ngạn [ŋạn] River bank. *Tả ngạn* : Left bank. *Hữu ngạn* : Right bank.

ngạn ngữ [ŋạn ŋữ] Proverb, adage.

ngang [ŋaŋ] 1) Horizontal ; transversal, transverse, cross. *Cơ ngang* : Transverse muscle ; transverse. *Đà (xà, thanh, đòn) ngang* : Transverse beam, cross-beam, cross-arm, cross-girder. *Thanh ngang dần hai cây dọc* : Cross-bar, cross-brace. (Hải) *Khoang ngang* : Cross-bunker. *Nối ngang* : (Elec) Cross-connect *Sự nối ngang* : Cross-connection. *Cắt ngang* : To cross-cut ; to cross-section. *Đường ngang* : Cross-line. *Đường băng ngang* : Cross-street, cross-road, crossway. *Sự cắt ngang* : Cross-cut, cross-

section. *Hình vẽ theo chiều cắt ngang* : Cross-sectional drawing.
2) Across, athwart, through. *Lội ngang qua một con sông* : To swim across a river. *Đi ngang qua một con đường* : To walk across a street. *Đi ngang qua thành phố* : To pass through the town.
3) Equal ; level (with). *Có những điều kiện ngang nhau* : On equal terms. *Ngang hàng với người nào* : To be on equal terms with someone. *Đối đãi ngang hàng* : To treat someone as an equal. *Ngang nhau* : On a footing of equality, on an equality. *Ngang mặt nước* : Level with the water. *Ngang tầm mắt* : At eye level.

ngang 1) Contrary, contradictory.
2) Illegal.

ngang Ordinary. *Gạo ngang* : Ordinary rice.

ngang bướng [ŋaŋ búơŋ] Stubborn, self-willed, obstinate.

ngang cung [ŋaŋ kuŋ] Dissonant, discordant.

ngang dạ [ŋaŋ zạ] To lose one's appetite.

ngang hàng [ŋaŋ hàŋ] Equal ; to be on an equal footing, on equal terms with (someone). *Ngang hàng với người nào* : To be on equal terms with someone, to be on a level with someone. *Đối đãi ngang hàng với người nào* : To treat someone as an equal.

ngang ngạnh [ŋaŋ ŋạiŋ] Rebellious, recalcitrant, obstinate, stubborn.

ngang ngược [ŋaŋ ŋượrk] See ngang ngạnh.

ngang nhau [ŋaŋ ɲau] Equal ; on a footing of equality with, on an equality with, on equal terms with. *Có những điều kiện ngang nhau* : On equal terms.

ngang nhiên [ŋaŋ ɲien] Proudly, haughty.

ngang tai [ŋaŋ tai] Unpleasant to the ear.

ngang tàng [ŋaŋ tàŋ] Unsubmissive.

ngang trái [ŋaŋ trái] Nonsensical, absurd.

ngang trái Obstacle.

NG

ngang vai [ŋaŋ vai] At the same shoulder level.

ngáng [ŋáŋ] To bar, to stop, to hinder.

ngáng chân [ŋáŋ cən] To trip (someone) up.

ngáng đường [ŋáŋ dùⁱəŋ] To bar the road.

ngãng [ŋãŋ] Nghễnh ngãng : To be hard of hearing.

ngánh [ŋàiɲ] Branch, ramification.

ngành [ŋàiɲ] (Mil) Arm ; branch (of tree, family, study).

ngành cây [ŋàiɲ kei] Branch of a tree.

nganh học [ŋàiɲ hɔk] Faculty, school, (in a university).

ngành ngọn [ŋàiɲ ŋɔn] In detail ; all the details ; all the ins and outs. Biết rõ ngành ngọn một vấn đề : To have a thorough knowledge of a subject.

ngành sông [ŋàiɲ ʃoŋ] Branch of a river.

ngảnh cổ [ŋàiɲ kỏ] To turn one's head.

ngảnh đi [ŋàiɲ di] To turn away ; to turn in a different direction ; to refuse to look at.

ngảnh lại [ŋàiɲ lại] To look back, to look round.

ngảnh mặt [ŋàiɲ mặwt] To turn away.

ngạnh [ŋàiɲ] Barb (of a spear, etc...) ; fluke. Có ngạnh : Barbed. Tên có ngạnh : Barbed arrow.

ngạnh độ [ŋàiɲ dọ] Degree of hardness.

ngạnh lưỡi câu [ŋàiɲ lɯỡi kəu] Barb of fish-hook. Mỏ neo một ngạnh : Anchor with only one fluke.

ngạnh trở [ŋàiɲ trở] To hinder, to prevent, to obstruct.

ngạnh trực [ŋàiɲ trụk] Straight.

ngao [ŋau] Oyster.

ngao du [ŋau zu] To travel.

ngao ngán [ŋau ŋán] Discouraged, disappointed, disgusted.

ngáo [ŋáu] Ngơ ngáo : Bewildered.

ngào [ŋàu] To mix (flour and water etc...).

ngào đường [ŋàu dùⁱəŋ] To mix boiled sugar with (fruit, etc..).

ngào ngạt [ŋàu ŋạt] To exhale (a sweet scent).

ngạo [ŋạu] To scoff, laugh at.

ngạo đời [ŋạu dòi] To scoff at everybody.

ngạo mạn [ŋạu mạn] Proud, haughty, arrogant.

ngạo nghễ [ŋạu ŋễ] Disdainful, scornful.

ngáp [ŋáp] To yawn, to gape ; to give a yawn. Cái ngáp : Yawn. Người hay ngáp : Yawner. Ngáp ngắn ngáp dài : To yawn repeatedly.

ngát [ŋát] Thơm ngát : Perfumed, sweet-scented. Bát ngát : Vast, immense.

ngạt [ŋạt] Asphyxiated, suffocated, suffocating, stifling.

ngạt Dog, detent.

ngạt hãm [ŋạt hãm] Stop-dog.

ngạt hơi [ŋạt həi] Suffocated, stifled.

ngạt mũi [ŋạt mũi] To snuffle, to sniffle.

ngạt ngào [ŋạt ŋàu] Thơm ngạt ngào : Sweet-scented.

ngàu [ŋàu] Nước đục ngàu : Troubled water.

ngay [ŋay] 1) Straight, direct. Làm cho ngay vật gì : To put something straight. Sửa cà vạt cho ngay : To set one's tie straight. Để bức tranh cho ngay lại : Put the picture straight. Đập cho ngay một thanh sắt : To straighten (out) an iron bar.

2) Straightforward, upright, honest (person, conduct).

3) (To act, etc...) Right away, directly, at once, immediately. Hành động ngay : To act without loss of time. Làm việc gì ngay : To do something right away, right off ; to do something out of hand. Tôi sẽ làm việc ấy ngay bây giờ : I'll do it right now. Tôi sẽ đến đó ngay : I'll be there directly. Đi tìm bác sĩ ngay : Fetch a doctor at once. Tôi sẽ trở về ngay : I shall be back in an instant. Hãy đến ngay : Come this instant.

4) Right. Ngay ở trên : Right the top. Đánh trúng ngay mũi người nào : To hit someone slick on the nose.

ngay As soon as. Ngay khi tôi đến Saigon : As soon as I arrived in Saigon. *Ngay khi chúng tôi nổ súng thì địch bỏ chạy* : As soon as we fired, the enemy ran. *Nó lên đường ngay khi nó nhận được tin* : He started as soon as he received the news. *Ngay khi nó xài hết tiền thì các bạn nó bắt đầu bỏ nó* : As soon as he had spent all his money, his friends began to fall away (: leave him).

ngay chân ra [ŋay cən ra] To stretch one's leg.

ngay chính giữa [ŋay ciɲ ʒɯ̃ə] Right in the middle. *Ngay chính giữa đường* : In the very middle, right in the middle, of the road.

ngay đơ [ŋay dɔ] Stiff, stark. *Nó nằm chết ngay đơ* : He lay stark in death.

ngay gian [ŋay ʒan] Honest and dishonest.

ngay lập tức [ŋay ləp tɯ́k] Immediately, at once, right away. *Làm việc gì ngay lập tức* : To do something right away.

ngay lưng [ŋay lɯɯŋ] Lazy, slothful.

ngay ngáy [ŋay ŋáy] Anxious, worried.

ngay ngắn [ŋay ŋáɯn] Straight. *Sửa mái tóc lại cho ngay ngắn* : To put one's hair straight.

ngay ở trên [ŋay ɔ̉ tren] Right the top.

ngay thẳng [ŋay θàɯŋ] Righteous, rightful, straight, upright.

ngay thật [ŋay θə̣t] Sincere, honest, candid.

ngay tức thì [ŋay tɯ́k θì] Immediately, straight away, right away, at once.

ngay xương [ŋay sɯɯəŋ] Lazy, slothful.

ngáy [ŋáy] To snore. *Tiếng ngáy* : Snore ; snoring noise. *Người ngủ hay ngáy* : Snorer. *Ngáy như bò rống* : To snore like a pig.

ngáy ngú [ŋáy ŋú] To be still sleepy after getting up.

ngày [ŋày] 1) Day. *Làm việc ngày đêm* : To work day and night. *Làm việc suốt ngày* : To work all day (long), all the day. *Suốt ngày, tối ngày nó không làm*

gì cả : He does nothing all day long *Làm việc ăn tiền ngày* : To work by the day. *Đó là chuyện thường ngày* : It's all in the day's work. *Một ngày tám giờ* : An eight-hour day. *Trong ngày* : In the course of the day. *Mỗi ngày hai lần* : Twice a day. *Ngày nay tôi vẫn còn nhớ việc ấy* : I remember it to this day. *Năm tới cũng ngày nầy* : This day next year. *Tuần rồi cũng ngày nầy* : This day last week. *Hai ngày sau* : Two days after, later. *Hai ngày một lần* : Every other day. *Hết ngày nầy sang ngày khác* : Day after day passed. *Ngày nầy qua ngày khác* : From day to day. *Sống ngày nào hay ngày nấy, lây lất cho qua ngày* : To live from day to day, from hand to mouth ; to take no thought for the morrow. *Kể từ ngày ấy* : From that day to this. *Giữa ban ngày* : In broad daylight ; in the blaze of day, in the full light of day. *Anh đã đọc báo hôm nay chưa ?* : Have you seen today's newspaper?. *Việc ấy có thể xảy ra không biết ngày nào ?* : That may happen any day. *Chúng tôi đi ngày và đêm không nghỉ* : We travelled day and night without stopping. *Ngày bốn tây tháng sáu* : The fourth day of June. *Một ngày kia* : One day, some day, one of these days. *Đến ngày nào cũng được* : Come any day. *Tôi viết thơ suốt ngày* : I've been writing letters all day long (all the day). *Tôi đã gặp nó ba ngày nay* : I saw him three days ago. *Nó có thể đến không biết ngày nào* : He may arrive any day. *Đến ngày chết* : To one's dying day. *Chơi dao có ngày đứt tay* : Everything has its day. *Rõ như ban ngày* : As clear as daylight. *Hôm nay là ngày mấy ?* : What's the date today? what day of the month is it ? what is the day of the month ?. *Ngày rất bận việc* : Full, busy, day. *Sẽ có ngày tôi đến thăm ông* : I'll come and see you one day. *Một ngày kia anh sẽ trở nên một người giàu có* : You'll be a rich man some day. *Nó làm việc mười giờ một ngày* : His working day is ten hours, he works ten hours a day. *Đã ba ngày rồi nó không có ăn gì* cả : He hasn't had anything for three days. *Tháng Hai có mấy ngày ?* : How many days has February ?, how many days are there in February ?. *Đã ba ngày tôi không ăn gì cả* : I ate nothing for three days. *Nó không ăn gì đã hai ngày nay* : He hasn't touched food for two days.

2) Date. *Một bức thơ đề ngày 4 tây tháng nầy* : A letter bearing date the 4th. inst. *Vào ngày 4 tây tháng 6* : Under the date of June 4th. *Giữ sổ nhựt ký đúng ngày* : To bring, keep, one's diary up to date. *Vào một ngày gần đây* : At an early date. *Ngày đề trước ngày thật* : Antedate. (*Thương*) *Giữ sổ sách đúng ngày* : To keep the books up to date.

ngày chẳn [ŋày cãum] Even day.

ngày chết [ŋày cét] Dying day.

ngày chúa nhựt [ŋày cúa ŋưt] Sunday. *Ở Anh các cửa hàng không mở cửa ngày chúa nhựt* : In England, the shops do not open on Sundays.

ngày cúng cô hồn [ŋày kúŋ ko hòn] All-Souls' Day.

ngày cưới [ŋày kưới] Wedding day, nuptial day. *Định ngày cưới* : To fix the nuptial day.

ngày đầu năm [ŋày dầu nawm] New Year's day.

ngày đầu tháng [ŋày dầu θáŋ] The first day of the month.

ngày đêm [ŋày dem] Day and night. *Làm việc ngày đêm* : To work day and night.

ngày giỗ [ŋày ʒỗ] Anniversary of a death.

ngày hè [ŋày hè] Summer's day.

ngày hôm kia [ŋày hom kiə] Day before yesterday.

ng y hôm nay [ŋày hom nay] Today.

ngày hôm nọ [ŋày hom nọ] The other day.

ngày hôm qua [ŋày hom kwa] Yesterday.

ngày hôm sau [ŋày hom ʃau] The next day, the following day.

ngày hôm trước [ŋày hom trứưk] Eve, preceding day.

ngày kia [ŋày kiə] 1) The day after to-morrow. See ngày mốt.

2) Some day. *Một ngày kia tôi sẽ trả thù nó* : I'll get my own back on him some day. *Một ngày kia anh sẽ phải cần đến tôi* : You will have need of me some day.

ngày kìa [ŋày kìə] In three days.

ngày ky [ŋày kị] See ngày giỗ.

ngày làm việc (trong tuần) [ŋày làm vịrk (trɔŋ twờn)] Weekday, workday.

ngày lành [ŋày làiŋ] Lucky day.

ngày lẻ [ŋày lẻ] Odd day.

ngày lễ [ŋày lễ] Holiday ; feast-day. *Ngày lễ chánh thức* : Legal holiday, official holiday.

ngày mai [ŋày mai] Tomorrow. *Ngày mai cũng vào giờ nầy* : This time to-morrow. *Ngày mai là chúa nhựt* : Tomorrow is, will be, Sunday. *Việc có thể làm hôm nay không nên hoãn lại ngày mai* : Never put off tomorrow what you can do today. *Anh sẽ đọc vụ ấy trong báo ngày mai* : You will read it in to-morrow's paper. *Hãy đến bất cứ ngày nào trừ ngày mai* : Come any day but tomorrow. *Có lẽ ngày mai chúng tôi sẽ trở lại* : Perhaps we shall return to-morrow. *Có tin đồn rằng ngày mai được nghỉ* : It is rumoured that there will be a holiday to-morrow. *Ngày mai tôi sẽ cho người đến* : I will send round to-morrow. *Ngày mai tôi sẽ đi và nó sẽ đến* : To-morrow I shall go and he will arrive. *Ngày mai anh đến chứ ?* : Shall you com to-morrow ?. *Không nghĩ đến ngày mai (làm ngày nào ăn ngày ấy, sốn ngày nào hay ngày nấy)* : To take thought for the morrow. *Ngày m trời sẽ mưa* : It will rain to-morrow

ngày mốt [ŋày mốt] The day after t morrow. See ngày kia.

ngày một [ŋày mọt] Every day,

ngày mưa [ŋày mưa] Rainy day.

ngày nay [ŋày nay] Nowadays, in the days, in our days, this day, at present time, in our time ; today.

ngày này [ŋày nèi] This day.

ngày ngày [ŋày ŋày] Every day.

ngày nghỉ [ŋày ŋi] Holiday, rest-day, day of rest. *Ngày nghỉ nửa ngày* : Half-holiday. *Những ngày nghỉ ăn lương*: Holidays with pay.

ngày nọ [ŋày nọ] The other day.

ngày này [ŋày này] In these days.

ngày rằm [ŋày ràm] Fifteenth day of the (lunar) month.

ngày sau [ŋày ʃau] In times to come ; in (the) future, for the future ; later on.

ngày sinh [ŋày ʃiŋ] Date of birth ; birthday, natal day. *(Đàn bà có thai) Đến ngày sinh* : (Of pregnant woman) To have reached her time.

ngày tàn [ŋày tàn] The close of the day ; daylight is fading (away) ; the day is done. *Ngày tàn xế* : The day fades into night.

ngày tận thế [ŋày tạn θế] The end of the world.

ngày Tết [ŋày tét] Lunar New Year's Day.

ngày tháng [ŋày θáŋ] Date ; time.

ngày thường [ŋày θưàŋ] Weekday.

ngày tốt [ŋày tót] Lucky day.

ngày trước [ŋày trứrk] Formerly, in the past, in times past, in olden times.

ngày xanh [ŋày saiɲ] Young days, youthful days.

ngày xấu [ŋày sáu] Unlucky day.

ngày xưa [ŋày sưɔ] Formerly, of old, in the olden time, in the days of old, in the days of yore ; once upon a time. *Ngày xưa có một ông vua* : Once upon a time there was a king.

ngắc [ŋáuk] *Đầy ngắc* : Overfull.

ngắc ngoải [ŋáuk ŋwải] To be at the death's door.

ngăm [ŋaum] See hăm.

ngăm ngăm [ŋaum ŋaum] *Da ngăm ngăm* : Dark-skinned, dark-complexioned. *Đau bụng ngăm ngăm* : To have a slight stomach-ache.

ngắm [ŋáum] To contemplate, to look at, admire oneself (in mirror, etc...). *Nàng đứng ngắm mình trong gương* : She stood contemplating herself in the mirror. *Nàng tưởng mọi người đang ngắm nàng* : She thinks, fancies, that everyone admires her.

ngắm nghía [ŋáum ŋiɔ] To look at, to view, to gaze, to stare.

ngắm phong cảnh [ŋáum fɔŋ kảiɲ] To admire scenery.

ngăn [ŋaun] To divide, to part, to partition, to compart ; to get apart. *Núi ngăn cách nước Pháp với nước Tây-ban-nha* : Mountains that divide, separate, France from Spain. *Ngăn hai vật ra* : To get two things apart.

ngăn Drawer (of table).

ngăn To prevent, to hinder ; to stem, to stop. *Ngăn một bịnh truyền nhiễm khỏi lan ra* : To stem an epidemic.

ngăn can [ŋaun kan] To dissuade (someone from doing something) ; to advise against.

ngăn cản [ŋaun kản] To prevent, to hinder, to impede, to stop, to bar, to deter, to balk (baulk). *Ngăn cản người nào làm việc gì* : To prevent, stop, bar someone (from) doing something ; to stop, prevent, someone's doing something. *Không có gì ngăn cản nó được* : Nothing will deter him.

ngăn cấm [ŋaun kẩm] To forbid, to debar.

ngăn kéo [ŋaun kéu] Drawer. *Ngăn kéo đầy quần áo*: Drawers filled with linen.

ngăn lại [ŋaun lại] 1) To control, to choke.

2) To prevent, to block, to obstruct.

ngăn nắp [ŋaun náup] Orderly, well-ordered (arrangement) ; tidy, neat. *Nhà cửa có ngăn nắp* : Well-ordered house.

ngăn ngắn [ŋaun ŋáun] Short ; brief.

ngăn ngừa [ŋaun ŋừɔ] To prevent. *Sự ngăn ngừa* : Prevention. *Sự ngăn ngừa tai nạn* : Prevention of accidents.

ngăn trở [ŋaun trở] To hinder, to prevent, to impede.

ngắn [ŋắɯn]Short ; brief. *Có chân ngắn :*
To be short in the leg, to be short-
legged. *Mỏ ngắn :* Short-billed. *Có
chòm đầu ngắn :* Short-headed. *Có sừng
ngắn :* Short-horned. *Mặc quần áo ngắn:*
Short-skirted. *Hơi ngắn :* Shortist. *Làm
ngắn bớt :* To shorten. *Bước ngắn lại :*
To shorten step. *Đi đường ngắn hơn
hết :* To go by the shortest road ; to
go the shortest way ; to take the nearest
road, to take a short cut. *Bước ngắn :*
Short steps. *Có tay chân ngắn :* To
be short in the arm, in the leg. *Tóc
hớt ngắn :* Hair cut short. *Một giấc
ngủ ngắn :* A short sleep. *Nguyên âm
ngắn :* Short vowel. *Mặc quần áo
ngắn :* Dressed short. *Khoảng cách ngắn:*
Short, brief, interval.

ngắn hơi [ŋắɯn hơi] Short-winded.

ngắn ngúi [ŋắɯn ŋủi] Short, brief.
Đời sống ngắn ngủi : Short life.

ngắn ngún [ŋắɯn ŋủn] Short.

ngắn [ŋẳɯn] *Cụt ngắn :* Short.

ngắt [ŋắɯt] To tweak.

ngắt To pick, to pluck (flowers) ; to nip
off, to pinch off) young shoots, dead
leaves, etc...) ; to take up, remove
or pull away with the fingers.

ngắt To interrupt. *Ngắt lời người
nào :* To interrupt someone, to cut
someone short.

ngắt *Chán ngắt :* Wearisome, tiresome.
Cứng ngắt : Very hard. *Lạnh ngắt :*
Very cold. *Xanh ngắt :* Very green.

ngắt hoa [ŋắɯt hwa] To pick, pluck,
flowers.

ngắt lời [ŋắɯt lời] To interrupt (some-
one). *Ngắt lời người nào :* To cut,
take, someone short, to interrupt some-
one. *Ngắt lời người nào trong cuộc nói
chuyện :* To break in (up) on some-
one, upon a conversation. *Nó ngắt lời
tôi :* He took me up short.

ngắt máy [ŋắɯt máy](Mec)To declutch.

ngặt [ŋặɯt] 1) Strict, stern.

2) Dangerous ; difficult.

ngặt nghèo [ŋặɯt nèu] 1) Difficult,
hard.

2) Serious (illness).

ngặt nghèo [ŋặɯt nếu] *Cười ngặt
nghèo :* To choke with laughter, to be
convulsed with laughter.

ngặt vì [ŋɯt vì] Unfortunately.

ngâm [ŋəm] To soak, to steep (some-
thing in something). *Ngâm da (vào
nước) :* To soak skins. *Ngâm dưa
chuột trong giấm :* To soak gherkins
in vinegar. *Bỏ ngâm vật gì :* To put
something in steep.

ngâm To declaim, to recite (verses).

ngâm giấm [ŋəm ʒấm] To pickle.

ngâm nga [ŋəm ŋa] To croon.

ngâm nước [ŋəm nứrk] To steep
(the vegetables, etc...) in water.

ngâm rượu [ŋəm rɯʒu] To soak in
alcohol.

ngâm thơ [ŋəm θơ] To declaim verses.

ngấm [ŋấm] Saturated, impregnated.

ngấm (Of tea) To draw. *Để trà ngấm
ba phút :* To let the tea draw for three
minutes.

ngấm ngầm [ŋấm ŋầm] Delitescent,
latent, hidden, concealed.

ngầm [ŋầm] 1) Hidden, latent, delites-
cent. *Tàu ngầm :* Submarine. *Đá ngầm :*
Reef.

2) Tacit. *Sự bằng lòng ngầm :* Tacit
consent.

ngẫm nghĩ [ŋẫm nĩ] To think, to
reflect, to meditate, to cogitate.

ngậm [ŋəm] 1) To hold, keep (some-
thing) in one's mouth.

2) To bear, endure (hardships).

ngậm câm [ŋəm kəm] To be silent, to
hold one's tongue.

ngậm cười [ŋəm kừơi] To chuckle ; to
laugh up one's sleeve.

ngậm đắng nuốt cay [ŋəm dấɯŋ
nuốt kay] To endure hardships.

ngậm hơi [ŋəm hơi] To hold one's
breath.

ngậm hờn [ŋəm hờn] To harbour a
resentment.

ngậm miệng [ŋəm miệŋ] To close,
shut, one's mouth ; to be silent, to
hold one's tongue. *Ngậm miệng lại !* :
Shut your mouth!.

ngậm mồm [ŋʌm mòm] See **ngậm miệng.**

ngậm ngùi [ŋʌm ŋùi] To pity, to have compassion.

ngậm oan [ŋʌm wan] To bear injustice in silence.

ngậm tăm [ŋʌm taưm] To keep silent, to hold one's tongue.

ngậm vành [ŋʌm vàiɲ] To be grateful.

ngân [ŋən] To vibrate.

ngân Silver. *Thủy ngân* : Mercury.

ngân bản vị [ŋən bản vị] Silver standard.

ngân bịnh [ŋən bịɲ] (Med) Argyria.

ngân chi [ŋən ci] Bank—note, bank-bill.

Ngân Hà [ŋən hà] (Astr) The Milky Way, the Galaxy.

ngân hàng [ŋən hàŋ] Bank. *Tiền để trong ngân hàng* : Sum at the bank. *Ngân hàng quốc gia* : The National Bank. *Ngân hàng mở cửa vào tám giờ* : The bank opens at eight. *Người gởi tiền trong ngân hàng* : Depositor. *Gởi tiền và đồ quý giá trong ngân hàng* : To lodge one's money and valuables in the bank. *Mở trương mục trong một ngân hàng* : To open, start, an account at a bank. *Tôi có một trương mục trong ngân hàng quốc gia* : I have an account with the National Bank. *Nó gởi nửa số lương của nó trong ngân hàng mỗi tháng* : He banks half his salary every month. *Anh gởi tiền ở ngân hàng nào ?* : Whom do you bank with ?. *Nó có rất nhiều tiền trong ngân hàng* : He has much money in bank. *Tôi gởi tiền ở ngân hàng Hồng-Kông* : I keep my money in the Hong-kong Bank. *Cảnh sát khuyên chúng tôi gởi nữ trang của chúng tôi trong ngân hàng trong lúc chúng tôi vắng nhà* : The police advised us to deposit our jewels in the bank while we were away from home.

ngân hàng máu [ŋən hàŋ máu] Blood-Bank.

ngân hôn [ŋən hon] Silver wedding.

ngân khoản [ŋən xwản] Credit.

ngân khố [ŋən xó] Treasury. *Tổng Ngân khố* : General Treasury.

ngân mạc [ŋən mạk] Screen.

ngân nga [ŋən ŋa] To sing.

ngân phiếu [ŋən fiếu] Money order.

ngân quỹ [ŋən kwỉ] Fund. *Ngân quỹ đặc biệt* : Special fund. *Ngân quỹ quân sự* : Military fund.

ngân sách [ŋən ʃáik] Budget, the Estimates. *Ngân sách quốc gia* : National Budget. *Ngân sách ngoại viện* : Foreign aid budget. *Ngân sách thiếu hụt* : Budget that shows a deficit. *Ngân sách gia đình* : Budget's family, household budget.

ngân thiềm [ŋən θièm] Silver toad, (fig) the moon.

ngân tuyền [ŋən twién] Silver thread.

ngấn [ŋə́n] Trace.

ngấn lệ [ŋə́n lẹ] Trace of tears.

ngấn nước [ŋə́n núrk] Trace of the water-level.

ngần [ŋə̀n] *Trắng ngần* : Very white. *Vô ngần* : Innumerable, in large quantities. *Ngần ấy* : This much.

ngần ngại [ŋə̀n ŋại] To hesitate, to scruple, to be reluctant ; to show, speak with, indecision. *Ngần ngại việc gì* : To hesitate over something. *Nó không ngần ngại việc gì cả* : He hesitates at nothing. *Không có gì ngần ngại cả* : There is no room for hesitation. *Ngần ngại không muốn làm việc gì* : To scruple to do something. *Nó không ngần ngại tuyên bố...* : He did not scruple to declare... *Ngần ngại làm việc gì* : To be backward on doing something.

ngần ngại *Sự ngần ngại* : Hesitation, scruple. *Ngần ngại không muốn làm việc gì* : To have scruples about doing something ; to make scruple to do something.

ngần ngừ [ŋə̀n ŋừ] To hesitate.

ngẩn [ŋə̉n] Enraptured *Ngớ ngẩn* : Foolish.

ngẩn mặt [ŋə̉n mạưt] Bewildered.

ngẩn ngơ [ŋə̉n ŋə] Flabbergasted, amazed, astounded.

ngẩn người [ŋə̉n ŋười] Dumfounded, stupefied, flabbergasted, enraptured. *Đứng ngẩn người* : To stand in open-mouthed astonishment. *Ngẩn người* trước việc gì : To be enraptured with something.

ngẩng [ŋɔ̀ŋ] To erect ; to lift.

ngẩng đầu [ŋɔ̀ŋ dɔ̀u] To lift one's head ; to look up, to hold up one's head, to raise one's head. *Ngẩng đầu lên* : To hold up one's head, to lift up one's head, to rear one's head, to uprear one's head.

ngấp nghé [ŋɔ́p ŋɛ́] To aim, to covet, to desire.

ngập [ŋɔ̀p] Flooded, under water, submerged, inundated. *Làm ngập* : To flood, to submerge. *Đất dễ bị ngập* : Ground easily flooded. *Xả, tháo nước cho ngập một vùng* : To flood a region. *Các đường bị ngập sau trận mưa to* : The roads were under water after the heavy rain. *Nước ngập tới cằm* : To be up to the chin, chin-deep, in water. *Nước ngập tới ngực* : Breast-deep, breast-high, in water.

ngập đầu [ŋɔ̀p dɔ̀u] To be immersed in water. *Công việc nhiều ngập đầu* : To be up to one's neck in work.

ngập lụt [ŋɔ̀p lụt] Flooded, inundated.

ngập mắt cá [ŋɔ̀p máɯt ká] Ankle-deep.

ngập ngừng [ŋɔ̀p ŋừŋ] To hesitate, to waver ; to falter, to halt ; hesitating, wavering, faltering, halting. *Giọng ngập ngừng*: Faltering voice. *Nói ngập ngừng* : To speak with a halt, to speak with a certain hesitancy. *Ngập ngừng khi làm việc gì* : To hesitate to do something.

ngập nước [ŋɔ̀p núrk] Flooded, under water.

ngất [ŋɔ́t] To faint, to swoon, to be unconscious, to lose consciousness, (slang) to pass out. *Chứng ngất* : (Med) Syncope, fainting.

ngất *Cao ngất* : Very high, towering. *Cười ngất* : To laugh consumedly ; to choke with laughter.

ngất đi [ŋɔ́t di] To become unconscious, to become insensible, to fall down in a faint ; to fall into a state of insensibility.

ngất giời [ŋɔ́t ɹɔ̀i] See **ngất trời.**

ngất nghều [ŋɔ́t ŋèu] *Cao ngất nghều :* Very tall.

ngất ngư [ŋɔ́t ŋɯ] To be at one's last gasp.

ngất ngưởng [ŋɔ́t ŋɯɔ̀ŋ] Swaying, reeling, unsteady, wavering, tottering.

ngất trời [ŋɔ́t trɔ̀i] Towering, sky-high.

ngật [ŋạt] *Ngây ngật :* To feel sick.

ngâu [ŋɔu] *Mưa ngâu :* Sudden and short shower (in the seventh lunar month).

ngâu nghiến [ŋɔ̀u ɲién] *Nhai ngấu nghiến :* To devour, to eat greedily, gluttonously. *Đọc ngấu nghiến một quyển sách :* To devour a book.

ngầu [ŋɔ̀u] *Đục ngầu :* Turbid, muddy (water).

ngẫu duyên [ŋɔ̃u zwien] Fortuitous marriage.

ngẫu đề [ŋɔ̃u dè] *Loại ngẫu đề :* Artiodactyla.

ngẫu hôn [ŋɔ̃u hon] Monogamy.

ngẫu hợp [ŋɔ̃u hợp] To concur, to coincide. *Sự ngẫu hợp :* Concurrence, coincidence.

ngẫu hứng [ŋɔ̃u hứŋ] Sudden inspiration.

ngẫu ngộ [ŋɔ̃u ŋọ] Casual meeting.

ngẫu nhĩ [ŋɔ̃u ɲĩ] Accidental, casual, fortuitous.

ngẫu nhiên [ŋɔ̃u ɲien] By accident, by chance ; casual ; accidental, undesigned, casual, adventitious. *Ngẫu nhiên học thuyết :* Casualism.

ngẫu phát luận [ŋɔ̃u fát lwạn] (Bio) Abiogenesis.

ngẫu sinh [ŋɔ̃u siɲ] (Bot) Casual.

ngẫu sồ [ŋɔ̃u ʃó] Even number.

ngẫu tượng [ŋɔ̃u tɯ̣ɔŋ] Idol.

ngây dại [ŋei zại] Naive.

ngây hồn [ŋei hòn] Ecstatic. *Sự ngây hồn :* Ecstasy. *Ngây hồn trước vật :* To go into ecstasy over something.

ngây mặt [ŋei mạɯt] Bewildered, stupefied ; astounded.

ngây ngất [ŋei ŋɔ́t] To go into stasy.

ngây ngất [ŋei ŋə́t] *Ngây ngất sốt :* To feel feverish.

ngây ngô [ŋei ŋo] Stupid, foolish.

ngây người [ŋei ŋɯài] See ngây mặt.

ngây thơ [ŋei θə] Naive, innocent, guiltless, unsophisticated, verdant. *Nó làm bộ ngây thơ :* He put on an air of innocence.

ngây [ŋéi] Disgusted ; sick of, sick and tired of. *Ngây trứng :* To be put off eggs.

ngây sốt [ŋéi ʃốt] To feel feverish.

ngấy ngà [ŋèi ŋà] To importune, to bother.

ngấy ngật [ŋèi ŋət] To feel sick.

nghe [ŋɛ] To hear. *Tôi nghe một tiếng la :* To hear a cry. *Nghe một đứa bé khóc :* To hear a child crying. *Nghe một tiếng rên :* A groan was heard. *Tôi nghe nó cười :* I heard him laugh. *Người ta nghe nó cười :* He was heard to laugh. *Tôi nghe tiếng nói chuyện trong phòng bên cạnh :* I hear voices in the next room. *Nghe nói việc gì, người nào :* To hear (speak) of something, of someone. *Đây là lần đầu tiên mà tôi nghe nói đến :* This is the first I have heard of it. *Nó không muốn nghe nói chuyện ấy :* He won't hear of it. *Tôi không muốn nghe nói đến nó nữa :* I don't want to hear him mentioned again. *Nghe nói rằng :* To hear it said that, to hear tell that. *Tôi thường nghe nói đến việc ấy :* I have often heard it said. *Tôi nghe nó nói nó sẽ đến :* I heard him said he would come. *Tôi nghe tiếng chuông reo :* I hear a ring. *Nghe người nào nói :* To hear someone speak. *Tôi nghe tiếng chó sủa :* I heard the dog bark. *Tôi không nghe anh nói gì cả :* I didn't quite catch (=hear) what you said. *Tôi nhớ có nghe nói rằng :* I remember hearing tell that. *Giảng mà không ai thèm nghe :* To preach to deaf ears. *Nói với người điếc còn dễ hơn nói với người cố ý không nghe :* There are none so deaf as those that will not hear. *Chúng nó không muốn nghe tôi nói :* They refused to hear me. *Hãy nghe tôi nói hết đã :* Hear me out.

Nghe những người chứng khai : To hear the witnesses. *Nghe một tin gì :* To hear a piece of news. *Tôi chưa bao giờ nghe nói một chuyện như thế !:* I never heard of such a thing !. *Nghe một bên thì chỉ hiểu có một lẽ (muốn biết rõ phải nghe cả hai bên) :* One should hear both sides of a question. 2) To listen. *Chú ý nghe :* To listen with both ears ; to be all ears. *Nghe người nào hát :* To listen to someone singing. *Nghe người nào, việc gì :* To listen to someone, to something. *Không chịu nghe người nào :* To turn a deaf ear to someone. *Nghe chim hót :* To listen to the birds singing. *Chúng tôi cố nghe nhưng không nghe được gì cả :* We listened but we heard nothing. *Chúng tôi nghe truyền thanh bài diễn văn của thủ-tướng :* We were listening in to the prime minister's speech. 3) To listen ; to obey. *Nếu người ta đã nghe theo tôi :* If I were listened to. *Nghe theo lời khuyên của người nào :* To take someone's advice. *Nghe theo tiếng gọi của lương tâm :* To follow the dictates of one's conscience.

nghe bịnh [ŋɛ bịŋ] (Med) To auscult, to auscultate. *Sự nghe bịnh :* Auscultation.

nghe bóng nghe gió [ŋɛ bɔ́ŋ ŋɛ ʒɔ́] To hear vague rumours.

nghe chùng [ŋɛ cùŋ] See nghe lén.

nghe chừng [ŋɛ cừŋ] It seems.

nghe đồn [ŋɛ dòn] To hear a rumour.

nghe được [ŋɛ dɯrk] Hearable.

nghe lén [ŋɛ lén] To listen secretly.

nghe lóm [ŋɛ lɔ́m] To overhear. *Nghe lóm được nhiều đoạn của câu chuyện :* To overhear snatches of conversation. *Nghe lóm câu chuyện của người khác :* To listen in to other people's conversation.

nghe lời [ŋɛ lời] To obey. *Tôi muốn người ta phải nghe lời tôi :* I like to be obeyed. *Đừng nghe lời nó :* Don't listen to him.

nghe mang máng [ŋɛ maŋ máŋ] To hear vaguely.

nghe ngóng [ŋɛ ŋ⁵ŋ] To keep one's ears open ; (Mil) to be on the watch. *Luôn luôn để ý nghe ngóng* : To keep a bright look-out.

nghe như [ŋɛ ɲɯ] It seems.

nghe nói [ŋɛ n⁵i] To hear tell (that...).

nghe phong phanh [ŋɛ fɔŋ faiɲ] To hear vaguely.

nghe tin [ŋɛ tin] To hear the news.

nghe trộm [ŋɛ trɔm] To eavesdrop, to listen secretly.

nghe văng vẳng [ŋɛ vauŋ vauŋ] To hear vaguely in the distance.

nghé [ŋɛ́] Buffalo calf, young buffalo.

nghén [ŋɛ́n] Pregnant, with child. *Ốm nghén* : To have morning sickness.

nghẽn [ŋɛ̃n] Obstructed, blocked. *Làm nghẽn tắc* : To blockade.

nghẹn [ŋɛ̣n] Choked ; strangled. *Nó mắc nghẹn vì một miếng thịt* : He was choked by a piece of meat.

nghẹn họng [ŋɛ̣n hɔŋ] *Nó nghẹn họng (không nói gì được)* : That was a clincher for him.

nghẹn lời [ŋɛ̣n lɜi] To choke ; to become speechless (from anger, etc..) ; to be unable to speak for a short time because of strong feeling. *Sự cảm động làm nó nghẹn lời* : Emotion left him speechless.

nghẹn ngào [ŋɛ̣n ŋàu] To be choked by tears. *Bằng một giọng nghẹn ngào* : In a suffocated voice. *Tiếng nói nghẹn ngào* : Strangled voice, choky voice.

nghèo [ŋɛ̀u] Poor ; needy, indigent, penniless, poverty-stricken. *Một người nghèo* : A poor man, an indigent man. *Nghèo không phải là xấu* : Poverty is no disgrace, no crime, no sin, no vice. *Hiểm nghèo* : Dangerous. *Nó nghèo đến nỗi phải đi xin ăn* : He was so poor that he had to beg for food. *Tiền dùng để giúp người nghèo* : The money is to be used for the benefit of the poor. *Anh sẽ làm cha anh nghèo nếu anh tiếp tục xài tiền theo kiểu ấy* : You'll beggar your father if you go on spending money in this way. *Rất nghèo* : To be in necessitous circumstances, to be in the utmost poverty.

nghèo đói [ŋɛ̀u d⁵i] Poor and starving.

nghèo khó [ŋɛ̀u x⁵] Needy, indigent.

nghèo khổ [ŋɛ̀u x⁵] Wretched, needy, indigent. *Có vẻ nghèo khổ* : To look wretched. *Những người nghèo khổ* : The destitute indigents ; the destitute, the needy.

nghèo nàn [ŋɛ̀u nàn] Poor, needy. *Sống trong cảnh nghèo nàn* : To live in poverty.

nghèo rớt mùng tơi [ŋɛ̀u rớt mùŋ tɜi] Poor as a church mouse, as poor as Job.

nghèo tiền [ŋɛ̀u tièn] Poor in money.

nghẹo [ŋɛ̣u] To tilt (one's head) to one side.

nghẹo [ŋɛ̣u] See nghẻo.

nghẹt [ŋɛ̣t] Plugged up, blocked, choked (pipe, etc...) ; strangled, obstructed. *(Ống nước, v.v...) Bị nghẹt* : (Of pipe, etc...) To get plugged up, to get choked up. *Làm nghẹt ống* : To choke (up) a pipe. *Bóp nghẹt báo chí* : To strangle the press. *Mũi tôi bị nghẹt* : My nose is stuffed up. *Ống nước bị rác làm nghẹt* : The drain-pipe is choked up with rubbish.

nghẹt cổ [ŋɛ̣t kỏ] (Of tight collar) To strangle (someone).

nghẹt mũi [ŋɛ̣t mũi] To sniffle, to snuffle. *Chứng nghẹt mũi* : Snuffles. *Cảm thấy nghẹt mũi* : To feel stuffy.

nghẹt thở [ŋɛ̣t θɜ̉] Choked, suffocated. *Sự nghẹt thở* : Suffocation.

nghê thường [ŋɛ θɯɜ̀ŋ] Rainbow-coloured clothes (clad by fairies in dancing).

nghề [ŋɛ̀] Occupation, work, calling, trade, business, profession, craft. *Nó làm nghề gì ?* : What is his occupation ? what is his job ?, what's his business ? what does he do for a living ?, what trade is he engaged in ?. *Người không nghề nghiệp* : Man out of occupation. *Dạy người nào một nghề gì* : To put someone to a trade. *Tôi hỏi người lính lúc ở ngoài làm nghề gì ?* : I asked the soldier what his civilian occupation

was. *Nghề thầy thuốc* : The profession
of medicine. *Theo nghề của cha* : To fol-
low one's father's profession. *Chúng
nó làm cùng một nghề với nhau* : They
follow the same profession. *Chọn nghề* :
To adopt a career. *Người làm nhiều nghề
quá rốt cuộc chẳng thạo nghề nào cả* :
A Jack of all trades is master of none.
Nó sống nghề dạy học : He teaches for
a living (makes a living by teaching).
Không có nghề nào hèn cả : It is no
sin for a man to labour in his vocation ;
all work is honourable. *Nhà nghề* :
(Sport) Professional player. *Nó làm
nghề bán xe hơi* : His business is selling
motor-cars.

nghề bán thịt [ŋè bán θịt] Butcher's
trade, butchery.

nghề làm vườn [ŋè làm vườn] Horti-
culture, gardening.

nghề lương thiện [ŋè lương θiện] Ho-
nest profession. *Nghề lương thiện nào
cũng đáng kính cả* : Any honest pro-
fession is honorable.

nghề nghiệp [ŋè ŋiệp] Trade, profes-
sion, occupation, career.

nghề thợ may [ŋè θợ may] Tailoring.

nghề thợ mộc [ŋè θợ mọk] Carpen-
tering. *Nó đang học nghề thợ mộc* :
He is learning carpentering.

nghề tự do [ŋè tự zɔ] Liberal profes-
sion.

nghề viết báo [ŋè viết báu] Journalism.

nghễ [ŋề] *Bề nghễ* : To feel unwell.

nghễ [ŋẽ] *Ngạo nghễ* : Disdainful, scornful.

nghệ [ŋẹ] (Bot) Saffron, crocus.

nghệ Profession, trade. *Kỹ nghệ* :
Industry. *Bách nghệ* : Polytechnic.

nghệ hòa cơ [ŋẹ hwa cɔ] Reaping-ma-
chine, reaper.

nghệ mục [ŋẹ mụk] Agriculture and
breeding.

nghệ nghiệp [ŋẹ ŋiệp] Profession, occu-
pation. *Người vô nghệ, nghiệp* : Man
out of occupation.

nghệ nhân [ŋẹ nɔn] Artist.

nghệ sĩ [ŋẹ ʃi] Artist. *Nghệ sĩ đại tài* :
Great artist. *Nhìn bằng con mắt nghệ*

sĩ : To see with an artist's eye.

nghệ tây [ŋẹ tei] Saffron, crocus.

nghệ thuật [ŋẹ θwạt] Art. *Nghệ thuật
vị nghệ thuật* : Art for art's sake.

nghệ văn [ŋẹ vaɯn] Art and literature.

nghếch [ŋéik] To raise, to lift (up), to
hold up.

nghếch cổ [ŋéik kỏ] To hold up one's
head, to raise one's head.

nghếch mắt [ŋéik máɯt] To look up.

nghển [ŋẻn] To raise, hold up (one's
head).

nghển cổ [ŋỏn kỏ] To crane one's neck.
Nghển cổ lên đề nhìn vật gì : To crane
one's neck to see something.

nghển đầu [ŋẻn dòu] To raise, hold up
one's head.

nghênh [ŋein] See nghinh.

nghênh ngãng [ŋéiŋ ŋãŋ] To be hard
of hearing.

nghêu ngao [ŋeu ŋau] To sing to
oneself.

nghễu nghện [ŋẽu ŋẹn] Very high. *Cao
nghễu nghện* : As tall as a maypole.

nghi [ŋi] To doubt, to suspect. *Sự nghi
ngờ* : Doubt, suspicion. *Nghi người
nào phạm tội* : To suspect someone of
a crime. *Bị người nào nghi đã làm việc
gì* : To be suspected by someone of
doing something. *Người bị tình nghi* :
A suspected person. *Nó không nghi
ngờ gì cả* : He suspects nothing. *Tôi
nghi rằng nó không đến* : I have my
doubts whether he will come.

nghi án [ŋi án] A doubtful case.

nghi dung [ŋi zuŋ] Countenance.

nghi điểm [ŋi diểm] Doubtful point.

nghi hoặc [ŋi hwặk] Suspicious, doubtful.

nghi hoặc To suspect, to doubt, to dis-
trust.

nghi kỵ [ŋi kị] To distrust, to suspect.

nghi lễ [ŋi lễ] Rite, ceremony ; protocol.

nghi nan [ŋi nan] To doubt, to suspect.

nghi ngại [ŋi ŋại] To worry ; to suspect,
to doubt.

nghi nghĩa [ŋi ŋĩa] Ambiguity.

nghi ngờ [ŋi ŋờ] To suspect, to doubt,

to discredit. *Sự nghi ngờ* : Suspicion, doubt, discredit. *Nghi ngờ người nào* : To doubt someone ; to hold someone in suspicion. *Chúng tôi không bao giờ nghi ngờ sự thành công của anh cả* : We never doubted of your success. *Không một chút nghi ngờ* : Not the shadow (not the ghost) of a suspicion (of a doubt). *Nghi ngờ lòng thành thật của người nào* : To cast suspicion on some-one's good faith. *Kết quả không còn nghi ngờ gì nữa* : The result ceased to be a matter of doubt. *Không nghi ngờ chút nào cả* : To be above (all) suspicion. *Không có gì đáng nghi ngờ cho nó cả* : No suspicion attachs to him. *Nghi ngờ việc gì* : To throw discredit upon something. *Nó không nghi ngờ gì cả* : He has no inkling of the matter. *Nghi ngờ sự thật của việc gì* : To doubt the truth of something. *Việc ấy làm tiêu tan tất cả sự nghi ngờ của tôi* : That sets all my doudts at rest. *Làm cho người nào hết nghi ngờ* : To settle someone's doubts.

nghi ngút [ɳi ɳút] *Lên khói nghi ngút* : To emit thick smoke.

nghi phục [ɳi fụk] Full dress.

nghi quan [ɳi kwan] Imposing, majestic (al).

nghi tâm [ɳi təm] Suspicious mind.

nghi thức [ɳi θứk] Ceremony ; form, formality.

nghi vấn [ɳi vốn] A doubtful question.

nghỉ [ɳi] 1) To rest, to repose, to take a rest. *Tối nay chúng ta nghỉ ở đâu ?* : Where do we rest tonight ?. *Làm việc không nghỉ* : To work without repose, without resting. *Cho ngựa nghỉ*: To rest one's horses. *Ngày nghỉ* : Holiday, day off. *Làm việc từ 8 giờ sáng đến 6 giờ chiều không nghỉ* : To work from 8 a. m. until 5 p.m. without intermission. *Bác sĩ bảo nàng nghỉ một tuần lễ* : The doctor told her to lay off for a week. *Chúng tôi nghỉ nhiều lần trên đường lên núi* : We had several rests on our way up the mountain. *Hãy làm việc trước đã, chúng ta sẽ nghỉ sau* : Let us fist work, we can rest afterwards.

2) To cease, leave off, to stop.

nghỉ ăn tiền [ɳi aɯn tièn] Holidays with pay.

nghỉ chân [ɳi cən] To halt, to stop (walking, etc...).

nghỉ dưỡng bịnh [ɳi zɯɤ̃ɳ bịp] Sick leave.

nghỉ hè [ɳi hɛ̀] To take summer holidays.

nghỉ mát [ɳi mát] See nghỉ hè.

nghỉ ngơi [ɳi ɳɔi] To rest, to take repose, to take a rest. *Sự nghỉ ngơi* : Rest. *Cho một cầu thủ nghỉ ngơi đề đấu trận ngày mai* : To rest a player for to-morrow's game. *Hưởng sự nghỉ ngơi* : To enjoy rest.

nghỉ phép [ɳi fέp] On leave, on pass. *Lính nghỉ phép* : Soldier on pass. *Nghỉ phép ăn lương* : Holidays with pay.

nghỉ tay [ɳi tay] To stop working.

nghỉ trưa [ɳi trɯə] To take a siesta.

nghỉ việc [ɳi vịrk] 1) To quit, to quit one's job, to leave one's work. *Tôi đã báo trước cho người làm tôi nghỉ việc* : I've given my servant notice to quit *Chị bếp cho tôi hay trước để nghỉ việc* : The cook has given me warning (i.e. told me that she will leave my employment). *Tôi đã cho nó hay trước một tháng để nghỉ việc* : I've given him a month's warning (i.e. told him that I shall employ him only one month more).

2) To leave off work. *Đã đến giờ nghỉ việc* : It's time to leave off work *Chúng nó nghỉ việc khi còi hụ* : They quit work when the siren sounds.

nghĩ [ɳi] To think. *Nghĩ đến người nào việc gì* : To think of, to let one' thoughts dwell on, someone, something *Người mà tôi nghĩ đến* : The perso whom I have in mind. *Không bao gi đi ngang qua đó mà tôi không nghĩ đ anh* : I never pass there but I thin of you. *Có nhiều việc mà tôi phải ng kỹ trước khi quyết định* : The are many things I must consider b fore making a decision. *Chàng khô còn nghĩ đến nàng nữa* : He is qui taken up with her. *Anh đang nghĩ gì đó?* : What are you thinking of ?, what are you thinking about ?. *Đừng nghĩ đến việc ấy nữa* : Put it out of your mind, forget all about it. *Tôi không còn nghĩ đến việc ấy nữa* : I forgot all about it. *Tuổi già đến lúc nào mà chúng ta không nghĩ đến* : Old age comes on without our having given it a thought. *Chỉ nghĩ đến việc ấy, máu của tôi sôi lên* : The mere thought (of it) makes my blood boil. *Tôi biết anh đang nghĩ gì* : I know what you are thinking. *Nó ít nói nhưng nó nghĩ nhiều* : He does not say much, but he thinks a lot. *Tôi không bao giờ nghĩ đến việc ấy* : I never thought of it, about it. *Cô ấy luôn luôn nghĩ đến một người đàn ông* : She's always thinking about a he. *Anh nghĩ thế nào về việc ấy?* : What do you think of it ?. *Tôi cũng nghĩ như thế* : I think the same. *Nó chỉ nghĩ đến công việc buôn bán của nó thôi* : He is entirely taken up with his business. *Nó chỉ nghĩ đến cô ấy thôi* : He is taken up with her. *Để tôi nghĩ một chút xem* : Let me think a moment. *Nàng đang nghĩ đến những ngày thơ ấu của nàng* : She was thinking about (of) her childhood days. *Nàng chỉ nghĩ đến các con của nàng* : She is wrapped up in her children.

nghĩ chín [ŋi cín] After close, ripe, mature, consideration ; with mature consideration.

nghĩ đến [ŋi dén] To think over. *Tôi không bao giờ nghĩ đến việc ấy* : I never thought about it, of it.

nghĩ lại [ŋi lại] To think over.

nghĩ ngợi [ŋi ŋợi] To think, to ponder, to meditate, to cogitate. *Hay nghĩ ngợi* : Meditative, ruminant.

nghĩ ra [ŋi ra] To form (an idea, etc...).

nghĩ thầm [ŋi θầm] To meditate.

nghĩ tới [ŋi tới] To think over.

nghĩ vì [ŋi vì] Considering that.

nghĩ vơ vẩn [ŋi vơ vẩn] To day-dream.

nghị [ŋi] *Kiến nghị* : Motion. *Quyết nghị* : Resolution.

nghị án [ŋi án] To find a verdict. *Tòa*

vào đề nghị án : The jury retire to find their verdict.

nghị định [ŋi dịn] Decree.

nghị định To discuss and decide.

nghị giá [ŋi sá] To fix a price.

nghị hòa [ŋi hwa] To negotiate for peace, to hold out the olive-branch.

nghị luận [ŋi lwận] To discuss, to deliberate, to debate.

nghị lực [ŋi lực] Energy, fortitude, vigour. *Thiếu nghị lực* : To have no energy. *Người có nghị lực* : Man of energy, man of vigour. *Đầy nghị lực* : Energetic, full of energy. *Nó có nhiều nghị lực đến nỗi nó có thể làm công việc của sáu người thường* : He had so much energy that he could do the work of six ordinary men.

nghị quyết [ŋi kwiét] Resolution.

nghị sĩ [ŋi ʃí] Deputy, congressman, assemblyman, member of Parliament (M.P), representative.

nghị sự [ŋi ʃự] To discuss, to deliberate. *Chương trình nghị sự* : Agenda.

nghị trình [ŋi trịn] Agenda of a meeting.

nghị trưởng [ŋi trưởng] Chairman of a meeting.

nghị viên [ŋi vien] Councellor.

nghị viện [ŋi viện] Parliament, congress, assembly. *Thượng nghị viện* : Senate, House of Lords. *Hạ nghị viện* : House of Representatives, House of Commons. *Nghị viện là cơ quan chính của chính phủ* : Parliament is the chief organ of government.

nghĩa [ŋiə] Sense, meaning, import (of a work). *Giải nghĩa, cắt nghĩa, giảng nghĩa* : To explain. *Những chữ nầy không có nghĩa gì hết* : These words do not make sense. *Chữ nầy có nghĩa là gì ?* : What is the meaning of this word ?, what does this word mean ?. *Cái nhìn đầy ý-nghĩa* : Look full of meaning. *Thế nầy là nghĩa lý gì ?* : What is the meaning of this ?. *Theo nghĩa thường của chữ* : In the ordinary sense of the word. *Chữ có hai nghĩa* : Word with a double meaning. *Một* *chữ có sáu nghĩa khác nhau* : A word with six distinct meanings. *Những lời ấy đối với tôi không có nghĩa gì cả* : These words mean, convey, nothing to me.

nghĩa [ŋiə] Justice. *Vô nghĩa, bất nghĩa*: Ungrateful. *Trung nghĩa* : Loyal. *Chính nghĩa* : Just, righteous, cause.

nghĩa bóng [ŋiə bɔ́ŋ] Figurative sense, figurative meaning (of a word). *Chữ dùng nghĩa bóng* : Word that is used in the figurative sense.

nghĩa bộc [ŋiə bọk] Loyal servant.

nghĩa cử [ŋiə kử] Good deed.

nghĩa dũng [ŋiə zũŋ] Loyal and courageous.

nghĩa đen [ŋiə dɛn] Literal sense (of a word).

nghĩa đệ [ŋiə dệ] Foster-brother.

nghĩa địa [ŋiə dịə] Cemetery, graveyard, burial ground, burying-ground. *Nghĩa địa quốc gia* : National cemetery.

nghĩa gốc [ŋiə gók] Primary meaning. *Nghĩa gốc của một chữ* : Primary-meaning of a word.

nghĩa hẹp [ŋiə hẹp] Narrow sense (of a word). *Theo nghĩa hẹp nhứt của một chữ* : In the narrowest sense of a word.

nghĩa hiệp [ŋiə hiệp] Chivalrous, knightly.

nghĩa hữu [ŋiə hữu] Friend, companion.

nghĩa keo sơn [ŋiə kɛu ʃən] Close friendship.

nghĩa khí [ŋi xi] Sense of justice.

nghĩa là [ŋiə là] 1) Id est, that is, that is to say.
2) To import, to mean. *Tin nầy có nghĩa là gì ?* : What does this news import (i.e. what does that signify) ?. *Chữ đó có nghĩa là gì ?*: What does that word mean ? what is the meaning of that word ?.

nghĩa lý [ŋiə lí] 1) Meaning, sense.
2) Just cause and justice.

nghĩa mẫu [ŋiə mẫu] Foster mother, adoptive mother.

nghĩa nhi [ŋiə pi] Adoptive child.

nghĩa nữ [ŋiə nữ] Adoptive daughter.

nghĩa phụ [ŋiə fụ] Adoptive father, foster father.

nghĩa quyên [ŋiə kwien] Public subscription.

nghĩa rộng [ŋiə rọŋ] Liberal sense (of a word). *Theo nghĩa rộng nhứt của chữ* : In the most liberal sense of the word.

nghĩa sĩ [ŋiə ʃi] Righteous man.

nghĩa tao (tào) khang [ŋiə tau (tàu) xaŋ] Married love.

nghĩa tè [ŋiə té] Good son-in-law.

nghĩa thiết [ŋiə θiét] Very intimate.

nghĩa trang [ŋiə traŋ] Cemetery, graveyard.

nghĩa tử [ŋiə tử] Adoptive, adopted, child.

nghĩa vợ chồng [ŋiə vợ còŋ] Married love.

nghĩa vụ [ŋiə vụ] Duty, obligation. *Không làm tròn nghĩa vụ* : To fail in one's duty. *Làm tròn nghĩa vụ đối với người nào* : To do one's duty by, to, someone. *Có nghĩa vụ đối với người nào* : To be under obligations, under an obligation, to someone.

nghĩa vụ học [ŋiə vụ họk] Deontology.

nghịch [ŋik] 1) Contrary, opposite ; reverse. *Nghịch chiều* : In the opposite direction.
2) Hostile ; unfriendly (action). *Quân nghịch* : Hostile army. *Hành vi thù nghịch* : Hostile act.

nghịch Boisterous, stirring (child).

nghịch áp [ŋik áp] (Elect) Back pressure.

nghịch bạn [ŋik bạn] To rebel.

nghịch cảnh [ŋik kảip] Adversity ; adverse circumstances. *Chống chọi với nghịch cảnh* : To be struggling with adversity.

nghịch chiều [ŋik ciều] In the opposite direction.

nghịch đảng [ŋik dảŋ] Gang of rebels.

nghịch đức [ŋik dức] Contrary to virtue.

nghịch hành [ŋik hàip] (Astro) To retrograde.

nghịch lệ [ŋịk lệ] Derogatory.

nghịch liệu [ŋịk liệu] To foresee, to expect.

nghịch luân [ŋịk lwən] Immoral, contrary to morality.

nghịch lữ [ŋịk lũ] Hotel, inn.

nghịch lưu [ŋịk lưu] Counter-current.

nghịch lý [ŋịk li] Contrary, opposed, to common sense.

nghịch mắt [ŋịk mǎut] To offend the eyes.

nghịch ngợm [ŋịk ŋ̀əm] Restless (child).

nghịch phong [ŋịk fɔŋ] Adverse, contrary, wind.'

nghịch tai [ŋịk tai] To shock the ears.

nghịch tặc [ŋịk tặuk] Rebel, insurgent.

nghịch triều [ŋịk triều] Counter-tide.

nghịch tử [ŋịk tử] Ungrateful son.

nghịch ý [ŋịk i] Against one's will.

nghiêm [ŋiem] Strict, grave, severe, stern. Có vẻ nghiêm: To look grave. Oai nghiêm: Imposing. Giờ giới nghiêm : Curfew. Điều ấy làm nó không thể giữ được vẻ nghiêm nữa (làm nó bật cười) : That upset his gravity.

nghiêm cách [ŋiem káik] Severe, stern, strict.

nghiêm cảnh [ŋiem kảiŋ] To keep vigilant guard (over).

nghiêm cấm [ŋiem kɔ́m] To forbid, prohibit, strictly. Sự nghiêm cấm : Strict prohibition, forbiddance.

nghiêm cẩn [ŋiem kɔ̉n] Solemn and careful.

nghiêm chính [ŋiem cíŋ] Severe, strict.

nghiêm chỉnh [ŋiem cỉŋ] Correctly. Thi hành nghiêm chỉnh Hiệp định Giơ-neo : To implement correctly the Geneva Agreement.

nghiêm đường [ŋiem dườŋ] One's father.

nghiêm hàn [ŋiem hàn] Very cold.

nghiêm hạn [ŋiem hạn] Strict limit.

nghiêm hình [ŋiem hìŋ] Severe punishment.

nghiêm khắc [ŋiem xǎuk] Severe, strict, stern, hard. Rất nghiêm khắc

đối với con cái : To be very severe with one's children. Pháp luật nghiêm khắc : Strict law. Nghiêm khắc đối với người nào : To be strict with someone. Cái nhìn nghiêm khắc : Stern look, severe look. Người cha nghiêm khắc : Hard father. Nó rất nghiêm khắc đối với học trò : He is most strict with the boys. he is very severe with the pupils.

nghiêm khiết [ŋiem xiét] Clean, pure.

nghiêm khốc [ŋiem xók] Cruel.

nghiêm lãnh [ŋiem lãiŋ] Indifferent, cold.

nghiêm lệ [ŋiem lệ] Strict, severe, stern.

nghiêm lệnh [ŋiem lẹiŋ] Strict order.

nghiêm luật [ŋiem lwạt] Strict law.

nghiêm mật [ŋiem mạt] Strict, severe and vigilant.

nghiêm mệnh [ŋiem mẹiŋ] Strict order.

nghiêm minh [ŋiem miŋ] Severe and just.

nghiêm nét mặt [ŋiem nét mạut] To keep a straight face, to keep one's countenance, to preserve one's gravity.

nghiêm nghị [ŋiem ŋị] Severe, grim, grave. Mặt nghiêm nghị : Grim face.

nghiêm nhặt [ŋiem ŋạut] Strict, stringent, severe, stern. Giữ chừng nghiêm nhặt người nào : To keep strict watch over someone.

nghiêm pháp [ŋiem fáp] Severe, strict, laws.

nghiêm phạt [ŋiem fạt] To punish severely.

nghiêm phụ [ŋiem fụ] One's father.

nghiêm sư [ŋiem jư] Severe teacher.

nghiêm thân [ŋiem θən] See nghiêm phụ.

nghiêm trang [ŋiem traŋ] Grave, solemn, serious ; severe. Vẻ nghiêm trang: Gravity, seriousness. Mặt nghiêm trang: Serious face. Nghiêm trang như quan toà : As grave as a judge. Nói với một giọng nghiêm trang : To speak in a solemn tone. Giữ nét mặt nghiêm trang lại : To keep a solemn face. Vẻ đẹp nghiêm trang : Severe beauty. Lối kiến

N

trúc nghiêm trang : Severe architecture.

nghiêm trị [ŋiem trị] See **nghiêm phạt.**

nghiêm trọng [ŋiem trᴐŋ] Serious, grave. *Những triệu chứng nghiêm trọng:* Grave symptoms. *Sự nghiêm trọng :* Seriousness, gravity. *Sự nghiêm trọng của tình hình chánh trị :* The gravity of the political situation. *Tính cách nghiêm trọng của một sự quyết định :* Gravity of a decision.

nghiêm từ [ŋiem từ] One's parents.

nghiêm tường [ŋiem tườŋ] High wall.

nghiêm nhiên [ŋiem ɲien] 1) By accident, all of a sudden.

2) Solemnly, seriously.

3) Majestic(al), stately.

nghiệm [ŋiệm] *Hiệu nghiệm:* Efficacious. *Kinh nghiệm :* Experience. *Thí nghiệm:* To test, to try.

nghiên bút [ŋien bút] Ink-slab and pen.

nghiên cầu [ŋien kầu] To research.

nghiên cùng [ŋien kùŋ] To go deeply, thoroughly, into.

nghiên cứu [ŋien kứu] To study, to examine. *Nghiên cứu mọi phương diện của một vấn đề :* To study every aspect of a question. *Nghiên cứu kỹ một vấn đề :* To examine a question thoroughly ; to make an exhaustive study of a subject, to treat a subject thoroughly. *Nghiên cứu bản đồ :* To study the map.

nghiên cứu (sự) Study. *Nghiên cứu tổng quát :* General study.

nghiến [ŋién] To grind, to grit, to gnash.

nghiến răng [ŋién rauŋ] To grind, grit, gnash, clench, set, one's teeth.

nghiền [ŋièn] To crush, to pound, to pulverize, to grind (in mortar, mill, etc...). *Nghiền vật gì thành bột :* To grind something to dust.

nghiền nát [ŋièn nát] See **nghiền.**

nghiền ngẫm [ŋièn ŋᵓm] To brood on, over (something); to ponder, to reflect.

nghiện [ŋiện] See ghiền.

nghiêng [ŋien] Inclined, leaning, sloping, stooping ; a-tilt, askew, aslant, obli-

que. *Đội nón nghiêng :* With hat a-tilt. *Nằm nghiêng dưới đất :* To lie on one's side on the ground.

nghiêng To incline, to lean, to slope, to slant, to cant ; to bend (the head, etc...) ; to tilt, to tip, (of ship) to list. *Nghiêng mình tới trước như để nói :* Inclining forward as to speak. *Lầu chuông nghiêng về một bên :* The campanile inclines to one side. *Sự thắng trận nghiêng về chúng ta :* Victory inclined to us. *Nàng nghiêng mình vào vai chàng :* She was leaning over his shoulder. *Nghiêng một cây đà :* To cant a beam. *Nghiêng thùng rượu :* To cant a cask. *Nghiêng đầu trên quyển sách :* To bend one's head over a book. *Tàu nghiêng qua một bên :* The ship is listing, has a list, is heeling over. *Tường nghiêng :* Leaning wall. *Làm nghiêng cán cân :* To weigh down the scale. *Đừng nghiêng bàn :* Don't tilt the table. *Nghiêng một cái thùng :* To give a cask a tilt, to give a cask a tip. *Nghiêng xe bò để trút đá ra :* To tilt stones out of a cart.

nghiêng đầu [ŋieŋ dầu] To bend one's head (over something). *Nghiêng đầu trên quyển sách :* To bend one's head over a book.

nghiêng mình [ŋieŋ mìŋ] To lean, to bend, to stoop. *Nghiêng mình ra phía trước :* To lean, bend, forward. *Nghiêng mình ra phía sau :* To lean, bend, back. *Nghiêng mình ra ngoài :* To lean out.

nghiêng ngửa [ŋieŋ ŋửa] Unstable, full of ups and downs. *Cuộc đời nghiêng ngửa :* An eventful life.

nghiêng thành [ŋieŋ θàiŋ] *Sắc đẹp nghiêng thành :* A devastating beauty.

nghiếng cổ [ŋieŋ kᴐ] To crane one's neck.

nghiệp [ŋiệp] *Nghề nghiệp :* Trade, occupation, profession. *Nông nghiệp :* Agriculture. *Thất nghiệp :* Unemployed, out of work.

nghiệp báo [ŋiệp báu] Karma.

nghiệp chủ [ŋiệp củ] Property owner.

nghiệp chướng [ɲiẹp cưↄ̆ŋ] See nghiệp báo.

nghiệp đoàn [ɲiẹp dwàn] Trade union. *Công nhân tổ chức thành nghiệp đoàn :* Workmen organized into trade unions. *Thợ không có chân trong nghiệp đoàn :* Non-union men.

nghiệt [ɲiẹt] *Ác nghiệt :* Cruel.

nghiệt phụ [ɲiẹt fụ] Wicked woman.

nghiêu khê [ɲieu xe] 1) Tortuous, winding, meandering.

2) Uneven, broken, rough, hilly.

nghìn [ɲìn] Thousand. See ngàn.

nghìn dặm [ɲìn zạɯm] Very far.

nghìn [ɲin] *Một nghìn :* At one stretch, at a stretch.

nghinh [ɲiɲ] (Of buffalo) To look sideways.

nghinh To receive, to greet, to meet.

nghinh chiền [ɲiɲ ciến] To intercept (one's enemy).

nghinh đấu [ɲiɲ dὰu] To hold one's own against (someone) ; to stand up to (someone).

nghinh địch [ɲiɲ dịk] To intercept one's enemy.

nghinh giá [ɲiɲ ʒá] To meet the king.

nghinh hôn [ɲiɲ hon] To meet the bride and bring her home.

nghinh ngang [ɲiɲ ŋaŋ] Haughty, arrogant.

nghinh niên [ɲiɲ nien] To welcome the New Year.

nghinh phong [ɲiɲ fↄŋ] To take the air.

nghinh tân [ɲiɲ tɘn] 1) To receive guests.

nghinh thân [ɲiɲ θɘn] See nghinh hôn.

nghinh thần [ɲiɲ θὰn] At early dawn ; dawn, daybreak.

nghinh tiếp [ɲiɲ tiếp] To receive (someone).

nghinh xuân [ɲiɲ swɘn] To welcome the spring.

nghĩnh [ɲiɲ] *Ngộ nghĩnh :* Pretty, lovely.

nghịt [ɲit] *Đông nghịt :* Thick, dense.

Đen nghịt : Dense darkness.

nghĩu [ɲiu] *Tiu nghĩu :* Sad.

nghịu [ɲiu] *Ngọng nghịu :* To lisp.

ngo ngoe [ŋↄ ŋwɛ] To move, to stir to budge.

ngó [ŋɔ́] 1) To see, to look at. *Nó ngó chỗ khác trước cái nhìn của nàng :* His eyes quailed before her glance.

2) To front. *Cửa sổ ngó ra đường :* Windows that front the street. *Khách sạn ngó ra biển :* The hotel fronts the sea.

ngó chòng chọc [ŋɔ́ cↄ̀ŋ cↄk] To stare. *Ngó chòng chọc vào mặt người nào :* To stare in someone's face.

ngó chừng [ŋɔ́ cừ̆ŋ] To keep watch.

ngó lại [ŋɔ́ lại] To look back.

ngó lơ [ŋɔ́ lↄ] To avoid one.

ngó lui [ŋɔ́ lui] See ngó lại.

ngó ngoái [ŋɔ́ ŋwái] To look back.

ngó ngoáy [ŋɔ́ ŋwáy] To move, to stir.

ngó sen [ŋɔ́ ʃen] Lotus root.

ngó thấy [ŋɔ́ θéi] To see.

ngó trân trân [ŋɔ́ trↄn trↄn] To stare.

ngó trộm [ŋɔ́ trↄm] To steal a glance (at someone).

ngò tây [ŋↄ̀ tei] (Bot) Parsley.

ngỏ [ŋɔ̉] Open. *Thơ ngỏ :* Open letter. *Bỏ ngỏ :* To leave open.

ngỏ lời [ŋɔ̉ lↄ̀i] 1) To express, to expose.

2) To address (someone) ; to speak to (someone). *Ngỏ lời cảm ơn người nào :* To return thanks to someone (to express thanks in response to a toast).

ngỏ ý [ŋɔ̉ i] To express, make known one's intention.

ngõ [ŋɔ̃] Gate.

ngõ cụt [ŋɔ̃ kụk] Cul de sac.

ngõ hầu [ŋɔ̃ hὰu] In order that, in order to.

ngõ hẻm [ŋɔ̃ hẻm] Alley.

ngõ ra [ŋɔ̃ ra] Exit.

ngõ vào [ŋɔ̃ vàu] Entry.

ngọ [ŋↄ] 1) The seventh Earth's Stem.

2) *Đúng ngọ :* Noon, midday.

ngọ dạ [ŋↄ zạ] Midnight.

ngọ hậu [ŋɔ̌ hʌu] Afternoon.

ngọ môn [ŋɔ̌ mon] Main gate of the imperial palace.

ngọ ngoạy [ŋɔ̌ ŋwɛi] To move, to stir.

ngọ nguyệt [ŋɔ̌ ŋwiẹt] Fifth lunar month.

ngọ tiền [ŋɔ̌ tièn] Morning, forenoon.

ngoa [ŋua] *Nói ngoa* : To talk nonsense.

ngoa ngôn [ŋwa ŋon] False stories, lies.

ngoa truyền [ŋwa trwièn] Handed down falsely from the past.

ngọa bịnh [ŋwa bịŋ] Confined to bed by sickness; forced to stay in bed because of illness.

ngọa nội [ŋwa nọi] Bedroom.

ngoai ngoái [ŋwai ŋwǎi] *Kêu ngoai ngoái:* To shout, to scream.

ngoái [ŋwǎi] *Năm ngoái* : Last year.

ngoái cổ [ŋwǎi kỏ] To look back, to turn round, to look over one's shoulder. *Ngoái cổ lại nhìn vật gì* : To screw one's head round to see something.

ngoài [ŋwài] Out, outside, without; exterior, external. *Nghiêng mình ra ngoài cửa sổ* : To lean out of the window. *Ngủ ngoài trời* : To sleep outdoors. *Ở ngoài vật gì* : On the outside of something. *Cửa sổ mở ra ngoài* : The window opens outwards, to the outside. *Đuổi người nào ra ngoài* : To put someone outside ; to put, turn, someone out (of doors). *Ở ngoài thành phố* : Outside the town. *Tôi bỏ con chó của tôi ở ngoài* : I've left my dog outside. *Việc ở ngoài* : Outward things. *Theo bề ngoài* : To outward seeming. *Xoay chân ra ngoài* : To turn one's feet out, outwards. *Ở trong và ở ngoài* : Within and without ; in and outside. *Nhìn từ phía ngoài vào* : Seen from without. *Ăn, ngủ ở ngoài* : To dine, sleep, out of doors, in the open, away from home. *Đuổi nó ra ngoài !* : Put him out ! out with him !. *Đừng nghiêng mình ra cửa sổ* : Do not lean out of the window !. *Việc làm ngoài công việc văn phòng của tôi* : Occupation outside my office work. *Tường ngoài* : External walls. *Xét theo bề ngoài* : To judge by externals, by looks. *Không*

nên xét đoán bề ngoài : One should not judge by appearances. 2) *Ngoài vấn đề nãy ra* : In addition to this question. *Ngoài số tiền ấy ra nó còn thiếu tôi hai trăm đồng* : In addition to that sum he still owes me two hundred piastres. *Ngoài vật nãy tôi không muốn gì cả* : I want nothing besides this. *Ngoài khách sạn nãy ra còn cái nào khác không ?* : Is there any hotel beyond this ?. 3) *Ở ngoài tôi làm giáo sư* : In civil life I am a teacher.

ngoài biển [ŋwài biẻn] Out at sea.

ngoài địa cầu [ŋwài dịɔ kàu] Extraterrestrial.

ngoài đồng [ŋwài dòŋ] In the fields.

ngoài đường [ŋwài dɯờŋ] In the street. *Chúng nó thường gặp nhau ngoài đường:* They pass each other frequently in the street.

ngoài hiên [ŋwài hièn] On the veranda(h).

ngoài khơi [ŋwài xɤi] Out at sea.

ngoài mặt [ŋwài mʌt] Appearance, looks.

ngoài mưa [ŋwài mɯɔ] In the rain.

ngoài nắng [ŋwài nǎŋ] In the sun. *Quần áo phơi ngoài nắng* : The clothes are drying in the sun.

ngoài ra [ŋwài ra] Besides, beyond, thereto. *Ngoài ra nó còn nhiều người khác nữa* : There are others besides him.

ngoài sân [ŋwài ʃɤn] In the courtyard.

ngoài trời [ŋwài trời] Outdoors, alfresco, in the open air, out of doors, under the open sky. *Ngủ ngoài trời* : To sleep outdoors. *Bữa ăn ngoài trời*: An alfresco lunch.

ngoại [ŋwại] See ngoài. *Hải ngoại* : Overseas. *Xuất ngoại* : To go abroad. *Bài ngoại* : Xenophobe.

ngoại *Bên ngoại* : Maternal side, on the mother's side.

ngoại bà [ŋwại bà] Maternal grandmother.

ngoại bang [ŋwại baŋ] Foreign country.

Giải phóng một nước khỏi sự đô hộ của ngoại bang : To liberate a country from foreign domination.

ngoại bào [ŋwại bàu] (Biol) Epiblast.

ngoại bào tử [ŋwại bàu tử] (Bot) Exospore.

ngoại bì [ŋwại bì] (Anat) Epidermis.

ngoại biểu [ŋwại biểu] Looks, appearance.

ngoại cảnh [ŋwại kảiŋ] Ambiency.

ngoại chất [ŋwại cót] (Biol) Ectoplasm.

ngoại chúng bì [ŋwại củŋ bì] (Bot) Episperm.

ngoại chuyển cân [ŋwại cwiển kən] Abductor muscle.

ngoại cô [ŋwại ko] Wife's mother.

ngoại cữu [ŋwại kửu] Wife's father.

ngoại diện [ŋwại ziện] External ; outward show.

ngoại dụng [ŋwại zụŋ] For external use (application), for outward application.

ngoại giao [ŋwại ʒau] Diplomacy. *Thuộc về ngoại giao* : Diplomatic. *Nhà ngoại giao* : Diplomat, diplomatist. *Chánh sách ngoại giao* : Foreign policy. *Bộ ngoại giao* : Ministry of Foreign Affairs, State Department, Foreign Office. *Bộ Trưởng Ngoại giao* : Minister of Foreign Affairs, Secretary of State for Foreign Affairs, Foreign Secretary.

ngoại giao đoàn [ŋwại ʒau ɟwàn] Diplomatic corps (or body).

ngoại giới [ŋwại ʒới] Environment.

ngoại hấp [ŋwại hớp] (Ch) To adsorb. *Sự ngoại hấp* : Adsorption.

ngoại hình [ŋwại hìŋ] Exteriority, externality.

ngoại hóa [ŋwại hwá] Foreign goods.

ngoại hôn chế [ŋwại hon cế] Exogamy.

ngoại huynh đệ [ŋwại hwiŋ đẹ] Cousins.

ngoại hướng [ŋwại hướŋ] (Bot) Extrorse.

ngoại khoa [ŋwại xwa] External medicine ; surgery.

ngoại kiều [ŋwại kiều] Foreigner, alien.

ngoại ký sinh trùng [ŋwại kí ʃiŋ trùŋ]

Epizoon.

ngoại lai [ŋwại lai] Exotic. *Tính ngoại lai* : Exotism.

ngoại luân [ŋwại lwən] (Astr) Epicycle.

ngoại mộc [ŋwại mọk] (Bot) Alburn(um), sap-wood.

Ngoại Mông [ŋwại moŋ] (Geog) Outer Mongolia.

ngoại ngạch [ŋwại ŋạik] Not on the strength, specially employed.

ngoại ngữ [ŋwại ŋử] Foreign language. *Có khiếu về ngoại ngữ* : To have a talent for foreign language. *Làm giảm giá trị và sự quan trọng của việc dạy ngoại ngữ* : To decrease the value and the importance of teaching foreign languages. *Đọc một ngoại ngữ là một việc, nói ngoại ngữ ấy là một việc khác* : To read a foreign language is one thing ; to speak it is another.

ngoại nhân [ŋwại ɲən] Foreigner, alien.

ngoại nhĩ [ŋwại ɲĩ] External ear.

ngoại ô [ŋwại o] Suburbs, outskirts (of a town). *Nó ở ngoại ô* : He lives in the suburbs. *Một mẹ và hai con đã bị nhà sập chết ở ngoại ô Saigon* : A mother and two children were killed in Saigon suburb when their house collapsed on them.

ngoại ông [ŋwại oŋ] Maternal grandfather.

ngoại phân [ŋwại fân] (Bot) Cortex.

ngoại phiên [ŋwại fien] 1) Colonies. 2) Satellite.

ngoại phôi bì [ŋwại foi bì] Exoderm.

ngoại-phôi-nhũ [ŋwại foi. ɲũ] (Bot) Perisperm.

ngoại quả-bì [ŋwại kwả bì] (Bot) Epicarp.

ngoại quan [ŋwại kwan] External ; outward show.

ngoại quốc [ŋwại kwók] Foreign country, foreign parts. *Người ngoại quốc* : Foreigner. *Khách ngoại quốc* : Foreign guest. *Tàu chạy đi ngoại quốc* : Ship bound for foreign parts, foreign-going ship. *Nó đã ở ngoại quốc* : He has been in foreign parts. *Những cuộc bang giao của chúng ta với ngoại quốc :* Our relations with foreign countries. *Cuộc du lịch ở ngoại quốc :* Foreign travel. *Thông tin viên ở ngoại quốc :* Foreign correspondent. *Nó vừa ở ngoại quốc về :* He is just back from abroad. *Sống ở ngoại quốc :* To live abroad. *Tôi được lịnh đi ngoại quốc :* I was directed to proceed abroad, I was ordered abroad.

ngoại sinh [ŋwại ʃiɲ] 1) (Z) Epigenesis.

2) (Bot) Exogenous.

ngoại sinh bào tử [ŋwại ʃiɲ bàu tử] (Bot) Exospore.

ngoại suy [ŋwại ʃuy] (Math) Extrapolation.

ngoại tệ [ŋwại tệ] Foreign bills, foreign exchange stock.

ngoại thành [ŋwại thàiɲ] Extramural.

ngoại thẩm [ŋwại thɔm] Exosmose, exosmosis.

ngoại thân [ŋwại thɔn] Mother's family.

ngoại thận [ŋwại thɔn] (Anat) Testicle ; testis.

ngoại thích [ŋwại thik] Maternal relations.

ngoại thuộc [ŋwại thwɔk] See **ngoại thân.**

ngoại thương [ŋwại thɯɑŋ] Foreign trade.

ngoại tính [ŋwại tíɲ] Externality.

ngoại tình [ŋwại tìɲ] Adulterous.

ngoại tổ [ŋwại tổ] Maternal grandfather.

ngoại tổ mẫu [ŋwại tổ mɔu] Maternal grandmother.

ngoại tộc [ŋwại tọk] Mother's family.

ngoại trái [ŋwại trái] Foreign loans.

ngoại trú viên [ŋwại trú vien] Extern; ((Med) non-resident medical student acting as assistant (at hospital).

ngoại trưởng [ŋwại trɯởŋ] Foreign Secretary, Secretary of State for Foreign affairs, Minister of Foreign affairs.

ngoại trướng [ŋwại tɯớŋ] See **ngoại trưởng.**

ngoại viện [ŋwại viện] Foreign aid.

ngoại vụ [ŋwại vụ] Foreign affairs.

ngoại xâm [ŋwại sɔm] Foreign aggression.

ngoạm [ŋwạm] To bite, to snap. *Chó ngoạm lấy chân tôi :* The dog snapped at my leg.

ngoan [ŋwan] Good, well-behaved. *Rất ngoan :* As good as gold. *Khôn ngoan :* Wise.

ngoan cố [ŋwan kố] Stubborn, dogged, obstinate, contumacious.

ngoan dân [ŋwan zɔn] Obstinate people.

ngoan đạo [ŋwan dạu] Devout, pious.

ngoạn độn [ŋwan dọn] Stupid.

ngoan đồng [ŋwan dòŋ] Stupid child.

ngoan hán [ŋwan hán] Obstinate man.

ngoan hãn [ŋwan hãn] Stubborn and cruel.

ngoan muội [ŋwan muội] Dull, stupid.

ngoan ngạnh [ŋwan ŋạiɲ] Defiant, stubborn.

ngoan ngoãn [ŋwan ŋwãn] Docile, obedient ; well-behaved. *Đứa học trò ngoan ngoãn nhứt trong lớp :* The best-behaved boy in the class.

ngoan ngu [ŋwan ŋu] Stupid, dull.

ngoan phụ [ŋwan fụ] Stubborn woman.

ngoan xuẩn [ŋwan swỏn] See **ngoan ngu.**

ngoạn [ŋwạn] *Đi du ngoạn :* To make an excursion.

ngoạn cảnh [ŋwạn kảiɲ] To enjoy scenery.

ngoạn cụ [ŋwạn kụ] Toy, plaything.

ngoạn lộng [ŋwạn lọŋ] To amuse, enjoy oneself.

ngoạn mục [ŋwạn mụk] Pleasant t the eyes.

ngoạn ngạnh bất hóa [ŋwạn ŋạiɲ bɔ hwa] Stubborn, obstinate.

ngoạn nguyệt [ŋwạn ŋwiệt] To admir the moon.

ngoạn văn [ŋwạn vaɯn] To enjo pleasure in literature.

ngoạn vật [ŋwạn vʊ̣t] Toy, plaything.

ngoảnh đi [ŋwảip di] To turn away.

ngoáo ộp [ŋwáu ộp] Bogy, bugaboo, bugbear.

ngoay ngoảy [ŋwɛi ŋwẻi] To turn away.

ngoáy [ŋwɛ́i] To scribble.

ngoáy tai [ŋwɛ́i tai] To rub one's ears.

ngoảy đuôi [ŋwẻi duəi] (Of dog) To wag its tail.

ngoặc [ŋwặwk] Dấu ngoặc : Parenthesis; bracket. Để một chữ giữa hai dấu ngoặc: To put a word between brackets, to bracket a word.

ngoặc đơn [ŋwặwk dơn] Parenthesis.

ngoặc kép [ŋwặwk kép] Inverted commas, quotation marks.

ngoằn ngoèo [ŋwàwn ŋwèu] (Of a stream) To wind about, to meander.

ngoằn ngoèo Winding, meandering, sinuous. Chớp ngoằn ngoèo : Forked lightning.

ngoắt [ŋwá̆wt] To beckon, to wave. Ngoắt người nào : To wave one's hand to someone.

ngoắt đuôi [ŋwá̆wt duəi] (Of dog) To wag its tail.

ngoắt ngoéo [ŋwá̆wt ŋwéu] Complicated.

ngóc [ŋɔ́k] To lift up. Ngóc đầu lên : To lift up one's head.

ngọc [ŋɔ̣k] Gem ; precious stone. Hoàng ngọc : Topaz. Hồng ngọc : Ruby.

ngọc âm [ŋɔ̣k əm] 1) Fine words. 2) Imperial edict.

ngọc bảo thạch [ŋɔ̣k bàu θạik] Gem, precious stones.

ngọc chỉ [ŋɔ̣k cỉ] Imperial edict.

ngọc chiếu [ŋɔ̣k ciếu] See ngọc chỉ.

ngọc diện [ŋɔ̣k ziện] Pretty face.

ngọc đế [ŋɔ̣k dế] The Jade Emperor, God.

ngọc hành [ŋɔ̣k hàiɲ] Penis.

ngọc hoàng [ŋɔ̣k hwàŋ] See ngọc đế.

ngọc lan [ŋɔ̣k lan] (Bot) Magnolia.

ngọc mắt mèo [ŋɔ̣k má̆wt mèu] Cat's-eye.

ngọc miêu [ŋɔ̣k mieu] Opal.

ngọc nhan [ŋɔ̣k ɲan] Fine countenance.

ngọc nhân [ŋɔ̣k ɲən] 1) Lapidary. 2) A pretty girl. 3) Virtuous man.

ngọc nữ [ŋɔ̣k nữ] 1) A pretty girl. 2) Fairy.

ngọc thạch [ŋɔ̣k θạik] 1) Gem and stone. Ngọc thạch lựu : Garnet. Ngọc thạch trắng : Alabaster. 2) (Miner) Jade(-stone).

ngọc thể [ŋɔ̣k θẻ] Your person.

ngọc tím [ŋɔ̣k tím] Amethyst.

ngọc trai [ŋɔ̣k trai] Pearl. Sự vớt, mò ngọc trai : Pearl-diving. Người vớt, mò ngọc trai : Pearl-diver. Chuỗi ngọc trai : String of pearls. Ngọc trai thật : Real pearl. Ngọc trai giả : Imitation pearl. Phân biệt ngọc trai thật và ngọc trai giả không phải dễ đâu : It isn't easy to distinguish real pearls from imitation pearls.

ngọc tuyết [ŋɔ̣k twiết] Snow-white.

ngọc tỷ [ŋɔ̣k tỉ] Imperial seal.

ngoe [ŋwɛ] Crab's small legs.

ngoe ngoảy [ŋwɛ ŋwẻi] (Of dog) To wag (its tail).

ngoèo [ŋwèu] Ngoằn ngoèo : Winding, meandering, sinuous.

ngoẻo [ŋwẻu] Chết ngoẻo : To die.

ngoi [ŋɔi] To rise above (the water, etc.). Ngoi lên mặt nước : To rise to the surface of the water.

ngói [ŋɔ́i] Tile. Lò làm ngói : Tilery, tile-kiln, tile-works. Mái ngói: Tile roof. Ngói lợp nóc : Ridge-tile. Thợ làm ngói : Tile-maker. Ngói chịu nóng : Fire-tile. Nhà lợp bằng ngói : House roofed with tiles. Xuýt chút nữa nó bị miếng ngói rơi trúng rồi : He was within an inch of being struck by the falling tile. Dỡ ngói một cái nhà : To untile a house.

ngòi [ŋɔ̀i] (Exp) Primer, fuse, detonator, (firing) cap; fuse (of mine) ; match (for firing explosives, for fumigating cask).

ngòi Canal, arroyo.

ngòi bút [ŋɔ̀i bút] Nib ; pen. Sống bằng

NG

ngòi bút : To live by one's pen.

ngòi cháy chậm [ŋɔi cáy cʌm] Blasting fuse.

ngòi châm hỏa [ŋɔi cʌm hwả] Igniter.

ngòi dẫn lửa [ŋɔi zẫn lửɔ] Igniting fuse.

ngòi lửa [ŋɔi lửɔ] Igniter.

ngòi mồi đại bác [ŋɔi mòi đại bák] Cannon primer.

ngòi nổ [ŋɔi nổ] Fuse. *Ngòi nổ chậm* : Delay fuse.

ngòi pháo [ŋɔi fáu] Fuse of cracker.

ngòi súng [ŋɔi fún] Detonator of a gun.

ngòi trứng [ŋɔi trứn] Cicatricle.

ngòi viết [ŋɔi viét] Nib.

ngòm [ŋɔm] *Đen ngòm* : Very black.

ngòm dậy [ŋɔm zẹi] To sit up.

ngon [ŋɔn] (Of food, etc...). Succulent, tasty, delicious, dainty. *Cái bánh ngon làm sao !* : What a delicious cake !.

ngon giấc [ŋɔn sấk] To sleep sound. *Ngủ ngon giấc* : To have a good sleep.

ngon lành [ŋɔn làin] Flavoursome.

ngon miệng [ŋɔn miện] Appetizing. *Nó ăn rất ngon miệng* : He eats with great relish (= with a good appetite).

ngon ngọt [ŋɔn ŋɔt] Honeyed (words).

ngon ơ [ŋɔn ə] Very easy.

ngón [ŋɔn] Trick, dodge.

ngón cái [ŋɔn kái] Thumb. *Cặp vật gì giữa ngón cái và ngón trỏ* : To hold something between finger and thumb.

ngón chân [ŋɔn cʌn] Toe. *Ngón chân cái* : Big toe, great toe. *Ngón chân út:* Little toe. *Đứng trên đầu ngón chân* : To stand on the point of one's toes.

ngón danh [ŋɔn zain] Third finger, ring-finger.

ngón đeo nhẫn [ŋɔn đɛu ɲẫn] Ring-finger.

ngón gian xảo [ŋɔn san sảu] Cunning.

ngón giữa [ŋɔn sữɔ] Middle finger.

ngón lừa đảo [ŋɔn lửɔ đảu] Deceiving way.

ngón tay [ŋɔn tay] Finger. *Đầu ngón tay* : Tip of one's finger. *Ngón tay*

anh làm sao đó ? : What is the matter with your finger ?. *Để ngón tay lên chỗ đau* : To put one's finger on the sore place. *Đeo chiếc nhẫn vào ngón tay* : To wear a ring on one's finger.

ngón trỏ [ŋɔn trỏ] Forefinger, first finger, index finger.

ngón út [ŋɔn út] Little finger.

ngón vô danh [ŋɔn vo zain] Third finger, ring-finger.

ngọn [ŋɔn] 1) Top (of tree), crest (of wave), top, peak (of mountain), summit (of hill).
2) End, extremity.

ngọn cây [ŋɔn kei] Top of tree. *Ở trên ngọn cây* : At the top of the tree.

ngọn cỏ [ŋɔn kỏ] Blade of grass.

ngọn cờ [ŋɔn kờ] Flag.

ngọn đèn [ŋɔn đèn] Lamp.

ngọn gió [ŋɔn só] Wind. *Ngọn gió nào đưa anh đến đây ?* : What good wind blows you here ?.

ngọn lửa [ŋɔn lửɔ] Fire, flame. *Các lính chữa lửa tìm cách đàn áp ngọn lửa* : The firemen managed to keep the fire under.

ngoại ngành [ŋɔn ŋàin] In detail. *Biết rõ ngọn ngành một vấn đề* : To have a thorough knowledge of a subject. See ngành ngọn.

ngọn núi [ŋɔn núi] Top of the mountain. *Ngọn núi bị mây bao phủ* : The top of the mountain was covered with cloud.

ngọn sóng [ŋɔn fón] Crest of wave.

ngong [ŋɔn] *Ngong ngóng* : To wait with impatience.

ngóng [ŋɔn] To wait with impatience.

ngóng cổ [ŋɔn kỏ] To cram one's neck (to see something).

ngòng [ŋòn] *Ngòng ngoèo* : Winding, meandering, sinuous. *Cao ngòng* : Very tall.

ngổng [ŋổn] To erect.

ngổng cổ [ŋổn kỏ] To cram one neck.

ngổng lên [ŋổn len] (Phys) Erectile.

ngõng [ŋɔ̃ŋ] Hinge.

ngọng [ŋɔŋ] *Nói ngọng* : To lisp.

ngóp [ŋɔ́p] *Lớp ngóp bò dậy* : To get up with difficulty.

ngót [ŋɔ́t] Almost, nearly, a little less than. *Ngót một năm trời* : A little less than a year.

ngọt [ŋɔt] 1) Sweet (fruits, etc..) ; sugared, sweetened, (coffee, etc..). *Rượu ngọt* : Sweet wine. *Nước ngọt* : Fresh water. *Ngọt như mật* : As sweet as honey. *Hơi ngọt* : Sweetish. *Bánh ngọt* : Cake. *Trà của tôi ngọt quá* : My tea is too sweet.
2) Sugary, sweet (words). *Nói ngọt với người nào* : To say sweet nothings to someone.

ngọt dịu [ŋɔt zịu] Sweetish.

ngọt gắt [ŋɔt gắɯt] Too sweet.

ngọt giọng [ŋɔt ʒɔŋ] Sugary tone.

ngọt lịm [ŋɔt lịm] See ngọt gắt.

ngọt mật chết ruồi [ŋɔt mʌt cét ruồi] You catch more flies with honey than with verjuice.

ngọt ngào [ŋɔt ŋàu] Sugared, sugary, sweet. *Lời nói ngọt ngào* : Fair words.

ngô [ŋo] Maize, Indian corn, (U.S) corn. *Bột ngô* : Corn-flour.

ngỗ nghịch [ŋõ nịk] Unruly, disobedient, insubordinate.

ngộ [ŋɔ] Pretty, dainty.

ngộ biến [ŋọ biến] To meet with a danger. *Ngộ biến phải tùng quyền* : Needs must when the devil drives ; necessity knows no laws.

ngộ cảm [ŋọ kảm] To catch cold.

ngộ cố [ŋọ kó] To meet an old friend.

ngộ diện [ŋọ ziện] Face to face.

ngộ độc [ŋọ dọk] (Food) Poisoning.

ngộ giải [ŋọ ʒải] To understand wrongly.

ngộ hiểm [ŋọ hiểm] To be in danger.

ngộ hoặc [ŋọ hwạk] To mislead.

ngộ hội [ŋọ họi] To misconceive, to misunderstand, to understand wrongly.

ngộ mậu [ŋọ mʌu] To be mistaken.

ngộ nạn [ŋọ nạn] To be in danger.

ngộ nghĩnh [ŋọ nĩŋ] Pretty, lovely.

ngộ nhận [ŋọ ŋʌn] To mistake.

ngộ phán [ŋọ fán] (Jur) Mistrial.

ngộ sát [ŋọ ʃát] *Tội ngộ sát* : Manslaughter (through negligence).

ngộ sự [ŋọ ʃɯ] Error.

ngốc [ŋók] Stupid, idiot.

ngôi [ŋoi] Throne. *Lên ngôi* : To come, accede, to the throne : to mount, ascend, the throne. *Đưa người nào lên ngôi* : To seat, install, someone upon the throne. *Lật ngôi vua* : To cast a king from his throne. *Nhường ngôi* : To abdicate. *Tiếm ngôi* : To seize, usurp, the throne. *Truất ngôi* : To dethrone. *Sự lên ngôi* : Accession to the throne.

ngôi (Gram) Person.

ngôi *Đường ngôi* : Parting (of the hair).

ngôi chùa [ŋoi cừə] A pagoda.

ngôi nhà [ŋoi ɲà] A house.

ngôi sao [ŋoi ʃau] Star. *Ngôi sao năm góc* : Five-point star.

ngôi sao màn bạc [ŋoi ʃau màn bạk] Film-star.

ngôi thứ [ŋoi θɯ́] Rank.

ngôi vua [ŋoi vwə] Throne, royal seat.

ngồi [ŋòi] To sit. *Lại ngồi gần tôi* : Come and sit by me. *Ngồi chung quanh lò sưởi* : To sit round the fire. *Ngồi khít lại !* : Sit closer (together) !. *Ghế đó không phải để ngồi* : These chairs are not to be sit on. *Ngồi quay lưng lại người nào* : To sit with one's back to someone. *Nó đang ngồi đọc sách* : He was sitting reading. *Chúng tôi đang ngồi uống trà* : We are sitting at tea. *Ngồi vững trên lưng ngựa* : To sit a horse well. *Đặt đứa nhỏ ngồi trên bàn* : To sit a child on the table. *Mời ông ngồi* : Pray be seated, pray take a seat. *Đề nó ngồi trên bãi cỏ* : Seat him on the grass. *Chỗ ngồi* : Seat. *Chỗ ngồi của người đánh (lái) xe* : Driver's seat. *Xe có bốn chỗ ngồi* : Car with four seats. *Gần chỗ tôi đã ngồi* : Near to where I was sitting. *Tôi thích ngồi hơn đứng* : I prefer sitting to standing. *Đề người nào ngồi cạnh người lái xe* : To give someone a seat beside the driver.

ngồi bệt xuống đất [ŋòi bẹt suắŋ dất]
To sit down flat on the ground.

ngồi bó gối [ŋòi bɔ́ gói] To sit down
with one's arms around one's knees.

ngồi cạnh [ŋòi kạịɲ] To sit beside
(someone).

ngồi chàng hảng [ŋòi càŋ hảŋ] To
bestride, to straddle, to sit with one's
leg on each side, to sit with the legs
wide apart.

ngồi chễm chệ [ŋòi cẽm cẹ] To sit in
state.

ngồi chò hỏ [ŋòi cò hɔ̉] To sit with
one's legs stretched out.

ngồi chồm hỗm [ŋòi còm hỗm] To
squad (down), to squad oneself (down),
to sit (down) on one's heels. Ngồi
chồm hổm cằm kê lên đầu gối : To sit
hunched up.

ngồi co rúm [ŋòi kɔ rúm] To cower.
Ngồi co rúm trong ghế bành : To coil
oneself up an armchair.

ngồi dậy [ŋòi ʒẹi] To sit up (after
lying).

ngồi dưới đất [ŋòi zưới dất] To sit
down on the ground.

ngồi đâu lưng [ŋòi dɔu lưŋ] To sit
back to back (with someone).

ngồi đâu mặt [ŋòi dɔu mặt] To sit
face to face (with someone).

ngồi ì [ŋòi ì] To sit tight.

ngồi im [ŋòi im] To sit mute, to sit
silent.

ngồi khít lại [ŋòi xít lại] To sit closer
(together).

ngồi không [ŋòi xoŋ] To fold one's
arm, to stay idle.

ngồi lên [ŋòi len] To sit up.

ngồi lì [ŋòi lì] To sit tight. Ngồi lì trên
ghế : To sit tight on one's chair.

ngồi nghi [ŋòi ŋị] To sit down to rest.

ngồi ngoài [ŋòi ŋwài] To sit out, to
take no part in.

ngồi nhà [ŋòi ɲà] To sit at home.

ngồi rồi [ŋòi ròi] See ngồi không.

ngồi tè he [ŋòi tè hɛ] To sit with
one's legs spread apart.

ngồi tù [ŋòi tù] To go to prison, to
jail.

ngồi tréo ngoảy (mảy) [ŋòi tréu
ŋwải] To sit with one's leg laid across
the other, to sit with one leg over
the other.

ngồi trơ trơ [ŋòi trə trə] To sit mo-
tionless.

ngồi xếp bằng [ŋòi sép bàwŋ] To sit
crossed-legged.

ngồi xệp xuống đất [ŋòi sẹp suắŋ dất]
To sit down flat on the ground.

ngồi xổm [ŋòi sỏm] To squad, to sit
on one's heels.

ngồi xuống [ŋòi suắŋ] To sit down,
to take a seat.

ngồi yên [ŋòi ien] To sit still.

ngồm ngoàm [ŋòm ŋwàm] Ăn ngồm
ngoàm : To gobble.

ngôn [ŋon] Cách ngôn : Proverb, maxim.
Tuyên ngôn : Declaration. Thông ngôn :
Interpreter. Đa ngôn đa quá : Least said
soonest mended.

ngôn hành [ŋon hàịɲ] Saying and doing,
talking and doing.

ngôn luận [ŋon lwận] Speech. Tự do
ngôn luận : Freedom of speech.

ngôn ngữ [ŋon ŋử] Language. Ngôn
ngữ học : Linguistics. Nhà ngôn ngữ
học : Linguist. Thuộc về ngôn ngữ học :
Linguistic.

ngôn quá kỳ thực [ŋon kwả kì θụk]
Exaggeration.

ngôn từ [ŋon từ] Words ; language.

ngốn [ŋón] 1) To bolt, to engorge, to
swallow quickly, greedily. Nó chỉ ngốn
có một cái : He ate it all up.
2) To cram. Ngốn đồ ăn đầy miệng :
To cram food into one's mouth.

ngốn ngang [ŋón ŋaŋ] In disorder, in
confusion, out of order, at sixes and
sevens, cluttered. Bàn ngốn ngang sách
vở và giấy má : A desk cluttered up
with books and papers. Phòng khách
ngốn ngang đồ đạc : Drawing-room
cluttered up with furniture.

ngỗng [ŋoŋ] Eccentric, unusual, peculiar,
out of the ordinary.

ngóng cuồng [ŋɔŋ kuʒŋ] Eccentric.

ngổng [ŋɔ̀ŋ] Cao ngổng : Very tall.

ngổng [ŋɔ̀ŋ] Cao ngổng ngổng : Very tall.

ngỗng [ŋɔ̌ŋ] Goose. Trứng ngỗng : Goose-egg. Lông ngỗng : Goose-quill. Mỡ ngỗng : Goose-grease. Da ngỗng : Goose-skin. Thịt ngỗng : Goose-flesh. Bầy ngỗng : Flock of geese.

ngỗng con [ŋɔ̌ŋ kɔn] Gosling, young goose, green goose.

ngỗng đực [ŋɔ̌ŋ dɯk] Gander.

ngộp [ŋop] To feel dizzy.

ngộp Stifled ; asphyxiated, suffocated. Bị ngộp khói : To be stifled by the smoke.

ngộp thở [ŋop θʒ] To choke, to suffocate, to stifle. Sự ngộp thở : Suffocation, asphyxiation. Khói làm tôi gần ngộp thở : The smoke almost choked me.

ngốt [ŋót] To crave for (something).

ngột [ŋot] See ngộp.

ngơ [ŋə] To ignore ; to connive, wink at ; to dissemble, to pretend not to see, to keep one's eyes closed to (a fault, etc...) ; to give secret approval to (a wrong action) ; to turn a deaf ear to. Làm ngơ trước một sự lạm dụng : To connive at an abuse.

ngơ ngác [ŋə ŋák] Dazed, bewildered.

ngơ ngẩn [ŋə ŋʒn] Amazed, astound, flabbergasted.

ngớ ngẩn [ŋɔ́ ŋʒn] Foolish, featherbrained.

ngờ [ŋʒ] To suspect, to doubt ; to expect, to believe. Không thể ngờ được : Beyond doubt. Nó không ngờ gì cả : He suspects nothing. Không ngờ : By accident. Tôi không ngờ nó đã đến : I did not anticipate that he would come.

ngờ nghệch [ŋʒ ŋeik] Idiot, stupid.

ngờ ngơ [ŋʒ ŋə] Nhớ ngờ ngơ : To remember vaguely.

ngờ vực [ŋʒ vɯk] To suspect, to doubt.

ngỡ [ŋɔ̃] To believe, to think. Chớ thấy sáng mà ngỡ là vàng : All is not gold that glitters, all that glitters is not gold.

ngơ [ŋə] See ngờ ngơ.

ngơi [ŋəi] Nghỉ ngơi : To rest, repose ; to take a rest.

ngời [ŋʒi] Sáng ngời : Dazzling.

ngợi khen [ŋəi xɛn] To praise, to laud ; to felicitate, to congratulate, to compliment.

ngớm ngớp [ŋəm ŋʒp] Fearful.

ngợm [ŋəm] Idiot, stupid.

ngớp [ŋɔ́p] Ngớm ngớp : Fearful.

ngớt [ŋɔ́t] To cease, to stop. Không ngớt : Unremittingly. Mưa không ngớt : Unremitting rain. Nói không ngớt : To speak without a break. Làm việc không ngớt : To work without respite.

ngớt gió [ŋɔ́t ɉɔ́] Wind goes down, subsides.

ngớt mưa [ŋɔ́t mɯə] Rain is over.

ngu [ŋu] Foolish, stupid, doltish. Đến chết nó cũng còn ngu : He'll be a fool as long as he lives. Đồ ngu ! : You idiot !. Nó không đến đỗi ngu để tin chuyện ấy đâu : He is not so foolish as to believe it. Nó càng ngày càng ngu thêm : He grows more stupid every day. Làm bộ ngu : To behave like an ass, to play the ass ; to play, act, the fool. Nó hết sức ngu : He is a perfect ass. Nó không ngu như người ta tưởng đâu : He is not such a fool as people make out.

ngu dại [ŋu zại] Foolish, dense, stupid, fatuous.

ngu dân [ŋu zən] Stupid people.

ngu dốt [ŋu zót] Fool, stupid. Người ngu dốt : Blockhead.

ngu đần [ŋu dʒn] Foolish, stupid. Người ngu đần : A stupid fellow.

ngu độn [ŋu dọn] See ngu đần.

ngu kiển [ŋu kiến] My humble, modest opinion.

ngu muội [ŋu muại] Stupid, foolish.

ngu ngoan [ŋu ŋwan] Stupid and obstinate.

ngu ngốc [ŋu ŋók] Foolish, stupid.

ngu si [ŋu ʃi] Stupid, thick - skulled, thick-headed.

ngu xuẩn [ŋu suʒn] Stupid, foolish.

ngu ý [ŋu í] See ngu kiến.

ngủ ngờ [ŋù ŋɔ̀] Naive, simple-minded.

ngủ vai [ŋù vai] Epaulet(te).

ngủ [ŋù] 1) To sleep, to be asleep. *Buồn ngủ* : To be, feel, sleepy. *Đêm không ngủ* : Sleepless night, wakeful night. *Vẻ, dáng buồn ngủ* : Sleepy look. *Ngủ thẳng một giấc* : To sleep without waking, without a break. *Suốt đêm tôi không ngủ* : I have not slept a wink all night ; I didn't have a wink of sleep all night. *Làm người nào buồn ngủ* : To make someone sleepy. *Ngủ quên đói* : He who sleeps forgets his hunger. *Ngủ trọ ở một lữ quán* : To sleep at an hotel. *Ngủ cho hết say rượu* : To sleep off the effects of wine, to sleep it off. *Phòng ngủ* : Bedroom. *Toa có giường ngủ* : Sleeping-car. *Giường không có người ngủ đã mấy tháng rồi* : The bed had not been slept in for months. *Nó không thể ngủ được vì đã nghĩ đến việc ấy* : He can't sleep for thinking of it. *Thuốc ngủ* : Sleeping-draught. *Quần áo ngủ* : Sleeping-suit. *Nhà có thể ngủ được mười người* : House that can sleep ten people ; house that has sleeping accommodation for ten. *Ngủ một giấc ngủ yên ồn* : To sleep the sleep of the just. *Giờ ngủ* : Bedtime. *Mấy giờ anh ngủ* : What is your bedtime ?. *Đi ngủ* : To go to bed, to turn in. *Đã đến giờ ngủ* : It is bedtime. *Tôi về nhà ngủ* : I am going home to bed. *Chúng tôi ngủ hơi trễ* : We turned in rather late. *Ngủ sớm và dậy sớm* : To keep early hours. *Ăn và ngủ ở nhà người nào* : To get board and lodging, bed and board, at someone's house. *Cho trẻ con đi ngủ* : To send the children off to bed. *Tối nay chúng ta ngủ ở đâu?* : Where do we rest to-night ?. *Ngủ mười hai giờ liên tiếp* : To sleep the clock round, to sleep for twelve hours continuously. *Nó ngủ tám tiếng* : He slept eight hours. *Anh cần ngủ mấy giờ?* : How many hour's sleep do you need ?. *Tôi ngủ không bao nhiêu* : I didn't get much sleep. *Suốt đêm tôi không ngủ được* : I never slept all through the night, the whole night through. *Ngủ một*

giấc từ đầu hôm đến sáng : To sleep the night through. *Nó còn ngủ* : He isn't up yet, he's still in bed. *Hãy để cho nó ngủ cho thẳng giấc* : Let him have his sleep out.

2) (Slang) To unite sexually.

ngủ chập chờn [ŋù cập còn] To sleep with one eye open.

ngủ dậy [ŋù zẹi] To awake, to awaken, to wake up ; to get up (from bed). *Ngủ dậy trưa* : To sleep all the morning.

ngủ dưới đất [ŋù zưới đất] To sleep on the (bare) ground.

ngủ đứng [ŋù đứŋ] To sleep standing up.

ngủ gà ngủ gật [ŋù gà ŋù gật] To drowse, to doze.

ngủ gật [ŋù gật] To nod (when sleepy or when falling asleep).

ngủ gục [ŋù gục] To nod. *Nó buồn ngủ gục xuống* : He is ready to drop with sleep. *Thầy giáo bắt gặp một trong những học trò của ông đang ngủ gục* : The teacher caught one of his pupils nodding.

ngủ kỹ [ŋù kĩ] To sleep soundly.

ngủ lại [ŋù lại] To go, drop off, to sleep again. *Đi ngủ lại* : To get back to bed.

ngủ li bì [ŋù li bì] To sleep round the clock.

ngủ mê [ŋù me] To sleep like a log, like a top ; to sleep soundly, to sleep fast ; to fall into a deep sleep, into a sound sleep ; to sink into a deep sleep.

ngủ mê như chết [ŋù mẹ ɲư cét] To sleep heavily. *Giấc ngủ mê như chết* : Dead sleep.

ngủ một hơi (mạch) [ŋù một hơi] To sleep without waking, without a break.

ngủ mơ màng [ŋù mơ màŋ] To doze, to drowse.

ngủ ngáy [ŋù ɲáy] To snore in one's sleep.

ngủ ngày [ŋù ɲày] To take a siesta, to take a nap (after dinner).

ngủ ngoài trời [ŋù ŋwài trời] To sleep

under the stars.

ngú ngon [ŋù ŋɔn] To sleep well, to have a good sleep, to have a good night.

ngú ngồi [ŋù ŋòi] To sleep sitting.

ngú nướng [ŋù nɯɔ́ŋ] To lie late abed, to sleep all the morning.

ngú quên [ŋù kwen] 1) To oversleep oneself, to sleep beyond the time for waking, to go on sleeping after the proper time for waking.

2) To be overcome with sleep.

ngú riêng [ŋù rieŋ] (Of married couple) To sleep in separate rooms.

ngú say [ŋù ʃay] To sleep soundly, deeply ; to sleep like a log ; to fall into a deep sleep, into a sound sleep.

ngú thẳng một giấc [ŋù θ̇ằɯŋ mọt ʒɔ́k] To sleep without waking, without a break.

ngú thiu thiu [ŋù θiu θiu] To doze, drowse ; to fall into a doze.

ngú tinh [ŋù tiŋ] To sleep with one's eye open.

ngú trễ [ŋù trẽ] To keep late hours.

ngú trưa [ŋù trɯɔ] To take a siesta, to take a nap (after dinner). *Giấc ngủ trưa* : Siesta.

ngú yên giấc [ŋù ien ʒɔ́k] To have a good sleep, to have a good night.

ngũ [ŋū] Five. *Đệ ngũ* : Fifth.

ngũ A group of five men.

ngũ âm [ŋū əm] The five notes of the musical scale.

ngũ bội tứ [ŋū bọi tử] (Bot) Gall-nut.

ngũ châu [ŋū cəu] The five continents.

ngũ cốc [ŋū kók] Cereals, the five cereals.

ngũ cung [ŋū kuŋ] The five Buddhist offerings (water, incense, flowers, rice, candles).

ngũ đại [ŋū dại] The five dynasties.

ngũ đại châu [ŋū dại cəu] The five continents.

ngũ đại dương [ŋū dại zɯɔŋ] The five oceans (Indian ocean, Pacific ocean, Atlantic ocean, Arctic ocean, Antarctic ocean).

ngũ đạo [ŋū dạu] The five ways (heaven, man, hell, animal, and starving demons).

ngũ độ [ŋū dọ] (Mus) Quint.

ngũ giới [ŋū ʒɔ́i] The five commandments of Buddhism (against murder, theft, lust, lying and drunkenness).

ngũ hành [ŋū hàiŋ] The five elements (metal, wood, water, fire, and earth).

ngũ hình [ŋū hìŋ] The five punishments (death, banishment for life, banishment for a limited term, detention, and fine).

ngũ khổ [ŋū xỏ] The five troubles (life, old age, sickness, death, separation).

ngũ kim [ŋū kim] The five metals (gold, silver, copper, iron and tin).

ngũ kinh [ŋū kiŋ] The five classics.

ngũ luân [ŋū lwən] The five moral obligations (between king and subject, father and son, husband and wife, brothers and friends).

ngũ niên [ŋū nien] Five years. *Kế hoạch ngũ niên* : The Five-year Plan.

ngũ nội [ŋū nọi] See ngũ tạng.

ngũ phúc [ŋū fúk] The five blessings (riches, honour, long life, health, peace).

ngũ phục [ŋū fụk] The five kinds of mourning dress.

ngũ phương [ŋū fɯɔŋ] The five directions (north, south, east, west and centre).

ngũ quan [ŋū kwan] The five senses (sight, hearing, smell, taste and touch).

ngũ sắc [ŋū ʃằɯk] The five primary colours (blue, yellow, red, white and black).

ngũ tạng [ŋū tạŋ] The five viscera (heart, liver, stomach, lungs and kidneys).

ngũ thanh [ŋū θaiŋ] The five notes of the musical scale.

ngũ thập [ŋū θ̇ập] Fifty.

ngũ thập chu niên [ŋū θ̇ập cu nien] Fiftieth anniversary.

ngũ thường [ŋũ θɯờŋ] The five virtues (benevolence, righteousness, civility, knowledge, loyalty).

ngũ tinh [ŋũ tiŋ] The five planets (Mercury, Mars, Jupiter, Venus, Saturn).

ngũ tuần [ŋũ twần] Fifty years. Gần, xấp xỉ ngũ tuần : To be hard upon fifty. Bà đã quá ngũ tuần : She is in the fifties.

ngũ tước [ŋũ tɯ́rk] The five degrees of nobility (duke, marquis, count, viscount, baron).

ngũ tướng [ŋũ tɯớŋ] Five-phase (current).

ngũ vân [ŋũ vən] Five coloured cloud (good omen).

ngũ vị [ŋũ vị] The five tastes (sweet, sour, bitter, pungent, salt).

ngụ [ŋụ] To live, to reside, to dwell.

ngụ ngôn [ŋụ ŋon] Jable.

ngụ ý [ŋụ i] To imply.

ngúc [ŋúk] Lúc ngúc : To be full of crawling things. Đất lúc ngúc những kiến: The ground was crawling with ants.

ngục [ŋụk] Prison, jail, gaol. Vượt ngục : To break prison. Tù vượt ngục : Prison-breaker. Sự vượt ngục : Prison-breaking. Hạ ngục người nào : To send someone to prison ; to put, throw, someone into prison.

ngục lại [ŋụk lại] Jailer, gaoler.

ngục lao [ŋụk lau] Prison, jail.

ngục thất [ŋụk θất] Prison. Nó đã trải qua (sống) những năm tốt đẹp nhứt của đời nó trong ngục thất: He had consumed the best years of his life in prison.

nguệch ngoạc [ŋwệik ŋwạk] Viết nguệch ngoạc : To scrawl, scribble. Chữ viết nguệch ngoạc : Scrawling handwriting.

ngui ngút [ŋui ŋút] Lên khói ngui ngút : To emit thick smoke.

ngùi [ŋùi] Ngâm ngùi : To pity, to have compassion.

ngủi [ŋủi] Ngắn ngủi : Short (time).

ngúm [ŋúm] Nó đã chết ngúm rồi : He is dead and buried.

ngụm [ŋụm] Draught, mouthful (of water, etc.). Từng ngụm lớn : In long draughts. Một ngụm rượu : Mouthful of wine.

ngun ngút [ŋun ŋút] See ngui ngút.

ngùn ngụt [ŋùn ŋụt] (Of smoke flames) To rise profusely.

ngún [ŋùn] Cụt ngún : Very short.

ngúng ngảy [ŋúŋ ŋải] Indisposed, unwell.

ngừng [ŋừŋ] Ngại ngừng : To hesitate, to waver.

nguôi [ŋuəi] To become appeased, to cool down, to calm down, to grow quiet; (of excitement) to subside. Làm người nào nguôi giận: To appease, soothe, mollify, a person's anger. Nó đã nguôi giận chưa ?: Has his anger cooled yet ? Nó đã nguôi giận rồi: His anger is cooling down. Làm nguôi sầu : To assuage, mitigate, lighten, a sorrow. Đi dạo một vòng cho nguôi giận : To walk off one's anger.

nguội [ŋuội] Cool, cold. Cơm nguội : Cold rice. Để canh nguội hết: To leave, let, one's soup to get cool. Chiến tranh nguội : Cold war. Nó thổi cho nguội cà-phê : He is blowing his coffee to make it cool.

nguội To grow cold ; to cool down, to cool off.

nguội lạnh [ŋuội lạiŋ] To cool off.

nguồn [ŋuồn] 1) Source, fountain-head (of river, etc...).

2) Source, spring. Nguồn sáng : Light source.

nguồn an ủi [ŋuồn an ủi] Comfort, solace. Nàng là nguồn an ủi duy nhứt của tôi : She is my only solace. Những bứ thơ của anh là nguồn an ủi lớn của tôi Your letters have been a great comfort to me. Người tàn tật tìm nguồ an ủi trong âm nhạc : The invalid foun solace in music.

nguồn cảm hứng [ŋuồn kảm hử Inspiration, vein.

nguồn cơn [ŋuồn kən] From the beginning to the end.

nguồn gốc [ŋuồn gók] Source, origi Vạch lại nguồn gốc của việc gì : trace something back to its source. T nguồn gốc của một chữ : To find t derivation of a word. Tiền bạc là ngu gốc của tất cả tội ác: Money is root of all evil.

nguồn lợi [ŋuần lợi] Resource. *Nguồn lợi dồi dào :* Ample resources.

nguồn sông [ŋuần ʃoŋ] Source of a river. *Đi ngược lên nguồn sông :* To ascend towards the source of a river.

nguồn thơ [ŋuần θơ] Poetic inspiration, poetic vein.

nguồn tin [ŋuần tin] Source of information. *Nguồn tin Mỹ :* Information from American source.

nguồn tư tưởng [ŋuần tư tưởŋ] Train of thought.

nguồn vô tận [ŋuần vo tận] Unending source.

ngút [ŋút] *Ngút khói :* To emit smoke.

ngụt [ŋụt] *Lên khói ngùn ngụt :* To emit thick smoke.

nguy [ŋwi] Dangerous, perilous.

nguy bệnh [ŋwi bệnh] Serious illness, dangerous disease.

nguy biến [ŋwi biến] Emergency. *Trong lúc nguy biến :* In case of emergency.

nguy cấp [ŋwi cấp] Dangerous and pressing. *Ngõ ra khi có việc nguy cấp:* Emergency exit.

nguy cơ [ŋwi cơ] Danger, peril.

nguy hại [ŋwi hại] Dangerous and damaging.

nguy hiểm [ŋwi hiểm] Dangerous, risky, venturesome, perilous, hazardous ; awkward. *Một địch thủ nguy hiểm :* A dangerous opponent. *Vùng nguy hiểm :* Danger - zone. *Mối, sự nguy hiểm :* Danger. *Tránh sự nguy hiểm:* To avert, ward off, a danger. *Khúc queo nguy hiểm :* Awkward corner. *Đường nhiều khúc quanh gắt và rất nguy hiểm cho xe cộ :* The road is full of abrupt turns and is dangerous for motor-cars. *Trong thời kỳ chiến tranh tánh mạng một người lính thật đầy nguy hiểm :* In the time of war a soldier's life is full of danger. *Nó đau rất nặng nhưng bác sĩ nói bây giờ thì hết nguy hiểm rồi :* He has been very ill but the doctor says he's out of danger now (= not likely to die). *Lên thì nguy hiểm, xuống thì không thể được :* To

go up was dangerous, to go down was impossible.

nguy khốn [ŋwi xốn] Dangerous.

nguy kịch [ŋwi kịk] Very dangerous, critical, full of danger. *Bịnh nhân ở trong tình trạng nguy kịch :* The patient is in a critical condition. *Lúc, thời kỳ nguy kịch trong đời tôi :* A critical moment in my life.

nguy nan [ŋwi nan] Perilous and difficult ; dangerous, perilous.

nguy nga [ŋwi ŋa] Magnificent, splendid.

nguy ngập [ŋwi ŋập] Dangerous, critical ; in danger.

ngụy [ŋwi] False, lying, deceitful.

ngụy bản [ŋwi bản] Apocryphal book.

ngụy biện [ŋwi biện] Fallacy; sophism.

ngụy chứng [ŋwi cứŋ] False witness.

ngụy danh [ŋwi zaiŋ] False name.

ngụy hình [ŋwi hìŋ] False form.

ngụy ngôn [ŋwi ŋon] Falsehoods, lies.

ngụy tác [ŋwi ták] Apocryphal book.

ngụy tạo [ŋwi tạu] To forge, fabricate, falsify (a document).

ngụy thiện [ŋwi θiện] Hypocritical.

ngụy trang [ŋwi traŋ] To camouflage.

nguyên [ŋwien] 1) Intact, brand-new. *Không một cửa kiếng nào còn nguyên cả :* Not a window remains whole. 2) Entire ; whole. *Nguyên một miếng :* All in one piece. *Người Á-rập thường nấu nguyên một con trừu cho một bữa ăn :* The Arabs often cook a whole sheep for a meal. *Rắn nuốt những nạn nhân của nó nguyên con :* Snakes swallow their victims whole.

nguyên âm [ŋwien âm] (Mus) Fundamental tone.

nguyên bản [ŋwien bản] 1) Original. 2) Origin.

nguyên bị [ŋwien bị] The plaintiff and the defendant.

nguyên cáo [ŋwien káu] Plaintiff, accuser, indicter. *Đứng dân sự nguyên cáo:* To assume the role of indicter.

nguyên chất [ŋwien cất] 1) Essence. 2) Principle. *Nguyên chất tác dụng :* Active principle.

nguyên chất [ŋwien cất] Pure, fine. *Vàng nguyên chất :* Pure gold. *Rượu nguyên chất :* Pure wine.

nguyên chủ [ŋwien củ] Rightful owner ; original owner.

nguyên cơ [ŋwien kó] Root reason.

nguyên công [wien koŋ] Outstanding merit.

nguyên cựu [ŋwien kưu] As of old.

nguyên diện [ŋwien ʃiện] (Cryst) Helohedral.

nguyên do [ŋwien zɔ] Cause.

nguyên đán [ŋwien dán] New Year's day.

nguyên động lực [ŋwien dọŋ lựk] Motive power.

nguyên đơn [ŋwien dơn] Complainant.

nguyên giá [ŋwien ʃá] First cost, prime cost, net cost, cost of production ; purchase price.

nguyên hình [ŋwien hìɲ] Original form ; protoplast.

nguyên lai [ŋwien lai] Cause, origin.

nguyên lão viện [ŋwien lãu viện] Senate, House of Lords.

nguyên liệu [ŋwien liệu] Raw materials, raw produce. *Chúng tôi bắt buộc phải ngưng công việc vì thiếu nguyên liệu :* We have been tied up for want of raw materials.

nguyên lượng [ŋwien lưọŋ] Quantum.

nguyên lý [ŋwien lí] First principle. *Những nguyên lý của hình học :* First principles of geometry.

nguyên ngân [ŋwien ŋɔn] Capital.

nguyên nguyệt [ŋwien ŋwiệt] First month.

nguyên ngữ [ŋwien ŋữ] Etymon.

nguyên nhân [ŋwien ɲɔn] Cause, reason. *Nguyên nhân đầu tiên :* Primary cause. *Tìm ra nguyên nhân của bịnh :* To discover the cause of a disease. *Nguyên nhân trực tiếp :* Immediate cause. *Nguyên nhân sâu xa :* Deep

cause. *Việc gì cũng có nguyên nhân cả :* No effect without cause. *Nguyên nhân vật chất :* Material cause. *Sự cầu thả thường thường là nguyên nhân của những vụ cháy nhà :* Carelessness is often the cause of fires.

nguyên nhật [ŋwien ɲật] First day of the year.

nguyên niên [ŋwien nien] First year of the reign.

nguyên phong [ŋwien fɔŋ] Unopened.

nguyên quán [ŋwien kwán] Native country, native place.

nguyên sắc [ŋwien ʃắwk] Primary colours.

nguyên sinh chất [ŋwien ʃiɲ cất] Protoplasm, cell-body.

nguyên sinh tập [ŋwien ʃiɲ tập] (Biol) Plasmodium.

nguyên sinh thực vật [ŋwien ʃiɲ θựk vật] Protophyte.

nguyên sinh vật [ŋwien ʃiɲ vật] (Biol) Protista.

nguyên soái [ŋwien ʃwái] Generalissimo.

nguyên tản [ŋwien tản] Prothallium, prothallus.

nguyên tắc [ŋwien tắwk] Principle, fundamental. *Nguyên tắc chủ yếu :* Guiding principle. *Nguyên tắc sống chung hòa bình :* Principles of peaceful coexistence.

nguyên tể [ŋwien tẻ] Prime Minister.

nguyên thể [ŋwien θẻ] Essence.

nguyên thủ [ŋwien θủ] Chief of state.

nguyên thủy [ŋwien θwì] Original, primitive, aboriginal.

nguyên tố [ŋwien tó] (Ch. Bot) Element.

nguyên tội [ŋwien tọi] Original sin.

nguyên trạng [ŋwien trạŋ] Primitive state.

nguyên tràng phôi [ŋwien tràŋ foi] Gastrula.

nguyên tử [ŋwien tử] (Ch) Atom. *Bom nguyên tử :* Atom, atomic bomb. *Làm thành nguyên tử :* To atomize. *Pi... nguyên tử :* Atomic pile.

nguyên tử lượng [ŋwien tử lɯʔŋ] Atomic weight.

nguyên tử năng [ŋwien tử naɯŋ] Atomic energy.

nguyên tử số [ŋwien tử ʃó] (Ch. Phys) Atomicity, atomic value.

nguyên tử thuyết [ŋwien tử θwiét] Atomic theory.

nguyên úy [ŋwien wi] The beginning and the end.

nguyên văn [ŋwien vaɯn] Textual. *Đoạn sách trích đúng theo nguyên văn :* Textual quotation.

nguyên vẹn [ŋwien vẹn] Intact, untouched, unbroken, uninjured, undamaged, whole. *Giữ vật gì nguyên vẹn :* To keep something intact.

nguyền [ŋwièn] To promise, to swear, to vow.

nguyền rúa [ŋwièn rửɔ] To curse, to call down curses upon (someone, something) ; to anathematize.

nguyện [ŋwiện] 1) To pray, to wish, to desire.
2) To swear, to vow.

nguyện vọng [ŋwiện vɔŋ] Aspiration. *Tất cả hành động đi ngược lại nguyện vọng của nhân dân sẽ đưa đến thất bại :* All acts that run counter to the people's aspirations will lead to failure.

nguyệt [ŋwiệt] 1) The moon. *Ngoạn nguyệt :* To admire the moon.
2) Month. *Kinh nguyệt :* Menses, periods, monthlies.

nguyệt bạch [ŋwiệt bạik] Moonlight, moonshine.

nguyệt báo [ŋwiệt báu] Monthly review, magazine.

nguyệt bổng [ŋwiệt bỏŋ] Monthly salary.

nguyệt cát [ŋwiệt kát] First day of the lunar month.

nguyệt cầm [ŋwiệt kầm] Moon-shaped guitar.

nguyệt cấp [ŋwiệt kấp] Monthly allowance.

nguyệt cầu [ŋwiệt kầu] The moon.

nguyệt cung [ŋwiệt kuŋ] The moon palace.

nguyệt diện [ŋwiệt ziện] Round face and beautiful as the moon.

nguyệt diệu [ŋwiệt ziệu] Monday.

nguyệt đầu [ŋwiệt dầu] Beginning of the month.

nguyệt điện [ŋwiệt diện] The moon palace.

nguyệt hoa [ŋwiệt hwa] Moon and flower, (fig) love affair.

nguyệt kinh [ŋwiệt kiɲ] Menstruation, menses, periods, monthlies.

nguyệt kỳ [ŋwiệt kì] See nguyệt kinh.

nguyệt lạc [ŋwiệt lạk] The moon is setting.

Nguyệt lão [ŋwiệt lãu] The old man in the moon ; God of marriage.

nguyệt liễm [ŋwiệt liễm] Monthly dues.

nguyệt lương [ŋwiệt lɯɔ] Monthly salary.

nguyệt lượng [ŋwiệt lɯɔ] Moonlight, moonshine.

nguyệt phú [ŋwiệt fú] The moon palace.

nguyệt quang [ŋwiệt kwaŋ] Moonlight, moonshine ; the moon.

nguyệt san [ŋwiệt ʃan] Monthly, magazine issued monthly.

nguyệt sự [ŋwiệt ʃɯ] See nguyệt kinh.

nguyệt tận [ŋwiệt tận] End of the month.

nguyệt thực [ŋwiệt θɯk] Lunar eclipse.

nguyệt tín [ŋwiệt tín] See nguyệt kinh.

nguyệt tức [ŋwiệt tứk] Monthly interest, income.

nguýt [ŋwít] To look askance at (someone) ; to look black on (someone), to give (someone) a black look. *Nguýt người nào :* To look askance at someone, to skew at someone.

ngư [ŋɯ] (Not used alone) Fish.

ngư cụ [ŋɯ kụ] Fishing apparatus.

ngư diêm [ŋɯ ʒiem] Fish and salt.

ngư gia [ŋɯ ʒa] Fisherman.

ngư hộ [ŋɯ hộ] See ngư gia.

ngư loại học [ŋɯ lwại họk] Ichthyology.

ngư lôi [ŋɯ loi] Torpedo. *Ngư lôi đỉnh* : Torpedo-boat, destroyer. *Lưới sắt để cản ngư lôi* : Torpedo-net(ting). *Ống phóng ngư lôi* : Torpedo-tube. *Ngư lôi tự động* : Locomotive torpedo. *Tấn công bằng ngư lôi* : To attack with torpedoes, to make a torpedo attack. *Tấn công, phá hủy bằng ngư lôi* : To torpedo. *Vớt ngư lôi* : To pick up a torpedo.

ngư nghiệp [ŋɯ ŋiẹp] Fisheries.

ngư ông [ŋɯ oŋ] Fisherman.

ngư phủ [ŋɯ fủ] Fisherman. *Ngư phủ ném (quăng) lưới xuống nước* : The fisherman cast his net into the water.

ngư thủy [ŋɯ θẁi] Fish and water.

ngư tử [ŋɯ tử] Young fish.

ngừ ngừ [ŋừ ŋừ] (Of dog) To snarl, (of cat) to spit.

ngữ [ŋữ] *Ngôn ngữ* : Language. *Tục ngữ* : Proverb. *Thành ngữ* : Idiom.

ngữ Kind, sort, type. *Ngữ ấy* : That kind of man, that sort of people.

ngữ âm học [ŋữ ɘm hɔk] Phonetics.

ngữ căn [ŋữ kɑɯn] Etymon; radical, root.

ngữ học [ŋữ hɔk] Linguistics.

ngữ ngôn [ŋữ ŋon] Language.

ngữ ngôn học [ŋữ ŋon hɔk] Linguistics.

ngữ nguyên [ŋữ ŋwien] Etymology.

ngữ nguyên học [ŋữ ŋwien hɔk] Etymology. *Nhà ngữ nguyên học* : Etymologist.

ngữ nhiệt [ŋữ ŋiẹt] Heat–proof.

ngữ pháp [ŋữ fáp] Syntax, grammar.

ngữ vựng [ŋữ vɯŋ] Vocabulary, glossary.

ngự [ŋɯ] (Not used alone) Royal, imperial.

ngự bút [ŋɯ bút] Royal, imperial, writing.

ngự chè [ŋɯ cé] (Made, etc..) By the king.

ngự cực [ŋɯ kɯk] To ascend, accede to, come to, the throne.

ngự danh [ŋɯ zaɪɲ] King's name.

ngự đệ [ŋɯ dẹ] King's brother.

ngự giá [ŋɯ ʒá] Royal, imperial, carriage.

ngự hàn [ŋɯ hàn] Against the cold.

ngự lâm [ŋɯ lɘm] Imperial guard.

ngự phong [ŋɯ fɔŋ] To fly.

ngự phòng [ŋɯ fɔ̀ŋ] Imperial room.

ngự phòng To prevent.

ngự tọa [ŋɯ twa] Royal seat.

ngự uyển [ŋɯ wiển] Royal, imperial, park.

ngứa [ŋứɘ] To itch. *Tay tôi ngứa* : My hand itches. *Ngứa ngáy muốn làm việc gì* : To itch to do something. *Vai tôi ngứa* : My shoulder is itching. *Tôi ngứa tay muốn đánh nó một trận* : My fingers itch me to thrash him. *Tôi ngứa miệng lắm* : I was itching to speak. *Gãi vào chỗ ngứa của người nào* : To scratch someone's back, to toady to someone.

ngứa 1) Itching.
2) (Bot) Urticating, stinging (plant).

ngứa mắt [ŋứɘ mắɯt] To shock the eyes.

ngứa miệng [ŋứɘ miẹŋ] To be itching to speak. *Tôi ngứa miệng (muốn nói) lắm* : I was itching to speak.

ngứa ngáy [ŋứɘ ŋáy] Itching.

ngứa tai [ŋứɘ tai] The ear is itching.

ngứa tay [ŋứɘ tay] To be itching to strike (someone). *Tôi ngứa tay muốn đánh nó một trận* : My fingers itch me to thrash him.

ngừa [ŋừɘ] To prevent, to avert, to hinder, to stop (an accident, etc...).

ngừa sét (ri) [ŋừɘ ʃét] Antirust composition, rust preventive.

ngừa thúi nát [ŋừɘ θúi nát] Antiputrefactive.

ngửa [ŋửɘ] *Nằm ngửa* : To lie on one's back. *Nằm ngửa dưới đất* : Lying face upwards on the ground. *Té ngửa, ngã ngửa* : To fall backwards, on one's back. *Ngửa đầu ra phía sau* : To lean one's head back. *Ngửa người trên ghế* : To lean back in one's chair.

ngửa cổ [ŋửɘ kổ] To look upwards.

ngửa mặt [ŋửɔ mạɯt] To turn one's face upwards.

ngửa tay [ŋửɔ tay] To hold out one's hand, (fig) to beg.

ngựa [ŋɯɔ] 1) Horse. Giày cổi ngựa : Horse-boot. Người tập ngựa : Horse-breaker, horse-master. Bàn chải ngựa : Horse-brush. Thịt ngựa : Horse-flesh, horse-meat. Người bán thịt ngựa : Horse-butcher. Hàng bán thịt ngựa : Horse-butchery. Phân ngựa : Horse-dung. Da ngựa : Horse-hide. Mền đắp ngựa : Horse-blanket, horse-cloth. Lái ngựa, người buôn ngựa : Horse-coper, horse-dealer. Yên cương ngựa, đồ bắt kế ngựa : Horse-furniture. Chợ bán ngựa : Horse-mart. Đường ngựa chạy : Horse-path. Cuộc đua ngựa : Horse-race. Đuôi ngựa : Horse – tail. Móng ngựa : Horse-shoe. Thợ đóng móng ngựa : Horse-shoer. Ăn trộm ngựa : Horse-stealer, horse-thief. Thuật cổi ngựa : Horsemanship. Chuồng ngựa, tàu ngựa : Stable. Trường đua ngựa : Hippodrome. Lên ngựa, cổi ngựa : To mount, get on, a horse ; to take horse ; to go in for riding. Té ngựa, ngã ngựa : To fall off one's horse ; to have a fall, take a toss. Đỡ người nào lên ngựa : To hoist someone on to his horse. Nó nhảy lên ngựa của nó và phóng đi : He jumped on his horse and rode away (off).
2) Horse-power. Chiếc xe bốn chục ngựa : A forty horse-power car, a car of forty horse-power.

ngựa cái [ŋɯɔ kái] Mare. Đem ngựa cái cho (ngựa giống) phủ, nhảy : To take a mare to horse.

ngựa chiền [ŋɯɔ cién] War-horse.

ngựa chở đồ nặng [ŋɯɔ cỡ dò nạɯŋ] Pack-horse.

ngựa con [ŋɯɔ kɔn] Colt, foal.

ngựa cổi [ŋɯɔ kỗi] Saddle-horse.

ngựa cụt đuôi [ŋɯɔ kụt duɔi] Dock-tailed horse.

ngựa đốm [ŋɯɔ dốm] Dappled horse.

ngựa đua [ŋɯɔ dwɔ] Race-horse.

ngựa đực [ŋɯɔ dụk] Male horse.

ngựa giống [ŋɯɔ jốŋ] Stallion, stud-horse.

ngựa gỗ [ŋɯɔ gỗ] Rocking-horse, stud-horse ; (Gym) vaulting-horse.

ngựa hiền [ŋɯɔ hiền] Quiet horse.

ngựa kéo xe [ŋɯɔ kéu sɛ] Draught-horse, cart-horse, coach-horse.

ngựa lai [ŋɯɔ lai] Half-bred horse.

ngựa lồng [ŋɯɔ lòŋ] Runaway horse.

ngựa nòi [ŋɯɔ nòi] Thoroughbred horse.

ngựa ô [ŋɯɔ o] Black horse.

ngựa què [ŋɯɔ kwè] Lame horse.

ngựa thi [ŋɯɔ θi] Race-horse.

ngựa thiền [ŋɯɔ θiến] Gelding ; gelded horse.

ngựa tơ [ŋɯɔ tɔ] Young horse.

ngựa trạm [ŋɯɔ trạm] Relay horse.

ngựa trần [ŋɯɔ trần] Barebacked horse. Cổi ngựa trần : To ride on a bare-backed horse.

ngựa trận [ŋɯɔ trạn] War-horse, battle-horse.

ngựa trời [ŋɯɔ trời] Mantis.

ngựa vằn [ŋɯɔ vàɯn] Zebra.

ngực [ŋɯk] Chest ; breast ; bosom. Giáp che ngực : Chest-protector, breast-plate. Ưỡn ngực : To throw out one's chest. Túi trên ngực : Breast-pocket. Cao, sâu tới ngực : Breast-high, breast-deep. Khoanh tay trước ngực : To fold one's arms across one's breast. Vòng ngực chín mươi : Chest measurement ninety. Đâm ngập dao găm vào ngực người nào : To bury a dagger in someone's breast. Đá một đá vào giữa ngực người nào : To plant one's foot in the middle of someone's chest. Râu ông ấy dài tới ngực : His beard falls over his chest.

ngực lép [ŋɯk lép] Narrow-breast, narrow-breasted, narrow-chested.

ngực nở [ŋɯk nở] Broad, wide, chest ; wide-breasted.

ngửi [ŋửi] To smell, to sniff (odour, flower) ; to savour. Hãy ngửi thử hoa hường nầy : Just smell this rose. Bị sồ *mũi tôi không ngửi thấy gì cả* : With my cold I can smell nothing. *Con chó ngửi bàn tay tôi* : The dog sniffed (at) my hand. *Ngửi hoa hường* : To sniff (at) a rose. *Chỉ ngửi mùi phó mát nầy cũng đủ làm tôi phát ngấy* : The mere smell of that cheese put me off (it). *Tôi ngửi có mùi khét* : I could smell burning.

ngưng [ŋɯŋ] (Of oil, blood) To coagulate, to congeal, to fix, to solidify; (of blood) to clot.

ngưng To cease, to break, to suspend, to delay. *Ngưng làm việc* : To break from work. *Ngưng công việc lại mười phút* : To break off ten minutes. *Ngưng nói* : To break off talking. *Ngưng trả tiền* : To suspend payment.

ngưng bắn [ŋɯŋ báɯn] To cease fire.

ngưng chiến [ŋɯŋ ciến] To break off the action, to stop fighting.

ngưng cỏ [ŋɯŋ kỏ] To solidify.

ngưng kết [ŋɯŋ két] To concrete, to coagulate, to set.

ngưng súc [ŋɯŋ ʃúk] To condense. *Ngưng súc khí* : Condenser.

ngưng tập [ŋɯŋ tập] 1) (Ph) To aggregate.
2) To concentrate.

ngưng thần [ŋɯŋ θần] To concentrate one's thought.

ngưng thị [ŋɯŋ θị] To gaze at, to fix one's eyes on.

ngưng trệ [ŋɯŋ trệ] To come to a standstill.

ngưng tụ [ŋɯŋ tụ] To condense.

ngừng [ŋừŋ] To stop, to draw up. *(Xe hơi) Ngừng lại bên lề đường* : (Of car) To stop at the kerb. *Chúng nó ngừng lại để xem phong cảnh* : They stopped to look at the view. *Bắt buộc phải ngừng lại* : To be brought to a stand. *Chiếc xe ngừng lại* : The carriage stopped, drew up. *Chiếc xe ngừng trước cửa nhà tôi* : The car pulled up, drew up, at my door. *Ngừng dọc đường* : To break one's journey. *Đồng hồ của tôi ngừng chạy* : My watch has stopped. *Làm việc không ngừng* : To work away.

Xe lửa ngừng lại tất cả các ga : The train calls at every station. *Chiếc xe ngừng lại ở cửa* : The carriage drew up at the door. *Anh muốn ngừng ở đâu ?* : Where shall I drop you (i.e. stop to allow you to get out of the car) ?. *Hãy ngừng lại trước nhà số 196* : Stop opposite number 196. *Chiếc xe lửa ngừng lại ở nhà ga để ba hành khách xuống* : The train stopped at the station to set down three passengers. *(Xe lửa, tắc xi, v.v...) Ngừng lại để cho hành khách lên* : (Of train, taxi, etc...) To stop to take up passengers. *Tôi ra dấu cho nó ngừng lại* : I waved him to stop. *Nàng ngừng lại ở giữa câu* : She stopped in mid-sentence. *Ngừng lại dọc đường* : To stop on the way.

ngừng bước [ŋừŋ búrk] To stop walking.

ngừng chân [ŋừŋ cən] See **ngừng bước.**

ngừng hẳn [ŋừŋ hảɯn] To stop short, to stop completely. *Chiếc xe lửa ngừng hẳn* : The train come to a dead stop.

ngừng lại [ŋừŋ lại] To stop, to come to a stop ; to heave to. *Chiếc tàu ngừng lại* : The ship hove to (came to a stop). *Vượt qua chỗ phải ngừng lại* : To pass the place where one ought to have stopped. *Ngừng lại ở góc đường* : To pull up at the corner.

ngừng nói [ŋừŋ nói] To stop talking.

ngửng [ŋửŋ] See **ngẩng.**

ngước lên [ŋúrk len] To look up, to raise one's head, to hold up one's head. *Ngước mắt lên trời* : To raise, cast up, one's eyes to heaven.

ngược [ŋɯrk] Contrary, converse, opposite (direction, etc...) ; adverse, opposed ; inverse, reversed. *Gió ngược* : Contrary, adverse, wind. *Dòng nước ngược* : Reverse current, counter-current. *Nói ngược lại* : To gainsay.

ngược bạo [ŋɯrk bạu] Tyrannical, tyrannous.

ngược chiều [ŋɯrk cièu] In the contrary direction, in the opposite way, contrariwise, in the opposite direction ngược chính [ŋɯrk cíɲ] Tyrannical policy.

ngược dòng nước [ŋɯrk zɔŋ nɯrk] Up-stream, against the stream. *Lội ngược dòng nước* : To swim against the stream.

ngược đãi [ŋɯrk dãi] To maltreat, to ill-treat, to ill-use, to misuse ; to pull about, to handle, treat roughly ; to bully (someone). *Ngược đãi người nào :* To give someone a rough handling. *Tôi sẽ không để anh bị ngược đãi đâu :* I will not allow you to be ill-treated.

ngược đời [ŋɯrk dời] Eccentric, un-usual.

ngược gió [ŋɯrk ʒɔ́] Against the wind.

ngược lại [ŋɯrk lại] Vice-versa ; on the contrary.

ngược phong [ŋɯrk fɔŋ] Contrary, adverse, foul, wind.

ngược tật [ŋɯrk tạt] Dangerous dis-ease.

ngươi [ŋɯɔi] (Anat) Pupil.

ngươi You (used to inferiors).

người [ŋɯòi] Man, person, fellow, peo-ple ; figure, individual. *Mọi người :* Every man. *Không có người nào làm được việc ấy cả :* There is no man who can do it. *Mỗi người mỗi ý :* So many men, so many minds. *Vài người :* Some men. *Ít người :* Few men. *Người ta nói rằng :* Man say that. *Người chết :* The dead man. *Người nào đây ? :* Who is this person ?. *Không trừ người nào cả :* Without exception of persons. *Ở đây không có người nào tên ấy cả :* No person of that name is here. *Nó thật là một người kỳ cục :* He's a queer fellow. *Một người vô dụng :* Good-for-nothing fellow. *Bảo người ấy đi đi :* Tell that fellow to go away. *Ở dưới lầu có một người muốn nói chuyện với anh :* There's a fellow downstairs who would like to speak to you. *Nhiều người :* Many people. *Một ngàn người :* One thousand people. *Có năm người trong phòng :* There were five people in the room. *Một người kỳ dị :* A figure of fun. *Một người đàn bà đẹp :* A fine figure of a woman. *Nó là một người rất khó chịu :* He is an unbearable in-dividual. *Chiếc tàu chìm có hai trăm người trên tàu :* The ship sank with 200 souls on board. *Ông ấy là người Anh :* He is an Englishman. *Có rất ít người sống đến một trăm tuổi :* Very few people live to the age of one hun-dred. *Tôi sẽ cho chúng nó biết tôi là người thế nào :* I'll show them what stuff I'm made of.

người bán dạo [ŋɯòi bán zạu] Pedlar, pedler, hawker.

người bán thịt [ŋɯòi bán θịt] Butcher. *Người bán thịt cung cấp thịt cho khách hàng của mình :* A butcher purveys meat to his customers.

người buôn bán [ŋɯòi buən bán] Dealer. *Người buôn bán sỉ, lẻ :* Whole-sale, retail, dealer.

người chăn bò [ŋɯòi caɯn bɔ̀] Cow-herd, cow-boy.

người chết đuối [ŋɯòi cét duối] Drown-ing man. *Nó nhảy xuống sông cứu người chết đuối lên :* He jumped into the river and saved the drowning man. *Người chết đuối vớ được cọng rơm cũng bám lấy :* A drowning man clutches, catches, at a straw. *Bơm hơi vào phổi người bị chết đuối :* To pump air into the drowned man.

người chứng [ŋɯòi cứŋ] Witness. *Nghe những người chứng khai :* To hear the witnesses. *Không cần chữ ký của người chứng :* To dispense with the signature of a witness. *Người chứng thứ nhứt là vợ của bị cáo :* The first witness was the wife of accused.

người cờ gian bạc lận [ŋɯòi kờ ʒan bạk lận] Rook.

người đánh giày [ŋɯòi dáɲ ʒài] Boot-black.

người đào mỏ [ŋɯòi dàu mɔ̉] (Slang) Dowry-hunter.

người đẹp [ŋɯòi dẹp] Belle, handsome woman, beautiful woman.

người đi bộ [ŋɯòi di bọ] Foot-passen-ger.

người điên [ŋɯòi dien] Madman. *Kêu*

la như người điên: To shout like a mad-man.

người đời [ŋɯài dài] People.

người đứng bán [ŋɯài dúŋ bán] Shop-man, shop-girl, shop-assistant, (U.S.A.) clerk.

người đứng bảo lãnh [ŋɯài dúŋ bầu lãiŋ] Guarantor, surety, security.

người đứng đắn [ŋɯài dúŋ dắɯn] Gentleman. Cử chỉ của nó chứng tỏ nó là người đứng đắn : His manners stamp him a gentleman. Một người đứng đắn không cư xử như thế : No gentleman would act in such a manner.

người gác cổng [ŋɯài gák kồŋ] Gate-keeper. Người gác cổng chận nó lại và hỏi nó muốn gì : The gatekeeper stopped him and demanded his busi-ness (=asked him what he wanted).

người gởi [ŋɯài gỏi] Addresser (of letter), sender (of telegram, letter, etc..). Thơ gởi trả lại cho người gởi : Re-turned, letter. Trong trường hợp không giao được, gởi trả lại cho người gởi : In case of non delivery, return to the sender (often written on letters or parcels sent by post, etc...) Bưu kiện được trả về người gởi vì thiếu địa chỉ : The parcel was returned to the sender because the directions were insuffisant.

người giữ cửa [ŋɯài ʒữ kửa] Door-keeper, door-man.

người gù [ŋɯài gù] Hump-back, hunch-back.

người hàng thịt [ŋɯài hàŋ θịt] But-cher.

người khổng lồ [ŋɯài kồŋ lồ] Giant.

người lạ [ŋɯài lạ] Stranger, unknown person. Chó sủa người lạ : The dog barks at stranger.

người lai [ŋɯài lai] Half-breed.

người làm [ŋɯài làm] Employee ; ser-vant. Nếu anh muốn tìm người làm, hãy đăng trên báo : If you want a ser-vant, put an advertisement in the news-paper. Chúng nó mướn năm người làm : They employ five servants. Hãng nầy có 500 người làm : This firm has 500

employees.

người lớn [ŋɯài lớn] Adult, elderly people. Mỗi người lớn được bốn thước vải và mỗi đứa trẻ một bộ đồ : Each adult received four metres of cloth and each child a suit of clothing.

người mạo nhận [ŋɯài mạu ɲận] Im-postor.

người mê ngủ [ŋɯài me ŋủ] Heavy sleeper.

người mình [ŋɯài mìŋ] Our people.

người nào [ŋɯài nàu] Anybody, any-one. Anh có thấy người nào ở đó không ? : Do you see anybody over there ?. Có người nào dám nói như vậy không ? : Does anybody dare to say so?. Tôi sẽ không nói với người nào cả : I will not speak to anybody. Anh có thấy người nào nữa không ? : Did you see anything else ?.

người nghèo [ŋɯài ɲèu] Poor people. Người nghèo không thể (không có tiền) mua xe hơi : Poor people can't afford motor-cars.

người ngoại quốc [ŋɯài ŋwại kwók] Foreigner, alien.

người ngu [ŋɯài ŋu] Fool. Chỉ có người ngu mới làm một việc như thế : None but a fool would do such a thing.

người nhà [ŋɯài ɲà] Household. Nó là người nhà : He is one of the household.

người nhà quê [ŋɯài ɲà kwe] Coun-tryman, countrywoman.

người nhái [ŋɯài ɲái] Frogman.

người nhận [ŋɯài ɲận] Receiver ; ad-dressee (of letter).

người nhỏ mọn [ŋɯài ɲỏ mọn] Small man. Chỉ có người nhỏ mọn mới hành động như thế : Only a small man could act like that.

người ở [ŋɯài ở] Servant, domestic. Người ở mở cửa và cho tôi vào : The servant opened the door and admitted me into the house.

người ở ẩn [ŋɯài ở ẩn] Hermit, ancho-ret, anchorite.

người quê (chân hoặc tay) [ŋɯài kwè] Cripple.

người quen [ŋɯəi kwɛn] Acquaintance. *Nó là một trong những người quen của tôi* : He is an acquaintance of mine.

người sáng lập [ŋɯəi ʃáŋ ləp] Founder (of a school, hospital or other institution).

người say rượu [ŋɯəi ʃay rɯəu] Drunken man. *Đi lảo đảo, loạng choạng như người say rượu* : To reel to and fro like a drunken man.

người ta [ŋɯəi ta] People, one, they, you. *Người ta nói rằng* : People say that, they say that. *Người ta không thể luôn luôn làm (nói) phải mãi được* : One cannot always be right. *Người ta không thể đoán trước số phận của mình* : You cannot predict your fate. *Người ta nói rằng nó đã chết rồi* : It was given out that he was dead. *Người ta nói nó rất giàu có* : People say (that) he is very wealthy. *Người ta chết cả trăm, cả trăm ngàn* : People died in hundreds, in hundreds of thousands.

người tai mắt [ŋɯəi tai máɯt] Very important person.

người tàn tật [ŋɯəi tàn tət] Cripple.

người thành thị [ŋɯəi θàiɲ θi] Citizen.

người tiêu thụ [ŋɯəi tieu θụ] Consumer. *Những nhà sản xuất cố gắng cung cấp nhu cầu của những người tiêu thụ* : Producers try to supply the demands of consumers.

người tỉnh ngủ [ŋɯəi tiɲ ŋủ] Light sleeper.

người xa lạ [ŋɯəi sa lạ] Stranger. *Đối đãi với người nào như người xa lạ* : To make a stranger of someone.

người xưa [ŋɯəi sɯə] People of the past.

người yêu [ŋɯəi ieu] Lover, sweetheart.

ngưỡng cửa [ŋɯɔ̃ŋ cửə] Threshold of a door.

ngưỡng lại [ŋɯɔ̃ŋ lại] To lean on, rely on.

ngưỡng mộ [ŋɯɔ̃ŋ mọ] To look up; to admire.

ngưỡng thị [ŋɯɔ̃ŋ θi] To look up.

ngưỡng vọng [ŋɯɔ̃ŋ vɔŋ] To look up and hope.

ngượng [ŋɯəŋ] Ashamed. *Nàng ngượng vì quần áo rách rưới của mình* : She was ashamed of her ragged clothes.

ngượng nghịu [ŋɯəŋ ɲiu] Awkward. *Lần đầu tiên (chúng tôi) mới gặp nhau, tôi thấy hết sức ngượng nghịu* : At our first meeting I felt very awkward.

ngưu [ŋɯu] Ox.

ngưu cách [ŋɯu cáik] Oxhide.

ngưu đậu [ŋɯu dụ] Vaccine, cowpox.

ngưu lạc [ŋɯu lạk] Butter.

ngưu nhũ [ŋɯu ɲũ] Cow's milk.

NH

nha [ɳa] 1) Service, bureau.

2) (Mil) Corps. *Nha quân cụ* : Ordnance corps. *Nha quân nhu* : Quartermaster corps. *Nha quân y* : Medical corps.

nha bài [ɳa bài] Ivory tablet.

nha khoa [ɳa xwa] Dentistry.

nha phần [ɳa fɔn] Tooth-powder.

nha phiền [ɳa fién] Opium.

nha phiền tinh [ɳa fién tip] Morphine.

nha sĩ [ɳa ʃi] Dentist, dental surgeon, surgeon-dentist. *Khi răng của anh bắt đầu hư, anh phải đi nha sĩ ngay* : When your teeth begin to decay, you should go to a dentist at once.

nha thống [ɳa θóp] Toothache.

nha tinh [ɳa tip] Morphine.

nha trùng [ɳa trùɲ] (Physiol) Gemma.

nha y sĩ [ɳa i ʃi] See nha sĩ.

nhá nhem [ɲá ɲɛm] At dusk. *Lúc nhá nhem tối* : At nightfall.

nhà [ɲà] House, abode, domicile, home. *Từng nhà* : From house to house. *Giữ nhà* : To keep (to) the house. *Dọn nhà* : To move house. *Ở nhà* : At home. *Thuế nhà cửa* : House-duty. *Mái nhà* : House-top. *Công việc nhà* : Household duties ; house work. *Chủ nhà* : Householder. *Sổ chi tiêu trong nhà* : Housekeeping - book. *Không nhà* : Houseless, homeless. *Nó là người trong nhà* : He is one of the household. *Không nhà không cửa* : To have neither house nor home. *Đi ngang qua nhà người nào* : To pass someone's house. *Cả nhà đều bị cúm* : The whole house was down with influenza. *Một xóm năm chục nhà* : Hamlet of fifty homes. *Trở về nhà* : To get back home. *Có nhà riêng* : To have a home of one's own. *Ông A có ở nhà không?* : Is Mr. A at home ?. *Xe hơi không thể đến tận nhà được* : The house is not accessible by motor-car (it's impossible to get to the house by moto-car). *Tôi còn vài việc dở dang phải làm trước khi về nhà* : I have some unfinished work to clear up before I go home. *Anh cứ tự nhiên như ở nhà anh* : Make yourself at home. *Lìa, bỏ nhà ra đi* : To leave home. *Không có ở nhà* : To be away (absent) from home. *Cho người nào ở nhà mình* : To give someone a home, to make a home for someone. *Dẫu tồi tàn mấy cũng là nhà mình* : Be it ever so humble there's no place like home. *Về nhà* : To go, come, home. *Bài làm ở nhà* : Home lessons. *Sân nhà* : (Sports) Home ground. *Trận chơi tại sân nhà* : Home match. *Ở nhà quê* : To take up one's abode in the country. *Mướn năm một cái nhà* : To rent a house by the year. *Nhà cất riêng ra* : Detached house. *Nó quyết định ở nhà* : He elected to remain at home. *Tôi muốn một cái nhà lớn bằng hai cái này* : I want a house twice as large as this. *Nhà có cây cối chung quanh nên đằng xa không thể thấy được* : The house has trees round it and cannot be seen from a distance. *Nhà có vườn không? :* Has the house a garden ?. *Để cho người nào vào nhà :* To let someone into the house. *Đưa người nào về nhà :* To see someone home. *Tôi sẽ đưa anh đến tận nhà :* I'll see you to the door. *Không bao giờ ra khỏi nhà :* Never to leave one's home.

nhà ăn [ɲà aɯn] Refectory.

nhà bác học [ɲà bák hɔk] Scientist.

nhà bán [ɲà bán] House to be sold.

nhà bán sách [ɲà bán ʃáik] Bookshop, bookstore.

nhà báo [ɲà báu] Journalist, newsman, newspaperman.

nhà bào chế [ɲà bàu cé] Druggist, pharmacist, pharmaceutist, (pharmaceutical) chemist.

nhà bảo sanh [ɲà bàu ʃaiɲ] Maternity hospital, lying-in hospital.

nhà băng [ɲà baɯŋ] Bank.

nhà bếp [ɲà bép] Kitchen, cook-house, cook-room. *Đồ dùng nhà bếp :* Cooking utensils. *Mùi ở nhà bếp xông lên mũi tôi :* The smell of cooking came to my nostrils. *Mùi tỏi ở nhà bếp bay ra :* A small of garlic issues from the kitchen.

nhà binh [ɲà biɲ] Military.

nhà buôn [ɲà buən] 1) Firm, business house. *Nhà buôn đáng tin cậy :* Reliable firm. *Nhà buôn có nhiều chi nhánh :* Firm with multiple shops.
2) Merchant, tradesman, business man. *Nhà buôn sắp bị phá sản :* Tradesman on his last legs.

nhà cái [ɲà kái] (Gaming) Banker.

nhà cầm quyền [ɲà kàm kwièn] The authorities. *Nhà cầm quyền quân sự :* The military authorities. *Nhà cầm quyền địa phương :* The local authorities.

nhà cầu [ɲà kàu] Gallery.

nhà chế tạo [ɲà cé tạu] Manufacturer. *Giá lẻ do nhà chế tạo định :* Retail price laid down by the manufacturer. *Đóng dấu nhà chế tạo lên hàng hóa của mình :* To stamp a manufacturer's

name on one's goods.

nhà chiêm tinh [ɲà ciem tiɲ] Astrologer.

nhà chính trị [ɲà ciɲ trị] Politician, statesman. *Đừng để những nhà chính trị ấy lừa dối anh :* Don't let yourself be taken in by these politicians.

nhà cho mướn (thuê) [ɲà cɔ mɯớn] House to let.

nhà chứa bạc [ɲà cứə bạk] Gambling-house.

nhà chức trách [ɲà cứk tráik] The authorities. *Nhà chức trách địa phương :* Local authorities.

nhà cửa [ɲà kửə] House. *Thuế nhà cửa :* House-duty. *Thợ sơn nhà cửa :* House-painter. *Nhà cửa của chúng nó đều ra tro :* They were burnt out of house and home.

nhà dây thép [ɲà zei θép] Post-office.

nhà doanh nghiệp [ɲà zwaiɲ ŋiẹp] Business man.

nhà dòng [ɲà zɔŋ] Monastery.

nhà du lịch [ɲà zu lịk] Tourist.

nhà dưỡng lão [ɲà zɯỡŋ lãu] Alms-house.

nhà đá [ɲà dá] Prison, jail.

nhà đạo đức [ɲà dạu dứk] Moralist.

nhà đèn [ɲà dèn] Power-station, power-house.

nhà đĩ [ɲà dĩ] Brothel, bagnio.

nhà địa chất học [ɲà dịə cất hɔk] Geologist.

nhà địa dư học [ɲà dịə zɯ hɔk] Geographer.

nhà đoan [ɲà dwan] Custom house.

nhà độc tài [ɲà dọk tài] Dictator.

nhà đôi [ɲà doi] Semi-detached house.

nhà đương cuộc [ɲà dɯəŋ kwạrk] The authorities.

nhà ga [ɲà ga] Railway-station. *Ở gần nhà ga :* In proximity to the station. *Chúng tôi phải chờ rất lâu tại nhà ga :* We had a long wait at the station.

nhà gác [ɲà gák] Many-storied house.

nhà gạch [ɲà gạik] Brick house.

nhà gái [ɲà gái] Bride's family.

nhà gia giáo [ɲà ɟa ɟáu] Well-bred family.

nhà giai [ɲà ɟai] Bridegroom's family.

nhà giải phẫu [ɲà ɟải fẫu] Surgeon. *Nhà giải phẫu đã cưa chân nó:* The surgeon took off (= amputated) his leg.

nhà giam [ɲà ɟam] Prison, jail.

nhà giáo [ɲà ɟáu] Teacher.

nhà giàu [ɲà ɟàu] Wealthy family; rich people. *Đánh thuế nặng nhà giàu:* To soak the rich, to tax rich people very heavily.

nhà hàng [ɲà hàŋ] 1) Store, shop. 2) Restaurant; hotel. *Nhà hàng nổi:* Floating hotel.

nhà hát [ɲà hát] Theatre.

nhà hiền triết [ɲà hièn triét] A sage.

nhà Hình [ɲà hìɲ] Criminal Records Office.

nhà hóa học [ɲà hwá hɔ̣k] Chemist.

nhà họa sĩ [ɲà hwạ ʃi] Artist, painter.

nhà hộ sinh [ɲà họ ʃiɲ] Maternity hospital, lying-in hospital.

nhà in [ɲà in] Printing-house.

nhà khách [ɲà xáik] Drawing-room, reception room.

nhà khảo cổ [ɲà xảu kỏ] Archaeologist.

nhà khoa học [ɲà xwa hɔ̣k] Scientist.

nhà kiền [ɲà kién] Glass-house, green-house, conservatory.

nhà kinh doanh [ɲà kiɲ zwaiɲ] Business-man.

nhà kinh tế học [ɲà kiɲ té hɔ̣k] Economist.

nhà kỹ nghệ [ɲà ki ŋẹ] Industrialist, manufacturer.

nhà lá [ɲà lá] Thatched house.

nhà làm báo [ɲà làm báu] Newsman, journalist, newspaperman.

nhà làm luật [ɲà làm lwạt] Law-maker.

nhà lãnh đạo [ɲà lãiɲ dạu] Leader. *Nó không có tài của một nhà lãnh đạo, nó không đủ sức lãnh đạo:* He is not cut out to be, for, a leader. *Các nhà lãnh đạo của chúng ta đã quyết định không thương thuyết với địch nữa:* Our leaders have decided not to negotiate with the enemy any further.

nhà lầu [ɲà lầu] Many-storied house.

nhà luật học [ɲà lwạt hɔ̣k] Jurist.

nhà lụp xụp [ɲà lụp sụp] Cabin.

nhà lý tài [ɲà lí tài] Financier.

nhà máy [ɲà máy] Factory, works, mill. *Nhà máy điện:* Electricity works, power station, electrical works. *Nhà máy sợi:* Spinning-mill. *Nhà máy đã ngưng chạy:* The works have ceased running. *Nhà máy nhiệt điện:* Steam generating station.

nhà mô phạm [ɲà mo fạm] Teacher.

nhà ngang [ɲà ŋaŋ] Outbuilding.

nhà nghèo [ɲà ŋèu] Poor family.

nhà nghề [ɲà ŋè] Professional, player. *Cầu thủ nhà nghề:* Professional footballer. *Tài tử đấu với nhà nghề:* Gentlemen versus players (a match between amateurs and professionals).

nhà ngói [ɲà ŋɔ́i] Brick house.

nhà ngủ [ɲà ŋủ] Dormitory.

nhà ngục [ɲà ŋụk] Prison, jail.

nhà nguyện [ɲà ŋwiẹn] Chapel.

nhà nhập cảng [ɲà ɲập kảŋ] Importer.

nhà nho [ɲà ɲɔ] Confucian scholar.

nhà nông [ɲà noŋ] Farmer, agriculturist.

nhà nước [ɲà nứrk] Administration, government, state. *Kế hoạch (chương trình) nhà nước:* State plan.

nhà ở [ɲà ở] Dwelling-house. *Vấn đề nhà ở:* The housing problem. *Phụ cấp nhà ở:* Living-out allowance.

nhà phà [ɲà fa] Prison, jail.

nhà phát minh [ɲà fát miɲ] Inventor. *Với sự thỏa thuận của nhà phát minh:* Under licence from the author.

nhà quảng cáo [ɲà kwảŋ káu] Publicity agent.

nhà quê [ɲà kwe] Country (opposed to town). *Cô gái nhà quê:* Country girl. *Ở nhà quê:* In the country. *Đời sống ở nhà quê:* Country life. *Dọn về nhà quê:* To remove into the country. *Nhà quê hay ở thành phố, anh thích cái nào?:* Which do you prefer: to live in the country or in a city?. *Nó thích nhà quê:* He enjoys living in the country. *Đường ở nhà quê không được tốt bằng đường trong các thành phố lớn :* Country roads are not so good as the roads in big cities. *Dân ở nhà quê sống lâu hơn dân ở thành thị phải không ? :* Do country people live longer than people who live in towns ?. *Anh đi về nhà quê ở một tuần thì tốt lắm :* It will do you good to spend a week in the country.

nhà riêng [ɲà rieŋ] Private house. *Nó có nhà riêng không ? :* Has he a house of his own ?. *Có nhà riêng :* To have a house of his own.

nhà sách [ɲà ʃák] Bookstore, bookshop.

nhà sàn [ɲà ʃàn] Piled house.

nhà sản xuất [ɲà ʃản swất] Producer. *Những nhà sản xuất và những nhà tiêu thụ :* Producers and consumers.

nhà sẵm [ɲà ʃawm] Furnished apartment.

nhà sinh lý học [ɲà ʃiɲ li họk] Physiologist.

nhà soạn nhạc [ɲà ʃwạn ɲạk] Composer of music.

nhà số học [ɲà ʃó họk] Mathematician.

nhà sư [ɲà ʃɯ] Buddhist monk.

nhà sử học [ɲà ʃử họk] Historian.

nhà tai mắt [ɲà tai mắɯt] Very important person, man of note, man (people, person) of consequence. *Tất cả nhà tai mắt trong thành phố :* All the people of consequence in the town. *Nó có thể là một nhà tai mắt trong làng của nó nhưng ở đây thì nó không đáng kể :* He may be a man of consequence in his own village but he's quite unimportant here. *Tất cả nhà tai mắt trong tỉnh đều được mời đến dự :* All the people of note in the town had received invitations.

nhà tài chánh [ɲà tài cáiɲ] Financier.

nhà táng [ɲà táŋ] Catafalque.

nhà tắm [ɲà táwm] Bathroom.

nhà tâm lý học [ɲà təm li họk] Psychologist.

nhà thám hiểm [ɲà θám hiểm] Explorer.

nhà thần học [ɲà θần họk] Theologian.

nhà thầu [ɲà θầu] Contractor. *Nhà thầu khoán :* Building contractor.

nhà thầu thực phẩm [ɲà θầu θụk fầm] Purveyor.

nhà thiên văn [ɲà θien vawn] Astronomer.

nhà thổ [ɲà θổ] Brothel, bagnio, bawdy-house.

nhà thơ [ɲà θə] Poet.

nhà thờ [ɲà θờ] 1) Church, chapel. *Nhà thờ chánh :* Cathedral.
2) House of worship. *Nhà thờ đông nghẹt :* The church was crammed. *Đi nhà thờ :* To go to church. *Anh sẽ tìm thấy vật ấy gần nhà thờ :* You will find it along by the church. *Chúng tôi không đủ thì giờ để đi xem nhà thờ :* There is no time for us to see the church. *Sáng nay có một số đông người đi nhà thờ :* There was a large attendance at church this morning.

nhà thuốc [ɲà θwức] Drug - store, pharmacy.

nhà thực vật học [ɲà θụk vật họk] Botanist.

nhà thương [ɲà θɯəŋ] Hospital. *Chở người nào vào nhà thương :* To carry, convey, take, someone to the hospital. *Chúng nó được chở gấp vào nhà thương:* They were rushed to hospital. *Nó ở nhà thương ra hôm qua :* He was discharged from hospital yesterday.

nhà thương chữa mắt [ɲà θɯəŋ cửa mắɯt] Ophthalmic hospital.

nhà thương điên [ɲà θɯəŋ dien] Madhouse, insane asylum, lunatic asylum. *Nhốt người nào vào nhà thương điên :* To shut someone up in a madhouse.

nhà tiền chế [ɲà tièn cé] Prefabricated house.

nhà tiêu [ɲà tieu] Lavatory, water-closet.

nhà tiêu thụ [ɲà tieu θụ] Consumer.

nhà tiểu thuyết [ɲà tiểu θwiết] Novelist.

nhà toán học [ɲà twán họk] Mathematician.

nhà tôi [ɲà toi] My wife ; my husband.

nhà trai [ɲà trai] Bridegroom's family.

nhà tranh [ɲà traiɲ] Thatched cottage.

nhà trí thức [ɲà trí θứk] Intellectual, scholar, brain-worker ; high-brow.

nhà triết học [ɲà triét họk] Philosopher.

nhà trò [ɲà trò] Songstress.

nhà trọ [ɲà trọ] Boarding-house, lodging-house.

nhà trống [ɲà tróŋ] Empty house, unoccupied house, vacant house.

nhà trống tia [ɲà tròŋ tiạ] Planter.

nhà truyền giáo [ɲà trwièn ʂáu] Missionary.

nhà trứ tác [ɲà trứ ták] Author.

nhà trừng giới [ɲà trừŋ ʂói] House of correction, bridewell.

nhà trước [ɲà trứrk] Antechamber.

nhà trường [ɲà trưèʂ] School. *Anh phải tuân theo luật lệ của nhà trường* : You must obey the rules of the school. *Nó từ giã nhà trường hồi mười lăm tuổi* : He left school when he was fifteen. *Nó bắt đầu quen với nhà trường*: He is beginning to settle down at school.

nhà tu [ɲà tu] Convent. *Bỏ một thiếu nữ vào nhà tu* : To shut up a girl in a convent. *Người ta buộc nàng vào nhà tu* : They forced her into a convent.

nhà tu hành [ɲà tu hàiɲ] Religious, monk, priest.

nhà tù [ɲà tù] Prison, jail.

nhà tư [ɲà tư] Private house.

nhà tư bản [ɲà tư bản] Capitalist.

nhà vạn vật học [ɲà vạn vạt họk] Naturalist.

nhà văn [ɲà vaɯn] Writer. *Nhà văn nổi tiếng* : Distinguished writer, a well-known writer ; a writer of note. *Nhà văn có tài* : Talented writer.

nhà vắng [ɲà váɯŋ] Deserted house.

nhà vật lý học [ɲà vạt li họk] Physicist.

nhà viết báo [ɲà viét báu] Journalist, newsman, newspaperman.

nhà viết sử [ɲà viét ʃử] Historian.

nhà võ [ɲà võ] Military family.

nhà vợ [ɲà vợ] Wife's family, family of one's wife.

nhà vua [ɲà vwạ] The king.

nhà xã hội học [ɲà sã họi họk] Sociologist.

nhà xác [ɲà sák] Dead-house, mortuary, morgue.

nhà xe [ɲà sɛ] Garage. *Nó lùi xe vào nhà xe* : He backed his car into the garage. *Đem xe vào nhà xe* : To run the car into the garage.

nhà xí [ɲà sí] Water-closet.

nhà xuất bản [ɲà swốt bản] Publishing house.

nhà xuất cảng [ɲà swốt kảŋ] Exporter.

nhả [ɲà] 1) To spit out ; to release from one's mouth, to let fall from one's mouth. *Nhả tiền ra* : To cough up money. 2) (Of chimney) To dicharge (smoke).

nhã [ɲã] Gallant, fine.

nhã nhặn [ɲã ɲaɯn] Courteous, courtly, polite, genteel, elegant. *Những nhân viên (công chức) Sở Thương Chánh ở Saigon rất nhã nhặn* : The officials in the Customs at Saigon were very polite.

nhã ý [ɲã í] Amiability.

nhác [ɲák] Lazy, idle, slothful.

nhác trông [ɲák troŋ] At first sight ; to catch a glimpse of.

nhạc [ɲạk] Music. *Ban nhạc, giàn nhạc* : Orchestra, band. *Buổi hòa nhạc* : Concert. *Biết cảm nhạc* : To be appreciative of music, to have an ear for music, a musical ear. *Không biết cảm nhạc* : To have no appreciative of music. *Thích nhạc* : To love music, to be musical. *Phổ lời vào nhạc* : To set words to music.

nhạc *Ông nhạc, bà nhạc* : Father-in-law, mother-in-law.

nhạc ca [ɲạk ka] Music and singing.

nhạc công [ɲạk koŋ] Musician.

nhạc cụ [ɲạk kụ] Musical instruments

nhạc điệu [ɲạk dịệu] (Mus) Tune, aria

nhạc đội [ɲạk dọi] Orchestra, band.

nhạc gia [ɲạk ʂa] Wife's family.

nhạc hội [ɲạk họi] Concert.

nhạc khí [ɲak xí] Musical instrument.

nhạc khúc [ɲak xúk] Piece of music.

nhạc kịch [ɲak kịk] Opera.

nhạc mẫu [ɲak mẫu] Mother–in–law (the mother of one's wife).

nhạc phụ [ɲak fụ] Father-in - law (the father of one's wife).

nhạc sĩ [ɲak ʃĩ] Musician.

nhạc sư [ɲak ʃɯ] Music teacher.

nhạc trưởng [ɲak trɯở ɲ] Bandmaster, conductor of the orchestra.

nhạc trượng [ɲak trɯʌɲ] See nhạc phụ.

nhạc vũ [ɲak vũ] Ballet.

nhách [ɲáik] Thịt dai nhách : Very tough meat. Nói dai nhách : To be everlastingly repeating the same thing.

nhai [ɲai] To chew, to masticate ; (of animal) to champ ; to ruminate. Anh phải luôn luôn nhai kỹ đồ ăn của anh trước khi nuốt : You should always chew your food well before you swallow it.

nhai lại [ɲai lại] (Of animals such as cows, deer, sheep, camels) To ruminate, to chew the cud. Loài nhai lại : The ruminants. Sự nhai lại : Rumination.

nhai ngấu nghiến [ɲai ɲɤ́u ɲién] To eat away steadily.

nhái [ɲái] Frog.

nhái To imitate, to burlesque, to mimic, to parody. Nó nhái tiếng nói và điệu bộ của thầy giáo rất giống : He mimicked the teacher's voice and gestures very well.

nhài [ɲài] (Bot) Jasmine, jessamine.

nhài Maid.

nhài quạt [ɲài kwạt] (Med) Leucoma.

nhãi con [ɲãi kɔn] Brat, kid.

nhại [ɲại] To imitate, to burlesque, to mimic, to parody.

nham cư [ɲam ku] To live in a cave.

nham động [ɲam dɔ̣ŋ] Cave.

nham ga-bô (Geol) Gabbro.

nham hiểm [ɲam hiểm] 1) (Of mountain) High and dangerous.

2) (Fig) Wicked, dangerous.

nham thạch học [ɲam θạịk hɔ̣k] (Geol) Petrography.

nham thành thúy [ɲam θàiɲ θửi] Aqueous rock.

nhám [ɲám] Rough, harsh, uneven ; rugged. Đá nhám : Emery. Giấy nhám : Emery paper. Rờ nhám : Rough to the touch. Cá nhám : Shark.

nhàm [ɲàm] Tedious, boring.

nhảm [ɲảm] Nói nhảm : To talk nonsense. Tin nhảm : Superstitious.

nhan [ɲan] Dung nhan : Countenance.

nhan diện [ɲan ziện] 1) Face.

2) Honour.

nhan hậu [ɲan hậu] Barefaced, shameless.

nhan nhản [ɲan θản] Abundant, numerous.

nhan sắc [ɲan ʃăɯk] 1) Beauty. Nhan sắc tuyệt trần : Beauty without compare.

2) Complexion.

nhàn [ɲàn] Leisured, idle.

nhàn bộ [ɲàn bộ] To go for a walk.

nhàn cư [ɲàn kɯ] To be idle. Nhàn cư vi bất thiện : Idleness is the root of all evils ; Satan finds some mischief still for idle hands to do.

nhàn du [ɲàn zu] See nhàn bộ.

nhàn đàm [ɲàn dàm] To chat, to talk.

nhàn hạ [ɲàn hạ] Free, idle, unoccupied.

nhàn khoáng [ɲàn xwáŋ] Idle, leisured.

nhàn lãm [ɲàn lãm] To see at leisure.

nhàn nhã [ɲàn ɲã] Easy, free, unoccupied.

nhàn phóng [ɲàn fɔ́ŋ] See nhàn rỗi.

nhàn rỗi [ɲàn rỗi] Free, unoccupied, disengaged, idle. Thì giờ nhàn rỗi : Free time, spare time, leisure time.

nhàn sướng [ɲàn ʃɯớŋ] Easy and happy.

nhàn tản [ɲàn tản] See nhàn rỗi.

nhàn tọa [ɲàn twạ] To be idle.

nhản [ɲản] Nhan nhản : Abundant, numerous.

nhãn [ɲãn] (Bot) Longan.

nhãn Trade mark, label.

nhãn Eye. See mắt.

nhãn bạch [pān bạik] White of eyes.

nhãn bì [pān bì] Eyelid.

nhãn cầu [pān kòu] Eyeball.

nhãn chuyệt [pān cwiét] To be dim-sighted.

nhãn chứng [pān cứŋ] Eyewitness.

nhãn dược [pān zựrk] (Pharm) Eye-wash.

nhãn giới [pān ʒới] Field of vision.

nhãn hiệu [pān hiệu] Trade-mark, brand. *Cầu chứng một nhãn hiệu* : To register a trade-mark. *Nhãn hiệu cầu chứng* : Registered trade-mark. *Nhãn hiện của nhà chế tạo* : Maker's trade-mark.

nhãn hoa [pān hwa] To be dazzled.

nhãn học [pān hɔk] See nhãn khoa.

nhãn khoa [pān xwa] Ophthalmology.

nhãn kiểm [pān kiểm] Eyelid.

nhãn kính [pān kiŋ] Spectacles, eye-glasses.

nhãn lực [pān lựrk] Eyesight.

nhãn mục [pān mụk] Eyes.

nhãn tiền [pān tiền] Before the eyes.

nhạn [pạn] Wild goose.

nhạn đường [pạn dɯɔ̀ŋ] Pagoda.

nhang [paŋ] Incense. *Tàn nhang* : Incense ashes. *Đốt nhang* : To burn incense.

nhang đèn [paŋ dèn] Incense and lamp.

nhang khói [paŋ xɔ́i] Incense and smoke.

nháng [páŋ] Shiny, glossy. *Hào nháng* : Showy.

nhàng nhàng [pàŋ pàŋ] Neither good nor bad.

nhãng [pāŋ] To forget ; to be absent-minded.

nhãng tai [pāŋ tai] To be hard of hearing.

nhãng trí [pāɲ trí] To be absent-minded.

nhanh [paiɲ] Fast, rapid, quick. *Xe chạy nhanh* : Fast car. *Chạy nhanh* : To run fast. *Nhanh lên !* : Be quick !.

nhanh chân [paiɲ cɔn] Light - footed. nimble-footed ; swift of foot.

nhanh chóng [paiɲ cɔ́ŋ] Rapid, fast, quick.

nhanh mắt [paiɲ máɯt] Quick-sighted.

nhanh nhẩu [paiɲ pɔ̀u] Nimble, vivacious.

nhanh nhẹn [paiɲ pẹn] Agile, nimble.

nhanh tay [paiɲ tay] Quick-handed, light-handed.

nhanh trí [naiɲ trí] Quick-witted, nimble-minded, nimble-witted, swift of wit.

nhánh [páiɲ] Branch, limb, bough (of tree). *Không nhánh* : Branchless. *Có nhiều nhánh* : Branchy. *Nhánh cái* : Bough. *Nó leo lên cây và trốn giữa các nhánh* : He climbed up the tree and hid among the branches.

nhánh cây [páiɲ kei] Branch of tree. *Làm gãy một nhánh cây* : To break a branch from a tree. *Nhánh cây oằn xuống nhưng không gãy* : The branch burst but didn't break.

nhánh họ [páiɲ hɔ] Branch of a family.

nhánh nhỏ [páiɲ pɔ̉] Branchlet.

nhánh sông [páiɲ ʃoŋ] Branch of a river.

nhành [pàiɲ] See nhánh.

nhảnh [pàiɲ] *Nhỏng nhảnh* : Not serious.

nhạnh [paiɲ] *Nhặt nhạnh* : To collect, to gather.

nhao [pau] Noisy, tumultuous.

nháo nhác [páu pák] Dazed, bewildered; frightened.

nhào [pàu] To dive, to rush ; to turn a somersault. *Té nhào* : To fall head first.

nhào To knead (dough, bread); to knead, pug, mould (clay). See nhồi.

nhào đầu [pàu dầu] To fall head first.

nhào lộn [pàu lọn] To turn a somersault ; to tumble.

nhào vào [pàu vàu] To rush.

nhão [pāu] Flabby (muscle), flaccid (flesh) ; pasty (rice). *Một người chưa bao giờ tập thể thao thường có bắp thịt nhão :* A man who never takes exercise usually has flabby muscles.

nhạo [ɲạu] To laugh at, to mock, to jeer at, to make game of (someone).

nhạo báng [ɲạu báŋ] To mock, to laugh at·

nhát [ɲát] Shy, timid, faint, timorous ; (of beasts, birds, fish, etc...) timid' wild, hard to catch, easily startled, avoiding observation ; (of person) bashful, coy, uneasy in company ; avoiding company of person, chary of doing. *Nó nhát lắm :* He is very shy. *Cô gái quá nhát nên đỏ mặt khi một người đàn ông nói chuyện với cô :* The girl is so shy that she colours (up) whenever a man speaks to her.

nhát Cut, stab, slash.

nhát [ɲát] To frighten (someone).

nhát búa [ɲát bwɔ́] Blow, stroke, with an axe.

nhát dao [ɲát zau] Stab with a knife.

nhát gan [ɲát gan] Fearful, apprehensive, craven, cowardly.

nhát gươm [ɲát gwəm] Slash, cut, with a sword.

nhát như cáy [ɲát ɲɯ káy] Timid.

nhát như thỏ [ɲát ɲɯ θɔ̉] As timid as a rabbit. *Chị nó nhát như thỏ :* His sister is as timid as a rabbit, as a hare.

nhạt [ɲạt] 1) Insipid, not salted.

2) (Of colour) To be light, pale. *Nhạt phấn phai hương :* Faded beauty.

nhạt phèo [ɲạt fèu] Very tasteless.

nhau [ɲau] Together, in company. *Lẫn nhau :* One another, each other. *Đi chung với nhau :* To go together. *Cộng chung với nhau :* To add together. *Cùng nhau hành động :* To act together. *Ở chung với nhau :* To live together. *Chúng tôi thường đi chung với nhau :* We are often in each other's company. *Yêu lẫn nhau :* To love one another. *Giúp đỡ lẫn nhau :* To help each other. *Chúng nó sợ lẫn nhau :* They are afraid of each other. *Đánh lộn nhau :* To fight each other. *Va, đụng, chạm nhau :* To strike against each other. *Chúng nó cưới nhau :* They married each other. *Chúng nó nhìn nhau :* A look passed between them.

nhau (Anat) Placenta.

nhau nháu [ɲau ɲáu] *Buồn nhau nháu :* Very sad.

nhàu [ɲàu] Rumpled, tumbled, creasy (dress, etc...) ; crumpled (paper). *Làm nhàu :* To rumple, tumble, crease (dress, etc.); to crumble (piece of paper, etc...).

nhay [ɲay] To nibble.

nháy [ɲáy] To blink, to wink. *Nhấp nháy :* To scintillate, to twinkle.

nháy mắt [ɲáy máɯt] To wink, to blink. *Trong nháy mắt :* In no time, in the twinkling of an eye, in a trice, in a jiffy, in a flash, in a crack. *Đừng nháy mắt :* Don't wink your eyes. *Nháy mắt với người nào :* To cock one's eyes at someone. *Nháy mắt ra hiệu cho người nào :* To wink at someone.

nháy nhau [ɲáy ɲau] To wink at each other.

nhảy [ɲảy] 1) To jump, to leap, to spring, to skip. *(Chó) Nhảy vào người nào :* (Of dog) To jump (up) at someone. *Giá nhảy vọt lên năm đồng :* Prices have jumped (up) five piastres. *Nhảy một đoạn (trong sách) :* To jump a passage (in a book). *Nhảy (lên, xuống) xe lửa :* To jump a train. *Nhảy xuống nước để cứu người nào (khỏi chết đuối):* To jump in to save someone (from drowning). *Nhảy qua hào :* To leap over a ditch. *Nhảy lên yên :* To spring into the saddle. *Những con chim sẻ nhảy lại gần chúng tôi :* The sparrows come hopping up to us. *Nó nhảy xuống sống cứu người chết đuối lên :* He jumped into the river and saved the drowning man.

2) To dance. *Tiệm nhảy :* Dancing-hall. *Gái nhảy :* Taxi-girl. *Nhảy với người nào :* To dance with someone. *Chúng nó tiếp tục nhảy đến quá nửa đêm :* They went on dancing till after midnight.

3) To jump, to skip over, to miss (out), to leave out, to drop (a stitch). *Nhảy một chữ, một hàng :* To miss (out) a word, a line. *(Chép) Nhảy một hàng :* To leave out a line

(in copying). *Nhảy một đoạn trong sách* : To jump, skip (over), a passage in a book. *Nhảy từ vấn đề nầy sang vấn đề khác* : To skip from one subject to another, from subject to subject.

nhảy (sự) Jump, leap. *Nhảy có lấy đà* : Flying jump, running jump. *Nhảy không lấy đà* : Standing jump. *Tiền phố nhảy vọt lên* : Rents have gone up with a jump. *Trò chơi nhảy qua lưng nhau* : Leap-frog. *Tiến bộ bằng những bước nhảy vọt* : To advance, progress, by leaps and bounds.

nhảy cà tứng [ɲảy kà tửŋ] To caper.

nhảy cao [ɲảy kau] High jump. *Tôi muốn ghi tên về nhảy cao* : I want to enter my name for the high jump.

nhảy câu [ɲảy kɔu] To jump a sentence (in a book).

nhảy cò cò [ɲảy kɔ̀ kɔ̀] To hop ; to hop on one leg, to jump on one's leg.

nhảy cỡn [ɲảy kỡn] To jump for joy.

nhảy dây [ɲảy zei] To skip, to jump over a rope.

nhảy dù [ɲảy zù] 1) To parachute, to drop by parachute. *Lính nhảy dù* : Parachutist, paratrooper. *Hàng hoá nhảy dù* : Contraband goods.

2) To land a job one doesn't deserve.

nhảy dựng lên [ɲảy zựŋ len] (Of horse) To buck.

nhảy đầm [ɲảy dầm] To dance.

nhảy giỏi [ɲảy ʒɔ̉i] To be good at dancing.

nhảy giụm chân [ɲảy ʒụm cən] Standing jump.

nhảy hàng [ɲảy hàŋ] To jump a line.

nhảy lấy đà [ɲảy léi dà] Flying jump, running jump.

nhảy lên [ɲảy len] To jump up.

nhảy lò cò [ɲảy lɔ̀ kɔ̀] To hop.

nhảy lộn nhào [ɲảy lộn ɲàu] To turn a complete somersault.

nhảy lớp [ɲảy lớp] To skip a form.

nhảy lui [ɲảy lui] To jump back, to jump backwards.

nhảy múa [ɲảy mửạ] To dance.

nhảy mũi [ɲảy mũi] To sneeze. *Sự nhảy mũi* : Sneeze, sternutation. *Thuốc làm nhảy mũi* : Sneezing powder. *Làm nhảy mũi* : Sternutative.

nhảy nhót [ɲảy ɲɔ́t] To hop, to jump about ; to cut capers. *Nhảy nhót vui mừng* : To leap for joy.

nhảy qua [ɲảy kwa] To jump over, to leap over. *Nhảy qua hào* : To leap over the ditch. *Anh có thể nhảy qua không ?* : Can you jump over ?. *Nhảy qua một bên* : To leap aside, to jump sideways.

nhảy ra [ɲảy ra] To jump out.

nhảy rào [ɲảy ràu] Hurdle jumping, hurdling.

nhảy sào [ɲảy ʃàu] To pole-vault. *Môn nhảy sào* : Pole-jump(ing).

nhảy tới [ɲảy tới] To rush forward. *Binh sĩ của chúng tôi nhảy tới tấn công địch* : Our soldiers charged the enemy.

nhảy tránh [ɲảy tráiɲ] To dodge.

nhảy vào [ɲảy vàu] To jump in.

nhảy vọt [ɲảy vọt] To leap. *Nó nhảy vọt tới kẻ thù với con dao trong tay* : He leapt on his enemy with a knife in his hand. *Tiền phố nhảy vọt lên* : Rents have gone up with a jump. *Giá nhảy vọt lên năm đồng nữa* : Prices have jumped (up) five piastres. *Tiến những bước nhảy vọt* : To advance, progress, by leaps and bounds.

nhảy xa [ɲảy sa] Long jump. *Môn nhảy xa* : The long-jump event.

nhảy xuống [ɲảy suống] To jump down. *Nếu anh không thể nhảy xuống thì leo xuống* : If you can't jump down, climb down. *Nhảy xuống nước cứu người nào* : To plunge into the water, to jump in, in order to save someone.

nhạy [ɲạy] 1) Sensitive, sensible. *Cân nhạy*: Sensitive scales, sensible balance.

2) Exquisite ; nimble.

nhạy lửa [ɲạy lửạ] Inflammable.

nhắc [ɲáwk] To lift, to raise ; to displace. *Cân nhắc* : To weigh.

nhắc 1) To remind, to recall. *Nhắc người nào làm việc gì* : To remind someone to do something. *Nhắc người nào nhớ lại việc gì* : To remind someone of something. *Nếu tôi quên anh làm ơn nhắc tôi việc ấy* : In case I forget, please remind me about it. *Nhắc người nào nhớ đến nhiệm vụ của mình* : To recall someone to his duty. *Tôi không cần người ta phải nhắc lại tôi việc ấy* : I did not need to be reminded of it. *Khi trả lời xin nhắc số nầy* : In reply please quote this number. *Chiều nay nhắc tôi trả lời các thơ nầy* : Remind me to answer these letters this evening. 2) To prompt (an actor, schoolboy). *Đừng nhắc !* : No prompting !.

nhắc bổng [ɲáɯk bổŋ] To raise, to elevate.

nhắc đến [ɲáɯk dến] To remind, to recall.

nhắc lại [ɲáɯk lại] 1) To evoke. 2) To repeat.

nhắc lên [ɲáɯk len] To elevate.

nhắc nhở [ɲáɯk ɲở] To remind.

nhăm [ɲaɯm] Five. See lăm.

nhắm [ɲáɯm] To aim, take aim, at (someone, something) ; to train. *Bia để nhắm bắn* : The target to aim at. *Nhắm bắn người nào* : To aim a gun, a pistol, at someone. *Nhắm đầu người nào* : To aim at someone's head. *Nhắm để bắn* : To take aim. *Những đại bác của chúng tôi nhắm vào các tàu địch* : Our guns were trained on the enemy's ships.

nhắm To close, shut (one's eyes). *Mắt nhắm chặt lại* : Eyes fast closed. *Nếu anh nhắm mắt thì anh không thấy gì* : If you close your eyes you can't see. *Tôi sẽ nhớ chuyện ấy mãi mãi đến ngày nhắm mắt* : I shall remember it to my dying day. *Nhắm mắt (làm ngơ) trước lỗi lầm của người nào* : To be blind to, to shut one's eyes to someone's faults. *Nhắm mắt trước sự thật* : To shut one's eyes to the truth.

nhắm bia [ɲáɯm biə] To aim at the target.

nhắm chừng [ɲáɯm cừŋ] To guess, to conjecture.

nhắm đúng [ɲáɯm dúŋ] To take accurate aim.

nhắm hướng [ɲáɯm huɯớŋ] To orientate. *Sự, phép nhắm hướng* : Orientation

nhắm mắt [ɲáɯm máɯt] 1) To close, shut one's eyes. *Nếu anh nhắm mắt, anh không thấy gì cả* : If you shut your eyes, you can't see anything. *Suốt đêm nó không nhắm mắt* : He never slept a wink all night. 2) To die, pass away. 3) To wink at (something).

nhắm nghiền [ɲáɯm ɲièn] To close tightly (one's eyes).

nhắm nhía [ɲáɯm ɲíə] To admire.

nhắm rượu [ɲáɯm rɯ̣ụ] To eat food and drink wine.

nhắm trúng [ɲáɯm trúŋ] To take a true aim, to take accurate aim.

nhằm [ɲàɯm] To aim at.

nhằm [ɲàɯm] To fall. *Lễ Nô-en nhằm ngày thứ năm* : Christmas falls on a Thursday. *Năm nay lễ Nô-en nhằm ngày nào trong tuần ?* : On which day of the week does Christmas fall this year ?.

nhằm Just, correct.

nhằm lúc [ɲàɯm lúk] At the very moment.

nhặm [ɲạɯm] (Med) Conjunctivitis.

nhặm lẹ [ɲạɯm lẹ] Agile, alert, smart.

nhặm mắt [ɲạɯm máɯt] See nhặm.

nhăn [ɲaɯn] Wrinkled, furrowed; creasy, crinkly, crumpled. *Vết nhăn* : Wrinkle. *Đầy vết nhăn* : Wrinkly. *Làm nhăn* : To wrinkle ; to crease, to crinkle, to crumple. *Làm nhăn áo dài* : To wrinkle a dress. *Những vết nhăn trên mặt của một ông già* : The wrinkles on the face of an old man. *Ủi (là) cho hết nhăn áo dài* : To iron out the wrinkles in a dress. *Trán nhăn vì tuổi già* : A forehead furrowed by old age.

nhăn To crumple. *Vài thứ vải dễ nhăn hơn thứ khác* : Some kinds of cloth crumple more easily than others.

nhăn mày [ɲaɯn mày] To frown ; to knit one's brows.

nhăn mặt [ɲaɯn mạɯt] To pull a wry face, to grimace, to make grimaces.

NH

nhăn nheo [ɲauɯ ɲɛu] Wrinkled.

nhăn nhíu [ɲauɯ ɲiu] Wrinkly.

nhăn nhó [ɲauɯ ɲɔ́] To grimace, to make grimaces. *Mặt nhăn nhó vì đau* : Face contorted by pain.

nhăn răng [ɲauɯ raɯŋ] To show one's teeth. *Chết nhăn răng* : To die.

nhăn trán [ɲauɯ trán] To wrinkle (up) one's forehead.

nhắn [ɲáuɯ] To send word through (someone).

nhắn nhú [ɲáuɯ ɲǔ] To recommend.

nhắn tin [ɲáuɯ tin] See nhắn.

nhắn [ɲàuɯ] To bite off, chew off. *Cằn nhằn* : To grumble, to growl.

nhẵn [ɲāuɯ] Smooth ; polished (marble, etc..).

nhẵn Completely, totally, all. *Hết nhẵn* : All finished.

nhẵn [ɲāuɯ] Well-known. *Nhẵn mặt* : Well-known face.

nhẵn bóng [ɲāuɯ bóŋ] Smooth and shining.

nhẵn lì [ɲāuɯ lì] Polished.

nhẵn nhụi [ɲāuɯ ɲụi] Smooth ; (of beard) well-shaved ; glabrous.

nhẵn thín [ɲāuɯ θin] Well-shaved.

nhặn [ɲauɯ] *Nhã nhặn* : Courteous, polite, genteel.

nhăng [ɲauɯŋ] *Lăng nhăng* : Not serious.

nhăng nhít [ɲauɯŋ ɲit] Careless.

nhằng [ɲàuɯŋ] *Lằng nhằng* : To drag on.

nhặng [ɲauɯŋ] Bleubottle.

nhặng xị [ɲauɯŋ sị] *Làm nhặng xị lên* : To put on (give oneself) airs.

nhấp [ɲáuɯp] To sip, to drink a very small quantity each time.

nhấp [ɲáuɯp] To move slightly.

nhấp môi [ɲáuɯp moi] To smack one's lips.

nhấp mồi [ɲáuɯp mòi] To dap the bait.

nhắt [ɲáuɯt] *Chuột nhắt* : Mouse. *Lắt nhắt* : Minute, tiny.

nhặt [ɲauɯt] To pick up, take up ; to gather. *Nhặt khăn tay lên* : To pick up one's handkerchief. *Nhặt banh* :

To gather the ball.

nhặt 1) Close, fast. *Nghiêm nhặt* : Strict, severe. *Cấm nhặt...* : It is absolutely, strictly, expressly, forbidden to... 2) Quick.

nhặt khoan [ɲauɯt xwan] Quick and slow.

nhắc [ɲɔ̌k] To lift, to raise ; to displace.

nhắc lên [ɲɔ̌k len] To raise, to elevate, to lift.

nhắm [ɲɔ̀m] To nibble, to gnaw.

nhắm To discuss (wine, food).

nhấm [ɲɔ̀m] See lấm.

nhẩm [ɲɔ̀m] *Tính nhẩm* : Mental arithmetic.

nhậm [ɲɔm] 1) To accept. 2) To assume (an office).

nhậm chức [ɲɔm cúk] To take office, to assume an office.

nhân [ɲən] To multiply. *Nhân hai số với nhau* : To multiply two numbers together.

nhân Man, person. *Mưu sự tại nhân thành sự tại thiên* : Man proposes, God disposes.

nhân Cause. *Nhân và quả* : Cause and effect. *Không có nhân sao có quả* : No effect without cause.

nhân Kernel, almond.

nhân (Ph) Nucleus.

nhân Filling (of cake).

nhân ái [ɲən ái] Charity, benevolence, kindness of heart.

nhân bản chú nghĩa [ɲən bản củ ɲiə] Humanism.

nhân cách [ɲən káik] Personality. *Nhân cách hóa* : To personify.

nhân chúng [ɲən cửŋ] Human race.

nhân chủng chí [ɲən củŋ cí] Ethnography. *Thuộc về nhân chủng chí* : Ethnographic(al).

nhân chủng học [ɲən củŋ hɔk] Ethnology. *Nhà nhân chủng học* : Ethnologist. *Thuộc về nhân chủng học* : Ethnological.

nhân chứng [ɲən cúŋ] Proof witness.

nhân công [ɲən koŋ] Labour, manpower ; workers, hand. *Tình trạng thiếu* nhân công : Shortage of labour. *Lấy nhân công* : To take on hands. *Lấy thêm hai chục nhân công* : To take on twenty more workers. *Cần dùng nhân công* : Hands wanted. *Xưởng lấy thêm hai trăm nhân công* : The factory has taken on two hundred extra hands.

nhân danh [ɲən zaiɲ] In the name of, on behalf of. *Nhân danh người nào mà hành động* : To act in the name of someone. *Nhân danh pháp luật* : In the name of the law.

nhân dân [ɲən zən] People, country. *Nhân dân đồng lòng ủng hộ chánh sách của chánh phủ* : The country is unanimous in its support of the government's policy. *Tất cả hành động đi ngược lại nguyện vọng của nhân dân sẽ đưa đến thất bại* : All acts that run counter to the people's aspirations will lead to failure.

nhân dịp [ɲən zịp] To profit by the occasion.

nhân dịp On the occasion of. *Nhân dịp lễ cưới của nó* : On the occasion of his marriage ceremony.

nhân do [ɲən zɔ] Cause, reason.

nhân dục [ɲən zụk] Human desire.

nhân dũng [ɲən zũŋ] Humanity and courage.

nhân duyên [ɲən zwien] Predestined affinity (between husband and wife).

nhân đạo [ɲən dạu] Humanity ; humane. *Đối đãi người nào một cách nhân đạo* : To treat someone with humanity. *Thuộc về nhân đạo* : Humanitarian.

nhân đạo chú nghĩa [ɲən dạu củ ŋiə] Humanitarianism.

nhân đinh [ɲən diɲ] See nhân khẩu.

nhân đức [ɲən dúk] Benevolent character.

nhân gian [ɲən ʒan] In this world.

nhân hậu [ɲən hụu] Kindness.

nhân hóa [ɲən hứa] To embody.

nhân hòa [ɲən hừa] Human harmony.

nhân hoàn [ɲən hwàn] The world.

nhân khẩu [ɲən xủu] Population ; the total number of inhabitants of an area.

nhân khẩu học [ɲən xɔu họk] Demography. *Nhà nhân khẩu học* : Demographer.

nhân loại [ɲən lwại] Mankind, humanity ; the human race, the human kind. *Vì nhân loại* : In the cause of humanity. *Làm việc cho nhân loại* : To labour in the cause of humanity.

nhân loại học [ɲən lwại họk] Anthropology.

nhân lúc [ɲən lúk] When, just as.

nhân lực [ɲən lụk] Human power ; strength of a person.

nhân mãn [ɲən mãn] Full of people.

nhân mạng [ɲən mạŋ] Life, human-life. *Bảo hiểm nhân mạng* : Life-assurance. *Tồn thất về nhân mạng* : The losses in human life.

nhân ngãi [ɲən ŋãi] Lover.

nhân nghĩa [ɲən ŋia] Charity and justice, love and righteouness.

nhân ngôn [ɲən ŋon] Public opinion.

nhân nhân [ɲən ɲən] Virtuous man.

nhân nhượng [ɲən ɲɯẹŋ] To make concessions.

nhân phẩm [ɲən fẩm] Human dignity.

nhân quả [ɲən kwả] Cause and effect. *Nhân quả quan hệ* : Causality.

nhân quần [ɲən kwần] The public, the people, the human race.

nhân quyền [ɲən kwièn] Human right, the right of man.

nhân sâm [ɲən ʃəm] Ginseng.

nhân sinh [ɲən ʃiɲ] Human life.

nhân sồ [ɲən ʃố] Population.

nhân sự [ɲən ʃɯ] Human affairs.

nhân tài [ɲən tài] Man of parts, talented man.

nhân tạo [ɲən tạu] Artificial, not natural, factitious, made by the art of man. *Tơ nhân tạo* : Artificial silk, synthetic silk. *Ánh sáng nhân tạo* : Artificial light. *Cao su nhân tạo*: Synthetic rubber.

nhân tạo phẩm [ɲən tạu fẩm] Artificial products.

nhân tâm [ɲən təm] Human heart.

NH

nhân thể [ɲən θể] Human life.

nhân thể [ɲən θể] At the same time.

nhân thể Human body.

nhân thể học [ɲən θể hɔk] Anthropography.

nhân thọ bảo hiểm [ɲən θɔ bảu hiểm] Life assurance.

nhân thứ [ɲən θứ] Generosity.

nhân tích [ɲən tík] Mark, trace, of man.

nhân tiện [ɲən tiện] At the same time.

nhân tính [ɲən tíɲ] Human nature. *Nhân tính phạm*: Unnatural offence.

nhân tình [ɲən tìɲ] 1) Human sentiment, human nature. 2) Lover, sweetheart.

nhân trung [ɲən truŋ] Space between the nose and the upper lip.

nhân từ [ɲən từ] Clement. *Lòng nhân từ*: Clemency.

nhân văn chủ nghĩa [ɲən vaɯn củ ŋĩə] Humanism.

nhân văn địa lý [ɲən vaɯn địə li] Anthropogeography.

nhân vật [ɲən vật] 1) Figure, personality. *Những nhân vật phi thường của lịch sử*: The most important figure in history. 2) Character (in a novel).

nhân vi [ɲən vi] Man-made.

nhân vị [ɲən vị] Personalism.

nhân viên [ɲən vien] 1) Personnel, staff (of school, business firm, etc...). *Đuổi hết nhân viên*: To clear out the whole of the employees, to make a clean sweep of the staff. 2) Member. *Trở thành nhân viên của một hội*: To become a member of an association.

nhân viên dưới đất [ɲən vien zɯới đất] Ground crew.

nhân viên hồi hương [ɲən vien hồi hɯəŋ] Returned personnel.

nhân viên luân chuyển [ɲən vien lwən cwiển] Rotational personnel.

nhân viên nòng cốt [ɲən vien nɔŋ kốt] Key personnel.

nhân viên phi hành [ɲən vien fi hàiɲ] Air crew.

nhằn [ɲằn] To press. See nhận.

nhấn mạnh [ɲấn mạiɲ] To stress, emphasize; to press. *Nhấn mạnh về một điểm*: To press a point. *Sự nhấn mạnh*: Stress, emphasis. *Nhấn mạnh một chữ*: To lay stress on a word. *Nhấn mạnh về một việc*: To lay emphasis on a fact. *Đọc nhấn mạnh một văn*: To lay a stress on a syllable.

nhẫn [ɲẫn] Ring. *Nhẫn hột xoàn*: Diamond ring. *Đeo nhẫn vào ngón tay*: To wear a ring on one's finger. *Thảo, cởi chiếc nhẫn ra*: To take a ring off one's finger.

nhẫn Slightly bitter.

nhẫn Till, until. *Từ ấy nhẫn nay*: Since then, until now.

nhẫn cưới [ɲẫn kɯới] Wedding-ring, marriage ring.

nhẫn nại [ɲẫn nại] To endure, to be patient. *Sự nhẫn nại*: Patience, endurance. *Tôi không còn nhẫn nại được nữa*: My patience was giving out. *Nó có tánh nhẫn nại hơn tôi*: He has more patience than I. *Công việc ấy cần ở sự nhẫn nại rất nhiều*: That work wants a lot of patience.

nhẫn nhục [ɲẫn ɲục] To digest, suffer, an insult.

nhẫn tâm [ɲẫn təm] To be cruel, merciless, heartless; to have the heart to do (something).

nhẫn thề [ɲẫn θể] To hold back one's tears.

nhẫn xoàn [ɲẫn swàn] Diamond ring.

nhận [ɲận] 1) To accept, to agree, to acquiesce. *Nhận lời thách đấu*: To take up, accept, a challenge. *Nhận lời mời ăn cơm*: To accept an invitation to dine. *Nhận người nào làm trọng tài*: To accept someone as an arbitrator. *Tôi nhận những điều kiện của anh*: I agree to, acquiesce in, your conditions. *Nhận cuộc hòa giải*: To acquiesce in an arrangement. *Chàng xin cưới nàng và nàng đã nhận lời*: He asked her to marry him and she accepted him. 2) To receive, to get. *Anh nhận được thơ hồi nào ?* : When did you receive the letter ?. *Anh có nhận được điện tín của tôi không ?*: Did you get my telegram ?. *Nó lên đường ngay khi nó nhận được tin* : He started as soon as he received the news.

3) To acknowledge, to admit, to avow, to confess ; to adopt ; to recognize. *Nó nhận lỗi của nó* : He acknowledges his mistake. *Nó từ chối không nhận con của nó* : He refused to acknowledge his son. *Nhận người nào là anh của mình* : To acknowledge someone as one's brother. *Nó sẽ không bao giờ nhận là nó lỗi cả* : He will never admit that he is wrong. *Nhận người nào là con của mình* : To recognize someone as one's son. *Được nhận vào Hàn lâm viện* : To be admitted to the Academy. *Không ai nhận đã làm việc ấy cả* : No one would admit having done it. *Tôi nhận tôi trái* : I was wrong, I admit. *Chỉ một trăm em được nhận vào trường mỗi năm thôi* : Only 100 boys are admitted to the school every year. *Nhận biết dáng đi của người nào* : To recognize someone by his walk. *Nhận người nào làm con nuôi* : To adopt someone as son. *Nhận mình có lỗi* : To avow oneself in the wrong. *Tôi nhận tôi lỗi* : I was wrong, I confess. *Không nhận chữ ký của mình* : To deny one's signature. *Tôi nhận ngay ra nó trong đám đông* : I spotted him right away among the crowd.

nhận To set, chase, enchase (diamond). *Nhận hột xoàn* : To set diamond. *Chiếc nhẫn nhận hột xoàn* : A ring set with diamond, ring enchased with diamonds.

nhận To press. *Nhận ngón tay lên vết thương* : To press one's finger on a wound. *Nhận chuông* : To press the button, to touch the bell.

nhận biết [ɲən biết] To recognize. *Nhận biết dáng đi, tiếng nói, của người nào* : To recognize, know, tell, someone by his walk, by his voice. *Chúng nó nhận biết ngay nhau là bạn đồng đội* : They recognized each other at once as brothers in arms. *Làm thế nào mà anh*

nhân biết tôi là người Việt-Nam ? : How did you know me for a Vietnamese ?.

nhận chắc [ɲən cáwk] To affirm.

nhận chìm [ɲən cìm] To scuttle ; to engulf, to swallow up.

nhận diện [ɲən ziẹn] To identify, to recognize (someone's) face.

nhận định [ɲən dịɲ] To judge.

nhận hột xoàn [ɲən họt swàn] To set diamond.

nhận lãnh [ɲən lãiɲ] To receive.

nhận lầm [ɲən lə̀m] To recognize by mistake.

nhận lỗi [ɲən lỗi] To acknowledge one's mistake.

nhận lời [ɲən lə̀i] To accept. *Nhận lời mời ăn cơm* : To accept an invitation to dine.

nhận nhầm [ɲən ɲə̀m] To recognize by mistake.

nhận nút [ɲən nút] To press the button (to ring an electric bell, to set machinery in motion, etc..).

nhận nước [ɲən nứrk] To drown, duck (someone). *Nếu anh còn tát nước tôi, tôi sẽ nhận nước anh !*: If you don't stop splashing me, I'll duck you !.

nhận ra [ɲən ra] To identify. *Anh có thể nhận ra cây dù của anh trong số cả trăm cây dù kia không ?* : Could you identify your umbrella among a hundred others ?.

nhận rõ [ɲən rɔ̃] To discern. *Nhận rõ sự khác nhau giữa hai vật* : To discern the difference between two things.

nhận thật [ɲən θət] To certify, to attest. *Nhận thật một chữ ký* : To attest a signature. *Sự nhận thật* : Attestation.

nhận thấy [ɲən θéi] To perceive, to catch sight ; to note, to notice. *Nhận thấy sự giống nhau giữa..* : To note a resemblance between..

nhận thức [ɲən θứk] To know, to recognize, to perceive, to conceive. *Sự nhận thức* : Cognition, perception. *Có thể nhận thức được* : Cognizable, perceptible, recognizable.

nhận thức Cognitive. *Năng khiếu nhận*

thức : Cognitive faculty.

nhận thức luận [ɲ ʃ ʌn θ ɯ́k lwʌn] (Phil) Epistemology.

nhận thực [ɲʌn θ ɯk] See **nhận thật.**

nhận tội [ɲʌn tọi] To admit one's guilt; to confess to a crime.

nhận việc [ɲʌn vịrk] To undertake a job.

nhận xét [ɲʌn sɛ́t] To judge.

nhâng nháo [ɲʌŋ ɲáu] Insolent, impertinent, impolite.

nhàp mối [ɲɔ́p mòi] To dap the bait.

nhàp nhánh [ɲɔ́p ɲáiɲ] To sparkle, to gleam.

nhàp nháy [ɲɔ́p ɲáy] To blink, to sparkle, to scintillate, (of star) to twinkle.

nhàp nhoáng [ɲɔ́p pwáŋ] To glitter.

nhàp nhô [ɲɔ́p ɲo] To undulate, to move up and down like a wave.

nhàp nhổm [ɲɔ́p ɲòm] Anxious, restless.

nhập [ɲʌp] 1) To enter. *Xâm nhập :* To infiltrate, to penetrate.

2) To add, put together. *Nhập vốn vào lời :* To add the interest to the capital.

nhập cảng [ɲʌp kàŋ] To import. *Sự nhập cảng :* Importation. *Nhà nhập cảng :* Importer. *Hãng nhập cảng :* Importing firm. *Giấy phép nhập cảng :* Import licence. *Hoa kỳ nhập cảng tơ sống của Nhựt Bổn :* America imports raw silk from Japan.

nhập cống [ɲʌp kóŋ] To pay tribute.

nhập đảng [ɲʌp dàŋ] To join a party.

nhập đạo [ɲʌp dạu] To get religion, to enter into religion.

nhập đề [ɲʌp dè] To broach the subject; to begin (one's discourse).

nhập định [ɲʌp dịɲ] (Of monk) To meditate.

nhập gia tùy tục [ɲʌp ʃa twì tụk] When at (= in) Rome, do as the Romans do.

nhập giang tùy khúc [ɲʌp ʃaŋ twì xúk] See **nhập gia tùy tục.**

nhập học [ɲʌp hɔk] To enter a school. *Kỳ thi nhập học :* Entrance examination.

nhập khẩu [ɲʌp xòu] See **nhập cảng.**

nhập liệm [ɲʌp liẹm] To coffin body.

nhập môn [ɲʌp mon] See **nhập học.**

nhập ngũ [ɲʌp ŋũ] To enlist, to join the army, to join the colours. *Bị gọi nhập ngũ :* To be called up. *Gọi người nào nhập ngũ :* To call someone to the colours.

nhập nội [ɲʌp nọi] To introduce.

nhập quan [ɲʌp kwan] To coffin a body.

nhập tâm [ɲʌp tʌm] To engrave; to fix in the memory.

nhập thế [ɲʌp θé] To enter the world.

nhập tịch [ɲʌp tịk] To become naturalized. *Nhập tịch dân Anh :* To become a naturalized Englishman.

nhất [ɲʌ́t] One; first. *Thống nhất :* To unify. *Duy nhất :* Only, sole. *Hạng nhất :* First class.

nhất ban [ɲʌ́t ban] Common, general.

nhất cá [ɲʌ́t ká] One individual, one thing.

nhất chu [ɲʌ́t cu] A week.

nhất cử lưỡng tiện [ɲʌ́t kử luữŋ tiẹn] To kill two birds with one stone.

nhất danh tuyển cử [ɲʌ́t zaiɲ twiển kử] Uninominal voting ; voting, ballot, for a single member, for one member only.

nhất diện [ɲʌ́t ziẹn] On the one hand.. on the other hand.

nhất đán [ɲʌ́t dán] Some day.

nhất đẳng [ɲʌ́t dẳŋ] First degree.

nhất định [ɲʌ́t dịɲ] To decide, to determine, to make up one's mind. *Nhất định làm việc gì :* To decide to do something.

nhất định 1) Surely, decidedly.

2) Fixed, stated (date, price, etc..).

nhất hạng [ɲʌ́t hạŋ] First class.

nhất khắc thiên kim [ɲʌ́t xɑ̆k θien kim] Time is very precious.

nhất khẩu [ɲʌ́t xòu] (Many men) With one voice ; unanimous voice.

nhất kiến [ɲʌ́t kién] At first sight, the first meeting.

nhất kỳ [ɲʌ́t kì] Oneself.

nhất là [ɲʌ́t là] Chiefly, especially.

nhất lãm [ɲɔ́t lăm] At a glance.

nhất loạt [ɲɔ́t lwạt] Uniformly.

nhất luật [ɲɔ́t lwʊ̣t] See nhất loạt.

nhất lưu [ɲɔ́t lưu] Of the same class.

nhất ngôn [ɲɔ́t ŋon] One word only.

nhất nguyên luận [ɲɔ́t ŋwien lwʊ̣n] (Phil) Monism. *Thuộc về nhất nguyên luận* : Monistic.

nhất nhất [ɲɔ́t ɲɔ́t] All, everything.

nhất nhật [ɲɔ́t ɲʊ̣t] One day.

nhất như [ɲɔ́t ɲư] All the same, not mixed.

nhất niên [ɲɔ́t nien] One year.

nhất nữ bất giá nhị phu [ɲɔ́t nữ bɔ́t ʂá ɲi fu] One woman has not two husbands.

nhất phu nhất thê chế độ [ɲɔ́t fu ɲɔ́t θe cế dọ] Monogamy.

nhất quyết [ɲɔ́t kwiét] To decide, to determine.

nhất sinh [ɲɔ́t ʃiɲ] Lifetime.

nhất tâm [ɲɔ́t təm] Unanimous, in agreement.

nhất tề [ɲɔ́t tề] Together, like one, in chorus.

nhất thần giáo [ɲɔ́t θần ʂáu] Monotheism.

nhất thần luận [ɲɔ́t θần lwʊ̣n] Monotheism.

nhất thê đa phu chế độ [ɲɔ́t θe da fu cế dọ] Polyandry.

nhất thê [ɲɔ́t θế] A world ; lifetime.

nhất thể [ɲɔ́t θể] Uniformly.

nhất thì [ɲɔ́t θì] See nhất thời.

nhất thiết [ɲɔ́t θiét] Altogether.

nhất thôn quang âm nhất thôn kim [ɲɔ́t θón kwaŋ əm ɲɔ́t θón kim] Time is money.

nhất thống [ɲɔ́t θóŋ] To unify. *Nhất thống sơn hà* : To unify a country.

nhất thời [ɲɔ́t θời] Temporary, provisional.

nhất thuấn [ɲɔ́t θwɔ́n] In the twinkling of an eye, in a trice, in a jiffy.

nhất tiếu [ɲʊ̣t tiếu] A smile. *Nhất tiếu thiên kim* : A beautiful woman's smile

is worth a thousand ounce of gold.

nhất trí [ɲét trí] Unanimous, in chorus.

Nhật [ɲʊ̣t] (Geog) Japan. *Người Nhật* : Japanese.

nhật 1) Sun.

     2) Day. *Chúa nhật* : Sunday. *Sinh nhật* : Birthday.

Nhật bản [ɲʊ̣t bản] Japan. *Người Nhật bản* : Japanese.

nhật báo [ɲʊ̣t báu] Daily, daily paper, daily newspaper. *Một tờ nhật báo mới sẽ xuất bản vào tháng ba* : A new daily will appear in March.

nhật cấp [ɲʊ̣t cấp] Salary paid by the day.

nhật chi [ɲʊ̣t ci] Daily expense.

nhật dạ [ɲʊ̣t zạ] Day and night.

nhật diệu [ɲʊ̣t ziệu] First day of the week ; Sunday.

nhật dụng [ɲʊ̣t zụŋ] Daily use ; daily expense.

nhật hướng động [ɲʊ̣t hướŋ dọŋ] Heliotropism.

nhật khóa [ɲʊ̣t xwá] Daily lessons.

nhật khóa biểu [ɲʊ̣t xwá biểu] Timetable.

nhật ký [ɲʊ̣t kí] Diary ; journal ; (Mil) log. *Viết nhật ký* : To write up one's diary. *Ghi vào sổ nhật ký* : To write up the log.

nhật ký bay [ɲʊ̣t kí bay] Flight log.

nhật ký chiến tranh [ɲʊ̣t kí ciến traiɲ] War diary.

nhật lịnh [ɲʊ̣t liɲ] (Mil) Order of the day.

nhật nguyệt [ɲʊ̣t ŋwiệt] Sun and moon, day and month, (fig) time.

nhật nguyệt như thoa [ɲʊ̣t ŋwiệt ɲư θwa] Day and month fly like a weaver's shuttle ; time flies by.

nhật nhập [ɲʊ̣t ɲʊ̣p] Sunset, sundown.

nhật nhật [ɲʊ̣t ɲʊ̣t] Daily, everyday.

nhật quang [ɲʊ̣t kwaŋ] Sunlight.

nhật tâm [ɲʊ̣t təm] (Astrol) Heliocentric.

nhật thực [ɲʊ̣t θụk] Solar eclipse.

nhật trình [ɲʊ̣t trìɲ] Daily, daily paper, daily newspaper.

NH

nhật xuất [ɲɐt xwɐt] Sunrise.

nhầu [ɲòu] See nhàu.

nhầu [ɲòu] Nhanh nhầu : Nimble, vivacious.

nhậu [ɲɐu] To drink wine.

nhây [ɲei] Nói nhây : To be everlastingly repeating the same thing.

nhầy [ɲèi] Viscous. Tính nhầy : Viscosity, viscidity ; stickiness.

nhe răng [ɲɛ rauŋ] To show one's teeth.

nhè nhẹ [ɲè ɲɛ] Gently, lightly, softly, gingerly. Đi nhè nhẹ : To walk on tiptoe.

nhẽ [ɲɛ̃] See lẽ.

nhẹ [ɲɛ] Light (weight, food, etc.) ; slight, soft, gentle, mild. Nhẹ như lông : As light as a feather. Nhẹ hơn không khí : Lighter than air. Cú đánh nhẹ : Light blow. Bịnh nhẹ : Slight illness. Rượu nhẹ : Light wine. Súng đại bác hạng nhẹ : Light cannon. Tàu chở nhẹ : Light boat. Hình phạt nhẹ : Light punishment. Công việc nhẹ : Light task. Coi nhẹ việc gì : To make light of something. Tổn thất nhẹ : Trivial loss. Lỗi nhẹ : Slight mistake. Gió nhẹ : Soft, gentle wind. Gõ nhẹ vào cửa : To give a soft tap on the door. Cái đánh nhẹ : Gentle tap. Thuốc nhẹ : Gentle medicine.

nhẹ bỗng [ɲɛ bòŋ] Very light.

nhẹ dạ [ɲɛ zạ] Credulous, gullible, easily deceived.

nhẹ nhàng [ɲɛ ɲàŋ] Light, airy. Bước đi nhẹ nhàng : Light step. Dáng điệu nhẹ nhàng : Light movements.

nhẹ như lông hồng [ɲɛ ɲɯ loŋ hòŋ] Light as a feather.

nhẹ tếch [ɲɛ téik] Very light.

nhẹ túi [ɲɛ túi] (Of purse) To be empty.

nhem [ɲɛm] See lem.

nhếm [ɲɛ́m] To chinse, chintze.

nhểm [ɲɔ̀m] Nhai nhỏm nhểm : To chew noisily.

nhẹm [ɲɛm] Secret.

nhen [ɲɛn] Nhỏ nhen : Mean.

nhen lửa [ɲɛn lửə] To stir (up), poke (up) fire.

nhện [ɲẹn] Nhanh nhện : Agile.

nheo [ɲɛu] To look at, along (an edge or surface) with one eye closed (so as to judge of its straightness or levelness).

nheo mắt [ɲɛu mắɯt] To screw up one's eyes.

nheo nhẻo [ɲɛu ɲẻu] Còn nheo nhẻo : Still young.

nheo nhóc [ɲɛu ɲɔ́k] (Of children) To be neglected, uncared for.

nhéo [ɲɛ́u] To pinch, to nip. Chị nàng nhéo má nàng : Her sister pinched her cheek, gave her cheek a little squeeze.

nhẻo [ɲɛ̉u] Nheo nhẻo : Still young.

nhẽo [ɲɛ̃u] See nhão.

nhép miệng [ɲɛ́p miệŋ] See nhép môi.

nhép môi [ɲɛ́p moi] To smack one's lips (when tasting good food or drink).

nhẹp [ɲɛp] Đè nhẹp : To crush.

nhét [ɲɛ́t] To cram, to stuff, to fill tightly, to wad. Túi nó nhét đầy sách : He has his pockets stuffed with books. Nhét vật gì vào vật khác : To stuff something into something. Nhét gòn (bông) vào lỗ tai : To stuff (up) one's ears with cotton-wool. Nhét giẻ vào miệng không cho người nào la, v.v... : To gag. Nhét giấy đầy học tủ : To cram papers into a drawer. Nhét vật gì vào hộp : To crush something into a box. Nhét quần áo vào va-li : To cram one's clothes into one's suit-case. 2) To slip. Nhét vật gì vào tay người nào: To slip something into someone's hand. Nó nhét bức thơ vào túi nó : He slipped the letter into his pocket.

nhẻ [ɲɛ̉] See lẻ.

nhễ nhại [ɲɛ̃ ɲại] Mồ hôi nhễ nhại : Bathed in perspiration ; streamin with perspiration.

nhệch mép [ɲéik mɛ́p] To draw up the corner of one's mouth.

nhện [ɲẹn] Spider. Tơ nhện, chỉ nhện Spider-thread. Giống như nhện: Spider like. Mạng nhện : Cobweb, spider web. Giống mạng nhện : Cobweb-like Quét sạch mạng nhện ở vật gì : To brush, sweep, away the cobwebs from something, to clear something of cobwebs.

nhều [p̆u] To dribble, to flow or allow to flow. *Trẻ con thường nhều nước dãi*: Babies often dribble at the mouth.

nhều nhão [p̆u p̆au] To allow to flow.

nhi [pi] (Not used alone) Infant, child.

nhi đồng [pi dòŋ] Young child.

nhi nữ [pi nữ] Woman.

nhí nhảnh [pí p̆ăip] Lively, sprightly.

nhì [pì] Second. *Hạng nhì* : Second class. *Lớp nhì* : Fourth grade (in primary school). *Nó về nhì* : He arrived second.

nhì nhằng [pì p̆àuuŋ] Passable, so so.

nhĩ [pĩ] Ear. *Tâm nhĩ* : Auricle.

nhĩ cổ [pĩ kỏ] (Anat) Ear-drum, tympanum.

nhĩ học [pĩ hɔk] (Med) Otology.

nhĩ mục [pĩ mụk] Ears and eyes.

nhĩ viêm [pĩ viem] (Med) Otitis.

nhị [pị] Two. *Đệ nhị* : Second.

nhị cái [pị kái] (Bot) Pistil.

nhị diện [pị ziẹn] (Geom) Dihedral (angle).

nhị diện [pị ziẹn] Dihedron.

nhị đoạn luận pháp [pị dwạn lwẹn fáp] Enthymeme.

nhị đực [pị dụk] (Bot) Stamen. *Không có nhị đực* : Anandrous.

nhị hạng [pị hạŋ] Second class.

nhị huyền [pị hwiền] Two-stringed musical instrument.

nhị khí [pị xí] Two principles (male principle and female principle).

nhị nguyên [pị ŋwien] (Phil) Dualistic.

nhị nguyên luận [pị ŋwien lwẹn] (Phil) Dualism.

nhị phúc [pị fúk] (Anat) Digastric.

nhị sắc [pị ʃáuuk] Two colours.

nhị sắc Dichromatic. *Nhị sắc tính* : Dichroism.

nhị tâm [pị təm] Double-faced, two-faced ; double-dealing.

nhị thức [pị θúuk] Binomial.

nhị trùng âm [pị trùŋ əm] Diphtong.

nhị tướng [pị tuɔ́ŋ] Biphase.

nhị tỷ [pị tỉ] Cemetery, burial-ground.

nhia [piə] *Nhắm nhia* : To admire.

nhích [pík] To move slightly. *Nhúc nhích* : To move, to stir, to budge.

nhiếc [pirk] To scold.

nhiễm [piễm] 1) To be infected ; to infect. *Truyền nhiễm* : Infectious, contagious, communicable, catching. *Sự truyền nhiễm* : Infection, contagion.

2) To catch, to contract. *Nhiễm tư tưởng của người nào* : To catch someone's spirit. *Nhiễm một thói quen* : To fall, grew, into a habit ; to acquire a habit. *Nhiễm thói xấu* : To get into bad habits, to contract bad habits, to take to bad habits. *Nhiễm những tư tưởng sai lầm* : To become impregnated with false ideas.

nhiễm bịnh [piễm bịp] To catch a disease.

nhiễm dịch [piễm zịk] Infected with contagious disease.

nhiễm độc [piễm dọk] Infected with poison.

nhiễm gió [piễm ʒɔ́] To catch cold.

nhiễm sắc [piễm ʃáuuk] Chromatism.

nhiễm sắc thể [piễm ʃáuuk θẻ] Chromosome.

nhiễm thể [piễm θẻ] Chromosome.

nhiễm thói quen [piễm θɔ́i kwɛn] To acquire a habit, to fall, get grow, into a habit. *Nhiễm thói quen làm việc gì* : To form, fall into, get into, the habit of doing something. *Sống bên cạnh nàng, nó đã nhiễm thói quen của nàng* : Living beside her he had acquired her habits.

nhiệm [piẹm] *Trách nhiệm* : Responsibility. *Tín nhiệm* : To trust.

nhiệm cứu [piẹm kứu] To acknowledge one's mistake, to take the responsibility of (something), to accept responsibility for (something).

nhiệm dụng [piẹm zụŋ] To appoint officials.

nhiệm kỳ [piẹm kì] Term of office, tenure of office. *Nhiệm kỳ Tổng thống* của ông ấy sẽ mãn vào năm tới : His term of office as President will expire next year. *Nhiệm kỳ của Tổng Thống Huê kỳ là bốn năm* : The tenure of office of an American President is four years.

nhiệm sở [ɲiệm ʃỏ] Post.

nhiệm tính[ɲiệm tíɲ]At will; facultative.

nhiệm vụ [ɲiệm vụ] Duty, mission. *Nhiệm vụ của các công chức* : Duties of various officials. *Nhiệm vụ của bưu tá là phát thơ* : The duties of a postman are to deliver letters. *Nhắc người nào nhớ đến nhiệm vụ của mình* : To recall someone to his duty. *Nhiệm vụ của đại đội khinh binh trong việc tấn công là bám sát địch để tiêu diệt hoặc bắt địch* : The mission of the rifle company in the attack is to close with the enemy and destroy or capture him. *Nhiệm vụ của nó không xứng với tài năng của nó* : His duties bear no proportion, are out of proportion, to his abilities.

nhiệm vụ an ninh [ɲiệm vụ an niɲ] Security mission.

nhiệm vụ chính yếu [ɲiệm vụ cíɲ iếu] Primary mission.

nhiệm vụ cận trợ [ɲiệm vụ kạn trợ] Close support mission.

nhiệm vụ nhảy dù [ɲiệm vụ ɲảy zù] Parachute duty.

nhiệm vụ phi hành [ɲiệm vụ fi hàiɲ] Aviation duty.

nhiệm vụ tác xạ [ɲiệm vụ ták sạ] Fire mission.

nhiệm vụ tạm thời [ɲiệm vụ tạm θời] Temporary duty.

nhiệm vụ thám thính [ɲiệm vụ θám θíɲ] Reconnaissance mission.

nhiệm ý [ɲiệm í] Facultative, optional, at will. *Môn nhiệm ý* : Optional subject (in examination).

nhiên [ɲien] *Thiên nhiên* : Natural. *Tuy nhiên* : However. *Đột nhiên* : Suddenly. *Tự nhiên, cố nhiên* : Naturally, of course.

nhiên hậu [ɲien hạu] Afterward, later, thereafter.

nhiên liệu [ɲien liệu] Fuel, combustible, firing. *Lửa tắt vì thiếu nhiên liệu* : The fires had died out, burnt out, for lack of fuel.

nhiên liệu đặc [ɲien liệu dặuk] Solid fuel, thickened fuel.

nhiên liệu lỏng [ɲien liệu lỏŋ] Unthickened fuel.

nhiên nhi [ɲien ɲi] But, however.

nhiễn [ɲiễn] Well-kneaded.

nhiếp ảnh [ɲiếp ảɲ]To photograph, to take a photograph. *Nhà nhiếp ảnh* : Photographer, cameraman.

nhiếp ảnh gia [ɲiếp ảɲ ʒa] Photographer.

nhiếp ảnh viên [ɲiếp ảɲ vien] Cameraman.

nhiếp các [ɲiếp kák] (Pol) Cabinet.

nhiếp chánh [ɲiếp cáɲ] To perform as regent.

nhiếp hồn [ɲiếp hòn] To raise a spirit.

nhiếp lực [ɲiếp lụk] Attraction.

nhiệt [ɲiệt] Heat. *Thiên nhiệt* : Heat of combustion. *Máy nhiệt* : Heat-engine. *Truyền nhiệt* : Heat-conveying. *Phát nhiệt, sanh nhiệt* : Heat - producing. *Ngữ nhiệt* : Heat–proof. *Chứng phát nhiệt* : (Med) Heat-rash. *Tia nhiệt* : Heat-ray. *Tỷ nhiệt* : Specific heat.

nhiệt ái [ɲiệt ái] Passion.

nhiệt áp kế [ɲiệt áp kế] Thermobarometer.

nhiệt bịnh [ɲiệt bịɲ] (Med) Fever.

nhiệt dụng [ɲiệt zụŋ] Thermic capacity.

nhiệt đái [ɲiệt dái] Tropic, torrid zone.

nhiệt điện[ɲiệt diện]Thermo-electric(al); thermo-electricity.

nhiệt điện lượng kế [ɲiệt diện luợŋ kế] Thermo-electrometer.

nhiệt độ [ɲiệt dọ] Temperature, degree of heat. *Đo, lấy nhiệt độ của người nào* : To take someone's temperature. *Nhiệt độ sụt xuống* : The temperature has dropped. *Bác sĩ lấy nhiệt độ của tôi* : The doctor took my temperature. *Nữ y tá lấy nhiệt độ cho tất cả bịnh* nhân : The nurse took the temperatures of all the patients. *Nhiệt độ trong mát:* Screened temperature.

nhiệt độ kế [ɲiɛt dọ ké] Thermometer.

nhiệt độ tuyệt đối [ɲiɛt dọ twiɛt dói] Absolute temperature.

nhiệt động [ɲiɛt dọŋ] Thermodynamic.

nhiệt động học [ɲiɛt dọŋ hɔk] Thermodynamics.

nhiệt đới [ɲiɛt dói] See **nhiệt đái.**

nhiệt hóa học [ɲiɛt hwa hɔk] Thermo-chemistry.

nhiệt học [ɲiɛt hɔk] Thermology.

nhiệt huyết [ɲiɛt hwiét] Hot blood, (fig) enthusiasm, ardour.

nhiệt hứng [ɲiɛt húŋ] Fury, verve.

nhiệt kế [ɲiɛt ké] Thermometer. *Thuộc về nhiệt kế :* Thermometric(al). *Khoa nhiệt kế :* Thermometry.

nhiệt kế bách phân [ɲiɛt ké báik fən] Centigrade thermometer.

nhiệt kế bức [ɲiɛt ké búk] Maximum thermometer.

nhiệt kế Fa-ra-net [ɲiɛt ké fa ra nɛt] Fahrenheit thermometer.

nhiệt kế ghi [ɲiɛt ké gi] Self-recording thermometer, self-registering thermometer.

nhiệt kế rét [ɲiɛt ké rét] Minimum thermometer.

nhiệt kế rượu [ɲiɛt ké rụɛu] Alcohol thermometer.

nhiệt kế thúy ngân [ɲiɛt ké θwi ŋən] Mercury thermometer.

nhiệt khí [ɲiɛt xi] Animation, verve, fervour, ardour.

nhiệt ký [ɲiɛt ki] Thermograph.

nhiệt liệt [ɲiɛt liɛt] Warmly ; vehement, wild, volcanic.

nhiệt liệu pháp [ɲiɛt liɛu fáp] Thermotherapy.

nhiệt lượng [ɲiɛt lụɛŋ] Calorie, calory.

nhiệt lượng kế [ɲiɛt lụɛŋ ké] Calorimeter.

nhiệt náo [ɲiɛt náu] Noisy.

nhiệt nặng [ɲiɛt nauŋ] Calorific energy.

nhiệt nghiệm [ɲiɛt ɲiɛm] Thermoscope. *Phép nhiệt nghiệm :* Thermoscopy.

nbiệt nguyên [ɲiɛt ŋwien] Source of heat.

nhiệt tâm [ɲiɛt tam] Ardour, fervour, enthusiasm, zeal.

nhiệt thành [ɲiɛt θàiɲ] Fervent, enthusiastic.

nhiệt thiên [ɲiɛt θien] Hot weather.

nhiệt tình [ɲiɛt tìɲ] Ardour, enthusiasm.

nhiệt tố [ɲiɛt tó] (Ch) Phlogiston.

nhiệt tuyến [ɲiɛt twién] Heat-rays.

nhiệt tuyền [ɲiɛt twièn] Hot spring.

nhiệt từ [ɲiɛt tù] Thermomagnetic.

nhiệt từ lực [ɲiɛt tu lụk] Thermomagnetism.

nhiều [ɲieu] *Bao nhi.* : How much, how many. *Bấy nhi.* : As much, so much, as many, so many.

nhiêu mạng [ɲieu mạŋ] To spare (someone's) life.

nhiêu ốc [ɲieu ók] Fertile land.

nhiêu phú [ɲieu fú] Rich, wealthy.

nhiêu thứ [ɲieu θứ] To forgive, to pardon.

nhiều [ɲièu] Numerous, abundant ; very much ; much, many, a great deal ; several. *Nhiều công việc :* Much works. *Mưa nhiều :* Much rain. *Có nhiều chứng cớ rằng :* There is abundant proof that. *Vật ấy không có nhiều :* There is not much of it. *Hồ có nhiều cá:* The lake was alive with fish. *Còn nhiều việc phải làm :* Much still remains to be done. *Nhiều quá :* Too much. *Nhiều bánh mì quá :* Too much bread. *Nhiều lần:* Many times. *Trong nhiều trường hợp :* In many instances. *Nhiều người quá :* Too many people. *Tôi có nhiều việc phải làm :* I have a good deal, a deal to do. *Nó khôn hơn anh nhiều :* He is a great deal wiser than you. *Tôi có lại đó nhiều lần :* I have been there several times. *Rất nhiều bơ :* A lot of butter. *Rất nhiều trừu :* A lot of sheep. *Nhiều người quá !:* What a lot of people. *Nhiều thế à !:* Such a lot. *Tôi thấy* *khá hơn nhiều :* I feel lots better. *Nhiều hơn phân nửa :* Half as much again. *Nhiều thầy thối ma :* What is everybody's business is nobody's business. *Nó có nhiều bạn :* He has a great many friends. *Ở đây không có nhiều người lắm :* There were not a great many people there. *Sông nầy có nhiều cá :* This river is teeming with fish. *Óc nó có nhiều tư tưởng mới lạ :* His brain teems, is teeming, with new ideas.

nhiều bận [ɲièu bạn] Several times.

nhiều chỗ [ɲièu cỗ] Several places.

nhiều chuyện [ɲièu cwiện] Many stories.

nhiều của [ɲièu kwə] Rich, wealthy.

nhiều hơn [ɲièu hɔn] More. *Tôi không thể cho nhiều hơn nữa :* I cannot give more. *Nó biết chuyện ấy nhiều hơn anh :* He knows more about it than you.

nhiều ít [ɲièu ít] More or less, many or few, much or little.

nhiều kẻ [ɲièu kẻ] Many people.

nhiều khi [ɲièu xi] Several times, at various times.

nhiều lắm [ɲièu láɯm] Very much.

nhiều lần [ɲièu lần] Several times, several occasions, times out of number, at different times, times without number, time and time again, time after time. *Tôi đã nói như thế với anh nhiều lần rồi :* I have told you so a hundred times. *Tôi gặp ông X. đã nhiều lần :* I have met Mr. X on several occasions.

nhiều lời [ɲièu lời] Garrulous, loquacious

nhiều lúc [ɲièu lúk] Several times.

nhiều lượt [ɲièu lượt] See nhiều lần.

nhiều nơi [ɲièu nɔi] Several places.

nhiều phen [ɲièu fɛn] See nhiều lần.

nhiều quá [ɲièu kwá] Too much. *Nhiều người quá :* Too many people ; what a lot of people !

nhiều tiền [ɲièu tièn] Rich, wealthy.

nhiễu [ɲièu] Crape ; crêpe. *Nhiễu Tàu :* Canton crape, oriental crape ; crêpe de Chine.

nhiễu *Quấy nhiễu :* To harass, to annoy.

nhiễu âm [ɲièu əm] Atmospherics.

nhiễu đoạt [ɲièu dwạt] To pillage, to plunder, to loot.

nhiễu hại [ɲièu hại] To harm, to damage.

nhiễu loạn [ɲièu lwạn] To disturb, to make trouble.

nhiễu nhương [ɲièu ɲwɔŋ] Trouble.

nhiễu sự [ɲièu ʃự] To create difficulties for (someone), to put difficulties in (someone's) way.

nhiễu xạ [ɲièu sạ] (Ph. Opt) To diffract. *Sự nhiễu xạ :* Diffraction.

nhím [ɲím] Hedgehog, porcupine.

nhín [ɲín] Rush bag.

nhín [ɲín] To economize, to save.

nhìn [ɲìn] 1) To look (at). *Nhìn qua cửa sổ :* To look through, out of, the window. *Nhìn chỗ khác :* To look the other way. *Nhìn vào mặt người nào :* To look in someone's face. *Nhìn ở cửa sổ :* To look in at the window. *Nhìn xem mấy giờ rồi :* Look (and see) what time it is. *Nhìn người nào từ đầu đến chân :* To look someone up and down ; to look someone all over. *Nhìn vật gì một lần chót :* To look one's last on something. *Nhìn chòng chọc vào mặt người nào :* To look someone (full, straight) in the face, in the eyes. *Nhìn người nào một cách giận dữ :* To glare at someone, upon someone. *Nhìn quanh tìm người nào :* To look about for someone. *Anh nhìn cái gì đó ? :* What are you looking at ?. *Nhìn lại dĩ vãng :* To look back upon the past. *Nhìn chung quanh mình :* To look about one. *Nhìn vào giếng :* To look into the well. *Nhìn chỗ khác :* To avert one's eyes (from a terrible sight). *Nhìn vật gì :* To have a look at something. *Nó không muốn nhìn tới vật ấy nữa là khác :* He would not so much as look at it. *Chăm chú nhìn người nào :* To rivet one's eyes on someone. *Mắt nó nhìn từ người nầy tới người kia :* His eyes moved from one to the other. *Nhìn thấy vật gì đằng xa :* To see something in the distance. *Nhìn về hướng nam :* To look to the south. *Nhìn quanh phòng :* To swee the room with a glance. *Nó nhìn từ phải sang trái* : His glance swept from right to left. *Nó nhìn tôi một cách giận dữ* : He threw an angry look at me.

2) *Phòng khách nhìn ra vườn* : The drawing-room looks on (to) the garden.

nhìn (cái) [pìn] Look. *Cái nhìn ngạc nhiên* : Look of astonishment. *Cái nhìn đầy sự biết ơn* : Look full of gratitude.

nhìn chăm chăm [pìn cawm cawm] See **nhìn chòng chọc**.

nhìn chòng chọc [pìn còŋ cọk] To stare at; to look steadily.

nhìn đăm đăm [pìn dawm dawm] To glaze at.

nhìn hau háu [pìn hau háu] To devour (someone) with one's eyes.

nhìn lại [pìn lại] To look back. *Nhìn lại dĩ vãng* : To look back upon the past.

nhìn lầm [pìn làm] To mistake, to take one person, one thing, for another.

nhìn lén [pìn lén] To look slyly.

nhìn lên [pìn len] To look up, to look upwards. *Nhìn lên trời* : To cast up.

nhìn lộn [pìn lộn] See **nhìn lầm**.

nhìn nhầm [pìn nàm] See **nhìn lầm**.

nhìn nhận [pìn nạn] To acknowledge, to recognize (truth, right, government, etc..) ; to admit. *Nhìn nhận sự hiển nhiên của một việc* : To acknowledge the evidence of a fact. *Nó nhìn nhận lỗi của nó* : He acknowledges his mistake. *Từ chối không nhìn nhận chữ ký của mình* : To refuse to recognize one's signature. *Nhìn nhận sự thật của việc gì* : To assent to the truth of something.

nhìn qua [pìn kwa] 1) To look over. *Nhìn qua giấy tờ* : To look over some papers.

2) To look through. *Nhìn qua cửa sổ* : To look through the window.

nhìn quanh [pìn kwaip] To look round, to cast about. *Đưa mắt nhìn quanh* : To cast one's eyes about.

nhìn sừng [pìn ʃừŋ] To look fixedly.

nhìn thẳng [pìn θàwŋ] To look straight.

Nhìn thẳng vào mặt người nào : To look someone straight in the face.

nhìn thấy [pìn θéi] To see. *Nhìn thấy người nào đằng xa* : To see someone in the distance.

nhìn trờ mắt [pìn tró máut] To look with wide-open eyes.

nhìn trộm [pìn trộm] *Nhìn trộm người nào* : To look at someone with cock in one's eye.

nhìn trừng trừng [pìn trừŋ trừŋ] To stare at (someone).

nhìn xuống [pìn suóŋ] To look down, to cast down one's eyes. *Nhìn xuống đám đông* : To look down on the crowd.

nhịn [pịn] 1) To abstain from ; to refrain from, to forbear from. *Nhịn không làm việc gì* : To refrain, forbear, from doing something.

2) To deny. *Nhịn vật gì* : To deny oneself something. *Nhịn cho các con của mình* : To deny oneself for one's children, to stint oneself for one's children.

nhịn ăn [pịn awn] To fast, to go without food.

nhịn cười [pịn kưài] To restrain one's mirth.

nhịn đói [pịn dói] To abstain from food ; to follow a starvation diet.

nhịn khát [pịn xát] To abstain from drink.

nhịn nhục [pịn nụk] To digest an insult.

nhịn rượu [pịn rượu] To forbear wine, to forbear to drink wine.

nhỉnh [pỉp] Slightly bigger.

nhíp [pip] Tweezers.

nhíp To extract (hair, thorn, etc...) with tweezers.

nhịp [pịp] Rhythm, cadence ; measure, time. *Nhịp hai bốn* : Duple measure. *Gõ, đánh nhịp* : To beat time. *Theo nhịp* : To keep time, be in time. *Nhảy theo nhịp* : To keep time in dancing.

nhịp To drum. *Nhịp ngón tay trên bàn* : To drum with one's fingers on the table.

nhịp Span. *Cầu một nhịp* : Single-span bridge.

nhịp cầu [ɲip kòu] Span, bay, of a bridge.

nhịp ba [ɲip ba] Triple time.

nhịp đôi [ɲip doi] Duple time.

nhịp nhàng [ɲip ɲàŋ] Rhythmically.

nhíu [ɲiu] Wrinkled, puckered.

nhíu mày [ɲiu mày] To frown.

nhịu [ɲiu] See lịu.

nho [ɲɔ] Grapes. *Hột nho* : Grape-stone. *Cây nho* : Vine. *Đường nho* : Grape-sugar. *Hình giống trái nho* : Grape-shaped. *Hái nho* : To gather the grapes. *Sự hái nho* : Grape - gathering. *Người hái nho* : Grape-gatherer. *Nghề trồng nho* : Grape-growing, vine-culture, vine-growing. *Người trồng nho* : Grape-grower, vine-grower. *Nước nho* : Grape-juice. *Sự hái mót nho* : Grape-gleaning. *Người hái mót nho* : Grape-gleaner. *Hái mót nho*: To glean grapes. *Chùm nho* : Bunch of grapes. *Tôi sẽ ăn nho để tráng miệng* : For dessert I'll have grapes. *Cành nho* : Vine-branch. *Bịnh của nho* : Vine-disease. *Mùa hái nho* : Vine-harvest. *Đất trồng nho* : Vine-lands. *Lá nho* : Vine-leaf. *Gốc nho* : Vine - plant, vine - stock. *Vườn nho* : Vineyard. *Nhà kiến trồng nho* : Vinery. *Nghề trồng nho* : Vini-culture.

nho *Nhà nho* : Confucian scholar. *Chữ nho* : Chinese characters. *Danh nho* : Famous scholar. *Đại nho* : Great scholar. *Hàn nho* : Needy scholar. *Đạo nho* : Confucianism.

Nho đạo [ɲɔ dạu] Confucianism; doctrine of scholars.

nho gia [ɲɔ ʑa] Scholar.

nho giả [ɲɔ ʑả] Confucianist.

nho giáo [ɲɔ ʑáu] Confucianism.

nho hạnh [ɲɔ hạiɲ] Scholar's behaviour.

nho khô [ɲɔ xo] Raisin, dried grape.

nho lâm [ɲɔ ləm] The scholarly world.

nho nhã [ɲɔ ɲã] Refined, cultured, elegant.

nho nhỏ [ɲɔ ɲɔ̉] Small, little.

nho nhoe [ɲɔ ɲwɛ] To move, to stir.

nho phong [ɲɔ fɔŋ] Scholar's tradition.

nho sĩ [ɲɔ ʃi] Scholar.

nho sinh [ɲɔ ʃiɲ] Scholar.

nhó [ɲɔ̉] *Nháy nhó* : To wink, to blink.

nhỏ [ɲɔ̉] Small, little, petty; young. *Người nhỏ thó* : Small man. *Gia súc nhỏ* : Small stock. *Chữ nhỏ* : Small letters. *Đạn nhỏ* : Small shot. *Một cái nhà rất nhỏ* : A tiny little house. *Đứa con nhỏ tuổi hơn hết* : Younger son. *Nó nhỏ tuổi hơn tôi* : He is younger than I. *Tôi biết nó hồi còn nhỏ* : I have known him from a baby. *Hồi tôi còn nhỏ* : When I was a boy. *Tôi biết chúng nó hồi tôi còn nhỏ* : I knew them as a boy. *Từ lúc còn nhỏ* : From the cradle, from babyhood or infancy. *Nhà thì nhỏ nhưng đó là nhà của tôi* : The house is small but it is my own. *Nó nhỏ hơn tôi ba tuổi* : He is three years my junior, he is three years junior to me, he is my junior by three years ; he is three years younger than I am. *Tôi biết cái nầy hồi còn nhỏ* : I have known this from my cradle, from my infancy. *Tôi nhỏ hơn anh ấy bốn tuổi* : I am his junior by four years.

nhỏ bé [ɲɔ̉ bé] Small.

nhỏ con [ɲɔ̉ kɔn] Small. *Người nhỏ con* : Small man.

nhỏ giọt [ɲɔ̉ ʑɔt] 1) To drip. *Nước nhỏ giọt dọc theo thang lầu xuống* : The water was dripping down the stairs. *Mồ hôi từ trên trán của nó nhỏ giọt xuống* : The perspiration was dripping from his forehead. *Ống nhỏ giọt*: Dripping-tube. 2) To distil.

nhỏ hẹp [ɲɔ̉ hẹp] Strait, narrow.

nhỏ lần lần [ɲɔ̉ lần lần] Smaller and smaller.

nhỏ mọn [ɲɔ̉ mọn] Small, little, petty, mean. *Việc nhỏ mọn* : Small matter, little or unimportant things. *Những việc nhỏ mọn của đời sống hằng ngày* : The littlest things of daily life. *Chỉ có những người nhỏ mọn mới hành động như thế* : Only a small man could act like that.

nhỏ người [ɲɔ̉ ŋười] Small man.

nhỏ nhắn [ɲɔ̉ ɲăᴜɳ] Thin, slender (person).

nhỏ nhặt [ɲɔ̉ ɲᴀᴜt] Trifling, unimportant ; minor. Bỏ qua một bên những chi tiết nhỏ nhặt : To ignore minor details.

nhỏ nhẻ [ɲɔ̉ ɲɛ̉] See nhỏ nhẹ.

nhỏ nhẹ [ɲɔ̉ ɲɛ] Soft, gentle, mild. Câu trả lời nhỏ nhẹ : A soft answer (i.e. a quiet answer, esp. when speaking to one who is angry). Cách ông ấy nói thì rất nhỏ nhẹ nhưng với cây gậy thật to : His way was to speak very softly but carry a big stick.

nhỏ nhen [ɲɔ̉ ɲɛn] Mean.

nhỏ tác [ɲɔ̉ tăk] Small in size.

nhỏ teo [ɲɔ̉ tɛᴜ] Tiny, minute, very small.

nhỏ tí [ɲɔ̉ ti] See nhỏ teo.

nhỏ thó [ɲɔ̉ θɔ́] Small. Người nhỏ thó : Small person.

nhỏ tiếng [ɲɔ̉ tiến] Low voice.

nhỏ tuổi [ɲɔ̉ tᴜổi] Young. Đứa con nhỏ tuổi hơn hết : Younger son. Nó nhỏ tuổi hơn tôi : He is younger than I.

nhỏ từng giọt [ɲɔ̉ từɳ ɟɔt] To drip, to drop, to trickle. Nước nhỏ từng giọt dọc theo thang lầu xuống : The water was dripping down the stairs. Nhỏ từng giọt dầu vào vật gì : To drop oil into something. Máu từ vết thương nhỏ ra từng giọt : Blood trickled from the wound. Mở vòi cho nước chảy ra từng giọt : To set the tap at a trickle.

nhỏ vóc [ɲɔ̉ vɔ́k] Small in size.

nhỏ xíu [ɲɔ̉ sɪᴜ] Very small, tiny, diminutive.

nhọ [ɲɔ] See lọ.

nhòa [ɲwa] To blur, to fade away.

nhoai [ɲwai] To rise above (the water, etc...) ; to try to get to the surface.

nhoài [ɲwài] Mệt nhoài : Tired, worn out, exhausted.

nhoáng [ɲwáɳ] Shiny, glossy. Hào nhoáng : Showy.

nhóc [ɲɔ́k] Đầy nhóc : Overfull, full up, full to the brim.

nhọc [ɲɔk] Tired, fatigued.

nhọc nhằn [ɲɔk ɲăᴜn] See nhọc.

nhòe [ɲwɛ] Smudged, smeared.

nhoẻn miệng cười [ɲwɛ̉n miᴇɳ kᴜᴜ̀i] To smile.

nhoi [ɲɔi] To raise.

nhoi nhói [ɲɔi ɲɔ́i] (Of pain) To be lancinating, acute, shooting.

nhói [ɲɔ́i] Lancinating, shooting (pain).

nhom [ɲɔm] Ốm nhom : Thin, skinny, lean.

nhóm [ɲɔ́m] To gather, to group, to collect ; to meet (together). Phiên nhóm : Meeting. Phòng nhóm : Meeting room, conference room.

nhóm [ɲɔ́m] Group (of people). Đi dạo từng nhóm : To walk about in groups.

nhóm mật mã [ɲɔ́m mᴀt mã] Code group.

nhóm ngày giờ [ɲɔ́m ɳày ɟᴏ̀] Date-time group.

nhóm họp [ɲɔ́m hɔp] To meet, to assemble ; to collect, to gather.

nhóm lại [ɲɔ́m lᴀi] To bring together.

nhóm lửa [ɲɔ́m lᴜ̉ᴀ] To light a fire.

nhòm [ɲɔ̀m] See dòm.

nhòm dậy [ɲɔ̀m zᴇi] To start up.

nhòm nhèm [ɲɔ̀m ɲᴇ̀m] Nhai nhòm nhèm : To chew slowly.

nhón chân [ɲɔ́n cᴀn] To stand on tiptoe. See nhón gót.

nhón gót [ɲɔ́n ɡɔ́t] On tiptoe. Đi nhón gót : To walk on tiptoe, to walk on the tips of one's toes. Đứng nhón gót, đứa bé nhìn qua tường : Standing on tiptoe the boy looked over the wall. Nàng nhón gót đến đầu giường đứa bé đang ngủ : She tiptoed to the bedside of the sleeping child.

nhón tay [ɲɔ́n tay] To take softly with one's fingers.

nhọn [ɲɔn] Pointed, sharp, sharp-pointed, acute. Cằm nhọn : Pointed chin. Có răng nhọn : Sharp-toothed. Có góc nhọn : Acute-angled.

nhọn hoắt [ɲɔn hwᴀᴜt] Very pointed.

nhóng [ɲɔ́ɳ] To wait for, to await (someone, something).

nhòng [ɲɔŋ] *Cao nhòng :* Tall.

nhóp [ɲɔp] *Nhai nhóp nhép :* To chew noisily.

nhót [ɲɔt] *Nhảy nhót :* To jump about.

nhọt [ɲɔt] Abscess; boil.

nhọt ngoài xương [ɲɔt ŋwài suɘŋ] (Med) Exostosis.

nhô [ɲo] 1) To raise, to rise; to emerge. 2) To project. *Dơi đất nhô ra biển :* A strip of land projects into the sea.

nhô ra [ɲo ra] (Bot) Excurrent.

nhổ [ɲo] To uproot, to grub up, to root out, to pull out; to draw (nail); to draw, extract (a tooth). *Nhổ khoai tây :* To lift potatoes. *Nhổ một cái răng :* To have a tooth out. *Nhổ cây :* To root up, uproot a tree. *Nhổ răng cho người nào :* To pull (out), extract, draw, someone's tooth.

nhổ [ɲo] To spit. *Xin đừng nhổ trên xe :* Please do not spit in the car. *Ống nhổ :* Spittoon. *Cấm nhổ bậy :* No spitting.

nhổ cây [ɲo kei] To tear up a tree by the roots.

nhổ cỏ [ɲo kɔ] To pluck up (out) weeds (from the garden).

nhổ đinh [ɲo diɲ] To draw out, extract, pull out, a nail.

nhổ lông [ɲo loŋ] To pluck, to strip off feathers. *Nhổ lông gà :* To pick a chicken.

nhổ mạ [ɲo ma] To pull up rice seedlings, to lift seedlings.

nhổ neo [ɲo nɛu] To weigh anchor.

nhổ nước miếng [ɲo nɯrk miéɲ] To spit.

nhổ răng [ɲo raɯŋ] To extract, draw a tooth; to take out a tooth; to have a tooth out. *Sự nhổ một cái răng :* Extraction of a tooth.

nhổ rễ [ɲo rẽ] To uproot, to disroot, to grub up, to deracinate; to extirpate, to eradicate.

nhổ sào [ɲo ʃàu] (Nav) To sail, to start.

nhổ tóc [ɲo tɔk] To pluck at one's hair.

nhổ trại [ɲo trai] To decamp, to break up a camp.

nhối [ɲói] *Nhức nhối :* Lancinating, acute, shooting.

nhồi [ɲòi] 1) (Of car) To bump along. 2) To dance, to dandle; to rock. *Nhồi đứa bé lên xuống trên đầu gối mình :* To dance a baby on one's knees, to move a baby up and down on one's knees. *Chiếc tàu bị sóng nhồi :* Ship rocked by the waves.

nhồi 1) To stuff, pad, wad (cushion, etc...), to cram; to fill pipe with tobacco; to ram. *Nhồi thịt băm vào một con gà :* To stuff a fowl. *Nó nhồi thuốc vào ống điếu của nó :* He tamped down the tobacco in his pipe. 2) To implant (ideas or principles) in (someone's mind).

nhồi To knead (dough, bread).

nhồi bông [ɲòi boŋ] To stuff, pad (cushion) with cotton.

nhồi bột [ɲòi bọt] To knead flour.

nhồi sọ [ɲòi ʃọ] To stuff (someone) up.

nhôm [ɲom] Aluminium, (U.S) aluminum. *Phép nhôm nhiệt :* (Metall) Alumino-thermy.

nhôm nhoàm [ɲòm ɲwàm] *Ăn nhồm nhoàm :* To eat like a pig.

nhổm dậy [ɲòm zẹi] To stand up, to get up.

nhổn nháo [ɲón ɲáu] Disorderly, riotous, noisy.

nhộn nhịp [ɲọn nịp] Full of animation.

nhông [ɲoŋ] *Kỳ nhông :* Chameleon.

nhông nhông [ɲoŋ ɲoŋ] To wander, to err.

nhống [ɲòŋ] Kinds of bird allied to jackdaw.

nhộng [ɲọŋ] Chrysalis. *Trần truồng như nhộng :* Stark naked, mother naked.

nhốt [ɲót] To shut up, to confine, to incarcerate, to imprison; to impound (animal). *Nhốt người nào vào nhà thương điên :* To shut someone up in a madhouse. *Nhốt một thiếu nữ vào nhà tu kín :* To shut up a girl in a convent. *Nhốt chim vào lồng :* To cag a bird. *Nhốt người nào vào phòng :* To confine someone, shut someone up, in his room. *Tôi bị nhốt trong phòng suốt ngày :* I have been cooped up in a room all day.

nhột [ŋọt] To be tickled. *Hay nhột :* Ticklish. *Tánh hay nhột :* Ticklishness. *Tiêu bay vào mũi tôi làm mũi tôi nhột :* Some pepper got into my nose and made it tickle.

nhơ [ɲɔ] Dirty, filthy.

nhơ bẩn [ɲɔ bɔn] Dirty, unclean, filthy.

nhơ danh [ɲɔ zaiɲ] Discreditable, dishonoured.

nhơ nhuốc [ɲɔ ɲwɔrk] Dishonoured, disgraceful. *Làm nhơ nhuốc danh dự của người nào :* To cast a stain on someone's honour.

nhớ [ɲɔ́] To remember, to recall, to recollect (something) ; to call (something) in mind. *Tôi không nhớ việc ấy :* I do not remember it. *Nhớ đã hứa việc gì :* To remember, recollect, having promised something. *Tôi nhớ anh đã nói với tôi như thế :* I remember that you told me so. *Tôi sẽ nhớ làm việc ấy :* I shall remember to do it. *Nhớ đừng quẹo qua tay mặt :* Remember not to turn to the right. *Nếu tôi nhớ không lầm thì... :* If I remember aright..., if my memory serves me aright... *Nhớ lại đã làm việc gì :* To recollect having done something. *Câu chuyện nầy làm tôi nhớ lại lúc còn nhỏ :* This story brings back to me my childhood. *Tôi không nhớ tên nó :* I don't recall his name, his name has slipped my memory, his name has slipped out of my memory. *Nhắc người nào nhớ đến nhiệm vụ của mình :* To recall someone to his duty. *Hãy nhớ đến nó :* Keep, bear, him in mind. *Nhớ lại việc gì :* To recall something to mind again. *Nó làm tôi nhớ đến cha nó :* He puts me in mind of his father. *Nhớ đừng đến trễ nhé ! :* Mind you' re not late !. *Nên nhớ nó chỉ là một đứa trẻ :* Bear in mind that he is only a child. *Nhớ viết thơ cho nó nhé ! :* Mind you write to him !. *Ít người nhớ đến lúc mình còn trẻ :* Few

people remember that they were once young. *Chuyện ấy làm tôi nhớ lại lúc còn thơ ấu :* That carries me back to my youth. *Xin nhớ (= đừng quên) rằng nó mới có mười tuổi :* Don't forget that he is only ten years old. *Xin ông hãy nhớ đến tôi :* I beg you not to forget me. *Tôi không thể nhớ tên nó :* I can't remember his name, I can't think of his name. *Nó làm tôi nhớ đến em nó :* He reminds me of his brother (he makes me think of his brother because he resembles him). *Tôi sẽ nhớ chuyện ấy mãi mãi đến ngày nhắm mắt :* I shall remember it to my dying day.

nhớ chừng [ɲɔ́ cừŋ] To remember vaguely.

nhớ dai [ɲɔ́ zai] To have a good memory ; to remember a long time.

nhớ đến [ɲɔ́ đến] To remember, to recall. *Nhắc người nào nhớ đến nhiệm vụ của mình :* To recall someone to his duty. *Nó làm tôi nhớ đến cha nó :* He puts me in mind of his father.

nhớ lại [ɲɔ́ lại] To recollect, to recall. *Nhớ lại đã làm việc gì :* To recollect having done something. *Nhớ lại việc gì :* To recall something to mind again. *Chuyện ấy làm tôi nhớ lại lúc còn thơ ấu :* That carries me back to my youth.

nhớ lầm [ɲɔ́ lầm] To remember wrongly.

nhớ lâu [ɲɔ́ lɔu] To have a good memory.

nhớ mang máng [ɲɔ́ maŋ máŋ] To remember vaguely.

nhớ mường tượng [ɲɔ́ mưừŋ tưɔ̀r] See **nhớ mang máng**.

nhớ nhà [ɲɔ́ ɲà] Homesick, anxious to return home ; to long for home, to be sick for home. *Lòng nhớ nhà :* Homesickness, nostalgia.

nhớ nhằm [ɲɔ́ ɲằm] See **nhớ lầm**.

nhớ quê hương [ɲɔ́ kwɛ hưɔŋ] See **nhớ nhà**.

nhớ ra [ɲɔ́ ra] To recollect.

nhớ tới [ɲɔ́ tói] See **nhớ đến**.

nhờ [ɲờ] Thanks to, owing to ; to call.

in (someone's aid), to have recourse to (someone), to resort to. *Nhờ sự săn sóc của anh* : Thanks to your care. *Nhờ đến một nhà chuyên môn* : To call in a specialist. *Nhờ đến việc gì* : To have recourse to something. *Nhờ người nào, vật gì* : With the assistance of someone, of something. *Nhờ một sợi dây* : With the help of a rope. *Nhờ trời tối* : By the help of the darkness. *Nhờ sự giúp đỡ của anh, chúng tôi thành công* : Thanks to your help, we were successful. *Chúng tôi thành công nhưng không nhờ được gì anh cả* : We were successful, but small thanks to you.

nhờ To commission. *Nhờ người nào mua vật gì* : To commission someone to buy something. *Tôi đã nhờ bạn tôi đóng thuế cho tôi trong lúc tôi ở Hoa-kỳ* : I have commissionned my friend to pay my taxes while I am away in America.

nhờ [nɔ̀] To be dependent on. *Sống nhờ người nào* : To be dependent on someone. *Trẻ con thường thường (sống) nhờ cha mẹ chúng nó* : Children are usually dependent on their parents (= they rely on their parents for support). *Nó thất nghiệp và sống nhờ tiền lương của vợ nó* : He was out of work and dependent on his wife's earnings.

nhờ ai [nɔ̀ ai] To have recourse to someone, to apply to someone, to turn to someone.

nhờ cậy [nɔ̀ kẹi] To resort to, to turn to for help. *Gia đình chỉ có một đứa con đề nhờ cậy* : Family dependent upon a son for support. *Người nhờ cậy duy nhứt của ông ấy trong lúc tuổi già* : The sole support of his old age.

nhờ có [nɔ̀ kó] Thanks to, owing to.

nhờ dịp [nɔ̀ zip] To take an opportunity.

nhờ đến [nɔ̀ dén] To call in, to resort to. *Nhờ đến một nhà chuyên môn* : To call in a specialist. *Nhờ đến người nào, vật gì* : To have recourse to someone, to something.

nhờ giời [nɔ̀ ʒὸi] See **nhờ trời**.

nhờ ơn [nɔ̀ ɔn] Thanks to the kindness of.

nhờ trời [nɔ̀ trὸi] Thanks God !.

nhờ vả [nɔ̀ và] To resort to.

nhở [nɔ̀] *Nhắc nhở* : To remind.

nhỡ [nɔ̃] See **lỡ**.

nhợ [nɔ̀] Cord, rope, string.

nhơi [nɔi] (Of cow) To chew the cud.

nhời [nɔ̀i] See **lời**.

nhơm nhớp [nɔm nɔ́p] Viscous.

nhớm [nɔ́m] To rise a little.

nhơn [nɔn] See **nhẫn**.

nhơn nhơn [nɔn nɔn] Self-satisfied.

nhớn [nɔ́n] See **lớn**.

nhớn nhác [nɔ́n nák] Stupefied, panic-stricken.

nhờn [nɔ̀n] Greasy, oily.

nhờn Too familiar.

nhỡn [nɔ̃n] See **nhãn**.

nhợn [nɔ̀n] To feel squeamish.

nhớp [nɔ́p] Dirty, filthy, unclean.

nhớp nhúa [nɔ́p pwɔ̃] Filthy.

nhớt [nɔ́t] Viscous ; slimy. *Tính nhớt* : Viscosity. *Nước nhớt* : Mucus.

nhớt Motor oil.

nhớt nhợt [nɔ́t nɔ̀t] Very viscous.

nhợt [nɔ̀t] See **lợt**.

nhu [ɲu] Soft.

nhu bì [ɲu bì] (Bot) Phelloderm.

nhu cầu [ɲu kầu] Need, want, demand, requirement.

nhu cầu dụng cụ [ɲu kầu zụŋ kụ] Materiel requirement.

nhu cầu dự trữ [ɲu kầu zụ trữ] Reserve requirement.

nhu cầu quân sự [ɲu kầu kwən ʃụ] Military requirement.

nhu cầu sản xuất [ɲu kầu ʃản swɔ̃t] Production requirement.

nhu cương [ɲu kưɔŋ] Soft and hard.

nhu dụng [ɲu zụŋ] Indispensable, absolutely necessary or essential.

nhu đạo [ɲu dạu] Moderate doctrine.

nhu đạo Jiu-jitsu, ju-jitsu. *Về nhu đạo kỹ thuật quan trọng hơn sức mạnh* : I jiu-jitsu, science is more importan than strength.

nhu hòa [ɲu hwa] Soft, moderate.

nhu mì [ɲu mi] Modest, humble; sweet, gentle.

nhu mô [ɲu mo] (Anat. Bot) Parenchyma. *Thuộc về nhu mô* : Parenchymatous.

nhu nhuyển [ɲu ɲwiển] Soft.

nhu nhược [ɲu ɲɯɤk] Feeble, faint, weak, flabby, flaccid. *Tánh nhu nhược* : Weak character. *Nó là một đứa nhu nhược* : He's a feeble sort of chap, he has no backbone, he wants backbone. *Tinh thần nhu nhược* : Weak in the head.

nhu nọa [ɲu nwa] Weak and lazy.

nhu phí [ɲu fi] Necessary expenses.

nhu thuật [ɲu θwạt] Jiu-jitsu, ju-jitsu.

nhu yếu [ɲu iếu] Necessary, indispensable, essential.

nhú [ɲú] To advise, to counsel, to give advice. *Nhắn nhú* : To recommend.

nhũ [ɲũ] 1) Milk.
2) Breast.

nhũ ấu [ɲũ ɔ́u] Wet nurse.

nhũ chi [ɲũ ci] Butter.

nhũ danh [ɲũ zaiɲ] Née, born. *Bà Nguyễn Văn X, nhũ danh Trần thị Y* : Mrs Nguyen van X née Tran thi Y.

nhũ dịch [ɲũ zịk] (Bot) Latex.

ngũ dung [ɲũ zuɲ] Wet nurse.

nhũ đấu [ɲũ dɔ̀u] (Anat) Nipple, teat.

nhũ đường [ɲũ dɯờɲ] (Ch) Lactose.

nhũ học [ɲũ họk] Mammalogy.

nhũ hương [ɲũ hɯɤŋ] Frankincense.

nhũ lạc [ɲũ lạk] Cream.

nhũ mẫu [ɲũ mɔ̃u] Wet nurse.

nhũ mi trắp [ɲũ mi trɔ́p] Chyme. *Hóa thành nhũ mi trắp* : To chymify.

nhũ ngưu [ɲũ ŋɯɯu] Calf.

nhũ phòng [ɲũ fɔ̀ŋ] (Anat) Mamma, breast.

nhũ quản [ɲũ kwản] (Bot) Lactiferous, latex-bearing.

nhũ toan [ɲũ twan] (Ch) Lactic acid.

nhũ toan diêm [ɲũ twan ziệm] (Ch) Caseate.

nhũ trắp [ɲũ trɔ́p] Chyme.

nhũ tuyến [ɲũ twiến] Lactiferous, milk-bearing, gland.

nhũ tương [ɲũ tɯɤŋ] Emulsion.

nhũ tương hóa [ɲũ tɯɤŋ hwa] To emulsify, to emulsionize.

nhũ xỉ [ɲũ sỉ] Milk-tooth.

nhúa [ɲwɤ] *Nhớp nhúa* : Filthy, dirty.

nhuân [ɲwən] See nhưn.

nhuẩn [ɲwɔ̀n] Bissextile, intercalary. *Năm nhuẩn* : Leap year. *Mưa nhuẩn* : Fruitful rain.

nhuận [ɲwən] See nhuẩn.

nhuận bút [ɲwən bút] Newspaper award.

nhuận chính [ɲwən cíɲ] See nhuận sắc.

nhuận hoạt [ɲwən hwạt] Flowing, fluent.

nhuận nguyệt [ɲwən ŋwiệt] Intercalary month.

nhuận sắc [ɲwən ʃɔ́wk] To alter, to colour.

nhuận sức [ɲwən súk] See nhuận sắc.

nhuận trạch [ɲwən trạik] To be impregnated, saturated.

nhuận trường [ɲwən trɯờŋ] (Med) Laxative, aperient. *Thuốc nhuận trường* : Laxative.

nhúc nhích [ɲúk ɲík] To move, to budge, to stir. *Đừng nhúc nhích !* : Don't move, stand fast! don't stir !. *Nếu anh nhúc nhích...* : If you budge... *Ngồi không nhúc nhích* : To sit still, to sit without stirring. *Nó trói tôi đến nỗi tôi không nhúc nhích được* : He tied me up so that I could not move.

nhục [ɲụk] To be disgraced, dishonoured. *Làm nhục* : To disgrace, to dishonour, to outrage, to insult. *Thà chết còn hơn chịu nhục* : Death before dishonour. *Làm nhục cho gia đình* : To be a disgrace to, the disgrace of, one's family; to bring dishonour on one's family. *Làm nhục người nào* : To commit an outrage on, against, someone; to put an affront upon someone, to offer an affront to someone. *Nó là mối nhục* của gia đình nó: He is the shame of his family.

nhục Flesh. Cốt nhục: Bone and flesh.

nhục dục [ɳʊk zʊk] Carnal, fleshy, sexual, desires ; concupiscence, sexual appetite.

nhục đậu khấu [ɳʊk dậu xấu] (Bot) Nutmeg. Cây nhục đậu khấu : Nutmeg-tree.

nhục hình [ɳʊk hịɲ] Corporal punishment.

nhục hóa [ɳʊk hứa] To embody.

nhục mạ [ɳʊk mạ] To outrage, to insult.

nhục nhã [ɳʊk ɲã] Disgraceful, igno-minious, shameful. Làm nhục nhã: Disreputable, discreditable. Thật là nhục nhã: It's a burning shame, a burning disgrace. Anh rút lui bây giờ thật là nhục nhã: For you to back out now would be a disgrace. Sự thất bại nhục nhã: Shameful failure.

nhục thể [ɳʊk θể] Body.

nhục thực [ɳʊk θʊk] Carnivorous, flesh-eating (animal).

nhục thực thú [ɳʊk θʊk θú] Carnivora.

nhuệ [ɳwẹ] Pointed, sharp, acute. Tinh nhuệ : Well-drained.

nhuệ binh [ɳwẹ biɲ] Well-trained men.

nhuệ chí [ɳwẹ cí] Firm will.

nhuệ độ [ɳwẹ dọ] Acuteness, sharpness, keenness. Nhuệ độ thị quan : Visual acuity.

nhuệ giác [ɳwẹ ʒák] (Geom) Acute angle.

nhuệ khấu [ɳwẹ xấu] To have a glib tongue.

nhuệ khí [ɳwẹ xi] Ardent, zealous, spirit.

nhuệ phong [ɳwẹ fɔŋ] Point (of knife etc..).

nhuệ sĩ [ɳwẹ ʃí] Well-trained men.

nhuệ tốt [ɳwẹ tót] See nhuệ binh.

nhuệ trí [ɳwẹ trí] Acumen.

nhuệ ý [ɳwẹ i] Firm will.

nhúi [ɳúi] See chúi.

nhùi [ɳùi] Bùi nhùi : German tinder, touchwood, punk.

nhúi [ɳủi] See lủi.

nhum [ɳum] (Echin) Sea-urchin, echi-nus.

nhúm [ɳúm] Pinch (of salt, etc..).

nhúm lửa [ɳúm lửa] To light a fire.

nhún [ɳún] To move upwards and down-wards.

nhún nhường [ɳún ɳừəŋ] To be mo-dest, humble.

nhún vai [ɳún vai] To shrug one's shoulders. Sự nhún vai : Shrug of the shoulders.

nhũn [ɳũn] Downy, soft ; overdone (meat), overripe (fruit).

nhũn nhặn [ɳũn ɳặn] Affable, polite, modest. Dáng bộ nhũn nhặn : Modest air.

nhung [ɳuŋ] Velvet. Mướt, mịn như nhung : Velvety. Thợ dệt nhung : Vel-vet maker. Áo nhung : Velvet coat.

nhung Young antler.

nhung hoa [ɳuŋ hwa] Figured velvet.

nhung khí [ɳuŋ xi] Weapons, arms.

nhung mao thể [ɳuŋ mau θể] (Anat) Ccrium.

nhung nhúc [ɳuŋ ɳúk] Crawling.

nhung phục [ɳuŋ fʊk] Military uniform.

nhung sọc [ɳuŋ ʃɔk] Ribbed velvet.

nhung trang [ɳuŋ traŋ] See nhung phục.

nhung trơn [ɳuŋ trən] Plain velvet.

nhung xa [ɳuŋ sa] Military motor ve-hicle.

nhung y [ɳuŋ i] Military uniform.

nhúng [ɳúŋ] To steep, to soak, to dip, to drench, to immerse (object). Nhúng vật gì vào nước : To dip, soak, some-thing in a liquid. Nhúng đèn cầy : T dip candles. Nhúng đầu vào nước : T dip one's head into water ; to immers one's head in the water. Nhúng bán mì vào sữa : To soak bread in milk.

nhúng tay [ɳúŋ tay] To interfer Nhúng tay vào việc gì : To take a han in something.

nhùng nhằng [ɳùŋ ɳằŋ] To drag ou

những lạm [ɳũŋ lạm] To corrupt,

bribe.

nhũng nhiễu [ɲũŋ ɲiễu] To trouble, to harass.

nhũng nhẳng [ɲũŋ ɲãwŋ] To drag out.

nhũng quan [ɲũŋ kwan] Useless officials.

nhũng tạp [ɲũŋ tạp] In disorder, out of order, in confusion.

nhuốc [ɲwɔ́rk] Nhơ nhuốc : Dishonoured, disgraceful.

nhuốc Dirty.

nhuốm bịnh [ɲuɔ́m bịɲ] To fall ill.

nhuộm [ɲuậm] To dye. Xưởng nhuộm : Dye-house, dye-works. Thợ nhuộm : Dyer. Màu nhuộm : Dye, colour. Nhuộm đen vật gì : To dye something black. Nhuộm áo : To have a dress dyed. Nhuộm xanh một cái áo trắng : To dye a white dress blue.

nhuộm răng [ɲuậm rawŋ] To blacken one's teeth.

nhút nhát [ɲút ɲát] Timid, shy ; bashful. Tánh nhút nhát : Timidity.

nhụt [ɲụt] Blunt (edge, point). Làm nhụt : To blunt, to dampen.

nhụt To weaken. Sự can đảm của nó nhụt đi : His courage weakens.

nhụy [ɲwị] (Bot) Pistil, stamen.

nhuyền cốt [ɲwiến kót] (Anat) Cartilage. Thuộc về nhuyến cốt : Cartilaginous.

nhuyễn [ɲwiễn] Well-kneaded ; soft.

nhuyễn cốt [ɲwiễn kót] (Anat) Cartilage.

nhuyễn hóa [ɲwiễn hwa] To soften.

nhuyễn nhược [ɲwiễn ɲựrk] Feeble, weak.

nhuyễn thể động vật [ɲwiễn θể dọŋ vặt] Mollusc.

như [ɲɯ] 1) As. Làm như tôi : Do as I do, do like me. Nhận nuôi người nào như con : To adopt someone as a son. Nó không giàu có như anh tưởng đâu : He is not so rich as you imagine. Ban ngày cũng như ban đêm : By day as well as by night. Việc ấy dễ như chơi : It's easy as anything. Việc ấy xảy ra như tôi đã nói với anh : It happend as I told you. Xem người nào như bạn : To consider someone as a friend.

Đối đãi với người nào như người lạ : To treat someone as a stranger. Lành như bụt : Gentle as a lamb. Ở một nước xa xôi như Trung Hoa : In so distant a place as China.

2) Like. Chúng nó giống nhau như hai giọt nước : They are as like as two peas. Tôi muốn kiếm một cái giống như vậy : I want to find one like it. Hành động như người điên : To behave like a madman. Những hạng người như anh : Fellows like you. Không có vật gì giống như vậy cả : There is nothing like it. Tôi cũng nghĩ như anh : I think like you. Tôi không bao giờ thấy một vật như vậy : I never saw anything like it. Nó chạy như điên : He ran like anything, like blazes, like hell, like the very devil, like mad. Tôi không biết đan như mẹ tôi : I cannot knit like mother does.

3) Alike. Chúng nó giống nhau như khuôn đúc : They are very much alike. Ngày nào cũng đi, mùa đông cũng như mùa hạ : To go out every day, winter and summer alike.

4) Similar to. Trường hợp anh giống như trường hợp tôi : Your case is similar to mine.

như chơi [ɲɯ cɔi] (Easy) As anything. Việc ấy dễ như chơi : It's easy as anything.

như cũ [ɲɯ kũ] As before.

như hệt [ɲɯ hệt] Exactly like.

như là [ɲɯ là] As if.

như nguyện [ɲɯ ŋwiện] As one wishes.

như nhau [ɲɯ ɲau] Alike, identic(al).

như sau [ɲɯ ʃau] As follows. Phương pháp của chúng tôi như sau : Our method is as follows. Tôi trả lời như sau : I answered as follows.

như thế [ɲɯ θế] 1) Like this, like that ; thus, so. Nếu anh làm như thế : If you do thus. Một vết thương nặng như thế : So serious a wound. Người ta nói với tôi như thế : I have been so informed. Nói như thế rồi nó đi ngay : So saying he departed.

2) Such. Một việc như thế sẽ không bao giờ xảy ra nữa : Such a thing will

never happen again. *Tại sao anh hỏi như thế ?* : Why do you ask such a question ?. *Tôi không bao giờ nghe âm nhạc hay như thế* : I had never heard such good music. *Sao nó có thể làm một việc như thế !* : How could he do such a thing !.

như thường [ɳɯ θɯɜ̀ɳ] As usual.

như trên [ɳɯ tren] Ditto.

như trước [ɳɯ trɯɤk] As before.

như vầy [ɳɯ vèi] Like this.

như vậy [ɳɯ vẹi] Thus, so, like that. *Nếu anh làm như vậy* : If you do so. *Tại sao anh khóc như vậy ?* : Why do you cry so ?. *Có thể như vậy* : Perhaps so. *Không phải như vậy đâu* : Not so. *Đúng như vậy* : Quite so ! just so !. *Đừng nói với tôi như vậy* : Don't speak to me like that. *Tôi không muốn nó cư xử như vậy* : I don't like him behaving like that. *Tôi không có nói như vậy* : I said no such thing.

như xưa [ɳɯ sɯɤ] As before.

như ý [ɳɯ í] As you wish, as you like.

nhừ [ɳừ] *Chín nhừ* : Well-cooked, over-cooked, overdone (meat) ; overripe (fruit).

nhừ đòn [ɳừ dɔ̀n] Thrashed soundly.

nhừ tử [ɳừ tử] Half-dead. *Đánh người nào nhừ tử* : To beat someone black and blue, to thrash someone within an inch of his life.

nhử [ɳử] Matter, gum (in the eyes). See ghèn.

nhử To lure (birds, fishes, etc...) with a bait ; to entice. *Nhử chim vào bẫy* : To entice a bird into a trap.

nhựa [ɳɯɜ] 1) (Bot) Resin, gum, sap. *Giống nhựa* : Resinous. *Sanh nhựa* : Resiniferous. 2) Asphalt.

nhựa cà phê [ɳɯɜ kà fe] Caffeine.

nhựa cây [ɳɯɜ kei] Resin.

nhựa dầu [ɳɯɜ zɜ̀u] Oleoresin.

nhựa đánh chim [ɳɯɜ dáiɳ cim] Bird-lime.

nhựa lịch thanh [ɳɯɜ lịk θaiɳ] Bitumen.

nhựa sống [ɳɯɜ ʃóɳ] Sap ; vigour, energy. *Nhựa sống của thanh niên* : The sap of youth.

nhựa thông [ɳɯɜ θoɳ] Pine-resin.

nhựa thơm [ɳɯɜ θɤm] Balm, balsam.

nhựa tráng đường [ɳɯɜ tráɳ dɯɤ̀ɳ] Asphalt.

nhức [ɳúk] To ache ; smarting. *Tôi nhức đầu* : My head aches. *Tôi có một cái răng hơi nhức* : One of my teeth is rather achy.

nhức đầu [ɳúk dɜ̀u] Headache ; to have a headache, to suffer from head-ache. *Nhức đầu ghê gớm* : To have a frightful headache. *Tôi hơi nhức đầu* : I have a little headache. *Tôi đã hết nhức đầu rồi* : My headache has passed off. *Anh làm tôi nhức đầu lắm* : You give me a headache. *Nó nhức đầu và hơi khó ở* : He has a headache and is rather indisposed.

nhức nhối [ɳúk ɳói] Smarting, acute.

nhức óc [ɳúk ɔ́k] To have a splitting headache.

nhức răng [ɳúk raɳ] Toothache ; to have a toothache. *Đứa bé bị nhức răng vì ăn quá nhiều kẹo* : The boy had toothache from eating too many sweets.

nhưn [ɳɯn] Filling (of a cake).

nhưng [ɳɯɳ] But, yet. *Một gia đình nghèo nhưng lương thiện* : A poor but honest family. *Không tốt lắm nhưng cũng không xấu lắm* : Not very good, yet not bad.

nhưng mà [ɳɯɳ mà] But.

những [ɳữɳ] *Những cảm tình của nó đối với anh* : His feelings for you. *Tất cả những bức thơ nào gởi đến cho tôi* : Any letter that may come for me. *Nó là một trong những người khách thường đến thăm tôi* : He is one of my usual visitors. *Tất cả những người mà tôi thấy* : All whom I saw. *Tất cả những người khác* : All the others. *Nó muốn mở hết những gói ấy ra* : He wanted to open them all. *Tất cả những việc mà tôi đã làm* : All (that) I did. *Tất cả những gì mà anh muốn* : Whatever you like.

nhược [ɲɯ̯rk] Nhu nhược : Feeble, faint, weak.

nhược If, supposing, in case.

nhược bằng [ɲɯrk bàʋŋ] If, in case.

nhược điểm [ɲɯrk điểm] Weak point, foible, deficiency, flaw, weakness, shortcoming. Những nhược điểm của người nào : Shortcomings in someone. Nhược điểm của một kế hoạch : Flaw in a scheme. Đó là một trong những nhược điểm của nó : This is a foible of his.

nhướng [ɲɯ̯ɔ́ŋ] To try to raise (one's upper eyelid).

nhướng mắt [ɲɯ̯ɔ́ŋ máʋt] To strain one's eyes (by reading in a poor light, etc...).

nhường [ɲɯ̯ɔ̀ŋ] See dường.

nhường 1) To give up, yield, cede (to). Nó nhường chỗ của nó lại cho bà già : He gave up his seat to the old woman. Nhường cổ phần lại cho người nào : To assign shares to someone. Tôi sẽ không nhường lại một mảy đặc quyền nào của tôi cả : I shall not yield one iota of my privileges.
2) To resign (to). Nhường vật gì cho người nào : To resign something to someone.

nhường ấy [ɲɯ̯ɔ̀ŋ éi] See dường ấy.

nhường bước [ɲɯ̯ɔ̀ŋ búrk] To give way to (someone), to allow (someone) to pass.

nhường chỗ [ɲɯ̯ɔ̀ŋ cỗ] To give up one's seat. Nhường chỗ cho người nào: To give up one's seat to someone.

nhường đường [ɲɯ̯ɔ̀ŋ dɯ̯ɔ̀ŋ] See nhường bước.

nhường lại [ɲɯ̯ɔ̀ŋ lại] To cede, give up.

nhường lời [ɲɯ̯ɔ̀ŋ lờɪ] To call upon (someone) to speak.

nhường ngôi [ɲɯ̯ɔ̀ŋ ŋoɪ] To abdicate, to cede the throne.

nhường nhau [ɲɯ̯ɔ̀ŋ ɲau] To make mutual concessions.

nhường nhịn [ɲɯ̯ɔ̀ŋ ɲin] To make concessions.

nhường như [ɲɯ̯ɔ̀ŋ ɲɯ] It seems that, it appears that. See dường như.

nhượng [ɲɯ̯ɔŋ] To cede, to give up. Sự nhượng lại : Cession. See nhường.

nhượng bộ [ɲɯ̯ɔŋ bộ] To make concessions, to give in, to yield. Sự nhượng bộ : Concession.

nhượng dữ [ɲɯ̯ɔŋ zữ] To cede.

nhượng địa [ɲɯ̯ɔŋ địa] Concession.

nhượng độ [ɲɯ̯ɔŋ dộ] To transfer to another.

nhứt [ɲɯ́t] See nhất.

nhựt [ɲɯt] See nhật.

O

o [ɔ] 1) To court, woo ; to make love to (someone).

2) To flatter, to coax.

3) To set one's cap at, to try to attract, to try to gain the love of. *Coi chừng ! người đàn bà trẻ kia đang o anh đó ! :* Be careful ! that young lady is setting her cap at you !.

o bề [ɔ bế] To flatter ; to pamper. *O bế người nào :* To say sweet things to someone.

o meo [ɔ mèu] To flirt, to make love to a girl.

ó [ɔ́] Eagle. *Con ó đáp xuống vồ mồi :* The eagle swooped down on its prey.

ó *La ó :* To shout, to cry, to yell, to hiss.

oa [wa] (Not used alone) To receive, to harbour (stolen goods, etc...).

oa chú [wa chù] (Jur) Receiver (of stolen goods).

oa đào [wa dàu] To shelter a runaway.

oa gia [wa ʒa] See oa chú.

oa lô [wa lo] Boiler.

oa oa [wa wa] (Of new-born baby) To wail. *Tiếng khóc oa oa :* Wail.

oa tàng [wa tàŋ] To shelter, to harbour.

oa trừ [wa trừ] To conceal, to receive, to shelter, to harbour. *Oa trừ đồ ăn cắp :* To receive stolen goods.

òa [wà] *Khóc òa, oà lên khóc :* To burst into tears, to burst out crying.

oách [wáik] Chic, well-dressed.

oai [wai] Stately, imposing, majestic ; power, authority.

oai danh [wai zaiɲ] Power and reputation.

oai nghi [wai ɲi] August, majestic.

oai nghiêm [wai ɲiem] Grave, solemn, imposing.

oai phong [wai fɔŋ] August, majestic.

oai quyền [wai kwièn] Authority, power. *Anh phải tỏ oai quyền của anh ra mới được :* You must assert your authority.

oai vệ [wai vệ] Imposing, majestic.

oái oăm [wái waɯm] Strange.

oải [wải] Tired, fatigued, worn out.

oải hoàng [wải hwàŋ] (Med) Chlorosis.

oan [wan] Unjust. *Vu oan :* To slander, to calumniate. *Chết oan :* To die innocently. *Chịu oan, bị oan, mắc oan :* Victim of an injustice. *Minh oan :* To bring injustice to light. *Đổ oan :* To accuse falsely.

oan cừu [wan kừu] Animosity.

oan gia [wan ʒa] Enemy.

oan hình [wan hìɲ] Excessive penalty.

oan hồn [wan hòn] Soul of someone who died a victim of injustice.

oan mạng [wan maŋ] Unjust death.

oan nghiệt [wan ɲiệt] Wrong.

oan tội [wan tội] Unjust punishment.

oan trái [wan trái] (Buddhism) Debt from previous life.

oan uổng [wan uởŋ] Injustice.

oan ức [wan ứk] See oan uổng.

oán [wán] To bear, owe (someone) a grudge ; to have, nurse, keep up, a grudge against (someone).

oán cửu [wán kửu] Enemy.

oán gia [wán ʒa] Enemy.

oán giận [wán ʒện] Hatred, hate, animosity, enmity. *Oán giận người nào đã làm việc gì* : To harbour resentment against someone for having done something.

oán hận [wán hện] See **oán giận**.

oán thán [wán θán] To complain, to grumble

oán thù [wán θù] To have a grudge against (someone).

oán trách [wán tráik] To complain. *Lời oán trách* : Complaint.

oang oang [waŋ waŋ] *Nói oang oang* : To speak loudly.

oanh [waiɲ] *Chim oanh* : Oriole.

oanh kích [waiɲ kík] To strafe.

oanh liệt [waiɲ liệt] Glorious, brilliant. *Nó chết một cách oanh liệt vì tổ quốc của nó* : He died gloriously for his country.

oanh tạc [waiɲ tạk] To bomb. *Cuộc oanh tạc* : Bombing.

oanh tạc cơ [waiɲ tạk kə] Bomber, bombardier. *Oanh tạc cơ hạng trung* : Medium bombardment airplane. *Oanh tạc cơ liên lục địa* : Intercontinental bomber.

oằn [wàưn] (Of beam, etc...) To sag, to bend, to warp. *Mái nhà oằn xuống* : The roof is sagging. *Nhánh cây oằn xuống khi nó leo lên nhưng không gãy* : The branch of the tree bent when he climbed on to it, but didn't break. *Những nhánh cây oằn xuống vì sức nặng của tuyết* : The branches were bowed down with the weight of the snow. *Cây đã oằn xuống dưới sức nặng* : Beam that gives under the weight. *Trái cây làm nhánh cây oằn xuống* : The fruits weighed the branches down.

oắt con [wáưt kɔn] Little, small brat.

óc [ɔ́k] Brain. *Nhức óc* : Deafening, earsplitting. *Bắn vỡ óc người nào* : To blow someone's brains out. *Nặn óc, vắt óc, nghĩ nát óc* : To puzzle, beat, rack, cudgel, one's brains.

óc cạnh tranh [ɔ́k kạiɲ traiɲ] Competitive spirit.

óc châm biếm [ɔ́k cəm biếm] Dry humour.

óc đảng phái [ɔ́k đảŋ fái] Party spirit.

óc phê bình [ɔ́k fe bịɲ] Critical mind.

óc thiên vị [ɔ́k θien vị] Favouritism.

óc thương mãi [ɔ́k θươŋ mãi] Commercialism.

óc-xýt [ɔ́k sit] (Ch) Oxide.

ọc [ɔk] (Of new-born child) To vomit.

ọc ọc [ɔk ɔk] *Kêu ọc ọc* : (Of water) To gurgle, to bubble.

oe oe [wɛ wɛ] *Khóc oe oe* : (Of new-born baby) To wail.

ọe [wɛ] *Nôn ọe, ụa ọe* : To vomit.

oi [ɔi] Sultry, muggy.

oi ả [ɔi ả] Sweltering.

oi bức [ɔi bứk] Muggy.

oi khói [ɔi xɔ́i] Stifling smoke.

oi nước [ɔi nứrk] Flooded (plant).

ói [ɔ́i] To vomit : to bring up, spew up (food).

ói máu [ɔ́i máu] To vomit blood.

om [ɔm] To drag out (work).

om [ɔm] To simmer.

om [ɔm] (Ph) Ohm.

om [ɔm] Noisy.

om kế [ɔm ké] (Ph) Ohmmeter.

om om [ɔm ɔm] *Tối om om* : Pitch dark.

om sòm [ɔm sòm] Noisy, boisterous. *Đừng làm om sòm !* : Don't make a noise.

òm tòi [ɔ̀m tòi] To be fussy, be noisy.

ong [ɔŋ] Bee. *Ổ ong, tổ ong* : Bee's nest ; hive ; bee-hive. *Bầy ong* : Swarm of bees. *Sáp ong* : Wax, beewax, bee-glue. *Mật ong* : Honey. *Nghề nuôi ong* : Bee-keeping, apiculture. *Người nuôi ong* : Bee-keeper, beemaster. *Lưng ong* : Wasp-waist. *Chỗ nuôi ong* : Apiary. *Nuôi ong tay áo* : To set the fox to keep the geese. *Con ong chích ngón tay nó* : A bee stung his

O

finger, stung him on the finger.

ong bướm [ɔŋ buɯɔm] Bee and flower, (fig) flirtation, love-making.

ong chúa [ɔŋ cwɔ] Queen—bee.

ong đất [ɔŋ dɤt] Bumble—bee, dor-bee.

ong đực [ɔŋ dɯk] Drone.

ong giủ [ɔŋ ʐủ] See **ong mật.**

ong mật [ɔŋ mɤt] Honey-bee.

ong nghệ [ɔŋ ŋẹ] See **ong đất.**

ong quân [ɔŋ kwɤn] Worker, working-bee.

ong vò vẽ [ɔŋ vò vẽ] Wasp. Ổ ong vò vẽ : Wasp's nest. Bị ong vò vẽ chích : To be stung by a wasp.

óng ả [ɔ́ŋ ả] Shining, brilliant.

óng ánh [ɔ́ŋ áiŋ] Shining.

óng bụng [ɔ́ŋ bụŋ] Pot - bellied.

óng ẹo [ɔ́ŋ ɛu] Mincing. Đi óng ẹo : To walk with affected delicacy.

ót [ɔ́t] (Anat) Nucha ; nape, back of the neck.

oxigen (Ch) Oxygen.

Ô

ô [o] Umbrella. See **dù.**

ô [o] Box, case, compartment.

ô [o] (Of horse) To be black. *Ngựa ô* : Black horse.

ô [o] *Ngoại ô* : Suburbs, outskirts.

ô chữ [o cữ] 1) Crossword puzzle. 2) (Typ) Case.

ô danh [o zaiɲ] Bad reputation. *Làm ô danh* : To dishonour, to disgrace.

ô đậu [o dạu] (Bot) Black beans.

ô điểm [o diểm] Stain, stigma.

ô hô [o ho] Alas !

ô giấu [o ɟзu] See **ô trầu.**

ô hợp [o hạp] Disorderly, unruly.

ô kéo [o kɛu] Drawer (of table, etc...).

ô lại [o lại] Corrupt officials.

ô luân [o lwan] Sun.

ô mai [o mai] Apricots preserved in salt, liquorice and ginger.

ô nha [o ɲa] Black crow.

ô nhiễm [o ɲiễm] To pollute.

ô nhục [o ɲụk] Dishonoured, disgraceful, ignominious, shameful. *Làm ô nhục* : To disgrace, to dishonour.

ô rô [o ro] (Bot) Holloy (tree).

ô tạp [o tạp] See **ô hợp.**

ô tặc [o tɑɯk] (Moll) Cuttle-fish.

ô tập [o tập] Disorderly, unruly.

ô ten [o tɛn] Hotel.

ô tô [o to] Automobile.

ô tô buýt [o to bwit] Bus, autobus.

Đi ô-tô-buýt : To bus, to go by bus. *Anh đến bằng gì ? Bằng xe ô-tô-buýt* : How did you come ? I bused it. *Xuống xe ô-tô-buýt* : To get off a bus.

ô trộc [o trọk] Impure, corrupt, filthy. *Đời ô trộc* : Corrupt life.

ô uế [o wế] Filthy, dirty.

ố [ố] To hate, to dislike. *Khả ố* : Detestable, damnable.

ố kỵ [ố kị] To hate, to detest.

ồ [ồ] Oh !.

ồ To rush.

ồ ạt [ồ at] To move impetuously.

ổ [ổ] 1) Nest (of bird, mouse, ant, etc...). *Làm ổ* : To build a nest. *Chim làm ổ* : The bird builds its nest ; birds build nests. *(Chim) Làm ổ trên cây* : (Of bird) To build its nest in a tree. *Kiến tha lâu đầy ổ* : Little and often fills the purse ; little strokes fell great oaks. 2) Brood (of chicks).

ổ bánh mì [ổ báiɲ mì] Loaf of bread.

ổ bi [ổ bi] Ball-bearing(s).

ổ chim [ổ cim] Bird-nest, bird's nest, nest of bird.

ổ chó [ổ cɔ́] Dog-kennel.

ổ chuột [ổ cuạt] Nest of mouse, rat's nest ; (fig) poky little room.

ổ đạn [ổ dạn] Cylinder (of a revolver).

ổ gà [ổ gà] 1) Brood of chicks. 2) Pot-hole (in road).

ổ kháng chiến [ổ xáɲ ciến] Resistance nest.

ổ khóa [ổ xwa] Lock. *Đút chìa khóa vào ổ khóa :* To get the key into the lock, to introduce a key into a lock. *Chìa khóa kẹt trong ổ khóa :* The key stuck in the lock.

ổ kiến [ổ kiến] Nest of ants, ant-hill.

ổ liên thinh [ổ lien θiŋ] Machine-gun nest.

ổ lợn [ổ lợn] Pigery, pigsty, sty.

ổ mối [ổ mối] Termitary, termitarium.

ổ ong [ổ ɔŋ] Bee's nest, beehive.

ổ rơm [ổ rơm] Straw litter, straw-bed, bed of straw.

ổ súng máy [ổ ʃúŋ máy] Nest of machine-guns.

ốc [ók] (Moll) Snail. *Thang hình trôn ốc :* Spiral staircase.

ốc (Mec) Screw. *Ốc đầu bẹt :* Flat head screw.

ốc House. *Tòa Bạch ốc :* The White House.

ốc bưu [ók bưu] Helix.

ốc nhồi [ók ɲồi] Large edible snail. *Mắt ốc nhồi :* Bulging eyes.

ốc xa cừ [ók sa kừ] Mother of pearl. *Nút ốc xa cừ :* Mother of pearl button. *Bàn cẩn ốc xa cừ :* Table laid with mother of pearl.

ộc ộc [ộk ộk] Noise of a liquid pouring out of a bottle.

ôi [oi] High, tainted (meat), putrid (flesh).

ôi [oi] Alas ! *Than ôi ! :* Alas !. *Trời ôi ! :* Heavens !.

ối [ói] Oh !. *Ối trời ơi ! :* Heavens !.

ối động [ói dọŋ] In suspense, in abeyance. *Công việc đang ối động :* Work awaiting performance.

ổi [ổi] (Bot) Guava (fruit). *Cây ổi :* Guava-tree.

ôm [om] 1) To embrace, to hug, to clasp in one's arms, to put one's arms round. *Ôm người nào vào lòng :* To clasp someone to one's breast, to one's heart. *Một ôm :* Armful.
2) To cherish (hopes).

ôm ấp [om ấp] 1) To cherish.
2) To embrace, to clasp.

ôm bụng [om bụŋ] *Ôm bụng mà cười :* To hold one's side with laughter.

ôm chặt [om cặt] To hug. *Đứa bé gái ôm chặt lấy mẹ nó :* The little girl gave her mother a big hug. *Ôm chặt người nào vào lòng :* To press, clasp, someone to one's heart.

ôm con [om kɔn] To embrace one's children.

ôm cổ [om kổ] To lock one's arms about someone's neck. *Nàng ôm chặt lấy cổ chàng :* She locked her arms about his neck.

ôm đầu [om dầu] To hold one's head in one's hands.

ôm đồm [om dồm] To grasp at too much.

ôm ghì [om gì] To squeeze tightly in one's arms.

ôm hôn [om hon] To kiss.

ôm lầy [om lầy] To cling, to grasp.

ôm lưng [om lưŋ] To seize by the waist.

ôm sát vào [om ʃát vàu] To hold close.

ôm trồng [om trồŋ] (Fig) To be pregnant.

ốm [óm] 1) Sick, ill, diseased. *Giả ốm, cáo ốm :* To feign sick. *Tôi đã thế nó trong lúc nó ốm :* I took his place during his illness.
2) Thin, meagre, skinny, lean. *Mặt ốm :* Thin face, meagre face. *Làm ốm bớt :* To make thin. *Ốm như ma :* As thin as a lath, as a rake, as lean as a shotten herring. *Người cao và ốm :* Tall spare man. *Anh muốn ốm bớt không ? :* Do you wish to reduce ? *Nàng rất ốm (chỉ còn da bọc xương) :* She is only skin and bone (i.e. very thin). *Nó ốm hết mười ký :* He has lost ten kilos.

ốm đau [óm dau] Ill, sick.

ốm đi [óm di] To fall away in flesh, to lose flesh ; to grow thin, lean.

ốm liệt giường [óm liệt ʒừơŋ] To be bedridden (because of illness).

ốm nặng [óm nặŋ] Seriously ill.

ốm nghén [óm ɲén] To have morning sickness, to have indispositions as the beginning of pregnancy.

ốm nhom [ốm ɲɔm] As thin as a rake, as a lath.

ốm tương tư [ốm tuɔŋ tɯ] To be lovesick.

ốm yếu [ốm iếu] Feeble, weak.

ôn [on] To review (lessons).

ôn con [on kɔn] Naughty boy.

ôn dịch [on zịk] (Med) Epidemic.

ôn dược [on zɯrk] Sedative, calmative.

ôn độ [on dọ] Temperature. *Ôn độ trung bình* : Mean temperature.

ôn độ biểu [on dọ biểu] Thermometer.

ôn đới [on dới] Temperate zone.

ôn hòa [on hwà] Moderate ; temperate. *Đảng ôn hòa* : Moderate party. *Khí hậu ôn hòa* : Temperate climate.

ôn nhã [on ɲã] Affable.

ôn thần [on θần] Spirit of the epidemic.

ôn thất [on θất] Greenhouse, glasshouse, conservatory.

ôn thủy [on θwi] Warm water.

ôn tồn [on tồn] Sweet, smooth, flexible.

ôn tuyền [on twiền] Hot spring.

ồn [ồn] Noisy. *Làm ồn* : To make a noise.

ồn ào [ồn ào] Noisy, clamorous, tumultuous, loud. *Tiếng ồn ào* : Noise, din. *Lớp học ồn ào* : A noisy classroom.

ổn [ổn] Stable. *Yên ổn* : Peaceful.

ổn bà [ổn bà] Midwife.

ổn cố [ổn kố] Stable.

ổn đáng [ổn dáŋ] Firm.

ổn định [ổn dịɲ] Fixed, stable.

ổn kiện [ổn kiện] Firm and strong.

ổn thỏa [ổn θwà] Satisfactory, appropriate.

ông [oŋ] Sir, you ; mister, master. *Ông rất tử tế* : You are very kind. *Mấy giờ rồi, thưa ông ?* : What's the time, mister ?. *Nó tưởng nó là ông gì, nhưng thật ra thì nó chẳng là ông gì cả* : He thinks he's (a) somebody, but really he's (a) nobody.

ông Grandfather (the father of either of one's parents) ; ancestor.

ông ba bị [oŋ ba bị] Bugaboo, bogy.

ông ba mươi [oŋ ba mɯɔi] Tiger.

ông bà [oŋ bà] 1) Mr and Mrs. 2) Grandparents ; ancestor, father. *Theo ông bà (chết)* : To sleep with one's fathers.

ông cậu [oŋ kạu] Grand-uncle (an uncle of one's mother)

ông cháu [oŋ cáu] Grandfather and grandchild.

ông chú [oŋ cú] Grand-uncle (an uncle of one's father).

ông chủ [oŋ củ] Chief ; boss, master, *Xin nói với ông chủ* : Speak to the boss. *Ông chủ có ở nhà không ?* : Is the master in ?.

ông cọp [oŋ kɔp] Tiger.

ông cố [oŋ kố] Great-grandfather (the father of one's grandfather),

ông công [oŋ koŋ] The kitchen God.

ông gia [oŋ ɟa] Father-in-law.

ông già [oŋ ɟà] Old man, aged man. *Ông già tóc bạc* : White haired, hoary-headed, old man.

ông giăng [oŋ ɟauŋ] The moon.

ông giời [oŋ ɟời] Heavens.

ông kẹ [oŋ kẹ] Ogre.

ông lão [oŋ lãu] Old man, aged man.

ông ngoại [oŋ ŋwại] Maternal grandfather (the father of one's mother).

ông nhạc [oŋ ɲạk] Father-in-law (the father of one's wife).

ông nội [oŋ nội] Paternal grandfather (the father of one's father).

ông sơ [oŋ ʃə] Great-great grandfather (the father of one's great grandfather).

ông tổ [oŋ tổ] Ancestor.

ông tơ hồng [oŋ tə hồŋ] Hymen, God of marriage.

ông trăng [oŋ trauŋ] The moon.

ông trời [oŋ trời] Heavens.

ông xanh [oŋ saiɲ] Heavens.

ống [ốŋ] Money-box, coin-box. *Ống con heo* : Piggy-bank.

ống 1) Pipe, tube. *Đặt ống* : To lay pipes. *Sự đặt ống* : Pipe-laying. *Người đặt ống* : Pipe-layer. *Ống nồi súp de* : Boiler tube. *Ống dẫn nước* :

Pipes carry water. Đặt ống dưới đường :
To carry pipes under a street.
a) (Anat) Canal.

ống ảnh [ốη ảiη] Camera.

ống bể [ốη bẻ] Blowing-engine.

ống bơm [ốη bơm] Pump.

ống cao su [ốη kaυ su] Rubber hose.

ống chỉ [ốη cỉ] (Tex) Bobbin, spool,
reel.

ống dẫn mật [ốη zẫn mật] (Anat)
Gall-pipe, gall-duct.

ống dẫn nước [ốη zẫn nứrk] Water-
pipe.

ống chích [ốη cik] Syringe.

ống dò niệu quản [ốη zò niệu kwản]
Catheter.

ống dòm [ốη zòm] Binoculars.

ống đái [ốη đái] (Anat) Urethra.

ống địch [ốη địk] Flute.

ống điểm giọt [ốη điểm ʒọt] Dropping-
tube, dropper.

ống điếu [ốη điếu] Pipe. Ông già hút
ống điếu : The old man was sucking at
his pipe. Nhồi thuốc đầy ống điếu :
To fill one's pipe. Gõ cho tàn thuốc
trong ống điếu rớt ra : To knock out
the ashes from one's pipe.

ống đót [ốη đót] Cigarette-holder.

ống đồng [ốη đồη] Blow-tube, blow-
pipe (for killing birds).

ống giác [ốη ʒák] (Med) Cupping-glass.
Ống giác khô : Dry cup. Ống giác để
hút máu ở chỗ rạch : Wet cup.

ống hơi [ốη hơi] Air-tube, air-pipe.

ống khóa [ốη xủa] Lock. Ống khóa an
toàn : Safety lock. Lắp, ráp ống khóa
vào cửa : To put a lock on a door.
Mở ống khóa bằng móc : To pick a
lock. Đút chìa khóa vào ống khóa : To
get the key into the lock, to put the
key in the lock.

ống khói đèn [ốη xói đèn] Chimney ;
funnel, smoke-stack (of locomotive,
steamer). Chụp ống khói : Chimney-cup.

ống khói đèn [ốη xói đèn] Lamp-glass

chimney.

ống kim [ốη kim] Needle-case.

ống kính [ốη kíp] Lens.

ống loa [ốη lwa] Megaphone ; (W. Tel)
loud-speaker.

ống máng [ốη máη] Gutter.

ống nghe [ốη ηɛ] 1) (Med) Stethoscope ;
ear-piece.
2) (Telephone) Receiver.

ống nghiệm [ốη ηiệm] (Ch. Ph) Test-
tube, test-glass.

ống nghiệm sữa [ốη ηiệm sữɐ]
Galactometer.

ống nhỏ giọt [ốη ηɔ ʒọt] See ống điểm
giọt.

ống nhòm [ốη ηɔ̀m] See ống dòm.

ống nhổ [ốη ηổ] Spittoon, cuspidor.

ống nhún [ốη ηún] Shock absorber.

ống nước [ốη nứrk] Water-pipe. Ống
nước chữa lửa : Fire-hose. Ống nước
để tưới vườn : Hoses for watering the
garden.

ống phóng [ốη fóη] Cuspidor, spittoon.

ống quần [ốη kwần] Leg of trousers.

ống quyền [ốη kwiền] (Anat) Shin.
Nó đá vào ống quyền người khác để
trả thù : He retaliated by kicking the
other on the shins.

ống tay áo [ốη tay áυ] Sleeve of coat.

ống tên [ốη ten] Quiver.

ống thăng bằng [ốη θaωη bàωη] Level
(containing an air bubble which takes
a central position on a horizontal sur-
face).

ống thổi lửa [ốη θổi lửɐ] Blow-pipe.

ống thông [ốη θoη] (Med) Fistula.

ống thông hơi [ốη θoη hơi] Air-channel.

ống tiêm [ốη tiem] (Med) Syringe. Ống
tiêm dưới da : Hypodermic syringe.

ống tiền [ốη tiền] Money-box.

ống tiêu [ốη tieu] Flute.

ống tre [ốη trɛ] Bamboo tube.

ống vố [ốη vó] Pipe. See ống điếu.

ống xăm [ốη saωm] Auger.

ống xối [ốη sói] Gutter.

Ơ

ơ [ə] Pot.

ơ hờ [ə hə̀] Indifferent, disinterested, uninterested.

ờ [ə̀] Yes.

ở [ə̉] I) To live, to dwell, to abide, to reside. *Nó ở ngay trong nhà nầy* : He lives in this very house. *Nó ở gần đây* : He lives a few steps away, within a stone's throw from here, within a step of the house. *Anh ở đâu ?* : Where do you live ? what is your address ?. *Ở nhà quê* : To live in the country. *Nhà không thể ở được* : House not fit to live in. *Ở với người nào* : To live with someone. *Tôi ở nhà số 196 đường Cống-Quỳnh* : I live at number 196 Cong Quynh Street. *Nó ở với cha nó* : He is living with his father. *Ở một nơi nào* : To dwell in a place. *Nó ở Nhựt* : He lives in Japan. *Nhà nầy chưa có ai ở bao giờ* : This house has never been occupied.

2) To be. *Quyển sách ở trên bàn* : The book is on the table. *Anh ở đâu đến ?* : Where have you been ?. *Ông A. có ở nhà không ?* : Is Mr A at home ?. *Tôi không biết tôi ở đâu* : I don't know where I am.

3) To behave.

ở At. *Ở giữa* : At the centre. *Ở bên cạnh tôi* : At my side. *Ở nhà mình* : At home. *Ở nhà chú (bác, cậu) tôi* : At my uncle's. *Chúng ta đang ở đâu đây ?* : Where are we at ?.

ở Situated. *Nhà ở đường Cống Quỳnh* : House situated in the Cong Quynh Street.

ở ẩn [ə̉ ə̉n] To live in retirement, in seclusion ; to live retired. *Người ở ẩn* : Hermit, anthoret, anchorite.

ở bạc [ə̉ bak] Ungrateful.

ở chung [ə̉ cuŋ] To live together, to cohabit (esp. as husband and wife). *Người ta nói chúng nó ở chung với nhau* : People say they are living together.

ở cữ [ə̉ kũ] To give birth to, to be confined, to lie-in. *Đàn bà đang ở cữ* : Woman in labour.

ở dưới [ə̉ zứəi] Under, underneath, below, beneath. *Ở dưới nước* : Under water. *Ở trên bàn và ở dưới bàn* : On the table and below it. *Làng nằm ở dưới chân núi* : The village lies under the mountain. *Để ở dưới đó* : Put under that. *Ở dưới nước trong hai phút* : To stay under water for two minutes. *Làm việc ở dưới đất, ở dưới hầm* : To work underground. *Xin ghi ở dưới* : Please state below. *Nhà ở dưới mặt đất* : Habitations beneath the ground.

ở đâu [ə̉ dəu] Where. *Anh ở đâu ?* : Where are you ? where do you live ?. *Anh biết nó ở đâu không ?* : Have you any idea (do you know) where he lives ?. *Anh có thể cho tôi biết nó ở đâu không ?* : Can you inform me where he lives ?

ở **đậu** [ə̀ dəu] To live temporarily.

ở **đây** [ə̀ dei] Here. *Đừng ở đây* : Stay here. *Nó không biết có anh ở đây* : He does not know you are here. *Tôi không biết nó có ở đây hay không* : I don't know whether he is here or not. *Ở đây anh không thấy gì đâu* : You can't see here. *Ở đây anh sẽ nhìn thấy rõ hơn* : You will get a better view from here. *Anh ở đây bao lâu rồi ?* : How long have you been here ?. *Tôi ở đây đã ba ngày rồi* : I have been here for three days. *Nó nói rằng anh đã ở đây* : He said that you were here. *Đừng để cho tôi thấy mặt anh ở đây nữa* : Don't let me see you here again. *Nó không còn ở đây nữa* : He's no longer living here. *Nó không còn làm việc ở đây nữa* : He doesn't work here any longer.

ở **đầy** [ə̀ dấi] There.

ở **đồng** [ə̀ dòŋ] In the country.

ở **đợ** [ə̀ dợ] To live oneself out as a servant.

ở **được** [ə̀ dựrk] Habitable. *Nhà không ở lâu được nữa* : The house is no longer habitable.

ở **gần** [ə̀ gần] Near. *Ở gần làng* : Near the village. *Những nhà ở gần núi* : The houses near the moutains.

ở **giữa** [ə̀ ʒữɑ] Middle, midst ; among ; between. *Ngồi ở bàn giữa* : Seated at the middle table. *Ở giữa hai hàng rào* : Between the two hedges. *Ở giữa vật gì* : In the midst of something. *Nhà cất ở giữa những cây cối* : House standing among trees. *Ở giữa đám đông* : Among the crowd. *Ở giữa dòng nước* : In midstream. *Ở giữa rừng* : In the heart of the forest, in the bosom of the forest.

ở **góa** [ə̀ gwɑ] (Of woman) To live in widowhood.

ở **hang** [ə̀ haŋ] To live in a cave (esp. in the times, thousands of years ago, before history began).

ở **không** [ə̀ xoŋ] To be idle.

ở **lại** [ə̀ lại] 1) To stay, to remain. *Anh có bằng lòng ở lại đây không ?* : Are you for staying here ?. *Ở lại ăn cơm chiều* :

To stay to dinner, for dinner. *Đừng ở lại quá chín giờ* : Don't stay out beyond nine o'clock. *Giữ người nào ở lại ăn cơm trưa* : To make someone stay to lunch. *Tôi chỉ xin ở lại đây thôi* : I am all for staying here. *Tôi được lịnh ở lại đây* : I have orders to remain here. *Tôi sẽ ở lại Saigon một thời gian* : I shall continue in Saigon for a time. *Tôi ở lại Ba-lê ba tháng không bước chân ra khỏi phòng* : I stayed in Paris for three months without leaving my room. *Nó đã ở lại đây hai tuần lễ và trong thời gian ấy, nó không bao giờ ra khỏi phòng* : He stayed here two weeks during which time he never left the house. *Về phần tôi, tôi thích ở lại đây hơn* : For my part, as far as I am concerned, I should prefer to stay here. *Anh có thể ở lại vài ngày nữa không ?* : Can't you extend your visit for a few days more ?. *Tôi không biết nên đi hay nên ở lại* : I was in two minds whether to go or to remain. *Anh có thể ở lại hết ngày chúa nhựt không ?* : Can you stay over Sunday ?.

2) (Sch) To repeat a class, to fail to get one's remove, to stay in a form a second year, to stay down.

ở **lành** [ə̀ làiɲ] To be honest.

ở **lì** [ə̀ lì] To stay in the same place.

ở **mướn** [ə̀ mɯớŋ] See ở đợ.

ở **ngoài** [ə̀ ŋwài] Outside, without. *Ở ngoài vật gì* : On the outside of something. *Ở ngoài thành phố* : Outside the town. *Ở trong và ở ngoài* : Within and without. *Tôi không thể nào ở ngoài trời với sức nóng ấy* : I can't stay outside in this heat.

ở **ngoại quốc** [ə̀ ŋwại kwók] To live abroad, to reside abroad. *Trong lúc tôi ở ngoại quốc* : During my residence abroad.

ở **nhà** [ə̀ ɲà] At home ; to keep within door, to remain, stay at home. *Ông A có ở nhà không ?* : Is Mr. A at home ? *Không có ở nhà* : To be away, absent from home. *Anh tôi không có ở nhà* : My brother is out. *Anh cứ tự nhiên như ở nhà anh* : Make yourself at home. *Gặp người nào ở nhà* : To fin someone at home. *Mọi người đều không có ở nhà* : I found everybody out. *Tôi bỏ sách của tôi ở nhà* : I left my books at home. *Có ai ở nhà không?* : Is there anybody at home?. *Chúng tôi ở nhà vì trời mưa* : We were kept in by the rain.

ở nhà quê [ɜ ɲà kwe] To live, dwell in the country ; to establish oneself in the country, to take up one's abode in the country.

ở riêng [ɜ rieŋ] To get married ; to live a separate home ; to live away from one's family; to cut oneself loose from one's family.

ở tạm [ɜ tạm] To reside temporarily.

ở thẳng [ɜ θảwŋ]To be honest, upright.

ở thuê [ɜ θwe] To hire oneself out as a servant.

ở tỉnh [ɜ tỉɲ] In the provinces.

ở trần [ɜ trần] Stripped, naked, to the waist. *Các người thợ đều ở trần* : The workmen were stripped to the waist.

ở trên [ɜ tren] Above.

ở trọ [ɜ trọ] To board.

ở trong [ɜ trɔŋ] On the inside ; within. *Cửa gài chốt ở trong* : The door was bolted on the inside. *Ở trong nhà* : Inside the house. *Ở trong và ở ngoài* : Within and without. *Ở trong phạm vi của pháp luật* : To keep within the law, to remain within the four corners of the law. *Ở trong vòng mười dặm* : Within a radius of ten miles. *Cửa mở ở trong* : The door opens from within.

ở truồng [ɜ trwồŋ] Having no trousers.

ở trường [ɜ tɯờŋ] At school.

ở tù [ɜ tù] To be in prison, to be behind prison bars. *Nó ở tù vì tội gì?* : What is he in for ?. *Việc ấy sẽ làm anh ở tù* : That will land you in prison.

ở vậy [ɜ vẹi] (Of widow) Not to remarry.

ở xa [ɜ sa] Afar off ; remote. *Nhà ở xa đường* : The house lies remote from the road.

ơ [ɜ] To belch, to bring up wind, to eruct, eructate. *Sự ơ:* Belch, eructation.

ơi [ɜi] *Trời ơi !* : Heavens !.

ỡm ờ [ɜm ɜ] To pretend not to know.

ơn [ɜn] Favour. *Lòng biết ơn* : Gratitude. *Biết ơn* : Grateful. *Cám ơn* : To thank. *Vong ơn, quên ơn* : Ungrateful. *Biết ơn người nào đã làm việc gì* : To be grateful to someone for something, for having done something. *Tôi rất cám ơn ông đã báo cho tôi biết trước :* I am grateful to you for giving me a warning. *Cám ơn người nào về việc gì* : To thank someone for something ; to give thanks to someone for something. *Luống cuống tạ ơn người nào* : To thank someone effusively. *Cám ơn ông lắm* : Thank you very much. *Tôi mang ơn ông rất nhiều* : I owe you many thanks. *Nó cám ơn bằng một nụ cười* : He smiled his thanks. *Tỏ lòng biết ơn người nào* : To show gratitude to someone. *Lấy ơn trả oán* : To return good for evil.

ơn dày [ɜn zèi] Great favour.

ơn đức [ɜn dứk] Gratitude.

ơn huệ [ɜn hwẹ] Favour.

ơn nghĩa [ɜn ɲĩɜ] Benefit, favour.

ơn riêng [ɜn rieŋ] Special favour.

ơn trên [ɜn tren] The favour of God.

ớn lạnh [ɜn lạɲ] To shudder with cold, to feel chilly.

ớn xương sống [ɜn sɯɜŋ ʃóŋ] *Việc ấy làm tôi ớn xương sống* : It sent a shiver down my spine.

ớt [ɜt] (Bot) Pimento, capsicum, jamaica-pepper, allspice.

ợt [ɜt] *Dễ ợt* : Very easy.

PH

pha [fa] 1) Lighthouse.
2) (Aut) Head-light, head-lamp.

pha To mix, to mingle ; to blend (teas. wines, etc...) ; to concoct ; to alloy. *Pha rượu với nước* : To mix wine with water. *Pha thuốc nước* : To mix drugs. *Rượu pha* : Mixed wines.

pha Phase, stage.

pha chè [fa cè] To brew tea, to draw the tea.

pha giống [fa ɟóŋ] To cross-breed. *Sự pha giống* : Cross-breeding.

pha kè [fa ké] (El. E) Phasemeter.

pha lẫn [fa lỗn] To mix, mingle.

pha lê [fa le] Crystal, glass. *Đồ pha lê* : Glass-ware. *Xưởng, nhà máy pha lê* : Glass-work. *Pha lê dễ bể* : Glass breaks easily.

pha loãng [fa lwãŋ] To dilute (with), to water down (drink, etc...).

pha lộn [fa lọn] To mix, to mingle.

pha màu [fa màu] To mix colours.

pha nước [fa nứrk] To brew tea.

pha rượu [fa rɰẹu] To blend wines.

pha thuốc [fa θwók] To dispense, to mix medicines. *Bác sĩ pha vài thứ thuốc cho tôi* : The doctor mixed me some medicine.

pha trà [fa trà] To brew tea, to draw the tea, to make the tea.

pha trò [fa trò] To joke, to jest, to speak in jest.

pha trộn [fa trọn] To mix, to blend. *Pha trộn vật gì với vật gì* : To blend

something with something. *Pha trộn một màu với màu khác* : To blend one colour with another.

phá [fá] 1) To destroy ; to demolish, to pull down, to batter down, to knock, to raze down (building, town, etc...). *Các nhà cũ nầy sẽ được phá* : These old buildings will be knocked down. 2) To disturb, to bother, to annoy. 3) To beat, break, cut (a record). *Nhiều kỷ lục bị phá ở Hội Thế vận* : Several records were broken at the Olympic Games.

phá án [fá án] To annul, quash a verdict. *Toà Phá án* : Court of Cassation.

phá cửa [fá kửɔ] To break open a door, to force (open) a door. *Chúng ta phải phá cửa vào* : We must burst the door in.

phá diệt [fá ziẹt] To destroy.

phá đám [fá dám] To be a joy-killer.

phá đề [fá dề] To broach the subject to begin (essay).

phá đổ [fá dỏ] To batter down, to throw over, to destroy.

phá gia [fá ʒa] To ruin one's family.

phá giá [fá ʒá] To devaluate, to devalorize, to collapse. *Sự phá giá* : Devaluation, devalorization, collapse. *Sự phá giá của đồng quan* : The collapse of the franc.

phá giới [fá ʒới] To violate religious commandments.

phá hại [fá hại] To ravage, to ruin. *Mưa đã phá hại mùa màng* : The rain has ruined the harvest.

phá hoại [fá hwại] To destroy, to sabotage, to pull down, to batter down, to break up. *Đám cháy tại nhà máy do sự phá hoại mà ra :* The fire at the factory was caused by sabotage.

phá hoang [fá hwaŋ] To clear, break (new ground).

phá lòng [fá hòŋ] To frustrate, to baffle.

phá hủy [fá hủi] To demolish, to destroy, to make away with (something). *Phá hủy một cái nhà :* To pull down a house. *Địch phá hủy thành phố :* The enemy destroyed the town. *Phá hủy sắc đẹp của người nào :* To spoil the beauty of someone.

phá hư [fá hư] To disable.

phá kỷ lục [fá kỉ lục] To break, beat, the record.

phá nát [fá nát] To destroy completely.

phá ngang [fá ŋaŋ] To abandon one's work, one's studies.

phá ngục [fá ŋục] To break open a prison.

phá nhà [fá pà] To pull down a house.

phá phách [fá fáik] To lay waste, to plunder, to pillage.

phá quầy [fá kwéi] To disturb.

phá rối [fá rói] 1) To derange, to discompose, to disturb.
2) To harass, worry (the enemy).
3) (W. Tel) To jam.

phá rừng [fá rừŋ] To deforest.

phá sản [fá ʃản] To fail, to go bankrupt.

phá sản (sự) Failure, bankruptcy, insolvency. *Người bị phá sản :* Bankrupt. *Sự phá sản của một nhà tài chánh :* Downfall of a financier. *Làm người nào phá sản :* To bring someone in ruin. *Sự hoang phí của vợ nó làm nó phá sản :* His wife's extravagance ruined him. *Bị phá sản vì cờ bạc :* To ruin oneself gambling. *Nhà bán vì bị phá sản:* House for sale in consequence of bankruptcy.

phá sập [fá ʃập] To pulldown (a house).

phá tan [fá tan] 1) To avert, exclude

(a doubt).
2) To destroy, to make away with. *Phá tan vật gì :* To make away with something. *Phá tan sự im lặng :* To break the silence.

phá tán [fá tán] 1) To be broken to pieces.
2) To scatter, to disperse.

phá tân [fá tən] To deflower.

phá thai [fá θai] To procure, cause, abortion. *Sự phá thai :* Abortion.

phá thân [fá θən] To deprive of virginity.

phá thương phong [fá θương foŋ] (Med) Tetanus.

phá trận [fá trọn] To rout an army.

phá trật tự [fá trọt tụ] To disturb the order ; to disorganize.

phá trinh [fá triŋ] To deflower.

phà [fá] Ferry-boat. *Qua sông bằng phà :* To ferry across, over, the river. *Chở người nào qua sông bằng phà :* To ferry someone across, over, the river.

phà To exhale (smoke). *Phà khói ra :* To puff out smoke.

phác [fák] To sketch.

phác chất [fák cót] Ingenuous, simple-minded, plain.

phác họa [fák hwa] To sketch, to outline.

phác thực [fák θực] Plain and sincere.

phách [fáik] (Mus) Castanets.

phách Bossy, haughty. *Làm phách :* To brag, to boast.

phách Paper bearing examinee's name.

phách chưởng [fáik cưởŋ] To applaud, to clap.

phách lối [fáik lói] Proud, haughty.

khách lực [fáik lục] Energy, vigour.

phách mãi [fáik mãi] To sell by auction.

phách thủ [fáik θủ] To applaud, to clap.

phai [fai] (Of colours, etc...) To fade.

phai màu [fai màu] To fade, to lose colour. *Cam đoan, bảo đảm không phai màu :* Guaranteed not to fade. *Vải nầy không bao giờ phai màu :* This material will never fade. *Những vải nầy* mau phai màu : The colour soon comes out of these materials.

phái [fái] To delegate, to deputee, to send, to detach.

phái Branch. Môn phái : School of thought.

phái biệt [fái biệt] To divide into several branches.

phái bộ [fái bọ] Mission. Phái bộ quân sự : Military mission.

phái đẹp [fái dẹp] Fair sex.

phái đoàn [fái dwàn] Delegation, mission, deputation. Phái đoàn thương mại : Trade mission. Gởi một phái đoàn đi thương thuyết với người nào : To send a deputation to confer with someone.

phái đoàn ngoại giao [fái dwàn ŋwại sau] Diplomatic corps (body).

phái lập thể [fái lạp θể] Cubism. Người theo phái lập thể : Cubist. Picasso là một trong những nhà lập thể đầu tiên : Picasso was one of the first cubist.

phái mạnh [fái mạip] Sterner sex.

phái nữ [fái nữ] Fair sex.

phái viên [fái vien] Correspondent. Đặc phái viên : Special correspondent.

phái yếu [fái iếu] Gentle sex, fair sex.

phải [fải] Right. Cho người nào là phải : To declare someone to be right. Đem người nào trở về con đường phải (ngay): To put someone on the right way. Lẽ phải : Reason . Nghe điều phải : To hear, listen to, reason.

phải To have to, must, should, ought. Bị bắt buộc phải làm việc gì : To have to do something. Chúng ta phải đi mau hơn : We shall have to walk faster. Mọi người đều phải chết : All men must die. Nàng không biết phải cười hay khóc : She did not know whether to laugh or cry. Tôi không biết phải làm gì : I did not know what (I ought) to do. Bốn giờ anh phải sẵn sàng : You must be ready at four o'clock. Cây cần phải được săn sóc luôn luôn : Plant that must have continual attention. Tôi phải làm

việc ấy : I must do it. Tất cả tài xế đều phải qua một kỳ thi : All drivers must pass examination. Nó phải cho tôi biết trước : He should have warned me. Anh phải làm việc ấy lập tức : You should do it at once. Anh phải đến sớm hơn : You should have come earlier.

phải Bên phải : Right side.

phải bịnh [fải bịp] To catch a disease.

phải chăng [fải cawŋ] Reasonable. Giá phải chăng : Reasonable prices.

phải chăng Isn't it ?.

phải đạo [fải dạu] Conformable to duty.

phải đòn [fải dòn] Beaten, thrashed.

phải không [fải xoŋ] Is it ?, isn't it ?. are you ?, aren't you ? ; yes or no.

phải lòng [fải lòŋ] To fall in love with, to become enamoured of. Phải lòng người nào : To become enamoured of someone, to fall in love with someone, to be struck on someone. Chúng nó đã phải lòng nhau rồi : It's a case.

phải quấy [fải kwếi] Right or wrong.

phải trái [fải trái] 1) Right or wrong. 2) Right or left.

phàm [fàm] Common, coarse, banal.

phàm dân [fàm zən] Common people.

phàm lệ [fàm lẹ] Foreword.

phàm phu [fàm fu] Ordinary man.

phàm trần [fàm tròn] This world.

phàm tục [fàm tục] 1) Earthly. 2) Ordinary, common.

phạm [fạm] 1) To contravene, to offend. Vi phạm, xâm phạm : To violate. 2) To commit, to perpetrate (a crime).

phạm đồ [fạm dò] Criminal.

phạm luật [fạm lwạt] To offend against the law. Sự phạm luật : Breach of the law.

phạm nhân [fạm nən] Culprit, criminal. Quan tòa kêu án tử hình phạm nhân : The judge inflicted the death penalty on the criminal.

phạm pháp [fạm fáp] To break the law.

phạm sắc [ʃạm ʃǎuk] Panchromatic.

phạm thần [ʃạm θàn] To desecrate.

phạm thượng [ʃạm θɯʌŋ] To be impertinent to superiors.

phạm tội [ʃạm tọi] To commit a crime, to be guilty. *Phạm tội ăn trộm* : To be guilty of theft. *Phạm tội giả mạo* : To be guilty of forgery. *Phạm tội hăm dọa* : To be guilty of intimidation.

phạm vi [ʃạm vi] Sphere, domain, field, scope. *Phạm vi hoạt động* : Province, sphere of action. *Trong phạm vi hoạt động của tôi* : In my sphere of action. *Mở rộng phạm vi hoạt động* : To extent the scope of one's activities.

phạm vi nghề nghiệp [ʃạm vi ɲè ɲiệp] Career field.

phán [ʃán] To judge. *Thầm phán* : Magistrate, judge.

phán To order.

phán đoán [ʃán dwán] To judge. *Tương lai sẽ phán đoán chúng ta* : The future will judge us.

phán lệ [ʃán lẹ] Jurisprudence.

phán ngữ [ʃán ŋũ] Sentence, judg(e)ment.

phán quyết [ʃán kwiét] Decision, sentence.

phàn nàn [ʃàn nàn] To complain, to carp, to bewail ; to bemoan ; to grumble, to blame. *Phàn nàn số phận của mình* : To bewail, bemoan, one's lot. *Tôi không có gì phàn nàn cả* : I have nothing to complain of, I have no cause of complaint, no ground of complaint. *Phàn nàn về đồ ăn* : To grumble about, over, the food. *Nàng phàn nàn chồng nàng mãi* : She was always carping at her husband. *Mọi người đều phàn nàn việc đánh thêm những thuế mới* : Everyone grumbled at the imposition of new taxes. *Nó không bao giờ phàn nàn cả* : No complaint ever passes his lips.

phản [ʃàn] Camp-bed, plank bed.

phản To betray (one's country, etc...).

phản Counter, anti.

phản án [ʃàn án] Counter-project.

phản ảnh [ʃàn ảɲ] To reflect, to throw back (image, light).

phản ảnh [ʃàn ảɲ] Reflection, reflexion.

phản bạn [ʃàn bạn] 1) To betray. 2) To betray one's friend.

phản bội [ʃàn bọi] To betray.

phản cách mạng [ʃàn kǎik mạŋ] Counter-revolutionary, anti-revolutionary.

phản chiếu [ʃàn ciéu] To reflect, to throw back (image, light). *Sự phản chiếu* : Reflection. *Ánh sáng phản chiếu*: Reflection, reflexion. *Gương (kiến) phản chiếu ánh sáng* : A mirror reflects light.

phản chiếu quang học [ʃàn ciéu kwaŋ họk] (Ph) Catoptrics.

phản chính [ʃàn ciɲ] To return to the right way.

phản chú [ʃàn củ] To betray one's master.

phản chứng [ʃàn cứŋ] Counter-evidence.

phản chứng thư [ʃàn cứŋ θɯ] Counter-deed.

phản cổ [ʃàn kó] To look back.

phản công [ʃàn koŋ] To counter-attack. *Sự phản công*: Counter-attack, counter-offensive.

phản cộng [ʃàn kọŋ] Anti-communist.

phản cung [ʃàn kuŋ] To retract one's statement.

phản dân [ʃàn zən] Anti-popular, anti-people, directed against the people.

phản dân chủ [ʃàn zən củ] Undemocratic, anti-democratic. *Chánh sách phản dân chủ* : Anti-democratic policy.

phản diện [ʃàn ziện] To change about.

phản du kích chiến [ʃàn zu kik ciện] Counter-guerilla warfare.

phản đảng [ʃàn dảŋ] To sell one's party, to betray one's party.

phản đạo đức [ʃàn dạu dɯk] Immoral.

phản đế [ʃàn dé] Anti - imperialist ; counter the imperialists.

phản đề [ʃàn dè] Antithesis ; (Math) converse.

phản đề nghị [ʃàn dè ŋị] Counter-proposition, counter-proposal.

phản điệp [fản diệp] Counter-espionage.

phản đối [fản dói] To oppose, to object, to discountenance ; to protest, to challenge ; to be against, to be opposed to. *Người ta phản đối rằng* : It was objected that. *Anh có điều gì phản đối nó ?* : What have you got to object against him ?. *Phản đối không làm việc gì* : To object to doing something. *Nó phản đối là nó không hề làm một việc như thế* : He protests that he did no such thing. *Phản đối việc gì* : To set oneself, one's face, against something. *Phản đối một cuộc hôn nhân, một kế hoạch* : To set oneself, one's face, against, to stand in the way of, a marriage, a scheme. *Sự phản đối* : Opposition, objection, protest. *Phản đối kịch liệt* : To raise a strong protest. *(Hành động) Gây ra những sự phản đối* : (Of action) To give rise to protests. *Biện pháp nầy gây ra nhiều sự phản đối* : Protests were raised against this measure.

phản đối chứng thư [fản dói củng thư] Counter-deed.

phản động [fản dọn] To react. *Sự phản động* : Reaction.

phản động Reactionary. *Phần tử phản động* : Reactionary element. *Chánh sách phản động* : Reactionary policy.

phản động lực [fản dọn lực] Reactive power.

phản gian kế [fản ʒan kế] Counter-stratagem, counterplot.

phản gián điệp [fản ʒán diệp] Counter-espionage.

phản hiến pháp [fản hiến fáp] Unconstitutional, anticonstitutional.

phản hồi [fản hồi] To return, to go back.

phản hưởng [fản hưởn] Echo.

phản hưởng học [fản hưởn họk] Catacoustics.

phản kháng [fản xán] 1) To resist. 2) To protest against, to raise one's voice against.

phản kháng (sự) Resistance, protest.

phản lão hoàn đồng [fản lãu hwàn dòn] To rejuvenate, to make young again.

phản lịnh [fản lịn] Countercommand, counter-order.

phản loạn [fản lwạn] To revolt.

phản lộ [fản lọ] Return way.

phản lực cơ [fản lực kɔ] Jet plane, jet airplane.

phản mưu [fản mưu] Counter-stratagem.

phản nghị [fản ŋị] Counter-advice.

phản nghĩa cách [fản ŋiə káik] Antinymy.

phản nghĩa ngữ [fản ŋiə ŋữ] Antinyml.

phản nghiệm (sự) [fản ŋiệm] Contro experiment, check test.

phản nghịch [fản ŋịk] To revolt, to rebel.

phản ngữ [fản ŋữ] Antiphrasis.

phản phúc [fản fúk] Dishonest, unreliable.

phản quang [fản kwaŋ] Reflected light.

phản quốc [fản kwók] To betray one's country, to sell one's country. *Kẻ phản quốc* : Traitor. *Đả đảo những tên phản quốc !* : Down with the traitors !.

phản quốc To return to one's country.

phản tác xạ [fản ták sạ] Counter fire.

phản tặc [fản tạık] Rebel, revolter.

phản tiến hóa [fản tiến hwá] Antiprogressive.

phản tình báo [fản tịn báu] Counter-intelligence.

phản tố [fản tó] To counter-charge. *Sự phản tố* : Counter-charge.

phản tôn giáo [fản ton ʒáu] Antireligious.

phản trắc [fản tráık] Dishonest, unreliable.

phản tuyên truyền [fản twien trwièn] Counter-propaganda.

phản tử [fản tử] (Ph) Diamagnetic.

phản tướng [fản túơn] (Ph) To dephase.

phản tỷ lệ [fản ti lệ] Inversely proportional.

phản ứng [fản ửᵑ] To react. *Sự phản ứng* : Reaction. *Những phản ứng của một chánh sách* : The reactions of a policy.

phản xạ [fản sạ] To reflect.

phạn chúng [fạn cúᵑ] Buddhist monk.

phạn cung [fạn kuᵑ] Pagoda.

phạn điếm [fạn diém] Restaurant, eating-house, (Mil) mess room. *Phạn điếm sĩ quan* : Officers' mess.

phang [faᵑ] To throw stick at.

phàng [fàᵑ] *Phũ phàng* : Cruel, brutal.

phảng phất [fảᵑ fất] 1) Vaguely, dimly, faintly.

2) To waft. *Mùi hoa phảng phất trong không khí* : The scent of flowers was wafted through the air.

phanh [faiᵑ] Brake. *Phanh tay* : Handbrake. *Phanh lại* : To put on the brake. See thắng.

phanh To open, to dissect (corpse).

phanh chân [faiᵑ cơn] Foot-brake.

phanh không ăn [faiᵑ xoᵑ auᵑ] The brake doesn't work.

phanh ngực [faiᵑ ᵑựk] To bare one's chest.

phanh phui [faiᵑ fui] *Phanh phui sự thật* : To speak the truth.

phanh thây [faiᵑ θei] To quarter, cut up (the body of a traitor). *Nó bị xử phanh thây* : He was condemned to be quartered.

phành phạch [fàiᵑ fạik] (To fan) Noisily.

phao [fau] Buoy, float.

phao cặp cứu [fau kặp kửu] Life buoy.

phao câu [fau kəu] 1) Float of a fishing line.

2) Croup, rump (of bird).

phao chuông [fau cuôᵑ] Bell buoy.

phao cứu sinh [fau kứu ʃiᵑ] Lifebuoy.

phao đồn [fau dồn] To spread (news, rumour).

phao gian [fau ɡan] To calumniate.

phao hải tiêu [fau hải tieu] Marking buoy.

phao hơi [fau hơi] Pneumatic float.

phao lưới [fau luới] Float of a net.

phao mìn [fau mìn] Mine buoy.

phao neo [fau neu] Mooring buoy.

phao ngôn [fau ᵑon] To spread a rumour.

phao nổi [fau nổi] Buoy.

phao phí [fau fi] To waste, to squander.

phao tin [fau tin] To spread a rumour.

phao vu [fau vu] To slander, to calumniate.

phao xăng [fau sauᵑ] Carburetter (carburettor) float.

pháo [fáu] Fire-cracker, cracker. *Người Trung Hoa dùng pháo để xua đuổi ma quỷ* : The Chinese use crackers to frighten away evil spirits.

pháo binh [fáu biᵑ] Artillery.

pháo binh bán lưu động [fáu biᵑ bán luu dọᵑ] Semi-mobile artillery.

pháo binh cố định [fáu biᵑ kó dịᵑ] Fixed artillery.

pháo binh cơ động [fáu biᵑ kə dọᵑ] Self-propelled artillery.

pháo binh cơ vận [fáu biᵑ kə vận] Motorized artillery.

pháo binh dã chiến [fáu biᵑ zã ciến] Field artillery. *Nhiệm vụ chính của pháo binh dã chiến là yểm trợ hỏa lực các thành phần xung phong của sư đoàn:* The main mission of the field artillery is to support the division assault elements by fire.

pháo binh di động [fáu biᵑ zi dọᵑ] Roving artillery.

pháo binh duyên hải [fáu biᵑ zwien hải] Coast artillery.

pháo binh hạng nặng [fáu biᵑ hạᵑ nạuᵑ] Heavy artillery.

pháo binh hạng nhẹ [fáu biᵑ hạᵑ ɲẹ] Light artillery.

pháo binh hạng trung [fáu biᵑ hạᵑ truᵑ] Medium artillery.

pháo binh kéo [fáu biᵑ kɛu] Towed artillery.

pháo binh lưu động [fáu biᵑ luu dọᵑ] Mobile artillery.

PH

pháo binh phòng không [fáu biŋ fɔŋ xoŋ] Anti-aircraft artillery. *Pháo binh hàng không hạng nặng* : Heavy anti-aircraft artillery. *Pháo binh phòng không hạng nhẹ* : Light anti-aircraft artillery. *Pháo binh phòng không hạng trung* : Medium anti-aircraft artillery.

pháo binh quân đoàn [fáu biŋ kwən dwàn] Corps artillery.

pháo binh sơn cước [fáu biŋ ʃən kúrk] Mountain artillery.

pháo binh sư đoàn [fáu biŋ ʃɯ dwàn] Divisional artillery.

pháo binh tầm xa [fáu biŋ tàm sa] Long range artillery.

pháo binh thiết giáp [fáu biŋ θiét ʒáp] Armored artillery.

pháo binh thiết vận [fáu biŋ θiét vận] Railway artillery.

pháo binh yểm trợ [fáu biŋ iểm trợ] Supporting artillery. *Pháo binh yểm trợ tổng quát* : General support artillery. *Pháo binh yểm trợ trực tiếp* : Direct support artillery.

pháo bông [fáu boŋ] Fireworks. *Thợ làm pháo bông* : Firework-maker.

pháo đài [fáu dài] Fortress ; casemate, bunker. *Pháo đài bay* : Flying fortress.

pháo đội [fáu dội] Battery.

pháo đội chỉ huy [fáu dội cỉ hwi] Headquarters battery.

pháo đội quan sát [fáu dội kwan ʃát] Observation battery.

pháo đội tác xạ [fáu dội ták sạ] Firing battery.

pháo đội trưởng [fáu dội trɯởŋ] Battery commander.

pháo đội tự trị [fáu dội tự trị] Separate battery.

pháo hạm [fáu hạm] Gunboat.

pháo hiệu [fáu hiệu] Pyrotechnic signal.

pháo kích [fáu kík] Bombing.

pháo lịnh [fáu lịŋ] See pháo hiệu.

pháo lũy [fáu lǔi] Fort.

pháo tháp [fáu θáp] Turret.

pháo thăng thiên [fáu θawŋ θien] Sky-rocket.

pháo thủ [fáu θủ] Cannoneer, artillery-man.

pháo thuyền [fáu θwièn] Gunboat.

phào [fàu] *Thở phào ra* : To breathe out noisily.

pháp [fáp] Rule, law. *Phạm pháp* : To break the law. *Hợp pháp* : Legal, legitimate. *Phi pháp, bất hợp pháp* : Illegal, unlawful. *Hiến pháp* : Constitution. *Phương pháp* : Method, procedure, process. *Biện pháp* : Measure. *Hình pháp* : Criminal law. *Quân pháp* : Martial law. *Lập pháp* : To legislate. *Công pháp* : Public law. *Cú pháp* : Syntax. *Văn pháp* : Grammar.

pháp (Geog) France. *Người Pháp, tiếng Pháp* : French. *Nói tiếng Pháp* : To speak French. *Học, biết tiếng Pháp* : To learn, know, French. *Ở Pháp* : In France. *Về rượu nho, không nước nào sánh với Pháp được* : For wine no country can make France. *Tôi không hiểu tiếng Pháp* : I don't understand French.

pháp cảnh [fáp kảŋ] Judicial police officials.

pháp chế [fáp cé] Law.

pháp chính [fáp cíŋ] Law and policy.

pháp danh [fáp zaiŋ] Religious name (of a Buddhist monk).

pháp duyên [fáp zwien] To become a Buddhist.

pháp đạo [fáp dạu] Buddhism.

pháp điển [fáp diển] Code.

pháp điều [fáp dièu] Article of a law.

pháp đình [fáp dìŋ] Tribunal, law-court, court.

pháp định [fáp dịŋ] Legal, lawful fixed by the law.

pháp đồ [fáp dò] Believer in Buddhism.

pháp độ [fáp dọ] Rules, regulations, laws.

pháp gia [fáp ʒa] Jurist.

pháp hóa [fáp hwá] To Frenchify.

pháp hệ [fáp hệ] Law system.

pháp hiến [fáp hién] Code.

pháp hiệu [fáp hiệu] See pháp danh.

pháp học [fáp hɔk] Law studies, study of law.

pháp lệ [fáp lệ] Legal code.

pháp lịnh [fáp lịn] Law, regulations, ordinances.

pháp luật [fáp lwạt] Law. *Tuân theo pháp luật* : To keep the law. *Hòa giải một việc không cần đến pháp luật* : To settle a matter without going to law. *Nhờ đến pháp luật* : To go to law, to appeal to the law. *Cố vấn pháp luật* : Law-adviser, legal adviser. *Không có pháp luật* : Lawless, anarchic(al). *Nếu anh khinh thường pháp luật anh sẽ bị tù* : If you set the law at defiance, you'll be sent to prison. *Không ai được bảo rằng mình không biết pháp luật* : Ignorance of the law is no excuse. *Mọi người được xem là bình đẳng trước pháp luật* : Everyone is supposed to be equal before the law. *Hãy làm theo lời tôi nói, nếu không thì tôi sẽ đưa ông ra trước pháp luật* : Do what I tell you, otherwise I will take legal proceedings against you. *Pháp luật đã giữ phần thắng* : The strong hand of the law prevailed.

pháp lý [fáp li] Law principle, principle of law.

pháp ngoại [fáp ŋwại] Extra-legal.

Pháp ngữ [fáp ŋũ] French language.

pháp nhân [fáp pạn] (Jur) Corporation.

pháp quan [fáp kwan] Judge, magistrate.

Pháp quốc [fáp kwók] (Geog) France.

pháp quyền [fáp kwièn] Jurisdiction.

pháp sư [fáp ʃɯ] Magician, wizard.

pháp tắc [fáp táɯk] Rule.

pháp thuật [fáp θwạt] Wizardry.

Pháp tịch [fáp tịk] French nationality.

pháp trường [fáp trɯờŋ] Execution ground.

pháp viện [fáp viện] Court, tribunal.

pháp võng [fáp vɔ̃ŋ] Net of justice.

pháp y học [fáp i hɔk] Medical jurisprudence.

phát [fát] To scythe (grass, etc..).

phát [fát] To distribute, to dispense, to deal out, to give out ; to issue ; (of postman) to deliver (letters) ; to send forth. *Thầy giáo phát bài thi cho học trò* : The teacher gives out (= distributes) the examination papers to the class. *Nó bị bắt quả tang đang phát truyền đơn chống chánh phủ* : He was arrested in the act of distributing hand-bills against the government. *Cuộc phát phần thưởng* : Prize distribution.

phát To clap, slap. *Nó phát vào vai tôi một cái* : He gives me a clap on the shoulder.

phát âm [fát ɘm] To pronounce, to enunciate.

phát ban [fát ban] *Chứng phát ban* : (Med) Exanthema.

phát biểu [fát biểu] To express, to voice, to formulate, to state. *Phát biểu một ý kiến* : To express a view.

phát bịnh [fát bịn] To fall ill, to be taken ill.

phát cáu [fát káu] To fly into a passion, to lose one's temper, to flare up, to get angry, to get into a heat.

phát chẩn [fát cởn] To give alms (to poor people).

phát cỏ [fát kɔ̀] To cut grass with a scythe.

phát cuồng [fát kuồŋ] To go crazzy, to go mad, to go out of one's mind.

phát diêu [fát ziêu] To ferment.

phát dục [fát zụk] To grow, to develop.

phát dục (sự) Growth. *Tuổi phát dục* : The growing age.

phát đạn [fát dạn] Shot.

phát đạt [fát dạt] To prosper, to thrive, to flourish ; to develop. *Nền thương mãi sẽ được phát đạt* : Trade will flourish.

phát điên [fát dien] To go out of one's mind ; to go crazy, to go mad. *Anh làm tôi phát điên lên* : You'll send, drive, me out of my mind.

phát điện [fát diện] To generate electricity. *Máy phát điện* : Generator. *Bộ máy phát điện* : Generating set.

phát điện cơ [fát diện kɔ] Dynamo, generator.

phát điện xưởng [fát diện suử̀ɳ] Power-house, power-station.

phát đoan [fát dwan] To begin.

phát động [fát dọɳ] To begin to work.

phát giác [fát ʒáik] To reveal, to discover, to find out (secret, etc...). *Sự thật sẽ bị phát giác một ngày gần đây* : The truth will be revealed some day. *Thây của nạn nhân được phát giác sáng hôm qua cách văn phòng hội đồng hương chính năm thước* : The corpse of the victim was discovered yesterday morning five metres from the village council office.

phát giận [fát ʒɔn] To get angry. See **phát cáu.**

phát hãn [fát hãn] (Med) Sudorific.

phát hành [fát hàiɲ] To publish, to issue, to circulate, to emit. *Nhà phát hành* : Publisher. *Sự phát hành giấy bạc* : Emission of bank-notes.

phát hiện [fát hiện] To appear, to come into sight.

phát hỏa [fát hwả] To catch fire.

phát hoàn [fát hwàn] To give back, to return.

phát huy [fát hwi] To develop.

phát khiếp [fát xiép] Terrified.

phát khởi [fát xɔ̉i] 1) To take the initiative, to make the first move. 2) (Of disease) To develop.

phát khùng [fát xùɳ] To be beside oneself with anger.

phát lộ [fát lọ] To reveal, to disclose.

phát lương [fát luɔ̉ɳ] To hand out the wages, to pay wages.

phát lưu [fát luưu] To deport. *Sự phát lưu* : Deportation.

phát mại [fát mại] To put on sale.

phát minh [fát miɲ] To invent, to discover. *Sự, vật phát minh* : Invention. *Người phát minh* : Inventor. *Ai phát minh máy chạy bằng hơi ?* : Who invented the steam engine ?.

phát ngân viên [fát ɳɔn vien] Disbursing agent.

phát ngôn [fát ɳon] To speak.

phát ngôn nhân [fát ɳon ɲɔn] Spokesman.

phát ngôn quyền [fát ɳon kwièn] Right of speech.

phát ngôn viên [fát ɳon vien] Spokesman.

phát nguyên [fát ɳwien] To flow (from) ; source of a river.

phát nguyện [fát ɳwiện] To vow, to make a vow.

phát nha [fát ɲa] To germinate. *Sự phát nha* : Germination.

phát nhiệt [fát ɲiệt] Exothermic, calorific.

phát nhiệt lực [fát ɲiệt lựk] Caloricity.

phát nổ [fát nỏ] To burst, to explode.

phát nộ [fát nọ] To go, get angry ; to get, fly, into a rage, to be in a rage.

phát ốm [fát óm] To fall ill, to be taken ill.

phát phần thưởng [fát fɔn θuử̉ɳ] (Sch) To give away the prize. *Cuộ phát phần thưởng* : Prize-giving.

phát phẫn [fát fɔ̃n] See **phát nộ.**

phát phì [fát fì] To put on fat, or flesh ; to get fat, to gather flesh ; to run to fat. *Nó phát phì rồi* : He is running (= becoming) to fat.

phát phiếu [fát fiéu] (Com) Invoice, bill (of sale).

phát phóng [fát fɔ́ɳ] To liberate, to release ; to set free.

phát phối [fát fói] To deport.

phát quang [fát kwaɳ] (Ph) To eradiate. *Sự phát quang* : Eradiation.

phát quật [fát kwạt] To exhume, to disinter ; to dig up, to unearth.

phát ra [fát ra] To emit, send forth send out (sound, heat, ray of light etc...).

phát sinh [fát ʃiɲ] 1) To produce, bring forth ; to flow (from). 2) To generate (electricity).

phát sinh luận [fát ʃiɲ lwận] (Bi Abiogenesis.

phát súng [fát ʃúɳ] Shot. *Bắn một p. súng* : To fire a shot. *Không tốn* *phát súng nào :* Without firing a shot. *Nghe một phát súng từ xa :* To hear a shot in the distance.

phát tài [fát tài] To become wealthy, to grow rich.

phát tán (sự) [fát tán] Sowing, scattering (of seeds, etc...).

phát tang [fát taŋ] To announce the death of someone.

phát thanh [fát θaiɲ] 1) To broadcast. *Đài phát thanh :* Broadcasting station. *Có gì hay trong chương trình phát thanh không ? :* Is there anything good in the broadcast programme ?. *Ở Saigon có hai đài phát thanh :* There are two broadcasting stations in Saigon. *Anh có nghe phát thanh trận đá cầu không ? :* Did you listen to the broadcast of the baseball match ?. *Bài diễn văn của Tổng Thống được phát thanh :* The President's speech was broadcast. 2) To pronounce, to vocalize.

phát thanh điện đài [fát θaiɲ diện dài] Broadcasting station.

phát thệ [fát θẹ] To vow, to swear.

phát thơ [fát θə] To deliver letters.

phát thúy [fát θwỉ] To begin, to start.

phát thũng [fát θũŋ] To suffer from dropsy.

phát tích [fát tík] To originate.

phát tiết [fát tiết] To give vent to.

phát tình kỳ [fát tìɲ kì] Adolescence, puberty.

phát triển [fát triển] To develop, to evolve, to enlarge, to expand. *Sự phát triển :* Development, evolution, expansion. *Nền thương mãi Nhật Bổn phát triển rất mau khắp nơi trên thế giới sau trận giặc 1914-18 :* Japanese trade expanded rapidly in all parts of the world after the war 1914-18.

phát tức [fát túk] To pay divident.

phát văng [fát văŋ] To deport.

phát xạ [fát sạ] Emissive. *Năng lực phát xạ :* Emissive power.

phát xít [fát sít] Fascist. *Chủ nghĩa phát xít :* Fascism.

phát xuất [fát swất] To emanate, to come from.

phạt [fạt] To punish ; to fine, to penalize. *Sự phạt :* Punishment. *Tiền phạt :* Fine. *Đóng tiền phạt :* To pay the fines. *Bị người nào phạt :* To be punished by someone. *Nếu nó làm việc ấy, nó sẽ bị phạt :* If he does it, he will be punished. *Đứa học trò bị phạt ở lại :* The boy was kept in after school. *Phạt người nào một số tiền :* To mulct someone (in) a certain sum. *Nó bị phạt bốn mươi đồng :* He was mulcted (in) for forty piastres. *Phạt đứa bé vì một chuyện nhỏ mọn :* To punish a child for a mere nothing. *Tôi sẽ phạt anh nếu anh không làm việc ấy :* I shall punish you if you don't do it. *Nó bị ba nó phạt :* He was punished by his father.

phạt To cut down, to chop down (a tree).

phạt giam [fạt ʒam] To imprison.

phạt kim [fạt kim] Fine.

phạt mộc [fạt mọk] To fell, cut down, hew down a tree.

phạt tiền [fạt tiền] To fine.

phạt vạ [fạt vạ] To fine. *Phạt vạ người nào :* To impose, inflict, a fine on someone. *Nó bị phạt vạ hai chục đồng vì đã lái xe sáu chục cây số một giờ :* He was fined twenty piastres for driving his car at sixty kilometres an hour. *Sự phạt vạ vì không thi hành đúng theo giao kèo :* Penalty for non-fulfilment of contract.

phau [fau] *Trắng phau :* Very white, white as snow.

phay [fay] *Dao phay :* Chopping-knife, kitchen-knife.

phảy [fải] To move softly, to wave lightly. *Dấu phảy :* Comma.

phắc [fắɯk] *Im phăng phắc :* Dead silence, flat-calm.

phắc tơ [fắɯk tə] Postman, mail-man.

phắc tuya [fắɯk twiə] Invoice, bill (of sale). *Làm phắc tuya :* To make out a bill ; to make out an invoice.

phăng [fauŋ] *Im phăng phắc :* Dead silence.

phẳng [fẳɯŋ] Level, even, flat, plane.

Hình học phẳng : Plane geometry. *Làm phẳng* : To flatten.

phẳng lặng [făɯŋ lạɯŋ] Calm, quiet ; uneventful. *Cuộc đời phẳng lặng* : Uneventful life.

phẳng lì [făɯŋ lì] Very smooth, even.

phẳng phiu [făɯŋ fiu] Level, smooth, even.

phắt [fáɯt] At once, immediately. *Đứng phắt dậy* : To stand up suddenly.

phẩm [fòm] Dye.

phẩm bình [fòm bìŋ] To comment, to criticize.

phẩm cách [fòm káik] Dignity.

phẩm cặp [fòm kàp] Rank (of mandarin).

phẩm chất [fòm cất] Quality. *Hàng hoá phẩm chất xấu bán không chạy* : Poor quality goods won't sell well. *Phẩm chất cần hơn số lượng* : Quality matters more than quantity. *Tôi thích phẩm chất hơn là số lượng* : I prefer quality to quantity, I would rather have a small amount of good material than a large amount of inferior material.

phẩm chức [fòm cúk] Conduct and function.

phẩm giá [fòm ʒá] Dignity, elevation. *Làm mất phẩm giá của mình* : To derogate from one's dignity. *Giữ gìn phẩm giá của mình* : To assert one's dignity.

phẩm hàm [fòm hàm] Rank, grade.

phẩm hạnh [fòm hạiŋ] Conduct, behaviour, comportment ; dignity. *Phẩm hạnh tốt* : Good behaviour, good conduct.

phẩm loại [fòm lwại] Category, type, kind.

phẩm phục [fòm fụk] Mandarin's uniform.

phẩm son [fòm ʃɔn] Carmine.

phẩm tính [fòm tíŋ] Disposition, nature, character.

phẩm trật [fòm trật] Rank. *Hoàng tử bắt tay tất cả mọi người, không phân biệt phẩm trật* : The prince shook hands with everyone, without distinction of rank.

phẩm vật [fòm vạt] 1) Articles, things, items.

2) Product, produce.

phân [fən] (Agr) Manure, dung. *Đống phân* : Manure heap. *Phân hóa học* : Chemical manure.

phân Excrements, stools, faeces ; dejecta (person's or animal's excrements).

phân Hundredth (part) ; centimeter. *Phân vuông* : Square centimeter.

phân To divide, to share ; to separate.

phân bì [fən bì] To make a distinction between (two persons, etc...).

phân biệt [fən biệt] To discriminate, to distinguish, to differentiate, to tell, to discern. *Lý trí phân biệt loài người với những động vật khác* : Reason distinguishes man from other animals. *Sự phân biệt* : Discrimination, distinction, discernment. *Không phân biệt địa vị, tuổi tác* : Without distinction of rank, of age. *Làm sao phân biệt được thỏ rừng và thỏ nhà ?* : What differentiates the hare from the rabbit ?. *Anh có thể phân biệt được sách dở và sách hay không ?* : Can you discriminate good books from bad (between good and bad books) ?. *Con sanh đôi giống nhau đến nỗi khó mà phân biệt được người nầy với người kia* : The twins were so much alike that it was impossible to distinguish one from the other *Phân biệt ngọc trai thật và ngọc trai giả không phải dễ đâu* : It isn't easy to distinguish real pearls from imitation pearls. *Phân biệt điều tốt với điều xấu* : To tell the good from the bad. *Phân biệt phải quấy* : To tell right from wrong. *Anh không thể phân biệt nó với chị nó* : You can't tell her from her sister. *Phân biệt giả chân* : To distinguish truth from falsehood.

phân bón [fən bón] Dung, manure, fertilizer.

phân bố [fən bó] To divide ; to distribute.

phân cá [fən ká] Fish manure.

phân cách [fən káik] To separate.

phân cấp [fən kɔp] To divide and

distribute.

phân chắt [fən cất] To analyse (analyze).

phân chia [fən ciə] 1) To divide, to distribute.
2) To dismember, to divide up; to partition (empire, country).

phân chứng [fən cứŋ] To call, take (someone) to witness.

phân công [fən koŋ] To divide the work, to portion out the work.

phân cục [fən kụk] Branch office.

phân cực [fən kɯk] (Ph) To polarize. *Sự, cách phân cực* : Polarization. *Máy phân cực* : Polarizer. *Tính phân cực* : Polarity. *Kính phân cực* : Polarizer.

phân cực hiện sắc [fən kụk hiện ʃắɯk] (Cryst) Pleochroism.

phân cực kế [fən kụk ké] (Ph) Polarimeter.

phân cực nghiệm [fən kụk ŋiệm] (Opt) Polariscope.

phân cực quay [fən kụk kway] Rotatory, circular, polarization.

phân cương [fən kɯəŋ] To delimit ; to delimitate.

phân điếm [fən diếm] Agency.

phân định [fən dịŋ] To decide.

phân đoạn [fən dwạn] To fractionize.

phân độ xích [fən dọ sik] Diagraph.

phân đôi [fən doi] To divide in two.

phân đội [fən dọi] (Mil) Section. *Phân đội súng cối* : Mortar section. *Phân đội nha khoa* : Dental section.

phân đường ngôi [fən dɯờŋ ŋoi] To part one's hair.

phân gia [fən ʒa] To parcel out, apportion an inheritance.

phân giải [fən ʒải] To conciliate, to mediate, to reconcile.

phân giải (Ch) To analyse.

phân giải (sự, phép) (Ch) Analysis.

phân giải dung tích [fən ʒải zuŋ tik] Volumetric analysis.

phân giải định lượng [fən ʒải dịŋ lɯợŋ] Quantitative analysis.

phân giải định tính [fən ʒải dịŋ tíŋ] Qualitative analysis.

phân giải hóa học [fən ʒải hwả họk] Chemical analysis.

phân giải nguyên tố [fən ʒải ŋwien tó] Elementary analysis.

phân giải quang phổ [fən ʒải kwaŋ fổ] Spectral analysis, spectrum analysis.

phân giải trọng lượng [fən ʒải trọŋ lɯợŋ] Gravimetric(al) analysis.

phân giới [fən ʒới] To delimit, to demarcate. *Đường phân giới* : Line of demarcation, demarcation line.

phân hạng [fən hạŋ] To classify.

phân hóa học [fən hwả họk] Chemical manure.

phân khai [fən xai] To divide.

phân khoa [fən xwa] Faculty, college.

phân khu [fən xu] (Mil) Sector.

phân kỳ phó khoản [fən kỉ fố xwản] To pay in, by, instalments.

phân liệt [fən liệt] To divide, to tear, to separate.

phân loại [fən lwại] To classify; to distribute. *Sự phân loại* : Classification, distribution.

phân loại học [fən lwại họk] Taxonomy. *Nhà phân loại học* : Taxonomist.

phân lượng [fən lɯợŋ] (Med) Dose.

phân lưu [fən lɯu] Branch of a river.

phân ly [fən li] 1) To separate, to divide. *Sự phân ly* : Separation, division. *Chủ nghĩa phân ly* : Separatism.
2) (Ch) To dissociate.

phân mẫu [fən mẫu] (Math) Denominator.

phân miễn [fən miễn] (Of woman) To be confined ; to be delivered, brought to bed.

phân minh [fən miɲ] Clear, evident, distinct, obvious.

phân ngạch [fən ŋại̯k] Share, quota, portion.

phân nghiệp [fən ŋiệp] To divide up the work.

phân người [fən ŋɯời] Person's excrements ; manure made with stools.

phân nhiệm [fəŋ ɲiệm] To divide

responsibilities.

phân nhiều [fən ɲiều] Troubled, confused, disordered.

phân nửa [fən nửə] Half. *Lấy phân nửa vật gì* : To take half of something. *Hai cái phân nửa* : Two halves. *Nó chỉ hiểu có phân nửa* : He only half understands. *Làm xong phân nửa* : Half-done, half-finished. *Giá phân nửa tiền* : Half-fare ticket. *Nhiều hơn phân nửa* : Half as much again. *Phân nửa của mười hai là mấy?* : What is the half of twelve?. *Phân nửa học sinh trong trường nghỉ học vì bị cảm* : Half of boys in the school were absent with colds. *Phân nửa của sáu là ba* : The half of six is three ; half of six is three. *Tôi đã đọc phân nửa cuốn sách* : I have read half the book. *Thua hết phân nửa tiền của mình* : To lose half one's money. *Bán vật gì phân nửa giá* : To sell something at half—price.

phân phái [fən fái] 1) To divide into branches.
2) To distribute.

phân pháp [fən fáp] (Math) Division.

phân phát [fən fát] To distribute, to deal out, to dispense. *Sự phân phát* : Distribution.

phân phiên [fən fien] In turns, by turns, in rotation, by roster.

phân phó [fən fó] To remind many times, to recommand strongly.

phân phối [fən fói] To distribute, to allot. *Sự phân phối* : Distribution, allotment.

phân phối hỏa lực [fən fói hwa lựk] Fire distribution. *Sự phân phối hỏa lực trên vùng bắn* : Distribution of fire on the beaten zone.

phân phối nhân viên [fən fói ɲən vien] Allotment of personnel.

phân quang học [fən kwaŋ họk] Spectroscopy.

phân quang kính [fən kwaŋ kiɲ] (Ph) Spectroscope.

phân quân [fən kwən] (Of bees) To cast, to cast a swarm.

phân quyền [fən kwiền] To decentral-

ize. *Sự phân quyền* : Decentralization.

phân rẽ [fən rẽ] To separate, to disunite.

phân sản [fən ʃản] To apportion a property.

phân số [fən ʃó] (Math) Fraction. *Phân số thường* : Vulgar fraction. *Phân số thập phân* : Decimal fraction. *Biểu thức phân số* : Improper fraction.

phân tách [fən táik] To analyse. *Sự phân tách* : Analysis ; (Physiol) cleavage.

phân tán [fən tán] To disperse, to scatter ; to diffuse, scatter (light) ; (Opt) to disperse, split up, decompose (light).

phân tâm [fən təm] Confused.

phân thây [fən θei] To quarter (the body of a traitor). *Nó bị xử treo cổ và phân thây* : He was condemned to be hanged and quartered.

phân thủ [fən θủ] To take leave.

phân thư [fən θɯ] Will, testament.

phân tích [fən tik] 1) To analyse. *Phép phân tích* : Analysis.
2) To dissect.
3) (Ch) To decompose.

phân tích công tác [fən tik koŋ tak] Job analysis.

phân tích địa thế [fən tik dịə θế] Terrain analysis.

phân tích mục tiêu [fən tik mụk tieu] Target analysis.

phân tích thủ tục [fən tik θủ tụk] Procedure analysis.

phân tiết [fən tiết] (Physiol) To secrete ; secretory. *Sự phân tiết* : Secretion. *Phân tiết tố* : Secretin.

phân tỏ [fən tɔ̉] To expose, to explain.

phân tranh [fən traɲ] Conflict, difference, dispute, dissension.

phân trần [fən trần] To explain (oneself)

phân tử [fən tử] 1) Molecule. *Thuộc về phân tử* : Molecular. *Sức hút phân tử* : Molecular attraction.
2) (Math) Numerator.

phân ưu [fən ɯu] To condole, express sympathy, with (someone). *Lời phân ưu* : Condolences.

phân vân [fən vən] 1) Perplexed, puzzled

2) Undecided.

phẩn vua [fən vwə] To call, take (someone) to witness.

phân xuất [fən swất] (Ch) Emanation.

phân xử [fən sủ] To judge, to settle, to arbitrate, to adjudge.

phấn [fấn] 1) Chalk. *Viết bằng phấn :* Written in chalk. *Ghi điều gì bằng phấn :* To chalk something up. *Đất có phấn :* Chalky soil. *Hầm phấn :* Chalk-pit.
2) Powder. *Hộp đựng phấn :* Powder-box. *Giồi phấn :* To make up one's face. *Mặt giồi phấn :* Made-up face. *Người đàn bà đó giồi nhiều phấn quá ! :* That woman uses too much make-up !.
3) Flour.

phấn chấn [fấn cấn] Ardent, eager, enthusiastic.

phấn chí [fấn ci] Enthusiasm.

phấn chì [fấn cì] Ceruse, white lead.

phấn đánh răng [fấn dáïп rauïŋ] Tooth-powder, tooth-paste, dentifrice.

phấn đấu [fấn dấu] To strive, to contend, to struggle. *Phấn đấu với việc gì :* To strive with, against, something. *Phấn đấu với sự khó khăn :* To contend with a difficulty.

phấn hoa [fấn hwa] (Bot) Pollen, anther-dust.

phấn hoàng chì [fấn hwàŋ cì] Massicot, yellow lead.

phấn hoạt thạch [fấn hwạt θạik] Talcum powder.

phấn hương [fấn huшəŋ] Powder and perfume.

phấn kẽm [fấn kẽm] (Ch) Zinc wash.

phấn khởi [fấn xởi] Encouraged, excited, enthusiastic. *Làm người nào phấn khởi tinh thần :* To raise someone's spirits.

phấn kích [fấn kík] To attack with enthusiasm.

phấn lực [fấn lựk] To endeavour, to make every effort.

phấn nộ [fấn nộ] To lose one's temper, to fly into a passion.

phấn sáp [fấn ʃáp] Powder and rouge.

phấn son [fấn ʃɔn] Powder and lipstick.

phần [fən] Part, portion, share. *Chia vật gì ra nhiều phần :* To separate something into parts. *Cắt vật gì ra làm hai phần :* To cut something into two parts. *Một phần số tiền của tôi :* Part of my money. *Trả từng phần :* To pay in part. *Mười phần nước với một phần sữa :* Ten parts of water to one of milk. *Một phần lớn dân chúng :* The greater part of the inhabitants. *Một phần giấy bị hư :* Part of the paper is damaged. *Về phần tôi :* For my part. *Phần tôi, tôi muốn lắm :* For my part I am willing. *Về phần chúng tôi, chúng tôi yêu cầu ông... :* On our part we would request you to... *Phần chia lời :* Share in profits. *Giành phần hơn :* To want more than one's share. *Trả phần của mình :* To pay one's share. *Tôi chịu mười đồng về phần tôi :* I gave ten piastres as my share. *Dự phần vào việc gì :* To share (in) something. *Lỗi về phần anh :* The fault lies with you, lies at your door. *Chỉ có một phần câu chuyện của nó là thật :* Only (a) part of his story is true.

phần ăn gia tài [fən auïn ʒa tài] Portion of inheritance.

phần cảm điện [fən kảm diện] (Ph) Field-magnet.

phần đinh đầu [fən diïp dầu] (Anat) Calvarium.

phần đông [fən doïŋ] The most, the greatest or greater part ; generality, majority. *Nói phần đông học trò đều làm biếng là sai phải không ? :* Is it wrong to say that the generality of schoolboys are lazy ?.

phần hơn [fən hơn] The best share.

phần hương [fən huшəŋ] To burn incense.

Phần lan [fən lan] (Geog) Finland. *Người Phần lan :* Finlander, Finn.

phần lời [fən lời] Divident.

phần lớn [fən lớn] The major part, the major portion, the greater part. *Một phần lớn mà anh nghe chỉ là tin đồn :* The greater part of what you heard is only rumour. *Một phần lớn thì giờ nó không làm gì cả :* Most of the time he does nothing.

phần mộ [fən mọ] Tomb, grave. *Phần mộ chung* : Common grave.

phần mười [fən mɯəì] Tenth (part).

phần nhiều [fən ɲièu] Most; generally; majority, generality. *Phần nhiều thì giờ* : Most of the time. *Phần nhiều những bạn nó đều đã quên nó* : Most of his friends have forgotten him.

phần thưởng [fən θɯə̀ŋ] Prize, recompense. *Cuộc phát phần thưởng* : Prizegiving. *Sách phát phần thưởng* : Prizebook. *Ngày phát phần thưởng* : Prizeday.

phần trăm [fən traɯm] 1) Per cent. *Huê hồng mười phần trăm* : Commission of ten per cent. *Năm phần trăm tiền lời* : Five per cent interest.
2) Hundredth. *Ba phần trăm* : Three hundredths.

phần tư [fən tɯ] Fourth.

phần tử [fən tử] Element ; factor. *Phần tử bất hảo* : Undesirable element. *Phần tử xung phong* : Assault element.

phẩn [fən] Excrements, faeces.

phẫn chí [fən cí] Discouraged, despondent.

phẫn khái [fən xái] To get angry, annoyed ; to lose one's temper.

phẫn nộ [fən nọ] To fly into a passion; to be angry, in a temper ; to be indignant. *Phẫn nộ về việc gì* : To be, feel indignant at something. *Làm người nào phẫn nộ* : To make someone indignant.

phẫn oán [fən wán] See phẫn nộ.

phẫn uất [fən wất] To be indignant, to writhe.

phận [fən] 1) Lot ; condition in life. *Bổn phận* : Duty.
2) Fate, destiny. *Xót xa phận mình* : To deplore one's fate.

phận bạc [fən bạk] Unhappy lot.

phận hạn [fən hạn] Competence.

phận hèn [fən hèn] Vile condition.

phận má hồng [fən má hòŋ] Woman's fate.

phận mệnh [fən mẹiɲ] Lot, destiny.

phận mỏng [fən mɔ̀ŋ] See phận bạc.

phận ngoại [fən ŋwại] Beyond one's competence.

phận số [fən ʃó] Lot, fate, destiny.

phận sự [fən ʃự] Duty, obligation. *Việc ấy không phải phận sự của tôi* : That doesn't come within my duties.

phập phới [fəp fới] See phất phới.

phập phòng [fəp fòŋ] (Of heart) To palpitate, to beat rapidly (because of fear, etc...).

phất [fất] To wave ; to agitate, to move.

phất cờ [fất kờ] To wave a flag, to raise a standard. *Phất cờ và hoan hô* : To wave flags and cheer. *Phất cờ khởi nghĩa* : To raise, set up the standard of revolt.

phất phơ [fất fə] To float, to wave, to stream, to flaunt. *Lá cờ phất phơ trên lầu chuông* : A flag waves over the steeple. *Lá cờ phất phơ trước gió* : Flag that floats in the breeze ; the flag is streaming in the wind.

phất phới [fất fới] To wave, to flaunt, to float.

phất trần [fất trần] Feather duster.

phất trần To dust.

phất ý [fất i] Contrary to, against one's intention.

Phật [fật] Buddha. *Đạo Phật* : Buddhism, Buddhist religion. *Niệm Phật* : To say one's prayers.

Phật đản [fật dản] Buddha's Birthday.

Phật đường [fật dɯờŋ] Pagoda.

Phật gia [fật ʒa] Buddhist.

Phật giáo [fật ʒáu] Buddhism. *Tín-đồ Phật-giáo* : Buddhist.

Phật học [fật hɔk] Buddhist study.

Phật khẩu tâm xà [fật xẩu təm sà] Good words but wicked heart.

Phật môn [fật mɔn] Pagoda. *Phật môn đệ tử* : Buddhist.

Phật pháp [fật fáp] Law of Buddha, Buddhist law.

Phật sát [fật ʃát] Pagoda.

Phật tử [fật tử] Buddhist.

phẫu [fẫu] *Giải phẫu* : To dissect, to

anatomize. *Giải phẫu học* : Anatomy.

phẫu tâm [fɔu təm] Very sincere.

phẫu tích [fɔu tik] To settle (a question); to solve, to resolve.

phảy [fêi] To move softly, to wave lightly. *Dấu phảy* : Comma.

phe [fɛ] 2) Part, side : camp. *Theo phe người nào* : To take sides with someone, to take the side of someone, to come over to someone's side, to range oneself with someone, to fight someone's battles. *Phe đối lập* : The opposition camp. *Không theo phe nào cả* : Without taking either side. *Nó luôn luôn theo phe anh nó* : He always takes his brother's part.

2) Party.

phe đảng [fɛ dảŋ] Party.

phe phảy [fɛ fêi] To wave lightly ; to flutter.

phè [fɛ̀] *Chán phè* : Wearisome, tiresome.

phè phỡn [fɛ̀ fɔ̃n] To be satiated, full to overflowing.

phen [fɛn] Time, turn. *Đôi phen* : Sometimes, now and then. *Nhiều phen* : Many a time.

phèn [fɛ̀n] Alum. *Đường phèn* : Sugar-candy. *Có phèn* : Alumniferous.

phèn chua [fɛ̀n cwɔ] Alum.

phèn crom [fɛ̀n crɔm] Chrome alun.

phèn thường [fɛ̀n θɯɔ̀ŋ] Potash alun.

phèng la [fɛ̀ŋ la] Gong. *Đánh phèng la* : To sound the gong.

phèo [fɛ̀u] Entrails (of animals).

phèo [fɛ̀u] *Nhạt phèo* : Very tasteless.

phép [fép] Authorization. permit, permission, leave. *Sự cho phép, giấy phép* : Permission, leave. *Cho phép người nào làm việc gì* : To authorize someone to do something ; to give someone permission, authority, to do something ; to give, grant, someone leave to do something. *Giấy phép đặc biệt* : Special permit. *Giấy phép xuất cảng* : Export permit. *Nó được phép hút thuốc* : He is allowed to smoke. *Xin phép nghỉ* : To apply for leave. *Nghỉ phép* : On leave, on pass. *Tất cả phép nghỉ đều*

đình chỉ : All leave is stopped. *Được phép hành động* : To be authorized to act. *Được nghỉ phép* : (Mil) To be on short leave, on leave of absence. *Lính có giấy phép nghỉ* : Soldier on leave. *Sự vắng mặt không xin phép* : Absence without leave. *Nghỉ quá phép* : To overstay one's leave. *Tôi được phép uống rượu* : I am allowed wine. *Tôi được phép làm việc ấy* : I am allowed to do it. *Ai cho phép anh làm việc nầy ?* : Who gave you authority to do this ?. *Xin phép làm việc gì* : To beg leave to do something, to ask permission to do something.

phép Rule, custom. *Lễ phép* : Polite. *Vô phép* : Impolite, rude.

phép Magic power.

phép Bí tích [fép bi tik] Sacrament. *Phép Bí tích rửa tội* : The Sacrament of baptism.

phép bói bài [fép bói bài] Cartomancy.

phép cắt ruột [fép kắɯt ruɔt] (Anat) Enterotomy.

phép chia [fép ciɔ] Division.

phép cộng [fép kɔŋ] Addition.

phép đặc biệt [fép dặɯk biẹt] Special permit.

phép đo độ cao [fép dɔ dọ kau] Hypsometry, altimetry.

phép đo lường [fép dɔ lɯɔ̀ŋ] Metric system.

phép đổ chữ [fép dó cữ] Anagram.

phép khám thây [fép xám θei] (Med) Autopsy.

phép lạ [fép lạ] Miracle.

phép làng [fép làŋ] Village custom.

phép lịch sự [fép lịk ʃụ] Civility, courtesy.

phép lượng giác [fép lɯɔŋ ʃák] (Math) Trigonometry. *Phét lượng giác phẳng* : Plane trigonometry.

phép mầu [fép mầu] Mysterious power.

phép mỗ cuống họng [fép mỗ kuốŋ hɔŋ] (Anat) Oesophagotomy.

phép nghỉ [fép ŋỉ] Leave.

phép nghiệm lạnh [fép ŋiệm lạɲ]

Cryoscopy.

phép nhân [fɛp pən] Multiplication.

phép phòng húi [fɛp fɔŋ húi] (Med) Asepsis.

phép rứa tội [fɛp rùɔ tọi] Christening.

phép tắc [fɛp táɯk] Rules, regulations.

phép tiên [fɛp tien] Magic power.

phép tính [fɛp tịp] Operation.

phép trắc quang [fɛp tráɯk kwaŋ] (Ph) Photometry.

phép trừ [fɛp trừ] Substraction.

phép tự chắp [fɛp tɯ cáɯp] (Anat) Anaplasty, anaplastics.

phép tự di thực [fɛp tɯ zi θɯk] (Med) Autoplasty.

phép vá thịt [fɛp vá θịt] (Med) Autoplasty.

phép vô khuẩn [fɛp vo xwɔn] (Med) Asepsis.

phét [fɛt] *Nói phét* : To brag, to boast, to draw the long bow.

phẹt [fẹt] To expectorate noisily ; to evacuate noisily.

phê bình [fe biŋ] To comment, to criticize. *Phê bình hạnh kiểm của người nào* : To comment on someone's behaviour. *Sự phê bình từng điểm một* : Running commentary. *Phê bình một tác phẩm* : To make comment on a text. *Nhà phê bình* : Critic, commentator. *Ông từ chối không phê bình gì về tình hình hiện nay tại Ấn độ* : He declined to comment on the current crisis in India. *Miễn phê bình* : Comment is needless.

phê chuẩn [fe cwɔn] To ratify, to approve, to confirm (a treaty, etc...). *Sự phê chuẩn* : Ratification, confirmation.

phê duyệt [fe zwiẹt] To approve, to ratify.

phê điểm [fe diểm] To mark (an exercise).

phê phán [fe fán] See phê bình.

phê phát [fe fát] To sell wholesale, to sell in bulk.

phê phát thương [fe fátθ ɯɔŋ] Wholesaler.

phẻ [fé] To depose, to dethrone.

phẻ bãi [fé bãi] To abolish, to suppress, to annul.

phẻ binh [fé biŋ] War invalid, disabled soldier.

phẻ bịnh [fé bịŋ] (Med) Pneumonia.

phẻ bỏ [fé bɔ̉] To abolish, to nullify.

phẻ cầu khuẩn [fé kɔ̀u xwɔn] (Med) Pneumococcus.

phẻ chì [fé cì] To abrogate, to annul. *Sự phế chì* : Abrogation.

phẻ chỉ [fé] Waste paper.

phẻ chức [fé cửk] Neglect of one's duties.

phẻ đế [fé dé] Fallen king, dethroned king.

phẻ động mạch [fé dọŋ maịk] Pulmonary artery.

phẻ hưng [fé hɯŋ] Decadence, and prosperity.

phẻ khuẩn [fé xwɔn] Pneumobacillus.

phẻ lao [fé lau] (Med) Phthisis, (pulmonary) consumption.

phẻ mạc [fé mak] Pleura.

phẻ mạc viêm [fé mak viem] (Med) Pleurisy.

phẻ nhân [fé pən] 1) Invalid. 2) Good-for-nothing.

phẻ tạng [fé taŋ] Lungs.

phẻ tật [fé tạt] Infirm, invalid.

phẻ thoái [fé θwái] To dismiss, to discharge.

phẻ tĩnh mạch [fé tịp maịk] Pulmonary vein.

phẻ truất [fé trwɔt] See phẻ thoái.

phẻ trừ [fé trừ] To abolish, to suppress.

phẻ trướng [fé trɯɔ́ŋ] (Med) Pneumonia.

phẻ tuyệt [fé twiẹt] Abandoned, forsaken.

phẻ vật [fé vạt] Refuse ; waste material.

phẻ viêm [fé viem] (Med) Pneumonia

phệ [fẹ] Fat, obese, pot-bellied.

phệch [féik] *Bạc phếch* : Faded, discoloured.

phên tre [fen trɛ] Bamboo wattle.

phẹn [fẹn] To thrash.

phểnh [fểiɳ] See **phình.**

phết [fét] To daub, to coat.

phết Comma.

phệt [fẹt] *Ngồi phệt xuống đất :* To sit on the ground.

phểu phào [fểu fàu] *Thở phểu phào :* To breathe noisily.

phểu [fểu] Funnel. *Hình cái phểu :* Funnel-shaped. *Phểu có lược :* Straining funnel.

Phi [fi] (Geog) Africa. *Bắc Phi :* North Africa.

phi (Of horse) To gallop. *Phi nước đại :* Full gallop. *Phi nước nhỏ :* To canter. gallop gently.

phi cảng [fi kảɳ] Airport.

Phi châu [fi câu] (Geog) Africa. *Người Phi châu :* African.

phi chiến [fi ciến] Demilitarized. *Khu phi chiến :* Demilitarized zone, no man's land.

phi công [fi koɳ] Pilot, aviator, airman. flying-man. *Bộ quần áo của phi công :* Flying suit.

phi cơ [fi kə] Plane, airplane, aeroplane, aircraft. *Xuống phi cơ :* To deplane. *Bắn rớt một chiếc phi cơ :* To shoot down, bring down, an aeroplane. *Chúng nó tìm kiếm viên phi công mất tích khắp nơi :* They searched far and near for the missing airman. *Phi công bị thương nặng khi phi cơ của anh ấy rớt :* The pilot sustained severe injuries when his plane crashed. *Ở giữa hai đám mây tôi thấy chiếc phi cơ rất rõ :* Between two clouds I got a very clear view of the plane. *Phi cơ của chúng ta báo rằng nhiều lực lượng địch đang di chuyển :* Our aeroplanes reported that large enemy forces were on the move.

phi cơ chiến đấu [fi kə ciến dấu] Fighter, battle-plane, battle aeroplane, fighter plane. *Các phi cơ chiến đấu của ta chận phi cơ oanh tạc của địch :* Our fighter planes intercepted the enemy's bombers. *Phi cơ chiến đấu của ta đã bắn rớt hai chục máy bay địch :* Our

fighters shot down twenty enemy aircraft.

phi cơ chở hàng [fi kə cỏ hàɳ] Transport aircraft.

phi cơ dân sự [fi kə zân ʃựɪ] Civil aircraft.

phi cơ huấn luyện [fi kə hwấn lwien] Training airplane.

phi cơ không hoa tiêu [fi kə xoɳ hwa tieu] Pilotless plane.

phi cơ khu trục [fi kə xu trục] Fighter.

phi cơ lên thẳng [fị kə len θẳɯɳ] Helicopter.

phi cơ một cánh [fi kə mọt káiɳ] Monoplane.

phi cơ oanh tạc [fi kə waiɳ tạk] Bomber, bomb-carrier, bombing-plane.

phi cơ phản lực [fi kə fản lựk] Jet plane, jet airplane.

phi cơ phóng thanh [fi kə fóɳ θaiɳ] Voice aircraft. (U.S.) loudspeaker plane.

phi cơ tải thương [fi kə tải θɯɯɳ] Air ambulance.

phi cơ thám thính [fi kə θám θíɳ] Scouting plane, scouting aeroplane.

phi cơ trực thăng [fi kə trực θaɯɳ] Helicopter.

phi cơ vận tải [fi kə vạn tải] Transport aircraft.

phi đạn [fi dạn] Rocket, missile.

phi đạo [fi dạu] Air-strip.

phi đỉnh [fi diɳ] Airship.

phi đối xứng [fi dối sứɳ] (Bot) Asymmetrical, unsymmetrical.

phi đội [fi dọi] Squadron, flying corps.

phi hành [fi hàiɳ] To fly.

phi hành Flight. *Thuật phi hành :* Aviation. *Nhân viên phi hành :* Air crew.

phi hành cơ [fi hàiɳ kə] Plane, airplane.

phi hành gia [fi hàiɳ ʂa] Pilot, aviator.

phi họa [fi hwa] Unexpected misfortune.

phi hoang [fi hwaɳ] To clear waste land.

phi hợp bào tử [fi hợp bàu tử] (Bot) Azygospore.

phi hủy [fi bwi] To speak ill of.

phi kiều [fi kièu] Suspension-bridge.

phi kim thuộc [fi kim θwɔrk] Metalloid, non-metal.

phi lao [fi lau] (Bot) Sea pine.

phi lễ [fi lễ] Impolite, crude, discourteous, uncivil.

phi lộ [fi lọ] Foreword, preface.

Phi luật tân [fi lwạt tɔn] (Geog) The Philippines.

phi lý [fi li] Absurd, irrational, illogical, extravagant.

phi nghĩa [fi ɲiə] Ill-gotten (gains). Của phi nghĩa không giàn đâu : Ill-gotten gains seldom prosper.

phi ngựa [fi ɳɯə] To gallop.

phi phàm [fi fàm] Extraordinary, out of the ordinary.

phi pháp [fi fáp] Illegal, unlawful.

phi phát [fi fát] Tousled hair.

phi phong [fi fɔŋ] To go very fast, like the wind.

phi quân sự [fi kwɔn ʃɯ] Demilitarized. Khu phi quân sự : Demilitarized zone

phi quyển [fi kwièn] To open a book.

phi tác [fi tắk] Air mission.

phi tang [fi taŋ] To destroy evidence.

phi tần [fi tòn] Imperial concubine.

phi thuyền không gian [fi θwièn xoŋ san] Spacecraft.

phi thư [fi θɯ] Anonymous letter.

phi thử [fi θử] Bat, flittermouse.

phi thường [fi θmɔ̀ŋ] Extraordinary, singular, abnormal ; exceptional. Người phi thường : Man above the ordinary. Người can đảm phi thường : A man of singular courage.

phi tiếu [fi tiếu] To laugh at, to mock, to ridicule.

phi trường [fi trmɔ̀ŋ] Airport, aerodrome, airdrome.

phi tướng [fi tmɔ́ŋ] Pilot, aviator.

phi vụ [fi vụ] Air mission.

phí [fi] To waste, squander (money). Lãng phí thì giờ : To waste one's time. Bỏ phí tuổi xuân : To waste one's

youth. Phí sức vô ích : To waste one's energy.

phí Expenses, expenditures. Học phí : Schoolfees. Cước phí : Postage. Lộ phí : Travelling expenses. Quân phí : Military expenditures.

phí công [fi koŋ] To waste one's efforts.

phí của [fi kwə] To waste money.

phí dụng [fi zuŋ] To spend.

phí lực [fi lɯk] To waste one's energy.

phí phạm [fi fạm] To waste, to squander.

phí sức [fi ʃửk] To waste one's energy.

phí thang [fi θaŋ] Boiling water.

phí thì giờ [fi θi ʒɔ̀] To waste time.

phí thúy [fi θwỉ] Boiling water.

phí tổn [fi tòn] Charge, cost, expenses, expenditures. Khỏi trả phí tổn : Free of charge. Trả phí tổn thế cho người nào : To defray someone expenses. Những phí tổn mà tôi phải chịu : The expenses for which I am liable. Phí tổn chuyên chở về phần chúng ta chịu : The cost of transport is borne by, chargeable to us.

phì [fi] Fat. Phát phì : To get fat, to grow stout.

phì cười [fi kmɔ̀i] To burst out laughing.

phì địa [fi dịə] Fertile, rich, fruitful, land.

phì liệu [fi lịệu] Fertilizer, manure.

phì nhiêu [fi ɲièu] Fertile, fat, rich, fruitful. Đất phì nhiêu : Rich land, fat land.

phì nộn [fi nộn] Corpulent, obese, fat.

phì phị [fi fị] Chubby, fat.

phỉ [fi] Satisfied, content.

phỉ báng [fi báŋ] To defame, to denigrate, to slander, to calumniate, to vilify, to libel, to dispraise. Sự phỉ báng : Defamation. Viết bài phỉ báng người nào : To utter a libel against someone. Kiện người nào về tội phỉ báng : To bring an action for libel against someone.

phỉ chí [fi ci] Content, satisfied.

phỉ dạ [fi zạ] See phỉ chí.

phi đỏ [ʃi dò] Brigand, robber, bandit.

phi lòng [fi lɔŋ] See phi chí.

phi nguyền [fi ŋwièn] Satisfied.

phi ngôn [fi ŋon] Defamation, slander.

phi tình [fi tiɲ] Satisfied, content.

phị [fi] Béo phị : Chubby, fat.

phị điểm [fi dièm] Boiling point. Máy nghiệm phị điểm : Ebullioscope.

phía [fiɔ] Side, direction, way. Phía tay trái, phía tay mặt : On the left-hand side, on the right-hand side. Mọi phía : On all sides. Ở phía bên nầy sông : On this side (of) the river. Đi về phía Saigon : To go in the direction of Saigon. Về phía nào ? : In which direction ?. Gió ở phía nào thời lại ? : Which way is the wind blowing ?.

phía dưới [fiɔ zɯỏi] Down, below, at the foot of.

phía đông [fiɔ doŋ] Eastward.

phía nào [fiɔ nàu] In which direction ?

phía ngoài [fiɔ ŋwài] Exterior.

phía sau [fiɔ ʃau] Behind, at the back of, in the rear of (someone, something); backward. Cái nhìn lại phía sau : Backward glance. Anh không thể nhìn phía sau đầu anh được : You can't see the back of your head. Ở phía sau nhà : In the rear of the house. Tóc hớt sát phía sau : Hair cropped close at the back. Nhà day phía sau ra đường cái : The house backs on the high road.

phía tây [fiɔ tei] West. Mặt trời lặn ở phía tây : The sun was sinking in the west.

phía trên [fiɔ tren] Above. Ở phía trên cửa cống : Above lock.

phía trước [fiɔ trúrk] Front. Đứng xê ra phía trước, đứng quá ra phía trước : Stand further in front. Anh dán tem vào phía trước bì thơ, chứ không phải phía sau : You put a stamp on the front of an envelope, not the back.

phích [fik] Spade. Lá hai phích : The two of spades.

phích nước [fik núrk] Filter.

phịch [fik] Thud. Té nghe cái phịch : To fall with a thud. Ngồi phịch xuống

---

ghế : To fling oneself into a chair, to flop down on to a seat.

phiếm [fiém] Chuyện phiếm : Idle talk.

phiếm ái [fiém ái] Philanthropy.

phiếm ái chủ nghĩa [fiém ái củ ɲiɔ] Philanthropism.

phiếm bạc [fiém bạk] Immense.

phiếm du [fiém zu] To ramble.

phiếm đàm [fiém dàm] To palaver, to talk idly.

phiếm luận [fiém lwạn] See phiếm đàm.

phiếm thần giáo [fiém θòn ɟáu] Pantheism.

phiếm thần luận [fiém θòn lwạn] Pantheism.

phiên [fien] 1) Turn. Tới phiên ai ?, tới phiên anh : Whose turn is it ?, it is your turn, the ball is with you. Tới phiên anh đi : (In chess) It's your turn to move. Luân phiên, thay phiên nhau : In turn, by turn. Người nào phiên nấy : Each one in his turn. Thay phiên nhau mỗi ba giờ để làm việc gì : To do something in turns of three hours. Chúng tôi thay phiên nhau làm : We all work by turns ; we work turn and turn about. Hãy chờ đến phiên anh : Wait (until of it is) your turn. Bây giờ đến phiên anh đọc : It's your turn to read now.

2) Sitting, session. Phiên toà xử : Sitting of a court.

phiên âm [fien ɔm] To transcribe phonetically.

phiên chợ [fien cợ] Market day.

phiên cung [fien kuŋ] To retract one's statement.

phiên dịch [fien zịk] To translate. Phiên dịch một câu tiếng Anh ra tiếng Việt : To translate a sentence from English into Vietnamese.

phiên dịch viên [fien zịk vien] Translator.

phiên gác [fien gák] Watch, guard, duty. Đương phiên gác : To be on watch (guard, duty). Đổi phiên gác : To take over the watch.

phiên phú : [fien fúk] Crooked, dishonest.

phiên thần [fien θần] Vassals.

phiên thuộc [fien θwợrk] Protectorate, colony.

phiên [fién] Slab (of stone, etc...).

phiên chỉ [fién ci] Sheet of paper.

phiên diện [fién diẹn] Unilateral.

phiên động [fién dọŋ] To stir up revolt.

phiên gỗ [fién gỗ] Plank.

phiên hình [fién hình] Fan-shaped.

phiên hoặc [fién hwặuk] To enchant, to charm.

phiên lá [fién lá] (Bot) Limb.

phiên loạn [fién lwạn] To stir up revolt.

phiên mạt [fién mạt] Base, vile.

phiên mỏng [fién mỏŋ] Thin sheet or plate (of iron, etc...).

phiên phương [fién fưaŋ] Unilateral.

phiên thời [fién θời] Moment, instant.

phiên [fièn] To bother, to annoy, to disturb, to trouble, to worry, to vex, to bore, to pester, to plague. Tôi sợ làm phiền anh : I am afraid of disturbing you. Phiền anh dịch giùm tôi bức thơ nầy : I will trouble you to translate this letter.

phiên diễn [fièn ziễn] To grow, to increase.

phiên giản [fièn ỳản] Complicated and simple.

phiên hà [fièn hà] To bother, to bore, to worry.

phiên hoa [fièn hwa] Prosperous.

phiên khí [fièn xí] Grief, sorrow.

phiên kịch [fièn kịk] Busy, complicated.

phiên lao [fièn lau] Weary, fatigued.

phiên lòng [fièn lòŋ] Bored, annoyed.

phiên mậu [fièn mậu] Exuberant.

phiên muộn [fièn muọn] Sad, grieved, sorrowful.

phiên nan [fièn nan] Complicated and difficult.

phiên não [fièn nãu] Sad, sorrowful, grieved, afflicted.

phiên nhiễu [fièn ɲiễu] To importune, to disturb.

phiên phức [fièn fức] Complicated, compound.

phiên tạp [fièn tạp] Confused, chaotic, in disorder.

phiên tê [fièn tễ] Complicated.

phiên thịnh [fièn θịŋ] Exuberant.

phiên thực [fièn θựk] To propagate. Sự phiên thực : Propagation.

phiên tòa [fièn twà] See phiên tê.

phiên toái [fièn twái] Complicated.

phiên tư [fièn tư] To propagate.

phiên tức [fièn tức] See phiên thực.

phiên xương [fièn sươŋ] See phiên thịnh.

phiện [fiẹn] Á phiện, thuốc phiện : Opium. Hút thuốc phiện : To smoke opium. Người ghiền thuốc phiện : Opium-smoker.

phiệt duyệt [fiệt zwiệt] Noble and rich family.

phiêu bạt [fieu bạt] To drift ; to have no fixed home, to wander from place to place.

phiêu diêu [fieu zieu] Lightly.

phiêu lưu [fieu lưu] To wander. Phiêu lưu khắp thế giới : To wander the world through. Đời phiêu lưu : Life of adventure. Chuyện phiêu lưu : Tale of adventures.

phiêu ngụ [fieu ŋụ] To live abroad.

phiêu nhiên [fieu ɲien] Light and agile.

phiêu phiêu [fieu fieu] Gently, lightly.

phiêu phong [fieu fɔŋ] Cyclone.

phiêu phù [fieu fù] To drift.

phiêu sinh vật [fieu ʃiŋ vật] (Biol) Plankton.

phiêu [fiéu] 1) Ballot, voting paper. Thùng phiếu : Ballot - box. Bỏ phiếu : To ballot. Bỏ phiếu chống người nào : To ballot against someone.
2) Bill, ticket.

phiêu 1) To whiten, to make (something) white.
2) To fine (down) (sugar).
3) Slip. Hãng buôn ghi trên phiếu đính kèm : The firm mentioned on the accompanying slip.

phiêu bạch [fiéu bạik] To whiten, to make (something) white.

phiêu bầu [fiéu bòu] Voting paper, ballot.

phiêu cấp phát [fiéu kớp fát] Issue slip.

phiêu chỉ [fiéu cỉ] Bill, bank-note.

phiêu gởi [fiéu gỏi] Routing slip.

phiêu nhập [fiéu nợp] Tally-in.

phiêu trắng [fiéu trắưn] Blank voting paper.

phiêu xuất [fiéu swốt] Tally-out.

phim [fim] Film, picture. *Quây phim :* To shoot, take, a film ; (Sch) to cheat during examination. *Người quây phim :* Film recorder. *Lấy chuyện một tiểu thuyết quây thành phim :* To put a novel on the films. *Nó rất mê minh tinh màn ảnh ấy và đi xem tất cả phim nào có nàng đóng :* He's crazed about that film star and goes to see every picture in which she appears.

phim câm [fim kɔm] Silent film. *Phim câm được thay thế bằng phim nói :* Silent films have been replaced by sound (talking) films.

phim huấn luyện [fim hwớn lwiẹn] Training film.

phim màu [fim màu] Colour film, film in technicolour.

phim nói [fim nói] Talking film, sound film.

phim thời sự [fim θòi fư] Topical gazette ; news-reel.

phim trường [fim trườn] Studio.

phim [fim] (Mus) Fret (of stringed instruments); digital, (finger-) key, fingerboard (of piano). *Các ngón tay của nàng lướt nhẹ trên phim dương cầm :* Her fingers swept the keys of the piano.

phin cà phê [fin kà fe] Coffee-percolator.

phình [fịn] To distend, to swell.

phình bụng [fịn bụn] To distend one's stomach.

phinh [fịn] To flatter ; to adulate, to fawn upon, to toady.

phinh gạt [fịn gạt] To cheat, to deceive, to dupe.

phinh nịnh [fịn nịn] To flatter, to toady.

phinh phờ [fịn fờ] See phinh nịnh.

phiu [fiu] *Phẳng phiu :* Level, smooth, even.

phịu [fịu] *Phụng phịu :* To sulk, to look discontented.

pho sách [fɔ fáik] Volumes.

pho tượng [fɔ tườn] Statue. *Một pho tượng đẹp :* A fine statue. *Pho tượng đứng :* Standing statue. *Nó đứng yên như pho tượng :* He stands like a statue. *Pho tượng không đầu :* Statue that wants a head.

phó [fɔ́] Deputy.

phó bản [fɔ́ bản] Copy, duplicate.

phó cận [fɔ́ kạn] Near, adjacent, adjoining.

phó chủ tịch [fɔ́ củ tịk] Vice-president, vice-chairman, deputy chairman. *Phó chủ tịch danh dự :* Honorary vice-president.

phó đế đốc [fɔ́ dè dốk] Commodore.

phó đô đốc [fɔ́ do dốk] Vice-admiral.

phó đô trưởng [fɔ́ do trườn] Deputy prefect.

phó đốc lý [fɔ́ dốk lí] See phó đô trưởng.

phó giám đốc [fɔ́ ʒám dốk] Sub-manager, assistant director, deputy-manager, assistant-manager.

phó hiện tượng [fɔ́ hiẹn tườn] (Med) Epiphenomenon.

phó hội [fɔ́ hội] To attend a meeting.

phó hội trưởng [fɔ́ hội trườn] Vice-president (of society).

phó lãnh sự [fɔ́ lãịn sụ] Vice-consul.

phó mát [fɔ́ mát] Cheese. *Người làm phó mát :* Cheese-maker. *Khuôn làm phó mát :* Cheese-mould. *Người bán phó mát :* Cheesemonger. *Chỉ ngửi mùi phó mát này cũng đủ làm tôi ngán rồi :* The mere smell of that cheese put me off (it).

phó mẫu [fɔ́ mõu] (Wet) Nurse.

phó nhậm [fɔ́ pəm] To take up one's duties.

phó quản lý [fɔ́ kwàn lí] Deputy-manager, vice-manager, acting manager.

phó sản phẩm [fɔ́ ʃàn fɔ̀m] By-product, secondary product.

phó tang [fɔ́ taŋ] To attend the funeral.

phó thác [fɔ́ θák] To trust, to entrust, to commend, to charge, to confide. *Phó thác việc gì cho người nào* : To trust someone with something, to commend something to someone.

phó thủ tướng [fɔ́ θù tuɔ̀ŋ] Vice premier, deputy Prime Minister.

phó thự [fɔ́ θɯ] To countersign ; to frank (official letters).

phó tỉnh trưởng [fɔ́ tỉŋ truɔ̀ŋ] Deputy chief of province.

phó tổng thống [fɔ́ tổŋ θóŋ] Vice-President (of a republic).

phó tổng thơ ký [fɔ́ tổŋ θə kí] Deputy secretary general.

phó vương [fɔ́ vuɔŋ] Viceroy.

phò [fɔ̀] To escort ; to help, to assist, to support.

phò mã [fɔ̀ mã] Prince Consort.

phò tá [fɔ̀ tá] To help, to support.

phò vua [fɔ̀ vwə] To serve the king.

phong [fɔŋ] (Of king) To confer, to bestow.

phong *Niêm phong:* To seal (letter, etc...).

phong *Cây phong* : Maple.

phong ba [fɔŋ ba] Wind and waves ; storm, tempest.

phong bì [fɔŋ bì] Envelope. *Phong bì có keo* : Adhesive envelope. *Bỏ thơ vào phong bì* : To put a letter in an envelope. *Khi anh gởi thơ, anh viết địa chỉ và dán tem trên phong bì* : When you send a letter, you write the address and stick the stamp on the envelope.

phong cảnh [fɔŋ kảiɲ] Landscape, scenery, view, sight. *Một phong cảnh mới bày ra trước mắt chúng tôi* : A new sight greeted our eyes. *Chúng nó ngừng lại để xem phong cảnh* : They stopped to look at the view.

phong cầm [fɔŋ kầm] (Mus) Organ.

phong chức [fɔŋ cứk] To confer honour.

phong cốt [fɔŋ kót] Dignity.

phong cương [fɔŋ kuɔŋ] Frontier, border, boundary.

phong dao [fɔŋ zau] Folk-song, popular song.

phong dụ [fɔŋ zụ] Rich, wealthy.

phong đăng [fɔŋ dauŋ] To have a good crop.

phong điên [fɔŋ dien] Madness.

phong đòn gánh [fɔŋ dòn gáiɲ] (Med) Tetanus.

phong độ [fɔŋ dọ] Manner, appearance.

phong hóa [fɔŋ hwá] Morals, customs. *Phong hóa suy đồi* : Depraved morals.

phong hủi [fɔŋ hủi] Leprosy.

phong kế [fɔŋ ké] Anemometer, wind-gauge.

phong kiến [fɔŋ kiến] Feudal.

phong kiến chế độ [fɔŋ kiến cé dọ] Feudalism, feudal system.

phong lan [fɔŋ lan] (Bot) Orchid.

phong lạp [fɔŋ lạp] Beeswax.

phong lữ thảo [fɔŋ lử θàu] (Bot) Geranium.

phong lực biểu [fɔŋ lựk biểu] See phong kế.

phong lực kế [fɔŋ lựk ké] See phong kế.

phong lương [fɔŋ luɔŋ] Cool breeze.

phong lưu [fɔŋ lɯu] In easy circumstances.

phong mạo [fɔŋ mạu] Bearing and physiognomy. *Phong mạo oai nghiêm* : Majestic bearing.

phong mật [fɔŋ mật] Honey.

phong môi [fɔŋ moi] (Bot) Anemophilous.

phong nẫm [fɔŋ nẫm] To have a good crop.

phong nguyệt [fɔŋ ŋwiệt] Wind and moon, (fig) love affairs.

phong nhã [fɔŋ ɲã] Elegant, courteous fine.

phong nhân [fɔŋ ɲən] Poet (author o

folk-song).

phong niên [fɔŋ nien] Year of abundance.

phong phanh [fɔŋ faiŋ] *Ăn mặc phong phanh :* To be dressed lightly. *Nghe phong phanh :* To hear indirectly.

phong phú [fɔŋ fú] Rich, wealthy, abundant, copious. *Văn chương phong phú :* Copious style.

phong quang [fɔŋ kwaŋ] 1) Beautiful landscape. 2) Dignity.

phong sa [fɔŋ ʃa] (Med) Measles.

phong sương [fɔŋ ʃwəŋ] Wind and frost, (fig) hardships.

pong thái [fɔŋ θải] Countenance.

pong thanh [fɔŋ θaiŋ] 1) News, tidings. 2) Fame, celebrity. 3) Noise, din.

phong thánh [fɔŋ θáiŋ] To canonize. *Sự phong thánh :* Canonization.

phong thắp [fɔŋ θáp] (Med) Rheumatism. *Thuộc về chứng phong thấp :* Rheumatic. *Bịnh phong thấp khớp cấp :* Rheumatism in the joints.

phong thổ [fɔŋ θổ] Climate.

phong thổ học [fɔŋ θổ hɔk] Climatology.

phong thơ [fɔŋ θə] Letter.

phong thú [fɔŋ θú] Interest.

phong thúy [fɔŋ θửi] Geomancy.

phong, thực, cộng [fɔŋ, θựk, cọŋ] The feudalists, colonialists and communists.

phong tín [fɔŋ tin] Direction of the wind.

phong tín cơ [fɔŋ tín kə] Anemoscope.

phong tình [fɔŋ tịŋ] *Bịnh phong tình :* Venereal disease.

phong tòa [fɔŋ twa] To blockade. *Sự phong tỏa :* Blockade. *Phong tỏa một hải cảng :* To blockade a port.

phong tranh [fɔŋ traiŋ] Kite (a light framework covered with paper, made to fly in the air at the end of a string).

phong trào [fɔŋ trầu] Movement. *Phong trào cách mạng quốc gia :* National revolutionary movement.

phong trắc pháp [fɔŋ tráuk fáp] Anemometry.

phong trần [fɔŋ trồn] Wind and dust. (fig) hardships of travel ; hardships of life.

phong túc [fɔŋ túk] Abundant, plenty of.

phong tục [fɔŋ tụk] Custom. *Giữ đúng theo một phong tục :* To conform oneself to a custom.

phong tư [fɔŋ tɯ] Countenance, face.

phong tước [fɔŋ tứrk] (Of king) To confer (an honour, rank, etc...).

phong văn [fɔŋ vauɯ] Rumour.

phong vân [fɔŋ vən] Wind and clouds. (fig) to have a favourable opportunity.

phong vũ biểu [fɔŋ vũ biểu] Barometer. *Phong vũ biểu có chậu :* Cistern barometer. *Phong vũ biểu có mặt :* Wheel-barometer.

phong vũ ký [fɔŋ vũ ki] Barograph.

phong vương [fɔŋ vɯəŋ] Queen-bee.

phóng [fɔ́ŋ] 1) To throw, to launch, to deliver, to fling ; to let out. *Phóng một chiếc máy bay lên :* To catapult a plane. *Phóng ra một cuộc tấn công :* To launch an attack. *Phóng cho người nào một đá :* To let out at someone with one's foot. *Phóng mình tới trước :* To plunge forward ; to spring, bound, dash, shoot, forward. 2) To discharge, to let fly (an arrow, etc..).

phóng đại [fɔ́ŋ dại] 1) To enlarge, to make (something)greater ; to amplify. *Sự phóng đại :* Enlargement, amplification. *Máy phóng đại :* (Phot) Enlarger. 2) To exaggerate, to magnify (story).

phóng đảm [fɔ́ŋ dảm] Bold, daring, audacious.

phóng đăng [fɔ́ŋ dăŋ] Dissolute, debauched. *Sống một cuộc đời phóng đăng :* To lead a dissolute, fast, wild, disorderly, life.

phóng hạ [fɔ́ŋ hạ] To throw down.

phóng hiệu [fɔ́ŋ hiệu] To imitate, to copy.

phóng hỏa [fɔ́ŋ hwa] To set fire to (something), to set (house, etc..) on fire.

PH

phóng hoài [fɔ́ŋ hwài] At will, at pleasure.

phóng khí [fɔ́ŋ xí] To abandon, to forsake.

phóng khoáng [fɔ́ŋ xwáŋ] Free.

phóng lao [fɔ́ŋ lau] To throw the javelin. *Môn phóng lao :* Javelin throwing.

phóng ngư lôi [fɔ́ŋ ŋɯ loi] To fire a torpedo. *Ống phóng ngư lôi :* Torpedo-tube.

phóng ngựa [fɔ́ŋ ŋɯɔ] To start a horse off at full gallop.

phóng nhiệm [fɔ́ŋ ɲiệm] Unconstraint; non-interference.

phóng nhiệt [fɔ́ŋ ɲiệt] Exathermic (reaction, etc...).

phóng nô [fɔ́ŋ no] To emancipate, affranchise, liberate slaves.

phóng pháo [fɔ́ŋ fáu] To bombard, to release bombs.

phóng pháo cơ [fɔ́ŋ fáu kɔ] Bomber, bombing plane.

phóng sinh [fɔ́ŋ ʃiɲ] 1) To set free, to release (fishes, birds). 2) To abandon, to forsake.

phóng sự [fɔ́ŋ ʃɯ] News report.

phóng tác [fɔ́ŋ ták] To adapt.

phóng tâm [fɔ́ŋ təm] Unconcerned, free from care.

phóng thí [fɔ́ŋ θi] To fart, to break wind.

phóng thích [fɔ́ŋ θík] To liberate, to release, to free; to set free ; to discharge, to emancipate, to affranchise.

phóng trái [fɔ́ŋ trái] To put one's money out at interest.

phóng trục [fɔ́ŋ trụk] 1) To exile, to banish. 2) To expel.

phóng túng [fɔ́ŋ túŋ] To be free, unrestrained.

phóng tứ [fɔ́ŋ tɯ] See phóng túng.

phóng uế [fɔ́ŋ wé] To defecate.

phóng viên [fɔ́ŋ vien] Reporter, correspondent. *Phóng viên chiến tranh :* War correspondent.

phóng xá [fɔ́ŋ sá] See phóng thích.

phóng xạ [fɔ́ŋ sạ] Radio-active. *Hóa học phóng xạ :* Radio-chemistry.

phóng xuống (nước) [fɔ́ŋ suɔ́ŋ] To dive. *Nó phóng xuống sông cứu đứa bé chết đuối lên :* He dived into the river and rescue the drowning child.

phòng [fɔ̀ŋ] Room, chamber ; hall. *Văn phòng :* Office. *Dọn phòng :* To clean out, tidy, do, a room. *Nó xông vào phòng :* He burst into the room. *Phòng day mặt ra đường :* Room that looks on (to) the street. *Hai phòng thông nhau :* The two rooms open into one another. *Nó làm mọi người trong phòng cười rộ lên :* He set the room in a roar. *Nó không ra khỏi phòng :* He sticks to his room. *Giăng một sợi dây ngang qua phòng :* To stretch a rope across the room. *Quét sạch một cái phòng :* To give a room a good sweep. *Đi tới đi lui trong phòng :* To walk up and down the room. *Đưa mắt nhìn quanh phòng :* To cast one's eye round the room, to sweep the room with a glance. *Đám đông tràn vào phòng :* The crowd invaded, broke into, the hall. *Nó ở phòng bên cạnh, gọi nó đi :* He's in the next room ; call him. *Phòng tối đen như mực :* The room was in complete darkness.

phòng To prevent, to ward off, to stave off (an illness, a danger) ; to avert (an accident).

phòng ăn [fɔ̀ŋ aɯn] Dining-room, eating-hall : refectory, dining - hall (in schools, etc...).

phòng bị [fɔ̀ŋ bị] To prevent, to guard against.

phòng bịnh [fɔ̀ŋ bịɲ] Prophylactic. *Sự phép phòng bịnh :* Prophylaxis, prevention of disease. *Phòng bịnh hơn chữa bịnh :* Prevention is better than cure.

phòng chi [fɔ̀ŋ ci] To prevent, to avert.

phòng chưởng khè [fɔ̀ŋ cɯɔ̀ŋ xè] Notary's office.

phòng cơ [fɔ̀ŋ kɔ] Precautions against famine.

phòng dịch [fɔŋ zịk] Preventive of (= for) epidemy.

phòng điện thoại [fɔŋ diẹn θwại] Telephone call-office.

phòng đọc sách [fɔŋ dọk sáik] Reading room.

phòng đợi [fɔŋ dợi] Waiting-room.

phòng gian bảo mật [fɔŋ san bảu mặt] Counter espionage and secrecy preservation.

phòng giấy [fɔŋ sái] Office, bureau.

phòng hai giường [fɔŋ hai ʒướŋ] Double-bedded room.

phòng hỏa hoạn [fɔŋ hwả hwạn] Fire prevention.

phòng học [fɔŋ họk] Schoolroom, classroom, study room.

phòng hủ [fɔŋ hủ] (Med) To asepticize. *Phép phòng hủ* : Asepsis.

phòng hờ [fɔŋ hờ] *Vai phòng hờ* (Sp) Emergency man, reserve. *Hội chơi với ba người phòng hờ* : The team were playing three reserves.

phòng khách [fɔŋ xáik] Drawing-room, living-room. *Phòng khách ngồn ngang đồ đạc* : Drawing-room cluttered up with furniture. *Phòng khách nhìn ra vườn* : The drawing room look on the garden. *Các thiếu nữ đang ở trong phòng khách* : The young girls are in the drawing-room. *Phòng khách đổi thành phòng làm việc* : The drawing-room was turned into a study.

phòng khám bịnh [fɔŋ xám bịn] Consulting-room.

phòng khẩu [fɔŋ xẩu] To keep quiet, to hold one's tongue.

phòng không [fɔŋ xoŋ] Air defense, aerial defense, anti-aircraft defense.

phòng không chủ động [fɔŋ xoŋ củ dọŋ] Active air defense.

phòng không địa phương [fɔŋ xoŋ địa fươŋ] Local air defense.

phòng không gián tiếp [fɔŋ xoŋ sán tiếp] Indirect air defense.

phòng không thụ động [fɔŋ xoŋ θụ dọŋ] Passive air defense.

phòng không trực tiếp [fɔŋ xoŋ trựk tiếp] Direct air defense.

phòng lái [fɔŋ lái] Driver's compartment.

phòng loạn [fɔŋ lwạn] To guard against disorder.

phòng luận tội [fɔŋ lwạn tội] (Jur) Grand jury.

phòng luật sư [fɔŋ lwạt sư] Lawyer's office.

phòng lục sự [fɔŋ lục sự] (Jur) Office of the clerk of the court.

phòng mạch [fɔŋ mạik] Consulting-room.

phòng mổ [fɔŋ mổ] Operating theatre, operating room.

phòng ngủ [fɔŋ ủ] Bed-room ; dormitory. *Phòng ngủ (dưới tàu)* : Cabin.

phòng ngự [fɔŋ ŋư] To defend.

phòng ngừa [fɔŋ ŋừa] To prevent, to ward off.

phòng nhàn [fɔŋ ɲàn] To prevent, to take precautions.

phòng ri [fɔŋ ri] Anti-rust.

phòng riêng [fɔŋ rieŋ] Private room.

phòng sét [fɔŋ sét] Anti-rust.

phòng tắm [fɔŋ taủm] Bath room.

phòng thành [fɔŋ θàiɲ] To defend a city.

phòng thân [fɔŋ θan] To defend oneself ; to protect, shield, oneself from, against (something).

phòng thi [fɔŋ θi] Examination room. *Đứa học trò lười biếng vào phòng thi bụng đầy lo ngại* : The lazy boy went into the examination room filled with apprehension.

phòng thí nghiệm [fɔŋ θi ŋiệm] Laboratory.

phòng thông tin [fɔŋ θoŋ tin] Information hall.

phòng thủ [fɔŋ θủ] To defend.

phòng thủ (sự) Defense. *Trong thế phòng thủ, đại đội khinh binh đẩy lui sự tấn công của địch bằng hỏa lực hoặc cận chiến* : In the defense, the rifle company repels the enemy attack by fire or close combat.

phòng thủ chiến lược [fɔŋ θủ cién

lɯrk] Offensive defense.

phòng thủ chiến thuật [fɔŋ θủ ciến θwət] Tactical defensive.

phòng thủ duyên hải [fɔŋ θủ zwien hải] Coast defense.

phòng thủ hải khẩu [fɔŋ θủ hải xẩu] Harbor defense.

phòng thủ lưu động [fɔŋ θủ lɯu dọŋ] Mobile defense.

phòng thủ quân sự [fɔŋ θủ kwən ʃɯ] Military defense.

phòng thủ thụ động [fɔŋ θủ θụ dọŋ] Civil defense, passive defense, Air Raid Precautious (A.R.P.).

phòng thử [fɔŋ θử] Fitting-room, trying-room.

phòng thương mại [fɔŋ θɯɔŋ mại] Chamber of commerce.

phòng tiếp khách [fɔŋ tiếp xáik] Reception room.

phòng tiếp tân [fɔŋ tiếp tən] Reception room.

phòng tối [fɔŋ tối] (Phot) Dark room, camera obscurs.

phòng trà [fɔŋ trà] Tea-room, tea-house.

phòng trang điểm [fɔŋ traŋ diểm] Dressing-room.

phòng tuyến [fɔŋ twién] Line of defence, defence line.

phòng xem bịnh [fɔŋ sɛm bịɲ] Consulting-room.

phòng văn [fɔŋ vaɯn] Office.

phòng vệ [fɔŋ vẹ] To defend, to guard, to protect.

phòng vệ dân sự [fɔŋ vẹ zən ʃɯ] Civil defense.

phòng xa [fɔŋ sa] To foresee, to anticipate.

phỏng [fɔ̉ŋ] To copy, to imitate.

phỏng Burnt, scalded. *Vết, chỗ phỏng:* Burn, scald. *Cà phê rất nóng, coi chừng phỏng miệng:* The coffee is very hot; don't burn your mouth. *Đứa bé bị phỏng tay khi chơi diêm quẹt:* The child burnt itself (its fingers) while playing with matches.

phỏng chất [fɔ̉ŋ cất] See phỏng vấn.

phỏng chừng [fɔ̉ŋ cừŋ] Approximately.

Sự phỏng chừng : Approximation.

phỏng đoán [fɔ̉ŋ dwán] To conjecture, to surmise, to guess, to presume. *Sự phỏng đoán :* Conjecture, surmise, guess, presumption. *Phỏng đoán trúng :* To be right in a conjecture, to be right in one's surmises. *Có thể phỏng đoán được:* Conjecturable.

phỏng độ [fɔ̉ŋ dọ] To estimate, to value.

phỏng sử [fɔ̉ŋ ʃử] Supposing that.

phỏng tạo [fɔ̉ŋ tạu] To copy, to imitate.

phỏng theo [fɔ̉ŋ θɛu] To copy, to adapt.

phỏng vấn [fɔ̉ŋ vón] To interview. *Cuộc phỏng vấn :* Interview.

phỏng viên [fɔ̉ŋ vien] See phóng viên.

phọt [fɔt] To spout, to spirt, to squirt, to gush out.

phô [fo] To show, to display.

phô bày [fo bày] To display, to exhibit, to show.

phô trần [fo trần] See phô bày.

phô trương [fo trɯɔŋ] To flaunt, to display, to show off.

phố [fố] Street ; house, apartment. *Đi bát phố :* To prowl the streets, to pound the asphalt.

phố phường [fố fɯɔ̀ŋ] Streets.

phố xá [fố sá] Streets.

Phổ [fỏ] (Geog) Prussia. *Người Phổ :* Prussian.

phổ bác [fỏ bák] Immense, vast.

phổ biến [fỏ bién] To diffuse, to spread ; to disseminate, to distribute ; to universalize. *Sự phổ biến :* Diffusion, spreading, dissemination, distribution.

phổ biến hạn chế [fỏ bién hạn cế] Restricted distribution.

phổ biến tổng quát [fỏ bién tỏŋ kwát] General distribution.

phổ cập [fỏ kập] To popularize.

phổ độ [fỏ dọ] To succour, to relieve. *Phổ độ chúng sinh:* To relieve everybody.

phổ hấp dẫn [fỏ hấp zẫn] (Ph) Absorption spectrum.

phổ hệ [fỏ hẹ] Genealogy, pedigree.

phổ nhạc [fỏ ɲạk] (Mus) To put word:

to music.

phổ nhiễu xạ [fỏ ɲiễu sạ] (Ph) Diffraction spectrum.

phổ ɦiểm [fỏ fiểm] Everywhere.

phổ thông [fỏ θoŋ] Common, general, universal. *Phổ thông danh từ* : Common noun. *Kiến thức phổ thông* : General knowledge. *Thành phổ thông* : To come into general use. *Do phổ thông suy ra đặc biệt* : To argue from the general to the particular.

phổ thông đầu phiếu [fỏ θoŋ dầu fiếu] Universal suffrage. *Ở nước anh có phổ thông đầu phiếu không ?:* Is there universal suffrage in your country ?.

phôc xếp [fók sép] (Med) Forceps.

phôi bàn [foi bàn] Tread of an egg.

phôi châu [foi cɔu] Ovule.

phôi nhũ [foi ɲũ] (Bot) Albumen. *Có phôi nhũ* : Albuminous.

phôi pha [foi fa] To wither, to wilt, to fade.

phôi sinh học [foi siɲ hɔk] (Biol) Embryology.

phôi thai [foi θai] Embryo. *Thuộc về phôi thai* : Embryonary, embryonic.

phôi thai tác dụng [foi θai ták zụŋ] Embryogenesis, embryogeny. *Thuộc về phôi thai tác dụng* : Embryogenetic, embryogenic.

phôi cảnh [fói kảɲ] Perspective. *Phép phối cảnh từ cao* : Aerial perspective.

phôi hợp [fói hợp] 1) To combine, to coordinate. *Sự phối hợp* : Combination, coordination.
2) To concord.

phôi hợp hỏa lực [fói hợp hwa lựk] (Mil) Fire coordination. *Phối hợp hỏa lực yểm trợ* : Fire support coordination.

phôi hợp tham mưu [fói hợp θam mưu] Staff coordination.

phôi lưu [fói lưu] To exile.

phôi sắc [fói ʃắʊk] To blend colours.

phôi trí [fói tri] To coordinate.

phôi tử [fói tử] (Phisiol) Gamete.

phôi xạ tuyền [fói sạ twiển] Fire coordination line.

phổi [fỏi] (Anat) Lung. *Màng phổi* : Pleura. *Cuống phổi* : Bronchus. *Bệnh đau phổi* : Lung-disease. *Yếu phổi* : To be weak-lunged. *Bịnh lao phổi* : Phthisis, (pulmonary) consumption. *Phổi nám* : The lung is affected. *Viên đạn mắc trong phổi* : The bullet has lodged in the lung.

phồn hoa [fòn hwa] Prosperous.

phồn thịnh [fòn θịɲ] Prosperous.

phông [foŋ] Background (of a picture).

phồng [fòŋ] To bloat, to swell ; (of paint) to blister ; to bulge, to distend. *Chỗ phồng da* : Water blister. *Làm phồng lên* : To bloat, to swell, to blister, to distend.

phồng lên [fòŋ len] 1) To swell, to bag, to bulge. *Các buồm phồng lên trước gió* : The sails swelled out in the wind. 2) To become inflated, (of stomach) to become distended.

phồng ra [fòŋ ra] To expand. *Bánh xe phồng ra khi anh bơm hơi vào* : A tyre expands when you pump air into it.

phổng [fỗŋ] Statue, statuette.

phổng To take away, to carry away. *Phổng vợ người* : To abduct someone's wife.

phộng [fọŋ] *Đậu phộng* : Pea-nut, earth-nut, ground-nut.

phồp pháp [fóp fáp] Stout, corpulent.

phốt [fót] Mistake.

phốt gen [fót gɛn] (Ch) Phosgene.

phốt phát [fót fát] (Ch) Phosphate.

phốt phin [fót fin] (Ch) Phosphine.

phốt phít [fót ʃ.] (Ch) Phosphite.

phốt pho [fót fɔ] (Ch) Phosphor, phosphorus. *Phốt pho đỏ* : Red phosphorus.

phốt pho ric [fót fɔ rik] (Ch) Phosphoric.

phốt-pho-rit [fót fɔ rit] (Ch) Phosphorite.

phốt-pho-rơ [fót fɔ rɔ] (Ch) Phosphorous.

phốt-phua [fot fwɔ] (Ch) Phosphide.

phơ [fɔ] *Ống già tóc bạc phơ* : White-haired old man.

phờ [fɔ̀] *Phờ người* : Tired out, worn out.

phở [fɔ̀] Noodles served with beef.

phơi [fai] To dry (something) in the sun, at the fire, etc...

phơi bày [fɔi bày] To expose. Sự phơi bày : Exposure.

phơi củi [fai kủi] To dry wood, to season wood.

phơi nắng [fɔi nắuŋ] To dry in the sun, to expose to the sunlight. Phơi mình ngoài nắng : To expose one's body to the sunlight, to warm oneself in the sun.

phơi quần áo [fai kwɔ̀ ɔ] To dry clothes, to put linen out to dry. Nàng phơi quần áo : She hung the washing out to dry. Nó đang phơi quần áo trên dây : He is hanging out the wash on the line.

phơi sương [fai ʃwɔŋ] To expose to the dew.

phới [fɔ́i] Phất phới : To flaunt, to wave, to float.

phơn phớt [fɔn fɔ́t] (Of colour) To be light, pale.

phớt [fɔ́t] Felt. Như phớt, làm bằng phớt : Felty. Nón phớt : A felt hat.

phớt To touch or stroke lightly ; to skin over something ; to graze, brush (solid surface). Viên đạn bay phớt qua vai nó: The bullet grazed his shoulder. Viên đạn chỉ phớt qua da : The bullet only grazed the skin. (Quần vợt) Banh phớt qua lưới : Ball that just grazes the net. Viên đạn chỉ phớt qua nó : The bullet only grazed him. Bàn phớt qua một vấn đề : To touch lightly on a topic.

phớt qua [fɔ́t kwa] Fugacious.

phu [fu] Coolie. Nông phu : Farmer. Tiều phu : Woodman. Vị hôn phu : Fiancé.

phu bến tàu [fu bến tàu] Docker.

phu dịch [fu zịk] Coolie, porter.

phu diễn [fu ziễn] To develop, to explain.

phu đám ma [fu dám ma] Mute.

phu đào huyệt [fu dàu hwiệt] Gravedigger.

phu đồ rác [fu dồ rák] Garbage collector. Sở Y tế tòa Đô chính hôm nay thông báo rằng phu đồ rác sẽ tạm ngưng hoạt động đêm mùng một và mùng hai Tết Nguyên đán : The Prefectural Sanitation Service announced to day that the garbage collectors will temporary cease operation on the first and second nights of the Lunar New Year.

phu khuân vác [fu xwon vák] Porter.

phu lục lộ [fu lụk lọ] Roadman, roadmender.

phu mỏ [fu mỏ] Miner.

phu nhân [fu pɔn] Mistress. Đại-tướng phu nhân : The general's wife.

phu phen [fu fɛn] Coolies.

phu phụ [fu fụ] Husband and wife.

phu quân [fu kwɔn] My husband.

phu quét đường [fu wét drɔ̀ŋ] Crossswepeer.

phu thê [fu θe] Husband and wife.

phú [fú] To endow, to endue. Trời phú cho nó nhiều tài năng : Nature has endowed him with great talents.

phú bẩm [fú bɔ̀m] Innate, native, inborn.

phú cường [fú kwɔ̀ŋ] Wealthy and powerful.

phú de [fú ze] Pound.

phú gia [fú ʒa] Wealthy family.

phú hào [fú hàu] Wealthy and powerful.

phú hậu [fú hạu] Enormously rich.

phú hộ [fú họ] Wealthy family.

phú hữu [fú hữu] Rich, wealthy.

phú nguyên [fú ŋwien] Resources, source of wealth.

phú nông [fú noŋ] Rich farmer.

phú ông [fú oŋ] Rich man.

phú phận [fú fạn] Fate, destiny, lot.

phú quý [fú kwí] Rich and noble.

phú thác [fú θắk] See phó thác.

phú thọ [fú ʉɔ] Rich and long-lived.

phú thương [fú θwɔŋ] Rich merchant.

phú tính [fú típ] Nature.

phù [fù] (Med) Beriberi.

phù bạc [fù bạk] Uncertain, unsure ; lightly, thoughtlessly.

phù bào [fù bàu] Foam.

phù chú [fù cú] Incantation.

phù danh [fù zaiɲ] Vainglory.

phù dâu [fù zʒù] Maid of honour, bridesmaid.

phù du [fù zu] To ramble, to roam, to wander, to stroll (about).

phù du [fù zu] (Ent) Ephemera, ephemeron, day-fly, may-fly.

phù du Ephemeral ; short-lived, transitory, passing, fleeting.

phù dung [fù zuɲ] Á phù dung : Opium.

phù dự [fù zụ] Vainglory.

phù dực [fù zựk] To help, to assist.

phù dưỡng [fù zwʒ̃ŋ] To support, to nourish.

phù động [fù dọŋ] Uncertain, unsure, unstable.

phù hiệu [fù biệu] Insignia, badge. Phù hiệu đơn vị : Shoulder sleeve insignia.

phù hộ [fù hʒp] (Of spirits) To protect.

phù hợp [fù hʒp] To agree, to tally (with) ; to correspond, to accord, to coincide. Lý thuyết không phù hợp với sự kiện : The theory does not tally with the facts. Ý kiến của chúng tôi không phù hợp nhau : Our opinions do not tally. Sự phù hợp : Concordance, coincidence, consonance, conformance.

phù hợp Coincident, concordant, accordant.

phù huế [fù hwè] To support, to help.

phù kế [fù ké] (Ph) Areometer.

phù khoa [fù xwa] Proud, haughty.

phù kiều [fù kièu] Float-bridge, floating-bridge.

phù lạm [fù lạm] Exaggerated, excessive.

phù lãng nhân [fù lãŋ ɲan] Nomad, wanderer ; one who has no fixed home.

phù lỗ [fù lɔ] Prisoner of war.

phù lợi [fù lʒi] Uncertain gain.

phù lục [fù lụk] Talisman.

phù lực [fù lựk] Buoyancy.

phù lưu [fù lưu] (Bot) Betel.

phù nang [fù naŋ] Life-buoy.

phù ngôn [fù ŋon] Baseless talk.

phù nguy [fù ŋwi] To succour, help in danger.

phù phí [fù fi] To waste, to squander (time, money).

phù phiếm [fù fiém] Unpractical, uncertain, unsure, vain, useless.

phù rể [fù rẻ] Best man, groomsman.

phù sa [fù ʃa] (Geol) Alluvium, alluvial (deposit).

phù sinh [fù ʃiɲ] Short life, ephemeral life.

phù tá [fù tá] To support, to aid, to second.

phù thạch [fù θạlk] Pumice-stone.

phù thủy [fù θwi] Sorcerer, magician.

phù tiêu [fù tieu] Buoy.

phù trầm [fù trầm] To float and to sink ; vicissitudes, ups and downs of life. Những nỗi phù trầm ở đời : The changes of life.

phù trì [fù trì] To help, to aid, to succour.

phù trợ [fù trʒ] See phù trì.

phù tửu [fù tửu] Betel and wine.

phù ứng [fù ứŋ] To agree, to accord, to tally with.

phù văn [fù vaưn] Inflated style (of literature).

phù vân [fù van] Drifting clouds ; transitory, passing, fleeting, ephemeral.

phú [fù] 1) To cover, to overlay. Bao phủ : To envelop. Phủ đầy bụi : To be covered, overlaid, with dust.
2) (Of male animal) To cover (female).

phủ Palace, residence. Phủ Tổng Thống : The Presidency Palace.

phủ cân [fù kon] Axe and club, (fig) severe punishment.

phủ chất [fù cất] Capital punishment.

phủ chính [fù cíɲ] To amend, to correct.

phủ dân [fù zan] To console the people.

phủ dụ [fù zụ] To comfort (people).

PH

phủ định [fủ dịṇ] To deny.

phủ định Negative. *Phủ đinh mệnh đề :* Negative clause.

phủ giác [fủ ʒák] (Astr) Depression.

phủ nhận [fủ ṇạn] To deny, to negate. *Sự phủ nhận :* Negation. *Phủ nhận chữ ký của mình :* To deny one's signature.

phủ phê [fủ fe] *Ăn uống phủ phê :* Well-fed.

phủ phục [fủ fụk] To fall down, to prostrate oneself. *Phủ phục trước người nào :* To prostrate oneself, fall down, before someone.

phủ quyết [fủ kwiét] To veto, to vote against, to exercise veto against, to forbid authoritatively. *Quyền phủ quyết :* Right of veto, veto power. *Có quyền phủ quyết :* To have the veto power. *Phủ quyết việc gì :* To veto something. *Quyền phủ quyết tuyệt đối :* Absolute veto. *Người dùng quyền phủ quyết, có quyền phủ quyết :* Vetoist.

phủ quyết quyền [fủ kwiét kwièn] Right of veto, veto power.

phủ sương [fủ ʃɯɐŋ] Covered with fog.

phủ tuyết [fủ twiét] Covered with snow.

phủ úy [fủ wi] To console, to solace, to comfort.

phủ việt [fủ việt] Axe and hammer, (fig) severe punishment.

phủ phàng [fũ fàŋ] Cruel, brutal.

phụ [fụ] To help, to aid, to assist. *Làm ơn phụ tôi đem cái rương nặng nầy lên :* Please help me up with this heavy trunk.

phụ Assistant, auxiliary. *Máy phụ :* Auxiliary machinery. *Động từ phụ :* Auxiliary verb. *Đóng vai phụ :* To play a subordinate, minor, part.

phụ [fụ] To be ungrateful, disloyal.

phụ âm [fụ əm] Consonant. *Thuộc về phụ âm :* Consonantal.

phụ ân [fụ ən] Ungrateful, unthankful, thankless, ingrate.

phụ bạc [fụ bạk] To betray. *Phụ bạc một người đàn bà :* To betray a woman.

phụ bại [fụ bại] To suffer, sustain, a defeat.

phụ bản [fụ bản] Annex(e). *Phụ bản tinh báo :* Intelligence annex.

phụ cận [fụ kạn] Near, adjacent, neighbouring, bordering. *Các vùng phụ cận :* Environs.

phụ cấp [fụ kớp] Allowance. *Phụ cấp bay :* Flight pay.

phụ cấp chức vụ [fụ kớp cứk vụ] Acting allowance.

phụ cấp di chuyển [fụ kớp zi cwiẻn] Travel allowance.

phụ cấp đắt đỏ [fụ kớp dắɯt dỏ] Allowance, bonus, to meet the increased cost of living.

phụ cấp gia đình [fụ kớp ʒa dịṇ] Family allowance.

phụ cấp ly hương [fụ kớp li hɯɐŋ] Expatriation allowance.

phụ cấp nhà cửa [fụ kớp ṇà kửɐ] Lodging allowance.

phụ cấp nhảy dù [fụ kớp ṇảy zù] Parachute pay.

phụ cấp thất nghiệp [fụ kớp θất ṇiẹp] Dole, unemployment benefit.

phụ cấp vãng phản [fụ kớp vãŋ fản] Travelling allowance.

phụ chánh [fụ cáṇ] Regent.

phụ chú [fụ cú] To annotate. *Sự, lời phụ chú :* Annotation.

phụ công [fụ koŋ] Feminine occupations.

phụ dịch [fụ zik] Non − combattant service.

phụ dực [fụ zɯk] To help, to assist.

phụ đái [fụ dái] To carry on the back and on the head, (fig) heavy responsibility.

phụ đảm [fụ dảm] To carry on the back and on the shoulder, (fig) to bear full responsibility.

phụ đạo [fụ dạu] Feminine duty.

phụ đế [fụ dề] (Cin) Caption; cross-head

phụ đới [fụ dới] Accessory.

phụ đới hiện tượng [fụ dới hiện tɯɐt]

Epiphenomenon.

phụ đức [fụ dức] Feminine virtues.

phụ đức Immoral, contrary to morality.

phụ gia [fụ ʒa] To add.

phụ gia hình [fụ ʒa hiɲ] Additional punishment.

phụ giáo [fụ ʒáu] Assistant (in university).

phụ giúp [fụ ʒúp] To help, to assist.

phụ hệ chế độ [fụ hẹ cế dọ] Patriarchy.

phụ họa [fụ hwa] To echo, repeat (someone's opinion).

phụ huynh [fụ hwiɲ] Father and elder brother. *Hội Phụ Huynh Học sinh :* Parents and Teachers Association.

phụ ích [fụ ík] To increase, to augment.

phụ khí [fụ xi] To fly into a passion, to lose one's temper, to get into a wax.

phụ khoa [fu xwa] (Med) Gynaecology; science of diseases of women.

phụ khuyết [fụ xwiét] To be alternate.

phụ kiện [fụ kiẹn] Additional condition.

phụ lão [fụ lãu] Old men.

phụ lục [fụ lụk] Appendix, addendum, supplement (of book).

phụ lực [fụ lực] 1) To assist, to help. 2) To rely on one's strength.

phụ lưu [fụ lưu] Affluent (of river).

phụ mẫu [fụ mẫu] Parents, father and mother.

phụ nhân [fụ ɲən] Woman.

phụ nhân nan hóa [fụ ɲən nan hwá] Women are difficult to educate.

phụ nhụ [fụ ɲụ] Women and children.

phụ nữ [fụ nữ] Women ; fair sex. *Hội Phụ nữ quốc tế :* International Women's Association.

phụ ơn [fụ ən] Ungrateful, unthankful, thankless.

phụ phàng [fụ fàŋ] To forsake, put away (one's wife).

phụ quyền [fụ kwiền] Paternal right, paternal authority, parental authority.

phụ rãy [fụ rãy] To put away, to forsake, to desert. *Phu rãy vợ nhà :* To put away one's wife.

phụ sinh [fụ ʃiɲ] (Bot) Epiphytal, epiphytic.

phụ tá [fụ tá] To help, to assist, to second.

phụ tá Assistant, adjunct, adjutant. *Bộ Trưởng Phu tá Quốc Phòng :* Assistant Secretary of State for National Defense.

phụ tâm [fụ tạm] Ungratefulness.

phụ thẩm [fụ θẫm] (Jur) Assessor (to magistrate).

phụ thân [fụ θən] Father.

phụ thêm [fụ θem] To annex, to add.

phụ thuộc [fụ θwək] Accessory, dependent. *Biến số phu thuộc :* Dependent variable. *Mệnh đề phụ thuộc :* Dependent clause.

phụ tình [fụ tìɲ] To betray (a woman). *Bị phu tình :* Love-lorn.

phụ trách [fụ tráik] To undertake, to assume the responsibility of, to be in charge of.

phụ trái [fụ trái] In debt.

phụ trội [fụ trọi] Additional.

phụ trợ [fụ trợ] To help, to aid, to assist.

phụ trương [fụ truəŋ] Supplement (to a newspaper). *Phụ trương văn chương kèm theo mỗi tờ báo :* Literary supplement folded in with each number.

phụ tùng [fụ tùŋ] Accessory, spare parts. *Đồ phụ tùng (của máy v.v...):* Accessory, appurtenance, fitting, attachment (for machine, etc..).

phụ tùy [fụ tười] Concomitant, going together.

phụ tử [fụ tử] Father and son.

phụ tử (Bot) Aconite.

phụ tướng [fụ tướɲ] Housewife.

phụ ước [fụ ức] To break one's word, one's promise.

phụ vào [fụ vàu] To annex.

phúc [fúk] Happiness, good fortune.

Phúc âm [fúk əm] The Gospel.

phúc âm 1) Good news.

2) Reply, answer.

phúc bạc [fúk bak] Unhappy.

phúc đáp [fúk dáp] To answer, to reply, to respond. *Bức thơ của chúng tôi không được phúc đáp*: Our letter has remained unanswered.

phúc điện [fúk diẹn] To answer by telegram.

phúc đức [fúk dứk] Blessing. *Thật phúc đức quá!*: What a blessing!.

phúc bạch [fúk haik] To examine again.

phúc hậu [fúk hạu] Kind, benevolent, virtuous.

phúc họa [fúk hwɔ] Happiness and misfortune.

phúc hồi [fúk hòi] To reply, to answer, to respond.

phúc lộc [fúk lọk] Happiness and wealth.

phúc mệnh [fúk meịŋ] To report after carrying out an order.

phúc nhân [fúk ɲɔn] Happy man.

phúc phận [fúk fạn] Happy fate.

phúc thẩm [fúk Hầm] (Jur) To revise (a judgment).

phúc thẩm viện [fúk Hầm viẹn] Court of appeal.

phúc thọ [fúk θɔ] Happiness and longevity.

phúc thồng [fúk θóŋ] (Med) Stomachache.

phúc tin [fúk tin] To answer a letter.

phúc tinh [fúk tiŋ] Lucky star, (fig) one who relieves (a person) from distress, etc...

phúc trạch [fúk trạk] Happiness and favour.

phúc trang [fúk traŋ] Cemetery, graveyard, burial-ground.

phúc trình [fúk triŋ] To report.

phúc trình Report. *Làm phúc trình về tình trạng của đường xá*: To make a report on the state of roads.

phục [fụk] To admire, to esteem. *Khuất phục*: To submit, to yield.

phục bái [fụk bái] To prostrate oneself.

phục binh [fụk biŋ] Troops in ambush.

phục chức [fụk cứk] To reinstate

someone; to restore someone to his position, to his post or office. *Sự phục chức*: Reinstatement, readmission (of o:ficial, etc..).

phục cừu [fụk kừu] To take revenge.

phục dịch [fụk zịk] 1) To serve, to attend to, to wait on. *Phục dịch người nào*: To attend someone; to attend on, upon, someone. *Sự phục dịch*: Attendance.

2) To do hard work.

phục dụng [fụk zụŋ] Clothes and things.

phục dược [fụk zưrk] To take the medicine.

phục độc [fụk dọk] To take poison.

phục hình [fụk hìŋ] To suffer a punishment.

phục hoạt [fụk hwạt] To resurrect.

phục hồi [fụk hòi] To restore (one's health, etc..).

phục hồn [fụk hòn] To evoke, call forth, raise, a spirit.

phục hưng [fụk hưŋ] To rise again, to revive. *Sự phục hưng*: Revival, renascence, renaissance.

phục kích [fụk kik] To ambush, to lie in ambush. *Bị phục kích*: To be ambushed, to be attacked from ambush. *Sự, chỗ phục kích*: Ambush, ambuscade.

phục kiềm [fụk kiém] To commit suicide with one's sword.

phục mệnh [fụk meịŋ] To report after carrying out an order.

phục nghĩa [fụk piɔ] To submit to the just cause.

phục nguyên [fụk ŋwien] To recover one's health.

phục pháp [fụk fáp] To suffer a punishment.

phục phịch [fụk fịk] Fat and clumsy

phục quốc [fụk kwók] To reconquer one's country.

phục sẵn [fụk fãwn] To be, lie, in ambush.

phục sinh [fụk jiŋ] To resuscitate; to revive, come to life again; to return from the dead. *Lễ Phục Sinh*: Easter

phục sức [fuk ʃúk] Clothes and adornments, clothing.

phục tang [fuk taŋ] To wear mourning clothes.

phục thiện [fuk θiện] To yield to reason ; to hear, listen, to reason.

phục thổ [fuk θổ] To bury, to inter.

phục thù [fuk θù] To avenge, to revenge oneself.

phục thủy thổ [fuk θwi θổ] To adapt oneself to the climate.

phục tòng [fuk tòŋ] To obey, to yield, to submit. *Sự phục tòng* : Submission, obedience. *Người vợ có phải phục tòng chồng mình không ?* : Should a wife submit herself to her husband ?.

phục tội [fuk tội] To acknowledge one's fault, to admit one's guilt.

phục tùng [fuk tùŋ] See **phục tòng**.

phục vật [fuk vọt] Clothes and things.

phục viên [fuk vien] (Mil) To demobilize troops.

phục vụ [fuk vụ] To serve.

phủi [fủi] To dust off.

phủi bụi [fủi bụi] To dust.

phun [fun] To eject ; to belch, to spit ; (of chimney) to vomit ; (of whale) to blow ; (of oil) to gush ; (of volcano) to erupt, emit (smoke and ashes). *Máu phun ra* : The blood was gushing out. *Phun nước quần áo (để ủi)* : To steep linen, to damp, sprinkle, linen (for ironing).

phun khói [fun xói] (Of chimney) To vomit, smoke.

phun lửa [fun lửɔ] (Of volcano) To vomit belch, forth, flames ; (of dragon) to breathe out fire.

phún [fún] *Lún phún* : Sparse. *Tóc lún phún* : Sparse hair. *Mưa lún phún* : Drizzle, fine rain.

phún thạch [fún θạik] (Geol) Lava.

phún tuyến [fún twiền] Geyser.

phùn [fùn] *Mưa phùn* : Drizzle.

phung phá [fuŋ fá] To dissipate, squander, fritter away, spend (money) foolishly ; to play ducks and drakes with one's money.

phung phí [fuŋ fí] To waste, to squander, to fritter away (one's time, money, energy, strength). *Phung phí tiền bạc :* To fling away one's money, to squander one's money.

phúng [fúŋ] Ritual objects offered to a deceased person.

phúng điều [fúŋ diều] To offer ritual objects to a deceased person.

phúng thích [fúŋ θík] To satirize.

phùng [fùŋ] 1) To distend, to blow out ; to puff out. *Phùng má ra :* To puff out one's cheeks.
2) (Of dress, etc..) To puff (out), swell out.

phùng công [fùŋ koŋ] Tailor.

phùng má [fùŋ má] To blow out, puff out, bulge, one's cheeks.

phùng nghinh [fùŋ ɲiɲ] To go to meet, to receive.

phùng ra [fùŋ ra] To swell, to bag, to bulge.

phủng [fủŋ] Pierced, bored. *Mặt trận chưa bị đánh phủng :* Unbroken front.

phụng [fuŋ] Phoenix.

phụng To serve, to obey. *Thờ phụng :* To worship.

phụng chỉ [fuŋ cỉ] To obey the imperial decree.

phụng dưỡng [fuŋ zưỡŋ] To support, keep, maintain (one's parents).

phụng hành [fuŋ hàiɲ] To execute an order.

phụng hiến [fuŋ hiến] To offer gifts (to one's superiors).

phụng hoàng [fuŋ hwàŋ] Phoenix male and female.

phụng lịnh [fuŋ lịɲ] To obey an order of a superior.

phụng mạng [fuŋ mạŋ] See **phụng lịnh**.

phụng nghinh [fuŋ ɲiɲ] To receive respectfully.

phụng phịu [fuŋ fịu] To sulk, to look unhappy.

phụng sự [fuŋ ʃư] To serve, to attend. *Phụng sự cho tổ quốc :* To serve one's country.

phụng thờ [fụŋ θờ] To worship.

phụng thừa [fụŋ θừə] To follow blindly.

phụng tự [fụŋ tự] See phụng sự.

phút [fút] Minute ; moment. *Kim chỉ phút* : Minute hand. *Giờ phút nãy* : At this hour, at this minute. *Chờ mười phút* : To wait ten minutes. *Chờ một phút* : Wait a minute !. *Đến phút chót* : At the last moment. *Mười phút đã qua rồi mà chưa làm được gì cả* : Ten minutes gone and nothing done. *Máy chạy hai ngàn vòng một phút* : The engine runs at two thousand revolutions a minute. *Đồng hồ tôi trễ mười phút* : My watch is ten minutes slow.

phút chốc [fút cók] In a moment, in a jiffy.

phút đâu [fút đəu] Suddenly, all of a sudden.

phụt [fụt] To spring (up), (of water) to gush (forth).

phụt Suddenly. *Đèn tắt phụt* : The light suddenly went out.

phức [fức] *Thơm phức* : Very sweet, smelling. *Phiền phức* : Complicated.

phức bản [fức bản] Duplicate.

phức dụng [fức zụŋ] Decomposite.

phức hợp [fức hợp] (Ph) Compound.

phức số [fức ʃó] (Math) Compound number.

phức tả chỉ [fức tả cỉ] Carbon paper.

phức tạp [fức tạp] Complicated (question) ; intricate, compound. *Sự phức tạp* : Complicacy.

phức thị [fức θị] (Med) Diplopia.

phưng phức [fưŋ fức] *Thơm phưng phức* : Very sweet-smelling.

phừng [fừŋ] *Cháy phừng lên* : To burst into flame.

phước [fức] See phúc.

phước thiện [fức θiện] Beneficence, benevolence, charity. *Hội phước thiện* : Benevolent society.

phướn [fướn] Banner, streamer.

phưỡn [fưỡn] *Phưỡn bụng* : To distend one's stomach.

phương [fưəŋ] Direction, way. *Bốn phương* : The four cardinal points.

phương Method, way, means.

phương bắc [fưəŋ bắk] North ; northern. *Gió từ phương bắc thổi lại* : The wind blows north.

phương cách [fưəŋ kák] Means.

phương châm [fưəŋ cəm] Line, direction (of a policy, etc...).

phương chi [fưəŋ ci] With greater reason, all the more.

phương chước [fưəŋ cứk] Expedient, means.

phương cường [fưəŋ kườŋ] In full strength.

phương danh [fưəŋ zaiŋ] Good name, good reputation.

phương diện [fưəŋ ziện] Aspect, respect, bearing. *Nghiên cứu tất cả phương diện của một vấn đề* : To study every aspect of a question. *Về mọi phương diện* : In all respects, in every respect, on every account. *Xem xét một vấn đề về mọi phương diện* : To examine a question in all its bearings.

phương đông [fưəŋ doŋ] East ; orient.

phương hại [fưəŋ hại] To be harmful to, detrimental to.

phương hình [fưəŋ hịŋ] Square.

phương hướng [fưəŋ hướŋ] Direction, course.

phương kế [fưəŋ ké] Expedient, means, device. *Còn phương kế* : To have an arrow left in one's quiver, to be not quite at the end of one's resources.

phương lý [fưəŋ li] Square mile.

phương nam [fưəŋ nam] South ; southern.

phương ngôn [fưəŋ ŋon] Idiom ; dialect.

phương nội [fưəŋ nọi] Inside, on the inside.

phương pháp [fưəŋ fáp] Method, system, means, way, procedure, expedient. *Phương pháp thực nghiệm* : Experimental method. *Phương pháp chánh đáng* : Honest means. *Làm việc không có phương pháp* : To work without method. *Người làm việc có phương* *pháp* : Man of method. *Thiếu phương pháp* : To lack system. *Áp dụng một phương pháp* : To apply a system. *Tán thành một phương pháp* : To approve of a method. *Phương pháp hiệu quả nhứt để làm việc gì* : The most effective method of doing something. *Trong hai phương pháp, tôi thích phương pháp trước* : Of the two methods I prefer the former.

phương pháp học [fuɜŋ fáp hɔk] Methodology.

phương phi [fuɜŋ fi] Tall and handsome.

phương sách [fuɜŋ ʃáik] Procedure, process, way.

phương tây [fuɜŋ tei] West ; western. *Gió từ phương tây thổi lại* : The wind blows from the west.

phương thảo [fuɜŋ θảu] Perfumed herbs.

phương thức [fuɜŋ θứk] 1) (Math) Determinant. 2) Procedure.

phương tiện [fuɜŋ tiện] Means, expedient. *Dùng tất cả phương tiện để đạt mục đích của mình* : To employ every engine at one's disposal to attain one's end. *Cốt kết quả tốt, phương tiện không cần* : The end justifies the means.

phương tiện chuyên chở [fuɜŋ tiện cwien cɔ̉] Transport facilities.

phương trình [fuɜŋ trịn] (Math) Equation. *Phương trình bậc nhứt* : Simple equation. *Phương trình bậc ba* : Cubic equation. *Giải một phương trình* : To solve an equation.

phương trời [fuɜŋ trɜi] Cardinal point.

phương tục [fuɜŋ tụk] Local customs.

phương vị [fuɜŋ vị] Azimuth(al). *Phương-vị giác* : Azimuth.

phương xích [fuɜŋ ʃik] Square metre.

phường [fuɜŋ] 1) Group ; guild, gang. *Phường buôn* : Merchant guild. 2) Ward.

phường chèo [fuɜŋ cèu] Theatrical troupe.

phường kèn [fuɜŋ kèn] Band, orchestra.

phường nhạc [fuɜŋ ɲák] See **phường kèn**.

phường trưởng [fɔuɜŋ truɜ̉ŋ] Chief of ward.

phưởng phất [fuɜŋ fất] Vaguely, dimly, faintly.

phượng [fuɜŋ] Male phoenix.

phượng giá [fuɜŋ ʒá] Imperial carriage.

phượng hoàng [fuɜŋ hwàŋ] Male phoenix and female phoenix.

phượng liễn [fuɜŋ liễn] See **phượng xa**.

phượng xa [fuɜŋ sa] Imperial carriage.

phứt [fứt] (To act, do) Definitively, without hesitation.

phựt [fựt] Sharp noise of snapping rope.

pin [pin] Battery, cell. *Đèn pin* : Flashlight.

pin khô [pin xo] Dry battery, dry cell.

pin một chiều [pin mọt cièu] Non reversible battery.

pin nhiệt điện [pin ɲiệt diện] Thermoelectric battery.

plutonium (Ch) Plutonium.

Q

qua [kwa] 1) To pass, to traverse, to cross, to go over (bridge, river, sea) ; to pass by ; to go across, go through, go over. *Qua biên giới* : To go over, to cross, the frontier. *Tôi không thể qua* : I can't get by. *Chúng ta hãy qua phòng ăn* : Let us proceed to the dining-room. *Nó qua bên kia đường* : He passed (by) on the other side of the street. *Qua một cuộc khủng hoảng* : To pass through a crisis. 2) (Of time) To pass, to elapse. 3) *Nó không qua được đêm nay* : He won't last through the night (i.e. he'll die before morning).

qua *Lội qua sông* : To swim (across) the river. *Nó đi ngang qua tiệm* : He went by, passed (by), the shop. *Chiếc xe cán qua chân nó* : The car ran over his legs. *Chiếc xe lửa chạy qua hết tốc lực* : The train flew by. *Ném vật gì qua cửa sổ* : To throw something out of the window. *Vượt qua sự khó khăn* : To pass over a difficulty. *Cho ống đi ngang qua tường* : To run a pipe through the wall. *Trải qua vài thử thách gay go* : To experience some heavy trials. *Đi qua trước mắt người nào* : To pass before someone's eyes. *Để, cho người nào đi qua* : To allow someone to pass, to let someone pass. *Đi từ chỗ nầy qua chỗ kia* : To pass from one place to another. *Tôi đang chờ người đem thơ đi qua* : I am waiting for the postman to pass. *Nó bỏ qua cơ hội* : He let pass the occasion. *Vượt qua mũi biển* :

To pass a headland. *Đi ngang qua vườn* : To pass through the garden. *Cầu bắc ngang qua sông* : The bridge that crosses the river. *Bắc cầu qua một con sông* : To throw a bridge across a river.

qua cầu [kwa kòu] To cross (over) a bridge, to go across a bridge.

qua đò [kwa dò] To cross the ferry.

qua đời [kwa dòi] To die, pass away.

qua đường [kwa dɯàŋ] To cross a road. *Khách qua đường* : Passer-by. *Nó qua bên kia đường* : He passed (by) on the other side of the street.

qua lại [kwa lại] To pass again ; to go to and fro, back and forth.

qua loa [kwa lwa] Negligently, carelessly, incompletely ; as a matter of form, for form's sake. *Xem qua loa* : To skim (over, through). *Làm qua loa việc gì* : To do something as a matter of form, for form's sake.

qua mặt [kwa mặt] (Of motor-car, etc...) To pass (another motor-car). *Cấm qua mặt* : Overtaking and passing forbidden.

qua phân [kwa fən] To divide, to share.

qua quít [kwa kwít] See qua loa.

qua sông [kwa ʃoŋ] To cross a river, to pass over a river. *Qua sông bằng đò* : To ferry across, over, the river. *Lội qua sông* : To swim (across) the river.

quá [kwá] To pass beyond, go beyond (someone, something) ; to go beyond, to exceed ; to transgress (one's competence). *Vượt quá chỗ phải ngừng lại:* To pass the place where one ought to have stopped. *Việc ấy vượt quá quyền hạn của tôi* : It lies beyond, outside, my competence. *Nghỉ phép quá hạn* : To overstay one's leave. *Chạy quá tốc lực hạn định* : To exceed the speed-limit. *Giá không được quá mười đồng* : The price must not exceed ten piastres. *Không quá mười ki-lô* : Not exceeding ten kilograms. *Vượt quá quyền hạn của mình* : To exceed, stretch, one's power. *Tàu chạy không quá mười lăm hải lý* : Ship that does not exceed a fifteen knots. *Nói quá sự thật* : To stretch the truth, to stretch veracity too far. *Xài quá số lương của mình* : To outrun one's salary. *Kết quả đã vượt quá những sự mong ước của tôi* : The result has surpassed my hopes. *Quá cẩn thận* : Meticulous. *Vượt quá sức hiểu biết của tôi* : Above my understanding. *Quá năm giờ rồi* : It is after five (o'clock).

quá Very, awful. *Anh ngu quá !* : You were an awful fool. *Trời xấu quá !* : What awful weather !. *Nó rầy rà quá* : He is an awful bore. *Tôi thích vật ấy quá* : I like it awfully.

quá bán [kwá bán] More than half ; absolute majority.

quá bảo hòa [kwá bàu hwà] (Ch) To supersaturate. *Sự quá bảo hòa* : Super-saturation.

quá bạo [kwá bạu] Bold, daring, audacious.

quá bộ [kwá bọ] To take the trouble to come. *Mời ông quá bộ vào chơi* : Please, come in.

quá bội [kwá bọi] More than double.

quá chén [kwá cén] Drunken.

quá chừng [kwá cừṇ] Exceeding, exorbitant ; beyond measure.

quá cố [kwá kó] Defunct, deceased. *Đọc một bài diễn văn trước mộ người quá cố* : To make a speech over the grave of the deceased, of the departed.

quá dư [kwá zư] Exuberant.

quá dự [kwá zư] To overpraise.

quá đa [kwá da] Excessive, too much.

quá đáng [kwá dáṇ] Exaggerated, excessive, exorbitant. *Xài quá đáng* : Excessive expenses. *Khen người nào quá đáng* : To exalt someone to the skies, to give someone fulsome praise.

quá đắt [kwá dáut] Very expensive. *Giá quá đắt* : Exorbitant price.

quá độ [kwá dọ] Excessive, immoderate, beyond measure, exceeding, exorbitant. *Sự quá độ* : Excess. *Ăn uống quá độ* : To eat, drink, to excess. *Nó ăn, uống và hút thuốc quá độ* : He eats, drinks and smokes to excess. *Sự ăn uống quá độ của đêm trước làm nó rất nhức đầu:* The excesses of the previous night gave him a very bad headache.

quá đỗi [kwá dõi] Awfully ; beyond measure.

quá giang [kwá ʒaṇ] To cross a river.

quá hạn [kwá hạn] To exceed the limit.

quá khách [kwá xáik] Passer-by.

quá khắc [kwá xáuk] Very severe.

quá khích [kwá xik] Extremist. *Chủ nghĩa quá khích* : Extremism.

quá khứ [kwá xứ] The past ; past. *Chúng ta hãy quên quá khứ* : Let bygones be bygones. *Quá khứ phân từ :* Past participle. *Chúng tôi không biết gì về quá khứ của nó* : We know nothing of his past.

quá kích [kwá kík] See quá khích.

quá lỗ [kwá lỏ] Excessive.

quá mốt [kwá mót] Out of fashion, old fashioned, out of date.

quá mốt To pass out of fashion.

quá mực [kwá mưk] Beyond measure. *Sự quá mực* : Excess.

quá nghiêm [kwá ṇiem] Very severe.

quá nhiều [kwá ṇiều] Excessive, exuberant. *Ăn quá nhiều* : To stuff oneself with food, to overeat.

quá nửa [kwá nửə] More than half.

quá quan [kwá kwan] To cross the frontier.

quá sức [kwá ʃúk] Beyond one's strength. *Việc nãy quá sức tôi* : This work is too much for my strength ; this work is beyond me.

quá tệ [kwá tẹ] Worse.

quá thặng [kwá θậŋ] Excessive.

quá thất [kwá θất] Mistaken.

quá thệ [kwá θệ] To die, to pass away.

quá thời [kwá θời] See quá một.

quá tin [kwá tin] To be over confident in oneself.

quá trình [kwá trịŋ] Process.

quá trớn [kwá trớn] To overstep a limit.

quá ư [kwá ɯ] Excessively, extremely.

quá vãng [kwá vãŋ] 1) Past, gone by. 2) To die, to pass away.

quà [kwà] Present, gift. *Tặng quà cho người nào* : To make, give a present to someone.

quà bánh [kwà báiɲ] Cakes ; gifts, presents.

quà biếu [kwà biếu] Gift, present.

quà cáp [kwà cáp] Presents, gifts.

quà cưới [kwà kɯới] Wedding-present.

quà Nô-en [kwà no-ɛn] Christmas present.

quà sáng [kwà ʃáŋ] Breakfast. *Ăn quà sáng* : To have breakfast, to eat one's breakfast.

quà Tết [kwà Tết] New-Year's gift. *Tặng quà Tết cho người nào* : To give a New-Year's gift to someone.

quả [kwà] Fruit. *Quả có tử y* : Arillate fruit. *Quả mập, phì-quả* : Fleshy, pulpy fruit. *Quả bất khai* : Indehiscent fruit. *Quả tự khai* : Dehiscent fruit. See trái.

quả báo [kwà báu] Consequences of one's previous life.

quả bì [kwà bì] (Bot) Pericarp, seed-vessel.

quả bom [kwà bɔm] Bomb.

quả bóng [kwà bɔ́ŋ] Ball.

quả cảm [kwà kảm] Resolute, determined, decided ; audacious, daring,

courageous.

quả cân [kwà kân] Weight.

quả cật [kwà kật] Kidney.

quả cầu [kwà kầu] Shuttlecock.

quả cư [kwà kɯ] Widowhood, widowerhood.

quả đấm [kwà đấm] Fist, punch.

quả đấm cửa [kwà đấm kửa] Doorhandle. *Nó mò quả đấm cửa (hột xoài) trong bóng tối* : He groped for the doorhandle in the dark.

quả đất [kwà đất] Earth.

quả đấu chánh trị [kwà đầu cáiɲ trị] Oligarchy.

quả đoán [kwà đwán] Determined, resolute, decided.

quả đơn [kwà đơn] (Bot) Single fruit.

quả kép [kwà kép] (Bot) Composite fruit.

quả lắc đồng hồ [kwà lắk đòŋ hò] Pendulum, weight of a clock.

quả liêm thiều si [kwà liem θiều ʃi] Shameless, barefaced, unblushing.

quả mộc [kwà mɔk] Fruit tree.

quả nghị [kwà ŋị] Resolute, decided.

quả ngôn [kwà ŋon] Taciturn.

quả nhân [kwà ɲân] I, myself (the king referring to himself).

quả nhân [kwà ɲân] Widow.

quả nhiên [kwà ɲien] Indeed ; it's a fact, an actual fact.

quả nữ [kwà nữ] Unmarried girl.

quả phụ [kwà fụ] Widow.

quả quyết [kwà kwiét] Determined, resolute, decided. *Tánh quả quyết* : Determined character. *Người quả quyết* : Resolute man, man of resolution. *Tánh quả quyết* : Determination, resolution, decision. *Vẻ quả quyết* : Look of decision. *Giọng quả quyết* : Decisive tone, resolute tone.

quả quyết To assert, to aver. *Các bạn của nó quả quyết rằng nó vô tội* : His friends asserted that he is innocent. *Mọi người đều quả quyết rằng nó đã có mặt* : Everyone avers that he was present. *Nó quả quyết không hề làm một việc như thế* : He protests that he did no such thing.

quả tạ [kwả tạ] Dumb-bell.

quả tang [kwả taŋ] Flagrant. *Bị bắt quả tang* : To be caught in the act, in the fact, red-handed, in flagrant delict. *Bắt được người nào quả tang* : To catch someone in the (very) act, to take someone in the act.

quả thật [kwả θật] Truly, indeed.

quả thực [kwả θựk] Indeed ; it's a fact, an actual fact.

quả thực [kwả θựk] Result.

quả thực học [kwả θựk họk] Carpology.

quả tình [kwả tìŋ] Truly, really.

quả viên [kwả vien] Orchard.

quạ [kwạ] (Orn) Crow.

quách [kwáik] Outside covering of coffin.

quách Outside wall of citadel.

quai [kwai] Handle (of jug, basket) ; bail (of kettle) ; ear (of bell, pitcher).

quai bị [kwai bị] (Med) Mumps, parotitis.

quai cồng [kwai kòŋ] Handle of a gong.

quai dép [kwai zép] Strap of a slipper.

quai guốc [kwai gwớk] Strap of a sabot.

quai hàm [kwai hàm] Jaw. *Xương quai hàm* : Jaw-bone.

quai nón [kwai nón] Chin-strap, chin-chain. *Râu quai nón* : Whiskers.

quái [kwái] *Kỳ quái* : Strange, queer, peculiar.

quái dạng [kwái zạŋ] Strange appearance.

quái dị [kwái zị] Strange, monstrous, peculiar.

quái đản [kwái đản] Fantastic.

quái gở [kwái gở] Eccentric, cranky.

quái kiệt [kwái kiệt] Man of exceptional talent.

quái lạ [kwái lạ] How strange.

quái phệ [kwái fệ] Divination.

quái quắc [kwái kwáŭk] Strange.

quái thai [kwái θai] Monster ; strange form, strange appearance.

quái trạng [kwái trạŋ] Abnormity.

quái triệu [kwái triệu] Strange omen.

quái tượng [kwái tưạŋ] Strange phenomenon.

quái vật [kwái vật] Monster. *Quái vật đầu người mình ngựa* : Centaur. *Quái vật hai đầu* : Double-headed monster. *Con chó năm chân là một quái vật* : A five-legged dog is a monster.

quan [kwan] Mandarin, official. *Sĩ quan* : Officer.

quan [kwan] Franc (unit of money in France, Belgium and Switzerland). *Giá không được quá mười quan* : The price must not exceed ten francs.

quan [kwan] Coffin.

quan [kwan] Sense. *Ngũ quan* : The five senses.

Quan âm [kwan ạm] (Bud) Goddess of Mercy.

quan ba [kwan ba] Captain. See **đại úy**.

quan báo [kwan báu] The Official Gazette.

quan bế [kwan bé] Closed door.

quan biện lý [kwan biện li] Public attorney, public prosecutor.

quan bổng [kwan bỏŋ] Officials salary.

quan cách [kwan káik] Mandarin's ways.

quan cảm [kwan kảm] Conception and affection.

quan chế [kwan cé] Official system.

quan chiêm [kwan ciem] To see, to observe.

quan chính [kwan cíŋ] Customs duties.

quan chúng [kwan cuŋ] Spectator, onlooker.

quan chức [kwan cúk] Mandarin's office, position of official.

quan dạng [kwan zạŋ] Mandarin's attitude.

quan đạo [kwan đạu] Highway.

quan điểm [kwan điểm] Point of view, sentiment, viewpoint, standpoint, point of sight ; angle. *Ông đại sứ sẽ giải thích quan điểm của chánh phủ ông về việc nầy* : The ambassador will explain the sentiments of his government in this matter.

quan giá [kwan ʒá] Price fixed by government.

quan giới [kwan ʒɔ́i] Officialdom, officials collectively.

quan hà [kwan hà] Frontier post and river. *Chén quan hà* : Farewell drink.

quan hai [kwan hai] Lieutenant, first-lieutenant. See trung úy.

quan hàm [kwan hàm] Mandarin's grades.

quan hầu [kwan hầu] Aide-de-camp.

quan hệ [kwan hẹ] To affect, to concern, to correlate. *Sự quan hệ* : Relation, connection, correlation. *Không có quan hệ gì với* : To bear no relation to, to be out of all relation to. *Việc ấy không quan hệ gì đến anh* : That is nothing to do with you, that does not concern you. *Đừng xen vào việc gì không quan hệ đến anh* : Don't interfere with, in, what does not concern you. *Xen vào một việc không quan hệ đến mình* : To intermeddle in a business with what does not concern one.

quan hệ Important. *Việc ấy không quan hệ* : It does not signify. *Việc nầy rất quan hệ đối với tôi* : This matter is of great importance to me.

quan hệ bình thường [kwan hẹ bìn θườ̈ŋ] Normal relations.

quan hệ ngoại giao [kwan hẹ ŋwại ʒau] Diplomatic relations.

quan hoạn [kwan hwạn] Eunuch.

quan khách [kwan xáik] Guests.

quan lại [kwan lại] Officials, officialdom. *Chế độ quan lại* : Bureaucraty.

quan liên [kwan lien] See quan hệ.

quan liêu [kwan lieu] Officialdom.

quan lộ [kwan lọ] Highway, main road.

quan lộc [kwan lọk] Officials salary.

quan một [kwan mọt] Second lieutenant. See thiều úy.

quan năm [kwan naɯm] Colonel. See đại tá.

quan năng [kwan naɯŋ] Faculty (as the faculties of hearing, seeing, touching, etc...).

quan ngại [kwan ŋại] To hinder, to obstruct, to prevent, to entangle.

quan nha [kwan na] Official's office.

quan niệm [kwan niệm] Idea, conception. *Thuộc về quan niệm* : Ideal. *Quan niệm thuyết* : Idealism. *Bày tỏ rõ ràng quan niệm của mình* : To set out one's ideas clearly.

quan niệm hóa [kwan niệm hwá] To idealize. *Sự quan niệm hóa* : Idealization.

quan phu [kwan fu] Widower.

quan quả [kwan kwả] Widower and widow.

quan sát [kwan ʃát] To observe. *Sự quan sát* : Observation.

quan sát gián tiếp [kwan ʃát ʒán tiếp] Indirect observation.

quan sát tác xạ [kwan ʃát ták sạ] Observation of fire.

quan sát thiên văn [kwan ʃát θien vaɯn] Astronomic(al) observation.

quan sát trực tiếp [kwan ʃát trɯk tiếp] Direct observation.

quan sát tuyền [kwan ʃát twiến] Observation line.

quan sát viên [kwan ʃát vien] Observer *Quan sát viên khí tượng* : Weather observer. *Quan sát viên kỹ thuật* : Technical observer. *Quan sát viên phi cơ* Aircraft observer. *Quan sát viên thường trực Liên Hiệp Quốc* : Permanent observer to the United Nations.

quan sắc [kwan ʃaɯk] To admire beauty.

quan sơn [kwan ʃən] Frontier post and mountain, (fig) far-away spot.

quan tài [kwan tài] Coffin.

quan tâm [kwan təm] To pay attention to, to pay, give, heed to. *Không quan tâm đến chính trị* : To take no interest in politics. *Không quan tâm đến một vấn đề* : To disinterest oneself in a question. *Làm việc gì không quan tâm đ kết quả* : To do something without respect to the results. *Trong một bản tuyên bố soạn trước ông nói rằng chánh phủ của ông rất quan tâm đến vấn đề ngưng thí nghiệm vũ khí nguyên tử* : He said in a prepared statement that his government had attached the greatest importance to the question of the cessation of nuclear tests.

quan thị [kwan θị] Eunuch.

quan thiết [kwan θiét] To be related.

quan thiệt [kwan θiệt] To involve, to concern.

quan thuế [kwan θwé] Customs duty. *Quan thuế biểu* : Customs tariff.

quan thưởng [kwan θưởɳ] To observe and contemplate.

quan tiết [kwan tiét] (Anat) Joint.

quan tòa [kwan twà] Judge, magistrate.

quan trọng [kwan trọɳ] Important, chief, grave ; big. *Rất quan trọng* : Of prime importance. *Xem việc gì là quan trọng* : To attach importance to something. *Việc ấy không quan trọng gì cả* : It's of no consideration at all, that fact is (quite) immaterial. *Tin tức quan trọng nhứt được đăng ở trang đầu của tờ báo* : The chief news is printed on the front page of the newspaper. *Làm ra vẻ quan trọng* : To look important. *Việc không quan trọng gì cả* : That fact is (quite) immaterial. *Người quan trọng* : Big pot, big noise, big gun, big bug. *Biến cố rất quan trọng* : Event of great significance. *Việc rất quan trọng* : Matter of no small consequence, matter of great import.

quan trường [kwan trườɳ] Officialdom.

quan tư [kwan tư] Major. See thiếu tá.

quan tượng [kwan tượɳ] To observe natural phenomena (e. g. the sun and stars, life in the sea, etc...).

quan tượng đài [kwan tượɳ dài] Meteorological observatory.

quan viên [kwan vien] Official.

quán [kwán] Kiosk, kiosque. *Quán bán báo* : Newspaper kiosk.

quán Inn, restaurant ; store, hall, house ; booth. *Tửu quán* : Bar. *Lữ quán* : Inn, hotel. *Ấn quán* : Printinghouse. *Sứ quán* : Embassy.

quán Native place. *Quê quán* : Native land. *Người quê quán ở Việt-Nam* : A native of Viet-Nam.

quán cà-phê [kwán kà fe] Coffee shop.

quán chỉ [kwán cỉ] Native land, native place.

quán cơm [kwán kơm] Eating house.

quán đạo [kwán dạu] To know the doctrine thoroughly.

quán đồng [kwán dòɳ] To be in cahoots with (someone).

quán hoa [kwán hwa] To water the flowers.

quán khái [kwán xái] To irrigate land.

quán nước [kwán nứrk] Refreshment bar.

quán quân [kwán kwơn] Champion. *Chức quán quân* : Championship.

quán rượu [kwán rượuj] Wine-shop.

quán tập [kwán tập] Habit, custom, practice.

quán thế [kwán θé] To be the ace during a lifetime.

quán thông [kwán θoɳ] To understand, penetrate, thoroughly.

quán tịch [kwán tịk] Native place.

quán tính [kwán tíɳ] 1) Custom, habit, practice. 2) Inertia.

quán triệt [kwán triệt] To penetrate, understand, thoroughly.

quán trọ [kwán trọ] Inn, hotel.

quán trường [kwán trườɳ] To inject liquid into the rectum as a purge.

quán tuyệt [kwán tuyệt] To excel.

quán từ [kwán tù] (Gram.) Article. *Định quán từ* : Definite article. *Bất định quán từ* : Indefinite article.

quán xá [kwán sá] Inn, hotel.

quán xuyến [kwán swién] To penetrate thoroughly.

quàn [kwàn] To leave the corpse in temporary shelter prior to burial.

quản [kwản] (Anat) Canal.

quản *Huyết quản :* Blood vessel. *Khí quản :* Trachea. *Thực quản :* Oesophagus.

quản To mind. *Tôi không quản việc khó nhọc :* I don't mind hard work.

quản cố [kwản kó] To arrange, to look after.

quản đốc [kwản đók] To manage, to direct. *Viên quản đốc :* Manager.

quản gia [kwản ʒa] Manager.

quản giáo [kwản ʒáu] To look after, to take care of ; to instruct, to teach.

quản hạt [kwản hạt] To administer, to direct. *Quyền quản hạt :* Jurisdiction.

quản khô [kwản xó] Treasurer.

quản lý [kwản li] To administer, to manage, to direct. *Sự quản lý :* Administration, management, direction.

quản lý Administrator, manager, director. *Đó là việc của viên quản lý :* That's the manager's business. *Tôi đang tìm một người quản lý có đủ tài :* I am looking for a competent manager.

quản ngại [kwản ŋại] To mind (difficulty, etc...).

quản sự [kwản sự] To manage household affairs.

quản thống [kwản θóŋ] To administer, to direct.

quản thủ thơ viện [kwản θủ θɘ viện] Librarian.

quản thúc [kwản θúk] To confine. *Chế độ quản thúc :* Probation system.

quản trị [kwản trị] To administer, to manage, to direct. *Sự quản trị :* Administration, management, direction. *Ban quản trị :* Board of Directors, of managers ; board of trustees. *Ban quản trị hợp tác Quốc tế :* International cooperation administration.

quản tượng [kwản tượŋ] Mahout, elephant-driver.

quang [kwaŋ] Bamboo frame used to hold loads at the ends of a yoke.

quang âm [kwaŋ əm] Light and shadow, (fig) time.

quang bồi [kwaŋ bói] Circle of light behind Buddha.

quang cảnh [kwaŋ kảiŋ] Aspect, spectacle, view, outlook.

quang cầu [kwaŋ kầu] Photosphere.

quang chất [kwaŋ cát] (Ch) Radium.

quang cụ [kwaŋ kụ] Optical instruments·

quang dầu [kwaŋ zầu] Varnish.

quang diệu [kwaŋ diệu] Resplendent, shining.

quang đãng [kwaŋ đãŋ] Clear. *Làm quang đãng :* To clear. *Gió thổi tan mây làm trời trở nên quang đãng :* The wind has cleared the weather. *Trời trở nên quang đãng :* The sky (weather) is clearing.

quang điện [kwaŋ diện] Photo-electric.

quang hiệu [kwaŋ hiệu] Visual signal.

quang hoa [kwaŋ hwa] Glorious.

quang hóa [kwaŋ hwá] Photochemical.

quang hóa học [kwaŋ hwá họk] Photochemistry.

quang học [kwaŋ họk] Optics.

quang huy [kwaŋ hwi] Bright light.

quang hướng động [kwaŋ hưᴏŋ dọŋ] Phototropism.

quang kế [kwaŋ ké] (Ph) Photometer.

quang lãng [kwaŋ lãŋ] Light-wave.

quang minh [kwaŋ miŋ] Bright, clear.

quang minh chánh đại [kwaŋ miŋ cáiŋ dại] Clear and upright.

quang nguyên [kwaŋ ŋwien] Light-source.

quang phổ [kwaŋ fỏ] (Ph) Spectrum. *Kiến quang phổ :* Spectroscope. *Phép phân tích quang phổ :* Spectrometry. *Sắc quang phổ :* Spectral colours, the colours of the spectrum.

quang phổ điện kế [kwaŋ fỏ diện ké] Spectrophotometer.

quang phổ hấp dẫn [kwaŋ fỏ hấp zỏn] Absorption spectrum.

quang phổ hấp thụ [kwaŋ fỏ hấp θụ] See **quang phổ hấp dẫn.**

quang phổ kế [kwaŋ fỏ ké] Spectometer

quang phổ kính [kwaŋ fỏ kiŋ] Spectroscope.

quang phổ ký [kwaŋ fỏ ki] Spectograph.

quang phổ nghiệm [kwaŋ fỏ ŋiệm] Spectroscopy.

quang phổ nhiễu xạ [kwaŋ fỏ ŋiễu sạ] (Ph) Diffraction spectrum.

quang phục [kwaŋ fục] To restore.

quang sai [kwaŋ ʃai] (Astr. Biol. Math. Opt) Aberration.

quang thái [kwaŋ thái] Glorious, bright.

quang tuyền [kwaŋ twiền] Ray of light, X-ray. Phép đoán bịnh bằng quang tuyến X. : X-ray diagnosis. Ảnh (hình) chụp bằng quang tuyến X. : X-ray photograph. Thuật chụp ảnh bằng quang tuyến X. : X-ray photography. Phép trị bịnh bằng quang tuyến X. : X-ray treatment. Chứng lở do quang tuyến X. gây ra : X-ray dermatitis.

quang tuyền trị liệu pháp [kwaŋ twiến trị liệu fáp] (Med) Phototherapy.

quang tử [kwaŋ tử] (Ph) Photon.

quang vinh [kwaŋ viŋ] Glorious.

quáng [kwáŋ] Blinded, dazzled. Làm quáng mắt : To blind, to dazzle. Mù quáng vì tức giận : Blind with anger.

quáng gà [kwáŋ gà] (Med) Nyctalopic, night-blind. Chứng quáng gà : Nyctalopia, night-blindness. Người mắc chứng quáng gà : Nyctalope.

quáng mắt [kwáŋ mắut] Dazzled, blinded.

quáng nắng [kwáŋ nắuŋ] To be dazzled by sunlight.

quàng [kwàŋ] To wear (shawl) round the neck, over the shoulders. Khăn quàng : Shawl, scarf.

quàng [kwàŋ] Wrong, negligent. Vơ quàng : To take, seize indiscriminately.

quàng To hurry up. Ăn quàng lên ! : Eat quickly !.

quàng cổ [kwàŋ kổ] To wear round the neck.

quàng vai [kwàŋ vai] To wear over the shoulders.

quàng xiên [kwàŋ sien] Nói quàng xiên : To talk nonsense.

quảng bá [kwảŋ bá] To spread, to dif-fuse, to broadcast.

quảng bác [kwảŋ bák] Vast, immense, spacious.

quảng cáo [kwảŋ káu] 1) To make (something) public, to make known. 2) To advertise, to puff (one's goods). Làm quảng cáo cho người nào, việc gì: To boost someone, something ; to give someone, something, a boost up.

quảng cáo Advertisement. Hãng quảng cáo : Advertisement agency. Đăng quảng cáo trên báo : To advertise in a paper, to insert, put, an advertisement in a newspaper.

quảng dã [kwảŋ zã] Vast field.

quảng diễn [kwảŋ ziễn] To spread, stretch out to full length.

quảng đại [kwảŋ dại] 1) Vast, immense. 2) Generous, magnanimous. Quảng đại quần chúng : The masses. Lòng quảng đại : Generosity. Kêu gọi lòng quảng đại của người nào : To make an appeal to someone's generosity.

quảng đức [kwảŋ dức] Great favour.

quảng giao [kwảŋ ʃau] To have a wide acquaintance, a wide circle of acquaint-ances, to know a lot of people.

quảng hàn [kwảŋ hàn] The moon. Cung quảng hàn : The palace in the moon.

quảng hiệp [kwảŋ hiệp] Broad and narrow.

quảng khoát [kwảŋ xwát] Wide, spa-cious.

quảng lượng [kwảŋ lượŋ] Generosity, magnanimity.

quảng mạc [kwảŋ mạk] Vast, im-mense, huge.

quảng phiếm [kwảŋ fiếm] Immense, vast.

quảng trí [kwảŋ trí] Immense, learn-ing, extensive knowledge.

quảng uyên [kwảŋ wien] Vast and deep.

quãng [kwãŋ] Space, distance.

quãng dài [kwãŋ zài] Long space.

quãng đường [kwãŋ dườŋ] Distance. Đi bộ một quãng đường : To go part of the distance on foot.

quãng vắng [kwãŋ vắuŋ] Deserted

Q

part of the road.

quạng [kwạŋ] *Quờ quạng* : To feel, to grope.

quanh [kwaiɲ] Around, about. *Một thành phố cũ có thành chung quanh* : An old town with walls all round (it). *Chúng tôi ngồi chung quanh bàn* : We sat down round the table. *Nói quanh* : To beat about the bush.

quanh co [kwaiɲ kɔ] (Of a stream) To wind about, to meander.

quanh co Sinuous, winding, circuitous, tortuous, meandering, crooked. *Lý luận quanh co* : Crooked reasoning. *Đi quanh co* : To make a wide circuit. *Sự quanh co* : Sinuosity, winding, tortuosity.

quanh năm [kwaiɲ naɯm] Throughout the year, all year round.

quanh quẩn [kwaiɲ kwền] *Nói quanh quẩn* : To beat about the bush.

quánh [kwáiɲ] (Of paste, etc..) To be firm, thick.

quánh Frying-pan.

quành [kwàiɲ] To turn.

quạnh [kwạiɲ] (Not used alone) Deserted, lonely. *Ở chốn đồng không mông quạnh* : To live in a deserted place.

quạnh hiu [kwạiɲ hiu] Forlorn, deserted.

quạnh quẽ [kwạiɲ kwẽ] Lonely, deserted.

quào [kwàu] To scratch. *Con mèo quào tôi* : The cat scratched me.

quát [kwát] To shout, scold, loudly.

quát mắng [kwát máɯŋ] To scold loudly.

quát tháo [kwát θáu] See quát mắng.

quạt [kwạt] Fan. *Thợ làm quạt* : Fan-maker. *Giống hình quạt* : Fan-shaped. *Múa quạt* : Fan dance.

quạt To fan ; to winnow, fan, blow off (husks, chaff from grain) ; (of fish) to fan (with its tail). *Quạt bằng khăn tay* : To fan oneself with a handkerchief.

quạt điện [kwạt diẹn] Electric fan.

quạt đuôi [kwạt duɔi] (Of fish) To fan with its tail.

quạt đứng [kwạt dứŋ] Stand-fan.

quạt giẩy [kwạt ʒéi] Paper fan.

quạt kéo [kwạt kéu] Punkah.

quạt lông [kwạt loŋ] Feather fan.

quạt lúa [kwạt lứɔ] To winnow the husks.

quạt lửa [kwạt lửɔ] To fan a fire (in order to make it burn up).

quạt máy [kwạt máy] Electric fan.

quạt nước [kwạt nứrk] (Aut) Blade.

quạt thùng nước [kwạt θùŋ nứrk] (Aut) Radiator fan.

quạt trần [kwạt tròn] Ceiling fan.

quẩu [kwàu] Small basket.

quạu [kwạu] 1) Churlish, surly, grumpy, crabbled, cantankerous, bad-tempered. 2) Nasty. *Đừng lại gần con chó đó ; nó hay quạu lắm* : Don't go near that dog ; he has a nasty temper (i.e. gets angry and bites people).

quay [kway] To turn, to swivel ; to revolve, to go round. *Bánh xe quay* : The wheel turns. *Trái đất quay chung quanh mặt trời* : The earth revolves round the sun. *Quay quanh trục* : To revolve on a spindle. *Quay đầu lại người nào* : To turn one's head towards someone.

quay To roast. *Thịt quay* : Roast meat. *Thịt heo quay* : Roast pork.

quay *Con quay* : Spinning top, top teetotum.

quay *Nằm quay ra* : To faint, to swoon

quay bước [kway bứrk] To turn back to turn on one's heels.

quay chỉ [kway cỉ] To wind thread.

quay cuồng [kway kuồŋ] To whirl, turn round and round. *Đầu óc tô quay cuồng* : My head is in a whirl

quay đi [kway di] To turn away.

quay đơ [kway dɔ] To faint, to swoo to lose consciousness.

quay gót [kway gót] To turn back, turn on one's heels.

quay không [kway xoŋ] (Of machin To run in neutral gear.

quay lại [kway lại] To turn. *Quay*

thình lình : To turn short. *Nó quay lại nhìn nàng :* He turned (round) to look at her.

quay phim [kway fim] To film (scene). *Quay phim một cuốn tiểu thuyết :* To film a novel.

quay quắt [kway kwáɯt] Shrewd, deceitful.

quay rảy [kway rảy] To centrifugalize.

quay tròn [kway tròn] To turn round and round. *Quay tròn như bóng vụ :* To spin like a top, like a teetotum. *Củ đánh làm nó quay tròn :* Blow that sent him spinning.

quay về [kway về] To go back, to return.

quay trở lại [kway trở lại] To return, to go back.

quày [kwày] To turn.

quày chuối [kwày cuối] Whole stem of bananas.

quày gót [kwày gót] To turn on one's heels.

quày hàng thịt [kwày hàɳ θịt] Butcher's stall.

quày ngựa [kwày ɳɯɔ] (Of horseman) To turn back.

quảy [kwảy] To carry (a bundle, etc...) on the end of a stick.

quắc [kwáɯk] *Sáng quắc :* Flashing.

quắc mắt [kwáɯk máɯt] To scowl.

quắc thước [kwáɯk θứrk] Vigorous (old man).

quặc [kwạɯk] *Kỳ quặc :* Odd, strange.

quắm [kwáɯm] Hooked, crooked, beaked.

quằm quặm [kwàɯm kwạɯm] Surly, churlish.

quặm [kwạɯm] Hooked. *Mũi quặm :* Hooked nose.

quăn [kwaɯn] Crisp, frizzy, curly ; curled, wavy. *Đầu tóc quăn :* Curly-headed. *Tóc quăn dợn sóng :* Wavy hair. *Tóc quăn tự nhiên :* Naturally curly hair. *(Tóc) Quăn lại :* (Of hair) In curl. *Tóc uốn quăn :* Crimped hair. *Tóc của anh không còn quăn như trước :* Your hair doesn't curl as it used (to) once.

quăn (Of hair) To curl.

quăn queo [kwaɯn kwɯu] Curly.

quắn [kwáɯn] Twisted (thread, etc...).

quằn [kwàɯn] To bend, to sag, to give. *Cây đà quằn xuống dưới sức nặng :* Beam that bends, gives, sags, under the weight.

quằn quại [kwàɯn kwại] To writhe, to squirm, to wriggle.

quặn [kwạɯn] To twist the body about.

quặn Funnel. See phễu.

quăng [kwaɯŋ] 1) To throw, to fling, to cast ; to hurl, to shy, to toss. *Quăng bỏ khí giới :* To throw away one's arms. *Quăng vật gì một lần nữa :* To cast something again. *Quăng đất dưới hầm lên :* To cast up the earth from a trench. *Người đánh cá quăng lưới xuống nước :* The fisherman cast his net into the water. *Quăng vật gì cho người nào :* To toss something to someone. *Quăng vật gì lên trời :* To throw something into the air. 2) *(Ngựa) Quăng người nào té :* (Of horse) To buck someone off.

quăng Mosquito larva.

quăng bỏ [kwaɯŋ bỏ] To throw away. *Quăng bỏ khí giới :* To throw away one's arms.

quăng đi [kwaɯŋ di] To throw away.

quăng lên [kwaɯŋ len] To throw up, to cast up. *Quăng đất dưới hầm lên :* To cast up the earth from a trench.

quăng lưới [kwaɯŋ luới] To cast a net.

quăng mình tới [kwaɯŋ mìɳ tới] To rush, dash, shoot, forward.

quăng neo [kwaɯŋ neu] To anchor ; to cast, drop, anchor.

quăng xuống [kwaɯŋ suốɳ] To throw down. *Quăng khí giới xuống (đầu hàng) :* To throw down one's arms.

quẳng [kwàɯŋ] *Cùng quẳng ra khỏi phòng :* To flounce out of a room in anger.

quẳng [kwảɯŋ] To throw away.

quặng [kwạɯŋ] (Miner) Ore.

quặng hoàng thiết [kwạɯŋ hwàɳ θiết]

Q

(Min) Pyrites.

quặng lam đồng [kwặɯŋ lam đòŋ] Azurite.

quặng sắt [kwặɯŋ sáɯt] Iron ore.

quặng từ thiết [kwặɯŋ tɯ̀ θiét] (Miner) Magnetite, lodestone.

quắp [kwáɯp] To grasp, to seize.

quắp *Co quắp mình lại :* To curl (oneself) up.

quắp đuôi [kwáɯp duɔi] To curl the tail.

quặp [kwặp] Bent, curved. *Râu quặp :* Curled-down moustache, (fig) to be hen-pecked.

quặp To seize tightly between one's legs.

quắt quéo [kwáɯt kwéu] Crafty, cunning, wily.

quặt [kwặɯt] To turn (right or left).

quặt quẹo [kwặɯt kwẹu] To be sickly. *Đứa trẻ quặt quẹo :* Sickly child.

quân [kwən] Army, troops. *Không quân :* Air force. *Hải quân :* Navy. *Du kích quân :* Guerilla man.

quân bài [kwən bài] Playing card.

quân báo [kwən báu] Military intelligence.

quân bị [kwən bị] Military preparation.

quân bình [kwən bịŋ] Equilibrium, balance. *Làm cho quân bình :* To balance. *Làm quân bình ngân sách :* To balance the budget.

quân bưu [kwən bɯɯu] Army postal service. *Quân bưu cục :* Army post office.

quân ca [kwən ka] Military march.

quân cách [kwən káik] Military ceremonial.

quân cảng [kwən cảŋ] Military port.

quân cảnh [kwən cảiŋ] Military police. *Quân cảnh giữ gìn kỷ luật, kiềm soát tù binh và điều hành sự lưu thông :* The military polices keep discipline, control prisoners of war, and direct traffic.

quân chế [kwən cé] Military system.

quân chính [kwən cíŋ] Military administration.

quân chính quy [kwən cíŋ kwi] Regular army.

quân chủ [kwən củ] King, monarch. *Thuộc về quân chủ :* Monarchic(al).

quân chủ chế [kwən củ cé] Monarchism.

quân chủ chế quốc gia [kwən củ cé kwók ɡa] State ruled by a monarch.

quân chủ chuyên chế [kwən củ cwien cé] Absolute monarchy.

quân chủ lập hiến [kwən củ lặp hién] Constitutional monarchy.

quân công [kwən koŋ] Military achievement.

quân công bội tinh [kwən koŋ bọi tiŋ] Military cross, military order, military medal.

quân cơ [kwən kə] Military secret.

quân cờ [kwən kə̀] Chessman.

quân cụ [kwən kụ] 1) Ordnance. 2) War material.

quân dịch [kwən zịk] Military service, draft. *Thi hành quân dịch :* To do one's military service. *Miễn quân dịch cho người nào :* To exempt someone from military service.

quân dinh [kwən zịŋ] Military camp.

quân doanh [kwən zwaiŋ] Military camp.

quân dụng [kwən zụŋ] (Mil) Equipment.

quân dụng ngữ [kwən zụŋ ŋữ] Military terms.

quân đạo [kwən dạu] Duty of a monarch, king's duty.

quân đẳng [kwən dẳɯŋ] Equal.

quân đoàn [kwən dwàn] Army corps.

quân địch [kwən dịk] Enemy. *Bị quân địch bắn :* To come under the fire of the enemy. *Sa vào tay quân địch :* To fall into the enemy's hands. *Đánh lui quân địch :* To beat back the enemy.

quân đổ bộ [kwən dỏ bọ] Landing troops.

quân đội [kwən dọi] Army, troops. *Vào quân đội :* To enter the service, to go into the army. *Trở vào quân đội :* To go back into the army. *Quân đội chúng ta chiến đấu vì công lý :* Our army is fighting in the cause of justice.

Kỷ luật là linh hồn của quân đội : Discipline is the soul of the army.

quân đội cách mạng [kwən dọi káik mạŋ] Revolutionary army.

quân đội chiếm đóng [kwən dọi ciém dɔ́ŋ] Occupation troops ; army of occupation.

quân đội chính quy [kwən dọi cịŋ kwi] Regular army.

quân đội hiện dịch [kwən dọi hiện zịk] Active army.

quân giai [kwən ʂai] Military hierarchy.

quân giới [kwən ʂɔ́i] 1) Military circle. 2) Weapons, arms.

quân hạm [kwən hạm] Warship, battleship, man-of-war.

quân hịch [kwən kịk] Military proclamation.

quân hiến [kwən hién] See **quân pháp**.

quân hiến Constitutional monarchy.

quân hiệu [kwən hiệu] Military signals.

quân hiệu 1) Non-commissioned officer. 2) Military school.

quân hỏa [kwən hẁa] Ammunitions, munitions.

quân hộ vệ [kwən họ vẹ] Escort.

quân kê [kwən ke] Fighting-cock.

quân khí [kwən xi] Weapons, arms.

quân khu [kwən xu] Military zone.

quân khuyển [kwən xwiển] Military dog, army dog.

quân kỳ [kwən kì] Military flag.

quân kỷ [kwən kỉ] Military discipline.

quân lễ [kwən lẽ] Military ceremony.

quân lính [kwən líŋ] Soldiers, troops.

quân lịnh [kwən lịŋ] Military orders.

quân luật [kwən lwạt] Martial law, military law.

quân lực [kwən lụk] Armed forces. *Tình báo quân lực* : Armed forces intelligence.

quân lược [kwən lụrk] Strategy.

quân nhạc [kwən ṇạk] Military band.

quân nhân [kwən ṇən] Military man.

quân nhu [kwən ṇu] Military supplies, provisions. *Sĩ quan quân nhu* : Quartermaster. *Ngành quân nhu* : Quartermaster Corps. *Kho quân nhu* : Quartermaster depot.

quân pháp [kwən fáp] Military justice.

quân phân [kwən fən] To divide equally.

quân phí [kwən fi] Military expenditures.

quân phiệt [kwən fiệt] Militarist. *Chủ nghĩa quân phiệt* : Militarism.

quân phục [kwən fụk] Military uniform, military clothing.

quân phục dạo phố [kwən fụk zạu fó] Dress uniform.

quân phục làm việc [kwən fụk làm vịrk] (Mil) Work uniform, duty uniform.

quân phục tác chiến [kwən fụk ták ciến] Fatigue uniform.

quân quan [kwən kwan] (Mil) Officers.

quân sản [kwən ʂản] To divide equally a property.

quân sĩ [kwən ʂĩ] Soldiers, warriors.

quân số [kwən ʂó] (Mil) Effectives, strength.

quân số hiện diện [kwən ʂó hiện ziện] Effective strength.

quân số sơ khởi [kwən ʂó ʂə xɔ̉i] Initial strength.

quân số thời bình [kwən ʂó θɔ̀i bịŋ] Peace strength.

quân số thời chiến [kwən ʂó θɔ̀i ciến] War strength.

quân số trung bình [kwən ʂó truŋ bịŋ] Average strength, mean strength.

quân sư [kwən ʂɯ] Military adviser.

quân sư phụ [kwən ʂɯ fụ] King, master and father.

quân sự [kwən ʂɯ] Military affairs. *Trường Đại học quân sự* : Command and general staff college. *Cố vấn quân sự* : Military adviser. *Bí mật quân sự* : Military secret. *Huấn luyện quân sự căn bản* : Basic military training.

quân sự giáo dục [kwən ʂɯ ʂáu zụk] Military training.

quân sự hóa [kwən ʂự hẁa] To militarize.

quân thể [kwən θé] Balance, equilibrium.

quân thiện chiến [kwən θiện ciến] Well-trained troops.

quân thù [kwən θù] Enemy.

quân thư [kwən θɯ] Military correspondence.

quân thực [kwən θɯk] Arms and supplies.

quân tiếp viện [kwən tiếp viện] Relief troops.

quân tình nguyện [kwən tiŋ ŋwiện] Volunteer ; voluntarily enlisted man.

quân trại [kwən trại] Military camp.

quân trang [kwən traŋ] Military equipment. *Quân trang cá nhân* : Individual equipment.

quân trần [kwən trồn] (Mil) Garrison.

quân trường [kwən trɯờŋ] Military school.

quân tử [kwən tử] Superior man, honest man, virtuous man. *Hành động theo tư cách của người quân tử* : To act the part of an honest man.

quân vụ [kwən vụ] 1) Military matters, affairs.
2) Military service.

quân vụ thị trấn [kwən vụ θị trồn] Garrison.

quân vương [kwən vɯơŋ] King, emperor, ruler, monarch.

quân xa [kwən sa] Military vehicle.

quân xâm lược [kwən sɑm lɯɾk] Invader. *Bị dầy xéo dưới gót chân quân xâm lược* : To be under the heel of the invader.

quân xung kích [kwən suŋ kík] Shock troops.

quân xung phong [kwən suŋ fɔŋ] Assaulting troops.

quân y [kwən i] Army medical corps. *Đại đội quân y có một bộ chỉ huy, một trung đội lựa thương và một trung đội tản thương* : The medical company has a headquarters, a clearing platoon and an evacuation platoon.

quân y viện [kwən i viện] Military hospital.

quấn [kwón] To roll up, to wind ; to wrap up (in) ; to curl. *Quấn trong mền* : To roll, wrap, oneself up in a blanket. *Quấn dây chung quanh vật gì* : To wind string round something. *Quấn vào ống chỉ* : To wind a bobbin. *(Rắn) Quấn chung quanh vật gì* : (Of serpent) To curl round something. *Quấn vật gì chung quanh vật khác* : To lap something round something.

quấn (Bot) Voluble, volubile, volubilate, twining (stalk).

quấn chăn [kwón cawn] To roll, wrap oneself up in a blanket.

quấn chặt [kwón cawt] To enlace.

quấn chỉ [kwón cỉ] To wind thread.

quấn dây [kwón zei] To wind string.

quấn quít [kwón kwit] To dangle (after, round, about), to hang about, to hang (a) round, to remain near. *Các trẻ con quấn quít bà của chúng nó để nghe chuyện ma* : The children hung about their grand-mother, hoping to hear a ghost story.

quấn tròn [kwón tròn] To coil, to wind round and round. *Sợi dây quấn tròn thân mình nó* : The rope coiled round his body.

quấn [kwòn] To caracole.

quần Trousers. *Áo quần* : Clothes. *Kéo, giật mạnh quần lên* : To hitch (up) one's trousers. *Quần nó lủng ở đầu gối* : His trousers are through at the knees.

quần áo [kwòn áu] Clothes, clothing dress, attire, garment. *Bàn chải quần áo* : Clothes-brush. *Giỏ đựng quần áo dơ* : Clothes-basket. *Giá phơi quần áo* : Clothes-horse. *Dây phơi quần áo* : Clothes-line, clothes-rope. *Cái kẹp quần áo* : Clothes-pin, clothes-peg. *Quần áo cũ* : Old clothes. *Bộ quần áo* : Suit of clothes. *Quần áo dơ* : Soiled clothes. *Mặc, cởi quần áo* : To put on, take off, one's clothes. *Quần áo mặc bo đêm* : Evening dress. *Quần áo đàn bà* : Female attire. *Quần áo trẻ con mớ sanh* : Baby-linen. *Quần áo của n may bằng vải xấu* : His clothes we made of coarse material. *Nó không mặ quần đo gì cả (trần truồng) : He h..d nothing on. *Cái rương nầy có thể dựng tất cả quần áo của anh không ?* : Will this trunk hold all your clothes ?. *Mặc quần áo thường* : In plain clothes, in ordinary clothes (contrasted with uniform). *Nó thay quần áo trước khi đi* : He changed his clothes before going out. *Cởi quần áo của người nào* : To strip someone of his clothes. *Quần áo không thể sứt đường may được* : Garments that cannot come unstitched.

quần áo đặt may [kwɔ̀n áu dɑ̣ɯt may] Tailor-made clothes, made-to—measure clothes, (U.S.A.) custom clothes.

quần áo may sẵn [kwɔ̀n áu may ʃæɯn] Ready-made clothes, ready-made garment, ready—made clothing, ready-to-wear clothes, slops.

quần chúng [kwɔ̀n cúŋ] Mass, crowd, body, of people.

quần cộc [kwɔ̀n kọk] See **quần cụt**.

quần cụt [kwɔ̀n kụt] Shorts.

quần cư [kwɔ̀n kɯ] To live in groups.

quần đảo [kwɔ̀n dủu] Arcbipelago.

quần đoàn [kwɔ̀n dwàn] To gather in groups.

quần đùi [kwɔ̀n dủi] Shorts.

quần hầu [kwɔ̀n hồu] Vassals.

quần học [kwɔ̀n hɔk] Sociology.

quần lê [kwɔ̀n le] The masses, the people.

quần lực [kwɔ̀n lụk] The force of numbers.

quần ngắn [kwɔ̀n ŋắɯn] Shorts.

quần nghị [kwɔ̀n ŋị] Public opinion.

quần ngựa [kwɔ̀n ŋɯɒ] To walk a horse.

quần phi [kwɔ̀n fi] (Of birds) To fly in groups.

quần phong [kwɔ̀n fɔŋ] Chain of mountains.

quần quật [kwɔ̀n kwạt] *Làm quần quật cả ngày* : To work hard and without interruption all day long.

quần sinh [kwɔ̀n ʃiɲ] Mankind, human beings.

quần tam tụ ngũ [kwɔ̀n tam tụ ŋũ]

To gather, to meet together.

quần tâm [kwɔ̀n təm] Public sentiment, public feeling.

quần thần [kwɔ̀n θồn] All the officials.

quần thoa [kwɔ̀n θwa] Women.

quần thư [kwɔ̀n θɯ] Group of women.

quần tụ [kwɔ̀n tụ] To collect, to meet, to assemble, to gather together, to come together.

quần vợt [kwɔ̀n vợt] Tennis. *Sân quần vợt* : Tennis-ground, tennis-court. *Chơi quần vợt* : To play tennis. *Người chơi quần vợt* : Tennis-player. *Vô địch quần vợt* : Champion tennis-player. *Banh để đánh quần vợt* : Tennis-ball. *Nó tự cho là người chơi quần vợt giỏi nhứt trong trường* : He claimed to be the best tennis-player in the school. *Nó chỉ giỏi về môn quần vợt thôi* : He was good at nothing except tennis. *Nó không thích quần vợt lắm* : He's not very keen on tennis.

quẩn [kwɔ̀n] To stick around.

quẩn *Nói quanh quẩn* : To beat about the bush.

quẫn bách [kwɔ̌n báik] To be hard up, in straitened circumstances, in financial difficulties. *Ở trong tình cảnh quẫn bách* : To be in great (dire) straits.

quẫn trí [kwɔ̌n trí] To become senseless.

quận [kwẹn] District.

quận chúa [kwẹn cửɒ] Princess.

quận công [kwẹn koŋ] Duke.

quận lỵ [kwẹn lị] District town.

quận trưởng [kwẹn trɯɔ̀ŋ] District chief, chief of the district.

quầng [kwɔ̀ŋ] Halo, aureole, aureola. *Quầng sáng chung quanh mặt trăng* : A ring of light round the moon. *Mắt có quầng đen* : Black-ringed eyes.

quất [kwất] To lash, to whip ; to flog, to crack. *(Thú) Quất lông bằng đuôi* : (Of animal) To lash its tail. *Quất ngựa* : To lash out at a horse, to flog a horse, to whip a horse. *Quất ngựa truy phong* : To scamper away.

Q

quất (Bot) Mandarin.

quật [kwạt] To exhume, to disinter, to excavate.

quật To whip, to flog, to beat.

quật cường [kwạt kưừng] To refuse to submit, yield to.

quật huyệt [kwạt hwiệt] Hole, cave.

quật khởi [kwạt xởi] To rebel, to revolt, to rise in revolt.

quật mả [kwạt mả] To exhume, to disinter, to dig up (a dead body) from a grave.

quật mộ [kwạt mộ] See quật mả.

quật tàng [kwạt tàng] To dig up, unearth buried things.

quây [kwei] To surround, to encircle, to enclose.

quây To turn ; to go round.

quây quần [kwei kwần] To gather around ; to cluster. Quây quần chung quanh lò sưởi : Gathered round the fireside. Quây quần chung quanh người nào : To cluster round someone.

quấy [kwéi] To be wrong, mistaken. Nếu tôi quấy thì anh cũng quấy nốt : If I am wrong, you are wrong, too. Đứa bé không biết phân biệt giữa phải và quấy : A baby does not know the difference between right and wrong. Nó phải và anh quấy : He is in the right and you are in the wrong.

quày 1) To stir, to move around. See khuấy.

2) To bother, to badger.

quấy nhiễu [kwéi niễu] To trouble, to discommode, to bother.

quấy quá [kwéi kwá] Negligently, carelessly.

quấy quả [kwéi kwả] To disturb, to trouble (by asking for favours, etc...).

quấy rầy [kwéi rầi] To annoy, to bother, to badger, to disturb, to discompose, to derange, to pester.

quấy rối [kwéi rối] To trouble, to disturb, to derange, to harass.

quầy [kwềi] Counter, bar (in a inn, hotel).

quậy [kwệi] To stir up. Cựa quậy : Stirring. Quậy một tách cà phê : To stir a cup of coffee.

que [kwɛ] Stick.

que diêm [kwɛ ziem] Match.

que phóng điện [kwɛ fóng diện] (Ph) Discharger.

que thông [kwɛ θon] (Med) Bougie.

què [kwề] Crippled, lame, maimed, unable to walk ; game-legged. Người què : Cripple. Ngựa què : Lame horse. Què một chân : To have a crippled foot, to be lame of, in, one leg. Chân què : Lame, game, leg. Nó què tay trái : He is crippled in the left hand. Những người bị què trong thời chiến tranh : The men crippled in the war. Đứa trẻ què đi rớt lại sau : The lame child lagged behind. Mặc dầu què, nó cũng vẫn lanh lẹ như thường : Though lame, he is none the less active.

què cẳng [kwề kẳng] See què chân.

què chân [kwề cơn] To be lame ; to have a crippled foot, to be lame of, in, one leg. Người què chân : One legged man.

què giò [kwề zò] See què chân.

què quặt [kwề kwạut] Crippled, lame.

què tay [kwề tay] One-armed, one-handed ; to be crippled in the hand. Nó bị què tay mặt : He is crippled in the right hand.

quẻ [kwẻ] Divination, prophecy. Gieo quẻ : To draw lots.

quen [kwɛn] 1) To know, to be acquainted with. Khi tôi mới quen với nó : When I first knew him. Làm hai người quen nhau : To make two persons acquainted. Chính tôi đã làm cho chúng nó quen nhau : It was I who made them acquainted. Tôi không quen nó : He is not on my visiting list (colloq. I am not familiar with him ; he is no friend of mine). Làm quen với người nào : To get, come, to know someone ; to become, make oneself acquainted with someone.

2) To be accustomed to, to be acquainted, to be used to, to be familiar with, to habituate oneself to get used to, to get, grow, accustomed

to become habituated (to). *Tôi quen thức dậy sớm* : I am accustomed to rise early. *Tập cho quen việc gì* : To accustom, habituate, oneself to something. *Tập cho người nào quen việc gì* : To accustom, habituate, someone to something, to familiarize someone with something. *Tôi có thói quen làm việc ấy* : I used to do it. *Quen việc gì, quen làm việc gì* : To be used to something, to doing something. *Tập cho ngựa quen tiếng súng* : To habituate a horse to the sound of gunfire. *Nó bắt đầu quen với công việc mới của nó* : He is settling down to his new job. *Chúng tôi quen việc ấy rồi* : We are used to it. *Quen chịu lạnh* : To inure oneself to cold, to get inured to cold. *Quen các con đường* : To be familiar with the roads.

quen [kwɛn] Familiar, conversant. *Mặt quen* : Familiar face. *Khách quen* : Frequent visitor. *Quen dùng vật gì* : To be familiar with something. *Quen với vật gì* : To grow familiar with something, to become familiar (ized) with something. *Giọng quen của một người bạn cũ* : The familiar voice of an old friend.

quen biết [kwɛn biét] To know, to be acquainted with. *Quen biết người nào* : To be acquainted with someone. *Làm cho hai người quen biết nhau* : To make two persons acquainted. *Sự quen biết* : Acquaintance.

quen chịu [kwɛn cịu] To become, get, accustomed to.

quen cực khổ [kwɛn kựk xỏ] To be inured to hardships.

quen làm [kwɛn làm] To get accustomed to doing (something).

quen lạnh [kwɛn lạịn] To be inured to cold.

quen mặt [kwɛn mạwt] To look familiar.

quen sơ [kwɛn sə] To be slightly acquainted with.

quen tay [kwɛn tay] *Trăm hay không bằng quen tay* : A burnt child dreads the fire.

quen thân [kwɛn θạn] To know well.

quen thúy thổ [kwɛn θửi θỏ] To get, become, acclimatized.

quen thuộc [kwɛn θwợrk] To be familiar, acquainted with. *Chỗ quen thuộc* : Old acquaintance.

quen việc [kwɛn vịrk] To be accustomed to and familiar with the work, to be well acquainted with the work.

quèn [kwèn] Worthless, mediocre, valueless, small, poor.

queo [kwɛu] *Cong queo* : Curved, bent. *Nằm chèo queo* : To curl up in one's bed. *Khô queo* : Very dry.

quéo [kwɔu] Bent, curved.

quèo [kwèu] To trip (someone) up, to catch and pull away someone's leg. *Quèo chân địch thủ của mình* : To trip (up) one's opponent.

quèo To seize with a hook.

quẹo [kwẹu] To turn, to take a bend. *Quẹo xe* : To turn one's car. *Quẹo xe hết tốc lực* : To take a bend at speed. *Nhớ đừng quẹo tay mặt* : Remember not to turn to the right.

quẹo chân [kwẹu cơn] Distorted leg.

quẹo tay [kwẹu tay] Distorted hand.

quét [kwét] To sweep ; to sweep out (room, etc..) ; to sweep up (dirt, etc...) ; to clean. *Quét bụi vào một góc* : To sweep the dust into a corner. *Áo quét đừng (quá dài)* : Dress that sweeps the ground. *Sự quét* : Sweep. *Càn quét* : To mop up. *Quét sạch bàn* : To make a clean sweep of the table. *Quét sạch một cái phòng* : To give a room a good sweep.

quét dọn [kwét zợn] To clean, clean up, sweep up (a room). *Tôi cần phải quét dọn căn phòng* : I need to clean the room.

quét nhà [kwét nà] To sweep the house.

quét phòng [kwét fờŋ] To sweep up the room.

quét sạch [kwét ʃạik] To make a clean sweep. *Quét sạch trộm cướp trong một nước* : To clean a country of robbers.

quét tước [kwét tửrk] To sweep, clean

Q

up.

quét vôi [kwét voi] To whitewash (a wall).

quẹt [kwẹt] To touch slightly; to strike. *Ống quẹt, hộp quẹt :* Box of matches. *Diêm quẹt :* Match. *Quẹt diêm :* To strike, light, a match.

quẹt diêm [kwẹt ziem] To strike, light, a match.

quẹt máy [kwẹt máy] Cigarette-lighter.

quẹt nước mắt [kwẹt nứrk mắɯt] To wipe away one's tears.

quê [kwe] Boorish, clownish, rustic. *Dân quê, người nhà quê :* Peasant. *Thôn quê, nhà quê :* Countryside.

quê Native village. *Về quê :* To return to one's native village.

quê hương [kwe huɯəŋ] One's native land or country; one's fatherland. *Chết vì quê hương :* To die for one's country. *Trở về quê hương :* To go back to one's native land.

quê kệch [kwe kệik] Boorish, loutish, clownish.

quê khách [kwe xáik] Foreign country.

quê mùa [kwe mwò] Boorish, clownish, rustic.

quê ngoại [kwe ŋwại] One's mother's village.

quê người [kwe ŋɯòi] Foreign country, foreign land.

quê nhà [kwe ɲà] One's fatherland, one's native country.

quê nội [kwe nội] One's father's village.

quê quán [kwe kwán] Native village; native land or country, native soil.

quế [kwé] Cinnamon (bark). *Cây quế :* Cinnamon-tree. *Quế giả :* Bastard cinnamon. *Màu quế (hơi vàng nâu) :* Cinnamon-coloured. *Kẹo quế :* Candied cinnamon.

quế chi [kwé ci] Cinnamon twig.

quế cung [kwé kuŋ] The moon.

quế giả [kwé ṣả] Bastard cinnamon.

quế luân [kwé lwən] The moon.

quế nguyệt [kwé ŋwiệt] Eighth lunar month.

quế phách [kwé fáik] Moonlight.

quệ [kwẹ] *Kiệt quệ :* Exhausted.

quên [kwen] To forget, to omit, to fail, to neglect; to be unmindful of (something). *Quên giờ (hẹn v.v..) :* To forget, overlook, the time (of an engagement, etc...). *Tôi quên tên nó :* I have forgotten his name, his name has slipped out of my mind. *Đừng quên là :* Don't forget, bear in mind that. *Quên làm việc gì :* To forget, omit, to do something. *Một câu chuyện mà nó quên rằng nó đã thuật lại rồi :* A story which he forgot he had already told. *Không thể quên được :* Never to be forgotten. *Tôi sẽ không bao giờ quên lòng tốt của anh :* I shall never forget your kindness. *Trẻ con mau quên đòn :* To a boy a beating is soon forgotten. *Thù oán nhớ lâu, ơn huệ mau quên; đặng chim bẻ ná, đặng cá quên nôm :* Eaten bread is soon forgotten. *Nó quên trả tiền mà nó đã mượn :* He has forgotten to pay back the money he borrowed. *Nếu tôi quên anh làm ơn nhắc tôi việc ấy :* In case I forget, please remind me about it. *Tôi sẽ không quên cái nhục này :* I shall not forget this insult. *Quên người nào, việc gì :* To be unmindful of someone, something. *Bỏ quên khăn tay :* To leave one's handkerchief behind. *Nó hay quên :* He is apt to forget. *Quên bổn phận của mình :* Unmindful of one's duty; to neglect one's duty. *Tôi sẽ không bao giờ quên hôm ấy :* I shall never forget that day. *Tôi sợ quên :* I am afraid of forgetting. *Nó không bao giờ quên viết thơ cho mẹ nó mỗi tuần :* He never fails to write to his mother every week. *Quên những chi tiết :* To leave out the details. *Người ta quên đem rương của nó xuống tàu :* His trunk has missed being put on board. *Tôi không bao giờ quên đến nơi đó :* I never missed going there. *Phần nhiều những bạn nó đều quên nó :* Most his friends has forgotten him. *Tôi quên tên anh rồi :* Your name has slipp...

my memory.

quên Forgetful, oblivious. *Quên sự có mặt của tôi* : Oblivious of my presence. *Hay quên, mau quên* : To have a memory like a sieve.

quên bằng [kwen bãɯŋ] To forget completely, to forget entirely. *Việc ấy làm tôi quên bằng buổi hẹn* : It sent my appointment clean out of my head, out of my mind.

quên dĩ vãng [kwen zĩ vãŋ] To forget the past, to let bygones be bygones.

quên hẳn [kwen hảɯn] See quên bằng.

quên lãng [kwen lãŋ] To sink (fall) into oblivion. *Quên lãng việc gì* : To consign something to oblivion. *Nàng muốn rằng tất cả việc này được chôn sâu trong quên lãng* : She wishes the whole thing buried and forgotten.

quên lửng [kwen lửŋ] To forget completely.

quên mất [kwen mất] To forget.

quên mình [kwen mìŋ] To forget oneself, to sacrifice oneself. *Sự quên mình* : Self-forgetfulness.

quên ơn [kwen ən] Thankless, ungrateful.

quên [kwén] To seduce. See quyền rũ.

quềnh quàng [kwèiɲ kwàŋ] As a matter of form, for form's sake ; negligently, carelessly.

quệt [kwét] To knead.

quệt trầu [kwét trầu] Saliva of betel chewing with areca-nut parings.

quệt [kwẹt] To coat, to smear, to plaster.

quều quào [kwèu kwàu] *Tay chân quều quào* : Lanky legs and arms.

quít [kwit] Mandarin(e), tangerine (orange). *Cây quít* : Mandarin, tangerine.

quốc [kwók] Nation, state, country. *Tổ quốc* : Fatherland. *Ái quốc* : Patriotic. *Tổ chức Liên hiệp quốc* : United Nations Organization (U.N.O.).

quốc âm [kwók əm] National language.

quốc bảo [kwók bảu] Precious things of a nation.

quốc biến [kwók biến] National change.

quốc binh [kwók biɲ] Army of a nation.

quốc ca [kwók ka] National anthem. *Bài quốc ca của nước Anh là « God save the King »* : The national anthem of Great Britain is « God save the King ».

quốc chú [kwók củ] King, emperor, ruler of a state.

quốc dân [kwók zən] People, nation. *Quốc dân đại hội* : National congress.

quốc doanh [kwók zwaiɲ] Nationalized business.

quốc định [kwók diɲ] Official.

quốc đô [kwók do] Capital.

quốc gia [kwók ʒa] State, nation, country. *Quốc gia tự do* : Free state. *Phụng sự quốc gia* : To serve the nation.

quốc gia National. *Chủ nghĩa quốc gia* : Nationalism. *Chủ quyền quốc gia* : National sovereignty. *Ngân hàng quốc gia* : National Bank. *Bộ quốc gia Giáo dục* : Department of National Education.

quốc gia chú nghĩa [kwók ʒa củ ŋĩə] Nationalism.

quốc gia chú quyền [kwók ʒa củ kwièn] National sovereignty.

quốc gia hóa [kwók ʒa hwa] To nationalize.

quốc gia hội viên [kwók ʒa họi vien] Member state.

quốc gia nông tín cuộc [kwók ʒa noŋ tín kwərk] National agricultural Credit Office.

quốc gia thuế [kwók ʒa θwé] See quốc thuế.

quốc giao [kwók ʒau] Relation between nations.

quốc giáo [kwók ʒáu] National religion.

quốc hiến [kwók hiến] 1) Constitution. 2) Laws of a country.

quốc hiệu [kwók hiệu] Name of a country.

quốc hoa [kwók hwa] Cream, flower, choice part of a country.

quốc hóa [kwók hwá] Home products.

quốc họa [kwók hwa] National disaster.

quốc học [kwók họk] National culture.

quốc hội [kwók hội] National assembly, Congress, parliament. *Dân biểu quốc hội* : Deputy, assemblyman.

quốc hồn [kwók hồn] National soul, national spirit.

quốc huy [kwók hwi] See quốc kỳ.

quốc húy [kwók hwí] King's name.

quốc hữu hóa [kwók hữu hwá] To rationalize. *Sự quốc hữu hóa* : Nationalization.

quốc kế [kwók ké] 1) Policy of a state. 2) National economy.

quốc kế dân sinh [kwók ké zən ʃiɲ] National economy and the livelihood of the people.

quốc khánh [kwók xáiɲ] National celebration.

quốc khố [kwók xó] Treasury.

quốc ký [kwók ki] National history.

quốc kỳ [kwók kì] National flag, national colours.

quốc lập [kwók lập] Public.

quốc liên [kwók lien] League of Nations.

quốc lộ [kwók lọ] National road.

quốc mẫu [kwók mẫu] Queen-mother.

quốc nạn [kwók nạn] National calamity, disaster.

quốc ngoại mậu dịch [kwók ŋwại mậu zịk] International trade.

quốc ngữ [kwók ŋữ] National language.

quốc nhạc [kwók ɲạk] National music.

quốc nội [kwók nội] Home, domestic.

quốc nội mậu dịch [kwók nội mậu zịk] Home trade.

quốc pháp [kwók fáp] Laws of a country.

quốc phí [kwók fí] National expenditures.

quốc phong [kwók fɔŋ] National customs, customs of a country.

quốc phòng [kwók fɔ̀ŋ] National defence. *Bộ Trưởng Phụ tá quốc phòng* : Assistant Secretary of State for National defence.

quốc phú [kwók fú] National wealth.

quốc phục [kwók fụk] National costume, national dress. *Mặc quốc phục* : To wear national costume.

quốc quang [kwók kwaŋ] National glory.

quốc quân [kwók kwən] Army of a country.

quốc quyền [kwók kwièn] National sovereignty.

quốc quyền sách [kwók kwièn ʃáik] State policy.

quốc sản [kwók ʃản] National products.

quốc sắc [kwók ʃáuk] Beauty queen.

quốc sỉ [kwók ʃỉ] National humiliation.

quốc sứ [kwók ʃứ] Ambassador of a country.

quốc sử [kwók ʃử] National history.

quốc sự [kwók ʃụ] National affairs.

quốc sự phạm [kwók ʃụ fạm] Political prisoners.

quốc tài [kwók tài] National wealth.

quốc tang [kwók taŋ] National mourning.

quốc táng [kwók táŋ] State funeral, state mourning.

quốc tặc [kwók tạuk] Traitor, traitress.

quốc tế [kwók té] International. *Luật quốc tế* : International law.

quốc tế International relation. *Cầu thủ quốc tế* : International.

quốc tế ca [kwók té ka] Internationale.

quốc tế chủ nghĩa [kwók té củ ɲĩə] Internationalism.

quốc tế công pháp [kwók té koŋ fáp] International public law.

quốc tế hóa [kwók té hwá] To internationalize. *Sự quốc tế hóa* : Internationalization.

quốc tế mậu dịch [kwók té mậu zịk] International trade.

quốc tệ [kwók tẹ] National currency.

quốc thể [kwók θẻ] National prestige.

quốc thiều [kwók θièu] National anthem. *Quốc thiều của nước Anh* « God Save the King » : The national anthem of Great Britain is « God Sav the King ». *Thí dụ anh nghe quốc thiều trong ra-dô, anh có chào không?* : Suppose you hear the national anthem on the radio, do you have to salute ?.

quốc thổ [kwók θổ] National territory.

quốc thúc [kwók θúk] Emperor's uncle.

quốc thuế [kwók θwế] National taxes.

quốc tịch [kwók tịk] Nationality. *Anh thuộc quốc tịch nào ?* : What is your nationality ?. *Bỏ quốc tịch* : To denaturalize oneself.

quốc tính [kwók tính] Characteristics of a country.

quốc trái [kwók trái] National debt, government bond.

quốc trụ [kwók trụ] Pillar of state.

quốc trưởng [kwók trưởŋ] Chief of state, head of state.

quốc túy [kwók tứi] National characteristics or spirit.

quốc tự [kwók tự] See quốc văn.

quốc uy [kwók wi] National prestige.

quốc văn [kwók vaun] National literature, national language.

quốc vận [kwók vận] National destiny, fate.

quốc vụ [kwók vụ] State affairs.

quốc vụ khanh [kwók vụ xaịŋ] Secretary of state without portfolio.

quốc vụ viện [kwók vụ viện] Cabinet.

quốc vương [kwók vưươŋ] King, ruler.

quốc xã [kwók sã] *Đảng quốc xã* : The National Socialist party. *Đảng viên đảng Quốc xã* : Nazi.

quơ [kwə] *Bâng quơ* : Vague.

quơ To take, to seize, to gather.

quơ củi [kwə củi] To gather sticks.

quờ quạng [kwờ kwạŋ] To grope, to feel. *Quờ quạng đi ra* : To grope one's way out.

quở [kwở] To blame, to reprimand, to rebuke, to reprove, to scold, to chide, to rate.

quở mắng [kwở mắuŋ] To reprimand, to reprove, to blame, to rate, to scold, to chide. *Quở mắng người nào tàn tệ* : To rate someone soundly.

quở phạt [kwở fạt] To reprimand with punishment.

quở trách [kwở tráik] To reprove, to rebuke, to scold, to rate, to chide. *Quở trách người nào* : To come down upon someone, to read someone a lecture, to give someone a rap on the knuckles. *Quở trách người nào vì việc gì* : To rebuke someone for something, to upbraid someone with, for something. *Quở trách người nào đã làm việc gì* : To take someone to task for doing something. *Người ta quở trách nó vì một chuyện chẳng ra gì* : He is taken to task for the merest trifle.

quy [kwi] Tortoise.

quy *Chánh quy* : Regular. *Nội quy* : By-laws.

quy bản [kwi bản] Tortoise-shell.

quy chế [kwi cế] 1) Statute ; rule (of an institution). *Quy chế khu Phi quân sự* : Statute of the Demilitarized zone. 2) Status.

qui chế báo chí [kwi cế báu ci] Press code.

quy chính [kwi cíŋ] To return to the right way. *Quy chính viên* : Returnee.

quy cú [kwi củ] Standard, norm, method.

quy cửu [kwi kửu] To shift the blame upon (someone).

quy đế [kwi dế] Apodosis.

quy điều [kwi diều] Regulations.

quy định [kwi dịŋ] To fix, to stipulate, to provide, to define. *Khi biên giới giữa hai nước không được quy định rõ ràng thì hay có việc lộn xộn* : When the boundary between two countries is not clearly defined, there is often trouble. *Quyền hạn của quan tòa đã được pháp luật quy định* : The powers of a judge are defined by law.

quy hàng [kwi hàŋ] To surrender, to yield, to give in.

quy hoàn [kwi hwàn] 1) To give back, to send back. 2) To come back, to return.

quy hồi [kwi hồi] To return, to come back.

quy hưu [kwi hɯu] To retire on a pension.

quy kết [kwi két] Consequence.

quy kỳ [kwi kì] Date of one's return.

quy lão [kwi lãu] To retire because of old age.

quy luật [kwi lwət] Statute and law ; regulation.

quy mô [kwi mo] Model, pattern, example.

quy nạp [kwi nạp] Phép quy nạp : Induction. Theo phép quy nạp : Inductive. Phương pháp quy nạp : The inductive method. Lý luận quy nạp : Inductive reasoning. Lý luận theo phép quy nạp : To reason by induction.

quy nghi [kwi ɲi] Rules, regulations.

quy phật [kwi fət] To become a Buddhist.

quy phục [kwi fʊk] To submit, to surrender, to yield.

quy quan [kwi kwan] To confiscate, seize (goods, property, etc...).

quy táng [kwi táŋ] To bring the corpse to the native village for the funeral.

quy tắc [kwi tắɯk] Rule, regulation.

quy tâm [kwi təm] Nostalgia, homesickness.

quy tây [kwi tei] (Bud) To return to the west, (fig) to die.

quy thuận [kwi θwən] To surrender, to submit.

quy tịch [kwi tịk] (Of Buddhist monk) To die.

quy tiên [kwi tien] To return to paradise, (fig) to die, to pass away.

quy tội [kwi tọi] To shift the blame upon (someone).

quy trình [kwi trìɲ] Rules, regulations.

quy tụ [kwi tụ] To assemble, to gather, to concentrate.

quy ước [kwi ứrk] Covenant, compact, agreement.

quy vị [kwi vị] To return to one's place.

quy y [kwi i] To believe in Buddhism.

quý [kwi] Precious, valuable ; noble. Đá quý : Precious stones.

quý To esteem. Không có ai quý cha anh hơn tôi : No one can esteem your father more than I do.

quý báu [kwi báu] Precious, valuable. Một người cộng sự quý báu : Valuable collaborator.

quý đông [kwi doŋ] The last month of winter (twelfth lunar month).

quý giá [kwi ʒá] Valuable, precious ; costly. Tặng phẩm quý giá : Valuable gift.

quý hạ [kwi hạ] The last month of summer (sixth lunar month).

quý hóa [kwi hửa] Precious goods.

quý hồ [kwi hồ] Provided that.

quý khách [kwi xáik] Honoured guest, guest of honour.

quý kim thuộc [kwi kim θwərk] Precious metal.

quý mến [kwi mén] To endear; to esteem.

quý môn [kwi mon] Noble family.

quý nguyệt [kwi ŋwiệt] The last month of each season.

quý nhân [kwi ɲən] Noble person ; distinguished person.

quý nữ [kwi nữ] Last-born daughter, youngest daughter.

quý phái [kwi fái] Nobility, aristocracy; high-born, of noble family. Dòng dõi quý phái : Of noble birth.

quý phi [kwi fi] Imperial second rank wife.

quý san [kwi ʃan] Quarterly review.

quý sĩ [kwi ʃĩ] High official, high civil-servant.

quý thế [kwi θé] The last century.

quý thích [kwi θík] Family of the king's mother.

quý thu [kwi θu] The last month of autumn (eigth lunar month).

quý tiện [kwi tiện] Noble and vile.

quý tộc [kwi tọk] Nobility, aristocracy Độc quyền của quý tộc : The privilege of the nobility. Nó thuộc dòng dõi qu tộc : He was of noble strain.

quý trọng [kwi trọŋ] To esteem ; admire and respect.

quý trọng Precious, valuable.

quý tứ [kwi tử] Precious son.

quý tướng [kwi tưởŋ] Face of a noble man.

quý vật [kwi vợt] Valuable thing.

quý xuân [kwi swơn] The last month of spring (third lunar month).

quỳ [kwi] To kneel (down), to go down on one's knees. *Nó quỳ xuống đề lượm nón của nó lên :* He knelt (down) to pick up his hat.

quỳ [kwi] (Bot) Turnsole, sunflower.

quỳ gối [kwi gói] To kneel (down); to go down, fall, drop, on one's knees. *Quỳ gối !:* Down on your knees!.

quỷ [kwi] Devil, demon.

quỷ ám [kwi ám] Possessed by the devil. *Bị quỷ ám :* To be possessed by the devil.

quỷ bí [kwi bí] Mysterious, discreet.

quỷ biện [kwi biện] Fallacy, sophistry, false reasoning.

quỷ đặc [kwi dặk] Odd, bizarre.

quỷ kế [kwi ké] Stratagem, wicked device.

quỷ khốc [kwi xók] Terrible, terrifying.

quỷ quái [kwi kwái] 1) Cunning, artful. 2) Diabolical.

quỷ quyệt [kwi kwiệt] Knavish, crafty, cunning, foxy, clever, artful. *Quỷ quyệt như chồn :* As crafty as a fox.

quỷ sứ [kwi sứ] Soldier in hell.

quỷ thần [kwi thần] Demon and god.

quỷ thuật [kwi thuật] Magic, sorcery, witchcraft.

quỹ [kwi] Fund; funds, treasury. *Thủ quỹ :* Treasurer. *Công quỹ :* Public funds. *Quỹ của hội quần vợt chúng ta gần cạn rồi :* The treasury of our tennis club is almost empty.

quỹ bù trừ [kwi bù trừ] Equalization fund (for family allowances, etc...).

quỹ cứu tế [kwi kứu té] Relief fund.

quỹ dưỡng lão [kwi zưỡŋ lãu] Old-age pension fund.

quỹ đạo [kwi dạu] 1) Trajectory (of a projectile).

2) (Astr) Orbit, circle.

3) (Math) Trajectory.

quỹ đen [kwi dɛn] Secret-service funds.

quỹ khắc [kwi xắk] Time.

quỹ mô [kwi mo] Rule.

quỹ tích [kwi tík] (Geom) Locus.

quy [kwi] To fall on one's knees; to collapse; to succomb. *Nếu anh làm việc quá nhiều anh sẽ quy :* If you work too hard, your health may collapse.

quyên [kwien] To subscribe(to). *Quyên một ngàn đồng vào công cuộc phước thiện :* To subscribe a thousand piastres to a charity. *Sự quyên (tiền) :* Subscription. *Sự quyên vào một công cuộc phước thiện :* Subscription to a charity. *Người quyên tiền vào công cuộc phước thiện :* Subscriber to a charity.

quyên chấn [kwien còn] To give money (to charity).

quyên giảm [kwien ʒãm] To exempt and to decrease.

quyên giáo [kwien ʒáu] To subscribe.

quyên ngân [kwien ŋən] See quyên chấn.

quyên quyên [kwien kwien] Fine, beautiful, pretty.

quyên sinh [kwien ʃiŋ] To commit suicide, to make away with oneself.

quyên thân [kwien θən] See quyên sinh.

quyên tiền [kwien tiền] To subscribe money, to take up a collection. *Quyên tiền cho kẻ nghèo :* To collect for the poor.

quyên trần [kwien trần] To die, pass away.

quyên trợ [kwien trợ] To subscribe money.

quyên vong [kwien voŋ] To forget.

quyến ái [kwién ái] To attach ; to love.

quyến cố [kwién kó] To have mercy, pity on.

quyến dỗ [kwién zõ] To coax, to seduce, to entice, to lure.

quyến dụ [kwién zụ] See quyến dỗ.

quyến luyến [kwién lwién] To attach.

Q

Quyến luyến người nào : To attach oneself to someone. *Quyến luyến một người bạn* : To stick by, to, a friend.

quyến rũ [kwiến rũ] To attract, to enchant, to enthral(l) ; to seduce, to captivate, to lure, to allure, to charm, to attract, to please (someone's) fancy. *Quyến rũ một người đàn bà* : To seduce a woman. *Quyến rũ người bỏ phận sự* : To lure someone away from a duty. *Mặc dầu không đẹp, cô ấy cũng có sức quyến rũ* : Though not handsome, she was attractive.

quyền rũ [kwiến rũ] Attractive, catchy.

quyến thuộc [kwiến θwərk] Parents, relatives.

quyền [kwiền] Authority, power, right. *Nhà cầm quyền* : Authorities. *Cầm quyền* : To be in power, to govern, to rule. *Toàn quyền* : Full power. *Chủ quyền* : Sovereignty. *Thẩm quyền* : Competence, jurisdiction. *Thần quyền* : Divine right. *Có quyền làm việc gì* : To have a right, the right, to do something ; to have the right of doing something ; to be entitled to do something. *Nó có quyền hơn hết* : He has the most power. *Tôi có quyền sống* : I have a right to live. *Anh có quyền gì bắt tôi nín ?* : What right have you to bid me to be silent ?. *Có quyền đối với người nào* : To have, exercise, authority over someone. *Được quyền hành động* : To have authority to act. *Anh không có quyền làm như thế* : You have no business to do so. *Chúng nó không có quyền, bất cứ dưới hình thức nào, xen vào công việc của chúng ta* : They have no right, under whatever forms, to poke their nose to our affair. *Anh không có quyền ở đây* : You have no business to be here.

quyền Acting. *Quyền giám đốc* : Acting manager.

quyền Anh [kwiền aiɲ] Boxing.

quyền bất khả xâm phạm [kwiền bốt xả səm fạm] Freedom from arrest.

quyền bầu cử [kwiền bòu kủ] Right to vote.

quyền biến [kwiền biến] To adapt oneself to, make the best of, circum-

stances.

quyền biểu quyết [kwiền biểu kwiết] Deliberation voice.

quyền binh [kwiền biɲ] Power, authority.

quyền cao [kwiền kau] Supreme authority.

quyền chỉ huy [kwiền cỉ hwi] Command. *Khi thiếu tá chết, đại úy nắm quyền chỉ huy đại đội* : When the major was killed, the captain took command of the company.

quyền chọn [kwiền cɔn] Option. *Có quyền chọn làm việc gì* : To have the option of doing something. *Anh có quyền chọn đi hay ở lại* : It is optional with you whether you go or stay.

quyền chuyên chế [kwiền cwien cế] Absolute power.

quyền cốt [kwiền kót] Cheek-bone.

quyền cước [kwiền kúrk] French boxing, foot boxing.

quyền đai [kwiền dai] To replace temporarily.

quyền đầu phiếu [kwiền dòu fiéu] Right to vote.

quyền gia [kwiền ʒa] Noble family.

quyền hạn [kwiền hạn] Competence, sphere, purview. *Việc nầy thuộc về quyền hạn của nó* : This lies within his competence. *Ngoài quyền hạn của tôi* : Not within my competence, not within my sphere. *Thuộc về quyền hạn của người nào* : To lie, come, within the purview of someone.

quyền hành [kwiền hàiɲ] Power, authority. *Hạn chế quyền hành của người nào* : To restrict, limit, someone's authority.

quyền hành pháp [kwiền hàiɲ fáp] Executive power.

quyền kế thừa [kwiền ké θừə] Right of succession.

quyền lập pháp [kwiền lạp fáp] Legislative power.

quyền lợi [kwiền lɔi] Right, interes. *Bình vực quyền lợi của mình* : To asser stand on, one's rights. *Đòi quyền l* *của mình :* To vindicate one's right. *Làm thiệt hại đến quyền lợi của người nào :* To injure someone's interests. *Việc ấy làm hại đến quyền lợi của tôi :* That would prove injurious to my interests. *Việc nầy chạm đến quyền lợi của tôi :* This runs against my interests. *Quyền lợi chung khiến hai nước liên kết nhau :* Common interests unite two countries. *Đặt quyền lợi tối cao của Tổ quốc và của Dân tộc lên trên hết :* To place the highest interest of the Fatherland and of the People above all consideration.

quyền lực [kwièn lựk] Power and influence.

quyền năng [kwièn nawŋ] Power and capacity.

quyền nhiếp [kwièn ɲiếp] To hold temporarily an appointment.

quyền phủ quyết [kwièn fủ kwiét] Right of veto.

quyền quý [kwièn kwí] Noble.

quyền quyệt [kwièn kwiệt] Cunning, artful .

quyền săn bắn [kwièn sawn bắwn] Hunting-right.

quyền tác giả [kwièn tác ʒả] Copyright.

quyền thế [kwièn θế] Power and influence ; authority.

quyền thời [kwièn θời] Temporary, provisional.

quyền thuật [kwièn θwạt] Boxing, art of fighting.

quyền trứ tác [kwièn trứ ták] Copyright.

quyền tuyệt đối [kwièn twiệt đói] Absolute power.

quyền tư pháp [kwièn tư fáp] Judicial power.

quyền tự quyết [kwièn tự kwiét] Right of self-determination.

quyền tước [kwièn tứrk] Dignity.

quyền uy [kwièn wi] Authority.

quyền ưu tiên [kwièn ưu tien] Priority.

quyển [kwiển] Volume, tome, book. *Tác giả viết nhiều quyển sách :* Author of many volumes. *Sách chia làm sáu*

quyển : Six volumed book.

quyển sách [kwiển sáik] Book. *Tôi không có quyển sách nào cả :* I haven't a book. *Đọc mau một quyển sách :* To gallop over, through, a book. *Cắt hình trong một quyển sách ra :* To cut out pictures from a book. *Chừng nào quyển sách mới của anh xuất bản ? :* When will your new book be out ?. *Quyển sách của tôi vừa xuất bản sáng nay :* My book is just out this morning. *Quyển sách đang in :* The book is now in the press, the book is now printing. *Nó để quyển sách trên bàn :* He put the book on the table. *Bắt đầu đọc một quyển sách :* To begin to read a book. *Để quyển sách lại chỗ cũ :* To return a book to its place. *Trích một đoạn trong quyển sách :* To take a passage from a book. *Tôi đã đọc quyển sách nầy hai lần rồi :* I have read this book twice.

quyết [kwiét] To decide, to determine. *Cương quyết, quả quyết :* To be determined.

quyết án [kwiét án] To sentence, to pass a sentence.

quyết chí [kwiét cí] To determine, to resolve.

quyết chiến [kwiét ciến] Decisive battle.

quyết định [kwiét dịɲ] To decide, to determine, to resolve, to adjudge, to come to a determination, to make up one's mind. *Quyết định số phận của người nào:* To decide someone's fate. *Việc ấy làm tôi quyết định ra đi :* That decides me to depart. *Chưa có gì là quyết định cả ; chưa quyết định được gì cả :* There's nothing settled yet, nothing has been, is decided yet. *Anh đã quyết định chưa ? :* Have you decided ?. *Tôi chưa quyết định sẽ làm việc gì :* I have not yet decided what I shall do. *Quyết định làm việc gì:* To decide, determine, settle, to do something, on doing something, to make a resolution to do something ; to be determined to do something, to make up one's mind to do something. *Chúng* *tôi quyết định phải có một cây vĩ cầm :* We had determined on a violin. *Việc nầy quyết định số phận của nó :* This incident was decisive of his fate. *Không phải về phần tôi quyết định :* It is not for me to decide. *Nó không quyết định đi hay không :* He was undetermined whether he would go or not.

quyết định [kwiết địn] 1) Decided, determined, resolved, resolute.
2) Decisive, definitive. *Trận đánh quyết định :* Decisive battle.

quyết định Decision, determination, resolution. *Không biết quyết định lẽ nào :* Not to know what decision to make. *Quyết định làm việc gì :* To make a resolution to do something.

quyết đoán [kwiết dwán] Determined, decided, resolute.

quyết liệt [kwiết liệt] Drastic. *Dùng những biện pháp quyết liệt :* To take drastic measures.

quyết lòng [kwiết lòn] To determine, to decide, to resolve.

quyết nghị [kwiết nị] To decide. *Bản quyết nghị :* Resolution.

quyết nhiên [kwiết niên] Naturally, of course, surely, decidedly, certainly.

quyết tâm [kwiết tơm] Determined to.

quyết thắng [kwiết tăŋ] Resolved to win.

quyết tình [kwiết tìp] Determined to.

quyết tử [kwiết tử] To decide to die.

quyết ý [kwiết í] To resolve, to determine, to decide.

quyệt [kwiệt] *Xảo quyệt :* Cunning, artful, wily.

quýnh [kwíɲ] *Mừng quýnh :* To be excited with joy, to be overjoyed.

quỳnh bôi [kwìɲ boi] Jade cup.

quỳnh chi ngọc diệp [kwìɲ ci ŋɔk ziệp] Jade branches and leaves, (fig) imperial descendants.

quỳnh dao [kwìɲ zau] Kind of precious stone.

quỳnh tương [kwìɲ tươŋ] Good, fine, wine.

quýt ky [kwit ki] Whisky. *Nếu nó uống quá nhiều quýt ky thì nó say :* If he drinks too much whisky, he become intoxicated.

quyt [kwịt] To welch, welsh, refuse to pay.

quyt nợ [kwịt nợ] To refuse to pay a debt.

R

ra [ra] 1) To come out, to go out, to get out; to exit; to leave the room or the house; to issue forth, to make one's exit. *Ra khỏi phòng*: To go, walk, step, out of the room. *Cho người nào ra*: To allow someone to go out, come out. *Đừng cho nó ra*: Don't let him out. *Vào cửa nầy ra cửa khác*: To go in at one door and out at the other. *Xe lửa ra khỏi đường hầm*: The train emerged from the tunnel. *Máu trong miệng nó trào ra*: Blood was streaming from his mouth. *Số đầu tiên của tạp chí nầy sẽ ra ngày 8 tháng 3*: The first number of this review will come out the 8th of March. *Cửa khóa và chúng tôi ra không được*: The door was locked and we couldn't get out. *Chạy ra*: To run out. *Lén ra*: To steal out. *Vừa mới ra khỏi trường*: To have just left school.

2) *Lá mười rô đã ra rồi*: (Cards) The ten of diamonds turned up.

3) *Câu hỏi nầy đã ra rồi (trong kỳ thi)*: This question was set (in the examination).

ra *Rút súng ra*: To whip out a revolver. *Ló đầu ra ngoài cửa xe*: To put one's head out of the carriage window. *Rút tay ra khỏi túi*: To take one's hands out of one's pockets.

ra bộ ra tịch [ra bọ ra tịk] To fling one's arms about.

ra câu đối [ra kəu dói] To propose, propound, a riddle.

ra chi [ra ci] See **ra gì.**

ra công [ra coɳ] To take trouble, take pains (to do something).

ra dáng [ra záɳ] To put on. *Ra dáng ngây thơ*: To put on an innocent air.

ra dấu [ra zźu] To signal, to wave, to make a sign. *Nói ra dấu*: To talk by signs. *Ra dấu cho người nào ngừng lại*: To signal to someone to stop. *Ra dấu cho người nào*: To motion to someone, make a sign to someone, to beckon to someone. *Ra dấu người nào làm việc gì*: To sign to someone to do something; to motion (to) someone to do something. *Tôi ra dấu nó đến*: I beckoned to him to come. *Ra dấu đuổi người nào đi*: To motion someone away. *Ra dấu cho người nào vào*: To motion, beckon, someone in.

ra dấu To sign, to signal. *Viên cảnh sát ra dấu bảo chúng nó ngừng lại*: The policeman signed for them to stop. *Nó ra dấu bảo chúng tôi đi*: He waved us away, he signalled to us to go away.

ra đa [ra da] Radar. *Ra đa cận kiểm*: Close control radar. *Ra đa tầm xa*: Long range radar. *Phân đội ra đa phản bích kích pháo định vị trí súng cối của địch và cho tin tức về trung tâm điều khiển tác xạ*: The counter-mortar radar section locates enemy mortar positions and gives the information to the fire direction center.

ra đầu thú [ra dòu θú] To submit.

ra đều ta đây [ra dèu ta dei] To put it on.

ra đi [ra đi] To depart, to leave, to start (away, off, out, on one's way); to go off, away; to set out. *Sắp sửa ra đi:* To be on the point of departing, to be on the point of starting. *Tôi ở nhà ra đi hồi tám giờ:* I leave home at eight o'clock.

ra đi-ô [ra đi-o] Radio. *Tôi nghe tin ấy trong ra đi-ô:* I heard it on the radio.

ra đi-um [ra đi-um] (Ch) Radium. *Chữa bịnh bằng ra đi-um:* To radiumize. *Phép chữa bịnh bằng ra đi-um:* Radiumtherapy.

ra điều [ra điều] To appear as if.

ra đời [ra đời] 1) To be born, to come into, the world.
2) To begin the world, to start in life. *Mới ra đời:* To make one's debut.

ra gì [ra ɟi] To be worth something.

ra giá [ra ɟá] To set a price.

ra giêng [ra ɟieŋ] Next January, early next year.

ra hiệu [ra hiệu] To signal, to make signal. *Ra hiệu im:* To give a signal for silence. *Nhắm mắt ra hiệu cho người nào:* To wink at someone, to give a wink to someone, to tip someone the wink. *Đưa tay ra hiệu trước khi ngừng:* (Aut) To stick out one's arm, to signal, before stopping.

ra hồn [ra hòn] To be worth something. *Không ra hồn:* Worthless.

ra huyết [ra hwiét] To bleed.

ra khỏi [ra xɔi] To go out, come out. *Ra khỏi nhà:* To go out of the house. *Xe lửa ra khỏi đường hầm:* The train emerged from the tunnel.

ra khơi [ra xəi] (Of ship) To stand out to sea, to put to sea, to take to the open sea.

ra lịnh [ra lịɲ] To order, to command, to dictate, to give order, to direct. *Ra lịnh điều tra:* To order an inquiry. *Ra lịnh cho người nào làm việc gì:* To order, enjoin, someone to do something; to give someone injunction to do something. *Viên sĩ quan ra lịnh cho lính của ông ấy bắn:* The officer commanded his men to fire.

ra lò [ra lɔ] *Bánh mì mới ra lò:* The bread was fresh from the oven.

ra mắt [ra máɯt] To appear before, report oneself to.

ra mặt [ra maɯt] To show oneself, to appear. *Mới ra mặt:* To make one's first appearance.

ra mẽ [ra mɛ] To give oneself airs.

ra miệng [ra mieŋ] To express one's opinion.

ra mú [ra mủ] (Med) To discharge pus.

ra ngoài [ra ŋwài] To go out, come out.

ra người [ra ŋɯời] To be worthy of being a man.

ra oai [ra wai] To put on airs.

ra rả [ra rả] Incessantly, ceaselessly, without interruption. *Khóc ra rả:* To cry incessantly.

ra rễ [ra rẽ] To take root, to strike root.

ra sức [ra ʃứk] To make every effort (to do something).

ra tài [ra tài] To show one's talent.

ra tay [ra tay] 1) To set about, to begin (to do something).
2) To show one's ability.

ra thai [ra θai] To propose a riddle.

ra trải giường [ra trải ɟɯờŋ] (Bed-) sheet.

ra trái [ra trái] To fructify, to bear fruit.

ra trận [ra trận] To go into battle.

ra uy [ra wi] To put on airs.

ra vào [ra vàu] To go out and in.

ra vẻ [ra vẻ] See ra dáng.

ra về [ra về] To return, go back.

rá [rá] Closely-woven basket used for washing rice.

rá lò [rá lò] Bars of the grate.

rá lọc [rá lọk] Colander.

rá nướng thịt [rá nɯớŋ θịt] Broiler.

rà [rà] To caulk. *Rà thuyền:* To caulk a boat.

rà máy [rà máy] Running in (of engine). «Rà máy»: "Running in", "being run in ».

rà rẳm [rà rằm] To grope, feel one's way.

rả rích [rà rík] (Of rain) To be continuous.

rã [rã] To decompose, to rot, to decay. *Tan rã* : To break up. *Rã (tháo) một cái máy* : To take a machine apart.

rã bọt mép [rã bọt mép] To waste one's breath, to talk to deaf ears.

rã họng [rã họng] *Đói rã họng* : To be very hungry. *Nói rã họng* : To waste one's breath.

rã mắt [rã mắt] Weary eyes, very tired eyes.

rã rời [rã rời] To be very tired, worn out, exhausted.

rã ruột [rã ruột] *Đói rã ruột* : To be very hungry.

rạ [rạ] Stubble. *Thợ phát rạ* : Stubble clearer. *Phát rạ một miếng ruộng* : To clear a field of stubble.

rạ *Trái rạ* : Varicella, chicken-pox. *Chết như rạ* : To die like flies.

rạ *Con rạ* : All the children of a family, excepting the eldest child.

rác [rák] Garbage, filth, litter, rubbish. *Đống rác* : Garbage heap. *Thùng rác* : Garbage barrel, rubbish-bin, dust-bin, garbage-can. *Xe chở rác* : Dust-cart. *Phu rác* : Garbage collector, dust-man. *Xe rác* : Garbage truck. « *Cấm đổ rác* » : « Shoot no rubbish ». *Tiêu tiền như rác* : To squander money like water.

rác rến [rák rén] Garbage.

rạc [rạk] To be exhausted, worn out. *Gầy rạc* : Skinny, emaciated.

rạc người [rạk người] Haggard, emaciated.

rách [rách] Torn. *Quần rách đáy* : Trousers torn in the seat. *Chỗ rách của quần áo* : Holes in one's clothes. *Xé rách* : To tear. *Giẻ rách* : Rag. *Mang vớ (bít tất) đến rách* : To wear one's socks into holes.

rách bươm [rách bươm] In rags, in tatters.

rách mướp [rách mướp] See **rách bươm.**

rách rưới [rách rưới] Ragged, tattered.

rách tả tơi [rách tả tơi] Tattered, tattery, all tattered and torn. *Quần áo của nó rách tả tơi hết* : His clothes were hanging in ribbons (i.e. were ragged and torn).

rạch [rạch] Arroyo.

rạch To slash, to gash.

rạch ròi [rạch ròi] (To speak) Clearly.

rai [rai] *Lai rai* : To drag on.

rái cá [rái ká] (Z) Otter.

rải [rải] To distribute, to spread, to scatter. *Đường rải đầy hoa hồng* : Path scattered with roses.

rải rác [rải rák] Scattered, sparse (population, vegetation, etc...). *Các bạn của tôi ở rải rác khắp nơi trong nước* : My friends are spread all over the country. *Rải rác khắp nơi, khắp bốn phương* : Scattered to the four corners of the earth. *Vùng bị bỏ hoang trừ vài làng chài lưới ở rải rác* : The region is uninhabited except for a few scattered fishing villages. *Nhà rải rác chung quanh hồ* : Houses that straggle round the lake.

ram [ram] Ream (of paper).

ram To fry.

rám nắng [rám nắng] Sunburnt.

rạm [rạm] Species of crab.

rán [rán] To try, to endeavour, to strive. *Nó rán hết sức để cứu chúng nó* : He tried his best, his hardest, to save them. *Thử rán làm việc gì* : To try to do something ; to try and do something. *Rán giúp tôi* : Try and help me. *Tôi sẽ rán làm việc ấy* : I will make the attempt. *Tôi sẽ rán làm vừa lòng anh* : It will be my endeavour to satisfy you ; I shall endeavour to satisfy you.

rán To fry. *Khoai tây rán* : Fried potatoes. *Rán sành ra mỡ* : Miserly, stingy; to skin a fling.

rán sức [rán sức] To endeavour, to strive, to make efforts. *Rán sức làm việc gì* : To endeavour, strive, do one's utmost, make every effort, make every endeavour, to do something.

rán sức Effort, exertion. *Rán sức làm*

việc gì : To make an effort to do something

ràn rụa [ran rwɔ] *Nước mắt ràn rụa :* Floods of tears.

rạn [rạn] Cracked ; crackled. *Vết rạn :* Crackle, crackling.

rạn nứt [rạn nứt] To crack.

rang [raŋ] To roast, to torrefy.

rang bắp [raŋ bắɯp] To roast corn.

rang cà-phê [raŋ kà fe] To roast coffee.

rang cơm [raŋ kɔm] To bake rice.

ràng [ràŋ] To fasten, to bind, to tie up.

ràng buộc [ràŋ bwɔrk] Tie, bond. *Mối ràng buộc giɑ đình :* Family ties. *Nó bị công việc ràng buộc :* He is chained to his work, he is tied to his work.

ràng ràng [ràŋ ràŋ] Evident, clear, manifest, fresh.

rạng [rạŋ] *Tối thứ hai rạng ngày thứ ba :* The night from Monday to Tuesday. *Đêm 24 rạng 25 :* In the night of 24/25. *Đêm 6 rạng 7 tháng nầy :* On the night between the 6th and 7th of this month.

rạng danh [rạŋ zaiɲ] To become famous.

rạng đông [rạŋ doŋ] Dawn, daybreak, aurora, rise of day. *Lúc rạng đông :* At dawn, at break of day, at daybreak, at cock crow.

rạng ngày [rạŋ ɲày] At daybreak.

rạng rỡ [rạŋ rỡ] Brilliant, radiant.

ranh [raiɲ] Limit, boundary. *Phân ranh :* To fix the limits, to fix the boundaries.

ranh Roguish, mischievous. *Nhãi ranh :* The little devil, the little monkey.

ranh giới [raiɲ ɟới] Boundary, bound, frontier.

ranh mãnh [raiɲ mãiɲ] Mischievous, cunning, sly.

rành [ràiɲ] To master, to possess, to know perfectly (something).

rành mạch [ràiɲ mạik] Clear, intelligible, explicit ; circumstantial.

rành rành [ràiɲ ràiɲ] Evident, obvious, clear, manifest, plain.

rành rẽ [ràiɲ rẽ] Clearly, plainly, distinctly.

rành rọt [ràiɲ rɔt] See **rành rẽ**.

rảnh [ràiɲ] To be free, at liberty, at leisure, available. *Thì giờ rảnh :* Free time, spare time, leisure time. *Có chút thì giờ rảnh :* To have some time free. *Ngày mai tôi rảnh :* I am free to-morrow. *Anh có rảnh không ? :* Are you free ?. *Những lúc tôi rảnh :* In my leisure moments. *Nếu trời tốt và nếu tôi rảnh, tôi sẽ đi chơi :* If the weather is fine and if I am free, I shall go out. *Có thì giờ rảnh :* To have leisure. *Không có thì giờ rảnh :* To have no time to spare. *Khi nào có thì giờ rảnh :* When I have time to spare. *Chừng nào anh rảnh ? :* When shall you be at liberty ?. *Nếu rảnh, tôi sẽ đến :* Should I be free I shall come. *Nó không có thì giờ rảnh, và lại, đó không phải là công việc của nó :* He hasn't the time, and then it isn't his business. *Tôi rảnh từ mười một đến mười hai giờ :* I am disengaged between eleven and twelve.

rảnh Disengaged, not busy, free from engagement.

rảnh chân [ràiɲ cạn] To be free.

rảnh mắt [ràiɲ mắɯt] Not to see. *Cho rảnh mắt :* To be done with something or someone. *Đi cho rảnh mắt :* Get out of here !.

rảnh mình [ràiɲ mìɲ] To be free (of cares).

rảnh rang [ràiɲ raŋ] To be free, disengaged, at leisure. *Hoàn toàn rảnh rang :* As free as the air.

rảnh tay [ràiɲ tay] To have free hands.

rảnh thân [ràiɲ θɔn] To be free (of cares).

rảnh trí [ràiɲ tri] To have a free mind.

rảnh việc [ràiɲ vịrk] To have leisure, to have some spare time.

rãnh [rãiɲ] Drain, gutter.

rao [rau] To announce, to cry. *Lời rao* Announcement. *Rao cá :* To cry fish (for sale).

rao hàng [rau hàŋ] To shout, cry, one's wares.

rao hôn phối [rau hon fói] To publish the banns.

rao mõ [rau mɔ̃] To announce by striking a rattle.

ráo [ráu] Dry. *Cao ráo* : High and dry.

ráo [ráu] *Trời nắng ráo* : Dry and sunny weather. *Hết ráo* : To run out. *Chết ráo* : All are dead.

ráo hoảnh [ráu hwảŋ] (Of eyes) To be completely dry, tearless.

ráo họng [ráu hɔŋ] Parched throat.

ráo nước [ráu núrk] Dry. *Vắt quần áo cho ráo nước* : To wring linen dry.

ráo riết [ráu riết] 1) Keen. *Cuộc tranh đua ráo riết* : Keen competition. 2) Hard. *Làm việc ráo riết* : To work hard.

rào [ràu] Fence, palisade, hedge. *Hàng rào dây kẽm gai* : Barbed wire fence. *Khoảng rào kín* : Enclosed space. *Ngựa nhảy qua rào* : The horse jumped over the fence. *Anh có thể nhảy qua rào không ? Nếu không, anh phải đi vòng:* Can you jump over the hedge ? If not, you must go round.

rào To enclose, to shut in, to hedge, to fence, to palisade (park, garden, etc...). *Rào một miếng đất* : To hedge in a piece of ground. *Rào ngăn một miếng đất* : To hedge off a piece of ground. *Miếng đất của nó rào bằng dây kẽm gai* : His land is fenced with barbed wire.

rào bước [ràu búrk] To quicken, hasten, one's pace ; to brisk (up) one's pace ; to walk at a rapid pace.

rào cẳng [ràu kảŋ] See **rào bước**.

rạo rực [rạu rựk] To feel excited, to have sensation of excitement.

ráp [ráp] To assemble, to fit ; to join (thing) together. *Ráp một cái máy* : To fit a machine. *Anh không thể ráp nó (chỉ máy thâu thanh tháo rời ra) lại đâu, đưa nó cho tôi* : You can't put it together again (e.g. a radio set that has been taken to pieces), give it over to me. *Tôi đã đề hầu hết những miếng*

bể vào với nhau nhưng tôi không thể ráp miếng nầy vào : I've put most of the broken parts together but I can't fit this piece in.

rạp [rạp] Tent ; booth.

rạp Flat on the ground. *Nằm rạp xuống đất* : To lie down flat on the ground.

rạp hát [rạp hát] Theatre. *Rạp hát vừa đủ chỗ cho hai trăm người* : The theatre admits two hundred persons. *Rạp hát sẽ đóng cửa trong một tháng:* The theatre will close for a month. *Cấm hút thuốc trong rạp hát nầy* : Smoking is not permitted in this theatre. *Rạp hát chứa (có) một ngàn chỗ ngồi* : Theatre that seats a thousand. *Khi trời bắt đầu mưa nhiều đám đông người vào các rạp hát bóng* : When the rain started the crowds swarmed into the cinema. *Hồi đó có một rạp hát bóng ở đường nầy* : There used to be (there was once) a cinema in this street.

rạp hát bóng [rạp hát bɔ́ŋ] Movie house, cinema. *Có ba rạp hát bóng trong thành phố* : There are three cinemas in the town.

rát [rát] Smarting. *Canh-ti-dốt làm rát chỗ bị đứt khi thấm nó lên* : Tincture of iodine smarts when it is put on a cut.

rát See **nhát**.

rạt [rạt] To stand to one side.

rau [rau] Vegetables, greens. *Vườn rau :* Vegetable garden. *Rau nào sâu nấy :* Like father like son, like master like man.

rau See **nhau**.

rau cần tây [rau kằn tei] Celery.

rau cỏ [rau kɔ̉] Greens.

rau diếp [rau ziếp] Lettuce.

ráy [ráy] (Anat) Tympanum, drum (of ear).

ráy tai [ráy tai] Ear-wax, cerumen.

rày [rày] Now, today, this time, the present time. *Từ rày về sau* : From now on, henceforth, hencefoward. *Mấy ngày rày* : These few days.

rảy nước [rảy núrk] To dabble, to

R

sprinkle with water; to asperse with water. *Rày nước lên vật gì* : To souse water over something.

rày nước thánh [rày nứrk θáiɲ] To sprinkle (someone) with holy water.

rãy [rãy] To repudiate, to refuse.

rãy vợ [rãy vợ] To repudiate, put away one's wife.

rắc [ráɯk] To sprinkle, to dredge, to dust (with salt, etc...). *Rắc đường lên bánh* : To sift sugar on to (over) a cake.

rắc bột [ráɯk bọt] To flour ; to cover, dredge, sprinkle with flour. *Rắc bột lên thịt* : To sprinkle, dredge, meat with flour; to dredge flour over meat.

rắc đường [ráɯk dɯờŋ] To dust with sugar. *Rắc đường lên bánh* : To dust a cake with sugar.

rắc muối [ráɯk muối] To sprinkle (something) with salt.

rắc rắc [ráɯk ráɯk] *Tiếng rắc rắc* : Crackle, cracking sounds (as one walks on dry sticks or when dry sticks or logs burn).

rắc rối [ráɯk rối] Complex (character, etc..,) ; complicated (question), intricate (problem).

rắc rối (sự) Complication. *Làm rắc rối* : To complicate. *Tránh những sự rắc rối* : To avoid complications.

răm [raɯm] *Rau răm* : Persicaria, lady's-thumb.

răm rắp [raɯm ráɯp] *Tuân theo răm rắp* : To obey as a body.

rắm [ráɯm] *Đánh rắm* : To fart, to break wind, to let a fart.

rằm [ràɯm] Fifteen day of the lunar month, full-moon day. *Trăng rằm* : Full moon.

răn [raɯn] Cracked.

răn See **nhăn**.

răn To warn, to counsel, to advise.

răn bảo [raɯn bảu] To advice.

răn rắt [raɯn ráɯt] *Tuân theo răn rắt* : To obey as a body.

rắn [ráɯn] Snake, serpent. *Dấu rắn cắn* : Snake-bite. *Giống con rắn* : Snake-like.

Người dụ rắn đề bắt : Snake-charmer, serpent-charmer.

rắn Hard, rigid. *Rắn như kim cương* : As hard as a diamont. *Rắn lại* : To become, get, hard. *Thể rắn* : Rigid body.

rắn cái [ráɯn kái] Female snake.

rắn chắc [ráɯn cáɯk] Hard and solid. *Bắp thịt rắn chắc* : Tense, hard muscles.

rắn đầu [ráɯn dầu] Stubborn, obstinate, headstrong.

rắn độc [ráɯn dọk] Poisonous snake, venomous snake.

rắn hai đầu [ráɯn hai dầu] Amphisbaena.

rắn lại [ráɯn lại] To harden, to become, grow, hard.

rắn lục [ráɯn lụk] Viper, adder. *Rắn lục nhỏ* : Young viper, young adder. *Loại rắn lục* : Viperidae. *Thuộc về rắn lục* : Viperine, viperish, viperous.

rắn mái gầm [ráɯn mái gầm] Crotalus.

rắn mối [ráɯn mối] Lizard.

rắn như đá [ráɯn ɲɯ dá] As hard as rock.

rắn nước [ráɯn nứrk] Grass - snake, water–snake.

rắn rết [ráɯn rét] Serpent and centipede.

rắn rít [ráɯn rit] See **rắn rết**.

rắn rỏi [ráɯn rỏi] Solid, strong.

rằn [ràɯn] Striped. *Ngựa rằn* : Zebra.

rằn [ràɯn] *Cằn rằn cằn rằn* : To grumble.

rặn [rạɯn] To make great effort when one goes to stool.

răng [raɯŋ] Tooth. *Không răng, sún răn* : Toothless. *Bịnh đau răng* : Toothache. *Bị đau răng* : To have toothache. *Bàn chải đánh răng* : Toothbrush. *Thợ nhổ răng* : Tooth-drawer. *Kem đánh răng* : Tooth-paste. *Tăm xỉa răng* : Tooth-pick. *Phấn đánh răng* : Tooth-powder. *Giống cái răng* : Toothlike. *Đường răng cưa* : Tooth - ornament. *Bánh xe có răng cưa* : Toothed wheel. *Có hàm răng đẹp* : To have a fine set of teeth. *Sự mọc răng:* Cutting of teeth. *Nhổ một cái răng:* To have a tooth out. *Nó mọc một cái răng:* He has cut a tooth. *Đánh người nào gãy một cái răng :* To knock a tooth out of someone's mouth. *Tôi có một cái răng hơi nhức :* One of my teeth is rather achy. *Nghiến răng :* To set, grind, one's teeth. *Xỉa răng :* To pick one's teeth, to remove bits of food from between the teeth. *Nó mọc răng :* He is cutting his teeth. *Cười để lộ răng ra :* To show one's teeth in a smile. *Cắn chặt răng :* To clench one's teeth. *Răng của nó rụng hết :* His teeth are all gone.

răng bánh xe [rauŋ báip sɛ] Tooth, cog, of a wheel.

răng bừa [rauŋ bừa] Harrow tine.

răng cằm [rauŋ kɔ̀m] Molar, back teeth.

răng chĩa hai [rauŋ cĩa hai] Prongs of a pitchfork.

răng chó [rauŋ có] Canine tooth, dog-tooth, eye-tooth.

răng cùng [rauŋ kùn] See răng cằm.

răng cưa [rauŋ kưa] Tooth, jag, of a saw. *Đường răng cưa:* Serration, serrature. *Bánh xe răng cưa :* Cogged wheel.

răng cưa 1) Serrate, serrated, dentate (leaf).
2) Cogged, toothed (wheel).

răng cửa [rauŋ kửa] Incisor.

răng đều [rauŋ dèu] Well - arranged teeth.

răng giả [rauŋ sả] False teeth, artificial teeth.

răng hàm dưới [rauŋ hàm zưới] Lower jaw tooth.

răng hàm trên [rauŋ hàm tren] Upper jaw tooth.

răng hô [rauŋ ho] Buck-teeth, prominent teeth, protruding teeth.

răng khểnh [rauŋ xểip] See răng hô.

răng lá [rauŋ lá] Serrations of a leaf.

răng long [rauŋ lɔŋ] Loose tooth.

răng lòi xỉ [rauŋ lòi si] See răng vẩu.

răng lồi [rauŋ lòi] Buck-teeth.

răng lược [rauŋ lưrk] Tooth of a comb. *Bẻ răng một cái lược :* To break the teeth of a comb.

răng nanh [rauŋ naip] Canine tooth, dog-tooth, eyes-tooth.

răng sâu [rauŋ səu] Carious tooth, decayed tooth.

răng sún [rauŋ ʃún] Toothless.

răng sữa [rauŋ ʃữa] Milk-teeth, first-teeth, calf's-teeth.

răng thiệt [rauŋ θiệt] Natural teeth.

răng vàng [rauŋ vàŋ] Gold-filled tooth.

răng vẩu [rauŋ vɔ̀u] Buck-teeth, prominent teeth, protruding teeth.

rằng [ràuŋ] That. *Nó nói rằng anh đã ở đây :* He said that you were here. *Xin vui lòng cho nó biết rằng:* Please tell him that. *Người ta nói với tôi rằng :* I have been told that. *Chẳng nói chẳng rằng :* To say nothing, without warning.

rặng [rạuŋ] Chain, range, line, row.

rặng cây [rạuŋ kei] Row of trees.

rặng đồi [rạuŋ dòi] Hill range.

rặng núi [rạuŋ núi] Mountain range.

rắp [ráup] To intend, to mean, to attempt.

rắp tâm [ráup təm] See rắp.

rặt [rạut] To have nothing but.

râm [rəm] Shady. *Bóng râm :* Shade. *Kính râm :* Sun-glasses.

râm *Mưa lâm râm :* Fine rain.

râm bụt [rəm bụt] (Bot) Hibiscus.

rấm [rɔ́m] To ripen artificially.

rầm [ràm] Wooden beam.

rầm Noisily, loudly. *Cây ngã một cái rầm :* The tree fell with a great crash.

rầm gác [ràm gák] Joist.

rầm rầm [ràm ràm] Noisily, with a roar.

rầm rập [ràm rập] Noisily.

rầm rì [ràm rì] To whisper, to murmur. *Nói chuyện rầm rì :* To speak in a whisper, in whispers.

rầm rộ [ràm rọ] Noisily, loudly. *Đi rầm rộ :* To move noisily.

R

rằm [rȧm] *Rờ rằm* : To feel, to grope.

rậm [rȧm] Thick, bushy, tufted, dense, tufty. *Rừng rậm* : Thick forest. *Lông mày rậm* : Thick eyebrows.

rậm rạp [rȧm rạp] Busby, thick, bosky.

rằn [ran] *Cười rản* : To laugh boisterously.

rần [rȯn] To make effort.

rằn [rȯn] *Ngứa rằn* : To tingle.

rằn rằn [rȧn rȯn] Noisily, loudly.

rằn rằn To tingle. *Tay tôi ngứa rằn rằn* : My hand tingles. *Thấy rằn rằn như kiến bò ở chân* : To have a tingle in one's legs. *Tôi có cảm giác rằn rằn ở chân* : I could feel creepy things on my leg.

rận [rạn] Louse.

rặp [rȧp] To block, to close (road), to bar, to obstruct (the way).

rặp đường [rȧp dɯȯŋ] To obstruct the way.

rập [rạp] To copy closely. *Rập theo kiểu (áo) ở Ba-lê* : To copy a Paris model.

rập (Of animals) To copulate, to cover.

rập bài [rạp bài] To discard.

rập rờn [rạp rȯn] To float.

rất [rȧt] Very, very much, badly, most. *Rất tốt* : Very good. *Rất nhiều* : Very much, by far. *Rất dễ* : Ever so simple. *Nó rất dễ thương* : He is very nice. *Rất ngạc nhiên* : Very surprised. *Ông ấy rất nghiêm khắc đối với học trò* : He is most strict with the boys. *Rất cần dùng vật gì* : To want something badly. *Rất ít người* : Very few people. *Rất ít người tin việc ấy* : Hardly anybody (very few people) believes that.

rất đỗi [rȧt dȯi] Excessively, extremely.

rất mực [rȧt mụk] Exceptionally, eminently.

râu [rɔu] Beard. *Râu mới mọc* : Incipient beard. *Không râu* : Beardless. *Có râu* : To have a beard. *Người có râu* : Bearded man. *Cạo râu* : To shave. *Râu ba ngày không cạo* : A three day's growth of beard. *Râu của ông ấy dài tới ngực* : His beard falls over his chest.

râu bạc [rɔu bạk] White, grey, beard.

râu cá [rɔu ká] Barbel, wattle of fish.

râu cằm [rɔu kȧm] Goatee, short beard on the chin.

râu côn trùng [rɔu kon truŋ] Antenna.

râu dài [rɔu zài] Flowing beard.

râu dê [rɔu ze] Goatee.

râu giả [rɔu ʒả] False moustache.

râu mèo [rɔu mèu] Whiskers of cat, cat's whiskers.

râu mép [rɔu mɛp] Moustache, side-whiskers. *Có râu mép* : Moustached. *Cạo râu mép* : To take off one's moustache. *Tại sao anh không cạo râu mép kia đi ?* : Why don't you take (=shave) off that moustache ?.

râu ngạnh trê [rɔu ŋaiɲ tre] Curled-up moustache.

râu quai nón [rɔu kwai nɔn] Whiskers.

râu quặp [rɔu kwạup] Curled-down moustache, (fig) to be hen-pecked.

râu ria [rɔu riɔ] Beard and moustache.

râu xồm [rɔu sòm] Bushy beard.

rầu [rȯu] Sad, sorrowful.

rây [rei] Sieve, sifter ; (for liquids) strainer, tammy ; (for flour) bolter. *Vành rây* : Sieve frame. *Rây vật gì* : To pass something through a sieve.

rây To sift, to bolt, to screen, to tammy.

rầy [rèi] To scold, to chide, to rebuke. *Làm rầy, quấy rầy* : To annoy, to bother, to importune, to bore ; to disturb. *Nó bị rầy vì lười biếng* : He was scolded for being lazy. *Rầy nó như nước chảy đầu vịt (nước đổ lá môn)* : The scolding ran off him like water off a duck's back.

rầy la [rèi la] To chide, to scold, to reprimand. *Rầy la người nào* : To give edge of one's tongue to someone.

rầy lộn [rèi lọn] To quarrel, to wrangle (over, about) ; to have words.

rầy rà [rèi rà] To be troublesome.

rẩy [rèi] *Run rẩy* : To tremble, to shiver.

rẫy [rēi] Kitchen-garden.

ré lên [rɛ́ len] *Cười ré lên* : To burst out laughing.

rè [rɛ̀] (Of bell) To be cracked. *(Chuông) Kêu rè* : (Of bell) To sound cracked.

rẻ [rɛ̉] Cheap, inexpensive, low in price, costing little money. *Nón rẻ tiền* : A cheap hat. *Rẻ hơn* : Cheaper. *Mua rẻ vật gì* : To buy something on the cheap. *Giá rẻ* : Cheap price. *Cái nhà bán rất rẻ* : The house went very cheap.

rẻ *Khinh rẻ* : To despise, to disregard, to scorn.

rẻ mạt [rɛ̉ mạt] Dirt cheap, very cheap, dog-cheap.

rẻ rề [rɛ̉ rɛ̀] Very cheap.

rẻ rúng [rɛ̉ rúŋ] To disregard, to scorn, to contemn.

rẻ thúi [rɛ̉ θúi] Dirt cheap, dog-cheap, very cheap.

rẽ [rɛ̃] To cleave, to deviate, to turn. *Rẽ đám đông mà đi* : To cleave (one's way through) the crowd, to make one's way through the crowd, to work one's way through the crowd. *Con sông rẽ về phía tay trái* : The river turns to the left. *Đám đông rẽ ra cho nó đi* : The crowd made way for him.

rẽ đường ngôi [rɛ̃ dwɤ̀ŋ ŋoi] To part one's hair. *Cô rẽ đường ngôi ở một bên hay ở giữa ?* : Do you divide (part) your hair at the side or in the middle?.

rẽ hướng [rɛ̃ hwɤ́ŋ] To deviate.

rẽ sóng [rɛ̃ ʃɔ́ŋ] To cleave the waves.

rẽ tóc [rɛ̃ tɔ́k] To part one's hair. *Rẽ tóc ở giữa* : To part one's hair in the middle.

rèm [rɛ̀m] Blind.

ren [rɛn] Lace. *Ren làm bằng tay* : Handmade lace. *Ren làm bằng máy* : Machine-made lace. *Người làm ren* : Lacemaker.

rén [rɛ́n] *Rón rén* : To walk on tiptoe, to walk with catlike tread.

rèn [rɛ̀n] 1) To forge. *Thợ rèn* : Blacksmith. *Lò rèn* : Forge, smith's hearth, forging furnace.
2) To form, to train.

rèn chí [rɛ̀n ci] To form one's will.

rèn đúc [rɛ̀n dúk] To form, to train.

rèn luyện [rɛ̀n lwiẹn] To form, to frame, to train. *Rèn luyện để đi thi* : To cram for an examination.

rèn nguội [rɛ̀n ŋuại] To forge cold.

rèn nóng [rɛ̀n nɔ́ŋ] To forge hot.

rèn tập [rɛ̀n tập] See rèn luyện.

reo [rɛu] To shout, to cheer.

reo Strike (of workmen). *Làm reo* : To strike, to be on strike.

reo hò [rɛu hɔ̀] To shout.

reo lên [rɛu len] To acclaim.

reo mừng [rɛu mừŋ] To shout with joy.

réo [rɛ́u] To hail, to shout to, to call out to.

réo đò [rɛ́u dɔ̀] To hail, call a boat.

rét [rɛ́t] To be cold. *Mùa rét* : Winter. *Trời rét* : Cold weather. *Bịnh sốt rét* : Fever, paludism.

rét buốt [rɛ́t buốt] To be cold.

rét run [rɛ́t run] To shake, tremble, quiver, with cold.

rê [re] To fan (grain) by the wind.

rề [rɛ́] Bamboo basket used as pad for hot pots.

rề rề [rɛ̀ rɛ̀] *Xe tắc xi chạy rề rề kiếm khách* : Cab on the crawl.

rể [rɛ̉] Son-in-law, bridegroom. *Kén rể* : To choose a son-in-law. *Phù rể* : Best man. *Anh em rể* : Brothers-in-law.

rể phụ [rɛ̉ fụ] Bridesman, best man, bridegroom's attendant.

rễ [rɛ̃] Root. *Mọc rễ* : To take root, to root, to strike root. *Nhiều rễ* : Rooty. *Nhổ rễ* : To uproot. *Rễ ăn sâu vào đất* : The roots strike deep into the soil.

rễ cái [rɛ̃ kái] Main root, tap-root.

rễ cây [rɛ̃ kei] Root. *Nó vấp rễ cây và té* : He caught his foot on a root and fell.

rễ con [rɛ̃ kɔn] Rootlet, radicle.

rên [ren] 1) To groan, to moan. *Nó vừa rên vừa kể lại chuyện xảy ra* : He

groaned out what had happened. *Rên
vì đau đớn* : To groan in pain. *Tiếng
rên* : Groan, moan. *Tiếng la và tiếng
rên của binh sĩ bị thương* : The cries
and moans of the wounded soldiers.
2) To complain, to lament.

rên rì [ren ri] 1) To groan, to moan.
Rên rì một cách não nuột : To give,
utter, a deep groan. *Người bị thương
nằm đó rên rì không người giúp đỡ* :
The wounded man lay there groaning,
with no one to help him. *Nó vừa rên
rì vừa kể lể chuyện xảy ra* : He groaned
out what had happened. *Tiếng rên
rì* : Moan, groan.
2) To complain, to lament ; to make
complaint.

rên siết [ren ʃiết] To groan, to moan.
Rên siết dưới ách chuyên chế : To
groan under the yoke of tyranny. *Chiếc
xe rên siết dưới sức nặng của hàng
hoá* : The cart groans under the load.

rệp [rẹp] (Ent) Bug, bed-bug, house-
bug. *Cây trừ rệp* : (Bot) Bug-wort,
bug-bane. *Giết rệp, trừ rệp* : Bug-
destroying.

rết [rét] Centipede.

rệt [rẹt] *Rõ rệt* : Clearly.

rêu [reu] (Bot) Moss ; lichen. *Loài rêu* :
The mosses. *Đóng rêu, đầy rêu* : Mos-
sy, lichened, moss-clad, moss-grown.

rêu bể [reu bẻ] Alga.

rêu rao [reu rau] 1) To speak ill of
(someone).
2) To divulge, to spread (news, rumor).

rêu xanh [reu saiɲ] Green moss.

rểu [rểu] To go to and fro many times.

rệu [rẹu] *Mục rệu* : Rotten.

rì [ri] *Chậm rì* : Very slowly. *Xanh rì* :
Very green.

rì rào [ri ràu] (Of leaves, trees, etc...)
To rustle. *Gió rì rào trên kẽ lá* :
Wind that sighs, soughs in the foliage.

rỉ [ri] To leak, to ooze, to drip. *Sự rỉ
nước ra* : Leak, leaking. *Xảm chỗ rỉ
nước* : To stop a leak.

rỉ To rust, to get rusty. *Không rỉ* :
Rust-proof. *Phòng rỉ* : Rust-prevent-
ing.

rỉ nhựa [ri ɲɯə] (Of plants) To bleed,
to emit sap.

rỉ nước [ri nɯrk] To leak, to ooze,
to drip. *Xảm chỗ rỉ nước* : To stop a
leak.

rỉ ra [ri ra] (Of water, of wall, rock) To
ooze, seep, sweat, drip, trickle.

rỉ răng [ri rawŋ] To speak, to open
one's mouth.

rỉ tai [ri tai] To whisper, to speak in
a whisper.

ria [riə] 1) Rim, edge, border.
2) Moustache. *Râu ria* : Beard and
moustache.

rìa [riə] Edge, fringe.

rỉa [riə] 1) To peck, to strike with the
beak.
2) (Of fish) To nibble (at) the bait.

rỉa lông [riə loŋ] (Of a bird) To preen
its feathers.

rỉa rói [riə rói] To insult.

rích [rík] *Cũ rích* : Very old, out-of-date.

riêng [rieŋ] 1) Special, especial, parti-
cular ; peculiar, characteristic ; private,
proper, own. *Những cảm tình riêng của
tôi* : My own particular sentiments.
Cuộc hội đàm riêng : Private interview.
Theo ý riêng của tôi : In my private
opinion. *Nhà riêng* : Private house.
Xe riêng : Private car, private carriage.
Của riêng : Private property. *Tôi nói
riêng điều này với anh* : This is for
your private ear. *Nó không có gì là
của riêng nó cả* : He has nothing of
his own.
2) Separate. *Các trẻ con đều ngủ giường
riêng* : The children all sleep in sepa-
rate beds (i.e. each child has its own
bed). *Để cái nầy và những cái kia riêng
ra* : Keep this one separate from the
others. *Cột chúng nó riêng ra* : Tie them
up separately. *Chúng tôi để cái tốt và
cái xấu riêng ra* : We separated the
good ones from the bad ones.

riêng biệt [rieŋ biệt] Separate, apart,
distinct. *Sống một cuộc đời riêng biệt* :
To live in privacy.

riêng tây [rieŋ tei] Private, own.

riết [riết] To pull tight.

riết (To work, etc...) Hard, without respite, without intermission. *Chèo riết:* To row hard. *Chạy riết một mạch :* To run at a stretch. *Đuổi riết, theo riết người nào :* To be in hot pursuit, to be hot on the track, of someone.

riết róng [riét rɔ́ŋ] Miserly, close-fisted, niggardly.

riệt [riệt] To thrash, to beat, to strike.

riệt To throw the blame on (someone); to father the fault on (someone); to impute a fault on (someone).

riêu [rieu] Kind of crab soup.

riêu cua [rieu kwə] Crab soup.

riêu [riéu] *Bêu riếu :* To shame, to disgrace.

riễu [riêu] To make fun of, to jeer at.

rim đường [rim dwə̀ŋ] To candy.

rim [rim] See **nhím.**

rịn [rịn] (Of water, of wall, rock) To ooze, to seep, to sweat. *Máu ở vết thương vẫn còn rịn ra :* Blood was still oozing from the wound.

rinh [riŋ] To carry with both hands.

rinh *Rộng rinh :* Spacious.

rình [rìŋ] To watch; to waylay; to be on the watch, on the look-out, for (someone, etc...). *Rình người nào :* To watch for someone, to be on the watch (look-out) for someone. *Rình người nào như mèo rình chuột :* To watch someone like a cat watching a mouse. *Lính cảnh sát đã rình nó từ mười ngày rồi :* The policeman has been watching him for ten days.

rình mò [rìŋ mɔ̀] To be on the look-out for, to watch for (someone); to spy on.

rình nghe [rìŋ ŋɛ] To listen secretly, to eavesdrop.

rình rập [rìŋ rạp] See **rình mò.**

rít [rít] Centipede.

rít [rít] 1) Gluey, viscous, sticky. 2) (Fig) Stingy, miserly.

rít (Of wind) To whistle, to howl; (of bullet) to whizz. *Gió rít qua các cây:* The wind howled through the trees. *Tiếng rít của gió :* The whistle of the wind.

rít chịt [rít cịt] Sticky, gluey.

rít róng [rít rɔ́ŋ] Stingy, niggardly, miserly.

rịt [rịt] To tie up, to dress. *Rịt một vết thương :* To dress a wound.

riu riu [riu riu] *Lửa riu riu :* Smoulder, slow fire.

riu ríu [riu ríu] See **ríu ríu.**

ríu rít [riu rít] (Of birds) To chatter.

ríu ríu [ríu ríu] To obey immediately.

rìu [rìu] Axe, hack. *Đầu rìu :* Axe-head. *Giống hình cái rìu :* Axe-shapped. *Rìu nhỏ :* Hatchet.

ró [rɔ́] Rush basket.

rò [rɔ̀] To leak.

rỏ [rɔ̉] To drip, to ooze.

rỏ dãi [rɔ̉ zãi] To slaver, to let saliva run from the mouth.

rỏ giọt [rɔ̉ ʒɔt] To drop, to drip.

rõ [rõ] Clear. *Rõ như ban ngày :* As clear as day, as daylight, as crystal. *Rõ như hai với hai là bốn :* It is as plain as a pikestaff, as plain as daylight, as plain as the nose on your face. *Thật là hai năm rõ mười :* It's as clear as daylight.

rõ mồn một [rõ mòn mọt] Absolutely clear.

rõ mười mươi [rõ mwɐ̀i mwɐi] See **rõ mồn một.**

rõ ràng [rõ ràŋ] Clear, evident, obvious, explicit, distinct, plain, definite, manifest. *Rõ ràng như hai với hai là bốn :* As plain as a pikestaff. *Rõ ràng như ban ngày :* As clear as daylight, as crystal. *Sự giải thích rõ ràng :* Lucid explanation. *Ý niệm rõ ràng :* Clear idea. *Văn rõ ràng :* Clear style. *Những nét vẽ rõ ràng :* Clear-cut features. *Mạng lịnh rõ ràng :* Distinct order. *Câu trả lời rõ ràng :* Definite answer. *Tôi muốn câu trả lời rõ ràng, « ừ » hay « không »; tôi không muốn anh trả lời « có lẽ » hoặc « tôi không chắc chắn » :* I want a definite answer, " yes " or " no »; I don't want you to answer »perhaps» or " I'm not sure ». *Nàng quấy (trái) rõ ràng :* She is obviously, manifestly, wrong.

rõ ràng Clearly, plainly. *Nói rõ ràng :*

To speak clearly. *Nghe rõ ràng* : To hear distinctly. *Phân biệt rõ ràng* : To distinguish clearly.

rõ rệt [rɔ̃ rẹt] Clear, decided, distinct.

rọ [rɔ] Cage ; trap.

róc [rɔ́k] To bark, to peel.

róc mía [rɔ́k míə] To remove the bark of sugar-cane.

róc rách [rɔ́k ráik] (Of stream) To babble. *Tiếng róc rách của suối* : Babble of stream. *Suối chảy róc rách trên đá* : The stream brawls, bickers, babbles, purls, wimples, over the stones.

róc rách Pulley, block. *Có róc rách* : Pulleyed. *Bánh xe róc rách* : Pulley-wheel.

rọc [rɔk] To cut open leaves of book. *Dao rọc giấy* : Paper-knife.

roi [rɔi] Rod cane, switch. *Bị đánh bằng roi* : To be beaten with rods. *Thương con cho roi cho vọt* : Spare the rod and spoil the child.

roi da [rɔi za] Whip.

roi ngựa [rɔi ŋɯə] Riding-whip.

rời [rɔ̀i] *Rắn rời* : Solid, strong.

rõi [rɔ̃i] See **dõi**.

rọi [rɔi] To light ; (of sun) to beam. *Rọi đèn cho người nào xuống lầu* : To light someone downstairs. *Mặt trời rọi tia sáng xuống* : The sun flashes, the sun darts its beams.

rọi sáng [rɔi ʃáŋ] To illuminate.

ròm [rɔ̀m] Thin, skinny, lean (person).

rón rén [rɔ́n rén] To walk on tiptoe, to walk with catlike tread. *Nó rón rén vào phòng* : He crept along the room. *Tên trộm rón rén vào nhà và lên thang lầu* : The burglar crept into the house and up the stairs.

rong [rɔŋ] 1) (Bot) Alga, seaweed. 2) Moss. *Đóng rong* : Moss-grown.

rong To go about from place to place. *Người bán hàng rong* : Pedlar, peddler, hawker.

rong biển [rɔŋ biẻn] (Bot) Seaweed. *Bị vướng trong đám rong biển* : Foundering among the seaweed.

rong chơi [rɔŋ cɔi] To wander.

rong đá [rɔŋ dá] Sponge.

rong róng [rɔŋ rɔ̀ŋ] Tall and slender.

róng [rɔ́ŋ] Stake. *Đóng róng* : To drive a stake.

ròng [rɔ̀ŋ] (Of tide) To ebb, flow back to the sea. *Nước ròng* : Reflux, ebb, low water.

ròng Pure. *Vàng ròng* : Pure gold.

ròng Throughout. *Ba năm ròng* : Throughout three years.

ròng rã [rɔ̀ŋ rã] Incessantly, continually, unceasingly.

ròng rọc [rɔ̀ŋ rɔk] Pulley.

ròng ròng [rɔ̀ŋ rɔ̀ŋ] To flow abundantly. *Khóc ròng ròng* : To burst into tears.

ròng [rɔ̀ŋ] Tall and slender.

rót [rɔ́t] To pour (out, forth) (liquid, etc...).

rót nước [rɔ́t nɯ́rk] To pour out the water. *Rót nước ở bình ra* : To pour out the water from a vase. *Rót nước nóng vào chai* : To pour hot water into a bottle.

rót ra [rɔ́t ra] To pour out.

rót sang [rɔ́t ʃaŋ] To transfuse, to pour from one container to another.

rót trà [rɔ́t trà] To pour out the tea.

rót vào [rɔ́t vàu] To pour (water etc...) into (a vessel).

rô [ro] Diamond. *Lá năm rô* : The five of diamonds.

rồ [rò] Mad, crazy.

rồ dại [rò zại] Silly, crazy, insane, mad. *Đầu óc nàng đầy ý tưởng rồ dại* : He head is full of silly notions.

rổ [rò] Basket.

rỗ [rõ] (Of face) To be pock-marked. *Mặt rỗ* : Pock-marked face.

rộ [rɔ] *Cười rộ lên* : To burst out laughing.

rối [rói] Tangled, entangled. *Tóc rối* Rough hair. *Bối rối* : Embarrassed disconcerted. *Làm rối tóc* : To rough (up) the hair. *Chải tóc cho hết rối* To comb out one's hair. *Gỡ rối c người nào* : To get someone out of scrape.

rối beng [rói bɛŋ] Troubled. *Làm rối beng một công việc* : To get an affair in a muddle, to make a muddle of an affair.

rối loạn [rói lwan] Troubled, confused. *Sự rối loạn* : Confusion. *Làm cho quân đội rối loạn* : To throw the army into confusion. *Rút lui một cách rối loạn* : To retire in confusion. *Tất cả kế hoạch ấy làm trí óc nó rối loạn* : All these plans form a tangle in his mind.

rối nùi [rói nùi] Tangled.

rối ren [rói rɛn] Confusion, disorder.

rối trí [rói tri]To get into a muddle(about something). *Làm rối trí người nào* : To disturb someone's mind ; to disturb someone's peace of mind.

rồi [ròi] 1) Already ; then, after. *Mười giờ rồi* : Ten o'clock already. *Chúng nó đi du lịch ở Trung Hoa rồi đến Việt-Nam* : They travelled in China and then in Viet-Nam. *Rồi sau nữa* : What then ?. *Thế anh đã biết trước chuyện ấy rồi sao ?* : You knew all the while then ?. *Lúc ấy chúng nó đã đi rồi* : By then they had gone. *Anh nói trước đi rồi tôi sẽ nói sau* : You speak first, I shall speak after. *Tôi đã nói việc ấy với anh nhiều lần rồi* : I have told you that time after time.

2) Ago. *Mười năm rồi* : Ten years ago. *Nó đến đã một giờ rồi* : He arrived an hour ago. *Đã lâu lắm rồi* : Long ago. *Bao lâu rồi ?* : How long ago ?. *Tôi biết, quen nó đã lâu rồi* : I knew him long ago.

rồi To finish. *Rồi chưa ? xong rồi* : Have you finished ? already finished.

rồi đây [ròi dei] Later, in the future.

rồi ra [ròi ra] Later.

rồi thì [ròi θì] Afterwards, and then.

rỗi [rỗi] To be free, unoccupied. *Rỗi việc* : To have leisure. *Những người nhàn rỗi* : People of leisure. *Hoàn toàn nhàn rỗi* : As free as the air.

rỗi rãi [rỗi rãi] To have free, unoccupied, to have leisure.

rỗi việc [rỗi vịrk] To be unoccupied, free ; to have leisure.

rôm [rom] Prickly heat.

rốn [rón] 1) Navel. *Cuống rốn* : Navel-string.

2) Middle, center.

rốn bể [rón bẻ] Bottom of the sea.

rốn đất [rón dất] Center of the earth.

rộn [rọn] *Làm rộn* : To disturb. *Bận rộn* : Busy, occupied.

rộn rịp [rọn rịp] Animated.

rồng [roŋ] High tide.

rống [róŋ] (Of bull) To bellow, (of cow) to low, (of elephant) to trumpet, roar ; (of tiger) to growl.

rồng [ròŋ] Dragon. *Mặt rồng* : The king's face. *Mình rồng* : The king. *Thuyền rồng* : The imperial boat.

rỗng [rỗŋ] Empty ; hollow. *Túi rỗng* : Empty purse. *Đầu rỗng* : Empty head. *Kêu tiếng rỗng* : To sound hollow.

rỗng không [rỗŋ xoŋ] Completely empty.

rỗng ruột [rỗŋ ruột] Having nothing inside.

rỗng tuếch [rỗŋ twéik] Absolutely empty.

rộng [rọŋ]Broad, wide, extensive; spacious, ample. *Vai rộng* : Broad-shouldered. *Nón vành rộng* : Broad-brimmed hat. *Đường rộng bốn chục thước* : The road is forty metres broad ; road forty meters wide. *Quần áo rộng* : Loose-fitting clothes ; an ample garment. *Lưng rộng* : Broad-backed. *Làm rộng thêm* : To make wider. *Mở rộng cửa ra* : To fling the door open wide. *Ngáp hả rộng miệng ra* : To yawn wide. *Hả miệng của anh rộng ra* : Open your mouth wide. *Mắt nó mở rộng ra* : His eyes were wide open.

2) Liberal, generous, magnanimous. *Theo nghĩa rộng nhứt của một chữ* : In the most liberal sense of the word.

rộng bát ngát [rọŋ bát ŋát] Immense, vast.

rộng bụng [rọŋ buŋ]Liberal, generous.

rộng cẳng [rọŋ kảŋ] To be free.

rộng lòng [rọŋ lòŋ] Generous.

rộng lớn [rọŋ lớn] Wide.

rộng lượng [rọŋ lượŋ] Magnanimous, generous, tolerant.

R

rộng rãi [rọŋ rãi] 1) Spacious, roomy, commodious, broad, extensive. *Xe rộng rãi* : Roomy, commodious, carriage. *Nhà rộng rãi* : Commodious house. *Có tư tưởng rộng rãi* : To be broad-minded. *Kiến thức rộng rãi* : Extensive knowledge.

2) Generous, bountiful, liberal ; free, open-handed. *Rộng rãi trong việc giao dịch* : To be free in business. *Rộng rãi đối với người làm của mình* : To be generous, free, liberal, with one's servants. *Rộng rãi về tiền bạc* : To be free with one's money ; to be liberal of one's money. *Rộng rãi đối với người nào* : Liberal to, towards, someone. *Nó nghèo đi vì quá rộng rãi* : He has impoverished himself by his liberalities.

rộng phùng phình [rọŋ fùŋ fìŋ] Ample, full.

rộng thênh thang [rọŋ θeiŋ θaŋ] Vast, spacious.

rốt [rót] *Sau rốt* : Last of all.

rốt cuộc [rót kwərk] Finally, in the result, after all, at last. *Rốt cuộc cũng thế cả* : It amounts to the same thing. *Địch rốt cuộc bắt buộc phải đầu hàng* : The enemy were at last forced to give in.

rột [rọt] See **dột**.

rớ [rɔ́] To touch.

rờ [rɔ̀] To feel, to touch, to handle. *Rờ thấy cứng* : To feel hard.

rờ rẫm [rɔ̀ rɔ̃m] To feel, grope.

rỡ [rɔ̃] *Mừng rỡ* : To exult. *Rực rỡ* : Splendid, resplendent.

rỡ ràng [rɔ̃ ràŋ] Brilliant.

rợ [rơ] Savage, barbarian.

rơi [rəi] To fall, to drop, to come down; (of aeroplane) to crash. *Tuyết rơi* : Snow is falling. *Bỏ rơi người nào* : To fall from someone, to drop someone. *Một trái bom rơi xuống giữa đám đông* : A bomb dropped among the crowd. *Con rơi* : Abandoned child. *Thơ rơi* : Anonymous letter. *Của rơi* : Object that somebody has dropped. *Vật gì rơi vào tay ai là người ấy được* : Findings is keepings.

rơi lại [rəi lại] To drop back.

rơi lệ [rəi lệ] To shed tears.

rơi lụy [rəi lwị] See **rơi lệ**.

rơi xuống [rəi suɔ́ŋ] To drop.

rời [rài] 1) To break off, to break loose, to come loose, to get loose, to become detached ; to separate ; (of parts) to come apart.

2) To leave. *Rời khỏi giường lúc sáu giờ* : To leave one's bed at six o'clock. *Mắt của nó không bao giờ rời khỏi nàng* : He never took his eyes off her. *Nàng không rời mẹ một bước* : She is always glued to her mother. *Mắt nó không rời khỏi cửa* : His eyes were glued on the door. *Anh rời Saigon hồi nào ?* : When did you leave Saigon ?. *Trước khi rời khỏi chỗ nầy* : Before I leave this place. *Nó đổi tiền của nó trước khi rời khỏi nước Pháp* : He changed his money before leaving France (= got some other kind of money, e.g. English, for his French money).

rời 1) Detached, loose. *Giấy rời* : Loose sheet.

2) Separate. *Cắt vật gì làm ba phần rời ra* : To cut something into three separate parts. *Hàng hóa rời* : Loose goods.

rời bến [rài bén] (Nau) To bear off from the land.

rời bỏ [rài bỏ] To drop. *Tôi đã rời bỏ trường chính trị* : I have dropped politics.

rời khỏi [rài xɔ̉i] To leave.

rời nhau [rài ɲau] To separate, to part (from). *Chúng tôi sẽ không bao giờ rời nhau* : We shall never part.

rời ra [rài ra] Disconnected.

rời rã [rài rã] To be exhausted.

rời rạc [rài rạk] Disconnected, incoherent, inconsequent, disjointed. *Tư tưởng rời rạc* : Incoherent ideas. *Văn thể rời rạc* : Incoherent style.

rơm [rəm] Straw. *Ổ rơm* : Straw-bed. *Nón rơm* : Straw hat. *Vựa rơm* : Straw-loft. *Nệm rơm* : Straw-mattress. *Bọ* rơm : Straw-stuffed. *Màu rơm* : Straw-colour. *Mái rơm* : Straw roof. *Phân rơm* : Strawy manure.

rơm khô [rəm xo] Fodder.

rơm lúa [rəm lúə] Rice straw.

rơm rác [rəm rák] Thing of no value.

rơm rớm [rəm rớm] *Rơm rớm nước mắt* : Tears ooze out.

rớm [rớm] To ooze, to sweat. See **rướm**.

rờm [rờm] Crazy, cracked, dotty.

rởn tóc gáy [rởn tók gáy] To feel creepy, to have the jun–jams. *Làm rởn tóc gáy* : To make one's hair stand on end. *Làm người nào rởn tóc gáy* : To give someone the creeps. *Nó làm tôi rởn tóc gáy* : He gives me the jim-jams.

rỡn [rỡn] *Nói cà rỡn* : To joke, to jest; to speak in jest.

rợn [rợn] To be frightened, scared. *Rợn tóc gáy* : To feel creepy ; to make one's hair stand on end.

rợp [rợp] To be shady.

rợp trời [rợp trời] (Of birds, planes) To be numerous as to cover the whole sky.

rớt [rớt] 1) To fall, to drop ; (of aeroplane) to crash. *Làm rớt cái dĩa* : To let fall a plate. *Nón của nó rớt xuống* : His hat fell off. *Một trái bom rớt xuống giữa đám đông* : A bomb dropped among the crowd. *Cuốn sách rớt từ trên bàn xuống đất* : The book fell from the table to the ground.
2) To fail. *Thi rớt* : To fail, to be ploughed, plucked, at an examination.

rớt lại [rớt lại] To drop back, to fall behind, to drop to the rear of.

rớt mồng tơi [rớt mòng tơi] *Nghèo rớt mồng tơi* : Poor as a church mouse, as poor as Job.

rớt xuống [rớt suống] To drop, to fall.

ru [ru] To lull, to rock ; to sing. *Bài hát ru con* : Lullaby. *Nàng ru cho đứa bé ngủ* : She sang the baby to sleep.

ru con [ru kɔn] To lull one's child to sleep.

ru ngủ [ru ŋủ] 1) To lull to sleep. *Ru ngủ một đứa bé* : To lull a child asleep, to sleep.
2) To deceive. *Ru ngủ quần chúng* : To deceive the people with (illusions, etc)...

ru rú [ru rú] *Ru rú ở nhà* : To stay at home. *Người ru rú ở nhà* : Stay-at-home.

rú [rú] Forest.

rú To scream, to shriek, to yell.

rú lên [rú len] To break out.

rủ quến [rủ kwén] To entice, to inveigle.

rủ [rủ] To invite. *Rủ người nào làm việc gì* : To invite someone to do something.

rủ To hang down.

rủ rê [rủ re] To invite ; to inveigle, to entice. *Sự rủ rê* : Inveiglement, enticement.

rủ rỉ [rủ rỉ] To whisper, to speak in whispers.

rủ xuống [rủ suống] To flow, to flag.

rủ xuống Flowing, flagging ; (Bot) decumbent.

rũ [rũ] To be tired out, worn out, tagged out, dog-tired, dead-tired. *Mệt rũ* : Exhausted, worn out.

rũ To droop, to hang. *Cờ rũ* : Flag at half mast.

rũ liệt [rũ liệt] Knocked up, dead-beat.

rũ ra [rũ ra] *Cười rũ ra* : To split, die, with laughter.

rũ rượi [rũ rượi] Emaciated, haggard.

rũ tù [rũ tù] To stay long in jail.

rùa [rùə] Tortoise. *Mai (mu) rùa* : Tortoise-shell. *Đi chậm như rùa* : To go at a snail's pace.

rủa [rủə] To curse, to call down, curse upon (someone). *Rủa om sòm* : To break out into abuse.

rũa [rũə] (Of flesh) To be rotten.

rúc [rúk] To peck, to strike with the beak.

rúc To hoot, toot. *Rúc còi* : To toot a horn.

rúc To put (one's head, etc...) into

something. *Rúc vô hang* : To creep into a hole.

rục [rục] Rotten. *Trái chín rục* : Sleepy fruit.

rục rịch [rục rịk] To get ready. *Chúng nó rục rịch lên đường* : They get ready to start.

rúi [rủi] Unlucky, hapless, unhappy. *Gặp rủi* : To fall into misfortune.

rúi ro [rủi rɔ] See rúi.

rụi [rụi] *Cháy rụi* : Completely burnt.

rúm [rúm] *Co rúm* : Shrivelled. *Sợ rúm người* : Paralysed with fear.

run [run] 1) To tremble, to quiver, to shake, to shiver (with cold, fear, etc...); to quake; (of light) to quiver, flicker; (of voice) to quaver. *Cầu run* : The bridge is shaking. *Thấy máu, nó run lên* : He shuddered at the sight of blood. *Run như tàu lá* : To tremble like a leaf. *Lạnh run* : To tremble, shiver, quiver, with cold. *Đất run* : The earth is shaking. *Run sợ trước người nào* : To tremble before someone, to stand in fear of someone. *Nó lạnh run* : He was shaking with cold. *Giận run* : To shake with anger, with rage. *Rét run* : To be shaking with fever, to shake with ague. *Run tất cả tay chân* : To tremble in all one's limbs ; to shake all over, to be all of a tremble. *Sợ run* : To shake with fright ; to quiver with fear, to quake in one's shoes. *Mỗi lần gặp ông ấy, tôi sợ run* : I tremble whenever I see him. *Chân nó run lập cập* : He is quaking at the knees. *Nói giọng run run* : To have a quiver in one's voice. *Nghe tiếng bom nổ nó run lên* : He trembled at the sound of bursting bombs. *Tiếng nó run vì giận* : His voice trembled with anger. *Đứa bé gần muốn khóc nên tiếng nó run run* : The child was nearly crying, and its voice quavered.
2) To ring. *Tiếng run vì cảm động* : Words ringing with emotion, voice quivering, vibrating, with emotion.

run Trembling (knee, hand) ; quaking (voice, ground); unsteady, flickering (light) ; trembling, tremulous, quavering, faltering (voice). *Tiếng run :*

Tremulous voice.

run bây bẩy [run bei bẻi] To tremble like a leaf.

run cầm cập [run kầm kập] See run bây bẩy.

run lập cập [run lập kập] To dither, to quake. *Chân nó run lập cập* : He is quaking at the knees.

run rẩy [run rẻi] To tremble, to shiver.

run sợ [run ʃɔ] To shake with fright, to quiver with fear.

run vì mừng [run vi mừŋ] To flutter with joy.

rún [rún] Navel. See rốn.

rún [rùn] *Bủn rủn* : Crushing.

rún chí [rùn ci] Discouraged, despondent, cast down, broken-spirited.

rung [ruŋ] To shake (tree, etc...), to shake down (fruit, etc...). *Làm rung cửa kiếng* : To make the window shake, rattle. *Rung bàn* : To shake the table.

rung cây [ruŋ kei] To shake a tree. *Run cây cho trái rụng* : To shake fruit down from a tree.

rung chuông [ruŋ cuoŋ] To ring a bell.

rung chuyển [ruŋ cwiển] To shake. *Máy làm rung chuyển cả nhà* : Machine that jars the whole house. *Cuộc động đất làm rung chuyển cái nhà* : The earthquake rocks the house.

rung động [ruŋ dọŋ] To vibrate. *Cái nhà rung động khi xe lửa chạy ngang qua* : The house vibrates when a train passes.

rung rinh [ruŋ riŋ] 1) To shake, to vibrate. *Làm rung rinh cửa sổ* : To make the windows rattle. *Gió làm rung rinh cửa sổ* : The wind shook the windows. *Đất bị rung rinh* : The earth was shaking.
2) (Of light) To blink.

rúng động [rúŋ dọŋ] To shake, to unsettle.

rùng [rùŋ] See rùng mình.

rùng mình [rùŋ miŋ] To tremble, shiver (with cold, with fear) ; to feel creepy. *Câu chuyện ma làm mọi người rùng mình* : The ghost story made everyone creepy. *Việc ấy làm tôi rùng mình khi nhớ tới :* It gives me the shivers to think of it. *Rùng mình vì lạnh :* To shudder with cold.

rùng rợn [rùŋ rạn] Terrifying, dreadful, ghastly, horrifying.

rụng [rụŋ] To fall, to drop. *Lá rụng :* The leaves are falling, dropping off. *Trái rụng :* Windfalls. *Trái từ trên cây rụng xuống :* Fruit that drops off the branches. *Lá rụng vào mùa thu :* The leaves fall in autumn. *Răng của nó rụng hết :* His teeth are all gone.

rụng đầu [rụŋ đầu] To be beheaded.

rụng lông [rụŋ loŋ] (Of bird) To mould, to lose its feathers.

rụng răng [rụŋ raũŋ] To lose one's teeth. •

rụng rời [rụŋ rời] Panic-stricken. *Tin ấy làm tôi rụng rời cả tay chân :* I was paralysed by the news.

ruốc [rwấrk] Salted shredded meat.

ruồi [ruồi] 1) Fly. *Trứng ruồi :* Fly-blow, fly's egg. *Bẫy bắt ruồi :* Fly-catcher, fly-trap. *Thuốc giết ruồi :* Fly poison. *Bột trừ ruồi :* Fly-powder. *Cứt ruồi :* Fly-speck, fly-spot. *Giấy bẫy ruồi :* Fly-paper. *Câu bằng mồi ruồi :* To fish with fly. *Ngọt mật chết ruồi :* You catch more flies with honey than with verjuice. *Đuổi ruồi không cho lại gần mặt người nào :* To keep the flies away from someone's face.
2) (Box) *Hạng ruồi :* Fly-weight.
3) *Nốt ruồi, mụt ruồi :* Beauty spot, mole.

ruồi lằng [ruồi lằŋ] See **ruồi trâu**.

ruồi muỗi [ruồi muỗi] Flies and mosquitoes.

ruồi thường [ruồi θừờŋ] House-fly.

ruồi trâu [ruồi trau] Horse-fly, bot-fly, gad-fly.

ruồi xanh [ruồi saiɲ] Bluebottle ; greenbottle, blow-fly.

ruổi [ruổi] *Giong ruổi :* To run rapidly.

ruộm [ruộm] See **nhuộm**.

ruồng [ruồŋ] To mop up.

ruồng bỏ [ruồŋ bỏ] To desert, to abandon.

ruồng rẫy [ruồŋ rẫi] To forsake, desert. *Ruồng rẫy vợ :* To forsake, desert, one's wife.

ruộng [ruộŋ] Rice-field, paddy-field. *Làm ruộng :* To farm. *Cày ruộng :* To plough. *Ruộng một mùa :* One-crop field. *Ruộng hai mùa :* Double crop field.

ruộng hoang [ruộŋ hwaŋ] Waste ricefield.

ruộng lúa [ruộŋ lửa] See **ruộng**.

ruộng muối [ruộŋ muối] Salt-marsh, saline, salina.

ruột [ruột] 1) (Anat) Intestine, bowel, gut ; entrails (of animals). *Nóng ruột làm việc gì :* To be impatient, anxious, to do something.
2) Heart, core.
3) Blood (relationship). *Anh ruột :* Blood brother, sibling brother. *Chị ruột :* Blood sister, sibling sister. *Chú ruột :* One's father's younger brother. *Cô ruột :* One's father's younger sister. *Dì ruột :* One's mother's younger sister. *Cậu ruột :* One's mother's younger brother.

ruột banh tròn [ruột baiɲ tròn] Football bladder.

ruột bánh mì [ruột báiɲ mì] Crumb. *Bánh mì nhiều ruột :* Crumby bread.

ruột bánh xe [ruột báiɲ sɛ] (Cy. Aut) Inner tube (of tyre).

ruột cùng [ruột cùŋ] Blind gut ; caecum. *Thuộc về ruột cùng :* Caecal.

ruột dư [ruột zɯ] (Anat) Appendix. *Bịnh đau ruột dư :* Appendicitis. *Người đau ruột dư :* Patient suffering from appendicitis.

ruột gà [ruột gà] 1) Corkscrew.
2) Spring.

ruột già [ruột ʒà] Large intestine.

ruột non [ruột nɔn] Small intestine, small gut.

ruột thịt [ruột θịt] Consanguine, consanguineous.

ruột thừa [ruột θừờ] (Anat) Appendix. See **ruột dư**.

ruột trái cây [ruột trái kei] Core of a fruit.

ruột trái đất [ruột trái đất] Bowels of the earth.

R

ruột tượng [ruʔt tɯʔŋ] Woman's belt used as money container.

ruột xe [ruʔt sɛ] (Cy. Aut) Inner tube of tyre.

ruột xuất huyết [ruʔt swɔ́t hwiét] (Med) Enterorrhagia.

rút [rút] 1) To pull out, to draw out, to get out, to withdraw, to extract. Nó rút tập ngân phiếu ra : He pulled out his check-book. Rút tờ báo trong túi ra : To draw a paper out of one's pocket. Nó rút lẹ cây súng lục trong túi nó ra : He whipped the revolver out of his pocket. Rút rượu trong thùng ra : To draw wine from a cask. Rút tiền ở ngân hàng ra : To draw out money from the bank. Bòn rút tiền bạc của người nào : To get money out of someone ; to extract money from someone. Rút được sự bí mật của người nào : To get a secret out of someone. Rút dao nhíp ra : To get out a pen-knife. Rút lui không ứng cử : To withdraw one's candidature ; to stand down. Rút chìa khóa trong ồ khóa ra : To withdraw the key from the lock. Rút lời hứa lại : To take back, recall, withdraw, one's word ; to back out.

2) (Of water) To go down, fall, subside ; (of sea) to recede ; (of tide) to ebb. Nước lụt đã rút : The flood has gone down.

3) (Of cloth) To shrink in the wash, in washing. Đồ len thường rút lại sau khi giặt : Woollen clothes often shrink when they are washed. Xà bông này không làm rút hàng hoá bằng len: This soap won't shrink woollen goods.

4) Con chim rút đầu nó dưới cánh : The bird tucked its head under its wing.

rút binh [rút biɲ] To withdraw troops. Sự rút binh : Withdrawal of troops.

rút bớt [rút bɔ́t] To diminish, to reduce (expenses, etc...).

rút cổ [rút kỏ] To make oneself small.

rút cuộc [rút kwɔ̆k] Finally.

rút đơn kiện [rút dɔn kiẹn] To withdraw an action.

rút êm [rút em] To run away secretly.

rút gươm [rút gɯɤm] To unsheathe, draw one's sword.

rút kiếm [rút kiém] See rút gươm.

rút lại [rút lại] To take back, to withdraw. Rút lại lời hứa : To take back, recall, withdraw one's word.

rút lui [rút lui] 1) (Of candidate) To stand down. Một trong những ứng cử viên rút lui : One of the candidates is dropping out.

2) To withdraw, to fall back, to retire, to retreat. Sự rút lui : Withdrawal, retirement, retreat. Cắt đường rút lui của một đạo quân : To cut off an army's retreat. Anh rút lui bây giờ thì thật là xấu hổ : For you to back out now would be a disgrace. Địch bắt buộc phải rút lui : The enemy were forced to retreat.

rút ngắn [rút ŋáɯn] To abridge, to curtail ; to cut (speech, etc...) short.

rút quân [rút kwɔn] To draw off, to withdraw troops.

rút rỉa [rút rìɜ] To extract (money). Rút rỉa tiền bạc của người nào : To get money out of someone ; to extract money from someone.

rút tay ra [rút tay ra] To draw one's hand away.

rút teo [rút tɛu] (Med) Constringent.

rút thăm [rút θaɯm] To draw lots, to cast lots, to draw by chance.

rút vào [rút vàu] (Of snail) To draw in (its horns when it is frightened).

rút xuống [rút suɔ́ŋ] Of flood water) To subside, to sink to a lower or to the normal level.

rụt [rụt] To withdraw (neck), to take back.

rụt cổ [rụt kỏ] To draw in one's neck.

rụt rè [rụt rè] Timid, shy, coy. Ra vào một cách rụt rè : To sidle out, in

rưa rửa [rɯɜ rɯ́ɜ] To be somewhat similar, almost the same.

rứa [rɯ́ɜ] The same.

rửa [rửɜ] To wash, to clean, to bathe Rửa vật gì bằng nước lạnh : To was something in cold water. Rửa m *cái cháu* : To swill out a basin. *Rửa vết thương* : To bathe a wound. *Sự rửa* : Wash, washing. *Rửa vật gì* : To give something a wash.

rửa ảnh [rửə ảiɲ] (Phot) To develop (a negative).

rửa chân [rửə cən] To bathe one's feet.

rửa chén [rửə cɛn] To wash up, to wash up the dishes. *Nước rửa chén* : Wash-up water.

rửa hình [rửə hìɲ] (Phot) To develop (a negative).

rửa lở [rửə lɔ̉] (Med) Abstergent. *Sự rửa lở* : Abstersion. *Thuốc rửa lở* : Abstergent.

rửa mặt [rửə mɑɯt] 1) To wash, bathe, one's face.
2) To save one's face.

rửa nhục [rửə ɲʊk] To wash out an insult, to take vengeance for an insult. *Rửa nhục bằng máu* : To wash out an insult in blood.

rửa ráy [rửə ráy] To wash.

rửa sạch [rửə ʃɑik] To clean, to cleanse.

rửa sàn nhà [rửə ʃàn ɲà] To swill the floor.

rửa tay [rửə tay] To wash one's hands.

rửa tội [rửə tọi] To baptize, to christen. *Lễ rửa tội* : Baptism, christening.

rữa [rửə] 1) (Of flower, etc...) To fade, wither, wilt ; to decompose.
2) (Chem) To deliquesce.

rựa [rɯə] Bush-hook.

rực [rʊk] *Sáng rực* : Brilliant.

rực rỡ [rʊk rɔ̃] Bright, radiant, effulgent. *Tương lai rực rỡ* : Bright future, fine future.

rưng rức [rɯŋ rúk] *Khóc rưng rức* : To sob.

rưng rưng [rɯŋ rɯŋ] *Rưng rưng nước mắt* : Tears ooze out.

rừng [rừŋ] Wood, forest, jungle. *Xứ nhiều rừng* : Woodland, wooded country. *Rừng cây lớn* : High forest, matured forest. *Một rừng cột buồm* : A forest of masts. *Đất rừng* : Forest-land.

Chở củi về rừng : To carry coals to Newcastle. *Ở tận trong rừng sâu* : In the inmost recesses of the woods.

rừng [rừŋ] Wild, savage. *Mèo rừng* : Wild cat. *Heo rừng* : Wild boar. *Thú rừng* : Wild beasts.

rừng già [rừŋ ʒà] Open forest, forest of timber trees.

rừng hoang [rừŋ hwaŋ] Virgin forest, untrodden forest.

rừng rậm [rừŋ rậm] Dense wood, thick forest.

rừng rú [rừŋ rú] Forests, woods.

rừng rú Savage.

rước [rúrk] To receive, to greet, to welcome. *Tiếp rước người nào một cách niềm nở* : To receive someone with open hands. *Đám rước* : Procession.

rước khách [rúrk xáik] To welcome a guest.

rươi [rɯəi] Small worms which come out of the earth near the seacoast.

rưới [rɯɔ́i] To sprinkle, to asperse, to besprinkle, to souse. *Rưới nước* : To asperse with water. *Rưới nước lên vật gì* : To souse water over something. *Rách rưới* : Ragged, tattered.

rười rượi [rɯài rɯại] *Buồn rười rượi* : Sad, gloomy.

rưỡi [rɯɔ̃i] Half. *Hai trăm rưỡi* : Two hundred and fifty. *Hai giờ rưỡi* : Half past two, two and half hours, two hours and a half. *Một giờ rưỡi* : An hour and a half. *Một năm rưỡi* : A year and a half. *Ba thước rưỡi* : Three and a half metres.

rướm [rɯɔ́m] To ooze, to sweat. *Mắt nàng rướm lệ khi nghe tin buồn* : Her eyes grew moist when she heard the sad news.

rườm rà [rɯàm rà] (Of style, etc...) Verbose, prolix, wordy, diffuse.

rương [rɯəŋ] Trunk, box. *Thợ làm rương* : Trunk-maker, box - maker. *Rương xe hơi* : Motor trunk. *Tất cả rương nầy đều khóa* : All these trunks lock. *Rương nầy có khóa không ?* : Does this trunk lock ?. *Cái rương nầy* *có thể đựng tất cả quần áo của anh không ?* : Will this trunk hold all your clothes?. *Người ta quên đem cái rương của nó xuống tàu* : His trunk has missed being put on board.

rưởng [rɯởɲ] See **nhưởng**.

rường cột [rɯờɲ kột] Supports and columns, (fig) keystone, the chief support, the most important part. *Rường cột của gia đình* : Keystone or the family. *Các anh những người trẻ tuổi phải làm việc nhiều vì các anh là rường cột của nước nhà* : You young men must work hard ; you are the backbone of the country.

rượt [rɯợt] To chase, to pursue. *Rượt nà quân địch* : To keep the enemy on the run. *Rượt một chiếc tàu địch* : To chase an enemy ship.

rượt bắt [rɯợt bắt] To chase, to run after to capture. *Chó ưa rượt bắt thỏ* : Dogs like to chase rabbits.

rượt theo [rɯợt θɛu] To cut after, to pursue. *Địch bắt đầu chạy và chúng tôi rượt theo* : The enemy began to run and we cut after them.

rượu [rɯợu] Wine, liquor, drink, alcohol. *Say rượu* : To be drunk, to be in wine. *Người say rượu* : Wine-bibber. *Chai đựng rượu* : Wine–bottle. *Hầm rượu* : Wine-vault, wine–cellar. *Ly uống rượu* : Wine-glass. *Có mùi rượu* : Wine-flavoured. *Người bán rượu* : Wine-merchant. *Cặn rượu* : Wine-stone. *Giấm rượu* : Wine-vinegar. *Uống rượu* : To drink wine. *Rượu trà bê tha* : To be addicted to drink. *Nó chết vì uống rượu quá nhiều* : He died of drink. *Uống rượu chúc mừng người nào* : To drink (to) someone's health. *Uống rượu cho đến say* : To drink oneself drunk. *Nó bắt đầu nghiền (nghiện) rượu* : He has taken to drinking. *Uống rượu như hũ chìm* : To drink like a fish. *Uống rượu đến mang nợ, đến bị đuổi* : To drink oneself into debt, out of a situation. *Rượu ngon không cần quảng cáo* : Good wine needs no bush. *Rượu có pha một chút nước* : Wine dashed with water. *Anh thấy rượu nầy thế nào ?* : How do you find this wine?. *Rót rượu cho người nào* : To help someone to wine. *Pha rượu với nước lã* : To mix wine with water. *Chúng ta có đủ rượu cho mọi người uống không ?* : Have you enough wine to go round?. *Rượu tràn đầy trên bàn* : The wine ran (all) over the table. *Ai trả tiền rượu ?* : Who's to pay for the drinks?.

rượu bia [rɯợu biə] Beer. *Ly uống rượu bia* : Beer-glass. *Thùng rượu bia* : Beer-barrel. *Nó uống rất nhiều rượu bia* : He drank a great amount of beer.

rượu chát [rɯợu cát] Wine.

rượu chè [rɯợu cè] 1) Wine and tea. 2) Alcoholism.

rượu chín mươi [rɯợu cín mɯơi] Alcohol of 90%.

rượu đế [rɯợu dé] Rice alcohol.

rượu lậu [rɯợu lậu] Smuggled alcohol.

rượu mạnh [rɯợu mạɲ] Brandy, strong wine, strong drink.

rượu nếp [rɯợu nếp] Glutinous rice alcohol.

rượu ngang [rɯợu ɲaɲ] See **rượu lậu**.

rượu nho [rɯợu ɲɔ] Wine.

rượu quít ky [rɯợu kwit ki] Whisky. *Rượu quít ky làm nó say* : The whisky went to his head.

rượu sâm banh [rɯợu ʃəm baiɲ] Champagne.

rượu thuốc [rɯợu θwốk] Medicinal wine.

rượu vang [rɯợu vaɲ] Wine.

rứt ra [rứt ra] To pull off. *Rứt vật g ra khỏi vật khác* : To pull something off something.

S

sa [ʃa] 1) (Of star, etc...) To fall. *Sương
sa :* The dew falls. *Sa vào bẫy :* To
fall into a trap. *Sa vào tay quân địch :*
To fall into the enemy's hands.
2) (Of uterus) To prolapse.

sa Muslin.

sa bàn [ʃa bàn] (Mil) Sand table.

sa bô [ʃa bo] Emery-paper.

sa chân [ʃa cən] To slip, to stumble,
to fall. *Sa chân lỡ bước :* To fall into
misfortune.

sa cơ [ʃa kə] To meet with an accident,
to have misfortune.

sa đà [ʃa dà] To slip, to fall.

sa lầy [ʃa lèi] To sink, be sucked down
(into bog) ; (of car, etc...) to get,
bogged ; (of horse) to bog down.

sa mạc [ʃa mạk] Desert. *Sa mạc Sahara :*
The Sahara Desert. *Bị lạc trong sa
mạc, nó chết khát :* Lost in the desert,
he died of thirst.

sa môn [ʃa mon] Buddhist priest.

sa mù [ʃa mù] Fog, haze, mist. *Mùa sa
mù :* Season of fogs. *Sa mù dày đặc :*
Thick fog, dense fog. *Vì sa mù nên
tàu đến trễ :* Due to fog the boat
arrived late. *Hòn đảo hiện ra trong sa mù :*
The island loomed out of the fog.

sa nang [ʃa naŋ] Gizzard, crop (of bird).

sa ngã [ʃa ŋã] To be corrupted, de-
bauched ; to go wrong, to fell, to slip.
*Người đàn bà quyến rũ hắn làm hắn
sa ngã :* The woman tempted him and
he fell.

sa ngư [ʃa ŋɯ] Shark.

sa nhãn [ʃa ŋãn] (Med) Trachoma ;
granular conjunctivitis.

sa sầm [ʃa ʃòm] 1) (Of the sky) To
darken, to become dark, to cloud over.
2) To become gloomy, sad. *Mặt nó
sa sầm lại :* His face clouded over.

sa sút [ʃa ʃút] To decline in wealth,
to become poor.

sa sút Decadent. *Tình trạng sa sút :*
Decadence.

sa thạch [ʃa θạik] Emery.

sa thải [ʃa θài] To dismiss, to fire.

sa thổ [ʃa θỏ] Sandy ground.

sa trù [ʃa trù] Mosquito-curtain, mos-
quito-net.

sa trường [ʃa trɯòŋ] 1) Sandy area.
2) Battlefield.

sa tử cung [ʃa tử kuŋ] (Med) Hys-
terocele.

sa xuống [ʃa suóŋ] To fall, to drop.

sá [ʃá] *Đường sá :* Roads, ways.

sá chi [ʃá ci] What's the use, the good
(of doing something).

sá gì [ʃá gì] See sá chi.

sà [ʃà] (Of bird) To skim. *Bay sà trên
mặt đất :* To skim (along, over) the
ground.

sà lan [ʃà lan] Lighter, barge, scow.

sà sà [ʃà ʃà] To skim. (Chim) *Bay sà sà
trên mặt nước :* (Of bird) To skim
over the surface of the water.

sả [ʃả] (Bot) Citronella.

sả To cut, to hash.

sả thây [ʃả θei] To cut up a corpse.

sách [ʃáik] Book. *Nhà sách* : Bookstore, bookshop. *Kệ sách* : Book-shelf. *Nghề bán sách* : Book-trade, book-selling. *Mọt sách* : Book-worm. *Tủ sách* : Book-case. *Đóng sách* : To bind a book. *Thuật đóng sách* : Bookbinding. *Nhà đóng sách* : Bookbindery. *Người đóng sách* : Bookbinder. *Người bán sách* : Book-seller. *Nghề bán sách* : Bookselling. *Người thích đọc sách*: Book-worm, book-ish person. *Nói như sách* : To speak, talk, like a book. *Chúng tôi có rất nhiều sách* : We have any amount of books. *Sách sắp xuất bản* : Forthcoming books. *Mỗi tháng anh phải đọc ít nhứt là một cuốn sách* : You should read at least one book every month. *Đây là sách của tôi, sách của chúng nó ở trên bàn* : Here are my books, theirs are on the table. *Tôi đã cho phần lớn sách của tôi cho một người bạn* : I give away most of my books to a friend.

sách *Danh sách* : List, roll of names·

sách *Chính sách* : Policy.

sách địa dư [ʃáik dịə zɯ] Geography books.

sách giáo khoa [ʃáik ʒáu xwa] School-book, text-book.

sách hình [ʃáik hịp] Picture-book.

sách học [ʃáik họk] See **sách giáo khoa.**

sách lập [ʃáik lập] Enthronement of the queen.

sách lễ [ʃáik lễ] Missal, mass-book.

sách lệ [ʃáik lệ] To encourage, to urge, to hearten.

sách lịch [ʃáik lịk] Almanac.

sách luật [ʃáik lwật] Law-book.

sách lược [ʃáik lɯrk] Tactics.

sách nhiễu [ʃáik pie̊u] 1) To bother, to trouble.
2) To demand, to request, to require ; to exact.

sách nhỏ [ʃáik pɔ̉] Booklet.

sách tập đọc [ʃáik tập dɔk] Reading-book.

sách thánh [ʃáik θáip] Sacred books.

sách trái [ʃáik trái] To exact payment of a debt.

sách trượng di hành [ʃáik trɯạp zi hàip] To walk with a stick.

sách vở [ʃáik vɔ̉] Books.

sạch [ʃạik] Clean. *Quần áo sạch* : Clean linen. *Phòng sạch* : Clean room. *Rất sạch sẽ* : As clean as a new pin. *Dĩa sạch* : Clean plate. *Con đường sạch sẽ* : Clean road. *Lương tâm trong sạch* : Clean conscience. *Quét sạch bàn* : To make a clean sweep of the table.

sạch Completely, entirely. *Hết sạch* : All finished.

sạch bóng [ʃạik bɔ́p] Very clean.

sạch làu làu [ʃạik làu làu] As clean as a new pin.

sách nhẵn [ʃạik pằɯn] All finished.

sạch sẽ [ʃạik ʃẽ] Clean. *Đường sạch sẽ* : Clean road.

sạch tội [ʃạik tọi] To be cleansed of all sins.

sạch trơn [ʃạik trən] Very clean.

sai [ʃai] To command, to order, to direct, to charge. *Sai người nào làm việc gì* : To direct, order, someone to do something. *Nó hay sai người ta lắm* : He is fond of ordering people about. *Sai người nào đi tìm vật gì* : To send someone for, after, something.

sai Wrong, bad, incorrect, false, erroneous. *Sự dùng sai một chữ* : Wrong use of a word. *Những quan niệm sai lầm* : False, wrong, ideas. *Sự, điều sai* : Error, mistake. *Sự tính sai* : An error of calculation ; mistake in calculating. *Làm một điều sai lầm* : To make, commit, an error. *Tính sai* : To miscalculate. *Giải thích sai lầm việc gì* : To put a false interpretation on something. *Làm sai sự thật*: To distort the truth. *Sự dịch sai* : Bad translation. *Tôi có sáu câu trả lời sai (trật)* : I had six wrong answers. *Anh có thể nào chứng tỏ rằng ý kiến của tôi sai không ?* Can you prove that my opinion is wrong ?.

sai (Of trees) Heavy, laden, with fruits. *Cây nầy sai quá :* This tree is a good bearer.

sai (Of knee, etc...) To be dislocated.

sai áp [ʃai áp] To confiscate, seize property.

sai bảo [ʃai bảu] To order, to direct, to command.

sai bét [ʃai bét] Completely wrong.

sai biệt [ʃai biệt] Different, distinct. *Sự sai biệt :* Difference.

sai con [ʃai kɔn] Prolific of children.

sai dị [ʃai zị] Different, dissimilar, divergent.

sai đẳng [ʃai dảuɳ] Different grade.

sai điểm [ʃai điểm] Point of difference.

sai đồng [ʃai dòɳ] To lose one's way, to go astray.

sai gân [ʃai gɔn] To sprain, to wrench.

sai hẹn [ʃai hẹn] To break an appointment ; to dishonour one's word, one's promise. *Sự sai hẹn :* Failure to keep a promise.

sai khiến [ʃai xién] To command, to order, to give orders.

sai khớp xương [ʃai xɔ́p suɔ̃ɳ] Luxation, dislocation.

sai lạc [ʃai lạk] To distort, to contort. *Làm sai lạc sự thật :* To distort the truth. *Làm sai lạc nghĩa chánh của một chữ :* To contort a word from its proper meaning.

sai lầm [ʃai lầm] To be mistaken, to be wrong, to make a mistake.

sai lời [ʃai lời] To break one's word, to dishonour one's promise. *Sự sai lời :* Failure to keep one's word ; breach of faith.

sai nghịch [ʃai ɳịk] (Com) Balance. *Sai nghịch thừa :* Balance in hand. *Sai nghịch thiếu :* Balance due.

sai nhầm [ʃai ɳầm] See sai lầm.

sai oằn [ʃai wàuɳ] (Of trees) Heavy, laden, with fruits.

sai phái [ʃai fái] To depute ; to send for.

sai quả [ʃai kwả] See sai trái.

sai thác [ʃai θák] To confuse, to confound.

sai trái [ʃai trái] (Of tree) To bear a great deal of fruits, to produce plenty of fruits. *Cây sai trái :* Trees laden with fruits.

sai trĩu [ʃai trĩu] See sai oằn.

sai ước [ʃai ứrk] To break one's promise ; to break a convention.

sai vặt [ʃai vạut] To send (a servant) on an errand. *Đứa nhỏ để sai vặt :* Errand-boy.

sái [ʃái] 1) (Of limb) Dislocated, out of joint ; *Làm sái đầu gối :* To put one's knee out (of joint).
2) Untimely, out of place ; contrary to, opposed to.

sái chỗ [ʃái cỗ] Out of place, misplaced.

sái kiểu [ʃái kiểu] Not conform to the model.

sái lúc [ʃái lúk] At the wrong moment, unseasonably, inopportunely.

sái phép [ʃái fέp] Against the rules, contrary to the rules.

sái thoát [ʃái θwát] Free.

sái ý [ʃái í] Contrary to someone's intention.

sài uốn ván [ʃài uốn ván] (Med) Tetanus.

sải [ʃải] 1) (Swim) Stroke. *Thở sau mỗi sải :* Breathe after each stroke. *Lội sải :* To swim hand over hand.
2) Length of the two outstretched arms. *Nằm sải tay trên cỏ :* To lie with outstretched arms on the grass.

sãi [ʃãi] Bonze, Buddhist priest. *Lắm sãi không ai đóng cửa chùa :* What is everybody's business is nobody's business.

sam [ʃam] King-crab.

sam bản [ʃam bản] Sampan.

sám hối [ʃám hói] To repent, to rue.

sàm báng [ʃàm báɳ] To disparage, to vilify, to decry, to backbite, to denigrate.

sàm giả [ʃàm 3ả] To adulterate.

sàm hủy [ʃàm hủi] To defame, to libel,

S

to slander, to slur.

sàm phù [ʃàm fù] To help, to assist, to aid.

sàm siểm [ʃàm ʃiểm] To slander and to flatter.

sàm tạp [ʃàm tạp] To mix, to mingle.

sạm nắng [ʃạm nắɯŋ] Sunburnt, sunburned. *Mặt sạm nắng* : Face browned by the sun, tanned face. *Mặt nó sạm nắng* : His face was bronzed by the sun.

san bằng [ʃan bàɯŋ] To flatten, to level, to smooth, to make smooth or level ; (Fb) to equalize (the score). *Sang bằng một thành phố, một tòa nhà* : To level a town, a building. *San bằng những khó khăn cho người nào* : To smooth difficulties down for someone.

san hành [ʃan hàiɲ] To print and to publish.

san hô [ʃan ho] Coral. *Có san hô* : Coralliferous, coralligerous. *Giống hình san hô* : Coralliform.

san phẳng [ʃan fàɯŋ] See san bằng.

san sát [ʃan ʃát] Numerous.

sạn sẻ [ʃan ʃẻ] To share, to divide. *San sẻ nỗi buồn với người nào* : To share (in) someone's grief.

san thạch [ʃan θạik] To engrave on stone.

san trừ [ʃan trừ] To expurgate, to bowdlerize. *Bản in đã san trừ* : Expurgated edition.

sán [ʃán] Taenia, tapeworm. *Thuốc trừ sán* : Taenifuge.

sán chỉ [ʃán cỉ] (Med) Filaria. *Bịnh sán chỉ* : Filariasis, filariosis.

sán đũa [ʃán dũə] (Med) Ascaris.

sán kim [ʃán kim] (Med) Oxyuris, pinworm.

sán lãi [ʃán lãi] (Med) Ascaris.

sán lạn [ʃán lạn] Bright, radiant, effulgent. *Tương lai sán lạn* : Bright future.

sán sơ mít [ʃán ʃə mít] (Med) Taenia, tapeworm.

sàn [ʃàn] Floor. *Sàn xi-măng* : Cement floor. *Sàn đất nện* : Mud floor. *Sàn gạch* : Tile(d) floor. *Sàn võ đài* : Floor

of the ring. *Nhà sàn* : Piled house.

sàn sàn [ʃàn ʃàn] To be nearly equal ; to be about the same size.

sản [ʃản] *Tài sản* : Property. *Di sản* : Inheritance. *Nông sản* : Farm produce.

sản *Sanh sản* : To produce.

sản bà [ʃản bà] Midwife.

sản chú [ʃản củ] Owner. *Xét rằng sản chủ không đòi (kêu nài) quyền lợi của mình, vậy quyền lợi ấy bị thủ tiêu* : Inasmuch as the owner has not claimed his rights, the said rights have now lapsed.

sản dục [ʃản zụk] To give birth to a child and bring him up.

sản hậu [ʃản hạu] After childbirth.

sản hậu Diseases.

sản khoa [ʃản xwa] Obstetrics. *Thuộc về sản khoa* : Obstetric, obstetrical.

sản lượng [ʃản lɯʌŋ] Output, rate of production.

sản mẫu [ʃản mẫu] See sản phụ.

sản môn [ʃản mon] (Anat) Vagina.

sản ngạch [ʃản ŋạik] See sản lượng.

sản nghiệp [ʃản ŋiẹp] Property, possessions.

sản phẩm [ʃản fɔ̀m] Produce, product, yield ; production. *Sản phẩm của một nước* : Production of a country.

sản phụ [ʃản fụ] Woman in childbed.

sản thực [ʃản θɯk] To bring forth, to give birth to (child).

sản tiền [ʃản tiền] Before childbirth.

sản vật [ʃản vạt] Production, produce, product.

sản xuất [ʃản swất] To produce, to yield. *Sản xuất quá nhiều* : To overproduce. *Nhà sản xuất* : Producer.

sạn [ʃạn] Gravel, pebble, (fig) to be experienced.

sạn *Khách sạn* : Hotel.

sang [ʃaŋ] 1) To pass, to cross, to go across, to step across (street, etc...). *Sang từ chỗ nầy qua chỗ kia* : To pass from one place to another. *Sang hàng ngũ địch* : To pass over to the enemy. *Chai được chuyển từ tay nầy san* *tay khác :* The bottle passes round. *Thảo luận sang một vấn đề khác :* To pass on to a new subject. *Lội sang sông :* To swim across the river. *Sang Pháp :* To go to France.

2) To communicate, transmit (disease).

3) To make over, to hand over, to transfer (the ownership or possession). *Sang tất cả tài sản của mình cho người nào :* To make over the whole of one's property to someone. *Nó đã sang tất cả việc mua bán cho con nó :* He has made over the whole business to his son.

4) To transfer, to change (from one bus, train, boat, etc... to another).

5) To transfuse (blood).

sang To sublet (house, apartment) in return for some key money. *Tiền sang nhà :* Key money.

sang Noble. *Nhà giàu sang :* Rich and noble family.

sang bịnh [ʃaŋ biɲ] To communicate, transmit a disease (to another person). *Nó sang bịnh cho vợ nó :* He transmitted the illness to his wife.

sang bộ [ʃaŋ bo] (Jur) To convey, to transfer (land or property from one person to another by sale or death). *Đất đã được sang bộ cho anh nó :* The land was conveyed to his brother.

sang cả [ʃaŋ kả] Noble.

sang đò [ʃaŋ dɔ] To cross the ferry.

sang đoạt [ʃaŋ dwạt] To disseize, to disseise, to dispossess. *Sang đoạt vật gì của người nào :* To dispossess someone of something.

sang độc [ʃaŋ dọk] (Med) Abscess.

sang giàu [ʃaŋ ʒàu] Noble and rich.

sang hèn [ʃaŋ hèn] Noble and vil.

sang máu [ʃaŋ máu] To transfuse blood. *Phép sang máu :* Blood-transfusion.

sang năm [ʃaŋ naɯm] Next year.

sang ngang [ʃaŋ ŋaŋ] To cross the ferry ; to ferry across, over, the river.

sang nhà [ʃaŋ ɲà] To transfer a lease, to sublet for a commission.

sang nhượng [ʃaŋ ɲɯʐŋ] Troubled, confused.

sang nhứt [ʃaŋ ɲứt] First-class (hotel, e.c ..).

sang qua [ʃaŋ kwa] To transfuse, to pour from one container to another.

sang sảng [ʃaŋ ʃảŋ] (Of voice, etc...) Full-mouthed, sonorous.

sang số [ʃaŋ ʃó] (Aut) To shift the gears, to change up. *Cây sang số :* Change-speed level. *Sang số một :* (Aut) To engage the first gear. *Sang số hai :* (Aut) To go into, change into, second gear.

sang sông [ʃaŋ ʃoŋ] To pass over a river, to go across a river.

sang tay [ʃaŋ tay] 1) To change hands ; to change owner.

2) To pass from hand to hand. *Đưa vật gì từ tay này sang tay khác :* To pass something from hand to hand.

sang tên [ʃaŋ ten] To convey, to transfer (land or property) to another person.

sang thấp [ʃaŋ θɔp] (Med) Eczema.

sang trọng [ʃaŋ trɔŋ] Noble ; luxurious, splendid and comfortable. *Khách sạn sang trọng :* Luxurious hotel.

sáng [ʃáŋ] Morning. *Làm việc từ sáng đến tối :* To work from morning till night ; to work morning noon and night. *Hồi sáng nầy tôi gặp nó :* I saw him this morning. *Sáng anh làm gì ? :* What do you do in the morning ?. *Tôi sanh sáng ngày 28 tháng Tám :* I was born on the morning of the 28th of August.

sáng Bright, brilliant, luminous, glittering, sparkling. *Mắt sáng :* Bright, sparkling, strong eyes. *Phòng sáng :* Bright room. *Sáng ra :* To become brighter. *Mắt nó sáng lên vì vui mừng :* His eyes sparkled with joy. *Chớ thấy sáng mà ngỡ là vàng :* All is not gold that glitters. *Ánh sáng :* Light. *Đèn nầy không sáng :* This lamp gives a poor light.

sáng Dawn. *Trời gần sáng :* It is almost dawn. *Chúng nó làm việc từ sáng đến tối :* They worked from dawn till dark. *Vừa tảng sáng :* At early dawn, at the first streak of dawn.

sáng bạch [ʃáŋ bạik] In broad, full, daylight.

sáng chế [ʃáŋ cé] To invent. Sự sáng chế : Invention.

sáng choang [ʃáŋ cwaŋ] Dazzling, bright.

sáng chói [ʃáŋ cɔ́i] Flashing, bright.

sáng dạ [ʃáŋ zạ] Intelligent, clever, bright (pupil). Đứa trẻ sáng dạ học một cách dễ dàng : A bright boy learns easily.

sáng giăng [ʃáŋ ʒauŋ] See sáng trăng.

sáng giới [ʃáŋ ʒɔ́i] Bright.

sáng giời [ʃáŋ ʒɔ̀i] See sáng trời.

sáng hoác [ʃáŋ hwáuk] Flashing.

sáng hôm sau [ʃáŋ hom ʃau] The next morning, the morning after.

sáng hơi [ʃáŋ hɔi] (Of dog) To have a good nose. Chó sáng hơi : Dog with a good nose.

sáng khởi [ʃáŋ xɔ̉i] To create.

sáng kiến [ʃáŋ kién] Initiative, first step or move. Có sáng kiến làm việc gì : To take the initiative in doing something. Làm việc gì theo chính sáng kiến của mình : To do something on one's own initiative.

sáng láng [ʃáŋ láŋ] Intelligent.

sáng lập [ʃáŋ lạp] 1) To found, to establish.

2) To float, to start, to set up. Sáng lập một công ty : To float a company. Sáng lập một hãng buôn : To start, set up, a business. Sự sáng lập : Foundation. Người sáng lập : Founder, promoter. Hội viên sáng lập : Foundation member. Chủ tịch sáng lập : President founder.

sáng lòa [ʃáŋ lwa] Dazzling.

sáng loáng [ʃáŋ lwáŋ] Flashing, shining, glittering.

sáng lòe [ʃáŋ lwɛ] Dazzling.

sáng mai [ʃáŋ mai] Tomorrow morning.

sáng nay [ʃáŋ nay] This morning. Sáng nay tôi rất bận việc : I am very much taken up this morning.

sáng ngày kẻ [ʃáŋ ŋày ké] The next morning, the morning after.

sáng nghiệp [ʃáŋ ŋiẹp] To found (a

fortune, a dynasty).

sáng ngời [ʃáŋ ŋɔ̀i] Bright, sparkling, glittering, flashing. Mắt sáng ngời : Bright, sparkling, eyes.

sáng quắc [ʃáŋ kwáuk] Flashing.

sáng rỡ [ʃáŋ rɔ̃] Bright.

sáng rực [ʃáŋ rụk] Glowing, incandescent, shining brightly.

sáng sớm [ʃáŋ ʃɔ́m] Early in the morning, in the early morning.

sáng súa [ʃáŋ ʃwạ] 1) Bright, clear, brilliant, well lighted. Nước da sáng sủa : Clear complexion. Tình hình không sáng sủa : The situation is far from brilliant.

2) Bright-looking, intelligent.

sáng suốt [ʃáŋ ʃwát] Clear-sighted, penetrating, perspicacious, conscious, clear-headed, clairvoyant. Ông già vẫn sáng suốt đến lúc chết : The old man was conscious to the last. Lúc ấy tôi vẫn sáng suốt : I was quite clear-headed. Nếu anh sáng suốt một chút thì anh nhận thấy rằng... : If you have any intelligence at all, you can see that...

sáng tác [ʃáŋ ták] To compose (a piece of music) ; to originate. Ông ấy dạy nhạc mà cũng sáng tác nữa : He teaches music and also composes.

sáng tai [ʃáŋ tai] To have sharp ears, to be quick-eared.

sáng tạo [ʃáŋ tạu] To create ; to invent. Sự sáng tạo, vật sáng tạo : Creation.

sáng thế ký [ʃáŋ θé ki] Genesis (the first book of the old Testament, telling how the world was created by God.

sáng thiết [ʃáŋ θiét] To found, to establish.

sáng tỏ [ʃáŋ tɔ̉] Làm sáng tỏ một sự hiểu lầm : To solve, explain, throw light on, clear up, a misunderstanding.

sáng trăng [ʃáŋ trauŋ] Moonlight.

sáng trí [ʃáŋ trí] Clear-headed, perspicacious, able-minded.

sáng trời [ʃáŋ trời] Daylight.

sáng trưng [ʃáŋ truŋ] Bright, brilliant, dazzling.

sáng ý [ʃàŋ i] Perspicacious, intelligent.

sàng [ʃàŋ] Sieve, riddle ; (Min. Civ.E) screen, jigger. *Vành sàng :* Sieve frame. *Máy sàng :* Screening machine. *Sàng vật gì :* To pass something through a sieve.

sàng To sift, to bolt, to riddle ; to pass (something) through a sieve. *Sàng than :* To screen coal.

sàng Bed. *Đông sàng :* Son-in-law. *Bạn đồng sàng :* Bed-fellow. *Long sàng :* Royal bed.

sảng [ʃàŋ] To be delirious. *Nói sảng, mê sảng :* To rave.

sảng hồn [ʃàŋ hòn] Scared, frightened.

sảng khoái [ʃàŋ xwái] 1) Easeful and gay.
2) To be in good form, in good spirits.

sảng kinh [ʃàŋ kiŋ] To lose one's head.

sảng ngôn [ʃàŋ ŋon] To break one's word, one's promise.

sảng sốt [ʃàŋ ʃót] To fall into a panic.

sảng ước [ʃàŋ ứrk] To break one's appointment.

sanh [ʃaiɲ] See sinh.

sanh (Pair of) Castanets.

sanh nạnh [ʃaiɲ nàiɲ] To accuse out of jealousy.

sánh [ʃáiɲ] *So sánh :* To compare.

sánh bằng [ʃáiɲ bàuŋ] To be comparable to, equal to.

sánh bước [ʃáiɲ búrk] To walk abreast.

sánh duyên [ʃáiɲ zwien] To marry, to wed, to get married.

sánh đôi [ʃáiɲ doi] To get married.

sánh kịp [ʃáiɲ kịp] To be comparable to. *Không sánh kịp :* Incomparable.

sánh tày [ʃáiɲ tày] See sánh bằng.

sánh vai [ʃáiɲ vai] Side by side. *Sánh vai với người nào :* To walk alongside of someone.

sành [ʃàiɲ] Faience, glazed earthenware.

sành To be expert, experienced in. *Sành về hội họa :* To be connoisseur in (of) paintings. *Sành về nữ trang :* To be connoisseur of jewellery.

sành âm nhạc [ʃàiɲ əm ɲak] To be connoisseur in music.

sành sỏi [ʃàiɲ ʃòi] To be experienced, expert in.

sảnh [ʃàiɲ] *Đô sảnh, thị sảnh :* City hall town hall.

sao [ʃau] Star. *Có nhiều sao :* Starry. *Ánh sao :* Starlight. *Trời đầy sao .* Starry sky, starlit sky. *Một đêm có sao :* A starlight night. *Ngôi sao màn bạc :* Film star. *Dưới ánh sao :* In the starlight. *Sao lấp lánh trên trời :* Stars are twinkling in the sky.

sao How. *Vì sao, tại sao, bởi sao :* Why. *Tôi không biết việc ấy xảy ra làm sao :* I don't know how it happened. *Sao thế ? :* How so ?. *Nàng đẹp làm sao ! :* How pretty she is !. *Làm sao bây giờ ? :* What is to be done ?. *Tại sao anh làm thế ? :* What did you do that for ?. *Sao ! anh không đến hả ? :* What ! you can't come ?. *Dầu sao đi nữa :* Whatever it may be. *Có sao ? :* For what reason ?. *Không sao :* It doesn't matter.

sao To copy, to transcribe. *Sao lại một bức thơ :* To copy (out) a letter. *Bản sao :* Copy. *Sao một chứng thư :* To make a copy of a deed. *Sao y bản chính :* Certified true copy.

sao To roast (medicinal herbs).

sao *Để nó một mình có sao (nguy hiểm) không ? :* Is it safe to leave him alone ?.

sao bản [ʃau bản] Copy.

sao bắc cực [ʃau bấuk kụk] (Astr) The pole-star, the North star.

sao bắc đẩu [ʃau bấuk dẩu] (Astr) The Great Bear or Dipper, Ursa Major.

sao băng [ʃau bauŋ] Shooting star, falling star.

sao chiếu mạng [ʃau ciếu màŋ] Star of fate.

sao chổi [ʃau cỏi] (Astr) Comet.

sao đổi ngôi [ʃau dổi ŋoi] Shooting star.

sao được [ʃau dược] Impossible.

sao hôm [ʃau hom] Evening star.

sao không [ʃau xoŋ] Why not ?.

S

sao lại [ʃau lại] To copy, to transcribe. *Sao lại một bức thơ* : To copy (out) a letter.

sao lục [ʃau lụk] To recopy, to make copies of.

sao lục án tòa [ʃau lục án tờa] Police record, criminal record.

sao mai [ʃau mai] Morning star.

sao lược [ʃau lượk] To pillage.

sao phiếu [ʃau fiếu] Paper money, paper currency.

sao sa [ʃau ʃa] Shooting star, falling star.

sao tả [ʃau tả] To copy, to transcribe.

sao thuốc [ʃau θwɔ́k] To roast medicines.

sao tua [ʃau twə] See sao chổi.

sáo [ʃáu] Flute. *Thổi sáo :* To play on a flute, to play the flute. *Người thổi sáo :* Flutist, flute-player.

sáo (Zoo) Magpie.

sáo Blind. *Sáo cuốn :* Roller-blind.

sào [ʃàu] Pole. *Nhảy sào :* Pole-jump (ing). *Chống thuyền bằng sào :* To pole, punt, a boat.

sào *Yến sào :* Swallow's nest.

sào huyệt [ʃàu hwiệt] Den, lair, nest. *Sào huyệt của bọn cướp :* Brigands' lair, nest of pirates.

sảo thai [ʃàu θai] To be confined prematurely.

sạo sục [ʃạu ʃục] To rummage, to forage, to search, to fossick.

sáp [ʃáp] Wax. *Đèn sáp :* Wax-candle, wax-light. *Giấy sáp :* Wax-paper. *Giống như sáp :* Waxen, waxy. *Người làm và bán đèn sáp :* Wax-chandler. *Trộn dầu với sáp :* To incorporate oil with wax.

sáp đánh giầy [ʃáp dăiɲ ʒèi] Shoe cream, boot cream.

sáp môi [ʃáp moi] Lipstick.

sáp nhập [ʃáp ɳəp] To annex, to incorporate. *Sáp nhập một ngân hàng vào một ngân hàng khác :* To incorporate one bank with another.

sáp ong [ʃáp ɔ̃] Beeswax.

sáp xức tóc [ʃáp sứk tɔ́k] Brilliantine.

sát [ʃát] Close, flat ; hard, near. *Theo sát người nào :* To be, follow, close behind someone ; to follow hard (up) on, after, behind, someone. *Ngồi, đứng sát nhau :* To sit, stand close together. *Sát mặt đất :* Close to the ground. *(Quần áo) Vừa sát người :* Close-bodied, close-fitting. *(Tóc) Hớt sát :* Close-cropped, close-cut ; to cut close. *Cạo sát :* Close-shaven. *Đuổi sát theo người nào :* To run someone hard, to be hard upon someone. *Đứng sát :* To stand quite near. *Bản dịch sát nghĩa :* Near translation. *Tóc hớt sát phía sau :* Hair cropped close at the back. *Để vật gì dựa sát vào tường :* To place something flat against a wall. *(Xe) Chạy sát qua một chiếc xe khác :* (Of car) To shave another car.

sát *Ám sát :* To assassinate, to murder. *Tự sát:* To suicide (oneself), to commit suicide.

sát *Quan sát :* To observe. *Cảnh sát :* Police. *Thị sát :* To inspect.

sát *Sây sát :* Scratched.

sát bên cạnh [ʃát ben kạiɲ] Close at hand.

sát cánh [ʃát káiɲ] To be side by side. *Sát cánh nhau :* Elbow to elbow.

sát đất [ʃát dớt] Close to the ground. *Nằm sát đất :* Lying flat on the ground.

sát địch [ʃát dịk] To kill the enemy.

sát hạch [ʃát hạik] To examine (a candidate).

sát hại [ʃát hại] To kill.

sát khán [ʃát xán] To examine carefully.

sát khảo [ʃát xảu] See sát khán.

sát khí [ʃát xỉ] Violent temper.

sát khuẩn [ʃát xwɔ̉n] Germicide, germ-killing.

sát ký sinh khuẩn [ʃát kí ʃiɲ xwɔ̉n] Fungicidal. *Thuốc sát ký sinh khuẩn :* Fungicide.

sát ký sinh trùng [ʃát kí ʃiɲ trùɳ] Parasiticide.

sát lục [ʃát lục] To kill.

sát lược [ʃát lượk] To kill and to pillage.

sát mẫu [ʃát mɔu] Matricide.

sát nghĩa [ʃát ŋia] Exact sense. *Bản dịch sát nghĩa* : Close, near, translation. *Bản dịch không sát nghĩa* : Loose translation. *Sự dịch sát nghĩa* : The closeness of the translation.

sát nhân [ʃát pən] *Kẻ sát nhân* : Murderer. *Ty cảnh sát đã lùng bắt được kẻ sát nhân* : The police hunted down the murderer.

sát nhau [ʃát pau] 1) Close together. 2) (Anat, Bot) Connivent. *Lá mọc sát nhau* : Connivent leaves.

sát nút [ʃát nút] *Trận thắng sát nút* : Narrow victory.

sát phạt [ʃát ʃat] To kill, to murder.

sát phu [ʃát fu] (Of woman) To kill one's husband.

sát phụ [ʃát fụ] To kill one's own father.

sát sinh [ʃát ʃiŋ] To kill living beings. *Lò sát sinh* : Slaughter-house.

sát thân [ʃát θən] To sacrifice one's life.

sát trùng [ʃát trùŋ] To sterilize. *Bác sĩ sát trùng cẩn thận các dụng cụ của mình* : The doctor carefully sterilized his instruments.

sát trùng Insecticide, insect-killer ; antiseptic.

sát vấn [ʃát vấn] To interrogate, to question.

sát vi trùng [ʃát vi trùŋ] Microbicidal, germ-killing.

sạt [ʃat] To charge (battery).

sạt nghiệp [ʃat ŋiệp] To ruin oneself. *Bị sạt nghiệp vì cờ bạc* : To be ruined by play. *Sự hoang phí của vợ nó làm nó sạt nghiệp* : His wife's extravagance ruined him.

sau [ʃau] 1) After, behind ; afterwards, later. *Nó đến sau tôi* : He arrived after me. *Đi sau người nào* : To walk after someone. *Anh nói trước đi rồi tôi sẽ nói sau* : You speak first, I shall speak after (or afterwards). *Đến sau* : To come after. *Một năm sau* : A

year after. *Đêm sau, tuần sau* : The night, the week, after. *Đi sau người dẫn đường* : To walk behind a guide. *Đời sau, kiếp sau* : After life. *Tôi đến sau nó* : I am, come, next to him. *Cột buồm sau* : After-mast. *Sau bữa ăn nó ra đi* : After dining he went out. *Hầm tàu phía sau* : After-cale. *Sáu tuần sau nó chết* : Six weeks later he died. *Hôm sau* : The next day, the day after. *Trị vì sau người nào* : To reign after someone. *Sau ba tháng* : After three months. *Sau bữa ăn* : After dinner. *Sau giờ làm việc* : After hours. *Từ ngày 15 về sau* : On and after the 15th. *Chúng nó vào người nọ sau người kia* : They entered one after the other. *Tôi đến sau khi nó đi* : I come after he goes. *Tóc hớt sát phía sau* : Hair cropped close behind at the back. *Ở lại sau* : To stay, remain, behind. *Ba ngày sau* : The next three days. *Phương pháp của chúng tôi như sau* : Our method is as follows. *Rồi sau nữa ?* : What then ? What next ?. *Biến cố xảy ra mười năm sau khi nó chết* : Event that occured ten years later than his death. *Tôi sẽ đi sau khi ăn cơm* : I'll go when I've had dinner. *Sau khi chồng chết nàng tự tìm lấy cách sinh sống* : After her husband died, she had to earn her own living. *Sáu tuần sau, nó chết* : Six weeks later he died.

2) Behind, at the back of, in the rear of (something) ; back of (something). *Nó trốn sau cái màn* : He hid behind the curtain. *Phía sau nhà* : In the rear of the house. *Đèn sau* : Rear light, rear lamp. *Bánh sau* : Rear wheel. *Toa xe sau* : Rear waggons. *Cửa sau* : Back-door. *Vườn sau nhà* : Garden behind the house.

sau cùng [ʃau kùŋ] Last, last of all ; finally ; at last, at long last. *Tin sau cùng* : Last, lastest news. *Nhìn vật gì lần sau cùng* : To look one's last on something.

sau đây [ʃau dei] As follows.

sau hết [ʃau hét] Finally ; last, last of all, after all. *Nó tới sau hết* : He was the last to come. *Mười một người được cứu sau hết* : The last eleven to be rescued.

sau lưng [ʃau lɯŋ] Behind, in the rear. *Đánh sau lưng người nào* : To attack someone from behind, from the rear, in the rear.

sau nầy [ʃau nèi] Later, later on ; future.

sau rốt [ʃau rót] Last, last of all, after all, at last.

sáu [ʃáu] Six. *Thứ sáu* : Sixth. *Thứ sáu mươi* : Sixtieth. *Gấp sáu lần* : Sixfold. *Mười sáu* : Sixteen. *Ngày thứ sáu* : Friday. *Nhơn gấp sáu* : To increase sixfold. *Tháng sáu* : June ; the sixth lunar month. *Súng sáu* : Six-shooter. *Có sáu góc* : Six–sided. *Xe sáu ngựa* : Coach and six. *Sáu người* : Six men. *Lúc sáu giờ* : At six o'clock. *Ngày sáu tháng năm* : (On) the sixth of May. *Số sáu* : Number six. *Lá sáu cơ* : The six of hearts. *Mười hai là sáu lần hai* : Twelve is six times as much as two.

say [ʃay] 1) To be drunk, intoxicated, inebriated ; to be in one's cups, to be in drink. *Say như chết, say nhừ tử* : Dead drunk. *Hơi say, ngà ngà say, chếnh choáng say* : To be slightly intoxicated, to be slightly elevated. *Nó say rồi, tốt hơn chúng ta đưa nó về nhà* : He's drunk ; we'd better get him home. *Giọng nói nhừa nhựa của nó chứng tỏ rằng nó đã say* : The thickness of his speech showed that he . was drunk. *Khi say nó không biết gì cả (nó không biết nó đã làm những gì)* : When under the influence of drink he does not know what he is doing. 2) Intoxicated, inebriated with (joy, success, etc...).

say đắm [ʃay dáɯm] Passionately fond of, doting on (someone, something). *Say đắm sắc đẹp của người nào* : To be fired by someone's beauty. *Làm người nào say đắm* : To cast a glamour over someone.

say khướt [ʃay xɯót] Dead drunk.

say máu [ʃay máu] Drunk with blood.

say mèm [ʃay mèm] As drunk as a fiddler, as a lord ; dead drunk.

say mê [ʃay me] Passionately fond of, doting on (someone, something). *Say mê người nào* : To dote (up) on someone ; to be keen on someone, to get struck on someone. *Nó say mê thể thao* : He is passionately fond of sport, he is very keen on sport. *Làm thính giả say mê* : To carry one's hearers with one. *Yêu người nào một cách say mê* : To love someone to distraction. *Say mê một người đàn bà đẹp* : To be infatuated (madly in love) with a pretty girl.

say nắng [ʃay náɯŋ] Sunstroke.

say ngà ngà [ʃay ŋà ŋà] Slightly intoxicated.

say nhừ [ʃay ɲừ] Dead drunk, beastly drunk.

say núi (chứng) [ʃay núi] Mountain sickness, height sickness.

say rượu [ʃay rɯợu] To be drunk, intoxicated ; to be in one's cups, to be in drink. *Nó là một người chồng tốt trừ lúc nó say rượu* : He's a good husband except when he's in drink. *Ngủ cho hết say rượu* : To sleep off the effects of wine. *Người say rượu* : Drunkard.

say sóng [ʃay ʃóŋ] Sea-sickness. *Một tách trà làm hết say sóng* : A cup of tea takes off the effects of sea-sickness.

say sưa [ʃay ʃɯa] To be drunk, intoxicated, inebriated.

sảy [ʃảy] Prickly heat.

sảy To van, to winnow (wheat).

sãy [ʃãy] Suddenly.

sãy nhớ [ʃãy ɲó] To remember suddenly.

sãy thức [ʃãy θɯ́k] To awake suddenly.

sắc [ʃáɯk] Sharp, keen. *Sắc như dao cạo* : As keen as a razor.

sắc Colour. *Ngũ sắc* : The five colours.

sắc *Nhan sắc* : Beauty. *Thất sắc* : To turn pale. *Tửu sắc* : Wine and women.

sắc Royal decree.

sắc bén [ʃáɯk bén] Sharp.

sắc cạnh [ʃáɯk kạɲ] Sharp-edged.

sắc cầu [ʃáɯk kầu] Chromosphere.

sắc chỉ [ʃáɯk ci] Imperial decree.

sắc chiếu [ʃáɯk ciếu] Royal decree, imperial decree.

sắc cuồng [ʃáɯk kuɔ̀ŋ] Erotomania.

sắc diện [ʃáɯk ziẹn] Complexion.

sắc dục [ʃáɯk zụk] Sexual desire, lusts of the flesh.

sắc đẹp [ʃáɯk dẹp] Beauty, loveliness. *Sửa sắc đẹp :* Beauty treatment. *Sắc đẹp tàn tạ :* Faded beauty. *Sắc đẹp đương thì :* Blooming beauty, ripe beauty, in the prime beauty. *Sắc đẹp của nàng khiến tất cả đàn ông trong làng đều mến nàng :* Her beauty caused all the men in the village to admire her. *Sắc đẹp của nàng làm lu mờ tất cả người đàn bà khác :* Her beauty threw into shade all other women. *Nàng lấy làm tự đắc về sắc đẹp của nàng :* She was vain of her beauty.

sắc lịnh [ʃáɯk lịŋ] Decree, edict. *Ban hành một sắc lịnh :* To issue a decree. *Thi hành một sắc lịnh :* To bring a decree into operation.

sắc luật [ʃáɯk lwạt] Decree, order. *Đệ ký một sắc luật lên Tổng thống :* To submit a decree to the president for signature.

sắc manh [ʃáɯk maiŋ] (Med) Colour-blindness, daltonism.

sắc mặt [ʃáɯk mạɯt] Countenance. *Đổi sắc mặt :* To change countenance.

sắc phong [ʃáɯk fɔŋ] Imperial appointment.

sắc phục [ʃáɯk fụk] Uniform.

sắc sai [ʃáɯk ʃai] Chromatic aberration.

sắc sảo [ʃáɯk ʃảu] Keen, sharp. *Mắt sắc sảo :* Keen-eyed. *Ăn nói sắc sảo :* Sharp-tongued.

sắc tài [ʃáɯk tài] Beauty and talent.

sắc thái [ʃáɯk θái] Aspect ; colour. *Sắc thái địa phương :* Local colour.

sắc thuế [ʃáɯk θwế] Tax category.

sắc thuốc [ʃáɯk θwɔ́rk] To boil down chinese medicines herbs.

sắc tiếu [ʃáɯk tiếu] Smiling countenance.

sắc tố [ʃáɯk tó] Pigment. *Có sắc tố :*

Pigmented. *Thuộc về sắc tố :* Pigmentous.

sặc [ʃạɯk] To choke (in drinking, etc...).

sặc To exhale, emit, give out (strong smell). *Sặc mùi rượu :* To smell of liquor.

sặc gạch [ʃạɯk gạik] *Làm sặc gạch :* To work hard.

sặc sỡ [ʃạɯk ʃɔ̃] Variegated, particoloured, motley.

sặc sụa [ʃạɯk ʃwạ] To smell of.

săm soi [ʃaɯm ʃɔi] To look at (something).

sắm [ʃáɯm] To buy, to acquire (furniture, etc...).

sắm sửa [ʃáɯm ʃữạ] 1) To furnish ; to fit out. *Sắm sửa đầy đủ quần áo cho người nào :* To fit someone out with clothing. 2) To get ready.

sắm vai [ʃáɯm vai] To act, personate, play a part. *Sắm vai Hamlet :* To act, play Hamlet.

sặm [ʃạɯm] Dark (colour). *Áo dài màu sặm :* A dark-coloured dress.

săn [ʃaɯn] To chase, to pursue, to hunt. *Săn chồn :* To go fox-hunting. *Săn cá ông (cá voi) :* To hunt whales. *Đi săn :* To go hunting, go shooting, go a-hunting. *Cuộc săn chồn :* Fox-hunting. *Chó săn :* Hunting-dog. *Tù và đi săn :* Hunting-horn. *Dao săn :* Hunting-knife. *Nó rất thích đi săn :* He's very fond of hunting.

săn Twisted (rope) ; hard (muscles).

săn bắn [ʃaɯn báɯn] To hunt, go a-hunting, go shooting. *Quyền săn bắn :* Hunting-right. *Cuộc săn bắn :* Shooting-party. *Mùa săn bắn :* Shooting season. *Chỗ, nơi săn bắn :* Hunting-ground, hunting-field. *Cấm săn bắn tại đây :* Shooting is not permitted here. *Săn bắn về không :* To come home from a day's shooting with an empty bag, empty-handed.

săn bắt [ʃaɯn báɯt] To pursue, to chase, to follow hot on the track of.

săn cá ông [ʃaɯn ká ɔŋ] To hunt whales.

S

săn chồn [ʃaɯn còn] To go fox-hunting. *Cuộc săn chồn* : Fox-hunting.

săn chồng (sự) [ʃaɯn còŋ] Husband-hunting.

săn đón [ʃaɯn đón] To be attentive to ; to fuss over, around (someone) ; to suck up to (someone).

săn đuổi [ʃaɯn đuổi] To chase, to pursue.

săn sóc [ʃaɯn ʃók] 1) To care for, to look after, to take care of ; to nurse. *Săn sóc trẻ con* : To look after, keep an eye on, give an eye to, the children ; to care for children. *Nó còn nhỏ nên cần phải được săn sóc đến* : He is young and needs looking after. *Ai sẽ săn sóc trẻ con nếu cha chúng nó chết ?* : Who will care for the children if their father dies ?.
2) To attend to (someone). *Săn sóc người nào* : To attend to someone. *Săn sóc những người bị thương* : To attend the injured.

săn sóc (sự) [ʃaɯn ʃók] Care. *Dưới sự săn sóc của người nào* : To be in, under, someone's care.

sắn [ʃáɯn] Manioc, cassava.

sắn *Siêng sắn* : Laborious.

sẵn [ʃāɯn] Ready, prepared.

sẵn có [ʃāɯn kó] Disposable, available.

sẵn dịp [ʃāɯn dịp] To profit by the occasion.

sẵn lòng [ʃāɯn lòŋ] Disposed, prepared. *Tôi rất sẵn lòng th. thứ* : I am fully prepared to forgive.

sẵn sàng [ʃāɯn ʃàŋ] Ready, disposed, prepared. *Anh sẵn sàng chưa ?* : Are you ready ?. *Sẵn sàng làm việc gì* : To be ready, disposed, to do something. *Luôn luôn sẵn sàng để đánh nhau* : Always ready for the fray. *Sẵn sàng để dùng* : Ready for use. *Sẵn sàng so kiếm* : Ready with his sword. *Sẵn sàng lên đường* : Ready to start. *Tôi sẵn sàng giúp anh* : I am disposed to help you. *Vì anh chưa sẵn sàng, chúng ta không thể đi được* : As you are not ready, we cannot go. *Bốn giờ anh phải sẵn sàng* : You must be ready at four o'clock. *Tàu sẵn sàng*

chiến đấu : Ship in fighting trim.

sẵn tiền [ʃāɯn tiền] To have the money at hand.

săng [ʃaɯŋ] Coffin. See **hòm**.

săng Petrol, gasoline. *Cây săng, tram săng* : Gas station. *Chúng tôi hết săng* : We have run out of petrol.

sắng [ʃáɯŋ] *Sốt sắng* : Zealous, eager, fervent.

sặng [ʃàɯŋ] *Cười sặng sặc* : To choke with laughter.

sắp [ʃáɯp] To arrange, to put in order; to stow away, tidy away (objects) ; to stow (goods) ; to set (type). *Sắp sách lên kệ* : To arrange books on a shelf. *Sắp thứ tự theo tự mẫu* : To arrange in alphabetical order. *Sắp bàn ăn* : To set the table.

sắp To be on the point of, about to. *Sắp chết* : At, on, the point of death, about to die. *Sắp lên đường* : To be about to start, on the point of starting. *Khi nó sắp chết* : When he was about to die. *Sắp bị phá sản* : On the verge of ruin. *Sắp có chiến tranh* : On the verge of war.

sắp *Từ rày sắp đi* : From now on.

sắp chữ [ʃáɯp cũ] To set type, to compose. *Sắp chữ một trang* : To set a page. *Thợ sắp chữ* : Compositor, type-setter.

sắp đặt [ʃáɯp dạɯt] To arrange, to dispose, to tidy, to make neat, to put in order. *Sắp đặt sách vở* : To tidy away the books. *Sự sắp đặt* : Arrangement, disposition. *Sự sắp đặt bộ phận của một cái máy* : Arrangement of the parts of a machine.

sắp đến [ʃáɯp dén] Forthcoming, approaching. *Lễ Nô-en sắp đến* : Christmas is approaching. *Mùa xuân sắp đến* : The approaching spring, the approach of spring.

sắp đi [ʃáɯp di] To be about to start, on the point of starting.

sắp đống [ʃáɯp dóŋ] To heap (up), pile (up).

sắp hàng [ʃáɯp hàŋ] To fall into ran

into line, to fall in ; to form a queue; to stand in a line, in a queue ; to queue up, line up, form up ; to draw up in a line. *Sắp hàng mua giấy hát :* To line up for the theatre. *Chúng nó sắp hàng dài theo lề đường :* They ranged themselves along the kerb.

sắp hạng [ʃáup hạŋ] To classify.

sắp sẵn [ʃáup ʃãun] To prepare, to get ready.

sắp sửa [ʃáup ʃừɔ] To get ready (to), to prepare (to) ; to be about to, on the point of. *Sắp sửa ra đi :* To be about to start, on the point of starting.

sắp thứ tự [ʃáup θứ tụ] To put in order.

sắp tới [ʃáup tới] Forthcoming, approaching. *Chúng ta sắp tới Luân-đôn :* We are approaching London.

sắt [ʃáut] Iron. *Cầu sắt :* Iron bridge. *Đường sắt :* The iron road ; railroad. *Mạt sắt :* Iron-filings. *Bức màn sắt :* Iron curtain. *Bịt sắt :* Iron-shod. *Làm bằng sắt :* Made of iron. *Người lòng sắt đá :* Man of iron. *Cứng như sắt :* As hard as iron. *Kỷ luật sắt :* Iron discipline. *Tủ sắt :* Safe. *Sắt dễ sét :* Iron is apt to rust. *Đá nam châm hút sắt :* A magnet attracts iron. *Đập sắt dài ra :* To beat out iron.

sắt bản [ʃáut bản] Plate, thin sheet, of iron.

sắt cầm [ʃáut kầm] Conjugal harmony.

sắt đá [ʃáut dá] 1) Iron and stone. 2) Heartless, hard-hearted. *Người lòng sắt đá :* Man of iron.

sắt lá [ʃáut lá] Sheet iron.

sắt non [ʃáut nɔn] Soft iron.

sắt tầm [ʃáut tấm] Plate iron.

sắt tây [ʃáut tei] Tin. *Bọc sắt tây :* Tin-lined.

sắt vụn [ʃáut vụn] Old iron, scrap-iron. *Người buôn bán sắt vụn :* Dealer in old iron, in scrap.

sâm [ʃəm] (Bot) Ginseng.

sâm lâm [ʃəm ləm] Dense forest.

sâm nghiêm [ʃəm niem] Solemn, grave.

sâm sẩm tối [ʃəm ʃầm tối] At dusk.

sấm [ʃấm] Thunder. *Tiếng sấm :* Clap, peal, of thunder ; thunder-clap. *Tiếng sấm sét :* Thunderbolt. *Nổi sấm :* To thunder. *Tiếng vỗ tay như sấm:* Thunder of applause. *Súng đại bác nổ vang như sấm :* The cannon thundered.

sấm Prophecy, oracle (something predicted by some sage).

sấm chớp [ʃấm cấp] Thunderbolt ; flash of lightning with crash of thunder.

sấm dậy [ʃấm zei] To thunder.

sấm hối [ʃấm hối] To repent, to rue.

sấm ngôn [ʃấm nɔn] Fateful word.

sấm ngữ [ʃấm ŋữ] See sấm ngôn.

sấm rền [ʃấm rèn] To thunder.

sấm sét [ʃấm ʃét] Thunderbolt.

sấm truyền [ʃấm trwièn] Foretelling, prophecy.

sấm vang [ʃấm vaŋ] To thunder.

sầm [ʃầm] *Mặt nó sầm lại :* A gloomy look shaded his face.

sầm mặt [ʃầm mạut] (Of person) To become gloomy.

sầm uất [ʃầm wất] Dense and prosperous.

sầm tối [ʃầm tối] *Trời sầm tối :* At dusk.

sẫm [ʃẫm] (Of colour) To be dark, sombre, deep.

sậm [ʃậm] See sẫm.

sân [ʃən] Court, yard, ground. *(Bóng tròn) Chơi trên sân lạ :* To play on a strange ground.

sân banh [ʃən baiɲ] Football ground, football field, soccer field.

sân bay [ʃən bay] Airfield.

sân bắn [ʃən bắun] Rifle-range.

sân chầu [ʃən cầu] Court-room.

sân chơi [ʃən cɔi] Playground.

sân cỏ [ʃən kỏ] Grass court.

sân dã cầu [ʃən zã kầu] Baseball field.

sân đập lúa [ʃən dập lwɔ] Threshing-floor.

sân gác [ʃən gák] Flat roof.

sân khấu [ʃən xấu] 1) (Th) Stage. *Phần trước sân khấu :* Front of the stage.

(Diễn viên) *Ra sân khấu :* (Of actor) To appear on the stage. *Rời sân khấu :* To quit, retire from, the stage ; to give up the stage.

2) Scene. *Thế giới này là sân khấu của một cuộc tranh đấu không ngừng :* The world is a scene of strife.

sân máy bay [ʃən máy bay] Aerodrome, airfield.

sân quần vợt [ʃən kwàn vợt] Tennis-court.

sân rồng [ʃən ròŋ] Royal court.

sân si [ʃən ʃi] To bristle (up), to show anger.

sân tàu [ʃən tàu] Deck.

sân ten-nít [ʃən tɛn-nít] Tennis-court.

sân thượng [ʃən θɯəŋ] Flat roof.

sân trường học [ʃən trɯờŋ họk] School playground.

sân vận động [ʃən vận dọŋ] Stadium.

sấn [ʃốn] To rush, to dash.

sấn sổ [ʃốn ʃỏ] To act violently.

sấn vào [ʃốn vàu] To dash, to rush, to hurl, to dart (at, upon). *Sấn vào người nào :* To dash at someone ; to hurl oneself at someone ; to make a dash at someone.

sần [ʃòn] Rough, rugged.

sần sùi [ʃòn ʃùi] Rough (to feel).

sấp [ʃốp] *Nằm sấp :* To lie flat on one's face. *Mặt sấp :* Reverse, tail (of coin). *Té (ngã) sấp :* To fall prone ; to fall flat on one's face. *Nằm sấp dưới đất :* Lying flat on the ground.

sấp ngửa [ʃốp ŋửə] Heads and tails. *Chơi sấp ngửa :* To toss heads or tails.

sập [ʃập] 1) To lower, to draw down, to pull down.

2) To fall in, to cave in, to collapse, to founder. *Làm vật gì sập xuống :* To cause something to collapse. *Nhiều nhà sập xuống trong trận động đất :* Many buildings fell in the earthquake. *Xe mui sập :* Car with folding hood. 3) (Of building, roof, bridge, etc...) To collapse, fall in, give way. *Sức nặng của tuyết trên mái làm căn nhà sập :* The weight of the snow on the roof caused the house to collapse.

sập Bed.

sập bẫy [ʃập bẽi] To fall into the trap.

sập cửa [ʃập kửə] 1) To slam, bang the door.

2) To lower the door.

sập dù [ʃập zù] To shut, close, an umbrella.

sập xuống [ʃập suốŋ] To fall down.

sâu [ʃəu] Deep (well, lake, cave, wound, etc...) ; profound. *Chiều sâu, bề sâu :* Depth. *Giếng sâu :* Deep well. *Sâu mười thước, mười thước bề sâu :* To be ten meters deep. *Sâu tới đầu gối, tới cổ :* Knee-deep, neck-deep. *Vết thương sâu :* Deep wound, *Hang sâu :* Deep cave. *Rễ ăn sâu dưới đất :* Deep-rooted. *Đào sâu :* To dig deep. *Chôn vật gì sâu hơn :* To bury something deeper. *Mắt nó sâu hoắm :* His eyes are very deep in his head. *Tay thọc sâu trong túi :* Hands stuck deep in one's pockets. *Cây lao đâm sâu vào thịt :* The harpoon sank deep into the flesh. *Sâu tận đáy lòng của tôi :* In the depths of my heart, in my heart of hearts. *Mụt nhọt sâu :* Deep-seated abscess. *Hơi sâu :* Deepish. *Theo bề sâu :* In depth. *Sâu tới ngực :* Breast-deep. *Vết thương nơi tay rất sâu :* The cut in the arm was very deep. *Giếng sâu bao nhiêu ? :* What is the depth of the well ?. *Nếu anh không biết lội, đừng ra chỗ sâu :* If you can't swim, don't go out of your depth. *Nó đào một lỗ sâu dưới đất :* He dug a deep hole in the ground. *Vết thương không sâu lắm :* Wound that does not go very deep.

sâu Worm. *Giống hình con sâu :* Worm-like. *Bị sâu ăn :* Worm-eaten. *Rau nào sâu nấy :* Like father, like son.

sâu bọ [ʃəu bọ] Insect. *Loài ăn sâu bọ :* Insect-eater. *Giết sâu bọ :* Insecticide, insecticidal. *Loài ăn sâu bọ :* Insectivore.

sâu bướm [ʃəu bɯốm] Caterpillar.

sâu cay [ʃəu kay] Mordant, biting, caustic, pungent.

sâu độc [ʃəu dọk] (Esp. of woman) Cattish.

sâu ghẻ [ʃɔu gɛ̉] Acarus.

sâu hoẳm [ʃɔu hwáɯm] Very deep. *Mắt nó sâu hoẳm* : His eyes are very deep in his head. *Mắt sâu hoẳm* : Cavernous eyes.

sâu hóm [ʃɔu hỏm] Deep.

sâu kín [ʃɔu kin] Deep.

sâu nhiệm [ʃɔu ɲiệm] Mysterious, secret.

sâu răng [ʃɔu raɯŋ] Dental decay.

sâu rọm [ʃɔu rɔm] Caterpillar.

sâu sắc [ʃɔu ʃáɯk] Profound, incisive, biting.

sâu thăm thẳm [ʃɔu θaɯm θảɯm] Very deep.

sâu xa [ʃɔu sa] Deep, profound ; abstruse, difficult to understand. *Nguyên nhân sâu xa* : Deep cause.

sàu [ʃɔ̀u] Crocodile, alligator. *Nước mắt cá sấu (nước mắt giả dối)* : Crocodile tears.

sầu [ʃɔ̀u] Grief, sorrow, affliction. *Đa sầu* : Sad, melancholy. *Ôm kín những sầu muộn trong lòng* : To lock one's griefs up in one's bosom.

sầu bi [ʃɔ̀u bi] Sad, pitiful.

sầu cảm [ʃɔ̀u kảm] Melancholy, gloomy.

sầu-khổ [ʃɔ̀u xỏ] Sorrowful, miserable.

sầu muộn [ʃɔ̀u muọn] Grieved, afflicted.

sầu não [ʃɔ̀u nãu] Doleful, mournful.

sầu oán [ʃɔ̀u wán] Sorrow and rancour.

sầu riêng [ʃɔ̀u rieŋ] (Bot) Durian.

sầu thảm [ʃɔ̀u θảm] Mournful, doleful.

sầu thê [ʃɔ̀u θe] Sad, melancholy.

sầu thiên [ʃɔ̀u θien] Dull weather.

sầu tự [ʃɔ̀u tɯ] Cause of sadness.

sầu tương tư [ʃɔ̀u tɯɔŋ tɯ] To be sick for love.

sầu vạn cổ [ʃɔ̀u vạn kỏ] Never-ending sorrow.

sẩu chí [ʃɔ̀u cí] Downcast.

sậu biến [ʃậu bién] Sudden, unexpected change.

sậu nhiên [ʃậu ɲien] Suddenly, unexpectedly.

sây sát [ʃei ʃát] Scratched, abraded, galled.

sấy [ʃỏi] To dry over a fire.

sấy [ʃèi] Scratched (skin).

sẩy [ʃèi] To slip ; to escape.

sẩy chân [ʃèi cơn] To stumble over.

sẩy con [ʃèi cɔn] To miscarry.

sẩy lời [ʃèi lời] To blurt out a word.

sẩy miệng [ʃèi mieŋ] See sẩy lời.

sẩy tay [ʃỏi tay] To slip from one's hands.

sậy [ʃei] (Bot) Reed. *Bãi sậy* : Reed-bed. *Chân như ống sậy* : To have legs like match-sticks.

se [ʃɛ] Dry ; warm.

se lại [ʃɛ lại] *Mối xúc động làm lòng tôi se lại* : The emotion that grips my heart.

se sẻ [ʃɛ ʃɛ̉] *Chim se sẻ* : Sparrow.

se sẽ [ʃɛ ʃɛ̃] Gently, lightly, softly. *Nói se sẽ chứ* : Speak lower.

se sua [ʃɛ ʃwɔ] To show off.

sè sè [ʃɛ̀ ʃɛ̀] Low.

sè tay [ʃɛ̀ tay] To open one's hand.

sẻ [ʃɛ̉] To share, to divide. *San sẻ nỗi buồn với người nào* : To share (in) someone's grief. *Nó chia vui sẻ cực với tôi* : He shares (in) my troubles as well as my pleasures.

sẻ Sparrow.

sẽ [ʃɛ̃] Softly, gently, lightly. *Nói se sẽ chứ* : Speak lower.

sẽ Used to express the future tense. *Nếu rảnh, tôi sẽ đến* : Should I be free I shall come. *Nó nói nó sẽ làm việc ấy* : He says he will do it. *Anh sẽ được tin tôi một ngày gần đây* : You shall hear from me before long. *Chúng tôi mong sẽ có cơ hội gặp lại anh* : We shall hope to see you again. *Tôi sẽ nói nếu nó đến* : If he comes I shall speak to him. *Nếu được người ta mời chúng tôi sẽ đến* : We should come if we were invited. *Ở vào địa vị của anh, tôi sẽ không làm việc ấy* : I shouldn't do it if I were you. *Chúng nó sẽ biết tay tôi* : They shall know what stuff I am made of. *Ngày mai tôi sẽ đi và nó sẽ đến* : To morrow I shall go and he will arrive. *Anh sẽ không quên*

S

chứ ? : You won't forget, will you ?.
Nó sẽ đến nếu anh mời nó : He would
come if you invited him. *Tôi sẽ khăng
nói với ai cả* : I will not speak to any-
body.

sém [ʃɛm] *Cháy sém* : To scorch.

sém nắng [ʃɛm náwŋ] Sunburnt.

sen [ʃɛn] (Bot) Lotus. *Cây sen* : Lotus-
tree. *Bông sen* : Lotus bloom. *Lá sen* :
Lotus leaf. *Gương sen* : Lotus seed-
pod. *Hột (hạt) sen* : Lotus seed.

sen Maid servant.

sẻn [ʃɛn] *Bổn sẻn* : Stingy, miserly,
niggardly.

sẻng [ʃɛ̉ŋ] Shovel.

sèo sèo [ʃèu ʃèu] To sizzle. *Tiếng sèo
sèo* : Sizzle.

sẹo [ʃɛu] Scar, cicatrice, cicatrix. *Thành
sẹo* : To scar, to cicatrize.

sét [ʃɛt] Rust. *Có màu sét* : Rust-co-
loured, rust-red. *Thuốc phòng sét* :
Rust-preventive, rust-preventer. *Phòng
sét* : Rust-preventing. *Không sét* : Rust-
proof, rust–resisting. *Bị sét ăn* : Rust-
eaten. *Làm sét vật gì* : To cover some-
thing with rust. *Sét ăn mòn sắt* : Rust
attacks iron. *Kim sét* : Rusty needles.

sét To rust ; to make (iron, etc...)
rusty.

sét Rusty. *Kim sét* : Rusty needles.

sét *Đất sét* : Clay.

sét Thunderbolt, lightning, bolt. *Sét
đánh* : Flash of lightning, thunderbolt ;
unexpected event or disaster, bolt from
the blue ; love at first sight. *Tin ấy
đến như sét đánh bên tai tôi* : This
news came upon me like a thunderbolt.
Bị sét đánh : Struck by lightning. *Như
sét đánh ngang tai* : It's like a bolt
from the blue. *Cây bị sét đánh tét ra* :
Trees riven by the lightning. *Cây nầy
bị sét đánh* : This tree was struck by
lightning. *Tôi thấy sét đánh* : I saw
the lightning strike.

sẽ [ʃe] *Sum sẽ* : Luxuriant, exuberant.

sẽ [ʃè] Large and flat basket.

sẽ *Lợn sẽ* : Sow which has piglets. *Gái
sẽ* : Woman's body deformed by ma-

ternity.

sệ [ʃe] Fat, obese, pot-bellied.

sệ bụng [ʃe bụŋ] Obese.

sên [ʃen] Slug, snail. *Chậm như sên* :
Very slowly, at a snail's pace. *Yếu như
sên* : Very weak.

sên sệt [ʃên ʃet] (Of paste, soup, etc...)
Lightly thick.

sênh [ʃèiŋ] (Pair of) Castanets. See
sanh.

sênh sênh [ʃèiŋ ʃèiŋ] Evident, obvi-
ous, clear, manifest.

sênh [ʃèiŋ] *Để sênh mất việc gì* : To
let something escape.

sệp [ʃep] *Ngồi sệp xuống đất* : To sit
flat on the ground.

sệt [ʃet] *Đặc sệt* : Very thick.

sệt *Sợ sệt* : To be afraid, to fear, to
dread.

sệt sệt [ʃet ʃet] Semi-fluid.

sếu [ʃéu] Crane. *Cao như sếu* : Tall as
a maypole.

si [ʃi] (Bot) Kind of banian.

si *Ngu si* : Stupid.

si độn [ʃi dọn] Stupid, foolish.

si ngoan [ʃi ŋwan] Stupid and stub-
born.

si nhân [ʃi nɔn] Stupid person.

si tiếu [ʃi tiếu] To laugh consumedly,
to choke with laughter.

si tình [ʃi tìŋ] To be madly in love
with (someone), to fall head over heels
in love with (someone), to fall violent-
ly in love with (someone).

si vật [ʃi vạt] Stupid person.

sì [ʃi] *Đen sì, thâm sì* : Very black, coal
black.

sì-líp [ʃi lip] Trunks (very short trousers
worn by swimmers).

sỉ [ʃi] Wholesale. *Sỉ và lẻ* : Wholesale
and retail. *Giá sỉ* : Wholesale price.
Hàng hoá bán sỉ : Wholesale goods.
Sự buôn bán sỉ : Wholesale trade.
Người buôn bán sỉ : Wholesale dealer,
wholesaler. *Buôn bán sỉ và lẻ* : To deal
wholesale and retail.

sỉ [ʃi] Disgrace, shame.

sỉ chức [ʃi cứk] To dismiss, to discharge ; to fire, to deprive of office.

sỉ mạ [ʃi mạ] To insult, to affront.

sỉ mũi [ʃi mũi] To blow one's nose.

sỉ nhục [ʃi ɲuk] Dishonour, disgrace, shame.

sỉ tiếu [ʃi tiếu] To ridicule, to make (someone, something) ridiculous ; to hold (someone, something) up to ridicule.

sĩ [ʃi] Scholar. *Kẻ sĩ* : Man of letters, scholar, learned man. *Bác sĩ* : Doctor. *Văn sĩ* : Writer. *Trung sĩ* : Sergeant.

sĩ dân [ʃi zɔn] Learned people.

sĩ diện [ʃi ziẹn] Scholar's pride.

sĩ hạnh [ʃi hạiɲ] Scholar's virtue.

sĩ hoạn [ʃi hwạn] Mandarin, official.

sĩ khí [ʃi xi] Scholar's pride.

sĩ nhân [ʃi ɲɔn] Man of letters, learned man.

sĩ, nông, công, thương [ʃi, noŋ, koŋ, θɯɔŋ] Intellectuals, peasants, workers and tradesmen.

sĩ nữ [ʃi nũ] Men and women.

sĩ phu [ʃi fu] Intellectuals.

sĩ quan [ʃi kwan] (Mil) Officer, commissioned officer. *Hạ sĩ quan* : Non-commissioned officer. *Cách chức một sĩ quan* : To break, dismiss, an officer. *Sĩ quan xuất thân từ binh nhì lên*: Ranker. *Viên sĩ quan ra lịnh bắn* : The officer gave the word to fire.

sĩ quan an ninh [ʃi kwan an niɲ] Security officer.

sĩ quan báo chí [ʃi kwan báu cí] Press officer.

sĩ quan cấp tá [ʃi kwan kớp tá] Field officer.

sĩ quan cấp tướng [ʃi kwan kớp tướɲ] General officer.

sĩ quan cấp úy [ʃi kwan kớp wí] Junior officer.

sĩ quan hải quân [ʃi kwan hải kwɔn] Navy officer, naval officer.

sĩ quan hành chánh kế toán [ʃi kwan hàiɲ cáiɲ kế twán] Officier managing accountant.

sĩ quan hành huấn [ʃi kwan hàiɲ hwón] Operation and training officer.

sĩ quan hầu cận [ʃi kwan hầu kận] Aide, aide-de-camp.

sĩ quan hiện dịch [ʃi kwan hiện zịk] Regular officer.

sĩ quan kế toán [ʃi kwan kế twán] Accountable officer.

sĩ quan liên lạc [ʃi kwan lien lạk] Liaison officer. *Sĩ quan liên lạc không quân* : Air liaison officer. *Sĩ quan liên lạc lục quân* : Ground liaison officer.

sĩ quan nhân viên [ʃi kwan ɲɔn vien] Personnel officer.

sĩ quan pháo xạ [ʃi kwan fáu sạ] Range officer.

sĩ quan phát ngân [ʃi kwan fát ŋɔn] Disbursing officer.

sĩ quan phi hành [ʃi kwan fi hàiɲ] Flying officer.

sĩ quan quan thuế [ʃi kwan kwan θwế] Customs officer, revenue officer.

sĩ quan quân bưu [ʃi kwan kwɔn bɯu] Postal officer.

sĩ quan quân cụ [ʃi kwan kwɔn kụ] Ordnance officer.

sĩ quan quân nhu [ʃi kwan kwɔn ɲu] Quartermaster.

sĩ quan tài chánh [ʃi kwan tài cáiɲ] Finance officer. *Sĩ quan tài chánh và tiếp liệu* : Finance and supply officer.

sĩ quan tham mưu [ʃi kwan θam mɯu] Staff officer.

sĩ quan thám thính [ʃi kwan θám θíɲ] Reconnaissance officer.

sĩ quan thâu phát ngân [ʃi kwan θou fát ŋɔn] Disbursing officer, accountable disbursing officer.

sĩ quan thông vận [ʃi kwan θoŋ vận] Transportation officer.

sĩ quan thường trực [ʃi kwan θɯờɲ trʉk] Duty officer, (Nav) officer of the watch.

sĩ quan tiền tuyền [ʃi kwan tiền twiến] Line officer.

S

sĩ quan tiếp tế [ʃi kwan tiếp té] Supply officer.

sĩ quan tình báo [ʃi kwan tìɲ báu] Intelligence officer.

sĩ quan truyền tin [ʃi kwan trwièn tin] Signal officer.

sĩ quan trừ bị [ʃi kwan trừ bị] Reserve officer.

sĩ quan trực nhật [ʃi kwan trʊ̆k ɲə̆t] Officer of the day.

sĩ quan tuyển binh [ʃi kwan twièn biɲ] Recruiting officer.

sĩ tốt [ʃi tót] Soldiers.

sĩ tử [ʃi tử] 1) Students.
2) Candidate at an examination.

sị [ʃi] Bị sị : Sad.

sị mặt [ʃi mặt] To look sullen.

sịch nhớ [ʃịk ɲɔ́] To remember suddenly.

siếc [ʃiék] Rên siếc : To groan, to moan.

siểm my [ʃièm mị] See siểm nịnh.

siểm nịnh [ʃièm nịɲ] To flatter, to adulate.

siền [ʃièn] See thiền.

siễn [ʃièn] See suyễn.

siêng [ʃieŋ] Laborious, hard-working, diligent, industrious, sedulous.

siêng học [ʃieŋ hɔ̆k] Diligent in one's study.

siêng năng [ʃieŋ nawŋ] Diligent, laborious, hard-working, industrious.

siễng [ʃièŋ] Hòm siễng : Trunk.

siết [ʃiét] 1) To press, to squeeze, to clasp. Siết chặt người nào vào lòng : To press, clasp, someone to one's heart ; to clasp someone in one's arms; to hug someone : to give someone a squeeze. Nó siết lấy tay tôi : He pressed my hand in his. Siết tay người nào : To clasp, squeeze, someone's hand; to shake hands with someone ; to give someone a squeeze of the hand. Siết cổ người nào : To strangle someone.

2) To tighten (knot, joint, screw, etc...), to screw up, tighten(nut) ; to drive in (screw), to drive (on) (barrel hoop) ;

to load (spring) ; to close. Siết chặt hàng ngũ : To close the ranks. Siết chặt tình thân hữu : To tighten the bonds of friendship ; to draw closer the bonds of friendship. Siết thắng : To brake ; to apply, put on, the brakes. Siết vật gì giữa cái ê-tô (kềm vặn) : To grip something in a vice. Siết chặt dây buộc miệng túi tiền : To tighten one's purse-stings.

siết chặt hàng ngũ [ʃiét cặt hàŋ ŋũ] To close the ranks.

siết cổ [ʃiét kỏ] To strangle (someone).

siết tay [ʃiét tay] To clasp (someone's) hand.

siêu [ʃieu] Earthenware vessel with a spout and handle, used for boiling water.

siêu âm [ʃieu əm] (Ph) Ultra-sound, ultra-son.

siêu âm 1) Supersonic, above the speed of sound, above the audible range.
2) (Ph) Ultra-sound.

siêu bạt [ʃieu bạt] To surpass, to go beyond.

siêu đẳng [ʃieu dăwŋ] Super ; above the ordinary.

siêu diện thế [ʃieu diẹn θé] (Ph) Over-voltage.

siêu độ [ʃieu dọ] To free (souls) from suffering.

siêu hiển vi [ʃieu hièn vi] Ultra-microscope.

siêu hình học [ʃieu hìɲ hɔ̆k] Metaphysics.

siêu linh học [ʃieu liɲ hɔ̆k] Metapsychics.

siêu nhân [ʃieu ɲən] Superman.

siêu nhiên [ʃieu ɲien] Supernatural. Siêu nhiên chủ nghĩa : Supernaturalism.

siêu phàm [ʃieu fàm] Eminent, super-human.

siêu quần [ʃieu kwèn] Outstanding.

siêu quốc gia [ʃieu kwók ʒa] International. Siêu quốc gia chủ nghĩa : Internationalism.

siêu tha phách [ʃieu θa fáik] (W.Tel) Superheterodyne.

siêu thanh [ʃieu θaiɲ] Supersonic.

siêu trác [ʃieu trák] See **siêu việt**.

siêu vi học [ʃieu vi hǫk] Ultramicroscropy.

siêu việt [ʃieu việt] Transcendent, surpassing, excelling.

sìn [ʃin] (Slang) Money.

sinh [ʃiɲ] 1) To be born, to come into the world ; to give birth to ; to bring forth. *Tôi sinh năm 1921* : I was born in 1921. *Đứa bé mới sinh* : Newly-born child. *Đứa trẻ mới sinh cân được bốn ki lô* : The baby weighed four kilos at birth. *Chó đôi khi sinh năm hoặc sáu con mỗi lần* : Dogs sometimes produce five or six young at a birth. *Nó sinh ngày 28 tháng 8 năm 1921* : He was born on August 28, 1921. 2) To breed (disease), to generate (heat). *Sự dơ bẩn sinh ra bịnh tật* : Dirt breeds disease. 3) To yield, to produce. *Cây sinh trái:* A tree yields fruit. *Đất không sinh lợi* : Land that yields no return. *Tiền sinh lời* : Money that yields interest.

sinh *Học sinh* : Student, pupil. *Thí sinh* : Candidate.

sinh ba [ʃiɲ ba] To give birth to triplets. *Con sinh ba* : Triplets.

sinh bình [ʃiɲ bìɲ] During one's lifetime.

sinh bịnh [ʃiɲ bịɲ] To breed disease.

sinh cầm [ʃiɲ kɔ̀m] To catch alive.

sinh chuyện [ʃiɲ cwiện] To seek, pick, a quarrel with.

sinh chứng [ʃiɲ cứɲ] To acquire bad habits.

sinh con [ʃiɲ kɔn] To give birth. *Sinh con trai* : To give birth to a boy.

sinh cơ [ʃiɲ kɔ] (Of wound) To skin over, scar over.

sinh dân [ʃiɲ zɔn] Population.

sinh dục [ʃiɲ zụk] To give birth and to rear.

sinh đẻ [ʃiɲ đẻ] To bear, to bring forth, to give birth to (child).

sinh địa [ʃiɲ diə] Waste land.

inh đồ [ʃiɲ đồ] Student, scholar.

sinh đôi [ʃiɲ doi] Twin-born. *Con sinh đôi* : Twin. *Anh em sinh đôi* : Twin brothers. *Chị em sinh đôi* : Twin sisters. *Chúng nó là con sinh đôi và rất khó mà phân biệt người nầy với người kia:* They're twins and it's difficult to know one from the other.

sinh động [ʃiɲ dǫɲ] Lively, lifelike.

sinh hạ [ʃiɲ hạ] To give birth to. *Nàng sinh hạ một đứa con trai* : She gave birth to, brought forth, a son.

sinh hóa [ʃiɲ hẃa] Raw material.

sinh hóa Life and death.

sinh hóa To multiply and to change.

sinh hóa học [ʃiɲ hẃa hǫk] Biochemistry.

sinh hoàn [ʃiɲ hwàn] To get out of danger, to survive.

sinh hoạt [ʃiɲ hwạt] Life, living. *Sức sinh hoạt* : Life force. *Mức sinh hoạt* : Standard of living. *Ở đây sinh hoạt đắt đỏ* : Living is dear here. *Giá sinh hoạt* : Cost of living.

sinh hoạt cơ năng học [ʃiɲ hwạt kɔ nauɲ hǫk] Bionomics.

sinh hoạt trình độ [ʃiɲ hwạt trịɲ dǫ] Cost of living.

sinh học [ʃiɲ hǫk] Biology.

sinh kế [ʃiɲ ké] Livelihood, means of living, means of subsistence.

sinh khí [ʃiɲ xi] Vitality; animation; the breath of life. *Làm cho có sinh khí* : To vitalize, to animate, to vivify. *Đầy sinh khí, sinh khí dồi dào* : Instinct with life.

sinh khoáng [ʃiɲ xwáɲ] Sepulchre made for a person while still alive.

sinh khương [ʃiɲ xwɔɲ] (Bot) Thalia.

sinh lãi [ʃiɲ lãi] To produce interest. *Những cổ phần sinh lãi năm phần trăm* : Shares that produce five per cent.

sinh linh [ʃiɲ liɲ] People, human beings.

sinh lời [ʃiɲ lời] (Of money) To produce interest, to carry interest.

sinh lực [ʃiɲ lụk] Life force, vital force.

sinh ly [ʃiɲ li] To be separated in life.

sinh lý [ʃiɲ li] Livelihood.

sinh lý hóa [ʃiɳ li hwa] Biology, physics and chemistry.

sinh lý học [ʃiɳ li hɔk] Physiology. *Nhà sinh lý học* : Physiologist. *Thuộc về sinh lý học* : Physiological.

sinh lý tâm lý học [ʃiɳ li təm li hɔk] Physiological psychology.

sinh mạng [ʃiɳ maɳ] Life. *Sinh mạng bảo hiểm* : Life-assurance.

sinh mạng hình [ʃiɳ maɳ hiɳ] The death penalty.

sinh mồ hôi [ʃiɳ mò hoi] Sudoriferous, sudoriparous.

sinh năm [ʃiɳ naɯm] *Con sinh năm* : Quintuplet. *Sự sinh năm* : Birth of quintuplets.

sinh nghi [ʃiɳ ɳi] To become suspicious, to be in doubt.

sinh ngữ [ʃiɳ ɳữ] Living language.

sinh nhai [ʃiɳ ɳai] Livelihood. *Kế sinh nhai* : Means of subsistence.

sinh nhiệt [ʃiɳ ɳiệt] Calorific, thermogenetic, thermogenic, thermogenous. *Sự sinh nhiệt* : Calorification, thermogenesis.

sinh nhựt [ʃiɳ ɳựt] Birthday. *Lễ sinh nhựt* : Birthday.

sinh non [ʃiɳ nɔn] (Of a woman) To miscarry, to give birth to a child before the right time.

sinh nóng [ʃiɳ nòɳ] See sinh nhiệt.

sinh nở [ʃiɳ nɔ̀] To bear, to bring forth, to give birth to. *(Đàn bà) Không sinh nở* : (Of women) Unable to have children ; barren.

sinh phát nguyên [ʃiɳ fát ɳwien] (Biol) Biogenesis.

sinh phần [ʃiɳ fən] Sepulchre made for a person while still alive.

sinh quán [ʃiɳ kwán] Native place, birth-place.

sinh sản [ʃiɳ ʃàn] 1) To give birth to. 2) To produce, to reproduce.

sinh sản Productive. *Không sinh sản* : Sterile.

sinh sát [ʃiɳ ʃát] Life and death. *Quyền sinh sát* : Power of life and death.

sinh sắc [ʃiɳ ʃáɯk] (Ph. Ch) Chromogenic, chromogenous, colour-producing.

sinh sinh [ʃiɳ ʃiɳ] See sinh sôi nảy nở.

sinh sôi nảy nở [ʃiɳ ʃoi nẻi nɔ̀] To reproduce, to multiply.

sinh súc [ʃiɳ ʃúk] Cattle, live-stock.

sinh sự [ʃiɳ ʃự] To seek, pick, a quarrel with. *Hay sinh sự* : To be bent on quarrelling.

sinh tệ [ʃiɳ tệ] To become bad.

sinh thành [ʃiɳ θàiɳ] To give birth and to raise.

sinh thiếu tháng [ʃiɳ θiếu θáɳ] To miscarry, to have a miscarriage.

sinh thời [ʃiɳ θòi] While alive. See sinh tiến.

sinh thú [ʃiɳ θú] Happiness in life.

sinh thực [ʃiɳ θựk] To procreate. *Sự sinh thực* : Procreation.

sinh thực Procreative.

sinh thực tổ khởi nguyên [ʃiɳ θựk tó xɔ̀i ɳwien] Gametogenesis.

sinh tiến [ʃiɳ tiền] While alive. *Lúc cha anh còn sinh tiền* : When your father was alive ; in your father's lifetime.

sinh toàn [ʃiɳ twàn] Safe and sound.

sinh tổ [ʃiɳ tó] Vitamin.

sinh tồn [ʃiɳ tòn] To exist, to subsist, to survive. *Sự sinh tồn* : Existence. *Cùng sinh tồn* : To coexist.

sinh tồn cạnh tranh [ʃiɳ tòn kạiɳ traiɳ] To struggle for life, for existence.

sinh trai [ʃiɳ trai] To give birth to a boy.

sinh trái [ʃiɳ trái] (Of tree) To begin to fruit.

sinh trắc học [ʃiɳ tráɯk hɔk] Biometry.

sinh trưởng [ʃiɳ trưởɳ] To be born and to grow up. *Sinh trưởng ở đồn quê* : To be born and grow up in the country.

sinh tư [ʃiɳ tɯ] *Con sinh tư* : Quadruplet. *Sự sinh tư* : Birth of quadru plets.

sinh tử [ʃiŋ tử] Life and death. *Vấn đề sinh tử :* Question of vital importance, matter of life and death. *Đó là một vấn đề sinh tử :* It's a matter of life and death.

sinh vật [ʃiŋ vʊt] Living things, creature. *Phép trắc định sinh vật :* Biometry..

sinh vật cơ giới học [ʃiŋ vʊt kə ʒới họk] Biokinetics.

sinh vật hóa học [ʃiŋ vʊt hwá họk] Biochemistry.

sinh vật học [ʃiŋ vʊt họk] Biology. *Nhà sinh vật học :* Biologist.

sinh viên [ʃiŋ vien] Student. *Sinh viên nội trú :* Internal student. *Các sinh viên chia ra làm ba toán :* The students split (up) into three groups. *Đừng dính dáng đến chính trị khi anh còn là sinh viên :* Don't get mixed up in (with) politics while you are still a student.

sinh viên đại học [ʃiŋ vien dại họk] University student.

sinh viên sĩ quan [ʃiŋ vien ʃĩ kwan] C. . .

sinh viên trường thuốc (y khoa) [ʃiŋ vien truờŋ θwớk] Medical student.

sinh kim [ʃiŋ kim] Money given by a man to a woman at their bethrothal.

sinh lễ [ʃiŋ lẽ] Engagement gifts.

sinh mệnh [ʃiŋ mẹiŋ] Marriage certificate.

sinh nguyện [ʃiŋ ŋwiện] To obtain one's wish.

sinh thê [ʃiŋ θe] Fiancée.

sình [ʃiŋ] Swamp, marsh, mire.

sình to swell, to distend.

sình bụng [ʃiŋ bụŋ] To have a distended stomach.

sình lầy [ʃiŋ lầy] Swampy.

sịt lại Close by, next to. See khít.

sịt [ʃịt] *Đen sịt :* Very black.

sịt to sniff, to snuffle.

sịt mũi [ʃịt mũi] To snort, to sniff, to snuffle ; to have a cold in the head.

so [ʃɔ] To liken, to compare, to collate (copies of text or document, one copy with another).

so First-born. *Con so :* First-born, eldest child. *Trứng so :* First egg (of a hen).

so bằng [ʃɔ bàwŋ] To equalize.

so bì [ʃɔ bì] To be jealous.

so đọ [ʃɔ dọ] To compare.

so đũa [ʃɔ dữa] To equalize chop-sticks.

so kè [ʃɔ kè] To argue or dispute, esp. about the price of something.

so kiếm [ʃɔ kiếm] To measure, cross, swords with (someone).

so lại [ʃɔ lại] To collate. *Sự so lại :* Collation.

so le [ʃɔ lɛ] 1) Uneven ; (Math. Bot) alternate. *Góc so le trong :* Interior alternate angle. *Góc so le ngoài :* Exterior alternate angle.
2) Out of alignment.

so sánh [ʃɔ ʃáiŋ] To compare, to liken. *So sánh vật gì với vật khác :* To compare something with something. *Nó không thể so sánh với anh được :* He can't compare with you. *Nó so sánh chữ của tôi với chữ của cha tôi và thích chữ của tôi hơn :* He compared my handwriting with my father's and preferred mine.

so sánh Compare, comparison. *Không thể so sánh được :* Beyond, past compare ; without comparison ; out of, beyond, all comparison. *Nhà cửa ở Luân đôn rất nhỏ nếu so sánh với những nhà chọc trời của Nữu ước :* The buildings in London are very small in comparison with the skyscrapers of New York.

sò [ʃɔ̀] Oyster. *Đầm nuôi sò :* Oyster-bank, oyster-bed. *Người nuôi sò :* Oyster-breeder. *Sự, nghề nuôi sò :* Oyster-breeding. *Người bán sò :* Oyster-dealer. *Sự, nghề bắt sò :* Oyster-fishing. *Dao mở sò :* Oyster-knife. *Vỏ sò :* Oyster-shell.

sỏ [ʃɔ̉] Head. *Sỏ heo :* Head of pig.

sọ [ʃọ] Cranium, skull, brain-pan. *Đánh vỡ sọ người nào :* To brain someone. *Sọ của nạn nhân bị vỡ ra :* The skull of the victim had been battered in. *Nó té ra ngoài cửa sổ và bị vỡ sọ:* He fell out of the window and cracked his skull. *Hình sọ và hai khúc xương tréo:* Skull and cross-bones (the symbol of death; the emblem of the flag of a pirate).

sọ dừa [ʃọ zừə] Coconut shell.

soa [ʃwa] *Khăn mùi soa:* Handkerchief.

soán [ʃwán] To usurp. See thoán.

soán nghịch [ʃwán ŋịk] To rebel, to revolt.

soán ngôi [ʃwán ŋoi] To usurp the throne. *Sự soán ngôi:* Usurpation.

soán vị [ʃwán vị] See soán ngôi.

soàn soạt [ʃwàn ʃwạt] (Of silk, paper) To rustle.

soạn [ʃwạn] To arrange, to sort, to prepare. *Sửa soạn:* To make ready, get ready. *Bài diễn văn không có soạn trước:* Unprepared speech.

soạn To compose; to compile, to edit, to write. *Tòa soạn:* Editor's office.

soạn giả [ʃwạn zả] Author, writer.

soạn kịch [ʃwạn kịk] To write a play. *Nhà soạn kịch:* Playwright.

soạn nhạc [ʃwạn ɲạk] To compose a compile of music. *Nhà soạn nhạc:* Composer.

soạn sách [ʃwạn ʃáik] To write a book.

soạn thảo [ʃwạn θảu] To compile.

soạn thuật [ʃwạn θwạt] To compile, to edit.

soạn thứ [ʃwạn θứ] To choose, compile and arrange in order.

soạng [ʃwạŋ] *Sờ soạng:* To grope, feel about.

soát [ʃwát] To check, to verify, to examine; to audit. *Kiểm soát:* To control. *Lục soát:* To search. *Soát sổ sách của một công ty:* To audit the accounts of a company. *Người soát vé (xe lửa):* Ticket-collector.

soạt [ʃwạt] *Sột soạt:* (Of silk, paper) To rustle.

sóc [ʃók] (Z) Squirrel.

sóc *Săn sóc:* To care, look after.

sóc đất [ʃók đất] (Z) Chipmunk, chipmuck.

sóc hối [ʃók hối] First and last day of the lunar month.

sóc nhựt [ʃók ɲựt] First day of the lunar month.

sóc phong [ʃók foŋ] The north wind.

sóc phương [ʃók fwơŋ] North.

sóc vọng [ʃók vọŋ] First and fifteen day of the lunar month.

sọc [ʃọk] Streak, stripe. *Đen có sọc đỏ:* Black with a red stripe. *Khăn bàn ăn có sọc màu:* Table linen with coloured stripes. *Trên tay áo của trung sĩ có mấy sọc?:* How many stripes are there on the sleeve of a sergeant?.

sọc Striped, streaked. *Quần sọc:* Striped trousers. *Có sọc:* Stripy, streaky.

soi [ʃoi] To illuminate, to light up. *Soi đường cho người nào xuống lầu:* To light someone downstair.

soi To look at, admire, oneself (in mirror, etc...). *Gương soi:* Looking-glass, mirror.

soi đèn [ʃoi đèn] To light with a lamp.

soi gương [ʃoi gươŋ] To look at, admire, oneself in the mirror. *Soi gương người nào:* To take pattern by someone; to follow someone's example; to take a leaf out of someone's book.

soi mặt [ʃoi mạt] To admire oneself in a looking-glass.

soi sáng [ʃoi ʃáŋ] To light, to illuminate, to give light to someone, something.

soi thấu [ʃoi θấu] To understand, to comprehend.

soi tỏ [ʃoi tỏ] To lighten, to illuminate.

soi trứng [ʃoi trứŋ] To candle eggs to examine eggs by holding in front of a light, originally that of a candle.

soi xét [ʃoi ʃét] To examine, to investigate.

sói [ʃói] Wolf. *Chó sói cái:* She-wolf. *Chó sói con:* (Z, Scouting) Wolf-cub.

sói Bald, hairless. *Đầu sói:* Bald head. See hói.

sói To become bald, to lose one's

sói sọi [ʃói ʃɔi] As bald as a coot.

sòi [ʃòi] See lòi.

sỏi [ʃỏi] Gravel. *Đường rải sỏi* : Gravel-path. *Đất sỏi* : Gravelly soil. *Có lộn sỏi* : Gravelly. *Sỏi to* : Coarse gravel. *Sỏi nhỏ* : Fine gravel.

sỏi *Sành sỏi* : To be experienced, expert, skilled in.

sỏi đời [ʃỏi dòi] Experienced.

sỏi [ʃỏi]*Nói sỏi* : (Of children) To speak clearly and fluently.

sỏi Old and in good health.

sọi [ʃọi] *Sói sọi* : As bald as a coot.

sòm [ʃòm] *Om sòm* : Noisy, boisterous.

sõm [ʃõm] See sọm.

sọm [ʃọm] *Già sọm* : Very old.

son [ʃɔn] Cinnabar, vermilion.

son Red. *Môi son* : Red lips. *Cây son, thỏi son* : Lipstick.

son [ʃɔn] *Lòng son* : Loyalty.

son *Vợ chồng son* : Young and childless couple.

son phần [ʃɔn fấn] Lip-stick and powder.

son phần To make oneself up.

son sắt [ʃɔn ʃắɯt] Constant, steadfast.

sòn sòn [ʃòn ʃòn] (Of married woman) To be prolific.

song [ʃɔŋ] But, nevertheless, still, yet.

song *Bạn đồng song* : Fellow student, classmate, schoolmate.

song Pair, couple, double. *Vô song* : Unrivalled, without equal.

song ảnh [ʃɔŋ ảiŋ] (Med) Diplopia, double vision.

song bào [ʃɔŋ bàu] See song thai.

song diệp cơ [ʃɔŋ diệp kə] (Av) Biplane.

song dực phi cơ [ʃɔŋ zựk fi kə] Biplane.

song đường [ʃɔŋ dưòŋ] Mother and father, both parents.

song hành [ʃɔŋ hàiŋ] To walk abreast.

song hỉ [ʃɔŋ hỉ] Doubled joys.

song hôn [ʃɔŋ hon] Bigamous. *Người phạm tội song hôn* : Bigamist.

song hữu [ʃɔŋ hữu] Classmate, school-mate, fellow student.

song kiếm [ʃɔŋ kiếm] A pair of swords.

song le [ʃɔŋ le] However, still, nevertheless.

song mã [ʃɔŋ mã] Pair of horses, couple of horses.

song nhãn kính [ʃɔŋ ɲãn kíɲ] Binoculars.

song phương [ʃɔŋ fɯɔŋ] Bilateral, two-sided, between two parties.

song sắt [ʃɔŋ ʃắɯt] Grille.

song sinh [ʃɔŋ ʃiɲ] Twins.

song song [ʃɔŋ ʃɔŋ] Parallel, abreast. *Song song với vật gì* : In a parallel direction with something. *Đi song song với nhau* : To walk abreast. *Đi song song với người nào* : To walk alongside of someone.

song thai [ʃɔŋ θai] To twin, to give birth to twins.

song thân [ʃɔŋ θân] Both parents. *Song thân của nàng* : Her mother and father.

song thập [ʃɔŋ θập] Double Ten (October 10).

song thất [ʃɔŋ θất] Double Seven (July 7).

song toàn [ʃɔŋ twàn] Both complete ; both parents are still alive.

song trụ [ʃɔŋ trụ] (Bot) Distylous.

song túc [ʃɔŋ túk] (Z) Amphipod.

song tử diệp [ʃɔŋ tử diệp] (Bot) Dicotyledon.

sóng [ʃɔ́ŋ] Wave. *Sóng lớn* : Billow. *Sóng lớn đánh tan chiếc tàu ra từng mảnh* : The heavy waves battered the ship to pieces. *Làn sóng xung phong* : Storming wave. *Dợn sóng, gợn sóng* : To wave, undulate ; wavy, undulated. *Tóc tôi dợn sóng tự nhiên* : My hair waves naturally. *Chìm mất dưới sóng* : To sink beneath the waves.

sóng bạc đầu [ʃɔ́ŋ bạk dầu] White-crested waves.

sóng biến điện [ʃɔ́ŋ biến diện] Modulated wave. *Sóng biến điện duy trì* : Modulated continuous wave. *Sóng biến điện điện thoại* : Telephone modulated wave.

sóng cồn [ʃɔ́ŋ còn] Tidal wave.

sóng dài [ʃɔ́ŋ dài] Long waves.

sóng dãn [ʃɔ́ŋ zãn] Dilation wave.

sóng dập dồn [ʃɔ́ŋ zập zòn] Breaker.

sóng dợn [ʃɔ́ŋ zợn] To wave, to undulate.

sóng duy trì [ʃɔ́ŋ zwi trì] Continuous wave.

sóng đất [ʃɔ́ŋ dất] Ground wave.

sóng điện [ʃɔ́ŋ diện] Electric wave.

sóng điện tử [ʃɔ́ŋ diện tử] Electronic wave.

sóng gió [ʃɔ́ŋ зó] Waves and wind, (fig) ups and downs, vicissitudes.

sóng gợn [ʃɔ́ŋ gợn] To undulate, to wave.

sóng kế [ʃɔ́ŋ ké] Ondometer.

sóng lớn [ʃɔ́ŋ lón] Large wave, big wave, great wave, billow. *Sóng lớn đập mạnh vào đá* : The big waves dashed on the rocks.

sóng mũi [ʃɔ́ŋ mũi] Bridge of the nose.

sóng ngắn [ʃɔ́ŋ ŋắtɯn] Short waves.

sóng soài [ʃɔ́ŋ ʃwài] (To fall) Full length.

sóng sượt [ʃɔ́ŋ ʃượt] See sóng soài.

sóng to [ʃɔ́ŋ tɔ] Billow, large wave, great wave.

sóng tử điện [ʃɔ́ŋ tử diện] Electromagnetic wave.

sòng bạc [ʃɔ̀ŋ bạk] Gambling den, gambling-hell. *Chủ sòng bạc* : Keeper of a gambling-den.

sòng phẳng [ʃɔ̀ŋ fảŋ] To be punctual in the payment of one's debts.

sỗng [ʃɔ̃ŋ] Insolent, impolite, discourteous. *Nói sỗng* : To speak in an impolite manner.

soong [ʃɔɔŋ] Saucepan. *Khi nước sôi, dở nắp soong ra* : When the water boils, take the cover from the saucepan. *Nó chùi các soong đến sáng như bạc* : He scoured the saucepans till they shone like silver.

sót [ʃɔ́t] To omit, to miss out, to leave out. *Sống sót* : To survive. *Người sống sót* : Survivor. *Không sót người*

nào : All of them, without exception.

sọt [ʃɔt] Basket.

sọt giấy [ʃɔt зấi] Waste-paper basket.

sô cô la [ʃo ko la] Chocolate. *Thẻ sô cô la* : Cake of chocolate, bar of chocolate.

số [ʃố] Fate, lot, destiny. *Thầy số* : Fortune teller.

số [ʃố] 1) Number, figure. *Đa số* : Majority. *Thiều số* : Minority. *Vô số* : Countless, numberless ; without number, incalculable. *Đa số đều theo ý kiến ấy* : The greater number are of this opinion. *Sách nhiều vô số* : Books without number. *Ghi số, đánh số một trang giấy* : To write the number on a page. *Lấy số xe* : To take the car's number. *Giữ một con số* : To carry a figure.

2) Quantity, amount, number.

3) No. (pl. Nos. or Nos.). *Phòng số 40* : Room No. 40. *Tôi ở nhà số 196 đường Cống Quỳnh* : I live at No. 196 Cong Quynh Street.

4) *Một số sách của thơ viện mất* : A number of books is missing from the library. *Địch thắng nhờ số đông* : The enemy won by numbers.

số Gear. *Hộp số* : Gear-box. *Cây sang số* : Gear-lever. *Sự sang số* : Gearshift. *Sang số hai* : To change into second gear.

số Á-Rập [ʃố á rập] Arabic numerals (1, 2, 3, etc...).

số ba [ʃố ba] (Aut) Third gear.

số bị nhân [ʃố bị ɲən] (Math) Multiplicand.

số chẵn [ʃố cẵn] Even number. *2, 4, 6, 8 và 10 là số chẵn* : 2, 4, 6, 8 and 10 are even numbers. *Những trang số chẵn của một cuốn sách thường ở bên trái* : The even numbered pages of a book are usually on the left.

số chia [ʃố cia] (Math) Divisor. *Số chia được* : (Mth) Quotient.

số còn lại [ʃố kòn lại] Remainder. *Khi 65 chia cho 21, số chia được là 3 và số còn lại là 2* : When 65 is divided by 21, the quotient is 3 and the remainder is 2. *Hai chục người đi vào và số còn lại ở ngoài* : Twenty people came in and the remainder stayed outside

số dách [ʃó záik] Number one.

số danh hiệu [ʃó zaiɲ hiệu] Registration number.

số đẳng bội [ʃó dăɯŋ bội] (Math) Equimultiple.

số đen [ʃó dɛn] Bad luck, ill-luck, bad fortune.

số đỏ [ʃó dỏ] Good luck, good fortune.

số độc đắc [ʃó dọk dáɯk] First prize number (of a lottery). Trúng số độc đắc : To draw the first prize.

số hai [ʃó hai] (Aut) Second gear. Sang số hai : To change into second gear.

số hệ [ʃó hệ] Lot, fate, destiny.

số hiệu [ʃó hiệu] Number.

số học [ʃó hɔk] Arithmetic.

số ít [ʃó ít] 1) Singular. Số ít của « children » là « child » : The singular of « children » is « child ».
1) Small quantity. Chỉ còn lại một số ít : There's only a small quantity.

số không [ʃó xoŋ] Zero; nought, cipher.

số kiếp [ʃó kiếp] Fate, destiny.

số La mã [ʃó la mã] Roman numerals (I, II, III, etc...).

số lẻ [ʃó lẻ] 1) Odd number, uneven number.
2) Decimal.

số lượng [ʃó lɯəŋ] Quantity, amount. Phẩm chất cần hơn số lượng : Quality matters more than quantity.

số mạng [ʃó mạŋ] Fate, destiny, doom. Số mạng không thể tránh được : Doom that cannot be escaped. Số mạng của nó do anh định đoạt : His fate rests with you.

số may [ʃó may] Good luck.

số một [ʃó mọt] (Aut) First gear, low gear, bottom gear.

số mũ [ʃó mũ] (Math) Exponent.

số mục [ʃó mụk] Number.

số nguyên [ʃó ŋwien] Whole number.

số nguyên tố [ʃó ŋwien tó] (Math) Prime number.

số nhà [ʃó pà] Address, house number, number of house.

số nhân [ʃó pən] (Mut ...ultipｌier.

số nhiều [ʃó pièu] Plural ; plurality. Đổi sang số nhiều : To pluralize.

số nợ [ʃó nợ] Debt. Tôi xác nhận đã trả số nợ nầy : I solemnly declare (that) I have paid this debt.

số phải chia [ʃó fải ciə] (Math) Dividend.

số phận [ʃó fạn] Fate, destiny. Số phận đang chờ đợi nó : The fate that awaits him. Số phận của nó tùy ở anh : His fate lies in your hands, rests with you ; his fate is in your hands. Cam chịu số phận của mình : To resign oneself to one's fate, to accept one's fate with resignation. Tất cả chúng tôi đều lo ngại cho số phận của viên phi công mất tích : We were all anxious about the fate of the missing airman.

số quân [ʃó kwən] (Mil) Service number.

số rủi [ʃó rủi] Bad luck.

số thành [ʃó θàiɲ] Result.

số thập phân [ʃó θập fən] Decimal number.

số thuật [ʃó θwạt] Divination.

số thứ tự [ʃó θứ tự] Serial number, order number.

số thương [ʃó θɯəŋ] Quotient.

số tiền [ʃó tiền] Sum, particular amount of money. Ngoài số tiền ấy ra, nó còn thiếu tôi năm trăm đồng : In addition to that sum he still owes me five hundred piastres. Số tiền nầy sẽ giúp chúng tôi vượt qua những nỗi khó khăn : This sum will tide us over.

số trị [ʃó trị] Numerical value.

số trời [ʃó trời] Destiny, fate.

số trung bình [ʃó truŋ bìɲ] Average.

số trúng [ʃó trúŋ] Prize (at a lottery), winning number.

số tử vi [ʃó tử vi] Horoscope, figure, nativity. Xem, lấy số tử vi : To cast a horoscope, to cast a figure. Lấy số tử vi cho người nào : To cast someone's horoscope.

số vi phân [ʃó vi fən] (Math) Differential.

sổ [ʃổ] Register, record, book. Vô sổ, vào sổ, ghi, biên vào sổ : To register. Vào sổ hành lý : To register luggage.

S

Biên, ghi tên vào sổ : To register a name. *Đội sổ :* To be at the bottom of the class.

sổ Vertical stroke (in Chinese characters).

sổ bay [ʃỏ bay] Air-log.

sổ bìa đen [ʃỏ biə đɛn] Black list. *Nếu anh nói như thế, cảnh sát sẽ ghi tên anh vào sổ bìa đen của họ :* If you talk like that, the police will put your name on their black list.

sổ bộ [ʃỏ bọ] Registers.

sổ gia đình [ʃỏ ɟa dìɲ] Booklet delivered to married couple, for registration of births and deaths.

sổ giá thú [ʃỏ ɟá θú] Register of marriages.

sổ học sinh [ʃỏ họk ʃiɲ] School-record.

sổ hộ tịch [ʃỏ họ tik] Register of births, marriages, and deaths.

sổ két [ʃỏ két] Cash book.

sổ kế toán [ʃỏ ké twán] (Com) Account-book.

sổ khai tử [ʃỏ xai tử] Register of deaths.

sổ lòng [ʃỏ lɔ̀ŋ] To be born, to come into the world.

sổ lông [ʃỏ loŋ] (Of worn material. etc...) To lose, shed, its fluff ; to become fluffy.

sổ lồng [ʃỏ lòŋ] (Of bird) To escape from a cage.

sổ lương [ʃỏ lɯəŋ] Pay-roll, pay-sheet.

sổ mũi [ʃỏ mũi] (Med) Coryza, cold in the head. *Bị sổ mũi :* To have a cold in the head. *Nếu anh bị cảm thì anh sổ mũi :* If you have a bad cold, your nose runs.

sổ nhựt ký [ʃỏ ɲựt kí] Journal, diary.

sổ sách [ʃỏ ʃáik] Registers, records, books.

sổ sinh tử [ʃỏ ʃiɲ tử] Register of births and deaths.

sổ tay [ʃỏ tay] Notebook.

sổ tên [ʃỏ ten] List of names.

sổ thu [ʃỏ θu] Receipts book.

sổ tiết kiệm [ʃỏ tiết kiệm] Savings-bank book.

sổ tóc [ʃỏ tók] To let one's hair down, to undo one's hair.

sổ sàng [ʃỏ ʃàŋ] Freely, without restraint. *Nói sổ sàng :* To talk broadly.

sộc [ʃọk] *Sông sộc vào phòng :* To rush into the room.

sôi [ʃoi] 1) To boil. *Nước sôi :* The water is boiling, is on the boil. *(Nước) Bắt đầu sôi :* (Of water) To come to the boil. *Hết sôi :* To go off the boil. *Giận sôi lên :* To boil with anger. *Khi nước sôi, dở nắp soong ra :* When the water boils, take the cover from the saucepan.
2) (Of bowels) To rumble.

sôi Boiling. *Nước sôi :* Boiling water.

Giận sôi lên : Boiling with anger.

sôi bọt [ʃoi bọt] To effervesce.

sôi bụng [ʃoi bụŋ] The stomach rumbles.

sôi gan [ʃoi gan] To boil with anger ; to be seething with anger.

sôi nổi [ʃoi nỏi] Effervescent, spirited, lively. *Buổi họp sôi nổi :* Breezy meeting, stormy meeting. *Cuộc bàn cãi sôi nổi :* Heated debate, stormy discussion. *Trận đấu sôi nổi :* Tight match.

sôi nổi To effervesce. *Sự sôi nổi :* Effervescence, heat. *Sự sôi nổi của cuộc tranh luận :* Heat of a discussion.

sôi ruột [ʃoi rụət] The bowels rumble.

sôi sùng sục [ʃoi ʃùŋ ʃụk] (Of water) To seethe, to froth up, to boil up.

sồi [ʃòi] (Bot) Oak. *Lá sồi :* Oak-leaf. *Cây sồi :* Oak-tree. *Rừng sồi :* Oak wood. *Vỏ cây sồi :* Oak-bark. *Sâu sồi :* Oak-moth.

sồn sồn [ʃòn ʃòn] 1) (Of food, etc...) Not well cooked, rare, not cooked enough, underdone.
2) Elderly, rather old.

sồn sột [ʃòn ʃọt] *Gãi sồn sột chỗ muỗi cắn (đốt) :* To scratch noisily mosquito bites.

sông [ʃoŋ] River. *Bờ sông :* River-bank, riverside. *Lòng sông :* River-bed. *Ngược sông :* River-head. *Qua sông :* To cross the river. *Té xuống sông :* To fall in to the river. *Suối nhỏ hợp thành sông lớn* : Little streams make great river. *Lội qua một con sông* : To swim across a river. *Nó nhảy xuống sông cứu người chết đuối lên* : He jumped into the river and saved the drowning man. *Nếu anh té xuống sông anh sẽ bị ướt* : If you fall into a river, you'll get wet. *Sông chảy ra biển* : River running into the sea. *Sông nhiều cá* : River well stocked with fish.

sông biển [ʃoŋ biển] River and sea.

sông cả [ʃoŋ kả] Large river.

sông đào [ʃoŋ dàu] Canal.

sống [ʃóŋ] To live. *Sống trong cảnh giàu sang* : To live in abundance, in affluence. *Nó còn sống không ?* : Is he still living ?. *Sống sót sau một trận bão* : To live through a storm. *Tên của nó sẽ sống mãi* : His name will live. *Sống bằng hy vọng* : To live on hope. *Sống một cuộc đời phóng đãng* : To live riotously, to lead a fast live. *Sống một cách đế vương* : To live like a prince. *Sống ở ngoại quốc* : To live abroad. *Sống sao chết vậy* : As we live, so shall we end. *Sống xa nhân loại* : To live apart from the world. *Sống một cuộc đời sung sướng* : To live a happy life. *Sống một cuộc đời thiếu thốn* : To live a life of privation. *Sống nhờ những kẻ khác* : To live at the expenses of others. *Sống qua ngày* : To live from day to day, from hand to mouth ; to take no thought for the morrow. *Sống trong cảnh an nhàn, sung sướng* : To be, to live, in clover ; to live like pigs in clover. *Sống bám vào người nào* : To live at someone's cost. *Nó sống nhờ cây viết* : He depends on his pen for a living (he makes a living by writing). *Không thích sống ở thành thị* : To dislike living in town. *Nó sống suốt đời nó ở Saigon* : He lived all his life in Saigon. *Sống tới già* : To live to be old (to a great age to see all one's grandchildren married). *Tôi không sống được bao lâu nữa* : I haven't much longer to live. *Làm cho người nào sống lại* : To bring someone to life again, to recall someone to life. *Nàng bịnh nặng, tôi không chắc nàng sống* : She's very ill. I don't think she'll live. *Chúng tôi đã sống qua những lúc kinh hoàng từ tháng 9 năm 1945* : We've live through terrible times since September 1945. *Chúng ta ăn để mà sống chớ không phải sống để mà ăn* : We should eat to live, not live to eat. *Tôi mà còn sống thì anh sẽ không thiếu gì cả* : While I live you shall lack nothing.

sống Alive, living. *Còn sống* : To be (still) alive. *Nó còn sống* : He is still alive, he's still breathing. *Bị chôn sống, bị thiêu sống* : To be buried, burnt, alive. *Lúc còn sống* : While alive. *Làm chỉ vừa đủ sống* : To earn a bare living. *Không có người nào còn sống mà nhớ việc ấy* : There is not a man alive who remembers it. *Lúc cha anh còn sống* : When your father was alive ; in your father lifetime. *Hồi nó còn sống* : While he was living. *Nó vẫn còn sống* : He is still in the land of the living. *Tôi tưởng nó còn sống* : I believe him to be alive. *Tôi tin chắc rằng nó còn sống* : I am convinced that he is still alive.

sống 1) Raw, uncooked. *Thịt sống* : Raw meat. *Da sống* : Raw hide. *Tơ sống* : Raw silk. *Cá sống* : Raw fish. 2) Unripe, green, crude (fruit).

sống *Gà sống* : Cock, rooster.

sống *Xương sống* : Spinal column, spine, backbone.

sống chết [ʃóŋ cét] Life and death. *Vấn đề sống chết* : Life-and-death question. *Đó là một vấn đề sống chết* : It's a matter of life and death.

sống còn [ʃóŋ còn] To subsist, to survive.

sống dai [ʃóŋ zai] To live long. *Chim két sống dai* : Parrots are long-lived.

sống dao [ʃóŋ zau] Back of the knife. *Anh không thể cắt bằng sống dao* : You can't cut with the back of a knife.

sống đầy đủ [ʃóŋ dèi dủ] To live in comfort, to keep a good table.

sống lá [ʃóŋ lá] Principal vein of a leaf.

sống lại [ʃóŋ lại] To revive, to come to life again, to come alive again ; to arise from the death. *Làm cho người nào sống lại* : To restore someone to life.

sống lâu [ʃóŋ ləu] To live long. *Nó không mong được sống lâu như thế* : He didn't expect to live so long.

sống lưng [ʃóŋ lɯŋ] Spinal column, spine, backbone.

sống mái [ʃóŋ mái] Male and female. *Một trận sống mái* : A decisive battle.

sống một mình [ʃóŋ mọt mìn] To bach, to live alone.

sống mũi [ʃóŋ mũi] Bridge of the nose.

sống riêng [ʃóŋ rieŋ] To live apart, live separately.

sống sít [ʃóŋ ʃít] Unripe (fruit).

sống sót [ʃóŋ ʃót] To survive. *Người sống sót* : Survivor. *Sống sót sau một trận bão* : To live through a storm.

sống sượng [ʃóŋ ʃɯợŋ] Tactless, crude. *Lời nói sống sượng* : Crude expression.

sống tạm [ʃóŋ tạm] To live temporarily.

sống thác [ʃóŋ θák] Life and death.

sống thiếu thốn [ʃóŋ θiếu θón] To live in narrow circumstances.

sống vất vả [ʃóŋ vất vả] To lead a hard life.

sồng sộc [ʃồŋ ʃộk] To rush (into the room, etc...) ; to pounce on, to dash at.

sổng [ʃổŋ] To escape ; (of tiger, etc...) to break loose.

sộng dao [ʃộŋ zau] Back of a knife. See sống dao.

sốp phơ [ʃóp fơ] Driver, chauffeur.

sộp [ʃộp] Rich, wealthy.

sốt [ʃót] Hot, feverish. *Bịnh sốt* : Fever. *Cơn sốt* : Bout of fever, attack of fever. *Bị sốt* : To be in a fever, to have fever, to be feverish, to be sick of a fever. *Hết sốt* : Free from fever. *Gây sốt* : Fever-producing.

sốt At all. *Không có gì sốt cả* : Nothing at all.

sốt cách nhựt [ʃót káik nựt] Fever and ague, intermittent fever.

sốt dẻo [ʃót zẻu] (Of news) Hot. *Tin sốt dẻo* : Piping-hot news.

sốt định kỳ [ʃót địn kì] Recurrent fever.

sốt rét [ʃót rét] Fever, malaria. *Mắc bịnh sốt rét* : Fever-smitten. *Người mắc bệnh sốt rét* : Fever-patient. *Nhiệt độ chứng sốt rét* : Fever-heat. *Đầm lầy sanh bịnh sốt rét* : Fever-swamp. *Sốt rét vàng da* : Yellow fever.

sốt ruột [ʃót ruột] To be impatient, dying, anxious (to do things or to start) ; to have the fidgets, to be in a fidget.

sốt sắng [ʃót ʃáuŋ] Zealous, fervent. *Sự sốt sắng* : Zeal, fervour. *Sốt sắng làm việc gì* : To be zealous is doing something.

sốt thương hàn [ʃót θɯɒŋ hàn] Typhoid fever.

sột sạt [ʃọt ʃạt] (Of paper, leaves, etc...) To rustle. *Tiếng sột sạt* : Crinkly sound.

sột soạt [ʃọt ʃwạt] *Tiếng sột soạt* : Scratch.

sơ [ʃə] To stir.

sơ *Ban sơ* : Primeval, primitive.

sơ *Đơn sơ* : Simple. *Biết sơ về khoa học* : To have but a tincture of science.

sơ bản [ʃə bản] First edition of a book.

sơ bộ [ʃə bọ] Preliminary. *Hiệp định sơ bộ* : Preliminary convention.

sơ cảo [ʃə kảu] First draft.

sơ cấp [ʃə kấp] First degree.

sơ chí [ʃə cí] First intention.

sơ cơm [ʃə kɔm] To stir rice (in the pot).

sơ dã [ʃə zã] Rustic, coarse.

sơ đẳng [ʃə dẳŋ] Elementary.

sơ đẳng First degree, primary level. *Sơ đẳng giáo dục* : Primary education.

sơ đồ [ʃə dò] Diagram (sketch–)plan

sơ độ [ʃə dọ] 1) First tune.
   2) From birth.

sơ giai [ʃə ʃai] First degree, first step

sơ học [ʃə họk] Elementary education

primary education.

sơ hốt [ʃə hốt] Careless, forgetful, neglectful.

sơ khai [ʃə xai] Aboriginal, existing from the beginning.

sơ lược [ʃə lưrk] Summary, compendious. *Thủ tục sơ lược* : Summary procedure. *Bản sơ lược* : Summary.

sơ nguyện [ʃə ŋwiẹn] First will.

sơ nguyệt [ʃə ŋwiẹt] New moon.

sơ nhựt [ʃə nựt] Rising sun.

sơ qua [ʃə kwa] *Bàn sơ qua một vấn đề* : To glance off, from, a subject ; to slide over a subject. *Nhìn sơ qua tờ báo* : To take a glance at the newspaper. *Xem sơ qua một quyển sách* : To skim through a book ; to take, have, a skim through a book.

sơ quả [ʃə kwả] Vegetables and fruits.

sơ sài [ʃə ʃài] 1) Simple ; frugal. 2) Carelessly, negligently.

sơ sịa [ʃə ʃịə] As a matter of form, for form's sake.

sơ sinh [ʃə ʃiɲ] Newly born.

sơ sơ [ʃə ʃə] Carelessly, negligently.

sơ suất [ʃə ʃwất] Careless, heedless, negligent. *Sự sơ suất* : Negligence. *Vì sơ suất* : Through negligence.

sơ tâm [ʃə təm] First intention.

sơ thẩm [ʃə θồm] To judge the first time. *Tòa sơ thẩm* : County Court, court of first instance.

sơ thô [ʃə θo] Rude, coarse.

sơ thứ [ʃə θứ] First time.

sơ tổ [ʃə tổ] First ancestor.

sơ tuần [ʃə twồn] First decade of the lunar month.

sơ tuyển [ʃə twiển] Preliminary election.

sơ tự [ʃə tự] To be on a vegetarian diet.

sơ xuất [ʃə ʃwất] Careless. *Sự sơ xuất* : Carelessness. *Sự sơ xuất có thể làm anh mất mạng* : Carelessness may cost your life.

sơ ý [ʃə í] Negligent, careless.

sớ [ʃớ] Fibre. See **thớ**.

sớ 1) Explanation. 2) Request addressed to the king.

sờ [ʃồ] To touch, to feel, to palpate.

sờ mó [ʃồ mó] To palpate, to feel.

sờ soạng [ʃồ ʃwạŋ] To feel, grope. *Sờ soạng trong bóng tối* : To feel about in the dark.

sờ sờ [ʃồ ʃồ] Obvious, clear, evident. *Sờ sờ trước mắt* : It is obvious, as plain as a pikestaff. *Nó còn sống sờ sờ đó* : He is still above ground.

sở [ʃồ] Office, bureau. *Công sở* : Government office. *Trụ sở* : Domicile. *Xứ sở* : Native country. *Các sở mở cửa từ tám đến mười hai giờ* : The offices are open from eight to twelve.

sở cầu [ʃồ kồu] Desideratum.

sở cậy [ʃồ kẹi] To rely on.

sở dĩ [ʃồ zĩ] Therefore, that is why.

sở đắc [ʃồ dấwk] Income, revenue. *Thuế sở đắc* : Income-tax.

sở đoản [ʃồ dwản] Foible, weakness, failing.

sở hữu [ʃồ hữu] Property. *Quyền sở hữu* : Ownership, proprietorship.

sở khanh [ʃồ xaiɲ] Lady-killer.

sở kỳ [ʃồ kì] Expectation.

sở làm [ʃồ làm] Place where one works.

sở nguyện [ʃồ ŋwiẹn] Wish, desire.

sở phí [ʃồ fi] Expenses, expenditures.

sở quan [ʃồ kwan] Interested, concerned. *Bộ sở quan* : The department concerned.

sở tại [ʃồ tại] Local. *Nhà đương cuộc sở tại* : The local authorities.

sở thích [ʃồ θík] Taste. *Mỗi người có sở thích riêng của mình* : Tastes differ ; everyone to his taste.

sở tìm việc [ʃồ tìm vịrk] Employment agency.

sở trường [ʃồ trườŋ] Forte, strong point.

sở ước [ʃồ ứrk] Wish, desire.

sợ [ʃợ] To fear, to apprehend, to dread, to be afraid of ; to stand in awe of ; to be, feel, frightened. *Đừng sợ* : Do not be afraid, never fear ; do not be alarmed ; have no fear ; don't be frightened. *Sợ người nào* : To be, stand, go, in fear of someone ; to be afraid of someone. *Tôi sợ nó đến, tôi sợ nó không*

đến : I fear (that) he will come, will not come. *Lo sợ cho người nào, việc gì :* To fear for someone, something. *Tôi không dám nói vì sợ nó nghe :* I dare not speak for fear (that) he may hear, for fear he should hear. *Tôi sợ cho nó vào :* I am afraid to let him in, I dread letting him in, I fear to let him in. *Sợ bị đuổi :* To stand in great fear of dismissal. *Tôi sợ quên :* I am afraid of forgetting. *Sợ không dám làm việc gì :* To be afraid to do, of doing something. *Tôi sợ nó chết :* I am afraid he will die. *Tôi không sợ nó theo dõi tôi :* I am not afraid of his following me. *Tôi sợ nó chết rồi :* I fear he is dead. *Hùng không muốn nói tiếng Anh nó sợ nói trật :* Hùng didn't want to speak English ; he was afraid (that) he might make mistakes. *Tôi sợ làm mích lòng nó :* I am afraid that I should offend him ; I was afraid of offending him. *Anh làm tôi sợ chết được :* You frighten me to death. *Tôi sợ nó thoát khỏi :* I was frightened lest he should escape. *Làm người nào sợ điếng hồn :* To frighten someone out of his wits. *Thú sợ nước :* Animal that shrinks from water. *Tôi sợ xanh mặt :* I got an awful fright. *Chúng tôi sợ thầy giáo quá :* We stood in great fear, in awe, of the master. *Tôi sợ làm phiền ông :* I fear I might be in your way. *Tôi sợ anh không đến :* I was so afraid you might not come, you would not come. *Anh làm tôi sợ quá :* You gave me such a fright. *Tôi sợ người đó :* I am terrified of that man. *Nó không sợ chết :* He did not fear to die. *Nó làm chim sợ bay mất hết :* He frightened away all the birds. *Sự toát mồ hôi :* To be in a sweat of fear. *Tôi sợ muốn chết :* I was frightened to death.

sợ See **sợi**.

sợ chết [ʃə cét] To fear, be afraid of, death. *Anh làm tôi sợ chết được :* You frighten me to death.

sợ chó [ʃə có] To be frightened, afraid, of the dog.

sợ cuồng chân [ʃə cuốŋ cən] Paralysed

with fear.

sợ điếng [ʃə diéŋ] To have one's heart in one's boots, to be in a blue funk, to be scared to death. *Sợ điếng người :* Dumb with fear. *Làm người nào sợ điếng hồn :* To frighten someone out of his wits.

sợ hãi [ʃə hãi] To take fright. *Làm người nào sợ hãi :* To give someone a fright. *Sự sợ hãi làm nó đứng yên một chỗ :* Fear rooted him to the ground.

sợ hết hồn [ʃə hét hòn] To be frightened out of one's wits.

sợ hết vía [ʃə hét vía] See **sợ hết hồn**.

sợ quên [ʃə kwen] To be afraid of forgetting.

sợ quýnh [ʃə kwiɲ] Panic-stricken.

sợ rằng [ʃə ràɯŋ] It is to be feared that.

sợ run [ʃə run] To tremble, shiver, quake, quiver, with fear.

sợ sệt [ʃət ʃet] To fear, to dread, to be afraid.

sợ xanh mặt [ʃə saiɲ mạɯt] To be frightened out of one's wits.

sởi [ʃởi] (Med) Measles.

sợi [ʃợi] 1) Filament, fibre (of plant etc...) ; film.
2) Thread, string, strand (of hair).

sợi chỉ [ʃợi cỉ] Thread.

sợi dây [ʃợi zei] String, rope. *Sợi dây đứt và nó té xuống đất :* The rope broke and he fell to the ground.

sợi huyết [ʃợi hwiét] (Physiol) Fibrin. *Sợi huyết men :* Fibrin-ferment.

sợi mạch [ʃợi mạik] (Bot) Fibro-vascular.

sợi sụn [ʃợi ʃụn] (Anat) Fibro-cartilage.

sợi tóc [ʃợi tók] Strand of hair.

sớm [ʃớm] 1) Early, soon. *Rất sớm :* Too early. *Sớm quá :* Too soon. *Dậy sớm :* To rise early, to get up early. *Sáng sớm tinh sương :* In the early morning, early in the morning. *Ăn cơm sớm :* To have an early dinner. *Thói quen dậy sớm :* The early rising habit.

Luôn luôn dậy sớm, quen dậy sớm : To be an early riser. *Chuyến xe lửa chạy sớm* : An early train. *Chúng ta đến sớm* : We are before our time. *Ngủ sớm và dậy sớm* : To keep early hours. *Rất còn sớm để quyết định* : It is early days yet to make up one's mind. *Càng sớm càng tốt (hay)* : The sooner the better, as soon as possible, as early as possible. *Thiên tài của nó phát sớm* : His genius manifested itself at an early age. *Sự chết sớm*: Early death. *Sớm hay muộn*: Sooner or later, sometime or other. *Sớm hơn là muộn* : Sooner rather than later. *Đến sớm năm phút* : To arrive five minutes too early. *Chết sớm* : To die early, to die young. *Mong sớm gặp lại anh* : See you again soon. *Sớm một giờ* : An hour too soon. *Cưới vợ sớm* : To marry early in life. *Tại sao anh đi quá sớm vậy ?* : What takes you away too early ? Why are you leaving so early?.

2) Fast. *Đồng hồ của tôi chạy sớm năm phút* : My watch is five minutes fast. *Đồng hồ của nó chạy sớm ba phút mỗi ngày* : His watch gains three minutes a day.

3) Early, forward (season, fruit). *Trái chín sớm* : Early fruits.

sớm bừng [ʃớm bửŋ] Early in the morning.

sớm hơn [ʃớm hơn] Earlier, sooner. *Anh phải đến sớm hơn* : You should have come earlier.

sớm mai [ʃớm mai] Morning.

sớm muộn [ʃớm muọn] Sooner or later, early or late, soon or late.

sớm quá [ʃớm kwá] Too soon.

sớm sủa [ʃớm ʃửa] Early.

sờm sỡ [ʃờm ʃỡ] Coarse, indecent, indelicate.

sơn [ʃən] Paint. *Lớp sơn* : Coat of paint. *Hộp sơn* : Box of paints. « *Sơn còn ướt* », « *coi chừng sơn ướt* » : « Wet paint », « mind the paint ». *Cọ sơn* : Paint-brush. *Thợ sơn* : Painter. *Máy phun sơn* : Paint-sprayer. *Sơn vật gì* : To give something a paint. *Ai làm trầy sơn đây* : ? Who has scratched

the paint ?. *Đừng đi trên sơn* : Don't step on the paint.

sơn To paint. *Sơn dầu một bức tranh* : To paint a portrait in oils. *Sơn cửa màu xanh lá cây* : To paint a door green.

sơn Mountain. *Giang sơn* : Rivers and mountains ; country, nation. *Hỏa diệm sơn* : Volcano.

sơn ca [ʃən ka] (Orn) Lark.

sơn còn ướt [ʃən kòn ứrk] Wet paint, fresh paint.

sơn cốc [ʃən kók] Dale, vale, valley.

sơn công [ʃən koŋ] Monkey.

sơn cước [ʃən kứrk] Foot of a mountain. *Miền sơn cước* : Mountainous region.

sơn dã [ʃən zã] 1) Mountain and country. 2) Rustic.

sơn dân [ʃən zən] Mountaineer, highlander.

sơn dầu [ʃən zòu] Oil-painting, painting in oils. *Tranh sơn dầu* : Oil-painting. *Sơn dầu một bức tranh* : To paint a portrait in oils.

sơn dương [ʃən zɯəŋ] (Z) Antelope.

sơn đỉnh [ʃən dịp] Summit of a mountain.

sơn hà [ʃən hà] 1) Mountain and river 2) Country.

sơn hải [ʃən hải] Mountain and sea.

sơn hào hải vị [ʃən hàu hải vị] Delicacies from the mountain and the sea.

sơn hệ [ʃən hệ] Mountain range.

sơn kê [ʃən ke] Cock of the wood.

sơn lâm [ʃən ləm] Mountain and wood.

sơn lâm học [ʃən ləm họk] Forestry.

sơn lộc [ʃən lọk] Foot of a mountain.

sơn mài [ʃən mài] Lacquer.

sơn nhân [ʃən ɲən] 1) Mountaineer, highlander. 2) Hermit.

sơn quân [ʃən kwən] 1) King of the mountain 2) Tiger.

sơn son [ʃən ʃən] Red-lacquered.

sơn thanh thủy tú [ʃən θaiɲ θửi tú]

S

Fine scenery, lovely landscape.

sơn thần [ʃən θồn] Spirit of the mountain.

sơn thủy [ʃən θ̓wi] 1) Mountain and water.
2) Beautiful landscape.

sơn trà [ʃən trà] (Bot) Camelia.

sơn trang [ʃən traŋ] House in the mountain.

sơn xuyên [ʃən swien] Mountain and river.

sớn sác [ʃớn ʃák] Panic-stricken.

sờn [ʃờn] (Of garments) Shabby, threadbare.

sờn Afraid, discouraged, inflexible. *Lòng can đảm không sờn* : Inflexible courage.

sờn lòng [ʃờn lòŋ] To be discouraged, disheartened.

sởn gai ốc [ʃởn gai ók] To have gooseflesh. *Làm sởn gai ốc* : To make one's flesh creep.

sởn tóc gáy [ʃởn tók gáy] To make the hair stand on end.

sớt [ʃớt] To pour (wine, etc...) from one vessel into another.

su hào [ʃu hàu] Turnip-cabbage.

sù [ʃù] *Kếch sù* : Colossal, gigantic, huge.

sụ [ʃụ] *Giàu sụ* : Very rich. *Sù sụ* : Sad.

sụ mặt [ʃụ mặt] Sad face.

sua [ʃwə] *Se sua* : To show off.

súa [ʃ̓wə] See *sáng súa*.

sủa (Of dog) To bark, to bay. *Sủa người nào* : To bark at someone. *Sủa một tiếng* : To give a bark. *Chó sủa không hay cắn* : Barking dogs seldom bite. *Tiếng chó sủa* : Bark, barking of dog. *Chó hay sủa* : Barking dog, dog given to barking. *Tiếng chó sủa làm tôi thức suốt đêm* : The barking kept me awake all night. *Chó sủa người lạ* : The dog barks at strangers.

sủa bậy [ʃ̓wə bậy] To bark at fault.

sủa ma [ʃ̓wə ma] See *ủa trăng*.

sủa trăng [ʃ̓wə trauŋ] To bark (at) moon.

suất [ʃwất] Part, portion ; rate, ration.

Phân suất : Rate per cent. *Lợi suất* : Rate of interest.

suất (Mec) Modulus. *Đàn hồi suất* : Modulus of elasticity.

suất *Khinh suất* : Heedless.

suất bách phân [ʃwất báik ʃən] Percentage.

suất chức [ʃwất cúk] To fulfil one's duty.

suất lược [ʃwất lɯrk] Heedless, careless.

suất pháp [ʃwất fáp] To observe the laws.

súc [ʃúk] To rinse, to wash out. *Súc một cái chai* : To rinse (out) a bottle, to give a bottle a rinse.

súc *Gia súc* : Domestic animals.

súc chai [ʃúk cai] To rinse (out) a bottle, to give a bottle a rinse.

súc điện trì [ʃúk diện tri] Accumulator.

súc gỗ [ʃúk gỗ] Log (of timber). *Voi kéo súc trong rừng ra* : Elephants hauling logs from a forest. *Dòng nước cuốn các súc gỗ theo* : The current swept the logs along.

súc hận [ʃúk hận] To harbour resentment (against).

súc mao [ʃúk mau] Cirrus, fringe.

súc miệng [ʃúk mieŋ] To rinse one's mouth.

súc mục [ʃúk mụk] To breed domestic animals.

súc nục [ʃúk nụk] To arrive late.

súc oán [ʃúk wán] To keep up a grudge against.

súc sắc [ʃúk ʃắuk] Die, dice. *Chơi, đánh súc sắc* : To play dice.

súc sinh [ʃúk ʃiŋ] Domestic animal! *Đồ súc sinh !* : You beast !, you brute !

súc tích [ʃúk tík] To accumulate, to store, to collect. *Sự súc tích* : Accumulation. *Sự súc tích tiền của* : Accumulation of money.

súc tụ [ʃúk tụ] To collect, to accumulate.

súc vật [ʃúk vật] Domestic animal, beast, brute ; cattle, live stock. *Đồ súc vật !* : You beast !. *Người nuôi s* vật : Stock-breeder, stock-farmer. *Toa sức vật :* Stock-car.

sục [ʃụk] To search. *Sục rương của người nào :* To go through someone's trunk.

sục đất [ʃục đất] (Of pigs) To grout, turn up earth, turn up (earth, etc...) with snout.

sục sạo [ʃục ʃạu] To search ; to make, conduct, a search. *Sục sạo một cái nhà :* To search a house.

sui [ʃui] *Làm sui :* To form a connection by marriage. *Làm sui với một gia đình tử tế :* To form a connection by marriage with a good family.

sui gia [ʃui ʃa] Related by marriage.

sui gia Parents in law.

sùi [ʃùi] To foam. *Giận sùi bọt mép :* To foam with rage. *Sần sùi :* Rough.

sùi bọt [ʃùi bọt] To foam, to froth. *Sùi bọt mép :* To foam at the mouth. *Chó dại hay sùi bọt mép :* A mad dog sometimes froths at the mouth. *Giận sùi bọt mép :* To foam (at the mouth) with rage.

sùi sụt [ʃùi ʃụt] *Khóc sùi sụt :* To sob.

súi bọt [ʃúi bọt] To scum, to froth, to effervesce.

sum họp [ʃum họp] To meet, to come together, to gather together.

sum sê [ʃum ʃê] Exuberant, luxuriant (*Cây*) *Mọc sum sê :* (Of plants) To grow luxuriantly, run riot.

sum vầy [ʃum vầy] See **sum họp**.

sùm sê [ʃùm ʃê] Bushy, tufty, thick.

sụm [ʃụm] To sink, drop, on one's knees ; to fall to one's knees, to fall on one's knees. *Cú đánh làm nó sụm xuống :* The blow curled him up completely.

sun lại [ʃun lại] To shrink.

sún [ʃún] Toothless.

sún răng [ʃún rănɡ] To be toothless. *Người sún răng :* Toothless person.

sụn [ʃụn] *Xương sụn :* Cartilage.

sụn (Of thing) To subside, give way, cave in, collapse, sink in ; (of material)

to give, yield ; (of beam, etc..) to sag ; (of earth) to settle ; (of ground) to fall away.

sung [ʃuŋ] (Bot) Fig.

sung bị [ʃuŋ bị] Complete, sufficient.

sung chức [ʃuŋ cứk] To name to an office, to nominate to a post.

sung công [ʃuŋ koŋ] To confiscate, to seize, to escheat (goods, property, etc.); to requisition, to commandeer. *Sự sung công :* Confiscation, requisition.

sung dật [ʃuŋ zật] To overflow, to brim over, to run over.

sung dụ [ʃuŋ zụ] Abundant, sufficient.

sung điền [ʃuŋ diền] To fill up.

sung huyết [ʃuŋ hwiết] (Med) To congest. *Chứng sung huyết :* Congestion.

sung khuyết [ʃuŋ kwiết] To fill up, to fill completely.

sung mãn [ʃuŋ mãn] Complete, sufficient, abundant.

sung số [ʃuŋ ʃố] To complete the number.

sung sung [ʃuŋ ʃuŋ] To hesitate, to waver.

sung sức [ʃuŋ ʃứk] To be in form, in fine fettle ; to be in one's game, in good fig ; to be in good, first – class, shape. *Đội banh đang sung sức :* Football team at the top of its form. *Đang sung sức :* To be at one's best. *Hôm nay nó đang sung sức :* He's in good form to-day, he's in good shape to-day.

sung sướng [ʃuŋ ʃướŋ] Happy, blissful. *Sự sung sướng :* Happiness. *Lấy làm sung sướng vì đã làm việc gì :* To congratulate oneself on having done something. *Tự cho là sung sướng :* To consider oneself happy. *Cuộc đời sung sướng :* Happy life. *Rất sung sướng :* As happy as the day is long, as a king. *Sung sướng như cá dưới nước :* As happy as a bird on the tree. *Tôi rất sung sướng được gặp anh ngày mai :* I shall be charmed (= very glad) to see you to-morrow *Có vẻ sung sướng :* To look happy, to look to be happy.

Cả một đời sung sướng : A lifetime of happiness. *Sống một cuộc đời sung sướng* : To live a happy life.

sung túc [ʃuŋ túk] Sufficient, well off. *Sống sung túc* : To live in plenty.

súng [ʃúŋ] Firearm, gun, rifle. *Nổ súng* : To open fire. *Lòng súng, nòng súng* : Gun-barrel. *Người làm và sửa súng* : Gunner. *Chĩa súng vào đầu người nào* : To point a gun at someone's head.

súng (Bot) Nenuphar, water-lily.

súng ba dô ca [ʃúŋ ba zo ka] (Artil) Bazooka.

súng cạc bin [ʃúŋ kạk bin] Carbine, carabine. *Súng cạc-bin chính xác hơn súng lục nhưng không chính xác như súng trường* : The carbine is more accurate than the pistol but not as accurate as the rifle.

súng cao xạ [ʃúŋ kau sạ] (Artil) (Slang) Ack-ack gun ; anti-aircraft gun.

súng chào, bắt ! [ʃúŋ càu, báɯt] Present arms !.

súng cối [ʃúŋ kói] Mortar. *Súng cối tiêu chuẩn* : Base mortar. *Trung đội vũ khí gồm có bộ chỉ huy trung đội, hai tiểu đội chống chiến xa và ba tiểu đội súng cối 81 ly* : The weapons platoon is composed of a platoon headquarters, 2 anti-tank squads, and three 81mm mortar squads.

súng cối xay [ʃúŋ kói say] Machine-gun.

súng đại bác [ʃúŋ dại bák] Gun, cannon. *Súng đại bác 75 ly* : Seventy-five millimeter gun. *Bắn súng đại bác* : To bring guns into play. *Một loạt sáu phát súng đại bác bắn chào mừng* : Salute of six guns. *Giá súng đại bác* : Gun-carriage. *Tiếng súng đại bác sáng hoặc chiều báo giờ* : Gun-fire. *Xưởng đúc súng đại bác* : Gun-foundry. *Máy tiện lòng súng đại bác* : Gun-lathe. *Súng đại bác nổ vang như sấm* : The cannon thundered.

súng đạn [ʃúŋ dạn] Arms and ammunitions.

súng hai lòng (nòng) [ʃúŋ hai lɔ̀ŋ] Double barrelled gun.

súng hơi [ʃúŋ hɔi] Air-gun, compressed air gun.

súng không giật [ʃúŋ xoŋ ʒạt] Recoilless rifle.

súng liên thanh [ʃúŋ lien θaiŋ] Machine gun.

súng lục [ʃúŋ lụk] Pistol, revolver, six-shooter, six-chambered revolver. *Nó chụp khẩu súng lục để trên bàn* : He grabbed a revolver from the table. *Súng lục bắn không nổ* : The pistol did not go off. *Nó rút lẹ cây súng lục trong túi ra* : He whipped the revolver out of his pocket.

súng máy [ʃúŋ máy] Machine gun ; automatic rifle.

súng mọt chê [ʃúŋ mọt ce] Mortar.

súng mút [ʃúŋ mút] Rifle.

súng ngắn [ʃúŋ ŋáɯn] Revolver.

súng phóng hỏa tiển [ʃúŋ fɔ́ŋ hwả tiển] Rocket launcher.

súng phun lửa [ʃúŋ fun lửɔ] Flame thrower.

súng sáu [ʃúŋ ʃáu] See súng lục.

súng săn [ʃúŋ ʃaɯn] Sporting gun, shot-gun.

súng tiểu liên [ʃúŋ tiểu lien] Submachine gun, machine pistol.

súng trường [ʃúŋ trɯɔ̀ŋ] Rifle. *Súng trường là vũ khí cá nhân chính* : The rifle is the principal individual weapon.

súng tự động [ʃúŋ tụ dọŋ] Automatic gun.

sùng [ʃùŋ] To respect, to venerate, to revere.

sùng Dew-worm, chafer-grub.

sùng bái [ʃùŋ bái] To adore, to worship, to idolize.

sùng đạo [ʃùŋ dạu] Devout, devoted religion.

sùng kính [ʃùŋ kíɲ] To respect, to revere.

sủng [ʃủŋ] Grace, favour. *Đắc sủng* : To be in (someone's) good grace. *Thất sủng* : To lose favour.

sủng ái [ʃủŋ ái] To love.

sủng cơ [ʃủŋ kɔ] Favorite concubine.

sũng nước [ʃũŋ nɯrk] Soaked and wet. *Chứng sũng nước*: (Med) Dropsy.

suối [ʃuổi] Spring. *Nước suối*: Spring water. *Suối nước uống*: Hot spring. *Trèo đèo lặn suối*: Up hill and down dale.

suối nhỏ [ʃuổi nɔ̉] Brood.

suối nước nóng [ʃuổi nɯrk nɔ̉ŋ] Hot spring.

suối vàng [ʃuổi vàŋ] Hades, hell.

suôn [ʃuan] Straight and high.

suôn đuột [ʃuan duɐt] Straight.

suôn óng [ʃuan ɔ́ŋ] Straight.

suôn sẻ [ʃuan ʃɛ̉] Free, easy. *Văn thể suôn sẻ*: Easy style.

suông [ʃuaŋ] Tasteless; useless. *Lời hứa suông*: Hollow promise. *Lời nói suông*: Empty words.

suồng sã [ʃuaŋ ʃã] Too familiar, over-familiar, flippant, not serious, not showing respect. *Quá suồng sã với người nào*: To be too familiar, to make over-free, to take liberties, with someone.

suốt [ʃuất] (Tex) Cop; quill.

suốt Through, throughout. *Suốt cả đêm tôi ngủ không được*: I never slept all through the night, the whole night through. *Suốt đời nó*: Throughout his life.

suốt *Trong suốt*: Transparent.

suốt See suốt lá.

suốt chỉ [ʃuất ci] Bobbin.

suốt đêm [ʃuất dem] All night. *Thức suốt đêm làm việc gì*: To sit up all night doing something. *Suốt đêm tôi không ngủ được*: I never slept the whole night through; I have not slept a wink all night; I didn't have a wink of sleep all night.

suốt đời [ʃuất dɔ̀i] Throughout the life.

suốt năm [ʃuất naɯm] Throughout the year, all the year round. *Ở Tân Gia Ba trời nóng suốt năm*: In Singapore it is hot all year round.

suốt ngày [ʃwất ŋày] All day long; the entire day.

suốt qua [ʃwất kwa] Through and through.

súp [ʃúp] To cut off.

súp de [ʃúp zɛ] Boiler. *Rút hết nước trong nồi súp de*: To blow out a boiler, to run off the water from a boiler. *Nồi súp de chảy*: The boiler leaking.

sụp [ʃụp] To fall in, to cave in, to collapse, to give way, to sink, to crumble.

sụp *Kéo sụp nón xuống tới mắt*: To draw down one's hat over one's eyes.

sụp đổ [ʃụp dỏ] To fall down, to collapse, to come down; to crumble. *Đế quốc sụp đổ*: Crumbling empire.

sụp lạy [ʃụp lạy] To kotow, make a kotow (before someone).

sụp xuống [ʃụp suỏŋ] To fall down, to fall in. *Có một cái lỗ lớn làm nó sụp xuống*: There was a big hole and he fell in.

sút [ʃút 1] To slip. *Con dao sút khỏi tay nó*: The knife slipped from his hand. *Cây viết sút khỏi tay tôi*: The pen slipped from my fingers.
2) (Of knot, etc..) To come undone, unfastened, untied, loose; (of animal) to break loose, to slip its chain; (of button) to come off, to fly off. *Nút sút ra*: A button has come off. *Con tán sút ra*: The nut worked off, worked loose. *Quần áo không thể sút đường may ra được*: Garments that cannot come unstitched.

sút banh [ʃút baiɲ] To shoot the ball, to shoot. *Sút banh vào gôn*: To have a shot at the goal.

sút cân [ʃút kən] To lose weight.

sút chuồng [ʃút cuɔ̀ŋ] (Of animal) To break loose. *Một trong những con cọp trong vườn thú đã sút chuồng*: One of the tigers in the zoo has got (broken) loose.

sút đi [ʃút di] To grow thin, to lose flesh, to fall away in flesh.

sút kém [ʃút kém] To fail.

sút người [ʃút ŋɯɔ̀i] To lose flesh, to fall away in flesh; to grow thin, lean.

S

sút tay [ʃút tay] To slip from one's fingers.

sụt [ʃụt] To diminish, to decrease, to lower, to abate ; (of profits) to fall off, decline ; (of prices, etc...) to fall, drop. *Số tiền thâu vào sụt bớt* : The takings are falling off, dropping off. *Nhiệt độ sụt xuống* : The temperature has dropped. *Giá lên thay vì sụt* : Prices are rising instead of falling.

sụt bớt [ʃụt bớt] To fall off.

sụt cân [ʃụt kən] To lose weight.

sụt giá [ʃụt ʒá] To cheapen, to make cheap(er) ; to lower the value of. *Sự sụt giá* : Fall, drop, decline in prices ; cutting in prices.

sụt sùi [ʃụt ʃùi] To whimper.

sụt vào [ʃụt vàu] *Cất nhà sụt vào xa đường* : To set back a house from the road.

suy [ʃwi] To think. *Suy bụng ta ra bụng người, lấy mình để suy kẻ khác* : To measure others' feet by one's own last, to judge others by oneself. *Suy đi nghĩ lại* : To churn a thought in one's mind.

suy bì [ʃwi bì] To be jealous.

suy biến [ʃwi biến] To devolute. *Sự suy biến* : Devolution.

suy cứu [ʃwi kứu] To consider, to weigh, to think out.

suy di [ʃwi zi] To change gradually.

suy diễn [ʃwi ziễn] To deduce.

say đảo [ʃwi dàu] To overthrow, to upset.

say đoán [ʃwi dwán] To deduce. *Sự suy đoán* : Deduction.

suy đồi [ʃwi dòi] To degenerate, to decay, to deprave. *Sự suy đồi* : Degeneration.

suy gẫm [ʃwi gẫm] To think over.

suy giảm [ʃwi ʒảm] To decline, to decrease.

suy hú [ʃwi hú] Decrepit, senile.

suy lão [ʃwi lãu] See suy hú.

suy luận [ʃwi lwận] To reason ; to deduce.

suy lý [ʃwi lí] To reason.

suy nghĩ [ʃwi ɲĩ] To think, to ponder, to reflect, to cogitate, to meditate. *Hành động không suy nghĩ* : To act without thinking. *Nó ít nói nhưng suy nghĩ nhiều* : He does not say much, but he thinks a lot. *Đó là chuyện làm cho tôi phải suy nghĩ* : It was this that had set me to think. *Hãy suy nghĩ trước khi nhận lời* : Think first before accepting. *Suy nghĩ nát óc* : To think hard. *Hãy suy nghĩ trước khi nói* : Think before you speak. *Sau khi suy nghĩ kỹ càng* : After due consideration, after much cogitation, after due deliberation, after mature consideration. *Anh phải suy nghĩ kỹ càng trước khi làm việc ấy* : You should think twice before doing that.

suy nguyên [ʃwi ŋwien] To trace to origine.

suy nguyên luận [ʃwi ŋwien lwận] Aetiology.

suy nhược [ʃwi ɲụrk] Feeble, debilitated. *Làm suy nhược* : To enfeeble, debilitate. *Làm suy nhược sức khỏe của mình* : To ruin one's health.

suy niên [ʃwi nien] Old age.

suy phiên [ʃwi fien] To upset, to overthrow.

suy quảng [ʃwi kwảŋ] To generalize.

suy rộng [ʃwi rọŋ] To generalize.

suy sụp [ʃwi ʃụp] To decline.

suy suyễn [ʃwi ʃwiễn] To be diminished, lessened. *Không suy suyễn* : To be intact.

suy tàn [ʃwi tàn] To decline, to decay

suy thể [ʃwi θể] Enfeebled body.

suy thịnh [ʃwi θịɲ] Decadence and prosperity.

suy tính [ʃwi tíɲ] To think, to reflect, to ponder, to calculate.

suy tôn [ʃwi ton] To venerate.

suy tồn [ʃwi tồn] To fail.

suy trắc [ʃwi tráŋk] To examine, to ponder.

suy từ [ʃwi từ] To refuse.

suy tưởng [ʃwi tưởŋ] To ponder, think over.

suy vận [ʃwi vận] Misfortune, decli

ing fortune.

suy vi [ʃwi vi] To decline, to decay, to sink into decay.

suy vong [ʃwi vɔŋ] Decadence, fall, decline.

suy xét [ʃwi sɛt] To consider, to weigh, to think out. *Việc ấy cần phải suy xét cho cẩn thận* : That wants thinking out. *Tôi muốn có thì giờ để suy xét việc ấy* : I should like time to consider it.

suy yếu [ʃwi iếu] Feeble, weak.

suyễn [ʃwiễn] (Med) Asthma. *Bị suyễn* : To have asthma.

suýt [ʃwit] See **xuýt.**

sư [ʃɯ] Bonze, Buddhist priest.

sư Teacher, master. *Kỹ sư* : Engineer.

sư bà [ʃɯ bà] Buddhist nun.

sư cô [ʃɯ ko] Young Buddhist nun.

sư cụ [ʃɯ kụ] Old bonze.

sư đệ [ʃɯ dẹ] Master and pupil, teacher and student.

sư đoàn [ʃɯ dwàn] Division. *Tư lịnh sư đoàn* : Division commander. *Sư đoàn bộ binh là đơn vị căn bản của các binh chủng hỗn hợp* : The infantry division is the basic unit of the combined arms.

sư đoàn thiết giáp [ʃɯ dwàn θiét sáp] Armored division.

sư đoàn trưởng [ʃɯ dwàn trɯởŋ] Division commander.

sư đồ [ʃɯ dò] See **sư đệ.**

sư hữu [ʃɯ hữu] Master and friend.

sư nữ [ʃɯ nữ] Buddhist nun.

sư ông [ʃɯ oŋ] Bonze, Buddhist priest.

sư phạm [ʃɯ fạm] Pedagogy. *Trường Quốc gia Sư phạm* : National Normal school. *Đại học Sư phạm* : Faculty of Pedagogy.

sư phụ [ʃɯ fụ] Master, teacher.

sư sinh [ʃɯ ʃiŋ] See **sư đệ.**

sư trưởng [ʃɯ trɯởŋ] 1) Master, elders. 2) Division commander.

sư tử [ʃɯ tử] Lion. *Sư tử cái* : Lioness. *Sư tử con* : Lion's cub, lion's whelp. *Mũi sư tử* : Short and flat nose. *Con*

sư tử bị thương thình lình phóng tới tấn công tôi : The wounded lion suddenly charged at me. *Con sư tử thoát ra khỏi chuồng* : The lion got out of its cage. *Bảy con sư tử bị nó hạ trong một ngày* : Seven lions fell to his rifle in one day. *Nếu anh gặp một con sư tử trong rừng và anh không có súng thì anh bị nguy hiểm, vì sư tử là con thú dữ. Tuy nhiên, nếu anh có súng thì con sư tử có thể bị nguy hiểm !* : If you meet a lion in the forest and you have no gun, you are in danger, because a lion is a dangerous animal. If you have a gun, however, the lion may be in danger !.

sư tử Hà đông [ʃɯ tử hà doŋ] Very jealous wife.

sứ [ʃứ] Porcelain, china. *Thợ làm đồ sứ* : Porcelain-maker. *Đất sét dùng làm đồ sứ* : Porcelain-clay, china-clay. *Đồ sứ* : China-ware. *Người bán đồ sứ* : China-dealer. *Tách và dĩa thường làm bằng sứ* : Cups and plates are often made of porcelain.

sứ Envoy, ambassador. *Đại sứ* : Ambassador.

sứ bộ [ʃứ bọ] Staff of an embassy.

sứ đoàn [ʃứ dwàn] Diplomatic corps.

sứ đồ [ʃứ dò] Apostle.

sứ giả [ʃứ ʒả] Envoy, messenger, ambassador. *Sứ giả hòa bình* : Messenger of peace.

sứ mạng [ʃứ mạŋ] Mission, task.

sứ quán [ʃứ kwán] Embassy, legation.

sứ thần [ʃứ θần] Ambassador.

sứ tiết [ʃứ tiết] Credentials.

sử [ʃử] History, annals. *Lịch sử* : History. *Tiểu sử* : Biography.

sử To order, to command.

sử dụng [ʃử zụŋ] To employ, to use; to exert, to exercise. *Để vật gì cho người nào sử dụng* : To put, place, something, at someone's disposal. *Được trọn quyền sử dụng một tài sản* : To have entire disposal of an estate.

sử gia [ʃử ʒa] Historian, a writer of history. *Các sử gia đều không đồng ý nhau về điểm nầy* : Historians are at variance on this point.

S

sử học [ʃừ hɔk] History.

sử kịch [ʃừ kịk] Historical drama.

sử ký [ʃừ kí] 1) History books.

2) History.

sử liệu [ʃừ lịẹu] Historical documents.

sử lịnh [ʃừ lịɲ] To command, to order.

sử lược [ʃừ lượrk] Brief history, short story.

sử quan [ʃừ kwan] Historiographer.

sử tài [ʃừ tài] Documents used to write history.

sử thần [ʃừ thờn] See sử quan.

sử tiền [ʃừ tiền] Prehistoric.

sử xanh [ʃừ saiɲ] History book.

sự [ʃụ] Affair, matter, thing, event. *Gia sự* : Family matters. *Phận sự* : Duty. *Phụng sự* : To serve.

sự cố [ʃụ kó] Reason of a matter.

sự cơ [ʃụ kə] Circumstance of a matter.

sự do [ʃụ zɔ] Origin of a matter.

sự duyên [ʃụ zwien] See sự do.

sự kiện [ʃụ kịẹn] Fact. *Lý thuyết không đi đôi (trái ngược) với sự kiện* : Theory at variance with the facts.

sự nghiệp [ʃụ ɲịẹp] Useful work.

sự thật [ʃụ thật] Truth, veracity. *Nói sự thật* : To speak, tell, the truth. *Nghi ngờ sự thật của việc gì* : To doubt the truth of something. *Sự thật hoàn toàn* : The (pure and) simple truth ; the plain, honest, unvarnished, unalloyed, unadulterated, truth. *Sự thật trần truồng* : The naked truth. *Tìm thấy sự thật* : To come at the truth. *Nó bắt đầu biết sự thật* : The truth at last dawned on him. *Xuyên tạc sự thật* : To distort the truth. *Không có một chút sự thật nào trong chuyện nầy cả* : There is not a particle of truth in this story. *Từ chối không muốn nghe sự thật* : To shut one's ears to the truth. *Nói quá sự thật* : To stretch the truth, to overstep the truth, to stretch veracity too far. *Tôi có cảm tưởng nó không nói sự thật* : It struck me (I had the impression) that he was not telling the truth. *Nó*

thề (nó) nói sự thật : He swore to tell the truth (swore that he would tell the truth). *Tôi muốn biết tất cả sự thật về việc này* : I want to know the whole truth about this matter. *Tôi muốn anh nói tất cả sự thật* : I want you to tell me the whole truth. *Không có một chút sự thật nào trong báo cáo cả* : There is not a vestige of truth in the report.

sự thể [ʃụ thể] Matters, affairs.

sự thực [ʃụ thụk] See sự thật.

sự tích [ʃụ tík] Story, fact.

sự tình [ʃụ tịɲ] Situation of a matter ; origin of a matter. *Bày tỏ sự tình* : To explain the situation.

sự vật [ʃụ vật] Things.

sự vụ [ʃụ vụ] Affairs ; works to do. *Chánh sự vụ* : Chief of service. *Đồng lý sự vụ* : Director of service.

sự vụ văn thư [ʃụ vụ vaɯn thɯ] Letter order.

sưa [ʃɯɔ] *Say sưa* : To be drunk, intoxicated.

sứa [ʃứɔ] (Coel) Medusa, jelly-fish.

sửa [ʃửɔ] 1) To correct (exercise, etc...) ; to emend (a passage in a book) ; to read (proofs) ; to rectify (mistake, etc...) ; to correct (error, prices, etc...) ; to put (mistake) right ; to reform, correct (habit). *Sửa một thói xấu* : To correct a bad habit. *Sửa bản in thử* : To read proofs.

2) To repair, mend (shoe, bridge, machine, etc...) : to overhaul (machine). *Đem sửa vật gì* : To put something in repair. *Tàu đang sửa* : Ship under repair. *Sửa đổi cách ăn ở* : To mend one's ways. *Xe vừa sửa máy lại* : Car just overhauled. *Sửa tóc lại* : To arrange one's hair. *Sửa đồng hồ lại cho đúng giờ* : To set the clock, a watch. *Sửa lưỡi bào lại cho ngay* : To set the iron of a plane. *Sửa đồng hồ lui lại một giờ* : To set back the clock one hour.

sửa chữa [ʃửɔ cửɔ] To repair, to mend, to make repairs. *Đang sửa chữa* : Under repair. *Cửa hàng đóng cửa trong lúc sửa chữa* : The shop is closed during repairs. *Máy không thể sửa chữa* được : The machine is out of repair.

sửa đổi [ʃửɔ dỏi] To modify ; to mend, to reform.

sửa lại [ʃửɔ lại] To repair, mend (shoe, bridge, etc...).

sửa lỗi [ʃửɔ lỗi] To amend, to mend.

sửa máy [ʃửɔ máy] To repair and set going (broken down engine, car, etc...).

sửa mình [ʃửɔ mìn] To amend, to mend one's ways, to correct oneself. *Nó hứa sẽ sửa mình :* He has promised to mend his way, to turn over a new leaf.

sửa phạt [ʃửɔ fạt] To correct, to chasten.

sửa sai [ʃửɔ ʃai] To right a wrong.

sửa sang [ʃửɔ ʃaɲ] To arrange.

sửa soạn [ʃửɔ ʃwạn] To prepare ; to make ready, get ready (meal, speech, lesson, etc...). *Sửa soạn công việc (trước khi chết như làm chúc thư v.v...) :* To settle one's affairs (before death, by making one's will, etc...).

sửa tánh [ʃửɔ táɲ] To mend one's way of living.

sửa tóc [ʃửɔ tók] To do one's hair. *Sửa tóc trước gương :* To do one's hair before the glass.

sửa tội [ʃửɔ tội] To correct, to punish.

sửa trị [ʃửɔ trị] To punish.

sửa túi nâng khăn [ʃửɔ túi nɔɲ xaɯn] To serve one's husband.

sửa vụng [ʃửɔ vụɲ] To botch.

sữa [ʃửɔ] Milk. *Hộp sữa :* Milk-can. *Sốt sữa :* (Med) Milk-fever. *Bình sữa :* Milk-jug. *Thùng đựng sữa :* Milk-pail. *Răng sữa :* Milk-teeth, first - teeth. *Trắng như sữa :* Milk-white. *Vắt sữa :* To milk. *Bò sữa :* Milch-cow. *Lợn sữa :* Sucking-pig, sucking calf. *Trại làm sữa và bơ :* Dairy-farm. *Người bán sữa, bơ, trứng, v.v... :* Dairyman. *Bò nuôi để lấy sữa :* Dairy cattle. *Đem sữa lại tận nhà :* To deliver milk at the door. *Đứa trẻ bú sữa :* The baby sucks milk. *Sữa nầy mười sáu đồng một hộp, nhưng nếu anh mua cả thùng thì giá chỉ còn mười lăm đồng một hộp :* This milk is sixteen piastres a tin ; if you buy it by the case, the price is only fifteen piastres a tin.

sữa bò [ʃửɔ bò] Cow's milk.

sữa bột [ʃửɔ bột] Milk-powder.

sữa cây [ʃửɔ kei] Latex.

sữa đặc [ʃửɔ dạwk] Condensed milk.

sữa mẹ [ʃửɔ mẹ] Mother's milk. *Nuôi đứa bé bằng sữa mẹ :* To nourish a baby on mother's milk.

sữa non [ʃửɔ nɔn] Beestings, colostrum.

sữa tươi [ʃửɔ tɯơi] Fresh milk.

sữa vôi [ʃửɔ voi] Milk of lime.

sức [ʃúk] 1) Strength, force, might, vigour, power. *Kiệt sức :* To be exhausted, at end of one's tether. *Tôi đã kiệt sức rồi :* My strength was giving out. *Lấy sức lại, phục sức :* To regain, recover, gather, strength ; to recruit one's strength. *Làm việc hết sức mình :* To work with all one's might, with might and main. *Dùng đến sức mạnh :* To resort to force. *Việc ấy quá sức tôi :* It is beyond my power ; that is too much for my strength. *Nó đủ sức vật ngã anh :* He is strong enough to overthrow you. *Rán sức, gắng sức :* To endeavour, strive, make every endeavour (to do something). *Nàng không còn sức để trả lời nữa :* She had no strength left to answer.

2) Limitation. *Tôi biết sức nó :* I know his limitations (I understand well that his abilities are only moderate).

sức Đồ trang sức : Ornaments.

sức To order, to command.

sức chở [ʃúk chɔ̀] Carrying capacity (of a car).

sức chứa [ʃúk chứɔ] Capacity, content (of bottle, etc...).

sức đựng [ʃúk dựɲ] See sức chứa.

sức ép [ʃúk ép] Pressure. *Sức ép trung bình :* Mean pressure.

sức đẩy [ʃúk dẩi] (Mec) Thrust.

sức gió [ʃúk ʒɔ́] Force of the wind.

sức hấp dẫn [ʃúk hấp zẫn] Attraction. *Có sức hấp dẫn :* Attractive.

S

sức học [ʃúk họk] Educational background.

sức hút [ʃúk hút] Attraction, attractive power. Sức hút phân tử : Molecular attraction. Sức hút mao quản : Capillary attraction. Sức hút của từ thạch : Attraction of a magnet.

sức hướng tâm [ʃúk hɯóŋ tɔm] Centripetal force.

sức kháng từ [ʃúk xáp tɯ] Coercive force.

sức khỏe [ʃúk xwɛ] Health. Giấy chứng nhận sức khỏe : Health certificate. Có sức khỏe dồi dào : To be in full flush of health. Sức khỏe quý hơn tiền bạc : Health before wealth. Sức khỏe kém : Delicate health. Có hại cho sức khỏe : Injurious to the health. Làm phục hồi sức khỏe của người nào : To bring back someone's health, to bring someone back to health. Hỏi thăm sức khỏe của người nào : To ask after someone ; to ask, inquire, after someone's health. Trông nom sức khỏe của mình : To take care of one's health. Thuốc có hại cho sức khỏe : Drugs deteriorative to health. Khí hậu hại cho sức khỏe : Climate not good for the health. Sức khỏe tráng kiện : Rude health.

sức lực [ʃúk lực] Force, vigour, strength.

sức ly tâm [ʃúk li tɔm] Centrifugal force.

sức mạnh [ʃúk maiɲ] Strength, force, vigour, energy. Sức mạnh của một con ngựa : Strength of a horse. Sức mạnh của dòng nước : Strength of a current. Dùng đến sức mạnh : To resort to force. Sức mạnh của cú đấm : Force of a blow. Anh phải dùng hết sức mạnh của anh : You must put forth all your strength.

sức mao dẫn [ʃúk mau zỗn] Capillarity.

sức mỏi [ʃúk mỏi] (Mec) Fatigue.

sức nặng [ʃúk naiŋ] Weight. Sức nặng trừ bì : Net weight. Các cây cột đỡ sức nặng của mái nhà : The pillars

support the weight of the roof. Cây cột này chống đỡ cả tòa nhà : This pillar bears the weight of the whole building.

sức nén [ʃúk nín] Pressure.

sức ngầm [ʃúk ŋồm] Latent force.

sức nghe [ʃúk ŋɛ] Audition, power of hearing.

sức nhìn [ʃúk ɲìn] Eyesight, power of seeing.

sức nóng [ʃúk nóŋ] Heat. Sức nóng của mặt trời : The heat of the sun. Tôi không thế nào ở ngoài trời với sức nóng ấy : I can't stay outside in this heat.

sức quyến rũ [ʃúk kwién rũ] Attraction, lure, charm. Có sức quyến rũ : Attractive. Sức quyến rũ của biển cả : The lure of the sea. Sức quyến rũ của một người đàn bà đẹp : The charms of a beautiful woman.

sức sản xuất [ʃúk ʃản swót] Output. Sức sản xuất mỗi giờ : Output per hour. Giảm bớt sức sản xuất : To reduce the output.

sức trang [ʃúk traŋ] To prepare one's baggage.

sức trọng tải [ʃúk trọŋ tải] Tonnage, burden (of a ship).

sức trông [ʃúk troŋ] See sức nhìn.

sức xuyên phá [ʃúk swien fá] Penetrating power, perforating power.

sực [ʃụk] Suddenly, all of a sudden.

sực mùi [ʃụk mùi] (Of smell) To exhale.

sực nhớ [ʃụk ɲó] To remember suddenly.

sực nức [ʃụk núk] (Of perfume) To scent.

sực tỉnh [ʃụk tỉɲ] To wake up suddenly.

sưng [ʃɯŋ] Swollen, bloated, tumid, puffy. Mắt sưng : Puffy eyes. Mặt sưng : Bloated face, swollen face.

sưng To swell, to bloat. Tay nó sưng lên : His arm is swelling (up). Mặt nó bắt đầu sưng : His face began to swell, (e. g. from toothache, etc...). Mắt của đứa bé khóc sưng lên : The boy's eyes were swollen with tears.

sưng hạch [ʃuŋ hạik] (Med) Adenitis.

sưng húp [ʃuŋ húp] Swollen. *Mắt nó sưng húp lên* : Eyes bunged up.

sưng lên [ʃuŋ len] (Of abscess) To swell up.

sưng qui đầu [ʃuŋ kwi dầu] (Med) Balanitis.

sưng ruột [ʃuŋ ruọt] (Med) Enteritis.

sưng sia [ʃuŋ ʃiɔ] To pull a long face.

sưng tử cung [ʃuŋ tử kuŋ] (Med) Hysteritis.

sừng [ʃừŋ] 1) Horn. *Thú có sừng* : Horned beasts. *Thú có sừng dài, ngắn* : Long, short-horned beasts. *Thú không sừng* : Hornless beasts. *Lược sừng* : Horn comb. *Cán sừng* : Horn-handled. *Gọng sừng* : Horn-rimmed. *Bẻ gãy sừng một con thú* : To break the horns of an animal.
2) Horn, feeler (of a snail).
3) *Cắm sừng* : To cuckold. *Người chồng bị cắm sừng* : Cuckold. *Cắm sừng chồng* : To make horns at a deceived husband. (Chồng) *Bị cắm sừng* : (Of husband) To be deceived by his wife.

sừng bò [ʃừŋ bò] Horn of an ox.

sừng nai [ʃừŋ nai] Buck-horn.

sừng sỏ [ʃừŋ ʃỏ] Wilful.

sừng sộ [ʃừŋ ʃộ] Quarrelling, quick-tempered.

sừng sững [ʃừŋ ʃững] *Đứng sừng sững* : To stand motionless.

sừng sựng [ʃừŋ ʃựŋ] See sừng sững.

sửng [ʃửŋ] Stupefied, amazed, astounded.

sửng sốt [ʃửŋ ʃốt] Amazed, flabbergasted, staggered. *Chúng tôi sửng sốt khi nghe tin ấy* : We were flabbergasted at the news.

sửng sờ [ʃửŋ ʃờ] Dumfounded, stupefied.

sững [ʃững] Standing. *Đứng sững sững* : To stand motionless.

sựng [ʃựŋ] *Đứng sựng* : To stand stock-still.

sưởi [ʃưởi] To warm oneself. *Lò sưởi* :

Fireplace.

sưởi lửa [ʃưởi lửa] To warm oneself at the fire.

sưởi nắng [ʃưởi nắŋ] To bask in the sun.

sườn [ʃườn] 1) Rib. *Sườn giả* : False, floating, short, asternal, ribs. *Sườn thật* : True, sternal, ribs. *Nó ốm lòi xương sườn* : He is nothing but skin and bone, he is a regular skeleton. *Lưỡi gươm sướt qua sườn của nó* : The sword glanced off his ribs. 2) Flank, side, slope.
3) Framework, frame (of umbrella, etc...) ; carcass, carcase ; shell, skeleton (of house, ship, etc...) ; carcase (of ship). *Sườn cầu sắt* : Framework of a steel bridge. *Sau cuộc hỏa hoạn, nhà chỉ còn lại cái sườn* : After the fire only the shell was left.

sườn *Nằm sườn sượt* : To lie down at full length.

sườn bò [ʃườn bò] Rib of beef.

sườn cầu [ʃườn kầu] Framework of a bridge.

sườn dù [ʃườn zù] Frame of an umbrella.

sườn đồi [ʃườn dồi] Hillside. *Từ nhà chúng tôi trên sườn đồi, chúng tôi có thể nhìn thấy khắp hải cảng* : From our house on the hillside, we can overlook the whole of the harbour.

sườn heo [ʃườn hɛu] Spare-ribs of pork.

sườn máy bay [ʃườn máy bay] Frame of an aeroplane.

sườn nhà [ʃườn nà] Shell, skeleton, frame, of a house.

sườn núi [ʃườn núi] Side of a mountain. *Con đường ngoằn ngoèo lên sườn núi* : The road twists and turns up the side of the mountain.

sườn tàu [ʃườn tàu] Carcass, skeleton, framework, of a ship.

sườn thuyền [ʃườn θwièn] Carcass of a boat.

sương [ʃươɔ] Dew. *Giọt sương* : Dew-drop, drop of dew. *Sương tháng năm* : The may-dew. *Đầy sương, phủ sương,*

S

ướt vì sương : Dewy. Điểm sương có
thể đông lại : Dew-point. Cỏ đẫm
sương : The grass was wet with dew.

sương cư [ʃwəŋ kɯ] (Of woman) To
live in widowhood.

sương khuê [ʃwəŋ xwe] The widow's
room.

sương mai [ʃwəŋ mai] Morning dew.

sương mù [ʃwəŋ mù] Fog, mist. Sương
mù dày đặc : Thick fog, heavy fog,
dense fog. Trong sương mù : In the
fog. Lớp sương mù : Fog-bank (on
the sea). Sương mù là kẻ thù của ngư
phủ : Fog is the fisherman's enemy.
Sương mù xuống : It's turning foggy.
Trong một ngày đầy sương mù : On a
foggy day. Những ngọn đồi bị sương
mù bao phủ : Hill folded in mist. Những
tia sáng soi xuyên qua lớp sương mù :
The rays strike through the mist.
Đỉnh núi bị sương mù bao phủ : The
mountain top was wrapped in mist.

sương nuôi [ʃwəŋ muôi] Hoar-frost·

sương phòng [ʃwəŋ fɔ̀ŋ] The widow's
room.

sương phụ [ʃwəŋ fụ] Widow.

sương rơi [ʃwəŋ rəi] Dew is falling.

sương sa [ʃwəŋ ʃa] Dew is falling.

sương thê [ʃwəŋ θe] Widow.

sương tuyết [ʃwəŋ twiét] Dew and
snow.

sướng [ʃwɔ́ŋ] Satisfied, content, pleas-
ed. Không có cái gì sướng mà không
tố cực theo sau : No rose without a
thorn.

sướng bụng [ʃwɔ́ŋ bụŋ] Content, satis-
fied.

sướng con mắt [ʃwɔ́ŋ kɔn mắɯt]
Pleasant to the eye.

sướng dạ [ʃwɔ́ŋ zạ] See sướng bụng.

sướng hoài [ʃwɔ́ŋ hwài] Satisfied,

content.

sướng khoái [ʃwɔ́ŋ xwái] Comfortable,
cosy.

sướng mắt [ʃwɔ́ŋ mắɯt] Pleasant to
the eye.

sướng miệng [ʃwɔ́ŋ miệŋ] Pleasant,
agreeable, to the palate.

sướng tai [ʃwɔ́ŋ tai] Agreeable, pleas-
ant, to the ear.

sướng tay [ʃwɔ́ŋ tay] (To beat) Until
one is satisfied.

sướng thích [ʃwɔ́ŋ θik] Content, sa-
tisfied.

sượng [ʃwə̣ŋ] (Of potatoes) To be half-
cooked.

sượng Confused, embarrassed.

sượng mặt [ʃwə̣ŋ mắɯt] Ashamed,
confused.

sượng sùng [ʃwə̣ŋ ʃùŋ] Embarrassed.

sướt [ʃwɔ́t] Abraded, galled (skin).

sướt To touch lightly; to graze. Viên
đạn sướt qua vai nó : The bullet gra-
zed his shoulder. Lưỡi gươm sướt qua
sườn của nó : The sword glanced off
his ribs.

sướt mướt [ʃwɔ́t mwɔ́t] Khóc sướt
mướt : To weep bitterly, copiously.

sướt qua [ʃwɔ́t kwa] To graze. Viên
đạn chỉ sướt qua má nó : The bullet
only grazed his cheek.

sượt [ʃwə̣t] Nằm sóng sượt : To lie
down at full length.

sứt [ʃứt] Chipped.

sứt môi [ʃứt moi] Hare-lipped. Người
sứt môi : Hare-lipped person.

sưu cầu [ʃwu kầu] To seek.

sưu kiểm [ʃwu kiểm] To examine.

sưu tầm [ʃwu tầm] To seek, to look
for, to search for (documents).

T

ta [ta] We, us, our. *Ta đi đâu bây giờ ?*: Where shall we go ?. *Ta đi đi !*: Let's go. *Nước ta* : Our country. *Chúng ta*: We. *Không phải việc chúng ta* : It is no business of ours.

ta lồng [ta loŋ] Bead (of pneumatic tyre).

ta oán [ta wán] See **ta thán**.

ta thán [ta θán] To complain.

tá [tá] Dozen. *Nửa tá* : Half a dozen. *Một tá khăn tay* : A dozen handkerchiefs.

tá *Cấp tá* : Field grade. *Sĩ quan cấp tá*: Field officer. *Thiếu tá* : Major. *Trung tá* : Lieutenant-colonel. *Đại tá* : Colonel.

tá *Phụ tá* : Assistant.

tá chứng [tá cứŋ] Corroborative evidence, sure proof.

tá cứ [tá kứ] Proof of debt.

tá điền [tá diền] Tenant farmer.

tá đoan [tá dwan] To pretext, to find a pretext.

tá hỏa [tá hwa] *Đánh người nào tá hỏa* : To beat the hell out of someone.

tá khoản [tá xwản] Loan.

tá lý [tá lí] To help, to assist, to aid.

tá nghiệm [tá ŋiệm] Witness.

tá ngụ [tá ŋụ] Rented house.

tá thải [tá θải] To borrow and to lend.

tá túc [tá túk] To stay overnight at someone's house.

tà [tà] Evil, perverse. *Cải tà quy chánh*: To mend one's ways ; to give up wrong ways and return to the right.

tà Evil spirits. *Trừ tà* : To exorcise, to drive out evil spirits.

tà Inclined, oblique, slanting, sloping.

tà ác [tà ák] Perverse.

tà áo [tà áu] Flap of garment.

tà âm [tà əm] Obscene music.

tà chỉ [tà ci] Perverse intention.

tà chiều [tà ciều] Sunset, setting sun.

tà chính [tà cíŋ] Slanting and straight; evil and good.

tà dâm [tà zəm] Obscene.

tà diện [tà ziện] Inclined plane.

tà dương [tà zɯəŋ] Setting sun, sunset.

tà đạo [tà dạu] Heterodoxy, paganism.

tà giác [tà ʒák] Oblique angle.

tà giáo [tà ʒáu] See **tà đạo**.

tà kế [tà ké] Scheme, dishonest plan.

tà khí [tà xi] Foul, bad, air.

tà khuất [tà kwất] Tortuous, winding, meandering ; tortuous, crooked, underhand (conduct) ; wily, scheming, crooked (person).

tà khúc [tà xúk] See **tà khuất**.

tà lộ [tà lọ] Evil way.

tà ma [tà ma] Evil spirits.

tà mưu [tà mɯu] See **tà kế**.

tà ngụy [tà ŋwi] Dishonest, false.

tà nhãn [tà ɲãn] Cross - eyed, squint-eyed.

tà nịnh [tà niɲ] Dishonest and flattering.

tà phương hình [tà fuɑŋ hìɲ] (Geom) Rhombus.

tà quyệt [tà kwiệt] Dishonest and knavish (person).

tà tà [tà tà] Oblique, inclined, slanting, sloping.

tà tà To be slow.

tà tâm [tà təm] Evil mind.

tà thuật [tà θwạt] Magic, sorcery, witchcraft.

tà thuyết [tà θwiét] False doctrine.

tà vạy [tà vạy] Crooked, dishonest.

tả [tả] To describe, to represent, to depict. *Diễn tả* : To express. *Đẹp không thể tả được* : Too beautiful for words. *Lời nói không thể tả được cảnh ấy* : Words cannot describe the scene. *Cảnh đẹp không thể tả được* : The scenery is beautiful beyond description. *Bức tranh nầy tả một cảnh săn bắn* : This painting represents a hunting scene. *Một cái nhà giống như cái đã tả ở đây* : A house like that described here.

tả Left. *Tay tả* : Left hand. *Bên tả* : On the left, to the left. *Phía tả* : Left side. *Ngồi bên tả của tôi* : Seated on my left. *Mượn tả mượn hữu* : To borrow left and right. *(Chạy xe) Giữ bên tả* : To keep to the left. *Cú đánh tay tả* : Left-hand blow. *Ở phía bên tả* : On the left-hand side. *Ngăn tủ bên tả* : The left-hand drawer. *Thuận tay tả* : Left-handed. *Người thuận tay tả* : Left-hander. *Chơi quần vợt bằng tay tả* : To play tenis left-handed.

tả Diaper.

tả (Of clothes) To be ragged.

tả (Med) Diarrhoea. *Dịch tả* : Cholera.

tả biên [tả bien] Left side ; (football) outside left.

tả cảnh [tả kảɲ] To describe a scene.

tả cận [tả kạn] Near one's left side.

tả chân [tả cən] To draw a life portrait. *Nhà văn tả chân* : A realistic writer.

tả chứng [tả cứŋ] (Med) Diarrhoea.

tả dực [tả zṳk] (Mil) Left wing (of an army).

tả dược [tả zṳrk] (Med) Purgative.

tả đảng [tả dảŋ] The Left, the Radical party.

tả đạo [tả dạu] False doctrine.

tả hỏ [tả hỏ] Croupier (at a gambling table).

tả hữu [tả hữu] Left and right. *Tả hữu dực* : Left and right wing (of an army),

tả khuynh [tả xwiɲ] To lean, incline, to the left.

tả ngạn [tả ŋạn] Left bank (of a river).

tả nội [tả nội] (Foot-ball) Inside left.

tả phái [tả fái] The Left, the Radical Party.

tả thực [tả θṳk] To describe the reality. *Chủ nghĩa tả thực* : Realism.

tả tơi [tả tɔi] (Of clothes) To be ragged, tattered. *Áo quần tả tơi* : Garment in rags, in tatters. *Rách tả tơi* : All tattered and torn ; tattery. *Người ăn mặc tả tơi* : Tatterdemalion.

tả triển [tả triển] (Ch) L(a)evogyrous, l(a)evogyrate (crystal, etc...).

tả vệ [tả vẹ] (Foot-ball) Right back.

tả ứng [tả ứŋ] (Foot-ball) Left-back.

tã [tã] Diaper, baby's napkin.

tạ [tạ] Picul.

tạ Dum-bell.

tạ To thank.

tạ ân [tạ ən] To express gratitude to (a person).

tạ bệnh [tạ bẹiɲ] To refuse on account of illness.

tạ biệt [tạ biệt] To take leave.

tạ chức [tạ cứk] To resign ; to tender send in, hand in, one's resignation

tạ khẩn [tạ xận] To pretext, to mak a pretext of.

tạ lỗi [tạ lỗi] To apologize, to excus oneself, to beg pardon.

tạ ơn [tạ ən] See tạ ân.

tạ quá [tạ kwá] See tạ lỗi.

tạ quan [tạ kwan] To resign.

tạ sự [tạ ʂụ] To pretext, to allege as a pretext.

tạ thế [tạ θế] To die, to pass away.

tạ tội [tạ tọi] To make, offer, an apology.

tạ từ [tạ từ] To thank and take leave.

tạ từ Pretext, excuse.

tác [ták] Công tác : Task, work ; mission. Cộng tác, hợp tác : To cooperate. Phỏng tác : To adapt.

tác Tuổi tác : Age.

tác ác [ták ák] To do evil.

tác chiến [ták ciến] Combat. Đơn vị tác chiến : Combat unit.

tác chiến To combat, to fight.

tác chiến đơn vị [ták ciến dən vị] Combat unit.

tác cổ [ták kổ] To die, pass away.

tác dụng [ták zụŋ] Action ; effect, faculty, function. Tác dụng của sức nóng đối với kim loại : The effect of heat upon metals. Tác dụng của tinh thần : Mental faculties.

tác dụng địa lôi [ták zụŋ dịa loi] Mine action.

tác dụng điện tích [ták zụŋ diện tík] Electrolytic effect.

tác dụng hơi nổ [rák zụŋ hơi nổ] Blast effect.

tác giả [ták ʒả] Author, writer. Tác phẩm cuối cùng của tác giả nầy : This author's lastest work. Dickens là tác giả mà nó thích nhứt : Dickens is his favourite author. Với sự thỏa thuận của tác giả : Under licence from the author. Tác giả đã viết độ ba chục quyển sách rồi : Writer who has produced some thirty volumes. Trách nhiệm về phần tác giả chịu : The responsibility rests with the author.

tác hại [ták hại] To hurt, to harm.

tác họa [ták hwạ] To cause misfortune.

tác hợp [ták hợp] To combine.

tác khổ [ták khổ] To toil.

tác loạn [ták lwạn] To revolt, to rebel.

tác náo [ták náu] To cause a stir.

tác nhân [ták ɲən] Agent. Hóa học tác nhân : Chemical agent. Tác nhân sinh vật : Biological agent.

tác phẩm [ták fɔm] Work (of a writer, of a painter). Tác phẩm cuối cùng của Shakespeare : Shakespeare's last work.

tác phong [ták fɔŋ] Behaviour, manners, conduct ; appearance and bearing ; style.

tác phúc [ták fúk] To do good.

tác phường [ták fuʒŋ] Workshop.

tác quái [ták kwái] To do odd things, strange things.

tác quyền [ták kwiền] Copyright.

tác sắc [ták ʃẳɯk] To change countenance.

tác thành [ták θàiɲ] 1) To combine. 2) To accomplish.

tác văn [ták vauɯn] To write an essay.

tác vật [ták vạt] Agricultural produce.

tác xạ [ták sạ] Fire, firing. Nhiệm vụ tác xạ : Fire mission. Sự điều chỉnh tác xạ : Fire adjustment. Sự quan sát tác xạ : Observation of fire.

tác xạ bán tự động [ták sạ bán tụ dọŋ] Semi-automatic fire.

tác xạ bảo vệ [ták sạ bầu vẹ] Protective fire.

tác xạ cá nhân [ták sạ ká ɲən] Individual firing.

tác xạ chạm nẩy [ták sạ cạm nẩi] Ricochet fire.

tác xạ chính xác [ták sạ cíɲ sák] Precision fire, accuracy fire.

tác xạ chuẩn bị [ták sạ cwỗn bị] Preparation fire.

tác xạ dọn đường [ták sạ zọn duʒɯ̀ŋ] Preparation fire.

tác xạ điều chỉnh [ták sạ dièu cịɲ] Adjustment fire.

tác xạ gián tiếp [ták sạ ʒán tiếp] Indirect fire.

tác xạ khuấy rối [ták sạ xwéi rói] Harassing fire.

tác xạ ngăn chận [ták sạ ŋauɯn cạn] Barrage fire.

tác xạ phá hủy [ták sạ fá hủi] Destruction fire.

tác xạ phòng không [ták sạ fɔ̀ŋ xoŋ] Flak, anti-aircraft fire.

tác xạ tầm xa [ták sạ tằm sa] Long-range fire.

tác xạ tập trung [ták sạ tập truŋ] Concentrated fire.

tác xạ tiên liệu [tạk sạ tien liệu] Scheduled fire.

tác xạ tiêu diệt [ták sạ tieu ziệt] De-struction fire.

tác xạ trực tiếp [ták sạ trựk tiếp] Direct fire.

tác xạ tự động [ták sạ tự dọŋ] Auto-matic fire.

tác xạ xung phong [ták sạ suŋ foŋ] Assault fire.

tác xạ yểm trợ [ták sạ iểm trợ] Sup-port(ing) fire.

tạc [tạk] To engrave, to carve, to sculp-ture. *Giống như tạc* : To be as like as two peas ; to be very much alike. *Xuyên tạc sự thật* : To distort the truth.

tạc [tạk] *Oanh tạc* : To bomb.

tạc dạ [tạk zạ] To engrave on one's memory.

tạc dược [tạk zựrk] High explosive.

tạc đạn [tạk dạn] Shell, bomb.

tạc huyệt [tạk hwiệt] To dig a grave.

tạc nhật [tạk nạt] Yesterday.

tạc tượng [tạk tưựŋ] To carve a statue.

tạc văn [tạk văn] Yesterday evening.

tách [táik] To split, to cleave ; to divide, to separate.

tách Cup. *Tách uống trà* : Tea-cup. *Tách uống cà phê* : Coffee - cup. *Tách trà* : Cup of tea. *Tách cà–phê* : Cup of coffee. *Một tách trà nữa* : Another a cup of tea. *Một tách cà-phê làm tỉnh táo tinh thần* : A cup of coffee clears the head. *Nếu anh làm rớt cái tách nầy nó sẽ bể* : If you drop this cup, it will break. *Lấy cái tách nầy đi và đem cho tôi một cái khác* : Take this cup away and bring me another (one).

tách bạch [táik bạik] Clearly, distinctly, plainly.

tách bến [táik bến] (Nau) To bear off from the land.

tách ra [táik ra] 1) To detach, to dis-join ; to divide, to split up.
2) (Bot) To dehisce.

tai [tai] Ear. *Bông tai, hoa tai* : Ear-drop, ear-pendant, ear-ring. *Màng nhĩ tai* : Ear-drum. *Trái tai, vành tai* : Ear-flap. *Lỗ tai* : Ear-hole. *Cây váy tai* : Ear-pick, ear-scoop. *Chát tai* : Ear – piercing, ear - splitting. *Có hình lỗ tai* : Ear-shaped ; auriform. *Người chứng tai nghe* : Ear-witness. *Sáng tai. thính tai* : Quick-eared ; to have sharp ears, to be quick of hearing, to have a keen sense of hearing. *Tai ngắn, tai dài* : Short-eared, long-eared. *Không tai* : Earless. *Bịnh nhức lỗ tai* : Ear-ache. *Nhức lỗ tai* : To have ear-ache. *Thầy thuốc chuyên chữa bịnh đau tai* : Ear specialist. *Đeo khoen tai* : To wear rings in one's ears. *Cắt ngắn tai chó* : To clip the ears of a dog. *Rỉ tai người nào* : To speak in(to) someone's ear. *Vào tai nầy ra tai khác* : To go in at one ear and out at the other. *Vảnh tai nghe* : To cock one's ears. *Lắng tai nghe* : To listen with all one's ears, with both ears. *Bạt tai người nào* : To give someone a thick ear. *Xách tai đứa bé* : To pull, tweak, a boy's ears. *Tai vách mạch rừng* : Walls have ears, pitcher have ears. *Lắng tai nghe người nào* : To lend an ear to someone. *Bị người nào bạt tai* : To get a thick ear from someone. *Nặng tai* : To be hard of hearing. *Đặt, kê tai vào cửa* : To put one's ear to the door. *Những lời nói cuối cùng của nó còn văng vẳng bên tai tôi* : His last words are ringing in my ears. *Tai biết cảm nhạc* : To have an ear for music, a musical ear.

tai [tai] *Hỏa tai* : Fire. *Thủy tai* : Flood

tai biến [tai biến] Calamity, catastrophe disaster.

tai dân [tai zân] Victim of, suffere from, a disaster.

tai hại [tai hại] Disastrous, damaging.

tai họa [tai hwạ] Disaster, scourge.

tai khu [tai xu] Region suffering from a disaster.

tai mặt [tai mămt] Personage, notable, person of consequence. *Những nhà tai mắt trong thành phố* : All the people of consequence in the town.

tai mèo [tai mèu] (Bot) Abroma.

tai nạn [tai nạn] Accident, disaster. *Tai nạn quan trọng* : Serious accident. *Những người bị tai nạn* : The victims of the accident. *Tai nạn xảy ra làm sao ?* : How did the accident happen ?. *Tai nạn xe hơi* : Motoring accident, motor accident. *Một tai nạn xảy ra* : An accident happens. *Gây ra tai nạn* : To bring about an accident. *Bị tai nạn* : To meet with, to have, an accident. *Tai nạn xe lửa* : Railway accident, disaster. *Nó không điều khiển chiếc xe của nó được nên bị tai nạn* : He lost control of his motor-car and met with an accident. *Lái chậm bớt lại, nếu không thì anh sẽ bị tai nạn* : Drive slower or you will come to grief. *Nó bị tai nạn khi tôi đến đây* : He had an accident while I was coming here. *Anh sẽ bị tai nạn nếu anh không cẩn thận* : You will have an accident if you're not careful. *Người ta đã nói nhiều về tai nạn nầy rồi* : Much has been made of this accident. *Lập biên bản một tai nạn* : To draw up a report on an accident. *Báo cho cảnh sát hay một tai nạn* : To report an accident to the police. *Không nhận tất cả trách nhiệm về tai nạn* : To decline all responsibilities for the accident. *Nó khai rằng chiếc xe chạy chậm lúc tai nạn xảy ra* : He declared that the car was being driven slowly at the time of the accident. *Tai nạn làm nhiều người chết* : Accident that takes a heavy toll of human life.

tai nạn bất kỳ [tai nạn bất kì] Un-foreseen accident.

tai nạn xe hơi [tai nạn sɛ hɔi] Motor accident, motoring accident. *Nó chết trong một tai nạn xe hơi* : He was killed in a motor accident.

tai nạn xe lửa [tai nạn sɛ lủɔ] Train accident, railway accident. *Chết trong một tai nạn xe lửa* : To be killed in a train accident. *Hai chục người chết trong một tai nạn xe lửa* : Twenty people were killed in the railway accident.

tai nấm [tai nấm] 1) (Bot) Carpophore. 2) Cap of mushroom.

tai thính [tai θíp] Acute ear, delicate ear, quick ear.

tai tiếng [tai tiến] Bad reputation.

tai to mặt lớn [tai tɔ mặmt lớn] Important or distinguished person.

tai ương [tai ɯɔŋ] Disaster.

tai vạ [tai vạ] See tai họa.

tái [tái] Pale, white. *Nó sợ tái mặt* : He turned pale with fright. *Giận tái mặt* : To be white, livid, with rage. *Nước da tái* : Pallid, ashen, bloodless, complexion.

tái To become pale, grow pale ; (of person) to blanch.

tái Half-cooked. *Thịt tái* : Half-cooked meat.

tái bản [tái bản] To reprint, to reissue, to republish. *Sự tái bản* : Reprint, reissue.

tái bổ nhiệm [tái bổ niệm] To reassign. *Sự tái bổ nhiệm* : Reassignment.

tái bút [tái bút] Postcript.

tái cấp [tái kấp] 1) To renew (scholar-ship). 2) To replenish. *Sự tái cấp* : Replen-ishment.

tái chần [tái còn] To dip (meat) in boiling water.

tái chiếm [tái ciém] To reoccupy.

tái chiết khấu [tái ciét xấu] To rediscount.

tái cử [tái kử] To re-elect. *Sự tái cử* : Re-election.

tái diễn [tái ziễn] To happen again.

tái đăng [tái dauŋ] To reenlist. *Sự tái đăng* : Reenlistment.

tái giá [tái ʒá] (Of widow) To remarry,

to marry again, to marry a second time, to get married for the second time. See **cải giá**.

tái hấp thụ [tái hập θụ] Reabsorption.

tái hoàn [tái hwàn] To return again, to come back again.

tái họp [tái họp] To meet again.

tái hồi [tái hồi] See tái hoàn.

tái khởi [tái xởi] To rise again.

tái kiến [tái kiến] To see again.

tái ký [tái kí] To write down.

tái lai [tái lai] To come back again, to return again.

tái lập [tái lập] To re-establish, to restore, to set up again. *Tái lập trật tự công cộng* : To restore public order. *Sự tái lập* : Re-establishment, restoration (of order, of peace). *Lực lượng của chánh phủ tái lập an ninh và trật tự sau khi quân đội cách mạng bị đánh bại* : The government forces restored peace and order after the revolutionary army had been defeated.

tái lét [tái lét] See tái mét.

tái mặt [tái mặt] *Giận tái mặt* : To be white, livid, with rage. *Sợ tái mặt* : To turn pale with fright ; to blench with terror.

tái mét [tái mét] Deadly pale, as white as a sheet, as pale as death, pale, ashen, ashy.

tái ngắt [tái ngắt] Pale, white, livid.

tái ngoại [tái ngwại] Outside the frontier.

tái phạm [tái fạm] To repeat an offence; to relapse into crime. *Sự tái phạm* : Repetition of an offence ; relapse (into crime). *Người tái phạm* : Recidivist.

tái phát [tái fát] (Med) To relapse, to have a relapse. *Sự tái phát* : Relapse.

tái sinh [tái sịn] 1) To be born again ; to live again, to come to life again. 2) To regenerate.

tái sinh 1) After-life, future life, life after death. 2) (Bot) Regeneration.

tái tam [tái tam] Two times, three times, many times ; repeatedly.

tái tạo [tái tạu] To recreate ; to create or establish anew.

tái thế [tái θế] To come to life again, to be born again.

tái tiêu [tái tiêu] See tái giá.

tái xanh [tái sạn] Pale, white.

tài [tài] Talent, faculty, capacity, gift, genius, skill, accomplishment. *Tài ăn nói* : The faculty of speech. *Có tài* : Talented, gifted, skilled, versed. *Để tài mai một* : To wrap up one's talent in a napkin. *Người có tài* : Man of talent, man of ability, person of capacity. *Kêu gọi những kẻ có tài* : To call upon all the talents. *Bất tài* : Incapable, incompetent. *Thừa tài làm việc gì* : To have a great faculty for doing something. *Có tài kinh doanh* : To have a genius for business. *Tài duy nhứt của nó là thổi sáo* : His only accomplishment was playing the flute. *Có tài hơn người nào* : To transcend someone in talent. *Trổ tài* : To show one's capacity. *Tôi biết nó có tài* : I knew he had talent.

tài Riches, wealth. *Gia tài* : Inheritance. *Tiền tài* : Money.

tài ăn nói [tài aun nói] Faculty of speech, talent for speaking. *Có tài ăn nói* : To have the gift of the gab.

tài bạch [tài bạik] Wealth, riches, money.

tài bàn [tài bàn] Sort of card game.

tài binh [tài bịn] To disarm. *Sự tài binh* : Disarmament. *Hội nghị tài binh*: Disarmament conference. *Chúng tôi sẵn sàng làm mọi việc để giải quyết vấn đề quan trọng nhứt của thế giới, bảo vệ hoà bình và hoàn thành việc tài binh toàn thể và hoàn toàn dưới sự kiểm soát chặt chẽ quốc tế* : We are ready to do everything in order to solve the world's most important problem, to safeguard peace and achieve general and complete disarmament under strict international control.

tài cán [tài kán] Talent, competence, ability.

tài chánh [tài cáip] Finances. *Bộ Trưởng Bộ Tài chánh* : Minister of Finance, Chancellor of the Exchequer. *Bộ Tài chánh* : Ministry of Finance, the Exchequer, (U.S.) the Treasury. *Tài chánh của một nước* : The finances of a state. *Giới tài chánh* : The financial world. *Tình hình tài chánh* : Financial situation.

tài chánh gia [tài cáip ʒa] Financier.

tài chủ [tài củ] Owner, proprietor.

tài công [tài koŋ] Steersman, helmsman.

tài đoạt [tài dwạt] To decide, to determine.

tài đức [tài dức] Talent and virtue.

tài gia [tài ʒa] See tài chủ.

tài giảm [tài ʒảm] To diminish, to reduce.

tài hoa [tài hwa] Genius.

tài khí [tài xí] Talent, faculty.

tài khóa [tài xwá] Fiscal year.

tài khéo léo [tài xếu léu] Address, ability.

tài kỹ [tài kĩ] Outstanding ability.

tài liệu [tài liệu] Document. *Tài liệu sống* : Human document.

tài lợi [tài lợi] Riches and interest.

tài lực [tài lực] Talent and strength.

tài mạo [tài mạu] Talent and appearance.

tài năng [tài naŋ] Ability, capability, faculty, talent.

tài nghệ [tài ŋệ] Talent and art ; art.

tài nguyên [tài ŋwien] Resources ; all the wealth or source of wealth of a country. *Tài nguyên của một nước* : Resources of a country, country's wealth, wealth of a country. *Làm kiệt quệ tài nguyên của một nước* : To drain the wealth of a country.

tài nguyên thiên nhiên [tài ŋwien ɵien ɲien] Natural resources.

tài nhân [tài ɲɔn] Man of talent.

tài phán [tài fán] To try, to judge (a case).

tài phán sở [tài fán ʃở] Tribunal, court of justice, law-court.

tài phiệt [tài fiệt] Capitalists.

tài phú [tài fú] 1) Riches, wealth. 2) Cashier.

tài quyết [tài kwiết] To judge and decide.

tài riêng [tài rieŋ] Special talent.

tài sản [tài ʃản] Property, fortune. *Tài sản quân sự* : Military property. *Nếu anh không trả nợ, tài sản của anh sẽ bị tịch thâu* : If you do not pay your debts, your property will be seized. *Tài sản của nó không tới mười ngàn đồng* : His fortune did not amount to ten thousand piastres. *Tài sản của nó gồm có ruộng và đồn điền cao su* : His fortune consisted of riceland and rubber plantations. *Tài sản đã nhiều lần đổi chủ* : The property has often changed hands (i.e. has had many owners).

tài sản thuế [tài ʃản ɵwế] Property tax.

tài sắc [tài ʃắk] Talent and beauty.

tài sĩ [tài ʃi] Man of talent.

tài tầm thường [tài tầm ɵwờŋ] Moderate capacities.

tài thải [tài ɵải] To diminish, to reduce.

tài thần [tài ɵần] The goddess Fortune.

tài tình [tài tìɲ] Clever, skilful.

tài trí [tài trí] Talent and intelligence ; ability, capacity.

tài triệt [tài triệt] To diminish and suppress.

tài tú [tài tú] Talented, gifted, versed.

tài tứ [tài tứ] See tài tình.

tài tử [tài tử] 1) Man of talent. 2) Amateur, gentleman. *Tài tử đấu với nhà nghề* : Gentlemen versus players (= match between amateurs and professionals). *Vô địch hạng tài tử* : Amateur championship. 3) Actor, actress, star. *Tài tử chớp bóng* : Film actor, film star.

tài vọng [tài vọŋ] Talent and fame.

tài xế [tài ʃế] Driver, chauffeur. *Tài xế tắc xi* : Taxi driver. *Tài xế xe ô tô buýt* : Bus driver. *Tài xế thình lình tăng tốc lực* : The driver increased speed suddenly. *Nếu tài xế xe hơi không* cẩn thận thì chắc chắn sẽ có tai nạn : If the driver of a motor-car is careless, there will probably be an accident. *Tất cả tài xế đều phải qua một kỳ thi* : All drivers must pass examination.

tải [tài] To transport, to carry. *Vận tải* : To transport.

tải hóa đơn [tải hwá dơn] Bill of lading.

tải lương [tải lươŋ] To transport rations.

tải thương [tải θươŋ] To transport the wounded.

tại [tại] At, in, on. *Ngồi tại cửa sổ* : To sit at the window. *Trong ba giờ nữa, nó sẽ có mặt tại đây* : He'll be here in three hours. *Chính tại đây* : Just here.

tại [tại] Because. *Lỗi tại ai ?* : Whose fault is it ?.

tại chức [tại cúk] To be in office. *Trong thời gian tại chức của nó* : During his term of office.

tại dã [tại zã] In the country.

tại đào [tại dàu] In flight.

tại gia [tại ʒa] At home.

tại ngoại [tại ŋwại] Outside. *Cho người nào tại ngoại hầu tra* : To admit someone to bail ; to let someone out on bail. *Bác đơn xin tại ngoại hầu tra* : To refuse bail.

tại ngũ [tại ŋũ] To be in the army, to be in service, to be with the colours ?.

tại sao [tại ʃau] Why ?, wherefore. *Tại sao không ?* : Why not ?. *Tại sao vậy ?* : Why so ?. *Tại sao nó đi ?* : Why is he going away ?. *Tôi không biết tại sao nó nói như vậy* : I don't know what he said that for. *Tại sao anh cười ?* : Wherefore do you laugh?. *Tại sao anh khóc vậy ?* : Why do you cry so ?. *Tại sao anh hỏi như thế ?* : Why do you ask such a question. *Tôi lấy làm lạ tại sao nó không đến* : I wonder why he doesn't come. *Tại sao anh hành động như thế ?* : Why do you act in such a manner ?.

tại tâm [tại tơm] In one's heart.

tại tâm To pay attention, to pay heed to.

tại thất (Of unmarried girl) Still at home.

tại tôi [tại toi] Because of me.

tại vì [tại vì] Because.

tại vị [tại vị] In function ; (of king) on the throne.

tam [tam] Three. *Đệ tam* : Third.

tam bản [tam bản] Sampan.

tam bành [tam bàɲ] Three evil spirits. *Nổi tam bành* : To be angry, in a temper.

tam bảo [tam bảu] Buddhist Trinity.

tam cá nguyệt [tam ká ŋwiệt] Three months ; quarter, trimester. *Nó trả tiền mướn cuối mỗi tam cá nguyệt* : He pays his rent at the end of each quarter.

tam cấp [tam kấp] Perron.

tam cùng [tam kùŋ] Three togethers (eat together, live together, work together).

tam cương [tam kươŋ] Three relations of a man's duty (king and subject, father and son, husband and wife).

tam đa [tam da] Three abundances (happiness, longevity, boys).

tam đại [tam dại] Three generations (grandfather, father and oneself).

tam đầu chính trị [tam dầu ciɲ trị] Triumvirate (as in ancient Rome).

tam đầu lục tý [tam dầu lụk tí] Three heads and six hands.

tam đoạn luận [tam dwạn lwận] Syllogism. *Dùng phép tam đoạn luận* : To syllogize.

tam giác [tam ʒák] Three angles. *Hình tam giác* : Triangle. *Có hình tam giác* : Triangular. *Cơ tam giác* : Triangularis.

tam giác hình [tam ʒák hìɲ] Triangle.

tam giác pháp [tam ʒák fáp] Trigonometry.

tam giác thuật [tam ʒák θwạt] See tam giác pháp.

tam giác trắc lượng [tam ʒák trắk lượŋ] Triangulation.

tam giáo [tam ʒáu] Three religions (Buddhism, Taoism and Confucianism).

tam hồn [tam hòn] Three souls.

tam hợp [tam hợp] Mortar (mixture of lime, sand and water).

tam huyền [tam hwièn] Three-stringed musical instrument.

tam lăng kính [tam lawŋ kíŋ] (Opt) Prism.

tam xạ ảnh [tam sạ ảiŋ] Axononectric projection.

tam nghi [tam ŋi] Three ranks (heaven, earth and man).

tam nguyên [tam ŋwien] Heaven, earth and man ; heaven, earth and water.

tam quang [tam kwaŋ] Three lights (sun, moon and star).

tam quyền [tam kwièn] Three powers (executive, judicial, legislative, power).

tam sinh [tam ʃiŋ] 1) Three animals offered to god in sacrifice (bull, pig and goat).
2) Three generations (present, past and coming).

tam tai [tam tai] Three calamities (fire, storm, flood).

tam tài [tam tài] Three ranks (heaven, earth and man).

tam tam chế [tam tam cé] System of three threes, three-three system.

tam thái [tam θái] Three states (solid, liquid and gaseous).

tam thân [tam θən] Three intimate relations (father and son, husband and wife, elder and younger brother).

tam thê tứ thiếp [tam θe tứ θiếp] Three wives and four concubines.

tam thế [tam θé] 1) Three generations (grandfather, father and oneself).
2) The present, past and coming generation.

tam thể [tam θẻ] Three colors. *Mèo tam thể* : Tricolored cat.

tam thừa [tam θừə] The three vehicles.

tam tòng [tam tòŋ] Three follows (to follow the advice of one's parents while a maiden, that of one's husband while a wife, and that of one's children,

when a widow).

tam tộc [tam tộk] Father's family name, mother's family name and wife's family name.

tam tư [tam tɯ] To consider carefully, to think out.

tam tướng [tam tɯớŋ] (El) Three-phase, triphase (current).

tám [tám]. Eight. *Thứ tám* : Eighth. *Mười tám* : Eighteen. *Thứ mười tám* : Eighteenth. *Gấp tám lần* : Eightfold. *Hai mươi tám* : Eight and twenty, twenty eight. *Tám tuổi* : To be eight (years old). *Trang tám* : Page eight. *Tháng tám* : August ; eighth lunar month. *Chuyến xe lửa tám giờ rưỡi* : The eight-thirty train. *Đứa bé tám tuổi* : A boy of eight. *Xe tám máy* : Eight-cylinder car. *Tám lần năm, năm lần tám là bốn mươi* : Eight, fives, five eight, are forty. (*Luật*) *Đình lại tám ngày* : (Jur) Remanded for eight days. *Ngày tám tháng năm* : The eighth of May. *Lá bài tám cơ* : The eight of hearts. *Hình tám góc* : Octagon. *Khối tám mặt* : Octahedron.

tám chục [tám cục] Eighty. *Trang tám chục* : Page eighty. *Tám chục người* : Eighty men.

tám dây [tám zei] Eight-stringed (musical instrument).

tám mươi [tám mɯəi] Eighty. *Tám mươi mốt* : Eighty one. *Ông ấy đã hơn tám mươi* : He is past eighty.

tàm [tàm] Silkworm.

tàm chức [tàm cúk] To breed silkworms and weave silk.

tàm nghiệp [tàm ŋiệp] Sericulture.

tàm tạc [tàm tạk] Ashamed.

tàm tang [tàm taŋ] To breed silkworms and plant mulberry-tree.

tàm ty [tàm ti] Silk.

tạm [tạm] Provisional, temporary. *Án tạm* : Provisional judgment. *Được miễn thuế nhập tạm* (*nhập cảng tạm thời*): Passed for temporary importation.

tạm biệt [tạm biệt] Temporary separation.

tạm bợ [tạm bợ] Temporary, for the time being, not permanent.

tạm cư [tạm kư] To reside temporarily, for a short time only.

tạm dùng [tạm zùŋ] To use temporarily.

tạm đình [tạm dìŋ] To stop for a little while.

tạm hành [tạm hàiŋ] Temporarily in force.

tạm khách [tạm xảik] Transient guest.

tạm lưu [tạm lươu] See **tạm đình**.

tạm ngừng [tạm ŋừŋ] To pause.

tạm thời [tạm θời] Provisional, temporary, interim, not permanent, lasting for a short time only. Những biện pháp tạm thời : Temporary measures. Báo cáo tạm thời : Interim report.

tạm trú [tạm trú] To reside for a short time only.

tan [tan] 1) (Of sugar, etc...) To dissolve, to melt; (of ice, snow, or anything frozen) to melt, to thaw ; to become liquid. Đường tan trong nước : Sugar dissolves in water. Bánh nầy tan trong miệng : This cake melts in the mouth. Đường tan trong trà : Sugar melts in tea. Sa mù tan lần lần : The fog melts away. Tan trong rượu : Soluble in alcohol. Muối tan trong nước : Salt in dissolution in water.
2) (Of clouds, crowd, etc...) To break up, to dissipate, to melt away, to drive away. Mây tan : The clouds are breaking. Sương mù đã tan : The fog is lifting, is clearing off, is dissiping.
3) (Of hopes, etc...) To evaporate.
4) Đánh tan một đạo quân : To rout an army.

tan hoang [tan hwaŋ] Completely destroyed.

tan hợp [tan hợp] Dispersion and reunion.

tan mặt [tan mát] (Of fog, etc...) To melt away.

tan nát [tan nát] Broken to pieces.

tan rã [tan rã] To disintegrate.

tan tành [tan tàiŋ] See **tan nát**.

tán [tán] To pound, to pulverize, to crush, to grind ; to mill. Máy tán : Crusher, grinder, disintegrator. Tán vật gì thành bột : To grind something to dust.

tán 1) To court, to woo, to make love (to) ; to try to win the favour of a woman ; to pay one's addresses. Theo tán một người đàn bà : To pay one's addresses to a lady. Nó theo tán cô ấy đã sáu tháng rồi mà cô ấy vẫn chưa bằng lòng lấy nó : He has been courting her for the last six months but she hasn't agreed to marry him yet.
2) To flatter, to coax.

tán Parasol, sunshade.

tán Giải tán : To break up. Phân tán : To disperse, to scatter. Khuếch tán : To diffuse.

tán bại [tán bại] To rout.

tán bố [tán bó] To scatter, to disperse, to spread.

tán chuyện [tán cwiện] To chat. Tán chuyện với người nào : To have a chat with someone.

tán dóc [tán zók] To chat.

tán dương [tán zươŋ] To praise, to laud, to eulogize.

tán đầu đinh [tán dàu diŋ] To clinch.

tán đồng [tán dòŋ] To approve, to agree. See **tán thành**.

tán đởm [tán dởm] Panic-stricken.

tán gẫu [tán gẫu] To chat.

tán loạn [tán lwạn] Chạy tán loạn : To flee in confusion. Chúng nó chạy tán loạn : They fled in disorder.

tán lý [tán lí] To help, to aid.

tán mạn [tán mạn] Scattered, dispersed.

tán mỹ [tán mĩ] To praise.

tán nhỏ [tán nỏ] To comminute. Sự tán nhỏ : Comminution.

tán thạch [tán θạik] (Miner) Aragonite.

tán thán [tán θán] To eulogize, to overpraise.

tán thành [tán θàiŋ] To agree, to approve, to consent, to accord, to assent. Tán thành ý kiến của người nào : To agree with someone's opinion. Tô thành một phương pháp : To approve of a method. *Tán thành việc gì :* To approve of something, to be in accord with something. *Đề nghị được tán thành :* The proposal was approved. *Tôi không tán thành việc anh đi với nó :* I do not approve of your going out with him. *Anh có tán thành việc phụ nữ học khiêu vũ không ? :* Do you approve of ladies learning to dance ?.

tán thành Approval, approbation, consent, accord. *Gật đầu tỏ ý tán thành :* To nod approval. *Được người nào tán thành :* To meet with someone's approval. *Anh có tán thành hành động của tôi không? :* Does my action meet with your approval ?. *Được công chúng tán thành :* To earn the approbation of the public. *Đề nghị được nó tán thành :* The proposal met his approbation. *Được toàn thể tán thành :* With one consent. *Tán thành việc gì :* To be in accord with something.

tán tỉnh [tán tịn] To flirt ; to coax, to cajole. *Sự tán tỉnh :* Flirtation. *Theo tán tỉnh một người đàn bà :* To carry on a (little) flirtation with a woman.

tán trí [tán trí] To scatter, to spread (far and wide).

tán trợ [tán trợ] To approve and to help.

tán tụng [tán tụŋ] To praise, tn eulogize.

tán văn [tán vawn] Eulogy.

tàn [tàn] Parasol, sunshade.

tàn 1) To fade, to wither. *Hoa tàn rồi :* The flowers have faded. *Hoa chóng tàn :* The flowers soon withered.
2) (Of day) To fade, to decline. *Ngày tàn :* Daylight is fading (away). *Đời nó tàn rồi :* (Fig) His star has (is) set.

tàn Ash. *Tàn thuốc :* Cigarette ash. *Đồ đựng tàn thuốc :* Ash-tray.

tàn *Hung tàn :* Cruel, brutal.

tàn ác [tàn ák] Cruel.

tàn bạo [tàn bạu] Cruel. *Chánh sách tàn bạo :* A cruel policy.

tàn binh [tàn bịn] Remains of an army.

tàn canh [tàn kain] End of vigil.

tàn chiều [tàn ciéu] Setting sun.

tàn chính [tàn cín] Cruel policy.

tàn diệt [tàn ziẹt] To destroy.

tàn dương [tàn zươn] Setting sun.

tàn đông [tàn doŋ] End of winter.

tàn hạ [tàn hạ] End of summer.

tàn hại [tàn hại] To cause damage, to injure.

tàn hoa [tàn hwa] Withered flower.

tàn hồng [tàn hòŋ] Withered flower (faded beauty).

tàn huy [tàn hwi] See **tàn chiền.**

tàn húy [tàn hwỉ] To destroy.

tàn hương [tàn hươŋ] Freckles.

tàn khốc [tàn xók] Cruel, atrocious.

tàn lực [tàn lục] See **tàn sát.**

tàn lửa [tàn lửa] Spark.

tàn mạt [tàn mạt] To be very poor, in a desperate condition.

tàn ngược [tàn ŋưrk] Cruel. See **tàn bạo.**

tàn nhang [tàn ŋaŋ] Freckles.

tàn nhẫn [tàn nỡn] Cruel, ruthless, merciless, atrocious ; ruthlessly, mercilessly.

tàn nhật [tàn nạt] Setting sun.

tàn niên [tàn nien] Old age.

tàn phá [tàn fá] To ravage, to devastate; to lay (country) waste ; to make havoc of, play havoc with (something) ; to destroy, to ruin, to desolate. *Những vùng bị tàn phá :* The devastated regions. *Chiến tranh tàn phá cả nước :* The war had devastated the whole country. *Tàn phá một thành phố :* To make havoc of a town. *Trận bão đã tàn phá mùa màng :* The storm has ruined the crops. *Cuộc nội chiến đã tàn phá nước Đức :* The civil wars that desolated Germany. *Những sự tàn phá do hỏa hoạn, trận bão gây nên :* The destruction caused by the fire, by the storm. *Chiến tranh tàn phá khắp trong nước :* The war had devastated the whole country.

tàn phế [tàn fé] Crippled, disabled.

tàn quân [tàn kwơn] Remains of an army. *Thâu thập tàn quân :* To gather what remains of an army.

tàn sát [tàn ʃát] To massacre, to slaughter.

tàn suyển [tàn ʃwiển] To be at one's last gasp.

tàn tạ [tàn tạ] (Of flowers, etc...) To wither, to fade. *Sắc đẹp tàn tạ :* Faded beauty, beauty on the wane.

tàn tật [tàn tạt] Crippled, disabled. *Những binh sĩ tàn tật phải được nhà nước trông nom săn sóc :* Disabled soldiers should be cared for by the state. *Người tàn tật tìm an ủi trong âm nhạc:* The invalid found solace in music.

tàn tệ [tàn tệ] *Quở trách người nào tàn tệ :* To rate someone soundly.

tàn thu [tàn θu] End of autumn.

tàn thuốc [tàn θwớrk] Cigarette ash. *Dĩa đựng tàn thuốc :* Ash-tray. *Gõ cho tàn thuốc trong ống điếu rớt ra :* To knock out the ashes from one's pipe.

tàn thuốc lá [tàn θwớrk lá] Fag-end of cigarette, cigarette-end. *Người lượm tàn thuốc lá :* Collector of cigarette-ends. *Tàn thuốc xì-gà :* Cigar ash.

tàn tích [tàn tík] Vestiges, traces.

tàn tức [tàn tứk] Last gasp.

tàn úa [tàn wớ] Faded.

tàn xuân [tàn swɔn] End of spring (aged girl).

tản [tản] To disperse, to scatter.

tản Umbrella, parachute.

tản (Bot) Thallus. *Loài tản thực vật :* Thallophytes.

tản binh [tản biɲ] Parachutist.

tản bộ [tản bọ] To go for a walk.

tản cư [tản kɯ] To evacuate. *Sự tản cư :* Evacuation.

tản mác [tản mák] To scatter, to spread, to disperse. *Chim bay tản mác :* The birds rise and spread. *Các bạn của tôi ở tản mác khắp trong nước:* My friends are spread all over the country.

tản phòng [tản fɔŋ] (Bot) Corymb. *Có tản phòng :* Corymbiferous. *Có hình tản phòng :* Corymbiform.

tản thức [tản θứk] (Bot) Deliquescent.

tản văn [tản vaɯn] Prose. *Viết theo lối*

thi và lối tản văn : To write in verse and in prose.

tạn [tạn] See tận.

tang [taŋ] Mourning. *Đồ tang :* Mourning apparel. *Xe tang :* Mourning coach. *Đại tang :* In deep mourning. *Đề tang, cư tang (người nào) :* To wear mourning, be in mourning (for someone). *Chịu tang người nào :* To go into mourning for someone. *Băng tang :* Mourning-band. *Thiệp tang :* Mourning-paper. *Quốc tang :* National mourning, State funeral. *Mãn tang, hết tang, đoạn tang :* To leave off, go out of, mourning; end of mourning. *Cái chết của ông ấy là một cái tang chung :* His death was universally mourned.

tang Exhibit (an object or document used as evidence in a law case). *Bị bắt quả tang :* Caught in the act, in the fact, red-handed, flagrante delicto, on the hop.

tang *Màng tang :* (Anat) Temple.

tang chế [taŋ cế] Funeral rites.

tang chủ [taŋ củ] Chief mourner.

tang chứng [taŋ cứŋ] Evidence, proof.

tang gia [taŋ ʒa] Family in mourning.

tang hải [taŋ hải] Sea of mulberry-tree (quick change of life).

tang lễ [taŋ lễ] Funeral, obsequies. *Tang lễ sẽ cử hành tại nhà lúc mười giờ :* The funeral will start from the house at ten o'clock.

tang phục [taŋ fụk] Mourning, mourning clothes, mourning apparel.

tang tảng sáng [taŋ tảŋ ʃáŋ] Early in the morning.

tang thương [taŋ θɯɔŋ] Wretched, miserable.

tang tích [taŋ tík] Evidence, proof, trace.

tang tóc [taŋ tók] Mourning.

tang vật [taŋ vật] Exhibit; an object or document used as evidence in a law case.

táng [táŋ] *Mai táng :* To bury, to inter. *Hỏa táng :* To cremate. *Nhà táng :* Catafalque. *Quốc táng :* State funeral táng bại [táŋ bại] Defeated.

táng chí [táŋ cí] Disappointed, discouraged.

táng đởm [táŋ dỏm] Terror-stricken, panic-stricken.

táng lễ [táŋ lễ] Funeral.

táng mạng [táŋ mạŋ] To lose one's life.

tàng bế [tàŋ bế] To hide, to conceal.

tàng hình [tàŋ hịŋ] To become invisible.

tàng khố [tàŋ xố] Treasury.

tàng nặc [tàŋ nạɯk] To hide, to conceal.

tàng ong [tàŋ ɔŋ] Alveole, alveolus.

tàng tàng [tàŋ tàŋ] 1) To be a bit cracky.
2) To be slightly intoxicated.

tàng thư viện [tàŋ θɯ viện] Library.

tàng tích [tàŋ tik] To hide the traces.

tàng trữ [tàŋ trữ] To store, to conceal.

tảng [tảŋ] Nền tảng : Base, foundation.

tảng To feign, to pretend, to sham, to simulate.

tảng đá [tảŋ dá] Block of stone.

tảng lờ [tảŋ lờ] To feign, to simulate, to pretend, to sham.

tảng sáng [tảŋ ʃáŋ] Dawn, daybreak, break of day. Vừa tảng sáng : At early dawn, at the first streak of dawn ; as soon as the morning dawned.

tạng [tạŋ] Viscera. Ngũ tạng : Heart, liver, stomach, lungs and kidneys.

tạng khí liệu pháp [tạŋ xi liệu fáp] Opotherapy.

tạng phú [tạŋ fủ] Viscera. Thuốc về tạng phủ : Visceral.

tạng tố [tạŋ tố] Cyanogen.

tanh [taiŋ] Evil-smelling, bad-smelling (as smell of fish).

tanh Absolutely, quite, very. Nguội tanh : Very cold. Vắng tanh : Absolutely deserted.

tanh hôi [taiŋ hoi] Bad-smelling.

tánh [táiŋ] See tính.

tánh hạnh [táiŋ hạiŋ] Conduct, behaviour.

tạnh [tạiŋ] (Of rain) To stop, to give over ; to stop raining ; (of the sky, the weather) to clear up. Tôi chắc mưa sắp tạnh : I hope the rain will soon give over. Mưa tạnh chưa ? : Has the rain left off yet ?. Mưa tạnh rồi : The rain has stopped.

tạnh mưa [tạiŋ mɯə] To stop raining.

tạnh ráo [tạiŋ ráu] (Of the sky, the weather) To become clear, fine, bright, free from clouds.

tạnh trời [tạiŋ trời] Fine weather.

tao [tau] I, me. Tao cũng lớn như nó : I am as tall as he. Nếu tao ở vào địa vị của nó : If I were he.

tao Strand (of rope). Dây ba tao : Three-stranded rope.

tao dây [tau zei] Strand of rope.

tao đàn [tau dàn] Literary club.

tao đầu [tau dầu] To scratch one's head ; to give one's head a scratch

tao động [tau dọŋ] Troubled, confused.

tao khách [tau xáik] Poet.

tao khang [tau xaŋ] Wife in times of need.

tao loạn [tau lwạn] See tao động.

tao ngộ [tau ŋộ] To meet accidentally.

tao nhã [tau ɲã] Refined, elegant.

tao nhân [tau ɲən] Poet.

tao phùng [tau fùŋ] To meet accidentally.

táo [táu] 1) (Bot) Plum.
2) (Bot) Apple. Cây táo : Apple-tree. See bôm.

táo To be constipated, costive. Sự táo : (Med) Constipation.

táo Ông táo : Kitchen God, God of the kitchen.

táo bạo [táu bạu] 1) Excited, choleric.
2) Daring.

táo gan [táu gan] Daring, hardy, bold.

táo nhã [táu ɲã] Elegant, refined.

táo quân [táu kwən] Kitchen god, god of the kitchen.

táo tàu [táu tàu] Prune, dried plum.

táo tây [táu tei] (Bot) Apple. Cây táo tây : Apple-tree. Vườn táo tây : Apple-

T

orchard.

táo vương [táu vưɔŋ] Kitchen God.

tào kê [tàu ke] Procuress.

tào lao [tàu lau] *Chuyện tàu lao* : Idle talk.

tảo diệt [tàu ziệt] To exterminate, to annihilate, to destroy completely.

tảo đạt [tàu dạt] To succeed early.

tảo độc [tàu dok] To counteract, neutralize the effects of poison.

tảo đường [tàu dưừŋ] Bathroom.

tảo hôn [tàu hon] To marry early, before one's marrigeable age ; early marriage.

tảo khỉ [tàu xỉ] To rise early.

tảo loại học [tàu lwại họk] Algology. *Nhà tảo loại học* : Algologist.

tảo mộ [tàu mọ] To clean a tomb, to sweep a grave.

tảo sản [tàu ʃàn] To be confined prematurely.

tảo sầu [tàu ʃầu] To relieve the tedium.

tảo tần [tàu tần] Name of two vegetables, (fig) good housewife.

tảo thanh [tàu θaiɲ] To mop up. *Cuộc hành quân tảo thanh* : Mopping-up operation.

tảo thành [tàu θàiɲ] To succeed early.

tảo thần [tàu θần] Early morning.

tảo thệ [tàu θẹ] To die young, early ; early death.

tảo thương [tàu θưɔŋ] (Med) Abstergent.

tảo trạng khuẩn [tàu trạŋ xwần] (Bot) Phycomyceteae, phycomycetes.

tảo trừ [tàu trừ] To mop up, to get rid of (rebels, etc...).

tảo văn [tàu văn] Morning and evening.

tạo [tạu] To create, to make. *Chế tạo :* To manufacture. *Đào tạo* : To form. *Nhân tạo* : Artificial. *Con tạo, ông Tạo* : The Creator, God. *Trường đại học nầy đã tạo được nhiều người tài giỏi* : This university has turned out good men.

tạo hóa [tạu hwá] To create.

tạo hóa [tạu hwả] The Creator, God, Nature.

tạo lập [tạu lập] To establish.

tạo ngôn [tạu ŋon] To calumniate, to slander.

tạo phản [tạu fản] To rebel.

tạo ra [tạu ra] To create, to bring about.

tạo thành [tạu θàiɲ] To create, to form, to establish.

tạo thiên lập địa [tạu θien lập dịɔ] The creation of the world. *Trước thời kỳ tạo thiên lập địa* : Ante-mundane.

tạo vật [tạu vạt] God, the Creator, Nature.

tạo ý [tạu í] To form an idea.

táp [táp] To snap, to snatch. *Con chó táp chân tôi* : The dog snapped (at) my leg. *(Chim) Táp côn trùng* : (Of bird) To snatch insects. *Con chó táp cục xương và chạy đi* : The dog grabbed, snapped, the bone and ran off with it.

tạp [tạp] (Math) Complex. *Hỗn tạp :* Mixed, pell-mell.

tạp chí [tạp cí] Magazine, review. *Số đầu tạp chí nầy sẽ ra ngày 8 tháng ba :* The first number of this review will come out on the 8th of March.

tạp chủng [tạp củŋ] Cross-breed ; (Bot) hybrid.

tạp dịch [tạp zik] Odd jobs.

tạp giao [tạp ʃau] To cross.

tạp hóa [tạp hwa] Sundry goods. *Hàng tạp hoá* : Grocer's shop.

tạp học [tạp họk] Unmethodical studies.

tạp loạn [tạp lwạn] Mixed, in disorder.

tạp nhạp [tạp ɲạp] Mixed.

tạp phái [tạp fái] Polygamian (plant).

tạp sắc [tạp ʃắuk] Versicolour(ed), motley.

tạp số [tạp ʃó] Compound number.

tạp sự [tạp ʃɯ] Sundry duties.

tạp thuế [tạp θwế] Various taxes.

tạp vụ [tạp vụ] See **tạp sự.**

tát [tát] To slap, smack (someone's) face ; to box (someone's) ears. *Cái tát tai:* Slap in the face, smack in the face ; box on the ear. *Tát nhẹ vào mà* đứa bé : To tap a child on the check.

tát To bail. *Còn nước thì còn tát* : While there's life there's hope.

tát nước [tát núrk] To bail water out (of a boat, etc...).

tát tai [tát tai] To slap, smack (some-one's) face, to box (someone's) ears· *Tát tai người nào* : To box someone's ears, to slap someone's face.

tát trái [tát trái]To slap with the back of one's hand.

tạt [tạt] (Of rain) To lash (against). (*Mưa*) *Tạt mạnh vào cửa sổ, vào mặt* : (Of rain) To lash against the windows, the face.

tạt [tạt] To dash, to splash (water). *Tạt một thùng nước trên sàn đầy bùn nầy* : Dash a bucketful of water on this muddy floor. *Tạt nước vào người nào* : To dash water at someone. *Chúng tôi tạt nước vào mặt nàng và nàng tỉnh lại* : We splashed water on her face and she soon come to.

tạt vào [tạt vàu] To drift in, look in (someone's house).

táu [táu] *Láu táu* : To play the busy-body ; to buzz about, around.

Tàu [tàu] (Geog) China. *Người Tàu* : Chinese.

tàu Ship, vessel, boat. *Chủ tàu* : Ship-owner. *Trên tàu* : On shipboard. *Xưởng đóng hoặc sửa tàu* : Shipyard. *Người đóng tàu* : Ship-builder, shipwright. *Bến tàu* : Harbour. *Xuống tàu* : To take ship, to go on board a ship. *Tàu chạy Ấn độ* : The ship was bound for India. *Tàu nầy chạy đâu ?* : Where is this ship bound for ?. *Đem hàng hóa xuống tàu* : To take goods on board. *Phía sau lái một chiếc tàu* : Astern of a ship. *Đi bằng tàu* : To go by boat. *Tàu chở nặng* : Heavily laden ship. *Người đi tàu lậu* : Stowaway. *Vì sa mù nên tàu đến trễ* : Due to fog the boat arrived late. *Những sóng lớn đánh chiếc tàu chìm vỡ ra từng mảnh* : The big waves pounded the wrecked ship to pieces. *Chiếc tàu lướt trên mặt nước* : The ship slipped through the water. *Chiếc tàu chỉ còn là một chấm đen ở*

chân trời : The ship was but a speck on the horizon.

tàu bay [tàu bay] Plane, airplane, aero-plane. See **máy bay**.

tàu bè [tàu bè] Ships, vessels, naviga-tion. *Có nhiều tàu bè qua Kinh Suez hơn* : There has been an increase in navigation through the Suez Canal.

tàu bịnh viện [tàu bịn viện] Hospital-ship.

tàu bò [tàu bò] (Mil) Tank.

tàu buồm [tàu buàm] Sailing ship, sailing boat.

tàu buôn [tàu buən] Merchant ship, trading ship, merchant vessel.

tàu chiến [tàu cién] Warships, man-of-war, battle-ship.

tàu chìm [tàu cìm] Wreck, wrecked ship. *Trục chiếc tàu chìm lên* : To float off a wreck.

tàu chở hàng [tàu cở hàŋ] Freighter, cargo-vessel, cargo boat.

tàu chở lương thực [tàu cở lươŋ θưk] Bum-boat.

tàu chữa lửa [tàu cửa lửa] Fire-float.

tàu cứu cặp [tàu kứu kặp] Life-boat.

tàu dắt [tàu zắt] Tug-boat.

tàu dầu [tàu zồu] Oil ship, oiler.

tàu đánh cá [tàu dáiŋ ká] Fishing-boat, fishing vessel, fishing-smack.

tàu đáy bằng [tàu dáy bàŋ] Flat-bottomed boat.

tàu điện [tàu diện] Streetcar, tram, tram-car, trolley-car. *Tôi đến bằng tàu điện* : I came by tram.

tàu đổ bộ [tàu dổ bộ] Landing ship, landing boat, landing-craft.

tàu hỏa [tàu hwả] Train. *Đi bằng tàu hỏa* : To go by train. *Chúng tôi đã ăn trên tàu hỏa* : We had dinner on the train.

tàu iu [tàu iu] Soy.

tàu kéo [tàu kéu] Tug-boat.

tàu lá [tàu lá] *Xanh như tàu lá* : Deadly pale, ghastly pale, pale as death.

tàu lặn [tàu lặn] Submarine.

tàu lượn [tàu lượn] Glider.

tàu ngầm [tàu ŋầm] Submarine.

tàu ngựa [tàu ŋưạ] Stable.

tàu nhà thương [tàu ɲà θương] Hospital-ship.

tàu phá băng [tàu fá bauŋ] Ice-breaker.

tàu phóng ngư lôi [tàu fóŋ ŋư loi] Torpedo boat.

tàu suốt [tàu ʃuốt] Non-stop train.

tàu thả mìn [tàu θả mìn] Mine-layer.

tàu thúy [tàu θwỉ] Ship.

tàu tuần [tàu twần] Patrol-boat.

tàu tuột [tàu tuột] Slide (for children to slide down).

tàu vét bùn [tàu vét bùn] Dredge-boat.

tàu vét mìn [tàu vét mìn] Mine-sweeper.

tàu vét sông [tàu vét ʃoŋ] Dredge-boat.

tàu xung phong [tàu suŋ foŋ] Assault boat.

tay [tay] 1) Hand, arm. *Thắng tay, phanh tay* : Hand-brake. *Xe tay* : Handcart. *Lựu đạn tay*: Hand-grenade. *Đan bằng tay* : Hand-knit(ted). *Làm bằng tay* : Hand-made, made by hand. *Vừa tầm tay* : Within hand-reach. *Người xem chỉ tay* : Hand-reader. *Thuật xem chỉ tay* : Hand-reading. *Cưa tay* : Hand-saw. *May tay* : Hand-sewn, hand-stitched. *Viết tay* : Hand-written. *Tay không* : Empty-handed. *Cánh tay, cẳng tay* : Arm, forearm. *Bàn tay* : Hand. *Nắm tay* : Fist. *Cổ tay* : Wrist. *Ngón tay* : Finger. *Cùi tay, khuỷu tay* : Elbow. *Khăn tay* : Handkerchief. *Ví tay* : Hand-bag. *Gang tay* : Span. *Móng tay* : Finger-nail. *Sổ tay* : Note-book. *Bắt tay* : To shake hands. *Rửa tay* : To wash one's hands. *Cầm gậy trong tay* : To have a stick in one's hand. *Tiền sẵn trong tay* : Money in hands. *Nắm chắc sự thành công trong tay* : Ta have success within one's grasp. *Số phận của tôi ở trong tay anh* : My fate is in your hands. *Làm vật gì bằng tay* : To do, make, something by

hand. *Việc làm bằng tay* : Handwork, work done by hand. *Giấy làm bằng tay* : Hand-made paper. *Vẫy tay từ giã người nào* : To wave someone goodbye. *Tự tay mình viết thơ* : To write a letter in one's own hand. *Nó viết tay trái* : He writes with his left hand. *Đưa, dơ tay lên trời* : To raise one's hands to heaven. *Biểu quyết bằng cách dơ tay* : To vote by show of hands. *Nắm tay người nào* : To take someone by the hand. *Tiếp tay người nào* : To take someone's hand, to lead someone by the hand. *Nhận vật gì từ tay người nào* : To receive something at the hands of someone. *Bắt tay vào việc* : To put one's hand to the plough. *Nhúng tay vào việc gì* : To take a hand in something. *Sa vào tay địch* : To fall into the enemy's hands, into enemy hands. *Ở trong tay người nào* : To be in the hands of someone, in someone's hands. *Gởi thơ tay* : To send a letter by hand. *Nó chết trên tay tôi* : He passed away in my arms. *Đưa tay anh cho tôi xem* : Show me your hands. *Gươm, súng cầm trong tay* : Sword, revolver, in hand. *Đưa, trao vật gì từ tay nầy sang tay khác* : To pass something from hand to hand. *Bồng, ẩm đứa bé trên tay* : To carry a child in one's arms. *Đi cặp tay, khoác tay nhau* : To walk arm in arm. 2) Hand (one of the players at a game of cards). *Chúng tôi chỉ có ba tay ; chúng tôi thiếu một tay thứ tư* : We have only three players ; we want a fourth hand.

3) Fellow, person.

tay áo [tay áu] Sleeve. *Nút tay áo* : Sleeve-button. *Tháo tay áo ra* : To remove the sleeve from a garment. *Bỏ vật gì trong tay áo* : To put something up one's sleeve. *Níu tay áo người nào* : To pluck someone's sleeve.

tay ba [tay ba] Tripartite.

tay bánh [tay báiɲ] (Aut) Steering-wheel. *Tay bánh lái* : Tiller.

tay cầm tay [tay kầm tay] Hand in hand.

tay cự phách [tay kụ fáik] Prince

(very distinguished person in some sphere as a merchant prince). *Tay cự phách trong thi giới* : The very prince of poets.

tay đôi [tay doi] Bilateral.

tay ghế [tay gế] Arm of a chair.

tay hữu [tay hửu] Right hand.

tay không [tay xoŋ] Empty hands ; empty handed.

tay lái [tay lái] Handle bar, steering bar, steering-wheel.

tay làm hàm nhai [tay làm hàm ɲai] To live from hand to mouth, to lead a hand-to-mouth existence.

tay lanh lẹ [tay laiɲ lẹ] Clean-fingered.

tay mặt [tay maɯt] Right hand. *Tôi là cánh tay mặt của nó* : I am his right hand. *Phía tay mặt* : On the right. *Giữ phía tay mặt* : To keep to the right. *Khúc quẹo đầu tiên về phía tay mặt* : First turning to the right. *Từ phía tay mặt và phía tay trái* : From right and left.

tay nắm tay [tay náɯm tay] Hand in hand. *Chúng nó đi tay nắm tay nhau* : They walked away hand in hand.

tay phải [tay fải] Right-hand.

tay quầy [tay kwei] Crank.

tay sai [tay ʃai] Lackey, henchman, servant, creature, tool.

tay tả [tay tả] See tay trái.

tay trái [tay trái] Left hand. *Nó viết tay trái* : He writes with his left hand. *Cú đánh tay trái* : Left-hand blow, left-hander. *Người thuận tay trái* : Left-hander. *Không bao nhiêu người viết bằng tay trái* : Not many people write with the left hand.

tay trắng [tay trắɯŋ] Empty-handed, penniless.

tay tư [tay tɯ] Quadripartite.

tay vịn [tay vịn] Hand-rail (of a stair-case.

táy máy [táy máy] Stirring (child).

tày [tày] To be equal to.

tày đình [tày đìɲ] Very serious, very important.

tày trời [tày trời] Considerable, very important.

tắc [táɯk] Stopped, obstructed, blocked, choked.

tắc *Nguyên tắc* : Principle. *Phép tắc* : Rules, regulations.

tắc cổ [táɯk kổ] Obstructed throat.

tắc độ [táɯk dọ] Rules, regulations.

tắc kè [táɯk kè] (Z) Gecko.

tắc lưỡi [táɯk lɯỡi] To click one's tongue.

tắc nghẽn [táɯk ŋẽn] Obstructed, blocked.

tắc quản [táɯk kwản] *Chứng tắc quản* : Embolism.

tắc trách [táɯk tráik] To do something as a matter of form.

tắc xi [táɯk si] Cab, taxi, taxi-cab. *Đồng hồ tắc xi* : Taximeter. *Tài xế tắc xi* : Taxi-driver. *Đi tắc xi* : To taxi, to ride in a taxi. *Vì trễ, chúng tôi đi tắc xi lại ga xe lửa* : As we were late we taxied to the station. *Không có một chiếc tắc xi nào đậu tại nhà ga cả* : There were no cabs in attendance at the station. *Chiếc tắc xi chạy rề rề kiếm khách* : Cruising taxi. *Kêu, gọi một chiếc tắc xi (đang chạy ngang qua)* : To hail a cab. *Gọi tắc xi nhé ?* : Let's hail a taxi, shall we ?. *Chúng ta đi xe buýt hay xe tắc xi ?* : Shall we go by bus or take a cab ?. *Nó đi bộ mặc dầu nó có thể đi tắc xi* : He walks when he might take a taxi.

tặc [taɯk] *Hải tặc* : Pirate. *Phản tặc* : Rebel.

tặc khấu [taɯk xấu] Bandit, brigand.

tặc phỉ [taɯk fỉ] See tặc khấu.

tặc sào [taɯk ʃàu] Nest of bandits.

tặc tử [taɯk tử] Bad child.

tăm [taɯm] Toothpick. *Ngậm tăm* : To keep silent, to hold one's tongue.

tăm 1) Air bubble.
2) Trace, sign. *Biệt tăm, bặt tăm* : No sign of life.

tăm dạng [taɯm zạŋ] Sign, trace, sight. *Tôi không thấy tăm dạng của Hai đâu cả* : I have lost sight of Hai (I do not know where he is, what he is doing, etc...).

tăm hơi [tauɯ hɔi] Trace ; news.

tăm xỉa răng [tauɯ sỉɔ rauɯŋ] Toothpick.

tắm [táuɯɪ] To bathe, to have a bath ; to take a bath. *Phòng tắm, nhà tắm :* Bathroom. *Bồn tắm :* Bath-tub. *Quần áo tắm :* Bathing–costume. *Quần tắm :* Bathing-drawers. *Chỗ có thề tắm được :* Bathing-place. *Đi tắm :* To go to the bath, to go for a bathe. *Tắm một đứa bé :* To give a child a bath. *Tắm ở đây không nguy hiềm :* Bathing here is safe. *Nó đồ mồ hôi như tắm :* He was in a bath of perspiration.

tắm giặt [táuɯm ɟauɯt] To take a bath and to wash one's clothes.

tắm gội [táuɯm gọi] To take a bath.

tắm nắng [táuɯm náuɯŋ] To sun-bathe, to take sun-bath. *Sự tắm nắng :* Sun-bath.

tắm rửa [táuɯm rửɔ] To take a bath.

tằm [tàuɯm] Silk-worm. *Bướm tằm :* Silk-moth. *Người nuôi tằm :* Silk-breeder. *Nghề nuôi tằm :* Silk-culture.

tần tiện [tàuɯn tiện] Economical, thrifty.

tẩn mẩn [tàuɯn mảuɯn] Minute detail, trifle.

tặn [tạuɯn] *Tiện tặn :* To economize, to save (money).

tăng [tauɯŋ] To increase ; to raise, to add. *Tốc lực tăng thêm :* The speed increases. *Dân số tăng lên :* The population increases. *Tăng giá hàng hóa :* To increase, raise, the cost of goods. *Tăng lương cho người nào :* To increase, raise, someone's salary. *Làm tăng vẻ đẹp của người nào :* To add to someone's beauty.

tăng [tauɯŋ] Buddhist priest, bonze.

tăng To hate.

tăng *Xe tăng :* Tank.

tăng ái [tauɯŋ ái] Ta hate and to love.

tăng bồ [tauɯŋ bồ] To supplement, to complete.

tăng chúng [tauɯŋ cúŋ] Buddhist clergy.

ăng cường [tauɯŋ kɯờŋ] To strength-

en, to reinforce.

tăng đồ [tauɯŋ đó] Hatred and jealousy.

tăng đồ [tauɯŋ dồ] Buddhist clergy.

tăng gia [tauɯŋ ɟa] To increase, to raise, to augment, to add. *Nạn thất nghiệp đang tăng gia một cách đáng sợ :* Unemployment is increasing of a fearful rate.

tăng giá [tauɯŋ ɟá] To increase in price. *Tăng giá hàng hóa :* To raise the price of goods ; to increase the cost of goods. *Mọi vật đều tăng giá :* Everything has risen, advanced, in price. *Tăng giá vật gì :* To raise, advance, put up, the price of something.

tăng giảm [tauɯŋ ɟảm] To increase and to decrease.

tăng ky [tauɯŋ kị] Hatred and jealousy.

tăng lên [tauɯŋ len] To increase, to raise, to augment. *Dân số tăng lên :* The population increases.

tăng lữ [tauɯŋ lữ] Clergy.

tăng lương [tauɯŋ lɯəŋ] To increase a salary. *Tăng lương cho người nào :* To increase, raise, someone's salary.

tăng ni [tauɯŋ ni] Buddhist priest and nuns.

tăng tật [tauɯŋ tạt] See **tăng đồ.**

tăng thêm [tauɯŋ θem] To increase, to augment. *Tốc lực tăng thêm :* The speed increases.

tăng thuế [tauɯŋ θwế] To increase taxes.

tăng tiến [tauɯŋ tiến] To advance, to progress.

tăng thế [tauɯŋ θế] (El.E) To boost, step up (current). *Máy tăng thế :* (El.E) Booster, step-up transformer.

tăng tổn [tauɯŋ tổn] To increase and to decrease.

tăng trật [tauɯŋ trật] To be promoted.

tăng trưởng bào tử [tauɯŋ trưởn bàu tử] (Algae) Auxospore.

tăng tục [tauɯŋ tục] Buddhist clergy and laity.

tăng viện [tauɯŋ viện] Bonze monastery.

tằng [tàuɯŋ] (Geol) Division.

tằng See **từng**.

tằng tịu [tàɯŋ tịu] To have a love affair.

tằng tổ [tàɯŋ tổ] Great-grandparent. *Tằng tổ phụ* : Great-grandfather. *Tằng tổ mẫu* : Great-grandmother.

tằng tôn [tàɯŋ ton] Great-grandson, great-granddaughter.

tặng [tạɯŋ] To give, to donate, to offer. *Vật tặng* : Present, gift ; donation. *Tặng vật gì cho người nào* : To make someone a present of something.

tặng biệt [tạɯŋ biệt] To say goodbye, to bid farewell.

tặng phẩm [tạɯŋ fẩm] Present, gift. *Nhân ngày sanh nhật của tôi tặng phẩm gởi đến rất nhiều* : Presents snowed in on my birthday.

tặng phong [tạɯŋ foŋ] To confer titles.

tặng thưởng [tạɯŋ θɯ̉ɔŋ] To recompense, to reward.

tắp [tắp] *Thẳng tắp* : Straight. *Làm tắp* : To do immediately.

tắt [tắɯt] 1) (Of fire, light) To go out, to die out ; (of sound) to die down, to die out. *Tất cả đèn đều tắt* : All the lights went out. *Lửa đã tắt rồi* : The fire has gone out, the fire is out.
2) To extinguish, put out (fire, light) ; to shut off, to turn off (the gas) ; to switch off (electric light) ; to blow out, to turn out. *Tắt lửa* : To put out the fire ; to extinguish a fire. *Tắt máy thâu thanh* : To turn off the radio, to shut off the radio. *Tắt đèn điện* : To switch off the light. *Đèn cầy bị gió thổi tắt* : The candle was blown out. *Tắt đèn khi đi ra* : Turn out the light on leaving. *Thổi tắt cây đèn cầy* : To blow out a candle.

tắt Extinguished ; extinct (volcano). *Lửa đã tắt* : The fire is out.

tắt *Tóm tắt, vắn tắt* : In brief. *Viết tắt* : To abbreviate. *Đi đường tắt* : To go by the shortest road, to go the shortest way.

tắt đèn [tắɯt dèn] To extinguish, put out, switch off, a light. *Tắt đèn rồi nhà ngói cũng như nhà lá* : When candles are away all cats are grey.

tắt hơi [tắɯt hơi] To die, to expire, to pass away, to draw one's last breath. *Nó tắt hơi lúc bảy giờ, trên tay tôi* : He died at seven o'clock, in my arms.

tắt giọng [tắɯt ʒọŋ] (Med) Aphonia.

tắt lửa [tắɯt lửɔ] To extinguish, quench, a fire ; to put out the fire.

tắt máy [tắɯt máy] (Aut) To shut off, switch off, the engine.

tắt nghỉ [tắɯt ŋỉ] To die, to pass away.

tắt thở [tắɯt θở] See **tắt hơi**.

tắt tiếng [tắɯt tiếŋ] (Med) Aphonia.

tấc [tấk] Decimetre ; inch.

tấc dạ [tấk zạ] Heart, sentiments, feelings.

tấc đất [tấk dất] Inch of land.

tấc lòng [tấk lòŋ] See **tấc dạ**.

tâm [tɔm] *Trung tâm* : Centre, middle. *Ly tâm* : Centrifugal. *Hướng tâm* : Centripetal.

tâm *Lương tâm* : Conscience. *Đề tâm* : To pay attention. *Chuyên tâm* : Diligent.

tâm âm [tɔm ɔm] Heart-beat.

tâm bất tại [tɔm bất tại] Heedless, inattentive, unmindful.

tâm bì [tɔm bì] (Bot) Carpel. *Không có tâm bì* : Acarpellous. *Có tâm bì riêng* : Apocarpous. *Thuộc về tâm bì* : Carpellary.

tâm bình [tɔm bìɲ] Justice.

tâm bịnh [tɔm bịɲ] (Med) Psychosis.

tâm can [tɔm kan] Heart and liver, (fig) brave, courageous.

tâm chí [tɔm cí] Will.

tâm đảm [tɔm dảm] 1) Heart and bile, (fig) courageous, brave.
2) Will, energy.

tâm đầu ý hợp [tɔm dầu í hợp] To have the same feelings and ideas.

tâm đẩy [tɔm dẩy] Centre of buoyancy.

tâm địa [tɔm dịɔ] Mind, nature.

tâm điểm [tɔm diểm] Centre.

tâm giao [tɔm ʒau] Intimate relations. *Bạn tâm giao* : Intimate friend.

tâm hồn [təm hòn] Soul. *Tâm hồn cao quý, cao thượng* : Greatness of soul. *Tâm hồn tha thiết yêu đương* : Soul that craves for affection.

tâm huyết [təm hwiét] Heart and blood, (fig) zeal, fervour.

tâm khảm [təm xảm] The bottom of one's heart.

tâm kiên [təm kien] Steady, firm will.

tâm linh [təm liɲ] Spirit. *Tâm linh tính* : Spirituality. *Tâm linh thuyết* : Spiritualism.

tâm lực [təm lựk] Energy.

tâm lý [təm li] Psychological. *Chiến tranh tâm lý* : Psychological warfare. *Chiến tranh tâm lý chiến thuật* : Tactical psychological warfare. *Chiến tranh tâm lý chiến lược* : Strategic psychological warfare. *Chiến tranh tâm lý quân sự chiến lược* : Strategic military psychological warfare.

tâm lý chiến tranh [təm li cién traɲ] Psychological warfare.

tâm lý học [təm li hɔk] Psychology. *Nhà tâm lý học* : Psychologist.

tâm lý quần chúng [təm li kwèn cúɲ] Mob psychology.

tâm mãn ý túc [təm mãn í tùk] Satisfied, content.

tâm nang [təm naɲ] (Anat) Pericardium. *Thuộc về tâm nang* : Pericardial. *Bịnh sưng tâm nang* : Pericarditis.

tâm não [təm nãu] Heart and brain, (fig) mind.

tâm ngẩm [təm ŋẩm] Taciturn ; (man) of few words ; telling little, speaking very little.

tâm nhĩ [təm ɲi] Auricle.

tâm niệm [təm niệm] Idea, concept.

tâm nội mạc [təm nọi mạk] (Anat) Endocardium.

tâm nội mạc viêm [təm nọi mạk viem] (Med) Endocarditis.

tâm phúc [təm fúk] 1) Heart and stomach. 2) Confident. *Bạn tâm phúc* : Close friend.

tâm sai [təm ʃai] Eccentric.

tâm sự [təm ʃự] Confidences. *Bạn tâm sự* : Confidant.

tâm tạng [təm tạɲ] (Physiol) Heart.

tâm tánh [təm táɲ] Disposition, mentality, character, mood.

tâm thần [təm θèn] Mind.

tâm thất [təm θất] Ventricle.

tâm thống [təm θóŋ] Heart-rending, heart-broken, broken-hearted.

tâm tính [təm tíɲ] See tâm tánh.

tâm tình [təm tìɲ] Heart. *Thổ lộ tâm tình* : To unload one's heart.

tâm toán [təm twán] To reckon in one's head.

tâm trạng [təm trạɲ] State of mind.

tâm trí [təm tri] Mind. *Gây ảnh hưởng đến tâm trí của người nào* : To produce an effect on someone's mind.

tâm tư [təm tɯ] Thought, idea.

tâm tưởng [təm tɯởŋ] To imagine.

tâm viêm [təm viem] (Med) Carditis.

tấm [tấm] Sheet (of paper, etc...), piece (of cloth).

tấm Broken rice.

tấm bình phong [tấm bìɲ fɔŋ] Screen.

tấm chê xung [tấm cé suŋ] Buffer.

tấm giấy [tấm ʒéi] Sheet of paper.

tấm lòng [tấm lòŋ] Heart. *Có tấm lòng tốt* : Kind-hearted. *Tấm lòng vàng* : Heart of gold.

tấm tắc khen [tấm táwk xɛn] To smack the tongue in sign of admiration.

tấm thảm [tấm θảm] Carpet. *Giũ tấm thảm* : To give a carpet a good shake out.

tấm thân [tấm θən] Body.

tấm tranh [tấm traɲ] Picture, painting.

tấm tức [tấm túk] Vexed.

tấm vải [tấm vải] Piece of cloth.

tấm ván [tấm ván] Board.

tầm [tìm] To seek, to search for, to look for. See tìm.

tầm 1) Reach. *Vừa tầm tay, quá tầm tay người nào* : Within someone's reach out of, beyond, above, someone's reach.

2) Range. *Tầm kiến thức* : Range of knowledge.

tầm bắn [tòm báɯn] Firing range. *Vừa tầm bắn* : Within range. *Quá tầm bắn của súng đại bác* : Beyond the range of the guns. *Phi cơ bay quá tầm bắn* : Aeroplane out of range.

tầm bắn hiệu chính [tòm báɯn hiệu cíp] Corrected range.

tầm bắn hữu hiệu [tòm báɯn hữu hiệu] Effective range.

tầm bắn tối đa [tòm báɯn tói da] Extreme range.

tầm bắn tương ứng [tòm báɯn tɯɔŋ úŋ] Corresponding range.

tầm bậy [tòm bẹi] Wrongly, without rhyme or reason.

tầm cầu [tòm kàu] To search for, look for.

tầm gởi [tòm gɔ̀i] (Bot) Mistletoe.

tầm hoa vấn liễu [tòm hwa vón liễu] To indulge in sensual pleasure.

tầm hoạt động [tòm hwạt dọŋ] Radius of action ; range of action.

tầm kiến thức [tòm kién θúk] Range of knowledge.

tầm mắt [tòm máɯt] Range of vision. *Quá tầm mắt* : Out of eyeshot. *Trong tầm mắt* : Within eyeshot. *Ngang tầm mắt* : At eye level.

tầm nã [tòm nã] To seek for arrest ; to track down.

tầm ngắn [tòm ŋáɯn] Short range, close range.

tầm nổ [tòm nổ] Burst range.

tầm nước [tòm nɯ́rk] Draught, draft.

tầm phào [tòm fàu] Futile, frivolous. *Chuyện tầm phào* : Idle talk.

tầm súng [tòm ʃúŋ] Range of a gun ; gunshot. *Ngoài tầm súng* : Out of gunshot. *Trong tầm súng* : To be within gunshot.

tầm tã [tòm tã] *Mưa tầm tã* : Torrential rain.

tầm tay [tòm tay] Reach. *Vừa tầm tay, quá tầm tay người nào* : Within someone's reach ; out of, beyond, above, someone's reach.

tầm thước [tòm θúrk] To be of middle height.

tầm thường [tòm θɯɔ̀ŋ] Ordinary, common, banal, coarse, commonplace. *Một cách tầm thường* : In a commonplace manner. *Chỉ viết những chuyện tầm thường* : To write nothing but commonplaces. *Người tầm thường* : Ordinary man, man of average abilities. of average ability. *Nó tầm thường lắm* : He is not brilliant. *Nó chỉ là một người tầm thường thôi* : He is just an ordinary man.

tầm tối đa [tòm tói da] Maximum range, extreme range.

tầm tối thiểu [tòm tói θiểu] Minimum range.

tầm tư [tòm tɯ] 1) To seek ; to search for, look for.
2) To think over, to reflect.

tầm vóc [tòm vók] Stature, height (of person).

tầm xa [tòm sa] Long range.

tắm [tòm] To soak, to immerse.

tắm bổ [tòm bổ] To take one's tonic.

tắm sở [tòm ʃɔ̀] See **tắm thật**.

tắm thật [tòm θɔ́t] Bedroom.

tắm thuốc độc [tòm θwɔ̀rk dọk] To envenom (weapon, etc...). *Tên tầm thuốc độc* : Poisoned arrow.

tân [tɔn] 1) Virgin. *Gái tân* : Virgin, maiden. *Phá tân* : To deflower.
2) New ; fresh, recent. *Tối tân* : Modern, up-to-date.

tân Guest, visitor. *Buổi tiếp tân* : Reception. *Phòng tiếp tân* : Reception room.

tân bằng [tɔn bàɯŋ] Visitors and friends.

tân binh [tɔn bịp] (Mil) Recruit.

tân bổng [tɔn bổŋ] Wage, pay, salary.

tân cần [tɔn kàn] To toil, to labour.

tân chế [tɔn cé] Freshly made, newly made.

tân chế [tɔn cé] New regime.

tân chính [tɔn cíp] New policy.

tân chính sách [tɔn cíp ʃáik] New policy.

tân chủ [tɔn củ] Host and guest.

tân cửu [tən kựu] New and old ; modern and ancient.

Tân đại lục [tən dai lụk] (Geog) America.

Tân đề ly [tən dè li] New Delhi.

Tân gia ba [tən ʒa ba] Singapore.

tân giai nhân [tən ʒai nən] Bride, newly-married woman.

tân giáo [tən ʒáu] Protestantism.

tân học [tən họk] Modern education.

tân hôn [tən hon] Newly-wed. *Đêm tân hôn :* Wedding night.

tân hưng quốc [tən hưŋ kwók] New state.

tân hữu [tən hữu] Visitors and friends.

tân hỷ [tən hỉ] Happy new year.

tân khách [tən xáik] Guests.

tân khoa [tən xwa] New graduate.

tân khổ [tən xỏ] Hardship, adversity, misfortune.

tân kim [tən kim] Salary, pay, wage.

tân kỳ [tən kì] New.

tân kỷ lục [tən kỉ lục] New record.

tân kỷ nguyên [tən kỉ ŋwien] New era.

tân lang [tən laŋ] Bridegroom, newly-married man.

tân lang (Bot) Areca palmtree.

tân lập [tən lập] Recently established.

tân lịch [tən lịk] New calendar, solar calendar.

tân luật [tən lwật] New laws.

tân nguyên [tən ŋwien] New era.

tân nguyệt [tən ŋwiệt] New moon.

tân nhạc [tən ɲạk] Modern music. *Anh thích tân nhạc không? :* Do you like modern music ?.

tân nhân [tən nən] 1) Newly-married couple, bride and bridegroom. 2) Bride, newly-married woman.

tân niên [tən nien] New year.

tân nương [tən nươŋ] Bride, newly-married woman.

tân phát minh [tən fát miɲ] New invention, modern invention.

tân phụ [tən fụ] See tân nương.

tân phương pháp [tən fươŋ fáp] New method, new process.

tân sinh hoạt [tən ʃiɲ hwạt] Modern life.

tân tạo [tən tạu] Newly made, newly established.

Tân tây lan [tən tei lan] New Zealand.

Tân thế giới [tən θế ʒới] New World, America.

tân thời [tən θời] Modern, up-to-date. *Nhà kiểu tân thời :* Modern, up-to-date, house. *Kiến trúc theo kiểu tân thời :* To build in the modern style.

tân thời Modern times.

tân thời đại [tən θời dại] Modern times.

tân thời trang [tən θời traŋ] New fashion.

tân thức [tən θức] New method, new style.

tân tiến [tən tiến] Advanced, progressive.

tân trang [tən traŋ] To renovate.

Tân Ước [tən ức] New Testament.

tân văn [tən vaɯn] Newspaper.

tân văn hóa [tən vaɯn hứa] New culture.

tân văn ký giả [tən vaɯn ki ʒả] Pressmen, newspapermen.

tân xuân [tən swən] Beginning of spring.

tấn [tốn] Ton (1,000 kilograms). *Hai tấn than :* Two tons of coal.

tấn See tiền.

tấn bi kịch [tốn bi kịk] Tragedy, drama.

tấn bi hài kịch [tốn bi hài kịk] Tragicomedy, comedy-tragedy.

tấn bộ [tốn bọ] See tiền bộ.

tấn công [tốn koŋ] To attack, to assail, to assault, to engage. *Bị tấn công :* To be attacked. *Chúng nó tiếp tục tấn công suốt đêm :* They kept up the attack all night. *Mở một trận tấn công :* To launch an offensive. *Quân ta tấn công cánh mặt của địch :* Our troops attacked the enemy's right. *Tấn công sau lưng người nào :* To attack someone from behind, from the rear, in the rear. *Tấn công quân địch* : To engage the enemy. *Lịnh của chúng tôi là tấn công ngay* : Our orders are to engage at once.

tấn công (sự) Attack, assault, offensive· *Sự tấn công thình lình* : Sudden attack· *Vũ khí tấn công* : Offensive weapons. *Sự tấn công dữ dội một vị trí* : To make an assault on a position. *Đầy lui một trận tấn công* : To beat off an attack.

tấn công bằng hơi ngạt [tɔ́n koŋ bàwŋ həi ŋạt] Gas attack.

tấn công bất ngờ [tɔ́n koŋ bɔ́t ŋɔ̀] Surprise attack, sudden attack ; to descend upon, to attack suddenly.

tấn công bên sườn [tɔ́n koŋ ben ʃmɔ̀n] Flank attack.

tấn công cầm chân [tɔ́n koŋ kɔ̀m cɔn] Holding attack.

tấn công chiến thuật [tɔ́n koŋ cién θwạt] Tactical offensive.

tấn công chính [tɔ́n koŋ cíɲ] Main attack.

tấn công đổ bộ [tɔ́n koŋ dổ bọ] Landing attack.

tấn công khuấy rối [tɔ́n koŋ xwéi rối] Harassing attack.

tấn công liên tiếp [tɔ́n koŋ lien tiếp] Successive attack.

tấn công mặt trước [tɔ́n koŋ mạɯt trúrk] Frontal attack.

tấn công phối hợp [tɔ́n koŋ fối hợp] Coordinated attack.

tấn công phụ [tɔ́n koŋ fụ] Secondary attack.

tấn công tập trung [tɔ́n koŋ tạʈ truŋ] Converging attack.

tấn công từng đợt [tɔ́n koŋ tùŋ dạt] Piecemeal attack.

tấn khảo [tɔ́n xảu] To torture.

tấn kịch [tɔ́n kịk] Comedy.

tấn phong [tɔ́n fɔŋ] To consecrate (a bishop).

tấn tập [tɔ́n tạp] To attack suddenly.

tấn tật [tɔ́n tạt] Fast, rapid, quick.

tấn thảm kịch [tɔ́n θảm kịk] Tragedy.

tấn tiếp [tɔ́n tiếp] To receive visitor.

tấn tiệp [tɔ́n tiệp] See tấn tật.

tấn tốc [tɔ́n tók] Rapidly, swiftly.

tấn tới [tɔ́n tói] To make progress.

tấn triển [tɔ́n triển] See tiến triển.

tấn trò [tɔ́n trò] Comedy.

tấn tuồng [tɔ́n tuồŋ] Play ; comedy.

tần giai [tần ʒai] Frequency range.

tần kế [tần ké] (El.E) Frequence-meter.

tần phiền [tần fiền] To bother, to pester.

tần quả [tần kwả] (Bot) Apple.

tần số [tần ʃó] Frequency. *Tần số cao* ₂ High frequency. *Tần số vô tuyến* : Radio frequency.

tần số bình thường [tần ʃó bìɲ θɯừəŋ] Normal frequency.

tần số cao [tần ʃó kau] High frequency.

tần số chuyển lưu [tần ʃó cwiển lɯu] Carrier frequency.

tần số cộng hưởng [tần ʃó koŋ hɯửəŋ] Resonant frequency.

tần số kế [tần ʃó ké] Frequency-meter.

tần số phách [tần ʃó fáik] Beat frequency.

tần số thấp [tần ʃó θấp] Low frequency.

tần số vô tuyến [tần ʃó vo twién] Radio frequency.

tần tiện [tần tiện] Economical, thrifty.

tẩn liệm [tẩn liệm] To shroud (corpse), to wrap (corpse) in a shroud.

tẩn mẩn [tẩn mẩn] Minute detail, trifle.

tận [tận] *Đến tận nơi* : To come to the very spot. *Tận đáy lòng* : In one's heart of hearts. *Vô tận* : Endless. *Đến tận nhà nó* : Up to his very door. *Tường tận* : In detail, thoroughly, clearly. *Tôi đã giao vật ấy tận tay nó* ₌ I delivered it to him personally, into his own hands.

tận diệt [tận ziệt] To reduce to nothing ; to annihilate.

tận dụng [tận zụŋ] To use up.

tận lực [tận lɯk] With all one's forces, with all one's might ; with might and main.

tận mệnh [tận mẹiɲ] To sacrifice one's life.

tận nhật [tận ɲ̣ət] All day long.

tận số [tận ʃó] To die, to pass away.

tận tay [tận tay] *Tôi đã giao vật ấy tận tay nó :* I delivered it to him personally, into his own hands. *Đưa, trao vật gì tận tay người nào :* To give something into someone's hand.

tận tâm [tận tɔm] Devoted, conscientious ; heartily, with all one's heart, with heart and hand, with heart and soul. *Sự tận tâm với người nào :* Devotion to someone.

tận thế [tận θé] End of the world. *Ngày tận thế :* Doomsday. *Đến ngày tận thế :* Till doomsday.

tận thiện [tận θiẹn] Perfect, excellent.

tận thiện tận mỹ [tận θiẹn tận mĩ] Excellent.

tận tình [tận tịɲ] With all one's heart, with heart and soul.

tận trung [tận truɳ] Loyal.

tận tụy [tận twị] Diligent, hard-working.

tận từ [tận từ] See tận ngôn.

tâng bốc [tɔŋ bók] To flatter.

tâng công [tɔŋ koɳ] To toady to someone in order to gain a favour.

tâng [tầŋ] See từng.

tâng lớp [tầŋ lɔ́p] See từng lớp.

tâng tĩnh khí [tầŋ tịɲ xi] Stratosphere.

tâng vận khí [tầŋ vạn xí] (Meteor) Troposphere.

tấp [tấp] To drift (on shore). *Bị tấp vào bờ :* To be driven ashore. *Chiếc thuyền tấp vào bờ :* The boat drifted ashore.

tấp nập [tấp nɔp] Animated, busy, bustling.

tấp tểnh [tấp tểiɲ] To prepare oneself, get ready ; to try, to intend.

tập [tập] To practise, to drill ; to train, to exercise. *Tập nhảy :* To practise jumping. *Tập một giờ mỗi ngày :* To practise for an hour every day. *Tập binh sĩ xử dụng lưỡi lê :* To drill soldiers in the use of the bayonet. *Tập chó :* To train a dog. *Nó đang tập*

đánh kiếm : He was exercising himself in fencing. *Tập cho quen việc gì :* To accustom oneself to something, to habituate oneself to something. *Tập cho người nào quen việc gì, quen làm việc gì :* To accustom someone to something, to do something ; to habituate someone to something, to doing something. *Nó tập các con nó lội :* He taught his boys to swim.

tập ảnh [tập ảiɲ] Album.

tập binh [tập biɲ] To drill troops.

tập công [tập koɳ] To attack suddenly.

tập dượt [tập zuựt] To train, to drill, to exercise. *Ngựa mập ra và lười biếng nếu chúng không được tập dượt :* Horses get fat and lazy if they are not exercised. *Không có tập dượt :* To be out of training.

tập đi [tập di] (Of baby) To learn to walk. *Trẻ con mấy tuổi mới tập đi ? :* How old are babies when they learn to walk ?.

tập đoàn [tập dwàn] Collectivity, community.

tập đoàn Collective.

tập đoạt [tập dwạt] To attack suddenly and seize.

tập đọc [tập dɔk] To learn to read. *Nó đang tập đọc :* He is learning to read.

tập giấy [tập ʒéi] Ream of paper.

tập hậu [tập hạu] To attack suddenly from the rear, to seize the enemy from the rear.

tập hợp [tập hợp] To assemble, to muster (troops, etc...) ; to collect, to gather together, get together.

tập hợp Collective. *Tập hợp danh từ :* Collective noun.

tập kết [tập két] To regroup. *Nó tập kết ra Bắc hồi tháng 11 năm 1954 trên một chiếc tàu Nga :* He regrouped to the North in November 1954 on board a Russian ship. *Sau đình chiến, tôi tập kết ra Bắc với trung đoàn của tôi :* I was regrouped to North Viet-Nam with my regiment after the armistice. *Một số khá lớn gia đình trong tỉnh có thể* nhân tập kết ra Bắc : A rather large number of families of the province have relatives regrouped in the North.

tập kích [tập kik] Raid, sudden attack.

tập kích To make a raid on or into; to carry out a raid.

tập lội [tập lọi] To learn to swim.

tập luyện [tập lwiện] To practise, to train, to exercise, to drill. *Tập luyện lỗ tai để phân biệt những tiếng khác nhau :* To train one's ear to distinguish the various sounds.

tập nã [tập nã] To seek for arrest ; to follow in order to capture.

tập nghề [tập ŋè] To learn a trade, to serve one's apprenticeship. *Người tập nghề :* Apprentice. *Tập nghề với người nào :* To serve one's apprenticeship with someone.

tập nhiễm [tập ɲiễm] To contract, develop, acquire, a habit.

tập nói [tập nói] To learn to speak, to learn to talk. *Đứa bé đang tập nói :* The baby is learning to speak.

tập quán [tập kwán] Habit, custom, practice.

tập quen [tập kwɛn] To contract a habit.

tập quyền [tập kwiền] To centralize, concentrate, power or authority.

tập quyền Centralization of power or authority.

tập quyền chế độ [tập kwiền cé dọ] Centralism.

tập rèn [tập rèn] To practise, to drill.

tập sách nhỏ [tập ʃáik ɲɔ̌] Fascicle, fascicule.

tập sản chú nghĩa [tập ʃản củ ŋiɔ] Collectivism.

tập sát [tập ʃát] To assassinate.

tập sự [tập ʃɯ] Probationary, on probation. *Sự tập sự :* Probation. *Đang tập sự :* To be on probation. *Thời gian tập sự :* Period of probation. *Tập sự ba tháng :* Probation of three months. *Ba năm tập sự :* Three years' probation.

tập thể [tập θè] Collective.

tập trung [tập tʀuŋ] 1) To concentrate, to centralize ; to mass. *Sự tập trung :* Concentration, centralization. *Trại tập trung :* Concentration camp. *Phi cơ của ta đã khám phá và ném bom nơi quân địch tập trung :* Our aeroplanes discovered and bombed a concentration of enemy troops. *Nếu anh tập trung tất cả nghị lực của anh vào việc học Anh ngữ, anh sẽ giỏi tiếng nầy :* If you concentrate all your energies on the study of English, you will master the language.

2) To put together, to gather together, to summon (up), to collect (thoughts, ideas). *Tập trung tư tưởng lại :* To put one's thoughts together. *Tập trung hết sức lực :* To summon (up) all one's strength.

3) To focus (sun's rays, etc...); to centre.

tập trung chiến lược [tập tʀuŋ ciến lɯɹk] Strategic concentration.

tập trung lực lượng [tập tʀuŋ lɯɹk lɯɔŋ] Troop concentration.

tập tục [tập tụk] Habit and custom.

tập việc [tập vịrk] See tập sự.

tập vở [tập vở] (Stitched) Paper book, book of blanks.

tất [tất] *Bít tất :* Socks.

tất *Hà tất :* What is the use of ?, what is the good of ?.

tất *Hoàn tất :* Finished.

tất All, everything. *Nó ăn tất :* He has eaten up everything.

tất bất đắc dĩ [tất bất dámk zĩ] Surely impossible.

tất cả [tất kả] All, everything, the whole. *Tất cả khách :* All the guests. *Tất cả những người khác :* All the others. *Tất cả bọn chúng tôi :* All of us. *Tất cả chỉ trừ nó :* All but he, but him. *Tất cả những người mà tôi thấy :* All whom I saw. *Tất cả những việc mà tôi đã làm :* All (that) I did. *Tất cả sách nầy :* All these books, every one of these books. *Đó là tất cả những gì tôi biết :* That's all I know. *Tất cả những gì mà anh muốn :* Whatever you like ; anything you like. *Nó hứa tất cả những gì mà chúng tôi muốn* : He promised anything we wanted. *Nó đã ăn tất cả* : He has eaten everything, the whole lot. *Nó sẽ cho anh tất cả những gì anh muốn* : He will give you everything and anything you want. *Nói tất cả sự thật* : To tell the whole truth. *Bao nhiêu tất cả ?*: How much altogether ?. *Tôi làm tất cả cái gì tôi có thể làm cho anh* : I am doing my level best, the best I can, for you. *Nó tưởng nó biết tất cả* : He fancies he knows everything.

tất cánh [tốt káiɲ] Finally.

tất chí [tốt cí] Certainly.

tất định [tốt dịɲ] Assuredly, surely, certainly.

tất lực [tốt lựk] With all one's strength.

tất mệnh [tốt mẹiɲ] To die, to pass away.

tất nghiệp [tốt ɲiẹp] To graduate.

tất nhiên [tốt ɲien] Certainly, naturally, of course. *Tất nhiên phải thế* : That is a matter of course. *Lẽ tất nhiên tôi sẽ trả tiền lời cho anh* : Of course, I shall pay you interest.

tất niên [tốt nien] End of the year.

tất sinh [tốt ʃiɲ] Throughout the life.

tất tả [tốt tả] To hurry, make haste. *Tất tả làm việc gì* : To make haste to do something. *Tất tả mặc quần áo* : To hurry into one's clothes.

tất tâm [tốt təm] Heartily, with all one's heart.

tất thắng [tốt θắɯŋ] Certain victory.

tất tưởi [tốt tưởi] To be in a hurry.

tất yếu [tốt iếu] Necessary, essential.

tật [tặt] Vice ; bad habit. *Nó có tật chà căm nó khi nó suy nghĩ* : He has a trick of rubbing his chin when he is thinking.

tật ác [tặt ák] To hate wickness.

tật bịnh [tặt bịɲ] Sick, ill.

tật dịch [tặt zịk] Sickness and epidemy.

tật đố [tặt đố] To be jealous.

tật khổ [tặt xỏ] Unfortunate, unhappy.

tật lé mắt [tặt lé mắɯt] Strabism, strabismus.

tật nguyền [tặt ŋwièn] Disabled.

tật phong [tặt fɔŋ] Strong wind.

tật tẩu [tặt tầu] To run fast.

tật tốc [tặt tốk] Quick, fast, rapid.

tật vẹo cổ [tặt vẹu kỏ] Crick in the neck ; torticollis.

tật xấu [tặt sấu] Defect.

tâu [təu] To report (to the king).

tấu [tấu] To report (to the king).

tấu nhạc [tấu ɲạk] To perform music.

tấu [tầu] See tàu.

tẩu [tầu] *Dọc tẩu* : Opium pipe.

tẩu *Đào tẩu* : To flee, to run away.

tẩu tán [tầu tán] To scatter, to disperse.

tẩu thoát [tầu θwát] To escape, to flee, to fly away.

tẩu thú [tầu θú] Quadrupeds.

tậu [tậu] To purchase, to buy (house, car, thing of value).

tây [tei] West ; western, occidental. *Những tỉnh miền tây* : The western provinces. *Gió tây* : A westerly wind ; the west wind. *Nhà xoay mặt về hướng tây* : House facing (the) west. *Đi về hướng tây* : To go west. (*Tàu*) *Chạy về hướng tây* : (Of ship) To sail due west. *Gió từ hướng tây thổi lại* : The wind blows from the west. *Hãy nhìn về hướng tây* : Look towards the west. *Ở hướng tây nước Anh* : To live in the west of England.

Tây Âu [tei ɔu] Western Europe.

Tây bá lợi Á [tei bá lợi á] (Geog) Siberia.

Tây ban Nha [tei ban ɲa] (Geog) Spain.

Tây dương [tei zɯɔŋ] *Đại tây dương* Atlantic Ocean.

Tây Đức [tei dứk] West Germany.

tây học [tei hɔk] Western education.

tây nguyên [tei ŋwien] The Christian era.

tây phương [tei fɯɔŋ] The West.

tây qua [tei kwa] (Bot) Water-melon.

Tây tạng [tei tạŋ] (Geog) Thibet. *Dân Tây tạng :* Thibetan.

tây vị [tei vị] Partial, one-sided, biased. *Tây vị người nào :* To be partial to someone. *Sự, tánh tây vị :* Partiality.

tẩy [tẻi] 1) To erase, to rub out. *Cục tẩy :* Rubber, eraser. *Tẩy dấu viết chì :* To rub out pencil marks.
2) To take out, to remove. *Tẩy một vết dơ :* To take out a stain. *Làm sao tẩy những vết mực trên áo tôi được ?:* How can I take out (= remove) these ink stains from my coat ?

tẩy *Thuốc tẩy :* Purgative, laxative.

tẩy chay [tẻi cay] To boycott. *Sự tẩy chay :* Boycott, boycotting.

tẩy chì [tẻi cỉ] Pencil-eraser.

tẩy mùi [tẻi mùi] To deodorize.

tẩy mực [tẻi mực] Ink-eraser.

tẩy não [tẻi nãu] Brainwashing.

tẩy oan [tẻi wan] To clear from an unjust charge.

tẩy trần [tẻi trần] *Tiệc tẩy trần :* Feast in honour of someone who just came back from a trip.

tẩy trừ [tẻi trừ] To eradicate, to get rid of.

tẩy uế [tẻi wế] To disinfect, to clean. *Cái nhà được tẩy uế sau khi Hai mắc bịnh tinh hồng nhiệt :* The house was disinfected after Hai had had scarlet fever.

té [té] To splash (water).

té To fall, to tumble. *Té xuống đất :* To fall to the ground. *Sợi dây đứt và nó té xuống đất :* The rope broke and he fell to the ground. *Nó té và bị gãy chân :* He fell and broke his leg. *Té từ trên thang xuống :* To fall off the ladder, to the foot of the ladder. *Tôi giữ nó lại khi nó sắp té :* I caught him in his fell. *Té dộng đầu xuống đất :* To fall headlong, head first, head foremost. *Nó té xuống sông và phải mượn quần áo mặc để đi về nhà :* He fell into the river and had to go home in borrowed clothes. *Nó té xuống biển và bị chết đuối :* He fell into the

sea and was drowned. *Trên thang té xuống :* To fall off a ladder, to fall (down) from a ladder. *Giữ cho người nào khỏi té :* To keep someone from falling.

té nặng [té nạwŋ] To fall heavily.

té ngửa [té ŋửa] To fall on one's back, to fall backwards, to fall flat on one's back.

té ngựa [té ŋựa] To fall off a horse.

té nhào [té nàu] To tumble (down, over). *Té nhào đầu :* To pitch on one's head.

té nhủi [té nủi] To take a header, to fall headlong, to fall head first, head foremost.

té nước [té nứrk] To splash water.

té ra ngoài [té ra ŋwài] To fall out.

té sấp [té sấp] To fall flat on one's face.

té sóng sượt [té sóŋ sượt] To fall full length.

té xỉu [té siu] To faint, to swoon.

té xuống [té suốŋ] To fall (down). *Té xuống thang lầu :* To fall down the stairs. *Té xuống đất :* To fall to the ground.

tè he [tè hɛ] *Ngồi tè he :* To sit with one's feet spread out, with one's legs apart.

tẻ [tẻ] *Buồn tẻ :* Sad.

tẻ ngắt [tẻ ŋắwt] Very sad.

tẽ [tẽ] To detach ; to turn. *Tẽ về phía tay trái :* To turn to the left.

tem [tɛm] Stamp ; postage stamp. *Tập tem :* Stamp-album. *Người bán tem :* Stamp-dealer. *Giấy dán tem :* Stamp-paper. *Người sưu tập tem :* Stamp-collector. « *Tại đây có bán tem* » : « Stamps sold here ». *Dán tem vào bì thơ :* To stick a postage stamp on an envelope.

ten đồng [tɛn dòŋ] Verdigris.

tẽn [tẽn] To be ashamed.

teo [tɛu] To shrink, to shrivel up.

teo *Buồn teo :* Very sad.

teo lại [tɛu lại] To contract.

T

tẻo [tẻu] Bé tẻo tẻo : Very small.

tẹo [tẹu] Bé tí tẹo : Very small.

tép [tép] Prawn. Muỗi tép : Small mosquito.

tép (Bot) Bulbil, bulblet ; (Hort) off-set bulb (of tulip, etc...) ; clove (of garlic).

tep nhẹp [tẹp nẹp] (Of character) Mean, petty.

tét [tét] To detach. Xé tét một miếng vải : To tear, rip, a piece of cloth. Cú đánh làm tét má của nó : The blow slit his cheek. Áo dài tét dài xuống lưng : Dress that has slit down the back.

tét đôi [tét dôi] (Bot) Bifid.

tét ra [tét ra] 1) (Bot) To dehisce. 2) To rive. Cây bị sét đánh tét ra : Trees riven by the lightning.

tẹt [tẹt] Mũi tẹt : Flat nose.

tê [te] Asleep, benumbed, numb(ed), without feeling. Tay tê cóng vì lạnh : Hands numb with cold. Chân tôi tê : My foot has gone to sleep, my foot is asleep.

tê (Of limb, etc) To grow numb ; (of foot) to go to sleep. Làm tê : To (be)-numb : to anaesthetize. Thuốc tê : Anaesthetic.

tê bại [te bại] Paralysed. Bị tê bại cả hai chân : Paralysed in both legs. Bịnh tê bại : Paralysis.

tê giác [te zák] 1) Rhinoceros. 2) Rhinoceros horn.

tê liệt [te liệt] Paralysed. Bệnh tê liệt : Paralysis.

tê ngưu [te ŋưu] Rhinoceros.

tê nhãn [te nãn] To blink.

tê tái [te tái] Sharp, keen.

tê tê [te te] A little numb.

tê tê Pangolin.

tế [té] (Of horse) To gallop.

tế To offer. Văn tế : Funeral oration.

tế bào [té bàu] (Biol) Cell ; cellule. Màng tế bào : Cell-membrane. Thành tế bào : Cell-wall. Chia thành tế bào : Cellated. Giống hình tế bào : Celliform. Tổ chức tế bào : Cellular tissue. Tiểu tế bào : Small cellule. Bịnh sưng tế

bào : Cellulitis.

tế bào chất [té bàu cất] (Biol) Cytoplasm.

tế bào học [té bàu họk] (Biol) Cytology.

tế bào thể [té bàu thể] See tế bào chất.

tế bào viêm [té bàu viem] (Med) Cellulitis.

tế bần [té bần] To help the poor. Viện tế bần : Alms-house, poorhouse.

tế cầu [té kầu] Globule.

tế đàn [té đàn] Altar.

tế độ [té độ] To help, to relieve, to aid.

tế hiệp [té hiệp] To help one another.

tế hộ [té họ] To protect, to shelter.

tế khốn [té xốn] To relieve the poor.

tế khuẩn [té xuẩn] Bacterium.

tế khuẩn học [té xuẩn họk] (Biol) Bacteriology.

tế lễ [té lễ] To sacrifice.

tế ngộ [té ŋộ] To meet.

tế ngộ Occasion, opportunity.

tế nhị [té ɲị] Delicate, subtle.

tế nhuyễn [té ɲwiễn] Clothing and jewels.

tế nịch [té nịk] To save a drowning man.

tế phẩm [té fẩm] Sacrifice.

tế thần [té thần] To make a ceremonial gift to a god.

tế thế [té thế] To save the world.

tề [tè] To cut.

tề chỉnh [tè cịn] Ăn mặc tề chỉnh : Neatly attired.

tề cư [tè kư] To live together.

tề gia [tè za] Phép tề gia nội trợ : Housekeeping. Tề gia nội trợ giỏi : To be good at housekeeping.

tề niên [tè nien] To have the same age.

tề tựu [tè tựu] To be all present.

tể [tể] Đồ tể : Butcher.

tể tướng [tể tướŋ] Prime Minister.

tễ [tễ] To compound medicine. Thuố

tễ : Pills.

tệ [tẹ] Worse, bad. *Càng ngày càng tệ* : From bad to worse. *Tệ hơn nữa là nó không để địa chỉ lại* : Worse still, he did not leave his address. *Nó đối đãi với tôi rất tệ* : He served me very badly. *Anh chơi tệ hơn tuần rồi quá* : You're playing much worse than you did last week.

tệ *Tiền tệ* : Currency. *Vấn đề tiền tệ* : Questions of currency.

tệ bạc [tẹ bạk] Bad. ungrateful.

tệ đoan [tẹ dwan] Corrupt practices.

tệ hại [tẹ hại] Damage, injury.

tệ lậu [tẹ lụu] Very bad.

tệ quốc [tẹ kwỏk] My country.

tệ tập [tẹ tạp] Bad habit.

tệ tục [tẹ tục] Vicious customs.

tệ xá [tẹ sá] My house.

tệch mặt [tẹik mát] To go away.

tên [ten] 1) Name. *Tên và họ* : Full name. *Anh tên gì ?*: What is your name ?. *Tên tôi là Ba* : My name is Ba. *Được ghi tên vào sổ* : To have one's name on the books. *Tên thật nó là Ba* : His real name is Ba. *Nó trùng tên với tôi* : He is my namesake. *Đặt tên* : To name, to give a name (to). *Ký tên vào một văn kiện* : To set, put, one's name to a document. *Có nhiều người cùng một tên* : There are different people with the same name. *Nó có tên trong danh sách* : His name figures on the list. *Tên của nó sẽ bất diệt* : His name will live. *Dường như tôi có nghe tên nó* : I seem to have heard his name. *Một người tên Hùng muốn gặp ông* : A person of the name of Hung wants to see you. *Tôi nghe tên người đó* : I know the man by name (but I have not met him). *Anh biết tên tất cả hoa trong vườn nầy không ?* : Can you name all the flowers in this garden ?. *Tôi biết mặt nhưng quên tên nó* : I know his face but I cannot name him. *Nó không nói đến tên anh nhưng tôi chắc chắn là nó muốn nói anh* : He didn't mention your name but I'm sure he was alluding to you. *Tôi quên*

tên anh rồi : Your name has gone out of my head, your name has slipped my memory. *Vừa nói đến tên thì thấy đến* : Talk of the devil and he will appear ; talk the angels and you will hear the flutter of their wings. *Tôi không nhớ tên nó* : I don't recall his name.
2) Title, name (cf a book).
3) Man, person. *Tên trộm* : The thief.

tên Arrow, bolt. *Đầu mũi tên* : Arrowhead. *Hình giống mũi tên* : Arrow-shaped. *Bắn tên lên không* : To shoot an arrow into the air. *Tên tẩm thuốc độc* : Poisoned arrow, venomed shaft.

tên giả [ten zà] Fictitious name, false name, alias. *Nó có nhiều tên giả* : He has several aliases.

tên họ [ten họ] Full name, name in full, name and family name. *Viết cả tên họ* : To write one's name in full.

tên mượn [ten mượn] Assumed name.

tên thánh [ten ɵáiɲ] Christian name, baptismal name.

tên thật [ten ɵạt] Real name.

tên trộm [ten trộm] Thief. *Tên trộm bị cảnh sát tóm được* : The thief was nabbed by the police. *Cảnh sát đẩy tên trộm vào chiếc xe của họ* : The police bustled the thief into their car. *Tên trộm vào ở cửa sổ* : The burglar came in through the window. *Ông chủ gài bẫy tên trộm bằng cách dùng giấy bạc có làm dấu* : The employer trapped the thief by using marked money. *Tên trộm được giao cho cảnh sát* : The thief was turned over to the police. *Ngay khi tôi vào nhà tên trộm chạy trốn ra cửa sau* : As soon as I entered the house the burglar bolted through the back door.

tên tuổi [ten twỏi] 1) Name and age. 2) Fame.

tênh [teiɲ] *Buồn tênh* : Very sad.

tết [tét] New year festival. *Ăn tết* : To celebrate the new year.

tết [tét] To give presents to.

tết To plait, to braid, to weave.

tết Nguyên đán [tét ɲwien dán] (Lunar) New year Festival.

tết Trung thu [tết trung ɑu] Mid-autumn Festival (fifteenth day of the eight lunar month).

ti hi [ti hi] *Mắt ti hí* : Small eyes ; small-eyed.

tí [ti] Tiny bit. *Một tí* : A little. *Nhỏ tí, bé tí* : Tiny, very small. *Tí nữa* : In a little while.

tí chút [ti cút] I little bit, a tiny bit.

tí bon [ti hon] Tiny, very small.

tí teo [ti tɛo] A tiny bit.

tì [ti] To lean, rest on. *Tì cùi tay lên bàn* : To rest one's elbows ona table.

tì See tỷ.

tỉ [ti] See tỷ.

tỉ mi [ti mi] 1) Meticulous, fussy, finical.

2) Thoroughly. *Nó nghiên cứu tỉ mỉ vấn đề* : He treated the subject thoroughly.

tỉ tê [tỉ te] (To sweep, talk) Incessantly.

tỉ thí [tỉ θi] To rival, to compete.

tị nạnh [tị nạin] To be jealous.

tị tẹo [tị tɛo] A tiny bit.

tia [tiɔ] Ray (of light, hope. etc...) ; beam (of light); flash, gleam (of hope); jet (of water). *Bắn tia sáng, v.v...)* : To ray (forth, off, out). *Không có tia* : Rayless.

tia ánh sáng [tiɔ áin ʃáŋ] Ray of light

tia chớp [tiɔ cớp] Flash of lightning

tia hóa vật [tiɔ hwá vɔt] Chemical ray

tia hy vọng [tiɔ hi vọŋ] Ray, flash, gleam, of hope.

tia nước [tiɔ núrk] Jet of water.

tia phản chiếu [tiɔ fản ciếu] Reflected beam.

tia sáng [tiɔ ʃáŋ] 1) Ray, beam, of light ; glint, gleam. *Chiếu tia sáng lại* : To glance back the rays of light. *Mặt trời rọi tia sáng xuống* : The sun darts its beams. *Một tia sáng dài* : A long gleam of light. *Những tia sáng đầu tiên của mặt trời* : The first gleams of the sun. *Một tia sáng từ lỗ khoá chiếu ra* : A thread of light came

through the keyhole.

2) Fire. *Tia sáng của kim cương* : The fire of a diamond.

tía [tiɔ] Purple. *Đỏ tía* : Purple-red.

tía Father. *Tía má* : Father and mother.

tía tô [tiɔ to] (Bot) Melissa.

tỉa [tiɔ] To prune, to trim ; to lop off, away (branches) ; to thin (out). *Tỉa một nhánh cây* : To prune (off, away) a branch ; to lop away, lop off, a branch. *Tỉa bớt lá nho* : To thin (out) the leaves of a vine. *Nếu anh tỉa bớt hoa thì năm tới chúng sẽ mọc tốt hơn* : If you thin (out) the flowers they will grow better next year.

tỉa gọt [tiɔ gọt] To polish (one's style).

tỉa lá (sự) [tiɔ lá] Thinning out of leaves of (fruit-tree, etc...).

tich [tik] *Tàn tích* : Vestiges.

tich ác [tik ák] To accumulate crimes.

tich âm [tik əm] To husband one's time.

tich chùy cốt [tik cùi kót] (Anat) Vertebra.

tich chùy động vật [tik cùi dọn vɔt] Vertebrata.

tich cốc phòng cơ [tik kók fòn kə] To lay up, put away. something for a rainy day, to provide against a rainy day.

tich cực [tik kụk] Active, energetic.

tich cực chủ nghĩa [tik kụk củ ŋiɔ] Activism.

tich đức [tik dúk] To accumulate virtues.

tich huyết [tik hwiét] (Med) Congestion.

Tích Lan [tik lan] (Geog) Ceylon.

tich lũy [tik lũi] To accumulate, to store up.

tich nhật [tik nɔt] Formerly, in the past, in former times.

tich niên [tik niɛn] Last year.

tich oán [tik wán] To bear a grudge.

tich phân [tik fən] (Math) Integral. *Tính tích phân* : Integral calculus.

tich súc [tik ʃúk] To accumulate, to

store up.

tích sự [tĭk ʃụ] *Chẳng được tích sự gì :* Good for nothing. *Điều ấy chả được tích sự gì :* That won't be much good.

tích tiểu thành đại [tĭk tiểu θàịɲ đại] Many a little makes a mickle.

tích trụ [tĭk trụ] (Anat) Vertebral column ; spine ; backbone.

tích truyện [tĭk trwiện] Story, tale.

tích trữ [tĭk trữ] To hoard (gold, etc...).

tích tụ [tĭk tụ] (Ch) To agglomerate.

tích y phòng hàn [tĭk i fòɲ hàn] See tích cốc phòng cơ.

tịch [tĭk] (Of Buddhist priest) To die.

tịch biên [tĭk bien] 1) To confiscate, to seize, to extend (real estate). 2) To register.

tịch bộ [tĭk bộ] Registers, records.

tịch cốc [tĭk kók] To fast ; to abstain from food.

tịch diệt [tĭk ziệt] To die.

tịch dương [tĭk zɯɑɲ] Sunset, setting sun.

tịch hoang [tĭk hwɑɲ] To clear waste land.

tịch hối [tĭk hối] To die.

tịch ký [tĭk ki] To confiscate, to seize.

tịch liêu [tĭk lieu] Quiet, tranquil, calm.

tịch mịch [tĭk mịk] Calm, tranquil, quiet, still. *Khu rừng tịch mịch :* Still wood.

tịch nhiên [tĭk ɲien] Calm, quiet.

tịch quán [tĭk kwán] Native village, native land or country.

tịch thâu [tĭk θɑu] To confiscate, to seize (goods, property, etc...) ; to forfeit, to escheat ; to distrain (goods etc..., in payment for a debt). *Nếu anh không trả nợ, tài sản của anh sẽ bị tịch thâu :* If you do not pay your debts, your property will be seized. *Cảnh sát ra lịnh tịch thâu á phiện :* The police ordered the seizure of the opium. *Hàng hóa đã bị tịch thâu :* The goods were seized. *Ruộng đất của nó bị chánh phủ tịch thâu :* His land was

forfeited to the State.

tịch thâu (sự) [tĭk θɑu] Confiscation (of contraband goods, etc...) ; seizure (of property, etc...). *Người tịch thâu :* Confiscator. *Có thể tịch thâu được :* Confiscable, liable to be seized, forfeited.

tiếc [tĭrk] To regret, to be sorry, to bemoan ; to desiderate, to feel to be missing, to regret absence of. *Tiếc đã làm việc gì :* To regret, be sorry for, having done something ; to be sorry to have done something ; to regret doing, having done, to have done something. *Tiếc người nào, vật gì :* To regret someone, something. *Tôi lấy làm tiếc đã đánh lừa nó :* I regret having deceived him. *Tôi lấy làm tiếc đã để ông chờ :* Sorry I kept you waiting. *Nếu anh từ chối, anh sẽ hối tiếc sau nầy :* If you refuse you'll be sorry later on. *Nó chết mọi người đều thương tiếc :* He died regretted by all ; he died regretted of all men. *Tôi lấy làm tiếc mà cho ông hay rằng :* I regret to have to inform you that. *Tôi lấy làm tiếc không thể cho anh mượn năm trăm đồng :* I'm afraid I can't lend you five hundred piastres. *Tôi rất tiếc không thể đến được :* I regret being unable to come.

tiếc công [tĭrk koɲ] To sorrow over the futility of one's efforts.

tiếc của [tĭrk kwả] To sorrow over the loss of one's money.

tiếc rẻ [tĭrk rẻ] To regret (a lost chance).

tiệc [tĭrk] Feast, banquet. *Đãi tiệc :* To give a feast to. *Tôi định đãi chúng nó một bữa tiệc :* I thought of giving them a banquet.

tiệc chè [tĭrk cè] See tiệc trà.

tiệc cưới [tĭrk kɯới] Wedding banquet, wedding feast.

tiệc rượu [tĭrk rɯợu] Banquet, feast.

tiệc trà [tĭrk trà] Tea party.

tiệc tùng [tĭrk tùɲ] Feasts, banquets.

tiệc từ giã [tĭrk từ ʒã] Farewell banquet.

tiêm [tiem] To inject, to give an injection. Ống tiêm : Syringe Tiêm thuốc : To inject a drug. Tiêm người nào một mũi thuốc dưới da : To give someone a hypodermic injection.

tiêm chỉ [tiem ci] Tape: fingers.

tiêm duy tố [tiem zwi tó] (Physiol) Fibrin.

tiêm nhiễm [tiem niêm] To imbue, to impregnate ; to contract (a bad habit). Tiêm nhiễm những tư tưởng sai lầm : To become impregnated with false ideas.

tiêm nhược [tiem nụrk] Feeble.

tiêm quản [tiem kwản] (Bot) Fibro-vascular.

tiêm chức [tiêm cứk] To usurp an office ; to take possession of an office to which one has no right.

tiêm đoạt [tiêm dwạt] To usurp.

tiêm ngôi [tiêm noi] To usurp the throne.

tiêm quyền [tiêm kwiền] To usurp (up) on someone's right.

tiêm vị [tiêm vị] To usurp, seize, the throne.

tiêm [tiêm] To braise, to stew.

tiêm ảnh [tiêm ảip] Latent image.

tiêm ẩn [tiêm ẩn] To be hidden.

tiêm ẩn Latent.

tiêm cư [tiêm kw] To live in retirement, in seclusion.

tiêm đĩnh [tiêm dịp] Submarine.

tiêm đức [tiêm dúk] Hidden virtue.

tiêm hành [tiêm hàip] To go in secret.

tiêm lực [tiêm lụk] 1) Latent force. 2) Potential.

tiêm lực chiến tranh [tiêm lụk ciến traip] War potential.

tiêm lực kinh tế [tiêm lụk kịp té] Economic potential.

tiêm nặc [tiêm nạmk] To hide, to conceal.

tiêm ngư đĩnh [tiêm ngư dịp] Submarine.

tiêm nhập [tiêm nặp] To enter secretly.

tiêm phục [tiêm fụk] Latent.

tiêm phục To lie in ambush.

tiêm tàng [tiêm tàng] Hidden, concealed, latent.

tiêm thế [tiêm thé] Hidden influence.

tiêm thủy đĩnh [tiêm thwi dịp] Submarine.

tiêm thủy đĩnh nguyên tử [tiêm thwi dịp ngwien tử] Atomic submarine.

tiêm thủy lôi [tiêm thwi loi] Submarine mine.

tiêm thủy phục [tiêm thwi fụk] Diving suit.

tiêm thức [tiêm thức] Subconscious, subconsciousness. Thuộc về tiêm thức : Subconscious.

tiêm vọng kính [tiêm vọng kịp] Periscope.

tiệm [tiệm] Shop, store. Chủ tiệm : Storekeeper.

tiệm ăn [tiệm awn] Restaurant.

tiệm cầm đồ [tiệm kờm dò] Pawn-office, pawn-shop.

tiệm cận [tiệm kạn] Asymptotic(al). Đường tiệm cận : Asymptote. Phương tiệm cận : Asymptotic direction.

tiệm cận tuyến [tiệm kạn twiến] Asymptote.

tiệm hút [tiệm hút] Opium den.

tiệm nhảy [tiệm này] Dancing-hall.

tiệm tạp hóa [tiệm tạp hứa] Grocer's shop.

tiệm tiệm [tiệm tiệm] Progressively.

tiệm tiến [tiệm tién] To advance progressively.

tiên [tien] Fairy, immortal being. Chuyện thần tiên : Fairy-tale, fairy-story.

tiên Đầu tiên : First, original.

tiên bối [tien bói] Elders.

tiên cảnh [tien kảip] Fairyland.

tiên cáo [tien káu] Plaintiff.

tiên chỉ [tien cỉ] First notable.

tiên chiếm [tien ciém] First occupant

tiên chúa [tien cứa] The late king.

tiên cô [tien ko] Fairy.

tiên cốt [tien kót] Fairy-like.

tiên diệm [tien ziệm] Beautiful.

tiên du [tien zu] To go to the fairyland, (fig) to die, pass away.

tiên dược [tien zựrk] Miraculous drug ; elixir of life.

tiên đế [tien dé] The late king.

tiên đoán [tien dwán] To augur, to divine, to foretell, to foresee to predict.

tiên đơn [tien dơn] Efficacious medicine ; elixir of life.

tiên giới [tien zới] Fairyland, faerie, faery.

tiên hiền [tien hièn] Ancient sage.

tiên kbiệt [tien xiét] Clean.

tiên kiền [tien kién] To foresee.

tiên lệ [tien lẹ] Precedent.

tiên mẫu [tien mẫu] Late mother.

tiên nga [tien ŋa] Fairy.

tiên nghiệm luận [tien ŋiệm lwận] Transcendentalism.

tiên nhân [tien ŋən] Ancestors, forefathers.

tiên nữ [tien nữ] Fairy ; beautiful woman.

tiên phong [tien foŋ] (Mil) Vanguard ; pioneer.

tiên phụ [tien fụ] Late father.

tiên quân [tien kwan] The late king.

tiên quyết [tien kwiét] Prerequisite.

tiên rồng [tien ròŋ] The fairy and the dragon.

tiên sinh [tien ʃiɲ] Sir.

tiên sư [tien ʃɯ] Founder of a doctrine or a profession.

tiên tài [tien tài] Extraordinary talent.

tiên thánh [tien θáiɲ] Ancient saint.

tiên thế [tien θé] Past generation.

tiên thệ [tien θẹ] To die, pass away.

tiên thiên [tien θien] Innate, congenital, connate. *Tiên thiên quan niệm :* Innate ideas.

tiên thuật [tien θwật] Magic power.

tiên tổ [tien tổ] Ancestors, forefathers.

tiên tri [tien tri] To prophesy, to foretell, to predict, to vaticinate. *Nhà tiên tri :* Prophet, seer.

tiên vương [tien vwɔŋ] The late king.

tiên [tién] 1) To advance, to move forward, to make an advance.

2) To progress, to make progress. *Không tiến tức là lùi :* There is no standing still.

tiên binh [tién biɲ] To advance troops.

tiên bộ [tién bọ] To progress, to advance, to get along, to make progress, to make headway ; to improve. *Tiến bộ trong việc học hành :* To get on with one's studies, to progress with one's studies, to make progress, to improve in one's studies. *Văn minh tiến bộ :* The civilization is advancing. *Nó tiến bộ rất nhiều :* He has greatly improved. *Tiến bộ một cách mau lẹ, bằng những bước nhảy vọt :* To advance, progress, by leaps and bounds. *Từ ngày ấy nó tiến bộ rất nhiều :* Since that day he has never looked back. *Tiến bộ nhiều :* To make strides, to make rapid progress. *Khoa học tiến bộ rất nhiều trong khoảng năm chục năm sau cùng :* Science has made great advances during the last fifty years.

tiên bộ (sự) Advance, progress, headway, advancement. *Sự tiến bộ về kỹ nghệ của Nhựt Bổn đã làm thế giới hết sức kinh ngạc :* Japan's industrial advance amazed the world.

tiên cống [tién kóŋ] To pay tribute.

tiên cứ [tién kử] To propose, to recommend.

tiên dẫn [tién zỗn] To introduce (someone).

tiên hành [tién hàiɲ] 1) To advance, to move forward.

2) To continue, to proceed to, to carry on (work, etc..). *Công việc tiến hành ra sao ? :* How is business progressing ?. *Công việc đang tiến hành :* The work now in progress. *Phương pháp tiến hành hoàn toàn nhứt :* The best way of proceeding.

tiên hóa [tién hwa] To evolve. *Sự tiến hóa :* Evolution.

tiên hương [tién hưɔŋ] To offer incense (to Buddha).

tiên khẩu [tiến xòu] To import.

tiên khẩu hóa [tiến xòu hwá] Imported goods.

tiên khẩu thuê [tiến xòu θwé] Import tax.

tiên phát [tiến fát] To progress, to advance. See tiên bộ.

tiên quân [tiến kwən] To advance, progress troops. Sự tiến quân bị chận đứng lại : The progress of the army was checked.

tiên sĩ [tiến ʃi] Doctor. Luật khoa tiến sĩ : Doctor of Laws. Văn khoa tiến sĩ Doctor of Letters, D. Litt.

tiên thoái [tiến θwái] To advance and to retreat. Tiến thoái lưỡng nan : To be in a dilemma.

tiên thủ [tiến θủ] To make an effort to advance.

tiên tới [tiến tói] 1) To advance, to move forward.

2) To make progress. Tiến tới trong việc học hành : To make progress in one's studies.

tiên triển [tiến triển] To progress, to develop, to evolve.

tiên tửu [tiến tửu] To offer alcohol.

tiên xuất [tiến swót] Receipts and expenses.

tiên [tiền] Money, currency, cash. Không tiền : Moneyless. Kiếm tiền : To make money. Có sẵn tiền : To have cash in hand. Ném tiền qua cửa sổ : To squander, run through, one's money. Tôi không có sẵn tiền trong tay : I have no money by me. Cho người nào mượn tiền trước : To advance someone money. Tiền vào tay nó bao nhiêu cũng hết : Money burns his fingers, burns a hole in his pocket. Tiền không thể mua hạnh phúc : Money cannot buy happiness. Nó xài tiền như nước : He spends money like water. Hết tiền hết người hầu hạ : Nothing for nothing. Đưa tiền đây, không thì chết ! : Your money or your life !. Có tiền : To be in cash. Hết tiền : To be out of cash. Trả tiền lúc nhận hàng : Cash on delivery. Nó thủ nhận

đã ăn cắp tiền : He admitted having stolen money. Nó hết tiền rồi : He has come to the end of his money, he has no money left, he has run short of money, his money has run short. Anh làm thế nào có số tiền nầy ? : How did you come by that money ?. Tiền rất khó kiếm : Money hard to come by. Tiền nó vô như nước : Money is always coming in to him. Tiền không sanh lợi : Dead money. Tôi có sẵn tiền đây : I have money at hand. Có tiền mua tiên cũng được : A golden key opens every door, money is a golden key. Không phải vì vấn đề tiền : It is not a question of money.

tiên [tiền] Mặt tiền : Facade, front. Nhãn tiền : Before the eyes.

tiên án [tiền án] Previous conviction. Nó theo đạo Phật, chưa cưới vợ và chưa có tiền án : He professes Buddhist religion, has never married and has no record of previous convictions.

tiên bạc [tiền bạk] 1) Money. Tiền bạc đối với nó không có nghĩa lý gì cả : Money means nothing to him. Lăng phí tiền bạc : To squander one's money, to spend money with both hands, to waste one's substance. Thì giờ là tiền bạc : Time is money. Với tiền bạc người ta làm chủ thế giới : With money one commands the world. Việc ấy sẽ làm nó tốn rất nhiều tiền bạc : That will cost him a great deal of money. Rộng rãi về tiền bạc : Liberal of one's money. Muốn giữ tình bè bạn lâu dài, tiền bạc phải phân minh ; tiền bạc phân minh, tình bè bạn mới bền : Short reckonings make long friends. Tiền bạc là nguồn gốc của tất cả tội ác : Money is the root of all evil. Đây là tất cả tiền bạc mà tôi có : Here is all the money I have.

2) Silver money.

tiên bảo chứng [tiền bảu cứŋ] Bail.

tiên bảo đảm [tiền bảu đảm] (Post) Registration fee.

tiên bì [tiền bì] Primine (of ovule).

tiên bối [tiền bói] Elders.

tiên bối thường [tiền bòi θwəŋ] Damages, reparations. Tiền bồi thườn chiến tranh : War damages. *Kiện người nào đòi tiền bồi thường* : To sue someone for damages ; to bring an action for damages against someone.

tiền buộc boa [tiền bwɔ̌k bwa] Tip, gratuity. *Cho phu vác tiền buộc boa* : To tip the porter.

tiền cấp dưỡng [tiền kấp zườ̌ŋ] Subvention ; (Jur) alimony (allowance due to wife from husband's estate, on separation from certain causes). *Sự đòi tiền cấp dưỡng* : Claim of alimony.

tiền chế [tiền cế] Prefabricated. *Nhà tiền chế* : Prefabricated house.

tiền chết [tiền cết] Money paying no interest, dead money.

tiền chợ [tiền cợ] Housekeeping expenses.

tiền chuộc [tiền cwɔ̌k] Ransom (paid for the liberation of a person who has been kidnapped, captured by brigands, etc...).

tiền cọc [tiền kɔ̌k] Earnest, earnest money, deposit. *Đặt một ngàn đồng tiền cọc* : To leave a thousand piastres as a deposit.

tiền còm [tiền kɔ̌m] Consideration, reward. *Tôi rất bận nhưng tôi sẽ làm việc ấy nếu anh trả tôi chút ít tiền còm* : I'm very busy but I'll do it for a consideration.

tiền công [tiền koŋ] 1) Salary. 2) Fee, honorarium (given for professional services). *Trả tiền công cho luật sư* : To fee a lawyer. *Tiền công của bác sĩ là 100 đồng mỗi lần thăm bịnh* : The doctor's visit is 100 piastres a visit.

tiền của [tiền kwə] Money, wealth, riches.

tiền cửa [tiền kửə] Key money.

tiền cước [tiền kứrk] Postage, carriage.

tiền duyên [tiền zwien] Predestined affinity.

tiền dư thực [tiền zư θɯ̌k] Ration savings.

tiền đạo [tiền dạu] To lead.

tiền đạo (In football) Forward.

tiền đặt cọc [tiền dặɯt kɔ̌k] See **tiền cọc**.

tiền đền [tiền dền] Damages, reparations.

tiền đình [tiền dịŋ] Vestibule.

tiền định [tiền dịŋ] To predestinate, to predestine, to predetermine, to foreordain. *Sự tiền định* : Predestination, foreordination. *Thuyết tiền định* : Predestinarianism. *Người tin thuyết tiền định* : Predestinarian.

tiền đồ [tiền dồ] Future ; the road ahead.

tiền đồn [tiền dồn] Outpost, advanced post. *Tiền đồn chiến đấu* : Combat outpost.

tiền đồng [tiền dồŋ] Copper coin.

tiền giả [tiền zả] Counterfeit money, bad money, false coin. *Giấy mười đô la nầy là tiền giả* : This ten-dollar note is a counterfeit. *Nhiều tiền giả đã được lưu hành* : Many false coins are in circulation.

tiền giấy [tiền zấi] Paper money, bank-bill, bank-notes.

tiền góp [tiền zốp] Instalments.

tiền gốc [tiền zók] Capital, principal.

tiền hậu [tiền hậu] Before and after.

tiền hoa hồng [tiền hwa hồŋ] (Com) Commission. *Tiền hoa hồng hai phần trăm* : Commission of two per cent. *Sự bán ăn hoa hồng* : Sale on commission.

tiền học [tiền hɔ̌k] School fees, school expenses. *Đóng tiền học* : To pay the school fees.

tiền hối lộ [tiền hối lộ] Bribe.

tiền hưu trí [tiền hưu trí] Retiring pension.

tiền khai hoa [tiền xai hwa] (Bot) Aestivation, prefloration.

tiền khuẩn ty [tiền xwɔ̌n ti] Promycelium.

tiền kiếp [tiền kiếp] Past life, previous life.

tiền ký quỹ [tiền kí kwĩ] Surety, guarantee.

tiền lãi [tiền lãi] Interest, profit.

tiền lẻ [tiền lẻ] Small change. *Tôi không*

T

có tiền lẻ : I have no small change. *Hầu hết những người Anh để tiền lẻ trong túi quần thay vì để trong bóp* : Most Englishmen carry their small change loose in the trouser pocket, not in the purse.

tiền lệ [tiền lệ] Precedent.

tiền lời [tiền lòi] Interest.

tiền lương [tiền lươn] Salary, wages, emolument *Nó đem tất cả tiền lương của nó về cho vợ (nó)* · He takes all his wages home to his wife.

tiền màn [tiền màn] Antependium.

tiền mặt [tiền mạtt] Cash, ready money. *Trả tiền mặt* : To pay in ready money, to pay (in) cash. *Sự trả tiền mặt* : Cash payment. *Giá bán tiền mặt* : Cash price. *Sự bán trả tiền mặt* : Cash-sale. *Tôi không có tiền mặt, tôi có thể trả bằng chi phiếu không ?* : I have no cash on me, may I pay by cheque ?.

tiền mô [tiền mo] (Bot) Prosenchyme.

tiền mướn [tiền mướn] See tiền thuê.

tiền mướn đất [tiền mướn đất] Ground-rent.

tiền nằm [tiền nàưm] Money paying no interest, money lying idle.

tiền ngay [tiền ngay] See tiền mặt.

tiền ngoại quốc [tiền ngoại kwók] Foreign money, foreign currency.

tiền nhà [tiền nà] Rent of a house. *Nó thiếu ba tháng tiền nhà* : He owes for three month's rent.

tiền nhân [tiền nạn] Predecessors.

tiền nhập hội [tiền nạp hội] Entrance fee.

tiền nhỏ [tiền nỏ] Small change. See tiền lẻ.

tiền nong [tiền nɔɔn] Money. *Không có tiền nong gì cả:* The purse has nothing in it.

tiền nổi [tiền nổi] Dry money.

tiền nước [tiền nứrk] Tip, consideration. *Nó sẽ làm việc ấy nếu anh trả nó chút ít tiền nước* : He will do it for a small consideration. *Nó là một hạng người có thể làm bất cứ việc gì nếu anh trả cho nó chút ít tiền nước* : He's the sort of man who would do anything for a consideration.

tiền phạt [tiền fạt] Fine. *Tiền phạt nặng* : Heavy fine. *Đóng tiền phạt* : To pay the fines.

tiền phong [tiền fɔɔn] Vanguard. *Nghệ sĩ tiền phong* : Vanguard artist.

tiền phố [tiền fó] Rent of a house. See tiền nhà.

tiền phôi nhũ [tiền foi nũ] (Bot) Endosperm.

tiền phụ cấp [tiền fụ kấp] Allowance.

tiền quảng cáo [tiền kwản káu] Advertising charges.

tiền sảnh [tiền sảin] Antechamber.

tiền sinh [tiền sin] Past, previous, life.

tiền súp [tiền súp] Overtime money (after regular hours).

tiền sử [tiền sử] Prehistoric. *Thời tiền sử* : Prehistoric times.

tiền tài [tiền tài] Money, fortune, wealth, riches. *Theo đuổi tiền tài* : To hunt after fortune.

tiền tệ [tiền tệ] Currency. *Vấn đề tiền tệ* : Question of currency.

tiền thân [tiền thạn] Previous life.

tiền thế [tiền thế] Previous life.

tiền thiệt hại [tiền thiệt hại] Damages. *Nếu anh bị xe buýt đụng té và bị thương, anh có thể đòi công ty xe buýt trả tiền thiệt hại* : If you're knocked down and hurt by a bus, you may claim damages from the bus company.

tiền thường [tiền thương] Damages, reparations.

tiền thưởng [tiền thương] 1) Bonus, bounty. *Tiền thưởng tái đăng* : Reenlistment bonus. 2) Reward (offered for the return of lost or stolen property, the capture of a criminal, etc...).

tiền tích [tiền tík] Antecedents, past history (of someone).

tiền tiến [tiền tiến] Advanced. *Nước tiền tiến* : Advanced country.

tiền tiêu [tiền tiêu] Expenses.

tiền trảm hậu tấu [tiền trảm hậu

tịu] To behead first and to report afterward.

tiền trình [tièn trìn] Future.

tiền trợ cấp [tièn trọ kớp] Subsidy, subvention.

tiền túi [tièn túi] Pocket-money.

tiền tuyến [tièn twién] (Mil) Front-line. *Những đại đội bộ binh là « con mắt » của pháo binh tại tiền tuyến* : The infantry companies are the « eyes » of the artillery in the front-line.

tiền tử tuất [tièn tủ twót] Death gratuity.

tiền tưởng thưởng [tièn tưởŋ ɵưởŋ] Gratuity.

tiền ứng trước [tièn úŋ trướk] Advance payment.

tiền vạ [tièn vạ] Fine.

tiền vàng [tièn vàŋ] Gold money, gold coin.

tiền vệ [tièn vẹ] Advance guard.

tiền vị [tièn vị] Foretaste.

tiền vô cửa [tièn vo kửa] Door-money, (Sport) gate-money.

tiền vốn [tièn vón] Capital, principal.

tiền vương [tièn vưaŋ] The previous king.

tiền xài [tièn sài] Expenses. *Chúng ta phải bớt tiền xài* : We must keep down expenses.

tiễn [tiễn] To see (someone) off.

tiễn *Hỏa tiễn* : Rocket.

tiễn To walk on ice, (fig) dangerous, risky, perilous.

tiễn biệt [tiễn biệt] To bid farewell, to say good-bye.

tiễn chân [tiễn cạn] To see (someone) off.

tiễn cực [tiễn kụk] (Of king) To come to the throne ; to ascend, mount the throne.

tiễn diệt [tiễn ziệt] To exterminate.

tiễn đao [tiễn dau] Scissors.

tiễn đoạn [tiễn dwạn] To cut off.

tiễn đưa [tiễn dưa] To see (someone) off.

tiễn hành [tiễn hàin] To see (someone) off. *Tiệc tiễn hành* : Farewell banquet.

tiễn khách [tiễn xáik] To see off a guest.

tiễn phát [tiễn fát] To cut one's hair.

tiễn thư [tiễn ɵư] Letter sent by arrow.

tiễn trừ [tiễn trừ] To abandon, give up completely.

tiễn ước [tiễn ướk] To keep one's word.

tiện [tiện] To turn. *Bàn tiện, máy tiện* : Lathe. *Thợ tiện* : Turner.

tiện Convenient, favourable. *Phương tiện* : Means. *Giản tiện* : Simple.

tiện bí [tiện bí] Difficult to empty the bowels.

tiện dân [tiện zạn] Lower classes.

tiện dịp [tiện zịp] To take advantage of the opportunity, to profit by the occasion.

tiện lợi [tiện lợi] Convenient, serviceable, advantageous, suitable, expedient.

tiện nghi [tiện ŋi] Comfort, convenience, facilities. *Sự thiếu tiện nghi* : Discomfort. *Khách sạn có đủ tiện nghi tân thời* : Hotel with every modern comfort. *Nhà hơi tiện nghi* : The house is comfortable enough. *Nhà đầy đủ tiện nghi* : The house is full of conveniences of every sort.

tiện nội [tiện nọi] My wife.

tiện nữ [tiện nử] My daughter.

tiện tặn [tiện tặn] To save. *Tiện tặn từng đồng* : To save little by little. *Tiện tặn cho con đi học* : To save towards the children's education.

tiện thất [tiện ɵát] My wife.

tiện thể [tiện ɵẻ] For convenience's sake.

tiếng [tiếŋ] Language, tongue. *Tiếng Việt Nam* : Vietnamese language, Vietnamese tongue. *Tiếng mẹ đẻ* : Mother tongue. *Tiếng ngoại quốc* : Foreign language. *Những nước nói tiếng Anh* : English speaking countries. *Biết rành nhiều thứ tiếng* : To have several languages at one's command, to have command of several languages, to have a knowledge, a command, an understanding, of several languages.

tiếng 1) Voice. *Nói lớn tiếng :* To speak aloud, to speak in a loud voice. *Sự tắt tiếng :* Loss of voice. *Người ta có thể nghe tiếng mà nhận ra nó :* One can tell him by his voice. *Tiếng của nó nghe lanh lảnh :* His voice sounded shrill.

2) Noise, sound. *Tiếng kêu lẻng kẻng :* Clicking noise. *Tiếng chén dĩa chạm nhau :* Clatter of dishes. *Tiếng kêu vo vo :* Buzzing noise. *Không có tiếng động :* Noiseless. *Tiếng búa trên đe :* The clang of the hammers on the anvil. *Làm có tiếng động :* To make a noise. *Không một tiếng động :* Not a sound was heard. *Tiếng còi kêu vang :* The hooter sounded. *Kêu nghe tiếng rỗng :* To sound hollow.

tiếng Reputation, repute. *Có tiếng, nổi tiếng :* Famous ; to make a name for oneself, to make one's name. *Nó giàu có tiếng :* He is reputed wealthy. *Có tiếng tốt, xấu :* To be in good, in bad, repute. *Nơi có tiếng xấu :* Place of ill repute. *Bác sĩ có tiếng :* Doctor of repute, in great repute. *Có tiếng mà không có miếng :* To have nothing but one's name and sword.

tiếng Hour. *Nó ngủ tám tiếng :* He slept eight hours. *Ngủ mười hai tiếng liên tiếp :* To sleep the clock round, to sleep for twelve hours continuously.

tiếng ác [tiếŋ ák] *Tiếng ác đồn xa :* Ill news runs apace, flies apace.

tiếng câm [tiếŋ kəm] Dead sound.

tiếng chân [tiếŋ cən] Footstep. *Tôi nghe có tiếng chân ở ngoài :* I hear footsteps outside. *Nhận biết tiếng chân của người nào :* To recognize someone's steps. *Tôi nghe tiếng chân của nó bước xa dần :* I heard his retreating steps.

tiếng chén dĩa [tiếŋ cén zĩa] Clatter of dishes.

tiếng chim [tiếŋ cim] Songs of birds.

tiếng chó súa [tiếŋ có ʃửa] Bark. *Tôi nghe có tiếng chó súa :* I heard the dog bark.

tiếng chó tru [tiếŋ có tru] Howl of a

dog.

tiếng chuông [tiếŋ cuoŋ] Ring ; sound, ringing, tinkle, of a bell. *Tôi nghe có tiếng chuông reo :* I hear a ring. *Có tiếng chuông ngoài cửa :* There was a ring at the door. *Tôi nhận biết tiếng chuông của nó :* I recognize his ring. *Tiếng chuông điện thoại :* Ring on the telephone.

tiếng chuột [tiếŋ cuột] Squeak of a rat, a mouse.

tiếng chửi [tiếŋ cửi] Insulting word.

tiếng còi máy [tiếŋ kòi máy] Blast of the siren.

tiếng cú kêu [tiếŋ kú keu] Hoot ; cry of an owl.

tiếng cười [tiếŋ kười] Laughter, the sound of laughing. *Tiếng cười vang rân :* Peals of laughter. *Tiếng của nó bị tiếng cười át đi :* His voice was lost amid the laughter.

tiếng dế [tiếŋ zế] Chirp, chirping, of the cricket.

tiếng dội [tiếŋ zội] Echo. *Không có tiếng dội :* Echoless. *Lời kêu gọi của nó không có tiếng dội :* There was no response to his appeal.

tiếng đàn ông [tiếŋ đàn oŋ] Masculine voice.

tiếng đỏ đẻ [tiếŋ đỏ đẻ] Jargon. *Chỉ có người mẹ mới có thể hiểu được tiếng đỏ đẻ của con mình :* Only a mother can understand her baby's jargon.

tiếng đồn [tiếŋ dòn] Rumour.

tiếng đồng hồ [tiếŋ dòŋ hò] Hour.

tiếng động [tiếŋ dọŋ] Noise, sound, din. *Tiếng động làm nó thức giấc :* The noise keeps him awake, keeps him from sleeping. *Cả nhà đều thức dậy vì tiếng động :* All the inmates were awakened by the noise. *Tiếng động từ trong phòng đưa ra :* Sound proceeding from a room.

tiếng gà gáy [tiếŋ gà gáy] Crowing of the cock.

tiếng gió [tiếŋ zó] Sound of wind.

tiếng gõ cửa [tiếŋ gõ kửa] Rap on the

door.

tiếng gọi [tiẻŋ gɔi] Call. *Tiếng gọi của lương tâm* : The call, the voice, the dictate of conscience.

tiếng gốc [tiẻŋ gók] Primitive word.

tiếng hát [tiẻŋ hát] Singing.

tiếng ho [tiẻŋ hɔ] Sound of coughing.

tiếng kèn [tiẻŋ kèn] (Aut) Sounding of the horn ; blare of the trumpet.

tiếng kêu [tiẻŋ keu] Cry, call. *Tiếng kêu giết giặc* : War-cry. *Tiếng kêu cứu* : Call for help, cry for help.

tiếng khàn khàn [tiẻŋ xàn xàn] Husky, hoarse, voice.

tiếng la [tiẻŋ la] Cry.

tiếng lái [tiẻŋ lái] Cant, slang.

tiếng lóng [tiẻŋ lɔ́ŋ] Slang, cant, patter. *Người nói tiếng lóng* : Talker of slang. *Tiếng lóng của bọn trộm* : Thieves' cant, thieves' patter. *Nói tiếng lóng* : To talk slang. « *Xìn* » *là tiếng lóng của* « *tiền* » : « Brass » is slang for « money ».

tiếng lừa kêu [tiẻŋ lừa keu] Hee-haw.

tiếng mẹ đẻ [tiẻŋ mẹ dẻ] Mother tongue, native tongue, native language.

tiếng mèo kêu [tiẻŋ mèu keu] Mew, miaow.

tiếng ngựa hí [tiẻŋ ŋưa hí] Neigh, whinny.

tiếng nhạc [tiẻŋ ɲak] Musical sound, sound of music. *Có tiếng nhạc từ xa* : There were sounds of distant music.

tiếng nói [tiẻŋ nói] Language, tongue ; voice. *Tiếng nói lanh lảnh* : Shrill voice. *Tiếng nói hoang hoang* : Resonant voice.

tiếng nổ [tiẻŋ nỏ] Detonation.

tiếng ồn ào [tiẻŋ òn àu] Din, noise. *Tiếng ồn ào làm nó ngủ không được* : The noise keeps him from sleeping. *Tiếng ồn ào thình lình ngưng hẳn khi thấy giáo vào phòng* : The din stopped suddenly when the teacher entered the room.

tiếng rắc rắc [tiẻŋ rắưk rắưk] Crackle, cracking sounds (as one walks on dry sticks or when dry sticks or logs burn).

iếng róc rách [tiẻŋ rók ráik] Murmur

(of a brook).

tiếng run [tiẻŋ run] Quavering voice.

tiếng sấm [tiẻŋ ʃấm] Peal of thunder.

tiếng sét đánh [tiẻŋ ʃɛt dáiɲ] Stroke of lightning.

tiếng sóng [tiẻŋ ʃóŋ] Sound of waves.

tiếng sột soạt [tiẻŋ ʃọt ʃwạt] Scratch (of a pen).

tiếng súng [tiẻŋ ʃúŋ] Report of a gun, sound, noise, of a gun. *Người ta nghe một tiếng súng* : The report of a gun was heard.

tiếng tăm [tiẻŋ tauwm] Fame, renown, celebrity.

tiếng thơm [tiẻŋ θəuw] Good name.

tiếng tốt [tiẻŋ tót] 1) Beautiful voice. *Nàng có tiếng tốt* : She has a beautiful voice.
2) Good name, good report, reputation. *Người có tiếng tốt* : Man of good report.

tiếng trầm [tiẻŋ trầm] Baritone, barytone.

tiếng trong [tiẻŋ trɔŋ] Clear voice.

tiếng trống [tiẻŋ tróŋ] Beat of the drum. *Chúng tôi nghe tiếng trống* : We heard the beat of a drum.

tiếng trời gầm [tiẻŋ trời gầm] Thunder. *Tôi nghe tiếng trời gầm vang động đằng xa* : I heard thunder growling in the distance.

tiếng vang [tiẻŋ vaŋ] Echo.

tiếng xấu [tiẻŋ ʃấu] Bad name, bad reputation.

tiếng xèo xèo [tiẻŋ ʃèu ʃèu] 1) Fizzle. 2) Sizzle.

tiếp [tiếp] To receive (someone). *Tiếp người nào một cách niềm nở* : To receive someone with open hands. *Tiếp người nào một cách trọng thể* : To receive someone with all due honour, with full honours. *Hôm nay tôi không thể tiếp nó được* : I cannot see him today. *Đóng cửa không tiếp người nào* : To shut the door against someone, on someone, in someone's face.

tiếp (Hort) To graft.

tiếp 1) To join. *Những đường song song không bao giờ tiếp với nhau :* Parallel lines never join. 2) To continue, to go on. *Còn tiếp :* To be continued. *Bây giờ tôi xin tiếp qua vấn đề khác :* I shall now go on to another matter.

tiếp cận [tiếp kạn] Adjoining, contiguous, adjacent, bordering.

tiếp cây [tiếp kei] (Hort) To graft. *Sự tiếp cây :* Grafting. *Người tiếp cây :* Grafter.

tiếp chiến [tiếp ciến] To intercept (one's enemy), to join in battle.

tiếp cứu [tiếp kứu] To relieve, to deliver ; to rescue.

tiếp diễn [tiếp ziễn] To continue. *Cuộc đàm phán đang tiếp diễn :* The negotiations are now proceeding, the negotiations in progress. *Cuộc điều tra đang tiếp diễn :* The investigation is continuing.

tiếp đãi [tiếp đãi] To receive and to entertain.

tiếp đầu ngữ [tiếp dầu ŋũ] Prefix.

tiếp điểm [tiếp diểm] (Anat) Commissure ; (Geom) point of contact.

tiếp đón [tiếp dón] To receive, to greet. *Tiếp đón người nào một cách niềm nở :* To receive someone with open arms, to give someone a warm reception. *Sự tiếp đón lãnh đạm :* Frigid greeting.

tiếp giác [tiếp ʒák] Adjacent angle.

tiếp giáp [tiếp ʒáp] Adjoining, contiguous.

tiếp giáp To adjoin.

tiếp giới [tiếp ʒới] Bordering, adjoining.

tiếp hợp [tiếp hạp] (Biol) To conjugate ; (Anat) to anastomose. *Sự tiếp hợp :* Conjunction.

tiếp hợp bào tử [tiếp hạp bàu tử] (Bot) Zygospore.

tiếp hợp mạc [tiếp hạp mạk] (Anat) Conjunctiva.

tiếp hợp tử [tiếp hạp tử] (Bot) Zygote.

tiếp huyết (sự) [tiếp hwiết] Blood transfusion.

tiếp khách [tiếp xáik] To receive guests.

tiếp kiến [tiếp kiến] (Of high official) To receive in audience. *Sự tiếp kiến :* Audience. *Đại sứ được vua tiếp kiến :* The ambassador was received in audience by the Emperor.

tiếp liên [tiếp lien] Continuous.

tiếp liệu [tiếp liệu] To supply with material.

tiếp liệu Supplies. *Tiếp liệu hành quân :* Operational supplies. *Tiếp liệu không hư :* Non deteriorating suppplies. *Tiếp liệu mau hư :* Perishable supplies.

tiếp mộc pháp [tiếp mọk fáp] (Bot) Grafting.

tiếp nạp [tiếp nạp] To admit, to accept.

tiếp nhị liên tam [tiếp ɲi lien tam] Successive, continuous.

tiếp nhận [tiếp ɲạn] To receive, to admit.

tiếp nối [tiếp nối] To join ; to abut. *Sự tiếp nối :* Abutment.

tiếp rước [tiếp rức] To receive. *Tiếp rước người nào một cách niềm nở :* To receive someone with open arms.

tiếp sinh [tiếp ʃiŋ] (Of doctor) To deliver a woman.

tiếp sức [tiếp ʃúk] *Cuộc chạy đua tiếp sức :* Relay race.

tiếp tân [tiếp tạn] To receive guests. *Phòng tiếp tân :* Reception room.

tiếp tế [tiếp té] To supply with (provisions, ammunition, etc...). *Tiếp tế vật gì cho người nào :* To supply someone with something. *Tiếp tế lương thực cho một thành phố :* To supply a town with provisions.

tiếp tế Supply. *Sự tiếp tế đạn dược* Ammunition supply. *Sự tiếp tế lương thực cho một đạo binh :* Supply of the army with food.

tiếp theo [tiếp θeu] Following, ensuing.

tiếp theo To follow, to ensue.

tiếp thu [tiếp θu] To receive. *Sự tiếp thu :* Reception.

tiếp tục [tiếp tụk] To continue, to carry on, to go on with, to keep on with (studies, efforts, etc...) ; to pursue. *Tiếp tục làm việc gì :* To continue

do something ; to go on, keep on, do-
ing something. *Tiếp tục con đường của
mình* : To continue, pursue, one's jour-
ney ; to proceed on one's way. *Tiếp
tục ở lại một nơi nào* : To continue in,
at, a place. *Tiếp tục câu chuyện* : To
carry on a conversation. *Tiếp tục làm việc
trong lúc người nào vắng mặt* : To carry
on during someone's absence. *Anh phải
tiếp tục học tiếng Pháp* : You must
continue your study of French. *Tiếp
tục đi thẳng đến khi nào anh gặp nhà
dây thép (bưu điện)* : Keep straight on
until you get to the post-office. *Chúng
nó tiếp tục tấn công suốt đêm* : They
kept up the attack all night. *Tiếp tục
việc học đến cùng* : To pursue one's
studies to the end.

tiếp tuyến [tiếp twién] (Geom) Tangent.

tiếp vận [tiếp vạn] To retransmit. *Sự
tiếp vận* : Retransmission.

tiếp vận Logistics.

tiếp vật kính [tiếp vạt kíṇ] Object-
glass.

tiếp vĩ ngữ [tiếp vi ṇũ̃] (Ling) Suffix.

tiếp viện [tiếp viện] To reinforce. *Quân
tiếp viện* : Reinforcement.

tiếp xúc [tiếp súk] To contact (with). *Tiếp
xúc với người nào* : To be in contact,
come into contact, with someone ; to
be in touch with someone, to get into
touch with someone. *Cho hai người
tiếp xúc nhau* : To bring two peo-
ple into contact. *Tránh tất cả mọi tiếp
xúc với người ngoại quốc* : To avoid
all contact with strangers.

tiếp xúc 1) Contact, touch.
2) (Math) Tangency.

tiếp xúc diểm [tiếp súk diểm] Tan-
gential point.

tiếp xương [tiếp sưⱥŋ] (Of bone-setter)
To set a broken bone.

tiệp [tiệp] *Mẫn tiệp* : Alert, smart.

Tiệp khắc [tiệp xáɯk] (Geog) Czecho-
Slovakia.

tiệp kính [tiệp kíṇ] Short-cut.

tiết [tiết] Blood of an animal, animal
blood, (fig) anger. *Cáu tiết* : Furious.

tiết (Phisiol) To secrete. *Sự tiết ra* :
Secretion.

tiết (Hoa) *Tiết mùi thơm* : (Of flower)
To breathe forth perfume.

tiết *Trinh tiết* : Chastity. *Thủ tiết* :
To remain a widow.

tiết Climate, season. *Thời tiết* : Weather,
climate, season.

tiết Section (of a book).

tiết *Chi tiết* : Detail.

tiết bào tử [tiết bàu tử] (Bot) Arthro-
spore.

tiết chế [tiết cé] To limit, to bound.

tiết dục [tiết zụk] To bound one's
desires.

tiết dụng [tiết zụŋ] To use sparingly,
frugally.

tiết độ [tiết dọ] Moderate, temperate.
Sự tiết độ : Moderation, temperance.
Ăn uống có tiết độ : To eat and drink
in moderation.

tiết gà [tiết gà] Chicken blood.

tiết giảm [tiết ɟảm] To diminish.

tiết hạnh [tiết hạiṇ] Chastity, virtue
(of woman).

tiết khi [tiết xí] Climate.

tiết kiệm [tiết kiệm] Economical, thrif-
ty, sparing. *Sự tiết kiệm* : Economy.
Người tiết kiệm : Economist.

tiết kiệm To economize, to save. *Nó
tiết kiệm bằng cách đi xe điện thay vì
đi tắc-xi mỗi khi nó đi học* : He econo-
mized by using trams instead of taking
a taxi every time he went to school.

tiết lậu [tiết lụu] See **tiết lộ**.

tiết lộ [tiết lọ] To divulge, to disclose,
to unfold, to reveal, to let out. *Tiết
lộ điều bí mật* : To let out a secret, to
betray a secret, to blurt out a secret,
to reveal a secret. *Tiết lộ sự hiện diện
của người nào* : To make someone's
presence known. *Tiết lộ sự thật* : To
blurt out the truth. *Vô tình tiết lộ điều
bí mật* : To let the cat out of the bag.

tiết lộ Revelation, disclosure (of secret,
etc...).

tiết ly [tiết lị] (Med) Dysentery.

tiết mục [tiết mụk] Section, paragraph.

tiết nữ [tiét nữ] Pure, chaste, young woman.

tiết phách [tiét fáik] See tiết tầu.

tiết phụ [tiét fụ] Chaste widow.

tiết ra [tiét ra] (Physiol) To secrete.

tiết tả [tiét tả] (Med) Diarrhoea.

tiết tầu [tiét tóu] (Mus) Cadence, rhythm.

tiết tháo [tiét θáu] Fidelity.

tiết trinh [tiét triɲ] Chastity, purity.

tiết túc [tiét túk] (Z) Arthropod.

tiệt [tiệt] *Trừ tiệt* : To exterminate.

tiêu [tieu] To spend, expend (money). *Nó tiêu tiền như nước* : He spends money like water.

tiêu Pepper. *Tiêu hột* : Whole pepper. *Hột tiêu* : Peppercorn. *Tiêu xay rồi* : Ground pepper. *Cây tiêu* : Pepper plant. *Hộp đựng tiêu* : Pepper-box. *Tiêu làm cay lưỡi* : Pepper bites the tongue. *Vườn tiêu* : Pepper-plantation.

tiêu Flute. *Thổi tiêu* : To play (on) the flute.

tiêu To digest. *Đồ ăn khó tiêu* : Food that is difficult to digest, food that assimilates badly. *Đồ ăn dễ tiêu* : Easily digested food. *(Đồ ăn) Mau tiêu, lâu tiêu* : (Of food) To be easy, hard, of digestion.

tiêu biểu [tieu biểu] To symbolize. *Vật tiêu biểu* : Symbol.

tiêu chuẩn [tieu cwởn] Standard, norm, criterion. *Tiêu chuẩn của chân lý* : The criterion of truth.

tiêu chuẩn hóa [tieu cwởn hwə] To standardize.

tiêu cự [tieu kụ] Focal length.

tiêu cực [tieu kụk] Negative ; passive. *Đức hạnh tiêu cực* : Negative virtues. *Chứng cớ tiêu cực* : Negative evidence.

tiêu dao [tieu zau] Free, at leizure.

tiêu diệt [tieu ziệt] To annihilate, to exterminate, to destroy completely, to wipe out. *Sự tiêu diệt* : Annihilation, extermination. *Tiêu diệt đối phương* : To crush the enemy.

tiêu diệt Extinct. *(Dân tộc) Bị tiêu diệt* : (Of races) To become extinct, to die out.

tiêu diêu [tieu zieu] See tiêu dao.

tiêu dùng [tieu zùɲ] To use.

tiêu dụng [tieu zụɲ] To spend.

tiêu đề [tieu dè] Subject, heading.

tiêu đích [tieu dík] Aim, goal, purpose.

tiêu điểm [tieu điểm] 1) Focus. *Sai tiêu điểm* : Out of focus. *Tiêu điểm của một tấm kiếng* : Focal point of a mirror. 2) Aim, purpose.

tiêu điều [tieu diều] Deserted and dreary.

tiêu độc [tieu dọk] (Med) Antitoxic, antidotal.

tiêu giảm [tieu ʒảm] To diminish, to lessen.

tiêu hao [tieu hau] To wear out gradually. *Sự tiêu hao* : Attrition. *Chiến tranh tiêu hao* : War of attrition.

tiêu hình [tieu hìɲ] (Ph) Caustic.

tiêu hóa [tieu hwá] To digest (food). *Dễ tiêu hóa* : Digestible. *Đồ ăn khó tiêu hóa* : Food that is difficult to digest. *Bộ máy tiêu hóa* : Digestive system. *Sự tiêu hóa* : Digestion. *Đồ ăn dễ tiêu hóa* : Easily digested food.

tiêu hoang [tieu hwaɲ] To squander, waste (money).

tiêu hôn [tieu hon] To annul a marriage.

tiêu hủy [tieu hwỉ] To destroy, to demolish.

tiêu kế [tieu ké] (Ph) Focometer.

tiêu khiển [tieu xiển] To recreate, to kill time. *Sự tiêu khiển* : Recreation.

tiêu lịnh [tieu lịɲ] Order. *Tiêu lịnh chung* : General order. *Tiêu lịnh đặc biệt* : Special order.

tiêu lộ [tieu lọ] Opening, market (for an article).

tiêu ma [tieu ma] 1) To wear out. 2) To be gone, melt away.

tiêu nghiêu [tieu ɲieu] Dwarf.

tiêu nhắm [tieu ɲáɯm] Target.

tiêu phá [tieu fá] To spend.

tiêu phí [tieu fi] 1) To use, to make use of.

2) To consume, to use up, to waste.

tiêu quản [tiêu kwản] Flute.

tiêu sắc [tiêu ʃɯk] Achromatism.

tiêu sắc (Opt) Achromatic.

tiêu sắc hóa [tiêu ʃɯk hwa] (Opt) To achromatize.

tiêu sầu [tiêu ʃòu] To relieve the tedium.

tiêu tan [tiêu tan] 1) To dissipate. *Làm tiêu tan sự hiểu lầm* : To clear up a misunderstanding. *Làm tiêu tan hy vọng của người nào* : To frustrate someone's hopes ; to defeat someone of his hopes ; to dash someone's hopes to the ground. *Làm tiêu tan những sự hiểu lầm giữa hai dân tộc* : To dissipate misunderstandings existing between the two people. *Việc ấy làm tất cả sự nghi ngờ của tôi tiêu tan* : That sets all my doubts at rest.
2) (Of hope) To evaporate. *Những hy vọng của nó tiêu tan* : His hopes evaporated.

tiêu tán [tiêu tán] To melt away.

tiêu tán Scattered.

tiêu tao [tiêu tau] See tiêu điều.

tiêu thạch [tiêu θaik] Saltpetre, potassium nitrate.

tiêu thổ [tiêu θổ] Scorched earth (tactics). *Chính sách tiêu thổ* : Scorched earth policy.

tiêu thụ [tiêu θụ] To consume. *Người tiêu thụ* : Consumer. *Người Anh tiêu thụ rất nhiều thịt* : The English consume a great deal of meat. *Sự tiêu thụ* : Consumption. *Sự tiêu thụ trong xứ* : Home consumption. *Sức tiêu thụ* : Consumptive power. *Giá tăng lên làm giảm bớt sức tiêu thụ* : Increased price caused a decreased consumption. *Cái máy tiêu thụ một tấn than một giờ* : Engine that consumes a ton of coal per hour. *Sự tiêu thụ rượu bia tăng lên mỗi năm* : The consumption of beer increases every year.

tiêu trung [tiêu truŋ] Midnight.

tiêu trừ [tiêu trừ] To exterminate, to eliminate.

tiêu xài [tiêu sài] To spend.

tiêu [tiêu] *Đàm tiêu* : To laugh at.

tiêu lâm [tiêu ləm] Funny stories.

tiêu nhan [tiêu ɲan] Beaming face.

tiêu phu [tiêu fu] Woodcutter, woodman.

tiêu tụy [tiêu twi] Emaciated, haggard, broken down. *Nó tiêu tụy vì đói* : He is pining with hunger.

tiêu [tiêu] To urinate, to make water, to pass urine. *Tiêu ra máu* : To pass blood with the urine. *Nước tiêu* : Urine. *Phép thử nước tiêu* : Urinometer.

tiểu Small coffin.

Tiểu Á [tiểu á] Asia Minor.

tiểu ban [tiểu ban] Sub-commission, sub-committee.

tiểu bang [tiểu baŋ] State. *Thống đốc tiểu bang Nữu-Ước* : The governor of the New York State.

tiểu bào [tiểu bàu] (Anat) Cyst.

tiểu bào tử [tiểu bàu tử] (Bot) Microspore.

tiểu cảng [tiểu kảŋ] Small port.

tiểu chú [tiểu cú] Annotation.

tiểu công nghệ [tiểu koŋ ŋẹ] Handicraft.

tiểu dẫn [tiểu zẩn] Foreword.

tiểu đài [tiểu dài] (Bot) Calicle, caliculus, calycle. *Thuộc về tiểu đài* : Calycular.

tiểu đăng khoa [tiểu daɯŋ xwa] To marry, to get married.

tiểu địa chủ [tiểu dịə củ] See tiểu điền chú.

tiểu điền chú [tiểu diền củ] Small landlord.

tiểu đoàn [tiểu dwàn] (Mil) Battalion. *Tiểu đoàn trưởng* : Battalion commander. *Tiểu đoàn bị thiệt hại nặng* : The battalion suffered severely.

tiểu đoàn quan sát [tiểu dwàn kwan ʃát] Observation battalion.

tiểu đoàn thám thính [tiểu dwàn θám θíɲ] Reconnaissance battalion.

tiểu đoàn tự trị [tiểu dwàn tự trị] Separate battalion.

T

tiểu đoàn vận tải [tiểu dwàn vạn tài] Transportation battalion.

tiểu đội [tiểu dọi] Squad. *Tiểu đội trưởng* : Squad leader. *Tiểu đội chống chiến xa* : Antitank squad. *Tiểu đội trưởng chịu trách nhiệm về kỷ luật huấn luyện và kiểm soát tiểu đội của mình* : The squad leader is responsible for the discipline, training and control of his squad.

tiểu gia đình [tiểu ʒa diɲ] Small family (composed of husband and wife and children).

tiểu giáo đường [tiểu ʒáu dưừŋ] Chapel.

tiểu hạm đội [tiểu hạm dọi] Flottilla.

tiểu hình [tiểu hiɲ] (Bot) Suffrutescent.

tiểu học [tiểu hɔk] Primary education, elementary education. *Trường tiểu học* : Primary school, elementary school.

tiểu kỹ nghệ [tiểu kĩ ŋẹ] Small industry.

tiểu khu [tiểu xu] (Mil) Sub-sector.

tiểu liên [tiểu lien] Submachine gun, machine pistol. *Tiểu liên Thompson* : Thompson submachine gun.

tiểu lợi [tiểu lợi] Small profit.

tiểu nang [tiểu naŋ] (Anat) Cyst.

tiểu não [tiểu nãu] (Anat) Cerebellum. *Thuộc về tiểu não* : Cerebellar.

tiểu ngã [tiểu ŋã] Ego, self.

tiểu nhân [tiểu ɲən] Small-minded, mean-spirited, man ; small man, little man. *Kẻ tiểu nhân, mơn trớn nó thì nó đâm lại, đâm nó thì nó mơn trớn lại* : Tender-handed stroke a nettle, and it stings you for your pains ; grasp it like a man of nettle, and it soft as silk remains.

tiểu nhi [tiểu ɲi] Infant.

tiểu nhụy [tiểu ɲwi] (Bot) Stamen. *Tiểu nhụy lép* : Staminode, staminodium.

tiểu noãn [tiểu nwãn] (Biol) Ovule.

tiểu phòng [tiểu fòŋ] Concubine.

tiểu phụ [tiểu fụ] See **tiểu phòng**.

tiểu quy mô [tiểu kwi mo] Small scale.

tiểu sản [tiểu ʃản] To have a miscar-riage.

tiểu số [tiểu ʃó] (Math) Decimal.

tiểu sử [tiểu ʃử] Biography, life. *Người viết tiểu sử* : Biographer. *Sự viết tiểu sử của đời mình* : Auto-biography. *Người viết tiểu sử của đời mình* : Autobiographer. *Viết tiểu sử của người nào* : To write someone's life. *Anh thích đọc tiểu sử của những bậc vĩ nhân không ?* : Do you enjoy reading the lives of great men ?.

tiểu tâm [tiểu təm] Careful, cautious, prudent.
2) Vile, base.

tiểu tế bào [tiểu té bàu] Faveolus.

tiểu thế giới [tiểu θé ʒói] Little world, microcosm.

tiểu thiệt [tiểu θiệt] (Anat) Epiglottis.

tiểu thuyết [tiểu θwiét] Novel, fiction. *Viết tiểu thuyết* : To write a novel. *Đoản thiên tiểu thuyết* : Novelette. *Cốt truyện một cuốn tiểu thuyết* : Framework of a novel.

tiểu thuyết gia [tiểu θwiét ʒa] Novelist.

tiểu thuyết trinh thám [tiểu θwiét triɲ θám] Detective novel, detective story.

tiểu thuyết xã hội [tiểu θwiét sã họi] « Society » novel.

tiểu thư [tiểu θư] Miss.

tiểu thừa [tiểu θừə] Small vehicle.

tiểu thực [tiểu θɯk] To breakfast, to have breakfast, to eat one's breakfast.

tiểu thương gia [tiểu θưəŋ ʒa] Small trader.

tiểu tiền đề [tiểu tiền dè] Assumption.

tiểu tiện [tiểu tiện] To urinate, to pass water.

tiểu tiết [tiểu tiét] Detail.

tiểu tinh [tiểu tiɲ] Concubine.

tiểu tổ [tiểu tổ] 1) Small organization. 2) Cell. *Tiểu tổ cộng sản* : Communist cell.

tiểu truyện [tiểu trwiện] Biography.

tiểu trường [tiểu trưəŋ] (Anat) Small intestine.

tiểu tư sản [tiểu tư ʃản] Little capital.

tiểu tử [tiểu tử] Child, infant.

tiểu tự [tiểu tự] Short preface.

tiểu vũ trụ [tiểu vũ trụ] Microcosm.

tiểu binh [tiểu biṇ] Patrol.

tiểu diệt [tiểu ziệt] See **tiểu trừ**.

tiểu trừ [tiểu trừ] To exterminate, to wipe out.

tim [tim] Heart. *Bịnh đau tim* : Heart-disease. *Tiếng đập của tim* : Heart-beat, heart-stroke. *Hình trái tim* : Heart-shaped. *Đau tim* : To have a weak heart. *Đâm sâu dao găm vào tim người nào* : To plunge a dagger into some-one's heart. *Tim tôi đập mạnh* : My heart was thumping.

tim chậm [tim cậm] (Med) Bradycardia.

tim đèn [tim đèn] Lamp-wick.

tim động đồ [tim dọṇ đò] (Med) Cardiogram.

tim động kế [tim dọṇ ké] (Med) Cardiograph.

tim la [tim la] (Med) Syphilis.

tim tím [tim tim] Purplish, somewhat purple.

tím [tim] Violet, purple.

tím bầm [tim bầm] Black and blue. *Tay tôi tím bầm* : My arm is all black and blue.

tím gan [tim gan] Black with rage.

tím mặt [tim mặwt] *Nó giận tím mặt* : He was black in the face with rage.

tím ruột [tim ruột] See **tím gan**.

tìm [tìm] 1) To seek; to search for, to look for (someone, something). *Đi tìm người nào* : To go and seek someone. *Tìm việc làm* : To seek employment; to look for, seek, a situation; to be after a job. *Đang tìm vật gì* : To be in search of something. *Tìm sự thật* : To search after truth. *Tìm người nào trong đám đông* : To search, hunt, for someone in a crowd. *Tôi đã tìm vật ấy khắp nơi* : I searched, looked, for it high and low ; I have hunted for it everywhere. *Tìm người nào* : To make a search for someone. *Tìm một chữ trong từ điển* : To look out, look up, turn up, a word in the dictionary. *Nó tìm cách*

để trốn thoát : He casts about for means of escape. *Mò tìm vật gì trong phòng tối* : To fumble in a dark room for something. *Tìm giải pháp cho một vấn đề* : To try to find the solution of a problem.

2) To find. *Cái chìa khóa mất đã tìm lại được* : The lost key has been found. *Tôi chạy tìm bác sĩ* : I ran to find a doctor. *Tìm được con đường về* : To find one's way home. *Tìm chỗ làm cho người nào* : To find a post for someone. *Chúng tôi thấy việc tìm người làm rất khó khăn* : We find it very difficult to get servants. *Tôi đã tìm trong trí tôi nhưng tôi không thể nhớ tên người đó* : I've searched my memory, but I can't remember that man's name.

3) To detect, to discover, to find out. *Tìm được chỗ xì hơi* : To detect a leakage of gas. *Chúng tôi tìm được một tài xế giỏi* : We have discovered a good chauffeur. *Tìm ra dấu vết của người nào* : To find a trace of some-one.

tìm cách [tìm káik] To find a means, a way, to contrive, to manage (to do something). *Tìm cách làm việc gì* : To cast about how to do something; to find, contrive, (a) mean to do something, to manage to do something.

tìm dịp [tìm zịp] To seek an opportunity.

tìm kiếm [tìm kiếm] To seek for, to search, to hunt (for). *Tìm kiếm khắp Sàigòn* : To search Saigon over. *Chúng nó tìm kiếm quyển sách lạc mất khắp nơi* : They hunted high and low for the lost book.

tìm ra [tìm ra] To find out, to discover, to devise. *Tìm ra một kế hoạch để vượt ngục* : To devise a plan to escape from prison. *Tìm ra chỗ đau* : To locate the seat of a disease.

tìm thấy [tìm θéi] To discover, to find. *Tình cờ tìm thấy một kho vàng* : To find a treasure by accident. *Chúng nó đào hai chục thước mới tìm thấy nước* : They dug twenty metres and then found water.

tìm tòi [tìm tòi] To search for, to

research ; to dig (facts from books, etc...). *Tìm tòi sự thật* : To search after truth.

tìm vàng [tìm vàŋ] To search for gold. *Cuộc đi tìm vàng* : The quest for gold.

tìm việc [tìm vịrk] To hunt for a job, to be after a job.

tin [tin] To believe, to trust, to credit. *Tin việc gì* : To believe something. *Tôi không tin* : I believe not. *Tin ở Thượng đế* : To believe in God. *Tin theo lời của người nào* : To believe in someone's word. *Không tin việc gì* : To disbelieve something. *Nó không đến nỗi ngu để tin chuyện ấy đâu* : He is not so foolish as to believe it. *Cả hai anh, tôi không tin anh nào cả* : I don't believe either of you. *Tôi tin lời anh nói* : I believe what you say. *Làm cho người nào tin việc gì* : To make someone believe something. *Tôi không tin lời nó nói lắm* : I don't put much confidence in what he says. *Tôi không tin sự công hiệu của thuốc át-pi-rin* : I don't believe in aspirin. *Nếu tin ở anh thì hỏng cả* : You would have us believe that all is lost. *Tôi không bao giờ tin nó* : I have never trusted him. *Tin vào người nào, việc gì* : To repose, put, one's trust in someone, something. *Không thể tin được* : It is past all belief. *Tin người nào* : To have faith in someone. *Tôi không tin những lời hứa của nó* : I have no faith in his promises. *Anh có tin những gì nó nói không ?* : Have you any faith in what he tells you ?. *Tôi không tin thuốc nầy lắm* : I haven't much faith in this medicine. *Tôi tin nó sẽ thành công* : I believe he will be successful. *Tin có ma quỉ* : To believe in spirit. *Tôi không tin lời nó nói chút nào cả* : I don't believe a ti-the of what he says. *Tôi không tin việc ấy, đó chỉ là tin đồn* : I don't believe it ; it's merely hearsay. *Nó là một người có thể tin được* : He's a man to be depend on. *Nàng không tin lời chàng lắm* : She hasn't much trust in his word.

tin Belief, trust. *Con tin* : Hostage. *Lòng*

tin : Trust, confidence, faith, credit.

tin 1) News, tidings. *Đồn tin* : To spread news. *Có tin gì mới không ?* : Is there any fresh news ?, what is the news ?. *Không có tin gì tức là tin lành* : No news is good news. *Có tin đồn rằng..* : It is rumoured that... *Nó đem tin cho mọi người trong làng* : He carried the news to everyone in the village. *Tin ấy làm tôi hết sức bối rối* : I was greatly dashed at the news, I was greatly put out by the news. *Tin ấy làm tôi rụng rời cả tay chân* : I was paralysed by the news. *Anh sẽ được tin tôi một ngày gần đây* : You shall hear from me before long. *Tin ấy đến như sét đánh bên tai tôi* : The news came upon me like a thunderbolt.

2) Communication. *Tôi vừa nhận được tin anh* : I have just received your information (i.e. message, letter, telegram, etc...).

tin buồn [tin buồn] Sad news, black tidings, heavy news.

tin cậy [tin kẹi] To trust, to rely on, to depend on, to bank on, to build (up) on. *Tôi không bao giờ tin cậy nó* : I have never trusted him. *Không thể tin cậy nó, nó không thể tin cậy* : He is not to be trusted. *Tôi cần một người mà tôi có thể tin cậy được* : I want somebody in whom I can trust, I want a man I can rely on. *Tôi tin cậy vào nó* : I rely upon him. *Anh có thể tin cậy vào sự ngay thật của nó* : You can bank (= trust) on his honesty. *Người ta không thể tin cậy vào nó được* : He is not be relied upon. *Nhà buôn đáng tin cậy* : Reliable firm. *Tôi tin cậy anh* : I build on you. *Nó đáng tin cậy hơn nhiều người khác* : He is more reliable than most. *Nó không phải là người đáng tin cậy* : He's not a man (who is) to be trusted. *Tôi không có một người bạn nào có thể tin cậy được cả* : I have not one friend to confide in. *Tôi nhờ nó trông nom công việc của tôi vì tôi tin cậy nó* : I asked him to look after my things because I confide in him. *Anh không thể tin cậy nó* : You can't rely on him, he's not a man you can put much dependence on.

tin chắc [tin cắuk] To convince. *Tôi tin chắc rằng nó còn sống* : I am convinced that he is still alive. *Tin chắc ở tương lai* : To be confident of the future. *Tôi tin chắc nó sẽ thành công* : I have every confidence that he will succeed. *Nó tin chắc sẽ thi đậu* : He feels confident of passing (= confident that he will pass) the examination. *Tôi tin chắc rằng nó vô tội* : It is my conviction that he is innocent.

tin đồn [tin dòn] Rumour, report, hearsay. *Một phần lớn anh nghe chỉ là tin đồn* : The greater part of what you heard is only rumour. *Có tin đồn ngày mai được nghỉ* : It is rumoured that there will be a holiday tomorrow. *Tôi được nghe tin đồn về anh* : I've heard a tale about you. *Tin đồn vô căn cứ* : The rumour has no foundation (is without foundation). *Tôi không tin việc ấy, đó chỉ là tin đồn* : I don't believe it ; it's merely hearsay. *Tin đồn sẽ có sự thay đổi trong nội các* : Rumour has it that there will be a change in the Cabinet. *Có tin đồn rằng nó đã bị bắt rồi* : It was noised abroad that he has been arrested.

tin giờ chót [tin ʒò cót] Latest news, latest intelligence.

tin lành [tin làiŋ] Good news. *Không có tin gì tức là tin lành* : No news is good news.

tin mách riêng [tin máik rieŋ] Dope.

tin mật [tin mặt] Secret intelligence.

tin mừng [tin mừŋ] Good news, good tidings.

tin nhảm [tin ɲàm] Superstitious. *Sự tin nhảm* : Superstition.

tin theo [tin θɛu] To believe. *Tin theo anh thì hỏng cả* : You would have us believe that all is lost.

tin tức [tin túrk] News, information, intelligence. *Đi hỏi thăm tin tức về người nào* : To go in quest of information about someone. *Dò thăm tin tức việc gì* : To get information about something.

Tất cả tin tức cần thiết : All needful information. *Muốn biết tin tức đầy đủ, xin hỏi...* : For further information, apply to... *Tin tức quan trọng nhứt được đăng ở trang đầu của tờ báo* : The chief news is printed on the front page of the newspaper. *Tin tức không đầy đủ* : Inadequate information. *Hỏi thăm tin tức việc gì* : To inquire about something. *Tất cả mọi người đều hỏi thăm tin tức về nàng* : Everybody is inquiring about her. *Tin tức lượm được tại chỗ* : Local information. *Đăng tin tức với tất cả sự dè dặt* : To publish news with all reserves.

tin tức ngoại quốc [tin túrk ŋwại kwók] Foreign news. *Tờ báo nầy đăng tin tức ngoại quốc nhiều hơn tin tức trong nước* : This newspaper provides more foreign news than domestic news.

tin tức trong nước [tin túrk troŋ núrk] Domestic news, home news.

tin tưởng [tin tườŋ] To believe, to have confidence. *Không tin tưởng người nào, việc gì* : To disbelieve in someone, something.

tin vắn [tin vắun] News in brief, news items.

tin vặt [tin vạut] See tín vắn.

tin vịt [tin vịt] False report, canard.

tín [tín] *Tự tin* : Self-confident. *Bội tín* : To break faith.

tín *Thông tin viên* : Correspondent.

tín chỉ [tín cỉ] Stamped paper.

tín dụng [tín zụŋ] To have confidence.

tín điều [tín dièu] Dogma.

tín đồ [tín dò] Believer. *Tín đồ Phật giáo* : Buddhism believer. *Mọi tôn giáo đều dạy tín đồ của mình làm lành lánh dữ* : Every religion teaches its believers to do good and avoid evil.

tin giáo [tín ʒáu] To believe in religion.

tín hiệu [tín hiệu] 1) Signal. 2) (Bot) Code.

tín nghĩa [tín ɲĩə] Credit.

tín ngưỡng [tín ŋưỡŋ] (Religious) Faith, belief. *Tự do tín ngưỡng* : Free-

T

dom of religion.

tín nhiệm [tín niệm] To trust, to confide, to have faith and confidence in. *Tôi không bao giờ tín nhiệm nó* : I have never trusted him. *Không thể tín nhiệm nó* : He is not to be trusted. *Tín nhiệm người nào* : To confide in someone, to have faith in someone.

tín nhiệm Trust, confidence, credit. *Mất lòng tin nhiệm của công chúng* : To lose the confidence of the public. *Cuộc bỏ thăm tín nhiệm* : Vote of confidence. *Nó rất được tin nhiệm* : His credit is good. *Được người nào hoàn toàn tin nhiệm* : To enjoy someone's entire confidence.

tín phiếu [tín fiếu] Trust note.

tin phong [tin foŋ] Envelope.

tin phục tin fụk To trust.

tín vật [tín vặt] Pledge.

tín nước mắm [tin nướk mắɯm] Pot of fish sauce.

tinh [tiŋ] *Minh tinh* : Movie star. *Kim tinh* : Venus. *Thủy tinh* : Mercury. *Hỏa tinh* : Mars. *Mộc tinh* : Jupiter. *Thổ tinh* : Saturn. *Hành tinh* : Planet.

tinh *Di tinh* : Nocturnal emission.

tinh Intelligent, clever.

tinh *Trắng tinh* : Pure white. *Mới tinh* : Brand-new. *Thủy tinh* : Glass, crystal.

tinh anh [tiŋ aiŋ] Quintessence.

tinh bạch [tiŋ bạik] Pure, white.

tinh binh [tiŋ biŋ] Crack troops.

tinh bột [tiŋ bọt] Starch.

tinh cầu [tiŋ kầu] Star.

tinh chè [tiŋ cé] To refine.

tinh dạ [tiŋ zạ] Night.

tinh dịch [tiŋ zịk] (Physiol) Sperm, semen.

tinh đình [tiŋ dìŋ] (Ent) Dragon-fly, libellula, flying-adder, adder-fly.

tinh gia [tiŋ za] Astrologer.

tinh hà [tiŋ hà] The Milky Way, the Galaxy.

tinh hảo [tiŋ hảu] Exquisite, delicate and fine.

tinh hoa [tiŋ hwa] Elite, quintessence, cream, flower, choice part. *Tinh hoa của xã hội* : The cream of society, the élite of society. *Tinh hoa của đất nước* : The flower of the nation's youth (i.e the best young people). *Lấy hết tinh hoa của vật gì* : To extract all the good out of something.

tinh học [tiŋ họk] 1) Astronomy. 2) Crystallography.

tinh khí [tiŋ xi] (Physiol) Sperm, semen.

tinh khiết [tiŋ xiết] Clean, pure.

tinh khôn [tiŋ xon] Wise, sage.

tinh lạc [tiŋ lạk] Falling star.

tinh luyện [tiŋ lwiện] To fine. *Sự tinh luyện* : Finery.

tinh lực [tiŋ lựk] Energy, force.

tinh ma [tiŋ ma] Cunning, crafty, wily, sly.

tinh mắt [tiŋ mắɯt] Quick eyes.

tinh nang [tiŋ naŋ] (Anat) Scrotum.

tinh nghịch [tiŋ ŋịk] Mischievous.

tinh nghiên [tiŋ ŋien] To study carefully.

tinh nhanh [tiŋ ɲaiŋ] Quick, alert.

tinh nhuệ [tiŋ ɲwẹ] (Of troops) To be well-trained.

tinh quái [tiŋ kwái] Foxy, artful.

tinh quần [tiŋ kwần] (Astr) Asterism.

tinh ranh [tiŋ raiŋ] Artful, cunning. *Nó là một đứa tinh ranh* : He knows how many beans make five. *Dầu nó có tinh ranh đến thế nào* : How artful he may be. *Tinh ranh như quỷ* : As mischievous as a monkey.

tinh ròng [tiŋ ròŋ] Pure.

tinh sào [tiŋ sàu] (Anat) Testicles.

tinh sương [tiŋ sɯəŋ] Early in the morning.

tinh tế [tiŋ té] Discerning, delicate.

tinh thạch [tiŋ θạik] Aerolite, aerolith.

tinh thành [tiŋ θàiŋ] Frank, sincere.

tinh thạo [tiŋ θạu] Skilful, clever.

tinh thần [tiŋ θần] 1) Spirit, mind. *Tinh thần đảng phái* : Party spirit. *Tinh thần của người* : The mind of man. *Tinh thần tôn giáo* : The religious mind. *Tinh thần cao thượng* :

High mind. *Tinh thần hiếu chiến :* Martial spirit. *Nó không có tinh thần thể thao :* He hasn't got the sporting spirit. *Nâng cao tinh thần của người nào :* To raise someone's spirits.

2) Morale. *Sự mất tinh thần :* Loss of morale. *Tinh thần rất cao của binh sĩ :* The high morale of the troops. *Làm mất tinh thần của quân đội :* To undermine the morale of the army.

tinh thần Mental, intellectual ; moral. *Món ăn tinh thần :* Mental, intellectual, food. *Năng lực tinh thần :* The moral faculties. *Bịnh tinh thần :* Mental illness. *Ủng hộ tinh thần:* Moral support.

tinh thần bình đẳng [tiɲ θần bìɲ dằɯŋ] Spirit of equality.

tinh thần cách mạng [tiɲ θần káik mạŋ] Revolutionary spirit.

tinh thần chiến đầu [tiɲ θần ciến dầu] Fighting spirit.

tinh thần đồng đội [tiɲ θần dòŋ dọi] Esprit de corps.

tinh thần tự túc [tiɲ θần tự túk] Spirit of self-reliance.

tinh thần yêu nước [tiɲ θần ieu nứrk] Spirit of loving the country.

tinh thể học [tiɲ θể họk] Crystallography.

tinh thông [tiɲ θoŋ] Well-versed.

tinh thuần [tiɲ θwần] Pure.

tinh thuật [tiɲ θwạt] Astrology.

tinh thục [tiɲ θụk] Well trained or practised (in something).

tinh tinh [tiɲ tiɲ] Orang-(o)utang.

tinh tòa [tiɲ twà] (Astr) Asterism.

tinh toán [tiɲ twán] Astronomical calculation.

tinh trùng [tiɲ trùŋ] (Phisiol) Spermatozoon.

tinh tú [tiɲ tú] Stars.

tinh túy [tiɲ twí] 1) See **tinh hoa**.
2) Pure, unmixed.

tinh tử See **tinh trùng**.

tinh tường [tiɲ tườŋ] Clearly, distinctly.

tinh vân [tiɲ vʌn] (Astr) Nebula. *Thuộc về tinh vân :* Nebular.

tinh vẫn [tiɲ vʌn] Falling star, shooting star.

tinh vi [tiɲ vi] Delicate.

tinh xảo [tiɲ sảu] Expert.

tinh ý [tiɲ í] Intelligent, perspicacious.

tính [tíɲ] 1) To calculate, to compute, to reckon, to count. *Tính mau và đúng :* To be quick and accurate at figures. *Máy tính :* Calculating machine. *Có thể tính được :* Calculable. *Học tính :* To learn to reckon. *Tính tiền chi tiêu :* To count the cost. *Tính từ ngày mai trở đi :* Counting from to-morrow. *Tính mau, lẹ :* To be quick at accounts.

2) To charge. *Tính một món chi tiêu vào sổ kế toán :* To charge an expense on, to, an account. *Chúng tôi tính giá cũ cho ông :* We are charging you the old prices. *Ông tính hết thảy là bao nhiêu ? :* How much will you charge for the lot ?. *Tôi tính ông những món nầy hai chục đồng :* I will charge you twenty piastres for these articles. *Vá đôi giày anh tính bao nhiêu ? :* How much do you charge for mending a pair of shoes.

3) To expect, to intend, to contemplate. *Tính làm việc gì :* To expect to do something ; to count, calculate, hope, reckon, on doing something ; to contemplate doing something. *Tôi tính mai đến nó :* I expect to see him tomorrow. *Tính tự tử :* To contemplate suicide. *Anh tính làm cái gì bây giờ ? :* What do you propose to do now ? What do you propose doing now ?.

4) To include. *Chúng ta năm người không tính trẻ con :* There are five of us, not including the children.

tính Character, temper, nature. *Tính nóng nảy, tính bình tĩnh :* Violent temper, placid temper. *Tính chất bình thản :* Even temper. *Tính hay ghen :* A jealous nature. *Có tính vui vẻ tự nhiên :* To have, to be of, a happy nature. *Tính hay thay đổi :* Changeable nature, character. *Tính dễ bảo :* Ductile character. *Nó đã đổi tính nhiều :* He has greatly altered.

tính cách [tíɲ káik] Character, nature.

tính chất [tíɲ cất] Nature, property, characteristic.

tính chia [tíɲ ciə] Division.

tính chừng [tíɲ cừŋ] To estimate.

tính cộng [tíɲ kọŋ] Addition.

tính danh [tíɲ zaiɲ] Name and family name, full name.

tính dục [tíɲ zụk] Sexual desire.

tính đồ [tíɲ dó] Problem.

tính giá [tíɲ ʒá] To arrive at, work out, a price.

tính giao [tíɲ ʒau] Sexual intercourse.

tính gộp [tíɲ ʒọp] To reckon in the aggregate.

tính hạnh [tíɲ hạiɲ] Behaviour, conduct. *Giấy tính hạnh :* Certificate of good character.

tính khí [tíɲ xí] Character, temperament.

tính lãnh đạm [tíɲ lãiɲ dạm] Indifference, chilliness, apathy.

tính lầm [tíɲ lầm] To miscalculate, to be in one's reckoning. *Sự tính lầm :* Miscalculation.

tính loạn thị [tíɲ lwạn θị] Astigmatism.

tính lộn [tíɲ lọn] See tính sai.

tính mạng [tíɲ mạŋ] Life. *Nguy hiểm đến tính mạng :* In danger of losing one's life. *Xem thường tính mạng của mình :* To hold one's life of little account. *Nó hy sinh tính mạng của nó để cứu đứa bé chết đuối :* He sacrificed his life to save the drowning child.

tính miệng [tíɲ miẹŋ] See tính nhẩm.

tính nết [tíɲ nét] Conduct.

tính nhẩm [tíɲ ɲầm] To calculate, reckon, in one's head. *Sự tính nhẩm :* Mental arithmetic.

tính nhân [tíɲ ɲən] Multiplication.

tính phỏng [tíɲ fỏŋ] To estimate. *Tính phỏng vật gì chừng bao nhiêu :* To estimate something at so much. *Tài sản của nó tính phỏng độ hai triệu đồng :* His fortune is estimated at tw. millions piastres.

tính quá mẫn [tíɲ kwá mẫn] (Med) Anaphylaxis.

tính quen [tíɲ kwɛn] Habit.

tính rợ [tíɲ rợ] To calculate, reckon, in one's head. *Sự tính rợ :* Mental arithmetic.

tính sai [tíɲ ʃai] To miscalculate, to be out in one's calculations (reckoning). *Sự tính sai :* Miscalculation.

tính thiện [tíɲ θiẹn] Good nature.

tính tích phân [tíɲ tík fən] Integral calculus.

tính tình [tíɲ tìɲ] Disposition, nature.

tính toán [tíɲ twán] To calculate.

tính trừ [tíɲ trừ] Substraction.

tính vi tích [tíɲ vi tík] Differential calculus.

tính xác suất [tíɲ sák ʃwất] Calculus of probability.

tính xấu [tíɲ sấu] Vice.

tình [tìɲ] Feeling, sentiment ; love. *Vô tình :* To have no feelings. *Mối tình đầu tiên :* First love. *Kết hôn vì tình :* To marry for love. *Tình ra tình, việc ra việc :* Business is business.

tình ái [tìɲ ái] Love.

tình anh em [tìɲ aiɲ ɛm] Fraternity, brotherhood.

tình bạn [tìɲ bạn] Friendship, companionship, fellowship. *Tôi lấy tình bạn mà nói với anh :* I am speaking to you as a friend. *Giúp đỡ người nào chỉ vì tình bạn :* To help a person out of friendship.

tình báo [tìɲ báu] (Mil) Intelligence. *Sĩ quan tình báo :* Intelligence officer.

tình báo căn bản [tìɲ báu kaɯn bản] Basic intelligence.

tình báo chiến lược [tìɲ báu ciến lɯrk] Strategic intelligence.

tình báo chiến tranh tâm lý [tìɲ báu ciến traiɲ təm lí] Intelligence for psychological warfare.

tình báo chính trị [tìɲ báu cíɲ trị] Political intelligence.

tình báo khoa học [tìɲ báu xwa họk] Scientific intelligence.

tình báo không quân chiến lược

[tìp báu xoŋ kwən cién lựrk] Strategic air intelligence.

tình báo kinh tế [tìp báu kiŋ té] Economic intelligence.

tình báo kỹ thuật [tìp báu ki θwạt] Technical intelligence.

tình báo nội địa [tìp báu nọi dịə] Domestic intelligence.

tình báo pháo binh [tìp báu fáu bịp] Artillery intelligence.

tình báo phòng không [tìp báu fòŋ xoŋ] Flak intelligence.

tình báo quân lực [tìp báu kwən lựk] Armed forces intelligence.

tình báo quốc gia [tìp báu kwók ʒa] National intelligence.

tình báo tác chiến [tìp báu ták ciến] Combat intelligence.

tình báo tham mưu [tìp báu θam mưru] Staff intelligence.

tình báo truyền tin [tìp báu trwièn tin] Signal intelligence, communication intelligence.

tình báo xã hội học [tìp báu sã họi họk] Sociological intelligence.

tình bè bạn [tìp bè bạn] See tình bạn.

tình ca [tìp ka] Love-song.

tình cảm [tìp kảm] Sentiment. *Nhiều tình cảm* : Sentimental. *Người có nhiều tình cảm* : Sentimentalism. *Tình cảm cao quý* : Noble sentiment. *Cô gái nhiều tình cảm* : A sentimental girl.

tình cảnh [tìp kảip] Condition. *Tôi đã giải thích cho nó biết tình cảnh của tôi* : I explained to him how I was placed, how I stood.

tình chăn gối [tìp căɯ̆a gói] Married love.

tình cờ [tìp kờ] By accident, by chance ; accidental, casual, fortuous ; accidentally, fortuitously. *Tình cờ tìm thấy một kho vàng* : To find a treasure by accident.

tình dục [tìp zục] 1) Desire. 2) Sexual desire.

tình duyên [tìp zwien] Love.

tình đầu [tìp dầu] First love, calf-love.

tình địch [tìp dịk] Rival in love.

tình hình [tìp hìp] Situation. *Tình hình bớt căng thẳng* : The situation has eased. *Tình hình có vẻ khả quan hơn* : The situation looks more hopeful.

tình hình chiến thuật [tìp hìp ciến θwạt] Tactical situation.

tình hình chính trị [tìp hìp cín trị] Political situation.

tình hình địch quân [tìp hìp dịk kwən] Enemy situation.

tình hình tổng quát [tìp hìp tổŋ kwát] General situation.

tình hữu nghị [tìp hữu ŋị] Friendship. *Siết chặt tình hữu nghị giữa hai nước* : To tighten the bonds of friendship between the two nations.

tình không [tìp xoŋ] Clear sky.

tình lý [tìp lí] Feeling and reason.

tình mẹ [tìp mẹ] Mother's love, love of a mother. *Tình mẹ thương con* : A mother's love for her children.

tình nghi [tìp ŋi] To suspect. *Người bị tình nghi* : A suspected person. *Bị tình nghi* : To be suspected.

tình nghĩa [tìp ŋịə] Feeling and duty.

tình nguyện [tìp ŋwiện] To volunteer. *Tình nguyện làm việc gì* : To volunteer to do something.

tình nguyện Volunteer. *Quân tình nguyện* : Voluntarily enlisted man ; volunteer.

tình nhân [tìp pən] Lover, sweetheart. *Cặp tình nhân ôm chặt nhau* : Lovers enlaced in each other's arms.

tình sử [tìp ʃử] Love-story.

tình sự [tìp ʃư] Love affair.

tình thái [tìp θái] Situation.

tình thâm [tìp θəm] Deep affection.

tình thân hữu [tìp θən hữu] Friendship. *Siết chặt tình thân hữu* : To tighten the bonds of friendship ; to draw closer the bonds of friendship.

tình thật [tìp θạt] Sincere sentiment.

tình thế [tìp θé] Situation, circumstance. *Tình thế bối rối* : Embarrassing situatioa. *Bị tình thế bắt buộc phải làm việc gì :* Forced by circumstance to do a thing.

tình thiên [tỉp θien] Clear sky.

tình thực [tỉp θuιk] Actual situation.

tình thực Sincere.

tình thương [tỉp θωəŋ] Love, affection, compassion. *Đứa bé mồ côi khao khát tình thương :* The orphan child was hungry for affection.

tình trạng [tỉp traŋ] State, condition, circumstances, situation, position. *Nghiên cứu tình trạng của một cái nhà :* To look into the state of a building. *Trong những tình trạng như thế :* Under these conditions. *Tình trạng nầy phải được chấm dứt :* This state of things must end. *Chánh Phủ quyết định chấm dứt tình trạng khó chịu nầy :* The Government is determined to put an end to this intolerable situation. *(Bịnh nhân, v.v...) Ở vào một tình trạng tuyệt vọng :* (Of patient, etc...) To be in a hopeless state. *Ở vào tình trạng khó xử :* To be between the devil and the deep sea, to be in a delemna, to be in a difficult situation. *Tôi ở vào một tình trạng không thể làm gì được cả :* I am not in a position to do anything.

tình trạng báo động [tỉp traŋ báu dọŋ] Alert status.

tình trạng chiến tranh [tỉp traŋ ciến traip] State of war.

tình trạng khẩn trương [tỉp traŋ xẩn trωəŋ] State of emergency.

tình trạng sức khỏe [tỉp traŋ súk xwẻ] State of health.

tình trường [tỉp trωềŋ] Love affair.

tình tự [tỉp tự] Love.

tình tự To flirt.

tình võng [tỉp võŋ] Amorous nets.

tình vợ chồng [tỉp vợ còŋ] Married love.

tình ý [tỉp í] Intention.

tình yêu [tỉp ieu] Love, passion. *Đáp lại tình yêu của người nào :* To requite someone's love.

tình yêu nước [tỉp ieu nứrk] Love of country, patriotism.

tỉnh [tỉp] Province. *Ở tỉnh :* In the provinces.

tỉnh To awake, to wake up ; to regain, recover, consciousness. *Bất tỉnh :* To become unconscious.

tỉnh bộ [tỉp bộ] Provincial part (of a political party).

tỉnh dậy [tỉp zẹi] (Of persons) To awake, to wake up, to stop sleeping ; to become conscious, to regain consciousness.

tỉnh đường [tỉp dωờŋ] Office of the chief of province.

tỉnh giảm [tỉp zảm] To reduce, to diminish.

tỉnh giấc [tỉp zất] To wake up.

tỉnh hồn [tỉp hòn] To collect one's wit.

tỉnh lại [tỉp lại] To regain, recover, consciousness, to become conscious after fainting, to come to life, to recover from a faint ; to come to one's senses, to come to oneself. *Chúng tôi tạt nước vào mặt nàng và nàng tỉnh lại :* We splashed water on her face and she soon come to. *Hai giờ sau khi bị tai nạn, nó vẫn chưa tỉnh lại :* He did not recover (regain) consciousness until two hours after the accident.

tỉnh ly [tỉp lị] Provincial capital.

tỉnh mộng [tỉp mộŋ] To be disillusioned.

tỉnh ngộ [tỉp ŋọ] To rouse ; to come to one's senses, to come to oneself ; to become sensible after acting or thinking foolishly. *Làm tỉnh ngộ :* To disabuse, to undeceive, to disillusion. *Chúng nó tưởng thuộc địa mới là một thiên đàng nhưng chúng đã tỉnh ngộ sau khi ở đấy một năm :* They thought the new colony was a paradise but they were disillusioned after living there a year.

tỉnh ngủ [tỉp ŋủ] 1) To wake up. 2) To be a light sleeper.

tỉnh ra [tỉp ra] See tỉnh ngộ.

tỉnh rượu [tỉp rωợu] To sober down,

to get sober. *Khi nó tỉnh rượu... :* When he is sober again...

tỉnh táo [tĩn táu] Wide-awake, perky.

tỉnh thành [tĩn θàin] See tỉnh lỵ.

tỉnh thủy [tĩn θẅi] Well-water.

tỉnh trưởng [tĩn trưởn] Province chief, chief of province.

tỉnh úy [tĩn ẅi] Provincial commissioner.

tĩnh [tĩn] Quiet, calm, tranquil. *Bình tĩnh :* Calm.

tĩnh chùy [tĩn cẅi] (Radio) Cone of silence.

tĩnh dạ [rĩn zạ] Silent night.

tĩnh dưỡng [tĩn zưởn] To rest.

tĩnh điện [tĩn diẹn] Electrostatic(al).

tĩnh điện học [tĩn diẹn họk] Electrostatics.

tĩnh điện kế [tĩn diẹn ké] Electrometer.

tĩnh loạn [tĩn lwạn] To put down, quell, a revolt.

tĩnh lực học [tĩn lụk họk] Statics. *Tĩnh lực học về địa cầu :* Geostatics.

tĩnh mạch [tĩn mạik] (Anat) Vein.

tĩnh mạch cổ [tĩn mạik kỏ] (Anat) Jugular.

tĩnh mịch [tĩn mịk] Calm, quiet, silent, noiseless.

tĩnh năng [tĩn naưn] Rest energy.

tĩnh tâm [tĩn tạm] To have an untroubled mind, to recollect oneself, to regain calmness of mind.

tĩnh tâm Peace of mind.

tĩnh thân [tĩn θạn] To castrate.

tĩnh thổ [tĩn θỏ] Nirvana.

tĩnh tọa [tĩn twạ] To sit in deep contemplation.

tịnh [tịn] *Thanh tịnh :* Calm, tranquil, quiet.

tịnh binh [tịn bịn] To cease hostilities.

tịnh chỉ [tịk ci] Quiet, tranquil.

tịnh dưỡng [tịn zưởn] See tĩnh dưỡng.

tịnh hành tuyền [tịn hàip twiẻn] (Geom) Parallel lines, parallels.

tịnh hòa [tịn hwà] See tịnh chỉ.

tịnh thủ [tịn θủ] To wash one's hands.

tịnh thủy [tịn θẅi] Calm water.

tịnh tịch [tịn tịk] Quiet, tranquil, calm.

tít [tít] *Xa tít :* Very far, as far as the eye can reach.

tịt [tịt] (Of a gun) To misfire, fail to go off.

tiu [tiu] Cymbal.

tiu nghiu [tiu ŋiu] Dejected (person).

tiu [tiu] *Tục tiu :* Smutty, obscene.

to [tɔ] Large, big, great. *Một số tiền to :* A large sum. *Nói to :* To speak loudly. *Trận mưa to :* Heavy rain. *Đánh to :* To play for high stakes. *Vải to sợi :* Coarse linen.

to béo [tɔ béu] Portly.

to bụng [tɔ bụn] Big-bellied.

to gan [tɔ gan] Bold, daring.

to lớn [tɔ lón] Big and tall, stout, corpulent.

to-lu-en [tɔ lu-ɛn] (Ch) Toluene.

to tát [tɔ tát] Considerable.

to tướng [tɔ tưón] Huge, enormous.

to xương [tɔ sưɔn] Big-boned.

tò mò [tò mò] Curious, inquisitive. *Tánh tò mò :* Curiosity. *Nó rất tò mò :* He is very curious. *Cặp mắt tò mò :* Curious eyes. *Tánh tò mò quá đáng :* Curiosity beyond all bounds. *Gợi tánh tò mò của người nào :* To excite, arouse, awaken, someone's curiosity.

tò vò [tò vò] *Khung tò vò :* Arch.

tỏ [tỏ] Luminous, bright, brilliant.

tỏ To express, to declare ; to display. *Chứng tỏ :* To prove. *Con của anh tỏ ra rất thông minh :* Your son displays great intelligence. *Tỏ lòng biết ơn của mình đối với người nào :* To give expression to one's gratitude to someone ; to give proof of one's gratitude to someone.

tỏ bày [tỏ bày] To express, to set forth, to state, to make known. *Tỏ bày một ý kiến :* To express an opinion.

tỏ ra [tỏ ra] To exhibit, to show. *Tỏ ra thông minh, can đảm :* To show intelligence, courage. *Tỏ ra có hảo ý :*

T

To show willing. *Binh sĩ của chúng ta tỏ ra rất can đảm trong trận đánh* : Our men exhibited great bravery in the battle.

tỏ rõ [tỏ rõ] Clearly, plainly.

tỏ tình [tỏ tịp] To declare, make known, one's love.

tỏ tường [tỏ tượ̀ŋ] Plainly, clearly.

tỏ ý [tỏ i] To express one's intention.

toa [twa] (Rail) Carriage, coach, car (for passengers) ; waggon, truck (for goods).

toa (Med) Prescription.

toa chở có giường ngủ [twa chở kở zườŋ ŋủ] Sleeping-car.

toa chở dầu [twa chở zầu] Tank-car, tank-waggon.

toa chở hàng [twa chở hàŋ] Waggon, truck (for goods), freight-car.

toa chở súc vật [twa chở súk vật] Cattle-truck.

toa hàng ăn [twa hàŋ aun] (Rail) Restaurant–car.

toa hàng uống [twa hàŋ uốŋ] (Rail) Refreshment–car.

toa hàng hóa [twa hàŋ hwá] (Rail) Freight-car.

toa hành khách [twa hàịŋ xáik] (Rail) Passenger–car.

toa hành lý [twa hàịŋ li] (Rail) Luggage-van, baggage-car.

toa phòng khách [twa fòŋ xáik] (Rail) Saloon-car, saloon-carriage.

toa thuốc [twa θwức] (Med) Prescription. *Viết toa thuốc cho người nào* : To write a prescription for someone. *Bào chế theo toa thuốc* : To make up a prescription.

tòa [tẁa] Court. *Quan tòa* : Judge.

tòa án [tẁa án] Tribunal, court, lawcourt. *Thiết lập một tòa án* : To set up a court.

tòa án dân sự [tẁa án zən ʃɯ] Civil court.

tòa án dư luận [tẁa án zɯ luận] Tribunal of public opinon.

tòa án đặc biệt [tẁa án dạuk biệt] Special tribunal.

tòa án quân sự [tẁa án kwən ʃɯ] Military court, court martial. *Tòa án quân sự đặc biệt* : Special court martial. *Bị đưa ra trước tòa án quân sự* : To be tried by court-martial. *Đương sự đã thú nhận và khai nhiều đồng lõa và sẽ bị đưa ra trước Tòa án quân sự* : The person concerned has confessed and denounced numerous accomplices and will be tried before the Military Court.

tòa án tối cao [tẁa án tối kau] Supreme Court.

tòa án vi cảnh [tẁa án vi kảịŋ] Police-court.

tòa báo [tẁa báu] Newspaper office.

tòa dưới [tẁa zɯới] Inferior court, lower court.

tòa đại hình [tẁa dại hịŋ] Criminal court. *Bị đưa ra trước tòa đại hình* : To be brought before the assizes.

tòa đại sứ [tẁa dại ʃứ] Embassy.

tòa hòa giải [tẁa hẁa ɣải] Court of conciliation.

tòa nhà [tẁa ɲà] Building.

tòa phá án [tẁa fá án] Court of cassation, supreme court of appeal.

tòa sen [tẁa ʃɛn] Buddha's throne.

tòa soạn [tẁa ʃwạn] Editorial office.

tòa sơ thẩm [tẁa ʃə θẩm] Court of first instance.

Tòa Thánh [tẁa θáịŋ] (Ecc) The Holy See.

tòa thương mại [tẁa θɯəŋ mại] Commercial court.

tòa thượng thẩm [tẁa θɯợŋ θẩm] Court of appeal.

tòa tiểu hình [tẁa tiểu hịŋ] Court of summary jurisdiction.

tòa trừng trị [tẁa trừŋ trị] See tòa tiểu hình.

tòa [tẁa] 1) To spread, to diffuse, to scatter (light, etc...) ; to give off, give out (scent, etc...). *Mặt trời tỏa ánh sáng* : The sun sheds light. *Ngọn đèn tỏa ra một ánh sáng dịu* : The lamp shed a soft light. *Hoa tỏa mùi thơm ra* : The flowers exhaled their fragrance

(Hoa) Tỏa mùi thơm : (Of flower) To breathe forth perfume.

2) To spread. *Tóc nàng tỏa xuống vai :* Her hair fell loose, came down, over her shoulders.

tỏa *Phong tỏa :* To blockade.

tỏa ánh sáng [tửa áiɲ ʃáŋ] To spread light.

tỏa cảng [tửa kảŋ] To close, shut, the ports (of the country against the commerce of nearly all the civilized world). *Chính sách bế quan tỏa cảng :* The closed–door policy.

tỏa cầu khuẩn [tửa kầu xwửn] (Physiol) Streptococcus.

tỏa chí [tửa cí] Discouraged, broken-spirited.

tỏa chiết [tửa ciét] To break.

tỏa nhục [tửa ɲук] Humiliated, humbled.

tỏa ra [tửa ra] To emit, give off (vapour, smell ; to exhale (odour, etc...).

tọa [tʋa] *Chủ tọa :* To preside, to take the chair.

tọa cốt [tʋa kót] (Anat) Ischium.

tọa dục [tʋa zʋk] (Of woman) To give birth to a child.

tọa độ [tʋa dọ] Coordinate. *Nhờ tin tức của người dẫn đường, chúng tôi tịch thâu được một số vũ khí tại tọa độ XT. 635-454 :* Thanks to the information given by the guide, we seized a number of arms at coordinate XT. 635-454.

tọa độ cầu [tʋa dọ kầu] Spherical coordinates.

tọa độ cực [tʋa dọ kʋk] Polar coordinates.

tọa độ địa dư [tʋa dọ dịə zɯ] Geographic coordinates.

tọa độ nguyên [tʋa dọ ŋwien] Plain coordinates.

tọa độ thước [tʋa dọ θứrk] Metric coordinates.

tọa hưởng [tʋa hưởŋ] To enjoy.

tọa lạc [tʋa lạk] (Of town, house, etc...) Situated, located, lying (at).

tọa pháp [tʋa fáp] To transgress law.

tọa vị [tʋa vị] Seat.

toác [twák] Wide open.

toạc [twạk] *Nói toạc ra:* To speak openly, frankly.

toái [twái] *Phiền toái :* Complicated.

toại chí [twại cí] Satisfied.

toại nguyện [twại ŋwiện] To have fulfilled one's desires.

toại ý [twại i] Content, satisfied.

toan [twan] To attempt. *Toan làm việc gì :* To attempt to do something. *Toan chống cự :* To attempt resistance.

toan làm [twan làm] To intend to do (something) ; to mean to do (something).

toan trốn [twan trốn] To attempt, to escape. *Các tù nhân toan trốn nhưng thất bại :* The prisoners attempted to escape but failed.

toán [twán] Group, party, team, crew. *Một toán người :* Group of persons. *Du khách chia ra làm năm toán :* Tourists arranged in, divided into, five parties.

toán Mathematics. *Học toán :* To study mathematics. *Giỏi toán :* Strong in mathematics. *Tính toán :* To calculate, to reckon. *Kế toán :* Book-keeping.

toán bảo trì [twán bảu trì] Maintenance crew.

toán chỉ huy [twán cỉ hwi] Command group.

toán đột kích [twán dọt kík] Raiding party.

toán giải phẫu [twán ʒải fẫu] Surgical team.

toán học [twán họk] Mathematics. *Nhà toán học :* Mathematician.

toán hộ tống [twán họ tốŋ] Escort.

toán pháp [twán fáp] Arithmetic.

toán phi hành [twán fi hàiɲ] Air crew.

toán sửa chữa [twán ʃửə cửə] Repair crew.

toán thả mìn [twán θả mìn] Mine group.

toán thám thính [twán θám θíɲ]

T

Reconnaissance party.

toán thủ [twán θủ] Book-keeper.

toán trưởng [twán trưởŋ] Team leader.

toán yểm trợ [twán iểm trợ] Supporting element.

toàn [twàn] All. *Mặc toàn đồ đen* : To be (dressed) all in black.

toàn âm [twàn əm] (Mus) Diatonic.

toàn bị [twàn bị] Complete, entire, whole.

toàn bộ [twàn bộ] Whole.

toàn cầu [twàn kầu] The whole world.

toàn dân [twàn zən] All the people, everybody, the whole people.

toàn diện [twàn ziện] Total. *Chiến tranh toàn diện* : Total war(fare).

toàn diện (Cryst) Helohedral.

toàn gia [twàn ʒa] The whole family.

toàn hảo [twàn hảu] Perfect.

toàn hương [twàn hưưŋ] The whole village.

toàn lực [twàn lực] All one's strength ; all forces.

toàn mãn [twàn mãn] Complete, sufficient.

toàn mỹ [twàn mĩ] Perfect beauty.

toàn năng [twàn nauŋ] Omnipotent, almighty.

toàn phần [twàn fən] (Of baccalaureate) Complete.

toàn phúc [twàn fúk] Complete happiness.

toàn quân [twàn kwən] The whole army.

toàn quốc [twàn kwók] The whole nation.

toàn quyền [twàn kwièn] Full power. *Toàn quyền hành động* : To act with full powers. *Cho người nào được toàn quyền hành động* : To furnish someone with full powers.

toàn tài [twàn tài] Perfect talent.

toàn thắng [twàn θăuŋ] Total, complete, victory.

toàn thân [twàn θən] The whole body.

toàn thế giới [twàn θế ʒới] The whole world.

toàn thể [twàn θể] Entire, all. *Toàn thể dân chúng* : The entire population.

toàn thiện [twàn θiện] Perfect, flawless.

toàn thức [twàn θức] See toàn trí.

toàn thực [twàn θực] Total eclipse.

toàn trí [twàn trí] Omniscient.

toàn vẹn [twàn vẹn] Perfect ; integrale. *Giữ toàn vẹn vật gì* : To keep something integrale. *Trạng thái toàn vẹn* : Integrity. *Bảo đảm toàn vẹn lãnh thổ nước Việt Nam* : To guarantee the territorial integrity of Viet Nam.

toang [twaŋ] Wide open. *Mở toang cửa ra* : To open the door widely.

toàng hoạc [twàŋ hwạk] Wipe open.

toát [twát] *Trắng toát* : Very white.

toát mồ hôi [twát mò hoi] To perspire, to sweat ; to break out into a sweat. *Chỉ trông thấy những dụng cụ mổ xẻ tôi cũng sợ toát mồ hôi rồi* : Only to look at surgical instruments makes me sweat. *Sợ toát mồ hôi* : To be in a sweat of fear.

toát yếu [twát iếu] To choose the chief points only. *Bản toát yếu* : Summary, résumé, abstract.

tóc [tók] Hair. *Giống như tóc* : Hair-like. *Lưới bao tóc* : Hair-net. *Dầu xức tóc* : Hair-oil. *Sự hớt (cắt) tóc* : Hair-cut-(ting). *Bàn chải tóc* : Hairbrush. *Kẹp tóc* : Hairpin. *Chải tóc* : To comb one's hair. *Bới tóc* : To put up, do up, one's hair. *Bứt tóc* : To tear one's hair. *Tiệm hớt tóc* : Barber shop. *Kết tóc xe tơ* : To marry, to wed. *Xuýt chết trong đường tơ kẻ tóc* : To escape death by a hair's breadth.

tóc bạc [tók bạk] White hair, hoary hair. *Ông già tóc bạc* : White-haired old man, hoary-headed old man ; an old man with white hair. *Tóc hớt sát phía sau* : Hair cropped close behind, at the back. *Thời gian đã làm cho tóc nó bạc cả* : The years had snowed his hair.

tóc đỏ [tók dỏ] Red hair.

tóc giả [tók ʒả] Wig ; false hair, artificial hair.

tóc hoa râm [tɔ́k bwa rəm] Grey hair, hair flecked with grey.

tóc mai [tɔ́k mei] Sideburns.

tóc mây [tɔ́k məi] Beautiful hair (of woman).

tóc mượt [tɔ́k mɯʊ̯t] Silky hair.

tóc nhuộm [tɔ́k ɲuʊ̯m] Dyed hair.

tóc quăn [tɔ́k kwaɯn] Crisp hair, curly hair.

tóc rậm [tɔ́k rəm] Thick hair.

tóc rễ tre [tɔ́k rē trɛ] Stiff hair.

tóc rối [tɔ́k rói] Tousled hair, dishevelled hair, ruffled hair, rough hair, tangled hair.

tóc vàng [tɔ́k vàŋ] Golden hair. *Tóc vàng hoe* : Blonde hair.

tóc xanh [tɔ́k saiɲ] Black hair.

tóc thưa [tɔ́k θɯə] Thin hair.

tọc mạch [tɔk mạik] Curious, inquisitive. *Tánh tọc mạch* : Curiosity.

tóe [twɛ́] To splash. *Tóe nước dơ vào người nào* : To splash dirty water on someone.

tóe ra [twɛ́ ra] (Of light) To break forth.

toét mắt [twɛ́t máɯt] Rheumy eyes.

toét miệng [twɛ́t mieŋ] *Cười toét miệng* : To laugh with one's mouth wide open.

toi [tɔi] (Of animals) To die of the plague.

toi Useless, lost, waste. *Công toi* : Lost labour. *Mất tiền toi* : Wasted money.

tói [tɔ́i] *Dây lòi tói* : Chain of iron.

tòi [tɔ̀i] *Tìm tòi* : To search, to research.

tỏi [tɔ̉i] Garlic. *Củ tỏi* : Bulb of garlic. *Tép tỏi* : Clove of garlic. *Bỏ tỏi vào nước xốt cho thơm* : To flavour a sauce with garlic. *Mùi tỏi ở nhà bếp bay ra* : A smell of garlic issues from the kitchen.

tỏi tây [tɔ̉i tei] (Bot) Leek.

tom [tɔm] To gather, to assemble.

tom góp [tɔm gɔ́p] To collect, to bring or gather together.

tóm [tɔ́m] To seize, to catch, to arrest, to apprehend. *Tóm lấy người nào* : To

seize (hold of) someone. *Bị cảnh sát tóm* : To be caught by the police. *Tên trộm bị cảnh sát tóm được* : The thief was nabbed by the police.

tóm cổ [tɔ́m kỏ] To seize (someone) by the collar ; to take hold of ; to capture. *Tóm cổ người nào* : To collar someone, to seize someone by the scruff of the neck.

tóm lại [tɔ́m lại] To sum up ; in short, in brief, after all.

tóm tắt [tɔ́m táɯt] To summarize, to digest, to sum up, to abridge. *Bản tóm tắt* : Summary. *Tóm tắt một bài báo* : To boil down a newspaper article.

tóm tắt In brief. *Bản tóm tắt tin tức hằng tuần* : Digest of the week's news.

tòm [tɔ̀m] *Ngã tòm xuống nước* : To fall into the water.

ton hót [tɔn hɔ́t] To flatter, to fawn on.

tòn ten [tɔ̀n tɛn] (Of a weight at the end of a string). To dangle, to hang or swing loosely.

tong [tɔŋ] *Ốm tong* : As thin as a lath, as a rake.

tòng chinh [tɔ̀ŋ ciɲ] To go to war.

tòng học [tɔ̀ŋ hɔk] To study.

tòng ngũ [tɔ̀ŋ ŋũ] To serve, join the army.

tòng phạm [tɔ̀ŋ fạm] Accomplice, accessory.

tòng phục [tɔ̀ŋ fụk] To submit.

tòng quân [tɔ̀ŋ kwən] To enlist, to enter the army.

tòng sự [tɔ̀ŋ ʃɯ] To serve, to work.

tọng [tɔ̣ŋ] To stuff, to cram. *Tọng đồ ăn vào miệng người nào* : To cram food into someone's mouth.

tóp [tɔ́p] To contract, to shrink.

tóp mỡ [tɔ́p mɔ̃] Cracklings.

tóp tép [tɔ́p tép] *Nhai tóp tép* : To chew noisily.

tót [tɔ́t] *Nhảy tót một cái* : To jump with one leap.

tót chúng [tɔ́t cúŋ] Eminent, above the

T

ordinary.

tô [to] Large bowl.

tô To coat, to daub. *Vách tô bằng đất* : Wall daubed with clay. *Tô vách nhà bằng đất sét* : To daub the walls of a house with clay.

tô Rent. *Giảm tô*: To reduce the rent.

Tô cách lan [to káik lan] (Geog) Scotland. *Người Tô cách lan*: Scot, Scotchman.

tô đả [to dà] (Ch) Soda.

tô địa [to dịə] Concession.

tô điểm [to diềm] To embellish ; to adorn. *Tô điểm câu chuyện bằng nhiều chi tiết* : To embellish a story with details.

tô giới [to ʒɔ́i] Concession.

tô hồ [to hò] To plaster.

tô màu [to màu] To colour.

tô tá địa [to tá dịə] Concession.

tô thuế [to θwế] Taxes.

tô vôi [to voi] To whitewash.

tố [tó] (Not used alone) To denounce.

tố *Dông tố* : Storm.

tố *Sinh tố* : Vitamin. *Kích thích tố* : Hormone.

tố cáo [tó káu] To accuse, to denounce, to inform against (someone). *Tố cáo người nào đã làm việc gì* : To accuse someone of doing something. *Tố cáo đồng lõa của mình* : To denounce one's accomplices. *Nó bị tố cáo là ăn trộm* : He was denounced as a thief. *Sự tố cáo* : Accusation, denunciation.

tố cộng [tó cọŋ] To denounce against communism. *Sự tố cộng* : Denunciation against communism.

tố giác [tó ʒák] To denounce, to inform against (someone).

tố khổ [tó xỏ] To denounce (landlord) employer, etc...) before the people's court as having done one some injustice.

tố nga [tó ŋa] Moon, (fig) beautiful girl.

tố nữ [tó nữ] 1) Name of a goddess. 2) Beautiful girl.

tố oan [tó wan] To claim one's innocence.

tố phục [tó fụk] Mourning clothes.

tố số [tó ʃó] (Math) Prime number.

tố tạo [tó tạu] To mould clay.

tố tâm [tó təm] Pure heart.

tố trạng [tó trạŋ] (Jur) Complaint.

tố tụng [tó tụŋ] Lawsuit.

tổ [tỏ] Nest. See ổ.

tổ 1) Ancestors, forefathers. *Cao tổ*: Great-great-grandfather. 2) Patron saint, founder.

tổ *Cải tổ* : To reorganize.

tổ các [tỏ kák] To form a cabinet.

tổ chức [tỏ cứk] To organize, to form. *Công nhân tổ chức thành nghiệp đoàn* : Workmen organized into trade-unions.

tổ chức Organization. *Tổ chức an ninh quốc gia* : National security organization. *Ủy ban tổ chức* : Organizing committee. *Tổ chức Y tế Thế giới* : World Health Organization. *Tài tổ chức* : Organizing ability. *Một quân đội thiếu tổ chức sẽ thành vô dụng* : An army without organization would be useless.

tổ chức học [tỏ cứk hɔk] Histology. *Nhà tổ chức học* : Histologist. *Thuộc về tổ chức học* : Histological.

tổ địa [tỏ dịə] Leech's nest. *Rách như tổ địa* : In rags and tatters.

tổ hợp [tỏ hợp] Union ; combination.

tổ mẫu [tỏ mẫu] Grandmother.

tổ ong [tỏ ɔŋ] Beehive, bee's nest.

tổ phụ [tỏ fụ] Grandfather.

tổ quốc [tỏ kwók] One's native land or country ; one's fatherland ; mother country. *Chết vì tổ quốc* : To die for one's country. *Phụng sự cho tổ quốc* : To serve one's country.

tổ sản [tỏ ʃản] Inheritance.

tổ sâu [tỏ ʃəu] Caterpillar's nest.

tổ sư [tỏ ʃɯ] Patron saint, founder.

tổ thành [tỏ θàiɲ] Constituent, component.

tổ tiên [tỏ tien] Ancestors, forefather. *Sự thờ phượng tổ tiên* : Ancestor worship.

tồ tôm [tồ tom] Kind of card game.

tồ tông [tồ toŋ] Ancestors, forefathers.

tồ truyền [tồ trwièn] Heridimary, coming from one's ancestors.

tồ trưởng [tồ trɯờŋ] Cell head, chief of a cell.

tộ [tọ] Large bowl.

tốc [tók] To blow off (by the wind).

tốc Cấp tốc : Rapid, speedy.

tốc độ [tók dọ] Speed ; velocity (of light, sound, projectile); rate (of going). Hết tốc độ : At full speed, at top speed ; at the top of one's speed. Chạy hết tốc độ : To proceed at a high speed. Tốc độ cao nhứt : Speed-limit. Đồng hồ chỉ tốc độ : Speedometer.

tốc độ bay [tók dọ bay] Flying-speed; air-speed.

tốc độ cao [tók dọ kau] High velocity.

tốc độ giới hạn [tók dọ ʒới hạn] Limit velocity.

tốc độ góc [tók dọ gók] Angular speed (velocity).

tốc độ kề [tók dọ ké] Tachometer, speedometer.

tốc độ sơ khởi [tók dọ ʃə xởi] Muzzle velocity.

tốc hành [tók hàiŋ] Express, fast. Xe lửa tốc hành : Express train, fast train.

tốc ký [tók kí] Shorthand, stenography. Lấy một bài diễn văn bằng tốc ký : To take a speech down in shorthand. Máy tốc ký : Stenotype.

tốc ký viên [tók kí vien] Stenographer.

tốc lực [tók lʉk] Speed, rate, velocity, career. Bớt tốc lực : To slacken speed. Hết tốc lực : With all speed, at full speed, in full career. Chặn người nào đang chạy hết tốc lực : To stop someone in full career. Xe lửa chạy hết tốc lực : Train going at full speed. Xe lửa chạy với tốc lực năm chục cây số một giờ : The train was going at (the) rate of fifty kilometres an hour.

tốc suất [tók ʃwát] See tốc độ.

tộc [tọk] Family, clan. Dân tộc : People.

Gia tộc : Family. Đồng tộc : Of the same family.

tộc phổ [tọk fổ] Family-tree.

tộc trưởng [tọk trɯờŋ] Patriarch.

tôi [toi] 1) I, me. Giữa anh và tôi : Between you and I. Chúng nó trông thấy tôi : They see me. Nó có viết cho tôi một bức thơ : He wrote me a letter. 2) Mine. Thơ nầy của tôi : This letter is mine. Chữ ký nầy không phải của tôi : This signature is not mine. Quyền lợi của anh tức là của tôi : Your interests are mine. Cuốn sách nầy của tôi hay của anh ? : Is this book mine or yours ?. Nó là một người bạn cũ của tôi : He's an old friend of mine.

tôi 1) Subject (of a king). Vua tôi : King and subject. Những tôi trung thành của vua : The loyal subjects of the king. 2) Servant.

tôi See trui.

tôi con [toi kɔn] Servant and child.

tôi đòi [toi dòi] Servants.

tôi mọi [toi mọi] Slave. Làm tôi mọi cho người nào : To be someone's slave. Làm việc như tôi mọi : To work like a slave.

tôi thép [toi θέp] To harden steel.

tôi tớ [toi tớ] Servants.

tôi vôi [toi voi] To slake lime.

tối [tói] Dark (night, room); obscure, sombre, gloomy, dim. Trời tối : It is dark. Trong phòng tối quá : It was very dark in the room. Trời sắp tối : It is getting, growing, dark. Màu tối : Obscure, sombre, dark, colour. Đêm tối : Sombre night. Bóng tối : Darkness, obscurity. Khi mặt trời lặn, trời bắt đầu tối : When the sun goes down, it begins to get dark. Vào lúc chín giờ tối : At nine o'clock in the evening.

tối Night. Tối hôm qua : Last night. Tối hôm kia : The night before last. Tối mai : To-morrow night. Tối thứ hai rạng mặt sáng thứ ba : The night from Monday to Tuesday. Mười giờ tối : Ten o'clock at night.

tối cao [tói kau] Highest, supreme, maximum.

tối cao điểm [tối kau diểm] Acme ; the highest point.

tối cao pháp viện [tối kau fáp viện] Supreme court.

tối cao tần [tối kau tần] Very high frequency.

tối cần [tối kần] Essential ; absolute necessity.

tối dạ [tối zạ] Unintelligent.

tối đa [tối da] Maximum. *Tốc lực tối đa :* The maximum speeds.

tối đen [tối đen] Very dark. *Trong phòng tối đen như mực :* It was very dark in the room. *Phòng tối đen như mực :* The room was in complete darkness.

tối đoản [tối dwản] (Math) Geodesic. *Đường tối đoản :* Geodesy.

tối hảo [tối hảu] Excellent, very good.

tối hậu [tối hậu] Ultimate, final, last.

tối hậu thơ [tối hậu θơ] Ultimatum. *Gởi tối hậu thơ cho một nước nào :* To deliver an ultimatum to a country ; to present to a country with an ultimatum.

tối khẩn [tối khẩn] Most immediate.

tối mai [tối mai] To-morrow evening.

tối mắt [tối mắtt] Blinded.

tối mật [tối mạt] Top secret.

tối mịt [tối mịt] Very dark, pitch-dark.

tối mò [tối mò] See tối mịt.

tối ngày [tối ŋày] Night and day, all day long. *Làm việc tối ngày :* To work all day (long), all the day. *Tối ngày nó không làm gì cả :* He does nothing all day long.

tối nhá nhem [tối ɲá ɲɛm] At dusk.

tối như hũ nút [tối ɲɯ hũ nút] Pitch-dark.

tối như mực [tối ɲɯ mựk] Very dark.

tối om [tối ɔm] Pitch-dark, very dark.

tối sẫm lại [tối ʃẫm lại] To darkle, to grow dark.

tối tăm [tối tawm] Dark, obscure.

tối tân [tối tân] Ultra-modern, most up-to-date.

tối thiểu [tối θiểu] Minimum. *Giá tối thiểu :* Minimum price. *Tốc lực tối thiểu :* Minimum speed. *Giảm chi phí đến mức tối thiểu :* To reduce expenses to a minimum.

tối thượng [tối θɯợŋ] Supreme.

tồi [tồi] Bad.

tồi bại [tồi bại] Depraved, bad.

tồi tàn [tồi tàn] Disreputable, in a bad state.

tồi tệ [tồi tệ] Miserable, mean.

tội [tội] Crime, guilt, felony, offence, charge, ; sin. *Hình phạt không cân xứng với tội trạng :* Punishment out of all proportion to the crime. *Phạm tội :* To commit a crime, a felony. *Thú tội :* To confess. *Vô tội :* Innocent, guiltless. *Có lỗi mà thú nhận thì tội nhẹ nửa phần :* A fault confessed is half redressed. *Tha tội cho người nào :* To absolve someone from a sin. *Đổ tội cho người nào :* To lay a charge at someone's door, to fasten a crime to someone, to attribute a crime to someone. *Tuyên bố người nào có tội :* To bring someone in guilty. *Nó bị bắt về tội giết người :* He was arrested on a charge of murder. *Tội đáng thắt cổ :* Crime worthy of the rope.

tội ác [tội ák] Atrocity, evil. *Tiền bạc là nguồn gốc của tất cả tội ác :* Money is the root of all evil.

tội chém đầu [tội cém dầu] Capital crime, capital offence.

tội cố sát [tội kó ʃát] Wilful homicide.

tội danh [tội zaɲ] Indictment, charge, inculpation.

tội đồ [tội dò] Exile.

tội giả mạo [tội ʒả mạu] Forgery. *Phạm tội giả mạo :* To be guilty of forgery.

tội giết người để tự vệ [tội ʒiết ŋɯời dể tự vệ] Justifiable homicide, homicide in self-defense.

tội đốt nhà [tội dót ɲà] Arson.

tội loạn luân [tội lwạn lwân] Incest.

tội lỗi [tội lỗi] Sin, offence. *Tội lỗi về xác thịt :* The sins of the flesh.

tội mưu sát [tội mɯu ʃát] Felonious

homicide.

tội nặng [tọi nąuɳ] Serious crime, serious offence, grave offence.

tội nghiệp [tọi ɳiẹp] What a pity !; to have mercy, pity (on someone).

tội ngộ sát [tọi ɳọ ʃát] Excusable homicide, homicide by misadventure or misfortune ; chance-medley.

tội nhân [tọi ɲan] Culprit, offender.

tội nhẹ [tọi ɲẹ] Minor offence, petty offence, small offence.

tội phạm [tọi fạm] Criminal. *Tội phạm chiến tranh :* War criminal.

tội quá [tọi kwá] Fault, mistake, sin.

tội toan bạo hành [tọi twan bạu hàiɲ] Assault.

tội trạng [tọi traɳ] Crime.

tội trọng [tọi trọɳ] Serious crime, grave offence.

tội vi cảnh [tọi vi kảiɲ] Petty offence, minor offence ; breach of police regulations.

tôm [tom] Prawn, crayfish, large shrimp. *Gạch tôm :* Tomalley. *Đi bắt tôm :* To go catching shrimps, to go shrimping.

tôm càng [tom kàɳ] Crayfish with two large claws.

tôm hùm [tom hùm] Lobster. *Tôm hùm không hợp với tôi :* Lobster does not agree with me. *Tôi thích tôm hùm nhưng nó không hạp với tôi :* I like lobster but it doesn't like me.

tôm khô [tom xo] Dried shrimps.

tôm nước ngọt [tom núrk ɳọt](Freshwater) Crayfish.

tôm tép [tom tép] Shrimps.

tôm tươi [tom tuơi] Fresh shrimps.

tôm ướp [tom uớp] Frozen shrimps. *Trong thời gian đệ nhứt tam cá nguyệt năm nay, sự xuất cảng tôm ướp sang Hoa-kỳ và Hồng kông lên tới 60 ngàn kí-lô :* During the first quarter of this year, exports of frozen shrimp to the United States and Hong kong reached 60,000 kilos.

tôn [ton] *Đích tôn :* The eldest son of one's eldest son.

tôn To honour. *Tôn người nào lên ngôi vua :* To crown someone king.

tôn chi [ton ci] Branches of a family.

tôn chi [ton ci] Leading line ?

tôn cực [ton kụk] Very high.

tôn dợn sóng [ton zạn ʃɔ́ɳ]Corrugated steel.

tôn giáo [ton ʒáu] Religion. *Chiến tranh tôn giáo :* The wars of religion.

tôn kính [ton kíɳ] To respect, to honour. *Sự tôn kính :* Respect, deference. *Tôn kính người nào :* To have respect for someone ; to pay, show, deference to someone, to be deferential to someone. *Anh có tôn kính cha mẹ và thầy học của anh không ? :* Do you treat your parents and teachers with deference ?. *Tỏ lòng tôn kính người nào :* To pay, do, homage to someone, to pay reverence to someone.

tôn nghiêm [ton ɳiem] Solemn, grave.

tôn ông [ton oɳ] Sir.

tôn phái [ton fái] Branches of a family.

tôn phục [ton fụk]To honour, to respect.

tôn sùng [ton ʃùɳ] To venerate.

tôn sư [ton ʃɯ] Master.

tôn thất [ton θất] Royal family.

tôn thượng [ton θɯạɳ] To respect one's superiors.

tôn tộc [ton tọk] Persons of the same family.

tôn trọng [ton trọɳ] To respect. *Tôn trọng pháp luật :* To respect the law. *Tôn trọng một điều khoản trong giao kèo :* To respect, comply with, a clause in a contract. *Nó không tôn trọng những lời hứa của nó :* He has no respect for his promises.

tôn uốn [ton uốn] Corrugated iron.

tốn [tón] To cost. *Việc ấy sẽ làm nó tốn rất nhiều tiền bạc :* That will cost him a great deal of money. *Không tốn tiền :* Costless.

tốn Expensive ; consumptive. *Đi du lịch rất tốn kém :* Travelling is expensive. *Công việc tốn quá nhiều thì giờ :* Work consumptive of time.

tốn công [tón koŋ] To lose, waste, one's labour.

tốn của [tón kwə] To waste, lose, one's money.

tốn hao [tón hau] Expensive.

tốn kém [tón kɛm] Costly, expensive. *Ít tốn kém* : Economical. *Sự chuyên chở bằng đường hàng không được mau chóng nhưng tốn kém* : Transportation by air is quick but expensi.e.

tốn tiền [tón tièn] Expensive.

tồn [tòn] *Sinh tồn* : To exist, to subsist.

tồn căn [tòn caun] Stub.

tồn tại [tòn tại] To exist, to survive ; to last, to endure.

tồn trữ [tòn trũ] To conserve, to keep.

tồn vong [tòn vɔŋ] To exist and to disappear.

tổn [tòn] *Phí tổn* : Charge, cost, expenses.

tổn hại [tòn hại] To cause damage.

tổn phí [tòn fi] Expenses, cost.

tổn thất [tòn θất] Loss. *Bị tổn thất nặng nề* : To sustain, suffer, heavy losses ; (Mil) heavy casualties.

tổn thọ [tòn θɔ] To shorten the life.

tổn thương [tòn θuɜŋ] To wound, hurt, the feelings of. *Bị tổn thương* : Wounded.

tông [toŋ] See **tôn**.

tông cửa [toŋ kửə] To batter the door down. *Cảnh sát tông cửa vào cứu các trẻ con trong nhà đang bị cháy ra* : The police battered the door down and saved the children from the burning house.

tông đơ [toŋ də] Hair-clippers.

tống [tóŋ] To drive (someone) out, away ; to expel ; to turn (someone) out (of doors). *Tống cây đinh ra* : To drive out a nail. *Tống người nào một đấm* : To strike out at someone, to deal a blow at someone, to deal someone a blow. *Tống một thoi vào mũi người nào* : To plant one's fist on someone's nose.

tống *Hộ tống* : To escort.

tống biệt [tóŋ biệt] To see (someone) off.

tống chung [tóŋ cuŋ] To attend a funeral.

tống cổ [tóŋ kỏ] To turn out. *Tống cổ người nào ra khỏi cửa* : To turn someone out of doors.

tống đạt [tóŋ đạt] To serve, to deliver. *Tống đạt trát đòi người nào hầu tòa* : To serve a writ, a summons, on someone ; to serve someone with a writ, with a summons.

tống giam [tóŋ ʒam] To imprison, incarcerate (someone) ; to put (someone) in prison. *Tống giam người nào* : To send someone to prison ; to put, throw, someone into prison.

tống khứ [tóŋ xứ] To expel, to turn out.

tống ngục [tóŋ ŋụk] See **tống giam**.

tống quỷ [tóŋ kwỉ] To cast out devils.

tống ra [tóŋ ra] To drive out, away ; to eject.

tống táng [tóŋ táŋ] 1) To attend a funeral.
2) To bury.

tống thư văn [tóŋ θuu vaun] Messenger.

tống tiền [tóŋ tièn] To blackmail, to squeeze. *Bị tống tiền* : To be blackmailed. *Tống tiền người nào* : To extort money out of someone, to squeeze money out of someone.

tống tiền (sự) Blackmail, extorsion. *Người tống tiền* : Blackmailer.

tống tình [tóŋ tỉŋ] To give the eye to.

tống tử [tóŋ tử] Funeral.

tống tửu [tóŋ tửu] To offer wine.

tổng [tỏŋ] Canton. *Cai tổng* : Chief of a canton.

tổng bãi công [tỏŋ bãi koŋ] General strike.

tổng bao [tỏŋ bau] (Bot) Involucre. *Tiểu tổng bao* : Involucel.

tổng bộ [tỏŋ bọ] Central committee (of a political party).

tổng chỉ huy [tỏŋ ci hwi] Commander-in-chief.

tổng công đoàn [tỏŋ koŋ dwàn] General confederation of labor.

tổng công kích [tỏŋ koŋ kík] General offensive.

tổng cộng [tỏŋ kọŋ] Grand total.

tổng cơ quan [tỏŋ kə kwan] Central organ.

tổng cuộc [tỏŋ kwọrk] Head office.

tổng cương [tỏŋ kɯəŋ] Outlines.

tổng đài điện thoại [tỏŋ dài diện θwai] Telephone exchange, telephone central office.

tổng đầu phiếu [tỏŋ dầu fiếu] Universal suffrage.

tổng đình công [tỏŋ dìɲ koŋ] General strike.

tổng đoàn công kỷ nghệ Việt Nam [tỏŋ dwàn koŋ ki ɲẹ Việt Nam] The Vietnamese Confederation of Industry and Handicraft.

tổng đốc [tỏŋ dók] (Obs) Province chief.

tổng động binh [tỏŋ dọŋ biɲ] See tổng động viên.

tổng động viên [tỏŋ dọŋ vien] General mobilization, total mobilization.

tổng giám đốc [tỏŋ ʃám dók] Director general. Phó tổng giám đốc : Assistant director general.

tổng giám mục [tỏŋ ʃám mụk] Archbishop. Chức, địa phận của tổng giám mục. Archbishopric.

tổng giám thị [tỏŋ ʒám θị] (Sch) Vice-principal.

tổng hành dinh [tỏŋ hàiɲ ziɲ] General headquarters.

tổng hội [tỏŋ họi] General association.

tổng hợp [tỏŋ họp] To synthetize ; to unite. Sự tổng hợp : Synthesis.

tổng kê [tỏŋ ké] Total.

tổng kết [tỏŋ két] To recapitulate, to summarize.

tổng lãnh sự [tỏŋ lãiɲ ʃự] Consul general. Tòa tổng lãnh sự : Consulate general.

tổng liệt [tỏŋ liệt] (Med) Diaplegia.

tổng lý [tỏŋ lí] Managing director (of company).

tổng nha [tỏŋ ɲa] General office.

tổng phản công [tỏŋ fản koŋ] General counter-offensive.

tổng phí [tỏŋ fí] Overhead expenses overheads.

tổng quát [tỏŋ kwát] To generalize to synthetize.

tổng số [tỏŋ ʃó] Grand total, sum total. Tổng số những đạo quân ấy lên tới 300.000 người : These armies aggregated 300,000 men. Tổng số lên tới một trăm đồng : The sum total reaches a hundred piastres. Tổng số nợ của nó là 500$: His total debts are $500.

tổng tấn công [tỏŋ tán koŋ] General offensive.

tổng tham mưu [tỏŋ θam mɯu] General staff.

tổng thanh tra [tỏŋ θaɲ tra] Inspector general.

tổng thống [tỏŋ θóŋ] President (of a republic). Phó Tổng Thống : Vice-President. Dinh Tổng Thống : The Presidential Palace. Phủ Tổng Thống : The Presidency. Bài diễn văn của Tổng Thống được định vào thứ năm tới : The President's speech is scheduled for next Thursday. Tổng Thống trò chuyện thân mật với các cầu thủ và chụp với họ một tấm ảnh : The President cordially talked with the footballers and posed a photo with them.

tổng thống phủ [tỏŋ θóŋ fủ] The Presidency.

tổng thơ ký [tỏŋ θə ki] Secretary general. Phó tổng thơ ký : Deputy secretary general.

tổng trấn [tỏŋ trán] Governor.

tổng trưởng [tỏŋ trɯởŋ] Minister, secretary of state. Tổng trưởng quốc phòng : Secretary of state for defense. Tổng trưởng không giữ bộ nào : Minister without portfolio.

tổng tuyển cử [tỏŋ twiẻn kử] General election.

tổng tư lịnh [tỏŋ tɯ lịɲ] Commander-in-chief.

tổng ủy dinh điền [tỏŋ ửi ziɲ diền] Land development commissioner.

T

tổng ủy viên [tồŋ ŵi viên] General commissioner.

tổng y viện [tồŋ i viện] General hospital.

tốp [tóp] Group. *Đi dạo từng tốp* : To walk about in groups.

tốt [tót] 1) Good. *Chữ viết tốt* : Good handwriting. *Thích cái gì tốt* : To like what is good. *Cái ấy trông có vẻ tốt* : That looks good. *Đối với tôi như thế là tốt rồi* : That is good enough for me. *Điềm tốt* : Good omen. *Tốt lắm !* : Very good !. *Đau răng dùng rất tốt* : Very good for toothache. *Càng sớm càng tốt* : As soon as possible.
2) Good, kind. *Người tốt* : Good man. *Phẩm hạnh tốt* : Good conduct, good behaviour. *Nó tỏ ra là một người bạn tốt* : He proved a good friend. *Những người tốt bụng và chân thật* : Good men and true. *Người bụng dạ tốt* : A kind heart. *Có lòng tốt đối với người nào* : To be kind to someone.
3) Fine, good, fair (weather); favourable (opportunity) ; fertile, fecund (land). *Trời tốt* : The weather is fine. *Trời mưa suốt buổi sáng nhưng trở nên tốt vào buổi chiều* : It rained all the morning but turned fine in the afternoon.

tốt Pawn (in the game of chess). See **chốt**.

tốt bụng [tót bụŋ] Good-hearted, kindhearted.

tốt duyên [tót zwien] Happy marriage.

tốt đẹp [tót dẹp] Fine.

tốt đôi [tót doi] Well-matched couple.

tốt giọng [tót ɤɔŋ] Beautiful voice.

tốt giời [tót ɤòi] Fine weather, good weather.

tốt hơn [tót hơn] Best, better. *Tốt hơn nên ở nhà* : It were best to stay at home. *Tốt hơn anh đừng nói gì cả* : You had better not have said anything. *Tốt hơn anh hãy ở lại* : You had better stay. *Ăn mặc tốt hơn* : Better dressed. *Nó say rồi, tốt hơn chúng ta đưa nó về nhà* : He's drunk ; we'd better get him home. *Tốt hơn tôi không nói gì cả* : I had better say nothing.

tốt lành [tót làiŋ] Good, fine.

tốt mã [tót mã] To have good looks.

tốt mái [tót mái] Prolific (woman).

tốt ngày [tót ŋày] Auspicious day.

tốt nghiệp [tót ŋiẹp] To graduate. *Nó tốt nghiệp tháng Ba rồi nhưng chưa có chỗ làm* : He graduated last March but hasn't god anything to do yet (i. e. hasn't a position). *Tất cả những người tốt nghiệp năm nay đều có việc làm* : All this year's graduates have found employment. *Sau ba năm ở Oxford, nó tốt nghiệp* : After three years at Oxford, he graduated. *Nó tốt nghiệp ở Oxford* : He graduated at Oxford. *Anh sẽ làm gì sau khi tốt nghiệp ?* : What shall you do after graduation ?.

tốt nhịn [tót ɲịn] Enduring, long-suffering.

tốt phước [tót fúrk] Happy, fortunate.

tốt tiếng [tót tiéŋ] Beautiful voice.

tốt trời [tót trời] Good weather, fine weather.

tốt tươi [tót tươi] Beautiful.

tột bực [tọt bựk] Highest degree. *Thế là tột bực rồi* : That was the climaxing stroke.

tơ [tơ] Silk. *Chỉ tơ* : Silk yarn. *Thợ dệt tơ* : Silk-wearer. *Guồng quay tơ* : Silk-reel. *(Nhện) Giăng tơ* : (Of spider) To spin its web. *Tơ nhân tạo* : Artificial silk, synthetic silk.

tơ Young. *Trai tơ* : Young man.

tơ chỉ [tơ cỉ] Silk yarn.

tơ duyên [tơ zwien] Marriage bonds.

tơ gốc [tơ gók] Floss.

tơ hồng [tơ hòŋ] Bond of marriage, thread of marriage.

tơ huyết [tơ hwiét] (Phisiol) Fibrin.

tơ lòng [tơ lɔŋ] Ties of affection.

tơ lụa [tơ lwạ] Silk. *Người bán tơ lụa* Silk-mercer.

tơ mành [tơ màiɲ] Fine silk.

tơ nhân tạo [tơ ɲơn tạu] Artificial silk.

tơ nhện [tơ ɲẹn] Spider-thread.

tơ sống [tơ ʃóŋ] Raw silk. *Việt Nam nhập cảng tơ sống của Nhựt Bổn*

Viet Nam imports raw silk from Japan.

tơ thiệt [tɤ θiẹt] Real silk.

tơ tưởng [tɤ tɯɤ̀ŋ] To dream.

tớ [tɔ́] Servant.

tớ I, me, myself.

tớ gái [tɔ́ gái] (Servant-)girl, maidservant.

tớ trai [tɔ́ trai] Servant.

tờ [tɔ̀] Lặng như tờ : Dead silence, blank silence, unbroken silence.

tờ Leaf. Một quyển sách 100 trang có 50 tờ : A book of 100 pages has 50 leaves. Giấy tờ : Papers, documents.

tờ bán [tɔ̀ bán] Bill of sale.

tờ báo [tɔ̀ báu] News-sheet, newspaper. Tin tức quan trọng nhứt được đăng ở trang đầu của tờ báo : The chief news is printed on the front page of the newspaper. Viết bài cho một tờ báo : To contribute newspaper articles.

tờ di chúc [tɔ̀ zi cúk] Will, testament. Làm tờ di chúc : To make one's will. Tự tay viết tờ di chúc: To write one's will in holograph.

tờ giao kèo [tɔ̀ ʒau kèu] Contract, agreement.

tờ giấy [tɔ̀ ʒéi] Sheet of paper.

tờ khai [tɔ̀ xai] Declaration ; statement. Tờ khai huê lợi : Declaration of income. Làm tờ khai : To make a statement.

tờ mờ sáng [tɔ̀ mɤ̀ ʃáŋ] At daybreak.

tờ trát [tɔ̀ trát] Citation, summons.

tờ trình [tɔ̀ trìŋ] Report.

tợ [tɔ̣] Similar.

tơi [tɤi] Rách tả tơi : Ragged, in rags.

tơi bời [tɤi bɤ̀i] Chạy tơi bời : To run away in disorder.

tơi tả [tɤi tả] In rags, in tatters.

tới [tɔ́i] To arrive, to come ; to attain, to reach ; to amount. Chúng tôi tới hồi ba giờ : We arrived at three o'clock. Nó vừa mới tới: He has just arrived. Nó tới bằng xe hơi : He arrived in a motor car. Nó luôn luôn tới trễ : He always turns up late. Tới một nơi nào: To reach a place. Nó đưa tôi tới nhà

ga : He came to the station with me. Tới phiên ai ? tới phiên anh : Whose turn is it ? it is your turn, the ball is with you. Nó vừa ở Ba-lê tới : He has just come from Paris. Anh tới trước nhứt : You come first. Tới mười sáu tuổi : To attain one's sixteenth year. Xuống, đụng tới đáy : To reach (down to) the bottom. Áo dài tới gót chân nó : Coat that reached (to) his heels. Tài sản của nó không tới mười ngàn đồng : His fortune did not amount to ten thousand piastres.

tới bến [tɔ́i bến] To reach a port.

tới cùng [tɔ́i kùŋ] Till the end, to the end.

tới đất [tɔ́i dɤ́t] Down to the ground.

tới gần [tɔ́i gɤ̀n] To approach, to come near, to come close (someone, something). Đừng tới gần tôi : Don't come near me. Tới gần người nào, vật gì : To approach someone, something ; to come, draw, near to someone, something. Con chó không thể nào tới gần tôi được : The dog could not get at me.

tới lui [tɔ́i lui] To frequent. Thường tới lui với người nào : To frequent someone.

tới nơi [tɔ́i nɤi] To come, to arrive.

tới tấp [tɔ́i tɤ́p] Đánh tới tấp : To beat repeatedly.

tởm [tɤ̉m] To disgust. Ghê tởm : Disgusting.

tởn [tɤ̉n] To be terrified.

tợn [tɔ̣n] Dữ tợn : Cruel, fierce. Xấu tợn : Very ugly.

tợp [tɔ̣p] Mouthful.

tu [tu] To enter into religion ; to go into the church ; to become a Buddhist monk.

tu To drink. Tu một hơi : To drink at a draught.

tu bổ [tu bổ] To maintain. Sự tu bổ : Maintenance. Tiền tu bổ : Cost of maintenance.

tu chính [tu cíŋ] To amend, to rectify. Sự tu chính : Amendment.

tu chính án [tu cíɲ án] Amendment.

tu dưỡng [tu zuõʐŋ] To cultivate.

tu đính [tu díɲ] To rectify, to amend.

tu hành [tu hàiɲ] To lead a religious life.

tu hít [tu hít] Whistle.

tu hú [tu hú] Cuckoo.

tu luyện [tu lwiện] To cultivate and to train.

tu mi [tu mi] Beard and eyebrows, (fig) man.

tu nhục [tu ɲụk] To be ashamed.

tu nữ [tu nữ] Nun.

tu si [tu ʃi] See tu nhục.

tu sĩ [tu ʃi] Monk, friar.

tu sức [tu ʃứk] To arrange.

tu thân [tu θən] To improve oneself.

tu thư [tu θɯ] To write books.

tu tinh [tu tịɲ] To improve, mend one's ways.

tu từ học [tu từ hɔk] Rhetoric. *Nhà tu từ học :* Rhetorician.

tu viện [tu viện] Convent, nunnery.

tú [tú] *Tinh tú :* Stars.

tú bà [tú bà] Madam.

tú lệ [tú lệ] Beautiful.

tú tài [tú tài] Baccalauréat. *Thi rớt tú tài :* To fail in one's baccalauréat examination. *Đi thi tú tài :* To sit the baccalauréat examination.

tù [tù] Prisoner. *Tù giam trong khám :* Prisoner incarcerated in prison. 2) Jail, prison. *Bị ở tù :* To be in jail, to be in gaol. *Bỏ tù người nào :* To send someone to prison ; to put, throw, someone into prison. *Sáu tháng tù :* Six months' gaol. *Mười ngày tù :* Ten days' imprisonment. *Kết án người nào một tháng tù :* To sentence someone to a month's imprisonment. *Nó đã ở năm năm tù :* He served a sentence of five years' imprisonment.

tù *Nước tù :* Stagnant water.

tù binh [tù bịɲ] Prisoner of war.

tù chính trị [tù cíɲ trị] Political prisoner.

tù chung thân [tù cuŋ θən] Life imprisonment.

tù đồ [tù dò] Prisoners.

tù hãm [tù hãm] *Sống tù hãm :* To live shut up, cooped up.

tù lãnh [tù lãiɲ] Leader.

tù nhân [tù ɲən] Prisoner. *Tù nhân đã được phóng thích :* The prisoner has been set free. *Chúng nó để cho tù nhân trốn thoát :* They let the prisoners escape.

tù phạm [tù fạm] Prisoner.

tù thất [tù θất] Prison, jail.

tù tội [tù tội] Imprisonment. *Bị tù tội :* To be in jail.

tù trưởng [tù trưởŋ] Tribal chief.

tù túng [tù túŋ] Cramped ; not having enough room for action.

tù và [tù và] Horn. *Thổi tù và :* To wind the horn.

tù vượt ngục [tù vɯợt ŋụk] Escaped prisoner, prison-breaker.

tú [tù] *Hộc tủ :* Drawer.

tủ [tủ] Wardrobe ; cupboard, cabinet, chest. *Tủ treo quần áo :* Hanging wardrobe.

tủ áo [tủ áu] Wardrobe.

tủ gương [tủ gɯʐŋ] Mirror-wardrobe.

tú kiến [tủ kiến] 1) Shop-window, glass. *Hàng hóa trưng bày trong tủ kiến :* Articles shown under glass. 2) Cabinet (in which beautiful or interesting things are kept and shown). 3) Mirror wardrobe.

tủ lạnh [tủ laịɲ] Refrigerator.

tủ sách [tủ ʃáik] Bookcase.

tủ sắt [tủ sắɯt] Safe.

tú thuốc [tủ θwớk] Medicine cabinet, medicine chest.

tụ [tụ] To gather, to assemble, to unite.

tụ *Lãnh tụ :* Leader.

tụ [tụ] To condense (electricity).

tụ chúng [tụ cúŋ] To assemble, to gather.

tụ điện [tụ diện] To condense electricity. *Máy tụ điện :* Condenser.

tự điện bất biến [tụ diện bót biến] Fixed condenser.

tự điện biến đổi được [tụ diện biến dổi dược] Variable condenser.

tự điện ghép [tụ diện gép] Gang condenser.

tự điện phẳng [tụ diện fảwng] Plate condenser.

tự điện thoát [tụ diện thwát] By-pass condenser.

tự họp [tụ họp] To assemble, to come together, to get together, to meet together, to flock together ; to cluster. *Tụ họp chung quanh người nào :* To cluster round someone.

tự hội [tụ hội] See tụ họp.

tự lại [tụ lại] To come together, to draw together.

tự tán [tụ tán] (Bot) Cyme.

tự tập [tụ tập] To assemble, to gather together, to come together.

tua [twə] 1) Fringe ; tassel (hanging from a flag, hat, etc...). *Màn có tua :* Fringed curtains.
2) Feeler (of certain animals for testing thing by touch or searching for food).

tua Turn. *Tới tua anh :* It is your turn. *Tới tua ai ? :* Whose turn is it ?.

tua nhụy (nhị) [twə nwị] (Bot) Filament of stamen).

tua tủa [twə twə] Bristling. *Tua tủa lưỡi lê :* Bristling with bayonets.

túa [twə] To flow (towards, into).

tủa [twə] (Of sparks) To fly.

tuân [twən] To obey, to follow ; to observe, to comply with (rules, laws, etc...). *Lịnh được tuân theo :* The order was obeyed. *Những người tuân theo pháp luật :* The obeyers of the laws. *Sự không tuân theo pháp luật :* Failure to observe the law. *Những lịnh của nó được tuân theo ngay :* His commands were quickly obeyed. *Khi một sĩ quan ra lịnh, binh sĩ phải tuân theo :* When an officer gives a command, the soldiers must obey.

tuân hành [twən hàinh] To execute, to perform, to carry out.

tuân lịnh [twən lịnh] To obey an order. *Tuân lịnh vì sợ bị phạt :* To obey for fear of punishment. *Binh sĩ phải tuân lịnh :* Soldiers must obey orders.

tuân mạng [twən mạng] To obey a command.

tuân theo [twən theu] To obey, to follow, observe, to comply with (rule, laws, etc...). *Những lịnh của tôi phải được tuân theo :* My orders must be carried out. *Tuân theo luật pháp :* To conform to the law.

tuân thủ [twən thủ] To observe, to follow.

tuấn biện [twấn biện] To speak fluently.

tuấn cực [twấn kựk] Very high.

tuấn đức [twấn dứk] Great virtue.

tuấn huệ [twấn hwệ] Great favour.

tuấn khắc [twấn xáưk] Very severe.

tuấn kiệt [twấn kiệt] Hero ; talented man.

tuấn pháp [twấn fáp] Severe laws.

tuấn tú [twấn tú] Elegant, refined.

tuần [twần] Period of ten days or ten years ; decade. *Thượng tuần :* First ten days of a month. *Trung tuần :* Second decade of a month. *Hạ tuần :* Third decade of a month. *Tuổi độ tứ tuần :* About forty years old.

tuần Week. *Hai lần mỗi tuần :* Twice a week, twice weekly. *Mỗi tuần một lần:* Once a week. *Mỗi tuần nó đến hai lần:* He comes twice a week. *Lương tuần:* Week's pay, week's wages. *Anh đi về nhà quê ở một tuần thì tốt lắm :* It will do you good to spend a week in the country. *Nó bị bịnh đã sáu tuần rồi :* He has been sick for six weeks. *Tuần tới tôi sẽ đến thăm anh :* I'll come and see you next week. *Nó không bao giờ quên viết thơ cho mẹ nó mỗi tuần :* He never failed to write to his mother every week. *Tôi viết thơ về nhà mỗi tuần :* I write home every week. *Nó hứa viết thơ cho tôi mỗi tuần :* He promised to write (to) me every week.

tuần Round. *Trả một tuần rượu đãi*

nhau : To stand a round of drinks.

tuần To patrol. *Tàu tuần* : Patrol boat. *Đi tuần* : To go on patrol, to patrol.

tuần báo [twần báu] Weekly ; weekly paper.

tuần binh [twần biṇ] Soldier on patrol.

tuần dương hạm [twần zưoŋ ham] Cruiser. *Tuần dương hạm chiến đấu* : Battle cruiser.

tuần hành [twần hàiṇ] To patrol, to go on patrol.

tuần hoàn [twần hwàn] To circulate ; to revolve. *Thuộc về sự tuần hoàn* : Circulatory. *Bộ máy tuần hoàn* : The circulatory system. *Sự tuần hoàn* : Circle, course (of blood) ; cycle.

tuần hối [twần hối] See **tuần hoàn**.

tuần kiểm [twần kiểm] To patrol and to control.

tuần la [twần la] To go on patrol, to patrol.

tuần la đội [twần la dội] Patrol.

tuần lễ [twần lễ] Week. *Những ngày trong tuần lễ* : The days of the week. *Một tuần lễ có bảy ngày* : A week has seven days. *Nó đã ở lại đây hai tuần lễ và trong thời gian ấy, nó không bao giờ ra khỏi nhà* : He stayed here two weeks, during which time he never left the house.

tuần lương [twần lưoŋ] Honest.

tuần nhật [twần ṇặt] Ten days.

tuần phiên [twần fien] Night-watchman.

tuần phòng [twần fòŋ] To patrol.

tuần phục [twần fụk] Submissive.

tuần rượu [twần rwụu] Round of drinks. *Trả một tuần rượu đãi nhau* : To stand a round of drinks.

tuần san [twần ʃan] Weekly.

tuần sau [twần ʃau] The week after.

tuần thám [twần θám] Reconnaissance patrol. *Tuần thám đình* : Patrol boat.

tuần tiểu [twần tiểu] To patrol, to go on patrol.

tuần trăng [twần traŋ] Age of the moon. *Tuần trăng mật* : Honeymoon. *Chúng nó đang hưởng tuần trăng mật*

tại Long Hải : They are on their honeymoon in Long-Hải.

tuần tự [twần tụ] To follow in order.

tuẫn giáo [twẫn ʃáu] To be a martyr ; to undergo voluntarily death for the sake of one's religion.

tuẫn tiết [twẫn tiết] To sacrifice one's life for a good cause.

tuẫn giáo [twẫn ʃáu] See **tuẫn giáo**.

tuẫn quốc [twặn kwổrk] To die for one's country.

tuẫn thân [twặn θân] To sacrifice one's life.

tuất [twất] The eleventh Earth's Stem.

tuất bần [twất bần] To relieve, assist, the poor.

tuất lão [twất lãu] To help the aged.

túc [túk] *Tự túc* : Self-sufficient. *Sung túc* : Well-off.

túc Cluck (sound made by a hen when calling her chickens).

túc [túk] *Thủ túc* : Foot and hand.

túc cầu [túk kầu] Football, soccer.

túc cầu trường [túk kầu trưoṇ] Football ground.

túc chinh [túk ciṇ] Grave and correct.

túc dung [túk zuŋ] Sufficient.

túc khỉ [túk xỉ] To rise early.

túc mễ [túk mễ] Cereals.

túc tật [túk tặt] Chronic disease.

túc tích [túk tík] Footprint.

túc trí đa mưu [túk trí da mưu] Resourceful.

túc trực [túk trựk] 1) To attend all night.
2) To wait for.

tục [tụk] Lay, secular (as opposed to ecclesiastical).

tục *Phong tục* : Customs.

tục *Thô tục* : Coarse.

tục *Tiếp tục* : To continue, to go on, to keep on.

tục bản [tụk bản] To reissue, to reprint.

tục danh [tụk zaiṇ] Nickname.

tục dao [tụk zau] Popular song.

tục hôn [tụk hon] To remarry, to

marry again.

tục huyền [tụk hwièn] (Of widower) To marry again, to get married for the second time.

tục lệ [tụk lẹ] Custom.

tục lụy [tụk lwi] Troubles of the world.

tục ngữ [tụk ŋữ] Proverb, by-word. *Thành tục ngữ* : To become a proverb ; to pass into a proverb ; to become proverbial ; to become a by-word.

tục thú [tụk θú] See **tục huyền**.

tục tằn [tụk tàɯn] Coarse, rude, rough.

tục tiu [tụk tỉu] Smutty, obscene.

tục trần [tụk trần] The world.

tục truyền [tụk trwièn] Tradition.

tục tử [tụk tử] Coarse person.

tuè [twé] *Vạn tuế !* : Long live !.

tuè cống [twé kɔ́ŋ] Annual tribute paid to a stronger nation.

tuè nguyệt [twé ŋwiẹt] Year and month ; time.

tuè phí [twé fí] Annual expenses.

tuệ [twẹ] *Trí tuệ* : Intelligence.

tuệ đồng [twẹ dòŋ] Clever boy, intelligent-boy.

tuệ tinh [twẹ tiɲ] Comet.

tuệ tinh Intelligence.

tuệch [twéik] *Rỗng tuếch* : Absolutely empty.

tuệch toạc [twẹik twạk] Indiscreet.

tui [tui] See **tôi**.

tui See **trui**.

túi [túi] 1) Pocket. *Dao bỏ túi* : Pocket-knife. *Sồ bỏ túi* : Pocket-book. *Tiền túi* : Pocket money. *Tự điển bỏ túi* : Pocket dictionary. *Bỏ vật gì vào túi* : To put something in one's pocket. *(Sách) Loại bỏ túi* : Pocket edition. *Coi chừng móc túi !* : Beware of pick-pockets !. *Nó bị móc túi* : He had his pockets picked. *Tay thọc sâu vào túi* : Hands stuck deep in one's pockets. *Nó thọc tay vào túi nó và lấy ra một hột xoàn* : He put his hand in his pocket and drew out a diamond. *Túi nó nhét đầy sách* : He has his pockets stuffed with books.

2) Bag, sack, purse, pouch. *Bỏ vật gì vào túi* : To bag (up) something, to put something in a bag. *Mở rộng miệng túi ra* : To slit open a sack.

túi bạc [túi bạk] Purse.

túi bụi [túi bụi] *Đánh người nào túi bụi* : To thrash, trounce, someone, soundly ; to hail down blows on someone ; to shower blows on someone ; to beat someone black and blue. *Làm việc túi bụi* : To work incessantly. *Chửi người nào túi bụi* : To assail someone with insult.

túi cát [túi kát] Sand bag.

túi cơm [túi kɔm] Rice bag. *Phường giá áo túi cơm* : Worthless person, good-for-nothing.

túi dệt [túi zét] Haversack, knapsack.

túi đạn [túi dạn] Ammunition bag.

túi giẩy [túi ʑéi] Paper bag.

túi mật [túi mạt] (Anat) Cholecyst.

túi nhỏ [túi ŋɔ̉] Small pocket.

túi quần [túi kwòn] Trouser pocket. *Hầu hết người Anh đề tiền lẻ trong túi quần thay vì trong bóp* : Most Englishmen carry their small change loose in the trouser pocket, not in a purse.

túi rỗng [túi rỗŋ] Empty pocket.

túi trên ngực [túi tren ŋɯk] Breast-pocket.

tủi [tủi] To deplore, to lament.

tủi lòng [tủi lɔ̀ŋ] To be compatible with one's heart.

tủi nhục [tủi ɲụk] To be ashamed.

tủi phận [tủi fạn] To deplore one's lot.

tụi [tụi] Group, crowd, crew.

tum húm [tum húm] Narrow.

tum húp [tum húp] Swollen.

túm [túm] To snatch, to grab, to seize, to apprehend ; to lay hold, take hold, catch hold, of (someone). *Túm lấy người nào* : To seize (hold of) someone ; to catch hold of someone. *Túm cồ người nào* : To seize someone by the collar, to hold someone by the scruff of the neck, to take someone

T

by the throat.

túm Tight.

tùm lum [tùm lum] In disorder, in confusion. *Mọi vật đề tùm lum* : Everything is in disorder, out of order, in confusion.

tùm tim [tùm tim] To smile.

tụm [tụm] To unite, to gather together. *Tụm năm tụm bảy* : To gather together by groups of five and seven.

tun hút [tun hút] *Lỗ tun hút* : Small and deep hole.

tủn mủn [tủn mủn] Small, mean.

tung [tung] To cast, to throw, to fling. *Tung vật gì lên* : To toss something (up). *Tung mình tới trước* : To throw oneself forwards.

tung *Lung tung* : In disorder, in confusion.

tung bổng lên [tung bổn len] To toss (up).

tung độ [tung dọ] Ordinate.

tung hoành [tung hwàin] To act freely, to do what one pleases.

tung hoành tuyên [tung hwàin twién] Coordinate.

tung hô [tung ho] To acclaim, to cheer.

tung lên [tung len] 1) (Of ball) To bounce.
2) To throw up.

tung lưới [tung lưới] 1) To cast a net.
2) To kick the football through the gaol.

tung tăng [tung tawŋ] *Chạy tung tăng* : To run here and there.

tung tích [tung tík] Trace, trail. *Tìm ra tung tích người nào* : To nose someone out.

túng [túng] To be hard up, short of money. *Nó luôn luôn túng* : He is always in difficulties. *Lúng túng* : Embarrassed, perplexed, puzzled, bewildered.

túng *Dung túng* : To wink at, to tolerate (evil doings).

túng bấn [túng bấn] Needy, hard pressed for money.

túng đàm [túng dàm] To talk freely.

túng đói [túng dói] Needy and hungry.

túng hỏa [túng hwa] To set (house, etc...) on fire ; to set fire to (something) ; to fire (something).

túng hổ quy sơn [túng hổ kwi sơn] To let the tiger go back to the forest, (fig) to release a dangerous enemy.

túng lãm [túng lãm] To contemplate freely.

túng ngặt [túng ŋawt] Needy.

túng ngôn [túng ŋon] Free words.

túng ngôn To speak freely.

túng quan [túng kwan] To examine freely.

túng quẫn [túng kwẫn] Needy, hard pressed for money.

túng thế [túng θế] To be at the end of one's resources.

túng thiếu [túng θiếu] To be in financial difficulties ; to be in straitened, reduced, embarrassed, circumstances ; to be in want ; to be badly off, hard up ; to be pressed for money.

túng thiếu Needy. *Gia đình túng thiếu* : Needy family.

túng tiền [túng tiền] To be embarrassed, pressed, for money ; to be short of money, of funds ; to be in want of money, to be pushed for money, to be hard up. *Chúng nó túng tiền* : They are short of money.

tùng [tùng] (Bot) Pine (–tree), fir(–tree). *Trái tùng* : Pine-cone. *Rừng tùng* : Pine-forest, pine-wood. *Lá cây tùng* : Pine-needle. *Gỗ tùng* : Pine–wood.

tùng *Tháp tùng* : To follow. *Đoàn tùy tùng* : Retinue, suite.

tùng chi [tùng ci] Pine-resin.

tùng chinh [tùng cin] To go to war.

tùng học [tùng họk] To study.

tùng hương [tùng hươŋ] Pine-resin.

tùng lâm [tùng lơm] 1) Pine-forest, pine-wood.
2) Dense wood.

tùng phạm [tùng fạm] Accomplice.

tùng phục [tùng fụk] To submit.

tùng quân [tùng kwơn] To enlist, to enter the army.

tùng quyền [tùŋ kwiền] *Ngộ biến phải tùng quyền* : Needs must (go) when the devil drives.

tụng [tụŋ] To recite, chant (prayers).

tụng dương [tụŋ zươŋ] To magnify, to land, to praise.

tụng đình [tụŋ điŋ] Tribunal, law-court.

tụng kinh [tụŋ kiŋ] To recite, say, prayers.

tụng niệm [tụŋ niệm] To pray and to meditate.

tụng phí [tụŋ fí] Court-costs.

tụng từ [tụŋ từ] Eulogy, eulogium.

tuộc [twẹrk] *Bạch tuộc* : Poulp(e), argonaute.

tuổi [tuổi] 1) Age. *Anh mấy tuổi* : How old are you ?, what age are you ?. *Hai mươi tuổi* : To be twenty years of age. *Anh nói nó mấy tuổi?* : How old do you take him to be ?. *Chúng nó cùng một tuổi với nhau* : They are (of) the same age, of an age. *Sự khác nhau về tuổi tác* : Disparity of age, in age, in years. *Có tuổi, trọng tuổi* : To be past middle age. *Đến tuổi trưởng thành* : To come of age. *Quá tuổi* : To be over age, superannuated. *Nó có một đứa con gái bằng tuổi anh* : He has a daughter your age. *Giao phó việc gì cho người có tuổi* : To entrust something to a man of age. *Nó có vẻ già hơn tuổi thật* : He had aged beyond his years. *Nó chưa đúng tuổi* : He is under age. *Đến tuổi lập gia đình* : To be of an age to marry. *Nó đã luống tuổi rồi* : He's advanced in years. *Đến tuổi hiểu biết* : At the age, at years, of discretion. *Có rất ít người sống một trăm tuổi* : Very few people live to the age of one hundred. *Tuổi tôi bằng hai tuổi anh* : I am twice as old as you (are), I am twice your age.

2) Title, titre (of gold).

tuổi cao [tuổi kau] Well on in years.

tuổi dậy thì [tuổi zệi θì] Puberty. *Con gái đến tuổi dậy thì* : Girl who has arrived at puberty, attained puberty.

tuổi già [tuổi zà] Old age, the decline of life ; the downhill of life. *Để dành tiền lúc tuổi già* : To lay aside money for one's old age. *Sự yếu đuối của tuổi già* : The weakness of old age. *Nó có để dành chút ít tiền cho tuổi già* : He has put by some money for his old age. *Người nhờ cậy duy nhứt của ông ấy trong lúc tuổi già* : The sole support of his old age.

tuổi hạc [tuổi hạk] Very old.

tuổi hưu trí [tuổi hưu trí] Pensionable age.

tuổi tác [tuổi ták] Age. *Sự khác nhau về tuổi tác* : Disparity of age, in age, in years. *Người có tuổi tác* : Man of age ; an old, aged, man.

tuổi thành niên [tuổi θàiŋ nien] See **tuổi trưởng thành**.

tuổi thơ [tuổi θơ] Boyhood, childhood, infancy.

tuổi trẻ [tuổi trẻ] Youth, early age, young age. *Sự hăng hái của tuổi trẻ* : The hot blood of youth ; the fire, glow, of youth. *Những lỗi lầm mà tuổi trẻ không thể tránh được* : The mistakes inevitable to youth.

tuổi trưởng thành [tuổi trươŋ θàiŋ] Majority. *Đến tuổi trưởng thành* : To attain one's majority. *Tháng tới nó sẽ đến tuổi trưởng thành* : He will reach his majority next month.

tuổi vàng [tuổi vàŋ] Title, titre, standard, of gold.

tuổi xanh [tuổi saiŋ] Tender youth.

tuổi xuân [tuổi swơn] Youth, early age ; adolescence (the time between childhood and manhood (14 to 25) or womanhood (12 to 21). *Bỏ phí tuổi xuân* : To waste one's youth.

tuôn [tuơn] (Of water, etc...) To flow, to flush, to flux ; (of blood) to rush, flow. *Tuôn đến một nơi nào* : To crowd to a place.

tuốn tuột [tuờn tuọt] To be slippery.

tuồng [tuờŋ] 1) Play. *Vai tuồng* : Part, role. *Tuồng mới có rất đông khán giả* : The new play is a great draw.

2) Sort, kind, type. *Tuồng vô ơn* : Ungrateful sort.

tuồng cải lương [tuồŋ kải lưəŋ] Modern play, modern theater.

tuồng câm [tuồŋ kəm] Dumb-show performance.

tuồng chữ [tuồŋ cử] Handwriting. *Tôi không biết tuồng chữ này* : This handwriting is strange to me.

tuồng như [tuồŋ ɲư] *Tuồng như nó đi rồi* : It looks as though he had gone. *Nó đưa tay lên tuồng như để dở nón chào* : He raises his hat as though to take off his head.

tuốt [tuốt] 1) To pluck off (the leaves). 2) To unsheathe, draw (sword).

tuốt [tuốt] All, completely. *Ăn tuốt* : To eat everything. *Đánh tuốt* : To beat everybody.

tuốt cả [tuốt kả] All, everybody.

tuốt gươm [tuốt gưəm] To draw one's sword.

tuốt lá [tuốt lá] To pluck off the leaves.

tuột [tuột] To slide down ; to slip. *Tuột dây để xuống* : To slide down a rope. *Tuột xuống dốc* : To slide down a slope. *Con dao tuột khỏi tay nó* : The knife slipped from his hand. *Cây viết tuột khỏi tay tôi* : The pen slipped from my fingers. *Để cây viết tuột khỏi tay mình* : To let one's pen slip from one's fingers. *Con cá tuột khỏi tay tôi* : The fish slipped through (out of) my fingers.

tuột chỉ [tuột cỉ] Unstitched. *Quần áo không thể tuột chỉ được*. Garments that cannot come unstitched.

tuột ra [tuột ra] To come loose, to get loose.

tuột xuống [tuột swốŋ] To slide down. *Tuột xuống dốc* : To slide down a slope.

túp lều tranh [túp lều traɲ] Straw hut.

tụt [tụt] To slide down. *Nó ở trên cây tụt xuống* : He slides down from a tree.

tuy [twi] Although, though, in spite of. *Tuy không đẹp, cô ấy cũng quyến rũ* : Though not handsome, she was attractive. *Tuy chúng tôi là bà con nhưng tôi chưa bao giờ gặp nó* : Though we are relations I have never seen him. *Tôi kính trọng nó tuy tôi không ưa nó* : I respect him though I don't like him. *Anh phải ở gần nàng tuy anh không có việc gì làm* : You will have to stay by her, although there will be nothing for you to do. *Chiều nay tôi sẽ đến thăm anh tuy tôi chỉ có thể ở lại có vài phút* : I'll call to see you this evening though I can only a few minutes.

tuy dô [twi zo] Dope, tip. *Tuy-dô chắc chắn* : Reliable tip. *Nó sẽ cho tôi biết tuy-dô* : He will put me up to all the tips.

tuy là [twi là] Though, although.

tuy nhiên [twi ɲien] However, though, nevertheless.

tuy thể [twi θé] Nevertheless.

tuy vậy [twi vệi] Nevertheless, though.

túy [twí] *Thuần túy* : Pure.

túi lúy [twí lwí] *Say túy lúy* : To be dead drunk.

tùy [twì] To depend. *Tùy người nào, việc gì* : To depend on someone, on something. *Việc ấy hoàn toàn tùy nơi anh* : That depends entirely on you. *Tùy cơ ứng biến* : To adapt oneself to circumstances. *Nó thành công hay không là tùy ở nó* : He must depend upon himself for success. *Tất cả đều tùy nơi câu trả lời của nó* : Everything hinges on his answer. *Tất cả đều tùy trường hợp* : Everything depends on circumstances. *Tất cả đều tùy ở câu trả lời của nó cả* : Everything hangs on, hinges on, turns on, his answer.

tùy cơ ứng biến [twì kə ứŋ bién] To adapt, accommodate, oneself to circumstances.

tùy hành [twì hàɲ] To follow.

tùy nghi [twì ɲi] For whatever purpose it may serve.

tùy phái [twì fái] Messenger, (Mil) orderly.

tùy sức [twì ʃức] According to one's force.

tùy theo [twì θeu] According as.

tùy thể [twì θé] According to the

situation.

tùy thích [tẁi θík] As one wishes, at one's discretion, to one's liking.

tùy thời [tẁi θòi] According to circumstances.

tùy thuộc [tẁi θwɔrk] To depend on.

tùy tiện [tẁi tiẹn] See tùy ý.'

tùy tùng [tẁi tùŋ] To follow, to accompany.

tùy tùng Suite, retinue. *Vua và tùy tùng của ông :* The king and all his suite.

tùy viên [tẁi viẹn] Attaché.

tùy viên báo chí [tẁi viẹn báu cí] Press attaché.

tùy viên hải quân [tẁi viẹn hải kwɔn] Navy attaché.

tùy viên không quân [tẁi viẹn xoŋ kwɔn] Air force attaché.

tùy viên lục quân [tẁi viẹn lụk kwɔn] Army attaché.

tùy viên quân lực [tẁi viẹn kwɔn lụk] Armed forces attaché.

tùy viên quân sự [tẁi viẹn kwɔn ʃụ] Military attaché.

tùy ý [tẁi í] Free, facultative. *Anh có thể dắt theo người nào tùy ý :* You may bring along any person you like. *Anh muốn bao nhiêu tùy ý :* As much as ever you like.

tủy [tẁi] (Anat) Marrow (of bone). *Không có tủy :* Marrowless. *Có nhiều tủy, giống như tủy :* Marrowy. *Tủy xương sống :* Spinal marrow.

tụy [tụi] *Tiều tụy :* Emaciated, haggard.

tụy bạc [tụi bạk] Weak, feeble.

tụy đạo [tụi dạu] Tunnel.

tụy tạng [tụi tạŋ] (Anat) Pancreas.

tuyên án [twien án] To pass, deliver, a sentence ; to pronounce sentence.

tuyên bố [twien bó] To proclaim, to declare, to state. *Tuyên bố đình công :* To declare a strike. *Tuyên bố người nào có tội :* To declare someone (to be) guilty. *Tuyên bố kết quả cuộc đầu phiếu :* To declare the poll.

tuyên cáo [twien káu] To proclaim, to

anounce publicly or officially.

tuyên chiến [twien ciến] To declare war, to proclaim war. *Sự tuyên chiến:* Declaration of war.

tuyên dương [twien zuiɔŋ] To cite, to commend. *Sự tuyên dương :* Citation, commendation.

tuyên giáo [twien ʒáu] To preach religion.

tuyên giáo sĩ [twien ʒáu ʃi] Missionary.

tuyên huấn [twien hwɔ́n] Information and training. *Ủy viên tuyên huấn :* Information and training commissioner.

tuyên ngôn [twien ŋon] To declare, to proclaim.

tuyên ngôn Declaration, proclamation, manifesto. *Bản Tuyên ngôn Độc lập (của Hoa kỳ ngày 4-7-1776) :* The declaration of Independence. *Bản Tuyên ngôn Dân quyền (ở Anh năm 1689) :* Declaration of Rights.

tuyên phán [twien fán] To pronounce sentence, to pass, deliver, a sentence.

tuyên thệ [twien θẹ] To take an oath, to be sworn (before someone) ; to swear. *Sự tuyên thệ :* Taking of an oath, of the oath. *Bắt người nào tuyên thệ :* To attest (put a person on his oath).

tuyên thệ Sworn (in) ; (witness, etc.) on oath. *Công chức có tuyên thệ :* Sworn official.

tuyên thị [twien θị] To publish.

tuyên truyền [twien trwiền] Propaganda. *Phim tuyên truyền :* Propaganda film. *Cán bộ tuyên truyền :* Propaganda cadres.

tuyên truyền chiến lược [twien trwiền ciến lụrk] Strategic propaganda.

tuyên truyền tác chiến [twien trwiền ták ciến] Combat propaganda.

tuyên úy [twien ẃi] Chaplain. *Tuyên úy công giáo :* Catholic chaplain. *Tuyên úy Tin lành :* Evangelic chaplain. *Tuyên úy Phật giáo :* Buddhist chaplain.

tuyến [twién] (Bot, Anat, Phisiol) Gland. *Tuyến lệ, tuyến nước mắt :* Lacrimal gland.

tuyến *Tiền tuyến* : Front-line. *VI tuyến* : Parallel. *Giới tuyến* : Boundary.

tuyến mật [twiến mạt] Nectary, honey-cup.

tuyến mồ hôi [twiến mò hoi] (Anat) Sweat-gland.

tuyến nang [twiến naŋ] (Anat) Acinus.

tuyến tế bào [twiến tế bàu] See **tuyến nang**.

tuyến tinh dịch [twiến tiɲ zịk] (Anat) Spermary.

tuyền [twièn] See **toàn**.

tuyền *Cửu tuyền* : Hades. *Ôn tuyền* : Hot spring.

tuyền đài [twièn dài] Hades, Hell. *Một kỷ niệm nó sẽ mang theo xuống tuyền đài* : A memory that he will carry with him to the grave.

tuyền lâm [twièn ləm] Springs and forests.

tuyền [twièn] To choose, to select.

tuyền binh [twièn biɲ] To recruit. *Sở tuyển binh* : Recruiting service.

tuyền chọn [twièn cɔn] To choose.

tuyền cử [twièn kử] To elect. *Cuộc tuyển cử* : Election. *Tổng tuyển cử* : General election.

tuyền cử nhân [twièn kử ɲɔn] Elector.

tuyển cử quyền [twièn kử kwièn] Franchise.

tuyển dân [twièn zɔn] Elector.

tuyển dụng [twièn zụŋ] To choose for use ; to recruit (civil servants).

tuyển định [twièn dịɲ] To elect. *Tuyển định trú sở* : To elect domicile.

tuyển đức [twièn dửk] To select virtuous man.

tuyển linh [twièn liɲ] To recruit.

tuyển lựa [twièn lựə] To choose, to select (players for a team, etc...).

tuyển thủ [twièn θử] Selected player.

tuyển trạch [twièn trạik] To select, to choose. *Chủ tịch ủy ban tuyển trạch* : Chairman of the selection committee.

tuyết [twiết] Snow. *Giống như tuyết* :

Snow. *Mùa tuyết rơi* : The snowy season. *Trắng như tuyết* : Snow-white. *Đống tuyết* : Snow-drift. *Bị tuyết chận lại* : To be snowed up, snow-bound, *Tóc trắng như tuyết* : Snowy hair. *Thành phố phủ đầy tuyết* : The town was sheeted over with snow.

tuyết bạch [twiết bạik] Snow-white, snowy white.

tuyết rơi [twiết rəi] It's snowing.

tuyết sương [twiết ʃwəŋ] Snow and dew.

tuyết thế [twiết θế] To shed tears.

tuyệt [twiệt] Very, extremely. *Tuyệt đẹp* : Extremely beautiful.

tuyệt bút [twiệt bút] Literary masterpiece.

tuyệt cảnh [twiệt kảɲ] Very lovely landscape.

tuyệt chủng [twiệt củŋ] Extinct race.

tuyệt diệt [twiệt ziệt] To annihilate, to exterminate.

tuyệt diệu [twiệt ziệu] Admirable, supremely excellent ; beyond, past, compare.

tuyệt duyên [twiệt zwien] (Ph) Non-conducting, non-conductive.

tuyệt duyên thế [twiệt zwien θể] (Ph) Non-conductor.

tuyệt đẳng [twiệt dằɯŋ] Beyond compare, peerless.

tuyệt đẹp [twiệt dẹp] Extremely beautiful.

tuyệt đích [twiệt dík] Absolute, perfect, beyond compare.

tuyệt đinh [twiệt diɲ] 1) Acme, the highest point.
2) Summit of a mountain.

tuyệt đối [twiệt dói] Absolute, categorical. *Quyền tuyệt đối* : Absolute power. *Không độ tuyệt đối* : Absolute zero.

tuyệt giao [twiệt ʃau] To break off. *Tuyệt giao với người nào* : To break off all relations, all connection, all dealings, with someone ; to break with someone ; to drop someone ; to cease one's connection with someone.

tuyệt hảo [twiệt hảu] Very good, excelient, perfect.

tuyệt khí [twiệt xi] To abandon, to give up completely.

tuyệt không [twiệt xoŋ] Not at all, by no means.

tuyệt lộ [twiệt lọ] To be in a fix.

tuyệt luân [twiệt lwən] Excellent, unequalled.

tuyệt lương [twiệt lɯəŋ] To be short of supplies.

tuyệt mạng [twiệt mạŋ] To die.

tuyệt mục [twiệt mụk] As far as the eye can reach.

tuyệt mỹ [twiệt mi] Excellent.

tuyệt nhiên [twiệt ɲien] Never.

tuyệt phich [twiệt fik] Race-goer, turfite, turfman.

tuyệt sắc [twiệt ʃɑɯk] Peerless beauty.

tuyệt tác [twiệt ták] Masterpiece.

tuyệt tài [twiệt tài] Unequalled talent.

tuyệt thực [twiệt θụk] To go on a hunger - strike. *Người tuyệt thực :* Hunger-striker.

tuyệt tình [twiệt tiɲ] To break off (friendship, relationship, love affair).

tuyệt tộc [twiệt tọk] Extinct family.

tuyệt trần [twiệt trần] To surpass everybody. *Nhan sắc tuyệt trần :* Beauty without compare.

tuyệt tự [twiệt tɯ] Heirless. *Tình trạng tuyệt tự :* Default of heirs.

tuyệt vọng [twiệt vọŋ] Desperate, hopeless, in despair ; to look on the dark side of things. *Làm người nào tuyệt vọng :* To drive someone to despair. *(Bịnh nhân v.v...) Ở trong một tình trạng tuyệt vọng :* (Of patient, etc...) To be in a hopeless state.

tuyệt vô âm tín [twiệt vo əm tin] Without news.

tuyệt vời [twiệt vời] See tuyệt trần.

tuyệt xảo [twiệt sảu] Very skilful.

tư [tɯ] Fourth. *Thứ tư :* Wednesday. *Ba phần tư :* Three quarters. *Tay tư :* Quadripartite. *Chia vật gì ra làm tư :* To divide something in(to) quarters.

Xếp cái mền làm tư : To fold a blanket in four.

tư *Đầu tư :* To invest capital.

tư *Nhà tư :* Private house.

tư *Thiên tư :* Innate gift.

tư bản [tɯ bản] Capital. *Nhà tư bản :* Capitalist. *Chế độ tư bản :* Capitalism.

tư bẩm [tɯ bẩm] Innate, inborn, natural.

tư cách [tɯ káik] Aptitude, deportment, faculty, capacity. *Tư cách về việc gì :* Aptitude for something. *Làm việc gì với tư cách cá nhân :* To do something in a private capacity. *Đủ tư cách làm việc gì :* To have a great difficulty for doing something. *Không đủ tư cách làm việc gì :* Unqualified to do something. *Có đủ tư cách để hành động :* To have capacity to act. *Là bạn, tôi không trách việc anh đã làm, nhưng với tư cách là một quan toà, tôi phải thi hành phận sự của tôi và trừng phạt anh :* As a friend, I don't blame you what you've done, but in my capacity as a judge, I must do my duty and punish you.

tư cấp [tɯ kấp] To give financial assistance.

tư chất [tɯ cất] Natural qualities.

tư dục [tɯ zụk] Evil desires.

tư dung [tɯ zuŋ] Form.

tư dưỡng [tɯ zɯɔ̃ŋ] Nourishing.

tư địa [tɯ dịə] Private land.

tư điền [tɯ diền] Private rice-fields.

tư gia [tɯ ɟa] Anxious to return home.

tư gia Private house.

tư hiềm [tɯ hiềm] Personal rancour.

tư hòa [tɯ hwà] Amicable arrangement.

tư hữu [tɯ hữu] Private property.

tư ích [tɯ ík] Private interest.

tư kiến [tɯ kiến] Personal opinion.

tư kỷ [tɯ kỉ] Selfish, always thinking about oneself.

tư lập học hiệu [tɯ lập họk hiệu] Private school.

tư lịnh [tɯ lịŋ] Commander. *Bộ tư*

T

lịnh : Command, headquarters. *Tổng tư lịnh* : Commander-in-chief.

tư lịnh chiến trường [tɯ lịɲ ciến truɔ̀ɲ] Theater commander.

tư lịnh hạm [tɯ lịɲ hạm] Headquarters ship.

tư lịnh quân đoàn [tɯ lịɲ kwɔn dwàn] Corps commander.

tư lịnh quân khu [tɯ lịɲ kwɔn xu] Region commander.

tư lịnh sư đoàn [tɯ lịɲ ʃɯ dwàn] Division commander.

tư lịnh tối cao [tɯ lịɲ tối kau] High command, supreme headquarters.

tư lịnh vùng chiến thuật [tɯ lịɲ vùɲ ciến θwạt] Corps tactical zone commander.

tư lợi [tɯ lợi] Personal interests, self-interest.

tư lự [tɯ lự] To worry.

tư nhân [tɯ ɲɔn] Private, particular.

tư pháp [tɯ fáp] Justice. *Bộ trưởng Tư pháp* : Ministry of Justice. *Quyền tư pháp* : Judicial power, judiciary power.

tư pháp bảo trợ [tɯ fáp bảu trợ] Judicial assistance ; gratuitous help in judicial matters.

tư pháp bộ [tɯ fáp bọ] Ministry of Justice.

tư pháp lý lịch [tɯ fáp lí lịk] Records of punishments (of convict), police record, criminal record. *Có tư pháp lý lịch tốt* : To have a good record, to have a clean slate, to have committed no offences.

tư phòng [tɯ fɔ̀ɲ] Private house.

tư quyền [tɯ kwièn] Personal rights.

tư sản [tɯ ʃản] Private property, personal property.

tư sinh tử [tɯ ʃiɲ tủ] Illegitimate child.

tư sự [tɯ ʃự] Personal affair.

tư tâm [tɯ tɔm] Egoism, selfishness.

tư tè [tɯ té] Priest.

tư thái [tɯ θái] Carriage (of women).

tư thất [tɯ θất] Private house.

tư thông [tɯ θoɲ] 1) To commit adultery.

2) (Of traitor) To collaborate, to cooperate treacherously with the enemy ; to enter , to be, in (secret) communication with the enemy. *Tư thông với quân địch* : To have dealings with the enemy.

tư thù [tɯ θừ] Personal rancour.

tư thục [tɯ θụk] Private school.

tư thực [tɯ θựk] To reproduce, to multiply.

tư tình [tɯ tìɲ] Personal relationship.

tư tình [tɯ tìɲ] To commit adultery (with).

tư trạch [tɯ trạik] Private house.

tư trang [tɯ traɲ] Jewelry and money which a woman brings to her husband at marriage.

tư trào [tɯ tràu] Current of thoughts.

tư tưởng [tɯ tɯở̀ɲ] Thought, idea. *Tư tưởng tự do* : Free thought. *Tư tưởng gia* : Thinker. *Tư tưởng đen tối* : Dark thoughts. *Tư tưởng cao cả* : Great thoughts. *Nhiễm những tư tưởng sai lầm* : To become impregnated with false ideas. *Làm một tư tưởng ăn sâu vào trí người nào* : To plant an idea in someone's mind. *Óc nó có nhiều tư tưởng mới lạ* : His brain teems, is teeming, with new ideas.

tư vấn [tɯ vốn] Consultative, advisory, consulting (committee, etc...). *Hội đồng tư vấn* : Advisory council. *Ủy ban tư vấn* : Advisory board or commission.

tư vấn To consult.

tư vị [tɯ vị] Partial (judge) ; unfair. *Tư vị người nào* : To be partial to someone, biassed in favour of someone.

tư vị To show favour to one person more than another.

tư ý [tɯ i] Personal idea.

tứ [tứ] (Not used alone) Four. *Đệ tứ* : Fourth.

tứ bàng [tứ bàɲ] The four sides.

tứ bào tử [tứ bàu tủ] (Bot) Tetraspore.

tứ bảo [tứ bảu] The four precious articles : paper, pen, ink, inkwell.

tứ bề [tứ bề] See **tứ biên**.

tứ biên [tứ biên] The four sides. *Tứ biên hình* : Quadrilateral.

tứ chi [tứ ci] The four limbs.

tứ chiềng [tứ ciéŋ] Everywhere.

tứ cố vô thân [tứ kó vo θən] Alone, desolate.

tứ cường [tứ kwừəŋ] (Pol) The Big Four (Great Britain, U.S.A., France and U.S.S.R).

tứ dân [tứ zən] The four classes of society : scholars, farmers, craftsmen, merchants.

tứ diện hình [tứ ziện hìp] Tetrahedron.

tứ dục [tứ zụk] To give rein to lust.

tứ đức [tứ dứk] The four virtues : proper employment, proper demeanor, proper speech, proper behaviour.

tứ giác hình [tứ zák hìp] Quadrilateral.

tứ hải [tứ hải] The four oceans. *Tứ hải giai huynh đệ* : All men are brothers.

tứ hạnh [tứ hạip] See **tứ đức**.

tứ khổ [tứ xỏ] The four sufferings : to live, to grow old, to suffer, to die.

tứ lân [tứ lən] Neighbours.

tứ linh [tứ lịp] The four supernatural creatures : dragon, unicorn, tortoise, phoenix.

tứ phân [tứ fən] (Bot) Tetramerous.

tứ phía [tứ fíə] The four sides, on all sides.

tứ phương [tứ fwəŋ] The four cardinal points : east, west, south, north.

tứ quí [tứ kwí] The four seasons : spring, summer, autumn, winter.

tứ sắc [tứ ʃắɯk] A kind of card game.

tứ tán [tứ tán] Scattered in different directions.

tứ thể [tứ θẻ] The four limbs.

tứ thì [tứ θì] See **tứ thời**.

tứ thiên [tứ θien] See **tứ phương**.

tứ thời [tứ θừi] The four seasons : spring, summer, autumn, winter.

tứ thuật [tứ θwụt] The four arts : poetry, literature, rite, music.

tứ thư [tứ θɯ] The four books : great learning, Confucian Danalects, octrine of mean, Mencius.

tứ tiết [tứ tiết] See **tứ thời**.

tứ tình [tứ tịp] To give rein to lust.

tứ trụ [tứ trụ] The four columns ; the four highest ranking court officials.

tứ tuấn [tứ twừn] Forty years of age. *Gần tứ tuần* : To be getting on for forty, to be on the verge of forty.

tứ tung [tứ tuŋ] In different directions ; pell-mell, in disorder.

tứ túng [tứ túŋ] Free.

tứ tuyệt [tứ twiệt] Quatrain, four-line poem, verse of four lines.

tứ tử [tứ tử] (Biol) Tetrad.

tứ vi [tứ vi] The four sides.

tứ xứ [tứ sứ] Everywhere.

từ [từ] 1) Since. *Từ lâu tôi không gặp nó* : I have not seen him since. *Tôi không đi ra ngoài từ hôm qua* : I have not been out since yesterday. *Anh ở đây từ hồi nào ?* : Since when have you been here ?. *Từ khi nó cưới vợ chúng tôi không gặp nó* : We have not seen him since he married. *Tôi biết nó từ khi nó còn nhỏ* : I've known him ever since he was a boy.
2) From. *Nhảy từ trên xe lửa xuống* : To jump from the train. *Từ Saigon đến Cholon* : From Saigon to Cholon. *Từ bên nầy sang bên kia* : From side to side. *Chim đẻ từ bốn đến sáu trứng* : The bird lays from four to six eggs. *Từ hoa nầy đến hoa khác* : From flower to flower. *Tôi đã ở Ba-lê từ năm 1940* : I lived in Paris from 1940. *Nhà cho mướn từ ngày một tây tháng sáu* : House let from June 1st. *Từ lúc nó còn nhỏ, ngay từ khi nó còn nhỏ* : From his childhood, from a child. *Từ sáng đến tối* : From morning till night. *Lời nói thốt từ đáy lòng* : Words from the heart. *Kể từ ngày hôm nay* : From henceforth. *Tôi biết nó từ hồi còn nhỏ* : I have known him from a baby.

từ To abandon, to repudiate ; to disown. *Đứa bé hung dữ quá đến nỗi cha nó từ nó* : The boy was so wicked that his father disowned him.

T

từ *Danh từ* : Noun. *Động từ* : Verb, *Diễn từ* : Speech.

từ ái [từ ái] Love.

từ ấy [từ ấy] From that time, ever since then.

từ ba [từ ba] Magnetic wave.

từ bi [từ bi] Compassionate, merciful, benevolent.

từ bi tâm [từ bi tâm] Compassion, mercy, benevolence.

từ biệt [từ biệt] To take leave, to say good-bye. *Từ biệt người nào* : To say good-bye to someone.

từ bỏ [từ bỏ] To abandon, to forsake, to renounce. *Từ bỏ đức tin* : To renounce one's faith. *Nó bị gia đình từ bỏ* : He was cast off by his family.

từ châm [từ châm] Magnetic needle.

từ chối [từ cối] To refuse, to decline, to deny. *Từ chối người nào, việc gì* : To refuse, deny, someone, something. *Từ chối không làm việc gì* : To refuse to do something. *Tôi có mời nó đến nhưng nó từ chối* : I asked him to come but he refused. *Từ chối không tiếp người nào* : To deny the door to someone ; to close one's door to someone ; to deny someone admittance. *Từ chối hẳn* : To give a flat refusal, to refuse point blank. *Nàng từ chối không chịu người ta đưa về* : She refused to be seen home. *Tìm cớ để từ chối* : To find a pretext for refusing. *Tôi rất tiếc phải từ chối lời mời ăn cơm của anh* : I'm sorry I must decline your invitation to dinner. *Nàng không thể từ chối chàng việc gì cả* : She can't refuse him anything. *Chúng nó đồng thanh từ chối* : They refused with one voice. *Không từ chối một việc làm nào cả* : To shrink from no task, from no work. *Từ chối không muốn nghe sự thật* : To shut one's ears to the truth. *Nếu anh từ chối, sau này anh sẽ tiếc* : If you refuse you will be sorry latter on.

từ chức [từ cức] To resign (office); to tender, send in, hand in, one's resignation; to give up one's appointment, to send in one's paper. *Tuần tới chánh phủ sẽ từ chức* : The government will resign next week. *Có tin đồn rằng Thủ tướng sắp từ chức* : Rumour has it that the Prime Minister is going to resign. *Chúng nó nói chánh phủ sắp từ chức* : They say the government will resign.

từ chương [từ cưương] Literature.

từ con [từ kon] To disown, renounce, a son.

từ cú [từ kú] Sentence.

từ cực [từ kực] Magnetic pole.

từ dã [từ zã] Magnetic field.

từ dịch [từ zịk] To resign.

từ đạo [từ đạu] Magnetic route, magnetic course, magnetic track.

từ đây [từ đei] From now forward, from here on.

từ đấy [từ đấi] Since then, since that time.

từ địa bàn [từ địa bàn] Magnetic compass.

từ điển [từ điển] Dictionary. *Người soạn từ điển* : Lexicographer, dictionary-maker. *Từ điển sống* : Walking dictionary, living dictionary. *Tra từ điển* : To turn to the dictionary, to turn up in the dictionary. *Mỗi lần gặp một chữ mà anh không biết, hãy tra từ điển* : When you meet a word you don't know, consult the dictionary. *Một quyển từ điển có nhiều thí dụ* : A dictionary with a wealth of examples. *Làm ơn tìm cuốn từ điển giùm tôi* : Please fetch me the dictionary (fetch the dictionary to me). *Nó tránh rất tài khi tôi ném cuốn từ điển của tôi vào nó* : He dodged cleverly when I threw my dictionary at him. *Câu hỏi của anh bắt tôi phải tìm trong từ điển* : Your question has sent me to the dictionary. *Làm từ điển mất rất nhiều thì giờ* : Making a dictionary costs much time. *Tra, tìm một chữ trong từ điển* : To look up a word in the dictionary.

từ điển bỏ túi [từ điển bỏ túi] Pocket dictionary.

từ đó [từ đó] From that time, since that time, even since then.

từ độ [từ dọ] Magnetization.

từ đường [từ duừừ] Ancestral temple.

từ giã [từ ʒã] 1) To say goodbye, to make one's farewell, to take leave of (someone). *Từ giã cõi trần* : To die. *Vẫy tay từ giã người nào* : To wave a goobye to someone.

2) To leave. *Nó từ giã nhà trường hồi mười lăm tuổi* : He left school when he was fifteen. *Trước khi tôi từ giã chỗ này* : Before I leave this place.

từ giọt [từ ʒɔt] Drop by drop. *Nước nhỏ từ giọt từ thang lầu xuống* : The water was dripping down the stairs.

từ hàn [từ hàn] Literature.

từ hành [từ hàip] To take leave of (someone).

từ hoa [từ hwa] Flowery, florid, style

từ hóa [từ hwá] To magnetize.

từ hôn [từ hon] To renounce a marriage

từ hớp [từ hớp] *Uống từ hớp* : To sip.

từ huấn [từ hwớn] Maternal instruction.

từ kế [từ ké] (Ph) Magnetometer.

từ khi [từ xi] Since. *Từ khi nó cưới vợ, chúng tôi không gặp nó* : We have not seen him since he married.

từ khi [từ xi] See **từ tính**.

từ khối [từ xói] Magnetic mass.

từ khước [từ xứrk] To refuse, to decline, to withhold. *Bị từ khước việc gì* : To be refused something.

từ lâm [từ lâm] The literary world.

từ lâu [từ lâu] Since, long since. *Từ lâu tôi không gặp nó* : I have not seen him since.

từ luật [từ lwạt] Prosody.

từ lúc [từ lúk] Since.

từ lực [từ lựk] Magnetic strength.

từ mẫu [từ mẫu] Tender mother.

từ nan [từ nan] To refuse.

từ nay [từ nay] Hence, henceforth. *Từ nay về sau* : From now forward, from this time onwards.

từ năng [từ nauɳ] Magnetic energy.

từ ngữ [từ ŋữ] Expression.

từ nhượng [từ ɲưɔ̞ɳ] To refuse and to make concessions.

từ phụ [từ fụ] Kind father.

từ quan [từ kwan] (Of official) To resign.

từ rày [từ rày] Henceforth, from now forward. *Từ rày về sau* : From this time onwards.

từ sĩ [từ ʃi] Writer, man of letters.

từ tạ [từ tạ] To take leave and to thank.

từ tâm [từ tâm] Kind heart.

từ thạch [từ θaik] Magnet.

từ thân [từ θân] Kind parents.

từ thiện [từ θiện] Charitable, benevolent, philanthropic. *Lòng từ thiện* : Charity, benovelence, philanthropy. *Nhà từ thiện* : Benefactor, benefactress. *Cơ quan từ thiện* : Charitable institution, charitable establishment.

từ thiết khoáng [từ θiét xwáɳ] (Miner) Magnetite, lodestone.

từ thổ [từ θổ] Kaolin.

từ thông [từ θoɳ] Magnetic flux.

từ tính [từ típ] Magnetism. *Từ tính tạm thời* : Temporary magnetism.

từ tính Magnetic.

tứ tốn [từ tón] 1) Humble, modest. 2) Gentle, sweet.

từ trần [từ trần] To die.

từ trở [từ trở] Reluctance, magnetic resistance.

từ trường [từ trưừ̞ɳ] Magnetic field.

từ từ [từ từ] Slowly, leisurely, deliberately. *Làm việc từ từ* : To work leisurely. *Thì giờ từ từ trôi qua* : Time creeps on.

từ xa [từ sa] From afar.

từ xich đạo [từ sik dạʊ] Magnetic equator.

từ xưa [từ sưɔ] Since olden times.

tử [từ] Child, son. *Nghĩa tử* : Adopted child. *Thái tử* : Crown prince.

tử To die, to pass away. *Vấn đề sanh tử* : Matter of life and death.

tử biệt [từ biệt] Separated by death.

tử chí [từ ci] Decided to die.

tử chiến [từ cién] To fight to the

death. *Trận tử chiến : Deadly combat,* mortal combat.

tử chức [tử cúrk] Duty of children to their parents.

tử chứng [tử cứɳ] Fatal disease.

tử cung [tử kuɳ] (Anat) Uterus. *Màng nhày trong tử cung :* Endometrium.

tử diệp [tử ziệp] (Bot) Cotyledon, seed-leaf, seed-lobe. *Có tử diệp :* Cotyledonous. *Thuộc về tử diệp :* Cotyledonary.

tử đạo [tử dạu] Filial duty.

tử đạo See **tử lộ.**

tử địa [tử dịa] Deadly ground, dangerous spot.

tử điểm [tử diểm] Dead – centre, dead point. *Tử điểm dưới :* Bottom dead-centre.

tử giác [tử ʒák] Dead angle ; blind angle.

tử hình [tử hìɳ] Death penalty. *Án tử hình :* Sentence of death, death-sentence. *Xử người nào tử hình :* To condemn, sentence, someone to death.

tử khế [tử xé] Irrevocable contract.

tử khí [tử xi] Atmosphere of death.

tử lý [tử li] Native country.

tử nạn [tử nạn] Killed in an accident.

tử nang [tử naɳ] (Bot) Shield (of lichen).

tử ngoại [tử ɳwại] (Ph) Ultra-violet.

tử ngữ [tử ɳữ] Dead language.

tử nữ [tử nữ] Boy and girl.

tử phần [tử fần] Native country.

tử phòng [tử fɔ̀ɳ] (Bot) Germen.

tử quốc [tử kwórk] To die for one's country.

tử sĩ [tử ʃi] War dead.

tử tâm [tử təm] Decided to die.

tử tế [tử té] Kind, good, nice, amiable. *Tiếp đãi người nào tử tế :* To give someone a kind reception. *Nó luôn luôn tử tế với tôi :* He has always been good to me. *Tử tế đối với người nào :* To be kind, nice, to someone. *Anh tử tế quá :* That is very nice of you,

that's very good of you. *Người ta đối đãi với tôi rất tử tế :* I have been very well used.

tử thạch [tử θạik] Amethyst.

tử thần [tử θần] The angel of death ; death. *Cứu người nào thoát khỏi tay tử thần :* To snatch someone from the jaws of death. *Tử thần không tha ai cả :* Death spares no one.

tử thi [tử θi] Corpse, dead body.

tử thù [tử θù] Mortal enemy, mortal foe.

tử thương [tử θưɔɳ] Fatally wounded ; mortally wounded, fatally injured. *Bị tử thương :* Wounded to the death, mortally wounded.

tử tô [tử to] (Bot) Melissa.

tử tội [tử tội] Death penalty, capital punishment.

tử tôn [tử ton] Children and grandchildren.

tử trận [tử trận] Killed in action, killed in battle, died on the field of honour.

tử tù [tử tù] Prisoner under sentence of death.

tử tuất [tử twất] Death gratuity.

tử tước [tử túrk] Viscount. *Tử tước phu nhân :* Viscountess.

tử vi [tử vi] Horoscope. *Lấy, đoán số tử vi cho người nào :* To cast someone's horoscope.

tử vì đạo [tử vì dạu] *Người tử vì đạo :* Martyr.

tử vong [tử vɔɳ] To die, to pass away.

tự [tụ] 1) (Not used alone) Self, oneself. *Tự nói về mình :* To speak of oneself. *Tôi tự làm lấy cái ấy :* I did it all by myself. *Tự giới thiệu với người nào :* To introduce oneself to someone. 2) To give oneself out to be. *Tự cho mình là nhà chuyên môn :* To give oneself out for an expert.

tự ái [tụ ái] Self-esteem ; pride, self-respect. *Chạm lòng tự ái của người nào :* To hurt, wound, someone's pride.

tự ải [tụ ải] To hang oneself.

tự an [tụ an] To be content, satisfied, with one's lot.

tự biện [tụ biện] To stand up for oneself.

tự cải [tụ kải] To mend one's way.

tự cảm [tụ kảm] Self-induction.

tự cao [tụ kau] Haughty, proud, conceited.

tự cấp [tụ kấp] To provide for oneself.

tự chế [tụ cế] To restrain oneself.

tự chủ [tụ củ] To command oneself. *Mất tự chủ, không tự chủ* : To lose control of oneself, to lose one's self-control. *Sự tự chủ* : Self-mastery, self-control.

tự chủ Independent.

tự chuyên [tụ cwien] To do as one pleases.

tự do [tụ zɔ] Free. *Anh là một quốc gia tự do* : England is a free country. *Quốc gia tự do* : Free state. *Hải cảng tự do* : Free port. *Cách dịch tự do* : Free translation. *Thơ tự do* : Free verse. *Được tự do hành động* : To have free play, a free hand. *Hoàn toàn tự do* : As free as the air. *Nó không được tự do hành động* : He is not free to act. *Được hoàn toàn tự do làm việc gì* : To be entirely free to do something. *Anh được tự do làm việc ấy* : You are quite free, at liberty, to do it. *Anh tự do thử* : You are welcome to try. *Ra vào tự do nhà người nào* : To be free of someone's house. *Tôi được tự do đi khắp nhà* : I was free of the whole house.

tự do Freedom, liberty. *Trả tự do cho một tên nô lệ* : To give a slave his freedom. *Quyền tự do của công dân* : The liberty of the subject. *Sự tự do làm việc gì* : Liberty to do something. *Trả tự do cho người nào* : To set someone at liberty, to give someone his liberty. *Được tự do hành động* : To have full liberty of action. *Tranh đấu cho tự do* : To fight for liberty. *Các tù nhân khao khát tự do* : The prisoners longed for liberty. *Mua tự do bằng máu* : To purchase freedom with one's blood.

tự do báo chí [tụ zɔ bảu cí] Liberty of the press.

tự do cá nhân [tụ zɔ ká ɲən] Personal liberty.

tự do cảng [tụ zɔ kảŋ] Free port.

tự do chủ nghĩa [tụ zɔ củ ɲĩa] Liberalism.

tự do hành động [tụ zɔ hàiŋ dọŋ] Liberty of action. *Được tự do hành động* : To have full liberty of action.

tự do luyến ái [tụ zɔ lwién ái] Free love.

tự do mậu dịch [tụ zɔ mạu zịk] Free trade. *Nhứt định theo phe tự do mậu dịch* : To nail one's colours to the mast of free trade. *Nó theo phe tự do mậu dịch* : He is for free trade.

tự do ngôn luận [tụ zɔ ŋon lwạn] Freedom of speech, liberty of speech.

tự do quyền [tụ zɔ kwiền] Liberty.

tự do tín ngưỡng [tụ zɔ tín ŋɯởŋ] Freedom of religion ; liberty of conscience.

tự do tôn giáo [tụ zɔ ton sáu] Freedom of religion, liberty of conscience.

tự do tư tưởng [tụ zɔ tɯ tɯởŋ] Freedom of thought.

tự dối mình [tụ zói mìŋ] To deceive oneself.

tự dưng [tụ zɯŋ] Suddenly, unexpectedly, without reason.

tự dưỡng [tụ zɯởŋ] (Bot) Autotrophic (plant).

tự đại [tụ dại] Haughty.

tự đắc [tụ dắk] Proud, vain. *Tự đắc đã làm được việc gì* : To be proud of having done something. *Nàng lấy làm tự đắc về sắc đẹp của nàng* : She was vain of her beauty.

tự điển [tụ diển] Dictionary.

tự động [tụ dọŋ] Automatic, self-moving, self-acting. *Viết hút mực tự động* : Self-filling pen. *Điện thoại tự động* : Automatic telephone, dial-telephone. *Đồng hồ lên dây tự động* : Self-winding clock.

tự giác [tụ ʒák] (Phil) Apperception.

tự giác To recover oneself, to come to one's senses.

tự giải [tụ ʒải] To free oneself.

tự hạ [tụ hạ] To abase oneself.

tự hào [tụ hàu] To be proud.

tự hậu [tụ hụu] In (the) future, for the future.

tự học [tụ họk] Self-taught, self—educated. *Người tự học :* Autodidact.

tự hồ [tụ hồ] As if, as though ; like.

tự hối [tụ hối] To repent, to rue.

tự khai [tụ xai] (Bot) Dehiscent.

tự khắc [tụ xáɯk] Automatically.

tự khi [tụ xi] To delude oneself.

tự khoe [tụ xwɛ] To boast, to brag.

tự kich thich [tụ kík θík] Self-excitation.

tự kiêu [tụ kieu] Proud, conceited.

tự ký động kế [tụ ki dọŋ ké] Dynamograph.

tự kỷ [tụ kỉ] Self, auto ; by or for oneself.

tự kỷ ám thị [tụ kỉ ám θị] Auto-suggestion, self-suggestion.

tự kỷ giải thể [tụ kỉ ʒải θẻ] Autotomy.

tự kỷ phân hóa [tụ kỉ fơn hửa] Autolosis.

tự kỷ trung tâm chủ nghĩa [tụ kỉ truŋ tơm củ ŋiə] Egocentrism.

tự kỷ ý thức [tụ kỉ í θức]Autognosjs.

tự làm lầy [tụ làm léi] Self-made, made by oneself.

tự lập [tụ lợp] Independent. *Nếu anh có lương khá, anh có thể sống tự lập :* If you earn a good salary, you can be independent of your parents.

tự liệu [tụ liệu] To manage by oneself, to provide for oneself.

tự lo liệu lấy [tụ lɔ liệu léi] To shift (for oneself), to shirk for oneself, to make one's way ; to manage in the best way possible, without help of others. *Chúng nó phải tự lo liệu lấy :* They had to shift for themselves.

tự lợi [tụ lợi] To have excessive regard for one's own interests.

tự luận [tụ lwợn] Foreword, preface.

tự lực [tụ lực] By one's own force.

tự lượng [tụ lượŋ] To know one's own capabilities.

tự mãn [tụ mãn] Self-satisfied, complacent, smug. *Sự tự mãn :* Self-satisfaction, complacence.

tự mâu thuẫn [tụ mơu θɯǎn] Self-contradictory.

tự mẫu [tụ mẫu] Alphabet.

tự mê [tụ me] Anagram.

tự ngã [tụ ŋã] The ego.

tự nghĩa [tụ ŋiə] Meaning, sense, a of word.

tự ngôn [tụ ŋon] Preface, foreword.

tự nguyện [tụ ŋwiện] Voluntary ; (acting, done) of one's own free will.

tự nhận [tụ ŋợn] To give oneself out to be (a doctor of medicine, etc...) ; to impersonate, to pretent to be (another person).

tự nhiệm [tụ ŋiệm] To take upon oneself.

tự nhiên [tụ ŋien] Nature. *Phản tự nhiên :* Against nature, contrary to nature.

tự nhiên [tụ ŋien] 1) Natural, not made by man.
2) Natural. *Giọng tự nhiên :* Natural tone of voice. *Cái chết tự nhiên :* Natural death. *Không tự nhiên:* Affected, not natural. *Sự đào thải tự nhiên :* Natural selection. *Xin cứ tự nhiên :* Please don't stand on ceremony.

tự nhiên 1) Naturally, of course.
2) Naturally, without the help of man. *Tóc tôi dợn sóng tự nhiên :* My hair waves naturally.

tự nhiên chủ nghĩa [tụ ŋien củ ŋiə] Naturalism.

tự phách [tụ fáik] Autodyne.

tự phê bình [tụ fe bịŋ] Self-criticism.

tự phụ [tụ fụ] Conceited, self-important, self—conceited, bumptious. *Tánh tự phụ :* Conceit. *Tôi sẽ làm cho nó hết tự phụ :* I'll take the conceit out of him. *Không ai khen người tự phụ cả :* No one admires a man who is full of conceit.

tự quân [tụ kwən] Successor to the king.

tự quyết [tụ kwiết] To determine or decide by oneself. *Quyền tự quyết :* Power of self-determination (the right of a people to decide upon its own form of government, without coercion or outside influence).

tự sản [tụ ʃản] Inheritance.

tự sát [tụ ʃát] To commit suicide, to kill oneself.

tự sắc [tụ ʃăwk] (Ph) Autochrome. *Gương ảnh tự sắc :* Autochrome plate.

tự sinh [tụ ʃiɲ] Autogenous. *Cây tự sinh (mọc tự nhiên) :* Adventitious plant.

tự sự [tụ ʃɯ] To relate something from the beginning to the end.

tự tài [tụ tài] To commit suicide.

tự tại [tụ tại] 1) As one pleases.
2) Satisfied, content.

tự tay [tụ tay] With one's own hand. *Tự tay viết việc gì :* To write something in one's own hand.

tự tân [tụ tən] To mend one's ways.

tự tận [tụ tən] See **tự sát**.

tự tập [tụ tập] Self-taught.

tự thị [tụ θị] Pretentious, brassy.

tự thú [tụ θú] To confess.

tự thụ độc [tụ θụ dọk] (Med) Auto-intoxication.

tự thụ tính [tụ θụ tiɲ] (Bot) Autogamy.

tự thuật [tụ θwật] To tell, to relate, to narrate.

tự thủy [tụ θwỉ] From the beginning.

tự thư [tụ θɯ] Hand-written.

tự tích [tụ tỉk] Handwriting, written traces.

tự tiện [tụ tiện] At one's convenience ; without asking for permission.

tự tin [tụ tin] Self-confident, self-reliant. *Thiếu tự tin :* Diffident. *Lòng tự tin :* Self-confidence. *Sự thiếu lòng tự*

tin : Lack of self-confidence.

tự tin To be sure of oneself, to have self-confidence.

tự tín [tin] See **tự tin**.

tự tôn [tụ ton] To respect oneself.

tự trách [tụ tráik] To blame oneself, to reproach oneself. *Sự tự trách :* Self-reproach.

tự trầm [tụ trəm] To drown oneself.

tự trị [tụ trị] Autognosis.

tự trị (Of states) Autonomous, self-governing. *Sự, chế độ tự trị :* Autonomy, self-government.

tự trọng [tụ trọŋ] To respect oneself. *Sự tự trọng :* Self-respect.

tự trợ [tụ trợ] To help oneself.

tự trợ giả thiên trợ [tụ trợ ʃà θien trợ] God helps those who help themselves.

tự tu [tụ tu] To mend one's way.

tự túc [tụ túk] Self-sufficient. *Sự tự túc :* Self-sufficiency. *Kinh tế tự túc :* Self-sufficient economy.

tự tuyệt [tụ twiệt] To destroy oneself.

tự tử [tụ tử] To commit suicide, to kill oneself, to take one's own life, to make away with oneself. *Chánh sách tự tử :* A suicidal policy. *Nó tự tử trong lúc quá buồn chán :* He killed himself in a fit of depression. *Theo đuổi kế hoạch nầy là một việc tự tử :* Pursuance of this plan would have been suicidal. *Nó tự tử bằng cách cắt cổ nó :* He committed suicide by cutting his throat.

tự ty mặc cảm [tụ ti mặwk kảm] Inferiority complex.

tự vấn [tụ vấn] To examine oneself, one's conscience.

tự vẫn [tụ vẫn] To commit suicide by cutting one's throat.

tự vận [tụ vận] See **tự tử**.

tự vệ [tụ vệ] To defend oneself. *Sự tự vệ :* Self-defence. *Chúng tôi không bao giờ đánh trừ trường hợp tự vệ :* We never fight except in self-defence.

tự vị [tụ vị] Dictionary. *Tra một chữ*

trong tự vị : To look up a word in the dictionary.

tự vựng [tụ vựŋ] Lexicon.

tự xưng [tụ sưŋ] To give oneself out to be, to pretend. *Tự xưng là nam tước* : To give oneself out for a baron. *Nó tự xưng là y khoa bác sĩ* : He gave himself out to be a doctor of medicine. *Người tự xưng là « Bác sĩ » X. chưa bao giờ học ở trường đại học* : The self-styled « Dr » X. has never been to a university. *Nó có quyền nào tự xưng là Đại tá không ?* : Has he any right to assume the style of Colonel ?. *Nó tự xưng là giáo sư* : He termed himself a professor.

tự ý [tụ í] *Tự ý làm việc gì* : To do something of one's own accord ; to do something unasked ; to do something of one's own volition ; to do something on one's own account. *Nếu anh có thể hoặc tìm ra nàng hoặc tìm được bằng chứng rằng nàng đã tự ý ra đi trong một tuần lễ, tôi sẽ thưởng anh năm trăm đồng* : If you can either find her or get proof that she left of her own free will within a week, I'll give you a bonus of five hundreds piastres.

tưa [tưa] (Bot) Lacerate. *Lá tưa* : Lacerate leaf.

từa tựa [từa tựa] Pretty nearly, pretty much, the same.

tựa [tựa] 1) Preface, foreword. *Viết tựa cho một tác phẩm của người nào* : To write a preface to, for, someone's work.
2) Headline (in a newspaper) ; caption (printed in a newspaper, magazine, book, etc... or shown on a cinema screen). *Liếc qua các tựa một tờ báo* : To give a cursory glance at the headlines in a newspaper.
3) Title (of book, song, etc...).

tựa To lean on (something).

tựa Like, similar.

tựa hồ [tựa hồ] As if, as though.

tức [tức] To be oppressed. *Bị bịnh suyễn làm tức ngực* : Oppressed by asthma. *Bị tức thở* : To have fits of oppression.

tức Vexed, irritated. *Chọc tức* : To vex, to irritate. *Khóc vì tức* : To weep from vexation.

tức anh ách [tức ainh áik] Very vexed.

tức bụng [tức bụŋ] To feel stuffed.

tức bực [tức bực] Angry, irritated.

tức cười [tức kười] Risible, funny.

tức giận [tức ʒận] Angry, irritated, vexed. *Làm người nào tức giận* : To put someone into a passion, to rub someone the wrong way.

tức khắc [tức xắưk] Right away, at one, immediately, without delay. *Làm việc gì tức khắc* : To do something right away, to do something out of hand.

tức khí [tức xi] Vexed, angered.

tức là [tức là] That is to say.

tức mình [tức mịnh] Annoyed, irritated.

tức ngực [tức ŋực] To feel as if one had a weight on one's chest ; to feel a tightness across the chest ; to have a weight on one's chest.

tức như bò đá [tức ɲư bò dá] Very vexed.

tức nước vỡ bờ [tức nướk vỡ bờ] The pitcher goes so often to the well that at last it breaks ; everything has its day.

tức ói máu [tức ói máu] Very angry.

tức phụ [tức fụ] Daughter-in-law.

tức thệ [tức θế] To die, to pass away.

tức thì [tức θì] Right away, immediately, at once, directly. *Làm việc gì tức thì* : To do something right away, right off.

tức thị [tức θị] That is to say.

tức thời [tức θời] See **tức thì.**

tức tiền [tức tiền] Interest.

tức tốc [tức tók] At once, immediately.

tức tối [tức tói] Furious.

tức vị [tức vị] To come to the throne ; to mount, ascend the throne.

tưng [tưŋ] (Of ball) To bounce.

tưng bốc [tưŋ bók] To cajole, to flatter.

tưng bừng [tɯŋ bừŋ] Bustling.

tưng tiu [tɯŋ tiu] To cherish.

từng [từŋ] Floor (of building). *Nhà một từng* : One-storied house. *Hai từng* : Two-storied, two-story. *Ở từng ba* : Three flights up, on the third floor, (U.S.) on the fourth story. *Ba từng* : Three-storied, three-story. *Trên từng chót* : On the top floor. *Ở cùng một từng* : On one floor, on the same floor. *Nhà cao bốn từng* : House four stories high.

từng Layer, stratum.

từng By ; for. *Từng người một* : One by one. *Cắt vật gì ra từng miếng* : To cut something into pieces ; to cut up something. *Dịch từng chữ một* : To translate word for word. *Đập vật gì bể ra từng mảnh* : To smash something to pieces, to knock something to smash.

từng To experience.

từng giờ [từŋ ʑờ] Hourly, every hour.

từng nhà [từŋ ɲà] From house to house.

từng trải [từŋ trải] Experienced. *Sự từng trải* : Experience. *Từng trải mùi đời* : To taste all the bitterness of life.

từng phân [từŋ fơn] Partly. *Tất cả hoặc từng phần* : Wholly or partly.

từng nhà [từŋ ɲà] To rent a house by paying key money.

tước [tứrk] Title of nobility. *Bá tước* : Count. *Nam tước* : Baron. *Tử tước* : Viscount.

tước To strip, to take away, to deprive of.

tước chức [tứrk cứk] To dismiss (an official).

tước đoạt [tứrk dwạt] To appropriate, to seize.

tước khí giới [tứrk kí ʑới] To disarm. *Trên một ngàn binh sĩ địch bị bắt và tước khí giới* : Over a thousand enemy soldiers were captured and disarmed.

tước lá [tứrk lá] To pluck off leaves.

tước lộc [tứrk lọk] Dignity and salary.

tước quyền công dân [tứrk kwiền koŋ zơn] To disfranchise, to take away the rights of a citizen (esp. the right to vote at elections).

tước vị [tứrk vị] Dignity.

tươi [tɯơi] Fresh, good, green ; bright. *Cá tươi* : Fresh fish. *Rau tươi* : Green vegetables. *Trái cây tươi* : Fresh fruits. *Màu tươi* : Bright colour. *Sắc đỏ tươi* : Bright red. *Làm cho màu tươi ra* : To brighten (up) a colour. *Thịt còn tươi không?* : Is the meat still good ?.

tươi Immediately, on the spot. *Chết tươi* : To die on the spot.

tươi cười [tɯơi kɯời] Smiling (face, person, etc...).

tươi tắn [tɯơi tắn] Cheerful.

tươi tỉnh [tɯơi tịnh] *Làm cho mặt người nào tươi tỉnh ra* : To brighten someone's face.

tươi tốt [tɯơi tốt] Fresh, fine.

tươi lại [tɯơi lại] To revive. *Hoa để vào nước tươi lại* : Flowers revive in water.

tưới [tɯới] 1) To water (streets, plants) ; to sprinkle, spray (lawn). *Bình tưới* : Watering-can, watering-pot. 2) To souse. *Tưới nước lên vật gì* : To souse water over something.

tươm [tɯơm] 1) (Of water, of wall, rock) To ooze, to seep, to sweat. 2) (Of wound) To run.

tươm *Rách tươm* : In rags.

tươm tất [tɯơm tất] Meticulous and perfect.

tươn [tɯơn] *Rách tươn* : In rags.

tương [tɯơŋ] *Nước tương* : Soy.

tương ái [tɯơŋ ái] To love each other.

tương biệt [tɯơŋ biệt] Separated from each other.

tương cách [tɯơŋ káik] See **tương biệt**.

tương can [tɯơŋ kan] To be interrelated.

tương dung [tɯơŋ zuŋ] Compatible.

tương đả [tɯơŋ dả] To fight.

tương đắc [tɯơŋ dắk] To be in agreement.

tương đẳng [tuəŋ dàŋ] Equipollent. *Sự tương đẳng* : Equipollence, equipollency.

tương đối [tuəŋ dói] Relative, comparative ; corresponding to each other. *Tính tương đối* : Relativity. *Thuyết tương đối* : The theory of relativity. *Lợi ích tương đối* : Comparative advantage.

tương đồng [tuəŋ dòŋ] Equal.

tương đương [tuəŋ dɯəŋ] Equivalent, equal. *Sự, tính tương đương* : Equivalence.

tương giao [tuəŋ ʒau] To have relations.

tương hỗ [tuəŋ hỗ] Reciprocal, mutual.

tương hợp [tuəŋ hợp] Compatible.

tương kế [tuəŋ ké] To succeed one another.

tương kế tựu kế [tuəŋ ké tựu ké] To use the enemy's tactics ; to fight an enemy with his own weapon.

tương khắc [tuəŋ xǎwk] Incompatible, opposed, inconsistent.

tương kiến [tuəŋ kién] To meet.

tương lai [tuəŋ lai] Future, the time to come. *Đoán tương lai* : To predict, read, the future. *Nghĩ đến tương lai* : To think of the future, to look ahead, to plan for the future. *Hy vọng vào tương lai* : To put one's hope in the future. *Tương lai rực rỡ* : Bright future. *Tôi lo cho tương lai của nó* : I am troubled about his future.

tương ngộ [tuəŋ ŋọ] To meet.

tương phản [tuəŋ fản] To contrast. *Sự tương phản* : Contrast. *Những việc làm của nó tương phản (trái) với những lời hứa của nó* : His actions contrast with his promises. *Sự tương phản giữa ánh sáng và bóng tối* : The contrast between light and shade.

tương phản Contrary, discrepant. *Sự tương phản* : Contradiction, discrepancy.

tương phù [tuəŋ fù] To correspond, to coincide.

tương phùng [tuəŋ fùŋ] To meet.

tương quan [tuəŋ kwan] Relation, connection.

tương tàn [tuəŋ tàn] To kill, slaughter, one another.

tương tế [tuəŋ té] To help one another *Hội tương tế* : Mutual benefit society.

tương thân [tuəŋ θɔn] Mutual affection.

tương tự [tuəŋ tự] Similar (to), analogous (with, to). *Sự tương tự* : Similarity, analogy.

tương tranh [tuəŋ traɲ] Conflict, struggle.

tương tri [tuəŋ tri] To know one another.

tương trợ [tuəŋ trợ] To help one another.

tương truyền [tuəŋ trwièn] To pass on from generation to generation.

tương tuất [tuəŋ twát] To help one another.

tương tư [tuəŋ tɯ] 1) To think of each other. 2) To be sick for love ; to be lovesick ; to be in love with. *Bịnh tương tư* : Lovesickness.

tương tự [tuəŋ tự] See tương tự.

tương ứng [tuəŋ ứŋ] To respond to each other.

tương xứng [tuəŋ sứŋ] Symmetrical, corresponding.

tướng [tuɔ́ŋ] 1) General. *Thiếu tướng* : Brigadier - general. *Trung tướng* : Major general. *Đại tướng* : Lieutenant-general. 2) *Thủ tướng* : Premier, prime minister.

tướng Physiognomy. *Thầy tướng* : Physiognomist. *Xem tướng, coi tướng* : To practise physiognomy. *Lộ chân tướng* : To be unmasked.

tướng giặc [tuɔ́ŋ ʒǎwk] Rebel leader.

tướng lãnh [tuɔ́ŋ lãiɲ] Generals.

tướng mạo [tuɔ́ŋ mạu] Physiognomy and countenance.

tướng mạo quân vụ [tuɔ́ŋ mạu kwɔn vụ] Descriptive list and military service record.

tướng phủ [tuɔ́ŋ fủ] Palace of the prime minister.

tướng quốc [tuɔ́ŋ kwók] (Obs) Prime minister.

tướng sĩ [tuɔ́ŋ ʃi] Officers.

tướng sĩ Physiognomist.

tướng soái [tuɔ́ŋ ʃwái] General.

tướng sồ [tuɔ́ŋ ʃổ] Physiognomy and astrology.

tướng súy [tuɔ́ŋ ʃwi] Generals.

tướng tá [tuɔ́ŋ tá] General and high-ranking officer.

tướng thuật [tuɔ́ŋ θwạt] Physiognomy.

tường [tuɔ̀ŋ] Wall. *Tường liền, tường không cửa* : Blind wall, blank wall. *Tường rào* : Enclosing wall. *Giấy dán tường* : Wall-paper. *Nhà tường gạch* : Brick-walled house. *Bức tường ô nhục* : Wall of shame. *Chỉ còn lại bốn bức tường* : To leave only the four walls standing. *Những bức tranh treo trên tường* : The pictures that hang on the wall. *Để sát vật gì vào tường* : To place something flat against the wall. *Bức tường đầy hình vẽ chim và hoa* : The wall was covered with figures of birds and flowers. *Đứng nép vào tường* : To draw back against the wall. *Tường cao sáu thước* : Wall six metres in height. *Nó đụng đầu vào tường* : He knocked his head on (against) the wall. *Dựa lưng vào tường* : To lean one's back against the wall. *Để thang dựa vào tường* : To lean a ladder against the wall. *Đóng một cây đinh vào tường* : To drive a nail into the wall. *Đặt ống nước xuyên qua tường* : To run pipes through a wall. *Chiếc xe đụng mạnh vào tường* : The car smashed intothe wall.

tường To know. *Để kính tường* : For your information.

tường am [tuɔ̀ŋ am] To understand clearly.

tường bích [tuɔ̀ŋ bik] Walls of a house.

tường gạch [tuɔ̀ŋ gạik] Brick wall.

tường sát [tuɔ̀ŋ ʃát] To examine carefully.

tường tận [tuɔ̀ŋ tạn] Thoroughly, in detail. *Biết rõ tường tận một vấn đề* : To have a through knowledge of a subject.

tường tế [tuɔ̀ŋ té] Clearly ; in detail.

tường thuật [tuɔ̀ŋ θwạt] To relate, tell, narrate, clearly.

tường thụy [tuɔ̀ŋ θwi] Good omen.

tường trình [tuɔ̀ŋ trìŋ] To report clearly.

tường vân [tuɔ̀ŋ vən] Cloud of good omen.

tưởng [tuɔ̉ŋ] To think, to believe, to imagine, to fancy, to deem, to guess. *Tôi tưởng phải cho nó hay trước* : I thought I ought to warn him. *Nó tưởng nó làm việc gì cũng được* : He thinks he may do anything. *Ai ai cũng tưởng nó điên* : Everyone thought he was mad. *Tôi cũng tưởng như anh* : I think with you. *Nó không giàu như anh tưởng đâu* : He is not so rich as you imagine. *Tôi tưởng nó còn sống* : I believe him to be alive. *Nó không có nhiều tiền như người ta tưởng* : He has not as much money as people credit him with. *Tôi tưởng trời không mưa nên không đem dù theo (nhưng trời mưa)* : I was deceived by the blue sky and brought no umbrella (= I thought it wouldn't rain, but it did rain). *Nó tưởng việc gì nó cũng biết* : He fancies he knows everything. *Tôi tưởng ông là người Anh* : I thought you were English ; I took you, had taken you, for an Englishman. *Người ta tưởng nó là người Anh* : He was thought to be English. *Người hà tiện tưởng mình không bao giờ chết* : The miser thinks he will never die. *Các người láng giềng của nàng đều tưởng nàng góa chồng* : All her neighbours supposed her to be (supposed that she was) a widow. *Tôi tưởng không cần phải...* : I do not deem it necessary to... *Tôi tưởng nó là người Mỹ* : I deemed that he was an American. *Đừng tưởng rằng tôi có thể cho anh*

mượn tiền mỗi lần anh cần đến đấu !:
Don't imagine that I can lend you
money every time you need it !.

tưởng đến [tưởŋ dén] To think of
(someone, something).

tưởng lầm [tưởŋ lầm] To delude one-
self.

tưởng kim [tưởŋ kim] Reward.

tưởng lệ [tưởŋ lệ] To reward and to
encourage.

tưởng nhớ [tưởŋ n̂ớ] To remember.

tưởng thưởng [tưởŋ θưởŋ] To reward,
to recompense.

tưởng tượng [tưởŋ tượŋ] To think,
to imagine, to conceive. *Anh có thể
tưởng tượng như anh ở tai Nữu-Ước:*
You might think you were in New
York.

tưởng tượng Imaginary ; fictitious.

tưởng vọng [tưởŋ vọŋ] To hope.

tượng [tượŋ] Statue, image, effigy.
Tượng nhỏ : Statuette, figurine. *Tượng
Phật :* Buddha statue. *Nó đứng yên
như pho tượng :* He stands like a
statue. *Đúc tượng :* To cast a statue.
Hư tượng: Virtual image. *Thực tượng:*
Real image. *Người tạc tượng :* Image-
maker.

tượng (Not used alone). Elephant. *Quản
tượng :* Mahout, elephant-driver. *Thằng
ruột tượng :* Straightforward.

tượng *Hiện tượng :* Phenomenon. *Ấn
tượng :* Impression.

tượng ảnh [tượŋ ảiŋ] Statue, image.

tượng bán thân [tượŋ bán θon] Bust.

tượng bì [tượŋ bì] Rubber, caoutchouc.

tượng tăng [tượŋ tằŋ] (Bot) Cambium.
Thuộc tượng tăng : Cambial.

tượng hình văn tự [tượŋ hìŋ vawn
tự] Pictography.

tượng trưng [tượŋ trưŋ] To symbo-
lize, to represent, to typify. *Vật tượng
trưng :* Symbol, emblem, representa-
tion. *Sự tượng trưng :* Symbolization.
Lá cờ tượng trưng cho một nước : The
flag represents the nation. *Trong bức
tranh nầy, cây gươm tượng trưng cho
chiến tranh và cây viết tượng trưng*

cho văn hoá: In this picture the sword
typifies war and the pen typifies cul-
ture.

tượng trưng Symbolic(al).

tượng trưng chủ nghĩa [tượŋ trưŋ
củ ŋĩa] Symbolism.

tướp [tướp] *Rách tướp :* In rags.

tướt [tướt] (Med) Children's diarrhoea.

tửu [tửu] Alcohol, wine, liquor.

tửu bảo [tửu bảu] Waiter.

tửu điếm [tửu diếm] Tavern.

tửu đồ [tửu dồ] Drunkard.

tửu gia [tửu ʒa] Wine-shop.

tửu lực [tửu lựk] See tửu lượng.

tửu lượng [tửu lượŋ] Drinking capa-
city, drinking power. *Tửu lượng của
nó rất mạnh :* He has a great drinking
capacity, he is a great drinker.

tửu quán [tửu kwán] Tavern.

tửu sắc [tửu ʃắuk] Wine and women.

tửu tinh kế [tửu tiŋ ké] Alcohol(o)-
meter.

tựu [tựu] To come, to arrive. *Tề tựu :*
To gather, to come together. *Thành
tựu :* To succeed.

tựu chức [tựu cứk] To enter upon
duty.

tựu học [tựu họk] To go to school.

tựu lại [tựu lại] To assemble, to come
together, to get together, to flock to-
gether.

tựu trường [tựu trườŋ] Beginning of
term, reopening of school. *Vào kỳ tựu
trường tháng bảy :* At the beginning
of the July term.

ty [ti] Bureau, office, service.

ty hào [ti hàu] Very small quantity.

ty khuất [ti xwất] Vile, base.

ty lậu [ti lậu] Base, abject, low.

ty tiện [ti tiện] Abject, vile, base.

tý [tí] The first Earth's Stem.

tý ngọ tuyền [ti ŋọ twién] Meridian.

tỳ [tì] Flaw ; fault, feather (of gem).

tỳ (Anat) Spleen.

tỳ bà [tì bà] Kind of guitar.

tỳ nữ [tì nữ] Servant.

tỷ ố [tỉ ố] Stain.

tỷ tạng [tỉ tạŋ] (Anat) Spleen.

tỷ thiếp [tỉ θiếp] Concubines.

tỷ trợ [tỉ trợ] To help, to assist, to aid.

tỷ vết [tỉ vét] Flaw, defect. *Hột xoàn có tỷ vết* : Flawed diamond. *Không có tỷ vết* : Flawless.

tỷ vị [tỉ vị] Spleen and stomach.

tỷ [tỉ] To compare.

tỷ (U.S.A.) Billion.

tỷ dụ [tỉ zụ] Example ; for instance, for example.

tỷ giảo [tỉ zảu] To compare. *Sự tỷ giảo* : Comparison.

tỷ giảo Comparative. *Tỷ giảo cấp* : Comparative degree, degrees of comparison. *Tỷ giảo trạng từ* : Comparative adverb.

tỷ lệ [tỉ lệ] Proportion ; ratio ; scale (of plan, map, etc...). *Theo tỷ lệ* : Proportionate. *Bản đồ tỷ lệ lớn* : Large-scale map. *Bản đồ nầy tỷ lệ một phần là một cây số* : This map is on the scale of one centimetre to the kilometre (= one kilometre is represented by one centimetre). *Bản đồ tỷ lệ 1/500.000* : Map of the scale of 1/500.000.

tỷ lệ bành trướng [tỉ lệ bàiɲ trưốŋ] Expansion scale.

tỷ lệ đại biểu [tỉ lệ đại biểu] Proportional representation. *Người chủ trương chế độ tỷ lệ đại biểu* : Proportionalist.

tỷ lệ độ giạt [tỉ lệ độ ʂạt] Windage scale.

tỷ lệ nghịch [tỉ lệ ŋịk] Inverse ratio.

tỷ lệ thuận [tỉ lệ θwận] Direct ratio.

tỷ lệ tốc lực gió [tỉ lệ tók lựk ʂó] Scale of wind velocity.

tỷ lệ xich [tỉ lệ sik] Scale (of map).

tỷ như [tỉ ɲư] For example, for instance.

tỷ phương [tỉ fưɔŋ] To compare.

tỷ sắc kế [tỉ ʃắwk ké] Colorimeter.

tỷ số [tỉ ʃó] Rate, ratio.

tỷ số cấp phát [tỉ ʃó kấp fát] Issue rate.

tỷ số hao mòn [tỉ ʃó hau mòn] Attrition rate.

tỷ số tiêu thụ [tỉ ʃó tieu θụ] Consumption rate.

tỷ số tử [tỉ ʃó tử] Mortality rate.

tỷ thí [tỉ θí] To compete, to rival.

tỷ trọng [tỉ trọŋ] Density. *Tỷ trọng kế* : Densimeter, hydrometer.

ty [tị] The sixth Earth's Stem.

ty hiềm [tị hiềm] To avoid suspicion.

ty họa [tị hwa] To shun danger.

ty loạn [tị lwạn] To flee from danger of war.

ty nạn [tị nạn] To shun danger. *Dân ty nạn* : Refugee. *Người ty nạn chánh trị* : Political refugee. *Xin ty nạn chánh trị* : To ask for political asylum.

ty nhậm [tị ɲậm] To avoid pregnancy.

ty thể [tị θể] To live in retirement.

T

TH

tha [θa] 1) To pardon, to forgive, to condone, to excuse ; to spare, to dispense, to exempt, to absolve, to excuse, to relieve ; to exonerate, to exculpate. *Tha lỗi* : To pardon a fault. *Xin ông tha lỗi* : I beg your pardon. *Tội không thể tha được* : Delinquency that cannot be pardoned, that cannot be overlooked. *Tử thần không tha ai cả* : Death spares no one. *Tha nợ cho người nào* : To forgive someone a debt. *Tha lỗi cho người nào* : To forgive someone. *Tha người nào khỏi làm việc gì* : To dispense, exempt, excuse, someone, from doing something ; to let someone off from doing something. *Tha cho người nào khỏi làm việc* : To relieve someone of, to excuse someone from, to let someone off, a task ; to relieve someone from working. *Người ta tha nó xét vì nó còn nhỏ* : He was let off in consideration of his youth. *Tôi tha cho anh lần nầy* : I'll let you off this time, this time I will forgive you. 2) To free, to deliver, to set free, to emancipate, to let go ; (of animal) to carry in its mouth, (of bird) to carry in its bill.

tha bổng [θa bỏŋ] To acquit, to discharge (an accused person). *Tên tù nhân được tuyên bố vô tội nên được tha bổng* : The prisoner was found not guilty and discharged.

tha cho [θa cɔ] To excuse, to forgive, to pardon. ç

tha giết [θa ʒiét] To spare (someone's

life. *Xin tha giết* : To ask for quarter.

tha hồ [θa hò] At will, as one pleases. *Đi xa về tha hồ nói khoác (nói láo)* : Travellers tell fine tales.

tha hương [θa hɯəŋ]Foreign country.

tha lỗi [θa lỗi] To pardon, to forgive, to excuse. *Xin ông tha lỗi* : I beg your pardon. *Tha lỗi người nào* : To forgive someone.

tha ma [θa ma] Burial-ground.

tha mạng [θa maŋ] To spare (someone's) life.

tha nhân [θa ɲən] Another person, other person.

tha nợ [θa nɔ] To forgive (someone) a debt ; to release a debt.

tha phương [θa fɯəŋ] Foreign land.

tha phương cầu thực [θa fɯəŋ kə̀u θɯk] To go away from one's country to earn a living.

tha ra [θa ra] To free, to set free, to let go.

tha thiết [θa θiét] Earnestly. *Tha thiết muốn vật gì* : To gape for something, after something.

tha thuê [θa θwé] To exempt from taxes.

tha thứ [θa θɯ́] To forgive, to excuse, to pardon, to condole. *Tha thứ cho người nào* : To forgive someone. *Ta nên quên và tha thứ* : (We must) Forgive and forget. *Tha thứ sự vắng mặt của người nào* : To excuse the absence of someone. *Nó đã xin tôi tha thứ cho nó* : He asked me to forgive him. *Tội không thể tha thứ được* : Delinquency that cannot be pardoned, that cannot be overlooked. *Tha thứ những lỗi lầm của người nào* : To make a liberal allowance for someone's faults.

tha thướt [θa θɯɤt] Graceful. *Dáng đi tha thướt* : Gracious gait.

tha thương [θa θɯɤŋ] To negotiate.

tha tội [θa tội] To pardon, to forgive. *Tha tội, không bắt tội người nào* : To absolve someone from a sin ; to assoil someone of, from, a sin.

thà [θà] Rather, better, sooner. *Thà chậm còn hơn không* : Better later than never. *Thà đi còn hơn ở lại* : It is better to go away than stay. *Thà chết còn hơn làm nô lệ* : Sooner death than slavery. *Thà có ít còn hơn không* : Half a loaf is better than no bread. *Thà chết còn hơn !* : I would rather die ! I'll die first. *Thà chịu đau đớn còn hơn là nói dối* : It is better to suffer than to lie ; I had rather suffer than tell a lie. *Thà chết còn hơn chịu nhục* : Death before dishonour. *Tôi thà chết còn hơn chịu hàng* : I will die before I yield. *Nó thà chịu nghèo còn hơn là kiếm tiền bằng những phương pháp bất chánh* : He would rather be poor than get money by dishonest methods ; rather to get money by dishonest methods, he would remain poor.

thả [θà] 1) To release, to free, to discharge, to set at large, to let go, to deliver, to set free, to liberate ; to let (animal) loose. *Thả một tù nhân* : To release a prisoner, to set free a prisoner, to set a prisoner at liberty. *Thả một con chim* : To set a bird free, to set free a bird, to let a bird to go.
2) To launch ; to trip ; to release, drop (bombs). *Thả một chiếc xuồng trên tàu xuống* : To launch a boat from a ship. *Thả trợt mỏ neo* : To trip the anchor. *Thòng dây thả người nào xuống* : To lower someone on a rope. *Thả thủy lôi* : To launch a mine.

thả bè [θà bè] To raft, to go on a raft,

to use a raft. *Thả bè sang sông* : To raft across the river.

thả bom [θà bɔm] To release, drop, throw, bombs.

thả buồm [θà buồm] To loose out a sail.

thả cá [θà ká] To set a fish free.

thả câu [θà kɔu] To cast the line.

thả chim [θà cim] To release a bird, to let a bird go.

thả chó ra [θà có ra] To let a dog loose. *Thả chó ra cho nó chạy một chút* : Let the dog loose that he may have a run.

thả cửa [θà kửə] (To act) As one pleases.

thả cương [θà kɯɤŋ] To slacken the rein ; to give a horse free rein.

thả dây [θà zei] (Navy) To let a rope go.

thả diều [θà zièu] To fly a kite.

thả dù [θà zù] To parachute, to drop by parachute. *Nó được thả dù xuống nước Pháp lúc bị chiếm đóng* : He was dropped by parachute in France during the occupation.

thả giàn [θà ʒàn] See **thả cửa**.

thả giọng [θà ʒɔŋ] To speak.

thả hơi ngạt [θà hai ŋạt] To release poison gas.

thả khí cầu [θà xi kòu] To send up balloon.

thả lỏng [θà lɔ̀ŋ] To give, allow (someone) a free hand. *Được thả lỏng* : To go loose. *Chó thả lỏng rất nguy hiểm* : The dog is too dangerous to be left loose.

thả lưới [θà lɯɤi] To cast a net.

thả máy [θà máy] See **thả cửa**.

thả mìn [θà mìn] To launch a mine.

thả mồi [θà mòi] To cast the bait. *Thả mồi bắt bóng* : To throw away the substance for the shadow.

thả neo [θà nɛu] To drop anchor, to cast anchor.

thả rông [θà roŋ] To let wander.

thả sức [θà ʃɯk] (To act) As one pleases.

TH

thả thủy lôi [θả θⱳ̉i loi] To launch a mine.

thả trôi [θả troi] Adrift, at the mercy of the waves ; moving about without being guided ; driven only by the wind and water.

thác [θák] To die. Sống thác : Life and death.

thác Waterfall, fall. Thác Niagara : The Niagara Falls. Lên thác xuống ghềnh : Up hill and down dale.

thác Phó thác, ký thác : To trust, to entrust, to confide.

thác bịnh [θák bịn] To plead illness.

thác cớ [θák kɔ́] To pretext, to plead, to allege as a pretext.

thác danh [θák zaịn] To assume another person's name.

thác khẩn [θák xɔ̀n] To clear the ground.

thác lác [θák lák] Đánh thác lác : To play at ducks and drakes.

thác ngôn [θák ŋon] Eccuse, pretext.

thác nước [θák nⱳ́rk] Waterfall, cascade. Thác nước lớn : Cataract.

thác oan [θák wan] To die innocently, injustly.

thác quá [θák kwá] To miss, throw away, let slip, an opportunity.

thác thực [θák θⱳⱳk] To live at someone's expense.

thạc đức [θạk dⱳ́k] High virtue.

thạc học [θạk hɔk] Man of great learning.

thạc sĩ [θạk ʃi] Agrégé (one who has passed the agrégation examination).

thách [θáik] To challenge, to defy, to dare. Thách người nào : To bid defiance to someone, to hurl defiance at someone. Thách người nào làm việc gì : To challenge, dare, someone to do something. Thách người nào đánh lộn : To challenge someone to fight. Thách người nào đánh cờ : To challenge someone to a game of chess. Thách người nào chạy một trăm thước : To challenge someone to run a hundred metres. Thách với người nào xem ai

uống nhiều hơn : To challenge someone to a drinking match. Tôi thách anh làm được như thế : I defy you to do so. Thách người nào đánh gươm : To challenge someone to a duel. Nó thách tôi nhảy qua con suối : He dared me to jump over the stream.

thách đấu [θáik dʲu] To challenge, to defy ; to throw down, fling down, the gauntlet. Nhận lời thách đấu : To take up, pick up, the gauntlet.

thách đò [θáik dó] See thách đấu.

thạch [θạik] Stone. Cẩm thạch : Marble. Phún thạch : Lava. Từ thạch : Magnet.

thạch anh [θạik aịn] (Geol) Quartz, rock-crystal.

thạch bản [θạik bản] Writing slate.

thạch cao [θạik kau] Plaster.

thạch diêm [θạik ziem] Rock-salt.

thạch du [θạik zu] Petroleum, mineral oil.

thạch du chi [θạik zu ci] Vaseline.

thạch hoàng [θạik hwàŋ] (Miner) Orpiment.

thạch khắc [θạik xáⱳk] To carve in stone.

thạch khi [θạik xi] Stone implements.

thạch khi thời đại [θạik xí θɔ̀i dại] The stone age.

thạch khôi nham [θạik xoi nam] Limestone.

thạch lục [θạik lụk] (Miner) Malachite.

thạch lựu [θạik lⱳụu] (Bot) Pomegranate.

thạch ma [θạik ma] Amianthus, amiantus, asbestos.

thạch mặc [θạik mạⱳk] Graphite.

thạch miên [θạik mien] See thạch ma.

thạch nhũ dưới [θạik n̄ũ zⱳɔ́i] Stalagmite.

thạch nhũ trên [θạik n̄ũ tren] Stalactite.

thạch nhung [θạik n̄uŋ] Amianthus.

thạch nữ [θạik nữ] Barren woman.

thạch sùng [θạik ʃùŋ] Lizard.

thạch tâm [θạik təm] (Bot) Germander.

thạch thán [θạik θán] Coal.

thạch tín [θạik tín] (Ch) Arsenic.

thạch trụ [θạik trụ] Stone pillar.

thạch tùng [θạik tùŋ] (Bot) Lycopod-(ium).

thạch xoa [θạik swa] Agar-agar.

thai [θai] (Biol) Foetus. Có thai : To conceive, to become pregnant, to be pregnant, with child. Nàng có thai đã được ba tháng : She has been pregnant for three months, she is three months gone with child. Nàng có thai đứa con đầu lòng : She is pregnant with her first child. Nàng có thai với người chồng hiện thời : She is pregnant by the present husband.

thai Conundrum.

thai bàn [θai bàr] (Anat) Placenta. Thai bàn động vật : Placentalia.

thai bào [θai bàu] (Anat) Uterus. Thai bào mạc : Amnion.

thai dựng [θai zɯŋ] Pregnant woman.

thai nghén [θai ŋén] To be pregnant, with child.

thai nhi [θai ɲi] Foetus.

thai sản [θai ʃản] Delivery.

thai sinh [θai ʃiɲ] Viviparous. Động vật thai sinh : Vivipara.

thai tòa [θai tòa] Placenta. Thuộc về thai tòa : Placental.

thai y [θai i] See thai bàn.

Thái [θái] (Geog) Thailand.

thái To slice, to mince, to cut into slices ; to chop, to cut, to hash (meat, etc...). Thái nhỏ vật gì : To chop something up small ; to mince something.

thái âm [θái əm] Moon.

thái ấp [θái áp] Fief, fee, feoff.

thái ất [θái át] Name of a star.

thái bạch [θái bạik] (Astr) Venus.

thái bán [θái bán] More than half.

thái bình [θái bìɲ] Peace. Lúc thái bình : In time of peace.

thái bình Peaceful.

Thái bình dương [θái bìɲ zɯɔŋ] The Pacific Ocean.

thái cổ [θái kỏ] Great antiquity.

thái cổ Very ancient.

thái cực [θái kɯk] Extreme. Các thái cực gặp nhau : Extremes meet.

thái dương [θái zɯɔŋ] 1) Sun. 2) (Anat) Temple. Xương thái dương : Temple-bone.

thái dương hệ [θái zɯɔŋ hệ] The solar system.

thái địa [θái địạ] See thái ấp.

thái độ [θái dọ] Attitude, manner, behaviour, bearing. Thái độ khiêm tốn của nàng : Her modest manner. Thái độ của nó đối với tôi tỏ rằng nó không ưa tôi : His behaviour towards me shows that he doesn't like me. Thái độ khiêm tốn : Modest bearing.

thái giám [θái ʒám] Eunuch.

thái hậu [θái hạu] Queen mother.

thái khoáng [θái xwáŋ] To develop a mine.

Thái Lan [θái lan] (Geog) Thailand.

thái miếu [θái miếu] Imperial temple, royal temple.

thái nhỏ [θái ɲỏ] To cut into small pieces.

thái quá [θái kwá] Exorbitant, excessive, exaggerated, immoderate.

thái quật [θái kwật] To develop a mine.

thái tây [θái tei] Occidental countries.

thái thậm [θái θạm] Excessive, exorbitant.

thái thịt [θái θịt] To cut meat into small pieces.

thái thượng [θái θɯɔŋ] 1) The highest. 2) The king.

thái tổ [θái tỏ] Founder of a dynasty.

thái trạch [θái trạik] To choose, to select, to pick, to sort.

thái tử [θái tử] Crown prince.

thài lai [θài lai] (Of legs) Spread apart.

thải [θải] To eliminate ; to discharge.

TH

Sa thải : To dismiss.

thải bớt [θải bớt] Eliminatory.

thải chủ [θải củ] Creditor.

thải giảm [θải ɠảm] To eliminate.

thải hồi [θải hồi] To fire, to dismiss, to discharge.

tham [θam] Eager, greedy, avaricious.

tham ăn [θam aưn] Greedy, gluttonous. *Người tham ăn* : Glutton. *Tánh tham ăn* : Gluttony. *Nó không đói, nó chỉ tham ăn* : He's not hungry ; he is just greedy.

tham chiến [θam ciến] To participate in the war. *Nước tham chiến* : Belligerent country.

tham chiếu [θam ciếu] To refer. *Tham chiếu thơ của tôi ngày mồng hai* : With reference to my letter dated 2nd.

tham chính [θam cíɳ] 1) To take part in the state affairs.
2) To participate in the government.

tham danh [θam zaɳ] Greedy for fame.

tham dự [θam zư] To participate, to take part in. *Sự tham dự* : Participation. *Tham dự vào cuộc nói chuyện* : To participate, take part, in the conversation.

tham gia [θam ɠa] 1) To adhere. *Tham gia một đảng phái* : To adhere to a party.
2) To participate, to take part in.

tham giàu [θam ɠàu] Greedy of wealth, eager for wealth.

tham khảo [θam xảu] To consult, to refer. *Sách tham khảo* : Reference books. *Tham khảo một tài liệu* : To refer to a document. *Anh phải tham khảo từ điển* : You should make reference to a dictionary.

tham kiếm [θam kiếm] See **tham khảo**.

tham lam [θam lam] Greedy, eager, avaricious, covetous. *Lòng tham lam* : Avarice.

tham lợi [θam lợi] Eager for gain.

tham luận [θam lwʂn] To discuss.

tham mưu [θam mưu] Staff. *Sĩ quan tham mưu* : Staff officer. *Tổng tham mưu* : General staff.

tham mưu phó [θam mưu fɔ́] Deputy chief of staff. *Tham mưu phó hành quân* : Deputy chief of staff for operations. *Tham mưu phó hành quân và quản trị* : Deputy chief of staff for operations and administration. *Tham mưu phó kế hoạch* : Deputy chief of staff for plans. *Tham mưu phó tiếp vận* : Deputy chief of staff for logistics.

tham mưu trưởng [θam mưu trưởɳ] Chief of staff. *Tham mưu trưởng hỗn hợp* : Joint chief of staff.

tham nghị [θam ɳi] To participate in the discussion.

tham nhũng [θam ɳũɳ] To be corrupt.

tham ô [θam o] See **tham nhũng**.

tham quyền [θam kwièn] To love power.

tham sinh [θam ʃiɳ] To cling to life. *Tham sinh úy tử* : To cling to life and to fear death.

tham sự [θam ʃư] To participate in, take part in an affair.

tham sự Chief clerk.

tham tài [θam tài] Greedy of money, eager for money.

tham tàn [θam tàn] Greedy and harsh.

tham tang [θam taɳ] To take, accept, a bribe.

tham thiền [θam θièn] To enter into meditation.

tham tiền [θam tièn] Eager for money.

tham vọng [θam vɔɳ] Ambition.

tham vụ ngoại giao [θam vụ ɳwại ɠau] Secretary of embassy. *Đệ nhất tham vụ ngoại giao* : First secretary of embassy.

thám [θám] *Sở mật thám* : Secret service, security service. *Do thám* : To spy.

thám ba [θám ba] (Ph) Coherer.

thám hiểm [θám hiểm] To explore. *Nhà thám hiểm* : Explorer. *Sự, cuộc thám hiểm* : Exploration. *Nhà thám hiểm thuật cho trẻ con nghe chuyện mạo hiểm của ông trong rừng ở Phi-châu* : The explorer told the boys about his adventures in the African forests. *Nó vẫn còn lưỡng lự về việc đi theo đoàn* *thám hiểm* : He's still hesitating about joining the exploration.

thám khoáng [θám xwáŋ] To prospect.

thám khuy [θám xwi] To spy.

thám khuyển [θám xwiển] Scout dog.

thám kiểm [θám kiểm] See **thám hiểm.**

thám sát [θám ʃát] To scout, to reconnoitre, to reconnoiter. *Cuộc thám sát :* Reconnaissance.

thám sát bằng ánh lửa [θám ʃát bàɯŋ áiɲ lửɒ] Flash reconnaissance.

thám sát bằng không ảnh [θám ʃát bàɯŋ xoŋ àiɲ] Photographic reconnaissance.

thám sát bằng ra–đa [θám ʃát bàɯŋ ra da] Radar reconnaissance.

thám sát chiến thuật [θám ʃát ciến θwɒt] Tactical reconnaissance.

thám sát điện tử [θám ʃát diện tử] Electronic reconnaissance.

thám sát lộ trình [θám ʃát lọ triɲ] Route reconnaissance.

thám sát sơ khởi [θám ʃát ʃɔ xỏi] Initial reconnaissance.

thám sát thủy đạo [θám ʃát θẁi dạu] Hydrographic reconnaissance.

thám sát xa [θám ʃát sa] Scout car.

thám thính [θám θíɲ] To reconnoitre. *Phi cơ thám thính :* Scouting plane. *Cuộc thám thính :* Reconnaissance.

thám thính chiến đấu [θám θíɲ ciến dấu] Combat reconnaissance.

thám thính chiến lược [θám θíɲ ciến lɯrk] Strategic reconnaissance.

thám tín [θám tín] To inquire about (something).

thám tuyển an ninh [θám twiến an niɲ] Reconnaissance security line.

thám tử [θám tử] Detective. *Tên gián điệp tình nghi bị các thám tử theo dõi :* The suspected spy was shadowed by detectives.

thảm [θảm] Carpet, tapestry. *Trải thảm :* To lay a carpet. *Thuật làm thảm :* Tapestry-making. *Người dệt thảm :* Tapestry weaver. *Người làm thảm :* Tapestry-worker. *Xưởng làm thảm :* Tapestry-manufactory. *Treo thảm trên tường :* To hang a wall with tapestry.

thảm *Bi thảm :* Tragic.

thảm cảnh [θảm kảiɲ] Piteous sight, heart-rending sight.

thảm cỏ xanh [θảm kỏ saiɲ] Carpet of green.

thảm đạm [θảm dạm] Sad, gloomy.

thảm độc [θảm dọk] Very cruel.

thảm hại [θảm bại] Disaster.

thảm họa [θảm hwa] Catastrophe, disaster, calamity.

thảm khốc [θảm xók] Terrible, tragic, cruel. *Một cái chết thảm khốc :* A cruel death.

thảm kịch [θảm kịk] Tragedy, drama.

thảm não [θảm nãu] Sad, grievous.

thảm ngược [θảm ŋɯrk] To maltreat, to ill-treat, to handle roughly.

thảm sát [θảm ʃát] To slaughter.

thảm sầu [θảm ʃầu] Sad, sorrowful.

thảm thê [θảm θe] Painful, piteous.

thảm thiết [θảm θiét] Tragic.

thảm thương [θảm θɯɒŋ] Pitiful.

thảm trạng [θảm trạŋ] Distressing situation.

than [θan] To lament ; to complain.

than Coal, charcoal. *Lớp than :* Seam of coal, coal-bed, coal-seam. *Kỹ nghệ than :* Coal industry. *Bao đựng than :* Coal-bag, coal-sack. *Xà lan chở than :* Coal-barge. *Có chứa than :* Coal-bearing. *Đen như than :* Coal-black. *Thùng đựng than:* Coal-box, coal-scuttle. *Hầm chứa than :* Coal–cellar. *Vựa than:* Coal-depot. *Chạy bằng than :* Coal-fed. *Vùng có than :* Coal-field. *Khí than :* Coal-gas. *Sự đốt bằng than :* Coal–firing. *Phu vác than :* Coal-heaver, coal-lumper. *Mỏ than :* Coal-mine, coal-pit. *Phu mỏ than :* Coal-miner. *Sự khai mỏ than :* Coal-mining. *Chủ mỏ than :* Coal-owner. *Xuồng xúc than :* Coal-shovel, coal-scoop. *Tàu chở than :* Coaler.

than bụi [θan bụi] Culm.

than bùn [θan bùn] Peat. *Mỏ than bùn :* Peat-bog, peatery. *Khói than bùn :* Peat-reek. *Sự đào than bùn :* Peat-cutting, peat-digging. *Có than bùn, thuộc về than bùn :* Peaty.

than cốc [θan kók] Coke, gas carbone.

than củi [θan kủi] Charcoal. *Người hầm than củi :* Charcoal-burner.

than đá [θan dá] Coal. *Bụi than đá :* Coal-dust, culm. *Lấy dầu lửa thế than đá :* To replace coal by, with, oil fuel.

than đá gầy [θan dá gèi] Anthracite ; blind coal, stone coal.

than đỏ [θan dỏ] Live coals.

than gầy [θan gèi] Lean coal.

than gỗ [θan gỗ] Charcoal.

than hầm [θan hòm] Coal.

than hồng [θan hòŋ] Live coals, live charcoal. *Mắt nó sáng như cục than hồng :* His eyes glowed like live coals.

than luyện [θan lwiẹn] Coke. *Lò đốt than luyện :* Coke-oven. *Máy nghiền than luyện :* Coke-breaker. *Người làm than luyện :* Coke-maker. *Người bán than luyện :* Coke-seller.

than mỏ [θan mỏ] Coal.

than mỡ [θan mỡ] Fat coal.

than ôi [θan oi] Alas !.

than phiền [θan fièn] To complain. *Sự than phiền :* Complaint. *Nó than phiền về việc gì ? :* What is the ground of his complaint ?. *Than phiền mà làm gì ? :* What is the use, the good of, complaining ?.

than tàu [θan tàu] Charcoal.

than thân [θan θən] To complain about one's lot.

than thở [θan θở] To lament.

than tiếc [θan tírk] To regret.

than van [θan van] To complain.

than vãn [θan vãn] To lament.

than vụn [θan vụn] Coal-dust, slack, small coal.

than xương [θan sɯəŋ] Animal charcoal, bone-black.

thán [θán] Charcoal.

thán To lament.

thán chất [θán cớt] (Ch) Carbon.

thán hóa [θán hwá] To carbonize.

thán hóa khinh [θán hwá xiŋ] (Ch) Hydrocarbon.

thán hóa vật [θán hwá vọt] (Ch) Carbide.

thán họa [θán hwạ] To draw with charcoal.

thán phục [θán fụk] To admire.

thán tầng [θán tàɯŋ] Coal-bed, coal-seam.

thán thư [θán θɯ] (Med) Carbuncle, anthrax. *Thuộc về bệnh thán thư :* Carbuncled, carbuncular.

thán tiện [θán tiẹn] To praise, to commend.

thán tinh chỉ [θán tiŋ cỉ] Carbon paper.

thán toan diêm [θán twan ziem] (Ch) Carbonate.

thán tố [θán tó] (Ch) Carbon.

thán từ [θán từ] Interjection.

thản [θản] (Not used alone) *Bình thản :* Uneventful, level, even.

thản nhiên [θản ɲien] Unmoved, emotionless, impassive, unimpressionable.

thang [θaŋ] Ladder. *Nấc thang :* Rung, step of a ladder. *Leo lên thang :* To go up a ladder, to climb up a ladder, to mount a ladder. *Xuống thang :* To go down a ladder, to climb down a ladder. *Cái thang không vững :* The ladder is not secure. *Giữ chắc cái thang khi tôi leo lên :* Steady the ladder while I get on. *Bắc thang :* To set up, put up, a ladder. *Dựng thang vào tường :* To stand, plant, fix, set, a ladder against the wall.

thang cứu hỏa [θaŋ kứu hwả] Fire-ladder, fire-escape.

thang cây [θaŋ kei] Wooden ladder.

thang danh vọng [θaŋ zaɲ vọŋ] Ladder of fame.

thang dây [θaŋ zei] Rope-ladder.

thang gác [θaŋ gák] See **thang lầu**.

thang gập [θaŋ gập] See **thang xếp**.

thang gỗ [θaŋ gỗ] Wooden ladder.

thang lầu [θaŋ lầu] Stairs, staircase.

Chạy lên, chạy xuống, thang lầu : To run up, down, the stairs. *Lan can thang lầu :* Stair-baluster ; stairs-rail. *Gặp người nào ở thang lầu :* To meet someone on the stairs. *Có ăn trộm vào nhà phải không ? tôi nghe có tiếng cọt kẹt trên thang lầu :* Is there a burglar in the house ? I heard a creak on the stairs.

thang máy [θaŋ máy] Lift, elevator. *Lên bằng thang máy :* To go up in the lift. *Thang máy hư :* The lift is out of order, the lift is not working.

thang mây [θaŋ mei] Path of glory.

thang tre [θaŋ trɛ] Bamboo ladder.

thang tuyền [θaŋ twièn] Hot spring.

thang tự động [θaŋ tự dọŋ] Escalator.

thang xã hội [θaŋ sã họi] Social ladder.

thang xếp [θaŋ sép] Folding ladder, step-ladder

tháng [θáŋ] Month. *Mỗi tháng một lần :* Once a month. *Cách nay một tháng :* This day a month ago. *Mướn tháng vật gì :* To hire something by the month. *Thiếu ba tháng tiền phố :* To owe a term's rent. *Một trăm đồng mỗi tháng :* A hundred piastres a month. *Đến cuối tháng nầy :* At the end of the current month, of the present month. *Ngày mười một tháng tới :* The eleventh proximo. *Được cho hay một tháng trước khi nghỉ việc :* To get a month's notice (i.e. told by one's employer that one must leave in a month's time). *Yêu cầu cho biết trước ba tháng :* To require three month's notice.

tháng *Có tháng :* To menstruate. *Nàng có tháng đều đều :* Her menses recur with regularity.

tháng ba [θáŋ ba] March ; third lunar month.

tháng bảy [θáŋ bảy] July ; seventh lunar month.

tháng chạp [θáŋ cạp] December ; twelfth lunar month.

tháng chín [θáŋ cín] September ; ninth lunar month.

tháng củ mật [θáŋ kủ mạt] See **tháng chạp.**

tháng giêng [θáŋ ʒieŋ] January ; first lunar month. *Đến tháng giêng nó được mười tuổi :* He will be ten come January.

tháng hai [θáŋ hai] February ; second lunar month. *Tháng hai có mấy ngày ? :* How many days has February ?. How many days are there in February ?.

tháng một [θáŋ mọt] November ; eleventh lunar month.

tháng mưa [θáŋ mɯɜ] Rainy month.

tháng mười [θáŋ mɯɜi] October ; tenth lunar month.

tháng mười hai [θáŋ mɯɜi hai] See **tháng chạp** .

tháng mười một [θáŋ mɯɜi mọt] See **tháng một.**

tháng năm [θáŋ naɯm] May ; fifth lunar month.

tháng nắng [θáŋ náɯŋ] Sunny month.

tháng nầy [θáŋ nèi] Current month, present month. *Đến cuối tháng nầy :* At the end of the current month, of the present month.

tháng nhuân [θáŋ ɲwɜ̀n] See **tháng nhuận.**

tháng nhuận [θáŋ ɲwận] Intercalary month.

tháng rồi [θáŋ ròi] Last month.

tháng sau [θáŋ ʃau] Next month.

tháng sáu [θáŋ ʃáu] June ; sixth lunar month.

tháng tám [θáŋ tám] August ; eighth lunar month.

tháng tháng [θáŋ θáŋ] Every month, each month.

tháng tới [θáŋ tói] Next month, coming month. *Tháng tới, tôi sẽ trả hết nợ cho anh :* I shall settle (up) with you next month.

tháng trước [θáŋ trɯ́rk] Last month.

tháng tư [θáŋ tɯ] April ; fourth lunar month.

thẳng hoặc [θ̉aŋ hwạɯk] Occasionally, by chance.

thanh [θaiŋ] Bar (of metal, wood, etc...).

thanh 1) Clear. *Tiếng thanh :* Clear voice

2) Calm, tranquil, serene. *Đêm thanh :* Serene night.

thanh Sound ; tone, voice.

thanh âm. [θaiɲ əm] Sound. *Thuộc về thanh âm :* Vocal, phonetic. *Dây thanh âm :* Vocal cords.

thanh ba [θaiɲ ba] Sound-wave.

thanh bạch [θaiɲ bạik] Honest ; pure.

thanh bần [θaiɲ bàn] Poor but unsullied.

thanh bỉ [θaiɲ bì] (Med) Cyanosis.

thanh bình [θaiɲ biɲ] Peaceful ; calm, quiet, tranquil.

thanh cao [θaiɲ kau] Noble, distinguished.

thanh danh [θaiɲ zaiɲ] Fame, reputation, renown. *Làm mất thanh danh của người nào :* To ruin someone's reputation, someone's good name.

thanh đái [θaiɲ dái] Vocal cords.

thanh đạm [θaiɲ dạm] Frugal, meagre, slight. *Bữa cơm thanh đạm :* Frugal meal, meagre meal, slight meal.

thanh điệu [θaiɲ diệu] (Mus) Rhythm, cadence.

thanh độ kế [θaiɲ dọ ké] Cyanometer.

thanh đới [θaiɲ dói] Vocal cords.

thanh giá [θaiɲ ʃá] Fame and dignity.

thanh giáo chủ nghĩa [θaiɲ ʃáu củ ɲĩə] Puritanism.

thanh gươm [θaiɲ gươm] Sword.

thanh hao [θaiɲ hau] (Bot) Abrotanum.

thanh học [θaiɲ họk] Acoustics.

thanh kế [θaiɲ ké] Phonometer.

thanh khiết [θaiɲ xiét] Clean, pure.

thanh không [θaiɲ xoŋ] Azure.

thanh la [θaiɲ la] Gong.

thanh lãng [θaiɲ lãŋ] Sound-wave.

thanh lâu [θaiɲ lâu] Brothel.

thanh lịch [θaiɲ lịk] Fine, elegant, refined.

thanh liêm [θaiɲ liem] Honest, upright. *Quan tòa thanh liêm :* Upright judge.

thanh lộc [θaiɲ lọk] To weed out, purge (a branch of the service).

thanh luật [θaiɲ lwật] Prosody.

thanh lương [θaiɲ lương] Clear and fresh.

thanh lưu [θaiɲ lưu] Clear current.

thanh minh [θaiɲ miɲ] To declare, state, clearly.

thanh ngang [θaiɲ ŋaŋ] Cross-beam.

thanh nhã [θaiɲ ɲã] Elegant, courteous, refined.

thanh nhàn [θaiɲ ɲàn] Unoccupied. *Đời thanh nhàn :* Easy life.

thanh niên [θaiɲ nien] 1) Youth. *Nha Tổng Giám đốc Thông tin và Thanh niên:* Directorate general of Information and Youth.
2) Young men.

thanh niên chiến đấu [θaiɲ nien ciến dấu] Combattant youths.

thanh nỗi [θaiɲ nói] Draw-bar.

thanh nữ [θaiɲ nữ] Young women.

thanh phong [θaiɲ fɔŋ] Fresh wind, fresh air.

thanh quan [θaiɲ kwan] Honest official.

thanh quản [θaiɲ kwản] (Anat) Larynx.

thanh quang [θaiɲ kwaŋ] Pure and bright.

thanh sắc [θaiɲ ʃáwk] Singing and beautiful girl.

thanh sử [θaiɲ ʃử] History book.

thanh tao [θaiɲ tau] Elevated, noble.

thanh tâm [θaiɲ təm] Pure heart.

thanh tân [θaiɲ tən] Pure, fresh.

thanh thanh [θaiɲ θaiɲ] Green.

thanh thần [θaiɲ θàn] At early dawn.

thanh thế [θaiɲ θé] Fame and influence.

thanh thiên [θaiɲ θien] Blue sky.

thanh thiên bạch nhật [θaiɲ θien bạik ɲạt] In broad daylight.

thanh thỏa [θaiɲ θwả] Calm, quiet.

thanh thúy [θaiɲ θwí] Clear water.

thanh thượng [θaiɲ θượŋ] Noble, magnanimous.

thanh tiên [θaiɲ tien] Clear sky, clear atmosphere.

thanh tịnh [θaiɲ tịɲ] 1) Pure, chaste.
2) Calm, silent.

thanh toán [θaiɲ twán] To liquidate ;

to wind up (a business) ; to clear, settle (account). *Sự thanh toán:* Liquidation, winding up (of state, company, etc...); clearing (of account). *Hitle cố thanh toán người Do thái ở Đức:* Hitler tried to liquidate the Jews in Germany.

†**thanh toán nợ** [θaiɲ twán nə̰] To settle a debt.

thanh toán viên [θaiɲ twán vien] Liquidator.

thanh tố [θaiɲ tó] (Ch) Cyanogen.

thanh tra [θaiɲ tra] To inspect (troops, school, etc...). *Viên thanh tra :* Inspector. *Tổng thanh tra :* Inspector general. *Sự thanh tra :* Inspection.

thanh tra chiến thuật [θaiɲ tra ciến θwə̰t] Tactical inspection.

thanh tra kỹ thuật [θaiɲ tra kỉ θwə̰t] Technical inspection.

thanh tra quản trị [θaiɲ tra kwản trị] Administrative inspection.

thanh trừ [θaiɲ trừ] To eliminate.

thanh trừng [θaiɲ trừŋ] Purge. *Cuộc thanh trừng nội bộ :* Internal purge.

thanh tú [θaiɲ tú] Elegant, beautiful.

thanh tuyền [θaiɲ twiền] Limpid spring.

thanh u [θaiɲ u] Quiet. calm, silent.

thanh uy [θaiɲ wi] Fame and prestige.

thanh vắng [θaiɲ vắwŋ] Silent, deserted.

thanh xuân [θaiɲ swən] Youth, young age, prime of youth. *Đang lúc thanh xuân :* To be in the flower of one's age.

thanh y [θaiɲ i] Maid-servant, servant-girl.

†**thánh** [θáiɲ] Saint. *Lễ Các Thánh nam nữ:* All Saints' Day. *Các Thánh Thông Công :* The Communion of Saints. *Nói thánh nói tướng :* To boast, to brag.

†**thánh** Holy, sacred. *Mình Thánh Chúa, bánh thánh :* Holy bread. *Chốn thánh, chỗ thánh :* Sacred place. *Sách thánh :* Sacred books. *Thánh với phàm:* Sacred and profane.

†**thánh ca** [θáiɲ ka] Hymn. *Sách thánh*

ca : Hymnal, hymn-book.

thánh chỉ [θáiɲ ci] Imperial edict.

thánh chiến [θáiɲ ciến] A holy war.

thánh chúa [θáiɲ cwə] King, emperor.

thánh dụ [θáiɲ zụ] See **thánh chỉ**.

thánh đản [θáiɲ dàn] Birthday of a saint.

thánh đạo [θáiɲ dạu] Doctrine of the saints.

thánh địa [θáiɲ dịə] The Holy Land. (i.e. Palestine, where Christ lived).

thánh điện [θáiɲ diẹn] Chancel.

thánh đồng [θáiɲ dòŋ] Infant prodigy.

thánh đức [θáiɲ dứk] Virtue of a saint.

thánh đường [θáiɲ dwừŋ] Church.

thánh giá [θáiɲ ʒá] 1) Imperial carriage. 2) The cross, crucifix. *Dấu thánh giá :* The sign of the cross. *Làm dấu thánh giá :* To cross oneself, to make the sign of the cross.

thánh hiền [θáiɲ hiền] Saints and sages.

thánh hoàng [θáiɲ hwàŋ] Emperor.

thánh kinh [θáiɲ kiɲ] The Bible, Holy Writ.

thánh linh [θáiɲ liɲ] The Holy Ghost.

thánh mẫu [θáiɲ mẫu] Queen-mother.

thánh nhân [θáiɲ pən] Saint. *Thánh nhân cũng có khi lầm :* It's a good horse that never stumbles.

thánh quân [θáiɲ kwən] Good king.

thánh sử [θáiɲ ʃử] Sacred history.

thánh thần [θáĩɲ θồn] Saint and gods.

thánh thể [θáiɲ θẻ] Eucharist, Holy Communion. *Chịu phép Thánh Thể:* To take Holy Communion. *Trao Thánh thể cho người nào :* To administer Holy Communion to someone.

thánh thi [θáiɲ θi] Psalm.

thánh thót [θáiɲ θót] (Of rain) To fall drop by drop.

thánh thư [θáiɲ θɯ] Holy Writ, the Bible.

thánh thượng [θáiɲ θɯə̰ŋ] Emperor.

thánh tích [θáiɲ tík] Relic.

thánh vật [θáiɲ və̰t] Sacred things.

thành [θàiɲ] 1) Citadel, wall ; fort. *Vạn*

lý trưởng thành : The Gread Wall (of China). *Thành kiên cố*: Strong fort.

2) City, town. *Hoàng thành* : Imperial city.

3) Barrack. *Ở trong thành* : To live in barrack. *Đời sống trong thành* : Life in barrack. *Bị giữ lại trong thành* : To be confined to barrack.

thành Sincere, frank. *Trung thành* : Loyal, faithful.

thành To become, to grow. *Nó trở thành bạn tôi* : He became my friend. *Thành đàn bà* : To grow into a woman.

thành bại [θàiɲ bại] To succeed or fail, to win or loose. *Cuộc thành bại* : Success or failure.

thành công [θàiɲ koŋ] To succeed, to meet with success, to achieve one's success, one's purpose, one's end. *Kế hoạch thành công* : The plan succeeded. *Tôi tin nó sẽ thành công* : I believe he will be successful. *Thành công ngay lần đầu* : To be successful at the first attempt. *Thành công quá sự mong mỏi của mình* : To succeed beyond one's hopes. *Anh có thể thành công* : You have a good chance of success. *Tôi chắc chắn anh sẽ thành công* : I have no doubt that you will succeed. *Tôi đoán trước anh sẽ thành công* : I prophesy that you will succeed. *Kế hoạch khó khăn và nguy hiểm nhưng chúng tôi vẫn thành công* : The plan was difficult and risky but we pulled it off. *Không một chút hy vọng nào thành công cả* : Without the remoted chance of succeeding. *Lần nào nó cũng thành công cả* : He succeeds every time. *Nó ít hy vọng thành công* : He has little chance of succeeding.

thành công (sự) Success. *Sự thành công chắc chắn* : A certain success. *Sự thành công chỉ là vấn đề thời gian* : Success is only a question of time.

thành danh [θàiɲ zaiɲ] To become famous.

thành đạt [θàiɲ dạt] To attain, reach, one's ends ; to succeed.

thành gia thất [θàiɲ ɣa θất] To marry, to wed, to get married.

thành hiệu [θàiɲ hiệu] Effective, efficient.

thành hình [θàiɲ hìɲ] To form, to take shape, to take form.

thành hôn [θàiɲ hon] To marry, to get married. *Thành hôn với người nào* : To take someone in marriage.

thành khẩn [θàiɲ xẩn] Sincere.

thành kiến [θàiɲ kiến] Prejudice. *Thành kiến ăn sâu vào trí não* : Prejudices that become ingrained in the mind.

thành kính [θàiɲ kiɲ] Sincere respect.

thành lập [θàiɲ lập] To form, to create, to establish. *Thành lập một công ty* : To form a company. *Thành lập một ủy ban* : To strike a committee.

thành lệ [θàiɲ lệ] Precedent.

thành lính [θàiɲ liɲ] Barrack.

thành lũy [θàiɲ lũi] Bulward, fortification.

thành ngữ [θàiɲ ŋũ] Idiom.

thành nhân [θàiɲ ɲən] Adult, a grown-up person.

thành niên [θàiɲ nien] Major, of full age. *Người thành niên* : Major. *Vị thành niên* : Under age, minor.

thành phần [θàiɲ fən] Composition ; constituent, content, element, component.

thành phần chiến đấu [θàiɲ fən ciến dấu] Combat element.

thành phần tiến phong [θàiɲ fən tiến foŋ] Advance element.

thành phố [θàiɲ fó] City, town. *Thành phố trống* : Open town. *Ở trong thành phố* : To live in the heart of the town (as opposed to the suburbs). *Thành phố lớn* : Big city, metropolis. *Những ngọn đồi chung quanh thành phố* : The hills (round) about the town. *Bay liệng trên thành phố* : To hover about the town. *Gần đây có nhiều vụ trộm xảy ra trong thành phố* : There have been several cases of robbery in the town recently. *Tất cả thành phố đều náo động* : The whole town was astir. *Thành phố đầy ánh sáng* : Town bathed in light. *Địch vẫn còn bắn phá vào *thành phố* : The enemy were still dropping shells into the town. *Đi ngang qua một thành phố :* To pass through a town. *Thành phố thay đổi rất nhiều trong những năm gần đây :* The town has changed enormously during the last few years. *Hai thành phố hơi giống nhau :* The two towns are pretty much alike. *Bề ngoài của thành phố hoàn toàn thay đổi :* The appearance of the town is quite changed.

thành quả [θàiɲ kwả] Result, fruit.

thành quách [θàiɲ kwáik] Citadel.

thành sắc [θàiɲ ʃáɯk] Title. *Làm giảm thành sắc của hợp kim :* To lower the title of an alloy.

thành sẹo [θàiɲ ʃẹu] See **thành thẹo**.

thành sự [θàiɲ ʃɯ] To succeed ; accomplished fact, definite situation.

thành tàu [θàiɲ tàu] Bulwark.

thành tâm [θàiɲ təm] Sincerity, frankness.

thành thánh [θàiɲ θáiɲ] To sanctify.

thành thân [θàiɲ θən] To marry, to get married.

thành thần [θàiɲ θə̀n] To become a genius.

thành thật [θàiɲ θə̣t] Sincere, frank, candid, genuine, honest, fair. *Sự thành thật :* Sincerity, frankness, faith, honesty. *Chơi thành thật :* To play fair. *Với tất cả sự thành thật :* In all sincerity. *Sự thú tội thành thật :* Honest confession. *Tôi thành thật cảm ơn anh :* I thank you from the bottom of my heart.

thành thị [θàiɲ θị] City, town. *Nó có một cái nhà ở thành thị và một cái ở nhà quê :* He has a town house and a country house.

thành thục [θàiɲ θụk] Ripe fruit.

thành thục 1) Mature.

2) Accomplished, accustomed to.

thành thuộc [θàiɲ θwə̣rk] Mature.

thành thứ [θàiɲ θứ] Consequently, as a result.

thành thực [θàiɲ θɯ̣k] See **thành thật**.

thành tích [θàiɲ tík] Result, performance.

thành trì [θàiɲ trì] Wall and moat.

thành tựu [θàiɲ tựu] To achieve, to succeed ; to achieve one's purpose, one's end ; to meet with success, to achieve success. *Kế hoạch thành tựu :* The plan suceeded. *Kế hoạch không thành tựu :* The scheme has come to nothing.

thành ý [θàiɲ í] Frank idea.

thảnh thơi [θảiɲ θəi] Free, disengaged.

thạnh [θạiɲ] See **thịnh**.

thao diễn [θau ziễn] To manoeuvre, to exercise. *Cơ bản thao diễn :* Close order drill.

thao dượt [θau zɯ̣ợt] To exercise, to manoeuvre, to drill.

thao dượt (cuộc) Exercise, manoeuvre.

thao dượt hỗn hợp [θau zɯ̣ợt hỗn hợp] Joint exercise. *Thao dượt hỗn hợp đại quy mô:* Major joint exercise. *Thao dượt hỗn hợp nhỏ :* Minor joint exercise.

thao dượt tự do [θau zɯ̣ợt tụ zɔ] Free manoeuvre.

thao láo [θau láu] (Of eyes) To be wide open.

thao luyện [θau lwiện] To exercise, to drill, to drain.

thao lược [θau lɯợk] Strategy.

thao thao [θau θau] (Of water) To flow, to run.

thao thao bất tuyệt [θau θau bất twiệt] To flow, run interminably. *Nói thao thao bất tuyệt :* To speak volubly and interminably.

thao trường [θau trɯờɲ] Drill-ground, parade ground.

thao túng [θau túɲ] To hold and to release, (fig) to do as one pleases.

tháo [θáu] To undo, to untie, to unbind (parcel, knot, shoe, etc...) ; to unwrap (parcel) ; to unlace ; to unpack ; to unpick, unstitch (seam) ; to dismantle, to disconnect, to dismount, to dislocate ; to disassemble ; to detach. *Máy nầy có thể tháo ra từng bộ phận không ?:* Does this machine take to pieces ?. *Tháo một cái máy ra :* To take down a machine, to set a machine apart.

thảo chỉ [θáu cỉ] To unpick, to un-stitch (garment); to reap up (seam).

thảo cũi sổ lồng [θáu kũi sỏ lỏ̀ŋ] To set someone free; to escape from the cage.

thảo dạ [θáu zạ] (Med) Diarrhoea.

thảo lui [θáu lui] To withdraw, to draw back, to retire, to retreat.

thảo nước [θáu núrk] To drain away the water. *Ta phải đào mương để thảo nước ra*: We should dig trenches to drain away the water.

thảo ra [θáu ra] To disconnect, to dis-joint; to detach.

thảo rời [θáu rời] To disarticulate, to disassemble (a machine, etc...).

thảo thân [θáu θɔn] To escape, to get away.

thảo thứ [θáu θứ] Hasty, hurried, in a hurry.

thảo tóc [θáu tók] To undo one's hair.

thảo tòng [θáu tồŋ] Diarrhoea.

thảo vát [θáu vát] Resourceful. *Nó là một người thảo vát*: He's all there, he's got his wits about him, he can fend for himself; he has plenty of gumption; he is a smart lad.

thào [θàu] *Thều thào*: To speak with weak voice (as one is at one's last gasp).

thảo [θảu] To draw up, to make out, to draft, to write (out) (agreement, programme, invoice, letter, etc...). *Bản thảo*: Draw. *Dự thảo (thơ v. v...)*: Drawing up, drafting, writing (of let-ter, etc...).

thảo Grass, herbs. *Dược thảo*: Medic-inal herbs. *Vườn bách thảo*: Botan-ical garden.

thảo Dutiful to parents. *Con thảo*: Du-tiful son.

thảo am [θảu am] Thatched hut.

thảo án [θảu án] Draft.

thảo ăn [θảu awn] Generous with food.

thảo bản [θảu bản] Draft.

thảo cảo [θảu kảu] See **thảo án**.

thảo dã [θảu zã] Country; rustic,

boorish.

thảo điền [θầu dièn] Waste ricefield.

thảo hóa học [θầu hứa họk] Phyto-chemistry.

thảo khấu [θầu xấu] Pirate.

thảo luận [θầu lwận] To discuss, to debate, to dispute. *Thảo luận một vấn đề*: To debate a subject. *Sự thảo luận*: Discussion, debate, deliberation. *Ngày mai vấn đề sẽ được đem ra thảo luận*: The question will come up for dis-cussion to-morrow. *Vấn đề đang thảo luận*: The question in debate, under debate, under discussion. *Đem một vấn đề ra thảo luận*: To bring on a subject for discussion. *Đang thảo luận*: Under discussion, on the carpet. *Chúng tôi đã thảo luận với nhau về việc ấy*: We have cousulted about the matter. *Kết quả các cuộc thảo luận của anh ra sao?*: What's the result of all your deliberations (= what have you decided after all your talking?).

thảo lư [θầu lư] Thatched hut.

thảo mao trùng [θầu mau trùŋ] Infu-soria.

thảo mộc [θầu mọk] Vegetation, plants.

thảo nào [θầu nàu] No wonder !.

thảo ốc [θầu ók] Thatched hut.

thảo tặc [θầu tạuk] Pirate.

thảo trái [θầu trái] To exact payment of a debt.

thảo ước [θầu ứrk] Draft of an agree-ment.

thạo [θạu] Expert, adept; very clever (in), conversant (with). *Người thạo (việc gì)*: Connoisseur, adept. *Thao việc gì*: To be a good judge of, an authority on, something; to be a con-noisseur of, in something.

thạo đời [θạu dời] To have experience of life; to be experienced in life.

thạo nghề [θạu ŋề] To have experience in one's profession.

thạo tin [θạu tin] Well-informed.

tháp [θáp] Tover. *Tháp Eiffel*: The Eiffel Tower.

tháp To graft. *Dao tháp (cây)* : Grafting-knife.

tháp canh [θáp kaiɲ] Watch tower.

tháp cây [θáp kei] To graft, to engraft.

tháp ngà [θáp ɳà] Ivory tower.

tháp tùng [θáp tùɳ] To accompany.

thạp [θạp] Large glazed earthenware jar.

thau [θau] Brass. *Đồ thau* : Brass-ware.

thau Wash-basin.

tháu [θáu] *Viết tháu* : To scribble, to scrawl.

tháu cáy [θáu kéi] To bluff (in gambling).

thay [θay] To change, to replace ; to take, fill, the place of. *Thay quần áo* : To change one's clothes. *Tôi không có gì để thay cả* : I have nothing to change into, no spare clothes. *Thay người nào* : To fill someone's shoes. *Nó thay quần áo trước khi đi* : He changed his clothes before going out.

thay chân [θay cən] To replace (someone).

thay cũ đổi mới [θay kũ đổi mới] To change old with new.

thay đổi [θay đổi] To change, to alter. *Thay đổi ý kiến* : To shift one's opinion. *Ở Anh, thời tiết thay đổi luôn* : The weather changes very often in England. *Bề ngoài thành phố hoàn toàn thay đổi* : The appearance of the town is quite changed. *Thành phố Đông-kinh thay đổi rất nhiều sau trận động đất năm 1923* : Tokyo has altered a great deal since the 1923 earthquake.

thay đổi (sự) Change (of air, residence, of condition, etc...) ; alteration. *Quần áo thay đổi* : Spare garments, change of clothes.

thay hình đổi dạng [θay hìɲ đổi zạɳ] 1) To change from one shape into another. 2) To disguise oneself.

thay lòng [θay lɔ̀ɳ] To change one's allegiance.

thay lông [θay loɳ] (Of bird) To cast its feathers.

thay mặt [θay mạɯt] To represent.

Người thay mặt : Representative. *Thay mặt cho người nào* : In the name of someone, on behalf of someone. *Hành động thay mặt người nào* : To act in the name of someone. *Tôi đến thay mặt ông X.* : I come on behalf of Mr. X. *Thay mặt nó, tôi xin cám ơn ông* : On his behalf, I thank you.

thay phiên [θay fien] In turn, by roster, by turn. *Chúng tôi thay phiên nhau làm* : We all work by turns ; we work turn and turn about. *Thay phiên nhau làm việc gì* : To work in relays.

thay quần áo [θay kwồn áu] To change one's clothes.

thay thế [θay θế] To replace, to substitute, to supersede, to supplant. *Thay thế người nào* : To substitute for someone. *Phim câm được phim nói thay thế* : Silent films have been replaced by sound (talking) films. *Đèn điện đã thay thế đèn dầu trong hầu hết thành phố* : Electric light has superseded in most towns. *Xe điện ở Saigon đã được thay thế bằng xe buýt* : Trams in Saigon have been supplanted by bus. *Thủ quỹ, ông B. thay thế ông A. từ chức* : Treasurer Mr. B vice Mr. A resigned. *Thơ ký khó thay thế* : Clerk difficult to replace.

thay vì [θay vì] Instead of, in lieu of. *Thay vì em nó* : Instead of his brother, in his brother's stead. *Thay vì được thỏa mãn* : Instead of being satisfied.

tháy máy [θáy máy] Stirring.

thày [θày] See **thấy**.

thảy [θảy] To throw.

thảy *Hết thảy* : All, as a whole.

thảy lỗ [θảy lỗ] To play at chucks.

thắc mắc [θáɯk máɯk] To be uneasy, uncomfortable. *Điều ấy làm tôi thắc mắc, không được yên lòng* : I don't feel too good about it.

thắc thỏm [θáɯk θỏm] Anxious, troubled, worried.

thăm [θaɯm] To visit, to call on, to pay a visit ; to go, come, to see (person, place, etc...) as act of friendship or ceremony, on business, or from curiosity; (of doctor) to visit, attend (patient). *Đến thăm người nào :* To visit someone, to go on a visit to someone, to pay, make, a call on someone, to call on someone, to darken someone's door, to pay someone a visit. *Đi thăm lại người nào :* To return someone's visit. *Tôi chỉ đến để thăm anh :* I only called to see how you were, I have come just to see you. *Nó thích người ta đến thăm nó :* He likes to have people come to see him. *Tôi sẽ đến thăm anh ngay lúc tôi trở về :* I shall see you immediately on my return.

thăm Vote, ballot, voting-paper, ballot-paper. *Thùng thăm :* Ballot-box. *Bỏ thăm :* To vote, to ballot, to cast a vote. *Rút thăm, bắt thăm :* To cast lots. *Bỏ thăm cho người nào :* To ballot for someone. *Bỏ thăm chống người nào :* To ballot, vote, against someone.

thăm bịnh [θauɯ bịɲ] (Of doctor) To visit a patient. *Giờ thăm bịnh (ở nhà thương) :* Visiting hours, calling hours (at hospital).

thăm dò [θauɯ zɔ] To sound out ; to feel. *Thăm dò niệu quản :* To catheterize. *Thăm dò dư luận :* To put out a feeler.

thăm hỏi [θauɯ hɔi] To visit, to call on (someone).

thăm nom [θauɯ nɔm] To visit.

thăm thẳm [θauɯ θàuɯ] *Sâu thăm thẳm :* Very deep. *Xa thăm thẳm :* Very far.

thăm trắng [θauɯ trắuɯ] Blank voting paper.

thăm viếng [θauɯ viéŋ] To visit. *Cuộc thăm viếng :* Visit, call. *Cuộc thăm viếng chánh thức :* Official call. *Cuộc thăm viếng xã giao :* Visit of courtesy.

thằm [θàuɯ] *Đỏ thẳm :* Bright red.

thẳm [θàuɯ] *Xa thẳm :* Very far.

thẳm thẳm [θàuɯ θàuɯ] Very far, very deep.

thăn [θauɯ] *Thịt thăn :* Fillet, undercut, tenderloin.

thẳn [θáuɯ] *Thẳng thắn :* Downright,

straightforward.

thằn lằn [θàuɯ làuɯ] Lizard.

thăng [θauŋ] To ascend. *Thăng trật :* To ascend in rank, to promote. *Ông ấy được thăng chức đại tá để thưởng công ông đã đánh bại kẻ thù :* He was raised to the rank of colonel as reward for his defeat of the enemy.

thăng bằng [θauŋ bàuŋ] Equilibrium, balance, poise. *Đồ nặng để dằn tàu cho có thăng bằng :* Ballast. *Sự mất thăng bằng :* Disequilibrium. *Làm thăng bằng :* To equilibrate, to balance, to poise. *Mất thăng bằng :* To lose one's balance. *Giữ thăng bằng :* To keep one's balance, to be in equilibrium. *Làm thăng bằng ngân sách :* To balance the budget. *Nó mất thăng bằng và té :* He lost his balance and fell. *Làm thăng bằng cái thúng đội trên đầu :* To balance a basket on one's head.

thăng ca [θauŋ ka] (Orn) Lark.

thăng cấp [θauŋ káp] To promote, to ascend in rank. *Được thăng cấp :* To be promoted. *Sự thăng cấp :* Promotion, advancement to higher rank.

thăng cấp thâm niên [θauŋ káp θəm nien] Lineal promotion, promotion by seniority.

thăng chức [θauŋ cúk] To promote. *Được thăng chức đại úy :* To obtain one's captaincy, to be promoted (to be) captain.

thăng giáng [θauŋ záŋ] To ascend and to descend.

thăng hà [θauŋ hà] (Of king) To die.

thăng hoa [θauŋ hwa] *Làm thăng hoa :* (Ch) To sublimate. *Sự thăng hoa :* Sublimation.

thăng hồng [θauŋ hóŋ] Sublimate. *Thăng hồng ăn da :* Corrosive sublimate.

thăng thiên [θauŋ θien] To ascend to heaven. *Lễ thăng thiên :* Ascension Day.

thăng thưởng [θauŋ θɯởŋ] To promote.

thăng trầm [θauŋ tràm] Vicissitudes, ups and downs, rise and fall. *Những* *thăng trầm của đời người* : The ups and downs of life.

thăng trật [θaɯŋ trṭt] To be promoted.

thắng [θáɯŋ] To brake, to put on the brake. *Đạp thắng* : To apply the brake. *Đứa bé chạy ngang qua đường làm người tài xế thình lình thắng lại* : A child ran across the road and the driver put on the brake suddenly.

†**thắng** Brake. *Thử thắng* : To try the brake. *Thắng ăn không ? :* Are the brakes in working order ?, are the brakes working ?. *Thắng không ăn* : The brakes are not working, fail to work.

thắng To win, to vanquish, to conquer, to defeat, to worst (adversary) ; (Sport, etc...) to outdo, to beat, to excel (rival) ; to overcome, to master, to conquer, to fight down (feelings, difficulties, etc...). *Bên thắng* : The winning side. *Thắng quân địch* : To triumph over one's enemies. *Thắng (cuộc đua) một cách dễ dàng* : To win (a race) in a canter. *Nó không thể thắng được* : He has no chance of winning. *Bên nào thắng ?* : Which side won ?. *Nếu anh làm theo lời tôi nói, thế nào anh cũng thắng* : If you do as I say you must win.

thắng To render (down), melt (fat) ; to boil (sugar).

thắng bại [θáɯŋ bại] Victory or defeat.

thắng cảnh [θáɯŋ kảɲ] Fine scenery, scenic spot.

thắng chân [θáɯŋ cən] Foot–brake.

thắng dầu [θáɯŋ zòu] Hydraulic brake, oil pressure brake.

thắng dễ dàng [θáɯŋ zẽ zàŋ] To win easily, to win hands down.

thắng đái ngựa [θáɯŋ đái ŋɯɜ] Girth. *Nới thắng đái ngựa* : To slacken girths.

thắng đường [θáɯŋ dɯɜŋ] To boil sugar.

thắng giải [θáɯŋ ɟải] To win a prize.

thắng hơi [θáɯŋ hɜi] Air–brake ; steam-brake.

thắng kiện [θáɯŋ kiện] To win one's case.

thắng lợi [θáɯŋ lɜi] To win.

thắng lợi Victory, success.

thắng mỡ [θáɯŋ mỡ] To melt, render (down) fat (lard).

thắng ngựa [θáɯŋ ŋɯɜ] To saddle, to harness a horse.

thắng phụ [θáɯŋ fụ] To win or to lose.

thắng quá [θáɯŋ kwá] To surpass.

thắng tay [θáɯŋ tay] Hand-brake.

thắng thế [θáɯŋ θế] To have the advantage.

thắng tích [θáɯŋ tík] Place of interest.

thắng tố [θáɯŋ tó] To win a lawsuit ; to win a case.

thắng trận [θáɯŋ trṇn] To win, gain, a victory ; to gain, win, a battle.

thắng trước [θáɯŋ trɯrk] Front-brake (of a bicycle).

thắng yên [θáɯŋ ien] To saddle, to harness (a horse).

thằng [θàɯŋ] *Thằng bé* : A boy. *Thằng ranh con !* : You little rascal !.

thằng bè [θàɯŋ bè] Pelican.

thằng chài [θàɯŋ cài] Kingfisher.

thằng đều [θàɯŋ dều] A rascal.

thằng hề [θàɯŋ hè] Clown.

thẳng [θàɯŋ] 1) Straight direct, upright ; plumb (wall, etc...). *Đứng thẳng* : To hold oneself erect, to stand upright ; to hold oneself upright. *Không đứng thẳng* : Out of upright. *Đường thẳng* : Straight line. *Thẳng như cây cột* : Straight as a post. *Rất thẳng* : Straight as a ram-rod. *Bay thẳng (như cây tên)* : To flight straight as a dart, as an arrow. *Đi thẳng* : To go straight. *Cứ đi thẳng* : Keep straight on. *Người ta gởi thẳng nó về cha mẹ nó* : He was sent straight home to his people. *Gởi thẳng hàng hóa cho người nào* : To dispatch goods direct to someone. *Đi thẳng qua đường* : To go straight across the road. *Nó đi thẳng Ba-lê* : He came direct to Paris (i.e. not stopping anywhere on the way). *Nhìn thẳng vào mặt người nào* : To look someone straight in the face. *Chúng nó đi thẳng tới trước* : They went

straight ahead. *Tôi đi thẳng về nhà* :
I am going right home, straight home.
Chiếc xe chạy thẳng vào tường : The
car went smack into a wall.

2) Right, straight. *Nói thẳng* : To
speak bluntly, plainly.

thẳng At a stretch, at one stretch,
at one gulp, at one go. *Lái thẳng một
mạch sáu tiếng đồng hồ* : To drive a car
for six hours at a stretch. *Uống thẳng
một hơi cạn ly* : To empty a glass at
one gulp. *Ngủ thẳng một giấc* : To sleep
without waking, without a break.

thẳng Taut, tense, tight, stretched, tightly.
Kéo thẳng một sợi dây : To tighten a
rope, to pull in the slack of a rope,
to haul a rope taut. *Dây rất thẳng* :
Cord that is too tight.

thẳng băng [θàɯŋ baɯŋ] Perfectly
straight.

thẳng cẳng [θẳŋ kằɯŋ] *Nằm thẳng cẳng
dưới đất* : To stretch oneself out on
the ground.

thẳng giấc [θàɯŋ ʃɔ́k] *Ngủ thẳng giấc* :
To sleep without waking.

thẳng góc [θàɯŋ gɔ́k] Perpendicular.

thẳng một mạch [θàɯŋ mọt mạik] At
one stretch, at a stretch, at one go.
Lái thẳng một mạch sáu tiếng đồng hồ :
To drive a car for six hours at a
stretch.

thẳng tắp [θàɯŋ tắɯp] Perfectly
straight.

thẳng thắn [θàɯŋ θáɯn] Downright,
straightforward.

thẳng tính [θàɯŋ tíŋ] Straightforward
character.

thặng dư [θạɯŋ zɯ] Excess.

thặng số [θạɯŋ ʃó] Surplus.

thắp [θáɯp] To light.

thắp đèn [θáɯp dèn] To light a lamp.

thắp đuốc [θáɯp dwɔ́rk] To light torch.

thắp hương [θáɯp hɯəŋ] To burn
incense.

thắp nhang [θáɯp ɲaŋ] See thắp
hương.

thắt [θáɯt] To tie, to braid ; to tighten.

thắt bín [θáɯt bín] To plait ; to make,

form, hair into a plait.

thắt bụng [θáɯt bụŋ] To tighten, pull
in, one's belt ; to be on short com-
mens.

thắt cà vạt [θáɯt kà vạt] To tie one's
neck tie.

thắt chặt [θáɯt cạɯt] To tighten.
Thắt chặt tình thân hữu : To tighten,
draw closer, the bonds of friendship.

thắt cổ [θáɯt kổ] To hang oneself.

thắt đáy lưng ong [θáɯt dáy lɯŋ ɔŋ]
Wasp-waist.

thắt gút [θáɯt gút] To make, tie, a
knot. *Thắt gút một sợi dây* : To make,
tie, a knot in a piece of string. *Thắt
gút khăn tay* : To tie a knot in one's
handkerchief.

thắt họng [θáɯt hɔŋ] To hang oneself.

thắt lưng [θáɯt lɯŋ] 1) Belt.

2) Waist. *Cao tới thắt lưng* : Waist-
high, up to the waist, high enough to
reach the waist.

thắt nút [θáɯt nút] See thắt gút.

thâm [θəm] (Not used alone) Black.

thâm (Not used alone) Deep, profound.

thâm canh [θəm kaiɲ] Late into the
night.

thâm căn [θəm kaɯn] Chronic. *Thâm
căn cố đế* : Deep-rooted.

thâm cổ [θəm kó] Chronic disease.

thâm cung [θəm kuŋ] Forbidden palace.

thâm cứu [θəm kứɯ] To investigate
thoroughly.

thâm dạ [θəm zạ] The far-gone night.

thâm duy [θəm zwi] To consider care-
fully.

thâm độ [θəm dọ] Depth (of well,
river, etc...).

thâm giao [θəm ʃau] Friendly. *Tình
thâm giao* : Friendship.

thâm hiểm [θəm hiểm] Furtive.

thâm khuê [θəm xwe] Boudoir, lady's
private room.

thâm lâm [θəm ləm] Virgin forest.

thâm nhập [θəm ɲập] To infiltrate, to
penetrate into (a country). *Sự thâm*

nhập : Infiltration.

thâm nhiễm [θəm niễm] Impregnated, imbued. *Thâm nhiễm những tư tưởng sai lầm* : Imbued with false ideas.

thâm niên [θəm niên] Seniority, length of service. *Thăng cấp thâm niên* : To be promoted by seniority.

thâm niên cấp bậc [θəm niên kấp bậk] Seniority in rank.

thâm ố [θəm ố] To hate deeply.

thâm sơn cùng cốc [θəm sơn kùŋ kók] Remote place, remote area.

thâm tâm [θəm təm] Bottom of one's heart, heart of hearts. *Trong thâm tâm nó rất bằng lòng* : In his heart of hearts he was very much gratified.

thâm thù [θəm θù] Deep hatred.

thâm thúy [θəm θúi] Profound, deep.

thâm tín [θəm tin] Convinced.

thâm trầm [θəm trầm] Deep, undemonstrative.

thâm uyên [θəm wiên] Abyss.

thấm [θấm] (Of liquid) To permeate, soak (something) ; to soak up, to absorb, to imbibe (something) ; to imbue, to penetrate. *Giấy thấm* : Blotter, blotting-paper. *Thấm nước* : To soak up, soak in, water.

thấm To be sufficient. *So với anh, nó chẳng thấm vào đâu cả* : He is nothing compared to you.

thấm nhuần [θấm ɲwần] To impregnate, to imbue, to imbibe (ideas, etc...).

thấm nước [θấm nứrk] To soak up, soak in, water. *Không thấm nước* : Waterproof.

thấm nước Absorbent. *Bông gòn thấm nước* : Absorbent cotton-wool.

thấm qua [θấm kwa] To go through. *Nước mưa thấm qua áo choàng của tôi* : The rain has gone through my overcoat.

thấm tháp [θấm θáp] To be sufficient.

thấm thía [θấm θía] 1) Penetrating. 2) Sufficient.

thấm thoát [θấm θwát] (Of time) To fly. *Thì giờ thấm thoát trôi qua* : Time

flies, time was fleeing (away) : the time flitted away.

thấm ướt [θấm ướt] To damp, to moisten.

thầm [θầm] *Thì thầm* : To whisper. *Sự thì thầm* : Whispering. *Cười thầm* : To laugh in one's sleeve. *Khóc thầm* : To weep secretly. *Mừng thầm* : To rejoice inwardly. *Đọc thầm* : To read silently.

thầm kín [θầm kín] Secretly, in secret. *Tình yêu thầm kín* : Secret love.

thầm lén [θầm lén] In secret, secretly, stealthily.

thầm vụng [θầm vụŋ] Secretly, on the sly, in secret.

thầm yêu [θầm iêu] To love secretly.

thẩm án [θẩm án] To try, judge, a case.

thẩm cứu [θẩm kứu] To investigate, to examine.

thẩm duyệt [θẩm zwiệt] To examine carefully.

thẩm đạc [θẩm đạk] To ponder.

thẩm định [θẩm địɲ] To judge, to appreciate.

thẩm lý [θẩm lí] To judge.

thẩm mỹ [θẩm mĩ] To appreciate beauty.

thẩm mỹ học [θẩm mĩ họk] Aesthetics.

thẩm mỹ quan [θẩm mĩ kwan] Aesthetic conception.

thẩm nhập kế [θẩm ɲập ké] (Med) Endosmometer.

thẩm phán [θẩm fán] Judge.

thẩm phán To judge.

thẩm quyền [θẩm kwiền] Jurisdiction, competence, competency, powers (of court of justice, etc...). *Thuộc về thẩm quyền của một tòa án* : To fall within the competence, jurisdiction, of a court ; to fall within, under, the cognizance of a court. *Việc ấy không thuộc thẩm quyền của nó* : That does not come within his province, that is outside his scope.

thẩm quyền quân sự [θẩm kwiền

kwən ʃɯ] Military jurisdiction.

thảm sát [θảm ʃát] To examine, to investigate.

thẩm tấn [θảm tớn] To question.

thẩm thận [θảm θận] Careful, cautious, prudent.

thẩm thấu [θảm θấu] Osmotic.

thẩm thấu (sự) Osmose, osmosis; endosmose, endosmosis.

thẩm thấu kế [θảm θấu ké] Osmograph, osmometer.

thẩm thị [θảm θị] To examine carefully.

thẩm tích [θảm tík] (Ch) Dialyse. Sự thẩm tích : Dialysis.

thẩm vấn [θảm vớn] To interrogate, to inquire, to examine. Sự thẩm vấn : Interrogation, examination.

thẩm [θảm] Dark (colour).

thậm [θậm] Very, quite.

thậm chí [θậm cí] Even. Thậm chí trẻ con cũng đã biết việc ấy : Even the children knew.

thậm tệ [θậm tệ] (To scold) Mercilessly, very bad.

thậm thụt [θậm θụt] To sneak in and out.

thân [θən] The ninth Earth's Stem.

thân Body ; trunk (of tree) ; stem, stalk (of plant) ; body (of a ship) ; bodice, body (of dress). Thuế thân : Head tax, poll tax, capitation. Độc thân: Single.

thân Intimate, dear ; friendly. Bạn thân: Intimate friend. Chúng nó rất thân với nhau : They are very much bound up in each other. Anh có thân với nó không ? : Are you on familiar terms with him ? . Chúng nó không còn thân với nhau nữa : They are no longer friendly. Chúng nó rất thân với nhau : They are very thick together, they are as thick as thieves. Thân quá hóa lờn : Familiarity breeds contempt.

thân ái [θən ái] Cordial, friendly.

thân báo [θən báu] To report to one's superior.

thân bằng [θən bàɯŋ] Relatives and friends.

thân binh [θən bịɲ] Partisan.

thân cận [θən kận] Close, intimate.

thân cây [θən kei] Tree-trunk, stem, trunk of a tree. Đứa trẻ khắc tên nó trên thân cây : The boy carved his name on a tree.

thân chinh [θən cịɲ] (Of king) To conduct war himself.

thân chủ [θən củ]Client. Nếu một trạng sư không có thân chủ, ông ấy sẽ nghèo : If a lawyer has no clients, he'll be poor.

thân cổ [θən kó] Relatives and old friends.

thân cựu [θən kɯu] See thân cổ.

thân danh [θən zaiɲ] Body and fame.

thân dân [θən zən] Popular with the people.

thân du cơ [θən zu kə] Barrel extension.

thân đính [θən díɲ] (Bot) Cauliflorous.

thân gia [θən ʒa] Connection by marriage.

thân hành [θən hàiɲ] To come in person.

thân hào [θən hàu] Notable.

thân hình [θən hìɲ] Body.

thân hữu [θən hữu] Intimate friends.

thân lực [θən lực] Affinity.

thân máy bay [θən máy bay] Fuselage.

thân mầm [θən màm] (Bot) Caulicle, caulicule.

thân mật [θən mật] Familiar, intimate. Câu chuyện thân mật : An intimate talk. Rất thân mật với người nào : To be very intimate with someone. Đừng quá thân mật với nó : Don't be too familiar with him.

thân mẫu [θən mẫu] Mother. Thân mẫu tôi không có ở nhà : My mother isn't in.

thân mến [θən mén] Dear, beloved. Em thân mến : My dear brother.

thân mình [θən mìɲ] Body.

thân mục [θən mục] To see with one's own eyes.

thân người [θən ɳɯời] Human body.

thân nhãn [θən ɲãn] See **thân mục**.

thân nhân [θən ɲən] Connection, relative, kinsman. *Một số khá lớn gia đình trong tỉnh có thân nhân tập kết ra Bắc* : A rather large number of families of the province have relations regrouped in the North.

thân nhĩ [θən ɲĩ] To hear with one's own ears.

thân oan [θən wan] To exculpate.

thân phận [θən fən] Condition.

thân phụ [θən fụ] Father.

thân quyến [θən kwién] Connection, relative.

thân quyền [θən kwièn] Parental authority.

thân rạ [θən rạ] (Bot) Straw (of corn).

thân sơ [θən ʃə] Close and far.

thân sự [θən ʃɯ] Marriage.

thân thể [θən θé] Life.

thân thể [θən θẻ] Body. *Thân thể người ta* : Human body.

thân thích [θən θik] Relatives, connection.

thân thiện [θən θiện] Friendly.

thân thiết [θən θiét] Familiar, intimate. *Thân thiết với người nào* : To be familiar, on familar terms, with someone.

thân thuộc [θən θwərk] Relatives.

thân tín [θən tin] Trustworthy. *Người thân tin* : A trustworthy person.

thân tình [θən tìɲ] Amity.

thân tộc [θən tọk] Relatives on the father's side.

thân tử [θən tử] Own son.

thân vương [θən vɯəɲ] Prince.

thần [θən] Deity, god. *Vô thần* : Atheistic(al). *Thần chiến tranh* : The god of war.

thần *Tinh thần* : Mind, spirit ; morale.

thần *Bất thần* : Suddenly, all in a sudden.

thần bí [θən bí] Mystic, mystical, mysterious.

thần bí giáo [θən bí ʃáu] Mysticism.

thần chí [θən cí] Spirit and will.

thần công [θən koɲ] Cannon.

thần dân [θən zən] The people.

thần diệu [θən ziệu] Miraculous.

thần dũng [θən zũɲ] Prodigious strength.

thần dược [θən zɯrk] Marvellous cure.

thần đạo [θən dạu] Shintoism.

thần đồng [θən dòɲ] Infant prodigy.

thần đơn [θən dən] See **thần dược**.

thần giao cách cảm [θən ʃau káik kảm] Telepaphy.

thần hiệu [θən hiệu] Miraculous effects.

thần học [θən họk] Theology.

thần hộ mạng [θən họ mạɲ] Guardian angel.

thần hôn [θən hon] Morn and eventide, morning and evening.

thần hồn [θən hòn] Soul, spirit.

thần khí [θən xí] Spirit.

thần kinh [θən kiɲ] (Anat) Nerve. *Hạch thần kinh* : Nerve-knot. *Thần kinh gia tốc* : Accelerator nerves. *Tế bào thần kinh* : Nerve-cell. *Thuộc về thần kinh* : Nervous. *Cơn thần kinh kích động* : Fit of nerves.

thần kinh hệ [θən kiɲ hệ] Nervous system.

thần kỳ [θən kì] Miraculous, marvellous.

thần linh [θən liɲ] Deity, spirit.

thần linh Miraculous ; sacred.

thần luận [θən lwạn] (Phil) Theodicy.

thần minh [θən miɲ] Deity, spirit.

thần minh Efficacious.

thần Phật [θən fặt] Deity and buddha.

thần phụ [θən fụ] Catholic priest.

thần phục [θən fụk] To submit, give in, yield.

thần quyến [θən kwièn] Divine right.

thần sa [θən ʃa] (Miner) Cinnabar, red mercuric sulphide.

thần sắc [θən ʃáɯk] Aspect, appearance.

thần tài [θən tài] The goddess Fortune.

thần thánh [θən θáiɲ] Sacred.

TH

thần thánh Deities and saints.

thần thánh hóa [θən θáiɲ hứa] To deify.

thần thiệt [θən θiệt] Lips and tongue.

thần thoại [θən θwại] Mythology. *Thuộc về thần thoại* : Mythological.

thần thoại học [θən θwai họk] Mythography. *Nhà thần thoại học* : Mythologist.

thần thông [θən θoŋ] Supernatural power.

thần thồng [θən θốŋ] Theogony. *Thuộc về thần thống* : Theogonic.

thần thuật [θən θwạt] Magic.

thần tích [θən tik] Story of a god.

thần tiên [θən tien] Deities and immortals. *Chuyện thần tiên* : Fairy-tale, fairy-story.

thần linh [θən tíɲ] Deity, divinity.

thần tình [θən tiɲ] Miraculous, marvellous.

thần tốc [θən tók] At lighting speed.

thần trí [θən trí] Spirit and intelligence.

thần tử [θən tử] Subject (toward the king) and son (towards the father).

thẩn thơ [θən θə] To stroll.

thẩn thờ [θən θờ] To look haggard.

thận [θận] (Anat) Kidney. *Cuội thận, sạn kết trong thận* : Stone in the kidneys.

thận ngôn [θận ŋon] Careful in speak.

thận trọng [θận trọŋ] Cautious, prudent, careful, discreet. *Hành động một cách thận trọng* : To proceed cautiously. *Sự thận trọng* : Caution, prudence ; discretion. *Anh sẽ bị tai nạn nếu anh không thận trọng hơn khi lái xe* : You'll have an accident if you don't show more discretion when driving your car.

thận tuyến tô [θận twien tó] (Med) Adrenalin.

thấp [θấp] 1) Low. *Tường thấp* : Low wall. *Trán thấp* : Low forehead. *Trần nhà thấp* : Low ceiling. *Sườn xe thấp* : Low chassis. *Nốt thấp* : Low note. *Giọng thấp* : Deep, low, voice. *Nhà mái thấp* : Low-roofed house. *Giá thấp*

nhứt : Rock-bottom price. *Hạ thấp sườn xe xuống* : To lower the chassis. *Tinh thần của nó rất thấp* : His spirits are very low.
2) Short (man).

thấp *Ẩm thấp* : Humid.

thấp binh [θấp biɲ] (Med) Rheumatism.

thấp cao [θấp kau] Low and high.

thấp độ [θấp dọ] Degree of moisture.

thấp độ kế [θấp dọ ké] (Phys) Hygrometer.

thấp hèn [θấp hèn] Low, base.

thấp kém [θấp kém] Low.

thấp nghiệm kế [θấp ɲiệm ké] (Phys) Hygroscope.

thấp thoáng [θấp θwáɲ] To appear vaguely ; to appear and disappear.

thấp thỏm [θấp θỏm] Anxious, restless.

thập [θập] Ten. *Chữ thập* : Cross. *Hồng thập tự* : Red Cross.

thập ác [θập ák] Ten crimes.

thập bội [θập bội] Tenfold, decuple.

thập cảm [θập kảm] Miscellaneous.

thập đạo [θập dạu] The ten commandments.

thập giới [θập ɟ3i] Decalogue, the ten commandments.

thập nhị phân [θập ɲi fən] Duodecimal.

thập phân [θập fən] Decimal. *Phân số thập phân* : Decimal fraction. *Cách đếm thập phân* : Decimal numeration. *Phép thập phân* : Decimal system. *Hóa theo phép thập phân* : To decimalize.

thập phần [θập fờn] Perfect, excellent ; completely, entirely.

thập phương [θập fwəŋ] All directions, everywhere.

thập thành [θập θàiɲ] Perfect ; complete.

thập thò [θập θò] To hesitate at the door.

thập toàn [θập twàn] Perfect, excellent, faultless.

thập tự [θập tự] Cross. *Hồng Thập tự* : The Red Cross.

thất [θất] Seven. *Đệ thất* : Seventh.

thất *Tư thất :* Private house.

thất bại [θɔ̆t bại] To fail, to lose, to break down. *Sự thất bại :* Failure, defeat. *Sự thất bại hoàn toàn :* Dead failure, checkmate, complete defeat. *Vì nó mà tôi thất bại ; nó gây ra sự thất bại cho tôi :* He is the cause of my failure. *Làm thất bại kế hoạch của người nào :* To defeat someone of his plans. *Nếu anh không làm việc anh sẽ thất bại :* If you don't work you will come to grief. *Nó không vì thất bại mà ngã lòng :* He does not allow himself, to become despondent on account of failure. *Tất cả cố gắng của nó đều thất bại :* All his efforts ended in failure (= failed). *Nếu các phương pháp kia đều thất bại, chúng ta phải dùng đến võ lực :* If other means fail, we shall resort to force. *Tất cả hành động đi ngược lại nguyện vọng của nhân dân sẽ đưa đến thất bại :* All acts that run counter to the people's aspirations will lead to failure.

thất bảo [θɔ̆t bảu] Seven precious things.

thất cách [θɔ̆t káik] Improper.

thất chí [θɔ̆t cí] Unsatisfied.

thất cơ [θɔ̆t kə] To miss the opportunity.

thất đảm [θɔ̆t đảm] Panic-stricken, filled with terror, aghast.

thất điên bát đảo [θɔ̆t dien bát dàu] Completely upset.

thất đức [θɔ̆t dức] Contrary to virtue, inhuman.

thất gia [θɔ̆t ʂa] Family (husband and wife).

thất hẹn [θɔ̆t hẹn] To break an appointment.

thất hiếu [θɔ̆t hiếu] Ungrateful to one's parents.

thất hòa [θɔ̆t hwà] Discord, disagreement, dissension.

thất học [θɔ̆t họk] Illiterate. *Nạn thất học :* Illiteracy.

thất hứa [θɔ̆t hứa] To break one's word, one's promise ; to dishonour one's promise, one's word ; to break faith with someone. *Sự thất hứa :* Failure to keep a promise.

thất kế [θɔ̆t kế] To miscalculate.

thất kiện [θɔ̆t kiện] To fail in a suit, to lose a lawsuit.

thất kinh [θɔ̆t kiɲ] Terror - stricken, terrified, aghast. *Làm người nào thất kinh :* To strike someone with dismay, with consternation ; to cause great consternation to someone.

thất kính (sự) Disrespect.

thất lạc [θɔ̆t lạk] Lost, mislaid.

thất lễ [θɔ̆t lễ] Impolite, rude, discourteous, unmannered, uncivil. *Thất lễ với người nào :* To fail in respect for someone.

thất lộ [θɔ̆t lọ] To lose one's way, to go astray.

thất lộc [θɔ̆t lọk] To die, pass away.

thất miên [θɔ̆t mien] Insomnia, sleeplessness.

thất minh [θɔ̆t miɲ] Blind.

thất mùa [θɔ̆t mwà] To have a poor crop. *Sự thất mùa :* Failure of crops, crops failure. *Sự thất mùa thường đưa đến nạn đói :* Failure of crops often results in famine.

thất nghi [θɔ̆t ɲi] Improper.

thất nghiệp [θɔ̆t ɲiệp] To be out of employment, to be unemployed, to be short of work, to be out of work, to be out of a job, to be out of a situation. *Những người thất nghiệp :* The unemployed. *Nạn thất nghiệp :* Unemployment.

thất ngôn [θɔ̆t ŋon] To waste one's words, to speak in vain.

thất ngôn Heptasyllabic.

thất nhân tâm [θɔ̆t ɲɔn tɔm] Unpopular.

thất nữ [θɔ̆t nữ] Virgin, unmarried girl.

thất phách [θɔ̆t fáik] Seven vital fluids.

thất phu [θɔ̆t fu] Coarse person.

thất sách [θɔ̆t ʃáik] Impolitic.

thất sắc [θɔ̆t ʃáwk] To blench, to blanch, to turn pale, to turn white. *Sự thất sắc :* To turn pale, to blench,

TH

with horror, fright.

thất thanh [θất θaịŋ] To lose one's voice. *Chứng thất thanh* : Aphonia.

thất thanh (Med) Aphonic, aphonous.

thất thân [θất θən] To lose one's virginity.

thất thế [θất θế] To lose one's influence, one's power. *Thất thế kiến tha bò, sa cơ ruồi đuổi ngựa* : The unkindest of all.

thất thểu [θất θểu] To real (about), to lurch ; to stagger, to totter.

thất thồ [θất θố] To be at a loss, to lose one's head.

thất thời [θất θồi] Untimely, inopportune.

thất thời To miss, throw away, let slip, an opportunity.

thất thủ [θất θủ] 1) (Of a fort, city, etc...) To fall, to be captured.
2) To fail.

thất thường [θất θươŋ] Irregular.

thất tích [θất tik] To lose t 12 trail.

thất tiết [θất tiết] (Of woman) To be disloyal, unfaithful (to one's husband).

thất tín [θất tin] To break one's promise.

thất tình [θất tịŋ] The seven passions (joy, anger, sorrow, fear, love, hate, lust).

thất tình To be disappointed in love.

thất trận [θất trận] To lose a battle. *Sự thất trận* : Defeat. *Tin thất trận tuy bị kiểm duyệt nhưng nó vẫn được đồn đi* : The news of the defeat was censured but it soon got about.

thất trinh [θất triŋ] To lose one's virginity, to be deflowered.

thất trung [θất truŋ] Unfaithful.

thất túc [θất túk] To stumble over, to lose one's footing.

thất tung [θất tuŋ] To lose the trail.

thất ước [θất ước] To break one's promise ; to break an appointment.

thất vị [θất vị] Dismissed, discharged.

thất vọng [θất vọŋ] Disappointed despondent. *Sự thất vọng* : Disappoint-

ment. *Thất vọng vì tình* : To be disappointed in love. *Làm người nào thất vọng* : To dash someone's spirit, to deceive someone's hopes. *Tánh ngu si của anh sẽ làm các thầy anh thất vọng* : Your stupidity will drive your teachers to despair. *Quyền sách nầy làm tôi thất vọng* : This book disappointed me. *Đừng làm tôi thất vọng nữa* : Please don't disappoint me again. *Chàng thất vọng khi không gặp nàng ở nhà* : He was disappointed at not finding her at home. *Tôi rất thất vọng khi nghe tin anh không thể đến được* : I was so disappointed when I heard you couldn't come. *Nàng có cái nhìn rất thất vọng khi tôi nói nàng phải ở nhà* : She had a very disappointed look when I said she must stay at home. *Nếu anh hời biếng và thi rớt, anh sẽ là một thất vọng lớn cho cha mẹ anh* : If you are lazy and fail in your examination, you will be a great disappointment to your father and mother.

thất ý [θất i] Disappointed.

thật [θật] 1) True, truthful. *Sự thật hay làm mích lòng* : Nothing hurts like the truth. *Nói thật với tôi đi* : Tell me true. *Nó luôn luôn nói sự thật* : He is truthful. *Nói sự thật* : To tell, speak, the truth. *Nghi ngờ sự thật của việc gì* : To doubt the truth of something. *Nhiều điều thật không nên nói ra* : Not all truths are proper to be told. See **thực**.
2) Real, genuine, authentic. *Giá trị thật* : The real value.

thật thà [θật θà] Candid, honest. *Tánh thật thà* : Candour.

thâu [θâu] See **thu**.

thâu đêm [θâu dem] All night.

thâu hồi [θâu hồi] See **thu hồi**.

thâu ngắn [θâu ŋắm] To curtail, to cut short (a lecture, a theatre programme, etc..). *Thâu ngắn một bài diễn văn* : To curtail a speech ; to cut a speech short. *Vở kịch phải thâu ngắn lại, vậy ta cắt đoạn nào ?* : The play has to be shortened ; where shall we make the cuts ?.

thâu thuế [θɔu θwé] To raise taxes.

thấu [θɔu] To penetrate ; to pass through. *Hiểu thấu* : To understand thoroughly. *Lưỡi lê đâm thấu tới phổi* : The bayonet penetrated to the lung.

thấu cốt [θɔu kót] To penetrate, pierce, the bone.

thấu đáo [θɔu dáu] Thoroughly.

thấu giải [θɔu ʒài] To dialyse. *Máy thấu giải* : Dialyser, dialysing apparatus.

thấu hiểu [θɔu hiểu] To understand thoroughly.

thấu kính [θɔu kíɲ] Lens.

thấu kính chỉnh thị [θɔu kíɲ cỉɲ θị] Anastigmatic lens.

thấu kính có nấc [θɔu kíɲ kó nɔ́k] Fresnel lens (of lighthouse).

thấu kính đầu [θɔu kíɲ dɔ̀u] Front-lens.

thấu kính hai mặt lõm [θɔu kíɲ hai mạɯt lɔ̃m] Biconcave lens, double-concave lens.

thấu kính hai mặt lồi [θɔu kíɲ hai mạɯt lồi] Biconvex lens, double–convex lens.

thấu kính hình trụ [θɔu kíɲ hìɲ trụ] Cylindrical lens.

thấu kính hội tụ [θɔu kíɲ hội tụ] Converging lens.

thấu kính không thu sai [θɔu kíɲ xoɳ θu ʃai] Aplanetic lens.

thấu kính loạn thị [θɔu kíɲ lwạn θị] Astigmatic lens.

thấu kính phẳng lõm [θɔu kíɲ fàɯŋ lɔ̃m] Plano-concave lens.

thấu kính phẳng lồi [θɔu kíɲ fàɯŋ lồi] Plano-convex lens.

thấu kính phân kỳ [θɔu kíɲ fən kì] Diverging lens.

thấu kính tiêu sắc [θɔu kíɲ tiêu ʃáɯk] Achromatic lens.

thấu kính tĩnh điện [θɔu kíɲ tĩɲ diện] Electrostatic(al) lens.

thấu kính từ điện [θɔu kíɲ từ diện] Electromagnetic lens.

thấu lý [θɔu lí] To understand thoroughly.

thấu minh [θɔu miɲ] Transparent.

thấu nhiệt [θɔu ɲiệt] Diathermic, diathermanous. *Tính thấu nhiệt :* Diathermancy.

thấu qua [θɔu kwa] Penetrating.

thấu quang [θɔu kwaɳ] Hyaline, glassy.

thấu triệt [θɔu triệt] To know thoroughly, to know the ins and outs of. *Thấu triệt một vấn đề :* To have a thorough knowledge of a subject, to be an adept in a subject.

thầu [θɔu] To contract. *Nhà thầu, chủ thầu :* Contractor. *Cáo thị đấu thầu :* Invitation to bid. *Thầu làm công việc gì :* To contract to do something. *Thầu cất cầu :* To contract to build a bridge. *Thầu cung cấp than cho một nhà máy :* To contract to supply a factory with coal.

thầu dầu [θɔu zɔ̀u] (Bot) Ricinus.

thầu khoán [θɔu xwán] Building contractor, builder.

thây [θei] Corpse, dead body. *Thây trôi lên, nổi lên mặt nước :* Corpse that floats to the surface. *Thây của nạn nhân được phát giác sáng hôm qua cách nhà tôi mười thước :* The corpse of the victim was discovered yesterday morning ten metres from my house.

thây kệ [θei kệ] So much the worse. *Thây kệ nó :* So much the worse for him.

thây ma [θei ma] Corpse.

thấy [θéi] 1) To see. *Chính mắt tôi thấy việc ấy :* I saw it with my own eyes. *Nhìn thấy người nào đằng xa :* To see someone in the distance. *Tôi thoáng thấy nó trong đám đông :* I caught sight of him in the crowd. *Ở đây anh không thấy gì đâu :* You can't see here. *Nhà có thể thấy từ xa :* House that can be seen from afar. *Tôi thấy nó té :* I saw him fall. *Không thấy một bóng người nào cả :* Not a creature was to be seen. *Chúng ta làm sao khỏi bị họ thấy ? :* How can we escape observation ?. *Anh thấy cây kia không ? :* Can you see that tree ?, do you see that tree ?. *Tôi chưa bao giờ thấy người thắt cổ :* I have never seen a man hanged (= being hanged). *Tôi thấy cái hộp ấy trống không* : I saw that the box was empty. *Thấy người nào, vật gì* : To catch sight, get a sight, of someone, something. *Vừa thấy chúng tôi nó chạy trốn* : At sight of us he ran away. *Đi qua không ai thấy* : To pass unnoticed. *Đi ra không ai thấy* : To go out unobserved.

2) To find. *Anh thấy rượu nẫy thế nào ?* : How do you find, how do you like, this wine ?.

thấy đau [θéi đau] To feel a pain.

thầy ma [θéi ma] To see a ghost. *Nó có thật thấy ma không ?* : Did he really see a ghost ?.

thầy trước [θéi trúrk] To foresee, to see in advance or beforehand.

thầy [θèi] 1) Master, teacher. *Thầy nào trò nấy* : Like master like man. *Thầy dạy toán* : Mathematics master.
2) Father. See ba, cha.

thầy bói [θèi bói] Soothsayer, fortune-teller.

thầy chùa [θèi cừɔ] Buddhist monk, bonze.

thầy cò [θèi kò] Clerk (in lawyer's office).

thầy dòng [θèi zòŋ] Friar.

thầy địa lý [θèi địɔ lí] Geomancer.

thầy đồ [θèi đò] Teacher.

thầy giáo [θèi sáu] Instructor, teacher. *Thầy giáo nghiêm khắc* : A strict teacher. *Bảng đen ở trước mặt học trò và ở sau lưng thầy giáo* : The blackboard is in front of the pupils and behind the teacher. *Thầy giáo phải có sẵn những câu trả lời cho những câu hỏi nào mà học trò của mình có thể hỏi* : A teacher should be armed with answers to any questions that his pupils are likely to ask. *Các trẻ con bu chang quanh thầy giáo của chúng nó* : The children flocked round their teacher. *Anh phải kính trọng các thầy giáo của anh* : You should show respect to your teachers. *Thầy giáo quở trách đứa bé lười biếng* : The teacher gave the lazy boy a good talking-to.

thầy học [θèi họk] See thầy giáo.

thầy kiện [θèi kiện] Advocate.

thầy ký [θèi kí] Clerk.

thầy lang [θèi laŋ] Physician.

thầy mẳn [θèi màun] Bone-setter.

thầy mẹ [θèi mẹ] Father and mother.

thầy mo [θèi mɔ] See thầy pháp.

thầy pháp [θèi fáp] Sorcerer, magician, wizard.

thầy phù thủy [θèi fù θủi] Sorcerer.

thầy số [θèi ʃó] Astrologer.

thầy thông [θèi θoŋ] Clerk.

thầy thợ [θèi θợ] Intellectual (= brain) workers and manual workers.

thầy thuốc [θèi θwák] Doctor, physician.

thầy tớ [θèi tó] Master and servant.

thầy trò [θèi trò] 1) Teacher and pupils.
2) Master and servant. *Thầy nào trò nấy* : Like master like man.

thầy tu [θèi tu] Monk. *Khoác áo thầy tu chưa chắc đã chân tu* : It is not the cowl that makes the friar.

thầy tuồng [θèi tuồŋ] Stage manager.

thầy tướng [θèi túɔŋ] Physiognomist.

the [θε] Gauze, chiffon.

the Slightly hot.

the *Hàn the* : Borax.

the thé [θε θế] (Of voice) To be shrill.

thè [θè] (Of dog) To hang out (its tongue). *Lưỡi con chó thè ra khi nó chạy mau* : A dog's tongue hangs out when it runs fast.

thè lè [θè lè] *Bụng thè lè* : (Of woman) To be pregnant.

thè lưỡi [θè lưỡi] To put out, shoot out, stick out, one's tongue ; (of dog) to hang out its tongue.

thẻ [θẻ] 1) Card (of membership of club, etc...).
2) Tablet. *Thẻ sô-cô-la* : Tablet of chocolate.

thẻ căn cước [θẻ kawn kúrk] Identification card, identity card.

thẻ kiểm tra [θẻ kiểm tra] See thẻ

cán cước.

thèm [θềm] To desire, to covet, to lust after, for ; to crave for.

2) To go begging. *Nếu không ai thèm lấy những vật này thì tôi lấy* : If these things are going begging (= if nobody wants them, if anybody is willing to have them), I'll take them.

thèm Desirous, avid, greedy, eager. *Đã thèm* : Satiated. *Uống đã thèm* : To drink to repletion.

thèm khát [θềm xát] Greedy (of). *Thèm khát danh vọng* : Greedy of honours. *Nhìn vật gì một cách thèm khát* : To look hungrily at something.

thèm muốn [θềm muốn] To desire, to covet ; desirous, covetous, eager. *Cái nhìn thèm muốn* : Covetous glance, eager glance.

thèm thuồng [θềm θuồng] Covetous.

thèm vào [θềm vàu] *Tôi thèm vào* : I don't care a pin for it.

then [θɛn] Latch (of door). *Gài then* : To latch, to fasten with a latch. *Gài then cửa* : To latch the door. *Cửa gài then* : Door on the latch.

then chốt [θɛn cót] Latch and bolt.

then chốt Essential, important.

thèn thẹn [θền θɛn] Blushing.

thẹn [θɛn] To be ashamed. *Thẹn đỏ mặt* : To blush for shame. *Làm người nào thẹn đỏ mặt* : To put someone to the blush, to bring blushes to someone's cheeks. *Thẹn vì đã làm việc gì* : To be ashamed of having done something.

thẹn thùng [θɛn θùng] See thẹn thuồng.

thẹn thuồng [θɛn θuồng] To feel ashamed.

theo [θɛu] 1) To follow, to go or come after. *Theo người nào bén gót* : To follow close on someone's heels. *Theo người nào từng bước một* : To dog someone's footsteps. *Theo người nào ra, vào* : To follow someone out, to follow someone in. *Theo đưa đám táng của người nào* : To follow someone to his grave, to the graveyard. *Theo sát một chiếc tàu* : To follow a ship closely. *Nhìn theo người nào* : To follow

someone with one's eyes. *Theo sau người nào, theo dấu người nào* : To follow in someone's footsteps. *Tôi không sợ nó theo tôi* : I am not afraid of his following me. *Tôi theo nó về nhà* : I followed him into the house.

2) To accompany (someone). *Một mình anh hay có ai đi theo anh ?* : Are you alone or is there anyone with you ?. *Nó có em nó theo* : He was accompanied by his brother. *Nếu anh muốn thì đi theo chúng tôi* : If you care join us.

3) To follow. *Đêm tiếp theo ngày* : Night follows day.

4) To follow. *Theo đảng Bảo thủ* : To follow the Conservative party. *Theo gương người nào* : To follow someone's example.

5) To follow. *Theo nghề của cha* : To follow one's father profession. *Theo nghề làm ruộng* : To follow the plough.

6) To conform. *Theo đúng thời trang* : To conform to fashion.

theo 1) According to, after, from ; in accordance with. *Theo tuổi* : According to age. *Theo nó, theo lời nó nói* : According to him, according to what he said. *Theo kế hoạch* : In accordance with plan.

2) *Làm việc gì theo lời yêu cầu của người nào* : To do something at someone's request. *Chúng tôi làm việc ấy theo lời yêu cầu của nó* : We did it at his request.

theo bén gót [θɛu bén gót] To follow close behind. *Theo người nào bén gót* : To follow close on someone's heels, to dog someone's footsteps.

theo dấu [θɛu zấu] To trace, to track, to trail. *Theo dấu chân của người nào* : To trace someone's footsteps. *Cảnh sát theo dấu tên trộm* : The police traced the thief. *Theo dấu con cọp* : To trail a tiger. *Cảnh sát đang theo dấu của tên sát nhân* : The police are on the track of the murderer.

theo dõi [θɛu zõi] To follow, watch (over), observe (someone's progress, course of events, etc...) ; to dog, to shadow, to tail, to follow closely. *Bị cảnh sát theo dõi* : To be shadowed

TH

by the police. *Tên gián điệp tình nghi bị các thám tử theo dõi:* The suspected spy was shadowed by detectives.

theo đạo [θɛu đạu] To embrace a religion, to get religion.

theo đòi [θɛu đòi] To imitate.

theo đúng [θɛu đúŋ] To conform to. *Theo đúng thời trang :* To conform to fashion.

theo đuôi [θɛu đuɔi] To follow, to imitate.

theo đuổi [θɛu đuổi] To pursue, to continue, to carry on, to proceed with, to go on with (one's studies, etc...) ; to follow (one's career). *Theo đuổi việc học đến cùng :* To pursue one's studies to the end. *Theo đuổi con đường của mình :* To continue one's way, to continue on one's way. *Theo đuổi danh vọng :* To hunt after glory. *Theo đuổi kế hoạch này chỉ là một việc tự tử :* Pursuance of this plan would have been suicidal.

theo gái [θɛu gái] *Luôn luôn theo gái :* To be always after a pettitcoat.

theo giai [θɛu ʒai] See **theo trai**.

theo gót [θɛu gót] To follow someone's closely ; to follow on the heels of (someone) ; to dog (someone).

theo gương [θɛu gɯɔŋ] To follow someone's example. *Tôi sẽ noi theo gương nó :* I will follow his example.

theo học [θɛu họk] To take a course (of study).

theo hút [θɛu hút] To follow closely.

theo kịp [θɛu kịp] To catch up with, to overtake, to come up with. *Theo kịp người nào :* To catch someone up, to catch up with someone. *Theo kịp người lội đầu trong cuộc lội đua :* To catch up with the swimmer leading in a race. *Theo kịp một chiếc xe khác :* To catch up with another car. *Nó không thể theo kịp địch thủ của nó được :* He could not reach his adversary. *Hãy đi chậm chậm để những người kia có thể theo kịp chúng ta :* Let's go slowly so that the others may come up with us.

theo phe [θɛu fɛ] To take sides (with), to side with, to support, to be on the side of. *Theo phe người nào :* To take sides with someone, to take the sides of someone, to side with someone. *Theo phe khác :* To change sides.

theo riết [θɛu riết] To follow closely.

theo sát [θɛu sát] (Football) To follow up, to follow closely. *Theo sát người nào :* To follow close behind someone, to tail after someone, to follow hard (up) on, after, behind someone.

theo sau [θɛu sau] To follow, to go after.

theo trai [θɛu trai] (Of woman) To elope, run away from husband or home with a lover.

theo trào lưu [θɛu tràu lưu] To go with the stream.

thèo lẻo [θɛu lẻu] To talk scandal.

thẻo [θɔu] To cut.

thẹo [θɛu] Scar, cicatrice, cicatrix. *Thành thẹo :* To scar, to cicatrize. *Vết thẹo vẫn còn :* The scar still remains. *Chỗ đứt sẽ không để lại vết theo nào :* The cut will not leave any scar. *Vết thẹo trên mặt :* A scar on one's face. *Mặt đầy thẹo :* Face streaked with scars.

thép [θép] Steel. *Đá nam châm hút thép :* A magnet attracts steel. *Ngòi viết bằng thép :* Steel pen. *Có bọc thép :* Steel-plated, steel-clad. *Khắc trên thép :* Steel-engraved. *Thợ khắc trên thép :* Steel-engraver. *Sự khắc trên thép :* Steel-engraving. *Vật làm bằng thép :* Steelwork. *Lò đúc thép :* Steel-foundry.

thép crom [θép krɔm] Chrome steel.

thép da cứng [θép za kứŋ] Case-hardened steel.

thép đặ: biệt [θép đɑɯk biệt] Alloy steel.

thép đúc [θép đúk] Cast steel.

thép già [θép ʒà] Hard steel.

thép không sét [θép xoŋ ʃét] Stainless steel.

thép lá [θép lá] Steel blade.

thép non [θép nɔn] Mild steel.

thép nickel [θép nickel] Nickel steel.

thép nung lại [θép nuŋ lại] Annealed steel.

thép rèn [θép rèn] Forged steel.

thép trui [θép trui] Hardened steel.

thét [θét] To scream, to shout. Gầm thét : To roar.

thê [θe] Phu thê : Husband and wife. Vị hôn thê : Fiancée.

thê hình [θe hìn] (Geom) Trapezium.

thê lương [θe lương] Desolate, lonely.

thê nhi [θe ɲi] Wife and children.

thê phong [θe fɔŋ] Cold wind.

thê thảm [θe θàm] Tragic ; piteous.

thê thiếp [θe θiép] Legitimate wife and concubine.

thê thương [θe θương] Very cold.

thê tử [θe tử] Wife and children.

thê [θé] To replace ; to take, fill, the place of (someone), to substitute. Lấy dầu lửa thế than đá : To replace coal by, with, oil fuel. Tôi đã thế nó trong lúc nó bịnh : I took his place, acted instead of him, officiated for him, during his illness. Thơ ký khó thay thế : Clerk difficult to replace. Ông X thế thầy giáo đi nằm nhà thương : Mr X substituted for the teacher who was in hospital.

thê 1) For, instead of. Nó viết thế cho tôi : He is writing for me. Hành động thế cho người nào : To act for someone. Nếu X. không thể đến được thì thế tôi vào : If X. can't come, take me instead. Tôi ký tên thế nó : I signed in his stead. Tôi đến thế cha tôi : I come instead of my father, in my father's place.

2) Thus, so. Như thế : Thus. Nếu thế : If it is so. Nó không già đến thế : He is not so very old. Một bữa ăn ngon thế ấy : So good a dinner. Một vết thương nặng như thế : So serious a wound. Người ta nói với tôi như thế : I have been so informed. Nói như thế rồi nó đi ngay : So saying he departed. Cha thế nào con thế nấy (cha nào con nấy) : As the father is, so is the son. Tại sao thế ? : Why so ?. Không phải thế đâu : Not so. Hãy nói thế nào cho người ta hiểu anh : Speak so as to be understood. Nếu

như thế thì tôi không còn gì nói nữa : This being so, I have nothing more to say.

3) Such. Một người như thế : Such a man. Tại sao anh hỏi như thế ? : Why do you ask such a question ?. Tôi không có nói như thế : I said no such thing. Không phải thế : Such is not the case. Nó nói thế nào mà tôi không hiểu gì cả : He speaks in such a way that I don't understand him. Tôi chưa bao giờ nghe âm nhạc hay như thế : I had never heard such good music.

thê [θé] To mortgage. Mượn tiền thế đất : To borrow money on the security of an estate. Đất có thể thế được : Land that may be mortgaged.

thế Position. Thế công : Offensive.

thế Tình thế : Situation. Quyền thế : Authority, power and influence.

thế World ; life. Hậu thế : Posterity, future generation. Tạ thế : To die.

thế bản [θé bảưn] Firing position.

thế chân [θé cơn] Đóng tiền thế chân : To pay a deposit.

thế chiến [θé ciến] World war.

thế cho [θé cɔ] To replace.

thế cho nên [θé cɔ nen] Therefore.

thế cô [θé ko] All alone.

thế công [θé koŋ] Offensive. Thế công chiến lược : Strategic offensive.

thế cuộc [θé kwơk] Life.

thế diện [θé ziện] World situation.

thế đại [θé dại] Generation ; age, era.

thế đất [θé dất] (Mil) Terrain, ground ; physical features of the earth.

thế đồ [θé dò] Path of life ; way of the world.

thế gia [θé ʒa] 1) Powerful family. 2) Good family.

thế gian [θé ʒan] World. Ở thế gian nầy : In this world.

thế giới [θé ʒới] World. Cả thế giới : The whole world. Tân thế giới : The New World. Cựu thế giới : The Old World. Địa đồ thế giới : Map of the world. Kỷ lục thế giới : World record.

Đi vòng quanh thế giới : To go round the world. *Qua bên kia thế giới* : To go to a better world. *Thế giới bên kia* : The other world, the next world, the world to come. *Chiến tranh thế giới* : World war. *Qua bên kia thế giới (chết)* : To go from hence into the other world. *Người sung sướng nhứt thế giới* : The happiest man in the world. *Với tiền bạc người ta làm chủ thế giới* : With money one commands the world. *Du lịch vòng quanh thế giới* : To travel, journey, round the world. *Ngày nay tiếng Anh được nói khắp thế giới* : English is spoken all over the world today.

thế giới chủ nghĩa [θé ʒói củ ŋia] Cosmopolitism, cosmopolitanism, universalism.

thế giới ngữ [θé ʒói ŋữ] Esperanto, universal language.

thế giới sử [θé ʒói sử] World history.

thế giới thần tiên [θé ʒói tần tien] Fairy land, faerie, faery.

thế giới thị trường [θe ʒói θị trường] World market.

thế hệ [θé hệ] Generation. *Từ thế hệ nầy sang thế hệ khác* : From generation to generation. *Những thế hệ sau nầy* : The coming generations.

thế kỷ [θé kỉ] Century, one hundred years. *Nửa thế kỷ* : Half a century. *Vào thế kỷ thứ 19* : In the nineteenth century. *Một thế kỷ nữa đã qua* : Another century has rolled away. *Ngay từ thế kỷ thứ 10* : As early as the tenth century. *Chúng ta đang ở thế kỷ hai mươi* : We are living in the 20th century. *Thế kỷ 15 bắt đầu từ năm 1401 đến năm 1500* : The 15th century began in 1401 and ended in 1500. *Ông ấy đã chết hơn một thế kỷ rồi* : He has been dead for more than a century. *Kéo dài gần một thế kỷ* : To last near a century.

thế lộ [θé lộ] Path of life.

thế lợi [θé lợi] Power and profit.

thế lực [θé lực] Influence, authority, power. *Người có thế lực* : Man of influence. *Có thế lực lớn* : To have a

wide influence, to have far-reaching influence. *Có thế lực đối với người nào* : To have, exercise, authority over someone. *Ở đây nó có thế lực lắm (muốn làm trời làm đất gì cũng được)* : He is all-powerful here. *Nó có thế lực lớn* : He has a long arm, he is long in the arm, he is a man of far-reaching influence.

thế mạt luận [θé mạt lwạn] Eschatology.

thế năng [θé naŋ] Potential energy.

thế nghiệp [θé ŋiệp] Ancestral heritage.

thế nhà [θé nà] To mortgage one's house.

thế nữ [θé nữ] Maid of honour.

thế phát [θé fát] To shave one's head.

thế quân bình [θé kwan bịn] Balance. *Thế quân bình của sức mạnh* : The balance of power.

thế quyền [θé kwièn] Temporal power.

thế sự [θé sự] The affairs of this world.

thế tập [θé tập] Heriditary.

thế tất [θé tát] Surely, certainly, inevitably.

thế thái [θé θái] The ways of this world.

thế thăng bằng [θé θawŋ bàwŋ] Balance.

thế thân [θé θàn] To be influential.

thế thế [θé θé] From generation to generation.

thế thì [θé θi] Then.

thế thông [θé θóŋ] Generation.

thế thủ [θé θủ] Defensive. *Thế thủ chiến lược* : Strategic defensive. *Giữ thế thủ* : To be, stand, on the defensive.

thế thường [θé θwờŋ] Custom, habit.

thế tổ [θé tổ] Ancestor, forefather.

thế tục [θé tục] World. *Không màng thế tục* : To renounce the world.

thế tục quyền [θé tục kwièn] Temporal power.

thế tử [θé tử] Crown prince.

Thế vận Hội [θé vạn hội] World Olympic Games.

thề [θè] To swear ; to take, make, swear, an oath. *Lời thề* : Swear, oath . *Thề* *sẽ làm việc gì :* To swear to do something. *Thề không đội trời chung :* To swear eternal hatred. *Nó thề nói sự thật :* He swore to tell the truth. *Nó thề nó không cho tôi vay tiền nữa :* He vowed he would lend me no more money. *Anh đã thề yêu tôi mãi mãi :* You swore, vowed, to love me for ever.

thề đối [θè zói] To forswear oneself, to swear falsely.

thề gian [θè zan] See thề đối.

thề nguyền [θè ŋwièn] To swear.

thề thốt [θè θót] To swear.

thề trung thành [θè truŋ θàiɲ] To take the oath of allegiance.

thể [θè] *Có thể được :* It is possible. *Có thể làm việc gì :* To be able to do something. *Hôm nay tôi không thể đến được :* I shall not be able to come today.

thể *Thân thể :* Body. *Cụ thể :* Concrete. *Thiên thể :* Heavenly bodies.

thể cách [θè káik] Way, manner.

thể chất [θè cót] Constitution. *Thể chất mạnh mẽ :* To have a strong constitution.

thể chế [θè cé] System.

thể dịch [θè zịk] Tissue-fluids.

thể diện [θè zịen] Honour. *Để giữ thể diện :* For honour's sake.

thể dục [θè zuk] Physical culture, physical training, gymnastics. *Tập thể dục :* To do gymnastics, to go in for gymnastics. *Ủy ban thể thao và thể dục :* Physical culture and sports Commission.

thể hệ [θè hẹ] System.

thể hiện [θè hiẹn] To represent.

thể hình [θè hìɲ] Corporal punishment.

thể lệ [θè lẹ] Regulation.

thể lực [θè lɯk] Physical strength.

thể nào [θè nàu] At any cost, at any price.

thể nặng [θè nặuŋ] Heavy bodies.

thể nữ [θè nữ] Maid of honour.

thể ôn [θè on] Body temperature.

thể phách [θè fáik] Human body.

thể pháp [θè fáp] Method, system, way.

thể rắn [θè rắwn] Rigid body.

thể tài [θè tài] Method.

thể tất [θè tót] To excuse, to forgive, to pardon.

thể thao [θè θau] Sports, gymnastics, athletics. *Nó mê thể thao :* He is mad on sport. *Môn thể thao nào nó cũng giỏi cả :* He is good at all sports. *Nó rất thích thể thao :* He's very fond of sports.

thể tháo [θè θáu] See thể thao.

thể theo [θè θeu] *Thể theo lời yêu cầu của :* At the request of.

thể trọng [θè θóŋ] Dignity.

thể thức [θè θửk] 1) Form, formality. 2) Regulation.

thể tích [θè tík] Volume.

thể tích kế [θè tik ké] Volumenometer.

thệ [θẹ] To swear. *Tuyên thệ :* To take an oath, to be sworn (before someone) ; (of jury, etc...) to be sworn in.

thệ hải minh sơn [θẹ hải miɲ ʃan] To swear by the seas and by the mountains, to call the seas and mountains to witness.

thệ ngôn [θẹ ŋon] Oath, swear, vow.

thệ nguyện [θẹ ŋwiẹn] To swear, to vow. *Thệ nguyện làm việc gì :* To make, take, a vow to do something.

thệ thệ [θẹ θé] To die, to pass away.

thệ ước [θẹ ửrk] To vow, to swear.

thêm [θem] 1) To add, to augment, to increase. *Thêm vật gì vào vật gì :* To add something to something. *Gia đình của nó thêm được một đứa con gái :* His family was augmented by a daughter. *Tốc lực tăng thêm :* The speed increases. *Mưa lớn thêm :* The rain increased. *Nếu trà quá đậm, thêm một chút nước :* If the tea is too strong, add some more water.

2) To fill up, fill in, complete (a form, etc...)

thêm Further. *Không để mất thì giờ thêm :* Without further loss of time. *Còn một hay hai chi tiết thêm nữa :* One or two further details. *Muốn biết tin tức thêm, xin hỏi ... :* For fuller, further information apply to... *Tôi không hỏi nó thêm gì nữa* : I did not question him any further.

thêm bớt [θem bɔ́t] To increase and to diminish.

thêm thắt [θem θắɯt] To embroider. *Thêm thắt câu chuyện* : To embroider the story.

thềm [θềm] Veranda. *Trước thềm năm mới* : On the threshold of the New Year.

thềm cửa [θềm kửə] Door-step.

thênh thang [θeiɲ θaŋ] Vast, spacious. *Nhà rộng thênh thang* : Vast house.

thếp vàng [θếp vàŋ] To gild.

thết [θét] To feast, to entertain.

thết cơm [θét kəm] To entertain (someone) to dinner.

thết đãi [θét dãi] To entertain (one's guests).

thết tiệc [θét tịrk] To give a banquet.

thêu [θeu] To embroider, to work (a design on a piece of cloth). *Thợ thêu* : Embroiderer, embroideress. *Kéo thêu* : Embroidery scissors. *Thêu hoa trên khăn tay* : To embroider flowers on a handkerchief. *Thêu hoa trên vải* : To embroider flowers on a material.

thêu dệt [θeu zẹt] To embroider, exaggerate (a story).

thêu thùa [θeu θừə] To embroider.

thều thào [θèu θàu] To speak with weak voice (as one is at one's last gasp).

thi [θi] To go in, sit, for an examination. *Cuộc thi* : Examination, test, race, competition. *Cuộc thi vào* : Entrance examination. *Cuộc thi tuyển* : Competitive examination. *Cuộc thi nhập học* : Competitive entrance examination. *Kỳ thi viết* : Written examination. *Kỳ thi hạch miệng (vấn đáp)* : Oral examination, viva voce examination. *Cuộc thi ra trường* : Passing-out, final, examination. *Cuộc thi lên lớp* : End-of-year examination.

thi [θi] *Tử thi* : Corpse, dead body.

thi Poetry. *Cổ thi* : Ancient poetry.

thi ân [θi ən] To grant, do, a favour.

thi bá [θi bá] Great poet.

thi bắn [θi báɯn] Shooting competition.

thi ca [θi ka] Poems and songs.

thi cách [θi káik] Poetical style.

thi cử [θi kử] Examination.

thi đậu [θi dẹu] To pass an examination, to get through an examination, to succeed in an examination. *Thi đậu viết* : To pass the written examination. *Anh thi đậu không ?* : Did you get through (= pass) the exam ?. *Nó thi đậu* : He is through his examination. *Nếu anh muốn thi đậu, anh không thế nào có thì giờ để xem chớp bóng cả* : If you want to pass the examination, you can't afford time for moving pictures.

thi đỗ [θi dỗ] See **thi đậu**.

thi đua [θi dwa] To emulate. *Cuộc thi đua* : Emulation.

thi gia [θi ʒa] Poet.

thi hạch miệng [θi haik miẹŋ] Oral examination, viva voce examination.

thi hài [θi hài] Corpse, dead body.

thi hành [θi hàiŋ] To execute, to carry out, achieve (work) ; to perform, fulfil (promise) ; to carry out, give effect to (decree) ; to enforce (the law); to implement (an agreement). *Thi hành một bản án* : To execute a judgment. *Đem thi hành một đạo luật* : To give effect to a law. *Đạo luật bắt đầu thi hành kể từ hôm nay* : Law that takes effect, comes into effect, from to-day. *Thi hành tất cả chương trình* : To go through the whole programme. *Lịnh không được thi hành trọn vẹn* : The oder was not carried into full execution.

thi hành (sự) Execution, carrying out (of plan, orders, agreement), fulfilment (of promise) ; enforcement (of the law, of a judgment) ; implementation (of an agreement). *Trong lúc thi hành phận sự* : In the execution of one's duty. *Lịnh không được hoàn toàn thi hành* : The order was hot carried into full execution.

thi hào [θi hàu] Great poet.

thi họa [θi hwạ] Poetry and painting.

thi hỏng [θi hɔ̉ŋ] To fail in an examination. *Nó thi hỏng* : He failed to pass the examination. *Thi hỏng môn viết* : To fail in the written examination. *Thi hỏng vấn đáp* : To be ploughed in the oral, in the viva voce examination.

thi hứng [θi hứŋ] Poetic inspiration, poetic vein.

thi hữu [θi hữu] Poet-friend.

thi khách [θi xáik] Poet.

thi lễ [θi lễ] Distinguished (family).

thi lên lớp [θi len lớp] End-of-year examination, examination for the remove (to a higher form).

thi luật [θi lwạt] Prosody.

thi nhân [θi ɲən] Poet.

thi nhập học [θi ɲập hɔk] Competitive entrance examination.

thi pháp [θi fáp] To enforce the law.

thi pháp Prosody, versification.

thi phẩm [θi fɔ̉m] Poem.

thi phong [θi fɔŋ] Versification.

thi ra [θi ra] Passing-out, final, examination. *Hồng thi rớt nhưng em nó thi đậu* : Hồng failed in the exam but his brother got through.

thi rớt [θi rớt] To fail in an examination.

thi sắc đẹp [θi ʃáɯk dẹp] Beauty contest.

thi sấm [θi ʃɔ̉m] Poetic oracles.

thi sĩ [θi ʃĩ] Poet.

thi tác xạ [θi ták sạ] Firing competition.

thi tập [θi tập] Collection of poems, anthology.

thi thể [θi θể] Corpse, dead body.

thi thờ [θi θờ] To realize, to perform.

thi thú [θi θú] Poetical charm.

thi tốt nghiệp [θi tốt ɲiẹp] Final examination.

thi trượt [θi trɯợt] To fail, to be ploughed, plucked, at an examination.

thi tuyển [θi twiển] Competitive examination.

thi tửu [θi tửu] Poetry and drink.

thi vào [θi vàu] Entrance examination.

thi văn [θi vaɯn] Poetry and literature.

thi văn đáp [θi vɔ́n dáp] Oral examination, oral test.

thi vị [θi vị] Poetic flavour.

thi vị Poetical.

thi viết [θi viét] Written examination.

thi xã [θi sã] Poets circle.

thí [θi] To give (alms).

thí (At chess) To sacrifice (chessman).

thí To kill a superior.

thí ân [θi ɔn] To grant a favour.

thí chẩn [θi cở̉n] To give alms.

thí dụ [θi zụ] Example. *Một cuốn từ điển có nhiều thí dụ* : A dictionary with a wealth of examples. *Sách toán thường có nhiều thí dụ* : An arithmetic book usually has many examples. *Cuốn từ điển nầy có nhiều thí dụ chỉ cách dùng động từ* : This dictionary contains many examples showing how verbs are used.

thí dụ For example, for instance. *Nhiều bậc vĩ nhân đã từ chỗ nghèo nàn mà ra, thí dụ Lincoln và Edison* : Many great men have risen from poverty Lincoln and Edison, for example.

thí kim thạch [θi kim θaik] Touchstone.

thí mạng (mệnh) [θi mạŋ] To venture one's life.

thí nghịch [θi ŋik] To kill a superior.

thí nghiệm [θi ɲiẹm] To test, to try, to experiment. *Sự thí nghiệm* : Test, experiment. *Chịu một cuộc thí nghiệm* : To undergo a test, to be put through a test. *Sự thí nghiệm bằng nước, bằng hơi nước* : Test by water, by steam. *Sự phản thí nghiệm* : Control test, check test. *Cuộc thí nghiệm hóa học* : Chemical experiment. *Phòng thí nghiệm* : Laboratory. *Trong một bản tuyên bố soạn trước, ông nói rằng chánh phủ ông rất quan tâm đến vấn đề ngưng thí nghiệm vũ khí nguyên tử* : He said in a prepared statement that his government had attached the greatest importance to the question of the cessation of nuclear tests.

thí quân [θị kwɔn] To kill a king. *Sự thí quân* : Regicide.

thí sinh [θị ʃiɲ] Candidate (at the entrance examination, etc...). *Có năm trăm thí sinh dự cuộc thi vào* : There were five hundred candidates at the entrance examination.

thí tài [θị tài] To give money to poor people.

thí thân [θị θɔn] To sacrifice one's life.

thì [θị] See **thời**.

thì *Tuổi dậy thì* : Puberty.

thì giờ [θị ʒɔ̀] Time. *Thì giờ rảnh* : Spare time, leisure time. *Thì giờ là tiền bạc* : Time is money. *Không đủ thì giờ làm việc gì* : To have no time to do something. *Thì giờ từ từ trôi qua* : Time creeps on. *Dùng thì giờ làm việc gì* : To expend time in doing something. *Tôi muốn có thì giờ để xem xét việc ấy* : I should like time to consider it. *Dùng thì giờ để đọc sách* : To put in one's time reading. *Thì giờ qua chậm làm sao !* : How slow(ly) the time passes. *Nó không có thì giờ rảnh, vả lại, đó không phải là công việc của nó* : He haven't the time, and then it isn't his business. *Hình như nó không biết giá trị của thì giờ* : He doesn't seem to know the value of time.

thì giờ rảnh [θị ʒɔ̀ rảɲ] Free time. *Có chút thì giờ rảnh* : To have some time free.

thì thầm [θị θɔ̀m] To murmur, to whisper. *Thì thầm điều bí mật vào tai người nào:* To murmur, whisper, a secret in someone' ear. *Thì thầm với người nào* : To speak to someone in a low whisper.

thì chung [θị cuɲ] Beginning and end.

thị [θị] *Thành thị* : City, town.

thị *Cận thị* : Short-sighted, near-sighted. *Viễn thị* : Far-sighted. *Khinh thị* : To despise.

thị *Chỉ thị* : Instructions, directives. *Biểu thị* : To express, to manifest.

thị *Đích thị, chính thị* : Exactly, that's it.

thị cảm [θị kảm] Visual sensation.

thị chính [θị ciɲ] City affairs.

thị chứng [θị cứɲ] To witness.

thị dã [θị zã] Field of vision.

thị dục [θị zụk] To desire.

thị giá [θị ʒá] Market-price.

thị giác [θị ʒák] Vision.

thị giác trường [θị ʒák trườɲ] See **thị dã**.

thị giới [θị ʒới] Field of vision.

thị hiếu [θị hiếu] Li king, fancy, taste, fondness, desire. *Chúng tôi có những thị hiếu giống nhau* : We have congenial tastes.

thị hiệu [θị hiệu] Visual signal.

thị kính [θị kíɲ] (Opt) Eyepiece, ocular.

thị lực [θị lụk] Power of vision, eyesight, power of seeing. *Bác sĩ thử thị lực của tôi* : The doctor tested my eyesight.

thị lực kế [θị lụk ké] Optometer.

thị nhi [θị ɲi] See **thị nữ**.

thị nữ [θị nữ] Maid-servant; gentlewoman, maid of honour.

thị oai [θị wai] To display one's force ; to concuss, to intimidate.

thị phi [θị fi] Right and wrong.

thị quan [θị kwan] Organ of sight.

thị sai [θị ʃai] Parallax. *Thuộc về thị sai* : Parallactic.

thị sảnh [θị ʃảɲ] City-hall.

thị sát [θị ʃát] To reconnoitre, to reconnoiter. *Cuộc thị sát* : Reconnaissance.

thị thế [θị θé] To rely upon one's influence.

thị thực [θị θụk] To certify, attest, authenticate (signature, etc...).

thị trấn [θị trớn] Town.

thị trục [θị trụk] Axis of vision.

thị trường [θị trườɲ] Market. *Giá thị trường* : Market-price. *Tìm thị trường cho một món hàng gì* : To find a market for something. *Lũng đoạn thị trường:* To play the market, the stock-market. *Giá thị trường đã lên* : The market has risen. *Đem một món hàng ra bán trên thị trường* : To put an article on the market.

thị trường Field of view, of vision.

thị trường chung [θị trườṇ cuṇ] Common market. *Thị trường chung Âu châu* : European Common Market. *Thị trường tự do* : Free market.

thị trường chứng khoán [θị trườṇ cúṇ xwán] Stock-market.

thị trường thế giới [θị trườṇ θế ʒới] World market.

thị trưởng [θị trườṇ] Mayor.

thị tửu [θị tửu] To be addicted to drink.

thị tỳ [θị tì] Maidservant.

thị uy [θị wi] See **thị oai**.

thị vệ [θị vẹ] Imperial guard.

thị xã [θị sã] City.

thia lia [θiə liə] Ducks and drakes. *Ném thia lia* : To play at ducks and drakes.

thia thia [θiə θiə] *Cá thia thia* : Paradise-fish.

thìa [θiə] Spoon. *Thìa súp* : Soup-spoon. *Ăn súp bằng thìa* : To spoon (up) one's soup.

thích [θík] To like, to prefer, to be fond of, to love (golf, playing tennis, etc...). *Tôi thích nó* : I like him. *Anh thích uống trà không ?* : Do you like tea ?. *Chúng nó thích nhau* : They like each other. *Nếu anh thích* : If you like, if you care to. *Thích vật gì* : To have a liking for something ; to take a liking to, for, something. *Nó không thích ¹ống một cuộc đời như thế* : He cares ˢittle for such a life. *Thích làm việc gì* : ¹To be fond of doing something, to like to do something, to like doing something ; to enjoy doing something. *Bất cứ cái gì mà anh thích* : Anything you like. *Không thích âm nhạc* : To have no appreciation of music. *Những bài hát được nhiều người thích* : Songs greatly appreciated. *Tôi thích vật ấy quá* : I like it awfully. *Nó không thích ăn kẹo* : He has no taste for sweets.

Tôi rất thích âm nhạc : I am very fond of music, I delight in music. *Nó không thích đi ra ngoài một mình*: He doesn't like to go out alone, going out alone; he does not care to go out alone. *Nó thích ở nhà quê* : He enjoys living in the country. *Tôi không thích làm như vậy* : I do not choose to do so. *Anh thích màu nào ?* : Which colour do you favour ?. *Tôi thích ngồi hơn đứng* : I prefer sitting to standing. *Thích đua ngựa* : To love horse-racing. *Không thích làm việc gì* : To dislike doing something. *Không thích sống ở Ba-lê* : To dislike living in Paris. *Nó không thích anh đến thường như thế* : He is displeased that you come so often. *Nó thích người ta đến thăm nó* : He likes to have people come to see him. *Nó không thích tôi hát* : He objects to my singing. *Tôi thích đọc sách hơn là ngồi không* : I prefer to read rather than sit idle. *Nó thích văn chương Việt-Nam* : He has a taste for Vietnamese literature.

thích [θík] To nudge ; to push slightly with the elbow.

thích *Giải thích* : To explain. *Chú thích*: To annotate.

thích *Hành thích* : To assassinate.

thích To tattoo. *Thủy thủ thích hình trái tim trên cánh tay* : The sailor had a heart tattooed on his arm.

thích âm nhạc [θík əm ṇạk] To be fond of music, to love music. *Người thích âm nhạc* : Music-lover.

thích chí [θík cí] Content, satisfied, pleased.

thích dụng [θík zụṇ] Applicable, practical. *Sự thích dụng* : Application convenience.

thích đáng [θík dáṇ] Suitable, apposite, appropriate, fit(ting), becoming. *Lời khiển trách rất thích đáng* : A very apropos remark.

thích giáo [θík ʒáu] Buddhism.

thích hợp [θík hợp] To fit, to suit. *Thích hợp với vật gì* : To be suited to, for, something. *Vai nầy không thích*

TH

hợp với nó : He is ill-suited to this part. *Cái nhà không thích hợp với tôi*: The house does not suit me.

thích hợp Appropriate, suitable, apposite, fitting, applicable.

thích khách [θik xáik] Assassin, murderer.

thích khẩu [θik xǎu] Pleasant to the taste.

thích môn [θik mòn] Buddhism.

thích nghi [θik ɲi] Suitable, appropriate.

thích nhiên [θik ɲien] 1) Naturally.
2) Suddenly, unexpectedly.

thích pháp [θik fáp] Legal, lawful.

thích phóng [θik fɔ́ŋ] To liberate, to release, to set free.

thích thẳng [θik θǎŋ] Free.

thích thời [θik θɔ̀i] Opportune, expedient.

thích thú [θik θú] Interesting.

thích tử [θik tṻ] Monk, Buddhist priest.

thích ứng [θik ɯ́ŋ] Appropriate, adequate.

thích ý [θik i] Content, satisfied, pleased ; agreeable.

thịch [θik] *Chạy thình thịch* : To run heavily.

thiếc [θirk] Tin. *Muỗng thiếc* : Tinspoon. *Ấm bằng thiếc* : Tin-kettle. *Mạ thiếc, tráng thiếc* : To tin, tɔ tin-plate. *Tiệm thiếc* : Tin-shop. *Thợ thiếc* : Tinsmith, whitesmith. *Tấm thiếc* : Tinfoil.

thiêm thiếp [θiem θiép] To be asleep.

thiểm bộ [θiěm bọ] Our Ministry, our Department.

thiểm chức [θiěm cứk] I (an unworthy offical).

thiểm nha [θiěm ɲa] Our office.

thiên [θien] Thousand.

thiên To move ; to change.

thiên God. *Mưu sự tại nhân thành sự tại thiên* : Man proposes, God disposes.

thiên Partial.

thiên bào sang [θien bàu ʃaŋ] (Med) Pemphigus.

thiên bẩm [θien bẩm] Innate, inborn, connate.

thiên chúa [θien cwǎ] God. *Đạo Thiên chúa* : Catholicism.

thiên chức [θien cứk] Natural duty.

thiên cổ [θien kỏ] Antiquity. *Người thiên cổ* : Defunct, deceased, departed.

thiên công [θien koŋ] The Creator.

thiên cơ [θien kɔ] Providence.

thiên cung [θien kuŋ] Heavenly palace.

thiên cư [θien kɯ] To change one's home.

thiên đàng [θien dàŋ] Paradise, heaven. *Lên thiên đàng* : To go to heaven. *Chết và lên thiên đàng* : To die and go to heaven. *Trên thiên đàng và dưới địa ngục* : In heaven and hell.

thiên đế [θien θế] Heaven.

thiên địa [θien diǝ] Heaven and earth.

thiên đình [θien dìɲ] The court of heaven ; empyrean.

thiên đinh [θien diɲ] Zenith.

thiên định [θien dịɲ] Determinism.

thiên đô [θien do] To transfer the capital.

thiên đồ [θien dò] Star—map.

thiên độ [θien dọ] Declination.

thiên độ kẻ [θi en dọ ké] Declinometer.

thiên đường [θien dwǝ̀ŋ] See thiên đàng.

thiên giới [θien ɟói] Heaven.

thiên hà [θien hà] The Milky Way, the Galaxy.

thiên hạ [θien hạ] The whole world.

thiên hậu [θien hạu] King, emperor.

thiên hình vạn trạng [θien hìɲ vạn trạŋ] Multiform.

thiên hoa [θien hwa] (Med) Variola, smallpox.

thiên hóa [θien hẃa] 1) To change.
2) (Buddhism) To die.

thiên hương [θien hɯɯǝŋ] Celestial perfume, (fig) beautiful woman.

thiên hướng [θien hɯɯɔ́ŋ] Propensity, inclination, tendency.

thiên khí [θien xí] Meteorogical phenomena.

thiên không [θien xoŋ] Firmament.

thiên kiến [θien kién] Partial idea.

thiên kim [θien kim] Very precious. *Thiên kim tiểu thơ :* Girl of noble family.

thiên lệch [θien lẹik] Partial.

thiên lôi [θien loi] God of thunder.

thiên lý [θien li] A thousand miles.

thiên manh [θien maiɲ] One – eyed, blind in on eye.

thiên mệnh [θien mẹiɲ] The decree of God, of Providence ; destiny, fate.

thiên nga [θien ŋa] Swan.

thiên nhai [θien ɲai] Horizon, sky-line, (fig) very far place.

thiên nhan [θien ɲan] King's face.

thiên nhiên [θien ɲien] Natural. *Luật thiên nhiên :* Natural law ; the laws of nature.

thiên phú [θien fú] Innate, connate, inborn, inbred.

thiên sản [θien ʃản] Natural products.

thiên sinh [θien ʃiɲ] Natural, innate.

thiên sứ [θien ʃứ] Angel.

thiên tai [θien tai] Disaster, calamity.

thiên tài [θien tài] Genius. *Người có thiên tài :* Man of genius. *Có thiên tài về toán học :* To have a genius for mathematics. *Sự bột phát của thiên tài :* Flash of genius. *Người ta cho là nó có thiên tài :* He is credited with genius. *Thiên tài của nó phát sớm :* His genius manifested itself at an early age.

thiên tải [θien tải] A thousand years. *Thiên tải nhất thì :* Once in a thousand years.

thiên tào [θien tàu] The court of heaven.

thiên tạo [θien tạu] Natural.

thiên tắc [θien táɯk] Natural principle.

thiên tâm [θien təm] Partiality.

thiên thai [θien θai] Fairyland.

thiên thanh [θien θaiɲ] Azure, blue.

thiên thần [θien θồn] Angel. *Thiên thần từ trên trời xuống :* The heaven des-

cended from heaven.

thiên thể [θien θể] Celestial body, heavenly body, astral body.

thiên thời [θien θồi] 1) Weather, climate.
2) (Med) Cholera.

thiên thu [θien θu] A thousand autumns, (fig) eternity.

thiên tính [θien tíɲ] Nature. *Thói quen là thiên tính thứ hai :* Habit is a second nature.

thiên toán [θien twán] Astronomical calculation.

thiên tuế [θien twế] A thousand years.

thiên tư [θien tɯ] Innate gift.

thiên tử [θien tử] Son of Heaven ; king, emperor. *Thiên tử vạn tuế :* Long live the king.

thiên tượng [θien tɯợŋ] Celestial phenomena.

thiên ương [θien ɯəŋ] Disaster, calamity.

thiên văn [θien vaɯn] Astronomy.

thiên văn đài [θien vaɯn dài] Observatory.

thiên văn học [θien vaɯn hɔk] Astronomy. *Nhà thiên văn học :* Astronomer. *Thuộc về thiên văn học :* Astronomic(al).

thiên văn lý học [θien vaɯn li hɔk] Astrophysics.

thiên vận [θien vọn] Course of nature.

thiên vị [θien vị] Partial. *Không thiên vị :* Impartial. *Tánh thiên vị :* Partiality. *Tánh không thiên vị:* Impartiality. *Thiên vị người nào :* To be partial to someone.

thiên vị Throne.

thiên võng [θien vɔŋ] Heaven's net.

thiển [θién] To castrate, to emasculate, to evirate, to geld. *Gà trống thiến :* Capon.

thiến Castrated, emasculate.

thiến thảo [θién θảu] Madder, madder-wort.

thiền [θièn] *Cửa thiền :* Pagoda. *Tham thiền :* To enter into meditation.

thiên đường [θièn dɯồŋ] Buddhist

temple.

thiền gia [θièn ɟa] Buddhist.

thiền lâm [θièn lɔm] Pagoda.

thiền môn [θièn mon] Buddhist temple.

thiền sư [θièn ʃɯ] Bonze, monk, Buddhist priest.

thiền [θièn] (Not used alone) Shallow, superficial.

thiền bạc [θièn bạk] Slight, shallow, superficial. *Trí óc thiền bạc* : Superficial mind.

thiền cận [θièn kɔn] Shallow, superficial.

thiền học [θièn hɔk] Slight, shallow, knowledge.

thiền kiến [θièn kién] Superficial opinion.

thiền nghĩ [θièn ɲĩ] In my humble opinion.

thiền tài [θièn tài] Slight talent.

thiền thâm [θièn θɔm] Shallow and deep.

thiền trí [θièn trí] Superficial mind.

thiền văn [θièn vaɯn] Shallow, slight, knowledge.

thiền ý [θièn í] Shallow opinion.

thiện [θiện] (Not used alone) Good, virtuous. *Hoàn thiện* : Perfect. *Từ thiện* : Charitable, philanthropic. *Lấy thiện trả ác* : To repay good for evil.

thiện ác [θiện ák] Good and evil.

thiện cảm [θiện kàm] Sympathy.

thiện chí [θiện cí] Good will. *Chứng tỏ thiện chí* : To show proof of good will.

thiện chiến [θiện cién] Trained, veteran. *Đạo quân thiện chiến* : Trained army, veteran army. *Lính thiện chiến* : Veteran soldier.

thiện chính [θiện cíɲ] Good policy.

thiện chung [θiện cuŋ] Natural death.

thiện công [θiện koŋ] Skilful workman.

thiện cử [θiện kử] Charitable work.

thiện hành [θiện hàiɲ] At one's convenience ; without asking for permission.

thiện mỹ [θiện mi] Beautiful.

thiện nam tín nữ [θiện nam tin nử] Believers in Buddhism.

thiện nghệ [θiện ŋẹ] To have experience in one's profession, to be skilled in one's trade.

thiện ngôn [θiện ŋon] Good word.

thiện nhân [θiện ɲɔn] Honest man.

thiện pháp [θiện fáp] Good method.

thiện phòng [θiện fòŋ] Kitchen.

thiện quyến [θiện kwién] Despotism.

thiện sự [θiện ʃɯ] Good act.

thiện tài [θiện tài] Skilful.

thiện tâm [θiện tɔm] Benevolence.

thiện thủ [θiện θủ] To be skilful, clever, with one's hands, with one's fingers ; to be handy.

thiện tín [θiện tin] Believers in Buddhism.

thiện vị [θiện vị] To abdicate.

thiện xạ [θiện sạ] To shoot well. *Nhà thiện xạ* : Markman.

thiện ý [θiện í] Good intention, good will, good faith.

thiêng liêng [θieŋ lieŋ] Sacred.

thiêng [θieŋ] See thành.

thiếp [θiép] Concubine. *Thê thiếp* : Wife and concubine.

thiếp Card. *Danh thiếp* : Visiting-card. *Bưu thiếp* : Postcard.

thiếp danh [θiép zaiɲ] Visiting-card.

thiếp phục [θiép fuk] Submissive, yielding.

thiếp tâm [θiép tɔm] Satisfied, content.

thiệp [θiệp] Card. *Thiệp cưới* : Wedding-card.

thiệp To discard.

thiệp *Can thiệp* : To intervene, to interfere. *Giao thiệp* : To enter into relations.

thiệp đời [θiệp dòi] To be experienced in life.

thiệp lịch [θiệp lịk] Experienced.

thiệp liệp [θiệp liệp] To have shallow knowledge.

thiệp mời [θiẹp mài] Invitation card.

thiệp tang [θiẹp taŋ] Mourning paper.

thiệp thê [θiẹp θẻ] To be experienced in life.

thiệt [θiét] Iron.

thiệt *Kiến thiết* : To construct, to build.

thiệt Close. *Bạn chí thiết* : Very close friend.

thiệt To care for, to crave for, after. *Không thiết đến việc gì* : To take no further interest in something.

thiệt án [θiét án] Sure thing.

thiệt bị [θiét bị] To prepare, to get ready to, make ready.

thiệt bích [θiét bík] Iron wall.

thiệt cận [θiét kạn] Close by, near by, close at hand.

thiệt diện [θiét ziện] Iron mask, (fig) impartial, fair and just.

thiệt dụng [θiét zụŋ] Indispensable, essential, absolutely necessary.

thiệt đãi [θiét đãi] To entertain (one's guests).

thiệt đạo [θiét dạu] Railway, railroad.

thiệt điểm [θiét diểm] Point of contact.

thiệt đồ [θiét dò] Cross–section.

thiệt giáp [θiét ʒáp] Armoured, armour-plated. *Xe thiết giáp* : Armoured car.

thiệt giáp hạm [θiét ʒáp hạm] Armoured ship, battleship.

thiệt giáp tuần dương hạm [θiét ʒáp twần zwɔŋ hạm] Armoured cruiser.

thiệt giáp xa [θiét ʒáp sa] Armoured car.

thiệt hài [θiét hài] Tap-dance shoes. *Nhảy thiết hài* : To tap-dance.

thiệt huyết [θiét hwiét] Iron and blood, (fig) force.

thiệt kế [θiét ké] To draw up a plan.

thiệt khí [θiét sí] Iron goods.

thiệt khoáng [θiét xwáŋ] Iron ore.

thiệt lập [θiét lập] To establish, to institute, to constitute, to erect, to form. *Thiết lập một toà án* : To establish, constitute, a tribunal. *Sự thiết lập* : Establishment, constitution.

thiệt lộ [θiét lộ] Railway, railroad. *Thiết lộ quân sự* : Military railway.

thiệt luật [θiét lwạt] Iron discipline.

thiệt mạc [θiét mạk] Iron curtain.

thiệt nghĩ [θiét ŋĩ] To think.

thiệt quân [θiét kwɔn] Veteran soldiers.

thiệt quân luật [θiét kwɔn lwạt] To put (the city) under the martial law.

thiệt quân luật Martial law. *Thành phố hiện đang thiết quân luật* : The city is now under martial law.

thiệt sử [θiét ʃử] To suppose.

thiệt tha [θiét θa] Earnestly, insistent-ly.

thiệt thạch [θiét θạik] Iron and stone, (fig) firmness.

thiệt thê [θiét θẻ] Stereotomy.

thiệt thực [θiét θụk] Realistic, real. *Quyền lợi thiết thực* : Real interest.

thiệt tiếu [θiét tiéu] To laugh up one's sleeve.

thiệt trung [θiét truŋ] Accurate, exact.

thiệt từ tính [θiét từ tíŋ] Ferromag-netic.

thiệt tưởng [θiét twởŋ] To think.

thiệt vận [θiét vạn] Railway transport.

thiệt xỉ [θiét sỉ] To grind, grit, gnash, one's teeth.

thiệt yến [θiét ién] To give a banquet.

thiệt yếu [θiét iéu] Essential, vital.

thiệt [θiẹt] To lose, to suffer injury, loss. *Hơn thiệt* : To gain and to lose; gain and loss.

thiệt Real, genuine. *Chai thiệt và chai giả* : Real bottles and sham ones. *Kim cương thiệt* : Real, genuine, diamond. *Tơ thiệt* : Real silk.

thiệt [θiẹt] See **thật, thực.**

thiệt *Tiểu thiệt* : Epiglottis.

thiệt hại [θiẹt hại] Damage, harm, loss, injury. *Bị thiệt hại* : To suffer damage, injury. *Làm người nào thiệt hại* : To cause someone damages. *Bị thiệt hại nặng nề* : To sustain, suffer, heavy losses ; to incur large losses. *Thiệt hại cho người nào* : To the injury of someone. *Làm thiệt hại* : To damage, to injure. *Làm thiệt hại đến quyền lợi của người nào* : To injure, hurt, some-one's interests. *Địch bị thiệt hai nặng:* The enemy suffered heavy casualties. *Các trận bão gây nhiều thiệt hại :* Storms cause great damage. *Anh phải chịu trách nhiệm về sự thiệt hại:* You are liable for the damage.

thiệt mạng [θiệt mạŋ] To die, to lose one's life.

thiệt minh [θiệt miɲ] To the detriment of oneself.

thiệt thân [θiệt θən] To lose one's life.

thiệt thòi [θiệt θòi] To suffer losses.

thiệt tình [θiệt tìɲ] Sincere.

thiêu [θieu] To burn, to cremate, to incinerate. *Bị thiêu sống:* To be burnt alive.

thiêu hủy [θieu hửi] To burn down, to destroy completly by fire, to devour. *Lửa đã thiêu hủy hai chục dặm vuông rừng:* The fire devoured twenty square miles of forest.

thiêu hương [θieu huəŋ] To burn in-cense.

thiêu sống [θieu ʃɔ́ŋ] To burn alive. *Nó bị thiêu sống :* He is burnt alive.

thiêu táng [θieu táŋ] To cremate.

thiêu thân [θieu θən] (Ent) Ephemera, ephemeron, may-fly, day-fly.

thiêu thủy [θieu θửi] To boil water.

thiếu [θiếu] 1) To lack, to want, to be short of (something). *Chúng nó thiếu vốn :* They lack capital. *Nó thiếu can đảm :* He is lacking, deficient, in courage. *Thiếu đường :* To be out, to have run, short, of sugar. *Thiếu tất cả :* To be destitute of everything. *Thiếu xã giao :* To be wanting in manners. *Không thiếu vật gì cả :* To want for nothing. *Mười giờ thiếu sáu phút :* It wants six minutes of ten o' clock, six minutes to ten. *Bán cân thiếu :* To give short weight. *Tôi thiếu hai chục đồng nữa :* I am twenty piastres short. *Thiếu nhân công :* To be short of hands. *Thiếu can đảm :* To lack courage, to be deficient in courage.

2) To fail ; to be missing, wanting, deficient, insufficient. *Anh thiếu tất cả mấy bài học ? :* How many lessons have you missed ?. *Thiếu một người :* One man is missing. *Thiếu vài quyển sách :* Some books are missing. *Tháng thiếu, năm thiếu :* Deficient month, year. *Lương thực bắt đầu thiếu:* Provisions are beginning to run short, to give out. *Còn thiếu vài trang :* There are few pages missing. *Chỉ còn thiếu một :* There is only one missing.

3) To fall short. *Thiếu bổn phận :* To fall short of, to fail in one's duty.

thiếu Lack, want, deficiency, shortage. *Sự túng thiếu tiền bạc :* Lack of money. *Sự thiếu lương thực :* Want of provisions. *Sống trong cảnh thiếu thốn :* To be living in want. *Bù vào chỗ thiếu :* To make up a deficiency ; to make up, make good, the shortage. *Sự thiếu nhân viên :* Shortage of staff. *Cây chết vì thiếu nước :* The plants died from want of water. *Nhiều người đã khổ sở vì thiếu ăn :* Many people were suffering from want of food. *Tôi phải có 20 đồng và tôi chỉ có 15 đồng thôi, vậy còn thiếu 5 đồng nữa :* I ought to have 20 piastres and I have only 15 piastres ; there's a de-ficiency of 5 piastres.

thiếu To owe. *Tôi thiếu anh bao nhiêu ?:* How much do I owe you ?. *Nó thiếu tôi một ngàn đồng :* He owes me a thousand piastres. *Tất cả tiền mà người ta thiếu tôi :* All the money owing to me, due to me. *Số tiền em nó thiếu nó :* The sum owed (to) him by his brother. *Nó thiếu ba tháng tiền nhà :* He owes for three month's rent. *Tôi không thiếu ai một đồng xu nào cả :* I don't owe any man a penny. *Nó còn thiếu lại tôi mười đồng :* He still owes me, he owes me back, ten piastres. *Anh thiếu nó nhiều đến thế sao ? :* Do you owe him as much as that ?.

thiếu *Thiếu chút nữa, thiếu tí nữa :* Al-most, nearly. *Thiếu chút nữa nó té :* He almost fell. *Thiếu tí nữa nó bị xe hơi cán :* He almost got run over by a car. *Thiếu chút nữa thì nó chết đuối :*

He nearly got drowned.

thiếu ăn [θiếu ăɯn] Undernourished, underfed. *Sự thiếu ăn* : Malnutrition, underfeeding ; insuffisance of food, low feeding.

thiếu hụt [θiếu hụt] Deficit, deficiency, shortage. *Ngân sách thiếu hụt* : Budget that shows a deficit.

thiếu kinh nghiệm [θiếu kịn ŋiệm] Inexperienced, lacking experience.

thiếu máu [θiếu máu] Exsanguine, lacking blood.

thiếu mặt [θiếu mặɯt] Absent, missing.

thiếu năng lực [θiếu năɯŋ lựk] Unqualified.

thiếu nhi [θiếu ɲi] Young child.

thiếu niên [θiếu niên] Young man.

thiếu nợ [θiếu nợ] To be in debt.

thiếu nữ [θiếu nữ] Girl, young girl.

thiếu phụ [θiếu fụ] Young woman.

thiếu quân [θiếu kwən] Young king.

thiếu sinh [θiếu ʃịn] Schoolboy.

thiếu sót [θiếu ʃɔ́t] Deficiency. *Chỗ thiếu sót* : Gap, lacuna.

thiếu tá [θiếu tá] Major. *Nó vừa được thăng cấp thiếu tá* : He has just obtained his majority.

thiếu tá hải quân [θiếu tá hải kwən] Lieutenant-commander.

thiếu tá không quân [θiếu tá xoŋ kwən] Squadron leader.

thiếu thốn [θiếu θón] Lack, want. *Sự thiếu thốn tiền bạc* : Lack of money. *Sống trong cảnh thiếu thốn* : To be living in want, to live in narrow circumstances, to live in privation.

thiếu thời [θiếu θời] Early youth.

thiếu tướng [θiếu tɯɔ́ŋ] Brigadier, (U.S.A.) brigadier general. *Trung tướng có một thiếu tướng phụ tá tư lệnh sư đoàn và một thiếu tướng khác chỉ huy sư đoàn pháo binh và lữ đoàn bộ binh* : A major general has one brigadier general as his assistant division commander and another to command the division artillery and infantry brigade.

thiếu tướng không quân [θiếu tɯɔ́ŋ xoŋ kwən] Air commodore, (U.S.A)

brigadier general.

thiếu úy [θiếu wí] Second-lieutenant.

thiếu úy hải quân [θiếu wí hải kwən] Ensign.

thiếu úy không quân [θiếu wí xoŋ kwən] Pilot officer.

thiếu vốn [θiếu vốn] To lack capital. *Chúng nó thiếu vốn cần thiết* : They lack the requisite capital.

thiều [θiều] *Quốc thiều* : National anthem.

thiều quang [θiều kwaŋ] Beautiful light (of spring) ; spring day ; time.

thiểu [θiểu] *Giảm thiểu* : To diminish, to lessen, to decrease. *Tối thiểu* : Minimum.

thiểu não [θiểu nãu] Sad, sorrowful.

thiểu số [θiểu ʃó] Minority. *Bị thiểu số* : To be in the, in a, minority.

thiệu [θiệu] *Giới thiệu* : To introduce, to present.

thim [θiɯn] Aunt (father's younger brother's wife).

thin thít [θin θit] *Im thin thít* : To keep silent, to hold one's tongue.

thìn [θìn] The fifth Earth's Stem.

thinh [θiŋ] *Làm thinh* : To keep silent, to hold one's tongue.

thinh danh [θiŋ zaɲ] Renown, fame.

thinh không [θiŋ xoŋ] Suddenly.

thính [θíŋ] Powdered grilled rice.

thính Sharp, keen, acute, exquisite (sense of smell ; hearing).

thính chẩn [θíŋ còn] To auscult, to auscultate.

thính giả [θíŋ ʒả] Listener, auditor ; audience. *Xướng ngôn viên một đài phát thanh có hàng triệu thính giả* : A radio announcer has an audiencce of millions. *Lôi cuốn thính giả, làm thính giả say mê* : To carry one's hearers with one, to hold one's audiencespell-bound.

thính giác [θik ʃák] Sense of hearing. *Thuộc về thính giác* : Auditory.

thính giác khí [θíŋ ʃák xỉ] Sense of hearing.

thinh học [θịɲ hɔk] Acoustics.

thinh hơi [θịɲ hɔi] To have a good for nosing, finding, things out.

thinh kế [θịɲ ké] Acoumeter, acousimeter ; audiometer.

thinh khí [θịɲ xi] Sense of hearing.

thinh mũi [θịɲ mũi] To have a good nose, to have a keen sense of smell. *Chó thính mũi* : Dog with a good nose.

thinh quan [θịɲ kwan] Organ of hearing, auditory organ.

thinh tai [θịɲ tai] To be quick of hearing, to have a keen sense of hearing, to have an exquisite ear, to have a keen ear, to have a delicate, quick, fine, sharp, ear. *Sự thính tai:* Delicacy of hearing, of the ear.

thinh thị [θịɲ θị] Audio-visual.

thình lình [θịɲ lịɲ] Suddenly, unexpectedly, all at once, all of a sudden, unawares. *Sự gặp thình lình* : Unexpected meeting. *Ngừng lại thình lình* : To stop short, to pull up short. *Ngừng thình lình giữa bài diễn văn* : To stop short in the middle of a speech.

thình thình [θịɲ θịɲ] (Of heart) To beat madly.

thinh [θịɲ] 1) To invite. 2) To ask, to request.

thinh an [θịɲ an] To ask after (someone's) health.

thinh cầu [θịɲ kàu] To ask, to request.

thinh giáo [θịɲ sáu] To ask for advice.

thinh hôn [θịɲ hon] To propose, to propose marriage.

thinh khách [θịɲ xáik] To invite guests.

thinh mời [θịɲ mòi] To invite.

thinh nguyện [θịɲ ŋwiẹn] To ask, to demand, to request. *Đơn thỉnh nguyện:* Petition.

thinh thiếp [θịɲ θiép] Invitation card.

thình thoảng [θịɲ θwàŋ] Now and then, on and off, off and on, sometimes, from time to time, ever and anon, ever and again, now and again, occasional. *Nó thỉnh thoảng đến thăm tôi :* He pays me occasional visits. *Trời thỉnh thoảng mưa từ trưa :* It has been raining on and off since noon. *Thỉnh thoảng nó về trễ :* He is sometimes late. *Tôi thỉnh thoảng đến thăm nó :* I go to see him now and then.

thịnh [θịɲ] (Not used alone) Prosperous.

thịnh danh [θịɲ zaịɲ] Great renown.

thịnh đạt [θịɲ dat] Properous, thriving, flourishing.

thịnh đức [θịɲ dúk] Great virtue.

thịnh hành [θịɲ hàịɲ] To be in vogue, in request.

thịnh lợi [θịɲ lɔi] Prosperous and lucrative.

thịnh nhiệt [θịɲ ɲiet] Very hot.

thịnh nộ [θiet nọ] To get angry, to fly into a rage ; to be in a rage.

thịnh sắc [θịɲ ʃáuk] Beauty.

thịnh soạn [θịɲ ʃwan] Plentiful (dinner).

thịnh suy [θịɲ ʃwi] Prosperity and decadence, chops and changes.

thịnh thế [θịɲ θé] Time of peace and prosperity.

thịnh thời [θịɲ θòi] Prosperous time.

thịnh tình [θịɲ tìɲ] Kindness.

thịnh trị [θịɲ trị] Prosperity and peace.

thịnh vượng [θịɲ vɯạŋ] Prosperous, flourishing, thriving. *Nền thương mãi đang thịnh vượng :* Trade is flourishing.

thịnh ý [θịɲ í] Good will.

thịt [θịt] 1) Flesh. *Có da có thịt :* To put on flesh. *Thịt săn, chắc :* To have firm flesh, to be firm-fleshed. *Màu thịt :* Flesh colour. *Người mập có nhiều thịt hơn người ốm :* A fat man has much more flesh than a thin man. *Có da có thịt lại :* To put on flesh again. *Rõ ràng là nó, bằng xương bằng thịt hẳn hoi :* It is he in flesh and blood. *Cọp là thú ăn thịt :* Tigers are flesh-eating animals. *Bò ăn cỏ nhưng sư tử và cọp là loài thú ăn thịt :* Cows eat grass but lions and tigers are flesh-eating animals.

2) Meat. *Thịt tươi :* Fresh meat. *Thịt để lạnh :* Frozen or chilled meat. *Kiêng thịt :* To abstain from meat. *Người bán thịt :* Butcher. *Hàng thịt :* Butcher's

shop. *Thớt thịt, quầy hàng thịt*: Butcher's stall. *Thịt ngon nhứt* : Meat of the finest quality. *Thịt còn tươi không ?* : Is the meat still good ?.

3) Pulp, flesh (of fruit).

4) Game.

thịt To kill an animal. *Thịt một con bò* : To slaughter, knock down, an ox. *Thịt một con gà* : To kill a chicken.

thịt bê [θịt be] Veal.

thịt bạc nhạc [θịt bạk nạk] Stringy meat.

thịt bò [θịt bɔ̀] Beef. *Thịt bò bít tết* : Beef-steak. *Thịt bò quay* : Roast beef. *Thịt bò con* : Veal.

thịt cá [θịt ká] Meat and flesh.

thịt cầy [θịt kèi] See thịt chó.

thịt chim [θịt cim] Flesh of birds.

thịt chó [θịt cɔ́] Dog's meat.

thịt cừu [θịt kừu] Mutton.

thịt dai [θịt zai] Tough meat.

thịt đông [θịt dơŋ] Frozen meat.

thịt gà [θịt gà] Chicken.

thịt hầm [θịt hầm] Stew.

thịt heo [θịt hɛu] Pork, pig-meat. *Thịt heo quay* : Roast pork.

thịt hôi [θịt hoi] Tainted meat.

thịt lợn [θịt lợn] Pork.

thịt luộc [θịt lwợrk] Boiled meat.

thịt mềm [θịt mềm] Tender meat.

thịt mỡ [θịt mỡ] Fat meat. *Nhiều người thích thịt mỡ trong khi những người khác thì ghét* : Some people like fat meat, whereas others hate it.

thịt muối [θịt muối] Salted meat. *Thịt muối để được lâu* : Salted meat keep a long time.

thịt nạc [θịt nạk] Lean, lean meat.

thịt nai [θịt nai] Venison.

thịt ngựa [θịt ŋɯạ] Horse-flesh, horse-meat.

thịt nhão [θịt ɲãu] Flaccid flesh.

thịt nướng [θịt nɯớŋ] Broil, broiled meat.

thịt phi-lê [θịt fi le] Fillet.

thịt quay [θịt kway] Roast meat.

thịt rán [θịt rán] Broil, broiled meat.

thịt săn [θịt ʃawn] Firm flesh.

thịt sống [θịt ʃớŋ] Raw meat, green meat.

thịt tái [θịt tái] Half-cooked meat.

thịt thà [θịt θà] Meat.

thịt trừu [θịt trừu] Mutton.

thịt tươi [θịt tươi] Fresh meat, meat free from taint.

thịt vịt [θịt vịt] Duck ; flesh of the duck.

thiu [θiu] (Of rice) To be stale.

thiu *Buồn thiu* : Sad.

thiu thiu [θiu θiu] To doze, to sleep lightly.

thiu [θiu] *Bẩn thiu* : Dirty, filthy, unclean.

tho chửng [θɔ cửŋ] (Ch) To gauge.

thổ [θɔ̉] *Đất thổ* : Clay.

thò [θɔ̀] To crane, to stretch out, to put out. *Thò cổ ra phía trước* : To crane forward. *Thò cổ ra để nhìn vật gì* : To crane one's neck to see something. *Thò đầu ra ngoài cửa sổ* : To put out one's head at the window.

thò cổ [θɔ̀ kổ] To stretch out one's neck.

thò đầu [θɔ̀ dầu] See thò cổ.

thò lò [θɔ̀ lɔ̀] *Mũi chảy thò lò* : To drop at the nose.

thò tay [θɔ̀ tay] To hold out one's hand.

thỏ [θɔ̉] Rabbit, hare. *Hang thỏ* : Rabbit-hole, rabbit-burrow. *Chuồng thỏ* : Rabbit-hutch. *Người nuôi thỏ* : Rabbit-farmer. *Con thỏ bị con rùa vượt đến trước* : The hare was outstripped by the tortoise. *Con thỏ bị mắc bẫy* : The rabbit was taken in a trap.

thỏ cái [θɔ̉ kái] Doe rabbit.

thỏ con [θɔ̉ kɔn] Young rabbit

thỏ đực [θɔ̉ dụk] Buck rabbit.

thỏ lặn [θɔ̉ lạwn] The moon has set.

thỏ nhà [θɔ̉ ɲà] Rabbit.

thỏ phách [θɔ̉ fáik] Moon.

thỏ rừng [θɔ̉ rừŋ] Hare. *Làm sao phân biệt được thỏ rừng và thỏ nhà ?* :

What differentiates the hare from the rabbit ?.

thỏ thẻ [θɔ̃ θɛ̃] (Of baby) To babble.

thọ [θɔ] To live long.

thọ bịnh [θɔ bịɲ] To fall ill, get ill, be taken ill.

thọ chung [θɔ cuŋ] To die, to pass away.

thọ đản [θɔ đản] Birthday.

thọ giáo [θɔ ʒáu] To receive instruction.

thọ hình [θɔ hìɲ] To suffer punishment ; to purge an offence.

thọ lãnh [θɔ lãɲ] To receive.

thọ mộc [θɔ mọk] Coffin.

thọ ơn [θɔ ən] To receive a favour.

thọ thai [θɔ θai] (Of woman) To conceive, become pregnant.

thọ tội [θɔ tội] To undergo punishment.

thoa [θwa] To rub. Thoa bóp đầu cho người nào : To rub oil into someone.

thoa bóp [θwa bɔ́p] To massage, to rub in. Sự thoa bóp bằng tay : Hand massage.

thoa dầu [θwa dầu] To rub with oil. Thoa dầu vào chân : To rub one's leg with oil.

thoa quần [θwa kwần] Women.

thoa son [θwa ʃɔn] To paint the lips.

thỏa dịch [θw̃a zịk] Saliva.

thỏa diện [θw̃a ziện] 1) To spit in, into, someone's face.
2) To affront, to insult.

thỏa mạ [θw̃a mạ] To revile and to spit in someone's face.

thỏa [θw̃a] Ổn thỏa : Satisfactory, appropriate.

thỏa chí [θw̃a cí] Satisfied, content, pleased.

thỏa dạ [θw̃a zạ] Content, satisfied.

thỏa đáng [θw̃a đáŋ] Appropriate, satisfactory ; fitting.

thỏa hiệp [θw̃a hiệp] To agree, to come to an understanding.

thỏa hiệp Agreement, entente, under-

standing, compromise. Không hy vọng thỏa hiệp : No prospect of agreement. Thỏa hiệp với người nào : To come to an understanding with someone.

thỏa hiệp án [θw̃a hiệp án] Modus vivendi.

thỏa lòng [θw̃a lòŋ] Satisfied, pleased, content.

thỏa mãn [θw̃a mãn] To satisfy, to fulfil ; to answer, to meet (condition, etc...). Làm thỏa mãn tánh hiếu kỳ của người nào : To satisfy, gratify, someone's curiosity. Thỏa mãn ý muốn của người nào: To grant, meet, someone's wish. Không thể thỏa mãn tất cả những lời yêu cầu : It is impossible to satisfy all demands.

thỏa mãn Content, satisfied.

thỏa nguyện [θw̃a ŋwiện] Satisfied.

thỏa thích [θw̃a θík] Content, satisfied.

thỏa thuận (sự) [θw̃a θwận] Accord, concord, agreement, sanction. Với sự thỏa thuận của tác giả : With the sanction of author.

thỏa thuận To agree, to consent, to understand one another.

thoai thoải [θwai θwải] Dốc thoai thoải : Gentle slope.

thoái [θwái] To move back, to step back. Tấn thoái lưỡng nan : To be in a dilemma, to be caught between two fires.

thoái biến [θwái biến] Catabolism.

thoái binh [θwái biɲ] (Mil) To drive back.

thoái bộ [θwái bộ] To step back, to move back, to draw back, to recede ; to regress. Người ta nói rằng nền văn văn minh đang thoái bộ : People say civilization is going back, is on the down grade.

thoái chí [θwái cí] Discouraged, despondent, cast down, broken-spirited.

thoái chức [θwái cúk] (Of official) To be reduced to a lower rank.

thoái hóa [θwái hwá] 1) To degenerate, to retrograde, to retrogress. Sự thoá *hod* : Degeneration, retrogradation, retrogression.

2) To move back, to draw back.

thoái hôn [θwái hon] To break off an engagement.

thoái khước [θwái xứrk] To draw back, to withdraw.

thoái lui [θwái lui] To step back, to draw back.

thoái ngũ [θwái ŋũ] Demobilized.

thoái nhiệt [θwái ɲiet] Antipyrin(e).

thoái nhượng [θwái ɲwợŋ] To yield, to give way.

thoái thác [θwái θák] To find a pretext for refusing, for refusal.

thoái triều [θwái triều] Ebb, ebb-tide.

thoái vị [θwái vị] To abdicate the throne. *Sự thoái vị* : Abdication. *Ông vua thoái vị* : Abdicating, abdicated king.

thoải [θwải] *Thoai thoải* : (Of slope) To be gentle.

thoải mái [θwải mái] To feel at ease.

thoại [θwại] *Điện thoại* : Telephone. *Đàm thoại* : Conversation.

thoại thuyết [θwại θwiét] To converse.

thoán vị [θwán vị] To usurp the throne.

thoang thoáng [θwaŋ θwáŋ] Vaguely. *Nhớ thoang thoáng* : To remember vaguely.

thoang thoảng [θwaŋ θwảŋ] (Of odour, To be vague, faint.

thoáng [θwáŋ] Aerated, ventilated.

thoáng Vaguely, quickly, rapidly. *Thấp thoáng* : To appear vaguely, to appear and disappear. *Nhìn thoáng qua người nào, việc gì* : To glance at someone, something. *Tôi thoáng thấy nó trong đám đông* : I caught sight of him in the crowd.

thoáng gió [θwáŋ ʒ5] Well-aired, well-ventilated.

thoáng khí [θwáŋ xí] See thoảng gió.

thoáng qua [θwáŋ kwa] To flicker, to flit. *Một nụ cười thoáng qua trên môi nó* : A smile flickered on his lips. *Một kỷ niệm thoáng qua trong trí nó* : A memory flitted across his mind.

thoáng qua Fleeting, fugacious.

thoáng thầy [θwáŋ θéi] To espy, to catch sight of. *Thoáng thấy vật gì* : To get (catch) a glimpse of something.

thoảng [θwảŋ] (Of wind, odour) To waft. *Mùi hoa thoảng qua trong không khí* : The scent of the flowers was wafted through the air.

thoảng *Thỉnh thoảng* : From time to time, now and then.

thoảng qua [θwảŋ kwa] (Of odour) To waft, to move lightly through air.

thoát [θwát] 1) To escape, to get out. *Thoát khỏi một cách kỳ diệu* : To have a miraculous escape. *Thoát khỏi một sự khó khăn* : To get out of a difficulty. *Con sư tử thoát ra khỏi chuồng* : The lion got out of its cage. *Thoát khỏi nguy hiểm* : To have a close call.

2) (Of steam) To blow off. *Để hơi thoát ra* : To let off steam, to blow off.

thoát chết [θwát cét] To escape from death, to save one's bacon. *Anh hên nên thoát chết* : You were lucky to escape death.

thoát đảng [θwát dảŋ] To leave a party.

thoát đào [θwát dàu] To flee, to fly; to run away, to slip away.

thoát giam [θwát ʒam] To escape from, out of, prison ; to escape imprisonment.

thoát giang [θwát ʒaŋ] (Med) Prolapsus of the rectum.

thoát hiểm [θwát hiểm] To get out of danger.

thoát khỏi [θwát xỏi] To escape, to get out, to break loose. *Thoát khỏi một cách kỳ diệu* : To have a miraculous escape. *Thoát khỏi một sự khó khăn* : To get out of a difficulty. *Thoát khỏi tay người nào* : To elude someone's grasp.

thoát lậu [θwát lậu] To omit, to miss out.

thoát ly [θwát li] To separate.

thoát miễn [θwát miễn] To evade, to avoid.

thoát nạn [θwát nạn] To escape from danger, to get out of danger.

thoát phàm [θwát fàm] To disincarnate.

thoát ra [θwát ra] (Of steam) To blow off.

thoát tẩu [θwát tə̀u] To run away, to flee, to fly.

thoát thai [θwát θai] To be born.

thoát thân [θwát θən] To run away, to escape from danger.

thoát trần [θwát tràn] To enter into religion.

thoát trừ [θwát trừ] To get rid of.

thoát xác [θwát sák] (Of reptile) To slough ; to cast its skin.

thoát y [θwát i] To strip, to undress.

thoát y vũ [θwát i vũ] Strip tease.

thoạt [θwạt] As soon as. Thoạt mới đến Saigon : As soon as I arrived in Saigon.

thoạt đầu [θwạt dầu] At the beginning, at the commencement.

thoạt kỳ thủy [θwạt kì θwỉ] See thoạt đầu.

thoạt tiên [θwạt tien] At the beginning, from the outset.

thoạt trông [θwạt troŋ] At the first sight, at the first blush.

thoăn thoắt [θwawn θwáwt] Quickly, nimbly. Đi thoăn thoắt : To walk quickly.

thoảng [θwáwŋ] Volubly, glibly. Nói liến thoảng : To speak volubly, glibly.

thoắt [θwáwt] Thoăn thoắt : Quickly, nimbly.

thóc [θɔ́k] Paddy.

thóc gạo [θɔ́k gạu] Paddy and rice.

thóc mách [θɔ́k máik] Inquisitive, curious.

thọc [θɔk] 1) To thrust. Thọc tay vào túi : To thrust, plunge, one's hands into one's pockets. Nó thọc tay vào túi nó : He put his hands in(to) his pockets. 2) To bring down (fruits). Thọc gậy vào bánh xe : To put grit in the bearings ; to put a spoke in someone's wheel.

thọc gậy bánh xe [θɔk gẹi báiŋ sɛ] To put grit in the bearings, to put a spoke in someone's wheel, to put a crimp in a scheme, to throw impediments in the way.

thọc huyết [θɔk hwiét] To bleed. Thọc huyết heo : To bleed, stick, a pig.

thọc lét [θɔk lét] To tickle, to titillate. Đứa bé cười và vặn vẹo mình khi nó bị thọc lét : The child laughed and wriggled when its ribs were tickled.

thọc mạch [θɔk mạik] Curious, inquisitive.

thọc miệng [θɔk mieŋ] To meddle in a conversation.

thọc tay vào [θɔk tay vàu] To thrust one's hand into. Thọc tay vào túi : To thrust one's hands into one's pockets, to bury one's hands in one's pockets. Nó thọc tay vào túi và lấy ra một nắm gạo : He dipped his hand into the bag and brought out a handful of rice. Nó thình lình thọc tay vào túi và lấy ra một nắm bạc : He suddenly dived into his pocket and brought out handful of money. Đừng thọc tay vào túi ! : Don't stick your hands in your pockets.

thoi [θɔi] Shuttle. Ngày tháng thoi đưa : Time flies. Hình thoi : Diamondshaped.

thoi Ingot, bar. Vàng thoi, bạc thoi : Bullion.

thoi To punch, to stricke hard with the fist. Thoi vào mặt người nào : To punch someone's face, to give someone a punch in the face. Thoi nhau : To use one's fists.

thoi Punch, blow. Đánh người nào một thoi : To launch a blow at someone. Thoi vào mặt người nào : To give someone a punch in the face. Đánh người nào một thoi vào mắt : To land a person a blow in the eye.

thoi bạc [θɔi bạk] Silver bar, ingot.

thoi cửi [θɔi kửi] Shuttle.

thoi mực [θɔi mụk] Stick of indian ink.

thoi thóp [θɔi θɔ́p] To breathe very lightly ; to be dying, at the point of death.

thoi túi bụi [θɔi túi bụi] To drub, to give repeated blows to.

thoi vàng [θɔi vàŋ] Gold bar, ingot.

thói [θɔi] Habit, manner. *Thời nào thói nấy* : Manners change with the times. *Nhiễm thói xấu* : To get into bad habits.

thói đời [θɔi dòi] Ways of the world.

thói quen [θɔi kwɛn] Custom, habit, use, practice, wont. *Có thói quen làm việc gì* : To be in the habit of doing something ; to be accustomed to do something. *Nó có thói quen làm việc ấy* : He is in the habit, makes a habit, of doing it. *Anh có thói quen dậy sớm không?* : Are you in the habit of rising early ?. *Nó có thói quen thức dậy sớm và đi bộ trước khi ăn sáng* : It was his custom to get up early and have a walk before breakfast. *Nhiễm một thói quen*: To grow, fall, into a habit. *Bỏ một thói quen* : To fall out, get out, of a habit. *Đó là thói quen của nó thức dậy sớm và đi dạo trước khi ăn điểm tâm* : It was his custom to get up early and have a walk before breakfast. *Nhiễm thói quen làm việc gì* : To fall into, get into, the habit of doing something ; to acquire, start, the habit of doing something ; to fall into the way of doing something. *Một lần không phải là thói quen* : One act does not constitute a habit ; once does not count ; one swallow does not make a summer ; once does not make a habit ; it may never happen again ; this is only once in a way. *Làm việc gì do thói quen* : To do something from mere habit. *Thói quen là thiên tính thứ hai* : Use is a second nature. *Bỏ thói quen hút thuốc* : To get out, fall out, of the way of, to give up, smoking. *Làm người nào bỏ một thói quen* : To break someone of a habit, to get someone out of a habit. *Việc ấy sẽ thành một thói quen* : It will grow into a habit. *Bỏ thói quen làm việc gì* : To break oneself of the habit of doing something. *Đó chỉ là vấn đề thói quen* : It's just a matter of knack. *Khó bỏ những thói quen* : It's difficult to break with old habits.

thói thường [θɔi θườŋ] Generally, as a rule.

thói xấu [θɔi sấu] Bad habit, vice. *Nhiễm thói xấu* : To get into bad habits. *Hà tiện là một thói xấu* : Avarice is a vice. *Làm người nào chừa một thói xấu* : To break someone of a bad habit. *Anh có thể bỏ những thói xấu của anh không?* : Can't you break away from (=give up) your bad habits?. *Anh phải bỏ thói xấu ấy đi* : You should get out of (= give up) that bad habit. *Nhiều người nói hút thuốc là một thói xấu* : Many people say that smoking is a bad habit. *Nó đã bỏ các thói xấu mà nó có hồi còn nhỏ* : He has grown out of the bad habits he had as a boy. *Bỏ, chừa một thói xấu* : To throw off a bad habit. *Hút thuốc không phải là một thói xấu* : Smoking is not a vice.

thòi ra [θɔi ra] To project, to jut out.

thỏi [θɔi] Stick, piece.

thỏi mực [θɔi mực] Stick of Chinese ink.

thỏi son [θɔi sɔn] Lipstick.

thòm thèm [θɔm θèm] To desire ; to have not had one's fill.

thon [θɔn] Thin, taper, tapering ; slender, slim. *Ngón tay thon mà dài* : Long thin fingers.

thon thon [θɔn θɔn] Slender.

thỏn [θɔn] Sunken.

thong dong [θɔn zɔŋ] Free, leisurely, not in a hurry. *Đi một cách thong dong* : To walk leisurely. *Thong dong làm việc gì* : To do something in a leisurely fashion.

thong thả [θɔŋ θả] 1) Leisurely, at leisure, slowly. *Làm việc thong thả* : To do something at (one's) leisure, to do something in a leisurely fashion. *Đi thong thả* : To go slowly.

2) Free ; to have spare time, some time free, some time to spare.

thòng [θɔŋ] To drop (a rope). *Lòng lòng* : Hanging down ; to hang down, to hang loose, to dangle. *Thòng dây thả người nào xuống* : To lower someone on a rope.

thòng lọng [θɔ̀ŋ lɔ̣ŋ] Slip-knot, running knot, noose, lasso. *Dây thòng lọng để thắt cổ tội nhân* : Hangman's noose. *Bắt ngựa bằng dây thòng lọng* : To catch a horse with lasso.

thóp [θɔ́p] (Anat) Fontanel, fontanelle.

thóp Weak point.

thót [θɔ́t] *Nhảy thót lên* : To jump up.

thọt [θɔ̣t] Lame.

thô [θo] Coarse, rough. *Da thô* : Coarse skin. *Vải thô* : Coarse. cloth.

thô bạo [θo bạu] Rude, unmannerly.

thô bỉ [θo bỉ] 1) Boorish, rustic.
2) Coarse. *Những lời thô bỉ* : Coarse words.

thô bố [θo bó] Coarse cloth.

thô kệch [θo kẹik] Agrestic, rustic.

thô lậu [θo lạu] Uncouth, rustic.

thô liệt [θo liẹt] Coarse, rude.

thô lỗ [θo lỗ] Rough, rude, coarse. *Nói một cách thô lỗ* : To speak in a rude fashion. *Tôi không thể chịu được những cử chỉ thô lỗ của nó* : I cannot brook his rude manners.

thô sơ [θo ʃɔ] Rude, coarse.

thô thiển [θo thiển] Awkwark and superticial.

thô tục [θo tụk] Coarse, vulgar, gross, ill-mannered.

thồ [θồ] Earthenware pot used for holding liquids.

thố *Thi thố* : To display (one's capability). *Thất thố* : To make an error.

thồ [θồ] Pack-saddle. *Ngựa thồ* : Pack-horse.

Thổ [θổ] (Geog) Turkey. *Người Thổ* : Turk.

Thổ Cambodian.

thổ Earth, land, ground, soil. *Lãnh thổ* : Territory. *Thủy thổ* : Climate.

thổ To vomit, to disgorge. *Thổ thuyết* : To vomit blood.

thổ *Nhà thổ* : Brothel, house of prostitution.

thổ âm [θổ əm] Dialect.

thổ công [θổ koŋ] Genie of the hearth.

thổ dân [θổ zən] Aborigines.

thổ địa [θổ dịa] 1) Ground, earth.
2) God of the soil. *Đứng trơ như thổ địa* : To stand stock still.

thổ huyết [θổ hwiét] To vomit blood.

thổ khí [θổ xi] Climate.

thổ lộ [θổ lọ] To reveal, to outflow. *Thổ lộ tâm tình với người nào* : To reveal one's soul to someone ; to unburden oneself to someone ; to open one's mind to someone. *Hay thổ lộ tâm tình* : Communicative.

thổ mộ [θổ ŋũ] Buggy.

thổ ngữ [θổ ŋũ] Dialect. *Thổ ngữ học* : Dialectology.

Thổ nhĩ kỳ [θổ ɲi kì] (Geog) Turkey. *Người Thổ-nhĩ-kỳ* : Turk.

thổ phi [θổ fi] Bandit.

thổ phong [θổ fɔŋ] Local customs.

thổ sản [θổ ʃản] Local products.

thổ tả [θổ tả] (Med) Cholera.

thổ tễ [θổ tễ] (Med) Vomitory, eme tic.

thổ thần [θổ thần] God of the soil.

thổ trạch [θổ traik] Land. *Thuế thổ trạch* : Land tax.

thổ vật [θổ vật] Local products.

thốc [θók] At one stretch. *Chạy thốc* : To run at one stretch.

thộc [θọk] See **thốc**.

thôi [θoi] 1) To cease, to stop, to leave off, to quit, to discontinue. *Thôi làm việc gì* : To cease (from), stop, doing something. *Thôi làm* : To quit one's job. *Thôi mua báo dài hạn* : To discontinue a newspaper.
2) To separate. *Vợ chồng tôi đã nhứt định thôi nhau* : My wife and I have decided to separate.

thôi (Of colour) To run.

thôi *Chỉ một người thôi* : One man only. *Nó chỉ giỏi về môn quần vợt thôi* : He is good at nothing except tennis. *Chỉ có chúng tôi biết việc ấy thôi* : We are the only people that know it. *Chỉ nửa* giờ nữa thôi : Only half an hour more. *Nó chỉ có một người anh thôi* : He has only one brother.

thôi đường [θoi dɯɜŋ] Stage.

thôi học [θoi họk] To quit school.

thôi miên [θoi mien] To hypnotize. *Nhà thôi miên học* : Hypnotist.

thôi miên thuật [θoi mien θwɘt] Hypnotism.

thôi thúc [θoi θúk] To urge ; to press. *Thôi thúc người nào làm việc gì* : To urge, press, someone to do something. *Bị chủ nợ thôi thúc* : Pressed, dunned, by one's creditors.

thôi việc [θoi vịrk] To quit one's job.

thối [θói] Fetid, stinking ; rotten. *Trứng thối* : Rotten egg.

thôi To move back, to step back.

thôi binh [θôi biṇ] (Mil) To drive back.

thối bộ [θói bọ] To step back, to draw back, to move back, to recede.

thối chí [θói ci] Discouraged, despondent, cast down, broken-spirited.

thối hậu [θói họu] See thôi lui.

thối hoắc [θói hwáɯk] Fetid.

thối lui [θói lui] To step back, to move back, to draw back ; (of gun) to recoil.

thối nát [θói nát] Rotten.

thối tai [θói tai] (Med) Otorrhoea.

thối tha [θói θa] Stinking, fetid.

thối thây [θói θei] *Lười thối thây* : Very lazy.

thối tiền [θói tiền] To return one's changes after a purchase.

thối tiến [θôi tiền] See thôi tiến.

thổi [θôi] 1) To blow. *Thổi không khí vào vật gì* : To blow breathe, air into something. *Thổi bụi* : To blow the dust off. *Đứa bé đang thổi bong bóng* : The baby is blowing bubbles. *Nó thổi cho nguội cà phê của nó* : He was blowing his coffee to make it cool. 2) (Of the wind) To blow, to set. *Gió thổi mạnh* : The wind is blowing a gale ; it is blowing a gale. *Gió từ phía tây thổi lại* : It is blowing from the west. *(Gió) Thổi tàu vào bờ* : (Of wind)

To blow a ship ashore. *Gió thổi cái nón tôi bay đi* : The wind swept my hat off. *Chiếc xe bị gió thổi đi* : Car blown off the road, out of its course, by the violence of the wind. *Đèn cầy bị gió thổi tắt* : The candle was blown out. *Gió từ đông bắc thổi đến* : The wind sets from the northeast. *(Tàu) Bị thổi ra khơi* : (Of ship) To be blown out to sea. 2) To blow (glass) ; to blow up (toy balloon, etc...) ; to blow (the organ) ; to blow up (the fire) ; to blow off (dust) ; to blow out (a candle).

thổi bễ [θổi bễ] To blow the bellows.

thổi bụi [θổi bụi] To blow the dust off. *Thổi bụi bay đi* : To blow away the dust. *Thổi bụi trên quyền sách* : To blow the dust off a book.

thổi còi [θổi kɔi] To whistle, to blow the whistle, to blow a whistle.

thổi cơm [θổi kɘm] To cook rice.

thổi đèn [θổi dèn] To blow out a lamp.

thổi địch [θổi dịk] To play (on) the flute ; to flute.

thổi kèn [θổi kèn] To blow, sound, blare, a trumpet. *Sáng nào nó cũng thổi kèn* : Every morning he has a blow at his trumpet.

thổi lửa [θổi lɯɜ] To blow up the fire.

thổi nấu [θổi nấu] To cook.

thổi sáo [θổi ʃáu] To flute, to play (on) the flute.

thổi tắt [θổi táɯt] To blow out (a lamp). *Đèn cầy bị gió thổi tắt* : The candle was blown out.

thổi vào [θổi vàu] To blow in. *Gió từ cửa sổ thổi vào* : The wind blows in at the window. *(Gió) Thổi tàu vào bờ* : (Of wind) To blow a ship ashore.

thôn [θon] Hamlet. *Hương thôn* : Village.

thôn cư [θon kɯ] To live in the country.

thôn dã [θon zã] Country, countryside.

thôn lệ [θon lẹ] To control one's tears.

thôn nữ [θon nữ] Country girl.

thôn phu [θon fu] Countryman.

thôn phụ [θon fụ] Countrywoman.

thôn quê [θon kwe] Countryside.

thôn tính [θon tiɲ] To annex, to take possession of. *Nhựt Bổn thôn tính Triều Tiên năm 1910* : Japan annexed Korea in 1910. *Sự thôn tính* : Annexation.

thôn trại [θon trại] Farm.

thổn [θổn] *Thiếu thốn* : Lack, want.

thốn bạch trùng [θốn bạik trùɳ] Taenia, tapeworm.

thổn [θòn] To compress, cram, squeeze (objects) together in a bag, etc...

thổn thức [θòn θửk] To sob one's heart out.

thông [θoɳ] (Bot) Pine-tree. *Rừng thông* : Pine-forest, pine wood. *Nhựa thông* : Pine-resin. *Trái thông* : Pine-cone. *Lá thông* : Pine-needle.

thông To clear (choked pipe, etc...).

thông To communicate, to be connected (e.g. rooms, gardens, etc... by doors, gates, etc...) ; to open into. *Cửa thông ra vườn* : Door that communicates with the garden. *Những phòng thông với phòng khác* : Rooms that communicate with one another. *Hai phòng thông nhau* : The two rooms open into one another.

thông To understand, to comprehend.

thông *Phổ thông* : Universal, general, common.

thông báo [θoɳ báu] To warn, to advise, to inform.

thông báo hạm [θoɳ báu hạm] (Navy) Despatch vessel, advice-boat ; sloop ; aviso.

thông cảm [θoɳ kảm] To understand, to comprehend.

thông cáo [θoɳ káu] Notice, communiqué, announcement. *Đăng một thông cáo trên báo* : To put a notice in the papers.

thông cáo To announce.

thông dâm [θoɳ zâm] To commit adultery. *Tội thông dâm* : Adultery.

thông dịch [θoɳ zịk] To translate. *Thông dịch tiếng La-tinh ra tiếng Anh* : To translate, turn, something from Latin into English. *Thông dịch quyển*

sách tiếng Anh ra tiếng Pháp : To translate an English book into French. *Thông dịch một câu tiếng Anh ra tiếng Việt* : To translate a sentence from English into Vietnamese. *Sự thông dịch* : Translation.

thông dịch viên [θoɳ zịk vien] Translator.

thông dụng [θoɳ zụɳ] Current, in common or general use. *Không thông dụng* : Out of use.

thông đạt [θoɳ đạt] To understand thoroughly.

thông điệp [θoɳ diẹp] Message, diplomatic note.

thông đồng [θoɳ dòɳ] To collude. *Sự thông đồng* : Collusion. *Thông đồng với người nào* : To be in cahoots with someone, to enter into collusion with someone.

thông gia [θoɳ ʒa] Families connected by marriage.

thông gian [θoɳ ʒan] To commit adultery. *Tội thông gian* : Adultery.

thông hành [θoɳ hàɲ] Laissez-passer, passport.

thông hiểu [θoɳ hiểu] To understand thoroughly.

thông hiệu [θoɳ hiẹu] (Bot) Code.

thông hoạt [θoɳ hwạt] Fluently.

thông hơi [θoɳ hɔi] See *thông khí*.

thông khí [θoɳ xi] To ventilate (mine).

thông lệ [θoɳ lẹ] General rule.

thông lệnh [θoɳ lẹɲ] Circular.

thông lưng [θoɳ lɯɳ] To be in connivance with, to be in cahoot with (someone).

thông manh [θoɳ maɲ] (Med) Cataract.

thông minh [θoɳ miɲ] Intelligent, clever, brainy. *Đứa bé thông minh* : A quick child ; a clever boy. *Đứa bé thông minh hơn hết* : The most intelligent child. *Nó là người thông minh* : He's a man of sense.

thông mưu [θoɳ mɯu] See *thông đồng*.

thông nang [θoɳ naɳ] (Nat. Hist) Utricle.

thông ngôn [θoŋ ŋon] To interpret. *Người thông ngôn* : Interpreter.

thông nhau [θoŋ ɲau] Communicating (room, etc...).

thông nòng [θoŋ nɔŋ] Ramrod.

thông qua [θoŋ kwa] See thông quá.

thông quá [θoŋ kwá] To approve (a proposal, etc...).

thông quá (Of goods) To be in transit. *Hàng hoá thông quá* : Goods in transit.

thông số [θoŋ ʃó] (Math) Parameter.

thông suốt [θoŋ ʃuət] To penetrate, to understand thoroughly.

thông tâm thuật [θoŋ tɔm θwət] Telaesthesia.

thông tấn viên [θoŋ tón vien] Press correspondent.

thông tấn xã [θoŋ tón sã] News-agency, press-agency. *Việt Nam thông tấn xã* : Viet-Nam Press.

thông thái [θoŋ θái] Savant, a learned man, a well-known scholar.

thông thạo [θoŋ θạu] Expert.

thông thần học [θoŋ ðən hɔk] Theosophy. *Nhà thông thần học* : Theosophist. *Thuộc về thông thần học* : Theosophical.

thông thoại [θoŋ θwai] Current language.

thông thuộc [θoŋ θwərk] To know perfectly.

thông thường [θoŋ θuiəŋ] Common, popular. *Câu nói thông thường* : Popular phrase.

thông tin [θoŋ tin] To inform. *Tổng nha Thông tin và Thanh niên* : Directorate general of Information and Youth.

thông tín [θoŋ tín] 1) To inform. 2) To correspond (by letter).

thông tín viên [θoŋ tin vien] (Journ) Correspondent. *Thông tín viên chiến tranh* : War correspondent.

thông tri [θoŋ tri] To announce, to notify, to advise.

thông tri Circular.

thông tục [θoŋ tụk] Popular, universal.

thông tư [θoŋ tɯ] Circular.

thông vận binh [θoŋ vận biɲ] Transportation corps.

thống [θóŋ] Large earthenware vase.

thống chế [θóŋ cé] Field Marshal.

thống chế không quân [θóŋ cé xoŋ kwən] Marshal of the R.A.F. (Royal Air Force in Great Britain).

thống đốc [θóŋ dók] Governor. *Thống đốc Ngân hàng quốc gia* : Governor of the National Bank. *Thống đốc tiểu bang Nữu-Ước* : The governor of New-York state.

thống hệ [θóŋ hẹ] System.

thống kê [θóŋ ke] Statistic. *Bảng thống kê* : Statistic statement. *Người làm thống kê* : Statistician.

thống kê học [θóŋ ke hɔk] Statistics.

thống kế [θóŋ ké] See thống kê.

thống khổ [θóŋ xỏ] Suffering, unhappy.

thống lãnh [θóŋ lãiɲ] To command all the military forces.

thống mạ [θóŋ mạ] To abuse severely.

thống nhứt [θóŋ ɲứt] To unify, to unite ; to reunify. *Sự thống nhứt* : Unification union, reunification. *Thế giới có thể thống nhứt không ?* : Can the world be unified ?. *Vấn đề thống nhứt quốc gia là một vấn đề sanh tử của tất cả dân tộc* : The problem of national reunification is a matter of life and death for all peoples.

thống nhứt chỉ huy [θóŋ ɲứt cỉ hwi] Unity of command.

thống soái [θóŋ ʃwái] General of the army.

thống sứ [θóŋ ʃứ] Governor.

thống thiết [θóŋ θiét] 1) Touching, moving. 2) Agonizing.

thống trách [θóŋ tráik] To tax sharply (someone) with.

thống trị [θóŋ trị] To rule, to dominate. *Thống trị một nước* : To rule (over) a nation. *Thống trị một dân tộc* : To dominate (over) a people. *Sự thống trị* : Domination.

thống tướng [θóŋ tuiớŋ] General. *Thống*

TH

nrớng không quân : Air chief marshal.

thọp [θɔp] To grasp, to seize, to grip, to grab suddenly. *Nó thóp lấy cây súng để trên bàn* : He grabbed a revolver from the table. *Thóp cổ người nào* : To seize someone by the collar.

thốt [θốt] To speak. *Thưa thốt* : To answer. *Thề thốt* : To swear.

thốt nhiên [θốt ɲien] Suddenly, all at one, all of a sudden.

thơ [θə] Poetry. *Làm thơ:* To compose, write, indite, a poem. *Ngâm thơ* : To recite a poem. *Câu thơ* : Verse. *Nhà thơ* : Poet.

thơ Letter. *Thùng thơ* : Letter-box, pillar-box. *Người đi thơ* : Letter-carrier, postman, mail-man. *Giấy viết thơ* : Letter-paper. *Bao thơ* : Envelope. *Cân để cân thơ* : Letter-balance. *Viết thơ cho bạn* : To write letters to one's friends. *Tôi có nhận được một bức thơ của nó* : I have had a letter from him. *Bỏ thơ vào thùng thơ* : To drop a letter into the pillar-box. *Gởi thơ tay* : To send a letter by hand. *Nó cất thơ trong tủ và khóa lại* : He keeps his letters under lock and key.

thơ Young. *Ngây thơ* : Naive, innocent, guileless. *Trẻ thơ* : Young child. *Tuổi thơ* : Childhood.

thơ âu [θə ấu] Young. *Thời thơ ấu* : Childhood, boyhood. *Làm người nào nhớ lại lúc còn thơ ấu* : To take someone back to the time of his childhood.

thơ bảo đảm [θə bảu dảm] Registered letter.

thơ chánh thức [θə cáiɲ θứk] Official letter.

thơ chia buồn [θə ciə buồn] Letter of condolence.

thơ dại [θə zại] Innocent, childlike naive. *Trẻ con thơ dại* : Child of tender years.

thơ giới thiệu [θə zới θiệu] Letter of introduction, letter of recommendation, recommendatory letter.

thơ hăm dọa [θə hăm zwa] Threatening letter.

thơ ký [θə kí] Clerk, secretary. *Thơ ký riêng* : Private secretary. *Tổng thơ ký* : Secretary general. *Dùng người nào làm thơ ký* : To employ someone as secretary.

thơ mật [θə mật] Confidential letter.

thơ nặc danh [θə nặɯk zaiɲ] Anonymous letter.

thơ ngây [θə ɲei] Childlike, naive.

thơ ngụ ngôn [θə ɲụ ŋon] Fable.

thơ ngỏ [θə ŋɔ̉] Open letter.

thơ nhắc [θə ɲáɯk] Reminder. *Nó quên lời hứa của nó rồi, tôi phải gởi thơ nhắc nó* : He forgot his promise, I must send him a reminder.

thơ phản kháng [θə fản xáŋ] Letter of protest.

thơ phú [θə fú] Poetry.

thơ rơi [θə rəi] Anonymous letter.

thơ thẩn [θə θẩn] To stroll.

thơ thứng [θə θứ̃ŋ] See thơ thẩn.

thơ tình [θə θiɲ] Love-letter.

thơ từ [θə từ] 1) Mail. *Chiếc tàu chìm và các thơ từ đều mất hết* : The ship sank and the mails were lost. *Chở thơ từ bằng máy bay* : To transport mail by aeroplane.
2) Correspondence. *Liên lạc bằng thơ từ với người nào* : To be in correspondence, have correspondence, with someone.

thơ tự do [θə tự zɔ] Free verse.

thơ viện [θə viện] Library. *Thơ viện cho mượn sách* : Lending library. *Thơ viện không cho mượn sách* : Reference library. *Nó là một thơ viện sống* : He's a walking library.

thơ yếu [θə iếu] Young and weak.

thớ [θớ] Fibre, grain. *Thớ gỗ* : Wood fibre ; fibre, grain, of the wood. *Thớ gân* : Fibre-cell. *Không thớ* : Fibreless. *Cưa dọc theo thớ* : To saw with the grain. *Thớ không đều* : Cross-grain.

thớ cây [θớ kei] Wood fibre ; fibre, grain, of the wood.

thớ gỗ [θớ gỗ] See thớ cây.

thớ lợ [θớ lợ] Superficial courtesy.

thớ sụn [θớ sụn] Fibro-cartilage.

thờ [θɜ̀] To worship, to adore.

thờ ơ [θɜ̀ ə] Indifferent, cold, apathetic, disinterested. *Thờ ơ với người nào* : To be cold with someone. *Làm sao anh lại có thể thờ ơ trước những đau khổ của các trẻ này ?*: How can you be so indifferent to the sufferings of these children ?.

thờ phượng [θɜ̀ fɯəŋ] To adore, to worship. *Sự thờ phượng* : Worship.

thờ thẫn [θɜ̀ θɜ̃n] To look haggard.

thở [θɜ̉] To breathe, to respire, to draw breath. *Hơi thở* : Breath. *Thở một hơi dài* : To draw a long breath. *Khó thở, thở khó khăn* : To be short-winded. *Thở hơi cuối cùng*: To breathe one's last. *Tôi sẽ chống cự đến hơi thở cuối cùng* : I will resist to my last breath. *Nín thở* : To hold one's breath. *Thở hổn hển* : To breathe hard.

thở *Than thở* : To lament.

thở dài [θɜ̉ zài] To sigh; to heave, fetch, draw, a sigh.

thở hào hển [θɜ̉ hàu hển] To pant; to gasp for breath.

thở hoi hóp [θɜ̉ hɔi hóp] To breathe very lightly ; to be dying, at the point of death, to be at one's last gasp.

thở hổn hển [θɜ̉ hỗn hển] To pant, to gasp for breath ; to breathe hard ; to puff and blow. *Ông già thở hổn hển khi lên tới đỉnh núi* : The old man was puffing and blowing when he got to the top of the mountain.

thở hồng hộc [θɜ̉ hòŋ họk] See thở hổn hển.

thở hơi cuối cùng [θɜ̉ hɔi kuối kùŋ] To breathe one's last.

thở hơi tai [θɜ̉ hɔi tai] Very tired, exhausted.

thở khó [θɜ̉ xɔ́] To breathe with difficulty.

thở khò khè [θɜ̉ xɔ̀ xɛ̀] To wheeze.

thở không ra hơi [θɜ̉ xoŋ ra hɔi] To be winded, out of breath.

thở ra [θɜ̉ ra] 1) To expire. *Sự thở ra :* Expiration.
2) See thở dài.

thở ra Expiratory.

thở than [θɜ̉ θan] To lament.

thở vào [θɜ̉ vàu] To inspire, to inhale. *Sự thở vào* : Inspiration, inhalation.

thợ [θɜ̣] Workman, worker, artisan, mechanic. *Thợ máy xe hơi* : Motor mechanic. *Thợ khéo* : Skill workman, craftsman. *Vào việc mới biết tài thợ* : The workman is known by his work.

thợ bạc [θɜ̣ bạk] Silversmith, goldsmith.

thợ cả [θɜ̣ kả] Foreman.

thợ cạo [θɜ̣ kạu] Barber, hairdresser.

thợ cày [θɜ̣ kày] Ploughman.

thợ chạm [θɜ̣ cạm] Sculptor ; engraver.

thợ chạm trên gỗ [θɜ̣ cạm tren gỗ] Wood-carver.

thợ cưa [θɜ̣ kɯə] Sawyer.

thợ dệt [θɜ̣ zẹt] Weaver.

thợ diện [θɜ̣ diẹn] Electrician

thợ đóng giày [θɜ̣ dóŋ jày] Shoemaker, boot-maker. *Thợ đóng giày thường đi giày xấu* : The shoemaker's wife is always the worst shod.

thợ đóng móng ngựa [θɜ̣ dóŋ mɔ́ŋ ŋɯə] Farrier, shoeing-smith.

thợ đúc [θɜ̣ dúk] Founder, caster.

thợ đúc chuông [θɜ̣ dúk cuəŋ] Bell-founder, bell-caster.

thợ đúc chữ [θɜ̣ dúk cữ] Type-founder, type-caster.

thợ gặt [θɜ̣ gặt] Harvester.

thợ giày [θɜ̣ jày] Shoemaker, boot-maker. *Thợ giày thường đi giày xấu* : The cobbler's wife is always the worst shod.

thợ giặt [θɜ̣ jặt] Laundryman, laundress.

thợ giời [θɜ̣ jời] See thợ trời.

thợ hàn [θɜ̣ hàn] Solderer, welder.

thợ hàn chì [θɜ̣ hàn cì] Plumber. .

thợ hàn nồi [θɜ̣ hàn nòi] Tinker.

thợ hồ [θɜ̣ hò] Bricklayer.

thợ hớt tóc [θɜ̣ hớt tɔ́k] Barber, hairdresser.

thợ kim hoàng [θɜ̣ kim hwàŋ] Goldsmith.

thợ làm khoán [θ̧ợ làm xwán] Piece-worker.

thợ lặn [θ̧ợ lặɯ] Diver. *Thợ lặn mò hột trai* : Pearl-diver.

thợ mài dao [θ̧ợ mài zau] Knife-grinder.

thợ may [θ̧ợ may] Tailor ; tailoress. *Thợ may may theo kích thước:* Bespoke tailor . *Nghề thợ may* : Tailoring.

thợ máy [θ̧ợ máy] Mechanic. *Thợ n.áy xe hơi* : Motor mechanic.

thợ mỏ [θ̧ợ mỏ] Miner. *Thợ mỏ làm việc dưới mặt đất:* Miners work underground.

thợ mộc [θ̧ợ mọk] Carpenter. *Xưởng thợ mộc* : Carpenter's shop. *Nghề thợ mộc* : Carpentry. *Nó học nghề thợ mộc:* He is learning carpentering.

thợ nề [θ̧ợ nè] Bricklayer.

thợ nguội [θ̧ợ ŋuội] Fitter.

thợ nhuộm [θ̧ợ ɲuộm] Dyer.

thợ rèn [θ̧ợ rèn] Blacksmith. *Thợ rèn không dao ăn trầu* : The cobbler's wife is always the worst shod.

thợ sắp chữ [θ̧ợ ʃắɯp cữ] Typographer, compositor, type-setter.

thợ sơn [θ̧ợ ʃơn] Painter. *Thợ sơn nhà cửa* : House-painter.

thợ thêu [θ̧ợ θeu] Embroiderer, embroideress.

thợ thiếc [θ̧ợ θiék] Tinman, tinsmith, whitesmith.

thợ thuyền [θ̧ợ θwièn] Workers, workmen. *Giai cấp thợ thuyền* : The working class.

thợ tiện [θ̧ợ tiện] Turner.

thợ trồng răng [θ̧ợ tròŋ raɯŋ] Dental mechanic.

thợ Trời [θ̧ợ trời] The Creator, the Maker.

thợ vẽ [θ̧ợ vẽ] Draftsman.

thơi [θời] *Thảnh thơi* : Free, disengaged.

thời Time, moment. *Nhất thời* : For a while, temporary. *Hợp thời* : Timely, opportune, seasonable. *Tức thời* : Right away. *Thời nào thói nấy* : Manners change with the times.

thời bình [θời bịɲ] Peace time. *Trong thời bình* : In time of. peace, on a peace footing.

thời buổi [θời buổi] Time. *Thời buổi nãy* : These days.

thời chiến [θời cién] War-time, time of war. *Trong thời chiến* : In war-time, in time of war.

thời chứng [θời cứŋ] Epidemic.

thời cơ [θời kơ] Opportunity, occasion.

thời cục [θời kụk] See **thời cuộc.**

thời cuộc [θời kwợrk] Situation ; present situation.

thời dịch [θời zịk] Epidemic.

thời đại [θời đại] Age, epoch, era, time. *Thời đại mà chúng ta đang sống* : The age we live in. *Thạch khí thời đại* : The stone age. *Đồng khí thời đại* : The bronze age. *Thiết khí thời đại* : The iron age. *Hoàng kim thời đại* : The golden age. *Trung cổ thời đại* : The middle age. *Nó là người của thời đại* : He is a man of the times. *Thời đại nào kỷ cương nấy* : Manners change with the times.

thời giá [θời ʂá] Current price.

thời gian [θời ʒan] Time, period. *Lằn lằn theo thời gian, theo thời gian qua* : As time goes on, in the course of time, in process of time. *Tôi sẽ ở lại Ba-lê một thời gian* : I shall continue in Paris for a time. *Thời gian hiệu lực* : Period of availability. *Thời gian mười năm* : Decade. *Tốt hơn hết là anh đi vắng trong một thời gian* : The best plan will be for you to go away for a time.

thời giờ [θời ʒờ] Time. *Thời giờ là tiền bạc* : Time is money. *Không đủ thời giờ để làm việc gì* : To have no time to do something. *Phí, mất thời giờ* : To lose time. *Kéo lại thời giờ đã phí mất* : To make up for lost time. *Thời giờ đã đến* : The time was arrived.

thời hạn [θời hạn] Time-limit ; time allowed (for completion of a work, etc...). *Tôi không thể làm việc ấy trong một thời hạn ngắn như thế* : I can't do it at such short notice.

thời hậu [θồi hậu] Time.

thời hiệu [θồi hiệu] Prescription. *Tiêu diệt thời hiệu* : Negative prescription, extinctive prescription. *Thủ đắc thời hiệu* : Positive prescription, acquisitive prescription. *Quyền lợi có thời hiệu* : Prescriptive right.

thời kế [θồi kế] Chronometer.

thời khắc [θồi xáuk] Time.

thời khắc biểu [θồi xáuk biểu] Time-table, schedule.

thời khí [θồi xí] Temperature, climate. *Bênh thời khí* : Epidemic.

thời ký [θồi kí] Chronograph.

thời kỳ [θồi kì] 1) Period, term ; day. *Trong thời kỳ tại chức* : During the term of office. *Trong thời kỳ ấy* : In those days. *Trong thời kỳ ấy tôi còn là một sinh viên* : I was a student in those days. *Thời kỳ thanh xuân của tôi đã qua* : I have had my day.

2) Stage. *Ở vào thời kỳ cuối cùng của bệnh lao* : To be in the last stage of tuberculosis.

thời loạn [θồi lwạn] Time of troubles.

thời nhân [θồi nən] Contemporary.

thời nữ [θồi nữ] Marriageable girl.

thời sai [θồi ʃai] Equation of time.

thời suy [θồi ʃwi] Period of decadence.

thời sự [θồi ʃư] Current events. *Phim thời sự* : Newsreel, topical gazette. *Vấn đề không có tính cách thời sự* : Question lacking present interest.

thời tân [θồi tən] Early product.

thời thế [θồi θế] Circumstance.

thời thơ ấu [θồi θơ ấu] Childhood.

thời thức [θồi θứk] Fashion.

thời tiết [θồi tiết] Climate, weather. *Sự thay đổi thời tiết* : Change in the weather. *Ở Anh, thời tiết thay đổi luôn*: The weather changes very often in England.

thời trang [θồi traŋ] Fashion, style. *Hợp thời trang* : Fashionable, in (the) fashion. *Không hợp thời trang* : Out of fashion. *Theo đúng thời trang* : To conform to fashion.

thời vận [θồi vận] Luck, fortune. *Thử*

thời vận : To try one's luck, to try one's fortune.

thời vụ [θồi vụ] Current events.

thời xưa [θồi ʃưa] Olden times.

thơm [θơm] (Bot) Pine-apple, ananas.

thơm Fragrant, odorous, sweet-smelling, sweet-scented, odoriferous (flowers, etc...) ; balmy, aromatic. *Mùi thơm* : Fragrant smell.

thơm To smell (of something) ; to be fragrant. *Thơm va ni* : To smell of vanilla.

thớt [θớt] Chopping-block, chopping-board. *Thớt của người bán thịt* : Butcher's block. *Người bán thịt cắt thịt trên một cái thớt gỗ lớn* : A butcher cut up his meat on a large block of wood.

thớt cối xay [θớt kói say] Mill-stone.

thớt thịt [θớt θịt] Butcher's stall.

thớt voi [θớt vɔi] *Một thớt voi* : One elephant.

thu [θu] Autumn, fall. *Ngàn thu* : Thousand years.

thu To collect, to gather. *Thu nợ* : To collect a debt. *Thu hết can đảm* : To summon up one's courage. *Thu bài thi của các thí sinh* : To collect the candidates' papers. *Nếu tôi có thể thu tất cả tiền mà người ta thiếu tôi thì tôi sẽ giàu* : If I could collect all the money that people owe me, I should be a rich man.

thu *Cá thu* : Cod.

thu ba [θu ba] Clear and bright eyes of a girl.

thu bé [θu bé] See thu nhỏ.

thu binh [θu biŋ] To withdraw the troops.

thu chi [θu ci] Receipts and expenses.

thu cứ [θu kứ] Receipts (for goods, money, etc...).

thu dạ [θu zạ] Autumn night.

thu dụng [θu zụŋ] To engage, take on.

thu đoạt [θu dwạt] To seize, lay hold of, take hold of.

thu đơn [θu dơn] See thu cứ.

thu gọn [θu gɔn] To put in order.

TH

thu góp [θu gɔ́p] To collect.

thu hẹp [θu hẹp] To narrow.

thu hình [θu hìɲ] To gather oneself.

thu hoạch [θu hwạik] 1) To reap, to harvest.
2) To obtain (results). *Thu hoạch được nhiều kết quả tốt đẹp* : To obtain good results.

thu hồi [θu hòi] 1) To withdraw, to recall, to revoke, to take back (a decision, etc...).
2) To annul, to cancel.

thu liễm [θu liễm]To gather, to collect.

thu liễm Constringent, styptic, astringent. *Tính thu liễm* : Astringency. *Thuốc thu liễm* : Astringent.

thu lôi [θu loi] Lightning – conductor, lightning-rod.

thu lượm [θu luợm]To obtain, to get.

thu mình [θu mìɲ] 1) To ensconce oneself. *Thu mình vào một xó* : To ensconce oneself in a corner.
2) To gather oneself ; to crouch. *Con cọp thu mình lại trước khi nhảy* : Tiger gathered for a spring ; the tiger crouches, gathers itself, before springing. *Thu mình để nhảy* : To crouch before springing.

theo một [θɛu mọt] To confiscate, to seize (property, etc...).

thu nạp [θu nạp] To admit, to receive, to accept.

thu ngân viên [θu ɳɔn vien] Cashier.

thu nguyệt [θu ɲwiệt] Autumn moon.

thu nhặt [θu ɲaɯt]To gather, to collect.

thu nhận [θu ɲạn] To accept, to receive.

thu nhập [θu ɲạp] To admit.

thu nhỏ [θu ɲɔ̉] To make (something) smaller in size ; to reduce.

thu phách [θu fáik] Heterodyne.

thu phân [θu fɔn] Autumnal equinox.

thu phong [θu fɔɳ] Autumnal wind.

thu phục [θu fụk] To win. *Thu phục nhân tâm* : To win the hearts of the people.

thu quân [θu kwɔn] To withdraw the troops.

thu sai [θu ʃai] (Astr. Biol. Opt) Aberration. *Cầu thu sai* : Spherical aberration.

thu sinh phụ [θu ʃiɳ fụ] Midwife.

thu súc [θu ʃúk] To contract.

thu sương [θu ʃwɔɳ] Autumn frost.

thu tàng [θu tàɳ] To collect.

thu tàng gia [θu tàɳ ʒa] Collector (of curios, etc...).

thu tập [θu tạp] To collect, to concentrate, to gather together.

thu thanh [θu θaiɲ] To record. *Máy thu thanh* : Radio receiver, radio set.

thu thập [θu θạp] To collect, to gather together, to get together. *Thu thập tàn quân* : To collect, to get together, the fragments of one's army.

thu thuẽ [θu θwẽ] To collect, gather, taxes.

thu thúy [θu θwi] Autumnal water, (fig) clear and bright eyes of a woman.

thu tiền [θu tiền] To encash, receive, collect, money.

thu vén [θu vén] To arrange, to put in order.

thu xếp [θu sép] 1) To compose (quarrel) ; to settle (quarrel, matter, etc..). *Thu xếp công việc* : To settle one's affairs.
2) To arrange, to fix up ; to clean up. *Nếu anh cần một căn phòng tôi có thể thu xếp cho anh được* : If you need a room I can fix it up for you.

thú [θú] Beast, animal. *Dã thú* : Wild beasts. *Mãnh thú* : Ferocious beast. *Cầm thú* : Birds and animals. *Thú sợ nước* : Animal that shrinks from water.

thú Agreeable, pleasurable. *Lạc thú* : Delight.

thú Pleasure, delight.

thú To confess, avow, admit, own (fault, etc...). *Thú đã làm việc gì* : To own (up) to having done something.

thú dữ [θú zữ] Ferocious beast.

thú hướng [θú huớɳ] Tendency.

thú lạp (liệp) [θú lạp] Hunting.

thú nhận [θú ɲận] To confess, to avow, to admit, to own (fault, etc...). *Sự thú nhận*: Confession, avowal. *Thú nhận hết mọi điều* : To make a full confession, to make a clean breast of it. *Nó thú nhận chính nó đã viết bài ấy* : He confessed himself the man who had written the article. *Có lỗi mà thú nhận thì tội nhẹ nửa phần* : A fault confessed is half redressed. *Thú nhận đã làm việc gì* : To own up to having done something. *Nó thú nhận rằng nó đã nói dối* : He owns he was lying. *Nó thú nhận đã ăn cắp tiền* : He admitted having stolen money. *Thú nhận tất cả* : To make clean breast of it. *Tôi khuyên anh thú nhận ngay* : I advise you to own up at once. *Đương sự đã thú nhận và khai nhiều đồng lõa* : The person concerned has confessed and denounced numerous accomplices.

thú ở nhà quê [θú ᴐ̀ ɲà kwe] Country pleasures.

thú rừng [θú rừŋ] Wild beast, forest animals. *Chúng nó đốt nhiều lửa đề thú rừng không dám lại gần* : They made a big fire to keep off wild animals (i.e. frighten them so that they would not come near).

thú săn [θú ʃawn] Game. *Xứ có nhiều thú săn* : Good game country; country abounding in game, well stocked with game.

thú tánh [θú táɲ] Bestiality, animality, animal nature.

thú thật [θú θật] To confess the truth.

thú thê [θú θe] (Of man) To marry, to get married.

thú thực [θú θựk] See thú thật.

thú tính [θú tíɲ] See thú tánh.

thú tội [θú tội] To confess, admit, one's fault. *Sự thú tội* : Confession. *Sự thú tội thành thật* : Honest confession.

thú vật [θú vật] Animal, beast. *Hội bảo vệ thú vật* : Society for the prevention of cruelty to animals.

thú vị [θú vị] Agreeable, pleasant, interesting. *Sự thú vị* : Agreeableness, pleasantness, amenity.

thú y [θú i] Veterinary surgeon, veterinary doctor.

thù [θù] To be hostile. *Kẻ thù* : Enemy, foe. *Trả thù, báo thù, phục thù* : To avenge, to revenge. *Người không có kẻ thù* : Man without an enemy. *Kẻ thù của kỷ luật* : To be an enemy to discipline. *Kẻ thù của dân chúng* : Public enemy. *Chánh sách nầy giúp chúng tôi biết ai là thù và ai là bạn* : This policy is helping us to know who is enemy and who is friend.

thù ân [θù ân] Exceptional favour.

thù ân [θù ᴐn] To render thanks to.

thù công [θù koŋ] Special merit.

thù đáp [θù đáp] To pay in return.

thù đặc [θù dᴜ̛k] Special.

thù địch [θù dịk] Enemy, foe, adversary.

thù ghét [θù gɛ́t] To hate.

thù hằn [θù hàwn] Hostile, vindictive, revengeful.

thù hận [θù hận] See thù hằn.

thù hình [θù hìŋ] Allotropic. *Tính thù hình* : Allotropy.

thù huân [θù hwᴐn] Special merit.

thù khách [θù xáik] To return a call.

thù lao [θù lau] To reward for a service. *Làm việc không mong sự thù lao* : To work without hope of reward.

thù nghịch [θù ŋịk] Hostile, unfriendly. *Hành vi thù nghịch* : Hostile act.

thù oán [θù wán] Rancour; animosity, hatred. *Thù oán người nào* : To bear, owe, someone a grudge ; to have, nurse, keep up, a grudge against someone.

thù tạc [θù tạk] To offer wine.

thù tiếp [θù tiép] To entertain.

thù tử [θù tᴜ̛] To court death.

thù ứng [θù ᴜ̛́ŋ] To entertain.

thù vặt [θù vᴜ̛t] To bear a grudge against someone for a petty thing, to bear someone malice for a mere trifle.

thủ [θủ] *Phòng thủ* : To defend. *Thế thủ* : Defensive.

thủ ấn [θủ ᴐ́n] To press one's finger on a smooth surface.

TH

thủ bút [θù bút] Autograph.

thủ cân [θù kɔn] Handkerchief.

thủ cấp [θù kə́p] Decapitated head.

thủ chế [θù cé] To wear mourning, be in mourning (for one's parents).

thủ chỉ [θù cỉ] Finger.

thủ chưởng [θù cwởŋ] Hand.

thủ công [θù koŋ] 1) Handicraft.
2) Manual work, manual labour.

thủ cựu [θù kựu] Conservative.

thủ dâm [θù zəm] To masturbate. *Sự thủ dâm* : Masturbation, onanism. *Thuộc về sự thủ dâm* : Onanistic.

thủ đoạn [θù dwạn] Trick, artifice, plan.

thủ đô [θù do] Capital, capital city.

thủ giản [θù ʒản] Letters, correspondence.

thủ hạ [θù hạ] Subordinates, underlings.

thủ hiến [θù hién] Governor.

thủ hộ [θù họ] (Jur) Tutor.

thủ khoa [θù xwa] Honor graduate.

thủ lãnh [θù lãiŋ] Leader, chief, boss (of political party). *Thủ lãnh một đảng* : To be the leader, at the head, of a party.

thủ lễ [θù lễ] To observe good manners ; to maintain the respectability.

thủ lợn [θù lợn] Pig's head.

thủ lựu đạn [θù lựu dạn] Hand grenade.

thủ môn [θù mon] 1) Gate-keeper.
2) (Foot ball) Goal-keeper.

thủ mưu [θù mưu] Instigator.

thủ nghệ [θù ŋẹ] Handicraft.

thủ ngục [θù ŋụk] Warder, jailer.

thủ phạm [θù fạm] Culprit. *Người ta nói nó chính là thủ phạm* : He is said to be the culprit.

thủ pháp [θù fáp] To observe the laws.

thủ phận [θù fận] To be content with one's lot.

thủ phủ [θù fủ] Capital, capital city.

thủ quân [θù kwən] (Sp) Captain.

thủ quỹ [θù kw̃i] Treasurer (of a club, etc...).

thú thành [θù θàiŋ] 1) To protect a town.
2) (Football) To keep goal ; to stand in the goal and protect it. *Người thủ thành* : Goal-keeper.

thú thân [θù θən] To protect oneself.

thú thế [θù θé] (In fencing) To take one's guard.

thú thế Defensive ; in position.

thú thi [θù θi] To whisper, to talk confidentially.

thú thuật [θù θwạt] (Med) Surgery.

thú thường [θù θườŋ] To be content with one's lot.

thú tiết [θù tiét] (Of widow) To remain unmarried after the death of one's husband.

thú tiêu [θù tieu] 1) To annul, to recall, to abolish, to suppress ; to disaffirm, to reverse. *Thủ tiêu một bản án của tòa dưới* : To reverse the decision of a lower court.
2) To kill. *Thủ tiêu người nào* : To kill someone, to make away, do away, with someone ; to bump someone off.

thú tín [θù tín] To inspire confidence.

thú trinh [θù triŋ] (Of girl) To remain unmarried after the death of one's fiancé ; to be chaste.

thú trung [θù truŋ] Loyal.

thủ túc [θù túk] Hands and feet. (fig) loyal followers.

thủ tục [θù tụk] Formality, procedure. *Làm đầy đủ tất cả thủ tục cần thiết* : To comply with all the necessary formalities.

thủ tuyền [θù twièn] To elect by show of hands.

thủ tuyền Honor graduate.

thủ từ [θù từ] Temple guardian.

thủ tự [θù tự] Pagoda guardian.

thủ tướng [θù tướŋ] Prime minister, premier. *Thủ tướng đã thành lập chánh phủ* : The Prime Minister has formed a Government. *Những đề nghị của Thủ tướng bị báo chí công kích* : The Prime minister's proposals were attacked in the newspapers. *Tổng Tưởng Bộ nội*

thú lạp (liệp) [θú lạp] Hunting.

thú nhận [θú ɲạn] To confess, to avow, to admit, to own (fault, etc...). *Sự thú nhận:* Confession, avowal. *Thú nhận hết mọi điều :* To make a full confession, to make a clean breast of it. *Nó thú nhận chính nó đã viết bài ấy :* He confessed himself the man who had written the article. *Có lỗi mà thú nhận thì tội nhẹ nửa phần :* A fault confessed is half redressed. *Thú nhận đã làm việc gì :* To own up to having done something. *Nó thú nhận rằng nó đã nói dối :* He owns he was lying. *Nó thú nhận đã ăn cắp tiền :* He admitted having stolen money. *Thú nhận tất cả :* To make clean breast of it. *Tôi khuyên anh thú nhận ngay :* I advise you to own up at once. *Đương sự đã thú nhận và khai nhiều đồng lõa :* The person concerned has confessed and denounced numerous accomplices.

thú ở nhà quê [θú ɔ̀ ɲà kwe] Country pleasures.

thú rừng [θú rừŋ] Wild beast, forest animals. *Chúng nó đốt nhiều lửa để thú rừng không dám lại gần :* They made a big fire to keep off wild animals (i.e. frighten them so that they would not come near).

thú săn [θú ʃawn] Game. *Xứ có nhiều thú săn :* Good game country; country abounding in game, well stocked with game.

thú tánh [θú táiɲ] Bestiality, animality, animal nature.

thú thật [θú θạt] To confess the truth.

thú thê [θú θe] (Of man) To marry, to get married.

thú thực [θú θɯk] See thú thật.

thú tính [θú tíɲ] See thú tánh.

thú tội [θú tọi] To confess, admit, one's fault. *Sự thú tội :* Confession. *Sự thú tội thành thật :* Honest confession.

thú vật [θú vạt] Animal, beast. *Hội bảo vệ thú vật :* Society for the prevention of cruelty to animals.

thú vị [θú vị] Agreeable, pleasant, interesting. *Sự thú vị :* Agreeableness, pleasantness, amenity.

thú y [θú i] Veterinary surgeon, veterinary doctor.

thù [θù] To be hostile. *Kẻ thù :* Enemy, foe. *Trả thù. báo thù, phục thù :* To avenge, to revenge. *Người không có kẻ thù :* Man without an enemy. *Kẻ thù của kỷ luật :* To be an enemy to discipline. *Kẻ thù của dân chúng :* Public enemy. *Chánh sách nầy giúp chúng tôi biết ai là thù và ai là bạn :* This policy is helping us to know who is enemy and who is friend.

thù ân [θù ân] Exceptional favour.

thù ân [θù ən] To render thanks to.

thù công [θù koŋ] Special merit.

thù đáp [θù đáp] To pay in return.

thù đặc [θù dạwk] Special.

thù địch [θù dịk] Enemy, foe, adversary.

thù ghét [θù gét] To hate.

thù hằn [θù hàwn] Hostile, vindictive, revengeful.

thù hận [θù hạn] See thù hằn.

thù hình [θù hìɲ] Allotropic. *Tính thù hình :* Allotropy.

thù huân [θù hwən] Special merit.

thù khách [θù xáik] To return a call.

thù lao [θù lau] To reward for a service. *Làm việc không mong sự thù lao :* To work without hope of reward.

thù nghịch [θù ŋịk] Hostile, unfriendly. *Hành vi thù nghịch :* Hostile act.

thù oán [θù wán] Rancour; animosity, hatred. *Thù oán người nào :* To bear, owe, someone a grudge ; to have, nurse, keep up, a grudge against someone.

thù tạc [θù tạk] To offer wine.

thù tiếp [θù tiếp] To entertain.

thù tử [θù tɯ̀] To court death.

thù ứng [θù ứŋ] To entertain.

thù vặt [θù vạwt] To bear a grudge against someone for a petty thing, to bear someone malice for a mere trifle.

thù [θù] *Phòng thủ :* To defend. *Thế thủ :* Defensive.

thủ ấn [θù ɔ́n] To press one's finger on a smooth surface.

thủ bút [θủ bút] Autograph.

thủ cân [θủ kɔn] Handkerchief.

thủ cấp [θủ kɔ́p] Decapitated head.

thủ chế [θủ cế] To wear mourning, be in mourning (for one's parents).

thủ chỉ [θủ cỉ] Finger.

thủ chưởng [θủ cưởɳ] Hand.

thủ công [θủ koɳ] 1) Handicraft.
2) Manual work, manual labour.

thủ cựu [θủ kụu] Conservative.

thủ dâm [θủ zɔm] To masturbate. Sự thủ dâm : Masturbation, onanism. Thuộc về sự thủ dâm : Onanistic.

thủ đoạn [θủ dwạn] Trick, artifice, plan.

thủ đô [θủ do] Capital, capital city.

thủ giản [θủ ɹản] Letters, correspondence.

thủ hạ [θủ hạ] Subordinates, underlings.

thủ hiến [θủ hién] Governor.

thủ hộ [θủ họ] (Jur) Tutor.

thủ khoa [θủ xwa] Honor graduate.

thủ lãnh [θủ lãiɳ] Leader, chief, boss (of political party). Thủ lãnh một đảng : To be the leader, at the head, of a party.

thủ lễ [θủ lẽ] To observe good manners ; to maintain the respectability.

thủ lợn [θủ lọn] Pig's head.

thủ lựu đạn [θủ lụu dạn] Hand grenade.

thủ môn [θủ mon] 1) Gate-keeper.
2) (Foot ball) Goal-keeper.

thủ mưu [θủ mưu] Instigator.

thủ nghệ [θủ ɳệ] Handicraft.

thủ ngục [θủ ɳụk] Warder, jailer.

thủ phạm [θủ fạm] Culprit. Người ta nói nó chính là thủ phạm : He is said to be the culprit.

thủ pháp [θủ fáp] To observe the laws.

thủ phận [θủ fọn] To be content with one's lot.

thủ phủ [θủ fủ] Capital, capital city.

thủ quân [θủ kwɔn] (Sp) Captain.

thủ quỹ [θủ kwỉ] Treasurer (of a club, etc...).

thú thành [θủ θàiɳ] 1) To protect a town.
2) (Football) To keep goal ; to stand in the goal and protect it. Người thủ thành : Goal-keeper.

thú thân [θủ θɔn] To protect oneself.

thú thế [θủ θế] (In fencing) To take one's guard.

thú thế Defensive ; in position.

thú thỉ [θủ θỉ] To whisper, to talk confidentially.

thú thuật [θủ θwọt] (Med) Surgery.

thú thường [θủ θườɳ] To be content with one's lot.

thú tiết [θủ tiết] (Of widow) To remain unmarried after the death of one's husband.

thú tiêu [θủ tieu] 1) To annul, to recall, to abolish, to suppress ; to disaffirm, to reverse. Thủ tiêu một bản án của tòa dưới : To reverse the decision of a lower court.
2) To kill. Thủ tiêu người nào : To kill someone, to make away, do away, with someone ; to bump someone off.

thú tín [θủ tín] To inspire confidence.

thú trinh [θủ triɳ] (Of girl) To remain unmarried after the death of one's fiancé ; to be chaste.

thú trung [θủ truɳ] Loyal.

thủ túc [θủ túk] Hands and feet. (fig) loyal followers.

thủ tục [θủ tụk] Formality, procedure. Làm đầy đủ tất cả thủ tục cần thiết : To comply with all the necessary formalities.

thủ tuyển [θủ twiển] To elect by show of hands.

thủ tuyển Honor graduate.

thủ từ [θủ từ] Temple guardian.

thủ tự [θủ tụ] Pagoda guardian.

thủ tướng [θủ tướɳ] Prime minister, premier. Thủ tướng đã thành lập chánh phủ : The Prime Minister has formed a Government. Những đề nghị của Thủ tướng bị báo chí công kích : The Prime minister's proposals were attacked in the newspapers. Tổng Tướng Bộ nội vụ, thay mặt Thủ tướng, trả lời rằng..: The Home Secretary, deputizing for the Premier, replied... Có tin đồn rằng Thủ tướng sắp từ chức : Rumour has it that the Prime Minister is going to resign.

thủ vĩ [θủ vĩ] Beginning and end, head and tail.

thủ xảo [θủ sảu] Dexterous, skilful, handy.

thủ xướng [θủ sướɳ] To initiate, to make the first move, to take the initiative (in doing something).

thụ [θụ] To receive ; to bear, to endure, to suffer.

thụ Tree. *Cổ thụ* : Secular tree, century-old tree.

thụ ân [θụ ən] To receive a favour.

thụ bệnh [θụ bệiɲ] To fall ill, to be taken ill, to fall sick.

thụ cảm [θụ kảm] Receptive ; influenced. *Tính thụ cảm* : Receptiveness. *Không thụ cảm* : Unreceptive.

thụ độc [θụ dọk] Poisoned. *Tính dễ thụ độc* : Anaphylaxis.

thụ động [θụ dọɔ] Passive.

thụ đức [θụ dức] To cultivate virtues.

thụ giá [θụ ʒá] Selling price.

thụ giáo [θụ ʒáu] To receive instruction.

thụ giới [θụ ʒới] To embrace Buddhism.

thụ hàn [θụ hàn] To catch cold.

thụ hình [θụ hìɲ] To suffer punishment.

thụ mạt [θụ mạt] Top of a tree.

thụ mệnh [θụ mệiɲ] To carry out an order.

thụ mộc [θụ mọk] Trees.

thụ mộc học [θụ mọk họk] Dendrology.

thụ nghệ [θụ ɲẹ] Arboriculture.

thụ nghiệp [θụ ɲiẹp] To teach, to instruct.

thụ nhiệm [θụ ɲiệm] To accept a position.

thụ oan [θụ wan] To suffer an injustice.

thụ oán [θụ wán] To create hatred.

thụ ơn [θụ ơn] To receive a favour.

thụ phạt [θụ fạt] To suffer punishment.

thụ phong [θụ fɔɳ] To catch cold.

thụ tang [θụ taɳ] To be in mourning.

thụ thai [θụ ɵai] (Of woman) To conceive, to become pregnant.

thụ thất [θụ ɵất] (Of man) To marry, to get married.

thụ thu [θụ ɵu] To give and to receive.

thụ thương [θụ ɵươɳ] Wounded.

thụ tinh (sự) [θụ tiɲ] (Bot) Pollination, (Biol) fecundation, fertilization.

thụ tội [θụ tọi] To undergo punishment.

thua [θwə] To lose (a battle, a lawsuit). *Thua nhiều, thua đậm* : To lose heavily. *Tôi thua một ngàn đồng chẵn* : I lost a clear thousand piastres. *Bên thua* : Losing side. *Số tiền nó thua ở sòng bài* : His losings at cards. *Hội đã cầu của chúng tôi chưa bao giờ thua* : Our baseball team has never yet suffered defeat. *Anh phải cư xử đứng đắn lúc thua cũng như lúc ăn (thắng)* : You must behave well in defeat as well as in victory.

thua bạc [θwə bạk] To lose in gambling.

thua cay [θwə kay] See **thua đậm**.

thua đậm [θwə dậm] To lose heavily.

thua kém [θwə kém] To be inferior. *Sự thua kém* : Disadvantage.

thua kiện [θwə kiện] To lose a lawsuit, to fail in a suit.

thua lỗ [θwə lỗ] To lose (in business).

thua sút [θwə ʃút] See **thua kém**.

thua tài [θwə tài] Inferior in talent.

thua thiệt [θwə ɵiệt] To suffer loss.

thua to [θwə tɔ] To lose heavily.

thua trận [θwə trận] To lose a battle.

thùa [θwə̀] *Thêu thùa* : To embroider.

thuần [θwə̀n] Docile, easy to manage.

thuần Pure, unmixed.

thuần bạch [θwə̀n bạik] Very white.

thuần chất [θwə̀n cất] Pure substance.

thuần chính [θwə̀n cíɲ] Chaste, pure, honest.

thuần chủng [θwə̀n củɳ] Clean-bred,

TH

full-blooded.

thuần hóa [θwờn hửa] To tame, to domesticate.

thuần huyết [θwờn hwiét] Full-blooded, clean-bred.

thuần ích [θwờn ík] Net, clear, profit.

thuần kê loại [θwờn ke lwai] Gallinaceae.

thuần khiết [θwờn xiét] Pure.

thuần kim [θwờn kim] Pure gold.

thuần lợi [θwờn lợi] Net, clear, profit.

thuần lý [θwờn li] Rational ; pure.

thuần mỹ [θwờn mĩ] Pure and fine.

thuần nhất [θwờn ɲất] 1) Pure, unmixed.
2) (Bot) Homogeneous.

thuần phong [θwờn fɔŋ] Good morals.

thuần sắc [θwờn ʃắɯk] Only one colour, one colour only.

thuần thành [θwờn θàiɲ] Sincere.

thuần thục [θwờn θục] Used, inured to (work).

thuần túy [θwờn tứi] Pure, unmixed ; absolute. *Toán học thuần túy* : Puremathematics. *Văn thể thuần túy* : Pure style.

thuẫn [θwờn] Shield. *Hậu thuẫn* : Support, backing. *Mâu thuẫn* : Contradiction ; to contradict.

thuận [θwặn] To consent, to agree.

thuận (Of wind) To be favourable.

thuận buồm xuôi gió [θwặn buồm suəi ʒɔ́] To sail before the wind.

thuận cảnh [θwặn kảɲ] Favourable circumstances.

thuận đạo [θwặn dạu] To conform to the doctrine.

thuận gió [θwặn ʒɔ́] Favourable wind.

thuận hòa [θwặn hửa] Concord, harmony.

thuận lòng [θwặn lɔ̀ŋ] To consent, to agree.

thuận lợi [θwặn lợi] Advantageous.

thuận mệnh [θwặn mệɲ] To obey an order.

thuận nghịch [θwặn ɲịk] Favourable and contrary.

thuận sinh [θwặn ʃiɲ] (Bot) Biotic(al).

thuận tay mặt [θwặn tay mặɯt] Right-handed. *Sự thuận tay mặt* : Right-handedness. *Người thuận tay mặt* : Right-hander.

thuận tay trái [θwặn tay trái] Left-handed. *Người thuận tay trái* : Left-hander.

thuận tâm [θwặn tɔm] To agree, to consent.

thuận thảo [θwặn θảu] Concord.

thuận theo [θwặn θɛu] To consent, to agree.

thuận thời [θwặn θời] Opportune, timely, seasonable.

thuận thụ [θwặn θụ] To agree, to consent.

thuận tiện [θwặn tiện] Convenient, favourable, suitable, opportune (moment, etc...). *Du lịch trong những điều kiện thuận tiện nhứt* : To travel under the most favourable conditions.

thuận tình [θwặn tiɲ] To consent, to agree.

thuận từ [θwặn từ] (Ph) Paramagnetic. *Tính thuận từ* : Paramagnetism.

thuận ý [θwặn i] See **thuận tình**.

thuật [θwặt] To tell, to relate, to narrate, to recount (tale, fact, adventures). *Thuật lại chuyện gì với người nào* : To relate someone something. *Tôi sẽ thuật tất cả chuyện ấy với anh sau nầy* : I shall tell you all about it later. *Thuật lại chuyện gì một lần nữa* : To relate something again. *Thuật lại những lời nói của người nào* : To report someone's words.

thuật To conjure. *Thuật cái hộp không thành con thỏ* : To conjure a rabbit out of an empty box. *Anh có thể thuật cái đồng hồ thành con thỏ không ?* : Can you change a watch into a rabbit ?.

thuật Art, method. *Kỹ thuật* : Technique. *Quyền thuật* : Boxing. *Chiến thuật* : Tactics.

thuật cỡi ngựa [θwặt kởi ŋựə] Horsemanship.

thuật chuyện [θwạt cwiện] To tell, to relate, to narrate.

thuật coi tay [θwạt kɔi tay] Chiromancy, palmistry.

thuật đánh gươm (kiếm) [θwạt dáip gươm] Fencing.

thuật hàng không [θwạt hàŋ xoŋ] Aviation.

thuật kiến trúc [θwạt kiến trúk] Architecture.

thuật lại [θwạt lại] To relate, to tell, to narrate. *Thuật lại chuyện gì với người nào* : To relate someone something.

thuật luyện kim [θwạt lwiện kim] Metallurgy.

thuật ngữ [θwạt ŋũ] Technical terms.

thuật ngữ học [θwạt ŋũ hɔk] Terminology.

thuật sĩ [θwạt ʃi] Magician.

thuật số [θwạt ʃó] Divination.

thúc [θúk] To elbow, to dig. *Thúc người nào đang ra* : To elbow someone aside. *Rẽ một lối đi qua đám đông bằng cách thúc cùi chỏ* : To elbow one's way through the crowd. *Thúc cùi chỏ vào xương sườn người nào* : To dig someone in the ribs, to give someone a dig in the ribs. *Nó thúc cùi chỏ vào hông tôi* : He jabbed his elbow into my side.

thúc To press, to urge, to hurry, to dun. *Bị chủ nợ thúc hối* : Pressed, dunned, by one's creditor.

thúc Uncle (father's younger brother). *Quốc thúc* : Emperor's uncle.

thúc bá [θúk bá] Uncles (father's younger and elder brothers).

thúc bách [θú báik] Pressing, urgent.

thúc đẩy [θúk dẻi] To push.

thúc giục [θúk ʒụk] To hurry, to hasten.

thúc hối [θúk hói] To urge, to press. *Thúc hối một công việc* : To urge on, forward, a piece of work. *Thúc hối người nào làm việc gì* : To press someone to do something. *Bị chủ nợ thúc hối* : To be pressed by one's creditors.

thúc kế [θúk kẻ] To tie the hands behind the back.

thúc mẫu [θúk mỗu] Aunt (wife of one's father's younger brother).

thúc ngựa [θúk ŋựa] To push on a horse, to dig spurs into a horse.

thúc nợ [θúk nợ] To dun ; to demand payment of a debt.

thúc phụ [θúk fụ] Uncle (father's younger brother).

thúc quí [θúk kwi] Last-born child.

thúc thủ [θúk θủ] To be at the end of one's resources.

thục [θuk] *Thành thục* : Mature ; accomplished, accustomed to.

thục đức [θụk dúk] Good virtue.

thục hối [θụk hòi] To redeem.

thục luyện [θụk lwiện] Adept, thoroughly proficient.

thục mạng [θụk mạŋ] At the risk of one's life.

thục nữ [θụk nữ] Virtuous girl.

thục tội [θụk tội] To atone for one's sins.

thuê [θwe] 1) To hire, to rent. *Nhà cho thuê* : House to let. *Xe đạp cho thuê* : Bicycles for hire. *Thuê lại một cái nhà* : To rent a house from the tenant. 2) To engage, hire, employ (servant, etc...). *Làm thuê làm mướn* : To work for wages.

thuê lại [θwe lại] To sub-lease. *Cho thuê lại* : To sub-let.

thuê nhà [θwe ɲà] To rent a house.

thuê xe [θwe ʃɛ] To hire a motor-car.

thuế [θwé] Tax, duty, due. *Đánh thuế* : To tax. *Đánh thuế vật gì* : To lay, levy, a tax on something. *Thâu thuế* : To collect a tax. *Giảm thuế* : To reduce a tax. *Trả một trăm đồng tiền thuế* : To pay $100 in taxes. *Được miễn thuế* : Free of tax, tax free, duty-free. *Người thâu thuế* : Tax-collector, tax-gatherer. *Người nạp thuế* : Tax-payer. *Bắt dân đóng nhiều thuế* : To burden the people with taxes. *Mọi người đều phàn nàn việc đánh thêm*

TH

những thuế mới : Everyone grumbled at the imposition of new taxes. Đóng 500 đồng bạc thuế : To pay $500 in taxes.

thuế bến [θwé bén] Anchorage dues, wharfage.

thuế chánh [θwé cáiɲ] Direct taxes.

thuế chợ [θwé cɔ̀] Market dues.

thuế di sản [θwé zi ʃản] Duties on estate (of deceased person).

thuế đất [θwé dớt] Land-tax.

thuế điền [θwé dièn] Land-tax.

thuế đinh [θwé diɲ] See thuế thân.

thuế đoan [θwé dwan] Customs duty.

thuế gián thu [θwé ʃán θu] Indirect taxation, indirect taxes.

thuế hí cuộc [θwé hi kwɔ̀rk]Entertainment tax.

thuế huê lợi [θwé hwe lɔi] Income-tax.

thuế lợi tức [θwé lɔi túk] Income-tax. *Thuế lợi tức lũy tiến :* Graduated income-tax.

thuế lũy tiến [θwé lửi tién] Graduated tax, graded tax.

thuế má [θwé má] Taxes and dues.

thuế muối [θwé muối] Gabelle.

thuế nặng [θwé nặɳ] Heavy taxes.

thuế nhập cảng [θwé ɲʌ̀p kảɳ] Import duties.

thuế nhập thị [θwé ɲʌ̀p θị] Town toll.

thuế phụ trội [θwé fụ trɔi]Supplementary taxation, super-tax, additional tax.

thuế tem [θwé tɛm] Stamp-duty.

thuế thân [θwé θʌn] Poll-tax.

thuế thổ trạch [θwé θỏ trạik]Land-tax.

thuế thông hành [θwé θoɳ hàiɲ] Road fund tax.

thuế thương chánh [θwé θɯʌɳ cáiɲ] Customs duty.

thuế trực thu [θwé trụk θu] Direct taxes, assessed taxes. *Thuế về huê lợi là thuế trực thu :* A tax on income is a direct tax.

thuế vụ [θwé vụ] Taxes.

thuế xa xỉ [θwé sa sỉ] Luxury tax.

thuế xuất cảng [θwé swớt kảɳ] Export duties.

thui [θui] To barbecue.

thui *Đen thui :* Very black.

thui thủi [θui θủi] Lonely, alone.

thúi [θúi]Fetid, stinking ; rotten. *Trứng thúi :* Rotten egg. *Trái bôm thúi hết :* The apple was rotten right through.

thủi [θủi] *Thui thủi :* Alone, lonely.

thụi [θui] To punch. See thoi.

thum [θum] Small hut.

thum thủm [θum θùm] To smell bad.

thun [θun] Elastic. *Dây thun :* Elastic band.

thung dung [θuɳ zuɳ] Airy, easy, free and easy ; leisurely, without hurry. *Dáng điệu thung dung :* Easy gait.

thung đường [θuɳ dɯờɳ] Father.

thung huyên [θuɳ hwien] Father and mother.

thung lũng [θuɳ lũɳ] Valley, dale. *Thung lũng nhỏ :* Dell. *Thung lũng chạy dài về hướng nam :* The valley stretches southward.

thúng [θúɳ] Basket. *Thợ đan thúng :* Basket-maker. *Một thúng đầy :* Basketful. *Nghề đan thúng :* Basketry, basket-making.

thúng mủng [θúɳ mủɳ] Baskets.

thùng [θùɳ] 1) Cask, barrel ; box ; tank. *Rượu thùng :* Wine in the cask. *Hàng hóa đóng thùng :* Goods in barrels. *Một thùng gỗ dùng làm ghế :* A wooden box served as a seat. *Thùng xăng xe hơi :* The petrol tank of a motorcar. *Thùng đựng nước mưa :* Rainwater tank.

2) Case. *Thùng dương cầm :* Piano-case. *Thùng đựng hàng hóa :* Case of goods. *Sữa nầy mười sáu đồng một hộp, nếu ông mua cả thùng thì giá chỉ có mười lăm đồng :* This milk is sixteen piastres a tin. If you buy it by the case (= if you buy a box containing 48 tins) the price is only fifteen piastres a tin. *Còn chỗ trống trong thùng :* There is still room in the case.

3) Pail. *Một thùng nước :* A pail of water. *Đem lại một thùng nước đầy :* To

bring a pailful of water.

thùng gỗ [θùŋ gỗ] 1) Wooden box. *Một thùng gỗ cũ được dùng làm bàn :* An old wooden box did duty for a table.
2) Tub (used for washing).

thùng nước (xe hơi) [θùŋ nɯɔ́rk] Radiator (of a motor-car). *Nắp thùng nước :* Radiator-cap.

thùng phiếu [θùŋ fiếu] Ballot-box.

thùng rác [θùŋ rák] Garbage can, dustbin, garbage box.

thùng rượu [θùŋ rɯạu] Barrel of wine, cask of wine.

thùng thình [θùŋ θìŋ] *Rộng thùng thình :* Very ample (dress, etc...).

thùng thơ [θùŋ θơ] Letter-box, pillar-box. *Làm ơn bỏ các thơ nầy vào thùng thơ nào gần nhứt :* Please drop these letters in the nearest pillar-box.

thùng tròn [θùŋ tròn] Barrel, cask.

thủng [θủŋ] Pierced, holed. *Đâm thủng :* To pierce. *Lỗ thủng :* Hole. *Nghe thủng, thủng tai :* To understand. *Đánh thủng chiến tuyến địch :* To make a breach in the enemy's line.

thủng thẳng [θủŋ θẳŋ] Softly, gently.

thủng thỉnh [θủŋ θỉŋ] Slowly, leisurely. *Đi thủng thỉnh :* To walk slowly.

thũng [θũŋ] (Med) Dropsy.

thụng [θụŋ] Ample, full, roomy (dress, skirt etc...). *Áo thụng :* Ceremonial robe with large sleeve. *Lụng thụng :* Ample, roomy.

thuốc [θwɔ́rk] Medicine, medicament, drug; remedy. *Trường thuốc :* Medical school. *Tủ đựng thuốc :* Medicine-chest. *Uống lộn thuốc :* To drink the wrong medicine. *Nhà thuốc :* Drug-store, pharmacy. *Điều chế thuốc :* To mix a medicine. *Uống thuốc với nước :* To take the medicine with water. *Chứng ho sẽ hết không cần uống thuốc:* The cough will pass away without medicine. *Đơn thuốc, toa thuốc :* Prescription. *Thuốc nầy công hiệu :* This medicine has taken effect. *Thầy thuốc :* Physican. *Anh uống nhiều thuốc quá :* You take too much doctor's stuff.

thuốc Tobacco. *Hút thuốc :* To smoke. *Cây thuốc :* Tobacco-plant. *Màu thuốc :* Tobacco-coloured. *Người ghét thuốc :* Tobacco-hater. *Người ghiền thuốc :* Tobacco-fiend. *Người bán thuốc lá :* Tobacconist. *Tiệm, hàng bán thuốc lá :* Tobacconist's shop. *Bỏ thuốc lá :* To give up tobacco.

thuốc To poison. *Con chó của nó đã bị thuốc chết :* His dog has been poisoned to death. *Chết vì bị thuốc :* To die of poison.

thuốc ăn [θwɔ́rk aɯn] Chewing tobacco.

thuốc bắc [θwɔ́rk báɯk] Chinese medicinal herbs.

thuốc bổ [θwɔ́rk bổ] Tonic (medicine). *Uống thuốc bổ :* To take one's tonic.

thuốc bồi [θwɔ́rk bồi] (Mil) Increment. *Thuốc bồi nổ :* Booster.

thuốc cao [θwɔ́rk kau] (Med) Poultice, cataplasm.

thuốc chén [θwɔ́rk cén] Potion.

thuốc chích [θwɔ́rk cik] Vaccine for injection.

thuốc chưng [θwɔ́rk cɯŋ] Vaccine, lymph.

thuốc chó [θwɔ́rk có] To pcison a dog.

thuốc dán [θwɔ́rk zán] (Med) Cataplasm. poultice, patch. *Dán thuốc dán :* To apply a poultice.

thuốc dẫn nổ [θwɔ́rk zỗn nổ] Detonating charge.

thuốc điếu [θwɔ́rk diếu] Cigarette.

thuốc đau mắt [θwɔ́rk dau máɯt] Collyrium.

thuốc điều kinh [θwɔ́rk diều kiŋ] (Med) Emmenagogue.

thuốc độc [θwɔ́rk dọk] Poison. *Bỏ thuốc độc :* To poison.

thuốc giã [θwɔ́rk ʒã] See thuốc giải độc.

thuốc giải độc [θwɔ́rk ʒải dọk] (Med) Antidote, antipoison.

thuốc giải nhiệt [θwɔ́rk ʒải ɲiệt] (Med) Antipyrin(e).

thuốc hạ [θwɔ́rk hạ] (Med) Purgative, purgative medicine.

thuốc hiện ảnh [θwɔ́rk hiện ải̯ɲ] (Phot) Developer.

thuốc hiện hình [θwɔ́rk hiện hiɲ] See thuốc hiện ảnh.

thuốc hoàn [θwɔ́rk hwàn] (Pharm) Pills.

thuốc hút [θwɔ́rk hút] Tobacco.

thuốc khích dục [θwɔ́rk xík zuk] (Med) Aphrodisiac.

thuốc lá [θwɔ́rk lá] Cigarette ; tobacco. *Hộp đựng thuốc lá :* Cigarette-case. *Cây thuốc lá :* Tobacco-plant. *Tôi hết thuốc lá rồi :* I have run out of tobacco. *Thuốc lá được đem từ Mỹ - châu vào Âu - châu :* Tobacco was introduced into Europe from America.

thuốc lào [θwɔ́rk làu] Tobacco (for water pipe).

thuốc mạnh [θwɔ́rk mạɲ] Strong medicine.

thuốc màu [θwɔ́rk màu] Colour.

thuốc men [θwɔ́rk mɛn] Medicines, drugs.

thuốc mê [θwɔ́rk me] (Med) Anaesthetic, narcotic, chloroform. *Đánh thuốc mê người nào :* To give chloroform to someone, to put someone under chloroform.

thuốc mồi [θwɔ́rk mòi] Initiator ; detonating agent. *Thuốc mồi nổ :* Percussion charge.

thuốc mửa [θwɔ́rk mửə] (Med) Emetic, vomitory (used, e.g., when one has taken poison).

thuốc nam [θwɔ́rk nam] Vietnamese medicinal herbs.

thuốc ngủ [θwɔ́rk ŋủ] Sleeping drug, sleeping-draught.

thuốc ngừa [θwɔ́rk ŋừə] Preventive medicine.

thuốc ngừa sét (rỉ) [θwɔ́rk ŋừə ʃét] Rust preventive.

thuốc nhỏ mắt [θwɔ́rk ɲɔ̉ mắɯk] Collyrium.

thuốc nhuộm [θwɔ́rk ɲuộm] Dye. *Da thấm thuốc nhuộm :* Skin ingrained with dye.

thuốc nhồi [θwɔ́rk ɲòi] Filler.

thuốc nổ [θwɔ́rk nổ] Explosive, charge.

thuốc nổ bộc phá [θwɔ́rk nổ bọk fá] High explosive.

thuốc nổ chậm [θwɔ́rk nổ cạm] Low explosive.

thuốc nổ chống chiến xa [θwɔ́rk nổ cóŋ ciến sa] High explosive anti-tank.

thuốc nổ dính [θwɔ́rk nổ díɲ] Sticky charge.

thuốc nổ đẩy [θwɔ́rk nổ dểi] Propelling charge.

thuốc nổ phá [θwɔ́rk nổ fá] Detonating explosive.

thuốc nổ phụ [θwɔ́rk nộ fụ] Supplemental charge.

thuốc nổ TNT [θwɔ́rk nổ TNT] Trinitrotoluene.

thuốc nổ tống [θwɔ́rk nổ tóŋ] Propelling charge.

thuốc nước [θwɔ́rk núrk] Liquid medicine.

thuốc phá thai [θwɔ́rk fá θai] (Med) Abortifacent, drug causing abortion.

thuốc pháo [θwɔ́rk fáu] Powder of firecrackers.

thuốc phiện [θwɔ́rk fiện] Opium. *Người hút thuốc phiện :* Opium-smoker. *Người ghiền thuốc phiện :* Opium-fiend.

thuốc rượu [θwɔ́rk rượu] Tincture.

thuốc sán [θwɔ́rk ʃán] (Med) Vermifuge.

thuốc sát trùng [θwɔ́rk ʃát trùŋ] Bactericide.

thuốc sốt [θwɔ́rk ʃót] (Med) Antipyretic.

thuốc súng [θwɔ́rk ʃúŋ] Gun powder.

thuốc tẩy [θwɔ́rk tẩi] Purgative.

thuốc tê [θwɔ́rk te] Anaesthetic.

thuốc tễ [θwɔ́rk tễ] Pills.

thuốc thang [θwɔ́rk θaŋ] Medicines.

thuốc thoa bóp [θwɔ́rk θwa bɔ́p] Liniment.

thuốc thông kinh [θwɔ́rk θoŋ kiɲ] Emmenagogue.

thuốc tiêm [θwɔ́rk tiem] Medicine for injection.

thuốc tiên [θwɔ́rk tien] Ambrosia ; efficacious medicine.

thuốc tiêu [θwɔ́rk tieu] Digestive.

thuốc tím [θwɔ́rk tim] Potassium permanganate.

thuốc tráng dương [θwɔ́rk trǎŋ zuɔŋ] (Med) Aphrodisiac.

thuốc trường sanh [θwɔ́rk truɔ̀ŋ ʃaiŋ] Elixir of life. *Viên thuốc trường sanh :* Pill of immortality.

thuốc viên [θwɔ́rk vien] Pills, tablets. *Thuốc viên thường được bọc một lớp đường :* Pills are sometimes coated with sugar.

thuốc xổ [θwɔ́rk sổ] Purgative medicine.

thuộc [θwɔ̣rk] To tan. *Thợ thuộc da :* Tanner. *Xưởng thuộc da :* Tannery. *Bao tay bằng da thuộc :* Tanned leather gloves.

thuộc To know by heart, to know thoroughly. *Bài không thuộc :* Lesson not known.

thuộc To belong. *Chúng nó thuộc về hạng nào ? :* Under what category do they belong ?. *Việc ấy thuộc về bổn phận của tôi :* That belongs to my duties.

thuộc da [θwɔ̣rk za] To tan. *Thợ thuộc da :* Tanner. *Xưởng thuộc da :* Tannery.

thuộc địa [θwɔ̣rk dịə] Colony. *Bộ Trưởng thuộc địa :* Colonial Minister. *Sống ở thuộc địa :* To live in the colonies. *Gia-nã-đại và Úc trước đây là thuộc địa của Anh :* Canada and Australia used to be British colonies. *Các thuộc địa của Đức đều mất hết trong trận chiến tranh Thế giới năm 1914 - 18 :* Germany's colonies were taken from her during the World War of 1914-18. *Trước cuộc Cách mạng tháng tám năm 1945, Việt-Nam là một thuộc địa của Pháp :* Prior to the August 1945 Revolution, Viet Nam was a French colony.

thuộc hạ [θwɔ̣rk hạ] Subordinate, underling, inferior.

thuộc làu [θwɔ̣rk làu] See **thuộc lòng.**

thuộc lòng [θwɔ̣rk lɔ̀ŋ] To know by heart, by rote.

thuộc phụ [θwɔ̣rk fụ] Concubine.

thuộc quốc [θwɔ̣rk kwốk] Colony.

thuộc viên [θwɔ̣rk vien] Subordinate.

thuôn [θuɔn] Tapering.

thuổng [θuɔ̉ŋ] Spade.

thuở [θwɔ̉] Time. *Muôn thuở :* Eternally.

thuở ấy [θwɔ̉ ếi] At that time.

thuở bé [θwɔ̉ bé] Childhood. *Nó đã bỏ các thói xấu mà nó có từ thuở bé :* He has grown out of the bad habits he had as a boy.

thuở nay [θwɔ̉ nay] Up to now.

thuở nhỏ [θwɔ̉ ɲɔ̉] Childhood.

thuở nọ [θwɔ̉ nɔ] Lately, recently.

thuở trước [θwɔ̉ trúrk] Formerly, former times.

thuở xưa [θwɔ̉ suɯə] In former times, formerly. *Thuở xưa có một ông vua :* Once upon a time there was a king.

thút thít [θút θit] To sob.

thụt [θụt] To pump.

thụt To pull in, to draw in.

thụt két [θụt két] To misappropriate, embezzle (funds).

thụt lui [θụt lui] To move back, to step back, to draw back, to recede ; (of horse) to back ; (of car) to run back(wards) ; (of gun) to recoil. *Thụt lui một bước :* To fall back, step back, a pace.

thụt lùi [θụt lùi] See **thụt lui.**

thụt vào [θụt vàu] To draw in. *Con mèo thụt móng của nó vào :* The cat drew in its claws. *Nhà thụt vào xa đường :* House standing back from the road.

thúy diệp [θwí ziệp] Green leaves.

thúy uyên [θwí wien] Abyss, chasm.

thùy [θwì] *Biên thùy :* Frontier, border, boundary.

thùy dương [θwì zuɔŋ] Weeping willow.

thùy lệ [θwì lệ] To weep, to shed tears.

thùy liễu [θwì liễu] Weeping willow.

thủy mị [θwi mị] (Chiefly of a girl) Modest, coy, sweet.

thủy tuyến [θwi twién] (Geom) Perpendicular.

thủy [θwi] Water. *Dẫn thủy nhập điền :* Irrigation. *Đi đường thủy :* To go by boat.

thủy ách [θwi áik] Drowning.

thủy áp [θwi áp] Hydraulic press.

thủy binh [θwi biɲ] Seaman, sailor.

thủy bộ [θwi bọ] Amphibious.

thủy cầu [θwi kàu] Water-polo.

thủy chiến [θwi cién] Naval battle, sea-fight.

thủy chuẩn [θwi cwɔn] Water-level.

thủy chung [θwi cuŋ] Loyal, constant, faithful.

thủy chưng khí [θwi cɯŋ xi] Water-vapour.

thủy công [θwi koŋ] Seaman, sailor.

thủy cước [θwi kɯŕk] Freight.

thủy dịch [θwi zịk] (Anat) Eyewater.

thủy dịch Aqueous humour.

thủy dục liệu pháp [θwi zụk liệu fáp] (Med) Balneotherapy.

thủy dung thể [θwi zuŋ θẻ] (Ch) Hydrosol.

thủy đạo [θwi dạu] Water-way, seaway.

thủy đạo đồ [θwi dạu dò] Hydrographic chart.

thủy đạo học [θwi dạu họk] Hydrography.

thủy đậu [θwi dạu] (Med) Varicella, chicken-pox.

thủy điện [θwi diện] Hydro-electric.

thủy điệt [θwi diệt] (Ann) Leech.

thủy điểu [θwi diểu] Waterfowl.

thủy động học [θwi dọŋ họk] Hydrodynamics.

thủy động lực học [θwi dọŋ lɯ́k họk] Hydrodynamics.

thủy giải [θwi gải] (Ch) Hydrolysis.

thủy giới [θwi ʒói] Hydrosphere.

thủy hiểm [θwi hiểm] Marine insurance.

thủy hóa [θwi hẃa] To hydrate.

thủy hỏa [θwi hẃa] Water and fire.

thủy hoạn [θwi hwan] Inundation, flood.

thủy học [θwi họk] Hydrology.

thủy kỹ thuật [θwi ki θwạt] Hydrotechny.

thủy lạo [θwi lau] Flood, inundation.

thủy liêm [θwi liem] Waterfall.

thủy liệu pháp [θwi liệu fáp] (Med) Water cure, hydrotherapy, hydrotherapeutics.

thủy lộ [θwi lọ] Waterway.

thủy lộ học [θwi lọ họk] Hydrography.

thủy lôi [θwi loi] Mine. *Thủy lôi nổi :* Floating mine, buoyant mine. *Thả thủy lôi :* To lay a mine.

thủy lợi học [θwi lợi họk] Hydraulics.

thủy lợi lực [θwi lợi lụk] Hydraulic power, water-power.

thủy, lục, không quân [θwi lụk xoŋ kwən] Navy, army and air forces.

thủy lực [θwi lụk] Water-power, hydraulic power.

thủy lực học [θwi lụk họk] Hydraudynamics.

thủy lượng [θwi lɯạŋ] Volume of water.

thủy lượng kế [θwi lɯạŋ ké] Water-meter.

thủy mạt [θwi mạt] From the beginning to the end.

thủy mặc [θwi mạwk] Chinese ink drawing.

thủy mẫu [θwi mẫu] Acaleph.

thủy môn [θwi mon] Flood gate.

thủy nạn [θwi nạn] Flood, inundation.

thủy ngân [θwi ŋən] (Ch) Mercury, quicksilver.

thủy nguyên [θwi ŋwien] Source of a river.

thủy ngưu [θwi ŋɯu] Buffalo.

thủy phận [θwi fạn] Territorial water. See hải phận.

thủy phi cơ [θwi fi kə] Hydroplane, sea-plane, amphibian.

thủy phủ [θwi fủ] Palace of the water God.

thủy quân [θwi kwən] Navy.

thủy quân lục chiến [θwỉ kwɔn lụk cién] Marine.

thủy sản [θwỉ ʃản] Marine products.

thủy sinh [θwỉ ʃịɳ] Aquatic.

thủy tả [θwỉ tả] (Med) Diarrhoea.

thủy tai [θwỉ tai] Flood, inundation.

thủy thái họa [θwỉ θái hwạ] Aquarelle. *Nhà thủy thái họa :* Aquarellist.

thủy thảo [θwỉ θảu] Aquatic plants.

thủy thát [θwỉ θát] (Z) Otter.

thủy thần [θwỉ θần] God of water.

thủy thể [θwỉ θế] Water-power.

thủy thổ [θwỉ θổ] Climate. *Quen thủy thổ :* To get, become, acclimatized.

thủy thủ [θwỉ θủ] Sailor, seaman. *Toàn thể thủy thủ :* Crew. *Các trẻ con nín thở lắng tai nghe anh thủy thủ tỉ mỉ thuật lại câu chuyện đắm tàu :* The boys listened to the sailor breathlessly as he detailed the story of the shipwreck.

thủy thũng [θwỉ θũɳ] (Med) Dropsy.

thủy thượng bảo hiểm [θwỉ θwạɳ bảu hiểm] Marine insurance.

thủy tiên [θwỉ tien] (Bot) Daffodil, narcissus.

thủy tiển [θwỉ tiển] (Bot) Sphagnum, peat-moss.

Thủy Tinh [θwỉ tịɳ] (Astr) Mercury.

thủy tinh 1) Crystal. *Có thủy tinh :* Crystalliferous, crystal-bearing. *Xưởng làm, nghề làm đồ thủy tinh :* Crystal (–glass) making, factory. *Mỏ thủy tinh :* Rock–crystal mine.
2) Glass. *Thổi thủy tinh :* To blow glass.

thủy tinh dịch [θwỉ tịɳ zịk] Vitreous humour.

thủy tĩnh học [θwỉ tịɳ hɔk] Hydrostatics.

thủy tổ [θwỉ tổ] First ancestor.

thủy tộc [θwỉ tọk] Aquatic animal.

thủy triều [θwỉ triều] Tide. *Thủy triều lên :* Rising tide, flood-tide, high tide. *Thủy triều xuống :* Falling tide, ebb-tide.

thủy tử [θwỉ tử] Drowned.

thủy vận [θwỉ vận] Sea transport.

thủy xa [θwỉ sa] (Mil) Amphibious vehicle.

thụy du [θwỉ zu] Somnambulant, somnambulistic. *Người thụy du :* Somnambulist, somnambulant, sleep-walker. *Trạng thái thụy du :* Somnambulism.

Thụy điển [θwỉ diển] (Geog) Sweden. *Người Thụy điển :* Swede. *Tiếng Thụy điển :* Swedish. *Thuộc về Thụy điển :* Swedish.

thụy miên [θwỉ mien] To sleep.

Thụy sĩ [θwỉ ʃi] (Geog) Switzerland. *Người Thụy sĩ :* Swiss.

thuyên cắp [θwien kớp] To reduce to a lower rank.

thuyên chuyển [θwien cwiển] To transfer, to displace (an official).

thuyên giảm [θwien ʒảm] (Of illness) To diminish, to lessen, to recede.

thuyên thích [θwien θík] To explain clearly.

thuyên truất [θwien trwớt] To dismiss, to discharge (an official).

thuyền [θwiền] Boat. *Người chèo thuyền :* Boatman. *Cuộc đua thuyền :* Boat-race. *Cùng hội cùng thuyền :* To be in the same boat. *Nó qua sông bằng thuyền :* He crossed the river in a boat. *Thuyền cho mướn mười đồng một giờ :* Boats for hire ten piastres an hour.

thuyền bè [θwiền bè] Boats and rafts.

thuyền buồm [θwiền buồm] Sailing-boat.

thuyền câu [θwiền kạu] Fishing-boat.

thuyền chài [θwiền cài] See **thuyền câu**.

thuyền chủ [θwiền củ] Owner of a boat.

thuyền đánh cá [θwiền dáɳ ká] Fishing-boat.

thuyền đáy bằng [θwiền dáy bàɰɳ] Flat-boat.

thuyền mành [θwiền màiɳ] Junk.

thuyền nan [θwiền nan] Basket-boat.

thuyền rồng [θwiền ròɳ] Imperial boat.

thuyền thúng [θwiền θúɳ] Basket boat.

thuyền tình [θwiền tịɳ] Boat of love.

Thuyền tình bề ái : The boat of love on the sea of passions.

thuyền trưởng [θwiền trưởng] Boatswain, skipper.

thuyết [θwiết] 1) To persuade, to convince.

2) To speak, to tell, to say ; to explain.

thuyết Theory. *Học thuyết :* Doctrine. *Lý thuyết :* Theory. *Giả thuyết :* Hypothesis. *Tiểu thuyết :* Novel. *Thương thuyết :* To negotiate. *Bài xã thuyết :* Editorial.

thuyết biến hóa [θwiết biến hwa] Evolutionism.

thuyết định mạng [θwiết địp mạng] Determinism, fatalism.

thuyết giả [θwiết sả] Editorial writer.

thuyết giáo [θwiết sáu] To preach, to preachify.

thuyết khách [θwiết xáik] Propagandist.

thuyết luân hồi [θwiết lwơn hồi] Metempsychosis. *Người tin thuyết luân hồi :* Believer in metempsychosis.

thuyết lý [θwiết li] To explain clearly the reasons.

thuyết minh [θwiết mịp] To explain, to elucidate.

thuyết nguyên tử [θwiết ŋwien tử] Atomism, atomic theory.

thuyết pháp [θwiết fáp] To sermon.

thuyết phục [θwiết fục] To persuade, to convince. *Những người mà ta không thể thuyết phục bằng lẽ phải được :* Men who cannot be reached by reason.

thuyết trình [θwiết trịp] Briefing.

thuyết trình To brief, to make a briefing. *Phòng thuyết trình :* Briefing room.

thuyết trình viên [θwiết trịp vien] Briefman.

thuyết tương đối [θwiết tương đối] The theory of relativity.

thuyết vô thần [θwiết vo thần] Atheism. *Người theo thuyết vô thần :* Atheist. *Thuộc về thuyết vô thần :* Atheictic(al).

thư [θư] Letter. See **thơ**

thư Book. *Chứng thư :* Certificate. *Ủy nhiệm thư :* Credentials.

thư án [θư án] Writing desk.

thư đài [θư đài] (Bot) Gynophore.

thư điếm [θư diếm] Bookstore.

thư đố [θư đó] Book-worm.

thư đồng [θư dòng] 1) Envelope.

2) Scholar's houseboy.

thư hoa [θư hwa] (Bot) Female flower.

thư hùng [θư hùng] Female and male. *Trận thư hùng :* A decisive battle.

thư hùng đồng thể [θư hùng dòng thể] (ロ) Androgyne.

thư hùng lưỡng tính [θư hùng lưỡng tịp] (Bot) Androgyne.

thư khố [θư xó] Library, (fig) learned man.

thư ký [θư kí] Clerk, secretary. *Thư ký riêng :* Private secretary. *Tổng thư ký :* Secretary general.

thư ký thất [θư kí θất] Secretariat.

thư mục [θư mục] Book catalogue.

thư nhàn [θư nàn] Free, unoccupied.

thư nhụy [θư ŋwi] (Bot) Pistil.

thư pháp [θư fáp] Calligraphy.

thư phòng [θư fòng] Study room.

thư phố [θư fó] Library.

thư quán [θư kwán] Bookstore ; printing house and bookstore.

thư quyển [θư kwiển] Book.

thư sinh [θư ʃịp] Pupil, student.

thư sướng [θư ʃưởng] To be comfortable.

thư thả [θư θả] To have leisure, to have spare time.

thư thái [θư θái] See **thư sướng.**

thư thư [θư θư] Slowly.

thư tích [θư tík] Traces of writing.

thư tịch [θư tịk] Books.

thư tín [θư tin] Letters ; mail.

thư trai [θư trai] Study room.

thư trát [θư trát] Letters.

thư trì [θư trì] Leisurely, slowly.

thư tứ [θư tú] To watch (someone),

to spy upon (someone).

thư từ [θɯ từ] See thư trì.

thư từ Letters ; correspondence.

thư uyển [θɯ wiển] See thư viện.

thư viện [θɯ viện] Library. Quản thủ thư viện : Librarian.

thư xã [θɯ xã] Publishing-house.

thứ [θứ] Species, genus, kind, type, category. Đủ các thứ khi giới : Weapons of various species, various species of weapons.

thứ Order. Con thứ : Second-born child.

thứ Dung thứ : To pardon.

thứ ba [θứ ba] 1) Tuesday. Thứ ba, nó không cần đến : He need not come, there is no need, no necessity, for him to come, on Tuesday.

2) Third. Ở từng lầu thứ ba : To live on the third floor.

thứ bảy [θứ bảy] 1) Saturday. Nó đến mỗi ngày thứ bảy : He comes every Saturday.

2) Seventh.

thứ bậc [θứ bậk] Rank.

thứ bì [θứ bì] (Bot) Secundine.

thứ chi [θứ ci] Visiting card.

thứ dân [θứ zən] The people, the masses.

thứ đẳng [θứ dằuŋ] Second rank.

thứ hai [θứ hai] 1) Monday. Nếu hôm nay là thứ hai, mai là thứ ba : If to-day is Monday, to-morrow will be Tuesday. Lễ bàn giao đã cử hành sáng thứ hai : The take-over ceremony took place Monday morning.

2) Second. Ở từng lầu thứ hai : To live on the second floor. Tháng Hai là tháng thứ hai của năm : February is the second month of the year. Đức là con thứ hai, nó còn một người anh : Duc is the second son, he has an elder brother. Anh là người thứ hai đã hỏi tôi việc ấy : You are the second to ask me that.

thứ lớp [θứ lớp] Order.

thứ mẫu [θứ mòu] Stepmother.

thứ nam [θứ nam] Second son.

thứ năm [θứ naɯm] 1) Thursday. Nó nói thứ năm nó sẽ trở lại : He said he

would call again on Thursday.

2) Fifth.

thứ nhì [θứ nì] Second. Ở từng lầu thứ nhì : To live on the second floor. Thứ hai là ngày thứ nhì của tuần lễ : Monday is the second day of the week.

thứ nhứt [θứ pứt] First.

thứ nữ [θứ nữ] Second daughter.

thứ phi [θứ fi] Royal concubine.

thứ sáu [θứ sáu] 1) Friday. Thứ sáu nào nó cũng đến · He comes every Friday.

2) Sixth.

thứ tám [θứ tám] Eighth. Thứ tám mươi : Eightieth. Anh là người thứ bảy hay thứ tám đã hỏi tôi câu ấy : You are the seventh or eighth who has asked me that question.

thứ tha [θứ θa] To pardon, to forgive.

thứ thật [θứ θột] Second rank wife.

thứ trưởng [θứ trưởŋ] Under-secretary. Văn phòng thứ trưởng : Under-secretary's office, department.

thứ tư [θứ tɯ] 1) Wednesday.

2) Fourth.

thứ tử [θứ tử] 1) Second-born child.

2) All the children of a family, excepting the eldest child.

thứ tự [θứ tự] Order. Thứ tự ngày tháng : Chronological order. Thứ tự theo tự mẫu : In alphabetical order. Sắp chữ theo thứ tự tự mẫu: To arrange words in alphabetical order. Số thứ tự : Serial order. Sách sắp đặt có thứ tự : Books arranged in an orderly fashion. Có thứ tự : Methodically. Người có thứ tự : Orderly, methodically, man. Sắp đặt nhà cửa có thứ tự : To set one's house in order. Nó là một người có thứ tự : He's a man of method. Sắp đặt căn phòng cho có thứ tự : To put a room straight.

thứ xầu [θứ sầu] Bad quality.

thử [θử] 1) To test, to try (machine, horse, etc...) ; to essay, to attempt, to experiment, to essay ; to try (new remedy, etc...) ; to taste (wines) ; to tempt, to prove, to try; to put (someone) in the test. Thử một chất độc :

To test a poison. *Thử vàng bằng đá (thử vàng)* : To test gold with the touchstone. *Thử áp dụng một kế hoạch* : To test out a scheme. *Thử người nào, vật gì* : To put someone, something to the test, through a test. *Thử lòng can đảm của người nào* : To try someone's courage, to make trial of someone's courage. *Thử một món ăn* : To try a dish. *Thử thắng* : To try the brake. *Thử sức với người nào* : To try one's strength against someone. *Anh đã thử chưa ?* : Have you made the attempt ?. *Thử xem anh liệng trái banh được bao xa* : Try how far you can throw the ball. *Thử làm việc gì* : To attempt, try, to do something, ; to try and do something ; to make an attempt at something, at doing something, to do something. *Thử thời vận* : To tempt fate. *Thử lòng nhẫn nại của người nào* : To prove the patience of someone. *Cuộc thi hơi khó nhưng tôi cũng cứ thử xem sao* : The exam's pretty stiff, but I'll have a fling at it. *Bác sĩ thử thị lực của tôi* : The doctor tested my eyesight. *Thử người nào* : To give a man a trial (e.g. employ him for a week in order to test his abilities). *Lấy cái ấy thử xem ; nếu anh thích hãy mua* : Please take it on trial ; if you like it, then buy it. *Viên thơ ký mới khi được thử tỏ ra bất lực* : The new clerk was found on trial to be incompetent. *Tôi không chắc làm được việc ấy nhưng tôi thử xem* : I don't think I can do it but I'll try. *Tôi lại thợ may thử bộ đồ mới* : I'm going to the tailor's to have a new suit tried on. *Nó đã thử ba lần và lần nào cũng thất bại cả* : He had three tries and failed each time.

3) (In arithmetic) To prove, to test a result.

thử (sự) [θử] Test, trial, attempt. *Sự thử máu* : Blood test. *Sự bay thử* : Test flight. *Mua thử vật gì* : To buy something on trial. *Đem thử vật gì* : To give something a trial, to make a trial of something. *Sự thử cầu, thử máy* : Testing of a bridge, of a machine. *Đem người nào, vật gì ra thử* : To put

someone, something, to the test. *Làm thử lần đầu* : To make one's first attempt.

thử dịch [θử zịk] (Med) Plague, pestilence.

thử giả [θử zả] Summer holidays.

thử lòng [θử lòŋ] *Thử lòng can đảm của người nào* : To try someone's courage, to make trial of someone's courage. *Thử lòng nhẫn nại của người nào* : To prove the patience of someone.

thử máu [θử máu] Blood test.

thử sức [θử súrk] To try one's strength. *Thử sức với người nào* : To try one's strength against someone. *Sự thử sức* : Trial of strength.

thử thách [θử θáik] Trial, test. *Cuộc thử thách gay go* : Severe trial. *Chịu một cuộc thử thách* : To undergo a test, to be put through a test. *Trải qua những thử thách gay go* : To pass through a terrible ordeal. *Đời đầy sự thử thách* : Life is full of trials. *Dân chúng đang chịu một sự thử thách lớn lao* : People undergoing a great trial.

thử thời vận [θử θời vận] To tempt fate, to try one's luck.

thử vàng [θử vàŋ] To test gold.

thưa [θưa] 1) To answer, reply, politely. *(Với các thính giả hoặc khán giả) Thưa quý bà và quý ông* : (To audience) Ladies and gentlemen.

2) To lodge a complaint against someone (with) ; to bring an action against someone, to sue someone.

thưa Thin, sparse. *Tóc thưa* : Thin hair, sparse hair. *Tóc của nó thưa lần* : His hair was getting thin. *Tóc thưa đi vì lo lắng* : Hair thinned by care. *Những cuộc thăm viếng của nó thưa lần* : His visits are becoming less frequent.

thưa gởi [θưa gởi] To talk (to one's superior) in a respectful way.

thưa kiện [θưa kiện] To sue, bring an action against (someone).

thưa thớt [θưa θớt] Thinly.

thừa [θừa] Superfluous. *Bằng thừa* In vain.

thừa biết [θừə biết] To know certainly.

thừa cơ hội [θừə kơ hội] To take an opportunity, to catch at an opportunity. *Thừa cơ hội để làm việc gì* : To take occasion to do something ; to avail oneself of, to take, the opportunity to do something.

thừa dịp [θừə zịp] See thừa cơ hội.

thừa giáo [θừə záu] To receive instruction.

thừa hành [θừə hành] To execute, to carry out, to discharge. *Đang thừa hành công vụ* : In the exercise, discharge, of one's duties.

thừa hưởng [θừə hưởŋ] To inherit. *Thừa hưởng một gia tài* : To inherit, succeed to, come into, a fortune.

thừa kế [θừə ké] To succeed ; to inherit. *Người thừa kế* : Heir. *Nó chết không người thừa kế* : He deceases without heirs.

thừa lịnh [θừə lịɲ] By order of, by command of.

thừa lương [θừə lươŋ] To take the air, to go out to take air, to enjoy the fresh air.

thừa nhàn [θừə ɲàn] To enjoy some leisure.

thừa nhận [θừə ɲận] 1) To recognize, to acknowledge (government, etc...). *Thừa nhận nền độc lập của một nước* : To recognize the independence of a country. *Thừa nhận một chánh phủ* : To recognize a government.

2) To acknowledge. *Thừa nhận một đứa trẻ* : To own, acknowledge, a child.

thừa phát lại [θừə fát lại] (Jur) Process server.

thừa phụng [θừə fụŋ] To obey.

thừa số [θừə số] Factor.

thừa thãi [θừə thãi] Superfluous.

thừa thụ [θừə thụ] To accept.

thừa tiếp [θừə tiếp] To receive, welcome (someone).

thừa trừ [θừə trừ] Compensation. *Luật thừa trừ* : Law of compensation.

thừa tự [θừə tự] Heir. *Quyền thừa tự* : Heirship. *Không người thừa tự* : Heirless.

thừa tướng [θừə tướŋ] (Obsolete) Prime minister.

thửa đất [θửə dất] Plot, piece of ground.

thức [θức] To sit up, to stay up, to wait up (for). *Thức suốt đêm* : To be up all night. *Thức chờ người nào* : To sit up for someone. *Thức để săn sóc một người bịnh* : To sit up with a sick person. *Thức để canh người chết* : To sit up with a dead body ; to keep vigil over a dead body. *Nó thức suốt đêm* : He never slept a wink all night. *Tôi sẽ thức chờ chúng nó* : I shall sit up for them. *Nó thức rất khuya* : He sat up very late. *Vợ tôi thức chờ tôi về* : My wife is sitting up for me.

thức To awake. *Đánh thức người nào* : To rouse someone, to wake someone up, to arouse someone from his sleep. *Đánh thức tôi lúc bảy giờ* : Call me, give me a call, a knock, at seven o'clock ; knock me up at seven o'clock.

thức To wake. *Thường thường mấy giờ anh thức ? tôi thức sớm* : What time do you usually wake(up) ? I woke early. *Đứa bé đã thức chưa ?* : Has the baby woke(n) (up) (i.e is it awake) yet?.

thức Awake. *Tôi còn thức* : I was still awake. *Bắt người nào thức* : To keep someone awake. *Nó còn thức hay ngủ ?* : Is he awake or asleep ?.

thức Form, way. *Công thức* : Formula. *Thể thức* : Form, formality. *Chánh thức* : Official.

thức ăn [θức awn] Food. *Thức ăn không đủ* : Insufficient food.

thức biệt [θức biệt] Distinguishable.

thức dạng [θức zạŋ] Form, shape.

thức dậy [θức zẹi] 1) To get up, to rise. *Đã đến giờ thức dậy* : It is time to get up. *Mấy giờ anh thức dậy ?* : What time do you get up ?. *Nó thức dậy sớm* : He was early astir. *Tôi không bao giờ thức dậy trước sáu giờ* : I never get up before six o'clock. *Thức dậy sớm, trễ* : To rise early, late.

2) To awake, to wake up. *Giựt mình*

thức dậy : To wake up with a start. *Tiếng nổ làm tôi thức dậy* : The noise of the explosion awoke me. *Lúc người nào thức dậy* : To shake someone out of his sleep. *Tiếng động làm tôi thức dậy* : The noise woke me (up). *Cả nhà đều thức dậy vì tiếng động* : All the inmates were awakened by the noise.

thức đêm [θɯ'k dem] To stay up late.

thức giả [θɯ'k ʒả] Learned man.

thức giấc [θɯ'k ʒấk] To awake, to wake from sleep. *Nó thức giấc và thấy mình nằm trong một căn phòng lạ* : He awoke to find himself in a strange room.

thức khuya [θɯ'k xwiə] To stay up late, to sit up late, to keep late hours. *Thức khuya dậy sớm* : To stay up late and get up early. *Quen, hay thức khuya* : To be accustomed to late night.

thức lệ [θɯ'k lệ] To dry one's eyes.

thức ngủ [θɯ'k ŋủ] To sit up and to sleep.

thức sáng đêm [θɯ'k ʃáŋ dem] To have a sleepless night.

thức tinh [θɯ'k tìŋ] To awaken.

thực [θɯk] 1) (Not used alone) To eat. 2) (Not used alone) Food. *Tuyệt thực* : To go on a hunger-strike.

thực See **thật**.

thực (Astr) Eclipse. *Nhựt thực* : Solar eclipse. *Nguyệt thực* : Lunar eclipse. *Toàn thực* : Total eclipse. *Khuy thực* : Partial eclipse.

thực bào [θɯk bàu] Phagocyte. *Tính thực bào* : Phagocytosis. *Sự tiêu hủy thực bào* : Phagocytic.

thực bụng [θɯk bụŋ] Sincere, frank.

thực dạ [θɯk zạ] Frank, sincere.

thực dân [θɯk zən] To colonize. *Chủ nghĩa thực dân* : Colonialism.

thực dụng [θɯk zụŋ] Practical.

thực dụng chủ nghĩa [θɯk zụŋ củ ŋiə] (Phil) Pragmatism.

thực đạo [θɯk dạu] (Anat) Alimentary-canal.

thực đơn [θɯk dən] Bill of fare, menu.

thực đức [θɯk dức] To cultivate one's virtue.

thực giá [θɯk ʒá] Intrinsic value.

thực giả [θɯk ʒả] True and false

thực hành [θɯk hàiŋ] To effect, to carry into effect, to carry out, to work out (something) ; to accomplish, execute (scheme, etc..,) ; to put into practice. *Có thực hành mới biết dở hay* : The proof of the pudding is in the eating. *Thực hành việc gì* : To carry something into effect. *Sự thực hành* : Practice. *Đem thực hành một nguyên tắc* : To put, carry, a principle into practice. *Vô ích trong sự thực hành* : Of no practical value, useless for practical purposes. *Đề nghị không thể thực hành được* : Impracticable proposal.

thực hiện [θɯk hiện] To realize, to carry out, to effect, to carry into effect, to work out (something) ; to bring (plan, etc...) into being. *Thực hiện một kế hoạch* : To carry out a project.

thực hư [θɯk hɯ] True and false.

thực khí chưng [θɯk xi cɯŋ] (Med) Aerophagia.

thực lòng [θɯk lɔ̀ŋ] Frank, sincere.

thực lực [θɯk lực] Real strength, real force, real power.

thực nghiệm [θɯk ŋiệm] To experiment. *Sự thực nghiện* : Experimentation. *Chủ nghĩa thực nghiệm* : Experimentalism. *Người theo chủ nghĩa thực nghiệm* : Experimentalist. *Khoa học thực nghiệm* : The applied sciences. *Phương pháp thực nghiệm* : Experimental method.

thực ngôn [θɯk ŋon] To go back on one's work, to back out of on engagement.

thực nhục loại [θɯk ɲục lwại] Carnivora.

thực phẩm [θɯk fẩm] Food, aliment, foodstuffs.

thực quản [θɯk kwản] (Anat) Oesophagus.

thực ra [θɯk ra] In reality, in fact.

really, as a matter of fact.

thực quyền [θɯk kwièn] Real power.

thực sinh học [θɯk ʃiɲ hɔk] Phytobiology.

thực sự [θɯk ʃɯ] Reality ; effective. *Sự phong tỏa thực sự :* Effective blockade.

thực tài [θɯk tài] Real talent.

thực tại [θɯk tại] Reality.

thực tang [θɯk taŋ] Tangible proof, clear proof.

thực tâm [θɯk tɤm] Sincere, frank.

thực tập [θɯk tɤp] On-the-job training.

thực tế [θɯk té] Reality.

thực thà [θɯk θà] Candid, honest, sincere ; naive.

thực thể [θɯk θè] (Phil) Entity ; existence.

thực thụ [θɯk θụ] Definitive, titular, full. *Được bổ nhiệm thực thu :* To be permanently appointed. *Giáo sư thực thu :* Titular, full, professor.

thực tiễn [θɯk tiễn] Practical.

thực tình [θɯk tiɲ] Real situation ; reality.

thực tình Sincere.

thực trạng [θɯk traŋ] Real situation.

thực trùng loại [θɯk trùŋ lwại] Insectivora.

thực tướng [θɯk tɯɤ́ŋ] True physiognomy.

thực vật [θɯk vɤt] Plants ; vegetation.

thực vật đồ giải học [θɯk vɤt dò ʒải hɔk] Phytography.

thựt vật giới [θɯk vɤt ʒɤ́i] Vegetable kingdom.

thực vật hóa học [θɯk vɤt hwa hɔk] Phytochemistry.

thực vật học [θɯk vɤt hɔk] Botany, phytology. *Nhà thực vật học :* Botanist. *Thuộc về thực vật học :* Botanic, botanical.

thừng [θừŋ] Rope, cord. *Thừng lớn :* Hawser.

thửng [θửŋ] *Lửng thửng :* To walk slowly.

thững [θữŋ] Leisurely, without hurry.

thước [θɯ́rk] (Meas) Meter, metre (= 39, 37 inches). *Nó có thể liệng xa một trăm thước :* He can throw a hundred metres.

thước Rule ; rule, ruler.

thước dây [θɯ́rk zei] Tape-measure.

thước đo góc [θɯ́rk dɔ gɔ́k] Protractor.

thước gập [θɯ́rk gɤp] Folding-rule.

thước kẻ [θɯ́rk kè] Rule.

thước khối [θɯ́rk xói] Cubic metre.

thước mẫu [θɯ́rk mẫu] Standard metre.

thước nách [θɯ́rk náik] Bevel.

thước sao đồ [θɯ́rk ʃau dò] Eidogaph.

thước so [θɯ́rk ʃɔ] Comparator.

thước tây [θɯ́rk tei] Metre, meter.

thước thợ [θɯ́rk θɤ] T-square.

thước thường [θɯ́rk θɯờŋ] Linear metre, running metre.

thước tính [θɯ́rk tiɲ] Slide-rule.

thước trắc vi [θɯ́rk tráuk vi] Micrometer.

thước vuông [θɯ́rk vuɤŋ] Square metre. *Mười thước vuông :* Ten square metres, ten metres square.

thước xếp [θɯ́rk ʃép] Folding rule.

thườn thượt [θɯờn θɯợt] Very iong.

thương [θɯɤŋ] To love, to be fond of. *Thương người nào :* To love someone, to be in love with someone. *Chúng nó thương nhau :* They are in love (with each other), they are fond of each other. *Chúng tôi ai cũng thương nó :* We all love him. *Thương người nào một cách say mê, đắm đuối :* To love someone to distraction. *Thương người nào:* To have an affection for someone, to feel affection towards someone. *Được người nào thương :* To gain, win someone affection. *Người mẹ nào cũng thương con mình :* Every mother feels affection for (towards) her children. *Trước khi thương người phải thương mình đã :* Charity begins at home.

thương Spear, dart.

thương *Bị thương :* Wounded, injured.

Mười binh sĩ chết và ba càac bị thương :
Ten soldiers were killed and thirty wounded.

thương binh [θwɔŋ biɲ] Disabled soldiers, wounded soldiers, casualties. *Khi thương binh đến tram lựa thương, họ được điều trị đoạn được gởi trả về đơn vị :* As casualties arrive at the clearing station they are treated and then sent back to the unit.

thương cảng [θwɔŋ kảŋ] Commercial port.

thương chánh [θwɔŋ cáɲ] Customs. *Thuế thương chánh :* Customs duties. *Nha thương chánh :* Custom-house.

thương chước [θwɔŋ cừrk] To negotiate.

thương cuộc [θwɔŋ kwɔrk] See **thương điếm**.

thương đàm [θwɔŋ đàm] To negotiate.

thương điếm [θwɔŋ điếm] Firm, business house.

thương gia [θwɔŋ ʒa] Trader, businessman.

thương giới [θwɔŋ ʒới] Business world, commercial world.

thương hải [θwɔŋ hải] Ocean ; blue sea.

thương hại [θwɔŋ hại] To pity, to commiserate ; to have pity, mercy, on; to have compassion on ; to feel pity for. *Đáng thương hại :* Pitiful. *Lòng thương hại :* Pity, commiseration. *Thương hại người nào :* To have pity on someone. *Nhìn người nào một cách thương hại :* To look compassionately at someone.

thương hàn [θwɔŋ hàn] (Med) Typhoid fever, enteric fever.

thương hiệu [θwɔŋ hiệu] Sign-board.

thương hội [θwɔŋ họi] Chamber of commerce.

thương khẩu [θwɔŋ xẩu] Commercial port.

thương khô [θwɔŋ xó] Warehouse.

thương luật [θwɔŋ lwạt] Commercial law.

thương lượng [θwɔŋ lwạŋ] To treat,

to negotiate ; to discuss, to arrange. *Thương lượng với người nào :* To treat with someone.

thương mãi [θwɔŋ mãi] Commerce, trade, business. *Trường thương mãi :* Commercial school. *Giới thương mãi :* Commercial world. *Nền thương mãi đang thạnh vượng, phát đạt :* Trade is flourishing.

thương mến [θwɔŋ mén] To cherish ; to love.

thương nghị [θwɔŋ ɲị] To discuss ; to negotiate.

thương nghiệp [θwɔŋ ɲiệp] Commerce, trade.

thương nhau [θwɔŋ ɲau] (Of two persons) To fall in love with each other.

thương nhân [θwɔŋ ɲɔn] Trader, businessman.

thương nhớ [θwɔŋ ɲó] To mourn over.

thương pháp [θwɔŋ fáp] Commercial law.

thương phẩm [θwɔŋ fỏm] Merchandise, goods.

thương sự [θwɔŋ ʃɯ] Commercial affairs.

thương tàn [θwɔŋ tàn] Wounded and crippled.

thương tâm [θwɔŋ tɔm] Pitiful, heart-rending, heart-stricken, heart-gripping, heart-piercing. *Câu chuyện thương tâm của nó làm mọi người nghe phải rơi luỵ :* His pitiful story drew tears from all who heard it. *Cảnh đàn bà và trẻ con nghèo vì chiến tranh mà phải bỏ nhà ra đi trông rất thương tâm :* The sight of the poor women and children driven from their home by the war was very affecting.

thương thiên [θwɔŋ θien] Blue sky.

thương thốt [θwɔŋ θót] Urgent, hurried.

thương thuyền [θwɔŋ θwiền] Merchant ship, trading ship, merchant vessel.

thương thuyết [θwɔŋ θwiết] To negotiate, to enter into, upon, negotiations. *Thương thuyết một hiệp ước :* To negotiate a treaty. *Các lãnh tụ của chúng ta đã quyết định không thươ* *thuyết với đối phương nữa* : Our leaders have decided not to negotiate with the enemy any further.

thương thuyết (sự) Negotiation. *Những cuộc thương thuyết không có kết quả* : The negotiations were unsuccessful, were barren of results, came to nothing. *Những cuộc thương thuyết đang tiến triển* : Negotiations are proceeding.

thương thực [θɯɔŋ θɯk] (Med) Indigestion.

thương tích [θɯɔŋ tik] Wound, hurt, injury.

thương tiếc [θɯɔŋ tirk] To regret, to lament, to mourn for. *Thương tiếc người nào* : To mourn for someone. *Thương tiếc cái chết của người bạn* : To lament the death of a friend.

thương tiêu [θɯɔŋ tieu] Trade-mark.

thương tổn [θɯɔŋ tồn] Harmful. *Làm thương tổn đến lòng tự ái của người nào* : To wound someone's pride.

thương trường [θɯɔŋ trɯɔŋ] Market.

thương ước [θɯɔŋ ứrk] Commercial agreement.

thương vụ [θɯɔŋ vụ] Commercial affairs.

thương xót [θɯɔŋ sɔt] To pity, to commiserate ; to have pity on, to feel pity for, to have mercy on (someone).

thương yêu [θɯɔŋ ieu] - To love, to cherish. *Hết lòng thương yêu người nào* : To love someone with all one's heart.

thường [θɯɔŋ] Often. *Nó đến thường không ?* : Does he come often ? how often does he come ?. *Tôi thường gặp nó luôn* : I see him often, I often see him. *Anh gặp nó thường không ?* : Do you see him much ? do you see much of him ? do you see him often ?.

thường To compensate, to make amends. *Thường vật gì cho người nào* : To compensate someone for something, to make amends to someone for something. See **đến**.

thường [θɯɔŋ] 1) Ordinary, commonplace, common, customary ; vulgar,

banal. *Mặc quần áo thường ngày (vẫn mặc)* : To wear one's everyday clothes. *Như thường lệ* : As usual.

2) Mediocre, ordinary, neither good nor bad.

thường có [θɯɔŋ kɔ] Frequent.

thường dân [θɯɔŋ zən] Civilian (as opposed to military).

thường dùng [θɯɔŋ zùŋ] In current use, in common use. *Chữ rất thường dùng* : Words in everyday use.

thường đàm [θɯɔŋ dàm] Current conversation.

thường hoàn [θɯɔŋ hwàn] To compensate.

thường kim [θɯɔŋ kim] Indemnity, compensation (for loss sustained).

thường lệ [θɯɔŋ lệ] Common rule, usual rule. *Theo thường lệ* : As usual, as is customary.

thường mạng [θɯɔŋ mạŋ] To pay one's life in return for.

thường ngày [θɯɔŋ ŋày] Everyday.

thường nhật [θɯɔŋ ŋət] Daily, everyday.

thường niên [θɯɔŋ nien] Annual, yearly.

thường phục [θɯɔŋ fuk] Everyday clothes, civ(v)ies, civilian clothes, mufti, lounge suit ; « informal » (on invitation card).

thường thức [θɯɔŋ θứk] General knowledge.

thường thường [θɯɔŋ θɯɔŋ] Ordinarily, usually, generally, always. *Thường thường mấy giờ anh dậy ?* : What time do you generally get up ?.

thường tiền [θɯɔŋ tiền] To pay (someone) compensation in cash.

thường tình [θɯɔŋ tịŋ] General feeling.

thường trái [θɯɔŋ trái] To pay one's debt.

thường trực [θɯɔŋ trɯk] Permanent (court, etc...) ; standing (committee). *Hát thường trực* : (Cin) Continuous performance. *Chủ tịch ủy ban thường trực quốc hội* : President of the standing committee of the national assembly.

thường vụ [θɯɜ̀ŋ vụ] Current affairs.

thường xuyên [θɯɜ̀ŋ swien] Unceasingly, without a break.

thưởng [θɯɜ̀ŋ] To reward, to recompense (person, action). Giải thưởng, phần thưởng : Reward, prize.

thưởng To enjoy ; to contemplate.

thưởng cách [θɯɜ̀ŋ káik] Reward.

thưởng công [θɯɜ̀ŋ koŋ] To requite someone's service.

thưởng hoa [θɯɜ̀ŋ hwa] To enjoy the flowers.

thưởng kim [θɯɜ̀ŋ kim] Bonus.

thưởng ngoạn [θɯɜ̀ŋ ŋwan] To admire.

thưởng nguyệt [θɯɜ̀ŋ ŋwiệt] To admire the moon.

thưởng phạt [θɯɜ̀ŋ fạt] To reward and to punish.

thưởng tâm [θɯɜ̀ŋ tɔm] Content, satisfied.

thưởng thức [θɯɜ̀ŋ θɯ̀k] To enjoy, to appreciate, to relish, to discuss (a dish). Thưởng thức âm nhạc : To enjoy music.

thưởng tiền [θɯɜ̀ŋ tièn] To give a reward.

thưởng trăng [θɯɜ̀ŋ traŋ] To admire the moon.

thượng [θɯɜŋ] Above, high, superior. Đồng bào Thượng : Highland people.

thượng bì [θɯɜŋ bi] (Med) Epithelium·

thượng cáo [θɯɜŋ káu] (Jur) To appeal·

thượng cấp [θɯɜŋ kɔ́p] Higher authorities.

thượng cổ [θɯɜŋ kỏ] Antiquity.

thượng du [θɯɜŋ zu] High region.

thượng du Imperial edict.

thượng đẳng [θɯɜŋ dâŋ] Superior rank.

thượng đế [θɯɜŋ dé] God.

thượng điền [θɯɜŋ dièn] First-class rice-fields.

thượng giới [θɯɜŋ ɟɔ́i] Heaven.

thượng hạng [θɯɜŋ hạŋ] First class, first rate.

thượng hảo hạng [θɯɜŋ hảu hạŋ] First class, first rate. Thịt thượng hảo hạng : Prime quality meat.

thượng học [θɯɜŋ hɔk] To go to school.

thượng huyền [θɯɜŋ hwièn] First quarter of the moon.

thượng khách [θɯɜŋ xáik] Most honoured guest, honour guest.

thượng khẩn [θɯɜŋ xɔn] Most immediate, extremely urgent.

thượng không [θɯɜŋ xóŋ] (Jur) To appeal.

thượng lộ [θɯɜŋ lọ] To start away, to start off, to set out, to start on one's way. Thượng lộ bình an : God-speed. Chúc người nào thượng lộ bình an : To bid, wish, someone god-speed.

thượng lục [θɯɜŋ lụk] (Of troops) To land.

thượng lưu [θɯɜŋ lɯu] Up-stream.

thượng lưu xã hội [θɯɜŋ lɯu sã hội] High society.

thượng mã [θɯɜŋ mã] To mount, to ride (a horse).

thượng nghị viện [θɯɜŋ ŋị viện] Senator.

thượng nghị viện Senate, Upper House Upper Chamber.

thượng nguyên [θɯɜŋ ŋwien] Fifteenth of the first lunar month.

thượng nhiệm [θɯɜŋ ɲiệm] To enter upon duty.

thượng phẩm [θɯɜŋ fɔm] First quality.

thượng phúc [θɯɜŋ fúk] (Anat) Epigastrium.

thượng phương [θɯɜŋ fɯɜŋ] Heaver

thượng sách [θɯɜŋ sáik] The best way, the best means.

thượng sĩ [θɯɜŋ ʃi] (Mil) Warrant officer. Thượng sĩ nhứt : Warrant officer first-class.

thượng tầng [θɯɜŋ tàŋ] Upper stratum ; upper floor. Thượng tầng kiến trúc : Superstructure.

thượng tâm [θɯɜŋ tɔm] Affectin

thượng thẩm [θɯʔŋ θɔ̌m] Higher court, court of appeal.

thượng thận [θɯʔŋ θʔn] (Anat) Adrenal.

thượng thổ hạ tả [θɯʔŋ θỏ hạ tả] (Med) Cholera.

thượng thư [θɯʔŋ θɯ] (Obs) Minister.

thượng thư (Bot) Epiginous (corolla, stamens, etc...).

thượng tọa [θɯʔŋ twa] Venerable.

thượng tố [θɯʔŋ tó] (Jur) To appeal.

thượng triều [θɯʔŋ triều] Rising, flowing, tide.

thượng trình [θɯʔŋ triṇ] To start away, to start off, to set out, to start on one's way.

thượng tuần [θɯʔŋ twɔn] First ten days of the month.

thượng úy [θɯʔŋ ẃi] (Mil) Captain.

thượng uyển [θɯʔŋ wiển] Royal, imperial, garden.

thượng vị [θɯʔŋ vị] (Med) Cardia.

thượng vị To ascend the throne.

thượng võ [θɯʔŋ vɔ̃] Martial.

thướt tha [θɯɔ́t θa] Slender.

thượt [θɯʔt] Dài thượt: Very long.

TH

TR

tra [tra] To fit, to fix, to put in. *Tra cán chổi* : To fit a handle to a broom. *Tra cán mới vào một dụng cụ* : To fix a new handle on a tool. *Tra chìa khóa vào ống khóa* : To put the key in the lock. *Tra kiếm vào vỏ lại* : To return a sword to the scabbard.

tra To interrogate, to examine. *Điều tra* : To investigate.

tra To consult, to look up (a dictionary). *Tra một chữ trong từ điển* : To look up a word in the dictionary, to turn up a word in the dictionary. *Mỗi lần gặp một chữ mà anh không biết, hãy tra từ điển* : When you meet a word you don't know, consult the dictionary.

tra cứu [tra kứu] To study.

tra hỏi [tra hỏi] To interrogate, to question.

tra khảo [tra xảu] 1) To study, to examine.
2) To torture. See tra tấn.

tra tấn [tra tốn] To torture. *Tra tấn người nào đến chết* : To torture someone to death. *Dụng cụ tra tấn* : Instruments of torture. *Chúng nó tra tấn tù nhân cho đến lúc hắn thú nhận mới thôi* : They tortured the prisoner until he made a confession.

tra từ điển [tra từ diễn] To consult, look up, turn up, a word in the dictionary.

tra vấn [tra vốn] To interrogate, to question.

tra xét [tra sét] To examine, to investigate.

trá [trá] To feign, to simulate, to sham (illness).

trá bại [trá bại] To feign defeat.

trá bịnh [trá bịn] To feign oneself ill, to feign sick, to feign illness, to sham sickness.

trá cuồng [trá kuồn] To feign oneself mad.

trá hàng [trá hàn] To feign submission.

trá hình [trá hìn] To disguise oneself.

trá hôn [trá hon] To substitute another girl for the bride.

trá khí [trá xi] To deceive, to cheat.

trà [trà] Tea. *Lá trà* : Tea-leaf. *Cây trà* : Tea-plant, tea-tree. *Tiệc trà* : Tea-party, tea-fight. *Bình trà* : Teapot. *Bộ đồ trà* : Tea-service, tea-set. *Hộp đựng trà* : Tea-canister, tea-caddy. *Thùng đựng trà* : Tea-chest. *Tách uống trà* : Tea-cup. *Người buôn bán trà* : Tea-dealer. *Người ghiền (nghiện) trà* : Tea-drinker. *Giờ dùng trà* : Tea-time, tea-hour. *Ấm nấu nước pha trà* : Tea-kettle. *Xác trà* : Used tea-leaves. *Người bán trà* : Tea-merchant. *Sở trồng trà, vườn trà* : Tea-plantation. *Người trồng trà* : Tea-planter. *Phòng trà* : Tea-room. *Muỗng uống trà* : Tea-spoon. *Bàn uống trà* : Tea-table. *Mâm để dọn trà* : Tea-tray. *Uống trà* : To drink tea. *Đãi tiệc trà* : To give a tea-party. *Uống trà với người nào:* To take, have, tea, with someone. *Nếu trà quá đậm, cho thêm một chút nước:* If the tea is too strong, add some more water. *Anh muốn dùng trà nữa không?:* Will you have any more tea?. *Tôi không thích cà phê nhưng tôi rất thích trà:* I don't like coffee but I do like tea. *Để cho ra trà, để cho ngấm trà:* To let the tea draw. *Không còn một chút (giọt) trà nào trong bình cả:* There isn't a drop of tea left in the pot. *Anh uống trà không?:* Will you have tea?. *Ở nhà còn trà không?:* Have we any tea in the house? is there any tea in the house?. *Anh thích trà không?:* Do you like tea?. *Trà là thức uống thường dùng của người Anh:* Tea is the usual drink of English people.

trà bôi [trà boi] Tea-cup.

trà cụ [trà kụ] Tea—service.

trà dợt [trà zợt] Weak, watery, washy, tea.

trà dư tửu hậu [trà zư tửu hậu] Idle conversation after tea and wine.

trà đậm [trà dậm] Strong tea.

trà hồ [trà hồ] Tea-pot.

trà hộ [trà họ] Tea-planter.

trà lâu tửu quán [trà lɔu tửu kwán] Tea-house and restaurant.

trà loãng [trà lwãŋ] Weak, washy, watery, tea.

trà thuyền [trà θwièn] Tea-tray.

trà trộn [trà trộn] To mingle. *Trà trộn vào đám đông:* To mingle with (= in) the crowd.

trả [trả] 1) To give back, to return, to restore; to return, to refund (money). *Trả lại tự do cho người nào:* To give someone back his liberty, to give someone his freedom. *Trả quyền sách đã mượn:* To return a book lent. *Bức thơ gởi trả lại cho người gởi:* Returned letter. *Trả lại vật gì cho người nào:* To restore something to someone.

2) To pay. *Trả người nào mười đồng:*

To pay someone ten piastres. *Một ngàn đồng trả làm bốn lần (kỳ):* A thousand piastres to be paid in four instalments. *Anh phải trả cho tôi ngay:* You must pay me at once. *Được trả lương cao:* To earn good wages. *Thuế người mướn phải trả:* Taxes payable by the tenant. *Ai trả tiền rượu?:* Who is to pay for the drinks?.

trả cao [trả kau] To pay dearly.

trả công [trả koŋ] To pay someone for his services.

trả dần (lần) [trả zần] To amortize, redeem (a debt). *Trả dần một số nợ:* To redeem a debt.

trả đắt [trả dắɯt] To pay dearly.

trả đũa [trả dwə] To retaliate, to return like for like. *Trả đũa người nào:* To give someone back to like, to give someone tit for tat, to pay someone out, to pay someone back in his own coin.

trả giá [trả ʒá] To bargain over, to haggle about, over; to bid, to argue, chaffer about the price. *Trả giá một món gì:* To bargain over an article. *Trả giá vật gì:* To haggle about, over, the price of something, to beat down the price of something. *Trả giá với người nào:* To haggle over the price with someone, to beat someone down. *Trả giá cao hơn người nào:* To bid over someone. *Người trả giá cao nhứt:* The highest bidder.

trả góp [trả góp] To pay by (= in) instalments. *Số tiền sẽ trả góp trong năm năm:* The sum will be paid in instalments covering a period of five years. *Mua một chiếc xe đạp và trả góp mỗi tháng năm chục đồng:* To buy a bicycle and pay it by monthly instalments of fifty piastres.

trả hờn [trả hờn] To revenge oneself.

trả lại [trả lại] To pay back. *Tôi sẽ trả lại số tiền mà anh đã cho tôi mượn:* I will pay you back the money you lent me. *Nó quên trả lại tiền nó đã mượn:* He has forgotten to pay back the money he borrowed.

2) To return, to give back, to restore.

Chừng nào anh trả lại (tôi) quyền sách tôi đã cho anh mượn ? : When will you return (me) the book I lent you ?. *Trong trường hợp không giao được, gởi trả lại cho người gởi* : In case of non - delivery, return to the sender (often written on letters or parcels sent by post, etc...). *Gởi trả lại vật gì* : To send something back again. *Trả lại tự do cho người nào* : To give someone back his liberty. *Trả lại vật gì cho người nào* : To restore something to someone. *Cái nầy không phải của tôi, tôi phải trả nó lại cho chủ nó* : It isn't mine ; I must give it back to the owner. *Ngày mai người ta sẽ trả lại vật ấy cho anh* : You shall have it back to-morrow. *Trả lại vật gì* : To make restitution of something. *Trả lại cho Caesar cái gì của Caesar* : Render unto Caesar the things what are Caesar's.

trả lần lần [trả lần lần] See **trả dần**.

trả lời [trả lời] To answer, to reply, to respond. *Không trả lời được tiếng nào cả* : Not to answer a syllable. *Nó trả lời rằng nó không biết gì về việc ấy cả:* He answered that he knew nothing about it. *Tôi không trả lời gì cả* : I made no reply, I answered nothing. *Nó trả lời rằng tôi quấy* : He answered that I was wrong. *Trả lời một câu hỏi* : To answer a question. *Những bức thơ phải trả lời* : Letters to be answered. *Trả lời người nào về chuyện gì* : To give an answer to someone about something. *Nó không trả lời* : He made no answer. *Viết thơ trả lời người nào* : To write someone an answer. *Quyền trả lời* : Right to reply (in the public press to a public privileged statement reprinted in the paper concerned.)

trả lương [trả lươɑŋ] To pay wages, to pay out the wages. *Được trả lương cao* : To earn good wages.

trả mắt [trả mắɯt] To pay dearly.

trả miếng [trả miéŋ] To return like for like. *Trả miếng người nào* : To pay someone back in his own coin, to give someone back the like, to give someone tit for tat.

trả nợ [trả nợ] To pay, discharge, acquit a debt. *Sự trả nợ* : Payment of debt. *Nó không đủ sức trả nợ* : He was unable to discharge his debts. *Nếu anh không trả nợ, tài sản của anh sẽ bị tịch thâu* : If you do not pay your debts, your property will be seized. *Tháng tới tôi sẽ trả hết nợ cho anh* : I shall settle (up) with you next month.

trả nợ đời [trả nợ đời] To die, to pay the debt of nature.

trả ơn [trả ɑn] To render thanks. *Trả ơn người nào* : To render thanks to someone.

trả rẻ [trả rẻ] To pay cheap.

trả số [trả ʃó] (Auto) To change down.

trả thù [trả θù] 1) To revenge oneself, to avenge, to be revenged, to have one's revenge. *Trả thù người nào* : To get one's own back on someone, to square accounts with someone. *Nó đá vào ống quyển người khác để trả thù* : He retaliated by kicking the other on the shins. *Thề sẽ trả thù người nào* : To swear vengeance against someone. *Chúng nó nóng lòng trả thù cái chết của cha chúng nó* : They were burning to avenge the death of their father. *Một ngày kia tôi sẽ trả thù nó* : I'll get my own back on him some day.

2) To make reprisal(s), to retaliate, to inflict retaliation, to exercise retaliation.

trả tiền [trả tiền] To pay money. *Trả tiền mặt* : To pay (in) cash, in ready money, to pay down.

trả trước [trả trướk] To pay in advance, to pay beforehand. *Nó xin chủ nó trả trước cho nó một tháng lương* : He asked his employer to advance him a month's salary. *Trừ bớt những số tiền trả trước* : To allow for sums paid in advance. *Tôi muốn ông trả trước một phần tư giá tiền* : I should like you to deposit a quarter of the price.

trã [trã] Large cooking pot.

trã cắt rượu [trã kắt rượu] Alembic

trác [trák] To deceive.

trác táng [trák tán] Debauched, depraved.

trác tuyệt [trák twiẹt] Eminent, transcendent.

trác việt [trák việt] Outstanding, surpassing.

trạc [trạk] Size, stature. *Một đứa bé trạc nó* : A child of his size.

trạc tuổi [trạk tuổi] Of an age. *Chúng nó cùng trạc tuổi với nhau* : They are (of) the same age, of an age.

trách [tráik] To tax, to blame. *Nó trách tôi vong ơn* : He taxed me with ingratitude. *Tôi không có gì tự trách cả* : I have nothing to blame myself for. *Đừng trách người mà phải tự trách mình* : Judge not that ye be not judged (= do not blame others lest you should be blamed yourself). *Tôi không hề trách nó chút nào cả* : I didn't reproach him in the slightest.

trách mắng [tráik máɯŋ] To blame, to scold.

trách móc [tráik mók] To tax.

trách nhiệm [tráik ɲiẹm] Responsibility, liability, accountability. *Chịu trách nhiệm về việc gì* : To take, bear, the responsibility of something, to accept responsibility for something, to be responsible for something. *Tác giả chịu trách nhiệm, trách nhiệm về phần tác giả chịu* : The responsibility rests with the author. *Không nhận tất cả trách nhiệm về tai nạn* : To decline all responsibilities for the accident. *Tôi chịu trách nhiệm về việc tu bổ cái nhà* : I am responsible for the unkeep of the house. *Người chịu trách nhiệm làm việc gì* : Person responsible for doing something. *Bắt người nào chịu trách nhiệm về việc gì* : To hold someone responsible for something. *Anh chịu trách nhiệm về sự thiệt hại* : You are liable for the damage. *Chịu trách nhiệm trước dư luận* : Responsible before public opinion. *Bộ trưởng chịu trách nhiệm trước Tổng Thống* : The Minister is responsible to President. *Đổ trách nhiệm cho người nào* : To fasten the responsibility on

someone, to shift the responsibility upon (= on to) someone. *Một trách nhiệm nặng nề đè nặng lên chúng nó* : A heavy responsibility rests upon them. *Trách nhiệm về phần tác giả chịu* : The responsibility lies, rests, with the author, devolves on the author.

trách nhiệm cá nhân [tráik ɲiẹm ká ɲən] Personal responsibility

trách nhiệm chỉ huy [tráik ɲiẹm ci hwi] Command responsibility.

trách nhiệm cộng đồng [tráik ɲiẹm kọŋ đòŋ] Joint liability.

trách nhiệm nặng nề [tráik ɲiẹm nạɯŋ nè] Heavy responsibility.

trách nhiệm giám sát [tráik ɲiẹm ʒám ʃát] Supervisory responsibility.

trách nhiệm tuyệt đối [tráik ɲiẹm twiẹt dói] Absolute liability.

trách vụ [tráik vụ] Duty, responsibility.

trạch [trạik] *Thổ trạch* : Land.

trạch chú [trạik củ] Master of the house.

trạch nghiệp [trạik ɲiẹp] To choose one's profession.

trạch phối [trạik fói] To choose one's wife or husband.

trai [trai] Boy. *Em trai* : Younger brother. *Bạn trai* : Boy friend. *Nhà trai* : Bridegroom's family. *Đây là con trai của tôi* : This is my boy.

trai 1) Oyster. *Trai ngọc* : Pearl oyster. 2) Pearl. *Chuỗi ngọc trai* : String of pearls. *Hột trai thật* : Real pearl. *Hột trai giả* : Imitation pearl.

trai gái [trai gái] Boy and girl. *Chuyện trai gái* : Love-affairs. *Không phân biệt trai gái* : Without distinction of sex.

trai gái To have sexual intercourse (with).

trai giới [trai ʒói] Abstinence.

trai tài gái sắc [trai tài gái ʃáɯk] Talented boy and beautiful girl.

trai thanh [trai θaiɲ] Distinguished young man, gentlemen.

trai thanh gái lịch [trai θaiɲ gái lịk] Gentlemen and women of fashion.

trai tơ [trai tə] Young man.

trai tráng [trai tráŋ] Young and strong.

trai trẻ [trai trẻ] Young.

trái [trái] Fruit. *Trái có hột* : Stone-fruit. *Cây có trái* : Fruit-tree, fruit-bearing-tree. *Sanh trái, kết trái* : To bear fruit ; fruit-bearing. *Trái khô* : Dried fruit. *Ăn trái* : Fruit-eating. *Có nhiều trái* : Fruitful. *Không trái, không sanh trái* : Fruitless ; acarpous. *Hái trái của một cây* : To strip a tree off fruit. *Cây sanh trái rất nhiều* : Tree that produces a large quantity of fruit.

trái (Med) Small-pox. *Trồng trái* : To inoculate against small-pox. *Lên trái* : To have small-pox.

trái Contrary, opposite, converse, against. *Trái lại* : On the contrary. *Trái hẳn* : Quite the contrary. *Việc ấy làm trái với ý muốn của tôi* : It was done against my will. *Nếu anh làm trái với lời dặn của bác sĩ anh sẽ không bao giờ bình phục được* : If you act contrary to the doctor's advice, you won't get well again.

trái Left. *Bên trái* : On the left, to the left. *Quay sang trái* : Turn to the left. *Con đường thứ nhứt bên trái* : The first street on the left. *Góc trái của tờ giấy* : The left-hand corner of the sheet. *(Chạy xe) Giữ bên trái* : To keep the left. *Ngăn bên trái* : The left-hand drawer. *Cú đánh tay trái* : Left-hand blow. *Ở phía bên trái* : On the left hand side. *Thuận tay trái* : Left-handed. *Người thuận tay trái* : Left-hander. *Lại ngồi bên trái tôi đây* : Come and sit on my left.

trái Wrong. *Biết phân biệt phải trái* : To know right from wrong. *Chịu nhận mình là trái* : To admit one is in the wrong, to acknowledge oneself in the wrong.

trái *Bề trái* : Wrong side. *Mặc áo trái* : To wear the coat (the) wrong side out. *Bề trái của vải* : The wrong side of a material.

trái Debt. *Quốc trái* : National debt.

trái anh đào [trái aiŋ dàu] Cherry.

trái banh [trái baiŋ] Ball (e.g. tennis, football). *Trái banh dội từ cây vợt của nó vào lưới* : The ball rebounded from his racket into the net. *Thử coi anh liệng trái banh được bao xa* : Try how far you can throw the ball.

trái cà [trái kà] Egg-fruit.

trái cây [trái kei] Fruit. *Cuống của trái cây* : Fruit-stalk. *Anh có ăn nhiều trái cây không ?* : Do you eat much fruit ?.

trái cân [trái kən] Weight (of balance).

trái cật [trái kật] (Anat) Kidney ; (Cu) kidney (of animals).

trái cầu [trái kồu] Shuttlecock.

trái chủ [trái củ] Creditor.

trái chiền [trái ciền] First fruit.

trái chín [trái cín] Ripe fruit.

trái đào [trái dàu] Peach.

trái đất [trái dất] Earth ; world. *Mặt trăng xoay chung quanh trái đất và trái đất xoay chung quanh mặt trời* : The moon goes round the earth and the earth goes round the sun. *Người ta thường tưởng trái đất bằng ; nay ta biết rằng nó tròn* : People used to think that the world was flat ; now we know that it is round.

trái độn [trái dọn] Fender.

trái giập [trái ʒập] Bruised fruit.

trái giống [trái ʒóŋ] (Med) Small-pox. *Chích ngừa trái giống* : To be inoculated against smallpox.

trái khoản [trái xwản] Obligation.

trái khoản [trái xwản] Debt.

trái lại [trái lại] On the contrary.

trái lật [trái lật] Chestut.

trái lịnh [trái lịŋ] To desobey an order.

trái luật [trái lwật] Contrary to the law ; illegal, unlawful. *Đánh trái luật* : (In boxing) To hit foul, to fight foul, to strike an unfair blow, esp. blow the belt.

trái mắt [trái mắt] To offend the eyes.

trái mùa [trái mừə] 1) Unseasonable, untimely. 2) Out of season.

trái muộn [trái muṇn] Backward fruits.

trái ngược [trái ŋɯrk] To contradict, to be contrary or opposed to. *Sự trái ngược* : Contradicton. *Lời khai của những người chứng đều trái ngược nhau* : The statements of the witnesses contradict each other. *Các báo cáo trái ngược nhau* : The reports contradict each other.

trái nhau [trái ɲau] Contradictory, disharmonious, discrepant.

trái núi [trái núi] Mountain.

trái phá [trái fá] Obus, shell. *Trái phá chưa nổ* : Dud. *Trái phá nổ trên không:* Air burst shell. *Trái phá truyền đơn* : Leaflet shell. *Trái phá không nổ:* Blind shell.

trái phép [trái fέp] Illegal, unlawful, contrary to the law.

trái phiếu [trái fiếu]Obligation ; debenture.

trái quyền [trái kwièn] Creditor's right.

trái rạ [trái rạ] (Med) Varicella, chicken-pox.

trái sống [trái ʃóŋ] Raw fruit, unripe fruit, green fruit. *Trái sống thường thường chua* : Unripe fruit is usually sour.

trái sớm [trái ʃɔ́m] Early fruit.

trái tai [trái tai] Ear–flap, flap of ear.

trái tai To shock, grate upon, the ear.

trái thời [trái θɔ̀i] Untimely, at the wrong moment.

trái thơm [trái θəm] (Bot) Pine-apple.

trái thường [trái θɯɔ̀ŋ] Abnormal, anomalous.

trái tim [trái tim] Heart. *Tiếng đập của trái tim* : Heart - beat, heart – stroke. *Hình trái tim* : Heart - shaped. *Dâng trái tim cho người nào* : To give, lose, one's heart to someone. *Khi trái tim của một người ngưng đập thì người ấy chết* : When a man's heart stops beating, he dies. *Trái tim nó ngưng đập rồi* : His heart stood still. *Nó chết vì bịnh đau trái tim* : He died of heart failure.

trái tươi [trái tɯəi] Fresh fruit.

trái vải [trái vải] (Bot) Litchi.

trái ý [trái í] Contrary to one's intention.

trái [trải] To spread out, lay out (linen to dry, etc...). *Trải giấy lên bàn* : To spread out papers on the table ; to strew the table with papers. *Trải sàn nhà bằng vải sơn:* To lay down a floor with linoleum. *Trải khăn bàn* : To spread, lay, a cloth. *Trải khăn lên bàn* : To spread a cloth on a table.

trải *Từng trải*: Experienced.

trải chiếu [trải ciếu] To spread a mat.

trải qua [trải kwa] To experience, to undergo, to go through, to pass through. *Trải qua những sự thử thách gay go:* To pass through heavy trials. *Tôi chưa bao giờ trải qua một đêm như thế:* Never did I spent such a night.

trại [trại] 1) Ward (of a hospital). *Thăm từng bịnh nhân trong trại* : To get to every patient in a ward.

2) Camp, barrack. *Cắm trại, hạ trại:* To pitch a camp. *Nhổ trại, dỡ trại* : To strike, break (up) camp. *Ở trong trại:* To live in barracks. *Đời sống trong trại* : Life in barracks. *Bị cấm trại* : To be confined to barracks. *Đi cắm trại* : To go camping. *Chúng tôi cắm trại trong rừng* : We camped out in the woods. 3) Farm. *Trại chủ*: Farm-owner.

trại *Đọc trại:* To mispronounce.

trại cùi [trại kùi] Leper-hospital. *Trại cùi Bến Sắn* : Ben–San Leprosarium.

trại giam [trại ʒam] Concentration camp, internment camp, detention camp ; (Mil) disciplinary barracks, detention barracks.

trại giáo hóa [trại ʒáu hẃa] Reeducation center.

trại huần luyện [trại hwấn lwien] Training camp.

trại húi [trại hủi] See **trại cùi**.

trại lính [trại líɲ] Barracks. *Trại lính chữa lửa* : Fire-station.

trại tập trung [trại tập truŋ] Concentration camp.

trại tế bần [trại té bần] Workhouse.

trại trừng giới [trại trừŋ ȝɔi] Correctional institution.

trại tù binh [trại tù biɲ] Prisoner of war camp.

trám [trám] To fill, to caulk ; to occlude, stop, fill (a gap, etc...). *Trám một cái lỗ* : To stop (up), to plug, block up, a hole. *Trám một cái lỗ bằng mát tích* : To fill a hole with putty.

trám răng [trám rauŋ] To fill a tooth, to stop a tooth.

trảm [trảm] To cut.

trảm cặp [trảm kɔ́p] To behead, to decapitate ; to cut (someone's) head off.

trảm phạt [trảm fạt] To massacre.

trảm quyết [trảm kwiét] To behead immediately.

trảm thôi [trảm θoi] Deep mourning.

trảm tội [trảm tội] Capital punishment.

trạm [trạm] Station.

trạm ân [trạm ɔn] Great favour.

trạm cắp cứu [trạm kɔ́p kứu] First aid station.

trạm cứu thương [trạm kứu θɯɔŋ] Aid station.

trạm đổ bộ [trạm dỏ bọ] Debarkation station.

trạm gốc [trạm gók] Parent station.

trạm nghỉ [trạm ŋỉ] Halting-place ; relay station.

trạm phụ [trạm fụ] Satellite station.

trạm săng [trạm ʃauŋ] Gas station. filling station, service station.

trạm thâu nhận [trạm θɔu ɲɔn] Reception station.

trạm thiên văn [trạm θien vauŋ] Astronomic station.

trạm tuyển binh [trạm twiển biɲ] Recruiting station.

trán [trán] Forehead, brow. *Vết thẹo trên trán* : A scar on the forehead. *Lau trán* : To wipe, mop, one's forehead. *Hôn trán người nào* : To kiss someone's forehead, to kiss someone on the forehead. *Mồ hôi chảy xuống trán của nó* : The sweat ran down his forehead. *Mồ hôi đọng trên trán nó* : The sweat stood on his forehead. *Trán đầy vết*

nhăn : Brow furrowed with wrinkles, deeply lined forehead. *Lau mồ hôi trán* : To wipe the sweat off one's brow.

trán cao [trán kau] High forehead, broad forehead.

trán dô [trán dô] Beetle brows, protruding forehead, prominent forehead.

trán nhăn [trán ɲauŋ] Wrinkled, furrowed forehead.

trán rộng [trán rọŋ] Wide, large, ample, forehead.

trán thấp [trán θɔ́p] Low forehead. *Nó có trán thấp* : He has a low forehead.

trán trợt [trán trợt] Receding, retreating, forehead.

tràn [tràn] To overflow, to brim over, to run over, to slop. *Tràn, đầy tràn (vật gì)* : To brim over (with something). *Chúng tôi phải bỏ nhà vì bị nước tràn vào* : We were flooded out of the house. *Rượu tràn đầy trên bàn* : The wine ran (all) over the table. *Cà phê tràn ra đĩa* : Coffee slopped in the saucer. *Làm trà tràn trên nắp bàn* : To slop tea on the table-cloth. *Nó (ăn) tràn họng rồi* : He is stuffed full. *Bị ánh sáng tràn ngập* : Suffused with light. *Sóng lớn tràn vào thuyền* : A big wave swamped the boat. *Ly đầy tràn* : Glass full to overflowing.

tràn [tràn] Sieve.

tràn lan [tràn lan] To spread.

tràn ngập [tràn ŋɔp] 1) To submerge, to inundate. 2) To overwhelm. *Làng bị tràn ngập khi nước lớn* : The village was overwhelmed when the floods came.

tràn trề [tràn trề] *Tràn trề hy vọng* : Brimful of hope, full of hope.

tràn vào [tràn vàu] To pour in. *Dân chúng tràn vào phòng* : People poured into the room.

trang [traŋ] Page (of book, etc...). *Ở cuối trang* : At the foot of a page. *Tìm trang sáu mươi bảy* : Find page sixty-seven.

trang *Trang anh hùng* : A hero.

trang bị [traŋ bị] To equip. *Đại đội khinh*

binh được tổ chức và trang bị về cận chiến, có thể tấn công hoặc phòng thủ : The rifle company organized and equipped in close combat is capable of attacking or defending.

trang bị Equipment. *Việc trang bị phòng thí nghiệm của nó tốn nhiều thì giờ và tiền bạc* : The equipment of his laboratory took time and money.

trang đài [traŋ dài] Dressing-room.

trang đánh máy [traŋ dáiŋ máy] Page of typewriting, typewritten page. *Độ năm trang đánh máy đề in một cột báo* : It takes about five pages of typewriting to make a newspaper column.

trang đầu [traŋ dàu] Front page (of a newspaper).

trang điểm [traŋ diểm] 1) To ornament, to adorn, to embellish.
2) To adorn oneself. *Bàn trang điểm* : Dressing-table.

trang giáp [traŋ sáp] Armored.

trang giáp hạm [traŋ sáp hạm] Armored ship.

trang giáp xa [traŋ sáp sa] Armored car.

trang giấy [traŋ séi] Page (of book, etc). *Đề trắng một trang giấy* : To leave a page blank. *Lật một trang giấy* : To turn (over) a page.

trang hoàng [traŋ hwàŋ] To decorate.

trang in thử [traŋ in θử] Page-proof.

trang nghiêm [traŋ ŋiem] Grave. serious, solemn.

trang nhã [traŋ ŋã] Refined, elegant, civil.

trang nhứt [traŋ ŋứt] Front page (of a newspaper).

trang nữ anh hùng [traŋ nữ aiŋ hùŋ] A heroine.

trang sách [traŋ sáik] Page of a book.

trang sau [traŋ sau] Left hand page (in book), overleaf. *Xin xem trang sau* : See overleaf.

trang sử [traŋ sử] History's page.

trang sức [traŋ sứk] To deck, to adorn. *Đồ trang sức* : Jewelry.

trang trải [traŋ trải] *Trang trải nợ nần* :

To pay one's debts.

trang trí [traŋ tri] To deck, to decorate, to ornament. *Người chuyên nghề trang trí (nhà cửa v.v)* : Decorator.

trang trọng [traŋ trọŋ] Grave, solemn.

trang trước [traŋ trứrk] Front page (of a newspaper).

tràng [trán] (Of wheel) To buckle (up).

tráng To rinse. *Tráng ly* : To rinse a cup.

tráng To cover with enamel, etc...

tráng bạc [trán bạk] To silver, to silver-plate.

tráng chén [trán cén] To rinse a bowl.

tráng dương [trán zươŋ] Aphrodisiac.

tráng đờm [trán dờm] Brave, courageous.

tráng kiện [trán kiện] Hale, strong and healthy. *Chín mươi tuổi và vẫn còn tráng kiện*: Aged ninety and still going strong. *Ông ấy đã chín mươi nhưng vẫn còn tráng kiện* : He's ninety but still hale and hearty.

tráng lệ [trán lệ] Splendid, magnificent.

tráng men [trán men] (Cer) To glaze (porcelain, etc..,) ; to enamel.

tráng miệng [trán miệŋ] 1) To rinse one's mouth.
2) To eat, take, dessert. *Đồ tráng miệng* : Dessert.

tráng nhựa [trán ŋựa] To asphalt (road, etc...) ; to cover (road, etc...) with asphalt.

tráng sĩ [trán sĩ] Brave man.

tráng thủy [trán θửi] To foliate. *Sự tráng thủy* : Foliation.

tràng [tràŋ] See trường.

tràng hạt [tràŋ hạt] Rosary, (string of) beads. *Lần tràng hạt* : To tell one's beads, to say one's prayers.

tràng hoa [tràŋ hwa] Garland of flowers, wreath of flowers.

tràng nhạc [tràŋ ŋạk] (Med) Scrofula, king's evil.

tràng pháo [tràŋ fáu] Salvo of fire-crackers.

tràng pháo tay [tràŋ fáu tay] Salvo of

TR

applause, round of applause, volley of applause.

tràng thạch [tràŋ θaik] Feldspar, felspar.

tràng thạch xanh [tràŋ θaik saiɲ] Amazonite.

tràng vỗ tay [tràŋ vỗ tay] Salvo of applause, round of applause.

trạng [trạŋ] *Tình trạng* : Situation. *Hình trạng* : Outline, form.

trạng huống [trạŋ huấŋ] Condition, situation, circumstance.

trạng mạo [trạŋ mạu] Physiognomy.

trạng sư [trạŋ ʃư] Advocate, barrister. *Khi nó bị vu cáo ăn cắp, nó tìm một trạng sư giỏi nhứt ở Saigon đề biện hộ cho nó* : When he was wrongly accused of stealing, he got the best advocate in Saigon to defend him.

trạng thái [trạŋ θái] State, condition.

trạng từ [trạŋ tử] (Gram) Adverb. *Thuộc về trạng từ* : Adverbial. *Trạng từ ngữ* : Adverbial phrase.

tranh [traiɲ] (Bot) Thatch. *Nhà tranh* : Thatched cottage.

tranh Picture, painting. *Sách tranh* : Picture-book. *Tranh đẹp* : Fine picture. *Tranh sơn dầu* : Oil painting. *Một cuộc triển lãm tranh của họa sĩ X đã khai mạc hôm qua tại phòng triển lãm Đô Thành* : An exhibition of paintings by artist X opened yesterday at the City Exhibition Hall.

tranh To compete, to contend, to contest, to vie, to struggle. *Tranh một giải thưởng* : To compete, contest, for a prize. *Cúp sẽ tranh vào ngày mai* : The cup will be competed for tomorrow. *Tranh giải sắc đẹp với người nào* : To vie with someone in beauty. *Tranh một ghế ở Nghị viện* : To contest a seat in Parliament.

tranh ảnh [traiɲ ảiɲ] Pictures, paintings.

tranh biện [traiɲ biện] To debate, to discuss.

tranh chấp [traiɲ cấp] Dispute, difference. *Trường hợp đang tranh chấp* : Case at issue, under dispute, in question, in litigation.

tranh đấu [traiɲ dấu] To fight, to contend, to compete, to conflict, to struggle. *Tranh đấu đòi tự do* : To fight for liberty.

tranh đấu (sự) Fight, struggle. *Cuộc tranh đấu đề sống còn* : Struggle for life. *Những cuộc tranh đấu chánh trị* : Political struggles.

tranh đoạt [traiɲ dwạt] To seize.

tranh đua [traiɲ dwơ] To compete. *Sự tranh đua* : Competion. *Óc tranh đua* : Competitive spirit. *Tôi không muốn tranh đua với anh* : I don't want to enter, to come, into competition with you. *Ở Hội Thế Vận, đại diện của ta đã tranh đua với những tay lội giỏi nhứt ở khắp nơi trên thế giới* : At the Olympic Games our representatives were in competition with the best swimmers from every part of the world.

tranh giải [traiɲ 3ải] To compete, contest, for a prize.

tranh giành [traiɲ 3àiɲ] To dispute.

tranh hùng [traiɲ hùŋ] To fight for supremacy.

tranh khôn [traiɲ xon] To match wits.

tranh luận [traiɲ lwận] To debate, to dispute, to discuss, to contest.

tranh phong [traiɲ fɔŋ] To fight.

tranh quyền [traiɲ kwiền] To fight for power.

tranh sơn dầu [traiɲ ʃơn zờu] Oil-painting.

tranh sống [traiɲ ʃốŋ] To fight for life.

tranh thủ [traiɲ θủ] To struggle, to dispute, to fight for. *Tranh thủ độc lập* : To struggle independence. *Tranh thủ thời gian* : To compete with time. *Tranh thủ tự do* : To struggle, fight, for liberty.

tranh tồn [traiɲ tòn] To fight for existence.

tranh tụng [traiɲ tụŋ] To sue.

tránh [tráiɲ] 1) To move aside ; to keep out of (someone's way). *Tránh cho người nào đi qua* : To draw aside, step aside, stand aside, to allow someone to pass ; to make way for someone ; to get, go, out of someone's way ; to draw aside to let someone pass, to stand aside to let someone pass. *Tránh đường cho một chiếc xe chạy* : To get out of the way of a car. *Tránh đường cho người nào* : To clear the way for someone. *Tránh đường cho một chiếc tàu khác chạy* : To keep out of the way of another vessel. *Nó tránh qua một bên để tôi đi vô* : He stepped aside so that I might enter.

2) To avoid, to eschew, to dodge, to avert, to shun ; to fence, to evade, to elude ; to give (someone, something) a wide berth ; to keep clear of (someone), to put by ; to escape ; to shirk (work, danger, difficulties, etc...). *Tránh làm việc gì* : To avoid doing something. *Tránh khỏi đụng nhau* : To avoid a collision. *Nó là một người ta nên tránh xa* : He is a man to steer clear of. *Tránh xa vật gì, người nào* : To steer, keep, stand, clear of something, someone. *Tránh lưới pháp luật* : To dodge the law. *Tránh một vấn đề* : To dodge, shirk, a question, to fence with a question. *Tránh sự nguy hiểm* : To avert, avoid, evade, a danger. *Tất cả đều tránh nó* : Everybody avoids him, he is shunned by everybody. *Tránh cái nhìn của người nào* : To avoid someone's eye. *Cố tránh vật (việc) gì như tránh bịnh dịch* : To shun something like the plague. *Tránh một cú đánh* : To avoid, parry, evade, dodge, a blow ; to fend off a blow. *Tránh một cuộc thảo luận* : To avoid a discussion. *Nó tránh rất tài khi tôi ném quyển từ điền của tôi vào nó* : He dodged cleverly when I threw my dictionary at him. *Tránh không giao thiệp với người nào* : To give someone a wide berth. *Số mạng không thể tránh được* : Doom that cannot be escaped.

tránh khỏi [tráiɲ xỏi] To escape ; to avoid.

tránh mặt [tráiɲ mạɯt] To avoid, to elude, to evade ; to keep (oneself) in the background.

tránh ra [tráiɲ ra] To move aside, to draw aside, to step aside.

tránh tàu [tráiɲ tàu] To give a ship a wide berth.

tránh tiếng [tráiɲ tiéŋ] To avoid an embarrassing duty.

tránh xa [tráiɲ sa] To steer, keep, stand, clear of (someone, something) ; to stand away, to keep away ; to keep off, to keep at a distance.

trạnh [trạiɲ] Marine tortoise.

trao [trau] To hand, to pass, to give with the hand. *Làm ơn trao quyển sách kia cho tôi* : Please hand me that book. *Trao quyền chỉ huy lại cho...* : To hand over the command to... *Trao quyền của mình lại cho người nào* : To hand over one's authority to someone. *Trao vật gì tận tay người nào* : To give something into someone's hands.

trao đổi [trau dỏi] To exchange. *Sự trao đổi ý kiến giữa hai người* : Exchange of views between two persons. *Có nhiều sự trao đổi ý kiến giữa hai chánh phủ* : There have been numerous exchanges of views between the two governments.

trao quyền [trau kwièn] To hand over an authority.

trao tay [trau tay] To hand ; to deliver, transfer, by hand.

trao tráo [trau tráu] *Mắt trao tráo* : Wide open eyes.

tráo [tráu] To cheat by substituting a cheap article for a valuable one ; to cheat by taking the better object in exchange for a lesser one. *Tráo tiền giả cho người nào* : To palm off a bad coin on someone.

tráo trở [tráu trỏ] Crooked, perfidious.

trào [tràu] To overflow, to flow. *Nước mắt của nàng trào ra* : The tears flood from her eyes.

trào See triều.

trào bọt [tràu bọt] To foam.

trào lộng [tràu lọŋ] To jeer at, to mock (at), to laugh at.

trào lưu [tràu lɯu] Stream. *Theo trào lưu* : To go with the stream.

trào máu [tràu máu] To vomit blood.

trào phúng [tràu fúŋ] Humorous.

trào ra [tràu ra] To flow. *Lệ nàng trào ra* : The tears flowed from her eyes ; the tears gushed into her eyes. *Máu ở miệng nó trào ra* : Blood was streaming from his mouth.

trào tiếu [tràu tiếu] See **trào lộng**.

trạo châu [trạu cɔu] To row.

trạo phu [trạu fu] Rower.

tráp [tráp] Box. *Tráp trầu* : Betel box. *Tráp nữ trang* : Jewel-box, jewel-case.

trát [trát] To smear. See **trét**.

trát Warrant, subpoena.

trát bắt [trát báʉt] Warrant of arrest, writ of arrest.

trát đòi [trát dòi] Summons writ. *Tống đạt trát đòi người nào hầu toà* : To serve a summons, a writ, on someone, to serve someone with a summons, with a writ.

trát tòa [trát twa] Summons.

trau [trau] To adorn, to embellish.

trau chuốt [trau cuốt] To flatter falsely in order to sell something.

trau giồi [trau giòi] To cultivate, to enrich, to improve (knowledge).

trảy [trảy] To pick. *Trảy quả* : To pick fruits.

trảy nhánh [trảy ɲáɲ] To cut away, lop off, the branches from (a tree).

trắc [tráʉk] Kind of precious wood.

trắc ẩn [tráʉk ɔn] Pity, compassion, commiseration. *Làm động lòng trắc ẩn* : To arouse compassion.

trắc cao pháp [tráʉk kau fáp] Altimetry.

trắc diện [tráʉk ziện] Profile. *Trắc diện sơ họa* : Hasty profile.

trắc diện học [tráʉk ziện hɔk] Planimetry.

trắc diện pháp [tráʉk ziện fáp] Planimetry.

trắc địa [tráʉk dịɔ] To measure land. *Thuật trắc địa* : Land-measuring, land surveying.

trắc định [tráʉk dịɲ] To compute.

trắc đồ [tráʉk dò] Profile.

trắc độ [tráʉk dọ] To measure.

trắc giác khí [tráʉk ʝák xi] Circumferentor.

trắc lậu [tráʉk lɔu] Base, low.

trắc lượng [tráʉk lɯɔ̀ŋ] To survey land.

trắc lượng học [tráʉk lɯɔ̀ŋ hɔk] Metrology.

trắc mô [tráʉk mo] (Bot) Parietal.

trắc nết [tráʉk nét] Loose, immoral (woman).

trắc nghiệm [tráʉk ŋiệm] To test, to try, to experiment. *Sự trắc nghiệm* : Test, trial.

trắc nghiệm khả năng cơ khí [tráʉk ŋiệm xả naʉŋ kɔ xi] Mechanical aptitude test.

trắc nghiệm khả năng tác chiến [tráʉk ŋiệm xả naʉŋ ták ciến] Combat proficiency test.

trắc nghiệm tâm lý [tráʉk ŋiệm tɔm li] Aptitude test.

trắc phong pháp [tráʉk fɔŋ fáp] Anemometry.

trắc tà khí [tráʉk tà xi] Clinometer.

trắc thâm khí [tráʉk θɔm xi] Bathometer.

trắc thất [tráʉk θɔ́t] Concubine.

trắc trở [tráʉk trɔ̉] Obstacle, difficulty.

trắc vi [tráʉk vi] Low, base.

trắc viễn [tráʉk viễn] Telemetry. *Máy trắc viễn* : Telemeter.

trặc [trạʉk] (Of knee, etc.) To come out of joint, to be dislocated. *Làm trặc (khớp xương)* : To dislocate (joint). *Nó té ngựa và bị trặc vai* : He fell from his horse and dislocated his shoulder. *Làm trặc cườm tay* : To wrench, sprain, one's wrist. *Té và bị trặc tay* : To fall and strain one's wrist. *Nó té và bị trặc cườm tay* : He fell and twisted his wrist. *Nàng trợt và bị trặc mắt cá* : She slipped and wrenched her ankle. *Nó bị trặc chân khi nó nhảy xuống* : He gave a wrench to his ankle when he jumped down

trặc (Of limb) Dislocated ; out of joint

trặc chân [trạʉk cɔn] To sprain, twist wrench, one ankle.

trặc tay [trɑɯk tay] To sprain, strain, one's writs.

trặc vai [trɑɯk vai] To strain, wrench, one's shoulder.

trăm [trɑɯm] Hundred. *Hai trăm người:* Two hundred men. *Hai trăm lẻ hai :* Two hundred and two. *Hai trăm năm chục người :* Two hundred and fifty men. *Trang hai trăm :* Page two hundred. *Năm ba trăm :* The year three hundred. *Một trăm lẻ một :* One hundred and one. *Tôi đã nói với anh như thế cả trăm lần rồi :* I have told you so a hundred times, again and again. *Bảy phần trăm tiền lời :* Seven per cent interest. *Một trăm trứng :* A hundred eggs. *Trang một trăm lẻ một:* Page a hundred and one. *Độ một trăm cái nhà :* About a hundred houses. *Năm một ngàn chín trăm :* In nineteen hundred. *Một trăm phần trăm :* A hundred per cent. *Trận chiến tranh một trăm năm :* The Hundred year's war. *Bán trăm :* To sell by the hundred. *Chúng nó chết cả trăm :* They died in hundreds. *Cả trăm lần :* A hundred times, hundreds of times. *Chắc chắn một trăm phần trăm :* It's a dead certainty.

trăm họ [trɑɯm họ] The people.

trăm lẻ một [trɑɯm lẻ một] One hundred and one

trăm năm [trɑɯm nɑɯm] A hundred years ; for ever. *Bạn trăm năm :* One's spouse.

trăm tuổi [trɑɯm tuổi] To die, pass away.

trăm trồ [trɑɯm trồ] To praise.

trăn [trɑɯn] Boa, boa-constrictor.

trần [trɑɯn] (Of a child) To climb down from the hip of a stranger.

trần trọc [trɑɯn trọk] To toss. *Trần trọc trong lúc ngủ :* To toss in one's sleep.

trăng [trɑɯŋ] Moon. *Ánh trăng, sáng trăng :* Moonlight. *Đêm không trăng :* Moonless night. *Cảnh trăng :* Moonlit landscape. *Sự, lúc trăng lên :* Moonrise. *Đêm nay có trăng không ? :* Is there a moon to-night ?. *Đêm nay có trăng :* There is a moon to-night.

Một đêm trăng : A moonlight night. *Sự đi dạo dưới ánh trăng :* Moonlight walk. *Tuần trăng mật :* Honeymoon. *Ngắm trăng :* To admire moon. *Mấy giờ trăng mọc ? :* What time does the moon rise ?. *Mò trăng đáy nước :* To attempt the impossible, to attempt impossibilities.

trăng bạc [trɑɯŋ bạk] Silver moon.

trăng gió [trɑɯŋ ʒó] Moon and wind, (fig) love affair.

trăng hoa [trɑɯŋ hwa] Moon and flower, (fig) love affair.

trăng khuyết [trɑɯŋ xwiét] Waning moon.

trăng lặn [trɑɯŋ lặn] Setting moon.

trăng mọc [trɑɯŋ mọk] Rising moon.

trăng lưỡi liềm [trɑɯŋ luɔ̃i liềm] Crescent moon.

trăng mật [trɑɯŋ mật] *Tuần trăng mật:* Honeymoon. *Chúng nó đang hưởng tuần trăng mật :* They are on their honeymoon. *Chúng nó sẽ hưởng tuần trăng mật ở Đàlạt :* They will honeymoon in Dalat.

trăng mờ [trɑɯŋ mờ] Dark moon.

trăng non [trɑɯŋ nɔn] New moon, young moon.

trăng rằm [trɑɯŋ rằɯm] Full moon.

trăng thanh [trɑɯŋ θaiŋ] Brilliant moon.

trăng thu [trɑɯŋ θu] Autumn moon.

trăng trắng [trɑɯŋ trắɯŋ] Whitish.

trăng tròn [trɑɯŋ trɔ̀n] Full moon.

trắng [trắɯŋ] 1) White. *Trắng như tuyết :* White as snow, snow white. *Điểm trắng của bia :* Bull's-eye of a target. *Màu trắng, sắc trắng :* White. *Giống da trắng:* The white race. *Mặc đồ trắng :* To be dressed in white, to be in white. *Lòng trắng trứng :* White of egg. *Lòng (tròng) trắng mắt :* The white of the eyes. *Trợn trắng mắt :* To turn up the whites of one's eyes. *Giấy trắng :* Blank paper. *Thăm trắng, phiếu trắng :* Blank voting paper. *Bỏ trắng, để trắng một trang giấy :* To leave a page blank.

2) (To speak) Frankly, candidly.

3) *Tay trắng* : Empty hands.

trắng án [tráŋ án] Acquitted. *Cho trắng án một bị cáo* : To acquit, discharge, an accused person.

trắng bạch [tráŋ baik] Very white.

trắng bệch [tráŋ beik] Pale, whitish.

trắng bốp [tráŋ bóp] Very white.

trắng đục [tráŋ dụk] Opalescent.

trắng dã [tráŋ zã] (Of eyes) To be white.

trắng hếu [tráŋ héu] White.

trắng mắt ra [tráŋ máɯt ra] Disillusioned.

trắng mởn [tráŋ mởn] Tender white.

trắng mướt [tráŋ mɯớt] Brilliant white.

trắng ngà [tráŋ ŋà] Ivory-white.

trắng nhợt [tráŋ ɲợt] Pale.

trắng như tuyết [tráŋ ɲɯ twiét] As white as snow.

trắng nõn [tráŋ nõn] Very white.

trắng phau [tráŋ fau] Very white.

trắng tinh [tráŋ tiɲ] As white as alabaster.

trắng toát [tráŋ twát] White.

trắng trẻo [tráŋ trẻu] Fair. *Da trắng trẻo* : Fair skin (complexion).

trắng trợn [tráŋ trợn] Bluntly, plainly.

trắng xóa [tráŋ sẃa] Very white.

trâm [trəm] Brooch.

trâm anh [trəm aiɲ] Noble family.

trầm [trờm] Grave, deep, low. *Giọng trầm* : Grave accent. *Nốt trầm* : Low note.

trầm *Thăng trầm* : Ups and downs. *Thâm trầm* : Deep.

trầm hương [trờm hɯəŋ] (Bot) Sandal(wood). *Tinh dầu trầm hương* : Sandalwood oil.

trầm kha [trờm xa] Chronic (disease).

trầm lặng [trờm lặŋ] Quiet, silent.

trầm luân [trờm lwən] To be overloaded with misfortune.

trầm mặc [trờm mặk] Taciturn.

trầm miên [trờm mien] Deep in sleep.

trầm muộn [trờm muən] Sad.

trầm mình [trờm miɲ] To drown oneself.

trầm ngâm [trờm ŋəm] 1) Pensive. 2) Hesitating, wavering.

trầm nịch [trờm nịk] To drown oneself.

trầm oan [trờm wan] Gross injustice.

trầm tĩnh [trờm tiɲ] Cool, calm.

trầm trệ [trờm trẹ] Depressed, stagnant, inactive. *Tình trạng trầm trệ* : Depression.

trầm trọng [trờm trọŋ] Serious, severe, grave. *Bịnh trầm trọng* : Severe illness, serious illness. *Tình trầm trọng của vết thương* : Gravity of a wound.

trầm trồ [trờm trò] To praise.

trầm túy [trờm tẃi] Drunk.

trầm tư mặc tưởng [trờm tɯ mặk tɯởŋ] Meditation. *Hay trầm tư mặc tưởng* : Meditative. *Đang trầm tư mặc tưởng* : To be absorbed in meditation; to he envrapped in thought; to fall into deep thought.

trẫm [trờm] I (used by a king).

trẫm mình [trờm miɲ] To drown oneself.

trẫm triệu [trờm triệu] Augury.

trân [trən] *Dây trân* : Belt.

trân châu [trən cəu] Pearl.

trân quý [trən kwi] Precious.

trân trân [trən trən] *Đứng trân trân* : To remain motionless.

trân trọng [trən trọŋ] Respectfully.

trân vật [trən vật] Precious object.

trấn áp [trón áp] To repress, to quell, to coerce, to put down, to close down. *Trấn áp một phong trào cách mạng* : To close down on a revolutionary movement.

trấn biên [trón bien] To guard the frontiers.

trấn cản [trón kản] To block, to bar, to obstruct.

trấn định [trón diɲ] Calm.

trấn giữ [trón ʒữ] To guard, defend (a place).

trấn ngự [trón ŋɯ] See trấn áp.

trấn nhật [trón ɲật] Every day.

trần nước [trɔ̀n nứrk] To drown (someone).

trấn thống [trɔ̀n θóŋ] (Med) Sedative.

trấn thú [trɔ́n θú] See **trấn thú**.

trấn thú [trɔ́n θủ] To defend, guard (a place).

trấn tỉnh [trɔ́n tiṇ] To calm, to settle; to control oneself, to compose oneself.

trần [trɔ̀n] Bare, uncovered. *Đầu trần :* To be uncovered, bare-headed. *Đi đầu trần :* To go bare-headed. *Lưng trần :* Bare-backed. *Ngựa trần :* Bare-backed horse. *Cởi ngựa trần (không yên) :* To ride bareback, to ride a horse bareback(ed). *Gươm trần :* Naked sword. *Sự thật trần truồng :* The plain, naked, truth.

trần Ceiling. *Quạt trần :* Ceiling fan. *Nhìn lên trần :* To look (up) at the ceiling. *Trần ám khói :* Smoky ceiling.

trần *Cõi trần :* This world. *Phong trần :* Hardships of life.

trần *Phân trần :* To explain (oneself).

trần ai [trɔ̀n ai] 1) Dust.
2) World, (fig) hardships of life.

trần cảnh [trɔ̀n kảiṇ] World.

trần duyên [trɔ̀n zwien] Lot, destiny, fate.

trần gian [trɔ̀n ʒan] World, earth. *Ở trần gian nầy :* In this world. *Người sung sướng nhứt trần gian :* The happiest man in the world. *Nhà nầy là địa ngục ở trần gian :* This house is a hell upon earth.

trần hoàn [trɔ̀n hwàn] World.

trần hủ [trɔ̀n hủ] Antiquated.

trần khải [trɔ̀n xải] See **trần thuật**.

trần liệt [trɔ̀n liệt] To display, to lay out.

trần lụy [trɔ̀n lựi] Pains of life.

trần nhà [trɔ̀n ɲà] Ceiling. *Đèn treo trên trần nhà :* Lamp that swings from the ceiling. *Quét vôi trần nhà :* To whitewash the ceiling. *Có rất nhiều ruồi trên trần nhà :* There are many flies on the ceiling.

trần tạ [trɔ̀n tạ] To express one's grat-itude.

trấn tấu [trɔ̀n tấu] To report to the king.

trần thế [trɔ̀n θế] See **trần gian**.

trần thiết [trɔ̀n θiét] To decorate.

trần thuật [trɔ̀n θwặt] To state, to unfold, to set forth, to set out, to make known.

trần thuyết [trɔ̀n θwiét] To expound, to explain.

trần tình [trɔ̀n tìṇ] To make known one's feelings.

trần trụi [trɔ̀n trựi] Naked.

trần truồng [trɔ̀n truồŋ] Nude, naked, in buff. *Trần truồng như nhộng :* Stark naked, bare as the back of the hand, stripped to the buff. *Họa hình trần truồng :* To paint nude figures. *Cởi trần truồng :* To strip to the buff. *Sự thật trần truồng :* Naked truth.

trần tục [trɔ̀n tục] World, human life.

trận [trặn] 1) Battle, fight, combat. *Mặt trận :* Front, battle field. *Ngựa trận :* Battle horse, war-horse. *Thắng trận :* To win a battle, to gain a victory. *Bại trận :* To lose a battle. *Ra trận :* To go into battle.
2) (Sp) Match. *Trận banh :* Football match. *Trận đấu 20 hiệp :* (Box) Match in 20 rounds.

trận banh [trặn baiṇ] Football match. *Xem một trận banh :* To attend, to watch, to be an onlooker at, a football match.

trận bão [trặn bãu] Typhoon.

trận cười [trặn kười] Storm of laughter. *Gây một trận cười :* To raise a storm of laughter.

trận đá đèn [trặn đá dèn] (Football) Night match. *Người ta dự định các cầu thủ Trung Hoa sẽ gặp hội Việt-Nam trong một trận đá đèn tại sân Cộng Hòa Saigon :* It is scheduled that the Chinese players will meet the team of the VietNam at a night match at the Cong Hoa Stadium.

trận đánh [trặn dáiṇ] Combat, battle. *Trận đánh làm chết hết 20 người :* The battle cost 20 men their lives.

TR

trận đấu [trʂn dɔ́u] Game, match. *Trận đấu huề nhau* : The game ended in a draw ; drawn match. *Trận đấu giao hữu* : Friendly match. *Trận đấu để tuyển lựa* : Trial match.

trận địa [trʂn diɔ] Battle-field, battle-ground.

trận địa chiến [trʂn din ciến] Position welfare, war of position.

trận đòn [trʂn dɔ̀n] Beating, thrashing, drubbing, spanking, smacking. *Đánh thẳng bé một trận đòn* : To spank a child, to give a child a spanking. *Nó đánh thẳng bé một trận đòn nên thân* : He gave the boy a good beating.

trận đồ [trʂn dò] Plan of battle.

trận giả [trʂn ʐà] Mock battle, mock combat.

trận giặc [trʂn ʐaɯk] War. *Trận giặc kéo dài đến năm sau* : The war went on until the following year ; the war was carried on until the following year.

trận gió [trʂn ʐɔ́] Gust of wind.

trận hỏa hoạn [trʂn hwà hwɑn] Fire. *Sau trận hỏa hoạn, nhà chỉ còn lại cái sườn* : After the fire only the shell was left.

trận mã [trʂn mã] Battle-horse, war-horse.

trận mạc [trʂn mɑk] Battle-field.

trận mưa [trʂn mɯɔ] Rain. *Trận mưa lớn* : Downpour. *Trận mưa lớn thình lình* : Cloud burst, gust of rain. *Các đường bị ngập nước sau trận mưa lớn* : The roads were under water after the heavy rain.

trận mưa rào [trʂn mɯa ràu] Shower.

trận pháp [trʂn fáp] Strategy and tactics.

trận sốt [trʂn sót] Bout of fever.

trận tấn công [trʂn tán koŋ] Offensive, attack, assault. *Mở một trận tấn công* : To launch an offensive. *Đẩy lui một trận tấn công* : To beat off an attack.

trận thắng [trʂn θáɯŋ] Victory.

trận thế [trʂn θế] Position of troops, disposition of forces.

trận thủ [trʂn θủ] See **trận tiền**.

trận tiền [trʂn tiền] In the battlefront, on the front.

trận tuyến [trʂn twién] Line of battle, front-line.

trận tử chiến [trʂn tử ciến] Fight to the death.

trận vong [trʂn vɔŋ] To die in battle.

trâng tráo [trɑŋ tráu] Shameless, bare-faced, brazen-faced.

trắt [trát] *Thua trắt* : To lose completely.

trật [trʂt] Rank. *Thăng trật* : To be promoted.

trật To miss. *Đánh trật* : To miss one's blow.

trật đường rầy [trʂt dɯɔ̀n rè:] (Of train, tram) To run off the metals, off the line ; to jump the metals, to become derailed. *Làm xe lửa trật đường rầy* : To derail a train.

trật tự [trʂt tɯ] Order. *Khôi phục trật tự* : To restore order. *Giữ trật tự trong thành phố, trong lớp học* : To keep order in a town, in a class room. *Người phá rối trật tự* : Peace-breaker. *Có trật tự* : Orderly. *Lực lượng chánh phủ tái lập an ninh và trật tự sau khi quân đội cách mạng bị đánh bại* : The government forces restored peace and order after the revolutionary army had been defeated.

trâu [trɑu] Buffalo. *Da trâu* : Buffalo-hide, buff(-leather). *Một bầy năm chục con trâu* : A herd of fifty buffaloes.

trâu bò [trɑu bɔ̀] Cattle.

trâu cái [trɑu kái] Cow-buffalo.

trâu cày [trɑu kày] Plough-buffalo.

trâu con [trɑu kɔn] Young buffalo, buffalo calf, calf of a buffalo.

trâu nghé [trɑu ɲế] See **trâu con**.

trâu ngựa [trɑu ŋɯɔ] Buffalo and horse, (fig) slaves.

trâu nước [trɑu nɯ́rk] Hippopotamus.

trấu [trấu] Rice husk.

trầu [trầu] (Bot) Betel. *Ăn trầu* : To chew betel. *Miếng trầu* : Quid of betel. *Thợ rèn không có dao ăn trầu* : The shoemaker's wife is always the worst shod.

trây [trei] To soil, to dirty (garments, etc...).

trẩy tai [tréi tai] Ear-lap, lobe of ear.

trẩy [trèi] Scratched, abraded, galled (skin). *Làm trầy* : To chafe. *Ai làm trẩy sơn đây ?* : Who has scratched the paint ?.

tre [tre] (Bot) Bamboo. *Cây tre* : Bamboo tree. *Lá tre* : Bamboo leaves. *Măng tre* : Bamboo shoot. *Lũy tre* : Bamboo hedge. *Đũa tre* : Bamboo chopsticks. *Tre già măng mọc* : The young succeed the old.

trẻ [trẻ] Young. *Người còn trẻ* : Man still young. *Đứa trẻ không nhà* : Street arab. *Trẻ lại* : To grow, get, young again ; to grow younger. *Hơi trẻ* : Youngish. *Người có vẻ còn trẻ lắm* : A very youthful appearing man. *Anh còn trẻ và tôi cũng vậy* : You are young, and so am I.

trẻ con [trẻ kɔn] Infant, baby, child. *Trẻ con mới sanh* : Newly–born infant. *Đồ ăn của trẻ con còn bú* : Infant feeding. *Trò chơi trẻ con* : Childish games. *Đừng làm trò trẻ con, đừng trẻ con như vậy* : Don't be so childish. *Như trẻ con* : Childlike. *Trông nom, săn sóc trẻ con* : To care for children. *Trẻ con còn bú* : Child at the breast. *Những trẻ con trên sáu tuổi phải đi học* : All children over six must attend school. *Tôi không nói gì cả vì có trẻ con ở đấy* : I said nothing because of the children being there. *Anh có đến trường đón trẻ con không ?* : Will you fetch the children from school ?. *Giữ trẻ con* : To sit in (to be in charge of a baby while the parents go out to a theatre, dinner-party, etc...). *Người giữ trẻ con* : Sitter-in, baby-sitter. *Nhiều sinh viên hiện nay kiếm tiền bằng cách giữ trẻ con* : Many students now earn money by sitting in. *Chúng ta năm người, không tính trẻ con* : There are five of us, not including the children. *Trẻ con thường chảy nước dãi* : Babies often dribble at the mouth. *Đừng xem tôi như trẻ con vậy* : Don't treat me

as a child. *Nó có thói quen nói các trẻ con đều lười biếng* : He was wont to say that all boys are lazy.

trẻ con Infantile (disease, etc...).

trẻ em [trẻ ɛm] Child, infant. *Trẻ em không được vào* : Children not admitted.

trẻ già [trẻ ɣà] Young and old.

trẻ lại [trẻ lại] To grow, get, young again ; to get, grow, younger ; to be restored to youth. *Cái áo này làm nàng có vẻ trẻ lại mười tuổi* : This dress makes her look ten years younger. *Anh làm nàng trẻ lại mười tuổi* : You are making her to be ten years younger than she is.

trẻ măng [trẻ mauŋ] Very young.

trẻ thơ [trẻ θə] Very young child.

trẻ tuổi [trẻ tuởi] Young.

trèm [trèm] *Tròm trèm* : About.

trên [trēn] *Trơ trên* : Impudent, shameless.

treo [treu] To suspend, to hang up. *Phòng treo đầy cờ* : The room was hung with flags. *Treo vật gì lên tường* : To hang something on the wall. *Treo đèn lên trần nhà* : To hang a lamp from the ceiling. *Cửa sổ có treo màn đăng-ten* : Windows hung with lace curtains. *Bức tranh treo trên tường* : Picture hanging on the wall. *Đèn treo trên trần nhà* : Lamp hung from the ceiling. *Cầu treo* : Suspension-bridge. *Cái đèn này treo trên trần nhà, đó là đèn treo* : This lamp hangs from the ceiling ; it's a hanging lamp.

treo Hanged, hung, hanging. *Đèn treo trên trần nhà* : Lamp hanging from the ceiling.

treo (Jur) Reprieve (from execution). *Bị kết án một năm tù treo* : Sentenced to a year of imprisonment with reprieve. *Bị phạt ba ngàn đồng treo* : Fined three thousand piastres with suspended execution of sentence.

treo bảng [treu bảŋ] To publish the list of successful candidates in an examination.

treo cổ [treu kỏ] To hang (a criminal). *Quan tòa kêu án treo cổ nó* : The judge condemned him to be hanged by the neck.

treo cờ [trɛu kɔ̀] To flag, to display flags ; to deck, decorate, with flags. *Tất cả thành phố đều treo cờ làm lễ thắng trận :* All the streets were decked with flags to celebrate the victory.

treo giải [trɛu ʒải] To offer a prize, to set a price. *Người ta treo giải bắt hoặc giết nó :* They set a price on his head (i.e. offered to pay a certain sum of money to anyone who should capture or kill him).

treo giò [trɛu ʒɔ̀] To penalize, suspend (a soccer player because of repeated breaches of the rules of the game).

treo gương [trɛu gɯʌŋ] To give, set, an example.

treo lòng thòng [trɛu lɔ̀ŋ θɔ̀ŋ] See **treo lủng lắng.**

treo lủng lắng [trɛu lủŋ làɯŋ] To dangle, to hang loosely.

treo màn [trɛu màn] 1) To curtain. 2) To hang up, put up, spread, suspend, a mosquito–net.

treo miệng [trɛu miệŋ] To starve (someone).

treo mỏ [trɛu mɔ̉] See **treo miệng.**

treo mõm [trɛu mɔ̃m] See **treo miệng.**

treo mùng [trɛu mùŋ] To hang up, put up, spread, suspend, a mosquito-net.

treo ngược [trɛu ŋɯɹk] To hang upside down.

treo tòn ten [trɛu tòn tɛn] To dangle, to hang loosely.

tréo [tréu] To cross. *Tréo chân :* To cross one's legs.

tréo chữ thập [tréu cũ θʌp] Crosswise.

tréo nhau [tréu pau] Criss-cross. *Đường tréo nhau :* Cross lines.

trèo [trɛu] To climb, to clamber. *Trèo qua tường :* To climb over the wall. *Trèo ra khỏi một cái lỗ :* To climb out of a hole. *Trèo lên ngọn đồi :* To mount, climb, go up, to the top of a hill. *Trèo lên ghế :* To get on to a

chair. *Trèo lên xe đạp :* To ride on a bicycle. *Trèo lên mái nhà :* To climb on to the roof. *Trèo cao té nặng (trèo cao ngã đau) :* Pride will have a fall, pride goes before a fall.

trèo cây [trɛu kei] To climb (up) a tree ; to shin up a tree.

trèo đèo lặn suối [trɛu dè lʌn suối] Up hills and down dales.

trèo leo [trɛu lɛu] To climb.

trèo non [trɛu nɔn] To climb a mountain. *Trèo non lặn suối :* Up hills and down dales.

trèo núi [trɛu núi] To climb a mountain, to ascend a mountain.

trèo thang [trɛu θaŋ] To mount a ladder.

trèo tường [trɛu tɯʌ̀ŋ] To climb (up) the wall.

trẹo [trɛu] (Of knee, etc...). To be out of joint, to be dislocated. *Nó té ngựa và bị trẹo vai :* To fell from his horse and dislocated his shoulder. *Nó trợt và bị trẹo mắt cá :* He slipped and wrenched his ankle.

trẹo cổ [trɛu kỏ] To (w)rick, crick, one's neck. *Tật trẹo cổ :* (Med) Crick, (w)rick, in the neck.

trẹo mắt cá [trɛu máɯt ká] To wrench one's ankle.

trẹo xương [trɛu sɯʌŋ] *Làm trẹo xương :* To dislocate a bone. *Sự trẹo xương sống :* Curvature of the spine.

trét [trét] To smear, to coat, to daub. *Trét mỡ lên bánh mì :* To smear bread over with dripping. *Tường trét bằng đất sét :* Wall daubed with clay. *Trét bơ lên một lát bánh mì :* To spread butter on a slice of bread.

trẹt [trẹt] Very shallow. *Thúng trẹt :* Very shallow basket.

trẹt lẹt [trẹt lẹt] Very shallow.

trê [tre] (Ich) Silurus, sheat-fish.

trè [trè] To pout, push out, purse up (the lips).

trè môi [trè moi] To purse up, pout, one's lips. *Nàng trè môi :* She pursed up her lips.

trễ [trễ] Hanging. See **xệ**.

trễ Late, tardy ; behind ; slow. *Nó về nhà rất trễ* : He came home very late. *Hơi trễ* : Rather late. *Trễ quá rồi* : It is too late. *Rất trễ* : Belated, very late, too late. *Đến quá trễ* : To arrive too late. *Tôi đến trễ một chút* : I am a bit late. *Tôi sợ chúng mình tới trễ quá* : I doubt we are too late. *Xe lửa trễ mười phút* : The train is ten minutes late. *Tôi đi ngủ trễ* : I went to bed late ; I was late in going to bed. *Nó cưới vợ trễ* : He married late in life. *Tôi không muốn đến trễ* : I don't want to be behind. *Trễ hơn giờ thường* : Beyond the usual hour. *Đồng hồ anh chạy sớm hay trễ ? đồng hồ tôi trễ hai phút mỗi ngày* : Does your watch gain or lose ? mine loses two minutes a day. *Anh đến trễ quá* : You are very late in coming. *Vì sa mù nên tàu đến trễ* : Due to fog the boat arrived late. *Trễ quá, chúng tôi không thể đi được* : It is too late for us to start. *Nó về nhà trễ hai tiếng (giờ) và nói nó ở lại vì công việc của sở* : He got home two hours late and said he had been detained in the office by business.

trễ 1) To miss (train, etc...). *Trễ xe ô-tô-buýt* : To miss the bus.
2) To delay. *Tàu bị trễ vì gió ngược* : The ship was delayed by contrary winds. *Xe lửa bị trễ hai giờ vì tuyết rơi rất nhiều* : The train was delayed two hours by the heavy snowfall.

trễ giờ [trễ gờ] Late.

trễ nải [trễ nải] Tardy.

trễ tàu [trễ tàu] 1) To miss the boat. *Chỉ hai phút nữa là tôi trễ tàu* : Another two minutes and I should have missed the boat.
2) See **trễ xe lửa**.

trễ xe lửa [trễ sɛ lửa] To miss the train. *Tôi mong rằng nó sẽ không trễ xe lửa* : I hope he doesn't lose his train. *Vì tôi mà nó trễ xe lửa* : It was through me that he lost his train. *Tôi trễ xe lửa ba phút* : I missed the train by three minutes. *Nó trễ chuyến xe lửa 9*

giờ rưỡi và vì thế nên thoát khỏi tai nạn : He missed the 9,30 train and therefore missed the accident.

trệ (công việc) [trệ] *Đình trệ* : (Work) In abeyance, in suspense.

trệ bịnh [trệ bịn] (Med) Constipation.

trệ hóa [trệ hwá] Unsold goods.

trệch [trệik] To divert, to deviate.

trên [tren] 1) On, upon. *Ngồi trên ghế* : Sitting on a chair. *Leo lên trên bàn* : To get up on to the table. *Nổi trên mặt nước* : Floating on the water. *Để vật ấy lên bàn* : Put it on the table. *Treo trên tường* : Hanging on the wall. *Trên trần nhà* : On the ceiling. *Làm đồ mực trên bàn* : To spill ink over the table. *Tìm vật gì ở trên và dưới bàn* : To look for something on and beneath the table.
2) Over, above. *Trên năm tuổi* : Over five (years of age). *Trên năm chục đồng* : Over fifty piastres. *Bay liệng trên thành phố* : To hover above the town. *Các vì sao ở trên đầu chúng ta* : The stars above our heads. *Trên hai chục* : Above twenty. *Trên năm mươi tuổi* : To be on the wrong side of 50, to be above 50 years of age. *Nó để quyển sách trên bàn* : He put the book on the table. *Những gì trên bàn đó ?* : What are those things on the table ?.
3) Up. *Anh làm gì trên ấy ?* : What are you doing up there ?.

trên bộ [tren bọ] On land.

trên búa dưới đe [tren búa zưới đɛ] To be between the devil and the deep sea, to be in a dilemma, to be in a difficult situation.

trên cạn [tren kạn] On land.

trên cao [tren kau] Above.

trên đây [tren dei] Above (-mentioned). *Xem đoạn trên đây* : See the paragraph above. *Như trên đây* : As above.

trên đời [tren dời] World. *Người sung sướng nhứt trên đời* : The happiest man in the world.

trên gác [tren gák] Upstairs.

trên không [tren xoŋ] In the air.

trên lầu [tren lầu] Upstairs.

trên tàu [tren tàu] On board.

trên tay [tren tay] *Nàng đã chết trên tay tôi* : She passed away in my arms.

trên trần [tren tràn] On the ceiling.

trên trời [tren trời] In the sky.

trên tường [tren tường] On the wall. *Treo trên tường* : Hanging on the wall.

trên vai [tren vai] On the shoulder. *Nó ra đi, súng trên vai* : He went out, gun on shoulder.

trết [trét] Adhesive, sticky.

trệt [trẹt] Flattened. *Nhà trệt* : One-storied house.

trêu [treu] To tease, to provoke ; to annoy, to irritate.

trêu chọc [treu cọk] To annoy, to bait.

trêu gan [treu gan] To irritate, to annoy, to make angry.

trêu ghẹo [treu gẹu] To flirt.

trêu ngươi [treu ŋươi] To annoy, to irritate, to vex.

trêu tức [treu tức] To irritate, to annoy.

tri [tri] *Vô tri* : Inanimate. *Thông tri* : Circular.

tri âm [tri əm] Intimate, close, friend.

tri ân [tri ən] Grateful, thankful. *Lòng tri ân* : Gratitude.

tri giác [tri ʒák] Perception, apprehension, consciousness. *Vật tri giác* : Percept. *Có thể tri giác được* : Perceptible. *Tính có thể tri giác được* : Perceptibility.

tri giác cơ quan [tri ʒák kə kwan] Organs of perception.

tri giác lực [tri ʒák lựk] Perceptive faculties.

tri giao [tri ʒau] To enter into relations with, to entertain friendly relations with.

tri hành [tri hàịŋ] To know and execute.

tri hô [tri ho] To shout for help.

tri hữu [tri hửu] Close friend.

tri kỷ [tri ki] *Bạn tri kỷ* : Bosom friend.

tri lực [tri lựk] Comprehension.

tri ngộ [tri ŋọ] To know and treat each other well

tri quá [tri kwá] To know one's fault.

tri thù [tri ʰù] Spider.

tri thù học [tri ʰù hɔk] Araneology.

tri thù loại [tri ʰù ịwai] Arachnid.

tri thức [tri θửk] Knowledge, acquaintance, learning.

tri tình [tri tịŋ] To know the situation.

trí [tri] Mind, wit, intelligence. *Sang trí* : Intelligent. *Ghi việc gì vào trí* : To get an idea fixed in one's mind. *Mất trí* : To get out of one's mind ; to be out of one's wits ; to have lost one's wits. *Tỉnh trí lại* : To collect one's wit. *Một kỷ niệm thoáng qua trong trí nó* : A memory flitted across his mind. *Hình dáng của nó hiện ra trong trí tôi* : His form use before my mind.

trí *Hưu trí* : To retire on a pension.

trí dục [tri zụk] Intellectual education.

trí đức [trí dửk] Intelligence and virtue.

trí khôn [tri xon] Intelligence. *Mất trí khôn* : To be out of wits, to have lost one's wits.

trí lực [trí lựk] (To work) With all one's might, with might and main.

trí mệnh [trí mẹịŋ] To risk, venture, one's life.

trí mệnh Fatal. *Đòn trí mệnh* : Fatal blow.

trí não [trí nãu] Brain.

trí nhớ [tri nớ] Memory, mind. *Trí nhớ dai* : Strong memory, long memory. *Ghi việc gì vào trí nhớ* : To commit something to memory, to infix something in the mind. *Việc xảy ra in sâu vào trí nhớ của tôi* : Incident that has burnt into my memory.

trí sĩ [trí ʃi] (Of mandarin) To resign.

trí thông minh [trí θɔŋ miịŋ] Intelligence. *Về trí thông minh, nàng không thua ai cả* : In intelligence she is second to none.

trí thức [trí θửk] 1) Intellectual. 2) Knowledge, acquaintance, learning.

trí trá [trí trá] Crafty, wily, cunning.

trí tuệ [trí twẹ] Intelligence.

trí tuệ Intelligent, clever.

trí tưởng tượng [trí tưởŋ tượŋ] Imagination.

trí xảo [trí sảu] Clever, cunning.

trì [trì] To pull.

trì Duy trì : To maintain, to preserve.

trì chí [trì cí] Patient.

trì danh [trì zaịɲ] Renowned, famed, well-known, celebrated.

trì đốn [trì dón] Slow.

trì độn [trì dọn] Dull, slow and stupid; bovine.

trì gia [trì ʒa] To keep house.

trì hoãn [trì hwãn] To delay, to retard, to temporarize ; to linger.

trì minh [trì miɲ] At early dawn.

trì nghi [trì ɲi] To hesitate, to suspect, to doubt.

trì trai [trì trai] To be on a vegetarian diet, to abstain from meat.

trì trệ [trì trẹ] Slow.

trĩ [trĩ] Pheasant. Trĩ mái : Hen-pheasant, pheasant-hen. Chuồng nuôi trĩ : Pheasant preserve.

trĩ (Med) Haemorrhoids, hemorrhoids. Thuộc về bịnh trĩ : Haemorrhoidal.

trĩ Ấu trĩ : Childish, young.

trĩ chứng [trĩ cứŋ] (Med) Haemorrhoids, hemorrhoids.

trị [trị] To punish. Bất trị : Incorrigible.

trị To cure, to heal, to treat (a disease). Bác sĩ nào đang trị bệnh cho anh ? : Which doctor is treating you for your illness ?. Bịnh cùi là một bệnh truyền nhiễm nhưng có thể trị được : Leprosy is a contagious illness but curable.

trị Cai trị : To rule. Tự trị : Autonomous, seft-governing.

trị an [trị an] To maintain order.

trị bịnh [trị bịɲ] (Of doctor) To attend a patient ; to cure a disease. Trị bịnh cho người nào : To cure someone of an illness.

trị bịnh chó dại [trị bịɲ có zại] Antirabic.

trị bịnh bại (hoại) huyết [trị bịɲ bại hwiét] Antiscorbutic.

trị bịnh đau thận [trị bịɲ dau θọn] Antinephritic.

trị bịnh sốt [trị bịɲ ʃót] Antipyretic.

trị bịnh thần kinh [trị bịɲ θần kiɲ] Antineuralgic.

trị gia [trị ʒa] To keep one's home, to keep house.

trị giá [trị ʒá] To be worth. Hai cái nhà trị giá một trăm ngàn đồng : Two houses worth one hundred thousand piastres.

trị lao [trị lau] Antitubercular.

trị liệu [trị liệu] To cure, treat, a disease. Phép trị liệu : Therapy, therapeutics.

trị liệu pháp [trị liệu fáp] Therapy.

trị ngoại pháp quyền [trị ŋwại fáp kwiền] Extraterritoriality.

trị ngoại pháp quyền Extraterritorial.

trị quốc [trị kwók] To rule, govern (a country).

trị số [trị ʃó] (Math) Value.

trị sự [trị ʃư] To manage.

trị thủy [trị θwi] To irrigate.

trị tội [trị tọi] To punish.

trị vì [trị vì] To reign. Ở nước Anh, vua trị vì chứ không cai trị : In Great Britain, the king reigns but does not govern.

trích [trik] To extract, to excerpt, to copy out. Trích một đoạn trong sách : To extract, take, a passage from a book, to copy out a passage, make an extract from a book.

trích To deduct, set apart (portion or share from whole) in advance. Trích mười phần trăm một số tiền : To make a previous deduction of ten per cent from a sum of money. Trích hai phần trăm hoa hồng trong một việc buôn bán : To charge a commission of two per cent on a transaction. Trích một số tiền của lợi tức : To take a sum out of one's income. Sự trích ra : Deduction in advance, setting apart, of

TR

a certain portion cr share of a whole.

trích Chỉ trích : To criticize, to censure, to find fault with (someone, something).

trích dịch [trík zịk] To extract a passage from a book and translate it.

trích đăng [trík dawn] To extract a passage from a book etc.. and insert it in a paper.

trích giảng [trík zản] To extract and explain.

trích huyết [trík hwiét] To take blood for a test.

trích huyết Drop of blood.

trích lục [trík lục] To extract and copy. Trích lục khai sanh : Birth-certificate.

trích quản [trík kwàn] Dropping-tube, dropper.

trích thúy [trík θwi] Drop of water.

trích văn [trík vaưn] Extract, excerpt.

trích xuất [trík swớt] (Anat) To enucleate.

trích xuất thuật [trík swớt θwạt] (Anat) Enucleation.

trích yếu [trík iếu] Subject.

trịch [trịk] Nặng trịch : Very heavy.

trịch hạ [trịk hạ] To throw down.

trịch thượng [trịk θượn] Giọng trịch thượng : Lofty tone.

triền [triền] (Not used alone) Slope (of mountain, hill).

triền miên [triền mien] Continuous, unceasing, ceaseless ; continuously, incessantly, ceaselessly.

triền núi [triền núi] Slope of a mountain, moutain slope.

triền phong [triền fɔn] Cyclone.

triền quang kế [triền kwan ké] (Ph) Polarimeter.

triển [triển] Phát triển : To develop, to evolve. Tiến triển : To progress.

triển hạn [triển hạn] To extend a time-limit, a dead-line.

triển hoãn [triển hwãn] To postpone, to adjourn, to delay.

triển khai [triền xai] To open out.

triển kỳ [triển ki] See triển hạn.

triển lãm [triển lãm] To exhibit, to show. Cuộc triển lãm : Exhibition, show. Phòng triển lãm : Exhibition room, show-room. Anh phải đến xem cuộc triển lãm : You ought to go and see the exhibition. Một cuộc triển lãm tranh của họa sĩ X. đã khai mạc hôm qua tại phòng triển lãm Đô thành : An exhibition of paintings by artist X. opened yesterday at the City Exhibition Hall.

triển vọng [triển vɔn] Prospect, expectation, outlook.

triện [triện] Seal, stamp.

triết học [triét hɔk] Philosophy. Nh triết học : Philosopher.

triết học gia [triét hɔk zа] Philosopher

triết nhân [triét ɲən] Sage, philosopher.

triệt [triệt] Thấu triệt : To know thoroughly.

triệt binh [triệt biɲ] To withdraw troops

triệt dạ [triệt zạ] All night.

triệt đầu triệt vỹ [triệt dầu triệt vĩ] From beginning to end, from start to finish.

triệt để [triệt dể] Completely, thoroughly, wholly, entirely.

triệt hạ [triệt hạ] To destroy, to pull down. Triệt hạ một cái nhà : To pull down a house.

triệt hoàn [triệt hwàn] To change, to alter.

triệt hồi [triệt hồi] To withdraw

triệt khai [triệt xai] To exlude, to drive out, to dismiss.

triệt khứ [triệt xứ] See triệt khai.

triệt lộ [triệt lọ] To bar the way.

triệt phề [triệt fé] To demolish, to pull down.

triệt quân [triệt kwən] To withdraw troops.

triệt thoái [triệt θwái] (Mil) (Of posts) To fall back, to retire, to withdraw, to evacuate.

triệt thời [triệt θói] See triệt thoái

triệt tiêu [triệt tieu] To annul, to cancel.

triều [triều] Court.

triều Dynasty. *Triều nhà Nguyễn* : The Nguyễn dynasty. *Dưới triều nhà Minh, nước Trung-Hoa rất thạnh vượng* : Under the Minh dynasty China was in a prosperous condition.

triều Tide. *Triều lên* : Rising tide, flood tide. *Triều xuống* : Falling tide.

triều bái [triều bái] To pay respect to the king.

triều chính [triều ciṇ] National affairs of the court.

triều cống [triều kóŋ] To pay tribute. *Bắt nước nào phải triều cống* : To lay a nation under tribute.

triều đại [triều dại] Dynasty.

triều đình [triều dịṇ] Court.

triều hạ [triều hạ] To pay respect to the king.

triều kiền [triều kién] To go to court.

triều lên [triều len] Rising tide, flood tide.

triều lưu [triều lưu] Stream. *Theo triều lưu* : To go with the stream.

triều nghi [triều ṇi] Court rites.

triều phục [triều fụk] Court dress.

triều thần [triều θờn] Court officials.

triều thúy [triều θwi] Rising tide, flood tide.

Triều Tiên [triều tien] (Geog) Korea. *Người Triều Tiên* : Korean.

triều xuống [triều suóŋ] Falling tide.

triều yết [triều iét] To go to court.

triệu [triệu] Omen, augury, presage. *Gát triệu* : Good omen.

triệu Million. *Hai triệu người* : Two million men, two millions of men. *Nửa triệu người* : Half a million men. *Giàu bạc triệu* : Worth millions. *Nói chuyện toàn bạc triệu* : To talk in millions. *Nhà triệu phú* : Millionaire. *Công việc giao dịch lên tới nhiều triệu bạc* : Transaction that figures out at several millions.

triệu To evoke ; to call, to summon.

triệu chứng [triệu cứŋ] 1) Omen, augury, presage.

2) Symptom, diagnostic. *Chứng ho dai có thể là triệu chứng của bệnh lao* : A persistent cough may be a symptom of tuberculosis.

triệu chứng học [triệu cứŋ họk] (Med) Symptomatology.

triệu cơ [triệu kə] People.

triệu hồi [triệu hòi] To recall. *Triệu hồi một đại sứ* : To recall an ambassador.

triệu mộ [triệu mọ] To enlist.

triệu phú [triệu fú] Millionaire ; a very rich person. *Nó sắp trở thành một nhà triệu phú* : He is in a fair way to becoming a millionaire.

triệu quốc [triệu kwók] To found an empire.

triệu tạo [triệu tạu] To establish.

triệu tập [triệu tập] To summon, call together, convoke (assembly), to convene (meeting).

triệu trẫm [triệu trẫm] Augury, omen, presage.

triệu triệu [triệu triệu] Billion.

triệu vế [triệu vè] To recall (someone) ; to call, summon (someone) back.

trinh [triṇ] Chaste, virgin, sexually pure. *Tiết trinh* : Chastity, purity. *Phá trinh* : To deflower.

trinh bạch [triṇ bạik] Chaste, pure.

trinh khiết [triṇ xiét] See trinh bạch.

trinh liệt [triṇ liệt] Chastity.

trinh nữ [triṇ nữ] Virgin ; a pure, chaste, unmarried woman.

trinh phụ [triṇ fụ] Faithful wife, loyal wife.

trinh sản [triṇ ʃản] (Biol) Parthenogenesis.

trinh sát [triṇ ʃát] To spy.

trinh thám [triṇ θám] Detective. *Tiểu thuyết trinh thám* : Detective story, detective novel.

trinh tiết [triṇ tiét] Chastity, virginity, purity.

trình [triṇ] 1) To show, to produce

TR

(ticket, etc...).

2) To submit (proposals, etc...). *Trình giấy căn cước* : To submit proofs of identity.

3) To report. *Tờ trình* : Report.

trình bày [triṇ bày] 1) To expose.

2) To present. *Luật sư trình bày vụ của ông rất khéo léo* : The lawyer presented his case very cleverly.

trình diễn [triṇ ziễn] (Th) To perform, act.

trình diện [triṇ ziện] To present oneself, (Mil) to report oneself. *Trình diện người nào:* To appear before, report oneself to, someone. *Nó được lịnh trình diện ngày mai :* He is ordered to report to-morrow.

trình độ [triṇ dộ] Degree, level, standard. *Trình độ sanh hoạt :* Standard of living. *Trình độ hiểu biết :* Standard of knowledge. *Trình độ huấn luyện :* Degree of training proficiency.

trình hạn [triṇ hạn] Term.

trình minh [triṇ miṇ] To expose clearly.

trình thức [triṇ thức] Model, norm.

trình trịch [triṇ trịch] Very heavy.

trình tự [triṇ tự] Order.

trình [triṇ] Sticky, gummy, gluey.

trịnh trọng [triṇ trọn] Formal, ceremonious.

triu [triu] (In tennis, etc...) To drive (a ball).

tríu mến [tríu mén] To attach oneself, to cling, stick (to). *Tríu mến người nào :* To attach oneself to someone ; to become fond of, attached to, someone. *Tríu mến nhau :* To cling together, to one another.

trìu mến [trìu mén] 1) See **tríu mến**.

2) Tender. *Cái nhìn trìu mến :* A tender look.

trìu trịu [trìu trịu] *Nặng trìu trịu :* Very heavy.

trĩu [trĩu] *Nặng trĩu :* Very heavy.

trịu [trịu] *Nặng trịu :* Very heavy.

tro [tro] Ash(es), cinders. *Màu tro :* Ash-coloured. *Xám tro :* Ash-grey. *Đồ vật gì cháy thành tro :* To reduce, burn, something, to ashes. *Một số lớn nhà cửa bị cháy thành tro :* A large number of houses were burnt (reduced) to ashes. *Cào tro ra :* To rake out the cinders. *Gợi đống tro tàn :* To rake over the ashes of the past.

trò [trò] Trick.

trò *Học trò :* Pupil, schoolboy, schoolgirl.

trò chơi [trò cơi] Game. *Trò chơi lanh lẹ, khéo léo :* Game of skill. *Trò chơi bịt mắt :* Blind-man's-buff. *Trò chơi lộn dây :* Cat's-cradle. *Trò chơi trẻ con :* Childish games. *Trò chơi ô chữ :* Cross-word puzzle. *Trò chơi trốn kiếm (cút bắt) :* Hide and go seek. *Chơi một trò chơi nguy hiểm :* To play a dangerous game, to play with edged tools.

trò chuyện [trò cwiện] To converse, to chat, to talk. *Trò chuyện với người nào :* To talk to, with, someone ; to have a chat, a talk, with someone ; to hold a conversation with someone. *Trò chuyện với người nào về việc gì :* To converse with someone on, about, something.

trò cười [trò kười] Laughing-stock, joke, jest, object of derision. *Nó làm trò cười cho mọi người :* He is the laughing-stock of everybody. *Làm trò cười cho thiên hạ :* To be held in derision by all. *Nó làm trò cười cho người lân cận :* He's the jest of his neighbours.

trò đời [trò dời] Ways of the world.

trò đùa [trò dwờ] Joke, prank.

trò hề [trò hề] Buffoonery, clownery. *Làm trò hề :* To play the fool.

trò khi [trò xi] Apish trick, apish antic, monkey-tricks.

trò lộn dây [trò lộn zei] Cat's-craddle.

trò qui thuật [trò kwi thwật] Magic, magic trick.

trò trống [trò trốn] *Không ra trò trống gì cả :* To lead, come, to nothing ; to amount to nothing. *Nó sẽ không làm nên trò trống gì cả :* He will come to no good.

trò rượt bắt [trɔ̀ rɯɥṭ -báuɪt] Tag (a children's game in which one chases and tries to touch another).

trỏ [trɔ̉] To point, to show with the forefinger. *Ngón trỏ* : Forefinger, index finger.

trọ [trɔ] To board, to lodge. *Nhà trọ* : Boarding house. *Quán trọ* : Inn. *Bây giờ anh trọ ở đâu ?* : Where are you lodging now ?. *Ông có thể cho tôi trọ một hay hai ngày không ?* : Can you take me in for a day or two ?.

tróc [trɔ́k] (Of paint, etc...) To scale off, to come off, to peel (off) ; (of skin) to grow bare.

tróc nã [trɔ́k nã] To pursue.

tróc vảy [trɔ́k vảy] To scale off, to desquamate.

tróc ra [trɔ́k ra] To come off, peel off. *Giấy dán tường tróc ra* : The wall-paper is peeling (off). *Sơn tróc ra vì để ngoài mưa* : The paint came off as the result of exposure to the rain. *Nó bị nắng ăn và da mặt nó tróc ra* : He got sunburnt and his face peeled.

trọc [trɔk] 1) Shaven, bald. *Đầu trọc* : Close-shaven head.

2) Bare, denuded (mountain, etc...). *Đồi trọc* : Bald hill.

trọc *Ô trọc* : Corrupt, filthy, impure.

trọc *Trần trọc* : To toss.

trọc đầu [trɔk dầu] Close-shaven head.

trọc lóc [trɔk lók] Completely shaven (head).

trọc phú [trɔk fú] Rich but illiterate.

trọc tếu [trɔk téu] See **trọc lóc**.

trọc thề [trɔk θẻ] Corrupt life.

trói [trɔ́i] To bind, to tie, to fasten, to truss. *Trói tay người nào lại* : To bind, tie, someone's hands ; to fasten someone's hands together. *Trói người nào vào gốc cây* : To rope someone to a tree. *Chúng trói chân nó lại để nó không thể trốn* : They bound his legs together so that he shouldn't escape. *Nó bị trói vào cột và bị thiêu chết* : He was bound to the stake and burnt to death. *Nó trói tôi đến nỗi tôi không cựa quậy*

được : He tied me up so that I could not move. *Cảnh sát viên trói tên trộm lại bằng dây* : The policeman trussed up the thief with ropes.

trói buộc [trɔ́i bwɔṛk] See **trói**.

trói ké [trɔ́i kɛ́] To bind the arms behind the back.

trói mèo [trɔ́i mèu] To bind (someone) hand and foot.

trọi [trɔi] *Trơ trọi* : Lonely. *Hết trọi* : All finished, all gone, all exhausted, there's nothing more of it.

tròm trèm [trɔ̀m trèm] About. *Nó tròm trèm bốn mươi tuổi* : He is forty or so, or thereabouts ; he is about forty. *Tròm trèm ba trăm ngàn đồng* : Something approaching three hundred thousand piastres.

tròm [trɔ̀m] *Mắt tròm lơ* : Sunken eyes.

tròn [trɔ̀n] Round. *Lỗ tròn* : Round hole. *Mặt tròn* : Round face. *Hình tròn, đường tròn, vòng tròn* : Circle. *Vẽ một vòng tròn* : To draw a circle. *Đứng thành vòng tròn* : To stand in a circle. *Trăng tròn* : Full moon. *Có lá tròn* : Round leaved. *Có góc tròn, cạnh tròn* : Round-cornered. *Bàn tròn* : Round table. *Làm có vòng tròn dưới nước* : To make rings in the water. *(Trăng) Tròn và khuyết lần lần* : (Of moon) To wax and wane.

tròn *Làm tròn nhiệm vụ* : To fulfil a duty.

tròn dài [trɔ̀n zài] Oblong (rectangle, ellipse).

tròn trặn [trɔ̀n traṛn] Round.

tròn tria [trɔ̀n triə] (Of woman) Buxom, plump and healthy-looking. *Dáng tròn tria của người đàn bà đẹp* : The rotundity of a fine woman.

tròn trỉnh [trɔ̀ triɲ] Plump.

tròn quay [trɔ̀n kway] Round.

tròn úm [trɔ̀n ủm] See **tròn vo**.

tròn vo [trɔ̀n vɔ] Perfectly round.

tròn xoe [trɔ̀n swɛ] *Mắt tròn xoe* : Round eyes.

trọn [trɔn] All, entire, whole, full. *Trọn đời nó* : All his life. *Trọn ổ bánh mì* : Whole loaf. *Trời mưa trọn ba* ngày : It rained for three whole days. *Đăng lại trọn một bài báo* : To reproduce an article entire.

trọn đạo làm cha [trọn dạu làm ca] To fulfil one's paternal duty.

trọn đạo làm cha mẹ [trọn dạu làm ca mẹ] To fulfil one's parental duty.

trọn đạo làm chồng [trọn dạu làm còŋ] To fulfil one's marital duty.

trọn đạo làm mẹ [trọn dạu làm mẹ] To fulfil one's maternal duty.

trọn đời [trọn dòi] All life, entire life. *Trọn đời nó* : All his life.

trọn lời [trọn lòi] To keep one's promise, one's word.

trọn niềm [trọn nièm] To fulfil one's duties.

trọn ngày [trọn ŋày] All day.

trọn quyền [trọn kwièn] Full power. *Tôi cho anh trọn quyền hành động* : I give you full liberty to act.

trọn vẹn [trọn vẹn] Whole, entire, complete, integral.

trong [trọŋ] Clear, limpid, transparent, unclouded. *Nước trong* : Clear, limpid, transparent, water. *Tiếng trong* : Clear voice. *Trời trong* : Cloudless sky, clear sky. *Có tiếng trong* : Clear-toned.

trong 1) In. *Nó giỏi nhứt trong lớp của nó* : He is the first in his class. *Anh giấu cái gì trong tay anh ?* : What have you hidden in your hand?. *Nó cầm cây gậy trong tay* : He had a stick in his hand. *Nhận thấy người nào trong đám đông* : To catch sight of someone in, among, the crowd. *Làm việc gì trong ba tiếng đồng hồ* : To do something in three hours. *Trong ba giờ nữa, nó sẽ có mặt tại đây* : He'll be here in three hours. 2) Within, in. *Ở trong và ở ngoài* : Within and without. *Ở trong nhà* : Within the house. *Ở trong ủy ban* : Within the committee. *Trong vòng mười cây số* : Within a radius of ten kilometers. *Trả tiền trong vòng mười ngày* : To pay within ten days. *Ở trong phạm vi pháp luật* : To keep within the law, to remain within the four corners of the

law. *Giao hàng trong vòng một tháng* : Delivery within a month. *Trong một thời gian ngắn* : Within a short time. *Tôi đi trong mười lăm hôm* : I am going away for a fortnight. *Nó sẽ vắng mặt trong một năm* : He will be away for a year. *Trong mười năm nữa* : In another ten years. *Trong vòng tuần tới* : Within the next week. 3) Out of. *Chép việc gì trong sách* : To copy something out of, from, a book. *Cắt một bài trong tờ báo* : To cut an article out of the paper. 4) *Ở trong, ở phía trong* : On the inside ; inner side. *Cửa đóng chốt bên trong* : The door was bolted on the inside. *Ví có gương bên trong* : Handbag with mirror inside. *Ở trong nhà* : Inside the house. 5) Among. *Kể người nào trong những người bạn của mình* : To count someone among one's friends. *Được kể trong số những người chết* : Numbered among the dead. *Trong số các anh ai sẽ đi với tôi ?* : Which of you will go with me ?.

trong đời [trọŋ dòi] *Người sung sướng nhứt trong đời* : The happiest man in the world. *Suốt trong đời nó* : During his life.

trong khi [trọŋ xi] See trong lúc.

trong khoảng [trọŋ xwảŋ] Between. *Trong khoảng từ tám đến chín giờ* : Between eight and nine o'clock.

trong lúc [trọŋ lúk] While. *Trong lúc ở đây nó học rất nhiều* : While he was here (while here) he studied a great deal.

trong lúc ấy [trọŋ lúk éi] (In the) Meanwhile, (in the) meantime.

trong mờ [trọŋ mờ] Diaphanous.

trong nhà [trọŋ nà] Inside the house.

trong sạch [trọŋ ʃạik] 1), Pure clean, clear. *Không khí trong sạch* : Pure air. *Lương tâm trong sạch* : Clear, unsullied conscience. 2) Chaste. *Người đàn bà trong sạch* : Chaste woman.

trong sáng [trọŋ ʃáŋ] Bright, clear.

trong suốt [trɔŋ ʃuɐ̆t] Transparent, clear, translucent.

trong tay [trɔŋ tay] In one's hand.

trong trắng [trɔŋ trắɯŋ] Chaste.

trong trẻo [trɔŋ trɛu] Clear, limpid: unclouded.

trong vắt [trɔŋ vắɯt] Transparent, limpid, very clear.

trong veo [trɔŋ vɛu] See trong vắt.

trong vòng [trɔŋ vòŋ] Within. *Trong vòng tuần tới* : Within the next week. *Giao hàng trong vòng một tháng* : Delivery within a month. *Trong vòng tháng tám* : Sometime in August.

tròng [trɔ̀ŋ] To slip over. *Tròng áo dài qua đầu* : To slip a dress over one's head.

tròng 1) Noose, lasso. *Đưa cổ vào tròng* : To put one's head in the noose.
2) Trap, snare. *Vào tròng* : To fall into a trap.

tròng con mắt [trɔ̀ŋ kɔn mắɯt] Pupil, apple, of the eye.

tròng đen [trɔ̀ŋ dɛn] Pupil (of the eye).

tròng đỏ [trɔ̀ŋ dɔ̉] Yolk of an egg.

tròng trành [trɔ̀ŋ trành] (Of sampan) To rock.

tròng trắng [trɔ̀ŋ trắɯŋ] White of an egg.

trọng [trɔŋ] To respect, to honour.

trọng *Quan trọng* : Important. *Nghiêm trọng* : Grave, serious. *Sự tự trọng* : Self-respect.

trọng bịnh [trɔŋ bịŋ] Serious, grave, illness.

trọng cấm [trɔŋ kɔ́m] Strictly forbidden.

trọng cầm (Mil) Close confinement.

trọng công nghiệp [trɔŋ kɔŋ ɲiệp] Heavy industry.

trọng dụng [trɔŋ ɾụŋ] To employ (someone) in an important task.

trọng đãi [trɔŋ dãi] To treat kindly, very well.

trọng đại [trɔŋ dại] Important.

trọng hậu [trɔŋ hậu] Generous.

trọng hình [trɔŋ hìŋ] Heavy penalty.

trọng khoa [trɔŋ kwa] Gross crime.

trọng ký [trɔŋ kí] Heavy responsibility.

trọng liên [trɔŋ lien] Heavy machine gun.

trọng lực [trɔŋ lụk] Gravity ; weight.

trọng lực kẻ [trɔŋ lụk kẻ] Gravimeter.

trọng lượng [trɔŋ lụɐŋ] Weight.

trọng lượng nguyên tử [trɔŋ lụɐŋ ŋwien tử] Atomic weight.

trọng lượng phân tử [trɔŋ lụɐŋ fɐn tử] Molecular weight.

trọng lượng riêng [trɔŋ lụɐŋ rieŋ] Specific weight.

trọng mãi [trɔŋ mãi] Broker.

trọng nhiệm [trɔŋ ɲiệm] Heavy responsibility.

trọng pháo [trɔŋ fáu] Heavy artillery.

trọng suất [trɔŋ ʃwɔ́t] (Ph) Density.

trọng tài [trɔŋ tài] (Games) Umpire, referee ; (Jur) arbitrator, referee. *Làm trọng tài cho một trận đấu* : To be a umpire at a match ; to referee (at) a match. *Trọng tài quốc tế Trương văn Kỳ đã chết một cách đột ngột tại nhà ông sau khi đã thổi trận cầu giữa hội Đan mạch Boldkhile và Hội tuyển Saigon* : International umpire Truong van Ky died suddenly at his home after he had umpired the match between the Danish team Boldkhile and the Saigon Selection.

trọng tài (Games) To referee (at), umpire (at) (match) ; (Jur) to arbitrate ; to settle, decide (something) as arbitrator. *Ở Nhựt, cảnh sát thường làm trọng tài khi chủ và thợ không đồng ý nhau* : In Japan, when employers and their workers cannot agree, the police often arbitrate.

trọng tải [trɔŋ tài] Tonnage, burden (of ship).

trọng tâm [trɔŋ tɔm] Centre of gravity.

trọng thân [trɔŋ θɔn] Pregnant woman.

trọng thể [trɔŋ θẻ] Solemnly.

trọng thuế [trɔŋ θwế] Heavy taxes.

trọng thương [trɔŋ θɯɐŋ] Severe wound.

T

trọng thương Severely, seriously, wounded.

trọng thưởng [trɔ̞ŋ θɯ̞ə̯ŋ] To reward generously.

trọng tội [trɔ̞ŋ tọi] Crime, grave offence. *Trọng tội chiến tranh* : War crime.

trọng trách [trɔ̞ŋ tráik] Heavy responsibility.

trọng tuổi [trɔ̞ŋ tuổi] Aged.

trọng vọng [trɔ̞ŋ vɔ̞ŋ] Respected, honoured.

trọng yếu [trɔ̞ŋ iếu] Important.

trót [trót] Entire, whole. *Trót ngày* : Entire day. *Làm cho trót* : To complete, to round off (one's work).

trót To have done something by mistake.

trô trố [tro tró] *Nhìn trô trố* : To stare at, look steadily with wide open eyes.

trỏ mắt [tró mámt] To goggle.

trố [trồ] *Trầm trố* : To praise.

trổ [trổ] To engrave, to chase, to chisel.

trổ [trổ] 1) To make an opening, a hole (in a wall).
2) To debouch. *Đường trổ ra...* : Roads debouching into...

trổ cửa [trổ kửə] To make, let in, a door in a wall.

trổ bông [trổ boŋ] To bloom, to flower, to blossom, to burst into flower. *Hoa hồng trổ bông suốt mùa hè* : The roses have been blooming all summer. *Hầu hết cây có trái đều trổ bông vào mùa xuân* : Most fruit trees flower in the spring. *Tháng tới cây tử la lan sẽ trổ bông* : The pansy will blossom next month. *Cây trổ bông sớm* : Plant that flowers before its time.

trổ đường [trổ dɯ̞ə̯ŋ] To make, to open out, a path.

trổ hoa [trổ hwa] See trổ bông.

trổ mái nhà [trổ mái ɲà] (Of burglar) To enter a house by making a hole, in the roof.

trổ tài [trổ tài] To display, show off, one's talent.

trốc gốc [trók gók] Uprooted, torn from the ground.

trốc rễ [trót rẽ] See trốc gốc.

trôi [tɾoi] 1) To drift. *Trôi vào bờ* : To drift on shore. *Trôi theo dòng nước* : To drift down-stream. *Chết trôi* : To be drowned.
2) (Of time) To pass, to fly, to elapse, to go by. *Thời gian trôi qua* : Time flies.
3) *Nuốt không trôi* : It was a bitter pill.

trôi chảy [troi cảy] 1) Flowing, running. *Văn trôi chảy* : Easy, flowing style.
2) Fluent. *Anh ấy nói tiếng Anh rất trôi chảy* : He is a fluent speaker of English.

trôi giạt [troi ʐạt] To drift. *Trôi giạt vào bờ* : To drift on shore. *Trôi giạt theo dòng nước* : To drift down-stream.

trôi lình bình [troi liɲ bịɲ] To drift.

trôi nổi [troi nổi] Adrift, moving about without guided ; driven only by the wind and water.

trôi qua [troi kwa] (Of time) To pass, to go by, to fly, to elapse, to slip past (by, away). *Thời gian trôi qua* : Time flies. *Thì giờ chậm chạp trôi qua*: Time wore on ; time hangs heavy on his hands (i.e. passes slowly). *Đời của nó trôi qua một cách yên tĩnh* : His life runs smoothly. *Sau nhiều năm trôi qua*: After the passing, the lapse, of so many years.

trối [trói] To make the last recommendations.

trối chết [trói cét] Beyond measure.

trồi [trồi] To emerge, to rise. *Trồi lên mặt nước* : To emerge again, to rise to the surface.

trồi [trồi] To surpass ; to prevail over, get the better of (someone).

trồi giọng [trồi ʐɔ̞ŋ] To raise, lift up, one's voice. *Trồi giọng hát* : To raise a song.

trội [trọi] To excel, to surpass.

trội hơn [trọi hən] To predominate, to prevail.

trộm [trộm] Stealthily, secretly, on the

sly. *Kẻ trộm :* Thief, burglar, robber. *Ăn trộm :* To thieve, to burglarize. *Hôn trộm :* To steal a kiss. *Liếc, nhìn trộm người nào :* To steal a glance at someone, to watch someone furtively ; to peep at someone. *Thầm thương trộm nhớ :* To love in secret. *Gần đây có nhiều vụ trộm xảy ra trong thành phố :* There have been several cases of robbery in the town recently.

trộm cắp [trộm kăwp] To steal.

trộm cướp [trộm kưɔp] Burglars, bandits.

trộm nghĩ [trộm ɲi] To think discreetly.

trộm nhớ [trộm ɲɔ] To remember, recall, in secret.

trộm phép [trộm fɛp] To take the liberty of ; without permission.

trôn [tron] 1) (Anat) Anus. *Bán trôn nuôi miệng :* To prostitute herself. 2) Bottom, behind.

trôn kim [tron kim] Eye of a needle, See lỗ kim.

trôn ốc [tron ók] Spiral. *Theo hình trôn ốc :* In a spiral.

trốn [trón] To fly, to flee, to run away ; to escape ; to hide. *Trốn sang nước Bỉ :* To fly, flee to Belgium. *Trốn để bảo toàn tánh mạng :* To fly for one's life. *Trốn khỏi xứ :* To fly the country. *Trò trốn kiếm :* Hide-and-seek. *Trốn khỏi một nơi nào :* To flee from a place. *Trốn đến ở với người nào :* To flee to someone. *Chúng nó chạy trốn trong bụi :* They ran away and hid in the bushes. *Trốn mau đi ! :* Quick, hide yourself !. *Chơi trốn kiếm :* To play hide-and-seek. *Trốn theo tình nhân :* To elope, to run away with a lover. *Nó đã trốn đi với vợ của bạn nó :* He has gone off (= eloped) with his friend's wife. *Nó trốn đâu rồi ? :* Where has he gone and hidden himself ?. *Tôi không biết nó trốn ở đâu :* I don't know where to hide.

trốn học [trón hɔk] To play truant, to play (the) wag from school, to play hookey, to shirk school.

trốn khỏi [trón xɔi] To escape, to break loose.

trốn lính [trón líp] See **trốn quân dịch.**

trốn mặt [trón mặwt] To hide, to avoid (someone).

trốn mất [trón mất] To disappear.

trốn nợ [trón nɔ] To elude payment of debt.

trốn quân dịch [trón kwən zịk] To escape the military service.

trốn thoát [trón θwát] To escape, to get away. *Một trong những tù nhân đã trốn thoát :* One of the prisoners got away (= escaped). *Làm cách nào anh trốn thoát được ? :* How did you escape ?. *Nó để các tù nhân trốn thoát :* They let the prisoners escape.

trốn thuế [trón θwé] To dodge, evade, a tax.

trốn trách nhiệm [trón tráik ɲiệm] To escape, avoid, a responsibility.

trốn tránh [trón tráɲ] To evade, to elude, to shirk (responsibilities, difficulties, etc...). *Trốn tránh pháp luật :* To evade the law. *Trốn tránh phận sự :* To evade, shirk, a duty.

trộn [trộn] To mix, to mingle, to compound, to admix, to blend (teas, wines, etc...). *Anh không thể trộn dầu với nước:* You can't mix oil with water. *Trộn một món rau sống :* To mix a salad. *Trộn màu nầy với màu khác :* To blend one colour with another. *Trộn thuốc độc với rượu :* To mix poison with wine.

trộn bài [trộn bài] To shuffle cards ; to give the cards a shuffle.

trộn lẫn [trộn lỗn] To mix, to mingle.

trộn lộn [trộn lọn] To mix, to blend, to mingle, to admix. *Sự trộn lộn :* Admixture. *Trộn lộn vật gì với vật khác :* To admix something to something, to blend something with something.

trộn xà lách [trộn sà láik] To mix, dress, a salad.

trông [trɔŋ] To look at, to see. *Người to lớn trông sợ lắm :* Giant awful to look at. *Trông gà hoá quốc ;* To believe the moon is made of green cheese.

trông To watch (over), look after (someone).

trông cậy [troŋ kɛi] To reckon, to count, to depend, to rely on (someone, something). *Tôi trông cậy anh giúp đỡ tôi* : I rely on you to help me, I look to you to help me. *Nó chỉ trông cậy ở nó* : He is entirely dependent on himself.

trông chờ [troŋ cờ] To wait for (someone, something) ; to await (someone, something) ; to expect.

trông chừng [troŋ cừŋ] 1) To keep watch over (someone, something). *Trông chừng một đứa bé* : To watch over a child. 2) It seems that, it appears that.

trông coi [troŋ kɔi] To watch (over), to look after.

trông con [troŋ kɔn] To look after, keep an eye on, give an eye to, the children.

trông cửa hàng [troŋ kửə hàŋ] To look after, mind, the shop.

trông đợi [troŋ dợi] To wait for (someone, something) ; to await (someone, something).

trông mong [troŋ mɔŋ] To hope, to expect. *Sự trông mong* : Expectation.

trông ngóng [troŋ ŋɔ́ŋ] To wait impatiently.

trông nhờ [troŋ pờ] To rely, to depend (up) on (someone, something).

trông nom [troŋ nɔm] 1) To supervise, to oversee, to superintend (work, workers) ; to tend (machine, etc...) ; to administer. *Em tôi trông nom công việc của tôi khi tôi đau ốm* : My brother administered my affairs while I was ill. 2) To watch (over), look after (someone) ; to care for ; to attend. *Trông nom cửa hàng* : To look after, mind, the shop. *Trông nom trẻ con* : To look after, keep an eye on, give an eye to, the children ; to care for children. *Nó còn nhỏ nên cần phải được trông nom đến* : He is young and needs looking after. *Ai sẽ trông nom trẻ con nếu cha của*

chúng *chết?* : Who will care for the children if their father dies?. *Trông nom người nào* : To attend to someone.

trông ơn [troŋ ơn] To count on a favour.

trông qua [troŋ kwa] To run one's eye, cast an eye, a glance, over (something).

trông ra [troŋ ra] To face. *Cửa sổ trông ra vườn* : Window that faces the garden.

trông rõ [troŋ rɔ̃] To see clearly.

trông thấy [troŋ θɛ́i] To see.

trông theo [troŋ θɛu] To follow (someone) with one's eyes.

trống [trốŋ] Drum. *Đánh trống* : To drum, to play the drum. *Dùi trống* : Drumstick. *Da trống, mặt trống* : Drum-head. *Tiếng trống* : Drumming. *Hồi trống* : Roll of a drum. *Không kèn không trống* : Quietly, without fuss.

trống Empty (room, etc) ; blank (space in document, etc...) ; unoccupied, free (seat) ; vacant, void (space) ; vacant, unoccupied, tenantless (house, etc...). *Bụng trống* : Empty stomach. *Chỗ trống, khoảng trống* : Blank space. *Phòng trống* : Vacant room. *Thêm vào chỗ trống* : To fill in the blanks. *Cái bàn nầy trống chứ?* : Is this table free. *Chỗ làm vẫn còn trống* : The job is still open. *Anh có phòng trống không?* : Have you a room vacant (i.e. in a hotel)?. *Nhà thương còn một giường trống* : Hospital with a vacant bed.

trống A male bird. *Gà trống* : Cock. *Chim trống* : Cock-bird.

trống Fertile (egg) *Trứng có trống* : Fertile egg. *Trứng không trống* : Unfertile egg.

trống bộc [trốŋ bɔk] Empty.

trống canh [trốŋ kaiŋ] Vigil drum.

trống gió [trốŋ ɣɔ́] Airy, open to all the winds, open to every wind. *Phòng trống gió* : An airy room.

trống không [trốŋ xoŋ] Empty.

trống mái [trốŋ mái] Male and female.

trống ngực [trốŋ ŋựk] Heart-beat,

heart-throb.

trống phách [trón fáik] Drum and castanets.

trống rỗng [trón rỗn] 1) Empty ; futile. *Óc trống rỗng* : Empty mind. *Ý nghĩ trống rỗng* : Futile ideas. *Phòng trống rỗng* : Room bare of furniture.
2) Hollow. *Kêu tiếng nghe trống rỗng* : To sound hollow.

trống tai [trón tai] (Anat) Ear-drum, tympanum, drum of ear.

trống trải [trón trải] Open, uncovered, exposed.

trồng [tròn] To plant (flowers, etc...). *Trồng cây ăn trái trên một miếng đất* : To plant land with fruit-trees. *Trồng lúa trên một miếng ruộng* : To plant a field with corn. *Tôi trồng hầu hết cây ăn trái trên đất của tôi* : I have my ground mostly planted in fruit trees.

trồng cây [tròn kei] To plant trees.

trồng chuối [tròn cuối] To stand on one's head.

trồng đậu [tròn dụu] See **trồng trái**.

trồng răng [tròn rawn] To put in false teeth. *Thợ trồng răng* : Dentist.

trồng tỉa [tròn tỉa] To plant. *Nhà trồng tỉa* : Planter.

trồng trái [tròn trái] To vaccinate.

trồng trọt [tròn trọt] To cultivate, to till. *Sự trồng trọt* : Cultivation, tillage.

trồng [tròn] Cat (in game of tip-cat).

trộng [trọn] Rather great.

trộng *Nuốt trộng* : To swallow without chewing.

trộng tuổi [trọn tuổi] To be advanced in years, to be past middle age. *Giao phó việc gì cho người trộng tuổi* : To entrust something to a man of age.

trơ [trơ] 1) Motionless, unmoved, still. *Đứng trơ như phỏng đá* : To stand stock still.
2) (Chem) Indifferent, actionless (body).

trơ mắt nhìn [trơ mắuɪt pin] To watch, witness (something) powerlessly, helplessly.

trơ mặt [trơ mặuɪt] Shameless, brazen, unblushing.

trơ như đá [trơ pɯ dá] Insensible, indifferent.

trơ tráo [trơ tráu] Unblushing, shameless, barefaced.

trơ trẽn [trơ trẽn] Impudent, shameless.

trơ trọi [trơ trọi] Alone. *Trơ trọi một mình* : To have neither kith nor kin. *Cảm thấy trơ trọi* : To feel very lonely.

trơ trơ [trơ trơ] 1) Still, motionless, unmoved. *Đứng trơ trơ* : To stand stock still. *Nó vẫn trơ trơ* : I couldn't budge him. *Đứng trơ trơ như khúc gỗ* : To stand like a log.
2) Impassible, unmoved.

trơ trụi [trơ trụi] Denuded, bare.

trớ [trớ] To dodge, to evade.

trớ trêu [trớ treu] *Điều trớ trêu* : Ironey. *Con Tạo trớ trêu* : The irony of fat.

trở [trở] *Để trở* : To wear mourning, be in mourning (for someone).

trở *Ngăn trở* : To hinder, to obstruct. *Trắc trở* : Obstacle, difficulty.

trở cờ [trở kờ] To reverse one's opinions, one policy ; to change sides ; to change one's party or opinions (esp. when one does this for gain).

trở chứng [trở cứn] To change one's conduct.

trở đại tang [trở dại tan] Deep mourning.

trở gót [trở gót] To return, go back (to a place).

trở giọng [trở jọn] To change one's tune.

trở hướng [trở hɯớn] To change in direction.

trở lại [trở lại] To return ; to come back, to go back, to get back, to come again. *Trở lại con đường cũ* : To go back the same way. *Trở lại một vấn đề* : To go back to a subject. *Nó đi không bao giờ trở lại* : He has gone never to return. *Ta hãy trở lại câu chuyện* : Let us return to the subject. *Thời giờ trôi qua sẽ không bao giờ trở lại* : Time that is past will never come again. *Ngày mai tôi trở lại có làm phiền gì anh không?* : Would it annoy you for me to come back to-morrow ?. *Theo ý tôi nó không bao giờ trở lại nữa* : In my opinion he will never come back ; I am of opinion that he will never come back. *Ngày mai có lẽ chúng tôi sẽ trở lại* : Perhaps we shall return to-morrow. *Tôi đã bảo nó đừng trở lại nữa* : I told him not to come again.

trở lực [trở lưk] Obstacle (to), impediment, hindrance. *Trở lực duy nhứt trong việc hòa giải của chúng nó* : The only obstacle to their reconciliation.

trở mặt [trở mặt] To change, turn, about. *Trở mặt với người thất thế* : To kick a man when he's down.

trở mình [trở mìn] To turn, roll, over in bed ; to roll (oneself) from side to side.

trở nên [trở nen] To become. *Trở nên kẻ thù của người nào* : To become someone's enemy. *Nó trở nên bạn tôi* : He became my friend.

trở ngại [trở ngại] Obstacle, hindrance, impediment. *Gây trở ngại cho người nào* : To put obstacles in someone's way, to throw impediment to someone's way. *Làm trở ngại* : To impede, to hinder, to encumber. *Làm trở ngại sự lưu thông* : To impede the traffic. *Tôi thấy không có gì trở ngại* : I see no objection (to it). *Vượt qua sự trở ngại* : To pass over an obstacle.

trở ngược [trở ngưrk] To turn on the wrong side, inside out, wrong way up, wrong side foremost.

trở ra [trở ra] To go or come out.

trở thành [trở thàin] To become, to grow. *Nó trở thành bạn tôi* : He became my friend. *Nước trở thành nước đá* : The water turned into ice.

trở trời [trở trời] Change of weather.

trở vào [trở vàu] To go, come, in again. *Trở vào phòng* : To return to, go back into, one's room.

trở về [trở về] To return, to come back, to go back. *Trở về nhà* : To return (to one's) home. *Trở về quê hương* : To go back to one's native land. *Trở về gấp* : To hasten back.

Tôi sẽ đến thăm anh ngay lúc tôi trở về : I shall see you immediately on my return. *Sau kki chết thân thể trở về với cát bụi* : After death, the body returns (i.e. changes back) to dust.

trợ [trợ] To help, to aid. *Cứu trợ* : To relieve, to help. *Bảo trợ* : To patronize. *Nội trợ* : Housewife, housekeeper.

trợ bần [trợ bần] To relieve the poor.

trợ bút [trợ bút] Assistant editor.

trợ cấp [trợ kấp] To subsidize. *Được chánh phủ trợ cấp* : To be subsidized by the State, to receive a State grant. *Tiền trợ cấp* : Subsidy, subvention, grant. *Xin một số tiền trợ cấp* : To put in a claim for a grant. *Cho người nào một số tiền trợ cấp* : To make a grant to someone.

trợ động từ [trợ dọng từ] (Gram) Auxiliary verb.

trợ giáo [-rợ ságu] Assistant-master.

trợ lực [trợ lưk] To help, to assist, to aid (someone).

trợ lý [trợ li] To help, to assist.

trợ tá [trợ tá] Assistant.

trợ từ [trợ từ] (Gram) Expletive.

trơi [trơi] *Ma trơi* : Jack-o'-lantern, will-o'-the-wisp.

trời [trời] 1) God, heaven. *Trời ơi !* : Good heavens ! *Nhờ trời phù hộ...* : Would to God.... I wish to God... *Trời ! anh làm gì thế* : What in God's name are you doing ?. *Tôi tin rằng Trời sẽ tha thứ cho anh* : I'm sure God will forgive you. *Chỉ có Trời mới biết nó muốn gì* : God (above only) knows what he wants. *Có Trời mới biết anh yêu em ra sao !* : God knows how much I loved you !. *Tôi phải làm gì đây, hở Trời !* : Godness (only) knows what I must do.

2) Heaven, sky. *Giữa trời ; ngoài trời* : In the open air, under the open sky. *Chân trời* : Sky-line, horizon. *Màu xanh da trời* : Sky-blue, azure. *Nhà chọc trời* : Sky-scraper. *Ở trên trời* : In the sky, in the heaven. *Bầu trời* : Firmament. *Mặt trời* : Sun. *Chầu trời* : To die, pass away. *Thiên thần từ trên*

trời xuống : The angel descended from heaven. *Dơ tay lên trời* : To raise one's hands to heaven, to lift up one's hands to heaven. *Nhìn lên trời* : To look upwards. *Không có một chút mây nào trên trời cả* : There wasn't a cloud in the sky. *Tiền nầy đối với nó thật là của trên trời rơi xuống* : This money is a godsend to him.

3) Air. *Ném, quăng vật gì lên trời* : To throw something into the air. *Nó ném trái banh lên trời* : He threw the ball up (in the air).

4) Weather. *Trời tốt* · Fine weather, fair weather. *Trời xấu quá* : It is awful weather, *Trời sắp mưa* : It looks like rain, rain is setting in, we are going to have rain. *Trời không xấu quá như anh nói* : The weather is not so bad as you make it. *Đêm qua trời mưa lớn* : There was a heavy rain last night. *Trời mưa lớn và các chỗ hủng trên đường đều đầy nước* : It rained heavily and every depression in the road was filled with water.

5) *Hai ngày trời* : During two days.

trời đánh [trời dáiɲ] *Bị trời đánh* : To be struck by lightning.

trời đất [trời dất] Nothing at all. *Nó có biết trời đất gì đâu* : He knows nothing at all. *Khi nó nghe âm nhạc thì nó chẳng biết trời đất gì nữa* : When he is listening to music he is lost to the world.

trời giáng [trời záɲ] See trời đất.

trời mưa [trời mưa] It's raining. *Trời mưa lớn như trút nước* : It's raining cats and dogs, it is raining hard. *Vì trời mưa nên chúng tôi không thể đến được* : Owing to the rain, we could not come.

trời nắng [trời náwɲ] It's sunny.

trời sanh [trời saiɲ] Inborn, inbred, innate, natural.

trời tối [trời tói] It's dark, it is growing dark ; the night closes in.

trời u ám [trời u ám] Heavy sky.

trời xấu [trời sấu] Dirty, bad, weather.

trơn [trơn] 1) Slippery (eel, pavement,

etc...). *Đường trơn* : Slippery road. *Trơn như lươn* : To be as slippery as an eel, very difficult to hold.

3) Plain, without designs (material).

trơn *Sạch trơn* : Very clean.

trơn láng [trơn láŋ] Smooth.

trơn trợt [trơn trợt] Slippery, slick (road). *Đường trơn trợt vì bùn* : The roads were slick with wet mud.

trơn tru [trơn tru] Fluent, flowing. *Nói trơn tru* : To speak fluently.

trớn [trớn] Run. *Lấy trớn* : To take a run, to take off (for a spring). *Nhảy không lấy trớn* : Standing jump. *Nhảy có lấy trớn* : Running jump. *Nó lấy trớn và nhảy* : He took a run and jumped. *Quá trớn* : To go too far.

trợn [trợn] To roll (one's eyes), to look with wide-open eyes. *Trợn tròn xoe mắt* : To goggles one's eyes. *Mắt trợn lên vì kinh ngạc* : Eyes wide open with surprise. *Trợn trắng mắt* : To turn up the whites of one's eyes.

trợn mắt [trợn mắtt] To roll one's eyes.

trớt môi [trớt moi] Blubber lip.

trợt [trợt] 1) To slip. *Nó trợt chân* : His foot slipped. *Tôi trợt trên một vũng dầu* : I slipped on a patch of oil. *Nó trợt trên sàn nhà và té rất nặng* : He slid on the floor and fell heavily. *Trợt vỏ dưa thấy vỏ dừa sợ* : Once bitten twice shy.

2) (Of wheel) To skid ; to side-slip. *Chiếc xe trợt qua một bên trên đường ướt* : The motor car skidded on the wet road.

3) To slide (on ice, lubricated surface).

tru [tru] (Of dog, wolf) To howl. *Ở với chó sói cũng phải tru (ở với người ác cũng phải ác)* : To howl with the pack. *Chúng tôi nghe chó sói tru từ xa* : We heard wolves howling in the distance.

tru di [tru zi] To exterminate. *Tru di tam tộc* : To exterminate three generations.

tru tréo [tru tréu] To howl, to yell.

trú [trú] 1) To stay, to stop.

2) To dwell, to reside.

trú ẩn [trú ə̀n] To take refuge, to find shelter, to shelter oneself. *Hầm trú ẩn* : Shelter-trench.

trú binh [trú biɲ] To quarter (troops).

trú chân [trú cən] To stay.

trú chỉ [trú cỉ] Address.

trú dạ [trú zạ] Day and night.

trú dân [trú zən] Resident.

trú đêm [trú dem] To stay overnight (at a friend's house).

trú manh [trú maiɲ] (Med) Day-blindness.

trú mưa [trú mɯə] To shelter from the rain, to take shelter from the rain. *Trú mưa dưới gốc cây* : To take shelter from the rain under a tree.

trú nắng [trú náwŋ] To take shelter from the sun.

trú ngụ [trú ŋụ] To sojourn, to tarry ; to dwell, to reside.

trú quán [trú kwán] 1) Inn, hotel ; boarding-house.
2) Abode.
3) (Bot) Habitat (of plant).

trú sở [trú ʃə̉] Domicile, residence, dwelling-place. *Sự xâm phạm trú sở* : Breach of domicile.

trú trì [trú trì] The man who rules the monks in a pagoda.

trú trì (Of monk) To live in a pagoda.

trù [trù] To curse.

trù bị [trù bị] To prepare ; to make ready, get ready ; to take the preliminary steps for.

trù định [trù dịɲ] To plan.

trù éo [trù ɛu] To curse, to call down curses upon.

trù hoạch [trù hwạik] To plan, to contrive.

trù liệu [trù liệu] To provide for ; to plan, to devise ; to calculate.

trù mật [trù mật] Dense. *Khu trù mật* : Agroville.

trù phú [trù fú] Populous and wealthy.

trù rủa [trù rwə] To curse.

trù tính [trù tíɲ] To plan, to devise ; to calculate.

trù trừ [trù trừ] To hesitate, to falter, to waver.

trụ [trụ] Column, pillar. *Trụ phân ranh* : Boundary-stone.

trụ cấu [trụ kə̀u] Abutment.

trụ chóp [trụ cóp] Cylindro-conical.

trụ lều [trụ lèu] Tent pole.

trụ ngạch [trụ ŋạik] (Arch) Frieze.

trụ neo tàu [trụ nɛu tàu] Mooring bitt.

trụ sinh [trụ ʃiɲ] (Bot) Pleronee.

trụ sinh Antibiotic.

trụ sở [trụ ʃə̉] Head office, headquarters. *Hội Nhà văn Việt Nam vừa được thành lập và đặt trụ sở tại 138 đường Tự Do* : The Vietnamese Writers'Association was organized recently and has set up its headquarters at 138 Tu Do Street.

trụ trì [trụ trì] (Of monk) To live in a pagoda.

trụa [trwə] *Trầy trụa* : Scratched, abraded, galled (skin).

truân chiên (chuyên) [trwən cien] Difficulties, hardships.

truất bãi [trwất bãi] To dismiss, to revoke, to discharge, to deprive, to remove (official) from office.

truất chức [trwất cúk] See **truất bãi**.

truất hữu [trwất hữu] To dispossess.

truất ngôi [trwất ŋoi] To depose, discrown, dethrone (a king).

truất phê [trwất fé] See **truất ngôi**.

truất vị [trwất vị] See **truất chức**.

trúc [trúk] Small bamboo.

trúc Sloping, leaning.

trúc *Kiến trúc* : Architecture.

trúc bâu [trúk bɔu] *Vải trúc bâu* : Calico.

trúc đào [trúk dàu] (Bot) Oleander.

trúc mai [trúk mai] Bamboo and plum tree, (fig) friendship.

trúc thai [trúk θai] Bamboo shoot.

trúc trắc [trúk tráwk] (Of style) Not flowing.

trục [trụk] 1) (Mch) Axle, shaft, spindle. *Trục xe* : Axle (-tree). *Trục sau* : Back axle. *Trục xoay được* : Live axle. *Nắp đậy đầu trục* : Axle–cap. *Trục cây láp* : Arbor.

2) Axis. *Thị-trục* : Axis of vision. *Trục xoay vòng* : Axis of revolution.

3) (Mec. E) Winch, windlass.

trục 1) (Nau) To heave off, float off, get off, refloat, set afloat (stranded ship). *Trục chiếc tàu chìm lên:* To float off a wreck.

2) To dislodge, to expel, to dismiss.

trục bàn đạp [trục bàn dạp] Pedal fulcrum.

trục bánh xe [trục báiɲ sɛ] Nave.

trục cam [trục kam] Cam–shaft.

trục chính [trục cíɲ] Main shaft.

trục chuyển quân [trục cwiển kwən] (Mil) Axis of movement.

trục cơ [trục kə] (Mch) Crank-shaft.

trục hình nón [trục hìɲ nón] Taper pin.

trục hình ống [trục hìɲ óŋ] Tubular shaft.

trục kéo [trục kɛ́u] Winch, crane.

trục khách [trục xáik] To dismiss callers.

trục lăn mực [trục laɯn mụk] Inking roller.

trục lên [trục len] (Nau) To heave off, float off, get off, refloat, set afloat (stranded ship). *Sự trục lên* : Heaving off, floating off, refloating (of stranded ship).

trục lợi [trục lợi] Mercenary.

trục máy tiện [trục máy tiện] Mandrel.

trục tàu [trục tàu] To have off, float off, get off, a ship. *Trục tàu bị chìm lên* : To float off a wreck.

trục tấn công [trục tón koŋ] Axis of attack.

trục tiền quân [trục tiến kwən] Axis of advance.

trục trặc [trục trạmk] (Of machine) To work, run, go, badly.

trục trung gian [trục truŋ ʒan] (Mch) Countershaft.

trục truyền tin [trục trwièn tin] Axis of signal transmission.

trục xoay vòng [trục swɐy vòŋ] Axis of revolution.

trục xuất [trục swót] To deport (alien); to expel, to evict, to eject, to exclude (someone) ; to turn (someone) out. *Tên gián điệp bị giam năm năm và bị trục xuất* : The spy was imprisoned for five years and then deported. *Trục xuất kiều dân* : To expel an alien. *Chúng nó bị trục xuất vì không trả tiền mướn phố* : They were ejected because they did not pay the rent. *Trục xuất người mướn phố* : To turn out a tenant. *Trục xuất người nào ra khỏi một đoàn thể* : To proscribe someone from a society.

trui [trui] (Metall) To harden (steel, etc... by dipping it in a liquid). *Thép trui* : Hardened steel.

trui To barbecue.

trụi [trụi] Bald. *Đồi trụi cây* : Bald hill.

trụi cây [trụi kei] Treeless.

trụi đầu [trụi dòu] Shaven head.

trụi lá [trụi lá] *Cây trụi lá* : Trees stripped, denuded, bared, of their leaves.

trụi lông [trụi loŋ] (Of bird) Featherless.

trúm [trúm] *Ống trúm* : Bamboo tube used for eel fishing.

trùm [trùm] To cover, to envelop, to wrap.

trùm Leader, head (of thieves, etc...).

trùm chăn [trùm caɯn] To blanket.

trùm đĩ [trùm di] Bawd, procuress.

trụm [trụm] All. *Thua trụm* : To lose all.

trún [trún] (Of mother bird) To feed (their young). *Chim trún mồi cho con* : The bird feeds its young. *Sự trún mồi* : Feeding (of young birds by their parents).

trùn [trùn] (Ann) Lumbricus, earthworm.

trùn To shrink.

trụn [trụn] (Of thing) To subside, give way, cave in, collapse, sink in ; (of material) to give, yield ; (of beam, etc..) to sag ; (of earth) to settle ; (of ground) to fall away.

trung [truŋ] Faithful, loyal. *Trung với vua* : Loyal, faithful, to the king.

trung Middle, center ; interior. *Trung người* : Of average height.

trung bình [truŋ bìŋ] Average, mean. *Tốc lực trung bình* : Average speed. *Sức ép trung bình* : Mean pressure. *Nó làm việc trung bình tám giờ một ngày* : He averages eight hours' work a day. *Số bán trung bình là một ngàn bản một năm* : The sales average a thousand copies a year. *Số tiền thâu trung bình một ngàn đồng mỗi ngày* : Receipts average a thousand piastres a day. *Ở Luân Đôn mưa trung bình 182 ngày trong một năm* : On an average rain falls in London on 182 days in the year. *Mùa lúa năm nay được 20 phần trăm trên mức trung bình* : The rice crop this year is 20 per cent above the average. *Trung bình có hai chục đứa trẻ có mặt mỗi ngày* : On an (the) average there are twenty boys present every day. *Tuổi trung bình học trò trong lớp nầy là mười lăm* : The average age of the boys in this class is fifteen. *Trẻ con có trí thông minh trung bình có thể đậu dễ dàng* : Boys of average intelligence can pass the examination quite easily. *Chúng tôi chạy trung bình 150 cây số một ngày trong chuyến đi vòng quanh Việt Nam bằng xe hơi* : During one motor trip round Viet-Nam, we averaged 150 kilometers a day.

trung bộ [truŋ bọ] Central part ; Central Viet-Nam.

trung can [truŋ can] Loyal.

trung cầu [truŋ kầu] Centrosphere.

trung chính [truŋ cíŋ] Just, upright.

trung cổ [truŋ kỏ] Middle ages.

Trung Cộng [truŋ koŋ] Chinese Communists, Communist China. *Sau Liên sô Trung Cộng là quốc gia thứ hai đã ủng hộ, đề nghị của Cao Miên mở một hội nghị quốc tế mới về nền ịựực lập của Cao-Miên* : Communist China has become

the second nation after the Soviet Union to back the Cambodian proposal for a new International Conference on Cambodian neutrality.

trung dạ [truŋ zạ] Midnight.

trung dung [truŋ zuŋ] Happy medium.

trung đẳng [truŋ dảwŋ] Middle class.

trung điểm [truŋ diểm] Midpoint.

trung đoàn [truŋ dwàn] Regiment. *Trung đoàn trưởng* : Regiment commander.

trung đoàn bộ binh [truŋ dwàn bọ biŋ] Infantry regiment, regiment of infantry.

trung đoàn tự trị [truŋ dwàn tụ trị] Separate regiment.

trung đoạn [truŋ dwạn] *Đường trung đoạn* : (Geom) Apothem.

trung độ [truŋ dọ] Middle.

trung đội [truŋ dọi] Platoon.

trung đội hàng dọc [truŋ dọi hàŋ zọk] Platoon column.

trung đội liên thinh [truŋ dọi lien θiŋ] Machine gun platoon.

trung đội súng cối [truŋ dọi ʃúŋ kói] Mortar platoon.

trung đội trưởng [truŋ dọi truởŋ] Platoon leader.

trung đội vũ khí [truŋ dọi vũ xi] Weapons platoon.

Trung Đông [truŋ doŋ] Middle East.

trung gian [truŋ ʒan] Medium. *Người đứng trung gian* : Intermediary, mediator, middleman. *Nhờ báo chí làm trung gian* : Through the medium of the press.

trung hậu [truŋ hậu] Constant, faithful.

trung hiếu [truŋ hiếu] Loyal and pious.

Trung Hoa [truŋ hwa] (Geog) China. *Người ta dự định các cầu thủ Trung Hoa sẽ gặp hội Việt Nam trong một trận đá đèn vào ngày 10 tháng 10 tại sân Cộng-Hòa Saigon* : It is scheduled that the Chinese players will meet the team of the Viet Nam at a night match on October 10 at the Cong Hoa

Stadium in Saigon.

trung hòa [truŋ hⱳa] (Ch) Neutral. *Muối trung hòa*: Neutral salt. *Tính trung hòa*: Neutrality, neutral state (of substance).

trung hòa To neutralize (acid, etc...).

trung hòa tử [truŋ hⱳa tⱳ] (El) Neutron.

trung học [truŋ hɔk] Secondary education. *Trường trung học*: High school, secondary school.

trung hưng [truŋ hɯŋ] Restoration.

trung khu [truŋ xu] Centre, central part.

trung kiên [truŋ kien] Faithful, loyal.

Trung kỳ [truŋ kì] Central Viet-Nam.

trung lập [truŋ lập] Neutral. *Trạng thái trung lập*: Neutrality. *Giữ thái độ trung lập*: To remain neutral. *Nước trung lập*: A neutral state, a neutral nation. *Giữ hoàn toàn trung lập*: To observe strict neutrality.

trung lập hóa [truŋ lập hⱳa] To neutralize. *Trung lập hoá kinh Suez*: To neutralize the Suez canal.

trung liên [truŋ lien] Automatic rifle. *Trung liên B.A.R.*: Browning automatic rifle.

trung lộ [truŋ lɔ] Half-way.

trung lương [truŋ lɯəŋ] Loyal and honest.

trung lưu [truŋ lɯu] Middle class.

trung nghĩa [truŋ ŋiə] Loyal.

trung ngọ [truŋ ŋɔ] Midday, noon.

trung ngoại [truŋ ŋwại] In and out.

trung ngôn nghịch nhĩ [truŋ ŋon ŋik pi] Not all truths are proper to be told, nothing hurts like the truth.

trung nguyên [truŋ ŋwien] Central part (of a country).

trung nhân [truŋ pən] Mediator, intermediary.

trung phần [truŋ fən] Central part; Central Viet Nam.

trung phòng [truŋ fɔŋ] (Fb) Centre-forward.

trung quả bì [truŋ kwả bì] (Bot) Me-socarp,

trung quân [truŋ kwən] Loyal to the king.

Trung quốc [truŋ kwŏk] (Geog) China.

trung sĩ [truŋ ʃi] Sergeant. *Trung sĩ nhứt*: First sergeant. *Trung sĩ quân cảnh*: Provost sergeant. *Trung sĩ tiếp liệu*: Supply sergeant. *Nó được lên chức trung sĩ*: He was promoted sergeant.

trung tá [truŋ tá] Lieutenant - colonel.

trung tá Hải quân [truŋ tá hai kwən] Commander.

trung tá Không quân (Anh) [truŋ tá xoŋ kwən] Wing commander.

trung tâm [truŋ təm] Center (centre).

trung tâm Sincerity.

trung tâm bịnh viện [truŋ təm bịn viẹn] Hospital center.

trung tâm cải huấn [truŋ təm kải hwən] Rehabilitation center.

trung tâm chỉnh hình [truŋ təm cịn hịn] Orthopaedics center.

trung tâm địa cầu [truŋ təm địə kòu] Inner part of the earth, the bowels of the earth.

trung tâm điểm [truŋ təm diểm] Central point, middle point.

trung tâm giải trí [truŋ təm sải trí] Recreation center.

trung tâm hành quân [truŋ təm hàin kwən] Operations center. *Trung tâm hành quân hỗn hợp (Không-lục)*: Joint operations center (Air-ground).

trung tâm huấn luyện [truŋ təm hwən lwiẹn] Training center.

trung tâm huấn luyện bổ sung [truŋ təm hwən lwiẹn bổ ʃuŋ] Replacement training center.

trung tâm huấn luyện đơn vị [truŋ təm hwən lwiẹn dən vị] Unit training center.

trung tâm huấn luyện tài xế [truŋ təm hwən lwiẹn tài sé] Drivers' training center.

trung tâm huấn luyện thợ máy [truŋ təm hwən lwiẹn θợ máy] Mechanic training center.

TR

trung tâm huấn luyện truyền tin [truŋ təm hwón lwiện trwièn tin] Signal training center.

trung tâm không ảnh [truŋ təm xoŋ àịp] Air photo center.

trung tâm khuếch trương công nghệ [truŋ təm xwéik trwəŋ koŋ ŋę] Handicraft development centre.

trung tâm khuếch trương kỹ nghệ [truŋ təm xwéik trwəŋ ki ŋę] Industrial development centre.

trung tâm quân bưu [truŋ təm kwən bưu] Postal concentration center.

trung tâm quân y [truŋ təm kwən i] Medical center.

trung tâm thông tin [truŋ təm θoŋ tin] Information center.

trung tâm thuyên chuyển [truŋ təm θwien cwièn] Transfer center.

trung tâm thương mãi [truŋ təm θɯəŋ mãi] Emporium, commercial center.

trung tâm tiếp huyết [truŋ təm tiếp hwiét] Blood transfusion center.

trung tâm truyền tin [truŋ təm trwièn tin] Signal center.

trung tâm vấn đề [truŋ təm vɔ́n dè] Most important question.

trung tần [truŋ tồn] Intermediate frequency, medium frequency.

trung thành [truŋ θàip] Constant, loyal, faithful, true. Trung thành đến chết : Faithful unto death. Trung thành với người nào : To remain faithful to someone. Những tôi trung thành của vua : Loyal subjects of the king. Nó trung thành với vua của nó : He is true to his king. Không trung thành với chồng : To be unfaithful to one's husband.

trung thần [truŋ θồn] Loyal subject.

trung thể [truŋ θè] (Biol) Centrosome, centrosoma.

trung thọ [truŋ θọ] Age between fifty and seventy.

trung thu [truŋ θu] Mid-autumn. Tết trung thu : Festival of mid-autumn.

trung tiện [truŋ tiện] Breaking of wind ; fart ; to break wind, to fart, to let a fart.

trung tiêu [truŋ tieu] Midnight.

trung tín [truŋ tin] Faithful, loyal.

trung tinh [truŋ tịp] (Ch) Adiaphoria, adiaphory.

trung trinh [truŋ trịp] Loyal and pure.

trung trực [truŋ trưk] Upright, righteous.

trung tuần [truŋ twồn] Period between 11st. and 20th. of the lunar month.

trung tuyến [truŋ twién] (Geom) Median ; (Arty) center line.

trung tướng [truŋ tɯớŋ] Major general. Trung tướng là tư lịnh của sư đoàn: A major general is the commander of the division.

trung tướng hải quân [truŋ tɯớŋ hải kwən] Rear Admiral.

trung tướng không quân [truŋ tɯớŋ xoŋ kwən] Air vice Marshal, (U.S.A.) Major General.

trung úy [truŋ ẃi] Lieutenant, (U.S.) First Lieutenant.

trung úy hải quân [truŋ ẃi hải kwən] Sub-lieutenant, (U.S.A) Lieutenant Junior Grade.

trung úy không quân [truŋ ẃi xoŋ kwən] Flying officer, (U.S.A) First-lieutenant.

trung ứng [truŋ ứŋ] (Fb) Centre-half back.

trung ương [truŋ ɯəŋ] Central. Chánh phủ trung ương : Central government. Trung ương Tình Báo : Central Intelligence agency.

trung ương điện thoại [truŋ ɯəŋ diện θwại] Telephone exchange.

Trung Việt [truŋ việt] Central Viet-Nam.

trúng [trúŋ] To hit (the mark). Bị trúng đạn : To be hit by a bullet. Anh nó trúng đấy ! : You've hit it !. Bị đá rớt trúng : To be hit by a falling stone. Một cục đá trúng trán nó : A stone hit him, caught him, on the forehead.

trúng Right. Đoán trúng : To guess

right. *Trả lời trúng :* To give the right answer. *Câu trả lời của anh không trúng :* You have got the answer wrong.

trúng [trúŋ] *Số trúng :* Winning number.

trúng cử [trúŋ kủ] Elected ; successful.

trúng đạn [trúŋ dạn] To stop a bullet, to be hit by a bullet. *Bị trúng đạn ở tay :* To be shot in the arm.

trúng đích [trúŋ dik] To hit the bull's-eye ; to make, score, a bull.

trúng độc [trúŋ dọk] Poisoned.

trúng gió [trúŋ ʒ̣ó] To be caught in a draft.

trúng hàn [trúŋ hàn] To catch cold, to catch a chill.

trúng kế [trúŋ ké] To be the victim of a foul play.

trúng mùa [trúŋ mự̀ə] To have an abundant (heavy) crop.

trúng nắng [trúŋ náwŋ] To get a touch of the sun ; to get sunstroke ; to succomb to the heat. *Sự trúng nắng :* Sunstroke. *Bị trúng nắng :* Sunstruck.

trúng phong [trúŋ fɔŋ] To be caught in a draft.

trúng phong (Med) Epilepsy.

trúng số [trúŋ ʃó] To draw a prize in a lottery.

trúng thử [trúŋ θử] See trúng nắng.

trúng tú [trúŋ tủ] (Of examinee) To be asked only the questions one has studied for.

trúng tuyển [trúŋ twiẻn] Elected ; successful (candidate) ; to pass, get through, an examination.

trúng ý [trúŋ í] Comforming to one's thought.

trùng [trùŋ] Coincident, coinciding (with). *Ý kiến của anh trùng với ý kiến của tôi :* Your opinion is coincident with mine. *Sự trùng nhau :* Coincidence. *Cuộc thăm viếng của nó và tôi trùng nhau :* His visit and mine overlapped. *Chữ dùng trùng (với một chữ khác) :* Word that is a useless repetition.

trùng To coincide (with) ; to concur. *Chúng tôi không bao giờ đi coi hát chung với nhau được vì thì giờ rảnh của tôi*

không trùng với thì giờ rảnh của anh: We can never go to the theatre together because my free time does not coincide with your free time.

trùng Worm. *Côn trùng :* Insects. *Vi trùng :* Microbe. *Sát trùng :* Antiseptic. *Ký sinh trùng :* Parasite.

trùng a-míp [trùŋ a mip] (Med) Amoeba.

trùng cửu [trùŋ kửu] Double Nine (9 th day of 9th lunar month).

trùng danh [trùŋ zaiŋ] See trùng tên.

trùng dương [trùŋ zwəŋ] See trùng cửu.

trùng điệp [trùŋ diẹp] To pile up, stack (up).

trùng hôn [trùŋ hon] (Of married man or woman) To remarry, to marry again, a second time.

trùng hợp [trùŋ họp] Polymeric. *Sự trùng hợp :* Polymerism.

trùng hợp To polymerize.

trùng lai [trùŋ lai] To return.

trùng lậu [trùŋ lậu] (Med) Gonococcus.

trùng lũy [trùŋ lữi] Superposed, superimposed.

trùng môi [trùŋ moi] (Bot) Entomophilous.

trùng ngọ [trùŋ ŋọ] Double Five (5th day of 5th lunar month).

trùng ngày [trùŋ ŋày] Same day.

trùng ngũ [trùŋ ŋũ] See trùng ngọ.

trùng nhau [trùŋ ɲau] To coincide, to concur.

trùng phùng [trùŋ fùŋ] To meet again.

trùng phức [trùŋ fứk] Complicated.

trùng tam [trùŋ tam] Double Three (3rd day of 3rd lunar month).

trùng tên [trùŋ tên] Namesake ; to have the same name as another.

trùng thập [trùŋ θập] Double Ten (10 th day of 10 th lunar month).

trùng trùng điệp điệp [trùŋ trùŋ diẹp diẹp] Innumerable, numberless.

trùng tu [trùŋ tu] To restore, to reconstruct, to repair, to rebuild.

trùng tuyển [trùŋ twiẻn] 1) Hell.

ʌ) Very deep spot.

trùng vây (vi) [trùŋ vei] Many sieges.

trũng [trũŋ] Concave, low, hollow. *Chỗ trũng* : Depression. *Nước chảy vào chỗ trũng* : The rich get richer.

trụng [truŋ] To dip (something) in boiling water.

truông [truɔŋ] Heath.

truồng [truɔ̀ŋ] Naked. *Trần truồng như nhộng* : Stark naked, mother naked.

trút [trút] To pour (out, forth), to dump, to unload, to empty out. *Trút lúa vào một cái bao* : To pour rice into a sack. *Mưa như trút* : It is raining cats and dogs.

trút (Z) Pangolin.

trút gánh [trút gáiɲ] To shift the burden upon (someone), to ease oneself of a burden.

trút linh hồn [trút liɲ hòn] To die, pass away.

trút sạch [trút ʃạik] To get rid of completely.

trút túi [trút túi] *Thua trút túi* : To lose completely.

trụt [trụt] To slide down.

trụt ruột [trút ruọt] (Med) Enteroptosis.

truy [trwi] To pluck, to plough. *Truy một thí sinh* : To pluck, plough, a candidate.

truy To pursue, to chase.

truy cản [trwi kản] To intercept.

truy cấp [trwi kǎp] *Lương truy cấp* : Back-pay.

truy cứu [trwi kứu] To search for.

truy điệu [trwi dịệu] To commemorate.

truy hoan [trwi hwan] To pursue, seek, pleasures.

truy kích [trwi kik] To pursue (the enemy).

truy nã [trwi nã] To track down, hunt down (a criminal, etc...).

truy nguyên [trwi ŋwien] To trace (something) back to its source, to trace (something) to its origin.

truy niệm [trwi niẹm] To remember, to recall.

truy phong [trwi fɔŋ] *Quất ngựa truy phong* : To run away.

truy phong To award posthumously.

truy tặng [trwi tạŋ] To bestow posthumously.

truy tầm [trwi tầm] To search for.

truy tố [trwi tó] To prosecute, to sue.

truy tư [trwi tư] To remember, to recall.

truy tưởng [trwi tưởŋ] To recall, to remember, to recollect.

truy ức [trwi ứk] To remember.

truy vấn [trwi ván] To interrogate, to question.

trụy [trwi] (Bot) Abortive.

trụy lạc [trwi lạk] Debauched, dissolute. *Sống trong trụy lạc* : To live in vice. *Thành phố chìm đắm trong trụy lạc* : A town sunk in vice.

trụy thai [trwi θai] To miscarry.

truyền [trwiền] 1) To communicate, to circulate, to convey, to impart (information, heat, etc...) ; to propagate, to spread ; to transmit (heat). *Tin đồn truyền đi mau*: Rumours spread quickly. 2) To descend, to propagate. *(Tài sản, v.v...)* *Truyền từ người nầy sang người khác* : (Of property) To descend from someone to someone. *Chứng bịnh truyền từ đời nầy sang đời khác* : Disease propagated from generation to generation.

truyền To order.

truyền bá [trwiền bá] To propagate, to spread (abroad), to diffuse, to disseminate. *Truyền bá tư tưởng* : To propagate ideas. *Dùng báo chí làm phương tiện để truyền bá tư tưởng của mình* : To use the press as a vehicle for the propaganda of one's ideas.

truyền bá (sự) Propagation, spread, diffusion, dissemination.

truyền bịnh [trwiền bịɲ] To spread, communicate, disease. *Truyền bịnh cho người nào* : To infect someone with a disease. *Ruồi truyền bịnh* : Flies spread disease.

truyền đạo [trwiền dạu] To preach

religion.

truyền đạt [trwièn dạt] To warn, to inform, to communicate.

truyền đệ [trwièn dẹ] To transmit.

truyền điện [trwièn diện] To conduct electricity. *Tính truyền điện* : Electric conductivity. *Chất truyền điện* : Substance that conducts electricity.

truyền độc [trwièn dọk] To contaminate.

truyền đơn [trwièn dən] Handbill, leaflet. *Phát truyền đơn* : To give out handbills. *Nó bị bắt tại trận đang phát truyền đơn chống chanh phủ* : He was arrested in the act of distributing handbills against the government. *Phi cơ rải truyền đơn trên chiến tuyến địch* : The planes dropped leaflets over the enemy lines.

truyền giáo [trwièn záu] To preach religion. *Nhà truyền giáo* : Missionary.

truyền hệ [trwièn hẹ] Genealogy.

truyền hình [trwièn hìp] To send a picture of (by television) ; to transmit an image (by television). *Vô tuyến truyền hình* : Television.

truyền khẩu [trwièn xẩu] To transmit orally, to transmit from mouth to mouth. *Sự học truyền khẩu* : Oral instruction.

truyền lại [trwièn lại] To bequeath. *Vật truyền lại* : Bequest.

truyền lịnh [trwièn lịp] To order, to command. *Truyền lịnh cho người nào làm việc gì* : To order someone to do something.

truyền máu [trwièn máu] To transfuse blood. *Sự, phép truyền máu* : Blood-transfusion.

truyền nhiễm [trwièn ɲiễm] Contagious, infectious, epidemic. *Bịnh truyền nhiễm* : Contagion, epidemic disease. *Bịnh cùi là một bịnh truyền nhiễm nhưng có thể trị được* : Leprosy is a contagious illness but curable.

truyền nhiễm To infect. *Truyền nhiễm bịnh cho người nào* : To infect someone with a disease.

truyền nhiệt [trwièn ɲiệt] To conduct heat. *Chất truyền nhiệt* : Substance that conducts heat.

truyền nhiệt Heat conveying.

truyền thanh [trwièn θaɲp] To broadcast.

truyền thần [trwièn θàn] To draw a life portrait.

truyền thề [trwièn θé] To transmit to posterity.

truyền thống [trwièn θóŋ] Tradition. *Thuyết truyền thống* : Traditionalism. *Truyền thống bất khuất* : Indomitable tradition.

truyền thụ [trwièn θụ] To teach, to instruct.

truyền tiếp [trwièn tiếp] To retransmit. *Sự truyền tiếp* : Retransmission.

truyền tin [trwièn tin] To transmit news, to communicate news.

truyền tin Communication. *Truyền tin bằng mật mã* : Crypto-communication. *Truyền tin hỗn hợp* : Joint communication. *Trường truyền tin* : Signal school.

truyền tử [trwièn tử] To bequeath to one's children.

truyền tử lưu tôn [trwièn tử lưu ton] To bequeath to one's children and grandchildren.

truyền tử nhược tôn [trwièn tử ɲwɤk ton] See **truyền tử lưu tôn.**

truyền vận [trwièn vạn] To retransmit.

truyện [trwiẹn] Story, tale. *Truyện ngắn* : Short story.

truyện ký [trwiẹn kí] Biography.

truyện phiếm [trwiẹn fiếm] Iddle talk.

truyện phim [trwiẹn fim] (Cin) Film-script. *Người viết truyện phim* : Script-writer.

truyện thần tiên [trwiẹn θàn tien] Fairy-tale, fairy-story.

trứ danh [trứ zaɲ] Celebrated, famous, famed, renowned.

trứ giả [trứ zả] Author, writer.

trứ minh [trứ miɲ] Clear, evident, manifest, obvious.

trứ tác [trứ ták] To write.

trừ tác quyền [trúữ ták kwièn] Copyright.

trứ thuật [trúữ θwặt] To compile, to write.

trừ [trừ] (Math) To subtract, to deduct. *Dấu trừ* : The minus sign. *Toán trừ* : Subtraction.

trừ Minus. *Mười trừ tám còn hai* : Ten minus eight leaves two ; ten minus eight equals two. *Bảy trừ ba còn bốn* : Seven minus three is four.

trừ To remove, to eliminate. *Từ người nào* : To kill someone, to make away, do away, with someone, to bump someone off.

trừ Except, but, save, besides ; less. *Mọi người đều có mặt trừ chị tôi* : Everyone was present except my sister. *Hãy đến bất cứ ngày nào trừ ngày mai* : Come any day but tomorrow. *Tất cả, trừ nó* : All but he, but him. *Lúc nào cũng được trừ ra bây giờ* : At anytime but the present. *Tất cả, trừ bác sĩ ra* : All, save the doctor. *Tôi không muốn gì cả trừ cái nầy* : I want nothing besides this. *Tôi nhìn khắp nơi trừ phòng ngủ* : I looked everywhere except in the bedroom. *Chúng tôi đi học mỗi ngày trừ chúa nhựt* : We come to school everyday except Sunday. *Giá mua trừ mười phần trăm* : Purchase price less 10%. *Giá tiền cái máy trừ đồ phụ tùng* : Cost of machine less accessories. *Tất cả đều đến, trừ cô dâu* : Everyone has arrived, except the bride.

trừ To except, exclude (someone, something) (from). *Mời tất cả, không trừ người nào* : To invite all, without leaving anyone out.

trừ *Trù trừ* : To hesitate, to falter, to waver.

trừ ác [trừ ák] To suppress evil.

trừ bì [trừ bì] To ascertain, allow, for the tare ; to tare, to ascertain the weight of (packing-case, etc...) ; to make allowance for the tare. *Sự trừ bì* : Allowance for tare.

trừ bị [trừ bị] To reserve, to set, put, aside. *Quân trừ bị* : The reserves. *Sĩ*

quan trừ bị : Reserve officer. *Lính trừ bị* : Reserve man, reservist.

trừ bớt [trừ bớt] To diminish, to deduct. *Thầy giáo trừ bớt hai điểm vì chữ xấu* : The teacher deducted two marks for bad handwriting. *Chúng tôi trừ bớt 10% nếu trả tiền mặt* : We give 10% discount for cash.

trừ căn [trừ kawn] To extirpate, to eradicate, to root out.

trừ danh [trừ zaip] To remove a name from.

trừ diệt [trừ ziệt] To exterminate.

trừ độc [trừ dọk] Antidotal. *Trừ độc khí* : Antimephitic.

trừ độc To disinfect.

trừ hại [trừ hại] To suppress evil.

trừ khi [trừ xi] Except.

trừ khử [trừ xử] To destroy, to exterminate, to eradicate.

trừ ký sinh khuẩn [trừ ki ʃịp xwần] Fungicidal. *Thuốc trừ ký sinh khuẩn* : Fungicide.

trừ lao [trừ lau] Antitubercular.

trừ lần [trừ lần] To amortize.

trừ ma [trừ ma] To exorcize (demon), to cast out (devil), to lay (ghost).

trừ miễn [trừ miễn] To dismiss, to discharge ; to remove (official) from office.

trừ nợ [trừ nọ] (To seize something in order) To recover a debt.

trừ phi [trừ fi] Except, unless.

trừ ra [trừ ra] Except, bar, barring.

trừ tà [trừ tà] To exorcize (demon), to cast out (devil), to lay (ghost).

trừ tận gốc [trừ tận gók] To extirpate, to destroy completely.

trừ tịch [trừ tịk] New year's eve.

trừ trung [trừ trùŋ] (Med) Antiseptic.

trừ tuyệt [trừ twiệt] To destroy, to extirpate, to exterminate, to eradicate.

trừ xú [trừ sú] Antimephitic.

trừ xú khí [trừ sú xi] To fumigate.

trữ [trữ] To store up, to hoard up, to amass. *Trữ vật gì* : To store something (up).

trữ của [trữ kwə] To store (up) riches.

trữ lương [trữ luʔəŋ] To store (up) food.

trưa [truɔ] Noon. *Bóng buổi trưa :* Shadow at noon. *Ngủ trưa :* To take a siesta. *Đến vào lúc trưa :* To arrive about noon. *Chúng tôi ăn bữa trưa tại nhà hàng :* We lunch at the restaurant. *Người ta mời tôi ở lại ăn cơm trưa :* I was asked to stay to luncheon.

trưa Late. *Dậy trưa :* To get up late. *Trưa lắm là mười hai giờ :* It is twelve o' clock at (the) latest.

trực [trựk] To be on duty.

trực To wait for.

trực cáo [trựk káu] To warn, notify, directly.

trực dịch [trựk zịk] To translate textually.

trực dịch (Ent) Orthoptera.

trực đạo [trựk dạu] Right path.

trực giác [trựk ʒák] Right angle.

trực giác Intuition. *Thuộc về trực giác :* Intuitional.

trực giác chủ nghĩa [trựk ʒák củ ŋiə] Intuitionalism.

trực giao [trựk ʒau] Orthogonal.

trực hệ [trựk hẹ] Direct lineage.

trực kính [trựk kíŋ] (Geom) Diameter.

trực lập [trựk lập] Vertical.

trực ngôn [trựk ŋon] Sincere words.

trực phát sinh [trựk fát ʃiŋ] (Biol) Orthogenesis.

trực quan [trựk kwan] Intuition.

trực sĩ loại [trựk ʃi lwại] (Ent) Orthoptera.

trực tâm [trựk təm] (Geom) Orthocentre.

trực tâm (Geom) Orthocentric.

trực thăng [trựk θauŋ] To rise straight up. *Phi cơ trực thăng :* Helicopter.

trực thâu (thu) [trựk θəu] *Thuế trực thu :* Direct taxes, assessed taxes.

trực tiếp [trựk tiếp] Direct ; immediate.

Bổ túc từ trực tiếp : Direct object. *Nguyên nhân trực tiếp :* Immediate cause.

trực tính [trựk tíŋ] Upright conduct.

trực trường [trựk trường] (Anat) Rectum.

trực tuyến [trựk twiến] (Geom) Straight line.

trực xạ [trựk sạ] Direct fire.

trưng [truŋ] To display. *Sáng trưng :* Very bright.

trưng bày [truŋ bày] To exhibit, to display, to show.

trưng binh [truŋ biŋ] To conscript. *Sự trưng binh :* Conscription, draft.

trưng cầu [truŋ kồu] To search for, look for ; to seek. *Cuộc trưng cầu dân ý :* Referendum.

trưng chứng [truŋ cứŋ] To produce proof.

trưng dụng [truŋ zụŋ] To requisition, to commandeer.

trưng dụng (sự) Requisition. *Sự trưng dụng tại chỗ :* Spot requisition.

trưng tập [truŋ tập] To requisition.

trưng tệ [truŋ tẹ] Taxes.

trưng thâu [truŋ θu] 1) To levy taxes. 2) To requisition, to commandeer.

trưng thuế [truŋ θwế] To collect, levy, taxes.

trưng triệu [truŋ triệu] To invite, to convoke.

trưng triệu Presage, omen.

trứng [trứŋ] 1) Egg. *Vỏ trứng :* Eggshell. *Trứng mới đẻ :* New-laid egg. *Giống hình trứng :* Egg-shaped. *Sự đẻ trứng :* Egg-laying. *Đánh trứng :* To beat up eggs. *Đánh trứng cho nổi :* To beat eggs into a froth. *Ấp trứng :* To hatch eggs. *Đẻ trứng :* To lay eggs. *Tôi thích trứng la cốc :* I like the eggs soft boiled. *Trứng rán hoặc trứng luộc anh thích thứ nào hơn ? :* Which do you like better, fried eggs or boiled eggs ?.

2) (Biol) Ovum. *Buồng trứng, ổ trứng :* Ovary.

3) Egg. *Làm hỏng một cuộc âm mưu*

ngay từ trong trứng... : To kill a plot in the egg.

4) Egg (of insect) ; spawn (of fish, frogs, oysters, and other water creatures which lay great numbers of small eggs).

trứng cá [trứŋ ká] 1) Eggs of fish, fish eggs, spawn of fish. *Trứng cá muối (trớp)* : Caviar(e).
2) (Med) Comedo.

trứng chí [trứŋ ci] Nit ; egg of louse.

trứng chim [trứŋ cim] Bird's egg.

trứng dái [trứŋ zái] (Anat) Testicle, testis.

trứng ếch [trứŋ éik] Eggs of frog, frog-spawn, frog's spawn.

trứng gà [trứŋ gà] Hen's egg.

trứng khẻ mỏ [trứŋ xẻ mỏ] Egg through the shell of which the beak of the chicken can be seen.

trứng không trồng [trứŋ xoŋ tróŋ] Wind egg.

trứng la cốc [trứŋ la kók] Soft-boiled egg. *Tôi thích trứng la cốc* : I like the eggs soft boiled.

trứng lộn [trứŋ lọn] Half-hatched egg.

trứng lót ổ [trứŋ lót ổ] Nest-egg.

trứng luộc [trứŋ lwərk] Boiled egg.

trứng luộc chín [trứŋ lwərk cín] Hard-boiled egg.

trứng luộc sơ [trứŋ lwərk ʃə] Soft-boiled egg.

trứng nước [trứŋ núrk] In infancy.

trứng rán [trứŋ rán] Fried egg.

trứng ruồi [trứŋ rwòi] Fly-blow.

trứng sống [trứŋ ʃóŋ] Raw egg.

trứng tằm [trứŋ tằm] Silkworm's eggs.

trứng thúi [trứŋ thúi] Rotten egg.

trứng tôm hùm [trứŋ tom hùm] Roe of lobster, coral of the lobster.

trứng tươi [trứŋ tươi] New laid egg ; fresh-egg.

trứng vịt [trứŋ vịt] Duck's egg. *Trứng vịt muối* : Salted duck egg. *Cái ấy lớn cỡ trứng vịt* : It was about the size of a duck's egg.

trứng ung [trứŋ uŋ] Addle(d) egg.

trứng vàng [trứŋ vàŋ] Golden egg. *Gà đẻ trứng vàng* : The goose with the golden eggs.

trừng cảnh [trừŋ kảiŋ] See **trừng giới**.

trừng giới [trừŋ ʒới] To correct, to punish. *Nhà trừng giới* : Reformatory.

trừng mắt [trừŋ mắwt] To stare at.

trừng phạt [trừŋ fạt] To punish, to chastise, to correct. *Trừng phạt người nào về việc gì* : To punish someone for something. *Anh có thể bị trừng phạt nếu anh chứa chấp một gián điệp* : You may be punished if you harbour a spy.

trừng phạt (sự) Punishment, discipline.

trừng thanh [trừŋ θaiŋ] To purge.

trừng trị [trừŋ trị] To punish, to chastise. *Trừng trị sự vô lễ của người nào* : To punish someone for his impudence. *Sự trừng trị* : Punishment, discipline.

trừng trừng [trừŋ trừŋ] To stare at.

trửng giỡn [trửŋ ʒỡn] To joke, to play.

trước [trúrk] 1) Before, in advance, beforehand. *Hãy đến trước mười hai giờ* : Come before twelve o'clock. *Đứng trước người nào, vật gì* : To stand before someone, something. *Nó thay quần áo trước khi đi* : He changed his clothes before going out. *Có vật gì trước mắt* : To have something before one's eyes. *Nó nói như thế trước mặt tôi* : He said so before me. *Trước Thiên Chúa giáng sanh* : Before Christ (B.C.). *Trước khi trả lời* : Before answering. *Sự trả trước kỳ hạn* : Redemption before due date. *Hãy lại gặp tôi trước khi anh đi* : Come and see me before you leave. *Trước khi tôi đi* : Prior to my departure. *Trước khi nó được bổ nhiệm* : Prior to his appointment. *Giữ chỗ trước ba tháng* : To book seats three months ahead. *Đàn bà trước đàn ông* : Ladies before gentlemen, ladies first. *Tôi sẽ đến thăm anh trước khi đi* : I shall see you before I leave, before leaving. *Nó đến* *trước vài tháng* : He had arrived some months before. *Đi trước, tới trước người nào hai giờ* : To be two hours ahead of someone. *Chúng nó đi thẳng tới trước* : They went straight ahead. *Làm rồi trước giờ* : To be ahead of time. *Tới trước những người khác* : To arrive in advance of the others. *Mua giấy trước* : To book in advance. *Trả trước một số tiền* : To pay a sum in advance. *Đến, tới trước một giờ* : To come an hour beforehand. *Tôi phải nói cho anh biết trước rằng* : I must tell you beforehand that. *Trả trước* : To pay beforehand, to pay in advance. *Ngày hôm trước* : The previous day. *Không cho hay trước* : Without previous notice. *Năm trước* : The preceding year, the year before. *Như trước* : As before.

2) Before, in front of. *Nó đứng ngay trước mặt tôi* : He stood right in front of me. *Trước mặt nó, đừng nói gì cả* : Don't say, anything before him, in his presence. *Đi thẳng tới trước* : Go straight ahead. *Can đảm trước sự nguy hiểm* : To be courageous in the face of danger. *Bình đẳng trước pháp luật* : Equal in the eyes of the law. *Đi trước* : To go in front, to lead the way.

3) Forward. *Đi tới trước* : To move, go, get, forward. *Đi thẳng tới trước* : To go straight forward. *Ở trong số những người làm việc gì trước hơn hết* : To be among the foremost to do something. *Té, ngã lộn đầu xuống trước* : To fall head foremost.

4) Fore ; front. *Đã ghi ở trước* : Forementioned. *Sân trước* : Fore-court. *Bánh xe trước* : Fore-wheel, front-wheel. *Chân trước* : Fore-foot, fore-legs. *Hai chân trước của ngựa* : Forefeet of a horse. *Sân tàu phía trước* : Fore-deck. *Sự đoán trước* : Fore-judgment. *Phần trước của tàu* : The forepart of the ship. *Phần trước sân khấu* : Fore-stage. *Thắng trước* : Front-brake. *Cửa trước* : Front-door.

5) By, before. *Nó sẽ có mặt tại đây trước ba giờ* : He will be here by three o'clock. *Anh có thể làm xong công việc trước ngày mai không ?* : Can you finish the work by to-morrow ?.

6) First. *Anh nói trước đi, tôi sẽ nói sau* : You speak first, I shall speak afterwards.

trước bạ [trứrk bạ] To enter, to register. *Sở Trước Bạ* : Registry office.

trước bữa ăn [trứrk bữə ăn] Anteprandial, before-dinner.

trước hết [trứrk hét] First of all, at first, above all, in the first place, first and foremost.

trước kia [trứrk kiə] Before, previously.

trước khi [trứrk xi] Before, prior. *Tôi sẽ đến thăm anh trước khi đi* : I shall see you before I leave, before leaving. *Hãy lại gặp tôi trước khi anh đi* : Come and see me before you leave. *Trước khi tôi đi* : Prior to my departure. *Trước khi sanh* : Ante-natal, previous to birth.

trước lễ cưới [trứrk lễ kưới] Antenuptial.

trước mắt [trứrk mắt] Before one's eyes. *Có vật gì trước mắt* : To have something before one's eyes. *Đi qua trước mắt người nào* : To pass before someone's eyes.

trước mặt [trứrk mặt] In front of, in the presence of. *Nó đứng ngay trước mặt tôi* : He stood right in front of me. *Trước mặt nó, đừng nói gì cả* : Don't say anything before him, in his presence. *Trước mặt nó đừng nói gì về việc ấy cả* : Say nothing about it in his presence.

trước nhứt [trứrk nứt] Above all, first of all, in the first place.

trước sao sau vậy [trứrk ʃau ʃau vẹi] Constant.

trước sau [trứrk ʃau] Before and after.

trước tác [trứrk ták] To write. *Trước tác-quyền* : Copyright.

trước tiên [trứrk tien] First of all, above all.

trườn [trườn] To crawl. *Người lính bị thương cố trườn về chiến hào* : The wounded soldier tried to crawl back to the trench.

trương [trươŋ] Page (of book, etc...).

See trang.

trương To spread, to extend, to expand.

trương buồm [trwɔŋ buồm] To spread a sail, to set a sail.

trương cung [trwɔŋ cuŋ] To bend a bow.

trương la [trwɔŋ la] To spread a net.

trương mục [trwɔŋ muk] Account. *Viết quá số tiền trong trương mục :* To overdraw one's account. *Mở trương mục trong một ngân hàng :* To open, start, an account at a bank. *Tôi có một trương mục trong Ngân hàng Quốc gia :* I have an account with the National Bank.

trương ra [trwɔŋ ra] To expand.

trưởng [trwởŋ] Hangings.

trưởng To distend, to swell.

trưởng dãn [trwởŋ zãn] (Med) Ectasis.

trường [trwởŋ] School. *Trường trung học :* Secondary school, high school. *Anh có đến trường đón trẻ con không ?:* Will you fetch the children from school ?. *Chừng nào trường mở cửa lại ? :* When does the school open again ?. *Trường nầy có dưới quyền kiểm soát của Bộ Giáo dục không ? :* Is this school under the control of the Department of Education ?. *Trường nhận học trò từ mười tuổi trở lên :* The school takes pupils from ten years upwards.

trường (Ch) Field. *Từ trường :* Magnetic field.

trường *Chiến trường :* Battlefield. *Pháp trường :* Execution ground.

trường bán công [trwởŋ bán koŋ] Semi public school.

trường bay [trwởŋ bay] Airfield.

trường chinh [trwởŋ ciŋ] Endless march, long march.

trường chiến tranh tâm lý [trwởŋ ciến traiŋ tâm li] Psychological warfare school.

trường chuyên môn [trwởŋ cwien mon] Specialist school.

trường công [trwởŋ koŋ] Public school.

trường công binh [trwởŋ koŋ biŋ] Engineer school.

trường cửu [trwởŋ kửu] Lasting.

trường dạy lái xe [trwởŋ zai lái sɛ] School of motoring.

trường dạ [trwởŋ za] Long night.

trường đại học [trwởŋ dại họk] University, faculty. *Vào trường đại học :* To enter an university. *Có nhiều trường đại học danh tiếng ở Harvard, Oxford và Heidelberg :* There are famous universities at Harvard, Oxford, and Heidelberg.

trường đại học luật khoa [trwởŋ dại họk lwạt xwa] Faculty of law, law school.

trường đại học sư phạm [trwởŋ dại họk ʃư fam] Faculty of pedagogy.

trường đại học văn khoa [trwởŋ dại họk vawn xwa] Faculty of letters.

trường đại học y khoa [trwởŋ dại họk i xwa] Faculty of medicine.

trường đoản [trwởŋ dwản] Long and short.

trường đời [trwởŋ dời] School of experience.

trường đua [trwởŋ dwɔ] Race-course.

trường gà [trwởŋ gà] Cockpit.

trường giang đại hải [trwɔŋ ʃaŋ dại hải] (Of style, etc...) Verbose, wordy, prolix.

trường hạ sĩ quan [trwởŋ hạ ʃi kwan] Non-commissioned officer academy, NCO officer academy.

trường hàm thụ [trwởŋ hàm θụ] Correspondence school.

trường học [trwởŋ họk] School. *Những nhà ở trước trường học :* The houses over against the school.

trường hợp [trwởŋ hợp] Case, circumstance, instance. *Trường hợp đặc biệt :* (Jur) A case in point, a concrete case. *Luật không thể áp dụng trong trường hợp đặc biệt :* Law that is inapplicable to the case in point. *Tôi cũng ở vào trường hợp ấy :* I am in the same case. *Tùy theo trường hợp :* As the case may be. *Trong trường hợp ấy :* In such a case, in such cases ; in, under, the circumstances. *Trong nhiều* *trường hợp :* In many instances. *Một trường hợp riêng, đặc biệt :* An isolated instance. *Trường hợp anh giống như trường hợp của tôi :* Your case is similar to mine. *Đây chỉ là một trong nhiều trường hợp :* This is only one instance out of many.

trường hợp giảm khinh [trɯầŋ hợp ɠàm xiɲ] Extenuating circumstance.

trường không quân [trɯầŋ xoŋ kwən] Flying school, aviation school.

trường kỳ [trɯầŋ kì] Long period.

trường kỳ kháng chiến [trɯầŋ kì xáɲ ciến] Long standing resistance.

trường kỹ thuật [trɯầŋ kì θwật] Technical school.

trường luật [trɯầŋ lwật] Law school, faculty of law.

trường mẫu giáo [trɯầŋ mỗu ɠáu] Infant school.

trường mệnh [trɯầŋ mẹiɲ] To live long.

trường miễn phí [trɯầŋ miễn fi] Free school.

trường nhà nước [trɯầŋ ɲà nứrk] Public school.

trường nữ công [trɯầŋ nứ koŋ] School of domestic economy.

trường nữ trung học [trɯầŋ nứ truŋ họk] High school for girls.

trường ốc [trɯầŋ ók] Examination place.

trường quân báo [trɯầŋ kwən báu] Military intelligence school.

trường quân chính [trɯầŋ kwən cíɲ] Administration school.

trường quân cụ [trɯầŋ kwən kụ] Ordnance school.

trường quân nhu [trɯầŋ kwən ɲu] Quartermaster school.

trường quân y [trɯầŋ kwən i] Army medical school.

trường Quốc gia âm nhạc [trɯầŋ kwók ɠa əm ɲạk] National school of Music.

trường Quốc gia Bưu điện và viễn thông [trɯầ) kwók ɠa bưu diện và

viễn θoŋ] National Posts and Telecommunications school. *Bộ Công chánh và Giao thông loan báo ba mươi sinh viên năm thứ hai trường Quốc gia Bưu điện và Viễn thông đã đậu kỳ thi cuối cùng :* Thirty second year students of the National Posts and Telecommunications have passed their final examination, the Publics Works and Telecommunications Departement has announced.

trường quy [trɯầŋ kwi] Examination rules.

trường sinh [trɯầŋ ʃiɲ] To live long. *Thuốc trường sinh :* Elixir of life.

trường sinh dược [trɯầŋ ʃiɲ zụrk] Elixir of life.

trường sinh khố [trɯầŋ ʃinh xó] Pawnshop.

trường sinh ngữ quân đội [trɯầŋ ʃiɲ ŋữ kwən doi] Armed forces language school.

trường sinh viên sĩ quan [trɯầŋ ʃiɲ viên ʃĩ kwan] Officier candidates school.

trường sở [trɯầŋ ʃở] Place, spot.

trường sư phạm [trɯầŋ ʃɯ fạm] Pedagogy school.

trường thành [trɯầŋ θàiɲ] Long wall. *Vạn lý trường thành của Trung Hoa :* The Great Wall of China.

trường thi [trɯầŋ θi] Examination centre.

trường thiên [trɯầŋ θien] Long poem or novel.

trường thiếu sinh quân [trɯầŋ θiếu ʃiɲ kwən] Junior non-commissioned officer school.

trường thọ [trɯầŋ θọ] To live long. **trường thọ** Perennial.

trường thuốc [trɯầŋ θwốrk] Medical school.

trường thương mại [trɯầŋ θɯơŋ mại] Commercial school.

trường tiền [trɯầŋ tièn] Public works.

trường tiếp vận [trɯầŋ tiếp vận] Logistic school.

T

trường tiểu học [truờŋ tiểu họk] Elementary school, primary school.

trường tồn [truờŋ tòn] To endure, last, for ever.

trường tổng quản trị [truờŋ tổŋ kwản trị] Adjutant general school, A.G school.

trường trung học [truờŋ truŋ họk] Secondary school, high school. *Trường trung học con gái* : Girl's high school. *Trường trung học con trai* : Boy's high school.

trường truyền tin [truờŋ trwièn tin] Signal school.

trường tư [truờŋ tư] Private school.

trường võ bị quốc gia [truờŋ võ bị kwók ʒa] National Military Academy.

trường võng mạc [truờŋ võŋ mạk] (Anat) Epiploon.

trường xuất huyết [truờŋ swất hwiét] (Med) Enterorrhagia.

trưởng [truờŋ] Head, chief. *Con trưởng*: Eldest child, first-born child. *Quận trưởng*: District chief. *Bộ trưởng*: Minister, secretary of state. *Trưởng phái đoàn*: Head of the delegation. *Trưởng đồn*: Head of the post.

trưởng ban [truờŋ ban] Section chief.

trưởng giả [truờŋ ʒả] 1) Man of wealth.
2) Man of age.

trưởng huynh [truờŋ hwiṇ] Eldest brother.

trưởng lão [truờŋ lãu] Old man, aged man.

trưởng nam [truờŋ nam] Eldest son.

trưởng nữ [truờŋ nữ] Eldest daughter.

trưởng phòng [truờŋ fòŋ] Chief of bureau. *Trưởng phòng Bộ tham mưu*: Assistant chief of staff.

trưởng phòng quân huấn [truờŋ fòŋ kwən hwán] Chief of bureau of instruction.

trưởng thành [truờŋ θàiṇ] To attain manhood, to grow into manhood. *Tuổi trưởng thành* : Manhood. *Người trưởng thành* : Adult, grown-up person.

trưởng tòa [truờŋ twà] (Jur) Process server, sheriff's officer.

trưởng tôn [truờŋ ton] Eldest grandson.

trưởng tử [truờŋ tử] Eldest son.

trưởng ty [truờŋ ti] Service chief.

trượng [truợŋ] Cane, stick.

trượng nghĩa [truợŋ ŋĩa] To be stirred to action by righteousness.

trượng phu [truợŋ fu] 1) Man.
2) Husband.

trượt [truợt] 1) To slip, to slide. *Nó trượt chân* : His foot slipped. *Tôi trượt trên một vũng dầu* : I slipped on a patch of oil. *Trẻ con trượt trên băng* : The chidren are sliding on the ice.
2) To fail, to be ploughed, plucked, at an examination.
3) (Of wheel) To skid.

trượt chân [truợt cən] To slip.

trượt ngang [truợt ŋaŋ] (Aut) To skid, to slide-slip.

trượt tuyết [truợt twiét] To ski, to move over snow on skis. *Người trượt tuyết* : Ski runner, skier.

trượt vỏ chuối [truợt vỏ cuối] To fail in an examination.

trưu trứu [truu trứu] Big. *Hột trưu trứu* : Big seed.

trừu [trừu] Sheep. *Da trừu* : Sheep skin. *Người nuôi trừu* : Sheep-farmer, wool-grover. *Nghề nuôi trừu* : Sheep-farming.

trừu cái [trừu kái] Ewe, female sheep.

trừu con [trừu kon] Lamb.

trừu đực [trừu dựk] Ram, male sheep.

trừu thiến [trừu θién] Wether, castrated male sheep.

trừu tượng [trừu tuợŋ] Abstract, discrete. *Danh từ trừu tượng*: Abstract noun.

U

u [u] 1) Mother. *Thầy u* : Father and mother.
2) Wet nurse.

u Swollen, tumid.

u ám [u ám] Overcast, dark, cloudy. *Trời u ám* : Overcast weather. *Trời bắt đầu u ám* : It is getting, growing, dark ; the sky grew dark.

u ẩn [u ən] Secret, hidden.

u ẩn To live in retirement, in seclusion.

u bế [u bé] To be confined, incarcerated, taken into custody.

u bí [u bí] Secret.

u cốc [u kók] Dark cavern.

u cư [u kɯ] To live in retirement, in seclusion.

u động [u dọɲ] Deep cavern.

u đường [u dɯờɲ] Tomb, grave.

u em [u ɛm] Wet nurse.

u già [u ʒà] Old maid-servant.

u hồn [u hòn] Soul, spirit, of the deceased.

u huyền [u hwièn] Abstruse, recondite.

u linh [u liɲ] See **u hồn**.

u mê [u me] Brute, stupid. *Rượu làm con người trở nên u mê* : Alcohol turns men into brute. *U mê vì rượu* : Sodden with drink.

u minh [u miɲ] Somber, dark, obscure, (fig) hell.

u nhân [u ɲən] Hermit, eremite.

u-ran [u ran] (Ch) Uranium.

u sầu [u ʃàu] Secret sorrow ; sad.

u thành [u θàiɲ] 1) Imperial sepulchre. 2) Prison, jail.

u tịch [u tịk] Remote.

u tù [u tù] To be confined, incarcerated.

u uất [u wót] Indignant.

ú [ú] (Of pig) Fat. *Ứ như heo* : As fat as a pig.

ú ớ [ú ớ] To speak incoherently.

ù [ù] To win (in a card game).

ù tai [ù tai] To have ringing in the ears ; to have noises in the ears.

ù ù cạc cạc [ù ù kạk kạk] To understand nothing.

ủ [ủ] To cover (something).

ủ dột [ủ zọt] Sad, sorrowful, doleful. *Mặt mày ủ dột* : Sad face.

ủ ê [ủ e] See **ủ dột**.

ủ rũ [ủ rũ] Sad ; disconsolate.

ụ đất [ụ dót] Heap of earth.

ụ súng [ụ ʃúɲ] Pill-box.

ụ tàu [ụ tàu] Boat-house.

úa [ẃə] Withered, seared, wilted.

ùa [ẁə] (Of crowd) To dash, to rush.

ùa đến [ẁə dén] To crowd (to a place).

ùa lên [ẁə len] To crowd up.

ùa ra [ẁə ra] To crowd out.

ùa vào [ẁə vàu] To crowd in.

ùa xuống [ẁə swóɲ] To crowd down.

ủa [ẃə] Oh ! what ?.

ụa [ẉə] To nauseate.

uẩn súc [wə̀n ʃúk] Profound, deep.

uẩn tàng [wə̀n tàŋ] To accumulate, to amass.

uất ấp [wớt ớp] Sad, sorrowful.

uất hận [wớt hə̣n] Hidden spite.

uất ức [wớt úk] To writhe. *Nó uất ức vì tiếng chưởi ấy* : He writhed at, under, the insult.

Úc [úk] (Geog) Australia. *Người Úc* : Australian.

Úc châu [úk cɔu] (Geog) Australia.

Úc Đại Lợi [úk dại lợi] See Úc châu.

ục [ục] (Slang) To punch (someone), to give (someone) a punch.

ục ịch [ục ịk] Heavy gait. *Đi ục ịch* : To walk heavily.

ục ục [ục ục] Glug glug, gurgle, bubbling (of water issuing from bottle).

uế [wế] *Tẩy uế* : To disinfect.

uế khí [wế xi] Unhealthy air.

uế vật [wế vạt] Dirt, filth, garbage.

uể oải [wẻ wải] Flagging.

ủi [wỉ] To iron, to press (clothes). *Bàn ủi* : Iron. *Bàn ủi điện* : Electric iron. *Ủi một cái sơ mi* : To iron a shirt.

ủi To push, to level (uneven surface). *Xe ủi đất* : Bull-dozer. *(Xe) Ủi vào tường* : (Of car) To dash into a wall.

ủi [wỉ] (Of a pig) To grout, to root, to turn up, dig with its snout.

um [um] *Gắt um lên* : To chide boisterously.

um sùm [um ʃùm] Noisy, boisterous.

um tùm [um tùm] (Of vegetation) Thick, dense, luxuriant.

úm [úm] To clasp (someone) to one's breast.

ùm [ùm] Noise of a heavy body falling into the river. *Nhảy ùm xuống sông* : To jump into the river.

ủm [ùm] *Tròn ủm* : Round. *Mặt tròn ủm* : Round face.

un đúc [un dúk] To forge, to form, to train.

un khói [un xói] To fill (room, etc...) with smoke, to smoke out (room).

un muỗi [un muỗi] To smoke out mosquitoes (from a room).

ùn [ùn] In abeyance. *Công việc ùn lại* : Work in abeyance, work awaiting performance.

ùn ùn [ùn ùn] *Ủn ùn vào* : To crowd in. *Ủn ùn ra* : To crowd out.

ủn ỉn [ùn ỉn] Pig's grunt.

ung [uŋ] (Of egg) Addle, rotten. *Trứng ung* : Addle, rotten, egg.

ung Abscess.

ung dung [uŋ zuŋ] Leisurely, at leisure. *Làm việc ung dung* : To work leisurely.

ung độc [uŋ dọk] (Med) Cancerous tumour.

ung nhọt [uŋ ɲọt] Abscess.

ung thư [uŋ θɯ] (Med) Cancer. *Người mắc bịnh ung thư* : Cancer patient. *Ung thư ở dạ dày* : Cancer of the stomach.

úng [úŋ] (Of fruit) Rotten, spoiled.

ủng [ùŋ] Boots.

ủng bế [ùŋ bế] To block up, to stop (up), to plug (a hole).

ủng hộ [ùŋ họ] To support, to champion, to second, to back (up), to stand for. *Ủng hộ người nào* : To be at the back of someone. *Ủng hộ một đề nghị* : To second a proposal. *Tôi mong anh sẽ ủng hộ kế hoạch của tôi* : I hope you will back my plan.

uốn [uốn] 1) To bend, to curve. *Uốn sợi kẽm thành một cái vòng* : To bend a piece of wire into a ring.

2) To curl, wave. *Uốn tóc người nào* : To curl someone's hair.

uốn cong [uốn kɔŋ] To bend, to curve. *Mèo uốn cong lưng* : The cat arches its back.

uốn éo [uốn ɛu] To wriggle.

uốn giọng [uốn ɟɔŋ] To accent.

uốn khúc [uốn xúk] To coil.

uốn lưỡi [uốn lɯỗi] To curl one's tongue.

uốn mình [uốn mìɲ] To twist one's body.

uốn nắn [uốn nắn] To shape. *Uốn*

nắn tánh tình của người nào : To shape someone's character.

uốn quanh [uốn kwainh] Meandering, winding, tortuous (river).

uốn quăn [uốn kwaun] To curl. *Tóc uốn quăn* : Crimped hair.

uốn thẳng [uốn thẩuɳ] To straighten out (an iron bar, etc...).

uốn tóc [uốn tók] To have a wave. *Uốn tóc quăn* : To crimp the hair. *Uốn tóc dợn* : To get, have, one's hair waved.

uốn tròn [uốn tròn] To bend round.

uông lệ [uɔɳ lệ] Copious tears.

uống [uốɳ] To drink. *Đồ uống* : Beverage, drink. *Nó không bao giờ uống trà:* He never drinks tea. *Anh muốn uống chi không ?* : Will you have something to drink ?. *Uống rượu cho đến say* : To drink oneself drunk. *Uống rượu nhiều, uống như hũ chìm* : To drink like a fish. *Nó uống rất nhiều rượu bia* : He drank a great amount of beer. *Uống quá nhiều* : To drink deep. *Uống rượu giải sầu* : To drown one's sorrow in drink. *Bao người nào uống* : To stand someone a drink. *Uống đã thèm* : To drink one's fill. *Nó không muốn ăn mà cũng không muốn uống nữa* : He will neither eat nor drink.

uống cạn ly [uốɳ kạn li] To drain one's glass. *Nó uống cạn ly một hơi một* : He emptied the glass at a draught.

uống đã khát (thèm) [uốɳ dã xát] To drink one's fill.

uống một hơi [uốɳ mọt hơi] To drink (something) at one gulp, at a draught ; to swig off (a glass).

uống nước [uɔ́ɳ núrk] To drink water.

uống rượu [uốɳ rượu] To drink wine. *Uống rượu cho đến say* : To drink oneself drunk. *Uống rượu như hũ chìm* : To drink like a fish. *Nó rất thích uống rượu* : He's fond of the cup, he's too fond of drink. *Uống rượu chúc mừng người nào* : To drink (to) someone's health. *Uống rượu đến mang nợ* : To drink oneself into debt. *Uống rượu giải sầu (buồn)* : To drown one's

sorrow in drink. *Anh uống trà hay cà phê ?* : Will you take tea or coffee ?.

uống thuốc [uốɳ thwốrk] To take medicine. *Uống thuốc với nước nóng :* To take the medicine with hot water.

uống trà [uốɳ trà] To tea, to take tea, to drink tea. *Nó không bao giờ uống trà* : He never drinks tea. *Chúng tôi uống trà lúc năm giờ* : We tea at five o'clock.

uống từ hớp [uốɳ từ hớp] To sip.

uổng [uỏɳ] To waste.

uổng công [uỏɳ koɳ] To waste efforts. *Dạy người ngu chỉ uổng công* : There's no washing a blackamoor white.

uổng đời [uỏɳ dời] See uổng mạng.

uổng lời [uỏɳ lời] To waste words.

uổng mạng [uỏɳ mạɳ] To waste one's life.

uổng thì giờ [uỏɳ thì sờ] To waste time.

uổng tiền [uỏɳ tiền] To waste money.

úp [úp] To overturn. *Lật úp* : To upset, to turn upside down. *Lật úp một cái ghế* : To turn down a chair. *Úp mặt vào hai bàn tay* : To bury one's face in one's hands. *Đánh úp địch quân* : To take, attack, the enemy by surprise. *Nằm úp* : To lie on one's stomach. *Úp lá bài xuống* : To turn down a playing card.

úp mở [úp mở] Unclear, ambiguous.

ụp [ụp] *Đổ ụp xuống* : To collapse.

út [út] *Ngón út* : Little finger. *Con út* : Last-born child, youngest child (of a family).

ụt ịt [ụt ịt] Pig's grunt.

uy [wi] Power, authority.

uy danh [wi zainh] Power and reputation; prestige.

uy đức [wi dúrk] Severe and virtuous.

uy hiếp [wi hiếp] To compel, to force, to oppress.

uy lực [wi lưrk] Power and influence.

uy nghi [wi ɳi] Majestic, august.

uy nghiêm [wi ɳiem] Grave, solemn, imposing.

U

uy phong [wi fɔŋ] August, majestic.

uy quyền [wi kwiền] Power, authority.

uy thế [wi θế] Power and influence.

uy tín [wi tín] Prestige. *Sự mất uy tín* : Loss of prestige.

úy [wí] *Sĩ quan cấp úy* : Junior officer. *Đại úy* : Captain. *Trnng úy* : Lieutenant. *Thiếu úy* : Second lieutenant.

ủy [wì] To entrust, to confide. *Cao ủy* : High commissioner. *Tổng ủy* : Commissioner general.

ủy ban [wì ban] Committee, board. *Lập một ủy ban* : To appoint a committee.

ủy ban ám sát [wì ban ám ʃát] Committee of assassination.

ủy ban chấp hành [wì ban cấp hàiŋ] Executive committee.

ủy ban cứu trợ [wì ban kứu trợ] Relief committee.

ủy ban đặc biệt [wì ban dạmk biệt] Ad hoc committee.

ủy ban điều tra [wì ban diều tra] Board of inquiry, investigation committee.

ủy ban hành chánh và kháng chiến [wì ban hàiŋ cáiŋ và xáŋ ciến] Administrative and resistance committee.

ủy ban kế hoạch nhà nước [wì ban ké hwạik pà nứrk] State Planning committee.

ủy ban ngân sách [wì ban ŋən ʃáik] Budget committee.

ủy ban thống nhứt quốc gia [wì ban θốŋ pứrt kwók ʒa] National Reunification committee.

ủy ban thường trực [wì ban θườŋ trṳk] Standing committee. *Ủy ban thường trực quốc hội* : National assembly standing committee.

ủy ban tiếp đãi [wì ban tiếp dãi] Reception committee.

ủy ban tổ chức [wì ban tổ cức] Organizing committee.

ủy ban tuyển trạch [wì ban twiển trạik] Selection committee.

ủy ban tư vấn [wì ban tư vốn] Consultative committee, advisory committee.

ủy đốn [wì dón] Feeble, weak.

ủy giao [wì ʒau] To trust, to entrust, to commit.

ủy hội [wì hội] Commission. *Ủy hội quốc tế kiểm soát đình chiến* : International commission for supervision and control of the cease-fire.

úy khúc [wì xúk] Crooked, sinuous, tortuous.

úy lạo [wì lạu] To console, to solace, to comfort.

úy my [wì mị] Weakened.

úy nhiệm [wì pịệm] To entrust duties to (someone).

úy nhiệm thơ [wì pịệm θə] Credentials. *Sáng thứ hai, ông X. Đặc sứ toàn quyền của Hoa-Kỳ đã trình ủy nhiệm thơ cho Quốc Trưởng tại Dinh Gia Long* : Mr. X, Ambassador Extraordinary and Plenipotentiary of the United States, Monday morning presented his credentials to the Head of State at Gia-long Palace.

úy quyền [wì kwiền] To give power of attorney. *Sự ủy quyền* : Proxy. *Giấy ủy quyền* : Letter, warrant, of attorney ; proxy. *Ủy quyền cho người nào* : To depute, devolve, powers to someone.

úy thác [wì θák] To trust, to entrust, to commission, to commit, to confide. *Ủy thác người nào để làm việc gì* : To commission someone to do something. *Ủy thác việc gì cho người nào* : To entrust someone with something.

úy viên [wì vien] Commissioner. *Ủy viên kiểm soát* : Control commissioner. *Ủy viên tuyên huấn* : Information and training commissioner. *Ủy viên tài chánh* : Finance commissioner. *Ủy viên xã hội* : Social action commissioner.

uych [wịk] Sound made by a thing falling heavily.

uyên [wien] *Chia uyên rẽ thúy* : To part, separate, a couple.

uyên áo [wien áu] Mysterious.

uyên bác [wien bák] Deep, profound. *Học thức uyên bác* : Deep learning.

uyên khoáng [wiên xwǎŋ] Deep and vast.

uyên mặc [wiên mạɯk] Taciturn, speaking very little.

uyên mưu [wiên mɯu] Deep scheme.

uyên nho [wiên ɲɔ] Deeply learned scholar.

uyên thâm [wiên θəm] Deep, profound. *Học thức uyên thâm* : Deep knowledge, profound learning.

uyên thúy [wiên θẃi] Profound, deep.

uyên tuyền [wiên twiền] Deep spring.

uyên ương [wiên ɯəŋ] Name of an inseparable couple of birds, (fig) married love.

uyển [wiển] *Ngự uyển* : Royal, imperial, park.

uyển chuyển [wiển cwiển] Lithe, flexible.

uyển đầu [wiển dầu] (Anat) Brachiocephalic.

uyển túc loại [wiển túk lwại] (Z) Brachiopod.

Ư

ư [ɯ] *Thế ư ?*: Is that so ?. *Thật ư ?* : Is that true ?.

ứ [ɯ́] (Of water) To stagnate, to be stagnant.

ứ đọng [ɯ́ dɔ̰ŋ] (Of water, goods) To stagnate.

ứ huyết [ɯ́ hwiét] (Med) To congest. *Chứng ứ huyết* : Congestion.

ứ lại [ɯ́ lại] To stagnate.

ừ [ɯ̀] Yes (not used to superiors).

ưa [ɯə] To like, to care for, to be fond of (someone, something) ; to take to. *Anh tôi không ưa nó* : My brother did not like him. *Không ưa người nào, việc gì* : Not to care for, to have little liking for, someone, something, to take, conceive, a dislike to someone, something. *Nó không ưa kẹo* : He has no taste for sweets. *Nàng nói rằng không ai ưa nàng cả* : She says that nobody cares for her. *Mọi người đều ưa nó* : He is a universal favourite. *Tôi rất ưa âm nhạc* : I am very fond of music, I delight in music. *Nó không ưa đi ra ngoài một mình* : He doesn't like to go out alone, going out alone ; he does not care to go out alone. *Đâm ra ưa vật gì* : To take a liking to, for, something. *Tôi không ưa nó* : I didn't take to him. *Chúng nó ưa nhau* : They have taken to each other. *Cách cư xử của nó đối với tôi chứng tỏ rằng nó không ưa tôi* : His behaviour towards me shows that he doesn't like me. *Được người nào ưa* : To be in someone's good books. *Tôi không ưa nó* : He is my black books ; I don't like him. *Không ưa thì dưa có dòi* : Give a dog a bad name and hang him. *Người đó không ưa tôi, hắn luôn luôn nói xấu tôi* : That man doesn't like me ; he's always running me down. *Nó không ưa người ta khen nó* : He loathes being praised. *Chúng nó không ưa nhau* : There's no love lost between them.

ưa cãi nhau [ɯə kãi ɲau] Quarrelsome.

ưa chuộng [ɯə cuə̰ŋ] To esteem.

ưa ngọt [ɯə ŋɔ̰t] 1) To be fond of sweets.
2) To be fond of flattery.

ưa nhìn [ɯə ɲìn] Fine, agreeable to see.

ưa nịnh [ɯə nị̰ɲ] To be fond of flattery.

ưa phỉnh [ɯə fỉɲ] See ưa nịnh.

ưa thích [ɯə θík] To like, to be fond of.

ứa gan [ɯ́ə gan] *Giận ứa gan* : Boiling with anger.

ứa lệ [ɯ́ə lệ] *Câu chuyện buồn lòm chúng tôi ứa lệ* : The sad story moved us to tears. See ứa nước mắt.

ứa nước dãi [ɯ́ə nɯ́rk zãi] *Thèm ứa nước dãi* : To make one's mouth water.

ứa nước mắt [ɯ́ə nɯ́rk mắt] To bring tears to one's eyes. *Nàng ứa nước mắt khi nghe tin buồn* : Her eyes grew moist when she heard the sad news.

ức [úk] One hundred thousand.

ức Chest.

ức Indignant.

ức chẽ [úk cẽ] 1) To oppress.
2) To restrain, to curb. Ức chế tình dục : To curb one's passions, to put a curb on one's passions. Tự ức chế : To restrain oneself.

ức đạc [úk dạk] To conjecture, to surmise, to guess.

ức đoán [úk dwán] To guess, to estimate.

ức hiếp [úk hiép] To oppress.

ức lòng [úk lòŋ] Indignant.

ức niệm [úk niệm] To remember, to recall.

ức quyết [úk kwiét] See ức đoán.

ức thuyết [úk θwiét] Hopothesis.

ực [ʉk] To drink down, to swallow loudly. Ực một hơi cạn ly : To empty a glass at one gulp.

ưng [ʉŋ] (Orn) Eagle, hawk, falcon.

ưng 1) To consent, to agree. Ưng việc gì : To consent to something. Ưng làm việc gì : To consent to do something.
2) To appeal, to like. Nếu anh ưng : If it appeals to you.

ưng bụng [ʉŋ bụŋ] To consent.

ưng chịu [ʉŋ cịu] To agree.

ưng chuẩn [ʉŋ cwởn] To approve, to accept.

ưng thuận [ʉŋ θwận] To consent, to accept, to approve. « Đã đọc và ưng thuận » : « Read and approved ».

ưng ý [ʉŋ i] To consent, to agree.

ứng [úŋ] To advance money to (someone).

ứng Thích ứng : Appropriate, adequate. Phản ứng : To react.

ứng biến [úŋ biến] To adapt oneself to, make the best of, circumstances.

ứng chiến [úŋ ciến] To be ready for action.

ứng cơ [úŋ kə] See ứng biến.

ứng cử [úŋ kử] 1) To present oneself for, go in for, go up for, sit for, an examination.
2) To stand for an election, to offer oneself as a candidate ; to come forward as a candidate. Ra ứng cử lợi : To offer oneself, again as a candidate. Rút tên không ứng cử nữa : To withdraw one's candidature, to stand down.

ứng cử viên [úŋ kử vien] Candidate. Ứng cử viên Tổng thống : Presidential candidate, candidate for President (Presidency). Tôi sẽ bỏ phiếu cho ứng cử viên nầy : I shall vote for this candidate.

ứng dụng [úŋ zụŋ] To apply. Sự ứng dụng : Application. Có thể ứng dụng được : Applicable.

ứng đáp [úŋ đáp] To answer, to reply. Ứng đáp lanh lợi : To be good, quick, at repartee.

ứng địch [úŋ địk] To face the enemy.

ứng đối [úŋ dói] To reply, to answer.

ứng khẩu [úŋ xởu] To improvise, to speak extempore. Bài diễn văn ứng khẩu : An extempore address, an impromptu speech.

ứng mệnh [úŋ mệiŋ] To obey an order.

ứng mộng [úŋ mộŋ] To see in a dream.

ứng nghiệm [úŋ ŋiệm] Efficacious, effective, efficient.

ứng phó [úŋ fó] To face, to cope.

ứng ra [úŋ ra] To advance money.

ứng tạm [úŋ tạm] To advance money.

ứng thí [úŋ θí] To present oneself for an examination.

ứng thời [úŋ θòi] Opportune, seasonable, timely.

ứng thù [úŋ θù] Social intercourse.

ứng thừa [úŋ θừə] To answer and accept.

ứng tiền trước [úŋ tiền trúrk] To advance money.

ứng tiếp [úŋ tiếp] To receive guests.

ứng trước [úŋ trúrk] To advance money (to someone).

ứng đỏ [úŋ đó] To blush. Mặt nàng

ửng đỏ mỗi khi tôi nói với nàng : She blushed every time I spoke to her.

ửng hồng [ửŋ hồŋ] See ửng đỏ.

ước [ứrk] To hope, to wish, to desire, to long for, to yearn for. Ao ước vật gì : To wish for something.

ước To estimate, to guess, to conjecture.

ước Hiệp ước : Agreement, treaty. Bội ước : To break one's word, one's promise.

ước ao [ứrk au] To wish for, to long for, to yearn for.

ước chừng [ứrk cừŋ] About, approximately. Sự ước chừng : Approximation. Ông ấy ước chừng bốn chục tuổi : He is about forty, he is forty or so, or thereabouts.

ước chừng [ứrk cừŋ] To estimate, to guess, to surmise, to conjecture.

ước chương [ứrk cươŋ] Convention, agreement, treaty.

ước định [ứrk địn] To estimate.

ước đoán [ứrk dwán] To forecast ; to guess, to conjecture.

ước độ [ứrk dọ] About, approximately.

ước gì [ứrk gì] I wish.

ước hẹn [ứrk hẹn] To make, fix, an appointment. Ước hẹn với người nào : To make, fix, an appointment with someone.

ước hội [ứrk hội] To fix an appointment.

ước khế [ứrk xế] Contract, agreement.

ước lược [ứrk lược] 1) (Math) To reduce. Ước lược hai phân số thành ra mẫu số chung : To reduce, bring, two fractions to a common denominator. 2) To summarize.

ước lượng [ứrk lượŋ] To estimate, to conjecture. Một cơ nghiệp khó ước lượng được : A fortune impossible to estimate. Sự ước lượng : Estimation.

ước mong [ứrk mɔŋ] To wish, to desire.

ước mơ [ứrk mə] To wish.

ước ngôn [ứrk ŋon] Promise.

ước nguyện [ứrk ŋwiện] To vow.

ước pháp [ứrk fáp] Provisional constitution.

ước thúc [ứrk θúk] To restrain, to hold back.

ước tính [ứrk tín] To estimate.

ước vọng [ứrk vɔŋ] To desire, to wish.

ươi [ươi] Con đười ươi : Orang-outang, orang-utan.

ươm tơ [ươm tɔ] To unwind silk.

ướm [ướm] 1) To sound.
2) To try on. Ướm áo : To try on a dress.

ướm hỏi [ướm hỏi] To ask in order to find a person's feelings.

ướm lòng [ướm lòŋ] To sound intentions.

ướm lời [ướm lời] See ướm hỏi.

ướm thử [ướm θử] To try on.

ươn [ươn] (Of fish) To spoil. Cá màu ươn : Fish taints quickly.

ươn hèn [ươn hèn] Base, vile.

ươn mình [ươn mìn] Indisposed, unwell, ailing.

ươn ướt [ươn ướt] Slightly wet.

ưỡn ngực [ưỡn ŋưk] To stick out, throw out, one's chest.

ương [ươŋ] Young trees. Vườn ương cây : Nursery garden.

ương Trung ương : Centre ; central.

ương Tai ương : Calamity.

ương cây [ươŋ kei] To raise young trees.

ương dở [ươŋ zở] See ương ngạnh.

ương gàn [ươŋ gàn] Stubborn and crazy.

ương ngạnh [ươŋ ŋạn] Stubborn, dogged, obstinate, headstrong.

ường [ườŋ] Mét chẳng mét ưởng : Pale as death, deadly pale, ghastly pale.

ướp [ướp] To embalm (corpse) ; to perfume.

ướp cá [ướp ká] To preserve fish with salt.

ướp đường [ướp dườŋ] To preserve (fruits, etc...) with sugar.

ướp hoa [ɯɔ́p hwa] To perfume with flowers.

ướp hương [ɯɔ́p hɯɔŋ] To perfume.

ướp lạnh [ɯɔ́p laịŋ] To chill. *Thịt ướp lạnh* : Chilled meat.

ướp muối [ɯɔ́p muói] To salt.

ướp sen [ɯɔ́p ʃɛn] To perfume with lotus flowers.

ướp thịt [ɯɔ́p θịt] To preserve meat with salt.

ướp xác [ɯɔ́p sák] To embalm a corpse.

ướt [ɯɔ́t] Wet, soaked. *Hơi ướt* : Damp, moist, slightly wet, rather wet. *Ướt như chuột lột* : To be wet through, wet soaked to the skin, dripping wet, as wet as a drowned rat. *Nếu anh té xuống sông, quần áo anh sẽ ướt* : If you fall into a river your clothes will be wet. *Trời mưa lớn và chúng tôi bị ướt hết* : It rained heavily and we got ducking.

ướt át [ɯɔ́t át] Humid, damp.

ướt mem [ɯɔ́t mɛm] Wet through, wet to the skin.

ướt như chuột [ɯɔ́t pɯ cuọ:] Wet, soaked, to the skin; drenched to the skin. *Tôi bị trời mưa ướt như chuột* : The rain soaked me to the skin. *Chúng nó không đem dù theo và về ướt như chuột lột* : They took no umbrellas with them and came back drenched to the skin. *Nó về nhà ướt như chuột lột* : He came home like a drowned rat.

ướt ráo [ɯɔ́t ráu] Completely soaked.

ướt sũng [ɯɔ́t ʃũŋ] Drenched, wet.

ưu [ɯu] Excellent, very good.

ưu *Phân ưu* : To condole with, to express sympathy with.

ưu ái [ɯu ái] Affection, solicitude.

ưu ắp [ɯu ɔ́p] Sad, sorrowful.

ưu dân [ɯu zən] To grieve over the misfortune of the people.

ưu du [ɯu zu] Free, unoccupied.

ưu dụ [ɯu zụ] Abundant.

ưu đãi [ɯu dãi] To favour, to treat with the kindest attention.

ưu điểm [ɯu diểm] Good point.

ưu hạng [ɯu haŋ] First-class honours.

ưu liệt [ɯu liệt] Excellent and bad.

ưu lự [ɯu lụ] Anxious, uneasy.

ưu muộn [ɯu mwọn] Sad, sorrowful.

ưu mỹ [ɯu mĩ] Excellent.

ưu nhàn [ɯu pàn] Free, unoccupied.

ưu phẫn [ɯu fɔ̃n] Sad and angry.

ưu phiên [ɯu fiên] Sad, sorrowful.

ưu phục [ɯu fụk] Mourning clothes.

ưu sâu [ɯu ʃòu] Sad, sorrowful.

ưu sinh học [ɯu ʃiŋ họk] Eugenics.

ưu thề [ɯu θé] Superiority. *Có ưu thế* : Preponderant.

ưu thề hỏa lực [ɯu θé hwa lụk] Fire superiority.

ưu thề không quân [ɯu θé xoŋ kwən] Air superiority.

ưu tiên [ɯu tien] Priority. *Quyền ưu tiên* : Priority rights.

ưu tiên quyền [ɯu tien kwiền] Priority rights.

ưu tú [ɯu tú] Excellent, distinguished, eminent.

ưu tư [ɯu tɯ] Sad, sorrowful. *Mặt ưu tư* : Care-worn face.

U

va [va] To knock (against), run against, run into (something, someone). *Va đầu vào vật gì* : To knock one's head against something, to bump one's head on, against, something. *Va đầu vào tường* : To run one's head against a wall. *Người mù va vào tôi* : The blind man bumped into me.

va He, him ; she, her. *Va đâu rồi ?* : Where is he ?. *Va không nói gì với anh sao ?* : Did he tell you nothing ?.

va chạm [va cạm] To knock (against), to bump on, against, to run, go, against.

va đầu [va dầu] To run one's head against. *Va đầu vào tường* : To run one's head against a wall.

va-li [va li] Valise, suit-case. *Nhét quần áo vào va-li* : To ram one's clothes into one's suit-case. *Tôi có một cái va li nhưng không có chìa khóa của nó* : I have the suit-case but I haven't the key of it.

va-ni [va ni] (Cu) Vanilla. *Kem, cà rem va-ni* : Vanilla custard. *Có bỏ va-ni* : Flavoured with vanilla. *Cây va-ni, trái va-ni* : Vanilla-plant, vanilla - bean. *Kem có bỏ chút ít va-ni* : Cream dashed with vanilla.

va-ni-lin [va ni lin] (Ch) Vanillin.

va-ni-tinh [va ni tiŋ] (Ch) Vanillin.

vá [vá] 1) Ladle. *Vá múc canh* : Soup-ladle.

2) Shovel.

vá To mend, to patch. *Vá đôi giày anh tính bao nhiêu ?* : How much do you charge for mending a pair of shoes ?. *Vá quần áo* : To mend up one's clothes. *Cái áo cũ của tôi cần phải vá lại* : My old coat must be patched up. *Giặt gấu vá vai* : To make buckle and tongue meet.

vá (Of dog) Spotted.

vá da [vá za] (In surgery) To graft skin.

vá víu [vá víu] To patch up.

và [và] And. *Một con dao và một cái nĩa* : A knife and a fork. *Nó biết đọc và viết* : He could read and write. *Nó nói tiếng Anh và nói rất giỏi* : He speaks English and that very well.

và To push rice to the mouth with chopsticks.

vả [vả] To slap, smack (someone's face) ; to box (someone's) ears. *Cái vả* : Slap in the face ; mack in the face ; box on the ear. *Vả mặt người nào* : To slap someone's face.

vả (Bot) Fig. *Cây vả* : Fig-tree.

vả *Nhờ vả* : To resort to.

vả chăng [và cauŋ] Besides, moreover, further(more), in addition.

vả lại [vả lại] Again, besides, further-(more), in addition, moreover. *Vả lại tôi không chắc rằng* : Again I am not sure that.

vã [vã] *Ăn vã* : To eat food without rice.

vã To tap, strike lightly.

vạ [vạ] Misfortune.

vạ Phạt vạ : To fine. Phạt vạ người nào : To impose a fine on someone.

vạ lây [vạ lei] To bear the brunt of another's wrong deed.

vạ miệng [vạ miệŋ] Misfortune caused by a slip of the tongue.

vạ vịt [vạ vịt] Unexpected misfortune.

vác [vák] To bear, carry, on the shoulder. Nó vác cái thùng trên vai nó : He was carrying a box on his shoulder. Gánh vác trách nhiệm : To shoulder the responsibility. Vác súng trên vai : To shoulder one's gun, to slope arms.

vác hất [vák hất] Haughty.

vạc [vạk] Ca(u)ldron.

vạc (Orn) Bittern.

vạc To excise.

vạc giường [vạk ʒɯờŋ] Frame of a bed.

vạc nhọn [vạk ɲɔn] To point, to sharpen.

vách [váik] Partition, wall. Vách có tai, tai vách mạch rừng : Walls have ears. Hai nhà ở khít vách nhau : The two houses adjoin.

vách đất [váik dất] Cob - wall ; mud wall.

vách ngăn [váik ŋawn] Partition-wall.

vạch [vạik] To open.

vạch To trace, strike, draw (a line) ; to track. Vạch một hình tam giác trên một đường : To describe a triangle upon a line.

vạch Vạch của thợ may : Tailor's marker.

vạch To open, to uncover ; to expose. Vạch mặt người nào : To unmask someone.

vạch đường [vạik dɯờŋ] To show the way. Vạch đường chỉ nẻo cho người nào : To show someone the way.

vạch giới hạn [vạik ʒới hạn] To demarcate. Sự vạch giới hạn : Demarcation.

vạch mặt [vạik mạwt] To unmask.

vạch rõ [vạik rɔ̃] To point out. Vạch rõ những lỗi lầm : To point out the mistakes.

vai [vai] Shoulder. Xương vai : Shoulder-blade. Khớp xương vai : Shoulder-joint. Cao tới vai : Shoulder-high. Vai rộng : Broad-shouldered. Nhún vai : To shrug one's shoulders. Đeo ngang vai : Slung across the shoulder. Kê súng vào vai : To bring the gun to the shoulder. Đeo súng trên vai : To shoulder one's gun. Nó vác cái thùng trên vai nó : He was carrying a box on his shoulder. Tóc nàng xõa xuống hai bên vai : Her hair came down over her shoulders. Nó đặt tay của nó lên vai tôi : He laid his hand on my shoulder. Chuyền vật nặng từ vai nầy qua vai kia : To shift a burden from one shoulder to the other.

vai 1) Role, part. Sự cắt, chia vai (một tuồng hát) : Cast, casting (of the play). Đóng vai anh hùng : To play the hero's part. Đóng những vai trẻ con : To play children's parts. Đóng một vai tuồng quan trọng trong một công việc : To play, take, a prominent part in an affair.
2) Rank.

vai chánh [vai cáiɲ] Lead, leading part, leading role, principal part (in a play). Nó đóng vai chánh : He takes the lead.

vai dưới [vai zɯới] Lower rank of relationship.

vai đào [vai dàu] Female part. Trong tuồng hát nầy các vai đào do đàn ông đóng : In this play female parts are taken by men.

vai hậu vệ [vai hậu vệ] (Fb) Full-back.

vai phụ [vai fụ] Minor part. Đóng một vai phụ : To play a minor part.

vai rộng [vai rộŋ] Broad-shouldered.

vai trên [vai tren] Higher rank of relationship.

vai trò [vai trɔ̀] Role, part. Nó đóng một vai trò rất quan trọng trong cuộc thương thuyết : He played a very important part in the negotiations.

vai tuồng [vai tuồŋ] Part, role. Nó đóng

vai tuồng của nó rất hay : He spoke (acted) his part very well. *Các diễn viên có thuộc hết vai tuồng của họ chưa ?*: Do the actors all know their parts yet?. *Giữ (đóng) một vai tuồng quan trọng trong công việc* : To play, take, a prominent part in an affair.

vai vẻ [vai vẻ] Rank.

vai xệ [vai sẹ] Sloping shoulders.

vái [vái] To bow with joined hands.

vài [vài] Two ; some, a few. *Vài cô trong những cô ấy sẽ không lấy chồng* : Some of these girls will not marry. *Vài người bạn của nó nói với nó rằng* : Some of his friends told him that. *Vài người đồng ý với chúng tôi* : Some agree with us. *Tôi biết vài người* : I know a few people. *Trong vài phút* : In a few minutes. *Tôi biết vài người trong bọn chúng nó* : I know a few of them.

vài ba [vài ba] Two or three.

vài ngày [vài ɳày] Some days.

vải [vải] (Bot) Litchi.

vải Cloth, material, fabric. *Quần áo của nó may bằng vải xấu* : His clothes were made of coarse material. *Phải mất bốn thước vải mới đủ may một bộ đồ cho nó* : It takes four metres of cloth to make a suit of clothes for him.

vải *Ông vải* : Ancestor.

vải bồ [vải bó] Canvas.

vải bông [vải boɳ] Print.

vải buồm [vải buồm] Sailcloth.

vải dầu [vải zòu] Oilcloth, oil-skin.

vải hoa [vải hwa] Print.

vải keo [vải kɛu] Insulating tape (used for insulating electrical connexions, etc...).

vải khổ đôi [vải xổ doi] Double-width cloth.

vải liệm [vải liệm] Cerement, shroud, grave-clothes.

vải lót [vải lót] Lining (of garment, etc).

vải màn [vải màn] See vải mùng..

vải mỏng [vải mɔ̃ɳ] Loose fabric.

vải mục [vải mục] Rotten cloth.

vải mùng [vải mùɳ] Tulle.

vải thưa [vải ʰɯa] See vải mỏng.

vải trải giường [vải trải ʒườɳ] Coverlet, bed cover.

vải vụn [vải vụn] Odds and ends of cloth. *Vá các ⁿiếng vải vụn lại với nhau* : To piece together odds and ends of cloth.

vãi [vãi] Buddhist nun.

vãi To strew, to spread, to disseminate. *Vãi cát trên sân nhà* : To strew sand over the floor. *Vãi hoa trên bàn* : To strew the table with flowers.

vãi chài [vãi cài] See vãi lưới.

vãi cứt [vãi kứt] *Chạy vãi cứt* : To fly, run, for one's life.

vãi đái [vãi dái] *Sợ vãi đái* : To be scared, to be terror-stricken.

vãi lưới [vãi lưới] To spread a net.

vại [vại] Large earthenware jar.

vàm [vàm] Mouth of a river.

vạm vỡ [vạm vỡ] Burly, sturdy.

van [van] To implore, to entreat, to beg, to beseech. *Tôi van anh để cho tôi yên* : Leave me alone, I entreat you ; I appeal you to let me alone. *Tôi van anh im đi !* : Be silent, I beg of you !.

van lạy [van lạy] To beseech, to implore.

van lơn [van lơn] To implore, to entreat.

van nài [van nài] See van lơn.

van vái [van vái] To conjure. *Lời van vái* : Conjuration.

van xin [van sin] To implore, to beseech, to supplicate, to beg.

ván [ván] Plank, board. *Sập ván* : Plank-bed. *Ngủ trên ván* : To sleep on a plank-bed.

ván 1) Game, (Ten) set. *Thắng hai trong ba ván* : To win two games out of three. *Ăn, thắng ván đầu* : To win the first set. *Thắng bốn bàn trong ván đầu* : To win four games in the first set.
a) Hand (in a game of cards). *Chúng ta đánh thêm một ván nữa* : We'll play one more hand.

ván bài [ván bài] Game of cards. *Đánh,*

chơi, một ván bài : To have, to play, a game of cards.

ván cờ [ván kò] Game of chess. *Đánh một ván cờ :* To play a game of chess. *Đánh một ván cờ với tôi nhé :* Will you play me at chess (play a game of chess with me).

ván ép [ván ɛp] Plywood.

vàn [vàn] Ten thousand. *Muôn vàn :* Countless, innumerable, numberless.

vãn [vãn] To end. *Vãn hát chưa ? :* Is the play over yet ?. *Tuồng hát gần vãn :* The play was all but ended.

vãn Late.

vãn *Cứu vãn :* To save.

vãn báo [vãn báu] Evening paper.

vãn cảnh [vãn kản] Evening landscape.

vãn cận [vãn kạn] Recently, lately, of late.

vãn cứu [vãn kứu] To save, to rescue.

vãn hồi [vãn hồi] To restore. *Vãn hồi trật tự :* To restore order.

vãn hôn [vãn hon] To marry late in life.

vãn mộ [vãn mọ] 1) Evening. 2) Old age.

vãn niên [vãn nien] Old age, evening of age.

vãn phong [vãn fɔŋ] Evening breeze.

vãn tòng [vãn tóŋ] To attend (take part in) someone's funeral.

vãn tuế [vãn twé] See **vãn niên**.

vạn [vạn] Ten thousand ; very large number.

vạn *Chữ vạn :* Swastika.

vạn an [vạn an] Peace ; good health.

vạn bang [vạn baŋ] All nations.

vạn bảo [vạn bảu] Ten thousand precious things.

vạn bảo Pawnshop.

vạn bất đắc dĩ [vạn bất dắwk zĩ] Very reluctantly, quite unwillingly.

vạn bất năng [vạn bất nawŋ] Impossible to do.

vạn bội [vạn bội] Ten thousand times. *Cám ơn vạn bội :* Thank you very much.

vạn cảm [vạn kảm] Many thanks.

vạn cổ [vạn kỏ] Ten thousand generations ; eternal, everlasting, neverending. *Sầu vạn cổ :* Never-ending sorrow.

vạn đại [vạn dại] See **vạn cổ.**

vạn hạnh [vạn hạiɲ] Ten thousand chances.

vạn khẩu đồng thanh [vạn xỏu dòŋ θaiɲ] Unanimously.

vạn kiếp [vạn kiép] Ten thousand existences.

vạn lý [vạn lí] Ten thousand miles.

vạn lý trường thành [vạn lí trưồŋ θàiɲ] The Great Wall (of China).

vạn nan [vạn nan] Very difficult.

vạn năng [vạn nawŋ] Almighty, all-powerful, omnipotent. *Sức vạn năng :* Omnipotence.

vạn nhất [vạn ɲất] If ever.

vạn niên [vạn nien] Ten thousand years; always, for ever.

vạn phúc [vạn fúk] Ten thousand happinesses, very happy.

vạn quốc [vạn kwók] Ten thousand nations, all nations. *Hội Vạn Quốc :* The League of Nations.

vạn sự [vạn ʃư] Everything.

vạn sự khởi đầu nan [vạn ʃư xởi dầu nan] Only the beginning is difficult, everything is difficult when it starts.

vạn sự như ý [vạn ʃư ɲư í] Everything is O.K.

vạn thọ [vạn θọ] To live long.

vạn thọ tiết [vạn θọ tiét] Emperor's birthday.

vạn toàn [vạn twàn] Perfect, excellent. *Vạn toàn kế :* Perfect plan.

vạn trạng thiên hình [vạn trạŋ θien hìɲ] Multiform.

vạn tuế [vạn twé] Ten thousand years.

vạn tuế Long live. *Thiên tử vạn tuế :* Long live the king.

vạn tử [vạn tử] Very dangerous.

vạn vật [vạn vật] Nature. *Vạn vật học :* Natural sciences. *Nhà vạn vật học :* Naturalist. *Sự im lặng như tờ bao*

V

trùm cả vạn vật : A deathless silence broods over the whole of nature.

vang [vaŋ] To (re)sound, to (re-)echo, to reverberate, to ring, to resonate. *Tiếng vang* : Echo.

vang danh [vaŋ zaiŋ] Illustrious, famous, renowned.

vang dậy [vaŋ zẹi] To resound.

vang dội [vaŋ zọi] To resound, to re-echo.

vang động [vaŋ dọŋ] See vang dội.

vang lại [vaŋ lại] To echo, to reverberate.

vang lừng [vaŋ lừŋ] (Of fame) To resound.

vang óc [vaŋ ók] See vang tai.

vang tai [vaŋ tai] Deafening, ear-splitting.

vang tiếng [vaŋ tiếŋ] To resound.

váng [váŋ] Film (of oil) ; thin skin ; skin (or boiled milk etc...).

váng dầu [váŋ zòu] Film of oil. *Váng dầu trên mặt nước* : A film of oil on water.

váng đầu [váŋ dòu] To feel dizzy, chippy (after drunkenness, etc...).

váng nhện [váŋ ņẹn] Cobweb, spider's web.

váng tai [váŋ tai] Deafening, ear-splitting.

vàng [vàŋ] Yellow. *Giống da vàng* : The yellow races. *Màu vàng* : Yellow. *Thành màu vàng* : To turn, go, yellow. *Hơi vàng*: Yellowish, somewhat yellow. *Bịnh sốt rét vàng da* : Yellow-fever. *Nhuộm vàng* : To dye yellow.

vàng Gold. *Người tìm vàng* : Gold-digger. *Bụi vàng* : Gold-dust. *Khoảng đất có vàng* : Gold-field. *Mỏ vàng* : Gold-mine. *Mạ vàng* : Gold-plated. *Thợ mạ vàng* : Gold-plater. *Người đãi vàng* : Gold-washer. *Sự đãi vàng* : Gold-washing. *Có vàng* : Gold-bearing, auriferous. *Người ép (đất) vàng* : Gold-beater. *Cuộc đổ xô đi tìm vàng* : Gold-rush. *Vàng chưa luyện* : Gold in nuggets. *Bọc vàng* : Gold-cased. *Đồng hồ (vỏ) vàng* : Gold-filled watch. *(Răng*

Bịt vàng : (Of tooth) Gold - filled. *Chén dĩa bằng vàng* : Gold plate. *Kiến gọng vàng* : Gold-rimmed spectacles. *Tóc vàng* : Golden hair. *Vàng có chất bạc* : Argental gold. *Ăn mâm vàng dĩa bạc* : To eat off gold plate. *Nói những lời vàng ngọc* : To speak words of gold. *Vàng dự trữ trong ngân hàng* : The Bank's gold reserve. *Trái tim vàng*: A heart of gold. *Bìa sách mạ vàng* : A book-cover printed in gold. *Sống trên đống vàng (rất giàu có)* : To be rolling in money, in wealth. *Chớ thấy sáng mà ngỡ là vàng* : All that glitters is not gold. *Việc xuất cảng vàng đã bị cấm* : The export of gold has been forbidden.

vàng anh [vàŋ aiŋ] (Orn) Oriole.

vàng bạc [vàŋ bạk] Gold and silver.

vàng cồm [vàŋ kóm] Gold in nuggets.

vàng da [vàŋ za] *Bịnh sốt rét vàng da* : Yellow-fever.

vàng diệp [vàŋ ziẹp] Gold-leaf, gold-foil.

vàng dợt [vàŋ zợt] Yellowish.

vàng đá [vàŋ dá] Gold and stone, (fig) firm, constant.

vàng đỏ [vàŋ dỏ] Red gold.

vàng giả [vàŋ ʒả] Imitation gold.

vàng hoe [vàŋ hwɛ] Fair, flaxen (hair).

vàng khè [vàŋ xὲ] Very yellow.

vàng khối [vàŋ xói] Solid gold.

vàng lá [vàŋ lá] Gold-leaf, gold-foil.

vàng lợt [vàŋ lợt] Yellowish.

vàng mã [vàŋ mã] Golden votive paper.

vàng mười [vàŋ muừi] Pure gold.

vàng nén [vàŋ nɛn] Ingot gold.

vàng nghệ [vàŋ ņẹ] Saffron.

vàng ngọc [vàŋ ŋọk] Gold and jade ; valuable things.

vàng nguyên chất [vàŋ ŋwien cát] Pure gold.

vàng ròng [vàŋ rὸŋ] Pure gold.

vàng rực [vàŋ rụk] Bright yellow.

vàng thoi [vàŋ θoi] Ingot gold.

vàng vàng [vàŋ vàŋ] Yellowish.

vàng y [vàŋ i] Pure gold ; twenty-four carat gold.

vãng [vãŋ] To go, to pass. *Dĩ vãng* : The past.

vãng khứ [vãŋ xứ] Past, gone.

vãng lai [vãŋ lai] To go to and fro, back and forth.

vãng phản [vãŋ fản] See vãng lai.

vãng phục [vãŋ fụk] To go back and forth.

vãng sự [vãŋ ʃụ] Past affair.

vạng [vạŋ] *Chạng vạng* : Dusk, gloaming, evening twilight.

vanh [vaiɲ] To cut with a pair of scissors.

vanh vách [vaiɲ váik] (To read) Fluently, without faltering.

vánh [váiɲ] *Chóng vánh* : Rapid, speedy, quick.

vành [vàiɲ] (Bot) Corolla. *Hình vành* : Coralla-shaped.

vành Rim (of wheel), brim (of hat). *Không vành* : Brimless. *Có vành* : Brimmed. *Nón vành rộng* : Broad-brimmed hat.

vành To open with the hand.

vành Means, way, method.

vành bánh xe [vàiɲ báiɲ sɛ] Rim of wheel.

vành hoa [vàiɲ hwa] (Bot) Corolla. *Giống vành hoa* : Corolliform, corolla-shaped. *Có vành hoa* : Corolliferous.

vành móng ngựa [vàiɲ mɔ́ŋ ŋɯạ] Bar. *Ra trước vành móng ngựa* : To appear at the bar ; to come up before the Court.

vành tai [vàiɲ tai] (Anat) Helix (of the ear).

vành vạnh [vàiɲ vạiɲ] Perfectly round.

vành xe [vàiɲ sɛ] Rim of wheel.

vảnh [vảiɲ] To raise, to cock. *Con ngựa vảnh tai nó lên* : The horse cocked its ears. *Vảnh mũi lên (tỏ vẻ khinh bỉ)* : To cock one's nose. *Con ngựa đứng lại tai vảnh lên* : The horse stopped, with its ears cocked up.

vảnh cổ [vảiɲ kỏ] To crane one's neck, to hold up one's head (again), to look up.

vảnh mũi [vảiɲ mũi] To cock one's nose.

vảnh râu [vảiɲ rɔu] To turn up one's moustache.

vảnh tai [vảiɲ tai] To cock one's ears, to prick up one's ears, to strain one's ears.

vạnh [vạiɲ] *Vành vạnh* : Perfectly round.

váo [váu] *Vênh váo* : Bloated with pride, blown up with pride.

vào [vàu] To enter, to go in(to), to come in(to), to step in(to) ; to admit. *Vào một cái phòng* : To enter, go into, come into, walk into, a room. « *Cấm vào* » : « No admittance », « private ». *Cho người nào vào* : To let someone in, to admit someone. *Nó không được vào* : He was refused admittance. *Ghé tạt vào* : To drop in, look in (on (someone). *Ghé tạt vào nhà người nào* : To look in (up) on someone, at someone's house. *Tôi chỉ ghé tạt vào một lát thôi* : I only just dropped in for a moment. *Tôi sẽ ghé tạt vào khi đi làm về* : I shall look in on my way back from the office. *Không cho người nào vào* : To keep someone out, to close the door against someone. *Gai đâm vào ngón tay nó* : The thorn went into, pierced, his finger. *Gió từ cửa sổ thổi vào* : The wind blows in at the window. *Để, xen vật gì vào vật gì* : To insert something in something, to drive something into something. *Lẻn vào* : To steal in. *Vào trường đại học* : To enter an university. *Trở vào phòng của mình* : To go back into one's room. *Trẻ em không được vào* : Children not admitted. *Tôi đã ra lịnh không cho nó vào* : I gave orders that he was not to be admitted. *Được nhận vào Hàn-lâm-viện* : To be admitted to the Academy. *Cho người nào vào* : To give someone admittance. *Vào được nơi nào* : To gain, get, admittance into a place. *Tôi vào được không ?* : May I come in ?.

vào hội [vàu hội] To join an association ; to affiliate (oneself) to, with, a society.

vào hùa [vàu hwə] To side, take side with (someone).

vào khoảng [vàu xwảŋ] About, approximately. *Ông ấy vào khoảng sáu mươi tuổi :* He is about sixty.

vào nhà thương [vàu ɲà θɯəŋ] To go into hospital.

vào ra [vàu ra] To go in and to go out.

vào rừng [vàu rɯ̀ŋ] To penetrate into the forest.

vào sổ [vàu ʃổ] To register. *Vào sổ các hành lý :* To register luggage.

vào việc [vàu vịrk] To set to work.

vát [vát] (Nau) To beat to windward, against the wind, off the wind.

vát *Tháo vát :* Resourceful.

vạt [vạt] To sharpen (a stick or post) at one end.

vạt áo [vạt áu] Skirt, flap, flap-end.

vảu tai [vàu tai] To cock one's ears, to prick up one's ears.

vay [vay] To borrow. *Người đi vay :* Borrower. *Cho vay :* To lend, to loan. *Vay có lời :* To borrow at interest. *Vay tiền của người nào :* To borrow money of, from, someone. *Vay tiền thế đất :* To borrow money on the security of an estate, to raise a loan on an estate.

vay lãi [vay lãi] To borrow at interest.

vay lời [vay lời] See vay lãi.

vay mượn [vay mɯợn] To borrow.

vay nợ [vay nợ] To raise a loan.

vay tạm [vay tạm] To borrow temporarily.

vay tiền [vay tiền] To borrow money.

váy [váy] Skirt, petticoat.

váy tai [váy tai] To pick the ears.

vảy [vảy] Scale (of fish, etc..) ; (Med) eschar, slough, scar, crust. *Đánh vảy cá :* To scale a fish.

vảy To sprinkle (water).

vảy cá [vảy ká] Scale of fish.

vảy đuôi [vảy duəi] (Of dog) To wag its tail.

vảy ghẻ [vảy gẻ] (Med) Crust.

vảy nước [vảy nɯrk] To sprinkle water. *Vảy nước lên hoa :* To sprinkle water on the flowers.

vãy [vãy] See vảy.

vạy [vạy] *Tà vạy :* Crooked, dishonest.

vặc [vạwk] *Trăng sáng vằng vặc :* Bright moonlight.

vằm [vàɯm] To mince, to cut or chop into small pieces.

vặm vỡ [vạɯm vỡ] Burly, sturdy.

văn [vaɯn] Literature, letters. *Việt văn :* Vietnamese. *Anh văn :* English. *Nhà văn :* Writer.

văn [vaɯn] Civilian (as opposed to military). *Quan văn :* Civilian officials.

văn bài [vaɯn bài] Composition, writing.

văn bằng [vaɯn bàɯŋ] Diploma, certificate.

văn chức [vaɯn cứk] Civilian official.

văn chương [vaɯn cɯəŋ] Literature. *Văn chương Việt Nam :* Vietnamese literature. *Văn chương của một nước :* The literature of a country. *Nó thích văn chương Việt Nam :* He has a taste for Vietnamese literature.

văn đàn [vaɯn dàn] Literary club, literary group, literary clique.

văn gia [vaɯn ʒa] Writer, author.

văn giai [vaɯn ʒai] Civil servant hierarchy.

văn giáo [vaɯn ʒáu] Education and religion.

văn giới [vaɯn ʒới] The world of literature, of letters ; the literary world, the literary set.

văn hài [vaɯn bài] Embroidered shoes.

văn hào [vaɯn hàu] Great writer.

văn hiến [vaɯn hiến] Civilization.

văn hoa [vaɯn hwa] Flowery, florid (style). *Những câu nói văn hoa :* Flowery phrases.

văn hóa [vaɯn hứa] Culture. *Tổ chức Giáo dục, Khoa học và Văn hóa Liên hiệp quốc :* United Nations Educational, Scientific and Cultural Organization.

văn học [vaɯn hɔk] Literature. *Văn học giới* : The republic of letters.

văn học sử [vaɯn hɔk ʃɯ] Literary history.

văn khế [vaɯn xé] Act, contract.

văn khoa [vaɯn xwa] Letters. *Đại học văn khoa* : Faculty of letters.

văn khố [vaɯn xó] Archives.

văn kiện [vaɯn kiện] Document. *Ký tên vào một văn kiện* : To appose, put, one's signature to a document. *Nội dung của văn kiện ấy ra sao ?* : How does the document go ?. *Viết điều gì sau lưng một văn kiện* : To endorse something on a document ; to endorse a document with something.

văn liệu [vaɯn liệu] Literary materials.

văn manh [vaɯn maiɲ] Illiterate, unlettered.

văn minh [vaɯn miɲ] Civilized. *Nước văn minh* : Civilized country. *Nền văn minh* : Civilization. *Văn minh tiến bộ* : The civilization is advancing. *Các nước văn minh đều sợ những thành phố lớn bị ném bom* : All civilization is horrified at the bombing of big cities.

văn nghệ [vaɯn ŋe] Letters and arts.

văn nghiệp [vaɯn ŋiep] Literary career.

văn nhã [vaɯn ɲã] Elegant.

văn nhân [vaɯn ɲən] Man of letters.

văn phái [vaɯn fái] Literary school.

văn phạm [vaɯn fạm] Grammar. *Nhà văn phạm học* : Grammarian. *Học văn phạm Anh* : To study English grammar. *Nói, viết không đúng văn phạm* : To speak, write, bad grammar.

văn pháp [vaɯn fáp] Syntax.

văn phòng [vaɯn fɔŋ] Bureau, office ; cabinet. *Đồng lý văn phòng* : Director of Cabinet. *Chánh văn phòng* : Chief of Cabinet. *Nó bị cấm không được làm việc gì trong văn phòng* : He was forbidden to do any office work.

văn phòng kiến trúc sư [vaɯn fɔŋ kiến trúk ʃɯ] Architect's office.

văn phòng luật sư [vaɯn fɔŋ lwạt ʃɯ] Lawyer's office.

văn phòng tứ bảo [vaɯn fɔp tứ bảu] The four precious articles : paper, pen, ink, ink-well.

văn quan [vaɯn kwan] Civilian official.

văn sách [vaɯn ʃáik] Essay ; dissertation.

văn sĩ [vaɯn ʃi] Man of letters.

văn tập [vaɯn tạp] Literary collection.

văn tế [vaɯn té] Funeral oration.

văn thái [vaɯn θái] Elegant.

văn thân [vaɯn θən] To tattoo (the body).

văn thân Scholar.

văn thể [vaɯn θè] Literary form, style.

văn thi (thơ) [vaɯn θi] Prose and poetry.

văn thư [vaɯn θɯ] Letter, document.

văn tuyển [vaɯn twièn] Literary collection.

văn từ [vaɯn tù] Literature.

văn tự [vaɯn tɯ] 1) Act, contract. 2) Writing.

văn uyển [vaɯn wièn] Literary circles.

văn vần [vaɯn vòn] Verse. *Viết theo văn vần* : To write in verse.

văn vật [vaɯn vạt] Culture.

văn võ [vaɯn vɔ] Civil and military.

văn vọng [vaɯn vɔŋ] Fame, reputation.

văn xuôi [vaɯn suəi] Prose.

văn xương [vaɯn suəŋ] God of literature.

vắn [váɯn] Short, brief. *Tin vắn* : News in brief.

vắn tắt [váɯn táɯt] Brief, short. *Bài diễn văn vắn tắt* : Brief speech. *Kể lại vắn tắt việc gì* : To relate something in a few words, briefly. *Nói vắn tắt* : To speak curtly.

vắn vỏi [váɯn vỏi] Short.

vằn [vàɯn] Striped. *Ngựa vằn* : Zebra.

vặn [vạɯn] To turn on (light, radio, etc...).

vặn 1) To twist, to turn ; to wring. *Vặn tay người nào* : To twist someone's arm. *Vặn cổ người nào* : To twist someone's neck. *Tôi sẽ vặn cổ nó* : I'll wring his neck. *Vặn cổ một con chim* :

To wring a bird's neck.

2) To turn. *Vặn chìa khóa trong ổ khóa* : To turn the key in the lock.

vặn To question (someone) closely, to ply (someone) with questions.

vặn cổ [vạшn kỏ] To wring the neck. *Tôi sẽ vặn cổ nó* : I'll wring his neck. *Vặn cổ con gà* : To wring a chicken's neck (to kill it).

vặn đèn [vạшn dèn] To turn up the wick (of a lamp) ; to put on the light, to switch the light on, to switch on the light, to turn on the light.

vặn đồng hồ [vạшn dòŋ hò] To wind (up) a clock.

vặn họng [vạшn hɔ̣ŋ] To wring the neck.

vặn lại [vạшn lại] To contort.

vặn mình [vạшn mìn] To twist, to writhe, to wriggle.

vặn trở lại [vạшn trỏ lại] To put back, move backwards (the hands of a clock) (e.g. when it is fast). *Không bao giờ vặn kim dài trở lại* : You must never back the minute hand.

vặn vẹo [vạшn vẹu] To distort.

văng [vaшŋ] To splash, to spatter. *Làm văng mực lên vật gì* : To splash ink on something. *Làm văng bùn vào người nào* : To spatter someone with mud, to spatter mud over someone. *Làm văng bùn vào vật gì* : To dash something with mud. *Chiếc xe chạy qua làm văng bùn lên chúng tôi* : The car spattered us with mud as it passed.

văng vẳng [vaшŋ vǎшŋ] To ring. *Những lời của nó vẫn còn văng vẳng bên tai tôi* : His words still ring in my ears.

vẳng [vǎшŋ] 1) Deserted, unfrequented. 2) Absent. *Nó đi vắng* : He is away. *Vắng chủ nhà gà mọc đuôi tôm* : When the cat's away the mice will play.

vắng bóng [vǎшŋ bɔ́ŋ] Absent.

vắng mặt [vǎшŋ mạшt] Absent, away (from). *Vắng mặt không xin phép* : Absent without leave. *Người vắng mặt bao giờ cũng lỗi* : The absents are always in the wrong. *Khi tôi vắng mặt thì công việc vẫn chạy như thường* : When I am away things go on just the same.

Những ai vắng mặt không có lý do chánh đáng sẽ bị phạt : Those who are absent without good excuse will be punished. *Tha thứ sự vắng mặt của người nào* : To excuse the absence of someone. *Lý do sự vắng mặt của tôi* : The reason for my absence. *Lúc ấy tôi vắng mặt* : I was absent at the time. *Chúng nó không bao giờ vắng mặt*: They were never missed.

vắng ngắt [vǎшŋ ŋǎшt] Bare (of men). *Bến tàu vắng ngắt* : The wharf was bare (of men).

vắng nhà [vǎшŋ ɲà] Absent from home. *Hôm qua nó vắng nhà* : He was absent from home yesterday. *Thường vắng nhà* : To be often away from home.

vắng tanh [vǎшŋ taiɲ] Quite deserted.

vắng teo [vǎшŋ tɛu] Deserted.

vắng tin [vǎшŋ tin] Not to hear from, not to receive any news from.

vắng vẻ [vǎшŋ vẻ] Deserted, unfrequented. *Đường vắng vẻ* : Empty street. *Các đường phố đều vắng vẻ* : The streets were deserted. *Nơi vắng vẻ* : Deserted spot.

vằng vặc [vàшŋ vạшk] *Trăng sáng vằng vặc* : Bright moonlight.

vẳng [vǎшŋ] *Vẳng vẳng* : To ring. *Những lời của nó vẫn còn vẳng vẳng bên tai tôi* : His words still ring in my ears.

vắt [vǎшt] 1) To squeeze, to express, to crush out. *Vắt một trái chanh* : To squeeze the juice out of a lemon ; to squeeze out the juice of a lemon ; to squeeze (out), press, the juice from a lemon. *Vắt nước một bọt biển* : To squeeze the water out of a sponge.

2) To wring, to twist. *Vắt quặn áo cho hết nước* : To wring (out) the clothes, to give the clothes a wring, to twist the clothes.

vắt To hang, to suspend ; to wear over the shoulder.

vắt Small jungle leech.

vắt *Trong vắt* : Limpid, very clear.

vắt áo [vǎшt áu] To squeeze out the

water from a coat.

vắt chanh [váɯt caiɲ] To squeeze the juice out of a lemon ; to squeeze out the juice of a lemon; to squeeze (out), press, the juice from a lemon.

vắt chân [váɯt cən] To cross one's legs.

vắt khăn [váɯt xaɯn] To sling a towel over one's shoulder.

vắt khô [váɯt xo] To squeeze dry.

vắt nước [váɯt nứrk] To squeeze out of the water from (the cloth, etc...), to screw water out of (a sponge, etc.).

vắt sữa [váɯt ʃứɜ] To draw the milk, to do the milking ; to milk (a cow).

vắt tay lên trán [váɯt tay len trán] To put the hand on the brow.

vắt vai [váɯt vai] To sling (something) on the shoulder.

vắt vẻo [váɯt vẻu] Ngồi vắt vẻo : To sit in a lofty manner.

vặt [vạɯt] Vụn vặt : Detail, minute. Món tiêu vặt : Petty expenses. Ăn vặt : To eat often and little at a time. Ăn cắp vặt : To pilfer. Tiền tiêu vặt : Extra pocket money.

vặt lông [vạɯt loɲ] To pluck, to deplume (a fowl).

vâm [vəm] Elephant. Khoẻ như vâm : As strong as a horse.

vân [vən] 1) Vein (in wood, marble, etc.). Đá có vân : Veined marble. 2) Watering (on silk).

vân gỗ [vən gỗ] Vein in wood.

vân mẫu [vən mỗu] Đá vân mẫu : Mica.

vân mòng [vən mɔ̀ɲ] News.

vân nguyệt [vən ŋwiệt] Cloud and moon.

vân phu [vən fu] Farmer, cultivator.

vân thê [vən θe] Path of glory.

vân tiêu [vən tieu] In the clouds, (fig) very high position.

vân trình [vən trìɲ] Path of the clouds, (fig) path of glory.

vân vân [vən vən] And so on, and so forth, et cetera.

vân vê [vən ve] To roll something between the thumb and a finger.

vân vũ [vən vũ] Clouds and rain, (fig) sexual intercourse.

vấn [vớn] To ask, to question. Chất vấn : To question.

vấn To wind, to roll. Vấn chỉ vào ống : To wind a bobin. Vấn chỉ : To wind thread.

vấn an [vớn an] To inquire, ask, after someone's health.

vấn danh [vớn zaiɲ] Lễ vấn danh : Pre-nuptial ceremony during which the bethrothed's names and dates of birth are exchanged.

vấn đáp [vớn đáp] To question and to answer. Thi vấn đáp : Oral examination.

vấn đề [vớn đè] Question, topic, problem, subject, matter. Vấn đề thời sự : Topics of the day. Những vấn đề thời sự hiện tại : The problems of the present day. Tôi không lo ngại về vấn đề ấy : I have no anxiety on that article. Nghiên cứu tất cả mọi khía cạnh của một vấn đề : To study every aspect of a question. Vấn đề có liên quan đến sự an ninh của một nước : Question that bears on the welfare of the country. Xem xét một vấn đề về mọi phương diện : To examine a question in all its bearings. Đem một vấn đề ra thảo luận : To bring a subject for discussion. Vấn đề đang nghiên cứu, xem xét : Question under consideration. Vấn đề không thể giải quyết được : The problem defied solution. Vấn đề này có quan hệ với một vấn đề khác : This question depends on another. Bàn rộng một vấn đề : To dilate (up) on a topic. Không quan tâm, không để ý đến một vấn đề : To disinterest oneself in a question. Nghiên cứu kỹ một vấn đề : Examine a question thoroughly. Vấn đề được giải quyết không gây ra một sự phản đối cỏn con nào : The question was solved without anyone taking exception to the decision. Anh chỉ mới bàn sơ qua vấn đề thôi : You have only touched the fringe of the question. Bây giờ tôi xin tiếp qua vấn đề khác : I shall now go on to another matter. Biết rõ ngọn ngành một vấn đề : To have a thorough knowledge of a subject. *Đó là một vấn đề hết sức quan trọng, một vấn đề sanh tử* : It's a matter of life and death. *Sự thành công chỉ là vấn đề thời gian* : Success is only a question of time. *Ta hãy trở lại vấn đề* : Let us revert to the subject. *Xét kỹ, đi sâu vào một vấn đề* : To go thoroughly, deeply, into a question. *Người ta đã tốn rất nhiều mực về vấn đề nầy* : Much ink has been split about this question.

vấn đề sống chết [vón dè ʃóŋ cét] Matter of life and death. *Vấn đề thống nhứt quốc gia là một vấn đề sống chết của tất cả dân tộc* : The problem of unification is a matter of life and death for all peoples.

vấn kế [vón ké] To ask advice.

vấn khăn [vón xawn] To wind a turban round one's head.

vấn nạn [vón nạn] To question (someone) closely.

vấn tâm [vón tạm] To ask oneself.

vấn thuốc [vón θwórk] To roll a cigarette.

vấn tóc [vón tók] To do one's hair.

vấn tội [vón tọi] To question (a guilty person).

vấn vít [vón vít] To be involved in.

vấn vương [vón vɯɔŋ] See vấn vít.

vần [vòn] 1) Syllable. *Thuộc về vần* : Syllabic. *Sách dạy đánh vần* : Syllabary. « *Arithmetic* » *là một chữ bốn vần* : « Arithmetic » is a word of four syllables. « *Sycophant* » *là chữ ba vần* : « Sycophant » is a three-syllabled.
2) Rhyme. *Vần dương, vần âm* : Masculine rhymes, feminine rhymes.

vần To move a heavy thing to an another place.

vần *Xoay vần* : To revolve, to turn around.

vần công [vòn koŋ] In turn, by roster.

vần thơ [vòn θɔ] Rhyme.

vần trắc [vòn trằk] Arsis.

vần vũ [vòn vũ] Dull with rain.

vẩn đục [vòn dụk] Turbid, cloudy, muddy (liquid).

vẩn vơ [vòn vɔ] Undecided.

vẫn [võn] Still, just the same. *Khi tôi vắng mặt thì công việc vẫn chạy như thường* : When I am away things go on just the same. *Những lời của nó vẫn còn văng vẳng bên tai tôi* : His words still rings in my ears. *Nó vẫn còn ở đó chứ ?* : Is he still living there ?.

vẫn *Tự vẫn* : To commit suicide by cutting one's throat.

vẫn có [võn kó] Always existent.

vẫn còn [võn kòn] Still. *Chúng nó vẫn còn chơi chứ ?* : Are they still playing ?. *Nàng vẫn còn yếu* : She still continues in weak health. *Nếu anh vẫn còn ương ngạnh như thế, tôi phải trừng trị anh* : If you continue to be so obstinate, I shall have to punish you.

vẫn lệ [võn lẹ] To wipe away one's tears.

vẫn thạch [võn θạik] Aerolite, aerolith, meteorite.

vận [vạn] Fate, destiny, fortune, luck. *Thử thời vận* : To try one's fortune, one's luck.

vận Rhyme.

vận To dress oneself. *Vận đồ đen, đồ hàng lụa* : To be dressed in black, in silk.

vận To turn.

vận bĩ [vạn bĩ] Ill luck, bad luck.

vận chuyển [vạn cwiển] To move round. *Trái đất vận chuyển chung quanh mặt trời* : The earth moves round the sun.

vận dụng [vạn zụŋ] To use, to employ.

vận đen [vạn dɛn] Bad luck, ill fortune.

vận đỏ [vạn dỏ] Good luck, good fortune.

vận động [vạn dọŋ] 1) To exercise, to move. *Sân vận động* : Stadium.
2) To manoeuvre.
3) To canvass. *Vận động cho người nào* : To canvass for someone.

vận động 1) Campaign, canvass. *Cuộc vận động tuyển cử* : Electoral campaign. *Cuộc vận động báo chí* : Press campaign. *Có một cuộc vận động báo chí chống nó* : There was a press campaign against him.

2) Manoeuvre.

vận động chiến [vạn dọŋ cién] War of movement, mobile warfare.

vận động trường [vạn dọŋ truừ̵ŋ] Stadium.

vận hà [vạn hà] Canal.

vận hạn [vạn hạn] Bad luck, ill luck.

vận hành [vạn hàiɲ] To revolve, to move.

vận hên [vạn hen] Good luck, good fortune.

vận hội [vạn họi] Fate, destiny.

vận lương [vạn lɯɰ̵ŋ] To transport provisions.

vận mạng (mệnh) [vạn mạŋ] Destiny, fate, lot.

vận may [vạn may] Good fortune, good luck.

vận phí [vạn fí] Transport charges, freight charges, carriage.

vận rúi [vạn rủi] Bad luck, ill lu-k, ill fortune, adversity, misfortune, adverse fortune.

vận số [vạn ʃó] Fate, destiny.

vận suy [vạn ʃwi] Bad luck, ill fortune.

vận tải [vạn tải] To transport, to convey, to carry (goods, etc...).

vận tải Transport, conveyance, transportation, carriage (of goods, etc...). *Vận tải hàng hóa* : Transport of goods. *Phí tồn vận tải* : Transport charges, freight charges, carriage. *Xe vận tải* : Truck. *Tàu vận tải* : Transport vessel. *Công ty vận tải* : Carrying company.

vận tải bằng đường biển [vạn tải bàɯŋ dɯɰ̵ŋ biển] Marine transport.

vận tải bằng đường bộ [vạn tải bàɯŋ dɯ̵ŋ bọ] Transport by land, land transport.

vận tải bằng đường thủy [vạn tải bàɯŋ dɯ̵ŋ θwi] Water-borne transport, water transport.

vận tải bằng lừa ngựa [vạn tải bàɯŋ lừɰ ŋɯ̵ɰ] Pack transportation.

vận tải bằng súc vật [vạn tải bàɯŋ ʃúk vạt] Animal–drawn transportation.

vận tải bằng thiết lộ [vạn tải bàɯŋ θiét lọ] Rail transpor tation, transport by rail(way).

vận tải bằng xe hơi [vạn tải bàɯŋ ʃɛ hơi] Motor transportation.

vận tải bằng xe lửa [vạn tải bàɯŋ ʃɛ lửɰ] Transport by rail(way), rail transportation.

vận tải hàng hóa [vạn tải hàŋ hwá] Transport of goods.

vận tốc âm [vạn tók ɔm] Velocity of sound.

vận tốc đầu [vạn tók dầu] Initial velocity.

vận tống [vạn tóŋ] To transport, to convey, to carry.

vận văn [vạn vaɯn] Verse.

vận xấu [vạn ʃấu] Ill fortune, ill luck, bad luck.

vận xui [vạn sui] Bad luck, bad fortune.

vâng [vɔŋ] To obey. *Sự vâng lời* : Obedience. *Vâng lời người nào* : To obey someone, to be obedient to someone.

vâng Yes, I agree.

vâng chịu [vɔŋ cịu] To consent, to accept.

vâng dạ [vɔŋ zạ] To obey.

vâng lịnh [vɔŋ lịɲ] To obey an order. *Binh sĩ phải vâng lịnh* : Soldiers must obey orders.

vâng lời [vɔŋ lời] To obey. *Vâng lời người nào* : To obey someone, to be obedient to someone. *Vâng lời vì sợ bị phạt* : To obey for fear of punishment. *Nó không thể làm gì khác hơn là vâng lời* : He could not do otherwise than obey.

vâng lời Obedient, dutiful.

vâng mệnh [vɔŋ mệɲ] To obey an order.

vâng theo [vɔŋ θɛu] To obey. *Vâng theo người nào* : To be obedient to someone. *Tôi bắt buộc phải vâng theo* : I was obliged to obey.

vầng [vầŋ] Aureole, halo.

vầng hào quang [vầŋ hàu kwaŋ]

V

Halo, nimbus.

vấp [vớp] 1) To stumble (over), to knock (against). *Đứa bé vấp và té :* The child stumbled and fell. *Vấp phải một sự khó khăn :* To stumble over, stick at, a difficulty. *Vấp phải một sự trở ngại :* To come up against an obstacle. *Vấp phải vật gì :* To knock, stumble, against something, to be brought up short by something. *Vấp một cục đá :* To stumble over a stone ; to stub one's toe, to stumble, against a stone. *Vấp phải rễ cây :* To stub one's foot, one's toe, against a root, to stumble over the root of a tree. *Nó vấp rễ cây và té :* He caught his foot on a root and fell.

2) *Nói vấp :* To stumble, speak in a hesitating way, speak hesitatingly. *Nói vấp trong bài diễn văn :* To stumble in one's speech.

vấp chân [vớp cơn] To stumble (over), to stub one's foot (against).

vấp đá [vớp dá] To stumble over a stone ; to stub one's toe, to stumble, against a stone; to hit one's foot against a stone.

vấp ngã [vớp ŋã] To stumble and fell. *Nó vấp trên thang lầu và ngã xuống đất :* He stumble on the stairs and fell forward to the bottom.

vấp phải [vớp fải] To stumble (over). *Vấp phải một sự khó khăn :* To stumble over, stick at, a difficulty.

vấp té [vớp té] See **vấp ngã.**

vấp váp [vớp váp] *Nói vấp váp :* To stumble.

vập [vập] To run against. *Vập đầu vào tường :* To run one's head against the wall.

vất [vất] To throw, to cast. *Vất vật gì ra ngoài cửa sổ :* To throw something out of the window.

vất vả [vất vả] Very hard. *Làm việc vất vả :* To work very hard.

vất vưởng [vất vưởŋ] Uncertain, unstable. *Đời sống vất vưởng :* Unstable life.

vật [vật] Thing. *Động vật :* Animal. *Thực vật :* Vegetation, plants. *Vạn*

vật : Nature. *Vật rất nhỏ :* Atom.

vật To wrestle. *Người đấu vật :* Wrestler. *Trận đấu vật :* Wrestle, wrestling-match. *Vật với nhau :* To wrestle together. *Vật với người nào :* To wrestle with someone. *Nó vật với tôi đến lúc tôi chịu thua mới thôi :* He wrestled with me until I gave in. *Hai tay đấu vật ôm chặt nhau :* The two wrestlers grappled together.

vật cách điện [vật káik diện] Insulator.

vật báu [vật báu] Precious thing.

vật biểu [vật biểu] Gift, present.

vật canh [vật kạiŋ] To struggle for existence.

vật chất [vật cất] Matter, substance. *Thực vật chất :* Vegetable matter.

vật chất Material. *Hóa thành vật chất :* To materialize.

vật chất chủ nghĩa [vật cất củ ŋĩơ] Materialism. *Người theo vật chất chủ nghĩa :* M:terialist.

vật chề âm [vật cé ơm] (Mus) Mute, sordine (for violin, etc...).

vật chủ [vật củ] Owner.

vật chướng ngại [vật cưởŋ ŋại] Barricade.

vật di tặng [vật zi tạŋ] Bequest.

vật dục [vật zụk] Carnal desires.

vật dụng [vật zụŋ] Implement, tool ; item. *Vật dụng nhà bếp :* Kitchen implements. *Vật dụng thay thế :* Substitute item. *Vật dụng thiết yếu :* Essential item.

vật đổi sao dời [vật dổi ʃau zời] Vicissitude.

vật giá [vật ʃá] Price of goods.

vật giới [vật ʃới] The material world.

vật hoán tinh di [vật hwán tiŋ zi] Vicissitude.

vật kỷ niệm [vật kỉ niệm] Souvenir.

vật kiến trúc [vật kiến trúk] Architecture.

vật kính [vật kíŋ] Lens. *Vật kính sáng:* Fast lens.

vật liệu [vật liệu] Material. *Vật liệu*

cất nhà : Building materials. *Vật liệu chiến lược* : Strategic material.

vật lộn [vạt lọn] To wrestle, to struggle. *Vật lộn với người nào* : To wrestle with someone. *Vật lộn với đời* : To struggle for life. *Vật lộn với sự khó khăn* : To grapple with a difficulty.

vật lý học [vạt li họk] Physics. *Thuộc về vật lý học* : Physical. *Nhà vật lý học* : Physicist.

vật nài [vạt nài] To insist.

vật ngã [vạt ŋã] To throw, down, floor (wrestler). *Vật ngã một địch thủ* : To throw an opponent.

vật phẩm [vạt fờm] Things.

vật phân tích [vạt fən tik] (Ch) Educt.

vật phụ thuộc [vạt fụ θwɔrk] Appurtenance, accessory.

vật quý [vạt kwi] Precious thing.

vật sản [vạt ʃản] Product.

vật tặng [vạt tạuɯŋ] Gift, present.

vật thể [vạt θẻ] Material body.

vật trâu [vạt trɔu] To slaughter, knock down, a buffalo.

vật vã [vạt vã] To throw oneself (on the ground) ; to writhe in (pain, sorrow) in bed.

vật vờ [vạt vờ] Wandering.

vấu [vửu] Claw (of tiger).

vẩu [vửu] *Răng vẩu* : Buck-teeth, prominent teeth, protruding teeth.

vây [vei] 1) To encircle, to besiege, to beset, to beleaguer, to surround. *Bị địch bao vây* : To be encircled by the enemy.
2) To surround, beset, mob, throng round, crowd round (someone, something). *Vây chung quanh người nào* : To throng round someone. *Chúng nó vây chung quanh cửa* : They throng round the door. *Vây chặt người nào* : To close in on someone.

vây Fin (of fish).

vây bắt [vei bắɯt] To round up (robber, etc...).

vây bọc [vei bɔk] To surround, to encompass.

vây cá [vei ká] Fin of fish.

vây cánh [vei kảiɲ] Fin and wing, (fig) support.

vấy [véi] Stained with (blood, etc...).

vấy bùn [véi bùn] Covered with mud.

vấy máu [véi máu] Blood – stained, stained with blood. *Khăn tay vấy máu* : Blood-stained handkerchief. *Tay vấy máu* : Blood-stained hands.

vầy [vèi] *Sum vầy* : To meet, to come together, to gather together.

vầy *Như vầy* : Thus, so.

vầy duyên [vèi zwien] To marry.

vậy [vẹi] To dabble, to sprinkle with water.

vẩy [vểi] (Chó) *Vẩy đuôi* : (Of dog) To wag its tail. *Con chó vẩy đuôi nó* : The dog wags its tail, the dog waggles his tail.

vẫy [vẽi] To wave (hand, handkerchief, etc...) ; to beckon ; (of dog) to wag, waggle (its tail). *Vẫy tay từ giã người nào* : To wave a good-bye to someone. *Nó vẫy tôi lại gần hơn* : He beckoned me to come nearer. *Vùng vẫy* : To struggle, to bestir oneself.

vẫy đuôi [vẽi đuɔi] To wag the tail.

vẫy tay [vẽi tay] To wave the hand.

vẫy vùng [vẽi vùŋ] To act freely.

vậy [vẹi] 1) So, thus, then, therefore. *Vậy anh không đến sao ?* : So you are not coming ?. *Sanh hoạt đắt đỏ, vậy chúng ta phải tiết kiệm* : Living is dear so we must economize ; living is dear, therefore we have to economize. *Vậy, khi nó đến ...* : Thus, when he arrived... *Nếu vậy thì tốt hơn anh ở lại* : Then you had better stay. *Vậy thì, đi* : Go, then. *Anh làm sao vậy ?* : What's the matter with you then ?. *Vì vậy mà...* : That is the reason why... *Dẫu vậy* : In spite of that. *Không còn cái ghế nào cả vậy anh dùng cái thùng kia để ngồi* : There are no more chairs so you must use that box as a seat.
2) (Góa phụ) *Ở vậy* : (Of widow) Not to remarry.

vậy mà [vẹi mà] Yet, nevertheless.

vậy thì [vẹi θì] Then, thus. *Nếu vậy*

thì tốt hơn anh ở lại : Then you had better stay.

ve [vɛ] (Ent) Cicada.

ve Flash, bottle.

ve To court, to flirt, to woo, to make love to. *Ve người nào* : To make, pay, court to someone.

ve Lapel (of coat).

ve chai [vɛ cai] Bottle.

ve gái [vɛ gái] (Of man) To flirt with (a woman).

ve không [vɛ xoŋ] Empty bottle.

ve nước [vɛ ɲứrk] Bottle of water.

ve rượu [vɛ rựɯu] Bottle of wine.

ve sầu [vɛ ʃầu] Cicada.

ve vãn [vɛ vãn] To court, to flirt.

ve vẩy [vɛ vẩi] To wag, to switch. *(Chó) Ve vẩy đuôi* : (Of dog) To wag its tail. *Con bò cái ve vẩy đuôi nó* : The cow switched her tail.

ve ve [vɛ vɛ] Cicada.

vé [vé] Ticket (esp. on omnibus, underground, at swimming-bath, etc...). *Người soát vé* : Ticket-collector. *Chỗ bán vé* : Ticket-office, booking-office. *Kềm bấm vé* : Ticket-punch. *Đưa vé cho người soát vé* : To show one's ticket to the ticket-collector. *Hành khách có vé hạng nhứt* : Passengers holding first class tickets. *Trình vé ở ga* : To produce ticket at the station.

vé đá banh [vé đá baiɲ] Football ticket.

vé hát [vé hát] Theater ticket.

vé khứ hồi [vé xứ hồi] Return ticket.

vé mời [vé mời] Invitation card.

vé số [vé ʃó] Lottery ticket.

vé tàu [vé tàu] Ship ticket.

vé vào cửa [vé vàu kửa] Admission ticket.

vé xe lửa [vé ʃɛ lửa] Train ticket.

vé xi nê [vé si ne] Movies ticket.

vé xổ số [vé ʃổ ʃó] Lottery ticket.

vè [vè] Satirical folk-song.

vè Mudguard (of motor-car).

vẻ [vẻ] Air, look, appearance, colour,

tinge. *Nó có vẻ buồn* : He looks sad. *Nàng có vẻ độ hai mươi tuổi* : She seemed, appeared to be about twenty ; she was seemingly about twenty. *Người có vẻ hung ác* : Man with an evil air. *Trong cái cười của nó có vẻ ghen ghét* : In his smile there was just a tinge of jealousy. *Tiếng nói có vẻ giận* : Voice tinged with anger. *Bài hát đượm vẻ ưu sầu* : Songs tinged with melancholy. *Nó làm ra vẻ quan trọng* : He has an air of importance. *Nó có vẻ do dự* : He appeared to hesitate. *Câu chuyện của nó có vẻ thật* : His story has some colour of truth.

vẻ ảm đạm [vẻ ảm đạm] Melancholy air.

vẻ buồn [vẻ buồn] Air of sadness. *Có vẻ buồn* : To appear sad.

vẻ đài các [vẻ đài kák] Noble air.

vẻ ghen ghét [vẻ gen gét] Tinge of jealousy.

vẻ khổ sở [vẻ xổ ʃở] Unhappy look.

vẻ mặt [vẻ mạɯt] Countenance, look. *Vẻ mặt hớn hở* : Gladsome countenance.

vẻ quý phái [vẻ kwí fái] Noble air.

vẻ sung sướng [vẻ ʃuŋ ʃướŋ] Happy look.

vẻ tư lự [vẻ tư lự] Worried look.

vẻ ưu sầu [vẻ ưu ʃầu] Sad look.

vẻ vang [vẻ vaŋ] 1) Honourable, creditable. *Nó làm vẻ vang cho nhà trường* : He is a credit to the school. 2) Glorious (victory, etc...).

vẻ vui tươi [vẻ vui tươi] Gay appearance.

vẽ [vẽ] To draw, to sketch, to describe, to design. *Vẽ vật gì bằng mực, bằng viết chì* : To draw something in ink, in pencil. *Vẽ một địa đồ* : To draw a map. *Vẽ chân dung người nào* : To draw a picture of someone. *Học vẽ* : To learn drawing. *Nó vẽ hình một con mèo* : He drew the figure of a cat. *Vẽ họa đồ một cái nhà* : To trace out the plan of a house. *Thợ vẽ* : Drawer. *Bảng kê đề vẽ* : Drawing-board. *Tập vẽ* : Drawing-book. *Giấy đề vẽ* : Drawingpaper. *Bức vẽ:* Drawing. *Đinh gắn để vẽ:* Drawing-pin. *Thầy dạy vẽ :* Drawing-master, drawing-teacher. *Vẽ một vòng tròn rất dễ nếu anh có một compa :* It is easy to describe a circle if you have a pair of compasses.

vẽ chuyện [vẽ cwiện] To make up story.

vẽ hoạt kê [vẽ hwạt ke] To caricature.

vẽ lông mày [vẽ loŋ mày] To touch up one's eyebrows.

vẽ mặt [vẽ mạưt] (Th) To make up.

vẽ phác [vẽ fák] To sketch, to outline (portrait, design, etc..).

vẽ rắn thêm chân [vẽ rắưn θem cơn] To do useless work.

vẽ tranh [vẽ traiɲ] To paint.

vẽ vời [vẽ vòi] To invent.

vẹm [vẹm] Large-sized mussel.

ven biển [vɛn biển] Coast, shore.

ven rừng [vɛn rừŋ] Edge of a forest.

ven sông [vɛn ʃoŋ] River-bank.

vén [vén] To pull up, roll up, turn up, draw up.

vén áo [vén áu] To pull up one's dress.

vén khéo [vén xɛ́u] Tidy, orderly.

vén màn [vén màn] See vén mùng.

vén mùng [vén mùŋ] To raise the mosquito-net.

vén quần [vén kwờn] To roll up one's trousers.

vén tay áo [vén tay áu] To draw up, roll up, tuck up, one's sleeves.

vén tóc [vén tɔ́k] To put one's hair up.

vén váy [vén váy] To tuck up one's skirt.

vẹn [vẹn] Perfect, complete. *Nguyên vẹn :* Intact, whole, untouched.

vẹn toàn [vẹn twàn] Perfect.

veo [vɛu] *Trong veo :* Limpid, very clear.

véo [vɛ́u] To tweak, to pinch and twist sharply.

véo von [vɛ́u vɔn] Melodious.

vèo [vèu] *Đánh vèo một cái :* In the twinkling of an eye, in a trice, in a jiffy.

vẹo [vẹu] One hundred thousand.

vẹo Distorted, twisted.

vẹo cổ [vẹu kổ] *Tật vẹo cổ :* (Med) Crick, (w)rick, in the neck, wryneck, torticollis.

vét [vét] 1) To clean, clear out (a well) ; to cleanse, dredge, drag (a river, etc...). *Tàu vét :* Dredge, dredge-boat. *Lưới vét :* Dredge-net.

2) To make a clean sweep. *Vơ vét :* To sweep off, carry off (contents of a house, etc...).

vét bùn [vét bùn] To dredge (up) mud.

vét giếng [vét ʒiéŋ] To clean out a well.

vét mìn [vét mìn] To clear the sea of mines.

vét mương [vét mưəŋ] To clean a ditch.

vét nhẵn [vét ɲãưn] See vét sạch.

vét sạch [vét ʃạik] To clean out. *Vét sạch người nào :* To clean someone out. *Chúng nó vét sạch cửa hàng của tôi :* They have emptied my shop.

vẹt [vẹt] (Orn) Parrot. *Vẹt mái :* Hen-parrot. *Nàng nói như vẹt :* She's a mere parrot. *Đừng dạy con vẹt của tôi chửi thề :* Don't teach my parrot to swear, please.

vẹt-ni [vẹt ni] Varnish. *Dầu vẹt-ni pha với rượu :* Spirit varnish. *Đánh vẹt-ni:* To varnish. *Có đánh vẹt-ni :* Varnished.

vê [ve] To roll (medicine etc...) into a small ball with the thumb and a finger.

vế [vế] 1) Thigh. *Xương bắp vế :* Thigh-bone.

2) (Math) Member, (Pros) foot. *Vế có ba vần, hai vần trước ngắn và một vần sau dài :* Anapaest.

vế *Lép vế :* To be inferior in rank.

về [vè] To return, to come back. *Về quê hương :* To go back to one's native land. *Về nhà :* To return (to one's) home. *Tôi gặp nó khi ở nhà thờ về :* I met him on my way back, on my way home, from church. *Nó vẫy tôi về :* He

V

waved me back, beckoned me back. *Tôi về Saigon* : I am returning to Saigon. *Chúng tôi trở về bằng xe lửa* : We are coming back by rail. *Nó vừa ở ngoại quốc về* : He is just back from abroad. *Nó ở Saigon về ngày 10 tây* : He is coming back, returning, from Saigon on the 10th. *Chừng nào nó về* : When will he be back ?. *Nó đang trên đường về* : He is on his way back. *Mai tôi về* : I am coming back to-morrow. *Đi săn về* : To come back from a day's shooting. *Đây là bạn tôi vừa ở Saigon về* : Here is my friend, just back from Saigon. *Về chờ người nào* : To go back to wait for someone. *Về nhà ăn cơm trưa* : To go home to lunch. *Về chỗ của mình* : To go back to one seat. *Gọi trẻ con về* : To call the children in. *(Thể thao) Về nhứt, về nhì* : (Sp) To come in first, second.

về 1) Concerning, about. *Về phần tôi* : As far as I am concerned. *Về phần nó* : As for him. *Về việc ấy, về vấn đề ấy* : About that. *Nói về chuyện gì* : To speak about something.

2) In, at. *Chuyên môn về kinh tế* : Expert in economics. *Giỏi về tiếng La tinh* : Good at Latin. *Nó chỉ giỏi về môn quần vợt thôi* : He is good at nothing except tennis. *Giỏi về toán* : Good at mathematic.

về *Thuộc về* : To belong to. *Việc ấy thuộc về bổn phận của tôi* : That belongs to my duties. *Chúng nó thuộc về hạng nào ?* : Under what category do they belong ?.

về ăn cơm [về auɯn kəm] To go home to dinner, for dinner.

về ban đêm [về ban dem] At night.

về cơm cháy [về kəm cáy] Burnt portion adhering to the pan.

về già [về sà] To become old.

về hùa [về hwə] To take sides with (someone), to take the sides of (someone).

về hưu [về hɯu] To retire on a pension. *Vì ông ấy tàn tật nên người ta cho ông ấy về hưu* : He has been re-

tired on the ground of his infirmities.

về không [về xoŋ] To come home (from a day's shooting) with an empty bag, empty-handed.

về nhà [về ɲà] To return home, come home, reach home. *Về nhà ăn cơm* : To go home to dinner, for dinner. *Tôi phải làm xong việc nầy trước khi về nhà* : I must finish this work before I go home. *Chúng tôi về đến nhà lối nửa đêm* : We got in about twelve o'clock.

về nhứt [về ɲứt] (Sp) To come in first.

về nước [về nứrk] To return to one's country, to go back to one's native land.

về phần [về fɔn] As to, as for, as regards, with respect to. *Về phần tôi* : For my part, as for me, as far as I am concerned. *Về phần nó* : As for him. *Về phần anh* : As to you.

về việc [về vịrk] About. *Về việc ấy* : About that.

vệ [vẹ] *Bảo vệ* : To protect. *Hộ vệ* : To escort. *Tự vệ* : Self-defence.

vệ binh [vẹ biɲ] Guard.

vệ đường [vẹ dɯờŋ] Roadside.

vệ quốc [vẹ kwók] To protect a country.

vệ sĩ [vẹ ʃi] Body-guard.

vệ sinh [vẹ ʃiɲ] Hygiene. *Thuộc về vệ sinh* : Hygienic, sanitary. *Vệ sinh học* : Hygienics. *Nhà vệ sinh học* : Hygienist, sanitarian. *Thiếu vệ sinh* : Insufficient sanitary arrangements.

vệ tinh [vẹ tiɲ] Satellite.

vệ tống [vẹ tóŋ] To escort.

vện [vẹn] *Chó vện* : Striped dog.

vênh [veiɲ] Warped, bent.

vênh mặt [veiɲ mạɯt] To put on airs.

vênh vang [veiɲ vaŋ] Proud, haughty.

vênh váo [veiɲ váu] Bloated with pride, blown up with pride.

vểnh [vểiɲ] To raise, to hold up. See *vảnh*.

vểnh tai [vểiɲ tai] See *vảnh tai*.

vết [vét] Trace, track, trail ; blutch, blur; stain, spot (of grease, mud, etc...); blob (of colour, grease) ; flaw (in precious stone, work of art, etc...). *Vết của một đường thẳng* : Traces of a straight line. *Tìm ra dấu vết của người nào, vật gì* : To find a trace of someone, of something.

vết bầm [vét bɔ̀m] Black and blue, bruise. *Tay tôi đầy vết bầm* : My arm is all black and blue. *Mình đầy vết bầm* : Body covered with bruises. *Nó té bên sườn núi ; hôm sau mình nó đầy vết bầm* : He fell down the side of the mountain ; next day he was covered with bruises.

vết bẩn [vét bɔ̀n] Stain, spot.

vết cào [vét kàu] See **vết trầy**.

vết chân [vét cɔn] Foot-sprint(s), foot-mark.

vết dơ [vét zə] See **vết bẩn**.

vết máu [vét máu] Blood stain, smear of blood, trail of blood. *Có vết máu trên tường* : There's a smear of blood on the wall. *Con sư tử bị thương để lại một vết máu* : The injured lion left a trail of blood.

vết né da [vét nẻ za] Chap ; crack(s), open seam(s), in skin.

vết nhăn [vét ɲăun] Wrinkle ; furrow (on the face or forehead). *Vết nhăn trên mặt của một ông già* : The wrinkles on the face of an old man. *Mặt của nó đầy vết nhăn* : His face is seamed with wrinkles. *Ủi hết vết nhăn của một cái áo dài* : To iron out the wrinkles in a dress. *Trán đầy vết nhăn* : Brow furrowed with wrinkles, deeply lined forehead.

vết phỏng [vét fɔ̉ŋ] Burn. *Nó chết về những vết phỏng trong cuộc hỏa-hoạn* : He died of the burns that he received in the fire.

vết quào [vét kwàu] See **vết trầy**.

vết răn [vét răun] See **vết nhăn**.

vết sẹo [vét ʂɛu] See **vết thẹo**.

vết thẹo [vét θɛu] Cicatrice, cicatrix.

vết thương [vét θɯɔŋ] Wound, injury, hurt. *Vết thương ở cánh tay* : Wound in the arm. *Bị nhiều vết thương nặng* : To receive severe injuries. *Những vết thương tình* : The pangs of love. *Vết thương của tôi nhức lắm* : My wound was burning. *Vết thương không sâu lắm* : Wound that does not as very deep. *Nhận ngón tay lên vết thương* : To press one's finger on a wound. *Lấy ngón tay dò vết thương* : To probe a wound with one's finger. *Vết thương của nó làm nó không thể làm việc được* : His wound unfits him for work. *Nó bị một vết thương và chết vì vết thương ấy* : He received a wound and died about it. *Dấu của vết thương còn không ?* : Does the mark of the wound still show ?. *Nặn mủ một vết thương ra* : To squeeze matter out of a wound. *Máu từ vết thương chảy ra từng giọt* : Blood trickled from the wound.

vết tích [vét tik] Traces, vestiges.

vết trầy [vét trèi] Scratch. *Hai tay nàng đầy vết trầy* : Her hands were covered with scratches.

vi [vi] Fin (of fish).

vi *Hành vi* : Act, action, deed.

vi *Châu vi* : Perimeter.

vi ảnh [vi ảiɲ] Microphotography, photomicrography.

vi âm [vi əm] *Máy vi âm* : Microphone.

vi âm khí [vi əm xi] Microphone.

vi ba [vi ba] Micro-wave.

vi bạn [vi bạn] To betray.

vi bằng [vi bàɯŋ] To serve as evidence, proof.

vi bằng Evidence, proof.

vi bội [vi bọi] To desobey.

vi bội Contradictory.

vi cá [vi ká] Fin of fish.

vi cảnh [vi kảiɲ] To violate the police regulations. *Tội vi cảnh* : Petty offence, minor offence.

vi cứ [vi kứ] See **vi bằng**.

vi diệp [vi ziệp] (Bot) Microphyllous.

vi diệu [vi ziệu] Miraculous.

vi hành [vi hàiɲ] To travel incognito.

vi hiến [vi hiến] Contrary to the constitution.

vi hóa học [vi hwa họk] Microchemistry.

vi hòa [vi hwà] Indisposed, unwell, ailing, out of sorts.

vi khí tượng học [vi xí tượŋ họk] Micrometeorology.

vi khổn [vi xón] To be encircled by the enemy.

vi khuẩn [vi xwỏn] (Biol) Bacterium. Thuộc về vi khuẩn : Bacterial.

vi khuẩn học [vi xwỏn họk] Bacteriology.

vi khuẩn trị liệu pháp [vi xwỏn trị liệu fáp] Bacteriotherapy.

vi lễ [vi lẽ] Impolite.

vi lịnh [vi lịŋ] To desobey an order.

vi lô [vi lo] (Bot) Reed.

vi lý [vi li] Unreasonable.

vi mang [vi maŋ] 1) Minuscule, very small.
2) Vague, indistinct.

vi mạng vi mạŋ] To desobey an order.

vi nạn [vi nạn] To run danger.

vi nghịch [vi ŋịk] Contradictory.

vi nha [vi ɲa] (Biol) Gemmule.

vi nhiệt kế [vi ɲiệt ké] (Ph) Bolometer.

vi nhiễu [vi ɲiễu] To encircle, to surround.

vi phạm [vi fạm] To violate ; to transgress. Sự vi phạm : Violation, transgression. Vi phạm pháp luật : To violate the law.

vi pháp [vi fáp] Contrary to the law.

vi phân [vi fơn] Differential. Lấy vi phân : To differentiate. Phép tính vi phân : Differential calculus.

vi sinh học [vi ʃịŋ họk] Microbiology.

vi sinh vật [vi ʃịŋ vật] Microbe, animalcule, microscopic animal ; microorganism.

vi-ta-min [vi ta min] Vitamin.

vi tế cầu tạo học [vi té kỏu tạu họk] Micrography.

vi thành [vi θàịɲ] To encircle, invest, beleaguer, a town.

vi thất [vi θất] To be mistaken, to be at fault.

vi thể hóa [vi θẻ hwa] To atomize, to spray (liquid).

vi tích [vi tík] Infinitesimal calculus.

vi tiện [vi tiện] Low, vile.

vi tiếu [vi tiếu] To smile.

vi tọa [vi twa] To sit round (the fire, etc...).

vi trùng [vi trùŋ] Microbe, germ, bacteria. Thuộc về vi trùng : Microbial, microbic, bacterial.

vi trùng học [vi trùŋ họk] Microbiology, bacteriology.

vi tường [vi tườŋ] Surrounding wall.

vi ước [vi ứrk] To break one's word ; to go back on one's word.

vi vu [vi vu] Whistling, whistle (of the wind).

vi vũ [vi vũ] Fine rain.

ví [ví] Purse, handbag.

ví To compare, to liken. Ví vật gì với vật khác : To compare something with something. Nó không thể ví với anh được : He can't compare with you.

ví To encircle, to surround, to beset.

ví bằng [vi bàuŋ] If, in case.

ví bắt [ví bắut] To round up (robber, etc...).

ví dầu [vi zòu] See ví bằng.

ví dụ [ví zụ] Example ; for example.

ví mà [ví mà] See ví như.

ví như [ví ɲư] In case. Ví như nó không có ở đó : In case he should not be there.

ví phòng [ví fòŋ] If, in case.

ví tiền [ví tiền] Purse.

vì [vì] Because, because of ; due to ; in view of, on account of ; for, through: Vì việc gì, vì lẽ gì : Because of something. Vì người nào, chuyện gì : On account of someone, of something. Vì anh tôi mới làm việc ấy : I did it on your account. Tôi không nói gì cả vì có trẻ con ở đấy : I said nothing because of the children being there. Vì sa mù nên tàu đến trễ : Due to fog the boat arrived late. Chờ một chút vì tôi có chuyện muốn nói với anh : Wait a moment, for I have something to tell you. *Vắng mặt vì đau* : Absent through illness. *Vì tôi mà nó trễ xe lửa* : It is (all) through me that he lost his train. *Làm việc gì vì người nào* : To do something for the sake of someone, for someone's sake. *Vì lý do sức khoẻ* : For reasons of health. *Vì những lý do mà chỉ có mình tôi biết thôi* : For reasons best known to myself. *Hành động vì sợ* : To act out of fear. *Chết vì tổ quốc* : To die for one's country. *Vì anh tôi mới làm việc ấy* : I did it on your account. *Chúng tôi ở nhà vì trời mưa* : We stayed at home because it rained. *Kết hôn với người nào vì tiền* : To marry someone for his money. *Chúng tôi bị lạc vì không biết đường* : We lost ourselves through not knowing the way. *Vì anh là bạn của tôi, tôi sẽ nói tất cả với anh* : Since you are my friend I will tell you all.

vì *Trị vì* : To reign. *Thay vì* : Instead of, in lieu of.

vì ai [vì ai] Because of whom ? for whose sake ?.

vì chưng [vì cɯɯŋ] Because of, due to.

vì cớ gì [vì kɔ́ ɟì] For what reason ? upon what score ? wherefore ?.

vì dốt nát [vì zót nát] Through ignorance.

vì lẽ ấy [vì lẽ ấy] Therefore.

vì lý do [vì lì zɔ] On account of. *Vì lý do sức khoẻ* : For reasons of health. *Vắng mặt vì lý do sức khoẻ* : Absent on account of ill health. *Vì những lý do mà chỉ có mình tôi biết thôi* : For reasons best known to myself.

vì nể [vì nể] To have regard for (someone).

vì rằng [vì rằɯŋ] Because, for.

vì sao [vì ʃau] Why ? for what reason ?.

vì sao Star.

vì thế [vì θế] For that, because of that.

vì vậy [vì vệy] Therefore.

vỉ [vỉ] Broiler, brander, gridiron.

vĩ [vĩ] *Thủ vĩ* : Head and tail, beginning and end.

vĩ cầm [vĩ kầm] Violin. *Hộp đựng vĩ cầm* : Violin case. *Người chơi vĩ cầm* : Violinist. *Chơi, kéo vĩ cầm* : To play on the violin.

vĩ đại [vĩ đại] Colossal, huge. *Sự thành công vĩ đại* : Colossal success.

vĩ độ [vĩ đọ] Latitude. *Vĩ độ Bắc* : North latitude. *Vĩ độ Nam* : South latitude.

vĩ nghiệp [vĩ ŋiẹp] Great work.

vĩ nhân [vĩ ɲən] Great man. *Nhiều bậc vĩ nhân đã từ chỗ nghèo nàn mà ra, thí dụ, Lincoln và Edison* : Many great men have risen from poverty—Lincoln and Edison, for example. *Anh thích đọc tiểu sử của những bậc vĩ nhân không ?* : Do you enjoy reading the lives of great men ?.

vĩ phần [vĩ fần] (Bot) Caudicle.

vĩ tài [vĩ tài] Great talent.

vĩ thế [vĩ θế] To rule the world.

vĩ tuyến [vĩ twiến] Parallel.

vị [vị] Rank, position. *Thoái vị* : To abdicate. *Kế vị* : To succeed. *Thưa quý vị* : Gentlemen, sirs.

vị Taste, flavour. *Đồ gia vị* : Spices. *Vô vị* : Tasteless, insipid ; tedious. *Rượu nầy không có vị (lạt)* : This drink has no taste. *Thú vị* : Agreeable, pleasant, interesting. *Anh có thể nhận ra vị gì lạ trong xúp nầy không ? Tôi bị cảm nặng nên không nhận ra vị gì cả* : Can you taste anything strange in this soup ? I have a bad cold and cannot taste (anything).

vị Partial. *Vị người nào* : To be partial to someone.

vị To have regard for (someone).

vị *Dịch vị* : Gastric juice.

vị cấp cách [vị kấp káik] Minor.

vị chi [vị ci] That is, that comes to.

vị chi huy [vị ci hwi] Commander.

vị chua [vị cwə] Acid taste.

vị danh [vị zaɲ] For honour.

vị dịch [vị zịk] Gastric juice. *Vị dịch tố* : Pepsin.

vị đắng [vị dɯɯŋ] Bitterness. *Vật ấy*

làm đồ ăn có vị đắng : It makes the food taste bitter.

vị định [vị dịp] Undetermined.

vị giác [vị sák] (Sense of) Taste. *Vị giác khí :* Organ of taste.

vị hôn phu [vị hon fu] Fiancé, be-throthed.

vị hôn thê [vị hon θe] Fiancée, be-throthed. *Vị hòn thê của tôi :* My future wife. *Để tôi giới thiệu anh với vị hôn thê của tôi :* Let me introduce you to my intended (colloq. or vulgar style).

vị kỷ [vị kỉ] Selfish, egoistic(al). *Tánh, lòng vị kỷ :* Egoism, selfishness.

vị lai [vị lai] Future. *Thì vị lại :* Future tense. *Vị lai chủ nghĩa :* Futurism. *Tính vị lai :* Futurition.

vị liệu [vị liệu] Spices, condiments, seasonings.

vị lợi [vị lợi] For gain.

vị nạp [vị nạp] Stomach capacity.

vị nể [vị nể] To have regard for (some-one).

vị ngã [vị ŋã] See **vị kỷ**.

vị ngọt [vị ŋɔt] Sweet taste. *Đường có vị ngọt :* Sugar has a sweet taste.

vị quan [vị kwan] Organ of taste.

vị quốc [vị kwók] For the country. *Vị quốc vong thân :* To risk one's life for the country.

vị quyết [vị kwiét] Undetermined.

vị tang [vị taŋ] Stomach.

vị tất [vị tót] Not necessarily.

vị tha [vị θa] Altruistic. *Vị tha chủ nghĩa :* Altruism.

vị thành [vị θàiɲ] Unfinished, uncompleted.

vị thành niên [vị θàiɲ nien] Minor.

vị thế [vị θé] Position. *Vị thế tác xạ :* Firing position.

vị thống [vị θóŋ] (Med) Gastralgia.

vị thơm [vị θəm] Aroma.

vị thuốc [vị θwók] A medicine.

vị thứ [vị θứ] Rank.

vị toan [vị twan] Gastric juice.

vị trí [vị trí] Position. *Vị trí của chiếc*

tàu : Ship's position. *Tấn công chiếm vị trí địch :* To storm the enemy's position. *Các binh sĩ xông tới chiếm vị trí địch :* The soldiers rushed forward and carried the enemy's position. *Đánh bật địch ra khỏi vị trí :* To drive the enemy out of his position.

vị trí bay [vị trí bay] Flight position.

vị trí chiến đấu [vị trí cién dấu] Battle position.

vị trí chủ yếu [vị trí củ iéu] Key position.

vị trí giả tạo [vị trí sả tạu] Dummy position.

vị trí hiện tại [vị trí hiện tại] Present position.

vị trí kháng cự [vị trí xáŋ kụ] Position of resistance.

vị trí liên thanh [vị trí lien θaiɲ] Machine gun position.

vị trí lộ thiên [vị trí lọ θien] Open position.

vị trí tác xạ [vị trí ták ʃạ] Fire position. *Vị trí tác xạ phụ :* Supplementary firing position.

vị trí tấn công [vị trí tón koŋ] Attack position.

vị trí thay thế [vị trí θay θé] Alternate position, alternative position.

vị trí tiền đồn [vị trí tiền dòn] Outpost position.

vị trí tiền tuyến [vị trí tiền twién] Advance position.

vị trí trên không [vị trí tren xoŋ] Air position.

vị trí trì hoãn [vị trí trì hwãn] Delaying position.

vị trí trú ẩn [vị trí trú ẩn] Cover position.

vị trí xung phong [vị trí suŋ fɔŋ] Assault position.

vị tướng [vị tửɔŋ] Phase. *Cùng vị tướng :* In phase.

vị tướng kế [vị tửɔŋ ké] Phasemeter.

vị tướng phù hợp [vị tửɔŋ fù hợp] Concurrent phases.

vị viêm [vị viem] (Med) Gastritis.

via [viə] (Slang) Old. *Ông via* : The old man. *Ông via tôi* : My father. *Bà via tôi* : My mother.

via [viə] Vital spirit.

via hè [viə hὲ] Sidewalk.

việc [vịrk] 1) Fact, business, affair, thing, concern. *Một việc đã rồi* : An accomplished fact. *Rất bận việc* : To be full of business. *Anh đến đây có việc gì ?* : What is your business here ?. *Đó là việc của ông quản lý* : That's the manager's business. *Việc dễ như chơi* : It's easy as anything. *Không phải việc của anh ; việc ấy không dính dáng gì đến anh cả* : It's not your business, it's none of your business. *Đó là việc của tôi* : That is my affair. *Sao anh lại có thể làm một việc như thế ?* : How could you do such a thing ?. *Không có liên quan đến việc gì* : To have no concern with something. *Một việc như thế sẽ không bao giờ xảy ra nữa* : Such a thing will never happen again. *Việc ấy xảy ra như tôi đã nói với anh* : It happened as I told you. *Việc ấy không ăn thua gì đến tôi* : It's not my concern ; it's no concern of mine. *Xen vào việc của người nào* : To meddle in someone's concerns. *Dự vào, xen vào việc gì* : To concern oneself with, about, in, something ; to be concerned in, with something. *Tôi không muốn người ta xen vào việc của tôi* : I don't like to be interfered with. *Xen vào việc của người khác* : To poke one's nose into other people's business ; to meddle in, with, other people's affairs. 2) Work. *Việc làm gần xong* : The work's about done. *Việc nầy quá sức tôi* : This work is beyond me. *Chừng nào anh làm xong việc của anh ?* : When will you be through with your work ?. *Ai sẽ làm việc ấy nếu không phải tôi ?* : Who will do it but me ?. *Người làm nhiều việc quá thường chẳng xong việc gì cả* : A person who grasps at too much may lost everything. 3) Job, occupation. *Mất việc* : To lose one's job.

việc bậy [vịrk bẹi] *Nó sắp làm một việc bậy* : He is up to no good.

việc buôn bán [vịrk buən bán] Commercial business.

việc đã rồi [vịrk đã rồi] Accomplished fact.

việc đồng áng [vịrk dòŋ áŋ] Agricultural labour.

việc gấp [vịrk gấp] Urgent, pressing, business.

việc gì [vịrk gì] 1) What's the use of. *Việc gì đến anh ?* : It's not your business, it's none of your business. 2) Something. *Dự vào, xen vào việc gì* : To be concerned in, with, something. *Không có liên quan đến việc gì* : To have no concerns with something. *Lo ngại việc gì* : To be concerned about something.

việc gia đình [vịrk ɣa dìp] Family affair.

việc hằng ngày [vịrk hằwŋ ŋày] Everyday affair.

việc làm [vịrk làm] 1) Work, deed, act, action. *Việc làm phước* : Charitable work. *Việc làm trước hết của tôi là mở cửa sổ* : My first act was to open the window. *Lời hứa không đi đôi với việc làm* : It is one thing to promise and another to perform. 2) Employment, occupation. *Đang tìm việc làm* : To be after a job. *Kiếm được việc làm* : To get a situation. *Xin việc làm* : To ask for work. *Tìm việc làm cho người nào* : To find employment for someone. *Tất cả những người tốt nghiệp năm nay đều có việc làm* : All this year's graduates have found employment.

việc làng [vịrk làŋ] Affairs of the village.

việc lặt vặt [vịrk lạɯt vạɯt] Odd jobs.

việc nhà [vịrk ɲà] Household affairs, household duties, domestic duties. *Việc nhà đóng cửa dạy nhau* : Don't wash your dirty linen in public. *Đèn nhà ai nấy sáng, việc nhà ai nấy biết* : Everyone knows best his own shoe pinches.

việc nhỏ mọn [vịrk ɲɔ̉ mɔɳ] Trifling

affair.

việc nước [vịrk nứrk] Affairs of state.

việc phải [vịrk fải] Good deed. *Mỗi ngày làm một việc phải* : To do a good deed every day. *Giúp một người mù qua đường nhiều xe cị là làm việc phải* : To help a blind man across a busy street is a good deed.

việc rắc rối [vịrk rắuk rồi] Complicated affair.

việc riêng [vịrk rieꞑ] Private affair, personal business. *Xen vào việc riêng của người khác* : To poke into another's private affair.

việc tư [vịrk tư] Private affair, personal business.

việc từ thiện [vịrk từ ᵭiện] Benefaction.

viêm bang [viem baꞑ] Hot country.

viêm lương [viem lưꞟ] Hot and cold, (fig) irregular changes.

viêm nhiệt [viem ꞑiệt] Hot, burning.

viêm phong [viem fɔꞑ] Hot wind.

viêm tinh [viem tiꞑ] Sun.

viên [vien] Small ball (of medicine, etc...).

viên *Hoa viên* : Flower garden. *Quan sát viên* : Observer. *Thông dịch viên* : Translator. *Chuyên viên* : Expert.

viên cầu [vien kầu] Sphere.

viên chu [vien cu] Circumference.

viên chùy [vien cừi] Cone.

viên chức [vien cứk] Official.

viên cực [vien kụk] (Phil) Entelechy.

viên đá [vien dá] Stone. *Đặt viên đá đầu tiên* : To lay the foundation-stone.

viên đài [vien dài] Frustum of a cone.

viên đạn [vien dạn] Round ; bullet, round of ammunition. *Mỗi người phải đem theo một trăm viên đạn* : Every man must carry a hundred rounds. *Viên đạn chỉ phớt qua vai nó* : The bullet only grazed his shoulder. *Viên đạn nằm trong cánh tay nó* : The bullet lodged in his arm. *Bắn một viên đạn trúng vào bia* : To lodge a bullet on the target.

viên địa [vien dịɔ] Garden.

viên gạch [vien gạik] Brick.

viên kính [vien kiꞑ] (Geom) Diameter.

viên lăng [vien lauꞑ] Imperial, royal mausoleum.

viên linh [vien liꞑ] Sky.

viên mãn [vien mãn] Complete, perfect, accomplished.

viên thạch [vien ᵭaik] Round stone.

viên thuốc [vien ᵭwớrk] Pill, tablet. *Hai viên thuốc at-pi-rin* : Two tablets of aspirin.

viên tịch [vien tịk] (Of buddhist monk) To die.

viên trác hội nghị [vien trák họi ꞑị] Round-table conference.

viên trụ [vien trụ] (Geom) Cylinder.

viền [viền] To hem, to border, to edge (a handkerchief). *Đường viền* : Hem, border. *Viền khăn tay* : To hem a handkerchief. *Một đường ánh sáng hồng viền chân trời* : A pink glow fringed the horizon.

viền tua [viền twa] To fringe.

viển vông [viển voꞑ] Chimerical, dreamy.

viễn [viễn] Far (away), distant.

viễn ảnh [viễn ảiꞑ] Outlook.

viễn cảnh [viễn kảiꞑ] Perspective.

viễn cận [viễn kạn] Far and near, distant and close.

viễn chinh [viễn ciꞑ] Expeditionary. *Quân đội viễn chinh Pháp* : The French Expeditionary Force. *Cuộc viễn chinh* : Expedition. *Cuộc viễn chinh ở Ai cập* : The expedition to Egypt.

viễn chinh hải ngoại [viễn ciꞑ hải ꞑwại] Oversea expedition.

viễn địa điểm [viễn dịɔ diểm] (Astr) Apogee.

Viễn đông [viễn doꞑ] (G oᶾ) The Far East.

viễn khách [viễn xáik] Stranger.

viễn khiển [viễn xiển] Remote control. *Viễn khiển pháo xạ* : Remote gun control.

viễn kính [viễn kíɲ] Telescope.

viễn kính nhắm hướng [viễn kíɲ ɲăɯm huɯɔ́ɲ] Tracking telescope.

viễn kính thước thợ [viễn kíɲ θúɯk ʜɔ] Elbow telescope.

viễn kính toàn cảnh [viễn kíɲ twàn kaɪɲ] Panoramic telescope.

viễn lai [viễn lai] To come from afar.

viễn lự [viễn lụɯ] Provident.

viễn nhân [viễu ɲɔn] Remote cause.

viễn nhật điểm [viễn ɲạt dièm] (Astr) Aphelion.

viễn phương [viễn fɯɔɲ] Remote place, far-away place.

viễn tân [viễn tɔn] See **viễn khách.**

viễn thám [viễn θám] Distant reconnaissance.

viễn thị [viễn θị] Far-sighted, long-sighted ; hypermetropic. *Tật viễn thị* : Hypermetropia, long sightness.

viễn thông [viễn θoɲ] Telecommunications.

viễn tượng [viễn twɔ̂ɲ] Prospect, view.

viễn tiếp [viễn tiếp] Remote contact.

viễn tổ [viễn tổ] Distant ancestors.

viễn vật kính [viễn vɔt kíɲ] Telelens, telephoto(graphic) lens.

viễn vọng kính [viễn vɔɲ kíɲ] Telescope.

viện [viện] 1) Institute. *Học viện quốc gia Hành chánh* : National Institute of Administration. *Hải học viện* : Oceanographic institute. *Cô nhi viện* : Orphanage. *Bịnh viện* : Hospital. *Thư viện* : Library.
2) Chamber. *Thượng nghị viện:* Senate, Upper House, Upper Chamber. *Hạ nghị viện* : House of Representatives, Lower House, Lower Chamber. *Có hai viện* : Bicameral.

viện 1) To help, to succour, to aid. *Ngoại viện* : Foreign aid. *Cứu viện* : To relieve, to rescue.
2) To adduce, to give as proof.

viện bảo tàng [viện bàu tằɲ]Museum.

viện binh [viện bіɲ] Reinforcements. *Đưa viện binh tới gấp* : To rush up reinforcements.

viện chứng [viện cɯ́ɲ] To furnish proofs, to bring forward as proof.

viện cớ]viện kɔ́] To pretext, to allege as pretext. *Viện cớ để từ chối* : To find a pretext for refusing, for refusal. *Viện cớ ốm để không đi làm việc* : To allege illness as a reason for not going to work.

viện cứ [viện kúɯ] See **viện chứng.**

viện cứu [viện kúɯ] To relieve, to rescue.

viện dẫn [viện zɔ̃n] To cite, to bring forward as proof ; to adduce (proof).

viện dục anh [viện zụk aiɲ] Crèche.

viện hàn lâm [viện hàn lɔm] Academy.

viện lẽ [viện lẽ] To pretext, to allege a pretext.

viện lý [viện lí] To bring forward arguments.

viện quân [viện kwɔn] Reinforcements, relief troops.

viện tế bần [viện té bɔ̀n] Hospice.

viện thí nghiệm [viện θí ɲiem] Laboratory. *Viện thí nghiệm y học* : Medical laboratory.

viện thủ [viện θủ] To help, to aid, to assist.

viện trắc nghiệm tâm lý [viện trăɯk ɲiem tɔm lí] Aptitude testing centre.

viện trợ [viện trɔ] To aid. *Viện trợ quân sự* : Military aid. *Viện trợ kinh tế* : Economic aid.

viện trưởng [viện trɯ̂ɔɲ] Rector (of university), director (of institute).

viếng [viếɲ] 1) To visit. *Đến viếng người nào* : To visit someone, to pay someone a visit, to darken someone's door.
2) To pay a visit of condolence.

viếng thăm [viếɲ θaɯm] To visit.

viết [yiết] To write. *Viết việc gì bằng mực* : To write something in ink. *Nó viết tay trái* : He writes with his left hand. *Chữ ấy viết thế nào?*: How does one spell this word ?. *Viết theo người nào đọc* : To write from (=at, to) someone's dictation. *Viết thơ cho người nào:*

To write someone a letter. *Tôi đã viết ngay cho nó vài chữ* : I wrote off a note to him at once. *Nó có viết thơ cho tôi hay cha nó chết* : He has written to tell me of his father's death. *Tôi có viết thơ gọi nó đến* : I have written to him to come, asking him to come. *Tự tay viết việc gì* : To write something in one's own hand. *Chữ nầy viết có g* : This word is written with a g. *Viết dễ đọc* : To write legibly. *Nó viết chữ tốt, chữ nó viết tốt* : He writes a good hand. *Tập đọc và tập viết* : To learn to read and write. *Tôi phải viết vội vài bức thơ trước khi ra đi* : I must dash off a few letters before I go out.

2) To write, to compose (book, song, etc...). *Viết cho một tờ báo* : To write for a paper.

viết báo [viết báu] To write for the papers, to write in the papers.

viết chì [viết cì] Pencil. *Viết bằng viết chì* : Written in pencil. *Đánh dấu lỗi bằng viết chì xanh* : To blue-pencil a mistake.

viết chì màu [viết cì màu] Coloured pencil.

viết gấp [viết gáp] To scribble (a note); to write hurriedly.

viết lách [viết láik] To write.

viết máy [viết máy] Fountain-pen. *Mực viết máy* : Fountain-pen ink. *Bỏ quên viết máy ở nhà* : To leave one's fountain-pen at home.

viết nguệch ngoạc [viết ŋwẹik ŋwạk] To scribble, to scrawl.

viết nhảy [viết nảy] To jump, omit, leave out (a word) in writing. *Viết nhảy một chữ* : To have out a word in writing.

viết sách [viết ʃáik] To write, compose, a book.

viết sót [viết ʃót] See **viết nhảy**.

viết tay [viết tay] Hand-written (letter); writing by hand.

viết tắt [viết táưt] To write (something) in an abridged, abbreviated, form

viết thơ [viết θɔ] To write a letter. *Tôi có viết thơ gọi nó đến* : I have written to him to come, asking him to come. *Viết thơ cho người nào* : To write someone a letter. *Nó có viết thơ cho tôi hay cha nó chết* : He has written to tell me of his father's death. *Nó không cần phải viết thơ cho tôi* : He need not write to me. *Không có năm nào mà nó không viết thơ cho chúng tôi* : Never a year goes by that he doesn't write to us. *Nó hứa viết thơ cho tôi mỗi tuần* : He promised to write (to) me every week. *Tôi đã viết thơ cho nó hôm nay* : I've written a letter to him (written him a letter) to day. *Tôi viết thơ về nhà mỗi tuần* : I write home every week.

Việt [việt] Viet Nam. *Bắc Việt* : North Viet-Nam. *Trung Việt* : Central Viet-Nam. *Nam Việt* : South Viet-nam.

việt dã [việt zã] Cross-country.

Việt gian [việt ʒan] Vietnamese traitor.

Việt hóa [việt hwá] Vietnamese goods.

Việt kiều [việt kiều] Vietnamese national (in a foreign country).

việt lễ [việt lễ] To be impolite.

Việt Nam [việt nam] (Geog) Viet-nam. *Người Việt nam* : Vietnamese ; native, inhabitant of Viet-Nam.

việt ngục [việt ŋụk] To escape from prison, to break goal.

Việt ngữ [việt ŋũ] Vietnamese (language).

việt quyền [việt kwiền] To overstep one's authority.

Việt sử [việt ʃử] Vietnamese history.

Việt văn [việt vauưn] Vietnamese literature.

việt vị [việt vị] Off side. *Cầu thủ bị việt vị* : Player off side.

vịm [vịm] Earthenware vessel used to wash up the dishes.

vin [vin] To pull down (a branch). *Vin nhánh cây xuống* : To pull down a tree branch.

vin cớ [vin kớ] To pretext, to allege as a pretext.

vin xuồng [vin suốŋ] To pull down.

vịn [vịn] To lean on, rest on.

vịn vai [vịn vai] To rest one's hand on someone's shoulder.

vinh [viɲ] Honourable.

vinh diệu [viɲ ziệu] Honourable.

vinh dự [viɲ zự] Honour.

vinh hàm [viɲ hàm] Honorary title.

vinh hạnh [viɲ bạiɲ] Honour.

vinh hiển [viɲ hiển] Honourable.

vinh hoa [viɲ hwa] Honour.

vinh lợi [viɲ lợi] Honour and interest.

vinh nhục [viɲ ɲụk] Honour and dishonour.

vinh quang [viɲ kwaŋ] Glorious.

vinh qui [viɲ kwi] To return to one's village with honour.

vinh thăng [viɲ θawŋ] (Of official) To be promoted.

vinh tước [viɲ tứrk] Honorary title.

vĩnh biệt [viɲ biệt] To part, separate, for ever.

vĩnh cửu [viɲ kửu] Lasting, permanent. *Chức vụ vĩnh cửu* : Permanent post.

vĩnh dạ [viɲ zạ] Long night.

vĩnh kiếp [viɲ kiếp] Eternal.

vĩnh mệnh [viɲ mệiɲ] To live long.

vĩnh phúc [viɲ fúk] Eternal happiness.

vĩnh quyết [viɲ kwiét] To separate for ever.

vĩnh thệ [viɲ θệ] To die, pass away.

vĩnh tồn [viɲ tòn] To exist eternally.

vĩnh viễn [viɲ viễn] Eternal, everlasting, perpetual, endless. *Sự, trạng thái vĩnh viễn* : Eternity, perpetuity, endlessness.

vịnh [vịɲ] (Geog) Bay, gulf. *Vịnh Hạ Long* : Ha-long Bay. *Vịnh Xiêm La* : The Gulf of Siam.

vít [vít] Screw. *Thợ tiện vít* : Screwcutter. *Chìa khóa xiết vít* : Screwwrench. *Vít (ăn) răng mặt, răng trái* : Right-handed screw, left-handed screw. *Đinh vít* : Endless screw, worm screw, perpetual screw. *Vít vị sai* : Differential screw. *Vít bắt vô cây (gỗ)* : Wood

screw. *Vít bắt vô sắt* : Metal screw. *Bắt hai miếng gỗ dính nhau bằng vít* : To screw two pieces of wood together. *Tháo vít, mở vít* : To screw out. *Bắt khóa vào cửa bằng vít* : To screw a lock on a door.

vít To pull down. *Vít cành cây xuống* : To pull down a tree branch.

vịt [vịt] Duck, drake. *Ao nuôi vịt* : Duck – pond. *Chỗ nuôi vịt* : Duckfarm. *Người nuôi vịt* : Ducker. *Vịt kêu cạp cạp* : The duck quacks. *Như nước đổ đầu vịt* : Like water off a duck's back ; there's no washing a blackamour white (without producing any effect ; making no impression). *Con vịt lội là lẽ tự nhiên* : It is natural for a duck to swim.

vịt *Tin vịt* · False report.

vịt con [vịt kɔn] Duckling, young duck, young drake.

vịt đực [vịt dựk] Drake.

vịt kêu [vịt keu] The duck quacks.

vịt mái [vịt mái] Duck.

vịt trống [vịt tróŋ] Drake.

vịt trời [vịt trời] Wild duck.

víu [víu] To cling. *Vá víu* : To patch up.

vo [vɔ] To wash (rice).

vo To roll into a ball.

vo To roll up, to turn up, to tuck up (one's sleeves, etc...).

vo gạo [vɔ gạu] To wash rice.

vo quần [vɔ kwừn] To roll up, turn up, one's trousers.

vo tròn [vɔ trɔ̀n] To make round.

vo vo [vɔ vɔ] Buzz (made by insects, etc...).

vó [vó] Square dip-net.

vó Hoof, foot, leg. *Té đưa bốn vó lên trời* : To fall backwards ; (of animal) to fall on its back. *Lo sốt vó*: Worried to death.

vò [vò] Jar (of wine).

vò 1) To crumple, to rumple, to crush in one's hand. *Vò một tờ giấy* : To crumple up a piece of paper into a ball. *Vò đầu vò tai :* To scratch one's head ; to be at a loss.

2) To roll (something) in one's fingers.

vò Giày vò : To torment.

vò nát [vɔ̀ nát] To crush up, to crumple up. *Nó vò nát bức thơ trong tay nó :* He crushed up the letter in his hand.

vò nhàu [vɔ̀ ɲàu] To crumple up.

vò quần áo [vɔ̀ kwàn áu] To rub clothes.

vò tròn [vɔ̀ trɔ̀n] To crumple up (something) into a ball.

vò võ [vɔ̀ vɔ̃] To be lonely.

vò xé [vɔ̀ sɛ́] To crumple up and to tear to pieces.

vỏ [vɔ̉] 1) (Bot) Cortex, skin ; bark (of tree) ; rind, peel (of orange, etc...) ; husk (of rice) ; skin (of steel ship) ; coating (of projectile), envelope (cf bullet) ; carapace, shell (of lobster, etc...) ; shell, pod (of peas, etc...) ; hull, husk (of walnut) ; shuck (of chestnut) ; peel, skin (of apple, onion, fruit) ; paring (of vegetables) ; rind (of cheese); shell (of cocoa-bean) ; crust (of bread, of the earth). *Cây bị lột hết vỏ :* Trees stripped of their bark.

2) Tyre (of car, cycle). *Vỏ ba lông :* Balloon-tyre. *Vỏ đặc :* Solid tyre.

3) Exterior, external appearance.

vỏ bánh mì [vɔ̉ báɲ mì] Crust of bread.

vỏ bào [vɔ̉ bàu] Shavings.

vỏ cam [vɔ̉ kam] Peel, rind, of orange, orange-skin, orange-peel. *Trợt vỏ cam :* To slip on an orange-peel.

vỏ cây [vɔ̉ kei] Bark of tree.

vỏ chai [vɔ̉ cai] Empty bottle.

vỏ chuối [vɔ̉ cuói] Banana skin, banana peel, skin of banana. *Trợt vỏ chuối :* To slip on a banana skin ; (fig) to fail, to be ploughed, plucked, in (at) an examination.

vỏ cua [vɔ̉ kwa] Shell of crab.

vỏ dừa [vɔ̉ zừə] Coconut husk.

vỏ đạn [vɔ̉ dạn] Cartridge-case, shell case.

vỏ đậu [vɔ̉ dệu] Shell, pod, hull, of peas ; pea-pod, pea-shell.

vỏ địa cầu [vɔ̉ diə kều] Earth's crust, crust of the earth.

vỏ đôi [vɔ̉ doi] Tw·in tire.

vỏ gươm [vɔ̉ guəm] Sheath, scabbard, of a sword.

vỏ hàu [vɔ̉ hàu] Oyster-shell.

vỏ kiếm [vɔ̉ kiếm] See vỏ gươm.

vỏ khoai tây [vɔ̉ xwai tei] Skin, peel, of potato.

vỏ mìn [vɔ̉ mìn] Mine case.

vỏ ốc [vɔ̉ ók] Snail shell.

vỏ quít [vɔ̉ kwít] Mandarine peel. *Vỏ quít dày có móng tay nhọn :* Diamond cut diamond.

vỏ ruột xe [vɔ̉ ruột sɛ] Tyre and inner tube (of tyre).

vỏ sò [vɔ̉ ʃɔ̀] Oyster-shell.

vỏ thủy lôi [vɔ̉ θwi loi] Torpedo case.

vỏ trái đất [vɔ̉ trái dất] Earth's crust, crust of the earth.

vỏ trứng [vɔ̉ trúŋ] Egg-shell, shell of egg.

vỏ xe [vɔ̉ sɛ] Tyre. *Thay vỏ xe :* To change a tyre.

võ [vɔ̃] *Quan võ :* Military official.

võ bị [vɔ̃ bị] Military preparation. *Trường Võ bị Quốc gia :* National Military Academy.

võ biền [vɔ̃ biền] Military officials.

võ công [vɔ̃ koŋ] Feat of arms.

võ đài [vɔ̃ dài] (Box) Ring.

võ khí [vɔ̃ xí] Weapon, arm. *Người chế tạo võ khí :* Armourer. *Kho chứa võ khí :* Armoury.

võ khí bán tự động [vɔ̃ xí bán tự dọŋ] Semiautomatic weapon.

võ khí bén nhọn [vɔ̃ xí bén ɲọn] Side-arms.

võ khí cá nhân [vɔ̃ xí ká ɲân] Individual weapon, small arm. *Võ khí cá nhân của đại đội khinh binh là súng trường, lưỡi lê, súng cạc-bin và lựu đạn :* Individual weapons of the rifle company are the rifle, bayonet, carbine and grenade.

võ khí cầm tay [vɔ̃ xí kầm tay] Hand

weapon.

võ khí cận chiến [vɔ̃ xí kʌn cién] Weapon of close combat. *Lưỡi lê là võ khí cận chiến* : The bayonet is a weapon of close combat.

võ khí chống chiến xa [vɔ̃ xí cóŋ cién sa] Anti-tank weapon.

võ khí hạt nhân [vɔ̃ xi hạt ɲʌn] Nuclear weapon.

võ khí nặng [vɔ̃ xí nạuŋ] Heavy weapon.

võ khí nguyên tử [vɔ̃ xí ŋwien tử] See võ khí hạt nhân.

võ khí tấn công [vɔ̃ xí tấn koŋ] Offensive weapon.

võ khí tối tân [vɔ̃ xí tói tʌn] Up-to-date weapon.

võ khí yểm trợ [vɔ̃ xí iểm trợ] Supporting weapon.

võ khố [vɔ̃ xó] Armoury.

võ lực [vɔ̃ lựk] Force, violence. *Dùng đến võ lực* : To resort to force. *Nó muốn dùng võ lực việc mà tôi luôn luôn chống lại* : He wants to use force, which I shall always be against.

võ nghệ [vɔ̃ ɲẹ] Art of fighting.

võ nhân [vɔ̃ ɲʌn] Military.

võ phu [vɔ̃ fu] 1) Brutal man. 2) Strong man.

võ quan [vɔ̃ kwan] Military official, army officer.

võ sĩ [vɔ̃ ʃi] 1) Boxer. 2) Strong and brave soldier.

võ thuật [vɔ̃ θwʌt] 1) Boxing. 2) Military art.

võ trang [vɔ̃ traŋ] To arm. *Tàu võ trang đại bác cỡ lớn* : Ship armed with heavy guns. *Võ trang đầy đủ* : Armed to the teeth. *Võ trang cho người nào* : To provide someone with arms. *Những chiến hạm mới sẽ được võ trang đại bác cỡ lớn* : The new battleships will be armed with heavy guns.

võ trường [vɔ̃ trưʌ̀ŋ] Parade ground.

võ tướng [vɔ̃ tưʌ́ŋ] General.

võ vẽ [vɔ̃ vẽ] *Biết võ vẽ* : To know imperfectly.

vọ [vọ] (Orn) Barn-owl.

vóc [vók] Stature, height (of person). *Người vóc vạc mạnh mẽ* : Well set person. *Vóc cao lớn* : To be very tall.

vọc [vọk] To play with, to amuse oneself with ; to dabble. *Vọc tay trong nước* : To dabble one's hands in the water.

vọc nước [vọk núrk] To dabble with water, to splash about in water.

vọc vạch [vọk vạik] To know partly.

voi [vɔi] Elephant. *Nài giữ voi* : Elephant-driver. *Vòi voi* : Elephant's trunk. *Ngà voi* : Elephant tusk. *Nó ngồi trên lưng voi* : He is seated on an elephant. *Bị voi giày chết* : Trodden to death by the elephants. *Tôi hạ được hai con voi* : Two elephants fell to my gun.

voi cái [vɔi kái] Cow-elephant.

voi con [vɔi kɔn] Calf elephant, young elephant, baby elephant, elephant calf.

voi đực [vɔi dựk] Bull-elephant.

voi giày [vɔi ɟày] Trodden by an elephant. *Bị voi giày chết* : Trodden to death by the elephant.

voi xé [vɔi ʃé] Torn to pieces by an elephant.

vói [vɔ́i] To stretch out, reach out, one's hand. *Vói tay để lấy vật gì* : To stretch out to reach something ; to reach out (with one's hand) for something. *Vói lấy cái hộp trên kệ* : To reach for a box on a shelf. *Tay vói tới được* : Convenient to the hand, within reach of the hand. *Nó vói tay lấy con dao nhưng không tới* : He reached for the knife but it was too far away. *Anh có thể vói tới cái kệ trên cùng không ?* : Can you reach the stop shelf ?.

vòi [vɔ̀i] Trunk (of elephant).

vòi Spout (of kettle).

vòi Tap, faucet, stopcock, spigot. *Mở vòi, khoá vòi (nước)* : To turn on, turn off, the tap.

vòi Feeler (of insect).

vòi ấm [vɔ̀i ấm] Spout of a kettle.

vòi cây [vòi kei] (Bot) Cirrus.

vòi nhụy [vòi ɲwi] (Bot) Style.

vòi nước [vòi núrk] 1) Tap, faucet, cock. *Mở, khóa vòi nước* : To turn on, turn off, the tap.
2) Hydrant (esp. in a street).

vòi rồng [vòi ròŋ] Fire-hose.

vòi voi [vòi vɔi] Elephant's trunk.

vòi vọi [vòi vọi] Sky-high, very high. *Núi cao vòi vọi* : Sky-high mountains.

vòi xả hơi [vòi sả hɔi] Air-cock.

vòi [vòi] *Vắn vòi* : Short.

vọi [vọi] *Cao vòi vọi* : Very high, sky-high.

vòm [vòm] Dome, vault.

vòm canh [vòm kaiɲ] Watch-tower.

vòm nhà [vòm ɲà] Cupola.

vòm trời [vòm trài] The vault of heaven, the arch of the heavens.

von [vɔn] Tapering.

von *Véo von* : Melodious.

vỏn vẹn [vỏn vẹn] Only. *Tôi chỉ còn vỏn vẹn có năm đồng* : I have only five piastres left.

vong [vɔŋ] *Trận vong* : To die in battle. *Lưu vong* : In exile.

vong ân [vɔŋ ən] Ungrateful, unthankful, thankless. *Sự vong ân của nó làm tôi rất đau lòng* : His ingratitude cut me to the heart.

vong bản [vɔŋ bản] To forget one's origin.

vong hồn [vɔŋ hồn] Soul of the dead person.

vong khước [vɔŋ xúrk] To forget.

vong ký [vɔŋ kí] To forget.

vong linh [vɔŋ liɲ] Spirit of the dead person.

vong mạng [vɔŋ mạŋ] To risk, venture, expose, one's life ; to risk one's skin.

vong nhân [vɔŋ ɲən] The dead.

vong niên [vɔŋ nien] To forget one's age.

vong ơn [vɔŋ ən] See vong ân.

vong quốc [vɔŋ kwók] To lose one's country.

vòng [vòŋ] 1) Circle, ring. *Đứng thành vòng tròn* : To stand in a circle. *Vẽ một vòng tròn* : To draw a circle. *Nhảy vòng tròn* : To dance in a ring. *Ngồi thành vòng tròn* : Sitting in a ring. 2) Circuit, round, revolution, turn. *Đi một vòng lớn* : To make a long circuit. *Chèo vòng quanh đảo* : To row round the island. *Chạy một vòng trong sáu phút* : To cover a lap in six minutes. *Vòng bánh xe* : Turn, revolution, of a wheel. *Máy chạy hai ngàn vòng một phút* : The engine runs at two thousand revolutions a minute. *Đi dạo một vòng* : To go for a good round, to take, go for, a stroll. *Một vòng chong chóng* : One turn in the propeller. *Đi dạo một vòng trong vườn* : To take a turn in the garden ; to take a stroll round the garden.

vòng To twine, to wind. *Đứa bé vòng tay chung quanh cổ mẹ nó* : The child twined his arms round his mother's neck.

vòng Hoop. *Cây đánh vòng* : Hoop-stick. *Đánh vòng* : To trundle, rool, drive, a hoop. (*Chó, v.v..*) *Nhảy qua vòng* : (Of dog, etc...) To go through the hoop.

vòng chân mày [vòŋ cən mày] Arch of the eyebrows.

vòng chung kết [vòŋ cuŋ két] Final heat.

vòng cổ [vòŋ kổ] Necklace, necklet.

vòng cực [vòŋ kựk] Polar circle.

vòng đua [vòŋ dwə] (In race) Lap, circuit (round a track).

vòng gỗ [vòŋ gỗ] Age-ring.

vòng hào quang [vòŋ hàu kwaŋ] Aureole, halo. gloriole.

vòng hoa [vòŋ hwa] Wreath, crown (of flowers). *Đặt vòng hoa lên đầu người nào* : To bind someone's head with a wreath, to bind a wreath about, round, someone's head.

vòng hột [vòŋ họt] Necklace.

vòng loại [vòŋ lwại] (Sport) Eliminating. *Cuộc tranh vòng loại* : Eliminating, qualifying, heat.

vòng luẩn quẩn [vòŋ lwẩn kwẩn] Vicious circle.

vòng ngực [vɔŋ ŋɯk] Chest measurement, chest-measure, bust measurement.

vòng hhỏ [vɔŋ pɔ] Annulet.

vòng nón [vɔŋ nɔn] Head-size, size in hat.

vòng quanh [vɔŋ kwaiŋ] Round, circuit. *Đi vòng quanh thành phố* : To make the circuit of the town. *Chèo vòng quanh đảo* : To row round the island. *Du lịch vòng quanh thế giới* : To journey round the world ; to go for a voyage round the world ; to go for a trip round the world.

vòng tay [vɔŋ tay] Bracelet.

vòng tay To round one's arm.

vòng tròn [vɔŋ tròn] Circle, ring, round. *Vẽ một vòng tròn* : To draw a circle. *Đứng thành vòng tròn* : To stand in a circle. *Nhảy vòng tròn* : To dance in a ring. *Ngồi thành vòng tròn* : Sitting in a ring. *Làm có vòng tròn dưới nước* : To make rings in the water. *Chạy, bay vòng tròn* : To run, fly, round and round.

vòng vây [vɔŋ vei] Siege. *Phá vòng vây* : To raise a siege.

võng [vɔŋ] Hammock. *Móc (mắc) võng* : To sling, swing, a hammock. *Mở võng* : To unsling a hammock. *Cột võng* : To lash a hammock. *Dây cột võng* : Hammock lashings. *Ngủ trên võng* : To sleep in a hammock. *Một cái võng móc ngang qua góc phòng* : A hammock was slung across the corner of the room.

võng cầu [vɔŋ kɔu] Tennis.

võng chứng [vɔŋ cɯŋ] False witness, false evidence.

võng cực [vɔŋ kɯk] Endless, boundless.

võng dụng [vɔŋ zuŋ] To misuse.

võng la [vɔŋ la] Fishing net.

võng lọng [vɔŋ lɔŋ] Hammock and parasol.

võng luận [vɔŋ lwʌn] (Phil) Fallacy.

võng mạc [vɔŋ mak] (Anat) Retina (of the eye).

võng ngữ [vɔŋ ŋɯ] Nonsense.

vọng [vɔŋ] To echo, to resound.

vọng *Hy vọng* : To hope. *Thất vọng, tuyệt vọng* : Hopeless. *Tham vọng* : Ambition. *Dục vọng* : Lust. *Danh vọng* : Fame, reputation.

vọng canh [vɔŋ kaiŋ] Watch-tower.

vọng cáo [vɔŋ káu] To accuse calumniously.

vọng chứng [vɔŋ cɯŋ] False witness.

vọng dụng [vɔŋ zuŋ] To misuse.

vọng địa [vɔŋ diə] Reputation and position.

vọng mô [vɔŋ mo] To look up; to admire.

vọng nguyệt [vɔŋ ŋwiet] To admire the moon.

vọng ngữ [vɔŋ ŋɯ] Nonsense.

vọng nhật [vɔŋ pʌt] Fifteenth day (of the lunar month).

vọng phu [vɔŋ fu] To wait for one's husband.

vọng sắc [vɔŋ ʃɑɯk] To admire someone's beauty.

vọng tộc [vɔŋ tɔk] Honourable family.

vọp [vɔp] (Moll) Clam.

vọp bẻ [vɔp bɛ] (Med) Cramp. *Nó bị vọp bẻ* : He was seized with cramp.

vót [vót] To sharpen, to whittle, to point (a pencil).

vót *Cao chót vót* : Very high.

vọt [vɔt] (Of water) To gush (forth, out), to spout up or out, to squirt (out). *Máu vọt ra* : The blood was gushing out. *Nước vọt lên khi ống bể* : The water spouted up when the pipe broke. *Máu ở vết thương vọt ra* : Blood spurted (= spouted) from the wound.

vọt [vɔt] *Roi vọt* : Rod. *Thương cho roi cho vọt* : Spare the rod and spoil the child.

vọt khí [vɔt xí] To ejaculate. *Sự vọt khí ra* : Ejaculation.

vô [vo] To enter, to go in(to), to come in(to), to step in(to). *Vô sổ một bản* án : To enter a judgment. See vào.

vô Hư vô : Nothingness, nihility.

vô ân [vo ən] Ungrateful, thankless.

vô bản [vo bản] To forget one's origin.

vô bao [vo bau] To put (corn, etc...) into sacks ; to sack (corn, etc...).

vô biên [vo bien] Boundless, limitless.

vô bổ [vo bổ] Useless.

vô cảm giác [vo kảm ʒák] Insensible.

vô can [vo kan] Not to be involved.

vô căn [vo kɯɯn] Baseless ; without origin.

vô căn cứ [vo kɯɯn kứ] Groundless, unfounded, baseless, without foundation or reason. Những sự sợ hãi vô căn cứ : Groundless fears. Tin đồn vô căn cứ : Unfounded rumour, rumour without foundation.

vô chánh phủ [vo cáin fủ] Anarchic. Tình trạng vô chánh phủ : Anarchy. Chủ nghĩa vô chánh phủ : Anarchism.

vô chủ [vo củ] Ownerless, abandoned. Chó vô chủ : Ownerless dog.

vô cô [vo ko] Guiltless person.

vô cố [vo kó] Without reason, without cause, causeless.

vô cơ [vo kə] Inorganic.

vô cơ thể [vo kə θể] Inorganic body.

vô cớ [vo kớ] Causeless, without cause, without reason.

vô cùng [vo kùŋ] .1) Endless, infinite, boundless. Không gian vô cùng : Infinite space.
2) Very, ever so. Cám ơn vô cùng : Thank you ever so much.

vô cùng tận [vo kùŋ tận] Infinite.

vô cực [vo kɯ̣k] Endless, boundless.

vô cương [vo kɯɯəŋ] See vô cùng.

vô danh [vo zaiŋ] 1) Anonymous (writer, letter, etc...) ; unnamed (benefactor) ; nameless.
2) Unknown, unnoted, without fame. Văn sĩ vô danh : Unknown writer.
3) Ngón vô danh : Ring-finger.

vô danh chỉ [vo zaiŋ cỉ] Ring-finger.

vô dật [vo zật] To idle one's life away.

vô dầu [vo zầu] To oil. Vô dầu bánh

xe : To oil the wheels.

vô dụng [vo zụŋ] Useless, futile, good-for-nothing. Một người vô dụng : A useless person. Nó thật là vô dụng : He is good for nothing.

vô duyên [vo zwien] Charmless, ungraceful.

vô đạo [vo zạu] Inhuman.

vô đạo đức [vo zạu dứk] Immoral.

vô để [vo dể] Bottomless.

vô để kháng [vo dể xáŋ] Non-resistance.

vô địch [vo dịk] Champion. Chức vô địch : Championship. Vô địch thế giới : World champion. Nó giữ chức vô địch quần vợt của trường : He holds the tennis-championship of the school. Giựt chức vô địch bơi lội thế giới : To win a world swimming championship.

vô định [vo dịk] Not to be equalled, unmatched, unrivalled, unvanquished, invincible.

vô địch [vo dịŋ] Undetermined, indeterminate, indefinite.

vô định hình [vo dịŋ hịŋ] Amorphous. Tình vô định hình : Amorphism.

vô định hướng [vo dịŋ hɯớŋ] (Ph) Astatic.

vô định lượng [vo dịŋ lɯợŋ] Indeterminate quantity.

vô định thuyết [vo dịŋ θwiết] (Phil) Indeterminism.

vô độ [vo dọ] Excessive, immoderate (eating, drinking).

vô gia cư [vo ʒa kɯ] Homeless, houseless.

vô gia đình [vo ʒa dịŋ] Without family.

vô giá [vo ʒá] Invaluable. inestimable, priceless. Vật ấy vô giá, tiền bạc không thể mua được : It is invaluable, money cannot by it.

vô giá trị [vo ʒá trị] Worthless, valueless.

vô gián [vo ʒán] Without interruption. uninterrupted.

vô giáo dục [vo ʒáu zụk] Ill - bred,

uneducated. *Người vô giáo dục :* Ill-bred person. *Đó là hành động của một người vô giáo dục :* It is the act of an ill-bred person.

vô hạch [vo hạik] (Biol) Anucleate.

vô ngại [vo hại] Harmless.

vô hạn [vo hạn] Boundless, limitless, illimitable, endless, unlimited, unmeasured, unbounded. *Nghỉ vô hạn :* Indefinite leave.

vô hạnh [vo hạiɲ] Bad conduct.

vô hậu [vo hạu] Heirless.

vô hiệu [vo hiệu] Ineffective, ineffectual (measure) ; inefficacious (remedy). *Làm một chất độc thành vô hiệu :* To frustrate the effects of poison.

vô hình [vo hiɲ] 1) Abstract ; immaterial.
2) Incorporeal.

vô học [vo họk] Uneducated, illiterate.

vô hồn [vo hòn] Inanimate.

vô ích [vo ik] Useless, unavailing, unprofitable (work, article) ; vain, bootless (effort) ; of no avail, without avail. *Học những điều vô ích :* To learn useless things. *Điều hối tiếc vô ích :* Useless regrets. *Những cố gắng vô ích :* Vain efforts. *Anh thử cũng vô ích, anh sẽ không bao giờ thành công đâu :* It is vain (for you) to try, you will never succeed. *Tôi đã rán giúp nó nhưng vô ích :* I vain tried to help him. *Đã làm đủ mọi cách mà cũng vô ích :* Everything was in vain. *Làm việc vô ích :* To carry coals to Newcastle.

vô ích Uselessly, unavailingly, in vain.

vô kế [vo kế] Without means. *Vô kế khả thi :* To be at the end of one's resources ; to be reduced to inaction.

vô kể [vo kẻ] Innumerable, numberless, countless.

vô khối [vo xối] Countless, unnumbered.

vô khuẩn [vo xʉɤ̌n] (Med) Aseptic.

vô kỳ đồ hình [vo kì dò hiɲ] Penal servitude for life.

vô kỷ luật [vo kỉ lʮ̵ɤ̣t] Undisciplined.

vô lại [vo lại] Varlet.

vô lăng [vo lauŋ] (Aut) Steering-wheel.

vô lễ [vo lẽ] Impolite, unmannerly, uncivil, rude, disrespectful, discourteous. *Đừng vô lễ :* Don't be rude. *Trả lời vô lễ với người nào :* To be rude to someone, to say rude things to someone. *Vô lễ với người nào :* To be disrespectful to someone. *Trừng trị sự vô lễ của người nào :* To punish someone for his impudence.

vô liêm sỉ [vo liem ʃỉ] Shameless, brazen, barefaced.

vô lợi [vo lɤi] Useless.

vô luận [vo lʮ̵ɤ̣n] Regardless of, without distinction.

vô lực [vo lʮ̵k] Without force.

vô lương tâm [vo lʮ̵ɤŋ tɤm] To have no conscience.

vô lượng [vo lʮ̵ɤ̣ŋ] Immeasurable.

vô lý [vo lí] Absurd, preposterous, unreasonable, irrational.

vô năng [vo nauŋ] Incapable.

vô năng lực [vo nauŋ lʮ̵k] Incapacity, disqualification. *Vô năng lực lao động :* Incapacity for (from) work.

vô nghề nghiệp [vo ɲè ɲiẹp] Without profession.

vô nghĩa [vo ɲiɤ] 1) Ungrateful.
2) Meaningless, without meaning.

vô nhai [vo ɲai] Boundless, limitless, endless.

vô nhân [vo ɲɤn] Causeless, without reason, without cause.

vô nhân đạo [vo ɲɤn dạu] Inhuman, cruel, brutal. *Hành động vô nhân đạo :* Inhuman act.

vô ơn [vo ɤn] Ungrateful, thankless.

vô phép [vo fέp] Impolite, discourteous, rude, uncivil.

vô phối sinh [vo fói ʃiɲ] (Bot) Apogamy.

vô phái [vo fái] (Biol) Asexual, sexless, unsexual.

vô phúc (phước) [vo fúk] Unhappy, unfortunate.

vô phương [vo fʮ̵ɤŋ] Without resource; to be at the end of one's resources.

vô sản [vo ʃản] *Giai cấp vô sản :* Proletariat.

vô sản hóa [vo ʃản hʮ̵a] Proletarianize.

V

vô sắc [vo ʃáwk] (Bot. Opt) Achromatic.

vô sỉ [vo ʃi] Shameless, brazen.

vô sinh [vo ʃiɲ] (Med) Aseptic.

vô song [vo ʃɔŋ] Peerless, matchless, non-pareil, unmatched ; not to be equalled, unparalled, unmatched, without equal ; beyond, past, compare.

vô số [vo ʃố] Innumerable, numberless, countless, incalculable.

vô số [vo ʃò] To enroll, to enter, to register. *Vô sổ một bản án* : To enter a judgment. *Vô sổ các hành lý* : To register luggage.

vô sự [vo ʃụ] Unoccupied, at leisure. *Bình an vô sự* : Safe and sound, safe in life and limb.

vô tài [vo tài] Incapable.

vô tang [vo taŋ] Without trace, without evidence.

vô tâm [vo tɔm] Inadvertently, unintentionally.

vô tận [vo tận] Endless, inexhaustible. *Những bài diễn văn kéo dài vô tận* : The speeches drew out endlessly.

vô thẩm quyền [vo θɔm kwièn] Incompetent, not qualified, unqualified (to try case).

vô thần [vo θɔn] Atheistic. *Người theo thuyết vô thần* : Atheist. *Thuyết vô thần* : Atheism.

vô thần chú nghĩa [vo θɔn củ ŋiə] Atheism.

vô thể [vo θể] Bodiless.

vô thời hạn [vo θời hạn] Limitless.

vô thủy toan [vo θwi twan] (Ch) Anhydride.

vô thủy vô chung [vo θwi vo cuŋ] Without beginning and without end.

vô thừa nhận [vo θừə ɲận] Abandoned, derelict. *Vật vô thừa nhận* : Derelict.

vô thường [vo θwờŋ] 1) Inconstant ; irregular.
2) Uncertain, unstable, insecure, precarious.

vô tinh khí [vo tiɲ xí] Aspermatism.

vô tính sinh thực [vo tíɲ ʃiɲ θụk] (Bot) Apogamy.

vô tiến [vo tièn] Unprecedented, without precedent.

vô tính [vo tíɲ] (Bot) Asexual.

vô tình [vo tìɲ] 1) Apathetic, indifferent. *Làm sao anh lại có thể vô tình trước những đau khổ của các trẻ con nãy ?* : How can you be so indifferent to the sufferings of these children ?. *Sự vô tình* : Apathy, indifference.
2) Unintentional.

vô tội [vo tội] Guiltless, sinless, innocent, without guilt, not guilty, free from sin or guilt. *Quả quyết rằng mình vô tội* : To asseverate one's innocence. *Không có chứng cớ thì nó được xem như vô tội* : In the absence of proof he must be assumed to be innocent. *Các bạn của nó quả quyết rằng nó vô tội* : His friends asserted that he was innocent. *Tôi tin chắc rằng nó vô tội* : It is my conviction that he is innocent. *Nó có tội hay vô tội ?* : Is he guilty or innocent of the crime ?. *Cho người nào là vô tội* : To presume someone innocent.

vô tôn giáo [vo ton ʒáu] Irreligious.

vô trật tự [vo trạt tụ] Disorder. *Tình trạng vô trật tự* : Anarchy.

vô trùng [vo trùŋ] (Med) Aseptic.

vô tuyến [vo twién] Wireless. *Đài vô tuyến dẫn đường* : (Av) Wireless beacon.

vô tuyến điện [vo twién diện] Wireless.

vô tuyến điện báo [vo twién diện báu] Radio telegraphy.

vô tuyến điện thoại [vo twién diện θwại] Radiophony, wireless telephony.

vô tuyến điện tín [vo twién diện tin] Wireless message, aerogram.

vô tuyến truyền hình [vo twién trwièn hìɲ] To televise. *Đài vô tuyến truyền hình* : Television station. *Máy vô tuyến truyền hình* : Televisor. *Phép vô tuyến truyền hình* : Television. *Thế vận hội được vô tuyến truyền hình* : The World Olympic Games were televised.

vô tuyến truyền thanh [vo twién trwièn θaiɲ] To broadcast.

vô tư [vo tɯ] Impartial, fair and just. *Tánh vô tư* : Impartiality.

vô tư cách [vo tɯ káik] Disqualification.

vô tư lự [vo tɯ lɯ] Care-free, free-minded, devoid of cares, free from care.

vô ưu [vo ɯɯ] Care-free.

vô vật bất linh [vo vật bất liŋ] Nothing for nothing.

vô vị [vo vị] 1) Insipid, tasteless.
2) Flat, colourless. *Sống một cuộc đời vô vị* : To lead a colourless existence.

vô vọng [vo vɔŋ] Hopeless.

vô ý [vo i] 1) Inattentive, inadvertent, heedless, careless. *Vô ý một chút là có thể làm cháy nhà* : A simple act of carelessness may lead to a fire.
2) Unintentional.

vô ý thức [vo i θúik] 1) Unconscious.
2) Automatic. *Cử động vô ý thức* : Automatic movement.

võ [vó] Trick. *Chơi xỏ người nào một võ* : To serve someone a trick, to play a trick on someone.

võ *Ống võ* : Pipe.

võ [vò] Cosh.

vồ To grab, to seize ; to pounce on (a prey). *Vồ lấy vật gì* : To grab (hold of) something. *Nó vồ lấy cây súng lục để trên bàn* : He grabbed a revolver from the table. *Con chó vồ cục xương và chạy mất* : The dog grabbed the bone and ran off with it.

vồ vập [vò vập] To receive (someone) warmly.

vổ [vò] *Răng vổ* : Buck-teeth, prominent teeth. See **vẩu**.

vỗ [vổ] (Of sea) To chop, plash, beat. *Sóng vỗ vào tàu* : Waves that lap against the boat.
2) To clap, to tap. *Vỗ vào lưng người nào* : To clap someone on the back. *Đứa bé vỗ tay* : The baby claped its hands. *Vỗ vai người nào* : To tap a person on the shoulder.

vỗ bập bùng [vỗ bập bùŋ] (Of waves) To lap (on the beach).

vỗ cánh [vỗ káiɲ] (Of bird) To beat, clap, flap, its wings. *Chim vỗ cánh* : The bird flaps its wings.

vỗ đùi [vỗ dùi] To slap one's thighs.

vỗ nhẹ [vỗ ɲẹ] To tap. *Nó vỗ nhẹ vào vai tôi* : He tapped me on the shoulder.

vỗ nợ [vỗ nɔ] To deny one's debt.

vỗ tay [vỗ tay] To applaud, to clap one's hand. *Vỗ tay kịch liệt* : To applaud to the echo. *Vỗ tay khen người nào* : To give someone a clap. *Tiếng vỗ tay* : Applause, clapping. *Tràng vỗ tay* : Round of applause.

vỗ trán [vỗ trán] To slap one's forehead.

vỗ vai [vỗ vai] To clap, slap, on the shoulder. *Vỗ vai người nào* : To slap, clap, someone on the shoulder ; to give someone a smack on the shoulder, to tap someone on the shoulder. *Nó vỗ nhẹ lên vai tôi một cái* : He gives me a clap on the shoulder.

vỗ về [vỗ vé] To slap one's thighs.

vỗ về [vỗ vè] To console, to comfort.

vốc [vók] Handful (of rice, etc...).

vôi [voi] Lime. *Lò vôi* : Lime-kiln. *Sữa vôi* : Limewash, whitewash. *Nước vôi* : Lime-water. *Quét vôi* : To whitewash. *Đá vôi* : Limestone. *Sự nung vôi, nấu vôi* : Lime-burning. *Hầm vôi* : Lime-pit. *Người nung vôi* : Lime - burner. *Quét vôi một bức tường* : To limewash, whitewash, a wall.

vôi béo [voi béu] Fat lime.

vôi bột [voi bọt] Whitening.

vôi chết [voi cét] Slaked lime.

vôi đá [voi dá] Hydraulic lime.

vôi gầy [voi gèi] Quiet lime.

vôi hồ [voi hò] Mortar.

vôi sống [voi sóŋ] Quicklime, caustic lime, unslacked lime.

vôi thủy ngạnh [voi θɯi ŋạiɲ] Hydraulic lime.

vôi tôi [voi toi] Slaked, slack(ed), lime.

vối [vói] *Nước vối* : Kind of tea.

vội [vọi] Pressing, hurried, in a hurry. *Viết vội một bức thư* : To write a letter in a hurry. *Càng vội càng chậm* : More haste less speed.

vội To hurry, to make haste, to hasten. *Đừng có vội* : Don't hurry. *Đẩy vội người nào lên xe* : To hurry someone into a car. *Tôi rất vội khi viết bức thơ ấy* : I was hurried when I wrote that letter. *Vì quá vội nên chúng nó chạy tắt qua đồng* : They are in a hurry so they cut across the fields. *Nó không vội đi cho lắm* : He is in no hurry to leave. *Nó vội về nhà* : He hurried home, he made the best of his way home.

vội đi [vội di] To hurry away.

vội ra [vội ra] To hurry out.

vội vã [vội vã] See **vội vàng**.

vội vàng [vội vàn] To hurry, to hasten; in a hurry. *Nàng vội vàng về nhà* : She hurried home. *Vào, ra một cách vội vàng* : To hurry into a place, out of a place ; to bundle in, out. *Mặc quần áo vội vàng* : To hurry into one's clothes. *Vội vàng chạy đến người nào* : To hasten up to someone. *Viết vội vàng* : To write in a hurry.

vôn [von] (El. Meas) Volt.

vôn am-pe [von am pε] Voltampere.

vôn am-pe-kế [von am pε ké] Voltammeter, wattmeter.

vôn kế [von ké] (El) Voltmeter.

vốn [vón] Capital, funds, principal. *Vốn và lời* : Principal and interest. *Bỏ vốn vào một công việc làm ăn* : To put capital into a business. *Kêu vốn* : To make a call for funds. *Chúng nó thiếu vốn* : They lack capital. *Không nên bỏ tất cả vốn vào một công cuộc làm ăn* : Don't put all your eggs in one basket.

vốn Originally.

vốn *Giá vốn* : Cost price. *Bán vốn* : To sell at a first cost.

vốn là [vón là] Originally, at the beginning.

vốn lãi [vón lãi] See **vốn lời**.

vốn liếng [vón liéŋ] Capital, funds.

vốn lời [vón lài] Capital and interest.

vốn luân chuyển [vón lwən cwiẻn] Working capital.

• vồn vã [vòn vã] To be attentive, to show attention. *Vồn vã với người nào* : To be attentive to someone.

vổng [vòŋ] Curved, arched. *Cầu vồng* : Rainbow.

vổng (Of ball) To bounce. *Trái banh vổng qua tường* : The ball bounced over the wall.

vổng khoai [vòŋ xwai] Land of cassava.

vổng lên [vòŋ len] To bounce.

vổng [vòŋ] To point upward.

vơ [və] To sweep off. *Vơ đũa cả nắm* : To generalize. (*Đánh bạc*) *Vơ hết* : To sweep the board (to win all the money on the table when gambling).

vơ vét [və vét] To sweep off, carry off (contents of a house, etc).

vớ [vó] Stocking, sock. *Vớ (bít-tất) của anh đan bằng tay hay bằng máy* : Are your socks knitted by hand or by machine—made ?.

vớ To seize, to grab, to snatch ; to get, to obtain. *Nó vớ lấy cây súng lục để trên bàn* : He seized, grabbed, snatched up, a revolver off the table. *Nó vớ lấy cây gậy và đánh tôi* : He seized a stick and struck at me.

vớ hụt [vó hụt] To fail to catch (someone).

vớ trật [vó trật] See **vớ hụt**.

vớ vẩn [vó vẩn] Foolish, stupid.

vờ [vò] To feign, to simulate, to act, to pretend, to sham (illness, etc...). *Vờ ốm* : To sham sickness, to feign sick, to pretend to be ill. *Giả vờ làm việc gì* : To pretend, feign, to do something; to make a pretence of doing something.

vờ (Ent) Ephemera, may-fly.

vờ vĩnh [vò viŋ] To pretend, to feign.

vở [vò] Exercise-book.

vở kịch [vó kịk] Play, drama. *Vở kịch được hoan nghinh* : The play was a hit. *Đang diễn một vở kịch* : To put a play on the stage, to put on a play. *Vở kịch làm khán giả hồi hộp* : Play that grips the audience.

vở [vỏ] (Of china, glass, etc...) Tobreak, to be broken. *Đánh vỡ :* To break, smash, shatter. *Ly vỡ tan tành :* The glass was shattered. *Đập vỡ, làm vỡ vật gì :* To smash something to fragments ; to break something to shivers ; to splinter something. *Tiếng của nó bắt đầu vỡ :* His voice is beginning to break.

vỡ bụng [vɔ̃ bụŋ] *Cười vỡ bụng :* To split (one's sides) with laughter ; to be bursting, ready to burst with laughter.

vỡ chuyện [vɔ̃ cwiện] (Of piece of news, etc...) To become known.

vỡ đôi [vɔ̃ doi] Broken in two. *Cái dĩa vỡ đôi :* The dish was broken in two pieces.

vỡ lòng [vɔ̃ lɔ̀ŋ] To initiate (a child).

vỡ lở [vɔ̃ lɔ̃] (Of plot) To leak out, to be disclosed.

vỡ nợ [vɔ̃ nợ] To go bankrupt. *Sự vỡ nợ :* Failure, bankruptcy, insolvency. *Người bị vỡ nợ :* Bankrupt.

vỡ tan [vɔ̃ tan] Broken to pieces. *Cái lọ bị vỡ tan :* The vase was broken to pieces.

vỡ tiếng [vɔ̃ tiến] Broken voice.

vợ [vợ] Wife. *Người chưa vợ :* Bachelor. *Vợ mới cưới :* Bride. *Cưới vợ, lấy vợ :* To take a wife, to get married. *Hai vợ chồng :* The married couple, the husband and wife. *Có vợ :* To have a wife, to be married. *Không vợ :* Wifeless. *Ông Ba và vợ :* Mr. Ba and his wife. *Vợ tôi là một người nội trợ giỏi :* My wife is a good housekeeper. *Bỏ vợ :* To abandon, repudiate, divorce, one's wife. *Lần sau đến, dẫn vợ theo nhé :* Bring your wife with you the next time you come. *Ông ấy cưới vợ và đã có hai đứa con gái với bà nầy :* He married a wife, by whom he had two daughters. *Nó cưới, lấy vợ người Việt-Nam :* He married, took, a Vietnamese wife ; he was married, to a Vietnamese woman. *Nó chưa lấy vợ :* He has not taken wife. *Nó đánh vợ nó gần chết :* He thrashed his wife to death. *Nó muốn lấy cô ấy làm vợ :* He wants her for his wife. *Tại sao anh*

không lấy vợ ? : Why don't you take a wife ?. *Nó chết để lại một vợ và hai con :* He leaves a wife and two sons. *Nó bị vợ nó điều khiển (sợ vợ) :* He is under petticoat government. *Hiện nay nó đã có vợ và nhà cửa hẳn hoi :* He is now married and settled down (i. e. has a fixed home and a regular way of life). *Người vợ có phải phục tùng chồng mình không ? :* Should a wife submit herself to her husband ?. *Nó đối đãi với vợ nó rất tệ :* He treats his wife badly. *Cấp dưỡng cho vợ :* To provide one's wife with alimony.

vợ bé [vợ bέ] Concubine. *Nó có hai con với vợ bé của nó :* He had two children by his concubine.

vợ cả [vợ kả] First rank wife.

vợ chánh thức [vợ cáiŋ θứk] Legitimate wife, lawful wife, wedded wife.

vợ chồng [vợ cồŋ] The married couple, the husband and wife. *Cặp vợ chồng mới cưới :* The bride and bridegroom. *Ăn ở với nhau như vợ chồng :* To live as husband and wife. *Vợ chồng tôi đã nhứt định thôi nhau :* My wife and I have decided to separate.

vợ con [vợ cɔn] Wife and children. *Bỏ vợ con của mình :* To forsake one's wife and children.

vợ dại con thơ [vợ zại kɔn θə] Inexperienced wife and young children.

vợ góa [vợ gwa] Widow. *Bỏ lại một vợ góa và ba con :* To leave a widow and three children.

vợ hai [vợ hai] Concubine.

vợ kế [vợ kế] Second wife.

vợ lẽ [vợ lẽ] Concubine.

vơi [vɔi] Not full.

với [vɔ́i] With, against, to. from. *Đi du lịch, làm việc, với người nào :* To travel, work, with someone. *Nó ở với cha mẹ nó :* He lives with his parents. *Buôn bán với nước Việt Nam :* To trade with Viet-Nam. *Giao thiệp bằng thơ với người nào :* To correspond with someone. *Thành thật với chính mình :* To be sincere with oneself. *Tôi không đồng ý với anh :* I do not agree with you. *Nó nói những lời ấy với một nụ cười* : He said this with a smile. *Đánh nhau với người nào* : To fight with, against, someone. *Việc ấy làm trái với ý muốn của tôi* : It was done against my will. *Nói chuyện với người nào* : To speak to someone. *Tốt với tất cả mọi người* : Good to all. *Bất công với người nào* : To be unjust to someone. *Kết hôn với người nào vì tiền* : To marry someone for his money. *Những cảm tình của nó đối với anh* : His feelings for you. *Chờ một chút, tôi có chuyện muốn nói với anh* : Wait a moment, for I have something to tell you. *Phân biệt cái tốt với cái xấu* : To distinguish the good from the bad.

với To reach for. *Với lấy cái hộp trên kệ* : To reach for a box on a shelf. See **vói**.

với lại [với lại] Moreover, on the other hand.

với nhau [với ɲau] Together. *Đi chung với nhau* : To go together. *Cộng chung với nhau* : To add together. *Sống chung với nhau* : To live together.

vời [vời] To invite ; to convoke, to summon.

vời *Xa vời* : Distant, far-away.

vợi [vợi] To decrease, to lessen, to diminish.

vờn [vờn] (Of cat) To leap, caper (before a mouse).

vớt [vớt] To skim ; to fish, to pull (something) up or out from water. *Vớt người nào lên* : To pull someone out of the water. *Vớt xác chết trôi* : To fish up, out, a dead body. *Vớt những người bị chìm tàu* : To pick up shipwrecked men.

vớt *Vớt một thí sinh thi hạch miệng* : To give a candidate a chance of scraping through at the viva voce.

vớt *Cứu vớt* : To rescue, to save.

vớt vát [vớt vát] To recuperate.

vợt [vợt] Racket, racquet ; bat. *Quần vợt* : Tennis. *Trái banh dội từ cây vợt của nó vào lưới* : The ball rebounded

from his racket into the net.

vợt cá [vợt ká] Spoon-net, landing-fish.

vu [vu] To calumniate, to slander.

vu *Hoang vu* : Desolate.

vu báng [vu báŋ] To disparage, to denigrate ; to run down, to speak ill of (someone).

vu cáo [vu káu] To accuse falsely, wrongly. *Sự vu cáo* : False accusation.

vu khoát [vu xwát] Chimerical ; dreamy.

vu không [vu xóŋ] To calumniate, to slander.

vu khúc [vu xúk] Sinuous, winding.

vu oan [vu wan] To slander, to calumniate.

vu quy [vu kwi] (Of woman) To marry, to get married, to go to the bridegroom's house.

vu vạ [vu vạ] To accuse falsely.

vu vơ [vu vơ] Vague, groundless.

vú [vú] Breast, mamma ; udder, dug (of animal). *Nuốm vú* : Nipple, teat, pap, mamilla (of woman) ; dug, teat (of animal). *Động vật có vú* : Mammal, mammalian. *Loài động vật có vú* : Mammalia. *Thuộc về vú* : Mammary. *Hình giống cái vú* : Mammiform, mamilliform. *Bịnh sưng vú* : Mammitis. *Mụ vú, vú em* : Wet nurse. *Mướn vú nuôi con* : To put a baby out to nurse. *Bị đạn dưới vú bên trái* : Shot under the left breast.

vú bõ [vú bɔ] Nurse.

vú em [vú ɛm] Wet nurse.

vú già [vú ɟà] Old maid servant.

vù [vù] *Sưng vù* : Swollen.

vũ [vũ] See **võ**.

vũ *Văn vũ* : Dull with rain.

vũ bão [vũ bãu] Rain and typhoon, (fig) violently, vehemently. *Tấn công như vũ bão* : To attack violently.

vũ công [vũ koŋ] Feat of arms.

vũ đài [vũ dài] Stage.

vũ điệu [vũ diệu] Dance.

vũ học [vũ hɔk] Pluviometry.

vũ kẻ [vū kẻ] Pluviometer, rain-gauge, udometer.

vũ khí [vū xi] See võ khí.

vũ khúc [vū xúk] Ballet.

vũ lượng [vū luượn] Rainfall.

vũ nhân [vū pən] Military.

vũ nhục [vū ɲuk] To dishonour, to disgrace.

vũ nữ [vū nũ] Taxi-girl ; dancer, ballet-dancer, dancing-girl.

vũ phiền [vū fién] Feather fan.

vũ phu [vū fu] 1) Strong man. 2) Brutal man.

vũ thuật [vū θwət] 1) Boxing. 2) Military act.

vũ tộc [vū tọk] The feathered tribe.

vũ trang [vū traŋ] To arm.

vũ trụ [vū trụ] Universe, world, cosmos. *Khắp vũ trụ* : The whole world. *Thuộc về vũ trụ* : Cosmic, cosmical.

vũ trụ học [vū trụ họk] Cosmography. *Thuộc về vũ trụ học* : Cosmographic(al). *Nhà vũ trụ học* : Cosmographer.

vũ trụ luận [vū trụ lwən] Cosmology.

vũ trụ tuyền [vū trụ twién] Cosmic rays.

vũ trường [vū truườn] Dancing, dancing-hall.

vụ [vụ] Spinning top.

vụ 1) Business, affairs. *Nghĩa vụ* : Duty, obligation. *Học vụ*: Educational affairs. *Chức vụ* : Function.
2) Case. *Gần đây có nhiều vụ trộm xảy ra trong thành phố* : There have been several cases of robbery in the town recently.

vụ kiện [vụ kiện] Lawsuit. *Điền đình một vụ kiện* : To settle a lawsuit amicably.

vua [vwə] King. *Vua nước Ý* : The King of Italy. *Vua nước Bỉ* : The King of Belgium. *Sống như Vua* : To live like a King. *Hành động xứng đáng một ông vua* : Kingly act. *Vua đã băng* : The King is dead. *Bảo hoàng hơn vua* : More royalist than the King. *Vua chết nhưng công việc của ông vẫn tiếp tục* : The King died but

his work continued.

vua chúa [vwə cửa] King and lords.

vua cờ bạc [vwə kờ bạk] King of the gamblers.

vua dầu lửa [vwə zồu lửa] Oil-king, oil magnate.

vua thoái vị [vwə θwái vị] Abdicating, abdicated, king.

vua tôi [vwə toi] King and subjects.

vùa [vừə] To sweep. *(Đánh bạc) Vùa hết* : To sweep the board, to make a clean sweep (to win all the money on the table when gambling).

vùa giúp [vừə súp] To help, to assist.

vui [vui] Gay, merry, lively, joyful, glad. *Càng đông càng vui* : The more the merrier. *Đây là ngày vui nhứt trong đời tôi* : This is the gladdest day of my life.

vui buồn [vui buồn] Joyous and sad. *Vui buồn lẫn lộn* : Mixed feelings.

vui chơi [vui cơi] To deport, to amuse oneself, to enjoy oneself.

vui dạ [vui zạ] Content, satisfied.

vui đùa [vui dừə] To amuse oneself ; to make merry.

vui lòng [vui lòŋ] Content, glad, satisfied, pleased. *Tôi lấy làm vui lòng được gặp lại ông* : I shall have great pleasure in seeing you again.

vui mắt [vui mắt] Pleasant to the eye.

vui miệng [vui miệŋ] To be carried by one's own conversation.

vui mừng [vui mừŋ] Pleased, joyful, full of joy. *Tôi rất vui mừng được biết tin ấy* : I am pleased at the news. *Chúng tôi vui mừng được biết anh thi đậu* : We were gratified to learn that you had passed the examination. *Tôi vui mừng nghe nói nó vẫn còn sống* : I heard with joy that he was still alive. *Tôi vui mừng được biết tin ấy* : I am pleased at the news.

vui sướng [vui ʃuớŋ] Happy.

vui tai [vui tai] Agreeable, pleasant, to the ear. *Âm nhạc làm vui tai* : Music that tickles the ear.

vui thích [vui θík] Glad, happy. *Lấy làm vui thích mà làm việc gì* : To delight in doing, to do, something.

vui thú [vui θú] Pleasant.

vui tính [vui tíɲ] Gay, jovial, cheerful.

vui tươi [vui tɯəi] Cheerful, gay.

vui vẻ [vui vẻ] Gay, joyful, merry, lively, mirthful. *Lúc nào cũng vui vẻ* : To be always merry and bright. *Rất vui vẻ* : As lively as a cricket. *Nó vui vẻ ngay khi tôi hứa giúp nó* : He cheered up at once when I promised to help him.

vùi [vùi] To bury ; to hide (something) in the ground.

vùi dập [vùi zập] To ill-treat, to handle roughly.

vùi đầu [vùi dầu] To give oneself up to, to be absorbed in. *Vùi đầu học* : To give oneself up completely to study.

vun [vun] To earth up (a tree). *Vun đất lên rễ cây* : To earth up the roots of a tree.

vun bón [vun bón] To fertilize (the soil).

vun cây [vun kei] To earth up a tree.

vun đắp [vun dắɯp] To earth up.

vun đất [vun dất] To earth (up).

vun trồng [vun tròŋ] To cultivate.

vun tưới [vun tɯới] To earth and to water.

vùn vụt [vùn vụt] (To move) Rapidly, swiftly.

vụn [vụn] *Miếng vụn, mảnh vụn* : Crumbs, pieces. *Cắt vụn* : To cut to pieces. *Giấy vụn* : Waste paper.

vụn vặt [vụn vặɯt] *Điều vụn vặt* : Detail.

vung [vuŋ] Lid, cover, of a pot.

vung To throw out.

vung tay [vuŋ tay] To flourish one's arms (about).

vùng [vùŋ] Zone, area ; region, district, country. *Vùng bị chiến tranh tàn phá* : War-worn area.

vùng an ninh [vùŋ an niɲ] Zone of security.

vùng an toàn [vùŋ an twàn] Safety zone.

vùng ẩn khuất [vùŋ ẩn xwất] Defilated zone.

vùng bị bắn [vùŋ bị bắɯn] Beaten zone. *Vùng bị bắn hữu hiệu* : Effective beaten zone.

vùng biên giới [vùŋ bien ʒói] Border area.

vùng cấm [vùŋ kấm] Prohibited area.

vùng chiến đấu [vùŋ cién dấu] Combat zone.

vùng chiến thuật [vùŋ cién θwật] Corps tactical zone.

vùng dậy [vùŋ zẹi] To rise up suddenly, to dart up.

vùng duyên hải [vùŋ zwien hải] Coastal zone, coastal area.

vùng đệm [vùŋ dệm] Buffer zone.

vùng hạ cánh [vùŋ hạ káɲ] Landing zone, landing area. *Vùng hạ cánh tàu lượn* : Glider landing zone.

vùng hiểm nghèo [vùŋ hiểm ŋèu] Critical zone.

vùng hoạt động [vùŋ hwạt dọŋ] Zone of action.

vùng hỗn hợp [vùŋ hỗn hợp] Joint zone.

vùng lân cận [vùŋ lân kận] Vicinity, neighbourhood, surrounding district. *Nó muốn ở vùng lân cận Luân đôn* : He wants to live in the neighbourhood of London.

vùng ngoại ô [vùŋ ŋwại o] Suburban area.

vùng nguy hiểm [vùŋ ŋwi hiểm] Danger space, danger area.

vùng phòng thủ [vùŋ fòŋ θủ] Defensive zone, defensive area. *Vùng phòng thủ duyên hải* : Defensive coastal area.

vùng phụ cận [vùŋ fụ kận] See **vùng lân cận**.

vùng tác xạ [vùŋ ták sạ] Zone of fire. *Vùng tác xạ bất thường, ngẫu nhiên* : Contingent zone of fire. *Vùng tác xạ bình thường* : Normal zone of fire.

vùng tập hợp [vùŋ tập hợp] Assembly area.

vùng thả dù [vủɳ θả zủ] Drop zone.

vùng vằng [vùɳ vàɯɳ] To move the body about from anger.

vùng vẫy [vùɳ vẽi] To struggle, to fight, to flounder ; to wriggle oneself free (e.g. from ropes round the body). *Nàng hết sức vùng vẫy* : She fought like a wild cat. *Vùng vẫy ở dưới nước* : To flounder about in the water.

vũng [vũɳ] 1) Pond, pool.
2) Lagoon.

vũng dầu [vũɳ dầu] Patch of oil. *Tôi trợt trên một vũng dầu* : I slipped on a patch of oil.

vũng lầy [vũɳ lầi] Morass.

vũng máu [vũɳ máu] Pool of blood.

vũng nước [vũɳ núrk] Pool of water.

vụng [vụɳ] Unskilful, unhandy, awkward. *Thợ vụng* : Tinker.

vụng Secretly, on the sly, on the quiet. *Ăn vụng* : To eat stealthily, to eat on the sly.

vụng dại [vụɳ zại] Foolish, stupid, silly.

vụng ở [vụɳ ở] To behave awkwardly.

vụng tính [vụɳ tíɳ] To miscalculate.

vụng trộm [vụɳ trộm] Secretly, on the sly, on the quiet.

vụng về [vụɳ vè] Awkward, clumsy, unskilful, unhandy (person) ; clumsy, maladroit (compliment, etc..,). *Tay vụng về* : To be awkward with one's hands. *Lời xin lỗi vụng về* : Clumsy apology. *Con trai thường vụng về hơn con gái* : Boys are usually clumsier than girls. *(Thể thao) Bắt banh một cách vụng về* : To fumble the ball.

vuông [vuoɳ] Square (figure, garden, etc...). *Bàn vuông* : Square table. *Buồm vuông* : Square sail. *Cằm vuông* : Square chin. *Hình vuông* : Square. *Thước vuông* : Square meter. *Vai vuông* : Square shoulders.

vuông vắn [vuoɳ vắɯn] Perfectly square.

vuông vức [vuoɳ vɯk] See vuông vắn.

vuốt [vuốt] Claw (of tiger, etc...) ; talon (of hawk).

vuốt To stroke.

vuốt tóc [vuốt tók] To stroke one's hair. *Vuốt tóc người nào* : To fondle with someone's hair.

vuốt ve [vuốt ve] To stroke ; to caress, to cuddle, to fondle. *Vuốt ve người nào* : To stroke someone down. *Vuốt ve một đứa bé* : To fondle a baby. *Vuốt ve lưng con chó* : To pat a dog on the back. *Vuốt ve con mèo* : To give the cat a stroke.

vuột [vuột] To escape ; to break free, loose.

vuột khỏi [vuột xỏi] To escape.

vuột lươn [vuột lɯơn] To skin an eel.

vuột tay [vuột tay] To slip from one's fingers.

vút [vút] Claw (of tiger, etc...) ; talon (of hawk).

vút Cao vút : Very tall.

vụt [vụt] Suddenly ; rapidly. *Vụt chạy* : To run suddenly. *Chiếc xe hơi chạy vụt qua* : A motor-car dashed by.

vụt To throw. *Vụt vật gì ra ngoài cửa sổ* : To throw something out of the window.

vụt To lash, to strike with a whip.

vụt nhớ [vụt ɲớ] To remember suddenly.

vừa [vừa] To fit, to become. *Áo của anh vừa quá* : Your coat fits you too tight. *Sửa quần áo cho vừa với người nào* : To fit a garment on someone. *Vừa khít với vật gì* : To fit exactly to something. *Cái áo mới nầy vừa tôi không ?* : Does this new dress become me ?. *Cái áo nầy không vừa tôi* : This coat doesn't fit me.

vừa Just. *Nó vừa viết thơ cho anh* : He has just written to you. *Nó vừa mới đi ra* : He has just left. *Tôi chỉ vừa đủ sống thôi* : I've got only just enough to live on. *Nó vừa mới về* : He came in just now. *Nó vừa khóc vừa cười* : He was laughing and crying at the same time. *Làm chỉ vừa đủ sống* : To earn a bare living. *Nó vừa mới đến* : He has (only) just come. *Nó vừa ở ngoại quốc về* : He is just back from abroad. *Nó vừa đúng bốn tuổi* : He is just turned four.

vừa To suit. *Cái nón nầy vừa tôi không ?* : Does this hat suit me ?. *Cái nón nầy vừa anh lắm* : This hat suits you.

vừa đi vừa về [vừə di vừə về]There and back. *Một trăm cây số vừa đi vừa về* : A hundred kilometres there and back. *Chúng ta có thể vừa đi vừa về trước bữa ăn không ?* : Can we go there and back before lunch ?.

vừa đủ [vừə dủ] Sufficient, enough.

vừa khít [vừə xít] To fit exactly.

vừa lòng [vừə lɔ̀ŋ] Content, pleased, satisfied. *Để làm vừa lòng tất cả mọi người* : As to please everyone. *Tôi cố làm cho những người ở trọ được vừa lòng* : I try to keep the lodgers contented. *Vừa lòng vì biết mình đã làm tận lực* : To have the gratifi a ion of knowing one has done one's best. *Không có gì làm cho nó vừa lòng cả* : Nothing pleases him. *Người ta không thể làm vừa lòng tất cả mọi người* : One can't please everybody. *Làm vừa lòng cả hai bên* : To sit on the fence; to run with the hare and hunt with the hounds. *Anh vừa lòng công việc của tôi không ?* : Are you satisfied with my work ?.

vừa lúc [vừə lúk]Just at the moment.

vừa lứa [vừə lứə] Well-matched (couple).

vừa mắt[vừə mắɯt] Pleasant to the eyes.

vừa miệng [vừə miệŋ] Pleasant to the taste.

vừa mới [vừə mới] Just, recently, lately. See vừa.

vừa người [vừə ŋười] Of average height.

vừa phải [vừə fải] Reasonable, moderate. *Giá vừa phải* : Reasonable, moderate, price.

vừa rồi [vừə rồi] Recently, lately.

vừa sát người [vừə ʃát ŋười] Close-fitting.

vừa sức [vừə ʃứk] Within one's reach.

vừa tầm [vừə tầm] Within one's reach.

vừa vặn [vừə vặɯn] To fit. *Giày vừa vặn* : Shoes that fit well.

vừa vừa [vừə vừə] Enough.

vừa ý [vừə í] Content, pleased.

vữa [vữə] Mortar.

vữa Addle(d) (egg) ; high, tainted (meat).

vựa [vựə] Depot.

vựa cá [vựə ká] Fish stall.

vựa củi [vựə kủi] Wood depot.

vựa hàng [vựə hàŋ] Warehouse.

vựa lúa [vựə lwá] Granary. *Ai-Cập là vựa lúa của cựu thế giới* : Egypt was the granary of the ancient world.

vựa than [vựə θan] Coal depot.

vựa thóc [vựə θók] See vựa lúa.

vức [vức] *Vuông vức* : Perfectly square.

vực [vực] Abyss, chasm.

vực To help (someone) to stand up. *Binh vực* : To defend.

vực *Khu vực* : Zone, area.

vực sâu [vực ʃəu] Abyss, chasm.

vực thẳm [vực θảɯm] See vực sâu.

vưng [vɯŋ] To obey. See vâng.

vừng [vừŋ] Sesame.

vững [vững] Stable, firm, fast. *Trở nên vững* : To become stable. *Giữ vững* : To hold fast. *Đứa bé đứng chưa vững* : The baby is not very firm on its legs yet. *Vững như trồng* : As firm as a rock (immovable).

vững bền [vững bền] Durable, lasting.

vững bụng [vững bụŋ] Sure, confident.

vững chãi [vững cãi] See vững chắc.

vững chắc [vững cắk] Firm, stable, steady, fast, sound (argument). *Lý lẽ không vững chắc* : Argument of little substance.

vững dạ [vững zạ] Confident, reassured.

vững lòng [vững lɔ̀ŋ] Reassured. *Vững lòng lại* : To resume one's courage.

vững tâm [vững təm] Reassured.

vững vàng [vững vàŋ] Steady, fast, firm, constant, stable.

vựng [vựŋ] *Ngữ vựng* : Glossary, vocabulary. *Tự vựng* : Lexicon.

vươn [vɯən] To stretch oneself.

vươn cổ [vɯən kỏ] To stretch one's neck, to crane one's neck.

vươn mình [vɯən mìṇ] To stretch oneself.

vươn tay [vɯən tay] To stretch (out or forth) one's arms.

vươn vai [vɯən vai] To stretch oneself.

vườn [vɯền] Garden, park. *Người làm vườn, người trồng vườn* : Gardener. *Nghề làm vườn* : Gardening. *Vườn nhỏ* : Small garden. *Làm vườn, trồng vườn* : To garden. *Lang vườn* : Quack. *Có một người ở trong vườn* : There is a man in the garden. *Vườn xây tường cao chung quanh* : Garden enclosed with, in, by, high walls. *Cửa sổ mở ra vườn* : The window gives on the garden, the window opens into the garden. *Nhà có vườn không ?* : Has the house a garden ?. *Vườn mọc đầy cỏ hoang* : The garden was overrun with weeds. *Vườn có tường chung quanh* : Garden with a wall right round, all round. *Nó làm vườn và cũng làm tài xế* : He serves as gardener and also as chauffeur. *Đi dạo một vòng trong vườn* : To take a turn in the garden.

vườn bách thảo [vɯền báik θảu] Botanical garden.

vườn bách thú [vɯền báik θú] Zoological garden.

vườn cảnh [vɯền kảiṇ] Pleasure garden.

vườn cây ăn trái [vɯền kei awn trái] Orchard.

vườn chơi [vɯền cəi] Amusement ground, pleasure-ground.

vườn hoa [vɯền hwa] Flower garden.

vườn rau [vɯền rau] Kitchen garden, vegetable garden.

vườn ruộng [vɯền ruəṇ] Gardens and rice-fields.

vườn trược [vɯền tɯrk] Gardens.

vườn ương cây [vɯền ɯəŋ kei] (Hort) Nursery, seed-bed (of young trees).

vượn [vɯẹn] (Z) Gibbon.

vương [vɯəŋ] King.

vương To be caught in. *(Nhện) Vương tơ* : (Of spider) To spin its web.

vương bẫy [vɯəŋ bẽi] To be caught in the trap.

vương cung [vɯəŋ kuŋ] Imperial palace, royal palace.

vương đạo [vɯəŋ dạu] The right way.

vương giả [vɯəŋ 3ả] King, prince.

vương hầu [vɯəŋ hồu] Noble family.

vương hậu [vɯəŋ hụu] Queen.

vương mệnh [vɯəŋ mẹiṇ] Imperial order.

vương miện [vɯəŋ miện] Royal crown, diadem.

vương nợ [vɯəŋ nợ] To be in debt.

vương quốc [vɯəŋ kwók] Kingdom.

vương quyền [vɯəŋ kwièn] Regal power, royal authority.

vương thất [vɯəŋ θất] Royal house.

vương tôn [vɯəŋ ton] Royalty.

vương vãi [vɯəŋ vãi] Scattered.

vương vấn [vɯəŋ vốn] To be preoccupied with.

vương vị [vɯəŋ vị] Royal seat.

vướng [vɯớŋ] To be caught in, entangled in. *Áo vướng vào cây đinh* : To catch one's dress on a nail. *Bị vướng dây thừng* : To get involved with a rope. *Vướng chân vào một sợi dây* : To entangle one's feet in a rope. *Con vịt bay vào lưới và càng vùng vẫy lại càng bị vướng thêm* : The duck flew into the nets and the more it struggled the more it entangled itself.

vướng chân [vɯớŋ cən] To entangle one's feet (in a rope).

vướng mắc [vɯớŋ mắwk] See vướng.

vướng mắt [vɯớŋ mắwt] To block, obstruct, the view.

vướng nợ [vɯớŋ nợ] In debt.

vướng vít [vɯớŋ vít] To be entangled in.

vướng víu [vɯớŋ víu] See vướng vít.

vưởng [vɯởŋ] *Vất vưởng* : Uncertain, unstable.

vượng [vɯạŋ] To prosper. *Thạnh vượng:*

Prosperous, thriving, flourishing.

vượng vận [vɯʌ̆ŋ vʌn] Good luck.

vượt [vɯ̆ʌt] To surpass, to exceed, to go beyond, to transcend. *Kết quả vượt quá sự mong mỏi của chúng tôi :* The outcome exceeded all our hopes, the result has surpassed our hopes. *Vượt quá chỗ mà mình phải ngừng lại :* To pass the place where one ought to have stopped. *Vượt qua nỗi khó khăn :* To surmount, to get over, to overcome, a difficulty.

vượt biển [vɯ̆ʌt biển] To come over the sea, to cross the ocean.

vượt ngục [vɯ̆ʌt ŋuk] To escape from prison, to break out of prison, to break gaol. *Tù vượt ngục :* Escaped prisoner.

vượt núi [vɯ̆ʌt núi] To cross the mountains.

vượt qua [vɯ̆ʌt kwa] To overcome, to surmount (obstacle, one's emotion), to get over (difficulty) ; to go beyond, to surpass, to exceed. *Vượt qua sự khó khăn :* To overcome, to surmount, to get over, a difficulty. *Nó vượt qua*

tất cả đấu thủ của nó : He outdid all his rivals.

vượt quá [vɯ̆ʌt kwá] To exceed, to transgress (one's competence) ; to go beyond (one's goal, one's right) ; to act in excess of (one's right). *Vượt quá quyền hạn của mình :* To exceed one's powers, to transgress one's competence, to go beyond one's authority. *Kết quả vượt quá sự mong mỏi của chúng tôi :* The outcome exceeded all our hopes.

vượt sông [vɯ̆ʌt ʃoŋ] To cross a river.

vượt tuyến [vɯ̆ʌt twién] To cross the demarcation line.

vứt [vứt] 1) To throw, to cast, to fling. *Vứt vật gì ra ngoài cửa sổ :* To throw something out of the window.

2) To discard, to throw away ; to dismiss (thought of revenge, etc..).

vưu vật [vɯ̆u vʌt] 1) Extraordinary thing.

2) Beautiful woman.

3) Beauty.

vỹ [vĩ] See vĩ.

X

xa [sa] 1) Far, far-away, distant. *Đi xa:* To go far. *Không xa lắm :* Not so far. *Đi xa quá :* To go too far. *Cách xa đây không? :* Is it far from here ?. *Xa mút con mắt :* As far as the eye can reach. *Xứ xa :* A far country. *Xa mặt, cách lòng :* Out of sight, out of mind. *Rất xa sự thật :* Far from the truth. *Thành phố ở cách xa năm dặm :* The town is five miles distant. *Thấy người nào từ xa :* To see someone afar, in the distance. *Ngày ấy hãy còn xa :* That day is still far distant. *Xa ba dặm :* Three miles distant. *Mùi thơm bay ra xa :* The scent was wafted abroad. *Danh tiếng của nó đồn xa :* His fame had spread abroad. *Ngắm người nào từ xa :* To admire someone at a distance, from afar. *Tôi thấy con nai đằng xa :* I caught a distant sight of a stag. *Có tiếng nhạc từ xa :* There were sounds of distant music. *Đứng cách xa, đứng xa ra :* To keep one's distance.

2) Distant, far off in relationship. *Nàng là em họ xa bên ngoại nó :* She was a distant cousin of his on the mother's side. *Chúng nó bà con xa :* They are distantly related.

xa To separate, part (from) ; to part company. *Chúng tôi sẽ không bao giờ xa nhau :* We shall never part.

xa Spinning-wheel.

xa *Quân xa :* Military vehicle. *Công xa :* Government car.

xa cách [sa káik] Far, far-off, separated.

xa cừ [sa kừ] Mother of pearl. *Cẩn xa cừ vào gỗ mun :* To encrust ebony with mother of pearl.

xa gần [sa gần] Far and near. *Nói xa gần :* To hint, to allude to.

xa giá [sa ʒá] Imperial car.

xa hoa [sa hwa] Luxurious, lavish. *Đời sống xa hoa :* Luxurious life ; a life of luxury. *Sống trong cảnh xa hoa :* To live in luxury.

xa hơn [sa hơn] Farther. *Tôi không thể đi xa hơn :* I can go no farther. *Chúng nó mệt đến nỗi không thể đi xa hơn nữa :* They were so tired that they could go no farther.

xa lạ [sa lạ] Foreign, strange.

xa lánh [sa láiɲ] To shun, to move away from. *Xa lánh cõi trần :* To die. *Nó xa lánh tất cả bạn cũ của nó :* He broke away from all his old friends.

xa lắc [sa lắɯk] Very far, very far-away.

xa lìa [sa lìa] Separated.

xa lộ [sa lọ] Highway.

xa lông [sa loŋ] Drawing-room. *Bộ xa lông :* Drawing-room suit.

xa luân [sa lwən] Car wheel.

xa mãi [sa mãi] To buy on credit.

xa mại [sa mại] To sell on credit.

xa mù [sa mù] Very far, very far-away.

xa nhau [sa ɲau] 1) Far from each other, far from one another.

2) (Of married persons) To separate.

xa phí [sa fí] Wasteful, prodigal.

xa phu [sa fu] Rickshawman.

xa quá [sa kwá] Very far.

xa thẳm [sa θåɯm] Very far-away, far-off.

xa tít [sa tít] Very far.

xa trông [sa troŋ] To see in the distance.

xa vọng [sa vɔŋ] Ambition.

xa vời [sa vòi] Far, distant. •

xa xăm [sa saɯm] Remote, distant.

xa xỉ [sa sỉ] To waste, to squander.

xa xỉ Unnecessary. *Xa xỉ phẩm* : Articles of luxury, luxury articles. *Thuế xa xỉ* : Luxury tax. *Sự buôn bán xa xỉ phẩm* : The luxury trades.

xa xôi [sa soi] Distant, far-away, far-off, remote. *Miền xa xôi* : Remote area.

xá [sá] To salute with clasped hands.

xá *Ân xá* : Amnesty, general pardon.

xá chi [sá ci] What's the good of it?.

xá đệ [sá dẹ] My younger brother.

xá gì [sá gì] See xá chi.

xá hạ [sá hạ] My home.

xá hựu [sá hựu] To pardon, to forgive.

xá lịnh [sá lịŋ] Amnesty ordinance.

xá lợi [sá lợi] Buddha's relics.

xá miễn [sá miễn] To exempt ; to pardon, to forgive.

xá muội [sá muọi] My younger sister.

xá nặc [sá nạɯk] To harbour a criminal.

xá quá [sá kwá] To forgive, to excuse.

xá thuế [sá θwế] To exempt from taxes.

xá tội [sá tọi] To forgive, to pardon.

xà [sà] (Const) Beam, girder.

xà Snake.

xà beng [sà bɛŋ] Crow-bar.

xà bông [sà boŋ] Soap. *Xà bông cạo râu* : Shaving-soap, shaving-stick. *Cục xà bông* : Cake of soap. *Cây xà bông* : Bar of soap. *Giặt, rửa vật gì bằng xà bông* : To wash something with soap. *Bột xà bông* : Soap-powder. *Nước xà*

bông : Soap-water. *Bọt xà bông* : Soap-bubble.

xà cạp [sà kạp] (Mil) Leggings.

xà dọc [sà zɔk] (Const) Longitudinal beam.

xà cừ [sà kừ] See xa cừ.

xà đầu long [sà dàu lɔŋ] (Z) Plesiosaurus.

xà gỗ [sà gỗ] Wooden beam.

xà lách [sà láik] Salad. *Trộn xà lách* : To mix a salad.

xà lan [sà lan] Lighter, barge, scow.

xà lim [sà lim] Cell (of prison).

xà lỏn [sà lɔn] Knee-breeches.

xà lúp [sà lúp] Launch, long-boat.

xà mâu [sà məu] Spear.

xà ngang [sà ŋaŋ] Cross-beam, girder.

xà phòng [sà fɔŋ] Soap.

xà xuống [sà suɔŋ] (Of bird) To pounce, to swoop. *Chim ưng xà xuống vồ mồi* : The eagle pounces, swoops, on the prey.

xả [sà] To rinse (clothes).

xả To let go. *Xả hơi* : To blow off steam, to liberate a gas. *Xả nước cho ngập một vùng* : To flood a region. *Vùng bị xả nước ngập* : Flooded area.

xả quần áo [sà kwàn áu] To rinse clothes.

xả thân [sà θən] To sacrifice one's life.

xả tóc [sà tók] To let one's hair fall out.

xã [sã] Village, community. *Hội đồng xã* : Village council. *Hợp tác xã* : Cooperative.

xã đoàn [sã dwàn] Group, association, society.

xã giao [sã ʒau] Social intercourse. social relations, good manners. *Tỏ ra người biết phép xã giao, lịch sự* : To approve oneself a man of the world. *Sự thiếu phép xã giao* : Breach of good manners.

xã hội [sã họi] Society. *Những bổn phận đối với xã hội* : Duties towards society.

xã hội Social. *Địa vị xã hội* : Social rank. *Cải cách xã hội* : Social reform.

Trật tự xã hội : Social order. *Khoa học xã hội* : Social science. *Dân chủ xã hội* : Social democracy.

xã hội ăn chơi [sã họi ămn cɔi] Fast society (people who live only for pleasure).

xã hội chủ nghĩa [sã họi củ ŋĩə] Socialism.

xã hội hóa [sã họi hwa] To socialize. *Sự xã hội hóa* : Socialization.

xã hội học [sã họi họk] Sociology. *Nhà xã hội học* : Sociologist. *Thuộc về xã hội học* : Sociological.

xã hội tính [sã họi tịŋ] Sociality.

xã luận [sã lwẹn] Editorial, leading article, leader.

xã tắc [sã tắɯk] Country, nation.

xã thuyết [sã θwiét] Leading article, leader, leading article.

xã trưởng [sã trɯở̀ŋ] Village chief, head of a village.

xã viên [sã vien] Member of a cooperative.

xạ [sạ] To fire. *Thiện xạ* : Marksman.

xạ *Chuột xạ* : Musk-rat.

xạ biểu [sạ biểu] Firing table.

xạ chiến [sạ ciến] Fire fight.

xạ cự [sạ kụ] Range.

xạ giác [sạ ʒák] Angle of fire.

xạ hương [sạ hɯəŋ] Musk. *Ướp xạ hương* : To perfume with musk.

xạ hương ngưu [sạ hɯəŋ ŋɯɯ] Musk-ox.

xạ hương nhân tạo [sạ hɯəŋ ɲən tạu] Artificial musk.

xạ kích [sạ kík] To fire.

xạ thể [sạ θẻ] (Bot) Aster, sex-starwort.

xạ thủ [sạ θủ] Gunner. *Xạ thủ hạng nhứt* : First class gunner. *Xạ thủ hạng nhì* : Second class gunner. *Xạ thủ liên thanh* : Machine-gunner.

xạ thuật [sạ θwẹt] Gunnery.

xạ trường [sạ trɯờ̀ŋ] Field of fire, rifle-range.

xác [sák] 1) Corpse, dead body. *Nhà xác* : Morgue.

2) Exuviae (of snake, etc...) ; bagasse, megass.

xác *Đích xác* : Sure, certain. *Chính xác* : Accurate, exact.

xác chết [sák cét] Corpse, dead body. *Xác chết đã cứng đơ* : The body was already stiff, the body had stiffened.

xác chứng [sák cứŋ] Sure proof.

xác cứ [sák kứ] See xác chứng.

xác đáng [sák dáŋ] Just, exact.

xác định [sák dịŋ] To confirm, to determine, to affirm.

xác mía [sák mia] Bagasse, megass. See bã mía.

xác nhận [sák ɲẹn] To confirm, to affirm. *Xác nhận việc gì với người nào* : To affirm something to someone. *Sự xác nhận* : Confirmation, affirmation.

xác pháo [sák fáu] Residue of fire-cracker.

xác thật [sák θẹt] Genuine, true.

xác thịt [sák θịt] Body ; flesh. *Thuộc về xác thịt* : Carnal. *Đau đớn tinh thần và xác thịt* : Pains of the mind and of the body. *Tội lỗi về xác thịt* : The sins of the flesh.

xác thực [sák θɯ̣k] True, genuine.

xác trà [sák trà] Used tea-leaves.

xác xơ [sák sɔ] Very poor ; ragged, tattered.

xách [sáik] To carry (suitcase, etc...) by the handle.

xách nước [sáik nɯ́rk] To draw water.

xách tai [sáik tai] To pull, tweak (someone's) ear. *Xách tai một đứa bé* : To pull, tweak a boy's ear.

xách tay [sáik tay] Hand-bag.

xách tay To carry in the hand. *Hành lý xách tay* : Hand luggage.

xạch [sạik] *Nó đi xành xạch suốt ngày* : He goes out all day.

xái [sái] Residue, dregs (of opium).

xái thuốc [sái θwɔ́rk] Dottle (left unsmoked in pipe).

xài [sài] 1) To spend, to expend, to lay out (money). *Xài tiền không tiếc* : Liberal of one's money. *Xài rất nhiều tiền* : To spend too much money. *Xài*

một số tiền lớn : To spend a vast amount of money. *Xài tiền như nước* : To spend money like water.

2) To use. *Tháng rồi chúng ta xài hết bao nhiêu than?* : How much coal did we use last month?.

xài phí [sài fí] To squander one's money, (Slang) to blue one's money ; to play ducks and drakes with one's money.

xám [sám] Grey. *Sơn màu xám* : Painted grey. *Màu xám đục* : Dull grey. *Sơn, nhuộm xám* : To paint, tint, with grey. *Mắt màu xám* : Grey-eyed. *Hơi xám* : Greyish.

xám gio [sám jo] Ash-grey. See **xám tro.**

xám mặt [sám mạưt] Pale. *Sợ xám mặt* : To turn pale with fright. *Nó xám mặt* : His face went ashy pale.

xám nâu [sám nâu] Drab.

xám ngắt [sám ŋắưt] Very pale.

xám tro [sám tro] Ash-grey.

xám xanh [sám saiɲ] Blue-grey.

xám xỉ [sám sì] Ash-grey.

xám xịt [sám sịt] Dark grey.

xàm [sàm] *Nói xàm* : To talk nonsense.

xàm [sàm] To caulk. *Sự xàm* : Caulking.

xạm [sạm] *Đồ vật lạm xạm* : Worthless things.

xạm mặt [sạm mạưt] To turn pale with fright.

xạm mặt To be ashamed.

xán [sán] To strike. *Xán người nào một hạt tai* : To box someone's ears.

xán lạn [sán lạn] Splendid.

xáng [sáɲ] Dredger.

xanh [saiɲ] 1) Blue, green. *Đậu xanh* : Green peas. *Xanh màu cỏ* : Grass-green. *Mắt xanh* : Blue-eyed, green-eyed. *Xám xanh*: Blue-grey. *Màu xanh*: Blue. *Màu xanh sẫm* : Navy blue, sea blue. *Màu hơi xanh*: Pale blue. *Đá xanh* : Green stone. *Hơi xanh*: Greenish. *Rêu phủ một lớp xanh dờn trên những bức tường cũ* : The moss forms

a green mantle on the old walls. *Đứa bé mắt xanh* : Blue-eyed child. *Nhà sơn xanh ở ngoài* : The house was painted green outside.

2) Unripe, green. *Trái xanh* : Unripe fruit. *Nho hãy còn xanh quá* : The grapes are too green.

3) Green, pale. *Tái xanh, xanh mét :* To go, turn, green.

4) Young, tender. *Tuổi xanh* : Tender age.

xanh Frying pan.

xanh biếc [saiɲ birk] Deep sky-blue.

xanh da trời [saiɲ za trời] Sky-blue, celeste. *Áo màu xanh da trời* : Sky-blue dress.

xanh dờn [saiɲ zờn] Green.

xanh đậm [saiɲ dậm] Dark blue.

xanh đen [saiɲ đen] Blue-black.

xanh đồng [saiɲ dồŋ] Verdigris.

xanh lá cây [saiɲ lá kei] Green. *Sơn cửa màu xanh lá cây* : To paint a door green.

xanh lam [saiɲ lam] Blue.

xanh lè [saiɲ lè] Green ; unripe (fruit).

xanh mặt [saiɲ mạưt] To blanch ; to become pale in the face from fear.

xanh mét [saiɲ mét] As pale as death.

xanh ngắt [saiɲ ŋắưt] Very green.

xanh nhợt [saiɲ ɲợt] Pale as death, deadly pale, ghastly pale.

xanh nước biển [saiɲ núrk biển] Sea blue.

xanh rờn [saiɲ rờn] Green.

xanh tươi [saiɲ tươi] Light blue.

xanh um [saiɲ um] Green, verdant.

xanh ve chai [saiɲ ve cai] Bottle-green.

xanh xanh [saiɲ saiɲ] Greenish.

xanh xao [saiɲ sau] Pale, livid, tallowy.

xành xạch [sàiɲ sạik] *Nó đi xành xạch suốt ngày* : He goes out all day.

xao [sau] *Xôn xao* : Uproarious.

xao *Xanh xao* : Pale, livid.

xao động [sau dộŋ] Agitated.

xao lãng [sau lãŋ] To distract, to neglect.

xao nhãng [sau n̄ăn] See xao lãng.

xao xác [sau sák] Noisy, tumultuous.

xao xiến [sau sién] See xao xuyền.

xao xuyền [sau swién] Stirred, excited.

xáo [sáu] To mix ; to upset, to turn upside down.

xáo bài [sáu bài] To shuffle cards.

xáo lộn [sáu lọn] To mix, to mix up ; to confound, to confuse.

xáo măng [sáu mawn] To cook beef etc.. with bamboo shoots.

xáo trộn [sáu trọn] See xáo lộn.

xào [sàu] To fry.

xào bài [sàu bài] To shuffle the cards (in a pack before dealing), to give the cards a shuffle.

xào xạc [sàu sạk] Noisy.

xảo [sảu] 1) Artful, crafty, cunning. 2) Skilful.

xảo công [sàu kon] Skilled workman.

xảo diệu [sàu zịęu] Very skilful.

xảo ngôn [sàu non] Artful words; clever words.

xảo quyệt [sàu kwịęt] Crafty, cunning, artful.

xảo thủ [sàu θù] Skilled workman.

xảo thủ Dexterous, skilful.

xảo trá [sàu trá] Cunning, artful, crafty.

xạo [sạu] To be a fake.

xáp [sáp] To approach, come near.

xáp lại [sáp lại] To draw near, come near.

xát [sát] To rub, to chafe.

xay[say]To decorticate, husk, hull (rice) ; to mill, grind (corn, etc..). *Sự xay lúa :* Decortication, husking, hulling, of rice. *Xay vật gì thành bột :* To grind something to dust. *Gạo xay rồi :* Husked rice. *Cối xay :* Mill. *Cối xay bột :* Flour-mill. *Cối xay cà phê :* Coffee-mill. *Cối xay tiêu :* Pepper-mill.

xay bột [say bọt] To grind corn into flour, to mill grain. *Nhà máy xay bột :* Flour-mill, flouring-mill.

xay cà phê [say cà fe] To grind coffee. *Cối xay cà phê :* Coffee-mill.

xay lúa [say lứợ] To grind paddy. *Xay lúa thì đừng ẩm em :* You can't be in two places at the same time ; you can't be here, there, and everywhere.

xay thóc [say θók] See xay lúa.

xay tiêu [say tieu] To grind pepper. *Cối xay tiêu :* Pepper-mill.

xảy [sảy] To happen, to occur, to fall out, to come about ; to arise.

xảy đến [sảy dén] See xảy ra.

xảy ra [sảy ra] To arise, to happen, to occur, to take place, to fall out, to come about, to befall. *Có thể xảy nhiều việc bất ngờ :* Incidents may arise. *Nếu những chuyện rắc rối xảy ra :* If complications arise. *Một tai nạn xảy ra :* An accident happens. *Nếu xảy ra như vậy :* Should it so happen. *Dù xảy r: thế nào đi nữa :* Come what may, whatever happens. *Việc ấy xảy ra đã mười năm nay rồi :* That happened ten years ago, it took place ten years ago. *Trong trường hợp xảy ra :* When the case arises, should the case occur. *Xảy ra lần nữa :* To occur again. *Cùng xảy ra :* To concur, to happen together. *Việc ấy đã xảy ra như tôi đã nói với anh :* It happened as i told you. *Một cơ hội như thế không xảy ra lần thứ hai :* Such a chance will not occur again. *Tôi mong rằng việc ấy sẽ không xảy ra nữa :* I hope it will not occur again. *Thường xảy ra :* To be of frequent occurrence. *Một việc như thế sẽ không bao giờ xảy ra nữa :* Such a thing will never happen again. *Việc ấy có thể xảy ra không biết ngày nào :* That may happen any day. *Nếu có việc gì xảy ra cho nó (nếu nó bị tai nạn) cho tôi hay :* If anything happen to him (if he meet with an accident) let me know. *Tôi không biết việc ấy xảy ra làm sao :* I don't know how it happened. *Không biết việc gì đang xảy ra :* To be ignorant of what is happening. *Việc ấy xảy ra hồi nào ?:* When did it occur ?. *Đừng để việc ấy xảy ra nữa :* Don't let this occurs again. *Nhiều biến cố quan trọng đã xảy ra tuần rồi :* Important events transpired last week.

xảy tới [sảy tớɪ] See **xảy ra**.

xắc mang ở lưng [sáɯk maɳ ɔ̀ lɯɳ] Rucksack, knap-sack.

xăm [saɯm] To prick, to tattoo. *Tẩy vết xăm trên mình người nào :* To remove the tattoo from someone. *Thủy thủ xăm hình trái tim trên cánh tay :* The sailor had a heart tattooed on his arm.

xăn [saɯn] To run up, roll up, tuck up, bunch up (one's sleeves, trousers, etc..).

xăn Tucked up, turned up, bunched up (sleeves, etc...).

xăn áo [saɯn áu] To tuck up, turn up, roll up, one's sleeves.

xăn lên [saɯn len] To roll up, to turn up, to tuck up.

xăn quần [saɯn kwɔ̀n] To roll up, turn up, one's trousers.

xăn tay áo [saɯn tay áu] See **xăn áo**.

xăn váy [saɯn váy] To pull up one's skirt.

xẵn [sáɯn] To divide. *Xẵn miếng bánh làm hai bằng dao :* To divide a cake into two parts with a knife.

xẵn To roll up, turn up, tuck up, bunch up (one's sleeves, etc...).

xẵn áo [sáɯn áu] To roll up, turn up one's sleeves.

xẵn đất [sáɯn dớt] To dig the earth with a spade.

xẵn lên [sáɯn len] To roll up, to turn up, to tuck up.

xẵn quần [sáɯn kwɔ̀n] To turn up, roll up, one's trousers.

xẵn tay áo [sáɯn tay áu] See **xẵn áo**. *Xẵn tay áo sơ mi lên :* To tuck up one's shirt-sleeves. *Nó cởi giày vớ, xẵn tay áo sơ mi lên và lội ngang qua một khúc sông cạn :* He took off his shoes and stockings, tucked up his shirt and waded across the stream.

xăng [saɯɳ] Petrol, gasoline, gasolene. *Cây xăng, trạm xăng :* Petrol-pump, filling-station.

xăng quít [saɯɳ kwít] Sandwich. *Ăn một miếng xăng quít cho đỡ đói :* To

eat a sandwich to stay one's hunger.

xăng xái [saɯɳ sái] Agile, brisk.

xằng bậy [sàɯɳ bẹi] Foolishly, wrongly.

xằng [sàɯɳ] Curt ; rude.

xằng lè [sàɯɳ lè] Too salt(y).

xắt [sáɯt] To cut up, to chop, to hash. *Xắt nhỏ vật gì :* To chop something to pieces. *Thịt và rau thường được xắt nhỏ trước khi nấu :* Meat and vegetables are often chopped (up) before they are cooked.

xấc [sớk] Impolite, insolent.

xấc láo [sớk láu] Insolent, impertinent. *Sự xấc láo :* Insolence. *Nó không thể chịu được sự xấc láo :* He will brook no insolence.

xấc xược [sớk sɯɤk] See **xấc láo**.

xâm [səm] *Ngoại xâm :* Foreign aggression.

xâm chiếm [səm ciém] To invade, to conquer. *Sự xâm chiếm :* Invasion, conquest.

xâm đoạt [səm dwạt] To seize, to ravish.

xâm lăng [səm laɯɳ] To invade. *Sự xâm lăng :* Invasion, aggression. *Kẻ xâm lăng :* Invader, aggressor.

xâm lấn [səm lớn] To invade. *Xâm lấn quyền lợi của người khác :* To invade another person's rights. *Xâm lấn tài sản của người nào :* To trespass (up) on someone's property.

xâm lược [səm lɯɤk] To invade. *Chiến tranh xâm lược :* Aggressive war. *Bị dày xéo dưới gót chân quân xâm lược :* To be under the heel of the invader.

xâm nhập [səm ɳəp] To infiltrate, to penetrate. *Sự xâm nhập :* Infiltration, intrusion.

xâm phạm [səm fạm] 1) To violate. *Sự xâm phạm :* Violation. 2) To infringe (upon), to encroach. *Xâm phạm quyền lợi của người nào :* To infringe upon someone's rights.

xâm xì [sòm sì] To whisper ; to speak in a low, soft voice, or under the breath.

xẩm [sòm] To be blind.

xẩn: *Xây xẩm mặt mày* : To feel dizzy; to be, feel, turn, giddy; to come over giddy.

xẩn vẩn [sẩn vẩn] 1) To wander. 2) To follow, to hover.

xắp [sắp] To cut with.

xắp ba [sắp ba] Treble.

xắp bạc [sắp bạk] Wad of paper money.

xắp bốn [sắp bốn] Fourfold, quadruple.

xắp đôi [sắp đoi] Double.

xắp hai [sắp hai] Double.

xắp mười [sắp mười] Decuple.

xắp năm [sắp naum] Fivefold.

xắp trăm [sắp traum] Centuple.

xắp xỉ [sắp sỉ] Approximately. *Xấp xỉ tứ tuần* : To be getting on for forty, to be hard upon forty, to be on the verge of forty.

xâu [sâu] Bunch (of keys).

xâu To thread (needle); to string (beads).

xâu Fatigue.

xâu chìa khóa [sâu cia xwa] Bunch of keys.

xâu xé nhau [sâu sé nau] To tear one another to pieces; to kill, slaughter, one another.

xấu [sấu] 1) Evil, ill, bad (omen, etc...); wrong. *Tin xấu* : Evil tidings, bad news. *Ảnh hưởng xấu* : Evil influence. *Người hay nói xấu* : An evil-tongued person. *Nói xấu người nào* : To speak evil (ill) of someone. *Có ý xấu* : Ill-disposed, ill-intentioned, evil-minded, ill-affected. *Nói xấu* : Evil-speaking. *Tiếng xấu* : Ill name, ill repute. *Có tiếng xấu* : Ill-famed. *Vận xấu* : Ill luck. *Tánh xấu, nết xấu* : Ill-temper, ill-nature. *Có tánh xấu* : Ill-natured. *Có điềm xấu* : Ill-omened. *Hay nói xấu* : Ill-tongued. *Hơi xấu* : Baddish. *Ăn cắp là xấu* : It is wrong to steal, stealing is wrong. *Nó không phải hoàn toàn xấu đâu* : He is not all bad. 2) Bad, nasty. *Trời xấu* : Bad weather, nasty weather, ugly weather; the weather is bad. 3) Ugly, homely, ill-favoured. *Nàng không đến nỗi xấu lắm* : She's not too

bad-looking. *Người đàn bà xấu xí* : An ugly woman. 4) (Of soil) Arid.

xấu bụng [sấu bụng] Bad, ill-disposed, ill-intentioned.

xấu hoắc [sấu hwắwk] Very ugly.

xấu hổ [sấu hổ] Ashamed, shameful. *Làm người nào xấu hổ* : To put someone to shame. *Lấy làm xấu hổ vì làm chuyện gì* : To feel ashamed to do something, of doing something. *Không còn biết xấu hổ nữa* : To be lost of all sense of shame.

xấu hơn [sấu hơn] Worse.

xấu mã [sấu mã] To have an ugly appearance.

xấu máu [sấu máu] To have an ailing constitution.

xấu mặt [sấu mặt] Ashamed, shameful.

xấu nết [sấu nét] To have a bad character.

xấu người [sấu người] To have an ugly appearance.

xấu nhứt [sấu nứt] Worst.

xấu số [sấu số] Ill-fated. *Những kẻ xấu số* : The unlucky ones.

xấu tiếng [sấu tiếng] To have a bad name.

xấu xa [sấu sa] Bad, evil.

xấu xí [sấu sí] Ugly, homely.

xây [sei] To build, to construct, to erect. *Xây nhà* : To build a house. *Trong khi nhà đang xây* : While the house is building. *Công việc xây cất trường học mới mất một năm* : The work of building the new school took one year.

xây To turn. *Xây lại thình lình* : To turn short. *Nó xây lại để nhìn cô ấy* : He turned (round) to look at her. *Xây lưng lại người nào, vật gì* : To turn one's back on someone, on something. *Nhà xây về hướng nào?* : Which way does the house look ?.

xây Bib (placed under a child's chin during meals).

xây bồ bồ [sei bò bò] To turn round

X

and round.

xây cơ [sei kə] Necromancy.

xây dựng [sei zụŋ] To construct, to build, to erect, to set up. *Sự xây dựng* : Construction. *Đang xây dựng* : Under construction, in course of construction.

xây dựng [sei zụŋ] Constructive. *Sự chỉ trích xây dựng* : Constructive criticism. *Ý kiến xây dựng* : Constructive idea.

xây đắp [sei dáwp] To build.

xây lại [sei lại] To turn (round). *Nó xây lại nhìn cô ấy* : He turned (round) to look at her.

xây lưng [sei lưŋ] To turn one's back on. *Xây lưng lại người nào* : To turn one's back on someone.

xây mặt [sei mạwt] To turn away.

xây móng nhà [sei mốŋ ɲà] To lay the foundations of a house.

xây nhà [sei ɲà] To build a house.

xây tròn [sei trɔn] To turn round.

xây tường [sei tườŋ] To build a wall.

xây xài [sei xài] To spend.

xây xẩm [sei sɔm] To feel dizzy ; to be, feel, turn, giddy ; to come over giddy.

xe [sɛ] Car, carriage, motor car. *Kiếng xe* : Carriage-window. *Xe hai ngựa, xe bốn ngựa* : Carriage and pair, carriage and four. *Lái xe* : To drive. *Chúng tôi đến bằng xe* : We drove here, we came in the car, by car. *Lên xe !* : Take your seats ! all aboard !. *Coi chừng xe !* : Beware of traffic !. *Xuống xe* : To alight from, get off, a car. *Anh biết lái xe không ?* : Can you drive ?. *Tôi cho xe chạy năm chục cây số một giờ* : I was driving along at fifty kilometres an hour. *Anh muốn đi bộ hay đi xe ?* : Will you walk or drive ?. *Lái xe chở người nào về nhà quê* : To drive someone down to, into, the country. *Nó lái xe giỏi* : He is a good driver. *Nàng đậu xe trước một nhà sách* : She parked her car before a book-shop. *Thấy nguy tài xế liền ngừng xe lại* : Seeing the danger, the driver brought

the car to a standstill. *Đem xe ra* : To get out one's car. *Xe nầy có thể chở được sáu người* : This car can accommodate six persons. *Có nhiều chỗ cho tất cả các anh trong xe* : There's ample room for all of you in the car. *Xe nó chở được bảy người* : His car carries seven people. *Đem xe vào ga-ra* : To run the car into the garage. *Nó phải cúi xuống mới lên xe được* : He had to stoop in order to get into the car. *Xe cho mướn không tài xế* : Self-drive cars for hire. *Xe tôi còn xài được mười năm nữa* : My car is good for another ten years yet.

xe To spin, to twist, to twirl. *Máy xe chỉ* : Spinning frame.

xe ba bánh [sɛ ba báɲ] Tricycle, three-wheeled vehicle.

xe ba gạc [sɛ ba gạk] Carrier tricycle.

xe bò [sɛ bò] Ox-cart, bullock-cart. *Xe bò mắc lầy* : Cart caught in a bog.

xe bọc sắt [sɛ bɔk ʃáwt] Armoured car.

xe bù ệt [sɛ bù ệt] Wheelbarrow. *Đẩy xe bù ệt* : To push a wheelbarrow.

xe buýt [sɛ bwit] Bus. *Xe buýt chật ních* : The bus was jam full. *Nếu anh bị xe buýt đụng và bị thương, anh có thể đòi công ty xe buýt tiền thiệt hại* : If you're knocked down and hurt by a bus you may claim damages from the bus company. *Người nầy thì muốn đi xe buýt, người khác thì muốn đi xe lửa* : Some like to take the bus, others to take the train. *Nó bị xe buýt đụng té* : He was knocked down by a bus. *Xe buýt chạy mỗi mười phút một chuyến* : The buses run every ten minutes. *Đem một chiếc xe buýt ra chạy* : To put a bus into service. *Xe buýt chạy suốt ngày đêm* : The buses run day and night.

xe cam nhông [sɛ kam ɲoŋ] Truck, (U.S.A) lorry.

xe cần trục [sɛ kền trụk] Breakdown truck.

xe chỉ [sɛ cỉ] To spin (cotton, etc...).

xe chỉ huy [sɛ cỉ hwi] Command car.

xe chiến đấu [sɛ ciến đấu] Combat vehicle.

xe chiến thuật [sɛ ciến θwật] Tactical vehicle.

xe chở cáng [sɛ cỏ káŋ] Litter carrier.

xe chở chiến xa [sɛ cỏ ciến sa] Tank carrier.

xe chở hàng [sɛ cỏ hàŋ] Van. *Xe chở hàng hóa :* Goods truck, (U. S. A.) freight car.

xe chở nhân viên [sɛ cỏ ɲən vien] Personnel carrier.

xe chở nước [sɛ cỏ núɯrk] Tank truck.

xe chở tội [sɛ cỏ tọi] Van.

xe chữa lửa [sɛ cữɯa lửɯə] Fire-engine. *Tất cả xe cộ phải tránh đường cho xe chữa lửa :* All traffic has to make way for a fire-engine.

xe có bánh [sɛ kỏ báiɲ] Wheeled vehicle.

xe có tay lái bên phải [sɛ kỏ tay lái ben fải] Right hand drive car.

xe cộ [sɛ kọ] Vehicles ; traffic. *Ở Anh, xe cộ chạy bên trái :* In England, traffic keeps to the left. *Xe cộ chạy suốt ngày đêm :* The traffic runs day and night. *Có nhiều xe cộ quá nên nó không dám qua đường :* There was so much (motor) traffic that he was afraid to cross the road. *Xe cộ ở các thành phố lớn được điều khiển bằng đèn xanh và đèn đỏ:* Traffic in big cities is controlled by green and red lights (traffic control lights).

xe cơ xưởng [sɛ kə sɯởŋ] Maintenance vehicle.

xe cút kít [sɛ kút kít] Wheelbarrow, hand-cart.

xe cứu chữa [sɛ kứɯu cữɯə] Rescue vehicle.

xe cứu hỏa [sɛ kứɯu hwả] Fire-engine.

xe cứu thương [sɛ kứɯu θɯəŋ] Ambulance.

xe du lịch [sɛ zu lịk] Touring-car.

xe đám ma [sɛ dám ma] Hearse.

xe đạp [sɛ dạp] Bicycle, cycle. *Đi, cỡi xe đạp :* To ride a bicycle, to (bi)cycle. *Người đi xe đạp :* (Bi)cyclist. *Nó*

đi học bằng xe đạp : He came to school by bicycle. *Đi xe đạp lại sở bưu điện :* To ride one's bicycle to the post office. *Nó bị té khi đi xe đạp :* He was knocked down while riding a bicycle.

xe đạp ba bánh [sɛ dạp ba báiɲ] Tricycle.

xe điện [sɛ diện] Tram, tram - car, street-car. *Xe điện chạy trên đường rầy :* Trams run on rails. *Nó tiết kiệm bằng cách đi xe điện thay vì đi tắc xi mỗi khi nó đi học :* He economized by using trams instead of taking a taxi every time he went to school.

xe đò [sɛ dò] Bus.

xe đổ rác [sɛ dỏ rák] Dust-car.

xe độc mã [sɛ dọk mã] One-horse carriage.

xe gắn máy [sɛ gắɯn máy] Motorized bicycle, bicycle engine, motor-bicycle.

xe giao hàng [sɛ ɜau hàŋ] Delivery var.

xe hai ngựa [sɛ hai ŋɯə] Carriage and pair.

xe hàng [sɛ hàŋ] Van.

xe hoa [sɛ hwa] Float.

xe hỏa [sɛ hwả] Train. See **xe lửa**.

xe hòm [sɛ kòm] Limousine.

xe hồng thập tự [sɛ hòŋ θập tự] Ambulance.

xe hơi [sɛ hại] Automobile, motor-car. *Chúng tôi đến bằng xe hơi :* We came in the car, by car. *Xe hơi không thể đến tận nhà được :* The house is not accessible by motor-car (it's impossible to get to the house by motor-car). *Số tiền không đủ mua một chiếc xe hơi :* The money won't run to a car. *Đường xe hơi không thể chạy được :* Road unfit for motor traffic.

xe hú lô [sɛ hủ lo] Steam-roller.

xe kéo [sɛ kéu] Ricksa(w), jinricksha, jinrickshaw.

xe không mui [sɛ xoŋ mui] Open carriage.

xe kiểm soát [sɛ kiểm ʃwát] Control vehicle.

xe lô [sɛ lo] Rented car.

X

xe lôi [sɛ loi] Cycle-rickshaw, bicycle rickshaw.

xe lội nước [sɛ lọi nứrk] Amphibious vehicle.

xe lửa [sɛ lwə] Train. *Du lịch bằng xe lửa* : To travel by train. *Chuyến xe lửa chạy sớm* : An early train. *Người đi xe lửa lậu* : Train-jumper. *Chúng tôi đã ăn trên xe lửa* : We had dinner on the train. *Xe lửa trật đường rầy* : The train was derailed (ran off the metal). *Tôi trễ xe lửa ba phút* : I missed my train by three minutes. *Xe lửa đang chạy hết tốc lực* : The train is going at full speed. *Xe lửa bớt tốc lực và ngừng lại* : The train slowed down and stopped (pulled up). *Anh đến bằng xe lửa hay bằng tàu ?* : Did you come by train (=in a train) or by boat (=on a ship) ?. *Xe lửa ngừng lại tất cả các nhà ga* : The train calls at every station. *Hàng hóa được gởi bằng xe lửa* : The goods have been consigned by rail. *Xe lửa bị trễ hai giờ vì tuyết rơi rất nhiều* : The train was delayed two hours by the heavy snowfall. *Xe lửa chạy vào đường hầm* : The train entered a tunnel. *Chúng tôi sẽ gởi hàng hóa bằng xe lửa* : We will send the goods by rail. *Vì tôi mà nó trễ xe lửa :* It is (all) through me that he lost his train. *Làm chiếc xe lửa trật đường rầy* : To throw a train off the rails. *Xe lửa chạy hết tốc lực* : Train going at full speed. *Anh có trễ xe lửa bao giờ không ?* : Do you ever miss the train ?. *Xe lửa chạy tốc độ năm chục cây số một giờ* : The train was going at (the) rate of fifty kilometres an hour. *Các chuyến xe lửa đều ngưng chạy:* The trains are not running.

xe lửa tốc hành [sɛ lwə tók hàiɲ] Express, express train. *Có chuyến xe lửa tốc hành chạy 1 giờ 30 trưa* : There's an express leaving at 1,30 p.m. *Chiếc xe lửa tốc hành qua mau như chớp* : The express train flashed past.

xe máy [sɛ máy] Bicycle. See **xe đạp**.

xe máy dầu [sɛ máy zồu] Motor-cycle. *Đường dành riêng cho những người đi xe máy dầu* : Track reserved for motor cycle riders. *Người đi xe máy dầu đụng té người đi xe đạp* : The motorist ran down a man on a bicycle.

xe móc hậu [sɛ mɔ́k hậu] Trailer.

xe mô bi lết [sɛ mọ bi lét] Bicycle engine.

xe mô tô [sɛ mọ to] Motor-bicycle. See **xe máy dầu**.

xe mui kiến [sɛ mui kiến] Limousine.

xe mui sập [sɛ mui ʃập] Car with folding hood.

xe mui trần [sɛ mui trần] Open car.

xe ngựa [sɛ ŋựa] Horse carriage.

xe nhà [sɛ ɲà] Private car, private carriage.

xe ô tô [sɛ o to] Automobile, motor car.

xe pháo [sɛ fáu] Vehicles ; means of transportation.

xe-phin [sɛ fin] (El) Clamp.

xe rác [sɛ rák] Garbage truck, dust-cart.

xe râu [sɛ rəu] To twist one's moustache.

xe riêng [sɛ rieŋ] See **xe nhà**.

xe rờ mọt [sɛ rờ mọt] Trailer.

xe song mã [sɛ ʃoŋ mã] Carriage and pair.

xe tải đạn [sɛ tải dạn] Ammunitions carrier.

xe tải thương [sɛ tải θɯɜŋ] Ambulance.

xe tám máy [sɛ tám máy] Eight-cylinder car.

xe tang [sɛ taŋ] Hearse, funeral car, mourning coach.

xe tay [sɛ tay] Hand-cart.

xe tắc xi [sɛ tấwk si] Cab, taxi-cab, taxi. *Gọi xe tắc xi* : To call a cab. *Tài xế tắc xi* : Taxi-driver. *Bến xe tắc xi* : Taxi-rank, cab-stand. *Đồng hồ tắc xi* : Taximeter. *Vì trễ nên chúng tôi đi xe tắc xi đến ga* : As we are late we taxied to the station. *Chúng ta đi xe buýt hay xe tắc xi ?* : Shall we go by bus or take a taxi ?.

xe tăng [sɛ taɯŋ] Tank.

xe tập trẻ con đi [sɛ tập trẻ kɔn di] Go-cart.

xe thiết giáp [sɛ θiết ʃáp] Armoured car.

xe thỏ mộ [sɛ θỏ mọ] Two-wheeled hooded one-horse carriage.

xe thông dụng [sɛ θoŋ zụŋ] General purpose vehicle.

xe thơ [sɛ θə] Mail truck.

xe thùng [sɛ θùŋ] Night-car.

xe tơ [sɛ tə] To spin silk. Kết tóc xe tơ : To marry, to get married.

xe trẻ con [sɛ trɛ̉ kɔn] Baby-carriage.

xe trượt tuyết [sɛ trượt twiết] Sleigh.

xe tưới đường [sɛ tưới dwə̀ŋ] Water-cart.

xe ủi đất [sɛ ủi dất] Bull-dozer.

xe vận tải [sɛ vận tải] Transport vehicle.

xe vét-pa [sɛ vét pa] (From trade-mark Vespa) Motor scooter.

xe xích lô [sɛ sík lo] Pedicab. Xe xích lô máy : Motorized pedicab, motorized cyclo. Phu xích lô : Pedicab driver.

xé [sɛ́] To tear (garment, etc...), to lacerate (flesh) ; to tear up (paper, etc...) ; to tear open (envelope). Xé tờ giấy ra làm hai : To tear a piece of paper in two, in half. Xé một trang trong quyển sách : To tear a page out of a book. Tiếng la xé không khí : A cry rent the air. Xé một miếng vải : To tear a piece of cloth. Xé vật gì ra từng mảnh : To tear something to pieces, to bits. Xé vải lót một cái áo : To rip out the lining of a coat. Xé một trang giấy trong quyển sách : To rip a page out of a book. Xé lịch : To tear off a leaf from a calendar.

xé bằng răng [sɛ́ bằŋ raŋ] To tear (something) with the teeth.

xé giấy [sɛ́ ʒéi] To tear (a sheet of) paper.

xé nát [sɛ́ nát] To tear up, to tear to pieces, to tear to ribbons. Xé nát một bức thơ : To tear a letter up.

xé nhỏ [sɛ́ ɲɔ̉] See xé nát.

xé phay [sɛ́ fay] To disjoint (a chicken).

xé rách [sɛ́ ráik] To tear.

xé tan [sɛ́ tan] To tear to pieces.

xé thơ [sɛ́ θə] To tear, rip open a letter.

xé toạc [sɛ́ twak] To tear.

xé vụn [sɛ́ vụn] To tear to pieces.

xẻ [sɛ̉] To saw up (timber), to cut up (meat). Xẻ thân cây ra từng tấm ván : To flitch the trunk of a tree.

xẻ To dig, cut (ditch, etc...).

xẻ cây [sɛ̉ kei] See xẻ gỗ.

xẻ gỗ [sɛ̉ gỗ] To saw up wood.

xẻ kinh [sɛ̉ kiŋ] To cut a canal.

xẻ mương [sɛ̉ mưəŋ] To dig a ditch.

xẻ rãnh [sɛ̉ rãiŋ] See xẻ mương.

xem [sɛm] 1) To see, to look at, to watch. Xem lại vật gì : To see something again. Xem chúng ta có bao nhiêu tách và dĩa nhưng đừng tính những cái nứt : See how many cups and saucers we have, but don't count in the cracked ones. Xem người nào làm việc gì : To see someone do something. Cho tôi xem lại bức thơ ấy : Let me see that letter again. Thử xem cái nón nầy vừa anh không ? : See if this hat suits you. Để tôi xem nào : Let me see. Nhìn xem mấy giờ rồi : Look and see what time it is. Xem vật gì lần cuối cùng : To look one's last on something. Anh xem cái nón tôi thế nào ? : How does my hat look ?. Xem đồng hồ : To look at one's watch. Tôi không chơi, tôi chỉ xem mà thôi : I'm not playing, I'm merely looking on. Xem một trận banh: To watch a football match. Xem trang 300 : See page 300. Không có gì để xem : There is nothing to be seen. Chánh sách chờ xem : Wait-and-see policy. Anh đánh (bạc) không hay chỉ xem ? : Are you going to play or only watch ?. Tôi chỉ xem những người kia đánh (bạc) thôi : I shall merely watch the others play (playing). Cho người nào xem vật gì : To show something to someone ; to show someone something.

2) To consider, to treat. Xem người nào như bạn : To consider someone as a friend. Tôi xem nó như thằng khùng : I consider him (to be) crazy. Xem việc gì là quan trọng : To attach importance to something. Xem

người nào như trẻ con : To treat someone as if he were a child.

xem báo [sɛm báu] To read a newspaper. *Xem báo khỉnh của người bên cạnh* : To look over one's neighbour's newspaper.

xem bịnh [sɛm biɲ] To examine a patient.

xem bói [sɛm bói] To consult a fortune-teller.

xem chừng [sɛm cừɳ] It seems that.

xem gương [sɛm gɯəɳ] To look at, admire in the mirror.

xem hát [sɛm hát] To go to the theatre ; to see a play.

xem khinh [sɛm xiɲ] To disdain, scorn, contemn (riches, etc...).

xem lại [sɛm lại] To see again. *Xem lại vật gì* : To see something again. *Cho tôi xem lại bức thơ ấy* : Let me see that letter again.

xem lễ [sɛm lễ] To attend mass, to hear mass.

xem mạch [sɛm mạik] To feel (someone's) pulse.

xem mặt [sɛm mɑɯt] To see one's future bride (before deciding on the marriage).

xem như [sɛm ɲɯ] To consider, to regard. *Tôi xem nó như thằng khùng* : I consider him (to be) crazy. *Xem người nào như một vị anh hùng* : To regard someone in the light of a hero.

xem qua [sɛm kwa] To look over, to run through, to look through. *Xem qua giấy tờ* : To look over some papers.

xem ra [sɛm ra] If seems that.

xem sách [sɛm ʃáik] To read a book.

xem sơ qua [sɛm ʃə kwa] To scan, to skim. *Tôi xem sơ qua tờ báo trong khi chờ xe lửa* : I scanned the newspaper while waiting for the train. *Xem sơ qua một cuốn tiểu thuyết* : To skim through a novel ; to take, have, a skim through a novel.

xem số [sɛm ʃó] To read the horoscope.

xem sao [sɛm ʃau] To observe the stars.

xem thầy [sɛm θéi] To see.

xem thơ [sɛm θə] To read a letter.

xem thường [sɛm θɯờɳ] To disregard, to flout (something). *Xem thường tánh mạng của mình* : To hold one's life of little account. *Xem thường lời khuyên của người nào* : To flout someone's advice.

xem truyện [sɛm trwiẹn] To read a novel.

xem tuổi [sɛm tuồi] To study the horoscope of a boy and a girl before deciding on the marriage.

xem tướng [sɛm tɯớɳ] To judge temperament and character from facial features or form of body. *Thuật xem tướng* : Physiognomy.

xem xét [sɛm ʃét] 1) To examine, to consider, to look into, to see into. *Xem xét một đề nghị* : To consider a proposal. *Xem xét việc gì rất kỹ càng* : To look into a matter thoroughly. *Chúng ta phải xem xét cặn kẽ vấn đề nầy* : We must see into this. *Xem xét kỹ lưỡng một vấn đề* : To deliberate over, on, a question.
2) To inspect, to investigate.

xen [sɛn] 1) To insert ; to intercate, to interpolate. *Xen một hàng chữ* : To insert a line. *Xen một điều khoản vào giao kèo* : To insert a clause in an agreement.
2) To interfere, to meddle, to intervene. *Xen vào việc gì* : To interfere in, meddle with, in, an affair ; to poke one's nose in an affair. *Xen vào việc riêng của người nào* : To interfere in someone's affairs. *Tôi không thích người ta xen vào việc của tôi* : I don't like to be interfered with. *Đừng xen vào việc gì không quan hệ đến anh* : Don't interfere with, in, what does not concern you. *Chỗ nào, việc gì nó cũng xen vào* : He is always interfering. *Xen vào một cuộc cãi lộn* : To intervene in a quarrel. *Xen vào việc của người khác* : To poke one's nose into other people's business ; to meddle in, with, other people's affairs.
3) To get in. *Xen vào giữa hai người* : To get in between to people.

xen kẽ [sɛn kĩ] To put between.

xen lẫn [sɛn lẫn] Intermingled. *Hoa trắng xen lẫn với hoa hồng :* White flowers intermingled with red ones.

xen lộn [sɛn lộn] See xen lẫn.

xen vào [sɛn vàu] To intervene, to interfere. *Đừng xen vào việc gì không quan hệ đến anh :* Don't interfere with, in, what does not concern you. *Xen vào việc của người khác :* To poke one's nose into other people's business. *Tôi không thích người ta xen vào việc của tôi :* I don't like to be interfered with. *Xen vào một câu chuyện :* To chime in. *Xen vào một chuyện không quan hệ đến mình :* To intermeddle in a business with what does not concern one. *Tốt hơn anh đừng xen vào cuộc cãi lẫy của chúng nó :* You'd better keep out of their quarrels. *Đừng xen vào những công việc của tôi :* Don't meddle in my affairs. *Tôi không muốn có đàn bà xen vào :* I don't want the women meddling.

xén [sén] 1) To clip, trim, pare, cut, crop, cut-down. *Xén sách :* To cut, trim, the edges of a book. *Có thể xén được :* Clippable.
2) To graft.

xén *Hàng xén :* Grocery.

xẻn lẻn [sẻn lẻn] Shy, bashful.

xeo [sɛu] To pry, to prize.

xéo [séu] Askew, not straight. *Đội nón xéo :* To have one's hat on skew. *Treo một bức tranh xéo :* To hang a picture askew.

xéo To tread under foot.

xéo To go away. *Xéo đi ! :* Go away !.

xéo xẹo [séu sɛu] Askew, not straight.

xèo xèo [sểu sểu] To fizzle.

xẻo [sẻu] To excise, to cut off, to cut out.

xẽo [sẽu] Small river, small stream.

xẹo [sɛu] Slanting, aslant, oblique, not straight.

xép [sép] Small, secondary, supplementary. *Buồng xép :* Small room.

xẹp [sẹp] 1) To be deflated, to go down. *Bánh xe xẹp :* Deflated tyre.

Cái vỏ xe của ông xẹp : Your tyres are down, are flat.
2) To become flat, to be flattened.

xẹp lép [sẹp lép] Completely deflated.

xẹp xuống [sẹp suổŋ] To become deflated ; (of swelling) to go down, to subside.

xét [sét] 1) To examine, to judge ; to audit. *Tự xét mình :* To examine oneself, one's conscience. *Xét xem bên nào lỗi :* To judge which party is in the wrong. *Xét theo bề ngoài :* To judge by externals (= appearances). *Xét sổ sách một công ty :* To audit the accounts of a company. *Đừng xét người theo bề ngoài :* Don't judge a man from his outside.
2) To examine, to search. *Xét nhà :* To search a house. *Xét người nào :* To search someone ; to go through someone's pockets.

xét đoán [sét dwán] To judge. *Không nên xét đoán bề ngoài :* One should not judge by appearances. *Tương lai sẽ xét đoán chúng ta :* The future will judge us.

xét hỏi [sét hỏi] To examine (identification papers, etc) ; to question, to interrogate.

xét mình [sét mìp] To examine one's conscience.

xét nét [sét nét] To examine closely.

xét nhà [sét pà] To search a house.

xét xử [sét sử] To judge.

xét vì [sét vì] Considering that. *Xét vì nó còn nhỏ như thế :* Considering (that) he is so young.

xẹt [sẹt] (Of star) To shoot ; (of sparks) to fly ; (of light) to flash.

xê [se] To move, to displace, to shift (an object) ; to change the place of (something). *Xê qua một bên cho người nào đi :* To draw aside, step aside, stand aside, to allow someone to pass ; to make way for someone. *Xê vật gì lại gần :* To bring something nearer.

xê dịch [se zịk] To displace, to move.

xê ra [se ra] To move away.

xê xích [se sik] To move a little, (fig)

about.

xẽ [sế] (Of sun) To decline. *Mặt trời xẽ bóng* : Day is drawing to a close, the sun is sinking. *Tôi đã gặp nó xẽ bữa thứ ba:* I saw him on Tuesday afternoon.

xẽ bóng [sế bóɲ] The sun is sinking.

xẽ chiều [sế ciều] Decline of day.

xẽ cửa [sế kừa] Almost right in front of the house.

xẽ [sẽ] To approach, to come near. *Xẽ lại gần người nào* : To draw, come, near (to) someone.

xẽ [sẽ] Abraded, galled.

xẽ Galled skin.

xẽ [sẽ] See xẹ.

xẹ [sẹ] (Med) (Of womb, etc...) To prolapse, drop.

xẹ Hanging, flabby, baggy, flaccid, flapped. *Má xẹ* : Flabby, baggy, cheeks. *Chó tai xẹ* : Flap-eared dog, dog with pendulous ears. *Chứng xẹ (tử cung)* : (Med) Falling (of uterus) *Các bản lề của cửa nầy hơi xẹ* : The hinges of this door seem to have dropped slightly.

xẽch [sếik] Askew, slant. *Mắt xếch* : To have slits of eyes.

xẹch [sẹik] *Xộc xệch* : Loose, slack.

xên đường [sen dưừɲ] To boil sugar.

xênh xoàng [sèiɲ swàɲ] Simple.

xếp [sếp] 1) To fold, fold up (linen, letter, etc...). *Xếp một bức thơ* : To fold a letter. *Xếp đôi vật gì lại* : To fold something together in two. *Xếp nhỏ một tờ báo* : To fold up (a newspaper). *Máy ảnh xếp lại được* : Folding camera. *Cánh (phi cơ) xếp lại được* : Folding wings. *Ghế xếp* : Folding-chair. *Thang xếp* : Folding - ladder. *Bàn xếp lại được* : Folding-table. *Máy xếp (giấy)* : Folding machine. *Xếp đôi vật gì lại* : To fold something together in two.

2) To close (a book). *Xếp bìa vào trong* : To fold in the edges.

xếp 1) To arrange, to set in order. *Thu xếp* : To arrange. *Xếp theo thứ tự a, b, c* : To arrange in alphabetical order.

2) To set (types). *Xếp chữ một trang* : To set a page.

xếp Master. *Xếp ga* : Station-master.

xếp áo [sép áu] To fold up a coat.

xếp báo [sép báu] To fold up a newspaper.

xếp bằng [sép bàɯɲ] To sit cross-legged.

xếp bút nghiên [sép bút ɲien] To give up study.

xếp cánh [sép káiɲ] To fold the wings. *Chim xếp cánh* : The bird folded its wings.

xếp chữ [sép cữ] To set types.

xếp đặt [sép dạɯt] To arrange, to dispose, to put in order ; to organize. *Xếp đặt một cái phòng* : To tidy up a room, to put a room straight.

xếp đôi [sép doi] To fold in two, in half. *Xếp đôi tờ giấy* : To fold a sheet of paper in half, in two, to double a sheet of paper.

xếp đống [sép dóɲ] To pile up, heap up.

xếp ga [sép ga] Station-master.

xếp gói [sép gói] To pack one's trunk.

xếp hai [sép hai] To fold in two.

xếp hàng [sép hàɲ] To form a queue ; to stand in a line, in a queue ; to queue up, line up, form up.

xếp quần áo [sép kwần áu] To fold one's clothes.

xếp sách [sép sáik] To close a book.

xếp xó [sép só] To neglect, to put in a corner.

xẹp [sẹp] To be deflated. *Bánh xe xẹp* : Deflated tyre.

xẹp xuống [sẹp suóɲ] To become deflated.

xếu xáo [sếu sáu] *Răng xếu xáo* : Loose teeth.

xếu [sèu] *Nhẹ xều* : Very light.

xệu xạo [sẹu sạu] Shaky, tottery ; loose. *Ghế xệu xạo* : Rickety, crazy, chair. *Răng xệu xạo* : Loose teeth. *Các chân ghế kia trông có vẻ xệu xạo* : The legs of that chair look rather groggy.

xi [si] To plate. *Xi bạc vật gì :* To plate something with silver. *Đồ xi :* Plated ware.

xi Sealing-wax. *Gắn xi một bức thơ :* To seal a letter.

xi To urge an infant to urinate or defecate by hissing.

xi đồng [si dòŋ] Brass-plating.

xi gà [si gà] Cigar. *Ống điếu hút xi gà :* Cigar-holder. *Rất thích xi gà :* To have a great liking for cigars.

xi kên [si ken] Nickel–plated.

xi măng [si mauŋ] Cement. *Tô xi măng trên mặt :* To cement a surface.

xi rô [si ro] Syrup.

xí [sí] *Cờ xí :* Flag, banner.

xí *Nhà xí, cầu xí, chuồng xí :* Water-closet toilet.

xí chỗ [sí cỗ] To reserve a place.

xí gạt [sí gat] To deceive.

xí nghiệp [sí ŋiẹp] Business, enterprise.

xí phần [sí fần] To arrogate a part to oneself ; to take the best part as a matter of course ; to claim a part.

xí xóa [sí swa] To compromise, to come to terms (money).

xì [sì] 1) (Of gas) To escape, leak out ; (of steam) to blow off ; (of firecracker) to fizzle. *Hơi ở ống xì ra :* The gas that escapes from, leaks out of, the mains. *Hơi xì ở chỗ nào đấy :* The gas is escaping somewhere.
2) To deflate, let the air out of (balloon, etc...) ; (of tyre, balloon etc..) to collapse, to go flat.
3) (Fig) To disclose, to divulge, to reveal.

xì dầu [sì zòu] Soy.

xì hơi [sì hơi] Escape, leakage of gas. *Nồi sốt de xì hơi :* The boiler is leaking.

xì ra [sì ra] (Of steam) To escape, leak out, blow off.

xì tiền ra [sì tièn ra] To give money reluctantly.

xì xào [sì sàu] To whisper. *Tiếng xì xào :*

Whispering. *Xì xào (phản đối v.v...) một diễn giả :* To groan down a speaker. *Diễn giả bị khán giả xì xào phản đối :* The speaker was groaned down by the audience.

xì xằng [sì sàuŋ] So so, passably, fairly.

xì xụp [sì sụp] 1) To eat (soup) noisily. 2) *Xì xụp lễ :* To prostrate oneself repeatedly.

xỉ [sỉ] *Xấp xỉ :* Approximately.

xỉ *Răng lỗi xỉ :* Buck-teeth.

xỉ chắt [sỉ cắt] Dentine.

xỉ luân [sỉ lwən] Cog-wheel.

xỉ mặt [sỉ mặt] To shake the finger at someone's face.

xỉ nguy [sỉ ŋwi] Loose tooth.

xỉ vả [sỉ và] To scold and curse.

xị [sị] *Loạn xị :* In disorder, in confusion.

xía [sía] To interfere, to chip in. *Xía vào một câu chuyện :* To take part in the conversation, to chip in. *Đừng xía vào việc gì không quan hệ đến anh :* Don't interfere with what doesn't concern you.

xìa [sìa] To hold out, to stretch out.

xỉa [sỉa] To pick (one's teeth).

xịa [sịa] To interfere. See xía.

xỉa To count out (money). *Đếm xỉa :* To pay attention to, to take notice or account of ; to take into account, to take into consideration.

xỉa răng [sỉa rauŋ] To pick one's teeth, to remove bits of food from between the teeth.

xỉa tiền [sỉa tièn] To count out money.

xỉa xói [sỉa sói] To shake the finger at someone's face.

xích [sík] Chain, chain-wheel. *Tăng đưa căng dây xích :* Chain-adjuster, chain-tightener. *Móc để móc dây xích :* Chain hook. *Vòng xích, khâu xích :* Chain-link. *Xích khóa xe máy :* Chain-lock. *Thợ làm dây xích :* Chain-make, chain-smith. *Xích chó lại :* To put a dog on the chain ; to chain (up) the dog. *Tù nhân bị xích :* Prisoner in chains. *Thoát khỏi xiềng xích :* To burst asunder one's fetters, one's chains, to escape from bondage.

xích To chain, to enchain. *Xích chó lại !*: Chain up the dog !. *Tù nhân bị xích vào tường* : The prisoner was chained to the wall. *Xích chó vào cây cột* : To chain a dog to a post. *Xích một tù nhân* : To put a prisoner in chains, in irons ; to fetter a prisoner.

xích To approach, to move nearer. *Xích ghế lại gần lò sưởi* : To approach a chair to the fire. *Xích vật gì lại gần* : To bring something nearer. *Xích ghế của anh lại gần bàn* : Move your chair nearer the table.

xích Yard, meter.

xích bần [sik bàn] Very poor.

xích chân [sik cən] Fetter, shackles.

xích chó [sik có] To chain a dog. *Xích chó vào cột*: To chain a dog to a post.

xích đạo [sik dạu] Equator.

xích đế [sik dé] Fire god.

xích hóa [sik hwá] To sovietize.

xích lại [sik lại] To approach, to come near.

xích ly [sik lị] Dysentery.

xích mích [sik mík] Petty quarrel, bickering ; disagreement, friction. *Xích mích với người nào* : To be at variance, at loggerheads, with someone. *Làm hai người xích mích với nhau* : To set two people at variance. *Gia đình xích mích* : Family at variance. *Hai người bạn có việc xích mích với nhau nhưng nay họ đã hòa thuận với nhau* : The two friends had a quarrel but they have now made it up.

xích ngoại [sik ŋwại] (Opt) Infra-red.

xích ra [sik ra] To move aside.

xích sắt [sik sắưt] Chain of iron.

xích tay [sik tay] Handcuffs.

xích tâm [sik təm] Faithfulness, loyalty.

xích thành [sik θàiɲ] Sincere.

xích thẳng [sik θảưɲ] Red thread, (fig) bond of marriage.

xích thiết khoáng [sik θiét xwáɲ] Haematite.

xích thủ [sik θủ] Empty hands.

xích tộc [sik tọk] To exterminate a family.

xích trách [sik tráik] To blame, to scold.

xích tử [sik tử] New-born (child).

xiếc [sirk] Circus.

xiệc [sịrk] Circus.

Xiêm [siem] (Geog) Thailand, Siam *Vịnh Xiêm la* : The Gulf of Siam.

xiêm áo [siem áu] Clothes, garments.

Xiêm la [siem la] See Xiêm.

xiên [sien] Skewer.

xiên Inclined, oblique, slanting, leaning.

xiên To stab, pierce, through. *Đâm xiên qua người nào* : To run someone through (and through). *Nó bị lưỡi lê đâm xiên qua* : He was run through by a bayonet.

xiên qua [sien kwa] To transpierce, to pierce through.

xiên xẹo [sien sẹu] Crooked, shifty.

xiền [sién] *Xao xiến* : Stirred, excited.

xiềng [sièŋ] Fetters, chain, irons.

xiềng To put in irons.

xiềng xích [sièŋ sik] To put in irons. *Thoát khỏi xiềng xích* : To burst asunder one's fetters, one's chains, to escape from bondage.

xiềng liểng [sièŋ lièŋ] Crushing (defeat). *Địch thua một trận xiềng liểng* : The enemy has sustained a crushing defeat.

xiết [siét] To rub hard. *(Nước) Chảy xiết* : (Of water) To flow fast.

xiết To seize. *Chủ khách sạn xiết đồ đạc của nó vì nó không trả tiền phòng* : The hotel-keeper seized his personal effects because he did not pay his bill.

xiết *Đếm không xiết* : Innumerable.

xiêu [sieu] Leaning, inclined.

xiêu bạt [sieu bạt] To drift ; to have no fixed home, to wander from place to place.

xiêu giạt [sieu ʒạt] To drift.

xiêu lạc [sieu lạk] To go astray, to lose one's way.

xiêu lòng [sieu lɔ̀ŋ] To be allured, be persuaded, be won over.

xiêu vẹo [sieu vẹu] Aslant, awry, inclined, leaning.

xin [sin] To ask (for), to demand, to beg, to request, to beseech. *Xin lỗi người nào* : To ask someone's pardon. *Xin phép người nào làm việc gì* : To ask someone's permission to do something. *Tôi chỉ xin ở lại đây* : I am all for staying here. *Xin người nào làm việc gì* : To ask, beg, someone to do something. *Xin việc gì với người nào* : To demand something of, from, someone. *Xin hỏi nơi đây* : Apply within.

xin ăn [sin auun] To beg for food. *Nó nghèo đến nỗi phải đi xin ăn* : He was so poor that he had to beg for food.

xin keo [sin kɛu] To consult the oracles.

xin kiếu [sin kiéu] To send excuses for not coming.

xin lỗi [sin lỗi] To beg pardon, to apologize, to ask to be excused, to make excuse. *Xin lỗi người nào* : To ask someone pardon ; to apologize, to make one's apologies, to someone. *Xin lỗi ông* : I beg your pardon, please excuse me. *Xin lỗi người nào về việc gì* : To apologize to someone for something. *Anh xin lỗi cũng vô ích* : It's not a bit of good your apologizing. *Không phải chúng nó chỉ xin lỗi mà xong chuyện đâu* : It's no good them saying they are sorry. *Nó xin lỗi ông giáo của nó vì đã đến trường trễ* : He apologized to his teacher for coming to school late.

xin nghỉ phép [sin ŋỉ fép] To ask for leave of absence.

xin phép [sin fép] To ask for permission, to beg leave to.

xin thôi [sin θoi] To resign (office), to send in one's resignation. *Tôi bị bắt buộc phải xin thôi* : I was driven to resign. *Nó đã đưa đơn xin thôi* : He has handed in his resignation. *Anh bếp dọa xin thôi* : The cook has threatened to leave (us). *Nếu bịnh của nó vẫn còn, nó phải xin thôi* : If his illness continues, he will have to leave his job.

xin tiền [sin tièn] To ask for money.

xin vâng [sin vɔŋ] Yes.

xin việc làm [sin vịrk làm] To ask for work.

xin xăm [sin sauum] To consult the oracles.

xin xỏ [sin sɔ̀] To ask (for), to demand.

xin [sin] *Bủn xin* : Stingy, miserly, parsimonious.

xinh [siɲ] Pretty, charming.

xinh đẹp [siɲ dẹp] Pretty.

xinh xắn [siɲ sáuun] Lovely, cute.

xính vính [siɲ viɲ] Very anxious.

xình [siɲ] *Rộng xùng xình* : Ample, full (dress, etc...).

xinh [siɲ] *Xó xinh* : Corner.

xít đu [sit ꞏdu] To rock, to swing, to sway. *Ghế xích đu* : Rocking-chair.

xịt [sịt] To spray (mosquitoes). *Bình xịt muỗi* : Sprayer.

xịt nước [sịt núrk] To play water on (something).

xiu [siu] *Nhỏ xiu* : Very small, tiny. *Chút xiu* : Very small quantity.

xỉu [sỉu] To go down.

xiu [sỉu] To faint, to swoon. *Nó xỉu vì đói và lạnh* : He was faint with hunger and cold.

xỉu *Chút xỉu* : Very small quantity.

xịu [sịu] To look sullen.

xo [sɔ] *Buồn xo* : Very sad. *Vai xo* : Hunched shoulders. *Lò xo* : Spring.

xó [sɔ́] Corner, angle. *Bỏ xó* : To leave (something) in a corner ; to neglect.

xó đường [sɔ́ dưừŋ] Corner of a street.

xó nhà [sɔ́ ɲà] Corner of a house. *Tìm, kiếm khắp xó nhà* : To search every corner of the house.

xỏ [sɔ̉] To thread (needle).

xỏ To interfere, to intervene.

xỏ To play a nasty trick on (someone).

xỏ kim [sɔ̉ kim] To thread a needle, to pass the thread through the eye of the needle.

xỏ lá [sɔ̉ lá] Roguish.

xổ mũi [sỏ mũi] To lead by the nose *Nó dễ xổ mũi :* He is easily led.

xoa [swa] To rub, to chafe. *Xoa dầu vào chân :* To rub one's leg with oil.

xoa bóp [swa bóp] To massage.

xoa dầu [swa zầu] To rub with oil. *Xoa dầu vào chân :* To rub one's leg with oil.

xoa tay [swa tay] To rub one's hands (together) (to express satisfaction, triumph, etc...).

xóa [swá] To erase, to efface, to obliterate, to blot out, to strike off. *Xoá tên trong bản danh sách :* To strike off a name from a list, to strike a name off a list.

xóa bỏ [swá bỏ] To expunge, to rub out ; to annul, to cross out (a word).

xóa nhòa [swá nwà] To fade away, to wipe out. *Xóa nhòa việc gì trong trí nhớ :* To blot something out of one's memory.

xỏa [swả] See xõa.

xõa [swã] (Of hair) To fall, to flow, to hang down. *Tóc của nàng xõa xuống chấm vai .* Her hair fell to her shoulders. *Tóc nàng xõa xuống lưng :* Her hair is hanging down her back.

xõa xuống [swã suống] (Of hair) To fall. *Tóc nàng xõa xuống hai vai :* Her hair come down over her shoulders.

xoạc [swạk] To spread wide apart.

xoạc chân [swạk cən] To spread one's legs.

xoài [swài] (Bot) Mango. *Cây xoài :* Mango-tree. *Bây giờ là mùa xoài :* Mangoes are in.

xoài [swài] At full length. *Nằm xoài :* To lie down at full length.

xoan [swan] *Hình trái xoan :* Oval.

xoàn [swàn] Diamond. *Mỏ hột xoàn :* Diamond-mine. *Sự khai mỏ hột xoàn :* Diamond-mining. *Có hột xoàn :* Diamond-bearing, diamond-yielding. *Đeo hột xoàn :* To diamond oneself. *Cà rá, nhẫn hột xoàn :* Ring diamond. *Hột xoàn chưa mài:* Rough, uncut, diamond. *Sự mài hột xoàn :* Diamond cutting.

Người mài hột xoàn : Diamond cutter. *Người buôn bán hột xoàn :* Diamond merchant. *Tay đeo đầy hột xoàn :* Hands loaded with diamonds.

xoang trường động vật [swaŋ truờŋ dộŋ vật] Coelenterata.

xoáng [swáŋ] See thoáng.

xoàng [swàŋ] Mediocre ; feeble (performance) : second-rate, moderate (ability, etc...) ; frugal (meal).

xoàng xĩnh [swàŋ sĩŋ] Mediocre.

xoay [sway] 1) To turn, to swivel. *Nó xoay tròn ghế nó xem ai đã vào :* He swivelled in his chair (swivelled his chair round) to see who had come in. 2) To turn. *Câu chuyện xoay về nhiều vấn đề :* The conversation turned on a variety of subjects. *Chân nó xoay vào trong :* His toes turn in. *Trái đất xoay chung quanh mặt trời :* The earth goes, turns, round the sun. 3) To face, to front. *Nhà xoay về hướng Bắc :* The house fronts North ; house facing (the) north.

xoay *Xoay một cái bình :* (Cer) To throw a pot.

xoay quanh [sway kwaiŋ] To revolve. *Xoay quanh trục :* To revolve on a spindle.

xoay tiền [sway tiền] To find money.

xoay tít [sway tít] To rotate at full speed.

xoay trần [sway trần] Stripped to the waist.

xoay vần [sway vần] To revolve.

xoay vòng [sway vòŋ] To revolve, to turn round, to twirl. *Trái đất xoay vòng quanh mặt trời :* The earth revolves round the sun. *Xoay vòng vòng :* To turn round and round.

xoay xở [sway sở] To be resourceful. *Xoay xở vừa đủ ăn :* To make buckle and tongue meet. *Tôi không biết nàng xoay xở cách nào :* I don't know how she contrives. *Nó biết xoay xở :* He knows how to get out of a difficulty.

xoáy [swáy] To swirl, to eddy, to whirl (round).

xoáy (Slang) To steal, to swipe (something from someone).

xoáy nước [swáy núrk] Whirl-pool.

xoáy trôn ốc [swáy tron ók] In a spiral.

xoắn [swăun] Curly, crisp.

xoắn [swáun] To attach oneself to, to cling to, to hang on.

xoắn (Of thread, rope) To twist, to kink.

xoắn Spiral, curled ; twisted, kinked (thread, rope).

xoắn ốc [swáun ók] See xoắn trôn ốc.

xoắn trôn ốc [swán tron ók] Spiral, spirated, helical.

xoắn xít [swán sít] To cling to, to hang on.

xóc [sók] (Of car) To bump along.

xóc Bumpy, jolty. Đường xóc : Bumpy road.

xóc To shake, to bump, to jolt, to jog Chiếc xe cũ xóc mạnh hành khách khi chạy trên đường gồ ghề : The old car jolted its passengers badly as it went over the rough road.

xóc nước [sók núrk] To draw out the water from the drowning man.

xọc [sọk] Dài xọc : Very long.

xoe [swɛ] Tròn xoe : Perfectly round.

xòe [swɛ] To spread, to stretch.

xòe cánh [swɛ káiɲ] (Of bird) To spread, stretch, its wings.

xòe đuôi [swɛ duəi] (Of peacock) To spread (out) its tail.

xòe quạt [swɛ kwat] To open a fan.

xòe tay [swɛ tay] To open one's hand, to spread out one's fingers. Xòe bàn tay và chống ngón cái lên mũi để chế nhạo người nào : To make a long nose at someone.

xoi [sɔi] 1) To excavate, to bore, to groove. Xoi lỗ vật gì : To bore through something. Sườn núi bị nhiều dòng nước xoi thành khe : Mountain—side grooved by the torrents. Bào xoi một tấm ván : To groove a board. Cái bào xoi : Grooving-plane. (Nước chảy) Xoi đất thành rãnh : (Of water) To hollow out the ground.

2) To clear (pipe. etc...),

xoi bói [sɔi bói] To find fault.

xoi lũng [sɔi lũŋ] (Of storm torrents) To gully, hollow out, channel (the ground).

xoi lở [sɔi lở] To erode land. Sự xoi lở : Erosion.

xom [sɔm] Fish-spear.

xom To stab (fish) with a fish-spear.

xóm Hamlet. Người hàng xóm : Neighbour. Một xóm năm chục cái nhà : Hamlet of fifty homes.

xóm bình khang [sóm biɲ xaŋ] The licensed quarters.

xóm diềng [sóm ziền] Neighbourhood.

xóm làng [sóm làŋ] Hamlet, village.

xòm [sòm] Nhẹ xòm : Very light.

xõm [sõm] Nhẹ xõm : Very light.

xon [sɔn] Xon xòn : Insolent.

xong [sɔŋ] Finished, complete, accomplished, ended. Chừng nào công việc xong ? : When will the work be complete ?.

xong To finish, to accomplish, to end, to complete. Làm xong việc gì : To finish doing something. Anh đã làm xong việc của anh chưa ? : Are you through with your work ?. Nó chưa nói xong : He has not yet speaking. Cuốn sách đã in xong : The book is printed off. Bản báo cáo của tôi chưa làm xong : My report is not yet complete. Còn một câu hỏi nữa là tôi làm xong : Once more question and I have (am) done.

xong chuyện [sɔŋ cwiện] To be, have done with something ; it is all over. Làm cho xong chuyện : To do hurriedly.

xong đời [sɔŋ dời] To have done with life, to pay the debt of, to, nature.

xong hẳn [sɔŋ hàun] To finish completely.

xong nợ [sɔŋ nợ] To get out of debt.

xong xuôi [sɔŋ suəi] Finished, ended.

xóp [sóp] Flattened.

xọp [sɔp] 1) To shrink, to contract ; to

get smaller ; (of tyre) to go down.
2) To become less swollen. *Chỗ sưng trên gò má của tôi xọp rồi* : The swelling in my cheek is going down.

xót [sót] To have an irritating feeling in the skin ; to itch.

xót Smarting. *Canh-ti-dót làm xót chỗ bị đứt khi thấm nó lên* : Tincture of iodine smarts when it is put on a cut. See *rát*.

xót *Thương xót* : To pity, to commiserate, to have pity on, to feel pity for. *Đau xót* : To sorrow.

xót dạ [sót zạ] To suffer.

xót thương [sót θươɳ] To have pity on, to feel pity for, to feel sorry for.

xót xa [sót sa] To deplore, to be very sorry about. *Xót xa phận mình* : To deplore one's fate.

xọt [sọt] To crush, bruise, grind, bray (in mortar).

xô [so] To push, to shove, to thrust. *Đừng xô chớ !* : Don't push ! don't shove !. *Xô thuyền ra* : To shove off a boat. *Xô cửa* : To push the door to.

xô bồ [so bò] Pell-mell.

xô đẩy [so dẻi] To jostle, to hustle. *Xô đẩy người nào trong đám đông* : To jostle against, with, someone in a crowd. *Xô đẩy nhau* : To hustle one another. *Xô đẩy người nào* : To hustle someone up, to hustle against someone.

xô đổ [so dỏ] To push down, to overthrow.

xô lui [so lui] To push back, to shove back.

xô ngã [so ɳã] To push down, to overthrow.

xô ra [so ra] To push out, to shove out, to thrust out. *Xô người nào ra khỏi phòng* : To rush someone out of the room.

xô tới [so tói] To push forward, to shove forward, to thrust forward.

xô vào [so vàu] To push in.

xô xát [so sát] To scuffle, to fight.

xô xuống [so swóɳ] To shove down, to thrust down.

xổ [sổ] (Of hair, etc...) To become untied, undone ; to escape, to break loose.

xổ [sổ] (Med) To purge, to take a purgative. *Thuốc xổ* : Purgative, cathartic. *Sự xổ* : Purgation, catharsis.

xổ *Nhảy xổ vào* : To rush, to dash.

xổ cờ [sổ kò] To unfurl, display, a flag.

xổ lồng [sổ lòɳ] (Of bird) To break free from its cage.

xổ số [sổ só] Lottery. *Cuộc xổ số phước thiện* : Charity lottery. *Xổ số đồng hồ* : To raffle a watch. *Chừng nào xổ số ?* : When does the draw take place ?.

xộ [sọ] Mistaken, erroneous, wrong. *Tính xộ* : To miscalculate.

xộ khám [sọ xám] To be put in prison.

xốc [sók] To raise, lift, set (drunkard, etc) up.

xốc To mix up, to put into disorder.

xốc dậy [sók zẹi] To lift (someone) up.

xốc tới [sók tói] To spring, dash, rush, bound, shoot forward.

xốc vác [sók vák] *Người xốc vác* : A strong man.

xốc xếch [sók séik] Untidy, slovenly, careless (dress, etc...).

xộc [sọk] To rush, to dash. *Xông xộc chạy vào phòng* : To rush, dash, into the room.

xộc xệch [sọk sẹik] Loose, slack.

xôi [soi] Steamed glutinous rice, sticky rice.

xôi *Xa xôi* : Distant, far-away.

xối [sói] To pour (water). *Mưa như xối* : It is raining hard. *Ống xối, máng xối* : Gutter. *Máu chảy như xối* : Blood ran in torrents.

xôi [sồi] Temporarily. *Ăn xôi ở thì* : To live from day to day, from hand to mouth.

xồm [sòm] *Râu xồm* : Bushy beard.

xồm xàm [sòm sàm] Hairy, shaggy.

xôm [sôm] Ngồi xồm : To squad (down), to squad one·elf (down), to sit (down) on one's heels.

xón xao [son sau] Uproarious. Tất cả thành phố đều xôn xao : The whole town is agog.

xốn [sốn] To sting, to smart. Khói làm xốn mắt : Smoke that sting the eyes; the smoke makes the eyes smart. Mắt tôi xốn quá : My eyes are smarting.

xộn [sộn] Lộn xộn : In disorder, in confusion. Lớn xộn : Tall.

xông [sôn] To rush, to dash. Xông vào người nào : To fly, dash, at someone. Xông vào phòng : To rush, burst into the room. Con chó xông vào tôi : The dog came at me.

xông (Of smell, etc...) To exhale, to emit, to give out.

xông To have a vapour (steam) bath.

xông đất [sôn dất] To be the first-foot(er).

xông hơi [sôn bơi] To fumigate.

xông hương [sôn hương] To cense (altar, etc...).

xông khói [sôn xói] To fill (a room, etc...) with smoke, to smoke out (a room).

xông nhà [sôn pà] To be the first-foot(er).

xông ra [sôn ra] To rush out.

xông tới [sôn tới] To rush forward. Các binh sĩ xông tới trước : The soldiers rushed forward.

xông vào [sôn vàu] To go for, to rush. Con chó xông vào tôi ngay khi tôi vừa mở cổng : The dog went for me as soon I opened the gate. Xông vào người nào : To make a run at someone, to rush at, on, someone. Con bò mộng xông vào nó : The bull rushed at him. Xông vào phòng : To rush into the room.

xổng [sổn] To make a slip of the tongue.

xốp [sốp] Spongy.

xộp [sộp] Spongy.

xột xột [sột sột] At once, right away, immediately.

xơ [sơ] Fibre, filament.

xơ To fray, to fuzz.

xơ Sister.

xơ dừa [sơ zừa] Coir, coconut fibre (used for ropes, matting, etc...).

xơ đay (gai) [sơ day] Fillis.

xơ len [sơ len] Fluff of wool.

xơ múi [sơ múi] Profit, advantage, gain.

xơ xác [sơ sák] Nghèo xơ xác : Very poor. as poor as Job, poor as a church mouse.

xớ [sớ] Ăn bớt ăn xớ : To make dishonest profits in marketing, etc... See ăn bớt.

xờ [sờ] Sister.

xở [sở] Xoay xở : To be resourceful.

xơi [sơi] To eat; to drink. Anh đã xơi cơm chưa ? : Have you had dinner ?. Xơi nước : To drink tea.

xới [sới] To turn over, turn up ; to dig up. Tôi mới vừa xới đất ở ngoài vườn : I've been having a dig in, at, the garden.

xới cơm [sới kơm] To turn up cooked rice with large chopsticks.

xới đất [sới dất] To dig up, turn up, turn over, the soil.

xơm tới [sơm tới] To dash, spring, forward.

xờm [sờm] Bờm xờm : Dishevelled, ruffled, rumpled, tousled (hair).

xởn tóc [sởn tók] To crop hair.

xớt [sớt] (Of eagle) To pounce on, to swoop down on. Chim ưng xà xuống xớt mồi : The eagle swooped down on its prey.

xớt mồi [sớt mồi] To pounce on the prey, to swoop down on the prey.

xợt [sợt] Cạn xợt : Shallow.

xu [su] Cent; money. Không xu : To be penniless, destitute, not to have a penny to bless oneself with. Bòn xu : To extort money (from someone). Hà tiện từng xu : To save every penny one can. Không có một đồng xu : No:

a farthing!. *Không đáng một đồng xu* : Not to be worth a (brass) farthing.

xu hướng [su hườŋ] Tendency, bent, inclination.

xu lợi [su lợi] To run after money.

xu my [su mi] To flatter, to flawn upon, to toady to (someone).

xu nịnh [su nịŋ] See xu my.

xu phong [su foŋ] To follow fast like the wind.

xu thế [su θé] Tendency.

xu thời [su θời] To be an opportunist.

xu xoa [su swa] Agar-agar.

xú báp [sú báp] Valve. *Nắp xú báp* : Valve-cover.

xú danh [sú zaiŋ] Bad name, bad reputation.

xú diện [sú ziện] Ugly face.

xú khí [sú xí] Foul smell, nasty smell.

xú uế [sú wé] Fetid, stinking, ill-smelling.

xù [sù] (Of hair) To raise, to rise, to bristle. *Con chó nổi giận và lông nó xù lên* : The dog was angry and its hair bristled.

xù lông [sù loŋ] (Of bird) To raise its feathers, to ruffle up, put up, its feathers. *Chim xù lông lên* : Bird that fluffs (up) its feathers.

xù xì [sù si] Rough (to the touch).

xủ [sủ] Flowing, flagging. See rủ.

xũ [sũ] Coffin. *Hàng xũ* : Coffin-maker ; coffin-maker street.

xua [swə] To drive away, out.

xua đuổi [swə đuổi] 1) To drive (someone) away ; to get rid of ; to put away (from the mind).
2) To dismiss (thought of revenge, etc...). *Xua đuổi sự sợ hãi* : To banish fear. *Khi chiến tranh chấm dứt, chúng ta nên xua đuổi tất cả ý tưởng trả thù mà chỉ nên nghĩ đến việc tái lập tình thân hữu mà thôi* : When a war ends, we should dismiss all thought of revenge and think only of restoring friendship.

xua tay [swə tay] To make a gesture of denial with the hand.

xuân [swən] 1) Spring. *Hoa xuân* : Spring flowers. *Vào mùa xuân* : In (the) spring. *Một buổi chiều xuân* : A spring evening. *Đang lúc thanh xuân* : To be in the flower of one's age. *Tuổi xuân* : The springtime, heyday of youth. *Nàng chết lúc tuổi còn xuân* : She died in the springtime of life. 2) Summer. *Thiếu nữ mười tám cái xuân* : (Poet) Maiden of eighteen summers.

xuân cảnh [swən kảiŋ] Spring landscape, spring scenery.

xuân cơ phát động kỳ [swən kə fát dọŋ kì] Puberty.

xuân duẩn [swən zwủn] Spring bamboo shoot, (fig) woman's tapering fingers.

xuân đình [swən điŋ] See xuân đường.

xuân đường [swən dường] (Fig) Father.

xuân họa [swən hwa] Lascivious painting.

xuân huy [swən hwi] Spring light.

xuân huyên [swən hwien] (Fig) Father and mother.

xuân khí [swən xí] Spring air.

xuân kỳ [swən kì] Puberty.

xuân lan [swən laŋ] Spring orchid.

xuân nhật [swən nật] Spring day.

xuân nữ [swən nữ] 1) Pubescent girl. 2) Pretty girl.

xuân phân [swən fən] Vernal equinox.

xuân phong [swən foŋ] Spring wind, fresh air.

xuân phương [swən fwəŋ] Sweet smell of spring flowers.

xuân thu [swən θu] Spring and autumn.

xuân tiết [swən tiét] Springtime.

xuân tiêu [swən tieu] Spring night.

xuân tình [swən tịŋ] Spring feeling, (fig) love.

xuân vũ [swən vũ] Spring rain.

xuân xanh [swən saiŋ] Youth, young age, flower of youth. *Thiếu nữ mười tám xuân xanh* : (Poet) Maiden of eighteen summers.

xuẩn [swən] *Ngu xuẩn* : Stupid, foolish.

xuẩn động [swản dọŋ] Inconsiderate actions.

xuẩn ngu [swản ŋu] Stupid.

xuất [swất] Sản xuất : To produce, to yield.

xuất bản [swất bản] To publish, to come out, to bring out. Nghề xuất bản : The publishing-trade. Nhà xuất bản : Publishing-house. Chủ nhà xuất bản : Publisher. Những sách đã xuất bản : Published books. Quyển sách đang xuất bản : The book is now publishing. Quyển sách của anh xuất bản chưa ? : Is your book published ?. Chừng nào anh xuất bản cuốn sách mới của anh ? : When are you going to bring out (= print or publish) your new book ?. When will your new book be out ?. Quyển sách xuất bản đã mười lần rồi : The book has gone through ten editions. Quyển sách xuất bản hôm qua : The book came out yesterday. Quyển sách đã xuất bản : The book is already published, is already out, is in print.

xuất binh [swất biŋ] To go forth to battle.

xuất bôn [swất bon] To flee, to fly, to run away.

xuất cảng [swất kảŋ] To export.

xuất cảng Export, exportation. Nhà xuất cảng : Exporter. Hàng hóa xuất cảng : Exports. Có thể xuất cảng : Exportable. Sự xuất cảng vàng đã bị cấm : The export of gold has been forbidden. Củ cải đường là một trong những món hàng xuất cảng chính của Đức : Beet sugar is one of the chief exports of Germany. Năm rồi hàng hóa xuất cảng của chúng ta vượt quá hàng hóa nhập cảng : Last year our exports exceeded our imports.

xuất chinh [swất ciŋ] To conduct a military expedition.

xuất chúng [swất cúŋ] Outstanding, excelling, transcendent.

xuất dương [swất zɯəŋ] To go abroad ; to emigrate.

xuất đầu lộ diện [swất dầu lọ ziện] To make one's appearance. Mới xuất đầu lộ diện : To make one's first appearance.

xuất đình [swất dìp] To appear before a court.

xuất gia [swất ʒa] To leave one's home. Xuất gia tu hành : To leave one's home and become a Buddhist priest.

xuất giá [swất ʒá] (Of girl) To get married.

xuất giáo [swất ʒáu] To anathematize.

xuất hành [swất hàiɲ] To go out.

xuất hiện [swất hiện] To appear, to become visible, to come into sight. Sự xuất hiện : Apparition, appearance.

xuất khẩu [swất xẩu] To export. See xuất cảng.

xuất kỳ bất ý [swất ki bất i] Suddenly, unexpectedly.

xuất lịnh [swất lịŋ] To issue an order.

xuất lực [swất lɯk] To make every effort, to strive to, to endeavour to.

xuất nạp [swất nạp] Expenditures and receipts.

xuất ngoại [swất ŋwại] To go abroad. Chích ngừa bịnh trước khi xuất ngoại : To get inoculated before going abroad.

xuất nhập [swất ɲập] See xuất nạp.

xuất nhập cảng [swất ɲập kảŋ] Export and import.

xuất phàm [swất fàm] Outstanding, excelling, transcendent.

xuất phát [swất fát] To start. Xuất phát điểm : Starting point.

xuất phẩm [swất fẩm] Products, productions.

xuất qui [swất kwi] (Of train) To run off the metals, off the line ; to jump the metals, to become derailed.

xuất sai [swất ʃai] (Astr) Evection.

xuất sản [swất ʃản] To produce, to yield.

xuất sản Local products.

xuất sắc [swất ʃắk] Exceptional.

xuất thẩm [swất θẩm] Exosmose, exosmosis.

xuất thân [swất θən] To begin life as

(a clerk etc...).

xuất thê [swất thê] To abandon a wife.

xuất thê [swất thế] To be born.

xuất tiền [swất tiền] 1) To advance money.

2) To disburse, to pay out (money).

xuất trận [swất trạn] To go into battle.

xuất trình [swất trìp] To produce, exhibit (one's passport, etc...).

xuất vốn [swất vốn] To finance ; to invest capital (in a business).

xuất xứ [swất súi] Origin.

xúc [súk] To get out with a bowl or with something similar ; to scoop up.

xúc cảm [súk kảm] To be touched, affected, moved.

xúc cảnh [súk kảịp] To be moved at the sight of a scenery.

xúc động [súk dọŋ] To be affected, moved, touched. *Sự xúc động :* Emotion. *Tin người bạn của nó chết làm nó xúc động vài phút và nó khóc :* The news of his friend's death unmaned him for a few minutes and he wept.

xúc giác [súk sák]Touch, tactile sensation.

xúc phạm [súk fạm] To offend, to give offence to (someone). *Xúc phạm danh dự của người nào :* To wound someone's honour.

xúc tác [súk ták] (Ch) To catalyse.

xúc tác (Ch) Catalysis. *Vật xúc tác :* Catalyser.

xúc tiến [súk tiến] To push on, urge forward.

xúc xắc [súk sáuk] Die, dice.

xúc xích [súk sík] Sausage.

xuề xòa [swè swà] Easy-going (person).

xuể [swề] Capable. *Tôi sợ chúng nó làm không xuể việc ấy :* I am afraid they can't do it.

xui [sui] Unlucky, out of luck, untoward, unfortunate. *Đã xui lại xui thêm :* On the back of a misfortune.

xui To incite, to urge, to egg on, to induce, to instigate, to excite. *Xui người nào làm việc gì :* To egg someone on, to induce someone, to do something. *Xui người nào làm loạn :* To incite, urge, egg on, someone to revolt.

xui bảo [sui bảu] To advise.

xui bẩy [sui bẩy] To induce, to incite, to urge.

xui giục [sui sụk] To urge, to instigate, to excite, foment, stir up (a rebellion, etc...). *Xui giục người nào . làm việc gì :* To urge someone to do something. *Xui giục công nhân đình công :* To instigate workers to go out on strike.

xui khiến [sui xiến] To bring about.

xui nên [sui nen] To cause, to bring about.

xui ngầm [sui ŋầm] To incite in an underhand way.

xui xiểm [sui siểm] To urge, to induce.

xúi [súi] To induce, to persuade, to tempt. *Xúi người nào làm việc gì :* To induce, tempt, someone to do something. *Xúi thợ đình công :* To induce men to strike. See **xui**.

xúi quẩy [súi kwẩi] Unlucky.

xụi [sui] Paralysed. *Xụi cả hai chân* Paralysed in both legs. *Bỏ xụi :* To abandon, give up completely.

xum xuê [sum swê] Luxuriant. *(Cây Mọc xum xuê :* (Of plants) To grow luxuriantly, run riot.

xúm [súm] To meet, to assemble, to gather together.

xúm đến [súm dến] To arrive in mass, to crowd, to come together in large numbers.

xúm lại [súm lại] To crowd, to press, to gather round (someone). *Xúm lại chung quanh người nào :* To crowd round someone. *Một đám đông xúm lại chung quanh nó :* A large crowd pressed round him. *Đám đông xúm lại xem việc gì đã xảy ra :* The crowd pressed round to see what was happening.

xum xoe [sum swɛ] To play the busybody.

xủn [sủn] *Đầy xủn :* Full to bursting, to overflowing.

xung [suŋ] Unfavourable, ill-fated.

xung *Nổi xung :* To get into a fury ; to fly into a rage, a passion, a temper.

xung đột [suŋ đọt] To conflict. *Khi quyền lợi xung đột nhau :* When interests conflict.

xung đột (sự) Conflict, struggle. *Xung đột với người nào :* To be in conflict with someone. *Sự xung đột ý kiến :* Conflict of opinions.

xung gan [suŋ gan] To be angry, in a temper.

xung hãm [suŋ hãm] To assault, to attack.

xung hạn [suŋ hạn] Climacteric.

xung khắc [suŋ xắuk] Incompatible, disagreeing with.

xung kích [suŋ kík] To assail, to assault.

xung kích Impulsive (force, character, etc...).

xung lực [suŋ lựk] Striking power.

xung phạm [suŋ fạm] To offend, to wound.

xung phong [suŋ foŋ] To assault. *Quân xung phong :* Assaulting troops, storm-troops.

xung quanh [suŋ kwaiɲ] Round, about, around. *Vườn có tường xung quanh :* Garden with a wall right round, all round. *Những làng xung quanh :* The villages round about. *Choàng khăn xung quanh cổ :* To wear a muffler round one's neck. *Ngồi xung quanh bàn :* Seated round the table. *Nhiều đạn trái phá nổ xung quanh nó :* Shells were bursting round him. *Lội xung quanh cù lao :* To swim round the island. *Quay xung quanh vật gì :* To go round and round something. *Nó nhìn xung quanh nó :* He looked about him. *Những ngọn đồi xung quanh thành phố :* The hills (round) about the town. *Chúng tôi ngồi xung quanh bàn :* We sat down round the table.

xung thiên [suŋ θien] To ascend to the sky.

xung trận [suŋ trạn] To assault.

xung trận xa [suŋ trạn sa] (Mil) Tank.

xung yếu [suŋ iếu] Important ground.

xúng xính [súŋ sip] Ample (garment).

xùng xình [sùŋ sip] Ample.

xuôi [suɔi] Favourable (wind) ; easy, fluent (style). *Xong xuôi :* Finished, ended.

xuôi buồm [suɔi buồm] To sail before the wind.

xuôi dòng [suɔi zɔ̀ŋ] Down stream, with the current.

xuôi gió [suɔi ʒɔ́] (Nav) To have the wind dead aft.

xuôi lòng [suɔi lɔ̀ŋ] To consent, to agree.

xuôi tai [suɔi tai] Pleasant, agreeable, to the ear.

xuống [suɔ́ŋ] 1) To descend, to get down, to come down, to go down ; to drop, to lower. *Ở trên đồi xuống :* To come down from a hill. *Thiên thần từ trên trời xuống :* The angel descended from heaven. *Hàn thử biểu xuống hai độ :* The thermometer has fallen two degrees. *Anh muốn xuống đâu ? :* Where shall I drop you (stop to allow you to get out of the car) ?. *Cho tôi xuống chỗ nào mà anh đã chở tôi đi :* Set me down where you picked me up. *Chúng tôi phải mất hai tiếng đồng hồ mới xuống được :* It took us two hours to climb down. *Hạ mình xuống ngang hàng với người nào để làm việc gì :* To descend to someone's level to doing something. *Đi xuống :* To go down. *Giá hạ xuống :* Prices are coming down. *Đi xuống ăn cơm :* To come down to dinner. *Tóc nàng xõa xuống hai vai :* Her hair came down over her shoulders. *Màn hạ xuống :* The curtain goes down. *Dòng dây thả người nào xuống :* To lower someone on a rope. *Hạ thấp sườn xe xuống :* To lower the chassis. *Nước mắt chảy dài xuống má nó :* The tears ran down his face. *Tóc nàng xõa xuống lưng :*

Her hair is hanging down her bback. *Té xuống thang lầu* : To fall ddown the stairs. *Nó đóng cây nọc xuống đất* : He set the stake in the groundd. *Từ trên cây xuống* : To come down ffrom a tree.

2) To alight (from carriage).

xuống âm phủ [suɔ̆ŋ əm fủ] To die.

xuống dòng [suɔ̆ŋ zɔ̆ŋ] (In dictattion) New paragraph.

xuống giá [suɔ̆ŋ ʒá] To lower the priices.

xuống giọng [suɔ̆ŋ ʒɔ̆ŋ] To lowerr the tone.

xuống hàng [suɔ̆ŋ hàŋ] Ssee **xuống dòng**.

xuống lịnh [suɔ̆ŋ lịp] To give an oorder.

xuống lỗ [suɔ̆ŋ lỗ] To die, pass awway.

xuống ngựa [suɔ̆ŋ ŋựɔ] To dismmount (from a horse), to get off a horsse, to get down from a horse, to alight ffrom horseback. *Nó xuống ngựa* : He got down from his horse.

xuống tàu [suɔ̆ŋ tàu] To embarkk, to go aboard, on board, (a)ship.

xuống xe [suɔ̆ŋ sɛ] To get down,, dismount, alight, from a carriage. *Xuống xe ô-tô-buýt* : To get off a bus.

xuồng [suɔ̆ŋ] (Rowing=) boat, canoe, dory. *Nó qua sông bằng xuồng* : He crossed the river in a boat. *Cặp một chiếc xuồng dọc theo mạn tàu* : To make a boat fast (close) alongsüde a ship.

xuồng ba lá [suɔ̆ŋ ba lá] Sampam.

xuồng cứu cấp [suɔ̆ŋ kứu kấp] Life boat.

xuồng máy [suɔ̆ŋ máy] Motor-boat.

xuổng [suɔ̆ŋ] Spade.

xúp [súp] Soup. *Dọn xúp cho người nào ăn* : To help someone to soup, to serve someone with soup.

xúp To suppress, to do away with.

xúp lê [súp le] To whistle.

xuy [swi] To nickel, to nickel-plate. See **xi**.

xúy [swí] *Cổ xúy* : To excite, to exhort, to cheer.

xúy xóa [swí swa] See **xí xóa**.

xuyên [swien] Through. *Đâm gươm xuyên qua mình người nào* : To run, drive, a sword through someone's body; to run someone through the body with a sword. *Đặt ống nước xuyên qua tường* : To run pipes through a wall.

xuyên lục địa [swien lục địa] Intercontinental.

xuyên phá [swien fá] To perforate.

xuyên qua [swien kwa] To go through, pass through (something). *Nó bị bắn xuyên qua chân* : He was shot through the leg. *Viên đạn xuyên qua tay nó* : The bullet went through his arm.

xuyên sơn [swien ʃơn] To pierce a mountain by tunnel.

xuyên tạc [swien tạk] To distort (the truth). *Sự xuyên tạc* : Distorsion. *Nó xuyên tạc lời nói của tôi làm như tôi chỉ trích chánh sách của anh vậy* : He twisted my words so that I seemed to be attacked your policy.

xuyên tâm [swien təm] 1) (Math) Diametral. *Mặt phẳng xuyên tâm* : Diametral plan.

2) (Mec) Radial.

xuyên thanh [swien θaip] Trans-sonic.

xuyên thâu [swien θấu] To penetrate. *Bức xạ xuyên thấu* : Penetrating radiation.

xuyến [swién] Bracelet.

xuyến Kind of silk.

xuyến *Xao xuyến* : Stirred, excited.

xuýt [swit] Almost, nearly. *Nó xuýt té* : He almost fell. *Xuýt nữa tôi té rồi* : I all but fell. *Nó xuýt chết đuối* : He nearly got drowned. *Nó xuýt bị xe hơi cán* : He almost got run over by a car, he narrowly missed being run over. *Nó xuýt bị giết* : He was within an ace of being killed.

xuýt chết [swit cét] To escape death by a hair's breadth, to be within an ace of death. *Nó xuýt chết* : He narrowly escaped death.

xuýt nữa [swit nữɔ] A little more.

Xuýt nữa nó bị giết chết : A little more and he would have been killed. *Xuýt chút nữa nó bị miếng ngói rơi trúng rồi :* He came within an inch of being struck by the falling tile. *Xuýt nữa tôi trễ xe lửa rồi :* I all but missed the train, I nearly missed the train, I was within an ace of missing the train.

xuýt xoát [swịt swát] Nearly, almost.

xuyt [swịt] To set on, to urge to attack.

xuyt chó [swịt có] To urge dog (to worry rat, etc...). *Xuýt chó rượt người nào :* To set a dog or someone.

xứ [sú] Climate, country, area, region. *Bản xứ :* Local. *Tứ xứ :* Everywhere. *Xứ hoang vu :* Wild country. *Nó phải tránh những xứ nóng :* He must avoid a hot climate.

xứ lạ [sú lạ] Strange country. *Khi anh đến ở một xứ lạ anh phải đổi theo lối sống mới :* When you go to a strange country you have to accommodate yourself to new ways of living.

xứ nóng [sú nóŋ] Hot country.

xứ sở [sú sỏ] Native country.

xứ xa [sú sa] Remote country.

xử [sủ] To treat ; to behave towards (someone).

xử To judge, to condemn, to adjudge. *Nó bị xử tử :* He was adjudged to die. *Quan tòa nào xử vụ này ? :* Which judge will try the case ?. *Xử người nào ba tháng tù :* To pass sentence of three months imprisonment on someone.

xử án [sủ án] To try, judge, a case.

xử bắn [sủ bắŋ] To execute by shooting.

xử công khai [sủ koŋ xai] (Of a case) Tried in open court.

xử dụng [sủ zụŋ] To use, to employ.

xử đoán [sủ dwán] To judge and decide.

xử giảo [sủ sảu] To hang (a criminal). *Bị xử giảo vì tội ăn cướp :* To be hanged for a pirate.

xử hòa [sủ hwà] To conciliate, to reconcile ; to settle a difference out of court.

xử khuyết tịch (khiếm diện) [sủ xwiét tịk] To deliver judgment by default.

xử kiện [sủ kiện] To judge a case.

xử nữ [sủ nú] Virgin.

xử nữ mạc [sủ nú mạk] (Anat) Hymen, maidenhead.

xử phạt [sủ fạt] To punish according to the law.

xử quyết [sủ kwiét] To execute (a criminal).

xử sự [sủ sụ] To behave.

xử thế [sủ θé] To act, to behave.

xử tội [sủ tọi] To punish.

xử trảm [sủ trảm] To condemn, sentence (someone) to death.

xử trí [sủ trí] 1) To arrange everything. 2) To act, to resolve.

xử trị [sủ trị] To punish.

xử tử [sủ tủ] To execute (a criminal). *Xử tử người nào :* To put someone to death. *Người bị xử tử hình :* Man condemned to death, under sentence of death.

xưa [swə] Old, once. *Xưa lắm rồi :* That's as old as the hills. *Ngày xưa :* Once upon a time. *Họa sĩ nổi danh ngày xưa :* Once famous painter. *Ngày xưa, có... :* Once (upon a time) there was... *Thuở xưa :* In former times.

xưa kia [swə kiə] Formerly.

xưa nay [swə nay] Formerly and today, always, up to now.

xức [súk] To put, apply (pomade, oil) on. *Lễ xức dầu thánh:* Extreme unction.

xức dầu [súk zòu] To apply oil.

xức dầu thơm [súk zòu θəm] To perfume, to scent. *Xức dầu thơm vào khăn tay :* To scent one's handkerchief.

xức nước hoa [súk núrk hwa] See **xức dầu thơm**.

xưng [swɨŋ] 1) To confess (one's sin). 2) To call, to name.

xưng bá [swɨŋ bá] To proclaim oneself a suzerain.

xưng bao [sɯŋ bau] To praise, to laud.

xưng danh [sɯŋ zaiɲ] To say one's name.

xưng dương [sɯŋ zɯəŋ] See xưng bao.

xưng đế [sɯŋ dé] To proclaim oneself emperor.

xưng hùng [sɯŋ hùŋ] To proclaim oneself a suzerain.

xưng tán [sɯŋ tán] To praise, to laud.

xưng thần [sɯŋ θàn] To declare oneself a vassal.

xưng tội [sɯŋ tọi] To confess one's sins; to tell all one's sins to a priest. Sự xưng tội : Confession. Người nghe xưng tội : Confessor. Đi xưng tội mỗi tuần : To go to confession every week.

xưng vương [sɯŋ vɯəŋ] To proclaim oneself emperor.

xứng [sɯ́ŋ] Correspondent to, with ; commensurate with ; suitable. Số tiền anh lãnh có xứng với công việc anh làm không? : Was the pay you received commensurate with the work you did? Tôi đang tìm một người vợ có tuổi xứng với tôi : I am looking for a wife of an age suitable to mine.

xứng đáng [sɯ́ŋ dáŋ] Worthy, meritorious, deserving. Chàng muốn tôi ly dị chàng, nói rằng chàng không xứng đáng với tôi : He wants me to get a divorce, says he's unworthy of me.

xứng đôi [sɯ́ŋ doi] Well-matched, well assorted. Vợ chồng xứng đôi : Well assorted couple. Vợ chồng không xứng đôi: Ill-sorted, ill-assorted couple.

xứng hợp [sɯ́ŋ hợp] To be suitable.

xứng với [sɯ́ŋ vói] To be correspondent to, with (something).

xừng [sɯ̀ŋ] To raise, to rise.

xừng lông [sɯ̀ŋ loŋ] (Of bird) To raise its feathers.

xửng [sɯ̉ŋ] See xừng.

xửng Nhẹ xửng : Very light.

xửng vửng [sɯ̉ŋ vɯ̉ŋ] To feel dizzy ; to be, feel, turn, giddy ; to come over giddy ; to have fits of giddiness.

xước [sɯ́rk] Abraded, galled (skin).

xước mía [sɯ́rk míə] To remove the bark of sugar-cane with one's teeth.

xược [sɯrk] Hỗn xược : Insolent, impolite.

xương [sɯəŋ] Bone. Bộ xương : Skeleton. To xương, lớn xương : Boney, big-boned. Không xương: Boneless. Chỉ còn da và xương : To be nothing but skin and bone. Nó ốm lòi xương : He's nothing but a bag of bones. Lạnh thấu xương: Frozen to the marrow, to the bone. Gỡ xương : To bone. Bịnh sưng xương : (Med) Osteitis. Ngủ xương, nhớt xương, lười xương: Lazy. Xương nối khớp với xương khác : Bone that articulates, is articulated, with another. Con chó vồ lấy cục xương và chạy mất : The dog grabbed the bone and ran off with it. Cá nhiều xương : Bony fish.

xương bả vai [sɯəŋ bả vai] Shoulderblade, omoplate, blade-bone.

xương bánh chè [sɯəŋ báiɲ cè] (Anat) Knee-cap, knee-pan, patella. Thuộc về xương bánh chè : Patellar.

xương bắp vế [sɯəŋ bámp vé] Thighbone.

xương cá [sɯəŋ ká] Fish-bone.

xương cánh tay [sɯəŋ káiɲ tay] (Anat) Humerus.

xương chống [sɯəŋ cóŋ] (Anat) Atlas.

xương cổ chân [sɯəŋ kỏ cən] (Anat) Tarsus.

xương cụt [sɯəŋ kụt] (Anat) Sacrum ; coccyx.

xương cựa [sɯəŋ kựə] (Anat) Astragalus.

xương đe [sɯəŋ dɛ] (Anat) Anvil.

xương đòn gánh [sɯəŋ dòn gáiɲ] (Anat) Clavicle.

xương đùi [sɯəŋ dùi] Femur, thigh-bone.

xương gò má [sɯəŋ gò má] (Anat) Cheek-bone.

xương gót chân [sɯəŋ gót cən] (Anat) Calcaneum, heel-bone.

xương hông [sɯəŋ hoŋ] (Anat) Hipbone.

xương mông [sɯəŋ moŋ] (Anat)

Sacrum.

xương mục [sɯəŋ mụk] Chứng xương mục : (Med) Caries.

xương ống [sɯəŋ óŋ] (Anat) Tibia, shin-bone. *Xương ống phụ (chân)* : Fibula.

xương ống quyển [sɯəŋ óŋ kwiển] See xương ống.

xương quai xanh [sɯəŋ kwai saiɲ] (Anat) Clavicle.

xương rồng [sɯəŋ ròŋ] (Bot) Cactus.

xương sọ [sɯəŋ ʃọ] (Anat) Cranium, skull.

xương sống [sɯəŋ sóŋ] (Anat) Backbone, chine, spine, spinal column, vertebral column. *Có xương sống* : Vertebrate. *Đốt xương sống* : Vertebra. *Động vật có xương sống* : Vertebrata. *Việc ấy làm tôi ớn xương sống* : It sent a shiver down my spine.

xương sụn [sɯəŋ ʃụn] (Anat) Cartilage. *Thuộc về xương sụn* : Cartilaginous.

xương sườn [sɯəŋ sɯờn] Rib. *Nó ốm lòi xương sườn* : He is nothing but skin and bone, he is a regular skeleton.

xương tay trụ [sɯəŋ tay trụ] (Anat) Cubitus.

xương tủy [sɯəŋ tɯỉ] (Anat) Marrow-bone.

xương ức [sɯəŋ ứk] (Anat) Breastbone, sternum ; (Zoo) carina.

xương viêm [sɯəŋ viem] (Med) Osteitis.

xương xẩu [sɯəŋ sẩu] Bony.

xương xương [sɯəŋ sɯəŋ] Slightly thin.

xướng [sɯớŋ] 1) To sing.
2) To initiate, to make the first move, to take the initiative.

xướng To call out.

xướng ca [sɯớŋ ka] To sing.

xướng danh [sɯớŋ zaɲ] To call the roll.

xướng họa [sɯớŋ hwa] To respond with poetry.

xướng khởi [sɯớŋ xởi] To take the initiative (in doing something).

xướng kỹ [sɯớŋ ki] Songstress.

xướng loạn [sɯớŋ lwạn] To instigate revolt.

xướng nghị [sɯớŋ ɲị] To propose.

xướng ngôn viên [sɯớŋ ŋon vien] Announcer. *Xướng ngôn viên một đài phát thanh có hàng triệu thính giả* : A radio announcer has an audience of millions.

xường [sɯờŋ] Lạp xường : Chinese sausage.

xưởng [sɯởŋ] Workshop, works, shop, yard, mill.

xưởng chế tạo [sɯởŋ cế tạu] Factory, manufactory.

xưởng dệt [sɯởŋ zệt] Weaving-mill.

xưởng ép dầu [sɯởŋ ép dầu] Oil-mill.

xưởng đóng tàu [sɯởŋ dóŋ tàu] Ship-building yard.

xưởng đúc [sɯởŋ dúk] Foundry.

xưởng máy [sɯởŋ máy] Machine-shop.

xưởng nhuộm [sɯởŋ ɲụm] Dye-house, dye-works.

xy lanh [si laiɲ] (Mec) Cylinder.

Y

y [i] *Hình chữ Y* : Y-shaped. *Cầu chữ Y* : Y-shaped bridge.

y He, him; his. *Y biết chúng tôi* : He knows us. *Tôi cũng cao lớn như y* : I am as tall as he. *Cô có yêu y không ?*: Do you love him ?. *Một trong những người bạn của y* : One of his friends. *Không phải công việc của y* : It is no business of his.

y To follow.

y Robe. *Hồng y* : Red robe, purple cassock. *Hồng y giáo chủ* : Cardinal.

y Identical, same. *Lập lại hai lần những chữ y nhau* : To repeat the same words twice.

y Physician. *Danh y* : Famous physician. *Thú y* : Veterinary surgeon.

y án [i án] To uphold a sentence.

y dược [i zưrk] Medicine and pharmacy. *Y-dược Đại học đường* : Faculty of Medicine and Pharmacy.

y hẹn [i hẹn] To keep one's promise.

y học [i học] Medicine.

y khoa [i xwa] Medicine. *Y khoa bác sĩ* : Doctor of medicine, M.D. *Sinh viên y khoa* : Medical student.

y lời [i lời] To keep one's promise.

y nguyên [i ŋwien] Intact, intouched.

y như [i nư] In conformity with ; identical.

y phục [i fụk] Clothes, garments.

y phương [i fươn] Prescription.

y sĩ [i ʃi] Physician, medical doctor.

y sinh [i ʃiɲ] Medical student.

y tá [i tá] Male nurse, hospital nurse. *Nữ y tá* : Nurse. *Y tá trưởng* : Head nurse.

y tế [i té] Public health.

y theo [i θeu] According to, in conformity with.

y thuật [i θwạt] The art of medicine.

y viện [i viện] Hospital. *Quân y viện* : Army hospital.

ý [i] (Geog) Italy. *Người Ý* : Italian.

ý Intent, opinion, mind, will. *Không có ác ý* : With no ill intent, without evil intent. *Tự ý làm việc gì* : To do something of one's volition. *Theo ý tôi* : In my opinion, in my judgment. *Theo ý tôi nó không bao giờ trở lại nữa* : In my opinon he will never come back ; I am of opinion that he will never come back. *Đồng ý với người nào* : To be of the same opinion (=mind) as someone ; to be of someone's mind, to be of a mind with someone ; to fall in with, meet, someone's views ; to chime in with someone's ideas. *Chúng tôi đồng một ý* : We are of a mind. *Để ý, chủ ý đến việc gì* : To take something into account, to take account of something. *Bắt buộc người nào theo ý mình* : To enforce one's will on someone. *Theo ý riêng của tôi* : In my private opinion. *Mỗi người mỗi ý* : So many men so many minds ; different people have different opinions. *Đổi ý* : To change one's opinion, to change, alter, one's mind.

ý chí [í cí] Will, volition, intention, intent. *Sức mạnh của ý chí* : Strength of will. *Sự thiếu ý chí* : Lack of will. *Ý chí sắt đá* : Will of iron, iron will.

ý chỉ [í cỉ] Intent, will.

Ý đại lợi [í đại lại] (Geog) Itaiy. *Người Ý đại lợi* : Italian.

ý định [í dịn] Intention, thought, purpose, design. *Tôi không có một chút ý định nào cả* : I have not the slightest intention, it is no part of my intention, to... *Có ý định làm việc gì* : To have a thought, to have thoughts, of doing something. *Tôi không có ý định gặp anh ở đây* : I have no thought, of meeting you here. *Với ý định...* : With the thought of... *Đó không phải là ý định của tôi* : Such is not my intention. *Tôi không có ý định ở lại đây* : I do not contemplate staying here. *Nó có ý định giết anh* : He has designs on your life, he is making a plan to kill you. *Nó mua đất với ý định cất một cái nhà* : He has bought land with a view to building a house.

ý hội [í hội] To understand, to comprehend.

ý hướng [í hương] Tendency, inclination.

ý kiến [í kiến] Opinion, view, sentiment, mind, thought, idea. *Phát biểu ý kiến* : To give, express, one's opinion. *Đổi ý kiến* : To change one's opinion, to alter one's mind. *Hỏi ý kiến* : To ask for advice. *Hỏi ý kiến người nào* : To ask someone's opinion. *Bao nhiêu người thì bấy nhiêu ý kiến* : Different people have different opinions. *Tôi nảy ra ý kiến rằng...* : It comes to my mind that... *Cho tôi biết ý kiến của anh về việc đó* : Tell me your thoughts on the matter. *Làm người nào theo ý kiến của mình* : To bring someone round to one's opinion. *Việc ấy làm tôi đổi ý kiến* : That has changed my ideas. *Đó là ý kiến của tôi* : That is my opinion. *Trước nó muốn đi nhưng sau nó lại đổi ý kiến* : First he wanted to go, then he changed his mind. *Hai ý kiến hoàn toàn tương phản nhau* : Two opinions at complete variance with one another. *Tôi phải hỏi ý kiến của các luật sư của tôi trước khi tôi quyết định* : I must confer with my lawyers before I decide. *Phát biểu một ý kiến* : To deliver oneself of an opinion. *Tôi có ý kiến hoàn toàn tương phản với ý kiến của nó* : I hold opinion in diametrical opposition to his. *Nó tán thành những ý kiến của tôi ngay* : He fell in with my views at once. *Ý kiến không hợp nhau* : Ideas that do not go together. *Nhiều ý kiến càng hay* : Two heads are better than one. *Giữ vững ý kiến của mình* : To hold by, to, one's opinions. *Đó là ý kiến của tôi* : Those are my sentiments. *Tôi nhận thấy rằng anh đã đổi ý kiến* : I see that you have changed your mind.

ý muốn [í muốn] Will, wish, intent, intention. *Ý muốn của Trời* : The will of God. *Đạt được ý muốn của mình* : To have one's will. *Tôi không hề có ý muốn...* : I have not the slightest intention, it is no part of my intention to... *Việc ấy làm trái với ý muốn của tôi* : I has done against my will. *Theo ý muốn của cha tôi* : By my father's wish. *Chiều theo ý muốn của người nào* : To defer to someone's will. *Anh có luôn luôn chiều theo ý muốn của cha mẹ anh không ?* : Do you always defer to your parents' wishes ?. *Biểu lộ rõ ràng ý muốn của mình* : To give clear indication of one's intentions. *Nàng lấy chồng trái với ý muốn của nàng* : She was married against her will.

ý nghĩ [í ngĩ] Thought. *Ý nghĩ ấy luôn luôn ám ảnh tôi* : The thought keeps running through my head. *Ý nghĩ nó có thể mất việc ám ảnh nó* : The idea that he might lose his position obsessed him.

ý nghĩa [í ngĩa] Sense, signification, meaning (of a word, etc...) ; significance. *Có ý nghĩa, đầy ý nghĩa* : Significative, significant. *Cái nhìn đầy ý nghĩa* : Look of deep significance, look full of meaning. *Hiểu rõ ý nghĩa*

của việc gì : To seize the meaning of something.

ý ngoại [i ŋwại] Unexpected.

ý nguyện [i ŋwiện] Wish.

ý nhị [i ɲị] Meaning. *Cái nhìn đầy ý nhị* : Look full of meaning.

ý niệm [i niệm] Concept, idea.

ý thức [i θức] 1) Consciousness. *Đạo đức ý thức* : Moral consciousness. 2) Sense. *Ý thức trách nhiệm* : Sense of responsibility.

ý thức hệ [i θức hẹ] Idealogy.

ý trung nhân [i truŋ ɲən] Person of one's dreams, person of one's heart, dream boy, dream girl.

ý tứ [i tứ] 1) Thought, idea. 2) Heed, attention. *Không ý tứ* : Heedless, inattentive.

ý tưởng [i tưởŋ] Thought, idea, notion. *Đầu óc của nàng đầy ý tưởng rồ dại* : Her head is full of silly notions. *Ý tưởng ấy làm nó tái (xanh) mặt* : This thought turns him pale.

ý vị [i vị] Significance. *Cái nhìn đầy ý vị* : Look of deep significance.

ỷ [i] To rely on, to lean on.

ỷ giàu [i ɉàu] To rely on one's wealth.

ỷ lại [i lại] To lean on, to rely on (someone).

ỷ mình [i mìɲ] To be depending on oneself.

ỷ quyền [i kwiền] To rely on one's power.

ỷ tài [i tài] To rely on one's talent.

yêm bác [iem bák] (Of knowledge) Deep and wide.

yêm hoạn [iem hwạn] Eunuch.

yêm nhân [iem ɲən] Eunuch.

yêm nhiễm [iem ɲiễm] To penetrate, to imbue.

yêm thức [iem θức] Deep, profound, knowledge.

yếm [iém] Bib, feeder (placed under a child's chin during meals).

yếm Brassière.

yếm bò [iém bò] Dewlap of ox.

yếm nhân [iém ɲən] Misanthrope.

yếm khí khuẩn [iém xi xwən] Anaerobe.

yếm rùa [iém rùe] Plastron.

yếm thệ [iém θệ] 1) To die, to pass away. 2) To hate or distrust mankind, to avoid human society.

yếm vọng [iém vọŋ] Hopeful.

yểm [iểm] To hide, to conceal, to dissemble, to dissimulate.

yểm hộ [iểm hộ] (Mil) To support. *Sự yểm hộ* : Support.

yểm ma [iểm ma] To exorcize.

yểm sát [iểm ʃát] To attack by surprise.

yểm tài [iểm tài] To hide one's talent.

yểm tập [iểm tạp] To attack the enemy by surprise.

yểm trợ [iểm trợ] (Mil) To support. *Hỏa lực yểm trợ* : Supporting fire.

yểm trợ hỏa lực [iểm trợ hwa lực] Fire support.

yểm trợ quản trị [iểm trợ kwản trị] Administrative support.

yểm trợ tác chiến [iểm trợ ták ciến] Combat support.

yểm trợ tiếp vận [iểm trợ tiếp vận] Logistical support.

yểm trợ tổng quát [iểm trợ tồŋ kwát] General support.

yểm trợ trực tiếp [iểm trợ trục tiếp] Direct support.

yên [ien] Saddle. *Cốt yên* : Saddle-pin. *Cởi ngựa không yên* : To ride on a naked horse. *Yên sau (xe máy dầu)* : Pillion-seat.

yên [ien] Calm, peaceful, quiet, still. *Đứng yên*: To keep quiet, to keep still.

yên *Giới yên* : To forbid opium smoking.

yên ba [ien ba] Cloud and waves, (fig) a retired life.

yên chi trùng [ien ci trùŋ] Cochineal.

yên chướng [ien cưởŋ] Miasma.

yên giấc [ien ʃák] To sleep without waking. *Yên giấc ngàn thu* : To die, pass away.

yên hầu [ien hầu] (Anat) Pharynx.

yên hoa [ien hwa] Smoke and flowers.

yên lặng [ien lạuŋ] Calm, quiet, tranquil, still. *Sự yên lặng của ban đêm* : The hush of the night. *Yên lặng đến nổi anh có thể nghe cây kim gút rớt xuống đất* : It was so quiet you might have heard a pin drop. *Căn phòng trở nên yên lặng* : The room became silent.

yên lòng [ien lòŋ] To be easy in one's mind. *Yên lòng về việc gì* : To make oneself, one's mind, easy about something. *Làm người nào yên lòng* : To set someone at ease. *Anh cứ yên lòng về việc ấy* : Make yourself easy about it. *Hãy yên lòng, nó sẽ trở về* : He'll come back, never fear !. *Không yên lòng* : To be uneasy, uncomfortable, in one's mind (about).

yên nghỉ [ien ŋị] To rest. *Đến nơi yên nghỉ cuối cùng (chết)* : To go to one's last home, to one's long home.

yên ngựa [ien ŋụa] Saddle.

yên ổn [ien ồn] Quiet, calm, peaceful. *Sống một cuộc đời yên ổn* : To lead a quiet life.

yên phận [ien fận] To be content with one's lot.

yên tâm [ien tâm] To be easy, comfortable. *Làm người nào yên tâm* : To set someone at ease. *Anh hãy yên tâm về việc ấy* : Make yourself comfortable, easy, about that. *Anh cứ yên tâm* : Set your mind at ease, set your heart at rest. *Làm người nào yên tâm* : To set someone's mind at rest.

yên thảo [ien thảu] (Bot) Tobacco-plant.

yên thổ [ien thổ] Opium.

yên tĩnh [ien tịnh] Quiet, tranquil. *Trong sự yên tĩnh của ban đêm* : In the still of the night. *Tất cả mọi vật đều yên tĩnh* : All nature is hushed.

yên trí [ien trí] Persuaded, sure, convinced.

yến [iến] Swallow. See én.

yến Feast, banquet.

yến ẩm [iến ồm] To partake in a banquet.

yến oanh [iến waiŋ] Swallow and oriole,

(fig) lovers.

yến sào [iến sàu] Swallow's nest.

yến tử [iến tử] Swallow.

yên tức [iến túk] To rest, to repose.

yêng sáng [iến sáŋ] See ánh sáng.

yên ngọa [iên ŋwa] To lie on one's back.

yên phốc [iên fók] 1) To fall, to tumble down.
2) To fall on one's back, to fall backwards.

yết [iết] See yết hầu.

yết bảng [iết bảŋ] To publish the list of successful candidates in an examination.

yết hầu [iết bầu] (Anat) Pharynx. *Thuộc về yết hầu* : Pharyngeal. *Kiến soi yết hầu* : Pharyngoscope. *Chứng sưng yết hầu* : Pharyngitis. *Thuật mổ yết hầu* : Pharyngotomy.

yết kiến [iết kiến] To have an interview with a person of high rank. *Sự yết kiến* : Audience. *Xin yết kiến người nào* : To ask (= beg) for an interview with someone.

yết thị [iết thị] Bill, notice. *Dán yết thị lên tường* : To stick a bill on a wall.

yêu [ieu] To love. *Tình yêu* : Love, passion. *Người yêu* : Love, sweet heart. *Yêu người nào* : To love someone, to be in love with someone; to fall in love with someone. *Chúng nó yêu nhau* : They are in love (with each other). *Chàng yêu nàng một cách say mê, đắm đuối* : He loved her to distraction. *Yêu lẫn nhau* : To love one another. *Được người nào yêu* : To be loved by someone. *Nó chưa bao giờ yêu* : He was never in love. *Yêu ít thì yêu lâu, yêu nhiều thì mau chán* : Love me little love me long. *Yêu một cách điên cuồng, mù quáng* : Head over ears in love, madly in love. *Nàng yêu chàng đến chết* : She loved him to the day of her death. *Mới gặp nhau chúng nó đã yêu nhau rồi* : It was a case of love at first sight. *Yêu người nào một cách say mê, đắm đuối* : To love someone to distraction, to love someone wildly and passionately. *Nàng mến chàng chớ không yêu chàng* : She likes him but she doesn't love him.

yêu Spirit, ghost.

yêu ác [ieu ák] Wicked, cruel.

yêu ảo [ieu ảu] Sorcery.

yêu cầu [ieu kầu] To ask, to request, to require, to solicit, to claim, to beg, to entreat, to beseech. *Yêu cầu người nào làm việc gì* : To ask, beg, request, solicit, someone to do something. *Nó yêu cầu được vào* : He asked to be admitted. *Yêu cầu việc gì với người nào* : To request, require, something of someone. *Yêu cầu công chúng đừng đi trên cỏ* : The public is requested to keep off the grass. *Yêu cầu người nào trả lại vật gì* : To claim something back from someone. *Sự, lời yêu cầu* : Request. *Làm việc gì theo lời yêu cầu của người nào* : To do something at someone's request.

yêu chuộng [ieu cuạŋ] To love, to esteem (someone). *Nước yêu chuộng hòa bình* : Peace-loving country.

yêu chùy [ieu cừi] (Anat) Backbone, spine, vertebral column.

yêu dấu [ieu zấu] To cherish, to love.

yêu dấu Dear, beloved. *Con yêu dấu* : My dear child.

yêu đào [ieu dầu] Young and beautiful peach-tree, (fig) young and beautiful girl.

yêu đạo [ieu dạu] Heterodoxy.

yêu đương [ieu dươŋ] To love.

yêu kiều [ieu kiều] Graceful, charming.

yêu ma [ieu ma] Spirit, ghost.

yêu mến [ieu mến] To love, to cherish, to esteem.

yêu nhau [ieu ɲau] (Of two persons) To love one another, to fall in love with each other.

yêu nước [ieu nướk] To love one's country. *Hết lòng yêu nước* : To love one's country with one's whole heart. *Tinh thần yêu nước* : Spirit of loving the country.

yêu phụ [ieu fụ] Wicked woman.

yêu quái [ieu kwái] Demon, ghost.

yêu quí [ieu kwi] Dear, beloved. *Con yêu quí ; đứa con yêu quí của tôi* : My dear child.

yêu sách [ieu ʃáik] To demand, to require.

yêu tà [ieu tà] Ghost, demon.

yêu thỉnh [ieu θỉp] To claim, to demand, to request.

yêu thuật [ieu θwạt] Sorcery.

yêu thương [ieu θưəŋ] To love.

yếu [iếu] 1) Weak, feeble. *Phái yếu* : The weaker sex. *Bình vực kẻ yếu* : To protect the weak. *Nó vẫn còn yếu sau trận đau* : He is still weak after (= from) his illness. *Tôi thấy càng ngày tôi càng yếu hơn* : I feel weaker every day.

2) Weak. *Yếu về đại số* : Weak in algebra.

yếu [iếu] Important, essential. *Thiết yếu* : Essential. *Trọng yếu* : Important.

yếu địa [iếu dịə] Important ground or position.

yếu điểm [iếu diểm] 1) (Mil) Critical point ; important point.

2) Weak point, shortcoming (in someone).

yếu đuối [iếu duối] 1) Feeble, weak, feeble-bodied. *Tinh thần yếu đuối* : Weak in the head.

2) Frail, weak in health. *Đứa trẻ yếu đuối* : A frail child.

yếu hèn [iếu hèn] To be weakling.

yếu khẩn [iếu xẩn] Important and urgent.

yếu khu [iếu xu] (Mil) Vital area.

yếu lược [iếu lược] Summary.

yếu mục [iếu mục] Important article (in an agreement, etc...).

yếu nhân [iếu ɲân] Important person, V.I.P, (very important person).

yếu ớt [iếu ớt] Feeble, weak.

yếu phạm [iếu fạm] Important criminal.

yếu quyết [iếu kwiết] Principal secret

(to do something).

yếu sức [iếu ʃứk] Weak.

yếu thế [iếu θế] To be in a bad position.

yếu tố [iếu tố] Element, factor. *Sự giàu có là yếu tố chính trong sự thành công của nó :* Wealth was the chief factor in his success.

yếu tố an toàn [iếu tó an twàn] Safety factor.

yếu tố bổ sung [iếu tó bổ ʃuŋ] Replacement factor.

yếu tố cái nhiên [iếu tó kái ɲien] Probability factor.

yếu văn [iếu vaɯn] Important news.

yếu vụ [iếu vụ] Important matter.

yểu [iểu] *Chết yểu :* To die young, to die before one's time, to die early.

yểu chiết [iểu ciết] To die early, to die young, to die before one's time.

yểu điệu [iểu diệu] Graceful.

yểu tử [iểu tử] See **yểu chiết**.

yểu tướng [iểu tɯớŋ] Physiognomy which shows a premature death.

NHÀ XUẤT-BẢN

SỐNG MỚI

P.O. Box 2744
Fort Smith, AR. 72913
Phone: (501) 783-2210